இந்துக்கள்
ஒரு மாற்று
வரலாறு

இந்துக்கள்
ஒரு மாற்று
வரலாறு

வெண்டி டோனிகர்

தமிழில்: க. பூரணச்சந்திரன்

எதிர்
வெளியீடு

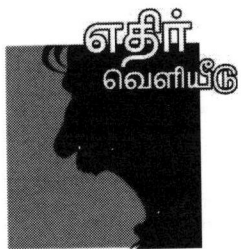

இந்துக்கள்
ஒரு மாற்று வரலாறு
வெண்டி டோனிகர்
தமிழில்: க. பூரணச்சந்திரன்

முதல் பதிப்பு: ஜூன் 2016
மூன்றாம் மறுஅச்சு: ஜனவரி 2020
எதிர் வெளியீடு,
96, நியூ ஸ்கீம் ரோடு, பொள்ளாச்சி 642002.
தொலைபேசி: 04259 226012, 99425 11302.

விலை: ரூ. 900

The Hindus
an alternative History
Wendy Doniger
Translated by G. Poornachandran
Copyright© Wendy Doniger

First Edition: June 2016
Third Impression: January 2020

Published by
Ethir Veliyeedu, 96, New Scheme Road, Pollachi 642 002.
email: ethirveliyedu@gmail.com
www.ethirveliyedu.in

Price: ₹ 900

ISBN: 978-93-84646-64-6
Cover Design: Vijayan
Printed at Jothy Enterprises, Chennai.

All rights reserved. No part of this book may be reprinted or reproduced or utilised in any form or by any electronic, mechanical or other means, now known or hereafter invented, including photocopying and recording, or in any information storage or retrieval system, without permission in writing from the Publisher.

உள்ளடக்கம்

முன்னுரை

- இயல் 1: கிடைக்கும் வெளிச்சத்தில் பணியாற்றுதல்   33
- இயல் 2: 5 கோடி ஆண்டுகளுக்கு முன்பிருந்து கி.மு. 50,000 வரை: இந்தியாவில் காலமும் வெளியும்   71
- இயல் 3: கி.மு. 50000 – கி.மு. 1500: சிந்துவெளியில் நாகரிகம்   87
- இயல் 4: கி.மு. 2000 – கி.மு. 1500: அழிவுகளுக்கும் பனுவலுக்கும் இடையில்   114
- இயல் 5: கி.மு. 1500 – கி.மு. 1000: ரிக் வேதத்தில் மனிதர்கள், விலங்குகள், கடவுளர்கள்   135
- இயல் 6: கி.மு. 800 – கி.பி. 500: பிராமணங்களில் பலியிடுதல்   171
- இயல் 7: கி.மு. 600 – கி.மு. 200: உபநிடதங்களில் துறவு   205
- இயல் 8: இந்துக்கற்பனையில் வாழ்க்கையின் இலட்சியங்கள்   243
- இயல் 9: கி.மு. 400 – கி.பி. 200: இராமாயணத்தில் பெண்களும் அரக்கிகளும்   258
- இயல் 10: கி.மு. 300 – கி.பி. 300: மகாபாரதத்தில் வன்முறை   303
- இயல் 11: கி.மு. 300 – கி.பி. 300: மகாபாரதத்தில் தருமநெறி   332
- இயல் 12: கி.மு. 100 – கி.பி. 400: சாத்திரங்களில் தப்பிப்புவிதிகள்   363
- இயல் 13: கி.பி. 100 – கி.பி. 900: தென்னிந்தியாவில் பக்தி   404
- இயல் 14: கி.பி. 300 – 600: ஆதிப் புராணங்களில் தேவியரும் தேவர்களும்   444
- இயல் 15: கி.பி. 600 – 900: தாந்திரிகப் புராணங்களிலும் தந்திரங்களிலும் பிரிவுகளும் பாலுறவும்   488

- இயல் 16: கி.பி. 650 – கி.பி. 1500: தில்லி சுல்தானியத்தின்கீழ் ஒருங்கிணைதலும் போட்டியும் — 536
- இயல் 17: கி.பி. 800 – கி.பி. 1500: பிற்காலப்புராணங்களில் அவதாரமும் தற்செயல் கருணை நிகழ்வும் — 574
- இயல் 18: கி.பி. 800 – கி.பி. 1300: தென்னிந்தியாவிலும் காஷ்மீரிலும் தத்துவச் சண்டைகள் — 612
- இயல் 19: கி.பி. 1500 – கி.பி. 1700: முகலாயரின்கீழ் உரையாடலும் சகிப்புத்தன்மையும் — 641
- இயல் 20: கி.பி. 1500 – கி.பி. 1700: முகலாயர்கள்கீழ் இந்துமதம் — 674
- இயல் 21: கி.பி. 1600 – கி.பி. 1900: பிரிட்டிஷ் அரசின்கீழ் சாதி, வகுப்பு, மதமாற்றம் — 703
- இயல் 22: கி.பி. 1800 – கி.பி. 1947: பிரிட்டிஷ் அரசின் அந்திமக் காலத்தில் உடன்கட்டையும் சீர்திருத்தங்களும் — 751
- இயல் 23: 1900 முதல் அமெரிக்காவில் இந்துக்கள் — 785
- இயல் 24: 1950 முதல் நிகழ்காலத்தில் இறந்தகாலம் — 807
- இயல் 25: முடிவுரையின்மை அல்லது வரலாற்றின் தவறான பயன்பாடு — 849

நூற்பட்டியல் — 853

காலவரிசை — 894

சுட்டி — 897

ஆசிரியரைப் பற்றி

ஹார்வர்டு, ஆக்ஸ்ஃபோர்டு பல்கலைக்கழகங்கள் வாயிலாக சமஸ்கிருதத்திலும் இந்திய ஆய்விலும் என இரண்டு டாக்டர் பட்டங்களைப் பெற்றவர், வெண்டி டோனிகர். சமஸ்கிருத நூல்கள், இந்துமதம் பற்றிய நூல்கள் பலவற்றையும் எழுதியவர். லண்டன் பல்கலைக்கழகத்தில் கீழை மற்றும் ஆப்பிரிக்க ஆய்வுப் புலத்திலும், பெர்க்லியிலுள்ள கலிஃபோர்னியாப் பல்கலைக்கழகத்திலும் போதித்தவர். இப்போது சிக்காகோ பல்கலைக்கழகத்தில், மதங்களின் வரலாற்றுத் துறையில் மிர்சியா எலியேட் தனிச்சிறப்புப் பணிப் பேராசிரியராக உள்ளார்.

வெண்டி டோனிகரின் பிற நூல்கள்

Siva, the Erotic Ascetic

The Origins of Evil in Hindu Mythology

Dreams, Illusion, and Other Realities

Splitting the Difference: Gender and Myth in Ancient Greece and India

மொழிபெயர்ப்புகள்

The Rig Veda

The Laws of Manu

Kamasutra

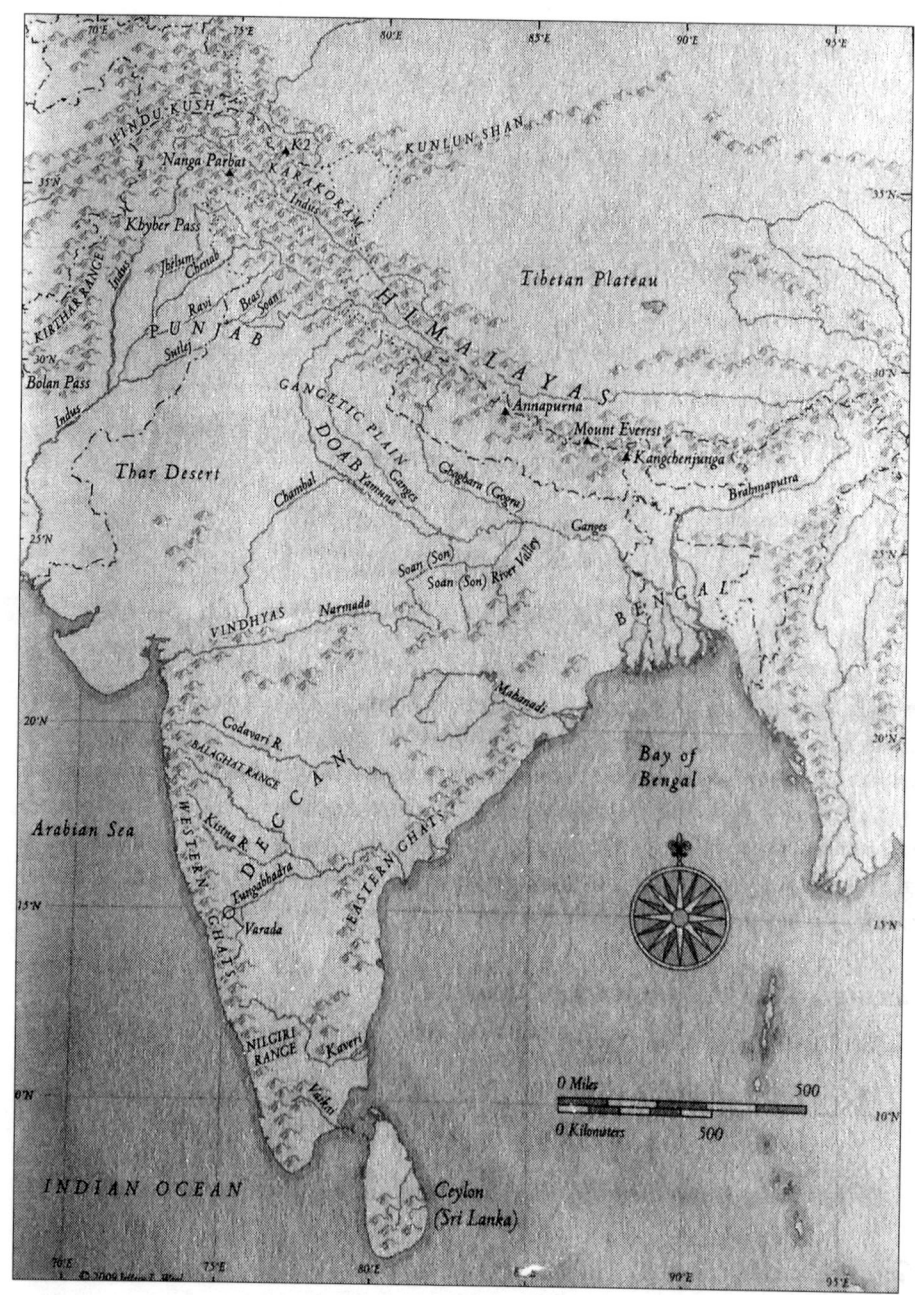

இந்தியாவின் முக்கிய நிலவியல் கூறுகள்.

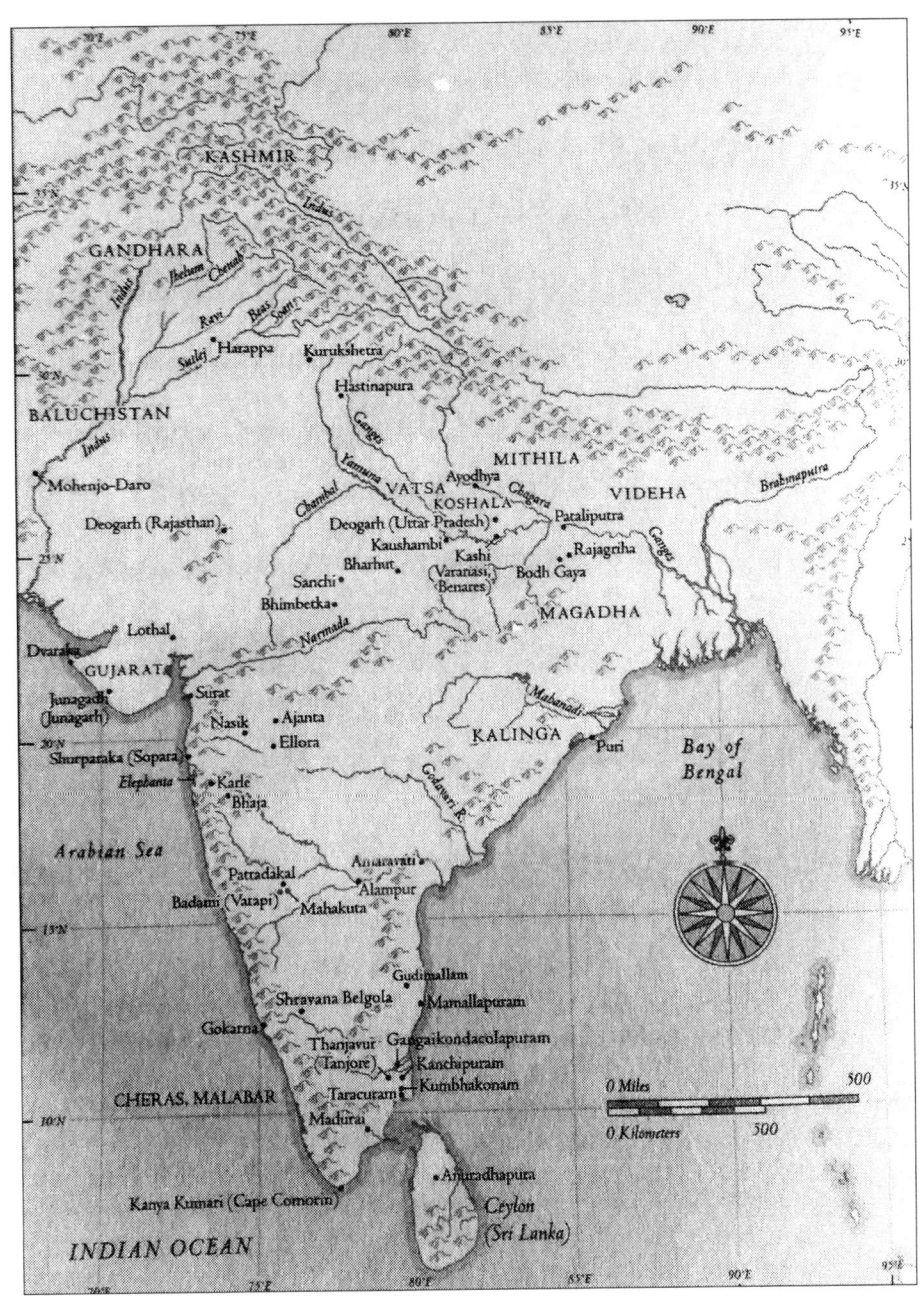

கிமு 2500 முதல் கிபி 600 வரை இந்தியா

கிபி 600 முதல் கிபி 1600 வரை இந்தியா

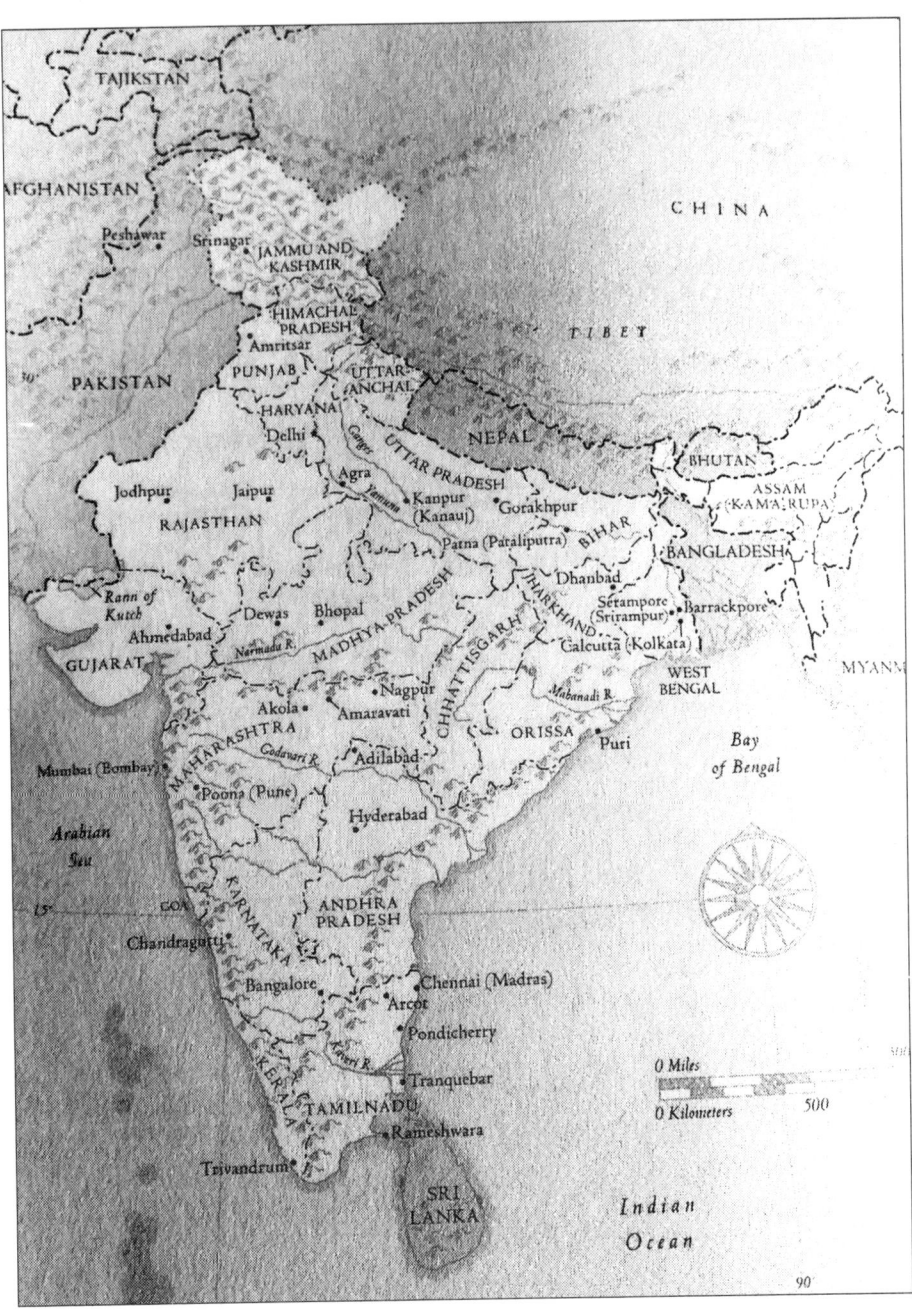

'கி.பி. 1600 முதல் இன்று வரை இந்தியா' என்ற இந்த இந்தியப் படத்தில் காஷ்மீரின் சில பகுதிகள் பாகிஸ்தானோடும் சீனாவோடும் சேர்த்து (இது அமெரிக்க கருத்தாக்கம்) வரையப்பட்டுள்ளது.

முன்னுரை:

நிலவிலுள்ளது மானிடனா அல்லது முயலா?

ஒரு மாற்று வரலாறு

இந்த நூல் முன்வைக்க முயற்சிசெய்யும் இந்துக்கள் பற்றிய இரட்டை தரிசனங்களுக்கு நிலவிலுள்ள மனிதனின் வடிவம், அதுதான் முயலின் வடிவமும், அல்லது முயலாக இருக்கும் வாத்தின் வடிவமும்கூட, ஓர் உருவகமாகப் பயன்படும்.

இந்து மதத்தைப் பற்றி ஏற்கெனவே பல புத்தகங்கள் எழுதப்பட்டிருப்பதனால், மேலும் ஒரு புத்தகம் எழுத முனையும் ஆசிரியருக்குத் தன்னை நாடும் வாசகரின் "நான் ஏன் இந்தப் புத்தகத்தை விட்டுச்சென்றுவிடக்கூடாது? பிற எல்லாப் புத்தகங்களையும்விட இது எவ்விதம் வேறுபட்டது?" என்ற கேள்விக்கு பதில்சொல்ல வேண்டிய கடமை இருக்கிறது. இந்தப் புத்தகம் ஒரு சுருக்கமான மேலாய்வு (சர்வே) அல்ல, (அப்படிச் செய்யத்தான் நான் விரும்பினேன், ஆனால் அது கடிவாளத்தைத் தன் பற்களில் கவ்வியவாறு என்னிடமிருந்து தப்பி ஓடிவிட்டது என்பதை நீங்கள் ஏற்கெனவே கவனித்திருப்பீர்கள்). மாறாக, இந்துமதம் பற்றிய எல்லா மெய்ம்மைகளையும்

தேதிகளையும் குறித்துச் சொல்லும் ஒரு பார்வை நூலும் அல்ல, அல்லது இன்றைய நிலையில் மனிதர்களால் கடைப்பிடிக்கப்படுகின்ற இந்துமதத்தைப் பற்றிய நூலும் அல்ல. மேற்கூறியவற்றைப் பற்றிய பல நூல்கள் இருக்கின்றன. அவற்றில் சில மிகவும் சிறந்தவை, அவற்றை இந்த நூலின் அருகே வைத்துப் படிக்கலாம்.[1] இந்துக்கள்: ஒரு மாற்று வரலாறு என்னும் இந்த நூல், அப்புத்தகங்களிலிருந்து பல வழிகளில்

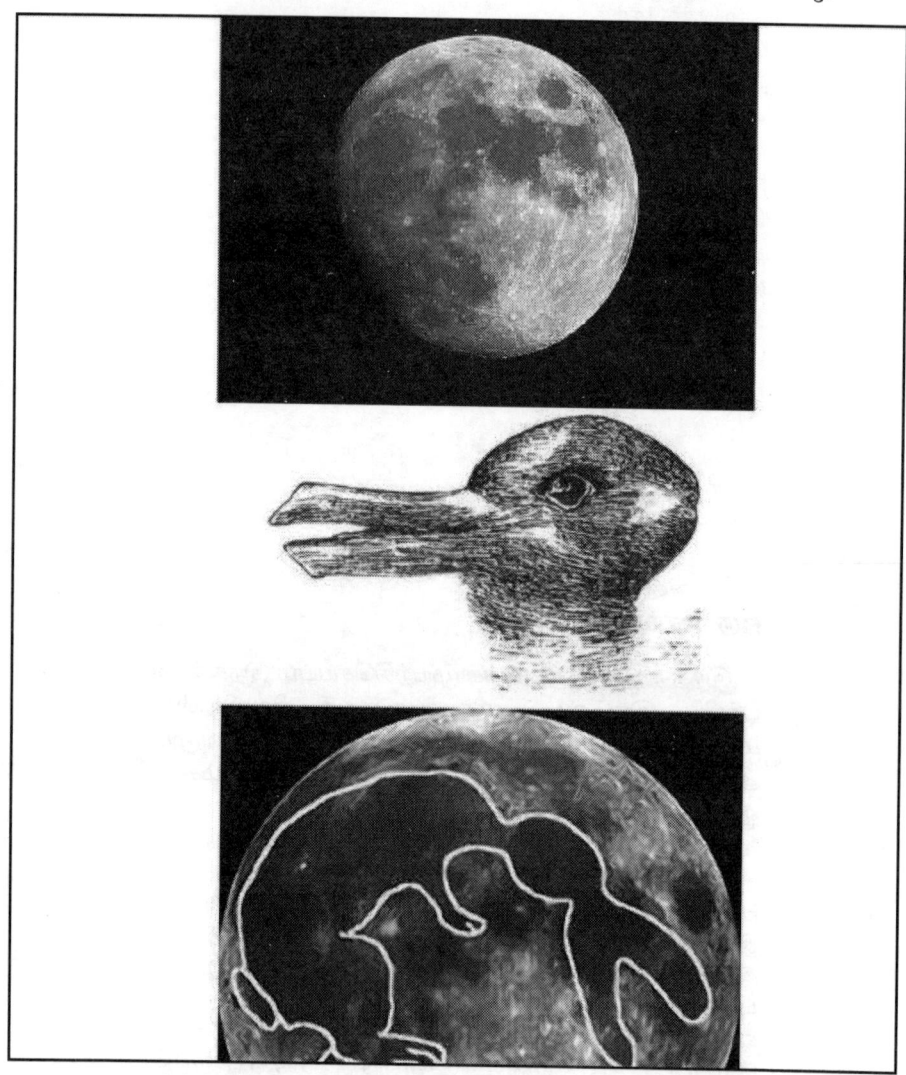

மேல்: நிலவிலுள்ள கறை, நடு: விட்ஜென்ஸ்டீனின் வாத்து/முயல், கீழ்: நிலவிலுள்ள முயல்

வேறுபடுகிறது.

முதலில், சமஸ்கிருதத்தில் (பழங்கால இந்தியாவின் இலக்கிய மொழி) உள்ள மிகப் புகழ்பெற்ற நூல்களால் கட்டமைக்கப்பட்டு, ஆங்கிலத்திலுள்ள மிகப் பெரும்பான்மையான மேலாய்வுகள் முன்

வைக்கின்ற ஒரு கதையாடலுக்கு மாற்றுக் கதையாடல் ஒன்றை இது வெளிச்சப்படுத்துகிறது. மாற்று மக்களின் மற்றும் மாற்று மக்களைப் பற்றிய கதையாடல்களை உள்ளடக்கிய ஒரு கதையை இது சொல்லுகிறது. இந்த மக்கள், பெரும்பாலான உயர்சாதி இந்து ஆடவர்களின் நோக்கில், 'மற்றது' என்பதன் தன்மை கொண்ட மாற்றுமக்கள்; பிற மதங்கள் அல்லது பண்பாடுகளை அல்லது சாதிகளைச் சேர்ந்தவர்கள்; (பிராணிகளாயின்) பிற இனங்களைச் சேர்ந்தவை; அல்லது பிற பாலியலைச் சேர்ந்தவர்கள் (பெண்கள்). இம்மாதிரி ஒரு மாற்று வரலாற்றை எழுதுவதில் என் ஒரு பகுதி நோக்கு (நிகழ்நிரல்) என்னவெனில், மரபான பார்வை சொல்லுகின்ற குழுக்கள் — ஒடுக்கப்பட்டு, மௌனமாக்கப்பட்டு, மரபான வளர்ச்சியில் எவ்விதப் பங்கும் வகிக்காதவர்கள் என்று சொல்லப்பட்டவர்கள்— பெண்கள், பறையர்கள் (ஒடுக்கப்பட்ட சாதியினர், தீண்டப்படாதோர்) உண்மையிலேயே எவ்வளவு தூரம் இந்துமதத்திற்குப் பங்களித்துள்ளார் கள் என்று காட்டுவதுதான். மிகப்பிடிவாதமாக மாறாமல் இருக்கின்ற படிநிலையமைப்பைத் தலைகீழாக் குவதோ அல்லது தவறாகச் சித்திரிப்பதோ எனது நோக்கம் அல்ல. அல்லது சமஸ்கிருத நூல்களை எழுதிப் பாதுகாத்த, நான்கு வர்ணங்களிலும் மிக உயர்ந்த, பிராமண ஆடவர்களின் கைகளில் அந்நூல்கள் பெரும்பாலும், எப்போதும் ஓர் இறுதி வடிகட்டலுக்கு உட்பட்டன என்பதை மறுப்பதும் அல்ல. ஆனால், பிராமண சமஸ்கிருதக்காரர்கள் வழக்கமாகச் சொல்லிய வழியிலிருந்து தப்பிய மிகச் சிறந்த, படைப்பாற்றல் கொண்ட சிந்தனையாளர்கள் இருக் கிறார்கள், அவர்களுடைய வடிகட்டலுக்கு அகப்படாமல் நழுவிவிட்ட பலபடித்தான குரல்கள் உள்ளன என்பதை விளக்கும் மேலும் பல கதைஞர்களையும், பல கதைகளையும் மேடைக்குக் கொண்டு வருவதுதான் என் நோக்கம். மேலும் பல்வேறு விதமான பிராமணர்கள் இருந்ததால், அந்த வடிகட்டிகளே எவ்வளவு வெவ்வேறு விதமானவை என்று காட்டுவதும் என் நோக்கம். சில பிராமணர்கள் அரசர்கள் காதில் ஓதியவர்கள், மற்றவர்கள் வறுமையில் வாடி, தங்கள் தினசரி உணவுக்குப் பிச்சையெடுத்தவர்கள்.

மேலும், நூல்களைப் பதிவுசெய்த முன்னுரிமை வாய்த்த ஆடவனுக்கு எப்போதுமே வாய்மொழிப் பனுவல்களும், அவனது தொழில்முறை மொழியான சமஸ்கிருதத்தின் நூல்களும் கிடைக்குமாறிருந்தன. சமஸ்கிருதம் அறிந்த மக்களில் பெரும்பாலானவர்கள் இரு மொழியறிவுடையவர்கள். சமஸ்கிருதம் என்ற சொல்லின் வேர் (இதன் அர்த்தம் முழுமையாக்கப் பட்டது, செயற்கையானது என்பது), உண்மையான பேச்சு வழக்கி லிருந்த ப்ராக்ருதம் (இதற்குத் தொடக்கத்திலிருந்தே இருப்பது, இயற்கை யானது என்று பொருள்) என்ற சொல்லின் வேருக்கு ஒப்புநிலையில் உருவாக்கப்பட்டது. இது எனக்கு இரட்டை வேலையைத் தந்தது: முதலில், சமஸ்கிருத மூலங்களிலேயே பிற மொழிகளின், பெண்களின், கீழ்ச்சாதியினரின் குரல்கள் உள்வாங்கப்பட்டிருந்த இடங்களைச் சுட்டிக்காட்டுவது; இரண்டாவது, எங்கெல்லாம் சாத்தியமோ அங்கெல்லாம் சமஸ்கிருதமல்லாத மூலங்களைச் சேர்த்துக்கொள்வது. (சமஸ்கிருத) ஊடகம் எப்போதுமே செய்தியாக இருந்ததில்லை; அது பிராமணர்களை, சமஸ்கிருதத்தை, கீதையைப் பற்றியது மட்டுமே அல்ல.

ஒரு முறைவைப்பைத் தரப்படுத்துகின்ற அல்லது நிலைநிறுத்துகின்ற விசைகளை மரபிற்குள்ளிருந்தே எதிர்க்கும் கணங்கள்மீதும், குழுக் களிடையே பாலங்களை உருவாக்குகின்ற கணங்கள்மீதும், வர்ணங்கள் கலப்படமாகும் (இவற்றைத் தடுக்க பிராமணர்கள் எப்போதுமே வீண்முயற்சியில் ஈடுபட்டு வந்துள்ளனர்) காலங்கள் மீதும் நான் கவனம் செலுத்துவேன்.

இரண்டாவது, தனித்ததொரு கதைஞர் குழுவின்மீது கவனத்தைக் குவிப்பதற்கு மேலாக, நான் முக்கியமான செயல்கள்மீது கவனத்தைக் குவித்துள்ளேன். இவற்றில் பல நமக்கு இன்றும் முக்கியமானவைதான்: மனிதர்கள்மீதும் (குறிப்பாக மதச் சகிப்புத்தன்மை) விலங்குகள்மீதும் (குறிப்பாக மரக்கறியுணவை உண்பதும், விலங்குகளை பலியிடுதலுக்கு ஆட்சேபணையும்) அஹிம்சை; இல்லற வாழ்க்கைக்கும் துறவுக்குமான இழுவிசை; ஐம்புல இச்சைக்கும் அதன் கட்டுப்பாட்டிற்குமான முரண்; மேலும் குறிப்பான படிமங்கள் (உடல்களில் தலைகளை மாற்றுவது, நகரங் களில் மக்கள் பெருகுவது)ஆகியவை இந்த நூலின் வரலாற்று இழைவுக்குள் நுழைகின்றன. ஓட்ட நெகிழ்ச்சியின் மத்தியில் கொஞ்சம் தொடர்ச்சியைத் தருவதற்காக[2] சிலர் இன்னும் அடிப்படையான விஷயங்கள் என்று கருதுவனவற்றையும் விட்டுவிட்டு இயல்களில் இந்த விஷயங்களின் தடத்தை நூற்றாண்டுகளினூடாகத் தொடர்ந்திருக்கிறேன்.

மூன்றாவது, இந்த நூல், மதத்தின் கதையாடலை வரலாற்றின் கதையாடலுக்குள் வைக்க முயற்சி செய்கிறது. ஒரு லிங்கம் (சிவனின் அடையாளம், விறைத்த ஆண் குறியின் அடையாளம்) ஒரு யோனியில் (பார்வதியின் அடையாளம், பெண் குறியின் அடையாளமும்கூட) பொருந்தியிருப்பதுபோல. அல்லது எந்த இந்துக் கடவுளும் தனது பீடத்தில் பொருந்தியிருப்பதைப் போல. வரலாற்றுமுறையில் தலைப்புகளை ஒழுங்குபடுத்தியிருக்கிறேன். (எந்த நல்ல பழந்தன்மை வாய்ந்த மொழி யியல் அணுகுமுறையும் செய்வதைப் போல) ஒவ்வொரு சிந்தனையும் எவ்விதத்தில் அதற்கு முந்திவந்த சிந்தனைகளுக்கு எதிரானது என்று காட்டவும் முனைகிறேன். எங்கெல்லாம் சாத்தியமோ அங்கெல்லாம், அந்தச் சிந்தனைகள் எவ்விதம் அவ்வக் காலங்களின் சம்பவங்களால் தூண்டப்பட்டன அல்லது உருவமைக்கப்பட்டன, எவ்விதம் இந்துமதம் எப்போதுமே சூழலுக்கேற்ற உணர்வுள்ளதாக இருந்துள்ளது[3], ஏறத்தாழ அதேகணத்தில், என்ன நிகழ்கிறது என்பதற்கு எதிர்வினை புரிகிறது, அரசியல் பொருளாதார அரங்கில் மட்டுமல்ல, இந்தியாவில் பௌத்தம் அல்லது இஸ்லாமுக்குள்ளும், அல்லது இந்தியாவிற்குள் புகும் பிற கலாச்சாரங்களைச் சேர்ந்த மக்களின் ஊடாகவும் எவ்விதம் இயங்குகிறது என்பதைக்காட்டமுனைகிறேன்.இந்துமதம்,அரசர்களைக்கடவுளராகவும் கடவுளர்களை அரசர்களாகவும் வைப்பதால், மதம் சாராத-மதம் சார்ந்த அதிகாரத்திற்கிடையில் தெளிவான கோடுகிழித்ததில்லை. சமீப ஆண்டுகளில் மதங்களின் வரலாற்றாசிரியர்கள் பலர், குறிப்பாக தெற்காசிய மதங்களின் வரலாற்றாசிரியர்கள், இத்துணைக்கண்டத்தின் மத வரலாற்றின் குறித்த கணங்களைப் பின்னணிப்படுத்தியுள்ளார்கள்.[4] இம்மாதிரிக் குறிப்பாக்கும் திட்டத்தைத் தொடக்கத்திலிருந்து (உண்மை

யிலேயே தொடக்கத்தைத்தான் சொல்கிறேன், ஏறத்தாழ 5 கோடி ஆண்டுகள் முன்னாலிருந்து இன்றுவரை) முழு இந்திய வரலாற்றுக்கும் விரிவுபடுத்த இந்த நூல் முனைகிறது.

இந்நூல் மரபான வரலாற்று நூலாகப் பணிபுரியாது, ஆனால் வரலாற்று மாற்ற ஓட்டத்தில் சிக்கிய இந்துக்களின் வாழ்க்கையில் பல முக்கியமான விஷயங்கள் எவ்விதம் பரிணமித்தன என்பதைக் காட்டும். சமஸ்கிருதத்தில் 'வரலாறு' என்பதற்கான சொல் 'இதிகாசம்'. இதிகாசம் என்பதை "இதுதான் நிகழ்ந்தது" என்று மொழிபெயர்க்கலாம். வான் ராங்கேயின் நேர்க்காட்சிவாத வரலாற்றுக்கான தொடர் *Wie es [eigentlich] gewesen ist* (இந்த முறையில்தான் [மெய்யாக] நடந்தது) என்பதை விட இதிகாசம் என்பது சற்றே அடக்கமான தொடர் என்ற மனப்பதிவை அளிக்கிறது. ஆனால் சமஸ்கிருதத்தின் 'இதி' என்ற சொல் ஒரு மேற்கோளின் இறுதியாக 'மேற்செல்வோம்' என்பதுபோல அமைகிறது. ஆகவே இதிகாசம் என்ற சொல் 'என்ன நிகழ்ந்தது' என்பதைக் குறிப்பதைவிட, "என்ன நிகழ்ந்ததென்று மக்கள் சொன்னார்கள்" என்பதைக் குறிக்கிறது. (இப்படித்தான் நிகழ்ந்ததென்று அவர் சொன்னார்) — கதையாடல்கள், தவிர்க்க இயலாத அகவயக் கதையாடல்கள். ஆகவே இது பிரிட்டிஷ் காரர்கள் படங்களும் ஆட்களும் — அதாவது புவியியலும் வாழ்க்கை வரலாறும் — என்று சொன்ன மாதிரியான வரலாறு அல்ல, ஒருவகையான 'ஹி—ஸ்டோரி' (அவர் கதை) என்பதில் அடங்கும் கதைகள். இது மதப்பொதிவுகளை சமூக வரலாற்றின் துண்டுகளோடு உடன் வைத்துத் தைத்த ஓர் எடுத்துரைப்புப் போர்வை. இந்தியக் கதைக்காரர்கள் தங்களுக்கு உதவும் ஞாபகக் கருவிகளாகவும், பார்வையாளர் கதைக் கருவை மனத்தில் கொள்வதற்காகவும் பயன்படுத்தும் கதைசொல்—தையல்களைப் போன்றதொரு போர்வை. பிரெஞ்சுக் காக்காய் விரட்டி பொம்மைகளைப் போல — ஒரு 'ப்ரிகோலியர்' பழைய பொருள்களின் உடைந்த துண்டுகளிலிருந்து புதிய பொருட்களை உருவாக்குவது (ப்ரிகோலாஜ்) போல, கதைசொல்பவர் போர்வைத் துண்டுகளிலிருந்து கதையை இணைத்து உருவாக்குகிறார்.[5]

எந்தக்கல்விசார்படைப்பையும்போலவே,இந்தப்புத்தகமும்பலகுள்ளர்கள், இராட்சதர்கள் தோள்கள்மீது அமர்ந்திருக்கிறது. கல்வித்துறைசார்ந்த முரண்பாடுகளை நூலிலிருந்து வெளித்தள்ளியிருக்கிறேன். இதற்கான விதிகளை முறையியல்சார் அறிமுகத்திற்கான இரண்டு இயல்களிலும், வேதத்திற்கு முற்பட்ட கால இயலிலும் (2 முதல் 4 வரையிலான இயல்கள்) தந்திருக்கிறேன். இவை பிற எல்லா இயல்களிலும் செய்யப்பட்டுள்ளதற்குச் சட்டகங்களாக அமைவதோடு, பிற சில இடங்களில் வாதங்கள் பைத்தியக்காரத்தனமாக அமையும்போது அவற்றை அங்கதப்படுத்தும் எண்ணத்தை என்னால் தடுக்கவியலாமல் போகும் இடங்களிலும் பயன்படும். பல சமயங்களில் "மெய்ம்மை" எனப்படுவது, நுட்பமாக நோக்கும்போது ஒரு விவாதமாகி விடுவதைப் பார்க்கலாம். இங்கே வேறொரு கதையைச் சொல்ல வேண்டும்: நாம் அறிந்ததை எப்படி நாம் அறிந்தோம், நாம் வழக்கமாக எவற்றை நம்பினோம், இப்போது நம்பு வதை எதற்காக நம்புகிறோம், எந்த அறிஞர்கள் குறித்த சில வினாக்களை

எழுப்பினர் அல்லது நமக்கு இன்று கிடைத்திருக்கும் தகவல்களை அளித்தனர், இவற்றை எந்த அறிஞர்கள் சவாலுக்குட்படுத்துகிறார்கள், எந்த அரசியல் காரணிகளின் செல்வாக்கினால் இவை நிகழ்ந்தன என்பவை. இந்த விவாதங்கள் தங்களுக்கே உரிய தனி ஆர்வத்தன்மை கொண்டவை என்றாலும், அவ்வப்போது இவற்றை மேலோட்டமாகச் சுட்டிக்காட்டிச் செல்கிறேன். மதம், வரலாறு ஆகியவற்றின் பரந்த கோட்பாடுகளின் நிழலில் நின்று நான் எழுதுகிறேன் என்றாலும், அவற்றையும் நூலுக்கு வெளியிலேயே நிறுத்தியிருக்கிறேன். உடன்படாதவர்களுக்கு எதிராக என் கருத்துகளை நான் நிறுத்தி வாதிடவில்லை, அல்லது ஒரு கற்பனை யான எதிரியை மேற்கோள்காட்டித் தொடங்கி தந்திரவேலை செய்யவும் இல்லை. மாறாக, ஒவ்வொரு விஷயத்தையும் அதன் மீதான வாதங்கள் மீது (இந்து நூல்களுக்குள்ளாகவே) கவனத்தைக் குவிக்கவேண்டி மிகச் சிறந்த அறிவார்த்த அமைப்பு என நான் கருதிய விதத்தில் முன் வைத்திருக்கிறேன்.

பல முக்கியமான கேள்விகள் விடையின்றி விடப்பட்டிருக்கின்றன. இந்த நூல் சில வாசகர்களையேனும் மூலங்களுக்குச் சென்று தேடி என்னுடன் உடன்படுவதா இல்லையா என்பதைத் தாங்களே முடி வெடுக்கத் தூண்டும் என்று நம்புகிறேன். தேவையான பொருள்கள் நூற் பட்டியலிலும், ஒவ்வொரு இயலுக்குமான அடிக்குறிப்பிலும் கிடைக்கும். சில வாசகர்கள் (நானும் இப்படிப்பட்டவர்களில் ஒருத்தி என்று ஒப்புக்கொள்கிறேன்) பின்சென்று அடிக்குறிப்பையும் நூற்பட்டியலையும் முதலில் பார்த்து ஹீப்ரூ மொழிபோல வலதுபக்கமிருந்து இடமாகப் படித்து, ஒரு நாய் என்ன தின்றது என்று அறிய ஒன்றின் பின்புறத்தை இன்னொன்று முகர்வது போல எங்கே ஆசிரியர் மேம்போக்காகச் சென்றிருக்கிறார் என்று காண்கின்றவர்கள். அவர்களுக்கான மேய்ச்சல் களங்களையும் இவை அளிக்கும்.

சமஸ்கிருதமாக்கல், தேசியமாக்கல், வட்டாரமயமாக்கல்

மிகமுற்காலத்திலிருந்தே சமஸ்கிருதப் பனுவல்கள், தன்னைத் தவிரப் பிற வட்டார மொழிகளில் இயற்றப்பட்ட நாட்டார் பனுவல்களையும், வாய்மொழிப் பனுவல்களையும் உண்டு ஜீரணித்துவிட்டன. வேத காலத்திலும்கூட, சமஸ்கிருதம் சமையலறைக்குரிய மொழியாக இல்லை. அதாவது “வெண்ணெயை நகர்த்து” என்று சொல்லக் கூடிய மொழியாக இல்லை.[6] ஒருவேளை அவர்கள் யாகம் செய்யும்போது நிவேதனத்திற்காக “வெண்ணெயை நகர்த்து” என்பதை சமஸ்கிருதத்தில் சொல்லியிருக்கலாம், ஆனால் சமையலறையில் வேறு மொழியில் எப்படி அதைச் சொல்வது என்பது அவர்களுக்குத் தெரிந்தே இருந்தது. குறைந்தபட்சம், தங்கள் மனைவிமார்களுடன், வேலைக்காரர்களுடன், குழந்தைகளுடன் பேசுவதற் கேனும் அவர்கள் சமஸ்கிருதத்துடன் வேறுமொழியைத் தெரிந்திருக்க வேண்டி இருந்தது. ஜார்ஜ் பெர்னாட்ஷாவின் ‘பிக்மேலியன்’ கதையில், ஹென்றி ஹிக்கின்ஸ் — சமஸ்கிருத பேச்சுமொழியின் ஆசிரியனாகச் சொல்லப்படுகிறான். பல பூசாரிகளும் அறிஞர்களும் சமஸ்கிருதத்தில் பேசினார்கள் — ஆனால் தூய சமஸ்கிருதத்தை ஒருவரும் ஒருபோதும்

பேசவில்லை. சமஸ்கிருதமும் வாய்மொழி மரபுகளும் ஒன்றுக்குள் ஒன்று முன்னும் பின்னுமாகப் பாய்ந்தன. ஆகவே கீழ்ச்சாதி மக்களுடைய சொற்களையும் சிந்தனைகளையும் தொடர்ந்து பிராமண உலகிற்குள் கொண்டுவந்தன, இதன் மறுதலையும் உண்மை.

இயற்கையான மொழியான பிராகிருதமே முதலில் தோன்றியிருக்க வேண்டும்; செம்மைசெய்யப்பட்ட, இரண்டாம் நிலையில் பக்குவப் படுத்தப்பட்ட செயற்கையான மொழியாகிய சமஸ்கிருதம் பின்னால்தான் வந்திருக்கும். ஆனால் தென்னிந்திய ஆசியர்கள் இதற்கு எதிர்மாறாகவே நினைத்தார்கள். வட்டாரமொழிகள், சமஸ்கிருதத்திலிருந்து வந்தவை என்றார்கள். ஏனெனில் காப்பகங்களுக்குச் செல்லும் போட்டியில் சமஸ்கிருதம்தான் ஜெயித்திருந்தது, பிறகுதான் வட்டார மொழிகள் வந்தன. அதனால் சமஸ்கிருதம் மூத்தது, வட்டார மொழிகள் இளை யவை என்று சொன்னார்கள். ஆனால் ஆதிக்கத்தின் மொழியாகிய சமஸ்கிருதம், ஒரு சிறுபான்மையினரிடமிருந்து வந்தது. அதன் முதல் ஆதிக்கத்திற்குக் காரணம் அதன் புரியாமையும் அது கிடைக்காமையும் ஆகும். அதனால் அது ஓர் உயர்குடிச் சிறுகுழுவின் மொழி ஆகியது.[7] வால்ட் கெல்லியின் போகோ என்ற கதாபாத்திரம், 'சம்ஸ்கிரிம்ப்ஸ்' என்ற வார்த்தையை உயர்சாதி இரட்டைமொழிக்கும் திறமையாகப் பேசும் வீண்பேச்சுக்கும் பயன்படுத்துகிறான். ஐரோப்பிய அமெரிக்கர்கள் பலர் அதை சான்ஸ்க்ரிப்ட் என்று தவறாக உச்சரிக்கிறார்கள் — அதாவது புரிகின்ற எழுத்தற்ற ஒரு மொழி. சாண்ட்ஸ்க்ரிப்ட் என்றும் உச்சரிக் கிறார்கள்—அதாவது பாலைவனத்தில் அழிந்த நகரங்களின் மொழி, அல்லது மணலில் எழுதப்பட்ட அழிந்த மொழி என்று அர்த்தம்.

1952இல் சமூகவியலாளரான எம். என். ஸ்ரீநிவாஸ், சமஸ்கிருதமாக்கல் என்ற சொல்லை உருவாக்கினார். வேதச் சமூக மதிப்புகள், வேதச் சடங்குவடிவங்கள், சமஸ்கிருதப் படிப்பு ஆகியவை எவ்விதம் வட்டார ஜனங்களின் மரபுகளின் சடங்குகளுக்குள்ளும் கருத்தியலுக்குள்ளும் கசிந்து வந்தன என்பதை இது குறித்தது. (ஒருவேளை மேல்நோக்கி இடம் பெயரக்கூடிய மக்கள், பிராமணர்களுக்குரிய உணவு விலக்குகளையும், விலங்குகளுக்கு ஊறுசெய்யாமையையும் பின்பற்றித் தங்களை உயர்ந்தவர்க ளாகக் காட்டிக்கொள்ளவேண்டி இவ்விதம் செய்திருக்கலாம்). இந்த நோக்கில், இந்தியச் சமூகம் ஒரு நிரந்தரமான பரமபத (பாம்பு - ஏணி) விளையாட்டாகவே இருந்தது. வேதாந்திகள் பாம்புகளைப் பழுதைகளாக நினைப்பது, அல்லது இந்தியத் தெருவித்தைகளில் கயிற்றின்மீது ஏறுவது போன்றவை இருப்பதால் ஒருவேளை இதைப் பாம்பு - கயிறு விளையாட்டு என்றும் சொல்லலாம். சமஸ்கிருதமாக்கல் என்பது ஒரு தூய்மையற்ற நிலையிலிருந்து மெதுவாக வழியிலுள்ள சங்கடங்களைத் தவிர்த்து பிராமண இலக்கான தூய்மையை நோக்கிச் செல்லுவதாகவும் கொள்ளலாம்.[9] பழங்குடி இனங்கள் (பீல்கள், கோண்டுகள் போன்றோர்) சமஸ்கிருமாக்கலின் வழியாகவே ஒரு சாதி என்ற தன்மையை — அதாவது இந்துத்தன்மையைப் பெறவேண்டும்.[10]

அதேசமயம் சமஸ்கிருதமாக்கலுக்கு எதிரான செயல்முறையும், அதாவது சமஸ்கிருத மரபு வெகுஜன மரபுகளை உள்வாங்கி மாற்றுவதும்

முக்கியமானது. இதை நாம் வாய்மொழியாக்கம், அல்லது ஜனரஞ்சகமாக்கம், அல்லது இன்னும் சரியாக தேசியமாக்கம் (தேசி என்றால் சமஸ்கிருதத்தில் வட்டார, லௌகீக, மக்களின் மரபு என்று பொருள்) என்று சொல்லலாம். சமஸ்கிருதமாக்கமும், தேசியமாக்கமும் ஒன்றையொன்று பிறப்பிக்கின்றன. அதேபோல் பிராமண அடையாளத்தை ஏற்றலின் வாயிலாக வட்டாரக் கடவுள்கள், சமஸ்கிருதப் பனுவல்களில் வரும் பெயர்களை ஏற்கின்றன.[11] முருகன் ஸ்கந்தன் ஆகிறான் — ஒருவகை சமஸ்கிருதமாக்கல். ஆனால் இது வட்டார அடையாளத்தை ஏற்றலுமாகும். சமஸ்கிருதக் கடவுளர்களும் வட்டாரக் கடவுள்களின் பண்புகளை ஏற்கிறார்கள். முருகனை வழிபடுவோர்க்கு, முருகன்தான் ஸ்கந்தன் ஆகிறான், எதிர்மாறாக அல்ல. இந்த இரண்டு செயல்முறைகளையும் ஒருங்கே குறிப்பதற்கு ஒட்டுப்பயிர் நிலை என்பதுதான் சரியாக இருக்கும்.

எழுதப்பட்ட என்றாலே சமஸ்கிருதத்தில் எழுதப்பட்ட என்று அர்த்தமல்ல. அல்லது வாய்மொழிப் பனுவல்களும் வட்டார மொழிகளில் மட்டுமே இல்லை. ரிக் வேதம், எழுதப்படுவதற்கு முன்னதாக, சமஸ்கிருத வாய்மொழியாகத்தான் பலநூற்றாண்டுகள் பேணப்பட்டு வந்தது. வட்டார என்பதை வாய்மொழி என்பதுடன் சமப்படுத்த முடியாது. காரணம், மக்கள் சமஸ்கிருதத்திலும், வட்டார மொழிகளிலும் இரண்டிலுமே பேசியும் எழுதியும் வந்தார்கள். ஆனால் பெரும்பாலும் சமஸ்கிருதம் பேசப்பட்டதை விட எழுதப்பட்டது மிகுதி. சமஸ்கிருத, வட்டாரமொழி இலக்கியங்களுக்கிடையிலான வேறுபாடு புவியியல் சார்ந்தது. வட்டார சமஸ்கிருதங்கள் இருந்தாலும், வட்டார மொழிகள் தங்கள் புவியியல்தோற்றம் சார்ந்து (வங்காளத்திலிருந்து வங்காளி, ஒரிஸாவிலிருந்து ஒரியா... இதுபோன்று) அறியப்பட்டன. ஆனால் சமஸ்கிருத எழுத்து மொழிக்குப் புவியியல் தன்மை இல்லை. அது தேவநகரத்தைச் சேர்ந்த (தேவநாகரி) எழுத்து. சமஸ்கிருத இலக்கியப் பனுவல்களின் ராஜபாட்டையிலிருந்து சற்றே விலகி வந்தால், மக்களுக்கு அதன்மீது பார்வையை வைத்துக்கொண்டே, ஆயிரம் வட்டார மொழிப்பாதைகளில் செல்லும் வாய்ப்பிருந்தது.

சமஸ்கிருதத்திற்கும், வட்டார மொழிகளுக்குமான நீடித்த, தொடர்ந்த, அதிகாரபூர்வ மற்ற இந்தப் பரிமாற்றம், அதாவது ஒட்டுப்பயிர்நிலை, இரண்டாம் ஆயிரத்தின் ஆண்டுகளின் மத்தியில் ஒரு நாடகத்தனமான மாற்றத்தை அடைந்தது. முன்பு மோஸ்தராகவும் வட்டாரங்களை மீறிய உலகளாவிய மொழியாகவும் இருந்த சமஸ்கிருதத்திற்கு பதிலாக அதிகாரபூர்வமாகவும், அரசியல்ரீதியாகவும், கலைப்பூர்வமாகவும் வட்டார மொழிகள் போற்றப்பட்டன.[12] சமஸ்கிருதத்தை போஷிப்பதற்கும் பாராட்டுவதற்கும் பதிலாக, வட்டார மொழிகள் இலக்கியமொழிகளாக, இலக்கியப் படைப்பின் மொழிகளாக அதனுடன் போட்டியிட வந்துவிட்டன. ஸ்ரீநிவாஸின் சமஸ்கிருதமாக்கலுக்கு (பிறகு தேசியமாக்கல்— ஒட்டுப்பயிர்நிலையான பரஸ்பர ஊட்டநிலைக்கும்) எதிராக இதை வட்டாரமயமாக்கல் என்று சொல்லலாம். "உயர்ந்த, நாட்டுப்பொதுவான, இலக்கியக் கலாச்சாரத்தினால் அளிக்கப்படுகின்ற மாதிரிகளுக்கு ஏற்ப, வட்டார மொழிகளில் ஓர் எழுத்து இலக்கியத்தையும், அதைநிறைவு

செய்யும்விதமாக ஒரு அரசியல் சொல்லாடலையும் உருவாக்குகின்ற வரலாற்றுச் செயல்முறை" என்று இதைக் கூறலாம்.[13] அல்லது "முந்தைய ஆயிரமாண்டுகளின் உலகளாவிய முறைமைகள், ஆக்கங்கள், நடை முறைகள் ஆகியவை வட்டார வடிவங்களால் கொஞ்சம்கொஞ்சமாக நிறைவுசெய்யப்பட்ட, மெதுவாக இடப்பெயர்ச்சி செய்யப்பட்ட மாற்றச் செயல்முறை" என்றும் வரையறுக்கலாம்.[14]

குறிப்பாக, சமஸ்கிருதத் தொகுப்பு தேசியமாக்கப்பட்டு, சமஸ்கிருதம் மதிப்புகளையும் மரபுகளையும் ஏற்று, சமஸ்கிருத பிராமணக் கற்பனையின் பல பழக்கங்களை — சொற்களஞ்சியங்களை, இலக்கணத்தைப் பகிர்ந்த வாறு, வட்டாரமொழிகள் சமஸ்கிருத மயமாக்கப்பட்ட நிலையில், மிகப்பெரிய பிளவு என்பது சமஸ்கிருதத்திற்கும் வட்டார மொழிகளுக்கும் இடையில் அல்ல, எழுத்துமொழிக்கும் எழுதப்படாநிலைக்கும் இடை யிலானதுதான்.[15] சில வட்டார இலக்கியங்கள், பிராமணர்களின் பெண் வெறுப்பு, சாதிக்கட்டு மனப்பழக்கங்களால் குலைவுக்கு ஆளாயின என்பது கெட்ட செய்தி. சில சமஸ்கிருதப் பனுவல்களும்கூட, பல வட்டாரப் பனுவல்களுடன் சேர்ந்து, தங்கள் தடைகளை விட்டு அவற்றின் திறந்த மனப்பாங்குகளுக்கு மாறின என்பது நல்ல செய்தி. சமஸ்கிருத இலக்கியத்தொகுதியின் பகுதிகளிலிருந்து விடுபட்டுப்போன, அல்லது சமஸ்கிருதமற்ற மூலங்களிலிருந்து பல சிந்தனைகளும், பல கதைகளும் சமஸ்கிருத இலக்கியத்திற்குள் புகுந்தன என்று தோன்றுகிறது (இவையிரண்டும் தவறாக்க முடியாத யூகங்கள்). ஒரு மொழி என்பது ஒரு சேனையைக்கொண்ட கிளைமொழி என்பது மொழியியலாளர்களிடையே உள்ள பழைய வழக்கு. இது சமஸ்கிருதப் பனுவல்களின் ஆதிக்கத்தை விளக்கச் சிலசமயங்களில் பயன்படுத்தப்பட்டது. வழக்கமாகச் சொல்வது போல, வெற்றிபெற்றவர்கள் வரலாற்றை எழுதினார்கள், பழைய இந்தியாவில் அதை சமஸ்கிருதத்தில் எழுதினார்கள். (முதல் கல்வெட்டுகள் சமஸ்கிருதத்தில் இல்லை, பிராகிருதத்தில்தான் கிடைக்கின்றன. ஆனால் கி.மு. 150 அளவிலிருந்து சமஸ்கிருதம் இதிலும் ஆதிக்கம்செய்யத் தொடங்கிவிடுகிறது.) யானைத் தலைமீது பாகன் அமர்ந்திருப்பதைப்போல, அல்லது குதிரைவடிவப் பெண்மீது கிருஷ்ணன் அமர்ந்திருப்பதைப்போல சமஸ்கிருதம் வட்டாரமொழிகளின் உச்சியின்மீது உட்கார்ந்திருக்கிறது.

தேர்ந்தெடுப்பும் சினையெச்சமும்

கலாச்சார நிகழ்வுகளின் ஆடம்பரமான காடு ஆகிய இது, பணக் காரர்களுக்கு ஒரு திக்குமுக்காடல், கண்டிப்பாக மிகக் கடுமையான ஒரு தேர்ந்தெடுப்பைத் தேவையாக்குகிறது. ஆகவே பிரச்சினைக்குரிய பரந்த வரலாற்றுக் காலப்பகுதிகளுக்குச் சார்பாக நான் ஒன்றிரண்டு குறிக்கத்தக்க சம்பவங்களை மட்டுமே — குறித்த கணங்களின் விரிவான வரலாறுகளுக்கு மாறாக — எடுத்துக்கொள்கிறேன்.[16] முற்றிலும் இழைவான கதையொன்றை உருவாக்குவது இங்கு நோக்கமல்ல, துண்டுதுணுக்கு களாலான ஒரு பாய்ண்டிலிய (புள்ளிகளால் உருவாக்கப்படும் சித்திரம்— தொலைவிலிருந்து நோக்க இசைவாகத் தோற்றமளிப்பது) கொலாஜ், ஒரு கலைடாஸ்கோப் சித்திரத்தை உருவாக்குவதாகும். வரலாற்றில் ஓரிரண்டு

கணங்களை வைத்து, அல்லது ஓரிரண்டு சம்பவங்களை வைத்து முழுத் தோற்றத்தை உருவாக்கும் செயலான சினையெச்சம் (பழந்தமிழில் சினையாகு பெயர்) — ஒரு மணல் துகளில் மாற்று உலகங்களைக் காண வாய்ப்புத் தருகிறது.[17] மனித வரலாற்றின் ஒரு சிறிய பகுதியை வைத்து நீடித்த மனித அக்கறைகளின் முழுவீச்சையும் காட்ட உதவுகிறது. இந்தச் சிறிய துணுக்குகள், மிகவிரிவாகச் சொல்லப்படுகின்ற ஒருசில உதாரணத் தன்மை கொண்ட கதைகளுடன் மாறிமாறி வருகின்றன. இவற்றில் இந்துக்கள் தாங்களாகவே சொந்தச் சொற்களில் பேசுகிறார்கள் (மொழிபெயர்ப்பில்தான்).

மிகுதியாக மொழிபெயர்க்கப்பட்ட, செவ்வியல் பனுவல்களை, மிக அறியப்படாத, முன்பு நோக்கப்படாத பனுவல்களின் மேற்கோள்களுடன் சமநிலைப்படுத்த முயன்றிருக்கிறேன். இவை இந்து மதத்தின் மிக அடிப்படையான விஷயங்களுக்கான — அறிஞர்கள் மீண்டும் மீண்டும் சந்தேகித்து நோக்கக்கூடியவற்றுக்கான சட்டகங்களாக இவை பயன் படுத்தப்பட்டுள்ளன. என்றாலும், இவற்றிலிருந்து உடனே விலகி, ஒவ்வொரு இயலிலும், இந்துமதம் பற்றிய மேலாய்வு நூல்களில் விட்டுவிடப்படுகின்ற, அவ்வளவாக அறியப்படாத ஒருசில சம்பவங்களுக்குச் செல்கிறேன். இவை பெரிய ஆதிக்க வெற்றிக் கணங்களல்ல, ஆனால் இந்தியாவில் வெகுகாலம் முன்னால் சாதாரண மனிதர்கள் உள்ளிட்ட சிலபேருடைய மத வாழ்க்கை எப்படியிருந்தது என்பதைப் பற்றி அறிய உதவக்கூடிய சம்பவங்கள் இவை. இந்தியாவில் இந்துக்கள் - இந்து அல்லாத வர்களின் (பௌத்தர்கள், ஜைனர்கள், சீக்கியர்கள், முஸ்லிம்கள்...) பரஸ்பர உறவுகளைக் (நட்பான, விரோதமான) காட்டுகின்ற சில சம்பவங்களையும் சேர்த்திருக்கிறேன். ஆனால் நேரடியாக அவற்றை அம்மதங்களை விளக்குவதற்கான இடமாக நேரடி கவனத்திற்குரியதாகப் பயன்படுத்தவில்லை. பலபேரும் ஒப்புக்கொள்ளக்கூடிய குறைந்தஅளவு அடிப்படை வரலாற்று நிகழ்வுகளின், கருத்துகளின் கட்டமைப்பை வைத்து (தகவல்கள் முன்மதிப்புகளிலிருந்து விடுபட்டவை அல்ல, ஆனால் பயன்படக் கூடியவை) இந்த முனையிலிருந்து நாம் வேறு முனைகளுக்குச் சென்று, சமூக வரலாற்றிலிருந்து இலக்கியப் பனுவல்களுக்குச் சென்று, மாற்று மக்களுடைய, அவர்களைப் பற்றிய எடுத்துரைப்புகளைத் தேடலாம். இந்தத் தேர்ந்தெடுப்பு, இன்னொரு அர்த்தத்தில், இந்தப் புத்தகத்தை ஒரு மாற்று — ஆகச் செய்கிறது. ஏனெனில் இங்குத் தேர்ந்தெடுக்காமல் விட்ட பல விஷயங்களிலிருந்து தேர்ந்தெடுக்கக்கூடியவற்றை வைத்து இதற்கு மாற்றாக வேறு நூல்களை உருவாக்கும் வெளியை மற்றவர்களுக்கு இது அளிக்கிறது. வேறு தேர்வுகளை வைத்து மிக வேறுபட்ட ஒரு நூலை வேறொருவர் உருவாக்கக்கூடும். ஏனெனில் இது இந்துக்களின் வரலாறு அல்ல, இந்துக்களின் வரலாறுகளில் ஒன்றுதான்.

கருப்பொருள்களும் அவற்றின் மாறுபாடுகளும்

ஒரு மீப்பூரிதக் கரைசலில் படிகங்கள் ஒன்றுகூடுவதுபோல இந்துமதத்தின் பெருங் கதைகள் தங்கள் மையக்கதாபாத்திரங்கள், அவர்களின் செயல்கள் ஆகியவற்றைச் சுற்றித் திரளுகிறார்கள். இந்தக் கதாபாத்திரங்களும்

செயல்களும் பலவழிகளில் இணைகிறார்கள்: சமஸ்கிருதப் பனுவல்கள் வழக்கமாகப் பெண்களையும் வேட்டைவிலங்குகளையும் போதைக்கான முதன்மைப் பொருள்களாகக் கருதுகின்றன. போதையை ஏற்படுத்து கின்ற புலன்கள் குதிரைகளுக்கு ஒப்பிடப்படுகின்றன. பிராணிகள், வழக்கமாகப் பெண்களையும் கீழ்ச்சாதியினரையும் குறிக்கின்றன. பாலுறவுக்கும் துறவுக்கும் இடையிலான இழுவிசை, பெண்களைத் தாயாகவும், கவர்ந்திழுக்கும் மோகினியாகவும் நோக்கும் இருமையில் முடிகிறது; வன்முறை, முதலில் விலங்குகளுக்கெதிரான வன்முறையாக நிகழ்த்தப்படுகிறது. பிற மதங்களோடு மட்டுமல்ல, மேல்சாதிக்கும் கீழ்ச் சாதிக்கும், ஆண்களுக்கும் பெண்களுக்கும், மனிதர்களுக்கும் விலங்கு களுக்கும் இடையில் வன்முறையும் சகிப்புத்தன்மையும் ஊடாடுகின்றன. மதத்திற்குள்ளாக (சாதிகளுக்கிடையிலும்) அல்லது மதங்களுக்கிடையில் வன்முறை மற்றும் சகிப்புச் சார்ந்த — இவற்றை நிர்ணயிப்பது வரலாற்றுச் சூழல்களே — இடைவினைகள் நிகழ்ந்த கணங்களை ஒவ்வொரு காலத்திலும் நான் விளக்கமாக எடுத்துக்காட்டுவேன். ஒவ்வொரு இயலும் பல கருப்பொருள்களைப் பற்றிச் சொல்கிறது, ஆனால் ஒவ்வொரு இயலும் ஒவ்வொரு கருப்பொருளுக்கும் சான்றுகள் கொண்டதாகவோ, அல்லது ஒரே கருப்பொருளை ஒரேவிதமாகக் கையாளுவதாகவோ இல்லை. (சான்றாக, இயல் 12 பெண்கடவுளர்களைவிடப் பெண்களைப் பற்றியது; இயல் 14, பெண்களைவிடப் பெண்கடவுளர்களைப் பற்றியது). பிற சூழல் களிலும், வெளிப்படையாகப் பாலினத்தைக் குறிப்பிடாமல் பெண்களின் செயல்பாடுகளைக் குறிப்பிட்டிருக்கிறேன். ஆனால் சான்றுகள் கிடைக்கு மிடங்களில் எல்லாம், இந்த மையக் கருப்பொருள்களைச் சுற்றி இயலை அமைத்திருக்கிறேன்.

(அ)ஹிம்சை

அறிமுகத்தில் (இயல் 1) இந்தக் கதையில் வரலாற்றின்மீதும், குறித்த பாத்திரங்கள் (பெண்கள், கீழ்வகுப்புகள், சாதிகள், மற்றும் விலங்குகள்) மீதும் என் கவனத்தின் பின்னுள்ள யூகங்களைச் சொல்லியிருக்கிறேன். இங்கே மையச் செயல் — (அ)ஹிம்சை — பற்றிச் சில சொற்களைச் சொல்கிறேன்.

அஹிம்சை என்ற சொல் முதலில், மனிதர்களுக்கிடையில் அல்ல, மனிதர்களுக்கும் விலங்குகளுக்கும் இடையிலான உறவைக் குறிப்பதற்குக் கையாளப்பட்டது. அஹிம்சை என்றால், "ஊறுவிளைவிப்பதற்கோ கொல்வதற்கோ ஆசையின்மை" — அதாவது மென்மையாக நடந்துகொள்ளுதல் என்பதைவிட, தீங்கு செய்யும் மனமின்மை என்று அர்த்தம். இதில் இரட்டை எதிர்மறை உள்ளது. பிறரைப் பற்றிய மனம் மற்றும் உடல் சார்ந்த அக்கறையைக் காட்டுகிறது. வேதச் சடங்கில் விலங்கை பலியிடுவதில் ஒருவேளை அஹிம்சையின் வேர்கள் இருக்கலாம்—பூசாரி, அந்த விலங்கைக் கொடுமைப்படுத்தவில்லை, வெறுமனே அமைதிப்படுத்துகிறான் என்று வாதம் செல்கிறது. ஆகவே அஹிம்சை என்பதன் முதன்மை அர்த்தம், கொடுமையின்றிக் கொடுமை செய்வது, தொடக்கமுதலாகவே ஒரு குதர்க்கவாதம் என்று சொல்லலாம். ஏறத்தாழ கி.மு. 1200 அளவினதான முதல் சமஸ்கிருதப் பனுவலான ரிக் வேதத்தில் அஹிம்சை என்பது

யாகம் செய்பவனுக்கும் அவன் சந்ததிக்கும் அவன் கால்நடைகளுக்கும் ஊறு நிகழ்வதைத் தடுத்தல் என்பதைக் குறிக்கிறது (10.22.13). ஹிம் — என்ற சொல் ஈரடியாக அடி, கொல் என்ற அர்த்தங்களைக் கொண்டுள்ளது என்பதால் அர்த்தம் மோசமாகிறது. எனவே ஏதோ ஒரு சான்றுக்காக, பசுக்களை நோக்கினால், அஹிம்சை என்பது பசுக்களை அடிக்காமை அல்லது பசுக்களைக் கொல்லாமை என்ற இரண்டையும் குறிக்கும். இது ஒரு முக்கிய வேறுபாடு. எவ்விதமாயினும், அஹிம்சை என்பது ஓர் அரசியல் கொள்கையோ, அல்லது ஒரு சமூகக் கோட்பாடோகூட அல்ல. ஓர் உயிருள்ள பிராணியைக் கொல்வதால் (அல்லது அதற்குக் காயம்செய்வதால்) ஏற்படும் வெறுப்புணர்ச்சிதான். இந்த உணர்ச்சி மிகப்பழைய பனுவல்கள் முதலாகவே வெளிப்படுவதைக் காணலாம்.

மதங்களுக்கிடையிலான வன்முறையின் உள்ளாக, கொல்வதா இல்லையா, பலியிடுவதா இல்லையா, அவற்றை உண்பதா இல்லையா போன்ற விவாதங்கள் நிகழ்ந்தன. சிலசமயங்களில் மனிதர்கள் பிற மனிதர்கள்மீது தாக்குவதன் (வழக்கமாகச் சொற்களால், சிலசமயம் அடிஉதைகளால்) அடிப்படையிலும்தான். மகாபாரதத்தில் அர்ஜுனன், "உயிர்கள், உயிர்களை உண்கின்றன, வலியது மெலியதைச் சாப்பிடு கிறது. கீரி, எலிகளைத் தின்கிறது; பூனை கீரியைத் தின்கிறது; நாய் பூனையை விழுங்குகிறது; காட்டுவிலங்குகள் நாயைத் தின்கின்றன. தவசிகள்கூடக் கொலைபுரியாமல் இருக்க இயலாது" *(12. 15. 16 - 24)* என்று வன்முறைக்குச் சமாதானம் சொல்கிறான். விலங்கு உலகத்தில் காணப்படும் வன்முறையை வைத்து மனிதர்கள் இடையிலான வன்முறை யைப் பனுவல் நியாயப்படுத்துகிறது. எனினும் அஹிம்சை என்பதன் மிகப்பெரும்பான்மை அர்த்தம், விலங்குகள் வன்முறைக்கும் மேலாக மனிதர்கள் தீர்மானத்துடன் உயர்வதைக் குறிக்கிறது. புலாலுண்ணாமை ஓர் இலட்சியமாகவும் சமூக மெய்ம்மையாகவும் இந்தியாவில் இருக் கிறது. இதுவே விலங்குகள் கட்டாயம் ஒன்றையொன்று உணவாகக் கொள்ளவேண்டும் என்ற அர்ஜுனனின் நம்பிக்கைக்குச் சவாலாக இருப் பதுடன், உண்பதற்காகக் கொல்லத் தேவையில்லை என்ற வாதத்தினால் உணவுக்கான வன்முறைச் சங்கிலியை உடைப்பதற்கு முயற்சிசெய்கிறது.

குறிப்பாக ஒரு தீர்வின் கடைசி நம்பிக்கையைக் குறிப்பதால் அஹிம்சை ஒரு கலாச்சார இலட்சியமாக இந்துக்களுக்கு ஆனது. காலங்காலமான மற்றும் இறுதியான வன்முறையினால் (பிறவற்றைப் போலவே) எப்போதுமே கஷ்டப்பட்ட நாகரிகம் என்பதால், அதை அடையமுடியாது என்பதால் மிகவும் விரும்பத்தக்க பொருளாயிற்று. வன்முறை என்ற கலாச்சார யதார்த்தத்திற்கு எதிராக முட்டுக்கொடுப்பதுதான் அஹிம்சை. செவ்வியற்கால இந்து இந்தியா பிற கலாச்சாரங்களுடன் பகிர்ந்துகொள் ளக்கூடிய விதங்களிலும், தன் காலத்திற்கும் இடத்திற்குமே உரியதான விதங்களிலும் வன்முறையை பாவிப்பதாகவே இருந்தது. அதன் அரசி யலில் (ஒவ்வொரு அரசனும் இருப்பதற்கான முக்கியக் காரணமே போர்தான்), அதன் மத நடைமுறைகளில் (பிராணிகளை பலியிடுதல், துறவிகள் தங்களைத் தாங்களே வருத்திக்கொள்ளுதல், தீமிதிப்பு, முதுகுச் சதையில் கொக்கியில் தொங்குதல் போன்றவை), அதன் குற்றச் சட்டத்தில்

(ஒப்புநிலையில் சிறிய குற்றங்களுக்கும் கழுவேற்றுதல், மாறுகால் மாறுகை வாங்குதல் போன்றவை), அதன் நரகங்களில் (குற்றத்துக்கு தண்டனை தந்திரமாகவும், சேடிசத் தன்மையிலும் கற்பனை செய்யப்பட்டது) எங்கும் வன்முறை. இவை எல்லாவற்றிற்கும் பின்னணியில் அதன் தட்பவெப்பநிலை — தாங்கமுடியாத வெப்பமும், கணிக்கமுடியாத மழைக் காலங்களும் இருந்திருக்கலாம். பாலைவனத்தில் என்றும் வாழ்பவர்கள் பசுஞ்சோலைகளைக் கனவு காண்பதுபோலவே இந்துத் துறவிகள் அஹிம்சை பற்றிக் கனவுகண்டார்கள்.

இந்தப் பின்னணியில் வைத்துத்தான் அஹிம்சை என்ற கொள்கையை நோக்கவேண்டும். இந்துமதத்தின் வரலாறே, நாம் காணப்போவதுபோல, ஆக்கபூர்வமான உள்வாங்கிக்கொள்ளுதல் மற்றும் ஊடாட்டம், சகிப்பற்ற வன்முறை வெடிப்புகள் ஆகியவற்றைக் கொண்ட காலப்பகுதிகளால் ஆனதுதான். இந்த இருமுனைகளுக்கும் வரலாற்றுச் சூழல்கள் எவ்விதம் தள்ளின என்பதைச் சிலசமயங்களில் காண்பது இயலும். சில சமயங்களில் இயலாது. வன்முறைக்கான ஈரடிநோக்கில் பிறரைவிட இந்துக்கள் எவ்விதத்திலும் வேறுபட்டவர்கள் அல்ல, ஒருவேளை அதைப்பற்றித் தொடர்ந்து வரும் விவாதத்தில் குறிப்பிடத்தக்கவர்கள் ஆகலாம்.

நிலவிலுள்ள மனிதன்/முயல்

இந்த இழுவிசைகள் பலவற்றை நான் இருமைகளாக வகுத்திருக்கிறேன். அது ஒன்றே சிந்தனைவழியாக இல்லையென்றாலும் இந்தியர்களின் முக்கியமான சிந்தனைவழி அது. நாட்டார் வழக்காற்று அறிஞர் ஏ.கே. இராமானுஜன் தன் தந்தையாரைப் பற்றிச் சொல்கிறார்: “அவர் தன் ஒரே மூளைக்குள் வானசாத்திரத்தையும் ஜோசியத்தையும் ஒன்றாக வைத்திருப்பது எனக்கும் என் தலைமுறையினருக்கும் தொந்தரவு கொடுத்தது. முரண்பாடின்மை வேண்டுமென நான் எதிர்பார்த்தேன். அவர் அதைப் பற்றிக் கவலைப்படவில்லை... மூளையில் இரண்டு பகுதிகள் இருப்பது உனக்குத் தெரியாதா?” (என்றார் அவர்).[19] ஆனால் பிராமணர் - அல்லாதார், எழுத்துமுறை - வாய்மொழி, ஆண் - பெண் என்று எப்படி வரையறுத்தாலும் இரண்டின் சேர்க்கையில்தான் மிக ஆர்வத்தைத் தூண்டுகின்ற நிகழ்வுகள் சில ஏற்பட்டன. இடைக்காலத்தைச் சேர்ந்த இந்துத் தத்துவப் பனுவல் ஒன்று, ஒரு விவாதத்தின் இரண்டு பக்கங்களையும் நன்கு புரிந்துகொள்பவனே மிகச் சிறந்த ஆசிரியன் என்கிறது.[20] இந்தியாவில் மயில் கழுத்து நிறம் என்று சொல்லப்படும் பட்டுச் சேலைகள் உருவாக்கப்படுவதில் எனக்கு ஆச்சரியமில்லை, அதை ஒருவிதமாக வைத்துப் பார்த்தால் நீலமாகவும், மற்றொரு விதமாக வைத்துப்பார்த்தால் பச்சையாகவும் (சிலசமயங்களில் ஆழ்ந்த சிவப்பு, மஞ்சள், ஊதா நிறங்களுமாக), சரியான முறையில் பிடித்தால் இரண்டும் ஒரேசமயத்திலும் தோன்றும் விதத்தில் ஊடும்பாவுமாக நிறங்களைக் கலந்து அமைக்கிறார்கள்.

இம்மாதிரி இரட்டைப் பார்வைக்கு மற்றொரு உருவகம், நிலவில் காணப்படும் நிழல். ஐரோப்பிய - அமெரிக்கர்கள் பலர் நிலவில் ஒரு மனிதனின் முகம் இருப்பதாகக் காண்கிறார்கள். (யூதமரபுகள் சில

அலைந்துதிரியுமாறு சபிக்கப்பட்ட கெய்ன் அவன் என்கின்றன). சில கலாச்சாரங்கள் ஒரு பெண்ணோ, காட்டுமானோ, எருமையோ, தவளையோ ஏதோ ஒன்று இருப்பதாகக் காண்கின்றன. ஆனால் பெரும்பாலான இந்துக்கள் (சீனர்கள், ஜப்பானியர்கள், ஆஸ்டெக்குகள் கூட) ஒரு முயல் இருப்பதாகக் காண்கிறார்கள். நிலவில் இருப்பது மனிதன் என்றால் அவன் வலதுகண்ணை முயலின் காதுகளாகவும், இடதுகண்ணை முயலின் மார்பாகவும், அவன் வாயை முயலின் வாலாகவும் காணமுடியும். (ஒருசமயம் — 1930களில் — இந்தியர்களில் சிலர் நிலவின் நிழலில் காந்தியின் முகத்தைக் கண்டார்கள்). எவ்விதம் நிலவில் ஒரு முயல் வந்தது என்பதை பௌத்தர்கள் சொல்லுகிறார்கள்.

நிலவிலுள்ள முயல்

போதிசத்துவர் ஒருசமயம் முயலாகப் பிறந்தார். தன்னைத் தேடி எந்தப் பிச்சைக்காரன் வந்தாலும், அவனுக்குத் தன் உடலைத் தருவது என்று சபதம்செய்தார். அதனால் அவன் ஓர் உயிரைக் கொல்கின்ற அறமீறலைச் செய்யவேண்டி வராது. அவரைச் சோதிக்க இந்திரன் ஒரு பிராமண வடிவெடுத்து வந்தான். போதிசத்துவ முயல், தானே நெருப்பில் விழுவதாகவும் வெந்த மாமிசத்தை அவன் உண்ணலாம் என்றும் கூறியது. இந்திரன் ஒரு மந்திரநெருப்பை உண்டாக்க, முயல் தன் உடலிலுள்ள புழுபூச்சிகளைத் தவிர்க்க உடலை மும்முறை குலுக்கிக்கொண்டு நெருப்பில் விழுந்ததும் அது பனிபோல் குளிர்ந்துவிட்டது. பிராமணன் தன்னை இந்திரனாக வெளிப்படுத்திக்கொண்டான். பிறகு எல்லாரும் முயலின் மேன்மையை உணரவேண்டும் என்பதற்காக, நிலவின் நிழலில் முயலின் வடிவம் வருமாறு செய்தான்.[22]

வேறு எவரும் எந்தப் பிராணியையும் சித்திரவதை செய்துவிடக்கூடாது என்பதற்காகத் தன்னைத்தானே சுயவதைக்கு ஆளாக்கிக்கொண்ட முயலின் விசித்திர தர்க்கம், நாம் அடிக்கடி காணப்போகும் ஒன்று. இந்துமதமும், பௌத்தமும் பகிர்ந்துகொள்ளும் பல சிந்தனைகளில் நிலவிலுள்ள முயலும் ஒன்று.

இந்துமதத்தின் வரலாற்றின் ஓர் அணுகுமுறையாக, நிலவில் முயலையும் மனிதனையும் காண்பது, பாரம்பரியம் என்ன சொல்கிறது (உள்ளிருப் பவன் நோக்கு) என்பதையும், முற்றிலும் வேறான ஒரு நோக்கு என்ன சொல்கிறது (வெளியாளின் நோக்கு) என்னும் இருவித பிரக்ஞைகளையும் ஒரேசமயத்தில் வைத்திருப்பதைக் காட்டும். இந்துக்கள் தங்கள் புனித நூல்களை பக்தியுணர்வினாலோ, வேறுவித மனித நிகழ்வுகளை எவ்விதம் அவர்கள் நோக்குவார்களோ அதுபோன்று ஆராய்ச்சியினாலோ, இரண்டுமாகவோ படிக்கலாம். இந்து மதத்தைப் பற்றி ஒரு இந்து மட்டுமே அறியக் கூடிய சில விஷயங்கள் நிச்சயமாக இருக்கின்றன. வட்டார மற்றும் தனிப்பட்ட நடைமுறைகள், பனுவல்கள் வாயிலான மெய்யான தகவல்கள்; இவற்றை அறிவதோடு மத நிகழ்வுகள் எனப்படும் விஷயங்களையும் அனுபவப் பண்போடு அறிவது போன்றவை. இதுதான் சிலசமயங்களில், வெவ்வேறு மதங்களைச் சேர்ந்தவர்கள் ஆர்வத்தைத் தூண்டுகின்ற, ஆக்கபூர்வமான உரையாடலில் ஈடுபடுவதை - மதங்களுக்

கிடையிலான உரையாடலைத் தூண்டுகிறது. ஆனால் கல்விசார்ந்த அணுகுமுறையிலும் சில ஆதாயங்கள் உள்ளன. சான்றாக, மதஆய்வு அணுகுமுறை. இதற்கு ஆராய்ச்சியாளரின் மதம் பற்றி அக்கறையில்லை. ஒரு சமயம், நபகோவுக்கு ரஷ்யத் துறையின் தலைமைப் பதவியை அளிப்பதற்கு ஹார்வர்டு பேராசிரியர் ரோமன் யாகப்சன் "யானை விலங்கு என்பதற்காக விலங்கியல் துறைத் தலைமையை ஒரு யானைக்குத் தருவீர்களா?" என்று கண்டனம் எழுப்பினாராம். அதுபோலச் சிலர் இந்துக்களையே இந்துமதம் பற்றிக் கேட்கக்கூடாது என்று சொல்லலாம். அல்லது எதிர்முனைக்குப் போய் இந்துவிடம்தான் இந்துமதத்தைப் பற்றிக் கேட்கவேண்டும் என்றும் சொல்லமாட்டேன். ஒரே ஒரு இந்து, அல்லது இந்து அல்லாதவர், எல்லாவிதமான இந்துமதங்களையும் பற்றி அறிந்திருப்பதும் அவற்றின் சார்பாக நிற்பதும் இயலாதது. இதேபோலக் கல்வியாளராக இருப்பதிலும் பல வழிகள் உள்ளன. சிலர் தங்கள் ஆய்வை கவனத்துடன் செய்கிறார்கள், சிலர் அக்கறையற்று இருக்கிறார்கள். சிலர் வீச்சான பொதுமைகளைச் செய்கிறார்கள், சிலர் சிறிய விவரங்களின்மீது கவனத்தைக் குவிக்கிறார்கள்.

இப்போதெல்லாம்,இந்துமதத்தைப் பற்றிய இந்துவல்லாத ஆய்வாளர்கள், தாங்கள் எழுதுகின்ற மக்களைப் புண்படுத்திவிடக்கூடாது என்று கருதி, பின்னால் சாயும் யோகஇருப்புநிலையை மேற்கொள்கிறார்கள். ஆனால் உள்ளிருப்போரின் நுண்நோக்கி அணுகுமுறைக்கு — அதேபோன்றதொரு சூழலை அளிக்க இயலாவிட்டாலும் — அதற்கு இணைவு செய்யும் முகமாக இந்துமதத்தைப் பற்றிய எந்தக் கல்விசார் அணுகுமுறையும், மார்க்ஸிலிருந்து, ஃப்ராய்டு முதல் ஃபூக்கோ, எட்வர்டு சயீத் வரை, அவர்கள்தம் கண்களால் காண்பது, ஒருவித தொலைநோக்கிப் பார்வையை — சூழல் சார்ந்த நோக்கியை அளிக்கிறது.[23] எப்போதுமே ஒருவிதச் சாய்வு இருக்கத்தான் செய்கிறது, ஆனால் இந்து மதத்தின் எந்தக் கூறைப் பற்றியதானாலும், நன்கு திட்டமிடப்பட்ட ஒரு கல்விசார் ஆய்வில், இந்துக்களின் முற்சாய்வும், இந்துக்கள் அல்லாதவர்களின் முற்சாய்வும் ஒன்றையொன்று போக்கிவிடும் என்று ஒரு நம்பிக்கை. கிரேக்க வரலாற்றாசிரியன் ஹெரடோடஸ் கூற்றுப்படி, பழங்காலப் பாரசீகர்கள், எந்த ஒரு முக்கியமான பிரச்சினையையும், முதலில் குடித்துவிட்டு, மறுநாள் தெளிவுடன் — அல்லது முதலில் தெளிவுடன், பிறகு குடித்துவிட்டு விவாதிப்பார்களாம். நமது கல்வியியல் அணுகுமுறையிலும், நாம் இந்துமதத்தின் வரலாற்றை முதலில் அவர்கள் நோக்கிலிருந்து காண வேண்டும். பிறகு கல்விசார் நோக்கிலிருந்து. பாரம்பரியத்தின் உள்ளிருந்தும் வெளியிலிருந்தும் தனிமனிதர்களுக்கு மதிப்புமிக்க பல ஆழ்நோக்குகள் கிடைக்கலாம், ஆனால் அவை ஒன்றையொன்று மிரட்டத் தேவையில்லை. திரும்ப யானைக்கே வருவோம். விலங்கியல் படிக்க நீங்கள் யானையாக இருக்கவேண்டிய அவசியமில்லை. ஆனால் யானைகளைப் பற்றி எழுதுவதால் விலங்கியலாளர்கள் அவற்றுக்கு ஊறு செய்வதும் இல்லை. இந்துப் பனுவல்களுக்குப் பொருத்தமான உருவகம் ஒன்றைப் பொருத்துவது என்றால், கதை என்பது ஒரு சுடர், புதியவர்கள் அதிலிருந்து தங்கள் வத்திகளைக் கொளுத்தினால் அதன் பிரகாசம் குறைந்துவிடப் போவதில்லை.

எனது மையமான உருவகத்திற்குத் திரும்புவோம். நிலவில் நீங்கள் முயலைப் பார்த்தால், மனிதனைப் பார்க்க முடியாது. ஆனால் இரட்டைநோக்கிற்குத்தான் நாம் முயற்சிசெய்ய வேண்டும். சான்றாக, நாம் உடன்கட்டை ஏறுவதை அல்லது சதியை ஆராயும்போது, அதன் முயலை நாம் காணவேண்டும். மற்ற இந்துக்கள் இந்த வழக்கத்தை ஏற்க மறுக்கும்போது, சிலர் மட்டும் ஏன் இந்த வழக்கம் சரியானது என்று நினைத்தார்கள் (அல்லது இன்னும் நினைக்கிறார்கள்) என்பதை ஆராயவேண்டும். அதேசமயம், நமது அமெரிக்க மனிதனை (அல்லது பெண்ணை) நிலவில் காண்பதை நாம் நிறுத்திவிடக்கூடாது. அதாவது அமெரிக்கர்கள் பலர் சதியை நல்ல வழக்கம் என ஏன் கருதவில்லை என்பதை. தத்துவஞானி லுடவிக் விட்ஜென்ஸ்டீன், வாத்து - முயல் படத்தைக் காட்டி, அது ஒரு சுகமான முயல் அல்லது களைத்த வாத்து என்று மட்டுமே காணமுடியும்,[24] இரண்டையும் ஒன்றாகக் காணமுடியாது என்றார். ஆனால் இந்துமதத்தைப் பற்றி ஆராய்வதில் ஒரு இந்து அல்லாதவரின் நோக்கம் இரண்டையும் காண்பதாகவே இருக்கமுடியும். நிலவில் முயலையும் மனிதனையும் ஒன்றாக.

உங்களால் ஒரு ஆம்லெட் செய்ய முடியாது...

தங்களது பன்முகத்தன்மை பற்றி இந்துக்களின் மனப்பாங்கு இப்போது மாறியிருக்கிறது. சிலபேர் அதைப் பெருமையாக உணர்கிறார்கள், சிலபேருக்குக் கவலை ஏற்படுகிறது. இந்து தேசியவாதிகள், அல்லது இந்து வலதுசாரியினர் அல்லது இந்துத்துவக் குழுக்கள், அல்லது இன்னும் தோராயமாக, இந்து அடிப்படைவாதிகள் என்போருக்குக் கவலை. அவர்கள் முஸ்லிம்கள், கிறித்துவர்கள், தவறானவகை இந்துக்கள் எல்லோரையும் எதிர்க்கிறார்கள். அவர்களுடைய முக்கியமான அரசியல் கருவி, பாரதிய ஜனதா கட்சியும், அதன் படைப்பிரிவான ராஷ்ட்ரிய சுயம்சேவக் சங்கமும். இவற்றுடன் அவர்கள் இந்து மனித உரிமையினர், விஸ்வ இந்து பரிஷத், ஏபிவிபி (அகில பாரதிய வித்யார்த்தி பரிஷத்) ஆகிய குழுக்களுடனும் தொடர்பு வைத்துள்ளனர். அவர்களை நான் இந்துத்துவக் குழு அல்லது இந்துவலதுசாரி என்று இந்நூலில் கூறுவேன். அவர்கள் சொல்லும் இந்து வரலாற்றுக் கதைக்கும் இந்த நூல் ஒரு மாற்றுதான்.

இங்கிருக்கும் இந்துக்களின் இந்தக் குழுவினருடன் என் தொடர்பைப் பற்றியும் நான் சொல்லவேண்டியது, முழு வெளிப்படுத்தல் என்ற முறையில், ஒரு தனிக்கதை இருக்கிறது. 2003 நவம்பர் 12 அன்று லண்டனில் நான் ஒரு சொற்பொழிவு நிகழ்த்தினேன். தலைமை, வில்லியம் டால்ரிம்பிள். அதன் மத்தியில், யாரோ ஒருவர் என்மீது ஒரு முட்டையை வீசினார்.[25] (எல்லாவிதத்திலும் அவர் தன் இலக்கில் தோற்றுவிட்டார்). அதில் மின்அஞ்சலில் மறுநாள் — இருநூறு வலுவான பார்வையாளர்களில், ஒருவர் அவர் — அனுப்பிய கடிதம், வால்மீகி இராமாயணத்திலிருந்து நான் எடுத்துக்காட்டிய ஒரு பகுதியைப் பற்றியது. இலக்குவன் தன்னை அடையவிரும்புவதாக சீதை குற்றம் சாட்டுகிறாள். அந்தச் செய்தி சொல்லியது:

நமது மிகவும் புனிதமான இதிகாசத்தில் பாலியல் அழுத்தத்தைப் பற்றி அவர் கூறியது எனக்கு அதிர்ச்சியை உண்டாக்கியது. இராவணன் மட்டும் சீதையை விரும்பவில்லை, இலக்குவனும் விரும்பினானாம், பிறகு நமது சாத்திரங்களிலிருந்து நான் இதுவரை கேள்விப்படாத பல ஜோடிசேர்ப்புகள் கிளுகிளுப்பூட்டும் விதமாக ஒரு திரையில் தீட்டப்பட்டன. முக்கியமற்ற இம்மாதிரி விஷயங்களை நமது சாத்திரங்கள், மரபுகளிலிருந்து பொறுக்கித் திரித்துக் கூறாவிட்டால் இந்தக் கற்றறிந்த மேற்கத்திய மக்கள் தங்கள் பிழைப்புக்கு என்னதான் செய்வார்கள்?"[26]

இதுமாதிரிச் சிலவற்றிற்குப் பிறகு, அந்த எழுத்தாளர் கூறினார்:

அவரது நண்பர்களும் பாராட்டாளர்களும், தங்கள் பாராட்டைத் தங்களிடையே இருந்த முஸ்லிம்களும் கேட்குமாறு செய்தார்கள். சொற் பொழிவுக்கு முன்பு அருகிலிருந்த அறையில் நான் ஒரு முஸ்லிமுடன் கைகுலுக்கிவிட்டு, இந்தத் தொடரில் மற்றச் சொற்பொழிவுகளை அவர் கேட்டாரா என்றும் மதமாற்றத்திற்கு அவர் தயாரா என்றும் கேட்டேன். யாரோ ஒருவர் (அந்தச் சலசலப்பில் விவேகானந்தர் என்று சொன்னாரா என்று தெரியவில்லை) இது போன்றதொரு நிகழ்ச்சியில், தனது உடைக ளைக் களைந்துவிட்டு, பார்வையாளர்களை நோக்கித் தான் ஒரு இந்துவா முஸ்லிமா என்று சொல்லமுடியுமா என்று கேட்டதாகச் சொன்னார்.

எழுதியவருடைய அரசியல் விவகாரம் அவரது இரண்டாம் குறிப்பு வாயிலாகத் தெளிவாகவே வெளிப்பட்டது. குறிப்பாகக், காரணமின்றிச் சொல்லப்பட்ட முஸ்லிம் மத மாற்றம் பற்றிய கருத்து. இந்தக் கடிதத்தில் பெயர் சொல்லப்படாத அந்த முஸ்லிம் விவேகமான ஒருசில வார்த்தை களை (விவேகானந்தருடையது என்று அவர் சொன்னாலும், பெரும்பாலும் அவை கபீருடையதாக இருக்க இயலும்) எடுத்துக்காட்டியதற்கு நன்றி தெரிவிக்கிறேன். அப்போது அச்சொற்பொழிவு (மற்றும் முட்டை) பற்றிய செய்தியளிப்பில் நான் கூறிய தற்காப்பையே இப்போதும் இந்த நூலுக்காகத் தெரிவிக்கிறேன்.

(என் சொற்பொழிவில் மேற்காட்டிய) சமஸ்கிருதப் பனுவல்கள் பாலியல்பில் உயர்வான திறந்த மனப்பான்மையும், ஆழ்நோக்கும் நிலவிய காலத்தில் எழுதப்பட்டவை. அம்மாதிரிப் பகுதிகளில்தான் நான் கவனத்தைக் குவித்துள்ளேன். முரண் என்ன என்றால், இந்தப் பனுவல்களைப் புகழ்ந்து அவற்றை நான் மொழிபெயர்த்த விதத்தில், இந்துப் பாரம்பரியத்திற்கு அப்பாற்பட்ட பலர் — இது இல்லாவிட்டால், அவர்கள் இந்து மதம் என்பது தீண்டப்படாதவர்களை மோசமாக நடத்துகின்ற ஒரு சாதியமைவு என்று மட்டுமே நினைத்திருப்பார்கள்— இந்துப் பனுவல்களின் அழகு, சிக்கல்தன்மை, ஞானம் ஆகியவற்றைத் தெரிந்துகொள்ளவும் போற்றவும் செய்தார்கள்.[27]

இவற்றுடன், இந்துப் பனுவல்களின் பன்முகத்தன்மை பற்றியும் சேர்த்திருக்கவேண்டும். அந்த இந்துவின் குற்றச்சாட்டுக்கு, அவர் ஒரு போதும் தான் கேள்விப்படாத இந்துப் பனுவல் மரபிலிருந்து ஒரு பகுதியை நான் மேற்கோள் காட்டிவிட்டு, விடையளித்தேன். "ஆம்! இதைத்

தொடர்ந்து செய்துகொண்டே செல்வதுதான் என் நோக்கம்." தனது மரபு பற்றி அவர் மறுப்புத் தெரிவித்த பகுதிகளைப் பல இந்துக்கள் ஏற்றுக் கொள்கிறார்கள், எப்படியிருந்தாலும், அவை வரலாற்றுப் பதிவுகளின் பகுதிகள். இந்த நூல் இவ்வளவு நீளமாக அமைந்துவிட்டதற்கு, அந்த முட்டை எறிந்தோர் குழுவினர் மறுப்பதற்கு எவ்வளவு இருக்கிறது என்பதை எடுத்துக்காட்ட நான் விரும்பியதுதான் காரணம். ஆக, நான் ஏறத்தாழ ஐம்பது வருடங்களாக நேசித்து வந்திருக்கின்ற, மதித்து வருகின்ற இந்துக்களின் பன்முகத்தன்மை, பன்மைத்தன்மை ஆகியவற்றை மட்டுமல்ல, உலகவிவேகத்தையும், இன்பவேட்கையையும் கூடக் கொண் டாடியவாறு செல்வது தான் என் உத்தேசம்.

அடிக்குறிப்பு

PREFACE: THE MAN OR THE RABBIT IN THE MOON

1. சில நல்ல சிறிய அறிமுகங்கள் (நூற்பட்டியலில் *Hopkins, Kinsly, Knipe*), நீண்ட பார்வை நூல்கள் *(Flood [Introduction and Companion], Klostermaier, Michaels, Mittal, and Thursby)*, இன்று வாழப்படும் விதமான இந்துமதம் *(Narayanan and Hawley)* கிடைக்கின்றன. இந்துக்களின் வரலாறு பற்றிய எனது நூலினைப் பதினான்கு வார செமஸ்டர் படிப்புக்கான பாடப்புத்தகமாகப் பயன்படுத்தலாம்: ஒருவாரம் அறிமுகம், ஒருவாரம் முடிவு, வாரத்திற்கு இரண்டு இயல்கள் வீதம் பன்னிரண்டு வாரங்கள். இதனுடன் இந்திய வரலாறு பற்றிய ஒரு நல்ல புத்தகம் (எனது விருப்பநூல் *Keavy and Thapar*), ஒரு நல்ல சர்வே *(Flood's or Glucklich's* போன்றது), ஒரு மூலநூல் *(such as my Textual Sources for the Study of Hinduism, or Sources of Indian Tradition [3rd ed.], or the forthcoming Norton Anthology of World Religions* போன்றது) இவற்றைச் சேர்த்துப் படிக்கலாம். பாஷத்தின் *The Wonder that was India* இந்தியக் கலாச்சாரங்களுக்கு ஒரு பொதுவான அறிமுகம் என்ற முறையில் இதுவரை கடக்கப்படாத ஒரு நூல்.
2. *A good model is provided by Richman's Many Ramayanas and Questioning Ramayanas, which trace the many Ramayanas throughout Hindu history.*
3. *Ramanujan, "Is There an Indian Way of Thinking?"*
4. *I have in mind works such as those provided by Shulman (et al.) on the Nayakas and Thapar on Somanatha.*
5. *Lévi-Strauss, Structural Anthropology.*
6. *Tubb, "Barn, Ben, and Begging Bowl: Sanskrit Words and the Things in the World."*
7. *Narayana Rao, " Hinduism: The Untold Story."*
8. *Srinivas, Religion and Society of the Coorgs.*
9. *Hardiman, The Coming of the Devi, 158.*
10. *Srinivas, Social Change, 7.*
11. *Kosambi, Myth and Reality, 91-92.*
12. *Pollock, The Language of the Gods in the World of men, 283.*
13. *Ibid., 23.*
14. *Pollock, "India in the Vernacular Millennium."*
15. *Pollock, Literary Cultures in History.*
16. *Microhistory, in the hands of a master like Carlo Ginzburg, is another way to excavate these often lost ordinary histories, but microhistory requires a thick description to which a survey such as this cannot aspire.*

17. With apologies to William Blake: "To see a world in a grain of sand/And a heaven in a wild flower,/Hold infinity in the palm of your hand/ And eternity in an hour."

18. Schmidt, "The Origin of Ahimsa."

19. Ramanujan, "Is There an Indian Way of Thinking?"

20. Shankara's "Thousand Teachings," 1.6 ; Mayeda 2.1.6, 212.

21. Hardiman, The Coming of the Devi, 51.

22. "Sasa Jataka," Jataka, vol. 3, no. 316, 34-38 of PTS.

23. Doniger, The Implied Spider, 154-56.

24. Wittgenstein, Philosophical Investigations, part II, paragraph xi; citing Jastrow, "The Mind's Eye."

25. Alison Goddard, Times Higher Education Supplement, November 21, 2003, "Email Threats and Egg-throwing Spark Fears of Hindu Extremism," See also Edward Rothstein, "The Scholar Who Irked the Hindu Puritains," in "Arts and Ideas," New York Times, January 31, 2005 (reprinted as "Daring to Tackle Sex in Hinduism," in International Herald Tribune, February 2, 2005); William Dalrymple, "India: The War over History," New York Review of Books, Vol. 52, no.6 (April 7, 2005).

26. IndianCivilization@yahoogroups.com; "Jiten Bardwaj" <jiten51@yahoogroups.com. Parts of the message were cited by Goddard, "Email Threats."

27. Goddard, "Email Threats."

இயல்: 1

அறிமுகம்: கிடைக்கும் வெளிச்சத்தில் பணிசெய்தல்

திறவுகோலைத் தேடுதல்

நஸ்ருதீன் தரையில் எதையோ தேடிக்கொண்டிருப்பதை ஒருவர் பார்த்தார். "என்ன தேடுகிறீர்கள் முல்லா?" என்று கேட்டார். "என் திறவுகோலை" என்றார் முல்லா. வந்தவரும் முல்லாவுடன் சேர்ந்து முழந்தாளிட்டுத் தேடலானார். கொஞ்ச நேரம் கழித்துக் கேட்டார்: "சரியாக எந்த இடத்தில் அதைப் போட்டீர்கள்?" "என் வீட்டில்" என்றார் முல்லா. "அப்படியானால் இங்கே ஏன் தேடுகிறீர்கள்?" "என் வீட்டிலிருப்பதைவிட இங்கே தானே வெளிச்சம் அதிகமாக இருக்கிறது."

- முல்லா நஸ்ருதீனை (கிபி 13ஆம் நூற்.)1
மேற்கோள் காட்டி, இத்ரீஸ் ஷா (1924 - 96)

இந்துக்களின் வரலாற்றுக்கான திறவுகோல்களைத் (ஒற்றைத் திறவுகோல் ஒருபுறம் இருக்கட்டும்) தேடும் எவருக்கும் இந்த சூஃபிக் கதை ஒரு எச்சரிக்கையாக அமையக்கூடும்.

நமது சொந்தத் திறவுகோல்களை, நமது சொந்தப் புரிந்துகொள்ளல்களை, நமது வீடுகளுக்கு வெளியே,

நமது கலாச்சாரங்களுக்கு வெளியே, பரிச்சயமான மூலங்களின் வெளிச்சத்திற்கு அப்பால் தேடலாம் என்று இந்தக் கதை சொல்லுகிறது. நிழற் படக்காரர்கள் 'வெளிச்சம் போதவில்லை' என்று சொல்வார்களே, அதுபோல நாம் தேடுவதற்கான வெளிச்சம் போதாமலிருக்கலாம், ஆனால் அண்மைக்காலத்தில் வரலாற்றாசிரியர்கள் நல்ல ஆய்வுகளைச் செய்திருக்கிறார்கள்; அவை சமஸ்கிருதத்திலும், பிற இந்திய மொழி களிலும் உள்ள நூல்களுக்கு நல்ல மொழிபெயர்ப்புகளையும் கூரறிவுள்ள விளக்கங்களையும் அளித்துள்ளன; மேலும், முன்னால் பிறர் நோக்கியிராத நூல்களுக்கும் பொருட்சான்றுகளுக்கும் காட்டிகளையும் அளித்துள்ளன. ஆகவே ஒரு வரலாற்றாசிரியன் நூற்றாண்டுகளைக் கடக்க நம்புகின்ற தீவுக்கூட்டம் போன்ற படிக்கற்களை ஆங்காங்கு இட்டு ஆழமான விளக்கங்களை அளித்துள்ள நல்லறிஞர்கள் வெளிச்சமிட்டுக் காட்டி யுள்ள அந்த (வரலாற்று)க் கணங்களின்மீது மட்டும் என் கவனத்தைக் குவிக்கிறேன்.

இந்தப் புத்தகம் காலரீதியாகவும் வரலாற்று ரீதியாகவும் இந்து மதத்தின் வரலாற்றைச் சொல்கிறது; மேற்குல இந்துக்களுடையதைவிட விளிம்பு மக்களின் வரலாற்றுக்கு அழுத்தம் அளிக்கிறது. (1) தங்கள் நீண்ட வரலாற்றில், பெண்கள், கீழ்ச்சாதியினர், பிற மதத்தினர் ஆகியோர் பங்களிப்புகளால் இந்துக்கள் வளம் பெற்றுள்ளனர்; (2) இந்துக்கள் பலருக்கும் பொதுவான பல விஷயங்கள் (பல கடவுளர்களை வழிபடுதல், மறுபிறப்பு, கர்மவினை) காலத்தினூடாக இந்துக்களின் சிறப்பியல்புகளாக இருப்பதாகச் சொல்லப்பட்டாலும், எல்லா இந்துக் களுக்கும் பொதுவாக எதுவும் இருந்ததில்லை; பகிர்ந்து கொள்ளக்கூடிய பொதுவிஷயங்களைவிடத் தனித்தனிக் குழுக்களுக்கே உரிய தனிப் பண்புகளே அதிகமாக உள்ளன; (3) இந்துமதத்தின் பெருமை — அதன் உயிரோட்டம், மண்ணோடு ஒட்டிய தன்மை, கருத்தைக் கவரும் பண்பு போன்றவை, இன்று சில இந்துக்கள் வெட்கம் கொள்ளுகின்ற, அல்லது மறுக்கின்ற தனித்துவமான பண்புகளில்தான் குறிப்பாக அடங்கியுள்ளன; (4) பலவேறு இந்து மதங்களுக்கும், பல வேறுவிதமான இந்துக்களுக்கும் இடையிலுள்ள இழுவிசைகளின் வரலாறுதான் சமகால இந்திய அரசியல், மதப் போக்குகளின் அடியில் வலுவூட்டிக் கொண்டிருக்கிறது; இவற்றைச் சுட்டிக்காட்டுவதுதான் என் நோக்கம்.

'வரலாறும் பன்முகத்தன்மையும்' — அவற்றை ஒன்றின்பின் ஒன்றாக எடுத்துவைக்கிறேன்.

வரலாறு: கிடைக்கும் வெளிச்சம்

இந்தியாவைப் பற்றிய முதல் ஐரோப்பிய அறிஞர்கள், எதற்குமே காலம் என்பதில்லை, எல்லாம் நிரந்தரமானவை, மாறாதவை ("என்றைக்கும் வேதம் இருந்தது") என்று இந்துக்கள் நம்புவதாகக் கூறினார்கள். ஆகவே உண்மையில் இந்துக்கள் மாற்றத்தைப் புரிந்துகொள்கின்ற வழிகளை அவர்கள் காணவோ மதிக்கவோ செய்யவில்லை. அவர்களுடைய மனப் பாங்கினை நாம் இன்று கீழையியம் என்று அழைக்கிறோம் (எட்வர்டு சயீது இதே பெயருள்ள ஒரு நூலில் 1978இல் உருவாக்கிய சொல் இது). இதைத்

தற்காலிகமாக வரையறை செய்து, பிரிட்டிஷ் அரசு பற்றிப் பார்க்கும்போது இதற்குத் திரும்புவோம். இந்தியா என்பது அயற்புதுப் பண்புள்ளது, காமக்கிளர்ச்சியுடையது, ஆன்மிகமானது, அது மாறாதது. சரியான அல்லது தவறான காரணங்களுக்காக, ஐரோப்பியர்கள் கீழைநாடுகளோடு கொண்ட நேச - வெறுப்பு உறவாக இது இருந்தது. கீழையியலாளர்களில் இந்தியக்கிளை சார்ந்தவர்கள் பலரைப்போல, ஐரோப்பியர்கள் இந்த காலமற்ற, ஒருங்கிசைந்த இந்துமதத்தைச் சில இந்துக்களிடமிருந்து பெற்று, பிற இந்துக்கள்மீது திணித்தார்கள். எந்தக்காலத்திலிருந்து என்பது தெரியாமல் சரியான நாளைப் பலவேறுவிதமாகக் கூறினாலும் இன்று இவர்களுக்கும் இந்துமதம் காலமற்றதுதான். பிரிட்டிஷ்காரர்கள் மிகப் பின்னால் இந்தக் காலத்தைக் கூறினாலும் பழைய நூற்றாண்டுகளின் இந்து அறிஞர்களைப்போல இவர்களும் அதன் காலத்தை கி.மு. பத்தாயிரம் அல்லது அதற்கு முன்பாக வைக்கிறார்கள். “நிரந்தர, மாறாத” அணுகுமுறை, மெய்யாகவே ஆயிரமாயிரமாண்டுகளாக மாறாத சில கருத்துகளைத் தங்கள் பெட்டகத்தில் தேடிக் கண்டுபிடிக்குமாறு சில கீழை மொழியாளர்களைத் தூண்டியது. ஆனால் இந்தக் கருத்துகளோ, இவற்றுக்குச் சம்பந்தமில்லாத இந்துமதத்தின் வேறு பல கூறுகளோ எவ்விதம் மாற்றமடைந்தன என்பதைப் பற்றி இவர்கள் கவலைப் படவில்லை.

இந்துமதத்தின் பெயர்பெற்ற மையக்கருத்துகள் — கர்மம், தர்மம், சம்சாரம் போன்றவை — குறித்த காரணங்களுக்காக, இந்திய வரலாற்றின் குறித்த நேரங்களில் எழுந்தவை. பிறகு அவை உயிருடன் தொடர்கின்றன, மாறுகின்றன. அவை மையத்தில்தான் உள்ளன. ஆனால் துல்லியமாக அவை என்ன, அதைவிட முக்கியம், அவற்றை வைத்து அவற்றை நம்பும் மக்கள் என்ன செய்யவேண்டும், என்பவை ஒவ்வொரு காலத்திலும் மாறுகின்றன, ஒரேகாலத்தில்கூட ஒவ்வொரு பாலுக்கும், சாதிக்குச் சாதி மாறுகின்றன. மேலும் முந்திய கருத்துகளுக்கு பதிலாகவோ,இணைப்பாகவோ வேறுவிதமாக பண்பு தரவோ பல புதிய சிந்தனைகள் எழுகின்றன. சில இந்துக்கள் இதை முன்னரே அறிந்திருந்தனர். பல இந்துப்பதிவுகள், முன்உதாரணமின்றி, இன்று, இப்போது, திடீரென எழுந்த நிகழ்வுகளைப்பற்றிச் (அ — பூர்வ, முன்பு இல்லாதது) சொல்கின்றன. வட்டார அரச வம்சங்கள், வட்டாரக் கடவுளர்கள், வட்டார அரசியல்கள் பற்றி அவற்றுக்குத் தெரியும். இந்துக் கால உணர்வு தீவிரமானது. மாற்றத்தின் முகமையாகக் காலம், கடந்தகாலத்தில் நடந்த நிகழ்வுகள் திடீரென — இன்று — பலனளிப்பது என்பது மகாபாரதம் என்னும் பெரியவரலாற்றில் (இதிகாசத்தில்)— புத்த அறிவொளித் தன்மையிலிருந்து ஐரோப்பிய அறிவொளித்தன்மை எவ்வளவு வேறுபடுகிறதோ அந்த அளவு நமதிலிருந்து வரலாற்றுணர்வு வேறுபடுகிறது என்பது ஊடுருவிநிற்கிறது. ஆனால் ஐரோப்பாவைப் போலவே இந்தியாவிலும் மனிதர்கள் வரலாற்றின் ஏதோ ஒரு கணத்தில் பனுவல்களை உருவாக்குகிறார்கள், அதை நாம் வெவ்வேறான வெற்றி யளவுகளில் கண்டுபிடிக்க முனைகிறோம், அந்தப் பனுவல்கள் காலப் போக்கில் வளர்கின்றன, உரைகளால், விளக்கங்களால், மொழி பெயர்ப்பு களால் தொடர்ந்து மாறுகின்றன.

வேறுசில மதங்கள் (குறிப்பாக ஆபிரகாமிய மதங்கள், அல்லது நூல்சார் மதங்கள், அல்லது ஒற்றைக்கடவுள் மதங்களான யூதமதம், கிறித்துவம், இஸ்லாம்) போன்று இந்து மதம் திட்டமான காலரீதியான விவரிப்புக்கு அவ்வளவாக இடமளிப்பதில்லை. மேற் சொன்னவை குறித்த வரலாற்று நிகழ்வுகளுக்கு அடிக்கடிச் செல்கின்றன. இந்துமதத்தின் மையநூல்கள் பலவற்றிற்கு ஒருநூற்றாண்டளவிற்குள்கூட நம்பகமான தேதி குறிக்க முடியாது. பௌத்தமும் இந்துமதமும் பக்கம்பக்கத்தில், ஒரே அண்மையில் ஒன்றாக வளர்ந்துவந்ததால், இந்துமத வரலாற்றாசிரியர்கள் பௌத்த வரலாற்றாசிரியர்கள்மீது சவாரிசெய்து வந்திருக்கிறார்கள். ஏனெனில் பௌத்தம் ஓரளவு சரியான காலரீதியில் பதிவுகளை வைத்திருக்கிறது. எந்த ஒன்றும் எப்போது நடந்தது என்பதை பௌத்த வரலாற்றாசிரியர்கள் நிறுவுகிறார்கள், பிறகு இந்து வரலாற்றாசிரியர்கள் "நமது நிகழ்வும் இதை ஒட்டித்தான் நடந்திருக்கவேண்டும்" என்பார்கள். இந்தியப் பழைய வரலாற்றாசிரியர்கள் புதிதாக வந்தவர்கள், அயல்நாட்டுப் பயணிகள் போன்றோரின் பதிவுகளையும் நம்பியிருக்கிறார்கள். அவர்களின் பதிவுகள் நம்பகமான காலத்தன்மை உடையவை, ஆனால் கூர்த்த நோக்குகளை உடையவை அல்ல.

கல்வெட்டுகள், போர்கள், மத நிறுவனங்களுக்கான அறக்கொடைகள் போன்றவற்றின் காலங்கள் — காலச்சட்டகம் — பெரும்பாலும் அரசர்கள் எழுதிவைத்தது. அவர்கள் இந்தப் பதிவுகளை முக்கியமென்று கருதித் தங்கள் செல்வாக்கினால் வைத்திருந்தனர். டி. டி. கோசாம்பி கூறியது போல (அரசன் யாரென்று கேட்காதே, மக்களில் சொந்தக் கலப்பை வைத்திருந்தவன் யாரென்று பார்க்கச்சொன்னார் அவர்) நாமும் அரசர்கள் தான் வரலாற்றுக்கு முக்கியம் என்று கருதவில்லை, ஆனாலும் அவர்களும் தேவைப்படுகிறார்கள்தான். ஆனால் அவர்களைப்பற்றி மட்டுமே நாம் கவலைப்படப்போவதில்லை. முன்பு வரலாற்றாசிரியர்கள் நம்பியதுபோல, எந்தக்கணத்தில் அலெக்சாந்தர் சிந்துநதியில் காலைவிட்டான் அல்லது குப்தர்கள் எந்த நாளில் பேரரசைக் கட்டினார்கள் என்பதுபோன்ற அரசதிகார முக்கியக்கணங்கள் கலாச்சார வரலாற்றில் முக்கியம் அல்ல. ஏனெனில் மிகவளமான, அசலான கலாச்சார வளர்ச்சிகள் ஒரு பேரரசு இல்லாத காலத்தில், பேரரசுகளுக்கு இடைப்பட்ட இடைவெளியில் நிகழ்கின்றன. கல்வெட்டுகளும் நாணயங்களும் வென்றவர்களை (அரசர்களை)ப் பற்றித்தான் தோற்றவர்களை (மக்களை)விட மிகுதியாகச் சொல்கின்றன என்றாலும், மிச்சமிருக்கும் சாதாரணமக்களைப் பற்றிச் சொல்லும் பனுவல்கள் பிறவும் உள்ளன.

துல்லியமாகச் சம்பவங்களின் நாளைக் கண்டுபிடிக்கமுடியாவிட்டாலும், ஒரு தோராயமான, ஆனால் தயார்நிலையிலுள்ள கால ஒழுங்கில் விஷயங்களை நாம் வரிசைப்படுத்திக் கொள்ளலாம், ஆனால் எந்தச் சமயத்திலும் எந்தப் பனுவலுக்கும் தேதியை மீள்பார்வைசெய்யத் தயாராக இருக்கவேண்டும். மேலும், இப்படிக் காலப்படுத்துவது, தவறான காரணகாரிய ஒழுங்கு பற்றிய சிந்தனையை அளித்துவிடலாம். மொழியாளர்கள் சிலர் செய்தததுபோல, பனுவல்கள் யானைவரிசைபோல ஒன்றின்பின் ஒன்றாக வருகின்றன என்று நாம் கருதமுடியாது. சான்றாக, சில

உபநிடதங்கள் பிராமணங்களை மேற்கோள் காட்டுவதால் பிராமணங்கள் யாவும் உபநிடதங்களுக்கு முந்தியவை என்பதுபோன்ற முடிவுகளுக்கு வரமுடியாது. தன்காலச் சொந்தச்சூழல்களால் எவ்விதம் பனுவல்கள் பகுதியளவேனும் தூண்டப்பெற்றன என்பதையும் காணவேண்டும். ஏன் பிராமணங்களின் பின்னால் உபநிஷதங்கள் எழுந்தன? பிராமணங்களில் இல்லாத விஷயங்கள் இவற்றில் இருக்கின்றனவே? உடனே, யூகங்கள் புறப்படும். "அவர்கள் கிரேக்கர்களிடமிருந்து பெற்றிருக்கலாம், இது பிளேட்டோவை எனக்கு ஞாபகப்படுத்துகிறது. அல்லது ஆன்மிக எழுச்சிக்காலமா? கி.மு. ஆறாம் நூற்றாண்டா அதற்கு முன்னாலா? அல்லது இது எப்படி? சிந்துசமவெளி நாகரிகமா? புதிய சிந்தனைகள் நிறைய அங்கிருந்து வந்திருக்கவேண்டும்." இவற்றையெல்லாம் உறுதிப்படச் சொல்லக்கூடிய சான்றுகள் இல்லாததால், கிரேக்கத்திற்குத் தேடிச்செல்வதற்கு முன்னால், இந்தியாவில் உபநிடதங்களை பாதித்த காரணிகள்—அரசியல் சீரமைப்புகளின் புதிய வடிவங்கள், வரிவிதிப்பு, அன்றாட வாழ்க்கை நிலைகளில் மாற்றங்கள் — என்னவாக இருக்கலாம் என்பதை முதலில் தேடிப்பார்ப்பது நல்லது.

இறக்குமதி செய்யப்படும் சிந்தனைகூட, இறக்குமதிசெய்யும் கலாச்சாரத்தில் அதற்கேற்ற கூறு ஏதேனும் இருந்தால்தான் நிலைக்கிறது. சான்றாக, மறுபிறப்பு என்ற சிந்தனை கிரேக்கத்திலிருந்து இந்தியாவுக்கு, அல்லது மெசபடோமியாவிலிருந்து இந்தியா - கிரேக்கம் இரண்டிற்கும், வந்திருக்கலாம் (இந்தக் கருதுகோள்கள் நிகழஇயலாதவை என்றாலும் சாத்தியமற்றவை அல்ல). நாம், இந்தியர்கள் மறுபிறப்பை மட்டும் கிரேக்கரிடமிருந்து எடுத்துக்கொண்டார்கள், மனிதர்களுக்கிடையிலான நேசத்தைப் பற்றிய கருத்தை ஏன் எடுத்துக்கொள்ளவில்லை என்பதை விளக்கவேண்டும். மேலும், இருநாடுகளுக்கும் பொதுவானவற்றை (மறுபிறப்புபோல) பேசும்போதும், உபநிடதங்கள் பிளேட்டோவிடமிருந்து எவ்வளவு வேறுபடுகின்றன என்பதை நோக்க வேண்டும்.

இந்த மொழி - வரலாற்றுக் கலப்பு நோக்கிற்கு நாம் தனிமனிதத் தன்மை என்ற இன்னொரு காரணியையும் சேர்க்கவேண்டும். அசல்தன்மை என்பது என்றைக்கும் ஒரு புதிர்தான். ஒருபகுதிக்காரணம், தனிமனித மேதைமைக்குக் காரணம் கூறமுடிவதில்லை. புதிய சிந்தனைகள் வெற்றிடத்திலிருந்து புறப்படுவதில்லை, அதேசமயம் அவை முன்பிருந்த சிந்தனைகளின் ஒட்டுமொத்தமும் அல்ல. தனிமனிதர்களிடம் கருத்துகள் உள்ளன, அவை அதேகாலத்தில் இடத்தில் வாழும் பிறரின் கருத்துகளிலிருந்து வேறுபட்டும் இருக்கின்றன. குறிப்பாக விளிம்புநிலை மக்களின் குரல்களைத் தேடும் போது இதை முக்கியமாக மனத்தில் வைக்க வேண்டும், ஏனெனில் அவர்கள் குழுவாகச் சாதிக்கமுடியாதவற்றை அவ்வப்போது தனியாளாகச் சாதித்துவிடுகிறார்கள். மக்கள் காலத்தன்மையின் விளைபொருள் மட்டுமல்ல, ஷேக்ஸ்பியர் வெறும் எலிசபெத் கால எழுத்தாளர் மட்டுமல்ல.

இந்திய வரலாற்றில் சகிப்புத்தன்மை அல்லது வன்முறையின் போக்கினைத் தனிமனிதர்கள் காலப்போக்கிற்கு எதிராகத் திருப்பிவிட்டிருக்கிறார்கள். சான்றாகத் தங்கள் கால வழக்குகளுக்கு எதிராக, அசோகன்,

அக்பர் முதலிய பேரரசர்கள் மதச்சகிப்புத் தன்மையின் மிக அசலான திட்டங்களைத் தொடங்கியிருக்கிறார்கள். ஒரு விசித்திரமான, அசலான, தனித்தன்மையுள்ள மனப்பாங்கு கொண்டவர் ஒருவர்தான் 'நாசதிய' என்ற ரிக் வேதப் பாடலையும், ஜைமினிய பிராமணத்தில் நீளநாக்குக் கொண்ட நாயின் கதையையும், உபநிடதங்களில் வண்டிக்கடியில் வசித்த ரைக்வனின் கதையையும் (உலக இலக்கியங்களில் வீடற்ற மனிதர்களின் கதைகளில் முதலாவதில் ஒன்று) எழுதியிருக்க முடியும். பழங்காலத்தில் இருந்த இந்தப் புத்தாக்கக்காரர்கள் சமஸ்கிருதத்தில் மட்டும்தான் எழுதினார்கள் என்பதில்லை. வாய்மொழி வழக்குகளின், சிலசமயங்களில் பெண்களின், கீழ்ச்சாதியினரின் சொல்லாடல்களில், மற்றும் பரந்த சமஸ்கிருத மரபுகளுக்கு ஊட்டம் தருகின்ற வட்டார மரபுகளில் அவர்கள் அங்குமிங்கும் தலையைக் காட்டுகிறார்கள். ஏனெனில் எழுத்து அறிந்தவர்கள், அறியாதவர்கள் — எந்த மக்களிடையிலும் அசலான சிந்தனைகள் அபூர்வம்தான். ஆங்காங்கு உதிரி உதாரணங்களை நோக்கினாலும், பொதுத்தனிமனிதர்கள் — ஒருபுறம் அசோகன், அக்பர், காந்தி போன்றவர்களும், மறுபுறம் ஔரங்கஜேப், பிரிகேடியர் ஜெனரல் ரெஜினால்டு டையர், எம்.எஸ். கோல்வால்கர் போன்றவர்களும், இந்துமதத்தில் ஆழமான மாற்றங்களை ஏற்படுத்தியிருக்கிறார்கள்.

செழித்தலின் பிரச்சினை, புத்தாக்கத்தின் பிரச்சினையைவிடக் குழப்பமற்றது. ஒரு குறித்த அரசன் (அல்லது அரசியல் இயக்கம், அல்லது தட்பவெப்பநிலை மாற்றம்), எவ்விதம் அஸ்வமேத யாகத்திற்கு (அல்லது ஒரு தெய்வத்தின் வழிபாட்டிற்கு, அல்லது இதுபோன்றவற்றிற்கு) செழித்திருக்க, நீடிக்க உதவினான் என்று நாம் கேட்க முடியும். பலசமயங்களில் வரலாறு, குறித்த சமயங்களில் ஒரு சில சிந்தனைகள் வேர்கொள்ளுகின்றன, பிற ஏன் அவ்வாறு செய்வதில்லை என்பதை விளக்கமுடியும். குறித்த சமயத்தில், மக்களுக்கு முக்கியம் எனத் தோன்றும், மக்கள் கவனம் கொள்ளும் ஏதோ ஒன்றைப் பற்றிக்கொள்ளும் சிந்தனைகளே வேர்கொள்ளுகின்றன. உபநிடதங்களின் சமூகப் பின்னணியை அறிதல், அப்பனுவல்களில் உலகைப் புகுத்திநோக்குதல், யார் ரைக்வனின் கதையை முதன்முதலில் சிந்தித்தான் என்பதைவிட, தங்கள் சமூக முறைமைக்குச் சவால்விடுகின்ற ஒன்றைத் தங்கள் பனுவல்களில் ஏன் விரும்பிச் சேர்த்துக் கொண்டார்கள் என்பதை விளக்குவதில் மிகவும் உதவும்.

தொன்மம், வரலாறு, குறியீட்டியம்

பனுவல்களின் வரலாற்றைப் புரிந்துகொள்வதோடு, வரலாற்று நிகழ்வுகள் பற்றிய பதிவுகளுக்கிடையிலான தொடர்பையும், கற்பனை உலகங்களின் கட்டமைப்பையும், அவற்றைப் பெரும்பாலும் இணைக்கின்ற குறியீட்டுத்தன்மையையும் நாம் புரிந்து கொள்ள வேண்டும். பௌதிகப் பொருள்களின் குறியீட்டிலிருந்து தொடங்கலாம். சில சமயங்களில் ஒரு லிங்கம் என்பது லிங்கம்தான், அல்லது பலசமயங்களில் ஒரு லிங்கமும்தான், சுருட்டும்தான். பல சமஸ்கிருதப் பனுவல்களும், (கி.மு. மூன்றாம் நூற்றாண்டின் குடிமல்லம் லிங்கத்தைப் போன்ற) பழம் புனிதச் சிற்பங்களும் இந்தப் படிமத்தைச் சந்தேகமின்றி, குறிப்பாக

சிவபெருமானின் விறைத்த ஆண்குறியினுடையதாக வரையறுக்கின்றன. இதேபோல, காஷ்மீரில் பதினொறாம் நூற்றாண்டில் வாழ்ந்த பிராமண ரான க்ஷேமேந்திரரின் விளையாட்டுமாலை என்ற நூலின் ஒரு செய்யுளும், சிவலிங்கத்தின் மனிதப் பகுதியை உணர்த்துகிறது. "லிங்கத்தைத் தொழும் சாக்கில் வீட்டுக்குள் தன்னைப் பூட்டிக்கொண்ட ரண்டி, தனது தினவை ஒரு தோல்குறியினால் தீர்த்துக்கொள்கிறாள்".[4] இதில் சொல்லப்படும் முதல் லிங்கம் சிவனுடையதுதான், மற்றதற்கும் அதற்கும் ஒரு குறிப்பான இணைத்தன்மை இருக்கிறது — அது ஒரு தோலினாலான விளையாட்டுக் குறியாகவோ நிஜமான மனிதனுடையதாகவோ இருக்கலாம். மேலும், ஃப்ராய்டு சொன்னதுபோல, இந்துக்கள் பலரும் இயற்கையான எந்த நீண்ட பொருளிலும் — சுயம்புலிங்கங்களிலும் அல்லது ஸ்டாலக்மைட்டுகள் போன்ற ஒப்புமைத் தோற்றமுடைய அழ கான பொருள்களிலும் லிங்கத்தைக் கண்டனர். இந்த பௌதிக அர்த்தம் சாதிகள், மொழிகளின் ஊடாக, ஒரு பொது லிங்கமாக இந்தியாவில் எல்லா இடங்களிலும் புரிந்துகொள்ளப்பட்ட ஒன்றுதான்.

ஆனால் பிற பனுவல்கள் லிங்கத்தை ஒரு ஒளித்தூணாகவோ, கடவுளின் அருவச் சின்னமாகவோ (நெருப்புக்குப் புகை ஓர் அடையாளமாக இருப்பது போல) காண்கின்றன. இதில் பாலியல் தொடர்பில்லை. சிலருக்கு,

குடிமல்லம் லிங்கம்

அதன் வெளிப்படையான பாலியல் குறியீட்டுத்தன்மை இருப்பினும், அது துறவின் தூய்மையைக் குறிக்கிறது. இந்த அர்த்தவீச்சில் தவறில்லை. சிலுவையைக் கல்வாரியில் அனுபவித்த துன்பத்தின் குறியீடாகச் சிலர் நோக்கினால், பலர் அதைக் கடவுளின் அருவ வடிவமாகவோ கிறித்துவ மதத்தின் சின்னமாகவோ காண்கின்றனர். ஆனால் லிங்கத்தை மானிடப் பொருளாகக் காணும் விளக்கத்தை மறுக்கின்ற இந்துக்கள், சிலுவையைக் கல்வாரிக் கொடுமையின் அர்த்தமாகக் காண மறுக்கும் கிறித்துவர்கள் போன்றவர்களே. இருபத்தொன்றாம் நூற்றாண்டின் தொடக்கத்தில் குடிமல்லம் லிங்கத்தைக் கண்டவர்கள், உடலியல் கூறின்படி அமைந்த ஒரு நிர்வாணமான பெரிய லிங்கத்தைக் கண்டார்கள். அதன் எதிரிலிருந்து நிர்வாணமனிதன் ஒருவனின் சிறிய உருவம் நன்கு துணியினால் போர்த்தப்பட்டிருந்தது. அதைச் சுற்றியிருந்த துணி ஒரு கோவணத்தைப்போல, அல்லது அத்தியிலையைப் போல, அந்த மனிதனை மட்டுமின்றி, அந்த உருவம் லிங்கத்தின் முன்பிருந்ததால் அதன் நடுப்பகுதியையும் மறைத்திருந்தது. ஆக காரில் ஒரு காலை உந்தியின் (ஆக்சலரேட்டரின்)மீதும் மற்றொருகாலைத் தடையின் (பிரேக்கின்)மீதும் வைத்திருப்பது போன்ற ஒரு மரபின் உதாரணத்தை நாம் காண்கிறோம். அதன் நேர்அர்த்தத்தையும் குறியீட்டு அர்த்தத்தையும்—நிலவிலுள்ள முயலையும் மனிதனையும் ஒரேசமயத்தில் காண்பதுபோலப் புரிந்துகொள்ளவேண்டும்.

இதேபோல நாம் வரலாற்றையும் தொன்மத்தையும் ஒன்றையொன்று புரிந்துகொள்ள எப்படிப் பயன்படுத்துகிறோம் என்பதில் எச்சரிக்கையாக இருக்கவேண்டும். ஒரு கதை உண்மையல்ல என்பதற்கு எதிராக மிகப்பெரிய அளவில் சான்றுகள் இருந்தாலும், அதை நீண்டகாலமாக மக்கள் நம்பிவந்தால் அதைத் தொன்மம் என்று வரையறுக்கலாம் எனக் கருதுகிறேன். தொன்மத்தின் விஷயம் ஆஸ் *(Oz)* மந்திரவாதியின் விஷயம் போன்றதுதான் — சீலைக்குப் பின்னாலிருக்கும் மனிதனைக் கருத்தில் கொள்ளாதே. ஓர் இந்து அரசன் எட்டாயிரம் ஜைனர்களைக் கழுவேற்றினான் என்று நாம் படிக்கும்போது அப்படிப்பட்ட கதை ஏன் உருவாக்கிப் பலமுறை கூறப்பட்டது என்பதை அறிய — தொன்மத்தைப் புரிந்துகொள்ள வரலாற்றைப் பயன்படுத்தவேண்டும். அதாவது அக்கால இந்துக்கள் — ஜைனர்களிடையே இருந்த போராட்டத்திற்கான காரணம். (அதாவது அரசனின் ஆதரவிற்கான போட்டி). ஆனால் இந்தத் தொன்மத்தை உண்மையான வரலாற்றைக் கட்டமைக்கப் பயன்படுத்த இயலாது — அதாவது அந்த அரசன் உண்மையிலேயே ஜைனர்களைக் கொன்றான் என்று கூற இயலாது. மற்றொரு உதாரணம். இராமாயணம் அரக்கர்களைப் பற்றிப் பேசும்போது, அது நம்மை அழிக்கக்கூடிய தீய சக்திகளை மனித உருவில் காணுகின்ற கற்பனை உலகைப் படைக்கிறது என்றோ, சில குறித்த மனிதர்வகைகளின் உருவகத்தைப் படைக்கிறது என்றோ பார்க்கலாம். அது உண்மையான நிகழ்ச்சியைப் பதிவுசெய்யவில்லை. அதாவது அயோத்தியின் மக்கள் இந்தியாவின் நிஜமான மனிதர்களை (பழங்குடியினரோ, திராவிடரோ வேறு எவரோ) வெற்றிகொண்ட வரலாற்றை அது குறிக்கவில்லை. அல்லது இலங்கைக்கு இராமனும் சில குரங்குகளும் ஒரு பாலம்

அமைத்தார்கள் என்பது உண்மையிலேயே ஒரு பாதை அமைத்ததைக் குறிக்கவில்லை. இம்மாதிரித் தொன்மங்கள், நமக்குச் சம்பவங்களின் வரலாற்றைவிட உணர்ச்சிகளின் வரலாற்றைத் தெளிவிக்கின்றன. மெய்யான இயக்கங்களைவிட அவற்றின் பின்னுள்ள மனஉந்துதல்களைக் காட்டுகின்றன. உண்மையான வரலாற்றின் மூலமாகப் பயன்படாவிட்டாலும், சிந்தனைகளின் வரலாறு நாம் பெற்றிருக்கும் ஓர் அரிய பொக்கிஷம்தான். கதைகளும், கதைகளில் பொதிந்திருக்கும் சிந்தனைகளும் வரலாற்றை எதிர்த்திசையில் — எதிர்காலத்திற்குச் செலுத்துகின்றன. கொலை செய்யப்பட்ட ஜைனர்களைப் பற்றிய கதையைக் கேட்ட அல்லது படித்த மக்கள் அதற்குப் பிறகு ஜைனர்களிடமோ அல்லது இந்துக்களிடமோ இருவரிடமுமோ அதன்விளைவாக வேறுவிதமாக நடந்துகொண்டிருப் பார்கள். பெரும்பாலும் வரலாற்றில் என்ன மெய்யாக நிகழ்ந்தது என்பதை நாம் அறியமுடிவதில்லை. ஆனால் மக்கள் அதைப்பற்றி என்ன சொல்கிறார்கள் என்பது நமக்குத் தெரியும். கேரிசன் கெய்ல்லருடைய ஒரு நாவலில் ஒரு பாத்திரம் சொல்வதுபோல, “விடைகள் கிடையாது, கதைகள்தான் இருக்கின்றன.”[6] சிலவழிகளில், நமக்கு மட்டுமல்ல, அக்காலத்திலுள்ள எல்லா மனிதர்களுக்கும் கிடைக்கக்கூடியதாக இருப்பது கதைகள்தான். பிறகு அம்மனிதர்கள் அக்கதைகளினால் இயக்கப்பட்டு சிலவற்றைச் செய்தார்கள். நிஜமான நிகழ்வுகளும் உணர்ச்சிகளும் குறியீடுகளை உருவாக்குகின்றன, பிறகு குறியீடுகள் நிஜமான நிகழ்ச்சிகளையும் உணர்ச்சிகளையும் உருவாக்குகின்றன. ஒரே ஒரு பனுவலுக்குள் நிஜமான தளமும், குறியீட்டுத்தளமும் ஒரேசமயத்தில் இருக்கக்கூடும். தொன்மத்தை “வரலாற்றின் புகை” என்பார்கள்.[7] என் எண்ணம், தொன்மத்தின் புகையை வரலாற்றின் நெருப்புடன் சமநிலைப்படுத்துவதும், (நெருப்பிலிருந்து புகை எழுவதுபோல) தொன்மங்களும் மெய்யான வரலாற்றுச் சம்பவங்களுக்கு எதிர்வினை புரியாதபோது அவைகளே எவ்விதம் வரலாற்றை இயக்குபவை (நெருப்பு புகையை உண்டாக்குவதுபோல) ஆகின்றன என்பதைக் காட்டுவதும் ஆகும். சிந்தனைகளும் மெய்ம்மைகள்தான். மெய்யோ பொய்யோ, பிரிட்டிஷ்காரர்கள் தங்கள் தோட்டாக்களை மிருகக்கொழுப்பினால் தடவுகிறார்கள் என்ற நம்பிக்கை, இந்தியாவில் ஒரு புரட்சியைத் தோற்றுவித்துவிட்டது. ஏனெனில் நமது செயல்கள் மட்டுமல்ல, நம்மை என்னவாகக் கற்பனைசெய்து கொள்கிறோம் என்பதும்தான் நம்மை அமைக்கின்றன.

பன்முகத்தன்மை

வேதங்கள் (கி.மு. 1200) தொடங்கி, அமெரிக்க விமானநிலையங்களில் காணக் கிடக்கும் ‘ஹரே கிருஷ்ணா’ வரையுள்ள மக்களின் மதங்களை எல்லாம் உள்ளடக்கிப் பெயரிடும் தகுதிவாய்ந்த, இந்துமதமும் பௌத்தமும் எந்த இடத்திலிருந்து தொடங்குகின்றன என்று கூறக்கூடிய ஒற்றைத் தனித்துவ நிகழ்வு ஏதேனும் உண்டா? தனித்த ஒருமித்த மதம் என்ற அர்த்தத்தில் எதுவும் கிடையாது என்ற ஆட்சேபணைக்கும், இந்துக்கள் என்று நாம் வழங்கும் மக்கள், ஒரு வகைக்குள் அல்லது பெயருக்குள் அடங்கவில்லை (அவர்கள் தங்களை இந்தியர்கள் என்றோ, வங்காளி

வைணவர்கள் என்றோதான் சொல்கிறார்கள்) என்ற ஆட்சேபணைக்கும் வேறுபாட்டைக் காண்பது பயனுள்ளது. அதாவது நாம் இவ்விதம் கேட்கலாம்: (1) இந்துமதம் என்று ஒன்று உண்டா? (2) இருந்தால், அதை அப்படி வழங்குவதுதான் சரியானதா? (3) அப்படி முன்போ, இன்றோ இந்துக்கள் குறிக்கப்படவில்லை என்றாலும் நாம் வழங்கலாமா? இவையெல்லாம் தொடர்புள்ள, ஆனால் தனித்த கேள்விகள். நாம் இந்துமதம் என்ற நிகழ்வையும் பெயரையும் தனித்தனியே பார்ப்போம்.

இந்துக்கள், இந்துமதம் என்ற விஷயங்கள் உண்டா?

நாம் இந்துக்கள், இந்துமதம் என்று குறிப்பிடுவதை, ஒரு விவாதத்துக்கென வைத்துக் கொண்டாலும், எந்த ஒற்றைச் சொல்லாலும் குறிப்பதற்குப் பல ஆட்சேபணைகள் உள்ளன. ஹாலிவுட் படமான 'கண்ணுக்குப் புலப்படாத மனிதன்' என்பதில், அந்த மனிதனின் ஒரு பகுதி எனக் கூறமுடியாத ஆடைகளை அணிந்திருக்கும்போதுதான் அவன் கண்ணுக்குப் புலப்படுவான். அதுபோல, இந்துக்கள் ஒரு தனித்த மதத்தின் பகுதி தாங்கள் என்ற ஒரு வலுவான உணர்வைப் பிறமதங்கள் புகும்வரை உருவாக்கிக் கொள்ளவில்லை. பிறகுதான் தங்களை அவர்கள் வரையறுத்துக்கொள்ள வேண்டிவந்தது. பதினேழாம் நூற்றாண்டு வரைகூட, இந்திய ஆட்சியாளர்கள் பலர் ஒரு கடவுளினாலோ, பிற ஆட்சியாளர்களை வென்றதனாலோ, தங்கள் பண்புகளினாலோ, அல்லது தங்கள் குடிமக்களாலோ அடைந்த பட்டங்களைத்தான் வைத்திருந்தார்கள். இந்துக்கள், கலாச்சாரங்கள், மரபுகள், இந்தியாவின் மதச்சமுதாயங்களிடையே வழங்கிய நம்பிக்கைகள் போன்றவற்றால் அல்ல. தங்கள் மத நம்பிக்கைகளாலோ நடைமுறைகளாலோ தங்களை வரையறுத்துக்கொண்டவர்கள் அநேகமாக யாருமில்லை. வட்டாரம், மொழி, சாதி, தொழில், இனம் ஆகியவற்றால் அவர்களின் அடையாளங்கள் துண்டுபட்டிருந்தன.[8] மத அடிப்படையில் சமுதாயங்களை பிரிட்டிஷ்காரர்கள் வரையறுக்க முற்பட்டபோதுதான், இந்தியாவுக்கு வந்த அந்நியர்கள் வெவ்வேறு மதங்களைச் சேர்ந்தவர்களை வெவ்வேறு கருத்தியல் பெட்டிகளில் அடைக்க முற்பட்டபோதுதான்,[9] இந்தியர்களும், தங்கள் சிந்தனைகளின் பன்முகத்தன்மையைக் கைவிட்டு, எந்தக் கருத்தியல் பெட்டிக்குள் தாங்கள் அடைபடுவது என்று சிந்திக்கலானார்கள்.[10] பதினேழாம் நூற்றாண்டுக்குப் பிறகுதான் அரசன் ஒருவன் இந்துபதி போன்ற பட்டப் பெயரைப் பயன்படுத்தியதைப் பார்க்கமுடியும்.[11]

இன்னும்கூட இந்திய மக்கள் பலர், மதத்தையன்றித் தங்கள் பிற விசுவாசத்தை வைத்துத்தான் தங்களை வரையறுத்துக்கொள்கிறார்கள்.[12] இந்துக்கள் தங்களை ஒரு குழுவாக நோக்கிக்கொண்டதே இல்லை. ஏனெனில் அவர்கள் பலநிறங்கள் கொண்ட வானவில் மக்கள். சமஸ்கிருதத்தில் வர்ணம் என்றால் நிறம், இச்சொல் வர்க்கத்தையும் குறிக்கும். அவர்கள் தங்கள் பண்பைப் பரந்த வீச்சுள்ள பல பனுவல்கள் வாயிலாகவும் எழுதப்படாத மரபுகளிலிருந்தும், மூலம் தெரியாத வட்டார மரபுகள் முதலாக சமஸ்கிருத மரபுகள் வரையிலிருந்தும் பெறுகிறார்கள். இவை ஏறத்தாழ கி.மு. 1000க்கு முன்பாகவே இயற்றப்படத் தொடங்கி

இன்றுவரை இயற்றப்பட்டுக்கொண்டே இருக்கின்றன. ஆனால் எல்லாவற்றையும் விட முக்கியமானது, இந்தப் பனுவல்களில் எந்த ஒன்றும் பல நூற்றாண்டுகளாக, வெவ்வேறு சாதிகள், பாலினங்கள், தனித்தேவைகள் ஆசைகள் இவற்றிற்கேற்ப வெவ்வேறு விதங்களாக வாசிக்கப்பட்ட முறை. இந்த சர்வப்பிரதித்துவம், வானவில் போன்ற பல்வேறு நடைமுறைகளால் — [நாம் சர்வநடைமுறைத்தனம் (பிற நடைமுறைகளுக்குத் தொடர்புறுத்தும் நடைமுறைகள்) என்று இதை சர்வப்பிரதித்துவம் என்பதுபோன்ற சொல்அடிப்படையில் குறிக்கலாம்]— சமன்படுத்தப்படுகின்றன.

இந்துமதத்தை ஒற்றைத்தனமான ஒரு பொருளாகக் காண்பதற்கு மற்றொரு ஆட்சேபணை, இந்துக்கள் யாவரும் எதை நம்புகிறார்கள் அல்லது செய்கிறார்கள் என்பதைச் சொல்லமுடியாத தன்மை. (யாவரும் என்பதில் ஷிர்லி மெக்லீன் போன்றவர்களை ஒதுக்கிவிட்டாலும்). எது இந்துச் சிந்தனை அல்லது இந்துச்சிந்தனை அல்ல என்று சொல்லவோ, யாராவது வெகுதொலைவு சென்று மீள்விளக்கத்தின் சொல்லப்படாத எல்லையை மீறவோ முயலும்போது தடுக்கவோ ஒரே ஒரு நிறுவனரோ, நிறுவனமோ ஒற்றை மரபு ஒன்றை வலியுறுத்தும் விதமாக இந்துமதம் என்பதில் இல்லை. முக்கியமான பிரச்சினைகள் எல்லாவற்றையும் பற்றிய சிந்தனைகள் யாவுமே — மரக்கறி உணவு, அகிம்சை, ஏன், சாதி கூட, விவாதத்திற்குரிய பொருள்கள்தானே தவிர விதிகள் அல்ல. அதிகாரபூர்வ விதித்தொகை (கேனன்) என ஒன்று இந்துக்களுக்கு இல்லை. ஐரோப்பியர் - அமெரிக்கர் முன்னுரிமைப்படுத்திய பகவத்கீதை போன்ற நூல்கள்கூட எல்லா இந்தியர்களாலும் உயர்வாக மதிக்கப்பட்டதில்லை, கண்டிப்பாக, அயல்நாட்டவர் அவற்றைப் போற்றத் தொடங்குவதற்கு முன்னால் அறவே இல்லை. இந்துக்களின் சில குழுவினர்க்கு சில நூல்கள் முக்கியமானவை, மற்றவர்களுக்கு அவை பிரதானமல்ல.

இந்த ஆட்சேபணைக்கு ஒரு விடை — கிறித்துவம், பௌத்தம், இஸ்லாம் போன்ற பிற மதங்களைப் போலவே இந்துமதத்திலும் பல எண்ணற்ற சிறு குழுக்கள் இருக்கின்றன என்பதுதான். மதங்கள் குழப்பமானவை. ஆனால் சர்வப்பிரதித்துவம், (சர்வநடைமுறைத்தனமும்தான்) இந்தக் குழப்பமான கதம்பத்தை இந்துமதம் என்ற தலைப்பின் கீழ் வைக்கச்சொல்கிறது. பிந்திய பனுவல்களும் நடைமுறைகளும் முந்திய பனுவல்களுக்கும் நடைமுறைகளுக்கும் ரிக் வேதம் வரைகூட இட்டுச்செல்கின்றன என்ற மெய்ம்மை இதை ஒரு ஒற்றை மரபு என்று அழைக்க இடம் தருகிறது. அதேசமயம் வேறு பல இந்துப் பனுவல்களும் நடைமுறைகளும் வேதத்தை விடுங்கள், வேறு எந்த சமஸ்கிருதப் பனுவலோடும் தொடர்புடையதாக இல்லை. செல்வாக்கின் கவலை[13] என்று இலக்கியத் திறனாய்வாளர்கள் சொல்லுவது இந்தியாவில் எதிர்த்திசையில் நடக்கிறது. ஒரு பனுவலை உருவாக்கும் அல்லது ஒரு சடங்கினை நிகழ்த்தும் தனிக் கலைஞன், புத்தாக்கங்களை இணைக்க முடியும்; ஆனால் முதலில் அவர் முன்பிருந்த வற்றைப் பற்றிய தனது அறிவை முதலில் வெளிக்காட்ட வேண்டும், பிறகுதான் அவற்றின்மீது கட்டுவதோ அவற்றை மாற்றுவதோ முடியும். அவருக்கு அசலான ஒரு சிந்தனை இருக்கிறது என்றால் அவர் தனது

மூலத்தை மறந்துவிட்டதாகக் கருதிவிடுவார்கள்.

மேலும், இன்று நாம் இந்துக்கள் என்று குறிப்பிடும் மக்கள், இரண்டாயிரம் ஆண்டுகளுக்கும் மேலாக, பௌத்தர்கள் அல்லது முஸ்லிம்களுக்கு (அல்லது அவர்களின் குறிப்பிட்ட உபகுழுக்களுக்கு) மாறாக, தாங்கள் விரும்பியதைச் செய்து வந்திருக்கிறார்கள், தங்களை ஒரு குழுவாக விளக்கிக் கொள்வதற்கான வழிவகைகளைக் கண்டும் வந்திருக்கிறார்கள். அவர்கள் தங்களை வேதத்தின் மக்கள் என்றோ, வேதங்களின் பாது காவலர்களாக உள்ள பிராமணர்களை மதிப்பவர்கள் என்றோ, (பௌத்தர்களுக்கு மாறாக) வர்ணாசிரம தர்மத்தை மதிப்பவர்கள் என்றோ அழைத்துக் கொள்கிறார்கள், தஸ்யூக்கள் அல்லது தாஸர்களுக்கு மாறாகத் தங்களை ஆரியர்கள் என்று சொல்லிவந்திருக்கிறார்கள். கி.மு. ஏழாம் நூற்றாண்டில் பிராமணங்கள் என்ற பிரதிகள், மிலேச்சர்களைப் புரியாத மொழியைப் பேசுபவர்கள் என்று சொல்கிறது. அந்தக் காலத்தின் ஒரு தர்மநூல், அம்மிலேச்சர்கள் பசுவின் மாமிசத்தை உண்பவர்கள் என்கிறது (இதன் குறிப்பு ஆரியர்கள் அவ்வாறு செய்வதில்லை என்பது).[14] கிறித்துவுக்குப் பிந்திய முதல் நூற்றாண்டுகளில் நூல் எழுதிய மனு கூட, தஸ்யூ என்பதற்கு மாறாக மிலேச்சர் என்பதை வைக்கிறார். தஸ்யூ என்பது இனத்தைக் குறிக்கும் சொல். மிலேச்சர் என்பது ஆரியர்களுக்கு எதிரான மொழியியல் சொல். எந்த மொழியைப் பேசினாலும் — மிலேச்ச (அன்னிய) மொழியாயினும் ஆரிய மொழி ஆயினும் (10,45), நான்கு வர்ணங்களுக்கும் அப்பாற்பட்டவர்கள் தஸ்யூக்கள். மனுவுக்கு உரையெழுத்திய மேதாத்திதி மிலேச்சர் என்பவர்கள் பார்பரா என்கிறார். பார்பரா என்பவன் கிரேக்க பார்பரோய் (ஆங்கில பார்பேரியன்)— பிதற்றுபவன் — பர்பர்பர் என்பவன். இந்த அன்னியர்களுடைய நம்பிக்கைகளையும் நடைமுறைகளையும் கண்டிப்பவர்கள் இல்லை.

ஆனால் இந்து அடையாளத்தைக் காட்டும் மத நம்பிக்கை, நடைமுறை ஆகிய கூறுகளை அவர்களும் நாமும் புரிந்துகொள்கிறோம். இந்துக்கள் தங்களுக்குரியதாகக் கருதுகின்ற சாதி என்பது மதத்தினால் மிக நெருக்கமாகக் கட்டுப்படுத்தப்படுகிறது.[15] சிலபேர் இந்துக்களை விலக்கத்தின் வாயிலாக — அதாவது பிற மதங்களைச் சேராதவர்கள் இந்துக்கள் என்பதாக வரையறுப்பார்கள். பிரிட்டிஷ் அரசாங்கத்தினர், "முஸ்லிம் அல்லாத, கிறித்துவர் அல்லாத, யூதர் அல்லாத, அதனால் மேற்கத்தியச் சார்பில்லாத" இந்தியாவிலுள்ள எல்லா விஷயங்களையும் (குறிப்பாக, இந்தியாவில் காணப்படும் கலாச்சார, மத சம்பந்தமான கூறுகளையும் பண்புகளையும்) இந்து என்ற சொல்லால் குறித்தார்கள். இதற்கு எதிராக, உள்ளடக்கும் தன்மை வாயிலாக, இந்திய உச்சநீதி மன்றம், இந்து திருமணச்சட்டத்தில் (1955) பௌத்தனாக, ஜைனனாக, சீக்கியனாக உள்ள யாவரும் இந்துக்கள் என்பதாகக் குறிப்பிட்டது.[17] இந்தக்குரலைப் பெரும்பாலான சீக்கியர்கள், ஜைனர்கள், பௌத்தர்கள் ஏற்காமை உறுதி. மேலும் அது இந்துக்களை — முஸ்லிம் அல்லாத, கிறித்துவர் அல்லாத, பார்சி அல்லது யூதர் அல்லாதவர்கள் என்று வரையறுத்ததோடு சீக்கியர், பௌத்தர், ஜைனர் என்பவரோடு தங்களை இந்துக்களாகக் கருதிக் கொள்பவர்களையும் சேர்த்துக் கொண்டது.

ஆனால் இவர்களின் விளிம்புத்தன்மை அந்த நீதிமன்றத்திற்கு அச்ச மூட்டியது — மதத்தினால் வீரசைவம், லிங்காயத்து உள்பட இந்துவாக இருப்பவனோ, பிரம்ம, பிரார்த்தனா, ஆரிய சமாஜங்களைப் பின்பற்று பவனோ இந்து என்றது. குறிப்பாக இந்த வரையறைக்குத் தேவை என்னவெனில், வெவ்வேறு மதங்கள் வெவ்வேறு விதமான திருமணச் சட்டங்களைக் கொண்டிருக்கின்றன. குறிப்பாக பிராமணர்களின் இருண்ட இதயத்திலிருந்த இனக்கலப்பு என்னும் அச்சத்தை சட்டவிதித் தொகைக்குள் (*Legal Code*க்குள்) பிரிட்டிஷ் பங்களிப்பு அதிகரித்துவிட்டது. இந்தச் சுற்று வட்டத்தன்மை, பரஸ்பர முரண்பாடுகள், முஸ்லிம் அல்லாதவர் என்பதிலுள்ள வெளிப்படையான ஆதிக்கம் இவற்றோடு, இம்மாதிரி பொழிப்புரைகள், இந்தியாவிலிருக்கக்கூடிய பிற மதங்களைத் தான் பட்டியலிடுகின்றன (ஆனால் நவஜோ அல்லாத, கன்பூசியன் அல்லாத என்று சொல்வதில்லை. இல்லாவிட்டால் இந்து என்ற வார்த்தையைச் சமயத்தன்மையற்றவன், காட்டுமிராண்டி என்ற வார்த்தைகளால் இடப் பெயர்ச்சி செய்திருக்க முடியும். இந்த நிலவியல் யூகங்களால் எழும் அரசியல் பிரச்சினைகள் பின்னர் நாம் இந்து என்ற கருத்துக்கு மாறாக, அந்தச் சொல்லைப் பற்றி ஆராயும்போது மேல்மட்டத்துக்கு வரும்.

நம்பிக்கை இழந்ததுபோன்றதொரு நிலையில், பலபேர், இந்துமதம் என் பது தங்கள் மதத்தை வரையறுக்க முடியாதவர்கள் அல்லது விரும்பாதவர் களின் மதம் என்றும் சொல்லப்பட்டது. *1962* முதல் *1967* வரை இந்திய அரசின் குடியரசுத் தலைவராக இருந்த சர்வபள்ளி இராதாகிருஷ்ணன் "உண்மை பலபக்கங்கள் கொண்டது, வெவ்வேறுவிதமான பார்வைகள், உண்மையின் வெவ்வேறு கூறுகளைக் கொண்டுள்ளன, உண்மையை ஒருவரும் முழுமை யாக வெளியிட முடியாது என்ற நம்பிக்கை" என்று இந்துமதத்தை வரையறுத்தார். இதன்படிக் கிறித்துவத்தின் ஒரு பகுதியினரான ஒருமை வாதிகள்கூட இந்து ஆகிவிடுவார்கள். தீவிரதேசியவாதியான பாலகங்காதர திலகர் (*1856 - 1920*) கூறியது: "முக்திக்கான வழிகள் பல என்பதைப் புரிந்துகொள்வது, வணங்கும் கடவுளரின் எண்ணிக்கையும் மிகப்பல என்பதைப் புரிந்துகொள்வது — இவைதான் இந்து மதத்தின் சிறப்புக் கூறு ஆகும்."[18] இந்த இரு வரையறையின்மைகளையும் இந்திய உச்சநீதி மன்றம், *1966*இலும் பிறகு *1995*இலும் விதியாக்கி உறுதிப்படுத்தியது.

*1966*இல் உச்சநீதிமன்றம் இந்துமதத்தை வரையறுக்க முனைந்ததற்குக் காரணம், சுவாமிநாராயணனைப் (*1780 - 1830*) பின்பற்றிய சத்சங்கிகள், இந்து மதக்கோவில்களுக்கான சட்டத்தின்கீழ் அவர்களுடைய கோயில்கள் வரவில்லை என்றனர். தாங்கள் இந்துக்களுடைய மரபுசார்ந்த எந்த தெய்வத்தையும் வணங்கவில்லை, தன்னைக் கடவுள் என்று கூறிக்கொண்ட சுவாமிநாராயணனை மட்டுமே வழிபட்டனர், ஆகவே தாங்கள் இந்துக்கள் அல்ல என்று அவர்கள் வாதிட்டனர். பலவேறு ஐரோப்பிய வரையறை களையும், மேற்கூறிய இராதாகிருஷ்ணனுடைய வரையறையையும் வைத்து நீதிமன்றம் அவர்களுக்கு எதிராகத் தீர்ப்புக் கூறியது.[19] ஆனால் சத்சங்கிகள் அவர்களுடைய வழக்கைக் கொண்டுவந்ததற்குக் காரணம்,

1948 பம்பாய் ஹரிஜன் கோயில் நுழைவுச் சட்டத்தை எதிர்ப்பதற்காகவே. இந்துக் கோயிலாக இருந்தால் ஹரிஜன்கள் நுழையலாம். சத்சங்கிகள் இந்துக்கள் அல்ல என்றால் அவர்கள் கோயிலில் பறையர்கள் நுழைய முடியாது. ஆக, சகிப்புத்தன்மையும் உள்ளடக்கும் தன்மையும் கொண்ட சட்ட விதி, கடைசியில் சில இந்துக்கள், சில இந்துக்களைத் தங்கள் கோயிலில் நுழைய விடாமல் தடுப்பதற்காக ஏற்பட்டதாயிற்று.

ஜென் வரைபடம்

இந்துமதம் என்ற சொல்லுக்கு எழுந்த மறுப்புகள் பலவற்றுக்கும் விடையளிக்க முயன்ற சில அறிஞர்கள், இந்து மதத்துக்கு முக்கியமான, ஆனால் அதன் சாராம்சமாக அல்லாத சிற்சில பண்புகளின் தொகுப்பு களைக் கண்டறிய முயன்றனர். இப்பண்புகள் எல்லாவற்றையும் எல்லா இந்துக்களும் நம்பவோ பின்பற்றவோ தேவையில்லை, ஆனால் அவற்றில் ஒருசிலவற்றின் தொகுப்புகளை அவர்கள் பின்பற்றுவார்கள். இப்படிப்பட்ட தொகுப்புகளை ஒரு இந்து அல்லாதவர் பின்பற்ற முடியாது. ஆனால் இந்த வடிவங்களின் எண்ணிக்கை, இயல்பு ஆகியவை பற்றிக் கருத்துவேற்றுமை ஏற்பட்டது.[20] எவரையும் புண்படுத்தாத ஒரு தொகுதியை உச்சநீதிமன்றம் மேலே கொண்டு வந்தது பற்றிப் பார்த்தோம். நாம் இன்னும் கொஞ்சம் குறிப்பாக இருக்க முயற்சி செய்வோம். இந்தத் தொகுப்புகளிலுள்ள நம்பிக்கைகளில் சில வேதங்களிலிருந்து எடுக்கப்படலாம். (இது பௌத்தத்தையும் ஜைனத்தையும் விலக்குகிறது). கர்மம் (இது பௌத்தத்தையும் ஜைனத்தையும் உள்ளடக்குகிறது) தர்மம் (மதம், சட்டம், நீதி), மேரு மலையை அடிப்படையாகக் கொண்ட ஒரு நிலவமைப்பு, பெரிய கடவுள் தொகுதி ஒன்றில் ஒருவரை அல்லது சிலரை வழிபடும் தன்மை, பூக்களையும் பழங்களையும் கடவுளுக்குப் படைத்தல் (பூசை) மரக்கறி உணவினை இலட்சியமாகக் கொள்ளுதல் (ஆனால் 25 முதல் 40 விழுக்காடு இந்துக்கள்தான் மெய்யாக மரக்கறி உணவுண்பவர் கள்)[21] அகிம்சை, இரத்தபலி தருதல் (இவையிரண்டும் ஒன்றையொன்று விலக்கத் தேவையில்லை). இந்தப் பலதொகுப்பு அணுகுமுறை தத்துவ ஞானி விட்ஜென்ஸ்டீன் வரைந்த குடும்பச்சாயல் கருத்திற்கு மிகவும் கடன்பட்டிருக்கிறது. இதை ஒரு வென் படத்தினால் குறிக்கலாம். இதில் பல வண்ணங்கள் கொண்ட வட்டங்கள் ஒன்றையொன்று வெட்டிக் கொள்கின்றன. ஒன்று, பௌத்தர்களுடனும் ஜைனர்களுடனும் இந்துக்கள் பகிர்ந்துகொள்ளும் பண்புகளைக் குறிக்கலாம். மற்றொன்று, சமஸ்கிருதப் பனுவல்களைக் குறிக்கலாம். மூன்றாவது, பொதுமக்களின் வழிபாடு, நடைமுறைகளைக் குறிக்கலாம் என இவ்வாறே செல்லலாம். எல்லா இந்துக்களுக்கும் இருக்க வேண்டியமையமான பண்பு என்ற ஒன்று இல்லை என்பதை ஒரு புயலின் அசையா மையத்தைப் போலிருக்கும் மையத்திலுள்ள சூன்யப் பகுதி காட்டுகிறது. இதை ஒரு ஜென் வரைபடம் என்றும் சிறப்பாகக் குறிப்பிடலாம். மையத்தில் ஒரு காலியிடத்தைக் கொண்ட ஒரே ஒரு வளையம் அமைந்த வென் படமல்ல இது, மைய வளையமே இல்லாத படம்.[23]

ஆகவே மையமான ஏதோஒன்றுக்கு விளிம்பு மக்கள் விளிம்புநிலையில்

இல்லை. ஒருவனுக்கு மையம் என்பது அடுத்தவனுடைய விளிம்பு;[24] மத்திய ஆசிய நோக்கிலிருந்து பார்த்த தில்லி சுல்தான்களுக்கும் முகலாயப் பேரரசர்களுக்கும் தெற்காசியா முழுவதும் விளிம்பாக இருந்தது. கைவிடப்பட்டவர்கள், சுரண்டப்பட்டவர்கள் என்ற அளவில் விளிம்புநிலை மக்களைப் பற்றி நாம் பேசலாம். ஆனால் இந்துமதத்தின் ஓரங்கள் பல இடைவெளிகள் கொண்டவை, அது பல மையங்கள் கொண்ட மதம். பிராமணர்களுக்குரிய மையம் இருந்தது, அதை நாம் பிராமணக் கற்பனை என்று குறிப்போம். ஆனால் வேறு மையங்களும்—மாற்றுமையங்கள் — இருந்தன.

இந்துமதத்தை வரையறுக்கும் பண்புகளைக் கொண்ட தொகுதிகளின் கட்டமைப்பு காலம், இடம், தனிநபர்கள் ஆகியவற்றிற்கேற்ப மாறுபடுகிறது.[25] அது எப்போதுமே இயக்கத்தில் இருக்கிறது, காரணம் அது எப்போதும் இயக்கத்திலுள்ள மக்களைக் கொண்டது. இந்தத் தொகுதி அணுகுமுறையின் ஆதாயம், இது குறித்த ஒரு அதிகாரபூர்வ அல்லது சாராம்சப் பார்வையை இந்துமதத்திற்குக் கொண்டிருக்கவில்லை. எல்லாவற்றுக்கும் இது இடம் தருகிறது. இந்தப் பலதொகுப்பு பல கடவுள்முறை (இதுவே ஒற்றைக்கடவுளியம், ஒற்றையியம், அனைத்துக்கடவுளியம் யாவும்) என்பது உட்பட ஒரு ஸ்ட்ரோப் நிழற்படக் கருவியால் எடுக்கப்பட்ட ஒரு பச்சோந்தியின் படங்களன்றி வேறல்ல. உறைந்த பல படிமங்களின் தொகுப்பு அது. ஆனால் ஏதோ மாறிக்கொண்டே இருப்பதுபோன்ற தோற்றத்தை அளிக்கிறது. ஒருவன் ஓர் அறைமுழுவதும் அம்பிலக்குகளைக் கொண்டிருந்தான். எல்லா மையங்களிலும் ஒவ்வோரம்பு இருந்தது. அவனை விசாரித்தபோது முதலில் அம்புகளை எய்தபின் இலக்குகளை வரைந்ததாக அவன் ஒப்புக் கொண்டான். இதேபோல் நாமும் முதலில் அம்புகளை (நாம் பேசவேண்டிய கூறுகளை) முதலில் இலக்கில் வைத்துவிட்டுப் பிறகு அதைச் சுற்றிக் தொகுதிகளை (அந்தக் கூறுகளை உள்ளடக்கியிருக்கும் பண்புகள்) வரைந்துகொள்ளமுடியும். இதை நீங்கள் விரும்பினால் இந்துமதம் என்று அழைத்துக்கொள்ளலாம். இதிலிருந்து பின்னடைந்தால், நாம் பல இந்துக்களும் பகிர்ந்துகொள்ளும் நம்பிக்கைகள், நடை முறைகள் பற்றியும் பேசலாம். அதைத்தான் நான் செய்ய உத்தேசம். வழக்கமாக பிராமணரை மையமாகக் கொண்ட அரைவாசிச் சநாதனச்சிந்தனை (அல்லது சநாதன நடைமுறை — கீழே பார்க்க) என்பதை பிராமணக் கற்பனை அல்லது வர்க்கம் மற்றும் வாழ்க்கைநிலைகளின் இலட்சிய ஒழுங்கமைவு (வர்ண—ஆசிரம—தர்மம்) என்று சொல்லலாம். ஆனால் இந்தக் கட்டமைத்த மையத்தை எந்தப் பெயரால் நாம் அழைத்தாலும், இந்துமதங்களின் ஜென் படத்திலுள்ள சூன்யமையத்தைப் போல, அது ஒரு கற்பனைப் புள்ளியே. நாம் அதை ஏற்கின்ற அல்லது மறுக்கின்ற எல்லா இந்துக்களையும் அதைச் சுற்றி அமைக்கிறோம். இந்திய தர்க்கவாதிகள் வாதத்திற்கு எதிராக நிறுத்தும் வைக்கோல்மனிதன் (பூர்வ பக்ஷம்) போன்றது இது. இந்துக்களின் மெய்யான நம்பிக்கைகள், நடைமுறைகள் — துறவு, விசுவாசம், பலி... இன்னும் பல, இவையெல்லாம் இந்த பிராமணக் கற்பனை மையம் ஏற்க இயலாதவை.

வேறு பெயர்களால் இந்துக்களும், இந்துமதமும்[26]

சரி, பெயரிட்டு அழைக்கக்கூடிய தகுதியுள்ளது என ஒன்றிருப்பதாக வைத்துக் கொண்டால், அதை என்னவென்று அழைக்கலாம்? இந்துக்கள், இந்துமதம் என்று அழைப்பதற்கு மறுப்பு என்னவெனில், இந்துக்கள் தங்களையோ தங்கள் மதத்தையோ அப்பெயரால் எல்லாக் காலத்திலும் அழைத்துக்கொண்டதில்லை. அவை புவியியல் சார்ந்த பெயர்கள். இந்த மறுப்புகளை நாம் நோ.க்கலாம்.

இந்துக்கள் என்று நாம் அழைக்கும் பலபேர், தங்களை வேறு பெயர்களால் அழைத்துக் கொள்கிறார்கள் — சான்றாக கோல்கொண்டா வியாபாரிகள்.[27] அல்லது ஒரு குழுவாகத் தங்களை நோக்கும் சமயம் வரும்போதும், அவர்கள் முன்னர் நாம் நோக்கிய பலவேறு வரையறைகளினால் ஏற்பட்ட பெயர்களால் (சான்றாக ஆரியர்கள்) அழைத்துக்கொள்கிறார்கள். இந்து என்பது மதத்திற்கு இவர்கள் வழங்கிய பெயர் அல்ல. அது இந்தியாவின் மேற்கில் பாயும் சிந்து என்ற நதியின் பெயர். இன்றைக்கும் அந்த நதிக்கு சிந்து என்றுதான் பெயர், ஆங்கிலத்தில் இண்டஸ் என்கிறார்கள். இந்த நதிக்கு அப்புறம் இருப்பவர்களை எல்லாம் இந்த நதியின் பெயராலேயே ஹெரடோட்டஸ் (கி.மு. ஐந்தாம் நூற்றாண்டு)[28] பாரசீகர்கள் (கி.மு. நான்காம் நூற்றாண்டு), அராபியர்கள் (கி.பி. எட்டாம் நூற்றாண்டிற்குப் பிறகு)[29] குறிப்பிட்டிருக்கிறார்கள். 1939இல் பினிகன்ஸ் வேக் என்ற நாவலில் ஜேம்ஸ் ஜாய்ஸ், இந்த வார்த்தை (ஆங்கிலேயர்கள் எழுத்துக்கூட்டுவதுபோல Hindoo — ஹிந்டூ எனச்சொல்லி) இரண்டு ஐரிஷ்காரர்கள் — ஹிந் நெஸி, டூ லே ஆகியோர் பெயரிலிருந்து வந்தது என்று கிண்டல் செய்கிறார்.[30] ஜாய்ஸுக்குக்கூட இந்தப் பெயர் இந்தியப் பெயர் அல்ல என்பது தெரிந்திருக்கிறது. இந்து (சிந்து) நதிக்கு அப்புறமிருந்த இடத்தைப் பாரசீகர்கள் இந்துஸ்தான் என்றார்கள்.[31] பதினாறாம் நூற்றாண்டில் தனது நினைவுக்குறிப்புகளில் பாபரும் இப்படித்தான் எழுதினார் — "இந்துஸ்தானத்தில் இந்து என்று அழைக்கப்படுகின்ற மக்கள் பெரும்பாலும் மதநம்பிக்கை அற்றவர்கள் (இஸ்லாமிய மதத்தை ஏற்காதவர்கள் என்பதை இப்படிச் சொல்கிறார்), அவர்கள் மறுபிறப்பில் நம்பிக்கை கொண்டவர்கள்."[32] மறுபிறப்பு என்பதை இந்துக்களை வரையறுக்க பாபர் பயன்படுத்துவது இங்கே நோக்கத்தக்கது (நமது ஜென் படத்தில் ஒரு வட்டம்) அதேசமயம் அதை எல்லா இந்துக்களுக்கும் உரியதாக நோக்காமல் (உட்குறிப்பாக அவர்களின் பன்முகத் தன்மையை ஒப்புக்கொள்வது) இருப்பதையும் கவனிக்கவேண்டும். ஆனால் இது சில நூற்றாண்டுகளாக இந்துக்களே பயன்படுத்தும் சொல்லாகிவிட்டது. இன்று பெரும்பாலான இந்துக்கள் தங்களை இப்படித்தான் அழைத்துக்கொள்கிறார்கள். ஒரு கலாச்சாரம், ஒரு கருத்தைப் பெற்றிருந்து அதற்கான சொல்லைப் பெற்றிராவிட்டால், மற்றொரு கலாசசாரத்திடமிருந்து பெற்றுக் கொள்வது அசாதாரணம் அல்ல.

இந்தச் சொல் ஒரு புவியியல் அடிப்படை கொண்டது என்பது நாம் முன்பே பார்த்தவாறு, முற்றிலும் உண்மை. சொல் மட்டுமல்ல, கருத்தே புவியியல் அடிப்படை கொண்டதாக இருக்கிறது. கி.பி. முதலாம்

நூற்றாண்டில் தமது தர்மநூலை எழுதியதாகச் சொல்லப்படும் மனு, இந்து என்ற சொல்லைக் கையாளவில்லை, பதிலாக, அவருடைய தர்மம் பொருந்தக்கூடிய புவியியல் எல்லையைக் குறிப்பிடுகிறார். (குறிப்பாக, மனிதர்களை வரையறுக்க விலங்குகளைப் பயன்படுத்துவதால் கவனிக்க வேண்டிய வரையறை இது).

கிழக்குக் கடலிலிருந்து மேற்குக் கடல்வரை (அராபியக் கடலுக்கும் வங்காள விரிகுடாவுக்கும் இடையில்) இரு மலைகளுக்கும் இடையில் (இமய மலைக்கும் விந்திய மலைக்கும் இடையில்) இருப்பதை அறிவு நிறைந்தவர்கள் ஆரியர்களின் நிலம் என அழைக்கிறார்கள். கருப்பு மறிகள் விளையாடும் இந்த இடம், யாகங்களுக்குப் பொருத்தமானது என அறியப்படல் தகும். அதற்கு அப்பால் மிலேச்சர்களுடைய நாடு. துவிஜர்கள் (இரு பிறப்பாளர்கள் — பார்ப்பனர்கள், பார்ப்பு(பறவை) + அனர்(போன்றவர்), முட்டையிலிருந்து வரும் பறவைபோல இருமுறை பிறந்தவர்கள்) இந்தப்பகுதிகளில் நிலைத்துக் குடியமர எல்லா முயற்சி களையும் செய்யவேண்டும். (2. 23 - 24)

இந்தியாவை மான்களும் மறிகளும் விளையாடுமிடம், கடல்களுக்கிடை யிலான இடம் என்று வரையறுத்த காலம் மாறிவிட்டது. இந்துக்கள் யாவரும் இந்தியாவில் வசிக்க வேண்டும் என்ற நம்பிக்கையும் மாறிவிட்டது. (இப்போது இது விதி என்பதைவிட விதிமீறலாக உள்ளது). இந்துக்கள் உலகின் வியாபார நாகரிகங்களில் ஒன்றானவர்கள். பிறநாடுகளுக்குப் பரவுதல் என்பது பழங்கால முதலானது. மனுவும்கூடத் தாம் குறிப்பிடும் எல்லைக்குள் அவர்கள் குடியமைக்க முயற்சி மேற்கொள்ள வேண்டும் என்று ஒரு வேண்டுகோள்தான் விடுக்கிறார். இந்துக்கள் பலர் குறிப்பாக பிரிட்டிஷ் அரசுக் காலத்தில் சிந்துவைக் கடந்து மேற்குநோக்கிச் சென்றபோது தங்கள் சாதி அந்தஸ்தை இழந்தார்கள். இருப்பினும், இந்துக்கள் தென்கிழக்கு ஆசியா வழியாக, பிறகு பிரிட்டிஷ் அரசின் ஊடாகப் பரவினார்கள், இன்று அவர்கள் உலக முழுவதும் வாழ்கிறார் கள். அமெரிக்க ஐக்கிய நாட்டில் சுமார் பதினைந்து லட்சம் இந்துக்கள், மொத்த மக்கள் தொகையில் 0.5%, வாழ்கிறார்கள்.

பெரும்பாலான இந்திய வரலாற்றில் இலட்சியபூர்வமாக இந்துக்கள் இந்தியாவில் வாழ வேண்டும் என்று சொல்லப்பட்டுள்ளது. இதன் உள்ளர்த்தம், இந்தியாவிலுள்ள ஒவ்வொருவரும் இந்துவாக இருக்க வேண்டும் என்பது. இது ஒருபோதும் உண்மையாக இல்லை. சிந்துவெளி, வேதகால நாகரிகங்களுக்கு முன்னாலும் இது உண்மையல்ல, வட இந்தியாவில் குடியிருப்புகள் ஏற்பட்ட பின்னரும் உண்மையல்ல, கி.மு. ஐந்தாம் நூற்றாண்டில் பௌத்த மதம் எழுந்தபின்னர் கண்டிப்பாக இது உண்மையே அல்ல. இன்று இந்தியாவில் போதிய அளவு முஸ்லிம்கள்— இந்திய மக்கள் தொகையில் 15% - இருக்கிறார்கள். பாகிஸ்தானில் உள்ள முஸ்லிம்களின் எண்ணிக்கைக்கு ஏறத்தாழ இது சமம்.[33] இதுவே இந்தியாவை உலகின் முஸ்லிம் மக்கள்தொகை அதிகமுள்ள நாடு என்று சொல்லப் போதுமானது. இந்தியக் கலாச்சாரத்திற்கு முஸ்லிம் கொடையை வெறும் எண்ணிக்கையில் சொல்லமுடியாது. இருப்பினும் இந்து தேசியவாதிகள் இந்து என்ற சொல்லை இந்தியாவுடன் சமப்படுத்தி,

முஸ்லிம்கள், கிறித்துவர்கள் போன்றவர் வாழ்வதற்கு இடமில்லை என்கிறார்கள். இதற்கேற்ப 1922இல் வி.டி. சாவர்க்கர் இந்துத்துவம் என்ற சொல்லை உருவாக்கினார். ஆனால் இந்துமதம் என்ற சொல்லைப் பயன்படுத்துபவர்கள் எல்லாரும் அவர்கள் குழுவில் இருப்பதாகக் கருத முடியாது. அப்படிச் செய்வது ஓர் அறிவுப் பிரச்சினையை அரசியல் பிரச்சினையாக்குவது ஆகிவிடும். அதை நாம் செய்யத் தேவையில்லை. அதை நாம் பயன்படுத்தும்போது, இந்திய மக்கள் என்ற அர்த்தம் கொள்ளாமல், மேலே கூறியதுபோல வெட்டிக் கொள்ளும் இந்துமதத் தொகுதிகள் கொண்டதாகக் கருதலாம்.

பெயரில் என்ன இருக்கிறது? பிரின்ஸிலிருந்து ஒரு பக்கத்தை எடுத்து, முன்பு இந்துமதம் என்று வழங்கிவந்த மதம் என்று குறிக்கலாம். இந்தச் சொல்லுக்குப் பல தடைகள் இருப்பினும், வேறு எந்தச் சொல்லினாலும் இந்துமதத்தை வகைப்படுத்த முடியாது. ஆகவே அதற்கு ஏதோஒரு பெயரைக் கையாள்வது பயனுள்ளதுதான். தங்கள் மரபிற்கு வேறொரு புதுப்பெயரை அவர்கள் சிந்திக்கவேண்டுமென்று சொல்ல முடியாது. நகரங்களின் தெருக்கள் அல்லது முழு நகரங்களுக்குத்தான் — மெட்ராஸ்/சென்னை, பம்பாய்/மும்பை, கல்கத்தா/கொல்கத்தா — அவை எவ்வளவு தொல்லை தருவதாக இருந்தாலும் இட்டிருக்கிறார்கள்.[34] எனினும் இப்போது நகரத்திலுள்ள போக்கர் விளையாட்டு, இந்துமதம்தான். அந்த ஜென் படத்தைக் குறிக்க இந்து என்பதுதான் உடனடியாகப் புரிந்து கொள்ளக்கூடிய சொல். வேறு எந்தப் பொருத்தமான சொல்லும் இல்லாத நிலையில் இந்துமதம் என்பதைப் பயன்படுத்துகிறோம். எப்படியிருப்பினும் இந்துமதம் இருக்கிறதோ இல்லையோ, இந்துக்கள் இருக்கிறார்கள்.

மாற்று இந்து மதங்களுக்கான மூலங்கள்

வெவ்வேறு இந்துக்கள் வெவ்வேறு இந்து மதங்களில் வாழ்ந்தது மட்டுமல்ல, வரையறுக்கும் / வரையறுக்காத தொகுதிகளிலுள்ள வெவ்வேறு பண்புகளை எடுத்துக் கொண்டு வெவ்வேறு கூறுகளை முன்னுரிமைப் படுத்தியிருக்கிறார்கள். இந்து மதமாகிய யானையை அறிஞர்கள் வெவ்வேறு விதங்களில் பார்த்திருக்கிறார்கள். யானையைப் பார்த்த குருடர்கள் கதையில்போல, வாலைப் பிடித்தவன், அந்த விலங்கு ஒரு கயிற்றைப் போலுள்ளது என்கிறான், பக்கத்தைத் தொட்டவன், சுவர் போலிருக்கிறது என்கிறான், துதிக்கையைப் பிடித்தவன் பாம்புபோலிருக்கிறது என்கிறான். எது இந்துமதம் என்பதை அவர்கள் அரசியல்தான் நிர்ணயிக்கிறது.

பிராமணர்களை அன்றிப் பிறவகையினரையும், பெண்கள் - ஆண்களின் குரல்களையும் சேர்ப்பதோடு, பிறவற்றையும் சேர்க்க வேண்டும். இந்து மதத்தில் வட்டாரமரபுகளும் உள்ளன, அனைத்திந்திய மரபுகளும் உள்ளன. எழுதா மரபுகளும் எழுதப்பட்ட மரபுகளும் உள்ளன. வட்டாரமொழி மரபுகளும் சமஸ்கிருத மரபுகளும் உள்ளன. பனுவலல்லாத மரபுகளும் பனுவல் மரபுகளும் உள்ளன. இந்த இணைகளில் முதலாவதிருப்பது (விளிம்புநிலையினது) மற்றதை வலுப்படுத்துகிறது,

மற்றதற்கும் இதுவே பொருந்தும். இரு குழுக்களில் ஒவ்வொன்றிலும் முக்கியமான வேறுபாடுகளும் உள்ளன. ஏனெனில் முரண்படும் இந்த இணைகளின் கூறுகள், எதிரெதிரான மக்கள் குழுக்களை உருவாக்க வில்லை. ஒரே ஒரு மனிதனின் தலைக்குள் இரண்டு பாதிகளும், ஏன், இந்துக்கள் அல்லாத மரபுகளும் இருக்கலாம்; தொல்லியலைப் படித்துவிட்டு தேவாலயத்திற்குச் சென்று ஆதியாகமத்தைப் படிக்கும் கிறித்துவரைப்போல, பிராமணர்களும் நாட்டார் மரபுகளை அறிந்திருக் கலாம். ஒழுக்கவிதிமாறாத பிராமணன்தான் மனுதர்மத்தைப் படிக் கிறான் என்றோ ஒழுக்கக்கேடான வியாபாரிதான் காமசூத்திரம் படிக்கி றான் என்றோ சொல்லமுடியாது. எந்த வர்க்கத்தினன் ஆனாலும் பகலில் பண்டிதர்களுடன் தர்மத்தையும், இரவில் மனைவியுடன் காம சூத்திரத்தையும் படிக்கலாம்.

எழுத்து மரபுகளின் மேட்டிமைத்தனப் போக்குகள் தட்பவெப்ப நிலையால் மோசமாயின. ஈரப்பதமிக்க வெப்பமும், கரையான்களும் எந்த எழுத்துப்பிரதியையும் ஓரிரு நூற்றாண்டுகளுக்குள் அழித்துவிட்டன. குறிப்பாக விலங்குப் பொருள்களைப் பயன்படுத்துவதில் இருந்த தடை யினால் எழுதுவதற்குத் தோல் பயன்படுத்தப்படவில்லை. பனையோலை, தோலைவிட எளிதில் நொறுங்கக்கூடியது. ஆகவே எழுதப்பட்ட பிரதி கள் என்பவை, உயர்குடி மக்களுக்கே உரியவை ஆயின. காலத்தில் எஞ்சிய பனுவல்களை யாராவது எழுத்தர் படியெடுக்கவேண்டும், அவரைப் போதிய பணமுள்ள ஒருவர் ஆதரிக்க வேண்டும் என்றாகியது. அந்த எழுத்தரும் உயர்சாதியின் ஆண்மகனாக இருத்தல் வேண்டும்.

இருப்பினும் வாய்மொழி மரபுகளும் எழுத்து மரபுகளும் இந்திய வரலாறு முழுவதும் ஊடாடியே வந்துள்ளன. படித்த அல்லது படிக்காத எவராயினும், எழுத்துப்படிகளை வாய்மொழியாகச் சொல்லும் திறன் பெற்றிருந்தனர். இந்த நூல் முழுவதும் நாம் காணக்கூடிய இந்த பரஸ்பரபாதிப்பினை, இந்து மதத்தை வரையறுக்கும் இரண்டு முக்கியமான பனுவல்களிலேயே — வேதங்களிலும் மகாபாரதத்திலும் காணலாம்.[36] ரிக் வேதம் வாய்மொழியாகவே பேணப்பட்டது. தீவிர மனப்பாடத்தின் வாயிலாக ஒவ்வொரு அசையும் பல நூற்றாண்டுகளுக்கு ஒரே மாதிரி உச்சரிக்கப்பட்டு உறைந்து விட்டது. ரிக் வேதத்திற்குப் பிரதிபேதங்களோ, விமரிசனப் பதிப்புகளோ, பாடக்கருவிகளோ கிடையாது. ரிக் வேதம்— அவ்வளவுதான். வாய்மொழி வாயிலாகப் பரவிய பனுவல்களைப் பற்றி அவ்வளவுதான்.

மற்றொரு பிரம்மாண்டமான சமஸ்கிருதப் பனுவலான மகாபாரத்தின் ஏற்பும் பரவலும் பற்றிய வரலாற்றை நாம் காணலாம். இது வாய்மொழி யாகவும் எழுதப்பட்டும் பாதுகாக்கப்பட்டது. ரிக் வேதத்திற்கு முரணாக, இது தொடர்ந்து மாறிக்கொண்டே இருந்தது. ஒற்றை மகாபாரதம் என்ற ஒன்று இல்லவே இல்லை என்ற அளவுக்கு நெகிழ்ச்சித்தன்மை உடையது. ஒரு மகாபாரதம் அல்ல, நூற்றுக்கணக்கான மகாபாரதங்கள் உள்ளன. வெவ்வேறுபட்ட நூற்றுக்கணக்கான கையெழுத்துப்பிரதிகள், எண்ணற்ற வாய்மொழிப் பாடங்கள். எழுதப்பட்ட பனுவல்களின் நிலைத்தன்மை பற்றி இது போதும்.

சமஸ்கிருதத்திற்கும் இந்தியாவின் பிறமொழிகளுக்கும் உள்ள உறவு இந்தக் காட்சியை மேலும் சிக்கலாக்கிவிட்டது. பெரும்பாலான வட இந்திய மொழிகளுக்கு சமஸ்கிருதம் முன்மாதிரி. அவற்றின் இலக்கணத்திற்கும் சிலவற்றின் சொற்களஞ்சியத்திற்கும் அது மூலம். தென்னகத்தில் தெலுங்கு, கன்னடம், மலையாளம் போன்ற திராவிட மொழிகளுக்குத் தமிழ் போல. ஆகவே வடக்கு / தெற்கு பிரிவை சமஸ்கிருதம் / தமிழ் வேறுபாடும் பிரிக்கிறது. ஆனால் வடக்கிற்கு சமஸ்கிருதத்தையும், தெற்கிற்குத் தமிழையும் சமப்படுத்தவும் முடியாது. தென்னிந்தியச் சிந்தனைகள் பல— உதாரணத்திற்கு பக்தி போன்றவை — தென்னிந்தியாவில் சமஸ்கிருதத்தின் வாயிலாக எழுதிய பிராமணர்களால் தமிழில் போலவே, சமஸ்கிருத இலக்கியத்திலும் இடம் பெற்றுவிட்டன. தென்னிந்தியச் சிந்தனைகள் வடக்கிற்குச் சென்றது மட்டுமல்ல, வடக்கின் சிந்தனைகளும் தமிழுக்கு வந்தன. சமஸ்கிருதத்தில் தமிழ் பாய்ந்தது போலவே, தமிழிலும் சமஸ் கிருதம் பாய்ந்தது. தமிழ் வடக்கிற்குச் சென்றது, சமஸ்கிருதம் தெற்கிற்கு வந்தது.

இதேபோன்ற பரஸ்பர ஊடுருவல் பனுவல் மூலங்களுக்கும், பனுவலற்ற மூலங்களுக்கும் பண்பாக உள்ளது. ஐரோப்பிய அமெரிக்கர்கள் இந்து மதத்தைப் பற்றிய அறிவைப் பனுவல்கள் வாயிலாகவே பெற்றார்கள். இப்போது நாம் கீழையியம் என்பதன் பண்புகளில் ஒன்று அது. இந்தியாவைக் காலனியப்படுத்தியபோது முதன்முதலில் வந்த அறிஞர்கள் விதைத்த மனப்பாங்குகளின் தொகுதியைக் கீழையியம் எனலாம். மெய்யான இந்து நடைமுறைகளை ஒதுக்குவதற்கும் தங்கள் மாட்சிமைதாங்கிய திட்டத்தைப் பனுவல் மேற்கோள்கள் வாயிலாக நிறுவவும் பனுவல்களை பிரிட்டிஷ்காரர்கள் பயன்படுத்தினார்கள். அண்மைக்காலத்தில் அறிஞர்கள் சடங்குகள், தொல்லியல், கலை வரலாறு, கல்வெட்டியல், அயல்நாட்டுப் பயணிகளின் குறிப்புகள் ஆகியவற்றில் கவனம் செலுத்தத் தொடங்கினார்கள். நவீன காலத்தில், இனவரைவியல், பனுவல்களில் காணப்படுவதற்கு மிகவும் வேறாக உயிருள்ள மதத்தின் புதிய கூறுகளை வெளிப்படுத்தத் தொடங்கியது. நாணயங்கள், சான்றாக, வேறொரு கதையைச் சொல்கின்றன — காசுகள் இந்த அர்த்தத்திலும் பேசுகின்றன.

பனுவல், பனுவலல்லாதது என்ற இருவகை மூலங்களும் வரலாற்றின் துணுக்குகளை நமக்கு முடவன் குருடனின் தோளில் ஏறிச் சவாரிசெய்தது போல வேறுவேறான வழிகளில் வெளிப்படுத்துகின்றன. வரலாறு என வரும்போது ஒருவரையும் நம்ப முடியாது: பனுவல்கள் ஒருவழியில் செல்கின்றன, படிமங்களும் தொல்லியலும் வேறு வழிகளில் நம்மை இட்டுச்செல்கின்றன. ஒருபுறம், பனுவல்கள் வலியுறுத்துவதுபோல கடவுளர்கள் பெரிய மாளிகைகளில் சுற்றிவரவில்லை. கார்கி உபநிடதத்தில் பேசியது போல அல்லது மகாபாரதத்தில் திரௌபதி பேசியதுபோல எந்தப் பெண்ணும் பேசினாளா என்பது நமக்குத் தெரியாது. ஒருகாலத்தில் நாம் லிங்கவடிவினது — சிவபசுபதி என்று விளக்கிய சிந்துவெளி முத்திரை ஒருவேளை தெற்கு ஆசியர்கள் சப்பணமிட்டு உட்காருவதுபோலப் பெரியகோவணத்துடன் அமர்ந்திருக்கும் எந்த

மனிதனாகவும் இருக்கலாம். சரி, மீண்டும் கரும்பலகைக்கு. பனுவலற்ற மூலங்கள், பனுவல்காரர்களுக்கு அவ்வப்போது திடீரென அதிர்ச்சிகள் கொடுத்து பனுவல்களில் — ஒருமுறை எதைப்பார்ப்பது என்ற சிந்தனை ஏற்பட்டுவிட்டால் — பார்க்கவேண்டிய விஷயங்களுக்கான தெளிவை ஏற்படுத்தலாம். பனுவலற்றமூலங்கள் என்னும் நண்பர்களின் சிறிய உதவி இருந்தால் பனுவல்கள் வெகுதூரம் செல்லமுடியும்.

இருப்பினும் பனுவல்கள் பலவழிகளில் பயனுள்ளவை. முதலில், பழங்கால முதிய பிராமண ஆடவர்கள் பெரிய கதைகள் பலவற்றை அறிந்துவைத்திருந்தார்கள். இரண்டாவது, எல்லாப் பனுவல்களையும் பிராமணர்களே எழுதவில்லை. பெயரறியாதவர்களின் வாயிலாக வந்த பெருநீளக் கதையாடல்கள் பல பிராமணப்பனுவல்களின் உள்ளேயும் ஊடுருவியுள்ளன, பக்கத்திலும் நிற்கின்றன. இந்தப் பெயரறியாதவர்கள் வழக்கமாக பிராமணர் அல்ல, ஆனால் தெற்காசியாவின் இலக்கியத்தில் பெரும்பகுதிக்குக் காரணமானவர்கள் இவர்கள்தான். அவர்கள் ஏற்கெனவே தொன்மமாக்கப்பட்ட ஆசிரியர்களின் பெயர்களில் எழுதினார்கள் என்பதை நாம் காணப்போகிறோம். வியாசன், வால்மீகி, அல்லது சுருக்கமாக சூதன் என்ற பெயர் கொண்டவர்கள். மூன்றாவது, பிராமணர்களே எழுதிய பனுவல்களும் முழுதுமாக அவர்களால் எழுதப் படவில்லை. எல்லா பிராமணர்களும் நன்கு கற்றறிந்தவர்களாகவோ உயர்தன்மை வாய்ந்தவர்களாகவோ இல்லை. பனுவல்கள், கீழ்ச்சாதியினர், பெண்கள் ஆகியோரின் கொடைகளால் இழைந்து மாறிக்கொண்டே இருந்தன. நான்காவது, பனுவல்களும் நிகழ்வுகள்தான். உபநிடதங்கள் வரலாற்றின் பகுதி மட்டுமல்ல, கற்பனையும்தான். ஐந்தாவது, உலகாயதக் கலாச்சாரத்திற்குப் பெரிய மூலமாக இருப்பவை பனுவல்கள். ஒரு கலப்பையைத் தொல்லியல் கண்டுபிடிப்புகளில் காணமுடியவில்லை என்றால், அதைப் பற்றிக் கூறும் ஒரு பனுவலை நாம் காணமுடியும். பெண்கள் எழுதிய நூல்களை நாம் காணமுடியவில்லை என்றால், குறைந்தது அவர்களைப் பற்றிக் கூறுகின்ற, அவர்கள் வாழ்க்கையைப் பரிவுடன் எடுத்துரைக்கின்ற ஆடவர்கள் எழுதிய நூல்களைக் காண முடியும். பழங்கால சமஸ்கிருதப் பனுவல்களின் நாடகப் பாத்திரங்களை மேற்கண்ட காரணிகள் யாவும் விரிவுபடுத்துகின்றன.

நானும் மனப்பாங்கினாலும் பயிற்சியாலும் பனுவல்களை நோக்கிச் சாய்பவளே. நான் தொல்லியலாளனோ, கலை வரலாற்றாளனோ இல்லை. நான் சமஸ்கிருதவாதி, அல்லது சமஸ்கிருதத்தை உருது அல்லது தமிழுடன் ஒப்பிடுவதற்கு பதிலாக இலத்தீன், கிரேக்கத்துடன் ஒப்பிட்ட ஒரு தலைமுறையிலிருந்து மீண்டெழும் கீழையியவாதி, நான் பூமியிலிருந்து எதையும் தோண்டி எடுக்கவில்லை, அல்லது ஒரு சிற்பத்தின் காலத்தைக் கண்டுபிடிக்கவில்லை. என் வாழ்க்கை முழுவதும் நான் சமஸ்கிருத நெல் வயல்களில் சுற்றியலைந்திருக்கிறேன், பழங்கால இந்தியாவை நன்கறிந்த காரணத்தால், இந்த நூலில் ஒரு மானிடவியலாளன் செய்வதைவிட அதிகமாகப் பழங்காலத்தில் சஞ்சரித்திருக்கிறேன், இக்காலத்தைப் பற்றிப் பேசும்போதும், கடந்தகாலத்துடன் ஒத்திசைக்கும் சம்பவங்களில்தான் கவனத்தைக் குவித்திருக்கிறேன், ஆகவே இந்த நூல் கடந்த காலத்

திலிருந்து பின்னிருந்து செலுத்தப்படுகிறது.[37] மேலே சுட்டிய பல காரணங்களால், நான் எழுதப்பட்ட, குறிப்பாகப் பழங்கால சமஸ்கிருத மரபுகளில் (இன்றைய வாய்மொழி, வட்டார, சமகால மரபுகளைவிட) கவனத்தைச் செலுத்துகிறேன். ஆனால் கடைசியாக இந்தப் புத்தகம், பனுவல்மைய அறிவுதான் என்னுடையது என்று ஒப்புக் கொண்டாலும் இன்று சிலர் பனுவலற்ற மூலங்கள் தேவை என்று சொல்கின்ற — பெண் கள், கீழ்ச்சாதிகள், எப்படி உண்மையில் மக்கள் வாழ்ந்தார்கள் என்பது, ஆகியவற்றை அறிவதற்குப் பனுவல்கள் தகவலைத் தரும் வளமான மூலங்களாக எவ்விதம் உதவக்கூடும் என்பதற்குச் சார்பாகவும் நான் நிற்கிறேன்.

பெண்கள்

பழங்கால இந்தியப் பனுவல்களிலிருந்து பெண்கள் சிலசமயம் விலக்கி வைக்கப்பட்டவர்களாகச் சொல்லப்படுகின்றனர். வென்றவர்கள்— ஆடவர்கள் வரலாற்றை எழுதியிருக்கிறார்கள். எனவே பெண்களின் சுவடுகள் காணப்படவில்லை. ஆனால் உண்மையில், பெண்கள் பனுவல்களில் குறிப்பிடத்தக்க அளவு கொடை அளித்திருக்கிறார்கள். (பெரும்பாலும் ஒப்புக்கொள்ளப்பட்டவிதத்தில்) பழங்கால மற்றும் சமகாலப் பனுவல்களின் ஆசிரியர்களாகவும், பிற எத்தனையோ பனுவல் களுக்குத் தூண்டுகோலாகவும் இருந்துள்ளனர். இந்துப் பெண்கள் சிலரேனும் எழுதப் படிக்கத் தெரிந்தவர்கள். சமஸ்கிருதத்திற்கும் வட்டார மொழிகளுக்கும் இடையில் இணைப்பை உருவாக்கியவர்கள் அவர்கள் தான். புனிதநூலான வேதத்தைப் பெண்கள் படிக்கலாகாது என்ற தடை இருந்தது. ஆனால் வேதச் சடங்குகளின்போது பெண்களின் இருப்பு தேவைப்பட்டது. வேதப் பாக்களை ஓதுவதை அவர்கள் கேட்கவும் பிறகு ஓதவும் செய்தார்கள்.[38] வேறுபிற சமஸ்கிருதப் பனுவல்களோடும் அவர்களுக்குத் தொடர்பு இருந்திருக்கும். பின்னர், கி.பி. இரண்டாம்— மூன்றாம் நூற்றாண்டில் எழுதப்பட்ட காமசூத்திரம், இப்படிப்பட்ட தொடர்பு இருந்தது என்பதோடு, அவர்கள் பல பனுவல்கள எழுத ஆணையிட்டதையும் சொல்லுகிறது (1.3). சமஸ்கிருத நாடகங்களில் பெண்கள் பொதுவாகப் பிராகிருதத்தில்தான் பேசுகிறார்கள். ஆண்கள் சமஸ்கிருதத்தில். ஆனால் இருவரும் (இடையில் மொழிபெயர்ப்பவர் இன்றி) உரையாட வேண்டும் என்பதால், ஆண்களின் சமஸ்கிருதத்தைப் பெண்களும், பெண்களின் பிராகிருதத்தை ஆண்களும் புரிந்துகொள்ளத் தானே வேண்டும்? மேலும் நாடகங்களில் சில பெண்கள் சமஸ்கிருதத்தைப் பேசவும் எழுதவும் செய்கிறார்கள். ஆடவர்கள் சிலர், உரையாடலை விட்ட இடத்திலிருந்து தொடரவேண்டி பிராகிருதத்தில் பேசுகிறார்கள். இந்தியத் தர்க்கத்தில் "ஒன்று நிகழச் சாத்தியமிருந்தால்தான் அதைத் தடுக்கமுடியும்" என்று சொல்லும் குழுவினர் உண்டு.[39] எனவே பெண்கள் வேதத்தைப் படிக்கக் கூடாது என்று கூச்சலிடுவதற்குக் காரணமே அவர்கள் அவற்றைப் படிக்கத்திறன் பெற்றிருந்தார்கள், பிறர் பாராத போது படித்தார்கள் என்பதால்தான். (பிற இடங்களைப் போலவே) பெண் களும் சமுதாயமாக இந்தியாவில் ஒடுக்கிவைக்கப்பட்டவர்கள்தான். ஆனால் தனிப்பட்ட பெண்கள், தடைகள் இருப்பினும், தங்கள் அடை

யாளங்களைப் பொறித்து வைப்பதில் வெற்றிபெறவே செய்தார்கள்.

உள்ளிருக்கும் ஆசிரியர்[40] என்ற நிலையில் ஆண்களின் பனுவல்களில் பெண்கள் என்ன சொல்லியிருப்பார்கள் என்பதை அடையாளப்படுத்தவும் முடியும்.[41] சமஸ்கிருதப் பனுவல்களில், ஆண்கள் வெளிப்படுத்துகின்ற கருத்துகளுக்கு நேரெதிர் நிலையில் பெண்கள் கர்மம் போன்ற அடிப் படையான விஷயங்களைப் பற்றியும் பேசியிருக்கிறார்கள். அவர்களே பனுவல்களை இயற்றும்போது இது மிகவும் அதிகமாகிறது.[42] மகாபாரதத்தில் ஒரு குறிப்புமுரண்நிலையிலான பெண்களின் இருப்பு சொல்லப்படுகிறது. “காதுக்கு எட்டாத தொலைவில், ஆனால் நிச்சயம் கேட்டிருப்பார்கள்.” அந்தப் பனுவலில் மிக விளங்கித் தோன்றும் பெண்களுக்கு அவர்களின் பௌதிக இன்மை ஓர் ஒளியை அளித்திருக்கலாம்.[43] பின்னர்த் தங்களை நாடவேண்டிய பரத்தனுக்குச் சொல்லும் முறையில், போதாமை கொண்ட கணவர்களோடு எப்படிப் பெண்கள் சிரமப்பட வேண்டியிருக்கிறது என்பதை விவரிக்கும் பூர்வபெண்ணியப் பார்வை உள்ளது. எவ்வளவுதான் ஒருசார்புள்ள சித்திரிப்புகளாக இருந்தாலும், பிற்காலத்தில் தங்கள் பெயரைப் பொறிக்கும் ஆசிரியர்களாகப் பெண்கள் ஆகும்வரை இவை பெண்களின் படங்களைக் காப்பாற்றுகின்றன.

ஆண்களின் பனுவல்களில் பெண்களின் குரல்களைத் தேடும்போது, குரல்மாற்றிப் பேசுதல், தவறானமுறையில் சித்திரித்தல், தவறான பிரக்ஞை ஆகியவற்றிற்கு இடம் உண்டு என்ற புரிந்துகொள்ளலோடு செய்ய வேண்டும். காமசூத்திரத்தின் ஆசிரியரான ஆடவருக்குப் பெண்கள்மீது பரிவுணர்ச்சி இருக்கலாம். ஆனால் மெய்யான புரிதலுணர்ச்சி இல்லாமல் இருக்கலாம். அவர்களுடைய சிந்தனையில் அவரது ஆர்வம் எப்படிப் பயன்கொள்வது என்ற நோக்கில் இருக்கலாம். இருப்பினும் அவை துல்லியமாக இருக்கவும்கூடும். குரல்மாற்றிப் பேசுவது என்பது இருவழிப்பாதை. ஆண்மனங்களில் பெண்களின் குரல்மாற்றிப் பேசுதலும் உண்டு. ஒரு பிராமண ஆடவன் எழுதினாலும், அது எந்த விஷயமாக இருந்தாலும், பெண்களின் கருத்துகள் அவன் மனத்தில் ஏறியிருக்கவே செய்யும். ஆடவர் பனுவல்களின் எங்கே நாம் பெண்களின் குரல்களைக் கேட்கிறோம் என்பதை உறுதிப்படச் சொல்லவே முடியாது. ஆனால் பூர்வ வாசனைகள் என்று சொல்வதுபோல, பெண்கள் எந்த வாசனைகளை விட்டுச் சென்றிருக்கிறார்கள் என்று மோப்பம் பிடிக்கலாம். ஆகவே ஆசிரியர் வெளிப்படுத்துகின்ற உள்ளெண்ணங்களைக் கேள்விக் குட்படுத்தும் ஓர் அவநம்பிக்கைப் பொருள்கோள் தேவை. இருப்பினும், பனுவல்கள் பேசவிரும்பாத விஷயங்களைப் பற்றிப் பேசவைக்கும்போதும் நுட்பமான வாசிப்பு என்பது பயன்தரக்கூடியது. மேலும் குறிப்பிட்ட காலப்பகுதியில் பனுவல்கள் மட்டுமே நமக்கு மூலங்களும் அல்ல. பெண்கள் சுவடுகளையும் வாசனைகளையும் விட்டுச் சென்றிருக் கிறார்கள். அவற்றைக் கலையிலும் தொல்லியலிலும் காணமுடியும். இந்து வரலாற்றிலுள்ள பெண் நடிகர்களைப் பற்றிய மேற்சுட்டுகளை— பரிவற்ற முறையிலும் (சில ஆடவர்களால் அவர்கள் எவற்றைச் சகிக்க வேண்டி வந்தது) பரிவுமுறையிலும் (பிற ஆடவர்கள் அவர்களை மனிதாபிமானத்தோடு நடத்தினார்கள்), ஒன்றுசேர்ப்பதன் வாயிலாகவும்,

அவர்களுடைய சொந்தக் குரல்கள் பனுவல்களில் புகும் கணங்களைக் காண்பதன் வாயிலாகவும், மிக அபூர்வமாக, மெய்யான பெண் எழுத் தாளர்களைக் கண்டுபிடிப்பதன் வாயிலாகவும் அவர்களுக்கு நாம் உயிரூட்ட முயற்சிசெய்யமுடியும்.

நாய் உண்பவர்களிலிருந்து தலித்துகள் வரை

குறித்த சில பொதுச்சடங்குகளை நடத்துவதன் வாயிலாக வழி பாட்டுக்கான சமஸ்கிருதத்தில் வேண்டுமானால் பிராமணர்களுக்குத் தனியாட்சி இருக்கலாம். அங்கும்கூட யாகத்துக்குரியவர் சில சடங்குச் சொற்களையேனும் உச்சரித்து வீட்டுச் சடங்குகளை நிகழ்த்துவது உண்டு. யாகத்துக்குரியவர், பிராமணனாக இருக்கவேண்டும் என்ற அவசியம் இல்லை, உயர்சாதிகளில் ஒருவராக இருந்தாலே போதுமானது. மற்ற இரு துவிஜர்களும் — இருபிறப்பாளர்களும் — க்ஷத்திரியர்களும் வைசியர் களும் (விவசாயிகளும், ஆடு மாடு மேய்ப்பவர்களும்)கூட உபநயனம் செய்யமுடியும். உபநயனம் என்ற சடங்கினால் ஒரு மனிதன் சமுதாயத்தின் முழுவளர்ச்சியடைந்த உறுப்பினனாக இரண்டாவது பிறப்பு அடை வதாகக் கருதப்பட்டதால் மேற்சாதி மூவரும் இருபிறப்பாளர் எனப் பட்டனர். நான்கு வருணத்தின் நான்காம் பிரிவினரான கீழ்ச்சாதி யினருக்கு — சூத்திரர்களுக்கு இந்த உரிமை இல்லை, மதவாழ்க்கையின் வேறுபல கூறுகளிலிருந்தும் அவர்கள் ஒதுக்கிவைக்கப்பட்டனர். ஆனால் சூத்திரர்களை ஒதுக்குவது மட்டும் பிராமணத் தன்மையை ஒன்றிற்கு அளித்துவிடுவதில்லை.

பழங்குடியினர் உள்ளிட்ட கீழ்ச்சாதிகளை - கைவிடப்பட்டவர்களை, உரிமையற்றவர்களை, விளிம்பில் உள்ளவர்களைக் குறிக்க எண்ணற்ற சொற்கள் ஆக்கப்பட்டுள்ளன. (சண்டாளர்கள், சமார்கள், புல்காசர்கள் போன்றவை). அல்லது இழிந்து புறந்தள்ளப்பட்டவர்கள் (அபசாதர்கள்), கடைசியாகப் பிறந்தவர்கள் (கீழானவர்கள், அந்த்யஜர்கள்) அல்லது நாய் உண்பவர்கள் (சுவ - பகஸ்வ) போன்ற குறித்த சாதிப்பெயரால் சமஸ்கி ருதத்தில் இவர்களைக் குறிப்பிடுகிறார்கள். உயர்சாதி இந்துக்கள், இவர்கள் நாயையும், அதனால் எதையுமே தின்பவர்கள் என்று கருதினார்கள். இந்துமதத்தில், எதை உண்கிறீர்களோ அதுதான் நீங்கள். மிகப் பிற்காலத்தில் பிரிட்டிஷ்காரர்கள் இவர்களைத் தீண்டப்படாதவர்கள், குற்றவகுப்பினர், பட்டியல் வகுப்பினர், பறையர்கள், ஒடுக்கப்பட்ட வகுப்பினர், அல்லது சாதியற்றவர்கள் என்றார்கள். காந்தி இவர்களை ஹரியின் (விஷ்ணுவின்) மக்கள் என்று அர்த்தப்படும் முறையில் ஹரிஜன் என்றார். இச்சாதிகளின் உறுப்பினர்கள், 1930கள் - 1940கள் முதலாக இன்றுவரை தங்களை தலித்துகள் (ஒடுக்கப்பட்டவர்களைக் குறிக்கும் மராட்டிச் சொல்) என்று அழைத்துக் கொள்கின்றனர். தானே ஒரு தலித் ஆன பி.ஆர். அம்பேத்கர் (1950களில்) இவர்களில் சிலரை பௌத்தர்களாக மாற்றுவதில் குறித்த அளவு வெற்றிகண்டார். பிற்காலனிய ஆய்வாளர்கள் இவர்களைக் (பிற கீழ்ச்சாதியினரையும்) கீழ்நிலையினர் (சபால்டர்ன்) என்கின்றனர். ஒடுக்கப்பட்ட மக்களின் பகுதியாக இருக்கும் மற்றொரு பிரிவினர், ஆதிவாசிகள். இந்தியாவின் பழங்குடி மக்கள். புவியியல் ரீதியாகவும்,

கருத்தியல் ரீதியாகவும் விளிம்பில் உள்ளவர்கள். சிலசமயங்களில் நிஷாதர்கள் (வேடர்கள்) என்போர் போலக் கீழ்ச்சாதியினராகவும், பலசமயங்களில் சாதிமுறைக்கு அப்பாற்பட்டவர்களாகவும் உள்ளவர்கள் இவர்கள்.

சமஸ்கிருதப் பனுவல்கள் பலவும் தலித்துகள், ஆதிவாசிகள், சூத்திரர்கள் எல்லாரையும் ஒரேநிலையில் குழப்பிக்கொண்டாலும், அவர்களை வேறுபடுத்திப் பார்க்க வேண்டிய அவசியம் இருக்கிறது. இவர்கள் உயர்சாதி இந்துக்களுடன் வெவ்வேறு நிலைகளில் தொடர்புள்ளவர்கள். இதேபோல பிரிட்டிஷ்காரர்களால் இகழ்ச்சியாக அளிக்கப்பட்ட ஒரு பெயர் பிற்படுத்தப்பட்ட வகுப்பினர் என்பது. பிராமணர்களையும் தலித்து களையும் தவிர்த்துப் புறந்தள்ளப்பட்டவர்கள். அவ்வப்போது சில குறித்த தலித் வகுப்பினர்களோடு மோதலில் ஈடுபடுபவர்கள். மனித உரிமைகள் கண்காணிப்பின் அகராதி, பிற்படுத்தப்பட்டவர்களை இப்படிக் குறிப்பிடுகிறது: "சமயச்சடங்குத் தரத்திலும், வேலை அந்தஸ்திலும் தீண்டப்படாதவர்களுக்கு மேல்நிலையில் இருப்பவர்கள், ஆனால் தாங் களும் சமூக பொருளாதார நிலைகளில் ஒடுக்கப்பட்ட நிலையில் உள்ள வர்கள், பிற பிற்பட்ட சாதியினர் (ஓபிசி) அல்லது சூத்திரர்கள் என்று குறிப்பிடப்படுபவர்கள்". ஆனால் உண்மையில், பிற பிற்பட்ட வகுப்பினர் (ஓபிசிக்கள்) தங்களை தலித்துகளிலிருந்தும் சூத்திரர்களிலிருந்தும் வேறு படுத்திக் கொள்கின்றனர். இந்தக் குழுக்கள் எல்லாமே உயர்சாதியினரால் ஒன்றுபோல மோசமாக நடத்தப்படுபவர்கள். ஆனால் எந்த அளவு மோச மாக நடத்தப்படுகிறார்கள், அதுபற்றி என்ன செய்கிறார்கள் என்பவை சாதிக்குச் சாதி வேறுபடுபவை. ஒட்டுமொத்தமாக, இருபிறப்பாளர் களான மூன்று மேற்சாதியினருக்கும் கீழ்ப்பட்ட குடியுரிமையற்ற நிலையில் உள்ளவர்கள் அனைவரையும் இருபதாம் நூற்றாண்டின் தொடக்கம்வரை வசதிகருதிப் பறையர்கள் (பறை இசைக்கும் தொழிலைச் செய்பவர்கள் என்பதைக் குறிக்கும் தமிழ்ச்சொல்தான்) என்றோ, அதற்குப்பிறகு தலித்துகள் என்றோ குறிப்பிடுகிறோம்.

ஆனால் நாம் எப்படி அழைத்தாலும், புறந்தள்ளப்பட்ட (சுருக்கமாகப் "புற") வகுப்பினர் இந்துக்களின் வரலாற்றில் மிக முக்கியமான பங்கினை வகித்திருக்கிறார்கள். கீழ்நிலையினர் (சபால்டர்ன்) இயக்கத்திற்கு நன்றி— அவர்களால் தலித்துகள் பற்றி இப்போது மிகுதியான செய்திகள் கிடைக் கின்றன — குறிப்பாக பிரிட்டிஷ்காரர் காலத்திலிருந்து. இந்த நூல் தலித்துகளைப் பற்றிய பழங்காலச் செய்திகளை மிகுதியாகச் சேர்த்து அந்த இயக்கத்திற்குக் கொடையளிக்க நினைக்கிறது. கீழ்ச்சாதியினரை மோசமாக நடத்துவதற்கு எதிர்ப்பு இந்தியாவின் தொடக்க காலத்திலிருந்தே இருந்து வந்திருக்கிறது. ஆனால் பெரும்பாலும் இத்தகைய எதிர்ப்புகள், சாதிச் சமூகத்தைத் துறந்து, சாதிகளைப் புறக்கணித்த மாற்றுச் சமூகங்களை உருவாக்குவதாக அமைந்தது. பத்தொன்பதாம் நூற்றாண்டுவரை மெய்யான சீர்திருத்தங்கள் எவையும் நடைபெறவில்லை, அவையும் குறைந்த அளவு வெற்றியையே அடைந்தன. பெண்களைப் பற்றி நான் கூறியவை பலவும் பறையர்களுக்கும் பொருந்தும். இதன் மறுதலையும் உண்மை. பிராமணர் குரல் மாற்றிப் பேசுவது, ஆண்கள் குரல்மாற்றிப்

பேசுவதுபோல்தான் உள்ளது. கீழ்ச்சாதியினரும், பெண்களைப் போலவே, உயர்சாதியினர் இலக்கியத்தில் தங்கள் வாசனையை விட்டுச் சென்றுள்ளனர். அப்படிப்பட்ட பனுவல்களில் பறையர்களை உடன்பாட்டு முறையில் நோக்குவது, ஒரு தொடக்கமும், சீர்திருத்தத்திற்கு ஒரு முன்னேற்பாடும் ஆகிறது. அவர்கள் உலகத்தை மாற்றுகிறார்கள். இப்போது அந்த உலகம், மக்கள் பெண்களையும் பறையர்களையும் நன்கு நடத்துகின்ற கற்பனையான ஒன்றாக இருந்தாலும்கூட.

பிராமணர்கள் பேரிலக்கியத்தை உருவாக்கியிருக்கிறார்கள்தான்—ஆனால் அவர்கள் வெற்றிடத்திலிருந்து உருவாக்கவில்லை. இந்தியாவிலிருந்த ஒவ்வொருவர்மீதும் அவர்களுக்கு முழு அதிகாரமோ கட்டுப்பாடோ இல்லை. ஒருபுறம், அவர்கள் நாட்டை நடத்தியவர்களை வைத்து (பிராமணர்கள், அரசர்கள், வைசியர்களும்கூட) படைத்தார்கள்—மறுபுறம், படிப்பறிவற்ற வகுப்பினரை வைத்தும்தான். சமஸ்கிருதப் பனுவல்களில் வாய்மொழி, நாட்டார் மரபுகள் இருப்பதும், பௌத்தர், ஜைனர் போன்ற இந்துமதத்திற்குப் புறமான மரபுகள் இருப்பதும் உண்மை. நாய் உண்பவர்களும் பேசத்தான் செய்கிறார்கள், ஆனால் நூல்களில் எழுதப்பட்டிருக்கின்ற முறையில் அல்ல, ஆனால் முயன்றால் அதை நாம் கண்டுபிடிக்கலாம். பழங்காலத்தில், யார் கோயிலுக்கு நிவந்தம் அளித்தான் என்பதைக் கண்டுபிடிப்பது, யார் விவசாயம் செய்தான் என்பதைக் கண்டறிவதை விட எளிமையானது. இந்தியக் கலாச்சாரத்திற்குக் கீழ்ச்சாதியினர் அளித்த கொடையினை பிராமணர்கள் அழித்துவிட்டார்கள், அதில் அவர்களின் இருப்பையே இல்லாமற் செய்துவிட்டார்கள் என்று கூறுகின்றார்கள். நாய்த்தோலினால் செய்த பையில் ஊற்றப்பட்ட பால் கெட்டுப்போவதுபோல, கீழ்ச்சாதியினர் படித்த அல்லது பேசிய எந்தப் புனித நூலும் கெட்டுப்போகும் என்று சமஸ்கிருதப் பனுவல்கள் கூறுகின்றன என்பது உறுதி.[44] ஆனால் இந்தப் புனித நூல்கள் என்பவை, வேதங்கள் உள்ளிட்ட வரையறுக்கப்பட்ட சிலவற்றையே குறித்தன. பொதுவாக எல்லா சமஸ்கிருத நூல்களையும் குறிக்கவில்லை எனலாம். குதிரைமுகக் கடவுள்களான அஸ்வினி தேவர்களுக்கு (இவர்கள் வைசியர்கள்) வேதம் கற்பித்த முனிவர் சபிக்கப்படுகிறார் என்பதை நாம் எச்சரிக்கையாகக் கொள்ளலாம். சில காலத்திற்கேனும் வேதங்களைத் தவறானவர்களுக்குக் கற்பித்துவிடக்கூடாது என்ற விதி கடைப்பிடிப்பதைவிட மீறுவதன்வாயிலாகப் போற்றப்பட்டது என்று அறியலாம். மேலும், பெண்களின் குரல்களோடு, பிற பல சாதியினர் குரல்களையும் பழங்காலப் பனுவல்களிலிருந்து தேடிஎடுக்கலாம். வாய்மொழி, நாட்டார் மரபுகள் நமக்குக் கிடைக்குமானால், இன்னும் தன்னம்பிக்கையோடு நாம் மாற்றுக் கதையாடலை எழுதவே தொடங்கலாம்.

விலங்குகள்: அதிகாரம், அசுத்தம், தூய்மையின் வடிவங்களாகக் குதிரைகள், நாய்கள், பசுக்கள்.

விலங்குகள் — முதன்மையாக நாய், குதிரை, பசு மட்டுமல்ல, குரங்கு, பாம்பு, யானை, புலி, சிங்கம், பூனை, நாரை — இவைகளும் இந்து மதக் கற்பனையில், மெய்யான உயிர்ப் பிராணிகள் என்ற அளவில் மட்டுமின்றி, வெவ்வேறு சமூக வர்க்கங்களைப் பற்றிய மனப்பாங்கு மாற்றங்களைக்

குறிப்பனவாக முக்கியப் பங்கு வகித்துள்ளன. யோகாசன நிலைகள், பாலியல் நிலைகள், இறையியல் புலங்கள் போன்றவை பிராணிகளின் பெயர்களைக் கொண்டுள்ளன. மனித உலகத்தில் கடவுளர்கள் விலங்கு அவதாரம் எடுத்திருக்கிறார்கள், விலங்குகளை வாகனங்களாகக் கொண்டுள்ளார்கள். எதிர்த்திசையிலும் இந்தச் செயல்முறை உள்ளது. ஒருவகையில், அந்தந்த வட்டார விலங்குலகம், மக்கள் தங்கள் கடவுள்களைப் பற்றிச் சிந்திக்கப் படிமங்களை அளிக்கிறது, தங்களுக்கு ஏற்ற கடவுளர்களை மனிதர்கள் பெறுகிறார்களோ இல்லையோ, தங்கள் விலங்குகளுக்கேற்ற கடவுளர்களை (அசுரர்களையும்) அவர்கள் பெறுகிறார்கள். விலங்குகளின் பண்புகளை ஏற்ற கடவுளர்கள். மாறாக, கடவுள்களின் பண்புகள், உலகத்தின் பண்புகள், தங்கள் பண்புகள் ஆகியவற்றைப் பற்றி மக்கள் கொண்டிருக்கும் சிந்தனைகள் சில மனிதப் பண்புகளை விலங்குகள் மீது ஏற்றிக் காணும் சிந்தனையையும் அளித்துள்ளது. இது பிற மதங்களைச் சேர்ந்தவர்களுக்கு முற்றிலும் தவறாகத் தோன்றலாம். எந்த விலங்குகள் — மெய்யான விலங்குகள் — ஒரு கலாச்சாரத்தில் குறித்த காலத்தில் இடத்தில் காணப்படுகின்றன என்பது, அந்தக் கலாச்சாரத்தைப் புவியியல் ரீதியாகவும், சில சமயங்களில் காலரீதியாகவும் வைத்துநோக்க இடம்தருகிறது. விலங்குகள், உயிர்ப்பிராணிகளை வதைக்கக்கூடாது (கொலை, உண்ணுதல்) என்னுமிடங்களில் பொருளாகவும் இடம் பெறுகின்றன. வெவ்வேறு வகுப்புகளைச் சேர்ந்த மனிதர்களைக் குறிக்குமிடங்களில் தன்னிலைகளாகவும் வருகின்றன. இந்த இரண்டும்— உலகப் பிராணிகளும், மனத்தின் பிராணிகளும் நெருக்கமான தொடர் புள்ளவை. இரண்டுமே இந்துமதத்தைப் புரிந்துகொள்ளத் தேவையானவை. வாட்டர்கேட்டின் கொள்கை, "பணத்தின் பின்னால் போ" என்றால், இந்துமதத்தின் கொள்கை, "குரங்கின் பின்னால் போ" என்பதாக — அல்லது "குதிரையின் பின்னால் போ" என்பதாகச் சொல்லலாம்.

மூன்று விலங்குகள் — குதிரை, நாய், பசு — இவை இந்துமத நாடகத்தின் கவர்ச்சிகரமான நடிகர்கள். புராணப் பனுவல்கள் அவற்றை அதிகாரம், அசுத்தம், தூய்மை ஆகியவற்றின் குறியீடுகளாகக் குறிக்கின்றன. அவற்றை இந்துமதத்தின் மூன்று வர்க்கங்களோடு இணைக்கின்றன. க்ஷத்திரியர்கள் (ஆட்சியாளர்கள்), குறிப்பாக அயல்நாட்டு ஆட்சியாளர்கள் — குதிரை, கீழ்ச்சாதிகள் — நாய், பிராமணர்கள் — பசு. இந்தச சமூக வண்ணக் கோலின் இரு துருவங்களில் விளிம்பில் குதிரையும் நாயும் உள்ளன. (அயலவர்கள், பறையர்கள்). புலாலுண்ணாமை பற்றிய விவாதத்தின் மையப்பொருள் பசு. ஒரு சிக்கலான குறியீட்டு ஆட்டத்தில் இம்மூன்று பிராணிகளும் ஒன்று மற்றதுடனும், பிறகு இன்னொன்றுடனும் மாறிமாறி இணைகின்றன. குதிரைகளும் பசுக்களும் தங்கள் தங்கள் பாலியல்புகளைப் பிரதிபலிக்கின்றன. பசு (பெண்பால்) மந்தமான இனத்தைச் சேர்ந்த பிராணிகளை வரையறுக்கும் பாலினம். நல்ல பெண்மணிக்குக் (தாய்மை, பணிவு) குறியீடு. இதற்கு எதிர்த்தன்மை எருதுகளிடமோ காளைகளிடமோ காணப்பெறவில்லை. இவற்றின் நிலை ஈரடித்தன்மை கொண்டது. சிவனின் எருது, நந்தி, பணிவும் இரக்கமும் கொண்டது. ஆண் எருமைதான் எதிர்த்தன்மை கொண்டது. தொன்மத்திலும், சடங்கிலும் தீமையைக் குறிப்பதோடு, பறையர்களோடு இணைத்து நோக்கப்படுகிறது. இதற்கு

முரணாக, ஆண்குதிரை அந்த இனத்தின் வரையறை. பெண்குதிரைகள் தீங்குசெய்யும் பெண்களுக்குக் குறியீடு (அதிகப்பாலியல்தன்மை, வன்முறையுடன் நடந்துகொள்வது, சாவைத்தரும் வகையிலான கவர்ச்சி).[45] பசுக்களும் குதிரைகளும் மதஎதிர்த்தன்மைக்கும் குறியீடுகள் — பசுக்கள் இந்துக்களையும், குதிரைகள் முஸ்லிம்களையும் குறிப்பதாக இணையாகக் காலக்கணக்கில் வருகின்றன.

குதிரைகள் இந்தியாவிற்குச் சொந்தமானவை அல்ல. இங்கே அவை கொழிப்பதில்லை. எனவே மேற்கு, மத்திய ஆசியாவிலிருந்து அவற்றைத் தொடர்ந்து இறக்குமதி செய்ய வேண்டியிருந்தது.[46] இதற்கான காரணங்கள் இன்றும் உண்டு. தட்பவெப்பநிலை, மேய்ச்சல் நிலப்பகுதி.[47] கோடை, பருவக்காற்றுக்காலம் (மழை) இரண்டிற்கும் இடையிலான முரண், ஒரு காலப்பகுதியில் நிலத்தைச் சதுப்புநிலத்தன்மை கொண்டதாகவும், அடுத்ததில் உலர்ந்த, கெட்டியான, வறண்ட, வெடித்த நிலைக்கும் கொண்டுசெல்கிறது. செப்டம்பர் முதல் மே வரை மட்டுமே மேய்ச்சலுக்கு உகந்த காலப்பகுதி. அப்போதும் புல் உண்பதற்குப் பதமாக இருப்பதில்லை, அதிகமாகவும் கிடைப்பதில்லை. மேலும் சிறந்த மண்வளப்பகுதி, ஒரு பெரிய அளவிலான மரக்கறி உணவுண்ணும் மக்கள்தொகைக்கு உணவளிக்குமாறு தானியங்கள், காய்கறிகளின் விவசாயத்திற்கு விடப் படுகிறது. எனவே சத்துள்ள நல்ல புல் கிடைக்குமிடங்களும் (வட, வடமேற்கு இந்தியாவில் வறண்ட பாலைப்பகுதிகளின் கிழக்கு விரிவுப்பகுதிகள் — குறிப்பாக இராஜஸ்தானில் — இங்கே வெற்றிகரமாகக் குதிரைகள் பல நூற்றாண்டுகளாக வளர்க்கப்பட்டு வந்தன) குதிரை மேய்ச்சலுக்கென ஒதுக்கப்படுவதில்லை. எனவே விரிந்து பரந்த மேய்ச்சல் பகுதிகள் இல்லை. குட்டிகளாக இருக்கும்போதே அவை இலாயத்தில் அடைக்கப்பட்டு விடுகின்றன. அதனால் அவற்றின் உடற்பயிற்சிக்கு இடமில்லை. அவை பலத்தையும் தகுதியையும் பெறுவதில்லை. எனவே இனம் சீரழிந்துபோகாமல் இருக்கவேண்டி, தொடர்ந்து அதை மேம் படுத்தவும் முன்னேற்றவும் குதிரைகள் அடிக்கடி இறக்குமதி செய்யப்பட வேண்டியிருக்கிறது.[48]

குதிரைகளைத் தொடர்ந்து இறக்குமதி செய்யவேண்டியிருந்ததால், அவை போற்றப்பட்ட அரிய பிராணிகளாயின. மேற்குடி அல்லது அரச வட்டாரங்களில் மட்டுமே பயன்படுத்தப் பெற்றன. எனவே குதிரை இந்தியாவில் என்றும் படையெடுத்துவரும், ஆக்கிரமிக்கும் அயல் நாட்டினரைக் குறிக்கிறது. இந்தியாவில் குதிரையின் வரலாறு என்பது இந்தியாவுக்கு வந்து அதிகாரத்தைக் கைப்பற்றியவர்களின் வரலாறுதான். "அதிகாரிக்கு முன்னால் நிற்காதே, குதிரைக்குப் பின்னால் நிற்காதே" என்று இந்தியில் பழமொழி உண்டு. சிறு அதிகாரிகள் — குறிப்பாகப் போலீஸ், வருமானத்துறை அதிகாரிகள், பதிவேடுகளை வைத்திருப் பவர்கள் போன்றோர் மட்டுமே குதிரையில் ஏறிவந்த காலத்திலிருந்து இந்தப் பழமொழி ஏற்பட்டிருக்கலாம். இவர்கள் கொடியவர்களாக இருந்ததால் இவர்களைத் தவிர்ப்பது நல்லது என்பது பழமொழியில் எதிரொலிக்கிறது.

போரிடும் அரசவகுப்பினரான க்ஷத்திரியர்களைப் பொறுத்தவரை,

அதிகாரம், உயர்குல ஆட்சி இவற்றின் குறியீடு குதிரை. பாம்புகளின் தாய்க்கும், கருடனுக்கும் குதிரை வாலின் நிறம் பற்றிப் பந்தயம் நடக்கிறது மகாபாரதத்தில் (1. 17 - 23). இந்தப் பந்தயம் முதலாக, மூன்றாயிரம் ஆண்டுகளுக்கு முன்பு சிந்துவெளி அல்லது பஞ்சாபுக்குள் ஆரியக்குதிரைகள் பாய்ந்து வந்தனவா, செல்லநடை நடந்து வந்தனவா என்ற வரலாற்றாசிரியர்களின் உணர்ச்சிவயப்பட்ட பந்தயம் வரை பெரிய சண்டைகளுக்கு அது காரணம். மதத்திலும் கலையிலும் குதிரைகள் போற்றப்பட்டன. ஆனால் நிஜத்தில் காண்பதென்னவோ, இந்திய நகரங்களின் தெருக்களில் எலும்பும் தோலுமான மட்டக் குதிரைகள்தான். இந்துக்கள் போற்றியவை பெண் குதிரைகளல்ல, வலுவான ஆண் குதிரைகள். அராபியர்களும் துருக்கியர்களும் போற்றியவை பெண் குதிரைகள். இவர்களின் செல்வாக்கு இந்து இதிகாசங்களில் பெண் குதிரைகளைப் போற்றுவதற்குக் காரணமாகியது. கடைசியாக, குதிரைகள் ஐம்புலன்களுக்குக் குறியீடுகள். யோகம் அல்லது வேறு மார்க்கங்களின் வாயிலாக அவை கடிவாளமிட்டுக் கட்டுப்படுத்தப்பட வேண்டியவை. கடிவாளமிடுதல் என்பதற்குக் கட்டுப்படுத்துதல் என்ற அடிப்படை அர்த்தம் இருக்கிறது.

பிராமணர்களால் பசுவின் தூய்மை பயங்கரமாகப் போற்றப்பட்டது. இந்து மதத்தின் வரலாற்றில் உணவு பற்றிய மனப்பாங்கிற்கு அது பலசமயங்களில் அடிப்படையாக இருந்துள்ளது. வேதகாலத்தில் மக்கள் மற்ற யாக விலங்குகளை உண்டதுபோலவே கால்நடைகளையும் (குறிப்பாகக் காயடிக்கப்பட்ட எருதுகளை) உண்டார்கள். குதிரை மட்டும் விதிவிலக்கு — உண்ணப்படாத ஒன்று. அவ்வப்போது பசுக்களையும் வேதகால மக்கள் உண்டுவந்த போதிலும், விரைவில், பெரும்பாலான இந்துக்களுக்கு, அது அகிம்சை, (இயற்கையாகவே பால் தருவதனால்) கருணை ஆகியவற்றின் குறியீடாகியது.

பிற பெரும்பாலான பிராணிகளைப் (பால்கொடுக்கக்கூடிய குதிரைகள், ஒட்டகங்கள், எருமைகள், வெள்ளாடுகள் ஆகியவற்றின் பெண்இனங்கள்) போலன்றி, இறப்பின்றிப் பசுக்கள் உணவளிக்கக்கூடியவை. எனவே மரக்கறி உணவு பற்றிய விவாதங்களில் அன்று முதல் இன்றுவரையுள்ள பனுவல்களில், பசுக்கள் சூடான விவாதத்திற்குக் களமாகியுள்ளன.

விலங்குகளின் வண்ணக்கோலின் மற்றொரு முனையில் இருப்பவை நாய்கள். சநாதன யூதர்களுக்கும் முஸ்லிம்களுக்கும் பன்றிகளைப் போலவே, சாதித் தன்மை கொண்ட இந்துக்களுக்கு நாய்கள் (பாலினம் முக்கிய மில்லை) அசுத்தமானவை. எனவே ஒடுக்கப்பட்ட கீழ்ச்சாதியினருக்கு, மனித இனத்தின் மிகக் கீழ்ப்பட்ட நிலையில் இருப்பவர்களுக்கு, வர்ணதர்மத்திற்கு வெளியே இருப்பவர்களுக்கு, நாய்கள் குறியீடாயின. சமஸ்கிருதப் பனுவல்கள் நாய்களைத் தின்பவர்கள் என்றே இவர்களைக் குறிப்பிடுகின்றன. இந்தியாவின் பழங்குடி மக்களான ஆதிவாசிகளுக்கும் நாய்கள் குறியீடுகள். பிராணிகளைப் பராமரிப்பவர்கள், தோல்வேலை செய்பவர்கள், மனிதமலத்தை அகற்றுபவர்கள் போன்றவர்களைப் பன்றிகள், நாய்கள் என்று குறிப்பிடுவது வழக்கம். மிகப் பழைய இந்திய அரசியல்நூலான அர்த்த சாஸ்திரம், நாய்களை வேவுபார்ப்பவை

என்றும் குறிப்பிடுகிறது. நாய்களும் மைனாப்பறவைகளும் இருக்கும் போது அரசர்கள் இரகசியம் பேசலாகாது என்று அதன் ஆசிரியர் குறிப்பிடுகிறார்(1.15.4). மைனாக்கள் ஒருவேளை பேசக்கூடும், நாய்கள் என்ன செய்யும்? வாலைஆட்டி இரகசியத்தைத் தெரிவிக்குமா? ஒருவேளை ஒற்றர்களை அறிந்துகொண்டாலும், குரைக்காமல் காட்டிக் கொடுக்காமல் இருந்துவிடலாம். ஆனால் சாதியை எதிர்க்கின்ற பனுவல்கள் இந்தக் குறியீட்டை மாற்றுகின்றன. அவை தூய்மையற்றவை என்பதாகச் சித்திரிப்பதில்லை. குரைக்காத நாய் என்பது பேசுகின்ற ஒரு மௌனம். பறையர்களின் குரலுக்கு, நாயின் குரலுக்கு, இது நல்ல குறியீடு. பேசாதபோதுதான் நாம் சிலசமயங்களில் அதைக் கேட்கிறோம். இந்த விலங்குகளின் மாறுகின்ற அடிச்சுவடுகள், மாற்று இந்து மதங்களின் பன்முகத்தன்மையின் தொடர்ச்சியான ஒரு தடத்தை உருவாக்குகின்றன.

பன்மைத்தன்மையும் சகிப்புத்தன்மையும்[50]

பலதொகுப்பு பலகடவுள்முறைகள் பெருகியிருப்பது இந்துமதத்தைப் பற்றிய வரையறையில் பிரச்சினைகளை உருவாக்கலாம். ஆனால் ஒரு கலாச்சார நிகழ்வெனும் முறையில் அவைதான் அதன் பெருமை. மதங்களின் எல்லிஸ் தீவாக விளங்கும் இந்து மதத்தில் பன்மைத்தன்மையும் பன்முகத்தன்மையும் ஆழமாக ஊன்றியிருக்கின்றன. வெவ்வேறு நம்பிக்கைகளுக்கும் நடைமுறைகளுக்குமான கோடுகள் ஊடுருவக் கூடிய சவ்வுகள். வரலாறு முழுவதும் மையப்பிரச்சினைகள் பலவற்றில் இந்து மரபுகள் பிளவுபட்டிருப்பதைப் பார்க்கலாம் என்பது மட்டுமல்ல, அவை ஒவ்வொன்றின் மீதும் விவாதங்கள் இருந்ததையும் காணலாம். முக்கியப் பிரச்சினைகளில் இரண்டிற்கும் மேற்பட்ட பார்வைகள் சகஜம். இசைவான விடைகளைவிடப் போட்டியிடும் கருத்துகள் கொண்டு பனுவல்கள் போரிடுவதைப் பார்க்கிறோம்.

இந்தியாவில் விளங்கிவரும் பன்மைத்தன்மையில் ஒருவகையை நான் தேர்ந்தெடுப்புப் பன்மைத்தன்மை, அல்லது உள்முக, அல்லது தனிநபர்ப் பன்மைத்தன்மை என்பேன். ஒருவித புலனறிவுசார் ஒத்திசைவின்மை. ஒருவரிடம் ஏறத்தாழ ஒரே சமயத்தில் பலவித நம்பிக்கைகள் கொண்ட பெட்டி இருக்கிறது. ஒருசமயத்தில் ஒன்றை எடுத்துக்கொள்கிறார், மற்றொரு சமயத்தில், வேறொன்றை.[52] கதையாடல்கள் பல சமாதானத்துடன் அடுத்தடுத்து வாழ்கின்றன. சிலசமயங்களில் ஒரேஒரு திறந்த மனத்துடன்—அல்லது சில சமயங்களில் ஒரு குழுமக்களின் மனங்கள் தனித்தனியாக மூடியிருக்கும் நிலையில். இம்மாதிரித் தனிமனிதப் பன்மைத்தனத்தை மனுவின் சட்டநூலிலும் காணலாம். ஒரே இயலுக்குள்ளாக அது மாமிசம் உண்பதற்காகவும் அதற்கு எதிராகவும் உணர்ச்சிவேகத்துடன் வாதிடுகிறது *(5.26 - 56)*. அல்லது ஈ.எம். ஃபார்ஸ்டர் ஒரு முறை சொன்னது போல, "ஒவ்வொரு இந்திய இருப்பிடத்திற்கும் இரண்டு வழிகள் உள்ளன."[53] சடங்குகள் என்று வரும்போதும் இந்துமதத்தைச் சேர்ந்தவன் ஒருவன், வெவ்வேறு சமயங்களில், வெவ்வேறு பண்டிகை நாட்களில் வெவ்வேறு தேவைகளுக்கேற்ப, வெவ்வேறு குடும்ப உறுப்பினர்களுடன் வெவ்வேறு

கடவுளர்களை வழிபடலாம். (மணமான பெண், தன் கணவனின் மதத்திற்கு வேறான ஒரு மதத்தினை வீட்டிற்குள் கொண்டுவருவாள்). அல்லது புதிய கடவுளர்களைச் சந்திக்கும்போது அவர்களையும் சேர்த்துக்கொள்ளலாம்.

சமஸ்கிருதத்தின் கூட்டுஅமைப்பும், அதில் மிகப்பல சொற்களுக்குப் பல அர்த்தங்கள் உள்ளன என்பதும், எவ்விதம் பாக்களைப் பகுத்து நோக்குகிறோம், எவ்விதம் சொற்களின் உள்ளர்த்தங்களைக் காண்கிறோம் என்பதைப் பொறுத்து இருவேறு கதைகளை ஒரே சமயத்தில் சொல்லுகின்ற நீண்ட பாக்களையும் பல அர்த்தங்கள் கொண்ட சிறுபாக்களையும் உருவாக்குகின்ற தன்மையை சமஸ்கிருதத்திற்கு அளித்தது. ஒவ்வொரு சமஸ்கிருதச் சொல்லும் தன்னையே குறிக்கும், தனது எதிர்மறையை, ஒரு கடவுளின் பெயரை, உடலுறவில் ஒரு நிலையைக் குறிக்கும் என்று சொல்லப்படுகிறது. உருவகங்கள் நிறைந்த இந்தக் கவிதையே பன்முகத்தன்மை பற்றிய இந்திய அணுகு முறைக்கு ஓர் உருவகமாக அமையக்கூடும்.

எதிலிருந்தும் (நல்லதைத்) தேர்ந்தெடுத்துக் கொள்ளலாம் என்ற பன்முகத்தன்மை எச்சரிக்கையோடுதான் செயல்பட்டுள்ளது. ஆனால் பல தனிமனிதர்களை — இந்துக்களைப் — பிற பாதைகளின் ஞானம், சக்தி ஆகியவற்றைப் பாராட்டுமாறு செய்துள்ளது. உதாரணமாக, சூஃபி வழிபாட்டிடத்தில் வழிபடும் ஒரு இந்து முழுவதுமாக அடுத்த மதத்தில் மூழ்கிவிடாமல் அவர்களைப் போற்றலாம்.[54] இம்மாதிரி ஊடுருவும் தன்மை கொண்ட ஓர் இந்துமதம், இதுபோன்ற மற்ற இந்து மதங்களிலிருந்தும் பிற பிறமதங்களிலிருந்தும் அதை வேறுபடுத்தியது. இந்த உரையாடல்கள் மதத்திற்குள்ளாகவும் மதங்களினூடாகவும் ஆக்கபூர்வமாக இருந்தன. முதலில் பௌத்தத்துடனும் ஜைனத்துடனும் இப்படிப்பட்ட உரையாடல் நிகழ்ந்தது. பிறகு யூதமதம், கிறித்துவம் ஆகியவற்றுடன். பிறகு முஸ்லிம் மதத்துடனும் சீக்கியத்துடனும். பிறகு பழங்குடியினர் சமயங்களுடனும் பிற இறக்குமதி (ஜொராஸ்ட்ரிய மதம் போன்றவை)களுடனும். இந்த ஊடாட்டங்கள் சிலசமயங்களில் உணர்வுபூர்வமாகவும், சிலசமயங்களில் பிரக்ஞையின்றியும் நடைபெற்றன. சிலசமயங்களில் போற்றி ஏற்கப்பட்டன, சிலசமயங்களில் வன்முறை யோடு — ஆனால் பயனுள்ள எதிர்ப்புகளாக அமைந்தன. (உதாரணமாக, நாம் பார்க்கப் போவதுபோல, புத்தரை விஷ்ணுவின் அவதாரமாக ஏற்பதன் உடன்பாட்டு - எதிர்மறை மனப்பாங்குகள்). ரோஹிண்டன் மிஸ்ட்ரியின் 'இவ்வளவு நீண்ட பயணம்' என்ற நாவலில் ஒரு காட்சி. மும்பையில் ஒரு சுவர். அக்கம்பக்கத்து மக்கள் அதன் மறைப்பில் ஒன்றுக்கிருக்கவும் மலம் கழிக்கவும் செய்கிறார்கள். இடைவிடாமல் இது நடக்கிறது. இந்த நாவலின் தலைவன், ஒரு கலைஞனை ஏற்பாடு செய்து உலகின் எல்லா மதங்களின் உருவங்களையும் அந்தச் சுவர்மீது வரையச் செய்கிறான். பலசமய - பல கடவுள் வழிபாட்டு உரையாடல். மசூதிகளும் (உருவங்களை வரையக் கூடாது என்ற முஸ்லிம் விதியை மதித்து) வரையப்படுகின்றன. ஆக, எந்த மதத்தைச் சேர்ந்த மனிதனும் சுவரை அசிங்கப்படுத்த இயலாது.[55] (இது சிலகாலம் உதவுகிறது, ஆனால் நகரத்தினர், பாதையை விரிவுபடுத்தவேண்டி அந்தச் சுவரை இடித்து

விடுகிறார்கள்.) இந்தியாவில் பல்சமய உரையாடலின் நம்பிக்கைகளுக்கும் பலவீனங்களுக்கும் இது ஒரு நல்ல உருவகமாகத் தோன்றுகிறது.

ஒரே கதைகளைப் பலவடிவங்களில் இந்துக்கள், ஜைனர்கள், பௌத்தர்கள் சொல்லுகிறார்கள். இந்துக்களும் பௌத்தர்களும் (பிறரும்கூட) முற்காலத்தில் மிகுதியாகச் சிந்தனைகளைப் பரிமாறிக்கொண்டவர்கள். எனவே ஒவ்வொரு மரபின் மையக் கருத்துகள் சில எந்த மரபிலிருந்து வந்தது என்று சொல்லவே முடியாது. ஒரே கதையை வெவ்வேறு காலங்களில் இந்து மதத்திற்குள்ளாகவே சொல்லும்போது, இந்துக் கதைக்கும் பௌத்தக்கதைக்கும் உள்ள வேறுபாடுகளைவிட இவற்றுக்குள் வேறுபாடு மிகுதியாக உள்ளது. வெவ்வேறு வரலாற்றுச் சூழல்களுக்குப் பொருந்த, கதைகள் மாறுகின்றன. மொழி வேறுபாடு, குறிக்கப்படுகின்ற அரசன், போன்றவற்றால் ஒவ்வொரு கதையின் காலத்தையும் கணிக்கலாம். ஆனால் எப்போது எங்கிருந்து அந்தக் கதைகள் வந்தன என்று யாராலும் சொல்லமுடியாது. மதப்படிமங்கள் (உருவங்கள்) பல, பௌத்தர்கள் ஜைனர்கள் இந்துக்களுக்கு ஒன்றாகவே உள்ளன.[56] இந்துக்களும் கிறித்துவர்களும், அல்லது இந்துக்களும் முஸ்லிம்களும் ஒரே உருவத்தை வெவ்வேறு பெயர்களில் வழிபடுகிறார்கள்; உதாரணமாகப் பதினெட்டாம் நூற்றாண்டளவில் சத்யபீர் என்பவர் — ஒரு முஸ்லிம் சாது — விஷ்ணுவின் ஓர் அவதாரமாக — சத்ய நாராயணர் என — வழிபடப்பட்டார்.[57]

இந்தியக் கவிஞரும் துறவியுமான கபீர்தாசர், உணர்வுபூர்வமாக இந்து மதத்தையும், இஸ்லாமையும் ஒதுக்கியவர். ஆனால் இரண்டின் அழிபாடுகளிலிருந்தும் தனது சொந்த மதம் ஒன்றினை அவர் உருவாக்குகிறார். இப்படித்தான் பல சூஃபித்துறவிகளும் செய்தார்கள். அவர்களின் தலங்களில் இந்துக்கள் இன்றும் வழிபடுகிறார்கள். ஒரு மதத்திற்குரிய இடத்தில் மற்றொரு மதத்தின் வழிபாட்டிடத்தை அமைப்பது, எந்தச் செல்வாக்கின் கவலைக்கும் உட்படாத, போற்றுதல் - வயப்படுத்தல் இரண்டையும் இந்தியாவில் குறிக்கும்.

இந்துக்கள், சநாதனச் சிந்தனைமுறையைவிட சநாதான நடைமுறை உள்ளவர்களாக இருந்த போக்கு இதற்கு ஆதரவாக இருந்தது. அதாவது, பெரும்பாலான இந்துக்கள், நேரிய கருத்துகளை வரவேற்பதைவிட நேரிய நடத்தையைப் பாராட்டும் தன்மை. செயல்பாட்டிற்குப் பலவேறு விதித்தொகைகள் இருந்தாலும், ஒவ்வொரு சமுதாயமும் தெளிவாகவே தான் என்ன செய்யவேண்டும், என்ன செய்யக்கூடாது என்பதைத் தெரிந்துவைத்திருக்கிறது. சில விஷயங்கள் செய்யப்படல் ஆகவே ஆகாது. பிராணிகளைப் பலிகொடுத்ததாலோ, கொடுக்காததாலோ — தவறான பெண்களுடன் உடலுறவு கொண்டதாலோ — வேதங்களை மதிக்கவில்லை என்பதாலோ — தவறான புனித நூல்களைப் பயன்படுத்தினர் என்பதாலோ, இந்தியாவில் மக்கள் கொல்லப்பட்டுள்ளனர். ஆனால் கடவுள் இந்த மாதிரிதான் உள்ளார், அந்தமாதிரி இல்லை என்று சொன்னதற்காக யாரும் கழுவேற்றப்பட்டதில்லை. ஒவ்வொரு இனக்குழுவும், தங்கள் கடவுளரைத் தவிர, தாங்கள் வழிபடாவிட்டாலும் மற்றவர் வழிபடுவதற்கு ஏதுவான பிற கடவுள்கள் இருப்பதை ஏற்றுக்கொண்டது.

எனவே இந்துக்களைப் பலசிந்தனை உடையவர்கள் என்று சொல்லலாம்.[58] ஆனால் சில துறவிகளும், சில ஒற்றைவாதிகளும், சில பக்திக்குழுக்களும், பழநடைமுறைகளை விடப் பழஞ்சிந்தனையாளர்களாக உள்ளனர் எனலாம். பிராமணர்கள், வேதங்கள், வர்க்கம்—சாதி இவற்றை ஏற்க மறுப்பவர்கள், மாறுபட்ட சிந்தனை உள்ளவர்கள், வைதிக எதிர்ப்பாளர்கள் (பாஷாண்டர்கள், பாகண்டர்கள்) என்று அழைக்கப்பட்டனர்.[59] ஆக வைதிக எதிர்ப்பு என்ற இந்துக்கருத்து, இந்து மதத்திற்குள்ளாகவே சிலருக்குப் பயன்படுத்தப்பட்டது - குறிப்பாக பௌத்தர்களுக்கும் ஜைனர்களுக்கும் மிகுதியாக.

கலப்பும் பல்தன்மையும்

மனித அடையாளத்திற்கான தனிமைப்படுத்தும் அணுகுமுறை, மனிதர்களை ஒரு குழுவின் உறுப்பினர்களாகக் காண்கிறது. பலநிலைப் பார்வை, மனிதர்கள் பலவேறு குழுக்களில் ஒரேசமயத்தில் இருப்பதைக் காண்கிறது. இப்போது சர்வசமயப் போர்வையில் இருக்கும் இந்துமதத்திற்குள்ளான நமது நட்புக்குரிய வென்/ஜென் படத்தைப் பார்ப்போம். இந்தியாவில் இந்துக்களும் முஸ்லிம்களும்போல, சமுதாயங்களின் மோதலில் பிடிபட்டிருக்கும் மனிதர்களுக்கு, பன்னோக்குதான் மிகவும் பொருத்தமானது, பயனுள்ளதும்கூட.[60]

சிலசமயம் மக்கள் கூடுதலாக பல்தன்மைக்கும் கலப்பிற்கும் இடையில் ஒரு வேறுபாட்டைக் காண்கிறார்கள். பல்தன்மை என்றால், பல பொருள்கள் கலந்திருக்கும்போதும் அவற்றிலிருக்கும் பகுதிப்பொருள்கள் கோட்பாட்டளவில் மாறவில்லை என்று அர்த்தம். இந்த அர்த்தத்தில், ஒரு முஸ்லிமை முஸ்லிமாகவும் ஒரு பௌத்தன் பௌத்தனாகவும் எவ்விதம் புரிந்துகொள்வானோ அவ்விதப் பொருள்களை இந்துமதமும் பெற்றிருக்கிறது. மதப் பல்தன்மையின் அடையாளம் தனிமனிதன்தான். ஞாயிற்றுக் கிழமை ஒரு மாதாகோயிலுக்குச் சென்று பொதுவழிபாட்டில் பங்கேற்பவன், பெருமளவில் (எல்லா இடங்களிலும் இல்லாவிட்டாலும்) வேறொரு நகரத்திலோ நாட்டிலோ அதேபோன்றதொரு அனுபவத்தை உணரமுடியும். அதேபோலச் செவ்வாய்க்கிழமை ஒரு இந்துக் கோயிலுக்குப் போய் ஓர் ஆட்டை பலிகொடுக்க உதவுகிறீர்கள் என்றால், (எல்லா இடங்களிலும் இல்லாவிட்டாலும்) வேறொரு நகரத்திலோ நாட்டிலோ அதேவிதமாக உணரலாம். கலப்பு என்பது இதற்கு மாறாக, உள்ளியைதலைக் கொண்டிருக்கிறது. மதத்தில் கலப்பின் உதாரணமும் தனிமனிதன்தான். திங்கட்கிழமை அதே மாதா கோயிலுக்குச் சென்று பொதுவழிபாட்டில், யூகாரிஸ்துக்குப் பதிலாக ஓர் ஆட்டை பலி கொடுக்கிறீர்கள், அல்லது அதே இந்துக்கோயிலுக்குப் போய், நீங்கள் கும்பிடும் கடவுளைப் பார்த்தால் அது மேரி மாதாவாக (அவருக்குரிய அடைமொழிகள், உடலமைப்பு உட்பட) இருக்கிறது. ஆக்ஸ்போர்டு ஆங்கில அகராதி, கலப்பு என்பதைப் “பல்வேறு மூலங்களிலிருந்து வருவிக்கப்பட்டது, அல்லது வெவ்வேறான தொடர்பற்ற கூறுகளால் ஆனது” என்று வரையறுக்கிறது. இதைச் சமுதாயத்துக்குப் பொருத்தும்போது, வசதியாக, அந்தக் கூறுகள் மாறுமா மாறாதா என்பதைச் சொல்லாமல் விட்டுவிடுகிறது. இந்த

வரையறை சமுதாயங்களைவிடத் தனிமனிதர்களுக்கே பொருத்தமாக உள்ளது. “இரண்டு வெவ்வேறினங்களை (அல்லது பரந்தபொருளில் வெவ்வேறு வகைகளை)ச் சேர்ந்த விலங்குகள் அல்லது தாவரங்களின் வழிவரும் இளங்கன்று”.

கலப்பும் பல்தன்மையும் இரண்டுமே சமுதாயங்களுக்கும் தனிமனிதர் களுக்கும் பயன்படுத்தப்படலாம். ஆனால் இரண்டிற்கும், இவற்றுடன் சமரசத்திற்கும் அடிப்படையான யூகம் என்னவெனில், கலப்புக்கு முன்னால், கலக்கின்ற கூறுகள், தங்கள் தனித்த தன்மையில் உள்ளன, கலந்தபிறகு (கலப்பு என்றால்) ஏதோ மாற்றத்தை அடைகின்றன, (பல்தன்மை என்றால்) அவ்விதம் அடையவில்லை என்பதே. ஆனால் மனித நிலைமையில் தூய, தனித்த தன்மை என்பதற்கு அடிப்படையே கிடையாது, கட்டாயமாக, வரலாற்று மனிதனை நாம் நோக்கும்போது அவ்வாறு இல்லவே இல்லை. கி.மு. இரண்டாயிரத்துக்கு நீண்ட காலம் முன்பே, சிந்துசமவெளி நாகரிகம், பல கலாச்சாரங்களின் கலப்பாக இருந்தது, அதேபோல அக்கால வேதக் கலாச்சாரமும் அப்படித்தான், பிறகு இந்த இரண்டு கலப்புகளும் ஒன்றுகலந்துவிட்டன. கலப்பு, இருமை எதிர்வுகளைக் கொள்வதில்லை. யதார்த்தம் தனித்தனி திடப்பொருள் பெட்டிகளாக இல்லை, ஒரு பாய்பொருளாக, தொடர்ச்சியாக உள்ளது என்று நோக்குகிறது.

சிறுகோட்டு அடையாளத்தை (ஹைபன்) பல்தன்மையுள்ளதாகவும், கலப்பாகவும் வாசிக்கலாம். ஆங்கிலோ - இந்தியன் என்ற சொல், எதிரெதிரான குழப்பமான இருவித மக்களைக் குறிக்கிறது. ஆ.ஆ. அகராதியின்படி, “இந்தியாவில் வசித்த அல்லது வசிக்கின்ற பிரிட்டிஷ் பிரஜையின் வழித்தோன்றல்”, அல்லது “இந்தியாவிலுள்ள யூரேசியன்”, அதாவது, இந்தியாவை ஆளும் முன்னுரிமை பெற்ற ஆங்கிலேயன், அல்லது, மிகத் தாழ்ந்த இனமாக பிரிட்டிஷ்காரர் கருதிய உரிமையற்ற கலப்பினமாக இருக்கலாம்.

வகைமைகளின் கலப்பில் பெருமளவு எதிர்மறை மனப்பாங்கைக் கொண்டிருக்கும் பாதகநிலையையும் — இப்போது நாம் பிற்போக்கு எனக் கருதுவதையும் கலப்பு என்ற சொல் மரபாகக் கொண்டிருக்கிறது. ஆகவே கலப்பு என்பது கலக்கும் பொருள்கள் அனைத்தும் மாறுகின்ற அவியலாகக் காணப்படுகிறது. ஆ.ஆ. அகராதி, மேலும், கலப்பினம், அரையினம், கலப்பின நாய் என்ற அர்த்தங்களையும் தருகிறது. இந்த வரையறையின் இனஅர்த்தங்கள், வர்ணசம்காரம் எனப்படும் சாதிக்கலப்பு பற்றிய பயத்தையும் குறிப்பதாக இருக்கிறது. ஆனால் இப்போதெல்லாம் பிற்காலனியரும, பின்நவீனத்துவச் சிந்தனையாளரும் கலப்பு என்பதை ஆளுகிறார்கள், அதை நல்லர்த்தம் கொண்டதாக வரையறுக்கிறார்கள், மேலும் நாம் எல்லாம் கலப்புகளே,[61] எப்போதும் கலந்து கொண்டே இருக்கிறோம்[62] என்கிறார்கள். இந்தியாவிலுள்ள பல சமுதாயங்களில் பார்சிகள், சமூகக் கலப்பைப் பற்றிய நேர்முகக் கதையைச் சொல்கிறார்கள். இந்தியாவுக்கு அவர்கள் முதல்முதலாக வந்தபோது, அந்த வட்டார ராஜா அவர்களுக்குப் பால்நிரம்பிய குவளையை அனுப்பினான். அதாவது நகரம் நிரம்பியிருக்கிறது

என்று அர்த்தம். பார்சித் தலைவன், அதில் சர்க்கரையைக் கலந்து திரும்ப அனுப்பினானாம். அதாவது அவர்கள் அராபியர்களுடனும் இந்துக்களுடனும் பாலில் சர்க்கரைபோல இனிமையாக, ஆனால் அளவு அதிகரிப்பின்றிக் கலந்துவிடுவார்கள் என்று அர்த்தம்.[63] பாலில் சர்க்கரை என்ற உருவகம், சமுதாயத்தில் மக்கள் கலப்பதன் மிகத்தீவிர ஒருமைப்பாட்டை — தங்கள் பண்புகளால் (ஜோராஸ்டர் மதம், இனிமை) கரைந்துவிடு தல், இனிமை தருதல் ஆகியவற்றைக் காட்டுகிறது. ஆனால் உண்மையில் பார்சிகள், இஸ்லாத்துடனோ இந்துமதத்துடனோ கலக்க வில்லை, பார்சிகளாகவே இருந்தார்கள் என்பதன்றியும், 1947 இந்திய - பாகிஸ்தான் பிரிவினையின்போது அதில் தத்தளிக்கவும் செய்தார்கள். இதுதான் கலாச்சாரக் கலப்புகள் பற்றிய துல்லியமான வருணனையாகத் தோன்றுகிறது — உருகியிணையும் நிலையைவிட, கொள்கலத்தில் காணப் படும் கலக்காத தனித்த துகள்களின் உறுதியற்ற நிலை.

குறைபாடுகள் இருப்பினும், கலப்பு, பல்தன்மை ஆகிய கருத்துகள், எச்சரிக்கையுடன் பயன்படுத்தினால் பயனுள்ளவையே. இரண்டிலும் நடப்பதென்னவோ ஒன்றுதான், பார்வைக்கோண வித்தியாசம்தான். பல்தன்மை, கலப்பு, சமரசம் என்று எப்படிச் சொன்னாலும் வித்தியாசம் ஒன்றுமில்லை. கலந்த விஷயத்தை எப்படி நீங்கள் மதிப்பிடுகிறீர்கள் என்பதுதான் விஷயம். எந்தச் சொல்லைப் பயன்படுத்தினாலும், அது இந்து மதத்துக்குப் பொருந்துகிறது என்றும், அது நல்லதுதான் என்றும் நினைக்கிறேன். வேறொரு சமயத்தில் இந்துத் தொன்மத்தை எதிர்க்கோடிகளுக்குச் செல்லும் ஒரு ஊசலுடன் — நிற்காத, இடையறாது இயங்குகின்ற ஒன்றுடன் ஒப்பிட்டேன். தனது பகுதிப்பொருள்களை ஒருங்கிணைத்து ஒன்று ஆக மாற்றுவதற்கு மறுப்பதனால், இந்தியத் தொன்மம், இந்தப் பிரபஞ்சம் எல்லையற்று மாறுபட்டது, எல்லாம் ஒரேசமயத்தில் நடக்கிறது, ஒன்றையொன்று விலக்காமல் எல்லாச் சாத்தியங்களும் ஒன்றாக இருக்க வாய்ப்பு உண்டு என்ற நிலையைக் கொண்டாடுகிறது... இடையூறு அற்ற பலதன்மையும், முரண்பாடும் ஒழுக்கரீதியாகவும், தத்துவரீதியாகவும் தேவை."[64]

ஒரேசமயத்தில் ஊசலின் இரு எதிர்முனைகளையும் கொள்ளுதல் என்பது, இந்துக்களின் வரலாற்று நாடகத்தில் ஒரு தனிமனிதன், வர லாற்றில் பல இந்தியர்கள் இருந்து வந்ததுபோலத், தன்னை முஸ்லிமும் இந்துவும் கலந்த கலப்பாகவோ, அல்லது சில சமயங்களில் தன்னை இந்துவாகவும் சிலசமயங்களில் தன்னை முஸ்லிமாகவோ காண முடியும் என்பதைக் காட்டுகிறது. எந்தவிதமாயினும், ஒன்றுகரையும் போக்கில் எங்குமே முஸ்லிம் என்ற தூய வகையோ, இந்து என்ற தூய வகையோ இல்லை. இப் படிப்பட்ட நபர், சில நாட்களில் இந்துக்கோயிலில் வழிபடலாம், சில நாட்களில் ஸூஃபி கோயிலிலும் வழிபடலாம், ஆன்மிக வழிகாட்டலுக்கு உபநிஷதங்களையும், குரானையும் படிக்கலாம், முஸ்லிம் புனிதநாட்களையும் இந்துப் பண்டிகைகளையும் கொண்டாடலாம்.

இந்துக்களின் வரலாறு முழுவதும், சமூகத்திலும், அதைப்பற்றிய பார்வையிலும், ஒரே சமயத்தில் பல இருமை எதிர்வுகள் இருப்பதைப் புரிந்துகொள்ளவேண்டும் என்பது எனது வாதம். வரலாற்றுமுறைச்

சமாதானத்தில், ஊசல், ஏதோ ஒரு கோடியில் மட்டும் நின்றுவிடுவதில்லை. பல்வேறு சிந்தனைகளுக்கும் இரண்டு எதிர்க்கோடிகள் இருப்பதையும், அவற்றின் அதிகாரபூர்வத்தன்மையையும், அதேசமயம் அவற்றின் போலித்தன்மையையும், அந்த ஊசலின் எந்த ஒரு முனையிலும் தூய நிகழ்வென்பது இல்லை, அதற்காக நாம் அதை விட்டுவிட முடியாது என்பதையும் நாம் ஒப்புக் கொள்ளக் கட்டாயப்படுத்துகிறது. புத்தமதம் சொல்வதுபோன்ற எந்த நடுவழியும் இங்கு இல்லை. அல்லது, ஜென் வரைபடத்திலுள்ள மிகத்தீவிரமான பிற எல்லா வழிகளுக்கும் பக்கத்தில் தான் அந்த மத்திய வழி தன் இடத்தைக் கொள்ளவேண்டும்.

அடிக்குறிப்பு

1. Idries Shah, The Exploits of the Incomparable Mulla Nasrudin, 26. Idries Shah attributes the parable to Mulla Nasrudin.
2. For the idea that the Europeans have taught Hindus to say that India is timeless, see Sedgwick, Against the Modern World.
3. Lévi-Strauss, "Split Representation in the Art of Asia and America."
4. The Narmamala of Ksemendra 3:44.
5. Hopkins, The Hindu Religious Tradition, 9.
6. Keillor, Pontoon.
7. Keay, India, 2.
8. Thapar, "Imagined Religious Communities," 77.
9. Mishra, "Exit Wounds," 81.
10. Alex von Tunzelmann, Indian Summer (Henry Holt, 2007), cited by Mishra, "Exit Wouds," 81.
11. Burghart, "The Category of 'Hindu,'" 264-65.
12. Gottschalk, Beyond Hindu and Muslim.
13. Bloom, The Anxiety of Influence.
14. Paraskara, Paraskara grihya sutra 10.36, cited by Nath, Puranas and Acculturation, 202.
15. Michaels, Hinduism, 12-14.
16. Frykenberg, "The Emergence of Modern Hinduism," in Sontheimer and Kulke, Hinduism Reconsidered, 31.
17. The act can be found at www.sudhirlaw.com/HMA55.htm.
18. Ronojoy Sen, Legalizing Religion, 6-38.
19. Ibid.
20. Brian K. Smith, "Exorcising the Transcendent," requires six qualities out of a cluster of nine; Michaels, Hinduism, 20, cluster of five.
21. According to the 2004 Survey Report conducted by the Indian Census, 25 percent of persons aged fifteen years and above are reported to be vegetarian. But according to

the 2006 the Hindu-CNN-IBN State of the Nation Survey, 40 percent of respondents were vegetarian (a figure that includes those who eat eggs), 55 percent of Brahmins are vegetarian, and in landlocked states such as Rajasthan and Haryana, where seafood is not available as a food source, more than 60 percent are vegetarians. Gujarat, the birthplace of Gandhi and home to a sizable Jain population, is predominantly landlocked, but only 45 percent vegetarian.

22. Wittgenstein, *Philosophical Investigations*. Wittgenstein's method was similarly applied to Hinduism by the anthropologist Gabriella Eichinger Ferro-Luzzi, in "The Polythetic Network."

23. Doniger, *The Woman Who Pretended*, 7.

24. J. Z. Smith on center and periphery.

25. Pace Michaels (*Hinduism*), there can be no single "habitus."

26. Doniger, "Hinduism by Any Other Name."

27. Narayana Rao, "Hinduism : The Untold Story" and "Purana as Brahminic Ideology."

28. Herodotus, *History*, 3.97-100. He called them Hindoi.

29. Thapar, *Early History*, 275.

30. Joyce, *Finnegans Wake*, 10.

31. W. C. Smith, *The Meaning and End of Religion*, 30.

32. Babur, *Baburnama*, 352.

33. *Encyclopaedia Britannica*, s.v. India.

34. Hiltebeitel, "Of Camphor and Coconuts," 28.

35. For the usefulness of the word "Hinduism," despite its drawbacks and the subjective nature of its boundaries, see the arguments for the similarly subjective reasons for delineating the elements of a myth, in Doniger, *The Implied Spider*.

36. Doniger O'Flaherty, *Other Peoples' Myths*, chapter 3.

37. There are also more good books about the Mughals and the British, hot topics and topics for which there is more reliable data, than about the ancient period.

38. Jamison, *Sacrificed Wife*, 14; Patton, "If the Fire Goes Out, the Wife Shall Fast."

39. The Mimamnsa school. Julia Leslie, *The Perfect Wife* 3, citing Shabda 10.8.10.22: *praptipurvakah pratishedah bhavati*.

40. Wayne Booth's term, in *The Rhetoric of Fiction*.

41. Doniger, *The Implied Spider*.

42. Ramanujan, "Towards a Counter System."

43. Hiltebeitel, *Rethinking the Mahabharata*, 166-67.

44. For this and other definitions of people beyond the Aryan pale in ancient India, see Doniger O'Flaherty, "The Origins of Heresy in Hindu Mythology" and "The Image of the Heretic in the Gupta Puranas."

45. Doniger O'Flaherty, *Women, Androgynes, and Other Mythical Beasts*.

46. Trautmann, cited by Bryant, The Quest, 261.

47. Trautmann, ibid., queried this: "It has yet to be determined why exactly India has never been self-sufficient in horses. Climate? A relative scarcity of pasture?" In a word, yes.

48. Gommans, "The Rise of the Indo-Afghan Empire," 70-73.

49. Trautmann, cited by Bryant, The Quest, 261.

50. Doniger, "Pluralism and Intolerance in Hinduism"; "Hindu Pluralism and Hindu Intolerance of the Other"; "Tolstoi's Revenge"; "Do Many Heads Necessarily Have Many Minds?"

51. Festinger, When Prophecy Fails and Cognitive Dissonance.

52. Doniger O'Flaherty, Women, Androgynes, 5-7.

53. Forster, Hill of Devi, 199.

54. Doniger O'Flaherty, Other Peoples' Myths, final chapter.

55. Mistry, Such a Long Journey, 183.

56. Orr, "Identity and Divinity."

57. Stewart, "Satya Pír: Muslim Holy Man and Hindu God," 578.

58. Katherine Ulrich's wonderful term.

59. Doniger, "The Origins of Heresy."

60. Sen, Identity and Violence.

61. Joh, Heart of the Cross, 53-55; Bhabha, The Location of Culture 7, 277, 168-69, 256, 19, 296, 360, 240, 322.

62. This phrase is Kristin Bloomer's.

63. Pangborn, Zoroastrianism: A Beleaguered Faith, 8; "Sugar in the Milk: A Parsi Kitchen Story," NPR, March 20, 2008:http://www.npr.org/templates/story/story.php?storyId=88505980 & sc=emaf.

64. Doniger O'Flaherty, Siva, 318.

இயல்: 2

இந்தியாவில் காலமும் வெளியும்

5 கோடி ஆண்டுகளுக்கு முன்பிருந்து கி.மு. 50,000 வரை

இந்தியாவின் பிறப்பு

விஷ்ணுவின் காலடியிலிருந்து, சிவனின் தலைமுடி வழியாகப் பாய்வதாகச் சொல்லப்பட்டாலும், கங்கை, பழமையானதோர் ஆறு அல்ல. கங்கையும் அதைப் போஷிக்கும் இமயமலையும் இல்லாதிருந்த, இந்துஸ்தானத்தின் புனித இடங்கள் கடலாக இருந்த ஒரு காலத்தையும் மதத்திற்கு அப்பாலும் நோக்கும் நிலவியல் அறியும். மலைகள் எழுந்தன, அவற்றின் மண் பெருங்கடலை மூடியது, கடவுளர் தங்கள் தங்கள் இடங்களில் அமர்ந்தார்கள், நதியை உண்டாக்கினார்கள், நினைவுக்கெட்டாத இந்தியா என்று நாம் இன்று கூறுவது உருவாயிற்று.

- ஈ.எம். பார்ஸ்டர், இந்தியாவுக்கு ஒரு பாதை (A Passage to India, 1924)[1]

காலத்தின் ஆதிமூலம்: ஆப்பிரிக்காவிலிருந்து தொடக்கத்திலிருந்து தொடங்குவோம்:

ஒரு காலத்தில், ஏறத்தாழ 5 கோடி ஆண்டுகள் முன்பு, மடகாஸ்கரிலிருந்து (ஆப்பிரிக்காவின் தென்கிழக்குப்

பகுதியில் காணப்படும் ஒரு பெரிய தீவு) விடுபட்ட ஒரு முக்கோண நிலப்பகுதி, பூமியின் மேற்பரப்பின்மீது மிதந்து இந்தியப் பெருங்கடலில் (ஒரு கண்டத்தை நோக்கிப்) பயணம்செய்து, மத்திய ஆசியாவின் வயிற்றுப் பகுதியில் மிகுந்த விசையுடன் மோதியது.² மோதிய விசையில், அங்கிருந்த நிலத்தை 5 மைல் உயரச் செய்து இமயமலையாக்கியது, நடு ஆசியாவுடன் இழைந்து இணைந்து இந்திய துணைக்கண்டமாக மாறியது.³ அப்படித்தான் 'பிளேட் - டெக்டானிக்ஸ்' படிக்கும் அறிஞர்கள் இன்று சொல்கிறார்கள். அவர்களை நாம் எப்படி எதிர்க்கமுடியும்? வெறும் நிலம் மட்டுமல்ல; மக்களும் வெகுகாலம் கழித்து ஆப்பிரிக்காவிலிருந்துதான் இந்தியாவுக்கு வந்தார்கள். ஆண்டுதோறும் இந்தியாவுக்கு மழையை வழங்கும் பருவக்காற்றுகள்தான் ஏறத்தாழ கி.மு. 50,000 அளவில் கிழக்கு ஆப்பிரிக்காவிலிருந்து தீபகற்ப இந்தியாவுக்கு முதல் மனிதர்களைக் கொண்டுவந்தன.⁴ ஆக, இந்தியாவின் நிலமும் மக்களும் வேறெங்கோ இருந்துதான் முதலில் இங்கு வந்தனர். நினைவுக்கெட்டாத என்பதை இத்துடன் விடுவோம். பழங்கால ஆரியர்களும், பெரும்பாலும், ஆப்பிரிக்காவிலிருந்தே வந்தார்கள்.⁵ இந்தியாவே ஓர் இறக்குமதிதான், இந்த வரலாற்றுக் காலத்திற்கு முற்பட்ட, மெய்யான புலம்பெயர்வுச் சம்பவம் காலந்தோறும் இந்து மதம் புலம்பெயர்ந்த மக்களையும் சிந்தனைகளையும் உள்வாங்கிக் கொண்டதற்கு ஓர் உருவகமாக அமையக்கூடியது.

(தொடக்கத்திலுள்ள ஈ.எம். ஃபார்ஸ்டரின் சொற்கள் காட்டுவதுபோல எல்லாவற்றையும் அறுதியான மூலங்களுக்குக் கொண்டுசெல்ல நினைக்கும் வரலாறுகள் மீதான பிரக்ஞையற்ற அங்கதமாகவும் இதனை வாசிக்கலாம்.) இந்தப் பழைய நிலையைப் பற்றி இந்துக்கள் கட்டியிருக்கும் கதைகளும், அந்தக் கதாபாத்திரங்களும், காலம் — வெளிபற்றிய கதைகளும் இந்த இயலின் முக்கியப் பொருளாக அமைகின்றன. குறிப்பாக வெள்ளம் பற்றிய தொன்மம் இடம் (மூழ்கிய கண்டங்கள்) காலம் (ஊழிக்கால இறுதிகளைக் குறிக்கும் வெள்ளங்கள்) இரண்டையும் பற்றியவை. பெரும்பாலும் சொல்லப்படாதவை, எப்போதுமே ஏற்றுக்கொள்ளப்பட்டவை — இந்தக் கதைகளின்மீதுதான் பிற எல்லாக் கதைகளும் வரலாறும் கட்டப்பட்டுள்ளன. பிறகு நாம் இந்தியா வின் இயற்கைக் கூறுகளை நோக்குவோம்: ஆறுகள், மலைகள் — இவை வரலாற்று நாடகம் நிகழும் மேடை மட்டுமல்ல, நாடகத்தின் முக்கியப் பாத்திரங்களும்கூட. ஏனெனில், கங்கையும் இமயமும் சிவபெருமானின் மனைவியாகவும் மாமனாராகவும் கதைகளில் இடம்பெறுகின்றன.

கோண்ட்வனாலாந்தும் லெமூரியாவும்

1620இல் கிடைத்த ஆப்பிரிக்க, புதிய உலக நிலப்படங்களிலிருந்து, ஆப்பிரிக்காவின் மேற்குக் கரையும், தென்அமெரிக்காவின் கிழக்குக் கரையும் ஏறத்தாழ நன்கு பொருந்துமாறு இருக்கின்றன என்பதை முதன் முதலில் கவனித்தவர், பிரான்சிஸ் பேக்கன்தான். பத்தொன்பதாம் நூற்றாண்டில் விஞ்ஞானிகள் அண்டார்ட்டிகா, ஆஸ்திரேலியா, ஆப்பிரிக்கா, மடகாஸ்கர், தென்அமெரிக்கா, அரேபியா, இந்தியா ஆகிய அனைத்துமே ஒரு மீப்பெரு கண்டமாக இணைந்திருந்தன என்ற யூகத்தைச் செய்தார்கள். ஆஸ்திரிய நிலவியலாளர் ஒருவர் அதற்கு கோண்ட்வனா அல்லது கோண்ட் வனாலாந்து என்று பெயரிட்டார். (மத்திய இந்தியப்பகுதி கோண்ட்வனா என்ற பெயர்

பெற்றிருப்பதால் அப்படி அவர் பெயரிட்டார். கோண்ட் + வனம்(வனா)— கோண்டுகளின் காடு என்று அர்த்தம். மத்திய இந்தியாவின் பழங்குடிமக்கள் கோண்டுகள். கோண்ட்வனம், இப்போதுள்ள மத்தியப்பிரதேசம், மகாராஷ்டிரம், ஆந்திரம் ஆகியவற்றின் பகுதிகளைக் கொண்டிருந்தது.[6] பூமியிலேயே மிகப் பழைய பெரிய பாறைகளைக் கொண்டிருப்பதால் புகழ்பெற்ற பிரதேசம் அது. ஏறத்தாழ 167 மில்லியன் ஆண்டுகளுக்கு முன்னால் கண்டங்களின் இடப்பெயர்ச்சி ஏற்பட்டது (மத்திய - பின் ஜுராசிக் காலம்). அதனால் கோண்ட்வனா கண்டத்தின் கிழக்குப் பகுதி ஆப்பிரிக்காவிலிருந்து பிரிந்தது. பிறகு, 120 மில்லியன் ஆண்டுகளுக்கு முன்பு (முன்கிரிடேசியக் காலம்) அது வடக்கு நோக்கி நகர்ந்தது. அது இரண்டாகப் பிளந்தது. ஒரு துண்டு மடகாஸ்கர். இன்னொன்று ஒரு மிகச்சிறு கண்டம். அது காலப்போக்கில் தக்காணப் பீடபூமியாகியது. அது மத்திய ஆசியாவில் மோதியது. ஆஸ்திரேலிய இந்தியவியலாளர்கள், தக்காணப் பீடபூமி உண்மையில் ஆஸ்திரேலியாவைச் சேர்ந்தது என்று ஜோக் சொல்லுவார்கள்.[7]

கோண்ட்வனக் கதை நம்மைக் கற்பனையின் எல்லைக்குக் கொண்டு செல்கிறது. இந்திய வரலாற்றைத் தொடக்கத்திலிருந்து தொடங்கவேண்டும் என்ற ஆசைநோய் பலரைப் பீடித்திருந்தது. ஆனால் அது அபத்தத்திற்குக் குறுக்குவழி. (மூலங்களுடைய தொன்மங்களின் மூலங்களைப் பற்றித் தேடி நானும் இதோ அதைத்தான் செய்து கொண்டிருக்கிறேன்.) பத்தொன்பதாம் நூற்றாண்டு ஆராய்ச்சியும், இருபத்தோராம் நூற்றாண்டு அரசியலும், மூலங்களில் இயற்கைக்குமாறான ஆர்வத்தைக் கொண்டுள்ளன. ஊர் - பனுவலைத் (ஊர் என்றால் ஜெர்மன் மொழியில் அசலான என்று பொருள்) தேடிய ஆய்வாளர்கள், ஊர் - அழிவுகள், ஊர் - மொழி ஆகியவற்றைத் தேடினார்கள். அவர்களுடைய கதைகளில், (மத்தியிலுள்ள எல்லா நூற்றாண்டுகளின் வரலாற்றையும், பிற சட்ட பூர்வமான கோரிக்கைகளையும் புறக்கணித்துவிட்டு), 'நாம்தான் அங்கு முதலில் சென்றோம்', 'அது நம்முடையது' என்ற அரசியல் கொடுக்குகள் இருந்தன. அதன் பிறகு எப்போதும் அவர்களுக்கு பழமையிலிருந்து தற்காலத்துக்கு எளிதான ஒன்றுக்கு ஒன்று மொழிமாற்றுச் செய்துகொண்டிருக்கலாம் என்பதுபோல அவர்கள் தோற்றக்கணத்தை ஒருபுறம் கடந்த காலத்தையும், மறுபுறம் நிகழ்காலத்தையும் கொண்டிருக்கின்ற ஒரு மந்திர ரோஸட்டா கல்போல நினைத்தார்கள். அவர்களுக்கு அசலான பழங்காலமே கிடைத்திருந்தாலும், அது நிகழ்காலத்துக்கான சாசனம் ஒன்றை அளித்திருக்காது. தர்க்கரீதியாக எந்தச் சங்கிலித்தொடர் நிகழ்வுக்கும் ஓர் அறுதியான தொடக்கம் என்பது இல்லை. ஆதலினாலும், மிகப் பழங்காலத்திற்கான தகவல்கள் ஒன்றுமே கிடைக்காது, கிடைத்தாலும் முழுமையின்றி இருக்கும், என்ற நிலையில் அவர்களால் அசலான பழங்காலத்துக்குச் செல்லமுடியாது.

காலனியக் காலத்திலிருந்த மற்ற விஞ்ஞானிகள் இந்தப் மீப்பெரு கண்டம் இருந்திருக்கலாம் என ஒப்புக்கொண்டார்கள். ஆனால் அதன் நகர்வு எதிர்த்திசையில் அமைந்திருக்கலாம் என்று எண்ணினார்கள். அதாவது பூர்வ இந்தியப்பகுதி ஆஸ்திரேலியா/ஆப்பிரிக்காவிலிருந்து பிரிந்து மத்திய ஆசியாவுடன் இணையச் செல்லவில்லை, மாறாக, இந்தியப் பெருங்கடல் பொங்கியெழுந்து கோண்ட்வனலாந்தை (அட்லாண்டிஸ் போல) மூழ்கடித்து

விட்டது என்றார்கள். இந்தக் கதையின்படி, ஆஸ்திரேலியா முதல் மடகாஸ்கர் வரை, இந்தியா உள்ளிட்டுப் பரந்திருந்த ஒரு நிலப்பகுதியை இந்தியப் பெருங்கடல் மூழ்கடித்துவிட்டது.

1864இல் ஒரு நிலவியலாளர் இந்த மூழ்கிய பெருங்கண்டத்திற்கு லெமூரியா என்று பெயரிட்டார். இதற்குக் காரணம், லெமூர்கள் (ஒரு வகைக் குரங்குகள்) மடகாஸ்கரிலும் சுற்றியுள்ள தீவுகளிலும் வாழ்ந்துவந்தன. லெமூர்களின் தொல்லியல் புதைபடிவங்கள் பாகிஸ்தான் முதல் மலேயா வரை காணப்பட்டன. ஆனால் வாழும் லெமூர்களோ, புதைபடிவங்களோ ஆப்பிரிக்காவிலும் மத்தியக் கிழக்கிலும் காணப்படவில்லை. அதாவது இப் பிரதேசங்கள், மடகாஸ்கர் போல பாகிஸ்தானுடன் இணைந்திருக்கவில்லை என்பது பொருள்.[8] இங்கு மனித எல்லைகளை விலங்குகள் தீர்மானிக் கின்றன.

வழக்கம்போலவே இந்த எல்லைகளைப் பற்றிய கதைகளும் விரிந்தன. 1876இல், டார்வினைப் பின்பற்றிய ஹேக்கல் என்ற ஜெர்மன் உயிரியலாளர், தமது படைப்புத் தோற்ற வரலாறு என்ற நூலை வெளியிட்டார். அதில் அவர் இழந்த கண்டமான லெமூரியாதான் மனித இனத்தின் தொட்டில் என்றார். 1885இல் ஒரு பிரிட்டிஷ் வரலாற்றாசிரியர், லெமூரியாவிலிருந்து திராவிடர்களின் முன்னோர்கள் வந்தபோது திராவிடமொழிகளும் இந்தியாவுக்குக் கொண்டுவரப்பட்டன என்றார்.[9] 1886இல், ஒரு பதின்வயது இளைஞர், குரல்களைப் பதிவுசெய்து, லெமூரியாவில் தப்பிப் பிழைத்தவர்கள் கலிபோர்னியாவில் ஷாஸ்டா மலையின்கீழ்ச் சுரங்கவழிகளில் வாழ்வதாகக் கூறினார்.[10] 1888இல் தனது இரகசியக் கோட்பாட்டில், பிளவாட்ஸ்கி அம்மையார், லெமூரியாவைப் பற்றிய இரகசியப் புத்தகம் ஒன்றைச் சில இந்தியத் துறவிகள் தனக்குக் காட்டியதாக எழுதினார்.

காலனியச் சக்திகள் வளர்த்த இந்தத் தொன்மத்தை 1890இல் தென் இந்தியாவின் தெற்குமுனையிலிருந்த தமிழ்ப்பேச்சாளர்கள் எடுத்துக் கொண்டார்கள். அவர்கள் லெமூரியாவிலிருந்து தாங்கள் வந்தவர்கள், இன் றிருக்கும் இந்தியா, அல்லது தமிழ்நாடு, அல்லது குறைந்தது குமரிப்பகுதிதான் லெமூரியாவில் எஞ்சியிருக்கும் பகுதி என்றார்கள். அல்லது லெமூரியா மறைந்தபோது, தமிழர்கள் மெசபட்டோமியா, எகிப்து, சீனம், அமெரிக்கா, ஐரோப்பா எங்கும் பரவிச்சென்று அங்குள்ள நாகரிகங்களை அமைத்தார்கள், குறிப்பாகச் சிந்துவெளி நாகரிகத்தை உருவாக்கினார்கள் என்றார்கள்.[11] இப் போது சில தமிழ்ப்பிரிவினையாளர்கள், இந்தச் செயல்முறையை நாம் தலைகீழாக்க வேண்டும் என்கிறார்கள். அதாவது, கோண்ட்வனத்தைப்போல இந்தியப் பெருங்கடலில் தனித்துச் சென்று மிதப்பதல்ல, அரசியல்ரீதியாகப் பிரிந்தால்தான் தாங்கள் லெமூரியாவின் இழந்த கடந்த காலத்தை மீள் அமைக்க முடியும் என்கிறார்கள்.

மேலே காட்டிய பகுதி — ஈ. எம். ஃபார்ஸ்டர் இந்தியாவின் பிறப்பு என்ற தலைப்பில் எழுதியது — கோண்ட்வன முறையில், இமயமலை கடலிலிருந்து எழுவதிலிருந்து தொடங்குகிறது. ஆனால் தொடர்ந்து செல்லும்போது லெமூரியா மூழ்கியதான அதன் எதிர்க்கொள்கைக்கு மாறுகிறது. லெமூரியா முதலில் முழுகிவிட்டது, பிறகு கோண்ட்வன நிகழ்வு ஏற்பட்டது என்கிறது.

ஆக மூலங்களை இது மேலும் பின்தள்ளிச் சொல்கிறது. "இந்தியா மிகவும் பழமையானது. வரலாற்றுக்கு முற்பட்ட பெருங்கடல் காலத்தில் அதன் தெற்குப் பகுதி இருந்துவந்தது. இது (இந்தியா போல திராவிடியா) தொடக்கக் காலத்திலிருந்தே நிலப்பகுதிதான். தன் ஒருபுறம் ஆப்பிரிக்காவை இணைத்த பெரிய கண்டம் (லெமூரியா) முழுகியதை அது கண்டது; மறுபுறம், கடலிலிருந்து இமயமலை எழுந்ததையும் கண்டது."[12] கடைசியாக ஃபோர்ஸ்டர், தென்னிந்தியா கடலில் மூழ்குவது மீண்டும் மீண்டும் நிகழும் என்று காலத்தின் சுழற்சியை அடிப்படையாக வைத்து முடிக்கிறார். "இந்திய இமயமலைப்பகுதி எழுந்ததும் அதற்கு முந்திய தக்காண இந்தியா மூழ்கிவிட்டது, பிறகு மறுபடி பூமியின் வளைவுக்குள் தலையெடுத்துள்ளது. வரும் ஊழிகளில், சூரியவெளிச்சத்தில் மூழ்கியிருந்த தனது பாறைகள் நீரில் மூழ்கிச் சிப்பிகள் படியுமாறு இதுவும் கடலில் மறைந்துவிடலாம்."

ஆக இப்படித்தான் எல்லாம் தொடங்கின. அல்லது தொடங்கவில்லை. ஃபோர்ஸ்டர் ஒரு நாவலாசிரியர் என்ற முறையில் விருப்பம்போல் எழுதும் சுதந்திரம் அவருக்கு இருந்தது. ஆனால் பிளேட் டெக்டானிக்ஸ் அறிஞர்கள் கூட மணல்வீடுகள் கட்டலாம். ஏனெனில், நல்ல சான்றுகள் மீது அமைந்த யூகமாக இருந்தாலும், பிளேட் டெக்டானிக்ஸ் அறிஞர்கள் கட்டியதும் ஒரு கதைதான்.

ஒரு துணைக்கண்டம் ஒருகாலத்தில் ஆப்பிரிக்காவிலிருந்து பிரிந்து ஆசியாவுக்குள் இணைந்ததோ என்னவோ, ஏற்கெனவே இருந்த வளமான கதையில் தங்கள் பங்கிற்கு ஒரு பகுதியை கங்கைப்பகுதிக்கு வந்து ஒருசில நூறு ஆண்டுகள் கழித்து வேதகால மக்கள் கோண்ட்வனக் கதைக்குச் சேர்த்தார்கள் என்று தெரிகிறது. இந்துமதத்திற்குச் சொந்தமான பன்முகத்தன்மையின் ஒரு பகுதி, ஓர் இணைவினால் வருகிறது — இரவில் சற்றே ரவிசங்கர், பிறகு இரண்டொரு பீட்டில்ஸ். இது மில்லியன் கணக்கான ஆண்டுகளாக நடந்துவருகிறது. இதுவும் ஒருவித உலகமயமாக்கல்தான். இந்துமதம் என்ற மொசாய்க்கின் துண்டுகள் ஒன்றன்பின் ஒன்றாகப் பல மக்களால் இணைக்கப்பட்டன. அவர்கள் தங்கள் தங்கள் அளவில் — கொஞ்சம் இங்கிலாந்தை, கொஞ்சம் சாமர்க் கண்டை, கொஞ்சம் ஆப்பிரிக்காவை, பஞ்சாபிலோ தக்காணத்திலோ — ஏதோ சிலவற்றை இந்தியாவிற்கு விட்டுச் சென்றார்கள்.

எனக்குப் பிறகு, ஊழிவெள்ளம்

இந்துமதம் தான் பிறந்த பூமியில் ஆழமாகப் பதிந்துள்ளது என்பதால் அதன் வரலாற்றை அதன் புவியியல் தெரியாமல், குறிப்பாக அதன் புவியியலின் மீள்பதிவுகளின் வரலாறு தெரியாமல் புரிந்துகொள்ள முடியாது. காலம் - வெளி இரண்டையும் குறிக்கும் மைய உருவகம் இந்தியாவில் ஊழிவெள்ளம்தான். வெள்ளத் தொன்மம் பல பாடங்களில் திரும்பத்திரும்பச் சொல்லப்படுகிறது. அதில் சில ஒரு பெரிய பழங்கால நாகரிகமோ, சில ஒரு புகழ்பெற்ற கோயிலோ மறைந்ததைச் சொல்கின்றன. இந்தியா முழுவதும் நன்கு அறியப்பட்ட அடிப்படைக் கதை ஒன்றிலிருந்து பிறந்த தொன்மம், தாங்கள் இன்றும் பெருமைப்படக்கூடிய ஓர் இழந்த கடந்தகாலத்தைப் பற்றிக் கற்பனை கொள்ளவைக்கின்றன.

லெமூரியா, அல்லது திராவிடியாவின் வெள்ளம் பற்றிய தொன்மம், பிற வெள்ளங்கள் பற்றிய தொன்மங்கள்மீது கட்டப்பட்டது. ஏறத்தாழ கி.மு. 2000 அளவில் சிந்துச்சமவெளி நகரங்களைச் சிந்துநதியின் வெள்ளம் மூழ்கடித்ததற்குத் தொல்லியல் சான்றுகள் உள்ளன. கி.மு. 800 அளவில் அஸ்தினாபுரத்தை கங்கை வெள்ளம் மூழ்கடித்ததற்கும் சான்று உண்டு.[13] மகாபாரதத்தில், ஏறத்தாழ கி.மு. 950 அளவில் குஜராத்தின் மேற்குமுனையிலுள்ள துவாரகை நகரம் அரபிக் கடலில் மூழ்கியமை சொல்லப்படுகிறது.[14] (மூலங்கள் வேறுபடுகின்றன — சிலர் கி.மு.3102 என்றும், 1400 என்றும் சொல்கிறார்கள்).[15] மகாபாரதத்தின் இணைப்பு, கடலில் இருந்து துவாரகை மீண்டதையும் சொல்கிறது. கிருஷ்ணன் துவாரகையைத் தனது நகரமாகக் கொண்டபோது, அவன் கடலைநோக்கி, நகரத்திற்கு வேண்டிய இடமளித்து நீ பின்னடைந்து செல்லவேண்டும் என்று கட்டளையிட, அது அவ்விதமே செய்ததாகச் சொல்லப்படுகிறது.[16] கடல் அந்த நிலத்தை வழங்கியதால் (நெதர்லாந்தைப் போல) அதை மறுபடியும் தான் எடுத்துக்கொள்வது நியாயம்தானே? பிற்காலப் பனுவல்கள் வேறுவித பேரம் ஒன்றைச் சொல்கின்றன. தனது கனவில், கிருஷ்ணன், ஓர் அரசனைப் பூரியிலுள்ள ஜகந்நாதர் ஆலயம் போன்ற ஒன்றைக் கட்டுமாறு பணித்தானாம். ஆனால் திரும்பத் திரும்பப் பூரியின் கோவிலைக் கடல் கொண்டுசென்றது. கபீர்தாசர் கடலைத் தடுத்தாராம். கடல், ஒரு பிராமணன் வடிவில் வந்து அதை அழிக்க அனுமதி வேண்டியது. கபீர், துவாரகையிலுள்ள கோயிலைச் சென்று அழித்துக்கொள் என அனுமதி வழங்க அப்படியே அது செய்ததாம்.[17] சில பனுவல்கள், துவாரகையிலுள்ள கிருஷ்ணன் கோயிலைக் கடலினால் இன்றுவரை மூழ்கடிக்க முடியவில்லை.[18] எல்லாப் பாவங்களையும் மூழ்கடிக்கும் வகையில் அந்தக் கோயில் அங்கே இருக்கிறது என்கின்றன. ஊழிக்காலத்தின் இறுதியில் பெருவெள்ளம் மூழ்கடித்தாலும், ஏதோ ஒன்று எஞ்சுகிறது.[19] கோயில் மேற்கு எல்லையில், தினம் தினம் சூரியன் மறையும் இடத்தில் அமைந்திருப்பதால், இறந்தோர் உலகிற்கு அந்நகரம் ஒரு வாயில் என்பதான தோற்றத்தை எழுப்பியிருக்கலாம்.[20] மகாபாரதம், அந்தக் கோயில் முழுவதும் அழிந்து விட்டது என்று சொல்கின்ற கூற்றுக்கு எதிர்மறையாகப் பிற பனுவல்கள், இன்றுவரையிலும் அந்தக் கோயில் இருக்கிறது என்கின்றன. இன்றும் குஜராத்தில் துவாரகை இருப்பதாகச் சொல்லப்படுகிறது, நீர்மூழ்குபவர்களும், தொல்லியல் காரர்களும் அதன் எஞ்சியிருக்கும் பகுதிகள் என்று தாங்கள் கருதுவனவற்றைப் பற்றிய அறிக்கைகளை வெளியிட்டுள்ளனர்.[21]

இங்கும் நாம் லெமூரியா, கோண்ட்வனத் தொன்மங்களின் மறுவருகையைக் காணலாம். துவாரகையைக் கடல் மூழ்கடித்தல், லெமூரியத்தொன்மம். அது கடலிலிருந்து தோன்றியது என்பது கோண்ட்வனத் தொன்மம். வேறு சில தொன்மங்களும் இதன் அடிப்படையில் உள்ளன. சான்றாகக் கடல் (சாகரம்) என்பதன் தோற்றம். சகரன் என்ற அரசன் அசுவமேத யாகம் செய்தபோது யாகக் குதிரை காணாமற்போக, அதைத் தேடிவந்த அவனுடைய அறுபதாயிரம் புதல்வர்கள் தோண்டியதுதான் சாகரம்.[22] (இந்திரன்தான் யாகக்குதிரையைத் திருடி மறைத்துவைத்ததாகப் பாடம்).[23] ஒரு துறவி இந்த அறுபதினாயிரம் பேரையும் சாம்பலாக்கிவிடப், பல ஆண்டுகள் கழித்து, சாகரனின் பேரனின் மகனான பகீரதன் வானவெளியில் பால்வழி வடிவிலே இருந்த கங்கையை பூமிக்குக் கொண்டுவந்து தன் பாட்டனார்கள் சாம்பல்மீது பாயச்செய்தான்.

ஆகவே அவர்கள் புனிதமடைந்து விண்ணுலகு சென்றார்கள். கங்கை வேகமாக பூமியில் நேராகப் பாய்ந்தால் அழிந்துவிடும் என்பதால் அதைத் தாங்குமாறு சிவபெருமானை அவன் வேண்டினான்.[24]

இன்னொரு பனுவலின்படி, சாகரன் அஸ்வமேத யாகம் செய்தபொழுது, கடல்கள் பொங்கியெழுந்து நிலம் முழுவதையும் மூழ்கடித்துவிட முயன்றன. கடவுளர்கள் பரசுராமனைத் தலையிடுமாறு அழைத்தார்கள். பரசுராமன் வருணனிடம் கூற, அவன் யாகப் பாத்திரத்தைத் தூக்கித் தொலைவில் எறிந்தான். அதனால் நீர் பின்வாங்கிச் சென்று, மேற்கத்திய நாடான சூர்ப்பரகம் உருவாயிற்று.[25] (இந்தப் பாடத்தின் இன்னொரு உபவடிவத்தில், பரசுராமன் இவ்வுலகிலிருந்து வெளியேற்றப்பட்டபோது, அவனுக்கு வசிக்க பூமி தேவைப்பட்டது. வருணன் அவனைத் தன் பரசினை (கோடாரியை)க் கடலுக்குள் வீசி எறியச் சொன்னான். நீர் கோகர்ணம் வரை பின்வாங்கிச் சென்றது. கடைசியாக அவன் கோடரி விழுந்த இடம் இப்போதுள்ள கேரளத்தை உருவாக்கியது.[26])

மூழ்கிய நகரங்கள், நாடுகள், நிலப்பகுதிகள் பற்றிப் பிற கதைகள் பல உள்ளன.[27] தமிழில் முதலிரு சங்கங்கள் இருந்த நகரங்கள் கடலினால் அழிந்தன என்று சொல்லப்படுகிறது.[28] பதினேழாம் நூற்றாண்டிலும், கோழிக்கோட்டுக் கரையில், கோவில்களும் கோபுரங்களும் சேர்ந்த ஒரு மூழ்கிய நகரத்தின் மேற்புறத்தை மக்கள் காணமுடிவதாகத் தெரிவித்தனர்.[29] சென்னையருகிலுள்ள மகாபலிபுரத்தில் பல நூற்றாண்டுகள் வரை மூழ்கிய ஏழு கோபுரங்கள் தெரிந்தன என்று சொல்லப்பட்டது. 2004 டிசம்பர் 26 அன்று சுனாமி வந்தபோது ஏறத்தாழ 500 மீட்டர் அளவுக்கு அலைகள் முதலில் கடலில் உள்வாங்கியபோது ஃப்ரண்ட்லைன் இதழ், இப்போதுள்ள கடற்கோயிலுக்கு வடக்கில் தொடர்ச்சியாகப் பாறைகள் இருந்தன என்றும், கடற்கோயிலின் கிழக்குப் பகுதியில் மூழ்கிய ஒரு கோயிலின் கட்டிடப்பகுதிகள் தெரிந்தன என்றும் சுற்றுலாப் பயணிகள் தெரிவித்ததாகக் கூறியது. “அலைகள் பழையபடி மீண்டதும், இவை மறுபடியும் கடலில் மூழ்கிவிட்டன.”[30] தொல்லியலாளர்கள் அங்குக் கோயில் எதுவும் இருக்கமுடியாது என்று கூறினார்கள்.[31] மூழ்கிய இந்துக்கோயில்கள் பற்றிய நீண்ட காலத் தொன்மங்களின் வரலாறு பற்றிய நமது அறிவு, நம்பிக்கையற்ற தொல்லியலாளர்கள் கூறுவதில் உண்மை இருக்கலாம் எனச் சந்தேகப்பட வைக்கிறது.

இந்த எல்லா மரபுகளுக்கும் பின்னால் மற்றொரு பெரிய வெள்ளம் பற்றிய கதை இருக்கலாம். சதபத பிராமணத்தில் (ஏறத்தாழ கி.மு. 800) இது முதன்முதலாகக் குறிக்கப்பட்டுள்ளது. இது மகாபாரதக் கதையின் வெள்ளத்தின் காலத்துடன் ஒன்றுபடுகிறது. ஆதியாகமத்தில் நோவாவுடன் சம்பந்தப்பட்ட வெள்ளத்துடனும் இணைக்கப்படுகிறது இது.[32] மேலும், சுமேரிய சுருப்பாக் நகரம் மூழ்கிய வெள்ளத்துடனும், கில்காமெஷ் காவியத்தில் சொல்லப்படும் வெள்ளத்துடனும் இணைத்து நோக்கப்படுகிறது. ஆப்பிரிக்கா, அண்மைக்கிழக்கு ஆஸ்திரேலியா, தென்கடல்கள், ஸ்காண்டிநேவியா, வட, தென் அமெரிக்கா, சீனா, கிரேக்கம் ஆகிய நாடுகளிலும் வெள்ளம் பற்றிய தொன்மங்கள் காணப்படுகின்றன. ஆதி நாகரிகங்கள் நதிக்கரைகளில் தோன்றின. அவற்றிற்கு நீரூட்டிய நதிகளில் — குறிப்பாகப் பருவமழை பெறுகின்ற நாடுகள் என்றால் இன்னும் மிகுதி — வெள்ளங்கள் அடிக்கடி ஏற்பட்டதால்

வெள்ளங்கள் பற்றிய தொன்மங்களும் மிகுதி. குறிப்பிடத்தக்க வேறுபாடுகளும் உள்ளன. சில கலாச்சாரங்கள் ஒரு காரணத்தைச் சொல்கின்றன, வேறு கலாச்சாரங்கள் வேறு காரணங்களைத் தருகின்றன, சில காரணங்களே தருவதில்லை. சில வெள்ளங்களில் ஒருவன் தப்பிப் பிழைக்கிறான், சிலவற்றில் சிலர், சிலவற்றில் பலர். (ஆனால் எவரும் தப்பிப் பிழைக்காத வெள்ளம் எதுவும் இல்லை. இல்லை என்றால் கதையைச் சொல்வது யார்? ஆனால் படைப்பாளி முதலிலிருந்து சிலசமயம் தொடங்குகிறான்). சிலர் படகுகளில் தப்புகிறார்கள், சிலர் வேறு வழிகளில்.[33]

இந்தியாவில், பிராமணங்களில் முதன்முதலில் கிடைக்கும் பாடத்தின்படி, இந்திய ஆதாமான மனுவிடம், ஒரு சிறியமீன், தன்னைத் தின்னவரும் பெரிய மீனிடமிருந்து காப்பாற்றுமாறு கேட்கிறது. பிராணிகள் உண்ணப்படுவது பற்றிக் காணப்படும் முதல் அக்கறை — பிராணிகளினாலேயே என்றாலும்— இதுதான். இந்தியர்கள் அரசிலித் தன்மைக்குச் சொல்வது, மீன் மீனைத் தின்கிறது என்பதுதான். கைம்மாறாக, வர இருக்கும் பெருவெள்ளத்திலிருந்து மனுவைத் தான் காப்பாற்றுவதாக அந்த மீன் சொல்கிறது. மனு மீனைக் காப்பாற்ற, அது யாரும் அழிக்கவியலாதபடி பெரிதாகிக்கொண்டே செல்கிறது. பிறகு மனு ஒரு கப்பலைக் கட்டுகிறான். (மீன் எப்படிக் கட்டுவது என்பதைச் சொல்கிறது). பிறகு கப்பலை அது ஒரு மலைக்கு இழுத்துச் செல்கிறது. வெள்ளநீர் வடியும்போது மனு அதைப் பின்பற்றிச் செல்கிறான். "வெள்ளம் பிற எல்லா உயிர்களையும் அடித்துச் சென்றுவிட்டது, மனு ஒருவனே இருந்தான் என்று அந்தப் பனுவல் முடிகிறது."[34] மனிதனின் கருணைக்கு பதில்செய்யும் பிராணிகள் (ஆண்ட்ரகிள்ஸூம் சிங்கமும் கதையையும் பார்க்க) என்ற கருப்பொருள் இரண்டு அறிவுரைகளைத் தருகிறது. நல்ல செயலுக்கு நல்ல பலன் கிடைக்கும்; பிராணிகளிடம் அன்பாக இருங்கள் (தின்னவேண்டாம்?) நூற்றாண்டுகள் கழித்து, வெள்ளக்கதையில் ஒரு புதிய கூறு சேர்க்கப்படுகிறது. காலம் என்பது நேர்க்கோடானது, சுழற்சியானதும் கூட. பகடையை நான்கு முறை போடுவதுபோல்தான் நான்கு யுகங்கள். ஆனால் தாயத்தின் எண்கள், வாழ்க்கையின் தரம், வாழ்க்கை வயது ஆகியவை குறையும்போது யுகத்தின் எண் அதிகரிக்கிறது. முதலில் கிருதயுகம் (வெற்றியுகம்) அல்லது சத்திய யுகம். கிரேக்கர்கள் இதைப் பொற்காலம் என்றார்கள். கிரேக்கத்திலும் யுகங்கள் நான்குதான்.

இதுதான் வெற்றிதரும் பகடை. மகிழ்ச்சியின் காலம், மக்கள் நல்லவர்களாக இருக்கிறார்கள், நீண்டகாலம் வாழ்கிறார்கள். இரண்டாவது யுகம், திரேதாயுகம் (மூன்று எறிவு கொண்ட பகடை). கிரேக்க வெள்ளி யுகம். விஷயங்கள் அவ்வளவு முழுமை பெற்றனவாக இல்லை. மூன்றாவது யுகம் துவாபர யுகம் (இரண்டு தாயம்). இது வெண்கல யுகம். விஷயங்கள் சிதறுகின்றன. கலியுகம் என்பது ஒரேதாயம்தான். இது விஷயுகம். இரும்புக்காலம், தோல்வியின் காலம். மக்கள் நல்லவர்களாக இல்லை, இளமையிலேயே செத்துப்போகிறார்கள். மிலேச்சர்கள் இந்தியாவின்மீது படையெடுக்கிறார்கள். எதுவும் சரியாக இல்லை. இந்த நான்காம் யுகம், பிற மூன்று யுகங்களிலிருந்து ஒரு விஷயத்தில் முற்றிலும் வேறுபடுகிறது. பிற யுகங்கள் போலன்றி, இது நிஜமானது, கண்ணெதிரில் உள்ளது. தர்மத்தை ஒரு பசுவாக வருணிப்பார்கள். முதல்யுகத்தில் அது நான்கு கால்களில் நடக்கிறது. இரண்டாம் யுகத்தில் மூன்று

கால்களில், மூன்றாம் யுகத்தில் இருகால்களில், கலியுகத்தில் ஒற்றைக்காலில் நொண்டுகிறது.

காலங்கள் மெதுவாக வீழ்ச்சியடைகின்ற கிரேக்கத்தைப் போல இந்தியாவில் காலம் நேர்க்கோட்டு அமைப்பிலானது மட்டுமல்ல, அவை சுழற்சியுடையவை. காரணம், யுகங்கள் மறுபடியும் மாறிமாறி வருகின்றன. பிரபஞ்சம் மறுபடியும் மறுபடியும் பிறக்கிறது. கலியுகத்தின் இறுதியில் நெருப்பால் பிரபஞ்சம் அழிந்தபோதிலும், மீண்டும் ஒரு வெள்ளம் ஏற்படுகிறது. அது ஆதிக்கால வெள்ளமாக மாறி, மறுபடியும் பிரபஞ்சம் மறுபடைப்புக்குள்ளாகிறது. ஒரு புதிய அண்டத்தின் தோற்றத்தில் எல்லாமே தலைகீழாக மாறுகின்றன. இந்த வட்டச்சுழற்சிப் பிரபஞ்சக்காலம் என்பது மறு பிறப்பு, ஆன்மா மறுபடியும் மறுபடியும் பிறந்து இறக்கும் என்ற இந்தியச் சிந்தனையின் விளைவு. முடிவுக்குப் பின் தோற்றம். ஆனால் தொடக்கத்திலிருந்தே தொடக்கமும் முடிவும் இருக்கின்றன. டி.எஸ். எலியட் சொல்லுகிற மாதிரி தொடக்கத்திற்கு முன்னாலும் முடிவின் பின்னாலும்.

வெள்ளத்தைப் பற்றிய பிற்காலக் கதைகளில், நாம் ஏற்கெனவே நமது கதையில் கூறியமாதிரி, கலியுகத்தின் முடிவான பிரளயப் பேரழிவிலிருந்து மனுவை மீன் காப்பாற்றுகிறது.

மீனும் வெள்ளமும்

அழிவு நிகழும் வேளையில் சல, அசலப் பொருள்கள் அனைத்தையும் காப்பாற்றும் தன்மையைத் தனக்கு அளிக்கவேண்டுமென்று மனு பிரம்மா விடம் வரம் கேட்டுப் பெற்றான். ஒரு நாள் ஒரு சிறு மீனைக் கண்டு அதைக் காப்பாற்ற, அது பெரிதாகிக்கொண்டே போயிற்று. அதனால் அது விஷ்ணுவாகத்தான் இருக்கவேண்டும் என்று அறிந்தான். "சபாஷ்! நீ என்னை அறிந்துகொண்டாய். விரைவில் முழுஉலகும் வெள்ளத்தினால் அழியும். கடவுளர்கள் நல்ல பிறவிகளைக் காப்பாற்ற உனக்கு இந்தப் படகை அளித்திருக்கிறார்கள். எல்லா உயிர்களையும் இந்தப் படகிற்குக் கொண்டுவா. பிறகு அழிவிலிருந்து நீ பிழைத்துக்கொள்வாய், கிருதயுகத்தில் நீ அரசனாவாய். கலியுகத்தின் இறுதியில், கடலின் அடியிலிருக்கும் பெண்குதிரை தன் வாயைத்திறந்து விஷச்சுவாலையை வெளிவிடும். அந்நெருப்பு (வடவைத்தீ) நரகநெருப்பைப் போல் தோன்றும். முழுப் பிரபஞ்சத்தையும் — கடவுளர்கள், நட்சத்திரங்கள் உள்பட அது அழித்துவிடும். பிறகு இறுதிநாளின் ஏழு மேகங்கள் மழைபொழிந்து எல்லாமே ஒரே கடலாகக் காட்சியளிக்கும். நீ மட்டும்தான் பிழைத்திருப்பாய். சூரியனும் சந்திரனும், பல கடவுளர்களும், மதப் பெருநூல்களும் சாத்திரங்களும் உன்னோடு பிழைத்திருக்கும்." ஆக அவ்விதமே நடந்தது. மீன் வந்து மனுவைக் காப்பாற்றியது.[35]

இந்தப் பனுவலில், மனு தன்னை மட்டும் காத்துக் கொள்ளவில்லை, எல்லா உயிர்களையும் காப்பாற்றுகிறான். இச்சமயம், மனுவுக்கு பதிலாகக் கடவுளர்கள் படகைச் செய்கிறார்கள். இந்தப் பாடம், மேலும் விரிவான, ஐயத்தைப் போக்குகின்ற ஒன்றாக உள்ளது, வெள்ளத்திற்குப் பின் என்ன நிகழும் என்பதைப் பேசுகிறது. பழைய உலகத்தின் இடத்தில் ஒரு புதிய உலகம் தோன்றுகிறது. இந்தக் கதைகள், வெள்ளங்கள் தவிர்க்கமுடியாதவை,

ஆனால் தப்பமுடியாதவை அல்ல என்ற எண்ணத்தை அளிக்கின்றன. இது தான் உலகிற்கு நிகழ்கிறது, ஆனால் உலகம் தொடர்ந்து நடக்கிறது.

மேலும் குறிப்பாக, இந்தத் தொன்மம், காலச்சுழல் என்னும் பெருங் கதையின் ஒரு பகுதி. தீயையும் நீரையும் உட்கொண்டுள்ளது, ஆகவே இப்போது வெள்ளம், ஒரு பிரச்சினையாக அல்ல, தீர்வாக மாறுகிறது. நம்மை அழித்துவிடக்கூடிய குதிரைமுகத் தீயை அணைத்துக் காக்கின்ற பெருவெள்ளம் அது. கடலின் அடியில் ஒரு குதிரை ஓடிக்கொண்டுதான் இருக்கிறது. அதன் வாயிலிருந்து வெளிவரும் தீ ஒரேசமயத்தில் தன்னையும் கட்டுப்படுத்திக்கொண்டு, கடலின் வெள்ளத்தையும் கட்டுப்படுத்துகிறது.[36] இது லிதியம் தடிகளால் கட்டுப்படுத்தப்படும் யுரேனிய அணுப்பிளவு போல உள்ளது. தீயின் தோற்றம் பற்றிய பல கதைகளில், பாலியல் ஆசை, அதை அடக்குகின்ற துறவு ஆகியவற்றின் சேர்க்கையால் அது உண்டாவதாகச் சொல்லப்படுகிறது.[37] அல்லது யாகத்தில் சிவனை விட்டுவிட்டதால் தோன்றியதாகவும் சொல்லப்படுகிறது.[38] இந்த மையஉருவகத்தைத் தொடர்ந் தால், கடலில் மூழ்கியிருக்கும் பெண்குதிரை, நனவிலியின் ஆழமான கருத்த நீரில் செல்லும் பயங்கர அணு யுரேனியப் படகுபோலத் தோன்றுகிறது. இது பெண் குதிரை என்பதையும் நினைவில் கொள்ளவேண்டும். ஆணின் மனத்தில் ஒடுக்கப்பட்ட ஆசைகள் — இவை அழிவை உண்டாக்கும் வழி களில் வெளிப்படக்கூடியவை — இவற்றைக் கட்டுப்படுத்தும் ஆணின் கட்டுப்பாட்டை அழிக்கக்கூடியதாக இது உள்ளது. இந்த மெல்லிய சமநிலை, ஒரு மயிரிழைக் கட்டுப்பாடு, கலியுகத்தின் இறுதியில் குலைவுக்குள்ளாகிறது. அதனால் யுகாந்தரத்தில் குதிரை வெளிவந்து உலகத்தைத் தீயில் எரிக்கிறது. இப்போது கட்டுப்பாடு தளர்ந்த பெருங்கடல் பொங்கி, பிரபஞ்சத்தின் சாம்பலின்மீது படர்கிறது. அது கரைந்து அடுத்த படைப்புக்காலம் வரும்வரை கிடக்கிறது.[39] பிறகு, சாகரனின் மகன்களின் சாம்பல்போல, முழுப் பிரபஞ் சத்தின் சாம்பலும் புதிய யுகம் தோன்றுகையில் உயிர்ப்பிக்கப்படுகிறது. எஞ்சி யிருக்கும் விதை போன்ற நன்மக்கள் — மீனால் (விஷ்ணுவின் மச்சாவதாரத் தோடு தொடர்புடையது இது) சிலர் மட்டும் காக்கப்படுகிறார்கள். விஷ்ணு படகை ஒரு மலைக்குச் செலுத்துகிறான், அங்கே எஞ்சியவர்கள் பிழைத்து, மறுபடியும் தோன்றும் புதிய உலகத்தின் மக்களாகிறார்கள்.[40] (மலை என்பது ஆராரத்தின் இந்து ஒப்பீடு. இந்தியாவில் பல இடங்களிலுள்ள மலைகளுடன் தொடர்புபடுத்தப்படுகிறது.) ஒரு பிரபஞ்சம் தன்னைத்தானே அழித்துக் கொள்ளும் கட்டுப்படுத்த முடியாத போக்கினை இந்தத் தொன்மம் காட்டுகிறது. (ஒருவேளை உலகம் வெப்பமயமாதலின் முன்னறிவியல் கோட் பாடாகவும் இது இருக்கலாம் — பூமி வெப்பமடைந்தால், பனிக்கட்டி உச்சிகள் உருகி வெள்ளம் உண்டாகும்.)[41]

லெமூரியாவையும், மூழ்கிய நகரமான துவாரகையையும் அகழ்ந்து பார்க் கும் அண்மை முயற்சிகளும்[42] இந்தியப் பெருங்கடலின் மீத்தெற்குப் பகுதியில் கெர்குவெலன் பீடபூமியைச் சுற்றி 1998 - 99இல் நடத்தப்பட்ட ஆழ்கடலியல் ஆய்வுகளும், இந்தியக் கடலில் மூழ்கியிருக்கும் ஓர் இழந்த கண்டத்தைப் பற்றிய யூகங்களை மறுபடியும் கிளறி விட்டிருக்கின்றன. இந்தியப் பெருங்கடலின் மத்தியில் காணப்பட்ட பீடபூமி ஆழ்ஆய்வாளர்களுக்கு பிரமிப்பை அளிக்க வில்லை. ஆனால் அதன் இறுதியில் வெடிக்கக் கூடிய அபாயமுடைய

வெளிப்பாடுகள் இருப்பதுதான் அவர்களுக்கு ஆச்சரியத்தை அளித்தது.[43] ஒருவேளை ஆழ்கடலின் பெண்குதிரையின் எரிமலைச் செயல்பாடா?

அண்டவெளி

வரைபடங்கள்

மூலங்களைப் பற்றி இவ்வளவு போதும்.

இந்தியாவுடன் எதெல்லாம் இணைந்ததோ, அதெல்லாம் ஏற்கெனவே அங்கிருந்தவற்றுடன் — அதன் தனியானதொரு தட்பவெப்ப நிலை, விலங்குலகு, காலப்போக்கில் அதன் கலாச்சாரம் எல்லாவற்றுடனும் ஒத்துச் செல்ல வேண்டியிருந்தது. நிலமும் அதன் மனிதர்களும் யாரெல்லாம் வந்தார்களோ அவர்களையெல்லாம் மாற்றினர். அவர்கள் செயலூக்கமின்றி ஆப்பிரிக்காவிலிருந்த வந்தவர்களையோ, வேதகால மக்களையோ, முகலாயர்களையோ, பிரிட்டிஷ்காரர்களையோ ஏற்கவில்லை.

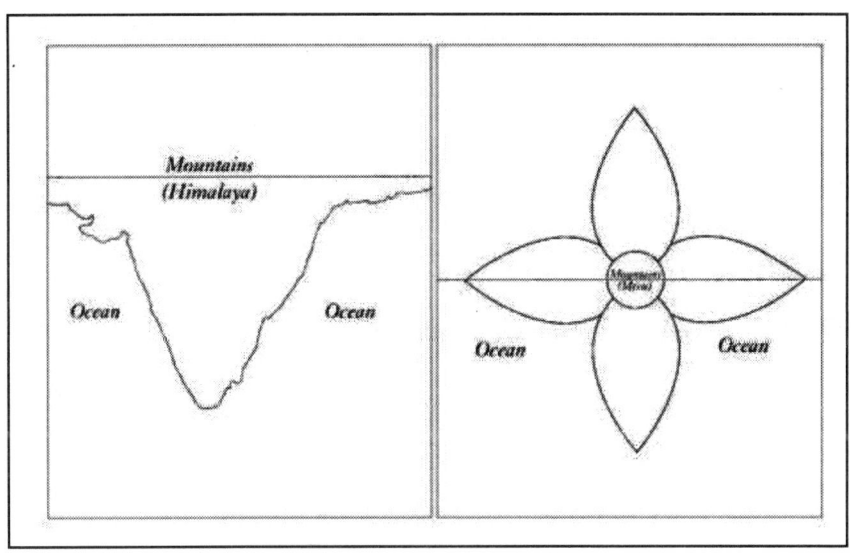

இந்தியாவின் புவியியல் வரைபடமும், புராண வரைபடமும்

பழங்கால இந்தியாவின் உலகத்தோற்றவியல் ஒரு தட்டையான பூமியைக் கொண்டிருந்தது. அதில் மையத்தைச் சுற்றி ஏழு வளையங்களாக கண்டங்கள். மையமான கண்டத்தைச் சுற்று உப்புநீர்க் கடல். பிற (பெருமளவு) வளையத்தன்மை கொண்ட கண்டங்களைச் சுற்றி வெவ்வேறு கடல்கள்— வெல்லப்பாகுக் கடல், மதுக்கடல், நெய்க்கடல், பாற்கடல், தயிர்க்கடல், நன்னீர்க்கடல் ஆகியவை இருந்தன. (இதை வைத்து பத்தொன்பதாம் நூற்றாண்டின் ஓர் ஆங்கிலேயன், வெல்லப்பாகுக்கடலும் வெண்ணெய்க் கடலும் கொண்ட புவியியல் என்று அவப்புகழ்கொண்ட வசைமாரி பொழிந்தான்).[44] மையக்கண்டம் ஜம்புத்வீபம் அல்லது நாவலந்தீவு (நாவல்மரக் கண்டம்). அதன் மையத்தில் மேரு மலை. அதன் நான்கு திசைகளிலும் நான்கு உபகண்டங்கள் ஒரு தாமரைப்பூவின் இதழ்களைப்போலச் சுற்றியுள்ளன.

இதில் தெற்கு உபகண்டம், பாரத வர்ஷம். பழைய இந்தியாவின் சமஸ்கிருதப் பெயர். இந்தத் தாமரைப்பூவைக் கிடைக்கோட்டால் இரண்டாக்கினால், ராண்ட் மெக்நல்லி படத்தில் காணப்படுவது போல இந்தியா வடக்கில் மலைகளும் பிற மூன்று திசைகளிலும் உப்புநீர்க்கடல்களும் கொண்ட ஒரு பருந்து போன்ற தோற்றம் அளிக்கிறது. எங்கு கிணறுதோண்டினாலும் ஒரு நீர்மட்டம் இருக்கிறதல்லவா, அதற்குக் கீழ், நீருலகில் நாகர்கள் வாழ்கிறார்கள்.

பிரபஞ்சவியலும் தேசவரைபடவியலும் நிலவில் முயலும் மனிதனும் போல, தொன்மமும் வரலாறும் போல ஒன்றின்மீதொன்றாக உள்ளன. பனுவல்கள் வெறும் வரைபடங்கள், வரைபடம் என்பது பிரதேசம் அல்ல என்று சரியாகவே குறிப்பிடப்படுகிறது.[45] ஆனால் வரைபடங்கள் பெரியதாகும் போது, அவை தம்மளவில் பிரதேசங்கள் ஆகின்றன. வரைபடங்களுக்கும் பிரதேசங்களுக்கும் ஒரு மத்தியப்பகுதி இருக்கிறது. அதிலிருந்துதான் தொன் மங்களும் அரசியல் கதைகளும் வெவ்வேறு திசைகளில் கிளம்புகின்றன. ஒரு வெள்ளம் — உடனே அதைவைத்து ஓர் அரசியல்பயன்பாடு கொண்ட தொன்மம் முளைக்கிறது. நீரும் நிலமும் சேர்ந்த ஒரு பகுதி — உடனே அரசியல் தூண்டுதலைக் கொண்ட வரைபடம் ஒன்று முளைக்கிறது. (உதாரணமாக, தற்செயலான ஒரு சான்று — காஷ்மீரின் எல்லையைப் பலவேறாகப் பல நாடுகள் பலவிதங்களில் வரைகின்றன.) ஒரு நிலவியல் பதிவுக்கு வெள்ளம் என்பதுபோல, ராண்ட்மெக்னல்லி வரைபடத்திற்கு நாவலந்தீவு. இயற்கையாக நீரும் நிலமும் உள்ள அமைப்பு, வெள்ளத் தொன்மத்திற்கும், பிரபஞ்சத்தின் வரைபடத்திற்கும் அடிப்படை ஆகிறது, அது அரசியல் பயன்பாடுள்ள ஒரு கால - இடப் புள்ளிவிவரஅட்டவணை தயாரிக்க ஆதரவாக உள்ளது.

பிரதேசம்: மலைகள், ஆறுகள், பருவக்காற்று

இமயமலை தடுக்கமுடியாத ஒரு தடுப்பாக அமைவதாகப் பலபேர் கற்பனை செய்கிறார்கள். ஆனால் இப்படியான ஊடுருவமுடியாத இந்தியா என்பது மாறாத இந்தியா என்னும் கருத்தின் ஒரு பகுதியே ஆகும். வரலாறு முழுவதும், இந்தியா ஹீத்ரோ அல்லது ஓ'ஹேர் போலச் செயல்பட்டதைவிட ஷாங்ரி - லா போலச் செயல்பட்டது குறைவு. இமயமலை உயரமானதுதான், யாரும் ஜாலியாக அதன் குறுக்கே நடந்துவர முடியாதுதான், அதனால் இந்தியாவுக்கு யாரும் வராமல் இல்லை. அலெக்சாந்தர் இந்தியாவுக்குள் (பெருமளவு கைபர் கணவாய் வழியாகத்தான் இருக்கவேண்டும்) வந்தான்— பிறகு குதிரைகள், கோவேறு கழுதைகள், ஒட்டகங்கள், இன்னும் பலவும் பலரும் வந்தார்கள். தொடர்ந்து வீழ்ச்சியடையும் கலியுகம் என்ற தொன்மத் தில் வெளிப்படுகின்ற படையெடுப்பு பற்றிய பயம் — காட்டுமிராண்டிகளின் ஊடுருவல் பற்றிய கொடுங்கனவு — காரணமின்றி இந்துக் கற்பனையில் ஏற்படவில்லை. இந்தியாவின் உட்புற நம்பிக்கை ஒழுங்கமைவுகள் போலவே அதன் வெளிப்புற எல்லைகளும் துளைகள் கொண்டனவாகத்தான் இருந்தன. சீனாவிலிருந்து பட்டு மத்திய ஆசியப் பட்டுப்பாதையின் வழியாக இந்தியா வுக்கு வந்தது. சமஸ்கிருதத்தில் பட்டு என்பதற்கான சொல்லே சீனம்தான். இது எல்லாருக்கும் பொருந்தும். மெசபடோமியாவின், கிரீட் தீவின், ரோமின், அரேபியாவின் வணிகர்கள் இந்தியாவின் ஏதோ ஒரு கடற்கரையில் வந்திறங்

காமல் இல்லை.

இப்படித்தான் விந்திய மலையும் வடக்கு - தெற்கு இந்தியாவின் எல்லையாக அமைகிறது. ஆனால் அதைப் பற்றிய கதைகள், எப்படி அந்தத் தடை உடைக்கப்பட்டது என்பதைச் சொல்கின்றனவே அன்றி, எப்படி மக்களை எல்லைக்குள் நிறுத்தியது என்பதைக் கூறவில்லை. விந்திய மலை ஒருமுறை மிகவும் வளர்ந்தபோது, மேருவைச் சுற்றிச் செல்வதைப்போலச் சூரியனும் இதைச்சுற்றிச் செல்லவேண்டிவந்தது. அப்போது அகத்திய முனிவன், அவற்றைக் குனியவைத்து, தென்னிந்தியாவுக்கு சமஸ்கிருதத்தையும் வேதங்களையும் திராவிட நாடுகளுக்குக் கொண்டுவந்தான். தான் திரும்பி வரும்வரை அந்த வழி அப்படியே திறந்திருக்க வேண்டும் என்றான். ஆனால் அவன் திரும்பவேயில்லை. தமிழ் மொழியை நிறுவி இங்கேயே தங்கிவிட்டான். ஆக விந்திய மலையும் குனிந்து உயரமின்றியே இருக்கிறது.

தெற்கு ஆசியாவில் வரலாறு நதிகளுடன் ஓடுகிறது. மூன்று நதியமைவுகள் வட இந்தியாவைப் பிரிக்கின்றன. முதலில் சிந்து நதி — அதன் ஐந்து உப ஆறுகள் (ஜீலம், சீனாப், ரவி, பீயாஸ், சட்லெஜ்) பஞ்சாபுக்கு அந்தப் பெயரை அளிக்கின்றன. பிறகு தோஆப்—இருநதிகள் இடைநிலம் — கங்கையும் யமுனையும். கங்கை (பால்வழியாக இருந்து பூமிக்கு வந்தவள்), யமுனை (இரட்டைச் சகோதரி) வடக்கில். பிறகு வங்கதேசத்தில் பிரம்மபுத்ரா (பிரம் மனின் மகன்). இந்த மூன்று நதிகளுமே திபேத்தின் தென்மேற்குப் பகுதியில் ஒரே இடத்தில்தான் உற்பத்தியாகின்றன. எவ்வளவு அருகருகில் அவற்றின் மூலங்கள் இருக்கின்றன என்றால், அவை யாவும் ஒரே பனி ஏரியிலிருந்தே பிறந்திருக்கலாம். ஆப்பிரிக்காவின் ஒருபகுதி மோதி அவற்றைப் பலதிசைகளில் பிரித்துவிட்டது.[46] சிந்துநதி அரேபியக் கடலில் கலப்பதற்குள் 1800 மைல் ஓடுகிறது. நர்மதை விந்திய மலையைப் போலவே வடக்கையும் தெற்கையும் பிரிக்கிறது. வடக்கில் கங்கைக்கு இருப்பதைப்போலவே அதற்கும் விரிவான தொன்மம் இருக்கிறது.

இந்தியாவில் தட்பவெப்ப நிலைக்கும் கலாச்சாரத்திற்குமான உறவு என்ன? இந்து தர்க்கவாதிகள்தான் முதன்முதலில் எதிரெதிர்ப் பொருள்கள் ஒன்றாக இருக்க முடியும் என்று கூறியவர்கள், அதுபோலவே இயற்கைச் சூழலும் இருமைத்தன்மை உள்ளதாக, வளமிக்க விளைச்சல் நிலங்கள் ஒருபுறம், வறண்டபூமி மறுபறம் — வறட்சிக்கருகில் வெள்ளம் — விருந்து உணவுக்கருகில் பட்டினி.[47] மற்றநாடுகளிலும் இருமைத் தன்மைகொண்ட இயற்கைச் சூழல்கள் உண்டு. உலகமுழுவதுமுள்ள விவசாயிகள் ஐம்பூதங்களின் கருணையில் வாழ்கிறார்கள். ஆனால் பருவக்காற்றின் வன்முறையும் நிச்சயமின்மையும் ஓர் உளவியல் மனப்பான்மையைத் தோற்றுவிக்கின்றன. விதி மற்றும் கடவுளரின் தாறுமாறான நடத்தை, வன்முறை பற்றிய இந்தியச் சிந்தனையுடன் இது தொடர்புகொண்டுள்ளது.

முடிவுரை: குழப்பம் (ஒன்றிணைதலுக்கு உடனிலையா, எதிர்நிலையா?)

இந்தியாவின் நிலவியல் தோற்றம், இந்துமதத்தின் தோற்றம் பற்றி என்ன சொல்கிறது? தமிழ் மூலத்திலிருந்து ஏ. கே. இராமானுஜன் கூறிய ஒரு கதை விடை அளிக்கக்கூடும்.

பிராமணன் தலையும் பறையன் உடலும்

ஒரு பிராமணத்துறவியின் மனைவி மாரியம்மா, தன் கணவனால் மரண தண்டனைக்கு ஆளானாள். தண்டனை நிறைவேற்றப்படும் வேளையில் அவள் எல்லம்மா என்ற பறைச்சியின் பரிவைவேண்டித் தழுவிக்கொண்டாள். இந்த அமளியில், பறைப் பெண்ணும் பிராமணச்சியும் தலையை இழந்தார்கள். பிறகு கணவன் தான் செய்ததற்கு இரங்கி, அவர்களுக்கு மன்னிப்பு அளித்தான். தன் ஆற்றலால் அவர்களின் தலைகளை மறுபடி இணையச் செய்தான். ஆனால் தவறாக, தலைகள் மாறிவிட்டன. பிராமணத் தலையும் பறைச்சியின் உடலும் பெற்ற மாரியம்மாவுக்கு ஆடுகளும் கோழியும் பலியிடப்படும், எருமை பலியிடப்படாது. பறைச்சித் தலையும் பிராமண உடலும் பெற்ற எல்லம்மாவுக்கு ஆடுகோழிக்கு பதிலாக எருமை பலியிடப்படும்.[48]

தான் சொல்லவருவதற்கு நல்ல உதாரணம் இந்தக் கதையே ஆகிறது. இரண்டு இந்தியப் புவியியல், மொழியியல் மரபுகளை அது கலக்கிறது. வட இந்திய சமஸ்கிருத இலக்கியத்தின் ரேணுகாவையும், தென்னிந்தியத் தமிழ் வாய்மொழிக் கதைகளில் இரண்டு பெண் தெய்வங்களின் தோற்றங்களையும் ஒன்று சேர்க்கிறது.[49] இம்மாதிரித் தலையும் உடலும் மாறி ஒன்று சேர்தல், பலவடிவங்களில், தொன்மங்களிலும் வரலாற்றிலும் வருகிறது. ஆப்பிரிக்காவின் பகுதி மத்திய ஆசியாவுடன் பகுதியுடன் ஒன்று சேர்தல் உடலின்மீது ஒரு தலை ஒன்று சேர்வதைப்போல இருக்கிறது. பெண்கள் மற்றும் கீழ்ச்சாதியினர் சிந்தனைகள் பிராமண ஆண்களின் தலைகளில் ஏறித் தொடர்கிறது. இந்துமதத்தின் வளமான கலப்பினை உருவாக்கும் இணைவுகள் எல்லாவற்றிற்கும் இது உருவகமாகும்.

மானிட ஓடைகள் பல கலப்பது இந்துமதத்தின் வரலாற்றுக்கு மிகவும் அடிப்படையானது. பிராமணர்கள் இதைத் தடுக்க முயன்றார்கள். ஐம்புலன்களை அறிவின் கட்டுப்பாட்டு மையத்தினால் அடக்குவதும், போதைத்தன்மையைத் துறவினால் அடக்குவதும் இதற்கு உருவகங்கள். இறுதியான பயம் என்ன? வகுப்புகளின் குழப்பம் உருவாகிவிடும் என்பதுதான். கலிகாலத்தின் கலப்பு. வகுப்புகளின் கலப்பினை அவர்கள் மாசுபடுதலாகப் பார்த்தார்கள். பிரிட்டிஷ் மானிடவியலாளர் மேரி டக்ளஸ் உலக முழுவதுமுள்ள வழிகளை 'வகைமைப் பிழைகள்' என்று கூறினார். ஒரு வகைமை அல்லது மற்றொரு வகைமைக்குள் பொருந்தாத எதுவும் அசுத்தமாகவும் அபாயமாகவும் கருதப்படுகின்றன என்ற அவரது விளக்கத்தைப் படிப்பவர்களுக்கு மேற்கண்ட பிராமண பயம் ஆச்சரியமாகத் தோன்றாது.[50] பிராமணர்கள், பிராமணத் தலையும் பறைச்சி உடலும் கொண்ட பெண்ணையும் — அவளது இரட்டையான பறைச்சித் தலையும் பிராமண உடலும் கொண்ட பெண்ணையும் பெருங் கொடுமைகள், இரட்டைக் குழப்பங்கள் என்று கருதினர். ஆனால் ஒரு பிராமணனல்லாதவன், அல்லது இந்துமத ஆராய்ச்சியாளன் நோக்கில் இந்த வளமான கலப்பு அல்லது பல்கூட்டுத்தன்மைதான் இந்துமதத்தை ஒரு தலைசிறந்த கலாச்சாரப் படைப்பாக ஆக்குகிறது.

இப்படிப்பட்ட இருவேறு வெளிப்பாடுகளின் கலப்பு ஒரு கொடுமை அல்ல, ஒரு தவறுகூட அல்ல, அப்படியிருந்தாலும் அது ஒரு மகிழ்ச்சியான விளைவுண்டாக்கும் தவறுதான். தலைமாற்றிவைத்தல்கள் இரண்டு

தெய்வங்களை உண்டாக்குகின்றன (அதாவது இந்துமதங்களை). நேரடியான பொருத்துதலைவிட மிகச் சுவையான மாறுதல்கள். வெவ்வேறு மூலங்கள் இருந்தாலும், புதிதாக உருவான படைப்பு, நாம் மரியாதை செலுத்தவேண்டிய ஒரு முழுமை. எனக்குப் பிடித்தமான தொன்மவிலங்கான பெரும் - சிங்கம் என்பதைப்போல. (வுடி ஆலன் உருவாக்கிய பிம்பம் இது. ஒரு சிங்கத்தின் தலையும், வேறொரு சிங்கத்தின் உடலும் கொண்ட வடிவம்).[51] வெவ்வேறான இக்கூறுகள் எங்கிருந்து தோன்றின என்பதைவிட ஏன் அவை ஒன்றிணைக்கப்பட்டன, ஏன் இணைத்துக் காப்பாற்றப்படுகின்றன என்பதைக் கேட்பது நல்லது. இந்து மதத்தை முற்றிலும் ஒரு குழப்பம் என்றோ, கலாச்சார ரீதியாக முற்றிலும் ஒரே தன்மையுடையது, ஒற்றையொருமை கொண்டது என்றோ அரசியல்குறிப்புடன் காண்பது திரித்துக்காண்பதாகும். மூலங்களின் பன்மைத் தன்மையையும், ஒன்றிணைத்தல்களின் ஆற்றலையும் ஒருசேர ஒப்புக்கொள்வது சற்றே தந்திரவயப்பட்டதானாலும், எப்போதுமே மிகவும் பயனுள்ளது. பறையனின் உடலும் பிராமணத் தலையும் சேர்ந்த இந்து மதம்—அல்லது உங்களுக்குப் பிரியமானால், பறையன் தலையும் பிராமண உடலும் சேர்ந்தது—இந்திய வரலாறு முழுவதும் மீண்டும் மீண்டும் மறு ஆக்கம் செய்யப்பட்டுள்ளது. அந்தப் பன்முக ஒருமைகளைப் பற்றியதுதான் இந்த நூல்.

அடிக்குறிப்பு

1. Forster, A Passage to India, chapter 12.
2. Matthiessen, The Snow Leopard, 29.
3. This is my paraphrase of the scientific data. Knipe tells a slightly different version of it, Hinduism, 2.
4. Wolpert, A New History, 6. This was the civilization of the northern Soan River valley.
5. Witzel, "Indocentrism," 348.
6. Suess, Das Antlitz der Erde [The Face of the Earth].
7. Personal communication from Jim Masselos, Sydney, Australia, May 2006.
8. Sclater, "The Mammals of Madagascar."
9. Macleane, Manual of the Administration of the Madras Presidency, 1885.
10. Frederick Spencer Oliver, A Dweller on Two Planets, wrote the book in 1883-86, died in 1899, and his mother published it in 1905.
11. Sumathi Ramaswamy, "Home Away from Home?," 151 and 155.
12. Forster, A Passage to India, 12.
13. Keay, India, 4.
14. Mahabharata 3.12.13; 16.8.40 ; Doniger O'Flaherty, Origins of Evil, 261-62.
15. Keay, India, 4.
16. Harivamsha 86.35-53.
17. Lorenzen, Kabir Legends, 49, citing Paramananda's Kabir Manshur.
18. Vishnu Purana 5.38.9-28.
19. Bhagavata Purana 11.3.1-28.

20. Kuiper, "The Bliss of Asa," 113.
21. S. R. Rao, *The Lost City of Dvaraka*.
22. Doniger O'Flaherty, *Origins of Evil*, 88, 100. For the identification of the horse with the sacrificer and with Prajapati, see Shatapatha Brahmana 13.1.1.1 and 13.2.1.1. For the many variants of the story of Indra's theft of the sacrificial horse of King Sagara, see Mahabharata 3.104-08; Ramayana 1.38-44; Vishnu Purana 4.4.1-33, etc. For a discussion of these stories, see Doniger O'Flaherty, *Women*, 220-22.
23. Ramayana 1.37-43; Shiva Purana 5.38; Linga Purana 1.66 ; Vayu Purana 88; Brahmanda Purana 3.46-53; Vishnu Purana 4.4; Doniger O'Flaherty, *Siva*, 230, and fn. 88.
24. Mahabharata 3.105-8.
25. Janaki, "Parasurama," citing chapters 51-56 of the Brahmanda Purana.
26. Ibid., citing the Keralamahatmya.
27. Rig Veda 2.12.2, Maitrayani Samhita 1.12.13, Mahabharata 1.21.5. 2.
28. The legend of the cankams is first expressed in Nakkiranar's commentary on the seventh-century Irayaiyanar Akapporul.
29. Das Gupta, *Malabar Nation Trade*.
30. *Frontline*, May 7-20, 2005.
31. T. S. Subramanian, in *Frontline*, 22: 2, (Jan., 15-28, 2005).
32. Keay, *India*, 3-5.
33. Dundes, *The Flood Myth*.
34. Shatapatha Brahmana 1.8.1.1-6 ; Doniger O'Flaherty, *Hindu Myths*, 180.
35. Matsya Purana 1.11-34; 2.1-19; Doniger O'Flaherty, *Hindu Myths*, 181-4.
36. Mahabharata 3.56.4-6, 1.169.16-26 ; 1.170.1-21; 1.171.1-23.
37. Doniger O'Flaherty, *Siva*.
38. Mahabharata 10.18.21.
39. Matsya Purana 175.23-63; Harivamsha 1.45.20- 64; Doniger O'Flaherty, *Women*, 226-72.
40. Skanda Purana 7.1.32.1-128, 33.1-103; Doniger O'Flaherty, *Women*, 228-3; *Siva*, 289-92.
41. The idea of a submarine fire is pre-Vedic, Indo-Iranian (West, *Indo-European Poetry*, 270).
42. Sumathi Ramaswamy, *The Lost Land of Lemuria*, 233. According to the note on p. 276, this research was carried out by the Institute of Geophysics at UT-Austin and MIT.
43. MIT Professor Fred Frey, quoted in the MIT news office bulletin, "Team Finds Surprising Volcanic Clues to Indian Ocean Formation," Deborah Halber, News Office, December 8, 1999.
44. Thomas Babington Macaulay in 1835; Keay, *India*, 431.
45. Jonathan Z, Smith, *Map Is Not Territory*.
46. Wolpert, *India*, 5.
47. Ibid., 19-20.
48. Ramanujan, *Speaking of Siva*, 24.
49. Doniger, *Splitting the Difference*, 204-31.
50. Mary Douglas, *Purity and Danger*.
51. Woody Allen, "Fabulous Tales and Mythical Beasts," 193.

இயல்: 3

சிந்துவெளியில் நாகரிகம்
கி.மு.50,000 முதல் 1500 வரை
காலவரிசைப் பட்டியல் (எல்லாக் காலமும் கி.மு.வே)

ஏறத்தாழ கி.மு. 50,000 கற்காலக் கலாச்சாரத்தின் எழுச்சி

ஏ. 30,000 பிம்பேட்கா குகை ஓவியங்கள்

ஏ. 6500 விவசாயத்தின் தொடக்கம்

ஏ. 3000 கால்நடைமேய்க்கும் நாடோடிச் சமூகங்களின் எழுச்சி

ஏ. 2500 சிந்துநதியின் சமவெளியில் நகரச் சமூகங்களின் எழுச்சி

ஏ. 2200 - 2000 ஹரப்பா நாகரிகத்தின் உச்சம்

ஏ. 2000 - 1500 சிந்து நாகரிகத்தின் வீழ்ச்சி

ஒரு தொடக்க வாசகத்திற்கு பதிலாக, நாம் ஒரு பிம்பத்துடன் தொடங்குகிறோம். அதன் அர்த்தம் மிகவும் விவாதிக்கப்பட்ட ஒன்று. சொற்கள் அற்ற (தெரியாத) சித்திரங்களின் அர்த்தங்களைக் கண்டு பிடிப்பது சிந்துசமவெளி நாகரிகத்தை (சி.ச.நா.வை) விளக்குவதில் உள்ள பல சவால்களில் ஒன்றாக

இருக்கிறது. ஏனெனில், சி.ச.நா. மிகப்பழமையான இந்துப் பனுவல்களாக உள்ள வேதங்களுக்கும் முந்தியது. அதன் பொருள்வகை எச்சங்களில் பல படிமங்கள் உள்ளன. மிகமுக்கியமான இந்து உருவங்களில் மிகப் பழமையானவை என நாம் அறியக்கூடியவை இவை. மீண்டும் இவை மேல்தளத்திற்கு எழும்.

தொடக்க வரலாறு: பிம்பேட்கா குகைச் சித்திரங்கள்

இந்துமதம் என்று நாம் அழைப்பதன் பெரும்பகுதி, எவ்வித நம்பிக்கையுடனும் நாம் பொருள் அறியக்கூடிய பனுவல்சான்றுகளின் படைப்புக்கு நீண்ட காலம் முன்னரே தெற்கு ஆசியாவில் செழித்திருந்த கலாச்சாரங்களில் வேர்கொண்டிருக்கிறது. மத்தியப் பிரதேசத்திலுள்ள விந்திய மலையில் போபாலின் அருகிலுள்ள பிம்பேட்காவில் ஏறத்தாழ கி.மு. 30,000 அளவிலான இடைக்கற்காலத் தலங்களில் குறிப்பிடத்தக்க குகை ஓவியங்கள் பாதுகாக்கப்பட்டுள்ளன.[1] மான்கள், காட்டுப்பன்றிகள், யானைகள், சிறுத்தைகள், புலிகள், வேங்கைகள், காண்டாமிருகங்கள், கலைமான்கள், மீன்கள், தவளைகள், பல்லிகள், அணில்கள், பறவைகள் என இனம் காணக்கூடிய பல விலங்குகளின் பதிவுகள் அவை. ஓர் ஓவியம், தோல்வாரினால் கட்டி நாயை இட்டுச்செல்லும் மனிதனைக் குறிப்பதுபோலத் தோன்றுகிறது. பதிவாகியிருக்கும் மிருகங்கள் அங்கு வாழ்ந்தவை ஆகலாம் (யானையையே பார்க்காத ஒருவன் அதன் படத்தை வரைவது இயலாதது). ஆனால் போலிப்படிகள் இருக்கக்கூடும் (வேறு யாராவது வரைந்த படத்தை மற்றொருவர் காப்பியடித்திருக்கலாம். மேலும் பாதி எருது, பாதி மனித வடிவம் கொண்டது போன்ற மிருகங்கள் உறுதியாக இருந்திருக்க இயலாது). மேலும், இவற்றில் இடம்பெறாத விலங்குகளும் இருந்திருக்கக்கூடும் (பிம்பேட்காப் பகுதியில் பாம்புகள் இருந்திருக்கலாம், ஆனால் பாம்புகளின் ஓவியம் அங்கு இடம்பெறவில்லை). இடம்பெறாத விலங்குகள் படம்வரைந்தவரின் கற்பனையைத் தூண்டுவதில் வெற்றி பெறவில்லை. இந்தப்பகுதியில், போலி நேர்உருக்களைவிடப் போலி எதிர்உருக்கள் (நெகடிவ்கள்) அதிகமாகச் சாத்தியம்.

சித்திரங்களிலுள்ள பல மிருகங்களுக்கு — சிறுமான்கள் போல் கொம்புகள் உள்ளன. ஒரு சித்திரம், நெருக்கமாகக் கத்தரிக்கப்பட்ட பிடரிமயிர் கொண்ட யூனிகார்ன் (ஒற்றைக் கொம்புடைய குதிரைபோன்றதொரு புராண விலங்கு) போன்ற ஒன்றுடன் மக்கள் நடனமாடுவதைக் காட்டுகிறது.[2] இந்த யூனிகார்ன் போன்ற விலங்கு, மீண்டும் சி.ச.நா.வில் தோன்றுவது, கலைவரலாற்றாளர்களைக் குழப்பம்கொள்ளச் செய்கிறது.

சிந்துசமவெளியின் பொருளியல் கலாச்சாரம்

இந்தியாவில் பிற தொடக்கக் குடியிருப்புகள் இருந்தன. குறிப்பாக பலுசிஸ்தான் கலாச்சாரம் கி.மு. 6000க்கு முந்தியது. இப்போது பாகிஸ்தானாக இருப்பதன் மேற்குக் கோடிப்பகுதியில் உள்ளது. ஆனால் கி.மு. 2300 அளவில் முதல் நகரவாழ்க்கை தோன்றலாயிற்று. சிந்துசமவெளியில் பெரிய நகரங்கள் தோன்றின. இப்பகுதியும் இன்றைய பாகிஸ்தானில்,

பலுசிஸ்தானிற்கு 150 மைல் தெற்கில் உள்ளது. இதைச் சிந்துவெளி நாகரிகம் அல்லது ஹரப்பா நாகரிகம் என்கிறோம். ஹரப்பா, சிந்துநதியின் மீதமைந்த இரு பெரிய நகரங்களில் ஒன்று. (மற்றது மொகஞ்சோதரோ).

இந்தக் கலாச்சாரத்தின் பொருளியல் எச்சங்கள், பொருள்கொள்ள இயலாத படிமங்கள் கொண்டதொரு அலைக்கழிக்கும் புதையல்களஞ் சியமாக உள்ளது. இப்படிமங்கள், இந்து மதத்தின் வேர்களை நாம் அறிவதற்கான திறவுகோல்களாக இருக்கலாம், ஆனால் அர்த்தம் புரிந்து கொள்ளமுடியாத புதிர்களாக இவை நம் தலைக்குமேல் சுழல்கின்றன.

சிந்துசமவெளிப் பகுதி, நைல்நதி, டைக்ரிஸ் — யூப்ரடிஸ் சமவெளிகளைப் போலவே புதிய கற்கால நாகரிகத்தின் தொட்டில்; நதிநீர் போஷிக்கின்ற பாதி வறண்ட பகுதி. பாதி வறண்ட என்பது, ஒருபுறம் அதிகமான தாவரங்கள் காணப்படாத தன்மையையும், இரும்பு விவசாயக் கருவிகள் கொண்டு விவசாயம் செய்யத் தேவையற்ற கங்கைச் சமவெளிபோல் வண்டல் படிந்த வளமான ஒன்றாக இல்லாததையும் காட்டுகிறது. மறுபுறம், நதிவெள்ளத்தினால் படிந்த வண்டல் இயற்கையான உரத்தை அளித்து நாகரிகத்தைச் சாத்தியப்படுத்துகின்ற உபரியை உருவாக்க உதவியது.[3] நதி, வணிகத்திற்கான வழியாகவும் உதவியது.

இதோ மற்றொரு மூலக்கதை. 1856இல் அலெக்சாண்டர் கன்னிங்காம் என்ற பெயர் கொண்ட ஒரு படைத்தளபதி — இவர் பின்னர் வட இந்தியாவின் தொல்லியல் ஆய்வுக் கழகத்தின் பொதுஇயக்குநர் ஆனார்— ஹரப்பாவுக்கு வந்தார். அங்கு ஓர் ஆங்கிலப் பொறியாளர் — வில்லியம் பிரண்டன் என்பவர் — மூல்தானிலிருந்து லாஹூருக்கு அவர் இடப் போகும் இரயில்வேயின் அடிச்சுமையாக இருப்பதற்கு சி.ச.நா.வின் கற்கள் உட்பட்ட செங்கற்களைச் சேகரித்துக் கொண்டிருந்தார். கன்னிங்காம் அந்த இடத்தைப் பற்றிக் குறித்துக்கொண்டார், வேறெதுவும் செய்யவில்லை. பெஷாவரின் முக்கியப்பாதையான அதில், கி.மு. மூவாயிரத்தைச் சேர்ந்த செங்கற்களின்மீது அமைக்கப்பட்ட இரயில்பாதையில் இன்னும் இரயில்கள் ஓடுகின்றன. 1917க்குப் பிறகுதான், இந்தியத் தொல்லியலாளர் ஒருவர் — குறிப்பாக இறந்தவர் மேடு (மொகஞ்சோதரோ) எனப் பெயரிடப்பட்ட அங்கு பழைய கத்தி ஒன்றைக் கண்டுபிடித்தபிறகுதான் அங்கு அகழ்வுகள் மேற்கொள்ளப்பட்டன. ஹரப்பாவில் காணப்பட்டது போன்ற கருவிகளை அங்கே கண்டறிந்தார்கள், பிறகுதான் இந்த நாகரிகம் போற்றப்படலாயிற்று. அவர்கள் கண்டறிந்த செல்வங்களில் செதுக்கிய கற்கள், அஞ்சல்தலை அளவே உள்ள தட்டையான செவ்வக வடிவம்கொண்ட சவர்க்காரக் கற்கள் (இவை ஸ்டாம்புகளாகவோ முத்திரைகளாகவோ பயன்பட்டிருக்கலாம்), இந்த முத்திரைகளின் பதிவுகள் ஆகியவை இருந்தன.

சிந்துசமவெளி நாகரிகம், ஏறத்தாழ 7,50,000 சதுரமைல் பரப்பில் ஆயிரத்திற்கு மேற்பட்ட தலங்களை உடையது. ஒரு தலத்தில் அங்கு நாற்பதாயிரம் பேருக்குமேல் வாழ்ந்திருக்கலாம்.[4] வடக்கில் ரவி நதியின் கரையில் அமைந்த ஹரப்பாவிலிருந்து, சிந்து மாகாணத்தின் லர்க்கனா வெளியிலுள்ள மொகஞ்சோதரோ வரை 400 மைல்கள் உள்ளன.

கடலின் டெல்டாப்பகுதியிலுள்ள துறைமுகமான லோதல் போகும் வழி அது. இருப்பினும் அவை அழியத் தொடங்கிய காலம் வரை ஓராயிரம் ஆண்டுக்கு மேலாக இந்தப் பரந்த களத்தில் சிந்துசமவெளி நகரங்கள் வியக்கும்படி ஒரே சீராகவும் குறிப்பிடத்தக்க அளவு நிலையாகவும் இருந்துள்ளன. கிரீட், சுமேர், பிற மெசோபடோமியக் கலாச்சாரங்கள், எகிப்துடனும்கூட அவை தொடர்பு கொண்டிருந்தன. அரேபிய தீபகற்பத்தில் ஓமனில் ஹரப்பா மாதிரியான தலங்கள் உள்ளன. மெசபடோமியாவில் சிந்துசமவெளி முத்திரைகள் கிடைத்துள்ளன.[5] ஈரானுடன் நேரடித் தொடர்பு இருந்துள்ளது — குறிப்பாக இறுதிக்காலத்துக்கு முன்பு. அங்கு அகழ்வாராய்ச்சியாளர்கள், பிற்பட்ட சிந்துசமவெளி முத்திரை ஒன்றைக் கண்டுபிடித்தனர். அதன் ஒருபுறம் சிந்துவின் வடிவங்கள் காணப்படுகின்றன. மறுபுறம், ஈரானிய வடிவங்கள் உள்ளன. இவையும் இவற்றுடன் காணப்படும் பல முத்திரைகளும் மத்திய ஆசியச் செல்வாக்கினைக் காட்டுகின்றன.[6] ஈரானின் ஏலம் என்ற பழம்பகுதி மெசபடோமிய அண்மை நகரங்களுடன் தொடர்புடையது. அதில் காணப்படும் படிமங்களுடன் சிந்துப் படிமங்கள் குறிப்பிடத்தக்க அளவு ஒற்றுமையைக் காட்டுகின்றன.[7] சி.ச.நா. வீழ்ச்சி அடைந்த பிறகும் மத்திய ஆசியாவுடன் வணிகத்தொடர்பு இருந்துவந்தது. ஓர் அர்த்தத்தில், கி.மு. 2000க்கு முன்பே இந்துமக்களின் புலம்பெயர்தல் தொடங்கிவிட்டது.

தொல்லியல் சான்றுகள், கனசதுரவடிவமான பகடைகளைத் தெற்கு ஆசியர், சி.ச.நா. வில் பயன்படுத்தினார்கள் எனக் காட்டுகின்றன.[8] சர் ஜான் ஹியூபர்ட் மார்ஷல் 1902 முதல் 1931வரை இந்தியத் தொல்லியல் ஆய்வுக்கழகத்தின் இயக்குநர் ஜெனரலாக இருந்தவர். ஒன்று முதல் ஆறு புள்ளிகள்வரை கொண்ட கனசதுர செங்கற்படிவப் பகடைகள் பலவற்றை அவர் மொகஞ்சோதரோவில் கண்டார்.[9] ஹரப்பாவிலும் பிற இடங்களிலும், வேறுவித பகடைகளும் காணப்பட்டுள்ளன. அவை அகேட், சுண்ணாம்புக்கல், சித்திரவேலை செய்யப்பட்ட மண் ஓடுகள் ஆகியவற்றால் ஆனவை.[10] பிற்காலத்தில் — கி.மு.1200 அளவிலிருந்து சூதாடுதலுக்குத் தரப்பட்ட முக்கியத்துவத்தை நோக்கும்போது இந்தக் கண்டுபிடிப்பு முக்கியமானது.

அவர்களிடம் தங்கம், செம்பு, ஈயம் ஆகிய உலோகங்கள் இருந்தன. வெண்கலம், வெள்ளி, வெள்ளீயம், (நீலக்கல், சவர்க்காரக் கல் உள்பட) ஆகியவற்றை இறக்குமதி செய்தார்கள். ஆனால் அவர்களுக்கு இரும்பு தெரியாது. அவர்களுடைய ஆயுதங்கள் தாமிரத்தினாலும் வெண்கலத்தினாலும் ஆனவை. கோதுமை, பார்லி ஆகியவற்றைச் சேமிக்க ஒரு பெரிய களஞ்சிய அமைப்பு இருந்தது. இந்தியா உள்பட இன்று உலகின் பல இடங்களிலும் காணப்படுவதைவிட மேலான பொதுவடிகால் அமைப்புகள் அங்கு காணப்படுகின்றன. பெரும்பாலான கட்டடங்கள் செங்கற்களால் (வெயிலில் உலர்த்திச் சூளைகளில் சுடப்பட்டவை) கட்டப்பட்டன. இந்த விரிவான கலாச்சாரம் முழுவதும் ஒரே அளவுள்ளவையாக அவை உள்ளன. அதேபோல மாறாத அளவுள்ள எடைக்கற்கள் எடைகளை அளக்கப் பயன்பட்டன. சாலைகளும் காட்டுவழித்தடங்களிலிருந்து தானாக உருவானவை அல்ல. ஒரே அளவில் கவனத்துடன் உருவாக்கப்பட்டவை.

சந்துகளைப் போல, தெருக்கள் இரண்டு மடங்கு அகலம் உள்ளன. மரநிழற் சாலைகள், தெருக்களைப் போல இருமடங்கு அகலம் உள்ளவை. வடக்கு தெற்கு அல்லது கிழக்கு மேற்கு என்ற சட்டகத்தில் சாலைகள் அமைந்துள்ளன. ராஜஸ்தானில் உள்ள இளஞ்சிவப்பு நகரமாகிய ஜெய்பூர், கி.பி. பதினெட்டாம் நூற்றாண்டில் இதே பாணியில்தான் மகாராஜா ஜெய்சிங்கினால் அமைக்கப்பட்டது. பல நூற்றுக்கணக்கான மைல்கள் கொண்ட இவ்விதப் பொருளியல் கலாச்சாரப் பரப்பு — மிகப்பல நூற்றாண்டுகளாகத் தொடர்ந்து இருந்துவந்தது என்பது, மிகப் பொறுப்பான திட்டமிடுதலையும் ஒழுங்கையும் காட்டுகிறது.[11] இதனைச் சில அறிஞர்கள், ஒரு சர்வாதிகார, அல்லது முழுமையாட்சி கொண்ட அமைப்பின் விளைவாக இருக்கலாம் என்றும் நோக்கியுள்ளனர். செல்வமிக்கவர்கள், குளியலறைகளுடனும், வடிகால் அமைப்புடனும் கூடிய தனிவாழிடங்களில் வாழ்ந்தனர், அதேசமயம், ஒரு படிநிலை அமைப்பின் கீழ் நிலையிலுள்ள மக்கள்— ஏழைகள், சேரிகளில் வாழ்ந்தனர் என்கின்றனர் சில அறிஞர்கள்.[12] சிறிய ஒரே மாதிரியான வீடுகள் அமைந்திருப்பதைச் சிலர் (ஒருவேளை வீட்டு வாரியப்பகுதிகளாகவோ, ஒதுக்குப்புறப் பகுதிகளாகவோ இருக்கக்கூடுமா?) கண்டு, ஒவ்வொரு செங்கல்லின் அளவையும் முறைப்படுத்தும் ஒழுங்கின்மீது பற்றுக்கொண்ட ஒரு பெரும் அரசாங்க அமைப்பினை யூகிக்கின்றனர்.[13] தொழிற்சாதிகளை ஒத்த அமைப்புக் கொண்டதுபோல, வெவ்வேறு தொழில்களைச் சேர்ந்தவர்கள் தனித்தனிப் பகுதிகளிலிருந்து பணியாற்றியுள்ளனர் என்பதற்கான சான்றுகள் உள்ளன.[14] யாவற்றுக்கும் மேலான அதிகாரத்தின் கை, நகரத்திட்டமிடல் ஆகியவவை வெளிப்படையாகத் தெரியும் சின்னங்களைச் சில அறிஞர்கள், நேர்த்தி, செயற்கைத் தன்மை, நல வாழ்வு, ஒழுங்கமைவான இருப்புமுறை ஆகியவற்றின் அடையாளங்களாக நோக்கியுள்ளனர்.[15] முத்திரைகள், உருவங்கள் ஆகியவற்றின் மிகச் சிறிய அளவுகள், குழந்தைகளின் பொம்மைகள் ஆகியவற்றில், கலைப்பண்பு நுட்பமாக அமைந்த (அழகும் சிற்றுருவமும் கொண்ட) ஒரு மென்மைநயம் கொண்ட நாகரிகத்தினைக் காண்கிறோம்.

படங்களும் குறியீடுகளும்: முத்திரைகளும் எழுத்தும்

சிந்துசமவெளியின் நாகரிகம் ஊமையல்ல, ஆனால் நாம்தான் செவிடர்கள். அவர்களுடைய சொற்களை நம்மால் கேட்கமுடியவில்லை, ஆனால் படிமங்களைப் பார்க்க முடிகிறது.

சி.ச.நா. முழுவதும் கண்டெடுக்கப்பட்ட பெரும்பாலான முத்திரைகள், சிந்துவெளி எழுத்தினால் ஆகிய சின்னங்களின் தொகுதிகளாலும், ஒரு படம் அல்லது வடிவத்தாலும் அல்லது இரண்டையும் கொண்டும் செதுக்கப்பெற்றுள்ளன.[16] இரண்டாயிரத்துக்கும் மேலான கல்வெட்டுகள் உள்ளன. ஏறத்தாழ 400 எழுத்துருக்களை இவை கொண்டுள்ளன. பலபேர் இவற்றை வாசித்துவிட்டதாகக் கூறுகிறார்கள். அவை அவர்களின் மிதமிஞ்சிய கற்பனையோட்டங்களைக் காட்டுகின்றன. ஆனால் உறுதியாக, ஒருவரும் அந்தச் சங்கேதத்தை உடைக்கவில்லை.[17] தனித்த செய்திகள் ஒரு கணினியால் வாசிக்க இயலாதவாறு

பசுபதி முத்திரை (முத்திரை 420)

மிகச்சிறியவை. ஒவ்வொரு முத்திரையிலும் வேறுபட்ட தனித்தவகையான குறியீட்டுச்சேர்க்கை அமைந்திருக்கிறது. ஒரேமாதிரித் தொடர்கள் அமைந்து இவை கிடைக்கவில்லை. எனவே போதிய மொழியியல் பின்னணியை உருவாக்கத் தேவையான அளவு தொடர்ச்சிகள் இல்லை. ஒரு குறித்த படிமத்தைத் தொடர்ந்து வருகின்ற குறியீடுகள், முத்திரைக்கு முத்திரை மாறுபடுகின்றன. ஆகவே படிமங்களின் அர்த்தத்திலிருந்து சொற்களின் அர்த்தத்திற்குச் செல்லமுடியவில்லை. பலபேர் இதை இந்தோஐரோப்பிய மொழியினம். அல்லது திராவிட மொழியினம், அல்லது முண்டா, அல்லது (பிளேட் - டெக்டானிக்ஸ் கதையினால்) ஆஸ்ட்ரோ - ஆசிய மொழி அல்லது ஒரு மொழியே இல்லாமலும் இருக்கலாம் என்றெல்லாம் கூறியுள்ளனர்.[19] தனிப்பட்டவர்களின் சொத்துகளைக் குறிக்கப் பயன்படுத்திய அடையாளக் கணையாழிகள் போன்ற கருவிகளாகவும், பார்கோட் போன்ற அடையாளங்களாகவும் இந்த முத்திரைகள் இருந் திருக்கலாம்.[20] அல்லது சரக்குகளை இது என்னுடையது என்று முத்திரை யிடப் பயன்படுத்திய முத்திரைகளாக இருக்கலாம். ஒருவேளை இது பழங்காலத்திய சுருக்கெழுத்து வகை ஒன்றாகவும் இருக்கலாம். ஒளி மிக்க, உயர்அளவு உணர்ச்சியெழுப்புகின்ற பார்வைக் குறியீடுகளின் தொகுதிகள் இவை — எழுத்துகள் இல்லாதவை. ஆகவே பார்ப்பவர்களின் கற்பனையைத் தூண்டுகின்ற ரார்ஷா வடிவங்கள் போல இவை

பயனாகின்றன. பார்வைப் படிமங்களின் விளக்கத்தில் காணப்படும் ஈரடித்தன்மையும், அகவயத்தன்மையும் நிலவிலுள்ள நிழலின் பண்பைக் (முயலா, மனிதனா) காட்டும் மற்றொரு கூறு.

முத்திரைகள் மீதுள்ள படிமங்கள் நாம் கண்டுபிடிக்கக்கூடியதைவிடப் பொதுவான கூற்று ஒன்றைக் — குறிப்பாக தாவர, விலங்கு இனவிஷயத்தில் சொல்கின்றன. சிந்துக் குறிகளில் மிகப் பெரும்பான்மையானவற்றை நாம் நேராகவோ மறைமுகமாகவோ விவசாயத்துடன் தொடர்புபடுத்தலாம். வகைமாதிரியான குறிகளாக விதைகள், பழங்கள், முளைகள், தானியச் செடிகள், பருப்புகள், மரங்கள், விவசாயக்கருவிகள், களைக்கருவிகள், பழங்காலக் கலப்பைகள், உரல்களும் உலக்கைகளும், வாருகோல்கள், அறுவடைக் கருவிகள் போன்றவை), பருவகால அல்லது வானியல் குறிகள், சில சமயங்களில் மனிதர்களால் உழப்பட்ட நிலங்கள்கூடக் காணப்படுகின்றன. இந்தப் படிமங்களும், பிற தொல்லியல் எச்சங்களும், சிந்துசமவெளியில் குளிர்காலப் பயிராக பார்லியும் கோதுமையும், வசந்தகாலப் பயிராகப் பட்டாணியும் அவரைவகைகளும், கோடை மற்றும் பருவகாலப் பயிர்களாக தினை, முலாம்பழங்கள், பேரீச்சை, நார்வகைப் பயிர்கள் இருந்தன என்பதைக் காட்டுகின்றன.[21] ஒருவேளை அவர்கள் நெல்லும் பயிரிட்டிருக்கலாம்.[22] பூமியில் முதன்முதலாக அவர்கள் நூல்நூற்று, நெய்து பெற்ற ஆடைகளுக்குச் சாயமும் இட்டார்கள். முதன்முதலாக சக்கரம்கொண்ட வண்டிகளைப் பயன்படுத்தியவர்கள் இவர்களே ஆகலாம்.[23] இறைச்சியும் மீனும் உண்டார்கள்.[24]

சிந்துவெளி விலங்குகள்

காட்டுவிலங்குகளும், வீட்டுவிலங்குகளும் சி.ச.நா.வின் குறிகளில் மிகுதியாக உள்ளன. முத்திரைகளிலும் சிறு சிலைகள், மண்பானை ஓவியங்கள், குழந்தைகளின் பொம்மைகளிலும் நேரடியாக இயற்கையைப் பார்த்துச் செய்யப்பட்டவை ஆகலாம், இப்போதிருக்கும் இந்த வறண்ட நிலப்பகுதியில் ஒருகாலத்தில் புலி, யானை, ஒற்றைக் கொம்பு காண்டாமிருகம் போன்றவையும், எருமை, கலைமான், முதலை போன்றவையும் காடுகளில் இருந்தன என்று தெரிகிறது. அக்காலத்தில் ஆற்றோடைகளும், நீண்ட புல் விளையும் வெளிகளும், புலிகளும் காண்டாமிருகங்களும் திரியும் காடுகளும் இருந்தன.[25] (ஹரப்பாவுடன் தொடர்புபடுத்தக்கூடிய ஒரு பிற்காலத்தலத்தில் மகாராஷ்டிரத்தில், சக்கரவண்டிகள்மீது காண்டாமிருகம், எருமை, யானை ஆகியவை காணப்பட்டன.[26] ஆமைகள், முயல்கள், குரங்குகள், பறவைகள் போன்றவற்றின் உருவங்களும் இருந்தன. அடர்ந்த நீண்ட வாலுடன் கூடிய ஒரு பிராணியின் 2.9 அங்குல நீளம் கொண்ட சுடுமண் மாதிரி ஒன்று இருக்கிறது. அது அணிலோ கீரியோ தெரியவில்லை.[27]

ஆனால் வீட்டுப்பிராணிகளின் படங்கள், அந்தப் பிராணிகளின் தொல்லியல் எச்சங்கள் ஆகியவைதான் சி.ச.நா.வைப்பற்றி மிகுதியாகத் தெரிவிக்கின்றன. குறிப்பாகப் பெரிதும் விவாதிக்கப்பட்ட பிரச்சினை ஆகிய வேதகால மக்கள் போன்றப் பிற்காலக் கலாச்சாரங்களுடன் அவர்களுடைய தொடர்பை (அல்லது தொடர்பின்மையை)ப் பற்றிய

செய்திகளை இவைதான் அளிக்கின்றன. சி.ச.நா.வுக்கு ஆயிரமாயிரம் ஆண்டுகள் முன்னால் தெற்காசிய மக்கள் பலவகை விலங்குகளை வேட்டையாடினர். பின்னால் சி.ச.நா.வில் அவற்றை வீட்டுப்பிராணிகள் ஆக்கிக்கொண்டனர். சிலசமயங்களில் அவற்றை வேட்டையும் ஆடினர். சி.ச.நா.வுக்கு முன்னால் அவர்கள் இரண்டு வகையான வேறுபட்ட கால்நடை இனங்களைப் பழக்கப்படுத்தியிருந்தனர். திமில் கொண்ட ஜெபு (பாஸ் இண்டிகஸ்) — இது கனமான தொங்குதாடைகள் கொண்டது. அடுத்தது மேற்கு ஆசியாவின் பாஸ் பிரைமிஜீனியஸுடைய திமிலற்ற உறவுப் பிராணி.[28] ஜெபுவும், நீர்எருமையும் (ப்யூபாலஸ்) இழுவைப்பிராணிகளாகப் பயன்பட்டன. யானைகள் (ஏறத்தாழ பழக்கப்படுத்தப்பட்டவை) தடைகளை நீக்குவதற்கும் கட்டுவதற்கும் பயன்பட்டன.[29] மத்திய இந்தியாவுக்கு மேற்கிலுள்ள பகுதிகளுக்குச் சொந்தமான பிராணிதான் யானை. ஆனால் ஒருவேளை சிந்து சமவெளிக்குள் அவை கொண்டுவரப்பட்டும் இருக்கலாம்.[30]

நாய்களை வைத்திருந்தனர். (இவை பீம்பட்காவிலேயே வீட்டுப் பிராணிகள் ஆகியிருந்தன.) சி.ச. களங்களில் முதன்முதலில் அகழ்வில் ஈடுபட்ட மார்ஷல், அவற்றைப் பற்றிக் கூறினார்:

"எதிர்பார்ப்பதுபோலவே, நாய் சாதாரணமாகக் காணப்படும் பிராணி. ஆனால் ஒரு நாய் உருவத்தைத் தவிரப் பிற நாய் உருவங்கள் கரடுமுரடான மாதிரிகளாக உள்ளன, தெளிவாகவே சிறுபிள்ளைகளால் செய்யப்பட்டவை என்பதைக் காட்டுகின்றன. நாய் வளர்ப்புப் பிராணியாகவும் காவலுக்கும் பயன்பட்டது என்பதை அதன் கழுத்துப்பட்டை காட்டுகிறது. உருச்சிதைந்த நாய் வடிவம் ஒன்று கழுத்துப்பட்டையுடன் உள்ளது. அதிலிருந்து ஒரு கயிறு கம்பத்தில் கட்டப்பட்டுள்ளது. இத்தன்மை, இவற்றை வீட்டுக்குள் விடமுடியாத பயங்கரப் பிராணிகள் என்பதைக் காட்டுகிறது. சிறார்கள் செய்யாத ஒரே உருவம், இன்றைய ஆங்கில வேட்டைநாயைப் போன்று உள்ளது."[31]

நாக்கைத் தொங்கவிட்டிருக்கும் நாயின் படம் ஒன்றையும் அவர் குறிப்பிட்டார். "பானை ஓட்டு மாதிரிகளில் இம்மாதிரியான விவரம் காணப்படுவது அபூர்வம்."[32] சி.ச.நா.வில சிறிய சிற்பங்கள் ஆக்கப்பட்டிருக்கும் குறிப்பிட்ட இன நாய்களில் பறை நாய்கள், குட்டைக்கால் நீண்ட உடல் நாய்கள் ஆகியவை உள்ளன.[33]

ஒட்டகங்கள்,செம்மறிகள்,பன்றிகள்,வெள்ளாடுகள்,கோழிகள் ஆகியவற்றையும் வளர்ப்புப் பிராணிகளாக வைத்திருந்தார்கள். முதன்முதலாகக் கோழிகளை வீட்டில் வளர்த்தது இதுவே முதல்முறை ஆகலாம். இது உலக நாகரிகத்திற்கு ஒரு முதன்மையான கொடை.[34] பூனைகளை அவர்கள் சித்திரிக்கவில்லை. ஒருவேளை அவர்களிடம் அவை இல்லையோ அல்லது அவற்றைச் சித்திரிப்பது தகுதியென்று நினைக்கவில்லையோ தெரியாது. முத்திரைகளிலும் பானையோடுகளிலும், சிறிய சிற்பங்களிலும், ஆண் விலங்குகளே பிரியமாகச் சித்திரிக்கப்பட்டுள்ளன. மிக அதிக மாக எருதுகள், குறிப்பாகத் தொங்குகின்ற தாடிகளையும், பெரிய குறிகளையும் கொண்டவை. சிறிய கொம்புகளை உடைய எருதுகளும்

இருந்தன.[35] ஆனால் பெரியகொம்புகளை உடைய பிராணிகளையே விரும்பினார்கள் — எருதுகள், நீர்எருமைகள், செம்மறியாடுகள், பிற. ஒரு காட்சி, புலியைக்கூடக் கொம்புகளோடு சித்திரிக்கிறது.[36]

பெட்டை விலங்குகளில் அவர்கள் ஆர்வம் கொண்டதாகத் தெரியவில்லை. குறிப்பாக, பசுக்களின் உருவங்கள் தென்படவேயில்லை.[37] இதைப் பற்றி இரவில் கத்தாத பசு என்று குறிப்பிடுகிறார்: "பசு, புனிதமாகக் கருதப்பட்டாலும், ஏதோ நமக்கு இப்போது தெரியாத காரணத்திற்காகச் சித்திரமாக வரையப்படவோ, சிற்பமாகச் செதுக்கப்படவோ இல்லை."[38] பசுக்கள் இருந்திருக்கத்தான் வேண்டும், இல்லையெனில் எருதுகள் இருந்திருக்க இயலாது அல்லவா? (சி.ச.நா.வில் பசுக்கள் இருந்தன என்பதற்குப் பொருளியல் சான்று உள்ளது). ஆனால் கலைவரலாற்றுப் பதிவு, சிந்துக் கலைஞர்கள் பசுக்களைக் கலாச்சாரக் குறியீடுகளாகக் காணவில்லை என்பதைச் சொல்கிறது. எனவே மார்ஷல் செய்தது போல அவை புனிதமானவை என்று ஏன் நாம் கருதவேண்டும்? நடைமுறைப் பயன் காணவியலாத ஒவ்வொரு பொருளுக்கும் ஒவ்வொரு தடவை கண்டுபிடிக்கும்போதும் தொல்லியலாளர்கள் புனிதம் என்ற சொல்லைப் பயன்படுத்துகிறார்களா என்ன? (இந்தக் கேள்விக்கு நாம் பிறகு திரும்புவோம்).

"உடல்சார்ந்த, பாலியல் சார்ந்த வலிமை மிக்கதாகக் குறிப்பிடப்படும் விலங்குகளை — எருதுகள், காண்டாமிருகங்கள், யானைகள், புலிகள்— அல்லது பாலியலுக்கும், வளத்துக்கும், நீண்டகால வாழ்வுக்கும் குறிப்பிடப்படும் பாம்புகள், முதலைகள்... போன்றவற்றைத்தான் முத்திரைகள் சித்திரிக்கின்றன."[39] முதலைகள் எவ்வளவுதூரம் பாலியல் திறன் கொண்டவை என்பது நமக்குத் தெரியாது. நமது கலாச்சாரங்கள் அவற்றைப் பாசாங்கிற்கான (அவற்றின் கண்ணீர், சிரிப்பு) குறியீடுகளாகத்தான் நோக்குகின்றன. அவற்றை ஏன் பாலியல் குறியீடுகளாகக் கருதவேண்டும்? யாருக்கு? (பிற முதலைகளுக்குத் தவிர வேறு யாருக்கு?) இப்போது "நாய்கள் தீண்டப்படாதவையாகக் கருதப்படுகின்ற தன்மைகூட, சி.ச.நா.வில் அவை புனிதமானவை, எனவே நெருங்கமுடியாதவை என்ற நிலையிலிருந்து தோன்றியதாக இருக்கலாம்" என்றும் சொல்லப்பட்டுள்ளது.[40] புனிதத்தன்மையையும் தீண்டப்படாமையையும் சமப்படுத்துவது என்பது, நாய்களைப் பற்றிய மனப்பாங்கு நாலாயிரம் ஆண்டுகளாக மாறவில்லை என்று சொல்வது போன்றே நியாயப்படுத்த முடியாத ஒன்று.

ஒற்றைக் கொம்புக் குதிரை
(மற்றும் பிற சாத்தியமான தொன்ம மிருகங்கள்)

மிகைக்கற்பனைத்தோற்றவிலங்குகளான யூனிகார்ன் (ஒற்றைக்கொம்புக் குதிரை) போன்றவற்றின் குறியீட்டு வலிமை தளர்வடைகிறது. பெரிய ஹரப்பாத் தலங்களில் மொத்தம் காணப்பட்ட 1755 முத்திரைகளிலும் மூடிகளில் 1156இல் (அதாவது 60%) சித்திரிக்கப்படுவது "விலங்கியலில் அறியப்படாத ஒரு தடித்த விலங்கு; எருதின் உடல், வரிக்குதிரையின் தலை; அதிலிருந்து மேல்நோக்கி வளர்ந்து பின் முன்நோக்கிச் சாய்

கின்ற ஒரு கொம்பு."[41] இந்த விலங்கு யாது? இருகொம்பு கொண்ட, பக்கநோக்கிலிருந்து பார்க்கப்படுகிற ஒரு பிராணியா, அல்லது ஒற்றைக் கொம்புகொண்ட மான் அல்லது குதிரை வகையா? (ஒரு குதிரைக்குரிய உடல் விகிதாசாரம் அதில் இல்லை). அல்லது முறைப்படுத்தி வரையப் பட்ட காண்டாமிருகமா?[42] அல்லது ஐரோப்பிய யூனிகார்ன் போல ஒப்புமையில் வரையப்பட்ட ஒரு தொன்மவிலங்கா? இந்த அரையூனி கார்னுக்கு, சிந்துசமவெளியின் பிறபிராணிகளுக்குச் சிலசமயம் காணப் படுவதுபோல முன்னால் ஒரு தீனித்தொட்டில் காணப்படுகிறது. இந்தத் தீனித்தொட்டிக்கு ஏதோ ஒரு மத அல்லது கோட்பாட்டு முக்கியத்துவம் இருப்பதாகவு'ம் சொல்லப்படுகிறது. ஏனெனில் ஒரு முத்திரையில் இப்படிப்பட்ட தீனித்தொட்டிலின் அருகில் இம்மாதிரிப் பிராணி

ஹரப்பாவின் யூனிகார்ன் முத்திரை

ஊர்வலமாகக் கொண்டுசெல்லப்படுகிறது.[43] கிறித்துவத்தில் இப்படிப்பட்ட தீனித்தொட்டில் புனிதமாகக் கருதப்படுவதை ஒட்டி இதற்கும் அத்தகைய மதிப்புத் தந்திருக்கலாம்.

இந்த யூனிகார்ன் நம்மை ஒரு பிரச்சினையின் முனையில் விடுகிறது; சி.ச.நா.வில் சித்திரிக்கப்பட்ட எல்லா விலங்குகளுமே மதக் குறியீடுகளா? சி.ச.நா.வின் பல சிறுசிற்பங்கள், குழந்தைகளின் விளையாட்டு பொம்மைகள்.

அவற்றின்கீழ் சிறு சக்கரங்கள் உள்ளன. ஆனால் அறிஞர்கள் அவற்றுக்கு மத அர்த்தங்கள் தர முனைகிறார்கள். ஒரு தொல்படிவ எச்சமும் இதற்கு ஆதரவாகக் காட்டப்படுகிறது. 1929இல் அகழ்ந்த அகழ்வு ஒன்றில் இருபது துண்டிக்கப்பட்ட மனித மண்டையோடுகள் பிணைப்பாக அருகருகில் வைக்கப்பட்டிருந்தன. அவற்றின் அருகில் பாத்திரங்களும் விலங்குகளின் எலும்புத்துண்டுகளும் இருந்தன. அகழ்வாய்வு செய்தவர், இவற்றை மதச் சடங்குகளுக்குரியவை என்று விளக்கமளித்தார். ஒரு புனித மரத்துக்கு அளிக்கப்பட்ட பலிகளாக இந்தத் தலைகள் கருதப்பட்டன.[44] தி டே ஆஃப் 'தி டிரிஃபிட்ஸ்' என்ற நாவலில் அல்லது 'தி லிட்டில் ஷாப் ஆஃப் ஹாரர்ஸ்' என்ற திரைப்படத்திலோ வருகின்ற காட்சியை இது நினைவூட்டுகிறது (விலங்குகளை உண்ணும் அந்தத் தாவரம், "எனக்கு உணவு கொடு! உணவு கொடு" என்று கத்துகிறது). ஹரப்பாவின் புதைக்கும் தாழிகளில் நாய் காணப்படுவதாலேயே, ஓர் ஆய்வாளர், நீண்ட அலைபோன்ற தலைமுடி உடைய ஒரு மனிதனை பயமுறுத்தும் ஒரு நாயை, யமனின் நாய் என அடையாளம் காண்கிறார்.[45] ஒருவேளை அந்த நாய், வாழ்க்கையில் போலவே சாவிலும் விசுவாசமாக இருக்கும் பிராணியோ என்னவோ?

இரண்டு நாகப்பாம்புகளுக்கு முன்னிருக்கும் இரு மனிதர்கள், வழிபடு பவர்கள் என்று ஏன் கருதப்பட வேண்டும்?[46] அவர்கள் பயந்த இரண்டு மனிதர்களாக ஏன் இருக்கலாகாது? அந்தக் காட்சியின் மற்றப்பகுதி சாதாரணமான தோட்டத்தில பாம்புபிடிக்கின்றதை விட வேறுபட்ட ஒன்றைக் காட்டுகிறது. பாம்புகளோடு இருக்கும் மனிதர்கள் ஒரு அமர்ந்த உருவத்தின் அருகில் இருக்கின்றனர். மற்றொரு மனித உருவம் இரண்டு வளர்ப்புப் புலிகளை இழுத்துப் பிடிக்கிறது. பாதி எருது, பாதி மனித உருவம் கொண்ட மிருகம் ஒன்று கொம்புடைய புலியொன்றைத் தாக்குகிறது. சி.ச.நா.வின் அன்றாட வாழ்க்கைக் காட்சியல்ல இது. இதுபோன்ற காட்சிகளும் சிறுசிற்பங்களும் நமக்குச் சடங்குகளின் ஒரு பகுதியையோ, தொன்மக்கதைகளின் சம்பவங்களையோ காட்டுகின்றன. ஆனால் "இந்தத் தனித்த காட்சிகளைத் தொடர்பு படுத்துவதற்கான விஷயங்கள் எதுவும் இல்லாததால் பொருள்காண முடியவில்லை."[47] மற்ற முத்திரைகளும், நாம் அர்த்தப்படுத்த முடியாத கதையைச் சொல்லுவதாகத் தோன்றுகிறது. ஒரு காட்சியில் மூன்று கொம்புள்ள தெய்வம் ஒன்று இருக்கிறது. இதுவும் ஒரு மரத்தின் நடுவிலிருந்து வருகின்ற மூன்று கொம்புள்ள தொப்பியை அணிந்த ஒரு சாதாரண மனிதனாகவோ பெண்ணாகவோ இருக்கலாம். மரத்துக்கு வெளியே நிற்கும் ஒரு உருவம் பணிவோடு இருக்கின்ற பாவனையில் கைகளை உயர்த்தியவாறு காணப் படுகிறது. அதன் பின்னால் ஒரு எருது நிற்கிறது. இதற்குக் கீழே ஏழு பெண்கள் இருக்கிறார்கள்.[48] (ஹரப்பா, கலிபங்கன், மொஹஞ்சோதரோ, சனுஜோதரோ ஆகிய நான்கு வெவ்வேறு நகரங்களில் காணப்பட்ட முத்திரைகளில் உள்ள சிறிய எண்ணிக்கையிலான காட்சிகளில் இதுவும் ஒன்று.) மற்றொன்றிலும் இதையொத்த காட்சி இருக்கிறது. இதில் ஓர் அரசமரம். அலைபாயும் தலைமுடியுடனும், கொம்புள்ள தலைப் பாகையுடனும் (அல்லது அதன் சொந்தக் கொம்புதானா?) இரண்டு நேரான அரசமரக் கிளைகளின் இடையில் ஒரு நிர்வாண உருவம் நிற்கிறது.

முன்னதுபோன்ற மற்றொரு உருவம், ஆனால் பக்கத் தோற்றத்தில், மரத்தின் அடிப்பகுதியில் முழந்தாளிட்டு இருக்கிறது. ஒரு பெரிய வெள்ளாடு அவ்வுருவத்தின் பின்னிருந்து மேலாகக் காணப்படுகிறது. மற்றொரு முத்திரையில், தன் இடப்புறமுள்ள பிராணிகளின் அருகில் ஓர் மனித உருவம் குந்தியிருக்கிறது, அதன் வலப்புறம் ஒரு புலி, மனிதன் அமர்ந்திருக்கும் ஒரு மரத்தை நோக்குகிறது.[49] இங்கு ஏதோ நடக்கிறது என்பது தெளிவு. ஆனால் என்ன? ஒருவேளை நாட்டுப்புறக் கதையா? ஒரு சடங்கா? இந்த வார்த்தையற்ற காட்சிகள், சில பத்திரிகைகள் இதுபோன்ற காட்சிகளைக் கார்ட்டூனாக வரைந்து அதற்கு வாசகர்களைத் தலைப்பிடச் சொல்லும் நிகழ்வை நினைவுபடுத்துகிறது. ஆனால் ஒரு கார்ட்டூனைவிட இங்கே அர்த்தம் மிகுதி என்பது உறுதி.

பால்தன்மை கொண்ட உருவங்கள்

விலங்குகளின் தலைவன்

எல்லாம் 1931இல் தனது மூன்று தொகுதியாக அமைந்த மொகஞ்சோ தரோவும் சிந்து நாகரிகமும் என்ற நூலில் மார்ஷல் தொடங்கிவைத்தது. மதம் என்று தலைப்பிட்ட நீண்ட இயலில் ஐந்து பக்கங்களை முத்திரை எண் 420க்கு ஒதுக்குகிறது. "மொகஞ்சோதரோவில் ஓர் ஆண் கடவுள் காணப்படுகிறது. சிவனின் வரலாற்றுமுன்மாதிரியாகக் கொள்ளக்கூடியது. கால்கள் உடையின்றி உள்ளன, குறி வெளித்தெரிகிறது. ஆனால் குறி என்பதை இடைக்கச்சையின் இறுதிப்பகுதியாகவும் அடையாளம் காணமுடியும்."[50] ஊர்த்வமேதரம் என்ற சமஸ்கிருதச் சொல்லுக்கு இதிஃபாலிக் என்ற கிரேக்கச் சொல் போல, விறைத்த ஆண்குறி என்று பொருள். அது ஊர்த்வமேதரமா, இடைக்கச்சையின் இறுதியா, அல்லது வேட்டியின் முடிச்சா? பாம்பா பழுதையா என்ற வேதாந்தக் கருப்பொருளுடன் இது போட்டியிடுகிறது. மாயைத்தோற்றம் அல்லது கற்பனையின் சக்திக்கு உருவகமாக நிற்கிறது. மார்ஷலுக்கு இது இந்துக்கடவுள் சிவனின் உருவம் போலத் தோன்றியிருக்கிறது. அதை அப்படியே தலைமுறை தலைமுறையாக அறிஞர்கள் ஏற்றுக்கொண்டார்கள். இதற்கு நீண்டகால விளைவுகள் ஏற்பட்டன. ஏனெனில் இது சிவனின் படிமம் என்றால், வேதங்களுக்கும் நீண்ட காலம் முற்பட்ட இந்துமத முக்கியக் கூறு ஒன்றினை இது வெளிப்படுத்துவதாகிறது. இந்தச் சிறு சவர்க்காரக் கல் உருவத்தை மிகப் பிரபலப்படுத்திவிட்டார்கள். (மொத்த முத்திரையுமே ஓர் அங்குல உயரம்கூட இல்லை என்பதை நினைவில் கொள்ளவும்). எனவே மில்லிமீட்டர் கணக்கான ஆண்குறி — கிளியோபாத்ராவின் சந்தேகத்திற்குரிய மூக்குப்போல — வரலாற்றுக் கதைகளில் பெரிய குழப்பத்தை உருவாக்கிவிட்டது. பத்மாசனத்தில் விறைத்த குறியுடன் சிந்தனையில் விலங்குகள் புடைசூழ அமர்ந்திருக்கும் பெரியமூக்கு மனிதன் என்ற பிம்பத்தைப் பிற்காலத்தில் நன்கறியப்பட்ட விறைத்த குறியுடைய சிவனின் பிம்பங்களுடன் தொடர்புபடுத்திவிட்டார்கள் அறிஞர்கள்.[52] சிந்துத் தலங்களில் கண்டறியப்பட்ட நன்கு வழவழப்பாக்கிய குழவி போன்ற கற்கள், பெரும்பாலும் சிறியவை, ஆனால் இரண்டடி நீளம் வரை இருந்தன. இவை தானியங்களை அரைக்க உதவியவை ஆகலாம். ஆனால் சில அறிஞர்கள் இவற்றை லிங்கத்துடனும் யோனியுடனும் தொடர்பு

படுத்திவிட்டார்கள்.[53] இந்தக் கற்களை சிவனின் பிற்காலத்துக் குறியீட்டு உருவங்களுடன் லிங்கங்களுடன் இணைத்துவிட்டார்கள்.[54] வேதத்தில் "லிங்கத்தை வழிபடுபவர்களைப்" பற்றிய விமரிசனம், "தொடக்ககாலச் சிந்துவெளிக் கோட்பாட்டைக்" குறிப்பதாகலாம் என்று பிற அறிஞர்கள் கூறினார்கள்.[55] இங்கு உங்கள் தலையைச் சுற்றவைக்கக்கூடிய பலப்பல யூகங்கள் இருக்கின்றன. சிந்துவில் ஒரு கோட்பாடு (ஒரு மதப்பிரிவைக் குறிக்கச் சற்றே இழிவான சொல்) இருந்தது, வேதமக்கள் அதை அறிந்திருந்தார்கள், தங்கள் இந்திரன் ஆண் குறி வழிபாட்டுடன் அதை இணைத்துக்கொள்வதற்கு மாறாக அதைக் குறைகூறினார்கள்—எந்த வழக்கறிஞரும் இவ்விதச் சான்றுகளை வைத்து நீதிமன்றத்துக்குச் செல்ல மாட்டார்.

இதெல்லாம் பின்நோக்கிலிருந்து வருகின்ற வாதங்கள். மார்ஷல் அந்த உருவத்தை சிவன் என்று அடையாளம் கண்டதற்குக் காரணம் (1) இந்த உருவம் ஒரு தாழ்ந்த இருக்கைமீது சப்பணமிட்டு அமர்ந்திருக்கிறது. கைகள் முழந்தாள்கள் மீது உள்ளன. இதை ஒரு யோகஇருப்புநிலை என்று பலரும் (பத்மாசனம்) கருதியுள்ளனர், சிவன் யோகிகளின் தெய்வம். (ஆனால் தெற்காசியர்கள் பெரும்பாலும் உட்காரும் முறையே இதுதான்.) (2) சிந்துவெளி உருவம் தலையில் கொம்புள்ள முகமூடியை அணிந்திருக்கிறது அல்லது கொம்புள்ள தலையணியைக் கொண்டுள்ளது அல்லது அதற்குத் தலையில் கொம்பிருக்கிறது.[56] சிவனுக்குத் தலையில் பிறைநிலைவு இருக்கிறது அல்லது திரிசூலம் தென்படுகிறது. (3) இந்தக் காட்சியின் இரு உதாரணங்களில், சிந்து உருவத்திற்குப் பக்கங்களில் முகங்கள் அல்லது முகமூடிகள் உள்ளன. சிவன் ஐந்துமுகங்கள் கொண்டவனாகக் கருதப்படுகிறான். (4) இந்த உருவத்திற்குப் பக்கவாட்டில் ஒரு யானை, ஒரு காண்டாமிருகம், ஒரு நீர்எருமை ஆகியவை உள்ளன. சிறிய கொம்புள்ள மிருகங்கள் - மான்கள் அல்லது வெள்ளாடுகள் உருவத்தின் இருக்கையின்கீழ் கூடியிருக்கின்றன. இந்த உருவம் உடலில் ஒரு புலித்தோலை அணிந்திருக்கிறது. சிவனும் விலங்குகளின் கடவுள் - பசுபதி என்று அழைக்கப்படுகிறான், விலங்குத்தோலை, சிலசமயம் புலித்தோலை அல்லது யானைத்தோலை உடையாக அணிந்திருக்கிறான்.[57] (5) இரண்டு உருவங்களுமே விறைத்தகுறியுடையவை.

1973இல் நான் இந்த அடையாளத்தை நம்பத்தொடங்கினேன்.[58] பெரும்பாலான ஆய்வாளர்கள் இன்றுவரை அப்படியே நம்பவும் செய்கிறார்கள். இருப்பினும் வேறு பார்வைகளும் உண்டு.[59] ஆக இதுவே சிந்து எழுத்தைப் படிப்பதன் ரார்ஷா நிகழ்வுக்கு (அல்லது ராஷோமான் நிகழ்வுக்கு) ஒரு நல்ல எடுத்துக்காட்டு. வேறுசில கோணங்களில் இந்தப் பசுபதி உருவம் நோக்கப்பட்டதற்குப் பட்டியல் தரப்படுகிறது. வாசகர் இதைத் தீவிரமாக எடுத்துக்கொள்ளத் தேவையில்லை, ஆனால் எவ்விதம் ஆய்வாளர்கள் தாறுமாறாகச் சிந்திக்கலாம் என்பதற்கான உதாரணங்களாக வேகமான ஒரு பார்வையில் நோக்கலாம். (ஏறத்தாழக் காலவரிசைப்படி இது உள்ளது).

1. ஒரு பெண்தெய்வம். விறைத்த குறிபோலத் தோற்றமளிப்பது, சி.ச.நா. சிற்றுருவங்கள் அணிந்திருக்கும் இடைக்கச்சை (ஒட்டியாணம்).

2. பிற்கால வழக்குப்படி, துர்க்கை கொன்ற மஹிஷாசுரன் (எருமைத் தலை அரக்கன்). துர்க்கை பெரும்பாலும் ஒரு புலி அல்லது சிங்கத்தின்மீது ஏறியிருப்பதாகக் காட்டப்படுகிறாள்.

3. வேதக்கடவுளான இந்திரன்.[62] இதற்குக் காரணம், முதல் மூன்று விலங்குகளுக்கான சமஸ்கிருத வார்த்தைகளின் முதல் எழுத்துகளைச் சேர்த்தால் அவன் பெயர் வருகிறது (இதில் பிற விலங்குகளைவிடப் பெரியதான புலி, விடப்படுகிறது, மான் தொலைவில் இருப்பதால் விடப் படுகிறது, மனிதன் முக்கியமானவன் என்பதால் அவனைக் குறித்த அசை இரண்டுமுறை சேர்க்கப்படுகிறது) ஆக இப்படியாக மகனஷன் என உச்சரித்தால் இந்திரன் பெயர் (சிவன் பெயரும்கூட) கிடைக்கிறது. ஏனெனில் இது யாகத்தை அழிப்பவன் என்று பொருள்படுகிறது.

4. ருத்திரன். சிவனுக்கு முந்திய வேதகால உருவம். சுற்றியிருக்கும் விலங்குகள் இந்திரனுக்கும் ருத்திரனுக்கும் சேவகம் புரியும் மருத்துகளின் (புயல் கடவுளர்கள்) அவதாரங்கள்.[63]

5. அக்னி. இந்தப்பட எழுத்துகள் மூன்று வழிகளில் அழிப்பது என்று சிலரால் படிக்கப்படுகின்றன. ஆகவே மூன்று வடிவங்கள் கொண்ட அக்னி - நெருப்புக் கடவுள்.[64]

6. அனில் என்று பெயர்கொண்ட ஒரு தலைவன். அவன் ஆண்ட இனக்குழுக்களுடைய குலக்குறிகளே முத்திரையிலுள்ள விலங்குகள்.[65]

7. அமர்ந்திருக்கும் எருது.[66]

8. தலையில் மான்போன்ற கொம்பு முளைத்த ரிச்யசிருங்க முனிவர். அவருடைய தாய் ஒரு மான். (இது ஒரு நீண்ட கதை). இவர் கதை இந்து, பௌத்தப் புராணங்களில் தொடக்கத்திலேயே வருகிறது.[67]

9. "எருதுவழிபாட்டுமுறையின் ஒரு பகுதி இது. இதற்குக் கூடியிருக்கின்ற எண்ணற்ற எருதுகள் அர்த்தமளிக்கின்றன."[68]

10. ஒரு யோகநிலை.[69] சிவனுடனான தொடர்பு மெல்லியது என்றாலும் கூட.[70]

எல்லாமே இல்லையென்றாலும், பெரும்பாலான கற்பனைகள் இந்தப் படிமம் ஒரு பூசாரி அல்லது கடவுள், பெருமளவு கடவுள் என்றே யூகிக் கின்றன. ஒவ்வொரு விஷயத்திலும், தரப்படும் விளக்கம், அளிப்பவரின் வரலாற்றுச் சூழலையும் கருத்துச்சார்பையும் பொறுத்திருக்கிறது.

உண்மையாகவே, இந்த பிம்பத்திற்கும் பிறகுவந்த இந்து சிவனின் படிமங்களுக்கும் ஒரு பொதுவான ஒப்புமை இருக்கிறது. சிந்துவெளி மக்கள் ஒரு தெய்விகக் குறி, அல்லது கொம்புள்ள கடவுள், அல்லது இரண்டும் கொண்டது என்ற குறியீட்டை உருவாக்கியிருக்கலாம். இப்படியிருந்தாலுமே, சிந்துவெளிப் படிமங்கள், இந்துப் படிமங்களின் மூலங்கள் என்று கருத இயலாது. சி.ச.நா.வில் பெண்களின் பிம்பங்களை நாம் கருத்தில் கொள்ளும்போது இந்த எச்சரிக்கையை மனத்தில் வைக்க வேண்டும்.

தாய்களும் தாய்தெய்வங்களும்

சி.ச.நா. செய்கருவிகளில் பரவலாகக் காணப்படும் பெண்களின் உருவங்கள் அவர்கள் மிக உயர்வாக மதிக்கப்பட்டார்கள் என்பதைக் காட்டுகின்றன. முத்திரைகள்மீது அதிகமாகக் காணப்படும் ஆண் தன்மை கொண்ட விலங்குகளுக்கு மாறாக, பானையோட்டுச் சிற்றுருவங்கள் பெரும்பாலும் பெண்களாக உள்ளன. சிலர் இடைக்கச்சையும், கழுத்தணியும், பெரிய தலையணியும் அணிந்திருக்கிறார்கள். அவர்கள் "பெரிய கண்களுடனும், வௌவால் காதுகளுடனும், இடைக்கச்சையுடனும், சிலசமயம் குட்டை உடையுடனும்" காணப்படுகிறார்கள்.[72] சிலபேர் கர்ப்பமாக இருப்பதுபோலவும் உள்ளது. சிலர் தங்கள் மார்பிலோ இடையிலோ சிறுசுமைகளைத் தாங்கியிருக்கிறார்கள் — அவை குழந்தைகளாக இருக்கலாம். "இனப்பெருக்கத்தின்மீது அவர்கள் கொண்டுள்ள அக்கறைக்கு இது எடுத்துக்காட்டு" — ஒரு ஏற்கக்கூடிய யூகம்.[73] "ஒரு தளர்ச்சியான அமைப்புடைய குடும்பக் கொள்கையில் அவர்கள் இனப்பெருக்கத்தின் அடையாளம்."[74] எதற்காகக் கொள்கை இங்கே? அவர்கள் ஏன் இனப் பெருக்கத்திற்குக் குறியீடாக வேண்டும்? அப்படியிருந்தாலுமே, இனப் பெருக்கம் என்பது ஒரு சடங்காக இருக்கவேண்டிய அவசியம் என்ன? (கால்நூற்றாண்டுக்கு முன்னரே இந்த விளக்கத்தையும் ஏற்பவளாக நான் மாறினேன் என்பதை ஒப்புக்கொள்ளவேண்டும்: "வேதகாலத்துக்கு முந்திய சிந்து வெளி அகழ்வில் தாய்(தெய்வ) வழிபாட்டுக்கான வலுவான சான்று — ஏறத்தாழ கி.மு. 2000. *Live and Learn.*)[75] ஆனால் எல்லாப் படிமங்களும் குறியீடுகள் அல்ல, எல்லாப் பெண்களும் தெய்வமும் அல்ல. இந்த உருவங்களின் முனைப்பான, அலங்கோலமான மார்புகள் அவை இனப்பெருக்கக் குறியீடுகள் என்பதாக எடுத்துக்கொள்ளப்படுகின்றன.[76] ஆனால் பி.ஜி. வுட்ஹவுசின் பெர்ட்டி வூஸ்டர் என்ற பாத்திரம் சொல்லுகிற மாதிரி, 'வியப்புக்குரிய தோற்றம்' என்றே அவற்றை மதிப்பிடலாம். பெரிய மார்புகள் கடவுள்களுக்கு மட்டுமல்ல, வேசிகளுக்கும் பயனபடககூடியவைதான். பிளேபாய் பத்திரிகையின் நடுப்பக்கங்களில் வரும் கொழுத்த உடல்களோ ஓவியர் ரூபன்ஸ் நேசித்து வரைந்த கவர்ச்சியுள்ள பெண்களோ இனப்பெருக்கக் குறியீடுகளா? ஒரு முத்திரையில் தலைகீழான பெண்ணின் விரிந்த தொடைகளுக்கிடையிலிருந்து ஒரு குழந்தை (அல்லது தேளா?) வெளிவருவதைக் (அல்லது உட்செல்வதையா?) காட்டுகிறது.[77] இது "பூமித்தாய் பற்றிய சாத்தியமான தொன்மம்"[78] எனப்படுகிறது. ஆனால் அந்தத் தொன்மம்தான் என்ன? தலைகீழான அந்தப் பெண் பூமித்தாய் ஆவது ஒருபுறம் இருக்கட்டும், ஒரு கடவுள்தானா? ஒருவேளை பிரசவிக்கும் பெண்ணாக ஏன் அவள் இருக்கலாகாது? அறிஞர்கள், பசுபதி உருவத்திற்கும், சிங்கத்தின்மீது அமர்ந்திருக்கும் பெண் கடவுளுக்கும் தொடர்பு கண்டிருக்கிறார்கள். சிலர் (சர்வசாதாரணமாக, சிங்கங்களையும் புலிகளையும் ஒன்றாகக் குழப்பிக்கொண்டு) புலிகளின்மீதுள்ள இந்து தேவதையை ஒரு பிற்கால இந்துக்கடவுளாகவோ, எகிப்து, எகீயன், ஆசியா மைனர், மேற்கு ஆசியா (முழுவதும்) — ஆகிய இடங்களில் சிங்கங்கள், சிறுத்தைகள், வேங்கைகள் ஆகியவற்றோடு உறவுகொள்ளும் பெண்கடவுளர்களாகவோ கண்டிருக்கிறார்கள்.[79] சிந்து சமவெளியில்

காணப்பட்ட பெண் உருவங்களைக் கடவுள்களாக பாவித்தல், பிறகு இந்து மதத்தின் பெண்கடவுளரையும், அல்லது வேதகாலச் சிறு கடவுளர்களாகிய யக்ஷிணிகள், அப்சரஸ்கள் (மரங்களுடனும் நீருடனும் தொடர்புள்ளவர்கள்)[80] ஆகியோருடன் தொடர்பு படுத்தலை இந்த ஆரம்பகாலத்திற்குக் கொண்டுசெல்லலாம்.[81]

பெண் உருவங்களுடன் தொடர்புள்ள பின்னோக்கிய யூகங்கள், எருது, கொம்புள்ள தெய்வம், அரசமரம் பற்றிய கற்பனைகள் எல்லாம் கவர்ச்சியாக இருக்கின்றன. ஓர் அரசமரத்தின் நடுவிலிருந்து ஒரு மனிதன் வருகின்ற முத்திரை, ஆலமரம், அரசமரம் பற்றிய பிற்காலப் படிமக்கலையுடன் தொடர்புபடலாம், படாமலும் இருக்கலாம்.[82] ஆனால், ஒரு கல்லறையில் ஆண்பெண் எலும்புக்கூடுகள் இருப்பதை "இந்து உடன்கட்டையேறுதல் என்ற நன்கறியப்பட்ட வழக்கத்தின் முதல் அறிகுறி" என்று கூறுவது வெகுதொலைவு செல்வதாகும்.[83] இறந்தபோது அந்தத் தம்பதியினர் ஒன்றாகப் புதைக்கப்பட்டிருக்கலாம் என்பது நேரான, எளிய விளக்கம்.

சில நல்ல உடலுள்ள பெண்களின் உருவங்கள் விசித்திரமாகத் தலையின்றிக் காணப்படுகின்றன. சிலசமயம், புதைக்கப்படும்போது கால்கள் வெட்டப்பட்டுள்ளன. இது ஒரு புரோக்ரஸ்டியன் அறிகுறியுடன் இணைத்து நோக்கப்படத் தோன்றுகிறது. (ப்ரோக்ரஸ்டியன் என்பது சவப்பெட்டிக்குத் தக உடலை வெட்டித்திருத்துவதைக் குறிக்கிறது). தலையற்ற பெண் உடல்கள்[84] ஒருவேளை பிற்காலத்தில் இந்துப் புராணக்கதைகளில் பிராமணப்பெண்ணும், பறைப்பெண்ணும் மாறிய தலைகளைக் கொண்ட நிகழ்ச்சியை முற்படுத்திக் காட்டுவதாகலாம். (அல்லது அப்படிப்பட்ட உருவங்களில் கழுத்துதான் மிக மெல்லிய உறுப்பாக இருந்ததால் உடைந்துபோயிற்றா ?) மிகுதியாகப் பெண் உருவங்கள் காணப்படுவது, பிற்காலத்தைவிட மிகுதியாகப் பெண்களின் சமூக இருப்பைக் காட்டுவதாகக் கொள்ளலாம், அதுவே தங்களை நிலைநிறுத்திக்கொள்ளும் ஒரு சமூக இருப்பாகவும் இருக்கலாம்."[85]

ஒரு சிறிய (பத்து செ.மீ.) வெண்கல உரு, மெய்யாகவே சிந்துப் பெண்கள் தங்கள் ஆதிக்க இருப்பினைக் காட்டியவர்கள் என்பதற்கு ஆதரவாக இருக்கிறது. அதுதான் மொகஞ்சோதரோவின் நடனமிடும் பெண் உருவம். அதில் மார்ஷல் இளமைத் துடுக்கினைக் கண்டார். ஜான் கீ மிக அற்புதமாக வருணிக்கிறார்:

ஒரு சிறிய கழுத்தணி, வளையல்களின் தொகுதி ஆகியவற்றைத் தவிர வேறொன்றையும் அணியாத இந்த மிகச்சிறிய சிலை, பெரிய மார்பையும், அகன்ற இடுப்பையும் கொண்ட வழக்கமான இந்தியப் பாலியல் குறியீடல்ல. ஒரு மகிழ்ச்சியும் கவலையற்ற தன்மையும் சேர்ந்தவிதத்தில் தன் பருவத்தை மகிழ்ச்சியோடு வெளிக்காட்டும் ஒல்லியான தேவதை போன்றவள். வேண்டுமென்ற இயற்றப்பட்ட தற்செயலான பாவனையில் அவள் இருப்பு காணப்படுகிறது. ஒரு கை, ஒருபுறம் சாய்ந்த இடுப்பின்மீது இருக்க, மற்றொரு கை ஊசலாடிச் சற்றே உயர்த்திய முழந்தாளைத் துடைக்கும் நிலையில் இருக்கிறது. ஒல்லியான கால்கள் சற்றே பிரிந்திருக்கின்றன. இரு கால்களும் இப்போது விடுபட்டிருக்கின்றன, ஆனால் ஒரு கால் முன்னோக்கியிருக்கவேண்டும். அவள் தலை ஒரு

விவாகக்காரனைச் சவாலுக்கு அழைப்பதுபோலப் பின்சாய்ந்திருக்கிறது, அவள் தலைமுடி ஒரு மிகப்பெரிய பின்னல்கொண்டையாக, ஓர் ஆபத்தான நாடக அழகில் அலங்கரிக்கப்பட்டிருக்கிறது. தன்னை மற்றவர்கள் பாராட்டவேண்டுமென அவள் நினைக்கிறாள் என்பது உறுதி. நாலாயிரம் ஆண்டுகள் கழித்தும் அவ்வாறு பாராட்டப்படுகிறாள் என்பதை அறிவது அவளுக்குத் திருப்தியளிக்கும்.[86]

பிறரும் அவளுடைய ஒல்லியான, பையன்போன்ற பெண்மையை, காலற்ற, ஆனால் தூண்டுகின்ற நிலையை, செருக்குமிக்க தலையை, எரிச்சலைத்தூண்டும் விதமாக வைக்கப்பட்டுள்ள கைகளைப் பாராட்டியிருக்கிறார்கள்.[87] ஓர் அலங்கோலமான பதின்வயதுப் பெண்ணின் கலைத்தன்மையற்ற பாவனையில் ஏதோ ஒரு பிரியத்தை உருவாக்கும் தன்மையினைக் காண்கிறார்கள்.[88] அவள் புரோட்டோஆஸ்ட்ரலாய்டு உடற்கூறினைக் கொண்டிருக்கிறாள், இதைச் சிந்துச்சமவெளி எலும்புக் கூடுகளும் உறுதிப்படுத்துகின்றன.[89] அவள் யார், வெண்கலத்திலும் களிமண்ணிலும் சவர்க்காரக் கல்லிலும் அவள்போன்று வடிக்கப்பட்ட பிற பெண்கள் யார் என்று விகாரமாக, இறுமாப்புடன் நாம் செய்யும் முயற்சிகளைச் சொந்த இடத்துக்குரிய இந்தப் பெண் ஏளனம் செய்கிறாள்.

சிந்து மதம் ஒரு தொன்மமா?

மொஹஞ்சோதரோவின் நாட்டியப்பெண்

தொல்லியல் ஆய்வில் பெறப்பட்ட பெரிய எச்சங்களும் இவற்றுக்குச் சமமான அளவில் ஈரடித்தன்மை கொண்டவையாகவே உள்ளன. மொகசஞ்சோதரோவின் அரணுக்குள் காணப்படும் மிகப்பெரிய நீச்சல்குளத்தை (அல்லது குளியல்குளம் அல்லது பொதுநீர்க்குளம்) கவனியுங்கள். ஏறத்தாழ 40 அடி நீளம், 23 அடி அகலம், 8 அடி ஆழம். இரு முனைகளிலும் அகன்ற படிகள் அதற்குள் செல்கின்றன. சுற்றிலும் சிறிய அறைகள் கொண்ட கட்டடங்கள். இதிலிருந்து அது பெரிய குளியல் குளம் — அரசாங்க மதத்தின் சார்பில் நிகழ்ந்த பொதுச்சடங்குக் குளியல் நிகழ்ந்த இடம் — என்று கருதுகிறோம்.[90] ஆனால் இவை யாவும், நம்மைப்போலவே சிந்துவெளி மக்களும், சுத்தமாக இருக்க, அல்லது வெப்ப நாட்களில் குளிர்ச்சியடைய, அல்லது நீரில் குதித்துக் களிக்க விரும்பினார்கள் என்பதைக் காட்டுகின்றன. சுத்தமாக இருப்பது கடவுள் நிலைக்கு அடுத்தது என்றாலும் அதனோடு சமமானது அல்ல. சி.ச.நா. வில் வடிகால் அமைப்புக்குக் காட்டப்பட்டுள்ள அக்கறை, (ஒருவேளை வடிகால்களை யாராவது புனிதமான சுரங்க அறைகள் என்று நோக்கினாலொழிய) சுகாதாரத்திற்கு அவர்கள் காட்டிய திட்டமிடப்பட்ட அணுகு முறையைக் காட்டுகிறது. குளியலை ஏன் சடங்குக் குளியலாகக் கற்பனை செய்யவேண்டும்?

விடை எளிமையானது. கிறித்துவுக்குப்பின் சில நூற்றாண்டுகளில், இந்துக் கோயில்களில் சடங்குக் குளியலுக்கான குளங்கள் உருவாகத் தொடங்கின.[91] நாலாயிரம் ஆண்டுகள் கழித்து இப்போது ஒவ்வொரு கோயிலுக்கும் ஒரு குளம் இருக்கிறது. இப்படிப்பட்ட குளம், நீரைக் கொண்டு சடங்குமுறையில் தூய்மைசெய்துகொள்வதைக் குறிப்பதனால், (இந்த ஆசாரத் தூய்மை என்பது இந்துமதத்தில் ஒரு முக்கியச் சிந்தனை) சி.ச.நா.வின் குளமும் இப்படிப்பட்ட பணியையே செய்திருக்கவேண்டும் என்று வாதம் செல்கிறது. இதேபோல் ஒரு பெரிய கட்டடம் — மொகஞ்சோதரோவில் அது சாமியார்களின் மடம் என்று கருதப்படுகிறது— எனவே குருமார்கள் எங்கும் பரவியிருந்த தன்மையைக் காட்டுகிறது என்று யூகிக்கிறார்கள். அது ஒரு பெரிய கட்டிடம் என்பது உண்மை, ஆனால் ஏன் அது ஒரு சயனக்கூடமாகவோ, உணவகமாகவோ, மருத்துவமனையாகவோ அல்லது விபசார விடுதியாகவோ இருந்திருக்கக்கூடாது?

முத்திரைகளின் மீதும் பிற கைவினைப்பொருள்கள் மீதும் உள்ள படிமங்கள், கற்பனைக் கலைக்கு மிகஅதிகமான சான்றுகளை வழங்குகின்றன. அவை ஒருவேளை புராணம் சார்ந்தவையாக இருக்கக்கூடும், ஆனால் சடங்கு சார்ந்தவையாக இருக்க வேண்டும் என்ற அர்த்தமில்லை. அவை வெறும் அலங்காரத்துக்கென வரையப்பட்டவையாக இருக்கலாம், அல்லது ஏதாவது கதைகளை உணர்த்துபவையாக இருக்கலாம், அல்லது ஏதோ ஒருவகைக் குறியீட்டு அர்த்தத்தையும் உணர்த்தலாம். குறியீடுகள் செய்வதுபோல ஒன்றுக்கு மேற்பட்ட அர்த்தங்களையும் உணர்த்தலாம். ஆனால் ஒழுங்கமைந்த ஒரு மதத்தின் குறியீடுகளை நிச்சயம் உணர்த்தத்தான் வேண்டுமா? சிந்துவெளி நகரங்களில் இதுவரை மதசம்பந்தமான கட்டடங்களோ விரிவான புதைத்தல்களோ காணப்படவில்லை. ("தெளிவாகவே, அவர்கள் இறந்தபின் வாழ்க்கை

யிலிருந்து எந்தப் பெரிய தேவையையும் எதிர்பார்க்கவில்லை”[94]). முன்னோர்களுக்கான சடங்குகளின் அறிகுறிகள் ஏதுமில்லை, அல்லது வீறார்ந்த காட்சிக்குறிகளோ, அல்லது சிறப்பான முறையில் அலங்கரிக்கப்பட்ட கட்டமைப்புகளோ எதுவும் இல்லை. முடிவு தெளிவானது. “கோயில்கள் இருந்தாலும், அவற்றைக் கண்டறிவது கடினம். மதவழிபாட்டின் மையங்களாக நகரங்கள் இருந்திருக்க முடியாது.”[95] மொகஞ்சோதரோவில் பெரிய கோயிலோ, வழிபாட்டு மையமோ கண்டுபிடிக்கப்படவில்லை என்ற அதே மெய்ம்மை, வேறுஒரு முடிவுக்குக் கொண்டுசென்றுள்ளது. குளியல்குளத்தின் கிழக்கே, இப்படிப்பட்டதொரு கட்டடம் இருக்கக்கூடிய இடத்தில், அது தோண்டப்படவில்லை, காரணம் அங்கே ஒரு புத்த ஸ்தூபி நிற்கிறது. நினைவுச்சின்னத்தை உள்ளடக்கிய ஸ்தூபி. அதை அகற்ற அனுமதி வழங்கப்படவில்லை.[96] அந்த ஸ்தூபியே அதற்கடியில் உள்ள கட்டடம் மதசம்பந்தமானதாக இருக்கலாம் என்பதற்கு ஒரு வலுவான சான்று. இந்து மதத்தையும் இஸ்லாமையும் போலவே புனிதச்சுழற்சிக்கு ஆட்பட்ட ஒன்றுதான் புத்தமதமும். அதாவது ஈமச்சடங்கின் சமைத்த இறைச்சியைக் குளிர்ப் படுத்தி மறுநாள் காலைத் திருமண உணவாக வழங்குவதுபோல, ஒரு மதத்தினால் புனிதப்படுத்தப்பட்ட ஓரிடத்தின்மீது மற்றொரு மதக் கட்டடத்தை எழுப்புதல். பொதுவாழ்க்கையில் இருந்த பெரிய அளவு கட்டுப்பாடு, தரப்படுத்துதல் ஆகியவற்றை நோக்கும்போது, மத நம்பிக் கையையும் ஆளும் சக்திகள் கட்டுப்படுத்தி இருக்கலாம் அல்லவா என்று சிலர் கேட்கலாம். ஆனால் சி.ச.நா. மக்களிடையே மதத்தின் பங்கு பற்றிய யூகங்கள் அனைத்தும், பல நூற்றாண்டுகள் பின்னர் வந்த இந்து நடைமுறைகளிலிருந்து சந்தேகத்திற்குரிய பின்னோக்கிய பார்வை யிலிருந்து செய்யப்படுபவை.[97]

சி.ச.நா.வில் மதகுருமார்களின் ஆட்சி இருந்தது என்ற யூகம், அங்கிருந்த முத்திரைப் படப் பொறிப்புகள், பானையோட்டு வடிவங்கள் யாவும் தெய்வ வடிவங்கள், ஆகவே ஆன்மவாதம், பேய்வழிபாடு, இனப்பெருக்கச் சடங்குமுறைகள், இயற்கைச் சக்திகளையும் தாய்தெய்வங்களையும் வழிபடுதல் ஆகியவை சி.ச.நா.வில் செழித்திருந்தன என்ற அடிப்படையில் அமைகிறது.[98] ஆனால் சி.ச.நா. மக்களுக்கு ஓர் அரசாங்கக் கோட்பாடு அல்லது வலிந்து செயற்படுத்திய விதிமுறை என்ற மாதிரியான மதம் எதுவுமே இல்லாமலும் இருந்திருக்கலாம். ஒருவேளை நாலாயிரம் ஆண்டு களுக்குப் பிறகு வரப் போகும் ஐரோப்பிய அறிவொளிக் காலத்திற்கு முன்னதாகவே இது முதல்முதல் மதச் சார்பற்ற அரசாக இருந்திருக்க இயலுமா? முன்னாளைய யோகிகள் என்பதற்கு மாறாக முன்னாளைய கடவுள் நம்பிக்கை அற்றவர்களாக அவர்கள் இருந்திருப்பார்களா? பிறகுவந்த இந்து மதத்திலும் சார்வாகர்கள், லோகாயதர்கள் (பொருள்முதல் வாதிகள்) போன்ற பல பேருக்கு மதத்தினால் பயன் எதுவும் இல்லை.[99] (பின்னோக்குப் பார்வையிலிருந்து மத அர்த்தங்களுக்காகச் சிலர் வாதிடப் போகிறார்கள் என்றால், பின்னோக்குப் பார்வையிலிருந்து மற்றவர்களும் எதிராக வாதிடலாம். விளையாட்டுக்கு இரண்டு பேர் தேவை அல்லவா?) சி.ச.நா. மொழி ஏன் இன்னும் படித்தறியப்படவில்லை என்பதற்கு நல்ல காரணம் இருக்கிறது — அந்த முத்திரைகளில் எந்த மொழியின் பதிவுமே

இல்லாமலும் இருக்கலாம். சொந்தக்காரனைக் குறிக்கும் தாறுமாறான குறிகளாகவே அவை இருக்கக்கூடும்.[100] இதேபோல பிற குறியீடுகளும் ஒரு ஒழுங்கான மதஅமைவின் பகுதிகள் அல்ல, தாறுமாறான கலைப் படைப்புகள் அவை என்றும் நாம் வாதிடலாம்.

சிந்துவெளியின் முடிவு

சி.ச.நா. எவ்விதம் முடிவுக்கு வந்தது என்று யாருக்கும் தெரியாது. ஒருவேளை அது உச்சத்திற்கு வந்து, தனது காலம் முடிந்து, பிறகு அழிந்து போயிருக்கலாம். ஒருவேளை பஞ்சத்தினால் அழிந்திருக்கலாம். ஒருவேளை சிந்துநதி தன் போக்கை மாற்றிக்கொண்டிருக்கலாம், அல்லது ஒரு பூகம்பம் நிகழ்ந்திருக்கலாம்.[101] பெருமளவு காடுகளை அழித்தது சுற்றுச்சூழலை பாதித்திருக்கலாம். முன்பு படுகொலை என்று அடையாளம் காணப்பட்ட எலும்புக்கூடுகள் வாயிலாக, கடுமையான இரத்தசோகை போன்ற நோய்களால் மக்கள் இறந்திருக்கலாம் என்ற முடிவுக்கு வரலாம்.[102] ஒருவேளை படையெடுப்பினால் அழிந்திருக்கலாம். கடைசியாக, ஆனால் இது இறுதியல்ல, ஒருவேளை வெள்ளத்தினாலும் அழிந்திருக்கலாம். உண்மையான அழிவை எது ஏற்படுத்தியிருந்த போதிலும், வெள்ளம் பிறகு எல்லா நகரங்களையும் தன் பல அடுக்கு வண்டல் மணலின்கீழ் அழுத்திவிட்டது. இதனால் தரையளவும் நிலத்தடிநீரின் அளவும் பத்து மீட்டர் அளவு உயர்ந்தன. புதிய மக்களின் குடியேற்றம், வறட்சி, காடழிப்பு, வெள்ளம், வாழ்வளிக்கும் நதியின் போக்கு மாறுவது இவற்றில் எது ஒன்றும் அழிவின் காரணியாக இருந்திருக்கலாம்.[103] காரணம் எதுவாக இருந்தாலும், விளைவு ஒன்றுதான். மறந்துவிடப்பட்ட "அந்த நகரங்களின்மீது டன்கள் கணக்கான வண்டல் மணல் குவிய, அதன்மீது பிறமக்கள் தங்கள் ஆடுகளை மேய்த்தார்கள், விதைகளை விதைத்தார்கள், தங்கள் தொன்மங்களை நெய்தார்கள். ஒரு பெரிய நாகரிகம் ஞாபகமறதியில் இழந்து போனது."[104] ஆனால் உண்மையில் அது இழந்துபோனதா?

சிந்து நகரங்களை அழித்த வெள்ளம் ஒருவேளை சதபத பிராமணத்தில் (கி.மு. 800) விரிவாகச் சொல்லப்படுகின்ற, இந்துப் புராணங்களில் இன்று வரை ஞாபகத்தில் இருந்துவருகின்ற பெரிய வெள்ளம் என்ற தொன்மத்திற்குத் தூண்டு கோலாகலாம். இந்தக் கதைகளில் எல்லாவற்றுக்கும் அல்லது சிலவற்றிற்காவது மூலம் சி.ச.நா.வை அழித்த பெருவெள்ளம் பற்றிய (சான்று இல்லாவிட்டாலும்) ஞாபகங்கள் என்று வாதிப்பது இதமாகவே இருக்கும். ஆனால் இதற்குமாறாக, இன்றைய அறிவார்ந்த (அல்லது ஆய்வுசாராத) சிந்துவெளியை இறுதியில் அழித்த வெள்ளம் பற்றிய கோட்பாடுகள் யாவும் வெள்ளம் பற்றிய தொன்மங்களால் உருவானவை, வெள்ளம் பற்றிய தொன்மத்தின் மாற்றுப்பாடங்கள்தான் இந்த ஆய்வுக்கோட்பாடுகள் என்று ஆலோசனை சொல்வது மேலும் நன்றாக இருக்கும் என்று நினைக்கிறேன்.

காலத்தில் ஏற்பட்ட மாற்றங்கள்: வேகமாக முன்னோக்கி

பின்னோக்குப் பார்வையிலிருந்து வைக்கப்படும் விவாதங்கள் சி.ச.நா. ஆய்விற்குள் ஊடுருவியிருக்கின்றன. கொம்புள்ள குதிரை, மானுக்குப் பிறந்த துறவி, முத்திரையில் உள்ள விலங்குகளின் கடவுள்—பசுபதி, சிவன், பெண்களின் பலவேறு பிம்பங்கள் மற்றும் பிற்கால இந்துப் பெண்தெய்வங்கள், சிந்துசமவெளியின் பெரிய குளம் மற்றும் பிற்காலக் கோயில்குளங்கள், முக்கோண வடிவமான சிறிய பொருள்கள்—இவை ஆண்குறியைக் குறிக்கும் கற்களாகக் கொள்ளப்படுகின்றன, ஆனால் வெறும் பலகைஆட்டங்களில் பயன்படுத்தப்படும் காய்களாகவே இருக்கலாம், சிவலிங்கம் ஆகியவற்றின் அடிப்படையில் இவை எழுந்துள்ளன. பசுபதி என்ற முறையில் சிவனைப் பற்றி நாம் அறிந்ததை வைத்து சி.ச.நா. முத்திரையை விளக்கலாம் என்ற பிற்காலத்திய கருத்துவெறி, சி.ச.நா. முத்திரையிலிருந்து ஓரளவு வருவிக்கப்பட்டு விளக்கப்படுகிறது. இந்த இரு அணுகுமுறைகளும் ஒன்றின்முதுகை மற்றது சொறிந்து கொள்கின்றன. சி.ச.நா. பற்றிய கவர்ச்சிக்கு ஒருபகுதிக்காரணம், அதன் கைவினைப் பொருள்களின் உள்ளார்ந்த சிறப்பாக இருந்தாலும், இந்து மதத்திற்கு வேதமற்ற அல்லது வேதத்திற்கு முந்திய மூலங்களைத் தேடுவது—சிவ வழிபாடு, பெண்தெய்வ வழிபாடு, வேதங்களில் காணப்படாத பிற விஷயங்கள் ஆகியவை மறுபகுதிக் காரணமாக இருக்கிறது.

மாறாக, பிற்கால இந்துமதத்தில் கிடைக்கும் வெளிச்சத்தை வைத்து, அவற்றை விளக்கக்கூடிய பனுவல்களின் பின்னணியினால், சி.ச.நா.வுக்கான திறவுகோல்களைத் தேடுவது, அவற்றைவைத்து எவ்வித விளக்கமும் கிடைக்காத பழைய சிந்து படிமங்கள், பொருள்கள் ஆகியவற்றின் இருளைப் போக்கி ஒளிதருவது — எல்லாமே கவர்ச்சியாகத்தான் இருக்கிறது. ஆனால் ஆய்வாளர்கள் பெருமளவு சிந்துப் படிமங்களை நான் இளமையில் பார்த்த புதிர்ப்புத்தகங்களின் படங்களை வாசிப்பதுபோல வாசிக்கிறார்கள். இந்த (சிந்து)க் காட்டில், எத்தனை (இந்து)மான்கள் ஒளிந்திருப்பதை உங்களால் கண்டுபிடிக்க முடியும்? இந்த இயல் முழுவதிலும், இந்த நூல் முழுவதிலுமே, நான் என் காதுகளில் கல்விசார்ஆய்வுக்கான எச்சரிக்கை என்னும் மெழுகை ஊற்றிப், பின்னோக்குப்பார்வையென்னும்சைரன்களின்பாட்டைக்கேட்காமலிருக்க (சிலசமயம் இம்முயற்சி வீண் என்றாலும்) அடைத்துக்கொண்டிருக்கிறேன். ஏனெனில் அரச மரங்கள், கொம்புகள், எருதுகள், குறிகள், பெரியமார்புள்ள பெண்கள் எல்லாமே பிற்கால இந்துமதத்தில் மையமான பங்கினை வகிக்கின்றன. ஒருவேளை சிந்துக்காலத்தில் தங்களுக்கிருந்த சக்தியை அவை ஒருபோதும் இழந்துவிடாமையால், இம்மாதிரிப் படிமங்கள் இந்துக்களுக்கு முக்கியமாகியிருக்கலாம். இதே உருவங்கள் வேறுபல கலாச்சாரங்களிலும் காணப்படுகின்றன. என்றாலும், இந்து மதம் அவற்றை சிந்துவெளியிலிருந்து சுவீகரித்துக்கொண்டது என்பது தற்செயல் நிகழ்வு அல்லது தனிப்பட்ட தோற்றம் என்பதைவிடச் சிறந்த விளக்கமாகக் காணப்படுகிறது. வேறு எந்த மூலத்திலிருந்தும் (ஈழத்தைத் தவிர — இது சாத்தியமாக இருக்கலாம், ஆனால் நிறுவப்படவில்லை) இந்த இரு கலாச்சாரங்களும் ஒரே படிமங்களைக் கடன்வாங்கியிருக்க முடியாது.

சாரநாத்தில் உள்ள அசோகர் காலத்திய குதிரைச் சிற்பம்.

வடிவங்கள் அப்படியே இருந்தன என்பது மெய்யாகலாம். வடிவத்தைத் தொடர்ந்து செயல் நிகழ்கிறது என்ற யூகத்தில்தான் தவறிருக்கிறது. மொகஞ்சோதரோ மக்களும் இன்றைய பம்பாய் மக்களும் நிச்சயம் எருதுகளை வைத்திருக்கிறார்கள், ஆனால் அவற்றைப் பற்றிய கருத்து இருவருக்கும் உறுதியாக வேறுவேறு.

பின்னோக்குப் பார்வையை வேகமாக முன்னோக்கிச் செல்லுதலிலிருந்து வேறுபடுத்திக்கொள்வது பயனுள்ளது. பின்னோக்கு என்பது, முன்பு நடந்த ஒரு நிகழ்வை, பிற்காலத்தில் அப்படிப்பட்ட ஒரு நிகழ்வுக்கு என்ன அர்த்தமோ அதுவே முன்பும் இருந்திருக்கும் என்று வாசிப்பது. அதாவது கடந்த காலத்தை நிகழ்காலத்தை வைத்து வாசிப்பது. கடந்தகாலத்தின்மீது நிகழ்காலத்தை அப்படியே ஒரு பிளாஸ்டிக் வரை படம் போல வைத்துப் பொருத்திவிடமுடியாது என்பதை மறந்துவிடுவது. இந்தியா காலமற்றது, அதன் பிராமணச் செவ்வியல் பனுவல்கள் உண்மையாகவே இருந்த ஒரு சமூகத்தை வருணித்தன என்று செய்யப்பட்ட யூகங்கள், கிராமமும், காலனிய (அல்லது இன்றைய இந்திய)ச் சாதிச் சீரமைப்பும் இந்தியாவின் பழங்கால வரலாற்றுக்கு வழிகாட்டி என்ற தவறான யூகத்துக்குக் கொண்டுசென்றன.[105] ஆனால் சில சமயங்களில் மூதாதையர் பண்புகள் வெளிப்படுதல்—பழைய நிகழ்வுகளின் நவீன எச்சங்கள் — மிகவும் கவனத்தை ஈர்ப்பனவாக உள்ளன, அவற்றைப் புறக்கணிப்பது நெறி தவறுவதாகும். எனவே அவ்வப்போது நான் வேகமாக முன்னோக்கிச் சென்று அவற்றைக் குறித்துக்கொள்கிறேன். பிற்கால உருவங்களின் அர்த்தங்களை முற்காலப் படிமங்களின்மீது சுமத்தக்கூடாது. ஆனால் அவற்றின் சொந்த வரையறுக்கப்பட்ட பின்னணிகளின் எல்லைக்குள்

சிந்துப்படிமங்களின் அர்த்தத்தை நாம் ஆராய்ந்து முடித்துவிட்டோம் என்றால், பின்னர் மேலோட்டமாக ஒரேமாதிரி இருக்கக் கூடிய, பிற்கால படிமக்கலைக்கு அவை எவ்விதம் பங்களித்துள்ளன என்பதை யூகிக்க நாம் முன்செல்லலாம்.[106]

ஏனெனில், சி.ச.நா.வின் சில கூறுகளுக்கும் பிற்கால இந்துமதத்திற்கும் உள்ள ஒப்புமைகள் திகைப்பூட்டுமளவிற்கு ஒரேமாதிரி இருப்பதால் புறக் கணிக்கமுடியாது. பிற்கால ஹரப்பாக் கலாச்சாரம் வீழ்ச்சி அடைந்தபோது, அதில் எஞ்சியிருந்தவர்கள் அதன் கூறுகளை கங்கை - யமுனை ஆற்றுச் சமவெளிக்குக் கொண்டுசென்றிருக்க வேண்டும். கி.மு. மூவாயிரம் ஆண்டு களுக்கு முன்பு கற்களையும் வெண்கலத்தையும் மட்டுமே பயன்படுத்திய கலாச்சாரத்திற்கும் கி.மு. ஆயிரம் அளவில் கங்கைச் சமவெளி, தக்காணப் பகுதிகளில் இரும்பைப் பயன்படுத்தியவர்களுக்கும் இணைப்புகள் உள்ளன. இச்சமயத்திலோ அல்லது சில நூற்றாண்டுகள் முன்னரோ (கி.மு.1500) நகர மயமாக்கல் செயல்முறை சிந்து நகரங்களிலிருந்து, மெதுவாகத் தெற்குநோக்கி நகர்ந்து கங்கைச் சமவெளியில் இப்போதுள்ள அலகாபாத்திற்கு அருகில் பழங்காலத்தில் இருந்த கௌசாம்பிக்கும் அதையொட்டிய கிராமங்களுக்கும் சென்றது. பொருளியல் கலாச்சாரம் தொடர்ச்சிகளைக் கொண்டதல்ல. தரமான அளவுகளில் செங்கற்கள் செய்தல், ஜியோமிதி வடிவச் சட்டங்கள், முத்திரைகள், வடிகால்கள், பெரிய நகர அமைப்பு போன்ற எதுவும் பாதுகாக்கப்படவில்லை.[107] எல்லாவற்றுக்கும் மேலாக, நிர்வாகஉத்தி முறை இழந்துபோனது. பல நூற்றாண்டுகளுக்கு இப்படிப்பட்ட பெரிய சமுதாயம் ஒன்றை எப்படி ஆள்வது என்பது பற்றி யாருக்கும் தெரியாமற்போயிற்று. ஆனால் சிந்து நகரங்களில் வளர்க்கப்பட்ட கலாச்சாரப் பாணிகள் சிலவற்றைத் தெற் கிலும் கிழக்கிலும் பாதுகாத்துக் கொண்டுசெல்லும் முயற்சியில் யாரோ வெற்றி பெற்றார்கள். ஏனெனில் நகரங்களே போனபிறகும் இந்தப் பாணிகளில் சில நெடுநாட்கள் வாழ்ந்தன.[108] ஒரு மெழுகுவர்த்தியின் சுடர்போல சிந்து நாகரிகம் குறைந்தபட்சம் மற்றொரு மெழுகுவர்த்தியை ஏற்றுவதற்கு முன்னால் அணைந்துபோகவில்லை,

எண்ணற்ற படிமங்களின் மாற்றத்தில் நாம் ஓரளவு அவற்றின் உயிர்த் தரிப்பைக் காண முடியும். பானையோடுகளின்மீது அலங்கார இலை களாகவும், முத்திரை களில் மரங்களாகவும் இருந்த ஹரப்பாவின் அரசமரக் கருத்து பின்னர் சில மதக்குழுக்களின் படிமங்களில் திரும்பவருகிறது.[109] குங்குமநிறத்தில் செதுக்கப்பட்ட ஒரு சங்கு — படையல் பானங்களின் கொள்கலமாகப் பயன்பட்டிருக்கக்கூடியது, காணப்படுகிறது. இந்து மதத்தில் பயன்படுத்துகின்ற இன்றைய பல குங்குமநிறச் சங்குகளுக்கு இது முன்னோடியாகலாம். தனிப்பட்ட படிமங்கள் மட்டுமல்ல, கலைவடிவங்களின் கூறுகளும்—சில விவரங்களை கவனத்துடனும், குறிப்பார்த்தத்துடனும் முறைப்படுத்தி வரைகின்ற வட்டமாக்கப்பெற்ற விலங்குப்பாணி, நீடித்திருக்கிறது என்று தோன்றுகிறது. முறைப்படுத்தி விலங்குகளை ஒரு பட்டையில் வரையும் முறை, இரண்டாயிரம் ஆண்டுகளுக்குப் பிறகு அசோகனின் தூண்களில் அதே விலங்குகளைப் பீடப்பரப்புகளில் (பல நூறு மடங்கு பெரிதுபடுத்தி) வரைவதில்

காணப்படுகிறது.¹¹⁰ இந்தப் பாணிகளும், நாம் பார்த்த பிற படிமங்களின் ஒழுங்கற்ற வரைவுகளும் ஒருவேளை கல் லிங்கங்களும் கவர்ச்சியான பெண்களும்கூட, வேதகால மக்களின் கலாச்சாரத்தில் மெதுவாகக் கரைந்துவிட்டன ஆகலாம்.

அடிக்குறிப்பு:

1. Klostermaier, A Survey, 34-35.
2. Neumayer, Prehistoric Indian Rock Paintings; Vatsyayan, "Prehistoric Paintings."
3. Wolpert, India, 10.
4. Flood, Introduction, 25.
5. McEvilley, The Shape of Ancient Thought.
6. Farmer, "Mythological Functions"; Erdosy, ed., The Indo-Aryans.
7. Knipe, Hinduism, 22; Parpola, Deciphering the Indus Script, 248-50.
8. W. Norman Brown, "The Indian Games of Pachisi, Chaupar, and Chausar," 32-35.
9. Marshall, Mohenjo-Daro, pl. CLIII, 7-10 and 551-52.
10. Dales, "Of Dice and Men," 17-18. 11. Keay, India, 9
12. Mitter, Indian Art, 8.
13. Keay, India, 10.
14. Kenoyer, "Socio-Economic Structures of the Indus Civilization"; "Harappan Craft Specialization and the Question of Urban Segregation and Stratification"; "Specialized Crafts and Culture Change."
15. Knipe, Hinduism, 20.
16. Hopkins, The Hindu Religious Tradition, 6.
17. Possehl, The Indus Age.
18. Witzel, cited in Bryant, The Quest, 184.
19. Farmer, Sproat, and Witzel, "The Collapse of the Indus-Script Thesis."
20. Keay, India, 16.
21. Farmer, "Mythological Functions."
22. Keay, India, 26.
23. Ibid., 13
24. K. M. Sen, Hinduism,14.
25. Wolpert, India, 16.
26. Thapar, Early India, 92.
27. Marshall, Mohenjo-Daro, 351.
28. Knipe, Hinduism, 21.
29. Wolpert India, 20.
30. Ibid, 11.
31. Marshall, Mohenjo-Daro, 348.

32. *Ibid., 352.*

33. *Bollee, Gone to the Dogs, 7.*

34. *Wolpert, India, 20.*

35. *Hopkins, The Hindu Religious Tradition, 5-6.*

36. *Ibid, 5-8.*

37. *Ibid., 5.*

38. *Marshall, Mohenjo-Daro, 355.*

39. *Hopkins, The Hindu Religious Tradition, 7.*

40. *Bollee, Gone to the Dogs, 8, citing Marshall.*

41. *Keay, India, 17, quoting Shireen Ratnagar.*

42. *Thapar, Early India, 85.*

43. *Hopkins, The Hindu Religious Tradition, 6.*

44. *Farmer, "Mythological Functions."*

45. *Wolpert, India, 23, citing M. S. Vats, who directed the latter phase of the Harappan dig.*

46. *Hopkins, The Hindu Religious Tradition, 6-7.*

47. *Ibid.*

48. *Wolpert, India, 18.*

49. *Hopkins, The Hindu Religious Tradition, 7.*

50. *Marshall, Mohenjo-Daro, 52-56.*

51. *Keay, India, 14.*

52. *Doniger O'Flaherty, Siva.*

53. *IIopkins, The IIindu Religious Tradition, 8.*

54. *Flood, Introduction, 29.*

55. *Hopkins, The Hindu Religious Tradition, 9-10.*

56. *Knipe, Hinduism, 22.*

57. *Marshall, Mohenjo-Daro, 129.*

58. *Doniger O'Flaherty, Siva.*

59. *A good summary appears in Bryant, The Quest, 162-64. I am indebted to Brian Collins for rounding up this list and more of them for me.*

60. *Sullivan, "A Re-examination."*

61. *Hiltebeitel, "The Indus Valley 'Proto-Shiva' Reexamined."*

62. *Krishna Rao, Indus Script Deciphered.*

63. *Singh, "Rgvedic Base of the Pasupati Seal of Mohenjo-Daro," citing RV 1.64.*

64. *S. R. Rao, Dawn and Devolution of the Indus Civilization, 288.*

65. *Fairservis, The Harappan Civilization and Its Writing.*

66. *Parpola, "Deciphering the Indus Script," 248-50.*

67. *Richter-Ushanas, The Indus Script and the Rigveda.*

68. *Keay, India, 14.*

69. Thapar, *Early India*, 86.
70. But against this, see Flood, *Introduction*, 28.
71. Hopkins, *The Hindu Religious Tradition*, 6-7.
72. Keay, *India*, 14.
73. Hopkins, *The Hindu Religious Tradition*, 5.
74. Ibid., 9.
75. Doniger O'Flaherty, *Siva*, 238.
76. Keay, *India*, 14.
77. Farmer, "Mythological Functions." Seal H-180-A-B.
78. Ibid.
79. Knipe, *Hinduism*, 21.
80. Thapar, *Early India*, 86.
81. Flood, *Introduction*, 28.
82. Ibid.
83. Wolpert, *India*, 21.
84. Thapar, *Early India*, 94.
85. Ibid.
86. Keay, *India*, 15.
87. Wolpert, *India*, 17.
88. Mitter, *Indian Art*, 8.
89. Keay, *India*, 15.
90. Flood, *Introduction*, 28.
91. Knipe, *Hinduism*, 21.
92. Flood, *Introduction*, 28.
93. Michaels, *Hinduism*, 31.
94. Thapar, *Early India*, 86.
95. Ibid., 85.
96. Wolpert, *India*, 16.
97. Keay, *India*, 14.
98. Michaels, *Hinduism*, 31.
99. Debiprasanna Chattopadhyaya, *Lokayata*.
100. Farmer, Sproat, and Witzel, "The Collapse of the Indus-Script Thesis."
101. Wolpert, *India*, 20.
102. Thapar, *Early India*, 87.
103. Knipe, *Hinduism*, 23
104. Keay, *India*, 5.
105. Metcalf, *A Concise History*, 3.

106. *Thapar, Early India,* 86.
107. *Ibid.,* 88.
108. *Hopkins, The Hindu Religious Tradition,* 8.
109. *Thapar, Early India,* 85.
110. *Wolpert, India,* 17.

இயல்: 4

அழிவுகளுக்கும் பனுவலுக்கும் இடையில்
கி.மு. 2000 முதல் கி.மு. 500 வரை

காலவரிசை (எல்லா ஆண்டுகளும் கிறித்துவுக்கு முன்பு, ஏ. - ஏறத்தாழ)

ஏ. 4000 - 3000* இந்தோ—ஐரோப்பிய மொழி பல தனித்தனி மொழிகளாகப் பிரிகிறது

ஏ. 2100 - 2000 மெல்லிய குறுக்குக்கம்பிகள் கொண்ட தேர்கள் ஆக்கம் செய்யப்படுதல்

ஏ. 2000 - 1500 சிந்து நாகரிகத்தின் வீழ்ச்சி

ஏ. 1900 சரஸ்வதி ஆறு உலர்தல்

ஏ. 1350 ஹிட்டைட் கல்வெட்டுகள் குதிரைகளையும் கடவுள்களையும் பற்றிப் பேசுதல்

ஏ. 900 வேதமக்கள் கங்கைச் சமவெளிக்குள் புகுதல்

விஷ்ணுவும் பிரம்மாவும் ஒருவரை ஒருவர் உண்டாக்குகின்றனர்

மூவுலகங்களும் இருளில் மூழ்கியிருந்தபோது, விஷ்ணு பிரபஞ்சக்கடலின் நடுவில் உறங்கிக்கொண்டிருந்தார். அவர் உந்தியிலிருந்து ஒரு தாமரை முளைத்தது. பிரம்மா அவரிடம் வந்து, "நீ யார்" என்று கேட்டார். "நான் விஷ்ணு, பிரபஞ்சத்தைத் தோற்றுவித்தவன். எல்லா உலகங்களும், நீயும், எனக்குள்தான் இருக்கிறீர்கள். நீ யார்?" என்றார். பிரம்மா கூறினார்: "நான்தான் படைப்பவன். சுயமாக உண்டானவன். எல்லாமே எனக்குள்தான் இருக்கின்றன." விஷ்ணு பிரம்மாவின் வயிற்றுக்குள் புகுந்து மூவுலகும் அங்கிருப்பதைக் கண்டார். வியந்து, அவர் பிரம்மாவின் வாயிலிருந்து வெளியே வந்து, "இப்போது நீ என் வயிற்றுக்குள் இதேமாதிரிப் புகுந்து உலகங்களைக் காணவேண்டும்" என்றார். ஆகவே பிரம்மா விஷ்ணுவின் வயிற்றுக்குள் புகுந்து எல்லா உலகங்களையும் கண்டார். உடனே விஷ்ணு எல்லாத் துவாரங்களையும் மூடிக் கொண்டதால், பிரம்மா விஷ்ணுவின் தொப்புளிலிருந்து வந்து தாமரையில் இருந்தார்.

- கூர்ம புராணம்(கி.பி. 500 - 800[1]

பிரச்சினை: சொற்களற்ற பொருள்கள், பொருள்களற்ற சொற்கள்

ஏறத்தாழ கி.மு.1500 அளவில் ரிக் வேதம் தொடங்கி வேதங்களை உண்டாக்கியவர்களுக்கும், சிந்துவெளி மக்களுக்கும் உள்ள தொடர்பு என்ன? சி.ச.நா.வின் முடிவுக்குப் பின்னர் அந்த மக்கள் எங்கு சென்றார்கள்? பிரம்மாவும் விஷ்ணுவும் ஒருவரை ஒருவர் உண்டாக்கிக்கொண்ட தொன்மம், இந்து மதத்தின் வேத, மற்றும் வேதமற்ற கூறுகளைத் தொடர்புபடுத்த ஓர் அடிப்படை உருவகத்தை அளிக்கிறது. போலி இருமைகளைக் கையாள இது ஒரு மூன்றாவது வழியாகும். நிலவில் மனிதன்/முயல் படிமம் ஒரேசமயத்தில் இரண்டு சட்டகங்களை அளிப்பதுபோல, ஒரு பெண்ணின் தலை மற்றொரு பெண்ணின் உடலில் மாறுவது ஒரு கலாச்சாரம் மற்றொன்றுடன் இணைவதுபோல, பிரம்மாவும் விஷ்ணுவும் ஒருவரை ஒருவர் படைத்துக்கொள்வது எவருக்கும் முதன்மையற்ற ஓர் இணைப்பை உருவாக்குவதாகும்.

வேதமற்ற ஒன்று — இப்படி நான் அழைக்கமுடியுமானால், அதுதான் இந்து மதத்தின் பெருமளவு பாராட்டுப்பெறாத பங்காளி. ஏனெனில் மிக அண்மை வரலாற்றுக்காலத்தில்தான், சமஸ்கிருத குண்டாந்தடியை அது முறித்த கணங்களிலிருந்துதான் நாம் அதைக் கேள்விப்படுகிறோம். இந்துக்களின் நூல்களைப் பற்றிப்பேச வேண்டுமானால் வேதங்களிலிருந்துதான் தொடங்கவேண்டும். ஆனால் தொடக்கத்திலிருந்தே, ரிக் வேத காலத்திலிருந்தே வேறுஏதோ ஒன்றின் — வேதமற்ற ஏதோ ஒன்றின் இருப்பு அதில் இருந்துவருவதைக் காண்கிறோம். கி.மு. 2000 முதல் 1500க்குள், வடமேற்கு இந்தியாவில் ஒரு கலாச்சாரம் அழிந்துகொண்டிருந்தது, மற்றொன்று தன் கவிதையைப் பாதுகாக்கத் தொடங்கியிருந்தது. காட்சிமறைவு: சிந்துவெளி நாகரிகம். காட்சிநுழைவு: வேதங்கள். இந்தக் கலாச்சாரங்கள் இரண்டும் ஏதோ ஒருவகையில் இந்துமதத்திற்கு

முன்னோடிகள். சி.ச.நா.வின் பொருள்கள் — சொற்களற்ற பொருள்கள்— அங்கு வாழ்ந்த மக்களைப் பற்றிய குறித்த தகவல்களை அளிக்கிறது. ஆனால் அவர்களுடைய நகரங்களின் அழிவுக்குப் பிறகு அவர்கள் எங்கு சென்றார்கள் (அவர்களின் பனுவல்களும்கூட) என்பதைப் பற்றி எதுவும் தெரிவிக்கவில்லை. வேதங்களில் நமக்கு இதற்கு எதிரான பிரச்சினை எழுகிறது. பொருள்கள் அற்ற சொற்கள். பொருள்கள் எனக் கிடைப்பன சில பானைகள், பலிபீடம் அவ்வளவுதான். பொருள்கள் இன்றி — இச்சொற்களை முதன்முதலில் பேசிய மக்களின் அன்றாட வாழ்க்கையைப் பற்றி பௌதிகமான சான்றுகள் எவையும் இன்றி, எங்கிருந்து அவர்கள் வந்தார்கள் என்பதற்கான சான்றுகளும் இன்றிப் பலப் பலசொற்கள், அந்த மக்களைப் பற்றிப் பேசுவதற்கு முன்னால், நாம் சொற்களைப் பற்றி ஒரு சொல் — மொழியைப் பற்றி ரிக் வேதத்தை இயற்றிய மக்களைப் பற்றிப் பேச வேண்டும்.

*இந்தோ–ஐரோப்பா, நட்சத்திரக்குறியின் கிழக்கிலிருந்த தேசம்

பத்தொன்பதாம் நூற்றாண்டின் ஜெர்மன் மற்றும் பிரிட்டிஷ் மொழி யியலாளர்கள், பதினேழாம் - பதினெட்டாம் நூற்றாண்டுகளில் செய்யப் பட்ட சில யூகங்களை வைத்து, பழங்கிரேக்கம், லத்தீன், ஹிட்டை (பழைய அனடோலிய மொழி), கெல்டிக், நார்ஸ் - ஜெர்மானிய மொழிகள், இறுதியாக பிரெஞ்சு, ஜெர்மன், இத்தாலியன், ஸ்பானிஷ், ஆங்கிலம், பிற நட்பும் உறவும் உடைய மொழிகள் எல்லாவற்றையும் உள்ளடக்கிய ஒரு மொழிக்குடும்பத்தில் மிகப்பழைய பதிவுகளை உடைய மொழி சமஸ்கிருதம் என்று காட்டினார்கள்.[2] இந்த மொழிகள் கி.மு. 4000 அளவில் ஏதோ ஒரு காலத்தில் ஒரு மூலமொழியிலிருந்து பிரிந்தவை என்று கருதப்படுகிறது.[3] அதை இந்தோ-ஐரோப்பிய மொழி என்று (இந்தோ-ஜெர்மானிய, இந்தோ-ஆரிய என்றும்) அழைக்கிறார்கள் (இந்த வார்த்தையினுடைய அதிர்வுகளைப்பற்றிப் பிறகு, கீழே). மிகச்சரியாக *இந்தோ ஐரோப்பியமொழி. இது உடைந்துபோவதற்கு முன்னால் இதற்கான சரியான சான்றுகள் கிடைக்கவில்லை. *இந்தோ-ஐரோப்பிய மொழி பேசியவர்களுக்கு எழுதுவது பற்றித் தெரியது.[4] இந்தோ-ஐரோப்பிய மொழி ஒன்றிற்கான மிகப் பழைய சான்று என்பது, கி.மு.பதினாலாம் நூற்றாண்டைச் சேர்ந்த அனடோலிய உடன்படிக்கை. ஹிட்டைட் மொழியில் ஆனது. பல்வேறு ஹிட்டைட் பாடமாகிய வேதக் கடவுளரைக் குறிப்பிடுவது. இந்திரன், மித்திரன், வருணன், அஸ்வினி தேவர்கள். ஆகவே மீட்புச் செய்த, கருதுகோளான (இன்று நாம் ஏறத்தாழ நடைமுறையிலிருந்த என்றும் கூறலாம்) இந்தோஐரோப்பிய அல்லது மூல இந்தோ - ஐரோப்பிய (மூஇஐ) வார்த்தைகளுக்கு ஒரு வருத்தத்தோடுகூடிய அல்லது தவறை விலக்கக்கூடிய உடுக்குறி சேர்க்கப்படுகிறது. அதாவது அவை உண்மையாகப் பேசப்பட்ட சொற்கள் அல்ல என்பது பொருள். சான்றாக, சொல்லான *Hekwo* அல்லது *ekwos* என்பது குதிரையைக் குறிக்கும் சொல் என்று இலத்தீன் ஈக்வஸ், காலிக் ஈபாஸ், கிரேக்க ஹிப்போஸ், சமஸ்கிருத அஸ்வ, பழைய ஆங்கில ஈஓ, பிரெஞ்சு செவால் போன்றவற்றிலிருந்து மீட்டுருவாக்குகிறார்கள். இதேபோல *டீவோஸ் என்பது இலத்தீனில் டியூஸ், சமஸ்கிருதத்தில் தேவ, ரஷ்யனில் டிவோ,

கடைசியாக ஆங்கிலத்தில் டியூஸ்(டே), டிவைன் என்றாகிறது. சமஸ்கிருதமும் ஈரானிய (அவெஸ்த) மொழியும் மிகப்பழைய உபகுடும்பங்கள் ஆயின. இதற்கு இந்தோஈரானிய மொழிக்குடும்பம் என்று பெயர்.

இந்தியாவிலிருந்து அயர்லாந்துவரை மக்கள் ஏதோ ஒரு இந்தோ - ஐரோப்பியமொழியைப் பேசுகிறார்கள் என்ற உண்மையை எப்படி நாம் விளக்கலாம்? இன்று அறியப்பட்டுள்ள இந்தோ - ஐரோப்பியமொழிகள் அனைத்திற்கும் ஒரு மூலமொழி இருந்திருக்கும் என்பது காணக்கூடிய மெய்ம்மை அல்ல, ஆனால் மொழியியலாளர்கள் அதைத் 'தப்பிக்கவியலாத' கருதுகோள் என்று சொல்கிறார்கள்.[5] இந்தோ - ஐரோப்பிய வரைபடம் என்பது மொழிசார்ந்தது. மொழிகளை ஒரு குடும்பத்தில் இணைப்பது (இது ஒரு செயலற்ற குடும்பம்தான், இருந்தாலும் குடும்பம்). இது சீன மொழி அல்லது செமிடிக் மொழிக்குடும்பத்திலிருந்து (ஹீப்ரூ, அராபிக்) வேறுபட்டது. அல்லது குறிப்பாக, இந்து மதத்திற்காக, தமிழும் பிற தென்னிந்திய மொழிகளும் சேர்ந்த திராவிட மொழிக்குடும்பம் என்பதிலிருந்து வேறுபட்டது. இந்தியாவின் பெரும்பான்மை மக்கள் இந்தோ ஐரோப்பிய மொழியைப் (76%) பேசுகிறார்கள், திராவிடமொழிகளை 22% பேர் பேசுகிறார்கள், ஆஸ்திரோஆசிய, திபேத்தோபர்மிய, பழங்குடி இன மொழிகளை 2% பேசுகிறார்கள்.

இந்தோ - ஐரோப்பிய மொழிகள் தொடர்புடையவை என்பது அவற்றின் இலக்கணம், சொற்களஞ்சியத்தால் பெறப்படுகிறது. சமஸ்கிருத அக்னி இலத்தீன் இக்னிஸ் என்பதுடன் தொடர்புடையது, ஆங்கில ஃபுட் என்பது பாதம் சமஸ்கிருதத்தில். பெஸ், பெடிஸ் இலத்தீனில். ஃபிரெஞ்சில் பியட், ஜெர்மனில் ஃபுஸ். பல சமஸ்கிருத வார்த்தைகளுக்கு ஆங்கில வார்த்தைகளுடன் தொடர்புண்டு. சமஸ்கிருத பசு என்பது, இலத்தீன் பெசு என்பதுடன் தொடர்புள்ளது, அது ஆங்கிலத்தில் இம்பெகூனியஸ் என்ற சொல்லில் வருகிறது. ஆனால் இம்மாதிரிச் சொற்கள் தொடர்பிலிருந்து சொல்லற்ற மெய்ம்மைகளை ஒப்பிட்டு எளிய முடிவுகளுக்கு வருவது தவிர்க்கப்படவேண்டும். கை என்பதற்கு இம் மொழிகளில் காணப்படும் சொற்கள் வேறுவேறானவை என்பதால், இந்தோ ஐரோப்பிய மொழிபேசியவர்களுக்குக் கைகள் இல்லை, கால்கள்தான் இருந்தன என்பதுபோன்ற முடிவுகளுக்கு வரலாகாது. வார்த்தைகள் மாறாமல் இருக்கும்போது, மனிதர்கள் மாறிவிடுகிறார்கள். பலசமயங்களில் சொற்கள் தவறான நண்பர்கள் என்பார்கள் பிரெஞ்சுக்காரர்கள். சில சமயங்களில் ஒரே வார்த்தை இருவேறு மொழிகளில் வெவ்வேறான அர்த்தம் கொண்டதாக — எதிர்ப்பதமாகவும்கூட இருக்கிறது. ஒரே கலாச்சாரத்திற்குள்ளும்கூட அர்த்தங்கள் காலப்போக்கில் மாறுபடுகின்றன. அசுரர்கள் என்ற சொல்லில் அசு (மூச்சு) என்ற சொல் உள்ளடங்கியுள்ளது. இந்தோஐரோப்பிய, குறைந்தபட்சம் இந்தோஈரானியக் காலத்திலேனும் அசுரர்கள், தேவர்களுக்கு மூத்தவர்களாகவும் போட்டியாளர்களாகவும் இருந்ததோடு, ஒழுக்கஅளவில் சமமானவர்களாகவும் இருந்தார்கள். (அஹுர மாஜ்தா — மாபெரும் அசுரன் — அவெஸ்தாவின் முக்கியக்கடவுள்.) ஆனால் பின்னர் அவர்கள் அரக்கர்களாக்கப் பட்டார்கள். (அசுரர்களைக் குறிக்கும் டெமன் என்ற சொல்லின் கிரேக்க வேர் டேய்மன்ஸ் என்பது.

அவர்கள் நன்மை செய்பவர்கள். கிறித்துவர்கள்தான் அவர்களைப் பேய்களாக்கினார்கள்.) சமஸ்கிருதம், ஒரு பின்னுருவாக்கத்தைச் செய்தது—அசுர என்ற ஒரேசொல்லை அ + சுர எனப் பிரித்து, சுரர்கள் (சுரா பானம் அருந்தும் தேவர்கள்) என்ற சொல்லைப் புதிதாக உருவாக்கி, சுரர்களுக்கு அவர்கள் எதிரானவர்கள் என்ற அர்த்தத்தை வழங்கியது. இம்மாதிரியான வாதங்கள் தர்க்கரீதியானவை அல்ல, சொற்பிறப்புச் சார்ந்தவை என்று சொன்னாலும், மக்கள் சொற்களஞ்சியத்தை வரலாற்றின் அடிப்படையாகக் காண்கிறார்கள். இந்த நொய்ம்மையான சாரத்தின்மீது சமூக அமைவுகள், தாயகங்கள் பற்றியெல்லாம் பெரிய கொள்கைகளைக் கட்டுகிறார்கள்.

இந்தோ - ஐரோப்பியன் என்பது ஒரு மொழிக்குடும்பம். நுட்பமாக நோக்கினால், இந்தோ - ஐரோப்பிய மொழி பேசுபவர்கள் இருக்கிறார்களே தவிர, இந்தோ - ஐரோப்பியர்கள் இல்லை. ஆனால் மொழிகள் சென்ற இடங்களில் எல்லாம் அவற்றைக் கொண்டு செல்ல மக்கள் இருப்பார்கள் என்ற யூகத்தினால், ஐரோப்பிய ஆய்வாளர்கள், இந்தோ - ஐரோப்பியர்கள் இருப்பதாகக் கற்பனை செய்துகொண்டார்கள். மேலும் வெறும் வார்த்தைகள், இலக்கணத்தொடர்புகளால் மட்டுமல்ல, போதிய வரலாற்று, மொழியியல், தொல்லியல் சான்றுகளால் ஓரளவு இந்தோ-ஐரோப்பியக் கலாச்சாரம் பற்றி மீட்டுருவாக்க முடிகிறது. சான்றாக மாடுகளைத் திருடுவது கெல்ட்டுகள் முதல் இந்தியர்கள் வரை இந்தோ - ஐரோப்பியர்கள் அனைவரின் தொழிலாகவும் இருந்தது. கிரேக்கம், இந்தியா, ஈரான், வடக்கு ஐரோப்பா, அண்மைக்கிழக்கு, ஸ்கேண்டினேவியா எல்லா இடங்களிலும் காணப்படும் மிக நெருக்கமான இணைத்தொன்மங்களால் ஒரு மூல இந்தோ - ஐரோப்பிய கால்நடைக்களவுத் தொன்மத்தை மீட்டுருவாக்க முடிகிறது.[6] இந்தக் கால்நடைத் திருடர்கள் யார்? மூல இந்தோ - ஐரோப்பிய மக்களின் இன அடையாளத்திற்கும், மொழி, புவியியல் மூலம் ஆகியவற்றிற்கும் உள்ள தொடர்பு என்ன? அல்லது வேறுவகையாகக் கேட்டால், இந்த நூலின் விஷயமாக உள்ள கலாச்சார அளவில் நிறுத்திக் கொள்ளவேண்டுமானால்...

வேதங்களை இயற்றியவர்கள்,
அவற்றை இயற்றுவதற்கு முன்பு எங்கிருந்தார்கள்?

நமக்கு உறுதியாகத் தெரியாது, ஆனால் யூகிக்கலாம். ஆதிமூலங்களுக்கான பைத்தியம் நம்மை யூகிக்கத் தூண்டுகிறது. சில யூகங்கள் பிறவற்றைவிட அர்த்தமுள்ளவையாக இருக்கின்றன. அதிகமாகச் சொல்லப்படும் நான்கு யூகங்கள் இங்கே.

முதல் யூகம்: ஆரியர் *இந்தோ–ஐரோப்பாவிலிருந்து இந்தியாமீது படையெடுத்தார்கள்

"ஒரு காலத்தில்" என்று கதை தொடங்குகிறது. "வடக்கிலிருந்து நீலத்தலைமுடியும், பொன்னிறக் கண்களும் கொண்ட மக்கள் தங்கள் ரதங்களை ஓட்டிக்கொண்டு இந்தியாவிற்குள் வந்தார்கள், இங்கு

வாழ்ந்த கருப்புத்தோல் மக்களைக் கேவலமாகத் துன்புறுத்தி வெற்றி கண்டார்கள்". (இந்த வடக்கு என்ற அம்சம் மிக அழுத்திச் சொல்லப் படுகிறது. 1903இல் பால கங்காதர திலகர், தனது 'வேதங்களில் ஆர்டிக் ஆதியிடம்' என்பதில், ஆரியர்கள் வடதுருவத்தில் வேதங்களை இயற்றி னார்கள், தெற்குநோக்கி வரும் பயணத்தில் இரு கிளைகளாகப் பிரிந்து ஒரு கிளை ஐரோப்பாவுக்குச் சென்றார்கள், மற்றொரு கிளை இந்தியா வுக்கு வந்தார்கள் என்று சொல்கிறார்.) பத்தொன்பதாம் நூற்றாண்டின் ஐரோப்பிய ஆய்வாளர்கள், காலனியாதிக்கச் சக்திகளுக்குச் சேவை செய்ததால் படையெடுப்புகள், காலனியாதிக்கம் ஆகியவற்றின் அடிப் படையிலான கலாச்சார பாதிப்புப் பற்றிய கொள்கைகளையே ஆதரித்தார்கள். வேத மக்கள் இந்தியாவின்மீது படையெடுத்தார்கள் என்ற கொள்கை இன்னும் புழக்கத்தில் இருக்கிறது. இந்த யூகத்தின் பின்னால், விமானங்களைப் பலதிசைகளுக்கும் அனுப்பும் விமானமையம் போல, தனது படைகளைச் சுற்றியிருக்கும் நாடுகளுக்கு அனுப்பித் தன் ஆட்சியைச் சுமத்தும் அரசியல் மையம்போல, ஒரு ஊடுபரவக்கூடிய, மையத்திலிருந்து பரவிச் செல்லக்கூடிய கலாச்சார இயக்கம் உள்ளது. இந்தக் கருத்துச்சட்டகத்தின் மையம் லத்தீன். ரோமானியர்கள் ஆக்கிர மித்த எல்லா நாடுகளுக்கும் அது பரவிச் சென்றது, அதனால்தான் இப்போது ரொமான்ஸ் மொழிகள் எனப்படுபவை வழங்குகின்றன. இந்த ரோமானிய மாதிரியின்மீது மொழியியலாளர்கள், ஒரு பழங்கால மொழிக்குடும்பத்தை உருவாக்கினார்கள். அதுவும் மையத்திலிருந்து விரி வடைவதுதான். ஆனால் இப்போது ரோமிலிருந்து அல்ல, காக்கசஸி லிருந்து. ரஷ்யாவின் தென்கிழக்குப் பகுதியில் தெற்கு யூரல்மலைகளின் கிழக்கே. ஒருவேளைக் கருங்கடலின் அல்லது அசாவ் கடலின் வடக்குப்பகுதியிலிருந்து அது புறப்பட்டது.[7] (இந்த இடம்தான், நாம் பார்க்கப்போவதுபோல, யாரோ — நிச்சயமாக அல்ல, ஒருவேளை, *இந்தோ - ஐரோப்பிய மக்கள் குதிரைகளைப் பழக்கினார்கள்—இது இந்து மதத்தின் வரலாற்றிற்கு மிக முக்கியமான ஒன்று.) ஆகவே *இந்தோ - ஐரோப்பிய மக்கள் காக்கேசியர்கள் எனப்பட்டார்கள். இந்த ஆதியிடம், அண்மையில் யூரோஸ்தானம் என மறுபெயரிடப்பட்டது.[8] இதை *இந்தோ - ஐரோப்பா என்று சொல்லலாம்.

இந்தக் கதையின்படி, இந்தக்குழுவின் ஒரு கிளை காஸ்பியன் கடலின் கிழக்கே நகர்ந்து, ஆப்கானிஸ்தானத்தின் வழியாகக் கிழக்குநோக்கி வந்து, கி.மு. இரண்டாயிரங்களின் இடையில் பஞ்சாப்பை அடைந்தார்கள். ஆனால் மொழிகள் ஒரு குடும்பமாக அமைந்தன என்று சொல்வது, அவற்றைப் பேசிய மக்கள் ஒரே இனமாக அமைந்தார்கள் என்பது ஆகாது. இந்த மொழிப்பரவலின் உள்ளாக, இனம் சம்பந்தமான எதுவொன்றும் இல்லை. மாறாக, பதினெட்டாம் நூற்றாண்டின் இந்தோ - ஐரோப்பியத் தொடர்புக் கண்டுபிடிப்பு, இனத்திற்கு முற்பட்ட ஒரு சகோதரத்துவத்தை உட்கொண்டிருந்தது. இந்த மக்கள் நமது மொழியியல் சகோதரர்கள். பிறகு பத்தொன்பதாம் நூற்றாண்டின் கீழையியலாளர்கள், அவர்களுடைய பார்வைக்கு இனக்கண்ணாடி போட்டுக் கொண்டார்கள். இதற்கு ஓர் இன அழுத்தத்தை அளித்தார்கள். பத்தொன்பதாம் நூற்றாண்டில், இந்திய மக்கள் பற்றி அவர்கள் கருத்து, "சரி — இவர்கள் நிறம் கருப்பாக

இருக்கிறது, ஆனால், நம்மை மாதிரி இவர்களும் உள்ளே வெள்ளையாக, கிரேக்கர்களாகத்தான் இருக்கிறார்கள்" என்பதாக இருந்தது. இதில் எதிர்—செமிடிக் குறிப்புகளும் இருந்தன. பிரிட்டிஷ், ஜெர்மன் ஆய்வாளர்கள் சமஸ்கிருதத்தைக் கண்டுபிடித்ததில் மகிழ்ச்சியடைந்ததற்குக் காரணம் இருந்தது. எபிரேய மொழியைவிடப் பழமையான மொழி ஒன்று அவர் களுக்குக் கிடைத்தது. எபிரேய மொழி பற்றி அவர்களின் கருத்து இருமை கொண்டது, ஒருபுறம், அது அவர்களுடைய சொந்தமொழி, பழைய ஏற்பாட்டின் மொழி. ஆனால் மறுபுறம், அது "மற்றவர்களின்" மொழி — அது யூதர்களின் மொழி, அவர்களுக்குப் புனிதநூல் எபிரேய பைபிள். கடைசியாக எபிரேயம்தான் உலகத்தின் மிகப் பழையமொழி என்ற நிலையை இழந்துவிட்டது என்று அவர்கள் நினைத்தார்கள்.

ஆரியன் என்ற சொல்லின் ஆங்கிலப் பயன்பாட்டில் இனவாதம் உடனே புகுந்து கொண்டது. அச்சொல், வேதக் கவிஞர்கள் தங்களைக் குறிக்கப் பயன்படுத்திய ஒன்று. வேறு யாரும் இனம் பற்றிய கருத்துக் கொள்வதற்கு முன்னாலேயே "நாம்" அல்லது "நல்லவர்கள்" என்ற அர்த்தம் கொண்டது. சரியாகச் சொன்னால், ஆரியன் என்பது ஒரு மொழிக்குடும்பத்தைக் குறிக்கிறது. ஓர் இன மக்களைக் குறிக்கவில்லை. அதேபோல இந்தோ—ஐரோப்பிய என்பதும் மொழிக்குடும்பத்தைக் குறித்ததே ஒழிய மக்களைக் குறித்ததல்ல. ஆரிய மூக்குகளோ, ஆரிய மக்களோ இல்லை. ஆரிய வினைச்சொற்கள், ஆரியமொழியைப் பேசுபவர்கள்தான் இருக்கிறார்கள். ஆரிய என்ற சமஸ்கிருதச்சொல், ஆனால், மக்களைக் குறிப்பதே ஒழிய, மொழியைக் குறிப்பதல்ல. ஆனால், *இந்தோ ஐரோப்பியமொழி பேசிய வர்கள் ஒரு தேசம் என்ற கருத்தில் சேர்பவர்கள் அல்ல. அவர்கள் ஒரு போதும் ஓர் அரசியல் ஒருமையை அல்லது இனத்தை உருவாக்கவில்லை. ஒருமொழியினத்தைப் பேசியவர்கள் — அவ்வளவுதான்.[10] அவர்கள் அலைந்து திரிந்து இடம்பெயர்ந்தபோது எத்தனையோ வேறுபட்ட இனங்களின் இரத்தம் அவர்கள் உடலில் கலந்துவிட்டது.

இருப்பினும், ஆரியக் கருதுகோளின் கீழைநாட்டு வடிவம், ஆரிய இரத்தத்தின் தூய்மையை வலியுறுத்தியது மட்டுமல்ல, ஆரியரல்லாத மக்களின் இரத்தத்தை அவர்கள் சிந்தியது பற்றியும் பெருமையடித்துக் கொண்டது. இந்தத் தொன்மம் இனவாத அடிப்படையிலானது. பொன்னிறக் கண்கள் கொண்டோரின் படையெடுப்பு என்ற கதை வேர் பிடித்துப் பல காரணங்களால் பரவியது அவற்றில் முக்கியமான ஒன்று, தங்களுக்கு முன்னரே தங்கள் இனமான ஆரியர்கள் இந்தியாமீது படையெடுத்தார்கள் என்று பிரிட்டிஷ்காரர்கள் தங்கள் படையெடுப்பை நியாயப்படுத்த முடிந்தது. இதை ஜெர்மானியர்கள் பிடித்துக்கொண்ட போது மேலும் இனவாதச் சொல்லாகியது. ஒருபாலிய, அல்லது எரித்துப்படுகொலை, அல்லது வயதுவந்த என்ற சொற்கள்போல அது பொருள்மாறி, தன் பழைய அர்த்தத்தை இழந்தது. ஆரிய என்று சொல்லும்போதே மக்கள் இனத்தைத்தான் நினைக்கிறார்கள். அப்படிக் கருதவேண்டாம் என்று நீங்கள் கேட்டுக்கொண்டாலும்கூட. இழந்துவிட்ட கள்ளங்கபடற்ற தன்மையை மீண்டும் பெற முடியாது. இந்து என்பது சற்றே களங்கப்பட்ட வார்த்தை, ஆனால் அதற்கு மாற்றுச் சொல் எளிதாகக்

120 | இந்துக்கள்: ஒரு மாற்று வரலாறு

கிடைக்காது. ஆரிய என்பதோ மிகவும் கறைபட்டதொரு சொல். ஆனால் அதற்கு மாற்றுச்சொற்கள் கிடைக்கும். எனவே அந்தச் சொல்லுக்கு பதிலாக இந்தோ - ஐரோப்பியமொழி பேசியவர்கள், அல்லது இந்தோ-ஐரோப்பியர்கள் (இதுவும் ஓர் இனக்குழுவைக் குறிக்கிறது என்றாலும்) என்று சொல்லலாம். வேதங்களை இயற்றிய மக்கள் தொல்லியல் சான்றுகளை மிகக்குறைவாகவே கொண்டிருக்கிறார்கள் என்பதால், நமக்குத் தெரிந்ததெல்லாம் அவர்கள் வேதங்களை இயற்றினார்கள் என்பதால், அவர்களை வேதமக்கள் என்று மட்டுமே குறிப்பிடலாம்.

இந்தோ ஐரோப்பிய மக்கள் படையெடுத்தார்கள் என்ற கொள்கையின் பரவலான ஒரு கிளைத்தேற்றம், வேதமக்கள் சிந்துசமவெளி நகரங்களின் அழிவுக்குக் காரணமாக இருந்தார்கள் என்ற கருதுகோள். படையெடுப்பு என்றால், ஆக்கிரமிப்பு. அவர்கள் ஆக்கிரமிக்க வேறு யார் இருந்தார்கள் இந்தியாவில்? இந்தக் கதையை முன்வைப்பவர்கள், வேதத்தில் மிலேச்சர்களின் கோட்டைகளை இடித்து அழித்தார்கள் என்பது போன்ற கூற்றுகள் வருவதை எடுத்துக்காட்டுகிறார்கள். மேலும் சிந்து நகரங்களுக்குப் பெரிய திண்மையான கோட்டைகள் இருந்தன.[11] சிந்துசமவெளியில் திடீரென வெகு மக்கள் இறந்துபோனதையும் காட்டுகிறார்கள். ரிக் வேதச் செய்யுள்கள், தாசர்கள் என்பவர்கள் கருப்புத்தோலுடையவர்கள் என்கின்றன. *(1 - 130 - 8, 9 - 41 - 1, 9 - 73 - 5)*. ஆனால் இம்மாதிரிச் சொற்கள் தீமை என்பதற்கு உருவகமாகப் பயன்பட்டனவே ஒழிய நேராகத் தோலின் நிறத்தைக் குறிக்கவில்லை.[12] மேலும் வேதச்செய்யுள் ஒன்று அவர்களைத் தட்டைமூக்கினர் (மூக்கற்றவர்கள்—*ba*) *(5 - 29 - 10)* என்கிறது. இந்தக் கருத்துகளைச் சேருங்கள், பொன்னிற வேதமக்கள் சிந்துசமவெளியின் கருப்புநிற மக்களின் திரளான அழிவுக்குக் காரணம் என்பதாகிறது.

ஆனால் இப்படியொரு இணைப்பைச் செய்யக் காரணமில்லை. வேத மக்களுக்கும் வேறு எதிரிகள் இருந்தார்கள். சிந்துசமவெளி மக்களுக்கும் அவர்களை அழிக்கக்கூடிய வேறு எதிரிகள் இருந்தார்கள். அவர்கள் நகரங்கள் போரில் அழிவுக்குள்ளாயின என்பதற்கும் நம்பகமான சான்றுகள் இல்லை.[13] மேலும், இந்தோ - ஐரோப்பியர்கள் சிறு சிறு குழுக்களாக உள் வந்தார்கள் என்று சொல்லலாமே ஒழிய (முதல் யூகத்தின்படி) வெள்ளைத் தோல் மக்களின் ஒரு பெருஞ்சேனையாக வந்தார்கள் என்று சொல்ல முடியாது.

ஆரியர்கள் ஏதோ ஒரு சேனையாகக் குதிரைகள்மீதேறி இந்தியாவிற்குள் தங்களோடு நாகரிகத்தைக் கொண்டுவந்தார்கள் என்ற அற்பத்திருப்தி கொண்ட கோட்பாடு மிகக் கடுமையாகச் சவாலுக்குள்ளாகியுள்ளது. அதன் நிச்சயத்தன்மை போய்விட்டது, புதிய விடைகள் அவைகளைச் சவாலுக்கழைக்கின்றன. ஆரியப் படையெடுப்புக் கொள்கை போலவே இதுவும் அரசியல் சார்ந்ததுதான். பெரும்பான்மை அரசியல்சார்பு ஆய்வுகளைப் போலவே (வேறு ஏதாவது வகை உண்டா?) நியாயம் எனத் தோன்றுவதிலிருந்து முழு முட்டாள்தனம்வரை இவற்றின் வீச்சு உள்ளது.

இரண்டாவது யூகம்: காக்கேசியர்கள், காக்கசிலிருந்து நடந்து வந்தார்கள்

இந்தக் கதையும் "ஒருகாலத்தில்" என்றுதான் தொடங்குகிறது. "வடக்கிலிருந்து மக்கள் தங்கள் குடும்பங்களையும் விவசாயத்தையும் இந்தியாவுக்குக் கொண்டுவந்தார்கள், இந்தியமக்களிடையே நிலையாய்த் தங்கிவிட்டார்கள்." முதல் யூகம் — ஆரியப் படையெடுப்புக் கொள்கை— பெரிய ஆண்மைஹார்மோன் (வீரக்)கொள்கைகளுள் ஒன்று. அவர்கள் ஆண்கள், எல்லாரையும் அடித்தார்கள். இரண்டாவது யூகம், படையெடுப்பு என்பதற்குப் பதிலாகக் குடியேற்றம் என்பதைப் பயன்படுத்தி, படைவெற்றி என்பதை நீக்கினாலும், அடிப்படைச் செயல்பாட்டையும் அமைப்புகளையும் அப்படியே வைத்திருக்கிறது. குடியேறியவர்கள் இந்தோ - ஐரோப்பிய மொழியொன்றை இந்தியாவுக்குள் கொண்டுவந்திருக்கலாம்.[14] இந்த அணுகுமுறை, மெதுமெதுவான கலாச்சார மொழியியல் ஊடுருவுதலைக் குறிக்கிறது. மொழிகளைப் பற்றி மொழியியலாளர்கள் சொல்லுபவை, சமூக வகுப்புகள், புராணம் எல்லாம் மொழியியல் சான்றுகளாலும், தொல்லியல் சான்றுகளாலும் (புதைத்தல் வழக்காறுகள் போன்றவை)[15], படையெடுப்புக் கொள்கைக்குச் சார்பான பானையோடுகள் போன்றவற்றால் ஆதரிக்கப்படுகின்றன.[16] இந்த இருகொள்கைகளில் (படையெடுப்பு, குடியேற்றம்) எதைக் கொண்டிருப்பவரும் பின்வரும் வரலாற்றின் உதவியை நாடலாம். இந்தியாவில் மிகப் பெரிய பேரரசுகளை அமைத்த இரண்டு ஆதிக்கச் சக்திகளும் — மத்திய ஆசியத் துருக்கியர்களும், பிரிட்டிஷ்காரர்களும் முதலில் இராணுவ ஆதிக்கக்காரர்களாக நுழையவில்லை. வியாபாரிகளாகவும் வணிகர்களாகவும் நுழைந்த அவர்களுக்கு, கடைசியில் இந்தியத் துணைக்கண்டத்தில் நிறுவவும் கட்டுப்பாட்டை வைத்திருக்கவும் பெருஞ்சக்தி தேவைப்பட்டது. இந்தோ - ஐரோப்பிய மொழிகளில் அறிஞராகிய மார்ட்டின் வெஸ்ட் என்பவர், இந்தோ - ஐரோப்பியர்கள் ஆக்கிரமிப்பாளர்களாக வரவில்லை, அமைதியான குடியேற்றக்காரர்களாக வந்தனர் என்ற சிந்தனையை இகழ்கிறார். "சென்ற ஐம்பதாண்டுகளாக, யூரோஸ்தானிலிருந்து இராணுவவீரர்கள் உயர்த்திய கோடரிகளுடன் இந்தியாவிற்குள் புகுந்து ஒவ்வொரு பிரதேசமாகக் கைப்பற்றினார்கள் என்ற பழைய கோட்பாட்டுக்கு அறிஞர்களிடையே எதிர்ப்பு இருந்துவந்துள்ளது. இந்த முன்மாதிரியைப் புறக்கணித்து, அமைதியான செயல்முறைகள், மொழிப்பரவல் ஆகியவற்றை வலியுறுத்துவது மோஸ்தராகி இருக்கிறது."[17] ஆனால், காணக்கூடிய வரலாற்றின் ஒப்புமையை வைத்து, "பிறமொழிக் குழுக்கள் (அராபிய, துருக்கிய, இலத்தீன், கெல்டிக், ஜெர்மன் நாட்டவரும், புதிய உலகத்தில் ஆங்கிலேயரும் ஸ்பானியரும் போன்றும் — இதை வெஸ்ட் குறிப்பிடவில்லை) பெருந்திரளாக எழுந்து, ஐரோப்பா முழுவதும் பரவினர், (இந்தோ - ஐரோப்பியப் பனுவல்களில் போர்கள், சண்டைகளைப் பற்றித் தொடர்ச்சியான வருணனைகள் இருப்பதை வைத்து), இந்தோ— ஐரோப்பிய மக்கள் பரவலில் இதேபோன்ற ஆக்கிரமிப்பு நிகழ்ந்திருக்கும்

என்பதில் நியாயமிருக்கிறது" என்று தொடர்கிறார். சரியானதுபோல் தோன்றுகிற இந்தக்கோட்பாடு, பிற்காலனியநோக்கிலும், அரசியல் நோக்கிலும் சரியானதெனக் கருதப்படுவதில்லை. மாறாக, பேராசிரியர் வெஸ்ட், பிசி என்றால் பிற்காலனியம், அரசியல் நோக்கில் சரியானது என்பதற்கு மாறாகப் போலீஸ்காரர் என்றே கருதக்கூடிய பழைய தலைமுறையைச் சேர்ந்தவர் என்பதால் அவரால் மட்டுமே இப்படிச் சொல்லமுடியும் என்று ஏளனம் செய்யப்படுகிறார்.

மூன்றாவது யூகம்: வேதமக்கள் இந்தியாவில் தோன்றியவர்கள்

"வரலாற்றின் விடியலிலிருந்து இந்தோ - ஐரோப்பியமொழி பேசுபவர்கள் இந்தியாவில் பஞ்சாபில் வாழ்ந்துவந்தார்கள், அவர்கள் ரிக் வேதத்தை இயற்றினார்கள்." இந்தக் கோட்பாட்டின் வலுவான பாடம் ஒன்று சொல்கிறது: "அவர்கள் ஈரானுக்குக் குடிபெயர்ந்தார்கள், அவெஸ்தாவை இயற்றினார்கள், அனடோலியாவுக்குச் சென்றார்கள் (பழைய ஹிட்டைட் கல்வெட்டுச் சான்று), கிரேக்கத்திற்கும் இத்தாலிக்கும் சென்று அங்குள்ள வட்டாரமொழிகளுடன் சேர்ந்து கிரேக்க,இலத்தீன் மொழிகளை உருவாக்கி னார்கள், பிறகு கடைசியாக பழைய பிரிட்டனை." மிகத் தீவிரமான ஒரு பாடம், உலகிலுள்ள எல்லா மொழிகளும் சமஸ்கிருதத்திலிருந்து வந்தவைதான் என்கிறது.[18] இந்தப் பார்வைப்படி, வேதமக்கள், ரஷ்யாவின் தெற்குப் பகுதியிலிருந்து வரவில்லை, மாறாக, கீழ்மத்திய இமயமலைப் பகுதிகளில், குறிப்பாகப் பஞ்சாபில் நினைவுதெரியாத காலத்திலிருந்து வாழ்ந்துவரும் சொந்த மக்கள்.[19] இந்த வாதத்தின் ஒரு மாறுபட்ட பாடம், முதலிரு யூகங்களில் சொல்லப்பட்டதுபோல காகசஸுக்கு பதிலாக இந்தியாவிலிருந்து பரவியதாகக் கொள்ளவில்லை,மாறாக,இந்தியாவுக்குள் வந்துசேர்ந்ததாகக் கருதுகிறது. பல மொழிகள் இந்தியாவிற்குள் வந்தன. அதனால் அவற்றின் அக்கம்பக்கத்து மொழிகளில் ஒரு குடும்ப ஒற்றுமை ஏற்பட்டது. இந்தத் தனித்தனி மொழிகளைப் பேசியவர்கள் பிறகு தங்கள் சொந்த இடங்களுக்கு ஒரு நினைவுப்பொருள்போல, மற்றவர் கள் மொழிகளின் துண்டுதுணுக்குகளை எடுத்துச் சென்றனர்.

இப்படி ஏன் நிகழ்ந்திருக்கக்கூடாது? முதலிரு யூகங்களின் மிகவெளிப் படையான இன வாதம், காலனிய அழுத்தம் ஆகியவை ஐரோப்பியர்கள் இந்தியாவுக்கு நாகரிகத்தைக் கொண்டுவந்தார்கள் என்று சொல்கின்றன. இந்தக் கோட்பாடு, "பார், நீ நாகரிகம் அடைவதற்கு முன்னாலேயே நாங்கள் இந்தியர்கள் நாகரிகம் பெற்றவர்களாக இருந்தோம்" என்கிறது. இது உண்மைதான். எங்கிருந்து வந்தார்களோ, அவர்களுக்கிடையில் என்ன உறவோ, எப்படி இருந்தபோதிலும், பிரிட்டிஷ்காரர்கள் மரத்தில் தொங்கிக் கொண்டிருந்த காலத்தில் சிந்துவெளி மக்கள் பெரிய நகரங்களைக் கட்டிக் கொண்டிருந்தார்கள், வேதமக்கள் பெரிய இலக்கியத்தைப் படைத்துக்கொண்டிருந்தார்கள். பிறகு அது சொல்கிறது: "நீ எங்களிடமிருந்து வந்தாய். வேதக்கலாச்சாரத்தைப் படைத்த மக்கள் இந்தியாவுக்குள் வரவில்லை, அவர்கள் இந்தியாவில் தொடங்கினார்கள்." ஒரு கொள்கை என்ற வகையில் ஒப்புக்கொள்ளக்கூடியதாக இருந் தாலும், இதற்கு எதிராக நிறையச் சான்றுகள் இருக்கின்றன.[20]

மொழியியல், தொல்லியல் விவாதங்கள் யாவும் ஆரியப் படையெடுப்புக் கொள்கையைவிட இதை ஏற்கமுடியாததாக ஆக்குகின்றன.[21] மேலும், இந்தியாவை விட்டு முஸ்லிம்களையும் கிறித்துவர்களையும் வெளியேற்றக் கருதுகின்ற ஒரு குறிப்பிட்ட இந்து தேசியத்தின் சுரண்டலுக்கு இந்தக் கொள்கை பயன்படுத்தப்படுகின்ற ஆபத்தும் இருக்கிறது. "நாங்கள் இங்கேதான் இருந்தோம். ரிக் வேதத்திலிருந்து மட்டுமல்ல, அதற்கும் முன்னாலிருந்தே. எப்போதுமே இது எங்களுக்குச் சொந்தமான நாடு."

நான்காவது யூகம்: வேதமக்கள் சிந்துவெளியில் வாழ்ந்தவர்கள்

"ஒரு காலத்தில், சிந்துவெளி நாகரிக மக்கள் வேதங்களை இயற்றினார்கள்." ஆக இறுதிப்படி என்னவெனில், சிந்துவெளி நாகரிகத்தைச் சேர்ந்தவர்கள் முழுவதுமோ ஒரு சிலரோ இந்தோ-ஐரோப்பிய மொழி பேசியவர்கள் என்ற யூகம். நகரங்களைக் கட்டியவர்கள்தான் வேதங்களை இயற்றினார்கள்.[22] புராண வேதகாலத்தின் இருப்பிடமே சிந்து நாகரிகம்தான்.[23] இதற்கு ஆதரவாக, சிந்து நாகரிகத்திற்கும் வேத நாகரிகத்திற்கும் ஒரு கால, இடத் தொடர்ச்சி இருக்கிறது.[24] இரண்டுமே கொஞ்சமேனும் இடங்களை கி.மு. இரண்டாயிரமாம் ஆண்டுகளில் பகிர்ந்துகொண்டன. சில கலாச் சாரக் கூறுகளும் ஒன்றாக உள்ளன. இந்தக் கோட்பாட்டின் மாறுபட்ட மற்றொரு பாடம் சொல்கிறது: (1) திராவிட, முண்டா சொற்கள் வேதங் களில் காணப்படுவதாலும் (முற்றிலும் இது உண்மை) (2) ஹரப்பா எழுத்து சமஸ்கிருதத்தின் ஒரு வடிவம் என்பதாலும் (இது முற்றிலும் உண்மையல்ல, நிச்சயமாக நிரூபிக்கப்படவில்லை, ஆனால் மதிப்புக் குரிய சில ஆய்வாளர்கள் முதலாகப் பைத்தியங்கள் வரை, "சிந்துக் கல்வெட்டுகளை இந்திய/பாரசீக/இந்தோஐரோப்பிய மதஅமைவு மற்றும் சமஸ்கிருதமொழி"[25] என்று சொல்வதாலும், (3) சி.ச.நா. சமஸ்கிருத—திராவிடக் கலாச்சாரத்தின் ஒட்டிணைப்பு, இதை உருவாக்கியவர்கள் (4) கி.மு. நாலாயிரங்கள் தொடங்கி ஐரோப்பாவிலிருந்து வடஇந்தியாவுக்கு வந்த இந்தோ ஐரோப்பிய மொழி பேசுபவர்களும் அவர்கள் ஊடாட வந்த இந்திய திராவிடமொழி பேசுபவர்களும் எனப்படுவதாலும்[26] இங்கு இது சொல்லப்படுகிறது. இந்தக் கோட்பாடு இப்போதும் ஐரோப்பாவிலிருந்து இந்தியாவுக்கு ஒரு குடிபெயர்தலை ஒப்புக்கொள்கிறது. ஆனால் அதற்கு முன்பாக திராவிடர்கள் இங்கிருந்ததை ஏற்கிறது. சிலபேர், பிற்கால இந்துமதத்தின் விதைகள் சிந்து சமவெளியிலே இருப்பதாக, மேலும் ரிக் வேதத்தில் வருணிக்கப்பட்டுள்ள மதமே அங்கிருந்ததாகக் காண்கிறார்கள். உதாரணமாக, சிந்துசமவெளியில் காணப்படும் செங்கல் தளங்கள், வேத வேள்விகள் நடத்தப் பயன்பட்டவை என்கிறார்கள்.[27] இந்த ஒட்டிணைப்பு சிலசமயங்களில் சரஸ்வதிச் சமவெளிக் கலாச்சாரம் அல்லது சிந்து - சரஸ்வதிக் கலாச்சாரம் எனப்படுகிறது. ஏனெனில் சிந்துவெளிக் குடியிருப்புகள் சரஸ்வதி நதிக்கரையில் இருந்தன (ஆனால் அந்த நதி கி.மு.1900 அளவில் உலர்ந்துபோயிற்று), ரிக் வேதமும் ஒரு சரஸ்வதி நதியைக் குறிப்பிடுகிறது.[28] ஆனால் இப்படிப்பட்ட மெதுவான ஒருவகை கலாச்சார பாதிப்பு ஏற்பட்டதாகவும், படையெடுப்பு இல்லை என்றும் வைத்துக் கொண்டாலும், ஒரே மக்கள் சிந்து நகரங்களையும் கட்டி, ரிக் வேதத்தையும் இயற்றினார்கள் என்பது சாத்தியமில்லை.

இந்த நான்காவது யூகத்திற்கு எதிரான மொழியியல், தொல்லியல் சான்றுகள் ஏறத்தாழ முடிவானவை. ரிக் வேதத்தின் களத்தில் சி.ச.நா.வின் அழிவுகளைப் பொருத்துவது மிகக் கடினமாகும்.[29] சிந்து சமவெளியின் இடங்களோ, கைவினைப்பொருள்களோ, நகர்ப்புற உத்திகளோ எவையும் ரிக் வேதத்திற்குத் தெரியாது.[30] அன்றாட வாழ்க்கையின் விஷயங்களைப் பெருமைப்படுத்தினாலும், ரிக் வேதம் வருணிக்கும் எந்தப்பொருளும் சிந்துவின் தொல்லியல் ஆய்வுகளில் இல்லை. பதித்த முத்திரைகளையோ, பெரிய நீராடும் குளத்தையோ, மெசபடோமியாவுடன் வணிகத்தையோ ரிக் வேதம் குறிப்பிடவில்லை. மனித உடலின் செதுக்கிய பதிவுகளைப் பற்றி அது ஒருபோதும் பேசியதில்லை.[31] எழுத்துகள், எழுதுதல், பதிவேடுகள், எழுத்தர்கள் போன்றவற்றிற்கு வேதத்தில் வார்த்தைகள்—கடன்வாங்கியவைகூட இல்லை.[32] சிந்துவெளி எழுத்துக்குப் பிறகு, கி.மு. மூன்றாம் நூற்றாண்டில் அசோகன் காலம்வரை எழுத்து பயன் படுத்தப்படவே இல்லை. ரிக் வேதம் விவசாயப் பொருள்களுக்குப் பயன்படுத்தும் பல சொற்கள், ஏர், உழுசால், கொழிக்கும் களம், மிகக்குறிப் பாக அரிசி போன்றவை — சமஸ்கிருதமல்லாத மொழிகளிலிருந்து வருகின்றன. ஆகவே வேதமக்கள் அவர்கள் வருவதற்கு முன்னர் இந்தியா விலிருந்த மக்களிடமிருந்துதான் விவசாயத்தைக் கற்றுக் கொண்டார்கள் என்பது தெரிகிறது. ஆனால் சிந்துவெளி மக்கள், ஏர், உரல் போன்ற வற்றைப் பெற்றிருந்தார்கள். அவற்றிற்கான சொற்களை அவர்கள் பெற்றிருந் திருக்கக் கூடும். வேதகாலத்திலும்கூடப் பலமொழிகள் பயின்றிருந்தன. ஆனால் வேதமக்கள் எப்படி கட்டடக்கலை, செங்கற்கள், காரை (எழுத்துகளை விடுங்கள்) முதலியவற்றை எப்படி மறந்திருக்கமுடியும்? விடை எளியது: அவர்களிடம் ஒருபோதும் இவை இருந்ததில்லை. மிகப் பழங்காலத்தில் குதிரைச் சேணத்தின்மீதே உறங்கியிருப்பார்கள். பஞ் சாபுக்கு வந்தபிறகு அவர்கள் மரத்திலும் வைக்கோலிலும் கட்டினார்கள். மூன்று பன்றிகள் கதையில் வருவதைப்போல, முதலிரு பன்றிகள் கட்டியதைப்போல. மூன்றாவது பன்றி செங்கற்களில் (சிந்துவெளி மக்களைப்போல) கட்டியதைப்போல ஆக்கவில்லை. ஆகவே சிந்துவெளி மக்கள் ரிக் வேதத்தை ஆக்கியிருப்பார்கள் என்பது இயலாதது. இந்தக் கொள்கையின் சவப்பெட்டிக்கு இறுதி ஆணி மொழியியலிலிருந்து வரவில்லை, விலங்குகளிடமிருந்து — குறிப்பாகக் குதிரைகளிலிருந்து வருகிறது.

சிங்கங்கள், புலிகள், காண்டாக்கள், அடடா!

விலங்குகள், பொதுவாக வலுவான குறிப்புகளை அளிக்கின்றன. காற்றுப்புகா நிரூபணங்களை அளிக்கவில்லை என்றாலும், அவை சிலசமயம் தவிர்க்கவியலாத வலியுறுத்துகின்ற ஆலோசனைகளை அளிக்கின்றன. விலங்குகளின் ஆதாரங்கள், சிந்துசமவெளி மற்றும் வேத நாகரிகங்கள் முற்றிலும் வேறுபட்டவை என்பதை உணர்த்துகின்றன. இதனால் அவை ஒன்றையொன்று காலப்போக்கில் பாதித்திருக்காது என்று அர்த்தமல்ல. ரிக் வேதம், எறும்பு, கலைமான், காட்டுப்பன்றி, மான், நரி, சிறுமான், குள்ளநரி, சிங்கம், குரங்கு, குழிமுயல், எலி, கவுதாரி, ஓநாய் ஆகிய மிருகங்களைக் குறிப்பிடுகிறது. பிற வேதங்கள், கரடி, பீவர், எல்க், பெருமுயல், பூனை, நீர்நாய் ஆகியவற்றைக் குறிப்பிடுகின்றன.[33]

ரிக் வேதம், சிங்கம் என்பதற்கு ஒரு புதிய சொல்லைக் கண்டுபிடிக்க வேண்டியிருந்தாலும் அதைக் குறிப்பிடுகிறது.[34] (மயில் என்பதற்கும் சொல்லைக் கடன்வாங்கியிருக்கிறது).[35] (சிந்துசமவெளியில் சிங்க உருவங்கள் இடம்பெற்றிருக்கலாம், இடம்பெறாமலும் இருந்திருக்கலாம். சிங்கம் அல்லது புலியைக் குறிப்பது போன்ற சிற்றுருவம் ஒன்று காணப்படுகிறது). வேதமக்கள் யானையை அறிந்திருந்தார்கள், ஆனால் அவர்களுக்கு அது ஒரு புதுமை. அதற்கு அவர்கள் ஒரு சொல்லை உருவாக்க வேண்டியிருந்தது. கையுள்ள மிருகம் (மிருகஹஸ்தி) என்று அதை அழைத்தார்கள். ஆனால் ஹரப்பா முத்திரைகளில் மிகுதியாகக் காணப்படும் புலிகள், காண்டாமிருகங்கள் பற்றி எதுவும் வேதத்தில் இல்லை. அதேபோல நிஜ அல்லது தொன்ம யூனிகார்ன்கள் பற்றியும் குறிப்பில்லை.[36] மௌனத்திலிருந்து கிடைக்கும் விலங்கியல் வாதம் (இரவில் கர்ஜிக்காத சிங்கம்) முடிவானதல்ல. (போலி எதிர்மறையை எச்சரிக்கையோடு அணுகவேண்டும். சான்று இன்மை என்பது இன்மைக்குச் சான்றல்ல.) இவை, வேதமக்கள் புலியும் யானையும் சிந்து காண்டாமிருகமும் உலவும் நிலத்திற்கு மிக வடக்கில் வாழ்ந்திருக்க வேண்டும் என்பதைக் காட்டுகின்றன. ஏனெனில் காண்டாவைப் போன்ற ஒரு விசித்திரமான மிருகத்தைக்கண்டவர்கள் உறுதியாக அதைப்பற்றிக்குறிப்பிட்டிருப்பார்கள் என்பது தவறாக்கமுடியாத யூகம்.

பேசும் குதிரைகள்

சிந்துவெளி நாகரிகம் எருதுகளை நேசித்தாலும், வேதங்கள் பசுக்களை நேசித்தாலும் கால்நடைகள் இரண்டு கலாச்சாரங்களுக்கும் பொதுவானவை. பிற பல கலாச்சாரங்களிலும் இவ்வாறிருப்பதால் இதை ஒரு பிரிக்கும் அடையாளமாகக் காண்பதில் பயன் இல்லை. ஆனால் சிந்துவெளி நாகரிகத்தினர்க்குக் குதிரை தெரியாது அல்லது அவர்கள் அதைப்பற்றிக் கவலைப்படவில்லை. வேதங்களில் இவை உரக்க, மிகுதியாகப் பேசுகின்றன. (அஸ்வினி தேவர்கள் — குதிரைத்தலை கொண்ட இரட்டையர்கள் கதையில் தொடங்கி, அவை பேசுவதாகச் சொல்லப்படுகின்றன.) இரண்டு கலாச்சாரங்களிலும், முதலில் குதிரைகளின் சாத்திய இருப்புப் பற்றியும் பிறகு அவற்றின் குறியீட்டு முக்கியத்துவம் பற்றியும் காண்போம்.

ஒருபுறம், இந்தோஐரோப்பியக் கலாச்சாரங்கள் எங்கெல்லாம் அடையாளம் காணப்பட்டனவோ, அங்கெல்லாம் குதிரைகள் பற்றிய சான்றுகளும் கிடைக்கின்றன.[37] இதனால் குதிரையற்ற ஒரு பழைய கலாச்சாரம் இந்தோ - ஐரோப்பியன் அல்லாதது என்று சொல்லிவிட முடியாது. அல்லது எங்கெல்லாம் குதிரைகள் காணப்பட்டனவோ அங்கெல்லாம் இந்தோ - ஐரோப்பிய மொழிகளைப் பேசினார்கள் என்றும் சொல்லமுடியாது.[38] பழங்காலக் குதிரைச் சமுதாயங்களில், சீனம், எகிப்து போல, இந்தோ — ஐரோப்பியக் கலாச்சாரமும் ஒன்றாக வைக்கப்படுகிறது. இன்றைய குதிரைக்கு முன்னோனாகச் சொல்லப்படும் விடியல்குதிரை அல்லது இயோஹிப்பஸ், நவீன குதிரையைவிட மிகச் சிறியது. அது ஐரோப்பாவிலும் வட அமெரிக்காவிலும் இயோசீன் காலம்

(காலத்தின் விடியல்) முதலாக — ஏறத்தாழ அறுபது முதல் நாற்பது மில்லியன் ஆண்டுகள் முன்பு இருந்து வந்தது. பல இடங்களில் குதிரை பழக்கப்படுத்தப்பட்டிருக்கலாம், அது திடீரென மத்திய ஆசியாவில் நிகழ்ந்துவிடவில்லை.

இருப்பினும், மத்திய ஆசியக் குதிரையின் பரவுதல் (பிறகு, ஏறத்தாழ கி.மு.2000 அளவில் தேர்களின் பரவுதல் — குதிரைச்சவாரியில் ஈடுபடும் முன்பே மக்கள் தேர்களை அறிந்துவைத்திருந்தார்கள்) எங்கோ இந்தோ-ஆரியமொழி பேசுபவர்கள் வரும்போதே, குதிரைகளும் சேர்ந்து வந்தன என்று பொதுவாகக் காட்டுகிறது. தொல்லியல் சான்றுகள், இந்தோ-ஐரோப்பியர்கள் இந்தியாவிற்குள் நடந்துவரவில்லை, குதிரைகளில் சவாரி செய்தோ தேர்களில் ஏறியோ வந்தார்கள் என்று சொல்கின்றன. ஏனெனில் குதிரை இந்தியாவுக்குச் சொந்தமான பிராணியல்ல.சி.ச.நா.வின் வீழ்ச்சிக்குப் பிறகு கி.மு. இரண்டாயிரத்திற்குப் பிறகுதான் குதிரைகள் வடகிழக்கு இந்தியாவில் காணப்படுகின்றன. மகாராஷ்டிரத்தில் செம்பு, இரும்பினால் செய்த கடிவாள வாய்ப்பகுதிகள் போன்ற குதிரைப் பொருள்கள் வடகிழக்கு இந்தியாவிலிருந்து வியாபாரிகள் பரவிப் பெருகியபிறகுதான் நர்மதையின் தெற்கில் கிடைக்கின்றன.³⁹ ஆனால் முதலிரு யூகங்களைப் பிடிவாதமாக எதிர்ப்பவர்களும் சி.ச.நா. வில் குதிரைகளுக்கு இடமில்லை, ஹரப்பாவின் பொருளாதாரத்தில் அவை முக்கிய இடம் வகிக்கவில்லை என்பதை ஒப்புக்கொண்டே ஆகவேண்டும்.⁴⁰ இது சி.ச.நா. மக்கள், இந்தோ — ஐரோப்பிய மொழிகளைப் பேசியவர்கள் அல்ல என்பதைக் காட்டுகிறது.⁴¹ ஆனாலும் மக்கள் சி.ச.நா. இடங்களில் குதிரைகளின் எலும்புக்கூடுகள் கிடைக்குமா என்று ஆராய்ந்தே வந்திருக்கிறார்கள். இப்போது கொஞ்சம் உறுதிப்படவே, சி.ச.நா.வில் குதிரைகளின் இருப்பு தென்படவில்லை⁴² என்றும், அல்லது மேலும் தற்காலிகமுறையில், சிந்துவெளி மக்களுக்குக் குதிரைபற்றித் தெரியாதிருக்கலாம் என்றும் தெரிவிக்கிறார்கள்.⁴³ அப்படிச் சான்றுகள் இருப்பினும் மிக அரிதாகவே இருக்கலாம் என்றும் சொல்கிறார்கள். அவ்வப்போது குதிரைகளின் எலும்புகள் போன்றவைகளை — கழுதைகள், காட்டுக்கழுதைகள் அல்லது விடியல் குதிரைகள் போன்றவற்றின் எலும்புகளைக் காட்டுவதும் விவாதத்திற்குரியதாகவே இருக்கிறது. குதிரை எலும்புகள் எளிதாகக் காணக்கிடைப்பதில்லை. சி.ச.நா.வில் எப்போதாவது மத்திய ஆசியாவிலிருந்து அல்லது மேற்காசியாவிலிருந்து ஒரு குதிரை ஓடிவந்திருக்கலாம் அல்லவா?

சி.ச.நா.வின் தீவிரமான சர்வதேச வியாபாரத்தின்போது இம்மாதிரிக் குதிரைகள் இறக்குமதி செய்யப்பட்டிருக்கலாம். இம்மாதிரி இந்தியாவில் சொந்தமாகக் குதிரைகள் இன்மை, பேரரசுகளை நாடி இங்குப் படையெடுப்பவர்களின் எண்ணத்தில் அதன் பலவீனமாகவே தென்பட்டிருக்கிறது.⁴⁵ பஞ்சாபில் வெளிநாட்டவர்கள் குடியேறியபிறகு குதிரைகள்மீது இந்திய அன்பு பெருகியது, இது இந்தியாவிற்கு வடக்கிலுள்ள பிரதேசங்களில் இந்தோ-ஐரோப்பியர்களின் அனுபவங்கள் உருவாக்கிய நேசமாகலாம். இதற்குச் சவாலாக இந்தியத் துணைக்கண்டத்தில் குதிரைகள் செழிப்பதில்லை, ஆகவே அவற்றைக் காலத்துக்குக் காலம்

இறக்குமதி செய்தே தீரவேண்டியிருந்தது என்ற உண்மை இருக்கிறது. குதிரைகளை இறக்குமதி செய்ததற்கான சான்றுகளை முதல் யூகத்திற்கு ஆதரவாக, குறைந்தபட்சம் மூன்றாவது நான்காவது யூகங்களை எதிர்க்கப் பயன்படுத்தலாம்—அதாவது சி.ச.நா.வில் சொந்தமாகக் குதிரைகள் கிடையாது, எனவே அவர்கள் இந்தோ-ஐரோப்பியமொழி பேசுபவர்களாக இருந்திருக்க இயலாது. எனவே மிகப்பழைய இந்து நூலான ரிக் வேதத்தின், ஒரு குதிரைத்தனமான நூலின் ஆக்கத்தில் அவர்களுக்குப் பங்கிருக்க முடியாது. ஆனால் இச்சமயத்தில் குதிரைகள் வியாபாரப் பொருளாக இருந்தன என்பது, இந்தோ - ஆரியர்கள் இந்தியாவுக்குக் குதிரைமீது படையெடுத்துவந்தார்கள் (முதல் யூகம்) என்பதை ஆதரிப்பதற்கு மாறாக அதைக் கீழறுக்கவே பயன்படும். ஏனெனில், வேதமக்களும் குதிரையில் ஏறிவருவதற்கு பதிலாக அவற்றை இறக்குமதி செய்தார்கள் என்று வாதிடலாம். இந்தோ—ஆரியர்கள் இந்தியாவில் தொடங்கி காஸ்பியன் கடலுக்கும் கருங்கடலுக்கும் சென்று அங்குக் குதிரைகளைப் பழக்கினார்கள் என்றும், பிறகு குதிரைகளைப் பழக்கும் கலையையும் ஆட்களையும் தங்கள் சொந்த நாடான இந்தியாவுக்கு அனுப்பினார்கள் என்றும், இப்படித்தான் வேதத்தில் குதிரைகள் இடம்பெற்றன என்றும்கூட வாதிட முடியும்.[46] இந்தக் கற்பனையின்படி, இந்தோ - ஐரோப்பியர்கள் இந்தியாவிற்குக் குடிபுகவில்லை, குதிரைகள்தான் வந்துசேர்ந்தன. மக்களையும் குதிரைகளையும் பிரிப்பதன்வாயிலாக, மக்கள் முன்னால் வந்தார்கள், யாரோ குதிரைகளைப் பழக்கிய பிறகுதான் காக்கஸஸிலிருந்து குதிரைகளை இறக்குமதி செய்ய ஆரம்பித்தார்கள்[47] என்று சொன்னாலும், மூன்றாவது யூகத்திற்கென (இந்தோ - ஐரோப்பியர்கள் இந்தியாவிற்குச் சொந்தமானவர்கள்). நான்காவது யூகத்திற்குக் கூட (இந்தோ - ஐரோப்பியர்கள் சி.ச.நா.வில் இருந்தவர்கள்) ஆதரவாக ஒருவர் வாதிடலாம். நிஜமான குதிரைகள் பற்றிய சந்தேகத்திற்கிடமான தொல்லியல் பதிவுகளைப் பற்றி இவ்வளவுதான். கற்பனையில் குதிரைகளைக் கலாச்சாரத்தில் பயன்படுத்துவது என்பது நான்காம் யூகத்திற்கு மிகக்கடுமையான வாதத்தை வைக்கிறது.

நிஜக்குதிரைகள் போல, பேசும் குதிரைகள் இந்தோ - ஐரோப்பியத்தனமானவை. ஆனால் அதற்கு மட்டுமே சொந்தமல்ல. இந்தோ - ஐரோப்பியர்கள் போலவே துருக்கிய மக்களிடையிலும் வீரர்களுக்கும் குதிரைகளுக்கும் இடையில் மிகநெருக்கமான உறவு இருந்திருக்கிறது.[48] குதிரைகளுக்குப் பயன்படுத்தப்படும் அடைமொழிகள், பண்புகள் பற்றிய பொதுச்சொற்கள் இந்தோ-ஐரோப்பியன் போலவே மத்திய ஆசியாவின் துருக்கிய மக்களிடையிலும் காணப்படுவது இரண்டிற்கும் பொதுவான மூலக் கலாச்சாரம் ஒன்று பழங்காலத்தில் இருந்தது எனக் காட்டுகிறது.[49] கி.மு. பதிநான்காம் நூற்றாண்டைச்சேர்ந்த, குதிரைகளைப் பழக்குவது பற்றிய ஹிட்டைட் பனுவல் இந்தோ-ஐரோப்பியச் சொற்களைப் பயன்படுத்துகிறது. ரிக் வேதச் செய்யுட்களில் குதிரைகள் நேசமிக்க, நுட்பமான, இரத்தக்களறியான விவரங்களில் எங்கும் காணப்படுகின்றன. வேதமக்கள் குதிரைகளை வைத்திருந்தது மட்டுமல்ல, அவற்றின்மீது பைத்தியமாகவும் இருந்தார்கள்.

ஆனால் பிற விலங்குகளைக் கொண்டாடும் சி.ச.நா.வில் குதிரைகள் இடம்பெறவே இல்லை. சி.ச.நா. மக்கள், விலங்குகள்மீது பைத்தியமாக இருந்தார்கள், ஆனால் குதிரை மீது அல்ல. எனவே மிக அரிதாக ஓரிரு இடங்களில் களிமண் குதிரை உருவங்கள் சி.ச.நா.வில் காணப்பட்டாலும், அவை அயல்நாட்டவர் வருகை அல்லது இறக்குமதியையே குறிப்பதாகக் கொள்ளலாம், ஏனெனில் குதிரைகளை இறக்குமதி செய்வதற்குப் பதிலாகக் குதிரை உருவங்களை எங்கிருந்தாவது காப்பியடித்திருக்கலாம். ஆகவே இந்த உருவங்களை எப்படிநோக்கினாலும் சான்றுகளாகக் கொள்ளவழியில்லை. ஆனால் மிக வலுவாக, ரிக் வேதத்தின் மைய விலங்கான குதிரை, ஹரப்பா முத்திரைகளில் காணப்படவே இல்லை,[50] அவை சடங்குச் சார்பாகவோ குறியீட்டுமுறையிலோ சி.ச.நா. வுக்கு முக்கியமாக இல்லை.[51] இம்மாதிரி விஷயங்கள், மறுப்பதற்கான அறை கூவலாகவே உள்ளன. அண்மையில் சிந்து முத்திரை ஒன்றின்மீது குதிரை உருவம் காணப்பட்டது என்றார்கள்.[52] ஆனால் உடனே, அந்த முத்திரை தலைகீழாக உள்ளது, அந்த விலங்கு குதிரையே அல்ல, அது அவ்விதம் ஜோடிக்கப்பட்டது, அந்த முத்திரை ஒரு ஒற்றைக்கொம்பு எருது - குதிரைபோலத் தோற்றமளிக்குமாறு ஆக்கப்பட்டது என்பது தெரியவந்தது. அதாவது நிஜமான ஒரு ஒற்றைக்கொம்புப் பிராணி, தொன்மக் குதிரைபோல ஆக்கப்படுகிறது.[53] ஐரோப்பாவில், மக்கள் குதிரைமீது ஒற்றைக்கொம்பைக் கட்டியோ, படத்தின்மீது வரைந்தோ யூனிகார்ன் ஆக்கினார்கள். இந்தியாவில் இதற்கு மாறாக, யூனிகார்ன்கள் நிஜமானவை, குதிரைகள் இல்லாதவை.

சி.ச.நா.வில் குதிரை உருவங்கள் இன்மை, அவர்களிடம் குதிரைகளே இல்லை என்பதைக் காட்டாது. பசுக்களையும் அவர்கள் வைத்திருந்தார்கள், ஆனால் முத்திரைகளில் பதிக்க முன்வரவில்லை. அதுபோலக் குதிரைகளையும் அவர்கள் முத்திரைகளில் பதிக்கத் தகுதியானவை என்று கருதாமல் இருந்தனர் போலும். மௌனத்திலிருந்து வரும் வாதங்கள், போலிஎதிர்மறைகளாகும். ஆனால் இந்தக் குறிப்பிட்ட வாதத்திற்கு மிக அரிதாகக் காணப்படும் முத்திரைகளை வைத்துக் குதிரைகள் போன்றவை இருந்தன என்று சொல்லலாம். ஆகவே குதிரைப் படிமங்கள் இன்மை முதல் மூன்று யூகங்களையும் நிரூபிக்கவோ புறக்கணிக்கவோ இல்லை. ஆனால் அது நான்காம் யூகம் தவறென வலுவாகக் காட்டுகிறது. காரணம், குதிரைவிரும்பிகளான வேதமக்கள் தங்கள் முத்திரைகளில் குதிரைகளைத் தவிர்த்திருப்பார்கள் என்பது ஏற்க முடியாதது.

ஆக, குதிரைகள், சிந்து/வேதப் புதிருக்கு விடையளிக்கவே செய்கின்றன. சிந்துக் குதிரை எதுவும் இரவில் கனைத்ததில்லை. வேதங்களில் குதிரை எவ்வளவு முக்கியமானது என்பது தெரிந்த நமக்கு சிந்துசமவெளி நாகரிகத்தில் வேதம் எவ்விதத்திலும் உட் புகவில்லை என்பதும், அதேபோல வேதநாகரிகத்தில் சிந்துசமவெளி எவ்விதத்திலும் உட்புகவில்லை என்பதும் தெளிவாகிறது. இதனால் சி.ச.நா. எவ்விதத்திலும் பிற்கால இந்துமத உருவாக்கத்திற்குப் பங்களிக்கவில்லை என்று அர்த்தமல்ல.

மாற்று விடை: கலந்தொன்றாதலும், பலவித மூலங்களிலிருந்து உருவாதலும்

ஆகவே இந்த இரு மக்களினுடைய உருவாக்கம்தான் வேதங்களும், ஹரப்பாவும் என்று கூறமுடியாது.[54] ஆனால் பிற்கால இந்துமதம், இவை யிரண்டிலிருந்தும் உருவானது, வேதச்சொற்களும், சிந்துப் படிமங்களும் இணைந்த, பிற கலாச்சாரங்களிலிருந்தும் பண்புகளை ஏற்றுக்கொண்ட கலாச்சாரச் சேர்க்கை என்று அதைச் சொல்லலாம். சில பகுதிகளில் இந்தச் சேர்க்கை, கலந்தொன்றாதலாக, உருகியிணைதலாக, ஒரு உருக்குப் பானையாக, ஒட்டுச்சேர்க்கையாக இருந்தது. மற்றப்பகுதிகளில் அந்தந்தக் கூறுகள் தங்கள் மூல உருவத்தை வைத்துக்கொண்டன, ஒரு பழக்கலவைபோல, பன்மைத்தனமாக இயங்கின. வேதங்கள் சிந்துவெளி நகரங்களில் உருவாக்கப்பட்டன என்று சொல்வதற்கு முற்றிலும் இது மாறானது. ஆனால் மொழிகளும் கலாச்சாரங்களும் வேறுபட்டாலும், இந்த இரு கலாச்சாரங்களையும் சேர்ந்த மக்கள் சந்தித்திருக்கவேண்டும். இந்தியாவில் வேதமக்கள் வருமுன்பு, அல்லது வேதஉலகத்திற்கு அப்பாலிருந்து எழுந்த சிந்தனைகள் அவர்கள் வந்தபின்பு வடிகட்டப்பட்டு, வேத, வேதத்திற்குப் பிற்பட்ட சமஸ்கிரு இலக்கியங்களில் சேர்ந்திருக்கவேண்டும்.[55] (இந்தச் சிந்தனைகள் சி.ச.நா.விலிருந்து மட்டுமல்ல, இந்தியாவின் ஆதிவாசிகள், முண்டாமொழி பேசுபவர்கள், திராவிட மொழி பேசுபவர்களிடமிருந்தும் வந்திருக்கலாம். இவர்களின் வார்த்தைகள் ரிக் வேதத்தில் ஏற்கெனவே சேர்ந்துவிட்டன என்பது இங்குத் தேவையற்ற ஒரு கதை.) வேதங்களை இயற்றிய கவிஞர்களின் வாரிசுகளுக்கு சிந்து நகரங்களைச் சேர்ந்தவர்கள் தங்கள் கலாச்சாரத்தைக் கற்பித்திருக்கலாம். ஹரப்பா மக்கள் தெற்கே சென்றிருக்கலாம், ஆகவே அங்கு எழுந்த இந்துமதத்தில் அவர்களுடைய கலாச்சாரம் அதில் சேர்ந்திருக்கலாம்.[56] வேதத்திற்கு முற்பட்ட இந்தோ-ஐரோப்பிய நாகரிகத்தின் சில கூறுகள், சிந்துவெளியின் கடைசி மக்களால் ஏற்றுக்கொள்ளப்பட்டிருக்கலாம். சிந்து நாகரிகத்தின் சில கூறுகளை வேதத்திற்குப் பிற்பட்ட இலக்கியகால மக்கள் ஏற்றவாறு கொண்டிருக்கலாம். இவை எல்லாவற்றின் சேர்க்கைகளும் ஏற்பட்டி ருக்கும் என்று தோன்றுகிறது.

இந்தக் கலந்தொன்றாதலின் நல்ல உதாரணம் செங்கற்கள். ரிக் வேதத்தை இயற்றியவர்களுக்குச் செங்கற்கள் பற்றித் தெரியாது. அவர்கள் சடங்குகளுக்குச் சிறிய மண்பீடங்கள் போதும், பெரிய செங்கல்மேடைகள் தேவையில்லை. ஆனால் பின்னர், ஏறத்தாழ கி.மு. 600 அளவில் வேதமக்கள் கங்கைச் சமவெளிக்கு வந்தபோது, அவர்கள் சடங்குகளும் மிகவிரிவு பெற்றபோது, செங்கல் பலிபீடங்களைக் கட்டத்தொடங்கினார்கள். யாகம்செய்பவரின் உயரத்தின் பின்னமாக அச்செங்கற்களின் அளவு இருந்தது. இதைக் கணக்கிட ஒருவிதச் சிக்கலான ஜியோமிதியும் உருவாயிற்று.[57] சிந்து மக்களுக்கு மிகத் துல்லியமாகச் சீரமைத்த, விகிதாசார அளவில் செங்கற்களின் அளவைக் கணக்கிடத் தெரியும். எனவே செங்கற்களின் பயன்பாடும், கணக்கிடு முறைகளும் ஹரப்பாவின் மரபிலிருந்துதான் வந்திருக்கவேண்டும். ரிக் வேதகாலத்தை ஒதுக்கி, அது பிறகு மறுபடி எழுந்தது.[58] மேலும் சூரியனால் சுடப்பட்ட செங்கற்கள் அல்ல, சூளைகளில்

சுடப்பட்ட செங்கற்கள் கி.மு.வின் கடைசி நூற்றாண்டுகளில்தான் மறுபடி பயன்படுத்தப்பட்டன[59] என்பதையும் நினைவில் வைக்கவேண்டும். இந்தச் செங்கல்செய்முறை மிக நீண்ட காலம் உறக்கத்தில் இருந்துள்ளது, ஆனால் பிற சிந்தனைகள் முன்பே கடத்தப்பட்டிருக்கலாம்.

வேதமக்கள், இந்தியாவில் தங்கள் பூர்வகதையைச் சொன்னாலும், அவர்கள் சந்ததிகள் கதைகளைத் தங்கள் கட்டுப்பாட்டில் வெகுநீண்ட காலம் வைத்திருந்தார்கள். பெரும்பாலான இந்துக்கள் என்ன எழுதினார்கள், பேசினார்கள் என்பது நமக்கு மகாபாரதத்திலிருந்து கிடைக்கிறதே ஒழிய வேதத்திலிருந்து அல்ல. இந்துமதத்தின் சர்வப் பிரதித்துவம், சர்வநடைமுறைத்தன்மை காரணமாக, எவ்விதம் நடு ஆசியா தான் மோதுகின்ற ஆப்பிரிக்க கண்டம் வந்துசேர்ந்த அடித் தளமாகக் கருதப்பட்டதோ, அதுபோலவே வேதகாலம் முதலாகவே ஒரு பனுவல் அல்லது சடங்கு மற்றொன்றின்மீது எழுப்பப்படுவது நிகழ்ந்தபோதும், ஆய்வாளர்கள் வேதம்தான் எல்லாவற்றுக்கும் அடித் தளம், அதனோடு மற்ற விஷயங்கள் வரலாற்றினூடே இணைந்தன என்று கருதிவிட்டார்கள். மேலும் பனுவல்மரபில், ஏற்றுக்கொண்ட வடிவத்தில்தான் மனப்பாடத்தின் வாயிலாகச் சிந்தனைகள் பாது காக்கப்படுகின்றன. ஆனால் சிந்தனைகளின் நோக்கிலிருந்து இது நேர் எதிரானது; வேதங்கள்தான் புதிதாக வந்தவை, ஆப்பிரிக்காவின் தீவு ஏற்கெனவே உள்ள கண்டத்தில் மோதுவதுபோல. வேதங்களுக்கு முந்தி யிருந்த அடித்தளத்தில் சிந்துசமவெளியும், வேறு பலவும், குறிப்பாக முன்னிருந்த வேதமற்ற கலாச்சாரங்களும் இருந்திருக்கவேண்டும். வேதமற்றவைதான் இந்துமதத்தின் ஆதியும் மூலமும் ஆகும். புதிய சிந்தனைகள், புதிய கதைகள், புதிய நடைமுறைகள் வேதத்திற்கு முந்திய உலகில்தான் எழுந்தன, அவை சமஸ்கிருத உலகத்திற்குள் புகுந்தன, பிறகு அதைவிட்டு, இந்தியாவின் பிரதேச மொழிகளில் இரண்டாவது, மூன்றாவது, அல்லது நான்காவது வாழ்க்கையை (வழக்கை)ப் பெற்றன. இந்தப் புதிய கதைகளும் நடைமுறைகளும் சமஸ்கிருதப் பெரிய பனுவல்களின் கதைப்பின்னல்களின் இடைவெளிகள் ஊடே பொருந்தின. தங்கள் பயணங்களில் பார்த்த இடங்களைப் பற்றியோ வேறு ஒழுக்க விஷயங்களைப் பற்றியோ முதன்மை மாந்தரின் கேள்விகளுக்கு விடையாகவோ வேறு காரணங்களுக்காகவோ சொல்வதாக இக் கதைகள் பொருந்தின. வேதத்திற்கு முந்திவை அல்லது வேதமற்றவை என்பவை ஒன்றல்ல, பல விஷயங்கள். சுருக்கமாக, வரலாற்றில் வருகின்ற காலவரிசையை வைத்து, குறைந்தது ஐந்து கலாச்சாரங்களை நாம் காட்டமுடியும். (1) இந்தியாவின் கற்காலக் கலாச்சாரங்கள் — இவை சிந்துவெளிக்கும் முந்தியவை, பிறகு வந்த எல்லாக் கலாச்சாரங்களும் கட்டப்படுவதற்குரிய அடித்தளமாக அமைபவை இவைதான். (2) ஏதோ ஓரிடத்தில், காலத்திலும், தொல்லியலிலும் பொருத்தப்பட இயலாமல் ஊடே வருபவர்கள் ஆதிவாசிகள். இவர்கள் பலமொழிகளைப் பேசிய வர்கள், இந்துமதத்தின் பலவேறு இழைகளுக்குப் பல வேறு சொற் களையும் நடைமுறைகளையும் அளித்து உதவியவர்கள். இவர்களில் பலரும் சி.ச.நா.வுக்கு முன்னரே இருந்தார்கள், அதன் பகுதியாகவும் ஆகியிருக்கலாம். ஆனால் அவர்களில் பலரும் இந்துமதத்திற்குள் ஏற்றுக்

கொள்ளப்படவே இல்லை. (3) பிறகு சிந்துசமவெளி நாகரிகம். (4) அதற்கு முந்திய, அதனோடு இருந்த, அதன்பிறகும் தொடர்ந்த நாட்டுப்புற மரபுகள் (5) கடைசியாக, வேதமக்களின் கலாச்சாரம். வழியில், பிறமொழிக் குழுவினரும் (6) தமிழும் பிற திராவிட மொழி பேசியவர்களின் கலாச்சாரம்.[60] இவர்கள் சி.ச.நா.வின் பகுதியாக இருந்திருக்கலாம், இல்லாமலும் இருந்திருக்கலாம், புதிரில் சேர்ந்த புதிய துண்டுகள்.

எல்லாக் கலாச்சாரங்களையும் போலவே இந்துமதத்தையும் ஒரு ப்ரிகோலியர் - ஒக்கச் செய்பவனுக்கு உருவகமாகச் சொல்லலாம். இவன் பிற பொருள்களின் உடைசல்களிலிருந்து புதிய பொருள்களை உருவாக்குபவன். முதலில் பிரிட்டிஷ்காரர்களும் மொகஞ்சோதரோவின் கற்களை இரயில்வேயின் அடிக்கற்களாகப் பயன்படுத்தினார்கள், பிறகு, அந்தக் கற்களின் மதிப்பைத் தெரிந்துகொண்டார்கள், என்றாலும் ஒரு பௌத்த ஸ்தூபி அங்குச் சில அழிவுகளின்மீது நிற்கிறது என்பவை நமக்குத் தெரியும். இப்படித்தான் இந்துக்களும் தங்கள் கோயில்களை பௌத்தத் தூண்களின் மீதும், பிற இந்துக் கோயில்கள் மீதும் கட்டினார்கள். பிறகு முஸ்லிம்கள் தங்கள் மசூதிகளை இந்துக்கோயில்கள்மீது கட்டினார்கள். பெரும்பாலும் பழைய கற்களையே அவர்கள் பயன்படுத்தினார்கள், புதிய மொந்தையில் பழைய கள். அழித்தெழுதிய கட்டடக் கலை. சிந்தனைகள், பொருள்கள் களத்தில், ஒரு மதம், மற்றொன்றின் சொல் அல்லது படிமத்தை அப்படியே மாற்றமின்றி ஏற்றுக்கொள்ளும். இங்குப் பதிப்புரிமைகள் கிடையாது. எல்லாமே எல்லாருக்கும் பொதுவானவை. இந்துக்களோ, தொடக்கக் கீழையியலாளர்களோ அழுக்கு, இடம்தவறியது, தாறுமாறானது, கீழான அந்தஸ்துடையது என்று கருதியது அல்ல இது. எல்லாக் கலாச்சாரங்களிலும் மரபுகளிலும், தவிர்க்கவியலாத காரணியாக உள்ள பல்வேறு இழைகள் ஊடும்பாவுமாக இணைதல், ஆகவே சிறந்த ஒன்று.

பரஸ்பரப் படைப்பு

இந்துமதத்தின் வேத, வேதமற்ற கூறுகளின் பரஸ்பரத் தொடர்புகளைக் குறிக்கும் ஒரு நல்ல உருவகமாக இந்த இயல் தொடங்கியபோது காட்டப்பட்ட தொன்மம், விஷ்ணுவும் பிரம்மாவும் ஒருவரை ஒருவர் உண்டாக்குகிறார்கள் என்பதில் உள்ளது. ஒவ்வொருவரும் மற்றவர்க்குச் சொல்கிறார்: "நீ என்னிலிருந்து பிறந்தாய்." இருவருமே சரிதான். அடுத்த கடவுளின் வயிற்றுக்குள் (தானும் அந்த அடுத்த கடவுளும் உட்பட) எல்லா உலகங்களையும் அங்கு வசிப்பவர்களையும் ஒவ்வொருவரும் காண்கிறார். ஒவ்வொருவரும் தான்தான் படைத்தவர் என்கிறார், ஆனால் அடுத்த படைப்பவரை அவர் உள்வைத்திருக்கிறார். இதன் பழைய பாடங்களில் ஒருவர் மற்றவரைத் தாத்தா என்று அழைக்கிறார். (இதை டோனிகர் இருவழிச் சொல், அதாவது வயதானவரும் இளையவரை அழைக்கக்கூடிய சொல் என்கிறார்.)

விஷ்ணு - பிரம்மா கதை, ஒரு முடிவுநிலையில் வைக்கப்பட்டுள்ளது. பிரபஞ்சம் ஒரு பெரிய கடலாக மாற்றப்பட்டு (அழிவு), அடுத்த புதிய படைப்புக்குத் தயாராக வேண்டிய நிலை இது. இதுவும் அடுத்து ஓர்

அழிவுக்குள்ளாகும், பிறகு புதிய படைப்பு உருவாகும். இவ்விதமே எல்லையற்றுச் செல்லும் பரஸ்பரப் படைப்புகள். இதுபோலவே இந்து மதத்தின் வரலாறு முழுவதும், வேத, வேதமற்ற கலாச்சாரங்கள் ஒன்றை யொன்று படைத்து, ஒரேமாதிரியாக மாறுகின்றன. அதன் வரலாறு முழுவதும் இருந்து வந்திருக்கும் பல நெருக்கடிகளுக்கும், அதேசமயம் அதன் அசாதாரணப் பன்முகத் தன்மைக்கும் இதுவே காரணம்.

அடிக்குறிப்பு:

1. Kurma Purana 1.9.
2. Sir William Jones, "On the Gods of Greece, Italy, and India."
3. West, Indo-European Poetry and Myth, 388.
4. Ibid., 386.
5. Ibid., 1.
6. Lincoln, "The Indo-European Cattle-Raiding Myth," 24; also Priests, Warriors and Cattle.
7. West, Indo-European Poetry and Myth, 191.
8. Ibid., 2.
9. Ibid., 9 and 10.
10. Ibid., 2.
11. But cf. Bryant, The Quest, 60-62.
12. Witzel, "Rgvedic History," 325.
13. Thapar, Early India, 86-88.
14. Ibid.
15. West, Indo-European Poetry, 388.
16. Thapar, Early India, 89.
17. West, Indo-European Poetry, 447.
18. Witzel, "Indocentrism," 347.
19. Klostermaier, Hinduism, 38.
20. Thapar, Early India, 86-87.
21. West, Indo-European Poetry; Witzel, "Indocentrism."
22. Knott, Hinduism, 7, and Flood, Introduction, 31, report, but do not endorse, the theory.
23. Hasenpflug ("a retired German defense ministry linguist"), The Inscriptions of the Indus Civilization.
24. Klostermaier, Hinduism, 36.
25. Hasenpflug, The Inscriptions of the Indus Civilization.
26. Subhash C. Kak, cited by Klostermaier, Hinduism, 38.
27. David Frawley, cited in ibid.
28. Klostermaier, Hinduism, 36.
29. Bryant, The Quest, 195.
30. Thapar, Early India, 110.

31. Ibid., 109.
32. Keay, India, 25.
33. Elst, "Linguistic Aspects," 260 and 262.
34. Ibid., 260.
35. Keay, India, 24.
36. Thapar, Early India, 109, 113.
37. Flood, Introduction, 34.
38. Bryant, The Quest, 15, 120.
39. Thapar, Early India, 85, 88, 92, 95-96, 107.
40. B. B. Lal, cited by Bryant, The Quest, 173.
41. Aasko Parpola, cited by Flood, Introduction, 34.
42. Flood, Introduction, 34.
43. Keay, India, 25.
44. Bryant, The Quest, 119-20, 174, 228.
45. Keay, India, 25.
46. Elst, cited by Bryant, The Quest, 119.
47. Bryant, The Quest, 116.
48. West, Indo-European Poetry, 467
49. Ibid., 465.
50. Thapar, Early India, 109; Flood 34.
51. Thapar, Early India, 85.
52. Jha and Rajaram, The Deciphered Indus Script.
53. Witzel and Farmer, "Horseplay in Harappa," Frontline, October 13, 2000.
54. Subhash C. Kak, cited by Klostermaier, Hinduism, 38
55. Flood, Introduction, 31.
56. Klostermaier, Hinduism, 39.
57. Staal, Agni.
58. Thapar, Early India, 130.
59. Keay, India, 5.
60. Klostermaier, Hinduism, 31.

இயல்: 5

ரிக் வேதத்தில் மனிதர்கள், விலங்குகள், கடவுளர்கள்
கி.மு. 1500 – கி.மு. 1000

காலவரிசை (எல்லா ஆண்டுகளும் கிறித்துவுக்கு முன்னரே)

ஏ. 1700 - 1500 பஞ்சாப் பகுதியிலிருந்த நாடோடிகள் ரிக் வேதத்தை இயற்றுகிறார்கள்.

ஏ. 1200 - 900 வேதமக்கள் யஜுர் வேதம், சாமவேதம், அதர்வ வேதத்தை இயற்றுகிறார்கள்.

பல்வேறு தொழில்கள்

நம் சிந்தனைகள் பல்வேறு தொழில்களுக்கு, மக்களைப் பிரிக்கின்றன;

தச்சன் எது உடைந்திருக்கிறது என்று பார்க்கிறான்.

மருத்துவன் எலும்பு முறிவை;

பிராமணப் பூசாரி, சோமச்செடியை இடிப்பவனை.

நான் ஒரு கவிஞன்; என் தந்தை மருத்துவன்.

தாய் அரைவைக் கல்லை வைத்திருக்கும் அரைவைக்காரி.

பல்வேறு சிந்தனைகளுடன் நாம் அனைவரும் செல்வத்தைத் தேடுகிறோம்.

மந்தைகள்போல் அதன் பின்னால் ஓடுகிறோம்.

- ரிக் வேதம் - 9.112, ஏ.கி.மு.1500

இந்த இயலில் நாம் பஞ்சாபில் ஏறத்தாழ கி.மு.1500 அளவில் வாழ்ந்து, வேதங்கள் எனப்படும் பனுவல்களை இயற்றிய மக்களைச் சந்திக்கப் போகிறோம்.வேதகாலவேள்வியில் பசுக்கள்,குதிரைகள் பலியிடப்பட்டதில் உட்பொதிந்துள்ள வன்முறையை நாம் எதிர்கொள்வோம். அந்தச் சடங்கு - வன்முறையை, அதை வெளியிடுகின்ற, ஆதரிக்கின்ற, அதற்குத் தேவைப்படுகின்ற சமூகவன்முறைக்குள் வைத்துநோக்குவோம். அதற்குத் தேவை, பிற மக்களுடைய கால்நடைகள், குதிரைகளைத் திருடுதல்.

பிறகு வேதங்களின் சமூகஉலகைக் கருதுவோம். முதலில் பிராமணர் களுக்கும் க்ஷத்திரியர்களுக்கும் இடையிலிருந்த பதற்ற நிலையையும், பிறகு நான்காம் வர்ணமாகிய சூத்திரர்களின் தனியான நிலையையும் பார்ப்போம். பிறகு பிற விளிம்புநிலை மக்கள், கடைசியாகப் பெண்கள். போதைப்பொருள், மது போன்றவற்றில் ஈடுபடும் எல்லா வர்ண மக்களும் விளிம்புநிலையில் வைக்கப்பட்டார்கள் என்றாலும், சோமபானத்தை அருந்தி வெறிகொள்ளுதல் உயர்கடவுளர்க்கும் பிராமணர்களுக்கும் உரியதாக இருந்தது.

மக்களிடமிருந்து கடவுளர்க்குத்திரும்பினால்,வேதகாலக்கடவுளர்களின் பன்மைத் தன்மை, பெருக்கம் ஆகியவையும், படைப்புப் பற்றி அக்காலத் திறந்த மனப்பான்மையும் கண்ணில்படுகின்றன. பிராமணர்களுக்கும் க்ஷத்திரியர்களுக்கும் தெய்விக ஒப்புமைகளும் உண்டு. அக்னி என்பவன் பிராமணக் கடவுள். வருணனும் இந்திரனும் க்ஷத்திரியக் கடவுளர்கள். இறுதியாக சாவு, மறுபிறப்புப் பற்றிய கருத்துகளோடு முடிக்கலாம். இவை படைப்புத் தொன்மம் போன்றே ஒருவிதத்தில் பன்மைத்தன்மை, யூகத் திறந்த மனப்பான்மை ஆகியவற்றைக் காட்டுகின்றன, மறுபுறம், வரப்போகும் நூற்றாண்டுகளில் இந்துக்களுக்குள்ளாக முக்கிய சமூக இழுவிசையை உண்டுபண்ணும் காட்சியை அமைக்கப்போகின்றன.

ரிக் வேதத்தின் பரவல்

இதுவரை நாம் ரிக் வேதத்தை இயற்றிய மக்களின் பூர்விக வரலாறு பற்றிய பிரச்சினையைக் கொஞ்சம் ஆராய்ந்தோம். ஏறத்தாழ கி.மு.1500 அளவில், எப்படிப் பார்த்தாலும் கி.மு. இரண்டாயிரமாம் ஆண்டுகளின் பின்னரே இவர்கள் இப்போது பஞ்சாப் எனப்படும் பகுதிக்கு வந்தார்கள் (இப்போது இந்தியாவின் வடமேற்குப் பகுதியிலும், பாகிஸ்தானிலும் உள்ளது). ஏழுநதிகள் இருந்த பகுதியில் — சப்த சிந்து — வாழ்ந்தார்கள். சப்த சிந்து என்பன சிந்து, அதன் உபநதிகள் ஐந்து, சரஸ்வதி. சிந்துசமவெளி மக்கள் கட்டிய உலகின் எச்சமிச்சங்களை நம்மால் பார்க்கமுடிகிறது, ஆனால் வேதமக்களின்

உலகம் நமக்குத் தென்படவில்லை. திரை வெறுமையாகவே இருக்கிறது. வேதமக்கள் நகரங்களையோ, கோவில்களையோ, எவ்வித எச்சங்களையோ விட்டுவைக்கவில்லை. கட்டடம் கட்டும் காரை என்பதற்கான சொல்லை அவர்கள் கடன்பெற வேண்டியிருந்தது.[2] யாகங்களுக்கு சதுரமான, தட்டையான மண் பலிபீடங்களைத் தவிர அவர்களிடம் ஒன்றுமில்லை.[3] வீடுகள் எனில் மரச் சட்டங்களும் கோரையும் வைக்கோலும் வேய்ந்த (பிறகு மண்) சுவர்களும் மூங்கில் கழிகள் குறுக்குச்சட்டமிட்ட வேய்ந்த கூரைகளும் தவிர வேறொன்றுமில்லை. இவை எதுவும் நிற்கவில்லை.

ஆனால் நமது ஒலி ஏற்பு பெரும்பாலும் மிகத் தெளிவாகவும் உரக்கவும் உள்ளது. பஞ்சாபிலிருந்த இந்த நாடோடிகள் சமஸ்கிருதத்தின் ஆதிவடிவத்தில் கவிதைகள் இயற்றினார்கள். பழைய தொகுப்பு, ரிக் வேதம் (செய்யுட்களின் அறிவு). வேதச் சொற்களை நாம் கேட்கவும் அவ்வப்போது அறிந்துகொள்ளவும் முடிகிறது. எவ்வளவோ காலம் முன்னால் பேசப்பட்ட இவை நிரூபணங்களல்ல, குறிப்புகள்தான். எல்லா முற்சாய்வுகளையும் கொண்ட விளக்கம் ஒவ்வொரு இடத்திலும தன் அசிங்கமான முகத்தைக் காட்டுகிறது. வேதப்பனுவல்களில் சமூக, பொருளியல் உலகு நன்கு சித்திரிக்கப்பட்டுள்ளது. எவ்விதப் பனுவல்கள் இவை?

ரிக் வேதத்தில் 1028 செய்யுள்கள் உள்ளன. மந்திரங்கள் என்று இவை சொல்லப்படுகின்றன. பத்து மண்டலங்களாகப் பிரிக்கப்பட்டுள்ளன. முதல் புத்தகமும் கடைசிப் புத்தகமும் பின்னர் சேர்க்கப்பட்டவை என்று பொதுவாக ஒப்புக்கொள்ளப்படுகிறது. இந்தச் செய்யுட்களை மந்திரமாக இசைக்கவும் (சாமவேதம் - பாட்டுகளின் அறிவு) உரைநடைப் பகுதிகளைச் சடங்குகளுக்காகப் பயன்படுத்தவும் (யஜுர் வேதம் - யாகங்கள் பற்றிய அறிவு) பிரித்திருக்கிறார்கள். ஆக, வேதங்கள் மூன்று. நான்காவது அதர்வ வேதம் (நெருப்பு குருவின் அறிவு) என்பது நடைமுறை, உலகியல் சங்கதிகளையும் அவற்றுக்கான மந்திரங்களையும் பற்றியது. இது பின்னால் இயற்றப்பட்டது, ரிக் வேதத்தின் பிற்பகுதிகளிலிருந்து சில மந்திரங்களையும் கொண்டுள்ளது. இந்தியர்கள் அன்றாட நடைமுறைகளுக்கு, சலவைப்பட்டியலுக்கு, காதல்கடிதங்களுக்கு, சூதாடுதலுக்கான கடன் பத்திரங்களுக்கு எழுத்தைப் பயன்படுத்தத் தொடங்கி நூற்றாண்டுகள் ஆன பின்பும், ரிக் வேதம் வாய்மொழியாகவே பாதுகாக்கப்பட்டது.[4] ஆனால் எழுத்தை ரிக் வேதத்துக்குப் பயன்படுத்த மறுத்துவிட்டார்கள். மதகுருக்கள் மனப்பாடம் செய்த சாம வேதப்பகுதிகளை உச்சரிக்க, வேதச் சடங்குகள் செய்யப்பட்டன. (மகாபாரதம் 13.24.70), மனப்பாடம் செய்து ஞாபகம் வைத்துக்கொள்வதற்கு பதிலாக, எழுத்து வாயிலாகப் படித்து உச்சரித்த மக்கள் குழுவினரை நரகத்திற்குச் செல்பவர்கள் எனப் பிரித்தது. ஒரு வேதப்பனுவல், "ஒரு வித்யார்த்தி (வேதமாணவன்) வேதத்தை மாமிசம் உண்டாலும், இரத்தத்தை அல்லது பிணத்தைப் பார்த்தாலும், உடலுறவு கொண்டாலும், எழுத்தில் ஈடுபட்டாலும், வேதத்தை இசைக்கலாகாது" என்று சொல்கிறது.[5] அது ஒரு சக்திவாய்ந்த பனுவல், அந்தச் சக்தி தவறான கைகளில் வீழ்ந்துவிடக்கூடாது. நம்பாதவர்களும் நாத்திகர்களும், பறையர்களும் பெண்களும் வேதங்களைக் கற்கலாகாது.

ஏனெனில் அவர்கள் வார்த்தைகளின் சக்தியை அசுத்தப்படுத்தவோ புண்படுத்தவோ செய்யக்கூடும்.[6] நாய்த்தோலில் செய்யப்பட்ட பையில் வைத்த பாலைப்போல அதை அசுத்தமாக்கிவிடக்கூடும்.

ஆகவே ஏதோ இரகசியப் புலனாய்வுச் சங்கேதம் ஒன்று மனப்பாடம் செய்துகொள்ளப்பட்டு, எதிரிகளின் கையில் விழுமுன்பு அழித்து விடப்படுவதைப்போல ரிக் வேதம் வாய்மொழியாக அதன் பௌதிக எச்சங்கள் எதுவும் புலப்படாவண்ணம் மனனம் செய்யப்பட்டது. வாய்மொழியாகப் பாதுகாக்கப்பட்ட தன்மை, சரியான நபர்களும் தவறான பயன்பாட்டுக்கு அதைப் பயன்படுத்தமுடியா வண்ணம் செய்தது. நீங்கள் ஒரு நூலகத்திலிருந்து புத்தகத்தை எடுத்துச்செல்வதைப்போல ரிக் வேதத்தைக் கொண்டுசென்று பயன்படுத்தமுடியாது. அதை ஒரு குருவுடன்தான் உச்சரிக்கவேண்டும், உங்களுக்கு அதன் வாழ்க்கைப்பயன் தெரியுமா என்பதை அவர் உறுதிப்படுத்திக் கொள்வார். ஆகவே வேதம் பெரும்பாலும் தந்தையிடமிருந்து மகனுக்குச் சென்றது, அதை உச்சரிக்கும் சந்ததிகளின் சாகைகள் (கிளைகள்) பரம்பரையாக கோத்திரப்படி அமைந் திருந்தன. ஆகவே இந்தத் தொடக்கக் காலத்தில் ரிக் வேதத்தை அறிந்து கற்றுக் கொடுத்தவர்கள், தவிர்க்கவியலாமல் பிராமண ஆண்களாகவே இருந்தார்கள். பின்னாட்களில் வேறு வர்ணங்களும் குருக்களை அளித் திருக்கலாம். தொடக்கத்திலிருந்தே இப்பாக்களை இயற்றியவர்கள் பலவிதமானவர்கள்—பெண்கள் உள்பட. சில பாக்கள் பெண்கள் இயற்றியவையாகச் சொல்லப்படுகின்றன.

ரிக் வேதத்தின், பிற வேதங்களின் வாய்மொழி இயல்பு அதன் பெயரால்—ஸ்ருதி (கேட்கப்படுவது) என்பதில் வெளிப்படுகிறது. ஏனெனில் கடவுளர்கள் மறைபொருள்களை வெளிப்படுத்தியபோது ஞானிகள் அதைக் கேட்டனர் என்பதோடு, பிறகு குருமார்கள் அதை உச்சரிக்கும்போது பிறர் கேட்பதன் வாயிலாகவே அது பரப்பப்பட்டது.[7] கேட்பது மட்டுமன்றி, வேதத்தைக் காண்பதற்கான உருவகமும் இருந்தாலும் அது பயனில்லை. ப்ராம்ஸ் *(Brahms)*-இன் சிம்பனியைப் படித்து, அது இசைக்கப்படுவதைக் கேட்காமல் இருப்பதைப்போல்தான் வேதத்தைப் படிப்பதும்.

இப்படி வாய்மொழியாகக் காப்பாற்றப்படும் பனுவல், காலப்போக்கில் துல்லியமும் நம்பகத்தன்மையும் அற்றுப்போகும் என்று சிலர் கருதலாம். ஆனால் அது தவறு. வாய்மொழியாக இசைக்கப்படுவதனாலே, அது உன்னிப்பான துல்லியத்துடன் இருக்க வேண்டியிருந்தது. ரிக் வேதம் ஒரு வெளிப்பாடு என்று மக்கள் கருதினார்கள். வெளிப்படுத்தப்பட்ட பனுவல்களோடு யாரும் விளையாடுவதில்லை. ஒன்றையொன்று வலுப்படுத்தும் வழிகளில் அது மனப்பாடம் செய்யப்பட்டது. குறித்த ஓசைகள் வருமிடங்களில் குறித்தவிதமாகத் தலையை அசைத்தல் உட்படப் பலமுறைகள் கையாளப்பட்டன. குழுவாக இசைப்பதால், தனிநபர் ஒருவர் ஒலிப்பிழை செய்வது வெளியாகி விடும். ஐரோப்பிய இந்தியவியலில் இதுபற்றி ஒரு கதை உண்டு. ஃப்ரீட்ரிக் மாக்ஸ்முல்லர் பத்தொன்பதாம் நூற்றாண்டின் இறுதியில் ரிக் வேதத்தைப் பதிப்பித்து வெளியிட்டபோது, கல்கத்தா, சென்னை, பம்பாய் மூன்று இடங்களிலும் இருந்துவந்த பிராமணர்களைத் தனித்தனியே அவருக்கு ஓதிக்காட்டச்

சொன்னாராம். மூவரும் சற்றும் வித்தியாசமின்றி ஒரேமாதிரியாகவே இசைத்தார்களாம். ஆனால் இந்தக் கட்டுக்கதை கிடைக்கும் சான்றுகளுக்கு முரணானது. மேக்ஸ்முல்லர், கையெழுத்துப்படிகளிலிருந்தே தனது பதிப்பை உருவாக்கினாரே அன்றி வாய்மொழி இசைத்தலினால் அல்ல. (இந்தக் கையெழுத்துப்படிகளைப் பற்றி மாக்ஸ்முல்லரே சொல்கிறார்: "ரிக் வேதத்தின் இந்தக் கையெழுத்துப்படிகள், பிராமணர்களால் மிகவும் எச்சரிக்கையாக பாடபேதமின்றி உருவாக்கப்பட்டவை."[8]) எல்லாத் தொன் மங்களையும்போலவே இதுவும் ஓர் உண்மையை வெளிப்படுத்துகிறது: ரிக் வேதத்தைப் பலகாலம் வாய்மொழியாகவே காப்பாற்றி வந்தாலும், கடைசியில் அது எழுத்துமுறைக்கு ஒப்படைக்கப்பட்டு விட்டது. மகாபார தத்தையும் இராமாயணத்தையும் போலவே.

பிறமொழிகளைப் பேசியவர்கள் ஆதிக்கமொழியான சமஸ்கிருதத்தை ஏற்றுக்கொண்டார்கள். அதேசமயம், திராவிட, ஆஸ்திரோ-ஆசிய (முண்டா போன்ற) மொழிகள் வேதத்தில் இடம்பெறத் தொடங்கின. வழக்கம்போலவே மொழிமரபுகள் ஒன்றையொன்று கண்டறிந்தன. சமஸ்கிருதம் தமிழை பாதித்தது, தமிழ் சமஸ்கிருதத்தின்மீது செல்வாக்குச் செலுத்தியது. வெவ்வேறு குழுக்கள் வெவ்வேறு மொழிகள் பேசியதை வேதமரபு அறிந்தே இருந்தது என்பதை அஸ்வமேத யாகத்தின் நான்கு குருக்கள் வெவ்வேறு பெயர்களால் அதை விளித்தனர் என்பதிலிருந்தே தெரிகிறது. மனிதர்களை ஏற்றிச்செல்லும்போது குதிரைக்கு அசுவம் என்று பெயர். கந்தர்வர்களை ஏற்றிச் செல்லும்போது வாஜின் என்றார்கள். அசுரர்களை ஏற்றிச் சென்றால் அது அர்வன். கடவுளர்களை ஏற்றிச் செல்லும்போது அதற்கு ஹய என்று பெயர்.[9] இந்த ஒவ்வொரு குழுவும் தனக்கெனத் தனிமொழியைப் பெற்றிருந்தனர் என்பதே எதிர்பார்ப்பு.[10] இது பிரக்ஞைபூர்வமாகப் பன்மொழித்தன்மையை அல்லது பல கிளை மொழிகள் இருந்தமையை அவர்கள் அறிந்திருந்ததைக் காட்டுகிறது.[11]

யாகத்தின் வன்முறை

அவர்களுடையது ஒரு 'தூக்குப்பை' மதம்.[12] தங்கள் குதிரைச் சேணங் களிலும் மண்டையோடுகளிலும் அதை ஏந்திச் சென்றார்கள். பாட்டை அடிப்படையாகக் கொண்ட சடங்குகள் அதில் இருந்தன—அவ்வளவு தான். அவற்றில் அவர்கள் பல்வேறு கடவுளர்க்கு (விரைவில் இவர்களை எதிர்கொள்வோம்) நிவேதனம் செய்தார்கள். பல பொருள்களை யாகத்தில் இட்டு — முக்கியமாக வெண்ணெயை இட்டு. பதிலாகத் தீ கொழுந்துவிட்டு எரிந்தது. காணும் மனித உலகையும் காணாத தேவர் உலகையும் பிணைத்தது யக்ஞம் (யாகச் சடங்கு). குறிப்பாக (சடங்கின் கூறுகளைக் கொண்ட) மனித உலகிற்கும் பிரபஞ்சத்தின் பகுதிகளுக்கும் இணைகளை உருவாக்கியது. இம்மாதிரித் தொடர்புகளால், காணும் உலகிலும் புலனாகா உலகிலும் யாகங்கள் விளைவுகளை உருவாக்கக்கூடியவை என்று கருதப்பட்டன. சொற்கள் பெரும் அளவு மேல்உருவகங்கள்—பொருள்களை ஒரேசமயத்தில் இரண்டு விஷயங்களாகப் பார்க்கக் கூடியவை — நிலவில் முயலும் மனிதனும் போன்று அல்ல — உங்கள் கண், சூரியன் போன்று.

ரிக் வேதத்தின் பாடல்கள் யாவும் ஏதோ ஒரு விதத்தில் சடங்குக்கான பாசுரங்கள்தான். எல்லாமே வேதச்சடங்கின் பகுதியாகப் பாடப்பட்டவை. ஆனால் சுயபிரக்ஞையோடு சடங்கின் அர்த்தத்தோடு இணையக்கூடியவை ஒருசிலவே. இந்தப் பாடல்கள் பல்வேறு விதமான சடங்குகளின்போது உச்சரிக்கப்படும் மந்திரங்களாக உதவின. முறையான, பாதிப் பொதுமக்களுக்கான சடங்குகள் (அரசர்களுக்கு முடிசூட்டுதல், சோமச்செடியை வைத்துச் செய்யப்பட்ட பலிகள்), வாழ்க்கைச் சுழலுக்கான சடங்குகள் (திருமணம், ஈமச்சடங்கு, குழந்தைக்கு முதல் பல்முளைப்பது போன்ற மிகச் சிறிய விஷயங்களும் சடங்குக்கு உரியவை ஆக்கப்பட்டன)[13] குணப்படுத்தும் சடங்குகள், நல்ல மந்திரங்களும், தீய மந்திரங்களும் (குழந்தை கருவில் நன்கு வளரவேண்டும், அல்லது சக்களத்தி ஒழிய வேண்டும்) ஆகியவை இப்படிப்பட்ட சந்தர்ப்பங்கள். ஆனால் இங்கும்கூட முதன்மையாகச் சடங்கைவிட மொழிக்குத்தான். புனித உச்சரிப்பின் தோற்றம், சக்தி ஆகியவை பற்றி. *(10.71, 10.125).* பாக்களை இயற்றியவர்களின் (இவர்களும் புரோகிதர்களே) குறிப்பிடத்தக்க ஆர்வங்களாகப் புரோகிதர் களின் தனிப்பட்ட அக்கறைகளும் இருந்தன. உதாரணமாக, ஒரு புரோ கிதனை ஆதரிக்கும் அரசன் இறந்தால், அவனது இழப்பிற்காக வருந்துதல், அவனது விசுவாசத்தையும் கருணையையும் புகழ்தல் போன்றவை. மற்றப் புரோகிதர்கள் தங்கள் வாழ்க்கை பாதுகாப்பாக இருப்பதற்கு மகிழ்ச்சியும் நன்றியும் கொண்டாடியிருக்கிறார்கள். *(10.33, 101, 117, 133, 141).*

பிற்காலப் பனுவல்களில்தான் சடங்குகளைச் செய்யும் முறை பற்றிய விரிவான அறிவுறுத்தல்கள் வருகின்றன என்றாலும் ரிக் வேதம் இவற்றுக்கு முன்னோடிப் பாடங்களை அளிக்கிறது. விலங்குகளை பலி யிடும் யாகங்களும் (அசுவமேத யாகம் போன்றவை) இருந்தன, எளிய நிவேதனத்துக்காக வெண்ணெயைத் தீயிலிடும் சடங்குகளும் இருந்தன. அதிக வன்முறை கொண்ட யாகங்கள், ஒருவகையில் சுடும்முன்பாக ஓடி விடு என்பதுபோன்றோ, ஒருவித ஆயுள் காப்பீடு என்ற முறையிலோ— கடவுளர்க்கு வேண்டியதைக் கொடுத்தால் அவர்கள் உங்கள் வாழ்க்கைக்கு வேண்டியதைத் தருவார்கள் என்ற முறையிலோ, "அழிவுகளைக் கட்டுப் படுத்தல்களாக" நோக்கப்பட்டன.[14]

வேகமாக முன்னோக்கி: மூன்று தொடர்புறவுகள்

இச்சமயத்தில், சற்றே நின்று, இந்துமத வரலாற்றில் மனிதர்களுக்கும் தேவர்களுக்கும் (அசுரர்களுக்கும்தான்) உள்ள உறவுகளைப் பற்றிய சிந்தனைகளை மூன்று தொடர்புறவுகளாகத் தொகுத்துக் கொள்வது நல்லது. இந்த மூன்று அலகுகளும் காலவரிசைப்பட்ட சமயங்கள் அல்ல, பல நூற்றாண்டுகளாகக் கொஞ்சம் அதிகமாகவோ குறை வாகவோ இருந்துவரும் மனப்போக்குகள் பற்றியவை. அவற்றைக் குறித்த காலங்களோடு இணைப்பது நல்லதுதான். ஏனெனில் இந்து மனப்பாங்குகள், அவற்றைக் குறித்த காலங்களோடு இணைக்கின்றன, அல்லது தங்களை இடப்பெயர்க்கும் புதிய சிந்தனைகளோடு எளிதாகச் சேர்த்துவிடுகின்றன, பழைய சிந்தனைகள், புதிய பனுவல்களுக்கு மரபின் பழமையை வழங்கும் விதமாக உயிர்ப்பிக்கப்படுகின்றன. இருப்பினும்

இப்படிப்பட்ட வகைப்படுத்தலுக்குப் பயன்இருக்கிறது. ஏனெனில், இந்த மூன்று தொடர்புறவுகளில் ஒவ்வொன்றும், மற்றதை வைத்துக் கணக் கிடக் கூடிய காலப்பகுதிகளில் எழுகின்றன என்பது மட்டுமின்றி, ஒவ் வொன்றும் அடுத்தடுத்த மூன்று தொடர்ந்த காலப்பகுதிகளில் ஆதிக்கம் செலுத்துகின்றன.

முதல் தொடர்புறவை வேதத்தொடர்புறவு எனலாம். இதில் தேவர்கள் - அசுரர்கள் உள்ளனர். தேவர்கள் மனிதர்களோடு இணைந்து அசுரர்களோடு போரிடுகின்றனர். அரக்கர்கள் என்பவர்கள் சற்றே எளியவகையான அசுரர்கள். அவர்கள் தேவர்களை விட, மனிதர்களைத்தான் அதிகம் துன்புறுத்துகிறார்கள். கிரேக்கத் தொன்மத்தில் உள்ள டைட்டன்கள்போல[15], அசுரர்கள் தேவர்களின் மூத்த சகோதரர்கள். தேவலோகத்தின் அழியக் கூடிய கடவுளரைவிடப் பழமையான இருண்ட கடவுளர்கள். மிகப் பழமையான கடவுளரை — அக்னி, வருணன் போன்றவரை அசுரர் என்றே வேதம் குறிக்கிறது. இருவர்க்கும் ஒரே ஒழுக்க அடிப்படைதான். அசுரர்களைவிட தேவர்களே மிகுதியாகப் பொய்சொல்கிறார்கள், ஏமாற்றுகிறார்கள். அதிகாரம் கெடுக்கிறது, தெய்விக அதிகாரம் தெய்விகஅளவில் கெடுக்கிறது. ஒரு போட்டியில் எதிர்த்தரப்பினர்தான் அசுரர்கள். ஒவ்வொருபுறத்திலுமுள்ள போட்டியாளர்களும் உள்ளார்ந்து அவர்கள் ஒழுக்கத்தினால் பிரிக்கப்படுகின்றனர் என்பதால், அவை முன்னும் பின்னுமாக வரலாற்றுப்போக்கில் இந்த வகையிலிருந்து அதற்கும் அந்தவகையிலிருந்து இதற்குமாக மாறுகின்றன. ஒரே காலத்தின் பனுவல்களில்கூட ஒன்றிலிருந்து மற்றதற்கு இந்த மாற்றத்தைக் காணலாம். நல்ல மனிதர்கள், கெட்ட மனிதர்கள் இருப்பது போலவே, நல்ல கடவுள்கள், கெட்ட கடவுள்கள் இருக்கிறார்கள். அதேபோல நல் அசுரர்களும் தீய அசுரர்களும் இருக்கிறார்கள். ஒழுக்கம் என்பது அடிப்படையில் இல்லாத நிலையில், அவர்களிடம் இருப்பது தாங்கள் விரும்பியபோது செலுத்தக் கூடிய அதிகாரம்தான்.

தேவர்களும் அசுரர்களும் அவிப்பொருள்களுக்காகப் போட்டியிட்டனர். மனிதர்கள் தேவர்களுக்கே அவிப்பொருள்களை அளிப்பதால், அவர்கள் அசுரர்களுக்கு வேண்டாதவர் ஆயினர். ஆனால் போரில் எப்போதும் கடைசியாகத் தோற்பது அவர்கள்தான். எனவே மனிதர்கள் தேவர்களைத் தங்கள் பக்கம் வைத்துக்கொள்வது தேவையானது. மேலும் பக்திபூர்வமான மனிதர்கள் அளிக்கும் யாகஉணவினால் மட்டுமே தேவர்கள் உயிர் வாழ்வதால், அவர்கள் மனிதர்கள் நற்குணம் படைத்தவர்களாக இருக்க வேண்டும் என விரும்புகிறார்கள். அப்போதுதானே அவர்கள் தொடர்ந்து தங்கள் படையல்களை அளிக்கமுடியும்?

வேதக்கடவுளர்கள் அதிகமாக உண்பவர்கள் அல்ல. தங்களுக்கு அளிக்கப்பட்ட வெண்ணெயையோ, விலங்கு இறைச்சிகளையோ சற்றே ருசிபார்ப்பதோடு சரி. எஞ்சியிருப்பனவற்றை மக்கள்தான் உண்கிறார்கள். தீயில் இட்டவையாவும் கடவுளர்க்கான நிவேதனங்களே. பிற்காலத் தொன்மத்தில், அக்னி வெண்ணெயை உண்பதற்கு பதிலாக விந்துவை உண்டு கர்ப்பமானபோது, எல்லா தேவர்களும் கர்ப்பமாகிவிட்டார்கள்.[16] யாக அவியுணவுகள் கடவுளர்க்கு உணவு என்பது மட்டுமல்ல, யாகத்தில்

உற்பத்தியாகும் சக்திதான் பிரபஞ்சத்தை இயக்குகிறது. புரோகிதன் அளிக்கும் உணவினால் காப்பாற்றப்படும் தீ, சூரியன் அவிந்துபோகாமல் காக்கிறது. யாரும் யாகம் செய்யவில்லை என்றால் அடுத்தநாள் காலை சூரியன் உதயமாக முடியாது. மேலும் புரோகிதனின் தவத்தினால் ஏற்படும் வெப்பம், கடவுளர்க்கும் மனிதர்களுக்கும் தங்கள் எதிரிகளுக்கு எதிராகப் பயன்படுத்தக்கூடிய ஆற்றல்மிக்க கருவி. வெப்பம்தான் உயிர். குளிர், மரணம். எல்லார் வயிற்றிலுமே ஓர் அக்னி இருந்துதான் ஜீரணிக்க முடிகிறது என்று இந்துக்கள் நம்புகிறார்கள். யாகத்தீ அவியும்போது எல்லாம் ஆற்றலற்றுப்போவதுபோல, மனிதனின் வயிற்றிலுள்ள தீயும் அவிந்துபோகும்போது அவனுக்கு எல்லாம் முடிந்துவிடுகிறது. வீட்டிலும் யாகத்தீயின் நெருப்பைக் காப்பாற்றி வைத்திருக்கவேண்டும். புதிதாகக் குடிபுகுந்தால் அங்கும் அதைக் கொண்டு செல்லவேண்டும்.

ஆனால் அசுரர்களுக்கு நேர்வழியில் யாக அவிசைப் பெறமுடியாது என்பதால், அவர்களும், அரக்கர்களும் யாகத்திற்கு இடைஞ்சல் செய்யும் முயற்சியை—தேவலோகத்தில் அசுரர்களும், மனிதஉலகில் அரக்கர்களும் மேற்கொள்கிறார்கள். அதனால் தேவர்களை பலவீனப்படுத்த இயலும். தேவாசுரப் பிரபஞ்சப் போர்களில், மனிதர்கள் வெறும் பகடைகள்தான் என்றாலும், அசுரர்கள் மனிதர்களை அழிக்கும் முயற்சியை மேற் கொள்வார்கள், யாக உணவை நம்பியிருக்கும் தேவர்கள் மனிதர்களைக் காக்க முயற்சிசெய்வார்கள். உபநிடதங்களிலும்கூட, தேவர்களும் அசுரர்களும் சமமான எதிரிகள்தான். ஆனால் அசுரர்கள் செய்யும் முடிவுகளில் ஏற்படும் தத்துவார்த்தத் தவறு அவர்கள் அழிவுக்குக் காரணமாகிவிடுகிறது.[17]

வேதங்கள் தொடங்கி இந்துமத வரலாறு முழுவதும், அசுரர்களும் அரக்கர்களும் விளிம்புநிலை மக்களுக்கு உருவகமாகவே உள்ளனர். முதலில் அவர்கள் வேதமக்களுக்கு எதிரிகள். பிறகு, யாரெல்லாம் யாகம் செய்யலாம் என்று பிராமணர்கள் விதித்தார்களோ அவர்களுக்கு எதிரிகள். இந்த முதல் வேதத்தொடர்புறவு என்பது இந்தியக் கதை சொல்லும் மரபில் இன்றுவரை முக்கியமான சக்தியாக இருந்துவருகிறது. ஆனால் எல்லா இடங்களிலும் இல்லாவிட்டாலும், சில இடங்களில், அதற்குப் பின் இரண்டு தொடர்புறவுகள் இடம்பெற்று விட்டன.

ஒரு கணம், வேகமாக முன்னோக்கிச் செல்வோம். இரண்டாவது தொடர்புறவு மகாபாரதத்தில் தொடங்குகிறது. புராணங்களில் தொடர்கிறது. இந்தக் காலப்பகுதியில், வேதகாலப் போர்நிகழ்முறை — மனிதர்களும் தேவர்களும் ஒருபுறம், அசுரர்களும் அரக்கர்களும் மறுபுறம் — என்ற முறை முற்றிலும் மாறிவிட்டது. துறவுச் சக்தியும் தியானச் சக்தியும் சில இடங்களில் யாக ஆற்றலை நிறைவுசெய்பவையாகவும், சில இடங்களில் யாகச்சக்திக்கு பதிலீடாகவும் ஆகிவிட்டன. இப்போது திமிர்பிடித்த அசுரர்களும் அரக்கர்களும் தாங்கள் யாகம் செய்யும் உரிமை அற்றபோதும் அதைச் செய்தார்கள், அல்லது யாக முறைமையை அறவே புறக்கணித்துத் தவத்தின்மூலமாகத் தாங்களே உள்ளாற்றலைப் பெருக்கிக்கொண்டார்கள். இவர்கள் திமிர்பிடித்த மனிதர்களோடு சேர்ந்துகொண்டு, தங்கள் புனிதமற்ற செயல்களால் அல்ல, தங்கள் தவ வலிமையினால் தேவர்களை மிரட்டலானார்கள். எனவே இவர்களை அடக்கியாக வேண்டும். பெரும்

பாலும் மிரட்டும் மதச் சக்தி தனிப்பட்ட தவசிகள் வாயிலாகவே வருகிறது. இது வேதகால புரோகிதச் சமுதாயத்தின் பிழைப்புக்கு மிரட்டலாகவும், விரும்பத்தகாத (பிராமணர் அல்லாத) மாதிரிகள் உள் நுழைவதற்கும் காரணமாக அமைகிறது. ஒருவித தனிப்பட்ட மதம், அல்லது திருடப்பட்ட மத ஆற்றல் இது. கடலின் அடியாழத்திலுள்ள குதிரையனல்—வடவைத்தீ போன்று, இந்தத் தனிப்பட்ட தவமியற்றுவோர், ஓர் அணு உலைபோன்று, அல்லது ஒரு அழுத்தச்சமையல் பாத்திரத்தின் உள்ளிருக்கும் வெப்பம்போன்று வெப்பத்தை உருவாக்கிவிடுகிறார்கள். பேச்சு, பாலுறவு, கோபம் ஆகியவற்றைக் கட்டுப்படுத்துதல் வாயிலாகத் தங்கள் சக்தியை வீணாக்காமல் வைத்துக் கொள்கிறார்கள். தங்கள் துவாரங்களை அடைத்துவிடுகிறார்கள், ஆனால் உடல் அனலை உற்பத்தி செய்துகொண்டே போகிறது. மிக எளிதாகவே அது வெடிக்கக்கூடும். (பின்னர் தந்திரம் இதற்கு ஒருபடி அப்பால் சென்று, அடக்கிய ஆசைகளைக் கட்டுப்படுத்தவும் இந்த அனலை மேலும் அதிகரிக்கவும் வழி சொல்கிறது.)

பழையமுறையிலான யாகமும் இப்போது தேவர்களிடையே — முரண் என்னவெனில், அவர்களும் யாகம்செய்பவர்களே — பொறாமையை உருவாக்குகிறது. நூறு அஸ்வமேத யாகங்கள் செய்ததாகப் பெருமை கொள்ளும் இந்திரன், தன்னை வேறு அரசர்கள் அவ்விதம் முறியடிக்கக் கூடாது என்பதற்காக அவர்களது யாகக்குதிரைகளைத் திருடிக் கொண்டு வந்துவிடுகிறான். (இதை அவன் சகரனுக்குச் செய்ததையும் அதனால் சாகரம் — கடல் ஏற்பட்டதையும் முன்பே பார்த்தோம்.) எனவே இப்போது அசுரர்கள் அல்ல, தேவர்கள்தான் மனிதர்கள் தீயவர்களாகி ஆற்றல்குறையவேண்டும் என்று விரும்பத் தொடங்கிவிடுகிறார்கள். மிகவும் நல்லவர்களாக இருந்தால் விதிக்கு ஆசை ஊட்டுவதாகவோ, தேவர்களை பயமுறுத்துவதாகவோ. கண்திருஷ்டியை வருவிப்பதாகவோ ஆகிறது. இதனை கிரேக்கத் துன்பியல் நாடகங்கள் முதலாகவே பார்க்கிறோம். இந்த விதமான நிலையை அது ஹூப்ரிஸ் என்கிறது. (வேர்ச்சொல்லில் அல்ல என்றாலும், கருத்தியல்ரீதியாக இது யிட்டிஷ் மொழியின் ஹூட்ஸ்பா என்பதோடு தொடர்புடையது.) இந்த இரண்டாவது தொடர்புறவில், மனிதர்களும், அரக்கர்களும், அசுரர்களும் மிகமிக நல்லவர்களாகவே இருக்கிறார்கள், அதனாலே தீமையை வருவித்துக் கொள்கிறார்கள்.

மூன்றாவது தொடர்புறவில் மறுபடியும் சமநிலை மாறுகிறது. பக்தி என்ற கருத்தாக்கம் உருவாகி, யாகமுறைவாயிலாக மனிதர்கள் கடவுளை நம்பியிருக்கவேண்டிய நிலையையும், கடவுளர்கள் தங்களுக்கு விசுவாசமான மக்களையும் அசுரர்களையும் காப்பாற்றுகின்ற நிலையையும் மாற்றிவிடுகிறது. பலவழிகளில், வட்டாரக் கோயில் தொன்மங்கள் பலவற்றின் ஆதிக்க அமைப்பாக அமைவது இந்த மூன்றாவது தொடர்புறவுதான். ஆனால் இதைப் பற்றிப் பின்னால் காண்போம்.

கால்நடைகளும் குதிரைகளும்: ‘கௌபாய்’களாக இந்தியர்கள்

வேதமக்கள், யாகத்தைத் தொடர்ந்து தேவர்களை வாழ்க்கை, உடல்நலம், போரில் வெற்றி, (குதிரைகள், பசுக்கள் வடிவில்) பொருள்சார்ந்த வளம் ஆகியவற்றை வேண்டினர். இந்த வேள்விஒப்பந்தம் பல நூற்றாண்டுகளுக்கு இந்து வழிபாட்டிற்குச் சக்தி ஊட்டியது. ஆனால் குதிரைகள், பசுக்களைப் பொறுத்தமட்டில் தொடர்பு ஒரு நாடகத்தனமான மாற்றத்தை இந்தத் தொடக்க காலத்திலேயே அடைந்தது.

நாடோடிகள் என்ற முறையில், வேதமக்கள் தங்கள் கால்நடைகளுக்கும் குதிரைகளுக்கும் தொடர்ந்து புதிய மேய்ச்சல்நிலத்தை வேண்டினர். இடையர்களாகவும், பிறகு விவசாயிகளாகவும் அவர்கள் கிராமச் சமுதாயங்களில் வாழ்ந்தனர். பெரும்பாலான இந்தோ - ஐரோப்பியர் களைப் போல, வேதமக்களும் மேய்ச்சல்காரர்களாகவும் பசுக்களைத் திருடுபவர்களாகவும் இருந்தனர். பிறருடைய பசுக்களைத் திருடித் தங்கள் சொந்தப் பொருளைத் திரும்பக் கொண்டுவருவதுபோல பாவனை செய்தனர். ஒரு கதை இவ்விதம் உள்ளது: வேதமக்களின் எதிரிகளாகிய பாணிகள் சில வேதப்புரோகிதர்களிடமிருந்து பசுக்களைத் திருடி மலைக் குகைகளில் ஒளித்துவைத்தனர். தேவர்கள் சரமை என்கிற வேசியைப் பசுக்களைத் தேட அனுப்பினர். அவள் மறைவிடத்தைக் கண்டுபிடித்து, பாணிகளோடு வாதாடி, அவர்கள் முதலில் பயமுறுத்துவதற்கும் பிறகு லஞ்சம் அளிப்பதற்கும் செய்த முயற்சிகளைத் தவிர்த்து, பசுக்களை மீட்டு வந்தாள் (10.108). இந்தப் பழக்கத்திலும், தங்கள் சூதாடும் பழக்கத்திலும், அமெரிக்க மேற்கின் கௌபாய்களை ஒத்தவர்களாக இருந்தனர். பிறருடைய நிலங்களில் சவாரிசெய்து புகுந்து, அவர்களின் கால்நடைகளைத் திருடினர். இதனால் நிகழ்ந்த அரசியல் திட்டங்களும் இரண்டு இடங் களிலும் ஒருவித ஒத்ததன்மை கொண்டவையாகவே இருந்தன. இந்தப் பழைய இந்தியக் கௌபாய்கள் தஸ்யூக்கள் அல்லது தாசர்கள் என்ற ழைத்த அந்நியர்களிடம் (அவர்களுடைய கால்நடைகளையே திருடி, ஆனால் அவர்களைத் திருடர்கள் என்று அழைத்துப் புண்படுத்தி) காட்டிய அடாவடித்தனம், நாலாயிரம் ஆண்டுகள் கழித்து அமெரிக்க மேற்கில் அங்கிருக்கும் கௌபாய்கள் நடந்து கொண்ட முறையிலேயே அமைந்திருந்தது. இந்த அமெரிக்கக் கௌபாய்களும் — ஒரு கொடிய வேடிக்கையைப் பாருங்கள் — மேற்கிலிருந்த பழங்குடி மக்களை 'இந்தியர்கள்' என்றே (இப்போது நவஜோ அல்லது அபாச்சி இந்தியர்கள் என்று அழைக்கப்படுகின்றனர்) அழைத்துக் கொடுமைப்படுத்தினர். அவர்களுடைய முன்னேற்றம் பற்றி இவ்வளவு போதும். ஆனால் அமெரிக்கக் கௌபாய்களைப் போலன்றி, இந்த இந்தியக் கௌபாய்கள் முதலில் அவர்கள் இடங்களை ஆக்கிரமித்துத் திருடும் வேலையில் ஈடுபடவில்லை. (கி.மு. ஆறாம் நூற்றாண்டுவரை). ஆனால் அவர்கள் நிலங்களில் சவாரிசெய்து, அவர்கள் கால்நடைகளைத் திருடித் தாங்களே வைத்துக்கொள்வதைக் கொள்கையாக வைத்திருந்தனர். கவிஷ்டி (பசுக் களைத் தேடுதல்) என்ற வார்த்தைக்குப் பிறகு போரிடுதல் என்ற அர்த்தம் வந்ததே எல்லாவற்றையும் சொல்கிறது.

வேதமக்கள் கால்நடைகளை யாகத்தில் பலியிட்டு அவற்றைச் சாப் பிட்டனர் என்றாலும் தங்கள் செல்வமாக அவற்றைக் கருதினர்.

நிச்சயமாகவே அவர்கள் காயடித்த எருதுகளின் மாமிசத்தை உண்டனர்.[18] முதலில் யாகத்துக்காகவும், பிறகு இப்போது மக்கள் பிக்மாக் எனப்படும் மாட்டுஇறைச்சிஉணவை (மெக்டொனால்டு கடைகளில் விற்கப்படும் ஹாம்பர்கர் வகை வேகஉணவு) எந்தக் காரணங்களுக்காக உண்கிறார் களோ அதே காரணங்களுக்காகவும் சாப்பிட்டனர். (இந்தியாவில் இப் போது பிக்மாக்குகள் ஆட்டிறைச்சியில் செய்யப்படுகின்றன). அவர்கள் எருதுகளை யாகத்தில் பலியிட்டனர். (இந்திரன் இருபது எருதுகளின் அல்லது நூறு எருமைகளின் இறைச்சியைச் சாப்பிட்டு, சோமபானங்களை ஏரிஏரியாகக் குடித்தான்.[19]) பசுக்களைப் பெரும்பாலும் பாலுக்காக வைத்துக்கொண்டனர். ஒரு பாட்டு பசுக்களைக் கொல்லக்கூடாது என்று சொல்கிறது (7.87.4), ஆனால் மற்றொரு பாட்டு, திருமணக் காலத்தில் கட்டாயம் ஒரு பசு கொல்லப்பட வேண்டும் (10.85.13) என்கிறது. ஒரு பாட்டு (10.91.14), நன்கு வளர்க்கப்பட்ட ஆனால் கன்றுபோடாத பசுவை யாகத்துக்கான விலங்குகளின் பட்டியலில் சேர்க்கிறது.[20] பிற பாடல்கள், தேவர்களுக்கு அளிக்கப்பட வேண்டிய அவியுணவாகப் பசுக்களைச் சொல்கிறது, பிறகு அவற்றை மக்கள் உண்ணவேண்டும் என்று சொல்வதாகத் தெரிகிறது. வழக்கமான உணவுகளாகிய பால், வெண்ணெய், காய்கறிகள், பழங்கள், கோதுமை, பார்லி இவற்றோடு, ஆடுகள், மாடுகள், செம்மறிகள், ஆகியவற்றின் இறைச்சியையும், கடைசியாக சுராபானம் அல்லது மதுவைச் சிறப்பான சந்தர்ப்பங்களில் சேர்த்துக்கொள்ளவேண்டும் என்றும் சொல்கிறது.

வேதக்கதை ஒன்று, மக்கள் பசுக்களைக் கொல்வதை நிறுத்தி, பாலை மட்டும் எப்படி உண்ணத் தொடங்கினர் என்பதைச் சொல்கிறது. ரிக் வேதம் இந்தக் கதைபற்றிய குறிப்பைத் தருகிறது. பூமி புள்ளிகள்கொண்ட பசுவாகத் தோன்றினாளாம். அவளுடைய வெள்ளை மடியைப் பிருது கறந்தானாம். அப்போது பாலுக்கு பதிலாக தேவர்களின் உணவாகிய சோமபானம் வந்ததாம்.[21] பின்வந்த பனுவல்கள் இந்தக் கதையை விரித் துரைக்கின்றன.

பிருது மன்னன் பூமியைக் கறக்கிறான்

வேனன் என்று ஓர் அரசன் இருந்தான். மிகக் கொடியவனாக இருந்த தால் ரிஷிகள் அவனைக் கொன்றுவிட்டார்கள். அவனுக்குப் பிள்ளை இல்லாததால் அவர்கள் அவன் வலது தொடையைக் கடைந்தார்களாம். அதிலிருந்து குள்ளனும் குரூபியுமான ஒருவன் தோன்றினான். அவன் கரிந்த தூணைப் போல இருந்தான். அவன்தான் பிறகு நிஷாதர்கள் (வேடர்கள்), மிலேச்சர்கள் ஆகியோருக்கு முன்னோன். பிறகு ரிஷி கள் வேனனின் வலது கையைக் கடைந்தார்களாம். அதிலிருந்து பிருது தோன்றினான். பூமி தன் உணவையெல்லாம் ஒளித்து வைத்திருந்ததால் பெரும் பஞ்சம் ஏற்பட்டது. பிருது மன்னன் தன் வில்லையும் அம்பையும் எடுத்துக்கொண்டு தன் மக்களுக்கு உணவு அளிக்கவேண்டி பூமியைத் துரத்திச்சென்றான் (எந்த இடத்தில் நின்று?) பூமி ஒரு பசுவாக உருவெடுத்து, தன்னை விட்டுவிடுமாறு கெஞ்சியது. மக்களுக்கு வேண்டிய பாலைக் கறந்துகொள்ளுமாறு அவனுக்கு அனுமதி தந்தது. இப்படியாக,

நேர்மையான அரசவம்சம் ஒன்று — பிருதுவின் வாரிசுகள்—சந்திரவம்சம் உருவாகியது.[22]

பிருதுவின் வமிசாவளியான ஓர் அரசவம்சத்தின் அடிப்படையைச் சொல்லும் இந்தத் தொன்மம், பலவடிவங்களில் ஆயிரக்கணக்கான ஆண்டுகளாகச் சொல்லப்படுகிறது. காட்டு விலங்குகளை (பூமிப்பசு) வேட்டையாடியதிலிருந்து அவற்றின் வாழ்வைப் பாதுகாத்து, வீட்டு விலங்குகளாக்கி, பாலுக்காக வளர்ப்பது என்பது விவசாய, மேய்ப்பு வாழ்க்கைக்கு மாறுவதாகும். முதலில் பூமிப்பசு, பிறகு ஒரு விருப்பப்பசு (காமதேனு). இதிலிருந்து நீங்கள் உணவு மட்டுமல்ல, பட்டுத் துணிகள், வீரர்களின் படைகள், எதுவாயினும் (இது ரோமானிய கார்னுகோ பியா அல்லது ஜெர்மன் விருப்பமேசையைப் போன்றது) விருப்பப்படும் எதையும் கறந்துகொள்ளலாம். வேத உலகில் பொருளாதார, சடங்கு, குறியீட்டு மையங்கள் பசுக்கள்தான்.

ஆனால் பசுவைவிட, குதிரைக்குச் சடங்கு முக்கியத்துவம் அதிகம், மனிதர்களுடன் நெருக்கமும் அதிகம். ஆகவே அதை உணவுப் பொருளாகப் பெரும்பாலும் வேத மக்கள் கருதவில்லை.[23] ஆனால் யாகத்திற்காகக் கொன்றார்கள். குதிரைகள் போருக்கான தேர்களை ஓட்டவும், பரந்த புல்வெளிகள் இருக்குமிடங்களில் மாடுகளை மேய்க்கவும் அவசியமானவை.[24] பரந்த என்பது மிகப் பொருந்தும். காரணம், குதிரைகளின் நெறியற்ற மேயும் பழக்கத்தினால் வேதகால வேகவாழ்க்கை அமைந்தது. அவை தங்கள் சொந்தக்காரர்களை எப்போதும் புதிய மேய்ச்சல்நிலங்களைத் தேடவைக்கின்றன. பசுக்கள்போலன்றி, குதிரைகள் மேய்ச்சல்நிலங்களின் புற்களை வேருடன் பிடுங்கித் தின்றுவிடுகின்றன. ஆகவே மேய்ச்சல்நிலங்கள் எளிதாகப் பாழ்பட்டுப்போகின்றன. அவை மறுபடியும் வளரப் பல ஆண்டுகள் ஆகின்றன. மேலும் குதிரைகள் தங்கள் சாணத்தைச் சுற்றியுள்ள புல்லைத் தின்ன விரும்புவதில்லை.[25] ஆகவே நாஜிகள் லெபன்ஸ்ரோம் (வாழுமிடம்) என்று (ஆக்கிரமிப்பை நியாயப்படுத்தி) தேடியபடி இருந்ததைப்போல, குதிரைகளும் எப்போதும் மேய்ச்சல்இடங்களைத் தேடியவாறு உள்ளன. பலசமயங்களில் சொல்வதைப்போலப் போரில் தேர்களைக் கொண்டு ஆக்கிரமிப்பைக் குதிரைகள் சாத்தியமாக்கவில்லை, குதிரை, தனக்கே உரிய கம்பீரத்தினால் போரில் வெற்றியைக் குறிக்கும் குறியீடு ஆகியது. வேதகாலக் குதிரைக்காரர்களும், குதிரைகளின் இந்தப் பண்பைப் போலிசெய்தனர். முதலில் அவர்கள் செல்வம் சேர்க்க விருப்பம் கொள்ளவில்லை. வெறுமனே சென்றுகொண்டே, புதிய நிலங்களுக்கு எப்போதும் சென்று கொண்டே இருக்கவேண்டும். பிற்காலத்தில் மத்திய ஆசியர்கள் செய்ததை அவர்களும் செய்தார்கள் — விலங்குகளைச் சுதந்திரமாக, மந்தையாகத் திரிய விட்டார்கள்.[26] ஆனால், இயற்கையாகக் குதிரைகள் மேய்வதைத் தடுத்து, வேலிகள் இட்டு அடைத்தபோது, புதிய மேய்ச்சல்நிலங்களைக் கண்டறிந்து ஆக்கிரமித்துக் கொள்வது அவசியமானது. குறிப்பாக தொடக்க வேதகாலத்தில், வைக்கோல் தரும் பயிர்கள் எவையும் பயிரிடப்படாததால், இது மிக அவசியமாயிற்று.[27]

பரந்து விரிந்த வெளிகள்

இம்மாதிரி நிலத்தை ஆக்கிரமிப்பதை ஆதரிக்கின்ற விதமாக மதமும் உருவாகியது. அதன் ஆரம்பப் பனுவல்கள் தொடர்ந்த விஸ்தரிப்பைத் தூண்டுகின்றன. பிருது என்ற அரசனின் பெயரே அகலமானது, பரந்தது என்பதைக் குறிக்கிறது. இச்சொல்லின் பெண்பால் வடிவம் பிருத்வீ, அந்த அரசனின் மனைவி, பரந்து அகன்ற பூமியைக் குறிக்கிறது. பரந்து அகன்ற வெளிகள் என்ற குறிப்பை பிருது என்ற சொல் உட்கொண்டுள்ளது. பிருது என்பதற்கு, பௌதிக, உளவியல் அர்த்தங்களில் எதிர்ச் சொல் அடைபட்ட குறுகிய இடம் — அம்ஹஸ். இது ஒருவித அடைபட்ட இடத்தின் பயத்தை — ஒரு சிறிய இடத்திற்குள் அடைபட்டிருப்பதைக் குறிக்கிறது. இதற்குத் தொடர்புடைய சொற்கள் ஜெர்மன் மொழியின் ஆங்ஸ்ட், ஆங்கிலத்தில் ஆங்சைட்டி என்பன. இந்த இடத்தில் எனக்கு வேலியிட்டுத் தடைப்படுத்தாதே என்று பொருள் கொள்ளலாம். இது பல வேதப்பாக்களில் இடம்பெறுகிறது. இவற்றில் கவிஞன் தான் ஓர் ஆழமான கிணற்றில் அல்லது குகையில் அடைபட்டிருப்பதாகக் கருதிக் கடவுளரைத் தன்னை விடுவிக்குமாறு வேண்டுகிறான். (சிலசமயங்களில் குகையிலோ, நீரிலோ, வெயிலிலோ அடைபட்டிருப்பவை பசுக்கள்.) பல கவிதைகள் இந்த ரூபத்தில் உள்ளன. கடவுளர்க்குக் கவிஞன் கடந்த காலத்தில் உதவியதற்கு நன்றி சொல்கிறான். ("நான் சிக்கியிருந்தபோது என்னைக் காத்தனை அல்லவா?") தான் அதற்குக் கைம்மாறு செய்ததையும் குறிப்பிடுகிறான். ("அதற்காகச் சோமபானத்தைப் பலமுறை உனக்கு அளிக்கவில்லையா?") பிறகு புகழ்கிறான். ("உன்னையன்றி வேறெவரால் இவ்விதம் காக்க முடியும்? நீதான் பெரியவன்") அடுத்த உதவியைக் கேட்கிறான். ("இப்போது இன்னும் மோசமான நிலையில் இருக்கிறேன். வந்து என்னைக் காக்க வேண்டுகிறேன்".)

பொருத்தமாகவே அஸ்வினி தேவர்கள்தான் மக்களை இறுக்கமான இடங்களிலிருந்து காத்து அகன்ற வெளிகளுக்குக் கொண்டுவருகிறார்கள். (அந்தப் பெயருக்கே குதிரைகளை ஒத்த என்றுதான் பொருள்.) அவர்கள் இருவரும் குதிரைத்தலைகள் கொண்ட தேவர்கள். ஆடுமாடு மேய்ப்பவர்கள். தெய்விகக் குதிரையான சரண்யுவின் மக்கள். (10.17.1 - 2). பிற தேவர்கள் அஸ்வினி தேவர்களைக் கேவலப்படுத்துகிறார்கள். காரணம், அவர்கள் மருத்துவர்களாகவும் இருக்கிறார்கள். மருத்துவத்தொழில் உடலின் அழுக்கு போன்றவற்றைத் தொடும் தொழிலாகையால் கேவலமாகப் பழைய இந்தியாவில் மதிக்கப்பட்டது. மேலும் அவர்கள் மக்களோடு தொடர்புவைத்துக் காப்பாற்றுவதில் ஈடுபட்டனர். தேவர்கள் அவர்கள் சோமபானம் அருந்துவதையும் மறுத்தார்கள். கடைசியாக ஒரு மனிதன் (தாத்யாஞ்ச் என்ற பெயர்கொண்ட புரோகிதன்) உதவுகிறான். அவனுக்கு அவர்கள் செய்த உதவிக்குக் கைம்மாறாக, அவன் குதிரைத் தலை அணிந்து, அவர்களுக்கு சோமபானத்தின் இரகசியத்தைச் சொல்கிறான் (சோம என்பதற்குக் குதிரையின் வாயிலிருந்து என்ற அர்த்தமும் இருக்கிறது - 1.116.12, 1.117.22, 1.84.13 - 15). பின்னர்வந்த பனுவல்கள், இதற்காகப் பொறாமை பிடித்த இந்திரன் தன்னைத் தண்டிப்பான் என்று அறிந்த தாத்யாஞ்ச, தன் சொந்தத் தலையை ஒதுக்கி விட்டு, பேசும்குதிரை

ஒன்றின் தலையை அணிந்து இரகசியத்தைத் தெரிவித்தான் என்கின்றன. இந்திரன் குதிரைத்தலையை வெட்டியபோதும், தனது சொந்தத் தலையை அவன் அணிகிறான்.[28]

அசுவமேத யாகம்

தாத்யாஞ்ச, அஸ்வினிகள் ஆகியோருடைய கதைகளில் பொதிந்திருப்பது குதிரையின் தலையை வெட்டுகின்ற யாகம். அக்காலத்தின் பெரிய பொதுச் சடங்குகளில் ஒன்றாக இதனை ரிக் வேதம் காட்டுகிறது. ரிக் வேதத்தில் மூச்சுத்திணறவைத்துக் குதிரை கொல்லப்படுகிறது. அதைத் தொடர்ந்து அதன் குறி அகற்றல் நிகழ்கிறது. இந்திய வரலாறு முழுவதும் கல்வெட்டுப்பதிவுகளும் இலக்கிய அங்கதங்களும் அசுவமேதயாகம் பற்றி உள்ளன. வேதப்பாடல் ஒன்று மிகத் தெளிவாக, பருமையான விவரங்களுடன் அச்சுறுத்துகின்ற முறையில் அசுவமேத யாகத்தை வருணிக்கிறது. யாகக் குதிரை ஊர்வலம் வருகிறது. கூடவே ஒரு புள்ளிகொண்ட வெள்ளாடும் வருகிறது. அதுவும் குதிரையுடன் ஒரு சிறிய கடவுளுக்கு பலியிடப்படுகிறது.

குதிரையை வெட்டிச் சிதைத்தல்

குதிரை மாமிசத்தை ஈக்கள் மொய்த்தாலும், வெட்டிய கோடரியில் அதன் துணுக்குகள் எஞ்சியிருந்தாலும், கொல்பவனின் கையிலோ நகங்களிலோ அது எஞ்சியிருந்தாலும், கடவுளர்க்கு மத்தியில் உங்களிடம் அவ்வாறே இருக்கட்டும். குதிரையின் வயிற்றில் என்ன உணவு தங்கியிருந்தாலும், அது வாயுவை வெளியிட்டாலும், அல்லது அதன் பச்சை மாமிசம் என்ன நாற்றத்தை வெளிப்படுத்தினாலும், கொல்பவர்கள் நன்றாக அதைச் செய்யட்டும். பிறகு அவர்கள் அதை நன்கு சமைக்கட்டும். சட்டுவக்கோலின் மீது அதை வைத்து வறுக்கும்போது உன் உடலிலிருந்து வழிவதும் நிலத்திலோ புல்லிலோ விழவேண்டாம், அதற்காக ஏங்கும் தேவர்களுக்குப் போய்ச்சேரட்டும். மாமிசத்தைச் சமைக்கும் அண்டாவில் வெந்ததைச் சோதிக்கும் கோல், வெந்ததை இட்டு வைக்கும் பானைகள், அதை ஆறாமல் வைத்திருக்கும் பானைமூடிகள், கரண்டிகள், தட்டுகள் யாவும் குதிரைக்குச் சேவைசெய்பவை. குதிரையே, உன்மீது சவாரிசெய்யும் ஒருவன், குதிகாலில் உதைத்தாலோ சாட்டையால் அடித்தாலோ நான் பிரார்த்தனை மூலம் அவற்றைச் சரிசெய்துவிடுகிறேன். தேவர்களின் தோழனான ஹயத்தின் முப்பத்திநாலு விலா எலும்புகளையும் கோடரி உடைக்கிறது. கால்களைக் கெடுத்துவிடாமல் முறைப்படி வையுங்கள். அவற்றைப் பெயர்சொல்லி ஒவ்வொன்றாக வெட்டுங்கள். உனது அன்புக்குரிய ஆன்மா நீ செல்லும்போது எரியவேண்டாம். கோடரி உனக்கு காயம் எதையும் ஏற்படுத்திவிட வேண்டாம். பேராசைபிடித்த மோசமான கசாப்புக்காரன் தவறான இடத்தில் வெட்டி உன் கால்களை அவன் கத்தியால் பாழ்படுத்தவேண்டாம். நீ இதனால் உண்மையாக இறக்கப்போவதில்லை, உனக்குத் தீங்கு ஒன்றுமில்லை. தேவர்களிடம் மிக இதமான பாதைகளில் செல்லப் போகிறாய் நீ. (1.162)

கவிஞர் விட்டுவிட்டுக்குதிரையையும் தன்னையும் விளித்துக் கொள்கிறார்.

எல்லாம் தேவலோகத்தில் சரியாக்கப்பட்டுவிடும். இங்கு அன்புக்குரிய பிராணி ஒன்றைக் கொலைசெய்வதிலுள்ள ஈரடித்தன்மையை—சமயச் சடங்கில்கூடக் காண்கிறோம். இந்த ஈரடித்தன்மை அடுத்த சில நூற்றாண்டுகளில் இன்னும் வெளிப்படையாகத் தெரிய இருக்கிறது. இங்கும் ஒரு சடங்குத்தனமான அகிம்சையைக் காணலாம். பலியாகும் பிராணி இரத்தம் சிந்தலாகாது, துன்பமுறலாகாது, சத்தமிடலாகாது. (கயிற்றைத் கழுத்திலிட்டு இறுக்குவதற்கான காரணங்களில் இதுவும் ஒன்று).[29] குதிரையைக் கொல்லும்போது சாந்தி சாந்தி என உச்சரிப்பது, கொலைசெய்வதன்போது அதிகரிக்கும் பதற்றத்தைத் தணிக்கிறது. மேலும், பலியிடப்பட்ட பசு, வெள்ளாடு ஆகியவை உண்ணப்பட்டதுபோலக் குதிரை உண்ணப்படவில்லை. ஆனால் அது சமைக்கப்பட்டு தேவர்களுக்கு அளிக்கப்பட்டது. குதிரை உடலின் சில பகுதிகள் அக்னிக்கு அளிக்கப் பட்டன. தூய்மைப்படுத்தப்பட்ட அரசனும் புரோகிதர்களும் சமையல் வாசனையை முகர்வார்கள். (முகர்வதன் மூலமாகப் பாதி உண்ணுவதாகக் கொள்ளப்பட்டது). தேவர்களும் புரோகிதர்களும் யாகவிருந்தின்போது இருந்த விருந்தினர்களும் செம்மறிகள், வெள்ளாடுகள், மான்கள் போன்ற வற்றை உண்டனர். தேவர்களுக்கும் புரோகிதர்களுக்கும் மட்டும் சோமம் உரியது. எவரும் குதிரையை உண்பதில்லை. ஒருவேளை பெரும் பாலான இந்தோ - ஐரோப்பியர்களைப் போலவே வேதமக்களுக்கும் குதிரைகளுக்கும் நெருங்கிய தொடர்பு இருந்ததால் அதைச் சாப்பிட மனம் ஒப்பவில்லை போலும்.[30] குதிரைகள் அவர்களுடன் சமயங்களில் பேசியதாகவும்[31], சொந்தக்காரர்கள் இறந்தால் கண்ணீர் விட்டதாகவும்[32] சொல்லப்படுகிறது.

வேத மக்கள்

ரிக் வேதம் (இந்த இயலின் தொடக்கப்பகுதியில் குறித்த வழிபாட்டுச் சடங்குப் பாடலைப் போல) குடும்பவாழ்க்கை, தினசரிக்கடமைகள், கைவினைத் தொழில், யாகத்துக்கான பொருள்கள், பன்முகத்தன்மை பற்றிக்கூடக் குறிப்பிடுகிறது. பாரம்பரியத் தொழில் செய்தல், சாதித் தன்மையை உணர்த்தும் தன்மை அக்காலத்தில் அமுலுக்கு வரவில்லை. ஒரே குடும்பத்திற்குள்ளும், பலவிதத் தொழில்களைச் செய்யும் தன்மை அக்காலத்தில் இருந்தது. ஒரு பாடகன், ஒரு மருத்துவன், மாவரைப்பவன் ஆகியவனின் மகனாக இருக்கக்கூடும். ரிக் வேதம், தச்சர்கள், கருங் கொல்லர்கள், பானைசெய்பவர்கள், தோல் பதப்படுத்துபவர்கள், நாணற் புல் வேய்பவர்கள், நெசவாளர் ஆகிய பல தொழிலாளர்களைப் பற்றிச் சொல்கிறது.[33] ஆனால் இந்தக் காலப்பகுதியின் இறுதியில் வர்ணாசிரம முறை வந்துவிட்டது.

நான்கு வர்ணங்களும் புராதன மனிதனும்

முதலில் இரு வர்ணங்களையே வேறுபடுத்தினர் வேதமக்கள். தங்கள் சொந்த வர்ணம் (ஆர்ய), தாங்கள் வெற்றிகொண்ட மக்களின் வர்ணம் (தாசர்கள், தஸ்யூக்கள், பாணிகள்). வேதமக்களிலேயே முதலில் வந்து எஞ் சியவர்களாகவோ, சமஸ்கிருதமல்லாத மொழி பேசியவர்களாகவோ,

வேத மக்களிலிருந்து வேறுபட்டதொரு மதத்தைப் பின்பற்றிய இந்தோ -ஈரானிய மக்களாகவோ தாசர்கள் இருக்கக்கூடும்.[34] (இந்தோ - ஈரானிய அவெஸ்தா நூலில், தாஹ, தஹ்யூ என்ற சொற்கள் "மற்றவர்கள்" என்பதைக் குறிக்கின்றன.)[35] தாசர்களின் செல்வவளம் — அதாவது கால்நடைச் செல்வம் பற்றிய பொறாமையை முதல்வேதம் தெரிவிக்கிறது. ஆனால் பிறகு தாச என்றசொல் ஓர் அடிமை அல்லது கீழ்ப்பட்டவன் என்பதைக் குறிப்பதாகியது. குடும்பத்திற்கு அயலில் வேலைசெய்பவனைக் குறித்தது. வேதத்தின் பிற்பகுதிகள், தாசிபுத்திரர் எனப்படும் அடிமைப்பெண்களுக்குப் பிறந்த பிராமணர்களைக் குறிப்பிடுகின்றன. வர்ணங்களுக்கிடையிலான பாலியல் உறவை (திருமணம் இல்லை எனினும்) ஏற்றுக்கொண்ட நிலையை இது காட்டுகிறது. ஏதோ ஒருவித தாசர்களின் இந்தியாவில் தாங்கள் வருவதற்கு முன்பே இருந்த மக்களின் — பொருளியல் கலாச்சாரத்தின் முக்கியப் பகுதிகளை வேத மக்கள் ஏற்றுக்கொண்டார்கள் என்பதற்கு அழுத்தமான சான்றுகள் உள்ளன. அதர்வ வேதத்தில் குறிக்கப்பட்டுள் ளவை போன்ற புதிய சடங்குமுறைகளை தாசர்கள் அறிமுகப்படுத்தி யிருக்க இயலும். (பழங்குடி மக்களான நிஷாதர்களும், சில தொடக்க காலச் சடங்குகளுக்குக் காரணம்.)[36]

ஆனால் மிக முக்கியமான சமூகப்பகுப்பு, இந்த இரு வகையினர் (ஆர்ய-தாச, நாம் - அவர்கள்) என்பதல்ல. ரிக் வேதத்தின் இறுதிநூல்களில் ஒரு பாடல், புராதன மனிதனின் பாட்டு (புருஷ சூக்தம் 10.90), பிரபஞ்ச அரக்கனான புராதன மனிதனின் உறுப்புச்சிதைத்தலைக் குறிக்கிறது. புருஷ என்ற சொல் பின்னர் எந்த ஆணையும், ஆண்வர்க்கத்தையே குறிப்பிடும் சொல்லாகியது. இந்தப் புராதன மனிதன் பிரபஞ்சத்தை உருவாக்கிய வேத யாகத்தில் பலியிடப்பட்டவன். தேவர்கள், யாகத்தைச் செய்யும்போது, புருஷனை யாகவிலங்காகக் கட்டினார்கள். பின்னர் யாகத்தில் யாகத்திற்கு பலியிட்டார்கள் என்கிறது அப்பாடல். இங்கு யாகம்/பலி என்பது சடங்கையும், சடங்கில் கொல்லப்பட்ட பலியையும் ஒரு சேரக் குறிக்கிறது. மேலும் தேவர்கள் பலியிட்டவனும், பலியிடுவதற்கான தெய்வமும் மனிதன்தான். அதாவது யாகச் சடங்கின் கர்த்தாவும் செயப்படுபொருளும் மனிதன்தான்.

வேதகால முட்டை — கோழி முரண்கூற்று ஒரு பொதுவான வடிவத்தில் திரும்பத் திரும்ப வருகிறது. அதில் தேவர்கள் தேவர்களுக்கு பலியிடு கிறார்கள். குறித்தவடிவத்திலும் வருகிறது. இந்திரன் (ஓர் அரசனாக), தனக்கே (தேவன் என்ற முறையில்) பலியிட்டுக்கொள்கிறான். ஆனால் இது பரஸ்பரப் படைப்புத் தொன்மங்களில் நாம் கண்டதையே மீண்டும் தேவையின்றித் திரும்பச் சிந்தித்தலாகும். இதை மறுபடியும் இந்துத் தொன்மங்களில் எதிர்கொள்வோம்.

உறுப்புச்சிதைந்த ஆதிமனிதனின் ஏற்ற பகுதிகளிலிருந்து நால் வருணங்களும் தோன்றுகின்றன. அவனுடைய வாய் புரோகிதன் ஆகிறது (பிராமணன், புனித உச்சரிப்பின் நாயகன்); வேதப்புரோகிதர்கள் அனைவரும் பிராமணர்களே — ஆனால் எல்லா பிராமணர்களும் புரோகிதர்கள் அல்ல. அவனுடைய புயங்கள் அரசனாகின்றன (க்ஷத்திரி யன், வலிமையான புயம் படைத்தவன், போர்வீரர்கள், காவலர்கள்,

அரசர்கள் வகுப்பினர்); அவன் தொடைகள், சாதாரண மனிதன் (வைசியன், வளமிக்க விவசாயி, பொதுமனிதர்கள், அரசியல் உரிமையுள்ளவர்களில் மூன்றாவது தரப்பினர், முதலிரு வகுப்பினர்க்கும் தங்களுக்கும் உணவு உற்பத்திசெய்பவர்கள்); அவனுடைய பாதம் — மிகக் கீழே உள்ளதும் உடலின் அழுக்கானதுமான பகுதி — சேவகர்கள் (சூத்திரர்கள்). பிற வகுப் பினரை நிர்ணயிக்கும் சமூகத்தின் வெளிவகுப்பினர். சூத்திரர்கள் என்ற கருத்து பிற்சேர்க்கையாகவே இருக்கவேண்டும். வைசியர்கள் என்ற சொல் எல்லா மக்களையும் குறிக்கும் சொல்லாக இருந்தது என்பதிலிருந்து தெரிகிறது. ஆகவே அவர்களுக்குக் கீழே யாரும் இல்லை. பிறகு யாரோ அவர்களுக்குக்கீழே ஒரு வகுப்பினரைச் சேர்த்துவிட்டார்கள். ஆதி வேத ஒழுங்கமைவுக்குப் புதியவர்களாக இந்த நான்காம் வகுப்பினர் இருந்திருக்கலாம். வேதமக்கள் புகுந்தபோதே இந்தியாவில் அதற்கு முன்பாகச் சொந்தமாக இருந்தவர்கள் தாசர்கள் என்பதாக இருக்கலாம், அல்லது எப்போதுமே ஓர் ஒழுங்கமைவுக்குப் புறத்தில் உள்ள மனிதர்களாகலாம். இறுதிச் சேர்மானம், நான்கு வருணங்களாக அல்ல, பழைய ஆரியர்தாசர் என்ற இருமைக்குத் திரும்பிவிட்டது. (நாம் எல்லாரும் முதல் மூன்று வகுப்பினர் இரு பிறப்பாளர்கள் ஒருவகை; அவர்கள் எல்லாரும் நான்காம் வகுப்பினர் நாம் அல்லாதவர்கள் மற்றவர்கள்).

ஆதி மனிதனின் பாடல், அரசர்களை புரோகிதர்களுக்குக் கீழே வைக்கிறது. பிற்கால இந்து இலக்கியத்தில் பிராமணர்களின் உயர்வு என்பது மிகவும் விவாதத்திற்குரிய விஷயமாகியது. ஆகவே அது ஒரு பிராமண அதீதக் கற்பனை என்பது தவிர வேறொன்றும் இல்லை என்றே கொள்ளலாம். பல பனுவல்கள், க்ஷத்திரியர்கள் பிராமணர்களைப்போல உயர்வு படைத்தவர்களாக இல்லை என்றே கூறுகின்றன. ஆனால், மற்ற பனுவல்கள், அரசர்கள் பிராமணர்களைவிட உயர்ந்தவர்கள் என்றே கொள்கின்றன. பௌத்த இலக்கியங்கள் அரசர்களை அதிஉயர் இடத் திலும், பிராமணர்களை இரண்டாமிடத்திலும் வைக்கின்றன.[37] இந்துப் பனுவல்களின் பல பாத்திரங்களும் இதை ஆமோதிக்கின்றன.

பிரெஞ்சுச் சமூகவியலாளரான ஜியார்ஜ் டியூமெசில் *(1898 - 1986)* இந்தோ - ஐரோப்பிய மொழிபேசுபவர்கள் மூன்று வகுப்பினர்களாகவே அல்லது தொழில்முறையினராகவே பிரிந்திருந்தனர் என்று வாதிட்டார். மிக உயர்வில் இருந்தவர்கள் அரசர்கள் (அவர்களே புரோகிதர்களும்கூட); அடுத்து, போர்வீரர்கள் (இவர்களே காவலரும்கூட); மற்றவர்கள் மூன்றாம் வகுப்பினர்.[38] சில ஆய்வாளர்களுக்கு இந்தப்பகுப்புக் கருதுகோள் பயனுள்ளதாக உள்ளது. சிலருக்கு இல்லை.[39] சிலர், பிற கலாச்சாரத்தினரும் இதேபோன்ற பகுப்பைக் கொண்டிருந்தார்கள், ஆகவே முப்பிரிவு என்பது இந்தோ ஐரோப்பியக் கலாச்சாரத்தைப் பிறவற்றிலிருந்து வேறுபடுத்திப் பார்ப்பதற்கு உதவாது என்று கருதுகின்றனர். (இது சந்தேகத்திற்குரிய முறையில் பிரெஞ்சு ஆதி ஆட்சி முறையைப் போலிசெய்கிறது — புரோகிதர்கள் உயரத்திலும், பிரபுக்கள் நடுவிலும், பொதுமக்கள் கீழேயும் இருந்த நிலை அது). எப்படியிருப்பினும், ரிக் வேதம் இயற்றி முடிக்கப்பட்ட நிலையில், டூமெசிலிய மாதிரியில் இரண்டாக வகைப்படுகின்ற ஒரு

நான்கு வருணமுறை உருவாகிவிட்டது. அது அடியில் நான்காம் வருணம் ஒன்றைச் சேர்த்துக் கொண்டது. அரசர்கள் - புரோகிதர்கள் படி நிலையையும் தலைகீழாக்கிவிட்டது. பிராமணர்களுக்குச் சமநிலையில் இருந்த அரசர்கள் ஒருபடி கீழிறங்க வேண்டியிருந்தது. பிராமணர்கள், அரசர்களை இரண்டாமிடத்திற்குத் தள்ளுவது என்பதுதான் முதன் முதலில் நடந்த புரோகித ஆட்சிச் சாதனையாக ஓர் அமைதியான அரண்மனைக் கலகமாக இருந்திருக்கலாம்.

ஆகவே ஆதிமனிதனின் பாடல், ஒரு சமூக ஆவணத்தைக் காலத்தின் விடியலில் உருவாக்கியது. பிறகு அது அவ்விதமே காலங்காலமாக ஏற்கப் பட்டது. அரசர்கள் இரண்டாமிடத்திற்கு வந்தார்கள். இதை இயக்கம், மாற்றம், நழுவல், முன்னேற்றம், சிதைவு, என எப்படி வேண்டுமானாலும் உங்கள் கண்ணோட்டத்திற்கேற்பக் காணலாம். இம்மாதிரிக் குழப்புதல் தொன்மத்தின் அடிப்படைப் பண்பாகும். ஒரு நகராத நிரந்தரத்தன்மை போன்ற ஒன்று அவற்றில் படைக்கப்படுகிறது என்றாலும், உண்மையில் நிரந்தர மாற்றத்தையே அவை காட்டுகின்றன. ஆதிமனிதனின் பாடல் என்பது பிராமண வகுப்பினரின் அடித்தளத் தொன்மமாக இருக்கலாம். ரிக் வேதத்தில் இதற்கு முன்பான பாடல்களில் "பல்வேறு தொழில்கள்" போன்றவற்றில் — காணப்படாத சமூகப் படிநிலைகளை நிறுவுகின்ற ஒன்றாக இருந்திருக்கலாம்.

பிராமணரை விமரிசனம் செய்யும் ஒரு வேதப்பாடல் சிறப்பாக அமைந்திருக்கிறது. மழைவரும் தொடக்கத்தில் கத்துகின்ற தவளைகள் போல மழைக்காலத் தொடக்கத்தில் கத்துகின்ற பிராமணர்களும் இருக்கிறார்கள். அது சொல்கிறது:

தவளைகள்

பிராமணர்கள் தங்கள் சங்கல்பத்தை வைத்திருந்ததால், ஓராண்டுக்கு அசையாமல் இருந்தபிறகு மழைக்கடவுள் தூண்டியதால் தவளைகள் தங்கள் குரலை உயர்த்தின. தோல்பை போல் உலர்ந்து ஒரு குளத்தில் கிடந்த அதன்மீது மழை பெய்ததால் பசுக்கள் தங்கள் கன்றுகளோடு சேர்ந்து கத்துவதைப் போல தவளைகளின் குரல்கள் ஒருமிக்கச் சேர்ந்து ஒலித்தன. மழைக்காலம் வந்து, தாகத்தோடு காத்திருக்கும் தவளை கள்மீது மழைபெய்யும்போது தந்தையை அணுகும் மகன்போல் ஒன்று அக்கலா என்று கத்தும் மற்றொன்றை அணுகுகிறது. பெருகிவரும் நீரில் திளைக்கும் அவற்றில் ஒன்று மற்றதை வரவேற்கிறது. பெய்யும் மழையின்கீழ் புள்ளியிட்ட தவளை ஒன்று தன் குரல் பச்சைத்தவளையின் குரலோடு கலக்க, துள்ளிக்குதிக்கிறது. ஒரு மாணவன் தன் ஆசிரியரின் குரலை அப்படியே திருப்பிச்சொல்வதுபோல, ஒன்று மற்றொன்றின் பேச்சை அப்படியே எதிரொலிக்கிறது (7.103.1 - 5).

இந்தப் பாடல் ஓர் அங்கதமாக இருந்தாலும், அதன் குரல் மழைபெய்தல் என்னும் முக்கியமான, மகிழ்ச்சிக்குரிய கொண்டாட்டத்தின் உருவகமாக தீவிரமான ஒன்றாக இருக்கிறது.

பிற மற்றவர்கள்: குடியையும் போதையையும் விளிம்புநிலைப்படுத்தல்

வேதத்தில் மிகக் கீழான சமூக மட்டங்களில் இருந்த விளிம்புநிலை மக்களோடு — தாசர்கள், சூத்திரர்கள் — பிறருக்குள் சமூக வகுப்பில் மட்டுமின்றி, தங்கள் மத நடை முறைகளிலும் மற்றவர்களாக இருந்தவர் களையும் சேர்த்துக்கொண்டது. இவர்களில் போரிடும் துறவிகளின் கூட்டங்கள் (இவர்களை விரத்யர்கள் — விரதத்தை மேற்கொண் டவர்கள் என்று வேதங்கள் குறிக்கின்றன) ஒருவகை. இவர்கள் சாட்டையால் அடித்துக்கொள்ளுதல், தங்களைத் தாங்களே பிறவழிகளில் துன்புறுத்திக் கொள்ளுதல் போன்றவற்றில் ஈடுபட்டனர். இடத்துக்கு இடம் மாட்டுவண்டிகளில் சென்றனர்.[40] வேதமக்களுடைய சமூகத்தில் விரத்யர்கள் சிலசமயம் உள்ஆட்களாகவும் சிலசமயம் வெளிமனிதர் களாகவும் கருதப்பட்டனர்.[41] சிறப்புத் தூய்மைப்படுத்தல் சடங்குகள் வாயிலாக இவர்களை வேதமுறைக்குள் கொண்டுவர பிராமணர்கள் முயன்றனர்.[42] வேதமதத்திற்குள்ளாக விரத்யர்களின் தங்கள் சொந்த நம்பிக்கைகள், நடைமுறைகள் ஆகியவற்றைச் சேர்த்திருக்கலாம். அல்லது மற்றவர்கள் என்போர், மற்றொரு பாடலில் சொல்லப்படுவதுபோன்ற முன்மாதிரி ஹிப்பிகளாக அவர்களிடமிருந்து விடுபட்டிருக்கலாம்.

சடைமுடித் துறவி

சடைமுடிக்குள் தீ அடங்கியிருக்கிறது, அது மருந்தை வைத்திருக்கிறது, அதற்குள் வானும் பூமியும் அடங்கியிருக்கின்றன. காற்றைப் போர்த்திய இந்தத் துறவிகள் (நிர்வாணமாக இருப்போர்) அழுக்கான காவிக் கந்தல்களை அணிந்தனர். "துறவில் பற்றுக் கொண்டு நாங்கள் காற்றில் ஏறினோம். உங்களைப்போன்ற மரணமுறு மனிதர்கள் எங்கள் உடலை மட்டுமே காணமுடியும். நீண்ட சடைமுடி மதுவை அருந்துகிறது, ருத்திரனுடன் சேர்ந்து" (10.136).

இந்த அழுக்குக் கந்தல்கள், இந்த மக்களை மிக ஏழைகளாகவோ, உடுத்தல் போன்ற சமூக மரபுகளை வெறுத்தவர்களாகவோ காட்டுகின்றன. அவர்கள் காவியுடை அணிந்தவர்கள் என்பது பிற்காலத்தில் துறவுக் குழுக்கள் பல அணிந்த மஞ்சள்காவியின் முன் வடிவம் ஆகலாம். ருத்திரன் விஷம், மருந்துகள் ஆகியவற்றின் எஜமானன். பிரக்ஞையை மாற்றும் மருந்துகள் உட்பட. சில போதை மருந்துகள் பறத்தலையோ, தன் உடலிலிருந்தே தன் உடலைப் பார்ப்பதுபோன்ற தோற்றத்தையோ ஏற்படுத்துபவை. அவற்றில் ஒன்றை இவர்கள் பயன்படுத்தியிருக்கலாம். காட்டுத்தனம், முன்கணிக்க முடியாத கோபம், காய்ச்சல் போன்றவற்றின் உருவம் ருத்ரன். அதேசமயம் அவன் குணப்படுத்துபவன், குளிரச்செய்பவன். கொடிய காட்டுவிலங்கைப் போன்று தாக்குபவன் (2.33). அவன் ஒரு வேடுவன். நாகரிக சமூகத்தின் விளிம்பில், வெளியிலிருந்து வந்த ஒருவனைப்போல, ஒரு குறுக்கிடுபவனாக வேத வேள்விகளிலிருந்து விலக்கப்பட்டவன். தேவர்களின் சமூகத்தில் அல்லது தெய்விக உலகின் விளிம்பில், வன்முறை, கொடுமை, தூய்மையின்மை ஆகியவற்றிற்கு உருவம் அவன்.[43]

வகுப்பினாலோ, மத நடைமுறைகளாலோ அன்றி, ஏதோ ஒரு போதை

செல்வாக்கின் காரணமாக சமூகத்திற்கு எதிரான நடத்தையில் ஈடுபட்டு விளிம்புநிலையில் வைக்கப்பட்டவர்களைப் பற்றியும் ரிக் வேதம் சொல்கிறது. ஒரு வேதப்பாடல், மது, கோபம், கவறு (சூது), அஜாக்கிரதை ஆகியவற்றைக் கடுமையான தீநடத்தைக்குரிய காரணங்களாகச் சொல் கிறது. காமத்தின் போதையினால் ஏற்படும் நான்கு தீமைகளில் மதுவும் சூதும் இரண்டு. (பிற இரண்டு பாலுறவும், வேட்டையும்). இந்திய வரலாற்றில் இவற்றின்மீது அதிக கவனம் செலுத்தப்பட்டு வந்துள்ளது. சிந்துவெளி நாகரிகத்திலும் பகடைகள் இருந்ததைக் கண்டோம். பகடைவைத்துச் சூதாடுதலும், (தேர்ப்போட்டியும் வேட்டையும் சேர்ந்து) அரசர்களின் முக்கியப் பொழுதுபோக்காகவும், அவர்கள் வீழ்ச்சிக்குக் காரணமாகவும் இருந்ததைக் காணப்போகிறோம். சூதாட்டத்தினால் சாதாரண மக்களும் அரசர்களைப்போலவே பாதிக்கப்படலாம். இந்த வேதப்பாடலில் ஒரு பிறழ் குடும்பத்தின் முழுச்சித்திரம் காட்டப்படுவதைப்போல.

சூதாடி

"அவள் என்னுடன் சண்டைபோடவோ கோபம் கொள்ளவோ இல்லை, என்னிடமும் என் நண்பர்களிடமும் அன்பாகவே இருந்தாள். ஒரு பகடை விழுவது தவறிப் போனதால் நான் அன்புமிக்க மனைவியை இழந்தேன். என் மாமியார் என்னை வெறுக்கிறாள், என் மனைவி என்னைத் தள்ளுகிறாள். கஷ்டத்திலிருக்கும் மனிதனுக்கு ஆறுதல் கிடைப்பதில்லை. விற்பவனின் கிழக்குதிரையைப்போல, சூதாடியும் பயனற்றவன் என்று அவர்கள் எல்லாரும் சொல்லுகிறார்கள். சூதாட்டத்தில் பொருளிழந்தவனின் மனைவியை எல்லாரும் தடவுகிறார்கள். எங்களுக்கு அவனைத் தெரியாது, அவனைக் கட்டி இழுத்துக்கொண்டு போங்கள் என்று அவன் தந்தையும் தாயும் சகோதரர்கள் யாவரும் சொல்கிறார்கள். நான் அவர்களுடன் விளையாட முடியாது என்று உறுதி சொல்லும்போது, என் நண்பர்கள் என்னைவிட்டுச் செல்கிறார்கள். ஆனால் பழுப்புநிறப் பகடைகளை எறியும்போது கேட்கும் ஒலியால் நான் சூதாடுமிடத்திற்கு அவர்களிடம், காதலனைத் தேடிக் காதலி ஓடுவதுபோல ஓடுகிறேன்..." சூதாடியால் கைவிடப்பட்ட மனைவி துயரப்படுகிறாள். தாய் ஊர்சுற்றியான தன் மகனுக்காகக் கவலைப்படுகிறாள். கடனில் சிக்கி, பணத்தைத் தேடி, பயந்து, இரவில் அவன் பிறர் வீடுகளுக்குச் செல்லுகிறான். தங்கள் வசதியான அறைகளில் பிறர் தங்கள் மனைவியுடன் சுகமாக இருப்பது இவன் மனைவியை நினைக்கவைத்துத் தொல்லைப்படுத்துகிறது. ஆனால் பழுப்புநிறக் குதிரைகளைக் காலையில் பூட்டியவன், மாலையில் கணப் பின் அருகில் வந்து விழுகிறான், மனிதனாக அல்லாமல் (10.34).

தாஸ்தாயேவ்ஸ்கியின் நாவலில் வரும் சூதாடியைப் போல, இவனும் வெற்றி பெற விரும்பவில்லை, ஆனால் தொடர்ந்து இழப்பதைத் தடுக்க, மெய்யாகவே ஆடுவதை நிறுத்தக்கூட விரும்புகிறான். அவனுடைய இயலாமை ஒரு பாலியல் உந்துதல் அல்லது போதைக்குச் சமமாக நோக்கப்படுகிறது. அவன் பூட்டும் அந்தப் பழுப்புக்குதிரை என்பது மெய்யான குதிரையாகவும் இருக்கலாம், பழுப்புநிறப் பகடைக்கு உருவக மாகவும் இருக்கலாம். எவ்விதமிருப்பினும் அவை அவனை அழிக்கின்றன.

(சூதாடியின் மனைவியை மற்றவர்கள் தடவுவது, மகாபாரதத்தில், சூதாடி யுதிஷ்டிரனின் மனைவியை அவையில் துகிலுரிவதாக மாறிவருகிறது.) பாடலின் கடைசியில், ஒரு பெண்தெய்வம் (சூரியன் உதயமாகும், அஸ்த மனமாகும் கடவுள் சாவித்திரி) சூதாடியை எச்சரிக்கிறாள், "சூதாடாதே. உன் நிலைத்தை உழு. இருப்பதைக் கொண்டு மகிழ்ச்சியடை. அதை உயர் வாக மதிப்பாயாக. அதோ உன் கால்நடைகள், அதோ உன் மனைவி."

சோமபானத்தைக் குடித்தல்

வேதச் சடங்குகள் பலவற்றின் முக்கியக் கூறாக இந்த மயக்கம் உண் டாக்கும் சோமச் செடியின் சாறு உள்ளது, அது அவிப்பொருளாக தேவர்களுக்கு அளிக்கப்படுகிறது என்பதால் (பழக்கத்திற்கு அடிமையாதல் என்னும் நிலையில் இல்லாவிட்டாலும்), குடித்து வெறிகொள்ளுதல் என்பது வேதத்தின் ஒரு மையப்பொருள். வேதப்பாக்களைக் "கண்ட" கவிஞர்கள், அவற்றை தியானத்தில் மட்டுமின்றி போதைமயக்கத்திலும் கண்டனர். தீப்போன்ற தன்மைகொண்ட ஒரு செடியை ஒரு பறவை வானுலகத்திலிருந்து பூமிக்குக் கொண்டுவந்தது என்பது இதற்கான தொன் மத்தின் அடிப்படை. சோமச்செடி பிறந்தது உயர்மலைகளில் அல்லது விண்ணுலகில். அங்கு அது மிக எச்சரிக்கையாகப் பாதுகாக்கப்படுகிறது. ஒரு கழுகு சோமத்தை பூமிக்கு *(4.26 - 7)* அல்லது இந்திரனுக்குக் *(4.18.13)* கொண்டுவந்து தருகிறது. அல்லது அது இந்திரனை சோமத்தை மனிதர்களுக்கும் கடவுளர்க்கும் தருவதற்காக விண்ணுலகிற்குக் கொண்டு செல்கிறது. இந்தக் கதையினால், சோமச் செடியின் பிறப்பிடம் ஆதியில் ஒரு மலைப் பகுதி என்று தெரிகிறது. ஒருவேளை வேதமக்களின் ஆதியிடமும் அதுவே ஆகலாம். சோமச்செடி எது என்பது பற்றி நமக்கு ஒன்றும் உறுதியாகத் தெரியாது[44] (அதைப்பற்றிய ஒரு உரிமைப்பதிவின்மீது தொடுக்கப்பட்ட வழக்கு ஒன்று உள்ளது[45]) ஆனால் அது எது இல்லை என்பது தெரிகிறது. அது எஃபீட்ரா (சார்க்கோஸ்டெம்மா) இல்லை, ஒயின் இல்லை, பியர் இல்லை, பிராந்தி இல்லை, மரியுவானாவோ, கஞ் சாவோ இல்லை. ஒருவேளை அமானிடா மஸ்கேரியா அல்லது ஃப்ளை அகாரிக் எனப்பட்ட காளானாக இருக்கலாம். (ரஷ்யனில் *mukhomor*, ஜெர்மனில் *Pfliegenpilz*, ஃப்ரெஞ்சில் *tue-mouche* அல்லது *crapaudin*).[46] மயங்கவைக்கும் தன்மை கொண்ட பொருளாக அது தோன்றுகிறது.[47] "வேகமாய் வீசும் காற்றுப்போல, தேருடன் திடீர்ப்பாய்ச்சலில் கிளம்பும் வேகமான குதிரைகள் போல, என்னை இந்த பானங்கள் தூக்குகின்றன. ஆம், நான் இந்த பூமியையே தூக்கி இங்கே வைப்பேன், இல்லை, அங்கே வைப்பேன். எனது ஒரு சிறகு வானில் இருக்கிறது. மற்றதைக் கீழிருந்து இழுக்கவேண்டியிருக்கிறது. நான் பிரம்மாண்டம், பிரம்மாண்டம்! மேகத்திற்குப் பறக்கிறேன். சோமத்தையல்லவா பருகியிருக்கிறேன்?" *(10.119)* சோமத்தைப் பற்றிய மற்றொரு பாட்டு, இதே இறுதி அடியில் தொடங்குகிறது. "சோமத்தையல்லவா பருகியிருக்கிறேன்?" அதற்குப் பிறகு அது கேள்வியாக இல்லை. "நாம் சோமத்தைப் பருகியிருக்கிறோம். நமக்கு மரணமில்லை. நாம் ஒளிக்குச் சென்றுவிட்டோம். தேவர்களைக் கண்டுவிட்டோம். இப்போது மண்ணுலக மனிதனின் வெறுப்பும் வெஞ் சினமும் நம்மை என்ன செய்யும்? நான் பருகிய ஒளிமிக்க துளிகள்

என்னை வெட்டவெளிக்கு விடுவித்துவிட்டன" (8.48.3).

பரந்துவிரியும் உணர்ச்சி, அகன்ற வெளியில் விடுதலை பெறுவது என்பது வேதகால அரசியல் திட்டம் — வெட்ட வெளியின்மீதான பேராசை — மட்டும் அல்ல, பெரும்களிப்பு, பரவசம் ஆகியவற்றின் அகவயமான அனுபவமும்தான். மனிதக் கவிஞர்கள் சிறிதளவு சோம பானத்தையே, அதுவும் சடங்கின் கட்டுப்பட்ட சூழலில் பருகுகின்றனர். ஆனால் அதையே உண்ணுகின்ற தேவர்களுக்கு, அது ஒரு போதையாகிறது (மேலே சுட்டிக்காட்டப்பட்ட பாடலில் வரும் திடீர்ப்பாய்ச்சலில் ஈடுபடும் குதிரைகள் கட்டுப்பாட்டை இழந்த புலன்களுக்கு ஓர் உருவகமாகின்றன). மிகப்பெரிய சோமபானக் குடியனாகிய இந்திரன், அதன் விளைவாக எதுவும் செய்ய இயலாத நிலைக்கு ஆளாகிறான், அவன் உடலின் எல்லாத் துளைகளிலிருந்தும் கழிவுகள் வெளியாகின்றன.[48]

இந்திராணியும் பிற பெண்களும்

நீண்டநாள் துயரப்படும் பெண்களின் குழுவில் சூதாடியின் மனைவியும் ஒருத்தி. விசுவாசமாக இருப்பவள், ஆனால் அடிக்கடி கைவிடப்படுபவள். பழைய இந்து இலக்கியத்தில் இடம்பெறும் இம்மாதிரி மக்களையும் சமூகத்தையும் இந்த இலக்கியம் காட்டுகிறது. ரிக் வேதம், ஆண்களே ஆக்கிரமித்திருக்கும் பனுவல், ஆண்கள் உலகிற்கான பனுவல். அதில் பெண்கள் பொருள்களாகவே நடத்தப்படுகின்றனர். சாவித்திரி எச்சரித்த சூதாடியைப் போல, ஒவ்வொரு வேத ஆணும் தன் கால்நடைகளையும் மனைவியையும் அரிய சொத்துகளாக மதித்தனர். யாகம் செய்யும்போது ஒவ்வொரு மனிதனுக்கும் அவன்மனைவி உடனிருக்கவேண்டும். ஆனால் திரைமறைவில்தான். பெண்கள் கர்த்தாக்களாகவும், வேதப்பாடல்களின் உத்தேச எழுத்தாளர்களாகவும்கூட (10.40, 8.91) எப்போதாவது தோன்று கின்றனர்.[50] சக்களத்திகளை இயங்காமல் செய்யவும், கருவிலிருக்கும் குழந்தைகளைக் காக்கவும். திருமணமாகாத கன்னிப்பெண் கணவனைப் பெறுவதற்காக நடத்துகின்ற யாகங்களிலும் மாதிரிப் பெண்களின் ஆர்வங்களைப் பரிவுடன் நோக்கும் பாக்களில் அவர்கள் குரல் ஒரு வேளை மறைந்திருக்கலாம் (10.184).[51] பிற்காலப் பாக்களில் ஒன்று, இந்திராணிக்குச் சமர்ப்பிக்கப்பட்டுள்ளது. இந்திராணி, இந்திரனின் மனைவி. கிரேக்க சீயூஸின், நார்ஸ் ஓடினின், ஜெர்மன் வோட்டனின் (அவப்புகழ்பெற்ற காதல்மன்னன்) மனைவியர் போல. அது ஒரு பகுதி யில் சொல்கிறது: "இங்கு மிகச் சக்தியோடு வளர்கின்ற, பிற மனைவிகளை ஓட்டிவிடக் கூடிய, தனக்கே கணவனை உரித்தாகச் செய்யக்கூடிய இந்தத் தாவரத்தை நான் அகழ்ந்தெடுக்கிறேன். நான் என் வாயால் அவள் பெயரையும் சொல்லமாட்டேன். அவளிடம் என் கணவன் எந்த சுகத்தையும் காணவில்லை. அவளை மிகத் தொலைவுக்கு ஓட்டிவிடு. (தன் கணவனிடம் சொல்கிறாள்) கன்றுக்குட்டியின்பின் ஓடிவரும் பசுப்போல, தன்படுகையில் ஓடும் நீரைப்போல உன் இதயம் என் பின் ஓடிவரட்டும்" (10.145). கருவைக் காக்கப் பயன்படும் மந்திரங்களில் பின்னதும் ஒன்று. இவை தீயசக்திகளுக்கு எதிராக, மனிதர்களைநோக்கி— இந்தப் பாட்டில் கருவுற்றிருக்கும் பெண்ணிடம் பேசுவன. "தீமையைத்

தனது பெயராகக் கொண்டவன், உன் கருப்பையில், உன் கருவின்மீது நோயுடன் இருப்பவன், மாமிச உண்ணி, கரு நிலைப்படும்போது, ஓய் வெடுக்கும்போது, அசையும்போது, அது பிறக்கும்போது கொல்பவன், அவனை இங்கிருந்து ஓட்டுவோம். உன் இரு தொடைகளையும் பிரிப்பவன், கல்யாணமான தம்பதிகளுக்கிடையில் படுப்பவன், உன் கருப்பையைச் சுத்தம்செய்பவன் — அவனை இங்கிருந்து ஓட்டுவோம். சகோதரனாக, அல்லது கணவனாக, அல்லது காதலனாக உருவெடுத்து, உன் குழந்தையைக் கொல்ல முயலும் அவனை இங்கிருந்து ஓட்டுவோம். உன்னைத் தூக்கம், இருள் போன்றவற்றால் மயங்கவைத்து உன்னுடன் படுக்கும் அவனை இங்கிருந்து ஓட்டுவோம்" *(10.162)*.

இங்கு மனிதர்களை நன்கு உற்றுநோக்கும் தன்மையைக் காண்கிறோம். கர்ப்பத்தின் மூன்றுநிலைகள் — நிலைப்படுதல், ஓய்வு, அசைவு. ஆபத்து மீயியற்கை சார்ந்த அசுரர்களிடமிருந்து வருகிறது என்றாலும், அவர்கள் கணவன் (அல்லது காதலன், சகோதரன்) என்ற மாற்றுருவில் செயல்படு கிறார்கள். மற்றவை ஒருபுறம் இருக்க, இந்தப் பாடல் ஒரு பெண்ணுக்குக் காதலர்களும் இருக்கலாம் என்பதற்கான ஆதாரத்தை அளிக்கிறது. இந்தச் சந்தேகம், ஒரு வேதச்சடங்கின் வாயிலாகவும் வெளிப்படுகிறது. அதில் கடந்த ஆண்டில் தனது காதலர்களைப் பட்டியலிடச்சொல்லி ஓர் அரசி வேண்டப்படுகிறாள். அந்தச் சடங்கில் அந்தக் கணம் ஒரு பாலியல் சக்தியின் அதிர்ச்சி என்பதைத் தவிர வேறொன்றையும் கருதாமல்கூட இருக்கலாம். பாலியல் உறவின் மையம் என்ற முறையில், குறிப்பாகக் கள்ள உறவின் மையம் என்ற வகையில், (ஆண்களுக்குப் பெரும்பாலும் எல்லாவகைப் பாலியல் வடிவங்களும் சட்டபூர்வமானவை) அவள் அந்தச் சடங்கிற்கு அப்பட்டியலை அளிக்குமாறு கேட்கப்படுகிறாள்.[52] இந்தப் பாட்டில் மேலும் முக்கியமான விஷயம், ஒரு மோசமான, ஆனால் சட்டபூர்வமான, திருமண வடிவம் என்று கருதப்பட வந்த பாலியல் வன்முறையின் ஒரு வடிவத்திற்குக் கிடைக்கும் சான்று. உறங்கும் அல்லது போதையிலிருக்கும் ஒரு பெண்ணுடன் உறவு கொள்வது. சிலசமயங்களில ஒரு பெண்ணின் சகோதரன்கூட அவள் படுக்கையிலிருப்பான் என்று எதிர்பார்க்கப்படுகிறது. ஆனால் ரிக் வேதம் சகோதரத் தகாப்புணர்ச்சியை மிகவும் கண்டிக்கிறது.[53] அல்லது இங்கு சொல்லப்படும் சகோதரன் என்பது கணவனின் சகோதரனாகவும் இருக்கலாம். சில மரபான, ஆனால் கவலை உண்டாக்கக் கூடிய தன்சகோதரனின் மனைவியுடன் உறவினை அவன் குறித்த சமயங்களில் கொள்ளமுடியும் என்பதையும் நாம் காண்போம்.

இறந்தவன் ஒருவனின் விதவையை நோக்கிச் சொல்லும் ஒரு இறப்புச்சடங்குப் பாடலில் தங்கள் கணவர்களின் இறப்புக்குப் பிறகு தொடர்ந்து அவர்களின் மனைவியர் வாழ எதிர்பார்க்கப்படுகிறார்கள் என்பதைக் காண்கிறோம். "எழு பெண்ணே, வாழ்பவர் உலகிற்குள் எழு. இங்கே வா. உயிர்மூச்சைவிட்டுவிட்ட ஒருவனின் அருகில் படுத் திருக்கிறாய் நீ" *(10.8)*. கவிஞர் அந்தப் பெண்ணைத் தொடர்ந்து வாழுமாறு வற்புறுத்துகிறார். நிச்சயமாக, இறந்தவனோடு அவளும் இறக்குமாறு எதிர்பார்க்கப்படவில்லை. ஆனால் இறந்தவனோடு படுத்திருத்தல் என்ற தொடர் முன்பொருகாலத்தில் மனைவி தன் கணவனோடு புதைக்கப்பட

இருந்ததிலிருந்து உயிர்பிழைத்த சம்பவத்தைக் குறிப்பதாகலாம்.[54] இறந்த கணவனின் அருகில் மனைவி படுப்பதை (பின்னர் எழுந்துகொள்வதை) ஒரு பழைய வழக்காறாக அதர்வவேதம் கருதுகிறது.[55] மாறாக, வேதகாலப் பெண்கள், தங்கள் கணவன்மார்களின் கல்லறைகளில் ஒரு குறியீட்டுத் தற்கொலையை நிகழ்த்தியிருக்கலாம்; (பின்னோக்கு எச்சரிக்கை!) பிற்காலத்தில் சதி அல்லது உடன்கட்டை ஏறுவதற்கு வேத ஆதாரமாக இது பயன்படுத்தப்பட்டிருக்கலாம்.

இறக்கக்கூடிய, மரணமற்ற இருவித ஆடவர் - பெண்டிருக்கிடையிலும் உள்ள உறவுகளைப் பல பாக்கள் ஆராய்கின்றன. மணத்திற்கு வேண்டுதல், திருமணம், விபசாரம், விலகுதல் ஆகியவை பற்றிய கதைகளை உரையாடல்வடிவில் (ஆக்யானங்கள்) முன் வைக்கின்றன. பலசமயம் நாம் அறிந்திருப்போம் என்று எதிர்பார்க்கப்படுகின்ற கதை ஒன்றின் திருப்பத்திலிருந்து பாதியிலிருந்து தொடங்குகிறது. (பின்னர் உரைகள் அதை நமக்குச் சொல்கின்றன).[56] உரையாடல் பாடல்களில் பெண்தெய்வங்களும் அப்சரஸ்களும் இடம்பெறுகிறார்கள். இவர்கள் உற்பத்திவளத்துடன் தொடர்புடையவர்கள். நடிகர்கள், நடனமிடுவோர் ஆகியோரைக் கொண்ட சிறப்புச் சடங்குநிகழ்வுகளின் பகுதியாக இவர்கள் இருக்கலாம்.[57] பெண்களுடனான உரையாடல், ஜோடியில் ஒருவர் மற்றவரை ஏதோ ஒருவிதப் பாலியல் செய்கைக்குத் தூண்டுகின்ற சந்தர்ப்பங்களைக் காட்டுவதாக அமைகின்றது. சிலசமயம் தூண்டுபவள் பெண்ணாக இருக்கிறாள்.[58] சிலசமயம் ஆணாக இருக்கிறான்.[59] பொதுவாக நிலவுலகப் பெண்களும், மேலுலக ஆண்களும் தங்கள் தூண்டுதலில் வெற்றிபெறுகிறார்கள். ஆனால் தெய்வத்தன்மை பாதியுடைய பெண்களும், நிலவுலக மனிதர்களும் தோல்வியடைகிறார்கள்.[60]

அபலா, ஒரு நிலவுலகப்பெண். அவள் இந்திரனுடன் மிகநெருக்கமான உறவு வைத்திருக்கிறாள். அவள் கூறியதாகச் சொல்லப்படும் ஒரு பாடலில் இந்தக் கதையை நாம் அறிகிறோம். (பிற்கால உரையாளர்கள் சொல்லும் கதை).(8.91). அவள் ஓர் இளம் பெண். அவளுக்கு ஒரு தோல்நோய் இருப்பதால் (சடங்கு அவளை சூரியத்தோல் உள்ளவளாக்கியது. பா7) அவள் கணவன் அவளை வெறுத்தான். ("கணவனால் வெறுக்கப்படும் நாம் எல்லாம், நிச்சயமாக ஓடிச்சென்று இந்திரனுடன் இணையவேண்டும்." பா1). அவள் சோமச்செடியைக் கண்டாள். (நீருக்குச் சென்ற கன்னிப்பெண் வழியில் சோமச்செடியைக் கண்டாள். பா1) அவள் அதை வாயில் மென்று, இந்திரனுக்குக் கொடுத்தாள். (என் பல்லில் மென்றதை நீ பருகு. பா.2) இந்திரன் அவளுடன் காதல் புரிகிறான். அவள் முதலில் எதிர்க்கிறாள். (நாங்கள் உன்னைப் புரிந்துகொள்ள விரும்பவில்லை, ஆனால் உன்னை நாங்கள் தவறாகப் புரிந்துகொள்ளவில்லை. பா3). பிறகு ஒப்புக்கொள்கிறாள். (நிச்சயமாக அவன் இயலுபவன், நிச்சயமாக அவன் செய்வான், நிச்சயமாக நம்மை அவன் அதிர்ஷ்டக்காரிகளாக ஆக்குவான். பா.4) தன்னை குணப்படுத்துமாறும், தன் தந்தைக்கும் அவன் நிலங்களுக்கும் உற்பத்திவளத்தை மீட்டுத் தருமாறும் அவனைக் கேட்கிறாள். (மூன்று இடங்களில் முளைக்குமாறு செய் இந்திரா, என் தந்தையின் தலை, அவனது நிலம், என் இடுப்புக்குக் கீழுள்ள இந்தப்பகுதி. பா. 5 - 6). இந்த மூன்று வரங்களையும்

இந்திரன் அளிக்கிறான். (இந்திரா, அபலாவை நீ மும்முறை தூய்மைப் படுத்திவிட்டாய். பா.7). தூய்மைப்படுத்தும் சடங்கு ஒருவேளை அவளை மூன்று முறை தேர்த்துளைகளில் இட்டு வெளிவரச்செய்யும் நிகழ்வைக் கொண்டிருக்கக்கூடும். (தேரின் குடத்தில், வண்டியின் குடத்தில், நுகத்தடி முகத்தில். பா.7) அவள் தோலை மும்முறைச் சேறாக்கினான். (பிற்கால மரபின்படி, முதல்தோல் முள்ளம்பன்றி ஆகியது, இரண்டாம் தோல் முதலையாகியது, மூன்றாம் தோல் பச்சோந்தி ஆகியது).[61] அபலா, ஒரு சுபாகா (அதிர்ஷ்டமிக்கவள்) ஆகிறாள். அந்தச் சொல்லுக்கு மூன்று நெருங்கிய அர்த்தங்கள் உள்ளன. அழகாகிறாள், ஆகவே கணவனால் அன்புசெலுத்தப்படுகிறாள், ஆகவே அதிர்ஷ்டமிக்கவளாகிறாள். வேறுசில பாடல்களில், பெண்ணுக்கு அழகின்மையால் அல்ல, ஆணுக்கு ஆண்மை யின்மையால் கணவன் மனைவியைப் புறக்கணிப்பதைப் பார்க்கிறோம் (10.40). அதிர்ஷ்டமிக்க என்பது இங்கு ஆண்மையுடன்கூடிய கணவனைப் பெறுவது என்ற கூடுதல் அர்த்தத்தையும் அடைகிறது. தீஸ் கடைசியாக, ஓர் ஆரோக்கியமான கணவனைப் பெறுவதால் அவள் விதவை ஆவதில்லை. ஏனெனில் கணவனின் ஆரோக்கியம் குறைந்துசெல்வதும் பெண்ணின் குற்றமே ஆகலாம். சில பெண்கள் ஆடவர்களுக்கு அபாய மானவர்களாகக் கருதப்படுகிறார்கள். மணப்பெண் கன்னித்தன்மை இழக்கும்போது வெளியாகும் இரத்தம் ஆடவனைக் கலங்கவைக்கிறது. அது கால்களால் நடக்கும் ஒரு மாய உருவாகிறது, மனைவியைப்போலவே கணவனுக்கருகில் செல்கிறது" (10.85.29). இரத்த உரு, மனைவியின் வடி வெடுக்கிறது — கருவைச்சிதைக்கும் அசுரன் அவள் கணவன்/காதலன்/ சகோதரன் உருவெடுப்பதுபோல. பாலுறவே அபாயமாகிறது.

ஒரு நீண்ட பாடல் (10.85), சந்திரனுக்கும் சூரியனின் மகளுக்கும் நிகழும் திருமணத்தைக் கொண்டாடுகிறது. இன்னொன்று, (10.17.1 - 2) சூரியனுக்கும் குதிரைகளின் தேவதை சரண்யுவுக்குமான திருமணத்தைச் சுருக்கமாகக் குறிப்பிடுகிறது. ஆனால் இவை எளிய புனிதத் திருமணங்கள் அல்ல. வானுலகின் தேவர்களும் நம்முடைய குற்றங்குறைகளைக் கொண்டவர்களே. வேத உலகில், திருமணம் சொர்க்கத்தில் நிகழ்கிறது என்று சொல்வது ஓர் ஆசீர்வாதம் மட்டுமல்ல, விபசாரமும் அங்குதான் நிச்சயிக்கப்படுகிறது. (இராமாயணத்தில் (7.30) மானிடப்பெண் ஒருத்தி யுடன் இந்திரன் செய்யும் விபசாரமே உலகில் விபசாரம் தோன்றக் காரணமாகிறது.) தேவகுருவான பிரகஸ்பதியின் மனைவியுடன் சந்திரன் தொடர்புகொள்வதால் சூரியனின் மகளுக்கு விசுவாசமாக இல்லாமல் போகிறான் (10.109). சூரியனின் மனைவியாகிய சரண்யு, த்வஸ்த்ரி என்னும் கைவினைஞன் - கொல்லனின் மகள், இரட்டைக் குழந்தைகளைப் பெற்று விட்டு (இவர்களில் ஒருவன் யமன்) சூரியனைவிட்டு ஓடிவிடுகிறாள். தனது இடத்தில் தன்னைப்போன்ற வடிவம் ஒன்றை உருவாக்கிவிட்டு, அஸ்வினி தேவர்களைப் பெறுகிறாள் (10.17.1—2).[62] தங்கள் கணவர்களை விட்டுச்செல்லும் குதிரைப் பெண்தெய்வங்களின் பெரியதொரு தொன்ம வடிவமைப்பில் சரண்யுவும் ஒருத்தி. வேதயாகங்களுக்கான சிந்தனையில் யாகத்திற்குப் பயன்படும் குதிரைகள், அடக்கப்பட்ட ஆண்குதிரைகள், பெண்குதிரைகள், இதற்கு முந்திய இந்தோ - ஐரோப்பியத் தொன்மத் தளத்தில் இருப்பவை.[63] அப்போது குதிரைகள், காட்டு மிருகங்களாகவே

கருதப்பட்டன, வேட்டையாடிக் கைப்பற்றப்பட்டன, ஆனால் முழு அளவு வசப்படுத்தப்படவில்லை.

ரிக் வேதத்தில் வரும் பெண் உருக்கள் எல்லாம் மனித உருக்கள் அல்ல. வழக்கமாகப் பெண்பாலாக வரும் பண்புப் பெயர்கள் சில சமயங்களில் பெண்தெய்வங்கள் ஆக்கப்படுகின்றன. (உதாரணம், வாக்கு-பேச்சு).[64] நிருதி(அழிவு)யும் அப்படிப்பட்ட சொல்லே. இயற்கைப் பொருள்களும் பெண்தெய்வங்களாக உள்ளன. விடியல், இரவு, நீர் (சரஸ்வதி ஆறு உட்பட). வானில் பறக்கும் அப்சரஸ்களும் அவ்வாறே. காடும் பெண் தெய்வம், பூமி (பிருத்வி), தாயாகக் கருதப்படுபவள். தேவர்களின் மனைவியரும் உள்ளனர். இந்திராணி, சூரியனின் மனைவி, ருத்ரனின் மனைவி, வருணனின் மனைவி, அக்னியின் மனைவி.[65] ஒருவனாவது தெய்விகக் கணவனாக இருக்கிறான் — அவனுடைய அருவமான மனைவிபெயரால். சசியின் கணவன் — இந்திரன், சசிபதி எனப்படுகிறான். சசி என்பது ஆற்றலைக் குறிக்கின்ற சொல். ஆக சசிபதி என்றால் ஆற்றலின் எஜமானன் என்று பொருள். இச்சொல் பின்னர் இந்திராணியைக் குறிக்கும் சொல்லாகிவிடுகிறது. சசி என்ற சொல்லின் வேர் சக் என்பது. இதே அடிப்படையில் பிறந்த சொல் சக்தி. பிற்கால தேவியர்கள் சக்தி வடிவங்களாகிறார்கள். தங்கள் கணவன்மார்களுக்குச் சக்தி அளிக்கிறார்கள். ஆனால் வேதமதத்தின் மையமான யாகத்தில் வாக் (வாக்கு) என்பதைத் தவிர வேறு பெண் தெய்வங்களுக்கு எவ்விதப் பங்குமில்லை.[66]

பொதுவாக வேதகால தேவர்களைப் போலவே, படைப்புக் கடவுளர்களும் ஆண்களே. ஆனால் ஒரே ஒரு வேதப்பாடல், பிரபஞ்சத் தோற்றத்திற்குக் காரணமாக அதிதி (எல்லையற்றவள்) என்ற பெண்ணைக் குறிப்பிடுகிறது. அவள் ஒரு குழந்தைக்குத் தாய் ஆகிறாள்.

அதிதி பிரசவிக்கிறாள்

இப்போது நாம் கடவுளரின் பிறப்புகள் பற்றி வியப்புடன் பேசுவோம். பிற்காலத்தில் யாராவது அதை உச்சரிக்கும்போது அவர்களைக் காணட்டும். கடவுளரின் மிகத் தொடக்கக் காலத்தில், இருப்பு என்பது இன்மையிலிருந்து வந்தது. பிறகு வானுலகின் நான்கு பாகங்கள், பூமி ஆகியவை நாணத்துடன் காலைவிரித்துக் கவிந்திருந்தவளிடமிருந்து பிறந்தன. எல்லையற்ற பெண்மையிலிருந்து (அதிதி), செயல்திறமிக்க ஆண் (தட்சன்) பிறக்கிறான். தட்சனிடமிருந்து அதிதி மறுபடி பிறக்கிறாள். அவளுக்குப் பின் புனிதக் கடவுளர்கள் — மரணமற்றவர்கள் பிறக்கிறார்கள் (10.72.1 - 5).

இங்கு நம்மை ஈர்க்கும் படிமம், எல்லையற்ற பெண்கடவுளின் கவிந்த வடிவம். முழங்கால்களை மடித்துக் கால்களை விரித்தவண்ணம், மெய்யான ஒரு பெண் பிரசவிக்கும்போது கொள்ளும் தோற்றம் போலவே இருக்கிறது.[67] இந்த இருப்புநிலை, பின்னர் யோகாசனத்துடன் தொடர்புபடுத்தப்படுகிறது, வேதகாலத்திலும் யோக அர்த்தங்கள் இருந்திருக்கலாம்.

மீண்டும் நாம் பரஸ்பரப் படைப்பு என்னும் முரண்தன்மையில் அகப்படுகிறோம். எல்லையற்ற பெண்தன்மையும், வீறுமிக்க ஆண்தன்மையும் ஒன்றையொன்று படைத்துக் கொள்கின்றன. பின்னர் பிரம்மாவும் விஷ்ணுவும் ஒருவரை ஒருவர் படைத்துக் கொண்டதுபோல. வேத உரையொன்று மிகக் கஷ்டப்பட்டு, கடவுளர்களுக்கு இரண்டு பிரசவங்கள் என்பன பரஸ்பரம் ஒன்றையொன்று உற்பத்திசெய்யும் என்று விவரிக்கிறது.[68] முடிவற்ற காலம் எவ்விதம் தானே உருவாகியதோ, நான்கு யுகங்கள் கொண்ட பிரபஞ்சம் எவ்விதம் தானே உருவாகிறதோ அவ்விதமே படைப்பவன்(ள்) மீண்டும் மீண்டும் தானே - இருக்கும் அல்லது தானே— தோன்றிய (சுயம்பு) என்ற அடைமொழியைப் பெறுகின்றனர்.

பல கடவுள் வழிபாடும் அந்தந்தச் சமயத்திற்கேற்ற வழிபாடும்

ரிக் வேத வீட்டில் பல தெய்விக மாளிகைகள் உள்ளன. இந்துக்களுக்கும் இந்துமதத்திற்கும் பன்மைத்தன்மையின் முக்கியத்துவத்தைப் பற்றிக் குறிப்பிட்டோம். அது இங்கே தொடங்குகிறது. ரிக் வேதம் ஒரு வகையான பலகடவுள் வழிபாட்டைக் கொண்டிருக்கிறது. ஆனால் அதற்குள்ளாகவே உபநிடதத்தில் ஒற்றைக் கடவுள் வழிபாடாக மலர்வதற்கான விதைகளைக் கொண்டிருக்கிறது. ஒரே பிரபஞ்சப் பொருளின் கூறுகள்தான் எல்லாப் பொருள்களும் என்று அந்த ஒற்றைத்தன்மை கருதுகிறது. தத்துவ என்று கூற இயலாத, இறையியல் சூழல் ஒன்றில், சிறப்பான பன்மைத்தன்மையை அடிக்கடி மேற்கோள் காட்டப்படும் ஒரு வரி சொல்லுகிறது: “அதை இந்திரன், மித்திரன், வருணன், அக்னி என்கிறார்கள். வானில் பறக்கும் தெய்விகப் பறவை அது. ஞானிகள் அந்த ஒன்றைப் பற்றிப் பலவழிகளில் பேசுகிறார்கள். அதை அக்னி, யமன், மாதரீஸ்வன் என்கிறார்கள்”(1.164.46). சகிப்புத்தன்மையோடு கூடிய, படிநிலைசார்ந்த வழிபாட்டுப் பல கடவுள்கொள்கை இங்கு உள்ளது. வழிபடுபவன், தான் அந்தச் சமயத்தில் வழிபடும் கடவுளைத் தவிரப் பிற கடவுளர்களின் இருப்பை, நன்மையை ஒப்புக் கொள்கிறான். இந்து மதத்தின் வரலாறு முழுவதும் ஒற்றைக் கோட்பாட்டிற்கும் பல கடவுள் வழிபாட்டிற்கும் இடையில் இந்தப் படைப்பாற்றல்மிக்க இழுவிசை இருந்துகொண்டே இருக்கிறது.

வேதமதத்தின் பல கடவுள் வழிபாடு என்பது ஒருவகையான தொடர் ஒற்றைக்கடவுள் வழிபாடு என்ற மாக்ஸ்முல்லர், அதற்கு ஹீனோதீயிசம் அல்லது காதினோதீயிசம் (அந்தந்தச் சமயத்திற்கேற்ப ஒரு கடவுளை வழிபடுதல்) என்று பெயரிட்டார். பல கடவுள் வழிபாடுதான் இது. ஆனால் அந்தக் குறிப்பிட்ட சமயத்திற்கேற்ப ஒரு கடவுளை அதுதான் மிக உயர்ந்த அல்லது ஒரே கடவுள் என்பதுபோல வழிபடுதல் ஆகும். ஆக, ஒரு வேதப் பாடல், ஒரு கடவுளைப் புகழ்ந்து அவன்தான் வானுலகையும் பூவுலகையும் ஒரு தூணால் பிரித்தவன் என்று பாராட்டும். மற்றொரு வேதப்பாடல் மற்றொரு வேதக்கடவுளை இதேசொற்களால் வழிபடும். (அத்துடன், ஒவ்வொரு கடவுளுக்கும் தனியான சிறப்புப்பண்புகளும் செயல்களும் உண்டு. சான்றாக, இந்திரனைத்தவிர வேறொருவரும் அபலையைக் காக்கவில்லை). ஒற்றைக் கடவுள் மதங்கள் பல கடவுள் வழிபாட்டைக் குறைகூற விபசாரம் என்ற உருவகத்தையே கையாளுகின்

றன. “பல கடவுள் பின் செல்லும் விபசாரி.” பிற்கால இந்துமதம் இந்த உருவகத்தைக் கடவுள்மேலுள்ள அன்பைக் குறிக்கப் பயன்படுத்துகிறது. இந்த மனப்பாங்கை நாம் ஒரு வகைத் தொடர் ஒற்றைமணம், அல்லது விரும்பினால் ஹீரோகேமோஸ் என்று வைத்துக்கொள்ளலாம். விஷ்ணு, நீயே நான் என்றும் வணங்கும் ஒரே கடவுள். ஒரே கடவுள் நீதான்.” “நான் வணங்கிய ஒரே கடவுள், வருணனே, நீதான். ஒரே கடவுள் நீதான்.” “சூசன், நான் காதலித்த ஒரே பெண் நீதான். ஒரே ஒருத்தி நீதான்” “ஹெலன், நான் காதலித்த ஒரே பெண் நீதான். ஒரே ஒருத்தி நீதான்” வேதகால அந்தந்தச் சமய வழிபாடு, இத்தகைய பாதிப்படிநிலை அமைப்பைச் சாத்தியமாக்கியிருந்தது. ஒவ்வொரு கடவுளுக்குமான மனப்பாங்கு படிநிலைத்தன்மை கொண்டது, ஆனால் போட்டியிடும் நடைமுறைசார்ந்த ஒற்றைக் கடவுள் வழிபாடுகள் ஒன்றையொன்று விலக்கிக் கொண்டன. ஆகவே முழு அமைப்பும் சமத்தன்மை கொண்டதாக இருந்தது. பலவற்றில் ஒவ்வொன்றும் சிறந்தது. (ஜார்ஜ் ஆர்வெல்லின் ‘விலங்குப்பண்ணை’யில் வருவதைப் போல — எல்லாமே சமம், ஆனால் சில மற்றவற்றைவிட அதிகச் சமமானவை). வேதக் கடவுளர்களின் இந்தச் சமயப்பகிர்வுத்தன்மை தனிநபர்ப் பன்மைத்தன்மைக்கு நல்ல உதாரணம். வழிபடும் ஒவ்வொரு தனிநபரும் பலவேறு பாக்களை வெவ்வேறு கடவுளர்க்குப் பயன்படுத்தலாம். பனுவல் சகிப்பின்மை மீது சகிப்பின்மை காட்டுகிறது. ஒரு ரிக் வேதப் பாட்டு, போலிக்கடவுளரை வழிபடுவோரை அல்லது கடவுளர்கள் பயனற்றவர் எனக் குற்றம் சாட்டுவோரைச் சபிக்கிறது (7.104.14). இந்தக் கூற்றிலுள்ள இரட்டை எதிர்மறைகள் ஒன்றையொன்று விலக்கும்போது, நாம் மதஎதிர்ப்பாளர்கள் அல்லது கடவுள் நம்பிக்கையற்றோருக்கு அதீத பாதுகாப்பைப் பெறுகின்றோம். வேதங்களின் பரந்த பன்மைத்தன்மை உலகம், அல்லது கடவுள், அல்லது உண்மை என்பதையே பன்மைகொண்டது என்று சொல்கிறது. வேதங்கள் இயல்திட்டவாதப் பிரச்சினையைப் பழைய காலத்திலிருந்து இன்றுவரை சென்றுகொண்டிருக்கும் விவாதமான உலகம் எவ்விதம் இருக்கிறது, அது அடிப்படையில் ஒருசீர்த்தன்மை வாய்ந்ததா, பலசீர்த்தன்மை பெற்றதா என்று செல்லும் விவாதத்திலிருந்து கிளைத்த பலகோணங்களிலிருந்து சந்திக்கின்றன.

வேதப்பாடல் ஒன்று இவ்விதம் முடிகிறது: “இந்தப் படைப்பு எங்கிருந்து வருகிறது? கடவுளர்கள் பிரபஞ்சம் படைக்கப்பட்டபின் வந்தார்கள். அப்போது, எங்கிருந்து இது வந்தது என்பது யாருக்குத் தெரியும்? எங்கிருந்து வந்தது ஒருவேளை தானாகவே உருவாகியிருக்கலாம் அல்லது அப்படியின்றியும் இருக்கலாம் — இதை மேலிருந்து பார்க்கும் வானுலகு மட்டுமே அறியும். அல்லது அதற்கும் தெரியாதுபோலும் (10.129).” கடைசிவரி அதற்கு முன்னுள்ள வரியை கேலிசெய்வதுபோல உள்ளது. இந்தப்பா, கடவுளின் இயல்பு, அதற்குமேல், அதன் இருப்பு பற்றியே கேள்விகேட்கிறது.

விடைதெரியாக பிரபஞ்சக்கேள்வி (உண்மையில் யாருக்குத் தெரியும்?) என்பது ரிக் வேதத்தில் மற்றொரு பிரபஞ்சத்தோற்றம் பற்றிய கவிதையிலும் வருகிறது. அதன் ஒவ்வொரு பத்தியும் “நாம் படையலுடன் வழிபட

வேண்டிய கடவுள்தான் யார்?" என்ற பல்லவியுடன் முடிகிறது. ஆக: "யாரால் இந்த வியப்புமிகு வானும் பூமியும் திடமானதோ, யாரால் வான்முகடும் சூரியனும் உருவானதோ, யார் பிரபஞ்சவெளியின் இடைப்பகுதியை அளந்தவனோ, அவனை — நாம் படையலுடன் வழிபடவேண்டிய கடவுள்தான் யார்?" *(10.121).* எல்லாப் பொருள்களின் தோற்றத்தைப் பற்றியும் விடை தெரியாத வினாக்களைக் கேட்கும்போதும் வேதம் சகிப்புத்தன்மையையும், பன்மைத் தன்மையின் மகிழ்வையும் காட்டுகிறது.

அக்னி, இந்திரன், வருணன்

பிற்கால இந்துமதத்தின் பெருங்கடவுளர்களான விஷ்ணுவும் சிவனும் (ருத்திரன் என்ற வடிவத்தில்) வெறும் அலங்காரப் பதுமைகளாகத்தான் வேதத்தில் வருகிறார்கள்.[69] மாறாக, வேதத்தின் மிக முக்கியமான தேவர்கள், அக்னி, சோமன், இந்திரன், வருணன் ஆகியோர் யாகத்துடன் தொடர்புள்ளவர்கள். பிந்திய இந்துமதத்தில் இவர்களுக்கு முக்கியத்துவம் இல்லை. ஆனால் அவர்கள் முறையே நெருப்பு, நிலம், மழை, நீர் ஆகிய இயற்கைச் சக்திகளின் குறியீடுகளாகிறார்கள். பிற வேதக்கடவுளர்களும், குறிப்பாக சூரியக் கடவுளர்களும் இயற்கைச் சக்திகளின் மனிதஉருக்களே. இதை மாக்ஸ்முல்லர் சரியாகவே எடுத்துக்காட்டினாலும், மிகைஅழுத்தம் தந்தார். (அதற்காக அவர் கேலிக்கும் ஆளானார், அவருடைய அளவுகோல் களின்படி அவரும் ஒரு சூரியக் கடவுளே என்று ஒரு அறிஞர் கட்டுரை வரைந்தார்.)[70] விடியல் *(1.92)*, இரவு *(10.127)* ஆகிய தேவிகள் பற்றியும் சூரியன் பற்றியும் சிறப்பான கவிதைகள் உள்ளன.

ஆனால்,பெரும்பாலான தேவர்கள்,இயற்கைச் சக்திகளைக்குறிப்பவர்கள் உட்பட, உயிர்த்துடிப்போடு மனித உருக்களாகப் படைக்கப்பட்டுள்ளனர். தேவர்கள் நம்மைப் போல, நம்மைவிட அதிகமாகவும் இருக்கிறார்கள். நாம் விரும்புவதை எல்லாம் அவர்கள் விரும்புகிறார்கள். திருமணம, விபசாரம். புகழ், பாராட்டு உட்பட. பெரும்பாலான கடவுளர்கள் குறித்த சமூக வகுப்புகளோடு இணைக்கப்பட்டுள்ளனர். அக்னி, பிராமணன்; வருணன் பிராமண அரசன்; இந்திரன் போர்க்கடவுள்; அஸ்வினிகள் வைசியர்கள். வேதங்களில் சூத்திரக்கடவுள்கள் இல்லை.

தீக்கடவுளான அக்னி, யாகப்புரோகிதனின் தெய்விகமாதிரி.அவன்தான் மனிதர்களின் படையல்களை தேவர்க்குக் கொண்டுசெல்பவன். எல்லாக் கடவுளரையும் யாகத்துக்கு அழைத்துவருபவன். கடவுளர்க்கும் மனிதர் களுக்கும் இடையில் குறுக்கிடுபவன். *(1.26.3).* அக்னி மகிழ்ச்சியடைந்தால், தேவர்கள் கருணைசெய்கிறார்கள். தீக்கு மேடை எழுப்புவது வேதச்சடங்கு களில் அடிப்படையானது.[71] காருக பத்தியம் (வீட்டுநெருப்பு), தாக்ஷிணம் (சடங்குநெருப்பு), ஆகவனீயம் (யாகநெருப்பு) ஆகிய முத்தீக்களை எழுப்பு வது ஒவ்வொரு குடும்பத்தானின் அடிப்படைக் கடமையுமாகும்.

அக்னியும் சோமனும் பலவகையில் இணைப்புறுபவர்கள். தீ - நீர் என்ற முறையில் அவர்கள் நிறைவுசெய்யும் எதிர்வுகள் என்பதோடு, நெருப்பான நீர் - அமிர்தம் என்ற முறையில் இணைபவர்கள். சோமன்,

நெருப்பியநீர்; அக்னி நீரியநெருப்பு. சடங்குக் கூறுகள் என்ற முறையில், யாக நெருப்பு, யாக பானம் என்ற முறையில் ரிக் வேதத்தில் பிற கடவுளரைவிட இவர்கள் அதிகம் வேண்டப்படுகிறார்கள். உருவகக் குறியீடுகள் என்ற முறையில் பிரபஞ்சத்தின் இயற்கைபற்றிய யூகங்களின் மையம் இவர்கள்தான். இவர்களின் தொன்மங்கள் சூரியப்பறவை என்ற முறையில் இணைகின்றன. சூரியப்பறவைதான் சோமபானத்தை உலகிற்குக் கொண்டுவருகிறது. (10.123, 177). யாகத்தின் அர்த்தத்தையும் தன் வாழ்க்கையின் அர்த்தத்தையும் வேதக் கவிஞன் புரிந்துகொள்வதற்கு உதவும் இரண்டு எதிரெதிரான அகத்தெழுச்சிமூலங்கள் இவர்கள். சோமன், டயோனீசியன்; சடங்குகளின் விலங்குத்தனமான, பச்சையான, தகர்த்தெறிகின்ற கூறு. அக்னி, அப்போலோனியன். பண்பட்ட, சமைக்கப் பட்ட, கலாச்சாரக் கூறு. வேத பலியிடலுக்கு இரண்டும் தேவை.

இந்திரன் போர்வீரனின் வாய்பாட்டுருவகம். மழைக்கடவுள். ஆட்சி செய்கிறான், மழையும் பொழிகிறான். சோமபானத்தை மிகுதியாகக் குடிப்பவன் என்ற முறையில் அந்தப் பாக்களில் மிகுதியாக இடம்பெறு கிறான். அசுரர்கள் அக்னியைத் திருடிக்கொள்ளும்போது மீட்டுக் கொணர்பவன் இவன்தான் (10.51, 124). ஒரு குகையில் ஒளித்துவைத்தி ருந்த பசுக்களை மீட்டுத்தந்ததற்காகவும் கவிஞர்கள் அவனைப் போற்று கின்றனர் (3.31, 10, 108). ஆனால் அவனுடைய மிகப் பெரிய செயல் விருத்திரன் என்ற அசுரனைக் கொன்றது ஆகும். விருத்திரன், தாசன் எனப்படுகிறான். அவன் நீரைச் சுற்றிவளைத்து, பஞ்சம் ஏற்படுமாறு செய்கிறான் (1.32). இந்திரன், விருத்திரன் இருவருமே குடிகாரர்கள். ஆனால் இந்தச் சமயத்தில் இந்திரன் அதை நிறுத்திவைத்ததுபோல் விருத்திரனால் செய்ய இயலவில்லை. விருத்திரனைக் கொன்று, அவன் தடுத்திருந்த நீரை அல்லது மழையை இந்திரன் விடுவிக்கிறான். வேத மக்களின் எதிரிகளையும் வெற்றிகொண்டு, குகையிலிருந்து பசுக்களையும் திரும்பப்பெறுகிறான்.

பிராமணர்களுக்கு ஆதிமனிதனின் பாடல் என்பதுபோல, தீப்பாம்பை (விருத்திரனை)க் கொல்வது, பசுக்களை மீட்பது என்ற தொன்மங்கள், க்ஷத்திரிய வகுப்பினர்க்கு அடிப்படையானவை. இந்திரனின் புகழ் பெற்ற தாராளகுணம் குறிப்பாக சோமபானத்தை அருந்தி உச்சத்தில் இருக்கும்போது அவனுடைய மனிதஉரு ஆக்கம், ஒரு வேதக் கவிஞனைத் தானே இந்திரனாகக் கற்பனை கொள்ளவைத்துவிட்டது (8.14). ஆனால் இதே பண்புகள் வேதகாலத்தில் இந்திரனை வழிபடுவோர் குறைத்துமதிப்பிடவும் வைத்திருக்கக்கூடும். ஒரு பாடல், அவன் இருப்பையே சந்தேகிக்கிறது. அவனைப் பற்றிக் கேட்கிறார்களே, எங்கிருக் கிறான் அவன்? அல்லது அவன் இல்லை என்ற கூற்றுகள். நம்புங்கள் அவனை! என் மக்களே, அவன் இந்திரன் (2.12.5). கடைசியாக இந்தப் பாட்டும் அவன் இருப்பை உறுதிசெய்கிறது.

வருணன், புரோகிதன் - அரசன் பண்புகளின் இணைப்பு. அவன் வானக்கடவுள். வானத்தில் தேக்கிவைத்திருக்கும் நீரின் தலைவன். (இதேபோன்ற ஓரானோஸ் என்ற கடவுளை கிரேக்கப் புராணத்தில் காணலாம்.) ரிக் வேத காலத்தில், வருணன் மனித நடத்தையை வானி

லிருந்து கவனிக்கும் கடவுளாகிவிடுகிறான். புனிதச் சட்டத்தைக் (ரிதா) காப்பவர்களில் முக்கியமானவன் அவன் என்பதால், அதை மீறுபவர்களைத் தண்டிக்கிறான். தவறுசெய்பவர்களைத் தனது பாசத்திற் குட்படுத்துகிறான். அது நோய்களாக வெளிப்படுகிறது. வருணன்மீதான ஒரு பாடல், தன் தகுதியின்மையை, நிச்சயமின்மையை உள்ஆழ்ந்து நோக்கி வெளிப்படுத்துவதில் (நான் என்ன செய்தேன்?) அசாதாரணமாக உள்ளது. அதைக் காணலாம்.

வருணனின் கோபமும் கருணையும்

நான் என் இதயத்தைக் கேட்டுக்கொள்கிறேன், "எப்போது நான் வருணனுக்கு நெருக்கமாவேன்? அவன் என் நிவேதனத்தை அன்போடு ஏற்று மகிழ்ந்து கோபத்தை விடுவானா? அவன் கருணையை எப்போது அடைந்து நான் மகிழ்வேன்? என் குற்றம் என்ன என்பதைத் தெரிந்து கொள்ளவேண்டும், வருணா" ஞானிகளிடம் கேட்கிறேன். கவிஞர்கள் இதையே என்னிடம் சொல்கிறார்கள்: "வருணன் உன்மீது கோபமாக இருக்கிறான்." எந்தக் கொடிய குற்றத்திற்காக, வருணனே, உன்னைப் போற்றும் உன் நண்பனை நீ அழிக்க எண்ணுகிறாய்? அதை எனக்குச் சொல், உன்முன்னால் விழுந்து வணங்குகிறேன், தவறின்றி இருப்பதற் காக. உன்னை ஏமாற்றமுடியாது, உனக்கு நீயே தலைவன். எங்கள் தந்தையர்களின் தீயசெயல்களிலிருந்தும் எங்கள் சொந்த உடல்க ளால் செய்யப்பட்டவற்றிலிருந்தும் எங்களை விடுவிப்பாயாக. சொந்த மனத்தோடு நான் தவறு செய்யவில்லை, வருணா, மது, கோபம், சூது, அக்கறையின்மை என்னை நெறிதவறச் செய்துவிட்டன. இளையவர்களின் தவறுகளில் முதியவர்கள் பங்கேற்கிறார்கள். தூக்கமும் தீமையைத் தடுப்பதில்லை. தாராளமான எஜமானுக்கு அடிமை பணிபுரிவதைப்போல, நான் கோபமுற்ற தேவனுக்கு ஏவல்செய்வேன், தீமையிலிருந்து தப்புவேன் (7.86).

வலுவான உணர்ச்சிகளின்கீழ் ஒருவன் செய்த தவறுகளுக்கு அவனைக் குற்றம் சொல்ல முடியாது, அல்லது முழுதுமாகச் சொல்லமுடியாது என்று ஒருபுறம் சொல்லுகிறது, மறுபுறம், பிரக்ஞைபூர்வமாக மட்டுமல்ல, பிரக்ஞையின்றி தூக்கத்திலோ, ஒருவன் பெற்றோரோ, குழந்தைகளோ) செய்த தவறுகளுக்கும் ஒருவனை தண்டிக்கலாம் என்றும் சொல்கிறது. இன்னொருவன் செய்த தவறுக்காக இவனை தண்டிக்கலாம் என்பது, வேதயாகத்தில் காணப்படும் சிந்தனையின் மறுபக்கம்தான்—அதில் புரோகிதன் மற்றொருவனின் (எஜமானனின்) நன்மைக்காக யாகம் செய்கிறான். பிந்திய இந்துமதத்தில் இந்தச் சிந்தனை மேலும் முக்கியத்துவம் பெறுகிறது. அந்தப் பனுவல்களில், வேதப் பரிமாற்று, புரோகிதன் இயற்றும் நல்வினையை மற்றவனுக்கு மாற்றித் தருவதாகச் சொல்லப்படுகிறது. கொஞ்சம் இங்கு வேகமாக முன்னேறிப் பார்த்தால், ஒரு சடங்கின் வாயிலாக இந்தப் பிறவியில் நல்வினையை மற்றொருவனுக்கு மாற்றுவது என்பது, இந்தப் பிறவியில் மட்டுமல்ல, வரும் பிறவிகளிலும் எந்தச் செயலுக்குமான ஒழுக்க விளைவாக மாற்றமடைகிறது.

மரணம்

வேதக் கவிஞர்கள் படைப்புச் செயல்முறை பற்றி ஒன்றுக்கொன்று மாறான, முரணான வழிகளில் யூகிப்பதுபோலவே, மரணத்தைப் பற்றிச் சிந்திப்பதிலும் அதைப் பற்றிய கேள்விகள் கேட்பதிலும் அவர்கள் வெவ்வேறான யூகங்களில் ஈடுபட்டார்கள். உயிர்வாழ்க்கையைச் சமூக வர்க்கங்களாகப் படிநிலைப்படுத்துவதற்கு எதிரான ஒரு குழப்பத்தின் பகுதியாக மரணத்தையும் தூக்கத்தையும் அவர்கள் நோக்கினார்கள். நீதி வேதங்களில் மரணம் என்பது எவ்வளவு முடியுமோ அவ்வளவு தவிர்க்க வேண்டியதொரு செயல். தொடர்ந்து ஒருவன் வாழமுடியாது, ஆனால் அகாலத்தில் இறப்பதிலிருந்து தப்பிக்கவேண்டும். மக்கள் வயது ஒழுங்கின்படி இறக்கவேண்டும், பிள்ளைகள் பெற்றோருக்கு முன்னால் இறக்கலாகாது என்பதே பிரார்த்தனை(10.18.5). கொல்லுவதில் ஈடுபடும் போரையும் யாகத்தையும் பற்றிய ஆவணமான ரிக் வேதம் மரணத்தைப் பற்றி இவ்வளவு குறைவாகச் சொல்வது வியப்பாக இருக்கிறது. ஆனால் சொல்வது ஆறுதலாக இருக்கிறது: மேன்மக்களுக்கு, மரணம் என்பது ஒரு தெளிவற்ற, ஆனால் இனிமையான இடம். படைத்தவனைப் பற்றிக் கவிஞன் சொல்கிறான்: "அவனது நிழல் மரணமற்றது, மரணமேயானது." பிறகு வேண்டுகிறான்: "எனக்கு மரணமின்மை வேண்டாம், ஆனால் மரணத்திலிருந்து என்னைக் காப்பாற்று." (7.59.12). மரணமின்மை என்பதால், என்றுமுள்ள தன்மையை அக்கால ரிஷிகள் குறிக்கவில்லை. ஏனெனில் தேவர்களும்கூட என்றும் வாழ்வதில்லை. அவர்களுடைய வாழ்வு நம்மைவிட நீண்டதாக உள்ளது, அவர்கள் மூப்படைவதில்லை. ஆனால் முழுவாழ்க்கை (எழுபது அல்லது நூறு வயது) வாழ்கிறார்கள். மரணத்திற்குப் பின், ரிக் வேதம் பூமியில் ஒருவித அறியமுடியா வாழ்க்கை முறை பற்றிய பன்முகப்பட்ட, ஆனால் முரண்பாடான கற்பனையைத் தருகிறது. நிழல் (இந்தியா எவ்வளவு வெப்பமான நாடு என்பதை மனத்தில் கொள்ளுங்கள்), அழகான மிகுதியான பெண்கள் (இந்த சொர்க்கத்தைக் கற்பனை செய்பவர்கள் ஆண்கள்), உண்பதற்கும் குடிப்பதற்கும் நல்ல உணவுகள். தீய சக்திகளும், அரக்கர்களும் என்றென்றும் தள்ளப்படும் ஆழமான குழி பற்றிய செய்தியும் வருகிறது, ஆனால் மனிதரில் பாவிகள் அதில் தள்ளப்படுவது பற்றிக் குறிப்பு ஏதுமில்லை. (7.104).

மரணமென்னும் தீர்க்கமுடியாத பிரச்சினைக்கு வேறுபட்ட அல்தீர்வு களையும் அந்தப் பாடல் அளிக்கிறது. மனிதப் பகுத்தறிவென்னும் வட்டத்துளைக்குள், மரணமென்னும் சதுர ஆப்பினைப் பொருத்தமுடியாத பலவேறு வழிகள். இந்த அணுகுமுறைகள் ஒன்றை ஒன்று அறிந்துள்ளன. அவை ஒன்றையொன்று மறுக்கின்றன, பன்முகப் பனுவல்தன்மையின் வாயிலாக ஏற்றுக்கொள்கின்றன. இறந்தவன் தண்டனைக்காகவோ, அன்றிப் பரிசுபெற்று முன்னோர் உலகத்திற்குப் பிறகு செல்வதற்காகவோ ஒரு மண்வீட்டுக்குச் செல்வான் என்பதுபோன்ற சில விஷயங்களைப் பற்றிய பொதுவான ஏற்பும் இருக்கிறது.[73]

வேகமாக முன்னோக்கி: மறுபிறப்பு

ரிக் வேதம், இறந்தவரைவிட உயிருடன் இருப்பவர்களைப் பற்றிக் கவலைப்படுகிறது. துக்கப்படுபவர்களை அப்பாக்கள் விளிப்பதிலிருந்து நாம் தெளிவாக இதை அறியலாம் (10.18), ஆனால் அவை பிணத்தையும் விளிக்கின்றன: "குறைகள் எல்லாவற்றையும் விட்டுவிட்டு திரும்பவும் வீட்டுக்குச் செல்க; புகழுடம்புடன் சேர்க" (10.14.8) இந்தப் புகழுடம்பு ஒருபுறம் இருப்பினும், மற்றொரு பா, பழைய உடலைப் பாதுகாக்கவேண்டும், பாதுகாக்கலாம் என்று சொல்கிறது. இந்தப் பா, ஈமத்தீயை விளிக்கிறது: "அக்னியே, இவனை முழுவதும் எரித்துவிடாதே. உன் சுவாலைகளால் சூழ்ந்துகொள்ளாதே. இவனுடைய தோலையோ மாமிசத்தையோ உண்ணாதே. அவனை முழுமையாகச் சமைத்தபிறகு, அவனை அவன் தந்தையரிடம் அனுப்பு (10.16.1)." அக்னி உடலை அழிக்காமல் இருப்பது மட்டுமல்ல, அதைப் பாதுகாக்கவும் வேண்டும். இறந்தவனைப் பார்த்து அது சொல்கிறது: "கரும்பறவை அல்லது எறும்பு, அல்லது பாம்பு, அல்லது இரைவிலங்கு உன்னிலிருந்து எதைக் கொத்தியிருந்தாலும், எல்லாவற்றையும் உண்கின்ற அக்னி அதை முழுமையாக்கட்டும்." (நாம் பார்த்தவாறு, இதேபோன்றது அஸ்வமேதக் குதிரையிடமும் சொல்லப்பட்டது.) இறந்தவனை விளிக்கும்போது இந்தப் பா, பழைய உடலைப் பிரபஞ்சம் எடுத்துக்கொள்ளும் என்கிறது. "உன் கண் சூரியனிடம் செல்லட்டும், உன் உயிர்மூச்சு காற்றுக்கு. உன் இயற்கைப்படி வானுக்கோ பூமிக்கோ செல்லட்டும், அல்லது விதி இப்படியெனில் நீருக்குச் செல்லட்டும். உன் கைகால்கள் தாவரங்களாகட்டும்.(10.16.3)," இந்த உறுப்புக்குறைப்பு, ஆதி மனிதனின் பாடல் (10.90) என்பதில் தலைகீழாக்கப்படுகிறது. "அவன் மனத்திலிருந்து சந்திரன் உதித்தான். அவன் கண்ணிலிருந்து சூரியன் பிறந்தான்." பிறகு இறந்தவன் ஓர் உடலுடன் இணையட்டும் என்று அக்னியை வேண்டுகிறது. (10.16.5)

உபநிடதங்கள் தத்துவார்த்தமாக வேதங்களின் சடங்குகளையும் தொன்மங்களையும் நோக்கும்வரை, இறந்தவனின் விதி ஒரு விவாதக் களமாகவே இருந்தது. இந்தியத் தத்துவம் முழுமையாகச் செழிக்கும் வரை அது முழுமையாக ஆராயப்படவில்லை. எனினும் நமது அசைக்க முடியாத பின்னோக்கில் வேதப்பாக்களிலும் மறுபிறப்புப் பற்றித் தெளிவற்ற தெரிவிப்புகள் இருப்பதைக் காணலாம்.[74] "உன் கைகால்களால் தாவரங்களாக வேர்கொள்" என்பது (10.16.3) உபநிடதங்கள் பின்னர் விரிவாக விளக்கப்போகும் தாவரங்களின் மறுபிறப்பினால் தெளிவாகிறது. மேலும், அதே பாட்டில், மறுபிறப்பு பற்றிச் சுருக்கமாக, குறிப்பாக வருகிறது: "அவன் தன் பின்னோரை அடையட்டும், ஒரு வாழ்க்கையை முழுமையாக அணிந்து" (10.16.5). இறந்தவன், தன் பழைய வீட்டுக்கும் பிள்ளைக்கும் திரும்பிவர அக்னி விடவேண்டும் என்று அர்த்தம் தருவதாகக் கொள்ளலாம்.[75]

உபநிடதங்களில் இறந்தவர்கள் பூமிக்கு மழைவடிவத்தில் திரும்பி வருகின்றனர். அந்தக் கருத்து இங்கும் குறியாக்கம் செய்யப்பட்டிருக்கலாம். மற்றொரு பாட்டில், அதில் இறந்தவரின் விதியைப் பற்றிப் பற்பல கருத்துகள் சொல்லப்படுகின்றன, அது சொர்க்கம் என் கருத்துக்குத் திரும்புகிறது. அதுவும் கர்மவினை நல்லதாக இருக்கவேண்டும் என்று வலியுறுத்துகிறது:

"தந்தைகளுடன் சேருங்கள், யமனுடன், உங்கள் யாகங்களின் மற்றும் கர்மவினைகளின் பலன்களுடன், உயர் சொர்க்கத்தில் (10.14.17)" ஆனால் இவை உச்சபட்சமாக, பின்னர் பிராமணங்களிலும், உபநிடதங்களிலும் மட்டுமே தெளிவுபடப் போகும் ஒரு கொள்கையின் இருண்ட, ஆதி அலைவுகளாகலாம்.

அடிக்குறிப்பு

1. Thapar, *Early India*, 109. All translations are from Doniger O'Flaherty, *The Rig Veda and Hindu Myths*, unless otherwise noted.
2. Keay, *India*, 24.
3. Mitter, *Indian Art*, 9.
4. Doniger O'Flaherty, *Other Peoples' Myths*, chapter 3.
5. *Aitareya Aranyaka* 5.5.3, cited by Staal, "The Concept of Scripture," 122-23.
6. For a discussion of the oral transmission of the Rig Veda, see Louis Renou, *The Destiny of the Veda in India*, 25-26 and 84.
7. For a fuller discussion of the relationship between shruti and smriti, see Brian K. Smith, "Exorcising the Transcendent: Strategies for Defining Hinduism and Religion" and "The Unity of Ritual: The Place of the Domestic Sacrifice in Vedic Ritualism."
8. Müller, *The Rig Veda*, ix.
9. *Taittiriya Samhita* 7.5.25.2.
10. West, *Indo-European Poetry*, 161.
11. Thapar, *Early India*, 113.
12. Romila Thapar's phrase, after George Michell's "portable temple."
13. Jamison, *Sacrificed Wife*, 9.
14. Heesterman, *The Broken World*.
15. William Buck's apt phrases, in his translation of the *Mahabharata*, 9.
16. Doniger O'Flaherty, *Siva*, 96.
17. *Chandogya Upanishad* 8.7-12.
18. West, *Indo-European Poetry*, 246.
19. Ibid.
20. Jamison, *Ravenous Hyenas*, 258-59.
21. RV 10.148.5; 10.94.14; 8.9.10 ; cf. 1.112.13; 10.123.1-5, 5.52.16 1.84.10-11; 8.6.19, 2.34.2, 5.60.5, 34-36 ; Doniger O'Flaherty, *Origins of Evil*, 322.
22. *Mahabharata* 12.59.99-128; *Atharva Veda* 8.10.22-29; etc. Doniger O'Flaherty, *Origins of Evil*, 321-48.
23. Doniger O'Flaherty, *Women*; West, *Indo-European Poetry*, 417.
24. Thapar, *Early India*, 115.
25. Gommans, "The Rise of the Indo-Afghan Empire," 71.
26. Ibid., 69.
27. Thapar, *Early India*, 114.

28. *Shatapatha Brahmana 14.1.1.18-24;* Doniger O'Flaherty, *Hindu Myths,* 56-59.
29. Schmidt, "The Origin of Ahimsa."
30. West, *Indo-European Poetry,* 469
31. Ibid., 467.
32. Ibid., 490.
33. Thapar, *Early India,* 116.
34. Parpola, "The Coming of the Aryans to Iran and India."
35. Thapar, *Early India,* 112.
36. Ibid., 122.
37. *Ambatta Sutta* of the *Sutta Nikaya.*
38. Lincoln, *Myth, Cosmos and Society.*
39. West, *Indo-European Poetry,* 100.
40. Flood, *Introduction,* 79.
41. Witzel, "Early Sanskritization."
42. Such as the vratyastoma; *Atharva Veda* 15; Nath, *Puranas and Acculturation,* 41.
43. Scheuer, "Rudra-Siva et la destruction du sacrifice."
44. Doniger O'Flaherty, "The Post-Vedic History of the Soma Plant."
45. U.S. Patent and Trademark Office appeal no. 2005-1337, application no. 10/227,006.
46. Wasson, *Soma;* Flood, *Introduction,* 41.
47. As R. Gordon Wasson called it.
48. *Shatapatha Brahmana* 5.5.4.10 ; Doniger O'Flaherty, *Origins of Evil,* 153.
49. Jamison, *Sacrificed Wife,* 256.
50. Ghosha as the author of 10.40, Apala as the author of 8.91; Doniger O'Flaherty, *The Rig Veda,* 246-46, 256.
51. Jamison, *Sacrificed Wife.*
52. Ibid., 92.
53. For sibling incest, see Yami's unsuccessful attempt to seduce her brother Yama in *Rig Veda* 10.10.
54. West, *Indo-European Poetry,* 500, citing J. P. Mallory, in a section labeled "Suttee."
55. Ibid., citing *Atharva Veda* 18.3.1.
56. Doniger O'Flaherty, *The Rig Veda,* 245-63.
57. *RV* 10.135, 10.51, 10.124, 4.26-7, 10.108, 10.28, etc.
58. Yami, the twin sister of Yama, in 10.10; Lopamudra, the wife of Agastya, in 1.179.
59. Pururavas, the husband of Urvashi, in 10.95; Doniger O'Flaherty, *The Rig Veda,* 245.
60. Yami is rejected by Yama, Lopamudra by Agastya, Pururavas by Urvashi.
61. Doniger O'Flaherty, *The Rig Veda,* 312. For the porcupine, see *Atharva Veda* 6.13, Shaunaka recension, Bloomfield ed.
62. Doniger, *Splitting the Difference.*

63. Doniger O'Flaherty, Women.
64. RV 10.9, 7.49, 10.146, 10.71, 10.125; Doniger O'Flaherty, The Rig Veda, 61-63, 179-182, 199-200, 231-32, 242-45.
65. West, Indo-European Poetry, 139.
66. Flood, Introduction, 179; West, Indo-European Poetry, 139.
67. Bolon, Forms of the Goddess Lajja Gauri in Indian Art, figure 52; Kramrisch, "An Image of Aditi-Uttanapad," 259-70.
68. RV 10.72.1-5; O'Flaherty, The Rig Veda, 30, 37-40 ; Sayana on, citing Yaska's Nirukta 11.23.
69. Doniger O'Flaherty, Textual Sources, 28-29.
70. Dorson, "The Eclipse of Solar Mythology."
71. Staal, Agni.
72. Lincoln, "The Indo-European Cattle-Raiding Myth," 18.
73. Thapar, Early India,130.
74. Ibid.
75. Jurewicz, "Prajapati, the Fire and the pancagnividya ," 188; Gombrich, "Thought on Karma."

இயல்: 6
பிராமணங்களில் பலியிடுதல்
கி.மு. 800-500

காலவரிசை (எல்லா ஆண்டுகளும் கிறித்துவுக்கு முன்னரே)

1100 - 1000 வேதப்பனுவல்கள் கங்கைக்கும் யமுனைக்கும் இடைப்பட்ட நிலத்தைக் குறிப்பிடுகின்றன.

ஏ.1000 வருசத்தில் கௌசாம்பி நகரம் நிறுவப்படுதல்.

ஏ.950 மகாபாரதப்போர் நடந்ததாகச் சொல்லப்படுகிறது.

ஏ.900 காசி (வாராணசி) நகரம் நிறுவப்படுதல்.

ஏ.800 - 600 பிராமணங்கள் இயற்றப்படுதல்.

மனிதர்களும் மாடுகளும்

தொடக்கத்தில், மாடுகளுக்கு மனிதரின் தோலும், மனிதருக்கு மாடுகளின் தோலும் இருந்தன. கால் நடைகளால் வெப்பம், மழை, ஈக்கள், கொசுக்கள் ஆகியவற்றைத் தாங்க முடியவில்லை.

அவை மனிதரிடம் சென்று, எங்கள் தோல் உங்களுக்கும் உங்கள் தோல் எங்களுக்கும் ஆகட்டும் என்றன. அதனால் என்ன என்றனர் மனிதர்கள். நீங்கள் எங்களைச் சாப்பிடலாம், எங்கள் தோலை நீங்கள் அணிந்துகொள்ளலாம் என்றன மாடுகள். ஆகவே அவை தங்கள் தோலை மனித உடையாகத் தந்தன. எனவே யாகம் செய்பவன், சிவந்த தோலை அணிந்துகொள்ளும்போது, அவன் வளமடைகிறான், அடுத்த உலகத்தில் கால்நடைகள் அவனை உண்பதில்லை. இல்லாவிட்டால் கால்நடைகள் மனிதனை உண்ணும்.

- ஜைமினிய பிராமணம், ஏ. கி.மு.600.[2]

மனிதர்களுக்கும் பிராணிகளுக்கும் இடையிலான உறவு பற்றியும் அடுத்த உலகில் தண்டனை பெறுவது பற்றியுமான அக்கறைகள் பிராமணங்களின் மையப் பிரச்சினைகள் ஆகின்றன. புதிய சிந்தனைகள் பல நாட்டுப்புறக் கதைகள் வடிவத்தில் நுழைக்கப்படுகின்றன. இவற்றில் சில சொல்லப்படுவதில்லை, ரிக் வேதத்தில் உள்ளதாகக் குறிப்பு தரப்படுகிறது. பிற யாவும் இந்தியக் கலாச்சாரத்தின் வேதமற்ற பகுதிகளிலிருந்து வந்திருக்கலாம்.

கங்கைக் கரை நகரங்கள்

ரிக் வேதம் உறுதியின்மையை வெளியிடுகிறது, கடவுளர்களை உதவிக்கு அழைக்கிறது. வேதங்களின் தொன்ம, தத்துவ, சமயச்சடங்கு உரைகளான பிராமணங்கள், தங்கள் தவறான வேதமந்திரங்கள் எல்லா அபாயங்களையும் சந்திக்கும் என்ற உறுதிகொண்டுள்ளன. "எந்தக் கடவுளை நாம் நிவேதனத்தினால் பெருமைப்படுத்துவோம்?" என்ற ரிக் வேதப் படைப்புப் பாடல் கேட்கக்கூடிய திறந்தமுனைப் பல்லவியினால் இடர்ப்பட்ட பிராமணங்கள், கா என்ற வினாப்பெயரைக் கொண்ட (இலத்தீன் க்விஸ், ஃபிரெஞ்சு க்வி) என்ற கடவுளைப் புத்தாக்கம் செய்தன. ஒரு பனுவல் சொல்கிறது: படைப்புக் கடவுள் இந்திரனைப் பார்த்து (அவனுடைய இருப்பே ஒருசமயம் சந்தேகத்திற்குரியதாக இருந்தது) "நான் யார்" என்று கேட்கிறான். அதற்கு இந்திரன், "இப்போது நீ சொன்னதுதான்" என்கிறான். (அதாவது "யாரோ, நான்தான்"). இப்படித்தான் படைப்புக்கடவுள் "யார்" என்ற பெயரைப் பெற்றான்.[3] வேதச்சடங்குகளிலும்[4] சடங்கின் கர்த்தா விண்ணுலகிற்குச் சென்று திரும்பிவரும்போது, அவன், "நான் யாரோ, அவன்தான்" என்று சொல்லவேண்டும். (பின்னாள் வேத உரைகளில் இருப்பது போல[5]) வேதப்பாடலைத் திருப்பிப்படித்தால், இது ஓர் உறுதிப்படுத்தும் கூற்றாகிறது. "நாம் எந்தக் கடவுளை நிவேதனத்தின் வாயிலாகப் பெருமைப்படுத்துவோம்?" என்பது புகழ்பெற்ற மதகுரு—காஸ்டெலோ நடைமுறையான, "யார் முதலில் வருவது?" என்பதை எப்படியோ நினைவுக்குக் கொண்டுவருகிறது. ஆனால் இந்தப் புரோகித இறுமாப்பு, புதிய இறையியல் காற்றுப்புகுந்த துளைகள் சிலவற்றை அடைத்துவிட்டது. கேள்வியே விடையாகிவிட்டது.

வினாவிலிருந்து விடைக்கு நாடகத்தனமாக தொனி மாறியதற்கு என்ன

காரணம் இருக்கக்கூடும்? இந்தப் பனுவல்களின் ஆசிரியர்களின் வாழ் நிலைகளில் ஏற்பட்ட முக்கிய மாற்றம் ஒரு பகுதிக் காரணம். ஏனெனில், இந்துத்துவத்தின் வரலாற்றில் மிக முக்கியமான புவியியல், சமூக இடப்பெயர்ச்சி ஏற்பட்ட காலத்தில் பிராமணங்கள் இயற்றப்பட்டன. இந்த இடப்பெயர்ச்சி, இரண்டாம் நகர்மயமாக்கம்[6] எனப்பட்டது. (முதல் நகர்மயமாக்கம், சிந்துசமவெளியில் நிகழ்ந்தது). அது சமூக, அறிவார்ந்த மாற்றம் தீவிரமாக நிகழ்ந்த காலம். அதைப் புரட்சிகரமானது என்றே சொல்லலாம். வழக்கம்போல நாம், அந்த ஆசிரியர்களின் பொருளியல் வாழ்க்கையின் வேகமாக நோக்கின்மீது மதப்பனுவல்கள் பற்றிய நமது விவாதத்தைத் தொடங்குவோம்.

கி.மு.1100 முதல் 1000 வரை, வேதப்பனுவல்கள் கங்கைக்கும் யமுனைக்கும் இடையிலுள்ள ஆற்றிடைப்பகுதியைச் சொல்கின்றன. மகாபாரதக் கதையின் களம் பற்றியும், அஸ்தினாபுரம் அமைந்த இடம் (இப்போதுள்ள தில்லிக்குக் கிழக்கில்) பற்றியும் குறிப்பிடுகின்றன. ஏறத்தாழ கி.மு. 900வாக்கில், கங்கைச் சமவெளியின் மேற்கு, நடுப்பகுதிகள் பற்றிய பிரஸ்தாபமும் வருகிறது. அங்கு மக்கள் அரண்மனைகளையும் அரசுகளையும் நிர்மாணிக்கிறார்கள். பல்வேறு உட்புகுதல்கள் வாயிலாக வேதமக்களின் இடப்பெயர்வு மெதுவாகப் பஞ்சாபிற்குள் நிகழ்ந்ததுபோலவே, கங்கைப்பகுதிக்குள்ளும் பல நூற்றாண்டுகள் இந்த இடப்பெயர்வுகள் நிகழ்ந்தன. அதற்குத்தக, அரசியல் மாற்றங்களும் மெதுவாக நிகழ்ந்தன. வேதங்கள் அரசர்களைக் குறிப்பிட்டாலும், அவர்களுடையது சிறிய, இடம்பெயரக்கூடிய அரசியல் அலகுகள்தான் எண்ணற்ற சிறிய கூட்டங் கள். இதேபோல கங்கைக்கரையின் அரசியல் அலகுகளின் தலைவர்களும், பெயருக்கு அரசர்கள் (ராஜசப்தி) எனப்பட்டனர். பின்னாள் பௌத்தப் பனுவல் ஒன்று, கேலி செய்வது போல ஒவ்வொருவரும் நான்தான் ராஜா! நான்தான் ராஜா! என்று கத்தினர்.[7] ஆனால் இப்போது சில பெரிய ஆற்றல்மிக்க அரசுகள் சில தோன்றத் தொடங்கிவிட்டன.

முதல் நகரங்களின் படியடுக்கு ஆய்வு, காசி (பின்னர் வாராணசி)— கோசலம்/விதேகத்தின் தலைநகரம், அஸ்தினாபுரத்தின் தென்கிழக்கிலும், காசிக்கு மேற்கிலும் இருந்த கோசாம்பி — வத்சத்தின் தலைநகரம் (இப்போது உ.பி.யில் உள்ளது) ஆகியவை கி.மு. 1300 - 1000 இடையில் நிகழ்ந்தவையாக இருக்கலாம் எனக் காட்டுகின்றன.[8] இந்த நகரங்கள் எழுந்து சில நூற்றாண்டுகள் கழித்து பிராமணங்கள் தோன்றியிருக்க வேண்டும். ரிக் வேதத்திற்குப் பிறகு பெரும் இடைவெளி ஏற்பட்டிருக்கும் (முதல், பத்தாம் புத்தகங்களே முதல் எட்டைவிடப் பெருமளவு பிற்பட்டவையாகக் காட்சியளிக்கின்றன). பிராமணங்களின் மொழி குறிப்பிடுமளவு வேறாக இருக்கிறது (தொடக்க ஆங்கிலத்தில் பியோவுல் ஃபிலிருந்து சாஸருக்கு ஏற்பட்ட மாற்றம்போல). பிராமணங்கள் வேதப்பாட்டுளைக் காட்டி அந்தப் பனுவல்கள் எவ்விதச் சூழல்களில் படைக்கப்பட்டிருக்கலாம் என்பதை விளக்குகின்றன. பனுவல்களின் மொழி மட்டுமல்ல, அவற்றின் இயல்பும் மாறியது. கி.மு.1000 - 500 இடை யில் வேதச்சடங்குகள் மேலும்மேலும் உரைகளைப் பெருக்கின. கி.மு. ஆறாம் நூற்றாண்டளவில் பல்வேறு புலங்கள் அல்லது கிளைகள்

(சாகைகள்) நன்கு நிறுவப்பட்டுவிட்டன.[9]

கி.மு. முதல் ஆயிரத்தில், வேதமக்கள் நன்கு குடியமர்ந்து நீடித்த விஷயங்களைக் கட்டினார்கள். வட இந்தியாவில் கிழக்குநோக்கி நகர்ந்தவண்ணம், ஆற்று வணிகம், காடுகள், தாதுக்களின் வளமான படுகைகள் ஆகியவற்றைத் தங்கள் கட்டுப்பாட்டில் கொண்டுவந்தார்கள்.[10] முதலில் அவர்கள் பஞ்சாபிலிருந்து மகதத்திற்கும் (பிஹார்), பிறகு பின்னோக்கி கங்கையிலிருந்து குஜராத்திற்கும் பெயர்ந்தார்கள். முக்கியப் பயிர் இப்போது கோதுமையிலிருந்து நெல் ஆகியது. அது வளமான மிகுதியைத் தந்தது. எருமைகளை விவசாயத்திற்குப் பயன்படுத்தினார்கள். காலப் போக்கில் அவர்கள் நகரங்களையும் அரசுகளையும் ஏற்படுத்தினார்கள். கங்கைக்கரையில் நகரச் சமூகங்கள் ஏற்பட்டன. ஆற்று வெள்ளங்களின் பயன்பாட்டினால் நெல்லும் பிற பயிர்களும் விளைவித்த விவசாய உபரியினால் இது நிகழ்ந்தது.

ஓரளவு, இரும்பைத் தேடியவண்ணம் நகர்ந்தார்கள். அதன் பயன் பாட்டை கி.மு.800 முதல் காணலாம். ஆனால் நல்ல தரமுள்ள இரும்பு கி.மு. 600அளவில் உருவாக்கப் பெற்றது.[11] அதன் பயன்பாடு மேற்கு கங்கைச் சமவெளியில் தொடங்கி கங்கை - யமுனை இணைவுவரை கி.மு. முதல்ஆயிரத்தில் இருந்தது.[12] ரிக் வேதத்தில் அயஸ் என்ற சொல் வெண் கலத்தைக் குறிக்கிறது. பின்னர் அதர்வண வேதம் சிவந்த அயஸ் (வெண்கலம்) என்பதைக் கருத்த அயஸ் (இரும்பு) என்பதிலிருந்து வேறுபடுத்துகிறது. ஊசிகளுக்கும் குதிரைச்சேணத்தின் பகுதிகளுக்கும் முதலிலும் பிறகு ஆயுதங்களுக்கும் பயன்பட்ட இரும்பு, இந்தியாவில் தெற்கு பிஹாரின் வளமான படுகைகளைச் சேர்ந்ததே ஒழிய இறக்குமதி யானதல்ல.[13]

வர்க்க முரண்பாடுகள்

கங்கையின் கரையினூடாகக் கிடைத்த உபரி ஒரு புதிய சமூக பொருளாதார சக்தியை உருவாக்கியது. கச்சாப்பொருள்களின் ஒழுங்கமைப்பையும் மறுவிநியோகத்தையும், சமூகப் படிநிலையாக்கத்தின் விரிவையும் அது குறித்தது. கால்நடை மேய்ப்பது, எளிய விவசாய வடிவங்களையும் விட, நெல் பயிரிடுதல் ஒரு சிக்கலான செயல்முறை, அதற்கு உயர்அளவு ஒத்துழைப்பும் தேவைப்படும் என்பது ஒரு பகுதிக் காரணம். உழைப்பு மேலும் தனித்தனித் துறைப் பயிற்சிக்குரியதாகியதால், மூன்று உயர்சாதி வகுப்புகளையும் ஒன்றிலிருந்து ஒன்றும் நான்காவது வகுப்புச் சேவகர் களைப் பிற மூன்று வகுப்புகளிலிருந்தும் புதிய கூரிய கோடுகள் பிரித்தன.

மிகப்பரந்த அரசமைப்பு என்பது மேலும் ஆடம்பரமான யாகங்களைக் குறித்தது. ஆகவே அதற்கு மேலும் வளம் தேவை. புதிய அரசியல், சமூகச் சீரமைப்புக்குப் புதிய தனித்தனிச் சடங்கு வடிவங்கள் தேவைப்பட்டன. ஆரம்ப நகரங்கள், சடங்கு அமைப்புகளாக, ராஜ அதிகாரத்தின் வாழும் கூற்றுகளாக இருந்தன.[14] மிகப்பெரிய அரசச் சடங்குகள் முடிசூடல், அசுவமேதயாகம் போன்றவை உணரப்பட்ட ஒரு தேவைக்கான

எதிர்வினைகள். "புதிதாக எழுந்த அரசுகளும் அவற்றின் படிநிலைச் சமூகங்களும் அவற்றின் பன்மொழி, பல கலாச்சார, பல இனமக்களும் செலுத்திய அதிகாரத்துக்கான தேவை" அது.[15] முடிசூடுதல் என்ற சடங்கு மிக விரிவான ஒன்றாகியது. அதில் குறியீடான ஒரு நாட்டைவிட்டு வெளியேறுதல் செய்கை, ஒரு ரதப்போட்டி, ஒரு குறியீடான சூதாட்டப் போட்டியாவும் நிகழ்ந்தன. இவை கதைஇலக்கியத்தில் நீண்டகால விளைவுகளை ஏற்படுத்தின. இந்தச் சிக்கலான யாகங்களுக்கு ஏற்ற சிக்கலான கணிப்பு, வானியல், புவியியல், ஜியோமிதி ஆகியவை தேவைப்பட்டன. அவை விலங்கு உடற்கூறியலின் துல்லியமான அறிவுக்கும் இட்டுச்சென்றன.[16] சடங்கில் பயன்படுத்தப்பட்ட மந்திரங்களின் துல்லிய உச்சரிப்பு, ஒரு விரிவான இலக்கணத்தின் வளர்ச்சிக்கு அடிகோலியது. மத்தியகாலக் கிறித்துவத்திற்கு இறையியல் போல, இந்தியாவில் இலக்கணம் அறிவுத்துறைகளின் அரசியாக விளங்கியது. யாகங்களின் சிக்கலான அமைப்பு, அதில் ஈடுபடுபவர்களின் தகுதியைப் பற்றிய வினாக்களை எழுப்பிச் சிக்கலான புரோகித அமைப்புக்கும் வழிகோலியது.

இப்படியாக இந்தக் காலப்பகுதியின் பனுவல்கள் உண்மையான பிராமணன் என்பவனை பிறப்புக்கு அப்பாற்பட்ட குணங்களால் வரையறை செய்தன. "பிராமணனின் தந்தை, தாயைப் பற்றி ஏன் கேட்கிறாய்? யார் ஒருவனிடத்தில் அறிவிருக்கிறதோ, அதுதான் அவனுடைய தந்தையும் தாத்தாவும்."[17] பிற பனுவல்களும் வர்க்க அடிப்படையை இதேபோலக் கேள்வி கேட்கின்றன. ஒரு முனிவன் ஒரு குறித்த வேதப்பாடலை எவ்விதம் காண்கிறான் அல்லது கேட்கிறான் என்ற சூழலை விளைக்குகின்ற குறித்த பிராமணப் பாணியை நாம் பின்பற்ற முடியும்.

முனிவர்களும் அடிமைப்பெண்ணின் மகனும்

சரஸ்வதி ஆற்றின் கரையில் முனிவர்கள் யாகம் செய்துகொண்டிருந் தார்கள். அங்கு இலுஷன் என்பவனின் மகன் கவசன் வந்தபோது அடிமைப்பெண்ணின் மகன் என்று சொல்லி அவனைத் துரத்தினார்கள். "நம்மிடையே புனிதப்படுத்தலுக்கு இவன் எப்படி வந்தான்? அவன் தாகத்தால் செத்தாலும் சரி, சரஸ்வதியின் நீரை அவன் ஒரு துளி கூட அருந்தக்கூடாது" என்றனர். பாலைவனத்தில் தாகத்தால் தவிக்கும் நேரத்தில் அவன் ஒரு வேதப்பாடலை எழுதினான் (10.30). சரஸ்வதி அவனிடம் வந்து அவனைச் சூழ்ந்தாள். முனிவர்கள் இதைக் கண்டபோது, "கடவுளர்க்கு இவனைத் தெரிகிறது, இவனை மறுபடி ஏற்றுக்கொள்வோம்" என்றனர்.[18]

இந்தக் கதையில், சமூகத்திற்கு வெளியே உள்ள ஒருவன், வேதப் புரோகிதர்களின் உள்வட்டத்திற்குள் ஏற்கப்படுகிறான். முதலில் அவனை தாசிபுத்ர (அடிமைப்பெண் மகன்) என்று முனிவர்கள் அழைக்கின்றனர். எனவே சூத்திரப்பெண்ணுக்குப் பிறந்தவன் எனத் தெரிகிறது. இங்கு அவன் தந்தை இலுஷன் எனக் குறிப்பிடப்படுகிறது. அவன் ஒருவேளை பிராமணன் ஆகலாம்.

பிராமணங்களில் சூத்திரர்களும் வைசியர்களும் முக்கியத்துவம் அதிகரிக்கும் பங்காற்றுகிறார்கள். உபரி உற்பத்தி அரசர்களுக்கும் நிர்வாக

அதிகாரத்துவத்திற்கும் ஆதரவளித்தது. செல்வத்தை விளைவித்தவர்கள் மீது அதிகச் சுமையை ஏற்றியது. (மனு சொல்வது போல) விளைச்சலில் ஆறில் ஒரு பங்கினை அவர்கள் வரியாகத் தர வேண்டியிருந்தது.[19] கடவுளர்க்கு இடுவதான பலி என்ற சொல் இப்போது அரசர்களுக்குத் தரும் வரியையும் குறிப்பதாகியது. சிலரையேனும் இந்த நிலை அந்நியப்பட வைத்தது. ஒரு பிராமணத்தின்படி:

அரசன் மக்களை உண்கிறான்

ஒரு மான் பார்லியை உண்ணும்போது, விவசாயி அதற்கு உணவிடத் தேவையில்லை. ஒரு கீழ்ச்சாதிப் பெண் ஓர் உயர்சாதி ஆணின் பரத்தை ஆகும்போது அவள் கணவன் அதனால் செல்வப்பயன் பெறுவதில்லை. இங்கு பார்லி என்பது மக்கள், மான் அரச சக்தி. ஆகவே அரச சக்திபெற்றவன் மக்களை உண்கிறான். ஆகவே அரசன் பிராணிகளை வளர்ப்பதில்லை. அதுபோலவே மக்களில் ஒருவனாகப் பிறந்தவனுக்கு அரசன் முடிசூட்டுவதில்லை.[20]

பழைய காலத்தின் பெரும்பாலான பனுவல்களைப் போலவே இந்தப் பனுவலும், கடைசியாக ஒரு பிராமணச் சல்லடையின் வாயிலாக வடிகட்டப்பட்டே வந்தது. எனவே அரசனைக் குறைகூறும் பிராமணனின் ஆர்வங்களுக்கேற்பவே உள்ளது. பனுவலை உடனடியாகப் படிக்க வசதியற்ற பிராமணரல்லாத மக்களின் தொல்லைகளையும் கசப்புகளையும் (பிராமணரின் நோக்கங்களுக்காகப் பயன்படுத்தினாலும்) நிச்சயமாகப் படம்பிடிக்கிறது. அரசனின் கொடுமையைப் பறைசாற்றுவதற்கு மேலாக அது, வர்க்கக் கோடுகளைத் தாண்டமுடியாது, ஒரு கீழ்ச்சாதி ஆள் தன் மனைவிக்கு மேல்சாதிக் காதலன் இருக்க அனுமதிக்கக்கூடாது, மக்களில் (வைசியர்களில்) பிறந்த ஒருவன் அரசனாக முடியாது என்றும் சொல்கிறது.

யாகம் என்பது அரசர்கள் சம்பந்தப்பட்டது மட்டுமல்ல, இதை ரொமிலா தாப்பர் விளக்குகிறார்:

வெறும் சடங்கு அதிகாரம் என்பதைவிட செல்வம் மிகுதியாகச் சேர்க்கப்பட்டு, அதிகாரத்தின் பல்வேறு இனங்களுக்குச் செலவிடப்படுகின்ற சமயம்தான் அரசியல் அதிகாரத்திற்குரிய ஒன்றாக அமைகிறது. எனினும் அரசனாவதற்குத் தேவையான முன்நிபந்தனையாக உள்ள யாகச்சடங்கு ஒரு நிரந்தரக்கூறாக முடியாது. அரசுகள் அமைந்த பிறகு, அவற்றிற்கு ஆதரவாகப் பல்வேறு தேவைகளுக்கு செல்வம் சென்றது.[21]

சடங்கு ஆதிக்கம் இவ்வாறாக, பிற அதிகாரங்களுடன் — இராணுவம், வரிவசூலிப்பவர்கள் போன்றவற்றால் இணைப்பு செய்யப்பட்டது. முன்பு யாகங்களுக்குப் புரோகிதர்களுக்கு அளித்த பணத்தை இவை கரைத்தன. இதனால் ஆள்பவர்களுக்கும் புரோகிதர்களுக்கும் இடையே வெறுப்பு வளர்ந்தது. இந்து மதத்தின் வரலாற்றில் இது மிகவும் மையமானதொரு உணர்ச்சியாக இருந்ததால், "பாரம்பரியத்தின் உட்பூசல்" என்று இது அழைக்கப்பட்டது.[22]

அரசர்களும் புரோகிதர்களும்

பஞ்சாபிலிருந்து கங்கைக்கு இடம்பெயர்ந்தமை, இந்து மதத்தின் வரலாறு முழுவதும் அதிர்வுகளை உண்டாக்கிய ஒரு பிரச்சினைக்கான விதைகளையும் விதைத்தது. வேத மக்களுக்குக் குதிரைகளை மேய்க்க நல்ல மேய்ச்சல் நிலங்கள் கிடைக்கவில்லை. ஆகவே இனத்தின் ஒவ்வொரு ஆளும் ஒரு குதிரையை வைத்திருப்பது இயலாமல் போனது. குதிரை, பணக்காரனின் சொத்தாகியது. இப்போது அது படிநிலையையும் ஏகாதிபத்தியத்தையும் குறிக்கும் விலங்கு ஆகியது, ஆனால் மக்களி டையே ஒரு கலாச்சாரக் குறியீடு என்ற அளவில் தன் நிலையைத் தக்கவைத்துக்கொண்டது. தொடர்ந்து வந்த இந்திய வரலாற்றில் அதன் அர்த்தம் மட்டும் ஒவ்வொரு புதிய காலத்திலும் மாறிக்கொண்டே வந்தது. குதிரைகளும் அவற்றின் அழிக்கும் ஆற்றலும் இரண்டு உயர்சாதி யினரிடையே நிகழ்ந்த மோதல்களைப் பற்றிய கதையின் மையத்தில் உள்ளன. போரில், இருவர்செலுத்தும் ரதத்தின் இடப்பக்கம், தன் ஒரு கையில் வில்லையும் மற்றொரு கையில் அம்புகளையும் தாங்கியவாறு போர்வீரன் இருப்பான். ரதசாரதி, வீரனின் வலக்கை ஆள், தன் வலக்கையில் கடிவாளத்தையும் இடக்கையில் இருவருக்குமான ஒரு கேடயத்தையும் பிடித்தவாறு இருப்பான். ஆகவே போர்வீரனுக்கு இரு கைகளையும் போரில் பயன்படுத்தும் வாய்ப்பு இருந்தது. பின்வரும் கதையில் அரசன், போர்வீரனின் இடத்தில், ஆயுதத்துக்கு பதிலாகச் சாட்டையுடன் இருக்கிறான். அவனுடைய புரோகிதன் தேர்ப்பாகனாக, நேர்ப்பொருளிலும், உருவகப்பொருளிலும், கடிவாளத்தைப் பிடித்தவாறு இருக்கிறான்.

அரசனும் தேர்ச்சாரதி புரோகிதனும்

இட்சுவாகு வம்ச அரசனான திரியருணனின் புரோகிதன் விருஷன். பழங்காலத்தில் புரோகிதன் அரசன்தேரின் கடிவாளங்களைப் பிடித்துச் செலுத்துவது வழக்கம். அரசன் தீங்கு எதுவும் செய்யாதவாறு அவனைக் கண்காணிப்பது இதன் பொருள். இருவரும் தேரில் சென்றுகொண்டிருந்தபோது சாலையில் விளையாடிக்கொண்டிருந்த ஒரு பிராமணப்பையன்மீது தேர் ஏறிவிட்டது. அரசன் குதிரைகளை முன்னோக்கிச் செலுத்த, மற்றவன் அவற்றை மற்றொருபக்கம் இழுக்க, ஆனால் அவ்வாறு செய்ய இயலாமல் போய்விட்டது. அவர்கள் இப்படியாகப் பையனைக் கொன்றுவிட்டார்கள். இதைப்பற்றிய சண்டை அவர்களுக்குள் ஏற்பட்டது. புரோகிதன் கடிவாளத்தை எறிந்துவிட்டுத் தேரிலிருந்து இறங்கிவிட்டான். "கடிவாளத்தைப் பிடிப்பவன்தான் தேரைச் செலுத்துகிறான். எனவே நீதான் கொலைகாரன்" என்றான் அரசன். "இல்லை. நான் அவனைத் தவிர்க்கப் பின்னால் இழுத்தேன், நீதான் குதிரைகளை முன்னோக்கிச் செலுத்தினாய். நீதான் கொலைகாரன்" என்றான் புரோகிதன். பிறரைக் கேட்போம் என்று இட்சுவாகுகளிடம் சென்றார்கள். இட்சுவாகுகள், "கடிவாளத்தைப் பிடித்திருப்பவன்தான் ஓட்டுநன். நீதான் கொலைகாரன்" என்று புரோகித விருஷனைக் குற்றம் சாட்டினர்.

“நான் இதிலிருந்து விடுபடவேண்டும். உதவியை நாடி, ஒரு வழியைக் கண்டுபிடிக்கிறேன். பையன் உயிர்பெறட்டும்.” அவன் இந்த மந்திரத்தைப் பார்த்தான் (9.65.28 - 29), பையனை அதன்மூலம் உயிர்பெறச்செய்தான்.... இது குணமாக்கும், பரிகாரம் செய்யும் மந்திரம். நீ எதைக் கேட்டாலும் அதைத் தருகின்ற மந்திரமும்கூட. இந்த மந்திரத்தைச் சொல்லிப் போற்றுபவன், தான் விரும்பியதைப் பெறுகிறான்.[23]

இந்தப் பனுவல், முதலிலிருந்தே அரசனை ஒரு காமாலைப் பார்வையால் பார்க்கிறது. அவனை வைத்திருக்கும் புரோகிதன் - பிராமணன் இல்லாமல் அவன் இயங்கக்கூடாது என்கிறது. பிராமணனே அவன் தீங்குசெய்யாமல் காக்கக்கூடியவன். அதாவது அரசனின் போதைகளில் ஒன்றாக இங்குத் தாறுமாறான ஓட்டுதலில் ஈடுபடாமல் காப்பவன். வழக்கமாக அரசபுரோகிதன் வேலை போரின் இரத்தத்தையும் அரசன் செயல்களையும் கழுவி, அவன் பாவம் செய்ததிலிருந்து மீட்பது.[24] இது அதிலிருந்து ஒரு மாற்றத்தைக் காட்டுகிறது. இந்தச்சமயத்தில், இருவருமாகச் சேர்ந்து, ஒரு பாவமும் அறியாத ஒரு சிறுவனைக் கொன்றுவிட்டனர். வாகனத்தில் அடித்துச் சென்று விடும் சம்பவமாக வரலாற்றில் முதல்பதிவு இது. அந்தப் பையனும் பிராமணன், விருஷனின் ஜாதியைச் சேர்ந்தவன். இந்தக் கதையின் மற்றொரு பாடத்தில், பையன், விருஷனின் சொந்த மகன்.[25] இட்சுவாகு வம்சம் வடஇந்தியப் பெரிய அரசவம்சங்களில் ஒன்று. அவர்களில் சிலர்தான் நீதிபதிகளாக உள்ளனர், அவர்கள் ஒருபக்கமாகத் தீர்ப்புரைக்க முடியாது. எனவே அவர்கள் பிராமணன் கூறியவாறு அரசன்தான் குதிரைகளை முன்னோக்கிச் செலுத்தினான். ஆனால் செலுத்துவது பிராமணன் வேலை, எல்லாமே அரசனின் தவறு என்ற வாதத்தைப் புறக்கணித்ததில் வியப்பில்லை. (இந்தப் பனுவல், சம்பவம் பழங்காலத்தில் நடந்ததாகக் குறிப்பிடுவதிலிருந்து, எப்போதேனும் புரோகிதர்கள் குதிரைகளைச் செலுத்தியிருந்தாலும், இப்போது தேரைச் செலுத்தும் பழக்கமில்லை என்கிறது. உருவக அளவில் இந்தப் பனுவல், புரோகிதனை நடத்துபவன் இருக்கையில் வைத்து, ஆதிக்கத்துக்கு அரசனோடு போட்டியிடுகின்ற அரசனின் வலதுகையாக அவனை ஆக்குகிறது.) தேரை ஐம்புலன்களாக உருவகப்படுத்தி, புரோகிதனைக் கட்டுப்படுத்துபவனாகவும், அரசனை மீறிச்செல்பவனாகவும் காட்டுவது, இந்தியத் தத்துவத்தில் திரும்பத்திரும்ப வரும் காட்சி. முன்பே ஒரு வேதப்பாடலில் (10.119) நாம், “யாரோ ஒருவன் குடித்துக் களித்திருக்க (அல்லது சோமம் மீது கல்லெறிய) குடிவெறி அவனை தேரை இழுத்துச் செல்லும் குதிரைகள் திடீர்ப்பாய்ச்சலில் நிற்பது போல உயரக் கொண்டுசென்றது”[26] என்று வந்ததைப் பார்த்தோம். விரைவில் நாம் காணப்போவதுபோல, உபநிடதங்களில், அறிவு — தேரைச் செலுத்துவது, மனமென்னும் தேரின் புலன்களை குதிரைகளைச் செலுத்துகிறது என வரும்.[27] பகவத்கீதையில் கடவுளின் அவதாரமான கிருஷ்ணன் அர்ஜுனனின் தேரைச் செலுத்துகிறான். அர்ஜுனன் பின்வாங்கினாலும், முன்னோக்கிச்செல்ல அவன் தூண்டுகிறான். போருலகிலும், கதை தத்துவ உலகிலும் தேர்ச்சாரதிகள் முக்கியப் பங்காற்றுபவர்கள்.

இந்தக் கதையின் விஷயம், அரசனின் ஆதிக்கச்சக்தி புரோகிதச்

சக்தியை அரசவையில் வெற்றிகொள்கிறது என்பதாகத் தோன்றுகிறது. காரணம், நடுவர்கள் அரசவம்சத்தைச் சேர்ந்த பலர். தண்டனையைத் தவிர்க்க ஒரே வழி, புரோகிதன் குற்றத்தையே இல்லாமல் செய்வதுதான். இதற்கு அவன் பயன்படுத்தும் மந்திரத்திற்குப் பலவிதப் பயன்கள் இருக்கின்றன. அவன் இறந்தவனை உயிர்ப்பிக்க விரும்பும்போது, அந்த மந்திரம் அவன் என்ன விரும்பினாலும் எப்போதும் கிடைக்கும் என் பதாகச் சொல்லுகிறது. பலஸ்ருதி: இதேமாதிரியான பல கதைகளில் கேட்பவனுக்கும் பலன் (ஆற்றல்) கிடைக்கும் என்று சொல்லுவதைக் காணலாம். யாரொருவன் இந்த மந்திரத்தைக் கேட்கிறானோ, அவனும் கதையின் நாயகன் அடைவதை எல்லாம் அடைகிறான். (மந்திரம் வேலை செய்யும், ஆனால் முழுஅளவில் அல்ல — அதை ஒருவன் சொல்லிப் பலன் கிடைக்காவிட்டால், அவன் அதைத் தவறாக உச்சரித்துவிட்டான் என்று அர்த்தம்). பிராமணப் பனுவல்களில் இது ஒரு புதிய ஆக்கம். வேதங்கள் பிரார்த்தித்தன, தேவர்கள் உதவுவார்கள் என்று நம்பின. ஆனால் பிற்காலப் பனுவல்களில் பிராமணர்கள் அகந்தையோடு, தாங்கள் எதையும் சரிப்படுத்திவிட முடியும் என்று வழிபடுபவனுக்கு உறுதியளிக்கிறார்கள்.

ஆனால் விருஷன் தான் விரும்பிய எல்லாவற்றையும் பெறவில்லை என்றுதான் கதை சொல்லுகிறது. அவனுக்குத் தேவையான நீதி, நியாயம் கிடைக்கவில்லை.

மடியில் மறைத்த நெருப்பு

விருஷன் கோபம்கொண்டிருந்தான். அவன் ஜனாவிடம் — அவன் தந்தையிடம் சென்று, "அவர்கள் எனக்குத் தவறான, ஓரவஞ் சனைமிக்க தீர்ப்பைத் தந்துவிட்டார்கள்" என்று புகார் செய்தான். உடனே இட்சுவாகுக்களின் சக்தி போய்விட்டது. அவர்கள் இரவில் சமைப்பதற்கு உணவை அடுப்பில் வைத்தால், காலையிலும் அது வேகவில்லை. மாலையிலும் இவ்வாறே நடந்தது. "நாம் ஒரு பிராமணனை அவமானப்படுத்திவிட்டோம். ஆகவேதான் நமது நெருப்பின் சக்தி போய்விட்டது. அவனை மீண்டும் அழைப்போம்" என்றனர். அவர்கள் அழைத்தனர், அவன் அரசனின் அழைப்புக்குக் கட்டுப்பட்டவன்போல் வந்தான். வரும்போது, இந்த நெருப்பின் சக்தியைப் பார்ப்போம் என்று நெருப்பின்மீது அதைப் பாடினான். அப்போது, திரியருணனின் மனைவி மாமிசந்தின்னும் பிசாசு. அவள்தான் நெருப்பைமூடி அதன்மீது உட்கார்ந் திருக்கிறாள் என்று கண்டான். பிறகு அவன் ரிக் வேதத்தின் இந்தப் பாக்களைப் பாடினான். (5.2.12, 9 - 10). பாடிமுடித்தவுடன், நெருப்பின் சக்தி அவளுக்குள் சென்று அவளை எரித்துவிட்டது. பிறகு அவர்கள் நெருப்பின் சக்தியை ஒவ்வொரு வீட்டிலும் முறையாகப் பகிர்ந்து கொண்டார்கள். பிறகு நெருப்பு முறையாகச் சமைக்க உதவியது.[28]

விருஷன் பாடும் ரிக் வேதப் பாக்கள், மறைவாக, அக்னி முதலில் தொலைந்து, பிறகு மீட்டுக் கொண்டுவரப்பட்ட கதையைக் குறிப்பிடு கின்றன. அதுதான் இங்கும் நிகழ்கிறது. முந்திய சம்பவத்திற்கும் அரசனுக்கும் புரோகிதனுக்கும் சண்டை நடக்கும் இந்தக் கதைக்கும்

எவ்விதத் தொடர்புமில்லை என்று தோன்றுகிறது. விருஷன், நீதியற்றது, அரச அதிகாரத்தின் துடுக்குத்தனம் என்று (அவன் மட்டும்தான்) நினைப்பதனால் கசப்புக் கொண்டிருக்கிறான் என்று தோன்றுகிறது. (நடுவர்களின் தீர்ப்பு, முறையற்றது அல்ல. தேரைக் கட்டுப்படுத்துபவனைப் பொறுப்பாக்குவது முறையானது என்றே நான் கருதுகிறேன்). ஜனாவை வேண்டிய உடனே நெருப்பு அவிந்துவிடுகிறது. ஆனால் ஜனா வெளிப்படையாகத் தன் மகனுக்கு உதவும் விதமாக எதையும் செய்யவில்லை. இதேபோலப் பல கதைகள் (இந்தப் பனுவலிலேயேகூட) உள்ளன. அவற்றில் அக்னி (அவனும் ஒரு புரோகிதன்தானே) ஒரு புரோகிதன் அவமானப்பட்டால் உடனே மறைந்துவிடுகிறான். இன்னும் சிலவற்றில் பிராமணன் தனக்குத் தீங்கு வரும்போது ஒரு பிசாசை, ராட்சஸியை அல்லது அசுரியைக் (அசுரன் என்பதன் பெண்பால்) கற்பனை செய்து அரசனைப் பழிவாங்குகிறான். இவற்றில் ஒன்றோ இரண்டுமோ இங்கு உட்பொருளாக இருக்கலாம். ஆக, பிராமணனை ஒருபோதும் அவமதிக்கக் கூடாது என்பதுதான் கதையின் இரண்டாம் பகுதியின் நீதி. ஆனால் இந்தப் பனுவல், பெண்களின் அபாயகரமான பாலியல்பு பற்றித் தேவையின்றி ஒரு விளாசு விளாசுகிறது. ஏனெனில் அரசி தன் மடியில் மறைத்து வைத்திருந்த, அவள் கால்களுக்கிடையில் சென்று அவளை அழித்த நெருப்பு, முழுச்சமுதாயத்தின் வாழ்க்கைக்கும் — நிவேதனங்களை மட்டுமல்ல, தினசரி உணவுகளைச் சமைப்பதற்கும் மிக அவசியமான ஒன்று. இந்த இருவகையான சமைத்தல்களுமே மனைவிக்குரியவை. தினசரி உணவை அவளே சமைக்கிறாள், சடங்குகளில் அவள் இருப்பதனால்தான் தன் கணவன் நிவேதனங்களை நெருப்பிலிடச் சாத்தியப்படுத்துகிறாள்.[29] இந்துமதத்தில் நெருப்புக்கும் பெண்ணுக்கும் இருக்கின்ற தொடர்புகளை நாம் ஆராய மேலும் சந்தர்ப்பங்கள் இருக்கின்றன.

விலங்குகள்

மீண்டும் அசுவமேத யாகத்திற்கு (முதல் நிலை)

ரிக் வேத காலத்தில் சுமாராக ஓர் எளிய சடங்காகத் தொடங்கிய அசுவமேத யாகம், மிகவும் சிக்கலான, ஆடம்பரமான சடங்காகப் பிற்காலத்தில் மாறியதை பிராமணங்கள் சொல்கின்றன. வேத அசுவமேதத்தின் அரசியல் குறியீட்டுத்தனம் மிகவெளிப்படையானது. புனிதப்படுத்தப்பட்ட வெள்ளைக் குதிரை, ஓராண்டுவரை திரியுமாறு விடுவிக்கப்பட்டது. பிறகு மூலஇடத்திற்குக் கொண்டுவந்து கொல்லப்பட்டது. வேதகாலத்திற்கு முன்பு குதிரைகள் சுதந்திரமாகத் திரிந்ததைக் குறிக்கும் செயற்கைச் செயல் இது. அந்த ஆண்டில், திரியும் குதிரையை ஒரு இராணுவம் பின்பற்றிச்செல்லும். அது மேயும் இடங்களைத் தங்கள் அரசனுக்குச் சொந்தமாக்கிக்கொள்ளும். பின்வேத காலத்தில், வேதமக்கள் வைக்கோல் பயிர்களைப் பயிரிடலானார்கள். எனவே குதிரைகள் லாயத்தில் வைக்கப்பட்டன. லாயத்தில் வைக்கப்பட்ட குதிரை சுதந்திரமான குதிரையைவிட வேறுபட்டமுறையிலேயே நடந்துகொள்ளும். பஞ்சாபில் சுதந்திரமாக அலைந்துதிரிந்த தன் முன்னோர்களைப்போலத் தானும்

கங்கைச்சமவெளியில் அலைந்துதிரியும் என்பது காலத்திற்கு ஒவ்வாத பழமைத்தனம். பிரக்ஞைபூர்வமான வழக்கொழிந்த செயல். அரசனின் படைகள் அதை முனனோக்கிச் செலுத்தின. அரசன் வளைக்கக் கருதிய அடுத்த நாடுகளுக்குள் அதைத் துரத்திவிட்டனர் என்பதே உண்மை. (திரியும் குதிரையைத் தங்கள் கௌரவத்தைக் காப்பாற்றிக்கொள்ள ஏதோ சிலர் கையாண்டனர் என்று ஆர்ப்பாட்டமின்றிச் சொல்கிறார் ரொமிலா தாப்பர்.[30] இந்தக் காட்சியை எளிதில் கற்பனை செய்யலாம். மக்கள் திடீரென்று ஓடிவந்து, "உன் குதிரையை என் இடத்திலிருந்து பிடித்துச்செல். பயிர்களை அது நாசம் செய்கிறது" என்று கத்துவார்கள். திடீரென ஆயுதமணிந்த ஒருசில நூறுபேர் தோன்றி, "எங்கே, சொன்னதைத் திருப்பிச் சொல் பார்க்கலாம்" என்று உறுமுவார்கள். மக்கள் மிரண்டு, "ஐயா, மன்னித்துக் கொள்ளுங்கள், எங்களுக்குத் தெரியாது. உங்கள் குதிரை இங்கே தாராளமாக மேயட்டும். உங்களுக்கும் ஏதாவது சாப்பிடக் கொண்டுவரட்டுமா?" என்பார்கள். குதிரை மேய்ந்த இடங்களை எல்லாம் படைவீரர்கள் எடுத்துக்கொள்வார்கள். ஆக, ஒரு குதிரையின் தற்செயலான திரிதல் என்பது உண்மையில் தன் எல்லை யிலுள்ள நிலங்களை ஓர் அரசன் கைப்பற்றிக்கொள்ள திட்டமிட்ட படையெடுப்பேயாகும். வேத காலத்து மக்களின் அலைந்து திரியும் (குடியிருத்தலின்றி) உந்துதல், நாஜிகள் மங்கலச் சொல்லாகப் பயன்படுத்திய "சேர்த்துக்கொள்ளுதல்", அல்லது பத்தொன்பதாம் நூற்றாண்டில் அமெரிக்கர்கள் பயன்படுத்திய "தெளிவான தீர்வு" (மேற்கிந்தியர்களின் இடங்களைக் கொள்ளையடிப்பது) என்பதாக மாறிவிட்டது. ஆகவே அசுவமேத யாகம் நடத்தும் அரசன் பலம் வாய்ந்தவனாக இருக்கவேண்டும் என்று சமஸ்கிருதப் பனுவல்கள் வற்புறுத்தியதில் வியப்பில்லை. ஒரு சில அரசர்களே இதில் ஈடுபட்டார்கள்.

அரசியல் நோக்கங்களே அன்றி, இந்த யாகம், பிற பெரும்பான்மை யாகங்களைப் போலவே, தவறாகப் போன விஷயங்களுக்கான பரிகாரமும் ஆகும். இங்கே, தன் அலுவலால் அரசன் இழைத்த இரத்தக்களறிக்குப் பரிகாரம் ஆகும். ஆனால் குதிரையைச் செல்லவிடும்போது புதிய தீமைகள் ஏற்படும். அந்தக் குதிரை ஒரு பெண்குதிரையுடன் புணர்ந்தால், நொண்டியாகப் போனால், நோய்வாய்ப்பட்டால், அதன் கண்ணுக்கு காயம்பட்டால் அல்லது நோய் ஏற்பட்டால், அது நீரில் இறந்தால், தக்க பரிகாரங்கள் வகுக்கப்பட்டன. ஒருவேளை அந்தக் குதிரை தொலைந்து போனால், கடைசியாக;

அந்த யாகம்செய்பவன் மூன்று யாகப் படையல்களைச் செய்ய வேண்டும். தானாகவே, இந்தச் சடங்கு தொலைந்ததை மீட்டுத் தருகிறது. வேறெதாவது பொருளை அவன் இழந்திருந்தாலும், அவன் இந்த யாகத்தைச் செய்யட்டும், அது உறுதியாகத் திரும்பக் கிடைக்கும். பகைவர்கள் குதிரையைப் பிடித்துவிட்டாலோ, அல்லது அது இறந்து விட்டாலோ. அவர்கள் மற்றொரு குதிரையைக் கொண்டுவந்து புனிதப்படுத்த வேண்டும். இதுதான் அதற்கான பரிகாரம்.[31]

சடங்கின் இறுதியில், அதில் கண்டிப்பாகக் கையாளவேண்டிய ஆபாச மான மொழியிலிருந்து தூய்மைப்படுத்தவும் ஒரு பரிகாரம் செய்யப்பட்டது.

யாகத்தில் அசுத்தமாகப் பேசுபவர்களின் பிராணன் வெளியேறுகிறது. ஆகவே அவர்கள் இறுதியில் ஓர் இனிய வாசனைவீசும் மந்திரத்தைச் சொல்கிறார்கள். தங்கள் பேச்சைப் புனிதப்படுத்திக் கொள்கிறார்கள். இதனால் பிராணன் அவர்களைவிட்டுச் செல்வதில்லை. இவ்விதம் கடவுளர்கள் யாகத்தைவிட்டுச் செல்லாதவாறு தங்கள் பேச்சைத் தூய்மை செய்கிறார்கள்.[32] நீங்கள் எதையும் சரிப்படுத்திவிடலாம், எப்படி என்று தெரிந்தால், நீங்கள் ஒரு பிராமணனாக இருந்தால்.

நாய்கள்

யாகத்திலிருந்து தீமையை விலக்குவதற்கு நாயும் பயன்பட்டது. நாயின் எதிர்மறைப் பங்களிப்பு, இன்னும் கீழ்ச்சாதியினர் யாகத்திற்குத் தேவைப்பட்டனர் என்பதைக் காட்டுகிறது. இந்தக் காலத்தில் வளர்ந்துவந்த வர்க்கப் பிரிவினையை ஏற்றுக்கொள்வதாகவும், தூய்மை - அசுத்தம் பற்றிய மேலும் கடுமையான விதிகளை உருவாக்குவதாகவும் அது இருக்கலாம். எல்லாவற்றையும் உண்கின்ற நாய், அசுத்தமாகச் சாப்பிடுபவனையும் புறத்தானையும் குறிக்கும் உருவகமாகியது. அகத்தானின் உருவகம், புல்லை மட்டும் தின்னும் குதிரை. வேதக்கடவுளரான இந்திரன், யமன், ருத்திரன் போன்றவர்கள் நாயுடன் தொடர்புடையவர்கள். இவர்களின் அந்தஸ்து மென்மேலும் வீழ்ச்சியடைந்ததும் நாயின் அந்தஸ்து குறைவதற்குக் காரணமாயிருக்கலாம்.[33]

அசுவமேதயாகத்தின் தொடக்கத்தில் குதிரை நீரில் நின்றது. அரசனின் பங்காளிகளும், அரசியின் உறவினர்களும் குதிரைக்கு ஒரு நான்கு கண்ணுள்ள நாயைக் கொண்டு வந்தனர் (இன்றைக்கும் நாய்களின் புருவங்கள் மேலுள்ள இரண்டு வட்டமான அடையாளங்களை அவை குறிப்பவை ஆகலாம்.) நாயின் கால்கள் நீரின் அடியை எட்டாத தொலைவுக்கு வந்ததும், ஒரு வேசிமகன், "மனிதன் ஒழியட்டும்! நாய் சாகட்டும்!" என்று கூவியவாறே அதைத் தடியால் அடித்துக் கொன்றான். ஒரு பிராமணம் சொல்கிறது: "மெய்யாகவே நாய் தீயது. மனிதனின் சகோதரப் பகை. ஆகவே அவன் நாயைக் கொல்வதனால், தீமையைக் கொல்கிறான். அசுவமேதத்தைச் செய்பவனைத் தீமை பற்றிக்கொள்ளும் என்கிறார்கள். அவன் நாயைக் குதிரையின் காலடியில் எறிகிறான். குதிரை, இடிக்குச் சமானம். எனவே ஓர் இடியினால் தீமையை நசுக்குகிறான்."[34] பிறகு குதிரை தன் வலது குளம்பை இறந்த நாயின்மீது வைத்தது. இன்னொரு மந்திரம், குதிரைக்குத் தீமை செய்யக்கூடிய மனிதன் அல்லது நாயை விலக்கியது.[35] நாயை ஒரு வேசியுடனும் (வேசிமகன் அதைக் கொல்பவன்) பாதத்துடனும், வெளிப்படையாகவே தீமையுடனும் தொடர்புபடுத்துவது, ஒரு பலிநாயாக அதன் அந்தஸ்தைக் கீழ்ப்படுத்துவதாகும். அதன்மீது சமுதாயத்தின் பாவங்கள் ஏற்றப்பட்டன. அசுவமேதத்தின் தொடக்கத்தில் நான்கு கண்ணுடைய நாய் பற்றிய குறிப்பு வருவது, மேலும் ஓர் ஆழமான அர்த்தத்தைப் பெறுகிறது. சூதாடுவதற்கான பகடைகள் நான்கு கண்ணுடையனவாகச் சொல்லப்பட்டன. (நான்கு புள்ளிகள் வைக்கப்பட்டவை).[36]

ரிக் வேதத்திற்கும் பிராமணங்களுக்கும் இடையில் பெண்நாய்களின்

நிலை வேறுபடுகிறது. ரிக் வேதம் எல்லா நாய்களையும் இந்திரனின் நேசத்திற்குரிய புலிபோலப் பட்டைகளுடைய பெண்நாய் சரமையின் குட்டிகளாகப் பார்க்கிறது. சரமை புத்திரர்கள் என்றே நாய்கள் அழைக்கப்பட்டன (7.55.2 - 4). பிராமணங்களில் சரமை என்பது ஒரு நேர்முக உருவம். முன்பே கூறியதுபோல பாணிகள் திருடிய பசுக்களை சரமைதான் கண்டுபிடிக்கிறது, இலஞ்சமாக வழங்கப்படும் உணவைப் புறக்கணிக்கிறது. "நீ என் பசுக்களைக் கண்டுபிடித்ததால் உன் சந்ததி யினர் எந்த (தாவர, மாமிச) உணவையும் உண்பவர்களாகும் தகுதியை அளிக்கிறேன்" என்கிறான் இந்திரன். சரமையின் சந்ததியினரான புலிப் பட்டை நாய்கள் புலிகளையும் கொல்லும் தன்மையுடையவை.[37] ஆனால் இப்போது சரமை கர்ப்பத்தில் வெளியாகும் நஞ்சையும் உண்கிறது. (பிற நாய்களும் உண்பதைப்போல). அது கொலைக்குச் சமம் என்று பனுவல் சொல்கிறது. அதன் சந்ததிகள் எந்த உணவையும் உண்ணும் வரமும் ஒரு சாபமே ஆகிறது. புலியைக் கொல்வது நல்லது, ஆனால் அதன் கர்ப்ப நஞ்சை உண்பது தீயது.

எல்லா நாய்களுக்கும் முன்னோள் ஆகிய சரமை ஒரு நல்ல நாய். ஆனால் ஓர் இனம் என்ற வகையில் நாய்கள் தீயவை. அவை படையல்களைத் தின்னும் முயற்சியில் நக்குவதனால் அசுத்தப்படுத்திவிடுகின்றன. எனவே யாக இடத்தில் நாய்களை அனுமதிக்கலாகாது என்று பல பனுவல்களும் சொல்கின்றன. ரிக் வேதம், நீளநாக்குப் படைத்த நாயை விலக்கு (9.101.1) என்கிறது. மனுதர்மம், அரசன் சட்டத்தை நடைமுறைப்படுத்தாவிட்டால், யாக உணவுகளைக் காக்கைகள் கொத்தும், நாய்கள் நக்கும் என்கிறது. தீர்க்க ஜிஹ்வா (நீளநாக்குக் கொண்டவள்) என்ற ராட்சஸியைக் கொல்வதற்கு பல பனுவல்கள் வழிசொல்கின்றன. அவள் படைக்கப்பட்ட பாலை நக்கி அதைக் கெடுத்து விடுகிறாள்.[38] அல்லது சோமத்தை எப்போதும் நக்குகிறாள்.[39] அவள் ராட்சஸி ஆனாலும், ரிக் வேதத்தில் அவளுடைய பெயர் நாயைக் குறிக்கிறது என்பதோடு, நாய்கள் செய்வதைத்தான் அவளும் செய்கிறாள். அதாவது படையலை நக்குகிறாள். அவளுக்கு எல்லா உறுப்புகளிலும் பெண்குறிகள் இருக்கின்றன. இதேபோல மற்றொரு ராட்சஸியை இந்திரன் தன் உடல்முழுவதிலும் ஆண்குறிகள் இருக்குமாறுசெய்து அவளை மயக்கிக் கொல்கிறான்.[40] தன் பேரன்— குத்சனுடைய மகனுக்கும் அதே வடிவத்தை அளிக்கிறான். பிறகு:

தீர்க்க ஜிஹ்வாவும் இந்திரனின் பேரனும்

அவர்கள் உறவுகொள்கிறார்கள். உறவுமுடிந்த பிறகு, அவன் அவளிடம் விடுபடமுடியாமல் ஒட்டிக்கொள்கிறான். மந்திரங்களைப் பார்க்கிறான். அவற்றால் புகழ்ந்து இந்திரனை அழைக்கிறான். இந்திரன் மந்திரத்தாலான தன் இடிஆயுதத்தினால் அவளைக் கொல்கிறான். இந்திரனுக்குரிய இந்த மந்திரங்களைச் சொல்பவர்கள் யாராயினும் தங்கள் பங்காளிகளான எதிரிகளைக் கொல்வதோடு, தீயபேய்கள் அனைத்தையும் ஓட்டும் சக்தி படைத்தவர்கள் ஆகின்றனர்.[41]

நீளநாக்கு ராட்சஸியின் நீண்ட நாக்கு சடங்கிற்கு ஆபத்தானவள் ஆக்குகிறது. அவளுடைய எண்ணற்ற பெண்குறிகள், பாலியல்பில்

அவளை அச்சந்தருபவளாகவும் ஆட்படுபவளாகவும் ஆக்குகின்றன. இந்தப் படிமம், அசையாமல் புணர்ச்சிவயப்பட்டிருக்கும் நாய்களைப் பார்த்து உருவானதாக இருக்கலாம். விசித்திரமான, விலங்குத்தன மான பாலியல்பு கொண்டவளாக இருந்தும், நீளநாக்கு அரக்கி, தீங்கு செய்யாதவள் எனினும் அவள் கொல்லப்படுகிறாள். அவளுக்கெதிராகப் பாவமிழைக்கப்படுகிறது என்பது பொருந்தும். பிராமணம் சொல்லவரும் விஷயம், அவள் (நாயின் வடிவத்திலோ, மனித உருவத்திலோ) மந்திரங்கள் தெரிந்தவனுக்கு ஆபத்தற்றவள் என்பதே.

பசுக்கள், மரக்கறியுணவு, அகிம்சை

பசுக்கள் தம்மளவில் அபாயமானவை அல்ல (குதிரைகளுடன், ஏன் நாய்களுடன் ஒப்பிடும்போது. எருதுகளைப் பற்றிச் சொல்லத் தேவை யில்லை). ஆனால் அவை இந்து மதத்தில் மிகப்பெரிய சண்டைகளுக்கு மறைமுகமாகக் காரணமானவை. யாகம் செய்பவன், பசுவின் அருகில் நிர்வாணமாக நிற்கலாகாது என்று பிராமணங்கள் போதிக்கின்றன. இந்த இயலின் தொடக்கத்தில் கண்ட கதையில் உள்ளதுபோல, ஒரு காலத்தில் பசுக்களின் தோல்தான் நம்முடைய தோல், நமதுதான் பசுக்களுடையது. (பனுவல் தொடர்கிறது) ஆகவே ஒரு பசு மனிதனை நிர்வாணமாகக் கண்டால், 'நான் அவனுடைய தோலை உடுத்தியிருக்கிறேன்' என்று நினைத்து ஓடிவிடும். அதாவது தன் தோலை அவன் எடுத்துக்கொள்வான் என்ற பயம். அடுத்த உலகிலுள்ள வணிக நடவடிக்கை, இங்கே மாற்றுக்கு மாற்று என விளக்கப்படுகிறது. நீண்ட காலத்துக்கு முன்னால் பசுக்களும் மனிதர்களும் இடமாற்றுக்கு ஒப்புக்கொண்டார்கள். அதனால் பசுக்கள், மனிதர்களுக்கு உணவையும் உடையையும் அளித்து, அதனால் அடுத்த உலகத்தில் மனிதர்களை உண்ணும் வரம் (தோலுரிக்கும் வரமும் ஆகலாம்) பெற்றன. நிர்வாணம், மனிதனை விலங்குகள் தளத்திற்கு இறக்கிவிடுவதால், ஒரு தலைகீழ் உறவை ஏற்படுத்துகிறது. அடுத்த உலகில், விலங்குகளால் ஏற்படும் தொல்லைகளுக்கு ஆட்படுபவனாக அவற்றால் உண்ணப்படுபவனாக அவனை மாற்றிவிடுகிறது.

மனிதருக்கும் விலங்குகளுக்கும் இடையிலுள்ள பரஸ்பர உறவு என்னும் அடிப்படைச் சிந்தனைக்கு மற்றொரு பனுவல் மேலும் தகவல்கள் சேர்க்கிறது. அது ஒரு நீளமான பனுவல் என்பதால், நான் இந்த விவாதத்திற்குப் பொருத்தமான விஷயங்களைச் சுருக்கிச் சொல்லுகிறேன். வேதகாலத்து மழைக் கடவுளும், ஒழுக்கவிதிக் கடவுளுமான வருணன், அவன் மகனும் பெருமைபெற்ற புரோகிதனுமாகிய பிருகு ஆகியோர் பற்றியது இந்தக் கதை.

வருணனின் மகன் நரகத்திற்குச் செல்லுதல்

வருணனின் மகன் பிருகு, தன் தந்தையைவிட. மற்ற பிராமணர்களை விட தான் உயர்ந்தவன் என்று நினைத்தான். 'என் மகனுக்கு ஒன்றும் தெரியவில்லை. அவனுக்கு ஒரு பாடம் போதிப்போம்' என்று வருணன் நினைத்தான். தன் மகனின் உயிர்மூச்சை அவன் எடுத்துக் கொண்டான். பிருகு மயக்கமாகி, இவ்வுலகைத் தாண்டி, அவ்வுலகை

யும் தாண்டிச் சென்றான். அங்கு ஒரு மனிதன் மற்றொருவனைத் துண்டு துண்டாக வெட்டித் தின்பதைக் கண்டான். பிறகு, மற்றொருவனும் கத்திக்கொண்டிருந்த இன்னொருவனைத் தின்று கொண்டிருந்தான். இன்னொருவன், சத்தமின்றிக் கத்திய ஒருவனைத் தின்றுகொண்டி ருந்தான். அங்கிருந்து திரும்பிவந்து வருணனிடம் தான் கண்டவற்றைச் சொன்னான். "அறிவற்ற மனிதர்கள், நிவேதனம் செய்யாதவர்கள், விறகுக் காக மரங்களை வெட்டுகிறார்கள், அல்லது வெட்டும்போது கத்துகின்ற விலங்குகளைச் சமைத்து உண்கிறார்கள், அல்லது (மௌனமாகக் கத்துகின்ற) அரிசியையோ பார்லியையோ உண்கிறார்கள். அந்த மரங்கள், விலங்குகள், அரிசி, பார்லி யாவும் அடுத்த உலகில் மனித உருவெடுத்து, தங்களை வெட்டியவர்களைத் தின்கின்றன" என்றான் வருணன். "இதை எப்படித் தவிர்க்கலாம்?" என்று பிருகு கேட்டான். "யாகத் தீயில் நெய்யை இட்டும், படையல் செய்தும் இவற்றைத் தவிர்க்கலாம்" என்றான் வருணன்.[42]

இந்தக் கதை விலங்குகளைப் பற்றியதல்ல. இதில் மரங்களும் அரிசியும் பார்லியும் முக்கியப் பங்கு வகிக்கின்றன. பொதுவாக உணவைத் தயாரிக்க உதவும் எல்லாப் பொருள்களையும் இவை குறிக்கின்றன. (காய்கறிகள், விலங்குகள், எரிபொருள்). நேராகச் சொன்னால் நுகர்வுத்தன்மை பற்றி. அடுத்த உலகில் உண்ணப்படுவது ஒரு தண்டனை அல்ல, இந்த உலகில் தவிர்க்க இயலாமல் ஒருவன் உண்பதன் தலைகீழ்க் காட்சி. மற்ற பிராமணங்களும் இதை உறுதிப்படுத்துகின்றன. "இந்த உலகில் மனிதர் கள் கால்நடைகளைத் தின்று விழுங்குவதைப்போல, அடுத்த உலகில் அவை மனிதர்களை விழுங்குகின்றன."[43] இந்த உலகில் மனிதன் என்ன உணவுகளை உண்கிறானோ, அந்த உணவு அடுத்த உலகில் அவனை உண்கிறது.[44] பிராமணங்களில், "நீ உண்பதுதான் நீ, ஆனால் உனக்கே நீ உணவாகிறாய்" என்ற அர்த்தத்திலும் இது சரியாகிறது.

அடுத்த உலகில் ஏற்படும் இந்த அனுபவம், மரணத்தைப்போன்றே தவிர்க்க இயலாதது, அதேபோல வேதனையளிப்பது. இந்தியப் பெரிய விஞ்ஞானி ஜகதீஷ் சந்திர போஸின் எழுத்துகளில் மறுபடியும், சத்த மின்றிச் சத்தமிடும் அரிசியும் பார்லியும் திரும்ப வந்தன. அவர் எழுதிய "உரிமையற்ற வெட்டுபவனின் மேசையில் கிடக்கும் துரதிருஷ்டவசமான கேரட்" என்ற காட்சி, பெர்னாட்ஷாவை ஆழமாக பாதித்தது.[45] சமஸ் கிருதப் பனுவலில் உள்ள மௌனமான கிறீச்சிடல்கள் ஒரு கொடுங் கனவின் தன்மையைப் பெற்றிருக்கின்றன, அவற்றிலிருந்து பிரக்ஞையற்ற பிருகு ஓடுகிறான்.

ஆனால், இந்தப் பனுவல் எங்கும் விலங்குகளை (அல்லது அரிசியைத் தான்) உண்பதை நிறுத்தவேண்டும் என்று சொல்லவில்லை. உண்பதன் மகிழ்ச்சியற்ற விளைவுகளிலிருந்து தப்பிக்க முடியாது. இதற்குத் தீர்வு, வழக்கம்போல, பிராமணங்களில், அதைச் சரிப்படுத்தப், பொருத்தமான சடங்குகளைச் செய்தல். துரதிருஷ்டவசமான விளைவு உண்டாக்கு வனவற்றைச் சாப்பிட்டவனை மீட்டுக் கொண்டுவருவது. இழிவான உண்ணுதலின் பின்னணியில் அபாயங்கள் எழுகின்றன. புனிதமான உண்ணுதலால் (கடவுளர்க்குச் செய்யப்படும் நிவேதனங்களால்) இவை

தவிர்க்கப்படுகின்றன. உண்பதில் கொஞ்சத்தைக் கடவுளர்க்கு நிவேதனம் செய்யாமல் (குறைந்தபட்சம் மனத்திற்குள்ளாவது) சாப்பிடுவது தவறு என்ற நம்பிக்கையுடன் மேற்கண்ட இரண்டும் பிணைந்துள்ளன. பரந்த நோக்கில் காணும்போது, மனிதர்களின் எல்லா உணவும் தேவர்கள் உண்டு எஞ்சியவைதான் (பின்னாட்களில் பிரசாதம் எனப்பட்டன). "விலங்குகளை உண்ணவேண்டாம், ஏனெனில் பின்னர் அவை உங்களை உண்ணும்" என்று பனுவல் கூறவில்லை. பதிலாக, "சரியான முறையில் விலங்குகளை உண்ணுங்கள், இல்லையெனில் அவை உங்களை உண்ணும்" என்றுதான் சொல்கிறது. இம்மாதிரித் தவிர்த்தல் அல்லது மீட்பிற்கு மற்றொரு பெயர் நிஷ்க்ருதி (செய்கையை இல்லாமல் ஆக்குதல்). அதாவது தேவையற்ற விளைவுகளைக் கொண்டுவரக்கூடிய ஒரு தவற்றைச் சரி செய்வதற்கான எச்சரிக்கையான திட்டம். அதேசமயம், ஒரு கடனை அடைத்தல், ஒரு தவற்றுக்கான பரிகாரம் செய்தல் என்பதுமாம். சரியான முறையில் தவிர்த்தலைச் செய்வது, ஒரு யூதமரபுணவு அல்லது ஹலாலைப் போல இறைச்சியை உண்பதற்குப் பாதுகாப்பாக்குகிறது. வேதப் புரோகிதன் முதலில் அக்னிக்கும் பிறகு மக்களுக்கும் அவியுணவை அளித்தபோது ஏற்படுத்திய விளைவை இது உண்டாக்குகிறது. இரண்டிலுமே ஓர் ஆயத்தச் சடங்கு உணவைப் பாதுகாப்பாக்குகிறது. இம்மாதிரியான மீட்பு (பிராயச்சித்தம், பலசமயம் தவறாகப் பரிகாரம் என மொழிபெயர்க்கப்படுகிறது), ஒரு சடங்கு தவறாகப்போனால் அதைச் சரிசெய்வதற்கான (அசுவமேத யாகத்தில் முதலில் குதிரையைச் சரிவர அமைப்பதைப்போல) நடவடிக்கைகளை முதலில் குறிக்கிறது. பிறகு, வேறு ஏதாவதொன்று தவறாகப் போகும்பட்சத்தில் அதைச் சரிசெய்வதற்குச் செய்யப்படும் சடங்கைக் (விலங்குகளை உண்பதற்கு முன்னால் செய்யப்படும் நைவேத்தியம்) குறிப்பதாயிற்று. கடைசியாக, ஒருவனது வாழ்க்கை தவறாகப் போகும்போது அதை எவ்விதம் மீட்பது என்று பனுவல் சொல்கிறது அல்லது புரோகிதன் சொல்கிறான். (தீவினையை எவ்விதம் கழுவுவது, தீர்த்தயாத்திரை செய்வது, கடவுளைச் சரணடைவது அல்லது வேறு எது விதிக்கப்படுகிறதோ அது.)

அகிம்சை என்ற சொல் பிராமணங்களில் முதன்மையாகப் பாதுகாப்பு என்ற அர்த்தத்தில் வருகிறது. இருப்பினும் அதன் பிற்காலப் பொருளான விலங்குகளுக்குத் தீங்கு செய்ய விருப்பமில்லாதிருத்தல், அல்லது விலங்குகளை உண்பதில் கலக்கம் என்பதன் அசைவுகளையும் காணலாம். இந்தக் கலக்கத்தை ரிக் வேதத்திலும், கொல்லப்படாமல் பால் தரும் பசு, ப்ரிது பால் கறந்த பசு, யாகக் குதிரை உண்மையிலேயே இறக்கவில்லை என உறுதி அளித்தல் போன்றவற்றில் காணலாம். மறுபிறப்பில் செயல்கள் தலைகீழாதல் என்பது (ஜைனத்திலும், பௌத்தத்திலும், பிறகு இந்துமதத்திலும்) மறு உலகத்தில் உண்ணப்படாமல் இருக்கச் சிறந்த வழி, முறையான வழியில் (யாகமுறையில்) இங்கு மாமிசம் உண்பதல்ல, முற்றிலும் மாமிசத்தை உண்ணாமல் இருப்பதே என எளிதில் ஒழுக்கமாக மாற்றப்பட்டது. பிருகுவின் கதை அகிம்சை அல்லது மரக்கறி உண்ணுதல் போன்ற இலட்சியங்களை முன்வைக்கவில்லை, ஆனால் ஒரு வேளை இப்படிப்பட்ட கொள்கைகள் தோன்ற உதவியிருக்கலாம்.

இக்காலப்பகுதியில் வழக்கமாக மக்கள் மாட்டிறைச்சி உட்பட மாமிசம் எதையும் உண்ணவில்லை, ஆனால் இது பல நிபந்தனைகளுக்குட்பட்டு வந்தது. சடங்குகள், விருந்தாளியை அல்லது உயர்தகுதியுள்ள மனிதரை வரவேற்றல் போன்ற சிறப்பான நிகழ்வுகளின்போதுதான் மாமிசத்தை உண்டனர்.[46] யாகத்தில் இறைச்சியை உண்ணுதல் என்பது தினசரி உணவில் அதை உண்பது போன்றதல்ல; இதேபோலக் கொலை செய்வதையும் இருமைப்படுத்தலாம். அதேபோலப் பசுவின் மாமிசத்தை உண்பதையும் பிற விலங்குகளை உண்பதையும் இருமைப்படுத்தலாம். ஆனால், பல பனுவல்கள், யாகத்திலும் (தேவர்கள் என்பவர்கள் விருந்தினர்தானே) அல்லது மனிதவிருந்தினர் வரும்போதும் (பசு இறைச்சி உட்பட) மாமிசம் உண்பதற்கு அனுமதி அளிக்கின்றன. மாமிசமே நிச்சயமாக மிகச்சிறந்த உணவு என்கிறது ஒரு பனுவல்.[47] ஒரு விருந்தாளி வரும்போது ஒரு எருதையோ பசுவையோ கொல்லவேண்டும் என்று பிராமணங்கள் சொல்கின்றன. மித்திரனுக்கும் வருணனுக்கும் பசுவை பலியிடவேண்டும் என்றும், மருத்துகளுக்கு மலட்டுப்பசுவை பலியிட வேண்டுமென்றும், அசுவமேத யாகத்தில் இருபத்தொரு மலட்டுப்பசுக்கள் கொல்லப்பட வேண்டுமென்றும் தெரிவிக்கின்றன.[48] ஏனென்றால் "பசுதான் உணவு."[49] கி.மு. ஐந்தாம் அல்லது ஆறாம் நூற்றாண்டில் வாழ்ந்திருக்கக்கூடிய இலக்கண ஆசிரியர் பாணினி, 'கோக்ஞ' என்ற சொல்லுக்குப் பசுவைக் கொல்பவன் அல்லது யாருக்காகப் பசு கொல்லப்படுகிறதோ அவன் (அதாவது விருந்தினன்) என்று அர்த்தம் சொல்கிறார். (3.4.73) மூன்றாம் நூற்றாண்டின் தர்மசூத்திரம் குறிக்கிறது: "பால்பசுக்கள், எருதுகளின் இறைச்சியை உண்ணலாம், எருதுக்களின் இறைச்சி யாகத்திற்கு ஏற்றது."[51] இந்தப் பனுவல் சான்றுகளுக்கு ஆதரவாகத் தொல்லியல் குறிப்புகளும் உள்ளன. வீட்டு அடுப்புகளுக்கு அருகில் கால்நடைகளின் எலும்புகள் வெட்டப்பட்டுக் காணப்படுகின்றன. அவற்றின் இறைச்சியை மக்கள் உண்டனர் என்பதைக் காட்டுகின்றன.[52]

மாறாக, பிராமணப்பகுதி ஒன்று பசு அல்லது எருதுவின் இறைச்சியை உண்ணலாகாது என்கிறது. அவர்களைப் பார்த்து, "இவன் பாவம் செய்தவன், தன் மனைவியின் வயிற்றிலிருக்கும் கருவைக் கலைத்தவன் என்று சொல்வார்கள் என்று பிறர் சொல்லக்கூடிய ஒரு விசித்திரப் பிறவி எடுப்பார்கள் இறைச்சி உண்பவர்கள்" என்கிறது. பிறகு அந்தப் பனுவல் சொல்கிறது: "இருந்தாலும், யாக்ஞவல்கியர், பசு, எருது இவற்றின் இறைச்சி சுவையாக இருந்தால் கண்டிப்பாக உண்பேன் என்றார்" எனச் சொல்கிறது.[53] யாக்ஞவல்கியர், நீங்கள் எதிரில் சந்திக்கக்கூடிய வகையான மனிதர். ஆனால் சிலபேர், தாப்பர் குறிப்பிடுமாறு, பசு இறைச்சியை உண்ணவில்லை. அவர் சொல்கிறார்: "பிற்காலத்தில் பசு புனிதமானது, தூய்மைகெடாதது என்ற மனப்பான்மை உருவாகுவதற்கு இது காரணமாக இருந்திருக்கலாம். ஆனால் புனிதமானதுடன் தொடர்புள்ள ஒன்றை நாம் தர்க்கரீதியாக விளக்கவேண்டியதில்லை. காலப்போக்கில் மாட்டிறைச்சியை உண்பதிலிருந்து விலகியிருப்பது அந்தஸ்தைக் குறிக்கும் ஒரு செயல் ஆகியது. மதக்கட்டுப்பாடுகள் பலவற்றாலும் இது வலுப்படுத்தப்பட்டது. ஆனால் குறிப்பாக இந்தத் தடை உயர்சாதியினரிடம் மட்டுமே வழங்கியது."[54] நாம் நமது வளர்ப்புப் பிராணிகளின் மீது அன்புசெலுத்துகின்ற நேரத்தில்,

மாட்டிறைச்சியின் மிக இனிமையான பகுதியின்மீதும் (*filet mignon*) சுவைகொள்கிறோம் என்பதை நினைக்கும்போது இந்த வரலாற்று மாற்றத்தில் பொதிந்துள்ள ஈரடித்தன்மையை நாம் புரிந்துகொள்வது கடினமல்ல. ஒரு குறிப்பிட்ட உணவை உண்பவர்களின் தொடர்ச்சி இருக்கிறது, ஆனால் அதிலிருந்து விடுபடவும் வேண்டும் என்ற ஒரு முரண்பட்ட நம்பிக்கை கொண்ட இந்தியஞானத்தை இதில் காணலாம். அப்படித்தான் நிகழ்கிறது, ஆனால் நிகழக்கூடாது.[55] இறைச்சி உண்பதில் ஏற்பட்ட மனப்பாங்கு மாற்றத்திற்கு, ஓரளவு கதைகளில் தெரியவருகின்ற தத்துவ எண்ணங்கள் காரணமாக இருக்கலாம், கால்நடை வளர்ப்பு, மேய்ச்சல்வெளிகள், சுற்றுச்சூழல் ஆகியவற்றின் முறைகளில் ஏற்பட்ட மாற்றங்கள் மறுஅளவு காரணமாக இருக்கலாம். இதற்கு முக்கியக் காரணம், கங்கைச் சமவெளியில் நகரவாழ்க்கை ஏற்பட்டதும், அப் போது ஏற்பட்ட மாற்றங்களினால் உருவான சமூகவிசைகளுமாகும். நகர்ப்புற நிலைமைகளில் கால்நடைகளை வளர்ப்பது, நல்ல மேய்ச்சல் நிலைமைகளை இல்லாமல் செய்து, அவற்றின் பிரக்ஞையை மிக அதிகமாகவே உணர்த்தியுமிருக்கலாம். இப்போதுள்ள நகரவாசிகளைப் போல, அன்றும் நகரவாசிகள் சிலர் விவசாய நிலைமைகளிலிருந்து விலகியும் இருக்கக்கூடும். இந்தப் புதிய தளர்ச்சிக்கு, மேலும் மேலும் விரிவான யாகங்களில் அதிக அதிகமாக விலங்குகள் கொல்லப்பட்டதும் காரணமாகலாம். யாகம் இப்போதும் வன்முறை சார்ந்ததாகவே இருந்தது. அது இன்னும் அதிகாரம்தான், ஆனால் அதற்கெதிராக எதிர்ப்பு, அதிருப்தி சார்ந்த முணுமுணுப்புகள் எழத்தொடங்கி வலுவாகிவந்தன. இதை உபநிடதங்களில் மென்மையாகவும், மகாபாரதத்தில் உரக்கவும் கேட்கலாம்.

யாகத்தில் பலியிடப்படும் விலங்குகளாக மனிதர்கள்

இந்தக் காலப்பகுதியின் பனுவல்கள், மனிதர்களைக் கடவுளரின் கைப்பாவைகளாகப் பார்க்கின்றன. வேதங்களும் பிராமணங்களும் (மனிதர்களே அன்றி) அடிப்படையில் ஐந்து வகையான யாகவிலங்குகளைப் பட்டியலிடுகின்றன. யாக விலங்குகள் யாவும் ஆண்களே. எருது, குதிரை, வெள்ளாடு, செம்மறியாடு, கழுதை. இவை மூன்று குழுக்களாகப் பிரிக்கப்படுகின்றன. எருதினம், குதிரையினம், விரிவான ஆட்டினம். ரிக் வேதத்தின் ஆதிமனிதனின் பாடல் (10.90) சொல்கிறது: "எல்லாமே பலிதரப்பட்ட அந்த யாகத்திலிருந்து, உருகிய கொழுப்பு சேகரிக்கப்பட்டு, காற்றிலும் காட்டிலும் ஊரிலும் வாழும் விலங்குகள் செய்யப்பட்டன. குதிரைகள் அதிலிருந்து பிறந்தன, பிற இரண்டு வரிசைப் பல்கொண்ட (கழுதை போன்ற) விலங்குகளும் பிறந்தன. பசுக்கள் அதிலிருந்து பிறந்தன, வெள்ளாடுகளும் செம்மறிகளும் பிறந்தன." இவை ஐவகைப் பிராணிகள். இவை மிருகங்களிலிருந்து வேறுபட்டவை. மிருக என்ற சொல்லுக்கு வேட்டை என்பது அடிப்படை. (மார்கயதி, தொடர்புடைய சொல் மார்கவழி) இச்சொல் வேட்டையாடப்படும் எந்த விலங்கையும் குறித்தாலும் குறிப்பாக மானைக் குறிக்கும். பழங்கால இந்தியர்கள் கொல்லும் விதத்திலிருந்து விலங்குகளைப் பிரித்தார்கள். வேட் டையாடப்படுவன மிருகங்கள். யாகங்களுக்குரியவை விலங்குகள்.

போதையூட்டுகின்ற பொருள்களில் ஒன்று வேட்டை. ஆனால் யாகம் பலசமயம் அளவை மீறுகிறது. கடவுளர்க்கு இது பயமுறுத்தலாகிறது. அவர்கள் இதை எல்லைக்குட்படுத்தவும் கட்டுப்படுத்தவும் நடவடிக்கை எடுக்கிறார்கள் (இரண்டாம் தொடர்புறுதியின் கூறு).

சிலசமயம் கழுதைக்குப் பதிலாக பலிப்பொருளாக மனிதன் இடம் பெறுகிறான். இந்தியாவில் உண்மையில் மனிதர்கள் பழங்காலத்தில் பலியிடப்பட்டனரா?[57] இருக்கலாம். ஆனால் உறுதியாக வேதகாலத்தில் இல்லை. வேதத்திற்கு முந்திய காலத்திலும் கிடைக்கின்ற உதிரியான சான்றுகள், மனிதப்பலி நடந்ததற்கு உறுதியானவையாக இல்லை. இருப் பினும் வேதங்கள் மனிதப் பலியைக் குறிப்பிடுகின்றன, பனுவல்கள் எவ்விதம் அதைச் செய்வது என்றும் சொல்கின்றன.[58] செங்கற்களால் அமைக்கப்பட்ட யாகபீடத்தை எப்போதெல்லாம் புரோகிதர்கள் புனிதப்படுத்தினார்களோ (அக்னிசயன) அப்போதெல்லாம் அதில் ஐந்து யாகவிலங்குகளின் பொன்படிமங்களையும் வைத்தார்கள். அதில் பொன்னாலான மனிதப்படிமும் ஒன்று. இம்மாதிரி பலிபீடங்களை அகழ்ந்த ஆய்வுகளில் மனித மண்டையோடுகளும் எலும்புகளும் உள்ளன. இவையன்றி, குதிரைகள், ஆமைகள், பன்றிகள், யானைகள், எருதுகள், ஆடுகள், எருமைகள் போன்றவற்றின் எலும்புகளும் உள்ளன. இதனால் ஒருகாலத்தில் உண்மையாகவே மனிதர்களும் பலியிடப்பட்டிருக்கலாம் என்று தெரிகிறது. ஆகவே இரத்தமும் சதையுமான மனிதனுக்கு பதிலா கவே பொன்னாலான மனிதப்படிமம்.[59] அசுவமேத யாகத்திலும், தொடக் கத்தில் குதிரையும் மனிதனுமாகவே பலியிடப்பட்டிருக்கலாம்.[60] ஆனால் குதிரைப் பலியைப் போல மனிதப்பலி விவரிக்கப்படவில்லை.

ஒருவேளை பிற பல விலங்குப் பலிகளைப்போல, மனிதர்களும் புனிதப்படுத்திய பிறகு பலியிடப்படும் கணத்திற்கு முன்னால் விடுவிக்கப்பட்டிருக்கலாம்.[61] மனிதனை பலியிடும் புருஷமேத யாகம், பிராமணக் கற்பனைக்களஞ்சியத்தின் ஒருபகுதியாகவே இருக்கலாம், “எல்லா பலிகளையும் முற்றுவிக்கும் ஒரு பலி.”[62] ஒருவேளை இந்தப் பனுவல்கள், பிற எல்லா விலங்குகளையும் போலவே மனிதர்களும் பலியிடத் தகுதியுள்ள விலங்குகள்தான், கடவுள்களின் வளர்ப்புப் பிராணிகள் என்று சொல்கின்றன போலும்.[63] பழங்கால இந்தியாவில் யாகம் புரிபவனுக்கும் யாகவிலங்கிற்கும் வலுவான் குறியீட்டுத் தொடர்பு இருந்தது (பல யாகங்களில் இது வெளிப்படையாகத் தெரிகிறது, எல்லாவற்றிலும் உள்ளார்ந்து இருந்திருக்கும்). யாகம் செய்பவனின் உபநயனத்தில், விலங்குபலியின் பலியாடாகவே அவன புனிதப்படுத்தப் பட்டான். விலங்குப் பலியைச் செய்யும்போது அவன் தன்னை ஆணுக்கு ஆண் என்ற முறையில் பணயம் வைத்துக்கொள்கிறான். ஏனெனில் பலியிடப்படுவதும், பலியிடுவதும் ஆண்தான். இந்த மாமிசம், உண்பதற்கு மிகச் சிறந்தது, அப்படித்தான் அவனும் சிறந்த உணவை உண்பவனாகிறான்.”[64] ஒருவகையில் ஒவ்வொரு யாகமும் செய்பவனை மரணத்திலிருந்து விடுவிக்கின்றது.

அக்காலத்திலிருந்த வேதச்சடங்குகளின் ஒரு பகுதியாக மனிதப் பலி இல்லாமற் போனாலும், அது தன் நிழலை அச்சடங்கின்மீது வீழ்த்தியே

வந்தது.⁶⁵ ஒரு பிராமணப் பனுவல், ஐந்து பலிவிலங்குகளையும் காலவரிசை என்று தோன்றுகின்ற ஒரு முறையில் வரிசைப்படுத்துகிறது.

மனிதர்கள் யாகவிலங்குகளாக இல்லாமற்போதல்

தொடக்கத்தில் தேவர்கள் மனிதனை (புருஷ) பலிக்கான விலங்காகப் பயன்படுத்தினர். அவனைப் பயன்படுத்தியபோது அவனிடமிருந்த யாகத்தன்மை அவனைவிட்டு நீங்கி ஒரு குதிரையை அடைந்தது. அவர்கள் குதிரையை யாகவிலங்காகப் பயன்படுத்தினார்கள். அதைப் பயன்படுத்தியபோது, அதன் யாகப்பண்பு விட்டுச்சென்று ஒரு எருதை அடைந்தது. எருதை யாகவிலங்காகப் பயன்படுத்தினார்கள். அதன் யாகப் பண்பும் நீங்கி ஒரு செம்மறியை அடைந்தது. செம்மறியை யாகத்துக்குப் பயன்படுத்தினார்கள். அதன் பண்பும் நீங்கி ஒரு வெள்ளாட்டை அடைந்தது.

வெள்ளாட்டைப் பயன்படுத்தினார்கள். அதன் யாகப்பண்பும் நீங்கி அது பூமியை அடைந்தது. பூமியை தேவர்கள் தோண்டியபோது அது அவர்களுக்குக் கிடைத்தது. அதுதான் நெல்லும் பார்லியும். அதனால்தான் இப்போதும் மக்களுக்குத் தோண்டும்போது நெல்லும் பார்லியும் கிடைக்கின்றன. மேற்கண்ட யாகவிலங்குகள் எவ்விதமான ஆண்மைச் சக்தியைப் பெற்றிருக்குமோ, அதே அளவு சக்தி, நெல்லைப் படைப்பதாலும் கிடைக்கிறது. அதனால், மேற்கண்ட ஐந்து யாக விலங்குகளைப் பலியிடுவதைக் காட்டிலும், நெல்லை நைவேத்தியம் செய்யும்போது அவற்றின் முழுமை கிடைக்கிறது.⁶⁶

இந்தப் பனுவல், பலித்தன்மை என்பது எவ்விதம் மனிதன் (ஆண்) இடமிருந்து தொடங்கி கீழ்நோக்கிச் சென்று, பிற விலங்குகள் ஒன்றினுக்கொன்று பதிலாக இருப்பதன் வாயிலாக, (நெல், பார்லி போன்ற) தானியங்களில் முடிவடைகிறது என்பதைக் காட்டுகிறது. (இந்த தானியங்கள் ஒலியின்றிக் கூச்சலிடுகின்றன எனப்பட்டது நினைவிருக்கும்.) யாகத்தின் சமைத்த அரிசி, யாகம் செய்பவன், தேவர்களிடமிருந்து தன்னை விடுவித்துக்கொள்வதற்குப் பயன்படுத்தும் குறியீடு ஆகும்.⁶⁷ யாகத்துக்கேற்ற பண்பு என்பது மனிதனிடமிருந்து குதிரை, எருது, செம்மறியாடு, வெள்ளாடு ஆகியவற்றிற்குச் சென்ற தன்மை, பிருகதாரண்ய உபநிடதத்தில் ஒரு கதைக்கு முன்மாதிரி ஆகிறது. (1.4.3 - 4) இதில் தந்தைக்கடவுள் தன் மகளைக் கற்பழிக்கிறான். அவள் அவனிடமிருந்து ஒரு பசு, ஒரு பெண்குதிரை, ஒரு கழுதை, பெண்செம்மறி வடிவங்களில் தப்பிக்க முனைகிறாள். ஆனால் அவன் ஒவ்வொரு வடிவிலும், எருதாக, ஆண்குதிரையாக, கழுதையாக, வெள்ளாடாக, செம்மறியாக மாறிக் கற்பழிக்கிறான். இந்த இரு பனுவல்களிலும், தொடரில் முதல் பலியாள் மனிதன்தான். தொடரில் பிற, மற்ற யாக விலங்குகளைக் குறிக்கின்றன.

மற்றொரு பிராமணத் தொன்மத்தில் மனிதனை யாக விலங்காக அன்றித் தடுப்பது தாவரம். ஓர் அரசனின் மகன் வருணனுக்கு பலிதரப்பட வேண்டியிருக்கிறது. ஒரு பிராமணன் தனது இளம் மகன் சுனஷேபனை (நாயுருவி — பிராமணன் வைத்துக் கொள்ளும் பெயரா இது?) அரசனின் மகனுக்கு பதிலாக பலியிட முன்வருகிறான்.

அசுவினி தேவர்கள் ஒரு சோமச்செடியை சுனஷேபனுக்கு யாகப்பதிலீடு செய்கிறார்கள்.[68] மனிதனை பலியிட இது ஒரு ஆணை அல்ல. அரசன் தன் மகனை அவனை பலியிடுவதாகச் சொல்லித்தான் முதலில் பெற்றான். (ரம்பெல்ஸ்டில்ட்ஸ்கின் கதையிலிருந்து இது ஒரு தன்னையே தோல்விக்குள்ளாக்கிக் கொள்ளும் காட்சி என்பதை அறிவோம்.) சுனஷேபனின் தந்தை மீட்பே அற்ற ஒரு காரியத்தைச் செய்த மிருகமாக இழித்துரைக்கப்படுகிறான். சூத்திரர்களிடையில்கூட இப்படிப்பட்ட இழி செயல் நடந்ததில்லை. இந்தத் தொன்மங்கள், மனிதனிலிருந்து விலங்கு களுக்கோ தாவரங்களுக்கோ பலிப்பொருள் மாறிவந்ததைப் பற்றிய வரலாற்று விளக்கங்கள் அல்ல. இவை சடங்குக் குறியீட்டியத்தின் இயல்பு பற்றிய சிந்தனைகள். யாகத்தில் எவ்விதம் தாவரங்கள் அல்லது மந்திரங்கள் விலங்குகளுக்கும், விலங்குகள் மனிதர்களுக்கும் பதிலீடா கின்றன என்பதை விளக்குபவை.

பிராமணங்களுக்குப் பிறகு இயற்றப்பட்ட ஒரு தொடக்க கால உபநிடதம், யாகபலிகளாக மனிதர்களைப் பயன்படுத்துவதால் உண்டாகும் தீமைகளை எடுத்துரைக்கிறது. தேவர்கள், முனிவர்கள் அல்லது மனிதர்களில் ஞானம் பெற்றவர்கள் கடவுளின் உருவமானார்கள். கடவுளர்க்கு இதைத் தடுக்கும் சக்தி கிடையாது. ஆனால் தன்னைத் தவிர ஒரு தேவனைக் கடவுளுக்கு ஏற்ற யாகப்பொருள் என்று வணங்கு பவன், கடவுளர்க்கு யாகப் பொருள் போன்றவன். எவ்விதம் பல பிராணிகள் மனிதனுக்குப் பயன்படுகின்றனவோ அதுபோல மனிதர்கள் கடவுளர்க்குப் பயன்படுவார்கள். ஆகவே மனிதர்கள் ஞானம் பெறுவதைக் கடவுளர் விரும்புவதில்லை.[69] ஆக, ஆண்களும் பெண்களும் கடவுளரின் யாக ஆடுகள்.[70] இது பழிவாங்கும் தன்மையோடு கூடிய இரண்டாம் தொடர்புறுதி.

பெண்கள்

மீண்டும் அசுவமேத யாகத்திற்கு (இரண்டாம் நிலை)

அசுவமேத யாகத்தின் இரண்டாம் நிலையில் பெண்கள் இன்றியமையாப் பங்காற்றினார்கள். அரசியல் ஆதிக்கம், மதமீட்பு என்ற இரண்டு இலட்சியங்களுடன் பெண்ணின் பிறப்புத்தரும் வளம் என்பதும் சேர்ந்துகொள்கிறது. அரசனின் நான்கு மனைவிமார் (பட்டத்தரசி, மனத்துக்கினியவள், புறக்கணிக்கப் பட்டவள், நாலாவது ஒருத்தி)[71], குதிரையுடன் புணர்வதாக நடிக்கிறார்கள். பிற பெண்கள் (ஒரு தோழியும், நானூறு பணிப்பெண்களும்) துணைப்பங்காற்றுகிறார்கள்.[72] குதிரை இங்கு அரசனுக்கும், தேவருக்கும் (வழக்கமாக உயிர்களைப் படைப்பவனான பிரஜாபதி, சிலசமயங்களில் இந்திரன்) குறியீடாக நிற்கிறது.[73] அரசி, அரசன் ஆளுகின்ற, புணர்கின்ற நிலமாக உருவகம்பெறுகிறாள். இந்தச் சடங்கு, மக்களுக்கு நல்ல விளைச்சலையும் அரசனுக்குக் குழந்தையையும் தரும் என்று நம்பிக்கை.[74] தேரில் வலப்புறம் பூட்டப்படும் குதிரை இது.[75] இப்பகுதிச் சடங்கிற்கு முன்னரே, அது மூச்சுத்திணறவைத்துக் கொல்லப் படுகிறதாகலாம். ரிக் வேதத்திலும், இச்சடங்கில் அரசி குதிரையுடன் உறவு கொள்வதாக நடிப்பதாகக் குறிப்பிருக்கிறது. ஆபாசமான வேதப்

பாடல் (10.86) ஒன்று, குதிரையின் இடத்தில் நபும்சக ஆண்குரங்கு ஒன்று இந்தப் புணர்ச்சிநடிப்பில் ஈடுபடுவதாகச் சொல்கிறது.[76] ஆனால் பிராமணங்கள் தான் இதை விரிவாகச் சொல்லுகின்ற முதல் பனுவல்கள். நமக்கு அதைத் தெளிவாகப் பார்ப்பதற்கான வெளிச்சம் கிடைக்கிறது.

ஏற்கெனவே நாம் பார்த்த பனுவல் ஒன்று, அரசன் மக்களை உண்பதாகச் சொல்லுகின்ற பாடலும்கூட, அசுவமேத யாகத்தில் நிகழும் இந்தச் சடங்குப்புணர்ச்சிக்குப் பிறகு அரசியர்களுடன் ஆபாசமாகப் பேசுகின்ற பல அடிகளைக் கொண்டிருக்கிறது. "சிறிய பெண்பறவை தன் துளையில் அவன் தன்குறியைத் திணிக்கும்போது முன்னும் பின்னும் அசைகிறது. இந்தப் பறவை, மக்களின் உருவகம். ஏனெனில் அரசசக்தியின் முன்பு அவர்கள் முன்னும் பின்னும் அசைகிறார்கள். துளை, மக்கள்; குறி என்பது ராஜசக்தி, அதை மக்கள்மீது அழுத்துகிறது. இதேபோல் ராஜசக்தியுள்ள ஒருவனும் மக்களுக்குத் தீங்குசெய்பவனாக இருக்கிறான்."[77] சடங்குப் புணர்ச்சியின் மூலமாக, இந்தப் பாடல், அரசன் மக்களைக் கற்பழிக்கிறான் என்கிறது. அரசாட்சியின் ஒடுக்கு முறையை வன்மையான, ஆபாசமான மொழியில் வெளியிடுகிறது இது.

தீய பெண்கள் (அசுரப்பெண்கள்) அரசிகள் அல்லது வேசிகள் வடிவில் யாகத்தை (யாகம் செய்பவனையும்) அழிப்பதற்கு பயமுறுத்தியதுபோல, நல்ல பெண்களும் (மனைவியர்) யாகம் செய்பவனைத் தாங்கள் நல்லவர்கள் அல்லாமல் போகும் நிகழ்வு வாயிலாக பயமுறுத்துபவர்களாகவே இருந்தார்கள். இந்த அபாயம், தேவர்களுக்கும் உண்டு.

இந்திரனின் மனைவியும் மகனும்

குத்ச ஔரவன் (தொடையிலிருந்து பிறந்தவன்) இந்திரனின் இரு தொடைகளிலிருந்தும் உருவாக்கப்பட்டவன். இந்திரன் எப்படியோ, அப்படியே இவனும். தனது சொந்த சுயத்திலிருந்து பிறந்த ஒருவனைப்போல. இந்திரன் இவனைத் தன் தேரோட்டியாக்கிக் கொண்டான். தன் மனைவியும் புலோமன் மகளுமாகிய சசியுடன் இவனைப் பார்த்தபோது, "இவ்விதம் நீ எப்படிச் செய்யலாம்?" என்று கேட்டான் இந்திரன். "உங்கள் இருவரையும் பிரித்தறிய முடியவில்லை" என்றாள் அவள். நான் அவனை வழுக்கை ஆக்கிவிடுகிறேன். பிறகு உனக்கு வித்தியாசம் தெரியும் என்று மகனை வழுக்கையாக்கினான் இந்திரன். ஆனால் குத்சன், தலைப்பாகை அணிந்து அவளிடம் சென்றான். இதுதான் தேரோட்டிகளுக்குத் தலைப்பாகை வந்த விதம்.[78]

தலைப்பாகை வந்த ஒருவித இரகசிய காரணகாரிய ஆய்வில், கணவனையும் மகனையும் பிரித்தறிய முடியாத அல்லது முடியவில்லை என்று சொல்லுகின்ற ஒரு மனைவியின் கதையும் கலந்திருக்கிறது. குத்சனும் இந்திரனும் பிரித்தறியப்பட முடியாதவர்கள் என்ற கருத்து ரிக் வேதத்தில் தொடங்குகிறது (4.1.10). தந்தையின் சுயத்திலிருந்து மகன் உருவாகிறான், அல்லது அவன் சுயமே மறுபடி பிறக்கிறது என்ற பொதுவான இந்துப் பார்வையில் இது பிரதிபலிப்பாகிறது. அதனால் மகன் எல்லாவிதங்களிலும் தந்தையைப் போன்றே இருக்கிறான்.

கங்கைச் சமவெளியில் செல்வம் பெருகியபோது, சொத்துரிமையும், அதனால் பெண்கள் கற்பும் பிரச்சினை ஆயின. பெண்களைப் பற்றித் தளர்வாக இருந்த ரிக் வேத மனப்பான்மை, கங்கைச் சமவெளியின் வள மான மண்ணில் புதைந்துபோனது. பெண்களின் சுதந்திரம் குறைந்தது, பாலியல் சுதந்திரம் அறவே இல்லாமற்போயிற்று. நகரமயமாக்கம் சில பெண்களுக்குச் சொத்துரிமையையும் பாலியல் சுதந்திரத்தையும் வழங்கியது. ஆனால் அந்தச் சுதந்திரமே, பிறர் தங்கள் மகள்களை இளம் வயதிலேயே திருமணம் செய்துவைக்கவும், திருமணமான பெண்களின் சடங்கு அந்தஸ்தைக் குறைக்கவும் காரணமாயிற்று. நாம் பெண் தெய்வங்களைப் பற்றிய கதைகளை (அல்லது, நிஜப் பெண்களைப் பற்றிய கதைகளையும்) நிஜமான பெண்களைப் பற்றிய கதைகள் என்று கொள்ளமுடியாது. தேவியரைப் பற்றிய மனப்பாங்குகளுக்கு நேர்த்தலை கீழாக மனைவியரைப் பற்றிய மனப்பாங்குகள் இருந்தன. ஆனால் மக்களுருவில் தேவியர், மனைவிகள் தாயர் என்ற பாத்திரங்களில் என்ன செய்யமுடியும் என்ற கற்பனையில் ஏற்பட்ட மாற்றம், பெண்களைப் பற்றிய மனப்பாங்குகளில் ஏற்பட்ட பொதுவான மாற்றத்தைக் காட்டு கின்றது. ஊர்வசியின் உருமாற்றம் பற்றிய தொன்மங்களில் நாம் பெண் களின் சுதந்திரம் தேய்ந்துவந்ததைக் காணமுடியும்.

ரிக் வேதத்தில் ஊர்வசி, ஓர் அப்சரஸ், அவள் புரூரவஸின் மனைவி யாக இருந்து ஒரு மகனைப் பெற்றதும் கைவிடுகிறாள். அவனை விட்டுச் செல்லும்போது, “பெண்களிடம் நட்பு என்பதில்லை, அவர்களின் மனம் குள்ளநரித்தனம் கொண்டது” என்கிறாள் (10.95.15). ஊர்வசி, குதிரையுடன் மூன்று பாடல்களில் ஒப்பிடப்படுகிறாள். (10.95.3, 8, 9). தெய்வப்பெண்கள், குறிப்பாகக் குதிரையை ஒத்த பெண்கள், பூலோக ஆடவருடன் தொடர்பு கொள்ளும்போது, அவனுக்கு ஒரு குழந்தையைப் பெறுகிறாள், அவளுடன் அவனுடைய ஒப்பந்தம் முறியும்வரை இருக்கிறாள். (“நான் அன்றே உன்னை எச்சரித்தேன், நீ காதுகொடுக்கவில்லை” என்று அவனிடம் சொல்வாள்). அவனையும் குழந்தையையும் விட்டுவிட்டுத் தன் உலகிற்குச் சென்றுவிடுவாள்.[79] வேத ஊர்வசி, அவன் தன் விருப்பத்திற்கெதிராகத், தன்னிடம் மிகுதியாகக் காதல்செய்தான் என்று புகார் செய்கிறாள். (“தினம் மூன்று முறை உன் கழியால் என்னை அடித்தாய், எனக்கு ஆசையில்லாதபோதும் என்னை நிரப்பினாய். நீ விரும்பியதை நான் செய்தேன்”). (“காப்பதற்கென ஏற்பட்ட நீ, அந்தச் சக்தியை என்னிடம் திருப்பிவிட்டாய்”).[80] சதபத பிராமணம் இந்தக் கதையை மறுபடியும் சொல்லும்போது, அதேவிஷயத்தை எதிராகச் சொல்வதாக உள்ளது. (“உன் மூங்கில் கழியால் என்னை தினமும் மும்முறை அடிக்கவேண் டும்”). ஆனால் முன்யோசனையுடன் உடனே சொல்கிறாள், “எனக்கு ஆசையில்லாதபோது என்னை நெருங்கவேண்டாம்.”[81] வேதப் பனு வல், அவனுடைய ஆசை, அவளுடையதைவிட மிகுதியானது என்று சொல்கிறது. ஆனால் பிராமணம், அவளுடைய ஆசை, அவனுடையதை விட அதிகமில்லாவிட்டாலும், குறைந்தது அதற்குச் சமமாக வேனும் இருக்கிறது என்கிறது. இந்துப் புராணங்களில் இதற்குப் பிறகு தொடர்ந்து இடம்பெறுகின்ற திருப்திப்படுத்த முடியாத பெண்களின் முன்மாதிரி வெளிப்பாடாக இது இருக்கிறது. அவனை அவள் நிர்வாணமாகப்

பார்க்கக்கூடாது என்ற நிபந்தனையை அவன் காப்பாற்றாவிட்டால் அவள் அவனை விட்டுப்போய்விடுவாள் என்று பயமுறுத்துகிறாள். ரிக் வேதத்தில் நிகழும் கடைசிமாற்றம், ஒருவேளை தேவலோகத்தில் இருவரும் மீண்டும் சேரமுடியுமா என்ற தெளிவற்ற ஆசையுடன் அவனைக் காத்திருக்கவிட்டு அவள் செல்கிறாள். பிராமணங்களில், அவன்மீது அவளுக்கு எல்லையற்ற காதல் இருப்பதால், அவனுக்கும் எப்படி இறப்பற்ற கந்தர்வனாக முடியும் என்று போதிக்கிறாள். இச் சமயத்தில் அவள் தன் குழந்தையின் தந்தையைவிட்டுப் பிரிவது என்பது நினைக்கமுடியாததாகிறது.[82]

மரணம்

பிராமணங்களில் யாகம் என்பது மரணபயத்தைத் தணிக்கும் விதமாக அமைக்கப்பட்டது. ரிக் வேதத்தின் சிந்தனையில் இது முக்கியமற்ற ஒன்று. பிராமணங்களில் அழுத்த மிகுந்த அக்கறை காட்டப்படுவதாகியது. பிராமணச் சிந்தனை முத்துகளின் தோற்ற விதையே மரணம் என்னும் மணல்துகள்தான். மரணத்திற்குப் பிறகு மக்கள் ஒரு வேளை செல்லக்கூடிய சாத்திய உலகத்தைப் பற்றி வேதங்கள் பேசின. பிராமணங்கள் இந்த நம்பிக்கையைக் காப்பாற்றித் தெளிவாக்கின. யாகத்தினால் மனிதன் மரணத்தை வெல்லலாம். யாகப் பலியிடுதல் அதைச் செய்பவனுக்கு அடுத்த உலகில் மறுபடி பிறக்கும் வாய்ப்பை அளித்தது. “தீயமரணம்” என்ற சொல் மீண்டும் மீண்டும் இந்தப் பனுவல்களில் வருகிறது. மரணம் தீயது, தீமையின் பயன் மரணம்.[83] பிரஜாபதியை (உயிர்களின் தலைவனை) வரையறுக்கும் எதிரி மரணம்தான். பிரஜாபதி என்றால் படைத்தவன். சிலசமயம், அவனுடனோ, அவனுடைய முதல் குழந்தையுடனோ இச் சொல் தொடர்புபடுகிறது.[84] பிராமணங்கள் மரணத்தை மெதுமெதுவாக வசப்படுத்த முனைகின்றன. முதலில் யாகம் செய்பவன் ஒரு முழுவாழ்க்கை வாழவும், பிறகு ஓர் ஆயிரம் ஆண்டுகள் வாழவும், கடைசியாக (தெளிவற்ற கற்பனையாக உள்ள) முழுமையான மரணமின்மையை எய்தவும் உதவுகின்றன. இதை அறிபவன் எவனோ, அவன் திரும்பத்திரும்ப வரும் மரணத்தை வென்று, பெரிய அளவுகொண்ட வாழ்க்கையைப் பெறுகிறான்: “இதுதான் அடுத்த உலகிலும் இங்குள்ள வாழ்க்கையிலும் மரணத்திலிருந்து விடுதலை.”[85]

ஆனால் முழுமையான சடங்கும்கூட மரணத்தை வெல்வதில் வெற்றிபெற இயலாமற் செய்கின்ற தொல்லைப்படுத்தும் சந்தேகங்கள் தீர்வதில்லை. ஒருவனை முழுமையாகப் பாதுகாப்பானவன் ஆக்கஇயலாது; மரணமின்மையை அளிக்கக்கூடிய யாகத்தைப் பூர்த்திசெய்வதே ஒருவன் போதிய அளவு நீடித்து வாழஇயலாது என்ற என்றுமுள்ள அபாயத்திற்காக யாக உறுதி மொழியின் இருதலைக்கொள்ளிஎறும்பின் நிலையாகும். படைப்புக்கடவுளுக்கும் இந்த அபாய நிலை இருக்கிறது. “ஒருவன் ஆற்றின் அக்கரையினை மங்கலாகக் காண்பதுபோலத் தன் வாழ்க்கையின் அக்கரையையும் காண இயலும்” என்று ஒரு பனுவல் சொல்கிறது.[86] ஏனெனில் அவன் ஏற்கெனவே மரணத்துடன் சிக்கிக்கொண்டிருக்கிறான். “பிரஜாபதி உயிர்களைப் படைத்துக்கொண்டிருந்தபோது, தீயசாவு அவரை ஆக்கிரமித்துக்கொண்டது. அவன் ஆயிரம் ஆண்டு தவம் செய்து

உள்வெப்பத்தை எழுப்பி அதை விட்டுவிட முயன்றான். ஆயிரமாவது ஆண்டில் அவன் தன்னை முழுமையாகத் தூய்மை செய்துகொண்டான். அவன் அப்படித் தூய்மைசெய்த தீமை அவன் உடல்தான். ஆனால் எந்த மனிதன்தான் ஆயிரம் ஆண்டு வாழ்க்கையை அடையமுடியும்? இந்த உண்மையை அறிந்த மனிதன் ஆயிரம் ஆண்டு வாழமுடியும்."[87] பிரஜாபதி இந்தச் சடங்கைச் செய்வதற்கு முற்றிலும் தகுதியுடையவன், ஏனெனில் அவன் ஆயிரம் ஆண்டு வாழ்க்கையோடு பிறந்தவன்."[88] ஆனால், மீண்டும், "யாரொருவன் இதை அறிகிறானோ", அவன் அந்த தேவனைப் போல, தன்னை வாழவைக்கக்கூடிய யாகத்தைச் செய்யுமளவு நீண்ட காலம் இருப்பான்.

இந்தப் பழம்பனுவல்களின் ஆசிரியர்கள் பயந்ததெல்லாம், முதுமையும் இறப்பும். அவர்கள் மிகஅதிகமாக பயந்தது, திரும்பத்திரும்ப வரும் பிறவிகளின் இறப்பு. ஏற்கெனவே பிராமணங்கள் மறுபிறவியைப் பற்றிக் குறிப்பிட்டுள்ளன.[89] "அவர்கள் இறந்தால் மறுபடியும் பிறக்கிறார்கள். ஆனால் மறுபடியும் மறுபடியும் இதற்கு (மரணத்திற்கு) உணவாகிறார்கள்."[90] ஐரோப்பியஅமெரிக்கச் சிந்தனையாளர்களுக்கு, மறுபிறவி மரணத்திற்கு ஓர் சாத்தியத்தீர்வுபோலத் தோன்றுகிறது. வாழ்க்கையின் முடிவைப் பற்றிக் கவலைப்பட்டால் (தற்காலிகமாக சொர்க்கம் - நரகம் இவற்றை ஒதுக்கிவைத்து விடுவோம்) இறந்தபிறகு நீ வாழ்வாய் என்ற நம்பிக்கையே ஆறுதலளிக்கும். என்றும் அழியாமல், மேலும் மேலும் வாழ்க்கைகளைப் பெற்று, ஒரு குதிரையாகவோ, நாயாகவோ அல்லது சென்ற முறை ஒரு எகிப்திய ராணியாகவோ, திரும்பத்திரும்பச் சுற்றி வருவது எவ்வளவு நன்றாக இருக்கும்?

ஆனால் இந்தத் தர்க்கம், இந்துக் கொள்கையின் விஷயத்தைத் தவற விட்டுவிடுகிறது. முதுமையடைந்து சாவதை ஒருமுறை செய்வதே பயங்கர மானது, அதை மீண்டும் மீண்டும் செய்வது எவ்வளவு கடினம்? தொடர்ந்து அனுபவிக்கவேண்டிய வாழ்நாள் சிறைத்தண்டனைகளை அடைவது போன்றது இது. திரும்பத்திரும்ப வரும் சாவு என்பது மனிதனின் ஒற்றை வாழ்க்கையிலேயே வரும் தொடர் சடங்குச்சாவுகளாகவும் இருக்கலாம். 91 அல்லது டி.எஸ். எலியட், "ஒருவருக்கொருவர் நாம் தினசரி சாகிறோம்" என்று சொல்லிய கருத்தாகவும் இருக்கலாம். அல்லது உண்மையிலேயே திரும்பத்திரும்ப வரக்கூடிய மறுபிறப்புகளையும் மரணங்களையும் முன்னுரைப்பதாகவும் இருக்கலாம். இவை விரிவாகச் சொல்லப்படவில்லை. உபநிடதங்கள்தான் பிராமணங்களில் பிருகு அடுத்த உலகில் கண்டனவற்றை, இந்த உலகில் அடுத்த பிறப்பின் ஒரு காட்சியாக மாற்றிச் சொல்லுகின்றன.

அடுத்த உலகிற்கு பிருகுவின் பயணம் மீண்டும் ஒரு பிராமணப் பனுவலில் சுருக்கமாகச் சொல்லப்படுகிறது.[92] அதில் நசிகேதன் என்ற பையன் தன் தந்தையை (இப்போது அவன் வருணன் என்னும் தேவன் அல்ல, தன்னிடம் இருக்கும் பொருளையெல்லாம் கொடுத்துக்கொண்டிருக்கும் ஒரு யாகம்செய்பவன்) எனக்கு நீ என்ன தருவாய் என்று மூன்றுமுறை கேட்டுத் தொல்லைசெய்கிறான். எரிச்சலடைந்த தந்தை, "உனக்குச் சாவை அளிக்கிறேன்" என்கிறான். (பிற்காலப் பாடமொன்றில், "உன்னை

எமனிடம் அனுப்புகிறேன்" என்கிறான்). நசிகேதன் அதை அப்படியே எடுத்துக்கொண்டு, இறந்தவர்கள் உலகத்திற்குச் செல்கிறான். அவன் தந்தை எமனுலகில் என்ன பேச வேண்டும் என்ன செய்யவேண்டும் என்பது பற்றி விரிவான அறிவுரைகளை அளிக்கிறான். கடைசியாக, எமன் அவனுக்கு மூன்று வரங்களைத் தருகிறான். அவற்றுள் கடைசி, மறுமரணத்தை எப்படித் தவிர்ப்பது என்பது பற்றியதாகும். நசிகேதன் தீயை யாரெல்லாம் அறிகிறார்களோ அதை எழுப்புகிறார்களோ, அவர்கள் மரணத்தை வெற்றிகொள்கிறார்கள் என்கிறது பனுவல். பிருகு விலங்குகளைச் சந்தித்து ஒவ்வொரு பாடம் கற்று, இறந்தபிறகு என்ன என்பதைப் பற்றிப் பாடம் கற்றுக்கொண்டு, தந்தையிடம் மரணத்திற்குப் பிந்திய வாழ்க்கை பற்றி அறியும்போது, நசிகேதன் சாவிடமிருந்தே அந்த இரகசியத்தை அறிகிறான். முதல் பிராமணப் பனுவலில் பிரஜாபதி, பிருகுவின் தந்தையான வருணன் போன்ற தேவர்களே எமனைச் சந்தித் திருக்க, இங்கே ஒரு மானிடப் பையன், இதைச் செய்து, பிராணிகளை துரதிருஷ்டவசமான விளைவுகள் இன்றி உண்பதற்கான வழியையும், மரணத்திலிருந்து விடுதலையையும் பெறுகிறான்.

நாட்டார் கதைகள், யாகம், அபாயம்

பிருகுவின் கதை பிற கீழுலகத்திற்குச் செல்லும் கதைகளுடன் பெருமளவு ஒப்பிடத்தக்கதாக உள்ளது.[94] அதேபோல் தோல்களை மாற்றிக்கொள்ளும் கதையும், இப்படிப்பட்ட மாற்றக் கதைகளின் ஒருபகுதிதான் — விலங்குகள் மனிதர்களாகவும், மனிதர் விலங்குகளாகவும் மாறுகின்றனர்.[95] பிராமணங்களில் நாட்டார்கதைகளைச் சேர்த்தல் என்பது பனுவலுக்குள் இரகசியமாகப்புகும் மாற்றுவரலாறுகளை, பிராமணரல்லாதார் குரல்கள் உட்படப் பிற குரல்களை இணைத்துக் கொள்ளுதலுக்கு ஓர் உதாரணம். பத்தொன்பதாம் நூற்றாண்டில் பண்ணைவீடுகளில் சேகரிக்கப்பட்ட நாட்டார் கதைகளின் தொனி, அடிப்படைக் கதையமைப்பு இவற்றிலிருந்து பெருமளவு வேறுபடாத பலகதைகளை பிராமணங்களில் காண்கிறோம். பிராமணங்களின் பிற பகுதிகளில் காணப்படும் மொழியைவிட, இந்தப்பகுதிகளில் காணப்படும் சமஸ்கிருதம், பெருமளவு முறைசாராததாகவும், நேராகவும், இன்னும் பேச்சு வழக்கிலும் காணப்படுகிறது.[96] பிராமணங்களில் பலவேறுவித சமஸ் கிருதங்கள் காணப்படுகின்றன. ஒவ்வொன்றிற்கும் ஒவ்வொரு பாஷை-தொன்மக்கதைகளுக்கு ஒன்று, மொழியியல், வேர்ச்சொற் பகுதிக்கும், இன்னொன்று சடங்கு அறிவுரைகளுக்கும் என்பது போன்று அதுஅதற்கே உரிய சொற்களஞ்சியம் உள்ளது. இங்கும் — சடங்கு இலக்கியத்தை நாட்டார் கதைகளுக்குத் திறந்துவிடுவதன் மூலம் பிராமணங்கள் புரட்சி கரமாக உள்ளன.

மற்றப்படி வறண்ட, விரிவான சடங்குகளின் ஆரவாரச் சொற்களைக் கொண்ட இந்தப் பனுவல்களில் இந்தக் கதைகள் செய்வதென்ன? தூசுபடிந்த பழைய மாடங்களில் சுவைமிகுந்த இந்த நாட்டார் கதைகள் ஏன் உள்ளன?[97] எடுத்துக்கொண்ட வேதப்பாடல்களில் விடுபட்ட தகவல்களை மீட்டுத் தருவதற்கு, ஒரு மேற்சுட்டினை விளக்குவதற்கு,

அல்லது ஒரு குறிப்பிட்ட முனிவன் எந்தவிதச் சூழலில் ஒரு பாட்டைக் கண்டான் என்பதை விளக்குவதற்கு, அல்லது ஒரு குறித்த சடங்கு ஏன் அந்த முறையில் செய்யப்படுகிறது என்பதை விளக்குவதற்கு என்று வெளிப்படையாகவே இந்தக் கதைகளைச் சொல்வதற்குப் பல காரணங்களை பிராமணங்கள் சொல்கின்றன.[98] பிற, இந்தக் கதையை யாகத்துடன் இணைப்பதற்கு முயற்சி செய்யவில்லை, சற்றுக் குறைவாகவே அதில் தலையிடுகின்றன. இந்தக் கதைகள் பிராமணரல்லாத உலகின் ஜனரஞ்சகமான உலகின் ஒரு சிறுபகுதியை அளிக்கின்றன எனலாம். இரண்டு இடங்களிலுமே, இந்தக் கதைகளைச் சொல்வதற்கான ஆழமான காரணங்கள் இந்தச் சாக்குப் போக்குகள் அன்றித் தெளிவாக இல்லை, அவை யாகத்துடன் நெகிழ்வான தொடர்பையே கொண்டுள்ளன. யாகங்களின் சில நிழற்பகுதிகளுக்கு, அவற்றின்பின்னுள்ள பயங்களுக்கு ஒளியூட்டுகின்றன. கி.மு.700 அளவில், மனனம் செய்து காப்பாற்றப்பட்ட ஒரே பனுவல்கள் பிராமணங்கள் மட்டுமே. படைப்பு வெளியீட்டின் ஒரே மையப் புள்ளி, யாகம்தான். ஆகவே யாகத்தைப் பற்றி விளக்கும் இந்தப் பனுவல்கள், பழைய இந்தியாவின் வாழ்க்கையை விளக்கும் எந்த விஷயத்தையும் காந்தம் போலத் தங்களிடம் இழுத்துக் கொண்டன. அல்லது, மனித வாழ்க்கையில் அர்த்தமுள்ள எந்த ஒன்றின் குறியீடாகவுமே யாகம் இருக்கிறது என்று நம்பப்பட்டதால், அதைச்சுற்றித் தொடர்ந்து கலந்தொன்றாகும் மரபான இலக்கியத்தில் வாழ்க்கையின் எவ்வித முக்கியமான ஆழ்நோக்கும் காலப்போக்கில் அதில் ஈர்த்துக்கொள்ளப்படும். ஏற்கெனவே எண்ணற்ற தொன்மங்கள் யாகத்துடன் இணைக்கப்பட்டுவிட்டன என்பதைத் தெளிவாகவே ரிக் வேதத்தில் காணப்படும் எரிச்சலூட்டும் மேற்சுட்டுகள் காட்டுகின்றன. ஆனால் அதில் முறைப்படுத்தப்பட்ட புராணம் என ஒன்று இல்லை. அசுரர்கள்மீது தேவர்கள் வெற்றி கொண்டதைப் பற்றிய "கம்பீரமான" கதைகள் பலவற்றை பிராமணங்கள் சொல்கின்றன. அவை தினசரி வாழ்க்கையைப் பற்றிய நாட்டார் கதைகளையும் சொல்வதால், அவற்றின் அர்த்தத்திற்கு வேதச் சடங்குகள் மட்டுமே முழு அளவுத் திறவுகோலாக முடியாது.

அவற்றின் அர்த்தத்தை விளங்கிக்கொள்ள ஒரு பகுதி உதவுபவை அச்சடங்குகள்தான். ஏனெனில் இந்தக் கதைகளும் ஓர் ஆழமான தளத்தில் யாகங்களுடன் இணைந்துள்ளன. அசுவமேத யாகத்தில் நாம் கண்டதுபோல, யாகம் என்பதே மரணம், பாலியல் பற்றியது என்பதால், யாகத்தைப் பற்றிய கதைகளில் மரணம், பாலியலைப் பற்றிய உள்ளார்ந்த பயங்கள் பதிந்துள்ளன. இந்த அபாயங்களின் சக்தியைக் குறைத்து, மனித நடத்தைகளின் சிறியவீச்சுக்குள் அவற்றை வெளியிட்டு, அவற்றைப் பொதுவானதாக்கி, யாகம் செய்பவனுக்கு அவற்றைப் பாதுகாப்பாக்குகின்றன. மக்கள் தங்கள் நிஜ வாழ்க்கையில் இந்த அபாயங்களுக்குத் தங்கள் எதிர்வினைகளை முறைப்படுத்தவும், ஓர் அமைப்பாக்கிக் கொள்ளவும் நிஜ அனுபவங்களில் அவற்றை மீண்டும் நுழைக்க ஒரு சட்டகத்தை அமைத்துக்கொள்ளவும் இவை உதவுகின்றன. பயங்கரமான பெண்களைப் பற்றிய கதைகள் (குறிப்பாக நாம் ஆண்கள் என்றால், ஆனால் அதற்கு மட்டுமல்ல) நமது தாயார் (மனைவிகளும்தான்)

வெண்டி டோனிகர்

பற்றிய கொடுங்கனவுகளை வெளியிட உதவுகின்றன. பிறனொருவனின் ஈமச்சடங்குகளின் ஒழுங்குமுறை அமைப்புகளில் நாம் பங்கேற்பது, நமது சாவைப் பற்றி நாம் சிந்திக்கின்ற சட்டகம் ஒன்றை உருவாக்கித்தருகிறது. யாகத்தின் கட்டுப்பட்ட அழிப்புமுறை, யாகம் செய்பவன் தனக்கு பதிலாக ஒரு பலியை அளித்து, "அவனைக் கொல், என்னை விட்டுவிடு" என்று சொல்வதுபோல அமைந்துள்ளது.

ஆனால் அந்தச் சடங்கே புதிய அபாயங்களையும் பயங்களையும் புகுத்துகிறது. அதில் ஏதேனும் குறுக்கிட்டு நிகழாமல் போனால் என்ன ஆகும்? அசுவமேத யாகத்தில் எந்த ஒரு சிறு குறைபாட்டுக்கும் எதிர்வினையாக எடுக்கப்பட்ட விரிவான நடவடிக்கைகளை நாம் கண்டோம். சோம யாகம், வேதமதத்திற்கு மிக மையமானது. ஆனால் அது வேதமக்கள் கங்கை நதிக்கரைக்கு வந்தபோது[99] விட்டுவிட்டுவந்த மலைகளில் இருக்கும் செடி. எனவே அது கிடைப்பதற்கு அரிதாகியது. இந்தப் பிரச்சினை பலவிதங்களில் தீர்க்கப்பட்டது. ரிக் வேதத்திலேயே சோமம் வெகுதொலைவிலிருந்து கொண்டுவரப்பட்டது என்ற தொன்மம் இருக்கிறது. பிராமணங்களோ, சோமத்தை வாங்குவதற்கும் சோமத்தை விற்பவனை தண்டிக்கவும் ஆன சடங்குகளை விரிவாகச் சொல்கின்றன, சோமம் கிடைக்காவிட்டால் எந்தப் பொருள்களை பதிலீடாகப் பயன்படுத்தலாம் என்பதை முடிவுசெய்யவும் முனைகின்றன. சில பதிலீடுகள் சோமச் செடியை உருவத்தில் ஒத்ததாக இருக்கலாம், சில அவற்றின் விளைவுகளில் ஒத்திருக்கலாம்.[100] யாகத்தில் பலியிடப்படுவதே பலியிடுபவனுடைய பதிலீடுதான் என்ற முறையில் உண்மையில், சோமத்தின் பதிலீடுகள் யாவும் யாகத்தின் அடிப்படையிலுள்ள சிந்தனைதான். பிரக்ஞையை மாற்றுகின்ற சோமத்திற்கு பதிலீடாகவே யோகம், பிராணாயாமம், விரதம், தியானம் போன்ற அசாதாரண மனநிலைகளை உருவாக்கும் வழிகளின் வளர்ச்சி நிகழ்ந்திருக்கலாம்.

சடங்கை முறையாகச் செய்ய இயலாமற்போகலாம் என்ற சாத்தியத்தினால் மட்டும் யாகத்தின் அபாயம் ஏற்படும் என்றில்லை. சரிவரச் செய்யப்பட்ட சடங்கிலிருந்து வெளிப்படும் சக்தி கைமீறிச் சென்று விடலாம். சடங்கிலேயே உள்ளார்ந்த மண அபாயங்கள் இருக்கின்றன. யாகம் செய்வனின் இயல்பான வாழ்க்கையிலிருக்கும் அபாயங்களோடு அவை சேர்ந்துவிடுகின்றன. இவை உள்ளிருந்தே — யாகம் செய்வனின் பலவீனத்தினால், மானிடத்தன்மையில் ஏற்படும் அசுத்தத்தினால் வரக்கூடும். அல்லது தேவர்களின் வாயிலாகவும் வரலாம்.

தீமையின், போதைப்பழக்கத்தின் சக்திகள்

பிராமணங்களில், முதல் தொடர்புறவுக்குரிய பாணியில், தேவர்களின் எதிரிகள் (வானிலுள்ள அசுரர்களும், பூமியிலுள்ள அரக்கர்களும்) யாகத்தை அழிக்க முனைகிறார்கள், அதற்கு இடையூறு செய்கிறார்கள், வெளியிலிருந்து அதை அசுத்தப்படுத்த முனைகிறார்கள். புரோகிதர்களின் சக்தியில் குறிப்பிடத்தக்க அளவு, அசுரர்கள் - அரக்கர்களைத் தடுப்பதற்கும், யாகத்தில் அவர்கள் செய்த இடையூறுகளைச் சரிசெய்வதற்கும் செலவாகிறது, இது அந்தச் சடங்கின் பகுதியாகவே இருக்கிறது. இந்தக்

காலப் பகுதியில் அதிகாரச் சமநிலை இரண்டாம் தொடர்புறவுக்கு மாறு கிறது. இப்போது அசுரர்களுக்கு எதிராக தேவர்களும் மனிதர்களும் என்ற நிலை மாறி, மனிதர்கள், பிற தீய சக்திகளுக்கு எதிராக தேவர்கள் என்றாகிறது. அசுரர்கள் பெருமளவு அரக்கர்கள்போல் ஆகிறார்கள். வெறும் போட்டி என்பதற்கு மாறாக தேவர்களிலிருந்து அவர்கள் தீயவர்கள் என வேறுபடுத்தப்படுகிறார்கள்.

தேவர்களிடையில்தான் தீமை பிறக்கிறது, பிறகு அது அசுரர்களுக்கும் மனிதர்களுக்கும் பரவுகிறது. மேலும் சுருக்கமாக, அது பிரஜாபதியிலிருந்து உற்பத்தியாகிறது. அவன் படைக்க முயற்சிசெய்யும்போது, தீமையின் பிடிக்குள் விழுகிறான். ஒரு கதையில், ஒரு பிராமணன் அவனைக் காப்பாற்றுகிறான். தீமையைச் செல்வமாக (ஸ்ரீ அல்லது திரு) மாற்றி, அதை பசுக்களிலும், தூக்கத்திலும், நிழலிலும் வைக்கிறான்.[101] ஆனால் அவ்வளவு எளிதாகத் தீமையை நன்மையாக மாற்றிவிட முடியாது. அது தீமையாகவேதான் இருக்கிறது,பிறருக்கு அளிக்கப்படும்போது அவர்களுக்கு அழிவு உண்டாக்குகிறது. ஒருவித பின்னர்க்காப்பாற்றும் தொன்மப்படி, தேவர்கள் மோகம், கல்மிஷம், பாவம் ஆகிய தீமையின் வடிவங்களைப் படைக்கிறார்கள் — பிறகு அவற்றை மனிதர்களுக்கு அளிக்கிறார்கள். அதனால் மனிதர்கள் என்றென்றும் துன்பப்படுகிறார்கள். மனிதர்கள், தேவர்களின் பலியாடுகள். அதிகமுறை சொல்லப்பட்ட கதை ஒன்றில், விருத்திரனைக் கொன்றதால் இந்திரன் பிரம்மஹத்திப் பாவத்திற்கு ஆளா கிறான் (பாவங்களில் மிகக் கொடியது பிராமணர்களைக் கொல்வது). பிராமணங்களும் பிறகு வந்த பனுவல்கள்யாவும் விருத்திரனை பிரா மணன் என்றே கருதுகின்றன. அவன் ஒரு தஸ்யூ பிராமணன், ஆனால் பிராமணன்தான். சிலசமயங்களில் தன் தவிர்க்கமுடியாத போதைப் பழக்கமான சோமபானத்தைக் குடிப்பதில் அளவுக்குமிஞ்சி அவன் ஈடுபடுகிறான். அவனிடமிருந்து வெளிப்படும் சோமத்தில் பிரம்மஹத்தி விளைகிறது. அவன் மூக்கிலிருந்து வழிவதில் சிங்கம் தோன்றுகிறது, காதிலிருந்து குள்ளநரி, அவன் கீழ்ப்பகுதித் துளைகளில் வழிவதிலிருந்து புலிகளும் பிற காட்டு விலங்குகளும் தோன்றுகின்றன.[102] தெய்வீக போதை மயக்கம் நம்மைக் காட்டுவிலங்குகளுடன் போரிட வைக்கிறது.

மற்றொரு எதிரியான ஒரு பிராமணனை இந்திரன் கொன்றபோதும், அவன் பிரம்மஹத்தி தோஷத்தைப் பிறருக்கு அளித்துவிடுகிறான்.

இந்திரன் பிரம்மஹத்திப் பாவத்தைப் பிறருக்கு அளிக்கிறான்

தனது பாவத்தின் மூன்றில் ஒரு பங்கை பூமி ஏற்கவேண்டும் என்று கேட்டான். அதற்குக் கைம்மாறாக, யாரேனும் தோண்டுதல் மூலமாக பூமியை அடக்க முயன்றால், ஓராண்டுக்குள் அந்த அகழ்வு அடைபட்டு விடும் என்றான். அவ்வாறு அவள் ஏற்றுக் கொண்ட பகுதி ஒரு இயற்கை யான பிளவாக மாறியது. அதேபோல் மரங்களையும் ஏற்குமாறு கேட்டான். கைம்மாறாக, அவை வெட்டப்பட்டால் புதிய முளைகள் அதிகமாகத் தோன்றும் என்றான். மரங்கள் ஏற்ற பாவத்தின் பகுதி அவற்றின் சாறாகியது. பெண்கள் அதேபோல் பாவத்தில் மூன்றிலொரு பங்கை ஏற்றுக்கொண்டு, தங்கள் குழந்தை பிறக்கும்வரை உடலுறவில்

மகிழ்ச்சிகாணும் தன்மையைப் பெற்றார்கள். அவர்களுடைய பாவம், மாதவிடாய் இரத்தம் படிந்த துணிகளாகியது.[103]

பாவங்கள் விருப்பத்தோடு ஏற்கப்பட்டன என்பதை இந்த வரங்கள் காட்டுகிறது. இந்திரன் அசுத்தமானால், பூமியின் வளம் குறைந்து போகும். பூமியின் நன்மைக்கென இம் மூவரும் பாவங்களை ஏற்றதால் அவர்களும் வளம் பெற்றார்கள். (கதையின் மற்றொரு பாடம், இந்த விதியை மாற்றி, பாவத்தை கர்ப்பத்தைக் கலைப்பவர்களுக்கு மாற்றுகிறது.[104]) ஆனால் தீமையை அழிக்கமுடியாது. அதைக் குறைந்த பலனேற்படுத்தும் இடத்துக்கு மாற்றுவதுதான் ஒருவன் செய்யக்கூடியது. ஆகவே இந்தக் கதைகளில் தேவர்கள் தீமையின் கூர்மையை மூன்றாகவும் சிலசமயம் நான்காகவும் உடைக்கிறார்கள். மற்றொரு பாடத்தில், இந்திரனின் கொலைப்பாவம், மக்களுக்கு மாற்றப்படுகிறது, அவர்கள் பிராமணர்களுக்கு தட்சிணையின்றித் தங்கள் நிவேதனங்களை அளிக்கிறார்கள்.[105] முற்றிலும் சுயநலநோக்கு மட்டுமே இதில் காணப்படுகிறது என்று அந்தப் பனுவல் சொல்கிறது. இந்தப் பனுவல்களைத் தொகுத்த பிராமணர்களின் முழு வெறுப்பும் களைப்பும் அவர்களின் பலியாடுகளாகச் செயல்படுகின்றன.

பொதுவாக பூமியின் தீமை என்பது தேவர் - அசுரர்களின் பிரபஞ்சப் போராட்டங்களின் விளைவான தேவலோகத் தீமைதான்.

தேவர்கள், அசுரர்கள், மனிதர்கள், தீமை

தேவர்களும் அசுரர்களும் போரிட்டனர். தேவர்கள் கூர்மையான வாள் போன்ற இடியை (புருஷன்) உருவாக்கி (வஜ்ராயுதம்) அசுரர்கள்மீது எறிந்தனர். அசுரர்கள் பயந்தோடினர். ஆனால் அது அவர்கள்மீதே திரும்பியது. தேவர்கள் பயந்து அதை மூன்றாகச் சிதைத்தனர். அவை வேதப்பாடல்கள் வடிவில் மனிதர்களுக்குள் இறங்கிவிட்டதைக் கண்டனர். "மனிதன் சிறப்போடு உலகில் வாழ்ந்தால், யாகங்கள், நற்செயல்கள் செய்வதன் வாயிலாகவும் தவ அனலின் விளைவாகவும் நம்மில் ஒருவனாகி விடுவான். இதைத் தடுக்க நாம் ஏதாவது செய்யவேண்டும். அவனுக்குள் தீமையை விதைப்போம்" என்றனர்.

மனிதனுக்குள் தீமை புகுந்தது. தூக்கம், அஜாக்கிரதை, கோபம், பசி, சூது, காமம். இந்த உலகில் மனிதனை அலைக்கழிக்கும் தீமைகள் இவை தான். ஆனால் இதை அறிந்த மனிதனுக்கு தேவர்கள் தீங்கு செய்வதில்லை. இவற்றை அறிந்த மனிதனுக்குத் தீங்கு செய்யும் மனிதனை அழிக்க முனைகின்றனர்.[106]

இங்குத் தங்களால் கட்டுப்படுத்தமுடியாத தீமை என்பதை மனிதர்களுக்குச் சுமையாக்கவில்லை, தேவர்கள். மனிதர்கள் சொர்க்கத்தை அடைந்துவிடக்கூடாது என்பதற்காக வேண்டுமென்றுதான் செய்கிறார்கள்.[107] போதைதரும் நான்கு தீமைகளில் இரண்டை இந்தத் தீமை உட்கொண்டுள்ளது - சூது, காமம் ஆகியவை. மனித - தேவ ஒப்பந்தத்தில் ஏற்பட்ட இந்த முக்கியமான பெயர்ச்சியின் உட்குறிப்புகள் வரப்போகும் தலைமுறையினருள் பரவி அவர்களை பாதிக்கும்.

இந்தக் கணத்தில் இந்த மாற்றம் ஏன் ஏற்பட்டது? அரசுகளுக்கிடையில் எல்லைகள் இறுகுதல், செல்வத்திற்கும் அதிகாரத்திற்கும் போட்டி, வளமான கங்கைச் சமவெளியின் ஆதிக்கத்தில் போட்டி ஆகியவை தீமையை எதிர்கொள்வதில் மேலும் குற்றம் காணும் போக்கைத் தொன்மங் களுக்குள் புகுத்தியிருக்கலாம். மேலிரண்டு வகுப்புகளிலும், அதிகாரமும், அதிகார துஷ்பிரயோகமும் பெருகியதும் தீ, சோமன், மழை, ஆறுகள் என்ற இயற்கைச் சக்திகளான தேவர்களை ஒழுக்கத்தில் நடுநிலையான போக் குள்ளவர்கள் என்று நோக்கும் தன்மை மாறி ஏறுமாறான நடத்தையும், அவ்வப்போது அழிவுண்டாக்கும் தன்மையும் கொண்டவர்கள், அல்லது கொடுமையும் புலனின்ப ஆசையின்போதையும் கொண்டவர்கள், ஆனால் நன்மனமுள்ள மனிதத் தலைவர்கள் போன்றவர்கள் என்றோ, செல்வமும் அதிகாரமும் உள்ள ஆற்றல்மிக்க அரசர்கள், சுயநலம், பொறாமை, கெடுநோக்குக் கொண்ட பிராமணர்கள் போன்றவர்கள் என்றோ நோக்கும் நிலை ஏற்பட்டது.

அடிக்குறிப்பு

1. *The date is sometimes said to be 3102 BCE or 1400 BCE. West, Indo-European Poetry, 13; Brockington, The Sanskrit Epics.*
2. *Jaiminiya Brahmana 2.182-83; Doniger O'Flaherty, Tales of Sex and Violence, 40-42.*
3. *Aitareya Brahmana 3.21.*
4. *Shatapatha Brahmana 1.1.1.6: idam aham ya evaasmi so 'smi.*
5. *Sayana's commentary on the Rig Veda 1.121.*
6. *Erdosy, The Indo-Aryans of Ancient South Asia.*
7. *Bhandarkar, Ancient History of India, 153-54, citing Kautilya and the Lalita Vistara.*
8. *Stein, A History of India, 51.*
9. *Flood, An Introduction, 53*
10. *Mitter, Indian Art, 13; Thapar, Early India, 109.*
11. *Thapar, Early India, 112*
12. *Ibid., 89-90.*
13. *Flood, An Introduction, 33; Keay, India, 41.*
14. *Flood, An Introduction, 80-81.*
15. *Witzel, "The Development of the Vedic Canon," 313, 321, 333.*
16. *Thapar, Early India, 130.*
17. *Maitrayani Samhita 4.8.1; Kathaka Samhita 30.1.*
18. *Aitareya Brahmana 2.19 (8.1); Kaushitaki Brahmana 12.3.*
19. *Manu 7.130-31.*
20. *Shatapatha Brahmana 13.2.9.6-9; Doniger O'Flaherty, Textual Sources, 17-18.*
21. *Thapar, Early India, 129.*
22. *Heesterman, The Inner Conflict of Tradition.*
23. *Jaiminiya Brahmana 3.94-96; Doniger O'Flaherty, Tales of Sex and Violence, 81-84.*

24. Dumézil, *The Destiny of the Warrior*.
25. *Brihaddevata*; Doniger O'Flaherty, *Tales of Sex and Violence*, 83; Sieg, *Sagenstoffe*.
26. *RV* 10.119-2-3, 9, 11-12.
27. *Katha Upanishad* 3.3-6.
28. *Jaiminiya Brahmana* 3.94-96; Doniger O'Flaherty, *Tales of Sex and Violence*, 81-84.
29. Jamison, *Sacrificed Wife*.
30. Thapar, *Early India*, 122.
31. *Shatapatha Brahmana* 13.3.8.1-6; Doniger O'Flaherty, *Textual Sources*, 18-19.
32. *Shatapatha Brahmana* 13.2.9.9 and 13.5.2.10; Doniger O'Flaherty, *Tales of Sex and Violence*, 17-18. The mantra is from RV 4.39, a prayer to a racehorse named Dadhikravan.
33. Debroy, *Sarama and Her Children*.
34. *Taittiriya Brahmana* 3.8.4.2; Doniger O'Flaherty, *Textual Sources*, 14-17.
35. Jamison, *Sacrificed Wife*, 78, 99, citing *Maitrayani Samhita* 2.1.19-23 and 3.12.1.
36. White, "Dogs Die," 283-303.
37. *Jaiminiya Brahmana* 2.440-42; Doniger O'Flaherty, *Tales of Sex and Violence*, 97-98.
38. *Kathaka Samhita* 29.1; *Maitrayani Samhita* 3.10.6; *Aitareya Brahmana* 2.22.10.
39. *Jaiminiya Brahmana* 1.161-2; Doniger O'Flaherty, *Tales of Sex and Violence*, 101-02.
40. *Kaushitaki Brahmana* 23.4.
41. *Jaiminiya Brahmana* 1.161-3, Doniger O'Flaherty, *Tales of Sex and Violence*, 101-02.
42. *Jaiminiya Brahmana* 1.42-44, Doniger O'Flaherty, *Tales of Sex and Violence*, 32-34.
43. *Kaushitaki Brahmana* 11.3; Doniger O'Flaherty, *Tales of Sex and Violence*, 39.
44. *Shatapatha Brahmana* 12.9.1.1; Doniger O'Flaherty, *Tales of Sex and Violence*, 40.
45. Nandy, *Exiled at Home*, 47 and 63; Doniger O'Flaherty, *Tales of Sex and Violence*, 36-37.
46. Thapar, *Early India*, 115.
47. *Shatapatha Brahmana* 11.7.1.3; cf. 12.8.3.12.
48. D. N. Jha, *The Myth of the Holy Cow*, 30-36; Keith, *Religion and Philosophy*, 324-26; Heesterman, *The Broken World*, 194, 283, n. 32; Renou, *Vedic India*, 109.
49. D.N. Jha, *The Myth of the Holy Cow*, 47; *Taittiriya Samhita* 5.6.11-20.
50. Cf. *Ashvalayana Grihya-sutra* 1.24, 31-33, for the ritual of killing a cow on the arrival of a guest.
51. *Apastamba Dharmasutra* 1.17.30 31.
52. Thapar, *Early India*, 90.
53. *Shatapatha Brahmama* 3.1.2.21.
54. Thapar, *Early India*, 115.
55. See the introduction, by Wendy Doniger and Brian K. Smith, to *The Laws of Manu*. See also the conflict between sacrifice and nonviolence in Doniger O'Flaherty, *Other Peoples' Myths*, chapter 4.
56. *Atharva Veda* 11.2.9 and 3.10.6, with Sayana's commentary.
57. Doniger O'Flaherty, *Other Peoples' Myths*, chapter 4.

58. Shatapatha Brahmana 13.6.1-2; Vajasaneyi Samhita 30.1-22; Taittiriya Brahmana 3.4.1.1 ff.
59. Sharma, The Excavations at Kausambi, 87ff.; Schlinghoff, "Menschenopfer in Kausambi."
60. Sauve, "The Divine Victim"; Willibald Kirfel, "Der Asvamedha und der Purusamedha."
61. Flood, Introduction, 41; Heesterman, The Broken World, 10.
62. Lincoln, Myth, Cosmos, and Society, 183 n.
63. For men as the sacrificial beasts of the gods, see Doniger O'Flaherty, The Origins of Evil, 169-73.
64. Shatapatha Brahmana 11.7.1.3; Taittiriya Brahmana 3.9.17.4-5.
65. See the discussion of human sacrifice in Parpola, "The Pre-Vedic Indian Background," 49-53; Weber, "Purusamedakandha" and "Ueber Menschenopfer"; Wilson, "On the Sacrifice of Human Beings"; Mitra, "On Human Sacrifices."
66. Shatapatha Brahmana 1.2.3.6-7; Aitareya Brahmana 2.8; Levi, La doctrine, 136-37.
67. Eggeling, Shatapatha Brahmana, I, 49.
68. Aitareya Brahmana 7.13-18; Doniger O'Flaherty, Textual Sources, 20-25.
69. Brihadaranyaka Upanishad 1.4.10; Shatapatha Brahmana 14.4.2.21-22; Doniger O'Flaherty, Origins of Evil, 91.
70. Doniger O'Flaherty, Origins of Evil, 171-73.
71. Shatapatha Brahmana 13.2.8.1-4.
72. Doniger O'Flaherty, Textual Sources 14-19.
73. Taittiriya Samhita 7.4.19; Doniger O'Flaherty, Women, 154-61; Textual Sources, 15-19.
74. Shatapatha Brahmana 1.9.9.
75. Grottanelli, "Yoked Horses."
76. Doniger O'Flaherty, The Rig Veda, 257-263; Jamison, Sacrificed Wife, 77-88, further developed this connection between the horse sacrifice and RV 10.86, and showed that the monkey is a mock horse and the poem a mock horse sacrifice.
77. Shatapatha Brahmana 13.2.9.6-9; Doniger O'Flaherty, Textual Sources, 17-18.
78. Jaiminiya Brahmana 3.199-200; Doniger O'Flaherty, Tales of Sex and Violence, 75-76.
79. Doniger, Splitting the Difference.
80. Doniger O'Flaherty, The Rig Veda, 253-56.
81. Shatapatha Brahmana 11.5.1.1-17; Doniger O'Flaherty, Women, 180-81.
82. Doniger O'Flaherty, Women, 180-81.
83. Doniger O'Flaherty, Textual Sources, 12-13.
84. Doniger O'Flaherty, Origins of Evil, 216-19.
85. Shatapatha Brahmana 10.2.6.190.
86. Ibid, 11.1.6.6; Doniger O'Flaherty, Origins of Evil, 217; Textual Sources, 29-30.
87. Shatapatha Brahmana 10.4.4.1-3. Doniger O'Flaherty, The Origins of Evil, 217.
88. Shatapatha Brahmana 11.1.6.6; Doniger O'Flaherty, The Origins of Evil, 217.
89. Tull, The Vedic Origins of Karma.
90. Shatapatha Brahmana 10.4.4.1-3; Doniger O'Flaherty, The Origins of Evil, 217.
91. Tull, The Vedic Origins of Karma.

92. *Taittiriya Brahmana 3.11.8.1-6.*
93. *Katha Upanishad 1-2, 6.18.*
94. *Tale Type 369, 465C, 466, 812.*
95. *Thompson, Motif Index A 1715.*
96. *Jamison, Ravenous Hyenas.*
97. *Julius Eggeling, cited in Doniger O'Flaherty, Tales of Sex and Violence, 4-5.*
98. *Aitareya Brahmana, Maitrayani Samhita, Kathaka Samhita; Doniger O'Flaherty, Tales of Sex and Violence, 12.*
99. *Doniger O'Flaherty, "The Post-Vedic History."*
100. *Wasson, Soma.*
101. *Jaiminiya Brahmana 2.369-70; Doniger O'Flaherty, Origins of Evil, 140.*
102. *Shatapatha Brahmana 5.5.4.10; Doniger O'Flaherty, Origins of Evil, 153.*
103. *Taittiriya Samhita 2.5.1.*
104. *Tale Type 3.2.8.9-12; Taittiriya Samhita 4.1.9; Atharva Veda 6.113.*
105. *Shatapatha Brahmana 1.2.3.2-4.*
106. *Jaiminiya Brahmana 1.97-98; Doniger O'Flaherty, Tales of Sex and Violence, 51-52. Cf. Chandogya Upanishad 1.2.1-6.*
107. *Doniger O'Flaherty, Origins of Evil.*

இயல்: 7

உபநிடதங்களில் துறவு
கி.மு. 600 - கி.மு. 200

காலவரிசை (எல்லா ஆண்டுகளும் கிறித்துவுக்கு முன்னரே)

ஏ. 600 - 500 ஆரண்யகங்கள் இயற்றப்படுதல்

ஏ. 500 ஸ்ரௌத சூத்திரங்கள் இயற்றப்படுதல்

ஏ. 500 - 400 தொடக்க (பிருகதாரண்ய - பிஉ, சாண்டோக்ய - சாஉ, கௌசிதகி - கௌஉ) உபநிடதங்கள் இயற்றப்படுதல்

ஏ. 500 பாடலிபுத்திரம் தோற்றுவிக்கப்படுதல். வேத மக்கள் மெதுவாகத் தெற்குநோக்கிச் செல்லுதல்

ஏ. 400 - 1200 பிற்கால (கடா - கஉ, கௌசிதகி - கௌஉ, ஸ்வேதஸ்வதார (ஸ்உ), முண்டக - முஉ) உபநிடதங்கள் இயற்றப்படுதல்

ஏ. 300 க்ருஹ்ய சூத்திரங்கள் இயற்றப்படுதல்

சத்யகாமனின் தாய்

ஒரு காலத்தில், சத்யகாம ஜாபாலா தன் தாய் ஜாபாலாவிடம், "அம்மா, நான் வேதம் பயில்பவனாக விரும்புகிறேன். எனது கோத்திரம் என்ன?" என்று கேட்டான். "கண்ணே, எனக்கு உன் கோத்திரம் தெரியாது. நான் இளம்பெண்ணாக இருந்தபோது, நான் வேலைசெய்ததால் நிறைய அலையவேண்டியிருந்தது, அப்போது உன்னைப் பெற்றேன். என் பெயர் ஜாபாலா. உன்பெயர் சத்யகாமன் (சத்தியத்தை நேசிப்பவன்). ஆகவே நீ சத்யகாம ஜாபாலா என்றே சொல்லேன்" என்றாள். ஹரித்ருமதனின் மகன் கௌதமனிடம் சத்யகாமன் சென்றான். அவனிடம் தான் வேதம் படிக்க விரும்புவதாகச் சொன்னான். அவன் முன்னோரைப் பற்றிக் கேட்டபோது, தன் தாய் கூறியதை அப்படியே திருப்பிச் சொன்னான். "பிராமணன் அல்லாத ஒருவனால் இப்படி உண்மை பேசமுடியாது. நீ உண்மையிலிருந்து விலகவில்லை. நான் உனக்கு உபநயனம் செய்விக்கிறேன்" என்றான் கௌதமன்.

- சாண்டோக்ய உபநிடதம்[1]

தனக்குப் பல கணவர்கள் இருந்ததைத் தன் மகனிடம் சொல்ல வெட்கப்படாத தாய், வியக்கத்தக்க வகையில் விதிமுறைக்கொவ்வாத ஒரு பாத்திரம். கர்மத்தையும் துறவையும் பற்றிப் புதிய சிந்தனைகளை விவாதித்தவள். நாம் இவளை (ஏறத்தாழ கி.மு. ஆறாம் நூற்றாண்டு முதலாக இயற்றப்பட்ட) உபநிடதங்களில் சந்திக்கிறோம்.

உபநிடதங்களின் சமூக, அரசியல் உலகம்

கிழக்கு கங்கைப்பகுதி இக்காலத்தில் — கி.மு. ஏழாம் நூற்றாண்டு முதல் கி.மு. ஐந்தாம் நூற்றாண்டுவரை — பல அரசுகளைக் கொண்டதாக இருந்தது. அவற்றுள் முக்கியமானவை மகதம், கோசல - விதேகம் என்பவை. மகதத்தின் தலைநகர் ராஜகிருகம். கோசலத்தின் தலைநகரம் காசி. உலோகம், மெல்லிழைத் துணி, உப்பு, மண்பாத்திரங்கள், குதிரை (எல்லாக் காலத்திலும்) இவையடங்கிய வணிகம் மேம்பட்டது.[2] நகரங்கள் வணிகப் பாதைகளால் இணைக்கப்பட்டன, எல்லாச் சாலைகளும் காசிக்குச் சென்றன. கர்மம் அல்லது வினை பற்றிய கோட்பாடு: கர்மத்தை அடையவேண்டும், சேர்க்க வேண்டும், சிலசமயங்களில் அதைப் பிறருக்கு மாற்றமுடியும், இறுதியாக அனுபவித்தாக வேண்டும் என்ற சிந்தனை பெருமளவு வேதத்திற்குப் பிற்பட்ட பணப் பொருளாதாரத்தின் விளைவாகும்.[3] எங்கே வியாபாரம் இருக்கிறதோ, அங்கு மக்கள் வீட்டைவிட்டுச் செல்கிறார்கள், அங்கு புதிய வணிக வகுப்புகள் தோன்றுகின்றன; எல்லாவற்றுக்கும் மேலாக, புதிய சிந்தனைகள் வேகமாகப் பரவுகின்றன. சுதந்திரமாகச் சுற்றிவருகின்றன. இந்தியாவில் இந்தச் சமயத்தில் அவ்வாறுதான் நிகழ்ந்தது. அவற்றைத் தடுக்க எதுவுமில்லை. வேதங்கள் மூடிய புனிதச் சட்டகமாகக் கருதப்படவில்லை. உலகியல்சார்ந்த அல்லது மதம்சார்ந்த மைய அதிகாரம் என்ற எதுவும் இப்படிப்பட்டதொரு புனிதச்சட்டகத்தை உருவாக்கவில்லை.

வளமான அரசுகள் தோன்றியதால் வணிகம்செய்வது வசதியாயிற்று. க்ஷத்திரிய குலங்கள் ஆட்சிசெய்த மஹாஜனபதங்கள் அல்லது கண சங்கங்கள் என்னும் ஒருசிலராட்சிகள் காரணமாக சமூக இடப்பெயர்ச்சி சாத்தியமாயிற்று.[4] இந்த க்ஷத்திரியக் குலங்களை இழிந்த க்ஷத்திரியர்கள் அல்லது சூத்திரர்கள் என்று ஒரு பிராமணப்பனுவல் குறிக்கிறது. இவர்கள் பிராமணர்களை மதிக்காதவர்கள், வேத யாகங்களைக் கைவிட்டவர்கள், மாறாகத் தோட்டங்களில் வழிபாடு நிகழ்த்துபவர்கள்,[5] யாகங்களுக்குச் சிற்றளவில் பாவமன்னிப்புக் கோரிவிட்டுத் தங்கள் பணத்தை வணிகத்துக்கெனச் செலவிடுபவர்கள் என்கிறது. (பிராமணர்கள் ஏன் இவர்களை சூத்திரர்கள் என்று அழைத்தார்கள் என்பதற்கு இந்த நடத்தை நல்ல விளக்கமாக அமைகிறது.) இந்தக் குழுக்களில் ஆளும் குடும்பங்கள், அடிமைகள் அல்லது உழைப்பாளிகள் என்ற இரண்டே வர்க்கங்கள் இருந்தன என்று சொல்லப்படுகிறது. இந்த ஏற்பாடு நிச்சயம் பிராமணர் தலைமைக்கு மிகக்கடுமையான சவாலாக இருந்திருக்கும். ஜைன மதத்தைத் தோற்றுவித்த ஜினர் ஆன வர்த்தமான மகாவீரரும், பௌத்த மதத்தைத் தோற்றுவித்த சித்தார்த்த கௌதமரும் இம்மாதிரி மாற்றுக்குலங்களில், ஒற்றையாட்சியை மறுத்த சிறந்த அரசுக்குழுக்களில் பிறந்தவர்கள் என்பது குறிக்கத்தக்கது. இம்மாதிரி ஒழுங்கமைவுகள் தனித்த சுதந்திரத்தையும் சாதிவிட்டுச்சாதி இடப்பெயர்ச்சியையும் ஆதரித்தன. தனிமனிதர்களுக்கு மட்டுமல்லாமல், சிறுவணிகர், கடைக்காரர்கள், கைவினைஞர்கள், அரசாங்க அதிகாரிகள் போன்ற சமூகக்குழுக்களுக்கும் ஆதரவாக இருந்தன.

ஆனால், அரசுகள், சிறுகுழு ஆட்சிகள் இரண்டிலுமே வளர்ந்துவந்த அதிகாரிகள் ஆட்சி, அரசு நிறுவனங்கள் ஆகியவற்றினால் இந்தத் தனிமனித சுதந்திரம் கட்டுப்படுத்தப்படலாயிற்று. அவை மரபான நாட்டுப்புறச் சமூக முறைமையை மாற்றி, அதற்கு பதிலாகப் புதிய சமூகக் கட்டுப்பாட்டு அமைப்புகளை ஏற்படுத்தின.[6] சமூகத் தளர்ச்சி நிலை வளர்ந்துவந்ததற்கு எதிர்வினையாக, பிராமணங்கள் போன்றவற்றில் சொல்லப்பட்ட வகுப்பு எல்லைகள் இப்போது இறுக்கமாயின. பிராமணர், க்ஷத்திரியர், வைசியர் என்ற மூன்று வகுப்பினரும் இப்போது சூத்திரர்களிடமிருந்து மட்டு மல்ல, பறையர்கள் என்ற ஐந்தாவது வகுப்பினரிடமிருந்தும் தெளிவாக வரையறுக்கப்பட்டனர்.

சிற்றளவிலான, மேய்ச்சலை நம்பிய அமைப்புகள் படிநிலைப்பட்ட முறைப்படுத்தப்பட்ட பெரிய அரசுகளின் உருவாக்கத்தினால் நிகழ்ந்த சமூக, பொருளாதார, அரசியல் மறுசீரமைப்புக்கு எதிர்வினையாகத் தெற்காசியாவின் வடபகுதியில் பிரம்மாண்டான சமூக மாறுதல் ஏற்பட்டுக் கொண்டிருந்தது. மாணவர்களும் சிந்தனையாளர்களும் பரந்த புவியியல் பரப்பில் தத்துவ, இறையியல் விவாதக் களங்களைத் தேடிச் சென்றனர். அரசர்களின் அவைகளில் இருந்த இந்தியச் சிந்தனையாளர்களை மட்டு மல்ல, தெற்காசியாவுக்கு அப்பாலிருந்த புதிய மக்களையும் அவர்கள் சிந்தனைகளையும் அவர்கள் சந்தித்தனர். மதம், சமூகம் பற்றிய சட்ட நூல்கள் (ஸ்ரௌத சூத்திரங்கள், கிருஹ்ய சூத்திரங்கள்) போன்றவை வட்டார அதிகார உறவுகளுக்குள் இருந்த படிநிலை அமைப்புக்குள் புதிய

வருகையாளரையோ சமூகக் குழுக்களையோ பொருத்திக் கொள்வதற்காக ஏற்பட்டனவாக இருக்கலாம்.[7] எழுச்சி பெற்ற இந்த அமைவு, கிராமம், வணிகக்குழு, குடும்பம், பிரதேச வழக்காறுகள் ஆகியவற்றின் தலைமையை மதித்து ஏற்றுக்கொண்டது. ஆனால் அவை அதற்கு மேற்பட்ட அதிகார அமைப்புடன் மோதக்கூடாது. அரசியல், அறிவார்த்த பன்முகத்தன்மை வளர்ந்தது. உபநிடதங்களில் காணப்படும் புதிய சிந்தனைகள் எங்கிருந்து வந்தன என்பதை விளக்காவிட்டாலும், இவற்றை வேதங்களின் பகுதிகள் என்று கருதப்பட்ட புதிய பனுவல்களில் பிராமணர்கள் ஏன் அனுமதித்தார்கள் என்பதைத் தெளிவாக்குகிறது. பிராமணர் கற்பனைச் சட்டகத்திற்குள் இவை குறுக்கிட்டாலும், அதிகாரத்தைக் கைப்பற்றி விட்ட பிற மக்களிடமிருந்து வந்த அழுத்தத்தினால் இருக்கலாம்.[8]

உபநிடதங்களின் பனுவல் உலகம்

உபநிடதங்கள் பெரும்பாலும் வேத முடிவுகள் (வேதாந்தங்கள்) என்று குறிக்கப்படுகின்றன. ஸ்ருதி (கேட்கப்படுவது) என்னும் இலக்கியப் பகுதியின் கடைசிப் பனுவல்கள் இவை. இவை தெய்வ வெளிப்பாடுகள் எனக்கருதப்பட்டன. பிற இந்து இலக்கியங்கள் ஸ்மிருதி (நினைவில் வைக்கப் படுவது) எனப்பட்டன. இவை மானிட ஆசிரியர்களின் வெளிப்பாடுகள். ஆகவே இவற்றில் தவறுகள் இருக்கலாம், திருத்தப்படலாம். பிராமணங்கள், வேதங்களின் அடிக்குறிப்புகள். உபநிடதங்கள் பிராமணங்களுக்குரிய குறிப்புரைகளாகத்தான் வேதச் சடங்குகள், தொன்மங்கள் ஆகியவற்றின் அர்த்தங்களைச் சிந்திப்பனவாகத்தான் தொடங்கின. வெவ்வேறு உபநிடதங்கள், வெவ்வேறு வேதமரபுகளின் கிளைகளைச் சேர்ந்தவை. வெவ்வேறு குடும்பவழிகளைச் சேர்ந்தவை. ஆனால் பல்வேறு கதைகளை யும் சிந்தனைகளையும் பகிர்ந்து கொள்கின்றன. ஒன்றுடனொன்று உரையாடுகின்றன என்பது தெளிவு.

பிராமணங்களுக்கும் உபநிடதங்களுக்கும் பாலமாக, இவையிரண்டின் மீதும் பரவியிருப்பனவாக இருப்பவை ஆரண்யகங்கள் (காட்டின் நூல்கள்). கிராமங்களுக்கு வெளியே, காடுகளில் இயற்றப்பட்டதால் இப்பெயர் அவற்றிற்கு வந்திருக்கலாம். உபநிடதங்களை விட அவை அதிகம் சடங்குகளைப் பற்றிப் பேசுகின்றன, பிரபஞ்சவியல், தத்துவம் ஆகியவற்றைப் பற்றி மிகக்குறைவாகவே பேசுகின்றன. கி.மு. ஆறாம்-ஐந்தாம் நூற்றாண்டுகளில் முதல் உபநிடதங்கள் இயற்றப்பட்டன. உபநிடதம் என்றால் அருகமர்வது என்று அர்த்தம். ஒரு விஷயத்தின் அருகில் மற்றொரு விஷயத்தை நிறுத்துவது, தொடர்புறுத்துவது என் பதாலோ மாணவர்கள் ஒன்றாக ஆசிரியர் அருகில் அமர்ந்து படிக்கும் வழக்கத்தினாலோ இப்பெயர் வந்ததாகலாம்.[9]

பிராமணங்களுடைய மொழியிலிருந்து உபநிடதங்களின் மொழி முக்கியமாக இடப்பெயர்ச்சிக்குள்ளாகி இருப்பதைக் காணலாம். இலக்கணம், சொற்களஞ்சியத்தில் மட்டுமல்ல, நடையிலும் கூட, உபநிடதங்களின் மொழி முன்னர் இருந்ததைவிட எளியதாக, உரையாடல் தன்மை கொண்டதாக, வாசகத்தன்மை கொண்டதாக மாறியிருக்கிறது. பிராமணங்கள் மொழி சாஸருடையது போன்றது என்றால் உபநிடதங்

களின் மொழி ஷேக்ஸ்பியருடையதைப் போன்றதாக உள்ளது.

வேத, சடங்குவயப்பட்ட சமஸ்கிருதத்திற்கு மாறாக, பாணினி, சமஸ்கிருதப் பேச்சு மொழிக்கு (பாஷை) இலக்கணம் எழுதினார். வட இந்தியாவின் நகரங்களிலும் கிராமங்களிலும் மக்கள் பிராகிருதத்தைப் பேசினர். அது இயற்கையான, பண்படாத மொழி என அர்த்தப்படும். சமஸ்கிருதம் என்ற செயற்கையான, முழுமையாக்கப்பட்ட மொழிக்கு மாறாக அவை வட்டார மொழிகள் என நோக்கப்பட்டன. ஏறத்தாழ உபநிடதங்களின் காலத்தில் புத்தர், பரந்த ஒரு பார்வையாளர் கூட்டத்தைச் சந்திக்க விரும்பி, மாகதி (மகத நாட்டு மொழி)யில் போதித்தார். புத்தமத நூல்களையும் ஒரு வட்டார மொழியாகிய பாலியில் பாதுகாத்துவைத்தனர். இது வாடிகன் IIக்குப் பிறகு இலத்தீன் மொழியைக் கத்தோலிக்க வழிபாட்டிலிருந்து விலக்கியது போன்ற விளைவை ஏற்படுத்தியது. உபநிடத ஆசிரியர்களும் சமஸ்கிருத மொழியை இத்திசையில் விரிவுபடுத்த வேண்டியே வட்டார மொழிகளைநோக்கி அடியெடுத்து வைத்தனர் எனலாம்.

இயேசு, முகம்மது, லூதர் ஆகியவர்கள் செய்த பிற பெரிய மதச் சீர்திருத்த இயக்கங்களைப் போல உபநிடதங்கள் தங்களுக்கு முன்னிருந்த மதத்தை இடப்பெயர்ச்சி செய்யவில்லை, அவற்றிற்கு இணைப்புகளாகவே இருந்தன. கிறித்துவத்தில் சீர்திருத்த மதத்திற்கு இணையாகக் கத்தோலிக்க மதம் இருந்துவந்தது போல, வேத இந்துமதமும் (யாகம் செய்வது, உலகியல் சார்ந்தது), வேதாந்த இந்து மதத்துடன் (தத்துவ நோக்கு, துறவு சார்ந்தது) ஒருங்கே இருந்துவந்தது.

இல்லறத்தார்க்கும் துறவறத்தார்க்குமான முரண் இங்குத் தொடங்குகிறது. இந்துக்களின் தொடர்ந்த வரலாற்றின்மீது மிகப்பெரிய செல்வாக்கினைச் செலுத்துகிறது. ஆனால் கிறித்துவத்தைப்போல, இந்துமதத்தில் அதிகாரபூர்வமான பிளவு ஏற்பட்டதில்லை. உபநிடத காலத்தில் பழைய சொற்களான கர்மம், தபஸ் (தவம்) போன்ற சொற்கள் புதிய அர்த்தங்களை ஏற்றன. ஆனால் அவற்றின் அசலான அர்த்தங்களும் மறையவில்லை. இந்துமதத்திற்குள் பன்முகத்தன்மை தோன்றுவதற்கு முக்கிய மூலமாக அமையும் ஒருவித அர்த்தத் தளத்தை இவை உருவாக்கின.

கர்மமும் மரணமும்

கர்மம், வினை என்ற உள்ளார்ந்த புரட்சித்தன்மை உடைய சிந்தனைகள் எங்கிருந்து வந்தன? வேத, வேதமல்லாத மூலங்கள் இரண்டும் இதில் உண்டு. வேதத்திலிருந்து தொடங்கலாம்.

ரிக் வேதத்தில் போலவே, உபநிடதங்களிலும் கண் சூரியனுக்கும், உடலின் மயிர் தாவரங்களுக்கும், தலையின்முடி மரங்களுக்கும், இரத்தமும் விந்துவும் நீருக்கும், இறந்தவனின் உடல் இயற்கை மூலங்களுக்குத் திரும்புகிறது. ஆனால் உபநிடத முனிவர்கள் இதை இறப்பின் முடிவாகக் காணவில்லை, தொடக்கம் என்கிறார்கள். யாக்ஞவல்கியர், உடலின் பாகங்களுக்கும் பிரபஞ்சப்பகுதிகளுக்குமான ஒற்றுமையைப் பட்டியலிடுகிறார். அப்போது ஒரு மாணவன் கேட்கிறான்: "பிறகு மனிதனுக்கு

என்ன நேர்கிறது?" மனிதன் என்பவன் உடலல்ல, ஆன்மா அல்லது சுயம். அது பிரம்மத்துக்குச் சமமானது. (தனிமனித சுயம் ஜீவான்மா, உலக ஆன்மா பரமாத்மா என்று சொல்லப்படும்). அது நீருக்குள் சென்று கரைந்து போகிறது (பிஉ 2.4.12). இதுதான் உபநிடதங்களின் மையமான போதனை. பலகடவுள்வாதம் அல்லது எல்லாம் கடவுளுக்குள் இருக்கிறது என்ற வாதம் — 'தத்வம் அஸி' (நீதான் அது) என்பதில் இது நன்கு வெளியாகிறது (சாஉ 6.8.7.10) அந்த மாணவனின் கேள்விக்கு, உபநிடதம் பதிலளிக்கிறது, யாக்ஞவல்கியர் அவனைத் தனியே அழைத்துச் சொல்கிறார்: "அவர்கள் எதைப் பேசினார்கள்? கர்மம் அன்றி வேறில்லை. கர்மத்தைப் போற்றியதைத் தவிர வேறொன்றையும் அவர்கள் செய்யவில்லை. நல்வினையால் ஒருவன் நல்லவன் ஆகிறான், தீவினையால் தீயவன் ஆகிறான்"(பிஉ3.2.13).

கர்மம் என்பதன் அடிப்படைப் பொருள் வினை (செயல்). 'க்ரு' என்ற வேரிலிருந்து வருகிறது. இலத்தீனில் க்ரியோ — உருவாக்குவது அல்லது செய்வது. குழந்தையை உருவாக்கலாம், மேஜையைச் செய்யலாம். சடங்கினைச் செய்யலாம். மனத்திற்கு அல்லது பேச்சிற்கு எதிராகச் செயல் வைக்கப்படுகிறது. சிந்திக்கலாம், செய்யலாம், அதன் பயன்கள் சேர்ந்துகொண்டே செல்கின்றன.

இதன் இரண்டாவது அர்த்தம், சடங்கினை அல்லது குறிப்பாக வேத யாகத்தைச் செய்தல் என்பது. இதுதான் ரிக் வேதத்தில் நாம் காணும் பொருள்.

மூன்றாவது, உபநிடத காலத்திலிருந்து தோன்றுவது ஒழுக்க அடிப் படையிலான செயல், நல்வினை அல்லது தீவினை.

நான்காவது பொருள், மூன்றாவது பொருளை ஒட்டி அமைகிறது. ஆன்மாவுக்கு எதிர்காலத்தில் பயனைத் தரக்கூடிய வினை; வாழ்க்கை யிலும், மரணத்தில் எல்லையைத் தாண்டியும், பயனை விளைவிக்கக் கூடியது என்பது பொருள்.

நீ ஒரு ஆட்டைத் தின்றால், பிறகு நீ ஆடாக மாற, மக்கள் உன்னைத் தின்கிறார்கள். (இந்தக் கொள்கையின் தொடக்கத்தை "மக்கள் சத்தமின்றி அடுத்த உலகில் கூச்சலிடுகிறார்கள்" என்ற பிராமண வருணிப்பிலும், அடுத்த உலகில் மரணத்திற்குப் பிறகு வாழ்க்கைக்கு உத்தரவாதம் அளிக் கின்ற ஒரு தகுதியை யாகம் அளிக்கிறது என்ற கருத்திலும் கண்டோம். ஆகவே, செயலுக்கு ஈடான செயல் என்பது கர்மவினை. அது ஒருவனின் எதிர்காலத்தை, மறுபிறப்புகளை நிர்ணயிக்கிறது. விளைவுகளுக்கு விளைவு கள் ஏற்படுகின்றன. ஆகவே, நீ ஓர் ஆடாகப் பிறக்கிறாய்.)

இதைத் தலைகீழாக்கிப் பார்த்தால், கர்மம் என்பதன் ஐந்தாம் பொருள் கிடைக்கிறது. எதிர்காலத்தின் பலனாக அல்ல, இறந்தகாலத்தில் செய்த செயல்களின் பலனாக இந்த வாழ்க்கை கிடைத்திருக்கிறது. இதில் விதிக்கப்பட்டுள்ள செயல்களை ஒருவன் ஆற்றுகிறான். ஐரோப்பிய அமெரிக்கர்களும், "நிகழ்கால சந்தர்ப்பங்களின் பழைய காரணங்களை நம் ஞாபகத்துக்குக் கொண்டுவர இயலாது, நிகழ்காலம் எதிர்காலத்தை

பாதிக்கும்" என்ற நம்பிக்கை கொண்டிருக்கிறார்கள். ஆனால் இந்த உலக வாழ்க்கையின் எல்லைக்கப்பாலும் இதை நீட்டிக்கிறது, இந்துமத நோக்கு. 'தி கிரேட் கேட்ஸ்பி' என்ற நாவலின் இறுதி வரிகளில், ஸ்காட் ஃபிட்ஜெரால்டு வினைக் கொள்கையைச் சொல்கிறார். "இடையறாது கடந்தகாலத்திற்குள் பிறந்து, சுழல்களுக்கு எதிராகச் செல்லும் படகு களாக, நாம் செல்கிறோம்," இந்து மதத்திலோ எதிர்காலத்தில் நாம் பின்னோக்கிப் பிறக்கிறோம் (கடந்தகால வினையால் பிறக்கிறோம்).

கர்மம் என்பதன் ஆறாவது பொருள், கடைசியான அர்த்தம், சில குறித்த சூழல்களில், (வருணனுக்கான வேதப்பாடலில் சொல்லப்பட்டது போல) பெற்றவர்களுக்கும் பிள்ளைகளுக்கும் இடையில் மட்டுமல்ல, யாகம் செய்யும் புரோகிதனுக்கும் செய்பவனுக்கும் இடையில் மட்டுமல்ல, சந்திக்கும் எந்த மனிதருக்கிடையிலும் ஒருவரிடமிருந்து மற்றவருக்கு நல்வினை தீவினை இரண்டையும் மாற்றிக்கொள்ளலாம் என்பது. இந்த மாற்றிக்கொள்ளல், மனமறிந்தோ, அறியாமலோ நிகழலாம். ஒரு விருந்தினனுக்கு உணவளிக்காமல் அனுப்பிவிட்டால், அவன் அந்த இல்லத்தானின் நல்வினையை எடுத்துக் கொண்டு தன் தீவினையை அங்கே விட்டுச்செல்கிறான் என்று தர்மநூல்கள குறிப்பிடுகின்றன.[11] பிராமணம் சொல்லும் நசிகேதனின் கதையில், அவன் யமனின் வீட்டில் மூன்று இரவுகள் எதையும் உண்ணாமல் இருக்கிறான். ஆகவே யமனைப் பார்த்து, "உன் குழந்தைகள், உன் யாகப் பசுக்கள், உன் நல்வினைகள் ஆகிய எல்லாவற்றையும் நான் சாப்பிட்டுவிட்டேன்" என்கிறான். இது நல்வினையை மாற்றுவதற்கு உதாரணம். தனக்கு உணவு அளிக்கப் படாததால், நசிகேதன் யமனின் நல்வினைகளையும் பசுக்களையும் குழந்தைகளையும்கூட உண்டுவிடுகிறான். இந்த அச்சுறுத்தலினால்தான் யமன் தன் இரகசியங்களை அவனுக்குச் சொல்ல நேர்கிறது.

உபநிடதங்களில் (அல்லது பிற பனுவல்களிலும்) ஒரு குறிப்பிட்ட பகுதியில் கர்மம் என்பது (மேற்கண்ட ஆறு அர்த்தங்களில்) எந்த அர்த்தத்தில் பயன்படுத்தப்படுகிறது என்பது தெளிவாக இருப்பதில்லை. மேலும் கர்மவினை என்பதை யாவரும் மரணம் அல்லது தீமை என்ற பிரச்சினைக்கு இறுதித்தீர்வாகக் கொண்டதில்லை. தங்களுக்குள் முரண் படும் பல சிந்தனைகள் இதற்கென முன்மொழியப்பட்டன, ஏற்கவும் பட்டன.[12]

உபநிடதப் பனுவல்கள் திரும்பத்திரும்ப வரும் மரணம் (பிஉ 3.2.10, 3.3.2) என்பதைப் பற்றித் தொடர்ந்து பேசுகின்றன. அதனைக் கொடுமையாக விளக்குகின்றன. (பிஉ 4.3.36, 4.4.2) சில பிராமணங்கள் சொல்வதுபோலப், பிறவித்தொடர்ச்சியின் முடிவு தேவலோகம் அல்ல. காலப்போக்கில் ஒவ்வொருவரும் விட்டுவிட்டுச் சென்றுவிடும் ஓர் இடம்தான் தேவலோகம். பிராமணங்களில் தொட்டுக்காட்டப்பட்ட விஷயம் இது. இதனை 'நாமெல்லாரும் மரணத்தின் சுழலில் இருக்கிறோம், மறுபிறப்பின் சுழலில் (சம்சாரம்) அகப்பட்டுள்ளோம்' என்ற யூகமாக உபநிடதங்கள் முன்வைக்கின்றன. தொடக்கத்திலிருந்தே, மறுபிறப்பு என்ற சிந்தனை வேறு இரண்டு சிந்தனைகளோடு இணைக்கப்படுகிறது. சிலபேர் அதிலிருந்து விடுபட விரும்புகிறார்கள், அதற்கு வழி இருக்கிறது; வாழ்க்கையின்

தவறுகளிலிருந்து பெறும் மீட்பு மட்டுமல்ல, வாழ்க்கையையே மரணத்திலிருந்து விடுபட்டு மீட்கும் விஷயம் அது. நசிகேதனின் கதையை உபநிடதங்கள் மறுபடியும் சொல்லும்போது, மிகவிரிவாக நசிகேதனுக்கு மரணத்தைப் பற்றியும் சொர்க்கத்திற்குச் செல்வதைப் பற்றியும் யமன் சொல்கிறான். "இறுதியாக நசிகேதன் முதுமையிலிருந்தும் மரணத்திலிருந்தும் விடுபடுகிறான். இதைக் கேட்கும் அனைவரும் அவ்வாறே ஆவர்" (கௌஉ 1 - 2.6.18). இந்தச் சடங்கினை அறியும் எவருக்கும் பிராமணங்கள் மறுமரணத்திலிருந்து (மறுபிறப்பிலிருந்து) மீட்பினை வழங்குகின்றன. உபநிடதங்கள், இதை அறியவரும் எவருக்கும் மீட்பு உண்டு என்கின்றன. செயல்படுவதிலிருந்து அறிவதற்கான செயல்முறையாக இது மாறுகிறது.

மக்கள்தொகைமிகுதியும் மறுசுழற்சியும்

மறுபிறப்புக் கோட்பாடு — தகர டப்பாக்களின் மறுசுழற்சியல்ல, ஆன்மாக்களின் மறு சுழற்சி என்பது, ஒரு கலாச்சாரத்திற்கு ஏற்பட்ட மூடுண்ட வெளிபற்றிய பயம், ஒருவித 'நகர' வேதனை. ஓர் ஆசிரியர் மாணவனை வினவுவதில் உபநிடத மறுபிறப்புக் கோட்பாடு தொடங்குகிறது. "மேலும் மேலும் மக்கள் இறந்தாலும் மறுஉலகம் ஏன் நிரம்பிவழிவதில்லை தெரியுமா?" (சாஉ 5.10.8, பிஉ 5.1.1, 6.2.2). பூமிபாரம் அல்லது அதிக மக்கள் தொகை கொண்ட பூமி என்பது நான்கு யுகங்களின் தொன்மத்தினுள் அடங்கியது. (முதல் யுகத்தில் மக்கள் நீண்ட காலம் வாழ்கிறார்கள், எனவே பூமியின் மக்கள் எண்ணிக்கை கட்டின்றிப் போய்விடுகிறது). மகாபாரதத்தில் குருக்ஷேத்திரப் போர் பூமி பாரத்தைக் குறைப்பதற்காகவே நிகழ்த்தப்படுகிறது. (பாரம் தாங்காத பூமி கடலுள் மூழ்கத் தொடங்குகிறது)[13].

கங்கைச் சமவெளியில் நகரங்கள் தோன்றி மக்கள் தொகை பெருகிய தனால் ஏற்பட்ட அச்சத்தின் அறிகுறியா இது? ஹரப்பாவில் இருந்தது போலக் காசியிலும் சேரிகள் பெருகிவிட்டனவா? இந்த பயத்தினால் தூண்டப்பட்ட கோட்பாடுதான் மறுபிறப்பு என்பதா? இவ்வாறு பயப் பட்டவர்கள் யார்?

இரண்டாம் நகரமயமாக்கத்தில் கங்கைச் சமவெளியில் நெல்விளைச் சலில் ஏற்பட்ட உபரி. நகரங்களையெல்லாம் காக்கிறது. கங்கைச் சமவெளியினூடே சமூகங்கள் புதிதாக ஏற்படுகின்றன. இதனால் முன் எப்போதும் காணாத மக்கள் நெருக்கம் ஏற்படுகிறது. கி.மு. ஐந்தாம் நூற்றாண்டில் கிரேக்க வரலாற்றாசிரியன் ஹெரடோட்டஸ், "பூமியில் மக்கள்தொகை அடர்த்தி மிகுந்தவர்கள் இந்தியர்கள்" என்று எழுதினான் (5.3). மக்கள்தொகை அடர்த்தி குறிப்பிடத்தக்க அளவு பெருகிவிட்டது. உள்நாட்டு மக்களைச் சேர்த்துக் கொள்ளுதல், மிகுதியான பிறப்புவீதம், விவசாய உற்பத்தி உபரி.[14] இதனால் வீட்டுக்குள் உறங்குவதை ஒரு கலாச்சாரக் கொடுங்கனவாகக் கண்டவர்களுக்கு, அலைந்து திரியும் வாழ்க்கையை விரும்பியவர்களுக்குத் தேவையான எல்லாப் பொருள்களிலும் வளர்ச்சி ஏற்பட்டது. பனுவல்களில் பாதுகாத்துவைக்கப்பட்டிருந்த பழைய வாழ்க்கையின் எளிமை, சுதந்திரமாகவும், தைரியமாகவும் வாழ்ந்த வாழ்க்கை ஒன்றின் ஆதங்கத்தினால் தூண்டப்பட்டு அவர்கள் கங்கைச்

சமவெளியின் வளமான பகுதியைவிட்டுச் செல்ல நினைத்திருக்கலாம்.[15]. ஆரண்யகங்கள் என்ற பெயரிலேயே இந்த ஆதங்கம் தெரிகிறது. உபநிடதங்களின் கிராமப்புறப் பின்னணியிலும், இந்துமதத்திற்கு உள்ளும் புறமும் இருந்த பல்வேறு இனக்குழுக்களின் எழுத்துகளில் காணப்படும் காட்டைப் பற்றிய படிமங்களிலும் வெளியாகிறது. நகரங்களிலும் புத்தர், ஒரு தனித்த இடத்தில் மரத்தடியில்தான் உள்ளொளி பெற அமர்ந் திருந்தார். மான்களடங்கிய சோலையில்தான் அவர் முதன்முதலில் போதனையைத் தொடங்கினார்.

நிலைத்த குடியேற்றங்களான நகர்ப்புறங்களை விட்டு வெளியேறி, கிராமப்புறங்களில் குருவும் சீடனுமாக அமர்ந்து போதித்ததைத்தான் உபநிடதங்களும் காட்டுகின்றன. ஒருவிதமான கிராமப்புறக் கலைக் கல்லூரிகள் இவை. துறவிகள் காடுகளில் வாழ்ந்ததாகச் சொல்லப் படுகிறது. ஆனால் வேத மார்க்கத்தினர், யாகக்காரர்கள் கிராமங்களில் வாழ்ந்தனர். பஞ்சாபின் பழையகால வாழ்க்கையை கங்கை நதிப்புறத்துக்கு வந்துவிட்டவர்கள் நினைவுகூர்ந்திருக்க முடியாது. ஆனால் ஏதோ ஒரு கூட்டு ஞாபகம் — ஓர் இலக்கிய ஞாபகம் இது என்றுகூடச் சொல்லலாம். ஒரு காலத்தில் மரத்தடியில் வாழ்ந்து, விண்மீன்களின் கீழ் உறங்கிய வெட்ட வெளி பற்றிய கலாச்சார நினைவு. ஆநிரை கவர்தல் போன்ற செயல்கள் போன்ற பழைய காலச் சடங்குகளும் பனுவல்களும் இப்போது அர்த்தப்படவில்லையாயினும் பழைய ஞாபகங்களாக இருந்தன.

ஓர் எதிர்பாராத மூலத்திலிருந்து காட்டுவாசியின் உளவியலுக்குள் உட்புகுந்து நோக்கும் தன்மை கிடைக்கிறது. 1998இல் பிலிப் ராத் எழுதிய நாவல் 'நான் ஒரு கம்யூனிஸ்டை மணந்தேன்' என்பது. தொல்லை மிகுந்த சமயங்களில் நாவலின் நாயகன் இரா, ஒரு குடிசைக்குச் செல்வது வழக்கம்.

"கடுமையைத் தணிக்கும் பூர்விகக் குடில். அடிப்படை விஷயங்களுக்கு மட்டுமாகக் குறைக்கப்படுகின்ற, நீ திரும்புகின்ற ஓரிடம். அது நீ வாழ்ந்த இடமாக இருக்க வேண்டிய அவசியமில்லை, உன் கஷ்டங்களிலிருந்து தூய்மைப்படுத்திக் கொள்ளவும், விடுதலை பெறவுமான இடம் அது. இதுவரை அணிந்த சீருடைகளையும் ஆடம்பர ஆடைகளையும் கழற்றி இலேசாக இருக்குமிடம். உன் சிதைவுகளையும் கசப்புகளையும் துறக்கு மிடம். உலகத்துடனான சமாதானப்படுத்தல்களையும், எதிர்மாறுகளை யும், கையாளல்களையும், உலகம் உன்னை இழிவுபடுத்தியவைகளையும் விட்டுவிடுமிடம். வயதானவன் வீட்டைத் துறந்து காட்டுக்குச் செல்கிறான். சுயசரித்திரத்தின் அலைவுகளிலிருந்து விடுபடுவதற்காக. இதுவரை வாழ்க்கையுடன் தீவிரப் போட்டியிலிருந்தான். இப்போது அமைதிபெற்று மரணத்துடன் போட்டியில் ஈடுபடுகிறான். கடைசி வேலை, எளிய வாழ்க்கை."[16]

குறிப்பான அமெரிக்க அக்கறைகளின்பின் இங்கு நமக்கு கூட்டு நகர வாழ்க்கையின் சீர்கேடுகளிலிருந்து இந்தியாவில் தனிப்பட்ட மனிதன் தூய்மையடைதலுக்குக் காடு எவ்விதம் உதவியது என்பதை இப்பகுதி சொல்கிறது.

துறவுச் சார்பாக மட்டுமல்ல, முழுப் பாரம்பரியமுமே தனிமனிதத் தன்மை கொண்டதாக மாறிக்கொண்டிருந்தது. குழுவிலிருந்து தனி மனித மைய மாற்றம். மறுபிறவிக்கான சடங்குகள், ஓர் இனத்தின் உறுப் பினன் என்ற நிலை மாறி, குறித்த ஆளுமை உடையவனாக மாறுவதன் உணரப்பட்ட தேவை. அதேசமயம், நெற்பயிரிடுதல் போன்ற மக்கள் கூட்டாகச் செய்யவேண்டிய தொழில்களில் ஈடுபடவும், பௌத்தம் போன்ற மாற்றுச் சமூகங்களைத் தொடங்கவும், நடத்தவும், மடம்சார்ந்த வாழ்க்கையில் ஈடுபடவும் தனிமனித நிலை என்பதற்கு மாறாக, குழுவாகத் தேர்வுசெய்ய வேண்டிய தேவையுமிருந்தது.

மறுபிறப்பு இந்தச் சமூகப்பிரச்சினையைத் தீர்க்கவேண்டி தனிமனித விடுதலையாக அதை முன்வைத்தது. இந்தியாவில் பத்தொன்பதாம் நூற்றாண்டுக்கு முன்பு எவருக்கும் உலகினை மாற்றவேண்டும் என்ற எண்ணம் எப்போதாவது உதித்ததா என்று தெரியவில்லை. ஆனால் இதற்கெதிராகப் பலபேர் தீர்ப்புரைத்தார்கள், அல்லது மனிதனுக்குள் ளாகவே துன்பமெனும் பிரச்சினையைத் தீர்க்கமுனைந்தார்கள் அல்லது வெளியேறினார்கள். புதிய மத இயக்கங்கள், மனித நிலைமையை, மானிடத் துன்பத்தைப், (மார்க்ஸ் செய்ததுபோலப்) படிநிலை அமைப்புக் கொண்ட ஒரு சமூகத்தில் வைத்து நோக்காமல் தனிமனித இதயத்திற்குள்ளும் மனத்திற்குள்ளும் வைத்து நோக்கின. (ஃப்ராய்டும் இப்படித்தான் நோக்கினார்). பிராமணங்கள் சொல்வதைவிட உப நிடதங்கள் மேலும் தனிப்பட்ட மதஅனுபவத்தை வலியுறுத்துகின்றன.[17] இந்த வழியிலேனும் இந்த இயக்கங்கள் சமூகவழியைவிட தனிமனிதத் தன்மை வாய்ந்தவையாக இருந்தன. ("உன் வீட்டைப் பார்த்துக்கொள்"; அல்லது புத்தரின் உருவகச் சொற்களில், "உன் எரியும் வீட்டைவிட்டு வெளியேறு"). ஆனால் துறவை ஏற்காத இந்துமதம், "உனது அடையாளம், பரந்துவிரிந்த சமூக அமைப்பின் உறுப்பினன் என்ற முறையில்தான் அர்த்தமுள்ளது" என்று சமூகநெறிப்பட்ட தன்மையில் உரைத்தது. இதுவே மிகப் பெரிய புத்தாக்கம்தான்.

மறுபிறப்பு, வீடுபேறு ஆகியவற்றின் வழிகள்

வேதங்கள், பிராமணங்களைப் போலவே, உபநிடதங்களும் மக்கள் இறக்கும்போது சொர்க்கத்திற்கோ, நரகத்திற்கோ செல்கிறார்கள் என்பதை ஏற்கின்றன. ஆனால் சொர்க்கம் நரகத்தையும் தாண்டி இறந்தவர்களின் விதியைப் பற்றி மிகுந்த அக்கறை காட்டுகின்றன. இறந்து, எரிக்கப்பட்ட மனிதர்களின் சாத்தியமான பாதைகள் இவை என்று பிருகதாரண்ய உபநிடதம் விவரிக்கிறது.

இருளின் வழியும் ஒளியின் வழியும்

"ஜீவாத்மாவும் பரமாத்மாவும் ஒன்று என்ற உபநிடதக் கருத்தை அறிந்தவர்களும், காட்டில் உண்மையை விசுவாசத்துடன் தேடுபவர் களும் அவர்கள் உடலை எரிக்கும் தீயைக் கடந்து பகலுக்குள் செல் கிறார்கள். தேவர்களின் உலகிற்குள், சூரியனுக்குள், மின்னலின் லோகத்திற்குள்." அங்கு மானசமனிதன் ஒருவன் வந்து பிரம்மலோகத்திற்கு

அழைத்துச் செல்கிறான். இந்த உயர்ந்த மனிதர்கள் அங்கே நீண்ட காலம் வாழ்கிறார்கள். அவர்கள் திரும்புவதில்லை. யாகம் செய்தோ, கொடையாகப் பொருள்களை அளித்தோ, தவத்தினால் உள்ளனலை எழுப்பியோ தேவலோகத்தைப் பெறுபவர்கள், புகைக்குள்ளும் பிறகு இரவுக்குள்ளும் செல்கிறார்கள். தந்தையரின் உலகிற்குள், பிறகு நிலவுக்குள். அங்கு அவர்கள் உணவாகிறார்கள். தேவர்கள் அவர்களை உண்கிறார்கள். நிலவு வளர்ந்தும் தேய்ந்தும் மாறுவதைப்போல. இது முடிந்ததும் அவர்கள் விண்ணுக்குள் செல்கிறார்கள். பிறகு காற்றுக்குள்ளும், மழைக்குள்ளும் பிறகு பூமிக்குள்ளும் அவர்கள் உணவாகிறார்கள். அவர்கள் மனிதனின் நெருப்பில் பலியாகி, பெண்ணின் நெருப்பில் பிறக்கிறார்கள். மீண்டும் பல உலகங்களுக்குச் சென்று இப்படியே சுழன்று கொண்டிருக்கிறார்கள்.

இந்த இரண்டு வழிகளையும் அறியாதவர்கள், புழுக்களாகவும், பூச்சி களாகவும், பாம்புகளாகவும் பிறக்கிறார்கள் (பிஉ 6.2.6 - 16).

இந்தப் பனுவல் மதச்சார்புடன் வேதப்பிடிப்புக்குள் ஒருவன் இருக்கக் கூடிய இரண்டு வழிகளைச் சொல்லுகிறது.

காட்டில் இருப்போர் பிரம்மலோகத்தை அடைகிறார்கள். அதுதான் பிரபஞ்சத்தை ஆக்கியிருக்கும் தெய்வீகப்பொருள். ரிக் வேதத்தில் பிரம்மம் என்பது புனிதமான உச்சரிப்பைக் குறிக்கிறது. இதுதான் பிறகு சமஸ் கிருதத்தில் ஓரிரு அசைகளால் பல சொற்கள் வேறுபடக் காரணமாக அமைந்தது. பிரம்மம் (பிரபஞ்சத்தின் தெய்வீகப் பொருள்); பிரம்மா - படைப்புக் கடவுள்; பிராமணன் - உயர்வகுப்பினன்; பிராமணம் - வேதங் களுக்குப் பின்னும் உபநிடதங்களுக்கு முன்னும் எழுந்த நூல்கள்; பிரம்மச் சாரி - ஒழுக்கம் தவறாத மாணவன். பிரம்ம உலகம் என்பது ஒற்றையியம். (பிரபஞ்சப் பொருளினால் எல்லா உயிர்களும் பொருள்களும் ஆனவை என்று கொள்கிறது.) மறுபிறப்பு உலகு, பல தேவர்களுக்கு யாகங்கள் செய்யும் உலகுடன் முரண்நிலையில் ஒற்றைக்கடவுள் கொள்கையுடன், சிலநேரங்களில், சமன்படுத்தி இது நோக்கப்படுகிறது. உபநிடதங்களின் கொள்கை அனைத்துக்கடவுள் கொள்கை என்றோ, அனைத்தும் கடவுளுக்குள் கொள்கை என்றோ சொல்லப்படுகிறது. அனைத்துக் கடவுள் கொள்கை என்றால், எல்லாப் பொருள்களும் கடவுளே, கடவுளே அனைத்தும் என்று அர்த்தம். அனைத்தும் கடவுளுக்குள் என்றால், பிரபஞ்சத்தை உள்ளடக்கி ஊடுருவியிருப்பவன் கடவுள், ஆனால் அதைவிடப் பெரியவன், அதற்கு அப்பாலும் இருப்பவன் என்று அர்த்தம். பிரபஞ்சத்தின் பொருள் என்பதே தெய்வீகம் என்றும், அந்தப் பொருளும் தெய்வமும் ஒன்று என்றும் நோக்குகிறது. தனக்குக் கீழுள்ள ஒற்றை உயிர்ப்பொருள் என்பதன் நீடித்த, நிஜமான அந்தஸ்திற்கு மாறாக, பன்மைத்துவ உலகம் என்பது இரண்டாம் நிலையினதான மாயையான ஓர் தோற்றத்தைக் கொண்டுள்ளது.

பிரம்மத்தை அடைபவர்கள், நிரந்தரமாகக் காட்டில் தங்கி முனிவர் களாகவோ, அல்லது மதச்சடங்குகளைக் காட்டில் சிலநேரங்களில் தங்கிச் செய்பவர்களாகவோ இருக்கலாம். ஆனால் வேத பலியிடுதல் பாதையை — (தேவர்களுக்கும், புரோகிதர்களுக்கும், பிறகு பொதுவாக

உயர்சாதியினர்க்கும்) மேற்கொண்டவர்களோ, உள்ளனலை எழுப்புகின்ற யாகச் சடங்குகளைச் செய்பவர்களோ, விண்ணுலகு செல்கிறார்கள், ஆனால் அங்கு வாழ்வதில்லை, மறுபடியும் இறந்து பிறக்கிறார்கள். இவர்கள் எங்கே வாழ்கிறார்கள் என்பது பற்றிப் பனுவல் எதுவும் சொல்லவில்லை. ஆனால் சாண்டோக்கிய உபநிடதத்தில் வரும் தொடர்பான ஒரு பகுதி (5.10.1 - 8), தேவர்களுக்கும் புரோகிதர்களுக்கும் கொடையளிப்பவர்கள், (இந்தப்பனுவல், பெறுபவர் யார் என்பதைக் குறிப்பிட்டுச் சொல்லிவிட்டது) கிராமங்களில் வாழ்வதாகச் சொல்கிறது.

பிருகதாரண்யகத்தில் யாகம்செய்பவர்கள் உள் அனலை எழுப்பியது போல இந்தக்குழு எழுப்பியது கிடையாது. காட்டில் இருப்பவர்கள்தான் இவ்விதம் செய்யவேண்டும் என சாண்டோக்யம் சொல்கிறது. பிருகதாரண்யத்தில் உண்மையின் இடத்தில், இம்மக்கள் உள் அனலை விசுவாசமாகக் கொண்டவர்கள். தவம் என்பது ஆகவே இரு குழுக்களுக்கும் உரியதே. அது மாறக்கூடியது. யாகம் செய்பவர்களுக்கு புரோகிதன் யாகத்தில் எழுப்பும் அனலாக அது இருக்கிறது. ஆனால் காட்டில் தவமிருப்பவர்களுக்கு அது யாகமே உள்மயமாக்கப்படுவதுபோல இதுவும் உள்மயமாக்கப்படுகிறது. இப்போது துறவிகள் தங்கள் தவத்தினால் தங்களுக்குள் உள் அனலை எழுப்புகிறார்கள். இரு பனுவல்களிலும் யாகம்செய்பவர்களைக் குறிக்கும் பண்பு அவர்களின் தாராளத்தன்மை, காட்டில் வசிப்பவர்களுக்கு அவர்களுடைய காட்டுவாழ்க்கைதான். பிருகதாரண்யகத்தில், சந்திரனை அடையும் மக்கள், தேவர்களால் உண்ணப்படுகிறார்கள். (பிராமணங்கள், அடுத்த உலகிலுள்ள விலங்குகள் அவர்களை உண்பதாகச் சொல்கின்றன.) சாண்டோக்யத்தில் தேவர்கள் நிலவையே உண்கிறார்கள். அதனால் அது தேய்கிறது. யாகம்செய்து புகையின்வழியே செல்லும் இரண்டாம் குழுவினர்களுக்கும் சாண்டோக்கியம் சற்று மாறுபட்ட முடிவைத் தருகிறது.

மூன்றாவது வழி

அவர்கள் வந்தவழியே திரும்பிச் செல்கிறார்கள் — முதலில் வெட்ட வெளிக்கும் பிறகு காற்றுக்கும். காற்று முதலில் புகையாகி, பிறகு மேகமாகிறது, மழையாகப் பொழிகிறது. பூமியில் அவர்கள் நெல்லாகவும் பார்லியாகவும் செடிகளாகவும் மரங்களாகவும் எள்ளாகவும் அவரை யாகவும் விளைகிறார்கள். இதிலிருந்து தப்புவது கடினம். அந்த உணவு களை உண்பவர்கள் விந்துவினால் மறுபடி பிறப்பவர்கள் ஆகிறார்கள். கவர்ச்சிகரமான நடத்தை உள்ளவர்கள் சிறந்த கர்ப்பத்தை அடைவார்கள். பிராமண, க்ஷத்திரிய, வைசியக் குலங்களில் பிறப்பார்கள். நாற்றமடிக்கும் நடத்தை உள்ளவர்கள், நாய், பன்றி, பறைச்சி போன்றவர்களின் மோசமான கர்ப்பத்தை அடைவார்கள்.

மேலும் ஓர் மூன்றாம் நிலையும் இருக்கிறது. இந்தப் பாதைகளில் எதையும் மேற்கொள்ளாதவர்களுக்கு. அவர்கள் சிறிய பூச்சிகளாகிச் சுற்றிச் சுற்றி வருகிறார்கள். "பிற, செத்துப்போ." இந்நிலைக்குப் போகாமலிருக்க மனிதன் பாடுபடவேண்டும் (5.10.1 - 8).

சாண்டோக்கியத்திலிருந்து தெளிவாகவும், பிருகதாரண்யத்திலிருந்து குறிப்பாகவும் தெரிவது இது. புழுபூச்சிகளாக மூன்றாம் நிலையில் யாரும் மாறிவிடக்கூடாது. அதிலிருந்து எவரும் திரும்புவதில்லை. அதைவிட ஒரு நாயாக இருப்பது நல்லது.

வேததானம் அளிக்கும் வழி விரும்பத்தகாதது, எல்லாரும் சுழற்சியிலிருந்து விடுபட்டு சுவாலையின் வழியில் செல்ல விரும்புகிறார்களா என்பது இந்தப் பனுவல்களிலிருந்து தெளிவாகவில்லை. துறவிகளுக்கு நல்வினை என்பது முரண்தொடர். எந்தவினையும் தீயதுதான். ஏனெனில் பிறப்பு இறப்பெனும் சுழற்சியில் மாட்டிவிடுகிறது. ஆனால் சாண்டோக்கியம், யாகம் செய்பவர்கள், சில பிறப்புகள் இனிமையானவை, நல்ல நடத்தைக்குப் பலனாகக் கிடைப்பவை என்று நம்புகிறார்கள் என்று சொல்கிறது. யாக்ஞவல்கியர், “நல்வினையால் ஒரு மனிதன் ஒருவிதத்தில் நல்லவனாகிறான், தீவினையால் அவன் மோசமாகிறான்” என்று கூறியது போல அவர்கள் விதி அமைகிறது. பிருகதாரண்யமும் இதையேதான் சொல்கிறது. “ஒரு மனிதன் என்னவாகிறான் என்பது அவன் செய்கையில் இருக்கிறது. அவனுடைய வினைகள் நல்லவவையாக இருந்தால் அவன் ஏதோ ஒருவிதத்தில் நல்லவனாவான். கர்மங்கள் தீயவை ஆயின் தீயவன் ஆவான். ஆனால் பிறகு சொல்கிறது: “இது ஆசைகள் உள்ள மனிதனுக்கு மட்டுமே பொருந்தும். ஆசைகளிலிருந்து விடுபட்டவன், ஆசைகள் நிறைவேறியவன், இறப்பதே இல்லை. அவன் பிரம்மத்தை அடைகிறான் (பிஉ 4.4.5 - 6). ஆகவே ஈமச்சடங்கு மந்திரங்களிலும் இறந்தவன் எங்கேயாவது ஒதுக்கப்பட்ட நிலையில் கிடக்காமல், முன்னோக்கிச் செல்வதற்கு, ஒரு புதிய உயிருக்கோ அல்லது இறுதி விடுதலையான மோட்சத்திற்கோ செல்வதற்கான குறிப்புகள் உள்ளன.[18] இதுவும் நல்ல மறுபிறப்பை அடைவதற்கும், பிறப்பே இல்லாத நிலையை அடையும் ஆசைக்குமான இழுவிசையைக் காட்டுகிறது. புனரபி மரணம் என்ற கருத்து, விடுதலைக்கான (வேத இந்துமதத்தின் மதிப்புகளி லிருந்தும் விடுபடுவதற்கான) ஆசைக்கு இட்டுச்சென்றது. ஆனால் வீடு பேற்றுக்கான இலட்சியம், மீண்டும் வேத இந்துமதத்தில் உள்வாங்கிக் கொள்ளப்பட்டு, உலகியல் நோக்கில், மேலும் பணக்காரனாக, மேலும் புத்திரர்களோடு — இதுபோல நல்ல பிறப்பை எய்துவதற்கான ஆசையாக உருவாக்கம் செய்யப்பட்டது. இந்த இரு வழிகள் — ஒரு வழி, மீண்டும் பிறப்பெய்தக்கூடாது என்பது, மற்றது நல்லவிதமாகப் பிறக்க வேண்டும் என்பது இரண்டுமே தெற்காசியர்களுக்கு இன்றுவரை இருக்கக்கூடிய இரு வாய்ப்புகளாக உள்ளன. கௌசிதகி உபநிடதம், இப்பாதையின் பிளவை சற்றே வேறுவிதமாகக் காட்டுகிறது.

கடைசித் தேர்வு

மனிதர்கள் இந்த உலகை விடும்போது, அவர்கள் சந்திரனுக்குச் செல்கிறார்கள். சந்திரனின் கேள்விகளுக்கு பதில் சொல்லாதவர்கள் மழையாக மாறி, உலகத்திற்கே திரும்பி வந்து அவர்கள் கர்மவினைக்கும் அறிவுக்கும் ஏற்பப் பிறக்கிறார்கள். புழு, பூச்சி, மீன், பறவை, சிங்கம், கரடி, காண்டாமிருகம், புலி, மனிதன் அல்லது ஏதாவதொரு விலங்கு.

சந்திரனின் கேள்விகளுக்குச் சரியாக விடையளிப்பவர்கள் தேவலோகத்திற்குச் செல்கிறார்கள். தேவர்கள், தீ, பிறகு பிரம்மத்தின் வழியில் செல்கிறார்கள். போகும் வழியிலேயே அவன் நல்வினை தீவினை இரண்டும் உதிர்ந்து அவன் உறவினர்களை அடைகின்றன. அவன் விரும்பும் உறவினர்களுக்கு நல்வினையும், வெறுக்கும் உறவினர்களுக்குத் தீவினையும் செல்கின்றன. வினைகளற்ற இவ்வுயிர், பிரம்மத்தின் அறிவைப் பெற்றதால் பிரம்மத்தை அடைகிறது.(1.1 - 4).

எங்குச் செல்வது என்பதை இங்கே முடிவுசெய்வது அவன் உயிரோடிருக்கும்போது எந்தவிதமான வழிபாட்டைச் செய்தான் என்பதோ அல்லது அவன் எங்கு — ஊரிலா? காட்டிலா — வாழ்ந்தான் என்பதோ அல்ல. இறப்புக்குப் பிறகான ஒரே ஒரு தேர்வுதான் எல்லாவற்றையும் நிர்ணயிக்கிறது. (முயலென்னும் ஒழுங்கு — அதிகாரியால் நடத்தப்படுவதோ?) நல்வினை தீவினை எல்லாம் பிறகுதான் எடைபோடப்படுகின்றன, பிறகுதான் முதல்வகுப்பில் தேறி அந்த மனிதன் பிரம்மத்தை அடையமுடியும். (சாண்டோக்கிய உபநிடதத்தில் இப்படி இல்லை, அங்கு மறுபிறவிக்கு மனிதன் செல்கிறான்.) மேலும் இப்பனுவல் எந்த வினைகள் நல்லவை, எவை தீயவை என்றும் சொல்லவில்லை. அது பிந்திய பனுவல்களில் வரும். வினைமாற்றம் என்னும் முக்கியக் கொள்கை, இறந்தவனுக்கு வேண்டியவர்கள் வேண்டாதவர்கள் என்னும் பலவீனப் பண்புக்கும் உலகியல் நன்மைக்கும் — இங்கு அவனுடைய கர்மவினை — தள்ளப்படுகிறது. மீள முடியாத வழியின் மூன்றாவது இடத்தில் இப்போது புழுக்களும் பூச்சிகளும் இல்லை. இரண்டு வழிகளிலேயே மோசமானதன் பகுதியாக உள்ளன.

இருளின் பாதை: சம்சார இன்பம்

வேத நோக்கில், இருளின் பாதை என்பது பிள்ளைபெறுவது, சம்சார இன்பம் அடைவது ஆகும். இக்கருத்து அப்படியே வேதத்திலிருந்து உபநிடதத்திற்கு வருகிறது. உபநிடதங்கள் இதைப்பற்றி விரிவாக எதுவும் சொல்லவில்லை. பல நூற்றாண்டுகளாக இக்கருத்துகள் வழங்கிவந்ததால் எல்லாரும் இதை அறிந்திருப்பார்கள் என்ற எண்ணம் போலும். சம்சாரத்திற்குச் சாதகமான அம்சங்கள் — அதன் நேர்முகக்கூறில் — பாசம், குடும்பம், நேசம், இழப்பு (நைகஸ் கஸண்ட் சாகியின் ஜோர்பா 'முழுப் பேரழிவு' என்று கூறியதுபோல) வலுவாக உள்ளன. வேதங்கள் சொல்லும் வழிகளில், பிராமணங்கள் சிலவற்றை மூடிவிட்டன. உபநிடதங்கள் புதிதாகப் பிற சிலவற்றைத் திறக்கின்றன. தனிப்பனுவல்கள் எப்போதும் போலவே பொதுவான காலத்தன்மைக்கு எதிராகச் செல்கின்றன.

உபநிடதங்களில் சில பாலியல் வருணனைப் பகுதிகளும் உள்ளன. இரண்டு வழிகளையும் விவரிக்கும் பகுதி, பிறப்பு என்பது ஆடவனின் தீயையும் பிறப்பையும் பெண்ணின் தீக்குள் அர்ப்பணிப்பது என்று கூறுகின்றன. பெண்ணின் பிறப்புறுப்புகளை யாகத்தீக்கு ஒப்பிடுகின்றன. பிறப்புறுப்பின் உதடுகள் விறகு; பிறப்புறுப்பின் மேற்பகுதி முடிதான்

புகை; யோனிக்குழாய், தீ; உட்செலுத்துதல், கனியும் நெருப்பு; உச்ச நிலை தீப்பொறிகள். (பிஉ 6.2.13; 6.4.1 - 3; சாஉ 5.8.1). பாலியல் உச்சநிலையின் இன்பத்தை சொற்களால் வருணிக்க இயலாத ஆழமான, கனவற்ற தூக்கத் திற்கு ஏறத்தாழ நெருங்கிய உவமை என்று ஒரு பனுவல் சொல்கிறது (பிஉ 2.1.19). பிள்ளை பெறும் பக்குவத்திலுள்ள பெண், சிறப்பு வாய்ந்தவள், மங்கலமானவள் என்று சொல்லப்படுகிறாள். அவள் பிள்ளை பெறுவது மிக முக்கியமானது. ஆகவே அப்படிப்பட்ட பெண் கணவனுடன் அச்சமயத்தில் உறவுகொள்ள மறுத்தால், கணவன் அவளுக்கு இலஞ்சம் தந்தோ, பிரம்பால் அடித்தோ, முட்டியால் குத்தியோ அவளை வழிக்குக் கொணரவேண்டும் (பிஉ 6.4.6 - 7). மந்திரத்தில் தன் மனைவி தன்மீது நேசம் கொள்ளுமாறு செய்யவேண்டும் என்ற மென்மையான மனப்போக்கும் சுட்டிக்காட்டப்படுகிறது. அதில் நடைமுறை சார்ந்து மனைவி கருத்தரிப் பதைக் கணவன் விரும்பாவிட்டால் என்ன செய்யவேண்டும் என்றும் சொல்லப்படுகிறது (பிஉ 6.4.9 - 10). பாலியல் உறவின் ஒரே நோக்கம் பிள்ளை பெறுவது மட்டுமே என்று சொல்கின்ற தர்மப் பனுவல்களின் முகத்தில் அறைவதுபோல இந்தப் பகுதி உள்ளது.

பாலியல் போட்டியாளன் ஒருவனை ஆண்மை இழக்கச் செய்ய வேண்டும் என்று பரிந்துரைக்க வேண்டுகின்ற பின்வரும் மந்திரத்தில் பெண்ணின் விசுவாசமின்மை பற்றிய ஒரு குறிப்பிடத்தக்க திறந்த மனப் பாங்கு வெளிப்படுகிறது.

மனைவியின் காதலனுக்கு எதிராக மந்திரம்

ஒருவனின் மனைவிக்குக் காதலன் இருந்து, அவனைக் கணவன் விரும்பாவிட்டால், அவன் சுடாத பானையில் நெருப்பினை வைத்து, தர்ப்பைகளை வழக்கமாக வைக்கும் முறைக்கு மாறாக வேறுமுறையில் வைத்து, அவற்றின் முனைகளில் நெய்யையும் வழக்கமான முறைக்கு வேறான முறையில் ஊற்றி, நெருப்பிலிட வேண்டும். அப்போது பின்வரும் மந்திரத்தைச் சொல்லவேண்டும். "நீ (இங்கு காதலனின் பெயர்) என் யாகத்தில் உன் நிவேதனத்தைச் செய்துவிட்டாய்! நான் உன் உள்மூச்சையும் வெளிமூச்சையும் எடுத்துக்கொள்கிறேன். உன் மகன்களையும், கால் நடைகளையும், உன் யாகப்பலனையும் நல்வினைகளையும், உன் நம்பிக்கைகளையும் திட்டங்களையும் எடுத்துக்கொள்கிறேன்." நன்கறிந்த பிராமணன் இவ்வாறு சபித்தால், அந்த மனிதன் தன் ஆண்மையையும் நல்வினையையும் இழந்து இவ்வுலகத்தைவிட்டுப் போய்விடுவான். எனவே இம்மந்திரத்தை அறிந்த கற்றறிந்த பிராமணனின் மனைவியை யாரும் இச்சிக்கக் கூடாது. (பிஉ 6.4.12).

விபசாரத்திற்குப் பெண்ணை மட்டுமே கடுமையாகத் தண்டித்த பின்னர் வந்த இந்து மரபுகள் யாவற்றிற்கும் எதிராக, இந்தப் பனுவல் அவள் காதலனை மட்டுமே தண்டிக்கிறது. மேலும் கணவன் வெறுக்கின்ற காதலனாக அவன் இருக்கவேண்டும். ஒருவேளை கணவன் அக்காதலனை வெறுக்காவிட்டால், இது செல்லாது. இது நோயல் கவர்டின் வரவேற்பறை இன்பியல் நாடகம் அல்லது பிரெஞ்சு மூவர்குடும்பம் (கணவன் - மனைவியும், ஒருவரின் காதலரும் ஒன்றாக வாழ்தல்) போல

உள்ளது. இந்த மந்திரங்கள் யாருக்குத் தேவைப்பட்டனவோ, அவர்களின் விடுதலைவழிக்கு எவ்விதத்திலும் உதவியிருக்காது. அவற்றின் அடிப்படை அக்கறை வேத சம்பந்தமானது — குடும்பம், பெண்கள், பிள்ளைகள், மகன்கள், சதையின் வமிசா வழிகள். அவர்களுக்கு கர்ப்பத்தில் விந்துவை யாகம் செய்வது, நெருப்பில் நெய்யை ஊற்றி யாகம் செய்வது போல. அடுத்தவன் மனைவியின் கர்ப்பத்தீயில் இப்படிப்பட்ட நிவேதனத்தைச் செய்ததற்காக சபிக்கப்படுகிறான் காதலன்.

ஒளியின் வழி: மோட்சமும் துறவும்

மாறாகப், பிற்கால உபநிடதம் ஒன்று யாகவழியைக் கேலிசெய்கிறது. (முஉ 1.2.10 - 11). உபநிடதங்களிலுள்ள மற்றப்பகுதிகள், பிராமணங்களைப் போலவே மரணம் ஒரு தீய விஷயம் என்று திரும்பவும் சொல்கின்றன. காலத்தின் சாட்டையும் இகழ்ச்சிகளும் வாழ்க்கையை ஒரு கொடுங் கனவாகச் செய்கின்றன. ஆகவே இதிலிருந்து ஒருவன் இறுதி விடுதலை அல்லது மோட்சம் என்பதை வேண்டுகிறான். மோட்சம் என்பது ஆசீர் வதிக்கப்பட்ட ஒரு கண்விழிப்பாகவோ, கனவற்ற ஒரு தூக்கத்தில் அமிழ்ந்துவிடுவதாகவோ இருக்கலாம்.

பிறவி எடுத்தலின் சுழற்சி, மீண்டும் சிறைப்படுவதன் ஓர் அடுத்த வழியாகும். மிகக் கடுமையான காவல்கொண்ட சிறை அது. அதிலிருந்து ஒருவன் விடுபடவேண்டும். அதைத்தான் மோட்சம் என்ற சொல் குறிக்கிறது. மோட்சம் என்ற சொல், வில்லிலிருந்து ஓர் அம்பு விடுபடு வதற்கும், சிறையிலிருந்து ஒருவன் விடுதலை பெறுவதற்கும் ஆன சொல் லாகப் பயன்படுத்தப்படுகிறது. சிலசமயங்களில் அது விடுதலை என்று மொழிபெயர்க்கப்படுகிறது.

வருணிப்பதற்கியலாததான பிரம்மத்தை இது அல்ல, அது அல்ல (நேதி, நேதி) என்று எதிர்மறையில்தான் விளக்க முடியும் (பிஉ 4.5.15). நேர்முக இலட்சியமான மோட்சத்தை நோக்கி ஒருவன் செல்லவேண்டும், ஆனால் அதை விளக்க முடியாது என்றால், எதிலிருந்து விடுபட்டுச் செல்கிறோம் என்பதையேனும் விளக்க வேண்டும் அல்லவா? குறிப்பாக எதிலிருந்து மனிதன் விடுபடுகிறான்? முதலில், மோட்சம் என்பது இறப்பிலிருந்து விடுதலை என்பதைத்தான் குறித்தது. அது வேத யாக ஒழுங்கமைவில் ஆழப்பதிந்துள்ளது. இந்த ஒழுங்கமைவு வழிபடுபவனுக்கு ஒருவித மரணமின்மையை அளிப்பதாக வாக்குறுதி தந்தது. இந்தச் சொல் உபநிடதங்களில் பல வடிவங்களில் வருகிறது என்றாலும் அதிகமாக விடுதலை செய்தல் என்ற வினைவடிவத்தில்தான் வருகிறது. யாகத்தின்மூலமாக, யாகம் நடத்தும் புரவலன் தன்னை மரணத்தின் பிடியிலிருந்து, இரவுபகலின் பிடியிலிருந்து, வளரும் பிறைநிலவிலிருந்து தன்னை விடுவித்துக்கொள்கிறான். பிறகு தேவலோகத்திற்குச் செல்கிறான். “இதுதான் சுதந்திரம், முழுச்சுதந்திரம்” (பிஉ 31.3 - 6, 34 - 35). அல்லது, ஒரு குதிரை தன் மயிரை உதறுவது போல, தீமையை உதறிவிட்டு, கிரகண அசுரனின் பிடியிலிருந்து சந்திரன் தன்னை விடுவித்துக்கொள்வதுபோல என்னை நான் விடுவித்துக்கொள்வது. நான் — முழுமை அடைந்த சுயம்— ஆத்மா — என் முழுமையற்ற உடலை உதறிவிட்டு பிரம்மலோகத்தை

அடைவேன் (சாஉ 8.13.1). மரணத்திலிருந்தோ, தீமையிலிருந்தோ பொதுவாக விடுபடுவது மட்டும் மோட்சம் அல்ல, குறிப்பாக சம்சாரத்திலிருந்து — பிறவிச்சுழலிலிருந்து விடுபடுவது என்றும் சிலசமயம் சொல்லப்படுகிறது. (ஸ்உ 6.16.18). பிற்கால உபநிடதங்களில், மோட்சம், சந்யாசத்துடன் தொடர்புபடுத்தப்படுகிறது. "வேதாந்தத்தை முழுவதும் அறிந்த துறவிகள், துறவின் வாயிலாக தூய்மைப்படுத்தப்படுகிறார்கள். பிரம்மலோகத்தில், இறுதி முடிவின்போது அவர்கள் முழுமையாக மரணமற்ற தன்மையையும் விடுதலையையும் அடைகிறார்கள்" (முஉ 3.2.6). இதை அறிபவன் எவனாயினும், மரணத்திற்குப் பிறகு பிரம்மத்தோடு ஐக்கியமாவதன்றி, மரணத்திலிருந்தும் விடுபடுவான்.

வேதமார்க்கம் எவற்றையெல்லாம் முக்கியமான மதித்ததோ — பிள்ளைகள், குடும்பம் — அந்த முழுப் பேரழிவிலிருந்து விடுதலை அளிப்பதாக பிருகதாரண்யம் வாக்களிக்கிறது. "இந்த சுயத்தை அறியவரும்போது பிராமணர்கள், பிள்ளைகள்மீது ஆசையையும், செல்வத்தின்மீது ஆசையையும், உலகங்களின்மீது ஆசையையும் விட்டொழிக்கிறார்கள். துறவு வாழ்க்கையை மேற்கொள்கிறார்கள். இதை அறிந்ததால்தான் பழைய கால மக்கள் பிள்ளைகள் பெறுவதை விரும்பவில்லை." (பிஉ 3.5.1, 4.4.22). அப்படிப்பட்டவனுக்கு மேலும் கர்மவினை சேர்வதில்லை. 'நான் நல்லதைச் செய்தேன்' என்றோ, 'தீயதைச் செய்தேன்' என்றோ அவன் நினைப்பதில்லை. கர்மவினைகளால் அவன் மாசுபடுவதில்லை. நன்மைக்கும் தீமைக்கும் அப்பாற்பட்டவன் அவன். பிராமணங்கள் தந்த அசையா உறுதிமொழியை நாம் இங்கு நினைக்கிறோம். எப்படி என்று தெரிந்தால் நீ மறுமரணத்திலிருந்து விடுபடுவதைக்கூடச் சாதிக்கலாம். அதற்கு நீ பிராமணனாக இருக்கவேண்டிய அவசியமும் இல்லை. சரியான அறிவு மட்டுமே தேவை. இது மற்றுமொரு முக்கியமான புதுமையாக்கம்.

வேதங்களிலிருந்து தொடர்ச்சியும் தொடர்ச்சியின்மையும்

பணக்காரனோ, ஏழையோ, ஆரோக்கியமுள்ளவனோ நோயுற்றவனோ, தன் முந்திய பிறவியின் நடத்தையிலிருந்து உயிர்கள் மறுபிறவி எடுக்கின்றன என்ற கருத்து, வேதங்களின் சொர்க்கம் - நரகம், பரிசு - தண்டனை ஆகிய கருத்துகளிலிருந்து பிறந்தது.[19] இதேபோல, கண் சூரியனில், மூச்சு காற்றில், இம்மாதிரி தனி உடல் பிரபஞ்ச உடல்மீது பொருந்தியிருக்கிறது என்ற கருத்திலிருந்து தனித்த ஜீவான்மா, உலகின் ஆன்மாவுடன் (பரமாத்மா) பொருந்தியிருக்கிறது என்ற கருத்தும் தோன்றியது. ஆனால் சுயத்தைப் பற்றிய புதிய கேள்விகள் இப்போது எழவே செய்கின்றன.[20] வேத யாகச் சடங்கை நடத்திக் கொடுப்பவன் தீட்சை பெற்று ஒருவிதத் துறவை மேற்கொண்டவனாக இருந்தான்.[21] யாகம் செய்பவன், தன் யாகப் பலன்களைத் துறப்பதாக ஒரு மந்திரம் சொல்வான். புத்தமதத்திற்கு மிக மையமான கர்மவினை மாற்றம் (தகுதி மாற்றம் என்றும் சொல்லப்படும்) என்பதும் வேதங்களில் வருணனை நோக்கிய பாக்களில் தொடங்குகிறது. (அங்கு வழிபடுபவன் வருணனைநோக்கித் தன் முன்னோருடைய பாவங்களுக்காகத் தன்னை மன்னித்துவிடுமாறு வேண்டுகிறான்). அதேபோல பிராமணங்களிலும், தேவர்களின் தீமை

மனிதர்களுக்கு மாற்றப்படுகிறது என்ற கருத்து வருகிறது.[22] பணத்தை அடிப்படையாகக் கொண்ட பொருளாதாரத்தில் இதற்கு மிகப் பெரிய ஆதரவும் கிடைத்தது.

உபநிடத முனிவர்கள் வேதப் பொருள்களை எடுத்துக்கொண்டு அவற்றோடு புதிய திசைகளில் சிந்தனைகளை ஓடவிடுகிறார்கள். மிகத் தொலைவுக்கும். அவர்கள் வேதங்களைச் சவாலுக்கு அழைக்கிறார்கள். ஒரு முனிவர், இன்மையிலிருந்து இருப்பு வருவதைப் பற்றிய வேதப்பாடல் வரியைச் சொல்லிவிட்டு, அது எப்படி இயலும் என்று கேட்கிறார். பதிலாக, இந்த உலகு தொடக்கத்தில் இப்படியேதான் இருந்தது என்று வாதிடுகிறார் (சாஉ 6.2.2). பிருகதாரண்யத்தில் சொல்லப்படும் ரிக் வேதப் பகுதி இரு பாதைகளைப் பற்றியும் சற்றே வித்தியாசமான பாடத்தைச் சொல்கிறது. தந்தையரின் பாதை, அழிவற்ற தேவர்களின் பாதை. இந்தப் பாதைகளிலுள்ள உயிர்கள் புகைவழியாகச் சந்திரனுக்கோ, சுவாலை வழியாகச் சூரியனுக்கோ வேதங்களில் செல்வதில்லை. அவை தாய்க்கும் (பெற்றவள், பூமி) தந்தைக்கும் (பெற்றவன், வானம்) இடையில் செல்கின்றன. (ரிக் வேதம், 10.88.15, பிஉ 6.2.2). உபநிடதச் சிந்தனைகள் பெரும்பாலும் வேதச் சிந்தனைகளிலிருந்து தீவிரமாக வேறுபடுகின்றன. ஜீவாத்மாவும் பரமாத்மாவும் ஒன்று என்ற கருத்து உபநிடதங்களில் புதியதாகக் கண்ட ஒன்றல்ல என்றாலும், தொடக்க வேத மூலங்கள் இந்தச் சிந்தனையை வெளிப்படுத்தவில்லை, நிச்சயமாக ஒழுங்குபட வளர்க்கவுமில்லை. புதியது எது என்றால், இருவித ஆன்மாக்களும் ஒன்று என்பது பிந்திய உபநிடதங்களில் செயலுக்கு அழைப்பு விடுப்பதாக அமைகிறது. உன் வாழ்க்கையை நீ மாற்றிக்கொள்ள வேண்டும். பெரும்பாலானவர்கள் தங்கள் வாழ்க்கைகளை மாற்றிக்கொள்ளவில்லை. ஆனால் காலப்போக்கில் கீழ்ச்சாதியினர் அதிகப் பணத்தையும் ஓய்வுநேரத்தையும் கல்வியையும் பெற்றார்கள். ஒரு சிலரேனும் நீண்ட காலமாகத் தாங்கள் போஷித்த சிந்தனைகளின் அடிப்படையில் நடக்கும் தன்மையும், வேத உலகிலிருந்து விடுபடும் தன்மையும் பெற்றார்கள்.[23] பிராமணர்களோடு ஊடாடுவதற்கு அனுமதியற்ற, அல்லது விருப்பமில்லாத மக்களை உபநிடதங்கள் நிச்சயமாகக் கவர்ந்தன. தொடக்க உபநிடதங்கள், துறவு வாழ்க்கையை ஒருசிலருக்கே உரியது என்று கருதினாலும, பிற்காலப் பனுவல்களில், சந்யாச உபநிடதங்கள், விடுவிப்புக்கான பாதையில் செல்லும் மனிதனை விரைந்து மோட்சத்தை நாடு என்று ஊக்குவித்தன.[24] வாழ்க்கையின் எப்பகுதியிலும் உயரச்செல்லலாம் என்றன. அப்படிப்பட்ட இழப்பதற்கு ஒன்றுமற்றவனுக்கு மோட்சம் என்பது மற்றுமொரு வார்த்தைதான்.

இம்மாதிரிச் சிந்தனைகளைத் தந்தவர்கள் பற்றி நமக்கு ஓரளவு தெரியவருகிறது. வேத மரபுக்குள்ளாகவே துறவு வாழ்க்கையை மேற்கொண்டவர்கள் பற்றி உபநிடதங்கள் சொல்கின்றன. பௌத்தப் பனுவல்கள், அப்படிப்பட்டவர்கள் புத்தரின் காலத்திற்கு முன்பிருந்தே இருந்தார்கள் என்கின்றன. புத்தர், ஒரு நோயாளி, ஒரு முதியவன், ஒரு பிணம், ஒரு துறவி (ஒருவேளை வேதத்துறவி) ஆகியோரை ஒளிபெறும் வழியில் சந்திக்கிறார்.[25] ரிக் வேதம் விளிம்புநிலை இரகசியஞானிகளைக் குறிப்பிடுகிறது. விரத்தியர்கள், நீண்ட சடைமுடிகொண்ட துறவிகள்

போன்றவர்களும் இம்மாதிரிப் பலவகையான விளிம்புநிலை வேதக் குழுக்களைச் சேர்ந்தவர்கள் ஆகலாம். வேதமரபுக்குள்ளாகவே — ஆனால் பிராமண வகுப்பினராக இருக்கத் தேவையில்லை — கி.மு. ஆறாம், ஐந்தாம் நூற்றாண்டு அளவிலேயே துறவு மரபுகள் பல இருந்ததை உபநிடதங்கள் குறிப்பிடுகின்றன.[26] வேதயாகத்தின் இயற்கை, நோக்கம் பற்றிய சிந்தனைகள் சில சிந்தனையாளர்க்கேனும் காலப்போக்கில் ஏற்பட்டதால், அவர்கள் சடங்குச் செயலை ஆன்மிக அறிவுக்குக் கீழாகவே நோக்கினார்கள். ஆன்மிக அறிவு, கடுநோன்பினால், துறவினால், அல்லது பின்னர் யோகம் எனப்பட்ட முறைகளினால் அடையப்படுவது. இவை நடத்தையைப் பதப்படுத்துதல், கட்டுப்படுத்துதல், மனத்தையும் உடலையும் மாற்றுதல் என்ற அடிப்படைகளில் அமைந்தவை.[27]

வேதங்கள் வாக்களித்த சொர்க்கம் என்ற கருத்தைச் சிலர் நம்பவில்லை என்றாலும், இந்துமதத்திற்குள் இருந்து விடுவிப்பின் பாதையில் சென்றார்கள். மற்றவர்கள், பிராமணர்கள் தங்கள் வாக்குறுதிகளை நிறைவேற்றமுடியாது என்று கருதி, வேத உலகத்தை விட்டு அகன்றார்கள். பௌத்தர்கள் அல்லது ஜைனர்கள் ஆனார்கள். வேத வாழ்க்கையிலிருந்து விடுபடத் தயங்குகின்ற பிராமணரல்லாதார் சிலர், புரோகிதர்களின் மீறல்களை வெறுத்தார்கள். அதற்கு எதிர்வினையாக கடுநோன்பு, தியானம் போன்றவற்றில் ஈடுபட்டார்கள். மேலும்மேலும் கட்டுப்பாட்டிற்குள்ளாக்கிய சமூகத்திலிருந்தும், பிராமணர்கள் தன்னாட்சி செலுத்திய விரிவான ஆடம்பரமான சடங்குகள் ஆதிக்கம் செலுத்திய மத வாழ்க்கையிலிருந்தும் விடுபட முயன்றார்கள்.[28] பிராமணர் அல்லாதார் வேறுசிலர், மாற்றுச் சிந்தனைகளை, (வேறெங்கும் தங்கள் சுவடுகளை விடாத) கர்மவினை, மரணம் பற்றிய சிந்தனைகளாகவும் அவை ஒருவேளை இருக்கலாம், வேதச் சிந்தனைகளுக்குள் நுழைக்க முயற்சி செய்திருக்கலாம். அவ்வகையில் இறுதியாக பிராமணர் கட்சியை உடைக்கமுடியும் என்று கருதியிருக்கலாம். இந்துமதத்திற்குள், யாகம் செய்யும்போது தியானம் செய்தல் (பிராமணங்களிலும் தொடக்க உபநிடதங்களிலும் காணப்படுவது) என்பது, யாகத்தைப் பற்றி தியானம் செய்வது (சந்யாச உபநிடதங்கள் காலமுதல்) என்பதாக மாறியது. இது இல்லறத்தார் வாழ்க்கையிலிருந்து துறவு மேற்கொள்ளுதல் என்பதில் முன்பாகவே இருந்த ஒன்றுதான்.

பிராமணரல்லாதோர் இரகசியங்கள்

வேத உலகில் பிராமணர் அல்லாதவர்களாக இருக்கின்ற க்ஷத்திரியர்கள் என்னும் முக்கியக் குழுவினரால் புதிய கொள்கைகள் சில புகுந்ததை உபநிடதங்கள் காட்டுகின்றன. சுவேதகேது என்னும் இளம் பிராமணனுக்கு இரு பாதைகளின் கொள்கையைக் கற்றுத் தருபவன் பாஞ்சால அரசனாகிய ஜைவலி பிரவஹனன். பிருகதாரண்யத்தில், மக்கள் அரசனுக்காகக் காத்திருக்கும்போது, அவன் காதுகேட்கும் தொலைவிலிருந்து சுவேதகேது தான் ராஜ்ய பந்து (அரசனுக்கு உறவினன்) என்று கூச்சலிடுகிறான். சுவேதகேதுவும் அவன் தந்தையும் தன்னை குருவாக வேண்டிக்கொண்டால்தான் தான் அவர்களுக்குக் கற்றுத்தரமுடியும்

என்கிறான் அரசன். அவர்களுக்கு உபதேசிக்கும் முன்னர், இந்த அறிவு இதற்குமுன் எந்த பிராமணனுக்கும் தெரிந்ததில்லை. ஆனால் நீங்களோ உங்கள் முன்னவன் எவனோ எனக்குத் தீங்குசெய்யாமலிருக்க உங்களுக்கு இதை நான் வெளிப்படுத்துகிறேன் என்கிறான். (பிஉ 5.3.6). (அவன் பிராமணர்களுக்குச் சாபம் தரும் சக்தி உண்டு என்று கருதுவதை கவனியுங்கள்). சாண்டோக்கியத்தில், இந்த அறிவினால் உலகம் முழுவதும் க்ஷத்திரியர்கள் வசமே இருக்கிறது என்று சொல்கிறான் (சாஉ 5.3.6). கௌசிதகியில், சுவேதகேதுவின் தகப்பன், தன் அரசகுருவைப் புறத்தவன் என்றே சொல்கிறான். என்றாலும் அவன் தன் அகந்தையை அடக்கிக் கொண்டமைக்கு அரசன் அவனைப் பாராட்டுகிறான் (கௌஉ 1.1 - 7). பலவிதக் கோட்பாடுகளையும் அறிந்த உபநிடத அரசர்கள் — விதேக நாட்டின் ஜனகனைப் போன்றவர்கள் — தங்கள் அரசவையில் தங்கள் கால முக்கியத் தத்துவவாதிகள், பலவேறு அறிவுப்புலங்கள், கட்சிகளைச் சேர்ந்த துறவிகள் (இவர்களில் சிலர் பிராமணர்களாகவும் இருந்திருக்கக் கூடும்) ஆகியவர்களைஅழைத்து மதம் தொடர்பான விவாதங்களை நடத்தினர்.

இந்தப் பனுவல்களில் சொல்லப்படும் அரசர்கள் இல்லாமலே இருக்கலாம். பிராமண ஆசிரியர்களால் கற்பனையாகவே உருவாக்கப் பட்டிருக்கலாம். அவ்வாறாயின் பிராமணர்களின் கற்பனைஉலகில் அரசமுனிவர்கள் பற்றிய கதைகள் எப்படியோ புகுந்திருக்கின்றன. அவ்வாறாயின், இந்த அரசர்களுக்கு யாகங்களின் மையத்தன்மையைக் கேள்விகேட்கும் உரிமையும், அதனால், பிராமணர்களின் சக்தியையும் கேள்விகேட்கும் உரிமையும் உண்டென்று ஆகிறது. கார்க்ய என்ற பிராமணன், காசியின் அரசன் அஜாதசத்ருவைத் தன் குருவாக இருக்கச் சொல்கிறான். அதற்கு அரசன், "ஒரு பிராமணன், க்ஷத்திரியனை குருவாக ஏற்பது தலைகீழ் அல்லவா?" என்று கேட்கிறான். ஆனால் குருவாக இருக்க இசைகிறான் (பிஉ 2.1.15). பிராமணங்கள் காலத்தில் பிராமணர்கள் முன்நிறுத்தப்பட்டதற்கு க்ஷத்திரியர்களின் எதிர்வினையாக இக்கதைகள் இருக்கலாம்.

மேலும், உபநிடதங்களில் புதிய கொள்கைகளுக்கு வழிவகுத்தவர்கள் க்ஷத்திரியர்கள் மடடுமல்ல, பிராமணர் அல்லாதவர்கள் பிறரும் உண்டு.

வண்டியின் கீழ் வசித்த ரைக்வன்

ஜனஸ்ருதி என்ற அரசன் தானம் செய்வதில் விருப்பமுடையவன். குறிப்பாக உணவை தானம் செய்துவந்தான். மக்கள் நான் தரும் உணவை எங்கும் உண்பார்கள் என்று நினைத்தான். ஓர் இரவு அன்னங்கள் சில பறந்துகொண்டிருந்தன. "பார், ஜனஸ்ருதியின் ஒளி எங்கும் நிரம்பியிருக்கிறது" என்றது ஒரு அன்னம். மற்றொன்று சொன்னது, "ஜனஸ்ருதியைப் பற்றி என்ன? தாயத்தில் அதிக எண்ணிக்கை போடுப வன் எப்படி எல்லாருடைய பணத்தையும் கவர்ந்துகொள்கிறானோ, அப்படி, சேகரிப்பவனான ரைக்வன் எல்லாருடைய நல்லசெயல்களின் பலனையும் எடுத்துக் கொள்கிறான். ரைக்வனுக்குத் தெரிந்ததைத் தெரிந் தவர் எவருக்கும் இது தெரியும்" என்றது. அவன் தனது காரியஸ்தனை

அழைத்து, அன்னங்கள் சொன்னதைச் சொன்னான்.

ரைக்வனைத் தேடிப்போய் வீணாகத் திரும்பிவந்தான் காரியஸ்தன். "கிடைக்கவில்லை" என்றான். "பிராமணர் அல்லாதவர் வசிக்குமிடங்களில் அவனைத் தேடிப்பார்" என்றான் அரசன். வண்டியின்கீழ் தன் புண் களைச் சொறிந்துகொண்டிருந்த ஒருவனைக் காரியஸ்தன் கண்டான். "சேகரிக்கும் ரைக்வன் நீங்கள்தானா" என்று கேட்டான். "ஆமாம்" என்ற பதில் வந்தது. காரியஸ்தன் திரும்பிவந்து "கிடைத்துவிட்டான்" என்றான். ஜனஸ்ருதி நூற்றுக்கணக்கான பசுக்களையும் பொன்னையும் ரைக்வனுக்கு அளித்து "நீ வணங்கும் தெய்வத்தை எனக்குக் காட்டு" என்றான். ரைக்வன் மறுத்தான். "திரும்ப எடுத்துக்கொள் சூத்திரா!" என்றான் அரசனிடம். இவை எல்லாவற்றுடனும், தன் மகளையும் அரசன் அவனுக்கு அளித்தபோது, அவள் முகத்தை உயர்த்திப் பார்த்த ரைக்வன், "இந்த முகத்தைக் கொண்டு என்னை நீ மலிவாகவே வாங்கியிருக்கலாம்" என்றான் (சாஉ 4.1 - 2).

ஜனஸ்ருதி ஒரு பணக்காரன், அரசன். ரைக்வன், ஒரு வீடற்றவன், அல்லது தெருச் சுற்றி. அவன் பசுக்களையும் பொன்னையும் வெறுக்கிறான் (இந்த இரண்டும் பிராமணர்கள் மிகவும் விரும்புபவை). ஆனால் பெண்ணை விரும்புகிறான். ஜனஸ்ருதியை அவன் "சூத்திரா" என்று விளிப்பது மிகவும் கர்வம்பிடித்த செயல். அவன் சேகரிப்பவன் என்றும் சொல்லப்படுகிறான். ஒரு வெற்றிகரமான சூதாட்டக்காரன் மற்றவர்களின் பணத்தைச் சேகரிப்பதுபோல, மற்றவர் அனைவருடைய நல்வினை யையும் சேகரிப்பவன் என்பதையும் அது குறிக்கலாம். அவ்வாறாயின், வினையை ஒருவரிடமிருந்து மற்றொருவருக்கு மாற்றமுடியும் என்பதற்கு இது மிகப்பழைய உதாரணமாகலாம். அல்லது இச்சொல் ரைக்வனின் ஏழ்மையையும் குறிப்பதாகலாம். மற்றவர்கள் எல்லாம் அறுவடை தானியத்தை எடுத்துக்கொண்ட பிறகு களத்தில் சிதறிக்கிடக்கும் தானிய மணிகளைப் பொறுக்குபவன் என்பதாகலாம் (ஹீப்ரூ பைபிளில் வரும் ரூத் போல). அல்லது வீடற்ற பல ஏழைகளைப்போல, மற்றவர்களின் குப்பைகளைத் தன் சொந்த உபயோகத்திற்குச் சேகரிப்பவனும் ஆகலாம். இந்த இரு அர்த்தங்களுமே நன்கு பொருந்துகின்றன. (பணக்காரர்களுடைய குப்பைகளைக் கொண்டு வாழ்பவன், அவர்களுடைய நல்வினைகளிலும் வாழ்பவன் ஆகிறான்.) (பிறகு, மகாபாரதத்தில் (14.90) ஒரு கீரி உள்ளிட்ட பலபேர், யுதிஷ்டிரனுக்குத் தானியங்களைப் பொறுக்கிக்கொள்வதன் மகிமையைச் சொல்கிறார்கள்). காரியஸ்தன், முதலில் ஒரு பிராமணனைத் தேடியிருக்கிறான். அதனால்தான் வேறிடங்களில் தேடுமாறு குறிப்பாகச் சொல்லப்படுகிறான். ஜனஸ்ருதி விலங்குகளின் பேச்சை அறிந்தவன். (அன்னங்கள் இந்துப் புராணங்களில் அவ்வப்போது செய்திகளைக் கொண்டு செல்லும் பறவைகள்.) அது அவனுடைய உயர்ந்த ஆன்ம ஆற்றலைக் காட்டுகிறது. ஆனால் பிராமணன் அல்லாத ரைக்வன், அவனைவிட உயர்ந்தவன். (காற்றும் மூச்சும் சேகரிப்பவை என்பது பற்றி) அவனுடைய இரகசிய அறிவு, ஜனஸ்ருதியின் வேதமறிந்த தாராளத்தைத் தாண்டுகிறது.

பெற்றவன் யாரென்று தெரியாத, தன் வகுப்பு எது என்று அறியமுடியாத

ஒருவனின் கதை ரைக்வனின் கதையைத் தொடர்ந்து வருகிறது. சத்யகாம ஜாபாலா. இந்த இயலின் தொடக்க முகப்பின் நாயகன். சத்யகாமனின் தாய் பலபேருடன் வாழ்ந்தவள். பல இடங்களில் அலைந்தேன் என் கிறாள் அவள். இடம்விட்டு இடம் செல்வது, பலபேருடன் உறவு வைத்துக்கொள்வது, பிச்சைக்காரியாய் வாழ்வது ஆகிய அர்த்தங்கள் இதில் தொனிக்கின்றன. இப்படிப்பட்டவளின் மகன் ஒருவனை ஓர் ஆன்மிகத் தலைவனாக ஒரு பழங்காலப் பனுவல் ஏற்கிறது என்பதில் ஒரு பெண்ணியத் தடம் இருக்கிறது. இது பிராமணனின் தன்மையாக உண்மை பேசுவதை ஏற்கிறதே ஒழியப் பிறப்பை அல்ல. (ஆனால் எந்த அளவுகோல்படிப் பார்த்தாலும், ஒரு பிராமணன் தான் வேதத்தைக் கற்க முடியும்). (இங்கு, ஒரு பிராமணனின் தாய்தந்தையைப் பற்றி ஏன் விசாரிக்கிறாய்? ஒருவனிடம் அறிவு இருக்கும்போது அதுதான் அவன் தந்தையும் தாத்தாவும் என்ற பிராமணப் பாடல் நினைவுக்கு வருகிறது.)[29] வேதம் கற்பதற்குத், தான் பிராமணக்குலத்தில் பிறந்தவன் என்ற வமிசாவழியை சத்யகாமன் அறிந்திருக்க வேண்டும். மரபான விதிகளின் படி, அவன் தந்தை யாரென்று தெரியாவிட்டால் அவன் வாராணசிப் பல்கலைக்கழகத்தில் மெட்ரிகுலேஷன் அடையமுடியாது. உபநிடதங்களைக் கற்கவும் முடியாது. ஆனால் இந்தப் பனுவல் அவன் தான் யாரென்று அறிந்திருந்தால் போதும் என்கிறது. பிறகு சத்யகாமனின் குரு நூறு மெலிந்த பசுக்களை மேய்க்க அனுப்புகிறார். அவை பெருகி ஆயிரக்கணக்காகின்றன. சில ஆண்டுகளுக்குப் பிறகு ஒரு எருது, நெருப்பு, அன்னம், பேராசைபிடித்தவன் ஆகியோர் அவனிடம் பேசுகின்றனர். ஒவ்வொருவம் அவனுககு ஒரு பிராமணத்தை உபதேசிக்கின்றனர். (சாஉ 4. 4 - 8). மெலிந்த பசுக்களை திடமாக்கிப் பெருகவைத்தது ஒரு வைசியப் பண்பு. ஆனால், எந்த வகுப்பினன் ஆனாலும் அஃறிணைகளுடன் பேச முடிந்த அபூர்வமான தன்மை, அவனுடைய அசாதாரண மதத் திறனைக் காட்டுகிறது.

ஸ்ரமணர்களும் பிராமணர்களும்

கூடிய விரைவிலோ அல்லது சற்றுப் பின்னரோ யாராவது நிச்சயமாக அந்தக் கருத்துடன் வெளிவந்திருப்பார்கள் என்ற அளவுக்குக் கர்மவினை பற்றிய சிந்தனைக்கு வலுவான வேத அடிப்படை இருக்கிறது (அல்லது அந்தச் சிந்தனையை வெளிப்படுத்துவது உபநிடதங்களின் கர்மம் என்றே சொல்லலாம்). ஆனால் ஆத்மாவையும் பிரம்மத்தையும் ஒன்றுபடுத்துவது, மறுபிறவி, மறுபிறவியிலிருந்து துறவின் வாயிலாகவும் கடுநோன்பின் வாயிலாகவும் விடுபடுதல் ஆகியவற்றிற்கு அவ்வளவாக வேதங்களுடன் தொடர்பில்லை. ஆகவே இச்சிந்தனைகள் நம்மை ஜனஸ்ருதியின் காரியஸ்தனைப் போல வேதத்திற்கு அப்பாலான மூலங்களைத் தேடு மாறு வெளித்தள்ளிவிடுகின்றன. இச்சமயத்தில் வேதச்சார்பற்ற, வேறு ஏதேனும் நாட்டார் தொல்வழக்கிலிருந்து வரக்கூடிய, அல்லது வேதங் களைப் புறக்கணிக்கக்கூடிய பல கடுந்துறவு இயக்கங்கள் இருந்தன. இந்த இயக்கங்களும் உபநிடதங்களுக்குள் வந்திருக்கலாம், அல்லது அவற்றை பாதித்திருக்கலாம்.[30] வினைக்கோட்பாட்டின் முக்கியமான பல விவரங்கள் ஜைனத்திற்குள் வளர்ச்சிபெற்றிருக்கலாம். அதிலிருந்து அவை

பௌத்தத்திற்கும் பிறகு இந்து மதத்திற்கும் வந்திருக்கலாம்.[31] ஜைனர்கள் சைவ உணவுண்ணலை மிகத்தீவிரமாகக் கடைப்பிடிப்பவர்கள். மிகச்சிறிய பூச்சிகளைக்கூடக் கொல்லலாகாது என்பது அவர்கள் கொள்கை. இதுவும் மிக அதிகமாக இந்துமதத்தைப் பாதித்திருக்கிறது. இந்த விடுபாட்டுக்குழுக்கள் யாகத்தைக் கடுமையாக வெறுத்தது மட்டுமல்ல, வேதங்களையும் மறுத்தன, பிராமணர்களின் போதனைகளை ஒதுக்கின, தெய்வீக அதிகாரத்துக்குத் தலைமை தாங்களே என்ற பிராமண உரிமையையும் கேள்விக்குள்ளாக்கின.[32] இந்துக்களிலிருந்து — புதிய கொள்கைகளையும் நடைமுறைகளையும் ஏற்றுக் கொண்ட இந்துக்களும் உட்பட — அவர்களை வேறுபடுத்திய மூன்று முக்கிய விஷயங்கள் இவைதான். பௌத்தர்கள் தனிப்பட்ட ஆன்மா உண்டு என்பதையும் மறுத்தனர். இந்திராதி தேவர்களையும் தேவை யற்றவர் அல்லது கீழானவர் என வெறுத்தனர். சில உபநிடதங்களைப் போல, பிறப்பைவிட நடத்தைதான் உண்மையான பிராமணனை நிச்சயிக்கிறது என்றனர். இவை யாவும் இந்துக்கொள்கைகளிலிருந்து குறிப்பிடத்தக்க அளவில் வேறுபட்டவை. மேலும் பௌத்தத் துறவிகள் தங்கள் மடங்களில், முதலில் மழைக்காலங்களில் மட்டும், பிறகு எல்லாக் காலங்களிலுமே ஒன்றாக வாழ்ந்தனர். ஆனால் இந்து சந்யாசிகள் இக்காலப்பகுதியில் பிற மனிதத் தொடர்பின்றித் தனியாக அலைந்தனர்.

பல குழுக்கள் இச்சமயத்தில் நட்புமுறையில் வாதத்திலும் ஈடுபட்டனர். பின்னர் இந்து மதத்தின் ஆறு முக்கியத் தத்துவப் பிரிவுகளாக — மீமாஞ்சை, நியாயம், வைசேடிகம், சாங்கியம், யோகம், வேதாந்தம் என வளர இருந்தவற்றின் தொடக்கநிலைகளில் ஈடுபட்டவர்களும் இருந்தார்கள். ஆசீவகர்கள், தன்னிச்சையான (சுதந்திரமான) சுயம் என்பதை மறுத்த வர்கள். ஜைனர்கள், பௌத்தர்களின் சமகாலத்தினர். சுதந்திர விருப்புறுதி என்பது வினைக்கோட்பாட்டுக்கு அடிப்படையானது. லோகாயதர்கள், சார்வாகர்கள் ஆகியோர் பொருள்முதல்வாதிகள். மறுபிறப்பை இவர்கள் மறுத்தனர். உடல் இறக்கும்போது, அதற்கென உருவான உயிரும் இன்மையில் கரைந்துவிடுகிறது என்பது இவர்கள் கொள்கை. அவர்கள் பௌதிகப் புலன்களால் கிடைக்கும் தகவல்கள் மட்டுமே அறிவுக்கு அடிப்படை என்றனர். “வேதங்கள் என்பவை போக்கிரிகளின் பிதற்றல், அவற்றில் உண்மையின்மை, உள்முரண்பாடு, பயனற்ற திரும்பக்கூறல் என்ற முக்குற்றங்களும் உள்ளன” என்றும் கூறினர்.[33] ஆனால் பொருள்முதல்வாதிகள் பற்றி நாம் அறியக்கூடியதெல்லாம், அவர்களின் எதிரிகளிடமிருந்து வருபவைதான், எனவே அவை அவர்களுக்கு நியாயம் வழங்குவன என்று சொல்லமுடியாது. பாலியல் தாராளத்தன்மை கொண்ட காமசூத்திரம்கூட (கி.பி. இரண்டாம் நூற்றாண்டு) பொருள்முதல்வாதம் பற்றிய மிகக் குறுகிய பார்வையை அளிக்கிறது. பொருள்முதல்வாதிகள் சொல்கிறார்கள்: “மக்கள் மதச்சடங்குகளை ஆற்றக்கூடாது, ஏனெனில் அவற்றின் பலன்கள் மறுபிறப்பில்தான் தெரியவரும், மறுபிறவி என்பது சந்தேகத்துக்குரியது.” தன் கையிலிருப்பதை மற்றவன் கைக்கு அளிக்கக்கூடிய முட்டாள் யார்? நாளை மயிலாக இருப்பதைவிட இன்று புறாவாக இரு. இன்று நிச்சயமாகக் கிடைக்கும் செப்புக்காசு நாளைக்குச் சந்தேகமான பொற்காசை விடச்

சிறந்தது."(1.2.2 - 3). பொருள்முதல்வாதிகளும், சாதாரணப் பொதுமக்கள் வகையினரான நாத்திகர்களும் (நாஸ்திகர் — ந + அஸ்தி — தேவலோகமோ தேவர்களோ இல்லை என்பவர்கள்) கி.மு. ஐந்தாம் நூற்றாண்டில் பொது விவாதக்களங்களில் வேகம் பெற்ற அறிவார்த்தக் கலக இயக் கங்கள் பலவற்றில் சிலர். பிராமணர்கள் என்ற சொல்லுக்கு எதிராகத் துறந்தவர்கள் சிலசமயங்களில் ஸ்ரமணர்கள் (சிரமப்பட்டு நடப்பவர்கள், அலைந்து திரிபவர்கள், கடும் நோன்பிகள்) எனப்பட்டார்கள். ஸ்ரமண என்ற சொல், ஆசீவகர்கள், நாத்திகர்கள், லோகாயதர்கள், சார்வாகர்கள் எல்லாரையும் குறித்தது. இவர்களில் சிலர் இந்து மதத்திற்குள்ளும் சிலர் வெளியிலும் இருந்தவர்கள்.[35] ஆனால் பிருகதாரண்ய உபநிடதம், ஸ்ரமணர்கள் என்பவர்களைத் திருடர்கள், கருக்கலைப்பவர்கள், சண்டா ளர்கள், புல்காசர்கள் (பறையர்கள்), கடுநோன்பிகள் என்று குறித்தது. (பிஉ 4.3.22). காலப்போக்கில் ஸ்ரமணர்கள் என்ற சொல், கீழானவர்கள், தீயவர்கள், அல்லது இறுதியாக நிர்வாணிகள் ஆகியோரைக் குறிக்கலா யிற்று.

ஸ்ரமணர்களும் பிராமணர்களும் கீரியும் பாம்பும்போல அல்லது பூனையும் நாயும் போலச் சண்டையிட்டுக் கொண்டார்கள் என்று கூறப் படுகிறது.[36] பிராமணர்கள் பலர், தங்கள் பிழைப்பாக இருந்த யாகமுறையை வெறுத்து, காட்டில் தவம்செய்யச் சென்ற வேதத்துக்குப் புறம்பான ஸ்ரமணர்களை (பௌத்தர்கள், ஜைனர்கள்) வெறுத்தனர். ஆனால் இந்து மதத்திற்குள்ளாகவே இருந்த ஸ்ரமணர்கள், பேருக்கு வேதங்களை ஆதரிப்பதுபோல இருந்தாலும், இல்லற வாழ்க்கையைக் கைவிட்டனர் (இதுவும் பிராமணர் பிழைப்புகளில் ஒன்றாகவே இருந்தது). அவர்கள் ஐந்தாம் படையினர் என்று மேலும் வெறுக்கத்தக்கவர்கள் ஆனார்கள். ஆனால் உபநிடதங்களுக்கு பிராமணர்களும் ஸ்ரமணர்களும்—இருவருமே கேட்போராக இருந்திருக்க வேண்டும். அவைகளில் சிலவற்றுக்கு அவர்கள் வெவ்வேறு முறைகளில் விளக்க மளித்தனர். பொதுவாக மேல்வகுப்பினரான பிராமணர்கள், வினையை விடுதல் என்பதற்கு வேதச்சடங்குகளை விடுதல் என்று பொருள் கொள்வர். ஆனால் புத்தர் உபதேசித்த மாகதி மக்களுக்கு எல்லாச் செயல்களின் பலனையும் கைவிடுமாறு பொருள்பட்டது. ஸ்ரமணர்களின் சவால்களுக்கு எதிராக, பிராமணர்கள் துறவின் இலட்சியங்கள் பலவற்றை ஏற்றுக்கொண்டனர்37, ஒருவிதமான துறவைமட்டும் — தூய்மை, சுயமறுப்பு, சுயகட்டுப்பாடு இவற்றை உடைய மேல்சாதியினனை மட்டும் ஏற்றுக் கொண்டு, கீழ்ச் சாதிகளிலிருந்து துறவு மேற்கொண்டு அலைந்து திரிந்தவர்களைக் கடுமையாகத் தாக்கினர்.

உபநிடதங்களை வளப்படுத்திய பிராமண, ஸ்ரமணக் கருத்துகளுக்கப் பால், எப்போதும் போலவே, இந்தியாவின் வட்டார நம்பிக்கைகள், வழக்காறுகள் தந்தை கொடையும் இருந்தது.[38] அறியப்படா இடத்திலிருந்து, பழங்குடியினர், ஆதிவாசிகளிடமிருந்து வருகின்ற என்றும் தயாராயுள்ள மூலம். இந்துக்களின் உலகளாவிய ஜீவன் கோட்பாடு, மறுபிறப்பு, விலங்கு உயிர்களிலிருந்து மனிதனுக்கு ஆன்மா ஈடேறுதல் போன்றவை அவர்களிடமிருந்து கிடைத்தவை என்று சில ஆய்வாளர்கள் சுட்டிக்

காட்டியுள்ளனர்.[39] மேலும், சிந்துவெளி நாகரிகத்திலிருந்து வந்த சந்ததியினர் கருத்துகளும் கலந்திருக்க எப்போதுமே வாய்ப்புண்டு. அது தீவிரமான எதிர்க்கருத்துகளின் களஞ்சியம். அதைப் பலர் ஆதிவாசிகளின் அல்லது திராவிடர்களின் கருத்துகளிலிருந்து வேறுபடுத்துவதில்லை. ஆனால் தனிமனித மோட்சம் என்ற கருத்துக்கு மூலமாக இன்று பெயர் தொலைந்துபோய்விட்ட மிகச் சாதுரியமான அசலான இறையியலாளன் ஒருவனும் கூட இருக்கமுடியும், அவனும் உபநிடதத்தில் சில பாக்களை இயற்றியிருக்கலாம். ஆனால் இதை நிரூபிக்க முடியாது. வேதச் சிந்தனைகளின் இயற்கையான வளர்ச்சியாக இம்மாதிரிச் செய்திருக்கக்கூடியவர்களை வரிசைப்படுத்தினால், க்ஷத்திரியர்கள், வேதமுகாமிலிருந்தே யாரோ அறியப்படாத ஒருவன், சிந்துவெளி நாகரிகச் சந்ததியினரில் ஒருவன், ஆதிவாசிகள்—யாராகவும் இருக்கலாம். எளிமையாகச் சொன்னால், "இந்தச் சிந்தனை வேதத்தில் இல்லை" என்று ஒப்புக்கொடுப்பதே ஆகும்.

பெண்களும் பிற கீழ்உயிர்களும்

தனிப்பட்ட அறிவுத்திறன் என்ற அடிப்படை இரண்டு மனைவியரைக் கொண்ட ஒரு பிராமணன் பற்றிய உபநிடதக் கதையில் அமைகிறது. அந்த மனைவியர், தங்கள் வகுப்புகளால் அன்றி, (பெரும்பாலும் பலமனைவியர் இருந்தால் அப்படித்தான் செய்யப்படும்) மாறாக, தங்கள் மனங்களால் வேறுபடுத்தப்படுகிறார்கள்.

இறையியல் மனைவியும் உலகியல் மனைவியும்

யாக்ஞவல்கியருக்கு இரண்டு மனைவிகள். மைத்ரேயி, காத்யாயினி. மைத்ரேயி, இறையியல் விவாதங்களில் பங்குபெற்றுவந்த பெண். காத்யாயினியின் புரிதல், பெண்கள் விஷயங்களின் அளவோடு நின்றது. ஒருசமயம், ஒரு துறவிபோல அவர் ஊர் ஊராகச் செல்வதற்கு ஆயத்தம் செய்துகொண்டிருந்தபோது, மைத்ரேயி, நான் இங்கிருந்து செல்ல இருக்கிறேன். ஆகவே வா, உனக்கும் காத்யாயினிக்கும் இடையில் ஒரு உடன்படிக்கையை முடிப்போம் என்றார். என்னை மரணமின்மைக்கு அழைத்துச்செல்லும் ஒன்றைத் தராமல் பிறவற்றால் பயன் என்ன? பதிலாக, நீங்கள் அறிந்ததை எல்லாம் எனக்குச் சொல்லுங்கள் என்றாள் மைத்ரேயி. யாக்ஞவல்கியர், நான் எப்போதுமே உன்மீது விருப்பத்துடன் இருந்துவந்திருக்கிறேன். இப்போது அந்த விருப்பம் மேலும் அதிகரித்துவிட்டது. அன்பே, வா, உனக்கு அதை விளக்குகிறேன். ஆனால் கவனத்தோடு கேட்க முயற்சிசெய் என்றார் (பிஉ 4.5; பார்க்க பிஉ 2.4).

அவர் சுயம் பற்றிய கொள்கையை அவளுக்கு விளக்கிவிட்டுச் செல்கிறார். காத்யாயினி வரக்கூட இல்லை. ஒருவேளை அவள் (நற்செய்திக் கதையின் மார்த்தாபோல) வீட்டைப் பராமரித்துக் கொண்டு இருந்திருக்கலாம். (அவள் கணவர் துறவியாகும்போது அது அவளுக்குச் சொந்தமாகக் கூடும்). ஆனால் அடுத்த பெண், இறையியலைப் பேசுகிறாள்.

ஆகவே சில பெண்கள் புதிய இறையியல் விவாதங்களில் ஈடுபட்டார்கள்.

ஆனால் யாரும் ஆசிரியராக இல்லை. உபநிடதங்களில் மிகவும் சண்டையிடும் தன்மையுள்ளவளாக உள்ள கார்கி, யாக்ஞவல்கியரை உறுதியோடு ஆதரிப்பவள். ஒருசமயம், அவள் பிரம்மலோகத்தில் முடிகின்ற தொடர்ந்து முக்கியத்துவம் அதிகரித்துவருகின்ற உலகங்கள் பற்றி யாக்ஞவல்கியரிடம் கேட்கிறாள். யாக்ஞவல்கியர், "மிக அதிகமாகக் கேள்விகள் கேட்காதே கார்கி, உன் தலை வெடித்துவிடும்" என்கிறார். வாயை மூடிக்கொள்கிறாள் அவள் (பிஉ 3.6) (பலசமயங்களில், தலைவெடித்துப் போய்விடும் என்று பயமுறுத்தினால் ஆண்களும் வாயைமூடிக்கொள்கிறார்கள்[40]). பிறகொருசமயம், பண்டிதர்கள் கூடியிருக்கின்ற அவையில் அவள் இரண்டு கேள்விகளைக் கேட்கிறாள். பொருத்தப்படாத ஒரு வில்லைப் பொருத்தி, மரணத்தை உண்டாக்கும் இரண்டு அம்புகளைத் தன்கையில் கொண்டு எதிரியைச் சவாலுக்கு அழைக்கும் ஒரு பயங்கர வீரனுக்குத் தன்னை உவமித்துக் கொள்கிறாள். ஒரு பெண்ணுக்கு இது அசாதாரணமான, மூர்க்கமான உவமை இது. கொஞ்சநேரம் அவர் பதிலுரைத்ததும், "சிறந்த பிராமணர்களே, இவருக்கு உங்கள் மரியாதைக்கு அப்பால் வேறெதையும் செலுத்தாமல் தப்பித்தால் நீங்கள் உங்களை அதிர்ஷ்டசாலிகள் என்று வைத்துக்கொள்ளலாம். ஓர் இறையியல் வாதத்தில் அவரைத் தோல்வியுறச்செய்ய உங்களில் எவராலும் முடியாது" என்று அவள் கத்துகிறாள் (பிஉ 3.8). இவள் ஓர் உறுதியான பெண், ஊர்வசியின் மாதிரியிலும் பின்னர் திரௌபதியின் மாதிரியிலும் செய்யப்பட்டவள். (பிற்காலப் பனுவல் ஒன்று, அவருடைய இரண்டு மனைவியரோடு மூன்றாவதாக கார்கியையும் யாக்ஞவல்கியர் மணந்துகொண்டார் என்கிறது.[41])

வேறு வாய்ப்புகளும் பெண்களுக்கு இருந்தன. பௌத்தம் பெண்களுக்குச் சமூகத்தில் ஏற்கப்பட்ட நிறுவனத்திற்குள் பாதுகாப்பு வழங்கியது. அதே சமயம், அவர்களுக்கு இரட்டை விடுதலையும் வழங்கியது. ஆன்மிகத் தளத்தில் மறுபிறப்பற்ற ஒரு விடுதலை, உலகியல் தளத்தில் சமையலறை மற்றும் கணவனிடமிருந்து விடுதலை.[42] ஆனால் ஆண்துறவிகளுக்கு ஒப்பச் சமநிலையில் பௌத்தர்கள் பெண்துறவிகளை நோக்கவில்லை. புத்தர் பெண்களை அனுமதிக்கலாகாது என்று கூறியதாகவும் ஒரு வழக்கு உள்ளது. அப்படி அனுமதித்தால், இந்தியாவில் ஐநூறு ஆண்டுகளுக்குள் பௌத்த முறைமை வீழ்ந்துவிடும் என்று கூறினாராம்.[43] ஏறத்தாழ உண்மையாகிவிட்ட ஒரு தீர்க்கதரிசனம் இது.

இக்காலப்பகுதியில் சமஸ்கிருதப் பனுவல்களுக்கு அனுபந்தங்களாகப் பெரிய அளவில் பனுவல்கள் இயற்றப்பட்டன — ஸ்ரௌத சூத்திரங்கள் (ஏ கி.மு.500). ஸ்ருதி எனப்படும் வேதத்தில் சொல்லப்பட்ட, எப்போதும் பிராமணரால் செய்யப்பட்ட, பக்தியுடன்கூடிய, பொதுச் சடங்குகளைப் பற்றி இவை விவரிக்கின்றன. க்ருஹ்ய சூத்திரங்கள் (க்ருஹம் - வீடு) (ஏ. கி.மு. 300) இல்லத்தில் நிகழ்த்தப்படும் வாழ்க்கைச் சுழற்சிச் சடங்குகளை விவரிக்கின்றன. இவை கண்டிப்பாக பிராமணரால் நடத்தப்பட வேண்டியதில்லை. இல்லறத்தார் எவரும் நடத்தலாம். க்ருஹ்ய சூத்திரங்கள், வீட்டு வாழ்க்கையை ஒழுங்குபடுத்திக் கட்டுக்குள் வைத்தன. முன்னர் இல்லாத அளவுக்குக் குடும்பத்தின் தினசரி வாழ்க்கைக்குள், சடங்கு முறை

மையை ஊடுருவச்செய்தன. இந்த வளர்ச்சியை நாம் இருவிதங்களில் நோக்கலாம். ஒன்று, பிராமணர்கள் உதவியின்றி, கிருகஸ்தர்களே நடத்தக்கூடிய மிகப்பல சடங்குகள் வாயிலாக அவர்களுக்கு ஒரு பெரிய சக்தி கிடைத்தது எனலாம். மற்றது, முன்னர் பிராமணர்கள் கட்டுப்பாட்டிற்குள் வராத குடும்பச் சடங்குகளை முறைப்படுத்தித் தொகுத்ததன் வாயிலாக பிராமணர்கள் ஆதிக்கத்தின் விரிவு என்றும் பார்க்கலாம்.[44] தொடக்க ஸ்ரௌத சூத்திரங்கள் மிகப்பெரிய அளவிலான யாகங்கள் நிகழ்த்துவதைக் கண்டிப்பாகச் செய்யவேண்டியவை ஆக்கின. அவற்றில் சிலவற்றில், அசுவமேத யாகத்தில்போல, யாகம் செய்பவனின் மனைவியும் உடனிருக்க வேண்டும், பேசவும் வேண்டும் (ஆனால் வேத மந்திரங்களை உச்சரிக்கலாகாது). வீட்டில் செய்யவேண்டிய நடைமுறைச் சடங்குகளை ஒழுங்குபடுத்திய க்ருஹ்ய சூத்திரங்கள், செய்பவனின் மனைவியும் பிற குடும்ப உறுப்பினர்களும் அதிக ஆர்வத்தோடு அவற்றில் ஈடுபடவேண்டும் என்பதை வலியுறுத்தின. உபநிடதங்களில் சில பெண்கள் வெகு ஈடுபாட்டுடன் பங்குகொண்ட நடத்தையையும் இது விளக்குகிறது.

விலங்குகள்

ரைக்வன், சத்யாமன் ஆகியோர் வாத்துகளுடனும் எருதுகளுடனும் தொடர்பு கொண்டிருந்தது போலக் கீழ் அல்லது புறந்தள்ளப்பட்ட மக்கள் பெரும்பாலும் விலங்குகளோடு தொடர்புடையவர்களாக உள்ளனர். சில விலங்குகள் மெய்யாகவே புதிய உபநிடதக் கொள்கைகளை வெளியிடுகின்றன என்பது அக்காலத்தின் மதவட்டங்களில் காணப்பட்ட வர்க்க அமைப்பின் வெறுமை அல்லது ஊடுருவு தன்மையைப் பற்றி முக்கியமான சில விஷயங்களைச் சொல்கின்றது. பின்வரும் பகுதியில் நாய்கள் மிகக் கீழான சாதியிலிருந்து மிக உயர்ந்த சாதிக்கு மாற்றப்படும் அங்கதம் நிகழ்கிறது. தங்கள் மந்திரங்களை ஓம் என்ற ஒலியுடன் தொடங்கும் புரோகிதர்களை ஒரு வேதப்பாடல் மழைக்காலத் தவளைகளுடன் ஒப்பிட்டதனால் தூண்டப்பட்டதாக இருக்கலாம்.

நாய்களின் பாடல்

நாய்கள் கூட்டமாக வேதப்புரோகிதன் ஒருவனிடம், "ஐயா, ஒரு பாட்டைப்பாடி எங்கள் இராத்திரி உணவைப் பெறலாம் என்று நினைக் கிறோம். நிஜமாகவே எங்களுக்குப் பசி" என்றன. அவன் அவற்றை மறுநாள் காலையில் வருமாறு கூறினான். அவை ஒன்றின் முதுகை மற்றொன்று பிடித்துக்கொண்டு வரிசையில் நிற்கும் பிராமணர்கள் தலையை ஆட்டியவாறு நிற்பதைப்போல நின்றன. பிறகு ஒன்றாக உட்கார்ந்து குரலிசையைத் தொடங்கின. "ஓம்! நாம் சாப்பிடலாம். ஓம்! நாம் குடிக்கலாம். ஓம்! தேவர்கள் உணவைக் கொண்டுவந்து தருக! உணவுகளின் தேவனே, உணவைக் கொண்டுவா! கொண்டு வா! கொண்டு வா! ஓம்!" (சாஉ 1.12 - 13).

ஒருவேளை அவற்றுக்கு உணவு கிடைத்திருக்கலாம். ஏனெனில் அந்தப்பகுதி, "யாரெல்லாம் 'ஹம்' என்ற சொல்லின் இதற்குப் பொருளைப் பனுவல்

தருகிறது) இரகசிய அர்த்தத்தைப் புரிந்துகொள்கிறார்களோ, அவர்கள் உணவைச் சொந்தமாக்கிக் கொள்வார்கள், உண்பார்கள்" என்கிறது. விலங்குகளிலேயே மிகவும் அசுத்தமான நாய்கள் பிராமணர்களைப் போலச் செய்வதாகக் கூறுவது, இந்தக் குறிப்பிடத்தக்க அங்கதத்தை ஜார்ஜ் ஆர்வெல்லின் விலங்குப் பண்ணை நூலுக்கு ஒப்பாக்குகிறது, முரணாக அமைகிறது. இறந்த பிராணிகளைத் தின்பவை என்று நாய்கள் ஏற்கெனவே அவமதிக்கப்படுபவை யாக்ஞவல்கியரிடம் யாரோ ஒருவன், இதயத்தின் இருப்பிடம் எங்கே இருக்கிறது என்று கேட்கிறான். அதற்கு அவர், "முட்டாளே! உடலில்தான் இருக்கிறது. நமக்கு அப்பால் அது எங்கிருந்தாலும் நாய்கள் அதைத் தின்னும், பறவைகள் அதைக் கொத்திச் சிதைக்கும்" என்கிறார். *(பிஉ 3.9.25)* இந்தப் பனுவலின் ஆசிரியர், பிராமணர்களைக் கேலிசெய்திருக்கலாம் அல்லது நாய்களுக்கு (ஆகவே கீழ்ச்சாதிகளுக்கு) மேலும் பரிவு காட்டுங்கள் என்று சொல்வதாக இருக்கலாம், அல்லது இரண்டுமாகவோ, இரண்டும் அல்லாமலோ இருக்கலாம்.

விலங்குகளின் வரிசையில் அடுத்த முனையில், உபநிடதங்களில் தொடர்ந்து குதிரைகள் முக்கியத்துவம் பெற்றுவருவது இந்தப் பனுவல்களில் தொடர்ச்சியாக க்ஷத்திரியர்களின் இருப்பை நினைவு படுத்தியவாறே உள்ளது. முதல் உபநிடதத்தின் முதல் அடியையே ஒரு குதிரை மங்கலகரமாகத் திறந்துவைக்கிறது. "யாகக்குதிரையின் தலை விடியற்காலை; அதன் கண், சூரியன்; அதன் மூச்சு, காற்று; அதன் வாய் எல்லாருக்கும் பொதுவான தீ... அது கொட்டாவி விட்டால் மின்னல் அடிக்கிறது; அது தன்னைச் சிலிர்த்துக்கொண்டால், இடி இடிக்கிறது. அது மூத்திரம் பெய்தால், அதுதான் மழை. அதன் கனைப்புதான் பேச்சு" *(பிஉ 1.1.1)*. வேத விடியற் குதிரை (இயோஹிப்பஸ்). அதற்குப் பிரபஞ்ச உறவுகள் உள்ளன. அதன் கண் சூரியன். ரிக் வேதத்தின் ஈமச்சடங்குப் பாடலில் இறந்தவனின் கண் சூரியனுக்குச் செல்கிறது, ஆதி மனிதனின் கண்ணிலிருந்து சூரியன் பிறக்கிறது. குதிரையின் தீயுடைய வாய், பின்னர் உலகின் ஆழ்கடல் குதிரையின் வடவைத்தீயை ஒத்துள்ளது.

தேர், புலன்களைக் கட்டுப்படுத்துகின்றதற்கு உருவகம். இங்கு மற்றொரு குதிரைப் படிமம். பிராமணத்தில் வரும் விருஷனின் கதை இங்கு மறுபடி தோன்றுகிறது. "விவேகமுள்ள ஒரு மனிதன், அடங்காத குதிரைகள் கட்டிய வண்டியைக் கட்டுப்பாட்டில் வைத்திருப்பதுபோல, தன் மனத்தை எப்போதும் கட்டுப்பாட்டில் வைத்திருக்க வேண்டும்" *(சாஉ 2.9)*. விரிவான பகுதி ஒன்று இந்த உருவகத்தை விளக்குகிறது.

தேர்தான் உடல்; சுயம், அதில் சவாரிசெய்பவன்; அறிவுதான் சாரதி; மனம் கடிவாளம்; புலன்கள் குதிரைகள்; அவற்றைச் சுற்றியுள்ள பாதைகள், புலன்களுக்குரிய விஷயங்கள். மோசமான குதிரைகள் தேர்ச்சாரதியை இகழ்ச்சிசெய்வதுபோலத் தன் மனத்தைக் கட்டுப்படுத்தாத ஒருவனுக்குப் புலன்கள் கட்டுப்படுவதில்லை. மனத்தைத் தன் கட்டுப்பாட்டில் வைத்திருக்கும் ஒருவனுக்குப் புலன்கள் கட்டுப்படுகின்றன, நல்ல குதிரைகள் தேர்ச்சாரதிக்குக் கட்டுப்படுவதுபோல. அப்படிப்பட்டவன் தன் பயணத்தின் இறுதியை அடைகிறான் (கௌஉ 3.3 - 6).

புலன்களுக்குக் கடிவாளமிடவேண்டும், சேணமிடவேண்டும், யோகப் பயிற்சிக்குட்படுத்த வேண்டும். (சிலசமயங்களில் ஆசையைவிடக் கோபம் தான் கட்டுப்படுத்த வேண்டியதாக இருக்கிறது. அப்போது ஆசை தேர்ப்பாகனாக இருக்கிறது. பாகன் குதிரைகளை நடத்துவதுபோல, ஆசை கோபத்தை நடத்துகிறது.[45]) புலன்களைப் போலவே குதிரைகளும் புலன்களைப்போல, கொடுந்தன்மை, சாதுத்தன்மை ஆகிய இரண்டிற்கும் இடையில் காலை வைத்து நிற்கின்றன. யுகஇறுதியின் வடவைத்தீயை வாயில் வைத்திருக்கும் குதிரைபோல, எப்போதும் மயிரிழையில் கட்டுப்பாட்டை நிலைகக்கச் செய்கின்றன. தேர்ப்பாகனின் படிமம், பிற்காலத்தில் பேருருவத்துடன் நடக்கும் யானையைக் கட்டுப்படுத்தத் திணறுகின்ற, அதன்மீது அமர்ந்துள்ள யானைப்பாகன் ஆகியது. இடை விடாத விழிப்புதான் மோட்சத்திற்குத் தரும் விலை.

மறுபிறப்பு, அஹிம்சை, மரக்கறி (சைவ) உணவு

விரும்பாத மறுபிறவிகளின் பட்டியலில் விலங்குகளும் இடம்பெறு கின்றன. விரும்பத்தக்க இரண்டு வாய்ப்புகள், மேல்வகுப்பு மனிதர்களாகப் பிறத்தல், அல்லது பிறவியே இல்லாமலிருத்தல். கீழ்ப்பட்ட பிறவிக்கு எடுத்துக்காட்டு நாய். (நாய்ப்பிறவி) மோசமாக நடப்பவர்கள், நாய் போன்றதொரு ஜென்மத்தின் கருவில் சேர்வார்கள். ஆனால் நல்ல பிராணிகளாகக் கருதப்படும் குதிரையாகவோ பசுவாகவோ மறுபிறவி எடுப்பதற்கு விரும்பவில்லை. விலங்குகளாக மறுபிறவி எடுப்பது இந்தியா வில் மரக்கறி உண்ணுதலை மிகுதிப்படுத்தும் என்று நம்பக்கூடும். ஆனால் மறுபிறவிப் பட்டியல்களில் விலங்குகளுக்கு இடமில்லை. பிராமணங்கள் அடுத்தஉலகிலுள்ள பிராணிகளுக்குச் செய்ததைப் போல ஆரம்பகால உபநிடதங்கள் விலங்குகளை (மறுபிறப்பு எடுத்ததாயினும், பேசும் விலங்கா யினும்) உண்ணுவதைப் பெரிதாகக் கருதவுமில்லை. ஆயினும் மனிதர் களையும் விலங்குகளையும் உயிர்களின் சுழற்சியில் ஒரே ஒழுங்கமைவின் பகுதியாகக் கருதுவது, இரண்டின் இடமாற்றத்தையும் குறிப்பதால் ஓர் எச்சரிக்கையாகவும் அமையக் கூடும். எந்த விலங்கையும் கொல்லாதே அல்லது உண்ணாதே, அது உன் பாட்டியாகவோ வரும் பிறவிப் பேரனா கவோ (அல்லது மறுஉலகத்தில்) நீயாகவோ கூட இருக்கலாம். யாரை நீ உண்கிறாயோ அவர்களாகவே ஆகிறாய், அதனால் நீ உண்ணும் ஆளாகவே மாறிவிடலாம்.

ஆரம்பகால உபநிடதங்களில் விலங்குகள்மீது அகிம்சை ஏதோ இரண்டு இடங்களில் மட்டுமே குறிப்பிடப்பட்டுள்ளது. மேலும் அகிம்சை என்ற வார்த்தையாக அல்லாமல், ஒரு கருத்தாக உள்ளது. ஒரு குறிப்பிட்ட இரவில் மட்டும் ஒருவன் எந்த உயிரியையும், ஒரு பல்லியைக்கூடக் கொல்லலாகாது என்று பிருகதாரண்யம் (பிஉ 1.5.14) குறிப்பிடுகிறது. அவ்வாறாயின் பிற இரவுகளில் கொல்லலாம் என்றுதானே பொருள்? சாண்டோக்கியத்தின் முடிவுப்பகுதி சொல்கிறது: வேதத்தைப் படித்து, கிருஹஸ்தன் ஆகி, நற் குழந்தைகளைப் பெற்ற ஒருவன், சிறப்பான சமயங்களைத் தவிர மற்ற சமயங்களில் எந்த உயிரியையும் கொல்லாமல் இருந்தால், அவன் பிரம்மலோகத்தை அடைகிறான், அவனுக்கு மறுபிறப்பில்லை என்கிறது

(சாஉ 8.15.1). இங்கு இல்லறத்தானின் வாழ்க்கையோடு விலங்குகளுக்கான அகிம்சை குறிப்பாகத் தொடர்புபடுத்தப்படுகிறது. ஆயினும் வழக்கமாக விதிவிலக்கு இருக்கவே செய்கிறது: கௌரவமிக்க விருந்தினர்களை உபசரிப்பது போன்ற சிறப்புச் சந்தர்ப்பங்களில், விலங்குகளை உண்பது நல்லது.[46]

மறுபிறப்பை வலியுறுத்தும் பெரும்பாலான இந்தியப் பாரம்பரியங்கள், மாமிசம் உண்பதைத் தவிர்க்கவே சொல்லுகின்றன.[47] துறவிகள் மரக்கறி உண்பவர்களாகவே இருப்பது சாத்தியம். மாமிசத்தைத் தவிர்ப்பது என்பது, (உடலாகிய) மாமிசத்தைத் துறப்பது. மேலும் துறவிகள் யாகச் சடங்கினை (கர்மத்தை)யும் துறப்பதால், சட்டபூர்வமாக விலங்குகளைக் கொல்லக்கூடிய ஒரு சந்தர்ப்பத்தை அவர்கள் இழந்துவிடுகிறார்கள்.[48] பிராமணங்களும் உபநிடதங்களும் விலங்குகளைக் கொண்டு செய்யும் யாகத்திலிருந்து விலகிச் செல்வதற்கான விதைகளைத் தூவுகின்றன. வேத இந்திரன் எருதுகளையும் எருமைகளையும் உண்டான். ஆனால் இப்போது தேவர்கள் உண்பதோ குடிப்பதோ இல்லை, மாறாக, அசுவமேத யாகத்தில் அரசன் குதிரையின் மச்சை எரிவதன் வாடைய முகர்ந்தே திருப்தியடைவதைப்போல, சோமபானத்தை அவர்கள் கண்ணால் பருகியே திருப்தி அடைகிறார்கள் (சாஉ 3.6.1). வேதயாகத்திலும், மரக்கறி உணவுப் படையல்கள் (அரிசி, பார்லி) என்பது யாக விலங்கிற்கு பதிலீடு செய்யக்கூடிய குறைந்தபட்ச உணவுகள். ஆனால் வழியிலேயே அசலான விலங்கு குறுக்கிடுவதால், வேதப் பனுவல்கள், நெல்லையும் ஒரு விலங்காகவே கருதுகின்றன. நெல்லைப் படைக்கும்போது, அதுவும் ஒரு நிவேதன விலங்கே ஆகும். “அதன் உமிதான் விலங்கின் மயிர். அதன் தவிடு, விலங்கின் தோல். மாவு, அதன் இரத்தம். சிறு தானியங்கள், அதன் மாமிசம். அதன் சிறந்த பகுதி எதுவோ அது எலும்பு.”[49]

கொஞ்சம் கொஞ்சமாக இந்துமதத்தின் பல பிரிவுகள் விலங்குகளை வைத்து யாகம் செய்வதை விட்டொழித்தன. இந்த மாற்றம் ஒழுக்கச் சொற்களில் (அகிம்சை) கூறப்பட்டாலும், அதில் அரசியல் தேவையும் கலந்திருக்கலாம். யாகத்துக்கெதிரான அரசியலைக்கொண்ட பௌத்த மும் ஜைனமும் ஆதிக்கமிக்க அரசர்கள் பலரைக் கவர்ந்துவிட்ட தன்மை இதற்கு ஒரு சவாலாக அமைந்தது. பௌத்தர்களுக்கும் ஜைனர்களுக்கும் யாகத்தை விட்டுவிடுவதற்கான ஒழுக்க அடிப்படைகள் இருக்கலாம் (அப்படி இருப்பதாகக் கூறினார்கள்) என்றாலும், அக்கால இந்து மதத்தினரின் பெரும் பகுதியினர், வேதயாகத்தை வைத்தே தங்களை ஒரு பிரிவாக வரையறுத்துக் கொண்டதால், அதிலிருந்து முற்றிலுமாக விடுபடுவது புதிய மதத்தை வரையறுப்பதாகும் என்று அவர்கள் கருதி இருக்கலாம். பௌத்தர்களும், கடவுளுக்கும் மனிதர்களுக்கும் இடையில் பிராமணர்கள் குறுக்கிடுவதை விரும்பவில்லை (கடவுளரின் தேவையையே அவர்கள் கேள்விக்குள்ளாக்கினார்கள்). ஆகவே பௌத்த, ஜைனத் துறவிகளுக்கும் இந்துத் துறவிகளுக்குமான இறுதி வேற்றுமை இதுவே ஆயிற்று. இந்துத் துறவிகள், தங்களுக்கென பிராமணர்களைப் பயன்படுத்தவில்லை ஆயினும், பிறர்மீது அவர்களின் ஆதிக்கத்தை எதிர்க்கவில்லை. மென்தோல் பிராணிகளின்மீதான கருணை என்ப

தைவிட, இம்மாதிரிக் காரணிகள் பௌத்தர்களையும் ஜைனர்களையும் விலங்கு யாகத்தைவிடத் தூண்டின. (ஜைனர்களின் கடுமையான அகிம்சை, எந்த உயிரியையுமே கொல்ல இடம் அளிக்காததால், தன்கீழ் அகப்பட்ட சிறு உயிரிகளைக் கொல்லும் ஏரை வைத்துச் செய்யும் விவசாயம் அவர் களுக்கு ஏற்புடையதாக அமையவில்லை. ஆகவே அவர்கள் வியாபாரி களாகிப் பணக்காரர்களாகுமாறு விதிக்கப்பட்டார்கள்.)

இந்தக் கருத்துகளைப் பரவலான பிரச்சினைகளோடு கலக்கும்போது, நாம் விலங்குகளைக் கொல்வது, வதைப்பது, பலியிடுவது, உண்பது, கடைசியாக வழிபடுவது ஆகியவற்றிற்கிடையில் வேறுபடுத்தியாகவேண்டும். அகிம்சை, போரொழிப்பு, விலங்குகள்மீது கருணை, மரக்கறி உணவுண்ணல் ஆகியவை ஒரே விஷயமல்ல. தரவரிசையில், மனு, அசுவமேதம் செய்வதை முதலிலும், மாமிசம் உண்ணாமையை இரண்டாவதாகவும் வைக்கிறார் (5.53). விலங்குகளைக் கொல்லாமல் மாமிசம் உண்பது வழக்கமாக உள்ளது. (அசைவ உணவு உண்பவர்கள், வேட்டையாடவோ, மாமிசத்தை வெட்டுவதையோ செய்வதில்லை ஆயினும் தினசரி மாமிசம் உண்கிறார்கள்). அதேபோல, மனிதர்களை உண்ணாமல், அவர்களைக் கொல்வதும் உள்ளதுதானே? (போரில் வீழ்ந்த எதிரிகளை யாராவது உண்கிறார்களா?) அசுவமேத யாகத்திலும் குதிரை பலியிடப்பட்டதே தவிர உண்ணப்படவில்லை என்பதைப் பார்த்தோம். ஆகவே சைவ உணவுண்ணல், கொல்லுதல் என்பவை இருவேறு விஷயங்களாகவே இருந்திருக்கலாம். இந்திய நாகரிகத்தின் தொடக்கத்தில், நிலையான இராணுவம் இல்லாத பகுதிகளில், மாமிசம் உண்ணும் இல்லறத்தார்கள், தங்களைப் படைவீரர் ஆக்கிக்கொண்டு, மாமிசம் உண்பதில்லை எனப் போர்வீரர்களாகத் தங்களைப் புனிதப்படுத்திக்கொண்டார்கள்.[50] ஆக, அவர்கள் மாமிசத்தை உண்டார்கள், அல்லது கொலைசெய்தார்கள்.

மாமிசம் உண்பதற்கும் கொல்வதற்குமான விதிகள் பிற்கால இந்து மதத்தில் ஒன்றுக்கொன்று முரணாக இயங்கின. (பெரும்பாலான மக்களுக்கு இவை பொருந்தும், ஆனால் ஒவ்வொரு மனிதனின் சாதியைப் பொறுத்தும் இது மாறுபடும்). சான்றாக, ஒரு பிராமணனைக் கொல்வதைக் காட்டிலும் ஒரு பறையனைக் கொல்லாம். ஆனால் இறந்த மனிதர்களை உண்ணவேண்டிய சூழல் ஏற்பட்டால், பறையனை உண்பதைவிட பிராமணனை உண்ணலாம். ஒரு மாமிச உணவைச் சேகரிப்பதிலுள்ள வன்முறையை விட, அந்த உணவின் சுத்தம்/அசுத்தம் வேறொரு பிரச்சினையாகப் பார்க்கப்படுகிறது. மாமிச உணவை உண்பது வேறு, கொல்லுவது வேறு. இது பிராமணர்கள் - பறையர்கள் விஷயத்துக்கு மட்டுமல்ல, சாதாரணமாகச் சாலையில் கொல்லநேரும் பசுக்கள் - நாய்களுக்கும் பொருந்தும்.

ஆயினும், ஒருவன் மாமிசத்தை உண்ணவேண்டுமாயினும் அதை வேறொருவன் கொன்றே இருக்கவேண்டுமென்ற தர்க்கம், மரக்கறி உணவுண்ணல், அகிம்சை என்ற இருவேறு இலட்சியங்களுக்கிடையே தொடர்பை உண்டாக்கியது. துறவு என்ற கருத்தோடு சேர்ந்து, இந்தியாவில் இந்த இலட்சியம் நிலைத்து நிற்கலாயிற்று. ஆக, சில நூற்றாண்டுகளில், இயற்கை மற்றும் சமூக முறைமைகள் அதிகாரத்தினாலும் இம்சை

யினாலும் விளைபவை என்று வேதங்கள் கூறியதை உபநிடதங்கள் எதிர்மறையாக்கி, அகிம்சைக் கொள்கையாக 180டிகிரி புரட்டிவிட்டன. ஆகவே எல்லாக் காலங்களிலும், எல்லா மனிதர்களும், விலங்குகளும் இறக்கின்றன. எல்லா மனிதர்களும், எல்லா விலங்குகளும் சாப்பிட்டாக வேண்டும். சாப்பிடுவது என்பது யாரோ, எதுவோ (தாவரங்கள் உட்பட— ஏனெனில் உயிர்த்தொடர்ச்சியில் அவைகளும் உள்ளவைதானே) கொல்லப்பட்டாக வேண்டும் என்பதை உள்ளடக்கியது. ஆகவே தன் இறப்புவரை எப்படி ஒருவன் வாழப் போகிறான், அல்லது எதைக் கொன்று வாழப்போகிறான் என்பதுதான் கேள்வி.

விரைந்து முன்னோக்கி

பற்றும் துறவும்

மரபான இல்லற மதத்தோடு சேர்ந்து துறவு இயக்கங்களும் ஏற்றுக் கொள்ளப்பட்டமைக்கு ஒரு காரணம், அவை பரந்த மரபு அக்கறை காட்டிய ஒரு பிரச்சினை — பற்றுக்கு அல்லது ஆசைக்கு அடிமையாதலுக்குத்— தீர்வுகாண முனைந்தன. பொருளியல் விஷயங்களில் பற்றுவைத்தலை ஆழமான உளவியல் முறையில் புரிந்துகொள்ளுதல் (சக்தி) (குறிப்பாக மிக அதிகமான ஆசைவைத்தல் — அதிசக்தி) அதிலும் பேராசை வைத்தலின் அளவுகோல் ஒன்றை விட்டுவிடவேண்டும் என்று நினைத்தாலும் விடமுடியாதிருத்தல் — ஒன்றே ஒன்றுதான், பிறகு விட்டுவிடுவேன் என்ற காட்சி இந்துமதத்தின் வரலாறு முழுவதும் வெளிப்படுகிறது. மனு அதை நன்றாகச் சொல்லுகிறார்: “ஒரு மனிதன் ஆசையினால், புலனின்பம் சார்ந்த பொருள்கள்மீது ஆசை வைக்கக்கூடாது. அதிகமான பற்றுவைத்தலினால் என்ன நிகழ்கிறது என்பதை அவன் நினைத்துப் பார்க்கட்டும் (4.16)” கணகண்ட இந்த அபாயத்திற்கு ஒரு எதிர்வினை, துறவின் மூலம் அல்லது கடுநோன்பின்மூலம் ஆசையைக் கட்டுப்படுத்த முனைவது. சிற்றின்ப வேட்கை எனும் கடல்அலைகள் தாக்காவண்ணம் சுவர்களை எழுப்புவது ஆகும். நோன்பிருத்தல், சிற்றின்பத்தைத் துறத்தல் ஆகியவை பரவலாக, மிதமான அளவில், இல்லறத்தினராலும் ஏற்றுக் கொள்ளப்பட்டன. சிறந்தமுறையிலான காமத்தை ஏற்பது இந்து மதத்தில் கொள்ளப்பட்டாலும், அதனால் ஏற்படும் அபாயங்களை உணர்ந்துகொள்வதால் சமநிலை ஏற்பட்டது. தீமையென உணரும் அளவுக்குக் காமம் மிதமிஞ்சிச் செல்லும்போது (இதைக் காமசூத்திரமும் உணர்த்துகிறது) புலனின்ப வேட்கைகளைக் கட்டுப்படுத்துகின்ற பல மத ஒழுக்கங்கள் ஆளப்பட்டன. துறவை மேற்கொள்பவனுக்கும் சரி, அவன் ஒதுக்கும் சமூகத்திற்கும் சரி, பெரும்பாலும் துறவு — சண்டைக்கு வெளியே இருப்பது — அமைதியாவே இருந்தது. பெரும்பாலும் சமுதாயத் திற்கும் அது பயனளிப்பதாகவே கருதப்பட்டது. ஆனால் வேறு சில துறவுகள், உடலுக்கும் சமூக அமைப்புக்கும், குடும்பங்களின் உலகிற்கும் ஆபத்து விளைப்பனவாக இருந்தன. இந்துமதம் புலனின்ப இச்சையில் மட்டும் வன்முறைசார்ந்ததாக இல்லை, அதற்கெதிரான எதிர்வினையிலும் வன்முறைசார்ந்ததாக இருந்தது. டாக்டர் ஜான்சன், மிதமாக இருப்பதைவிட விட்டுவிடுவது எளிது என்று சொன்னதை

ஏற்றால், இந்துமதம் தன் இரு கோடிகளிலும் — ஆசையிலும் துறவிலும் வன்முறை கொண்டதாக இருந்தது.

புலன்கள், பன்றிகள், நாய்கள் போன்ற கவர்ச்சியற்ற சாதுவான பிராணிகளுக்கோ சிங்கங்கள், முதலைகள் போன்ற கொடிய பிராணிகளுக்கோ ஒப்புமைப்படுத்தப்பட்டதில்லை. உயர்ந்த, அழகிய, விலைமிக்க குதிரைகளுக்கு ஒப்பிடப்பட்டன. புலன்களும், குதிரைகளும் உயர் நோக்கமுள்ள அரசவீரர்களுக்கு நல்லவை. (ஆனால் அவர்களுக்கும் அபாயமானவை தான். அரசன் திரியருணனையும் அவன் தேரையும் கருத்தில் கொள்க.) ஆனால் கட்டுப்பாட்டை இலட்சியமாகக் கொண்ட மந்தமான புரோகிதர்களுக்கும் இல்லத்தினர்க்கும் அது நல்லதல்ல. குறைந்தபட்சம் பிராமணர்களேனும் அரசர்களைக் கட்டுப்படுத்த பிராமணர்கள் தேவை என்று கருதியதால், ஏமாற்றுகின்ற புலன்களைக் கட்டுப்படுத்த நோன்புகள் முதலியன தேவை என்று கருதப்பட்டது.

புலன்களின் கொடுமையிலிருந்து, ஆசையிலிருந்து தப்பிக்க, சில துறவிகள் தாங்களே தங்களை விளிம்புநிலைக்குட்படுத்திக் கொண் டார்கள். புலனின்ப வேட்கையின் அளவுகோலின் ஒருகோடி துறவு என்றால், மறுகோடி புலனின்ப வேட்கையின் போதை. இது உயர்சாதி ஆடவர்களை விளிம்புநிலைக்கு உட்படுத்தி, நாம் இந்த எடுத்துரைப்பின் மையமாகக் கருதுகின்ற பிற விளிம்புநிலையினருடன் — பெண்கள், கீழ்ச் சாதியினருடன் — ஒப்பாக வைக்கின்றன. தீமைகளுக்கு வசப்படுதல் பிராமணர்கள், அரசர்கள் சிலரின் அதிகாரத்தையும் அந்தஸ்தையும் நீக்கி விளிம்புநிலையில் தள்ளின. கதைகளிலேனும், சில அரசர்கள் சூதாட் டத்தின் வாயிலாகத் தங்கள் அரசுகளை இழந்தார்கள், வேட்டை மூலமாக அபாயகரமான, அசுத்தப்படுத்துகின்ற சூழல்களில் சிக்கினார்கள். உணவுத்தேவை இல்லாதபோது ஈடுபடும்போதுதான் வேட்டை ஒரு தீமை எனக் கூறப்பட்டது. பணத்தின் தேவை இல்லாத நிலையில் சூது ஒரு தீமை என வகுக்கப்பட்டது. பிள்ளைபெறத் தேவையில்லாதபோது சிற்றின்பம் தீமை எனக் கருதப்பட்டது. அணில்களையோ பிற சிறு விலங்குகளையோ உணவுக்காக வேட்டையாடும் ஏழைமக்களுக்கு வேட்டை என்பது தீமையல்ல. ஆனால் வேட்டையாடுவதையே தொழிலாகக் கொண்ட வேடுவ இனத்தினர் அசுத்தமானவர்கள் எனக் கருதப்பட்டனர். ஓர் அளவுக்கு இந்தத் தீமைகள் சமுதாயத்தைச் சமநிலைப்படுத்தின.

துறவும் காமமும்

ஆனால் மதம் எனும் வீட்டின் கதவுக்குள் சிற்றின்பம் கால்களை ஊன்றித்தான் இருந்தது. இந்தியாவின் வரலாறு முழுவதும், காமம் என்பது மையமானதோர் பாதையாகவே இருந்துள்ளது. காட்டின் பிறபகுதிகளில், இந்தியாவில் துறவு உயிருடனிருந்து வாழ்ந்தது என்றால், இல்லறத்தினர் பயனுற வாழும் கட்டளையை மேற்கொண்டு பல்கிப் பெருகினர். இந்துமதம் (பௌத்தம் போலவே) வீடுபேறு பற்றிய கவலையை விட உலகியல் மதிப்புகளிலேயே பெரிதும் அக்கறை காட்டினர் என்பதைப் பனுவலியல் ஆய்வாளர்கள் முன்னர் வைத்திருந்த கருத்துக்கு மாறாகக் கல்வெட்டுகள் போன்ற பொருளியல் சான்றுகள் அண்மையில்

காட்டியுள்ளன. மதப்பனுவல்களும் இந்த ஈரடிநிலையைக் காட்டுகின்றன. ஒருபுறம் வன்முறைசார்ந்த (யாகம் சார்ந்து), உலகியல், பொருளியல், சிற்றின்ப, உள்ளார்ந்து போதையூட்டும் புகையும் மறுபிறப்பும் கொண்ட பாதை. மறுபுறம், அகிம்சை (மரக்கறி உணவு), துறவு, தவம், ஆன்மிகம், சார்ந்த சுவாலையும் விடுதலையும் நோக்கிய கட்டுப்பாட்டுப் பாதை. இந்த இரண்டிற்குமிடையிலான இழுவிசை, உலகியல் ஈடுபாடு—வாழ்க்கையிலிருந்து ஒதுங்குதல் அல்லது பரிவிருத்தி—நிவ்ருத்தி (செயலில் ஈடுபடுதலுக்கான வெளிப்புற உந்துதல் — ஒதுங்குதலுக்கான உட்புற உந்துதல்), அல்லது பூர்ஷ்வா தன்மைகொண்ட குடும்பத்தினர்—தேடலில் ஈடுபட்ட துறவிகள் அல்லது கர்மவினையை நல்லதாகவோ கெட்டதாகவோ நோக்குகின்ற பார்வைகளுக்கிடையிலான சமநிலையாகச் சிலசமயங்களில் வெளிப்படுத்தப்படுகிறது.

அவ்வப்போது, ஒரு தனிமனிதனோ குழுவோ மற்றதைத் தவறானது என்று குற்றம் சாட்டும் குரல் எழுந்துதான் உள்ளது. விரோதம் அபூர்வம்தான், ஆனால் இல்லாதது அல்ல. ஒரு பிராமணம், துறவு வாழ்க்கையைப் போற்றாமல் சொல்கிறது. "தந்தையர்கள் ஆழ்ந்த இருளைப் புத்திரர்கள் வாயிலாகக் கடந்தனர். ஒரு மகன் தந்தைக்கு ஆறுதலளித்து இருளினூடாகச் சுமந்து செல்கிறான். சுயம் சுயத்திலிருந்து பிறக்கிறது. மான்தோலினாலும் அழுக்கடையும் தவத்தினாலும் ஏற்படும் பயன் என்ன? தாடி வளர்ப்பதாலும் துறவினாலும் பயன் என்ன? பிராமணர்களே, மகனைப் பெற்றுக் கொள்ளுங்கள். இதைத்தான் மக்கள் தொடர்ந்து சொல்கிறார்கள்."[51] துறவிகளை இல்லறத்தினர் ஒருவித போற்றுதலும், (சற்றே குற்றவுணர்வுடன் கூடிய) பொறாமையும், பரிதாபமும், அவநம்பிக்கையும்[52] கொண்டு நோக்கினர். இதனால் போலித் துறவிகள், போலிப் பக்கிரிகள், போலிப் பிச்சைவாழ்க்கையினர் கொண்ட பரவலான மனிதர்களும் மெய்யான துறவு வாழ்க்கையினர் போன்றே ஆரம்பத்திலிருந்து தோன்றிவிட்டனர்.[53] யோகிகளை 1891இன் மக்கள்தொகைக் கணக்கெடுப்பு, "பல்வகையான, கௌரவமற்ற, சுற்றித் திரிகின்றவர்கள்"[54] என்று சேர்த்தது (ரைக்வனை நினைக்கவும்). இந்து சமூகத்தில் கிராம மக்கள் இன்றுவரை யோகிகளைக் குறித்த அளவு அவநம்பிக்கையோடுதான் நோக்குகின்றனர். இந்தியா முழுவதும் வெறும் சாதாரண மனிதர்களாக வாழும், பெண்களால் கவரப்படும் யோகிகளைப் பற்றிக் கதைகள் வழங்குகின்றன.[55] இல்லறத்தினர், இந்நிலையினால், மெய்யான துறவிகளை ஆதரித்து, போலிகளை அவமரியாதைப்படுத்த இல்லறத்தினரால் இயலும். இந்துக்கள் ஐயம் கொண்டவர்களாகவும், தியானத்திற்கென நாபிக்கமலத்தை நோக்குகின்றவர்களாகவும் ஒரே சமயத்தில் உள்ளனர்.

இதேபோன்றதொரு இழுவிசை, இந்து சிற்றின்ப, கலை மரபுகளுக்கும், கட்டுப்பாடான வாழ்க்கையை வலியுறுத்தும் பல இந்துமதக்குழுவினர்க்கும் இடையில் உள்ளது. பெண்களைப் பற்றிய ஈரடியான பார்வைக்கும் இது வழிவகுத்தது. துறவிகள் பெண்கள்மீது ஆழ்ந்த வெறுப்பையும் பயத்தையும் கொண்டனர். உலகியல் இந்துக்கள் தங்கள் சிற்பங்களிலும், கவிதைகளிலும், சிலசமயங்களில் நிஜவாழ்க்கையிலும் பெண்மையைப்

போற்றினர். பிற்காலத்தில் மோட்சப்பாதைக்கெனச் சொல்லப்பட்ட பல்வேறு வழிகளோடு, மற்றொரு தீர்வும் சொல்லப்பட்டது. பாலியல் - கற்பு ஆகியவற்றிற்கிடையிலான மோதலின் பொறுப்பை ஆண்களிடமிருந்து நீக்கிப் பெண்கள்மேல் சுமத்துவது அது.[56] இனப்பெருக்கப் பாதையைத் தேர்ந்தெடுத்த ஆண்கள், பெண்களை மனைவியர், தாயர் என்ற நிலைகளில் போற்றினர். கற்பு என்ற பார்வையால் தூண்டப்பட்டவர்கள், பெண்களைத் திருப்திப்படுத்தமுடியாத ஒழுக்கங்கெட்டவர்களாக நோக்கினர். இந்துமதத்தின் வரலாறு முழுவதிலும், பெண்களைப் பற்றிய மனப்பாங்கில் இந்தப் பிளவுபட்ட நோக்கு திரும்பத்திரும்ப வந்தவாறே உள்ளது.

இந்த வேற்றுமைகள், இந்துமதத்தில் பல முக்கியமான தத்துவ, நடைமுறைப் பிரச்சினைகளில் விவாதங்களைத் தூண்டியது. பிராமணக் கதையில் வரும் விருஷனைப் போல, இந்துக்கள் ஒருபுறம் காமத்தின் தூண்டுதல்மீதும், மறுபுறம் துறவெனும் தடையின்மீதும் கால்களை வைத்து வாழ்கிறார்கள். இந்த இழுவிசை, வழிபாட்டின் இரு வடிவங்களின் உறவில் வெளிப்படுகிறது. ஒருபுறம், கடவுளை சகுண, விலங்குத்தன்மை கொண்ட, மனித உருவிலுள்ள, கைகால்களை, முகத்தைக் கொண்ட, கதைகள் கட்டக்கூடிய வடிவமாகப் பார்க்கிறார்கள். இந்தக் கடவுளை நீங்கள் நேசிக்கலாம், அது மறுபடி மறுபடி பிறந்துவரும், தன்னை மனிதர்கள் கற்பனை செய்ய, நேசிக்க, வணங்கவேண்டி அது கருணையினால் மாயையான வடிவங்களைத் தாங்கிவரும். மாறாக, கடவுளை நிர்க்குணமாக, வடிவமற்றதாக, வருணிக்க இயலாததாக, கற்பனை செய்ய இயலாததாக, பிரம்மத்தின் வடிவமாகப் பார்க்கின்ற நோக்கும் இருக்கிறது. இந்த இரண்டாவது நோக்கு, வேறுபடுத்துவதில்லை, சகிப்புத் தன்மைக்குக் காரணமாக இருக்கிறது. கடவுள் வடிவமற்ற ஒன்று என்று நம்புவதாயின், நீங்கள் குறிப்பிட்ட ஒரு வடிவத்தை வழிபடுவதை விரும்புவதையோ, மற்றவர் வழிபடுகின்ற வேறுவித வடிவத்தை வெறுப்பதையோ செய்வதில்லை. இருப்பினும் துறவுமார்க்கத்தில் ஈடுபட்டவர்களுக்கும், மனித விஷயங்களுக்கிடையில் வாழ்பவர்களுக்கும் இடையிலான ஆக்கபூர்வமான இழுவிசை என்பது இந்துமதத்தின் சகிப்புத்தன்மையையும் பயமுறுத்தவே செய்கிறது.

ஆனால், தொடக்ககாலக் கீழையியலாளர்கள் செய்ததுபோலவோ, கார்ல் மார்க்ஸ் கூடச் செய்ததுபோலவோ, நாம் இந்த எதிர்வுகளை சாராம்சப்படுத்துவதில் எச்சரிக்கையாக இருக்கவேண்டும். 1853, ஜூன் 10 அன்று நியூயார்க் ட்ரிப்யூன் இதழில் இந்து மதத்தைப் பற்றி மார்க்ஸ் எழுதினார்: "சிற்றின்ப உணர்ச்சி வெளிப்பாடு — சுயவதையில் ஈடுபடுகின்ற துறவு, லிங்க வழிபாடு — மூடபக்தி, துறவி — நடனமாது ஆகியவற்றை ஒரேசமயத்தில் கொண்டது." இந்த இருமைகளைப் பழங்கால இந்திய மதக்குழுக்களின் சுழல்வழிகளினூடே நம் வழியைக் கண்டுபிடிப்பதற்கான வழிகாட்டு நெறிமுறைகளாகவோ அல்லது அறிவார்த்தக் கட்டமைப்புகளாகவோ மட்டுமே நோக்கவேண்டும். இந்துக்கள் பெரும் பாலும் தங்கள் சிந்தனைகளை இருமை எதிர்வுகளாக மட்டுமே வெளிப்படுத்தியதால், நாம் இந்த வகைமைகள் எவ்வித வாழ்ந்துபெற்ற

அனுபவத்தோடும் தொடர்புடையவை என்று கருதுவதற்கு இடமில்லை. துறவின் இலட்சியம், மரபான வேள்விமுறைசார்ந்த வேதஒழுங்கமைவைச் சவாலுக்கு அழைப்பதாகவோ, பயமுறுத்துவதாகவோகூட இருந்த போதும், அதை இந்துமதம் உள்வாங்கிக்கொண்டது. இந்துமதம், வடையை உண்ணவும் வேண்டும், கையிலும் அது இருக்கவேண்டும் என்று கருதும் மரபு. நடைமுறை இந்துக்களுக்கு, இவை எல்லாம் ஒரே மதத்தின் பகுதிகள்— பல அறைகளைக் கொண்ட ஒரு பெருவீடு. என்றும் நீடித்திருக்கும் பன்மைவாதம், இந்துக்கள் இந்தப் பிளவுகளை நோக்கினாலும், அவற்றை ஒருமித்த உலகின் பகுதிகளாக நோக்கும் பண்பை அளித்திருக்கிறது. வெகுஜன பௌத்தர்கள் அல்லது கத்தோலிக்கர்கள் சாமியார்கள், பெண்துறவிகள் ஆகியோரிடம் காட்டிய மனப்பாங்கைப் போல, இந்து இல்லறத்தினரும் தாங்கள் ஈடுபட விரும்பாத ஒரு வாழ்க்கை முறையினை மேற்கொண்ட துறவிகளுக்குப் புகலிடமளித்து இரண்டாம்தரமான தகுதியைப் பெறத் தயங்கவில்லை. துறவிகளும், தங்கள் ஆசிகளுக்கும், சிலசமயங்களில் போதனைகளுக்கும் கைம்மாறாக இல்லறத்தினர் ஆதரவைப்பெறுவதில் மகிழ்ச்சியே அடைந்தனர். இந்தஇரு பாதைகளுக்கும் இடையில் மறுபடிமறுபடி எழும் மோதல்கள், பகைமைகள் ஒருபுறம் இருப்பினும், அவற்றுக்கிடையிலான ஆக்கபூர்வ இழுவிசை பொதுவாக அமைதியாகத்தான் இருந்தது. இருவகையினருமே ஒருவரையொருவர் மதித்தனர், பல நூற்றாண்டுகளாக மகிழ்ச்சியாக ஒன்றாக வாழ்ந்தனர். வேதகால இரத்த பலியை அகிம்சைச் சிந்தனை விலக்கியது என்பதைவிட ஆதரித்தது என்றே சொல்லமுடியும். முன்சொன்ன வாழ்க்கை முறை களோடு துறவும் ஒருவித தனித்த வாழ்க்கைமுறையாகத் தொடர்ந்து இருந்தது. பல குழுக்கள், உதாரணமாகக் கீழ்ச்சாதியினர், இந்த இரு இலட்சியங்களுக்கிடையிலும் எவ்வித முரண்பாட்டையும் காணவில்லை அல்லது அதை எளிதாக ஒதுக்கிவிட்டனர். சற்றே தீவிரமான, சகிப்புத்தன்மையற்ற ஒரு பாரம்பரியம், உபநிடத முனிவர்களைக் கம்பத்தில் கட்டி எரித்திருப்பார்கள். பெரும்பாலான மற்ற மதங்கள், மதஎதிர்ப்புக்கொள்கை கொண்ட துறவிகளை உதைத்திருப்பார்கள் அல்லது விழுங்கியிருப்பார்கள். வேதஇந்துமதம் அவர்களுக்கு மரியாதை மிக்க இடத்தை அளித்தது.

பொதுவாக, மோட்சப்பாதையை ஏற்றவர்கள், மறுபிறவிக்கான பாதையைத் தூற்றவில்லை. மறுபடிமறுபடி சாலை இரண்டாகப் பிரிகிறது, ஆனால் இரண்டு வழிகளும் ஒன்றன் அருகிலே மற்றொன்றாக, சிலசமயங்களில் இணைந்தும், பிறகு பிரிந்தும் செல்கின்றன. எப்போது வேண்டுமானாலும் ஒருவர் ஒன்றிலிருந்து மற்றொன்றிற்குத் தாவிவிட முடியும். வேதம்சொல்லும் தவம், வெளிப்புறமாகச் செலுத்தப்பட்ட தீ, முதலில் உபநிடதம் சொல்லும் தவத்திற்கு, உட்புறமாகச் செலுத்தப்பட்ட தீக்கு எதிராக இருப்பதுபோல் தோன்றியது. ஆனால் இறுதியில், இரண்டுவிதத் தீ வடிவங்களும், காமத்தீயும் கூட,[57] ஒரே மனிதசக்தியின் கூறுகள்தான். வெவ்வேறு பாதைகளில் செலுத்தப்பட்டிருக்கின்றன, அவ்வளவுதான். துறவு, போதைப்பாதைக்கு எதிராகச் சென்று, மறுபடி திரும்பி வருகிறது. யூகம் என்பதற்கு இந்தியத் தத்துவம் ஓர் உதாரணம் தருகிறது. புகை இருக்குமிடத்தில் நெருப்பிருக்கும். புகை என்பது தீயின்

அடையாளம், குறி (லிங்கம்). அதாவது, மறுபிறப்பு என்னும் வாய்ப்பு, சம்சாரப் பாதை இருக்கும்போது, மறுபிறப்பிலிருந்து விடுபடும் வாய்ப்பும், மோட்சப் பாதையும் இருக்கிறது. அவ்வளவு வெளிப்படையாக இல்லா விட்டாலும், இதுவும் மெய்தான் மறுபிறப்பிலிருந்து விடுதலை, தீ என்பது இருக்கும்வரை, மறுபிறப்பும், புகையும் இருக்கவே செய்யும்.

அடிக்குறிப்பு

1. *Chandogya Upanishad* 4.4; Doniger O'Flaherty, *Textual Studies*, 31-32.
2. Keay, *India*, 52.
3. Ibid., 63.
4. Thapar, *Early India*, 138.
5. Ibid., 148.
6. Gombrich, *Theravada Buddhism*, 51-58.
7. Derrett, *Dharmasastra and Juridical Literature*, 4-5, 11-12
8. This page, and indeed much of my discussion of the history of India during this period, owes much to conversations with Laura Desmond.
9. Gombrich, "Dating the Buddha."
10. Joel Brereton and Patrick Olivelle have argued, fairly convincingly, that it should rather be translated, "And that's how you are." Olivelle, *Early Upanishads*.
11. Manu 3.100; cf. 4.201: The same karmic transfers results from bathing in another man's tank without his permission.
12. Doniger O'Flaherty, introductions to *Karma and Rebirth* and to 2nd ed. *Origins of Evil*.
13. Doniger O'Flaherty, *Origins of Evil*, 248-71.
14. Keay, *India*, 49.
15. Fairservis, *Roots*; Zimmerman, *The Jungle*.
16. Roth, *I Married a Communist*, 72.
17. Flood, *Introduction*, 83.
18. Doniger O'Flaherty, *Karma*, 4.
19. Thapar, *Early India*, 130.
20. Ibid., 132.
21. Heesterman, *The Broken World*.
22. Doniger O'Flaherty, *Karma*, introduction.
23. Thapar, *Early India*, 132
24. Olivelle, *Samnyasa Upanishads*, 116, 123,132-33, 137-39, 152, 157-61.
25. Doniger O'Flaherty, *Dreams*, 149-58.
26. Flood, *Introduction*, 87-88, citing Heesterman.
27. Ibid., 53.
28. Thapar, *Early India*, 132.
29. *Maitrayani Samhita* 4.8.1; *Kathaka Samhita* 30.1

30. *Flood, Introduction, 87.*

31. *Obeyesekere, Imagining Karma.*

32. *Thapar, Early India, 128.*

33. *Garbe, "Lokayata."*

34. *Olivelle, The Ashrama System, 9-16.*

35. *Flood, Introduction, 81-82; Doniger O'Flaherty, "The Origins of Heresy."*

36. *Patanjali, cited by Flood, Introduction, 82; cf. Thapar, Early India, 63.*

37. *Flood, Introduction, 148.*

38. *Thapar, Early India, 131.*

39. *Klostermaier, Hinduism, 34; cf. Flood, Introduction, 86.*

40. *Insler, "The Shattered Head."*

41. *Skanda Purana 1.2.13.62.*

42. *Thapar, Early India, 262.*

43. *In the Pali canon, the story is preserved in Anguttara Nikaya 8.51 and in the Cullavagga section of the Vinaya.*

44. *My insights into early sutras in general, and this paragraph in particular, come from Laura Desmond.*

45. *Ramayana 5.20.3.*

46. *Olivelle, Early Upanishads, 356.*

47. *West, Indo-European Poetry, 22.*

48. *Biardeau, Hinduism, 31.*

49. *Aitareya Brahmana 2.8-9.*

50. *Heesterman, The Inner Conflict.*

51. *Aitareya Brahmana 7.13-18.*

52. *Madan, Non-renuncation.*

53. *Doniger O'Flaherty, Siva, 44-68.*

54. *Ernst, "Situating Sufism and Yoga."*

55. *Narayan, Storytellers, Saints and Scoundrels.*

56. *Jamison, Sacrificed Wife, 16-17.*

57. *Doniger O'Flaherty, Siva.*

இயல்: 8

இந்துக்கற்பனையில் வாழ்க்கையின் இலட்சியங்கள்

காலவரிசை

கி.மு. 300 — கி.மு. 100 தர்மசூத்திரங்கள் இயற்றப்படுதல்

ஏ. கி.பி. 100 மனுவின் தர்மசாத்திரம்

ஏ. கி.பி. 200 கௌடில்யரின் அர்த்த சாஸ்திரம்

ஏ. கி.பி. 300 வாத்ஸ்யாயன மல்லநாகரின் காமசூத்திரம்

மூன்று இலட்சியங்கள்

காமசுகத்திற்காக இன்பத்தை அனுபவித்தவர் இல்லை; இன்பத்திற்காகச் செல்வத்தைச் சேர்த்தவர் இல்லை; தர்மத்திற்காக வன்முறையில் ஈடுபட்டவர் இல்லை.

- அஸ்வகோஷர், புத்தசரிதம்—கி.பி. முதல் நூற்றாண்டு[1]

அஸ்வகோஷர் விவரித்த இந்து இலட்சிய

உலகில் மூன்று இலட்சியங்களில் எதுவும் அதன் தலைப்பிலிருக்கும் சேவைக்காகப் பயன்படுத்தப்படுவது இல்லை. தர்மம் செல்வத்தைவிட முக்கியமானது, செல்வம் இன்பத்தைவிட முக்கியமானது, இன்பம் வெறும் காமக்கிளர்ச்சிகளைவிட முக்கியமானது. இன்பம், செல்வம், தர்மம் (தமிழ் முறைப்படி நோக்கினால் இன்பம்—பொருள்—அறம்) என்ற மூன்று இலட்சியங்களுக்கிடையிலான சிக்கலான படிநிலை உறவைத்தான் இந்த இயல் நோக்குகிறது. இது ஒரு இடைவேளை. இதன் விஷயம் குறித்த எந்த வரலாற்றுப்பகுதிக்கோ அல்லது இந்த நூலின் முக்கியமான செயலாளிகளுக்கோ (பெண்கள், கீழ்ச்சாதியினர், நாய்கள், குதிரைகள்) உரியதல்ல. ஆனால் இந்துமதத்தின் நடைமுறையில் உள்ள, அதன் வரலாற்று வளர்ச்சியினூடும் உள்ள அடிப்படையான சில குறித்த அடிப்படைச் சிந்தனைகள் எனலாம். இவற்றின் மையமாக இருப்பது மறுபிறப்பு—துறவு ஆகியவற்றிற்கிடையிலான இழுவிசை; துறவை உள்ளிட்ட பொதுவான தர்மத்திற்கும், வன்முறை, குறிப்பாகப் போரின் மற்றும் யாகத்தின் வன்முறை உள்ளிட்ட சிறப்பு தர்மத்திற்குமான இழுவிசையும் ஆகும்.

பொருளின் முக்குணங்கள்

பின்னர்தான் தெளிவாக வெளிப்படுத்தப்பட இருந்த, எல்லாவற்றையும் கவித்தடக்கும் ஓர்அறிவுசார் சட்டகம் மோட்சத்தை உபநிடதங்கள் உள்வாங்கிக் கொள்ளத் தொடங்கியது. ஆனால் மோட்சக்கொள்கை சவால்விட்ட வகைமைகளை ஏற்கெனவே அது தன்னுள் கொண்டிருந்தது. ஏற்கெனவே நாம் அடிப்படை இருமைகள் செயல்படுவதை நோக்கியிருக் கிறோம். இவற்றோடு மாறிமாறி, இந்த வகைமைகள், அஸ்வகோஷரின் கவிதையில் வருவதுபோல, அடிப்படைக் கருத்துகளை மும்மூன்றாக இணைத்தன. பிறகு நந்நான்காகவும் இணைத்தன. மிகுதி என்பதைக் குறிக்கும் சொல் மூன்று. சமஸ்கிருத இலக்கணத்தில் எண்கள் மூன்றுதான். ஒன்று, இரண்டு, பல. நிஜவாழ்க்கை உலகத்தின் இயற்கையில் பலதன்மை, பலமுகங்கள், பலவடிவங்கள், பல—என்னவாகவும் இருக்கலாம் ஆகியவற்றை மூன்று என்ற சொல்லே குறித்தது. ஒன்றையொன்று ஊடுருவல், ஒன்றுக்கொன்று தொடர்புடைமை, ஒன்றாகச் செல்லும் பல பொருள்கள் ஆகியவற்றையும் அது குறித்தது. அதர்வ வேதத்திலும் சாண்டோக்கிய உபநிடதத்திலும் ஏற்கெனவே பொருளின் மும்மைப் பண்பு பற்றிய குறிப்பு வந்துள்ளது.[2] சத்துவம் (அமைதிப்பண்பு), ராஜசம் (ஆற்றல்), தாமசம் (மந்தத்தன்மை) ஆகியவை இவை. இவை பொருளினுள் மூன்று இழைகளாக இணைந்துள்ளன.[3] இம் முக்குணங்களைப் பற்றி மிக விரிவான விளக்கத்தை அளிப்பது சாங்கியத் தத்துவம்.[4] இந்த அடிப்படை மும்மையை அது தேவர்களின் வகைகள், மனிதர் வகைகள், தாவர வகைகள், விலங்கு வகைகள், அடிப்படை வண்ணங்கள் போன்ற பல பிரிவுகளின்மீதும் பொருத்துகிறது. அதன்படி வெண்மை (சத்துவம்), செம்மை (ராஜசம்), கருமை (தாமசம்) ஆகியவை முக்குண வண்ணங்கள். பசுக்களும் பிராமணர்களும் சத்துவ குணம் கொண்டவராகவும், குதிரைகளும் க்ஷத்திரியர்களும் ராஜச குணம் கொண்டவர்களாகவும், நாய்களும் கீழ்ச்சாதியினரும் தாமச குணம் கொண்டவர்களாகவும்

சொல்லப்பட்டனர்.

இந்த குண மும்மைகள் அன்றி, வேறுசில நிலைத்த மும்மைகள் இவை: காலம் (கடந்த, நிகழ், எதிர்); மனம், உடல், பேச்சு; உடலின் மூன்று தோஷங்கள் — சிலேத்தும, பித்த, வாயு; மனிதனின் மூன்று கடமைகள் (முனிவர்களுக்குக் கல்வி, முன்னோர்களுக்கு ஈமச்சடங்கு, தேவர்களுக்கு பலி)[5]; மூவுலகுகள் (சொர்க்கம் — நரகம் — பூமி) — இந்தோ ஐரோப்பியப் பனுவல்களில் இவை காணப்படுகின்றன[6]; ரிக் வேதத்தில் காணப்படும் வானம் — ஈதர் — பூமி. ரிக் வேதம் வானம் — பூமி என்ற இருமை அமைப்பையும் பயன்படுத்துகிறது. புராணங்கள் மறுபடி இந்தோஐரோப்பிய மும்மையான சொர்க்கம்—நரகம் — பூமி என்பதற்கே திரும்புகின்றன. வானம் — பூமி என்ற இருமையோடு, பொருத்தமாக ஈதர், நரகம் ஆகியவற்றைச் சேர்ப்பது கொள்ளப்படவில்லை, ஏனெனில் மூவுலகு என்பது இந்துப் பிரபஞ்சவியலில் ஆழமாகப் பதிந்துவிட்டது. நாம் சந்திக்கப்போகும் பிற மும்மைச் சட்டகங்கள் நான்கானதைப் போல, இந்த மும்மை மட்டும் நான்காகவே இல்லை. இவற்றை நான்காக்க முடியாத தன்மை, இந்துச் சிந்தனையில் நான்கு என்னும் பகுப்பைவிட மும்மைப்பகுப்பே அடிப்படையானது என்று வாதிக்க இடம் தந்திருக்கிறது.

எனினும் பிற முக்கியத் தொகுப்புகள் மும்மையாகத் தொடங்கி நான்காயின. வாழ்க்கையின் மூன்று இலட்சியங்கள் மூன்றிலிருந்து நான்கிற்கான மாறுதலில் முக்கியமானது, புருஷார்த்தங்களின் சட்டகத் திற்குள் ஏற்பட்ட இடப்பெயர்ச்சி. அசலாக, மூன்று விஷயங்கள்தான் இருந்தன. அவற்றிற்குத் திரிவர்க்கம் என்று பெயர். அவற்றை நற்பண்பு, ஊதியம், இன்பம் எனலாம்; சமூகம், வெற்றி, பாலின்பம் எனலாம்; அல்லது கடமை, ஆதிக்கம், ஆசை எனலாம். குறிப்பாக, தர்மம் என்பதில் கடமை, மதம், மதத்திற்கேற்ற தகுதி, ஒழுக்கம், சமூக மற்றும் சடங்குக் கடன்கள், சட்டம், நீதி ஆகியவை அடங்குகின்றன. ரிக் வேதம் ரித என்பதைப் பற்றிச் சொன்னது. அதற்குப் பிரபஞ்ச ஒழுங்கு என்பது அர்த்தம். பிறகு உண்மை என்பதைக் குறிப்பதாகி பிறகு சட்டவிதித்தொகுப்புகளில், சடங்குசார் தர்மம் என்பதற்குள் சேர்க்கப்பட்டுவிட்டது. கர்மம் என்ற சொல்லின் வேர் க்ரு — (செய்) என்பதைப்போல, தர்மம் என்ற சொல்லின் மூலம் த்ரு— இறுகப் பிடித்துக் கொள், பத்திரமாய்க் காப்பாற்று என்று பொருள். தர்மம் பிரபஞ்சத்தைப் பிடித்திணைக்கிறது. அன்பைவிட தர்மம்தான் உலகைச் சுற்றும்படி செய்கிறது. பொருள்கள் எப்படி இருக்கின்றன, எப்படி இருக்க வேண்டும் என்ற இரண்டும் தர்மத்திற்குள் அடங்கியிருக்கின்றன.[7] அர்த்தம் என்பது பொருள்: பணம், அரசியல் அதிகாரம், வெற்றி, வார்த்தையின் பொருள், ஒன்றின் நோக்கம். காமம் என்பது இன்பமும் ஆசையும். வெறும் காம இன்பம் மட்டுமல்ல, புலன் சார்ந்த இன்பம்—இசை, நல்ல உணவு, வாசனை, ஓவியம்—யாவும். முழு வாழ்க்கை வாழ்வதற்கு ஒவ்வொரு மனிதனுக்கும் இவற்றில் பாத்தியதை, அல்லது அதைவிடக் கடமை உண்டு. சமஸ்கிருதப் பனுவல்கள் இந்த மூன்றில் ஏதேனும் ஒன்றை நாடுவதாகவே அமைந்தன. அவற்றில் புகழ்பெற்றவை, மனுவின் தர்ம சாத்திரம், கௌடில்யரின் அர்த்த

சாத்திரம், வாத்ஸ்யாயனரின் காமசூத்திரம். தர்மத்தைச் சொல்லுகின்ற நூல்கள் பல இருக்கின்றன, ஆனால் ஒரே ஒரு அர்த்த சாத்திரமும் காமசூத்திரமும்தான் பழங்காலத்திலிருந்து எஞ்சியிருக்கின்றன. தர்மம் என்பது மிக முக்கியமானது, சிக்கலானது. இந்தச் சமயத்தில் தர்மத்தை விதிமுறைப்படுத்துவது, ஒரு அர்த்தத்தில் மோட்சத்திற்கு (மேலும் துல்லியமாக, ஒரு மாற்று இலட்சியமாக மோட்சத்தை வைத்தமைக்கு) எதிர்வினை எனலாம். ஆனால் மோட்சமும் தர்மத்துடன் (மேலும் துல்லியமாக, வேதங்கள், பிராமணங்களுக்கு அடிப்படையாக அமைந்த சமூக முறைமையின் பொதுக் கருத்துகளாக அமைந்து இதுவரை விதி முறைப்படுத்தப் படாதவைகளுடன்) எதிர்வினை புரிந்துகொண்டுதான் இருக்கமுடியும். ஏனெனில், துறப்பவன், எதைத் துறக்கிறான்? தர்மத்தின் இதயமாக உள்ள இல்லற வாழ்க்கையைத்தான். இங்கு கோழி—முட்டை செயல்முறை, அல்லது பிரம்மாவும் விஷ்ணுவும் ஒருவரை ஒருவர் படைத்துக்கொள்ளும் முறை ஒன்று செயல்படுகிறது. சிலபேர் கடைசியாக நாங்கள் இல்லறத்தில் இருக்கவிரும்பவில்லை என்று சொல்லும் வரை, இல்லற வாழ்க்கையை நியாயப்படுத்துகின்ற பனுவல் எதுவும் தேவையில்லை. தர்மத்தைப் பற்றிய மிகமுந்திய பனுவல்கள், தர்ம சூத்திரங்கள். கி.மு. மூன்றாம் நூற்றாண்டிலிருந்து, கி.பி. முதல் நூற்றாண்டிற்குள் இயற்றப்பட்டவை. அவற்றை ஒட்டியே, மேலும் விரிவான தர்மசாத்திரங்கள் எனப்படும் பனுவல்கள் வந்தன. அவற்றில் நன்கு தெரிந்தது மனுவின் தர்மசாத்திரம். (மானவ தர்ம சாத்திரம் அல்லது மனுஸ்மிருதி). ஏறத்தாழ கி.பி. 100 அளவில் இயற்றப்பட்டது. இதில் 2685 செய்யுட்கள் உள்ளன. பரவலாக அக்காலத்தில் உளவியல், உடலைப் பற்றிய கருத்துகள், பாலியல், மனிதர்களுக்கும் விலங்குகளுக்குமான உறவுநிலை, பணம் மற்றும் பிற பொருள் சார்ந்த சொத்துகளைப் பற்றிய மனப்பாங்குகள், அரசியல், சட்டம், சாதி, சுத்தம் — அசுத்தம், சடங்கு, சமூக நடைமுறை, இலட்சியங்கள் உலகத்தைத் துறத்தல், உலகியல் இலட்சியங்கள் ஆகிய பலவற்றில் நிலவியிருந்த கலாச்சார யூகங்களை இது தொகுத்துக் கூறுகிறது. ஆசிரியர் தன்னைப் பற்றிக் கூறுகின்ற செய்தியே நாம் எதை நூலில் எதிர்பார்க்கலாம் எனச் சொல்லுகிறது. மனு ஓர் அரசன். (மனுநூலுக்கு புரோகிதர் காட்டும் மரியாதையை வைத்துப் பார்த்தால், ஒரு வேடிக்கையான சங்கதி இது.) மனு என்பவன் மனித இனத்தின் முன்னோன். இந்திய ஆதாம். மனு என்றால் அறிவுள்ளவன் என்று பொருள்படும். மானவர்கள் (மனிதர்கள்) என்போர் மனுவிலிருந்து வந்தவர்கள். மானவர் என்போர் ஆறறிவுள்ளவர் என்னும்போது மனித இனத்திற்குப் பொதுச் சொல்லாகவும் அமைகிறது. ஆகவே மனு என்பது ஒரு சிலேடை. மனுவினுடைய என்றும் மனித இனத்திற்குரிய என்றும் அர்த்தம். அரசியல் நூலான அர்த்த சாஸ்திரம் என்பது கௌடில்யரால் (குடில என்றால் வளைந்த என்று பொருள்) எழுதப்பட்டதாகச் சொல்லப் படுகிறது. அவர் கி.மு. நான்காம் நூற்றாண்டில் சந்திர குப்த மௌரியப் பேரரசனின் அமைச்சராக இருந்தவர். பொது சகாப்தத்தின் தொடக்கக் காலத்தில் — ஏறத்தாழ கி.பி.200 அளவில் அது எழுதி முடிக்கப்பட்டது என்றாலும், கி.மு. நான்காம் நூற்றாண்டை ஒட்டிய செய்திகள் அதில் இடம் பெற்றிருக்கலாம். ஆனால் எந்தப் பகுதிகள் மௌரியக் காலத்தில் இயற்றப்பட்டன, உண்மையில் அக்காலத்தில் நிகழ்ந்தனவற்றைச்

சொல்லுகின்றன, எந்தப்பகுதிகள் எப்படி இருக்கவேண்டும் என்பது பற்றிய பிற்காலக் கற்பனை என்பது தெரியாததால், குறிப்பிட்ட எந்தப் பகுதியும் மௌரியக்காலத்தைச் சேர்ந்தது என்று நம்மால் சொல்ல முடியாது. அரசனுக்குச் சொல்லும் ஆலோசனைகளின் தொகுப்பு அடங்கிய நூல் அது. மாக்கியவெல்லியின் நூலைப் போன்றது என்று சொல்லப்பட்டாலும், கௌடில்யரோடு ஒப்பிடும்போது மாக்கியவெல்லியை அன்னை தெரசா என்றே சொல்லலாம். ஓர் அரசை நடத்துவதற்குரிய நுட்பத் தகவல்கள் பெருமளவு அடங்கிய பகுதியோடு, மானிட உளவியல் பற்றிய மிகுதியான தகவல்களையும் அது கொண்டுள்ளது. மத உணர்வுகள் மீது கௌடில்யருக்கு நல்ல மதிப்பில்லை. கடவுளைப் போல வேடமணிந்த நண்பர்களுக்கிடையில் அரசன் செல்லவேண்டும் என்று அவர் சொல்கிறார். பார்க்கும் மக்கள், தங்கள் அரசன் தேவர்களுடன் பழகுகிறான் என்றே நினைத்துக் கொள்ளவேண்டும் என்பது கருத்து (13.1.3—8). யாரையாவது அவன் இறந்துவிடுவான் என்று சொல்லி, பிறகு தானே அவனைக் கொன்றுவிட்டுத் தனக்கு முன்னறிவிப்புத் திறன் (ஜோசிய அறிவு) உண்டு என்று நிரூபித்துக்கொள்ளவேண்டும் (1.11.17—18). கடவுளின் படிமம் ஒன்று எதிரி அரசன்மீது விழுமாறு செய்து, அவனை அந்தக் கடவுள் கொன்றுவிட்டதாக அறிவிக்கவேண்டும் (12.5.1—5). நீரில் அமிழ்ந்து தன்னை வருணன் என்றோ, நாகலோக அரசன் என்றோ காட்டிக்கொள்ளவேண்டும் (13.2.16). அல்லது புனிதமாக மதிக்கப்படுபவர் ஒருவரோடு சொல் விளையாட்டில் ஈடுபட்டு மக்களின் மத உணர்வுகளோடு விளையாட வேண்டும் (13.2.1—9). அரக்கன் போல நடிக்க வேண்டும் (13.2.30—37). விலங்குகளின் ரத்தத்தைச் சேகரித்து, தெய்வங்களின் சிலைகளிலிருந்து இரத்தம் வடியுமாறு காட்டி, அதைப் பகைநாட்டு அரசனின் எல்லைவரை கொண்டுசென்று, தெய்வத்திடமிருந்து இரத்தம் கசிந்ததால்தான் தோல்வி ஏற்பட்டது என்று அரசன் அவன் ஆட்களைச் சொல்லுமாறு ஏவவேண்டும் 3.2.27—8). எல்லா மக்களையும் எல்லாச் சமயங்களிலும் ஏமாற்ற முடியாது என்று பி.டி. பார்னம் சொன்ன கருத்தைக் கௌடில்யர் ஒப்புக்கொண்டிருப்பார். ஆனால் அதற்குத் தேவை இல்லை. மௌரிய கால தெய்வச் சிற்பங்கள் இந்தப் பனுவலின் சட்ட விஷயங்களில் வியப்பூட்டும் அளவுக்கு மிகுதியான பங்கு வகிக்கின்றன. (ஆனால் அவற்றைப் பற்றிய தகவல் எதுவும் நமக்குக் கிடைக்கவில்லை.) தங்களை மறந்து விலங்குகளுடனோ தெய்வச் சிலைகளுடனோ உறவுகொள்ளும் மக்களுக்குத் தனியான தண்டனைகள் காத்திருக்கின்றன (4.13.28—31). (ஒருவேளை லிங்கங்களோ?)

காமசூத்திரம் கி.பி. இரண்டு அல்லது மூன்றாம் நூற்றாண்டில் இயற்றப்பட்டிருக்கலாம். இயற்றியவர் வாத்ஸ்யாயன மல்லநாகர் என்று சொல்லப்படுகிறார். இவர் நிச்சயமாக ஒரு உண்மையான மானிடர்தான். மனுபோல ஒரு புராணப் பிறவி இல்லை. ஆனால் இவரைப் பற்றி ஒன்றும் தெரியவில்லை. ஆகவே மனுவைவிட வாத்ஸ்யாயனர் தொன்மத் தன்மை குறைந்தவர், ஆனால் கௌடில்யரைவிட தொன்மத்தன்மை மிகுந்தவர் என்று சொல்லலாம்.

மூன்று இலட்சியங்களுக்கான மூன்று முக்கியப் பனுவல்களுக்குள்ளும்

வேறுபாடுகள் பரஸ்பரப் படைப்பு என்ற நன்கறிந்த கருத்தின்படி, மனுதர்மமும் அர்த்த சாஸ்திரமும் ஒன்றையொன்று மேற்கோள் காட்டுகின்றன.9 குறிப்பாக, அர்த்த சாஸ்திரத்திலிருந்து, அரசன், பொது நிர்வாகம், குற்றவியல் சட்டம்—சிவில் சட்டம் ஆகியவற்றில் மனு கடன் வாங்கிக்கொள்கிறான்.10 அரசனின் பண்பு பற்றிய பல பௌத்தப் பனுவல்கள் உள்ளன. அவற்றுடன் சமகாலத்தியதாக எண்ணப்படுகின்றது அர்த்த சாஸ்திரம்,11 அது பிற பனுவல்களுக்குக் கருத்துகளைத் தந்திருக் கலாம், அல்லது அது பிறவற்றிலிருந்து பெற்றிருக்கலாம். குறிப்பாக வரிவிதித்தலின் முக்கியத்துவம், ஸ்தூபங்கள், கோயில்கள் ஆகியவற்றிற்கு இறையிலிநிலை அளித்தல். ஒருபொதுக் களஞ்சியத்திலிருந்து இந்தச் சிந்தனைகள் வருகின்றன.

ஆனால் மதத்தைப் பற்றிய அளவில் மூன்று பனுவல்களுக்குமிடையில் குறிப்பிடத்தக்க மனப்பாங்கு வேறுபாடுகள் உள்ளன. மனு வேதச் சடங்குகளைப் பற்றி விரிவாகக் குறிப்பிடுகிறான், ஆனால் கோயில்களைப் பற்றி எதுவும் குறிப்பிடவில்லை. காமசூத்திரமும் அர்த்த சாஸ்திரமும் மக்கள் செல்லும் கோயில்கள், ஈடுபடும் விழாக்கள் போன்ற வற்றைப் பற்றிப் பேசுகின்றன, வேதச்சடங்குகளைப் பற்றி எந்தக் குறிப்பும் அவற்றில் இல்லை. ஒருவேளை வெவ்வேறு மத நடைமுறைகளில் ஈடுபட்டிருந்தவர் களுக்கு வெவ்வேறு பனுவல்கள் இடமளித்தன போலும், (பௌத்த, இந்து மதங்களைச் சேர்ந்த) சுற்றித்திரியும் சந்யாசிகள், சந்யாசினிகளை—குறிப்பாக நாடுகடத்தப்பட்டவர்களாக மனு கருதுபவர்களை, வாத்ஸ்யாயனரைப் போலவே கௌடில்யரும் வேவு பார்ப்பவர்களாகப் பயன்படுத்திக் கொள்ளவேண்டுமென்று அரசனுக்கு அறிவுரைக்கின்றார். அர்த்த சாத்திர அரசியல் எந்திரத்தில், முகவரி அற்ற துறவிகள், பிழைப் புக்குப் பிச்சையெடுப்பவர்கள் — மிகவும் பயன்படுபவர்கள். வேசிகளைப் போல இவர்களும் மக்களின் எல்லாத் தளங்களுக்குள்ளும் எளிதாகச் சென்றுவரக்கூடியவர்கள். (நடிகர்களுக்கும் இத்தகைய சுதந்திரம் உண்டு. நடிப்புக்கான பாடநூலான பரதநாட்டிய சாத்திரத்தைத் தவிரப் பிற சாத்திரங்கள் யாவும் நடிகர்களை நம்பக்கூடாது என்கின்றன. மேலும், நடிகர்களின் மனைவியரோடு உறவுகொள்வது விபசாரமாகக் கருதப்படாது என்றும் சொல்கின்றன.) அர்த்த சாஸ்திரத்தைப் போலவே, ஆனால் எதிரான காரணத்திற்காக, காமசூத்திரமும் பெண்துறவியரிடம் எச்சரிக்கையாக இருக்குமாறு சொல்கிறது. திருமணமான பெண், பிச்சை எடுப்பவள், மதத்திற்காகப் பிச்சை எடுப்பவள், ஒழுங்கின்றி இருக்கின்ற பௌத்த பிக்குணி, செப்படிவித்தைக்காரி, குறி சொல்பவள், வேர்களிலிருந்து சாறெடுத்து மயக்குவதற்கு மருந்து தருபவள் போன்றவர்களோடு சம்பந்தம் வைத்துக்கொள்ளலாகாது என்று காமசூத்திரம் சொல்கிறது. (4.1.9). துறவிகளைப் போற்றி மனு பக்கம்பக்கமாகச் சொல்கிறார் என்றால், அர்த்த சாத்திரம், அரசனின் முகவர்கள் அலைந்து திரியும் துறவிகளாக வேடம்பூண வேண்டும் என்கிறது. உண்மையான துறவிகளையே அரசன் வேவுபார்க்கப் பயன்படுத்த வேண்டும் என்றும் சொல்கிறது (1.11.1—20). ஏற்கெனவே கௌரவமின்றியிருந்த துறவியர் பலருக்கும் இது மேலும் இழுக்கை உண்டாக்கியது. மேலும், போலிதீர்க்கதரிசிகளைப் பற்றிய

கதைகளையும் சொல்லித் துறவியரை மாசுபடுத்துகிறது (1.3.15).

தர்ம அர்த்த காமம் என்ற மூன்றும் தனித்தனி என்றாலும் சமம்தான். சிலசமயங்களில் அவை ஒன்றாகப் பணிசெய்கின்றன. உதாரணமாக, ஒருவன் குழந்தைக்காக உறவுகொள்ளலாம் (தர்மம்). அரசியல் அதிகாரத்திற்காகவும் உறவுகொள்ளலாம் (அர்த்தம்). வெறுமனே இன்பத்திற்காகவும் உறவு கொள்ளலாம் (காமம்). அல்லது மூன்றும் இணைந்த ஒன்றிற்காகவும் உறவில் ஈடுபடலாம் (காமசூத்திரம் 1.5.1—12). இருப்பினும் அவற்றைப் படிநிலைப்படுத்துகிறார்கள்.[12] அர்த்த சாஸ்திரமும் காமசூத்திரமும் தர்மத்தை முதலாகவும் காமத்தைக் கடைசியாகவும் வைக்கின்றன. ஆனால், மனு மழுப்புகிறார்: "தர்மமும் அர்த்தமும் சிறந்தவை எனப்படுகின்றன, அல்லது காமமும் அர்த்தமும், அல்லது தர்மம் மட்டும், அல்லது அர்த்தம் மட்டும் பூமியில் சிறந்தது. ஆனால் நிலையான விதி, மூன்றுமே மிகச்சிறந்தவை" (2.224). இந்த மூன்றும் குழந்தைகள் சுற்றிவரும் சக்கரம்போல ஒன்றை ஒன்று முந்திச் சுற்றிச்சுற்றி வருகின்றன. சிலர் ஓர் ஒற்றைத் தளக் கொள்கையின்மூலம் முக்குணங்களோடு மூன்று பொருள்களையும் தர்மத்தை சத்வத்துடனும், காமத்தை ராஜசத்துடனும், அர்த்தத்தைத் தாமசத்துடனும் என இணைக்கப் பார்க்கிறார்கள். ஆனால் மும்மையின் உறுப்புகள், பொருளின் இழைகள் போல இயக்கத்துடன், தவிர்க்கவியலாத தொடர்புடன், நீடித்த ஆனால் ஒன்றுக்கொன்று மாறு கின்ற உறவுகளுடன் உள்ளன.

அஸ்வகோஷர் பிராமணனாகப் பிறந்தவர், ஆனால் பௌத்தத்திற்கு மாறியவர். பொதுவாக ஏற்கப்பட்ட ஒரு ஏறுவரிசையில் அவர் மூன்று இலட்சியங்களையும் பட்டியலிடுகிறார். ஒருவன் அர்த்தத்தைக் காமத்திற் காகப் பயன்படுத்தலாகாது, ஏனெனில் அர்த்தம் காமத்தைவிட முக்கியமானது. தர்மத்தை அர்த்தத்திற்காகப் பயன்படுத்தலாகாது, தர்மம் அர்த்தத்தைவிட முதன்மையானது. காமத்திற்கு முன்உறுப்பாக ஒன்றைச் சொல்வதற்காக, அதைவிட விரும்பத்தகாத, அதைவிடக் குறைந்த மதிப்புள்ள ஒன்றைச் சொல்கிறார். (வெறும் இன்பத்திற்கு பதிலாகக் களிப்பு). கடைசி இலக்கான தர்மத்தை அடையும்போது, இதே பாணியைப் பின்பற்றி, அதைவிட முக்கியமானதொரு விஷயம் இருந்தால் தர்மம் அதனோடு சமரசம் செய்துகொள்ள லாகாது என்கிறார். அப்படிப்பட்ட விஷயம், இம்சை. இங்கு அகிம்சையை நாம் எதிர்பார்க்கிறோம். ஆனால் அகிம்சையின் இடத்தில் இம்சையை அவர் வைப்பது, வேத யாகத்தின் பேயுருவை எழுப்புகிறது. அது வேறொரு கருத்துக்குச் செல்கிறது: (புத்தருக்கு முந்திய, இலட்சிய உலகில், (விலங்குகளுக்கு இம்சை தரக்கூடிய) வேத யாகங்களை தர்மத்திற்கென எவரும் செய்யலாகாது. ஆனால், தர்மத்தைக்கூட, பிற இலட்சியங்களைக் கீழிறக்கி கௌரவப்படுத்தலாகாது. காமசூத்திரத்திற்குப் பதின்மூன்றாம் நூற்றாண்டில் உரையெழுதிய (1.1.2) ஒருவர், இந்த மூன்று இலட்சியங்களும் ஒன்றை யொன்று சார்ந்தவை என்பதற்கு ஒரு கதையைச் சொல்கிறார். அந்த இலட்சியங்கள் இங்கு தேவர்களாக பாவிக்கப்படுகின்றன.

வெண்டி டோனிகர் | 249

புரூரவஸும் மூன்று இலட்சியங்களும்

புரூரவஸ் என்ற அரசன் பூமியிலிருந்து தேவலோகத்திற்கு இந்திரனைக் காணச் சென்றான். அங்கு தர்மம், அர்த்தம் (பொருள்), காமம் என்ற மூன்றும் மனிதவடிவில் காணப்பட்டன. வலமாக வந்த அரசன், பிற இரண்டையும் விடுத்து, தர்மத்திற்கு மட்டும் வணக்கம் செய்தான். அவமானத்தைப் பொறாத பிற இரண்டும் அவனைச் சபித்தன. காமம் அவனைச் சபித்ததால், அவன் தன் மனைவியைப் பிரிந்து வாட வேண்டியிருந்தது. அதைச் சரிசெய்வதற்குள், அர்த்தம் அவனைச் சபித்ததால், அவன் மிகப் பேராசை பிடித்தவனாகி, நான்கு வர்ணங்களிலிருந்தும் பொருளைக் கவரலானான். பிராமணர்களிடமிருந்த பொருளையும் கவர்ந்துகொண்டதால் அவர்களால் யாகமோ பிற சடங்குகளோ செய்ய இயலாமல் போயிற்று. தங்கள் கையில் கூரிய தர்ப்பைப் புல்லேந்தி அவர்கள் அவனைக் கொன்றனர்.

மண்ணுலக அரசனான புரூரவஸ், தேவலோக மடந்தை ஊர்வசியை மணந்தான். அர்த்தம், அவனைப் பேராசைக்காரனாக்கி, தர்மத்தின் அடிப்படை விதிகளில் ஒன்றான பிராமணர்களின் பொருளைக் கவர லாகாது என்பதை மீறச்செய்ததால், அவன் இல்லாமறபோனான்.

வட்டத்தைச் சதுரமாக்கல்

மேற்கண்ட பனுவல்களும் வேறு பலவும், இம்மூன்றையும் முப் பொருளாகவே கருதுகின்றன. ஆனால் சிலசமயங்களில் வாழ்க்கையின் இலட்சியங்கள் மூன்றாக அல்லாமல் நான்காக (சதுர்வர்க்கமாக)ச் சொல்லப்படுகின்றன. நான்காவது இலட்சியம் மோட்சம் (வீடுபேறு, விடுதலை அடைதல்). மூன்று இலட்சியங்களையும் விரிவாகப் பேசுகின்ற பனுவல்களால் மோட்சம் பற்றிப் பேச இயலவில்லை. அதைத் தீவிரமாக எடுத்துக்கொள்ளாமல் இருக்கலாம். அதைவிட, மோட்சம் என்பது வேறொரு உலகத்தில் செயல்படுவதாகையால் அதை விட்டுவிட்டனர் போலும். வாழ்க்கையின் மூன்று இலட்சியங்களும் புதிதாக இடம்பெற்றுவந்த துறவியான நான்காவதை ஏற்கவில்லை போலும். குறிப்பாக, அஸ்வகோஷர், நாம் பார்த்த செய்யுளில், மும்மையைத்தான் குறிப்பிடுகிறாரே ஒழிய நான்கை அல்ல. யுகத்தைப் பற்றிய உருவகத்தினால் கூறினால், பகடைகள் மூன்று உலகியல் சார்பாக நிற்கின்றன. தர்மசாத்திரத்தில் கூறியபடி, காம, அர்த்த, தர்ம மூன்றும் இல்லறத்தினர்க்கானவை. ஆனால் மோட்சமும் மிக முக்கியமானது என்பதால் புறக்கணிக்க இயலவில்லை. அங்குதான் பிரச்சினைகளே எழுகின்றன. உபநிடதங்கள் காலமுதலாக அநாவசியக் குறுக்கீடான நான்காவது, அதீதமானதாகவும், (மறுபிறப்பின் பாதையான) உலகியலி லிருந்து விடுபட்டு, துறவையும் கடுநோன்பையும் (விடுதலையின் பாதை) வலியுறுத்துவதாகவும் இருந்தது.

ஆக, காமசூத்திரம், மோட்சத்திற்கு மிகச் சொற்ப இடமே அளித்ததில் வியப்பில்லை (1.2.4). அதைவிடக் கேவலம், தேவையற்றுப்போன ஒருவனை வேசி தூக்கிவெளியே எறிவதற்கு அந்தச் சொல்லைப் பயன்படுத்துகிறது

(6.4.44—5). மாறாக, மற்றப் பனுவல்கள், மோட்சத்தைப் பிறவற்றைவிட மிக மேலானதாக, தனியொரு வகுப்பினதாகவே கருதின. சில ஆசிரியர்கள், நான்கு வர்ணங்களோடு திருப்தியற்ற முறையில் இவற்றைப் பொருத்திப் பார்க்கவும் முனைந்தனர். இருபிறப்பாளர்களில், மோட்சமும் தர்மமும் பிராமணர்களுக்கு, காம, அர்த்த, தர்மங்கள் அரசர்களுக்கு, அர்த்தம் வைசியர்களுக்கு என்று கூறினர். வண்ணங்கள், பண்புகளுக்கு இவை பொருந்துகின்றன. வெண்மைத் துலக்கம்—பிராமணர்க்கு, சிவப்பு ஆற்றல்—க்ஷத்திரியர்க்கு, கருப்பு மந்தம்—கீழ்ச் சாதியினர்க்கு. ஆனால் இம்மாதிரிப் பொருத்துதல்கள் யாவும், வட்டத்துளையில் சதுர முளையைப் பொருத்துவது போன்றதுதான்.

மும்மை பெருகி நான்கான இவ்வமைப்புடன், பிறவும் விரைவில் சேர்க்கப்பட்டன.[13] வேதங்கள் மூன்று என்றே கருதப்படுகின்றன, இன்றுவரை பலரும் திரிவேதி (மூன்று வேதங்களையும் அறிந்தவன்) என்று பெயர்சூட்டிக் கொள்கிறார்கள். ஆனால் அதர்வ வேதத்துடன் வேதங்கள் நான்காயின, ஆகப் பலர் சதுர்வேதி (நான்கு வேதங்களை அறிந்தவன்) என்றும் பெயர் வைத்துக்கொள்கின்றனர். (கி.பி. ஏழாம் நூற்றாண்டைச் சேர்ந்த ஒரு முட்டாள் பிராமணன், பஞ்சவேதி, ஷட்வேதிகளாக இருக்கும் பிராமணர்களும் தன்னைப் போற்றுவார்கள் என்று தம்பட்டமடித்துக் கொள்கிறான்.)[14] முக்குணங்களும்கூட நான்கு ஆக்கப்பட்டன. மூன்று குணங்களையும் பெற்ற ப்ரக்ருதி (பொருள், இயற்கை) என்னும் பெண், அதீதமான புருஷன் (ஆன்மா, சுயம், ஆண்) என்பதுடன் ஒப்பிடப்பட்ட போது நான்காயிற்று. இதேபோல் மூன்று உணர்ச்சிகளை இந்துக்கள் சேர்த்தனர் — காம, க்ரோத, லோபம் (காமம், கோபம், பேராசை). பேராசைக்குப் பதிலாக சிலவற்றில் பயம் இடம்பெறுகிறது. பின்னர் தத்துவார்த்த, அறிவார்த்த உணர்வு ஒன்றை நான்காவதாகச் சேர்த்தனர் (மோகம்). நான்காவதாகச் சேர்க்கப்பட்டது பொதுவாக அமைதி என்னும் கருத்தை உட்கொண்டிருந்தது. யாகத்தின் மூன்று புரோகிதர்களுடன் நான்காவதாக பிராமணன் எனப்பட்ட புரோகிதன் ஒருவன் சேர்க்கப்பட்டான். அவன் பங்கேற்காத அமைதிச்சாட்சி. வேதம் சொல்லும் மூன்று அனுபவ வகைகளுடன் (விழிப்பு, கனவு, கனவற்ற உறக்கம்) நான்காவதாகத் துரியம் என்ற ஒன்று சேர்க்கப்பட்டது. துரியம் என்பது பிரம்மத்துடன் இரண்டறக் கலக்கும் நிலை.[15] தாளங்களிலும், மூன்று முறை கனமாக எண்ணியபிறகு நான்காவதாக ஒன்று —காலியானது என எண்ணப்படுகிறது. (மூன்று தட்டு, ஒரு திருப்பு).[16] சில சதுரங்கள் மட்டும் மும்மைகளாக இல்லை. சான்றாக நான்கு யுகங்கள். எனினும் முதல் மூன்றும் "ஒரு காலத்தில்" என்னும் வகையினதாக உள்ளன. நான்காவதான கலியுகம்தான் கண் கண்டது. (இப்போதுள்ளது, யதார்த்தம்). வழக்கம்போலவே, எண்ணிக்கை நான்கு அல்ல, மூன்றும் ஒன்றும்தான்.

மூன்று இலட்சியங்களோடு சேர்க்கப்பட்ட நான்காவதற்கு ஐந்து தீர்வுகள் நான்காவதாக மோட்சம் என்பதைச் சேர்த்ததால்:

துறவுக்கும் இல்லற வாழ்க்கைக்கும் இடையிலுள்ள உள்ளார்ந்த மோதல்களுக்குப் பலவேறு தீர்வுகளை இந்துமதம் வழங்க முனைந்தது.[17]

முதலில், யாகம், துறவு என்ற இலட்சியங்கள் ஒரேசமயத்தில் பின்பற்றப் பட வேண்டியவை அல்ல, ஒன்றன்பின் ஒன்றாகப் பின்பற்றப்பட வேண்டி யவை எனப்பட்டது. நான்கு இலட்சியங்களும், வரிசைப்படி நான்கு ஆசிரமங்களோடு தொடர்புறுத்தப்படுகின்றன. (ஆசிரமம் என்ற சொல்லும் குழப்பம்தான், அது ஒரு முனிவனின் வாழிடத்தையும் குறிக்கிறது). தொடக்ககால தர்மசூத்திரங்களில், நான்கு ஆசிரமங்களும் வரிசைப்படி கடைப்பிடிக்கவேண்டிய வாழ்க்கைநிலைகளல்ல, ஒருவன் தன் வாழ்க்கையில் எப்போதுவேண்டுமானாலும் ஏற்றுக்கொள்ளக்கூடிய வாய்ப்புகள் என்றுதான் சொல்லப்படுகிறது. பிரம்மச்சாரி, கிருஹஸ்தன், வனப்பிரஸ்தன், சந்யாசி.[18] துறவில் ஈடுபாடு கொண்ட பிராமணர்கள், இல்லறத்தோடும் சேர்த்து வாழ்க்கை முறையை வகுக்க முனைந்ததன் விளைவு இந்த ஒழுங்கமைவு. பிரம்மச்சாரி, வாழ்க்கையின் எந்தச் சமயத்திலும் தன் 'கன்னித்தன்மைச்' சபதத்தை ஏற்றுக் கொள்ளலாம். ஆகவே அது ஒருவாறு தன் அர்த்தத்தைத் தக்கவைத்துக்கொண்டது.[19] ஆனால் மனுவின் காலத்தில், தன் வாழ்க்கையின் எந்தச்சமயத்திலும் மேற்கொள்ளக்கூடிய வாய்ப்புகள் அவை என்ற நிலைமாறி, தொடர் நிலையாக மாறிவிட்டன (மனு 6.87—94). அதிலிருந்து அவை வாழ்க்கை நிலைகளாகவே கருதப்பட்டன. நான்கில் மூன்றாவதான வனத்தில் வாழ்தல் மிகச்சிக்கலுக்குரியதாகியது. சந்நியாசத்தில் இருந்து அதைப் பிரிப்பது கடினமாகியது.[20]

சந்யாசம் என்னும் நான்காம் நிலைக்குப் பொருத்தமாக நான்காம் இலட்சியமான மோட்சம் என்பது அமைகிறது. ஆகவே மூன்றும் பின்னர் ஒன்றுமானதற்குப் பொருத்தமாக நிலைகளைக் காலவாரியாகப் போலி யாகப் பகுத்தும் இருக்கின்றனர். ஆனால் முதல் மூன்று இலட்சியங்களும் முதல் மூன்று நிலைகளோடு எளிதாகப் பொருந்துமாறு இல்லை. காமசூத்திரம் பின்வருமாறு எந்தெந்த வயதுகளில் எவை நிகழ வேண்டும் என்பதைப் பொருத்திப் பார்க்கிறது.

ஒரு மனிதனின் முழு வாழ்க்கையளவு நூறாண்டுகள் எனப்படுகிறது. இதைப் பகுத்து, மூன்று இலட்சியங்களும் ஒன்றையொன்று மேம்படுத்திக் கொள்ளுமாறு (குறுக்கிடுமாறு அல்ல) அமைத்துக் கொள்கிறான். சிறுவயது அறிவையும் பிற பொருள்களையும் பெறுவதற்கான காலம். அடுத்துவரும் இளமை காமத்திற்கு. முதியவயது தர்மத்திற்கும் மோட்சத்திற்கும். ஆனால் வாழ்க்கையளவு உறுதியாகச் சொல்லமுடியாதாகையால், இந்த இலட்சியங்களை வாய்ப்புக் கிடைக்கும்போதெல்லாம் மேற்கொள்கிறான். ஆனால் அறிவைப் பெறும்வரை பிரம்மச்சாரியாக இருக்கவேண்டும் (1.2.1—6).

காமசூத்திரம் மழுப்புகிறது. மூன்று இலட்சியங்களைப் பற்றிப் பேசுகிறது. ஆனால் தர்மத்தின் பின்னால் எப்படியோ மோட்சத்தைச் சேர்க்க நினைக்கிறது. அது ஆசிரமங்களைப் பற்றிப் பேசவில்லை. ஆனால் சிறுவயதைப் பற்றிப் பேசுகிறது. அப்போது வேதம் படிப்பதற்கு பதிலாக அவன் ஏதோ ஒரு தொழிலைக் கற்றுக் கொள்கிறான். பிறகு குடும்பஸ்தன் வயது—அதாவது இளமைப் பருவம், பிறகு முதுமைப்பருவம். முதுமை, காட்டில் வாழ்வதற்கோ, துறவுக்கோ இருக்கலாம், அல்லது

இரண்டுமின்றி வீட்டிலேயே முதுமை எய்தலாம். மூன்று (அல்லது நான்கு) இலட்சியங்களுக்கு மூன்று பருவங்களை ஆசிரியர் குறிக்கிறார். பிறகு காற்றுள்ள போதே தூற்றிக்கொள்ள வேண்டும் என்று சொல்லி, முன்பு சொன்னதை அழித்துவிடுகிறார். வாழ்க்கையின் எந்த நிலையிலும் (சிறுவயது தவிர) காமத்தை மேற்கொள்ளலாம் என்பது, எந்த வயதிலும் சந்நியாசத்தைக் கடைப்பிடிக்கலாமா என்பதற்கான பரவலான வாதங்களைப் பிரதிபலிக்கிறது (அல்லது கிண்டல் செய்கிறது).[21] பெரும்பாலான இந்துக்கள் கொள்கையளவில் சந்நியாசத்தைப் போற்றினாலும், அவர்கள் பிள்ளைகளும் பேரப்பிள்ளைகளும் பெற்ற பிறகு என்று சொல்லி, அதை எல்லையற்றுத் தள்ளிப்போடவே செய்கிறார்கள். பல இந்துக்கள், புனித அகுஸ்தீனுடன் சேர்ந்து, "ஆண்டவரே, என்னைக் கற்புடன் வைத்திரும், ஆனால் உடனே வேண்டாம்" என்று வேண்டுவார்கள் போலும். சிலருக்கு அது குடும்பத்திலேயே இருக்க ஒரு கற்பனைப் பாதுகாப்பு வால்வாக இருக்கிறது. "என்னால் எப்போது வேண்டுமானாலும், விரும்பினால் துறவு மேற்கொள்ள முடியும்." ஆனால் நான்காவது இலட்சியத்தை நான்காம் நிலையின் ஒரு விருப்பத் தேர்வாக ஆக்கிவிட்டது, குடும்ப வாழ்க்கைக்கு அடிப்படையில் எதிரான துறவுத் தத்துவத்தின் உரிமைக்கூற்றுகளையே சிறுமை அடையச்செய்துவிட்டது. ஆகவே வேறு தீர்மானங்கள் முன்வைக்கப்பட்டன.

பரஸ்பர நன்மையின் பொருட்டு அல்லது முழுமை அடைதலின் பொருட்டுச் சேர்ந்து வாழ்தல் என்பதிலிருந்து இரண்டாவது வாதம் முளைக்கிறது. சமூகத்தை முழுமையாக்க, இல்லறத்தான் துறவிக்குச் சோறிட, துறவறத்தான் இல்லறத்தானை ஆசீர்வதிக்க, உலகச்சார்பாக இருந்தாலும், கடந்தவர்களாக இருந்தாலும் ஆண் — பெண் இரண்டு குழுக்களுக்குமே ஒருவருக்கொருவர் தேவை. இருவகை மரணமின்மைகள் உள்ளன. ஒன்று ஒருவனது சொந்தப் பிள்ளைகள் வாயிலாக, மற்றொன்று துறவின் வாயிலாக.[22] துறவியின் புனிதமும் அறிவும் அவனை ஆதரிக்கும் சமூகத்திற்குள் திரும்பச் செலுத்தப்படுகின்றன.[23] துறவுபூண்ட பிராமணனது முரண் என்னவெனில், சமூகத்திற்குப் பயன்பட அவன் அதற்கு வெளியே இருந்தாக வேண்டும்.[24]

மூன்றாவது தீர்வு, ஒரு சமரசப்படுத்தல். சிலசமயம், இல்லறத்தான் ஒரு தற்காலிகத் துறவை மேற்கொள்ளலாம். ஏதேனும் ஒரு சங்கல்பத்திற்காக. அல்லது சிலசமயங்களில் மாமிசத்தைக் கைவிடலாம், அல்லது ஒழுங்கான இடைவெளிகளில் உபவாசம் இருக்கலாம். மூன்றாம் நிலையான வனப் பிரஸ்தனின் வாழ்க்கையும் குடும்பவாழ்க்கைக்கும் துறவு வாழ்க்கைக்கும் இடையிலான சமரசம்தான். எல்லாச் சமரசங்களையும்போலவே அதிலும் பிரச்சினைகள் நிறைந்திருக்கின்றன.[25] நான்காவது தீர்வு ஒன்றுபடுத்தல். இல்லறத்தான் தனது துறவற்ற வாழ்க்கைப் பங்கினைச் சரியாகச் செய்தால் அவனே துறவியாகிறான் எனப்படுகிறது. ஒருவன் தனது உலகியல் கடமைகளைப் பூர்த்திசெய்வதே விடுதலை ஆகிறது. (பகவத்கீதையில் கிருஷ்ண பகவான் அர்ஜுனனுக்கு, "வீரன் என்ற முறையில் உன் கடமையை நன்றாகச் செய்.துறவினால் வரும் பயனை அடைவாய்" என்று உபதேசிக்கிறான்.) ஒருவன் மாமிசம் உண்பதை நிறுத்திவிட்டால், அசுவ

மேதயா்கம் செய்ததன் பலனை அடைகிறான் என்று மனு சொல்கிறான் *(5.53)*. சரியான முறையில் விஷயங்களைப் புரிந்துகொள்பவன், தான் வேறு காரியத்தைச் செய்த போதிலும், நல்லகாரியத்தைச் செய்ததன் பலனை அடைகிறான். உலகியல் வாழ்க்கையின் இலக்கு பிள்ளைகளைப் பெறுதல். அவ்வாறு பெறுவதன் வாயிலாக, அவன் விடுதலை அடைகிறான். இந்த வாதத்தைச் சில தாந்திரிகர்கள் வெகுதொலைவுக்குக் கொண்டுசென்று, வெளிப்படையாக முரண்படுவதுபோலத் தோன்றினாலும், மோட்சப் பாதைக்கும், போக்ஷப் பாதைக்கும் (இன்பசுகத்தை அனுபவித்தல்) வேறுபாடு இல்லை என்று வாதிட்டனர். பௌத்தத் தத்துவஞானி நாகார்ஜுனரின் கொள்கைப்படியும், சம்சாரம் (மறுபிறப்பெடுத்தல்) என்பது, பலபேர் நினைப்பதுபோல, பிறப்பற்ற உலகின் (நிர்வாணநிலை) எதிர்நிலை அல்ல, இரண்டும் ஒரே இடம்தான். இந்தத் தீர்வைப் பலரும் நன்றியுடன் ஏற்றுக்கொண்டனர்.

ஐந்தாவது, இறுதியான இந்துத் தீர்வு, படிநிலை அமைப்பு, பரஸ்பரப் படிநிலை அமைப்பு. சிலர் துறவறம் இல்லறத்துக்கு மேற்பட்டது என்றார்கள். வேறு சிலர், இல்லறம், துறவறத்தைவிட உயர்ந்தது என்றனர். செவ்வியல் இந்துச் சிந்தனை முழுவ தும், படிநிலைப்படுத்தலின் உந்துதல், சமமான மாற்றுகளை முன்வைப்பதைவிட, அல்லது ஒரு முழுநிறைவான மனித வாழ்க்கைக்கு உதவும் தொடர்திட்டத்தை முன் வைப்பதைவிட நிறைந்திருக்கிறது. மகாபாரதம், மூன்று வாழ்க்கை நிலைகளும் ஒரு நல்ல இல்லறத்தோனின் வாழ்க்கைக்கு ஈடாகாது என்கிறது.[26] பல சாத்திரங்கள், படிப்பவன் அல்லது கேட்பவனுக்கு—இதை அறிந்தவனுக்கு—மோட்சம் நிச்சயம் என்று வாக்களிக்கின்றன.[27]

சிறப்பு தர்மத்திலும் பொது தர்மத்திலும் துறவும் வன்முறையும்

மூன்று இலட்சியங்களிலும் அந்தஸ்திலும், அதற்கு ஒதுக்கப்பட்டிருக்கும் நூல்களின் எண்ணிக்கையிலும், தர்மமே முதன்மையானது என்பதை நாம் கண்டோம். குறிப்பாக, துறவு, வன்முறை இவற்றுக்கிடையிலான போட்டிக் களமாக அது இருப்பதால் தர்மம் என்பது சிக்கலானது.

பொது தர்மம் என்பது எல்லாவற்றையும் உள்ளடக்கிய, ஒற்றையான, படிநிலையற்ற, எல்லாருக்குமான மத வகைமை; எல்லாரும் பகிர்ந்துகொள்ளும் ஒரு இலட்சியம்.[28] இந்தப் பொது தர்மம் — சிலசமயங்களில் சநாதன தர்மம் என்றும் சாதாரண தர்மம் என்றும் அழைக்கப்படுவது — நான்கு வர்ணத்திற்குமான பொது ஒழுக்க நெறிகளைக் கொண்டிருக்கிறது. இந்த நெறிகள் என்னென்ன என்பதில் வெவ்வேறு பனுவல்கள் வெவ்வேறு கருத்துகளைக் கொண்டுள்ளன. ஒரே பனுவல்கூட — உதாரணமாக, மனு தர்மம்கூட, வெவ்வேறு இடங்களில் வெவ்வேறு விதமாக அவற்றை வரிசைப்படுத்துகிறது. ஒரு செய்யுளில், "சுருக்கமாக அகிம்சை, உண்மை, திருடாமை, தூய்மை, புலன்களை அடக்குதல் ஆகியவை நான்கு வர்ணங்களுக்குமான தர்மம்" எனவருகிறது *(10.63)*. தொடர்புள்ள மற்றொரு செய்யுளிலும் அகிம்சை முதலிடத்தில் வருகிறது. அகிம்சை, புலன்களை அடக்குதல், வேதம் ஓதுதல், உள்ளனல், அறிவு, குருவுக்குப் பணிவிடை ஆகியவை மிகச் சிறந்த நன்மையைத் தருகின்றன *(12.83—*

93, 10.63). ஆனால் வாழ்க்கையின் நான்கு நிலைகளிலும், முதல் மூன்று வர்ணத்தினருக்கு பத்துக் கட்டளைகளில் ஒன்றே ஒன்றை மட்டுமே (அகிம்சை அல்ல, புலன்களைக் கட்டுப்படுத்துதல் மட்டும்) மனு சேர்க்கிறான். "உண்மை, திருடாமை, தூய்மை, புலன்களை அடக்குதல், விவேகம், கல்வி, பொறுமை, மன்னிப்பு, சுயகட்டுப்பாடு, சினமின்மை" (6.91—4). குறிப்பாக, முதன்மையான வேதமதிப்பாகிய தாராளகுணம் என்பதை இந்தப் பட்டியல்கள் எதிலும் அவன் சேர்க்கவில்லை. எல்லாப் பட்டியல்களுக்கும் பின்னர் இருப்பது ஒரு தெளிவற்ற சமூகநீதி.

மெய்யாகவே, மனுதர்மம் மிகக் கலங்கலாக இருப்பதால், அதை ஓர் இலட்சியமாக்குவதை யாரும் ஒரு பிரச்சினையாகவே கருதமாட்டார்கள். அதேசமயம், ஒவ்வொரு மனிதனும், பிறப்பில் அவனுக்கென வகுக்கப்பட்ட தனிப்பாதையில் சென்றாக வேண்டும். இது முதன்மையாக அவன் பிறந்த வர்ணத்தினாலும், அதனால் அவன் சாதியினாலும் நிர்ணயிக்கப்படுகிறது. இது அவனுடைய சிறப்பான தர்மம், சுயதர்மம். ஒரு குறிப்பிட்ட குடும்பத்தில் பிறந்த ஒவ்வொருவனும் செய்யவேண்டியது. இதுவும் அவனுடைய ஆசிரமம், பாலினம் ஆகியவற்றால் சிக்கலுக்குள்ளாகிறது. (இங்கே நான் ஆண் பாலை நன்கு ஆலோசித்தே பயன்படுத்துகிறேன். இந்தச் சட்டங்கள் பெண்களுக்கானவை அல்ல. அவர்களின் ஒரே சுயதர்மம் கணவனுக்குக் கீழ்ப்படிந்து நடத்தல், அவர்களுக்குரிய ஒரே புனிதச்சடங்கு, திருமணம்.) ஒருவனின் சுயதர்மம் என்பது அவனுடைய உள்ளார்ந்த செயல் (கர்மத்தின் ஐந்தாவது அர்த்தம்) என்றும் சிலசமயம் கருதப்பட்டது. மனுவே இது எப்படி ஏற்பட்டது என்பதைத் தனது கர்மவினைக் கொள்கையில் விளக்குகிறான். அவனுடைய பயன்பாட்டில் அது ஏதோ ஒப்படைக்கப்பட்ட ஒரு வேலை போன்று காணப்படுகிறது.

தனிமனிதக் கர்மங்களின் தோற்றம்

தொடக்கத்தில் படைப்பவன், வேதச் சொற்களின்படி எல்லாப் பொருள்களின் தனிப் பெயர்களையும் தனிவினைகளையும் தனிநிலைமைகளையும் படைத்தான். வினைகளை வேறுபடுத்தி அறிய, நல்லதைத் தீயதிலிருந்து பிரித்தான். இந்தப் படைப்புகளை எல்லாம் இன்பம் — துன்பம் என்பது போல உயிர்களுடன் ஜோடிகளாகச் சேர்த்தான். ஓர் உயிர் மறுபடி மறுபடி படைக்கப்பட்டதால் ஒவ்வொரு உயிருக்கும் என்ன வினைகளைச் சேர்த்தானோ அந்த வினையிலேயே அது ஈடுபட்டது. தீயதோ தீமையற்றதோ, மென்மையானதோ கொடுமையானதோ, நல்லதோ கெட்டதோ, உண்மையாதோ பொய்சொல்வதோ — எந்தக் கர்மத்தை எந்த உயிருக்கு அளித்தானோ அதிலேயே அது தானாகவே ஈடுபட்டது. பருவகாலங்கள் தோன்றும்போது எப்படி அது அதற்குரிய மாற்றங்கள் தானாகவே ஏற்படுகின்றனவோ, அதுபோல பண்பளிக்கப்பட்ட உயிரிகளும் தாங்களாகவே தங்கள் கர்மங்களை எடுத்துக்கொண்டன (1.21—30).

படைப்பு நேரத்திலிருந்து கர்மத்தின் சுழற்சி வெளிப்படையாகவே வைக்கப்பட்டது. எப்படி இருக்கிறாயோ, அப்படித்தான் நீ இருக்க வேண்டும். உன்னால் உன் குணங்களை மாற்றமுடியாது. தனிமனிதப்

பண்புகள் மறுபடைப்புக்குள்ளாவது தவிர்க்க இயலாதது. அது பருவகாலங்களின் இயற்கை மாற்றத்துக்கு ஒப்புமைப்படுத்தப்படுகிறது. ஒரு சாதியின்படி துல்லியமாக ஒருவன் அரசனாகவோ, பணியாளாகவோ பிறக்கிறானே ஒழிய வகுப்பின்படி — குயவனாகவோ, செருப்புத்தைப்பவனாகவோ அல்ல. அவர்களுடைய கர்மம் அவர்களுக்கு எப்படி அளிக்கப்பட்டது? மனுவுக்கு எப்படித் தெரியும்? விடை எளியது. இந்த உலகம் உருவானபோது அவன் ஒரு கண்ணாற்கண்ட சாட்சியாக, இன்னும்கேட்டால், பங்கேற்பவனாக இருந்தான்.

மனிதனின் தனித்த இயற்கை என்பதும் உள்ளார்ந்த பண்புகளில் அடங்குகிறது, அதற்கு சமஸ்கிருதத்தில் ஸ்வபாவம் (சுபாவம்) என்று பெயர். ஆக, ஒரு புலியின் சுபாவம், கொடியதாக இருத்தல், ஒரு புறாவின் சுபாவம் சாதுவாக இருத்தல். புலியின் கர்மம் அதற்குச் சிறிய உயிர்களை அடித்துத் தின்பது. புறாவின் சுபாவம் கூவுவது. இதுவும் சுயதர்மம்தான். இது உனக்குள் கட்டமைக்கப்பட்டிருக்கிறது. அதனால் பல செயற்களங்களில் உனக்கு வாய்ப்பு என்பது கிடையாது. இருப்பினும், கர்மவினையைச் சேர்த்துக் கொள்ளுதல் போன்ற சில களங்களில் மட்டும் உனக்குச் சுதந்திரம் உண்டு. ஆகவே நாம் ஓர் அடிப்படையான சமூகமுரணில் சிக்கிக்கொள்கிறோம். உன் சுய தர்மம் ஒரு போர்வீரனாகவோ, கசாப்புக் கடைக்காரனாகவோ இருப்பதாக இருந்தால், உயிர்களைக் கொல்லக்கூடாது, அகிம்சையே சிறந்தது என்ற உலகளாவிய தர்மத்தில் நீ எப்படி ஈடுபடுவது? இந்துமதம் தர்மத்தின் பன்மைத்தன்மையையும், படிநிலை அமைப்பையும் சுயதர்மம் என்பதை ஆதரிப்பதன் வாயிலாக நியாயப்படுத்தியது. ஆனால், தர்மத்தின் ஒருமையையும் பொதுதர்மம் என்பதை ஆதரிப்பதன் வாயிலாக நியாயப்படுத்தியது. பாராளுமன்ற ஒழுங்குவிதிகளைப்போல, சிறப்புவிதி என்பது பொதுவிதியை மீறுகிறது என்று சாத்திரங்கள் சொல்கின்றன. அதாவது சுயதர்மம், பொதுதர்மத்தைவிடப் பெரியது. ஆனால், முழுமைவாதம், சார்புவாதம் ஆகியவற்றின் முரண்பாடு தொடரவே செய்கிறது, எளிய விடைகள் அதற்கு இல்லை.

அடிக்குறிப்பு

1. Ashvaghosha, Buddhacarita, 2.14.
2. V. Shekhawat, "Origin and Structure of Purush-artha Theory."
3. Larson and Bhattacharya, eds., Samkhya; Larson, "India Through Hindu Categories."
4. Larson, Classical Samkhya.
5. Larson and Bhattacharya, eds., Samkhya.
6. Gamkrelidze and Ivanov, Indo-European and the Indo-Europeans, 408-11.
7. Cf. religion as the model of and the model for, in Geertz, "Religion as a Cultural System."
8. Olivelle, Dharmasutras, xxxiii-iv.
9. Cf. M 8.52-57 and AS 3.1.19; M 7.102 and AS 1.4.5; M 7.105 and AS 1.15.60; M 9.280 and AS 4.11.7
10. Olivelle, "Manu and the Arthasastra" and Olivelle, Introduction to Manu, xx.

11. Divyavadana, Ashokavadana, and others.
12. Wilhelm, "The Concept of Dharma in Artha and Kama Literature."
13. Brian K. Smith, Classifying the Universe.
14. Harsha, Priyadarshika, act 2.
15. Mandukya Upanishad 3-7.
16. Erdman, "The Empty Beat."
17. Organ, "Three into Four."
18. Olivelle, The Ashrama System.
19. Organ, "Three into Four."
20. Doniger O'Flaherty, Siva.
21. Doniger, "Three (or More) Forms."
22. Doniger O'Flaherty, Siva, 76-77.
23. Dumont, Homo Hierarchicus.
24. Heesterman, The Inner Conflict of Society.
25. Doniger O'Flaherty, Siva.
26. Mahabharata 1.187 (three variants of this verse occur at 1.App. I.1.35-36, 1.App. I.5.18-19, and 18.App. I.3.31-32).
27. Krishna, Indian Philosophy, chapters 4, to 11.
28. Doniger O'Flaherty, The Origins of Evil, 94-97 and 128-31.

இயல்: 9
இராமாயணத்தில் பெண்களும் அரக்கிகளும்
ஏறத்தாழ கி.மு. 400 முதல் கி.பி. 200 வரை

காலவரிசை

ஏ. கி.மு. 300 - கி.பி. 300 மகாபாரதம் இயற்றப்படுதல்

ஏ. கி.மு. 200 - கி.பி. 200 இராமாயணம் இயற்றப்படுதல்

ஏ. கி.மு. 327 - 25 மகா அலெக்சாந்தர் வடமேற்குத் தெற்காசியாமீது படையெடுப்பு

கி.மு. 324 சந்திரகுப்த மௌரியன் மௌரிய வம்சத்தை நிறுவுதல்

கி.மு. 265 - 232 அசோகன் ஆட்சி

கி.மு. 250 பாடலிபுத்திரத்தில் மூன்றாவது பௌத்த சங்கம்

கி.மு. 185 மௌரிய வம்சத்தின் முடிவு

கி.மு. 185 புஷ்யமித்ரன் சுங்க வம்சத்தை நிறுவுதல்

கி.மு. 73 சுங்க வம்சத்தின் முடிவு

ஏ. கி.மு. 150 பார்ஹூத், சாஞ்சி நினைவுச்சின்னங்கள்

ஏ. கி.மு. 166 - கி.பி. 78 கிரேக்கர்கள், சித்தியர்கள், பாக்டிரியர்கள், பார்த்தியர்கள் இந்தியாவிற்குள் புகுதல்

கவிஞனும் வேடனும் கொக்கும்

வால்மீகி இராமனின் கதையைத் தெரிந்துகொண்ட பிறகு ஒரு நதிக்குக் குளிக்கச் சென்றார். ஆற்றினருகில் காதல்செய்த கொக்குகள் இரண்டு இனிமையாகப் பாடிக் கொண்டிருந்தன. ஒரு வேடன், வெறுப்புடனும் தீய எண்ணத்துடனும் அந்த ஜோடியின் ஆணைக் கொன்றுவிட்டான். ஆண்கொக்கு தரையில் விழுந்து துடிப்பதைப் பார்த்த பெண்கொக்கு பரிதாபத்துடன் கூச்சலிட்டது. வேடன் ஆண்கொக்கினைக் கொன்றதைப் பார்த்த வால்மீகியும் இரக்கம் கொண்டார். "பாடிக்கொண்டிருந்த பறவையை ஒரு காரணமுமின்றிக் கொல்லுதல் எவ்வளவு பாவம்" என்று அவரும் நினைத்தார். பெண்கொக்கின் இரங்கலைக்கேட்டு, நிஷாதனைப் பார்த்து, "வேடனே, காதற்களிப்பிலிருந்த ஆண் பறவையைக் கொன்றதால் உனக்கு ஒருபோதும் இனிமேல் அமைதி இராது" என்றார். பிறகுதான் தானாகவே கவிதையில் சுலோக யாப்பில் அச்சொற்களைச் சொல்லி விட்டதை உணர்ந்தார். சோகத்தில் சொல்லப்பட்டதால் அதற்கு ஸ்லோகம் என்ற பெயர் அமைந்தது.

- இராமாயணம் — கி.மு. 400 - கி.பி. 200) (1.2.81.1 - 17)

தன்னைப் பற்றி இராமாயணம் புனையும் இந்தச் சிற்றோவியம், பல கருப் பொருட்களைத் தன்னுள் கொண்டமைகிறது. ஆபத்தான பாலியல் இன்பம், தர்மத்தை மீறுதல், விலங்குகளிடம் கருணை, பழங்குடி இனத்தார் பற்றிய மனப்பாங்கு, விலங்கு உணர்ச்சிகளை மனிதக் கலாச்சாரத்திற்குள் மாற்றுதல் — இவை யாவும் இந்த இயலின் மையப் பொருள்களாகும். அதேசமயம், இராமன் - சீதை பற்றிய கதை, மனிதர்களாக அவதரிக்கும் தெய்வங்கள், கற்புத்தவறியவர்களாகக் குற்றம் சாட்டப்படும் பெண்கள் போன்றவர்களைப் பற்றிப் புதிய கேள்விகளை எழுப்புகிறது. பிராமணங்கள், புதிய, ஆனால் சிதறிய, அரசியல் நிலைத்தன்மையை ஆவணப்படுத்தின; உபநிடதங்கள் அந்த நிலைத்தன்மைக்கு எதிர்வினை பற்றிய சான்றை அளித்தன; இக்காலப்பகுதியில் இயற்றப்பட்ட (கி.மு. 300 முதல் கி.பி. 300 வரை) இராமாயணம் மகாபாரதம், ஆகிய இரு சமஸ்கிருத இதிகாசங்களும், இந்தியாவின் முதல் பெரிய பேரரசு எழுந்ததையும் வீழ்ச்சியடைந்ததையும் அதற்குப்பின் எழுந்த வெற்றிடத்தில் ஒரு குழப்பமான காலம் தொடர்ந்ததையும் கண்டன.

கி.மு. 400 முதல் கி.பி. 200 வரை வட இந்தியா

அசோகன் கல்வெட்டுகள் என்ற வடிவிலும், நாணயங்கள் போன்ற வேறு வரலாற்று மூலங்களிலும் இன்று நாம் வாசிக்கக்கூடிய எழுத்துகள்

முதன்முதலில் தோன்றிய காலம் இதுதான். சமஸ்கிருதப் பனுவல்களால் பெற்ற அறிவுக்கு இவை துணைசெய்தன. நமது அறிவுக்கான புதிய மூலம் ஒன்று, கிரேக்கர்கள், பிற வருகையாளர் அறிக்கைகளிலிருந்து வருகிறது. கலைவரலாறும் மிகுதியாக உள்ளது. சுடுசெம்மண் உருவங்கள் — மனித, விலங்கு உருவங்கள் கிராமப்புறங்களில் கிடைக்கின்றன. செல்வமும் ஆற்றலும் மிக்கவர்களுக்குத் வழவழப்பாக்கப்பட்ட கல்தூண்கள் தலை நகரங்களில் உள்ளன. விவசாயம், காட்டுப்புறங்களுக்கும் பரவி, காட்டில் வசித்தவர்கள் வாழ்க்கைகளை மாற்றின, கைவினைச் சிறப்பாளர்கள் தனித்த சமூகக் குழுக்களாக உருவாயினர், ஏற்றத்தாழ்வான செல்வப் பகிர்வு, சமூக வித்தியாசங்களைக் கூர்மைப்படுத்தியது என்று இந்த மூலங் களிலிருந்து அறிகிறோம்.[1] ஆனால் பொருளாதார மூலங்கள் கிடைத்தமை, அடிமைகள், நிலமற்ற விவசாயக்கூலிகள், வேட்டையாடுவோர், மீனவர், மீனவப்பெண்டிர், இடையர்கள், விவசாயிகள், கிராமத் தலைவர்கள், கைவினைஞர்கள், வியாபாரிகள் ஆகியவர்கள் வாழ்க்கைநிலையை உயர்த்தியது.[2] பிராமணர்களுக்கும் க்ஷத்திரியர்களுக்குமான தொடரும் முரணோடு, கீழ்வகுப்பினர் பொருளாதார, அரசியல் ஆதிக்கத்தைப் பெற்று உயர்வகுப்பினரின் அந்தஸ்தைக் கேள்விகேட்டதால், புதிய முரண்களும் எழுந்தன. இந்தக் காலத்தில், பௌத்த மதத்திற்கும் இந்து மதத்திற்கும் கொள்கைகளில் பொதுவானவை மிகுதியாக இருப்பதுபோல், புத்தர் தலைமீதும், விஷ்ணுவின் தலைமீதும் ஒரே மாதிரியான பாம்புகள் படமெடுப்பதுபோலவும், இந்து பௌத்தக் கோயில்களில் ஒரே மாதிரி வளமான இளம்பெண்கள் மரங்களைச் சுற்றி ஊஞ்சலாடுவதுபோலவும் சிற்பங்கள் ஓவியங்கள் எழுந்தன. இரண்டு மரபுகளுமே செல்வத்தின் கடவுளான லக்ஷ்மியின் உருவத்தைச் செதுக்கின.[3] சில இந்துக்கோயில் கள், பௌத்த மரபினைக் கடன்வாங்கிக் கட்டப்பட்டிருக்கலாம். ஒரு ஸ்தூபியைச் சுற்றி நடப்பதற்கு இடமிருப்பதுபோல, இந்துக்கோயில்களில் மையச் சிலையைச் சுற்றி நடக்கும் பாதைகள் அமைக்கப்பட்டன. பௌத்த மும் ஜைனமும் நட்புறவோடு உரையாடல் நிகழ்த்தின. இந்துமதத்தோடு அவற்றிற்குள்ள போட்டி, இரண்டு மரபுகளையுமே ஒன்றிலிருந்து ஒன்று நேர்முக முறையில் கடன்வாங்கிக்கொள்ள வழிசெய்தது. இந்த வேதத்திற்கெதிரான மரபுகள் அரசியல் ஆதரவுக்கும் மக்கள் மனத்தைக் கவர்வதற்கும் கடும்போட்டியிட்டன. அவற்றின் சிந்தனை மூலங்கள் எழும் இந்து மதத்திற்கு மிகப் பெரிய சவாலாக இருந்தன. அவற்றில் முக்கியமான ஒன்று, விலங்குகளை நல்லவிதமாக நடத்துதல் பற்றியது. இது தர்மம் என்பதைப் பற்றிய ஆத்மார்த்தச் சிந்தனைகளை உருவாக்கியது. இரண்டு பெருங்குழுக்களாக சிவனையும் விஷ்ணுவையும் வணங்குப வர்கள் உருவானமையும், விலங்குகளை பலியிடுவதை மிகவும் பாதித்தது என்பதோடு வேதச் சடங்குகளுக்கும் இவற்றால் பயனில்லை.

மௌரியர்களின் எழுச்சி

ராஜகிருகம் (மகதத்தில் உள்ளது, இப்போதுள்ள பிஹார்) காசி (வாராணாசி, கோசலத்தில் உள்ளது) ஆகிய நகரங்கள் உபநிடத காலத்தில் முக்கியத்துவம் பெற்றவை. இப்போது இவற்றுக்குப் போட்டியாக வத்ச நாட்டின் கோசாம்பி உயர்ந்தது. சிலர் நடத்தும் குழு ஆட்சிகளும் இன்னும்

நடந்துவந்தன. அவற்றின் மூலங்களைப் பற்றிய கட்டுக்கதைகள் புழக்கத்தில் வரத் தொடங்கின. இந்தக் கட்டுக்கதைகள் ஏதோ ஒரு காரணத்திற்காக, இந்த ஆட்சிகளை நிறுவியவர்கள் உயர்ந்த அந்தஸ்து படைத்தவர்கள், ஆனால் தங்கள் சொந்த நாட்டிலிருந்து வெளியேறியவர்கள் என்று கூறின.[4] நாட்டை விட்டு வெளியேறிய க்ஷத்திரியர்கள் என்ற கருப்பொருள், மகா பாரதம், இராமாயணம் ஆகிய கதைகளிலும் இடம்பெறுகிறது. இவற்றின் நாயகர்கள், தங்கள் நாடுகளில் ஆட்சியைப் பெறுவதற்குமுன்பு, நீண்ட காலம் காட்டில் அலைய நேர்கிறது. அங்கேதான் கதைவிஷயமும் நடக் கிறது. ஆனால் முடிசூடலின் முன்புகூட நாட்டைவிட்டு வெளியேறிச் சென்று வருதல் என்பது உள்பதிந்துள்ள விஷயம்.[5] அரசன் வெளியேறி மக்களிடையே வாழ்வது பல கதைகளில் சொல்லப்படுகிறது. அவற்றில் அரசன் பறையர்கள் இடையே வாழ நேர்வதும் உண்டு.

மகதநாடு ஆற்றுவணிகம், காடுகள், அதிலுள்ள வளமான தாதுப்பொருள் கள் ஆகியவற்றைத் தன் கட்டுப்பாட்டில் வைத்திருந்தது. கி.மு. 321இல் பாடலிபுத்திரம் (இன்றைய பாட்னா) — அன்று உலகத்தின் மிகப் பெரிய நகரம் என்று சொல்லப்பட்டது — ஒன்றரை லட்சம் முதல், மூனறு லட்சம் வரை[6] மக்கள்தொகை கொண்டது, மௌரியப் பேரரசின் தலைநகரமாயிற்று.[7] கி.மு. 327இல் மகா அலெக்சாந்தர் எவ்விதமோ இமயமலையைக் கடந்து, பஞ்சாபின் ஐந்து நதிகளையும் கடந்து இந்தியாவிற்குள் நுழைந்தான். இது ஒரு சாதாரணச் சாதனை அல்ல. ஆனால் அவனுக்கு முன்பும் பின்னரும் பல்லாயிரக்கணக்கான யாத்திரிகர்கள் இதைச் செய்யவே செய்தனர். ஆனால் அவனுடைய படையினர் இதற்குமேல் எங்கும் செல்ல மறுத்துவிட்டதால், கி.பி. 326இல் அவன் சிந்து நதியின் முகத்துவாரம் வரை சென்றான். அதையே போதிய சாதனை எனக் கருதி, பாபிலோனுக்குத் திரும்பினான். ஆனால் அதற்குமுன்பு, ஒரு பெரிய கலகத்தை உருவாக்கிய பல பிராமணர்களைக் கொலைசெய்தான் என்று சொல்லப்படுகிறது.[8] இந்தியாவில் அவன் அவ்வளவு பெரிய மகானாக இல்லை என்று தோன்றுகிறது. ஆனால், இந்தோ - கிரேக்கர்கள் இங்கேயே தங்கிவிட்டார்கள். காந்தாரப் பகுதியில் மட்டுமல்ல. அவர்கள் தங்களுடன் ரோமானிய, கிரேக்க வணிகத்தையும் கொண்டுவந்தார்கள். அவர்கள் சீன அரக்கெண்ணெயை இறக்குமதி செய்தார்கள். தென்னிந்தியத் தந்தத்தை பாம்பிக்கு மேற்கில் அனுப்பினார்கள். வடமேற்கு காந்தாரச் சந்தையில் ஒருவர் வண்ணம் தீட்டுதற்குரிய கற்பலகைகளையும், தங்க நாணயங்களையும், ஆபரணங்களையும், செதுக்கப்பட்ட கற்களையும், கண்ணாடிக் குமிழ்களையும், சிற்றுருவங்களையும் வாங்க இயலும். ஆற்றல் வாய்ந்த வணிகச் சங்கங்கள் (சிரேணிகள்) கொடையினால் பார்ஹுட்டிலும் சாஞ்சியிலும் உள்ள பெரிய பௌத்த நினைவுச் சின்னங்கள் இருப்பதுபோல, காந்தாரக் கலை, கிரேக்கச் சுவையின் செல்வாக்கைப் பெற்றிருந்தது. தென்கிழக்காசிய, சீன வணிகமும் (கடல்வழியிலும், மத்திய ஆசியப்பட்டுவழியிலும்) கையெழுத்துப்பிரதிகள், ஓவியங்கள், சடங்குப் பொருள்கள் ஆகியவற்றை உள்ளடக்கியிருந்தது. சிந்தனைகளும் தீவிரமாக இறக்குமதி ஆயின. கிரேக்கம் நிர்வாணத் தத்துவஞானிகளுடைய போதனைகளை இறக்குமதி செய்துகொண்டது. வேறுபல குழுக்களுடைய, ஆஜீவகர்கள், கடுநோன்பிகள், ஜைனர்கள்,

பௌத்தர்கள் ஆகியவர்களுடைய சிந்தனைகளும் அவர்களால் இறக்குமதி செய்யப்பட்டன. பொது மன்றங்களில் முக்கிய மதப் பிரச்சினைகளை விவாதித்தனர்.[9]

இந்த மிகுகலப்புக் கலாச்சாரத்தில், மௌரியப் பேரரசு கெட்டிப்பட்டது. மகாபத்ம நந்தன், சிறிதுகாலமே இருந்த ஆனால் முக்கியமான வம்சத்தை நிறுவினான். அவன் ஒரு நாவிதனின் மகன் (மிகக் கீழான சூத்திரன்). அரசவை வேசியை மணந்தான் என்று கிரேக்கர்கள் சொல்கின்றனர்.[10] க்ஷத்திரியனல்லாதோன் ஒருவன் உருவாக்கிய முதல் அரசவம்சம் இதுதான். சில காலத்திற்குள்ளாகவே அவன் எல்லா க்ஷத்திரியர்களையும் பழிக்குப்பழி வாங்க முனைந்தான். சந்திரகுப்த மௌரியன் நந்தனின் அரியணையை கி.மு. 321இல் பறித்துக்கொண்டான். ஒரு பெரிய பேரரசை உருவாக்க முனைந்தான். மோரியர்கள் (மயில் குலக்குறியினர்) சாக்கியர்கள் (புத்தருடைய குலம்) இணைந்த க்ஷத்திரிய வம்சம் மௌரியர்களுடையது என்று பௌத்தப் பனுவல்கள் சொல்கின்றன. ஆனால் பிராமணப் பனுவல்கள், அவர்கள் வைசியர்கள் அல்லது சூத்திரர்கள், மதமறுப்பாளர்கள் என்று சொல்கின்றன. சாணக்கியர் என்ற பெயர் கொண்ட பிராமணர் (கௌடில்யர் என்றும் பெயர்) சந்திரகுப்தனின் முதலமைச்சராக இருந்தார், அவனுடைய பேரரசை வெற்றிகொள்ள அவனுக்கு உதவினார் என்று சொல்லப்படுகிறது. முதலில் நந்தர்களின் மையத்தைத் — தலைமையிடத்தைத் தாக்க வேண்டாம், விளிம்புகளில் தாக்கி வயப்படுத்தவேண்டும் — ஒரு குழந்தை தன் சூடான ரொட்டியை ஓரங்களிலிருந்து தின்பதைப்போல — என்று அவனுக்கு உபதேசித்தார். அர்த்த சாத்திரத்தை எழுதியவர் சாணக்கியர் என்று சொல்லப்படுகிறது. ஆனால் அந்த நூல் சில நூற்றாண்டுகள் கழித்துத்தான் முழுமை பெற்றது. மௌரிய நிர்வாகத்தின் கொள்கைகளை அது பிரதிபலிப்பதாக இருக்கலாம்.[12] குறிப்பாக, பரவலாக வேவுகாரர்களை அயல்நாட்டிலும் உள்நாட்டிலும் பயன்படுத்தியதைச் சொல்லலாம். மௌரியப் பேரரசன் அசோகனும்கூட அவனுக்கு எப்போதுமே செய்தி அறிவிப்பவர்களைப் பற்றி வெட்கமின்றி எடுத்துரைக்கிறான்.[13]

ஒரு பஞ்சத்தின் விளைவாகத் தன் குடிமக்கள் இறப்பதையும் தன்னால் ஒன்றும் செய்ய இயலாத நிலையையும் கண்ட சந்திரகுப்தன், ஒரு ஜைன முனிவரின் செல்வாக்கினால், முடிதுறந்து, தென்மேற்கு இந்தியாவில் சிரவண பெலகோளாவில் உபவாசமிருந்து உயிர்துறந்தான் என்று ஜைன மரபுகள் சொல்கின்றன. பிந்துசாரன் அவனுக்குப் பிறகு கி.மு.297இல் ஆட்சியில் அமர்ந்தான். ஆனால் அவன் உடனே இறந்து விட்டதால், அசோகன் அரசனானான். கி.மு.265 முதல் 232வரை ஆட்சிசெய்தான், மௌரியப் பேரரசின் எல்லைகளை விரிவுபடுத்தினான்.

மௌரியர்களுக்குப் பின்னர்

அடுத்த இயல்வரை அசோகன் ஆட்சியின் தகவல்களை ஒத்திவைப்போம். அதற்குள் அவன் காலப்பகுதியின் பின்னர் நடந்த அடுத்த விஷயங்களைப் பற்றி நோக்குவோம். கி.மு. 183இல் படைத்தலைவனாக இருந்த புஷ்ய மித்திர சுங்கன் என்ற பிராமணன், கடைசி மௌரிய அரசனைக்

(புத்திக் கோளாறுடையவன் என்று சொல்லப்படுகிறது) கொன்றுவிட்டு அரண்மனையில் கலகம் நிகழ்த்தி ஆட்சியைக் கைப்பற்றினான். பௌத்தர்களைத் துன்புறுத்தி வேதபிராமணர்களை மிகவும் ஆதரித்தான் அவன் என்று பௌத்தப் பனுவல்கள் சொல்கின்றன. இரண்டு அசுவமேத யாகங்கள் நடத்தி, வேறு பிற யாகங்களுக்கும் ஆதரவளித்து அவன் தன் வம்சத்தை நிறுவினான் என்று ஒரு கல்வெட்டு சொல்கிறது. புஷ்யமித்திரனே தலைமையாகப் புரோகிதனாக இருந்திருக்கலாம் என்று சொல்லப்படுகிறது.[14] கோசாம்பியில் நரபலிகொடுத்து யாகம் செய்தான் என்றும் கூறப்படுகிறது.[15] இதெல்லாம் எப்படியிருப்பினும், கடைசி மௌரிய அரசனைக் கொன்றதனால், க்ஷத்திரிய அரசனைத் தூக்கி எறிந்து மறுபடியும் புதிய வேத ஒழுங்கை நிறுவினான் என்று தெரிகிறது. உபநிடதங்களில் சொல்லப்படும் க்ஷத்திரிய முனிவர்களைப் போல, பழைய புரோகித அரச மாதிரியை அவன் நிறுவினான். ஆனால் எதிர்த்திசையிலிருந்த உபநிடத அரசமுனிவன் என்பவன், பிராமணர்களுடைய அறிவைப் பெற்ற ஒரு க்ஷத்திரியன். ஆனால் இவன் அரசனாகப் பணிசெய்த பிராமணன். வெகுகாலம் கழித்து எழுதப்பட்ட பனுவலின் பகுதி ஒன்று, சுங்கர்கள் கீழ்ச்சாதியைச் சேர்ந்தவர்கள் என்று குறிப்பிடுகிறது.[16] ஆனால் பிற பனுவல்கள், பிராமணக் குலத்தின் வம்சமே புஷ்யமித்திர சுங்கனுடையது என்கின்றன. அவன் தோற்றமூலம் எப்படியிருப்பினும், அவன் புதிய பிராமண அரசை ஏற்படுத்திக் கால்நூற்றாண்டுக் காலம் (கி.மு.181 - 151) ஆட்சிபுரிந்தான். மாறிவந்த அரசியல், மத, பொருளாதார நிலைகளில், பிராமணர்கள் மட்டுமே முறையான ஒருசீரான குழுவாக இருந்தனர். இதற்குக் காரணம், கல்வியில் அவர்கள் பெற்றிருந்த செல்வாக்கும், பாரம்பரிய நிலவுடைமையாளர்களாக அவர்கள் இருந்ததும்தான்.[17] இந்து அரசுகள் பல வீழ்ச்சியடைந்த பலகாலத்திற்குப் பின்னரும் பிராமணர்கள் மட்டும் அப்படியே மாறாமல் இருந்தனர்.

இருப்பினும் பௌத்தர்கள் வருமானம் பரந்த களத்திற்கு உரியதானதால் அவர்கள் வளம்பெருகினர். பௌத்த நினைவுச் சின்னங்கள் ஜனரஞ்சக வழிபாட்டின் பல காட்சிகளைக் காட்டுகின்றன. அவற்றுக்கு வருமானம் அரசர்கள் வாயிலாக வரவில்லை. மாறாக, தனித்த ஆதரவாளர்களினால், நிறுவனங்களுக்குள்ளாகவே பிக்ஷுக்கள், பிக்ஷுணிகள் வாயிலாகவும், இப்படிப்பட்ட மத மையங்கள் அரசியல் ஸ்திரத்தன்மை அற்ற ஒரு காலத்தில் அளித்த பாதுகாப்பு ஆதரவு இவற்றிற்காக ஈடுபாடு கொண்ட வணிகர்கள் ஆதரவினாலும், அவர்களுக்கு நிதி கிடைத்தது.[18] இந்தச் சமயத்தில் சமுதாயம் முழுவதுமே — நிலக்கிழார்கள், வியாரிகள், உயர் அதிகாரிகள், சாதாரண கைவினைஞர்கள் போன்றவர்கள் — முக்கிய பௌத்தத் திட்டங்களுக்கு நிதி உதவினர். ஒரிசாவில் (கலிங்கத்தில்) காரவேலன் என்ற ஜைன அரசன், சுயசரிதைத் தன்மையுள்ள நீண்ட கல்வெட்டு ஒன்றை வெளியிட்டான். அதில் அவன் ஒரு ஜைன மடத்தை ஆதரித்தது பற்றியும், ஜைனப் பனுவல்களைத தொகுத்தது பற்றியும், ஒவ்வொரு குழுவையும் மதித்து எல்லாக் கோயில்களையும் பழுதுபார்த்தது பற்றியும் குறிப்பிடுகிறான்.[19] பெண்களும் (விளிம்புநிலையிலிருந்த வேசியர் போன்ற பெண்கள் உட்பட) பௌத்தர்களையும் ஜைனர்களையும் ஆதரித்தனர். அம்மாதிரிப் பெண்களைக் கொடையாளிகளாகவும், துறவிகளாகவும் ஏற்றசெயலும்,

இந்து மதத்திற்குள் பெண்களின் பாத்திரத்தின்மீதும், வேத யாகங்களை இடம்பெயர்த்து இந்துமதச் சடங்குகள் வளர்ச்சியடைந்தமைமீதும் தாக்கத்தை ஏற்படுத்தியது. அரசியல் தளத்தில் இப்போது பேரரசுகள் ஆதிக்கம் செலுத்த முனைந்தன. தங்கள் சுயஉணர்ச்சி போதியஅளவு பெருகியதன் காரணமாக அவை இடைவிடாமல் ஒன்றோடொன்று போரிட்டன. பழைய கால இந்திய அரசன் விஜிகிஷு (ஆதிக்கம் செலுத்த விரும்புபவன்) என்று அழைக்கப்பட்டான். அரசியலில் சுற்றுக் கொள்கையை அவர்கள் பின்பற்றினர். அதன்படி, ஓர் அரசன் எல்லை யிலிருந்த அரசன் அவனுக்கு எதிரி; எதிரிக்கு எதிரி நண்பன். இதனால் எல்லையற்ற போர்கள் உண்டாயின. அரியணைக்காக அரசர்கள் கொலை செய்தனர், தந்தைக்கொலை மிகுதியாக இருந்தது.[20]

இந்தக் காலப்பகுதியை வரலாற்றாசிரியர் வால்டர் ரூபன் நன்றாக விளக்கியிருக்கிறார்.

பௌத்த மரபில் வந்த மகதத்தின் பிம்பிசாரன் தன் மகன் அஜாதசத்ருவால் கொல்லப்பட்டான். அடுத்து வந்த நான்கு அரசர்களும் தந்தைக் கொலைஞர்களே. இந்தக் கொலைகார சர்வாதிகாரிகளை மக்கள் அமைச்சன் சிசுநாகனை அரசனாக்கி ஒழித் தார்கள். கடைசி அரசன் (சிசுநாக வம்சத்தினன்) முதல் நந்தனால் கொல்லப்பட்டான். நாவிதனான அவன், அரசியின் கள்ளக்காதலனும் எனச் சொல்லப்படுகிறது. கடைசி நந்தன், கௌடில்யரால் கொலையுண் டான். கடைசி மௌரியன் புஷ்யமித்ரனால் கொல்லப்பட்டான். அவன் சுங்க வம்சத்தை நிறுவியவன். பிறகுவந்த நூற்றாண்டுகளில், போரும் அரசியல் குழப்பங்களும் நிறைந்தன. இதற்குக் காரணம், வடமேற்கிலி ருந்து வந்த அயல்நாட்டுப் படையெடுப்பாளர்கள். ஆக கி.மு.500 முதல் கி.மு.30 வரையிலான ஐநூறு ஆண்டுகளில் வட இந்திய மக்கள், இவனோ அவனோ எவன் வேண்டுமானாலும் அரசனைக் கொல்ல உரிமையும் கடமையும் இருக்கிறது என்ற மனநிலைக்கு வந்துவிட்டார்கள். இந்த ஐநூறு ஆண்டுகள், இந்திய நாகரிகத்தின் வளர்ச்சியில் முக்கியப் பங்காற்றியவை. இதிகாசங்களின் வளர்ச்சிக்கும், பௌத்த இலக்கியத்தின் வளர்ச்சிக்கும், வைஷ்ணவ, சைவப் புராணங்கள் மற்றும் ஒழுக்கங்களின் வளர்ச்சிக்கும் காரணமானவை.[21]

இந்தப் பயங்கரமான வரலாற்று முன்னுரையுடன் நாம் இராமனின் கதையைக் காணலாம்.

இராமாயணம், மகாபாரதத்தின் பரவல்

கி.மு.750 அளவிலேயே இராமாயணம் என்ற கதை உருவாகத் தொடங்கிவிட்டது. ஆனால் இப்போதுள்ள வடிவத்தை கி.மு.200 முதல் கி.பி.200 காலப்பகுதிக்குள்தான் அடைந்தது. ஆகவே அதன் உலகம் உபநிடத காலத்தில் தொடங்குகிறது. (விதேக நாட்டின் ஜனகன் போன்ற பாத்திரங்கள் உபநிடதத்திலும் இராமாயணத்திலும் முக்கியப் பங்காற்றுகிறார்கள், தொடர்ந்து சாத்திரங் களிலும் இடம்பெறுகிறார்கள்.) (கி.பி.200). இராமாயணமும் மகாபாரதமும், ஸ்ருதி என்று சொல்லப்பட்ட

மரபுநூல்களிலிருந்து (இவை மாற்றமுடியாத வேதப்பனுவல் தொகுப்பு) மனிதமரபான ஸ்மிருதி என்பதற்கு ஏற்பட்ட மாற்றத்தைக் குறிக்கின்றன. இவை மதப்பனுவல்கள், கேட்கும் யாவரும் பயனடைவர் (இதைக் கேட்கும் எந்தப் பெண்ணும் வலிமையான பிள்ளைகளைப் பெறுவாள் என்பதுபோல) என்ற முடிவுப் பகுதியோடு செல்பவை. இந்தோ - அமெரிக்கர்கள் மதம் சாராதவர்களாக இருந்தாலும் ஆதாம் ஏவாளையும் நோவாவின் கலத்தையும் அறிந்திருப்பதுபோல, இந்தப் பனுவல்கள் இயற்றப்பட்ட காலத்திலிருந்து இன்றுவரை இந்துக்கள் இவற்றின் கதாபாத்திரங்களை நன்கு அறிந்திருக்கிறார்கள். இராமன் என்ன செய்யக்கூடும் என்று இந்துக்கள் கேட்கலாம். இந்தப் பிரபலமாக்கல், அதிகமான பிராமணரல்லாத ஆசிரியர்கள் இக் கதைகளுக்கு உள்ளீடு செய்கிறார்கள், கீழ்ச்சாதியினர் நிலை பற்றிப் புதிய பிரச்சினைகள் உருவாகியவண்ணம் இருக்கின்றன என்றும் அர்த்த மாகிறது. பெண்களைப் பற்றியும் நாம் மிகுதியாக அறிய வருகிறோம். குறைந்தபட்சம், இந்தக் கதைகளில், அவர்கள் ஒப்புநோக்கில் சுதந்திரமாக இருக்கிறார்கள், எனினும் அந்தச் சுதந்திரம் இப்போது சவாலுக்கு உள்ளாகிறது.

இராமாயணமும், மகாபாரதமும் ஒருவேளை போர்க்களங்களில் போர்களுக்கிடையிலான இடைவெளிகளில் இயற்றப்பட்டு நிகழ்த்தப் பட்டிருக்கலாம். இவற்றிற்குப் பார்வையாளர்கள் மிகுதியாக க்ஷத்திரியர்களும் முகாமில் இருக்கும் பலவித வேலையாட்களுமாக இருந்திருப்பார்கள். இவற்றை முதன்முதலாக இசைத்த பாடகர்கள், சூதர்கள் (தேரோட்டிகள்) என்ற சாதியைச் சேர்ந்தவர்கள். திரியருணன், விருஷன் கதை போன்ற கதைகளில் அடிக்கடி இடம் பெறுகின்ற தேரோட்டிகளுக்கும் இவர்களுக்கும் தொடர்பு ஒருவேளை இருந்திருக்க லாம், ஆனால் உறவினர்களாக இருக்க வாய்ப்பு இல்லை. ஒவ்வொரு வீரனுடனும் தேரோட்டியாகவும் மெய்க்காவலனாகவும் ஒரு சூதன் சென்றுதான் இருப்பான். இரவில் எல்லா வீரர்களும் களத்திலிருந்து ஓய்வுடன் வந்து கவசங்களைக் கழற்றி, தங்கள் காயங்களுக்கு மருந்திட்டு உடல்களைப் பிடித்து விடும் வேளையில், ஒருவேளை குடித்துக்கொண்டும் இருக்கும் சமயத்தில், இந்தப் பாணர்கள் யாவரும் முகாமின் தீயைச் சுற்றி அமர்ந்திருக்க வீரர்கள் செயல்களைப் பற்றிய கதைகளைப் பாடியோ சொல்லியோ இருக்கலாம். ஆகவே சூதன் என்பவன் வெறும் தேரோட்டியல்ல, ஒரு அறிவிப்பாளன், நண்பன், அந்தரங்க நண்பன். போர் வீரனுக்கு அவன் அறிவுரை, புகழ்ச்சி, விமரிசனம் ஆகியவற்றை அளித்தான்.[23] இம்மாதிரிப் பல பணிகளின் சேர்க்கை இத்தேரோட்டிகளை அரசவை வட்டாரங்களில் நம்பத்தகுந்த ஆலோசகர் களாக்கியது. மறுபுறம், அந்தஸ்தில் அவர்கள் (ஏறத்தாழ வைசியர்கள் போல விலங்குகளுடன் அவர்கள் தொடர்புகொண்டிருந்ததனால்) அவையினரை விடக் குறைந்தவர்களாகக் கருதப்பட்டார்கள். அதனால் தான் மகாபாரதத்தில் கர்ணன் ஒரு தேரோட்டி மகன் என்று இகழ்ச்சிக் குள்ளாக்கப்படுகிறான்.

பிற்காலத்தில், ஊர்ஊராகச் செல்லும் பாணர்கள், போர்க்களத்தில் பங்கேற்பதைக் கைவிட்டனர். தேர்களையும் ஓட்டவில்லை. ஆனால்

கிராமங்களிலும் விழாக்களிலும் இப்பாடல்களைப் பாடினார்கள், தங்கள் கீழான அந்தஸ்திலேயே நிலைத்துவிட்டார்கள். மேலும், அரச யாகங்களில் புரோகிதப் பாடகர்கள் அரசர்களைப் புகழ்ந்து பாடினர். மாலைநேரங்களில், அரசப்பாடகர்கள், போர்களில் அந்த அரசனின் சாதனைகளைப் புகழ்ந்து பாடினர்.[24] ஒரு பெரிய யாகம் நடக்கும்போது இடைவெளிகளில் இந்தத் தேரோட்டிகள் தங்கள் கதைகளைச் சொன்னதாக மகாபாரதம் குறிப்பிடுகிறது. இந்தப் பிற்காலத்தில், இதைக் கேட்பவர்கள் பிராமணர்களாகத்தான் இருந்திருக்க முடியும். காரணம், யாகங்களுக்குப் பொறுப்பாளர்களும், யாக இலக்கியங்களுக்குப் பொறுப்பாளர்களும் பிராமணர்களே. மாறாக, பல்வேறுபட்ட பார்வையாளர்களும் இருந்திருக்கவும் கூடும். முன்பிருந்த போர்முகாம் பார்வையாளர்களுக்கு பதிலாக இப்போது பொது நிகழ்வுகளில் கலந்துகொள்ளும் ஆடவரும் பெண்களும், கீழ்ச்சாதி மக்களும் இக் கதைகள் சொல்லப்படுமிடங்களில் இருந்திருக்கலாம். இச்சமயத்தில் இந்தப் பனுவல்கள் வாய்மொழியாகவே சுற்றிவந்திருக்கும். அவற்றின் வாய்பாட்டுத் தன்மை, திரும்பத்திரும்பக்கூறல், ஒப்புநோக்கில் அவற்றின் மொழி எளிமை ஆகியவை இப்படித்தான் காட்டுகின்றன.[25]

மேலும் காலப்போக்கில், இக்கதைகளைச் சொல்பவர்களும், தாங்களாகவே சேர்த்துச் சொல்பவர்களும் பிராமணர்களே ஆனார்கள் போலும். முதலில் அவர்கள் யாகங்களின் இடைவெளி நேரங்களில் இராமாயணத்தையும் மகாபாரதத்தையும் சொல்லியிருப்பார்கள். பிறகு, புனிதத்தீர்த்தங்களில், கோயில்களில், யாத்திரை வழிகளில் சொல்லத் தொடங்கினார்கள். இந்த பிராமணர்கள் காலப்போக்கில் இந்தப் பனுவல் களை எழுதிவைத்தார்கள். இந்தப்பனுவல்கள் தொடக்கமுதலாகவே பிரா மணர்களால்தான் யாக்கப்பட்டன, பிறகு பிராமணர்கள் வழியாகவே பரவின என்று சில அறிஞர்கள் குறிப்பிடுகிறார்கள்.[26] ஆனால் பிராமணரல்லாதோர் ஆகிய கீழ்ச்சாதியினர்தான் இந்த இருபெரும் பனுவல்களின் பாதுகாப்பிலும், சேர்க்கையிலும் பங்கு பெற்றிருந்தார்கள் என எவ்விதத் தயக்கமுமின்றி சமஸ்கிருதப் பாரம்பரியமே வியப்பூட்டும் வகையில் தெரிவிக்கிறது. சிலகாலங்கள் கழிந்த பிறகுதான் பிராமணர்கள் இவற்றை எடுத்துக்கொண்டார்கள். ஆகவே சமஸ்கிருத இலக்கியத்திற்கு பிராமணரல்லாதோரின் மிகப் பெரிய கொடைகளில் ஒன்று இது என்றே கருதலாம். சூதர்கள் இவற்றை நன்கு மனப்பாடம் செய்துவந்தனர் போலும்.[27] எழுதப்படிக்க அறிந்தோரும் மனப்பாடமாக இவற்றை அறிந்திருந்தனர், பிற்காலத்தில் எழுதப்பட்ட இவற்றுக்கு உரைகள் வரைந்தனர். இந்த இரு பெரும்பாடல்கள், ஆகவே வாய்மொழியாகத்தான் உருவாக்கப் பட்டன, காப்பாற்றப்பட்டன, பிறகு எழுத்துச்சுவடிகளாக ஈராயிரம் ஆண்டுகளுக்கு மேலாகப் பாதுகாக்கப்பட்டுள்ளன. இந்த சமஸ்கிருதப் பனுவல்களுக்குள், அதிகமான அளவு நாட்டார்கூறுகளும், பிற ஜனரஞ் சக விஷயங்களும் ஊடுருவுவதற்கு இவற்றின் வாய்மொழித்தன்மை சாத்தியமாக இருந்தது. பிறகு இவை மக்களிடையே பரவுவதற்கும் அதுதான் காரணம். பனுவல்களிலிருந்த நாடகப்பாங்கான காட்சிகள் நகரங்களிலும் கிராமங்களிலும் நிகழ்த்துகையின்போது மறுஉருவாக்கம் செய்யப்பட்டுச் சேர்ந்திருக்கும்.[28] ஆனால் பிறகு இவை எழுத்துவடிவம்

பெற்று நூலகங்களில் பாதுகாக்கப்படலாயின. கையெழுத்துப்படிகளைக் காலநிலையும் பூச்சிகளும் அழிக்க முனைவதால், அவை பிழைத்திருக்க வேண்டுமாயின், இருநூறு ஆண்டுகளுக்கு ஒருமுறை அவை மீண்டும் படியெடுக்கப்பட வேண்டும். யாராவது அவற்றைத் தேர்ந்தெடுத்து படியெடுப்பதற்கான உழைப்பில் ஈடுபடவேண்டும். பௌத்தமும் ஜைனமும் தங்கள் புனிதப் பனுவல்களைப் படியெடுத்து அவற்றை நூலகங்களுக்கு தானம் செய்யும் வழக்கத்தைக் கொண்டிருந்தன. இப்பழக்கத்தை அவை இந்துமதத்திற்கும் கி.பி. ஏழாம் நூற்றாண்டுக்குள் அளித்தன. இப்படித்தான் இந்த நூல்களும், புரவலர்களுக்குப் புகழும், எழுதுபவர்களுக்கு ஊதியமும் தரும்விதமாகப் படியெடுத்துப் பாதுகாக்கப் பட்டிருக்கவேண்டும்.[29]

இராமாயணம்

இக்கதையின் மிகப்பழைய நீடித்திருக்கும் வடிவம், வால்மீகியின் சமஸ் கிருத இராமாயணம். அதன் அடிப்படைக் கதையமைப்பு இது.

இராமனும் சீதையும் இராவணனும்

இராவணன் என்ற அரக்கன், இலங்கையை ஆட்சி செய்தவன், ஒரு பிராமணன், சிவ பக்தன். அவன் பிரம்மாவிடமிருந்து ஒரு வரம் பெற்றான். அதில், தன்னை தேவர்களோ, அசுரர்களோ, அரக்கர்களோ, வேறு எவ்வித உயிர்களோ கொல்லக்கூடாது என்று கேட்கிறான். மனிதர்கள் தனக்குக் கீழ் எனக் கருதியதால் அவர்களை அவன் குறிப்பிடவில்லை போலும். ஆகவே விஷ்ணு ஒரு மனிதனாக — இராமன் என்ற மனிதனாக, இராவணனைக் கொல்வதற்கென அவதாரம் எடுக்கிறான். ஓர் உழுசாலில் பிறந்த சீதை, இராமனின் மனைவி ஆகிறாள். இராமனின் தம்பியான பரதனை அவன் தந்தை தசரதன் ஆட்சிப்பீடத்தில் அமர்த்தியபோது, இராமன் மற்றொரு தம்பி இலக்குவனுடனும் சீதையுடனும் காட்டுக்குச் செல்கிறான். இராவணன் சீதையைத் திருடி இலங்கைக்கு எடுத்துச் சென்று, அங்கே பல ஆண்டுகள் அவளைச் சிறையில் வைத்திருக்கிறான். குரங்குகளும் கரடிகளும் சேர்ந்த ஒரு படை உதவிசெய்கிறது, குறிப் பாக அனுமன் என்ற குரங்கு இலங்கைக்குத் தாவிச்சென்று அதற்கு ஒரு பாலம் அமைக்க உதவுகிறது. அதன்வழியே மேற்கூறிய படையுடன் இராமன் சென்று இராவணனைக் கொன்று சீதையை மீட்டுவருகிறான். ஆனால், மற்றொருவன் வீட்டில் அவள் பலகாலம் தங்கியிருந்ததால் அவள் கௌரவம் குலைந்தது என்று இராமன் கருதியதால் அவளை தீக்குளிக்கச் சொல்கிறான். பிறகு அவளை நாடுகடத்தவும் செய்கிறான். அவள் அவனுக்கு இரு மகன்களைப் பெறுகிறாள். அவர்கள் வளர்ந்தபிறகு அவனிடம் வருகிறார்கள். சீதையும் திரும்பி வந்து உடனே பூமிக்குள் மறைகிறாள். இராமன் பல்லாண்டு காலம் அமைதியும் நீதியும் நிலவ ஆட்சிசெய்கிறான்.

இராமனின் சகோதரர்கள், அரைச் சகோதரர்கள் கூட அல்ல, பின்னச் சகோதரர்கள். குழந்தையற்ற தசரதன், விஷ்ணுவின் சாராம்சம் நிறைந்த ஒரு பாயசத்தைப் பெறுகிறான். அதைத் தன் மனைவியர்க்கு

அளிக்கிறான். முதல் பாதி, முதல் மனைவி கோசலைக்கு. அவள் இராமனைப் பிறப்பிக்கிறாள். எட்டில் மூன்று பங்கு சுமித்திரைக்கு. அவள் இலக்குவனையும் சத்ருக்னனையும் பெறுகிறாள் (இருவரும் விஷ்ணுவில் பதினாறில் மூன்று பங்கு உடையவர்கள்). எட்டில் ஒரு பங்கினைக் கைகேயி உண்டு, பரதனைப் பெறுகிறாள்.

மௌரிய அரசுக்குப் பிறகு விதேகம் போன்ற நாடுகள் முக்கியத்துவம் பெற்றபோது இயற்றப்பட்டது இராமாயணம். இராமராஜ்யம் என்ற பெயரால் ஒற்றைஅரசாட்சியை நியாயப்படுத்துகிறது. இந்த உருக்காட்சி இருமுறை இராமாயணத்தில் வருகிறது. ஏழு காண்டங்களில் ஆறாவது காண்டத்தின் இறுதியில் ஒருமுறை. சீதை தீக்குளித்த பிறகு இராமனும் சீதையும் சேர்ந்திருக்கும் சமயத்தில் *(6.130)*. "துன்பப்படும் கைம்பெண்கள் இல்லை, பாம்புகளாலோ நோய்களாலோ மக்களுக்குத் தீங்கு இல்லை. மக்கள் ஆயிரம் ஆண்டு வாழ்ந்தனர்." சீதை கடைசியாகப் பிரிந்த பிறகு ஏழாம் காண்டத்தின் இறுதியில் வருகிறது.

தர்மத்தை நிலைநாட்டும் முயற்சியுடன் புகழும் நற்குணமும் படைத்த இராமன் ஆண்டுவருகையில் நீண்ட காலம் சென்றது. கரடிகளும் குரங்குகளும் அரக்கர்களும் இராமனின் கட்டுப்பாட்டில் இருந்தார்கள். தினந்தோறும் அரசர்களை அவன் சமரசப்படுத்தி வந்தான். மழைக்கடவுள் காலம் தவறாததால் உணவு நன்கு விளைந்தது. வானம் நிர்மலமாக இருந்தது. மகிழ்ச்சியும் ஆரோக்கியமும் நிறைந்த மக்கள் நகரத்திலும் நாட்டிலும் வாழ்ந்தார்கள். இராமன் ஆண்ட காலத்தில், காலம் தவறி ஒருவரும் இறக்கவில்லை, உயிரிகள் எதுவும் நோய்வாய்ப்படவில்லை, தர்மம் சற்றும் வழுவவில்லை (7.89.5 - 10).

பல நூற்றாண்டுகளாக இராமனின் அமைதியும் வளமும் நிறைந்த ஆட்சி இந்திய அரசியலில் முன்மாதிரியாகக் கருதப்பட்டு வந்தது. ஆனால் உண்மையில் ராமராஜ்யத்துக்கு அடியில், தந்தைக் கொலைகளும் ஆட்சியைக் கவர்தல்களுமான காட்சிகள் அடங்கிய அரச பயங்கரத்தைக் கொண்ட மெய்யான வரலாறு உள்ளடங்கி இருந்தது. உதாரணமாக, இராமனுக்கு பதிலாக பரதனை முடிசூட்ட நடந்த சதியினால் ஏற்பட்ட கலகத்தைக் கூறலாம் *(2.8.18 - 27)*. கரடிகள், குரங்குகள், அரக்கர்கள் இணைந்து செய்த சதிகள் ராமராஜ்யத்தில இராமனின் கட்டுப்பாட்டில் இருந்ததாகக் கூறப்படுகிறது.

மறதி நிறைந்த அவதாரம்

வால்மீகியின் இராமன், வழக்கமாகவே தான் விஷ்ணுவின் ஒரு அவதாரம் எனபதை மறந்துவிடுகிறான். சீதையைப் பிரிந்தபோது சாதாரண மனிதனைப்போலவே துன்பமும் துயரமும் அடைகிறான். அவளைத் திரும்ப அடைந்து விடுவோம் என்ற தெய்வீக முன்னுணர் ஆற்றல் அவனுக்கு அறவே இல்லை. வால்மீகியும் சிலசமயங்களில் அவனைக் கடவுளாக நடத்துகிறார், சிலசமயங்களில் அவ்வாறாக இல்லை. ஏனெனில் இராமன் ஒரு சிறுகடவுளாக இருந்து பெருந்தெய்வமாக

மாறக்கூடிய மாற்றுப் புள்ளியில் இராமாயணம் அமைக்கப்பட்டிருக்கிறது. கடவுளுக்கு எப்படி பக்தி செலுத்த வேண்டும் என்பதற்கு உதாரணமாகப் பிற்காலத்தில் இலக்குவனையும் அனுமனையும் மக்கள் கொண்டார்கள். ஆனால் இந்த உறவுகள், வால்மீகி இராமாயணத்தில், தமிழில் கி.பி. பத்தாம் நூற்றாண்டில் பக்திப்பனுவல்களிலும் புராணங்களிலும் காணப் படுவது போன்ற உணர்ச்சிகரமான, சிலசமயங்களில் வன்முறை சார்ந்த ஆழமான பக்தியாக வெளிப்படவில்லை.

பக்தி இயக்கம் போகப்போக மிகஉயர்ந்ததொரு தெய்வத்தின் அச்சுறுத்தும் ஆற்றல்களையும் ஒரு மிக நெருங்கிய நண்பனின் கருணை யையும் ஒருங்கே பெற்ற ஒரு தெய்வத்தைக் கற்பனை செய்யலாயிற்று. இது மனித எல்லைகளுக்குக் கட்டுப்பட்டவனாகவும் தன் தெய்வீக ஆற்றல்களை அறிந்தவனாகவும் இராமனைப் பற்றி இருந்த ஒரு பார்வையை மேலும் உறுதிப்படுத்தியது. உரையாசிரியர்கள், இராமன் அறிந்தும் அறியாத தன்மையில் வேண்டுமென்றே இருக்கிறான் என்றனர்.[30] அல்லது தான் யார் என்பதை மறந்தவன்போல் நடிக்கிறான் என்றனர்.[31] வேறு பிற பாடங்களில், அவன் தான் விஷ்ணு என்பதை ஒருபோதும் மறந்ததே கிடையாது. குரங்குப் படையின் தலைவனாகிய அனுமன் தனக்குப் பேராற்றல்கள் (பறப்பதற்கும், மிகப் பெரிய உருவமோ சிறிய உருவமோ கொள்வதற்கும் போல) இருப்பதை மறந்துவிடுகிறான். ஆனால் இலங்கைக்குச் செல்லும்போது மட்டும் அவற்றைப் பயன்படுத்துகிறான். இதனை எவ்விதம் என்று நீண்ட கதைகளால் விளக்குகின்ற இராமாயணம், இப்படிப்பட்ட சக்திகள் எதுவுமே அற்ற இராமன் தான் விஷ்ணுவின் அவதாரம் என்பதை ஏன் மறந்துபோகிறான் என்பதை விளக்குவதே இல்லை. இராமனும். மகாபாரதத்தில் விஷ்ணுவின் அவதாரமான கிருஷ்ணனும், இட, கால நிலைகளில் மனிதத் தன்மைக்கும் தெய்வத் தன்மைக்கும் இடையே ஊடாடுகிறார்கள். அவர்கள் பகுதிநேரக் கடவுளர்கள் மட்டுமல்ல, விஷ்ணுவின் பின்னப்பகுதிகள். விஷ்ணு எங்கோ முழுமையான கடவுளாக இருக்கிறான். ஆனால் அவனுடைய அவதாரங்கள் பூமியில் எப்போதும் மனிதர்கள்போலவே செயல்படுகின்றனர். இந்த இரு அவதாரங்களும் மனிதத் தாயர் வயிறுகளில் பிறந்தவர்கள். அவர்கள் இறக்கும்போது விஷ்ணுவுடன் கலந்துவிடுகிறார்கள். இராமனைப் போலவே கிருஷ்ண னும், (இவர்களோடு தொடர்புகொள்கின்ற மனிதர்களும்), தாங்கள் விஷ்ணுவின் அவதாரங்கள் என்பதைச் சிலசமயம் அறிந்தும் சிலசமயம் அறியாமலும் செயல்படுகிறார்கள்.

ஒருவகையில், ‘நாமெல்லாரும் பிரம்மத்தின் வடிவங்கள் ஆனால் மறுபிறப்புக்குக் கட்டுப்பட்டவர்கள்’ என்ற உபநிடதங்களின் நம்பிக்கை யிலிருந்து நேராக அவதாரத்தின் இந்த இருமை இயல்பு தோன்றுகிறது எனலாம். சில தேவர்கள், வேதத்திலிருப்பது போன்றே, உருமாற்றம் கொண்டு பூமிக்கு வருகிறார்கள். சான்றாக, இந்திரன் — எப்போதும் உருமாறுபவன். பின்னர் மகாபாரதத்தில், சிவன் சிலசமயங்களில் மட்டும் மனித உருக்கொண்டு (வரம் தரும்போது) வந்துசெல்கிறான். இவற்றையெல்லாம் வைத்து நோக்கும்போது, எல்லாச் சக்திகளும்

உடைய ஒரு கடவுள் பூமியில் ஒரு மனிதனாக முழு வாழ்க்கை வாழ முனைகிறான் என்பதுதான் அவதாரம் என்று சொல்லலாம். இந்திய வரலாற்றின் இந்தக் குறிப்பிட்ட பகுதியில் இந்த இரு அவதாரங்களும் தோன்றுவதற்குக் காரணம் என்ன? ஒருவேளை ஏற்கெனவே இருக்கும் பிற கடவுளர்களையும் பிற மக்களின் கதைகளையும் பிற சிலஇழைகளையும் ஒன்றுதிரட்டி வளர்ந்து வரும் வைணவமரபில் விஷ்ணுவுடன் ஐக்கியப்படுத்திக் கொள்வதற்காக இருக்கலாம். இந்த இழைகளும், கதைகளும் பௌத்தம் ஜைனம் ஆகியவற்றைச் சேர்ந்தவை என்பது மட்டுமல்ல, இந்தப் புதிய மதங்கள் இந்துமதத்திற்கு விடுத்த சவாலைச் சமாளிப்பதற்கான ஒரு வழியாக அவதாரத்தன்மை இருக்கிறது.

இக்காலப்பகுதிக்குள், ஒற்றை மனிதனை (ஜினன், புத்தன்) மையமாகக் கொண்ட ஒரு மதஇயக்கத்தின் சட்டகத்தை வெற்றிகரமாக ஜைன, பௌத்த மதங்கள் உருவாக்கிவிட்டன. புத்தர், ஜினர் ஆகியோர் மனிதர்கள் - கடவுளர் அல்ல. ஆனால், இராமனும் கிருஷ்ணனும் நேராக விஷ்ணு என்னும் கடவுளின் வடிவங்களான மனிதர்கள். அதனால் மனிதனுக்கு அப்பாற்பட்ட ஞானமும் ஆற்றலும் பெற்றவர்கள். ஆகவே பௌத்தர்களையும் ஜைனர்களையும் மனித வடிவத்தை தெய்வமாக்கும் அவர்கள் விளையாட்டிலேயே இராமனும் கிருஷ்ணனும் தோல்வியுறச் செய்துவிட்டார்கள். எந்த ஒரு வேதக் கடவுளையும்விட ஆற்றல்மிக்க கடவுளாக அதே சமயம், அவதாரங்கள் வாயிலாக மனிதத்தன்மையும் கொண்டவனாக விஷ்ணு உருவானான்,

தேவியர்க்கும் அரக்கியர்க்கும் இடையில்: பெண்கள்

மனிதன் ஆனதால், இராமன் பலவீனமானவன். தெய்வீகத் தன்மை ஒருபுறம் இருந்தாலும், அவன் திரும்பத் திரும்பப் பெண்களால் இடறப்படுகிறான். முதலில் அவன் மாற்றாந்தாய் கைகேயி, பிறகு அரக்கி சூர்ப்பணகை, கடைசியாக அவன் மனைவி சீதை.

முழுமையான பெண்மையைப் பற்றிய ஆணின் கற்பனையுரு சீதை. அவள் எந்த அளவு நல்லவளாக இருக்கிறாளோ அந்த அளவு பிற பெண்களுக்கும் தீய அரக்கியர்களுக்கும் ஒரு முரண் பாத்திரமாகவும் இருக்கிறாள். யாராலும் இந்த விஷயத்தைத் தவறவிடவே முடியாது. கோசலையின் மகன் இராமன் அரியணை ஏற இருக்கும்போது, கைகேயி தன் மகன் பரதனை ஆட்சிப்பீடம் ஏற்றவும், இராமனைக் காட்டுக்கு அனுப்பவும், பிற விஷயங்களோடு பாலியல்சார்ந்த மிரட்டலையும் பயன்படுத்துகிறாள். தன் "கோபஅறை"க்குள் புகுந்துகொள்கிறாள் (லைசிஸ்டிரேட்டாவுக்கு இந்திய மறுதலை), அழுக்கான உடைகளை அணிகிறாள், தரையில் படுத்துக்கொள்கிறாள், தசரதனைப் பார்க்கவோ பேசவோ மறுக்கிறாள், செயலற்ற தசரதன், அவள் அழகின் கவர்ச்சியைத் தவிர்க்க இயலாதவனாகிறான். கோசலை என்னும் நல்ல அரசியின் தீய நிழல் கைகேயி. ஆனால் அவள் நல்லறிவுக்கு மாறாக இவ்விதம் நடப்பதற்குக் காரணம் கூனியின் சதித்திட்டம். ஆகவே அவள் தன் பாவத்திலிருந்து அவள் விடுபட்டு விடுகிறாள். கோசலையைத் துயரத்தில் மூழ்கடிக்க இருக்கின்ற துன்பங்களைக் கொண்டு வந்ததற்காக, சீதை

கைகேயியைத் திட்டவில்லை, மாறாக கூனியைத்தான் இகழ்கிறாள். கூனியின் வளைந்த உடலே, இந்துச் சிந்தனைப்படி, அவள் முன்பிறவி யில் ஏதோ ஒரு பெரிய பாவத்தைச் செய்திருப்பதற்கான அடையாளம். மாறாக, சத்துருக்னன் கூனியைத் திட்டும்போது கைகேயியின்மீது சாபங்களை விடுகிறான். இந்தப் பனுவலில், நிழல்களுக்கும் நிழல்கள் இருக்கின்றன.

சீதையின் இழப்பு

சீதை ஒருபோதும் இறப்பதில்லை, ஆனால் நான்கு முறை மறைகிறாள். முதலில் இராவணன் அவளைத் தூக்கிச் செல்லும்போது மறைந்து விடுகிறாள். பிறகு அவள் இராமனை மூன்று முறை பிரிகிறாள். இம் மூன்று பிரிவுகளும் மூன்று இயற்கை விஷயங்களைக் குறிக்கின்றன. முதலில் தீ, அடுத்தது காடு, மூன்றாவது பூமி. இவையாவும் முதல் பிரிவின் விளைவாகவே ஏற்படுகின்றன. இராவணன் பல ஆண்டுகளுக்கு முன்பு அவளைக் கடத்தியதற்காக இராமன் இப்போது அவளை வெளியேற்றுகிறான். முதலில், இராவணனைத் தோல்வியுறச் செய்தபிறகு, இராமன் சீதையைப் பொதுஅவைக்கு அழைக்கிறான். பிறகு:

சீதை தீக்குளிக்கிறாள்

"உன் நடத்தையைப் பற்றிச் சந்தேகங்கள் எழுந்துள்ளன. ஆகவே எங்கு விருப்பமோ அங்கு நீ செல். உன்னைப் பற்றி எனக்குக் கவலையில்லை. ஒரு நற்குடும்பத்தில் பிறந்த மனிதனின் மனம் பெண்ணின் இழப்பினால் சித்திரவதைப்பட்டாலும், அவள் மற்றொருவனின் வீட்டில் இருந்த பிறகு அவளை ஏற்றுக்கொள்ள முடியுமா? இராவணன் மடியில் நீ உட்கார்ந்த பிறகு நான் எப்படி உன்னை ஏற்க முடியும்? இலக்கு வனையோ, பரதனையோ, சுக்ரீவனையோ, விபீடணனையோ — யாரை வேண்டுமானாலும் நீ ஏற்றுக்கொள், அல்லது யார் உன்னை மகிழ்ச்சிப் படுத்துவார்களோ, அவர்களிடம் செல். உன் அழகிய உடலைக் கண்ட இராவணன், தன் சொந்த இடத்தில் நீ இருக்கும்போது உன்னைச் சும்மா விட்டிருக்கமாட்டான்" என்று இராமன் சொல்கிறான். "சில பெண்கள் சரிவர நடக்காததால் நீ பெண்கள் வர்க்கத்தையே நம்ப மறுக்கிறாய். யாராவது என் உடலைத் தொட்டிருந்தால், அது பலத்தினால் மட்டுமே" என்கிறாள் சீதை. பிறகு இலக்குவனிடம் சொல்கிறாள்: "ஒரு தீயை எழுப்பு. இந்த வேதனைக்கு முடிவு அதுதான். தவறான குற்றச்சாட்டுகளுக்கு உட்பட்டு நான் வாழ முடியாது." தீ கொழுந்துவிட்டு எரியும்போது, என் மனம் இராமனைத் தவிர வேறொருவரையும் நாடவில்லை என்றால், எல்லா மக்களுக்கும் சாட்சியான நீ என்னைக் காப்பாற்று என்று அதன்முன் நின்று கூறிவிட்டுத் தீயில் இறங்குகிறாள். தேவர்கள் இராமனுக்கு அவன் யாரென நினைவூட்டுகிறார்கள். அதேசமயம், அக்னி தன் மடியில் சீதையைத் தூக்கிக்கொண்டுவந்து இராமனின் மடியில் அமரவைக்கிறான். "இதோ உன் சீதை. அவளிடம் தீங்கு சிறிதும் இல்லை. அவளை இராவணன் பலமுறை மயக்கவும் பயமுறுத்தவும் முயன்றாலும் அவள் இராவணனுக்குச் சற்றும் மனத்தில் இடமளிக்கவில்லை. அவளை தண்டிக்கக்கூடாது. இது என் கட்டளை" என்கிறான் அக்னி.

“இராவணனின் படுக்கையறைகளில் சீதை பலகாலம் வாழ்ந்ததால் அவள் தூய்மைப்படுத்தும் தீயில் எல்லார் முன்னாலும் இறங்கவேண்டிவந்தது. இப்படி நான் செய்திருக்காவிட்டால் நல்லவர்கள், “தசரதனின் மகனான இந்த இராமன் காமவயப்பட்டவன், குழந்தைத் தனமானவன்” என்று தூஷிப்பார்கள். ஆனால் அவள் எனக்கு உண்மையானவள் என்பது நன்றாகத் தெரியும்” என்கிறான் இராமன். பிறகு அவன் தன் அன்புக்குரியவளுடன் இணைந்து அவனுக்குத் தகுதியான இன்பத்தை அனுபவித்தான் (6.103.6).[32]

“தசரதனின் மகன் காமவயப்பட்டவன்” என்பது முக்கியத் தொடர். தசரதனைப் பற்றி மக்கள் என்ன பேசினார்கள் என்பது இராமனுக்கு நன்றாகத் தெரியும். இராமன் காட்டுக்குச் செல்ல இருப்பதை இலக்குவன் அறிந்தபோது, “இந்த அரசன் (தசரதன்) நெறிதவறியவன், கிழவன், காமம் துரத்தப் பாலியல் வயப்பட்டவன்” என்கிறான் *(2.18.3).* இராமனும் அதையேதான் தனக்குள் சொல்லிக்கொள்கிறான். “இவன் ஒரு முதியவன், நான் சென்றுவிட்டால் கைகேயியினால் உணர்வு மழுங்கிய இவன், அவள் கைக்குள்ளாகவே இருப்பான். எதை வேண்டுமானாலும் செய்வான். அவன் தன் மனத்தை இழந்துவிட்டான். பொருளையும் தர்மத்தையும் விடக் காமம் சக்திவாய்ந்தது என்று நினைக்கிறேன். இல்லையென்றால், எவ்வளவு முட்டாளாக இருந்தாலும் ஓர் அரசன், அழகான பெண்ணுக்காக என் போன்ற ஒரு நல்ல மகனை இழக்க முன்வருவானா?” *(2.47.8—10)* தர்மம்- அர்த்தம் - காமம் என்ற மரபான வரிசையைத் தன் காமவயப்பட்ட தந்தை தவறானமுறையில் மாற்றிவிட்டதாக இராமன் சொல்கிறான். பிறகு தன் மனைவியை அளவுக்கு மீறி விரும்பியதால் தசரதன் எவ்விதம் ஓர் அரசியல் மற்றும் மதத் தவற்றினைச் செய்துவிட்டான் என்று காட்ட முனைகிறான். தன் மனைவி சீதையை ஒரு அரசியல் கருவி என்ற முறையிலும் எவ்விதத்திலும் கற்புத் தவறாதவள் என்ற முறையிலுமே மதிப்பதாக (அதாவது அர்த்தத்திற்கும் தர்மத்திற்கும் கீழ்ப்பட்டது காமம்) என்ற முறையிலுமே நடத்துவதாகச் சொல்கிறான். காமம், அரசியல் அபாயத்தில் தன்னை மாட்டிவிடுகிறது (கற்பிழந்த மனைவியை வைத்திருந்தால் மக்கள் கலகம் செய்வார்கள்) என்று இராமன் நினைக்கிறான். ஆனால் இது தலைகீழாக இருக்கிறது. அரசியல் அவனை ஒரு பாலியல் மற்றும் மதத் தவற்றினைச் செய்யத் தூண்டுகிறது. தான் நேசிக்கும் மனைவியைப் பொது அக்கறை அவனை நாடுகடத்தத் தூண்டுகிறது. தசரதன் இராமனை நாடு கடத்தியதுபோல, இராமன் சீதையை நாடுகடத்துகிறான். குறிப்பாகச் சீதையை நாடு கடத்துவதற்கு முன்பு இராமாயணத்தில் ஒரு நீண்ட பகுதி வருகிறது. அவளுடன் சேர்ந்து மது அருந்திவிட்டுத் தொடர்ச்சியாக அவளுடன் பலநாட்கள் இன்பம் துய்த்த பிறகு தான் இவ்வாறு நேர்கிறது. காதலின்பத்தில் மூழ்குவதற்கு நேர் எதிர்வினையாக நாடு கடத்துதல் அமைகிறது *(7.41).* இராமனின் மனைவி சந்தேகத்திற்கு அப்பாற்பட்டவள், ஆனால் இராமன் சந்தேகிக்கிறான். அவனுடைய, மற்றும் அவளுடைய ஈரடித்தன்மைகள் திரும்பத்திரும்ப வரும் அவர்களுடைய கூற்றுகளிடையே உள்ள மோதல்களில் வெளியாகிறது. இராவணன் அவளைத் தொடவேயில்லை, இல்லை அவன் தொட்டான்,

ஆனால் அவளுடைய விருப்பத்திற்கு எதிராகத்தான்; அவள் இராமனுக்கு மனத்தில் உண்மையாக இருந்ததால் இராவணன் தொட்டது ஒன்றும் முக்கியமில்லை. இராமன் மக்களுக்கு எதிரில் சீதையைச் சந்தேகப்படுகிறான், அவளுடைய துன்பத்தைப் பற்றிச் சிறிதும் அக்கறை கொள்ளவில்லை என்னும்போது, தேவர்கள் அவன் இப்படிச் செய்யலாமா என்று கேட்கிறார்கள். அத்துடன், "நீதான் எல்லாக் கடவுளர்களிலும் சிறந்தவன் என்பது உனக்குத் தெரியாதா? ஒரு சாதாரண மனிதனைப் போல சீதையை நடத்துகிறாய்" என்கிறார்கள். புரியாமலே, இராமன், "நான் ஒரு சாதாரண மனிதன்தான், தசரதனின் மைந்தன் இராமன். உண்மையில் நான் யார், என் தந்தை யார், நான் எங்கிருந்து வந்தேன்" என்கிறான் *(6.105.8 - 10)*. இராமன் நேராகச் சிந்திக்கவில்லை; தேவர்கள் அவன் அவதாரத்தன்மையை அவனுக்குச் சொல்ல வேண்டியிருப்பதோடு சீதையை அவன் மோசமாகவும் குருட்டுத்தனமாகவும் நடத்துவதைத் தடுப்பதற்கு அதை ஒரு ஆயுதமாகப் பயன்படுத்தவேண்டியிருக்கிறது. பிறகு மீண்டும் அவன் சீதையைத் துறந்தபிறகு, அவன் விஷ்ணு என்பதை பிரம்மன் நினைவூட்டுகிறான். சிவன், இறந்த தசரதனின் ஒரு காட்சியை அவனுக்கும் சீதைக்கும் காட்டுகிறான். அதில் சீதையிடம் "மகளே, இராமன் உன்னை வெளியேற்றி விட்டான் என்று கோபப்படாதே. உனக்காக, உன் தூய்மையை நிரூபிப்பதற்காகத்தான் அவன் இப்படிச் செய்திருக்கிறான். இன்று நீ அனுபவித்த கடினமான சோதனை எல்லாப் பெண்களுக்கும் மேலாக உனக்குப் புகழைத் தரும். உன் கணவனுக்கு உன் கடமையை நான் சொல்லவேண்டிய அவசியமில்லை, ஆனால் அவன் மேலான கடவுள் என்பதை உனக்குச் சொல்லவேண்டும்" என்கிறான் தசரதன் *(6.107.34 - 35)*. மறுபடியும் சீதை மண்ணுக்குள் மறைந்த பிறகு, இராமன் கட்டின்றிச் சினம் கொண்ட சமயத்தில், பிரம்மன் பிற எல்லா தேவர்களுடனும் அவன் முன்வந்து, இராமா, நீ துயரப்படக்கூடாது. உனது முன் இருப்பையும் உன் திட்டத்தையும் நினைத்துப்பார். நீ விஷ்ணுவிலிருந்து பிறந்தவன்" என்கிறான் *(7.88)*.[33]

சீதை ஒன்று, தான் இறந்து விடுவது அல்லது உயிரோடிருக்கும் இராமனுடன் சேர்ந்து வாழ்வது என்ற முடிவில்தான் தீக்குளிக்கிறாள். "இப்படியே வாழமுடியாது" என்று அவள் சொன்னாலும் இந்தச் சோதனை தற்கொலை அல்ல. இது ஒரு எதிர் - உடன் கட்டையேற்றம். ஏனெனில் கணவன் உயிரோடிருக்கிறான். சதி (உடன்கட்டை)யில் மகளிர், இறந்த கணவனோடு சொர்க்கத்தில் சேர்வதற்காகத் தீயில் இறங்குவார்கள். ஆனால் இவள் செய்வது உரிமைப்போராட்டம். ஒன்று அவனை விடுவது, அல்லது பூமியில் சேர்ந்து வாழ்வது. மிரட்டல் என்ற வகையில் அது பலிக்கிறது. இராமன் அவளை ஏற்றுக்கொள்கிறான், பிறகு ஒரு தேவதைக்கதை முடிவுபோல, என்றும் நாம் பிரியாதிருக்கலாம் என்று நினைக்கிறார்கள். ஆனால் "தனக்கேற்ற இன்பத்தை அவன் அடைந்தான்" என்ற முடிவுச் சொற்களில் ஒரு குறிப்புமுரண் இருக்கிறது. ஏனெனில் அது நீடிக்கவில்லை. வதந்திகள் எழுகின்றன, இராமன் சீதை கர்ப்பமாக இருந்தபோதிலும் அவளை நாடுகடத்துகிறான். அவள் வால்மீகியின் ஆசிரமத்துக்குச் சென்று இரட்டைக் குழந்தைகளைப் பெறுகிறாள். சீதையின் இரண்டாவது பிரிவு இது. இந்த நாடு கடத்தலில் ஏதோ

திருப்தியில்லை என வால்மீகி கருதியிருக்கக்கூடும். ஆகவே மற்றொரு இறுதியான, மேன்மையான பிரிவை அவளுக்கு உண்டாக்குகிறார். அது பல ஆண்டுகள் கழித்துவருகிறது. இந்த இரட்டையர் வளர்ந்து இராமனுடைய அசுவமேத யாகத்தில் வால்மீகி கற்பித்தவாறு, இராமாயணத்தை இசைப்பதற்கு வருகிறார்கள். பிள்ளைகள் இராமனை (தந்தையை)ப் போலவே இருக்கிறார்கள் என்று அவர்கள் வம்ச முறைக்கு இராமாயணம் மிகுந்த அழுத்தம் தருகிறது. இராமனின் அவையிலிருக்கும் முனிவர்களும் அரசர்களும் அரசனையும் இந்த இரு பாடகர்களையும் ஒன்றாகக் காணும்போது கண்களால் பருகுவதுபோன்ற களிப்பினை அடைந்தார்கள். எல்லாருமே ஒன்றைத்தான் தங்களுக்குள் பேசிக்கொள்கிறார்கள். இருவரும் இராமனைப் போலவே இருக்கிறார்கள், ஒன்றின் இரு பிரதிபலிப்புகள் போல. அவர்களுக்கு சடை முடியும் மரவுரியும் இல்லை என்றால், இராமனையும் அவர்களையும் பிரித்தறியவே முடியாது *(7.85.6 - 8)*. இருப்பினும் இராமன், கூர்மையாக, அவர்கள் சீதையின் மகன்கள், மீறி தன் மகன்களாக இருக்க அவசியமில்லை என்றே கருதுகிறான் *(7.86.2)*. இது ஒரு மிகமுக்கியமான சம்பவம். ஆணின் அடையாளமும், பெண்ணின் விசுவாசமும்தான் இந்தப் பனுவல்களில் பாலியல்பை நிச்சயிக்கும் தேவைகள்.[34] இந்த அக்கறைகள், சீதையை நடத்தும் முறையில் முக்கியப் பங்கினை ·வகிக்கின்றன.

இதுதான் சீதையை மறுபடியும் இராமன், கடைசியாக அழைக்கும் சமயம். ஆனால் அவளே தன் இறுதிப் பிரிவினை நிச்சயித்துக் கொள் கிறாள்.

சீதை பூமிக்குள் செல்லுதல்

சீதை தன் நடத்தையில் களங்கமற்றவளாக இருந்தால், பாவமற்றவளாக இருந்தால் அவள் தன் விசுவாசத்தை நிரூபிக்கட்டும் என்று வால்மீகியிடம் கூறுமாறு இராமன் தூதுவர்களை அனுப்புகிறான். வால்மீகி சீதையுடன் வருகிறார். அவருடைய உண்மையறாத வார்த்தைகளால் இந்த இரு பிள்ளைகளும் இராமனுடையவர் என்று சபதம் செய்வதோடு, சீதையின் களங்கமற்ற தன்மையை ஒரு காட்சியில் கண்டதாகவும் உரைக்கிறார். "நான் ஒப்புக்கொள்கிறேன். சீதை தானே முன்னர் சொல்லியிருக்கிறாள். நான் அவளை நம்பி என் இல்லத்தில் வைத்துக்கொண்டேன். ஆனால் பொதுமக்களின் அவதூறினால் அவளை வெளியேற்றவேண்டிவந்தது. அவளுடைய களங்கமற்ற தன்மை எனக்குத் தெரிந்தாலும், நான் மக்களுக்கு பயந்து அவளை உதறினேன். இந்தப் பிள்ளைகள் என்னுடை யவர்கள் என்று ஒப்புக் கொள்கிறேன். அவையின் மத்தியில், கற்புள்ள சீதையை ஏற்றுச் சமாதானமாக இருக்கவிரும்புகிறேன்" என்கிறான் இராமன். பிறகு சீதை, "நான் மனத்தினாலும் இராமனைத் தவிர வேறெவரையும் எண்ணாதவளாக இருந்தால், என்னை பூமி ஏற்றுக் கொள்ளட்டும்" என்கிறாள். உடனே ஓர் அதிசயம் நிகழ்கிறது. பூமியிலிருந்து நாகர்கள் சுமந்துவர ஒரு தேவஆசனம் வருகிறது. பூமித்தாய் சீதையை ஏற்று ஆசனத்தில் அமரச்செய்ய, தேவர்கள் நோக்க, சீதை பூமிக்குள் செல்கிறாள். இராமன் கண்ணில் நீர் பெருக, தலை குனிந்திருக்க, இதயம்

பரிதவிக்க, பரிதாபமாக அமர்ந்திருக்கிறான். கண்ணில் நீர் வெள்ளமாக ஓட, நீண்டநேரம் அழுகிறான். பிறகு துயரத்துடனும் கோபத்துடனும் சொல்கிறான்: "ஒரு காலத்தில் அவள் இலங்கையில் கடலைத்தாண்டி மறைந்திருந்தபோதே அவளை மீட்டு வந்தேன். இப்போது பூமிக்குள்ளிருந்து அவளை மீட்டுவருவது எனக்குக் கடினம் அல்ல".(7.86.5 - 6, 7.87.1 - 20, 7.88.1- 20).

ஆனால் அவளை இப்போது மீட்டுக்கொண்டு வர இயலாது. அவள் அவனைவிட்டுப் பிரிந்து, அரசியாக இருப்பதைத் துறந்து செல்கிறாள். (இராமனிடம் தனக்குள்ள விசுவாசத்தைக் காட்ட மறுபடியும் ஒரு அற்புதச்செயலை அவள் வேண்டுகிறாள் என்பதோடு) இந்த இரண்டாவது சோதனையை ஒரு தியாகமாகவும், நிரந்தர வெளியேற்றமாகவும் ஆக்கிக்கொள்கிறாள்.

சீதையின் இரு சோதனைகளும் அவளுடைய தூய்மையை நிரூபிக்கின்றன. அதே சமயம் அவை மிக உயர்வான, எதிர்ப்பின் வலிமையான வடிவங்கள்.[35] அவள் வெறும் மிதியடி அல்ல. கணவன் ஒரு கடுமையான தவறு செய்துவிட்டான் என்றால் அவள் கண்டிக்கத் தயங்குவதில்லை. காட்டுக்கு வரவேண்டாம் என்று இராமன் அவளிடம் சொல்லும்போது, "என் தந்தை உனக்கு என்னைத் திருமணம் செய்து கொடுத்தபோது என்ன கருதினார்? ஆணின் உடலில் ஒரு பெண் என்றா? நீ எதற்கு பயப்படுகிறாய்? நான் உனக்கு விசுவாசமாக இருப்பதை நீ உணரவில்லையா? நீ என்னை அழைத்துச் சென்றால், உன்னைத் தவிர வேறொரு ஆடவனையும் நான் கனவிலும் கருதமாட்டேன். அப்படிப்பட்ட பெண் நான் அல்ல. ஆனால் நீ ஒரு தரகனைப் போல நடந்து கொள்கிறாய். நான் ஒரு கன்னிப் பெண்ணாக வந்து உன்னிடம் விசுவாசமாக இத்தனை காலம் நடந்துகொண்டபோதும், என்னைப் பிறரிடம் விட்டுச்செல்ல நினைக்கிறாய்" என்கிறாள். உடனே இராமன் அவளைச் சோதிப்பதற்காகவே அவளை வரவேண்டாமென்று தடுத்ததாகச் சொல்கிறான் *(2.27.3 - 8, 26)*. ஆம், உறுதி. அவள் இந்தச் சோதித்தல் என்பதை மறுபடியும் சந்திப்பாள். பிற விசுவாசம் குறைந்த பெண்களுடன் இராமன் அவளை ஒன்றாகக் குழப்பிக்கொள்வதாக அவள் கூறுவதையும் நாம் மறுபடியும் கேட்கிறோம். பல ஆண்டுகள் கழித்து, அவள் இராவணனுடன் நெருக்கமாக இருந்ததாக இராமன் குற்றம்சாட்டும்போது அவள் மறுபடியும் இவ்வாறு சொல்கிறாள். காட்டில் அவர்கள் புகும்போது, (இராமன் மரவுரி தரித்திருக்கிறான். ஒரு வேளை முனிவர்களின் வாழ்முறையையும் தர்மத்தையும்கூட அனுசரிக்கிறான் போலும்) இந்த அமைதியான இடத்தில் ஏன் ஆயுதங்களைத் தாங்கிவருகிறாய் என்று சீதை கேட்கிறாள். அவளையும், காட்டில் பிற ஆதரவற்ற உயிர்களையும் காப்பதற்கு ஆயுதங்கள் தேவை என்கிறான் இராமன். ஹிம்சைக்கு எதிரான ஓர் உணர்ச்சிமிக்க உரையில், இராமன் இயற்கையாகவே வன்முறைக்கு ஆட்பட்டவனாக இருக்கிறான் என்று தான் பயப்படுவதாகவும், ஆயுதங்களை எடுத்துச் செல்வது அவன் மனத்தில் தீய எண்ணங்களை விதைக்கும் என்றும் சீதை கூறுகிறாள் *(3.8.1 - 29)*. (மெய்யாகவே அவன் காட்டில் பல ஜந்துக்களைக்

கொல்கிறான்; கொல்லப்படவேண்டிய அரக்கர்களையும், கொல்ல வேண்டாத குரங்குகளையும். சீதையின் எண்ணங்களை, இராமனின் முரண்படும் தர்மங்களுக்கிடையில் காட்டும் தோற்ற அக்கறைகளையும் திருமண வாழ்க்கையையும் பற்றி விசாரிப்பதன் வாயிலாக அரக்கி சூர்ப்பணகைகூடத் தெரிந்து கொள்கிறாள் *(3.6.11)*.

தேவி (கடவுள்) சீதை

ஆனால் சீதை வெறும் பெண்ணல்ல; அவளும் ஒரு தேவி (கடவுள்) தான். ஆனால் இராமன் கடவுள் என்பது வெளிப்படுவதுபோலத் தெரிவதில்லை. இராமனுக்கு முரண்பாடாக — வால்மீகியின் பனுவலுக்குப் பிறகு அவன் தெய்வத் தன்மை கூடிக்கொண்டே வருகிறது — வால்மீகி அவள் கதையை வடிப்பதற்கு முன்னரே அவள் தேவிதான். இராமாயணத்தின் சீதை முன்னிருந்த தெய்வத்தன்மையின் சுவடுகளோடு காணப்படும் ஒரு பழைய கடவுள். அவற்றைக் கதை அழிக்கவில்லை ஆயினும் பெருமளவு புறக்கணிக்கிறது. ஆனால் இராமன் உருவாகிக் கொண்டிருந்த கடவுள். அவனுடைய ஒழுக்கக் குறைபாடுகள் சுவடுகளை விட்டிருக்கின்றன, ஆனால் எதிர்காலச் சமூகம் அவற்றை அழிக்க விரைந்தது. இந்த இருவரும் கடக்கும்போது சந்திக்கிறார்கள் — பக்கத்துப் பக்கத்து எஸ்கலேட்டர்களில் நிற்கும் மனிதர்களைப் போல. இராமன் மேலே செல்கிறான், சீதை கீழே செல்கிறாள். ரிக் வேதப் பாடல் ஒன்று, வயல்களின் தெய்வத்தைப் பாடும்போது, உழுசாலை (அதற்குத்தான் சீதை என்று பெயர்) எல்லா உணவுகளையும் கறந்து தரும் பூமிப்பசுவோடு ஒப்பிடுகிறது. (ரிக் வேதம், *4.57.6 - 7*). இராமன் சீதையைத் திருமணம் செய்துகொள்ளும்போது உண்மையில் எல்லா அரசர்களும் செய்வதைப் போல, அவன் பூமியைத் தான் திருமணம் செய்கிறான். எல்லா அரசர்களுக்கும் பூமி மனைவிதான். ஆனால் இச்சமயம் வெளிப்படையாக, பூமித்தாயின் மகள் என்று சொல்லப்படும் ஒருத்தியை அவன் மணக்கிறான். சீதையின் பிறப்பு இராமனின் பிறப்பைவிட மீயியற்கைத் தன்மை கொண்டது. பலமுறை அது சொல்லப்படுகிறது.[36] ஒருசமயம், சீதையின் தந்தையான விதேக நாட்டு அரசன் ஜனகன் பின்வருமாறு சொல்கிறான்.

சீதையின் பிறப்பு

யாகபூமியில் ஒருநாள் மிகஅழகிய தேவலோக மங்கை மேனகை வானில் பறந்து வருவதைக் கண்டேன். அப்போது எனக்குள், "இவளிடம் ஒரு பிள்ளை பெற்றால் அது எப்படியிருக்கும்!" என்ற எண்ணம் ஏற்பட்டது. நான் இப்படி நினைக்கும்போதே என் விந்து நிலத்தில் விழுந்தது. பிறகு நான் நிலத்தை உழுதபோது அதன் முதல் விளைச்சல் தெரிந்தது. நிலத்திலிருந்து என் மகள் வெளியே வந்தாள். விண்ணுலக அழகும் பண்புகளும் நிறைந்தவள். அவள் நிலத்தி லிருந்து எழுந்ததால், கருப்பையிலிருந்து பிறக்காததால், அவள் சீதை எனப்படுகிறாள்.[37]

இராமனுக்கு இந்தக் கதை நன்றாகத் தெரியும். பூமிக்குள் அவள் சென்றபிறகு, அவன் பூமியிடம் சொல்கிறான்: "நீ எனது மாமியார். ஒரு காலத்தில் ஜனகமன்னன் சீதையை நிலத்திலிருந்து பெற்றதால்"

என்கிறான். குறிப்பாக, ஜனகன் யாகம் செய்கின்ற களத்தை உழுகின்ற சமயத்தில்தான் — அரசைப் புனிதப்படுத்துகின்ற கொண்டாட்டத்தின் போதுதான் — அவள் பிறக்கிறாள். இராமனின் அசுவமேத யாகத்தின் போது அவள் பூமிக்குள் செல்கிறாள். அவளுடைய பிறப்பும் இறப்பும் யாகங்களால் தீர்மானிக்கப்படுகின்றன. இராமனைப் போலவே, சீதையும் இராவணனைக் கொல்லும் தெய்வீகத் திட்டத்தின்படிதான் அவதாரம் எடுக்கிறாள். இராவணனின் இறப்புக்கு இராமனல்ல, சீதைதான் முதன்மைக் காரணம். இராவணனின் தம்பி விபீடணன் (பின்னர் இராவணனை விட்டு இராமனோடு சேர்ந்து தமையனுக்கு எதிராகப் போரிடுபவன்) சீதையை அனுப்பிவிடுமாறு இராவணனைத் தூண்டுகிறான், ஆனால் அது வீணாகிறது. கடைசியாகச் சொல்கிறான்: "சீதை வடிவிலுள்ள அந்தப் பெரும் பாம்பை ஏன் இங்குக் கொண்டுவந்து வைத்திருக்கிறாய்? அவள் மார்பு பாம்பின் சுருள், அவள் சிந்தனை அதன் விஷம். அவளுடைய இனிய சிரிப்பு அதன் விஷப்பற்கள். அவளுடைய ஐந்து விரல்கள், அதன் ஐந்து படங்கள்."[38] சிவன், அரக்கர்களைக் கொல்லும் ஒரு பெண், சீதை பிறப்பாள், கடவுளர்கள் அரக்கர்களைக் கொல்ல அவளைக் கருவியாகப் பயன்படுத்திக்கொள்வார்கள்" என்று சொல்கிறான் (6.82.34 - 37).

இராமாயணத்தின் இறுதியில், சீதை தோன்றியும் மறைந்தும் கொண்டிருக்கும் நிகழ்வுகளில், அவள் வெறுக்கவும் இகழவும் படுகிறாள். கடைசியாக, தனது தூய்மையையும் தெய்வத்தன்மையையும் நிரூபிக்கும் இரண்டு வன்முறைச் செயல்களில் ஈடுபடுகிறாள். இந்த விதத்தில், அவள் ஒரு கடவுளை - சிவனை ஒத்திருக்கிறாள். தட்சன், சிவனை அவமானப்படுத்தவேண்டி யாகத்துக்கு அழைக்காதபோது, வேண்டுமென்றே அவன் தட்சனின் யாகத்தை அழிக்கிறான் (மகாபாரதம், 12.274). ஆனால் சீதையின் உதாரணம், குதிரைத் தன்மை பெற்ற வேத தேவியரை — சரண்யு, ஊர்வசி போன்றவர்களை ஒத்திருக்கிறது. ஒரு மனித அரசனிடம் அவள் வேறொரு உலகிலிருந்து வருகிறாள், பிள்ளைகளைப் பெறுகிறாள் (சரண்யுவைப் போல இரட்டைக்குழந்தைகள்) அவனால் இழிவாக நடத்தப்படுகிறாள், இரட்டைக் குழந்தைகளை மட்டுமே அவனுக்கு ஆறுதலாக விட்டு, அவனை விட்டுச் செல்கிறாள். பூமியில் அவளுடைய வாழ்நாள் தண்டனையை, ஒரு மனிதனோடு அவளுடைய ஒப்பந்தத்தை, அவன் அவளைத் தவறாக நடத்தினால் மட்டுமே முறிக்கமுடியும்.

குதிரைத்தன்மைகொண்ட, பூமிக்கு இறங்கி வருகின்ற பழைய தேவிக்கு ஆண்வாரிசு என்பது மட்டுமே கருத்தாக அமைகிறது. மனிதக் குழந்தைகள் தேவை. அந்த வாரிசுத் தன்மைக்குப் பெண்ணின் கற்பு என்பது அவசியம். இதுவும் சீதையின் சோதனைகளுக்கு ஒரு காரணம். இராமன் பிரிவின்போது விரகதாபத்தை அனுபவிக்கிறான். அது பின்னர் ஓய்வான ஒரு தேவியை நோக்கிய பண்பாகிவிடுகிறது. இதிலும், கதையமைப்பின் பெரும்பகுதியிலும் அவன் தேவிக்கு ஒரு பக்தன் போல நடந்துகொள்கிறான். சீதையை அவன் பிரிதலும், இராவணனை அழிக்கும் தெய்வீகத் திட்டத்தின் ஒரு பகுதிதான். ஒரு காலத்தில், தேவர்களுக்கும்

அசுரர்களுக்கும் போர் நடந்தபோது, பிருகு முனிவரின் மனைவி தேவர்கள் எவ்வளவு வேகமாக அசுரர்களைக் கொல்கிறார்களோ அவ்வளவு வேகமாக அவர்களை எழுப்பிக்கொண்டே இருந்தாள். விஷ்ணு அவளைக் கொன்றான். பிருகு அப்போது விஷ்ணுவை, “நீ ஒரு பெண்ணைக் கொன்றதால் பூமியில் மனிதனாகப் பிறந்து பல ஆண்டுகள் உன் மனைவியைப் பிரிந்து வாழ்வாயாக” என்று சபித்தார் *(7.51)*. ஆகவே பூமியில் பிறப்பதற்கு முன்னரே இராமன் பெண்களைக் கீழாக நடத்தியதற்கான சான்று இருக்கிறது. நாம் பார்க்கப் போவதுபோல அரக்கியரைக் கொல்வதில் அவனுக்கு இன்னும் மிகுதியான பதிவு இருக்கிறது. சீதையை மோசமாக இராமன் நடத்துவது ஒரு பிரச்சினையை உருவாக்குகிறது — இராமன் செய்கையை நியாயப்படுத்துவது எப்படி? பின்னர் வந்த இராமாயணங்கள் புனைதிறமிக்க தீர்வுகளை நாட இது வழிவகுத்தது.

சீதை இறுதியில் இராமனை விட்டுப் பிரிந்துபோகிறாள். (வேதங்களில்— ஆனால் பிராமணங்களில் அல்ல — ஊர்வசி செய்வதுபோல). இது இந்துமனைவிக்கு அசாதாரணமான ஒரு முடிவாகும். மரபுப்படி நடக்கின்ற ஒரு நல்ல இந்து மனைவியைப்போல, சீதை சொர்க்கத்தில் தன் கணவனுடன் கண்டிப்பாகச் சேரவுமில்லை. ஏனெனில் அவள் தன் தாய் பூமியிடம் திரும்பிச் செல்லுகிறாள், சில ஆண்டுகள் கழித்து இராமன் இறக்கும்போது விஷ்ணுவின் பகுதியானதால் அவனிடம் திரும்பிவிடுகிறான். இருவருமே தங்கள் தெய்வீக நிலைக்கு — ஆனால் எதிரெதிராகத் திரும்புகிறார்கள். சீதையைச் சந்தேகப்படுவதற்காக இராமனை பிரம்மா வைதுகொண்டிருக்கும்போது, சீதை இலக்குமியின் அவதாரம், ஆகவே அவள் சொர்க்கத்தில் அவனுடன் சேர்ந்து கொள்வாள் என்று உறுதியளிக்கிறான் *(6.105.25 - 26)*. ஆனால் இது ஒருபோதும் நடப்பதில்லை. இராமன் விஷ்ணுவாக சொர்க்கத்திற்குத் திரும்புவது மிக விரிவாகச் சொல்லப்படுகிறது. குரங்குகளும் தங்கள் தெய்வீக வடிவத்தினை அடைகிறார்கள். கேள்விப்பட்ட எவரும் (அரக்கர்கள் உள்ளிட்டு) இராமனை வரவேற்க சொர்க்கத்தில் நிறைந்திருக்கிறார்கள், ஆனால் அவர்களில் சீதை இல்லை *(7.100)*.

ஆனால் சீதை எவ்வளவுக்கெவ்வளவு அவதாரமோ, அந்த அளவுக்கு, குதிரைப் பண்புள்ள தேவியர் பற்றிய தொன்மம், அவர்கள் கேவலமாக நடத்தப்படுவதை வேண்டுகிறது. ஒரு சாதாரண மனிதப் பெண்ணைப் போல. அவள் கணவன் மரணமற்றவன் என்ற நிலைக்கு உயர உயர, ஊர்வசியைப் போல அவள் கேவலமாக நடத்தப்படுகிறாள். அவளை நாடு கடத்துவது முற்றிலும் மனிதச் செயலாகவே நிகழ்கிறது. அவளும் ஒரு மானிடப் பெண் போலவே துயரத்தை அனுபவிக்கிறாள். இராமனைப் போலவே அவளும் தன்னை ஒரு மனிதப் பெண்ணாகவே நினைக்கிறாள், தெய்வத்தன்மையை மறந்துவிடுகிறாள். இலங்கையில் சிறைப்பட்டிருக்கும்போது, “இவ்விதமான துயரங்களை அனுபவிக்க, நான் முற்பிறவியில் ஏதோ பயங்கரமான பாவத்தைச் செய்திருக்க வேண்டும். நான் இறக்க எண்ணுகிறேன், ஆனால் முடியாது. மனிதர்கள்மீதுள்ள சாபமே, அவர்கள் விரும்பும் நேரத்தில் சாகமுடியாது என்பது”

என்கிறாள் (5.23.18 - 20). அவள் (தவறாகத்) தன்னை ஒரு மானிடப் பெண் என்று நினைப்பதால், தான் இறக்க முடியாது என்று நினைப்பது பொதுப்புத்திக்கு எதிராகச் செல்கிறது. மேலும் இந்த முரணின் குறிப்பு என்னவெனில், அவள் தேவியாக இருந்தால் (அப்படித்தான் அவள் இருக்கிறாள்) அவள் எப்போது விரும்பினாலும் இறக்கலாம் என்பதாகும். இதைத்தான் இறுதியாக பூமிக்குள் செல்லும்போது அவள் செய்கிறாள். இராவணனைக் கொல்ல இராமன் மனிதனாக இருக்கவேண்டும், அதுபோலவே சீதையும் இராவணனைத் தடுக்க, அவனை அழிக்க, ஒரு மானிடப் பெண்ணாக இருந்தாக வேண்டும். இராவணனின் மனைவியர் அவள் ஒரு மானிடப் பெண் என்பதை நினைவூட்டுகிறார்கள். அவள், தன் எதிர்ப்புக்குக் காரணமாக அதை ஏற்றும் கொள்கிறாள். "ஒரு மானிடப்பெண், ஓர் அரக்கனின் மனைவியாக முடியாது" (5.23.3). (சாதிவிட்டுச் சாதி செய்யும் கலப்புத் திருமணத்திற்கு எதிரான எச்சரிக்கையாக இதை வாசிக்கலாம்.)

சீதை பலவீனமானவள் அல்ல என்று சொல்லப்பட்டாலும், அவள் மானிடப் பெண் போலவே ஆசைகளையும் மயக்கங்களையும் கொண்டு பலவீனமாகத்தான் காட்சியளிக்கிறாள். சான்றாக, இராமன் (சீதை கற்புள்ளவள், அவளைத் தீக்குளிக்கச் செய்வது எல்லாருக்கும் அதை நிரூபிக்கவே என்று சொல்லும்போதே) இராவணனால் சீதையைக் கற்பழிக்க முடியாது, அவள் தனது சொந்தச் சக்தியினால் காப்பாற்றப் படுபவள் என்கிறான் (6.106.15 - 16). எனினும் கட்டாயப்படுத்துதல், கற்பழித்தல், கெடுத்தல், வன்முறைக்கு ஆளாக்குதல் என்ற அர்த்தங்களைக் கொண்ட அந்தச் சொல்லே, இராவணன் அவளது தலைமுடியைப் பிடித்துத் தூக்கிச் செல்லும்போது பயன்படுத்தப்படுகிறது. அதிலிருந்து சீதையின் கற்பு அவளைக் காப்பாற்றவில்லை. இராவணன் சீதையைத் தூக்கிவர திட்டமிடும்போது மாரீசனை அரிய மாணிக்கங்கள் பதிக்கப் பெற்ற தோலைக் கொண்ட அழகிய பொன்மானாக உருமாறுமாறு சொல்கிறான். அந்த மான், சீதையைக் கவர்கிறது. ஏதோ டிஃபனி அண்ட் கம்பெனி (அமெரிக்காவின் மிகமுக்கிய ஆபரணக்கடை) காட்டுக்குள் வந்து கிளைதிறந்திருப்பதுபோல, நாட்டைவிட்டு வந்திருக்கும் பேரரசி மகிழ்ச்சிகொள்கிறாள். அதனைப் பின்தொடருமாறு இராமனைக் கேட்கிறாள். அது மாரீசன் எடுத்த வடிவம்தான் என்பதை இலக்குவன் சரியாகவே சுட்டிக்காட்டுகிறான், இராமனும் அதை ஒப்புக்கொள்கிறான், ஆனால் சீதைதான் அதைப் பிடித்துக்கொண்டுவரவேண்டும் என்று அடம்பிடிக்கிறாள். அந்த மான் சீதையைவிட்டு வெகுதொலைவுக்கு இராமனை இட்டுச்செல்கிறது, அவன் அதைக் கொல்லும்போது தனது அரக்க உருவை எடுக்கிறது. இராமன் தான் தந்திரத்தால் ஏமாற்றப்பட்டுவிட்டதை அறிகிறான். அதற்குள் இராவணன் ஒரு முனிவன் வடிவெடுத்து வந்து அவளை ஏமாற்றி அவளைக் கடத்திச் செல்கிறான் (3.40 - 44). ஆகவே இராமன் வேட்டையெனும் போதைக்கு ஆட்படுகிறான், தான் செல்லவேண்டிய அளவையும் கடந்து தொலைதூரத்துக்குச் செல்கிறான். சீதையோ இரண்டு மாயத் தோற்றங்களுக்கு ஆட்படுகிறாள் (மான், துறவி). அது இராவணனுக்கு அவளை எளிதாக்குகிறது, ஆகவே இராமனுக்குப் பல ஆண்டுகள் கிடைக்காமல் போகிறாள்.

இருட்பெண்கள்–அரக்கியர்

தன் திருமணப் பிரதிக்ஞையை சீதை முறியடித்துவிட்டாள் என்ற குற்றச்சாட்டுக்குச் சீதை ஆளாகும்போதும், அதற்குமுன் காட்டில் இராமனை அவள் வையும்போதும், அவள் வெளிப்படையாகவே நான் அந்த மாதிரிப் பெண் அல்ல என்று கெட்ட நடத்தை கொண்ட சில பெண்களுடன் ஒப்பிட்டுக் கொள்கிறாள். இந்த இருட்பெண்களில் கைகேயியும் கூனியும் அடங்கலாம், சிற்றின்பச் சார்பை மிகுதியாகக் கொண்ட அரக்கப் பெண்களும் அடங்கலாம், அகல்யை போன்ற தொன்மப் பெண்களும் அடங்கலாம். அகல்யை, நெறிதவறுபவளின் ஆதிப்படிமம். அவளுடைய கதையை இராமாயணம் ஒருமுறை அல்ல, இருமுறை சொல்கிறது.[39] இராமாயணத்தில் வரும் இருமுனைப்பட்ட பெண்களின் படிமங்கள் இந்துமதத்தில் மற்றொரு முக்கியப் பிளவு ஏற்படக் காரணமாயின. இந்தச் சமயத்திலிருந்து தொடங்கிச் சீதையை இந்துப் பெண்ணுக்கு முன்மாதிரியாக பிராமணநூல்கள் ஆக்கிவிட்டாலும், பிற சமஸ்கிருதப் பனுவல்களும், இராமாயணத்தின் பலவேறு பிரதேசமொழி வடிவங்களும் சீதையின் இருட்பண்பை, அவளுடைய பாலியல் பண்பை முனைப்பாக எடுத்துக் கொண்டன.[40] முதற்பனுவலிலும் இந்தப்பண்பு பதிந்திருக்கிறது. வெளிப்படையாகவே கீழான நடத்தை கொண்ட பெண்களுக்கு இது ஓரளவுதான் இடப்பெயர்ச்சி செய்யப்படுகிறது. இருப்பினும் பிராமணக் கற்பனைநூல்கள், சீதையின் இந்த இருட்பண்பை, அபாயகரமான பண்பை மிகவும் குறைத்துக் காட்டின. அவளைக் கணவனுக்கு முற்றிலும் அடங்கிய முழுமைபெற்ற மனைவியாகக் காட்ட, அவளுடைய பலவீனப்பகுதிகளை அழித்துவிட்டன. வால்மீகியின் இராமாயணத்தில் (வேறுசில மீளாக்கங்களிலும்கூட) மெய்யாகவே சீதை படைக்கப்பட்டிருப்பதை இந்துப் பெண்ணின் அதிகாரபூர்வமான முன் மாதிரியாக்கியிருந்தால், இந்தியாவில் பெண்களின் வாழ்க்கைநிலை எவ்வளவு வேறாக இருந்திருக்கும்! ஆகவே வால்மீகி இராமாயணம், தர்மசாத்திர மரபுகளில் பெண்களின் ஒடுக்கப்பட்ட நிலைக்கும், பிற இந்து மரபுகளில் அந்த ஒடுக்குதலுக்கு எதிரான போராட்டத்திற்கும் விதைகளை விதைத்தது.

சீதை கற்புத்தவறியவளோ என்ற சந்தேகம்தான் இராமனின் கொடுங்கனவு. இராமாயணத்தில் நல்ல பெண்கள் எல்லாருக்குள்ளும் அவ்வப்போது தலைதூக்குகின்ற பாலியல் வேகமுள்ள அரக்கியர் பண்புகள் இந்தக் கொடுங்கனவை வெளிப்படுத்துகின்றன. பின்னாளில் ஏற்பட்ட ஒரு மீளாக்கத்தில், பால இராமாயணத்தில், அரக்கி சூர்ப்பணகை, கைகேயியின் வடிவம் எடுக்கிறாள். மற்றொரு அரக்கன், தசரதன் வடிவம் எடுக்கிறான். இவர்கள் இருவருமாகச் சேர்ந்துதான் இராமனை நாடு கடத்துகிறார்கள், மெய்யான தசரதனுக்கும் கைகேயிக்கும் இதில் பங்கே இல்லை! எல்லாப் பிரச்சினைகளுக்கும் காரணம் அரக்கர்களே என்று பழிபோடப்படுகிறது, மனிதர்கள் வீழும் பனிபோல மிகத் தூய்மையானவர்களாக இருக்கிறார்கள். வால்மீகியின் பனுவலில், கைகேயிக்கும், சீதைக்கும் அவரவர் அரக்கியர் உள்ளே இருக்கிறார்கள். இலட்சியமயப்படுத்தப்பட்ட சீதையின் வடிவத்தை அடையாமல்

தடுக்கின்ற இயற்கைச் சக்திகளாக இவர்கள் உருப்பெறுகிறார்கள். நல்ல பெண்களுக்குள் மறைந்திருக்கும் பித்துப் பிடித்த அரக்கியர்களின் பண்புகள், சீதையின் கற்பு மட்டும் இந்தக் குறிப்பிட்ட காலத்தில் ஒரு பெரிய விளம்பரப் பண்பாகியது, அவளுடைய பிற பண்புகள் அடக்கி வாசிக்கப்பட்டன என்பதை நமக்குத் தெளிவுபடுத்துகிறது. இவை பின்வந்த நூற்றாண்டுகளில் மிக வெறுப்போடு பெண்கள் ஏன் ஒடுக்கப்பட்டார்கள் என்பதற்கான காரணத்தையும் காட்டுகின்றன — அவர்களுக்குள் இருக்கும் அரக்கியர்களைக் கட்டி வைக்கவேண்டும். இராமாயணத்தில் மூன்று அச்சமூட்டும் அரக்கிகள் இருக்கிறார்கள். பெண்ணைக் கொல்வதற்கான புராண முன்மாதிரிகள் இருக்கின்றன *(1.24.11 - 19)* என்று ஒரு முனிவன் நினைவூட்டிய பிறகு, இராமன் தாடகையைக் கொல்கிறான் *(1.25.1- 14)*. இலக்குவனிடம், அயோமுகி (இரும்பு வாயினள்) நாம் காதல் செய்யலாம் என்று வேண்டும்போது, அவன் அவளுடைய மூக்கு, மார்பு, காதுகளை வெட்டுகிறான் *(3.65.7)*. இதேபோன்ற கருத்துடன் சூர்ப்பணகை இராமனை அணுகும்போது இலக்குவன் அவள் மூக்கையும் காதுகளையும் அரிகிறான் *(3.16 - 17)*. ஓர் ஒழுங்கற்ற பெண்ணுக்கு, வேசிக்கு, இந்த உறுப்புச்சிதைத்தல்தான் தர்மப்பனுவல்கள் மரபாக விதிக்கின்ற தண்டனை. பெண்களை அவமதித்தலில், சூர்ப்பணகையை மானபங்கம் செய்தல் ஒன்றுதான் கடுமையான விளைவுகளை இராமனுக்கு உண்டாக்குகிறது. அவள் இராவணனின் தங்கை. அவள் இராமனை ஈர்க்க முயற்சி செய்யும்போது, அவன் அவளைக் கொடுமையாக அலைக்கழிக்கிறான்; “நான் ஏற்கெனவே மணமானவன், இரண்டு மனைவிகளுக்கிடையிலான சண்டையை என்னால் தாங்க இயலாது. இலக்குவன் கற்புள்ளவன், ஆற்றலுள்ளவன், திருமணமாகி மனைவியின் அண்மையை அனுபவிக்காதவன். அவனுக்குத்தான் துணை வேண்டும். நீ அவனை அனுபவிக்கலாம், உனக்கு எந்தப் போட்டியும் இருக்காது” *(3.17.1 - 5)*. அப்போதுதான் இலக்குவன் அவளை மூக்கறுக்கிறான். வலியினாலும் அவமானத்தினாலும் அவள் ஓடுகிறாள், இராவணனிடம் சீதையைப் பற்றி, அவள் அழகைப் புகழ்ந்து சொல்கிறாள். இவ்வித மாகப் போருக்கும் காரணமாகிறாள். தேவர்கள் ஆரம்பத்திலிருந்தே விரும்பியதுபோல இராவணன் இந்த இரைக்கு ஆட்படுகிறான். இராம னின் படுக்கையில் சீதையை இடப்பெயர்ச்சி செய்ய சூர்ப்பணகை விரும்புவதை இராமனும் இலக்குவனும் கேலிசெய்தாலும், இரு பெண் களுக்கும் இடையிலுள்ள ஆழமான ஒற்றுமையையும், சீதையின் பாலி யல் பற்றிய ஆழமான ஓர் ஈரடித்தன்மையையும் பனுவல் காட்டுகிறது. ஒருபுறம், சீதை பெண்கள் கற்பின் முடிமணி. மற்றொருபுறம், சூர்ப் பணகையைப் போல அளவுமீறிய பாலியல்புகொண்ட பெண்.[41] இராவணன் அவள்மீது ஆசைப்படவும் அவளைத் தூக்கிச் செல்லவும் முடிகிறது என்பதை இந்தப் பண்பு விளக்கக்கூடும்.

விலங்குகள்

அசுவமேத யாகம்

சீதை கடைசியாகப் பிரிவது, அசுவமேத யாகத்தின் சமயத்தில் நிகழ

கிறது. இது பொருத்தமானதுதான். அவளே ஒரு குதிரைக் கடவுளின் வடிவமாகத்தான் வாழ்கிறாள். அசுவமேத யாகத்திற்கு அவளை அழைத்துவருபவர்கள் அவளுடைய இரட்டைப் பிள்ளைகள். யாகத்தின் இடைவெளிகளில் கதையை நிகழ்த்தும் பாணர்களுக்குச் சொந்தக்காரர்கள். அவர்கள் பெயர்கள் குசன், லவன். குசிலவ என்ற ஒரே சொல்லின் இரு பாகங்கள் இவை. குசிலவன் என்றால் அலைந்துதிரியும் ஒரு பாணன். (ஒரு மகனுக்குப் பா — மற்றொரு மகனுக்கு — ணன் என்று பெயர் வைப்பது போல் இது இருக்கிறது). இராமனின் அசுவமேத யாகத்திற்கு வருவதன் வாயிலாக குசனும் லவனும் இராமன் குடும்பத்தையும் காக்கிறார்கள், இராமன் குடும்பத்தின் கதையையும் காக்கிறார்கள். வால்மீகியும் அதேபோல சுலோகயாப்பைக் கண்டுபிடித்துக் கவிஞர்களை வளர்க்கிறார்.

அசுவமேத யாகம், இராமாயணத்தின் இருமுனைகளிலும் முக்கியப் பங்கினை வகிக்கிறது. ஆரம்பத்தில், தசரதன், அரசியல், போர் ஆதிக்கங் களுக்காக அல்ல, பிள்ளையைப் பெறுவதற்காக அசுவமேத யாகத்தை நடத்துகிறான். அந்த யாகத்தின் மற்றொரு முக்கிய நோக்கம் இது. இருப்பினும் அவன் யாகத்திற்கு அழைக்கும் அரசர்களின் பட்டியல், மிக விரிவானது, நீளமானது - மிதிலை, காசி முதல் கிழக்குதேச அரசர்கள் வரை, தெற்கின் அரசர்கள் வரை. அவன்கூப்பிட்டவுடனே அணிவகுத்து அவர்கள் வரவேண்டுமெனில் அவன் ஆற்றலைச் சொல்லத் தேவையில்லை *(1.12.17 - 24)*. யாகக் குதிரை ஓராண்டு திரிந்தபிறகு, கொல்லப்படுகிறது. கூடவே நீர்வாழ் பிராணிகள் பலவும். தனியாக வேறு முந்நூறு விலங்குகள், ஊர்வன, பறப்பன யாவும் கொல்லப்படுகின்றன. முதல்மனைவி கோசலை தானே மூன்று கத்திகளால் குதிரையை அறுக் கிறாள், பிறகு அவளும் பிற இரு அரசியரும் அதனுடன் ஓரிரவு படுத்து உறங்குகிறார்கள் *(1.13.27 - 28)*. சமைக்கப்பட்ட மஜ்ஜையை தசரதன் முகர்ந்து பார்க்கிறான் (உண்ணுவதில்லை). மிகவிரிவாகச் சொல்லப்படும் இந்த யாகம், முழு வெற்றி அடைகிறது. விஷ்ணு இராமனுள்ளும் அவன் தம்பியருள்ளும் அவதாரமாக இறங்கிவருகிறான்.

பலஆண்டுகள் கழித்து, இராமன் சீதையை நாடுகடத்தியபிறகு, அரசப் புனிதப்படுத்தலுக்கென ஒரு யாகம் செய்யத் தீர்மானிக்கிறான். இலக்குவன் மிகச் சாதுரியமாக, ஓர் அசுவமேத யாகம் நடத்துமாறு அறிவுரைக்கிறான். அது எல்லாப் பாவங்களையும் போக்க வல்லது, தூய்மைப் படுத்தலுக்குத் தவறாத வழி அது என்கிறான் *(7.84.2 - 3)*. இராமனை வழிக்குக் கொண்டுவர, இரண்டுபேருடைய கதைகளையும் கூறுகிறான். ஒரு பிராமண அசுரனைக் கொன்றதனால் ஏற்பட்ட பிரம்மஹத்தியைப் போக்க இந்திரன் யாகம் செய்ததையும், பெண்ணாகுமாறு சபிக்கப்பட்ட ஓர் அரசன், தன் வடிவத்தைப் பெற்றதையும் சொல்கிறான். இராமனும் தன் பாவங்களைப் போக்க (இந்திரன் அசுரர்களைக் கொன்றபோது செய்ததைப்போல) அசுவமேத யாகம் செய்கிறான். (அந்தப் பாவங்கள் எவை எனச் சொல்லப்படவில்லை). ஒருவேளை இராவணனைக் கொன்றது அதற்குக் காரணமாகலாம். ஏனெனில் அது ஒரு பிரம்மஹத்தி. இராவணன் பிராமணன் மட்டுமல்ல, பிரஜாபதியின் பேரனும் ஆவான்.

சீதையை நாடுகடத்தியதும் ஒரு பாவமே. (இது பெண்ணாகுமாறு சபிக்கப்பட்ட அரசன் தன் பெண்மையைக் கடத்துவதை ஒத்திருக்கிறது). குதிரை ஓராண்டு திரிகின்ற சமயத்தில், இலக்குவன் அதைப் பின்பற்றிச் செல்கிறான். ஆனால் இராமன் சீதையை நாடுகடத்தி விட்டதால், குதிரையுடன் படுக்கவோ, அரசனுக்கு ஒரு பிள்ளையைப் பெற்றுத்தரவோ எந்த மனைவியும் இல்லை. ஆகவே சீதையும் இராமனின் சந்ததிகளும் திரும்பிவருவது அவசியமாகிறது. அவர்கள் யாகத்திற்கு வந்து சேர்கிறார் கள் *(7.86 - 8)*.

இந்த இரு அசுவமேத யாகங்களும் வெற்றிகரமாக முழுமைபெறுகின்றன. இரண்டாவது யாகத்தில் மனைவி இல்லை என்ற குற்றமிருக்கிறது, அவள் வந்தவுடனே மறுபடியும் சென்றுவிடுகிறாள். குழந்தைப் பேற்றுக்கெனச் செய்யப்பட்ட இந்த இரண்டாவது யாகம், மறைமுகமாக அதிலும் வெற்றியடைகிறது (குசலவர்களை ஈர்ப்பதன் வாயிலாக). அரசியின் வாயிலாக, அரசனுக்கு பூமியின் வளத்தையும் தருவதற்கென்றும் நடத்தப்பட்ட யாகம்தான் இது. ஆனால் இறுதியில், சீதையையும், சீதையின் தாயாக பூமி இருப்பதனால், பூமியையும் இராமன் இழக்கவே செய்கிறான்.

பாத்திரங்கள்

குரங்குகள் இந்தப் பனுவலின் மையக் கதைமாந்தர் — இராமன், மிகச்சிறந்த இளவரசன்; சீதை, மிகச்சிறந்த மனைவி; இலக்குவன்— மிகச்சிறந்த தம்பி; பின்னர், இராமன் முழுமையான தெய்வமான பிறகு மிகச்சிறந்த வழிபாட்டாளனுக்குரிய மாதிரி; இவர்கள் யாவரும் மாதிரிச் சட்டகங்களாக இருப்பவர்கள். மிகச் சுத்தமானவர்கள், மிக நல்லவர்கள். (இதற்கெதிராக மிகக் கெட்டவன் இராவணன், அரக்கனுக்கு அரக்கன்). இந்த அளவுதான் இராமாயணம் என்றால், ஒழுக்கத் தரங்களை நிலைநாட்ட விரும்பும் மக்களுக்குக் கருத்தியல் ரீதியாகப் பயனுள்ளதாக இருந்திருக்கும். அல்லது மதவெறியர்களின் கூட்டங்களை நடத்துவதற்குப் பயனுள்ளதாக இருந்திருக்கும். (ஐயோ பாவம், இந்தியாவில் இன்றுவரை இதுதான் சிறப்பாக நடந்துவருகிறது.) ஆனால் இன்றிருப்பது போல யாவரும் நேசிக்கும் ஒரு பேரிலக்கியப் படைப்பாக இருந்திருக்க இயலாது. சீதையின் நிழலான பகுதியை வெளியிடுபவர்களாக அரக்கியர் எவ்விதம் படைக்கப்பட்டிருக்கின்றனர் என்பதைப் பார்த்தோம். கரடிகளும் குரங்குகளும், தங்கள் உருவத்திலும் நடத்தையிலும் ஏறத்தாழ மனிதர்களுக்கு மிக நெருக்கமாக இருப்பதாகக் கருதப் படுகின்றன. கரடிகள் மிகச் சிறிய பங்கையே வகிப்பதால், நாம் குரங்குகள்மீது கவனம் செலுத்துவோம்.

குதிரைகள் போலக் கவர்ச்சியுமில்லை, நாய்கள் போல வெறுக்கப்படுவது மில்லை, ஆனால் இராமாயண நாடகத்தில் குரங்குகள்தான் நட்சத்திர நடிகர்கள். இராமாயணம் மனிதர் - குரங்குகள் இடையே வெளிப் படையாகவும், உள்ளார்ந்தும் பல இணையமைப்புகளை எழுப்புகிறது.[42] இந்த இணையமைப்புகளின் பொருத்தத்திற்கு ஆதரவாகச் சில காரணிகள் உள்ளன. சான்றாக, மனிதப் பாத்திரங்கள் மானின் பேச்சைத் தங்களால் உணர இயலாது என்றும் (இராமன் தான் அரக்கன் என்று சந்தேகிக்கும்

பொன்மானைத் துரத்திக்கொண்டு போகும்போது இதற்காக மிகவும் வருத்தப்படுகிறான்.) ஆனால் குரங்குகளின் பேச்சை நன்கு உணர முடியும் என்றும் நினைக்கிறார்கள். குரங்குகளும் மரங்களின் மான்கள் எனப்படுபவைதானே? அனுமன் மனித மொழியைப் பேசுவது மட்டுமல்ல — சமஸ்கிருதத்திலும் பேசுகிறான். இலங்கையில் சீதையைப் பார்க்கச் செல்லும்போது எந்த மொழியில் அவளுடன் உரையாடுவது என்று தனக்குள் விவாதிக்கிறான். "நான் ஒரு குரங்காக, சிறிய குரங்காக இருப்பதால், மனிதர்களைப்போல சமஸ்கிருதத்திலே பேசுவதுதான் நல்லது. மனித மொழியில் பேசாவிட்டால் அவளுக்கு தைரியம்கூற இயலாது. ஒரு பிராமணனைப்போல சமஸ்கிருதம் பேசினால், நான் இராவணன் என்று ஒருவேளை அவள் சந்தேகப்படக்கூடும். இராவணன் தான் விரும்பும் எந்த வடிவத்தையும் எடுக்கக்கூடியவன். (முன்னரே சீதை இராவணனை ஒரு பிராமண முனிவன் என்று நினைத்துத்தான் ஏமாந் தாள்). அதனால் அவள் பயந்து கூச்சலிடுவாள், நாங்கள் எல்லாருமே கொல்லப்படுவோம்." கடைசியாக அவன் சமஸ்கிருதத்தில் பேசவே முடிவெடுக்கிறான். (ஒரு கதையைச் சொல்லத் தொடங்குகிறான்; "ஒரு காலத்தில் தசரதன் என்று ஓர் அரசன் இருந்தான்") அவள் வியப் படைகிறாள், ஆனால் கத்தவில்லை (5.28.17 - 23, 5.29.2).

சிறந்த மனிதர்களைப் போலவே சிறந்த குரங்குகளும் தேவர்களின் புதல்வர்கள். சுக்ரீவன் சூரியனின் மகன்; வாலி இந்திரனின் மகன். அனுமன், வாயுபுத்திரன். (அனுமன், பிறகு தன்னளவிலே இந்தியா முழுவதும் வணங்கப்படுகின்ற ஒரு கடவுளாகவே ஆகிவிடுகிறான்.)[43] இராமா யணத்தில, குரங்குகள் முக்கிய மானிடப் பாத்திரங்கள் ஒவ்வொன்றிற்கும் அதிகாரபூர்வமற்ற இரட்டைகள். இந்தக் குரங்கு இரட்டைகள், தங்கள் மனித இரட்டைகளைவிட, இரத்தமும் சதையுமானவர்கள். மிகவும் சிக்கலானவர்கள், பல சாயைகள் கொண்டவர்கள், மனிதர்களாகவே இருப்பவர்கள்.) அல்லது தங்கள் இணைப் பாத்திரங்களுடன் சேர்ந்துதான் அவர்கள் மனிதர்களுக்குரிய முழுமையான பாத்திரப் பண்பின் ஆழத்தையும் பொருளையும் அளிக்கக்கூடிய குணமயக்கம், இரட்டை நிலை போன்றவற்றைக் கொண்டிருக்கிறார்கள். அசல் + நிழல், இதுதான் முழுப் பண்பை அளிக்கிறது. எல்லா வேடிக்கையும் குரங்குகளிடம்தான் இருக்கிறது.

வாலிவதை

இராவணன் சீதையைக் கொண்டுசென்ற பிறகு, இராமனும் இலக்கு வனும் சுக்ரீவனைச் சந்திக்கிறார்கள். அவன் குரங்குகளின் தலைவன். தனது சகோதரன் வாலி, தன் மனைவியையும் தலைமையையும் திருடிக்கொண்டுவிட்டதாகக் குற்றம் சாட்டுகிறான். இராமன் சுக்ரீவன் பக்கமிருந்து, வாலி சுக்ரீவனுடன் போரிட்டுக் கொண்டிருந்த சமயத்தில், மறைந்திருந்து அவன் முதுகில் அம்பெய்து கொல்கிறான். இந்தக் கொலை, தெற்காசிய மரபினை இன்றுவரை தொல்லைப்படுத்தி வருகிறது.

இராமன் ஏன் வாலியைக் கொல்லவேண்டும்? தன் மனைவியைப் பறிகொடுத்தது போல சுக்ரீவனும் பறிகொடுத்தவன் என்று நினைத்து

அவனோடு இணைத்து இராமன் தன்னை நோக்கியிருக்கலாம். ஆனால் இராமன் தவறான குரங்குடன் சேர்கிறான். கவர்ந்துகொள்ளும் குரங்கு எனச் சொல்லப்படும் வாலி, உண்மையில் இராமனைப் போல, மூத்தவன், நேர்வாரிசு. முடியிழந்த சுக்ரீவன்தான் இளையவன். "கவர்ந்துகொண்ட" சகோதரனிடமிருந்து (வாலியிடமிருந்து) நாட்டையும் அரசியையும் உண்மையில் கைப்பற்றிக் கொண்டவன் அவன்தான். அவற்றை வாலி மறுபடியும் மீட்டுக்கொண்டான். அவன்மீது எத்தவறும் இல்லை. முறைப்படி இராமனுக்கு இணைப் பாத்திரம் வாலிதான். ஆயினும் மண்ணையும் பெண்ணையும் இழந்தவன் என்ற முறையில் இராமன் சுக்ரீவன்மீது பரிதாபப்படுகிறான். கதை ஒன்றுதான், வில்லன்கள்தான் வேறுவேறு. இதை இராமன் கவனிக்கத் தவறுகிறான். மேலும் சுக்ரீவன் வாலியின் மண்ணையும் மனைவியையும் கவர்ந்து கொண்டதுபோலத் தன்மனைவி சீதையும் ஆகிவிடுவாளோ என்ற அச்சம் இராமனுக்கு இருக்கிறது. மற்றொரு சமயத்தில் பரதனுக்குத் தன் மனைவி சீதையை மகிழ்ச்சியோடு தந்துவிடுவதாக இராமன் சொல்கிறான் *(2.16.33)* அரியணையை (இராஜ்யத்தை) ஒருவன் அடையும்போது பிறன் மனைவியையும் அவன் அடைகிறான் என்று இராமன் கருதுவது நன்றாகத் தெரிகிறது. தன் தந்தையின், சகோதரனின்மீதுள்ள கோபம்தான் இராமனை வாலியைக் கொல்லவைக்கும் சினத்தை உருவாக்குகிறது. தன்னை "முடியிழந்த" சுக்ரீவனுடன் ஒப்பிட்டு அவனைத் தன் இரட்டை எனக் கொள்கிறான். தன் இரட்டைக்கு எதிரி தனக்கும் எதிரிதானே? ஆகவே வாலியின் கொலை நிகழ்கிறது. மேலும் பரதனுக்கு அரியணையைத் தந்தபோது, எல்லாச் சகோதரர்களும் தங்களுக்குள் மிக மேன்மையாக இராஜ்யங்களைத் தந்துகொள்வதைக் கண்டோம் *(2.98)*. ஆனால் இந்தக் குரங்குகள், அரியணைக்காகவும், அரசிக்காகவும் மிகக் கீழான ஒரு போரில் ஈடுபடுகின்றன.

இராமன் வாலியைக் கொல்வதற்கான காரணத்தை நாம் புரிந்து கொண்டாலும், அவன் ஏன் மறைந்திருந்து, வாலியின் முதுகில் அம்பெறிந்து கொல்கிறான்? குரங்குகள் மனித மொழியைப் பேசும்போது, அவர்களுக்கு மனித தர்மத்தைக் காக்கும் பண்பும் வந்துவிடுகிறது. வாலி இராமனைக் கடிந்துகொள்கிறான்: "நான் ஒரு குரங்கு. காட்டில் வாழ்பவன், ஒரு சைவஉணவுண்பவன். ஆனால் நீ ஒரு மனிதன். குரங்கின் மாமிசத்தை உண்பதோ, குரங்கின் தோலை அணிந்துகொள்வதோ தர்மத்திற்குப் புறம்பானது" *(4.17.26 - 33)*. "மக்கள் விலங்குகளைப் பிடிக்கக் கண்ணிகளையும் பொறிகளையும் வலைகளையும் பயன்படுத்துகிறார்கள். இதில் எந்தத் தவறும் இல்லை. முனிவர்களும் வேட்டையாடுகிறார்கள். நீ ஒரு குரங்குதான், ஆனால் அரசர்களோ மனிதவடிவிலுள்ள தேவர்கள்" என்று தன்மேல் தப்பில்லை என்று காத்துக்கொள்ள இராமன் சொல்கிறான் *(4.18.34 - 38)*. இராமன் சரிவர இங்கு வாதிக்கவில்லை. அவன் குரங்கை நடத்தியவிதத்தில் மனித தர்மத்தை மீறிவிட்டான் என்று பனுவல் சொல்கிறது. வேறிடத்தில் இராமன் தவறாக நடக்கும்போது தேவர்கள் அவன் ஒரு அவதாரம் என்று நினைவூட்டுவதைப் போல இங்கு குரங்குகளும் வாலி மனிதன்தான் என்பதை நினைவூட்டுகின்றன. இலக்குவன்மீது ஏற்கெனவே இராமன் கொண்டிருந்த சந்தேகத் தின்

இடம்பெயர்ந்த கோபத்தை வாலி ஏற்றுக் கொள்ளநேர்கிறது. சீதையின் படுக்கையில் இராமனுக்கு பதிலாக இலக்குவன் உறங்கலாம் என்ற சந்தேகத்தைப் பனுவல் எழுப்புகிறது. ஆனால் வெளிப்படையாக அவ்வாறு நிகழாது என்று சொல்கிறது. இப்படிப் பலமுறை சொல்கிறது. (இராமன் முதல்முறை சீதையை வெளியேற்றியபோது அவள் யாரிடம் வேண்டுமானாலும் செல்லலாம் என்று சொல்கிறான், அந்தப் பட்டியலில் முதலில் வருபவன் இலக்குவன்.) சீதையினால் இந்த இரு சகோதரர்களுக்கும் இடையில் உண்டாகும் மோதல், கதைப் பின்னலுக்கு முக்கியத் தூண்டுகோலாக அமைகிறது. இராமன் பொன்மானின் பின்னால் செல்லும்போது சீதையைப் பார்த்துக் கொள்ளுமாறு இலக்குவனிடம் கூறுகிறான். ஆனால் இடையில் இராமன் கூப்பிடுவது போலச் சீதைக்குக் கேட்கிறது (இது அரக்கத் தந்திரம்). எனவே இலக்குவனைச் சென்று இராமனுக்கு உதவுமாறு சொல்கிறாள் சீதை. இராமனுக்குப் பிறர் உதவி தேவையில்லை என்கிறான் இலக்குவன். சீதை இலக்குவனை அப்போது வசைபாடுகிறாள். "என்னை அடையவேண்டும் என்பதற்காக இராமன் இறக்கவேண்டும் என்று நினைக்கிறாய். அவன் மறைந்துபோக வேண்டும் என்கிறாய். உனக்கு அவன்மேல் அன்பில்லை. அவன் இறந்துவிட்டால், தனியாக இருக்கும் நான், நீ இங்கே செய்ய வந்திருக்கும் ஒரு விஷயத்தைச் செய்யாமல் எப்படி உன்னைத் தடுக்கமுடியும்? நீ மிகக் கொடியவன். பரதன் தன் வேவுகாரனாக உன்னை இராமனுடன் அனுப்பியிருக்கிறான். அப்படித்தான் இருக்கவேண்டும். ஆனால் நான் இராமனைத் தவிர வேறு எவனையும் விரும்பமாட்டேன். வேறு எவனையும் என் காலால்கூடத் தொடமாட்டேன்" என்கிறாள் சீதை (3.43.6 - 8, 20 - 24, 34). இலக்குவனுக்குக் கோபம் எழுகிறது. ("என்னையா சந்தேகப்படுகிறாய்? எப்போதும், சாதாரணப் பெண்களைப் போல, பிறரைப் பற்றிக் கெட்டதே நினைத்துக்கொண்டு, நாசமாகப்போ" (4.43.29)). இவ்விதம் சொல்லி, சீதையைப் பாதுகாப்பின்றி விட்டுவிட்டுச் செல்கிறான். இராவணன் வந்து சீதையைத் தூக்கிச்செல்கிறான். இராமன் திரும்பும்போது, இலக்குவன் சீதை கூறியதைச் சற்றே மாற்றிச் சொல்கிறான். சீதை அழுதவாறே, இந்த பயங்கர வார்த்தைகளை என்னைப் பார்த்துக் கூறினாள். "உன் தீய இதயத்தை என்மீது வைத்துவிட்டாய். ஆனால் உன் சகோதரன் அழிந்து போனாலும் என்னை அடையமுடியாது. நீ பரதனின் கூட்டாளி. என்னை அடைய கூடவே வந்த இரகசிய எதிரி நீ" இராமன் இதெல்லாவற்றையும் புறக்கணித்துவிட்டு, "நீ சீதையைத் தனியே விட்டு வந்திருக்கக்கூடாது. ஒரு கோபமுற்ற பெண் தொல்லை கொடுத்ததற்காக நீயும் அவள்மேல் கோபமுற்றுவிட்டாய்" என்று மட்டுமே சொல்கிறான் (3.57.14 - 21).

ஆனால் ஏதோ ஒரு நிலையில் சீதை பயப்படவில்லை என்றால் இப்படிப்பட்ட சொற்களை ஏன் சொல்லவேண்டும்? இலக்குவனும் அதற்கு பயப்படாதவனாக இருந்தால் ஏன் அவன் மனம் கலங்கவேண்டும்? இராவணன் கடத்திச் சென்றபோது, அவளுடைய மேலாடை, ஆபரணங்கள் ஆகியவற்றைக் கண்ட இராமன் இலக்குவனிடம், "இவற்றில் ஏதாவது உனக்கு அடையாளம் தெரிகிறதா" என்று கேட்கிறான். "நான் அவளுடைய பாதத்தைத் தவிர வேறெதையும் நோக்கியதில்லை. எனவே அவளுடைய கொலுசுகளைத் தவிர வேறெதுவும் எனக்கு அடையாளம்

தெரியவில்லை” என்கிறான் இலக்குவன். இலக்குவனுக்குச் சீதை தன் உடலின் மேற்பகுதியில் அணிந்திருந்த ஆபரணங்கள் அடையாளம் தெரியவேண்டுமென்று எதிர்பார்க்கிறான் இராமன். இராமன் தவற முடியாத் தன்மையை வலியுறுத்துகின்ற பனுவலும், தவற்றைச் சீதைமீது போடுகிறது, இராமனுக்குக் கடத்திச் சென்றது ஓர் அரக்கன் என்று நன்றாகவே தெரியும் என்கிறது. ஆனாலும் வேட்டை என்னும் குணக்கேடு அவனைத் தவறிழைக்க வைத்துவிட்டது. இராமன் மானுருவ அரக்கனை வெகுதூரம் துரத்திச் சென்றுவிடுகிறான், அதனால் அவனால் சீதையைக் காப்பாற்ற முடியவில்லை. இவ்விதம் தானாகவே தன் பிரிவை அவன் உருவாக்கிக் கொள்கிறான். சீதை பொன்மான்மீது வேட்கை கொண் டதுபோல, இராமன் வேட்டைமீது வேட்கை கொண்டதுபோல, இலக்கு வனும் தான் சீதைமீது விருப்பம் கொண்டுள்ளதாக ஏளனம் செய்ததும் அதற்கு பலியாகிவிடுகிறான். இந்த மூன்று பலவீனங்களும் இராவணன் விரும்பும் சந்தர்ப்பத்தை அவனுக்கு அளிக்கின்றன. இராமாயணத்தின் இறுதியில் இலக்குவனைக் கொல்லும்படியான சூழ்நிலைக்கு இராமன் தள்ளப்படுகிறான். இது விரிவான சபதங்கள், சாபங்கள் ஆகியவற்றின் விளைவாக நிகழ்கிறது. (இப்படிப்பட்ட நிகழ்வுகள் இந்தப் பனுவலில் நிகழக்கூடியவைதான்.) யமன் இராமனிடம் அவனுக்கு இறக்கும் நேரம் வந்துவிட்டது என்பதை நினைவூட்ட வருகிறான். அவர்களுக்கிடையில் குறுக்கிடும் எவரையும் இராமன் கொன்றுவிட வேண்டும் என்று ஆணை யிடச் சொல்கிறான் யமன். இலக்குவன் வாயிலில் காவல்காக்கிறான். ஒரு துறவி வந்து இராமனை உடனே தான் காணாவிட்டால் உலகையே அழிக்கப்போவதாகச் சொல்கிறான். இருதலைக் கொள்ளி எறும்பான இலக்குவன், தீமைகளில் சிறியதை — தன் மரணத்தைத் தேர்ந்தெடுக்கிறான். யமனுக்கும் இராமனுக்கும் இடையில் அவன் குறுக்கிடுகிறான். இலக்குவன் தன்னைவிட்டுப் பிரிவது அவனுக்குச் சாவுக்குச் சமமான துயரமளிக்கும் என்கிறான் இராமன். எனவே தன்னைவிட்டுப் பிரியுமாறு நாடுகடத்துகிறான் இராமன். இலக்குவன் தற்கொலை புரிந்துகொள்கிறான். இந்தச் சம்பவம், உண்மையில் இராமனுக்கு இலக்குவனைக் கொல்லவேண்டும் என்ற இடம்பெயர்ந்த, அடக்கப்பட்ட ஆசை இருப்பதாகக் காட்டுகிறதா? அப்படியிருந்தால் அது மிகவும் உள்ளடங்கியே இருக்கிறது. ஆழ்மனத்தில் ஒடுக்கப்பட்ட என்றுகூடச் சொல்லலாம். இது மனித உலகில் நிகழ்வது. ஆனால் விலங்கு உலகில் இது வெளிப்பட்டுவிடுகிறது. சுக்ரீவன் மனைவியைக் கவர்ந்தவன் என்று கேள்விப்பட்டு வாலியைக் கொன்றுவிடுகிறான்.

ஆக, மனித சகோதரர்களுடைய பக்கநிழல்களாகக் குரங்குகள் இருக்கிறார்கள் என்பது இந்த அர்த்தத்தில்தான். அவர்கள் ஒருவிதத்தில் மனித நனவிலிமனம் போலச் செயல்படுகிறார்கள். வாலி, சுக்ரீவன் இருவருமே காமத்தில் பெண்களிடம் எல்லைமீறிச் செல்பவர்கள், குடியில் ஈடுபட்டவர்கள் (4.28.1 - 8, 4.34.9). குரங்குகள் சூதாடுவதிலோ வேட்டையிலோ ஈடுபடவில்லை. ஆனால், ஒரு வேடிக்கையான காட்சியில், குரங்குகள் சகோதரர்கள் கூட்டவிருந்தில் நடந்துகொள்வதுபோல மிகுதியாகக் குடிக்கின்றன. குரங்குகள் வால்மீகியின் மனநிகழ்வுகளோ, இராமனின் மனநிகழ்வுகளோ அல்ல. அவை இணையான வாழ்க்கை வாழும் விலங்குகள். இந்தக் குரங்குக் கதை தற்செயலாகச் சேர்க்கப்பட்டது

அல்ல. இராமன் வாழ்க்கையின் முக்கிய மாறுபட்ட வடிவம் இது. ஆனால் அந்த வாழ்க்கையை அப்படியே இது காட்டவில்லை. இது ஒரு தொன்ம மாற்றம். துண்டுதுணுக்குகளை எடுத்து அவற்றை மாற்றியமைத்துச் சற்றே வேறுவிதமான ஒரு பாணியை — ஃப்ராய்டியக் கனவு வேலை செய்வது போல — உருவாக்குதல் ஆகும். கனவு காண்பவன், யார்மீது வலுவான, ஆபத்தான், ஒப்புக்கொள்ளமுடியாத, அதனால் ஒடுக்கப்பட்ட உணர்வுகளை வைத்திருக்கிறானோ, அவனுக்கு பதிலாக விலங்குகள் இடம்பெறுகின்றன.[45] அல்லது வேறுவிதமாகச் சொன்னால், தான் கனவுகளில் நேருக்குநேர் சந்திக்கமுடியாத மனிதர்கள்மீதான உணர்வுகளை விலங்குகள் மீது சுமத்துகிறான். இராமாயணத்தில் கவிதை, கனவின் பணியை ஆற்றுகிறது. அரசியல் அக்கறைகளால் (சான்றாக, இராமனின் மிக வெளிப்படையான குறைகளை மறுக்க வேண்டிய தேவை) ஒடுக்கப்பட்ட உணர்வுகளை விலங்குகள்மீது மாற்றுகிறது. இராமன் மீது சுமத்தப்பட்டிருக்கும் சிறந்த மகன், சிறந்த சகோதரன் என்ற கலாச்சாரப் பாத்திரங்கள் அவன் தன் தந்தைமீதோ சகோதரன்மீதோ தனது தனிப்பட்ட கசப்பினை வெளியிட முடியாதவாறு செய்கின்றன. அவனுக்காகக் குரங்குகள் அதைச் செய்கின்றன. மனித உலகத்தில் இராமனை அவனது நனவுமனம் செய்யவிடாத பழிவாங்கலைக் குரங்குகளின் பெருங்காடென்னும் மாய உலகத்தில் அவனது நனவிலி மனம் சுதந்திரமாகச் செய்துமுடிக்கிறது.

பேசும் விலங்குகள், மிருக மனிதர்கள்

இராமாயணத்தில் குரங்குகள் மட்டுமே மனித இயல்பு கொண்ட, பேசும் விலங்குகளாக இல்லை.[46] தொடர்புள்ள புராணக்கதைகளில், பாலியல் உறவில், அல்லது பாலியல் உறவுபோன்ற சூழல்களில், மனிதர்களை விலங்குகளாக வேடுவர்கள் தவறாகப் புரிந்துகொள்கிறார்கள். வளர்ந்து வந்த சைவ (மரக்கறி) உணவுண்ணும் இயக்கத்திற்கு ஏற்ப உள்ளார்ந்த வாதங்களை இந்தத் தொன்மங்கள் முன்வைக்கின்றன.

பாலியல் உறவு இடையீடுபடுதல் என்பது இதற்கு அடியிலுள்ள விஷயம். இராமாயணம், சிவன் — பார்வதி கதையில் இப்படிப்பட்ட ஒரு சம்பவத்தைச் சொல்கிறது.

தேவர்கள் சிவன்—பார்வதிக்கிடையில் குறுக்கிடுதல்

பார்வதி (பர்வதப் பெண்) சிவனின் மனத்தை வென்றாள், அவர்கள் திருமணம் செய்துகொள்கின்றனர். இரவும் பகலும் சிவன் அவளுடன் மகிழ்ச்சியோடு ஆனால் ஒருபோதும் தன் விந்துவை வெளிப்படுத்தாமல் உறவில் ஈடுபடுகிறான். எல்லையற்ற ஆற்றலுடைய ஒரு மகனை அவர்கள் பெறுவார்கள் என்று தேவர்கள் பயப்படுகிறார்கள். ஆகவே அவர்கள் புணர்ச்சியில் குறுக்கிடுகிறார்கள். அக்னி சிவனின் விந்துவை ஏந்திக்கொள்கிறான். அதிலிருந்து ஆறுதலைகளைக் கொண்ட ஸ்கந்தன் (கந்தன்) — தேவ சேனாபதி — உருவாகிறான். ஆனால், பார்வதி, தான் ஒரு மகனைப் பெறும் ஆசையில் கணவனோடு சேர்ந்திருக்கும்போது குறுக்கிட்ட தேவர்களின் மனைவியருக்கு என்றுமே குழந்தை பிறக்காமல்

போகக் கடவது என்று சாபமிடுகிறாள் (1.34 - 35).

பார்வதிக்குள் அல்லாமல் தீயில் தனது விதையை இடுகிறான் சிவன். இது யாகத்தில் தேவர்களுக்கு நைவேத்தியத்தை எடுத்துச் செல்கின்ற புனிதத்தீயில் வெண்ணெயை விடுகின்ற செய்கையின் மனிதப்படுத்தலாகிறது. உபநிடதங்கள் முன்னரே புணர்ச்சியையும், யாக நிவேதனத்தையும் சமப்படுத்தி நோக்கியுள்ளன. பார்வதி, தேவர்களின் மனைவியர் மலடாகுமாறு இடுகின்ற சாபம், இந்துப் புராணங்கள் எல்லாவற்றிலும் எதிரொலிக்கிறது. பார்வதியின் சாபத்தினால், (சீதை உள்ளிட்ட) கடவுளரின் குழந்தைகள் பலர் ஆண்கடவுளர் அல்லது முனிவரிடமிருந்தே பிறக்கின்றனர். அவர்கள் பெண் துணையின்றி, ஆனால் பெண்ணை நினைத்து அல்லது நோக்கி, பெண்கருப்பைக்கு பதிலீடான ஏதோ ஒரு பொருளில் — பூ, பெண்விலங்கு, ஆறு, உழுசால்— போன்றவற்றில் தங்கள் விந்தினை விட்டு, தாயற்ற ஒரு பிள்ளையை, கருப்பையில் பிறக்காத (அயோனிஜ) குழந்தையை உருவாக்குகின்றனர். இந்தக் குறுக்கீட்டு விஷயம், இராமாயணத்தின் இறுதியிலும் சற்று மாற்றத்துடன் இடம்பெறுகிறது. நாம் சற்று முன்பு பார்த்த பகுதியில், இராமனும் பெண்உருக்கொண்ட மரணமும் தங்களுக்குள் குறுக்கீடே கூடாது என்ற கடுமையான அறிவுறுத்தலுடன் தனியே இருக்கிறார்கள். ஆனால் இலக்குவன் குறுக்கிட வேண்டியிருக்கிறது. இதுதான் இறுதியான சாவில் முடியக் கூடிய குறுக்கீடு, மரணத்துக்கே குறுக்கீடு.

அதேசமயம், குறுக்கீடுற்ற பாலியல்சேர்க்கை, வேட்கைதரக்கூடிய, அளவுக்கதிகமான, எச்சரிக்கையற்ற வேட்டையுடன் இணைக்கப்படுகிறது. மனித வேட்டைக்காரர்கள், குறிப்பாகப் புணர்ச்சியில் ஈடுபட்டிருக்கும் பிற மனிதர்களையோ அரக்கர்களையோ மிருகங்கள் என்று நினைத்து வேட்டையாடுகின்றனர். இது புணர்ச்சியில் ஈடுபட்டவர்களுக்கு மட்டுமல்ல, வேட்டையாடியவர்களுக்கும் மிகுந்த கேடான விளைவுகளை ஏற்படுத்துகிறது. மகாபாரதத்தில், மான் உருக்கொண்டு, தன் மனைவியுடன் புணர்ந்து கொண்டிருக்கும் ஒரு முனிவனைப் பாண்டு அம்பெய்து கொன்றதால், தன் மனைவியரை அவன் சேர்ந்தால் இறந்துவிடுவான் என்று சபிக்கப்படுகிறான். *(1.90.64; 1.109.5 - 30).* இவ்வாறே இராமனைக் காட்டுக்கு அனுப்பிவிட்டு, ஐந்தாண்டுகள் கழித்து ஓர் இரவின் நடுச்சாமத்தில் கண்விழிக்கும் தசரதன், கோசலையை எழுப்பித், தான் அப்போதுதான் நினைத்துக் கொண்ட இந்தச் சம்பவத்தைச் சொல்கிறான்.

தசரதன் அம்பெய்த யானை

“நான் இளைஞனாக இருந்தபோது, ஒலியைக் கேட்டே விலங்குகளை அம்பெய்து கொல்லும் என் திறமையில் மிகுந்த பெருமை கொண்டிருந்தேன். அப்போது நமக்குத் திருமணமாகவில்லை. அது மழைக்காலம். காதலையும் வேட்கையையும் தூண்டும் காலம். கொஞ்சம் உடலுக்குப் பயிற்சி தர எண்ணி, என் வில்லையும் அம்பையும் எடுத்துக்கொண்டு வேட்டைக்குச் சென்றேன். நான் அப்போது ஒரு துடிப்புமிக்க இளைஞன். என் பார்வை எல்லைக்கு அப்பால் ஒரு சத்தத்தைக் கேட்டேன். ஒரு பானையில் நீர் நிரம்பும் ஒலி, யானை நீருக்குள் இருக்கும்போது தோன்றும் சத்தத்தை

ஒத்திருந்தது. அத்திசையில் அம்பு எய்தேன்.” அவன் ஒரு நோன்பு மேற் கொண்ட பையனைக் கொன்றுவிட்டான். அவனைத்தான் அவனுடைய குருடான பெற்றோர் (தாய் சூத்திரச்சி, தந்தை வைசியன்) நம்பியிருந்தனர். தங்களைப்போலவே தசரதனும் முதுமையில் மகனை நினைத்துச் சோகத்திலாழ்ந்து இறப்பான் என்று அந்தத் தந்தை சாபமிட்டான். இப்போது கோசலையுடன் படுக்கையிலிருக்கும் தசரதன் இக்கதையை நினைத்தவாறே உயிர்விடுகிறான் (2.57.8 — 38, 2.58.1 — 57).

குருட்டுத்தனத்திற்கும் ஆசைக்கும் இடையிலுள்ள தொடர்பு (குருடர்களான பெற்றோரின் குழந்தையை, ஒலியை வைத்தே இலக்கு ஆக்குதல்; திருமணத்திற்கு முந்திய ஆசையைக் கட்டுப்படுத்தக் குளியலைப்போலவே வேட்டையாடுதலை மேற்கொள்ளுதல்) இங்கு வெளிப்படுகிறது. கைகேயி தசரதனைத் தன் படுக்கைக்கு அனுமதிக்காமல் தசரதனைக் கையாளுவதற்கான முன் காரணம், பாலியல் வேட்கை தசரதனின் குருட்டுப்புள்ளி என்பது இங்குச் சொல்லப்படுகிறது. வேட்டையைப் போலவே காமவேட்கையிலும் அவனுக்கு ஈடுபாடு இருக்கிறது. இராமாயணத்தில் மற்றொரு கதையும் பாலியல் உறவின் இடையீடு, மனைவியைப் பிரிந்திருக்கும் சாபம், காம வேட்கையின் மரணத்தைத் தரும் தன்மை, இவற்றுடன் விலங்குகள் மொழி — குறிப்பாகப் பறவைகளின் மொழி என்னும் கூறை இணைத்துச் சொல்கிறது.

பறவையின் ஹாஸ்யம்

எல்லா உயிர்களின் மொழியையும் புரிந்துகொள்ளும் சக்தியை ஓர் அரசன் பெற்றான், ஆனால் அதை வெளிப்படுத்தலாகாது என்ற எச்சரிக்கை செய்யப்பட்டான். ஒருசமயம் அவன் தனது மனைவி யுடன் படுக்கையில் இருந்தபோது, ஒரு பறவை வேடிக்கையாக ஏதோ சொல்வதைக் கேட்டான், அதனால் சிரித்தான். மனைவியோ தன்னைப் பார்த்து அவன் சிரிப்பதாக நினைத்து, ஏன் சிரித்தான் என்று கேட்டாள். சொன்னால் தான் இறந்துவிடுவேன் என்று அவன் கூறினான். இருந்தாலும் கூறு என்று அவள் வற்புறுத்தியபோது, அவன் அவளை வெளியேற்றிவிட்டு, மீதி வாழ்க்கையை அவள் இல்லாமலே மகிழ்ச்சியுடன் வாழ்ந்தான் அவன் (2.32).[47]

இந்தக் கதையில், மனிதன் விலங்குகளின் பேச்சை அறியும் ஆற்றல் பெறுகிறான். பெண் அவ்வாறில்லை. (இந்த அரசன் கைகேயியின் தந்தை. பாலியல் குறும்பு குடும்ப இரத்தத்திலேயே ஓடுகிறது.) சமஸ்கிருதப் புராணப் பனுவல்களில், ஆடவன் பெண்ணைவிட சிறப்புத் திறன்கள் பெற்றவன், உயர்ந்தவன் என்று சித்திரிக்கின்ற பண்புக்கு இக்கதை பொருத்தமாக உள்ளது. இந்தியாவில் ஆடவர்கள் மட்டுமே சமஸ்கிருதப் பனுவல்களைப் படிக்கவும் பேசவும் அனுமதி பெற்றவர்கள், பெண்கள் அவ்வாறில்லை என்ற சமூகவியல் மெய்ம்மையைப் பிரதிபலிப்பதாகவும் இக்கதை இருக்கலாம். மேலும் இது ஆண்குடும்பமையத் திருமணத்தைக் குறிப்பதாகவும் இருக்கலாம். அதில் பெண், ஆடவன் குடும்ப மொழியைப்

பேசுவதில்லை. இக்கதைகள், சில மனிதர்களைப் பாலியல்பு மிருகங்களாக மாற்றுகிறது, சில விலங்குகளை மொழி மனிதர்களாக்குகிறது என்ற கருத்தை வெளியிடுகின்றன. மகாபாரதத்தில், மனிதனைத் தின்னும் அரக்கனாகுமாறு சபிக்கப்பட்ட ஓர் (மனிதவடிவில் இருக்கும்) அரசன், தன் மனைவியைப் புணர்ந்து கொண்டிருந்த ஒரு முனிவனைத் தின்று விடுகிறான். தன் பாலியல் சுகத்தினை அடைய இயலாத அந்த மனைவி, அந்த அரசன் தன் மனைவியைப் புணர்ந்தால் இறந்துவிடுவான் என்று சபிக்கிறாள் (மபா 1.173). இதில் பாண்டுவின் சாபம், பார்வதி பிற தேவர்களின் மனைவியர்மீது விதித்த சாபம் ஆகிய இரண்டும் கலந்திருக்கின்றன. இந்த வேட்டுவத் தவறுகள் பாலியல் களத்தில்தான் செயல்படுகின்றன என்றில்லை. மகாபாரதத்தில், கிருஷ்ணனை ஒரு வேடுவன் மான் என்று தவறாக நினைத்துக் கொன்றுவிடுகிறான்.

கிருஷ்ணனின் இறப்பு

கோபமுற்ற முனிவர்கள், கிருஷ்ணன் தரையில் கிடக்கும்போது முதுமை அவனைக் கொன்றுவிடும் என்று முன்னுரைத்தார்கள். இப்படித்தான் நடக்கும் என்று கிருஷ்ணனுக்கும் தெரியும். பின்னர் தனக்குக் காலம் வந்துவிட்டதை அவன் அறிந்தான். தனது புலன்களையும், பேச்சையும் மனத்தையும் கட்டி, படுத்தவாறு இறுதியோகத்தில் ஆழ்ந்தான். அப்போது ஒரு பயங்கர வேடன் — முதுமை (ஜரன்) என்ற பெயருடையவன், மானைத் தேடி அந்த இடத்திற்கு வந்தான். கிருஷ்ணனின் காலைத் தவறாக மான் எனக் கணித்து, அவன் புறங்காலில் அம்பெய்தான். மானை எடுத்துக் கொள்ள எண்ணி, அருகில் சென்றபோது, அவன் நான்கு கைகளுள்ள, மஞ்சள் நிற உடையணிந்த, யோகத்தில் ஆழ்ந்துள்ள ஒரு மனிதன் என்பதைக் கண்டான். ஒரு பெருந்தவறு செய்துவிட்டோம் என்பதை உணர்ந்து, கிருஷ்ணனின் இரு பாதங்களிலும் தன்தலையால் தொட்டு, துயரத்துடன் வணங்கினான். கிருஷ்ணன் அவனுக்கு ஆறுதல் கூறினான், பிறகு எழுந்து வானமுழுவதையும் தன் பெருமையால் நிறைத்தான். (மபா 16.2,10 — 11, 16.5.18 — 21).

இங்கு மூன்று கதைகள் ஒரேமூச்சில் சொல்லப்படுவதாகத் தோன்று கிறது. ஒரு கதையில், மனிதனான கிருஷ்ணன் ஒரு மான் எனக் கருதப்பட்டு வேடன் ஒருவனால் காயப்படுத்தப்படுகிறான். மற்றொன்றில், கிருஷ்ணன் முதுமையால் இறப்பதாகச் சொல்லப்படுகிறான். மூன்றாம் கதையில், மரணமற்ற கிருஷ்ணன் தனது சக்திகளை ஒடுக்கிக் கொண்டு, ஒரு தேவனைப்போல அல்லது யோகியைப்போல உலகத்தை விட்டுச் செல்ல முனைகிறான். அவன் தனது சொந்த விருப்பத்தின் பேரில் இறப்பதாக இருந்தால் அவனைக் கொல்ல ஒரு வேடனோ முதுமையோ தேவையில்லை. ஒரு கதையின்மீது மற்றொரு கதையின் சுவடுகள் பிசாசு போலப் பதிந்திருக்கின்றன.

மகாபாரதத்தில் வரும் இக்கதைகள், மனிதர்கள் விலங்குகளிலிருந்து வேறானவர்கள், விலங்குத்தன்மை கொண்ட பாலியல்பிலிருந்தும், வன் முறையிலிருந்தும் மேம்படவேண்டும் என்று சொல்கின்றன. இதனைச் சாத்தியப்படுத்துவது மொழி, குறிப்பாகக் கவிதை என்று இராமாயணம்

சொல்கிறது. இராமாயணக்கதையில், கதையின் சட்டகத்திற்கு வெளியிலுள்ள சொல்லோவியத்தில் — இந்த இயலின் தொடக்கத்தில் சொல்லப்பட்ட கவிஞனும், வேடனும், கொக்கும் என்பதில் மொழி என்ற விஷயம் வருகிறது. சுலோகம் என்ற யாப்பு. இதில்தான் இராமாயணமும் மகாபாரதமும் இயற்றப்பட்டுள்ளன. இந்தக் கதையில் வரும் பெண் கொக்கு (இவை இந்திய சாரஸ் பறவைகள்) தன் துணையின் இறப்பில் மிகவும் இரங்கித் தவித்து பச்சாத்தாப ஒலியை எழுப்புகிறது (கருணம் கிரம்). சில பிற்கால உரைகளில், பெண்கொக்குதான் இறந்தது, ஆண் கொக்கு வருத்தப்பட்டது என்று மாற்றிக் காணப்படுகிறது. இது பின்னர் சீதை தூக்கிச் செல்லப்படுவதையும் இராமன் பிரிவால் இரங்குவதையும் முன்னுணர்த்துவதாக அமைகிறது.[48] இறக்கும் பறவையின்மீது கொண்ட கருணை வால்மீகியையும் பேசவைக்கிறது. பாலியல்சேர்க்கையின்போது கொல்லப்படுகின்ற ஒரு கொக்கினை அவர் காண்கிறார், அதனால் சோகத்திற்காளாகி, மனிதமொழியில் ஒரு அசாதாரணச் சேர்க்கையைப் புத்தாக்கம் செய்கிறார். ஓர் அரசன் புணர்ச்சியில் ஈடுபட்டிருக்கும் சமயத்தில் ஒரு பறவை பேசுவதைக் கேட்டுச் சிரித்து, அதனால் தான் மரணமடைகின்ற அல்லது தன் துணையைவிட்டுப் பிரிகின்ற கதைக்கு இது பலவகைகளில் தலைகீழாக உள்ளது. பெண்கொக்கின் சோகமும், வால்மீகிக்கு அதனால் ஏற்படும் சக பரிதவிப்பும் — கூடவே, மிக இனிமையாகப் பாடிக்கொண்டிருந்ததாகச் சொல்லப்படும் கொக்குகளின் மனந்தொடும் உதாரணமும் — (உடனே, அவற்றின் ஆசையின் உச்சத்தில் என்ற சொற்கள் வருகின்றன, வேடன் அடிக்கிறான்) வால்மீகியைத் தன் இரண்டாவது மிக அர்த்தமுள்ள சொற்களைப் பேசவைக்கின்றன. பறவையின் பாடல், பரிவிரக்கமுள்ள பேச்சாக மாறுகிறது, பிறகு மானிடக் கவிதைக்குத் தூண்டுகோலாக அமைகிறது. நிஷாதன்—பழங்குடிமக்களில் மிகக் கீழான ஒருவனாகக் கருதப்படுபவன் — சபிக்கப்படுகிறான், கவிதை பிறக்கிறது. நிஷாதனை மனிதன் அல்லாதவனாக, வெறுப்பும் தீமையும் கலந்தவனாக, தர்மத்தைக் குலைப்பவனாக, காரணமின்றிக் கொல்பவனாக,என்றும் அமைதியற்று அலையுமாறு சபிக்கப்படுபவனாகக் காட்டுகிறது இந்தப் பனுவல். நிஷாதன் பேச வாய்ப்புத் தரப்படவில்லை. அவன் கொல்லுகின்ற விலங்கு, விலங்குதான், விலங்கு உருக்கொண்ட மனிதனல்ல. எனவே அவனுக்கு ஒரு மென்மையான தண்டனையே கிடைக்கிறது. மன அமைதியின்மை, அல்லது குற்றவுணர்ச்சி. பின்னால் வர இருக்கும் கதையில் தசரதன் மனிதனை யானையென்று கருதிக் கொன்றதனால் பெற இருக்கும் மிகப்பெரிய தண்டனைக்கு முன்னுருவாக இது அமைகிறது. கதைசொல்லும் தொடரில் இந்த இணைப்பைச் சேர்த்து, கதைகளின் முழுவுரு, ஐந்து முக்கிய விஷயங்களைச் சொல்கின்றன. ஒன்று — வேட்டையாடுதலில் ஏற்படும் மிகுவேட்கைக்கு இடம் தருதல், இரண்டு — மனிதனை விலங்கென்று நினைத்து அந்த விலங்கைக் கொல்லுதல், மூன்று — புணர்ச்சிச் செய்கையில் குறுக்கிடுதல் (ஒன்றையோ, இரண்டையுமோ கொல்வதன் வாயிலாக), நான்கு — விலங்குகளின் மொழியை (அல்லது பாட்டை)ப் புரிந்துகொள்ளுதல், ஐந்து — அதிலிருந்து ஒரு கவிதைமொழியை உருவாக்குதல். விலங்கைக் கொல்லுதல் விலங்குச் செயலில், புணர்ச்சிச் செயலில் குறுக்கீட்டை ஏற்படுத்துகிறது, பாலியல்பையே கொல்லுவதுபோல அமைகிறது. அதன்

இடத்தில் இது மனிதனுக்கே இயல்பான செயலை — மொழியை— ஏற்படுத்துகிறது.

மனிதர்களையும் விலங்குகளையும் இணைப்பது இரக்கவுணர்ச்சி. தொடக்கத்திலிருந்தே இந்துக்கதைகளில் சாயை அளித்துவருகின்ற அகிம்சைக்கான அக்கறை — குற்றவுணர்ச்சி மற்றும் அக்கறையின் உள்ளர்த்தமான வடிவம் இது. இராமாயணம் விலங்குகள் மீது இரக்கவுணர்ச்சி காட்டுவதில் அக்கறைகாட்டுகிறது. குறிப்பாக ஜடாயு— ஒரு கிழக்கழுகு — பாலூட்டிகளுக்கு நாய்கள் போல, பறவைகளுக்குத் தோட்டி வேலைசெய்யும் ஒரு பறவை — சாதாரணமாக, மங்கலமாகக் கருதப்படாத ஒன்று — அதற்கும் பரிவு காட்டப்படுகிறது. ஆனால் இராவணன் சீதையைத் தூக்கிச் செல்லும்போது ஜடாயு தைரியத்துடன் தாக்குகிறான். இராவணனுக்கு ஜடாயு தர்மத்தைச் சுட்டிக்காட்டிப் பேசும்போது இராவணன் அவன் இறக்கைகளை வெட்டிவிட்டு சீதையை எடுத்துச் செல்கிறான். இறப்பதற்கு முன்பு ஜடாயு இராவணன் சீதையை எங்கு எடுத்துச்சென்றான் என்பதை இராமனுக்குச் சொல்கிறான். தசரதனுக்கு எவ்வளவு மரியாதை தருகிறானோ அந்த அளவு மரியாதையை ஜடாயுவுக்குத் தருவதாக இராமன் சொல்கிறான் (3.64.26). (தசரதனைப் பின்னோக்கிக் குறைகூறும் செயலாகவும் இருக்கலாம்). அவனை ராஜமரியாதையோடு தந்தைபோல பாவித்துப் புதைக்கிறான். ஆனால் ஈமச்சடங்குகளில் பலிப் பொருளாகப் பயன்படுத்தப்படும் அரிசி உருண்டைகளுக்கு பதிலாக இங்கு மானின் சதையினாலான உருண்டை களை வைக்கிறான் (3.64.26,32 - 33). யாகப்பலியான விலங்குக்கு பதிலாக அரிசி உருண்டைகளை வைக்கும் இந்துக்களின் வரலாற்றுச் செய்கைக்கு இது முரணாக அமைகிறது.

இராமனின் கதையில் மற்றுமொரு சுத்தமற்ற பறவை பங்குவகிக்கிறது— காக்கை. அனுமன் சீதையைப் பார்த்ததை இராமன் நம்புவதற்கான ஒரு நிகழ்ச்சியைச் சொல்ல வேண்டுமெனச் சீதையைக் கேட்கும்போது, அவள் ஒரு காக்கை தன் மார்பில் இரத்தம் வருமளவு தாக்கிய சம்பவத்தைச் சொல்லுகிறாள். இராமன் மிக எளிதாகவே அந்தப் பறவையைக் கொன்றிருக்கமுடியும், ஆனால் இரக்கத்தினால் அதன் வலக்கண்ணை மட்டும் அவித்து அதை விட்டுவிடுகிறான் (5.36.10 - 33). காகங்கள் பலியுணவைத் தின்பவை, உணவுக்கு அலைபவை. நாய்களைப் போலவே. மனு (7.21) காகங்களையும் நாய்களையும் இணைக்கிறார். காகம் ஒரு பறையன். காகத்தை இராவணனுக்கு உவமிக்கிறாள் சீதை. (கம்ப ராமாயணத்தில் இந்திரன் இம்மாதிரிக் காக்கை வடிவில் வந்து அவள் மார்பைக் கொத்துவதாகச் சொல்லப்படுகிறது. மொ.பெ.) இந்நிகழ்ச்சி, பின்னர் இராவணன் அவளைத் தூக்கிச் செல்லப்போவதை முன்னுணர்த்துவதாக அமைகிறது. காக்கையின் கண்ணை அவிப்பது என்பது, பக்தி மார்க்கத்தில் வழிபடுவோன் ஒருவன் விருப்பத்தோடு தன் கண்ணைத் தருவது போன்ற செயலாகிறது.

நாய்களுக்கும் ஒரு ஒழுக்கவியல் பகுதி இங்கு இருக்கிறது. சீதை காட்டுக்கு அனுப்பப்பட்ட பிறகு, ஒரு நாய் இராமனிடம் வந்து தாங்கள் கோயிலுக்குள்ளும், பிராமணர் வீடுகளுக்குள்ளும் அனுமதிக்கப்

படுவதில்லை என்று முறையிடுகிறது. இராமன் அதை அரண்மனைக்குள் அழைக்கிறான். இரண்டாவது சம்பவம் — எக்காரணமுமின்றி ஒரு பிராமணப் பிச்சைக்காரன் ஒரு நாயை அடிக்கிறான். இராமன் அவனை அழைத்து விசாரிக்கிறான். தான் பசியாக இருந்து பிச்சை எடுத்துக் கொண்டிருந்ததால் கோபத்தில் நாயை அடித்துவிட்டதாக பிராமணன் சொல்கிறான். அவன் நாயை விரட்டுகிறான், ஆனால் அது சிறிது தொலைவே சென்று அங்கேயே இருந்ததால் அதை அடித்தான். பிராமணனுக்கு தக்க தண்டனையைச் சொல்லுமாறு இராமன் நாயைக் கேட்கிறான். குரோதத்தினால் தர்மத்தைக் கைவிட்ட பிராமணன், ஒரு தாந்திரிகப் பிரிவுக்குத் தலைவனாக வேண்டுமென்று நாய் சொல்லுகிறது. இந்த நாயே முன் ஒரு பிறவியில் இந்தப் பதவியில் இருந்தது, நரகத்திற்குச் செல்லுவதற்குச் சிறந்த வழி என்று அதை நினைக்கிறது. இராமன் இந்த தண்டனையை அளித்ததும் பிராமணன் தனக்கு ஒரு பெரிய வரமே அளிக்கப்பட்டதாகக் கருதி யானைமேல் அமர்ந்து பெருமிதத்தோடு செல்கிறான். நாயோ, வாராணசிக்குச் சென்று இறக்கும்வரை உபவாசம் இருக்கிறது (7.52).⁴⁹ தெளிவாகவே, நாய் பிராமணனைவிட ஒழுக்கத்தில் சிறந்ததாகத்தான் இருக்கிறது. இந்த விந்தையான நீண்ட சம்பவத்தில் இராமன் அதை மிக மரியாதையுடனே நடத்துகிறான்.

குறியீட்டு அரக்கர்கள்

இந்தக் கதைகளில் வரும் நாய்கள், நாய்களையே குறிக்கும், சிலசமயம் பறையர்களையும் நிஷாதர்களையும் குறிக்கும், சிலசமயம் இரண்டையுமே குறிக்கும். நிஷாதர்கள் தங்களை மட்டுமே குறிப்பவர்கள். அவர்கள் வேறு யாருக்கேனும் குறியீடாக நிற்க இயலுமா? (பெரும்பாலும் இல்லை). நாய்களைத் தவிர, வேறு யாரேனும் நிஷாதர்களைக் குறிக்கமுடியுமா? குறிப்பாக, அரக்கர்கள் நிஷாதர்களைக் குறிக்கமுடியுமா? நாய்களையும் நிஷாதர்களையும் போலன்றி, அரக்கர்களும் அசுரர்களும் தங்களையே குறித்துக்கொள்ள இயலாது, காரணம் என் தாழ்மையான கருத்தின்படி, அவர்கள் இல்லை. அவர்கள் கற்பனைக் கட்டமைப்புகள். ஆகவே அவர்கள் முற்றிலும் குறியீட்டுத்தன்மை உடையவர்கள். அப்படியானால் அவர்கள் யாரைக் குறிக்கிறார்கள்? பின்னாளில் இந்திய வரலாற்றில் அவர்கள் மனிதக்குழுக்களில் பலவற்றைக் குறிப்ப தாகச் சொல்லப் படுகிறார்கள். பழங்குடியினத்தவரை;⁵⁰ அயல்நாட்டினரை; கீழ்ச்சாதி யினரை; திராவிடர்களை; தென்னிந்தியர்களை; முஸ்லிம்களை. இந்துக்களில் பலர் மனித இனக்குழுக்கள் பலவற்றிற்கும் அரக்கர்கள், அசுரர்கள் பெயர்களையும் புராண விலங்குகள் பெயர்களையும் (நாகர்கள் என்பதைப்போல) இட்டிருக்கிறார்கள். இடும்பி என்ற அரக்கி மகாபாரதத்தில் பீமனை மணந்துகொண்டதையும், உலூபி என்ற நாக கன்னிகை அர்ஜுனனை மணந்துகொண்டதையும் சிலர் பழங்குடி இனத்தவர்கள் க்ஷத்திரியக் குடும்பங்களில் திருமணம் செய்துகொண்டதற்குக் குறியீடாகக் காட்டியிருக்கிறார்கள். இராமன் அடையாளமாக நிற்கும் மேலாதிக்க பிராமணர்களால் ஒடுக்கப்பட்ட சிங்கள பௌத்தர்களை இலங்கை அரக்கர்கள் என்பதாக ஒருவர் சுட்டிக் காட்டியிருக்கிறார்.⁵¹ மற்றொருவர் அரக்கர்கள் என்போர் ஆஸ்திரேலியா

வின் பழங்குடியினத்தவர் என்கிறார். ஒருகாலத்தில் ஆஸ்திரேலியாவும் இந்தியாவும் இணைந்திருந்தன என்னும் கோண்டுவானா கொள்கைக்கு ஒத்துச் செல்லும் ஒரு சிறப்பு மட்டுமே இருக்கிறது. வரலாறு முழுவதும் எழுத்தாளர்கள் பலரும் அரக்கர்களையும், இராமாயணப் பாத்திரங் களையும் பல்வேறு அரசியல் நிலைமைகளில் பல்வேறு மக்களுக்குக் குறியீடாகப் பயன்படுத்தியிருக்கிறார்கள். ஆனால் வால்மீகியின் இராமா யணத்தில் அரக்கர்களின் பங்கென்ன?

மனிதர்களில் எந்த வரலாற்றுக் குழுவினரையும் அரக்கர்கள் குறிப் பதாகச் சொல்ல இடமில்லை, அதேபோல இலங்கையில் இராவணனை வென்றது ஒரு வரலாற்று நிகழ்ச்சி என்பதாகச் சொல்லவும் சான்றில்லை. பொதுவான மனித வகையினரை, சான்றாக அசுத்தமான சாதியினரை நாய்கள் என்று குறியிடுவதைப்போல, குறித்த வகை அரக்கர்களும், அசுரர்களும் மனிதர்களில் பொது வகையினரைக் குறிக்க முடியும். அரக்கர்களும் விலங்குகளும் மனித இனத்தினரைப்போலவே வர்ண இயல்பு கொண்டவர்கள். இராவணன், பிராமணனுக்கும் அரக்கிக்கும் பிறந்தவன். ஆகவே பிராமணனாக, க்ஷத்திரியனாக, மனிதனாக, அரக்கனாக, கலப்பாக விதவிதமாக நோக்கப்படுகிறான். அவன் பிராமணன் என்ப தால் இராமனுக்கு பிரம்மஹத்தி தோஷம் ஏற்பட்டதாகவும் வருகிறது. ஜடாயு என்ற கழுகு அரசன், ஓர் அரசனாகவும் கழுகாகவும் (அரசனுக்கு ஒவ்வாத இறைச்சித் துண்டுகளோடு) புதைக்கப்படுகிறான். பிற பல க்ஷத்திரிய அரக்கர்களும் அசுரர்களும் உண்டு, பிராமண அரக்கர்களும் உண்டு.[53]

அரக்கர்கள் என்பவர்கள், நமக்குப் புறத்திலிருந்து நம்மை ஒடுக்கும் சில சக்திகளைக் குறிக்கலாம், அல்லது சிலசமயம் நமக்குள்ளேயே இருக்கும் இருண்ட சக்திகளை, நமது கீழான பகுதிகளை, நமது நிழல்களைக் குறிக்கலாம். ஃப்ராய்டியச் சொற்களில், இராவணன், ஓர் அற்புத ஈகோ வடிவம். செருக்கு, சுயநலம், உணர்வுமிகுதி. விபீடணன், இராவணனுக்கு அறிவுரை சொல்லி, பிறகு இராமன் கட்சிக்கு ஓடிவிடும் தம்பி — சூப்பர் ஈகோவின் வடிவம். மனச்சாட்சி, ஒழுக்கப்படுத்தல். கும்பகர்ணன், பல ஆண்டு உறங்குபவன், உணவுக்கும் போருக்கும் மட்டுமே எழுபவன். விலங்கு ஈட் உந்துதலின் மிக அழகிய இலக்கிய அவதாரம். இந்த மூவரும், இந்திய முக்குணங்களின் அவதாரங்கள். இராவணன் ராஜசம் (ஆற்றல், உணர்வு, சுயம்), விபீடணன் சத்துவம் (துலக்கம், நன்மை, மனச்சாட்சி), கும்பகர்ணம் தாமசம் (ஆற்றல்குறைதல், இருள், ஈட்).

இராமாயணத்தில் அரக்கர்களின் முக்கியப் பங்கு, கெட்டவர்கள் என்ற பொதுப் பங்கிற்கு அப்பால், தனித்த மானிட வடிவங்களின் நிழல்களாக உருத்தரப்பட்டவர்கள் என்பதால் குறைத்து மதிப்பிடப் படுவதற்கில்லை. இலக்குவன் இதை வெளிப்படையாகவே இராமனிடம் சொல்கிறான், “விராதன் என்ற அரக்கனைப் பற்றி. பரதன் சிம்மாசனத்தை விரும்பியதால் அவன்மீது எனக்கு ஏற்பட்ட கோபத்தை நான் விராதன் மீது காட்டித் தீர்த்துக் கொள்வேன்.” சீதையின் தவறான நன்னடத்தைமீது அரக்கியர் எவ்விதம் ஒரு நிழலைப் பதித்தார்கள் என்பதையும், குரங்குச் சகோதரர்கள் எவ்விதம் மனித சகோதரர்களைப் போலவே நடந்துகொண்டார்கள்

எனபதையும் கண்டோம். அரக்கர்களும் இவ்வாறே இருக்கிறார்கள். மனிதர்கள் அவ்வப்போது தர்மத்தைப் பற்றி எழுப்பும் இடைஞ்சலான வினாக்கள் (பரதனின் உணர்ச்சிமய வெளியீட்டில், அல்லது சீதையின் வசையில்) குரங்குகளின் மற்றும் அரக்கர்களின் விவாதங்களிலும் (வாலி இராமன்மீது குற்றம்சாட்டும்போதும், விபீடணன் இராவணனுக்கு உபதேசிக்கும் போதும்) எதிரொலிக்கின்றன.

மேலும் குறிப்பாக, இராவணன், விபீடணன், கும்பகர்ணன் ஒரு முக்கோணமாக அமைவதைப்போலவே, இராமன், இலக்குவன், பரதன் மூவரும் ஒரு முக்கோண உறவில் அமைகின்றனர். கும்பகர்ணன் இறந்த பிறகு, கும்பகர்ணன் தனக்கு வலது கையாக இருந்தான் என்றும், அவன் போனபிறகு சீதையால் தனக்குப் பயனில்லை என்றும் இராவணன் சொல்கிறான் *(6.56.7 - 12)*. இதையேதான் இலக்குவன் இறந்ததாக நினைக்கும்போது அவனைப் பற்றி இராமனும் சொல்கிறான். ஆனால் இந்த இணைகள், பெரும்பாலும் ஒன்றுபடுவதாக இருப்பதில்லை, முரண்தன்மையையே கொண்டுள்ளன. இலக்குவன், பரதன் இருவரும் இராமனை நேசிக்கும்போது, விபீடணன், கும்பகர்ணன் இருவரும் இராவணனை வெறுக்கிறார்கள்.

நல்லரக்கன்

சில அரக்கர்கள், மனிதர்களில் குறிப்பிட்ட வர்ணத்திற்கு பதிலாகக் குறிப்பிட்ட வகைமைக்குச் சான்றாக நிற்கிறார்கள். இரண்டாம் தொடர்புறவின் பாணியைப் பின்பற்றி பலம் நிறைந்த, பெரும்பாலும் நற்குணம் மிக்க அரக்கர்களும் அசுரர்களும் தவத்தின் வாயிலாக அகத்தனலை எழுப்புவதனால் பேராற்றல்களைப் பெற்று, தேவர்களின் முன்னுரிமைகளைக் கைப்பற்றிக் கொள்கிறார்கள். தேவராஜனான இந்திரனின் சிம்மாசனம், 24 காரட் சுத்தமான தங்கத்தினால் செய்யப் பட்டது. அது வெப்பத்தை மிக எளிதாகக் கடத்தக்கூடியது அல்லவா? வேதத்துக்குப் புறம்பான, மனம்போன போக்கிலான மதத்தின் துறவி ஒருவன் தவத்தின் வாயிலாக உள்அனலை எழுப்பும்போது அந்த வெப்பம் எப்போதும் மேல்நோக்கிச் செல்வதுபோல் இங்கும் மேல்நோக்கி எழுந்து இந்திரனின் சிம்மாசனத்தை வெப்பப்படுத்திவிடுகிறது. அம் மாதிரிச் சமயங்களில் அவன் யாராவதொரு தேவ கன்னிகையை அந்த முனிவனிடம் சென்று தவத்தைக் கலைக்குமாறு (காமத்தின் வாயிலாகவோ கோபத்தின் வாயிலாகவோ) அனுப்புகிறான்.[54]

இரண்டாம் தொடர்புறவின் முக்கியப் பாத்திரம் இராவணன். கடுந்தவத்தை மேற்கொண்டு, பிரம்மாவிடம் ஏறத்தாழ தன்னை எவரும் வெல்ல இயலாத்தன்மை ஆகிய வரத்தைப் பெறுகிறான். தன்னை எவரும் கொல்லலாகாது என்று வேண்டுவதில் அவன் மனிதர்களை விட்டுவிட்டதனால்தான் இராமன் அவனைக் கொல்லமுடிகிறது. சீதை இராவணனைக் காமத்தினாலும், கோபத்தினாலும் தூண்டு பவளாயிருக்கிறாள். தொன்மச் சட்டகத்தின்படி, சீதை என்னும் தேவமங்கைதான் (அல்லது விபீடணனின் பார்வையில், ஒரு பெரிய படமெடுத்த பாம்பு அவள்) இராவணனைத் தோற்கடிக்கிறாள்.

இம்மாதிரி அரக்கர்கள், புரோகிதர்கள் குறுக்கீடற்ற மதச்செய்கைகளால் பிராமணர்களின் முன்னுரிமைகளைப் பறித்துக்கொண்ட மனிதர்களுக்கு உதாரணமாக நிற்கிறார்கள். தங்கள் உருவை மறைத்து நடிக்கும் உருமாற்றக்காரர்களைப் போல, அரக்கர்களில் தவமியற்றுவோர், தங்கள் உரிமைகளுக்கும் மேலான — பிராமணர்களின், பிராமணக் கூட்டமைப் பின் உரிமைகளைப் பெற முனையும் — காட்டுத் தவசிகளைப் போல, அதிக உரிமைகளைப் பெற முனையும் மக்களுக்கு இந்த அரக்கத்தவசிகள் (மீ)இயற்கைத் தன்மை கொண்ட உருவகங்கள். விபீடணன் இந்த ஈரடித்தன்மை கொண்ட உருவ(க)த்தின் ஆதி உதாரணம். அவன் ஓர் அரக்கன். இராவணனின் இறப்புக்குப் பின்னர் அவன் அரக்கர்களின் அரசனாகித் தனக்கென வகுக்கப்பட்ட அரச, குடும்ப தர்மத்தைக் காப்பாற்றுகிறான். ஆனால் அவன் இராவணனுக்கும் மற்ற அரக்கர் களுக்கும் எதிராக இராமனுடன் சேர்ந்து போரிடுகிறான். இதனால், யாவருக்கும் பொதுவான சாதாரண தர்மத்தினை அவன் காக்கிறான். பொன்மானாக உருவெடுக்க இருக்கும் மாரீசனும், விபீடணனைப் போல, சீதைக்குப் பின் செல்லாதே என இராவணனுக்கு (வீணாக) அறிவுரை சொல்கிறான். அச்சமயம் அவன் இராவணனிடம் ஒப்புக் கொள்கிறான்: முன்பொருமுறை இராமனிடம் புறங்கொடுத்த பிறகு அவனும் யோகம், தியானம் இவற்றில் ஈடுபட்டான். இப்போது எங்குநோக்கினும் அவனே தோன்றுவதால் இராமனை நினைத்தால் பயமாக இருக்கிறது என்கிறான். "இந்தக் காடு முழுவதும் இராமனே நிறைந்திருக்கிறான். கனவிலும் நான் அவனையே காண்கிறேன். ர - வில் தொடங்கும் எந்தச்சொல்லும் அவனையே எனக்கு நினைவூட்டுகிறது" *(3.38.14 - 18)*. பக்தி இறையியலாளர்கள் துவேஷபக்தி என்று பின்னர் இதைத்தான் குறிக்கிறார்கள். இதன் வாயிலாகக் குறிப்பிட்ட கடவுளுடன் வெறுப்புகொண்டு போரிடுபவர்கள் (கிருஷ்ணனுக்கு எதிரியான கம்சனைப்போல) தாங்கள் அந்தக் கடவுளால் கொல்லப்படும்போது நேராக சொர்க்கத்திற்குச் செல்கிறார்கள். ரகரம் பற்றிய குறிப்பு, பிற்கால பக்தியில் இராமனின் முக்கியத்துவத்தை முன்னுணர்த்துவதா கவும் இருக்கிறது. இம்மாதிரி சுயதர்மத்திற்கும் சாதாரண தர்மத்திற்கும் ஏற்படும் மோதல்களை இராமாயணம் கண்டுகொள்வதில்லை. இந்திரன் உள்ளிட்ட தேவர்களை வென்று மகாபலி ஒரு யாகத்தை நடத்துகிறான். அதில் எதை யார் கேட்டாலும் அளிக்கிறான். விஷ்ணு அப்போது ஒரு குள்ளனாக (வாமனனாக) உருவெடுத்துவந்து மூன்று அடி நிலத்தைக் கேட்கிறான். மூன்றடிகளால் மூவுலகத்தையும் அளந்து இந்திரனுக்குத் திரும்ப தேவலோகத்தைத் தருகிறான் *(1.28.3 - 11)*. பலி என்றாலே கடவுளுக்கு அளிக்கப்படும் நிவேதனம், அல்லது விளைச்சலில் அரசனுக்குச் செலுத்தப்படும் வரி என்பதைக் குறிக்கிறது என்பதால் ஈரடித்தன்மை கொண்ட சொல்லாகவும் உள்ளது. யாகத்தின் நற்பண்பான கொடையை அவன் மேற்கொண்டதனால்தான் அழிக்கப்படுகிறான் என்பது யாக உலகிற்கே ஒரு சவாலை அளிக்கக்கூடும். ஆனால், இரண்டாம் தொடர் புறவில் நிலைக்கும் இராமாயணம், பலியின் மேன்மைப் பண்பு ஏன் அழிக்கப்படுகிறது என்ற கேள்வியை எழுப்புவதில்லை. பிற்காலப் புராணங்கள், இந்தக் கதையை மறுபடி கூறும்போது, இந்த நல்லரக்கனின் கதையின்முரணைத் தலைகீழாக்குகின்றன.

வர்ணாசிரமத்துக்கு (சாதிஅமைவுக்கு)ச் சவால்கள்

தேவர்களும் (பிராமணர்களும்) மறுபுறம் வேத மதத்தை மிகவும் விமரிசனம் செய்கின்றவர்கள் உள்ளிட்ட, ரொம்பவும் நல்லவர்களல்லாத, ஆனால் ரொம்பவும் மோசமான மனிதர்களால் மிரட்டலுக்கு ஆளாகிறார்கள். தந்தையின் விருப்பங்களை நிறைவேற்றுவது பற்றி இராமன் பரதனுடன் வாதம் செய்துகொண்டிருக்கும்போது, பிராமண ஜாபாலி, நாத்திக நிலைப்பாட்டை முன்வைக்கிறான். சிராத்தம் (முன்னோர்களுக்குச் செய்வது) செய்வதையும் கர்மவினையை மாற்றுவதையும் நகையாடுகிறான். "எவ்வளவு உணவு வீண்! எப்போதாவது செத்தவன் சாப்பிட்டிருக்கிறானா? ஒருவன் சாப்பிடும் உணவு மற்றவனுக்கு ஊட்டமளிக்கும் என்றால், பிரயாணம் செய்பவர்கள் உணவைக் கொண்டு செல்லத் தேவையில்லை. அவர்களுக்காக அவர்களுடைய உறவினர்கள் வீட்டில் சாப்பிட்டுவிடலாம்" என்கிறான். மார்க்சிய வாதத்தையும் அவன் முன்னோக்குகிறான். "வேதநூல்கள், அவற்றின் விதிகள் யாவும் புத்திக்கூர்மையுள்ள கற்றறிந்த மனிதர்களால் எளியமக்களை ஏமாற்றித் தங்களுக்குப் பணத்தைச் சேர்த்துக் கொள்வதற்கெனப் படைக்கப்பட்டவை. இந்த உலகத்தைத் தவிர வேறு எதுவும் இல்லை" என்கிறான் (2.108.1 - 17). இராமன் இதை வலுவாக ஆட்சேபிக்கும்போது, மற்றவர்கள், இராமன் தனக்கு நல்லதெனத் தோன்றுவதைச் செய்யுமாறு தூண்டவே ஜாபாலி நாத்திக வாதத்தை முன்வைக்கிறான் என்றும், அவன் உண்மையில் நாத்திகன் அல்ல என்றும், எல்லாம் மாயை என்றும் சொல்கிறார்கள் (2.102.1). ஜாபாலியின் வாதம், வேதத்தினை எதிர்ப்பவர்கள் கையாண்ட வழக்கமான வாதமும், தோற்கடிக்கப்படுவதற்கெனவே முன்வைக்கப்படும் போலியும் ஆகும்.

சமூக முறைமைக்கு மிகக் கடுமையான எதிர்ப்பு சம்புகனிடமிருந்து வருகிறது.

சம்புகனை இராமன் கொல்கிறான்

பிராமணன் ஒருவனின் குழந்தை எந்தக் காரணத்தினாலோ இறக்கிறது. இராமன் தர்மத்தைக் காக்கவில்லை, பிராமணர்களைக் கொல்பவன் அவன் என்று குற்றம் சாட்டுகிறான அந்தக் குழந்தையின் தந்தை. ஒரு சூத்திரன் தவம் செய்கிறான் — இது கலியுகத்தில் மட்டுமே நிகழக்கூடியது, இம்மாதிரி தர்மத்தை மீறுகின்ற செயல்கள்தான் அந்தக் குழந்தையின் மரணம் போன்ற கேடுகளை உண்டாக்குகிறது என்று நாரத முனிவன் சொல்கிறான். இராமன் குழந்தையின் பிணத்தைத் தைலமிட்டுக் காப்பாற்றச் சொல்லிவிட்டு நாட்டைச் சுற்றிவருகிறான். விந்திய மலைக்குத் தெற்கில், ஒருவன் தலைகீழாகத் தொங்கித் தவம் செய்வதைப் பார்க்கிறான். நீ நால்வருணத்தில் எவன் என்றும், அவன் தவத்தின் நோக்கத்தையும் விசாரிக்கிறான் இராமன். நான் சம்புகன், சூத்திரக் குலத்தில் பிறந்தவன், நான் ஒரு தேவனாகவேண்டும், தேவருலகைக் கைப்பற்ற வேண்டும் என்பதற்காக இத்தவத்தைச் செய்கிறேன் என்கிறான் அவன். சம்புகன் பேசிக்கொண்டிருக்கும்போதே, இராமன் தன் வாளை எடுத்து அவன் தலையை வெட்டிக் கொல்கிறான்.

அதே கணத்தில் இறந்த பிராமணக்குழந்தை உயிர்பெறுகிறது (7.64 - 67).

சம்புகன் தலைகீழாக இருக்கிறான். தவத்தின் ஒரு வடிவம் அது. என்றாலும், ஒரு சூத்திரன் தவம்செய்யும் உலகம் தலைகீழாகத் தடுமாறிப் போய்விட்டது என்பதையும் அது காட்டுகிறது. திமிராகப் பேசும் ஒரு கீழ்ச்சாதி மனிதனை வெட்டுவது அல்லது உருக்குலைப்பது, இங்கு நியாயப்படுத்தப்படுகிறது. இதற்கு பக்தர்களின் வாழ்க்கை வரலாறுகளில் திரும்பத்திரும்பக் கூறப்படும் அற்புதச் செயல்பற்றிய கதை ஒன்று — ஒரு குழந்தை இறப்பது, உயிர்பெறுவது — காரணமாக்கப்படுகிறது. இம்மாதிரிக் கதைகள் அரசர்களைவிட, (விருஷன் போன்ற) பிராமணர்களுக்குப் பயன்படுபவை. இராமாயணத்தில் இக்கதை சேர்க்கப்படும் காலத்தில், இப்படிப்பட்ட செயலை இராமனைச் செய்யவைக்கும் கதையைச் சேர்க்கும் அளவுக்குச் சாதி அமைவில் போதிய வலுவும் இறுக்கமும் இருந்ததா? இருந்திருக்கலாம். சம்புகனைப் பற்றி நமக்கு ஒன்றும் தெரியாது, ஆனால் அவன் விந்திய மலைக்குத் தெற்கில் வாழ்பவன். வடஇந்தியப் புராணங்களுக்கு அது மனிதர்கள் அற்ற உலகம். சம்புகனும் மனிதனைவிடப் பண்புகளில் கீழிறக்கப்படுகிறான்.

இராமன் நிஷாதர்களுடன் ஏற்கெனவே ஓர் அசௌகரியமான உறவு வைத்திருக்கிறான். நிஷாதர்களின் தலைவன் குகன் என்ற வேடுவன். இராமன் காட்டுக்கு வந்தபோது குகன் அவனுக்கு மாமிசம் முதலிய உணவுகளும் பானங்களும் அளித்து உபசரிக்கிறான். இராமன் அதை ஏற்க மறுக்கிறான். அவன் இப்போது ஒரு துறவி என்ற நிலையில், பழங்களையும் மூலங்களையும் மட்டுமே உண்ணமுடியும், அதனால் இறைச்சி முதலியவற்றை ஏற்கமுடியாது என்கிறான். (மாரீசனைக் கொன்ற பிறகு, இராமன் உணவுக்கென மற்றொரு மானைக் கொன்று அதன் இறைச்சியை எடுத்து வருவதாகப் பின்னர் வருவதால், இக்கூற்று பொய் எனத் தெரிகிறது) (3.42.21). ஆனால் தசரதன் இலாயத்தின் பெருமையான குதிரைகளுக்குப் புல் முதலிய உணவுகளை ஏற்றுக் கொள்கிறான் (2.4415 - 22). பிறகு, இராமனை பரதன் தேடிவரும்போது, குகன் அவனையும் மீன், இறைச்சி, மது ஆகியவற்றுடன் எதிர்கொண்டு சந்திக்கிறான் (2.78.9). அவனது அமைச்சன், அவனுக்கு குகனை இராமனின் தோழன் என்று அறிமுகப்படுத்தி வைக்கிறான். இராமனைப் போலன்றி, பரதன் அந்த உணவை ஏற்றுக்கொள்கிறான். இராமனைச் சந்தித்ததைப் பற்றி குகன் சொல்லும்போது, "நான் இராமனுக்குப் பலவித உணவுகளை அளித்தேன், ஆனால் அவன் அவை எல்லாவற் றையும் மறுத்துவிட்டான். அவன் க்ஷத்திரிய தர்மத்தைப் பின்பற்றுபவன், க்ஷத்திரியர்கள் கொடுக்கவேண்டுமே அன்றி ஒருபோதும் பெறக்கூடாது போலும்" என்கிறான். (2.82.14). இராமன் குகன் கொண்டுவந்த உணவை ஏன் உண்ணவில்லை என்பதற்கு நிறையச் சமாதானங்கள் — அதுவும் முரண்படும் சமாதானங்கள். இந்தச் சம்பவத்திற்கான உரைகளும் அதனால் குழப்பமடைந்திருக்கின்றன.[55]

நிஷாதர்கள், பிற பழங்குடியினர், பறையர்கள் போன்றவர்களுடன் ஓர் அரசனின் தொடர்பை விளக்கும் ஒரு புகழ்பெற்ற கதை பின்வருவது. அது இராமனுடன் நேரடியாகத் தொடர்புடையது அல்ல. அவனுக்குச்

சொல்லப்படுவது.

திரிசங்கு சொர்க்கம்

விசுவாமித்திரன் ஒரு பெரிய, நீதிமான் ஆன அரசன். ஒருநாள் அவன் பிராமண வசிட்டனிடமிருந்து காமதேனுவைத் திருட முயன்றான். (காமதேனு, விரும்பியதை எல்லாம் கொடுக்கும் பசு.) வசிட்டனின் வேண்டு கோளின் பேரில் அந்தப் பசு, பாரசீகர்கள், சித்தியர்கள், கிரேக்கர்கள், மிலேச்சர்கள், கிராதர்கள் (வேடுவர்கள்) அடங்கிய பெரும் படையை உற்பத்தி செய்தது. அப்படை விசுவாமித்திரனுடைய படையையும் அவன் மக்களையும் அழித்தது. க்ஷத்திரியனுடைய சக்தியைவிட பிராமணனுடைய சக்தி உயர்ந்ததென்று கண்ட விசுவாமித்திரன், தான் ஒரு பிராமணனாக உறுதிபூண்டான். உள் அனலைத் தவத்தினால் எழுப்பினான், இருப்பினும் ஒரு ராஜமுனிவனாகவே — க்ஷத்திரியனாகவே இருந்தான்.

திரிசங்கு என்ற அரசன் தன் உடலோடு சொர்க்கம் செல்லவேண்டும் என்று ஆசைப்பட்டான். வசிட்டன், அது ஆகாத காரியம் என்று சொன்னான். வசிட்டனின் மகன்களோ கோபத்தில் அவனைச் சண்டாளனாகும்படி சபித்தார்கள். அவன் தோற்றம் கருப்பாகவும் கரடுமுரடாகவும், இரும்புச் சங்கிலிகளை அணிந்ததாகவும், அவன் தலைமயிர் வாரப்படாமலும், அவன் அணிந்த மாலைகள் பிணமாலைகளாகவும் மாறிப் போயின. அவன் நாட்டு மக்கள் அவனைவிட்டு ஓடிப்போயினர். அவன் விசுவாமித்திரனிடம் சென்றான். விசுவாமித்திரன் அவனுக்கு உதவுவதாக வாக்களித்து, ஒரு பெரிய யாகத்தைச் செய்தான். ஒரு க்ஷத்திரியன் பறையனுக்காகச் செய்யும் யாகத்திற்கு நாங்கள் வரமாட்டோம் என்று வேதவிற்பன்னர்கள் மறுத்துவிட்டனர். விஸ்வாமித்திரன், அவர்கள் வசைபாடப்படவும், நிஷாதர்கள் ஆகவும், இடுகாடுகளில் நாயின் மாமி சத்தைத் தின்றுவாழும் முஷ்டிகர்களாகவும் சபித்தான்.

தேவர்களும் யாகத்திற்கு வர மறுத்தனர். ஆனால் தன் உள்ளாற்றலால் விசுவாமித்திரன் திரிசங்குவை தேவலோகத்திற்கு உயர்த்தினான். இந்திரன் அவனை பூமிக்குத் தள்ளினான். விசுவாமித்திரன் அவன் விழுவதைத் தடுத்ததால் வானத்தில் பாதியிலேயே நின்றான் திரிசங்கு. விசுவாமித்திரன் அவனுக்காகப் புதிய நட்சத்திர மண்டலங்களையே உருவாக்கி, புதிய தேவலோகத்தையும் சிருஷ்டிக்கலானான். ஆனால் தேவர்கள் அவ்வாறு செய்யவேண்டாமென வேண்டினர். ஆகவே திரிசங்கு தலைகீழாகவே, தனக்கென உற்பத்திசெய்யப்பட்ட மாற்றுப் பிரபஞ்சத்தில் வாழ்ந்துவருகிறான் (1.51 - 59).

இரு மேல் வர்ணங்களுக்கிடையில் மோதலாகத் தொடங்கியது, ஒரு திருப்தியற்ற சமரசமாக முடிகிறது. விஸ்வாமித்திரன் ஒரு க்ஷத்திரிய முனிவனாகிறான். முழு பிராமணக் கல்விநிறுவனங்களையும் தேவர் களையும் தானே உருவாக்க முனைந்ததும், இது மற்றொரு சஞ்சலமான சமரசம் ஆகிறது. திரிசங்கு பூமிக்கும் சொர்க்கத்திற்கும் இடையில் தொங்குகிறான். வழியிலே, இந்த உயர் வகுப்பினர்களிடையேயான சண்டை, அயல்நாட்டவர்களில் பலரை (வழக்கமான மத்திய ஆசியாவின்

குற்றவாளிகள்)யும், இன்னும் அதிகமான அயல்கலாச்சாரத்தாரையும் (மிலேச்சர்கள்), பழங்குடியினத்தவரையும் கடைசியாகப் பறையர்களையும் பழங்குடியினரையும் ஒன்றாகச் சேர்க்கிறது. எல்லாம் முடிந்த பிறகு, கிடைக்கும் நீதி என்ன? பிராமணர்கள் க்ஷத்திரியர்களை விடச் சிலவழிகளில் மேம்பட்டவர்களாக (விசுவாமித்திரன் கருதுவது போல)க் கருதப் படுகிறார்கள், தேவர்கள் அவர்கள் உதவிக்கு வருகிறார்கள், ஆனால், வேதத்துக்குப் புறம்பான யாகம் செய்பவர்களுக்கும் பிராமணர் அல்லாதவர்களுக்கும் உள்ள உள் அனல், யாகம் செய்யமுடியாததையும் செய்யமுடிகிறது. யாகத்தகுதியைப் போல, பொதுவாகக் கர்மவினை போல, பிறருக்கும் அது மாற்றப்பட இயலுகிறது என்பது மட்டுமல்ல, குறைந்தபட்சம் மனிதனை உடலோடு (பிராமண வசிட்டன் செய்ய முடியாதென்றே சொல்லுகிறான்) சொர்க்கத்தில் பாதிவழிக்கேனும் கொண்டு சேர்க்கிறது. குறைந்தபட்சம் ஒரு க்ஷத்திரியனேனும், பிராமணர்கள் பலரைப் பறையராக்குகிறான், தேவர்களைப் பாதிவழியில் தன்னைச் சந்திக்க வைக்கிறான். இந்தியாவிலும், ஐரோப்பாவிலும், அமெரிக்காவிலும் இந்தக்கதை நன்கு அறியப்பட்டது. சமூகப் படிநிலை மாற்றம், ஒன்றிணைதல், தீர்க்கமுடியாத மோதல்களைப் பாதிவழித் தீர்த்தல் என்னும் விஷயங்களுக்கு ஒரு தீவிரமான படிமத்தை உருவாக்குகிறது.

விசுவாமித்திரன் உருவாக்கும் மாற்று சொர்க்கம், திரிசங்குவிற்கு மெய்யாகவே இருப்பதுபோல, வால்மீகி உருவாக்கிய இராமாயண உலகம், அதைக் கேட்காத, படிக்காத பலப்பல இந்துக்களுக்கும் நிஜமாகவே இருக்கிறது. இன்றுவரை சீதையும் இராமனும் பெண்கள் பற்றிய மனப் பாங்கையும், இந்திய அரசியல் மோதல்களுக்கான மனப்பாங்கையும் உருவாக்கிக்கொண்டுதான் இருக்கிறார்கள்.

அடிக்குறிப்பு

1. *Chakravarti, Themes in Indian History, 53.*
2. *Ibid., 68.*
3. *Michell, Hindu Art and Architecture, 40.*
4. *Thapar, Early India, 148.*
5. *Heesterman, The Ancient Indian Royal Consecration.*
6. *Thapar, Early India, 143.*
7. *Mitter, Indian Art, 13.*
8. *Bosworth, "Calanus and the Brahman Opposition."*
9. *Mitter, Indian Art, 24.*
10. *Keay, India, 78.*
11. *Ibid., 70.*
12. *Thapar, Early India, 194.*
13. *Ibid., 200.*
14. *Mathur, Art and Culture, 1-3.*
15. *Flood, Introduction, 51.*
16. *Bana, Harshahcarita.*
17. *Mann, The Sources of Social Power, 359.*

18. Keay, India, 103.
19. Thapar, Early India, 210-12. The inscription is at the Elephant's Cave (Hathigumpha).
20. Hiltebeiteil, Rethinking.
21. Ruben, Ueber die Frage der Objectivität, 114, cited by Hiltebeitel, Rethinking, 177.
22. Pollock, Ramayana, vl. 2, 32-33, but cf. Stein, A History of India, 51.
23. West, Indo-European Poetry, 469.
24. Ibid., 63; Shatapatha Brahmana 13.1.5.6.
25. Lord, The Singer of Tales.
26. Chakravarti, Themes in Indian History, 74.
27. Dalrymple, "Homer in India: Rajasthan's Oral Epics," 54.
28. Flood, Introduction, 105.
29. Nath, Puranas and Acculturation, 66.
30. Pollock "Atmanam Manusam Manye," 234-35, citing Tryambaka.
31. Ibid., 242, citing Govindaraja.
32. Doniger O'Flaherty, Dreams, 92; Hindu Myths, 198-204.
33. R, after 7.88, appendix I, no. 13, 21-25; cf. Doniger, Splitting the Difference, 9-27.
34. Doniger, Splitting the Difference.
35. Grottannelli, "The King's Grace and the Helpless Woman."
36. Grottanelli, "Yoked Horses, Twins, and the Powerful Lady"; Cornelia Dimmitt, "Sita: Fertility Goddess and Shakti."
37. R 1.65.11-14, using the alternative lines rejected by the critical edition, including five lines omitted after verse 13ab; Doniger O'Flaherty, Textual Sources, 58-59.
38. R, between 6.9 and 6.10, appendix I, no. 3, verses 278-80.
39. Doniger, Splitting the Difference, 88-110.
40. Shulman. "Sita and Satakantharavana."
41. Ibid.
42. Masson, "Fratricide and the Monkeys."
43. Lutgendorf, Hanuman's Tale.
44. The term "side shadows" was coined by Gary Saul Morson (after Bakhtin), in Narrative and Freedom.
45. Jones, On the Nightmare. Freud (in The Interpretation of Dreams) also wrote about this.
46. Doniger, The Bedtrick, 118-22.
47. Ramayana passage rejected by critical edition at 2.32, appendix 1, 14, 36-54. Cf. Jataka #386 (the Kharaputta Jataka) about a cobra woman and talking animals.
48. Masson, "Who Killed Cock Kraunca?"
49. Ramayana 7, appendix 1, no. 8, lines 332-465.
50. Nath, Puranas and Acculturation, 102.
51. Pollock, Ramayana, vol. 3, 69-70, citing Talboys-Wheeler, The History of India from the Earliest Ages (1869).
52. Goldman, Ramayana, vol. 1, 26, citing Gorresio.
53. Nath, Puranas and Acculturation, 39, 103.
54. Doniger O'Flaherty, Siva.
55. Pollock, Ramayana, vol. 2, 403-04, 470, notes.

இயல்: 10
மகாபாரதத்தில் வன்முறை
கி.மு. 300 முதல் கி.பி. 300 வரை

காலவரிசை

ஏ.கி.மு. 300 - கி.பி. 300 மகாபாரதம் இயற்றப்படுதல்

ஏ.கி.மு. 200 - கி.பி. 200 இராமாயணம் இயற்றப்படுதல்

ஏ.கி.மு. 327 - 25 மகா அலெக்சாந்தர் வடமேற்குத் தெற்காசியாமீது படையெடுப்பு

கி.மு. 324 சந்திரகுப்த மௌரியன் மௌரிய வம்சத்தை நிறுவுதல்

கி.மு. 265 - 232 அசோகன் ஆட்சி

கி.மு. 250 பாடலிபுத்திரத்தில் மூன்றாவது பௌத்த சங்கம்

கி.மு. 185 மௌரிய வம்சத்தின் முடிவு

கி.மு. 185 புஷ்யமித்ரன் சுங்க வம்சத்தை நிறுவுதல்

கி.மு. 73 சுங்க வம்சத்தின் முடிவு

ஏ.கி.மு. 150 பார்ஹூத், சாஞ்சி நினைவுச்சின்னங்கள்

ஏ.கி.மு. 166 - கி.பி. 78 கிரேக்கர்கள், சித்தியர்கள், பாக்டிரியர்கள், பார்த்தியர்கள் இந்தியாவிற்குள் புகுதல்

தர்மனின் தர்மசங்கடம்

(பாண்டவர்களில் மூத்தவனான யுதிஷ்டிரனை தமிழில் தர்மன் என்று சொல்வது வழக்கம்). தர்மன் (யுதிஷ்டிரன்) சொர்க்கத்திற்குச் செல்லும் பாதையில், கீழே ஒருபோதும் பார்க்காமல் தனியே செல்கிறான். ஒரு நாய்தான் அவனைப் பின்தொடர்ந்தது. ஏற்கெனவே இந்த நாயைப் பற்றி மிகுதியாகச் சொல்லியிருக்கிறேன். அப்போது, தேவராஜனான இந்திரன் தன் தேரில்வந்து தர்மனை அதில் ஏறுமாறு அழைக்கிறான். "கடந்த காலத்தையும் எதிர்காலத்தையும் அறிந்த பிரபு, இந்த நாய் என்மீது விசுவாசம் கொண்டுள்ளது. அதுவும் என்னோடு வரட்டும். நான் அதை விட்டுவிட்டு வருவது கொடுமை" என்கிறான் தர்மன். "நீங்கள் இப்போது என்னைப்போல மரணமற்றவர், உங்களுக்கு முழுமையான வளம், பெரும்புகழ் இவற்றுடன் சொர்க்கத்தின் இன்பங்களும் கிடைத்துள்ளன. இந்த நாயை விட்டுவிடுங்கள். இதில் கொடுமை ஒன்றுமில்லை. நாய்வைத்திருப்பவர்களுக்கு சொர்க்கத்தில் இடமில்லை. தேவர்களுக்கு நிவேதனம் செய்தவற்றையும், யாகத்தில் தந்தவற்றையும், தீயில் இடப் பெற்றவற்றையும் மூடாமல் வைத்திருந்தால், நாய் அதைப் பார்த்துவிட்டால், தீயஆவிகள் அவற்றைக் கொண்டு சென்றுவிடும். ஆகவே நீங்கள் நாயை விட்டுவிடவேண்டும். நாயை விட்டு வந்தால், நீங்கள் தேவலோகத்தைப் பெறுவீர்கள்" என்கிறான் இந்திரன். தர்மன் சொல்கிறான்: "விசுவாசமாக இருக்கும் ஒருவரைக் கைவிடுவது ஆழங்காணாத் தீமை, பிரம்மஹத்திக்குச் சமமானது என்று மக்கள் சொல்கிறார்கள். நானும் அப்படித்தான் கருதுகிறேன்." நாயாக வடிவெடுத்துவந்தது, தர்மதேவனே. யுதிஷ்டிரன் பேசிய இந்த வார்த்தைகளைக் கேட்டதும், பாசத்தோடும், மென்மையாகவும் புகழ்ந்து சொல்கிறான்: "பேரரசனே, எல்லா உயிர்களுடனும் சேர்ந்து நீங்கள் துக்கப்படுகிறீர்கள். இந்த நாய் எனக்கு விசுவாசமானது என்று கூறி விண்ணுலகு செல்லும் தேரில் நீங்கள் ஏறாது விட்டதால், உங்களுக்குச் சமமாக சொர்க்கத்திலும் எவருமில்லை, மக்களின் உயர் இலட்சியமான பூதஉடலுடன் சொர்க்கத்திற்குச் செல்லுதல் என்பதை அடைந்துவிட்டீர்கள்."

- மகாபாரதம், கி.மு.300 — கி.பி.300, (17.2.26, 17.3.1 — 21)

அகிம்சை பற்றிய இந்துச் சிந்தனை விலங்குகளை உண்பது அல்லது யாகங்களில் பலியிடுவது பற்றிய விவாதங்களிலிருந்து எழுந்தது. அது போர் பற்றிய விவாதங்களிலும் எடுத்துக் கொள்ளப்பட்டது. அதனால் விளைந்த வாதங்கள் மகாபாரதக் கதையாடல்களை எல்லா நிலைகளிலும் ஆழமாக பாதிக்கின்றன. இவை ஒருங்கே விலங்குகளை எவ்விதம் நடத்துவது என்பது பற்றியும், விலங்குகள் குறியீடாக நிற்கின்ற பறையர் களை எவ்விதம் நடத்துவது என்பது பற்றியும், விலங்குகள் வன்முறை

கொண்டவை, மனிதர்களும் விலங்குகள்தான், ஆகவே தவிர்க்கமுடியாத மனித வன்முறை பற்றியும் பேசுகின்றன. வரலாற்று, பௌத்த அரசனான அசோகனுக்கும் இந்துப் புராணக்கதை உருவமும் அரசனுமான யுதிஷ்டிரனுக்கும் மிகுந்த தொடர்பு காணப்படுகிறது. முற்றிலுமாக நீக்கவில்லை என்றாலும், வன்முறையைக் குறைக்க — குறிப்பாக விலங்குகள் மீது வன்முறையைக் குறைக்க அவர்கள் மேற்கொண்ட முயற்சிகளும் இந்த இயலின் மையமாக உள்ளன.

அசோகன்

அசோகன் தான் இந்தியாவின் பெரும்பகுதியைக் கைப்பற்றிவிட்டதாகச் சொல்கிறான். ஆனால் அவன் தென் கர்நாடகத்திற்குத் தெற்கில் செல்லவோ தென் இந்தியாவைக் கைப்பற்றவோ முயற்சி செய்யவில்லை என்பதற்கு ஆதாரங்கள் உள்ளன. ஆனால் அவன் ஆட்சியின் எட்டாம் ஆண்டில் அவன் கலிங்கத்தின் (இப்போதுள்ள ஒரிசாவின்) மீது படையெடுத்தான். ஷெர்மனின் வீரப்பயணத்தையும் சிறுவர்களின் அணிவகுப்பாகத் தோன்றச் செய்கின்ற மிகக்கொடிய படையெடுப்பு. அதற்குப் பிறகு இந்தியாவின் பல பகுதிகளிலும் (இதில் கலிங்கம் இல்லை) பாறைகளில் செதுக்கப்பட்ட சாசனம் ஒன்றில் தான் செய்ததற்கு வருந்துவதாக அவன் தெரிவித்தான். மிகக் குறிப்பிடத்தக்க சாசனம் இது. ஓர் ஆட்சியாளன் மனத்தில் — அல்லது பொதுமனத்தில் — தன் கடமையைச் செய்யும்போது மிகப்பெரிய குற்றம் ஒன்றாக அவன் கருதுவதைச் செய்த பிறகு, என்ன இருக்கிறது என்பதைத் தெளிவாக்கும் சாசனம் அது. இப்படி அந்தச் சாசனம் தொடங்குகிறது.

கலிங்கத்தின் பாதைக்குப் பிறகு அசோகன்

அவன் முடிசூடிய எட்டாண்டுகளுக்குப் பிறகு, தேவர்களுக்குப் பிரியமானவனாகிய (பீயதாசி) பிறகு, கலிங்கத்தை வென்றான். ஒன்றரை லட்சம் மக்கள் வெளியேற்றப்பட்டார்கள், ஒரு லட்சம் பேர் கொல்லப்பட்டார்கள். இதைவிடப் பெரிய எண்ணிக்கையிலான மக்கள் அழிந்தார்கள். இப்போது கலிங்கத்தைத் தன் அரசுடன் சேர்த்தபின் பீயதாசி, தேவர்க்குப் பிரியமானவன், மிகுந்த மனப்பூர்வமாக தம்மத்தைக் கடைப்பிடித்தான், தம்மத்தைப் போற்றினான், தம்மத்தைப் போதித்தான். கலிங்கத்தைக் கைப்பற்றியபோது, தேவர்க்குப் பிரியமானவன், பச்சாத்தாபமுற்றான். ஒரு தனித்த நாடு கைப்பற்றப்படும்போது ஏற்பட்ட கொலைகள், மரணங்கள், மக்கள் நாடுவிட்டுச் செல்லுதல் போன்றவை தேவர்க்குப் பிரியமானவனுக்கு மிகுந்த துயரத்தை அளித்தன. மனத்தில் பெரும் சுமையாகின. இதெல்லாவற்றையும் விட தேவர்க்குப் பிரியமானவனுக்கு துக்கத்தை அளித்த விஷயம், அங்கே வாழ்ந்த மக்கள்— பிராமணர்கள், சமணர்கள், பிற பிரிவுகளைச் சேர்ந்தவர்கள், குடும்பத்தைச் சேர்ந்தவர்கள் — அதாவது தங்களை விட உயர்ந்தவர்களுக்கும், தாய் தந்தையர்க்கும், ஆசிரியர்களுக்கும் கீழ்ப் படிந்து நடந்தவர்கள் — தங்கள் நண்பர்களுக்கும், தெரிந்தவர்களுக்கும், உடன்பணிபுரிபவர்களுக்கும், உறவினர்களுக்கும், அடிமைகளுக்கும், சேவகர்களுக்கும் விசுவாசமாக

இருந்தவர்கள் — எல்லாரும் வன்முறைக்கும் கொலைக்கும், தங்களை நேசித்தவர்களின் பிரிவுக்கும் ஆளானார்கள் என்பதாகும். தப்பிக்கும் அதிர்ஷ்டம் பெற்றவர்கள், நேசம் குறையாதவர்களும்கூட, தங்கள் நண்பர்கள், தெரிந்தவர்கள், உடன்பணியாற்றுபவர்கள், உறவினர்கள் ஆகியோர்களுக்கு ஏற்பட்ட துயரங்களுக்காக வருத்தப்பட்டார்கள். ஆக, தேவர்களுக்குப் பிரியமானவனின் மனத்தில் இப்படிப்பட்ட துயரத்தில் எல்லா மக்களும் பங்குகொண்டமை பெரிய பாரமாக இருந்தது.¹

இந்தச் சமயத்தில் அசோகன் போரைத் துறந்தது அவ்வளவு பெரிதாக ஒன்றும் இல்லை. காரணம், இந்தியாவின் பெரும்பகுதி ஏற்கெனவே அவன் வசம் இருந்தது (குறைந்தது, எப்போதும் இதுவரை எவரும் அடையமுடியாத அளவு நிலப்பகுதியும் அவனுக்குத் தேவையான எல்லாமும் இருந்தன). குதிரை பத்திரமாக இலாயத்திற்கு வந்து சேர்ந்தபிறகு அதன் கதவை நோக்குபவனாக அவன் இருந்தான். ஆனால் அவனுடைய சுயவருத்தம், வன்முறையை அவன் முற்றிலுமாகக் கைவிட்டுவிட்டான் என்பதைக் குறிக்கவில்லை. இதே சாசனத்தில், அவன் தன் பேரரசிலுள்ள காட்டுவாசிகளுக்கு அவர்கள் மனம் திருந்தவேண்டும், இல்லாவிட்டால் அவன் பச்சாத்தாபம் ஒருபுறம் இருந்தபோதிலும், அவர்கள் கொல்லப்படுவார்கள் என்று எச்சரிக்கை விடுக்கிறான். இன்னொரு கல்வெட்டில் சற்றே துர்ச்சகுனம் போல அவன் என் எல்லையிலிருக்கும் என்னால் கைப்பற்றப்படாத மக்களுக்கு (அதாவது இதுவரை கைப்பற்றப்படவில்லை) என்று சொல்கிறான். அவர்களுக்கு அல்லது அவர்களை என்ன செய்யப் போகிறான் என்பது பற்றி அவர்கள் வியப்படையலாம் என்கிறான்.² தன் துப்பாக்கிக் கச்சையை அவன் இடையிலிருந்து கழற்றிவிட்டிருக்கலாம், ஆனால் அது இன்னும் அவனிடம்தான் இருக்கிறது. கலிங்கத்தைப் பற்றிய சாசனத்தில் குறிப்பிடத்தக்க விஷயம் என்னவென்றால், அது அவன் உள்முகச் சிந்தனையை, ஒப்புக்கொடுக்கும் மனத்தைக் காட்டுகிறது. அதன் வெளிப்படைத்தன்மை, நேர்மை, அதை அவன் நிரந்தரமாக்க வேண்டுமென்று கல்லில் வெட்டியிருக்கும் தன்மை ஆகியவை. தன் இராணுவக் கைப்பற்றல், உண்மையில் அரச வீண்பெருமிதம், அவை நிலையற்றவை (பௌத்தச் சொற்களில் அனிச்சை) என்பது அவனுக்குத் தெரிந்திருக்கிறது. எதிர்காலத் தலைமுறைகள் அவனை நினைக்க வேண்டும் என்று கருதுகிறான். இந்தியாவில் இது புதிய கருத்து. தன் சாசனத்தில் அசோகன் குறிப்பிடும் தம்ம என்பது பௌத்த தம்மமும் அல்ல (பௌத்த இலக்கியத்தின் பழைய நூல்களில் புத்தருடைய போதனைகளுக்குப் பாலிமொழிப் பெயர் இது) இந்து தர்மமும் அல்ல, வேறு ஏதேனும் மதமும் அல்ல, தத்துவக் கொள்கையும் அல்ல. அது ஒரு நடத்தைவிதித் தொகுப்பு. எல்லாருக்கும் பொருந்தக்கூடியது. தான் கொன்றதாகச் சொல்லும் மக்களிடம் (பிராமணர்கள், சமணர்கள், அல்லது வேறு பிரிவுகளைச் சேர்ந்தவர்கள்) காணப்பட்ட நல்ல குணங்களின் தொகுப்பு என்றுகூடச் சொல்லலாம். இந்த தம்மவிதித் தொகையில் நேர்மை, உண்மை, இரக்கம், கீழ்ப்படிதல், கருணை, நன்மைசெய்தல், எல்லாருக்கும் விட்டுக்கொடுத்து நடந்துகொள்ளல், சிறு குற்றங்குறைகள் இருந்தாலும் பல நற்செயல்கள் ஆகியவை சேர்க்கப்பட்டுள்ளன.³ மக்களைத் தங்கள் ஆடம்பரத்தையும்

செல்வம் சேர்த்தலையும் குறைத்துக்கொள்ளச் சொல்கிறான். மக்களுக்கும் விலங்குகளுக்கும் மருத்துவச்சாலைகள் கட்டி அவற்றுக்கு மருந்துகளை வழங்கினான். சாலைகளோரம் மரங்களை நட்டான். மாஞ்சோலைகளை ஏற்படுத்தினான். கிணறுகள் வெட்டினான். நீரேற்று மனைகளையும் சத்திரங்களையும் ஏற்படுத்தினான். இந்த இலட்சியமயமான பேரரசுக்கு இராமராஜ்யம் என்று இராமாயணத்தில் பெயரிட்டுள்ளனர்.

அசோகன் தன் எண்ணங்களைக் கற்களில் வெட்டித் தெரிவித்தான். ஆட்சியின் பிற் பகுதியில் தூண்களில் அவற்றை வெட்டினான். இந்தச் சாசனங்கள், வட்டார மொழிகள், சூழல்களுக்கேற்ப அமைந்துள்ளன. மொத்தம் பதினாறு பாறைச் சாசனங்கள், ஒன்பது தூண் கல்வெட்டுகள்— எல்லாம் வட்டார மொழியில் அமைந்தவை —இந்தியாவிலும், பாகிஸ்தானிலும், நேபாளத்திலும், ஆஃப்கானிஸ்தானத்திலும் முப்பது இடங்களுக்கு மேல் சிதறிக் கிடக்கின்றன. நன்கு வழவழப்பாக்கப்பட்ட தூண்களுக்குத் தேவையான கற்கள், வாராணசிக்கு அருகில் சுனாரில் எடுக்கப்பட்டவை. நல்ல தொழில் நுட்பத் திறனை இவை காட்டுகின்றன. ஏறத்தாழ நாற்பது முதல் ஐம்பதடி வரை உயரம். ஒவ்வொன்றும் ஏறத்தாழ ஐம்பது டன் எடை கொண்டவை. தாங்கள் நிறுத்தப்பட்ட இடங்களுக்கு அவை இழுத்துச் செல்லப்பட்டன. எல்லாமே பேரரசின் இதயப்பகுதியாகிய கங்கைச் சமவெளிக்குள். ஏற்கெனவே விண்ணுலகையும் பூவுலகையும் பிரிக்கும் தூண்களாகக் கருதப்பட்டவை — இந்திரனின் குறியை வழிபட்ட பழங்கால அறிகுறிகள் இவை — இவற்றையும் அசோகன் பயன்படுத்திக் கொண்டான்.[4] தூண்களின் உச்சியில் உள்ள சிங்கங்கள் (சிங்கம், பேரரசர் புத்தரைக் குறிக்கும்) பாரசீகச் செல்வாக்கைக் காட்டுகின்றன. காரணம், அகேமெனிட்ஸின் வீழ்ச்சிக்குப் பின் ஈரானியக் கைவினைஞர்கள் அசோகனின் சர்வதேசப் பேரரசுக்கு வந்தனர். ஆனால் எருதுகளும் யானைகளும் சற்றும் பிசகின்றி இந்திய முறையில் அமைந்துள்ளன.[5] அவை முற்றிலும் சிந்துவெளி முத்திரைகளில் காணப்படும் விலங்குகளை ஒத்துள்ளன. குதிரைகளும் இந்திய முறைப்படியே செதுக்கப்பட்டுள்ளன. ஆகவே இந்தத் தூண்கள், முதல்முறையாக, விலங்குகளை இயற்கையாகவும், ஆனால் கி.மு இரண்டாயிரத்துக்கு முன் சிந்துவெளியில் முழுமைபெற்ற நடைப்பாணி முறையிலும் ஆக்கப்பெற்றன. சிந்துவெளி வினைஞர்கள் செய்யாத குதிரைச் செதுக்கலையும் இவை கொண்டிருந்தன. சிந்துவெளி வடிவம் (இந்தியப்பாணி) இந்தோ ஐரோப்பிய உள்ளடக்கத்தை (குதிரை)க் குறித்தது. (பக்கம் 92இல் உள்ள படிமத்தைக் காணவும்.)

அசோகன் விலங்குகளைப் பற்றி ஆழமான அக்கறை காட்டினான். ஆகவே மரநிழல்கள், நீர்நிலைகள் ஆகியவற்றை மனிதர்களோடு விலங்குகளும் பயன்கொள்ளவேண்டும் என்பதுதான் அவன் உத்தேசம். அரசர்கள் நாட்டைச் சுற்றிப் பார்க்க வேட்டையாடுவதைக் காரணமாகக் கொள்வது வழக்கம். அதற்கு பதிலாக அசோகன் பௌத்தக் கோயில்களுக்குப் புனித யாத்திரை செல்வதை நாட்டைச் சுற்றிப் பார்க்கும் முகாந்திரமாகக் கொண்டான். இவ்வாறாக பௌத்த மற்றும் இந்து நற்குணம்— தல யாத்திரை — ஒன்றை இந்துத் தீமைக்கு — வேட்டைக்கு பதிலீடாகக் கொண்டான். இருமொழிச் சாசனம் ஒன்றில் அரமைக் மூலம் சொல்கிறது:

“எங்கள் அரசர் மிகச் சில விலங்குகளையே கொல்கிறார். இதைப் பார்த்துப் பிற மக்களும் விலங்குகளைக் கொல்வதை விட்டுவிட்டார்கள். மீன்பிடிக்கும் தொழிலாகிய செயல்கூடத் தடைசெய்யப்பட்டுள்ளது.”[6] வேறொரு இடத்தில் அசோகன் கொலையைக் கைவிடுதல், உயிர்களிடம் அகிம்சையைக் கடைப்பிடித்தல் என்பதை வலியுறுத்துகிறான்.[7] உயிருள்ள பிராணிகளைக் கொல்லுவது நல்லதல்ல என்றும் சொல்கிறான்.[8]

ஆனால் அவன் மரணதண்டனையையோ சித்திரவதை செய்வதையோ விடவில்லை, எல்லாப் பிராணிகளையும் கொல்வதையும் உண்பதையும் தடுப்பதற்குச் சட்டமும் இயற்றவில்லை. தனது சொந்த உணவைப் பற்றி அவன் சொல்வது இது: “முன்பெல்லாம், தேவர்க்குப் பிரியமானவன், பீயதாசியின் சமையலறைகளில் பல இலட்சக்கணக்கான விலங்குகள் தினசரி மாமிச உணவுக்காகக் கொல்லப்படும். ஆனால் இப்போது, இந்த தம்ம சாசனத்தை எழுதிக்கொண்டிருக்கும் வேளையில், தினசரி மூன்று விலங்குகள் மட்டுமே கொல்லப்படுகின்றன, இரண்டு மயில்களும், ஒரு மானும். மான்கூட நிச்சயமாகக் கொல்லப்படும் என்பதில்லை. எதிர்காலத்தில் இந்த மூன்று விலங்குகளும்கூடக் கொல்லப்படமாட்டா.”[9] ஏன் இந்த மூன்றையும்தான் கொல்லவேண்டும்? ஒருவேளை அவனுக்கு வறுத்த மயிலும் மானும் பிடித்திருக்கலாம். சிகரெட் பிடிப்பவர்கள் சிலர், தங்கள் சிகரெட்டுகளின் எண்ணிக்கையைக் குறைப்பதுபோல அவனும் மாமிச விஷயத்தில் செய்ய முற்பட்டிருக்கலாம். அவனுடைய குறிப்பிட்ட சொந்த தம்மமான இது, முன்னுதாரணம் ஆயிற்று. அரசன் எவ்வழி, குடிகள் அவ்வழி அல்லவா? நான் இப்படித்தான் உண்கிறேன். நீங்களும் என்னைப்போலச் செய்யுங்கள் என்பதுதான் இதன் குறிப்பு. ஆனால் அவனுடைய சொந்த ரசனைகள் மற்ற ஒரு நீண்ட பட்டியலை விளக்க உதவாது. (மொழிபெயர்ப்பில் சற்றே தோராயமாகத்தான் இருக்கும், காரணம் சில இனங்கள் நிச்சயமின்றி உள்ளன.) இந்தப் பட்டியலில் உள்ளவை கொலைசெய்யப்படக்கூடாது என்று தடுக்கப்பட்டவை. கிளிகள், மைனாக்கள், செந்தலை வாத்துகள், சக்ரவாகப் பறவைகள், அன்னங்கள், புறாக்கள், வவ்வால்கள், எறும்புகள், ஆமைகள், எலும்பற்ற மீன்கள், தட்டைமீன்கள், முள்ளம்பன்றிகள், அணில்கள், மான்கள், பல்லிகள், பசுக்கள், காண்டாமிருகங்கள், வெள்ளைப் புறாக்கள், வீட்டுப்புறாக்கள், எந்தவிதப் பயனுமற்ற, உணவாகாத நான்குகால் பிராணிகள். மேலும் வெள்ளாடுகள், பெண்செம்மறிகள், பால்கொடுக்கின்ற அல்லது குட்டிகளுடன் உள்ள பெண்பன்றிகள், செம்மறிக்குட்டிகள், ஆறுமாதம் ஆகாத பன்றிக் குட்டிகள் இவையும் சேரும். சேவல்களை விதையடிக்கக்கூடாது. ஒரு பிராணியை மற்றொன்றுக்கு உணவாகத் தரக்கூடாது. சில புனித நாட்களில் மீன்பிடிக்கவோ விற்கவோ கூடாது. பிற புனிதநாட்களில், வழக்கமாகக் காயடிக்கக்கூடிய எருதுகள், வெள்ளாடுகள், செம்மறியாடுகள், காட்டுப் பன்றிகள், பிற விலங்குகளைக் காயடித்தல் கூடாது. மேலும் சில புனிதநாட்களல் குதிரைகளுக்கும், எருதுகளுக்கும் சூடுபோடக் கூடாது.[11] இந்தப் பட்டியலை வைத்து நாம் என்ன முடிவு செய்வது? அசோகன் மறுபடியும் ஏமாற்றுகிறான். அடிமைகளைத் தக்கவாறு நடத்தவேண்டும் என்று சொல்கிற மூச்சிலேயே உயிர்ப்பிராணிகள் அனைத்தின்மேலும்

வன்முறையைக் கட்டுப்படுத்தச் சொல்கிறான்.[12] ஆனால் இவற்றில் சில பிராணிகளை சில சந்தர்ப்பங்களில் கொல்வது சரியானதுதான். குறிப்பாக அசோகன் வெள்ளாடுகள், செம்மறிகள், பசுக்கள், எருதுகள் ஆகியவற்றைக் கொல்வதை அனுமதிக்கிறான். இந்தப் பிராணிகள், யாகப் பலிக்கும் உணவுக்குமாக அவ்வப்போது கொல்லப்படுபவைதான். காட்டு விலங்குகளைக் கொல்லாமல் காக்கும் சுற்றுச்சூழல் திட்டம் ஒன்றும் இங்கு இல்லை. அல்லது மருத்துவ நோக்கத்திற்காக சில விலங்குகளை முன்னுரிமைப்படுத்தும் விதமாகவும் இப்பட்டியலை விளக்கமுடியாது. பாறைச் சாசனத்திற்கும் கடினமான இடத்திற்கும் இடையில் மாட்டிக் கொண்ட, விலங்குகளின் உணர்ச்சிகள்மீது அக்கறை காட்டுகின்ற (அவற்றிற்கு நிழல் தரவேண்டும், சிலசமயங்களில் காயடிக்கக்கூடாது), ஆனால் மக்கள் விலங்குகளை உண்கிறார்கள் என்பதை ஏற்றுக்கொண்ட ஒரு மனிதனின் வெளிப்பாடுதான் தெரிகிறது. மிகக்குறுகிய வகையான ஆகிம்சை இது. ஆனால் பிராமணங்கள் சொல்வது வேறுமாதிரி. பிராணிகளை உண்பது தீயது, ஆனால் சில குறித்த வழிகளில் அவற்றை உண்ணலாம் என்கின்றன. நாம் எதிர்பார்ப்பதுபோல முற்றிலுமாக விலங்குகளை உண்பதை அவை தடுக்கவில்லை. வட இந்தியா முழுவதையும் ஆக்கிரமித்த பிறகே போரைக் கைவிட்ட மனிதன்தானே அசோகன்?

பல்வேறு மதங்களுக்கும் அவனுடைய மனப்பாங்கும் நுண்புலமிக்கதாக இருந்தது. பன்மைத்துவத்தை ஆதரிக்கும் அரசன் என்ற முறையில் எல்லாவற்றையும் முதன்மையாக உள்ளடக்குகின்ற ஒரு சமூக ஒழுக்கவியல் இருந்தது.[13] "தனது சொந்தக்குழுவுக்கு விசுவாசமாக இருக்கின்ற காரணத்தினால், அதைப் பிறருக்கு நல்லவிதமாகக் காட்ட வேண்டி, தன் சொந்தக் குழுவை கௌரவப்படுத்தும் அல்லது பிறனுடைய குழுவை அகௌரவப்படுத்தும் ஒருவன், தனது சொந்தக் குழுவுக்கு மேலும் கடுமையான தீங்கை உருவாக்குகிறான்."[14] பிராமணர்கள், சமணர்கள் ஆகியோர் பற்றிய சார்பற்ற குறிப்புகளைத் தவிர வேத மதத்தைப் பற்றியோ யாகங்களைப் பற்றியோ எதுவும் குறிப்பிடப்படுவதில்லை. பிராமணர்களைத் தவிர வேறு எந்த வர்ணத்தையோ ஜாதியையோ அசோகன் குறிப்பிடுவதும் இல்லை. ஆனால் கீழ்ச்சாதிப் புரோகிதர்களுடைய பிழைப்பாக இருந்த ஜனரஞ்சகமான மதத்தை அவன் விமரிசனம் செய்யத் தயங்கவில்லை. "நோய்வாய்ப்பட்டால், மக்களின் திருமணங்கள் நடந்தால், குழந்தைகள் பிறந்தால், பயணம் செய்தால், இம்மாதிரிச் சமயங்களில் ஜனங்கள் பல சடங்குகளைச் செய்கிறார்கள். குறிப்பாகப் பெண்கள் பலவிதப் பயனற்ற சின்னத்தனமான சடங்குகளைச் செய்பவர்கள். இம்மாதிரிச் சடங்குகளால் எவ்விதப் பயனும் விளைவதில்லை."[15] சிறுநேர மூடநம்பிக்கைகள் முட்டாள்தனமானவை, ஆனால் தீங்கு பயப்பவை அல்ல என்று அவன் கொஞ்சம் பெண்களை உசுப்பிவிடுவதுபோலச் சொல்வதாகத் தோன்றுகிறது. ஆனால் பொது ஜன மதத்தை அவன் ஏற்கிறான். வானுலகத் தேர்கள், யானைகள், தீப்பந்துகள், பிற தெய்வீக வடிவங்கள்[16] போன்றவற்றை வைத்து தம்மத்திற்கு மக்களை ஈர்ப்பதற்கான கருவியாகப் பயன்படுத்துவதில் அவன் பெருமிதம் கொள்கிறான்.[17] அர்த்த சாஸ்திரம்தான் இம்மாதிரி சர்க்கஸ்

வேலைகளைச் செய்வதில் மிகுந்த வளர்ச்சியைக் காட்டியது (13.1.3 - 8). நெருப்பை வைத்துப் பல புத்திசாலித்தனமான விஷயங்களைச் செய்து, அரசன் கடவுளைப் போல உடையணிந்து அவன் மக்கள் அதைக் காண வேண்டும் என்று கூறுவது அந்த நூல்தான். ஆனால் அசோகனுடைய தம்மம் ஏறத்தாழ கி.மு. 232 அளவில் அவனோடு சேர்ந்து மடிந்துபோனது மனித வரலாற்றில் மிகப்பெரிய பரிதாபம்.

அசோகன் பௌத்தத்துக்குச் செய்த தொண்டுகள்தான் மேலும் நீடித்து நிற்கக்கூடியவை. அதைப் பற்றி அவன் மக்களிடம் பேசவில்லை, பிற பௌத்தர்களிடமே பேசினான். பாடலிபுத்திரத்தில் மூன்றாவது பௌத்தச் சங்கத்தைக் கூட்டினான். பல மதப் பணியாளர்களை அனுப்பினான். பல ஸ்தூபங்களையும் மடங்களையும் கட்டினான். அவனுடைய ஆதரவினால் பௌத்தம் ஒரு வட்டாரத்தில் மட்டுமிருந்த சிறிய மதமாக இல்லாமல், இந்தியா முழுவதையும் அதையும் தாண்டியும் பரந்துவிரிந்தது. அசோகனும் அவன் தந்தை பிந்துசாரனும், பௌத்தர்களுக்கும் ஜைனர்களுக்கும் மட்டுமல்ல, ஆசீவகர்களையும் ஆதரித்தனர். ஆசீவகர்களுக்கு அசோகனின் பேரன் சில குகைகளை அளித்திருக்கிறான்.[18] தம்மத்தின் மிகப் பொதுவான திட்டம், இந்து மதம் உள்ளிட்ட எல்லா மதங்களையும் ஆதரிப்பதுதான்.

வேகமாக முன்னோக்கி: அசோகன் காலத்துக்குச் சற்றுப் பிறகு தொடங்கி அவனைப் பற்றிய தொன்மங்கள் பரவின. அவன் தான் செய்த கொடுமையை ஒப்புக் கொடுக்கும் கலிங்க சாசனத்தைப் பற்றியும், அதன்பிறகு பௌத்தத்தின் சார்பாகக் கொடுமையைக் கைவிட்டதைப் பற்றியும் பௌத்தப் பனுவல்கள் பேசுகின்றன. இது ஒரு கற்பனைக் கட்டுக்கதையில் முடிந்தது. இதன்படி, ஆட்சியைத் தான் அடைவதற்காகத் தன்னுடன் பிறந்த 99 சகோதரர்களை அசோகன் கொன்றான். பிறகு அவன் நரகத்திற்குச் சென்றான். அங்கு பூமியில் எவ்விதம் ஒரு நரகத்தை உருவாக்குவது என்பது பற்றி அறிந்துகொண்டான். முழுமையான சித்திரவதைகளைச் செய்யும் பேய்த்தனமான புதிய கருவிகளை அங்கிருந்து கொண்டுவந்தான். தன்னை எதிர்க்கும் எவன்மீதும் அவற்றைப் பயன்படுத்தினான்.[19] கட்டுக்கதைகளை உருவாக்குதல் ஒருபோதும் நிற்கவில்லை. 2001இல் ஒரு திரைப்படம் (அசோகா — சந்தோஷ் சிவன் இயக்கியது) இளம் அசோகனைக் காட்டுகிறது. அவன் (ஷாருக்கான்) பெயர்மறைத்துப் பயணம் செய்யும்போது வரன்முறையான ஒரு நாயகியை (கரீனா கபூர்) அருவியில் குளிக்கும் வேளையில் ஈரச்சேலையில் சந்திக்கிறான். அவள் கலிங்கத்து அரசி என்பது அவனுக்குத் தெரியாது. அவன் கலிங்கப் படுகொலையைச் செய்தபிறகு, அவள் ஒய்ட் - ஆங்கிள் கொலைக் காட்சிக்குள் செய்வதறியாமல் சுற்றியலையும்போது அவன் அவளை மறுபடி பார்த்து இந்த மக்கள் அனைவரையும் கொன்றதற்கு மிகமிக வருத்தம் அடைகிறான். ஆகவே மூன்று மணிநேரத் திரைப்படத்தின் இடைவிடாத கொலைகளுக்குப் பிறகு, கடைசி இரண்டு நிமிடங்களில் புத்தமதத்திற்கு மாறிவிடுகிறான்.

இந்துமதத்தில் பிரிவுகள் உண்டாதல்

பௌத்தமதம் இந்தக் காலப்பகுதியில் எழுச்சிபெற்றதால் அல்லது

பெற்றிருந்தாலும், வேதயாகத்தைப் பின்பற்றுபவர்களும், அப்போதுதான் உருவாகிக்கொண்டிருந்த இந்து மதப்பிரிவுகளான வைணவமும்-சைவமும் (விஷ்ணுவையும் சிவனையும் வழிபடும் பிரிவுகள்) ஆளும் குடும்பங்கள், அரசவை வட்டாரங்களில் தங்களுக்குப் புதிய ஆதரவினைப் பெற்றன.[20] கோயில் நகரங்களின் புதிய பொருளாதாரச் சக்திதான் இச்சமயத்தில் பிராமண நிறுவனத்திற்கு முக்கிய ஊன்றுகோலாக அமைந்தது.[21] கி.மு. 500 முதலாக, தங்கள் அரசுத்தன்மையை நியாயப்படுத்த அரசர்கள் யாகங்கள் செய்து வந்தனர்.[22] ஆனால் குறிப்பிட்ட தெய்வங்களை வழிபடும் இந்து மதப்பிரிவுகள் ஏற்பட்டு வேதயாகங்களை இடப்பெயர்ச்சி செய்தன.[23] வேத தேவர்கள் வரிசை (இந்திரன், சோமன், அக்னி) பின்னுக்குச் சென்று மங்கியது. வேதங்களில் மிகச் சிறிய பங்கு வகித்த விஷ்ணு, ருத்ரன் (சிவன்) ஆகியோரை வழிபடுபவர் எண்ணிக்கை பெருகியது. இராமாயணத்திலும் மகாபாரதத்திலும், தாங்கள் ஒரு குறிப்பிட்ட கடவுளை வழிபடுவதாகச் சொல்லுகின்ற மக்களைச் சந்திக்கிறோம். இதுதான் இந்துமத உட்பிரிவு கள், உட்குழுக்களியம் தோன்றிய காலம்.

இந்தக் காலப்பகுதியில் தீர்த்தயாத்திரையும் பூசையும் வழிபாட்டின் முக்கிய வடிவங்களாயின. மகாபாரதத்தில் புனித யாத்திரை வெகுவாக வருணிக்கப்படுகிறது. புனிதத் தீர்த்தயாத்திரைப் பகுதியில் *(3.80 - 140)* மட்டுமல்ல இது. தீர்த்தங்கள் என்பவை ஆறுகள் அல்லது நீர்நிலைகள் சேர்ந்த கோயிலிடங்கள். அங்கு ஒருவன் ஆற்றையும், மறுபிறவியின் துயரங்களையும் ஒருங்கே கடக்க முடியும். அசோகனின் கல்வெட்டுகள், திக்விஜயம் என்ற சொல்லைப் பயன்படுத்துகின்றன. உலகின் நான்கு திசைகளுக்கும் சென்று கைப்பற்றுதல் என்று இதற்குப் பொருள். இந்த இராணுவப் படிமம், புனிதத் தலங்களுக்கு வலமாகச் செல்லும் யாத்திரையைக் குறிப்பதாயிற்று. பூசை (தமிழ்ச் சொல்லான பூ என்பதிலிருந்து வருவது)[24] என்பது ஒரு கடவுளின் வடிவத்திற்கு பூக்கள், பழங்கள், சிலசமயங்களில் அரிசி ஆகியவற்றைப் படைப்பதாகும். பிறகு ஆரத்தி எடுத்தல் நிகழும். அதன்பின் தெய்வச்சிலையைச் சுற்றிவருதல், கடவுளின் திருநாமங்களைப் பாராயணம் செய்தல் ஆகியவை நிகழும். பகவத்கீதையில் கிருஷ்ணன், சாதுமக்கள் அவனுக்கு நைவேத்தியமாக ஓர் இலையையோ, பூவையோ, பழத்தையோ, நீரையோ அளிக்கிறார்கள் என்கிறான் *(9.26)*. சிலசமயங்களில், கடவுள் சிலைக்கு அபிஷேகமும் ஆடை அணிவித்தலும் நடைபெறுகின்றன. பின்னர் கடவுளுக்குப் படைக்கப் பட்ட நிவேதனத்தின் பகுதிகள் வழிபாடு செய்பவர்களுக்குப் பிரசாத மாக அளிக்கப் பெறுகின்றன. இது வேதயாகத்தின் உச்சிஷ்டங்கள் (எச்சிற்பகுதிகள்) மற்றவர்களுக்கு அளிக்கப்பட்டதன் பழஞ்சின்னம்.

உட்பிரிவுக் கடவுளர்களின் எழுச்சிக்கு வளமான சான்றுகள் உள்ளன. மகாபாரதத்தில் சிவனின் ஆயிரம் திருநாமங்களின் மாலை *(13.17)* உள்ளது. கி.மு. 150இல் யோக சூத்திரங்களின் ஆசிரியரான பதஞ்சலி (யோகத் தத்து வத்தை உருவாக்கியவர்) சிவனை வழிபடுபவன் ஒருவன் தோலாடையை அணிந்து, கையில் இரும்புஈட்டியுடன் திரிந்ததைக் குறிப்பிடுகிறார். இதே காலப்பகுதியைச் சேர்ந்த பொற்காசுகளில் தன் வாகனமான எருதின் முன் திரிசூலத்துடன் நிற்கும் சிவனின் உருவம் பொறிக்கப்பட்டுள்ளது.

கி.மு. முதல் நூற்றாண்டில், சுங்கர்கள் ஆட்சியில், கைவினைஞர்கள் சிவனின் முதல்முதல் தோற்றவடிவத்தைச் செய்யத் தொடங்கியுள்ளனர். தென் கிழக்கு ஆந்திரப் பிரதேசத்தில் குடிமல்லம் லிங்க உருவம் — ஐந்தடி உயரத்திற்கும் சற்றே குறைவானது — இக்காலத்தியது (முதல் இயலைப் பார்க்க). அதன் உடற்கூறியல் விவரம், அதன் அளவு ஒருபுறமிருக்க, மிக இயற்கையாக அமைந்துள்ளது. லிங்கத்தின்மீது சிவனின் வடிவம் பொறிக்கப்பட்டுள்ளது. அதுவும் இரண்டு கைகளோடு இயற்கையாகவே உள்ளது. ஒரு கையில் (மழு) கோடரியும், மறுகையில் மானின் உருவமும் உள்ளன. அவனுடைய மெல்லிய ஆடையினூடாக எழுச்சியற்ற குறியும் தெரிகிறது. தலையில் சடைமுடி. காதில் பெரிய வளையங்களை அணிந் திருக்கிறான். ஒரு குள்ளனின் (அசுரன்) மீது நிற்கிறான். கி.பி. முதல் அல்லது இரண்டாம் நூற்றாண்டைச் சேர்ந்த ஓர் ஒப்பனைப் பட்டை இந்த லிங்கத்தை எப்படி வழிபட்டிருப்பார்கள் என்பதைக் காட்டுகிறது. ஒரு மரத்தின்கீழ் இருக்கும் லிங்கம். அதைச்சுற்றி ஒரு கிராதி. இந்தப் படிமம் பொறித்திருந்த இடத்தில் தரையின்கீழ் கண்டுபிடிக்கப்பட்ட இரும்புக் கிராதி போலவே இது அமைந்துள்ளது.[25]

மகாபாரதம், சிவன் வழிபாட்டுக்கு உரியவனாகிய சூழலைப் பற்றிய கதை ஒன்றைச் சொல்கிறது.

தட்சனின் வேதயாகத்தை சிவன் அழித்தல்

ஒரு காலத்தில், சிவன் தன் மனைவியும் இமய பர்வதத்தின் மகளுமாகிய பார்வதியுடன் மேருமலையில் இருந்த காலத்தில் எல்லா தேவர்களும் சிறுகடவுளர்களும் அவனுக்கு மரியாதை செலுத்தக் குழுமினார்கள். உயிர்களின் தலைவனான தட்சன் என்பவன் பழைய முறைப்படி அசுவமேத யாகம் ஒன்றைத் தொடங்கினான். சிவனுடைய அனுமதி யோடு இந்திரன், பிற தேவர்கள் யாவரும் அதில் பங்கேற்கச் சென்ற னர். இதைக் கண்ட பார்வதி, தேவர்கள் யாவரும் எங்கே செல்கின்றனர் என்று சிவனை விசாரித்தாள். சிவன் அவளுக்கு விளக்கினான். மேலும், தேவர்கள் முன்னரே யாகப்பங்கு எதுவும் தரக்கூடாது என்று தீர்மானித்து விட்டதையும் கூறினான். இதனால் பார்வதி மிகவும் வருத்தமடைந்தாள். ஆகவே சிவன் தன் வில்லை ஏந்தி, தனது பயங்கரமான சேவகர்களோடு யாகத்தை அழிக்கச் சென்றான். சிலர் இரத்தத்தை ஊற்றி யாகத்தீயை அவித்தனர். யாக உதவியாளர்களை மற்றவர்கள் தின்னத்தொடங்கினர். யாகமே ஒரு காட்டு விலங்கு வடிவெடுத்து வானத்தில் ஓடிவிட்டது. சிவன் வில்லை ஏந்தி அதைப் பின்தொடர்ந்தான். தேவர்கள் பயந்தோடினர். பூமியே நடுங்கத் தொடங்கியது. சிவன் கோபம் தணியவேண்டுமென பிரம்மன் வேண்டினான். இனிமேல் எந்த யாகம் நடப்பதாயினும் அதில் உரிய பாகத்தை சிவனுக்கு அளிப்பதாக உறுதிகூறினான். சிவன் அதை ஏற்றுச் சினம் தணிந்தான் (12.274.2 - 58).

இந்த முக்கியத் தொன்மம், மகாபாரதத்தில் பல முறை பல வடிவமாற்றங்களுடன் மீண்டும் மீண்டும் சொல்லப்படுகிறது.[26] மற்ற இந்துப் பனுவல்களிலும் காலந்தோறும் சொல்லப்படுகிறது. இந்து மதத்தின் வரலாற்றில் என்ன நிகழ்ந்தது எனக் கூறும் இந்துக் கதையாடலின் ஒரு

பகுதி இது. தேவர்கள், குறிப்பாக தட்சன் (பிரஜாபதிகளில் ஒருவன், ரிக் வேத அதிதி பற்றிய பாடலில் (10.72.1 - 5) குறிப்பிடப்படுகிறான்) தங்கள் யாகங்களிலிருந்து சிவனை விலக்கிவைக்கிறார்கள். சிவன் ஒரு வெளி ஆள். "மற்றவன்". புறத்தவன். அவனுக்கு வேதயாகப் பலி தரப்படுவதில்லை. தேவர்களுக்கு யாகங்கள் நடத்தும் குழுவினருள் அவன் ஒருவனல்ல.[27] மகாபாரதத்தில் மிக முக்கியமான நிகழ்வு ஒன்றில் அவன் அர்ஜுனனுக்கு நிர்வாண கிராதனாக — ஒரு பழங்குடி வேடுவனாகக் காட்சியளிக்கிறான் (3.40.1—5). தட்சனின் யாகம் அவனது மற்றமையை — வேறுபட்ட தன்மையை—உறுதிப்படுத்துகிறது. ஆனால் சில யாகங்களிலேனும் அவனுக்குப் பங்கு தரப்படுகிறது என்று மாற்றுகிறது. இன்னும் வேத உலகத்தின் பகுதியாகவில்லை அவன். ஆனால் வேதத்திற்குப் பின் இந்து உலகில்—குறிப்பாகச் சைவர்களின் கண்களில் — அவர்கள் இந்தக் கதையைச் சொல்லும்போக்கில் — மிக உச்சமான கடவுளாக மாறியதைக் காட்டுகிறது.[28]

இந்து மதப்பிரிவுகளில் ஒன்றின் மிக உயர்ந்த கடவுளாக இராமன் மாறும் பாதையில் இருப்பதனை இராமாயணம் காட்டுகிறது. கிருஷ்ணனும் ஒரு கடவுளாக இப்போது சமஸ்கிருதப் பனுவல்களில் — மகாபாரதத்தில்— நுழைகிறான். கி.மு. ஐந்தாம் நூற்றாண்டில் இலக்கணக்காரராகிய பாணினி, வாசுதேவகன் என்பவனைக் குறிப்பிடுகிறார். வாசுதேவனின் மகன் பக்தன் இவன். வாசுதேவன் (கிருஷ்ணன்) என்பது விஷ்ணுவின் அவதாரம். இந்தக் காலப்பகுதிதான் பாகவதப் பிரிவினர் ஏற்பட்ட காலம். பாகவதர் என்பவர் பகவானை (விஷ்ணு அல்லது சிவன்) வழிபடும் பிரிவினர். கி.மு.115இல் ஹீலியோடோரஸ் என்பவன் — இவன் தட்சசீலத்திலிருந்த ஒரு கிரேக்கனின் மகன், பின்னர் ஒரு சுங்க அரசனுக்கு கிரேக்கத் தூதுவன்[29] மத்தியப் பிரதேசத்தில் பெஸ்நகரில் (சாஞ்சியின் பௌத்தத் தம்பங்களுக்கு வெகுதொலைவில் இல்லை) ஒரு தூணை அமைத்தான். அதன் உச்சியில் விஷ்ணுவின் சின்னமான கருடன். அதில் ஒரு கல்வெட்டும் உள்ளது. வாசுதேவனின் மகனை கௌரவப்படுத்தும் முறையில் இதனைத் தான் அமைத்ததாகவும், தானே ஒரு பாகவதன் என்றும் ஹீலியோடோரஸ் சொல்கிறான். இந்தியன் அல்லாத ஒருவன், மதம் மாறிய — பௌத்தத்திற்கு அல்ல, ஒரு புதிய இந்துமத வடிவத்திற்கு மாறியதற்கு மிக முக்கியமான சான்று இது. அரசர்களும் அக்காலக் குடும்பஸ்தர்களும் வேத தேவர்களை வழிபட்டதிலிருந்து மாறி, இந்துமதப் பிரிவுகள் ஏற்பட்டு அதற்குத் துணையாகவோ அல்லது இடம் பெயர்ப்பதாகவோ ஆன நிலையின் ஆரம்பச் சலனங்களை இவை காட்டுகின்றன.

இருபெரும் பாடல்களின் காலங்கள்

மகாபாரதக் கதை இராமாயணத்துக்கு முன்பே தொடங்கியிருக்கலாம். ஆனால் இப்போது நமக்குக் கிடைக்கும் பனுவல் வட இந்தியாவில் கி.மு. 300க்கும் கி.பி.300க்கும் இடையில் அதாவது மௌரியர்களுக்குப் பிறகு, குப்தர்களுக்கு முன்பு யாக்கப்பட்டிருக்கலாம். இந்த இரு பேரரசுகளுக் கிடையிலுள்ள காலம், மாறுகின்ற அரசியல், பொருளாதார சக்திகள்

செயல்பட்ட காலம். எனவே மகாபாரதமும் இராமாயணத்தின் காலத்தையே பகிர்ந்துகொள்கிறது.

இந்த இரு பனுவல்களுக்கும் பொதுவாகப் பல விஷயங்கள் உள்ளன. சமஸ்கிருதத்தின் நீண்ட பாக்கள் இவை. ஒரேமாதிரி யாப்பில் அமைந்தவை. இரண்டுமே போரைப் பற்றியவை. ஒரே மூலங்களை அவை மேற்கோள் காட்டுகின்றன, ஒரே கதைகள் பலவற்றைச் சொல்லுகின்றன. ஆனால் அவற்றின் வித்தியாசங்கள் ஆர்வமூட்டுபவையாக உள்ளன. மகாபாரதத்தின் புவியியல் பின்னணி இராமாயணத்தினுடையதைவிட முற்பட்ட காலத்தியதாக உள்ளது. மகாபாரதம், பழைய தலைநகரமான அஸ்தினாபுரத்தின் உள்ளும் புறமுமாக அமைந்துள்ளது. அது பிராமணங்கள் காலத்தில் மிகப் பெரிய நகரம். ஆனால் இராமாயணத்தின் நகரங்கள் மகதத்தின் இராஜகிருகமும், கோசலத்தின் காசியும் ஆகும். இவை பின்னால் உருவானவை.[31] மகாபாரதம் தன்னை ஐந்தாம் வேதம் என்று சொல்லிக் கொள்கிறது. (ஆனால் வேறு பல பனுவல்களும் அவ்வாறே தங்களைச் சொல்கின்றன). மகாபாரதம் தன் கதையை வேதச் சம்பவங்களில் சுற்றிக்கொள்கிறது. உதாரணமாக வேத யாகங்கள், வேத தேவர்களுடன் சந்திப்புகள். அது பிராமணங்களை ஒட்டியிருக்கிறது, அதன் பழைய கதைகளுக்குப் புதிய வடிவங்களைச் சொல்கிறது. வேதகால பிராமணங்களுக்கே அது இட்டுச்செல்கிறது, பஞ்சாபின் அந்த இடங்களுக்குக் கொண்டுசெல்கிறது. மகாபாரதக் கதை நடந்த இடங்களாகச் சொல்லப்படுபவைகளில் கிடைத்த தீட்டப்பட்ட சாம்பல்நிறப் பாத்திரங்கள் ஒருவேளை மகாபாரதப் போர் மெய்யாகவே நடந்தமைக்குச் சான்றாகலாம். அப்போர் கி.மு.1000க்கும் கி.மு.400க்கும் இடையில் நிகழ்ந்திருக்கலாம் என்று கருதப்படுகிறது.[33] வேதகால வரலாற்றைப் பற்றி நமக்குத் தெரிந்தவற்றை வைத்துப்பார்த்தால், ஒருவேளை கி.மு. 950 என்று குறிப்பது சரியாக இருக்கும்.

ஆனால் அதன் மையக் கதை, ஒரு பேரரசை உருவாக்குவது பற்றியது. இது வேத காலத்தைவிட மௌரியக் காலத்தின் மனநிலையை ஒட்டியது. இன்னும் பலவழிகளிலும் அது தன் காலத்தின் விளைபொருள். அதாவது, கங்கைச் சமவெளியில் மௌரியர்களுக்கும் குப்தர்களுக்கும் இடைப்பட்ட காலம்.[34] இந்தப் பனுவல், ஏறத்தாழ மௌரியர் காலத்தை ஒட்டிய அர்த்த சாஸ்திரத்தைக் குறிப்பிடுகிறது. குறிப்பாக வீழ்ந்த மனிதன் ஒருவனை இடுப்புக்குக் கீழ் அடிக்கலாமா என்பதற்குப் பனுவல்சார்ந்த சான்றினைத் தேடும்போது (10.1.47). அசோகனின் பௌத்தம், சுங்க பிராமணனின் ஆட்சிக்கு வருகை ஆகியவற்றின் சுழல் நீரோட்டங்களை நுட்ப வேறுபாடுகளுடன் குறிக்கிறது. எவ்விதமோ மனிதர்களின் முழுமையான குழுக்கள் அல்லது வகுப்புகளின் அழிவு, மீள்கட்டுமானம் ஆகியவற்றின் கதையைச் சொல்ல முயற்சி செய்கிறது. அதேசமயம், இந்த அரசியல் இயக்கத்தை புதிதாக எழுகின்ற தர்மங்களின் சிக்கலான மதிப்புகளுடன் சமரசம் செய்ய முயலுகிறது.

மேலும், இந்தியப் பாரம்பரியத்தின்படி, இராமாயணம் இரண்டாவது யுகத்தில் நிகழ்ந்தது. அந்தச் சமயத்தில் ஒழுக்க வாழ்க்கை ஏறத்தாழ அப்படியே மாறாமல் இருந்தது. ஆனால் மகாபாரதம் பின்னாட்களில்—

மூன்றாவது நான்காவது யுகங்களுக்கிடையில் எல்லாவித மோசமான நிகழ்வுகளும் கட்டுப்பாடின்றிச் சென்ற காலத்தில் நிகழ்கிறது. இந்தக் குழப்பக் காலத்திற்கு முந்தியதொரு ஒழுங்குமிக்க காலத்தை இராமாயணம் கற்பனை செய்கிறது. மகாபாரதம் கட்டுக்குலைவின் தொடக்கத்தைக் கற்பனை செய்கிறது. ஒழுக்க உலகத்தின் திட்டமிட்ட மறைவுக்காலம். இது அடிப்படையான இந்திய நம்பிக்கையான காலம் போகப்போக மோசமாகக்கூடியது என்பதைப் பிரதிபலிக்கிறது. ஆனால் இராமாயணம் இதைவிட மகிழ்நோக்குடையது, அமைதியும் வளமும் நிரம்பிய ஒரு காலத்தைக் கற்பனை செய்கிறது. இந்தக் காலம், மகாபாரதத்திற்கு முந்திய காலம். மகாபாரதத்தின் காலம், இருள்கொண்டது, ஒரு பெரிய போர்க்காலத்தையும் நாகரிகத்தின் குலைவையும் கற்பனை செய்கிறது.

இராமாயணத்திற்குப் பிறகுதான் மகாபாரதம் தன் இறுதிவடிவத்தை அடைந்ததாகப் பொதுவாகக் கருதப்படுகிறது. ஆனால் தொடங்கியதும் இராமாயணத்திற்கு முந்தியே நிகழ்ந்திருக்கக்கூடும். இராமாயணம் மகாபாரதத்தைவிடச் சிறியது, பலவகைகளில் எளிமையானது, அதைவிட ஒருசீர்மை உடையது. ஆனால் கால அளவில் முந்தியதாக இருந்திருக்கத் தேவையில்லை. இரண்டு பனுவல்களுமே ஆழ்ந்த உறக்கத்திற்குள் கூட்டுப் புழுப்போலப் பலகாலம் இருந்தன. அந்த உறக்கக் காலத்தில் ஒன்றுக்கொன்று உரையாடலிலும் இருந்தன. அதனால் இந்தப் பனுவல்களில் ஒவ்வொன்றும் அடுத்தற்கு முந்தியது — பிரம்மாவையும் விஷ்ணுவையும் போல — அல்லது தர்மத்தையும் மோட்சத்தையும் போல—என்று சொல்லிக் கொள்கின்றன. இராமாயணம் மகாபாரதத்தை அவ்வப்போது குறிப்பிடுகிறது. மகாபாரதமோ இராமாயணக் கதையைச் சொல்வதற்கு ஒரு முழுப்பகுதியையே ஒதுக்குகிறது *(3.257 - 75)*. இது, இராமாயணத்தில் சொல்லப்படும் கதையைவிடக் காலத்தில் பிற்பட்டதாக இருக்கக்கூடும்.[35] ஒவ்வொன்றின் கதாபாத்திரங்களும் மற்றதில் சிற்றுருவாக வந்துபோகிறார்கள். ஊடுபனுவலியல் இங்கு தன் தலைசிறந்த படைப்பை உருவாக்கியிருக்கிறது. இந்த இரு பனுவல்களும் பல விஷயங்களைப் பற்றிக் கவலைப்படுகின்றன, ஆனால் செல்வாக்கைப் பற்றி அல்ல.[36] ஒரு புகழ்பெற்ற சமஸ்கிருதக் கவிதை இருக்கிறது. அதன் சொற்களைப் பிரித்துப் படித்தால் ஒருசமயம் இராமாயணக் கதை தோன்றும், வேறொரு மாதிரியில் அதன் சொற்களைப் படித்தால் மகா பாரதக் கதை வருகிறது.[37] பலவிதங்களில், இந்த இரு கதைகளும் ஒரே நாணயத்தின் இரு பக்கங்கள்.

மகாபாரதத்தின் முழுமைநிலை

மகாபாரதம் ஏறத்தாழ *75,000* செய்யுட்களைக் கொண்டது. முப்பது லட்சம் வார்த்தைகள். இது ஹீப்ரூ பைபிள், புதிய ஏற்பாடு ஆகியவற்றின் ஒன்றிணைந்த நீளத்தைப் போலப் பதினைந்து மடங்கு. அல்லது இலியாது, ஒடிசி இவற்றின் ஒன்றுசேர்ந்த நீளத்தைப்போல ஏழுமடங்கு. இவற்றைவிட நூறுமடங்கு ஆர்வத்தைத் தூண்டக்கூடிய அமைப்புடையது. இராமாயணம் இருபதாயிரம் செய்யுட்களைக் கொண்டது. ஏறத்தாழ மகாபாரதத்தின் நீளத்தில் மூன்றில் அல்லது நான்கில் ஒரு பங்குதான்.

நமது நோக்கத்திற்காக மையக்கதையைப் (நூற்றுக்கணக்கான துணைக் கதைகள் மகாபாரதத்தில் உள்ளன) பின்வருமாறு சுருக்கலாம்.

பாண்டு அரசனின் மகன்கள் ஐந்துபேர். ஐவரின் தந்தைமார்களும் தேவர்கள். யுதிஷ்டிரனின் தந்தை தர்மன், பீமனின் தந்தை வாயு, அர்ஜுனனின் தந்தை இந்திரன், நகுல சகாதேவர் என்ற இரட்டையரின் தந்தையர் அஸ்வினி தேவர்கள். இந்த ஐவரும் திரௌபதியை மணக்கிறார்கள். யுதிஷ்டிரன் சூதாட்டத்தில் தன் பெரியதந்தை மகன்களான கௌரவர்களிடம் தோற்றுப்போகிறான். பாண்டவர்களும் திரௌபதியும் பன்னிரண்டாண்டுகள் காட்டுக்குப் போகநேர்கிறது. அதன் இறுதியில், தங்கள் மைத்துனனான கிருஷ்ணபகவானின் உதவியால் கௌரவர்களிடமிருந்து நாட்டை மீட்கிறார்கள். இடையில் குருக்ஷேத்திரப் போர்க்களத்தில் அர்ஜுனனுக்கு கிருஷ்ண பகவான் ஆலோசனை சொல்கிறான் (பகவத்கீதை). குருக்ஷேத்திரப்போர் மிகப் பேரழிவு தருவதாக அமைகிறது—இரண்டு பக்கங்களிலும் அநேகமாக எல்லாரும் அழிந்துபோகிறார்கள்.

இலக்கிய வழக்கின் நீண்ட காலப்பகுதியில், அதன் பல ஆசிரியர்களால் மகாபாரதம் வெவ்வேறு வகையாகச் சொல்லப்பட்டிருக்கிறது. அதன் கதை மிக நெகிழ்ச்சி கொண்டதாக இருப்பதால் ஒரே ஒரு மகாபாரதம் என்பது இல்லை. நூற்றுக்கணக்கான மகாபாரதங்கள் இருக்கின்றன. நூற்றுக்கணக்கான வெவ்வேறான கையெழுத்துப்படிகள் இருக்கின்றன. எண்ணற்ற வாய்மொழி வடிவங்கள் இருக்கின்றன. (அதன் செய்யுட்களின் எண்ணிக்கையைக் கணிக்க முடியாமல் இருப்பதற்கு இதுவும் ஒரு காரணம்.) ஒரு பனுவலில் காணப்படும் கதையல்ல மகாபாரதம். அதன் கதையை நாம் எங்கெங்கிருந்தோ கண்டறிந்து எடுக்கவேண்டும், கதைக்கடலிலிருந்து கண்டெடுத்த சொத்தாக அதைப் பாதுகாத்து வைக்கவேண்டும். மீண்டும் மீண்டும் அது பலமுறை திரும்பத் திரும்ப சமஸ்கிருதத்திலும் வட்டார மொழிகளிலும் சொல்லப்பட்டிருக்கிறது. முன்னேறிக்கொண்டே இருக்கும் பணி என்று அது கருதப்படுகிறது.[38] ஒரு புத்தகத்தில் முழுமையடையாத நூல் என்றும் சொல்லப்படுகிறது.[39] மகாபாரதமே தன்னை (1.1.23) காலத்திலும் இடத்திலும் கட்டுப்படுத்தமுடியாத, நிரந்தரமான எல்லையற்ற நூல் என்று வருணித்துக் கொள்கிறது. "கவிஞர்கள் இதை முன்னமே சொல்லி யிருக்கிறார்கள், இப்போதும் சொல்கிறார்கள், மறுபடியும் சொல்வார்கள். இங்கிருப்பது வேறிடங்களிலும் உள்ளது, ஆனால் இங்கில்லாதது வேறெங்கும் காணப்பட முடியாது".[40] வாய்மொழி மரபிலிருந்து அது வளர்ந்தது, மறுபடியும் வாய்மொழி மரபுக்குள் வளர்கிறது. சமஸ்கிருதக் கையெழுத்துப்படிகளுக்கும், கிராமப்புறக் கதை சொல்லிகளுக்குமிடையில் அது ஊடாடுகிறது. அவர்கள் யாவரும் பழைய மொசைக்கிற்குப் புதிய கற்களைப் பதிக்கிறார்கள். தொடர்ச்சியாக மறு உருவாக்கம் செய்கிறார்கள். இந்தப் பனுவலின் தளர்ச்சியான கட்டமைப்பு அதற்கு நாவல்போன்றதொரு தன்மையைத் தருகிறது. புதிய வடிவங்களுக்கும் புதிய சிந்தனைகளுக்கும் திறந்திருப்பதோடு, பல்வேறு சிந்தனைகள் ஒன்றோடொன்று போட்டியிட்டுக் கொள்ளவும் பனுவலின் பக்கங்களில் மோதிக்கொள்ளவும் இடமளிக்கிறது.

தெளிவாகவே, ஒற்றை ஆசிரியர் ஒருவர் இவை எல்லாவற்றையும் சேர்ப்பதற்கு உயிரோடிருந்திருக்க முடியாது. அதற்காக இதை ஒருங்கிணைந்த நோக்குநிலை அற்ற ஒரு பல்வகையான கலப்பு என்று சொல்லிவிட முடியாது. ஆனாலும் சில அறிஞர்கள் இதை மிகப் பிரம்மாண்டமான குழப்பம், மிகப்பெரிய பலவண்ண அடிகால், பிரம்மாண்டமான கதம்பம், இலக்கிய அடுக்குவரிசை என்றெல்லாம் சொல்லியிருக்கிறார்கள்.[41] மகாபாரதத்திற்கான ஐரோப்பிய அணுகுமுறைகள், நூலை ஒத்துப்பார்த்தவர்களுக்குத் தாங்கள் என்ன செய்கிறோம் என்பது தெரியாது, அவர்கள் குருட்டுத்தனமாக வெட்டி ஒட்டி தற்செயலாக ஒரு பெரிய மிருகவடிவத்தை உருவாக்கிவிட்டார்கள் என்று நினைக்கின்றன. ஆனால் கதையில் வருவதுபோல, பிராமணத்தி, பறைச்சி ஆகியோரின் தலைகள் மாறிப்போனதுபோல, மகாபாரதம், பிராமணத் தத்துவம் ஒன்றின் தலையும் அல்ல, பிராமணரல்லாதோர் வாய்மொழி இலக்கிய உடலில் அது ஒட்டப்படவும் இல்லை. இது பழையகால விக்கிபீடியா போன்றது. சமஸ்கிருதம் தெரிந்த எவரும், அல்லது சமஸ்கிருதம் தெரிந்தவரைத் தெரிந்த எவரும் இங்கொன்றும் அங்கொன்றுமாகத் துண்டுதுணுக்குகளைச் சேர்த்துவிட முடியும். ஆனால் இந்து மதத்தின் ஆற்றல்மிக்க ஊடுபனுவலியல், மகாபாரதத்தில் யார் எதைச் சேர்த்தாலும் அவர்களுக்கு முழுப் பனுவல் மரபும் தெரிந்திருக்கவேண்டும், அதில் சென்றுகொண்டிருக்கும் உரையாடலில் சிந்தனையோடு தனது ஆழ்நோக்கை, அல்லது கதையை, அல்லது நீண்ட தத்துவஆய்வுப் பொருளைப் பொருத்தலாம் என்பதாகப் பார்த்துக் கொண்டது. அதன் மூலங்கள் எவ்வளவு பலதரப்பட்டவையாக இருந்தாலும், பல ஆயிரம் ஆண்டுகளின் பாரம்பரியம் அதை ஒருவர் மற்றொருவரின் பார்வையை நன்கறிந்த, மௌனமான கூட்டாளிகளுக்குள் நடக்கின்ற விவாதமாக, மக்களுக்கிடையிலான ஓர் உரையாடலாகத்தான் பார்க்கிறது. போட்டிக்குள்ளான ஒரு பனுவல் இது.[42] எந்த ஒரு கட்சிச்சார்பும், எந்த முக்கியப் பொருளும் இல்லாமல் மிகச் சாதுரியமாக ஒத்திசைக்கப்பட்ட கலப்புக் கதையாடல். கலாச்சாரம் ஆதரவு தருகின்ற ஓர் ஒருமை இதில் இருக்கிறது. வியாசன் என்ற ஓர் ஆசிரியர் இதை எழுதியதாகச் சொல்கிறது (அவரே கதையின் முக்கிய அங்கமாகவும் இருக்கிறார்). இதை ஒப்புக் கொள்வது நமது கடமை. அதன் இதயத்திலுள்ள முரண்பாடுகள் ஒரு சோம்பேறியான தொகுப்பாளனின் தவறுகள் அல்ல, மாறாக நீடித்து வரும் கலாச்சார தர்மசங்கடங்கள். அவற்றை எந்த ஒற்றை ஆசிரியரும் தீர்த்துவிட இயலாது.

மகாபாரதத்தின் அரசியல் உலகம்

இரண்டு உயர்வர்ணங்களுக்குமிடையிலான உறவை மகாபாரதம் தொடக்கத்தில் சவாலுக்கழைக்கிறது, ஆனால் இறுதியில் இருக்கும் உறவை அப்படியே உறுதிப்படுத்துகிறது. சான்றாக, பௌத்தத்தை அழித்து இந்துமதத்தை நிலைநாட்ட பிராமணனாக இருந்து அரசனாக மாறிய புஷ்யமித்திரனை மகாபாரதத்தில் வரும் பரசுராமனின் கதை ஒத்திருக்கிறது. பரசுராமன் ஒரு பிராமணத் தந்தைக்கும் க்ஷத்திரியத் தாய்க்கும் பிறந்தவன். ஒரு க்ஷத்திரியன் பரசுராமனின் தந்தையைக் கொன்றதால்

அவன் எல்லா க்ஷத்திரியர்களையும் இருபத்தொரு தலைமுறைகளுக்குத் தொடர்ச்சியாக அழித்துப் பழிவாங்குகிறான். ஒரு க்ஷத்திரிய அரசன் ஜமதக்னியிடமிருந்த (பரசுராமன் தந்தை) காமதேனுவின் கன்றைத் திருடிச் சென்றபோது அவனையும் கொன்று கன்றை மீட்டு வருகிறான் (3.116). பசுக்களைக் கவரும் பழைய தொன்மத்தின் மாறுபட்ட வடிவமான இதில் நாயகன் ஒரு பிராமணன், க்ஷத்திரியன் அல்ல. பரசுராமன் கதை, க்ஷத்திரிய சர்வாதிகாரத்தையும் அரசப் பேராசையையும் அழித்து, க்ஷத்திரியர்களுக்கும் உலகியல் சார்ந்த, ஆன்மிக சக்திகளைப் பங்குபோடும் திட்டத்தையும் அழிக்கிறது. பிராமணர்கள் க்ஷத்திரியர்களை அழித்து, தாங்களே க்ஷத்திரியர்களாக மாறும் ஆசைக்கனவு (இந்த இலட்சியத்தை மகாபத்ம நந்தனை அழித்த வரலாற்றுச் சம்பவமும் பிரதிபலிக்கிறது) என்பது, க்ஷத்திரியர்கள், பௌத்தத்துக்கு அல்லது ஜைனத்துக்கு மாறியோ, துறவுப்பாதையை வலியுறுத்தும் இந்துப் பிரிவுகளுக்கு மாறியோ பிராமணர்களான தங்களை அழித்துவிடுவார்களோ என்ற அச்சத்தினால் எழுந்ததாக இருககலாம்.[43]

விலங்குகளின் வன்முறையும் விலங்குகள்மீது வன்முறையும்

அசோகன் கல்வெட்டுகளிலும் மகாபாரதத்திலும் வெளியாகும் அகிம்சை பற்றிய கருத்துகளின் ஈரடித்தன்மைக்கு ஓர் இணையை, அல்லது வரலாற்றுச் செல்வாக்கினை நாம் காணலாம்.

மகாபாரதம், விசித்திரமான, அனுமதிக்கப்பட்ட வன்முறையைப் பற்றியது.[44] விலங்குகளின்மீதும் இப்படிப்பட்ட வன்முறைதான், ஆனால் அதில் ஒரு மையக்கரு இருக்கிறது. விலங்குகளுக்கிடையிலான உறவு, வன்முறை சார்ந்த உறவு; மகாபாரதத்திலும் அர்த்தசாஸ்திரத்திலும் "பெரியமீன் சின்னமீனைத் தின்னும்" என்று அடிக்கடி வருகிறது. இதற்கு மத்ஸ்ய (மச்ச) நியாயம் என்று பெயர். ஊழிப்பெருவெள்ளக் கதையில், பெரிய மீன் தன்னைத் தின்றுவிடும், அதனால் காப்பாற்று என்று சிறிய மீன், மனுவிடம் கேட்கிறது. இது மிகக்கேடான, மனிதனை மனிதன் தின்னும் இயற்கையின்—அவனது நனவிலியின் நீரில் நீந்தும் இருளான விஷயங்களின் நேரான வெளிப்பாடு. ஏற்கப்பட்ட இந்த அராஜகத்தின் படிமம், மக்கள் விலங்குகளைப் போல நடக்கலாகாது எனக் குறிப்பிட்ட சிலருக்கான சட்டஒழுங்குத் திட்டத்தை நியாயப்படுத்தவும், தர்மத்தின் குறுக்கப்பட்ட வடிவங்களைத் திட்டவட்டமாக நிலைநாட்டவும் ஏற்பட்டது. ஓர் அரசன் நீதியைக் கையிலெடுக்காவிட்டால் பெரியமீன் சிறிய மீனைத் தின்பதுபோலச் சமூகம் ஆகிவிடும், அல்லது மனு சொல்வதைப்போல வாணலியில் சிறிய மீனை வறுப்பதுபோலாகிவிடும் (7.20) என்பது, ஒடுக்கு முறை ஆட்சிக்கு ஆதரவாக எப்போதும் பயன்படுத்தப்படுகின்ற வாதம்.

மகாபாரதத்திலுள்ள பாத்திரங்களும், சிலசமயங்களில் இத்தகைய அராஜகத்தை ஆதரிக்கும் விதமாகப் பெரியமீன் சின்னமீனைத் தின்னும் என்ற வாதத்தைப் பயன்படுத்துகிறார்கள். பழைய இந்தியாவின் பூமி பாரத்தைக் குறைப்பதற்கு (ஜெனிவா உடன்படிக்கையைப்போல, அல்லது குவீன்ஸ்பெரி கோமானின் விதிகளைப்போல), மக்கள் யாவரும்

விலங்குகளைப் போன்றவர்கள், விலங்குகள்போல நடப்பதிலிருந்து அவர்களை மாற்றமுடியாது என்ற அடிப்படையில் பயன்படுத்தப்படுகிறது. யுதிஷ்டிரனிடம் அர்ஜுனன் சொல்கிறான்: "உலகில் வன்முறையின்றி வாழும் எந்த உயிரும் கிடையாது. உயிர்கள் ஒன்றின் தயவில்தான் ஒன்று இருக்கின்றது. அரசே, பலம் படைத்தது பலவீனமானதைத் தின்கிறது. கீரி எலியைத் தின்கிறது, பூனை கீரியைத் தின்கிறது, நாய் பூனையைத் தின்கிறது, காட்டுவிலங்குகள் நாயைத் தின்கின்றன" *(12.15)*. நூற்றுக்கணக்கான விலங்குகள் வன்முறையினால் மடியும் காட்சிகள் மகாபாரதத்தில் உண்டு. இது மகாபாரதத்தின் மையப்போரில் மனிதர்கள் பெருவாரியாக இறப்பதன் சிறுவடிவங்கள் போல இருக்கின்றன. அறிமுகப் புத்தகத்தின் இரு விளிம்புகளையும் போல இவை செயல்படுகின்றன.[45] தன் தந்தையை ஒரு பாம்பு கடித்துக் கொன்றதற்காக உலகிலுள்ள பாம்புகள் அனைத்தையும் அழிக்க ஜனமேஜயன் மேற்கொள்ளும் யாகத்துடன்தான் மகாபாரதம் தொடங்குகிறது. இது ஒரு தலைகீழான அசுவமேதயாகம், ஓர் எதிர்யாகம். வேத யாகத்தில் குதிரை பலியிடப்படப் பொருத்தமான விலங்கு, காரணம் அது ஒளியின், வானத்தின், தீயின் விலங்கு, வானில் பறக்கும் விலங்கு. ஆனால் பாம்பு, இருளின் விலங்கு, கீழுலகின், நாகலோகத்தின் விலங்கு, குளிர்ச்சியான நீரில் பூமிக்குக்கீழ் நழுவிச்செல்லும் விலங்கு. இது பலியிடப்படுவதற்கு உரியதல்ல. பழங்கால இந்தியர்களுக்குப் பாம்பை அடிப்பது வெறுக்கத்தக்க ஒன்றாக இருந்திருக்க வேண்டும்.[46] வெகுபழங்காலமுதலாக இந்தியர்கள் பாலை ஊற்றிப் பாம்புகளை வழிபட்டாலும், அவற்றைக் கொல்வதில்லை. தொடக்கத்திலுள்ள இந்தப் பாம்பு யாகம், மகாபாரதக் கதையின் மையக் கதைக்கு மேடையமைக்கிறது. பயங்கரமாகத் தவறாகப் போகின்ற ஒரு யாகத்தைப் பற்றிய கதை, மகாபாரதம் முழுமையையும் பிரதிபலிக்கும் ஒரு கருங்கண்ணாடி. இக்கதை மிகச் சாதுரியமாகவும், கொடுமையைப் பிரதிபலிப்பதாகவும், மீயதார்த்தப் படிமமாகவும் அமைகிறது. சர்ப்பயாகம், மேற்கொள்வதற்குத் தகுதியற்றது மட்டுமல்ல, கதைப்படி இந்தச் சர்ப்பயாகம் முழுமை அடையவுமில்லை. பாம்பின்மேல் பாம்பாக, வலியில் துடித்தவாறு யாககுண்டத்தில் வந்து விழுந்தவாறே இருக்கின்றன, கொலை முடிவுபெறும் முன்பே, கடைசியாக ஒரு முனிவர் வந்து யாகத்தை நிறுத்துகிறார். மகாபாரதத்தின் முதற்புத்தகம் காண்டவம் என்ற காட்டை, அங்குவாழும் விலங்குகள் அழிந்துவிடுமே என்ற எண்ணம் சிறிதுமின்றி, அர்ஜுனன், கிருஷ்ணன், அக்னி மூவரும் சேர்ந்து அழிப்பதில் முடிவடைகிறது. "பல்லாயிரக்கணக்கான ஜந்துக்கள் பயத்தில் வீறிட்டன, வெந்து கருகின. சில தங்கள் மகன்களையோ, தாய்களையோ தந்தைகளையோ அவற்றைவிட்டு நீங்க முடியாமல் தழுவிக்கொண்டன. எங்குநோக்கினும் தரையில் பிராணிகளின் துடிதுடிப்பு. கருகும் இறக்கைகள், கண்கள், கூர்நகப் பாதங்கள்." *(1.217)* கருணைமிக்க ஒரு துறவி வந்து சர்ப்பயாகத்தை நிறுத்தும்போது ஒருசில பாம்புகள் மட்டுமே எஞ்சியிருக்கின்றன. இங்கே அக்னி காண்டவ தகனத்தை நிறுத்தும்போது ஒரு பாம்பு, நான்கு பறவைகள், அசுரர்களின் சிற்பியான மயன் ஆகிய அறுவர் மட்டுமே எஞ்சியிருக்கிறார்கள்.

யுதிஷ்டிரனின் நாய்

விலங்குகளைப் பற்றிய கதைகள் சில சமயங்களில் விலங்குகளைப் பற்றியவைதான். ஏனெனில், அவற்றை நடத்தும் விதத்தைப் பற்றி ஆட்சிநடத்துவோரும் கவலைப்பட்டார்கள், வேதமக்களும், வேதமக்கள் அல்லாதவரும் — யாவரும் அதைப் பற்றி விவாதித்தார்கள். ஆனால் இந்தக் காலத்தின் ஜாதிமோதல்களைப் பற்றிய உருவகக் கதைகளாகவும் விலங்குகளைப் பற்றிய கதைகள் இருக்கின்றன. நாய்களைப் பார்ப்போம். இந்து தர்மம், நாய்களோடு எந்தச் சம்பந்தமும் வைத்துக்கொள்ளக் கூடாது என்கிறது. அவற்றை அசுத்தப் பிராணிகள், தோட்டிகள், தீண்டப்படாதவை(வர்)கள் என்கிறது. பறையர்களைப் போன்றவை நாய்கள். பறையர்களே ஒட்டுண்ணிகள், அந்த ஒட்டுண்ணிகளின் ஒட்டுண்ணிகள் இவை. யுதிஷ்டிரனும்கூட நாய்களை ஆக்கிரமிப்பின் உருவகமாகப் பயன்படுத்துகிறான். சமாதானத்திற்கெனச் சமரசம் பேசுபவர்கள் நாய்களைப் போன்றவர்கள். "வாலை ஆட்டுதல், பிறகு ஒரு குரைப்பு, மீண்டும் ஒரு எதிர்க் குரைப்பு, பின்னால் ஓடுதல், பற்களைக் காட்டி உறுமுதல், பிறகு சண்டை ஆரம்பிக்கிறது. பிறகு வலுவான நாய் ஜெயிக்கிறது, மாமிசத்தை உண்கிறது. மனிதர்களும் இப்படித்தான் இருக்கிறார்கள்" என்கிறான் (5.70.70 - 72).[47] போரில் வெற்றிபெற்ற பிறகும் சொல்கிறான்: "நாம் நாய்கள் அல்ல — ஆனால் ஒரு இறைச்சித்துண்டுக்குச் சண்டைபோடும் நாய்களைப் போலத்தான் இருக்கிறோம்." (12.7.10). நாய்கள் கீழ்ச்சாதிகளைக் குறித்தாலும், ஒரு கற்றறிந்த பிராமணன், பசு, யானை, நாய், அல்லது நாயை உண்பவன் ஆகிய யாவர்மீதும் ஞானி ஒரேவிதமான பார்வையைத்தான் செலுத்துகிறான் என்கிறது பகவத்கீதை (5.18). மகாபாரதம் வழக்கமாக நாய்கள்மீதுள்ள வெறுப்பைப் பிரதிபலிக்கவே செய்கிறது. பின்வரும் கதை, நாய்களுக்கும் மேல்நோக்கிச் செல்ல விரும்பும் பறையர்களுக்கும் இடையிலான தொடர்பைக் காட்டுகிறது.

சிங்கம் ஆக இருந்த நாய்

ஒரு காலத்தில் மிகநல்ல துறவி ஒருவன் இருந்தான். மாமிசத்தைத் தின்னும் காட்டு விலங்குகளான சிங்கம் புலி கரடி உட்பட, மதம் பிடிக்கும் யானை, சிறுத்தை, காண்டாமிருகங்கள் உட்பட அனைத்தும் அவனுக்குச் சீடர்கள் போல இருந்தன என்றால் அவன் நற்பண்பைப் புரிந்துகொள்ளலாம். துறவியைப் போல வெறும் காய்கனிகளையே தின்று பலவீனமாகி மெலிந்த ஒரு நாய், அவனோடு அன்பாக ஒட்டிக்கொண்டது. ஒரு மனிதனைப் போல அவன்மீது பாசம் கொண்டது. ஒருநாள் சிறுத்தையொன்று அங்குவந்து நாயைக் கவ்வியபோது துறவியிடம் தன்னைக் காக்குமாறு நாய் வேண்டியது. உடனே துறவி அதை ஒரு சிறுத்தையாக மாற்றினான். ஒரு புலி தாக்கியபோது புலியாக மாற்றினான். பிறகு மதம்கொண்ட யானையாக மாற்றினான். இறுதியாக ஒரு சிங்கமாக மாற்றினான். இப்போது மாமிசம் தின்னும் விலங்காக அது மாறிவிட்டதால், மற்ற எல்லாப் பிராணிகளும் அதனிடம் பயந்து ஒதுங்கியிருந்தன. கடைசியாக அது அந்தத் துறவியையே தின்னநினைத்தது. அதன் எண்ணத்தைப் புரிந்துகொண்ட துறவி அதைப் பழையபடி அதன்

ஜாதியாகவே — நாயாகவே மாற்றி விட்டான். நாய் மகிழ்ச்சியுற்றுச் சுற்றிவந்தது. அதைக்கண்ட துறவி ஆசிரமத்தைவிட்டு அதை விரட்டி விட்டான் (12.115.19).

நாய்க்கு மனித இதயம் இருக்கிறது. ஆனால் அது தனது நிலையைப் பற்றிக் கணக்கிடத் தொடங்கிவிடக்கூடாது. தனது பிறப்பிற்கு ஒத்த வடிவத்தை எடுத்தது என்ற தொடரை நாம் தன் சாதிக்கு ஒத்த வடிவத்தை எடுத்தது என்று பெயர்க்கலாம். நாயும் துறவியும் முதலிலிருந்தே தவறாக இருக்கிறார்கள். நாய், சைவ உணவு உண்பதன்மூலம் தனது நாய்தர்மத்தைக் கடைப்பிடிக்கவில்லை. துறவியும் அதைக் காக்க மேலும் மேலும் பெரிதாக்கும் தவறைச் செய்கிறான். மனு பெரிதாகிய மீனை மேலும் பெரிய பெரிய இடங்களில் வைத்ததுபோல. ஆனால் நாயின் அன்பு அல்லது விசுவாசத்திற்கு அதேபோன்ற அன் பினைத் தந்து துறவி எதிர்மாறு செய்யவில்லை. நாய் தன்னை மனிதனாக மதித்துக்கொள்கிறது, ஆனால் துறவி ஒரு நாயைப்போலக் கடைசியில் கொடியவனாக நடந்துகொள்கிறான்.[48]

இந்த இயலின் தொடக்கத்திலுள்ள கதையினால் மிக வித்தியாசமான ஒரு பார்வைக் கோணம் வெளியிடப்படுகிறது. தர்மனின் தர்மசங்கடம்— இந்தச் சம்பவத்தில் யுதிஷ்டிரன் தன்னோடு (சிங்கம் ஆக இருந்த நாய் துறவியோடு ஒட்டிக் கொண்டதைப் போல) சேர்ந்துகொண்ட ஒரு அலைந்துதிரியும் நாயைக் கைவிட்டு சொர்க்கத்திற்குப் போக மறுக்கிறான். ஆனால் யுதிஷ்டிரனின் நாயும் கடைசிவரை விசுவாசமாகவே இருக்கிறது. இந்தப் பகுதியைப் பொறுத்தவரை வியப்பளிப்பது, தர்மக்கடவுளே நாய்வடிவத்தில் வந்ததுதான். ஹீப்ரூ பைபிளின் கடவுள் பன்றி வடிவம் எடுத்துவந்ததுபோல.

தர்மன் ஒரு முக்கியமான ஒழுக்க விஷயத்தைப்பேச நாயைப் பயன்படுத்து கிறான். எந்த வகையான மனிதர்கள் சொர்க்கத்திற்குச் செல்லலாம், செல்லக்கூடாது (மகாபாரதம் இந்த விஷயத்தை வெளிப்படையாகவே பேசமுனைகிறது) என்பது பற்றியது அது. இதன் நீட்சியாக, நாம் யார் கோயிலுக்குள் அனுமதிக்கப்படலாம், அனுமதிக்கப்படக் கூடாது என் பதைக் கருதலாம். (இந்தக் காலப்பகுதியில்) நல்ல இந்துக்கள் எல்லாரும் சொர்க்கத்திற்குப் போகிறார்கள். இறந்தபிறகு, வெவ்வேறான சொர்க்க உடல்களைப் பெற்று அவ்வாறு செய்கிறார்கள். இந்தவிதத்தில் யுதிஷ்டிரன் தனித்தன்மை பெற்றவன். தன் சொந்த உடலோடு சொர்க்கத்திற்குச் செல்ல அனுமதிக்கப்படுகிறான். விலங்குகளுடன் தன் ஒட்டுதலை ஒப்புக் கொள்கிறான் — அந்த நாயை அது ஏதோ அடைக்கலமாக வந்து சேர்ந்தது போல, அல்லது ஒரு நண்பனைப்போல நடத்துகிறான். ஆகவே அவன் தனது சொந்த உடலின் விலங்குத்தன்மையை எவ்விதமோ காப்பாற்றி வைத்திருக்கிறான் என்று தோன்றுகிறது. இந்த விலங்குத்தன்மையைத்தான் முனிவர்கள் மறுக்க முனைந்தார்கள்—அதனால் நாய்களையும் பெண் களையும் அசுத்தமானவர்களாகக் கருதினார்கள். ஆகவே அவன் உடல் நீங்கிய ஆன்மாவாக அல்ல, முழுமையான உடலோடுகூடிய சுயமாக சொர்க்கத்திற்குச் செல்கிறான்.[49]

தனக்கு விசுவாசமாக இருக்கின்ற (பக்திபூண்ட) நாயைக் கைவிட யுதிஷ்டிரன் மறுக்கிறான். இந்த நாயை அவன் அழைத்துவரவில்லை யானால், சொர்க்கம் சொர்க்கமாக இருக்காது. நாய் — விசுவாசமான நாய் — விலங்குலகில் இயற்கையான பக்தனுக்கு உருவகம். அவனைத் தொடர்வது பூனையல்ல, நாய் என்பது தற்செயல் நிகழ்வல்ல. (இந்து மதத்தில் பூனைகள் ஆஷாடபூதிகள், அதாவது போலிபக்தர்கள்). ஆனால் இந்தக் காலத்தில் பக்தி என்பது ஒருவனுக்குச் சொந்தமாக இருப்பது, விசுவாசமாக இருப்பது, அல்லது சமயங்களில் ஒரு பணியாள்போலவோ நண்பன்போலவோ இருப்பது என்பதற்குமேல் பொருள்படவில்லை. சில சமயங்களில் அது சிற்றின்ப உணர்ச்சியோடு கூடிய காதலி என்றும் பொருள்பட்டது. மத்திய காலத்து இந்து மதத்தின் பிரிவு ஒன்றில், பக்தி என்பதற்கே உரிய, கடவுளுக்கும் பக்தனுக்கும் இடையிலான உணர்ச்சிமயமான அன்பு என்பது போன்ற ஒன்றை மகாபாரதக் காலத்தில் காண இயலாது. ஆனால் பக்தி என்பதன் பொருள் விரிவுபட விரிவுபட, யுதிஷ்டிரன் கதை அத்தகைய பக்திக்கு ஒரு முன்மாதிரியாகக் கருதப்படலாயிற்று.

நாய்கள் யாகநிவேதனங்களைத் தொடக்கூட வேண்டாம், பார்த்தாலே போதும், அவை அசுத்தமாகி விடுகின்றன என்று இந்திரன் கூறுவது ஒரு பொதுக்கருத்து அடிப்படையிலான வாதம். மனு (7.21) நீதியோடு செங்கோலைப் பயன்படுத்தவில்லை என்றால், நைவேத்தியங்களை நாய் நக்கிவிடும், எல்லாம் தலைகீழாகப் போகும் என்று எச்சரிக்கிறார். இராமன் சீதையைப் பற்றி மகாபாரதம் கூறுகின்ற முறையில், இராமன் சீதையை முதல்முறை வெளியேற்றும்போது, இராவணன் வீட்டில் சீதை இருந்ததற்காக இராமன் அவளை நாய் நக்கிய நிவேதனத்திற்கு ஒப்பிடுகிறான் (3.275.14). நைவேத்தியத்தை உண்ணாத நாயினால்தான் மகாபாரதத்தில் பெரிய அளவு பிரச்சினை ஏற்படுகிறது.

ஜனமேஜயனும் அவன் சகோதரர்களும் ஒரு யாகத்தைச் செய்தபோது, சரமை என்ற பெண்நாயின் குட்டியான ஒரு நாய் அங்கு வந்தது. அந்தச் சகோதரர்கள் நாயை அடிக்கிறார்கள். அந்த நாய் கத்திக்கொண்டே தாயிடம் ஓடுகிறது. தான் நிவேதனப் பொருள்களைப் பார்க்காமலும் தொடாமலும் இருந்தபோதும் தன்னை அடித்தார்கள் என்று சரமையிடம் சொல்கிறது. சரமை ஜனமேஜயனிடம் சென்று, "என் மகன் தவறேதும் செய்யாத சமயத்திலேயே அவனை நீ அடித்த காரணத்தினால், நீ எதிர்பாராத சமயத்தில் ஆபத்துநேரிடும்" என்று சாபமிடுகிறது (1.3.1 - 18).

முற்சாய்வு கொண்ட மனத்தினால் இந்த நாய்க்குட்டியைத் தவறாக நடத்தியதன் விளைவாக, ஜனமேஜயன் பிறகு பிற விலங்குகளுடன் (பாம்புகளுடன்) பெரிய சிக்கலில் மாட்டிக்கொள்கிறான். ஆக மகாபாரதம் நாய்களுக்கு நீதியைத் தேடும் கதையோடுதான் தொடங்குகிறது, முடிகிறது. ஆனால் யுதிஷ்டிரனின் விஷயத்தில் அது முடியாமல்தான் இருக்கிறது. பனுவல் தடுமாறுகிறது. சம்பவத்தின் தொடக்கத்தில் தன்மையில் வரும் ஆசிரியக் குறுக்கீடு (நான் ஏற்கெனவே உங்களுக்கு முன்பு மிகுதியாக இந்த நாயைப் பற்றிச் சொல்லியிருக்கிறேன் என்பது)

(17.2.26) மிகவும் அசாதாரணமானது. ஏறத்தாழ எதிர்பார்க்காதது. கதையின் முடிவை ஆசிரியர் எதிர்நோக்கி, வாசகர்களுக்கு அது ஒரு கதைதான் என்பதை நினைவுறுத்துவதுபோல இருக்கிறது. ஆனால் அது ஒரு கதை மட்டுமல்ல, ஒரு சோதனை (வானொலியில் விமானத் தாக்குதல் சமிக்ஞைகளை அறிவிப்பது போல) என்றும் சொல்கிறது. தன் மகனுக்கு தர்மதேவன் வைக்கின்ற தொடர்ச்சியான சோதனைகளில் ஒன்று இது. எல்லாவற்றிலும் அவன் வெற்றி பெறுகிறான் (17.3.18). ஏனெனில் இங்கு நாய் சொர்க்கத்திற்குப் போகவில்லை, இந்து தர்மத்தைக் குலைக்கவில்லை, ஏனெனில் இங்கு நாயே இல்லை. எல்லாம் ஒரு மாயை. அது ஒரு உண்மையான நாயாக இருந்திருந்தால் என்ன ஆகியிருக்கும்? ஜாதியமைப்பு எவ்வளவு அழுகிப்போன விஷயம் என்பதை இந்தக் கதை காட்டுகிறது, ஆனால் மாற்ற முடியவில்லை. எந்த நாயும் சொர்க்கத்திற்குப்போக இயலாது.

கொடுமைப்படுத்தாமையும் அகிம்சையும்

யுதிஷ்டிரன், "நான் கொடுமைப் படுத்தமாட்டேன்" என்கிறான். கொடுமைப் படுத்தாமைக்கு அவன் பயன்படுத்தும் சொல் அன்ரிஷம்ச. ஏற்கெனவே இரு எதிர்மறைகளால் பலவீனமான சொல் அது. நல்லது ஏதேனும் செய்வதை அது குறிக்கவில்லை. கெட்டதைச் செய்யாமல் இருப்பதைக் குறிக்கிறது. அது மட்டுமல்லாமல் மனித இனத்தைக் குறிக்கும் சொல் அது. எனவே விலங்குகளுக்கு ஹிம்சை செய்யாமலிருப்பதற்கு அதைப் பயன்படுத்துவது வலுவந்தமானது. ஏனெனில் இந்து மதம் மனிதர்களுக்கும் விலங்குகளுக்கும் கொடுமை செய்வதை வேறுபடுத்துகிறது. இங்கு நான்கு செய்யுட்களில் (17.3.7, 8, 10, 30) மூன்றிடங்களில் அந்தச் சொல் இடம்பெறுகிறது. சிலசமயங்களில் அது இரக்கம் என மொழிபெயர்க்கப்பட்டாலும், வழக்கமாக அதற்கான நேர்முக வார்த்தை கருணை.[50] இந்திரனும் எல்லா விலங்குகளுடனும் சேர்ந்து நீங்கள் துக்கப்படுகிறீர்கள் (அனுக்ரோஷம்) என்கிறான். இச்சொல்லும் சிலசமயங்களில் கருணை என்று மொழிபெயர்க்கப்படுகிறது. பரிவு கொள்ளலின் ஒரு தீவிரவடிவம். கருணை என்ற வார்த்தைக்கும் அனுக்ரோஷம் என்ற வார்த்தைக்கும் பதிலாகத்தான் மனிதர்களுக்குக் கொடுமை செய்யாமலிருப்பதாகக்கூறி மென்மையாகத் தன்னைப் பாராட்டிக்கொள்கிறான். அசோகன் முழுமையாக அகிம்சையைத் தழுவிக் கொள்வதாகக் கூறிவிட்டு, தன் இராச்சியத்தில் விலங்குகளுக்குச் செய்யும் கொடுமையைச் சற்றே குறைத்ததுபோல, இவனும் ஏமாற்றுகிறான். மனிதர்கள், விலங்குகள் இரண்டினத்தின் மீதும் வன்முறையில் ஈடுபடும் ஒரு காலத்தில், அகிம்சையின் (இரண்டு இனங்கள் மீதும்) மென்மையான வடிவமாகிய விலங்குகள்மீது கொடுமை செய்யாமை என்பது தவிர்க்கவியலாதது. அகிம்சை என்பதும், கொடுமைப்படுத்தாமை என்பதுபோல ஒரு இரட்டை எதிர்மறைதான். இந்திய தேசியத் தலைவரான பால கங்காதர திலகர் (1856 - 1920) கீதையில் அகிம்சை என்பதைத் தீங்குசெய்யாமை என்று மொழிபெயர்த்தார்.[51] இதுவும் ஓர் இரட்டை எதிர்மறைதான். வேறிடத்திலும் (3.297.72) யுதிஷ்டிரன் கொடுமைசெய்யாமைதான் உயர்ந்த தர்மம் என்று கூறுகிறான். மற்றொரு இடத்தில் தர்மன் உலகைத் துறந்து செல்வதாகக் கூறும்போது,

அர்ஜுனன் அவனை வன்முறையில் ஈடுபடுமாறு கூறுகிறான். வேத தேவர்கள் பலரையும், சமயப்பிரிவொன்றின் கடவுள் கந்தனையும், கீரிகள், பூனைகள், எலிகளையும் கூப்பிட்டுச் சொல்கிறான்: "மக்கள் கொல்லும் கடவுளர்களையே ஆராதிக்கிறார்கள். ருத்ரன் கொல்பவன், கந்தன், இந்திரன், அக்னி, வருணன், யமன் ஆகியோரும் அப்படித்தான். அகிம்சையுடன் உலகில் வாழும் யாரையும் நான் கண்டதில்லை. தவசிகள்கூடக் கொலைசெய்யாமல் வாழ முடியாது" *(12.15, 16, 20—21, 24)*. இதேபோல்தான் வாலியைக் கொன்றபோது இராமனும், "முனிவர்கள்கூட வேட்டைக்குச் செல்கிறார்கள்" என்கிறான். போரைத் துறக்கவிரும்பும் அர்ஜுனனுக்கு பதில்சொல்லும் கிருஷ்ணனின் கீதைகூட, மரபுரீதியான நற்பண்புகளின் நான்கு பட்டியல்களில் அகிம்சையைக் குறிப்பிடுகிறது *(10.5, 13.7, 16.2, 17.14)* ஆனால் அது பற்றி விவாதிப்பதில்லை. இந்தக் காலப்பகுதியில் இந்துக்கள் பலர் விலங்கு யாகங்களில் ஈடுபட்டார்கள். ஆனால் பௌத்தர்களும், ஜைனர்களும், அதிகரிக்கும் எண்ணிக்கையிலான இந்துக்களும் அதைப் புறக்கணித்தார்கள்.[52] முக்கியமான வேதயாகங்களில் சொல்லப்படும் விலங்குக் கொலைக்கு பதிலாக அகிம்சை என்ற சொல் இந்துமதத்தில், ஜைனம், பௌத்தம் இவற்றின் தொடர்பினால்தான் இடம் பெறுவதாயிற்று.[53] இருப்பினும் மகாபாரதத்தைப் பதிப்பித்த பிராமணர்கள், குறிப்பாக, ஒரு பகுதிக்காரணமாக, அஹிம்சாவாதிகளான பௌத்தர்கள், ஜைனர்களிடமிருந்து தங்களை வேறுபடுத்திக்கொள்ள வேண்டியே, பிரபஞ்சத்தின் வன்முறையின் அரசியல் குறிப்புகளை ஏற்றுக்கொள்ளும் ஒரு பனுவலை உருவாக்கினார்கள்.[54]

உரையாசிரியர்கள் சில சமயங்களில், புஷ்யமித்திரனைப் போல யுதிஷ்டிரனும் ஒரு பிராமண அரசன் அல்லது அசோகனைப் போல ஒரு பௌத்த அரசன், அல்லது ஒரு பிராமண அசோகன் என்று மதித்திருக்கிறார்கள். அசோகன் வன்முறையைக் கைவிடத் தூண்டப்பட்டவன் என்று அவன் சாசனங்கள் சொல்கின்றன. தர்மனும் அசோகனைப் போல வன்முறையைக் கைவிடத் தூண்டப்பட்டவன் ஆகலாம். போருக்குப் பிறகு யுதிஷ்டிரன் அரசாள மறுத்தது, அசோகனின் பதின்மூன்றாவது முதன்மையான பாறைச் சாசனத்திற்கான எதிர்வினையாகவும் இருக்கலாம். அல்லது அசோகனின் இறப்புக்குப்பிறகு அவனைப்பற்றிச் சுற்றில் இருந்த கதைகள் காரணமாக இருக்கலாம்.[55] (அர்ஜுனனின் வாழ்க்கை, பாத்திரப்படைப்புப் பற்றிய கூறுகளும் அசோகனுக்குரிய எதிர்வினையாகவே இருக்கலாம்.[56]) மகாபாரதமும், அசோகனைப் போலவே வன்முறைக்கும் வன்முறையின்மைக்குமிடையில் ஊடாடுகிறது. சில சமயங்களில், யுதிஷ்டிரன் கதையில் வரும் நாயைப்போல, கொடுமையைத் தவிர்க்கவேண்டும் என்ற சமரசநிலையில் ஒரு கணம் நிற்கிறது. அசோகனும் புஷ்யமித்திரனும் தங்கள் சுவடுகளை யுதிஷ்டிரன்மீது விட்டுப்போயிருக்கிறார்கள். இந்த மூன்று அரசர்களுமே, பௌத்தர்கள், ஜைனர்கள் ஆகியோரின் சவாலுக்கு வெவ்வேறுவிதமான எதிர்வினை களைப் புரிந்திருக்கிறார்கள். குறிப்பாக ஜைனர்களுக்கு. அவர்கள்தான் எந்த சமரசத்திற்கும் உடன்படாத அகிம்சையை போதித்தவர்கள். இந்த மூன்று அரசர்களும் தங்கள் தங்களுக்கென, தங்கள் வாழ்க்கைக்கெனப் புதிய அகிம்சைத்திட்டங்களை உருவாக்கிக் கொண்டார்கள். இரண்டு

கோடிகளுமில்லாமல் நடுவில் ஒரு சமரசத் திட்டம். ஆனால் அகிம்சை என்பது பௌத்தர்களுக்கோ ஜைனர்களுக்கோ மட்டும் உரியதல்ல, அது கருணையுமல்ல. அந்தக் காலத்தில் யாவருமே இந்தப் பிரச்சினைகளில், ஆனால் வெவ்வேறு வழிகளில் திண்டாடிக் கொண்டிருந்தார்கள். மெல்ல மெல்ல இல்லறத்தார்க்கும் யாகம் செய்பவர்களுக்கும் தானத்தோடு இணைந்து கருணையும் முதன்மையான பண்பாகப் பேசப்படலாயிற்று, சிலசமயங்களில் அதற்கு பதிலாகவும் அமைந்தது.

மதம்சார்பான உயர்மக்கள் என்ற நம்பகத்தன்மை, பிராமணர்கள் அரசர்களுக்கு நெருக்கமான ஆலோசகர்களாக இருந்தாலும், தங்களை அவர்கள் நிர்வாகத்தின் நேரடிக் கொடுமைகளிலிருந்து விலக்கிக் கொண்டதால் அவர்களுக்கு வாய்த்தது.[57] இந்திய அரசர்களின் சுயதர்மம், உள்ளார்ந்து வன்முறை சார்ந்ததாகவே இருந்தது. ஆகவே போரில் இறந்தவர்கள், குற்றவாளிகளெனக் கொல்லப்பட்டவர்கள், ஆகியவற்றிலிருந்து அவர்கள் பாவங்களைக் கழுவ ராஜகுருக்கள் தேவைப்பட்டார்கள். அதற்காக அவர்கள் அசுவமேத யாகங்களை மேலும் மேலும் செய்தார்கள். (அவை விலங்குகள்மீதான கொடுமையை அதிகரிக்கச் செய்தன.) அரசத்துறவி அல்லது க்ஷத்திரிய முனிவன் என்ற பழங்கால, ஒன்றுசேர்ந்த படிமம், முற்றிலுமாகக் காணாமற் போயிற்று. தனித்தனியாகவே இரு பதவிகளும் அமைந்தன. யுதிஷ்டிரனின் குதிரைகளும் சேவகர்கள் யாவரும் சேர்ந்தும் இந்தப் படிமத்தை மறுபடி கட்டமைக்க முடியவில்லை.

இந்தியாவில் அகிம்சைகூட வன்முறையாக உருவெடுக்கும். உணவுக்காக விலங்குகளைக் கொல்லாமை, அல்லது வன்முறையின் போதையைத் தடுத்தல், ஆகியவை சுயத்திற்கெதிரான வன்முறையாக வெடித்தன. நிலவிலுள்ள முயல் கதையில், தன் தசையைத் தானே இந்திரனுக்கு அது அளிக்க முன்வந்ததைக் கண்டோம். இது இந்து மதத்தில் திரும்பத்திரும்ப வாய்பாடுபோல வரும் நிகழ்வு. சுயதியாகம் (அவ்வப்போது இது மரணத்திற்கும் சுயசித்திரவதைக்கும் செல்லக்கூடியது) என்பது இந்து இலட்சியத்தில் எவ்வளவு ஆழமாகப் பதிந்துள்ளது என்பதை அதன் பிராபல்யத்தினால் அறியலாம். இதற்கு அடிக்கடி சொல்லப்படும் புகழ்வாய்ந்த கதை இது.

சிபி கழுகிடமிருந்து புறாவைக் காப்பாற்றுதல்

சிபி மன்னனின் அசாதாரண ஈகைக்குணத்தின் புகழ் தேவலோகத்து தேவர்களை எட்டியது. இந்திரனும் அக்னியும் அவனைச் சோதிக்க எண்ணினார்கள். அக்னி ஒரு புறாவின் வடிவை எடுக்க, இந்திரன் ஒரு கழுகின் வடிவத்தை எடுத்துப் புறாவை விரட்டினான். புறா பயந்து சிபியிடம் சரணடைந்தது. ஆனால், கழுகு சொன்னது: “நான் சிறிய பறவைகளின் சதையை உண்டு வாழ்பவன். நீ என் உணவைத் தடுத்தால் நான் சாகநேரிடும். இது தர்மமா?” என்றது. சிபி மன்னன், பதிலீடாக வேறு தசையைக் கொடுத்தால் ஏற்றுக்கொள்வாயா என்று கழுகைக் கேட்கிறான். புறாக்களைத்தான் கழுகுகள் உண்பது வழக்கம் என்று பதில் சொல்கிறது கழுகு. பிறகு, இந்தப் புறாவை நீ நேசித்தால் அதன் எடைக்குச் சமமான வேறு தசையை எனக்குக் கொடு என்கிறது.

சிபி ஒரு தராசை வருவிக்கிறான். தனது சதையையே வெட்டி அதில் வைக்கிறான். ஆனால் எவ்வளவு வைத்தாலும் புறாவின் எடை அதைவிட அதிகமாகவே இருக்கிறது. கடைசியாகத் தராசில் தானே ஏறி உட்கார்ந்து விடுகிறான். கழுகு தன்னை இந்திரனாகக் காட்டிக்கொள்கிறது. புறாவும் அக்னியாக வெளிப்படுகிறது. சிபியின் புகழ் என்றும் வாழும் என்று வாழ்த்துகின்றன (3.130 - 31).

ஷைலாக் போல எடைக்கு எடை சதை கேட்பதும், கழுகுகளையும் புறாக்களையும் இராணுவ ஆதிக்கத்திற்கும் சமாதானத்திற்கும் பயன் படுத்துவதை நம் உலகில் காண முடிகிறது. பாலி பௌத்தப் பாடம் ஒன்றில், சிபி மன்னன் (சிவி என்றும் சொல்வது வழக்கம்) கேட்பவர்களுக்குத் தனது இதயத்தைம், தசையையும், இரத்தத்தையும், கண்களையும் அளிக்க முன்வருகிறான். இந்திரன் ஒரு குருட்டு பிராமணனாக வடிவெடுக்கிறான்.[58] அவனது கண்களைக் கேட்கிறான். மிகுந்த வலி ஏற்பட, சிபியின் அரச மருத்துவன் கண்களை எடுத்து அவனுக்குக் கொடுக்கிறான். இந்திரன் அவனுக்குக் கண்களைத் திரும்ப அளித்துவிடுகிறான்.[59] உடல்வலியைப் பொறுத்துக் கொள்ளும் தன்மையை, க்ஷத்திரியர்கள் தன்னைத் துன்புறுத்துவதை ஏற்றுக் கொள்வதைக் காட்டும் ஒரு நற்பண்பாகவும், உடலை வெற்றிகொண்ட துறவு மனப்பான்மையாகவும் காணலாம்.[60] சிபி க்ஷத்திரிய வம்சத்தில் உதித்ததுபோலவே கர்ணனும் க்ஷத்திரிய வம் சத்தவன்தான். ஆனால் தன்னைத் தேரோட்டியின் மகனாக எண்ணி, ஒரு பிராமணனாக வேடமிடும் அவன், அவன் தொடைக்குள் ஒரு புழு புகுந்து கடித்துச் செல்லும்போதும், அமைதியாக ஆடாமல் அசையாமல் அமர்ந்து தன் க்ஷத்திரிய இரத்தத்தை வெளிப்படுத்துகிறான். அவன் தொடையில் தலைவைத்து உறங்கிக் கொண்டிருக்கும் குருவின் உறக்கத்தைக் கெடுக்க அவனுக்கு மனமில்லை (12.3).

ஆக சைவ ஏற்பாட்டின் அபத்தக் குறுக்கமாக இறுதியில் வெளிப்படுவது, பிராமணங்கள் சொல்வதுபோல அடுத்த உலகில் விலங்குகள் ஒருவனின் சொந்த உடலைத் தின்ன விடுவதாகும். இதுவும் மகாபாரதத்தின் கசப்பான யதார்த்தம், அகிம்சையின் சவால் ஆகியவற்றின் சேர்க்கையின் விளைவுதான். சிபியின் கதை இந்தத் தீர்க்கவியலா முரணை ஒரு மாயைஎந்திரத்தின் வாயிலாகத் தீர்க்கிறது. புறாவுமில்லை, கழுகுமில்லை, இது ஒரு சோதனை. ஆனால் புறாக்களை உண்ணும் கழுகுகள் வாழும் உலகில், ஒரு மனிதன் வெறும் மரக்கறி உணவை உண்பதன் வாயிலாகப் பிற விலங்குகளைக் கொல்வதைத் தவிர்க்கலாம். ஆனால் ஒரு காண்ட்டிய சநாதன தர்மத்தைப் போல அகிம்சையை ஓர் உலகளாவிய விதியாக்குதல், (காரட்டுகளும் சத்தமின்றிக் கூச்சலிடுகின்றன, மரங்களும் சத்தமின்றிக் கூச்சலிடுகின்றன—அதாவது அவற்றுக்கும் உயிர் இருக்கிறது என்றால்) மிகப் பெரும்பாலான உயிரிகளை உணவின்றிப் பட்டினியால் உயிரிழக்கச் செய்துவிடும்.

யாகமும் எதிர்யாகமும்

விலங்குகளை யாகத்தில் பலியிடுவதும், விலங்குகளிடம் அஹிம்சை யோடிருப்பதும் முற்றிலும் முரண்படுகின்றன. யாகத்துப் பயன்படக்கூடிய

காட்டுவிலங்குகள் ஏழு இருப்பதாக மகாபாரதம் சொல்கிறது. சிங்கம், புலி, காட்டுப்பன்றி, குரங்கு, கரடி, யானை, எருமை. ஏழு வீட்டுவிலங்குகளும் இருக்கின்றன. இவற்றை பிராமணங்களிலிருந்து அறிகிறோம். எருது, குதிரை, வெள்ளாடு, செம்மறி, கழுதை, கோவேறு கழுதை, மனிதன். மனிதர்களை யாகப்பசுவாகக் கூறினாலும், பனுவல், பின்னோக்கிச் சென்று மனிதப் பலி கூடாது என்கிறது (6.5.12 - 14. ஓர் அரசன் தான் சிறைப் பிடித்த அரசர்களைப் பலியிடப் போவதாக மிரட்டுகிறான். அவனுக்கு கிருஷ்ணன் சொல்கிறான், "பசுபதியின் இல்லத்தில், அரசர்களை எண்ணெய் தேய்த்து பலிவிலங்குகளைப் போல முழுக்காட்டுவதில் அவர்களுக்கு என்ன சந்தோஷம் இருக்கிறது? நீ அரசர்களைப் பிடித்து ருத்ரனுக்கு பலியிடப்போவதாகச் சொல்கிறாய். இதுவரை எவரும் மனித யாகத்தைப் பார்த்ததில்லை. அப்படியிருக்கும்போது நீ மட்டும் சிவனுக்கு மனிதர்களை பலியிட விரும்பமுடியுமா? உன்னைப் போன்ற அதே இனத்தைச் சேர்ந்த மனிதர்களுக்கு யாகவிலங்கு என்று பெயரிட உன்னால் முடியுமா?" (2.14.18, 2.20.8 - 11).

மனித யாகத்தைத் தடைசெய்ய, பிராமணங்கள் பதிலீடுகள் சிலவற்றைச் சொல்கிறது. அசுவினிகளுக்கு சோமத்தைப் பற்றிச் சொல்லக் குதிரைத் தலையைப் பயன்படுத்திய முனிவரைப் பற்றிய வேதக் கதையில், யாகப் பலிதருவதற்கு மனிதத் தலைக்கு பதிலாகக் குதிரைத்தலை பயன்படுத்தப் படுகிறது. மகாபாரதம் மனிதப் பலியைத் தடை செய்கிறது. அதற்கு பதிலாக அசுவமேத யாகத்தைப் பரிந்துரை செய்கிறது. அதுதான் யாகங்களிலேயே மிக ஆடம்பரமானது, அது சொர்க்கத்திற்கு உயர்கிறது. அதுதான் எதிர்யாக மின்னல் தாக்கும் இடம். யுதிஷ்டிரனுடையதைப் போல, தட்சனின் யாகமும் அசுவமேத யாகம்தான்.

யுதிஷ்டிரனின் அசுவமேத யாகம்

கடைசி, வெற்றிகரமான போருக்குப் பின், அரசாட்சியை விட்டுவிடலாம் என்ற முன்னதான தன் ஆசையை யுதிஷ்டிரன் கைவிட்டு, மிக ஆடம்பரமானதொரு அசுவ மேத யாகத்தைச் செய்யவேண்டும் என்று முடிவுசெய்கிறான். எதிர்காலம் பற்றிய தனது தீவிர உள்நோக்கங்களை— நீதியோடும் ஆற்றலோடும் ஆட்சிசெய்வது — யாவருக்கும் சொல்கிறான். ஆனால் சடங்கு பின்னோக்கியும் பயன்படுகிறது. அவனுடைய பாவங்களைக் கழுவுவதற்கும் அவன் துயரத்தை நீக்குவதற்கும் இராமனின் அசுவமேத யாகம் பயன்பட்டது போலவே. ஏனெனில் போரில் அநேகமாக யாவரும் கொல்லப்பட்டுவிட்டார்கள். தங்கள் சிதைந்த நாட்டை ஆள்வதற்குப் பாண்டவ சகோதரர்கள் மட்டுமே இருக்கிறார்கள். மிக அதிக விலை கொடுத்துவாங்கிய வெற்றி. விரைவில் அவர்களும் இறக்கலாம். மீதியிருந்த அவர்கள் தோழர்களும் குடிவெறியில் சண்டையிட்டு ஒருவரை ஒருவர் அழிந்தனர். இந்த அசுவமேத யாகம் ஆகவே ஒரு வெற்றிகரமான நிகழ்ச்சியாக வேண்டும். ஓரளவுக்கு அப்படித்தான் இருக்கிறது. புனிதப்படுத்தப்பட்ட குதிரை ஓராண்டுக்குச் சுற்றுமாறு விடப்படுகிறது. அர்ஜுனன் அதைத் தொடர்ந்து செல்கிறான். எங்கெல்லாம் சாத்தியமோ அங்கெல்லாம் போரிட வேண்டாம் என்று

யுதிஷ்டிரன் கூறியிருந்தும், சுற்றித்திரியும்போது பலபோர்களில் பல பேரைக் கொல்கிறான். கடைசியாக அவனே தன் மகன் பப்ருவாகனனால் கொல்லப்படுகிறான். அவனை மீண்டும் பப்ருவாகனனின் தாய் சித்ராங்கதை உயிர்ப்பிக்கிறாள்.[62] அர்ஜுனனும் குதிரையும் பாதுகாப்பாகத் தலைநகருக்குத் திரும்புகிறார்கள். எருதுகள், பறவைகள், நீர்ப்பிராணிகள் உள்ளிட்ட பலிமிருகங்கள் யாகக் கம்பங்களில் கட்டப்படுகின்றன. சில மிருகங்களை பிராமணர்கள் விட்டுவிடுகிறார்கள், சிலவற்றை அமைதியாக்குகிறார்கள் (கொல்கிறார்கள்), யாகக்குதிரையையும் எடுத்துக்கொண்டு அமைதிப்படுத்துகிறார்கள் (மூச்சுத்திணற வைத்துக் கொல்கிறார்கள்). இறந்த குதிரையின் பக்கத்தில் திரௌபதி படுக்கிறாள் (14.91.2). பிற பாண்டவர்களின் பிற மனைவியர்களும் (அர்ஜுனனின் மனைவி உலூபி, சித்ராங்கதை உட்பட) அங்கே இருக்கிறார்கள், ஆனால் வேறு எவரும் யாகக் குதிரையின் அருகில் படுக்கவில்லை. குதிரையின் கொழுப்பை எடுத்து பிராமணர்கள் சமைக்கிறார்கள். பாண்டவர்கள் அந்த வாசனையை முகர்கிறார்கள். அது அவர்களுடைய பாவங்கள் எல்லாவற்றையும் போக்கிவிடுகிறது. அவர்கள் அதை உண்ணவில்லை. குதிரையின் மீதி உறுப்புகளை புரோகிதர்கள் யாகத்தில் இடுகிறார்கள். இந்த யாகத்தின் நோக்கம், பாண்டவர்களைத் தூய்மைப்படுத்துவது மட்டுமல்ல, யுதிஷ்டிரனுக்கு இராச்சியத்தை வலுப்படுத்துவது மட்டு மல்ல, அர்ஜுனனுக்கு ஒரு வாரிசை உருவாக்கித் தருவதும்தான். ஐந்து கணவர்களுக்கும் திரௌபதிக்கும் பிறந்த ஐந்து மகன்களும் போரில் இறந்துவிட்டார்கள். ஆகவே யாகக் குதிரை தர்மனுக்கு மட்டுமல்ல, அர்ஜுனனுக்கும் சார்பாக நிற்கிறது. யுதிஷ்டிரன் அரியணை ஏறுகிறான்.

ஆனால் யாகம் முடிந்ததும், விருந்தினர்கள் கலைந்ததும் சொல்லப் படுகின்ற ஒரு கதையினால் யாகத்தின் வெற்றி குலைந்துபோகிறது. தன் வளையிலிருந்து ஒரு கீரி வருகிறது. மனிதக்குரலில் பேசுகிறது. ஒரு பிராமணன் உஞ்சவிருத்தியினால் பெற்ற பார்லியின் ஒருபிடிக்கு முழு யாகமும் இணையாகாது என்கிறது. அந்தக் கதையைச் சொல்கிறது. ஒரு பிராமணன் பிச்சையெடுத்துப் பிழைப்பவன். கடும் பஞ்சகாலம். தர்மதேவனே விருந்தினனாக அவனிடம் வருகிறான். தன்னிடம் இருக்கும் ஒருசில பார்லி மணிகளை அவனுக்கு பிராமணன் அளித்துவிடுகிறான். பிராமணன் குடும்பத்துடன் சொர்க்கத்திற்குப் போய்விடுகிறான். கதையைச் சொல்லிவிட்டு கீரி மறைந்து போகிறது (14.92 - 93). கதைசொல்லி, எல்லா உயிர்கள்மீதும் வெறுப்பின்மை, திருப்தி, சுத்தமான நடத்தை, தவம், சுய கட்டுப்பாடு, உண்மை, தர்மம் செய்தல் இவை யாவும் சமமாகக் கருதப்படுகின்றன என்று முடிக்கிறான் (14.94.1). கதையைக் கேட்டுக் கொண்டிருந்த ஜனமேஜயன், அரசர்கள் யாகத்தின்மேல் மோகம் கொண்டி ருக்கிறார்கள். துறவிகள் தவத்தின்மேல் மோகம் கொண்டிருக்கிறார்கள். பிராமணர்கள் கொல்லுதல், அமைதிப்படுத்தல், கட்டுப்பாடு இவற்றில் அக்கறை காட்டுகிறார்கள் என்கிறான். இந்திரன் யாகத்தின்மூலமாக அந்தப் பதவியை அடைந்ததால், யுதிஷ்டிரனும் (பீமன், அர்ஜுனனுடன் சேர்ந்து) அவனுக்கு இணையான செல்வத்தையும் ஆற்றலையும் கொண்டி ருக்கிறான், ஆகவே அவன் அசுவமேத யாகம் செய்வது தகும், அவனைக் குறைசொல்வதற்குக் கீரிக்குத் தகுதியில்லை என்கிறான். கதைசொல்லி

அவனுக்கு மற்றொரு கதையைச் சொல்கிறான்.

இந்திரனின் விலங்கு யாகம் பற்றிய விவாதம்

ஒரு காலத்தில் இந்திரன் ஒரு பெரிய யாகத்தைத் தொடங்கினான். அதில் பல விலங்குகள் கொல்லப்பட்டன. ஆனால் யாக விலங்குகள் கொலைக்காகப் பிடித்து இழுத்துச் செல்லப்பட்டபோது அவை எவ்வளவு துயரப்படுகின்றன என்பதைக் கண்ட முனிவர்கள், பரிதாபத்தின் வயப்பட்டார்கள். "யாகம் செய்ய இது சரியான முறை அல்ல. வீட்டு விலங்குகள் யாகத்துக்காக உண்டாக்கப்பட்டவை அல்ல. உன் கொடுமை தர்மத்தை அழிக்கக் கூடியது. ஹிம்சையை தர்மம் என்று சொல்லமுடியாது. மூன்றாண்டுகளாக வைத்திருந்த விதையைக் கொண்டு யாகம் நடத்து" என்று இந்திரனிடம் சொன்னார்கள். ஆனால், நூறு யாகங்கள் செய்து இந்திர பதவிக்கு வந்தவனான இந்திரன், மாயையிலும் அகந்தையிலும் மூழ்கி அவர்கள் சொற்களை ஏற்றுக்கொள்ளவில்லை. வசு அரசனிடம் அவர்கள் இந்தச் செய்தியைச் சொன்னார்கள். யாகத்தைப் பற்றிய நியாயம் என்ன? யாகத்திற்கென்று வைத்திருக்கும் வீட்டு விலங்குகளைக் கொண்டு அது செய்யப்பட வேண்டுமா, அல்லது முளைக்கமாட்டாத விதைகளை வைத்துச் செய்யப்படலாமா? குதிரைகளை வைத்தா, பழங்களைக் கொண்டா? வசு, யோசிக்காமல் உடனே பதில்சொன்னான்: "கையில் எது அகப்படுகிறதோ அதைவைத்துச் செய்யலாம்". உண்மைக்குப் புறம்பாக இதைச் சொன்னதற்காக அவன் உடனே நரகத்திற்குச் சென்றான். ஏனெனில் தவறான வழியில் பெறப்பட்ட பொருள்களைக் கொண்டு, அல்லது தீய மனத்தோடு செய்யப்படும் யாகங்கள் தர்மத்தின் பயனைத் தருவதில்லை. நால்வருண மக்களும், அவர்கள் சேகரித்தவற்றைத் தருவ தன் வாயிலாகவும், மேலும் எல்லா உயிர்களின் மீதும் கருணை, கற்பு, பரிவு ஆகியவற்றினால் சொர்க்கத்திற்குச் செல்கிறார்கள் (14.94.1 - 34).

இந்திரன் ஒருவேளை முனிவர்களின் வார்த்தைகளை ஏற்றுக்கொள் ளாமலே யாகத்தைச் செய்துமுடித்திருக்கலாம். ஆனால் அவன் தன் மயக்கத்தின் காரணமாகவும் அகந்தையின் காரணமாகவும் இதைச் செய்தான், விவேகத்தினால் செய்யவில்லை என்று சொல்லப்படுகிறது. முனிவர்களுடைய கேள்விக்கு மதிப்பு அளிக்காமைக்காக வசு அரசனும் தண்டிக்கப்படுகிறான். ஜனமேஜயனின் பன்மைத்துவம் (சிலருக்கு ஒன்றில் போதை இருக்கிறது, பிறருக்கு மற்றொன்றில் இருக்கிறது) சரியான விடை அல்ல. ஆனால் சரியான விடை எது என்பதைப் பனுவல் சொல்லவில்லை. இந்தக் கதைகள் அசுவமேத யாகத்தின் பெருமைமீது சந்தேகத்தையும் மிகக் கடுமையான விமரிசனத்தையும் வைக்கின்றன.

இப்படித்தான் அதிகாரபூர்வமற்ற கருப்புச் (மந்திர, சூனியச்) சடங்கு, அதாவது சர்ப்ப யாகம், யுதிஷ்டிரனின் அதிகாரபூர்வமான வெள்ளைச் சடங்குகள் - புனிதமாக்கல் (முடிசூடுதல்) அசுவமேத யாகம் இவற்றின்மீது தன் நிழலை வீழ்த்துகிறது. எந்த நல்லொழுக்கத்தின் பின்னாலும் ஒரு தீயொழுக்கத்தை, ஒவ்வொரு குதிரைக்கும் பின்னால் ஒரு பாம்பை, ஒவ்வொரு வெற்றிக்கும் பின்னால் ஓர் இறுதித் தீர்ப்பு நாளைக் காண்கிறது.

அடிக்குறிப்பு

1. 13th Major Rock Edict, trans, Thapar, Ashoka, 255-56; Nikam and McKeon, Edicts, 27-29; Sircar, Inscriptions of Asoka, 50-52.
2. Second separate rock edict; Thapar, Ashoka, 258; Nikam, Edicts, 53; Sircar, Inscriptions, 41-42.
3. 2nd Pillar Edict; Thapar, Ashoka, 262; Nikam, Edicts, 41; Sircar, Inscriptions, 62-63.
4. Irwin, "Ashokan Pillars."
5. Mitter, Indian Art, 14-15.
6. Kandahar bilingual rock inscription; Thapar, Ashoka, 261.
7. 4th Major Rock Edict, trans. Thapar, Ashoka, 251; Nikam McKeon, Edicts, 31; Sircar, Inscriptions, 42-43.
8. 11th Major Rock Edict, Sircar, Inscriptions, 48.
9. 1st Major Rock Edict, trans. Thapar, Ashoka, 250. Nikam and McKeon add "daily," to the last line, 55; Sircar, 41, does not.
10. Thapar, Ashoka, 203, "his personal preference."
11. 5th Pillar Edict. Nikam and Mckeon, Edicts, 56; Sircar, Inscriptions, 64-65.
12. 9th Major Rock Edict, Nikam and McKeon, Edicts, 46; Sircar, Inscriptions, 46-47.
13. Thapar, Ashoka, 202.
14. 12th Major Rock Edict, Thapar, Ashoka, 255; Nikam and McKeon, Edicts, 51-52; Sircar, Inscriptions, 49.
15. 9th Major Rock Edict, trans. Thapar, Ashoka, 254; Nikam and McKeon, Edicts, 46; Sircar, Inscriptions, 46-47.
16. Fourth Major Rock Edict, trans. Thapar, Ashoka, 251; Nikam and McKeon, Edicts, 31; Sircar, Inscriptions, 42-43.
17. Thapar, Ashoka, 203.
18. Keay, India, 104.
19. Ibid., 91.
20. Thapar, Early India, 275.
21. Mann, The Sources of Social Power, 359.
22. Thapar, Early India, 228.
23. Flood, Introduction, 103.
24. Nath, Puranas and Acculturation, 104.
25. Michell, Art and Architecture, 40-43.
26. Mahabharata 7.173, 10.18.1-23, 12.343, 13.76.
27. Doniger O'Flaherty, Origins of Evil, 278.
28. Flood, Introduction, 218-19.
29. Keay, India, 108.
30. Flood, Introduction, 119

31. Thapar, *Early India*, 139; Chakravarti, *Themes in Indian History*, 74B.
32. Doniger O'Flaherty, *Tales of Sex and Danger*.
33. Kulke and Rothermund, *A History of India*, 45.
34. Gonzalez-Riemann, *The Mahabharata and the Yugas*.
35. Scharf, *Ramopakhayana*.
36. Harold Bloom, *The Anxiety of Influence*.
37. *The Raghavapandaviya of Dhananjaya*.
38. Hiltebeitel, *The Ritual of Battle*, 14-15.
39. Singer, *When a Great Tradition Modernizes*, 75-76.
40. Also Mahabharata 1.56.34; cf. 18.5.38: "Whatever is here about dharma, profit, pleasure, and Release..."
41. Hermann Oldenberg, as quoted in Sukthankar, *On the Meaning of the Mahabharata*, 1; Hopkins, *Great Epic of India*, 58; John D. Smith, "Old Indian (The Two Sanskrit Epics)," 50.
42. Reich, *A Battlefield of a Text*; "Sacrificial Violence and Textual Battles."
43. Collins, "Violence, Power and Sacrifice in the Indian Context."
44. Fitzgerald, *The Mahabharata*, v. 7, 123.
45. Doniger O'Flaherty, "Horses and Snakes."
46. Van Buitenen, *The Mahabharata*, book 1, 4.
47. Hiltebeitel, *Rethinking the Mahabharata*, 171.
48. Ibid., 200-02.
49. I owe this realization to Lorraine Daston, Berlin, 2002.
50. Houben et al. and Tull, "The Killing That Is Not Killing."
51. Tilak, *Srimad BhagavadGita-Rahasya*, 44.
52. Biardeau, *Hinduism*, 31.
53. Hiltebeitel, *Rethinking the Mahabharatas*, 202-14.
54. Fitzgerald, *The Mahabharata*, 112.
55. Strong, *Ashokvadana*.
56. Selvanayagam, "Asoka and Arjuna."
57. Fitzgerald, *The Mahabharata*, 122.
58. Also in passages rejected, and not even printed as appendices, in the critical edition. See Ulrich, *Divided Bodies*.
59. Jataka 499 and Jatakamala #2.
60. Collins, "Violence, Power and Sacrifice in the Indian Context."
61. RV 1.117.22; Shatapatha Brahmana 14.1.1.18-24; Doniger O'Flaherty, *Hindu Myths*, 56-60.
62. Allen, "Why Did Odysseus Become a Horse?," 148.

இயல்: 11

மகாபாரதத்தில் தர்மம்

கி.மு. 300 முதல் கி.பி. 300 வரை

காலவரிசை

ஏ.கி.மு. 300 - கி.பி. 300 மகாபாரதம் இயற்றப்படுதல்

ஏ.கி.மு. 200 - கி.பி. 200 இராமாயணம் இயற்றப்படுதல்

ஏ.கி.மு. 327 - 25 மகா அலெக்சாந்தர் வடமேற்குத் தெற்காசியாமீது படையெடுப்பு

ஏ.கி.மு. 324 சந்திரகுப்த மௌரியன் மௌரிய வம்சத்தை நிறுவுதல்

ஏ.கி.மு. 265 - 232 அசோகன் ஆட்சி

ஏ.கி.மு. 250 பாடலிபுத்திரத்தில் மூன்றாவது பௌத்த சங்கம்

ஏ.கி.மு. 185 மௌரிய வம்சத்தின் முடிவு

ஏ.கி.மு. 185 புஷ்யமித்ரன் சுங்க வம்சத்தை நிறுவுதல்

ஏ.கி.மு. 73 சுங்க வம்சத்தின் முடிவு

ஏ.கி.மு. 150 பார்ஹுத், சாஞ்சி நினைவுச்சின்னங்கள்

ஏ.கி.மு. 166 - கி.பி. 78 கிரேக்கர்கள், சித்தியர்கள், பாக்டிரியர்கள், பார்த்தியர்கள் இந்தியாவிற்குள் புகுதல்

தர்மம் நுட்பமானது.

- மகாபாரதத்தில் எல்லா இடங்களிலும் வருவது

தர்மத்தின் நுண்மை (சூட்சுமம்)

சில இந்துக்கள், மகாபாரதம் ஐந்து பாண்டவ சகோதரர்களைப் பற்றியது என்பார்கள். சிலர் கிருஷ்ண அவதாரத்தைப் பற்றியது என்பார்கள். ஆனால் பெரும்பாலான இந்து மரபுகள் அது தர்மத்தைப் பற்றிய நூல் என்று சொல்லும். சிலசமயங்களில் அதை இதிகாசம் என்பார்கள். சிலசமயங்களில் அதை தர்மசாஸ்திரம் என்றும் சொல்வார்கள். நீண்ட தர்ம உபந்நியாசங்கள் கதையிலிருந்து விலகிச்செல்பவை, ஒரு விரைந்த இதிகாசக் கதையமைப்பில் பின்னாட்களில் மோசமாகச் செருகப்பட்ட குறுக்கீட்டு ஒட்டுகள் என்றெல்லாம் சொல்லமுடியாது. அது வெர்தி ஆபராவின் லிபரட்டோவில் தேவையற்ற குறுக்கீடுகள் அரியாக்கள் என்று சொல்வதுபோலாகும். அரியாவைப் போல மகாபாரதக் கதைச் சட்டகத்தின் மையம் தர்மம்தான். திரும்பத்திரும்ப, ஒரு கதாபாத்திரம் தனக்குக் கிடைக்கின்ற எந்தவித ஒழுக்கத் தேர்வும் ஒரு தவறான தேர்வு என்று உணரும்போது அல்லது ஒரு நல்லவன் வெளிப்படையாகவே மிகத் தவறான செயலில் ஈடுபடும்போது தர்மம் என்பது மிக நுட்பமானது, மென்மையான பட்டுச் சேலையைப் போல மெல்லியது, வழுக்குவது, கொள்ளிவாய்ப் பிசாசைப்போல ஏமாற்றக்கூடியது, உள்ளார்ந்து ஒத்திசைவற்றது, மாறுவேடம் பூண்டது, மறைந்திருப்பது, முகமூடி அணிந்தது என்று தானே சொல்வான் அல்லது அவனுக்குப் பிறர் சொல்வார்கள். மக்கள் மறுபடி மறுபடி சரியான செயலைச் செய்ய முயல்கிறார்கள், கடைசியில் அவர்களுக்குச் சரியான விஷயம் எது என்றே தெரியாமல் போகும் நிலைவரை முயற்சிசெய்து தோல்வியடைகிறார்கள், தர்மம் எது என்று யுதிஷ்டிரன் கேட்கிறான், ஆனால் விடைக்காகக் காத்திருக்கவில்லை. பழங்கால தர்மசாத்திரம் ஒன்று சொல்வது போல, தர்மமும் அதர்மமும் இதோ நாங்கள் இருக்கிறோம் என்று தங்களை வெளிக் காட்டிக்கொள்வதில்லை. தேவர்களும் கந்தர்வர்களும் அப்படித்தான். அதுபோலத்தான் முன்னோர்களும் இது சரியானது, இது தவறு என்று சொல்வதில்லை.[1] மகாபாரதம் ஒழுக்க வாழ்க்கையின் தவிர்க்கவியலாத குழப்பத்தை வெளிப்படுத்தி, தர்மத்தைத் தகர்ப்பமைப்புச் செய்கிறது. ஏற்கெனவே கி.மு. மூன்றாம் நூற்றாண்டுக்கும் முதல் நூற்றாண்டுக்கும் இடையில் தர்மம் விதித்தொகை செய்யப்பட்டுவிட்டது. தர்மசூத்திரங்கள் உரைநடையில் சமூக வாழ்க்கையின் விதிகள், மத நடைமுறை விதிகள் ஆகியவற்றை முன்வைத்தன.[2] இச்சமயத்தில், பௌத்த

தம்மம் (புத்தரின் போதனைகள்), அசோகனின் தம்மம் (சாசனங்களில் வெட்டப்பட்டவையும், கதைகளில் பாதுகாக்கப்பட்டவையும்), உபநிடத மோட்சம், யோகம், காட்டுத்தீப்போல் பரவிய பிற இந்துமதப் பிரிவுகள் ஆகிய பன்முகப்பட்ட சவால்களை எதிர்கொள்ளவேண்டி பிராமணர்கள் தவித்தார்கள். பாலிமொழியில் பௌத்தர்கள் தாங்கள் தம்மம் என்று சொன்னதன் சிந்தனைகளை முன்வைத்தார்கள். இச்சிந்தனைகளில் சில இந்து தர்மத்தோடு கலந்திருந்தாலும், நிச்சயமாக அதிலிருந்து இவை வேறுபட்டவை. பௌத்தம் ஒரு பிரச்சினையாகும்வரை, தர்மத்தை விளக்கமாக வரையறுக்கவேண்டிய அவசியம் இல்லாதிருந்தது. ஆனால் இப்போது அந்த அவசியம் வந்துவிட்டது. காரணம், புத்தர் தமது மதத்தையே தம்மம் என்று கூறிவிட்டார். அதனால் காலப்போக்கில், தர்மம் என்ற சொல்லே பிற அர்த்தங்களோடு, ஒருவனின் மதத்தைக் குறிப்பதாகவும் ஆகிவிட்டது. (ஆகவே பின்னாட்களில், கிறித்துவத்தை இந்துக்கள் கிறித்துவ தர்மம் என்றார்கள்.)

பொதுவாக மனிதனுக்கு வளம், வெற்றி, புகழ் ஆகியவற்றைச் சேர்ப்பதற்கான காரியங்களை தர்மம் என்ற சொல் தொடர்ந்து குறித்து வந்தது. ஆனால் இப்போது அதன் வேலை பெருகிவிட்டது. ஒவ்வொரு விதியும் மற்றொரு விதியால் அழிக்கப்படுகின்ற ஓர் உலகில், எந்தவித தர்மத்தையும் காப்பாற்றச் சாத்தியமற்ற நிலையைப் பனுவல்கள் ஒப்புக்கொள்ள வேண்டிவந்தது. ஓவியர்கள், தர்மம் என்ற தூரிகையால் தாங்களாக வரைந்துகொண்டிருந்தார்கள். சுவருக்கு முதுகைக் காட்டிக் கொண்டு, அவர்களால் வேறுவிதக் கதை ஒன்றையே வரைய முடிந்தது.

தர்மத்தின் கர்மவினை

தர்மத்துக்கு அருவமாக மட்டும் சவால் வரவில்லை. கடவுள் என்ற முறையில் தர்மதேவனும் பதில்சொல்லியாக வேண்டும். தர்மதேவனுக்கும் கர்மம் உண்டு. அவனுடைய செயல்களின் ஒழுக்க விளைவுகள் உண்டு. தர்மம் (பலசமயங்களில் நீதி என்றும் இச்சொல்லை மொழிபெயர்க் கலாம்) இந்தச் சமயத்தில், இந்தக் கதை காட்டுவதுபோல, தர்மத்தின் தர்மத்திற்குச் சவால்விட்ட பலவிதத் திட்டங்களால் நாலாபுறமும் அலைக்கழிக்கப்பட்டது.

ஆணி மாண்டவ்யன் கதை

ஒரு காலத்தில் மாண்டவ்யன் என்று ஒரு பிராமணன் இருந்தான். தர்மத்தில் தலை சிறந்தவன். மௌன விரதத்தில் பல்லாண்டுகள் ஆழ்ந்திருந்தான். ஒருநாள் கொள்ளைக்காரர்கள் அவன் வீட்டில் ஒளிந்து கொண்டார்கள். அவன் மௌனவிரதம் இருந்ததால் காவலர்களுக்கு எதுவும் சொல்ல இயலவில்லை. காவலர்கள் அங்கு ஒளிந்திருந்த திருடர்களைக் கண்டுபிடித்தார்கள். அரசன் மாண்டவ்யன் உள்பட எல்லாருக்கும் கொலைத்தண்டனை விதித்தான். அரசனின் ஏவலர்கள் மாண்டவ்யனைக் கழுவில்—ஊசியில் ஏற்றினார்கள். தர்மத்தின் ஆன்மாவான இந்த பிராமணன், பலகாலம் கழுவில் இருந்தான். உணவில்லை எனினும் அவன் இறக்கவில்லை. மூச்சைக் கட்டுப்படுத்தி உயிர்தரித்திருந்தான்.

கடைசியில் அரசன் அவனிடம் வந்து, "சிரேஷ்டமான முனிவரே, என் மாயையினாலும் அறியாமையினாலும் நான் செய்த தவற்றைப் பொறுத் தருளுங்கள்" என்று வேண்டினான். முனிவன் அவனை மன்னித்துவிட்டான். அவனைக் கழுவிலிருந்து அரசன் இறக்கினான். ஆனால் முற்றிலுமாகக் கழுவை வெளியே எடுக்க முடியவில்லை. ஆகவே அதன் அடிப்பகுதியை மட்டும் வெட்டி, பூக்கூடைகள் போன்ற சிலவற்றைக் கொண்டுசெல்ல அது உதவியாக இருக்குமென்று விட்டுவிட்டான். ஆகவே மாண்டவ்யன், கழுவின் ஊசிப்பகுதி குடல்கள், விலா, வழியாகக் கழுத்துவரை இருந்தபோதும் அவ்விதமே செல்லநேர்ந்தது. மக்கள் அவனை ஆணி மாண்டவ்யன் என்று அழைத்தார்கள். மாண்டவ்யன் தர்மதேவன் வீட்டுக்குச் சென்று அவனை வைதான். "நான் என்ன தவறுசெய்தேன்? எந்தத் தவறும் இல்லாமலே இத்தகைய தண்டனையை அனுபவிக்கும் கதி ஏன் எனக்கு நேர்ந்தது?" என்று கேட்டான். "நீ சிறு பையனாக இருந்தபோது தும்பிகளின் வாலில் நூலைக் கட்டித் துன்புறுத்தினாய், அதன் பலன்தான் இது" என்றான் தர்மதேவன். "ஒரு சிறிய தவறுக்கு மிகப் பெரிய தண்டனையை நீ கொடுத்துவிட்டாய். அதனால், தர்மனே, நீ ஒரு சூத்திரப் பெண் வயிற்றில் பிறப்பாய். உலகில் நான் தர்மத்தின் பலனுக்கு ஓர் வரையறை செய்கிறேன். பதினான்கு வயதுவரை ஒருவனின் எந்தச் செயலும் அவனுக்கு எதிராகத் தீர்மானிக்கப்படாது" என்றான் மாண்டவ்யன் (1.101. பார்க்க, 1.57.70 - 71).

வேதப்பனுவல்களைப் பின்பற்றி வரும் யாருக்கும், தர்மம் அறிந்த பிராமணன் ஒருவன் அரசனைவிட பலம்பொருந்தியவன் என்பது வியப் பளிக்காது. ஆனால் குடல்களில் பொருந்தி வெளியில் நீண்டிருக்கும் கழுவோடு (ஆணியோடு) ஒருவன் மகிழ்ச்சியோடு நடந்து செல்வது என்பது அந்த தர்மதேவனுக்கும் இயலாதது என்பதை கவனிக்க வேண்டும். ஒழுக்கவிதி முட்டாள்தனமானது. சிறுவர்கள் செய்யும் குறும்புக ளுக்காக — அவை பிற உயிர்களுக்கு இம்சை தருவதாக இருந்தாலும்— அவர்களைக் கொடூரமாகத் தண்டிக்கக்கூடாது. ஆகவே ஒழுக்கவிதி தன் கழுவாயைத் தானே தேடியாகவேண்டும். தர்மதேவன் தர்மத்தைத் தவறாகச் செயல்படுத்தியதற்கான தண்டனையை அனுபவித்தாக வேண்டும். மகனைப் பிறப்பிப்பதற்கும் (தர்மதேவன் யுதிஷ்டிரனைப் பிறப்பித்ததுபோல) அவதாரம் எடுப்பதற்கும் (கிருஷ்ணனையும் இராமனையும் போல) தானே உலகில் மனிதனாகப் பிறப்பதற்கும் நிலைமைகள் வெவ்வேறானவை. ஏனெனில் தர்மதேவன் உலகில் பிறக்கும்போது, (உதாரணமாக, விதுரனைப்போல) அவன் மேலுலகில் தேவனாக இருப்பதில்லை. அதுதான் சாபத்தின் அர்த்தம். அதுவும் ஒரு சூத்திரனாகப் பிறப்பது என்பது பயங்கர சாபம். இந்த வாழ்க்கையில் அதிலிருந்து தப்ப இயலாது என்பது அன்றிருக்கும் வர்ண அமைப்பு ஆதரித்த மனப்பாங்கு. ஆனால் மிகவும் கடைப்பட்ட சாதியில் ஒரு பெண்ணின் வயிற்றில் அறவொழுக்கமே அவதரிக்க முடியும் என்று கற்பனை செய்வதன் வாயிலாக, மகாபாரதம் அந்த அமைவைச் சவாலுக்கழைக்கிறது. விலங்குகளிடம் அகிம்சை பாராட்ட வேண்டும் என்பதையும் வெகுதொலைவுக்குக் கொண்டுசென்றுவிடலாம் என்று உள்ளாகவே அந்த இலட்சியத்திற்கும் சவால் விடுகிறது. மனிதர்கள்

விலங்குகளைப் போல் அல்ல. ஆகவே ஒரு வண்ணத்துப்பூச்சியைப் பின்புறம் துன்புறுத்துவது வேறு, மனிதனைக் கழுவிலேற்றுவது வேறு.

கர்மவினையைப் பிறருடன் மாற்றிக்கொள்ளுதல்

தர்மத்துக்கும் கர்மம் உண்டு என்பது கர்மம் எவ்வளவு பலம் பொருந்தியதாகிவிட்டது என்பதைக் காட்டக்கூடிய அடையாளம். இந்தக் காலப்பகுதியில் ஒருவன் தனது கர்ம வினையை ஒருவருக்கொருவர் மாற்றிக்கொள்ளலாம் என்று பிரச்சாரம் செய்துவந்தது. இதற்கு முந்திய இந்துப் பனுவல்களும் அப்படிப்பட்ட சாத்தியத்தை ஏற்கனவே செய்தன. கர்மவினையை மாற்றிக் கொள்ளுதல் என்ற முழுஅளவு வளர்ந்த கருத்தின் விளிம்பில் மகாபாரதம் தள்ளாடுகிறது. யுதிஷ்டிரன் மேலுலகை அடைந்த பிறகு (தர்ம தேவனுடன்தான், ஆனால் அவன் நாய் வடிவில் இல்லை) ஒரு கதையைச் சொல்கிறது. அங்கே அவனுக்கு ஒரு மகிழ்ச்சியற்ற ஆச்சரியம் காத்திருக்கிறது.

சொர்க்கத்திலும் நரகத்திலும் யுதிஷ்டிரன்

யுதிஷ்டிரன் (தர்மன் என்றே பெயர்பெற்ற அரசன்) மூன்றாம் உலகமாகிய சொர்க்கத்தை அடைந்தபோது அங்கு அவன் சகோதரர் களையும் திரௌபதியையும் காணவில்லை. அவர்கள் எங்கே என்று கேட்கிறான். தேவர்கள் அவர்கள் இருக்குமிடத்திற்கு அவனை அழைத்துச் செல்கிறார்கள். தேவதூதன் ஒருவன் அவனை நரகத்திற்கு இட்டுச் செல்கிறான். அங்கே அவன் பயங்கரமான சித்திரவதைகளைக் காண்கிறான். வெப்பத்தையும் பிணநாற்றத்தையும் தாங்க முடியாமல் அவன் திரும்ப முயல்கிறான். அப்போது அவன் சகோதரர்கள், திரௌபதி குரல்கள் கேட்கின்றன. கொஞ்சம் இருந்து செல்லுங்கள். உங்கள் உடலி லிருந்து வீசும் குளிர்ந்த காற்று எங்கள் துயரங்களுக்கு ஆறுதலாக இருக்கிறது. யுதிஷ்டிரனுக்கு புத்தி தடுமாறிவிட்டதோ என்ற சந்தேகம் எழுகிறது. ஆனால் அவர்கள் துயரத்திற்குச் சற்று ஆறுதலாக அங்கே தங்க நிச்சயம் செய்கிறான். தர்மதேவனுடன் சேர்ந்து பிற தேவர்களும் அங்கே வருகிறார்கள். அந்த இருள், சித்திரவதைகள், எல்லாம் மறைந்து விடுகின்றன. இந்திரன் யுதிஷ்டிரனிடம் வருகிறான். "மகனே, எல்லா அரசர்களும் கண்டிப்பாக நரகத்திற்கு வந்தாக வேண்டும். தீமைகளைச் செய்த மக்கள், முதலில் தாங்கள் செய்த நல்வினைப் பயனை அனுபவிக்க முதலில் சொர்க்கத்திற்குச் செல்வார்கள், பிறகு நரகத்திற்குச் செல்வார்கள். மற்றவர்கள், முதலில் நரகத்திற்குச் செல்வார்கள், பிறகு சொர்க்கத்திற்குச் செல்வார்கள். நீ நரகத்தைப் பார்த்தாய், உன் சகோதரர் களும் திரௌபதியும் ஒரு மாயைநிலையில் நரகத்துக்குச் சென்றார்கள். இப்போது சொர்க்கத்திற்கு வா" என்கிறான். தர்மதேவன் சொல்கிறான்: "முன்பு உன்னை நாய்வடிவம் எடுத்துச் சோதித்தேன். இப்போது மற்றொரு சோதனை. நீ உன் சகோதரர்களுக்காக நரகத்தில் இருக்க முடிவு செய்தாய்." ஆகவே யுதிஷ்டிரன் தேவர்களோடும் தர்மதேவதையோடும் சென்று ஆகாய கங்கையில் குளித்து, தன் பூதவுடலைக் கைவிட்டான். பிறகு சொர்க்கத்தில் தன் தம்பியரோடும் திரௌபதியோடும் இருந்தான்.

கடைசியாக அவர்கள் தங்களுக்கு அப்பால் எதுவுமற்ற இறுதி உலகங்களை அடைந்தார்கள் (18.1 — 5).

தன் சகோதரர்களின் வேதனைகளை இல்லாமற்செய்கின்ற தன்மை, ஒரு குளிர்ந்த இனிய தென்றலின் வடிவத்தை எடுத்து, வெப்பமான, அழுகிய நாற்றமுடைய நரகத்தின் கொடுமையைக் குறைக்கிறது. இதுவும் வினைமாற்றுதான். ஆகவே அவன் தனக்கு இடம் அதுவல்ல என்ற போதிலும் தன் சகோதரர்களுடன் நரகத்திலேயே இருக்க விரும்பு கிறான். நாய்க்காக சொர்க்கத்தின் வெளிப்புறத்திலேயே இருக்க நினைத்ததுபோல. அதுவும் அவனுடைய இடமல்ல. மகாபாரதத்தில் வேறிடத்தில், ஓர் அரசன் (3,128) தன் புரோகிதனின் குற்றத்தைத் தான் எடுத்துக்கொள்ள விரும்புகின்ற சமயத்தில் (வேடிக்கையான பாத்திர மறுதலை — அந்தப் புரோகிதன் தன் அரசன் நூறு பிள்ளைகளைப் பெற வேண்டுமென்று ஒரு குழந்தையை பலிகொடுக்கிறான்) தர்ம தேவன் மறுக்கிறான். "யாரும் அடுத்தவர்களுடைய செயலுக்கான பலனை அனுபவிக்கலாகாது." ஆனால் அந்த அரசன் புரோகிதனுடன் தான் நரகத்திலேயே அதே காலத்துக்கு இருப்பதாகச் சொல்கிறான். அதனால் புரோகிதனும் அரசனும் சொர்க்கத்திற்கு அனுப்பப்படுகின்றனர். அவன் தன் புரோகிதனைத் துன்பத்திலிருந்து காப்பாற்றவில்லை, ஆனால் அவனுடன் சேர்ந்து துன்பப்படுகிறான். நரகத்தில் யுதிஷ்டிரன் இருக் கும்போது யாரும அவனைத் தூண்ட முயற்சிக்கவில்லை. அவன் எவ்வளவு உறுதியாகச் சென்றமுறை இருந்தான் என்பது எல்லாருக்கும் தெரியும். அப்படியானால் தீர்வு என்ன? எந்தக் கதையிலும் கடக்கமுடியாத தர்மசங்கடம் ஏற்பட்டால், தீர்வு அது ஒரு கனவு என்று முடிப்பதுதான். அந்தத் தத்துவச் சிக்கலையே அழித்து விடுவது. மற்றொரு வழி, வானிலிருந்து தெய்வத்தின் வருகை. மகாபாரதம் இந்த இரண்டையுமே பயன்படுத்துகிறது, இரட்டைச் செங்கொடி. நாம் கடவுளர்களையும், மாயத்தோற்றங்களையும் என்று கணக்கில் கொண்டால் மூன்று. ஆனால் மாயத்தோற்றங்களின் வருகை — அது நாயுமல்ல, இது நரகமும் அல்ல — என்பது, நிஜ மனிதர்கள் தங்கள் பாவங்களை நிஜ நரகத்தில் அனுபவிக்கின்ற தேவையினால் முரணுக்குள்ளாகிறது. நாயகர்கள், நரகத்திற்குப் போகிறார்கள், சொர்க்கத்திற்குப் போகிறார்கள், பிறகு அதற்கப்பால் எதுவுமற்ற உலகிற்குச் செல்கிறார்கள். இந்தத் தொடர், உபநிடதங்களின் ஆட்டங்காட்டுகின்ற எதிர்மறைகளின் வாயிலாகப் பேசுகிறது, இந்த உலகங்களின் இயற்கை பற்றி எதுவும் சொல்லாமல் விடுகிறது. ஜனமேஜயனுக்கு இந்தக் கதை சொல்லப்படுகிறது. அவன் வாழும் கதிகளைப் பற்றிக் கேள்விகள் கேட்கின்றான். அதாவது, ஒருவன் மறுபடி பிறக்கக்கூடிய வாழ்க்கைகள் என்னென்ன? பாண்டவர்கள் எவ் வளவு காலம் சொர்க்கத்தில் இருந்தார்கள்? ஒருவேளை அங்கு அவர்கள் என்றைக்குமாகத் தங்கியிருக்கக்கூடிய இடம் ஒன்று இருந்ததா? அல்லது தங்கள் கர்மங்களின் இறுதியில் இருப்பின் எந்த நிலையை அவர்கள் அடைந்தார்கள்? (18.5.4 - 5). கவிஞர் இந்தக் கேள்விகளுக்கெல்லாம் விடையளிக்கவில்லை. ஆனால் அதற்குப் பின்னால் ஒன்றுமில்லாத உலகை அடைந்தார்கள் என்ற குறிப்பும், அவர்கள் பூமியில் மறுபடி பிறந்தார்கள் என்று சொல்லாததும் அவர்கள் கர்மவினை முடிவுக்கு வந்துவிட்டது

என்பதைக் காட்டுகின்றன. அதாவது மோட்சத்தை அடைந்தார்கள் என்று கொள்ளலாம். மகாபாரதத்தின் ஆசிரியர்கள் இவற்றை உரக்கச் சிந்திக்கிறார்கள், இதையெல்லாம் கணக்கிட முயற்சிசெய்கிறார்கள். அவர்கள் தங்கள் மனத்தைத் திறந்து வைத்திருக்கிறார்கள். கர்மம் என்பதன் சிக்கலான பணி — இந்த விஷயத்தில் ஒரு முடிவுக்கு வந்துவிட மறுக்கிறார்கள் — ஆனால் இதில் நீதியாளர் இன்னும் முடிவு சொல்லவில்லை.

கீதையில் தர்மம், மோட்சம், பக்தி

பௌத்தத்தின் சவால்களைச் சந்திக்க தர்மம் அதனால் இயன்ற சூட்சுமங்களை எல்லாம், மோட்சம் பற்றிய கருத்தைவிட மேலும் மிகுதியாகத் திரட்டவேண்டி வந்தது. மோட்சம் பற்றிய கருத்து உபநிடதக் காலத்திலிருந்து வளர்ந்து வந்திருந்தது. தர்மத்தையும் மோட்சத்தையும் பற்றிய கருத்துகள் பல நூற்றாண்டுகளாக வழக்கிலிருந்தன. ஆனால் பகவத்கீதையில் அவை எதிரெதிராக மோதலில் நிறுத்தப்பட்டன.

ஒரு பெரிய யுத்தத்தின் தொடக்கத்தில் கிருஷ்ணனுக்கும் அர்ஜுனனுக்கும் இடையில் நடந்த உரையாடல்தான் கீதை. கிருஷ்ணன் அர்ஜுனனின் தேர்ச்சாரதியாக இருக்கச் சம்மதிக்கிறான். இது ஒரு குறைந்த தகுதியுள்ள நிலைதான், இருப்பினும் கிருஷ்ணனின் பாதிபிராமண இயற்கைக்குப் பொருத்தமானது. அசோகனை அலைத்த கேள்விகளில் பல அர்ஜுனனையும் அலைக்கின்றன.[3] அவன் கிருஷ்ணனை வன்முறை, அகிம்சை பற்றிய கடினமான, விடையளிக்க இயலாத, காலங்காலமாக வருகின்ற கேள்விகள் பலவற்றை, முக்கியமாகப் போர்வீரர்களுக்கு வன்முறையின் அவசியத்தை, ஒரு போர்க்களப் பின்னணியில் வைத்துக் கேட்கிறான். கிருஷ்ணன் அர்ஜுனனுக்குத் தருகின்ற பல விடைகள் — குறிப்பாக, ஆன்மா அழியாதது, ஆகவே போரில் உடலைக் கொல்லுதல் (யாகத்தில் விலங்குகளைக் கொல்வதுபோல) கொல்லுவதே அல்ல என்ற வாதம் உட்பட்டவை — ஆசிரியரின் கொல்லுதல் பற்றிய அமைதியின்மையையும், அதை நியாயப்படுத்தவேண்டிய தேவையையும் உணர்த்துகின்றன. கிருஷ்ணன் பலவிதமான தொடர்ச்சியான சிக்கலான அருவமான விடைகளைத் தந்தபிறகு இந்தத் தர்மசங்கட நிலை தீர்க்கப்படுவதற்கு பதிலாகக் காற்றில் பறக்கவிடப்படுகிறது. அர்ஜுனன் உனது உண்மையான பிரபஞ்ச வடிவத்தைக் காட்டு என்கிறான். கிருஷ்ணன் தன் விசுவரூபத்தை அவனுக்குக் காட்டுகிறான். “உன் வாய்களிலுள்ள கரடுமுரடான கூரிய தந்தங்களை (கோரைப்பற்களை) நான் காண்கிறேன். இந்தப் போர்வீரர்கள் யாவரும் குருட்டுத்தனமாக அவற்றினூடே உன் திறந்த வாயில் தீயைநோக்கி விட்டில்கள் செல்வதுபோல விரைந்தோடுகிறார்கள். சிலர் உன் பற்களுக்கிடையே சிக்கித் தங்கள் தலை அரைபடுகின்றார்கள்” என்கிறான் அர்ஜுனன். *(11.25 - 290).* இந்தப் பிரசன்னத்தின் மத்தியிலேயே, “பல சமயங்களில் நான் உன்னை யதார்த்தமாக ஏ கிருஷ்ணா, ஏய் தோழனே என்றெல்லாம் அழைத்திருக்கிறேன்” என்று அர்ஜுனன் கிருஷ்ணனிடம் மன்னிப்புக் கேட்கிறான். நீ என் பழைய தோழனாகவே மாறிவிடு என்று அவன்

வேண்ட, கிருஷ்ணன் ஒப்புக்கொள்கிறான். வழிபடுபவன் (இங்கே அர்ஜுனன்) மனித வாழ்க்கையின் அற்பத்தன்மை, பரிச்சயம் இவற்றால் ஆறுதல் கொள்கிறான். ஆனால் ஒழுக்க ஐயப்பாடுகள் கொண்ட போர்வீரன், பனுவலுக்குள் தேவர்கள் கொல்வது போலவே நீயும் கொல்லவேண்டும் என்று தூண்டப்படுகிறான். வாசகன், பனுவலுக்கு வெளியே போர் மெய்யானதல்ல, ஒரு மாயை, ஆகவே கொல்வது தீமையல்ல என்று போதிக்கப்படுகிறான். இந்த அரசியல் செய்தி, கடவுள் மீண்டும் நெருக்கமான மனிதத் தோழனாகப் பாத்திரத்தைக் கொள்வதன் வாயிலாக நாம் ஏற்குமாறு செய்யப்படுகிறது. மகாபாரதத்தில் பல இடங்களில் வன்முறை தேவை என்று சொல்லப்பட்டாலும், போரின் துயரங்களை மிக நன்றாக அறிந்திருப்பதால், முழுமையாக அந்த நூல் போர் வேண்டாம் என்றே போதிக்கிறது. அல்லது கிருஷ்ணன் அர்ஜுனனைப் போரிடச் சொல்கின்ற விதம் ஒருபுறம் இருந்தாலும், கீதை போரை நியாயப்படுத்தப் பயன்படுத்தப்படவில்லை. அது தனது கதைச்சூழலின் வெளியே தனியே எடுக்கப்பட்டு, தன் தன் தத்துவத்திற் காகப் பயன்படுத்தப்படுகிறது, மகாத்மா காந்தியின் கைகளில் சமாதானத்திற்குப் பயன்பட்டதுபோல. கீதையில் கிருஷ்ணனின் பரந்த போதனை தர்மத்திற்கும் மோட்சத்திற்குமான மோதலை பக்தி என்ற மூன்றாவது கூறினைச் சேர்த்து மற்ற இரு கூறுகளுக்கும் இடையில் உள்ள இயங்கியலைச் சமரசப்படுத்தித் தீர்த்துவைக்கிறது. அர்ஜுனன் தர்மத்தையும் ஏற்கமுடியவில்லை (தன் உறவினர்களைக் கொல்ல அவனுக்கு மனம் வரவில்லை). துறவையும் மேற்கொள்ள முடியவில்லை (அவன் ஒரு க்ஷத்திரியன்). அதனால் கிருஷ்ணன் அவனுக்கு ஒரு மூன்றாவது வழியைக் காட்டுகிறான். பக்தி. கீதை, மோட்சத்திற்கு மூன்று மார்க்கங்களைக் காட்டுகிறது. அவை மூன்று யோகங்கள் என அழைக்கப்படுகின்றன. கர்ம யோகம், ஞான யோகம், பக்தி யோகம். *(2.49.3.3)*. கர்மம் என்பதில் உலகப்பாதை, வேத வழியான யாகம் செய்வது, உலக தர்மம் (இங்கும் அது வேறெங்கும் போலவே சுயதர்மம் என்றுதான் பொருள்படுகிறது) என்பவை அடங்குகின்றன. மாறாக ஞான யோகத்தில், தியானம், மோட்சத்திற்கான அதீத வேதாந்தப் பாதை ஆகியவை அடங்குகின்றன. லூதர் அசலான இருமையாகிய பணி—விசுவாசம் என்று சொல்லக்கூடிய மோதும் பாதைகளை இணைக்கிறது பக்தி யோகம். இந்த மூன்று மார்க்கங்களும் அந்தந்தப் பாதைகளை மேற்கொண்டவர்களால் அது அது மிகச் சிறந்தது என்று சொல்லப்படுகின்றன. மோட்சத்தை பக்தி மாற்றியமைக்கும் வழி, உபநிடத சூத்திரத்தைப் புகுத்துவதன் வாயிலாகத்தான். அதாவது நீயே பிரம்மம் (தத்வம் அஸி). நீ சகுண பிரம்ம வடிவம். அதனால் நிர்க்குண பிரம்மத்தை நாடுகிறாய். கிருஷ்ணனுடைய பக்தியால், அர்ஜுனன் தனது காரியங்களின் நரகப்பயன்களை அனுபவிக்காமல் நீங்குகிறான்.

கீதை பௌத்தச் சொற்களைக் கையாளுகிறது. சான்றாக நிர்வாணம் என்ற சொல். ஒரு சுவாலையை ஊதி அணைத்தல். இது மோட்சத்தைக் குறிக்கும் பௌத்தச் சொல் வழி. ஒரு பாதி பௌத்த அணுகுமுறையாகத் தோன்றுகின்ற ஒன்றில் அர்ஜுனன் தொடங்குகிறான். அதைக் கிருஷ்ணன் வீழ்த்துகிறான். ஆனால் நிர்வாணம் என்பது இந்துமதச் சொல்லும்தான்.

உபநிடதங்களில் வருகிறது. இந்துமதத்திற்குள்ளாகவே இருக்கும் ஒரு மோதலைத்தான் கீதை தீர்க்கநினைக்கிறது. துறவு இலட்சியத்தை மேல் வர்ணத்தைச்சேர்ந்த ஒரு குடும்பத்தினனுடைய கருத்தியலோடு இணைப்பது என்னும் சவால் அது.[4] இந்தப் பிரச்சினைக்கு மிகச்சிறந்த தீர்வாக கீதை, அர்ஜுனனை (கீதையை வாசிப்பவனை, கேட்பவனை)க் கடமையைச் செய், பலனை எதிர்பார்க்காமல் விட்டுவிடு — அதாவது கர்மம் இன்றிக் கர்மத்தைச் செய் — ஆசையின்றிச் செயலைச் செய் என்று சொல்கிறது. பொருளியல் வாழ்க்கைக்கு இடையில் ஒரு துறவு மனப்பான்மையோடு, ஆன்மிக மனத்தோடு வாழ்வதுதான் இது. செயல்களின் விளைவுகளைத் தடுக்கின்ற ஓர் ஒழுக்க டெஃப்லான் இது. கர்மமற்ற கர்மம் என்பதனால், ஒருவன் தன் செயல்களின் குறித்த சில விளைவுகளை ஆசைப்படக்கூடாது என்பதல்ல, அந்த முடிவுகளையே (ஏனெனில் எவ்வளவோ விஷயங்கள் நம்வசம் இல்லாமல் இருக்கின்றன) முக்கிய விஷயமாக எதிர்பார்க்கக்கூடாது என்பதுதான். பிரயாணம்தான் முக்கியம், எங்குசெல்கிறோம் என்பதல்ல. கீதைப்படி இது நாம் எல்லாரும் அவரவர் சுயதர்மத்தைச் செய்யவேண்டும் என்பதைக் குறிக்கிறது. அர்ஜுனன் விஷயத்தில், போரில் அவன் சொந்தக்காரர்களைக் கொல்வதுதான் அவன் சுயதர்மம்.

அதை அவன் துறவு மனப்பான்மையுடன் செய்யவேண்டும். இது பௌத்தத்தின் சமூக ஒழுக்கத்திற்கு வெகுதொலைவானது. புத்தர் தேர்ச் சாரதியாக இருந்திருந்தால், செய்தியே வேறாக இருந்திருக்கும் என்கிறார் ரொமிலா தாப்பர்.[5]

சாதி மற்றும் வகுப்பு மோதல்கள்

கீதை சொல்லும் சுயதர்மத்தைக் கடைப்பிடித்தல் என்பது, அந்தச் சமயத்தில் உருவாகிக் கொண்டிருந்த ஒரு புதிய சமூக அமைவின் ஒரு பகுதியாகும்.[6] அது சாதி ஒழுங்கமைவு என்பதைத் தெளிவாகவும் தானாகவும் அப்போது வர்ணங்களின் உபவகைகளாக ஒழுங்கமைப்பது தான். (மனு ஏற்கெனவே இதைச் செய்ய முயற்சி செய்திருந்தார். (10.8—12)). வர்ணம் — சாதி ஆகிய இவை ஒற்றைச் சமூக அமைவாக (ஆயினும் ஒருங்கிணைந்ததாக ஆகவில்லை) மாறத் தொடங்கியிருந்தன. புதிய சமுதாயங்கள் ஒன்றாயின. அவற்றின் அடையாளங்கள் பொதுவான வேலையினாலும் சாதி அந்தஸ்தினாலும், அல்லது மதக்குழுச் சார்பினாலோ அல்லது ஒரு குறிப்பிட்ட மொழிச்சார்பினாலோ பகிர்ந்து கொள்ளப்பட்டன.[7] பெரும்பாலான சாதிகள் இனக் குழுக்களிலிருந்தோ வணிகக்குழுக்களிலிருந்தோ பிறந்தன. வணிகக்குழுக்களில் மேலும் மேலும் தொழில்களில் தேர்ச்சி பெற்ற குடும்பங்கள் இணைந்தன. (ஜாதி என்ற சமஸ்கிருதச் சொல்லுக்குப் பிறப்பு என்று அர்த்தம். சாதி என்பது தமிழ்வடிவம்). ஆனால் பிற சாதிகள், அந்நியக் குழுக்கள், இனக்குழுக்கள், தொழிற்குழுக்கள், வெவ்வேறு புவியியல், மதக்குழு, பொருளாதாரக்குழுக்கள் சார்ந்தவையாக இருந்திருக்கலாம். படையெடுப்பினால் நுழைந்த சாகர்கள், குஷானர்கள், நிஷாதர்கள் போன்ற காட்டுவாசிகள், நிலையாகிவிட்ட சமூகத்தின் விளிம்பில் இருந்த பிற குழுக்கள் போன்றவையும் ஒரு குறிப்பிட்ட

சாதிக்குள் (ஆனால் நிச்சயமற்ற வர்ணத்துக்குள்) ஈர்த்துக்கொள்ளப்படும் தன்மை இருந்தது. அல்லது இவர்களெல்லாம் பலசமயங்களில் ஆட்சிசெய்வோர் க்ஷத்திரியக்குழுக்களில் சேர்ந்தனர். ஆனால் பிராமணர் மட்டும் பாதிக்கப்படவில்லை. நிஷாதர்கள், சண்டாளர்கள் போன்றோர், தங்களுக்கென ஐந்தாம் வர்ணம் ஒன்றை உருவாக்கிக் கொண்டவர்கள்போல் இருந்தது.[8] சமூகத்தைச் சாதிகளாகப் பகுத்தமை, புதிய கலாச்சாரங்களையும் மக்கள்குழுக்களையும் சேர்த்துக்கொள்ள வழிவகுத்தது. இருக்கும் சாதியமைவைத் தூக்கி எறிந்துவிட்டு, அவர்கள் சாதியமைவின் படிநிலையில் இடம்பெற்றார்கள். அவர்கள் ஏற்றுக்கொள்ளப்பட்ட சாதி அந்தஸ்து அவர்கள் தொழிலையும் சமூகமூலங்களையும் பொறுத்ததாக அமைந்தது.[9] ஏற்கெனவே வர்ணாசிரமத்தை மேற்கொண்ட ஒரு சமூகத்தினால் ஆக்கிரமிக்கப்பட்ட, கீழ்ப்படுத்தப்பட்ட, எல்லைமீறி ஈர்த்துக் கொள்ளப்பட்ட திறன்மிக்க உள்நாட்டு மக்களின் சக்தியையும் விசுவாசத்தையும் வழிச்செலுத்த இது ஒரு திறன்மிக்க முறையாக அமைந்தது. வர்ணமுறை என்பது ஓரினமாகச் சேர்த்துக்கொள்வதற்கு நல்ல கோட்பாட்டு எந்திரமாக அமைந்தது.[10] ஒழுங்கமைவின் வெளியிலிருந்து உள்வருவதற்கான ஒருங்கிணைத்தலுக்கு நடைமுறை யதார்த்தத் தன்மையை சாதி ஒழுங்குமுறை கொடுத்தது.[11] இந்துக்கள் பௌத்தத்திற்கும் ஜைனத்திற்கும், அல்லது (துறவுசார்ந்ததோ, குடும்பம் சார்ந்ததோ) புதிய வேதச்சார்பல்லாத இந்து மத வடிவங்களுக்கும் பிற (மத) மாறுதல்களுக்கும் சாதி வழியமைத்தது.

சேர்த்துக்கொள்ளப்பட்ட பல சாதிகள் சூத்திரர்களைச் சேர்ந்தவை. அவர்கள் வேத யாகச் சடங்குகளில் கலந்துகொள்ளாதவாறு தனிமைப் படுத்தப்பட்டிருந்தார்கள். ஆனால் அவர்களுக்குத் தங்கள் சொந்தச் சடங்குகளும் சொந்தக் கடவுளர்களும் இருந்தனர்.[12] சூத்திரர்களுக்குக் கீழே அசுத்த சாதிகள் இருந்தனர். மேலும், அவர்களுக்குக் கீழாக, பழங்குடி மக்களும் மிலேச்சர்களும் (உள்சேர்த்துக்கொள்ளப்படாத அந்நியர்களும்) இருந்தனர். வர்ணமுறையின் தர்க்கம், சில பழங்குடி மக்களை சாதி மாதிரியான அமைப்பில் சேர்த்தது. இருப்பினும் அவர்கள் சாதிப்படிமுறைக்கு அயலாக நிற்பவர்கள்தான். பழங்குடி மக்களுக்குள் மேல்கீழ் என்ற குத்துப் படிநிலைகள் கிடையாது. அவர்கள் சமதள இணைப்பாகக் கருதப்பட்டனர். ஒழுங்கமைவில் எங்கு காலியாக இருக்கிறதோ அங்கே அவர்களைப் பொருத்திக் கொள்ளலாம்.[13] ஆனால் சில பழங்குடியினர் நெருக்கமான அயலார்கள் என நோக்கப்பட்டனர். அவர்கள் அண்டைவீட்டார்கள். துருக்கியர்கள் ஐரோப்பியர்கள் போன்ற படையெடுத்து வந்த இனத்தவர்களைவிட அவர்களை எளிதாக உள்ளிணைத்துக் கொள்ளலாம். சாதியமைப்பு, சுத்தம் - அசுத்தம் என்ற கருத்தியலின் வாயிலாக நியாயப்படுத்தப் பட்டது. நால்வருணங்களுக்குள், இனக்குழு, தொழிற்குழு எதைச் சேர்ந்தவர்களாக இருந்தாலும் அந்த உபகுழுக்களில் இந்தக் கருத்தியல் பொருத்தி நோக்கப்பட்டது. சில தொழில்கள் பிற தொழில்களைவிடச் சுத்தமானவையாகக் கருதப்பட்டதால் இவ்வாறு படிநிலையாகப் பிரிப்பது எளிதாக இருந்தது. பௌத்தர்களையும் ஜைனர்களையும் போல சில புதிய மதக்குழுக்கள் சாதியை ஏற்கவில்லை, அல்லது குறைந்தது சாதியமைவின் அடிப்படைகளையாவது கேள்விக்குள்ளாக்கின. அதேசமயம், அசோகன்

பிரபலப்படுத்தச் செய்தததுபோல, அதிகரித்துவந்த ஒரு போக்கு எல்லா சாதிகளையும் ஒன்றாகக் கொண்டுவர முனைந்தது. ஒரு சாதாரண தர்மம் அல்லது எல்லாருக்கும் பொதுவான சநாதன தர்மம் என்பது, பல்வேறு மதக்குழுக்களுக்கிடையிலுள்ள வேறுபாடுகளையெல்லாம் கடந்து நேராகச் சிந்திக்கக்கூடிய எல்லா மக்களுக்கும் பொருந்த வேண்டும். ஆனால் பிராமணர்கள் உடனடியாகச் செயல்பட்டு, தனிமனிதர்கள் படிநிலையில் மேற்செல்லாதவாறு காரியத்தில் இறங்கினார்கள். ஆனால் ஒரு சாதி முழுவதுமே மேலே செல்வதற்கான வாய்ப்பு இருந்தது. அதற்கு அந்தக் குழு முழுமையாகத் தன் தொழிலையும் இடத்தையும் மாற்றிக்கொள்ள வேண்டும். இந்தமாதிரியாக, ஒரு குறிப்பிட்ட சாதி சூத்திரர்களாகத் தொடங்கி பிராமணர்கள் ஆகிவிடலாம். சேர்த்துக் கொள்ளப்பட்ட சில சாதிகள் மெய்யாகவே பிராமணர்களாகவோ, க்ஷத்திரியர்களாகவோ, வைசியர்களாகவோ மாறின, இருபிறப்பாளர்கள் ஆயின. பல அரசர்கள் க்ஷத்திரியர்களாக இல்லாமல், சூத்திரர்களாகவோ பிராமணர்களாகவோ எவ்விதமாகவும் இருந்ததால், இந்தியாவை முஸ்லிம் ஆட்சியாளர்கள் அடைந்தபோது, தங்கள் எதிரி அரசர்களிடையே குறித்த வர்ண அல்லது சாதி அடையாளத்தைச் சரியாகக் காண்பது அவர்களுக்கு இயலாமல் போயிற்று.[15]

மகாபாரதம் முழு வர்ண அமைப்பையும் எதிர்க்கவும் செய்கிறது, நியாயப்படுத்தவும் செய்கிறது. வர்ணம் என்ற சொல் அதன் அடுத்த அர்த்தமான நிறம் என்பதைக் குறிக்க இங்கு பயன்படலாயிற்று. தர்மத்தைப் பற்றிய ஒரு நீண்ட விவாதத்தில் ஒரு முனிவன் மற்றொரு முனிவனுக்குச் சொல்கிறான், "பிராமணர்கள் வெள்ளை நிறமாக உள்ளனர், க்ஷத்திரியர்கள் சிவப்பு, வைசியர்கள் மஞ்சள் நிறமாகவும் சூத்திரர்கள் கருப்பாகவும் உள்ளனர்." இந்த அடைமொழிகள் தோலின் நிறத்தையும் குறிக்கும், ஒவ்வொரு வர்ணத்துக்கும் குறியீடாக வைக்கப் பட்டுள்ள முதன்மை நிறத்தையும் குறிக்கும்.[16] அல்லது பொருள்களின் மூன்று குணங்களுக்கான நிறங்களுடன் மஞ்சள் (குங்கும நிறமா, மஞ் சள்காவி நிறமா?) நிறம், ஆன்மாவின் யாவற்றையும் கடந்த நான்காவது நிலையைக் குறிக்குமா? ஒரு பகுதியில் யாரோ ஒருவன் ஒரு முனிவனைப் பல கேள்விகள் தொடர்ச்சியாகக் கேட்கிறான். அவை அந்தச்சமயத்தில், கீழ்ச்சாதிகளை எவ்விதம் (மோசமாக) நடத்துவதை நியாயப்படுத்து வதற்காகப் புதியதாக உருவான தேவையைக் காட்டுகின்றன.

நால்வர்ணங்களின் நிறஅடிப்படை

வெவ்வேறு வர்ணங்களை வெவ்வேறு நிறங்கள் சுட்டிக்காட்டுவதாக இருந்தால், எல்லா வர்ணங்களிலும் (வகுப்புகளிலும்) பலவேறு நிறங்களின் கலப்பு எப்படி ஏற்படுகிறது? ஆசை, கோபம், பயம், பேராசை, துயரம், கவலை, பசி, களைப்பு எல்லாம் மனிதர்களை பாதிக்கின்றன. அவ்விதமாயின் வகுப்புகள் எப்படி ஏற்படுகின்றன? வியர்வை, மூத்திரம், மலம், நிணம், சளி, இரத்தம் எல்லாம் எல்லார் உடலிலிருந்தும் வெளிப்படுகின்றன. பிறகு எப்படி வர்ணங்கள் உருவாகின்றன? அசைகின்ற, அசையாத எவ்வளவோ பொருள்களிடையே, வெவ்வேறு வர்ணங்கள் இருக்கும்போது, எப்படி

ஒரு சாதியிலிருந்து மற்றதை வேறுபடுத்த முடியும்? இதற்கு ஒரு முனிவன் விடை சொல்கிறான்: "உண்மையில், வர்ணங்களுக்கிடையில் வேறுபாடு இல்லை. முழுப் பிரபஞ்சமுமே பிரம்மம்தான். ஆனால் படைப்பவன் அதை ஒரு காலத்தில் உமிழ்ந்தபோது, செயல்கள் (கர்மங்கள்) வர்ணங் களைப் பிரித்தன. எல்லாருமே பிராமணர்கள்தான். ஆனால் இன்பங்களை அனுபவிக்க விரும்பியவர்கள், எளிதில் கோபப்பட்டவர்கள், சிந்திக்காமல் உணர்ச்சிவசப்பட்டவர்கள், தங்கள் பிராமண தர்மத்தைவிட்டு சிவந்த உடல்களோடு கூடிய க்ஷத்திரியர்கள் ஆனார்கள். கால்நடை மேய்த்தவர் களும், விவசாயத்தைச் செய்தவர்களும், தங்கள் சொந்த தர்மத்தைக் கைவிட்டு மஞ்சள்நிற வைசியர்கள் ஆனார்கள். பேராசை பிடித்து, இம்சை யிலும் பொய்யிலும் ஈடுபட்டவர்கள், எல்லாவிதச் செயல்களையும் செய்து வாழ்ந்தவர்கள், தூய்மையிலிருந்து விடுபட்டு, கருப்புநிற சூத்திரர்கள் ஆனார்கள். இப்படித்தான் பிராமணர்கள் தனி வகுப்பினராகப் பிரிந்தார்கள், ஏனெனில் அவர்கள் தர்மத்திற்கும் யாகச்சடங்குகளுக்கும் எவ்விதக் குறுக்கீடும இல்லை (12.181.5 — 14).

உட்குறிப்பு என்னவெனில், ("வெட்டுங்கள், எங்களுக்கும் இரத்தம்தான் வருகிறது" என்று ஷைலக் சொன்னதைப்போல) ஒரு காலத்தில் எல்லாருக்கும் ஒரேமாதிரியான உடலமைப்பு இருந்தது, நன்னடத்தை என்ற ஒரே சாதாரண தர்மம் இருந்தது, ஆனால் சுயதர்மம் ஒரேமாதிரியாக இல்லை. (சுயதர்மம் என்பது ஒவ்வொரு வர்ணத்திற்கும், பின்னால் ஒவ்வொரு சாதிக்குமான தர்மம்). யாவற்றுக்கும் முந்திய சுயதர்மம் என்பது பிராமணர்களுடைய சுயதர்மம்தான். தர்மத்தையும் யாகச் சடங்குகளையும் காப்பாற்று தல். ஆனால் மற்ற வர்ணங்கள், தாங்களாகவே தங்கள் செயல்களைத் தேர்ந்தெடுத்துக் கொண்டார்கள். க்ஷத்திரியர்கள் கேளிக்கைகளிலும் கோபத்திலும் ஈடுபட்டார்கள் (நம் யாவருக்கும் ஒரேமாதிரி உணர்ச்சிகள் தான் இருந்தன என்ற முந்திய கூற்றுக்கு இது முரணாக உள்ளது). வைசியர்கள் வியாபாரத்தில் ஈடுபட்டார்கள். வன்முறையும் அசுத்தமும் சேர்ந்த தொழில்களில் சூத்திரர்கள் ஈடுபட்டார்கள். இவர்கள் அனைவரும் யாவருக்கும் பொருந்தக்கூடிய அசலான தர்மத்தை, சாதாரண தர்மத்தைக் காப்பாற்றும் பொறுப்பை பிராமணர்களிடம் விட்டுவிட்டார்கள். கிருஷ்ணன், கீதையில், அர்ஜுனனிடம், "நீ பிறன் ஒருவனுடைய தர்மத்தை மிக நன்றாகச் செய்வதைவிட உன்னுடைய சுயதர்மத்தை மோசமாகச் செய்வதும் சிறந்ததுதான்" என்கிறான். (இது மனுநீதியில் (10.97) எதிரொலிக்கிறது). இப்படிச் சொல்லும்போது, அர்ஜுனனின் சுயதர்மமான கொல்லுதல் என்பது, போர்வீரனின் கடமை என்று அவன் குறிப்பிடுவது, தங்கள் சாதாரண தர்மமான அகிம்சையைக் கடைப்பிடிக்கும் பிராமணர்களுக்கு என்றென்றும் கீழ்நிலையிலேயே அர்ஜுனனை வைத்துவிடும் என்பதைப் புறக்கணித்து விடுகிறான். இங்கு மனு ஒரு கேட்ச்—22 நிலையை — தர்மசங்கடம் ஒன்றை— நிரந்தரமாக்குகிறார். படிநிலையில் உயர்ந்திருக்கின்ற மேல்சாதியன்தான் பொதுமைப்படுத்தக் கூடிய ஆதி முன்சாதியனாகவும் இருக்கிறான். உண்மையில், ஆதிக்கம் ஆள்வோராகிய க்ஷத்திரியர் கையில் இருந்தாலும், பிராமணக் கற்பனாவாதப்பனுவல்கள் வன்முறையில் ஈடுபட வேண்டிய

அரசனை, அகிம்சையின் மூலவகையினனான பிராமணனுக்குக் கீழே வைத்துவிட்டன. ஆக வர்ணங்களைப் பற்றிய உரையாடல், சமத்துவம் பற்றிய விவாதத்தை வெட்டவெளிக்குக் கொண்டுவருகிறது. பல்வேறு சமூகத் தடைகளும் சவாலுக்குள்ளாக்கப்பட்ட இந்தக் காலத்தில் அந்தச் சமத்துவம் ஏற்பட்டுத்தான் இருக்கவேண்டும். ஆனால் படைப்புப்பற்றிய கதையிலிருந்து வரும் பழைய விவாதம் பிராமணர்களுக்கு ஆதரவாக முன்வருகிறது, அதனால் வகுப்பு வேற்றுமைகள் புதிய விதங்களில் உறுதிப் படுத்தப்படுகின்றன. இப்போதுதான் வேதத்தின் ஆதிமனிதனின் பாடல் சொல்வதுபோல வர்ணாசிரம முறை தொடக்கத்திலிருந்து தேவர்களால் உருவாக்கப்படவில்லை, இப்போது அது தீயகர்மங்களை (செயல்களை) அந்தந்த வகுப்புகளே தேர்ந்தெடுத்ததால் உருவாக்கப்படுகின்றன. இது அந்தச் சாதிகளுடைய முட்டாள்தனமான தவறு. ஒருவகையில் இது ஆதிக்க விதிப்பிலிருந்து தற்காப்புப் பேச்சுக்கு பிராமணர் மாறியதைக் காட்டுகிறது.

நிஷாதர்கள்

பரந்த ஒரு சமூகத்திட்டத்தின் மைய அக்கறை நான்கு வர்ணங்களாக இருந்தது. அதில் நால்வருணத்தவரோடு பறையர்களும், பழங்குடியினரும் இருந்தனர். பறையர்கள் சூத்திரர்களைவிடத் தாழ்ந்தவர்களாகக் கருதப்பட்டனர். பழங்குடியினரில் மேன்மையானவர்கள் நிஷாதர்கள். மகாபாரதத்தில் ஆரம்பத்திலேயே சொல்லப்படும் கதையினால், அக்கால வழக்கத்தில் நிஷாதர்களைச் சற்றும் பொருளாக மதியாமை வெளிப்படுகிறது.

அரக்குமாளிகை

பாண்டவர்கள் சிறுவர்களாக இருந்தபோது நடந்தது இது, தாய் குந்தியுடன் வசித்து வந்தனர். அவர்களுடைய எதிரிகள் அரக்கினால் செய்யப்பட்ட மாளிகை ஒன்றிற்குள் அவர்கள் சென்று வாழுமாறு தந்திரம் செய்தனர். அதை எரித்துவிடுவது அவர்கள் நோக்கம். யுதிஷ்டிரன் ஆறுபேரை தங்களுக்கு பதிலாக அந்த வீட்டில் இருக்கச் செய்து அதைக் கொளுத்திவிட்டுத் தாங்கள் தப்பித்துக் கொள்ளலாம் என்று முடிவுசெய்தான். குந்தி ஒரு விருந்து வைத்தாள். அதில் கலந்துகொள்ளுமாறு அழைக்கப்பட்டவர்கள், பசியோடிருந்த ஒரு நிஷாதப் பெண்மணியும் அவளது ஐந்து பிள்ளைகளும். நிஷாதர்கள் குடித்துவிட்டு, மற்றவர்கள் சென்றபிறகு அந்த வீட்டிலேயே தங்கியிருந்தனர். பாண்டவர்கள் அந்த வீட்டுக்கு நெருப்பு வைத்துவிட்டுத் தப்பிச் சென்றனர். நகர மக்கள், எரிந்துபோன வீட்டில் ஆறு கருகிய சடலங்களைக் கண்டதும், அவர்கள் குந்தியும் பாண்டவர்களும்தான் என்ற முடிவுக்கு வந்தனர் (1.134 - 37).

கள்ளமற்றவர்கள் என்ற ஒரே சொல்லை (1.137.7) மகாபாரதநூல் பயன்படுத்துவது தான் நிஷாதர்கள்மீது காட்டப்படும் ஒரே அனுதாபம். பலியிடுவதில் பதிலீடானவர்கள் அவர்கள். மகாபாரதத்தின் ஆசிரியர், அவர்களுக்குச் சற்றும் மதிப்பில்லை, மனிதர்களைவிடத் தாழ்ந்தவர்கள், கொல்லப்படலாம் என்று அவர்களைக் கருதுவதால் கொன்றுவிடுகிறார்.

ஒருவேளை அவர்கள் குடித்து மயங்கியவர்கள் என்பது அவர்கள் கொல்லப்பட்டதை நியாயப்படுத்துவதற்காக இருக்கலாம். இதைவிட மோசமான கதை ஏகலவ்யனுடையது. (தமிழில் பெரும்பாலும் ஏகலைவன் என்று சொல்வது வழக்கம்).

கட்டைவிரல் இழந்த ஏகலைவன் பாண்டவர்களுக்கு வில்வித்தை கற்றுத்தந்த துரோணர், அர்ஜுனன் யாவரிலும் மேம்பட்ட வில்லாளி. ஒருசமயம், நிஷாதர்களின் தலைவனுடைய மகன், ஏகலைவன் அவரிடம் வந்தான்.

ஏகலைவன் கட்டைவிரலை வெட்டிக்கொள்ளுதல்

துரோணன் பாண்டவர்களின் வில்லாசிரியன். அர்ஜுனன் அவனுடைய சிறந்த மாணவன். ஒருநாள், ஒரு நிஷாதத் தலைவனுடைய மகன் ஏகலைவன் அவர்களிடம் வந்தான். தர்மத்தை அறிந்த துரோணன், ஒரு நிஷாதனைத் தன் மாணவனாக ஏற்க மறுத்துவிட்டான். ஏகலைவன் அவன் காலில் விழுந்து வணங்கிவிட்டு, துரோணனுடைய களிமண் உருவச்சிலை ஒன்றைத் தன் காட்டிற்குள் வந்தபின் செய்தான். அதற்கு அவன் ஆசிரியனுக்குரிய வணக்கங்களைச் செய்தான். பிறகு தீவிரமாகப் பயிற்சி செய்து பெரிய வில்வீரன் ஆனான். ஒரு நாள் பாண்டவர்கள் தங்கள் நாயுடன் வேட்டைக்குச் சென்றார்கள். நாய் அலைந்து திரிந்தது. ஏகலைவனைக் கண்டு குரைத்துக்கொண்டே நின்றது. ஏகலைவன் ஒரே சமயத்தில் ஏழு அம்புகளை அதன் வாயில் தைக்குமாறு விட்டான். நாய் பயந்து பின்வாங்கிப் பாண்டவர்களிடம் சென்றது. அவர்கள் ஏகலைவன் யார் என்று விசாரித்தார்கள், துரோணனின் மாணவன் என்று தெரிந்துகொண்டார்கள். அவர்கள் வீடு திரும்பினார்கள். ஆனால் அர்ஜுனன் இதைப்பற்றிச் சிந்தித்துக்கொண்டே இருந்தான். தன்னைவிடச் சிறந்தவனாக ஒரு நிஷாதனை உருவாக்கவேண்டியதென்ன என்று அர்ஜுனன் துரோணனிடம் கேட்டான். துரோணன் இதற்கு ஏதாவது செய்ய வேண்டும் என்று நினைத்தான். அர்ஜுனனை அழைத்துக் கொண்டு ஏகலைவனிடம் சென்றான். “நீ என் மாணவனாக இருந்தால் எனக்கு குருதட்சிணை உடனே தரவேண்டும்” என்றான். “ஆணையிடுங்கள் குருவே, எது வேண்டுமானாலும் தருவேன்” என்றான் ஏகலைவன். “உன் கட்டைவிரலை எனக்குக் கொடு” என்றான் துரோணன். இந்த பயங்கரமான சொல்லைக் கேட்டாலும் ஏகலைவன் தனக்கு இடப்பட்ட ஆணையை நிறைவேற்றினான். அவனுடைய மகிழ்ச்சியும் திருப்தியும் அவன் முகத்திலேயே தெரிந்தன. மனப்பூர்வமாகவே குருதட்சிணையை அளித்தான். அதற்குப் பிறகு அவனால் அம்பெய்ய முடியவில்லை. அர்ஜுனன் ஆறுதலடைந்தான் *(1.123.10 - 39).*

மிகக் கொடூரமான கதை இது. மகாபாரதத்தில் கூட. எப்படி நாம் இதைப் புரிந்து கொள்வது? முதலில் ஏகலைவன் யார்? தனது மக்களிடையே அவன் அரசன். ஆனால் அதைப் பற்றிப் பாண்டவர்களுக்குக் கவலை இல்லை. இந்த நிஷாதர்கள், இந்து தர்மத்தைத் தழுவிக்கொண்டவர்கள். இந்து மத வழிபாட்டை ஏற்றவர்கள். ஆனால் அதனால், அவர்கள் சாதியமைப்புக்குக் கீழ்ப்பட்டவர்கள் என்ற

நிலையிலிருந்து உயரமுடியவில்லை. அவனைப் போன்ற ஒருவன் வில்வகுப்புகளில் அர்ஜுனனுக்கு அருகில் நிற்கக்கூடாது. அதை "தர்மம் அறிந்த" துரோணன் உணர்ந்தான். தர்மத்தைக் காப்பாற்றவும், தனது முதல்தர மாணவன் அர்ஜுனனைக் காப்பாற்றவும் துரோணன் பழைய குருதட்சிணை கேட்கிறான். நமக்கு மிகவும் அதிர்ச்சி ஏற்படுகிறது. இதற்குமேல், துரோணன் உண்மையில் ஏகலைவனுக்குக் கற்றுத் தரவே இல்லை. ஆகவே அவனுக்கு குருதட்சிணையும் தேவையில்லை. அதுவும் இப்படிப்பட்ட கொடுமையான தட்சிணை. ஆனால் ஆசிரியனின் பரிவு யார் பக்கம் இருக்கிறது? அறிந்துகொள்ள முடியவில்லை. ஆனால் ஏகலைவனின்மீதும் தவறு இருக்கிறது. தான் மதிக்கப்படாத இடத்தில் அவன் தலையை நுழைத்திருக்கக்கூடாது. அவனால் மேன்மையான வில்லாளி ஆகமுடியாது. ஏனெனில் மேன்மையான குலத்தில் அவன் பிறக்கவில்லை. ஆனால் அவன் கொடியவனாக நடந்துகொள்ள வில்லை. அவனுடைய வெளித்தோற்றம் நிஷாதர்களின் வழக்கமான தோற்றத்தைப் போலத்தான் இருக்கிறது. கருநிறம் கொண்டவன், கரிய மான்தோலை அணிந்திருக்கிறான், தலை சடையாக இருக்கிறது, கந்தை உடுத்தியிருக்கிறான், உடல்முழுவதும் அழுக்குப் படிந்திருக்கிறது. தவறான பொருளால் (தவறான மரபணுக்களால் என்று சொல்லலாமா?) ஆகியவன்அவன். உடலில் வேண்டுமானால் அவனுக்கு அழுக்கு இருக்கிறது. ஆனால் அவன் ஆன்மா, அவனது நடத்தையில் வெளிப்படுவது போல, பரிசுத்தமாக, அமைதியாக, மரியாதையுடன் இருக்கிறது. தனது குரு என்ன சொல்கிறாரோ அதைச் செய்கிறான். அவன் ஒரு சிறந்த வில்லாளி மட்டுமல்ல, நேர்மையானவன், பணிவானவன். இந்த அளவுக்கு வேண்டுமானால், மகாபாரதம் அவனை விரும்புகிறது, ஒரு வேளை பரிவுகாட்டுகிறது என்று சொல்லலாம். அது துரோணனின் ஆணையை பயங்கரமான என்று வருணிக்கிறது.

ஆனால் ஏகலைவன் தன் வில்வித்தையை நிரூபித்தவிதம் தேவையற்றது, மோசமானது. ஒரு நாய்க்குச் செய்யப்பட்ட கொடுமை. அது அவனுக்குக் குறியீடாக, விலங்கு உலக எடுத்துக்காட்டாக, ஏன் குலக்குறியாகக்கூட நிற்கக்கூடிய ஒரு பிராணி. அது அவனைப் பார்த்துக் குரைக்கிறது. தன் எஜமானர்களிடமிருந்து வகுப்புத்தன்மையைப் பெற்றுக்கொள்வது நாய்களின் குணம். அந்த நாய்க்கு ஏகலைவனின் உருவமோ அலலது ஒருவேளை நாற்றமோ பிடிக்கவில்லை. ஏகலைவன் பரிவற்று நாயை நடத்திய செய்கை, மனிதர்களுக்கிடையில் பரிவற்று அவன் நடத்தப்பட்ட விதத்தைச் சரிசெய்துவிடுகிறதா? துரோணன் அவனை நடத்திய விதத்தை இது நியாயப்படுத்துகிறதா? அல்லது குறைந்தபட்சம், ஒரு வேடனின் சுயதர்மத்தில் அடங்கியிருக்கும் உள்ளார்ந்த கொடுமையை ஞாபகப் படுத்துகிறதா? ஆனால் பனுவல் நாயின்மீதும் பரிவு காட்டவில்லை, அதனால் ஏகலைவன் நாயை நடத்தியவிதம் பற்றி அவனைக் கண்டிக்கவும் இல்லை.

இங்கே, யுதிஷ்டிரனும் நாயும் கதையில் வந்ததைப்போல, சாதி முறை எவ்வளவு இழிந்தது என்பதைக் கதை காட்டுகிறது. ஆனால் அதை மாற்ற முனையவில்லை. நாய்கள் சொர்க்கத்திற்குச் செல்ல முடியாது.

ஏகலைவன் தன் கட்டைவிரலை இழக்கிறான். நான் இந்தப் பனுவலை ஆழமான மோதல்கள் கொண்ட ஒன்றாகப் பார்க்கிறேன். ஆனால் இப்பனுவல், எவ்விதம் விஷயங்கள் இருக்கவேண்டும் என்பதை விரும்பவில்லை. எவ்விதமோ, தன்னையறியாமலே அது ஏகலைவனைப் பரிவுடன் சித்திரித்துவிடுகிறது. இந்தக் கதையை இராமாயணத்தின் சம்புகன் கதையுடன் ஒப்பிட்டால், ஒரு முக்கியமான வேற்றுமையைக் காணலாம். தற்பெருமை கொண்ட ஒரு கீழ்ச் சாதியினனைக் கொல்லுதல், ஒரு மைய நிகழ்ச்சியாக அமைக்கப்பட்டு, அது மற்றொரு கதையினால் (குழந்தை உயிர்த்தெழுதல்) சமன்படுத்தப்படவில்லை. அல்லது தலையிடு பவனின் (கடவுளின் முன்னுரிமைகளைத் தான் எடுத்துக்கொள்ளுதல்) தீய நோக்கத்தினால் சமநிலையாகவில்லை. ஆனால் அடிப்படையான விஷயம் சம்புகன் கதையில் உள்ளதுதான். உன் நிலையைப் பற்றித் தற்பெருமை கொள்ளாதே. ஆனால் இங்கு தற்பெருமையினால் அன்றி வேறெதனாலும் சமன்படுத்தமுடியாத, நியாயமற்ற, கண்டிப்பான தீங்கு இது. சம்புகனின் வகுப்பைத் தவிர வேறெதுவும் நமக்குத் தெரியாது. ஆனால் ஏகலைவனின் உடல்சார்ந்த குறைகள், அவனுடைய உயர்ந்த ஒழுக்க நெறிகளுக்கு முரண்படுத்தப்படுகின்றன. இது முன்னேற்றமா? ஒருவேளை இருக்கலாம். மகாபாரதம் தர்மத்தைப்பற்றிய சிக்கலான நோக்கினை முன்வைக்கிறது. ஆனாலும் அதே தர்மத்தைத்தான் தூக்கிப்பிடிக்கிறது.[17]

வகுப்பு ஒழுங்கமைவின் முன்னிலையில் மகாபாரத ஆசிரியர் ஏகலை வனுக்குள் உள்ள மனிதத்தன்மையைக் காண்கிறார். பழங்குடி மக்களும் மேன்மைக்கும் கௌரவத்துக்கும் உரியவர்கள் என்பதை உணர்கிறார். இக்கதையினால், பழங்குடிமக்கள் க்ஷத்திரியர்களின் தொழிலுக்குள் புகப் பார்க்கிறார்கள் என்பது அர்த்தமல்ல. அல்லது க்ஷத்திரியர்கள் பழங்குடிமக்களின் கட்டைவிரல்களை வெட்டிக்கொண்டிருந்தார்கள் என்றும் பொருளல்ல. இப்படி நடந்தால் எப்படி இருக்கும் என்பதை ஆசிரியர் கற்பனை செய்து அதனால் தொந்தரவுக்குள்ளாகிறார் என்பதை இது காட்டுகிறது. பனுவலைக் கேட்டவர்கள் காலப்போக்கில் படித்தவர்களும் இதை நோக்கியிருக்கவேண்டும். அவர்களில் ஒரு சிலரேனும் தாங்கள் சந்தித்த பழங்குடியினத்தவர்களை மேலும் சற்று மனிதத்தன்மையுடன் நடத்தியிருக்கலாம். ஒரு நல்ல உலகத்தைக் கற்பனை செய்வது, அதை அடைய உதவியிருக்கலாம். இந்தக் கதை மற்றும் நிஷாதப்பெண் — அவள் ஐந்து மகன்கள் என்ற நீண்ட வரலாற்றில், வெவ்வேறு மக்கள் வெவ்வேறு விதங்களில் இவற்றைப் படித்திருப்பார்கள். பிராமணர் கற்பனையுலகு மட்டுமே ஒரே பார்வை அல்ல. சற்றே வேகமாக முன்னோக்கிச் செல்லுதலை நியாயப்படுத்துகின்ற கணம் இது. பதினாறாம் நூற்றாண்டின் ஜைனப் பனுவல் ஒன்று மகாபாரதக் கதையின் ஏகலைவன் கதையைப் போன்ற ஒன்றினைத் தொடங்குகிறது. ஆனால் தனது நாயகனுக்கு வேறு பெயரும் அவன்இனத்திற்கு வேறு பெயரும் (பீலர்கள்) தருகிறது. (பீல் இனம் நிஷாதர்கள் இனத்தைவிட மிகக் கேவலமாக மதிக்கப்பட்ட இனம்.) அக்கதை வேறு திசையில் செல்கிறது.

அஸ்தினாபுரத்தில் துரோணனிடமிருந்து வில்வித்தைக் கலையின் முழுமையையும் கற்றுக்கொண்டுவிட்டான். துரோணனின் மறு உருவம் போன்றே ஆகிவிட்டான். துரோணனுக்கு குருதட்சிணையாக பல்வேறு இரத்தினங்கள், முத்துகள், பொன், யானைகள், குதிரைகள் முதலியவற்றைக் கொடுத்தான். துரோணன், "அர்ஜுனா, ஒரு வரம் கேள்" என்றான். அர்ஜுனன், "நான் உங்களுக்குத் திருப்தியளித்திருந்தால், என்னைவிட இக்கலையில் மேம்பட்டவன் ஒருவனும் இருக்கக்கூடாது" என்றான். பெரிய குருமார்களின் வார்த்தைகள் தவறாது என்று நினைத்த துரோணன் அப்படியே ஆகட்டும் என்றான். ஒருநாள் பிமலன் என்று பெயர்கொண்ட பீல் ஒருவன், கங்கை நதிக்கரையில் வசிப்பவன், துரோணனை நாடிவந்து எனக்கு குருவாக இசைய வேண்டும் என்று வேண்டினான். அவன் வாக்குறுதியைப் பெற்றுக்கொண்டு, தனது இடத்திற்குச் சென்று, துரோணனின் மண் உருவத்தைச் செய்துவைத்து, அதற்குப் பூசைகள் செய்து, துரோணரே, எனக்கு வில்வித்தையின் அறிவைத் தருவீராக என வேண்டினான். பிறகு அச்சிலை முன்பாகப் பயிற்சி செய்துவந்தான். தனது முயற்சியினாலும் பக்தியினாலும் சில நாட்களில் இரண்டாவது அர்ஜுனனைப் போல் ஆகிவிட்டான்.

ஒரு நாள், அர்ஜுனன் தன் குருவுக்குமுன் கங்கையில் நீராடச் சென்றான். தன் நாயின் வாய்முழுவதும் அம்புகள் இருந்தன. ஆனால் மேலுதட்டையோ, கீழுதட்டையோ, அண்ணத்தையோ, நாக்கையோ, பற்களையோ அவை தைக்கவில்லை. என்னைத் தவிர இவ்விதம் அம்பு விட ஒருவருக்கும் சக்தி கிடையாது என்று நினைத்தான். அவன் நாயின் அம்புகள் காட்டிய வழியில் சென்றான். பிமலனைக் கண்டு, "இவ்விதமாக என் நாயின்வாயில் அம்புகளைத் தைத்தது யார்?" என்று கேட்டான். "நான்தான்" என்றான் பிமலன். "உனக்கு யார் குரு?" "துரோணர்தான்." உடனே அர்ஜுனன், துரோணனிடம் சென்று, "குருவே, நீங்களே இப்படி உங்கள் சொற்களை மீறினால், எங்களைப் போன்ற இரங்கத்தக்கவர்கள் என்னதான் செய்வது?" என்றான்.

துரோணன் அங்குச் சென்று பீலனைப் பார்த்து, "எங்கே உன் குரு" என்று கேட்டான். அவனுடைய உருவத்தைக் காட்டினான் பீலன். தான் செய்ததைக் கூறிவிட்டு, "அர்ஜுனா, இது என் பக்தியின் பலன்" என்றான். ஆனால், இழிந்த, ஏமாற்றும் தன்மை கொண்ட அர்ஜுனன், அவனிடம், "பீலனே, உன்னுடைய பேரார்வத்தோடு, நீ உன் கட்டை விரலை அறுத்து எங்கள் வாயிலாக நீ சந்தித்த துரோணருக்கு பூஜை செய்ய வேண்டும்" என்றான். பிமலன் ஒப்புக்கொண்டு அவ்வாறே செய்தான். ஆனால் குரு கூறினான்: "அர்ஜுனா, நீ நகர்ப்புறத்தவன், அதற்கேற்ற இழிவான கொடியவன். இந்தக் குயுக்தியற்ற, நேர்மையான, நாகரிகவயப்படாத காட்டுவாசியை நீ ஏமாற்றிவிட்டாய். ஆனால் என் ஆசியினால், இவர்கள் கட்டைவிரல் இல்லாமலே நன்கு அம்பு எய்யும் திறனைப் பெறுவார்கள்" என்றான். இப்படிக் கூறியவாறே பீலனுக்குத் தன் ஆசியை வழங்கிய துரோணன் தன் இடத்துக்குச் சென்றான். அதனால் இன்றும்கூட பீலர்கள் தங்கள் நடுவிரலையும் சுட்டுவிரலையும் வைத்தே நன்றாக அம்பெய்கிறார்கள்.[18]

இங்கு முழு ஒழுக்க பலமும் இடம்மாறிவிடுகிறது. இங்கே துரோணன் அல்ல, அர்ஜுனன்தான் மிகக் கொடுமையான வேண்டுகோளைச் செய்பவன். துரோணன் அதை எதிர்க்கிறான். தந்திரமற்ற, நேர்மையான பீலனுக்கு முரணாக அர்ஜுனனை ஏமாற்றுபவன், தந்திரக்காரன் என்கிறான். மேலும் பீலன் இங்கே நாயைத் துன்புறுத்தவில்லை என்று பனுவல் சொல்கிறது. மெய்யாகவே துரோணன், இந்த பீலனுக்கு குருவாகிறேன் என்று தொடக்கத்திலேயே வாக்களித்துவிட்டான். இறுதியாக, அவனைக் கவிழ்க்க அர்ஜுனன் முயற்சிசெய்தாலும், அவனுக்கு வில்வித்தையில் மேலான திறனை வரமாக அளிக்கிறான். இங்கு பீலன் செய்த துரோணனின் படிமம், மற்ற இரத்தமும் சதையுமான படிமங்களுடன் ஒத்துச் செல்கிறது. அர்ஜுனன் துரோணனின் பிம்பம், பீலன் அர்ஜுனனின் பிம்பம், எனவே துரோணனின் படிமமும் ஆகிறான். ஆகமொத்தம், பீலன், தனது விசித்திரமான குருதட்சிணையினால் (இது வேதப் புரோகித தட்சிணை அல்ல, ஒரு இந்துப் பூஜை) நல்ல நறுமணம் வீசுபவன் ஆகிறான், ஆனால் அர்ஜுனன், தான் பொன் மற்றும் விலையுயர்ந்த ஆபரணங்களையும், யானைகளையும் குதிரைகளையும் தட்சிணையாக அளித்தும், அவ்வாறு ஆக முடியவில்லை.

சுட்டுவிரல், தர்ஜனீய என அழைக்கப்படுகிறது. அது சுட்டிக்காட்டுகிறது, குற்றம் சாட்டுகிறது. இங்கே அது அர்ஜுனனைச் சுட்டிக்காட்டுகிறது. இவற்றையெல்லாம் வைத்து, நாம் மகாபாரதக் கதைக்குக்கூட வெவ் வேறு வாசிப்புகளை அளிக்க இயலும். ஏனெனில், இந்து மற்றும் ஜைனப் பனுவல்களுக்கிடையில் இருவழி உரையாடல் எப்போதுமே நடந்து வந்திருக்கிறது. ஒரு ஊடுபனுவல் உரையாடல். ஜைனப்பனுவல், மகாபாரதத்தை மேற்கோள் காட்டுகிறது. இந்தியாவில், இந்து மதத்திற்குள் மட்டுமல்ல, வெவ்வேறு மதங்களுக்கிடையிலான பரவலான ஊடுபனுவல்தன்மையினை இது காண்பிக்கிறது. ஒருவேளை இந்துக் களும் ஜைனக்கதையை அறிந்திருக்கலாம். இந்தக் காலப்பகுதியில் ஜைனர்களுக்கும் இந்துக்களுக்கும் இடையிலான உறவை நாம் புரிந்து கொண்ட வகையில் இது நியாயமான யூகமே ஆகும், இந்தக் கதையே பின்னர், பறையர்கள் தங்கள் ஏகலைவன் கதையை உருவாக்க உதவி செய்திருக்கலாம். அவர்களுக்கு ஏகலைவன் ஒரு முக்கிய நாயகன்.

ஏகலைவனின் கதை எந்த நோக்கத்தில் முதலில் சொல்லப்பட்டிருந்தாலும், சமூகச் சீர்திருத்தத்துக்காகக் குரல் கொடுப்பவர்களால் அது தொடர்ச்சியாக நினைவில் கொள்ளப்பட்டே வந்தது. அதே கதையின் பிற்காலப் பாடங்களைச் சற்றே நோக்கினால் அசல் கதையிலே நான் தேடியெடுத்த சில அர்த்த யூகங்கள் சரியெனத் தோன்றும். ஆனால் அந்தப் பிற்கால எதிர்வினைகளுக்கான விதை முன்னரே அதில் இருக்கும் என்பதற்கான ஆதாரமாக முடியாது. (பின்னோக்குப் பார்வை, எச்சரிக்கை!) அல்லது அசலாக நமக்குக் கிடைக்கும் இந்தக் கதையின் வேறு வாசிப்புகள், முதல் பதிவான கதைக்கும், நீதியை வேண்டி வெளிப்படையாகக் கரையும் பிந்திய பாடங்களுக்கும் இடையிலுள்ள இடைவெளியைக் கடப்பதற்காக அறஒழுக்க உணர்வின் வெளிப்பாடுகளாக இருந்திருக்கும் என்று சொல்லவும் முடியாது.

இந்தச் சூழல், பெண்களுக்கும் தைரியமூட்டுவதாக இருந்திருக்குமா என்ற விஷயத்தை இனிமேல்தான் பார்ககவேண்டும்.

பெண்கள்

மகாபாரதத்தின் பெண்கள் அசாதாரண அளவுக்கு முதன்மை கொண்டவர்கள். சண்டையிடுபவர்கள், தனித்தன்மை பெற்றவர்கள். இதற்குக் காரணம், இந்தப் பனுவலின் மூலபாடத்தை உருவாக்கிய காலத்தில் சமூக அமைப்புகளில் ஏற்பட்ட மாற்றங்களின் (பெண்களை தானம் வழங்குபவர்களாகவும், துறவிகளாகவும் கண்டதன், ஒருபிரிவு இந்துமதத்தின் பூசைகளில் அவர்கள் செயலூக்கமான பங்கு வகித்ததைக் கண்டதன்) விளைவாக இருக்கலாம். மேலும், கிராமப்புறங்களில் உள்ள மரபுகள் பெண்களைப் பற்றிய மனப்பாங்குகளில் மிகவும் இறுக்கத்தன்மை உடையவை அல்ல. அங்குள்ள கதைகள் சமஸ்கிருதப்பகுதிக்குள் ஊடுருவிப் புகுந்ததாலும் ஏற்பட்டிருக்கலாம். மகாபாரதத்தில் பெண்களுக்கு அளிக்கப்பட்ட இந்தப் புதிய அக்கறை, அதை எழுதியதாகச் சொல்லப்படும் தொன்ம ஆசிரியர் வியாசரின் பிறப்பு, அதன் நாயகர்களின் பிறப்புகள் ஆகியவற்றில் வெளிப்படுகிறது.

வியாசனின் பிறப்பு

ஒரு காலத்தில் ஒரு மீனவன் மீன்பிடித்தபோது ஒரு மீனின் வயிற்றுக்குள் சிறுபெண் குழந்தை இருப்பதைக் கண்டான். அதைத் தன் மகளாகவே வளர்த்தான். அந்தப் பெண் சத்யவதி. அவள் ஆற்றில் படகோட்டிக் கொண்டிருக்கும்போது ஆற்றல் மிக்க பிராமண முனிவன் ஒருவன் அவளைத் தன்வயப்படுத்தினான். அந்த ஆற்றிலுள்ள ஒரு ஆற்றிடைக்குறையில் (தீவு போன்ற நிலப்பகுதியில்) அவள் தன் முதல் மகனான வியாசனைப் பெற்றெடுத்தாள். உடனே அவன் பெரியவனாக வளர்ந்து விட்டதால், அவனை வளர்க்கும் கடமை இல்லை. அந்த முனிவன் அவளுடைய கன்னித்தன்மையை மீண்டும் அவளுக்கு அளித்ததோடு, அவளுடலில் இருந்த மீன் நாற்றத்தையும் போக்கினான் (1.57.32 - 75).

வியாசனின் வரலாறு மிகுந்த கலப்புத்தன்மை உடையது. முதலில் பிராமணன் - க்ஷத்திரியன் கலப்பு. (சத்யவதியின் தாய் ஒரு மீனாக இருந்தாலும், அவள் தந்தை ஒரு க்ஷத்திரிய அரசன் — அது ஒரு நீண்ட கதை). அவன் மனித - மிருக(மீன்) இனக்கலப்பும் உள்ளவன். இந்த வம்சாவளியில் இந்த இரட்டைக் கலப்பு சில மாற்றங்களுடன் திரும்பத் திரும்ப வந்துகொண்டே இருக்கும். வியாசனின் இயல்பான மகன்களின் (சத்யவதியின் பேரன்களின்) பிறப்பு மேலும் சிக்கலானது, அதற்கேற்றவாறு மேலும் நுட்பமான தத்துவக்கட்டு உடையது.

வியாசனின் மகன்களின் பிறப்பு

சத்யவதி பின்னர் சந்தனு அரசனை மணந்து கொண்டாள். அவனுடைய மகன் அரசன் ஆனான். ஆனால் சந்ததியின்றி இறந்துவிட்டான்.

அவனுக்கு இரு க்ஷத்திரிய மனைவியர் — அம்பிகை, அம்பாலிகை. தன் இறந்த மகனோடு சந்ததி முடிந்துவிடக்கூடாது என்று நினைத்த சத்யவதி, இறந்த அரசனின் (தம்பியின்) மனைவியரோடு உறவுகொண்டு பிள்ளைகளைத் தருமாறு தன் மூத்தமகன் வியாசனை அழைத்தாள். வியாசன் விகாரமாகவும், கெட்ட நாற்றம் உடையவனாகவும் இருந்தான். அவன் தாடி சிவந்தும், தலைமுடி இளஞ்சிவப்பு நிறமாகவும் இருந்தன. அவனோடு புணர்ந்தபோது அம்பிகை கண்களை மூடிக்கொண்டாள். எனவே அவளுக்குப் பிறந்த மகன் குருடனாக இருக்கக் கடவது என்று வியாசன் சபித்தான் (அவன்தான் திருதராட்டிரன்). அம்பாலிகையுடன் வியாசன் உறவுகொண்டபோது பயத்தினால் அவள் உடல் வெளுத்துப்போயிற்று. அதனால் அவள் மகன் பாண்டு உடல் வெளுத்துப் பிறந்தான். அம்பிகையுடன் அவன் உறவு கொள்ளுமாறு சத்யவதி மறுபடியும் அனுப்பினாள். ஆனால் அவள் தன் இடத்தில் ஒரு தாசியை அனுப்பிவிட்டாள். அவள் வியாசனுடன் மிக சந்தோஷமாக இருந்தாள். வியாசன் இரவு முழுவதும் அவளுடன் இருந்தான். அவள் நல்ல ஆரோக்கியமான குழந்தை ஒன்றை — விதுரனைப் பெற்றெடுத்தாள். ஆனால் விதுரனின் தாய் க்ஷத்திரிய குலத்தைச் சேர்ந்தவள் அல்ல என்பதால் அவன் அரசனாக முடியவில்லை (1.99 - 100).

இந்து மதச் சட்டம் நியோகத் திருமணத்தை அனுமதிக்கிறது. இதன்படி ஒருவன் சந்ததியின்றி இறந்துவிட்டால் அவன் சகோதரன் (அல்லது குடும்பத்திலுள்ள எந்த ஆடவனும்) அவனுக்காக அவன் மனைவியிடம் பிள்ளை பெற்றுத்தரலாம் (அர்த்த சாஸ்திரம், 3.4.27 - 41). ஆனால் இந்தக் கதையில் வருவதுபோல, அது பலசமயங்களில் வேறுவித விளைவை உண்டாக்கிவிடுகிறது.[19] மகாபாரதத்தில் வியாசன் ஒரு உயிருள்ள விந்துவங்கியைப் போலச் செயல்படுகிறான். அவனே இந்தக் கதையை உருவாக்கியவன், அவனே கதையின் நாயகர்களையும் உருவாக்குகிறான். வால்மீகி இராமாயணத்தின் கவிதை வடிவத்தைக் கண்டறிந்தவன், அதுபோலவே — நல்லவேளை, சீதையின் மகன்களை வளர்ப்பவனாக இருக்கிறான். பாரதக்கதையில் அம்பிகையும் அம்பாலிகையும் வியாசன் வயதானவன், அழகற்றவன், மீன்நாற்றமுடையவன் (சத்யவதி தனது மீன் நாற்றத்தை இழந்தபோது அது இவனுக்கு வந்துவிட்டிருக்கலாம்) என்று அவனை முழுமனதோடு ஏற்க மறுக்கின்றனர். அவனுடைய முடியின், உடலின் நிறங்களும் சரியாக இல்லை. ஒருவேளை அல்பினோவாக இருக்கலாம், அல்லது நோயாளியாக, அல்லது எதிர்காலத்தில் ஆண்மை இழக்கப்போவதன் அறிகுறியாகவும் இருக்கலாம்.[20] அம்பாலிகை கண்களைமூடிக் கொள்கிறாள், ஒருவேளை அஸ்தினாபுரத்தை நினைத்தாள்போலும், மகன் குருடனாகப் பிறக்கிறான். பணியிலிருந்து தூக்கி எறியக்கூடிய, ஒரு சாதாரணப் பணிப்பெண் பதிலியாக வருகிறாள். (அரக்கு மாளிகையில் எரிக்கப்பட்ட நிஷாதர்களைப் போல). அவள் தான் விதுரனைப் பெறுகிறாள். மாண்டவ்யர் தர்மதேவனுக்கு, "நீ ஒரு சூத்திரப்பெண்ணின் மகனாகப் பிறக்கவேண்டும்" என்று அளித்த சாபத்தின் விளைவு இது. இராமனுக்கும் அவன் சகோதரர்களுக்கும் தந்தை ஒருவன்தான், தெய்வத்தந்தையும் ஒருவன்தான். தாய்மார்கள் வேறுவேறு. பாண்டவர்களுக்கு ஒரே தாய் (ஒரே மனைவியும்கூட) ஒரு மனிதத்

தந்தை, ஆனால் தெய்வத் தந்தையர்கள் வெவ்வேறு. இந்த துர்ப்பாக்கிய மூத்தான் - இளையவன் மனைவி உறவில் இரண்டு மனைவிகள் மூன்று மகன்களைப் பெறுகின்றனர். (அதில் இருவருக்கு, தாத்தாபாட்டியின் முன்னோரில் ஒரு மீன், இரண்டு பிராமணர்கள், ஐந்து க்ஷத்திரியர்கள். மூன்றாமவனுக்கு முன்னோரில் ஒரு க்ஷத்திரியன், ஒரு பெண்மீன், இரண்டு பிராமணர்கள், நான்கு அடிமைகள். (கஷ்டமாக இருந்தால் கொஞ்சம் யோசித்துப் பாருங்கள்). உண்மையில் இந்த வரிசைமுறை மேலும் சீர்மை கொண்டது. காரணம், இதில் மூன்றாவது பெண் ஒருத்தியும் இருக்கிறாள். அம்பையீஸ். இவள் பீஷ்மனால் (இவன் கங்கைக்கும் சந்தனுவுக்கும் பிறந்தவன், மற்றொரு நீண்ட கதையில்). ஆனால் வியாசன் கதைக்குள் வருமுன்பாகவே கங்கை விட்டுச் சென்றுவிடுகிறாள். அவள் ஒருவேளை பீஷ்மனுக்கு விதிக்கப்பட்ட மாறுபாலினப் பழிவாங்கலின் காரணமாகக் காலப்போக்கில் இறக்கிறாள் போலும். (மறுபடியும் ஒரு நீண்டகதை).[21] பீஷ்மன் மீது அம்பை கொண்ட வெறுப்பைவிடத் தங்கள் மாற்றுக்கணவன் மீது அம்பிகைக்கும் அம்பாலிகாவுக்கும் வெறுப்பு குறைவுதான். அதனால் அவன் இறப்பில் முடியாமல், அரியணைப் போட்டியில் முடிகிறது. ஏனெனில் வியாசனை அந்த ராஜகுலப் பெண்கள் வெறுத்தன் விளைவு அவர்கள் பிள்ளைகள் உடற்குறைபாடுகளோடு பிறந்து அரசப் பதவியை அடைய முடியாமல் செய்கிறது. குருட்டுத்தனம், பாண்டுநோய், கீழ்ச்சாதி. இந்தக் குழப்பம்தான் பின்னால் இவர்கள் சந்ததிகளின் வாரிசுப் போராக மாறி, கடைசியில் பாண்டு, திருதராஷ்டிரனின் சந்ததிகள் அநேகமாக அனைவரும் இறக்கும் நிலையை உருவாக்குகிறது. அடுத்த தலைமுறையில், புணர்ந்துகொண்டிருந்த ஒரு மனிதனை மான் என்று நினைத்துக் கொன்றதால் பாண்டுவும் தன் மனைவியரைத் தொட்டால் இறந்துவிடுவான் என்ற சாபத்திற்கு ஆளாகிறான். *(1.90.64, 1.109.5 - 30)*. அதிர்ஷ்டவசமாக பாண்டுவின் மனைவி குந்தியிடம் ஒரு மந்திரம் இருக்கிறது. அதன் வாயிலாக தேவர்களை வேண்டிக் குழந்தைகளைப் பெறுகிறாள். பாண்டுவின் மகன்களுக்கு போலித் தந்தையர். குந்தியிடம் தர்மதேவன் யுதிஷ்டிரனைப் பெறுகிறான். வாயு பீமனைப் பெறுகிறான். இந்திரன் அர்ஜுனனைப் பெறுகிறான். *(1.90, 1.101)*. குந்தி பரிவோடு அந்த மந்திரத்தைப் பிறகு பாண்டுவின் இரண்டாம் மனைவியான மாத்ரிக்குச் சொல்ல, அவள் அஸ்வினி தேவர்கள் வாயிலாக இரட்டை யரான நகுலனையும் சகாதேவனையும் பெறுகிறாள். சில ஆண்டுகள் சென்றன. ஒரு நாள் பாண்டுவுக்கு மாத்ரிமீது ஆசை வந்துவிடுகிறது. மானின் சாபத்தால், மானைப் போலவே புணரும் வேளையில் அவனும் இறந்துபோகிறான். புணர்ச்சிக் குறுக்கீடு. இனிய மரணம், கசப்பான மரணமாக மாறியது.

ஆனால் குந்திக்கு ஏற்கெனவே இரகசியமாக, திருமணத்திற்கு முன்னால் பிறந்த மகன் ஒருவன் இருக்கிறான். இளம்பெண்ணாக இருக்கும்போது பொழுதுபோக்கிற்காக மந்திரத்தைச் சோதித்துப் பார்க்க ஆசைப்படுகிறாள். ஆனால் சூரியதேவன் அதைக் கடுமையாகவே எடுத்துக்கொள்கிறான். அவள் மிகவும் வேண்டினாலும் மறுத்தாலும் அவளை அவன் பலாத்காரம் செய்கிறான், ஆனால் பிறகு அவளுடைய கன்னித்தன்மையை மீண்டும் அளித்துவிடுகிறான். கர்ணனுக்குப்

பிறப்பளித்த குந்தி, அவமானத்தில் அவனை ஆற்றில் விட்டுவிடுகிறாள். ஒரு சூதனும் (தேரோட்டி) அவன் மனைவியும் அவனை வளர்க்கின்றனர். *(1.104; 3.290 - 94; 5.144.1—9).* பலவிதங்களில் கர்ணன், விதுரனின் தலைகீழி. விதுரன் ஒரு அவதார புருஷன், அரண்மனையில் வளர்கிறான், அவனுக்கு போலித் தந்தை, போலித்தாய் (வியாசன், பணிப்பெண்) இருக்கிறார்கள். கர்ணன் அரசகுலத்தில் பிறந்தாலும், ஒரு கடவுளும் அரசப்பெண் குந்தியும் பெற்றோராக இருந்தாலும் பணியாளாகப் போலித் தந்தைதாயிடம் (தேரோட்டி, அவன் மனைவி) வளர்கிறான். ஆண்மையற்ற, மலடான தந்தையர்க்குப் பின்னால் கோபமுற்ற பெண்கள். பாரத நாயகர்களின் வமிசாவளி பெண்களைக் கெடுத்தலும் கற்பழிப்புமாகவே இருக்கிறது. சத்யவதி, அம்பை, அம்பிகை, அம்பாலிகை, குந்தி, மாத்ரி. சத்யவதிக்கும் குந்திக்கும் மட்டும் கெடுத்தவர்கள் மறுபடியும் கன்னித்தன்மையை அளித்துவிடுகிறார்கள். ஆனால் முழு நிகழ்வையுமே அழிப்பதுபோல, அல்லது குறைந்தபட்சம் பெண்கள்மீது பழியில்லாமல் செய்வதுபோல, அதனால் பிறக்கும் குழந்தைகள் மட்டும் கைவிடப்படுகிறார்கள்.

பலபுருஷ மணம்

இந்தப் பெண்களின் வாழ்க்கையில் பிற நடப்புகள் அவர்களுடைய முன்னுதாரணமற்ற, ஆனால் திரும்பவரவே வராத சுதந்திரத்தைக் காட்டுகின்றன.

பலபுருஷ மணம் மகாபாரதத்தில் மிகுதியாகக் காணப்படுகிறது. தொடர்ச்சியான நான்கு தலைமுறைகளில், பல பாலியல் துணைவர்களைக் கொண்ட (சிலசமயம் திருமணத்திற்கு முன்பும்) பெண்களின் நேர்முகப் படிமங்களைக் காட்டுகிறது. சத்யவதிக்கு இரண்டு புருஷர்கள். (ஒருவன் சட்டபூர்வமாக மணந்த சந்தனு, மற்றொருவன், வியாசருக்குப் பிறப்புக் கொடுத்த முனிவன்). அம்பிகைக்கும் அம்பாலிகைக்கும் இரண்டு சட்டபூர்வத் துணைவர்கள் இருக்கிறார்கள் (அரசனும், சட்டம் அனுமதிக்கின்ற கணவனின் சகோதரமணத்தினால் வரும் வியாசனும்). குந்திக்கு ஒரு கணவன் (சட்டபூர்வமாக மணந்த பாண்டு, ஆனால் முதலிரவே நிகழவில்லை அவளுக்கு; பிறகு தேவர்கள் நால்வர்). மாத்ரிக்கு மூன்று கணவர்கள் (பாண்டு, சட்டபூர்வமாக மணந்தவன், பிறகு இரண்டு அஸ்வினி தேவர்கள்). மற்றொரு மகாபாரத அரசி — மாதவி என்பவள்— தன்னை வரிசையாக நான்கு கணவர்களுக்கு விற்றுக் கொள்கிறாள். விலை ஒவ்வொரு முறையும் பலநூறு குதிரைகள். ஆனால் ஒவ்வொரு கணவனுக்குப் பின்னும் கன்னித்தன்மையை மீண்டும் அடைகிறாள் *(5.113—17).* ஆனால் பரிசு திரௌபதிக்குத்தான். சட்டபூர்வமான கணவர்கள் ஐந்துபேர். அவளுடைய பலபுருஷத் திருமணம் மிக அசாதாரணமானது. பலபெண்களைத் திருமணம் செய்வதே வழக்கமாக இருந்தது. இந்து வரலாற்றில் பெரும்பாலான காலங்களில் ஒரு ஆடவனுக்கு பல மனைவியர் இருப்பதே வழக்கம். (பாண்டவர்களிலும், யுதிஷ்டிரன் ஒருவனைத் தவிர, மற்ற பாண்டவர்களுக்கு ஒவ்வொருவருக்கும் திரௌபதி அல்லாமல் குறைந்தது ஒரு மனைவியேனும் இருந்தாள், அர்ஜுனனுக்கு மேலும் மூன்று மனைவியர்). இந்தக் கதையில் அல்லாமல் உண்மையில் எந்தப்

பெண்ணும் பல கணவர்களோடு வாழ்ந்தார்களா என்பது தெரியாது. எனவே இந்தக் கதை மறுக்கவியலாத அளவுக்குப் பெண்களின் பாலியல் சுதந்திரத்திற்கான சான்றாக இருக்கலாம், அல்லது பெண்களுக்கு இத்தகைய சுதந்திரம் இருந்தால் என்ன ஆகும் என்ற ஆண்களின் பயத்தைப் பற்றி வெறுமனே குறிப்புத்தருவதாகக் கூட இருக்கலாம்.) திரௌபதியின் மிகுபாலியல் தன்மை, சாதாரணப் பெண்களுக்குக் கிடைக்கக்கூடாத ஒரு இலட்சியமாகப் புரிந்து கொள்ளப்பட்டும் இருக்கலாம். பலபேரை அடைவது ஒரு நல்ல வாய்ப்பு என்பதை ஏற்றுக்கொள்ளமுடியுமா? அப்படியானால் இந்தக்கதைகள் எதைத்தான் சொல்ல வருகின்றன?

இக்காலப்பகுதியில் வாழ்ந்த இந்துக்கள், திரௌபதியின் பலபுருஷ மணத்தினால் மிகத் தொல்லைப்பட்டிருப்பார்கள் போலும். ஆனால் இதற்கு மகாபாரதம் இரண்டு நியாயங்களைக் கற்பிக்க முனைகிறது (சந்தேகப்படுவதற்கான ஒரு காரணம் — எப்போதும்). முதல் நியாயப்படி, அர்ஜுனன் திரௌபதியை ஒரு விற்போட்டியில் வென்றான், அவளைத் தன் தாய்க்கு அறிமுகப்படுத்த அழைத்துவருகிறான். அவனும் மற்ற சகோதரர்களும் அவளை அழைத்துவரும்போதே, “எங்களுக்கு என்ன கிடைத்திருக்கிறது பார்!” என்று கூச்சலிட, குந்தி நிமிர்ந்து பார்க்காமலே, “அதை உங்களுக்குள் பகிர்ந்துகொள்ளுங்கள்” என்கிறாள் (1.182). ஆகவே சகோதரர்கள் ஐவரும் திரௌபதியைப் பகிர்ந்துகொள்கிறார்கள். ஆனால் இந்த முறையற்ற விளக்கத்தினால் திருப்தி அடையாமல், மகாபாரதம், மறுபடியும் சொல்கிறது: ஐந்து பாண்டவர்களும் இந்திரனின் அவதாரங்கள் என்று வியாசர் சொல்கிறாராம். (இதனால் அர்ஜுனன் இந்திரனின் மகன் என்பதற்கு முரண் இல்லை. இரண்டும் இருவேறு செயல்கள். தர்மதேவன் விதுரனாக அவதாரம் எடுக்கிறான், ஆனால் அவன் யுதிஷ்டிரனுக்குத் தந்தையாகவும் இருக்கிறான்.) திரௌபதி, ஸ்ரீதேவியின் அவதாரம். செல்வத்திற்கு அதிபதி. இந்திரனின் மனைவி, எல்லா அரசர்களின் மனைவியும் ஆவாள். இதனாலும் திருப்தி அடையாமல் வியாசர் மூன்றாவதொரு விளக்கத்தையும் தருகிறார்.

திரௌபதியின் ஐந்து கணவர்கள்

ஒரு பெரிய முனிவரின் மகளுக்குக் கணவனை அடைய ஆசை. அவள் சிவனுக்குத் தவமிருந்தாள். சிவன் அவளுக்கு ஒரு வரம் கொடுத்தான். அவள் எனக்கு நல்ல கணவன் வேண்டும், நல்ல கணவன் வேண்டும் என்று ஐந்துமுறை சொல்லிவிட்டாள். ஆகவே சிவன் உனக்கு ஐந்து நல்ல கணவர்கள் கிடைப்பார்கள் என்று கூறிவிடுகிறான். ஆகவேதான் அவளுக்குப் பாண்டவர்கள் வடிவில் ஐந்து கணவர்கள் கிடைக்கின்றனர். ஒரு கணவனுக்குமேல் இருப்பது சட்டப்படி தவறு என்று அவள் சொல்கிறாள். ஏனெனில் அது தவறான நடத்தையாகும். மேலும் அவளுடைய ஒரு கணவனுக்கு அவள் கன்னியாகவே இருக்கவேண்டும். ஆனால், ஒரு பெண் மாதவிலக்காகும்போது அவள் மறுபடியும் கன்னியாக மாறிவிடுகிறாள். ஆகவே அவளுடைய தர்மத்தில் தவறு ஏதும் இல்லை என்று சிவன் கூறினான். ஆனால் அவள் திருப்தி அடையவில்லை.

ஒவ்வொரு பாலியற்சேர்க்கைக்கும் பிறகு தான் மறுபடியும் கன்னி ஆகிவிட வேண்டும் என்று வேண்டினாள். சிவன் அந்த வரத்தை அவளுக்கு அளித்தான் (1.189, 1.1.157).

திருமணத்திற்கு முன்பே பாலியல் உறவுகொண்டு, கன்னித்தன்மை மீட்கப்பட்ட பலபுருஷர் மணப்பெண்கள் பிறரைப்போல திரௌபதிக்கும் ஒவ்வொரு மாதமும் அவள் விரும்பி உறவுகொண்ட பிறகு அவளுடைய கன்னித் தன்மை மீட்கப்பெறுகிறது. இந்த விஷயத்தில் அவளை நியாயப்படுத்தவோ தூய்மைப்படுத்தவோ வேண்டிய அவசியமில்லை. ஆனால் ஒரு தேவை இருக்கிறது. ஒவ்வொரு மாதமும் அவள் ஒரு புதிய கணவனை அடைவதாக இருந்தால், தவறான உறவு என்று சொல்லப்படாமலிருக்க, சங்காரம் அல்லது கலப்பு ஏற்படாமலிருக்கவேண்டும். இந்த வார்த்தைதான் சாதி அல்லது வர்ணக் கலப்புக்கும் பயன்படுத்தப்படுகிறது.

இம்மாதிரித் தொன்ம நியாயப்படுத்தல்கள, திரௌபதிக்கு அவ்வப் போது ஏற்படும் கறைகளைப் போக்கப் போதுமானவையாக இல்லை. துரியோதனன் திரௌபதியை அவை முன்னால் இழுத்துவரச் செய்யும் காட்சி ஏறத்தாழ இராமன் பொது அவைக்கு முன்னால் சீதையை அழைத்துவரச்செய்யும் காட்சியை நினைவுபடுத்துகிறது. திரௌபதி மாதவிலக்கு இரத்தம் சேர்ந்த ஒற்றை ஆடையை அணிந்திருக்கிறாள். (இந்த இரத்தம்தான் அவளைச் சுத்தப்படுத்துவதாகவும் சொல்லப்பட்டது). துரியோதனன் அவளைத் துகில் உரிக்க முயற்சிசெய்கிறான். ஐந்துபேருடன் படுத்துறங்கும் ஒரு பெண் விபசாரியாகத்தான் இருக்கவேண்டும் என்று பாண்டவர்களின் எதிரிகள் சொல்கிறார்கள் (2.61.34 - 36). ஆனால் அவள் குழந்தைகள் அனைவரும் சட்டப்படி முறையானவர்களே. அவர்கள் திரௌபதேயர்கள் (திரௌபதிக்குப் பிறந்தவர்கள்) என்று அழைக்கப்படுகிறார்கள். ஒரு தாயாதிக்கச் சொல்லாக உள்ளது இது. ஒரு கணவனிடம் ஒரு பிள்ளைவீதம் பெற்றவள் என்ற கஷ்டமான விஷயத்தைச் சுற்றிவளைத்துச் சொல்வதற்கான ஒரு வழியாக இது இருக்கலாம். இருந்தாலும் எந்தப் பாண்டவனுக்கு எந்தப் பிள்ளை பிறந்தான் என்ற விஷயத்தை மக்கள் அவ்வப்போது மறந்துவிடுகிறார் கள். இவ்வாறுதான் பல கணவர்களுக்குப் பிறந்த குந்தியின் மகன்களும் கௌந்தேயர்கள் என்று அழைக்கப்பட்டனர். ஆனால் பாண்டுவின் சட்டபூர்வ மக்களாகவே ஏற்கப்பட்டு பாண்டவர்கள் என்றும் அழைக்கப் பட்டனர். இயற்கையான தந்தையாக இல்லாவிட்டாலும் பாண்டு சட்ட பூர்வமான தந்தை.

பின்னாளைய மரபு இந்த அதிகார பூர்வ நியாயங்களால் திருப்தி அடையவில்லை. பின்வந்த, தாராளத்தன்மை குறைந்த நூற்றாண்டுகளில், சமஸ்கிருதத்திலும் வட்டார மொழிகளிலும் எழுந்த பல மறுகூறல்கள், திரௌபதியைக் கேலிசெய்தன. கி.பி. பன்னிரண்டாம் நூற்றாண்டைச் சேர்ந்த பனுவல் ஒன்றில், கலியுகத்தின் தீய ஆன்மா, ஒரே ஒரு பெண்ணை விரும்பும் ஐந்து கடவுளர்களை இவ்விதம் சொல்ல வைக்கிறது. “பாண்ட வர்கள் ஐவரும் செய்ததுபோல, நாம் ஐவருமே நம் காதலியை பங்கிட்டு அனுபவிப்போம்.”[22] தாராளமான காமசூத்திரம்கூட, ஒரு ஆய்வாளன்

அல்லது கல்வியாளன், ஐந்து ஆண்களை அனுபவித்த எந்தப் பெண்ணையும் (ஒழுக்க உறுத்தல்களின்றி) யாவரும் அனுபவிக்கலாம் என்று சொல்வதாகக் குறிப்பிடுகிறது. ஐந்துபேர் — பஞ்சஜன என்பது பொதுவாக, பஞ்சாயத்து என்பதில் போல, ஒரு கும்பலைக் குறிப்பிடும் சொல் எனலாம். (காமசூத்திரம்1.5.30 - 31). பதின்மூன்றாம் நூற்றாண்டு உரையாசிரியர் ஒருவர் இதன் உட்குறிப்புகளை விளக்குகிறார்: "தனது சொந்தக் கணவனைத் தவிர ஒரு பெண் ஐந்துபேரைக் கணவர்களாகக் கொண்டிருந்தால், அவள் ஒழுக்கமற்ற பெண்ணாவாள். அவளை அடைய நியாயமுள்ள எந்த மனிதனுக்கும் கிடைக்கக்கூடியவள்தான். ஆனால் திரௌபதி, யுதிஷ்டிரனை அன்றி மற்றவர்களையும் தன் கணவர்களாகக் கொண்டிருந்தாள். அவள் வேறு எவருக்கும் கிடைக்கக்கூடியவள் அல்ல. ஒரு பெண் எப்படிப் பல கணவர்களைக் கொண்டிருக்கலாம்? மகாபாரதத்தைக் கேளுங்கள்!" எனினும் திரௌபதியின் சுயதர்மம்தான்— கணவர்கள் மீது அவள் வைத்திருக்கும் அசையாத விசுவாசம்தான்— துச்சாதனன் அவளைத் துகிலுரியும்போது காக்கிறது. ஒவ்வொரு முறை ஒரு சேலையை இழுக்கும்போதும் மற்றொன்று அதன்இடத்தில் தோன்றுகிறது. அவளைச் சுற்றிச் சேலைகள் குவிந்து கிடக்க, துச்சாசனன் தளர்ந்துபோகிறான். குறிப்பு, அவளுடைய கற்பு அவளைக் காப்பாற்றுகிறது என்பதுதான் (2.62.40 - 45). பனுவல் அவ்வப்போது திரௌபதி வெறும் மானிடப் பெண் அல்ல, வேறு உலகத்திலிருந்து வந்தவள் என்பதை நினைவூட்டிக்கொண்டே இருக்கிறது. கடவுளர்களின் நோக்கத்தைப் பூர்த்திசெய்யவேண்டி, திரௌபதி க்ஷத்திரியர்கள் அனைவரையும் அழிப்பாள் என்ற முன்னுணர்த்தல் இருக்கிறது (1.155). சீதைக்கு பதிலாக திரௌபதி இந்தியப் பெண்களின் முன்மாதிரியாக இருந்திருந்தால் எவ்வளவு நன்றாக இருந்திருக்கும்! இந்துக்கள் பலரும் தங்கள் மகள் களுக்கு சீதா என்று பெயர்வைக்கிறார்கள், ஆனால் திரௌபதி என்று பெயர்வைப்பவர்கள் ஒருவருமில்லை.

இன்றும் இமயமலையின் சில பகுதிகளில் காணப்படுவது போல, பலகணவர் மணம் மரபாக இருந்த காலத்தை மகாபாரதம் பதிவு செய்தது என்று சொல்வது சாத்தியமானது, ஆனால் இந்த யூகத்திற்குச் சான்றுகள் கிடையாது. பாண்டு ஒரு சமயத்தில் குந்தியிடம் வெளிப்படையாகவே, பழங்காலத்தில் பெண்கள் பலபேரை அடைந்த மரபினை மற்றொரு கதைவாயிலாகக் குறிப்பிடுகிறான். ஆனால் அது பாண்டுவின் காலத்தில் வழக்கில் இல்லை. குறிப்பாக, அந்தப் பனுவலைக் கேட்ட அல்லது படித்த எந்தப் பெண்ணும் எந்த ஆடவரையும் அடையலாம், அந்த வாய்ப்பு இவர்களுக்கு இல்லை என்று அவளுக்கு நினைவூட்டுகிறான்.

பெண்கள் ஒழுக்கம் தவறுதல் முடிவடைதல்

சுவேதகேது முனிவன் ஒரு பெரிய தவசி என்று சொல்வார்கள். ஒருசமயம், சுவேதகேது சிறு பையனாக இருந்தபோது அவனும் அவன் தந்தையும் பார்த்துக்கொண்டிருக்கும்போதே, ஒரு பிராமணன் சுவேதகேதுவின் தாயைக் கையைப் பிடித்து இழுத்து, "வா போகலாம்" என்றான். தன் தாய் இவ்விதம் பலவந்தமாக இழுத்துச் செல்லப்

படுவதைக் கண்டு சுவேதகேதுவுக்கு மிகுந்த கோபம் ஏற்பட்டது. அப்போது அவன் தந்தை, "மகனே, கோபப்பட வேண்டாம். இதுதான் சநாதன தர்மம். பெண்களில் எந்த வகுப்பினருக்கும் வேலியில்லை. எல்லாப் பிராணிகளுமே மிருகங்களைப் போலத்தான், அதனதன் வகுப்புக்குள் செயல்படுகின்றன" என்றான். இப்படிப்பட்ட தர்மத்தை மகனால் சகித்துக் கொள்ள முடியவில்லை. அவன் ஓர் அறவிதியை ஆடவர்க்கும் பெண்களுக்குமாக பூமியில் ஏற்படுத்தினான். இது மனிதர்களுக்கே தவிர மற்றப் பிராணிகளுக்கு அல்ல. அதிலிருந்து அந்த அறவொழுக்க விதி செயல்பாட்டுக்கு வந்துவிட்டது என்று கேள்விப்படுகிறோம். தன் கணவனுக்கு விசுவாசமில்லாத மனைவி, கொலைக்கிணையான குற்றத்தைச் செய்தவள், பெரும் தீமையைக் கொண்டு வருபவள், அவள் செயல் கருச்சிதைப்பது போன்றது. கணவனுக்கு விசுவாசமிக்க ஒரு பெண், கன்னிப்பெண் தன் கற்பைக் காப்பதுபோன்ற தன்மை கொண்டவள். அவள் போன்றவர்களைத் தவறான செயலுக்கு ஆட்படுத்தும் ஆணும், பூமியில் கொலைக்கிணையான குற்றததைச் செய்தவன் ஆகிறான் (1.113.9-20).

ஒரு கற்பழிப்பு போன்று தொடங்குகின்ற இக்கதை, இறுதியாக விருப்பத்தோடு மனைவி மற்றவனை விரும்புவதற்கு எதிரான சட்டத்தில் முடிகிறது. ஏனெனில், கட்டுப்படுத்த இயலாத ஆடவனின் பாலியல்தன்மை, மிகுபாலியல் இச்சைக்கு ஆட்படக்கூடியதைக் கட்டுப்படுத்தும் செயல்மீது சுமத்தப்படுகிறது. பாண்டு இக்கதையைக் குந்திக்குச் சொல்கிறான். அவனால் அவளைக் கூடிக் குழந்தை பெற இயலாததால், ஒரு நிச்சயித்த பிராமணனுடன் அவள் சேர்ந்து அவனுக்காகக் குழந்தை பெறலாம் என்ற அவசரத்திட்டத்தை அவள்முன் வைக்கிறான். இது குந்தியைத் தான் தேவர்களுடன்கூடிக் குழந்தை பெற முடியும் என்ற தன் வரத்தைப் பற்றி அவனிடம் சொல்லத் தூண்டுகிறது. நிச்சயித்த பிராமணன் என்று சொல்வதன் வாயிலாக, சுவேதகேது கதையில் வந்த ஒழுக்கக்கேடான பார்ப்பனனை வேறுபடுத்துகிறான். உபநிடதங்களில் ஒரு நாயகன் என சுவேதகேதுவை நாம் அறிகிறோம். அவனுக்கு அவன் தந்தை இரண்டு வழிகளுடைய தன்மைகளையும் போதிக்கிறான். இங்கு அவன் பெண்கள் நெறிதவறுவதை அனுமதிக்கிறான். பசுக்கள்போல மனிதர்கள் வாழ்கிறார்கள் என்று உவமைசொல்கிறான். ஏனெனில் பசுக்கள், ஆதிக் காலப் பெண்கள் நெறிதவறுதலின் குறியீடாகப் பயன்படுத்தப்படுகின்றன (ஒருவேளை பசுக்கள் புனிதம் என்பதால் அவை செய்யும் எதுவும் நியாயமாகுமோ?). மகாபாரதம், இவையெல்லாம் கேள்விப்பட்டவை என்பதை வலியுறுத்திக்கொண்டே இருக்கிறது. நாம் ஒருவேளை இவற்றில் சந்தேகம் கொள்ள வைப்பதற்காக இருக்கலாம். ஒருவித பாலியல் வெறுப்பினை விளக்குவதற்காக ஓரளவான ஃப்ராய்டிய ஆதிக் காட்சி ஒன்றை எழுப்புகிறது அது. ஒரு சமூகத்தில் தான் விரும்பும் எந்தப் பெண்ணையும் ஒரு பிராமணன் கையைப் பிடித்து இழுத்துக்கொண்டு போய்விடலாம் என்பது[23] பழைய இந்தியப் பனுவல்களில் மிகக் கடுமையான எதிர்ப்பை எழுப்பியிருக்கிறது. திரௌபதியே இத்தகைய பாலியல் தொந்தரவுக்கு ஒரு சமயம், அவள் சேடியாக மறைந்து வாழ்ந்தபோது உட்பட்டிருக்கிறாள் (நல்லவேளை அந்த ஆசை நிறைவேறவில்லை) (4.21.1-67). சுவேதகேதுவின்

கதையை நாம் பிராமண எதிர்ப்பு — அல்லது புனிதப் பசு எதிர்ப்பு நிகழ்வின் ஒரு பகுதியாகக் காணலாம். இந்தக் கதை, இயல்பாகவே பசு எந்தச் சமயத்திலும் எந்த எருதுடனும் சேரும் ஒரு பிராணி என்று சொல்வதோடு, பிராமணனும் அப்படிப்பட்டவன் என்று சொல்கிறது, பழைய பலபுருஷர் மணத்தையும் புறக்கணிக்கிறது. காமசூத்திரம் *(1.1.9)* அந்த நூலை அசலாகச் செம்மை செய்தவர்களில் ஒருவனாக சுவேதகேதுவைக் குறிப்பிடுகிறது. அந்தப் பகுதியின் உரை, இந்த மகாபாரதக் கதையைச் சொல்லி, எவ்விதம் ஒரு நற்பண்புள்ள முனிவன் ஆண்களின் விபசாரத்தை எதிர்ப்பவனானான், எவ்விதம் பாலியலுக்கு ஓர் அதிகாரி ஆனான் என்பதைச் சொல்லுகிறது. ஆகவே மகாபாரதத்தில் தொடர்ச்சியாக அதன் நாயகிகள் பலகணவர் மணத்தில் ஈடுபடுவது, பெண்கள் சமத்துவத்தின் ஒரு நேர்முகக் கற்பனை, தந்தையாதிக்கத்திற்கு ஒரு முக்கியத் தடை என்று நினைக்கிறேன். மகாபாரதப் பெண்கள், சத்யவதி, குந்தி, திரௌபதி முதலியோர், ஒரு பெண்ணியவாதியின் கனவு, ஒரு பாலியல்வாதியின் கொடுங்கனவு என்று சொல்லலாம். அழகு, ஆதிக்கம், உறுதி, பேசுதிறன், ஆணியைப் போலக் கடினத்தன்மை, எதிர்ப்பு ஆகியவை அமைந்தவர்கள் இவர்கள். குறிப்பாக திரௌபதி, தன் கணவர்கள் தங்கள் நாட்டை அடைவதிலும் அவர்களுக்கு இழைக்கப்பட்ட கொடுமைகளுக்குப் பழிவாங்குவதிலும் இடையறாத உந்துசக்தியைக் கொண்டிருக்கிறாள். மகாபாரதத்தில் மற்றப் பெண்களும் குறிப்பிடத்தக்க தைரியத்தையும் புத்திக்கூர்மையையும் கொண்டவர்கள். ஆனால் அவர்களுடைய தைரியம் அவர்களுடைய கணவர்களுக்குப் பணியாற்றவே பயன்படுகிறது. இப்படிப்பட்ட தைரியத்துக்கு, பாண்டு, திருதராஷ்டிரன் என்ற இரு குலமுதல்வர்களின் மனைவியரைச் சொல்லலாம். திருதராஷ்டிரனின் மனைவி காந்தாரி, அவனுடைய குருட்டுத்தனத்தைப் பகிர்ந்து கொள்பவள் போலத் திருமணநாள் முதலாகவே தன் கண்களைக் கட்டிக்கொண்டு குருடிபோல வாழ்ந்தவள். பாண்டுவின் மனைவியர் உடன்கட்டை ஏறுவதற்குப் போட்டியிடுகிறார்கள். "பாண்டு என்னோடிருந்தபோதுதான் ஆசை நிறைவேறாமல் இறந்து போனான், ஆகவே அடுத்த உலகிற்குச் சென்றேனும் அந்த ஆசையை நிறைவேற்றுவேன்" என்கிறாள் மாத்ரி. உடன்கட்டை ஏறுவதற்கு ஓர் அசாதாரண நியாயம் இது *(1.116.26)*. மற்றப் பெண்களைப் போலத்தானும் தன் கணவனுடன் சொர்க்கத்தில் சேர்ந்து கொள்ளவேண்டும் என்பது மட்டும் அவள் கருத்தல்ல, இங்கு அரைகுறையாக முடிந்த பாலியல் செய்கையை அங்கே போய் நிறைவேற்றுவேன் என்கிறாள் அவள். இருப்பினும் இத்தகைய நியாயம் இன்றியே தான் முதல் மனைவி என்பதால் உடன்கட்டை ஏறுவேன் என்கிறாள் குந்தி. இருவருடைய குழந்தைகளையும் பார்த்துக் கொள்வதற்கு யாராவது ஒருவர் உயிருடன் இருக்க வேண்டும். ஆகவே மாத்ரி தான் விரும்பியவாறே உடன்கட்டை ஏறுகிறாள். குந்தியும் காந்தாரியும் திருதராஷ்டிரனுடன் ஒரு காட்டுக்குள் செல்லும்போது ஏற்படும் தீயில் தாங்களாகவே மடிகிறார்கள். தப்பிக்க முயற்சி செய்யவில்லை *(15.37)*. கிருஷ்ணனின் தந்தையான வாசுதேவன் இறக்கும்போது அவனுடைய நான்கு மனைவியரும் உடன்கட்டை ஏறி அவனுடன் சொர்க்கத்தில் சேர்ந்துகொள்கிறார்கள். அவர்களுடைய குழந்தைகள் எல்லாரும் அந்தச் சமயத்தில் இறந்துவிட்டதால் அவர்களுக்குத்

தடை இல்லை. பெண்களுக்கும் நெருப்புக்கும் உள்ள தொடர்பு இங்கே கவனிக்கத்தக்கது. திரௌபதி உடன்கட்டை ஏறவில்லை. காரணம், அவள் தன் கணவர்களுக்கு முன்னால் இறந்துபோகிறாள். இரண்டு, அவள் கணவன்மார்களும் சிதை நெருப்பில் வைக்கப்படவில்லை, அவர்கள் அனைவரும் வானுலகம் செல்கிறார்கள். மேலும் அவள் நெருப்பிலேயே பிறந்தவள். எனவே அவள் தீயில் மரணமடைய வாய்ப்பில்லை.

திரௌபதியின் பிறப்பு

துருபதன், தன் எதிரி துரோணனைக் கொல்லுமாறு ஒரு மகன் வேண்டுமென யாகம் செய்கிறான். யாகப் பலி தயாரிக்கப்பட்ட நிலையில், புரோகிதன் அதனைப் பெறுமாறும், பிள்ளை பெறுவதற்கு துருபதனோடு உறவுகொள்ளுமாறும் அரசி அழைக்கப்படுகிறாள். ஆனால் அரசி தன் உடலில் வாசனை திரவியங்களைப் பூசிக்கொண்டு வருவதற்கு நீண்ட நேரம் ஆகிறது. ஆகவே புரோகிதன் நேராகவே யாகப் பலியைத் தீயில் இட்டுவிடுகிறான். அதனால், முதலில் ஒரு மகனும், பிறகு ஒரு மகளும் தீயிலிருந்தே பிறக்கிறார்கள். அப்போது "இந்த மேன்மையான பெண் (திரௌபதி) க்ஷத்திரியர்களின் இறுதி ஆவாள்" என்று அசரீரி ஒலிக்கிறது, அவள் கருநிறத்தவளாக இருந்ததால் கிருஷ்ணை என்று அழைக்கப்பட்டாள் (1.155.1 - 51).

திரௌபதி, தீயில் பிறந்ததால், அவளுக்குத் தாய் கிடையாது. சீதை பூமியிலிருந்து தோன்றியவள், தீக்குளித்தவள், மறுபடியும் பூமிக்குள் சென்றவள். சீதையைப் போலவே திரௌபதியும் பஞ்சபூதங்களில் ஒன்றிலிருந்து தோன்றியவள். அயோனிஜை (யோனியிலிருந்து பிறக்காதவள்) எனப்படுகிறாள்.[24] இவளும் கணவர்களைப் பின்பற்றிக் காட்டுக்குச் செல்கிறாள். திரௌபதியின் விஷயத்தில், எதிர்பார்த்த அரசி வராமல் போக எதிர்பாராத மகள் கிடைக்கிறாள். கேட்கப்படாமலே, தனது தமையனைப் பின்பற்றிச் சென்று திரௌபதி பாண்டவர்களின் இதயமாகவும் மூச்சாகவும் மாறுகிறாள். அவளுக்கென்று இந்தியாவில் ஒரு தனிமதப்பிரிவு தோன்றுகிறது. தென் இந்தியாவில், முக்கியமாகப் பறையர்களாலும் முஸ்லிம்களாலும் வணங்கப்படுகின்ற தெய்வமாகிறாள் அவள்.[25] மகாபாரதம் இதற்கு முன்னரே மகாபாரதம் இப்படிப்பட்ட சிறு கருப்புத் தெய்வங்கள் இருந்ததாகக் குறிப்பிடுகிறது.[26] ஏழு அல்லது எட்டு மாத்திரிகைகள், இருண்ட, விளிம்புநிலை கொண்ட, குறிப்பாகக் குழந்தைகளுக்குத் தீமை செய்கின்ற தேவியர்.[27] கருநிறம் கொண்ட மகாகாளியையும் குறிப்பிடுகிறது. திரௌபதி, காளியுடன் இணைத்து நோக்கப்படுகிறாள்.[28] பாண்டு, திரௌபதி ஆகியோரின் கதைகளில், வர்ண நிறங்களின் மூலத்தைப் போலவே தோலின் நிறம் மதம் சார்ந்த முக்கியத்துவத்தைப் பெறுகிறது, ஆனால் நேரான அல்லது எதிரான சமூக அர்த்தமில்லை.

பலபுருஷ மணம் கொண்ட பெண்களுக்கு ஒரு திறந்த மனப்பான்மையை மகாபாரதம் காட்டுவதற்கு அதன் வரலாற்றுப் பின்னணியிலிருந்து ஓர் அரைகுறை விளக்கம் அளிக்கலாம். மௌரியர் காலத்திலும், அதற்கு உடனடியாகப் பிந்தி வந்த காலத்திலும் இந்தப் பனுவல் உருக்

கொண்டது. அது ஒரு பிரபஞ்சப் பெருநகரக் காலம். அவைகளிலும் கிராமங்களிலும் பெண்களுக்கிருந்த தடைகள் நீக்கப்படுவதை ஆதரித்த காலம். அரசகுலப் பெண்கள் பெருமளவு பௌத்தச் சமுதாயத்திற்கு மானியம் அளிப்பவர்களாக இருந்தார்கள்.[29] எல்லா வகுப்பைச் சேர்ந்த பெண்களும், அவைகளில் ஆடும் ஆடற்பெண்டிர் உட்பட பௌத்தர்கள் ஆயினர். அரண்மனையில் அரசர்கள் வில்லேந்திய பெண்களைத் தங்கள் மெய்க்காப்பாளர்களாக வைத்திருந்தனர். யவனப் பெண்கள் அரசர்களின் வேட்டைகளின்போது அரசனின் ஆயுதங்களை எடுத்துச்சென்றனர். பெண்கள் வேவுகாரிகளாகவும் பயன்பட்டனர். பெண்துறவிகள் சுதந்திர மாகச் சுற்றி வந்தனர். வேசிகள் வரி கட்டினர். மேல்சாதிப் பெண்கள் வறுமைவாய்ப்பட்டாலோ, விதவைகள் ஆனாலோ, கைவிடப்பட்டாலோ அவர்களுக்கும், வயதான வேசியர்க்கும் நூல்நூற்றல் போன்ற மேற்பார்வை வேலைகளை அரசாங்கம் அளித்தது. ஓர் அடிமைப் பெண்ணுக்குத் தன் எஜமானன் வழியாகக் குழந்தை பிறந்தால், அவளும் அவள் குழந்தையும் உடனடியாக அடிமைத்தனத்திலிருந்து விடுவிக்கப்பட்டனர். இந்தக் காலப்பகுதியில் பௌத்தத்திலும் இந்து மதத்திலும் பெண்கள் முக்கியமான பங்காற்றினர். மகாபாரதம் இந்த சுயேச்சைநிலையை நன்கு பிரதிபலிக்கிறது எனலாம். உண்மையில் பலபுருஷரைப் பெண்கள் மணந்த கதைகள், இப்படி நடந்தால் எதிர்காலம் எப்படி ஆகும் என்பதைப் பற்றி மறுப்பாளர்களின் கொடுங்கனவுப் பார்வையாகவும் இருக்கலாம்.

இந்த இரண்டு பாக்களின் உலகங்கள்

இந்த இரு பாக்களையும் இந்திய மரபு வெவ்வேறு வகைகளில் நோக்குகிறது. இராமாயணம் முதல் காவியம், மகாபாரதம் முதல் இதிகாசம் அல்லது தர்மப் பனுவல். இராமாயணத்தின் பெருமை அதன் அலங்கார நடை. அதன் மையக்கரு பனுவலின் பெரும்பகுதியிலும் பரவியிருக்கிறது. மகாபாரதம் நேரடியாக வாய்மொழியாக இயற்றப்பட்டதன் சுவடுகளைக் கொண்டிருக்கிறது. மையக்கதைக்கு மிகத்தளர்ச்சியான முறையில் தொடர்புகொள்ளும் பலவேறு இரண்டாம்நிலை விவாதங்களிலும் கதை களிலும் ஈடுபடுகிறது. மகாபாரதம், கடைசியில் நரகத்தின் ஒரு மாயைக் காட்சியைக் காட்டுகிறது. அது ஒரு அவசரநிலைக்கான பலூனைப்போல அதன் ஒரு மூலையிலிருந்து தோன்றுகிறது. ஆனால் இராமாயணமோ ஆரம்பத்திலிருந்தே மாயைதான்.

இராமாயணம், அயல்நாட்டவரோடு, மற்றொரு உயிரியல் இனத்தைச் சேர்ந்தவர்களோடு போரைச் சித்திரிக்கிறது. அதன் சக்திகள் தெளி வானவை. எது நன்மை, தீமை என்பவை வரையறுக்கப்பட்டவை, நன்மை தீமையை வெற்றிகொள்கிறது. மகாபாரதம் ஓர் உள்நாட்டுப்போர். இதில் வென்றவர்கள் யாரும் இல்லை. இராமாயணம், தர்மத்தைப் பிரச்சினைப் படுத்துவதில்லை. மகாபாரதம் அப்படிச் செய்கிறது. தொடர்ச்சியாகவே, இராமாயணம் வெற்றி பெற்றுவரும் சம்பவங்களைக் கொண்டிருக்கிறது, ஆனால் மகாபாரதத்தின் அடிநாதம் சோகம். இராமாயணம் உறுதிப் படுத்திச் செல்கிறது, மகாபாரதம் கேள்விகேட்கிறது.[32] இராமன் முழுமை கொண்ட மனிதனாகக் காட்டப்படுகிறான், அவனுடைய குறைகள்

பூசிமெழுகப்படுகின்றன. ஆனால் மகாபாரதத்திலோ கதையே நாயகர்களின் குறைகளைப் பற்றியதுதான். இராமனுடைய சகோதரன் பரதனுக்கு அரியணை அளிக்கப்படும்போது, மற்ற சகோதரர்கள், பழங்கதையில் வரும் அல்ஃபோன்ஸ், காஸ்டன் போல அதைப் பெருந்தன்மையோடும் பரிவோடும் மற்றவனுக்கு அளிக்கிறார்கள் (இராமாயணம், 2.98). மகா பாரதத்திலோ, வாரிசுரிமை யாருக்கு என்ற கேள்வி எழும்போது இரு அரசகுடும்பச் சகோதரர்களும் விடாமல் போரிட்டுக்கொள்கிறார்கள். இராமாயணம், இராமனுடைய ஓர் அழகிய ஆட்சியை, ராமராஜ்யம் என்று காட்டுகிறது, ஒருவேளை அது எதிர்கால, இலட்சியப்படுத்தப்பட்ட, அமைதியான மௌரிய சாம்ராஜ்யமாகவும் இருக்கலாம். மகாபாரதம் அதைத் தாண்டிக் குதித்து, பின்னோக்கி, பழமையான ஒரு காலத்திற்கு, முழுமையான, எவ்விதத் தடையுமற்ற போரின் காலத்திற்குச் செல்கிறது. ஆனால் இதைவைத்து நாம் மக்கள் தர்மத்தில் நம்பிக்கை வைத்திருந்த காலத்தில், இராமாயணம்தான் முதலில் தோன்றியது என்றும் பிறகு மகாபாரதம் தோன்றி அதைத் தகர்த்தமைத்தது என்றும் சொல்லிவிட முடியாது. அல்லது மகாபாரதம் முதலில் தோன்றி அழிவுக் காட்சியைக் காட்டி, எப்படிப்பட்ட குழப்பமான நிலையில் உலகம் இருக்கிறது என்று காட்டியபோது இராமாயணம் வந்து ஒரு புதுப்பிக்கப்பட்ட சேரி போலவோ, பொடாம்கின் கிராமத்தைப்போலவோ அதைப் பெருக்கித் தூய்மைசெய்தது என்றும் சொல்ல முடியாது. இரண்டு நோக்குகளுமே ஒரே சமயத்தில் உள்ளவைதான், ஒன்றுக்கொன்று உரையாடலில் உள்ளவை. இராமாயணம் சொல்கிறது, "இதோ ஒரு முழுமையான மனிதன் இருக்கிறான், அவன் பெயர் இராமன்" என்று. மகாபாரதம் சொல்கிறது, "அப்படியெல்லாம் இல்லை, தர்மம் மிக நுட்பமானது, அதை யுதிஷ்டிரன்கூடப் பூர்த்திசெய்ய முடியவில்லை." அல்லது தர்மம் மிக நுட்பமானது என்று மட்டும் சொல்கிறது என்று வைத்துக் கொள்ளுங்கள். இராமாயணம் பதில் சொல்கிறது, "அப்படியில்லை, ஒரு முழுமையான மனிதனான இராமன் வெற்றியுடன் கைக்கொள்ள இயலாத அளவுக்கு தர்மம் ஒன்றும் அவ்வளவு நுட்பமானதல்ல."

ஒவ்வொரு பனுவலும் தனது சட்டகக் கதையை வெவ்வேறு கேள்வி களுடன் தொடங்குகின்றது. வால்மீகி நாரத முனிவரைக் கேட்கிறார், எல்லா நற்குணங்களும் பொருந்திய மனிதன் ஒருவன் இருக்கிறானா? (இராமாயணம்,1, 1, 1 - 2). இதற்கான பதில் வெற்றி பொருந்தியதாக, அல்லது ஏறத்தாழ வெற்றி பொருந்தியதாகக் கிடைக்கிறது. இராமனின் கதை. இதற்கு முரணாக, மகாபாரதத்தினுள் இருப்பவை, யுதிஷ்டிரன் தன் கதைக்கு இணையாகச் செல்லும் கதை உண்டா என்று கேட்கும் கேள்விகள். திரௌபதி கடத்தப்பட்டபோது, தன்னைவிட துரதிருஷ்ட சாலியான, துயரப்படுகின்ற மனிதன் உண்டா என்று யுதிஷ்டிரன் கேட்கிறான். அப்போது அவனுக்கு இராமன் - சீதையின் கதை சொல்லப் படுகிறது. (3.257 - 75). சூதாடி நாட்டைத் தோற்று, நாடு கடத்தப்பட்ட நிலையில் இருக்கும்போது அவன் இதே கேள்வியைக் கேட்கிறான். இதற்கு விடை சூதாடி நாட்டை இழந்து நீண்டகாலம் துன்பப்பட்ட நளன் கதை (3.49.33 - 34). வெற்றிக்கும் சோகத்திற்குமான முரண்நிலை இந்த இரு பனுவல்களின் பொதுவான தொனியைக் காட்டுவதாகும்.

அடிக்குறிப்பு

1. Apastamba Dharma Sutra 1.7.20.6.
2. Apastamba and Gautama were probably third century BCE, Baudhayana second century BCE, and Vasistha first century CE; Olivelle, Dharmasutras, xxxiii.
3. Selvanayagam, "Ashoka and Arjuna."
4. Flood, Introduction, 148.
5. Thapar, Early India, 278.
6. Chakravarti, The Social Dimensions of Early Buddhism; Gombrich, Theravada Buddhism.
7. Thapar, Early India, 279
8. Nath, Puranas and Acculturation, 27.
9. Thapar, Early India, 124.
10. Thapar, From Lineage to State, 170.
11. Thapar, Early India, 125.
12. Ibid., 124.
13. Ghurye, The Scheduled Tribes; Srinivas, Social Change in Modern India.
14. Thapar, Early India, 126.
15. Keay, India, 189.
16. Turner, The Forest of Symbols; Brian Smith, Classifying the Universe.
17. Brodbeck, "Ekalavya and Mahabharata 1.121-128."
18. Hemavijayagani, Katharatnakara 185.20," story no. 163, "The Story of the Bhilla," pp. 185-86.
19. Doniger, Bedtrick, 248-54.
20. Doniger and Spinner, "Misconceptions."
21. Doniger, Splitting the Difference.
22. Naishadiyacarita 17.132.
23. For Yavakri in the Jaiminiya Brahmana and Mahabharata, see Doniger O'Flaherty, Tales of Sex and Violence.
24. Bulcke, "La naissance de Sita"; Dubuisson, "La déesse chevelue."
25. Hiltebeitel, The Cult of Draupadi.
26. Kinsley, Hindu Goddesses, 107-09, 151-02.
27. Mahabharata 12, appendix 1, no. 28, lines 72-75.
28. Kinsley, The Sword and the Flute; Hiltebeitel, The Ritual of Battle.
29. Thapar, Early India, 228.
30. Mitter, Indian Art, 16.
31. Thapar, Early India, 193.
32. Pathak, "The Things Kings Sing."

இயல்: 12
சாத்திரங்களில் தப்பிப்பு விதிகள்
கி.மு.100 முதல் கி.பி. 400 வரை

காலவரிசை

கி.மு. 166 - கி.பி. 78 யவனர்கள், சாகர்கள், பாக்டிரியர்கள், பார்த்தியர் இந்தியாவுக்குள் தொடர்ந்து புகுதல்

கி.பி. 100 - மனுதர்ம சாத்திரம்

கி.பி. 78 - 140 - கனிஷ்கன் ஆட்சி, பௌத்தத்திற்கு ஆதரவு

கி.பி. 150 - ஜுனாகட்டில் ருத்ரதாமன் முதல் சமஸ்கிருதக் கல்வெட்டு

கி.பி. 200 - கௌடில்யர் அர்த்த சாஸ்திரம் வரைதல்

கி.பி. 300 - வாத்ஸ்யாயன மல்லநாகர் காமசூத்திரம் இயற்றல்

கீரியைக் கொன்றதற்கும் நெறியற்ற பெண்ணைக் கொன்றதற்கும் பிராயச்சித்தம்

பூனை, கீரி, வண்ணக்குருவி, தவளை, நாய், பல்லி, ஆந்தை, காக்கை இவற்றில் ஒன்றை எவரேனும் கொன்றுவிட்டால், ஒரு சூத்திரனைக் கொன்றதற்குரிய சங்கல்பத்தைச் செய்யவேண்டும். குதிரையைக் கொன்றால் ஒரு பிராமணனுக்கு வஸ்திர தானம் செய்யவேண்டும். யானையைக் கொன்றால், ஐந்து கருநிறக் காளைகளைத் தர வேண்டும். வெள்ளாட்டை அல்லது செம்மறியைக் கொன்றால், வண்டிஇழுக்கும் எருதைத் தரவேண்டும். கழுதைக்கு, ஓராண்டு நிறைந்த கன்றுக்குட்டி. நெறியற்ற பிராமணத்தியைக் கொன்றால், ஒரு பிராமணனுக்குத் தோல்பையைத் தரவேண்டும். க்ஷத்திரியப் பெண்ணைக் கொன்றால் ஒரு வில். வைசியப் பெண்ணைக் கொன்றால் ஒரு வெள்ளாடு. சூத்திரப் பெண்ணைக் கொன்றால் செம்மறியைத் தரவேண்டும்.

- மனுதர்மசாத்திரம், 11.132, 137, 139) — ஏறத்தாழ கி.பி.100.

விலங்குகள், சமூக வகுப்பினர், நெறியற்ற பெண்கள் போன்றவர்களைக் கொன்றால் அதற்கான பிராயச்சித்தங்களை இந்தப் பட்டியல் விளக்குகிறது. இவை சாத்திரங்களுக்கு முக்கியமான பிரச்சினைகள். பேரரசுகளுக்கு இடைப்பட்ட நீண்ட காலத்தில் ஒரு கலைக்களஞ்சியம் அளவுக்கான அறிவினைப் பலதுறைகளில் கிடைத்த கருத்துகளின் பன்முகத்தன்மையால் பெற்று இவை சேமித்துவைத்தன. ஆனால் எல்லாச் சாத்திரங்களும் ஒரேமாதிரி அல்ல, சில சாஸ்திரங்கள், பெண்களுக்கும் கீழ்ச்சாதியினருக்குமான வாய்ப்புகளை இல்லாமற்செய்துவிட்டன.[1] பிராமணக் கற்பனையமைப்புக்கென பனு வல்விதித் தொகுதிகள் எவையுமில்லை. அப்படியிருந்தால் அது சாத்திரங் களின் தொகுதியாகவே இருக்கும். அவைதான் பெண்கள், விலங்குகள், சாதிகள் ஆகியவற்றிற்கான ஆதிக்கச் சட்டகத்தைச் சொல்கின்றன. அவற்றின்மீதுதான் பின்னர் வந்த எதிர்ப்பு அல்லது தடைப் போக்குகள் யாவும் குறிவைத்தன. அவ்வப்போது நிகழ்ந்த அயல்நாட்டார் வருகைகள் ஒருபுறம் அறிவுபற்றிய கருத்தினைத் தளர்த்தவும் வளப்படுத்தவும் செய்தன. அதை உலகளாவிய ஒன்றாக்கின. உண்ணவும், உடுக்கவும், சிந்திக்கவும் அதிகப் பொருள்கள் கிடைத்தன. அதேசமயம் அவை ஒரு பயத்தைத் தோற்றுவித்ததால், பிராமணர்கள் சமூகக் கட்டுப்பாட்டின் சில கூறுகளை இறுக்கமாக்கிக் கொண்டார்கள்.

படையெடுப்புகள், முரண், பன்முகத்தன்மை ஆகியவைகொண்ட இருண்ட காலம் சாத்திரங்கள் உள்ளடக்கியிருக்கும் பன்முகத்தன்மையும், அதேசமயம் அந்தப் பன்முகத்தன்மையைக் கட்டுப்படுத்த அவற்றின் உந்துதலும் அவை இயற்றப்பட்ட காலத்தின் பின்னணியை வைத்து நன்றாகப் புரிந்துகொள்ளமுடியும்.[2] கிறித்துவ சகாப்தத்தின் தொடக்க நூற்றாண்டுகளில் பெரிய அரசவம்சங்கள் எதுவும் இல்லை. இந்தோ-கிரேக்கர்களின் மரபுப்படி சாகர்களும் குஷானர்களும், தங்களுக்கு அரசனுக்கரசன், கடவுளின் புத்திரன் என்றெல்லாம் பெயரிட்டுக் கொண்டவை பொய்தான். சில ஐரோப்பிய அமெரிக்க வரலாற்றா

சிரியர்கள் இந்தக் காலப்பகுதியை இந்தியாவின் இருண்டகாலம் என்று சொல்கிறார்கள். ஒரு நேர்த்தியான ஆட்சிகொண்ட பேரரசின் பாதுகாப்பு இதற்கு இல்லை. குஷானர்கள் அவ்வளவு பரந்த அரசுக்குச் சொந்தமானவர்களாக இல்லை. மேலும் மிகுதியாகக் கிடைக்கின்ற, காலம் நிச்சயிக்கமுடியாத வரலாற்று மூலங்கள் அவற்றைவைத்து விரிவுபடுத்துமளவு ஒளிதரவில்லை. இந்திய தேசிய வரலாற்றாசிரியர்கள் சிலர் இதைப் படையெடுப்புகளின் காலம் என்று பெயரிட்டிருக்கிறார்கள். இந்தியரல்லாத வம்சங்களின் நசிவுக் காலம். மிலேச்சர்கள் இந்தியாவுக்குள் தொடர்ந்து நுழைந்த காலம். நமக்கு இதைக் காணும்போது பேரரசு ஆட்சிக்கு முற்பட்ட, பன்முகத் தன்மை கொண்டதொரு காலம் என்று தோன்றுகிறது. வளமான கலாச்சார ஒருங்கிணைப்புக் கொண்ட காலம். படைப்பூக்கமிக்க குழப்பக் காலம். அது அறிஞர்களுக்கு எழுச்சியை உண்டாக்கி, தங்கள் அறிவுகளை எல்லாம் கோட்டைக் கொத்தளத்தினால் பாதுகாக்கப்படுகின்ற நகரம் ஒன்றில் குவிப்பதுபோல ஓரிடத்தில் கொண்டுவந்து எதிர்காலச் சந்ததிகளுக்கெனக் குவித்த காலம். எல்லாமே சங்காரம் அல்லது குழப்பம் என்பதற்குள்தான் மிஞ்சுகிறது. அது நல்லதென்றோ தீயதென்றோ எவ்விதமாகவும் கருதலாம். சநாதனிகளுக்கு அரசியல் குழப்பநிலை பயமுறுத்துகின்ற ஒன்று. சநாதனத்தன்மை அற்றவர்களுக்கு அது படைப்பூக்கக் காலம். அரசியலில் நிலையற்ற தன்மை எனக் கருதப்படுவது, வணிக, கலாச்சார வளர்ச்சியில் இயக்கத்தன்மை என்று தோன்றுகிறது.[3] நலிவடைந்த க்ஷத்திரியர்களும், பலசமயங்களில் இந்தியரல்லாத அயல் அரசர்களும் உபகண்டத்தை வணிகத்திற்கும் புதிய சிந்தனைகளுக்கும் திறந்துவிட்டார்கள்.[4] இந்தக் காலத்தின் கலையும் இலக்கியமும், இக்காலப்பகுதியின் முன்னும் பின்னுமுள்ள (மௌரிய, குப்தப்) பேரரசுகளின் காலத்திலிருந்ததைவிட மிக வளமாக இருக்கின்றன.[5]

இக்காலத்திற்கான பார்வைப்பதிவுகளாகக் கிடைப்பவை, இந்துக் களுடையதை விட, பௌத்த நினைவுச் சின்னங்களே ஆகும். அக்காலக் கலாச்சாரத்தின் புகழ்பெற்ற கலப்புத்தன்மை மேற்கு தக்காணத்தின் அமராவதியிலுள்ள பௌத்தத் தூணில் உள்ள புடைப்புச் சித்திரங்களில் உச்சநிலை பெறுகிறது. வகைப்படுத்துவதற்கு முடியாத அளவு பலவிதமான தினசரி வாழ்க்கைச் சித்திரங்கள் அதில் செதுக்கப்பெற்றுள்ளன. இசைக்கலைஞர்கள், நடனக்காரர்கள், உப்பரிகையிலிருந்து நோக்கும் பெண்கள், தெருக்களில் துள்ளிச்செல்லும் குதிரைகள், தாறுமாறாக ஓடும் யானைகள், பாரமான ஆனால் அழகான வண்டியை இழுக்கச் சிரமப்படும் எருதுகள், பாய்மரங்களுடனும் துடுப்புகளுடனும் கூடிய கப்பல்கள். சுயநோக்கிலோ அல்லது எல்லையற்ற பின்னோக்கிலோ, ஒரு காட்சியில் இந்தத் தூணைச் செதுக்கும் சிற்பிகள் இதைக் கட்டுகின்ற னர்.[6] இம்மாதிரிச் சுயசித்திரிப்பு, பிற்கால இந்துக்கோயில்களில் ஒரு மரபாயிற்று. அவற்றில் கோயிலின் தனித்தனிப் பகுதிகள், முழுக்கோயிலின் மகத்தான திட்டத்தைப் பிரதிபலிக்கின்றன.[7] இடையறாத இயக்கம் நிரம்பியிருந்தது. தொடர்ச்சியாக கிரேக்கம், மத்திய ஆசியா, செங்கடலின் துறைமுகங்கள், தென்கிழக்கு ஆசியாவிலிருந்து வணிகம் நடைபெற்றது.[8] மத்திய ஆசியாவின் மலைப்பாங்கான வழிகள் வாயிலாகவும், கடலில்

தென்னிந்தியாவின் மிகப்பெரிய துறைமுகங்கள் வாயிலாகவும் வணிகம் பெருகியது. எரித்ரியக்கடலின் பெரிப்ளூஸ் என்ற தலைப்புள்ள ஒரு நூல், முகம்தெரியாத கிரேக்கர் ஒருவரால் கி.பி.80 அளவில் ஆக்கப்பட்டது. இப்போதுள்ள குஜராத் பகுதிக்கும், பிறகு தக்காணத்திற்கும் செல்வதற்கு விரிவான கடல்வழிக் குறிப்புரைகளை அளிக்கிறது அந்த நூல். அங்கிருந்து இஞ்சி, நறுமணத் தைலங்கள், சாம்பிராணி, தந்தம், அகேட், பவழங்கள், பருத்தித் துணி, பட்டு, மஸ்லின் துணி, நூலிழைகள், வால்மிளகு போன்றவற்றில் வியாபாரம் நடைபெற்றது. இந்தியர்கள் அங்கிருந்து தரமான ஒயின் (இத்தாலிய நாட்டினுடையது), பாடும் சிறுவர்கள், அந்தப்புரத்திற்கான அழகிய பெண்கள், மிகத் துல்லியமாக நெய்யப்பட்ட மெல்லிய துணிகள், தேர்ந்தெடுத்த பூச்சுமருந்துகள் போன்றவற்றை வாங்கினர். எப்போதும் போலவே, குதிரைகளும் இறக்கு மதி செய்யப்பட்டன ஆயினும், அச்சமயத்தில் இந்தியாவின் பல்வேறு பகுதிகளிலும் இனப்பெருக்கம் செய்யவும் பட்டன.[9] பதிலாக, இந்தியர்கள் தென்கிழக்கு ஆசியாவுக்கும் மத்திய ஆசியாவுக்கும் பயணமும் வணிகமும் செய்தனர்.[10] இந்தியாவின் கலாச்சாரத்தை மேகாங் முகத்துவாரம், மலாய் தீபகற்பம், சுமத்ரா, சிங்கியாங் முதலாக ஆஃப்கானிஸ்தான் வரை, வியட்நாம் முதல் கோபிப் பாலைவனம் வரை, பட்டுவழியில் பரப்பினர். இந்தப் பொருளாதாரக் கசிவு, இடையறாத வணிகத்தினால் கி.பி. நான்காம் நூற்றாண்டு வரை தொடர்ந்து நடந்தது.

குஷானர்கள் சாதவாகனர்கள் கீழ் மதப்பிரிவுத் தன்மை

குஷானர்கள், நாடோடிகளாக ஆடுமாடு மேய்த்தவர்கள். மத்திய ஆசியாவிலிருந்து சிந்து வெளி வழியாகவும் பிறகு கங்கைவெளி வழியாக வாராணாசிக்கு இப்பால் மதுரா வரையிலும் வந்தனர். அவர்களுக்கு முன் வந்த வேதமக்களைப்போல இவர்களும் குதிரைமேய்ப்பவர்கள் மட்டுமல்ல, குதிரைப்படையினரும் ஆவர்.[11] அவர்களைப்போலவே, இவர்களும் ஆதிக்கம் செலுத்துபவர்களாக அல்லாமல் வணிகர்களாக, துணைவர்களாக, அகதிகளாகக்கூட நுழைந்திருக்கலாம். அவர்களுடைய பேரரசு (கி.பி.78 முதல் கி.பி.144 வரை) கனிஷ்கனின் ஆட்சியில் முடிவடைந்தது.[12] அவன் பௌத்த மதத்துக்கு மாறும் புதிய அலை ஒன்றை உருவாக்கினான். அவனுடைய ஆதரவின்கீழ் நான்காம் பௌத்தச் சங்கம் நிகழ்ந்தது.

அவனுடைய தலைநகரமான பெஷாவரில் மிகப்பெரிய ஸ்தூபம் ஒன்று அமைக்கப்பட்டது. ஏறத்தாழ நூறு மீட்டர் விட்டமும், அதன் இரு மடங்கு உயரமும் கொண்டது அது. அவன் ஆட்சியின் சில நாணயங்களில் புத்தர், எதிர்கால புத்த மைத்ரேயர் ஆகியோரின் உருவங்கள் காணப்படுகின்றன. அசுவகோஷர் என்ற கவிஞரின் புரவலனும் அவன்தான். அவர் பௌத்த சங்கத்தைக் கூட்ட உதவினார். பிறவற்றிற்கிடையில், முதல் சமஸ்கிருத நாடகத்தையும் இயற்றினார். புத்தசரிதத்தையும் சமஸ்கிருதக் கவிதையாக வடித்தார்.

கனிஷ்கன், பிற மதங்களையும் ஆதரித்தான்.[13] காந்தாரத்திலும் மதுரா விலும் உள்ள குஷான மையங்கள் கி.பி. இரண்டாம் நூற்றாண்டில்

பல நூற்றாண்டுகளுக்கும் மண்டலப் பயிற்சியகங்களில் மாதிரியாக உதவக்கூடிய இந்துச் சிற்பங்களை உருவாக்கின.[14] கனிஷ்கனின் பிரம் மாண்டமான சிற்பம் ஒன்று எஞ்சியிருக்கிறது. உயர்ந்த குதிகால்செருப்பும் பிற யாவும் உள்ளன, தலை மட்டும் இல்லை. ஆனால், கிரேக்கர்கள் தலைகளைத் தவிர வேறெதையும் தங்கள் நாணயங்களில் பொறிப் பதில்லை.[15] இந்தத் தலை - உடல் சேர்க்கை, தலைமாறிய தெய்வங்கள் கதைகளிலிருந்து நமக்குத் தெரியவருவது, இந்தக் காலத்தின் அரசியல் மற்றும் மதச் சக்திகளின் நுட்பமான சமநிலையை எடுத்துக்காட்டுகின்றன. கனிஷ்கனின் பின்வந்த அரசன், கிரேக்க, ஜொராஸ்டிரிய, பாக்டிரிய தெய்வங்களின் படங்கள் பொறிக்கப்பட்ட நாணயங்களை வெளி யிட்டான். இவற்றில் இந்துக்கடவுளரும் இருந்தனர். சான்றாக, உமை (பாக்டிரிய மொழியில் ஒம்மோ)யின் உருவம். இவள் பார்வதியின் அவதாரம். சிவனின் மனைவி. பலசமயங்களில் சிவன் உருவத்துடன் உமை உருவமும் இணைந்திருக்கிறது. இந்த நாணயங்களில் சிங்கத்தின்மீது ஏறியிருக்கும் துர்க்கையின் உருவமும் உள்ளது. திருமகளின் உருவம் பாக்டிரிய மரபுக்கேற்ப மாற்றப்பட்டுள்ளது.[16] பௌத்தமும் ஜைனமும், அமைதியாகவே, இந்து மதத்துடன் போட்டியிட்டன.

கி.பி. 140இல், உஜ்ஜயினியிலிருந்து ஆட்சிசெய்த சாக அரசனான ருத்ரதாமன், குஜராத்தில் ஜுனாகட்டில் நீண்ட சமஸ்கிருதக் கல்வெட்டு ஒன்றை வெளியிட்டான். பல இந்திய அரசர்களும் செய்தவாறு பள்ளிப்படை அமைப்பில் — ஸ்தூபங்களின்மீது கோயில்கள், கோயில் களின்மீது மசூதிகள் — அதைச் செதுக்கினான். ஏற்கெனவே அதில் அசோகனின் முக்கியப் பாறைக் கல்வெட்டுகளும் இருந்தன. அவன் எந்த வகுப்பினன் என்று நிச்சயமாகத் தெரியவில்லை. அவன் பின்னோக்கிச் சென்று தர்மத்தைப் புகழ்கிறான். மௌரியரால் கட்டப்பட்ட அணை ஒன்றை அவன் வரிவாங்காமல் செம்மை செய்தான், தன் சொந்தக் கருவூலத்திலிருந்து அதற்குப் பணம் அளித்தான் என்ற செய்தி அதில் காணப்படுகிறது. தனக்கு இலக்கணம், இசை, சாத்திரங்கள், தர்க்கம் ஆகியவை தெரியுமென்றும், சிறந்த வாள்வீரன், குத்துச்சண்டை வீரன், சிறந்த குதிரை வீரன், தேரோட்டி, யானைமறவன், ஆதாயமிக்க நல்ல கவிஞன் என்றும் அவன் தற்பெருமை அடித்துக்கொண்டான்.[17] ஒரு சாரமிக்க கல்வெட்டைச் செவ்விய சமஸ்கிருதத்தில் அளித்தவன் அவன்தான். (அசோகனும் கனிஷ்கனும் வெவ்வேறு பிராகிருதங்களைப் பயன்படுத்தினார்கள், வழக்கமாக மாகதி அல்லது பாலி). அசோகனின் பிராகிருதக் கல்வெட்டுக்கு மேல் அவன் எழுதியதும், சமஸ்கிருதத்தைத் தேர்ந்தெடுத்ததும். தன்னை ஒரு அயல்நாட்டு அரசன் என்று அறிவித்துக் கொள்ளவும், “பெற்றோரின் வருந்தத்தக்க தேர்வின் கடுமையைத் தணிக்க” என வரலாற்றாசிரியர் டி.டி. கோசாம்பி குறிப்பிட்டதைப் போலவுமாக இருக்கலாம்.[18] குஷானர்கள் காலப் போக்கில் பலமிழந்தனர். ஆனால் சாகர்கள் கி.பி. ஐந்தாம் நூற்றாண்டின் நடுப்பகுதி வரை ஆண்டுவந்தனர். ஆனால் இரண்டு வம்சங்களுமே பிறருக்கு எளிதில் ஊடுருவ இடம் அளித்தன. சான்றாக வடமேற்கில் பஹ்லவர்கள் (பார்த்தியர்கள்) ஆட்சிசெய்தனர். மேற்குத் தக்கணத்தில் அமராவதியைத் தலைநகராகக் கொண்டு சாதவாகனர் ஆண்டனர். சாதவாகன அரசர்கள்

தாங்களும் பிராமணர்கள்தான், ஆனால் ஒழுங்கமைவுக்குப் புறமான மக்களிடையில் மணந்தவர்கள், க்ஷத்திரியர்களின் பெருமையைக் குலைத்தவர்கள், நான்கு வர்ணங்களுக்குள்ளும் கலப்புத்திருமணத்தைத் தடுத்தவர்கள் என்றெல்லாம் பெருமைகள் அடித்துக் கொண்டனர்.[20] வேதயாகங்களையும் வேதக் கடவுளர்களையும் சநாதன முறைப்படி பின்பற்றினர். பிராமணர்களுக்கு தேவதானங்கள் அளித்தனர், ஆனால் பௌத்தத்தையும் ஆதரித்தனர். இந்துமதத்தைவிட பௌத்தம் பொருளா தார விரிவுக்கு ஆதரவாக இருந்தது என்பதால் இருக்கலாம். நிதிகளை அது யாகங்களுக்கு பதிலாக வணிகத்தில் ஈடுபடுத்தியது, சநாதான இந்துக்கள் பயணம் மேற்கொள்ளத் தடையாக இருந்த உணவுத்தடை வணிகத் தடைகளை நீக்கியது. (இந்துக்களைப் போலன்றி, பௌத்தர்கள் அயல்நாடுகளில் மதம் பரப்பினர்.) பௌத்த மடங்களுக்கு அளிக்கப்பட்ட கொடைகள் பெருகமுடிந்தது. தனிப்பட்ட மனிதர்களும் வணிகச் சங்கங்களும் அவற்றிற்கு ஈடாகக் கொடை அளித்தனர். குகைக் கோயிலில் கொடையளித்தவர்கள் பட்டியலில் நெசவாளர்கள், தானிய வியாபாரி கள், கூடைமுடைபவர்கள், தோல்தொழில் செய்வோர், கப்பலில் சரக்கு களை ஏற்றும் முகவர்கள், தந்தம் செதுக்குபவர்கள், கருமான்கள், உப்பு வணிகர்கள், வெவ்வேறு கைவினைஞர்கள், வியாபாரிகள் போன்றவர்கள் உள்ளனர். இவர்களில் யவனர்களும் உண்டு.

அசோகன் அமராவதியில் கட்டத் தொடங்கிய பெரிய ஸ்தூபியை சாதவாகனர்கள் கட்டி முடித்தனர்.[21] மேற்கு தக்கணத்தில் பஜா, கார்லே, நாசிக், அஜந்தா - எல்லோராவின் சிலபகுதிகள் ஆகியவற்றிலுள்ள மிகச் சிறப்பாகச் செதுக்கப்பட்ட குகைக்கோயில்களையும் சாதனவாகனர்களின் கீழ் இருந்த வணிகச் சங்கங்கள்தான் கி.பி. 100 - 170 காலப்பகுதியில் உருவாக்கினர்.[22] பெரிய பௌத்த யாத்திரைத் தலங்களில் வணிகர்கள் குழுமித் தங்கள் சந்தைகளையும் ஓய்வுவீடுகளையும் கடைகளையும் லாயங் களையும் அமைத்தனர்.[23] இது பின்னர் இந்து யாத்திரைத் தலங்களுக்கு முன்மாதிரி ஆகியது. இந்தக் காலப்பகுதியில் கற்களால் கட்டப்பட்ட இந்துக்கோயில்களின் எச்சங்கள் எவையும் இல்லை. மரக்கோயில்களே இருந்தன. இழக்கப்பட்ட இந்த மரக் கோயில்களின் மாதிரியில்தான் பின்னர் கற்கோயில்கள் கட்டப்பட்டன. பௌத்தச் சவாலுக்கு இந்து எதிர்வினை தம்மத்திலிருந்து தர்மத்தை மீட்பது மட்டுமல்ல, அதை விரிவுபடுத்துவதாகவும் அமைந்தது. தர்மசூத்திரங்களில் தர்மம் என்பது பெரும்பாலும் யாகத்தை எப்படிச் செய்வது என்பது பற்றியதாக இருந்தது. எதை உண்பது, யாரை மணப்பது போன்ற விதிகளால் தர்ம சாத்திரங்கள் அதை வாழ்க்கைக்கு விரிவுபடுத்தின. சடங்குப்பனுவல்களில் கர்மம் என்பது சடங்குச் செய்கையை மட்டுமே குறித்தது. ஆனால் மகாபாரதத்தில் போல், தர்ம சாத்திரங்களிலும், பிறப்பு இறப்பு என்ற சுழற்சியில் ஒழுக்க விளைவுகளை உண்டாக்கக் கூடிய எந்தச் செயலையும் கர்மம் என்பது குறிப்பதாக விரிவுபட்டது. பிறகு மோட்சம் பற்றிய பிரச்சினை. முற்காலத்தில்போல, பௌத்தம், ஜைனம் இவற்றால் ஏற்பட்ட சவால்கள் மட்டுமல்ல, மகாபாரதத்தில் உட்கவடாக தர்மம் என்பது தகர்த்தமைக்கப்பட்டதாலும் ஏற்பட்டது. பிராமணர்களை எதிர்கொள்ளும் பிரச்சினை மட்டுமல்ல இது. புதிய அலைகளில்

பயணம்செய்ய முயலும் எல்லோரையும் எதிர்கொள்ளவேண்டியிருந்தது. பிராமண ஒழுங்குகளைக் கேள்விகேட்கும் புதிய சமூகக் கூறுகளில் ஏற்கெனவே பதிந்துவிட்ட சிந்தனையின் ஒழுங்குபடுத்தும் போக்குகளையும் காரணப்படுத்த வேண்டியிருந்தது. மாற்றக் காலத்தில், சநாதனத்தின் பாதுகாப்பை ஆட்டம் காணச் செய்த இவ்விதக் கலாச்சார மாற்றங்களைக் கட்டுப்படுத்துவது இருக்கட்டும், வரைபடப்படுத்தவே தர்ம சாத்திரங்களால் இயலவில்லை.[24] சாத்திரப் போக்குகளை விளக்குவதில் இவை வெகுதொலைவுக்கு உதவுகின்றன.[25] ஆக, மறுபடியும் பிராமணர்கள் தங்கள் சரக்குகளை ஏற்றத் தொடங்கினார்கள்.

சாத்திரங்கள் இந்த நீண்ட இடைவெளிப்பகுதியின் இறுதியில், இடைபுகும் குழப்பங்கள் யாவற்றையும் ஒழுங்காக (அல்லது ஒழுங்கின்றி) வகைப்படுத்திச் சமாளிக்கக்கூடிய ஒருவிதத் தத்துவார்த்த நுணுக்கம் வளர்ந்தது. முன்பே நீண்டகாலமாகச் சொல்லிவந்தவாறு, கி.பி. முதல் ஆயிரம் ஆண்டுகளில் தெய்வங்களின் மொழி என்று இலக்கிய உலகில் சமஸ்கிருதம் தொடர்ந்து ஆதிக்கம் செலுத்தி வந்தது. இப்போது அது உலகளாவிய மொழியாகவும் மாறிவிட்டது. அதை ஆதரிப்பதற்கு உயர்ந்த மதிப்புப் பெற்ற இலக்கிய அமைப்புகளும், அரசவைகளும் இருந்தன. இப்போது அது புனிதப்பனுவல்களுக்கு மட்டும் பயன்படுத்தப்படவில்லை, தெற்காசியாவிலும் அதற்கு அப்பாலும், இலக்கிய மற்றும் அரசியல் வெளிப்பாடுகளுக்குரிய மொழியாகவும் ஆகியது.[26] இப்போது அது மதம், இலக்கியத்திற்கு மட்டுமின்றி, அறிவியல், கலைகளுக்கும் உரிய மொழியாகியது — சுருக்கமாக, சாத்திரங்களின் மொழியாகியது.

சாத்திரம் என்றால் ஒரு பனுவல், ஒரு போதனை, ஓர் அறிவியல் என்று பொருள். அசுவ சாத்திரம் என்றால், பொதுவாகக் குதிரைகள் பற்றிய அறிவுத்துறை. ஆனால் அது குதிரைகள் பற்றிய குறித்த பனுவலுக்குப் பெயரும் ஆகிறது. சாஸ்திரம் என்ற சொல் சஸ் என்ற வேரிலிருந்து வருகிறது. போதனை செய் அல்லது தண்டித்துவிடு என்று அதற்கு அர்த்தம். அறிவுத்துறை என்ற அர்த்தமும் (மானிடவியல் சாத்திரம் என்பதுபோல,) இருக்கவே செய்கிறது. இப்படியாக மிஷல் ஃபூக்கோவின் சொற்பொருள்களைப் பிரதிபலிக்கிறது. இது சம்ஸ் (ஊறுசெய்தல்) என்ற வினைச்சொல்லோடு தொடர்புடையது. ஒருவேளை ஆங்கில *"chasten"*, *"chastise"*, *"chastity,"* போன்ற சொற்களோடு இலத்தீன் *castigare* என்ற சொல் வாயிலாகத் தொடர்பிருக்கலாம்.

தர்மத்தைப்போலவே, சாத்திரங்களும் விளக்கத்தன்மையும் விதித் தன்மையும் ஒருங்கே கொண்டவை. வர்ண, சாதி அமைவுகளைப் போலவே சாத்திர அமைப்புகளும் பன்முகத்தன்மைக்கு இடம் கொடுக்கு மாறு உருவாக்கப்பட்டவை. ஆனால் இதே பன்முகத் தன்மையை பிராமணர்கள் பலரும் அச்சுறுத்துவதாகக் கொண்டனர். ஆகவே எல்லா வற்றையும் அதனதன் இடத்தில் வைக்கவேண்டும், வடிவம் தர, வார்க்க, ஒடுக்க, ஒழுங்குபடுத்த வேண்டும் என்ற படிநிலையாக்கம் செய்ய முனைந்தனர். ஒருவார்த்தையில் சொன்னால் சஸ் — அதாவது தங்கள் முன்னர் அவர்கள் கண்ட குழப்பநிலையை ஒறுத்து ஒழுங்குபடுத்த முனைந்தனர். எல்லாப் புதிய சிந்தனைகளையும் புதிய விலங்குகளைப்

போல மந்தைப்படுத்தித் தங்கள் அறிவுத் தொழுவத்தில் அடைத்துச் சூடு போட்டனர் — அதாவது பொருள்களின் திட்டத்தில் அவ்வவற்றின் இடத்திற்கு அனுப்பினர். இந்தக் காலத்தில் சூத்திரப்படுத்தப்பட்ட பனுவல்களில் பெண்கள், கீழ்ச்சாதிகள் பற்றிய மனப்பாங்குகள் இறுகின. அவ்வாறிருந்தும் தங்கள் ஆசிரியர்களின் விருப்பத்திற்கு எதிராக, மேலும் மேலும் பரவலான மனித வாய்ப்புகளுக்கு இடந்தருவதற்கு அந்தப் பனுவல்களே சான்றுகள் தருகின்றன. கலாச்சாரச் சூழலில் சூழும் குழப்பநிலை பிராமண நிறுவனஅமைப்பில் சமமான எதிரான எதிர் வினையை உருவாக்கிவிட்டாற் போல இது இருந்தது. “சட்டம் ஒழுங்கு!” என்ற கூக்குரலை இவற்றில் ஏறத்தாழக் கேட்கமுடியும்.

முழுமைப்படுத்தும், உலகமுழுவதாக்கும் சிந்தனை செயல்பட்டது. இந்தியாவில் எல்லா முனைகளிலிருந்தும், சமூகத்தின் எல்லா நிலைகளி லிருந்தும் பிரச்சினைக்குள்ளான ஒரு விஷயத்தைப் பற்றிய முழுமையான அறிவைக் கொண்டு வரும் முயற்சி நடைபெற்றது. ஒவ்வொரு பனுவலிலும் எடுத்துக் கொள்ளப்பட்ட விஷயத்தின் தன்மை, வீச்சு ஆகியவற்றில் கலைக்களஞ்சிய விதமான அறிவுப் பூர்த்தி இலக்காக இருந்தது. (ஏதோ ஒரு எக்ஸைப் பற்றி நீங்கள் அறிய விரும்புவது முழுமையையும் பெற வேண்டும்.) வீச்சும் அப்படித்தான் — தர்ம அர்த்த காம என்ற முப்பொருள்களிலிருந்து தொடங்கி, இலக்கணம், கட்டடக் கலை, மருந்து, நடனம், நடிப்பு, கலைகளின் அழகியல், இசை, வானியல், சோதிடம், குதிரைகளை, யானைகளைப் பழக்குதல், இயற்கை அறி— வியலின் பல்வேறு கூறுகள் குறிப்பாகக் கணிதம் — ஆகிய அனைத்தும். கற்பனை செய்யக்கூடிய அனைத்தும், இன்னும் கற்பனை செய்ய முடியாத எத்தனையோ.

சாத்திரங்களின் இடைவிடா திறந்தமுனைத்தன்மை, திறந்த மனப் பான்மை, ஆகியவற்றை ஒரு பிரச்சினை பற்றிய வேறுபட்ட கருத்துகளை அவை கருதுகின்ற தன்மை வாயிலாகவும், அவற்றிற்குத் தப்பிக்கும் உபாயங்களை வழங்குவதிலும் காணமுடியும். ஒவ்வொரு சாத்திரமும் தனக்கு முன்னுள்ள நூல்களை நோக்கி மேற்கோள் தந்து, தான் எவ்விதத்தில் அவற்றைவிட மேம்பட்டது என்று காட்டுகிறது — ஏறத்தாழ இன்றைய பிஎச்.டி. ஆய்வேட்டில் அதன் துறையில் அதற்கு முன்னிருந்த நூல்களை ஆய்வுசெய்யும் தன்மை இதில் உள்ளது. பூர்வ பட்சம் என்ற முறையில் எதிர்த் தரப்புகள் எழுப்பக்கூடிய ஆட்சேபணைக் கருத்துகள் எடுத்துரைக்கப்படுகின்றன. பிறகு அவை ஒவ்வொன்றாக மறுக்கப்பட்டு, கடைசியாக ஆசிரியர் தன் சொந்த — சரியான கருத்தைத் தருகிறார். ஆனால் வழிநெடுக, நாம் ஒரு விசுவாசமான எதிர்ப்புமுறையையும், ஓர் ஆரோக்கியமான விவாதம் வளர்வதையும் காண்கிறோம். ஆகவே சாத்திரங்கள் உரையாடல் தன்மையுடைய, அல்லது விவாதம் செய்கின்ற நூல்களைவிட மேம் பட்டவை. உதாரணமாக மருத்துவத்தை எடுத்துக் கொள்வோம். இந்தியாவில் இது ஆயுர்வேதம் — நீண்ட ஆயுளின் அறிவியல் என்று சொல்லப்படுகிறது. மருத்துவப் பனுவல்கள் பல இருக்கின்றன. அவற்றில் சரகருடையதும், சுஸ்ருதருடையதும் (கி.பி. முதல் நூற்றாண்டிலும், ஏழாம் நூற்றாண்டிலும் இயற்றப்பட்டவையாகலாம்)

மிகப் புகழ் பெற்றவை. இந்த மருத்துவ நூல்கள் எவ்விதம் மனத்தையும் உடலையும் பராமரிக்கலாம் என்பதற்கான அறிவுரைகளை அளிக்கின்றன. தர்மசாத்திரங்கள், யோகம், தந்திரம், இந்துமதத்தின் பிற புலங்கள் ஆகியவை இந்த அறிவுரைகளுக்கு அநுபந்தமாக அமைகின்றன. சாதி அசுத்தம் ஏற்பட்டுவிடும் என்ற காரணத்துக்காகப் பொதுவாக இந்து மருத்துவர்கள் அறுவை சிகிச்சையைப் புறக்கணித்தனர். இதைப் பௌத்தர்கள் எடுத்துக்கொண்டனர். மருத்துவம் பற்றிய இந்து சாத்திரங்கள் தங்கள் பெரும்பான்மை அறிவை பௌத்த மடங்களிலிருந்தே பெற்றன.[27]

எல்லாச் சாத்திரங்களும் எவ்விதம் திறந்தமனத்தோடும் அரவணைக்கும் தன்மையோடும் இருக்கின்றன என்பதற்கு உதாரணமாகச் சரகரின் ஒரு பகுதியைக் காணலாம்.

இரண்டாம், மூன்றாம் மருத்துவ அபிப்பிராயங்கள்

ஒரு காலத்தில், பெரிய முனிவர்கள் யாவரும் கூடியிருந்தபோது, நோய்களின் காரணங்கள் பற்றிய ஒரு சர்ச்சை எழுந்தது. ஒருவர்பின் ஒருவராக முனிவர்கள் தாங்கள் நோய்களின் காரணங்களாகக் கருதுவனவற்றைச் சொன்னார்கள். கர்மங்களைச் செய்கின்ற, கர்மங்களால் மகிழ்கின்ற, அதன் பலன்களை அனுபவிக்கின்ற ஆன்மா; ராஜச, தாமச குணங்களால் நிறைகின்ற மனம்; உணவின் ரஸம் (சாரம்); புலன்களின் விஷயங்களான ஒலிகள் போன்றவை; உலகின் ஆறு பூதங்கள்—நிலம், நீர், நெருப்பு, காற்று, வெளி, மனம்; பெற்றோர்கள்; தனது கர்மவினை; தனதுசொந்த இயற்கை; பிரஜாபதி — படைப்புக் கடவுள்; இறுதியாகக் காலம்.

இப்படி முனிவர்கள் வாதிட்டுக்கொண்டிருக்கும்போது, அவர்களின் ஒருவர் சொன்னார் — "இப்படிப் பேசவேண்டாம். கட்சிகளாகப் பிரிந்து பேசும்போது உண்மை கிடைப்பதில்லை. வாதங்களையும் பிரதி வாதங்களையும் நிறுவப்பட்ட மெய்ம்மைகள்போலப் பேசுபவர்கள், செக்குமாடு போல அவற்றிலேயே சுற்றிச்சுற்றி வருகிறார்களே ஒழிய தங்கள் தரப்பின் இறுதியைக்கூட அடைவதில்லை. கருத்துமோதல்களைக் கைவிடுங்கள், குழுமனப்பான்மையின் இருட்டிலிருந்து வெளியே வாருங்கள். கெட்ட உணவைச் சாப்பிடுவது நோய்களுக்கு ஒரு காரணம்." ஆனால் மற்றொரு முனிவன் கூறினான், "மருத்துவர்கள் பலவேறு அபிப்பிராயங்களைக் கொண்டிருக்கிறார்கள் ஐயா. எல்லாருக்குமே இந்தவிதமான போதனைகள் புரியாது" (1.1.15.3 - 34).

பல்வேறு அணுகுமுறைகளுக்கு இந்தப்பகுதி சமமான நேரத்தை ஒதுக்கினாலும், அவற்றில் பல முக்கியத் தத்துவ, மருத்துவ மரபுகளைச் சார்ந்தவை என்றாலும், எப்போதும் போலவே படிநிலையமைப்பு உள்ளது. கடைசியாகப் பேசியவனுக்கு முந்திய முனிவன் கூறியவை சரி, பிறர் கூறியவை தவறு என்பது மட்டுமல்ல, தன் கருத்தை அவர்கள் ஏற்றுக்கொள்வது கடினம் என்று கருதி அவர்களை எதிர்கொள்வதற்கான காரணம் ஒன்றையும் அவன் சொல்லுகிறான்: "கட்சிகளாகப் பிரிந்து பேசும்போது

உண்மை கிடைப்பதில்லை." அப்படியும் அவன் சொல்வதை மற்றவர்கள் ஏற்றுக் கொள்ளாததால் விவாதம் முடிவுறாமலே தொடர்கிறது.

வர்ண, சாதி வகைபாடுகள்

இந்தச் சமயத்தில் சிறிய பலதரப்பட்ட சமூகக்குழுக்களின் எழுச்சி சமூக முறைமையின் வகைபாட்டில் பிரச்சினைகளை உருவாக்கியுள்ளன. ஒரு பொதுச் சார்பியல் கொள்கைக்குள் போல எல்லாவற்றையும் ஏதோ ஒன்றுக்குள் அடக்குவதற்கு யாரோ ஒருவர் தேவைப்பட்டார். அந்த ஒருவரை மனு என்று இந்து மரபுகள் சொல்கின்றன. தர்மப்பனுவல்களின் ஆசிரியர்கள் வர்ணத்துடன் சாதியை ஒழுங்கமைக்க முயன்றபோது, அவரவர் தங்களுக்கென அளிக்கப்பட்ட பணியினைச் செய்தார்கள். பிராமணத் தலையும் பறைச்சி உடலும் சேர்ந்து (சமஸ்கிருத, தமிழ்ப் பனுவல்கள் சேர்ந்து) இரண்டு பெண்தெய்வங்கள் உண்டானதுபோல வர்ணமும் சாதியும் இணைந்து இந்துச் சமூக வகைப்பாட்டை உருவாக்கின. எது முந்தியது எது பிந்தியது என்பதற்கு எந்தச் சான்றும் இல்லை. சாத்திரங்கள் அவற்றை இணைப்பதற்கு முன்னால் சில நூற்றாண்டுகளேனும் வர்ணமும் சாதியும் தனித்தனியே வளர்ந்தன. ஆனால் பழைய இந்தியச் சமூகக் கொள்கைக்கு இவற்றிற்கிடையிலான தொடர்பு மிக முக்கியமானது. ஆகவே மனு, தனது நூலின் தொடக் கத்திலேயே முனிவர்கள் இந்தக் கேள்வியை எழுப்புமாறு செய்கிறார். ஆனால் பன்னிரண்டு புத்தகங்களில் பத்தாவதில்தான் விடையைச் சொல்கிறார். "ஐயா, நான்கு வர்ணங்களினுடைய கடமைகளையும், இரு வர்ணங்களுக்கிடையில் பிறந்தவர்களின் கடமைகளையும் எங்களுக்கு ஒழுங்காக முறையாகச் சொல்லுங்கள்" (1,2). அதாவது சூதர்கள், பிராமணர்களுக்கும் க்ஷத்திரியர்களுக்கும் இடையில் பிறந்ததுபோல. தனக்கு ஓரிரண்டு நூற்றாண்டுகள் முன்பு தோன்றிய தர்மசூத்திரங்கள் சுருக்கமாகச் சொல்லிய ஒரு திட்டத்தை எடுத்துக்கொண்டு விரித்துரைக் கிறார். சூத்திரங்களில் சுருக்கமான பகுதி ஒன்றை எடுத்துக்கொள்கிறார்.[28] அதை நாற்பது செய்யுட்களாக விரிக்கிறார். பிறகு ஒரு விரிவான சட்டகத்தை உருவாக்கி, எவ்விதம் வரலாற்று ரீதியாக பிராமணர்களும் பறையர்களும் தொடர்புபட்டவர்கள் என்பதை விளக்குகிறார். ஆனால், தர்மப் பனுவல்களின் ஆசிரியர்கள் இவை எல்லாவற்றையும் தாங்களாகவே உருவாக்கிவிட்டார்கள் என்பதுதான் பிரச்சினை. ஏனெனில், வர்ணங்களிலிருந்து சாதிகள் உருவாயின என்பதற்கு எவ்வித ஆதாரங்களும் கிடையாது. சாதிகள் எவ்விதம் தோன்றின என்பதற்குத் தொழில்களிலிருந்து, வணிகக் குழுக்களிலிருந்து, குடும்பங்களிலிருந்து, வேதஉலகிற்கு வெளியிலிருந்த பழங்குடிகளிலிருந்து என நியாயமான பல விளக்கங்கள் இருக்கின்றன. எல்லாவற்றிலும் முழுமையான சிக்கலான உண்மையை உருவாக்கிய சிற்சில உண்மைகள் இருக்கலாம். மனுவின் விளக்கம் ஒன்றுதான் முழுமையாக இலக்கிலிருந்து தப்பி விட்டது. இருந்தாலும், அவருக்குரிய சிறப்பைத் தரவேண்டும். மிகுந்த சூழ்ச்சித்திறம் கொண்ட திட்டம். "பிராமண ஆண், சூத்திரப் பெண் இவர்களின் இணைப்பில் நிஷாத சாதியினர் தோன்றினார்கள். க்ஷத்திரிய ஆண், பிராமணப் பெண் இணைப்பிலிருந்து சூத குலத்தினர்

தோன்றினார்கள். சூத்திர ஆண், பிராமணப் பெண் புணர்ச்சியிலிருந்து குழப்பமிக்க பல சாதிகள் தோன்றின. இவ்விதமாகத்தான் மனிதர்களில் மிகவும் கீழான சண்டாளர்கள் தோன்றினர்" (10.8 - 12). இப்படி விளக்கங்கள் செல்கின்றன.

இந்தப் பனுவல்களில் நிஷாதர்கள் என்போர், இந்து மதத்திற்குள் ஒரு சாதியே அன்றி அதற்கு வெளியே உள்ள ஒரு பழங்குடி இனமல்ல. பெரும்பாலான் கதைப்பனுவல்களிலும் அப்படித்தான். இவையெல்லாம் வழக்கமாகச் செய்வதற்கு எதிரானவை, அல்லது நிகழ்வுக்கு எதிரானவை. நேர்ப்பொருளில், மயிருக்கு எதிரானவை. (பிரதிலோம என்பதற்கு அதுதான் பொருள். கீழ்ச்சாதிகளில் உள்ள ஆடவர்கள் மேல்சாதிப் பெண்களைத் திருமணம் செய்வதைப் பிரதிலோம மணம் என்றனர்.) இதற்கு எதிரானது அனுலோம மணம். அனுலோம என்றால் மேல்சாதி ஆடவன் எந்தக் கீழ்ச்சாதிப் பெண்ணையும் திருமணம் புரியலாம் என்பது. இந்தச் சட்டகத்தில் பெண் உயர்ந்தவளாக இருந்தால், இடைவெளி விரிகிறது. பிறக்கும் பிள்ளை மிகவும் தாழ்ந்த சாதிக்குத் தள்ளப்படுகிறது. இடைவெளியை கவனியுங்கள். அதற்கு எதிராகச் செயல்படாதீர்கள்.

இதுவரை சரி. ஆனால் தெளிவாகவே இந்த முதன்மைத் தொடர்புகளால் குறிப்பிட்ட அளவு — சிறிய எண்ணிக்கையில்தான் சாதிகள் உருவாக முடியும். (இவற்றில் பலவற்றை நாம் ஏற்கெனவே சந்தித்திருக்கிறோம்.) ஆனால் ஆயிரக்கணக்கான சாதிகள் உள்ளன. ஆகவே மனு பின் சந்ததிகளுக்குப் பிறசாதிகளின் தோற்றத்துக்கென வருகிறார். உதாரணமாக, சூத்திரன் உயர்சாதிகளில் திருமணம் புரிந்து தோன்றுபவன் சண்டாளன். அவனே மிகவும் கீழ்ப்பட்ட சாதி. அவன் கலப்புத் திருமணங்களினால் மேலும் கீழ்ச்சாதிகளை உருவாக்குகிறான். ஆகவே கீழ்ச்சாதிக்கும் கீழ்ச்சாதி வகைமை தோன்று கிறது (10.12, 15, 19, 37 - 39). (மகாபாரதத்தில், சண்டாளனுக்கும் நிஷாதப் பெண்ணுக்கும் பிறந்தவர்கள்தான் நாயைச் சமைத்து உணபவர்கள் என்று சொல்லப்படுகிறது (13.48.10.21, 28). இப்படியாக எல்லையற்றுப் பலப்பல சாதிகள். சாதிகளை ஒன்றுடன் ஒன்று பொருத்துகின்ற, அவற்றை வர்ணத்தில் பொருத்துகின்ற அமைப்பு, வகைப்பாட்டில் ஒரு தலைசிறந்த முயற்சி. ஆனால் நட்சத்திரக் கூட்டங்களின் படங்கள் போல ஒரு கற்பனையான அமைப்பு. அவர் ஒரேசமயத்தில் சாதிகளின் ஒழுங்கமைவையும், வரலாற்றையும் உருவாக்கிவிட்டார்.

இந்த மகாசாசனத்தின் முழுமையான புராணத்தன்மை ஒரு புறம் இருப்பினும், மனு கூறும் முதல் தலைமுறையின் பாலினக் கலப்பின் தொழில் விவரிப்புகளைச் சொல்லும்போது சற்றே யதார்த்தத்தின்— சாயல், குறைந்த பட்சம் மானிடவியலின் — தோற்ற நிழல் இருக்கிறது.

அவர்களெல்லாம் காட்டுமிராண்டி மொழிகளைப் பேசினாலும் ஆரிய மொழியைப் பேசினாலும், மரபாக தஸ்யூக்கள் (அயல்நாட்டவர்கள்— மிலேச்சர்கள் அல்லது அடிமைகள்) என்று கருதப்பட்டவர்கள். இரு பிறப்பாளர்கள் வெறுத்து ஒதுக்குகின்ற கர்மத்தினால்தான் அவர்கள் உயிர்பிழைத்தாக வேண்டும். சான்றாக, சூதர்கள் குதிரைகளையும்

தேர்களையும் நிர்வகித்தாக வேண்டும்; நிஷாதர்கள் மீன்பிடிக்கவேண்டும். இந்தச் சாதிகள் எல்லாம் மண்மேடுகள், மரங்கள், மயானங்கள், மலைகள், காடுகளில்தான் வாழ வேண்டும். தங்கள் சொந்தச் சாதிக்கான கர்மங்களைச் செய்யவேண்டும் (10 - 45 - 50).

சண்டாளர்களின் மற்றும் இரண்டாம் தலைமுறை சாதிக்கலப்பினால் உருவான மக்களின் கர்மங்களை (தொழில்களை)ச் சொல்லும்போதும், அவர்கள் எப்படி வாழவேண்டுமென்று எதிர்பார்க்கப்படுகிறார்கள் என்பதை விவரிக்கும் போதும் அந்தப் பகுதியில் கொடூரத்தோற்றம் கொண்ட யதார்த்தம் கண்முன் விரிகிறது.

சண்டாளர்கள் மற்றும் நாய்சமைப்போரின் (சுவ - பாகர்கள்) வசிப்பிடங்கள் ஊருக்கு வெளியே இருக்கவேண்டும். பிறர் உதவாதென்று வீசிஎறிந்த உண்கலங்கள், நாய்கள், குரங்குகள்தான் அவர்களுக்குரிய செல்வம். பிணங்களின்மீது ஓதுக்கப்பட்ட உடைகளைத்தான் அவர்கள் அணிய வேண்டும். தங்கள் உணவை உடைந்த மண்கலங்களில்தான் உண்ணவேண்டும். அவர்களின் ஆபரணங்கள் கருப்பு இரும்பினால் ஆகவேண்டும். எப்போதும் அவர்கள் அலைந்து திரிய வேண்டும். தங்கள் கடமைகளைச் செய்வோர் அவர்களுடன் தொடர்பு கொள்ளலாகாது. அவர்கள் தங்கள் சாதிக்குள் அல்லது தங்களைப் போன்றவர்களுடன்தான் திருமணம் புரிய வேண்டும். அவர்கள் உணவு பிறரால் உடைந்த கலங்களில் பிச்சையாகத் தரப்படுவது. அவர்கள் ஊர்களில் இரவில் நடமாடக்கூடாது. பகலில் மட்டும், அரசனின் ஆணைப்படி, தங்களுக் குரிய அடையாளங்களுடன் அவர்கள் நடமாடலாம். உறவினரற்ற பிணங்களை அவர்கள் தூக்கிச் செல்லவேண்டும். இதுதான் கண்டிப் பான விதி. அரசன் விதித்த மரண தண்டனையை அவர்கள் செயல்படுத்த வேண்டும். மரண தண்டனைக்குட்பட்டவர்களின் உடை, படுக்கை, ஆபரணங்களை அவர்கள் எடுத்துக்கொள்ளவேண்டும் (10.51 - 56).

பின்வந்த நூற்றாண்டுகளில் பறையர்கள் மூன்று காரணிகளால் வரையறுக்கப்பட்டனர். அவற்றைச் சுருக்கமாக இங்கே காண்போம். அவர்கள் பொருளாதாரச் சுரண்டலுக்கு ஆளானவர்கள்; சமூக வேறுபடுத் தலுக்கு பலியானவர்கள்; சடங்குகளுக்கு நிரந்தரமாக அசுத்தமானவர்கள்.[29] இதிலிருந்து தப்பிக்க ஒரே வழி, தங்கள் உடலை அவர்கள் ஒரு பிராமணனுக்காக, பசுவுக்காக அல்லது பெண்கள் — குழந்தைகளின் பாதுகாப்புக்காக விட்டுவிடுவதுதான். மனுவின் இந்த மகா சதித்திட்டம், அவருடைய வேறொரு மகா சதித்திட்டத்திற்கு முரண்படுகிறது. சாதிகள் வரலாற்றுப் பூர்வமாக கலப்பினால் உருவானவை என்று பத்தாம் பகுதியில் சொன்னார். ஆனால் முதற்பகுதியில், படைப்புக்கடவுள் எல்லாத் தனித்தனிப் பொருள்களையும் தங்கள் சொந்தக் கர்மங்களோடு ஆதியில் படைத்தான் என்று சொல்கிறார். சாதிகள் இங்கே கர்மங்களால் படைக்கப்பட்டவை என்றாகிறது *(1.21 - 30).*

சாதிகள் படைக்கப்பட்டுவிட்ட பிறகு — அவை எப்படிப் படைக்கப்பட்டி ருந்தாலும் — அவை தனித்தனியே இருக்கவேண்டும். மோசமான சாதிகளின் — குறிப்பாகப் பறையர்களின் தொடுகையால் உண்டாகும்

தொற்று பற்றிய கொடுங்கனவுக்கு இணையான ஒன்று, உணர்ச்சிகளில் மனத்திலும் உடலிலும் ஏற்படும் தொடுகை பயங்கரம் பற்றிய சிந்தனை. அவர்கள் செய்யும் கீழான வேலைகளை எவரேனும் செய்துதான் ஆக வேண்டும் — கழிப்பிடங்களைச் சுத்தம் செய்தல், பிணங்களை எடுத்துச்செல்லுதல், பசுக்களின் பிணங்களை அப்புறப்படுத்தல். இந்த அசுத்தமான வேலைகளைச் செய்பவர்கள் தொட்டுவிடுவார்கள் என்ற பயங்கர அச்சம். எய்ட்ஸ் பீதி உச்சத்திலிருந்தபோது எச்ஐவி வைரஸ் உள்ளவர்களைப் பார்த்து அமெரிக்கர்கள் கொண்ட பயத்திற்கு இந்த மனப்பாங்கினை ஒப்பிடலாம். அமெரிக்கர்கள், எச்ஐவிக்கு ஆட்பட்டவர்கள் மிக அபாயமானவர்கள், எளிதில் தொற்றவைத்து விடுபவர்கள், முன்பு செய்த வினைகளால் — தீய ஒழுக்கக்கேடுகளால் பாதிக்கப்பட்டவர்கள் (எய்ட்ஸுக்கு, போதை மருந்துகளோ, ஓரினப் புணர்ச்சியோ காரணம்; சாதிக்கு முற்பிறவியில் செய்த பாவங்கள்). அசுத்தம் அபாயமானது; அது நோய்களை உண்டாக்குவதல்லாமல், பேய் பிடிக்கவும் காரணமாகிறது; பறையர்களுடன் தொடுகையால் ஏற்படும் அசுத்தம் பிறரை மோசமாக நடத்தும்போது ஏற்படும் தீய கர்மவினை ஒருவனைப் பற்றிக் கொள்வது போலத் அனிச்சையானதும், அழிவுண்டாக்குவதுமாகும்.

இதே பட்டியல்கள், கருப்புப் பட்டியல்கள், வெவ்வேறு சாத்திரங்களில் திரும்பத் திரும்ப வருகின்றன. தனிப்பட்ட உடல்தொடுகையின் பல வகைகளிலிருந்தும் விலக்கி வைக்கப்பட வேண்டிய மக்களின் பட்டியல்:

யாருக்கெல்லாம் வேதத்தைக் கற்பிக்கக்கூடாது;

எந்தப் பெண்களை ஒருவன் மணக்கலாகாது;

சிராத்தத்திற்கு அல்லது திதிக்கு (இறந்தவர் சடங்கிற்கு) யாரையெல்லாம் அழைக்கலாகாது;

யாருடைய உணவையெல்லாம் உண்ணக்கூடாது;

யாரைச் சாட்சிகளாகப் பயன்படுத்தலாகாது;

வாரிசுரிமையிலிருந்து விலக்கிவைக்கப்படும் மகன்கள் யார்;

கலப்புச் சாதிகள், மிகப்பெரும்பாலான சமூகத் தொடர்புகளிலிருந்து விலக்கப்பட்டவை எவை;

பாவங்களும் குற்றங்களும் செய்து சாதியிலிருந்து வீழ்ச்சியடைந்தவர்கள், அதனால் மேலும் பிறவழிகளிலும் ஒதுக்கிவைக்கப்பட வேண்டியவர்கள் யார்;

கடைசியாக, தீயவர்களாக மறுபிறவி எடுப்பதற்கான குற்றங்களைச் செய்தவர்கள்—

இவர்களெல்லாம் அந்தப் பட்டியல்களில் உள்ளவர்கள்.[30] இப்பட்டியல்களில், பைத்தியக்காரர்கள், குடிகாரர்கள், விபசாரம் செய்பவர்கள், சூதாடிகள், ஆண்மையற்றவர்கள், தொழு நோயாளிகள், குருடர்கள், ஒரு

கண் உடையவர்கள் ஆகியோர் சமூகத் தொடர்புக்கு உரியவர்களாகச் சிலசமயம் சொல்லப்பட்டு, பிறகு விலக்கவும் படுபவர்கள். பிற வகையான மக்கள் ஏதோ ஒரு பட்டியலில் நிச்சயமாக இருப்பார்கள். இந்த மனுநூல் முழுவதிலும், இந்தக் குடியுரிமை விலக்கப்பட்ட மக்கள் குழுக்கள், நான்கு ஜோடிகள் ஆடும் குவாட்ரில் ஆட்டம்போல—முன்னோக்கி வருதல், பின்செல்லுதல், பிரிதல், வேறு குழுக்களாகச் சேர்தல், மறுபடியும் முன்னோக்கி வருதல், பின்செல்லுதல் இப்படியாக ஒரு சிக்கலான பாணிகொண்ட சமூகக்குழுக்கள் ஆகின்றன.

மனுவிலிருந்து அடியோடு முரண்பட்டு, காமசூத்திரமோ, அர்த்த சாத்திரமோ வர்ணங்களைப் பற்றியோ, சாதிகளைப் பற்றியோ மிகுதியாகப் பேசுவதே இல்லை. அர்த்த சாஸ்திரம் ஒழுங்கமைவில் நான்கு வர்ணங்களும், வாழ்க்கையில் நான்கு ஆசிரமங்களும் இருப்பதை உடனடியாக ஆதரித்துத் தொடங்குகிறது *(1.3.5 - 12)*. ஆனால் அதற்குப் பிறகு வர்ணங்களைப் பற்றியோ சாதியைப் பற்றியோ பேசுவதே இல்லை. மாறாக, தொழில்களாலும் மதப்பார்வைகளாலும் வேறுபடுத்தப்பட்ட மக்கள் குழுக்களைப் பற்றிப் பேசுகிறது. அவர்கள் ஒருவேளை சாதிகளாகச் செயல்பட்டிருக்கலாம். ஆனால் மனுவுக்கு அந்தஸ்தைப் பற்றிய கவலையில்லை. ஆனால் மனுவின் சநாதன அல்லது சாதாரண தர்மம் பேசுவதைப்போல *(6.91 - 93)* அர்த்த சாஸ்திரமும் அகிம்சை, கருணை, பொறுமை ஆகியவற்றைக் கொண்ட பொதுதர்மத்தைப் பற்றிப் பேசுகிறது. மனுவைப்போலவே சாதிக்கலப்பு ஏற்பட்டு விடாமலிருக்க அவரவர் சுயதர்மத்தைச் செய்யவேண்டுமென்றும் சொல்கிறது *(1.3.13-15)*. ஒரே ஒரு செய்யுளில் தவிர, காமசூத்திரம், திருமணத்தைப் பற்றிப் பேசும்போதுகூட சாதியைப் புறக்கணிக்கிறது. சாதி மிக முக்கியமாகத் தேவைப்படும் இரண்டு இடங்களில் திருமணமும் ஒன்று (உணவு மற்றது). காமசூத்திரத்தின் நாயகன் எந்த வர்ணத்தினனாகவும் இருக்கலாம், பணம் மட்டும் இருந்தால் போதும் *(3.2.1)*. நல்ல வாழ்க்கையைப் பணமிருந்தால் பெண்ணும் பெற முடியும். பணம் உந்திச் செலுத்தும் இந்த வர்ண அமைப்பு, பிரிட்டிஷ் முன்மாதிரியை விட அமெரிக்க முன்மாதிரிக்குப் பொருத்தமானது.

வர்ணாசிரம தர்மத்துக்கு சாதியைப் பற்றிய மனுவின் நோக்குகளே அதிகார பூர்வமானவை ஆகி, அப்படியே இருக்கின்றன (சமூக, மதக் கடமைகள், வர்ணங்களோடும் ஆசிரமங்களோடும் இணைக்கப்பட்டுள்ள தன்மை). காலப்போக்கில் அதற்கு ஒன்பது முழுமையான உரைகள் எழுதப்பட்டுள்ளன. இதுவே மரபாக அதன் மிகுந்த முக்கியத்துவத்தைக் காட்டுகிறது. மேலும் பிற பழைய இந்துப் பனுவல்கள் வேறெந்த தர்ம சாத்திரத்தையும்விட மனுவையே மிகுதியாக மேற்கோள் காட்டுகின்றன. பனுவல்களுக்கு அப்பால் நீதிமன்றங்களிலும் இந்தச் செல்வாக்கு பயன்பட்டதா என்பது வேறு விஷயம். ஆனால் பல நூற்றாண்டுகளாக, இந்தப் பனுவல், மதத்திற்குள் இருப்பவர்களையும், வெளியாட்களையும் நிஜமாகவே பிராமணர்கள் மட்டுமே உயர்ந்தவர்கள் என்றும், அரசியல்—பொருளாதார சக்திக்கும் மேலாக அந்தஸ்தே முக்கியமானது என்றும் நம்பவைத்து வந்திருக்கிறது.

விரைந்து முன்னோக்கி: இன்றைய இந்தியாவில், இந்துத் திருமணச் சட்டத்திற்கு அடிப்படை மனுநூல்தான். ஏனெனில் அது தன்னை முஸ்லிம் அல்லது மதச்சார்பற்ற (அரசாங்கத்) திருமணச்சட்டத்திற்கு எதிர்நிலையில் தன்னை வரையறுத்துக்கொள்கிறது. சமகால இந்தியச் செவ்வியல் சிறுவர் நூல்களில் (காமிக்குகளில்), மகாபாரதத்தில் குந்தியை ஐந்து தேவர்கள் புணர்ந்து பிள்ளைபெறப் பாண்டு மனுவை மேற்கோள் காட்டி அனுமதி அளிக்கிறான்.³¹ மனு மிகப்புகழ்வாய்ந்த இந்தியக் குறியீடாக இருக்கிறார் — ஒடுக்குகின்ற சாதிமுறைக்கு எதிர்மறைக் குறியீடாக. தலித்துகள் தங்கள் கண்டனக் கூட்டங்களில் வேறெந்தப் பனுவலையும்விட மிகுதியாக எரிப்பது மனுவின் நூலைத்தான்.³²

விலங்குகள்:

பல்வேறு வகை உயிர்களைப் படைப்பதனுள் மனு கர்மவிதியை நியாயப்படுத்துகிறார். இதை அவர் முதல் புத்தகத்திலேயே சொல்கிறார். படைப்பு மனிதர்களையும், விலங்குகளையும் உள்ளிட்டது (1.26-50). பிறகு பத்தாம் புத்தகத்தில் இதே விஷயத்துக்கு அவர் திரும்ப வரும்போது, கர்மவினைப்படி மனிதர்கள் பல்வேறு வகைகளான உயிர்களாக மறுபிறப்பு எய்துகிறார்கள் என்பதைச் சொல்லும்போது, மீண்டும் மனிதர்களுக்கும் விலங்குகளுக்குமான உறவைப் பற்றிப் பேசுகிறார் (12.40 - 81). ஆகவே மனுவின் முழுத்தத்துவ அமைப்பையும் விலங்குகளே வரையறைப்படுத்துகின்றன. இடையிலுள்ள எல்லா இயல்களிலும், பல்வேறு வகைகளான விலங்குகளாகப் பிறப்பது, கொல்வது - உண்பது ஆகியவற்றோடு தொடர்புபட்டிருக்கிறது. மனிதர்களுக்கும் விலங்குகளுக்கும் இடையில் மேலும் நுணுக்கமான, விசித்திரமான உறவுகளும் பேசப்படுகின்றன. பசுவின்மீது மூத்திரம் பெய்தல், பெண்விலங்குகளோடு உடலுறவு கொள்ளுதல் ஆகியவற்றிற்கு தண்டனைகள் சொல்லப்படுகின்றன (4.52, 11.174).

ஒரேவித விலங்குகளும் மனிதர்களும் பல்வேறு பட்டியல்களில் சிற்சில மாற்றங்களோடு திரும்பத்திரும்ப வருகிறார்கள். தீமை, வன் முறை ஆகியவற்றைப் பற்றிச் சிந்திக்கும்போதெல்லாம், வழக்கமான சந்தேகத்திற்குரிய நபர்களாக அவர் சொல்பவர்களையே மீண்டும் வளைக்கிறார். பைத்தியங்கள், குடிகாரர்கள், அவர்களுடைய தோழர்கள் ஆகியோர் புறக்கணிக்கப்பட வேண்டியோர் பட்டியலில் திரும்பத் திரும்ப வருகிறார்கள். அதேபோல் நாய்கள், குதிரைகள், பசுக்கள் ஆகியவை கொல்லுதல், உண்ணுதல் ஆகிய பிராணிவகைகளில் அடிப்படை யானவை. பிரச்சினைக்குரிய விலங்குகளே அவற்றுக்குத் தீர்வும் ஆகின்றன. பல குற்றங்கள் — அவற்றில் சில விலங்குகளுடன் தொடர்பே அற்றவை, விலங்குகளால் தண்டிக்கப்படுகின்றன. விபசாரம் செய்கின்ற ஒரு பெண், அவளுடைய காதலன் கீழ்ச்சாதியானாக இருந்தால், நாய்க ளால் விழுங்கப்பட வேண்டும்.³³ அல்லது கழுதைமேல் ஊர்வலம் வரவேண்டும். அவள் குள்ளநரியாகப் பிறக்கவேண்டும். திருடர்கள், யானைகளின் கால்களால் இடறப்பட வேண்டும். பசுக்களைக் கொல்லு தலும், வேறுபல முறையற்ற நடத்தைகளும் பசுக்களோடு உடனிருத்தல், அவை உணவையும் நீரையும் திருடும்போது அதை அறிவிக்காமல் இருத்தல் ஆகியவற்றால் பரிகாரம் செய்யமுடியும்.³⁴ நெறியற்ற பெண்கள்,

சூத்திரர்கள் ஆகியோர் விலங்குகளின் பட்டியலில் சேர்க்கப்பட்டுள்ளனர். இந்த இயலின் தொடக்கத்தில் கண்ட பகுதியில் போல, அவர்களைக் கொன்றாலும் தண்டனை உண்டு. வேதகால அசுவமேத யாகத்தை மிக உயர்ந்த தூய்மையாக்கும், பிராயச்சித்தம் செய்யும் சடங்கு என்று மனு சொல்கிறார் (5.53, 11.261), அப்படித்தான் இராமனும் யுதிஷ்டிரனும் அந்த யாகத்தைச் செய்தனர். கொல்வதற்கும் உண்பதற்கும் ஆன தடைகளை மீறுதல் (அதாவது தவறான பிராணிகளை உண்ணுதல், விற்றல், காயப்படுத்தல், கொலைசெய்தல்) சமூகத்தில் ஒருவனைச் சேர்ப்பதற்கும் அல்லது விலக்குவதற்குமான காரணமாக இருந்தது. ஆக, நல்லவர்க்கும் கெட்டவர்க்குமான வேறுபாடு — இதுதான் பனுவலின் மையப் பொருள் — இது மறுபிறப்பு, விலங்குகள் என்ற ஊடு — பாவுக்குள் நெய்யப்பட்டுள்ளது.

மாமிசம் ஏன் உண்ணலாம், ஏன் உண்ணலாகாது

தங்களுக்குமுன் செய்யப்பட்ட பனுவல்களைப் போல, தர்ம சாத்திரங்களும் சைவ உணவு என்ற பிரச்சினையுடன் போராடுகின்றன. தர்மத்தைப் பற்றிய ஒரு மிக விசித்திரமான வரையறையைச் செய்யும் போதில், சாதாரண வாழ்க்கையின் ஒரு இயல்பான பகுதியாக மாமிசம் உண்பதைக் காமசூத்திரம் ஏற்றுக்கொள்கிறது. ஆனால் தர்மத்தை வரையறுக்கும் இரு முக்கியப் பண்புகளில் ஒன்றாகச் சைவ உணவுண்பதைச் சொல்கிறது. மற்ற முக்கியப் பண்பு யாகம் செய்தல் (கண்டிப்பாக விலங்குகளைக் கொல்லுதல் இதில் நிகழ்வது). யாகம் போலவே, தர்மம் என்பதும் செயல்களைச் செய்வதுதான். அச்செயல்கள் பொருளியல் வாழ்க்கையிலிருந்து விடுபட்டவையாகவும், மாமிசம் உண்ணுதல் போன்ற சாதாரண வாழ்க்கையின் பகுதியாக உள்ள செயல்களைச் செய்யாமல் விடுவதாகவும் இருக்கவேண்டும் (2.2.7). ஒரு செய்யுளில், மனு ஒருவனைத் தக்க நேரத்தில் மாமிசம் உண்ணாமைக்காக தண்டிப்பதாகவே தோன்றுகிறது. "ஒருவன் ஒரு யாகத்தில் ஈடுபட்டிருக்கும்போது மாமிசத்தை உண்ணாவிட்டால், தன் இறப்புக்குப் பிறகு அவன் இருபத்தொரு பிறவிகளில் யாகவிலங்காகப் பிறப்பான்" (5.35). ஆகவே, விதிகளைக் கடைப்பிடிப்பவராயின், மக்களை அவர் மாமிசம் உண்ணுமாறு தூண்டுகிறார். வேறொரு இடத்தில் மாமிசம் உண்பதும்கூட ஒரு போதையைப் போலாகிச் சிலபேரால் கைவிட முடிவதில்லை என்கிறார். "அவனுக்கு மாமிசத்தினால் போதை இருந்தால், அவன் நெய்யினால் அல்லது மாவினால் ஒரு யாகவிலங்கின் உருவத்தைச் செய்யவேண்டும். ஆனால் அவன் வேறு எந்த (மத)நோக்கத்திற்காகவும் யாகவிலங்கினைக் கொல்லக் கூடாது" (5.37). தெளிவாகவே, மனுவுக்கு சைவ உணவுண்போர்மீது பரிவு இருந்தாலும், அதே பரிவு மாமிசம் மிகுதியாக உண்பவர்கள்மீதும் இருக்கிறது.

முதலில் மனு, அடுத்த உலகில் அளவுபட்ட தண்டனை அளிக்கப்படும் என்ற வேதக் கருத்தைப் பற்றிச் சிந்திக்கிறார். "விதிகளை அறிந்த இருபிறப்பாளன் ஒருவன், மிகக் கடுமையான நிலையில்கூட, விதிகளுக்கு மாறாக மாமிசம் உண்ணக்கூடாது; அப்படி உண்டால், இறப்புக்குப் பிறகு

அவன் உண்ட அதே விலங்குகளால் அவன் உண்ணப்படுவான். நான் யாரின் மாமிசத்தை இவ்வுலகில் உண்கிறேனோ அவன் அடுத்த உலகில் என்னை உண்ணட்டும்." (5.33.55) பிறகு அவர் மறுவுலகத்தை விட்டு, வேதத்துக்குப் பின்வந்த மறுபிறப்புக் கோட்பாட்டுக்கும், கடுமையாகச் சைவஉணவை வற்புறுத்துவதற்கும் சென்றுவிடுகிறார்.

பூமியில் மதநோக்கின்றித் தான் கொல்லும் யாகவிலங்கின் உடலில் எத்தனை மயிர்கள் இருக்கின்றனவோ, அத்தனை முறை அவன் ஒவ்வொரு பிறவியிலும் கொடிய மரணத்தைச் சந்திப்பான். உயிர்மூச்சுள்ள பிராணிகளைக் கொல்லாமல் உனக்கு மாமிசம் கிடைக்காது. உயிர்மூச்சுள்ள பிராணி களைக் கொல்வது உன்னை சொர்க்கத்திற்குக் கொண்டுசெல்லாது. ஆகவே நீ மாமிசம் உண்ணலாகாது. மாமிசத்தின் மூலத்தை எவன் எச்சரிக்கையுடன் நோக்குகிறானோ, அகப்பட்ட விலங்குகளைக் கட்டிக் கொல்வதைப் பார்க்கிறானோ, அவன் எந்த மாமிசமும் உண்ணாமல் விட்டுவிடவேண்டும் (5.38.48 - 53).

கடைசிவரியே, கொல்லப்பட்ட விலங்குகளின் துன்பத்திற்கு மெய்யான பரிவை வெளியிடுகிறது.

மனுவின் தர்மசங்கடம் இருகொம்புகளுக்கிடையில் அவர் சிக்கியதுதான். (ஒரு கொம்பு யாகம், மறுகொம்பு சைவ உணவு). ஒருவன் உண்ணக்கூடிய பலவேறு பிராணிகளின் பட்டியல்களுக்கும் வகைகளுக்கும் அவர் செல்கிறார். ஆனால் அவற்றை உண்ணவும் கூடாது. இந்தப் பட்டியல்கள் டியூடிரானமியால் மட்டுமல்ல, அசோகனின் சாசனங்களாலும் அளக்கமுடியாத ஆழமுள்ள வகைப்பாட்டுக் கொள்கைகளுக்குள் செல்கின்றன. தெளிவாகவே, உனக்கு விதிகள் நன்கு தெரியுமானால், பெரிய எண்ணிக்கையிலான விலங்குகளை நீ உண்ணமுடியும். சாத்திரங்களின் ஆசிரியர்கள் விலங்குகளை வைத்துப் பலவேறு பட்டியல்களைத் தயாரிக்கிறார்கள். ஒருவன் உண்ணக்கூடிய வகைகள், உண்ணக்கூடாத வகைகள்; மனிதர்களுக்கும் கால்நடை களுக்கும் இடையில் சட்டப்பிரச்சினை எழும் இடங்கள்; பல்வேறு விலங்குகளுக்கு ஊறுசெய்யும், திருடும் அல்லது அவற்றைக் கொல்லும் மனிதர்களுக்கான தண்டனைகள்; பிராமணர்கள் விற்கக்கூடாத (மனிதர் உள்ளிட்ட) பிராணிகள்; யாராவது தெரிந்தோ தெரியாமலோ விலங்குகளுக்குத் துன்பம் செய்திருந்தால், அவற்றைத் திருடியிருந்தால், கொன்றிருந்தால், அவற்றை (அல்லது அவற்றின் விட்டையை)த் தின்றிருந்தால் அதிலிருந்து விடுபடப் பிராயச்சித்தங்கள் போன்றவை அப்பட்டியல்கள்.[35] இந்த இயல் தொடங்கியவுடனே பார்த்த பகுதியின் தலைப்பான கீரியைக் கொன்றதற்கும் நெறியற்ற பெண்ணைக் கொன்றதற்கும் பிராயச்சித்தம் என்பதே இந்த மிகப்பெரிய குழுவின் ஓர் உபகணத்தைச் சொல்கிறது. பிற விலங்குகளைக் கொல்வதற்கும், நெறியற்ற — ஆகவே மனிதத்தன்மை அற்ற பெண்களைக் கொல்வதற்கும் சில விலங்குகள் (கொலை) பிராயச்சித்தமாகச் சொல்லப்படுகின்றன. சில குறித்த சமயங்கள் மாமிசம் உண்பதற்கு ஏற்றவை. சான்றாக, ஒரு யாகத்தைத் தக்கவிதமாகப் புனிதப் படுத்தியிருந்தால், நீ மாமிசத்தை உண்ணலாம் (இல்லையெனில் பட்டினி கிடந்து சாக நேரும்). பிற சமயங்களுக்கு மனு பொதுவாக மாமிசம் உண்பதை ஒரு பொதுத் தத்துவமாகத்தான் சொல்கிறார்.

பிரஜாபதி உயிர்மூச்சுக்கு உணவளிப்பதற்காகவே இந்தப் பிரபஞ் சத்தைப் படைத்தான். உயிர்மூச்சுக்கு அசையும், அசையாப் பொருள்கள் யாவும் உணவுகளே. அசையாப் பொருள்கள், அசையும் பொருள்களுக்கு உணவுகளாகும். கோரைப்பல் அற்ற பிராணிகள், கோரைப்பல் உள்ள பிராணிகளுக்கு உணவு ஆகும். கையற்ற பிராணிகள், கையுள்ளவற் றிற்கு உணவுகள். கோழைகள், தைரியம் கொண்டவர்களுக்கு உணவு. உயிர் மூச்சுள்ள பிராணிகளை தினசரி உண்பவனும்கூடத் தவறு எதுவும் செய்வதில்லை. ஏனெனில் படைப்பவனே உயிர்மூச்சுடன் பிராணிகளைப் படைத்தான், சிலவற்றை உண்ணப்படுவதற்காகவும், சில உண்பதற்காகவும் (5.28 - 30).

இதேபோன்றதொரு செய்யுள் மகாபாரதத்தில் வருவதை நினைவு படுத்திக் கொள்வோம். "பூனை கீரியைக் கொல்வது போலவே, கீரி எலியைக் கொல்கிறது. நாய் பூனையை விழுங்குகிறது. அரசே, காட்டு விலங்குகள் நாயை உண்கின்றன"(12.15.21). குளத்தில் நடக்கும் அராஜகம் பற்றிய மனுவின் பயம் — "மீன் மீனைத் தின்கிறது" — இயற்கையான வன்முறை பற்றி வேத யூகங்களின் நேரடி வெளிப்பாடு. ஆனால் அவரே சொல்கிறார்: "யாகங்களுக்காகக் கொல்வது கொலை அல்ல. அசையும், அசையாப் பொருள்களின்மீதான இம்சை வேதங்களால் அனுமதிக்கப்பட்டுள்ளது. அதுவும் அகிம்சைதான்" (5.39, 44). யாகத்தை வன்முறையற்றது என்று வரையறுத்ததன் வாயிலாக அதை அவர் வன் முறையற்றது ஆக்கிவிட்டார். இதேபோல, ஒழுக்க வாழ்க்கையின் மிக முக்கியமான கூறுகளை இறுதியாகச் சுருக்கிச் சொல்லும்போது, பொது மற்றும் நிரந்தர தர்மங்களைப் பற்றிச் சொல்லும்போது, வேதத்தையும் அகிம்சையையும் ஒன்றாக்குகிறார் (12.83 - 93; 6.91 - 94; 10.63). வன்முறை, அகிம்சை என்ற இரண்டு பார்வைகளும் அருகருகே ஒரு கலக்கமான இறுக்கத்தில் வைக்கப்படுகின்றன. இந்தப் பின்னணியில்தான் மனு பெரும்பாலான யாகச் சடங்கு பற்றிய பிரச்சினைகளைப் பேசுகிறார்.[36] வேதகாலத்தின் ஐந்து யாகங்களை (இவை விலங்கு யாகங்கள், வன்முறை நடக்கக்கூடியவை) இந்து மரக்கறி உணவு சார்ந்த யாகங்களாக மாற்று கிறார் (3.70 - 74). இந்த ஐந்து யாகங்களுமே சாதாரண குடும்பஸ்தர்கள் கசாப்புக்கடைகளில் செய்த தீமைகளுக்குப் பரிகாரங்கள் என்கிறார். ஆனால் சிறிய உயிரினங்கள், நமக்குத் தெரியாமலே கொல்லப்படுகின்றன. இந்தச் சிந்தனை இந்து என்பதைவிட ஜைனச் சிந்தனை எனலாம். ஆனால் அக்காலத்தில் பரவலாகப் பகிர்ந்துகொள்ளப்பட்டது. ஒரு குடும்பஸ்தன் ஐந்து கசாப்புக்கடைகளை வைத்திருக்கிறான். அதன் பயன்பாடு அவனைத் தளைப்படுத்துகிறது. அந்தஐந்து கொலையிடங்கள், அடுப்பு, அரவை எந்திரம், விளக்குமாறு, உரலும் குழவியும், நீர்ச்சொம்பு. இவற்றிலிருந்து அவனை விடுவிக்க பெரிய முனிவர்கள் ஐந்து பெரிய யாகங்களை வகுத்தார்கள். அவற்றை ஒன்றன்பின் ஒன்றாக தினசரி அவன் செய்யவேண்டும். மனுவிலும மகாபாரதத்திலும் காணப்படும் வன்முறைக்கான நியாயங்கள் ஒரு பின்னாளைய பனுவலில் இடம் பெறுகின்றன. அதில் பிராமணர்கள் அரசனிடம் சொல்கிறார்கள்: "வன்முறை எங்கும் இருக்கிறது. ஆகவே ஜைனத் துறவிகள் சொல்லுவன எல்லாம் குருட்டுப் பிடிவாதங்கள். யாராவது சாப்பிடாமல் இருக்கமுடியுமா? வன்முறையின்றி உணவு

ஏது? உலகத்தில் வன்முறைக்கான மனப்போக்கு இல்லாதவன் ஒருவனும் உண்டா? அரசே, மக்கள் வன்முறையினால்தான் வாழ்கிறார்கள். ஒருவன் தான்தான் நற்குணம் நிறைந்தவன் என்றும் பிறர் கெட்டவர்கள் என்றும் நினைப்பதே வன்முறைதான்."[37] இந்தப்பகுதியிலேயே பிறரைக் கெட்டவர்களாக நினைக்கும் வன்முறை — அதாவது சகிப்புத்தன்மை இன்மை — இடம் பெறுவது பெரிய முரண்தான். இதில், ஜைனத்துறவிகள் குருட்டுப் பிடிவாதம் உள்ளவர்களாகக் குற்றம் சாட்டப்படுகிறார்கள்.

மாமிசம் உண்பதற்கு ஆதரவாக மனு மூன்றே மூன்று செய்யுட்களைத் தான் காட்டுகிறார். ஆனால் மாமிசம் உண்பதற்கு எதிராக இருபத்தைந்து செய்யுட்கள். ஆனால் கடைசியில் மதில்மேல் பூனையாக முடிக்கிறார்: "மாமிசம் உண்பதிலோ மது அருந்துவதிலோ, உடலுறவிலோ எந்தத் தவறும் இல்லை. இப்படித்தான் உயிர்கள் வாழ்க்கையில் ஈடுபடுகின்றன. ஆனால் இவற்றில் ஈடுபடாமை மிகுந்த பயனை அளிக்கும்" (5.56). மேற்கண்ட செயல்கள் அனைத்தும் குறிப்பிட்ட சூழல்களில் அனுமதிக்கப் படுகின்றன, ஆனால் அப்போதும் இவற்றிலிருந்து விலகியிருப்பது நல்லது என்பது இதன் உட்குறிப்பு. மனுவின் இறுதி உருக்கொடுப்பு, வேதகால யாகம், வன்முறை இவற்றையும், பின்னால் வந்த மரபான சைவ உணவு, அகிம்சை இவற்றையும் ஒன்றாக இணைக்கிறது. இந்த மரபுகளை ஒன்றாக இணைத்து அமைப்பாக்கி, அவற்றின் தொடர்பினை விளக்கும் விதமாகத் தன் சொந்த விளக்கத்தையும் சேர்த்துத் தரும் பெருமை மனுவுக்கே செல்கிறது.

பலியாவோர், பலிகொடுப்போர் சேர்ந்து ஆடும் ஆட்டம் இது. பிரிவுக் கோட்டின் இரு புறமும் ஒரே மக்கள், விலங்குகள்தான் வருகின்றனர். சில விலங்குகள் கொல்லப்படல் ஆகாது, தொழுநோயாளிகள், குருடர்கள் ஆகியோர்க்கு உரிமையில்லை என்பன காரணத்தோடு இணைக்கப் படுகின்றன. குறித்த சில விலங்குகளைக் கொன்றவர்கள், குறித்த சில விலங்குகளாகப் பிறக்கிறார்கள். அவர்கள் தொழுநோயாளிகளாகவும் குருடர்களாகவும் கூடப் பிறக்கிறார்கள். சில விலங்குகளை உண்பவர்கள், விற்பவர்களுக்கும் தண்டனை உண்டு; அதேபோல் மனிதர்களை உண்பவர்களுக்கும், விற்பவர்களுக்கும் தண்டனை உண்டு. இவ்வாறு உண்ண, விற்கப்படுபவர்களில், அவர்களின் சொந்த மகன்களும், அவர்களும் அடங்குவர். தங்கள் மனைவியை விற்பவர்களும் பெண்களின் பாலைக் குடிப்பவர்களும் அடங்குவர் (மனு இவற்றை அனுமதிக்கிறார், தண்டனையும் தருகிறார்) (5.9, 9.46, 174, 11.60, 62).

இறுதியாக சமப்படுத்தலில் இருந்து வாதத்தை எழுப்புகிறார். "நூறு ஆண்டுகள் ஒவ்வொரு ஆண்டும் அசுவமேத யாகம் செய்பவனும், மாமிசம் உண்ணாதவனும் நல்வினைக்கான ஒரே பயன்களை அடை கிறார்கள்"(5.54). அதாவது யாகங்களில் விலங்குகளைக் கொல்வதும், உணவுக்காக அவற்றைக் கொல்லாமல் இருப்பதும் ஒன்றுதான். இவை சரிப்பட்டு வராதென்றால், மனு பதிலீடு செய்யும் மனப்போக்கை எழுப்பு கிறார். விலங்குகளுக்குப் பதிலாக அரிசிஅடைகளைக் கொல்லுதல். இது உயிருடைய விலங்குகளைக் கொல்லும் பழைய யாகமுறையின் மரபுதான்.[38]

காமசூத்திரமும், மாமிசம் உண்ணாமையை தர்மத்திற்கான வரைவுச் சட்டகமாகக் கொள்கிறது. ஆனால் மக்கள் பொதுவாக மாமிசம் உண்கிறார்கள் என்பதையும் குறிக்கிறது. வேறிடத்திலும் அந்த நூலைப் படிக்கும் வாசகன் மாமிசம் உண்பவனாக இருப்பான் என்ற யூகத்தைக் கொள்கிறது. குறிப்பாக உடலுறவுக்குப் பின். நள்ளிரவில், சில சிறிய சிற்றுண்டிகள் — அந்தந்த வட்டாரத்தின் உணவுப்பழக்கத்திற்கேற்ப, பழச் சாறு, வேகவைத்த உணவுகள், புளித்த அரிசிக்கஞ்சி, வறுத்த இறைச்சித் துண்டுகளைக் கொண்ட சூப்புகள், மாம்பழங்கள், உலர்த்திய மாமிசம், சர்க்கரையோடு சேர்த்த எலுமிச்சை இனப் பழங்கள், முதலியவற்றை உண்ணலாம். *(2.10.7 - 8)*. ஆனால் வாத்ஸ்யாயனர் கூட நாய் இறைச்சியை உண்ணலாகாது என்கிறார். (தமது நூல் உட்பட) எந்தப் பனுவலும் சொல்கிறது என்பதற்காக ஒருவன் ஏதோ ஒரு முட்டாள்தனமான காரியத்தைச் செய்யலாகாது என்பதற்கு ஒரு செய்யுளைச் சொல்கிறார்:

மருத்துவ நூல்கள்,

நாய்இறைச்சியையும் சமைக்கச் சொல்லும்

சாற்றுக்கெனவும் ஆண்மைக்கும்

ஆனால் அறிவாளி எவனும் செய்வானா? *(2.9.42)*

ஆனால் விதிமுறைப்படியாக அன்றி, அழகியல் நோக்கிலேயே இதனைச் சொல்கிறார் அவர் என்று தோன்றுகிறது.

போதையைக் கட்டுப்படுத்தல்

ஆறறிவுப் புலத்தின்மீது போதைப் பொருள்கள் படையெடுக்குமென்ற பயத்தினால், கலியுகத்தில் வடக்கிலிருந்து காட்டுமிராண்டிகள் இந்தியா வின்மீது படையெடுப்பார்கள் என்ற பயத்தினால், பயந்துபோன சிப்பிமீன் மசியைக் கக்குவதுபோல பிராமணர்கள் சாத்திரங்களை வெளிப் படுத்தினார்கள். அர்த்த சாஸ்திரம், மனுநூல், யோகம் போன்ற பிற முக்கிய மரபுகள் ஆகியவற்றுடன் காமசூத்திரமும் போதையைக் கட்டுப் படுத்த வேண்டிய தேவையைப் பற்றிச் சொல்கிறது. ஆனால் ஒவ்வொரு நூலும் தனக்கெனத் தனிக் காரணங்களை இதற்கென வைத்திருக்கிறது. சூதாடுதல், மது அருந்துதல், திருமணமின்றி உடலுறவு கொள்ளுதல், வேட்டையாடுதல் எனச் செயல்களால் நான்கு முக்கிய போதைகளை காமத்தின் தீமைகள் என்று இந்தப் பனுவல்கள் குறிக்கின்றன. சிலசமயங்களில் செயலில் ஈடுபட்டவனுக்கு பதிலாகக் குற்றத்தைப் பகடை, பலவகையான மது (இவற்றுடன் மரிஜுவானா, கஞ்சாவையும் சேர்க்க வேண்டும்), பெண், காட்டுவிலங்குகள் என அவற்றிற்கான பொருள்கள்மீது சாட்டுகின்றன. இந்த போதைகள், ராஜக்குற்றங்கள் என்றும் சொல்லப்படுகின்றன. ஏனெனில் அரசவகுப்பின் அல்லது க்ஷத்திரியர்களின் ஒரு வகைமாதிரியான உறுப்பினன், போதையில் ஆழும் அளவுக்குக் குடிப்பவன், பெண்களை நேசிப்பவன், பொழுது போக்கிற்கென விலங்குகளைக் கொல்லும் பெரிய வேட்டைக்காரன், சூதாடுபவன், இவற்றோடு, மனிதர்களையும் கொல்பவன், மாமிசம்

உண்பவன்.[39] அதாவது, சிலசமயங்களில் தனக்கும், எப்போதும் பிறவகுப்பினருக்கும் கொடிய பாவங்கள் எனச் சொல்லப்பட்டவற்றில் ஈடுபடுவதே அரசனின் தொழில். பிறரைக் கொல்கின்ற பாவங்களைச் செய்ய அரசர்கள் அனுமதிக்கப்பட்டார்கள். ஆனால் அவை அளவுக்கு மீறினால் அரசர்களே அவற்றால் கொல்லப்படவும்கூடும். அடுத்துப் பட்டத்துக்கு வர இருக்கும் இளவரசனிடம் அரசன் ஓர் ஒற்றனை அனுப்பி இந்த நான்கு குற்றங்களையும் அவன் செய்யுமாறு தூண்ட வேண்டும் என்றும், மற்றொரு ஒற்றனை அனுப்பி இவற்றை அவன் செய்யலாகாது எனத் தடுக்கவேண்டும் எனவும் அர்த்த சாஸ்திரம் கூறுகிறது (1.1.28 - 29). மகாபாரதம், இந்த நான்கு தீமைகளும் அரசர்களின் சாபங்கள் என்று கூறுகிறது (2.61.20). ஆனால் இந்த நான்கும்தான் மகாபாரதக் கதையில் முக்கியப் பங்கு வகிக்கின்றன. பாண்டு வேட்டையாடுதல், விலக்கப்பட்ட உடலுறவு ஆகியவற்றினால் அழிகிறான் (ஆதிபர்வம்). யுதிஷ்டிரனும் நளனும் சூதாட்டத்தினால் அழிகிறார்கள் (இரண்டாம், மூன்றாம் பர்வங்கள்). குடிப்பதற்கு எதிரான சட்டத்தை மீறியதனால் முழுக்குலமுமே நாசமாகிறது (பதினாறாம் பர்வம்). அடக்கி வைத்திருக்கும் வன்முறைக்கான உந்துதல்களை வெளிப்படுத்துபவை என்ற முறையிலும், தாங்களே இயல்பான மனிதப்போக்குகளின் (உணவைத் தேடுதல், அபாயங்களை மேற்கொள்ளல், குடித்தல், இனப்பெருக்கம் செய்தல்) வன்முறை சார்ந்த வடிவங்களாக இருப்பதனாலும் போதைக்கான நான்கு தீயொழுக்கங்களும் வன்முறையோடும் தொடர்பு கொண்டவை.

வேட்டையாடுதலில் ஈடுபடாத ஐரோப்பிய அமெரிக்கர்களுக்கு வேட்டை என்பது எப்படித் தீமையாகும் என்பது பிடிபடாதது. இன்னும் ஒரே ஒரு முறை என்ற மனப்பான்மையை உருவாக்குவது அது. தாங்கள் திரும்பவேண்டும் என்று அவர்களுக்குத் தெரிந்தாலும் அவர்கள் வேட்டையாடிக்கொண்டே சென்றதைப் பற்றிப் பல கதைகள் உள்ளன. கடைசியில் அவர்கள் இரவின் இருளில் மாட்டிக்கொள்வார்கள், அல்லது ஆபத்தான இடத்தில் சிக்குவார்கள், அல்லது இரண்டுமே நடக்கும். அதில் குருட்டுத்தனமும் உள்ளது. மனிதனை மிருகம் என்று நினைத்து வேட்டையாடுவது இறுதியில் மிக அழிவுதரும் விளைவுகளை ஏற்படுத்துகிறது. திரௌபதி (மபா 3.248), சீதை (இரா. 3.42) இருவருமே தங்கள் ஆடவர்கள் வேட்டைக்குச் சென்றிருக்கும்போது கடத்தப்படு கிறார்கள். பரீட்சித்து ராஜன், வேட்டையில் திளைத்து, தன் வழியில் குறுக்கிடும் ஒரு முனிவரைத் துன்புறுத்துகிறான். அதனால் இறக்குமாறு சபிக்கப்படுகிறான் (மபா 1.26 - 40). இடையறாது பாண்டவர்கள் வேட்டை யாடுவதன் காரணமாகத் தங்கள் எண்ணிக்கை குறைந்து விட்டதென்று மான்கள் யுதிஷ்டிரன் கனவில் தோன்றிச் சொல்கின்றன (மபா 3.244).

சூதாட்டம் ஒரு போதையாகிவிட்ட ஒரு சூதாடியின் புலம்பலை ரிக் வேதத்தில் கண்டோம். யுதிஷ்டிரன் நளன் என்ற இரு பேரரசர்களது சூதாட்டம் சுய அழிவில் கொண்டுவிட்டதையும் மகாபாரதத்தில் பார்த்தோம். பெண்கள், குடி, வேட்டை ஆகியவற்றைவிட சூதாடுதல் அரசனுக்கு மிக ஆபத்தான தீமை என்று அர்த்த சாஸ்திரம் பட்டியலிடுகிறது (8.3.2 - 6). ஆனால் சூதாட்டம் அரசர்கள் முடிசூடும்

விழாவின் ஒரு இடையறாப் பகுதியாகவே நிகழ்த்தப்பட்டது. நான்கு யுகங்கள் சிதைவதன் உருவகமாகவும் அது உள்ளது. மனித வாழ்க்கையில் வாய்ப்பு என்பதன் பங்கினை எடுத்துக்காட்டும் மைய உருவகமாகவும் உள்ளது. ஐன்ஸ்டீன், கடவுள் பிரபஞ்சத்துடன் பகடையாடுவதில்லை என்று ஒருமுறை கூறினார். ஆனால் இந்துப் பனுவல்கள் உண்மையாகவே சிவபெருமான் சூதாடுகிறான் என்று சொல்கின்றன.[40] முடிசூட்டலுக்காக நடத்தப்படும் வேதயாகம், ஒரு சடங்குப்பகடை ஆட்டத்தையும் தன்னுள் அடக்கியுள்ளது. அதற்குப் பல குறியீட்டு அர்த்தங்கள் உள்ளன. நான்கு யுகங்கள், யாகத்தினுள் அடங்கியிருக்கும் அபாயம், அரச ஆதிக்கத்தைப் பெறுதல், வைத்திருத்தலில் உள்ள வாய்ப்பு, அரசத் தீமையான சூதாட்டம், அரசர்கள் படையெடுப்பாக மாற்றப்படும் தைரியம், பிற எல்லா ஆட்டக்காரர்களின் செல்வங்களையும் தானே கைப்பற்றிக்கொள்ளும் அரசனின் நம்பிக்கை (ரைக்வன் செய்ததுபோல) ஆகியவை அடங்கியுள்ளன. ஒரு யுகத்தை உருவாக்குபவனாக அரசன் கருதப்படுகிறான். சிவபுராணத்தில் சிவன் சூதாட்டம் போல, முடிசூட்டலின்போது விளையாடப்படும் சடங்குச் சூதாட்டம், அடுத்து எவ்வித யுகம் வரப்போகிறது — பொற்காலமா கலிகாலமா என்பதைக் காட்டும் என்று நம்பப்படுகிறது.[41]

ஆனால் ஒரு குறிப்பிட்ட அரசன் — யுதிஷ்டிரன், அரசப்பதவியில் இல்லாவிட்டாலும் ஒரு தனிமனிதனாக, ஒரு போதையேறிய, வெற்றி பெறாத சூதாடியாக இருக்கிறான். அவன் பகைவர்கள் அவனுடைய இந்த பலவீனத்தைப் பயன்படுத்திக் கொள்கிறார்கள். தர்மனுக்கு எதிராகச் சூதாட நிச்சயமாகத் தோற்கடிக்க முடியாதவனும் ஏறத்தாழ நேர்மையற்றவனும் ஆன சகுனியை அனுப்புகிறார்கள். முதலில் தன் சொத்துகளையும் பிறகு தன் சகோதரர்களையும் பிறகு தன்னையும் கடைசியாகத் தன் மனைவியையும் யுதிஷ்டிரன் சூதாடி இழக்கிறான். திரௌபதியின் தைரியம், புத்திசாதுர்யம், சட்ட அறிவு ஆகியவைதான் அவர்களை அடிமைத்தனத்திலிருந்து காப்பாற்றுகின்றன. அவ்வாறிருந்துமே அவர்கள் நாட்டை இழந்து பன்னிரண்டாண்டு காட்டுக்குள் அலைய நேர்கிறது. பதின்மூன்றாம்ஆண்டு ஒருவர் கண்ணிலும் படாமலும் இருக்க வேண்டி (அஞ்ஞாதவாசம்) நேர்கிறது. இப்படியாகக் கட்டுப்படுத்தப்பட்ட சடங்குச் சூதாட்டம், மனிதனின் வெறியேறிய சூதாட்டத்தினால் குறுக்கீட்டுக்குள்ளாகிறது.

குடிவெறி, போதை இவற்றால் பொதுவாக ஏற்படும் தீமையை இந்திரனின் மிகப் பெரிய போதையின் பின்விளைவுகளை பிராமணங்களில் பார்த்தோம். பழங்கால இந்தியாவில் குறைந்தது பன்னிரண்டு வகையான சாராயங்களாவது பிரபலமாக இருந்தன.

1. சுராபானம் என்பது பனை, தென்னை, கரும்புச் சாறு அல்லது தானியங்கள், பழங்கள் முதலியவற்றின் புளித்த சாற்றிலிருந்து எடுக்கும் கள். இதை பிராமணர் அல்லாதவர்களே பயன்படுத்துவதாகக் குறிப்பிடப்பட்டுள்ளது.[42]

2. பனசம், பலாப்பழத்திலிருந்து எடுக்கப்படும் மது;

3. திராட்சம், திராட்சைப் பழத்திலிருந்து எடுக்கப்படுவது, பெரும்பாலும் ரோமிலிருந்து இறக்குமதி செய்யப்பட்டது;

4. மதுகம், தேனிலிருந்து;

5. கர்ஜூரா, பேரீச்சையிலிருந்து;

6. தாலம், பனையிலிருந்து;

7. சிட்சிவம், கரும்புச்சாற்றிலிருந்து;

8. மாத்விகம், இலுப்பைப் பூக்களிலிருந்து வடிக்கப்படுவது;

9. சைரா, வால்மிளகிலிருந்து எடுக்கப்படுவது;

10. அரிஷ்டம், புனலை அல்லது பூந்திக்கொட்டையிலிருந்து வடிக்கப்படுவது;

11. நாரிகேளயம், தென்னையிலிருந்து;

12. மைரேயம் (இப்போது ரம் என்று வழங்கப்படும் குடிவகை)[43]

அர்த்த சாஸ்திரம் முழுமையாக் குடிக்காத ஆலோசகர்களை மட்டுமே (வாயாடித்தனமான பேச்சு இல்லாமலிருப்பதற்காக) பணிக்கு அமர்த்திக் கொள்ளவேண்டும் என்று அரசனுக்கு அறிவுரை சொல்கிறது. அவனுடைய மகன்களும் குடியில் ஈடுபடலாகாது. குடியில் ஈடுபட்டால், அரசனின் அரியணைமீதே ஆசைநோக்கு வந்துவிடும். *(1.5.2.16)*. எதிரி அரசர்களைப் பொறுத்தமட்டில் குடி மிகப் பயனுள்ள ஓர் ஆயுதம். எதிரி அரசனாக இருப்பவனைக் குடிக்கச்செய்து போதைக்கு அடிமைப்படுத்தினால் அவன் எளிதாக வழிக்குவந்து துணைவனாகிவிடுவான் *(2.17)*. கடைசியாகப் போதை ஏறிய காமம். காமசூத்திரம், எதிர்முனையில் நின்று, பிறரை எப்படிக் காமவசப்படுத்துவது, அவர்களை எப்படிக் கையாளுவது, என்று கற்றுத்தருகிறது. வேசிக்கு ஓர் அறிவுரை: "ஒரு சுருக்கமான வாக்கியத்தில் சொல்லிவிடலாம். அவள் அவனைத் தன்மீது காதல் வசப்படுமாறு செய்யவேண்டும், ஆனால் தான் காமவயப்படக்கூடாது, அப்படி இருப்பதுபோல் நடிக்கவேண்டும்" *(6.2.2.)* ஒருவன் ஒருத்தியிடம் காமவசப்பட்டதன் அடையாளங்கள்: "அவன் அவளிடம் தன் உண்மையான உணர்ச்சிகளை நம்பிச் சொல்வான், அவள் வசிப்பதுபோலவே வசிப்பான், அவள் திட்டங்களை நிறைவேற்றுவான், சந்தேகமின்றி இருப்பான், பணவிஷயத்தில் அக்கறையின்றி தாராளமாகச் செலவுசெய்வான்" *(6.2.73)*. வசமாகச் சிக்கிக்கொண்ட பிறகு அவள் அவனைக் கட்டுப்படுத்த முடியும். "ஒருவன் ஒருத்திமீது காதல் போதை கொண்டுவிட்டால், அவள் வேறொருவனிடம் காதல் கொள்வாளோ என்று பயப்படுவான், அவளுடைய பொய்களைப் பொருட்படுத்தமாட்டான், தன் பயத்தின் காரணமாக அவளுக்கு ஏராளமாகச் செலவு செய்வான்" *(6.4.39 - 42)*. காதலர்களைத் தன் வசத்திலேயே வைத்திருக்க உதவும் மருந்துகளைப் பற்றியும் காமசூத்திரம் அனைவருக்கும் — ஆண்களோ பெண்களோ, தொழில் முறையினரோ அல்லரோ, ஆலோசனை தருகிறது *(7.1 - 2)*.

பெருமளவு பொதுவாக, துறவு மேற்கொண்டோர், காமத்தை ஒரு வலை என்றும், மாயை என்றும் கருதினார்கள். குடும்பஸ்தன் வாழ்க்கை ஒரு மரணப்பொறி என்றும் நம்பினார்கள். ஆண்கள் மிகவும் பலவீன மானவர்கள் என்பதால்தான் பெண்கள் அபாயமானவர்கள் என்று மனு ஒப்புக்கொள்கிறார்.

பூமியில் ஆடவர்களைக் கெடுப்பதுதான் பெண்களின் இயற்கை. அதனால் சுற்றித்திரியும் ஆடவர்கள் நெறிதவறிய பெண்களுக்கிடையில் அஜாக்கிரதையாகச் சென்று ஒழுக்கம் கெடக்கூடாது. அறியாமை கொண்டவனை மட்டுமல்ல, நன்கு கற்றறிந்தவனையும் காமம் மற்றும் கோபத்தின் வசத்தில் இருக்கும்போது நெறி பிறழ்ந்த பெண்கள் எளிதில் நல்வழியிலிருந்து திருப்பிவிடக்கூடும். யாருமற்ற தனியிடத்தில் ஒருவன் தன் தாய், சகோதரி, மகள் இவர்களோடு அமர்ந்திருக்கக்கூடாது. கற்றறிந்த மனிதனைக் கூட புலனுணர்ச்சிகளின் ஆற்றல்வாய்ந்த தொகுதி இழுத்துச் சென்றுவிடும் (2.213 - 15).

மனுவின் முழுப்பனுவலுமே புலன்களைக் கட்டுப்படுத்த உதவும் நுணுக்கமான மருத்துவத்திட்டம். விடுதலை வழியில் செல்பவர்களுக்கு மிகவும் அவசியமானது. மறுபிறப்பின் பாதையில் செல்பவர்க்கும் விருப்பத்துக்குரிய ஒன்று. இதற்கு முரணாக, கௌடில்யர், புலன்களைக் கட்டுப்படுத்துவதற்கான அவசியத்தை ஒருசில, அவ்வளவாக உதவியற்ற வரிகளில் சொல்லிவிடுகிறார். புலன்களைக் கட்டுப்படுத்துவது அறிவு நூல்களின் (வித்தைகளின்) பயிற்சியால் வருவது. ஆசை, கோபம், பேராசை, கர்வம், குடி, களிப்பு ஆகியவற்றைத் துறப்பதன் வாயிலாகப் புலன்களைக் கட்டுப்படுத்தலாம் *(1.6.1)*. பிறகு சொல்கிறார்: "அறிவுநூல்களில் பயிற்சியின்மைதான் ஒருவனின் தீய ஒழுக்கங்களுக்குக் காரணம்" *(8.3.1 - 61)*.

ஆனால் காமத்தின் நான்கு தீமைகளிலும் ஈடுபடுகின்ற அரச குமாரர்களுக்கு நாம் வெறுப்பு மருத்துவம் என்று சொல்வதைக் கையாளுமாறு கௌடில்யர் விதிக்கிறார். விடலைப் பருவம் மீதூர்வதால் அரசகுமாரன் பிறருடைய மனைவியர்மீது மனத்தை வைத்தால், அரசனுடைய ஒற்றர்கள் காலியான வீடுகளில் இரவில் மோசமான பெண்களைக் குடியமர்த்தி அவர்களை மேற்குலப் பெண்கள் போல நடிக்கச் செய்து அந்த ஆசையைப் போக்கிவிட வேண்டும்.[44] *மதுவின்மீது அவன் ஆசை கொண்டால், அவனுக்கு மருந்துசேர்த்த குடிவகையைத் தரவேண்டும். (பயனற்றதாகச் செய்யப்பட்ட, குமட்டலை அளிக்கின்ற திரவம்). சூதாட்டத்தில் விருப்பம் என்றால், அவர்கள் அவனை ஏமாற்றுகின்ற விளையாட்டுக்காரர்களை அமர்த்த வேண்டும். வேட்டையாடுவதில் ஆசைமிகக் கொண்டால், அவனைப் பாதையில் வழிமறிக்கும் ஆட்களை அனுப்பி அவனை பயங்கொள்ளச் செய்யவேண்டும் (1.17.35 - 38).*

காமசூத்திரமும் புலன்கள் எவ்வளவு அபாயமானவை என்பதை அறிந்திருக்கிறது. வழக்கம் போலவே அவற்றைக் குதிரைகளுக்கு ஒப்பிடுகிறது. "முழுத்தாவலில் ஈடுபடும் குதிரை, தன் வேகத்தின் ஆற்றலினால் குருடாகி,

பாதையிலுள்ள கம்பம், குழி, வாய்க்கால இவற்றைப் பாராததுபோல, உடலுறவின் ஊடலின் உராய்வில் உள்ள உணர்ச்சிப் பெருக்கில் தங்கள் பயங்கர சக்தியில் கட்டுண்டு அபாயத்தை கவனிப்பதில்லை" *(2.7.33)*. எப்படி இந்த அபாயத்திலிருந்து காத்துக்கொள்வது? காமசூத்திரத்தைப் படி, உன் மூளையையும் பயன்படுத்து *(2.7.34)*.

மகாபாரதத்தில், நளன் கலிபுருஷனால் பீடிக்கப்பட்ட பிறகுதான் சூதாட்டத்தின் போதை அவனைப் பிடித்துக் கொள்கிறது. இது போதை உணர்வு மனிதனுக்குப் புறத்திலிருந்து வருவது என்று கருதியதற்கான அடையாளம். போதைப்பழக்கம் பெற்ற ஆளுமையைப் பற்றிய சிந்தனை இங்கு இல்லை. தீமைகள்தான் தரவரிசைப்படுத்தப் படுகின்றனவே ஒழிய ஆட்கள் அல்ல. சூதாடி, பிறப்பினால் நாசமானவன்அல்ல, அவன் குணத்தினால். எப்படியோ அவன் சூதாடுதல் என்னும் கெட்ட பழக்கத்தில் ஈடுபட்டுவிட்டான்.முயற்சிசெய்தால் அதிலிருந்து விடுபடலாம்.விருப்புறுதி, சுய கட்டுப்பாடு, தியானம், புலன்களை அடக்குதல் - இவை எப்போதுமே சாத்தியம்தான். இதே போல குடிகாரர்கள் என்பவரும் இல்லை. அந்தச் சமயத்தில் அளவுக்கதிகமாகக் குடிப்பவர்தான் இருக்கின்றனர். போதைப் பொருள்களுக்கிடையில் இருப்பவர்கள், அவற்றில் சிக்கிக்கொள்ள வாய்ப்பிருக்கிறது. பாலியல்பு மட்டுமே உடன்பிறந்த போதை. இந்துமதப் பார்வையில், நாமெல்லாம் இயற்கையாகவே அதில் ஊறியிருக்கிறோம். எல்லா நேரமும் அதன் தாக்குதலுக்கு ஆளாகிறோம். உள்ளார்ந்த காமத் தன்மை கொண்டிருக்கிறோம்.

போதைப்பழக்கம் பற்றிப் பொதுவாகப் பகிர்ந்துகொள்ளக்கூடிய மனப் பாங்கை இவ்விதம் மனு சுருக்கித் தருகிறார்.

ஆசையிலிருந்து எழுகின்ற பத்துக் குற்றங்கள் (வாசனைகள்) எல்லாமே கெடுதலாக முடிகின்றன. வேட்டை, சூது, பகல்தூக்கம், வஞ்சகமான வம்பளப்பு, பெண்கள், குடி, இசை, பா[illegible]ல், ந[illegible]னம், இலக்கின்றித் திரிதல் ஆகியவை ஆசையிலிருந்து பிறக்கும் குற்றங்கள். அவற்றின் தீமைதரும் வரிசைப்படி நோக்கினால், குடி, சூது, பெண், வேட்டை இந்த நான்கும் மிகத்தீயவை. எங்குமே இவை போதை தருபவை. முதலிலிருந்து வரிசைப் படி பலம்கொண்டவை (7.45 - 53).

வேறிடத்திலும் *(9.235 and 11.55)*, மது அருந்துவதை, பிராமணக்கொலை, களவு, குரு பத்தினியுடன் தொடர்பு ஆகிய மூன்று பாவங்களுடன் மனு சமப்படுத்துகிறார். இந்தச் செய்யுட்கள் இவை ஆண்களால் செய்யப் படுபவை என்ற கருத்தைக் கொண்டுள்ளன. பெண்கள் மது அருந்துவதை, கெட்ட சகவாசம், கணவனைப் பிரிந்திருத்தல், பிறர் வீடுகளில் உறங்கு தல் மற்றும் வசித்தல், இலக்கின்றித் திரிதல் ஆகியவற்றோடு சமப்படுத்து கிறார் *(9.13)*.

அர்த்த சாஸ்திரம் அடிப்படையில் மனுவுடன் ஒன்றுபடுகிறது. "காமத்தி லிருந்து வேட்டை, சூது, பெண்கள், குடி ஆகிய குற்றங்கள் பிறக்கின்றன. காமத்தினால் இழிவுபடுத்தப்படுதல், சொத்தினை இழத்தல், திருடர் சூதாடிகள் வேட்டையாடுவோர் பாடகர்கள் இசையாளர்கள் ஆகியோ

ருடன் சகவாசமும் திரிதலும் நேர்கின்றன. காமத்தினால் ஏற்படும் இக்குற்றங்களில், சூது வேட்டையைவிட மோசமானது; பெண்தொடர்பு சூதைவிட மோசமானது; குடி பெண்களைவிட மோசமானது" (*8.3.2—61*). இதெல்லாம் தெளிவாகத்தான் உள்ளன; அர்த்த சாஸ்திரத்தில், மனுவைப் போலவே, குடிதான் மிகக் கொடிய குற்றம். அடுத்துப் பெண்கள், அடுத்து சூது, கடைசியாக வேட்டை — மிகக் குறைந்த அழிவைத் தருவது. பிறகு கௌடில்யர் சொல்கிறார்: "ஆனால் குடியை விட மோசமானது. ஓர் அரசனுக்கு மிகக் கொடிய குற்றம், சூதுதான்" (*8.3.62—64*). ஆக, அரசனுக்காகக் குற்றங்களின் பட்டியலை மாற்றலாம் — சூதுதான் மிகக் கொடியது, அடுத்தது குடி, பிறகு பெண்கள், கடைசியாக வேட்டை.

மேலும் அதிகக் கருத்துமாறுபாட்டிற்கான இடமும் உள்ளது. கொஞ்சம் கழித்து (காஞ்சிபுரத்தில், கி.பி. ஐந்தாம் - ஆறாம் நூற்றாண்டளவில்) எழுதப்பட்ட சமஸ்கிருதப் பனுவல் ஒன்று அர்த்த சாஸ்திரம், மனுநூல் இரண்டையுமே கேலிசெய்கிறது: "தந்தையினால் வெளியேற்றப்பட்ட இளைஞன் ஒருவன், அரசனை இந்தக் குற்றங்கள் யாவிலும் ஈடுபடுமாறு தூண்டினான். வேட்டை, உடலை வலுப்படுத்துகிறது, கபத்தைக் குறைக்கிறது, விலங்குகளைப் பற்றி போதிக்கிறது, தூய காற்றில் கொண்டுசெல்கிறது, இப்படிப் பல நன்மைகள் இருப்பதால் வேட்டை நல்லது; சூதாட்டம், தாராளத்தன்மையைத் தருகிறது, கூர்த்த நோக்கை உருவாக்குகிறது, கவனம் சிதறாமல் செய்கிறது, ஆபத்துகளை எதிர்கொள்ள வைக்கிறது. காமம் என்பதோ தர்மம், அர்த்தம் இவற்றின் பயன். தந்திரத்தைத் தருகிறது, சந்ததியை உருவாக்குகிறது. குடி, உங்களை இளமையாக வைக்கிறது, பச்சாத்தாபத்தை ஒழிக்கிறது, தைரியத்தை அளிக்கிறது.[45]

பெண்கள்

தர்மசாத்திரங்களில் பெண்கள்

எல்லாப் போதைவஸ்துக்களிலும் பெண்கள்தான் மிக மோசமானவர்கள் என்பதாக இருந்தாலும், அவர்கள்தான் யாவருக்கும் உரியவர்கள்— உலகளாவியவர்கள். பிறவற்றை விட அவர்களைப் பற்றி எழுதுவதைச் சாத்திர ஆசிரியர்கள் வேடிக்கையாகக் கருதினார்கள் என்று தோன்றுகிறது. குறிப்பாக மனு, நிகழக்கூடிய ஒரு பாலியல் குற்றமாகவே பெண்ணை நோக்குகிறார். மது அருந்துதல், தீயவரோடு சேர்தல், தங்கள் கணவரிடமிருந்து நீங்குதல், சுற்றித்திரிதல், தூங்குதல், பிறர் வீட்டில் இருத்தல் ஆகிய ஆறும் பெண்களைக் கெடுப்பவை. அவர்களுக்கு நல்ல தோற்றம் போதாது. இளமையைப் பற்றியும் கவலைப்படுவதில்லை. ஒரு ஆடவனா என்கிறார்கள், உடனே அவனோடு அவன் அழகனாயினும் குரூபியாயினும் இன்பம் அனுபவிக்கிறார்கள் (*9.12 - 17*). ஆகவே ஆண்கள், பெண்களை மிக எச்சரிக்கையாகக் கண்காணிக்க வேண்டும். "ஒரு சிறுமி, ஒரு இளம்பெண், அல்லது மூத்த பெண்மணியும்கூடத் தன் சொந்தவீடாக இருந்தாலும் தன்னிச்சையாக எதையும் செய்யக்கூடாது. சிறுவயதில் பெண் தன் தந்தையின் கட்டுப்பாட்டிலும், இளமையில் கணவனின் கட்டுப்பாட்டிலும், கணவன் இறந்துவிட்டால் மகன்களின்

கட்டுப்பாட்டிலும் இருக்கவேண்டும். அவளுக்குச் சுதந்திரம் கூடாது" (4.147 - 49, 9.3). இந்தச் சுதந்திரமற்ற நிலையினால், மனுவின் இலட்சிய உலகில், ஒரு பெண்ணுக்குத் திருமணத்தில் தன் விருப்பப்படி இயங்கக் கொஞ்சமும் இடமில்லை, ஆனால் அதிலிருந்து தப்பிக்கவும் முடியாது. "கற்புள்ள மனைவி, தன் கணவன், மோசமாக நடந்துகொண்டாலும், காமத்தில் அடிக்கடி ஈடுபட்டாலும், எந்த நற்பண்பும் அற்றவனாக இருந்தாலும், அவனை தெய்வமாகப் போற்றிச் சேவைசெய்ய வேண்டும். "தனக்குக் கீழான கணவனைக் கைவிடும் மனைவி, ஒரு குள்ளநரியின் வயிற்றில் பிறப்பாள். தன் தீமைகளால் உண்டான நோய்களால் சித்திர வதைப்படுவாள்" (5.154 - 64). தான் கைவிட்டவனிடமிருந்து அவன் மரணத்திலும் கூட விடுபடுவதில்லை.

தன் கணவன் இறந்துபோனால், அவள் விரதங்கள் இருக்கவேண்டும், சில பூக்கள், வேர்கள், பழங்கள் ஆகிய உணவுகளைத்தான் உண்ணவேண்டும், மற்றொரு ஆடவனின் பெயரைத் தவறியும் சொல்லக்கூடாது. ஆயிரக்கணக்கான பிராமணர்கள், இளமையிலிருந்து கற்புத்தவறாதவர்கள், குடும்பத்தைத் தொடர மகன் பிறக்காவிட்டாலும், சொர்க்கத்திற்குச் சென்றிருக்கிறார்கள். தன் கணவன் இறந்தபோதும் கற்புடன் வாழும் ஒரு மனைவி, மகனைப் பெறாவிட்டாலும், மேற்கண்டவர்களைப் போல, சொர்க்கத்திற்குச் செல்வாள். மரணத்திற்குப் பிறகு கணவனின் உலகத்தை அவள் அடைகிறாள். உயர்ந்தோர் அவளைப் பத்தினியாக வழிபடுகிறார்கள் (4.156 - 66).

அவள் மறுமணம் செய்துகொள்ளக்கூடாது. மறுமணம் செய்யாமைக்கான பரிசு அவள் அடுத்த உலகில் கணவனோடு இருப்பாள் என்பது. அவன் மோசமாக நடந்தாலும், காமவசப் பட்டாலும், நல்ல குணம் எதுவும் இல்லாவிட்டாலும் என்பது அவள் முதல் தேர்வாக இருக்காது.

மனுவில் குறைந்தபட்ச நல்ல விஷயம், கணவன் இறந்த பிறகு மனைவி தொடர்ந்து உயிர்வாழ வேண்டும், உடன்கட்டை ஏறலாகாது என்கிறார். ஆனால், அந்த விதவை மற்றொருவனுடன் உறங்கிவிடுவாளோ என்ற பயம் அவரை பீடிப்பதால், பிறகு வரும் விவாதத்தில், தன் கணவனைத் தவிர அவள் வேறொருவருடனும் தொடர்புகொள்ளக் கூடாது என்பதை உறுதிப்படுத்த அவள் உடன்கட்டை ஏறுவதே மேல் என்கிறார். ஆனால் ஆடவன் மனைவி இறந்தால் மறுமணம் செய்துகொள்ள முடியும், கண்டிப்பாகச் செய்துகொள்ளவும் வேண்டும் (4.167 - 69). இம்மாதிரிப் பெண்வெறுப்புக்கு எதிராக மனு சார்பாகச் சொல்லமுடிவது, பெண்களை மகிழ்ச்சியாக வைத்துக் கொண்டால், அவர்கள் ஆடவர்களை மகிழ்ச்சியாக வைத்துக்கொள்வார்கள் என்ற மாதிரியான வாதம்தான். "ஒரு மனைவி பிரகாசமாக இல்லாவிட்டால், கணவனை எழுச்சிகொள்ளச் செய்ய இயலாது, அதனால் பிள்ளை பெறவும் இயலாது. மனைவி பிரகாசமாக இருந்தால், முழுக்குடும்பமும் ஒளிவீசுவதாக இருக்கிறது. அவள் ஒளியற்று இருந்தால், குடும்பம் தன் ஒளியை இழந்துவிடுகிறது" (3.60 - 63). ஒன்றுமில்லாததற்கு இது மேல் என்று நினைக்கிறேன்.

ஆனால் நாம் பனுவல்களின் அறிவுரைகளுக்கும் உண்மையான சூழல்களுக்கும் இடையிலுள்ள இடைவெளியை மறந்துவிடலாகாது. பெண்களுக்குச் சொத்துரிமை கூடாது என்று தர்ம சாத்திரங்கள் கூறுவதற்கு எதிராக பௌத்தத் தூண்களுக்கு வழங்கப்பட்ட தானங்கள் பற்றிய பதிவுகள் உள்ளன.[46] இக்காலப்பகுதியில், பெண்களில் பலரும் தங்கள் சொந்தச் செல்வத்திலிருந்து ஜைன, பௌத்தக் குழுக்களுக்கு நிவந்தங்கள் அளித்தார்கள். இந்துமதத்தின் புதிய பிரிவுகளுக்கு இந்துப் பெண்களும் தானம் அளிக்கமுடியும். காரணம் அவர்களுடைய தாய்மாரிடமிருந்தும் பெண் உறவினரிடமிருந்தும் அவர்களுக்குக் கிடைத்த ஸ்திரீதனம் (சீதனம்) இருந்தது. சார்லஸ் டிக்கன்ஸின் 'கிரேட் எக்ஸ்பெக்டேஷன்ஸ்' நாவலில் வெம்மிக், எடுத்துச்செல்லக்கூடிய சொத்து என்று கூறியதைப் போன்றது இது. பெரும்பாலும் திருமணத்தின்போது வரதட்சிணை யாக இவை அளிக்கப்பட்டன. ஆனால் இது வரதட்சிணையும் அல்ல. மனு இதைப் பற்றி ஈரடியாகச் சொல்கிறார். பெண்களுடைய மகள்கள் உள்ளிட்ட குழந்தைகள் இந்தச் சொத்தைப் பெறமுடியும் *(9.131, 191 - 5)*. பெரும்பாலும் இந்தச் சொத்து பெண்களின் நகைகள் வடிவில் இருந்தது. அதை அவர்கள் எல்லாநேரமும் உடலில் அணிந்தவாறே இருக்கமுடியும். இந்த ஒரு உரிமையும் மனுவுக்கு அச்சமூட்டியது. தங்கள் கணவர்களின் அனுமதியின்றி, தங்கள் சொந்த அசையும் - சொத்தைப் பெண்கள் எடுத்துச்செல்வதற்கு எதிராக மனு எச்சரிக்கிறார் *(9.199)*.

இந்துக்கள் பெண்களை ஒடுக்குவதற்குக் கொடிபிடித்தவர் மனு. ஆனால் இந்த விஷயத்திலும், இந்து சாத்திரங்கள், மற்றவற்றைப் போலவே பலவிதக் கருத்துகளைச் சொல்கின்றன. அர்த்த சாஸ்திரம் ஒரு பெண் பல கணவர்களோடு இருப்பதை யதார்த்தமாக எடுத்துக்கொள்கிறது *(3.2.31)*. ஆனால் இது காமசூத்திரத்திற்கே ஒரு பிரச்சினை ஆகின்ற விஷயம் *(1.5.30)*. மணவிலக்கு, விதவைத் திருமணம் ஆகியவற்றிலும் கௌடில்யர் மனுவை விட தாராள சிந்தனையோடு இருக்கிறார். அவர் பெண்களுக்குச் சொத்தின்மீது அதிக உரிமையையும் வழங்குகிறார். பெண்கள் தங்கள் வாழ்க்கைக்கெனச் சிறுதொகையையும், எல்லையற்ற ஆபரணங்களையும் வைத்திருக்கலாம் *(3.2.14)*. கணவன் இறந்தபிறகும் இதை அவள் வைத்திருக்கலாம். கணவனின் இறப்புக்குப் பிறகு மறுமணம் செய்துகொண்டால் இந்த உரிமையை அவள் வட்டியுடன் சேர்த்து இழக்கிறாள் அல்லது தன் மகன்களுக்கு அவற்றைத் தந்துவிட வேண்டும் *(3.2.19 - 34)*. ஆக, மனுவை விட கௌடில்யர் அதிக சுதந்திரத்தைப் பெண்க ளுக்கு வழங்குகிறார். ஆனால் இருவருமே பெண்களின் பாலியல், பொருளாதாரச் சுதந்திரத்தைப் பெருமளவு கட்டுப்படுத்துகின்றனர். நிலம், கால்நடைகள், பணம் ஆகியவை ஆடவரின் கட்டுப்பாட்டில் இருந் தாலும், பெண்களுக்கு வேறு வழிகள் இருந்தன. குறிப்பாக வைரங்கள் பெண்களின் சிறந்த தோழர்களாக இருந்தன.

காமசூத்திரத்தில் பெண்கள்

சிற்றின்பத்தைப் பாராட்டுதல், எப்போதுமே புலன்களைக் கட்டுப் படுத்துதல் என்பதால் சமநிலைப்படுத்தப்பட்டது. காமசூத்திரத்தின்

மாற்றுக்குரலைக் கேட்டால், நாம் சற்றே வேறுவிதமான விஷயத்தைக் கேட்கிறோம் என்பது புலப்படும்.

குடும்பத்தின் நிதி, மணவிலக்கு, விதவை மணம் ஆகியவற்றிற்குப் பெண்கள் உரியவர்கள் என்பதை மனுவைவிடக் காமசூத்திரம் திறந்த மனத்தோடு ஒப்புகிறது *(4.1.1 - 41)*. பெண்கள் சுதந்திரமாகச் செலவு செய்யக்கூடாது என்று மனு சொல்கிறார் *(4.150)*. குறைகூறும் அவரது கருத்து இது: பெண்களை யாருமே பலத்தினால் முழுமையாகக் காப்பாற்ற முடியாது, ஆனால் பணத்தைச் சேர்க்கவும் செலவுசெய்யவும் அவர்களைச் சுறுசுறுப்பாக்கினால், சுத்தம் செய்வது, கடமைகளைச் செய்வது, உணவு தயாரிப்பது, வீட்டுச் சாமான்களைப் பராமரிப்பது போன்றவற்றில் ஈடுபடுத்தினால், அவர்களைப் பாதுகாப்பாக வைத்திருக்க முடியும் *(9.10 - 11)*. ஆனால், காமசூத்திரம், வீட்டின் நிதியைப் பராமதிப்பதில்தான் மனைவியின் முழுமையான சக்தி இருக்கிறது என்று சொல்கிறது *(4.150)*. பெண்களின் பாலியல் சுதந்திரத்தைப் பொறுத்தவரை மனுவை விட வாத்ஸ்யாயனர் பல ஒளியாண்டுகள் முன்னோக்கியிருக்கிறார். திருமணமான பெண்களை வசப்படுத்தும் இடங்களில் முதலாவதாக அவர் தெய்வங்களை வழிபடச் செல்வதைக் குறிப்பிட்டுப் பழைய பனுவல் ஒன்றை ஆதாரமாகக் காட்டுகிறார். பெண்களை வயப்படுத்தும் பிற இடங்கள் யாகத்தலம், திருமணம், திருவிழா. மதம் சாராத இடங்களில், பூங்காக்களில் விளையாடுதல், நீராடுதலும் நீந்துதலும், நாடகக் காட்சிகள் ஆகியவை சொல்லப்படுகின்றன. மிகத் தீவிரமான இடங்களில், தீப்பிடித்த வீட்டைப் பார்வையிடுதல், திருட்டுக்குப்பின் ஏற்படும் கூச்சல்குழப்பம், நாட்டுப் புறத்தில் படையெடுத்தல் போன்றவை உள்ளன. திருமணமான பெண்களை வசப்படுத்துவதை மனு ஏற்கமாட்டார் என்றே நினைக்கிறேன். அதிலும் வழிபாட்டிடங்களுக்குச் செல்லுதல் அல்லது, வீடுகள் எரிந்து விழும் காட்சியைப் பார்க்கும் நேரத்தில் இப்படிச் செய்வது ஏற்புடையதாகாது என்பார். இங்கே நாம் பனுவலின் வாயிலாகப் பெண்களின் குரல்கள், பெண்களுக்குக் குரல் இல்லை என்று சொல்லும் முரண்கூற்றைப் பார்க்கிறோம். அதிகாரத்தில் உள்ளவர்கள் தாங்கள் விரும்பும் பெண்ணை எடுத்துக்கொள்ளலாம் என்று அவர் கூறுவதில், பாலியல் தொந்தரவு என்று நாம் இப்போது கூறும் பலாத்காரத்தைக் காண்கிறோம் *(5.5.7 - 10)*. ஆனால் பலசமயங்களில் அக்காலத்தில் இருந்த பிற பனுவல்களோடு ஒப்பிடுகையில் அவர் பெண்களுக்குச் சார்பான நோக்குகளையே வெளியிடுகிறார்.[47] பனுவல், பலசமயங்களில் பெண்களின் பேச்சை நேர்க்கூற்றில் வெளியிடுகிறது, அவற்றின் நோக்குகளை ஆடவர்கள் தீவிரமாக எடுத்துக் கொள்ளவேண்டும் என்பது கருத்து. வரன்முறையாக சமஸ்கிருதப் பனுவல்கள், கணவனைத் தவிரப் பிற ஆடவர்களோடு உறவுகொள்ளும் பெண்களுக்குக் கடுமையான தண்டனைகள் விதிக்கின்றன. ஆனால் பெண்கள் ஏன் விசுவாசமின்றி இருக்கிறார்கள் என்ற காரணங்களை காமசூத்திரம் விவாதிக்கிறது. உதாரணமாக, விபசாரத்தை ஒரு சமத்துவ, ஆனால் சற்றே எரிச்சலான வார்த்தைகளில் விவாதம் செய்கிறது: “கவர்ச்சியான ஒரு ஆடவனைப் பெண் விரும்புகிறாள், அதுபோலவே ஆணும் விரும்புகிறான். ஆனால் கொஞ்சம் யோசனைக்குப் பிறகு இந்த விஷயம் இதற்குமேல் செல்வதில்லை”

(5.1.8). ஆடவர்களைவிடப் பெண்கள் ஒழுக்கத்திற்குக் குறைந்த மதிப்பே தருகிறார்கள் என்றும் ஆண்களைத் தவிர வேறு எதையும் பற்றி அவர்கள் சிந்திப்பதில்லை என்றும் அது சொல்கிறது. விபசாரம் செய்யப்போகும் ஆணின் நோக்கில் இது எழுதப்படுகிறது. தங்கள் சேவையை எல்லாப் பெண்களும் தருவதற்குத் தயார் என்றால், அவர்களில் ஒருத்தி ஏன் தனக்கு அதைச் செய்யலாகாது? ஆனால் ஆசிரியர், விபசாரத்தில் ஏன் ஈடுபடலாகாது என்பதற்கான பெண்களின் காரணங்களையும் முழு ஒத்துணர்வோடு எடுத்துரைக்கிறார். (இதில் தர்மம் கடைசியாகத்தான் வருகிறது, ஒரு பின்னோக்கிய சிந்தனையாக). விபசாரம் செய்ய முனை பவனோ, அவளுடைய அவநம்பிக்கையைத் தீவிரமாக, அவளைப் பயன்படுத்திக் கொள்ளவே, எடுத்துக் கொள்கிறான் (5.1.17 - 42). இந்த விவாதம், இம்மாதிரிப் பெண்களை எப்படிக் கையாள்வது, ஏமாற்றுவது என்று இந்தப் பனுவலைப் படிக்கும் ஆண்வாசகருக்குப் போலியாக உணர்த்தும் நோக்கத்தில் எழுதப்பட்டிருக்கலாம், ஆனால், சற்றே கவனக்குறைவான விதத்தில், போதாத கணவர்கள் ஏன் தங்கள் மனைவியரை விரட்டிவிடுகிறார்கள் என்பதற்கான மிக நுட்பமான வெளிப்பாடுகளையும் முன்வைக்கிறது (5.1.51 - 54).

இம்மாதிரி இடங்கள் ஒரு பெண்ணின் குரலையோ அல்லது குறைந்தபட்சம் பெண்ணின் நோக்குநிலையையோ வெளிப்படுத்தலாம். ஆண்களும் பெண்களும் பேசிக் கொள்ளும் ஒரு கலாச்சாரத்தில் (அதாவது மிகப் பெரும்பாலான கலாச்சாரங்களில்) நாம் பனுவல்களின் ஆசிரியர்களை இருதன்மையும் உள்ளவர்கள் — ஆண்கள், பெண்கள் இருவர் குரலிலும் பேசுபவர்கள் என்று கொள்ளலாம். காமசூத்திரமும் இதற்கு விதிவிலக்கல்ல. பெண்களின் குரல்களையும் கேட்க முடியும். சிலசமயம் வரலாற்றில் தங்கள் காலத்துக்கு எதிராக, சிலசமயம் தங்கள் ஆசிரியனுக்கு எதிராகவும்கூட. ஆசிரியர் அக்கறைகாட்டிய அல்லது காட்டாத, சில சொந்தக் கேள்விகளை நாம் எழுப்புவதால் அவரது பனுவல் அவற்றிற்குப் பல விடைகளை வைத்திருப்பதைக் காணலாம். அவை ஒருவேளை அவருக்கு மேலும் அர்த்தமுள்ள கேள்விகள், விடைக ளில் உட்பொதிந்திருக்கலாம்.

காமசூத்திரம் ஒருவகையான பாலியல் சுதந்திரத்தைப் பெண்களுக்கு அளிக்கிறது. அது மனுவைத் திகைக்க வைத்திருக்கும். ஆனால் அது கௌடில்யருக்குச் சற்றும் பொருட்டில்லை. தொடக்கத்தில், காமசூத்திரப் பனுவல் பெண்களுக்கும் ஆண்களுக்கும் பொதுநோக்கிலேயே எழுதப் பட்டது. வாத்ஸ்யாயனர் சில பெண்களேனும் (குறைந்தபட்சம் வேசியர், அரச மகளிர், அரசாங்க அமைச்சர்களாக இருப்பவர்கள்) தன் பனுவலைப் படிக்க வேண்டும் என்று ஒருவாறு எதிர்பார்க்கிறார். மேலும் பிற பெண்கள் அதன் விஷயத்தை வேறுவகைகளில் அறிந்து கொள்ளவேண்டும் என்றும் நினைக்கிறார். அக்காலத்தில் மக்கள் பொதுவாகப் பனுவல்களைப் படிக்காமலே வேறு வழியில் அவற்றின் உள்ளடக்கத்தை அறிந்திருக்கவேண்டும் என்று எதிர்பார்க்கப்பட்டார்கள் (1.3.1 - 14). மூன்றாம் புத்தகம், கணவர்களைப் பெற முயலும் கன்னியருக்கு ஆலோசனை சொல்வதற்கென ஓர் இயலை ஒதுக்குகிறது. நான்காம்

புத்தகம், மனைவியருக்கான ஆலோசனைகளை அளிக்கிறது. (அதிகாரத்திற்குப் போட்டியிடும் சக்களத்திகளைப் பற்றிய விளக்கங்கள் இராமாயணத்தின் தொடக்கத்திற்குத் தேவையான எழுத்துருவை அளித்திருக்கலாம்). ஆறாம் புத்தகம் பாடலிபுத்திரத்தின் வேசியர்கள் கேட்டுக் கொண்டதற்கிணங்க - அவர்கள் பயன்பாட்டிற்கென— எழுதப்பட்டது என்று சொல்லப்படுகிறது. வாத்ஸ்யாயனர், பெண்களின் இன்பசுகத்தையும் மிக வலுவாக ஆதரிப்பவர். காதலின் இன்பங்களை அனுபவிக்காத பெண், தன் கணவனை வெறுக்கக்கூடும், வேறொருவனுக்காக அவனைவிட்டுப் பிரிந்தும் செல்லக்கூடும் என்கிறார் *(3.2.35; 4.2.31 - 35)*. அதன் பின்னணி ஆலோசிப்பதைப்போல, ஒரு பெண் திருமணமாகி இருந்தால், அவள் தன் கணவனைவிட்டுப் பிரியலாம் என்று மிகச் சாதாரணமாக வாத்ஸ்யாயனர் சொல்வது மனுவின் நிலைப்பாட்டுக்குக் கூர்மையான முரண்பாடாக உள்ளது. காமசூத்திரம் தங்கள் கணவர்களைக் கட்டுப்படுத்தப் பெண்கள் மந்திரதந்திரத்தைப் பயன்படுத்தலாம், ஆனால் அதைக் கடைசி உபாயமாகவே வைத்துக் கொள்ளவேண்டும் என்கிறது *(4.1.19 - 21)*.[48] மேலும், ஒருவன் வெறுமனே பெண்களோடு தூங்கக் கூடாது, திருமணம் செய்துகொள்ளவும் வேண்டும் என்று போகிறபோக்கில் சொல்கிறார் *(1.5.22)*. அவர்கள் இரண்டாம் தரப் பெண்களாகவும் (மனு இவர்களை முன்னாலேயே மற்றொருவன் வைத்திருந்தவர்கள் என்று வெறுப்புடன் குறிப்பிடுகிறார்) இருக்கலாம், விதவைகளாகக்கூட இருக்கலாம். “விதவை என்பவள், புலன்களின் பலவீனத்தினால் வதைக்கப்படுபவள். மீண்டும் ஒருவனை மணந்தால் வாழ்க்கையை அனுபவிப்பதோடு, நல்ல குணங்களையும் நன்மாதிரியாகப் பெற்றிருப்பாள்” *(4.2.3134)*.

திருமணமும் பாலியல் பலாத்காரமும்

மூன்று முக்கிய சாத்திரங்களின் அடிப்படை ஒற்றுமைகளும், அவற்றின் பலவிதமான வலியுறுத்தல்களும், மூன்றின் பட்டியலில் உள்ள எட்டு வகைத் திருமணங்களை எவ்விதம் வரிசைப்படுத்துகின்றன என்பதில் வெளிப்படுகின்றன.

நாம் மனுவிலிருந்து தொடங்கலாம். அவர் இந்த வரிசையில் திருமணங்களை வைத்துள்ளார். ஒவ்வொன்றும் அதற்கான தலைமை தேவதையைக் கொண்டு பெயரிடப்பட்டுள்ளது.

1. பிரம்மம் - ஒருவன் தன் மகளைத் தான் அழைத்த நல்லவன் ஒருவனுக்குத் திருமணம் செய்து தருகிறான்.

2. தெய்வம் - தன் மகளை, யாகம் நடத்தும் புரோகிதனுக்குத் தருகிறான்.

3. ஆர்ஷம் (ஆரிடம்) - மணமகனிடமிருந்து பசுவையும் எருதையும் பெற்றுக்கொண்டு தன் மகளைத் தருகிறான்.

4. பிரஜாபத்யம் - நீங்கள் இருவரும் சேர்ந்து உங்கள் தர்மங்களைச் செய்வீர்களாக என்று கூறித் தன் மகளைத் தருகிறான்.

5. ஆசுரம் - தான் விரும்பும் ஒரு பெண்ணை ஒருவன் அவள் சம்மதமின்றி எடுத்துக் கொள்கிறான், ஆனால் அவளுக்கும் அவள் உறவினர்களுக்கும் வேண்டிய செல்வத்தைத் தந்துவிடுகிறான்.

6. காந்தர்வம் - பரஸ்பர விருப்பத்தினால் ஆணும் பெண்ணும் புணர்ச்சியில் ஈடுபடுகின்றனர்.

7. ராட்சஸம் - பிறரைக் கொன்று, காயப்படுத்தி, சிதைத்தபிறகு தான் விரும்பும் பெண்ணை ஒருவன் அவள் அழுதுபுலம்பினாலும் அவள் வீட்டிலிருந்து கடத்திக்கொண்டு செல்கிறான்.

8. பைசாசம் - பெண் தூங்கும்போது, குடித்துவிட்டு போதையில் இருக்கும்போது, அல்லது தன்னிலையில் இல்லாதபோது ஒருவன் பெண்ணைப் புணர்தல். இதுதான் திருமணங்களிலேயே மிகக் கீழ்த்தனமான தீய திருமணம் *(3.20.21 - 36).*

ஆசுரம், பைசாசம் என்ற இரண்டையும் எப்போதுமே செய்யலாகாது, பிராமணர்களைத் தவிரப் பிறருக்கு காந்தர்வம் சிறந்தது என்று மனு வலியுறுத்துகிறார்.

அர்த்த சாஸ்திரம்

திருமணங்களைச் சுருக்கமாக இது வரையறுக்கிறது. வேறுவகையாகப் பெயர் சூட்டுகிறது. வேறு வரிசையில் அவற்றை வைக்கிறது.

1. பிரம்மம்
2. பிரஜாபத்யம்
3. ஆர்ஷம்
4. தெய்வம்
5. காந்தர்வம்
6. ஆசுரம் (மணப்பெண் விலை கொடுத்தல், வரதட்சிணை தருதல்)
7. ராட்சஸம் (வலிந்து புணர்தல்)
8. பைசாசம் (தூங்கும் அல்லது போதையிலுள்ள பெண்ணைப் புணர்தல் *3.2.2 - 9)*

கௌடில்யர் முதல் நான்கையும் சட்டபூர்வமானவை, பெண்ணின் தந்தையும், பெண்ணும் உடன்படுபவை என்கிறார். கடைசி நான்கும் பெண்ணின் பெற்றோர் ஏற்றுக் கொண்டால் சரியானவை, ஏனெனில் அவர்கள்தான் பெண்ணுக்காக விலை பெறுபவர்கள் *(3.2.10 - 11).* வழக்கம்போலவே மனுவின் பகுப்புமுறை வர்ணத்தை அடிப்படையாகக் கொண்டது, கௌடில்யருடையது பணத்தை அடிப்படையாகக் கொண்டது. காமசூத்திரம் திருமணங்களை வகைப்படுத்தவில்லை. முதல்

நான்கைப் பற்றிக் கூறவும் இல்லை. ஆனால் மனுவில் கடைசியாகச் சொல்லப்பட்ட மூன்றையும் (காந்தர்வம், ராட்சஸம், பைசாசம்) எவ்விதம் சமாளிப்பது என்பதைப் பற்றிய விரிவான செய்திகளைச் சொல்கிறது *(3.5.12 - 30).*

கி.மு. மூன்றாம் நூற்றாண்டைச் சேர்ந்த தர்மசூத்திரம், ஆறுவகைத் திருமணங்களை மட்டுமே குறிக்கிறது.[49] பிறகு வந்த மூன்று தர்ம சாத்திரங்கள்தான் கடைசி இருவகை மணங்களை, வன்முறை (கற்பழிப்பு), போதையில் புணர்தல் ஆகியவற்றைச் சேர்த்தன. இந்த மாற்றம் பெண்களுக்குக் குறித்த அளவு இழப்பை உண்டாக்கிய ஒன்று. இந்த இரண்டும் மிகக் கீழான திருமண வகைகள், ஆனால் தள்ளமுடியாதவை என்று கூறியதால் சாத்திரங்கள், பாலியல் வன்முறையையும் (கற்பழிப்பையும்) ஒரு திருமண வகை என்று கொண்டு, ஏற்கெனவே கற்பழிப்புக்குட்பட்ட பெண்களுக்குப் பின்னோக்கி ஒரு சட்ட அங்கீகாரத்தையும் வழங்கி விட்டன. மூன்று பட்டியல்களிலும் கற்பழிப்பைச் சேர்த்தமை, அக்காலத்தில் மிகப்பலவகையான வழக்காறுகள் மெய்யாகவே இந்தியாவில் சகித்துக் கொள்ளப்பட்டன என்பதற்கான சான்றாகக் கருதமுடியும். ஆனால் ஏற்கெனவே வாத்ஸ்யாயனர், ஒரு பனுவலில் ஏதோ ஒன்று சொல்லப்பட்டிருப்பது, அது உண்மையாக மக்களால் செய்யப்பட்டது என்பதற்கான நிரூபணம் அல்ல என்று வெளிப் படையாகவே கூறியிருப்பதைக் கேட்டோம். அதாவது மனுதர்மம், ஒன்றைச் செய்யாதே என்று சொல்லி, பிறகு அதை எப்படிச் செய்வது என்று கூறுகிறது, காமசூத்திரம், எப்படிச் செய்வது என்பதைச் சொல்லிவிட்டுப் பிறகு செய்யாதே என்கிறது. ஆனால் சாத்திரங்கள் தாங்கள் விரும்பாத நடைமுறைகளின் நேர்மையை அல்லாவிட்டாலும், நியாயத்தையாவது ஏற்றுக்கொண்டன என்பதற்கு இரண்டு நூல்களுமே சான்றுகள். இவற்றின் வேறுபாடுகளைப் பொறுத்தவரை, காமசூத்திரம் காந்தர்வ மணத்தை மிகச் சிறந்த திருமணமாகக் கருதுகிறது என்பதில் வியப்பில்லை. காந்தர்வ மணம், இருவரின் ஒப்புதலுடன் நிகழ்வது. அது இன்பத்தைத் தருவதோடு தொல்லையும் அற்றது, அதற்கு முறையான திருமணவேண்டுகோளும் தேவையில்லை. ஏனெனில் அது பரஸ்பரக் காதல்*(3.5.30).* ஆனால் பின்னுள்ள நான்கு மணங்களில் நல்லது என் றாலும், கௌடில்யர் என்ற குறைகூறு விமரிசகர் இதைத் தீய திருமண வகையாகக் கருதுகிறார். மனுவோ இது பிராமணர்களுக்குத் தவிரப் பிற வர்ணங்களுக்கு ஏற்றது என்கிறார். தெளிவாகவே இந்தக் காலத்தில் மணப்பெண்களைப் பலவிதமாக நடத்துகின்ற விதம் எப்படி என்பதில்— மகாபாரதக் காலத்தின் பெண்கள் சுதந்திரத்தை நினைத்து அதுபோல நடத்த வேண்டும் என்பது முதல், இடைக்காலத்தில் பெண்களின் சுதந்திரத்தன்மை குறைந்ததை எதிரொலிக்கும் விதமான கருத்துகள்வரை பலவகைக் கருத்துகள் நிலவியுள்ளன.

மூன்றாம் இயற்கை: பெண்களாக ஆண்கள் மனுவும் வாத்ஸ்யாயனரும் மிகவேறுபட்ட கருத்துகளைத் தெரிவிக்கும் ஒரு விஷயம் ஓரினப்புணர்ச்சி. ஓரினப்பாலியல் விவகாரத்தில் செவ்வியல் இந்துமதம் பொதுவாக அமைதியாக இருப்பது குறிப்பிடத்தக்கது. ஆனால் இந்துப் புராணங்கள்

தருகின்ற சில குறிப்புகளால் மிக தீவிரமான ஓரினச் சேர்க்கைக்கு எதிரான வெறுப்பு இருப்பதைக் கண்டுபிடிக்க முடியும்.[50] தர்மசாத்திர நூல்கள் பொதுவாக ஆண்களின் ஓரினப்புணர்ச்சிச் செயலைப் புறக் கணிக்கின்றன, வெறுக்கின்றன, குற்றமாக்குகின்றன. இதற்கு மனு கூறும் பிராயச்சித்தம், சாதிவிலக்கு (11.68) அல்லது மிக மென்மையான தண்டனையாக சடங்கு நீராடல் (11.174). விபசாரம் போன்ற இருபாலியல் குற்றங்களுக்கு மரணம் உள்ளிட்ட மிகக் கடுமையான தண்டனைகளை அர்த்த சாஸ்திரம் விதிக்கிறது. ஆனால் இதற்கு ஒரு சிறிய அளவு தண்டத் தொகையோடு விட்டுவிடுகிறது. மிகப் பெரும்பான்மை சமஸ்கிருதப் பனுவல்கள் பொதுவகைக்கு மாறான பாலியல் அல்லது பால்சார் நடத்தைகளை[51] அவற்றைச் செய்யும் தனிமனிதனின் உள் ளார்ந்த பகுதியென விட்டுவிடுகின்றன. இப்படிப்பட்ட ஆளைக் க்ளிப என்று குறிக்கின்றன. இச்சொல் பொதுவாக பேடி (அரவாணி) என்று மொழிபெயர்க்கப்படுகிறது. ஆனால் இதற்கு முதன்மை அர்த்தம் அரவாணி என்பதல்ல. அதற்குப் பரவலான பல அர்த்தங்கள் உள்ளன. பொதுவாக, ஓர் ஆண் செய்யவேண்டியதைச் செய்யாத ஆண் என்று பொருள்படும். ஆணாக இருப்பதில் தோல்வியடைபவன், குறைபாடுள்ள ஆண், தோல்வி, விலகிய நடத்தை, குறை ஆகியவற்றைக் குறிக்கும் சொல் இது. சாத்திரங்கள் பாலியல் குறைபாடுள்ள அல்லது ஊன முள்ள எல்லாவகை ஆண்களையும் குறிக்கும் பொதுச்சொல் இது. இதில் மலட்டுத் தன்மை கொண்டவர்களும், ஆண்மையற்றவர்களும் அடங்குவர். எதிர்ப்பாலியல் உடை உடுப்பவன், அடுத்த ஆணுடன் வாய்வழிச் சேர்க்கை செய்பவன், ஆசனவாய்ப் புணர்ச்சி செய்பவன், சிதைந்த, குறைபாடுள்ள, உறுப்புடையவன், பெண்குழந்தைகளை மட்டுமே பெற்றவன், பேடி, காயடிக்கப்பட்டவன் ஆகியவர்களையும்கூட உள்ளடக்கும் சொல் அது. பழங்கால இந்தியாவில் பாலியல் குற்றங்களுக் காகக் காயடிக்கப்படுவது வழக்கம். ஆனால் அவர்களை அந்தப்புரத்தில் பயன்படுத்தும் வழக்கமில்லை. பெண் தன்மையுள்ள ஆண் என்று இவர் களைக் குறிப்பிடலாம்.

இந்த நோக்கிலிருந்து காமசூத்திரம் குறித்த சில வழிகளில் வேறுபடுகிறது. இந்து சமூகப் பழக்கவழக்கங்கள் பற்றிய ஒரு மாற்றுப்பார்வையைத் தருகிறது எனலாம். க்ளிப என்ற இழிவுபடுத்தும் சொல்லையே அது பயன்படுத்துவதில்லை. பாலியல் நடத்தையில் மூன்றாம் இயற்கை அல்லது மூன்றாம் பாலியல் என்பது பற்றி அது பேசுகிறது. த்ரிதிய என்ற இந்தச் சொல் முதன்முதலில் மகாபாரதத்தில் இடம் பெறுகிறது. பிற வடிவங்களில், ப்ரக்ருதி (இயற்கை, அல்லது முதலில் உருவானது) என்ற சொல்லைச் சந்திக்கிறோம். இயற்கை மொழியான ப்ராக்ருதம் (பிராகிருதம்) செயற்கை மொழியான சமஸ்கிருதத்திற்கு முரணாக உள்ளது. பொருள் என்னும் அர்த்தமும் அதற்கு உண்டு. ஆன்மா அல்லது புருஷ என்பதற்கு முரண்போல சமஸ்கிருதத்திற்கு எதிராக நிற்கிறது. இந்த மூன்றாம் இயற்கை பற்றி காமசூத்திரம் சொல்வதைக் காண்போம்.

இரண்டுவகையான மூன்றாம் இயற்கைகள் உள்ளன. ஒன்றின் வடிவம் ஆண், மற்றதின் வடிவம் பெண். பெண்ணின் வடிவத்திலிருப்பது,

பெண்ணின் உடை, பேச்சு, கவர்ச்சி, உணர்ச்சிகள், மென்மை, பயம், கள்ளமற்ற தன்மை, பலவீனம், நாணம் ஆகியவற்றைப் போலிசெய்கிறது. பாலியல் உறுப்பில் செய்ய வேண்டிய செய்கை அவள் வாயில் செய்யப்படுகிறது. அதை வாய்வழி உறவு என்கிறார்கள். ஒரு வேசியைப் போலத் தனது பாலியல் இன்பத்தையும், காம எழுச்சியையும், காம வாழ்வையும் இதிலிருந்து அவள் அடைகிறாள். இதுதான் பெண்ணின் வடிவத்திலுள்ள மூன்றாம் இயற்கையின் ஆளுமை (2,9.6 - 11).

பெண்மாதிரி உடையுடுத்துகின்ற ஆணைப் பற்றியோ அதுபோல எதிர்ப்பாலில் நிகழும் காமநடத்தை பற்றியோ காமசூத்திரம் இதற்குமேல் வேறெதுவும் சொல்லவில்லை. ஆனால் அந்தரங்கத்தில் மூன்றாம் இயற்கை ஆணின் வாய்வழி உத்தி பற்றி மட்டும் விவாதிக்கிறது. அவன் தன்னை ஒரு பெண்ணாக முன்நிறுத்திக்கொள்வதில்லை, ஆணாகவே, உடலை மசாஜ் செய்பவனாக, மிகக் காமஎழுச்சியூட்டும் விவரங்களோடு, மிகப் பேரார்வத்தோடு, அடுத்து வரும் மிகநீண்ட உடற்செய்கையை வருணிக்கும் பகுதியில் சொல்கிறது (2.9.1 - 24). மூன்றாம் இயற்கையைப் பற்றிய இரண்டு செய்யுட்கள் இதை உடனடியாகத் தொடர்கின்றன. இவை உடல்சார்ந்த ஆவேசத்தினால் அன்றி, அறிவார்த்தமான நேசத்தினால் ஒருவருக்கொருவர் பிணைக்கப்பட்ட ஆண்களைப் பற்றிச் சொல்கின்றன (2.9.35 - 36). இவர்கள் ‘நகர்சுற்றிகள்’. காமசூத்திரம் தன் இருபாலியல் (நகர) நாயகர்களைக் குறிக்கப் பயன்படுத்தும் சொல் இது. மூன்றாம் இயற்கையின் பணியாளர்கள் ஆணாக உடையுடுத்தினாலும், பெண்போல உடையுடுத்தினாலும், அவர்களைக் குறிக்க அவள் என்ற சொல்தான் பயன்படுத்தப்படுகிறது. இவர்களுக்கு நேர்எதிராக, இந்த நகர்சுற்றி கள், ஆணைக்குறிக்கும் பெயர்களாலும் மாற்றுப்பெயர்களாலும்தான் குறிக்கப்படுகின்றனர், ஆனால் பெண்களுடன் சேர்க்கப்படுகின்றனர். மூன்றாம் இயற்கையைக் கொண்ட ஒருவரைச் சிலபேர் ஓர் ஆணின் காதலியாக இருக்கும் வித்தியாசமான வகையைச் சேர்ந்த பெண் என்று குறிப்பிடுகிறார்கள் (1.5.27). ஒருவேளை அவர்கள் இருபாலியராக இருக்கலாம்.

பெண்களின் ஓரினச் சேர்க்கையைக் (லெஸ்பியன்) குறித்து விளக்குவதில் வாத்ஸ்யாயனர் அக்கால இலக்கியத்தில் தனித்தன்மை கொண்டவராக இருக்கிறார். அந்தப்புரங்களைப் பற்றிய இயலின் தொடக்கத்தில், ‘கீழைநாட்டு வழக்காறுகள்’ என்பதில் அவர் இதைக் குறிக்கிறார் (5.6.2 - 4). (கீழையியல் என்ற சொல் என்பதை வாத்ஸ்யாயனர் ஒரு கௌரவமற்ற இருபெண் புணர்ச்சிக்கான அடைமொழியாகக் குறிப்பாக விரைவில் குப்தப் பேரரசின் ஆதிக்கத்திலுள்ள ஓரிடமாகப் போவதில் நடைபெறுகின்ற வழக்காற்றுக்குப் பயன்படுத்துவது, அந்தச் சொல்லின் பயன்பாடு, பிரிட்டிஷ்காரர்களிடம் தொடங்கவில்லை, கீழ்நாட்டுக்காரர்களிடமே தொடங்கிவிட்டது என்பதைக் காட்டுகிறது.) ஆண்குறியின் வடிவமுடைய கிழங்குகள், வேர்கள், பழங்கள் ஆகியவற்றை அந்தப்புரப் பெண்கள் டில்டோக்களாகப் பயன்படுத்தினர். அல்லது இனக்கவர்ச்சி கொண்ட ஆண்களின் சிலைகளைப் பயன்படுத்தினர். ஆனால் மூன்றாம் இயற்கை கொண்ட ஆணை உந்துகின்ற தனிப்பட்ட

தேர்வுபோன்றதொரு வகையினால் அவர்கள் ஒருவருக்கொருவர் பாலியல் செய்கைகளில் ஈடுபடவில்லை. சிறையிலிருக்கும் ஆடவர்களைப் பற்றியும், போர்டிங் பள்ளிகளில் படிக்கும் ஆங்கிலப் பையன்களைப் பற்றியும் சொல்லப்படுவது போல, ஆண்கள் இல்லாதபோதுதான் இவ்விதம் செய்தனர். "அந்தப்புரப் பெண்கள் மிக எச்சரிக்கையுடன் கண்காணிக்கப்படுவதால் ஆடவர்களைச் சந்திக்க முடியாது, அவர்களில் பலபேர் ஒரே ஒரு கணவனைப் பகிர்ந்து கொள்ள வேண்டியிருக்கிறது. எனவே அவர்கள் திருப்தியடைவதில்லை. ஆகவே அவர்கள் பின்வரும் உத்திகளைக் கையாண்டு ஒருவருக்கொருவர் இன்பமளித்துக் கொள் கிறார்கள்." இதற்கான உரை இதை விளக்குவதோடு, ஒருவர் எவ்விதக் காய்களை இதற்காகப் பயன்படுத்தலாம் என்றும் சொல்கிறது. "ஓர் ஆடவனைக் கற்பனையில் கண்டு, அவர்கள் மிகுந்த அளவு திருப்தியை அளிக்கக்கூடிய உணர்ச்சியின் உச்சத்தை அனுபவிக்கின்றனர். இந்தப் பொருள்கள் ஆடவனின் குறியைப் போன்றவை. ஆரோரூட் கிழங்குகள், வாழைப்பழம் போன்றவை; தென்னைமர வேர்கள், ஈரப்பலாவேர்கள் இன்னபிற; சுரைக்காய், வெள்ளரி போன்றவற்றின் பழங்கள் இன்னபிற" (5.6.2). அரண்மனையின் உள் முற்றங்களில் வாழை வெள்ளரி போன்றவை பயிரிடப்பட்ட காரணத்தை நாம் தெரிந்துகொள்ளலாம். ஆடவர்களுக்கு பதிலாக, பெண்களைப் பாலியல் துணைவர்களாகத் தேர்ந்தெடுத்த பெண்களைப் பற்றி ஒரே ஓர் இடத்தில்தான் காமசூத்திரம் குறிப்பிடுகிறது. (7.1.20; பார்க்க, மனு. (8.369 - 70) ஆனால் இப்படிப்பட்ட பெண்களைப் பற்றி மூன்றாம் இயற்கை மனிதர் என்ற வகையில் சேர்க்கவில்லை. இருப்பினும், வரலாற்றில் பெரும்பான்மைக் காலப் பகுதியில் ஐரோப்பாவிலோ அமெரிக்காவிலோ இருந்ததைவிட மனித நடத்தைக்குப் பழைய இந்து மனப்பான்மை காட்டிய தாராளத்தன்மையை இந்த உதாரணத்தினால் காணலாம்.

தப்பிக்கும் உபாயங்கள்

காலத்துக்குக் காலம், குறித்த ஒரு விஷயத்தைப் பற்றி நேரெதிரான, முரண்பட்ட கருத்துகளைக்கூடச் சாத்திரங்கள் முன்வைக்கின்றன. ஒரு பக்கத்தினை மட்டும் வலுவாக ஆதரிப்பதில்லை. இதற்கு வலுவானதொரு சான்று, சகோதரன் மனைவியைப் புணர்வது (நியோகம்) பற்றி மனு சொல்லும் கருத்து. ஒரு பெண்ணின் கணவன் ஆண் வாரிசை உருவாக்க இயலாவிட்டால், அவன் சகோதரனுடன் அவள் உறவுகொள்ளலாம் என்று நியோகம் சொல்கிறது. மகாபாரத நாயகர்களின் தந்தையர் இப்படித்தான் பிறக்கிறார்கள். நியோகத்தில் ஈடுபடலாம் என்று மனு சொல்கிறார்; அதேமூச்சில் ஈடுபடலாகாது, அது வெறுக்கப்படுகின்ற ஒரு செயல், அதனால் அது ஏற்கப்படாதது என்கிறார். (9.56 - 63, 9.64 - 6). பிற்கால உரையாசிரியர்கள், இந்த இரண்டு கருத்துகளும் பரஸ்பரம் முரண்பட்டவை என்று வெளிப்படையாகவே சொல்லியிருக்கிறார்கள். ஆனால் இரண்டுமே அர்த்தமுள்ளவை என்று மனு கருதுவதாகத்தான் தெரிகிறது. ஒரு தீவிரநிலையில் எதைச் செய்வது எனக் கூறுகிறார். ஆனால் அது மோசமான விஷயம், அப்படி அதில் ஈடுபட்டாலும் நீ மகிழ்ச்சியோடு ஈடுபடலாகாது, ஒருமுறை மட்டும்தான் ஈடுபட வேண்டும் என்கிறார்.

“கண்டிப்பாகச் செய்யவேண்டுமென்றால், மிக எச்சரிக்கையாக இரு.”

மனு நூலிலுள்ள தோற்ற முரண்களை அணுக வேண்டிய விதம் இதுதான். சான்றாக, ஒருவன் பிராமணனைக் கொல்லலாகாது என்று வெறுப்பேற்படும் வரை திரும்பத் திரும்பச் சொல்கிறார். ஆனால் அதேசமயம், “தன்னை ஆயுதத்தினால் தாக்க வரும் ஒருவனை, அது தன் குருவாக இருந்தாலும், குழந்தையாக, முதியவனாக, வேதங்களைக் கரைகண்ட பிராமணனாக இருந்தாலும், பலர் முன்னிலையிலோ தனியாகவோ தாக்கினாலும் அவனைக் கொல்லலாம். சினம், சினத்தை விதைக்கிறது” *(8.350 - 51)* என்றும் சொல்கிறார். இதேபோல் பரிசம் போடுவதற்கான (பெண்ணுக்கு ஆடவன் தருகின்ற பணம்) வழிமுறைகளை தாராளமாகச் சொல்லிக்கொண்டே அதன் மீது வசைமாரி பொழிவதையும் காணலாம். *(3.51 - 54, 9.93 - 100, 8.204, 8.366)*. இதன் பொருளை உணர்ந்துகொள்வது கடினமல்ல, சகோதரன் மனைவியைப் புணர்வது கூடாது, பிராமணனைக் கொல்லலாகாது, பரிசம் போடலாகாது என்பது இலட்சியம். ஆனால் இவற்றைத் தவிர்க்க இயலாமல் செய்யவேண்டி நேர்கிறது. அப்போது அதை எப்படிச் செய்வது என்று மனு சொல்கிறார். ஒரு தர்மசங்கட நிலையில் மட்டுமே அவ்விதம் செய்யவேண்டும். வேறு தீர்வற்ற நிலையில் நீ அதைச் சிறப்பாக எவ்விதம் செய்வது என்பதுதான் மனுவின் வழி.

தர்மசங்கட நிலைக்கு சமஸ்கிருதச் சொல் ஆபத் என்பது. தீவிர நிலையில், வேறு எவ்வித வழிகளும் விதிகளும் இல்லாதபோது செய்யும் செயல் என்று மொழிபெயர்க்கலாம். ஆபத் - தர்மம் என்ற சொல்லைப் பயன்படுத்துகிறார்கள். ஓர் அவசரநிலையில் கடைப்பிடிக்கவேண்டிய சரியான வழி. சாதாரண தர்மத்தை விடவும், சுயதர்மத் தைவிடவும் இது குறிப்பாகக் கடைப்பிடிக்கவேண்டிய ஒன்று. சாதாரணதர்மத்திற்கு இது முற்றிலும் எதிரானது. ஆபத் என்பதனுடன் பிற தப்பிக்கும் வழிகளான வறுமை, துயரம், பட்டினியிருக்கும் நிலை போன்றவை இணைக்கப்படுகின்றன. பஞ்சகாலத்தில் ஒரு தந்தை மகனையும் கொல்லலாம், பிராமணன் நாயையும் உண்ணலாம் *(10.105 - 08)*. ஆனால் இதை அடிக்கடி செய்தால் அவர்கள் நாயைத் தின்பவர்கள் ஆகிவிடுவார்கள். இன்னொரு சமயத்திலும் நாயின் அசுத்தப்படுத்தும் தன்மை புறக்கணிக்கப்படுகிறது. ஒரு பெண்ணின் வாய் எப்போதும் அசுத்தமற்றது, பழத்தை உண்ணத் தொடங்கும்போது பறவை அசுத்த மற்றது, பால் ஊட்டிக்கொண்டிருக்கும்போது கன்று அசுத்தமற்றது, காட்டுவிலங்கைப் பற்றும்போது நாய் அசுத்தமற்றது *(5.130)*. அதாவது நாய் பிடித்த காட்டுவிலங்கைப் பின்னர் நீ உண்ணப்போகிறாய் ஆகையால், அந்தச் சமயத்திற்கு நாயின் வாய் சுத்தமானது என்று நீ வைத்துக்கொள்ளவேண்டும். அவசரத் தப்பும் உபாயமானது, ஒழுக்க நடத்தையின் வியப்பூட்டும் விதமானதொரு அகவயத் தரத்தினை மீண்டும் மீண்டும் மேற்கோள்காட்டி மேலும் வலுவூட்டப்படுகிறது *(2.6, 12, 223, 4.161, 12,27, 37)*. ஆகவே இந்த விதிகளின் விரிவான வலைப்பின்னலை, நாம் அப்படியே ஏற்று நடந்தால், மனித வாழ்க்கையை அடியோடு நிலைகுலையச் செய்து விடும் என்பதை மனு தப்பிக்கும் உபாயங்களை விரிவாக வெளிப்படுத்துவதனால் புரிய வைக்கிறார். ஒரு செய்யுளில்

போடப்படும் முடிச்சு மற்றொரு செய்யுளில் அவிழ்க்கப்படுகிறது. ஹோமரின் 'ஒடிசி'யில் பெனலபி நாள்முழுவதும் நெய்ததை மிக எச்சரிக்கையுடன் இரவில் பிரித்துவிட்டதைப்போல மையப் பனுவலில் மிக நெருக்கமாக அவர் நெய்த சேலையை, ஆபத் என்ற உபபனுவலினால் பிரித்துவிடுகிறார். பிற தோற்ற முரண்கள் யாவும் தர்மசங்கட நிலைகளுக்கு யதார்த்தமான, இலட்சியமான அணுகுமுறைகளின் கலப்புகள் என்று சொல்லலாம். சாத்திரங்களின் அமைப்புக்குள் இலட்சியவாதமே யதார்த்த வாதத்தை விட மேலானதாகத் தன்னை நிலைநிறுத்திக் கொள்கிறது. ஆனால் இப்படிப்பட்ட ஒழுங்கமைவுக்குள்ளிருந்து தப்பிக்கவேண்டிய தேவையைச் சாத்திரங்கள் தாங்களே ஒப்புக்கொள்கின்றன என்றால் பல்வேறு தரங்களிலிருந்த இந்துக்களும் அதை எவ்விதம் எடுத்துக் கொண்டார்கள்? எத்தனையோ இளைஞர்கள் தங்கள் குருபத்தினிகளை வசப்படுத்த முயற்சிசெய்திருக்கலாம், அல்லது அந்தப் பத்தினிகள் இவர்களை வசப்படுத்த முயன்றிருக்கலாம். இந்தச் சூழல் சமூகத்தின் அமைப்புக்குள்ளாகவே இருந்தது. மனுவுக்கு இதைப்பற்றிய ஒரு பயம் உள நோயாகும் அளவுக்கு இருக்கிறது. பெரும்பாலும் வயதான முனிவர்கள் இளம் பெண்களை மணந்த, அவர்களுடைய மாணவர்கள் மிக இளைஞர்களாக இருந்த ஒரு காலத்தில் இந்த பயம் சர்வசாதாரணம். இப்படிப்பட்ட சூழலில் அம்மாதிரி இளைஞனுக்கு தண்டனை, நன்கு சிவக்குமாறு காய்ச்சப்பட்ட இரும்புச் சலாகையில் படுப்பது, அல்லது அப்படிப்பட்ட இரும்பு உருளையைத் தழுவிக்கொள்வது, அல்லது அவனுடைய குறியையும் கொட்டைகளையும் தானே அறுத்து, அவற்றைக் கையில் ஏந்தித் தென்மேற்குதிசையை நோக்கிச் சாகும் வரை நேராக நடப்பது போன்ற ஒன்று *(11.104 - 05)*. இதை எவ்விதம் நிறைவேற்றியிருப்பார்கள்? இவற்றில் ஏதேனும் ஒன்று நிறைவேற்றப்பட்டதாக நாம் அறியமுடியுமா? இப்படிப்பட்ட சுயவருத்தல்களில் எப்படிப்பட்ட மாசோக்கிஸ்டும் ஈடுபட்டிருக்கமாட்டான், ஏனெனில் அவனுக்கு மென்மையான பிராயச் சித்தங்கள் வேறு இருக்கின்றனவே? சான்றாக, ஒரு குருவின் மனைவியைக் கெடுத்ததற்கு தண்டனையாக, வழக்கம்போலவே, மனு சொல்கிறார்: "அவன் தன் புலன்களைக் கட்டுப்படுத்தி, மூன்று மாதங்களுக்கு ஏறத்தாழ பட்டினி கிடக்கின்ற அளவில் மிகக் குறைவாக உண்ணவேண்டும். ஒரு பிரசாத அளவுக்கு (கைப்பிடி) உண்ணலாம் அல்லது கொஞ்சம் பார்லிக் கஞ்சியைக் குடிக்கலாம்" *(11.106 - 97)*. இதையும் எவனும் செய்திருப்பானா? எப்படி அறிவது? பிராமணர்களை யார் நம்புவார்கள்? மனு நூலை எவ்விதம் பயன்படுத்தினார்கள்? சாத்திரங்கள், இருபிறப்பாளர்களால் உருவாக்கப்பட்டன, பெரும்பாலும் இருபிறப்பாளருக்காக. ஆனால் இந்த இருபிறப்பாளர்களுக்காக என்பது மிக அலைக்கழிக்கும் துல்லியமற்ற ஒரு சொல். மூன்று உயர்வர்ணங்களை இது குறித்தாலும், அது பிராமணர்களை மட்டுமே பெரும்பாலும் உட்படுத்துகிறது. ஆக இந்தக் காலத்தில், கொள்கைக்கும் நடைமுறைக்கும் மிக விசித்திரமான அளவுக்குத் தொடர்பே இல்லை. ஓவியங்கள், கட்டடக்கலை போன்றவற்றிற்கான வண்ணப் பொருள்கள், அளவீடுகள் பற்றியும் சாத்திரங்கள் சொல்லும் தகவல்களுக்கும், மெய்யாகப் பின்பற்றப்பட்ட வண்ணங்கள், அளவுகள் போன்றவற்றிற்கும் ஒத்துவரவில்லை. அதேபோல, மெஹ்ராலியின் புகழ் பெற்ற இரும்புத்தூணின் அசாதாரணமான உயர்ந்த தரமுள்ள

உலோகம் எவ்விதம் ஆக்கப்பட்டது என்பதற்கு ஆதரவான சான்றுகள் எதுவும் சாத்திரங்களில் இல்லை.[52] காமசூத்திரம் வெளிப்படையாகவே கொள்கைக்கும் நடைமுறைக்குமான இந்த இடைவெளியைப் பற்றிச் சொல்லுகிறது. மனுவைப் பொறுத்தவரை, வெவ்வேறு சந்தர்ப்பங்களுக்கு, வெவ்வேறு அளவில் பொருந்தக்கூடிய நியாயமான, சாத்தியமான தீர்வுகள் இருக்கின்றன. எல்லாரும் ஈடுபடும் நடைமுறை விஷயங்களைப் பற்றி அவர் விரித்துரைக்கின்றாரா, அல்லது சிலபேர் செய்வதைச் சொல்கிறாரா, அல்லது அவர் சொல்வதால் சிலபேரோ, எல்லாருமோ செய்வதைச் சொல்கிறாரா, அல்லது யாருமே செய்ய நினைக்கக் கனவும் காணமுடியாத கற்பனைக் காட்சிகளை விவரிக்கிறாரா, எதுவும் தெரியாது.

அதேபோல், மனுநூலை வைத்துப் பெரும்பாலான இந்துக்கள் எதைச் செய்வது, எதைச் செய்யாமலிருப்பது என்பதை அனுஷ்டிக்கவில்லை. மனுவுக்கு உரைகள் போல அந்தந்த வட்டாரச் சம்பிரதாயங்கள் பயன்பட்டன. (அமெரிக்க அரசியலமைப்புக்கு பதிலாக வழக்குகளின் சட்டமரபுகள் பின்பற்றப்படுவதைப்போல). மனுநூல் என்பது ஒரு சட்டவிதித்தொகை அல்ல, ஒரு சட்டவிதித்தொகை பற்றிய இரண்டாம் நிலைச் சிந்தனை எனலாம். ஒரு சட்டவிதித்தொகை எதைப் பற்றியது, அல்லது அது எழுப்பும் பிரச்சினைகளைப் பற்றிய தியானம் என்றும் சொல்லலாம். ஆனால் மனித வாழ்க்கை எப்படி இருக்கவேண்டும் என்ற பிராமண இலட்சியப் பார்வையின் எல்லை மனுநூல் என்பதில் தடையில்லை. இதற்கு இந்துக்கள் வாயளவில்தான் உபகாரம் செய்தார்கள் என்றாலும் பலவழிகளில் நேர்மையாக வாழவிரும்பும் தன்மைகளைக் கொண்டது. எல்லாச் சாத்திரங்களையும் போலவே, நடைமுறைச் சம்பவங்களில் பயன்படுவது என்ற அளவில் இல்லாவிட்டாலும், எதிர்பார்ப்புகள், ரசனைகள், மதிப்பீடுகள் ஆகியவற்றை அது பாதித்தது. பலசமயங்களில் அது சொல்லும் இலக்கை யாருமே அடையமுடியும் என்று எதிர்பார்க்கமாட்டார்கள். சிலசமயங்களில் தான் ஊக்குவிக் காத நடைமுறை விஷயங்களின் நியாயத்தையும் அது ஒப்புக்கொள்கிறது. காமசூத்திரமும் இவ்வாறு கொள்கைக்கும் நடைமுறைக்குமான வேறு பாட்டை ஒரே ஒரு செய்யுளில் ஒப்புக்கொள்கிறது. அதில் இரண்டு இடங்களில், வாய்வழி உறவைப் பற்றிய இடத்திலும், போதைப் பொருள் உபயோகம் பற்றிய இடத்திலும் அச்செய்யுள் வருகிறது. "இச் செய்கையை ஆதரிக்கின்ற ஒரு பனுவல் இருக்கிறது என்று சொல்வது, அந்த நடைமுறையை நியாயப்படுத்தவில்லை" (2.9.41, 7.2.55). ஆகவே எதைப்பற்றியும் யாரும் மெய்யாக என்ன செய்தார்கள் என்பதைப் பற்றிச் சாத்திரங்கள் சொல்லவில்லை. ஆனால் கோட்பாட்டுச் சிந்தனைகள் என்றமுறையில் அவை பழங்கால உலகின் மிகப் பெரிய அறிவிலக்கியத் தொகுதிகளில் இடம் பெறுகின்றன.

அடிக்குறிப்பு

1. Much of the background material and a number of insights in this chapter were provided by Laura Desmond. See also Desmond, Disciplining Pleasure.
2. Derrett, Dharmasastra and Juridical Literature, 4-5, 11-12.

3. Keay, *India*, 101, 104.
4. Thapar, *Early India*, 261
5. Keay, *India*, 102.
6. Ibid., 125.
7. Mitter, *Indian Art*, 45.
8. Thapar, *Early India*, 279
9. AS 2.30.29, 13.2.20, 39-43.
10. Keay, *India*, 104.
11. Thapar, *Early India*, 219.
12. Keay, *India*, 112 .
13. Flood, *Introduction*, 51.
14. Mitter, *Indian Art*, 46-47.
15. Keay, *India*, 112.
16. Thapar, *Early India*, 223.
17. Ibid., 224; Keay, *India*, 131.
18. Kosambi, *An Introduction to the Study of Indian History*, 286.
19. Thapar, *Early India*, 223.
20. Chakravarti, *Themes in Indian History*, 63.
21. Mitter, *Indian Art*, 27.
22. Keay, *India*, 125.
23. Ibid., 127.
24. Thapar, *Early India*, 279.
25. Pollock, "From Discourse of Ritual to Discourse of Power in Sanskrit Culture."
26. Pollock, "India in the Vernacular Millennium."
27. Thapar, *Early India*, 258; Zysk, *Asceticism and Healing*.
28. *Gautama Dharma-sutra* 4.16-18; *Baudhayana Dharma-sutra* 1.16.6-16, 17.1-14.
29. Deliege, *The Untouchables of India*.
30. *Manu* 2.108-16, 3.8-11, 3.127-86, 236-50, 4.205-23, 8.61-88, 9.143-47, 10.5-61, 11.55-71, 12.54-72.
31. *Amar Chitra Katha, Mahabharata #3*, "The Advent of the Kuru Princes," 13, paraphrasing the Sanskrit text, *Mahabharata* 1.111.31, which in turn paraphrases, and indeed reverses the point of, *Manu* 9.158-60.
32. Galanter, *Competing Equalities*.
33. *Gautama Dharmasutra* 22.14.
34. *Manu* 8.370-71, 9.30, 8.34, 11.109-15.
35. *Manu* 4.205-223, 5.5-44, 6.229-240, 8.296-298, 8.324-8, 11.132-44, 10.896-89, 11.54-227.
36. Brian K. Smith, *Reflections on Resemblances, Ritual, and Religion*, 198-99.
37. Veena Das, *Structure and Cognition*, 29, citing the *Dharmaranya Purana*.

38. Doniger and Smith, "Sacrifice and Substitution."
39. Biardeau, Hinduism, 64.
40. Doniger O'Flaherty, Siva, 223.
41. Heesterman, The Ancient Indian Royal Consecration.
42. Tyagi, Women Workers, 181.
43. Chand, Liquor Menace in India, 3.
44. Wilson, Charming Cadavers.
45. Dandin, "The Adventures of the Ten Princes," 13.63-69, trans. Onians.
46. Thapar, Early India, 262.
47. Doniger, The Implied Spider, chapter 5.
48. Gold, "The 'Jungli Rani' and Other Troubled Wives."
49. Apastamba Dharmasutra 2.11.17-20, 2.12.1.
50. Doniger, Splitting the Difference.
51. Sweet and Zwilling, "The First Medicalization."
52. Keay, India, 154.

இயல்: 13

தென்னிந்தியாவில் பக்தி

கி.மு. 100 முதல் கி.பி. 900 வரை

காலவரிசை

கி.மு. 300 - கிரேக்கர்களும் அசோகனும் பாண்டிய சோழ சேரர்களைக் குறிப்பிடுதல்

கி.பி. 100 - சங்க இலக்கியம்

கி.பி. 475 - பல்லவ வம்ச ஆட்சித் தொடக்கம்

கி.பி. 550 - 880 சாளுக்கியர் ஆட்சி

கி.பி. 500 - 900 நாயன்மார்கள் காலம்

கி.பி. 600 - 930 ஆழவார்கள் காலம்

கி.பி. 800 - மாணிக்கவாசகரின் திருவாசகம்

கி.பி. 880 - 1200 சோழப் பேரரசு

நமக்கு வேறு கடவுளே இல்லையா?

நான் தாயென அவனை அழைக்கவில்லை, தந்தையென்றும் சொல்லவில்லை, தலைவன் என்றழைத்தால் போதும் என நினைத்தேன். நான்

இல்லாததுபோல அவன் நினைக்கிறான், கொஞ்சமும் கருணை காட்ட வில்லை. அன்னங்கள் நிறைந்த வாவிகள் சூழ்ந்த, பாச்சிலாச்சிரமத்தில் வாழும் இறைவன் இப்படிக் கருணையின்றி இருப்பின், நமக்கு வேறு கடவுள்களே இல்லையா?

(அன்னையே என்னேன், அத்தனே என்னேன், அடிகளே
அமையுமென் றிருந்தேன்

என்னையும் ஒருவன் உளனென்று கருதி இறையிறை திருவருள்
காட்டாய்

அன்னமாம் பொய்கை சூழ்தரு பாச்சிலாச்சிரமத்து உறை அடிகள்

பின்னையே அடியார்க் கருள்செய்வதாகில் இவரலாதில்லையோ
பிரானார்.)

- சுந்தரர், கி.பி. எட்டாம் நூற்றாண்டு

கடவுளின் வடிவம் (திருப்பாச்சிலாராமத்தில் உறையும் சிவபெருமான்) இங்கு தாயாக, இறுதியாகக் கைவிடும் தாயாக நோக்கப்படுகிறது. இது பக்தியுணர்வுக்கு மையமானது. அதுவும், சுந்தரர் இந்தக் கடவுளைக் கைவிட்டுவிடுவேன் என்று பயமுறுத்தவேறு செய்கிறார். தெய்வீக அன்புக்கு எதிர்வினைபுரியும் சமயத்திலேயே தெய்வீகக் கருணை இன்மையையும் சொல்லுகிறார்.

குறித்த குழு என்று சொல்வதைவிட, பக்தி ஒரு பொதுவான மத வாழ்க்கை முறை அல்லது இயக்கம் என்று சொல்லலாம். அது ஒரு முக்கிய சக்தியாக இருந்தது. எவரையும் சேர்த்துக்கொள்ளும் உள்ளடக்கும் தன்மையையும் அதேசமயம் பறையர்களுக்கும் பெண்களுக்கும் எதிரான மனப்பான்மையையும் கொண்டிருந்தது. அது உண்டாக்கிய உணர்ச்சிக் கொந்தளிப்புகளின் வன்முறை, மதங்களுக்கிடையிலான வெறுப்புக்கும் வித்திட்டது. இது மூன்றாம் உடன்படிக்கை. முதல் உடன்படிக்கையில் போல இதிலும் கடவுளர்கள் மானிட வழிபாட்டாளர்களின் தரப்பில் இருப்பது மட்டுமன்றி, மரபான வழிகள் எதன் வாயிலாகவும் இறைவனை வழிபடாத சில பாவிகளின் தரப்பிலும் இருக்கிறார்கள்.

காலமும் இடமும், காலவரிசையும் புவியியலும்

நாம் இப்போது வரலாற்று எடுத்துரைப்பின் ஒரு புள்ளியை— புனைகதைகள், இடையில், வயற்காட்டில் அல்லது காட்டின் மற்றொரு பகுதியில் என்று முன்னோக்கிச் சொல்லும் இடத்தை அடைந்து விட்டோம். இதுவரை மதப்பாரம்பரியத்தில் பரஸ்பரத் தொடர்புகளைக் கொண்ட, வட இந்தியாவைச் சேர்ந்த ஒரே நேர்க்கோட்டு வளர்ச்சி இருந்ததான மாயையேனும் காப்பாற்ற முடிந்தது. அது ஒரு குடும்பக் கால்வழிப்படம் போல இருந்தது எனலாம் — அதன் ஒவ்வொரு கிளையையும் ஒவ்வொன்றாகக் கண்டு பிடிக்கமுடியும். தன் கதையில் எங்கேயாவது நின்று, தென்னிந்தியாமீது இந்த வட நாட்டரசன் படை

யெடுத்தான், அல்லது வடக்கிற்கும் தெற்கிற்கும் இடையில் வணிகம் நடைபெற்றது என்பது போல அவ்வப்போது குறிப்புகளைக் கூறியது அது. இப்போது அந்த மாயையும் கரைந்துவிடுகிறது. ஏனெனில், இந்திய வரலாறு என்பது மிகப்பெரிய ஓர் ஆலமரம் போன்றது.[3] அந்த ஆலமரத்தின் விழுதுகள் திரும்ப நிலத்திற்கு வந்து மிகப் பெரிய அடிமரங்கள் ஆகின்றன, மீண்டும் விழுதுகள் விடுகின்றன, கடைசியாக ஓர் ஆலமரமே ஒரு காட்டைப்போலச் செறிந்த வளர்ச்சி கொண்டதாகிறது. எது அசலான அடிமரம் என்பது ஒருவருக்கும் பின்பு தெரிவதில்லை. காலமென்னும் குத்துக்கோடு, அவ்வப்போது இடமென்னும் கிடைக்கோட்டினால் அவ்வப்போது வெட்டுப்பட்டுக்கொண்டே இருக்கிறது. ஆகவே ஓரிடத்தை நாம் பார்த்துக் கொண்டிருக்கும்போதே வேறிடத்தில் அதேசமயத்தில் என்ன நடந்தது என்று காலத்தில் மீண்டும் பின்னோக்கிச் சென்று காணவேண்டியிருக்கிறது. இப்போது நாம் தெற்கு நோக்கிச் செல்லலாம்.

பழங்காலத் தென்னிந்தியா

பக்தியின் மூலங்களைத் தெரிந்துகொள்ள, பக்தி உருவாக்கம் செய்யப் பட்ட உலகத்தினைப் பற்றிய பொதுவான கருத்தேனும் குறைந்தபட்சம் வேண்டும். வட இந்திய, தென் இந்தியக் கலாச்சார வடிவங்களுக்குள் ஒரு தொகுப்பிணைப்பு உருவான காலம் அது. பலவேறு மத இயக்கங்களுக்குள் பரஸ்பர பாதிப்பும், மதத்திற்கு ஆற்றல்மிக்க அரசியல் ஆதரவும் இருந்த காலம். தொடர்ச்சியாக வட இந்தியாவுக்கும் தென் இந்தியாவுக்கும் இடையில் குறைந்தது மௌரியர் காலத்திலிருந்தேனும் (கி.மு. நான் காம் நூற்றாண்டு) தொடர்பும் வணிகமும நிலவின. ஹீப்ரூ பைபிள் கால (ஏறத்தாழ கி.மு.1000) அளவிலேயே தென்னிந்தியா வளமான நாடு என அறியப்பட்டிருந்தது. மூன்றாண்டுகளுக்கு ஒரு முறை சாலமோன் அரசன் தன் கப்பல்களை அனுப்பி, பொன், வெள்ளி, தந்தம், குரங்குகள், மயில்கள் ஆகியவற்றை இறக்குமதி செய்தான் என்று சொல்லப்படுகிறது.[4] தென்னிந்திய வணிக வழி முத்துகள், சங்குகள், மதுரையின் மெல்லிய கைத்தறித்துணிகள் ஆகியவற்றை மேற்கத்திய நாடுகளுக்குக் கொண்டு சென்றது.[5] ரோமுடனும் சீனாவுடனும், தென்கிழக்கு ஆசிய இந்தியமயக் கலாச்சாரங்களுடனும் இடையறாத தொடர்பு இருந்தது (ரோமானியர்கள் பெரும்பாலும் மசாலாப் பொருள்கள், ஆபரணங்கள், துணிகள், தந்தம், குரங்குகள், கிளிகள், மயில்கள் போன்ற விலங்குகள் போன்ற ஆடம்பரப் பொருள்களையே இறக்குமதி செய்தனர்). எருதுகளும் கோவேறு கழுதைகளும் வணிகவண்டிகளுக்குப் பயன்பட்டன. பாலைவனங்களுக்கு ஒட்டகங்கள், கரடுமுரடான மலைப்பகுதிக்குச் சுறுசுறுப்பாகச் செல்லும் கழுதைகள்.[8] ஆனால் குதிரைகள் இந்தியாவிலிருந்து பிற நாடுகளுக்குச் செல்லவில்லை.

தென்னிந்திய (தமிழக)ப் பேரரசுகள் வட இந்திய அரசுகளைவிட நீண்ட காலம் தொடர்ந்திருந்தன. தேவையான மாற்றங்களை உட்கொண்டால், அதேஅளவு பரப்பையும் கொண்டிருந்தன. ஏறத்தாழ கி.மு.300இல் சந்திரகுப்த மௌரியனின் கிரேக்கத் தூதனாக இந்தியாவுக்கு வந்த

மெகஸ்தனீஸ், பாண்டிய நாடு கடல்வரை பரவியிருந்தது, 365 ஊர்களைக் கொண்டிருந்தது என்று குறிப்பிடுகிறான். அசோகன் தன் சாசனங்களில், பாண்டியர்கள், சோழர்கள், கேரளபுத்திரர்கள் (சேரர்கள்) இலங்கையர் கள் ஆகியோரைக் குறிப்பிடுகிறான். தமிழர்களுக்கும், பொதுவாக வட இந்தியாவும், குறிப்பாக மௌரியர்களும் தெரியும்.

சோழ அரசன் முதலாம் இராசராசன் (985 - 1014) ஒரு பெரிய கடல்கடந்த பேரரசை உருவாக்கியவன். ஒன்பதாம் நூற்றாண்டு முதல் பதின்மூன்றாம் நூற்றாண்டுவரை சோழர்கள் தங்கள் காவிரிக்கரையிலிருநது தொடங்கிப் பெரிய பேரரசை உருவாக்கியிருந்தனர்.[9] சேரர்கள், பாண்டியர்களையும் இலங்கையையும் வென்றும் தொடர்ந்து தங்களுக்கு வடக்கிலிருந்து சாளுக்கியர்களைத் தாக்கியவாறும் இருந்தனர். முதலாம் புலிகேசி (543 - 566) ஓர் அசுவமேத யாகம் நடத்தி, கர்நாடகத்தில் வாதாபியைத் தலைநகராகக் கொண்டு சாளுக்கிய வம்சத்தை உருவாக்கினான். அது தக்காணத்தில் பரவியது.[10] சோழர், பாண்டியர், சேரர் ஆகியோருடன் உடன்படிக்கை செய்துகொண்டது.[11] ஏறத்தாழ கி.பி. 880இல் சாளுக்கிய நிலப்பரப்பைச் சோழர்கள் வெற்றி கொண்டனர்.

பல நூற்றாண்டுகள் நீடித்த தமிழகப் பேரரசுகளான சோழர்கள், பாண்டியர்கள், சேரர்கள் ஆகியவர்களோடு, இவர்களுக்கு வடக்கில் காஞ் சிபுரத்தைத் தலைநகரமாகக் கொண்டு ஆட்சிசெய்த பல்லவர்களையும் சேர்க்கவேண்டும். ஏறத்தாழ கி.பி.375 முதலாகப் பல்லவர்கள் ஆட்சிக்கு வந்தனர். சீனம், பாரசீகம், ரோமானியப் பேரரசு செழித்திருந்தபோது ரோம், ஆகியவற்றுடன் பல்லவத் துறைமுகங்கள் இடைவிடா வணிகத்தில் ஈடுபட்டிருந்தன. ஆனால் கி.பி. ஆறாம் நூற்றாண்டு அளவில்தான் அவர்கள் மிகச்சிறந்த கலைப்படைப்புகளும் இலக்கியங்களும் உருவாகக் காரணமாக இருந்தனர். குப்தர்கள் பேரரசு அழிந்தபிறகு, வடநாட்டுக் கலைஞர்களும் பல்லவ சமஸ்கிருத இலக்கியத்திற்கும் கோயில்கலைக்கும் உதவியாக இருந்தனர்.

தொடக்க காலத் தமிழ் பக்தி இலக்கியம்

பல்லவர்கள், சோழர்களின் அரசியல் ஆதிக்கமும் கட்டடக் கலையும் பரவியபோது, பக்தியும் பரவியது. மோட்சம் என்ற கருத்து சில நூற்றாண்டு களுக்கு முன் பரவியது போல, அக்காலத்திலும் பெரிய ஆற்றல்மிக்க ஓட்டமாக இருந்த யாகத்தையும் அறுத்துக்கொண்டு பேரலையாகச் சென்றது. தமிழ் கற்றறிந்த மக்களிடையே தொடங்கியது பக்தி இயக்கம்.[12] பிறகு பிற திராவிட மொழிகளின் இலக்கியங்களிலும் பரவி, படிக்காத மக்களையும் சென்றடைந்தது. இந்தியத் துணைக்கண்டம் முழுவதும் அதன் அலை வீசியது. வடமதுரையில் கிருஷ்ணனையும், பூரியில் ஜகந்நாதனையும் வழிபட வைத்து, மிகப்பரவலாகிய தீர்த்தயாத்திரை மரபையும், கோயில் திருவிழாக்களையும் உருவாக்கியது. எப்போதும் அது தன் தமிழ்ப்பண்பைத் தக்கவைத்திருந்தது. அதனால் வடக்கிலும் தமிழ்ப்பண்புகளைக் குடியேற்றியது. வடக்கத்திய பக்தியைத் தென்னிந்திய பக்தியுடன் இணைத்தது, சமஸ்கிருத, தமிழ் வடிவங்களை இணைத்தது.[13] புவியியல் வடக்கு தெற்கு எனப்பிரித்தவாறே, மொழிகளிலும் பிளவு

இருக்கிறது. சமஸ்கிருதமும் அதிலிருந்து வருவிக்கப்பட்ட வட இந்திய மொழிகளும் (இந்தி, வங்காளி, மராட்டி முதலியன) ஒருவகை. (மொ.பெ. பொதுவாக சமஸ்கிருதம் கற்பவர்கள் தமிழைக் கற்காமையால் செய்யும் தவறுதான் இது. இந்திய மொழிகள் எல்லாவற்றின் அமைப்பும் திராவிட அமைப்பே. சொற்கள் மட்டுமே சமஸ்கிருத மூலம்.) தமிழ் திராவிட மொழிக் குடும்பத்தைச் சேர்ந்தது. இது இந்தோ - ஐரோப்பிய மொழிக் குடும்பத்தினின்றும் வேறுபட்டது. இதன் உறவு மொழிகள் தெலுங்கு, கன்னம், மலையாளம் போன்றவை. தமிழ்க் கவிதைத்தொகுப்புகள் கி.பி. ஆறாம் நூற்றாண்டில் செய்யப்பட்டவரை நமக்குப் பழந்தமிழ் இலக்கியங்கள் எதுவும் கிடைக்கவில்லை. ஆயினும் பிற சான்று வடிவங்கள் தென்னிந்தியாவில் செழித்திருந்த கலாச்சாரத்தைப் பற்றிப் பெரிய அளவில் தெரிவிக்கின்றன. அக்கலாச்சாரத்தின் பெரும் பகுதி தமிழைச் சேர்ந்தது. அசோகனின் காலத்திலிருந்தேனும் (கி.மு. மூன்றாம் நூற்றாண்டு) அதற்கான சான்றுகள் கிடைக்கின்றன. சமஸ்கிருதமும் வடஇந்தியமொழிகளும் வடக்கில் பயன்பட்டதுபோலத் தெற்கிலும் கன்னடம், தெலுங்கு, மலையாளம் போன்றவற்றின் பனுவல்கள் பாது காக்கப்படத் தொடங்குவதற்குப் பலகாலம் முன்னாலிருந்து, தமிழே அரசு ஆணைகளின் மொழியாகவும் கவிதையின் மொழியாகவும் இருந்தது.

தமிழின் இலக்கியங்கள், சமஸ்கிருத மொழி மரபுகளிலிருந்து வேறு பட்ட மரபுகளிலிருந்து தோன்றியவை என்று தோன்றுகிறது. தமிழ் குகைக் கல்வெட்டுகளின் மொழிக்கு தமிழ் பிராமி என்று பெயரிட்டிருந்த போதிலும், அது மௌரிய அரசிலிருந்து கொண்டு வரப்படவில்லை. மாறாக, இலங்கையிலிருந்து வடக்கில் கொண்டுவரப்பட்டதாகத் தோன்றுகிறது.[14]

தமிழில் கிடைக்கும் பழைய இலக்கியங்கள், ஏறத்தாழ 2300 சிறிய கவிதைகள். பெரும்பாலும் இவை கிறித்துவ சகாப்தத்தின் தொடக்க நூற்றாண்டுகளில் இயற்றப்பட்டிருக்கலாம். முதலில் பாண்டியர்களால் தொகுக்கப்பட்டு, சோழர்களால் ஒன்பதாம் நூற்றாண்டு முதல் பதின் மூன்றாம் நூற்றாண்டிற்குள் மறுதொகுப்புச் செய்யப்பட்டிருக்கலாம்.[15] மொத்தமாக இவை சங்கக் கவிதைகள் என்று அழைக்கப்படுகின்றன. இவை இயற்றப்பட்ட மூன்று சங்கங்கள் புராணவழக்கில் ஏறத்தாழ 9990 ஆண்டுகள் இருந்ததாகச் சொல்லப்படுகின்றன. முதலிரு சங்கங்கள் இருந்த நகரங்களைக் கடல்கொள் அழித்துவிட்டதாகச் சொல்லப்படுகிறது. மிகவும் எளிதான தொன்மங்களில் ஒன்றாகிய வெள்ளம் பற்றிய தொன்மத்தின் மற்றுமொரு பாடம். சமஸ்கிருத/பாலி சொல்லாகிய சங்கம் என்பதன் தமிழ்வடிவம்தான் இச்சொல். பௌத்தர்களும் ஜைனர்களுக்கும் சவாலாக, அவர்கள் தங்கள் சமுதாயங்களுக்குச் சங்கம் என்று பெயர்வைத்ததைக் கண்டு, அதனால் இந்த இலக்கியத்திற்கும் சங்கம் என்று இந்துக்கள் பெயர் வைத்திருக்கலாம். சங்கத் தொகை நூல்கள், வடமொழி இலக்கியத்தை—மகாபாரதம், இராமாயணம் ஆகியவற்றைப் பற்றிக் குறிப்பிடுகின்றன. நந்தர்கள், மௌரியர்கள், பௌத்தர்கள், ஜைனர்கள் ஆகியவர்களைப் பற்றிய குறிப்பும் உண்டு.

தென்னிந்திய அரசுகள் உருவானபோது இங்கு வந்த பிராமணர்கள், சமஸ்கிருதத்தை அறிமுகப்படுத்தினர். அவர்களும் தமிழைக் கற்றுக்

கொண்டதோடு தமிழ் தெய்வங்கள், சடங்குகள், இன்னும் பிற பலவற்றைக் கற்றுக்கொண்டனர்.[16] இந்த இருவழிச் செயல் முறையின் அர்த்தம், மத உணர்ச்சியின் தமிழ் வடிவங்கள் வடக்கிற்குச் சென்று சமஸ்கிருதத்திற்குள் புகுந்தன என்பதுதான். சமஸ்கிருதத்தில் வேதகாலத்திலிருந்தே திராவிடச் சொற்கள் கடன்பெறப்பட்டுள்ளன. சமஸ்கிருதப் புராணங்கள் (தொன்மங்களும் வரலாறும் சேர்ந்தவை), தக்காணத்தில் அரசுகள், குறிப்பாகப் பல்லவ, சாளுக்கிய அரசுகள் உருவானபோது எழுந்தவை.[17] தமிழ் (ஸ்)தல புராணங்கள், சமஸ்கிருத வடிவங்களை எதிரொலிக் கின்றன. பாகவத புராணம், தமிழகத்தில் எழுதப்பட்டதால் அதன் கருத்துகள் தென்னிந்தியாவின் கொடை. சங்கக் கவிதைகளில் மிகச் சில, மத விஷயங்களைப் பற்றிப் பேசுகின்றன. திருமால், வைகை, முருகன் ஆகியவற்றைப் பற்றிய பரிபாடல்கள் அவை. முருகன் என்ற தமிழ்க் கடவுள், சிவன் பார்வதியின் மகனான ஸ்கந்தன் என்ற வடநாட்டுக் கடவுளோடு இணைக்கப்பட்டு ஒன்றானான். ஆனால் மிகப் பெரும்பாலான சங்கப் பாடல்கள், அகம் — புறம் என்ற கருத்துகளைப் பற்றி எழுந்தவை. அகம் என்பது காதலைப் பற்றியது, புறம் என்பது போரைப் பற்றியது என்று பொதுவாகச் சொல்லலாம். அரசர்களையும், தலைவர்களையும் புகழ்ந்த பாடாண்திணைச் சங்கப்பாடல்கள்தான் பிற்காலத்தில் பக்தி இலக்கியத்துக்கு முன்னோடி. அகப் பாக்கள், விலங்குகள் நிறைந்த, குறிப்பிட்ட பூக்கள் உருவகமாக அமைந்த, புவியியலின் ஐந்து நிலத்தோற்றங்களை ஐந்து அக உணர்ச்சிகளை வரைந்து காட்டப் பயன்படுத்துகின்றன. குறிஞ்சி— காதல் சேர்க்கை (குரங்குகள், யானைகள், குதிரைகள், எருதுகள் சேர்ந்த மலைப்பகுதி), முல்லை — மனைவி கணவனுக்காகக் காத்திருத்தல் (மொ. பெ. ஆசிரியர் இதைக் கணவன் மனைவிக்காகக் காத்திருத்தல் என்று தவறாகக் குறிப்பிட்டுள்ளார்) (காடு, மேய்ச்சல் நிலங்கள், மான்கள்), நெய்தல் — காதலனுக்காகப் பொறுமையுடன் காத்திருத்தல் (கடற்கரை, கடற்பறவைகள், முதலைகள், சுறாக்கள்), மருதம் — பரத்தைமையால் ஏற்படும் கோபம் (ஆற்றுச் சமவெளி, கொக்குகள், நாரைகள், எருமை), பாலை — பிரிவு (பாலைநிலம், கழுகுகள், பசியால் வருந்தும் யானைகள், புலிகள், ஓநாய்கள்).[18] சங்கக் கவிதை, காதலை ஏழு வகையாகப் பிரித்தது. அவற்றில் முதல், கைக்கிளை — ஒருதலைக்காதல். கடைசி — பொருந்தாத காதல் (காதலனோ காதலியோ எட்டாதவன(ள)ாக இருத்தல்). பக்திக் கவிஞர்கள் இந்த மதச்சார்பற்ற விஷயங்களை, சமஸ்கிருதக் கவிதை, விரகம் (பிரிவினால் ஏற்படும் தாபம்) என்று குறிப்பிடுவதைக் குறிப்பாக தங்களுக்கென எடுத்துக் கொண்டனர், அவற்றை மறு உருவாக்கம் செய்து, கடவுளைப் பிரிந்திருக்கும் பக்தன், தன்னை கவனிக்காத கடவுளை அடையாமையால் ஏற்படும் இறையியல் மனவேதனையை விரகமாகக் கற்பனை செய்தனர். கடவுள் பக்தன் மேல் அன்பு செலுத்தவில்லை என்பதல்ல, வேறு ஏதோ பணியில் ஈடுபட்டிருக்கிறான் என்பது கருத்து. ரீஸ் பழைய ப்ளூ பாடல்களில், “என்னைவிட்டுப் போகாதபோது நான் எப்படி உன்னைத் தவற விட முடியும்” என்ற பல்லவிபோல இந்த யூகம் அமைந்திருக்கிறது.

கி.பி. 600 முதல், நாயன்மார்கள், (அறுபத்துமூன்று பேர் என்பது மரபுரீஷ்) தலங்கள்தோறும் சென்று, பக்திப்பாக்களை இசைத்தனர். இதேபோல

ஆழ்வார்களும் (பன்னிரண்டு பேர்) வைணவத் தலங்கள்தோறும் சென்று கண்ணனை/திருமாலைப் பாடினர். ஆறாம் நூற்றாண்டு முதல் எட்டாம் நூற்றாண்டுவரை வாழ்ந்த அப்பர், சம்பந்தர், சுந்தரர் என்னும் நாயன்மார்களின் பாக்கள் தேவாரம் எனப்படுகின்றன.[19] மிகவேறுபட்ட இலக்கணத்தைப் பயன்படுத்துவதால் தேவாரம் சங்க இலக்கியப் பாணியிலிருந்து வேறுபடுகிறது. ஒன்பதாம் நூற்றாண்டில் பாடிய கடைசி ஆழ்வாரான நம்மாழ்வார், தமது பாக்களைத் திருவாய்மொழி என்று அழைத்தார். இதேபோலச் சற்றே பிந்திவந்த மாணிக்கவாசகரும் தமது பாக்களைத் திருவாசகம் என்று அழைத்தார்.[20] இந்தப் படைப்புகள் தெளிவாகவே பாடுவதற்காக ஏற்பட்டவை. பத்தாம் நூற்றாண்டுமுதலாக இவை வீடுகளிலும் கோயில்களிலும் பாடப்பட்டே வருகின்றன.

ஒரு கடவுளுக்கு, சிவனுக்குச் செலுத்தப்படும், அல்லது சிவனின் இடத்தில் ஒரு குருவுக்குச் செலுத்தப்படும் உச்சமான விசுவாசம் என்ற முறையில் பக்தி, சுவேதாஸ்வதார உபநிஷதத்தில் இடம் பெற்றது (6.23). மகாபாரதத்தில் ஏகலைவன் குருவுக்கு ஒருவகையான சுயவதைத்தலுடன் கூடிய பூர்வ பக்தியைச் செலுத்துகிறான். பக்தி என்ற கருத்து மேலும் இராமாயணத்திலும் பகவத்கீதையிலும் வளர்க்கப்பட்டது. கர்மம் (யாகச் சடங்கு), ஞானம் ஆகியவற்றிற்கு மாறாக ஒரு மூன்றாவது பாதையாக பக்தி முன்வைக்கப்பட்டது. ஆனால் தென்னிந்திய பக்தி, ஒரு திசையில் மட்டும் உணர்ச்சி செல்வதான தன்மையை கீதையிலிருந்து மாறாக மேற்கொண்டது. இந்தப் புதிய சூழலில், கீதையிலிருந்து ஒரு நேரடியான மேற்கோளும் முழுமையாக வேறொரு அர்த்தத்தைப் பெறுகிறது. கர்மம், பக்தி என்ற அடிப்படைச் சொற்கள் தங்கள் உட்பொருளை மாற்றிக் கொள்கின்றன.

தமிழில் பக்திக்கான மாற்றுச் சொற்கள் — அன்பு, பற்று போன்றவை இல்லாமல் இல்லை. ஆனால் காலப்போக்கில் தமிழர்கள் வடமொழிச் சொல்லை ஏற்றுக்கொண்டனர். (இலக்கியங்களில் பத்தி என்ற வடிவம் இடம்பெறுகிறது.) ஆனால் அந்த வடமொழிக் கருத்தை அவர்கள் மாற்றி விட்டனர். தங்கள் வட்டார பக்திஞானிகளின் அற்புதச் செயல்களோடு கூடிய தமிழகத்துக்கே ஆன மரபுகளுக்கு அக்கருத்தைத் தக அமைத்தனர். மேலும் இறைவனுடன் தனிமனித மோதலுக்கான தன்மை, உண்மை யான பௌதிக, பார்வைக்குட்படும் பிரசன்னம் என்பதை வலியுறுத்துதல், உணர்ச்சிமயமான இடமாற்றம், எதிர்இடமாற்றம் ஆகிய கருத்துகளை அதற்குள் இடம்பெறச் செய்தனர். வால்மீகி இராமாயணத்தில் இடம்பறும் இராமனுக்குப் பாலம் கட்ட உதவி செய்த அணிலின் கதையை ஆழ்வார் மறுபடி எடுத்துரைப்பது தமிழ் பக்திக்கான மாதிரியான சம்பவமாக வட்டாரக் குறிப்புடன் அமைகிறது. அணிலின் உதவிக்கான நன்றியாக இராமன் அதைத் தடவிக்கொடுக்கிறான். அப்போது அவன் மூன்று விரல் பதிவுகள் அணிலின் முதுகில் மூன்று கோடுகளாக இடம்பெறுகின்றன. (இந்திய அணில்கள் எல்லாவற்றின் முதுகிலும் மூன்று கோடுகள் இருப்பது வழக்கம்).[21] இது தமிழில் ஏற்பட்ட மாற்றம் இது. பக்திக்கான மீமெய்யியல் வேண்டுவதால், உணர்ச்சியில் பங்குகொள்ளுதல், பரிவு, ஆசை, கருணை ஆகியவை கடவுளுக்கும் நிகழ்கின்றன, தொன்மத்தின்

தேவைக்கேற்ப அவர்கள் மனிதநிலைக்கு வந்துவிடுகிறார்கள்.

அரசமரபிலும், இலக்கியத்திலும் அதன் வேர்கள் இருந்தாலும், நாட்டார், மற்றும் வாய்மொழி நிகழ்வாகவும் பக்தி இருந்தது. பக்திக் கவிதைகள் பல வாய்மொழிப்பாடல்களின் தன்மைகளைக் கொண்டவை. சில பாமர பக்திக்கவிஞர்களாலும் இயற்றப்பட்டிருக்கலாம்.[22] ஏற்கெனவே பக்தி வேத, உபநிஷதக் கருத்துகள், தொன்மங்கள், பௌத்தம், ஜைனம், தமிழ் மரபுகள், சமஸ்கிருதக் கவிதை ஆகியவற்றின் ஒரு வளமான கலப்பாக இருந்தது. அதில் இப்போது சைவ வைணவ பக்தி இயக்கங்கள் நாட்டார் மதத்தையும் நாட்டார் பாடல்களையும் முன்னரே தமிழில் இருந்த காதல், தொண்டு, பெண்கள், அரசர்கள் பற்றிய கருத்துகளையும் இணைத்தன.[23] சில காலத்திற்குப் பிறகு அதனுடன் இஸ்லாமின் கூறுகளையும் தமிழர்கள் இணைத்தனர். இந்தக் கலாச்சார ஒக்கச்செய்தல் இந்தியாவில் முறையாக நிகழ்வதே தவிர விதிவிலக்கு அல்ல. ஆனால் குறிப்பாக அதன் தென்னிந்தியப் பயன்பாடு மிகப்பல்வேறுபட்ட தன்மைகளைக் கொண்டது. ஏ.கே. இராமானுஜனும் நார்மன் கட்லரும் சொல்வது போல, “பழைய மரபுகளும் கடன்வாங்கல்களும், மீண்டும் பக்தியில் மறுஇணைப்புச் செய்யப்படுகின்றன. பிகாஸோவில், ஒரு சைக்கில் இருக்கை, காளைமாட்டின் தலையாக மாற்றம் பெறுவதுபோல, அவை, ஒரு புதிய குறிப்பீட்டுக்கான குறிப்பான்கள், பொருள்கள் ஆகின்றன. கேட்பவன்/வாசிப்பவன், அசலான மூலப் பொருளுக்கும் தன் முன்னாலுள்ள படைப்புக்கும் இடையில் ஊடாடுகிறான். இந்த இரட்டைக்காட்சி, கவிதை விளைவின் ஒரு பகுதியாகும்.”[24] இதுவும் ஓர் இருவழிப்பாதைதான். சைக்கில் இருக்கை தேவைப்பட்ட ஒருவன் காளையின் தலையை அதற்குப் பயன்படுத்தியது போல,[25] புதிய பக்திப் படிமங்கள் சமஸ்கிருத மரபுகள் உள்ளிட்ட பிற மரபுகளில் ஊடுருவிக் கலந்தன.

பெரும்பாலான சமஸ்கிருத ஆசிரியர்களையும், சங்கக் கவிஞர்களையும் போலன்றி, பக்திக் கவிஞர்கள் தங்கள் வாழ்க்கையின் விவரங்களையும் ஆளுமைகளையும் தங்கள் பனுவல்களில் சேர்த்தனர். ஆகவே பக்திக் கவிஞர்களின் சொந்தக்குரலைப் பனுவலில் கேட்கமுடிகிறது. பழைய தொன்மங்கள் பக்திக்கவிதையில் புதிய பரிமாணங்களைப் பெறுகின்றன. “ஒரு தொன்மக் கதையில் மற்றவர்களுக்கு நிகழ்வது, கவிதையில் பேசுபவனுக்கு நிகழ்கிறது.”[26] ஆகவே கவிதையில் தன்மையின் பயன்பாட்டை நாம் காண்கிறோம். ஒரு புதிய இலக்கிய அமைப்பு இது. இது முழுவதும் எதிர்பாராத ஒன்றல்ல. ரிக் வேதத்திலும் நேர்க்கூற்றாக சில குரல்களை, ஏன்— அபலாவின் குரலைப்போன்ற பெண்களின் குரலைக்கூடக் கேட்டோம். மகாபாரதத்திலும் ஒரு கணப்போதில், கதை சொல்லி தன்நிலையிழந்து, வாசிப்பவனுக்கு நான் ஏற்கெனவே உனக்குக் கூறியிருக்கிறேன் அல்லவா? (யுதிஷ்டிரனின் நாயைப் பற்றி) என்று சொல்வதிலும் இதைக் கண்டோம். ஆனால், சங்கக் கவிதையிலும், அதன் பிறகு தென்னிந்திய பக்தியிலும் தன்மைக் கூற்று தன்னளவில் மிகமுக்கியமான ஒன்றாக வருகிறது.

தென்னிந்தியக் கோயில்களில் மதக்குழுக்களின் பன்முகத்தன்மை

பக்தியின் வளர்ச்சிக்கும், மதக்குழுக்கள் சார்ந்த கோயில்களின் வளர்ச்சிக்கும் நெருக்கமான தொடர்பு இருக்கிறது. மகாபாரத, இராமாயணக் காலத்தில் மதக்குழுக்களின் வளர்ச்சிக்கான பனுவல் ஆதாரங்களை நாம் கண்டிருக்கிறோம். காமசூத்திரம், அர்த்த சாஸ்திரம் போன்ற பனுவல்களில் காணப்படும் சான்றுகளும், கல்வெட்டுச் சான்றுகளும் இதற்குத் துணையாக நிற்கின்றன. பஜா, கார்லே, நாசிக், அஜந்தா, எல்லோரா போன்றவற்றின் குகைக்கோயில்களையும் கண்டோம். ராஜஸ்தானின் தேவ்கட்டிலுள்ள ஆறாம் நூற்றாண்டைச் சேர்ந்த தொடக்ககால விஷ்ணு கோயில் பற்றியும் அய் ஹோளே, வாதாபி, பட்டடக்கல் ஆகியவற்றின் குப்தக் கோயில்களையும் காண இருக்கிறோம். தமிழகத்தில் பல்லவர்கள் காலத்தில் கோயில்கள், கோயில் நகரங்களாக வளரத் தொடங்கியதால், இப்போதுதான் உயிரும் இரத்தமும் சதையுமுள்ள கோயில்களின் முக்கியமான தொகுதியை அறிமுகம் செய்துகொள்ள சரியானநேரம்.

பௌத்தர்கள் பரவலாக ஸ்தூபங்களைக் கட்டியதற்கும், ஜைனர்களும் பௌத்தர்களும் ஞானம் பெற்றவர்களின் உருவங்களை வழிபடுவதற்கும் ஒருபகுதி எதிர்வினையாகக் கோயில்கள் கட்டுவது நிகழ்ந்திருக்கலாம். பணம் திரட்டுவதில் பௌத்தர்களுடன் இந்துக்கள் போட்டியிட்டனர். அவற்றைக் கோயில்களுக்கும் ஸ்தூபங்களுக்கும் கொடையாக அளிப்பது திருப்தியளிப்பதாக இருந்தது. தீர்த்தங்கரர் ஒருவருக்குச் சமர்ப்பிக்கப்பட்ட அய்ஹோளேவிலுள்ள ஒரு கோயிலில், 636 எனத் தேதியிடப்பட்ட ஒரு கல்வெட்டு உள்ளது. இந்தியாவின் பழமையான கோயில்களில் இதை ஒன்றாக்குகிறது இது.[27] பௌத்தர்கள், ஜைனர்கள், பிராமணர்களைப் பல்லவர்கள் ஆதரித்தனர். இசை, ஓவியம், இலக்கியம் ஆகிய கலைகளையும் அவர்கள் வளர்த்தனர். தமிழ் நாட்டின் அரசுகளில் இந்துக் கலை, கட்டடக்கலை ஆகியவற்றிற்குப் பெரிய தேவை எழுந்ததால், வடக்கில் அஜந்தாவில் பணிசெய்த கைவினைஞர்கள் பலர் தெற்கு நோக்கிக் குடிபெயர்ந்தனர்.[28]

மாமல்லன் என்று பெயர்பெற்ற முதலாம் நரசிம்மவர்மன் (630 - 638) மாமல்லபுரத்தில் மிகப்பெரிய சிற்பநகரம் ஒன்றை உருவாக்கினான். அதற்கு அவன் பெயரே இடப்பட்டது. (மகாபலிபுரம் என்றும் அதற்குப் பெயர்). அடுத்தடுத்து வந்த மற்றப் பல்லவ அரசர்கள் அதை முடித்தனர். மாமல்லபுரத்தில் கடற்கரைக் கோயில் ஒன்று உள்ளது. வராக அவதாரத்தைக் குறிக்கும் விஷ்ணுவின் சிற்பமுள்ள குகை இருக்கிறது. மகிஷாசுரமர்த்தினியின் குகை இருக்கிறது. ஐந்து பெரிய ரதக்கோயில்கள் இருக்கின்றன. எல்லாமே ஒற்றைப்பாறைகளைக் குடைந்து செதுக்கப்பட்டவை. கடலை நோக்கி நிற்கின்ற, ஏறத்தாழ நூறடி அகலமும் ஐம்பதடி உயரமும் கொண்ட செதுக்கப்பட்ட பெரும்பாறை ஒன்றில், மிகச்சிறந்த புடைப்புச் சிற்பங்கள் உள்ளன. இந்தக் காட்சியின் குவியம், பாறையின் மையத்திலுள்ள ஒரு செங்குத்தான பிளவு. அதன் வழியாக ஒரு நதி படிப்படியாக இறங்கி வருகிறது. இடையில் நாக, நாகினி வடிவங்கள் இருக்கின்றன. இயல்பான நாக உருவம் ஒன்றும்

மாமல்லபுரத்தின் சிறந்த செதுக்குச் சிற்பம்கங்கை இறங்கி வருதல்.

பூனைத் துறவி

மத்தியில் உள்ளது. மேலும் பல பயங்கரமான யானைகள், மான்கள், குரங்குகள் வடிவங்கள். இவை மிகுந்த மகிழ்ச்சியுடன் இறங்கிவரும் நதியை நோக்கி ஓடுகின்றன. (ஒருகாலத்தில் மெய்யாகவே இந்தப் பிளவின் வாயிலாக நீர் வழிந்திருக்கலாம்.) இந்து மதத்திற்குள்ளான சமயக் குழுக்களின் பன்முகத்தன்மை (விஷ்ணு, சிவன், பெண்தெய்வங்களின் சார்பாக, வேதக்கடவுளர்களான இந்திரன், சோமன், பிற தேவர்கள் தூக்கி எறியப்பட்டதொரு காலத்தில்) வெவ்வேறு கடவுளர்க்கு வெவ்வேறு கோயில்களை அர்ப்பணிப்பதிலும் முன்கூறிய ஒரே பெரிய பாறைத்தளத்தில் சிவனின் உருவத்தையும் விஷ்ணுவின் வடிவத்தையும் ஆக்குவதிலும் நன்கு தென்படுகிறது. இந்தப் பாறைத்தளத்தில் துறவிகளின் போலித்தனத்தை வெளிப்படுத்தும் நகைச்சுவைக்காட்சி ஒன்றும் உண்டு. ஒரு பூனை, யோகியின் நிலையில் நின்று எலிகள் புடைசூழத் தவம் செய்கிறது. ஓர் எலி, பூனையைப் பாராட்டும்விதமாகத் தன் சின்னஞ் சிறு கால்களை ஒன்று சேர்த்து நின்று, பூனையைக் கும்பிடுகிறது. ஒரு சமஸ்கிருதக் கதையை இது நினைவுபடுத்துகிறது. ஒரு பூனை தான் மரக்கறி உணவுகளை மட்டுமே உண்ணும் தவசி என்று எலிகளிடம் கூறியது. நம்பித் தன்னிடம் வந்த எலிகளை உண்டுவந்தது. கடைசியாக, தங்கள் எண்ணிக்கை குறைவதையும், பூனையின் மலத்தில் எலிகளின் எலும்புகள் இருப்பதையும் கண்டு எலிகள் உண்மையைத் தெரிந்துகொண்டன.[29]

இந்தப் புடைப்புச் சிற்பங்களில், ஒரு மனிதன் ஒற்றைக்காலில் நின்று தவம்செய்யும் காட்சி உள்ளது. இதைப்பற்றிப் பல ஆண்டுகளாக வரலாற்றாசிரியர்கள் வாதிட்டு வருகிறார்கள். சிலர், மகாபாரதக் கதையில் அர்ஜுனன் பாசுபதாஸ்திரம் பெறுவதற்காகச் சிவனை நோக்கித் தவம் செய்யும் காட்சி இது என்று சொல்கின்றனர் (3.41). பிறர் இதை பகீரதனின் சிற்பம் என்கிறார்கள். பகீரதன் கதை மகாபாரதத்திலும் (3.105 - 08) இராமாயணத்திலும் (1.42 - 3) வருகிறது. பகீரதன், தன் முன்னோருக்குக் கடன்செய்ய, விண்ணுலகிலிருந்து கங்கையைக் கொண்டுவரத் தவம் செய்தான். மிக அறிவார்த்தமான ஆலோசனை, அது இரண்டுமாக இருக்கிறது என்பதாக நான் நினைக்கிறேன்.[30] வழக்கமாகப் புகழ்மாலை சொற்களில் சூட்டப்படும். இங்கு, இது சிற்பவடிவிலான புகழ்ப்பாட்டு. மாமல்லன் கி.பி. 642இல் அடைந்த பெருவெற்றியைப் பாராட்டுமுகமாக எழுந்தது. அர்ஜுனன், பகீரதனை மட்டுமல்ல, இச் சிற்பம் சிவனையும் விஷ்ணுவையும்கூடக் குறிக்கிறது. நிலவில், முயலும் மனிதனும் ஒருங்கே காணப்படுவதைப் போல இது இருபொருள்படும் சிலேடை என்னும் அணிக்குச் சிற்ப உதாரணம் ஆகும்.

முதலாம் இராசராசன் தஞ்சாவூரில் சிவபெருமானுக்கு (ராஜ ராஜேஸ்வரர்) 995இல் பெரியகோயிலை (பிருகதீஸ்வரர் கோயிலை)க் கட்டத் தொடங்கினான். கோயிலில் தேவாரப் பாடல்கள் பாடும் வழக்கத்தை அவன் ஏற்படுத்தினான் என்று ஒரு கல்வெட்டு சொல்கிறது. இந்தியாவில் மிக உயரமான, மிகப் பெரிய கோயில்களில் இது ஒன்று. கருவறையில் மிகப் பெரிய லிங்கம் உள்ளது. மிகப் பெரிய பொருளாதார முயற்சி இது. இராசராசன் போரில் ஈட்டிய மிகப் பெரும் செல்வத்தை இதற்குச்

செலவிட்டான். அதில் 230 கிலோ தங்கமும் அடக்கம். மேலும் அதிக வெள்ளி, அடுக்கடுக்கான ஆபரணங்கள் அதற்கு அளிக்கப்பட்டன. சோழப்பேரரசின் கிராமங்கள் அனைத்திலிருந்தும இந்தக் கோயிலை ஆதரிக்க வரி வசூலிக்கப்பட்டது. ஆனால் இந்தக் கோயிலே ஒரு வங்கி யாகச் செயல்பட்டு, அதே கிராமங்களில் முதலீடுகளைச் செய்து கடன் களையும் வழங்கியது.[31]

சோழப் பேரரசுக்குக் காவிரியிலிருந்து நீர் கிடைத்தது. காவிரி, தென்னாட்டு கங்கை எனப்படுகிறது. வடஇந்தியாவுக்கு கங்கைச் சமவெளி எப்படியோ அப்படியே தென்னாட்டுக்குக் காவிரியாறு. காலப்போக்கில், 1023இல், சோழர்கள், ஆயிரம் மைல்களுக்கும் மேல் தொலைவுள்ள கங்கையின் நீரைப் பெரிய குடங்கள் பலவற்றில் தஞ்சைக்குக் கொண்டுவந்தனர். ஆகவே தமிழகத்தின் மத்தியில் கங்கை திகழும் புனித நாட்டைக் கொண்டுவந்துவிட்டோம் என்று பெருமையும் கொண்டனர். இந்த நீர் இராசேந்திர சோழனுக்கு(1014 - 1044) அளிக்கப்பட்டது.[32] அதைச் சோழ கங்கம் என்னும் ஏரியில் விட்டு, கங்கைகொண்ட சோழபுரம் என்னும் தலைநகரை அவன் உருவாக்கினான்.[33] இதற்கு எட்டாம் நூற்றாண்டில் ராஷ்டிரகூடர்கள் மேற்கொண்ட ஒரு எளிய திட்டத் தினால் சோழர்கள் உந்துசக்தி பெற்றிருக்கலாம். ராஷ்டிரகூடர்கள், எல்லோராவில் சிவனுடைய குகையைக் குடைந்தபோது, கங்கை யமுனை சரஸ்வதி என்ற மூன்று ஆறுகளிலிருந்தும் பெரிய குடங்களில் நீரைக் கொண்டுவந்தனராம்.[34] அல்லது மிகத் தொலைவிலுள்ள உதாரணம் எதற்கு? மாமல்லபுரத்திலுள்ள கங்கையின் சிற்பத்தில் நிஜமான நீர் பாய்வதைச் சோழர்கள் மனத்திற் கொண்டிருக்கலாம்.

சோழர் கோயில்கள் சமுதாயத்தில் வேலைவாய்ப்புக்கு முக்கிய மூலமாக இருந்தன. ஒவ்வொரு கோயிலின் சுவர்களிலும், அது வேலைக்கு வைத்த கட்டிடக் கலைஞர்கள், கணக்கர்கள், காவலர்கள், பிற வேலையாளர்கள், அதன் நிலவருவாய் போன்றவையையும் குறிப்பிடப்பட்டுள்ளன.[35] தலைமைக் கட்டடக் கலைஞர்கள், கட்டட சாஸ்திரங்களையும் சிற்பசாஸ்திரங்களையும் கற்றறிந்த சிறந்த சிற்பிகள் ஆகியோரின்கீழ் எண்ணற்ற கல்வியறிவற்ற உதவியாளர்களும் சாதாரண உழைப்பாளர்களும் வேலை செய்தனர்.[36] இந்தப் பட்டியலில், கோயிலில் நடனமாடியவர்கள் பெயர்களும் உள்ளன. அவர்களில் சிலர் தெய்வத்துக்காக மட்டுமே ஆடியவர்கள். சிலர் அரசனுக் காகவும் அவன் நண்பர்களுக்காகவும் ஆடியவர்கள். சிலர் நடனமாடுவ தோடு உயர்வகுப்பு வேசியராகவும் இருந்தனர். நடனக்கலைஞர்கள், கோயிலின் சிற்பங்களில் பெரும்பாலும் வடிக்கப்பட்டுள்ளனர்.[37]

வழிபாட்டின் எல்லாக் கூறுகளுக்கும் கோயில்கள் மையமல்ல. வீட்டில் செய்யப்படும் பூசை எப்போதுமே இந்துமதத்தின் இதயத்தில் இருந்து வந்துள்ளது. அடுத்த முனையில் பிரம்மாண்டமான திருவிழாக்கள் (மேளாக்கள்) குறித்த ஒரு பகுதியின் மத வாழ்க்கையைக் குறித்தன. சிலசமயங்களில் இந்திய உபகண்டம் முழுவதுமே விழா கொண்டா டப்பட்டது. ஆனால், தனிப்பட்ட பூசையாலோ, திருவிழாக்களின் ஆரவாரத்தாலோ செய்யப்பட இயலாத பல முக்கியப் பங்குகளைக் கோயில்கள் பூர்த்திசெய்தன. பக்தி இயக்கம் செய்த புத்தாக்கங்களில்

ஒன்று, பொதுச் செயல்பாட்டினை அரசவைகளிலிருந்து கோயில்களுக்குக் கொண்டுவந்ததாகும். இப்போது, அரசவைகளல்ல, கோயில்கள்தான் யாத்திரையின் மையங்கள், சந்திக்கும் இடங்கள். ஞாபகச் சின்னங்களின் சந்தைகள். வேறு சில மதங்கள் (பெயர் சுட்டப்படாமலே இவை இருக்கும்) வட்டிக்காரர்களைக் கோயில்களிலிருந்து வெளியேற்றியே தீரவேண்டும் என்று முனைப்பாக இருந்ததுபோல, இந்துமதம் செய்யவில்லை.

பிரபஞ்ச மண்டலத்தைச் சுற்றியுள்ள கண்டங்களில் நிகழ்வதுபோலக் கோயிலின் உலகுகள் அதைச் சுற்றியுள்ள பொதுமைய வட்டங்களில் தங்கள் ஆற்றலைச் செலுத்தின. மையத்திலிருந்து வெளியே செல்லச் செல்ல சிக்கலாகவும் விரிவாகவும் அவை மாறின.[38] அசையாத மையத்தில் கருவறை (கர்ப்பகிருஹம்) இருந்தது. அங்கு தெய்வம் தன் (முழுதுமல்ல) நிர்க்குணத்தன்மையுடன் இருந்தது. அது பெரும்பாலும் மறைவான ஓர் அருவக் குறியீட்டு வடிவம். ஒரு எளிய வடிவம். நிர்வாணமாகவோ, விலையுயர்ந்த துணிகளால் மறைக்கப்பட்டோ இருக்கும். கருவறைக்கு அடுத்த சுற்றில் ஆடம்பரச் சுற்றுகளில் தனியாக நிற்கும் தெய்வ உருவங்கள் காணபபடும். செல்லச் செல்ல அவை பண்புகள் கொண்டவையாக (சகுண) மாறும். தனிச் சிறப்பான நிலைகளிலும், ஆயுதங்களைக் கொண்டும், பல தலைகள் அல்லது கைகளைக் கொண்டும் இருக்கும். மிக எல்லைமீறிய, உலகத்தன்மை பொருந்திய படிமங்கள் கோயிலின் வெளிச்சுவர்களிலோ, அதையும் தாண்டி முழுக்கோயில் சுற்றைத்தாண்டிய, கோட்டைபோன்ற சுவர்களிலோ காணப்படும். இந்த இரு வெளிச் சுற்றுச்சுவர்களில் கைவினைஞர்கள் மேலும் பலதரப்பட்ட வாழ்க்கையைப் பற்றிய காட்சிகளையும், அழகான பெண்களையும், அவ்வப்போது காமக்குழுக்களையும் செதுக்கினர். இறுதிச்சுவரின் வெளிப்புறமும் உட்புறமும், தெய்வத்திற்குப் படைக்கவிரும்பக்கூடிய அல்லது வீட்டுக்குப் புனிதமாக எடுத்துச் செல்லக்கூடிய பொருள்களை (பூமாலைகள், தேங்காய் பழங்கள், வத்திகள், கற்பூரம் முதலியன) வியாபாரிகள் விற்பது வழக்கம்.

கோயில்களும் வன்முறையும்

இந்தக் கட்டுமானச் சிறப்புகளின் எதிர்மறைத் தன்மையாக ஒரு சட்டவரைவு உடனேயோ பின்னரோ சமர்ப்பிக்கப்பட்டது. இலவசமான கோயில் என்பதில்லை. கோயில்களுக்கு அறக்கொடை வழங்குதல் இந்தக் காலப்பகுதியில் அரசர்களுக்கு வேதயாகங்கள் ஓர் அத்தியாவசியச் சடங்கு என்ற முறையில் அவற்றைப் பூர்த்திசெய்யவோ, பிறகு அவற்றை இடப்பெயர்ச்சி செய்யவோ முனைந்ததால், பழைய முத்தொகுதியான அரசன் — சடங்கு — வன்முறை என்பது புதிதாக உருவமைக்கப் படலாயிற்று. மிகப் பெரிய கோயில்களைக் கட்டும் அரச வம்சங்கள், கவர்ச்சியும் குரூரமும் கொண்டவையாக இருந்தன,[39] (தென்கிழக்காசிய அரசுகளைக் குறிக்கப் பயன்படும் சொல் கவர்ச்சியும் குரூரமும் என்பது). இறப்புகளும் வரிகளும் எப்போதும் போலவே நிலையான செயல்படுமுறைமைகளாக இருந்தன. அரசர்களின் திக் விஜயங்கள் (அயல்நாடுகளின்மீது படையெடுப்புகள்) இறப்புகளுக்குக் காரணம்.

1014இல் முதலாம் இராசேந்திரன் இலங்கையின்மீது படையெடுத்து, அனுராதபுரத்தைச் சூறையாடினான். அதன் ஸ்தூபங்களைக் கொள்ளை யடித்துப், பழங்கால நிலவறைகளைத் திறந்து, பௌத்த மடங்களி லிருந்து பெரும் செல்வத்தைக் கொள்ளையிட்டு வந்தான் என்று சொல்லப்படுகிறது. பௌத்த வரலாற்றுக் கதைகள், அவனது படைகளை யக்ஷர்கள் (இயக்கர்) என்றே குறிப்பிடுகின்றன. ஆனால் சோழ இலக்கு பௌத்த மடங்கள் அல்ல. மேற்குச் சாளுக்கிய, பீஜப்பூர் கல்வெட்டு ஒன்று, சோழப் படைகள் மிகுந்த கொடூரத்துடன் நடந்துகொண்டன— இந்துப் பெண்களையும் குழந்தைகளையும் பிராமணர்களையும் கொலை செய்தன, உயர்குடிப் பெண்களைக் கற்பழித்தன என்று சொல்கிறது. ஆனால் இந்த இரு கல்வெட்டுச் செய்திகளும் கடுமையான ஓரச் சாய்வுள்ள (தவறான) மதிப்பீடுகள் என்பது தெளிவு.

கோயில்களுக்கு எதிரான இப்படிப்பட்ட வன்முறைகள், மதத் துன்புறுத்தல்களோடு தொடர்பு கொண்டவை அல்ல. சோழர்கள் பொதுவாகச் சைவர்கள். என்றாலும் தங்கள் சொந்தப் பிரதேசத்திற்குள் அவர்கள் சைவ வைணவக் கோயில்களை நன்கு பாதுகாத்துப் பரா மரித்தது மட்டுமன்றி, ஜைன பௌத்த நிறுவனங்களையும் ஆதரித்த னர்.[41] ஆனால் சகஎதிரிகளான இந்து அரசர்களின் கோயில்களின் புனிதத்தன்மையைக் கெடுப்பதும், தங்கள் கோயில்களை அரசியல் ஆதிக்கத்தின் பெருமிதமான வெளிப்பாடுகளாக அமைப்பதும் அவர்கள் வழக்கம். சோழர் படையெடுப்புகளின் முக்கிய நோக்கம் செல்வத்தைக் கொள்ளையடிப்பதாக இருந்தது. இராசராசன், சேரர்களையும் பாண்டியர்களையும்கொள்ளையடித்துத்தஞ்சைக்கோயிலைக்கட்டினான்.[42] அவ்வப்போது சோழர்கள், செங்கற்கோயில்களைக் கருங்கற் கோயில்களாக மாற்றிக் கட்டினர். தங்கள் வடக்கு எல்லையான ராஷ்டிரகூடர்கள் நாடுவரை இவ்விதம் செய்தனர்.[43] அரசர்களுக்கும், வட்டாரத் தலைவர்களுக்கும் பெரும் செல்வம் இருந்தாலும், அந்தக் காலத்தில் கோயில்கள்தான் வங்கிகளாகச் செயல்பட்டன. படையெடுப்பவர்கள் கோயில்களைத் தாக்குவதையே இலக்காக வைத்திருந்தமைக்குக் காரணம், வங்கிகளை ஏன் கொள்ளையடிக்கிறாய் என்று வில்லீ சட்டனிடம் கேட்டபோது, அவன் சொன்னதுதான் — "அங்குதானே பணம் இருக்கிறது."

மாறாக, சாளுக்கியர்கள், பல்லவக் கோயில்களை அழிக்கவில்லை, பல்லவக் கட்டுமான அமைப்புகளைப் போலிசெய்து தங்கள் தலைநகரங் களில் பயன்படுத்தினர்.[44] இதற்காகப் பணியாளர்களை வடக்கிலிருந்தும் தெற்கிலிருந்தும் கொண்டு வந்தனர். ஆகவே சாளுக்கியக் கோயில்களில் சில, உயர்ந்த கோபுரங்களைக் கொண்ட தெற்கத்தியப் பாணிக்கு இன்றிருக்கும் மிகச் சிறந்த உதாரணங்களாக உள்ளன. பிற கோயில்கள் வடக்கத்தியப் பாணியில் உள்ளன. (வடக்கத்தியப் பாணி பிறகு கஜுரா ஹோவில் சிறப்பாக வெளிப்பட்டது.) முதலில் சாளுக்கியர்கள் பாறைகளுக் குள்ளாகக் குடைந்து கோயில்களை உருவாக்கினர். ஆனால் இரண்டாம் புலிகேசி (610 - 642) தன் வட்டாரத்தில் கிடைத்த மிருதுவான கற்களைக் கொண்டு தானாக நிற்கின்ற கோயில்களை முதன்முதலாக வாதாபி, அய்ஹோளே, மகாகூடம், ஆலம்பூர், பட்டடக்கல் ஆகிய இடங்களில்

கட்டினான்.[45] சாளுக்கிய அரசன் இரண்டாம் விக்ரமாதித்தியன் (733 - 746) பல்லவர்களின் கைலாசநாதர் கோயிலில், தான் அதைக் கைப்பற்றிய தாகவும் ஆனால் கோயிலின் சிறப்புக் காரணமாக அதையும் நகரத்தையும் விட்டுச் செல்வதாகவும், கோயிலிலிருந்து எடுத்த பொன்னையும் திரும்பத் தருவதாகவும் கல்வெட்டில் கூறியிருக்கிறான். ஓர் அரசன் இப்படிச் செய்வது அபூர்வம்.

அரசுரிமையும் பக்தியும்

சோழர்கள் பல்லவர்களின்கீழ் தென்னிந்திய மதம் அரசின் ஆதரவால் செழித்தது. அரசுரிமை, பக்திக்கு ஒரு முன்மாதிரியை அளித்தது. தொடக்கத்திலிருந்தே, அரசின் மீது தெய்வீகத் தன்மை சுமத்தப்பட்டது. பழைய தமிழ்ப்பாக்கள் சில, அரசர்களைப் புகழும் அதே சொற்களால் தெய்வங்களையும் புகழ்கின்றன. பழந்தமிழ்ப் பாடாண் பாக்கள் சிலவற்றில் தலைவன் அல்லது வேந்தன் என்ற சொல் வருமிடங்களில் தெய்வம் என்ற சொல்லை இட்டால்போதும், தெய்வத்தைப் புகழும் கவிதையொன்று கிடைத்துவிடும்.[46] மதச்சார்பற்ற பாக்கள், அரசனின் முன்னோர்களைப் புகழ்ந்தன என்றால், தெய்வப் பாடல்கள் கடவுளின் முந்திய அவதாரங்களைப் புகழ்ந்தன. கடவுளர், அரசர்கள் ஆகிய இருவகையினரின் போர்களும் ஒரே மாதிரியான இரத்தக்களறி விவரங்களால் பாடப்பட்டன. ஆனால் ஒரு முக்கிய வேறுபாடு. தங்கள் ஆதரவை நாடிய பாணர்களுக்கு அரசர்கள் உணவையும் செல்வத் தையும் மட்டுமே அளிக்க முடிந்தது. ஆனால் கடவுளர்கள் தங்களைப் பணிவோர்க்கு இவற்றையன்றி மோட்சத்தையும் அளிக்க முடிந்தது. வெறும் செல்வத்துடன் ஆன்மிகச் செல்வமும் இணைந்தது.

இராமனை அரசனாகவும் கடவுளாகவும் காணும் இராமாயணத்தின் இராமராஜ்யத்தில் அரசுரிமையும் பக்தியும் மிக நெருக்கமாகத் தொடர்பு கொண்டிருப்பதை முன்பே நோக்கினோம். சோழர்கள் தங்களை விஷ்ணுவின் அவதாரங்களாகக் கருதிக் கொண்டனர். (அதிகாரபூர்வ அவதாரங்கள் அல்ல, பூமியின் வெளிப்பாடுகள்). ஆனால் அவர்கள் பெரும்பாலும் சிவனை வழிபடுபவர்களாக இருந்தனர். ஆக, விஷ்ணு (அரசன்), கண்ணுக்குப் புலப்படும் கடவுள், உலகிற்கு அப்பாலான, கண்ணுக்குப் புலப்படாத சிவனை வணங்கினான். மன்னனுக்குக் குடிமகன் போல, கடவுளுக்கு மன்னன். ஒரு பெரிய பக்திச் சங்கிலி மேலிருந்து கீழாக. ஆனால் அரசன் கடவுளாகவும் நோக்கப்பட்டான். சிவன் - பார்வதி அல்லது சீதை - இராமன் என்ற இணையர், பல அரசர்கள் மற்றும் அவர்களுடைய அரசியர்க்கு வார்ப்பட மாதிரிகளாக அமைந்தனர். இவர்கள் ஒருநிலையில் தேவர்களையும் தேவியர்களையும்,[47] மற்றொரு நிலையில் தங்களையும் சிற்பங்களாக வடிக்கச் செய்தனர். சோழ அரசர்கள் உருவாக்கிய வெண்கலப் படிமங்கள் மிகப் புகழ்பெற்றவை. குறிப்பாக, இந்தச் சிற்பவகையில், பக்கம்பக்கமாக நிற்கின்ற ஆண் - பெண் ஜோடி உருவங்கள் மிகமிக அழகானவை. இராமனும் கிருஷ்ணனும், கடவுளர் ஆவதற்கு முன்பே அரசர்களாக இருந்தவர்கள். இராமன் வழிபாடு என்பது தொடக்கத்திலிருந்து இயல்பிலேயே அரசியல்தன்மை

கொண்டதாக இருந்தது. ஆனால் இது இருவழிப் பாதை. பக்தி இயக்கத்தின் தோற்றம், அரசர்களை மக்கள் நடத்திய விதத்தின் மீதும், அரசர்கள் தாங்களாக விளையாட முடிந்த விளையாட்டுகள் மீதும் செல்வாக்குச் செலுத்தியது. அரசனின் ஆட்சியெல்லை, அவன் தலைநகரம், கோட்டைகள் போன்ற மாதிரியிலேயே புனித இடங்கள் அமைந்தன.[48] கோயில் ஓர் அரண்மனை போலவே அமைக்கப்பட்டது. தமிழ், அரண்மனைக்கும் தெய்வங்களின் இருப்பிடத்திற்கும் கோயில் என்ற ஒரே சொல்லைப் பயன்படுத்துகிறது.

மேலும் மேலும் முன்னேறும் அரசவம்சங்களின் பேரரசுக்குரிய திட்டங்களுக்குக் கோயில்கள் மிக முக்கியமானவை. பிற நாடுகளைக் கைப்பற்றும் ஒவ்வோர் அரசனும் தனது சாதனையை வெளிப்படுத்தும் வகையில் ஒரு கோயிலைக் கட்டுவது தன் கடமை என்று நினைத்தான். அரசர்களுக்கு ஆலோசகர்களாக இருந்ததுபோலவே பிராமணர்கள் கோயில்களுக்கும் பூசாரிகள் ஆனார்கள். வீட்டிலிருந்து பூசையைக் கோயில்கள் வெளிவாழ்க்கைக்குக் கொண்டுவந்தன. மதச் செயல்பாட்டின் மையமாகக் குழுப்பூசை ஆயிற்று. வீட்டுக்கும் அரண்மனைக்கும் மத்தியஸ்த அமைப்பும் ஆயிற்று. தெய்வீகத்தின் இந்த வெளிப்பாடுகள் குறிப்பாக அந்தந்த வட்டாரம் சார்ந்தவையாக இருந்தன. தஞ்சைப் பெரிய கோயிலின் சுற்றுச்சுவர்ச் சிற்பங்கள், சிவன் - பார்வதி படிமங்களை மட்டும் கொண்டிருக்கவில்லை, அல்லது முப்புரங்களை அழித்தவன் அல்லது நடராசன் என்ற சிவனின் பெருமையை மட்டும் கூறவில்லை, வடநாட்டில் அறியப்பட்ட படிமங்களையும் கொண்டிருந்தன, அவற்று டன் நாயன்மார்களின் வரலாறுகளின் காட்சிகளையும் சித்திரித்தன. அதேபோல வைணவக்கோயில்களாயின் ஆழ்வார்களின் வரலாறுகளைச் சித்திரித்தன.[49] கோயில்களைக் கட்டியதாலும், கோயில் விழாக்களுக்குக் கொடைகள் வழங்கியதாலும், பக்திப்பாக்களைச் சேகரித்துத் தொகுத் ததாலும், சோழர்கள் வெற்றிகரமாக பக்தியைப் பயன்படுத்திக் கொண் டனர், நிறுவன மயமாக்கினர். இந்து மதத்தின் வரலாறு முழுவதும் அரசியல் நடவடிக்கைகளில் மதக் கதைகளும் படிமங்களும் எவ்வளவு எளிமையாகக் கையாளப்பட்டன என்பதை அரசர்களின் தொடர்புகள் மிக நன்கு விளக்குகின்றன.

தரிசனம்

தனக்கு மேம்பட்ட அரசனிடம் பணிசெய்யும் ஒரு நிலவுடைமைக்காலச் சிற்றரசன், அந்த அரசனின் அவையில் வந்து நின்று, தான் அவனுக்கு அடிபணிந்திருப்பதைப் பலர்முன் நிரூபித்துக்காட்ட வேண்டும். இதனால் அவனும் பிறரைக் காணவும் பிறரால் அவன் காணப்படவும் முடியும்.[50] இதேபோலக் கோயிலும், ஒரு கடவுளின் அந்தரங்க வசிப்பிடமாகவும் ஓர் அரண்மனையாகவும் இருந்தது. அந்தப் பொது இடத்தில் மக்கள் பூசை செய்யவும் கடவுளால் காணப்படவும் முடியும். ஓர் அரசனின் ஊர் வலத்தைப் போலவே, பல கோயில்களில் உற்சவமூர்த்தி ஆண்டுக்குச் சிலமுறை வெளியே ஊர்வலமாக எடுத்துச்செல்லப்படுவதும் உண்டு.

தரிசனம் என்பது ஆழ்வார்கள் நாயன்மார்கள் காலம் முதலாக இன்று

வரை தென், வட இந்தியப் பகுதிகளில் இருந்து வரும் ஒரு வழிமுறை. தரிசனத்தின்போது அனுகூலம் பார்க்கின்ற, பார்க்கப்படுகின்ற இரு தரப்பினருக்குள்ளும் மாறிச்செல்கிறது. தரிசனத்தின்போது, ஒருவர் அரசனையோ கடவுளையோ நெருக்கமாகவும் தனிப்பட்ட முறையிலும் காண்கிறார். அரசவை உலகிலிருந்து கோயிலுக்கு இடம்பெயர்ந்த கருத்து இது. ஆகவே ஒருவர் ஒரு தெய்வத்தைப் பார்த்து, அதுவும் தன்னை நோக்கச் செய்வது, ஓர் ஆற்றலை இடம் மாற்றுவதாகும். கர்மவினை அல்லது தகுதி மாற்றப்படுவதை ஓரளவு ஒத்ததே இதுவும். தென்னிந்திய பக்தி கடவுளுக்கும் பக்தனுக்கும் கற்பனை செய்த நெருக்கமான இடமாற்றம் இதுதான்.[51] ஸ்தூபங்களில் செதுக்கியவற்றை நோக்குகின்ற பௌத்த நடைமுறையினாலும் தரிசனம் என்பது ஒரு பகுதியாகத் தூண்டப்பட்டிருக்கலாம். ஆனால் சகுணத் தன்மையோடு (உடல்சார்ந்த தன்மைகளோடு) கடவுளின் சாக்ஷாத்காரத்தை (கண்ணுக்கு நேராகத் தென்படுவதை) வலியுறுத்திய புதிய பக்தியின் அழுத்தத்தின் எதிர்வினையாகவும் இது இருக்கலாம். தத்துவஞானிகள் பேசுகின்ற கடவுளின் நிர்க்குணத் தன்மைக்கு இது எதிரானது.

இந்து, பௌத்தக் கலைஞர்கள் யாவரும், ஒரு சிற்பத்தின் கண்களைக் கடைசியாகச் செய்வதே வழக்கம். அதுதான் அந்தச் சிலை உயிர்பெறும் நேரம். அது உன்னைக் காண்கின்ற நேரம். அதற்குமேல் அதில் பணி செய்ய இயலாது. அப்போதுதான் ஆற்றலும் தொடங்குகிறது.[52] புராணக் கதைக்காட்சிகளைத் தங்கள் முக்கிய நாடகப்பொருளாகக் கருதுகின்ற ராஜஸ்தானக் கதைக்காரர்கள், அதில் ஒரு நாயகனின் கண்கள் தீட்டப்பட்டுவிட்டால், கலைஞனோ கதைசொல்லியோ அதை வெறும் கலைப்பொருளாகக் கருதமுடியாது என்று ஒரு மானிடவியலாளரிடம் கூறினார்கள். "மாறாக, அது நடமாடும் ஒரு கோயிலாக மாறிவிடுகிறது. கடவுளின் ஆன்மா அதில் குடியேறிவிடுகிறது."[53] வேதக் கடவுளரான வருணனும் இந்திரனும் ஆயிரம் கண்படைத்தவர்கள் என்று சொல்லப் படுவதுண்டு. அரசர்கள் என்ற முறையில் அவர்களிடம் நீதியை மேற் பார்வை செய்யும் ஆயிரம் ஒற்றர்கள் உண்டு. வானக் கடவுளர்கள் என்ற முறையில் விண்மீன்கள்தான் அவர்களுடைய கண்கள். சூரியனும், வானத்தின் கண்ணாகவும், வருணனின், யாகக் குதிரையின் கண்ணாகவும் கருதப்படுகிறது (பிஉ 1.1). மானிடக் கண்ணுக்கும் சூரியனுக்குமான ஒப்புமைகளையும் நாம் கண்டிருக்கிறோம். ரிக் வேதத்தில் வருணன் (2.27.9) கண்சிமிட்டாதவனாகக் கூறப்படுகிறான். கண்சிமிட்டாமை என்பது பின்னர், மனிதர்களிடமிருந்து எந்தக் கடவுளையும் வேறுபடுத்துகின்ற ஒரு அடையாளமாகிவிட்டது.[54] பௌத்தத் தொன்மத்திலும் (குணாளன் கதை[55]) தென் இந்தியத் தொண்டர் கதையிலும் (கண்ணப்பர் கதை - சற்றுப்பின் இதை நோக்குவோம்) பக்தர்களின் தியாகத்தின்போது அவர் களின் கண்கள் கொடூரமாகக் குருடாக்கப்படுகின்றன. கி.பி. எட்டாம் நூற்றாண்டைச் சேர்ந்த சுந்தரமூர்த்தி நாயனாரின் கதையில், தம் இரண்டாம் மனைவியை விட்டு அவர் நீங்கும்போது சிவபெருமானால் குருடாக்கப்படுகிறார் (எதிர்மறை வடிவில் தரிசனம்). ஆனால் திரும்பத் தன் இல்லத்துக்கு அவர் வரும்போது அவர் கண்கள் கிடைக்கின்றன (நேர்முக வடிவில் தரிசனம்). சுந்தரரின் மிகக் கசப்பான கவிதைகள் அவர்

குருடாக இருந்தபோது இயற்றப்பட்டவை என்று சொல்லப்படுகிறது. இந்த இயலின் முகப்பிலுள்ளதும் அவற்றில் ஒன்றுதான். இது வஞ் சப் புகழ்ச்சி அல்லது பழிகரப்பு அங்கதம் என்ற வடிவத்தில் உள்ளது. சமஸ்கிருதக் கவிதையிலும் (வெறுப்பு - விசுவாசம்) இது முக்கியமானது. சுந்தரரின் கவிதைகள் கோபத்தொனி மிக்கவை. அவர் தம்மை வன் தொண்டர் என்று குறிப்பிட்டுக் கொள்கிறார். ஆனால் தமிழ் மரபு அவரைக் கடவுளின் தோழன் என்று குறிப்பிடுகிறது.[56] அவருடைய கவிதைகள், நகைச்சுவையோடு கூடிய தொல்லையிலிருந்து, துயரமிக்க புலம்பல்கள் வரை செல்கின்றன. அவற்றில் கடவுளை அந்தரங்கமாக ஏளனம் செய்வதுடன் சுயநிந்தனையும் காணப்படுகிறது. சுயத் தகுதி யின்மையைச் சொல்லி மன்னிப்பை வேண்டும் மனப்பான்மையை வருணனைப் பற்றிய வேதப்பாட்டிலும் பார்த்தோம். வருணனைப் போன்றே எல்லாத் திசைகளிலும் நோக்கக்கூடிய பக்திக் கடவுளரிடமும் இதே மனப்பான்மையில் முறையிடுதல் காணப்படுகிறது. சான்றாக இந்தக் கவிதையில் சிவனிடம் பன்னிரண்டாம் நூற்றாண்டைச் சேர்ந்த பெண் கவிஞர் மகாதேவி முறையிடுகிறார்:

ஆண்களும் பெண்களும்

தங்கள் மானத்தை மறைக்கும் ஆடைதளரும்போது

வெட்கப்படுகிறார்கள்

இந்த உலகில், உயிர்களின் தலைவன்

எவர் கண்ணிலும் படாமல் உறைகிறான்

நீங்கள் வெட்கப்படாமல் எவ்வாறு இருக்கிறீர்கள்?

எங்கும் காண்கிறான், நீங்கள் மறைப்பதையும் ஒளிப்பதையும்.[57]

தெய்வத்தின் பார்வை, இரு பாலார்களின் (ஆண்களும் பெண்களும்) மேம்போக்கான மறைத்தல்களையும், பாலியல்பையும் (மானத்தை மறைக்கும்) அர்த்தமற்றதாக்குகிறது.

தென்னிந்திய பக்தியில் பெண்கள்

பாலும் பாலியல்தன்மையும் பக்திக் கவிதையில் முன்னதும் மைய முமாக இருப்பவை. நுண்ணறிவுள்ளவர்கள், இரகசிய விஷயங்களையும் புரிந்துகொள்பவர்கள், பனுவல்களின் வழிமுறையைக் கையாளுபவர்கள் என்ற ஆண்களின் வகைமாதிரிப் படிமத்தை இடம் பெயர்த்து, பெண்கள் மென்மையானவர்கள், தியாகம் செய்பவர்கள், அன்பு செய்பவர்கள் என்ற வகைமாதிரி இயற்கையாக வழிபடுபவர்க்கு ஒரு புதிய முன் மாதிரி ஆகியது. வகைமாதிரிகள் அதேமாதிரிதான் இருந்தன, ஆனால் வேறுமுறையில் மதிப்பிடப்பட்டன. ஆகவே பக்தியில் பெண்களை ஆடவர்கள் போலிசெய்தனர். குடும்பத்தின் பெரும்பாலான மத நடை முறைகளுக்குப் பெண்கள் பொறுப்பேற்றுக் கொண்டனர். அதேசமயம்,

ஒரு புதிய படிமம், இன்னும் சொன்னால் தங்கள் சொந்த மதத் தேவைகளைத் தேடுவதற்காக மரபான சமூகத்தை தெய்வமாக்குகின்ற ஒரு புதிய வகைமாதிரி, பெண்களைப் பற்றி எழுந்தது. கி.பி. எட்டாம் நூற்றாண்டில் வாழ்ந்த ஆண்டாள்தான் ஒரே ஒரு பெண் ஆழ்வார். விஷ்ணுவைத் தன் தெய்வீகக் கணவனாக ஏற்றுக் கற்பனையில் வாழ்ந்த ஆண்டாளை இறுதியாக அவன் தன் மனைவியாக ஏற்றுக்கொண்டான். எல்லா ஆழ்வார்களிலும் அவர் கதை மிக நன்றாகத் தெரிந்த ஒன்று.[58] பெண்துறவியர் பலர் அவருடைய உதாரணத்தைப் பின்பற்றினர். அவருடைய கவிதைகள் பெண்களின் ஒடுக்குமுறைக்கு எதிரான அவர் உள்ளத்தை வெளிப்படுத்துகின்றன.[59] நாயன்மார்களில் இருவர் பெண்கள். ஆனால் அவர்களின் சொற்கள் பாதுகாத்து வைக்கப்படவில்லை.[60] ஒருவர் பாண்டிய அரசி, மற்றவர் சுந்தரரின் தாய். ஆனால் நாயன்மார்களில் மூன்றாவதாக ஒருவர், பெண், காரைக்கால் அம்மையார், தமது நான்கு கவிதைப்பகுதிகளை விட்டுச் சென்றிருக்கிறார்.

காரைக்கால் அம்மையார், கி.பி. ஆறாம் நூற்றாண்டின் இடையிலோ, ஒருவேளை அதற்கும் முன்னாக ஐந்தாம் நூற்றாண்டிலோ வாழ்ந்திருக்கக் கூடும்.[61] பன்னிரண்டாம் நூற்றாண்டைச் சேர்ந்த பெரிய புராணத்தின்படி, அவர் ஒரு செல்வவளமிக்க, சமயப்பற்றுள்ள வணிகக் குடும்பத்தில் ஓர் அழகிய பெண்ணாகப் (புனிதவதி என்ற பெயரில்) பிறந்தார். அவருடைய பக்திக்குச் சிவபெருமான் சுவையான மாங்கனிகளைப் பரிசளித்தான், அவை உடனே மறைந்தன. அவருடைய கணவன் இதைக் கண்டபோது, அவரை விட்டுச் சென்றுவிட்டான். அவன் திரும்பி வருவானென்று புனிதவதியார் தம் இல்லறக் கடமைகளைச் செய்துகொண்டு காத்திருந்தார். தன் கணவன் வேறொரு பெண்ணை மணந்துகொண்டான் என்று அவருக்குப் பின் தெரிய வந்தது. தமது உடலழகு இனிப் பயனில்லை என்ற முடிவுக்கு வந்த அவர், சிவபெரு மானை வணங்கித் தமக்குப் பேயுரு அளிக்குமாறு கேட்டுப் பெற்றார். சிவனின் கைலாயத்துக்குக் கைகளால் நடந்து சென்றுவந்தார். சிவபெருமான் இடுகாட்டில் நடனமிடும்போது, அவனது பரிவாரமாகிய பேய்க்கணங்களில் ஒன்றாகத் தானும் சேர்ந்து பாட வேண்டும் என்ற அவருடைய வேண்டுகோளை சிவபெருமான் ஏற்று அருள் புரிந்தான். இறுதியாக அவர் திருவாலங்காட்டின் இடுகாட்டுக்கு வந்துசேர்ந்தார்.[62] அவருடைய நான்கு கவிதைப்பகுதிகள் திருமுறைகளில் சேர்க்கப்பட்டுள்ளன. இங்கு அவருடைய ஒரு கவிதை:

கொங்கை திரங்கி நரம்பு எழுந்து குண்டுகண் வெண்பல் குழி வயிற்றுப்
பங்கி சிவந்து இரு பற்கள் நீண்டு பரடு உயர் நீள் கணைக்கால் ஓர் பெண்பேய்
தங்கி அலறு உலறு காட்டில் தாழ்சடை எட்டுத் திசையும் வீசி
அங்கம் குளிர்ந்து அனல் ஆடும் எங்கள் அப்பன் இடம் திரு ஆலங்காடே.[63]

பெண்கள் தந்தைக்கும் கணவனுக்கும் மகனுக்கும் அடங்கியே இருத்தல் வேண்டும் என்ற மனுநீதிக்குப் பெண் துறவியர் வெளிப்படையாகவே சவாலாக உள்ளனர். அவர்கள் ஆடவருக்குக் கட்டுப்பட்டவர்கள் அல்லர். கணவனிடம் நீடித்திருப்பதை விடக் கைவிடுவது சிறந்தது என்று பக்திசெய்யும் திருமணமான பெண்களும் நினைக்கின்றனர்.[64]

பெற்றோர்களைத் தவிர்த்து, அவர்கள் தங்கள் திருமணத்திலிருந்து எந்த வழியிலேனும் தப்பித்துக் கொள்ளலாம். வேசியாகவும் மாறலாம், திருமணம் செய்ய இயலாத மூதாட்டியாகலாம், (காரைக்காலம்மையார் செய்தது போல) அற்புதச் செயல்கள் வாயிலாகக் கணவன் பயமடையச் செய்யலாம். அல்லது தற்செயலாக விதவையாகவும் ஆகலாம் (ஆனால் இந்தப் பெண் துறவிகள், எதையும் செய்ய வல்லவர்கள்). பொதுவாக, எந்த இந்துப் பெண்ணும் விதவைநிலையை விரும்பி ஏற்பதில்லை, ஆனால் பக்தி விஷயத்தில் இப் பெண்துறவியர் இறைவனை மணந்து கொண்டதாகக் கருதுகின்றனர். அல்லது இப்பெண்கள் தங்கள் திருமணத்தையும் கணவனையும் துறந்து கடவுளின் நினைவில் புறப்பட்டு விடலாம். தலாயி என்னும் பெண், தன் கணவன் தன்னிடம் காதல் செய்துகொண்டிருந்தபோது சிவனின் அழைப்பை ஏற்றுக் கணவனைக் கைவிட்டுச் சென்றாள். (பொதுவாக இறைவன் காதல்புரியும்போது பக்தர்கள் குறுக்கிடும் வழக்கமான நிகழ்ச்சியின் அபூர்வமான தலைகீழ்ப் பாடம்). அல்லது மீறலுக்கு ஒரு மீறலாக, அப்பெண், கடவுளைத் தன் கணவனாக ஏற்க மறுக்கலாம். கொக்கவ்வெ எனப் பெயர்பூண்ட வீரசைவப் பெண்துறவி, சிவபெருமான் அவரைக் கொன்றுவிடுவதாக மிரட்டியபோதும், மாறுவேடத்தில் வந்த சிவனைத் திருமணம் புரிய மறுத்துவிட்டார்.[65]

தொடக்கக் காலத்திய, மதம்சாராத தமிழ் ஆடவர்களான பக்திக் கவிஞர்கள், பல சமயங்களில் பெண்ணின் நோக்குநிலையையும், குரலையும் ஏற்றுக் கொண்டனர். பக்தியின் மொழிக்குப் பெண்களின் குரல் மிகவும் அடிப்படையானது. எனவே இந்த மரபை ஏற்று, ஒரு சிக்கலான இறையியல் வாதமாகவே (நாயகநாயகி பாவம்) மாற்றினர். பதினைந்தாம் நூற்றாண்டின் தெலுங்கு பக்திக் கவிஞர் அன்னமய்யா, பெண்கள் பாடுவதாகவே மிகுதியான பாக்களை இயற்றினார். பெண் கவிஞர்கள் எவ்வித மாற்றத்தையும் இதற்கு அடையத் தேவையில்லை. ஆனால் திருத்தொண்டர் கதைகளைச் சொல்லும் கதையாளர்கள் சிலர், பிறழ்நிலையில், கடவுளின் கருணையால் ஆண்களாக மாறினர் என்று சொல்கின்றனர்.[66] கண்ணனைப் பாடும் நம்மாழ்வார், தம்மை அவன் கைவிட்டுவிட்டதாக பாவித்துப் பாடும் பாடல் ஒன்று இதோ:

மாலையும் வந்தது மாயன் வாரான் மாமணி புலம் பல்லேறணைந்த
கோல நன்னாகுகள் உகளுமாலோ கொடியெனக் குழல்களும் குழறுமாலோ
வாலொளி வளர்முல்லை கருமுகைகள் மல்லிகை யலம்பி வண்டாலுமாலோ
வேலையும் விசும்பில் விண்டலறுமாலோ என்சொல்லி உய்வன் இங்கு அவனை விட்டே?[67]

சிலசமயங்களில் கவிஞர், சங்க அகக் கவிதைகளின் மரபை எடுத்துக் கொண்டு, காதல்நோய் வயப்பட்ட தலைவி, அல்லது தலைவியின் தாயின் குரலில் கடவுட் காதலனை வேண்டுகின்ற மாதிரியில் பாடுகிறார். கீழ்வரும் கவிதையில், கவிஞர், இலங்கையை அழித்த இராமனைக் காதலனாகக் கொண்ட பெண்ணின் தாய் நிலையில் நின்று பாடுகிறார்:

இரக்க மனத்தோ டெரியணை
அரக்கு மெழுகு மொக்கு மிவள்
இரக்கமெழி ரிதற்கென் சேய்கேன்
அரக்கனிலங்கை செற்றீருக்கே.[68]

காதல்நோயைக் குறிக்க வரும் தீ என்னும உருவகம், இங்கு பக்தியின் நெருப்பையும் குறிக்கப்பயன்படுகிறது. இராமன் இராவணனிடமிருந்து சீதையைக் காத்ததுபோல இங்குக் காதலனாகிய இராமன் காதலியை (வழிபடுபவரை)க் காப்பான் என்பது எதிர்பார்ப்பு. ஆனால் இராவணனை அழித்ததுபோல, இராமன் இந்தப் பெண்ணையும் அழித்தும் விடலாம், அல்லது சீதையைத் தீக்குளிக்க வைத்ததுபோல இவளையும் எரியவும் விடலாம்.

முழுமையான ஆண் கடவுளான சிவனைக் கூடல் பிரபு என்று ஒரு கன்னடக்கவிஞர் அழைக்கிறார். கன்னடத் தொன்மத்திலும், பக்திக் கவிதையிலும் சிவனும்கூடப் பெண்ணாகிறான்.

கையில் பாம்பையும் அனலையும் ஏந்திய கூடற்பிரான்
வழியின் ஒவ்வோர் அடிவைப்பிலும் என்னுடனிருக்கிறான்
குழந்தையின் பின் ஓடும் தாயைப் போல என்னைக் காக்கிறான்.[69]

நேரான இந்தக் கவிதைக்குப் பொருள்சொல்லத் தேவையில்லை. ஆனால் கன்னட வாசகர் பின்வரும் கதையின் எதிரொலியை இப்பாடலில் கேட்க இயலும்.

தாயும் (பேற்றுச்செவிலியும்) ஆனவன்

ஒரு பக்தனின் மகளுக்கு முதல் பிரசவம் நிகழ இருந்தது. காவிரியில் வெள்ளம் வந்ததால், அவள் தாயினால் அக்கரையிலிருந்து ஆற்றைக் கடந்துவந்து மகளுக்கு உதவி செய்ய இயலவில்லை. அப்போது சிவபெருமான், அந்தக் கிழத்தாயின் வடிவெடுத்து, மகள் வீட்டுக்கு வந்தான் (முதுகு பிறைநிலவுபோல வளைந்திருக்க, கூந்தல் நிலவொளி போல நரைத்திருக்க, கையில் ஒரு மூங்கில்தடியுடன் அவள் வந்தாள்). உமையும், கங்கையும் மூட்டைகளைத் தூக்கிக்கொண்டு முன்னால் சென்றனர். சிவன் பேற்றுச் செவிலியானான், பிரசவம் பார்த்தான். ஒரு ஆண்குழந்தை பிறந்தது. அவனைச் சிவன் முருகனைப் போலச் சீராட்டினான். விரைவில் காவிரியில் வெள்ளம் குறைந்தது, உண்மையான தாய் மகள் வீட்டுக்கு வந்தாள். சிவபெருமான் மறையலானான். இளம் தம்பதியினர் வியப்புற்றனர். "யார் என் தாய்!" என்று கூவினாள் மகள். அவள் கண்முன் மின்னல்போல சிவபெருமான் மறைந்தான்.[70]

இரண்டு உருவமாகும், மாறுவேடத்தில் தோன்றும் தொன்மத்தில் ஒரு கொண்டை ஊசி வளைவு 'முருகனைப் போல' என்ற தொடர். சைவ இலக்கியம் இம்மாதிரிச் சுட்டுகளில் திளைக்கிறது. ஒரு மானிடப் பெண், உண்மையிலேயே தன் பேரனைக் கடவுள் போலச் சீராட்டலாம் (இங்கு சிவனின் மகன், முருகன்). இந்தக் கதையில் கடவுள் தன்

சொந்த மகனே என அக்குழந்தையைச் சீராட்டுகிறான். அவனே ஒரு பெண்ணாகி, சிவனாக நடிப்பதுபோல பாவனைசெய்கிறான். இருமுறை "பால் — மாறும்" காட்சி இது. மிக எச்சரிக்கையான, உலகவழக்குத் தழுவிய விவரங்கள் — சிவன் தன் இருமனைவியர் வாயிலாகச் சுமைகள் அனுப்புகிறான் — "பெண்களின் அக்கறைகள்" பற்றிய கதை இது என்பதை வலுவாகச் சுட்டுகின்றன. (மொ.பெ. இது திருச்சி மலைக்கோட்டைத் தாயுமானவர்—அதாவது 'தாயும் + ஆனவர்' கோயிலைப் பற்றிய கதை.) கண்டிப்பாக இங்குப் பெண்களின் குரல்களைக் கேட்க இயலும். சிவபெருமான், ஆற்றில் வெள்ளத்தைத் தடுத்து, கிழத்தாய் தன் மகளைச் சென்று காண்பதற்கு உதவியிருக்கலாம். ஆனால், அவன் பெண்ணாக இருப்பதில் மகிழ்ச்சி கொள்கிறான். பெண்களின் அனுபவங்களில் மிக அடிப்படையான இதில் நெருக்கமாகப் பங்கேற்கவேண்டும் என்று தானே அங்கிருக்க விரும்பி வருகிறான் சிவபெருமான்.

சாதி

பறையர்கள்

மிகப்பெரிய பக்திப் பழங்கதைகளில் ஒன்று கண்ணப்ப நாயனாரின் கதை. பல பனுவல்களில் இது சொல்லப்படுகிறது.[71] என்றாலும் அவற்றில் மிகச் சிறந்தது சேக்கிழாரின் பெரிய புராணம். பெரிய புராணத்தின் காலம் சோழன் இரண்டாம் குலோத்துங்கனின் காலம் (1133 - 1150) என்று கூறப்படுகிறது.

கண்ணப்பரின் கண்கள்

கருநிறமுடைய கொடும் வேடர்களின் குலம் ஒன்றின் தலைவர் கண்ணப்பர். அந்த இனத்தவர் (நாய்களின் துணையுடன்) காட்டு விலங்கு களை வேட்டையாடியும், ஆநிரைகளைக் கவர்ந்தும் வாழ்ந்துவந்தனர். ஒரு நாள் அவர் காட்டில் சிவபெருமானைக் கண்டார். கடவுளின்மேல் அன்பும், அவர் தனியே இருக்கின்றாரே என்னும் உணர்வால் பரிதாபமும் தோன்ற, கண்ணப்பர் அவருக்கு உணவளிக்க உறுதிபூண்டார். அவர் கொன்ற காட்டுப்பன்றி ஒன்றின் இறைச்சியின் துண்டுகளை எடுத்து, ஒவ்வொன்றும் மென்மையாக இருக்கிறதா என்று சுவைத்துப் பார்த்து, அவற்றை இறைவனுக்குக் கொண்டுவந்தார். சிவனின் தலையில் ஒரு பிராமணப் பூசாரி இட்டிருந்த பூக்களைக் காலால் உதைத்துத் தள்ளி, தன் வாயில் கொண்டுவந்த உமிழ்நீரால் அபிஷேகம் செய்தார். தன் தலையில் சூடிவந்த பூக்களை இறைவனுக்குச் சூட்டினார். அவருடைய கால்களும், அவர் நாயின் பாதங்களும் சிவன்மீது அடையாளங்களை ஏற்படுத்தியிருந்தன. இரவு முழுவதும் இறைவனுடன் தங்கியிருந்து, விடியற்காலையில் வேட்டையாடப் புறப்பட்டுச் சென்றார்.

பிராமணப் பூசாரி, திரும்பிவந்தார். கண்ணப்பரின் நிவேதனங்களை அப்புறப்படுத்தி விட்டு, ஒளிந்திருந்து என்ன நிகழ்கிறது என்று பார்க்க லானார். கண்ணப்பர் அன்பின் பெருமையைப் பூசாரிக்கு உணர்த்த, சிவன் தன் ஒரு கண்ணில் இரத்தம் பெருக்கெடுக்குமாறு செய்தான். அந்த

இரத்தத்தை நிறுத்த, கண்ணப்பர் தன் கண்களில் ஒன்றை அம்பினால் தோண்டிக் கடவுளின் இரத்தம் வடிந்த கண்ணிருந்த இடத்தில் பொருத்தினார். சிவன் தன் இரண்டாம் கண்ணையும் இரத்தம் பெருக் கெடுக்குமாறு செய்தான். கண்ணப்பர், சிவனின் கண்மீது தன் காலை அடையாளத்துக்கென வைத்துக்கொண்டு, மறுகண்ணையும் அம்பினால் தோண்டி எடுக்கலானார். அச்சமயத்தில் சிவன் தன் கையைக் கொண்டு கண்ணப்பரை நிறுத்தினார். தன் வலக்கைப்புறம் கண்ணப்பரை இருத் தினான்.[72]

இந்து வேலிக்கு அப்பாலுள்ள நிஷாதகுலத்தை அல்லது வேறொரு பழங்குடியினத்தைக் கண்ணப்பர் சேர்ந்தவராகலாம். சமஸ்கிருதப் பாடம் ஒன்று அவரைக் கிராதர் என்று குறிப்பிடுகிறது. பெரிய புராணம், அவருடைய தாய் மறவர் குலத்தைச் சேர்ந்தவள் என்று குறிப்பிடுகிறது. அவருடைய பெற்றோர் முருகனை வணங்கினர். இறை வனுக்கு இறைச்சியைப் படைக்கக்கூடாது என்பது போன்ற பிராமண தர்மத்தின் விதிகளைக் கண்ணப்பர் அறிந்தவரல்ல. (அல்லது ஒரு வரலாற்றாசிரியனின் தொலைவோடு, இறைவனுக்குப் பூசை செய்த பிராமணன் போன்ற உயர்சாதி இந்துக்களை அவருக்குத் தெரியாது என்று நாம் கூறலாம். பிராமணர்கள் அக்காலத்தில் இறைவனுக்கு இறைச்சியைப் படைப்பதில்லை. அந்த பிராமணனுக்கு உணர்த்துவதன் பொருட்டே கண்ணில் இரத்தம் பெருக்கெடுக்கும் பயங்கர நிகழ்வை இறைவன் அரங்கேற்றுகிறான்.) அவருக்கு உடலிலிருந்து வரும் எச்சில் போன்ற பொருள்களின் தூய்மையின்மையும் புரியவில்லை. ஒரு தாய் சிலசமயங்களில் தன் எச்சிலால் தன் குழந்தையின் முகத்திலுள்ள அழுக்கைத் துடைப்பதுபோலத் தன் எச்சிலால் அபிஷேகம் செய்கிறார். (அல்லது ரிக் வேதத்தில் அபலா, தன் வாயில் மென்ற சோமச் சாற்றினை இந்திரனுக்கு அளித்த பிறகு சென்ற பல நூற்றாண்டுகளும் கண்ணப் பருக்குத் தெரியவில்லை.) வழக்கமாக இறைவன் பாதத்தில் நாம் தலையை வைத்து வணங்குவோம். கண்ணப்பரோ இந்த முறைமையை மாற்றி, இறைவனின் தலையில் தன் காலை வைக்கிறார். கண்ணப்பருக்கு உருவகமும் புரியவில்லை. கடவுளுக்கு அளிக்கும் நிவேதனம், ஒரு பூ—பெரும்பாலும் தாமரைப்பூ. அவர் மெய்யாகவே தன் தலையில் கொண்டுவந்த பூக்களை இறைவனுக்குச் சூட்டுகிறார். (உயர்சாதி அர்த்தத்தில், இது கண்ணப்பர் தன் தலையில் அணிந்துவிட்டதால், அசுத்தமானது.) சமஸ்கிருத ஆசிரியர்கள், அழகான கண்களைத் தாமரைக்கு உருவகிக்கின்றனர். கண்ணப்பரோ, உருவகத்தின் தவறான பாதியை — தாமரை போன்ற நிஜமான கண்களையே இறைவனுக்கு அர்ப்பணிக்கிறார். மேலும், சுயமாக ஏற்படுத்திக்கொள்ளும் வலியைப் பொருட்படுத்தாத கண்ணப்பரின் அச்சமூட்டுகின்ற அலட்சியத்திற்கு சிபி அரசன், ஏகலைவன் போன்ற மகாபாரதப் பாத்திரங்கள் செய்த பிரக்ஞைபூர்வ முன்னுதாரணங்கள் காரணமாக இருக்கலாம் (இங்கு பௌத்த மரபில் குணாளனைக் குருடாக்கிய சம்பவம் பற்றிக் கூறவே தேவையில்லை.)

பல பனுவல்கள் இக்கதையை திரும்பச் சொல்கின்றன. காட்டில்

கண்ணப்பர் கண்ட சிவனின் வடிவம் ஒரு லிங்கம் என்றும், ஆநிரைகவரும், வேட்டையாடும் குலத்தில் வந்த கண்ணப்பரை பக்தியின் உருவம் என்றும் மாற்றுகின்ற தன்மையில் அவை அமைகின்றன. இப்படியாக, அவர் கொன்ற பிராணிகள், சிவனுக்குத் தங்கள் உடல்களை அர்ப்பணிக்கும் அரக்கர்கள் என்று சொல்லப்படுகின்றன[73] ஆனால் பெரிய புராணத்தில் அவருடைய தவறுகள் எல்லாம் நல்விளைவுகள் கொண்டவையாகவே நோக்கப்படுகின்றன. இவை முன்பு அறியாத நேரடியான பார்வைப் பரிமாற்றத்தை உருவாக்குகின்றன. வெறும் பார்வையைப் பரிமாறிக் கொள்வதற்கு பதிலாக அவரும் கடவுளும் தங்கள் கண்களையே பரிமாறிக்கொள்கிறார்கள். தரிசனத்தின் மிக நேரிய, வன்முறைகொண்ட, உணர்ச்சிமிகு வடிவம் இதுதான்.

பிராமணர்கள்

மூன்று உடன்படிக்கைகளில், தவத்தின் வெப்பமாகக் கருதப்படும் மதச்சக்தி, பிராமணர்கள் இன்றியே தனிமனிதர்கள் உண்டாக்கிக் கொள்ளும்தன்மைகொண்ட இரண்டாவதைப்போல,மூன்றாவதான பக்தி உடன்படிக்கையும் பிராமணர்கள் இடையீடு இன்றியே தனி மனிதர்கள் வசம் ஆற்றலை ஒப்படைத்தது. ஆகவே இயல்பாகவே பிராமணர்கள் ஆதிக்கத்தினை பயமுறுத்தியது. கீழ்ச்சாதிகள் கோயிலுக்குள் சமமாக வர வேண்டும் என்று கேட்கும் சோழர்காலப் பதிவுகள், பக்தி இயக்கத்திற்கு பிராமணப் புறந்தள்ளும் தன்மைக்கு எதிராகக் கலகம்செய்யும் ஒரு தன்மை அசலாக இருந்ததை எடுத்துக்காட்டுகின்றன.[74]

கண்ணப்பர் கதை ஆற்றலோடு எடுத்துக்காட்டுவதைப் போல, தென்னிந்திய பக்திக் குழுக்கள் சில பிராமணர் அல்லாதோரை, பிராமணரைவிட உயர்வாக மதித்துள்ளன. மிகக் குறைந்தபட்சமாக, பக்தருக்கும் தெய்வத்திற்கும் நேரடித் தொடர்பை வலியுறுத்தியதனால், சிலசமயங்களில் பக்தி பிராமணச் சடங்குகளை ஒதுக்கிவிட்டுச் சென்றது.[75] பக்தி மார்க்கத்தில் மையமான விஷயமாக குருவுக்குச் செலுத்தப்பட்ட விசுவாசமும் பிராமணர்களுக்கு அச்சுறுத்தலாகவே இருந்தது. ஏனெனில் அந்த குரு, பிராமணனாக இருக்கவேண்டிய அவசியமில்லை. ஆனால் இது அத்துடன் நிற்கவில்லை. ராமானுஜன் சொல்வதுபோல, "பக்திஞானிகளின் வழியில், கடைசிதான் முதலாவது; பெண்களாக மாற, ஆடவர்கள் தங்கள் ஆண்மையை இழந்துவிட விரும்புகிறார்கள்; மேல்சாதி ஆடவர்கள் தங்கள் பெருமிதம், தனியுரிமைகள், செல்வம் ஆகியவற்றைத் துறந்து கௌரவமின்மையையும், தாழ்ச்சியையும் ஏற்கிறார்கள்; தீண்டப்படாத பக்திமானிடம் கற்கிறார்கள்."[76] சில பக்திக் குழுக்கள் அரசியல், சாதி, பால், தொழில் பாகுபாடுகளை ஊடுருவிச் செல்கின்றன. சிலர் பறையர்கள்; பலபேர் பிராமணரல்லாதோர்.

பால், சாதி ஆகியவற்றின் படிநிலைகளைப் புறக்கணித்தல் என்று சொல்லாவிட்டாலும் அவற்றைக் கேள்வி கேட்பது, அதனுடன் அன்பின் இறையியலையும் சேர்த்து, பக்தியாளர்களை ஒருவிதப் பழங்கால ஹிப்பிகளாகவும் ஓர் எளிய ஜனரஞ்சக வகையினராகவும் இனம்காணச் செய்திருக்கிறது. ஆனால் ஒருபுறம், படிநிலை அமைப்புகள்

கேள்விக்குள்ளாக்கப்பட்டாலும் அவை மீண்டும் பொருளாக்கப்படுகின்றன — சிலசமயங்களில் தலைகீழாக்கப்பட்டாலும், கேலிக்குள்ளாக்கப்பட்டாலும் அவை எப்போதும் இருக்கவே செய்கின்றன. மாறாக, பிராமணத் தலைமையாதிக்கம் இன்னும் ஆழமாக வேரூன்றியிருக்கிறது. கண்ணப்பருடைய கதைக்குப்பிறகு பெரிய புராணம், திருநாளைப்போவார் புராணத்தைச் சொல்கிறது. அவர் ஒரு கோயிலுக்குள் புக அனுமதிக்கப்படாததால், தீக்குளித்துத் தன்னைத் தூய்மைப்படுத்திக் கொள்ள வேண்டியிருந்தது. தீக்குளிப்பதாகிய இந்தச்செயல், பறையரை பிராமணர் ஆக்கிவிடுகிறது. ஒரே சமயத்தில் இந்தத் தீர்வு நந்தனாரை மட்டும் ஏற்றுக்கொள்வதோடு, அதேசமயத்தில் பிராமணர் எல்லாருடைய உயர்வையும் கோயில்களிலிருந்து பறையர்களை விலக்குவதையும் நியாயப்படுத்துகிறது.[77] பிற்காலத்தில் சாதி எதிர்ப்புக் கதைகளின் தலைவராக நந்தனார் கருதப்படலானார்.[78] இந்துச் சமூக அமைவின் அநீதிக்கு எதிராக பௌத்தமும் பிற எல்லாப் பெயர்பெற்ற பழைய சமூகச் சீர்திருத்த இயக்கங்களும் குரல்கொடுத்ததைப் போல, பக்தி இயக்கம் சமூக அமைவை மாற்றவோ, சீர்திருத்தவோ முயற்சிசெய்யவில்லை. சாதிச்சமமின்மைகளை எதிர்ப்பது பின்னால்தான் வருகிறது. அப்போதும் ஓர் எல்லைக்குட்பட்ட வெற்றிதான் அதற்கு. அதற்கு பதிலாக, பக்தி, ஒரு மற்றொரு, மாற்று அமைவை உருவாக்கியது எனலாம். இந்த அமைவு பிராமணர் கோட்பாட்டுலகிற்கு அருகிலேயே இருந்துவந்தது. இதில், சாதி அநீதிகள் பெரும்பாலும் குறிப்பிடப்பட்டன, சிலசமயங்களில் சவாலுக்கு உட்படுத்தப்பட்டன, ஆனால் ஒரு போதும் தணிக்கப்படவில்லை.

ஆனால் புராணத்தில் திரிசங்குவுக்கு என உருவாக்கிய, நட்சத்திரங்கள், நிலவு யாவற்றையும் கொண்ட மாற்றுப் பிரபஞ்சத்தைப் போலன்றி, இந்துமதத்திற்கே உரிய ஊடு பரவும் சவ்வினை பக்திப் பிரபஞ்சம் எல்லையாகக் கொண்டிருந்தது. அவ்வப்போது பக்தியுலகு, பிராமணர் கோட்பாட்டு உலகிற்குள் அவ்வப்போது கசிந்து, அதிலும் பெண்கள், கீழ்ச்சாதியினர் நிலையை மேம்படுத்தியது என்பது மட்டுமே இதனால் ஏற்பட்ட நல்விளைவு. பக்திக் குழுக்களின் தலைவர்கள் பலர், குறிப்பாக பக்தி இயக்கத்தின் தொடக்க காலத்தில் கீழ்ச்சாதிகளிலிருந்து வந்த போதிலும், காலப் போக்கில் உயர்சாதி வைணவர்களும் சைவர்களும் அவர்களுடைய இலக்கியத்தை ஏற்றுக் கொண்டனர்.[79]

ஆனால் கெட்ட செய்தி என்னவெனில், எல்லாச் சவ்வுகளுமே இருவழி ஊடுபரவலை அனுமதிப்பவை ஆகையால், பக்தியும் அவ்வப்போது சாதியமைவுக்குத் தன் சொந்தப் படிநிலைகளுக்குள் — ஆம் படிநிலைகள் என்பதைத்தான் சொல்லுகிறேன் — சலுகைகள் அளித்தது. அதனால், ஒருகாலத்தில் பிராமணர் அல்லாதோருடைய பனுவல்களாக இருந்தவை, எழுத்துப்பதிவுகளுக்குள் தாங்கள் அனுமதிக்கப்படுவதற்கு விலையாக பிராமண மதிப்புகளை ஏற்றுக் கொள்ளவேண்டியதாயிற்று. வாய்மொழிச் சுற்றாக அவை இருந்த சிலகாலத்திற்குப் பிறகுதான் அவை எழுத்துப்பதிவுகளாகத் தொகுக்கப் பட்டன. மேலும், சைவ ஆதிக்கத்தின் அடிப்படையான உயர்அதிகாரத் திட்டத்தின் சேவைக்காகவே இவை தொகுக்கப்பட்டன. தென்னிந்திய (தமிழக) பக்திஞானிகளிடம் காணப்

பட்ட பிராமணரல்லாத கூறுகள் ஒருபுறமிருப்பினும், அந்த இயக்கம் கடைசியில் பிராமண நோக்கங்களுக்குப் பெருமளவு உதவுவதாகவே முடிந்தது.

காலம் செல்லச்செல்ல சாதிக் கட்டுப்பாடுகள் மீண்டும் தங்களை உறுதிப்படுத்திக் கொண்டன. ஒரு முக்கிய வைணவப்பிரிவை உருவாக்கிய தத்துவஞானி இராமானுஜர், ஒரு குறிப்பிட்ட எல்லைக்குள் சாதிப் பாகுபாடுகளை ஏற்றுக்கொண்டார். இன்னும் பிற்காலத்தில் தோன்றிய வங்காள வைணவத் தலைவர் சைதன்யரும் சாதிப்பிரிவு களைக் களைய முடியவில்லை.[80] நம்மாழ்வார் ஒரு கீழ்ச்சாதி விவசாயக் குடும்பத்தைச் சேர்ந்தவர். தொண்டர் கதைகள் யாவும் ஒரேவிதமாக அவர் சூத்திரர் என்றே சொல்கின்றன.[81] ஒருகுழுவை நிறுவியவர் என அவரைக் கொண்டாடுகின்ற ஸ்ரீவைணவ பிராமணர்களுக்கும் தங்கள் பிராமணக் கோட்பாட்டுலகின்மீது அவரது சாதித்தன்மை ஒரு கருநிழலை வீழ்த்தியது தெரியவே செய்தது. நம்மாழ்வாரின் கீழ்ச்சாதியில் பிறந்ததன் உட்குறிப்புகளைக் குறைக்க அவர்கள் பல்வேறு நடவடிக்கைகளை மேற்கொண்டனர். உதாரணமாக, ஒரு கதையாளர், குழந்தையான நம்மாழ்வார் தன் குடும்பத்துடன் உண்ணவோ அவர்களைப் பார்க்கவோ செய்யவில்லை; சுயமரியாதை உள்ள எந்த பிராமணனும் கீழ்ச்சாதி யினரிடம் உணவு உண்ணமாட்டான் என்பதால் தன் சூத்திரத் தாயின் மார்பில் பால் அருந்தவும் குழந்தை நம்மாழ்வார் மறுத்தார் என்று எழுதியிருக்கிறார்.[82] ஓரடி முன்னால், இரண்டு அடிகள் பின்னால்.

தென்னிந்திய பக்தியின் வன்முறை துறவுசார் இயக்கங்களைப் போலவே பக்தி இயக்கமும் விலங்குகளிடம் அகிம்சையைக் கையாளவேண்டும் என்பதில் உறுதியுடன் இருந்தது. பொதுவாக (எப்போதும் என்று சொல்ல இயலாவிட்டாலும்) விலங்கு யாகத்தை எதிர்த்தது (கண்ணப்பர் இறைச்சி உணவளித்த கதை சுட்டிக்காட்டுவது போல). ஆனால் மக்களிடம் அகிம்சையைக் கடைப்பிடிப்பதை அது வலியுறுத்தவில்லை. அன்பு, குறிப்பாக ஆசையாக மாறும்போது, வெறுப்பைப் போலவே வன்முறை கொண்டதாக மாறும். ராபர்ட் ஃப்ராஸ்ட் தீயையும் பனிக்கட்டியையும் பற்றிக் கூறியதுபோல. துறவியரின் (தங்கள் உடலைப் பலவிதமாகச் சிதைத்துக்கொள்ளுதல்) கதை மரபிலும், சிபி, கர்ணன் போன்ற போர் வீரர்களின் (தங்கள் ஆண்மையைக் காட்டும்விதமான) கதை மரபிலும் உடல் வலியைப் பொறுத்துக்கொள்வதை வெளிக்காட்டும் திறமை உள்ளார்ந்த ஒன்று. ஆனால் பக்தியின் வன்முறை (கண்ணப்பர் தம் சொந்தக் கண்களைத் தோண்டியதுபோல) எப்போதுமே தங்கள் சுயத்தையோ அல்லது கடவுளையோ (சுந்தரர் தம் கொள்கையைக் கைவிட்டுவிடுவதாக மிரட்டியதுபோல) நோக்கியதல்ல. வழக்கமாகக் கடவுளை வணங்க மறுக்கும் இந்துக்களை வழிப்படுத்துவது, எப்போதா வது பிற மதங்களுடன் முரண்படுவது என்ற முறையில் சிலசமயங்களில் அந்த வன்முறை கடவுளுக்கானது. பேருணர்ச்சியில் பொதிந்திருக்கும் வன்முறை என்பது, பெரிய புராணத்தில் நாயன்மார்கள் செய்யும் செயல்களைப் பற்றிய மேம்போக்கான சுருக்கத்திலும் எளிதாகத் தெரிய வருவது. எவராவது ஒருவர் ஜைனர்களுடன் கடுமையான மோதலில்

ஈடுபடுகிறார், மற்றொருவர் ஏதாவது ஒரு வழியில் தற்கொலைக்கு முயற்சிசெய்யவோ, அன்றிச் செய்யவோ முற்படுகிறார், மற்றொருவர் தந்தையின் காலையோ மனைவியின் கையையோ அரசியின் மூக்கையோ வேறொருவரின் நாக்கையோ வெட்டுகிறார், அல்லது தன் கழுத்தை அறுத்துக் கொள்கிறார், உறவினரைக் கொல்கிறார், தன் முழங்கையையே அரைக்கிறார், தலைமுடியில் தீ வைத்துக் கொள்கிறார், அல்லது சொந்தக் குழந்தையையே வெட்டிக் கறிசமைக்கிறார்.

சில சமயங்களில் கடவுளே பக்தனின் குடும்பத்தில் உடல்சார் வன் முறையை நிகழ்த்துவதற்கும் பக்தி காரணமாகிறது.

சிறுத்தொண்டரும் பிள்ளைக்கறியும்

ஒரு சிவனடியார் சிறுத்தொண்டரின் வீட்டுக்கு வந்து தனக்குச் சிறுபிள்ளையின் கறி வேண்டும், அதுவும் அதன் பெற்றோர்களே அதைச் சமைத்திருக்கவேண்டும் என்று கேட்டார். சிறுத்தொண்டரும் அவருடைய மனைவியும் தங்கள் ஒரே மகனை அறுத்துக் கறிசமைத்தனர். அதை அவர்கள் அளிக்க முற்பட்டபோது, சிறுத்தொண்டரும் அவர் மனைவியும் உணவில் பங்கேற்க வேண்டுமெனவும், தங்கள் மகனை உடனமர்ந்து உண்ண அழைக்க வேண்டுமெனவும் சிவனடியார் கூறினார். அவர்கள் அவனை அழைத்தனர். அவன் வெளியிலிருந்து ஓடிவந்தான். சிவனடியார் தன்னைச் சிவபெருமானாக — பைரவனின் தோற்றத்தில் வெளிப்படுத்திக்கொண்டு, பார்வதியுடனும் மகன்களுடனும் காட்சிகொடுத்தார். சிறுத்தொண்டரையும் அவர் குடும்பத்தினரையும் கைலாசத்துக்கு அழைத்துச் சென்றார்.[83]

மகாபாரதத்தில் யுதிஷ்டிரனையும், சிபியையும் சோதித்தவிதத்தில் இதுவும் ஒரு சோதனை என்று நாம் அறிகிறோம். ஆனால் மிகக் கொடுமையான சோதனை. ஹீப்ரு பைபிளில் ஆபிரகாமைச் சோதித்ததை விடவும் மிகத் துன்பமானது. ஏனெனில், சிறுத்தொண்டரின் மகன் (பின்னர் உயிர்ப்பிக்கப்பட்டாலும்), உண்மையாகவே கொல்லப்படுகிறான். கிரேக்கத் துன்பியல் நாடகத்தில், தியேஸ்டஸுக்குச் செய்த தந்திரத்தைவிடவும் கொடுமையானது. (தியேஸ்டஸின் எதிரி, அவனுடைய மகன்களைக் கொன்று அவனுக்கு உணவாக அளிக்கிறான், ஆனால் அது அப்போது தியேஸ்டஸுக்குத் தெரியாது). யுதிஷ்டிரன், சிபி, ஆபிரகாம், யோபு போன்றோர் (தியேஸ்டஸ் இவர்களில் இல்லை) விஷயங்களில் துன்பியல், ஒரு தோற்றமாக அல்லது, எதிர்ப்புறம் மாற்றுவதாக முடிகிறது. யோபுவின் நஷ்டங்கள் சரிசெய்யப் படுவதுபோல, ஆபிரகாமின் மகன் கடைசிநிமிடத்தில் விடப்படுவதுபோல, சிறுத்தொண்டரின் மகனும் தீங்கின்றித் திரும்பிவருகிறான். (இந்தக் கதை தமிழில் மட்டுமன்றி, தெலுங்கு கன்னடத்திலும் சொல்லப்படுகிறது). இக்கதையின் சில வடிவங்களில், இறுதியில் மகன் திரும்பிவரும்போது அவன் உடலின் பகுதிகள் ஒவ்வொரு நறுமணப்பொருளின் வாசனையோடு மணக்கின்றன. ஆனால் பிள்ளையைக் கறியாகச் சமைக்கும்போது பெற்றோரின் துயரம் மிக உண்மையானது. அதுவும் பக்திதான். ஒரு

கடவுளின் கைகளில் கொடும் துயரத்தை அனுபவித்தல். பிந்திய, சற்றே மாறுபட்ட தென்னிந்திய மரபில், வீரசைவ பசவ புராணத்தில், ஒரு துறவி, சிறுத்தொண்டரைச் சிவபெருமான் பிள்ளைக்கறி கேட்டதற்காக அவனை மதத்தை விட்டு விலக்குகிறார். இதுவும் பக்திதான். கடவுளையே தண்டித்தல். அதேசமயம், பக்தியின் மறுபக்கத்தை — பரவச உணர்வு, கடவுளுக்கு மிக நெருக்கமாக இருப்பதால் ஏற்படும் களிப்பு என்னும் நேர்முக உணர்வுகளை நாம் மறக்கலாகாது.

பழங்காலத் தென்னிந்தியாவில் மதங்களுக்கிடையிலான உரையாடல்

பதினோறாம் நூற்றாண்டின் கேரளக் கவிஞர் ஒருவர், ஒரு புனித மான ஆசிரமத்தின் அண்டையில் பலவிதக் காட்டு மிருகங்களும் தங்கள் பகைமையை மறந்திருப்பது போலத், தலைநகரில் வெவ்வேறு தெய்வங்கள் சமாதானமாக உடனிருந்தன என்று எழுதுகிறார்.[84] ஆனால் அவ்வப்போது அவை ஞாபகப்படுத்திக்கொண்டன.

பௌத்தமும் ஜைனமும்

தென்னிந்தியாவில் இந்துக்கள், பௌத்தர்கள், ஜைனர்கள் ஆகியோருக் கிடையிலான பரஸ்பரக் கொடூரத்தன்மை பற்றிய கதைகளின் நீண்ட, சோகமான வரலாறு இருக்கிறது. ஆனால் அந்தக் கதைகள் மெய்யான வரலாற்று நிகழ்ச்சிகளைத் துல்லியமாகக் குறிப்பிடுவன என்பதற்கான வரலாற்று ஆதாரங்கள் மிகக் குறைவு. பொதுவாக மதங்களுக்கிடையில் உண்மையான உறவு ஓரளவு சகிப்புத் தன்மையோடிருந்த காலத்தில் இம்மாதிரிச் சர்ச்சைசெய்யும் நூல்கள் எழுந்தன. சோழர் பேரரசு உருவாகுவதற்கு முன்னரே ஜைனர்கள், பௌத்தர்கள் ஏற்கெனவே நன்கு நிறுவனமாகி சமூகத்தின் ஆதரவைப் பெற்றிருந்தனர். தனக்கான புரவலர்களுக்கும் பின்பற்றுவோருக்கும் என இந்துமதம் அவர்களோடு போட்டியிட நேரிட்டது என்ற உண்மையால் இந்த நூல்களின் எழுச்சியை ஒருவாறு விளக்கமுடியும்.[85] கர்நாடகத்திலும் தக்கணத்திலும் ஜைனம் குறிப்பாக முதன்மை பெற்றிருந்தது. அசோகனின் காலத்திலிருந்து, சோழர்கள் பாண்டியர்கள் இடையே பௌத்தம் உறுதியாக நிறுவப் பெற்றிருந்தது. மக்களும் வேத, யாக மரபிலிருந்து கோயில் அடிப்படை யிலான இந்துமதத்தின் பிற வடிவங்களுக்கு மாறினார்கள் — அதாவது பொதுவாக அந்தந்த மதக்குழுக்களின் வழிபாட்டுமுறையில், குறிப்பாக பக்திமுறையில் ஈடுபட்டனர். அதாவது சாதாரண மக்கள், தங்களிடமிருந்த உபரிப் பணத்தை வேதப் புரோகிதர்களுக்கு அன்றி, பிற மதத் தலைவர் களையும் நிறுவனங்களையும் ஆதரிக்கப் பயன்படுத்தினார்கள் என்பது அர்த்தம். மக்களுடைய ஆதரவுக்கும், அரசனின் ஆதரவுக்குமான போட்டி, சிலசமயங்களில் நட்புமுறையிலானதாகவும், சிலசமயங்களில் நட்பற்ற முறையிலும் நிகழ்ந்தது. இதனால் மோதல்கள் நிகழ்ந்தன. பக்தி இவற்றை தீவிரமாக்கியதே தவிரக் குறைக்கவில்லை. அது தனது சக்தியை (இந்து மதத்திற்குள் மட்டுமன்றி, பௌத்தம், ஜைனம் ஆகியவற்றிலும் காணப்பட்ட) துறவு, சந்நியாச மரபுகளுக்கான பொதுமக்களின் எதிர்ப்பிலிருந்து பெற்றது. பௌத்தர்களும், ஜைனர்களும் பிராமண

ஆதிக்கத்திலிருந்தும் சாதி வெறுப்பிலிருந்தும் மக்களுக்குப் புகலிடம் அளிப்பதாகக் கூறின. மக்களை ஈர்க்க, பக்தி இயக்கத்திலும், குறைந்த அளவு ஒரு பகுதியாகவேனும் சாதிச் சீர்திருத்தங்களை மேற்கொள்ள வேண்டியிருந்தது.[86] எல்லாச் சாதி மக்களையும் தங்கள்பால் ஈர்த்ததால், ஆழ்வார்களும் நாயன்மார்களும் தெற்கில் பௌத்தம் ஜைனம், ஆகியவற்றின் வளர்ச்சியைத் தடுக்கமுடியுமென நம்பியிருக்கலாம்.[87] சிலசமயங்களில் இந்தப் போட்டி, கடுமையாக மாறி, குறிப்பாக ஜைனர்களுக்கு எதிராகக் கோபமான வசையாக முடிந்தது.[88] போட்டியிடும் பிரச்சாரங்களும் நடைபெற்றன.[89]

பல்லவ அரசன் முதலாம் மகேந்திரவர்மன் (600 - 630) ஒரு ஜைனன். அவன் மத்த விலாசப் பிரஹசனம் (குடிகாரர்களின் கோமாளித்தனம் பற்றிய கேலி நாடகம்) என்ற சமஸ்கிருத நாடகத்தை எழுதினான். அதில் ஒரு குடிகாரச் சைவத்துறவி, தான் பிச்சை எடுப்பதற்குப் பயன்படுத்திய மண்டையோட்டைத் திருடிக்கொண்டதாக ஒரு வைணவத் துறவிமீதும், புத்தபிக்ஷு மீதும் குற்றம் சாட்டுகிறான். அந்த மண்டையோட்டைக் கடைசியில் திருடியது ஒரு தெரு நாய். கத்திபோன்ற மிகக்கூரிய மகேந்திர வர்மனின் அங்கத நகைச்சுவையில் தப்பித்தவர்கள் ஜைனர்கள் மட்டுமே. ஆனால் எந்த ஒரு மதக்குழுவுக்கும் எதிராக அவன் ஒரேஒரு முறை பயன்படுத்திய கூரிய கத்தி இது. ஜைனத் துறவியாக இருந்து சைவராக மாறிய அப்பர், (முன் சொந்தக்காரர்களான) ஜைனர்களைக் கடுமையாகத் தாக்கினார். மகேந்திரவர்மனையும் சைவனாக மாற்றினார். ஆனால் பல்லவர்கள் பௌத்தர்களுக்கும், பிராமணர்களுக்கும், ஜைனர்களுக்கும்கூட ஆதரவு தரவே செய்தனர். இந்தியாவின் பிறபகுதிகளில், இந்துக்கள், குறிப்பாகச் சைவர்கள், பௌத்த மதத்துக்கு எதிராகக் கடும் நடவடிக்கைகளில் ஈடுபட்டனர். குறைந்தபட்சம் இரண்டு சைவ அரசர்களேனும் பௌத்த மடங்களை அழித்து, பிக்ஷுக்களையும் கொன்றனர் என்று தெரியவருகிறது. திருமங்கையாழ்வார் ஒரு பௌத்த மடத்தைக் கொள்ளையிட்டதாகத் தெரியவருகிறது. அதன் மையச் சிலையை அவர் எடுத்துத் தூளாக்கிவிட்டு, தங்கத்தைத் திருவரங்கத்தின் கோபுரத்திற்கெனப் பயன்படுத்தினார் எனத் தெரிகிறது.[90] ஆழ்வார்கள், நாயன்மார்கள் சிலரின் பாக்கள், ஜைனர்களுக்கும் பௌத்தர்களுக்கும் எதிரான உணர்வுகளைக் கொண்டிருக்கின்றன. பின்வரும் கதையைத் திருவாதவூரர் புராணமும், திருவிளையாடல் புராணமும் கூறுகின்றன.

மாணிக்கவாசகர், பௌத்தர்களை ஊமையாக்குதல்

பௌத்த மதத்தூதர்கள் மூவாயிரம் பேர் இலங்கையிலிருந்து சோழ அரசனிடம் வந்தார்கள். அவர்களை வாதத்தில் முறியடிக்குமாறு மாணிக்க வாசகரிடம் மன்னன் வேண்டினான். சைவக் கொள்கையின் உண்மை நிறுவப்பட்டால், தான் பௌத்தர்களை அழித்துவிடுவதாகக் கூறினான். வாதத்திற்குப் பிறகு, பௌத்தர்கள் உண்மையை இழிவு படுத்தலாகாது என்று மாணிக்கவாசகர் சரஸ்வதியிடம் முறையிட்டார். கலைமகள் அவர்கள் அனைவரையும் ஊமையாக்கினாள். பௌத்தர்களின் தலைவன் சைவத்திற்கு மாறியவுடன் அவனுடைய மகளுக்குப் பேச்சாற்றல்

கிடைத்தது. அவள் பௌத்தர்களை எதிர்க்கத் தொடங்கினாள். பின்னர் அவள் மதம் மாறி, சைவ உடை அணிந்ததுடன், சிதம்பரத்திலேயே வாழ்ந்திருந்தாள்.[91]

மதங்களுக்கிடையிலான வாதங்கள் இந்தக் காலப்பகுதியில் மிகத் தாழ்ந்த நிலையை அடைந்திருந்தன. பிஹார், வங்காளம் ஆகிய இடங்களில் மட்டுமே, பால வம்ச ஆட்சியினாலும், சில சிற்றரசர்கள், தலைவர்கள் ஆதரவாலும் பௌத்த மடங்கள் தொடர்ந்து செழித்து வளர்ந்தன. பன்னிரண்டாம் நூற்றாண்டில் கங்கைச் சமவெளி மீது அராபியர்கள் படையெடுத்த நிலையில், கிழக்கு இந்தியாவில், புத்த மதம், ஆதிக்க மதமான இந்து மதத்தினால் உள்செரிக்கப்படும் நிலையில் இருந்தது. அதற்குப் பிறகு அங்கு மிகக்குறைந்த எண்ணிக்கையிலான பௌத்தர்கள் மட்டுமே இருந்தனர், அவர்கள் ஒரு பெரிய சவாலாக இல்லை. ஆனால் ஜைனம் உயிருடனிருக்கப் போராடியது. தமிழ்நாட்டில், ஜைனமதப் பணியாளர்களையும் ஆட்சியாளர்களையும் சித்திரவதைக்கு உட்படுத்தியதும் தண்டனை வழங்கியதும் பற்றிய பல கதைகள் வழங்கு கின்றன.

ஏழாம் நூற்றாண்டில் வாழ்ந்த சைவக்குரவர் திருஞான சம்பந்தரைக் கொல்ல (இந்துக் கதைகளின்படி) ஜைனர்கள் முயன்றனர். அவர் அவர் களைச் சண்டை மூலமாக அல்ல, அற்புதச் செயல்கள் நிறைந்த போட்டி யால் வென்று, பாண்டிய மன்னனை ஜைனத்திலிருந்து சைவத்திற்கு மாற்றினார். பௌத்தர்களையும் ஜைனர்களையும் சைவர்கள் தோல்வி யுறச் செய்த பல நிகழ்ச்சிகளைச் சொல்கின்ற பெரிய புராணம்,[92] அந்தக் கதையை இப்படிச் சொல்கிறது.

சம்பந்தரும் கழுவிலேறிய ஜைனர்களும்

கெடுமதி கொண்ட ஜைனர்கள், பேய்களைப் போலக் கருமையிலும் கருப்பானவர்கள், சம்பந்தருக்கு எதிராகச் சதி செய்தார்கள். அவர் தங்கியிருந்த மடத்திற்குத் தீ வைத்தார்கள். சம்பந்தர் இறைவனை வழிபட, மடத்தின் தீ அணைந்தது, ஆனால் அது பாண்டிய மன்னனை வெப்புநோய் வடிவில் தாக்கிற்று. இருகுழுக்களில் எவர் தன் வெப்பு நோயை குணப்படுத்துகிறார்களோ, அவர்களை ஆதரிப்பதாகப் பாண்டி யன் கூறினான். ஜைனர்கள் தோற்றார்கள், சம்பந்தர் பாண்டியனின் வெப்புநோயைத் தீர்த்தார். பிறகு ஜைனர்கள், தாங்களும் சம்பந்தரும் தங்கள் தங்கள் கொள்கைகள் அடங்கிய பனையேடுகளைத் தீயிலிட வேண்டும் என்றனர். யாருடைய கொள்கைகள் அடங்கிய பனையோலை எரியவில்லையோ, அவர்களே வென்றவர்கள். அவர்களுடையதே உண்மை மதம். ஜைனக்கொள்கைகள் எழுதிய ஏட்டைத் தீ எரித்துவிட்டது. சம்பந்தருடையது எரியவில்லை. பிறகு ஜைனர்கள், தங்கள் கொள்கைகள் எழுதிய பனையோலைகளை வையை நதியில் இடுவதாகக் கூறினர். சம்பந்தரும் அவ்வாறே செய்யவேண்டும். மேலும், தாங்கள் இந்த மூன்றாவது போட்டியிலும் தோற்றால், அரசன் தங்களைக் கழுவேற்றலாம் என்று கூறினர். ஜைன ஏடுகள் ஆற்றோடு அடித்துச்செல்லப்பட, சைவ ஏடுகளே ஆற்றை எதிர்த்து வந்தன. எனவே எண்ணாயிரம் ஜைனர்கள்

தாங்களே கழுவேறினர்.[93]

மதக்காற்று எந்தப் பக்கம் வீசுகிறது என்று அறிந்த மன்னன், சம்பந்தருடன் சென்றான். இந்த அற்புதச் செயல்கள் கதை எவராலும் எதிர்க்கப்படவில்லை. தொண்டர்களின் வாழ்க்கை வரலாறு என அது விடப்படுகிறது. ஆனால் இயற்கைச் சட்டங்களுக்கு ஒத்துச்செல்கின்ற, வரலாறாக முன்வைக்கப்படுகின்ற, கழுவேறிய கதை பெரும் விவாதத்திற் குள்ளாகி இருக்கிறது.[94] பழைய இந்தியாவில், மாண்டவ்யர் கதையில் நாம் கண்டது போல, கழுவேற்றுதல் ஒரு வழக்கமான தண்டனை. தம் கவிதைகளில் ஜைனர்களை இழிவுபடுத்தும் சம்பந்தர், ஜைனர்களைக் கழுவேற்றியது பற்றி ஒன்றும் கூறவில்லை. சம்பந்தரை விட வயதில் மூத்தவரான அப்பரும், கி.பி. ஏழாம் நூற்றாண்டின் முற்பகுதியில் தம் பாக்களில் மூன்று போட்டிகளின் கதையைச் சொல்கிறாரே அன்றிக் கழுவேறியது பற்றிக் குறிப்பிடவில்லை. பல நூற்றாண்டுகள் கழித்துத்தான் ஜைனர்கள் கழுவேறிய கதை சொல்லப்படுகிறது. இந்தக் காலக்கடப்பு, கழுவேறிய வரலாற்றைக் கேள்விக்குள்ளாக்குகிறது. முதலாம் இராஜராஜ சோழனின் (985 - 1014) ஆட்சியில் வாழ்ந்த நம்பியாண்டார் நம்பி, இக்கதைகளைச் சுட்டிச்செல்கிறார். இரண்டாம் இராஜராஜன் ஆட்சியில் (1150 - 1173) தாராசுரத்திலுள்ள (தமிழ்நாட்டில் கும்பகோணத்திற்குத் தெற்கிலுள்ள ஊர்) சிவன் கோயிலின் கருவறையில் தீட்டப்பட்டுள்ள ஓவியத்தில்தான் இக்கதை வரையப்பட்டுள்ளது.[95] இக்கதையைப் பெரிய புராணத்தில் சொல்கின்ற சேக்கிழார் ஜைனர் களுக்கு எதிரானவர் என்பது பிரசித்தம்.[96] பரஞ்சோதி முனிவர் தம் திருவிளையாடற் புராணத்தில் இக்கதையை மறுசீராக்கம் செய்தார். அது பத்தாம் நூற்றாண்டில் தஞ்சையின் மிகப் பெரிய பிருகதீஸ்வரர் கோயிலில் தீட்டப்பட்டுள்ளது.[97] ஒரு சுற்றில், சம்பந்தர் இடப்புறம் இருக்கிறார். ஆறும் ஏடுகளும் தென்படுகின்றன. அரசனும் அரசியரும் அமைச்சரும் மத்தியில் இருக்கிறார்கள். கழுவேறிய ஜைனர்கள் வலப்புறம் உள்ளனர்.[98] மதுரை மீனாட்சியம்மன் கோயிலிலும், பொற்றாமரைக் குளத்தின் மண்டபச் சுவரில் ஜைனர்கள் ஒட்டுமொத்தமாகக் கழுவேறிய தண்டனை சுவரோவியங்களாகத் தீட்டப்பட்டுள்ளது.

ஆனால் இவை எதுவும் உண்மையாகவே நடந்தன என்பதற்கு இக்கதையைத் தவிர எவ்வித ஆதாரமும் இல்லை. பழைய மூலங்களில் இந்தக் கதையும் மரபாக, வன்முறை செய்த இந்துச் சமூகக் கதைகளில் மட்டுமே இடம்பெற்றுள்ளது. ஜைனர்களின் பனுவல்கள் எதிலும் இக்கதை இடம்பெறவில்லை. இந்துக்களிடையே (சரியோ தவறோ) ஓர் இந்து அரசன் ஜைனர்களைக் கழுவேற்றினான் என்ற நம்பிக்கையின் வலுவான மரபு உள்ளது என்பதுதான் வரலாற்று உண்மை. பல நூற்றாண்டுகளாக, இதைப் பெருமையடித்துக் கொள்வதும், இக்கதை களைக் கோயிலில் வரைந்து வைப்பதும், இக்கதையைத் தங்கள் பனுவல்களில் சுட்டிச்செல்வதும் இந்துக்களின் வழக்கமாக உள்ளது. இக்கதையைச் சொல்வது இரு சமுதாயங்களுக்கிடையிலும் பொதுவாக மோதலை ஏற்படுத்துவதாக உள்ளது என்பதோடு, ஏற்கெனவே உள்ள மோதல்களைப் பிரதிபலிப்பதாகவும் உள்ளது என்பது உண்மை.

இரண்டு தரப்புகளிலும் சொல்லப்படுகின்ற வேறு கதைகள் உள்ளன. ஆந்திரப் பிரதேசத்தில் பதினாறாம் நூற்றாண்டின் கல்வெட்டுகள், சுவேதாம்பர ஜைனர்களின் தலைகளை வெட்டுவதில் வீரசைவத் தலைவர்கள் கொண்ட பெருமிதத்தைச் சொல்கின்றன. ஜைனர்களை இவர்களும் கழுவேற்றிய பிறகு ஐந்து ஜைனர்கள் சிலை அமைந்த ஒரு ஜைனக் கோயிலை பஞ்சலிங்கக் கோயிலாக — சிவன் கோயிலாக மாற்றியதாகவும் சொல்லப்படுகிறது.[99] தார்வாடில் அப்ளூரில் உள்ள ஒரு கல்வெட்டு, சிவ வழிபாட்டை ஜைனர்கள் எதிர்த்ததால், அதற்கு எதிராக ஜைனக் கோயில்களைத் தாக்குவதைப் பாராட்டுகிறது.[100] ஒரு சைவன் தன் சிலைவழிபாட்டை நடத்தியபோது ஜைனர்கள் அதைத் தடுக்க முயற்சி செய்ததாகவும், அதனால் ஏற்பட்ட சண்டையில், சைவர்கள் ஒரு ஜைனச்சிலையை உடைத்ததாகவும் சொல்லப்படுகிறது. இந்தச் சண்டை ஜைன அரசனான பிஜ்ஜலன் முன் கொண்டுவரப்பட்ட போது, அவன் சைவர்களுக்கு ஆதரவாகத் தீர்ப்பளித்து, ஜைனர்களைப் போகச் சொல்லிவிட்டான்.[101] ஜைன அரசன் ஒருவன் இந்துக்களுக்குச் சார்பாகத் தீர்ப்பளித்த இந்தச் செயல், இதேபோன்ற மற்றொரு செயலுக்கு இணை யாக உள்ளது. பதினான்காம் நூற்றாண்டில், இந்துக் குழுவினரால் அலைக்கழிக்கப்பட்ட ஜைனர்கள் இந்து அரசனிடம் பாதுகாப்பு வேண்டிப் பெற்றனர்.[102] இரு தரப்புகளிலும் பன்மைவாதத்தைக் காப்பாற்ற, எந்தக் குறிப்பிட்ட மதப்பிரிவுக்குமான எல்லைகளைக் கடந்து நம்பிக்கை வைக்கக்கூடிய அரசர்கள் மெய்யாகவே இருந்திருக்கிறார்கள். இருண்ட வானத்தில் ஓர் ஒளிக்கீற்று. வைணவர்களை விடுவோம், இந்தக் காலப்பகுதியில் சண்டை ஏற்பட்டால், அது சைவர்களுக்கும் ஜைனர்களுக்கும் இடையிலானது அல்ல, பாண்டியர்களுக்கும், சோழர்களுக்கும் இடையிலானதுதான். இரண்டு பேருமே சைவர்களாக இருக்கலாம். அல்லது பௌத்தர்களாகவும் இருக்கலாம். காலப் போக்கில் அவ்வப்போது சைவர்கள் சைவக்கோயில்களை இடித்தனர், வைணவர்கள் வைணவக் கோயில்களை இடித்தனர், கோயில்களைக் கொள்ளையடித்து, சிலைகளை வீட்டுக்கு எடுத்துச் சென்றனர்.[103] வேறு வார்த்தைகளில் சொன்னால், துருக்கியப் படையெடுப்புகளில் நிகழ்ந்ததுபோல, போருக்கு மதக்காரணங்களைவிட, அரசியல், பொருளாதார உந்துதல்களே காரணமாக இருந்தன. இருப்பினும் சைவர்களுக்கும் வைணவர்களுக்கு மான வாதங்கள் மிகவும் சூடானவையாக இருந்தன. மதப்பிரிவுகளுக் கிடையிலான உரையாடல்களில், ‘குத்து’, ‘உடை’, ‘தூளாக்கு’ போன்ற வினைச் சொற்கள் அதிகம் தூவப்பட்டிருந்தன. எல்லாவற்றிற்கும் மேலாகக் ‘கடுவெறுப்புக் காட்டு’ என்ற சொல்.[104]

கிறித்துவமும் யூதமதமும்

நண்பர்களோ, எதிரிகளோ, ஜைனர்களும் பௌத்தர்களும் கி.மு. ஆறாம் நூற்றாண்டு முதலாகவே இந்துமதத்துடன் உரையாடல் நிகழ்த்திய தோழர்கள். கிறித்துவுக்குப் பின் சில நூற்றாண்டுகளில், ஆப்ரகாமிய மதங்களும் இந்த உரையாடலில் இணைந்தன — முதலில் கிறித்துவம், பிறகு யூதம், கடைசியாக இஸ்லாம். புனித தாமஸின் ஐயத்திற்கிடமான நூலான சட்டங்களின்படி (கி.பி. முதல் நூற்றாண்டைச் சேர்ந்ததாக

இருக்கலாம்) சீடர்கள் குலுக்கல் முறையில் தேர்ந்தெடுத்தவாறு, யூதாஸ் தாமஸ் என்ற சீடர் (புனித தோமர் — இவர் ஒரு தச்சராக இருந்தவர்) இந்தியாவுக்குச் செல்லவேண்டும் என வந்தது. அன்றிரவு ஒரு தோற்றக் காட்சியில் இயேசு அவர்முன் தோன்றியபோது, "என்னை எங்கு விரும்பினாலும் அனுப்புங்கள் பிரபுவே, இந்தியாவுக்கு மட்டும் வேண்டாம்" என்று தாமஸ் வேண்டினாராம். இருப்பினும் இயேசு அவரை இருபது வெள்ளிக்காசுகளுக்கு ஒப்பந்தக்கூலியாக ஓர் இந்திய வணிகனிடம் அனுப்பிவிட்டார். அந்த இந்திய வணிகன் கி.பி. 19க்கும் 45க்கும் இடையில் ஏதோ ஒரு காலத்தில் காந்தார அரசனின் அரண்மனையில் அவரை வேலைசெய்ய அழைத்துச் சென்றான்.[105] கி.பி. 52இல் இரண்டாவது பயணத்தின்பின், அவர் கேரளக் கடற்கரையில் இறங்கினார், அங்கு சிரியக் கிறித்துவச் சமுதாயத்தை நிறுவினார். அது இன்றுவரை செழித்திருக்கிறது. பிறகு அவர் நிலமார்க்கமாகக் கிழக்குக் கடற்கரைக்குச் சென்றார். அங்கு சென்னையின் நகர்ப்புறத்தில் மரணமடைந்தார். வழக்கம்போல, இருவழித் தொடர்புதான் இங்கும் நிகழ்ந்தது. இந்தியாவுக்குத் தாங்கள் கொண்டுவந்த சரக்குகளுக்கும் சிந்தனைகளுக்கும் மாற்றாக, ரோமானியர்க்கு மிக அதிகமாகத் தேவைப்பட்ட சேர நாட்டு மிளகையும் இலவங்கத்தையும் கிறித்துவர்கள் கொண்டுசென்றனர். அதேபோல எளிதில் உள்வாங்கக்கூடிய கதைகளையும் தான். சான்றாக, கி.பி. இரண்டாம் நூற்றாண்டைச் சேர்ந்த அஸ்வகோஷர் எழுதிய புத்தசரிதத்தின் பகுதிகளைக் கொண்டு சென்றனர். குறிப்பாக புத்தர் கன்னியின் வாயிலாகப் பிறந்ததாகவும், பேயினால் சோதிக்கப்பட்டதாகவும் அஸ்வகோஷர் சொல்கிறார். இவை இயேசு கிறிஸ்துவின் வாழ்க்கை வரலாற்றுக் கதைகளை உருவாக்கியிருக்கலாம்.[106]

யூத மதமும் தென்னிந்தியாவில் இருந்தது. சாலமோனுக்குக் கேரளத்துடன் தொடர்பிருந்தது பற்றி அறிவோம். பழங்கதைகளின்படி, ஏறத்தாழ கி.மு. 70 அளவில் இரண்டாவது கோயில் அழிப்பு நிகழ்ந்தது முதலாக யூதர்கள் அங்கு வசித்துவருகின்றனர். ஆயினும் யூதர்களின் இருப்புக்குக் கிடைக்கின்ற மிக முற்பட்ட சாட்சியம், கி.பி. 970க்கும் 1035க்கும் இடையில் தமிழில் செதுக்கியதாகக் கணிக்கப்படும் செப்புப்பட்டயங்கள் ஆகும். கேரளாவின் கடற்கரையில் கொச்சிக்கு வடக்கில் ஒரு நகரில் யூதர்கள் குடியேறி நிலையாகத் தங்கியதை இவை குறிக்கின்றன. யாரோ ஒரு ஜேகப் ரப்பானுக்குக் கொற்றக்குடை, ஆயுதம் தாங்குதல் உள்ளிட்ட பல்வேறு சலுகைகள் அளிக்கப்பட்டதை இப்பட்டயங்கள் சொல்கின்றன.[108] இந்தியாவில் மிகப் பழமையானதான அங்காடி யூதக் கோயில், 1344இல் கட்டப்பட்டது. 1489இல் மற்றொரு யூதக்கோயில் கட்டப்பட்டது.

இஸ்லாமும் பக்தியும்

இந்த ஆரம்பகாலத்திலேயே மலையாளக் கடற்கரையில் இஸ்லாமும் பரவிவிட்டது. இஸ்லாம் என்ற ஒன்று தோன்றுவதற்கு முன்னமே அராபியர்கள் இந்தியாவின் தென் மேற்குக் கடற்கரைக்கும்— சாளுக்கியர்கள், சேரர்களின் நகரங்களுக்கும், இலங்கைக்கும் அரபிக் கடலின் வழியாக வணிகம்செய்து வந்தனர். அரபிக் குதிரைகள்

மிக முக்கிய வணிகப் பொருள். வடக்கில் நிலவழியாகவும் தெற்கில் நீர்வழியில், கேரளக் கடற்கரை வழியாகவும் இவை இறக்குமதி ஆயின. நபியின் மறைவுக்குப் பின் சில ஆண்டுகளிலேயே வந்த சில அராபியக் குழுக்கள் — இவை மாப்பிள்ளைமார் என்று அழைக்கப்பட்டன — கேரளத்தின் வடக்குக் கடற்கரைப் பகுதியில் நிலையாகத் தங்கிவிட்டன. இஸ்லாமுக்குப் புதிதாக மாறிய அராபிய வணிகர்கள் பிறகு அங்கு வந்து, மாப்பிள்ளைமார்களில் பலரை இஸ்லாமுக்கு மாற்றினர். இன்றுவரை இவர்கள் அங்கேயே இருக்கிறார்கள். ஏழாம் நூற்றாண்டின் மத்தியில் மேற்கத்தியத் துறைமுகங்களில் எண்ணிக்கையில் குறிப்பிடுமளவு முஸ்லிம் சமுதாயங்கள் இருந்தன.[109]

தென்னிந்தியாவில் பக்தி இயக்கம் முதன்முதலாக வளர்ச்சியடைந்த காலத்திலேயே, பதினோறாம் நூற்றாண்டில் தில்லி சுல்தானியத்தின் வாயிலாக ஒரு முக்கியச் சக்தியாக மாறுவதற்கு முன்னரே இஸ்லாம் இந்தியாவுக்கு வந்துவிட்டது. தனிமனித அளவிலும் சமுதாய அளவிலும், நேர்முகமான உந்துதலினாலும், எதிர்மறையான எதிர் வினையாலும் தென்னிந்திய பக்தியுடன் இடைவினை புரிய இந்த முதல் முஸ்லிம்களுக்கு வாய்ப்புக் கிடைத்தது. கி.பி. பத்தாம் நூற்றாண்டில் வைஷ்ணவ பாகவத புராணத்தில் சேர்க்கப்பட்ட, அவ்வப்போது எடுத்துக்காட்டப்படுகின்ற ஒரு பனுவல், இஸ்லாமுக்கும் பக்திக்குமான எதிர்மறை உறவைச் சுருக்கமாகக் கூறுகிறது. இந்தப் பனுவலில் பக்தியே நேரடியாகப் பேசுகிறாள்: "நான் தமிழகத்தில் பிறந்தேன், கர்நாடகத்தில் வளர்ந்தேன், மகாராஷ்டிரத்தில் இங்கும்அங்குமாக வாழ்ந்தேன், பிறகு குஜராத்தில் பலவீனமுற்றேன். இந்தக் கொடிய கலியுகத்தில் பாகண்டர்களால் (மத எதிரிகளால்) குஜராத்தில் என் மக்களுடன் சிதைந்து பலவீனமுற்று மூப்படைந்தேன். ஆனால் பிருந்தாவனத்தை அடைந்தவுடன் நான் இளமையும் அழகும் பெற்றேன்."[110] இதில் குறிக்கப்படும் பாகண்டர்கள் யார்?[111] தென்னிந்தியாவில் சைவர்களுக்குப் பொதுவான எதிரிகளாக இருந்த ஜைனர்களாக இருக்கலாம்.[112] ஆனால் இது ஒரு வைணவப் பனுவல், பெரும்பாலும் தென்னிந்தியாவைச் சேர்ந்தது என்பதைவிட வட இந்தியாவைச் சேர்ந்தது எனலாம். பிருந்தாவனம், வட இந்தியாவில் கிருஷ்ண பக்தர்கள் புனித யாத்திரை மேற்கொள்ளும் இடம். சிதைவு என்பது இதில் குஜராத்துக்குச் செல்லும் முன்பு குறிப்பிடப்படவில்லை. குஜராத் ஜைனர்களின் மையம். ஆனால் மரபாக, இந்தப் பனுவலில் எதிரியாகக் குறிக்கப்படுவது, ஜைனம் அல்ல, இஸ்லாம் என்பதாகவே விளக்கமளிக்கப்பட்டு வருகிறது.

அதேசமயம், தென்னிந்தியாவில் இஸ்லாமுக்கும் பக்தி இயக்கத்திற்கும் இடையில் நேர் முக உறவுகளுக்குப் பல வாய்ப்புகள் இருந்தன. சான்றாக, பிரபத்தி (இறைவனிடம் சரணடைதல்) என்ற சிந்தனை தென்னிந்திய ஸ்ரீவைஷ்ணவ மரபுக்கு மிக முக்கியமானது. இது இஸ்லாமின் தொடர்பினாலேயே ஏற்பட்டிருக்கலாம் — இஸ்லாம் என்றாலே சரணடைதல் என்று பொருள். கேரளத்தின் ஒருசில இடங்களிலிருந்த மாப்பிள்ளைமார்களுக்கு அப்பால் அந்தக் காலத்தில் இஸ்லாம் தமிழகத்திலோ தென்னிந்தியாவிலோ எங்கும் பரவியதற்கான குறிப்புகள்

அநேகமாக இல்லை. மேலும் இஸ்லாம் ஒரு மூடிய மதம் என்பதையும் நினைவில் வைக்க வேண்டும். தொடர்பு மிகப்பரவிய இன்றும்கூட முஸ்லிம்களின் பல நல்ல செய்திகளும்கூட முஸ்லிம் அல்லாதாருக்குத் தெரிவதில்லை.) பொதுவாக, மற்றொரு மதத்தின் இருப்பு, முன்னர் கற்பனைகூடச் செய்யாத இந்த மதத்தின் சாத்தியங்கள் பற்றிய விழிப்பினை எழுப்பி, இப்புதிய, பரவசமான இந்துமத வடிவங்களின் பரவலுக்குக் காரணமாகி இருக்கலாம். மரபான இந்துக்களையும் பக்திக் கவிஞர்களின் தீவிர போதனைகளுக்குத் தயார்ப் படுத்தி இருக்கலாம்.

மதமாற்றம்

மதத்தில் இணைந்திருத்தலை மாற்றிக் கொள்ளும் செயலை — குறிப்பாக பௌத்தம், ஜைனம், வைஷ்ணவம், சைவம் ஆகியவற்றிற்கிடையிலாக மாறுவதை, மாற்றம் என்ற சொல்லால் குறிப்பது எல்லாச்சமயங்களிலும் பொருத்தமாக இருக்காது. மதமாற்றம் என்ற சொல்லை இஸ்லாம், கிறித்துவம் போன்ற பொறாமைக் கடவுளரை உடைய மதங்களுக் கிடையிலான இடைவினைக்கு ஒதுக்கிவைப்பது நல்லது. பழங்காலத் தென் இந்தியாவின் சாதாரண மக்களுக்கு மதப்பன்மைவாதம் என்பது ஒரு போர்க்களம் என்பதைவிடப் பேரங்காடியின் தன்மையைக் கொண்டிருந்தது. சாதாரண மக்கள் பௌத்தத் துறவிகளுக்குப் பிச்சைகள் வழங்கினர், பின்னர், சூஃபித் துறவிகளை வேண்டினர், ஆனால் இந்துக்கோயில்களுக்குச் சென்றனர். ஆனால் சிலபேர் உண்மையிலேயே "மதம் மாறினர்." அதாவது போட்டியான பிற உலகப் பார்வைகளை ஒதுக்கித், தங்களுக்கெனத் தனித்த சிறப்பானதொரு உலகப்பார்வையின் மூலமாக வாழ்க்கையை முழுவதுமாக மாற்றிக்கொண்டனர். துறவிகள், பெண்துறவிகள், முனிவர்கள், சில குறிப்பிட்ட தத்துவப் பிரிவுகளின் உறுப்பினர்கள், ஆகிய மிகச் சிலருக்கு மட்டுமே இது பொருந்தும். குறிப்பாக, இங்கு நோக்கிய தீவிரப் பற்றுக் கொண்ட சில பக்தர்களுக்கும் பொருந்தும்.

தொடக்கத்திலிருந்தே பௌத்தமும் ஜைனமும் மதம் மாற்றுகின்ற இயல்பு கொண்டவையாக இருந்தாலும், முதலில் இந்து மதம் அவ்வாறு இல்லை. ஆனால் இத்துறவு மதங்களும், இவற்றின்பின் கொள்கைக்கு மாறான சில பக்தி அல்லது தத்துவப் பிரிவுகளும் ஒருவன் ஒருவித இந்துமதப் பிரிவில், அல்லது ஜைனனாக (காலப்போக்கில், முஸ்லிமாக அல்லது சீர்திருத்தக் கிறித்துவனாக)ப் பிறந்திருந்தாலும், மற்றொரு பிரிவுக்கு மாறலாம் என்று வாதம் செய்தன. மாறியபிறகு, பொதுவான இந்துமதத்தில் அன்றி, குறிப்பிட்ட துறவு அல்லது பக்திப் பிரிவில் இருக்கவேண்டும் என்றும் கூறின. ஆகவே சில பக்தர்கள் பைத்தியக்காரர்கள் போல மதமாற்றம் செய்தனர். வேத இந்து மதம் ஒருபோதும் இல்லாத முறையில் இவர்கள் இந்தியாவின் பிற மதங்களுக்கு அச்சுறுத்தலாகவும் இருந்தனர். சிலசமயங்களில் இந்த மட்டுமீறிய மதமாற்ற ஆர்வத்தை மதமாற்றம் என்ற சொல் குறிப்பது நியாயம் என நினைக்கிறேன். சேர்க்கையை முற்றிலுமாக ஒரு பிரிவிலிருந்து மற்றொரு பிரிவுக்கோ, அல்லது இந்து மதத்திற்கு மாறான ஒரு மதத்திற்கோ மாற்றிக்கொள்வதை இந்த இயலில்

தொடக்கத்தில் நாம் கண்ட கடவுளை கேலிசெய்யும் பாட்டின் வரியான "நமக்கு வேறு கடவுள்களே இல்லையா?" என்பதில் அடக்கலாம்.

பக்திப் பாவலர்கள் தங்கள் சொந்த மதமாற்றத்தைக்கூட கேலிசெய்தனர்.

சிவன் சைவன் ஆகிறான்

ஒரு சைவத்துறவி மதம் மாற்றுவதில் தேர்ந்தவர். அன்பு, பணம், உடல்பலம் எதன் மூலமாகவும் அவர் எவரையும் மதம் மாற்றிக் கொண்டிருந்தார். ஒரு நாள் சிவபெருமான் அவரைச் சோதிக்க மாறுவேடத்தில் வந்தான். ஆனால் பக்தருக்கு சிவனை அடையாளம் தெரியவில்லை. ஆகவே விபூதியை அவர் நெற்றியில் பூசி சைவனாக மாற்ற முயன்றார். அவருடைய தொல்லை அளவுமீறிப் போனதால், தான் யாரென்று சிவன் சொல்ல முயன்றான். ஆனால் சைவனாக மாறுதற்குரிய அடையாளம் அவன் மீது திணிக்கப்பட்டது. சிவனும் சைவனாக மாற வேண்டிய கட்டாயம்![113]

இம்மாதிரி கடவுளைக்கூட மாற்றக்கூடிய பக்தியின் வன்முறை இதற்குப்பிறகு எப்போதுமே மதத்தின் இதயத்தை உருமாற்றம் செய்தது.

அடிக்குறிப்பு

1. *Blake Wentworth provided the chronology as well as much of the background material on South Indian history and Tamil literature in this chapter. See also Wentworth, Yearning for a Dreamed Real: The Procession of the Lord in the Tamil Ulas.*
2. *Cuntarar, Patikam 14, on Tiruppaccilacciramam, verse two (of fourteen), trans. David Shulman, in Doniger O'Flaherty, Textual Sources, 170.*
3. *Julius Lipner used this metaphor in his book Hindus. Others have used it too, and for good reason.*
4. *Kulke and Rotermund, History of India, 93.*
5. *Keay, India, 119.*
6. *Thapar, Early India, 243.*
7. *Keay, India, 121, 123.*
8. *Thapar, Early India 235.*
9. *Keay, India, 223.*
10. *Ibid., 168.*
11. *Mitter, Indian Art, 49.*
12. *Nath, Puranas and Acculturation, 176.*
13. *Keay, India, 219.*
14. *Ibid., 120.*

15. Flood, Introduction, 128.
16. Thapar, Early India, 234.
17. Flood, Introduction, 113.
18. Ramanujan, Interior Landscape, 110.
19. Flood, Introduction, 169.
20. Ramanujan and Cutler, "From Classicism to Bhakti," 244.
21. Flood, Introduction, 131. Cf. Narayanan, "The Ramayana in the Theology."
22. Ramanujan, "Varieties of Bhakti," 330.
23. Ramanujan and Cutler, "From Classicism to Bhakti," 232.
24. Ibid., 253.
25. Doniger O'Flaherty, Dreams, 286, citing Pen-rose, "In Praise of Illusion," 274.
26. Ramanujan, "The Myths of Bhakti," 298.
27. Keay, India, 169. It is also the earliest dated reference to Kalidasa.
28. Mitter, Indian Art, 48.
29. Tantrakhyana tale no. 1, cited in Doniger and Smith, trans., The Laws of Manu, 92.
30. Rabe, "The Mahamallapuram Prasasti."
31. Ibid., 216-18.
32. Ibid., xxviii, 221.
33. Mitter, Indian Art, 57-58. It was called Gangaikondacolapuram.
34. Inden, Imagining India, 259.
35. Wujastyk, "Change and Continuity."
36. Mitter, Indian Art, 45.
37. Ibid., 58-59; Orr, Donors, Devotees, and Daughters of God.
38. Doniger O'Flaherty, Animals in Four Worlds, 6-7, 8.
39. Sesser, Travels in Southeast Asia.
40. Keay, India, 216, 220, 223.
41. Carman, Theology of Ramanuja, 27.
42. Keay, India, 213, 218 quoting G. W. Spencer.
43. Mitter, Indian Art, 57-58.
44. Ibid., 54.
45. Ibid., 48; Flood, Introduction, 113.
46. Ramanujan and Cutler, "From Classicism to Bhakti," 234, 236.

47. Keay, *India*, 174.

48. Ramanujan and Cutler, "From Classicism to Bhakti," 238-40.

49. Keay, *India*, 219.

50. Ali, *Courtly Culture*.

51. Eck, *Darshan*.

52. Gombrich, "The Buddha's Eye."

53. Dalrymple, "Homer in India," 52.

54. Doniger, *Splitting the Difference*.

55. *Ashokavadana* 27.

56. Shulman, *Songs of the Harsh Devotee*.

57. Ramanujan, *Speaking of Siva*, 131.

58. Hawley and Juergensmeyer, *Songs of the Saints*, 120.

59. Flood, *Introduction*, 131, says she was the daughter of a Brahmin priest; other traditions make her of low caste.

60. Mangaiyarkkarasi was the queen; Isainani Ammaiyar, the mother. Prentiss, "Joyous Encounters," 76.

61. Indira Peterson places her in the fifth century ("Tamil Saiva Hagiography," 194).

62. Cekkiyar *Periya Puranam*, 157-62.

63. Karaikkalammaiyar, *Tiruvalankattumutta-tiruppatikam*, trans. Cutler, *Songs of Experience*, 121.

64. Ramanujan, "On Women Saints," 274.

65. Ibid., 271-74.

66. Ibid.

67. Nammalvar, *Tiruvaymoli* 9.9.10; Ramanujan, *Hymns for the Drowning*, 32.

68. Nammalvar, *Tiruvaymoli* 2.4.10; Ramanujan and Cutler, "From Classicism," 249.

69. Basavanna, trans. Ramanujan, *Speaking of Siva*, 71.

70. Shulman, *Tamil Temple Myths*, 314-15, cited by Ramanujan ("Myths of Bhakti," 298-99), who calls it the legend of Matrbhuteshvara (or, in Tamil, Tayumanavar), "he who even became a mother."

71. The story is retold in the Sanskrit *Skanda Purana*, *Kedara Khanda* 5.111-97, 22.1-64; see Doniger, "The Scrapbook," 66-70.

72. *Periya Purana* 16 (650-830), McGlasham trans. 71-86.

73. Ramanujan, "Myths of bhakti," 306.

74. Keay, *India*, 219.

75. Ibid.

76. Ramanujan, "On Women Saints," 271.

77. Periya Purana 24 (1041-1077), McGlasham trans., 103-06.

78. Ebeling, "Another Tomorrow for Nantanar."

79. K. M. Sen, Hinduism, 79.

80. Ibid., 81.

81. Flood, Introduction, 131.

82. Ramanujan, Hymns for the Drowning, xi.

83. Shulman, Tamil Temple Myths, 158; The Hungry God.

84. M. G. S. Narayanan, Cultural Symbiosis in Kerala, xi.

85. Keay, India, 219; Flood, Introduction, 170.

86. Keay, India, 194.

87. Flood, Introduction, 131.

88. Keay, India, 219

89. Ulrich, "Food Fights."

90. This is part of the guru lineage in the Vadagali tradition and in the hagiography of Tamil saints known as the Divyasuricharitam. See Monius, Imagining a Place for Buddhism.

91. Tiruvatavurar Purana, canto 6, cited by Pope, The Sacred Kurral, xxx-xxxii, lxvii-lxxii.

92. Periya Purana 34, 2497-2540, 2780-2824, McGlasham trans., 240-243.

93. Ibid., 34, 2576-2753, McGlasham trans.

94. Thapar, Cultural Transaction, 17; Marr, "The 'Periya Puranam' Frieze," 278.

95. Marr, "The 'Periya Puranam' Frieze," 268.

96. Monius, "Love, Violence, and the Aesthetics of Disgust," 117, 126, 155.

97. Marr, "The 'Periya Puranam' Frieze," 279.

98. Ibid., 278.

99. Thapar: Cultural Transaction, 17-18, citing P. B. Desai, Jainism in South India, 82-83, 401-02.

100. Ibid., 18.

101. Goel, Hindu Temples, 413, citing the inscription reproduced in Epigraphica Indica, vol., 255.

102. Thapar, Cultural Transaction, 18; cf. Bukka I and the Jainas, in Verghese, Religious Traditions at Vijayanagara, 121.

103. Davis, Lives of Indian Images.

104. Pidana, mardana, khandana, and dvesha. Ulrich, "Food Fights."

105. This Syriac version of the Acts of Thomas is available in Wright, Apocryphal Acts of the Apostles, 146-49.

106. Thapar, *Early India*, 25.
107. M. G. S. Narayanan, *Cultural Symbiosis in Kerala*, x, 4.
108. Ibid., 23-30.
109. Keay, *India*, 181.
110. *Bhagavata Mahatmya*, verses 48-49 of chapter 1, citing the Padma Purana. See Prentiss, *The Embodiment of Bhakti*, 35.
111. Doniger O'Flaherty, "The Origins of Heresy."
112. Prentiss, *The Embodiment of Bhakti*, 35.
113. Ramanujan, "The Myths of Bhakti," 307.

இயல்: 14
ஆதிப் புராணங்களில் தேவியரும் தேவர்களும்
கி.பி. 300 முதல் கி.பி. 600 வரை

காலவரிசை

கி.பி. 320 - 550 பாடலிபுத்திரத்தில் குப்த வம்சத்தின் ஆட்சி

கி.பி. 400 - காளிதாசர் சமஸ்கிருத நாடகங்கள், கவிதைகள் எழுதுதல்

கி.பி. 405 - 411 பாஹியன் வருகை

கி.பி. 455 - 467 ஹூணர்கள் வடஇந்தியாவைத் தாக்குதல்

கி.பி. 460 - 477 அஜந்தா குகைகளை வாகாடகர் வெட்டிமுடித்தல்

கி.பி. 250 - 750 காலப்பகுதி

கி.பி. 250 - 500 மத்ஸ்ய (மச்ச)புராணம்

கி.பி. 250 - 550 மார்க்கண்டேய புராணம்

கி.பி. 350 - 950 பிரம்மாண்ட புராணம்

கி.பி. 450 - ஹரிவம்சமும் ஆதிப் புராணங்களும் இயற்றப்படுதல்

கி.பி. 450 - 900 வாமன புராணம்

கி.பி. 550 - 850 கூர்ம புராணம்

கி.பி. 750 - வராக புராணம்

கி.பி. 750 - 1000 பத்ம புராணம்

கி.பி. 700 - 1150 ஸ்கந்த (கந்த)புராணம்

கி.பி. 750 - 1350 சிவபுராணம்

காமதகனம்

உன்னை எரித்த சிவனின் கோபம் இன்னும் உனக்குள் இருக்கிறது

கடலில் உள்ள குதிரைத்தீப் போல

இல்லாவிட்டால், எங்களைப் போன்ற மக்களை எரித்துச் சாம்பலாக்க

காமனே, இவ்வளவு நெருப்பு எப்படி உனக்குள் வந்தது?

- காளிதாசர், சாகுந்தலம் 1, ஏ. கி.பி. 400

காமனின் எரியம்புகளுக்குமுன் சிவனின் தவ அக்னியும் (சிவன் காமனை எரித்துச் சாம்பலாக்கியவன்) என்றுமுள்ள வடவைமுக அக்னியும் குப்தர்கள் ஆதரித்த சமஸ்கிருத இலக்கியம், புராணத் தொன்மங்கள் ஆகியவற்றின் மையமாக உள்ளன. ஜனரஞ்சக மரபுகள் சமஸ்கிருதப் பனுவல்களையும் சடங்குகளையும் உள்வாங்கும் நிலையில், தேவியர் மைய இடத்தைப் பிடித்துக் கொண்டாலும், குழுக் கடவுளாகளான சிவனும் விஷ்ணுவும் ஆதிக்கத்திலும் பன்முகச்சிக்கல் தன்மையிலும் வளர்ச்சியடைகின்றனர்.

பொற்காலம்

தென்னிந்தியாவிட்டு வடக்குநோக்கிச் சற்றே காலத்திலும் பின்னோக்கி வந்தால், நாம் தெற்கில் பயணம் செய்துகொண்டிருந்த காலத்தில் ஒரேசீராக வளர்ந்துவந்த ஆல மரத்தின் மற்றொரு விழுதினைப் பார்க்கிறோம். பல்லவர்களும், பாண்டியர்களும், சோழர்களும் ஒருவரோடொருவர் போரிட்டுக் கொண்டிருந்தபோது, முதலாம் சந்திர குப்தனால் அடித்தளமிடப்பட்ட குப்தப் பேரரசு, வட இந்தியாவிலும், மத்திய இந்தியாவில் பெரும்பகுதியிலும் பரவியிருந்தது. கி.மு. மூன்றாம் நூற்றாண்டில் மௌரியப் பேரரசு மறைந்த பிறகு ஏற்பட்ட மிகப் பரந்த பேரரசு இது. முதன் மௌரியனின் முதற்பெயரின் இரண்டாம் பாதியைத் தங்கள் வம்சப் பெயராகப் பயன்படுத்தி குப்தர்கள் விஷயங்களைக் குழப்பினார்கள். முதலாம் சந்திர குப்தன் என்ற பெயர் சந்திரகுப்த

மௌரியன் பெயரை எதிரொலிக்கிறது. பெயர்களை அழித்தெழுதுதல். குப்தர்கள் தங்கள் அரசை நிறுவிய ஆண்டும் (கி.பி. 324) மௌரியர் தங்கள் அரசை நிறுவிய ஆண்டை (கி.மு. 324) பிரதிபலிக்கிறது, குப்தர்கள் மௌரியர்களை அழித்தெழுதினார்கள். கி.பி. 379இன் அலகாபாத் கல்வெட்டு (சமுத்திரகுப்தன் வடஇந்தியாவைக் கைப்பற்றியதும், தென்னிந்திய அரசர்களை பணியவைத்ததும் பற்றியது), அசோக ஸ்தூபியின்மீது எழுதப்பட்ட ஒன்று.[2] இரண்டாம் சந்திரகுப்தன் (376 - 415) தன் தந்தையிடமிருந்து ஒரு பெரிய சாம்ராஜ்யத்தை அடைந்தான். சமுத்திரகுப்தன் வட இந்தியாவை முழுவதும் (திக்விஜயத்தால்) அடக்கி முழுமைசெய்தான். அண்டையிலுள்ள நாடுகள் மீது போரினாலோ சாதுரியத்தினாலோ ஆதிக்கத்தை விரிவுபடுத்தித் தன் தந்தையின் கொள்கையைத் தொடர்ந்தான். இந்தக் கட்டுப்பாட்டிற்கான சான்றுகள் வெறும் பிம்பத்தை ஊதிப்பெருக்கும் கல்வெட்டு மாரடிப்பை விட இப்போது கொஞ்சம் விஷயமுள்ளவை ஆகின்றன. மௌரியப் பேரரசுக்கு கிரேக்க வருகையாளர் இருந்ததுபோல, குப்தர்களுக்கு சீன வருகையாளர்கள் இருந்தனர். அவர்களுடைய சான்றுகள், பிறவற்றிற்குத் துணையாகின்றன. உள்ளாட்சித் தொன்ம உருவாக்கத்தை கிரேக்கர்கள் தடை செய்ய இயலாதது போலவே சீனர்களும் தடை செய்ய இயலவில்லை என்றாலும், உள்ளூர்ச் சார்பு நோக்கிற்கு எதிர்நிறுத்தி ஒத்திட்டுப் பார்க்க ஒரு வெளியூர்ச் சார்பு நோக்கு இருப்பது நல்லதுதானே?

சீன பௌத்த யாத்திரிகன் பாஹியுன் கி.பி. 402இல் இந்தியாவுக்கு வருகை தந்தார். சீனாவுக்குத் திரும்பிச் சென்ற பிறகு, தான் கொண்டுவந்த பல சமஸ்கிருத பௌத்தப் பனுவல்களைச் சீன மொழியில் மொழிபெயர்த்தார். 'பௌத்த அரசுளைப் பற்றிய பதிவுகள்' என்ற தன் நூலில், இந்தியாவைப் பற்றிய விரிவான குறிப்புகளை, (குறிப்பாக கி.பி. 405 முதல் 411 வரை பாடலிபுத்திரத்தைப் பற்றி) அவர் விட்டுச் சென்றுள்ளார். குப்தப் பேரரசன் நடத்திய இலவச மருந்துகளை அளிக்கும் மருந்தகங்கள், இலவச சத்திரங்கள், மருத்துவமனைகள் போன்றவற்றை அவர் அங்கீகரித்துள்ளார். தண்டிக்கப்பட வேண்டியவர்களை அதிகபட்சமாகச் சித்திரவதை செய்வதோடு விட்டுவிட வேண்டும்[3] என்ற குப்தக் கல்வெட்டுச் செய்தியை பாஹியன் எதிரொலிக்கிறார். திரும்பத் திரும்பக் கலகம் செய்தவர்களும் வலதுகை துண்டிக்கப்பட்டு விடப்பட்டனர் என்கிறார் அவர். மேலும் சொல்கிறார்: "நாடு முழுவதும் உயிருள்ள பிராணிகளை யாரும் கொல்வதில்லை, மது அருந்துவதில்லை, சண்டாளர்கள் (பறையர்கள்) அன்றிப் பூண்டு வெங்காயம் இவற்றை உண்பதில்லை."[4] வழக்கம்போலவே, அகிம்சை, மது அருந்தாமை ஆகிய இலட்சியங்களை நடைமுறைச் செயல்பாடுகள் என்று தவறாக அர்த்தம் கற்பிக்கிறார். சாதி நிலைமைகளைப் பொறுத்தமட்டில், சண்டாளர்கள் பிணத்தைத் தூக்கிச் செல்லுதல் போன்ற இழிவான வேலைகளில் ஈடுபடுத்தப்பட்டார்கள், நகரத்திற்குள் அவர்கள் நுழையும்போது மக்களை எச்சரித்து அவர்கள் விலகிச் செல்லுமுகமாக மரத்தை அடித்து ஒலியெழுப்ப வேண்டும் என்ற விமரிசனத்தை மட்டும் குப்தச் சமூக அமைப்பின்மீது வைக்கிறார்.[5] (பிறகு கி.பி. ஏழாம் நூற்றாண்டில் வந்த மற்றொரு சீன யாத்திரிகர் யுவான் சுவாங், வெட்டியான்களும் சாக்கடை தூய்மை செய்பவர்களும்

நகரத்திற்கு வெளியில் வசிக்குமாறு செய்யப்பட்டார்கள் என்று சொல்லுகிறார்.)

குப்தர்கள் பாணி ஆதிக்கத்திற்குரியதாக இருந்தது. தெற்கு ஆசியாவிலும் தென்கிழக்கு ஆசியாவிலும் தன் அடையாளத்தை நிறுவும்வண்ணம் ஏற்றுமதி செய்தது. ஐரோப்பிய வரலாற்றாசிரியர்கள், தாங்களே ஆதிக்க வாதிகளாக இருந்ததனால், மிக இயற்கையாகவே, அந்த சாம்ராஜ்யம் மக்களுக்கு நல்லது என்றும் பரவலான அரசியல் பலப்படுத்தலினால் கலாச்சாரம் வளர்ந்தது என்றும் கருதினார்கள். குப்தர்களின் வளமான கலைவரலாற்றுப் பதிவுகளின் விரிவும் பண்பும் ஐரோப்பிய வரலாற்றா சிரியர்களைச் செவ்வியல் என்று அவற்றை முத்திரையிட வைத்தது. அவை கிரேக்கக் கலையை அவர்களுக்கு நினைவூட்டின. விங்கிள்மன் கூறுவதுபோல, குப்தர்கள் கலை, மேன்மைதங்கிய எளிமையையும், அமைதியான கம்பீரத்தையும் பெற்றிருந்தது என்றார்கள். இதற்கு முரண்நிலையில், இந்துக் கோயில்களும், இதற்குப் பின்வந்த காலங்களின் எழுத்துகளும் பகட்டாக இருந்தன என்றும் அதனால் அவை நசிவுத்தன்மை வாய்ந்தவை என்றும் கருதினார்கள்.[6] வடமேற்கின் காந்தாரப் பிரதேசக் கலையை அவர்கள் மிகவும் நேசித்தார்கள். அது இந்திய மரபைவிட மிகஅதிகப்படியான கிரேக்கத்தன்மையைக் (ஒவ்வொருவர் மீதும் ஏகப்பட்ட ஆடைகள்) கொண்டுள்ளது. அதன் உடற்கூறியல் துல்லியத்திற் காக அதைப் புகழ்ந்தார்கள். இந்தியக் கலாச்சாரத்தின் பொற்காலம் என்று குப்தர்கள் காலத்தைக் கூறினார்கள். பொற்காலம் என்பது ஒரு ஐரோப்பிய மையச்சொல். முதலாம் யுகத்தைப் பொற்காலம் என்று கிரேக்கர்கள் பெயரிட்டிருந்தனர். (இந்தியர்கள் அதனை வெற்றிக்காலம் என்றனர்).

கணிதமும் வானியலும்

குப்தர்களின் அரசவை 'நவரத்தினங்களுக்குப்' பெயர் பெற்றது. மெக் ஆர்தர் மேதைகளுக்குப் பழம்பெயர் இது எனக் கொள்ளலாம். இவர்களில் விஞ்ஞானிகள் இருநததனர். தங்கள் பிறந்தநாளுக்கேற்றவாறு தகவல்கள்மீது கவனத்தைச் செலுத்தினர். வானியலாளரும் கணிதவியலாளருமான ஆரியபட்டர்[7] கி.பி. 476இல் பிறந்தார். முதன்முதலாக சூரியப்பாதை அடிப்படையிலான ஆண்டினைத் (சௌரமான வருடம்) துல்லியமாகக் கணக்கிட்டவர் இவர். பூமி தன்னைத்தானே தன் அச்சில் சுற்றிக் கொள்வதால், நடசத்திரங்கள் மேற்குநோக்கிச் செல்வதுபோலத் தோன்றுகின்றன என்பதை வெளிப்படையாகவே தெரிவித்தார். மேலும் பிரதிபலிக்கப்பட்ட சூரிய ஒளியின் அடிப்படையில் நிலவு, பிற கிரகங்கள் ஆகியவற்றின் பிரகாசத்தினை அவர் கண்டறிந்தார். அவருடைய படைப்புகள் இந்தியாவின் வடமேற்கு எல்லைப்பகுதிகளில் விரும்பிப் படிக்கப்பட்டன. இஸ்லாமிய வானியலின் வளர்ச்சிக்குப் பெரிதும் துணைபுரிந்தன.

வராகமிகிரரும் ஒரு வானியலாளர் (505 -587). கிரேக்க, எகிப்திய, ரோமன், இந்திய வானியல்களின் திறன்மிக்க சுருக்கநூல் ஒன்றைத் தயாரித்தார். முக்கோணவியலில் பெரிய முன்னேற்றத்தைச் செய்தார். பாஸ்கலின் முக் கோணத்தில் ஒரு படிவத்தைக் கண்டுபிடித்தார். படிமக்கலை, சோதிடம்

ஆகியவற்றிலும் பெரும் பங்களிப்புகளைச் செய்துள்ளார். பிரம்மகுப்தர் (590 - 665) ஒரு கணிதவியலாளர். ஒரு எண்ணிலிருந்து அதே எண்ணைக் கழித்தால் வருவது பூச்சியம் என்று வரையறுத்தவர். நான்கு யுகக் கொள்கையில் நம்பிக்கை கொண்டவர். அதற்கு நள்ளிரவில் பொழுதைத் தொடங்கும் ஆரிய பட்டரின் முறையைப் பின்பற்றினார். ஆனால் பூமி தன்னைத்தானே சுற்றுகிறது என்ற கொள்கையை ஏற்கவில்லை. ஜைனப் பிரபஞ்சவியல் கொள்கைகளையும் புறக்கணித்தார். ஆரிய பட்டரைப்போலவே பிரம்ம குப்தரும் இஸ்லாமிய, பைசாண்டிய வானியல்களைப் பெரிதும் பாதித்தவர். குப்த அவையின் வானியல், கணிதவியல் சாதனைகள் இந்தக் காலப்பகுதியின் மதம் சார்ந்த, மதம் சாராத கலை, இலக்கிய மலர்ச்சியையும் காட்டுகின்றன. இவை யாவும் படைப்பாற்றல், புத்தாக்கத்திறன்களின் பரந்த வளர்ச்சிப்பாணியின் ஒரு பகுதி.

புத்தாக்கத் திறன்களின் பிற வடிவங்களும் குப்தர்கள்கீழ் வளர்ச்சியுற்றன. இந்தக் காலப் பகுதியில் இந்தியாவில் எவரோ சதுரங்க ஆட்டத்தைக் கண்டுபிடித்தார். நான்கு பேர் ஆடும் ஆட்டமாகத் தொடங்கியது இது. மகாபாரதத்தில் சொல்லப்படும் நான்குபிரிவான வியூக அமைப்பைக் குறிக்கும் சொல் இது. வடமேற்கு இந்தியாவில் சதுரங்கம் கி.பி. ஏழாம் நூற்றாண்டில் மிகச் செழித்திருந்தது. இன்றைய செஸ் ஆட்டத்தின் முன்னோடியாக இது கருதப்படுகிறது. காரணம், பிற்கால செஸ் ஆட்ட வடிவங்களுக்கு எல்லாம் பொதுவான இரண்டு முக்கியக் கூறுகளை இது கொண்டிருந்தது. ஒன்று, வெவ்வேறு காய்களுக்கு வெவ்வேறு சக்திகள் இருப்பது. (இது செக்கர்ஸ், கோ போன்ற விளையாட்டுகளில் கிடையாது). இரண்டாவது, வெற்றி, நவீன செஸ் ஆட்டத்தில் போலவே ராஜாவின் அடிப்படையில் அமைந்தது. (செக்மேட் என்ற ஆங்கிலச் சொல், பாரசீக/அராபிய ஷா - மத், அதாவது அரசன் இறந்துவிட்டான் என்ற சொல்லிலிருந்து வந்தது.) ஆகவே, கற்றலின் பல பிரிவுகளும் செழித்துவளரும் சூழல் அரசில் இருந்தது.

முட்டாளின் பொற்காலம்?

சிலகாலத்தில், குப்த அரசு பலவீனமான பல அரசுகளுக்கும் ஹூணர் களுக்கும் இடம் தந்து பலவீனமடைந்தது. அவர்கள் குப்தப் பேரரசர்கள் மேலும் உருவாகாமல் முளையிலேயே கிள்ளி எறிந்தனர். கடைசியாக துருக்கியர்களும் சசேனியப் பாரசீகர்களும் குப்தர்களின் ஆட்சியை முழுமையாக அழித்தனர்.[8] சமுத்திர குப்தன் ஒரு அசுவமேத யாகம் செய்தான். அப்போது அவன் பத்தாயிரம் பசுக்களையும் குதிரைகளோடு பிணைத்த தங்க நாணயங்களையும் அள்ளித் தந்ததாகத் தெரிகிறது.[9] ஹூணர்கள் வடக்கில் வணிகவழிகளைத் துண்டித்ததும், அவர்கள் மத்திய ஆசியாவிலிருந்து இந்தியாவுக்கு வந்துகொண்டிருந்த உயிரான குதிரை இறக்குமதியை நிறுத்திவிட்டனர். இதிலிருந்து குதிரைகளைக் கடல்மூலமாகவே வருவிக்க வேண்டியதாயிற்று. இந்நிலை, குதிரை வணிகத்தில் அராபியர்கள் கையை முற்றிலுமாக ஓங்கச் செய்தது. குப்தர் களுடைய அரசு பல்வேறு சிறிய சிற்றரசுகளாக உடைந்தபோது, அவர்

களுடைய புகழ் பெற்ற தங்கக் காசுகள், முதலில் தரத்தில் குறைந்தன, பிறகு கரடுமுரடாகப் பதிக்கப் பெற்றன, ஒரேமாதிரியான தன்மை கொண்டன ஆயின, கிடைக்க அரிதாயின, கடைசியில் இல்லாமல் போயின.[10] ஆனால் தன் உச்ச நிலையிலும் குப்தர்களின் பேரரசு, எவ் வளவு பொற்காலமாக இருந்தது?

இப்போதும் நமக்குக் கிடைக்கும் ஒளியின் ஒரு தந்திரத்தைச் சந்திக்கிறோம். பாஹியனும் பல்வேறு கல்வெட்டுகளும் இருப்பதால் நமக்கு குப்தர்களைப் பற்றித் தெரியும் என்று நினைக்கிறோம். தங்களைத் தாங்களே பெருமைப்படுத்திக் கொள்ளும் குப்தர்களின் ஆற்றல் சுழலில் பல வரலாற்றாசிரியர்களும் கட்டுண்டு கிடக்கிறார்கள். குப்தர்கள், தங்கள் அவைக்கெனத் தேர்ந்தெடுத்த மொழியாகிய சமஸ்கிருதத்தில்தான் கல் வெட்டுகளை வெளியிட்டார்கள். இது புத்திபூர்வமாகத் தெரிந்துசெய்த ஒரு வழக்கொழிந்ததன் புதுப்பிப்பு. இதற்கு முன்பு, சாதாரண மக்கள் பேசும் மொழியில்—பிராகிருத மொழிகளில் ஒன்றில்—புத்தரின், அசோகரின் மாகதி மொழிபோன்ற ஒன்றில்—அரசர்கள் தங்கள் தற்பெருமைகளை அடித்துக் கொண்டார்கள். பிராமணர்கள் சமஸ்கிருதத்தைத் தொடர்ந்து பயன்படுத்திய வகையில், ஓர் இருமொழிக் கலாச்சாரம், மகாபாரதம், புராணங்கள் போன்ற மிகப்பெரிய பனுவல்களின் அடியில் கிடந்தது. மத்தியகால சமஸ்கிருதத்தில், பிறகு வட்டார மொழிகளில் எழுதப்பட்ட தொன்மங்கள் சடங்குகள் ஆகியவற்றின் சுருக்கத்தொகுதிகள் குப்தர்கள் காலத்தில் தொகுக்கப்படத் தொடங்கின்.[11] குப்தர் சமஸ்கிருதத்தைப் பயன்படுத்தியதும், சமஸ்கிருத இலக்கியத்திற்கு ஆதரவளித்ததும்கூட ஐரோப்பிய - அமெரிக்க அறிவாளிகள் குப்தர்கள் காலத்தைப் பொற் காலம் என முத்திரையிடக் காரணமாக இருந்தது.

ஆனால் எவ்வளவுதான் அழகாக இருந்தாலும், குப்தர்கள் கலை, அதற்கு முன், பின் இருந்த காலங்களின் கலைகளைப் போலக் கற்பனைத் திறம் வாய்ந்ததோ உயிர்ப்புள்ளதோ அல்ல. உயிரற்றதாகவும், இரத்த மற்றதாகவும் தோன்றுகிறது. அதைச் செவ்வியல் என்று சொல்வது, அதற்கு முந்திய குஷானச் சிற்பக் கலையுடனும், பிறகு வந்த சோழர்களின் கவர்ச்சிமிக்க சிற்பங்களுடனும், பாசோலி ஓவியங்களுடனும் ஒப்பிடும் போது சலிப்பூட்டுகின்ற என்ற அர்த்தத்தில்தான். எனது தாழ்மையான கருத்தில், இந்தியக் கலை, கிரேக்கக் கலையைவிட உயர்வானது. ஆகவே கிரேக்கக் கலையைக் காப்பியடிக்கின்ற குப்தர்கள் கலை போன்றதை விட மிகச் சிறந்தது. முதல் குப்தர்கள் கலையான அய்ஹோளே, வாதாபி, பட்டடக்கல் அல்லது உத்தரப்பிரதேச தேவ்கட்டிலுள்ள தசாவதாரக் கோயில் (கி.பி. ஆறாம் - ஏழாம் நூற்றாண்டு) ஆகியவற்றை கி.பி. பத்தாம் நூற்றாண்டின் சிறந்த கோயில்களுடன்—ஒளிவீசும் ஆபரண வேலைப்பாடு கொண்ட கஜுராஹோ, கோனாரக், தஞ்சாவூர், மதுரை ஆகியவற்றுடன்—இவை உதாரணத்திற்குச் சொல்லப்படுகின்ற மிகச்சில—ஒப்பிடவே முடியாது.[12] பிற அறிஞர்களும் “குப்தர்கள் கலை மிகமிகக் கட்டுப்பாட்டுக்குட்பட்டது, அது நேரடி வரையறைக்குட்பட்ட வைதிக இந்துமதத்தில் வாழ்பவர்களுக்கென வாய்ப்புகளையும் மாற்றுத் தேர்வுகளையும் ஒதுக்கிச் செய்யப்பட்டது” என்று சொல்லியிருக்கிறார்

கள்[13] இந்திய வரலாற்றில் ஒரு வேடிக்கையான விஷயம், அதன் மிகச் சிறந்த கட்டடக்கலைச் சின்னங்கள், மிகப் பெரிய கோயில் வளாகங்கள், மிகப் பெரிய அரண்மனைகள், கோட்டைகள் முதலியன, பாடலிபுத்திரம் போன்ற அதிகார மையங்களில் உருவாக்கப்படவில்லை, மாறாக, சற்றே தொலைதூரத்திலுள்ள பிரதேசங்களில் இயற்றப்பட்டன. இது குப்தர்கள் காலத்திற்கும் மிகப் பொருந்தும்.[14] தக்காணத்தில் மிகத் தொலைதூரத்திலுள்ள அஜந்தாவில்தான் வாகாடக அரசன் ஹரிசேனன் (ஏ.460 - 477)—இவன் குப்தர்கள் கட்டுப்பாட்டிலோ ஆதரவிலோ இல்லாதவன்—கதை ஓவியங்கள் எனச் சொல்லப்படுபவற்றின் முதல் உதாரணங்கள் உயிர்ப்புடன் விளங்கும் சுவர்களைக் கொண்ட மிகப் பெரிய குகைகளைக் கட்டி முடித்தான். இவை, புத்தரின் வாழ்க்கை, அவருடைய பழம்பிறப்புக் கதைகள் (ஜாதகங்கள்). கடலில் வீசும் புயல், ஒரு கப்பலின் சேதம், இந்தியாவில் உள்ள ஒரே பரந்துவிரிந்த போர்க் காட்சி ஆகியவற்றைச் சித்திரிக்கின்றன.[15] பெரிய விஷயங்கள், பொன்னான விஷயங்கள், குப்தர்கள் காலத்தில் நடந்தன, ஆனால் குப்தர்கள் கையில் மட்டுமே அல்ல.

மேலும் கோயில்களைச் செதுக்கி உருவாக்கியவர்களும், இசைக் கலைஞர்கள், நடனக் கலைப் பெண்கள் ஆகியோருடன் சமூகத்தில் சமமாகக் கருதப்பட்டவர்களுமான கலைஞர்களும் எப்போதுமே பிராமணர்களை திகிலடையச் செய்தனர்.[16] ஆகவே அவர்கள் இந்தக் காலத்தில் செழிக்கவில்லை. ரொமிலா தாப்பர் சுட்டிக்காட்டுகிறார்:

குப்தர்கள் காலத்தைச் செவ்வியல் காலம் என்று சொல்வது தங்கள் இலக்கியங்களிலும், கலைகளிலும் சொல்லப்பட்டவற்றைப்போல நன்றாக வாழமுடிந்த உயர்வகுப்பினரைப் பொறுத்தவரை சரியானது. ஆனால் மேலும் துல்லியமான நேரடியான சான்று தொல்லியலிருந்து கிடைக்கிறது. பெரும்பான்மை மக்கள் அவ்வளவு சிறப்பாக வாழ இயலவில்லை என்பதைக் காட்டுகிறது. தோண்டப்பட்ட இடங்களின் ஆதாரங்கள், இதற்கு முந்திய காலத்தில் பொருள்வகையில், சராசரி வாழ்க்கைத் தரம் உயர்வாக இருந்தது என்பதை வெளிப்படுத்துகின்றன.[17]

ஆயினும் நாம் காணப்போவது போல, பெரும்பான்மையினரான கீழ்ச்சாதியினர் மேற் சாதியினர்மீது தங்கள் முத்திரைகளைப் பதிக்கவே செய்தார்கள்.

கிராமப்புறத்திலிருந்து அரசவைக்கு: மொழிபெயர்ப்பில் இழந்தவை

மரபு, பலபனுவல்தன்மை ஆகியவற்றின் பொதுவான சக்தியைக் காணும்போது, சமஸ்கிருத அவைக்கவிதை தனக்கு முந்திய சமஸ்கிருதப் பனுவல்களிலிருந்து பெற்றுக் கொண்ட விஷயங்கள் மிகுதி என்பது நமது எதிர்பார்ப்பிற்கேற்பவே அமைகிறது. இதற்கு முந்திய சமஸ்கிருதப் பனுவல்கள் அவ்வப்போது செய்ததைப்போலவே, நாட்டார் மரபுகளிலிருந்தும் அது தனக்கேற்றவற்றை எடுத்துக்கொண்டது. ஒரு கதைமொழியிலிருந்து மற்றதற்கு அதன் கதைமொழியில் கதையைப் பெயர்க்கும்போது அல்லது வாய்மொழியான, அல்லது எழுதப்பட்ட இதிகாசத்திலிருந்து அவை

நாடகங்களைத் தயாரித்தபோது, குப்தக் கவிஞர்கள், பெண்களின் சக்தி, கௌரவம் ஆகியவற்றைப் பற்றிய பலவற்றை—எல்லாவற்றையும் அல்ல என்றாலும்—விட்டுவிட்டார்கள். ஒரு பானை சோற்றுக்கு ஒரு சோறு பதம் என இங்கே.

சமஸ்கிருத மரபில் பொதுவாக மிகப் பெரிய கவிஞராகக் கருதப் படுகின்ற காளிதாசர், இந்தியாவின் ஷேக்ஸ்பியர், மகாபாரதத்தில் காணப்படும் கொஞ்சமாகக் காணப்படும் ஒரு கதையை சாகுந்தலத்தில் (துல்லியமாக, 'சகுந்தலையை அறிந்தேற்றல்') மறுஅமைப்புச் செய்தார். அரசன் துஷயந்தன் காட்டில் வேட்டையாடுகிறான். மிகப்பலவற்றைக் கொல்கிறான், பிறவற்றை பயமூட்டுகிறான். அப்போது சகுந்தலையைச் சந்திக்கிறான். அவளை உடனே கந்தர்வ மணம் புரிந்துகொள்கிறான். தனது அவைக்குத்திரும்புகிறான். அவர்களுடைய குழந்தையை எடுத்துக்கொண்டு அவள் அவனது அவைக்கு வருகிறாள். அவன் அவளைப் பார்த்ததே இல்லை என்று பொய்சொல்கிறான். அப்போது வானிலிருந்து ஓர் அசரீரி அக்குழந்தை அவனுடையதுதான் என்று ஒலிக்கிறது. அப்போது அவன் தனக்கு முன்னமே எல்லாம் தெரியும் என்கிறான் (1.64 - 69). தனது துணைவிக்கு அவன் செய்யப்போகும் கொடுமை, கட்டுப்பாடின்றி முதலில் அவன் வேட்டையாடுவதிலேயே முன்னுணர்த்தப்படுகிறது. இந்துப் பார்வையில் இந்த இரண்டு குற்றங்களுமே ஒன்றுக்கொன்று தொடர்புடையவை. மேலும், பொதுமக்கள் ஒப்பமாட்டார்கள் என்று பயந்துதான் சகுந்தலையை அவன் புறக்கணித்தான் என்ற கூற்று அவன் குற்றத்தை மட்டுப்படுத்தவில்லை. இராமனும் சீதையைப் புறக்கணிக்கும் போது இதே உள்ளீடற்ற வாதத்தைத்தான் கூறினான். இரகசியமாகப் பிள்ளை பெற்ற மகாபாரத அரசர்களின் பெரும் கூட்டத்தில் துஷ்யந் தனும் ஒருவன்; திருமண ஏற்பின்றிப் பிள்ளை பெற்ற பல பெண்களில் சகுந்தலையும் ஒருத்தி.

மகாபாரதம் சொல்லும் சகுந்தலையின் கதை ஆதிக்கம், அரசுரிமை பற்றியது. காளிதாசர் அதை ஆசை, ஞாபகம் குறித்த கதையாக மாற்றிவிடுகிறார். காளிதாசருக்கு ஒரு வேளை குப்தர் வம்சத்தின் ஆதரவு—பெரும்பாலும் இரண்டாம் சந்திரகுப்தனின் ஆதரவு இருந்திருக்கலாம். சிவன் பார்வதி இணையரின் பிள்ளையான கந்தனின் பிறப்பைப் பற்றிய தாகக் கருதப்படும் (குமாரன் - இளைஞன், அரசன் என்றும் பொருள் படும்) குமாரசம்பவத்தை அவர் எழுதியது, குமாரகுப்தனின் பிறப்புச் சம்பவத்தைப் பாராட்டும் நோக்கமுடையதாக இருக்கலாம். சகுந்தலை கதை குப்தர்களுக்கு முக்கியமானது, காரணம் சகுந்தலை -துஷ்யந்தனின் மகனான பரதனின் வம்சத்தில் வந்தவர்கள் தாங்கள் என்று குப்தர்கள் சொல்லிக்கொள்வதும் மரபாக இருந்தது. அவனுக்காகவே காளிதாசர் தமது கதையை வெட்டி, பொய் சொல்லும் ஒரு காதகனைப் பரிவுமிக்க காதலனாக மாற்றினார் என்று தோன்றுகிறது.[18] அதற்காக அவர் ஏற்கெனவே நாட்டார் கதைகளில் பலமுறை கையாளப்பட்ட ஞாபகத்திற்கான மோதிரம் என்ற கருவியைப் பயன்படுத்துகின்றார்.[19] அதற்குத் தக ஒரு கோபமுற்ற பிராமணமுனிவனின் சாபத்தையும் (தெய்வத்திடமிருந்து வரும் மதகுரு) கொண்டுவருகிறார். சகுந்தலை காதல்

மயக்கத்திலிருக்கும்போது துர்வாச முனிவன் வந்து தன்னை அவள் கவனிக்கவில்லையென அந்த அரசன் அவளுக்குக்கொடுத்தமோதிரத்தைக் காணும்வரை அரசன் அவளை மறந்துபோவான் என்று அவளுக்குச் சாபமிடுகிறான். சகுந்தலையிடமிருந்து மோதிரம் தொலைந்துபோகிறது. ஆகவே துஷ்யந்தன் அவளை மறந்ததில் வியப்பில்லை. மோதிரத்தை ஒரு மீன் விழுங்கியிருந்தது. அதைப் பிடித்த மீனவன் ஒருவன் அதைக் கொண்டுவந்து தர, அது சமைக்கப்பட்டு துஷ்யந்தனுக்குப் பரிமாறப் படுகிறது. அப்போது மோதிரத்தைக் கண்ட துஷ்யந்தன் மிகமிக வருத்தப்பட்டு சகுந்தலையைத் தேடித்திரிந்து கடைசியாக அவளையும் தன் மகனையும் கண்டுபிடிக்கிறான். இந்த மறுகூறலில், சகுந்தலையின் தவறு (முனிவர்களிடம் நடந்து கொள்ள வேண்டிய நன்னடத்தையின் ஒரு சிறுமீறல்) துஷ்யந்தனின் மனத்தைக் கெடுத்துவிடுகிறது. ஒரு கர்மவினை மாற்றத்தால், அல்லது பயன்குன்றாவினைக் கற்பனையால். எல்லாம் சகுந்தலையின் தவறுதான். துஷ்யந்தன் யாரோ செய்த செயல்களுக்கான பயனை, தனக்குத் தெரியாமல் நிகழ்ந்த செயல்களின் பயனை அனுபவிப்பவன்.[20] ஆனால் சகுந்தலையின் மறதியைவிட மிகக் கடுமையான மறதியை அவன் கொண்டான் என்பது அவன் குற்றம். அதேசமயம், சகுந்தலையின்மீதான சாபம், ஏற்கெனவே அவன் மனத்திலிருப்பதை (அவன் மறதியை)ப் பிரதிபலிக்கும் விதமாகத் தான் அமைந்திருக்கிறது. இந்த இரண்டகமான கதை, பின்னால் வரக்கூடிய அறிஞர்கள் உண்மையான ஒழுக்கம்சார்ந்த தர்மசங்கடம் என்று கருதக்கூடிய ஒன்றிலிருந்து துஷ்யந்தனையும் (காளிதாசரையும் கூடக்) காப்பாற்றிவிடுகிறது. காளிதாசரின் கைகளில் சகுந்தலை தன் செயல்படுதன்மையை இழந்துவிடுகிறாள். மகாபாரதத்தில் அவள் ஒரு அறிவார்ந்த பெண்மணி, தர்மத்தைப் பற்றி விரிவாகப் பேசுகிறவள். காளிதாசரிடம் அவள் ஒரு குழந்தைபோலத்தான். அரசன் அவள் பொய்சொல்லுவதாகச் சொல்லும்போது ஒன்றும் பேசுவதேயில்லை. அவளுடைய பெரும்பாலான சொற்கள், அவள் சொன்னதாக அரசன் கூறுவதால்தான் நமக்குக் கிடைக்கின்றன. காளிதாசனின் சகுந்தலை, இன்னும் கர்ப்பமாக இருப்பவள். அவளை மேனகை தூக்கிச் சென்று விடுகிறாள். இராமனின் சீதை கர்ப்பமாக இருந்தபோது கைவிடப்பட்டது போல்தான் இவளும். சீதையுடன் சகுந்தலையின் ஒப்புமைகள் மேலும் பல. இருவருமே மீயியற்கைப் பெண்களின் மகள்கள். (சகுந்தலை, மேனகையின் மகள், சீதை பூமாதேவியின் மகள். இருவருமே தெய்வீக ஆற்றல் பெற்றவர்கள். (ஒரு பாடத்தில், சகுந்தலை, ஒரு தெய்வப்பெண்).[21] இருவருமே மேலுலகிலிருந்து அரசனுக்கு மக்களைப் பெற்றுத்தர வந்தவர்கள். அரசன் அவர்களை இழிவாக நடத்தியபோது இருவருமே காணாமற்போய்விடுகின்றனர். கதைப்பின்னலில் ஒரேதன்மை கொண்டவர்கள், குதிரைத்தன்மை கொண்ட தேவியரின்—சரண்யு, ஊர்வசி ஆகியோரின் உறவினர்கள்.

காளிதாசரின் காலத்தில் பெண்களின் அந்தஸ்து குறைந்துவந்ததை அவரது சகுந்தலை படைப்பு காட்டுகிறது. ஆனால் குப்த அரசியலில் மிக உயர்ந்த பதவிகளில் அதிக அளவு அதிகாரங்களைக் கொண்டவர் களாகச் சில நிஜமான பெண்கள் இருந்தார்கள். முதலாம் சந்திரகுப்தன்

நேபாளத்தைச் சேர்ந்த லிச்சவி இளவரசியை மணந்தான். அதனால் அவன் அதிகாரம் பாடலிபுத்திரம் முதல் நேபாளத்தின் சிலபகுதிகள் வரை பரவியது. அவளும் அவளுடைய வரதட்சிணையும் மிக முக்கிய மாகத் தேவையானவையாக இருந்ததால், அவர்களுடைய மகன், குப்தவம்சத்தைச் சேர்ந்தவன் என்பதைவிட லிச்சவிப் பெண்ணின் மகன் என்று தன்னை அழைத்துக்கொண்டான். அவர்களுடைய நாணயங்களில் அரசனோடு அரசி இருக்கும் உருவமும், இருவரது பெயர்களும் பொறிக்கப் பட்டுள்ளன.[22] இரண்டாம் சந்திரகுப்தன், தெற்கு எல்லையில் தன் வலிமையை நிலைநிறுத்த, தன் மகள் பிரபாவதியை (அவளுடைய தாய் நாகர்களின் இளவரசி) வாகாடக மன்னன் இரண்டாம் ருத்ரசேனனுக்குத் திருமணம் செய்து கொடுத்தான். ருத்ரசேனன் இறந்தபோது, பிரபாவதி தன் மகன்களுக்கு அரசப் பிரதிநிதியாக இருந்தாள். அதனால் தெற்கில் குப்தர் செல்வாக்கு பெருகியது.

நாம் இந்த இலக்கியச் சான்றுக்கும் இலக்கியச் சான்றுக்கும் இடை யிலுள்ள இடைவெளியை எவ்விதம் விளக்குவது? தொன்மத்திற்கும் வரலாற்றுக்கும் இடையிலான தொடர்பைப் பற்றிய பொதுவான அறிவு இங்கு உதவும். நிஜமான பெண்களின் மெய்யான வரலாற்றைவிட, தொன்மங்கள் பெண்களைப் பற்றிய மனப்பாங்குகளைக் காட்டுகின்றன. ஆனால் அவை பின்வருகின்ற நிஜமான பெண்களின் வரலாற்றின் மீது செல்வாக்குச் செலுத்துகின்றன. நாம் அரசியல் சான்று, இலக்கியச் சான்று இரண்டையுமே விட்டுவிடுவதும் சாத்தியம்தான். குப்தர்களுக்குத் தரப்பட்ட பெண்கள், வெறும் பொம்மைகள், அவர்களுக்கு நிஜமான அதிகாரம் இல்லை என்றோ, சாதாரணப் பெண்களின் வாழ்க்கைகளின் அதிகாரத்திலிருந்து அரசப் பெண்களின் வாழ்க்கை விதிவிலக்கு என்றோ கூறமுடியும். அதேபோல, காளிதாசர் புராணங்கள் போன்ற அக்கால மற்ற இலக்கியங்களிலிருக்கும் வகைமாதிரியைப்போல சகுந்த லையைப் படைக்கவில்லை என்றும் கூறலாம். புராணப்படைப்புகளைப் பற்றிச் சற்றுப் பின்னர் நோக்கலாம். சக்தி பற்றிய பின்னணியில், நாம் பார்க்கப்போவது இந்த இரண்டிற்கும் மாறாக, மூன்றாவதான ஒரு வாதம். பனுவல்களில் உள்ள தேவியர்கள் அல்லது மீயியற்கைப் பெண்களின் அதிகாரங்களுக்கும், சாதாரணப் பெண்களின் அதிகாரத்திற்கும் ஓர் எதிர்மறைத் தொடர்பு இருக்கிறது என்பதாகும்.

பன்முகத்தன்மையும் சமய வழிபாடும்

பெண்கள் உரிமை போன்ற விஷயங்களைப் புறக்கணித்து கவனிக்காமல் விடும்பொதுவான மனப்போக்கிற்கு ஏற்ப,மதத்துக்கு எதிரான கருத்துகளின் உள்ளிருக்கும் விலகலுக்கான குறுகிய மனப்பான்மை குப்தர்கள் காலத்தில் ஒரு புதிய சக்தியை அடைந்தது.[23] என்றாலும் குப்தர்களின்கீழ் மதவாழ்க்கையில் நிறைய மாறுபாடுகள் இருந்தன. அதற்கு ஒரு பகுதிக் காரணம், அடிப்படை அரசியல் நிலைமைகள் மக்கள் தொகையின் வெவ்வேறு பகுதிகளில் வெவ்வேறு எதிர்வினைகளை உண்டாக்கியது ஆகும். குப்தர்களுக்கு முந்திய நூற்றாண்டுகளிலும் இதுவே நிலைமையாக இருந்தது. இராமாயணமும், மகாபாரதமும் ஏறத்தாழச் சமகாலத்தைச்

சேர்ந்தவை என்றாலும், ஏறத்தாழச் சமகாலத்தைச் சேர்ந்த மனுநூல், அர்த்த சாஸ்திரம், காமசூத்திரம் ஆகியவற்றைப்போல, தர்மத்தைப் பற்றி வெவ்வேறு மனப்போக்குகளைக் கொண்டுள்ளன. இம்மாதிரி வேறுபாடுகள், பேரரசுக்காலத்திற்கு முற்பட்ட காலத்தில் தளர்ச்சியான அரசாட்சிகள் இருந்தமையால் சாத்தியப்பட்டது. ஆனால் குப்தர்கள் காலத்திலும், அதே சுவடுகளைப் பின்பற்றி அவ்வப்போது நடக்க முடிந்தது. குப்தர்கள் காலத்திய சமயப் பன்முகத்தன்மை, சிலசமயங்களில் ஒரு மென்மையான உள்ளடக்கும் தன்மைக்கு நெருக்கமாக வந்தது. பேரரசின் புதிய அதிகாரத்தின்கீழ் வெவ்வேறு சமயங்களையும் மதங்களையும் கொண்டுவரவேண்டிய தேவையினால் இது தூண்டடப்பட்டிருக்கலாம் அல்லது தென்னிந்தியாவின் ஒருசார்பான அரசாட்சிகள் போன்றவற்றிலிருந்து தங்களை வேறுபடுத்திக் காட்டுவதற்காகவும் இருக்கலாம். சில குப்த அரசர்கள், விஷ்ணுவை நம்பினார்கள். பதிலாக, தங்கள் பேரரசை விஷ்ணு ஆதரிக்கிறான் என்று அவர்கள் நம்புவதாகத் தோன்றுகிறது. விஷ்ணுவின் வராக அவதாரத்தையும் மனைவி லக்ஷ்மியின் படத்தையும் தங்கள் நாணயங்களில் பொறித்து, "புராணக் கதைகளை அரசியல் அக்கறையாக்கி, குறிப்பாக விஷ்ணுவையும் அவனது வீரமிக்க அவதாரங்களையும் தங்கள் அரசியலுக்குப் பயன்படுத்திக் கொண்டார்கள்."[24] கி.பி. 379இன் அலகாபாத் கல்வெட்டு சமுத்திர குப்தனையும் விஷ்ணுவையும் ஒன்றாக்குகிறது.[25] ஆனால் அரசியல் ஆதரவு எல்லா மதங்களுக்கும் சமமாகவே இருந்தது. குப்த அரசர்கள் பல்வேறு தெய்வங்களின் பெயர்களை வைத்துக் கொண்டனர். சில குப்தர்கள் ஒருபுறம் சாய்ந்தனர், சிலர் மறுபுறம், சிலர் பன்மைத்தன்மை கொண்டவர்களாக இருந்தனர். ஆனால், பொதுவாக ஓர் ஆயிரம் பூசைகள் மலர்ந்தன. ஆனால் ஆதிக்க உயர்தள விருப்பம் எதுவாக இருந்தபோதிலும், தனிப்பட்ட பனுவல்களுக்கு அது கசிந்து வரும்போது மெல்லியதாகிவிட்டது. இது புராணங்களின் சமயப் பன்மையால் தெளிவாகிறது. சில புராணங்கள் சிவனையும், சில விஷ்ணுவையும், சில தேவியர்களையும் பற்றி எழுதப் பட்டன. குறிப்பிட்டதொரு கடவுளுக்கு அதிகாரபூர்வ விசுவாசம் செலுத்திய புராணமும்கூட பிற கடவுளர்களுக்குப் போதிய இடம் அளித்தன.[26]

இரண்டாம் சந்திரகுப்தன் ஒரு தீவிர இந்து. ஆனால் அவன் பௌத்தத்தையும் ஜைன மதத்தையும் ஆதரித்தான். பாடலிபுத்திரத்தில் பாஹியன் ஒரு வருடாந்திரத் திருவிழாவைக் கண்டார். அதில் இருபது தேர்கள் பௌத்த ஸ்தூபங்களைத் தாங்கி, நகருக்குள் வந்தன. அந்த ஸ்தூபங்களில் கடவுளர்கள், போதிசத்துவர்கள், புத்தர் ஆகியோரின் படிமங்கள் வெள்ளி, பொன் ஆகியவற்றால் அமைக்கப்பட்டிருந்தன. அவை பிரம்மச் சாரிகளால் அழைக்கப்பட்டபிறகு நகருக்குள் நுழைந்தன. (பிரம்மச்சாரிகள் என்பது இங்கே மாணவர்களை அல்லது திருமணமாகாதவரை மட்டுமின்றி, ஒட்டுமொத்த பிராமணர்களையும் குறிக்கும் சொல்லாகலாம்.) மத ஒற்றுமைக்கு ஓர் எடுத்துக்காட்டாக இது அமைந்திருந்தது. குப்தப் பேரரசர்கள், பல பௌத்த இருப்பிடங்களை—ஸ்தூபங்கள், மடங்கள், விகாரைகள் ஆகியவற்றைச் சமர்ப்பித்தனர். அதேசமயத்தில், மிகமுற்பட்ட (ஐந்தாம் நூற்றாண்டு முதல் எட்டாம் நூற்றாண்டுவரையுள்ள பகுதியில்) இந்துக் கோயில்கள் சிலவும்

கட்டப்பட்டன, இந்துப் படிமங்கள் செதுக்கப்பட்டன. பாறைகளில் செதுக்கப்பட்ட கோயில்களும், கட்டமைப்புக் கோயில்களும் மிகப் பரவலாக ஏற்றுக்கொள்ளப்பட்ட மரபுகளைப் பகிர்ந்துகொண்டன.[27] குப்தர்கள் ஆதரித்த மதப் பன்முகத்தன்மை வளரத் தொடங்கிய காலத்திலேயே ஹுணர்களால் ஒரு திடீர் முடிவுக்கு வந்தது. தீவிரமான விக்கிரக வழிபாட்டு எதிர்ப்பாளர்களாகிய அவர்கள், குறிப்பாக பௌத்தத்தை மிகவும் வெறுத்தனர். அவர்கள் வட இந்தியாவை கி.பி. ஐந்தாம் நூற்றாண்டின் பிற்பாதியில் தாக்கத் தொடங்கினர். கஷ்மீரம், பஞ்சாப், மாளவம் ஆகியவற்றைத் தாண்டி குவாலியர்வரை வந்தனர். பிக்ஷுக்களைக் கொன்று மடங்களை அழித்தனர்.[28] ஹுணர்களின் தாக்குதல்களிலிருந்து சிந்துவெளிப் பகுதியிலிருந்த பௌத்தம் மீளவே இல்லை. வெந்த புண்ணில் வேல்பாய்ச்சுவதுபோல, சில சைவ பிராமணர் கள், பௌத்தத்தை வெறுத்தவர்கள், ஹுணர்களுடைய பௌத்த வெறுப்பைத் தாங்கள் பயன்படுத்திக் கொண்டு, அவர்களிடமிருந்து கொடைகளும் பெற்றனர்.[29]

தொடக்க சமஸ்கிருதப் புராணங்களில் மக்கள் மரபுகள்:

மொழிபெயர்ப்பில் கண்டவை இந்து சமயங்களுக்கிடையிலும், இந்து மதத்திற்கும் பௌத்தத்திற்கும் ஜைனத்திற்கும் மற்றும் அரசவைக்கும் கிராமத்திற்கும் இடையிலான சிக்கலான தொடர்புகள், இந்தக் காலத்தில் உருவான முக்கியமான மதப்பனுவல்களான புராணங்களில் பலவழிகளில் வெளிப்படுகின்றன. குப்த இலக்கியம் முதலில் தோன்றித் தனதுபோக்கில் நாட்டார் மற்றும் இதிகாசப் பொருள்களைத் தனக்கேற்ப அமைத்துக் கொண்டது. பிறகு புராணங்கள் தோன்றி, நாட்டார் விஷயங்களையும் குப்த இலக்கியத்தையும் தங்களுக்கேற்ப உருவமைத்தன. வேதப்பனுவல்கள் போலவே, மகாபாரதம் போலவோ கூட புராணங்கள் நுணுக்கநயம் கொண்டவை அல்ல. இதுவரை நாம் கண்ட எந்தப் பனுவல்களையும்விட, மொழி, சாதி ஆகியவற்றில் தளர்ச்சியாக உள்ளவை இவை. சமஸ்கிருதக் கவிதைகளின் அறிஞர்கள், புராணங்களின் மோசமான மொழிநடை பற்றிக் கேலிசெய்கிறார்கள். பழங்கால இந்தியாவின் குப்பை நாவல்கள் போன்றவை இவை. அல்லது, என்னுடைய மாணவர் ஒருவர் கூறியது போல, இடைக்காலத்தின் டப்பா சங்கீதம் இவை.[30] இவற்றோடு ஒப்பிடும்போது, குப்தர் அவையின் கவிதை ஷேக்ஸ்பியரின் தன்மை கொண்டது.

பலரும் பதினெட்டுப் புராணங்களும் பல உபபுராணங்களும் இருப்பதாகச் சொல்கின்றனர். இந்தப் பட்டியல்கள் அப்புராணங்களின் காலத்தைப் போலவே பெருமளவில் வேறுபடுகின்றன. இப்புராணங்களின் காலத்தைப் பற்றி ஒருவருக்கும் உறுதியாகத் தெரியாது.[31] பெரும்பாலான புராணங்களில் சர்க்கம், உபசர்க்கம், கடவுளர்—அரசர்களின் வம்சா வழிகள், மனுக்களின் ஆட்சிகள் (ஒவ்வொரு யுகத்திலும் ஒரு புதிய மனு பிறந்து படைப்பினை மேற்கொள்ள உதவுவான்), சூரிய - சந்திர வம்சங்களின் வரலாறு ஆகிய ஐந்து பகுதிகள் அடங்கியிருக்கின்றன என்று சொல்வார்கள். கடவுளர், மனுக்கள், அரசர்களின் வம்சாவழிகள்,

ஒரு கம்பிச்சுற்றின் திறந்த முனைகள். இந்த திட்டமற்ற வகைகளுக்குள் (இவற்றைச் சில புராணங்கள் முற்றிலுமாகப் புறக்கணித்து விடுகின்றன) ஆசிரியர்கள் தாங்கள் பேச விரும்பும் செய்திகளை—எவ்விதம் ஓர் இறைப்பற்றுள்ள வாழ்க்கையை வாழ்வது, எவ்விதம் கடவுளர்களையும் தேவியரையும் வழிபடுவது போன்றவற்றைப் பொருத்துகிறார்கள். இதில் ஒருவன் வீட்டிலும் கோயிலிலும் செய்ய வேண்டிய பூசைகள், திருவிழாக்களில் செய்யவேண்டியவை, தீர்த்த யாத்திரை செல்லவேண்டிய இடங்கள், பாராயணம் செய்யவேண்டிய மந்திரங்கள், சொல்லவும் கேட்கவுமான கதைகள் போன்றவை அடங்கும். சாத்திரங்களின் மூடிய முழுமைச் சிந்தனைப்போக்கு, புராணங்களின் திறந்த, எல்லையற்ற சிந்தனைப் போக்கில் வந்து முடிந்தது. எதிரில் வரும் எதைப் பற்றியும் அவை சொல்கின்றன.

புராணம் என்றால் பழையது என்று பொருள். தொன்மங்களையும் சடங்குகளையும் கொண்ட இந்தத் தொகுப்புகள் வெகுபழங்காலத்தைத் திடமாக நோக்குகின்றன. ஒரு பழமைபேணும் நிலைப்பாடு. இந்தப் புதிய இலக்கிய வகையே பழமையானது, யாரால் இயற்றப்பட்டது என்று தெரியாதது. அதுவும் ஒரு பேரரசுஆதிக்க நிலைப்பாட்டையும் கொண்டிருக்கிறது. பேரரசின் தொடர்பு மேம்பாடும் எல்லாம் கடலிலிருந்து கடல்வரை (மனு கூறியதுபோல) ஒரே கலாச்சார அலகின் பகுதிகள் என்ற உணர்வும் ஒரு பரந்த இலக்கிய நோக்கைத் தூண்டின. காளிதாசரின் மேகதூதம் தன் நாட்டுக்கு அப்பால் இருக்கும் ஒருவன், தன் காதலிக்கு மேகத்தைத் தூதனுப்புகின்ற கவிதைப் போலிநியாயத்தைக் கையாளுகிறது. ஒரு பெரிய பேரரசுக்கான பொதுமேலாய்வுக்கான வான்வழிப்பாதையை இராமகிரியிலிருந்து (நாகபுரிக்கு அருகிலுள்ள இடம்) உஜ்ஜயினி வழியாக இமயமலையிலுள்ள கைலாச பர்வதத்துக்கு வரைந்துகாட்டுகிறது. அதேசமயம் புராணங்கள் ஒரு ஜனரஞ்சகமான விஷயத்துக்கு சமஸ்கிருத ஊடகத்தை அளித்தது. இந்தப் பொருள், இந்தியாவின் எல்லா வகுப்பினர், இடங்கள் வாயிலாகவும் பெறப் பட்டது. அதனால் குப்தர்கள் அவையின் பரந்த, வட்டாரஎல்லைகளைத் தாண்டிய பார்வையோடு, ஒரு சிறிய கிராமத்தின் குறிப்பிட்ட தீர்த்தம், கோயில், ஆறு, இவற்றையும் இணைத்து, அங்கே உடனடியாக எவ்விதம் வணங்கலாம் என்பதற்கான குறிப்புகளையும் அளித்தது. ஒரு புராணத்தையும் மற்றொரு புராணத்தையும் பிரித்தது அதன் அதன் சமயநோக்குதான். எல்லாக் கதைகளும் (சடங்குகளும் விதிகளும் உட்பட) அந்தந்தக் கடவுளை, அந்தத் தலயாத்திரைக்கான இடத்தைப் பற்றியவை. சமய நோக்கு, “இதுதான் முழு உலகமும்” என்று கூறவில்லை, “இதுதான் எங்கள் முழு உலகம்” என்று கூறுகின்றன.

கீழ்ச்சாதிகளை, குறிப்பாகப் பழங்குடி மக்களைப் புராணங்களில் நடத்துகின்ற முறை, இந்தக் குழுக்களை பேரரசுக்குள் எவ்விதம் ஈர்த்துக்கொள்வது என்பதில் ஒரு பதற்ற நிலையைக் காட்டுகின்றன. தொடக்கப் புராணங்கள் பல்வேறு சாதிகளிலிருந்தும் ஜன ரஞ்சகமான நம்பிக்கைகளையும் சிந்தனைகளையும் தங்களுடையதாக்கிக் கொள்வதைத் தொடர்ந்தன.[32] ஒருபுறம் துறவு, மறுபுறம் சமயப் பன்முகத்தன்மையினால்

வளமான வளர்ச்சி ஏற்பட்ட தன்மை ஆகிய மிகவேறுபட்ட சவால்கள். தர்மசாத்திரங்களின் ஆசிரியர்கள் சமாளித்துத் தங்கள் திட்டத்திற்குள் கொண்டுவர முற்பட்டவை இவை. புராண ஆசிரியர்களுக்கு இவை வாழ்வில் ஒருமுறையே கிடைக்கும் வாய்ப்பாகத் தோன்றின. சரியான நடத்தைக்கான இந்துமதம், விதிப்படி சூரியனின்கீழுள்ள எல்லாவற்றையும் தனக்குள் இணைத்துக் கொள்ளும்விதமாகச் செயல்பட்டது. புறந்தள்ளப் பட்ட மக்களுக்கு (நாட்டுப்புறக் கதைசொல்லிகள், கீழ்ச்சாதிகள், பெண்கள்) சமஸ்கிருத இலக்கியத்திற்குள் உடைத்துப் புகுவதற்கு இதுவரை ஏதோ ஒரே ஒரு வெற்றிமட்டுமே கிடைத்திருந்தது (உபநிடதங்களில் ரைக்வனைப் பற்றிய போகிறபோக்கிலான பகுதி, திரௌபதியின் இக்கட்டான பலபுருஷமணம்). இப்போது அவர்களுக்கு முக்கியப் பேசும்தன்மையிலான பாத்திரங்கள் கிடைத்தன. முதலில் குப்தர்களின் ஆதரவிலும், பிறகு அதைப் பின்பற்றி வந்த குறைந்த கட்டமைப்புள்ள அரசியல் அமைவுகளின் ஆதரவிலும் ஆதிக்கத்துக்கு மாறான, வேதத்திற்கு மாறான மரபுகள் புராணங்களின் முக்கியமான சாராம்சப் பொருள்களை அளிக்கின்றன. கோவில்களின் பெருக்கமும் சடங்குப் பனுவல்களை— புராணங்களையும், ஆகமங்களையும் மிகுதியாகப் பயன்படுத்துவதற்கு வழிகோலின. ஆகமங்கள் வழிபடுபவர்கள் எவ்விதம் பூசை நிகழ்த்துவது எப்படி என்று போதித்தன.[33] காலப்போக்கில் சமஸ்கிருதப் பனுவல்களைப் படிக்க அறியாத மக்களுக்கு சமஸ்கிருதத் தொன்மங்களும் சடங்குகளும் கிடைக்குமாறு செய்தன என்பது கோயில் வழிபாடு கொண்டுவந்த மிகப் பெரிய புதுமைகளில் ஒன்று. கோயில்களில் செதுக்கப்பட்ட சிற்பங்கள், புராணங்களின் தொன்மங்களைப் பொதுமக்கள் வட்டத் திற்குள் கொண்டுவந்தன. படிமக்கலை படிப்பறிவற்ற தன்மையைக் கடந்த ஒன்று. பனுவல்களைப் படிக்க அறியாவிட்டாலும் மக்கள் படிமங்களைக் காண்கிறார்கள். யாரோ ஒருவர்—அவர் கோயிலின் புரோகிதராக இருக்கலாம், இல்லாமலும் இருக்கலாம்—கதையை நன் கறிந்தவர், பிறருக்குச் சொல்கிறார். புராணத்தைப் படிப்பவருக்கு அருகில் அமர்ந்திருக்கும் ஒருவர் சமஸ்கிருதம் தெரியாதவர்களுக்கு அதை விளக்குகிறார். (மொ.பெ. ஆசிரியர், கதாகாலட்சேப மரபைக் குறிப்பிடு கிறார்). பொதுமக்களுக்கான இந்தக் கதைசொல்வது, மக்கள் ஒன்று கூடிக் கேட்பது, சாதி அல்லது பால் வேறுபாடின்றி எல்லாருக்கும் கிடைத்தன.[34] மேலும் உற்சவமூர்த்திகள் கோயிலுக்கு வெளியே கொண்டுவரப்பட்டபோது, பறையர்களும் கூட, கோயிலுக்குள் வர அனுமதிக்கப்படாவிட்டாலும், அவற்றைக் காணமுடியும். பதிலாக, நாட்டார் தெய்வங்களும் வட்டார சமய மரபுகளும் பிராமணக் கற்பனையொழுங்கிற்குள் புகுவதற்கான அமைவுகளில் கோயில்கள் ஒரு பகுதியாக இருந்தன.

பிராமணத் தூய்மையாக்கம்

புராணங்கள் சமஸ்கிருத அவைக்கவிதை, வாய்மொழி அல்லது வட்டார மரபுகள் ஆகியவற்றிற்கிடையில் சமரசம் செய்கின்றன. சில சமயங்களில், ஆனால் எல்லாச் சமயங்களிலும் அல்ல. வட்டாரப் பனுவல்களை, புராணங்களை உருவாக்கிய வகுப்பினருக்கும், அரசவைக்

கவிதைகளை உருவாக்கிய வகுப்பினருக்கும் இடையில் சமூக, மற்றும்/ அல்லது பொருளாதார வேறுபாடு இருந்தது. ஆனால் புராணங்கள் ஏழை மக்களிடமிருந்து வந்தன என்று நாம் கருதலாம். புராணங்கள் வர்க்க வேறுபாடுகளின் ஊடாக வெட்டிச் செல்கின்றன, செல்வமிக்க வியாபாரிகளைத் தங்கள் புரவலர்களாகக் கொண்டிருந்தன. புராணங்கள் வியக்குமளவு பரந்த வீச்சினை உடைய பல்வேறு நம்பிக்கைகளை ஒருங்கிணைக்கமுடிந்தன என்பதற்கும், இந்துக்கள் தங்கள் மத நூல்களிலும் சமுதாயங்களிலும் மட்டுமல்ல, தங்கள் சொந்தக் குடும்பங்களிலும் அவற்றைச் சகித்துக்கொண்டார்கள் என்பதற்கும் திட்டவட்டமான வைதிகத்தன்மை அவர்களிடம் இல்லை என்பது ஒரு காரணம்.

கதைசொல்லிகள் பிராமணத் துருவிநோக்கும் பார்வைக்கடியில் புதிய சிந்தனைகளைக் கடத்திவந்து பழைய வகைமைகளில் மறைத்து வைத்தார்கள். உண்மையில் அந்த வகைமைகளுக்கு அந்தப் புதிய சிந்தனைகள் சொந்தமானவையே அல்ல. முக்கியமாக, புராணங்களில் சொல்லப்படும் பெரும்பாலான சடங்குகளுக்கு பிராமணப் புரோகி தர்கள் தேவையே இல்லை.[35] பிராமணக் கருத்தியலின் இடுக்கிப் பிடியை வருணிக்க இது போதுமானது. மேலும் நாட்டார் விஷயங்கள் சமஸ்கிருதத் தொகுதிக்குள் புகுந்ததற்கு மற்றுமொரு காரணம், பிராமணர்களால் அவற்றை இனிமேலும் புறக்கணிக்க இயலவில்லை. அவ்வளவு பரந்த மத இயக்கங்களின் பகுதியாக அவை இருந்தன. மேலும், பிராமணர்கள், எல்லாக்காலங்களிலும் தாங்கள் முன்னுரிமை பெற்று இருந்ததனால், ஒரு நல்ல விஷயத்தைப் பார்த்தவுடனே கண்டுகொண்டார்கள். இவைகளும் மிக நேர்த்தியான கதைகள், பலசமயங்களில், அவை பிராமணர்களின் சொந்தக் குடும்பக் கதைகள் ஆகும்.

கிராமப்புற மரபுகளுக்கும் வட்டார நாட்டார் வழக்குகளுக்கும் மானிடவியலாளர் ராபர்ட் ரெட்ஃபீல்டு 'சிறிய மரபு' என்று பெயரிட்டார்.[36] ஆனால் இவைதான் மிகப் பெரும்பகுதி இந்துமதத்தைக் கட்டமைப்பவை, (புராணங்கள் போன்ற) பெயர்பெற்ற, ரெட்ஃபீல்டு 'பெரிய மரபு' என்று கூறிய அகில இந்திய மரபுகளுக்கும் முக்கியமான மூலங்கள். சிறிய என்பதற்கு இழிவான அர்த்தமும், புவியியல் அர்த்தமும் இருக்கின்றன. சிறிய தனித்த கிராமங்களின் மரபு மட்டுமல்ல, அறிஞர்கள் அவமதிக்கின்ற முக்கியத்துவம் குறைந்த, கரடுமுரடான, நாகரிகம் குறைந்தவர்களின் மரபு அது. ஆனால் இந்தியாவில் கிராமங்கள் பரவியிருக்கும் பரப்பளவு அளவிலும், அவற்றின் மக்கள் தொகை அளவிலும் (2001 மக்கள்தொகைக் கணக்கெடுப்பின்படி, தேசிய மொத்தத் தில் 72.2 சதவீதம்)[37] மட்டுமல்ல, அவர்களுடைய படைப்பாற்றல் மிக்க கொடைகளை வைத்தும், சொற்களை மாற்றவேண்டும். அகில இந்திய மரபுதான் சிறியது; கிராமப்புறக் கலாச்சாரங்கள்தான் பெரிய மரபு.[38] பெயர்பெற்ற, அகில இந்திய மரபு என்பது குறிப்பது எழுத்து மரபு, படித்த மரபு, இலக்கிய மரபு. அவை அகில இந்திய என்ற சொல்லை வைத்துக்கொள்ளக் காரணம், சில பனுவல்கள், வேதங்கள், இராமா யணம், போன்றவை இந்தியாவில் (அதற்கு அப்பாலும்கூட) நன்றாகத் தெரியும் என்பதே. ஆனால், இந்தியாவில் பெரும்பாலோர்க்கு அவற்றின்

உள்ளடக்கத்தின் சுருக்கத்திற்குமேல் ஒன்றும் தெரியாது.

எனவே நாம் தலபுராணம், நாட்டார் பனுவல்கள் என்ற சொற்களைப் பயன்படுத்துவது தகும். தலபுராணங்கள், குறிப்பிட்ட தெய்வத்தைப் புகழ்வன அல்ல. குறிப்பிட்ட கோயில் அல்லது ஸ்தலம் (ஊர்) பற்றியவை. அந்த ஊர் மொழியில் எழுதப்பட்டவை. வரலாறும் வட்டாரத் தன்மையுடையது. பனுவல்கள், எங்கோ தொலைதூரத்தி லிருக்கும் பேரரசனைப் பற்றிக் கவலைப்படுவதில்லை, மாறாக, உள்ளூர் வரிவசூல் அதிகாரியைப் பற்றித்தான் அவற்றின் கவலை. நாம் சாதாரண மக்களின் நகைச்சுவை ஞானத்தைக் காணக்கூடிய, இந்துமரபின் மிகத் தூய்மையான பக்திமான்களை எதிர்த்து, சொந்தக் கடவுளரையே கேலி செய்து நகைக்கக்கூடிய இந்து மதத்தின் தன்மையைப் பாராட்டக்கூடிய இடங்களில் கிராமமும் ஓர் இடம். நாட்டார் மரபு, குறிப்பாக, பிராமணர்களைக் கேலிசெய்வதில் சந்தோஷமடைகிறது. அகில இந்திய மரபு என்பதன் கருத்துகள், இந்தியாவின் எல்லாப் பகுதிகளிலும், அதற்கு அப்பாலும் இருக்கும் இந்துக்கள் பலருக்கும், ஆனால் எல்லாருக்குமல்ல, தெரிந்திருக்கலாம். அது மட்டுமல்ல, அவை மேலும் குறைவாகவே நம்பப்படுகின்றன. அவை ஒவ்வொரு வட்டாரச் சமுதாயத்திலும் நெய்யப்பட்டிருக்கும் மிகப்பெரிய துணியின் ஓரத்திலுள்ள பூவேலைப் பாடுகள்தான் அவை. இந்தக் காலப்பகுதியில் பழங்குடி இனத்தவரும் இந்து சமூகத்திற்குள் பண்படுத்தப்பட்டு நுழைக்கப்பட்டார்கள். இதனால் அவர்களின் கதைக் கொடைகள் புராணங்களில், இங்குமங்குமாகச் சேர்க்கப்பட்டன.[39]

சமஸ்கிருத இலக்கியத்திற்குள் இம்மாதிரி அவ்வப்போது பிராமணரல் லாதவர்களின் சிந்தனைகள் பாய்ந்தன. ஆனால் அவற்றுக்கு எதிராகக் கடைசியாக ஒரு பிராமணத் தூய்மையாக்கம் நின்றது. அது இவற்றை யெல்லாம் தனக்குள் வசப்படுத்த முயன்றது. குறைந்தபட்சம், பிராமணக் கருத்தியல் சட்டகத்திற்குள அவற்றை அடக்க முயன்றது. இதை நாம் மகாபாரதத்திலிருந்து காளிதாசருக்கான மாற்றத்தில்கூட நோக்கினோம். வெளிப்படையாக, வாய்மொழி நாட்டார் வழகுகளுக்கு பிராமணர்களின் மனப்பாங்கு முழுமையாக அவற்றைப் பற்றி அறியாதிருத்தல் என்பதில் தொடங்கி, முழுமையாகக் கண்டிப்பதுவரை செல்கிறது. ஆனால் உண்மையில், பெருமளவு அவற்றை அவர்கள் தங்கள் சொந்தப் பனுவல்களில் சேர்த்துக்கொண்டார்கள். சேர்க்கும்போதும் அவற் றைப் பொருத்தமற்றவை என நீக்கிவிட்ட, அல்லது தூய்மைப்படுத்திய வடிவத்தில் சேர்த்தார்கள். வாய்மொழி (அல்லது எழுதப்படாத என்று சொன்னால் சிறப்பாக இருக்கும்) மரபுகள் இவ்வாறு இலக்கிய மரபுகளால் மேல் எழுதப்பட்டன. அவை பல விதங்களில் தொடர்ந்து அவற்றை மாற்றுவதன் மூலம் இந்துவாக்குதல், அல்லது புராணப்படுத்தலைச் செய்கின்றன. மொழி, உணவு (மாமிச உணவிலிருந்து மரக்கறி உணவுக்கு மாற்றுதல்), சாதி (கீழ்ச்சாதிப் பூசாரிகளைப் புரோகிதர்கள் ஆக்கிவிடுதல்), பால் (பெண் — கதைசொல்லிகளை, ஆண்களாக மாற்றிவிடுதல்) ஆகியவை இப்படிப்பட்ட புராணப்படுததல்களில் சில.[40] பின்வந்த நூற்றாண்டுகளில் நாம் பல்வேறு வட்டாரமொழிகளில் காணப்பட்ட (தமிழ், வங்காளி,

தெலுங்கு, இந்தி) நாட்டார் கதைகளை சமஸ்கிருதத்திற்கு மாற்றிய, பிராமணர்களால் மீட்டெழுதப்பட்ட மெய்யான மாற்றங்களையே கண்டுபிடிக்க இயலும். ஆனால் (பின்னோக்கு எச்சரிக்கை!) எத்தனையோ நூற்றாண்டுகளுக்கு முன்பு அதே விஷயங்கள், அதேவிதத்தில் நடந்தன என்று நாம் கொள்ளமுடியாது. குறைந்த அல்லது, ஒருவேளை, அதிகமான மாற்றங்கள் செய்யப்பட்டிருக்கலாம்.

உதாரணமாக, தெலுங்கில் வியாபாரிகளாக உள்ள இடங்கைச் சாதியில் (இடங்கை என்றால் சுத்தமற்ற, கீழ்ச்சாதியினர் என்று அர்த்தம்), அசலாகச் சொல்லப்பட்ட ஒரு கதையை எடுத்துக் கொள்ளலாம். அதே கதை சமஸ்கிருதப் புராணம் ஒன்றில், அதே சாதியினரால் (அந்தச் சாதி இப்போது அந்தஸ்தில் மேல் உயர்ந்து வைசியர்களாக மாறிவிட்டது) சொல்லப்படும்போது சில விஷயங்கள் மாறுகின்றன. நாட்டார் கதையில், கதைத் தலைவி, தனக்காகவும் தன் சாதிக்காகவும் தானே முடிவுகளை எடுக்கிறாள். ஆனால் சமஸ்கிருதப் பாடத்தில், பிராமணப் புரோகிதன் எல்லா முடிவுகளையும் எடுக்கிறான்.[41] இருப்பினும் மிகப் பெரிய அளவிலான நாட்டார்கதைகள் இந்தத் தூய்மையாக்கத்தில் நழுவி வந்துவிடுகின்றன. ஏறத்தாழ அசல் வடிவத்திலேயே புராணங்களில் புகுந்துவிடுகின்றன. ஆகவே பிராமண விளக்கங்கள் கண்டிப்பாக வட்டாரத் தன்மையையும் பிரதேசச் சுவையையும் மாற்றிவிடுவதில்லை. வேறிடத்துக்குப் பயணப்படும் ஒயின் சிலசமயங்களில் நன்றாக இருக்கிறது, சிலசமயங்களில் கெட்டு விடுகிறது என்பதைப் போல், சிலசமயங்களில் வட்டார மதிப்புகளின் அமைப்பு தப்பித்துக் கொள்கிறது. ஆனால் பிராமணப் பதிப்புச் செய்தவர்கள் கதைகளின் உயிர்ப்பை அகற்றி விட்டார்கள் என்று நினைக்கத் தேவையில்லை. பிராமணச் சல்லடைகள், நாட்டார் இலக்கியத்தின் சுழல்களை முற்றிலும் தடுக்குமளவுக்கு நயமானவை அல்ல. அவை, குறிப்பாக தேவியர்களின் கதைகளைப் பொறுத்தமட்டில், எந்தச் சிறுதுளையிலும் கசிந்துவிடுகின்றன.

மேலும் இந்தச் சமயத்தில், சமஸ்கிருதத்தின்மீது பிராமணப் பிடிப்பு குறையத் தொடங்கியது. வைசியர்கள் சமஸ்கிருதத்தைப் படித்தார்கள். பிராமணர் அல்லாதோர் மதச் சார்பற்ற பலதுறைகளில் சமஸ்கிருதத்தைப் பயன்படுத்தினார்கள். இன்னும் குறிப்பாகச் சொன்னால், பிராமணர்களில் பலவேறு வகையினர் இருந்தார்கள், பல தகுதிகளில் இருந்தார்கள்; அல்லது தங்கள் இடங்களாலோ, படிப்பறிவினாலோ அறியப்பட்டார்கள். இம்மாதிரி வேற்றுமையை பிராமணங்களிலேயே காண்கிறோம். பிராமணர்கள் ஒருசீர்த்தன்மை உடையவர்களாக இல்லை. சிலர் படிப்பு எழுத்து இவற்றைவிட வாய்மொழியாக எடுத்துரைப்பதில் வல்லவர்களாக இருந்தார்கள். புராணக்கதைகளில், அசுரர்கள் இடையிலும் பிராமணர்கள் இருந்ததைப் பார்க்கிறோம். இப்போது, அசுரர்களின் வம்சாவழியில் வந்ததாகச் சொல்லப்படுகின்ற பிராமணர்களைக் காட்டும் குறிப்புகளும் உள்ளன. இதேபோல, மெய்யான வாழ்க்கையிலும் சூத்திர பிராமணர்கள், மிலேச்ச பிராமணர்கள், சண்டாள பிராமணர்கள், நிஷாத பிராமணர்கள் (இவர்கள் திருடர்கள், மீனும் மாமிசமும் இவர்களுக்கு விருப்பம் என்று சொல்லப்படுகிறது) ஆகியோர்

உள்ளனர். இவர்களில் சிலர் தாங்கள் புராணங்களில் புகுத்திய நாட்டார் மூலங்களுக்கு நெருக்கமானவர்களாகவும் இருந்தனர்.

சமயப் போட்டிகள்

வைணவர்க்கும் சைவர்களுக்குமான மோதல்கள் சார்பளவில் கடுமை யின்றி இருப்பினும் கதைகளில் வெளிப்படையாக எடுத்துரைக்கப்படும் அளவுக்கு முக்கியமானவையாக இருந்தன. மும்மூர்த்திகள்—பிரம்மா, விஷ்ணு, சிவன் சேர்ந்த வடிவம்—என்பதைப் பற்றிக் காளிதாசரும், மார்க்கண்டேய புராணமும் கூறினாலும், தவறான திசைக்கு இட்டுச் செல்லும் கருத்து இது. (கிறித்துவத்தின் மும்மையொருமைக் கோட் பாடு மும்மூர்த்திகளைக் கண்டுபிடிக்கப்படாவிட்டாலும், அக்கருத்து நீடித்திருக்க உதவியிருக்கலாம்.) பிரம்மா படைப்புக் கடவுள், விஷ்ணு காக்கும் கடவுள், சிவன் அழிக்கும் கடவுள் என்ற கருத்து, புராணத்திற்கு எவ்விதத்திலும் ஒத்துவரவில்லை. ஏனெனில் புராணங்களில் சிவனும விஷ்ணுவும் தங்கள் அளவில் காப்பவர்களாகவும் அழிப்பவர்களாகவும் உள்ளனர். பிரம்மா எங்குமே வழிபடப்படுவதில்லை. பதினைந்தாம் நூற் றாண்டின் கபீர், இந்துமதத்தை நகையாடுவதுபோலவே, மும்மூர்த்திகள் என்பது சத்வம், ராஜசம், தாமசம் என்ற குணங்களைக் குறிப்பது என்ற கருத்தையும் கேலி செய்கிறார்.[44] இந்து மதத்தில் மெய்யாகவே ஒரு மும்மூர்த்தியைக் கண்டுபிடிக்க விரும்பினால் (தெய்வவரிசைகளுக்கு ஒரு சுருக்குவழியாகவும், திருமண அழைப்பு போன்றவற்றில் அலங்காரத் திற்காகவும் இப்போதும் தேடுபவர்கள் உண்டு) விஷ்ணு, சிவன், தேவி என்று குறிப்பிடுவதே துல்லியமாக இருக்கும். ஆனால், பல்வேறு விஷ்ணுக்கள், சிவன்கள், தேவிகள் இருப்பதால், அந்த மும்மூர்த்தி என்ற அமைப்பும் பொருளற்றதுதான். இந்துமதத்தின் ஒன்றாக்கல் விருப்பத்தை வைத்து நோக்கினால், விஷ்ணுவும் சிவனும் ஒன்றுசேர்ந்த வடிவமாகக் காண்பதே—ஹரிஹர என்ற இணைப்பாக—பொருத்தமாக இருககம்.

இந்த மும்மூர்த்திகளின் சார்புநோக்கிலான அந்தஸ்து, வெளிப்படை யாகவே ஒரு தொன்மத்தில விவாதிக்கப்படுகிறது. அது பிரம்மாவுக்கும் விஷ்ணுவுக்கும் இடையில் ஒரு விவாதமாகத் தொடங்குகிறது (மிக அதிகமாகச் சொல்லப்பட்ட விஷயம் இது, ஏற்கெனவே இதன் மாற்று வடிவம் ஒன்றினை நாம் பார்த்துள்ளோம்). பிறகு அது மற்றொரு ஜனரஞ் சகமான தொன்மமாக இலகுவாக மாறுகிறது. அது லிங்கத்திலிருந்து சிவன் ஒளிப்பிழம்பாகத் தோன்றிய கதை. அதைச் சொல்வது விஷ்ணு.

சிவன் லிங்கத்திலிருந்து தோன்றுதல்

ஒருகாலத்தில், நான் மூவுலகங்களையும் இருளில் விழுங்கினேன். எல்லா உயிர்களும் என் வயிற்றில் அடங்கியிருக்கத் தனித்திருந்தேன். எனக்கு ஆயிரம் தலைகள், ஆயிரம் கண்கள், ஆயிரம் பாதங்கள். திடீரென, நான்கு தலை பிரம்மனை நான் கண்டேன். அவன் என்னிடம், “நீ யார்? எங்கிருந்து வருகிறாய்? நான்தான் உலகங்களைப் படைப்பவன், எனக்குச் சொல்வாயாக” என்றான். நான் அவனுக்குச் சொன்னேன்: “நான்தான் உலகத்தைப் படைத்தவன். மேலும் மீண்டும் மீண்டும்

அவற்றை அழிப்பவனும்கூட.” நாங்கள் இப்படியே ஒருவரை ஒருவர் வெல்லவேண்டுமென்று வாதிட்டுக் கொண்டிருந்தபோது, நாங்கள் வடக்கில் ஓர் ஒளிப்பிழம்பு தோன்றுவதைக் கண்டு அதிசயித்தோம். அதன் பிரகாசமும் ஆற்றலும் எங்களைக் கைகுவித்து அதை வணங்கச் செய்தன. அந்த ஒளிப்பிழம்பு வளர்ந்தது, அதனிடம் நாங்கள் இருவரும் ஓடினோம். வானுக்கும் நிலத்திற்குமாகக் காட்சியளித்த அந்த ஒளிப் பிழம்பின் நடுவில் ஒரு ஒளிபொழியும் லிங்கத்தைக கண்டோம். அது வருணிக்கவும், கற்பனை செய்யவும் இயலாததாக இருந்தது, மாறிமாறித் தோன்றி மறைந்தது. முதலில் அது ஒரு கையளவுதான் இருந்தது, ஆனால் பிறகு வளர்ந்துகொண்டே இருந்தது.

அப்போது பிரம்மன், நீ வேகமாகச் சென்று இந்த லிங்கத்தின் அடிப்பகுதியைத் தேடு. நான் மேலே சென்று உச்சியைத் தேடுகிறேன் என்றான். நான் ஆயிரக்கணக்கான ஆண்டுகள் கீழே சென்றேன். ஆனால் லிங்கத்தின் அடியினை அடைய முடியவில்லை. பிரம்மனும் அதேபோல உச்சியைக் காண இயலவில்லை. ஆச்சரியமுற்றும், பயந்தும் நாங்கள் திரும்பிவந்து சந்தித்தோம். சிவனை வணங்கினோம், “நீதான் உலகங்களைப் படைப்பவனும் அழிப்பவனும். உன்னிலிருந்துதான் எல்லா தேவியர்களும் பிறந்தார்கள். உன்னை வணங்குகிறோம்” என்று உரைத்தோம்.

அப்போது சிவன் தன்னை வெளிப்படுத்திக் கொண்டான். பரிவினால் நிறைந்து, இடிபோலச் சிரித்தான். “பயப்பட வேண்டாம். நீங்கள் இருவரும் அழியாதவர்கள், என்னிலிருந்துதான் முன்பு பிறந்தீர்கள். பிரம்மன் என் வலக்கை, விஷ்ணு என் இடக்கை. நீங்கள் கேட்கும் வரத்தை நான் அளிப்பேன்” என்றான். பரவசமடைந்து, நாங்கள் சொன்னோம், “என்றுமே உன் பக்தர்களாக இருப்பது போதும்.” இறைவனுக்கிறைவ னான சிவன், “அப்படியே ஆகுக, சென்று சந்ததிகளைப் பெருக்குக” என்றான். உடனே மறைந்தான்.[45]

இந்தத் தொன்மம், லிங்கவடிவத்தின் ஆதியைக் கூறுகிறது, அதைப் புதியதொரு பொருளாக்குகிறது. தட்சனின் கதையில் சிவ வழிபாடு புதியதொரு பொருளாக முளைத்ததைப் போல. கதைசொல்லி, இது ஏற்கெனவே வேதங்களில் உள்ளது என்று சொல்லி, இந்த நடைமுறையைச் செல்லத்தக்கது ஆக்கவில்லை. அவருக்கு வரலாறு, மாற்றம், புதுமை பற்றிய ஓர் உணர்வு இருக்கிறது. ஆதிக்கத்திற்கான மும்மூர்த்தகளின் போட்டியில், இந்தப் பனுவலில், சிவன் மிக உயர்ந்தவன், பிறகு பிரம்மா, விஷ்ணு மூன்றாவதாகத்தான் இருக்கிறான். (இக்கதையின் பிற மாறுபட்ட வடிவங்கள், இந்தப் படிநிலையை மாற்றுகின்றன. மேலும் பிரம்மா வழிபடப்படாமற் போனதற்கும் காரணம் சொல்கின்றன. பிரம்மன், தான் லிங்கத்தின் உச்சியைக் கண்டுவிட்டதாகப் பொய் சொல்கிறான். அதனால் வழிபடப்படும் தகுதியை இழக்கிறான்.) தேவியர் கள், சிவனிலிருந்து பிறந்ததாகச் சொல்வதன்மூலமாக, இந்தப் பனுவல் அவர்களை சிவனுக்குக் கீழ்ப்பட்டவர்களாக்குகிறது. அதேசமயம் அவர்களை உறவுடையவர்களாகவும் ஆக்குகிறது. சிவவழிபாட்டிற்கான பாடலை நான் மிகவும் இங்குச் சுருக்கிவிட்டேன். அதுதான் வழிபடுபவர்

தன்னுடன் எடுத்துச் செல்வது, சிவலிங்கத்தை வழிபடுவதற்குரிய வழிபாட்டுச் சட்டகமாக அமைவது. வேதங்களில் தொடங்கி வருவது போலவே, இங்கும், வழிபாட்டுக்குக் காரணமான சடங்கினைப் பற்றி அறியாமல், பனுவலின் ஆற்றலை அறிய முடியாது. ஒருவர் தானே அங்கிருக்க வேண்டும்.

லிங்கத்தின் காமக்கடவுளாகவும், யோகிகளின் தவக்கடவுளாகவும், சிவன் துறவு, முக்தி ஆகிய இரு பாதைகளுக்கிடையிலும் பரவிநிற்கிறான். நடராஜனாக, நடனத்தின் தலைவனாக, அவன் பேருணர்ச்சியின் நடனத்தையும் (லாஸ்யம்) ஆடுகிறான், பிரபஞ்ச அழிவின் நடனத்தையும் (தாண்டவம்) ஆடுகிறான்.[46] இந்த ஈரடித்தன்மை, மன்கனகன் தொன்மத்தில் மிகச்சிறப்பாக வெளிப்படுகிறது.

சிவன் மன்கனகன் கூத்தைத் தடுத்தல்

மன்கனக முனிவன், தன் கையைக் குசைப் புல்லினால் வெட்டிக் கொண்டான். காயத்திலிருந்து இரத்தத்திற்கு பதிலாக தாவரச்சாறு கசிந்தது. மிக அதிகமான, எல்லைமீறிய மகிழ்ச்சியடைந்து, அவன் கூத்தாட ஆரம்பித்தான். பிரபஞ்சத்திலுள்ள எல்லாப் பொருள்களும் அவனுடன் நடனமாடின. தேவர்கள், அதிர்ச்சியடைந்து, இதை சிவனிடம் தெரிவித்து மன்கனகன் நடனத்தை நிறுத்துமாறு வேண்டினர். சிவன் ஒரு பிராமண வடிவத்தில் அவனிடம் சென்று, "முனிவரே, இம்மாதிரியான பெருமகிழ்ச்சி உனக்குள் வரக் காரணம் என்ன?" என்று கேட்டான். "பிராமணனே, என் கையிலிருந்து தாவரச் சாறு கசிவதை நீ பார்க்கவில்லையா?" என்றான் மன்கனகன். "இதில் என்ன ஆச்சரியம்? இதோ பார்" என்று தனது கட்டைவிரலை வேறொரு விரல் நுனியால் குத்திக் கொண்டான் சிவன். காயத்திலிருந்து பனிபோன்ற சாம்பல்துகள்கள் வெளிவந்தன. வெட்கிப்போன முனிவன், சிவனின் காலடியில் விழுந்து வணங்கி, "நீதான் திரிசூலதாரி, கடவுளரில் முதல்வன், சிவபெருமானாக இருக்க வேண்டும். எனக்கு ஒரு வரம்கொடு. என் தவக்கனல் குறையாதிருக்கவேண்டும்" என்றான். "உன் தவக்கனல் ஆயிரம் மடங்கு பெருகும், நான் இந்தக் குடிலில் உன்னுடனே என்றும் இருப்பேன். இந்த நதியில் நீராடி என்னை வணங்கும் ஒருவனுக்கு இவ்வுலகிலும் மறுவுலகிலும் கிடைக்க இயலாத ஒன்றில்லை. பிறகு அவன் என் கருணையால், உயர்ந்த இடத்தை அடைவான்" என்றான்.[47]

மானிடத் துறவி, தனது மாயமந்திரத்தால் இரத்தத்தைப் (வேதச் சடங்குகளில் பயன்படுத்தப்படும் தருப்பைப் புல்லினால் உண்டான காயம் அது) புல்லின் சாறாக மாற்றியபோது மகிழ்ச்சியுடன் கூத்தாடுகிறான் (மரக்கறிஉணவுத் தன்மைக்கு மாற்றம்). ஆனால் அவனுடைய கூத்து, அவன் துறவு போன்றே எல்லைமீறியது. எல்லைமீறிய சைவஉணவு அவன் இரத்தத்தையே தாவரச் சாறாக மாற்றிவிட்டது. ஆனால் சிவனின் தவசக்தி இவனைவிட அதிகமானது. ஆகவே சிவன் தன் இரத்தத்தைச் சாம்பலாக மாற்றிக் காட்டுகிறான். பிணங்களுடைய சாம்பல், காமனுடைய சாம்பலும்கூட. காமனை சிவன் அழித்து, ஆனால் உள்ளேற்றுக் கொண்டவன். வாழ்க்கை விதையின் குறியீடு,

மரணத்தில் ஊடுருவியிருக்கிறது. இவ்விதமாக வாழ்க்கையைவிட மரணம் மிகவும் அதிசயமானது என்று அந்த முனிவனுக்கு சிவன் காட்டுகிறான். கதைமுடிவு, பழங்காலப் பனுவல்கள் செய்வதுபோலக் கேட்பவருக்கு ஆசீர்வாதத்தை வழங்கவில்லை, மாறாக, நதித் தீர்த்தத்தில் நீராடுபவனுக்குப் பயன் அளிக்கிறது. ஓர் அகில இந்திய இலக்கு (அடிப்படைப் பனுவலை எங்கு வேண்டுமானாலும் இசைக்கலாம்) ஒரு (குறிப்பிட்ட திருத்தலமான) கிராமப்புறப் புனிதத்தின் செறிவுக்கு மாறுவதற்கான நல்ல உதாரணம் இது.

புராண தேவியர்

புராணங்கள் தேவியர்களைப் பற்றிய கதைகளைச் சொல்லத் தொடங்கு கின்றன. மிகச் சில தனித்த தேவியர் வேத காலத்தில் இருந்தாலும், அவர்கள் பொதுவாக அருவப் பெயர்களின் மனிதப்படுத்தல் களாகவோ, திருமதி. இந்திராணி போல மனைவியர்களாகவோதான் இருக்கிறார்கள். திரௌபதி, சீதை ஆகியோர் பிறப்பினால் தெய்வங்களா கத் தொடங்கினாலும், மகாபாரதமும், இராமாயணமும் பெருமளவு அவர்களை மனிதப் பெண்களாகவே நடத்துகின்றன. (திரௌபதி மட்டும் தனக்கென ஒரு சமயத்தை உருவாக்கிக்கொண்டு தெய்வமாக வழிபடப்படுகிறாள்.) இப்போது தொடக்கப் புராணங்களில் தனித்த தேவியரின் உயிர்த்துடிப்புள்ள தோன்மங்களைப் பார்க்கிறோம். பொதுவாக இந்துக்கடவுளர்கள் ஒற்றைக் கடவுள் வழிபாடு என்னும் குடைக்குக்கீழ் கொண்டுவரப்பட்டாலும், அதாவது ஒரு குறித்த கடவுளின் (சிலசமயங்களில் விஷ்ணு, சிலசமயங்களில் சிவன்) அல்லது வார்த்தைகளால் வருணிக்க இயலாத பிரம்மத்தின் கூறுகளே மற்றக் கடவுளர்கள் எல்லாரும் என்று சொல்லப்பட்டாலும், மக்கள் யாரும் ஒரு கடவுள்—தேவன் என்று பேசுவதில்லை. ஆனால், இந்தியாவிலுள்ள தேவியர்களும் பலர் என்றாலும், மக்கள் (அறிஞர்கள், சமஸ்கிருதப் பனுவல் களின் ஆசிரியர்கள் உட்பட) தேவி என்று ஒருமையில் பேசுகிறார்கள். மற்ற எல்லா தேவியரையும் இந்த தேவியின் கூறுகளாகவே கருதுகிறார்கள். ஆனால் உண்மையில் அவர்கள் எல்லாம் வேறுபட்டவர்களாகத்தான் இருக்கிறார்கள். இருட்டில் எல்லா தேவியர்களும் கருப்பாகத்தான் இருக்கிறார்கள் என்ற எண்ணம் நமக்கு ஏற்படுகிறது. (அதேபோல், கடவுளர்கள், அசுரர்கள், அரக்கர்கள் எல்லாருக்கும் அதிகப்படியான தலைகள் இருந்தாலும்—சிவனுக்கு ஐந்து, பிரம்மனுக்கு நான்கு, முருகனுக்கு ஆறு, இராவணனுக்குப் பத்து—புராண தேவியர்க்கு ஒரு தலைக்கு மேல் இருப்பதில்லை. அவர்களுக்கு ஏராளமான கைகள் இருக்கின்றன, ஆனால் தலை ஒன்றுதான். சிலசமயங்களில் ஒரு தலைக்கும் குறைவு—அவர்களில் பலபேருக்குத் தலை வெட்டப்படுகிறது. இந்தப் பாலியல் வரைவமைவு நம்மை நின்று சிந்திக்கச் செய்கிறது.

இந்து தேவியர்களை ஒருவர்பின் ஒருவராகப் பார்க்கலாம் என்று நினைக்கிறேன். ஆனால் அவர்களைப் பற்றிப் பொதுமைப்படுத்தும் உரிமையையும் வைத்துக் கொள்கிறேன்.

சண்டிகை, அதாவது மகிஷாசுரமர்த்தினி

சமஸ்கிருதப் பனுவல்களைப் படிக்க வாய்ப்பில்லாத, அதனால் நமக்கு அவர்கள் குரலைக் கேட்க வாய்ப்பில்லாத மக்கள் எத்தனை காலமாக சண்டிகையை வழிபடுகிறார்கள் என்பதை ஒருபோதும் அறிய வாய்ப்பில்லை. குஷான நாணயங்கள் துர்க்கை, பார்வதியைச் சித்திரிக்கின்றன. மதுராவிலிருந்து கிடைக்கும் குஷானப் படிவம் ஒன்று, கி.பி. இரண்டாம் நூற்றாண்டாக இருக்கலாம், ஒரு யட்சியைச் சித்திரிக்கிறது. இந்த யட்சி, துர்க்கையின் முன்வடிவமாக இருக்கலாம். அவள் காலடியில் பயந்து குனிந்திருக்கும் ஒரு குள்ளவடிவம் உள்ளது. இதற்கு மிகத் தொலைவில்—சிந்துவெளியின் சாத்திய மூலங்களில் சில முன்னுதாரணங்களை நாம் பார்த்திருக்கிறோம். மேலும் மகாபாரதத்திலும் ஒரு தேவியை வணங்கியதற்கான முக்கியக் குறிப்புகள் உள்ளன. மிகச்சிறிய குறிப்புகள்—ஏழு அல்லது எட்டு சிறு அம்மைகள்—மாத்ரிகைகள் என்பவர்களைப் பற்றியவை. கருத்த, விளிம்புநிலையிலான, (குறிப்பாகக் குழந்தைகளுக்குத்) தீங்கு பயக்கின்ற தன்மை கொண்டவர்கள். மேலும் மகா காளியைப் பற்றியும், மரண தேவதை, இரவு தேவதை பற்றியும் குறிப்புகள் உள்ளன. குறிப்பாக செளப்திக பர்வத்தில், படுகொலை தொடங்குவதற்கு முன்பு இரவு தேவதை காட்சியளிக்கிறாள். *(10.8.64)*. அசுரர்களை வயப்படுத்தக்கூடிய மிக அழகிய மீயியற்கைப் பெண்களைப் பற்றியும் மகாபாரதம் சொல்கிறது. இவர்களைப் பயன்படுத்தி தேவர்கள் அவர்களை வெற்றிகொள்கிறார்கள். உதாரணமாக மோகினி. விஷ்ணுவின் மாயவடிவம் *(1.15 - 17)*. அடுத்து, திலோத்தமை, ஓர் அப்சரஸ் *(2.101 - 2)*. ஆனால் இந்தப் பெண்கள் அசுரர்களைத் தாங்களே கொல்வதில்லை. மோகினி அசுரர்களை மயக்குவதால், சோமத்தை அவர்களிடமிருந்து திருடிக்கொள்கிறார்கள். திலோத்தமை, சுந்தன் - உபசுந்தன் என்ற அசுரர்களைத் தன்மீது காதல்கொள்ளுமாறு செய்ததால், அவர்கள் ஒருவரையொருவர் கொன்று கொள்கின்றனர். புராணங்கள்தான் முதன் முதலாக அசுரர்களை நேராகக் கொல்கின்ற ஒரு தேவியைப் பற்றிச் சொல்கின்றன.

இவள் சண்டிகை (பயங்கரமானவள்); பிறகு பெரும்பாலும் துர்க்கை (கைக்கொள்ள இயலாதவள்) என அழைக்கப்படுகிறாள். சீயூஸின் தலையிலிருந்து தோன்றிய அதீனாவைப்போல, தேவியின் சஹஸ்ரநாமத்தை (ஆயிரம் பெயர்களை) உள்ளடக்கிய ஒரு சிக்கலான புராணக்கதையிலிருந்து சமஸ்கிருத நூல்களில் தோன்றி வளர்கிறாள். பல பெயர்கள் முழுப் புராணக் கதைகளுக்குச் சுட்டாக அமைகின்றன. ஒரு பெரிய கப்பலின்மீது படியும் சிப்பிகளைப் போல அவை தேவியரைப் பற்றிப் பல நூற்றாண்டுகளாகத் தோன்றி வளர்ந்திருக்க வேண்டும். அடிப்படைப் பனுவல், தேவி மகாத்மியம் என்பது. இது மார்க் கண்டேய புராணத்திற்குள் இடையில் செருகப்பட்டிருக்க வேண்டும். ஐந்தாம் நூற்றாண்டிற்கும் ஏழாம் நூற்றாண்டிற்கும் இடையில் எழுந்த இந்தப் புராணம் சக்திபடைத்த பெண்களையும், தேவியரையும் பற்றி வேறுபல கதைகளையும் சொல்கிறது. தேவி மகாத்மியத்தின் சிக்கலான தன்மையிலிருந்து அது பல பழைய பனுவல்களின் தொகுப்பாக இருக்க வேண்டும் என்று தோன்றுகிறது. பிற இழக்கப்பட்ட சமஸ்கிருதப் பனுவல் களிலிருந்தோ, மாகதி அல்லது தமிழ் போன்ற வட்டார மூலங்களில்

வாய்மொழியாக இருந்து அழிந்துபோன பனுவல்களிலருந்தோ இதன் கதைகள் எடுக்கப்பட்டிருக்கலாம். சில கதைகள், இந்த தேவி பல நூற்றாண்டுகளாக வணங்கப்பட்ட கிராமங்களின் அல்லது பழங்குடி மக்களின் கலாச்சாரங்களிலிருந்து வந்திருக்கலாம். அவளது வரலாற்றின் தொடக்க காலத்தில் சமூகத்தின் விளம்புநிலையோடு (காடுகளில் அவளை வழிபட்ட பழங்குடி அல்லது கீழ்ச்சாதி மக்கள்) அவள் தொடர்புபட்டிருந்திருக்கலாம்.[48] ஆனால் மார்க்கண்டேய புராணத்தின் காலத்தில் பொருளாதார நிலையின் எல்லாத் தளங்களிலும் இருக்கக் கூடிய மக்களால் நகரங்கள், கிராமங்கள் எல்லாவற்றிலும் தேவியர்கள் வணங்கப்பட்டனர்.

தேவி மகாத்மியம் என்பது அறியப்படாத சடங்குகள், வட்டார மரபுகளிலிருந்து ஒரு அகில இந்திய சமஸ்கிருதப் பனுவலுக்குக் கலாச் சாரங்களைக் கடந்துவந்த பனுவல். மார்க்கண்டேய புராணம் இந்தச் சமயத்தில் ஏன் தேவியர்களைப் பற்றி அக்கறை காட்ட வேண்டும்? இப்போது ஏன்? ஒரு காரணம், அது எல்லாவித பக்திப் பனுவல்களும் செழித்த காலம். மக்கள் சண்டிகையை வணங்கிவந்ததால், அவளுக்கும் பனுவல்கள் தேவைப்பட்டன. வட்டாரச் சமயமாகத் தோன்றிய ஒன்று, பக்தியால் தூண்டப்பட்டு அரசின் ஆதரவின்கீழ் பரவத்தொடங்கியது. நூற்றாண்டுகளுக்கு முன்பு, குஷானர்கள் தங்கள் நாணயங்களின்மீது தேவியர்களைப் பொறித்தனர். இப்போது நாணயங்களுக்குப் பின்னுள்ள கதைகளும் ஒரு மதிப்புமிக்க கதைநாணயம் போலப் பரவத் தொடங்கின. ஒரு சமயத்தில் தேவியை வணங்கியவர்கள் எண்ணிக்கை மிகுதிப் பட்டு, தேவி வழிபாடு சமஸ்கிருதக் கதைகளைக் காப்பாற்றிவந்த பாதுகாவலர்களை அதை ஏற்க வைத்தது. தனது கதையிலிருந்து விலகி, வியாபாரிகளும் அரசர்களும் தேவியை வழிபட்டனர் என்று சொல்கிறது. புராணத்தின் வெளிச் சட்டகம், ஒரு முனிவர் மகாமாயையின் கதையை நாட்டை இழந்த ஓர் அரசனுக்கும் தன் செல்வத்தையும் குடும்பத்தையும் இழந்த ஒரு வைசியனுக்கும் சொல்வதுபோல அமைந்துள்ளது. கதையின் இறுதியில் தேவி அவரவர்க்கு வேண்டியதை அளிக்கிறாள். அரசனுக்கு அவனுடைய நாடு கிடைக்கிறது, அவன் பகைவர்கள் வீழ்கின்றனர். வைசியனுக்கு இப்போது செல்வத்தின்மீது ஆசையில்லை. எனவே தான் யார், தனக்கு என்ன வாய்த்துள்ளது என்ற அறிவு (அதாவது அவனுடைய உலக ஆசைகளின் வீழ்ச்சி) கிடைக்கிறது. இந்தப் பனுவல் பாராட்டுகின்ற மனிதன், தெளிவாகவே வைசியனாகத்தான் இருக்கமுடியும்.

சண்டிகையின் கதை இதுதான்.

மகிஷனை வதைத்தல்

ஒருசமயம், அசுரர்கள் மகிஷனின் தலைமையில் கடவுளர்களைத் தோற்கடித்தனர். தேவர்கள் மிகச் சினமடைந்தனர். அந்தச் சினத்தினால் அவர்களுடைய ஆற்றல்கள் ஒன்றன் பின் ஒன்றாக வெளிவந்தன. அவை ஒன்று திரண்டுச் சண்டிகை ஆயின. தேவர்கள் அவளுக்குத் தங்கள் ஆயுதங்களைப்போல் இருமடங்கு அளித்தனர். ஆரங்கள், காதணிகள், தாமரை மாலைகள் ஆகியவற்றையும் அணிவித்தனர். அவளுக்கு

வாகனமாகச் சிங்கத்தை அளித்தனர். ஆதிசேஷன் அவளுக்குப் பாம்புக ளால் ஆன கழுத்தணி ஒன்றைத் தந்தான். அதன் இடையிடையில் நாகரத்தினங்கள் பொதிந்திருந்தன. மகிஷன், ஒரு நீர் எருமையின் வடிவத்தில் இருந்தான். அவளைப் பார்த்ததும் இவள் யார் என்று கத்தினான். அவளுடைய வாகனத்தைத் தாக்கினான். சற்று நேரத்தில் அவள் அவனை மூக்கணாங்கயிறிட்டுப் பிடித்துக் கட்டினாள். எருமை யின் தலையை வெட்டியபோது, அவன் சிங்கமானான். சிங்கத்தின் தலையை வெட்டினாள். கையில் வாளேந்திய மனிதன் ஆனான். பிறகு யானை, கடைசியாக மறுபடியும் எருமை. அவள் சிரித்தாள். தெய்வீக மதுவைப் பருகினாள். அவள் கண்கள் சிவந்தன. குடி அவள் வாயையும் சிவப்பாக்கியது. அவள் அவனைக் கழுத்தில் உதைத்தாள். அந்த அசுரன் எருமையின் வாயிலிருந்து வெளிவரும் நிலையில் அவன் தலையைத் தன் வாளால் வெட்டினாள்.[49]

இந்தக் கதையின் இறுதிக்கட்டம் கலைஞர்கள் தீட்ட விரும்புகின்ற ஒரு காட்சி. சண்டிகையின் சிங்கம் எருமையின் தலையைக் கடித்துத் தின்னும்போது, தேவி, மனித உருவெடுத்த அசுரனின் தலையை வெட்டுகின்ற காட்சியை அவர்கள் பெரும் பாலும் வரைகிறார்கள். அப்போது அசுரன் எருமையின் வாயிலிருந்து வெளிவருவதில்லை, தனது மனிதக்கழுத்துடன் இருக்கிறான். தேவி வேதகால மிருகமாகிய சிங்கத்தின்மீது சவாரிசெய்கிறாள். வடஇந்தியாவில் சிங்கங்கள் அரிதாகிப் போனபோது, சண்டிகையும் பிற தேவியரும் புலிகளின்மீது சவாரிசெய்வதாக வரைந்தனர். அல்லது புலிகளையோ சிங்கங்களையோ பார்க்காத சிற்பிகளும் ஓவியர்களும் பெரிய பூனையொன்றின்மீது அவள் வலம்வருவதாக வரைந்தனர். இந்தத் தொன்மம் வாய்ப்பாக ஒரு சடங்குடன் இணைக்கப்பட்டுள்ளது. அது இந்தியாவின் பல பகுதிகளில் இன்றும் திரௌபதியை வணங்கும் சமயத்தினரால் செய்யப்படுகிறது.[50] காளிக்கு வெள்ளாடுகளும், பிற விலங்குகளும் பலி தரப்படுகின்றன. அந்தப் பிராணியின் தலை வெட்டப்படுகிறது. அதன் இரத்தம் அவளுக்குக் குடிப்பதற்கு அளிக்கப்படுகிறது. இந்தச் சடங்கின் சில வடிவங்களில், எருமை போலவோ தேவிபோலவோ உடையணிந்த ஒரு மனிதன் கழுத்தைக் கடித்து, பலிதரப்பட்ட விலங்கின் (வழக்கமாக ஆட்டுக்குட்டி அல்லது வெள்ளாடு) இரத்தத்தைக் குடிக்கிறான்.

இந்தத் தொன்மத்தின் தொடக்கப் பாடவடிவத்தில் தந்தையாதிக்க சமஸ்கிருத ஊடுருவல்களைக் காணலாம். கதை மொழி எல்லைகளைக் கடந்து செல்லும்போது, பிராமணத் தூய்மைப்படுத்தல் எப்போதுமே ஒரு சுங்கத்தை வசூலிக்கத் தவறுவதில்லை. இந்தப் பனுவலில் சண்டிகையின் ஆற்றல் அவளுக்குள்ளிருந்து வந்ததல்ல. நிலவின் ஒளி சூரியனால் வருவதுபோல, ஆண் கடவுளர்களின் தேஜஸிலிருந்து வந்தது. ஆதிமனித னின் பாடல் போன்றவற்றில் காணப்படும் உறுப்புக்குறை என்பதற்கு எதிராக உறுப்பு -மறுநிறை என்பதால் அவள் உருவாக்கப்படுகிறாள். இது பழங்காலப் பனுவல்களில் ஓர் அசாதாரணமான கருப்பொருள் அல்ல. சான்றாக, முதல் அரசன், எட்டுக்கடவுளர்களின் பகுதிக்கூறுகளிலிருந்து அல்லது எச்சங்களிலிருந்து படைக்கப்பட்டதாக மனு (7.3 -7) கூறுகிறார்.

ஏ.கே. ராமானுஜன் ஒரு முறை, இந்தியாவிலுள்ள தேவியர் அனைவரையும் பல்லின் தேவிகள், மார்பின் தேவிகள் எனப் பிரிக்கலாம் என்று சொன்னார்.[51] மார்பின் தேவியர் எல்லாரும் மனைவிகள், ஏறத்தாழக் கணவனுக்கு அனுசரணையாக இருப்பவர்கள். ஆனால் அவர்கள் குழந்தை பெறுவதில்லை (ஆனால் சிலசமயங்களில் தத்து எடுத்துக்கொள்வார்கள்). தேவி என்பவள் மகாமாதா (பெருந்தாய்). ஆனால் அவளுடைய தொன்மக் குழந்தைகள் பற்றி நாம் மிகச்சிறிதளவே கேள்விப்படுகிறோம். நாம்தான் அவளுடைய குழந்தைகள். பல்லின் தேவிகள் (பல்லின் தேவதைகளைப் போல அன்றி) பொதுவாகத் திருமணம் செய்துகொள்ளாதவர்கள். கொடூரமானவர்கள், அவ்வப்போது கட்டுப்பாட்டை இழப்பவர்கள். அவர்கள் கொலைபுரிபவர்கள். அவர்களும் பெரும்பாலும் மலடிகள்தான். மணமாகாத தாய்கள். அவர்களில் சிலர் குழந்தைகளின் தலைகளினாலான கழுத்தணியையும், குழந்தைகள் கைகளால் ஆன அரைஞாண் கயிற்றையும் அணிந்திருப்பர். இப்படிப்பட்ட பழக்கங்கள் இருப்பதால், அவர்கள் குழந்தை பெறாததே நல்லது. சண்டிகையை தேவி மகாத்மியம், அம்பிகை (சிறிய தாய்) என்றும் அழைக்கிறது. இந்தியாவின் வகைமாதிரியான பல்லின் தேவி அவள்தான். அவளே வகைமாதிரித்தன்மை கொண்ட சக்தி. வகைமாதிரியாக சக்தியை வைத்திருப்பவள். சக்தி என்பது படைக்கும் ஆற்றல். அது குழந்தைகள் பெறும் சக்தியை இடப்பெயர்ச்சி செய்கிறது. பல தொன்மங்களில் ஆண்கள், பெண்களின்றிப் பிள்ளைகளைப் பெறுகிறார்கள். ஆனால் தேவியர்கள், எல்லாவகைச் சக்திகளும் பெற்றிருந்தும் மலடாகச் சபிக்கப் பட்டவர்கள். பெண், சக்தியாகவே இருக்கிறாள். ஆண் கடவுள் சக்தியைப் பெற்றிருக்கிறான். உபநிடதம் ஒன்று, உலகைத் தன் சக்தியால் படைக்கும் மாயக்காரன் சிவன் என்கிறது.[52] பின்னர், புராணங்கள் அனைத்தும், சக்தி என்ற சொல்லை எந்தக் கடவுளும் பெற்றிருக்கும் சக்திக்கும் மனைவிக்கும் பெயராக்கி விட்டன. ஓர் அருவப் பொருள் (சமஸ்கிருதத்தில் பெண்பால்) மனிதத்தன்மை பெற்ற தேவியாக உருவெடுக்கிறது. தேவியர் பலர், அருவப் பெயர்ச்சொற்களும்தான், பெரிய கடவுளர்கள் தங்கள் சக்தி என மணந்துகொண்டவர்கள். சான்றாக, விஷ்ணுவின் சக்தி (மனைவி), லக்ஷ்மி அல்லது ஸ்ரீ (செல்வம்/திரு). வேத தேவியரான பேச்சு, இரவு என்பவர்கள் தனித்து நிற்பவர்கள். இவர்களைப் போலன்றி, இந்த தோழமை தேவியர்கள் சமஸ்கிருதப் பனுவல்களில் மனைவியராகவே இருக்கிறார்கள். கடவுளர்வரிசையிலிருந்து இந்திரன் மறையத் தொடங்கும் காலத்தில், இந்திரனின் தொன்மங்கள் பலவற்றை ஏற்றுக் கொண்ட சிவன், இந்திரனின் மனைவி சசியையும் பெறுகிறான். ஆகவே பல பனுவல்களில் பார்வதியோ, காளியோ, சதியோ யாராக இருந்தாலும் சிவனின் மனைவி எல்லாரிலும் மிக முக்கியமான சக்தி எனப்படுகிறாள். அவள் பிற கடவுளர்களின் சக்திகளுக்கு (மனைவியருக்கு) முன்மாதிரி ஆகிறாள். ஒரு பனுவலில், சிவன் தன் சொந்த சக்தியை உமிழ்கிறான். அந்தச் சக்தி ஒரு தேவியாக மாறுகிறது. அவளை மற்ற கடவுளர்கள் எருமையசுரனை (மகிஷாசுரனை)க் கொல்ல வேண்டுகிறார்கள்.[53]

தேவி மகாத்மியத்தின் சண்டிகை, திட்டவட்டமாகத் திருமணம் செய்து கொள்ளாதவள், தன்னிச்சையானவள், பல்லின் தேவிகளில்

ஒருத்தி அவள். சிவன் அவள் கணவனல்ல. மகிஷனின் இறப்புக்குப் பிறகு கலகம் புரியும் பிற அசுரர்களுக்குச் சவால்விட அவள் அனுப்பும் தூதுவன் அவன். அவள் மகிஷனின் மனைவியும் அல்ல. எனவே அவள் குறிப்பிட்ட எந்தக் கடவுளின் சக்தியுமல்ல. அவளுடைய சக்திகள், அவர்களின் தோற்ற மூலங்கள் எப்படியிருப்பினும், அவளுக்கே உரியவர்கள். அவர்கள் எல்லாரும் ஒரு சக்தியின் சக்திகள், பல வடிவங்கள். அடுத்தபோரில், சண்டிகை தனது சொந்தச் சக்தியை உமிழ்கிறாள். உமிழப்பட்ட அந்தப்பெண், நூறு குள்ளநரிகளைப் போல ஓலமிடுகிறாள், எல்லாக் கடவுளர்களின் சக்திகளையும் தன் மார்பில் கவர்ந்துகொள்கிறாள்.[54] எனவே பரஸ்பரப் பனுவல்களுக்கிடையிலான பின்னணியில் தேவி மகாத்மியம், சக்திக்கு தனித்துவம் தர மறுக்கின்ற பழைய, புதிய பனுவல்களுக்கிடையில் ஒரு பெண்ணிய விஷயமாகத் தனித்து நிற்கிறது.

பெண்கடவுளரை வைத்துப் பெண்ணியம் பேசுபவர்களின், மற்றும் பிறரின் பக்திபூர்வ நம்பிக்கை, தேவியரை வழிபடுவது பெண்களுக்கு நன்மைதரும் என்பது. ஆனால் இந்தியாவில் தேவியர்களின் சக்திகள், ஆடவர்கள் பெண்களுக்கு அரசியல் அல்லது பொருளாதாரச் சக்திகளைத் தரவோ, அல்லது அவர்களிடமிருந்து பெண்கள் எடுத்துக்கொள்ளவோ, உதவவில்லை. எவ்வளவுதான் நாம் வருத்தப்பட்டாலும், உண்மையில் இது எதிர்மறையாகத்தான் நடக்கிறது என்பதன் தர்க்கத்தை நாம் காணமுடியும். தேவிக்கு மிக அதிக சக்தி என்றால், பெண்ணுக்கு மிகக் குறைந்த ஆற்றல் என்று பொருள். சிவனின் சக்தியான பார்வதியைப் போலன்றித் தன் சக்தியாகத் தானே விளங்கும் சண்டிகையைப் போலப் பெண்கள் தங்கள் சக்தியால் ஆகியிருந்தால், அதை ஆண்கள் பெண்களிடம் கெஞ்சிப் பெறவேண்டியிருந்தால், பெண்கள் ஆண்களுக்கு நிரந்தர அச்சுறுத்தலாக இருப்பார்கள். ஆண்கள் பலர் இதிலிருந்து பெறும் பாடம் என்னவென்றால், பெண்களைப் பூட்டிவைத்து மௌனமாக்கவேண்டும். இந்த அமைப்புக்கு ஒரேஒரு மீறல், பரவலாக இந்தியாவில் காணப்படும் பெண்களுக்கு தெய்வம் வரும் நிகழ்ச்சி. அதில் கொடூரமான தேவியால் பீடிக்கப்பட்ட பெண், சக்தியைப் பெறுகிறாள், அல்லது சக்தி ஆகிறாள்—அதன் மூலமாக அவள் மற்றபடி தடைசெய்யப்பட்ட பல விஷயங்களைச் சொல்லவும் செய்யவும் முடியும்.[55] ஆனால் தேவியரின் தொன்மங்களை சமூக சாசனமாக எடுத்துக்கொண்டால், தேவிப் பெண்ணியர்கள் ஒரு ஒட்டிக்கொள்ளக்கூடிய சூனியக் களத்தில் பந்தடிக்கிறார்கள் என்றுதான் சொல்லத்தோன்றுகிறது.

சிவனின் மனைவி சதி

நிஜமான பெண்களின் வாழ்க்கைகளில் மிக முக்கியப் பங்கு வகித்த ஒரு தேவி, சதி. இவள் சிவனின் மனைவி. பெண்கள் இறந்த தங்கள் கணவர்களோடு தீக்குள் புகுகின்ற வழக்கம் சதி (உடன்கட்டை ஏறுதல்) எனப்படுகிறது. இந்த வழக்கத்தை ஏற்படுத்தியவள் சிவனின் மனைவி சதி எனப்படுகிறாள்.

தட்சனின் யாகம் பற்றிய மகாபாரதப் பாடங்கள் தட்சனின் மகள் ஒருத்தி இருப்பதாகக் குறிப்பிடவில்லை. சில, சிவனின் மற்றொரு

மனைவி பார்வதியைக் குறிக்கின்றன. பார்வதி தட்சனுக்கு எவ்விதத்திலும் உறவல்ல. அவள் யாகத்துக்குப் போகவுமில்லை, சாகவுமில்லை. ஆனால் அவளுடைய அவமதிக்கப்பட்ட சுயமரியாதை சிவனை யாகத்திற்குள் புகவைக்கிறது. இந்த நிலையில் ருத்திரனின் வேதத்துக்கு அப்பலானா அந்தஸ்து தட்சனுக்கும் சிவனுக்கும் இடையில் மட்டுமே இருக்கிறது. வேறுபல தொடக்கப் புராணங்களும் தட்சன் -ருத்திரன்/சிவன் கதையைச் சொல்கின்றன. அவற்றில் சிவனுக்கு மனைவி இல்லை, அல்லது அவை போகும்போக்கில் குறிப்பிடுகின்றன.[56] தட்சனின் மகளாக சதியைக் குறிப்பிடும் பாடங்களில்கூட, மோதல், வைணவ பிராமணர்களுக்கும் வைதிகமல்லாத சைவர்களுக்கும்தான். பின்வரும் கதை தொடக்ககாலப் புராணங்கள் பலவற்றில் சொல்லப்படுகிறது.

சதி தற்கொலை செய்துகொள்ளுதல் சதியின் தந்தை தட்சன், தான் நடத்தும் ஒரு பெரிய யாகத்திற்கு சதியின் சகோதரிகள் உட்படப் பிற எல்லாரையும் அழைத்து, சிவனை மட்டும் அழைக்காமல் அவமானப் படுத்தினான். அவமானத்திலும் கோபத்திலும் ஆழ்ந்த சதி, தன் அகத்தனலை எழுப்பித் தன்னை எரித்துக்கொண்டாள். சிவன் தட்சனின் யாகத்திற்கு வந்து அதை அழித்தான். பிறகு தட்சன் பலமுறை வேண்டிக் கேட்டுக் கொண்டதனால், அதை மீட்டுருச் செய்தான்.[57]

சதி உடன்கட்டை ஏற வேண்டியவள் அல்ல. அவள் கணவன் இறக்க வில்லை. வரையறைப்படி அவன் என்றும் அழியாதவன். ஆனால் அவள் நெருப்பில் எரிகிறாள். இந்த இரு பனுவல் மெய்ம்மைகளும் சிலசமயங்களில் எடுத்துக்கொள்ளப்பட்டு, இந்து நடைமுறையான உடன்கட்டை ஏறுவதற்குச் சான்றுகளாக நிறுத்தப்படுகின்றன. இந்தக் கூட்டு உடன்கட்டை ஏறும் தர்மத்திற்குப் பலதள அர்த்தங்கள் உள்ளன. எந்த நல்ல பெண்ணும் (சமஸ்கிருதத்தில் சதி என்பதற்கு அதுதான் பொருள்), குறிப்பாகக் கணவனுக்கு உண்மையாக உள்ள எந்தப் பெண்ணும், இந்த முறையைத்தான் கடைப்பிடிக்க வேண்டும், அல்லது சதி என்ற பெயர்கொண்ட ஒரு பெண் நடந்ததுபோல நடக்க வேண்டும் என்ற அர்த்தத்தை அது தரலாம். வெகுகாலம் பிறகுதான் அது உடன்கட்டை ஏறுதல் (சதி—இறந்த கணவனின் சிதையில் ஏறித் தீக்குளித்தல்) என்ற மதச்செய்கையில் ஈடுபடும் பெண்ணைக் குறிக்கும் சொல்லாக மாறியது. இதற்கு சமஸ்கிருதத்தில் சககமனம் (கணவனுடன் செல்லுதல்) அல்லது அனு மரணம் (அவனுக்குப் பின் இறத்தல்) என்ற பெயர்கள் உள்ளன.

சிவனின் மனைவி பார்வதி

சதி இறந்து பார்வதியாக மறுபிறவி எடுக்கிறாள். பார்வதி என்ற சொல்லுக்கு பர்வதத்தின், அதாவது மலையின் மகள் என்று அர்த்தம். இமயமலையின் (இமவானின்) மகளாகப் பிறக்கிறாள். அங்குதான், வழக்கமாகக் கைலாச மலையுச்சியில், சிவன் வாழ்வதாகச் சொல்லப்படுகிறது. பார்வதி ஒரு வகை மாதிரியான மார்புப் பெண்கடவுள். தனது திருமணத்தினால் குறுக்கப்பட்டு வரையறுக்கப்படுபவள். ஆனால் சிவனைத் திருமணம் செய்யும் முன்பாக அவனை அவள் அடைய—

வெற்றிகொள்ள வேண்டும். இது அவ்வளவு எளிதான காரியமல்ல. சிவன் பெண்களை நோக்காத ஒரு தவத்தினை மேற்கொண்டிருக்கிறான். சிவனை வெல்வதற்கு அவள் காமனின் (மன்மதனின்) துணையை நாடுகிறாள். மகாபாரதம் சிவனுக்கும் காமனுக்கும் இடையில் நிகழ்ந்த மோதலைச் சுருக்கமாகச் சொல்லுகிறது. சிவன் இங்கு பிரம்மச்சாரி எனப்படுகிறான். "மிகக் கடுமையான பிரம்மச்சாரியான சிவன், காம இன்பத்தை விரும்பவில்லை. பார்வதியின் கணவன் காமன் தன்னைத் தாக்கியபோது அவனை எரிக்கிறான். அதனால் காமன் உருவமற்றவன் (அநங்கன்) ஆகிறான்."58 கி.பி. 474ஐச் சேர்ந்த ஒரு கல்வெட்டு சிவன் காமனை எரித்ததைக் குறிப்பிடுகிறது.59 ஆகவே இந்தக் கதை அக்காலத்திற்குள் மிக நன்றாகத் தெரிந்திருக்க வேண்டும். அரசனின் பிறப்பு என்னும் தனது கவிதையில் இந்தக் கதையைக் காளிதாசர் சொல்கிறார். அந்தச் சம்பவத்தின் சற்றே முழு அளவிலான கதையை இங்கே காண்போம்.

பார்வதி சிவனை அடைகிறாள்

பார்வதி சிவனை மணக்க விரும்பினாள். அவள் சிவனுடைய ஆசிர மத்துக்குச் சென்று அங்கே மௌனமாகச் சேவை செய்தாள். கண்களை மூடி தியானத்தில் இருந்ததால் அவன் அவளைக் கவனிக்கவில்லை. சிலகாலம் கழித்து, சிவனின் உள்ளத்தில் ஆசையை எழுப்புமாறு காமனை இந்திரன் அனுப்பினான். காமன் சிவன்மேல் ஓரம்பை விட்டான். அது மேலே பட்டபோது, சிவன் கண்களைத் திறந்தான். பார்வதியை நோக்கினான். சிறிது எழுச்சி ஏற்பட்டது. ஆனால் மேலும் நோக்கியபோது இரண்டாவது அம்பைப் பூட்டித் தயாராக இருந்த காமனைக் கண்டான். சிவன் தன் நெற்றிக்கண்ணைத் திறந்தான். அவனுடைய தவ அக்னியின் சுவாலை அதிலிருந்து கிளம்பிக் காமனை எரித்துவிட்டது. (காமன் அதற்குப் பிறகும் தொடர்ந்து, முன்னைவிடத் திறமையோடு பணிசெய்யலானான். அவன் நிலவொளியிலும், இரவில் மலரும் பூக்களின் மணத்திலும் கலந்துவிட்டான். அவனது வில், அழகிய பெண்களின் புருவங்களாக மாறிவிட்டது. அவன் அம்புகள் அவர்கள் பார்வையாக மாறியது.) சிவன் தன் தவத்தில் மறுபடியும் ஈடுபட்டான்.

உணவின்றி, குளிர்காலத்தின் கடுங்குளிரையும், கோடைகாலத்தின் வெயிலையும் தாங்கிக்கொண்டு, பார்வதி சிவனைக் கணவனாக அடையவேண்டிக் கடுந்தவத்தில் ஈடுபட்டாள். சிவன் அவள்முன் ஒரு பிரம்மச்சாரியாகத் தோன்றினான். சிவனுடைய குணங்களை வருணித்து அவன் மணமுடிக்க ஏற்றவனல்ல என்றான். காமனின்மீது அவனுக்கிருக்கும் வெறுப்பையும் கூறினான். ஆனால் தன் பக்தியில் பார்வதி திடமாக இருப்பதைக் கண்டு, சிவன் தன்னை வெளிப்படுத்திக் கொண்டான். தன்னை மணம் புரிந்துகொள்ளுமாறு கூறினான். திருமணத்திற்குப் பிறகு, காமனின் மனைவி தன் கணவனை எழுப்பித் தருமாறு சிவனை வேண்டினாள். தேன் நிலவுக்குப் போகும் சமயத்தில், சிவனும் அவ்வாறே எழுப்பித் தந்தான்.60

இமயமலை விலைமதிப்பற்ற மணிகளின் மூலமாகவும், மலைகளின் அரசனாகவும் கருதப்படுகிறது. தட்சன் செய்தது போல (ஆனால் வேறு காரணங்களுக்காக) அதுவும் சிவனை அவமதித்தது. அவர்களின் பயங்கள் சரியென நிரூபணமாயின. சிவன் ஒரு விசித்திரமான கடவுள். ஒருவன் தன் மகளைத் திருமணம் செய்துகொடுக்க விரும்பாத பண்புகளின் இலக்கணம். அவன் திருமணமே செய்து கொள்ளக்கூடாது என்று நினைத்த யோகி. அவனுடைய நெற்றியின் மத்தியில் ஒரு மூன்றாவது கண். அவன் நிர்வாணமாகவோ பாம்புகளால் ஆன கோவணம் மட்டும் அணிந்தோ சுற்றித்திரிகிறான். அவனுக்குக் குடும்பம் இல்லை. அவனுக்கு வீடும் இல்லை. பிணங்களின் சாம்பலைப் பூசிக்கொண்டு இடுகாட்டில் வாழ்கிறான். ஆகவே அவனுக்கு வரப்போகும் மாமனார்கள் அவனைக் கண்டிப்பாக மறுத்ததில் வியப்பெதுவும் இல்லை. ஒரு புராணக் கதையில், மாறுவேடத்திலிருக்கும் சிவன், பார்வதியின் தந்தையான இமவானிடம் சொல்கிறான்: “சிவன் ஒரு முதியவன், ஆசைகளை விட்டவன், சுற்றியலைபவன், பிச்சையெடுப்பவன். பார்வதிக்குத் தகுந்த வரன் அல்ல. வேண்டுமானால் உன் மனைவியையோ, பிற உறவினர்களையோ, பார்வதியைத் தவிர யாரை வேண்டுமானாலும் கேள்.”[61] விரும்பத்தகாத குணங்களின் இந்தப் பாசுரம், பழிப்பதுபோலப் புகழ்தல் அல்லது வஞ் சப் புகழ்ச்சி என்ற அணியின் பாற்படும். தமிழிலும் சமஸ்கிருதத்திலும் இது சிறப்பாகக் காணப்படுகிறது. இந்தப் பண்புகள் தக்ஷன் சிவனைச் சபிக்கும்போது தங்கள் இருளான தன்மையில் வெளிப்படுகின்றன. ஆனால் பிறகு அவன் அதே பண்புகளுக்காக சிவனை வழிபடுகிறான். ஆண்மை மற்றும் மீறலின் மணம் வீசும் சிவனின் பண்புகள் அவனை வழிபடுவோர் மீது மட்டுமல்ல, பார்வதியின்மீதும் தங்கள் இருண்ட காம மயக்கத்தை வீசுகின்றன. சிவன் பார்வதி திருமணம் பனுவல் களிலும் கோயில்களில் கொண்டாடப்படும் சடங்குமுறையிலான புனிதத் திருமண நிகழ்ச்சியிலும் கொண்டாடப்படுவதோடு, இந்தியா முழுவதிலும் சிற்பங்களிலும் ஓவியங்களிலும் காணப்படுகின்றன. அவர்களுடைய திருமணம் இருமனம் ஒன்றிய திருமணத்திற்கு ஓர் உதாரணம். மனிதத் திருமணங்களின் தெய்வீக முன்மாதிரி. மனித இனத்தைத் தொடர்ந்து வாழ வைக்கும் சக்திகளைப் புனிதப்படுத்துவது. கோயில் கலைகளிலும் இலக்கியங்களிலும் மற்றக் கடவுளர்களின் திருமணங்களும் இடம் பெற்றுள்ளன. அரசவைக்கானவையும் நாட்டுப்புற மக்களுக்கானவை யுமென உள்ளன. மக்களுக்கானவற்றை ஒரே ஒரு கிராமத்தில் அந்த வட்டார ஜோடிகள் விழாவாகக் கொண்டாடினார்கள். தென்னிந்தியாவில் போல, இந்த தெய்வீகத் தம்பதியினர் அரசர்களுக்கும் அவர்களுடைய அரசிகளின் படிமங்களுக்கும் அல்லது அரசிக்கும் அவளுடைய துணைவனுக்குமான படிமத்திற்கும் ஒரு வரைவுச்சட்டகமாக, அந்த அரசர்களும் அரசியர்களும் சிற்பங்களை உருவாக்கப் பணித்தபோது பயன்பட்டனர். சிவனுக்கும் காமனுக்குமான மோதல், மேம்போக்காக நோக்கினால், எதிர்மறைகளுக்குள்ளான மோதல்—காமத்துக்கு எதிரான தவச் சக்தி, மற்றும் துறவுக்கு எதிரான காமச் சக்தி. அவை இரண்டும் ஒரே நாணயத்தின் இரு பக்கங்கள். இருவிதமான வெப்பங்கள். தவத்தின் வெப்பம்—காமத்தின் வெப்பம்.[62] தவத்தின் வாயிலாகத்தான் சிவன் பெரிய சக்தியை உண்டாக்குகிறான். அது முதலில் அவன் வீக்கத்திற்கும்,

பிறகு ஒரு சிறந்த குழந்தையை உருவாக்குவதற்கும் பயன்படுகிறது. இந்தத் தொன்மத்தின் சில பாடங்கள் காமத்திற்கும் தவத்திற்குமான தொடர்பினை மற்றொரு சம்பவத்தின்வாயிலாகச் சொல்கின்றன. அது இந்தத் தொன்மத்திற்குள் நாம் ஏற்கெனவே சந்தித்த ஓர் உருவத்தைக் கொண்டுவருகிறது.

ஆழ்கடல் குதிரை

காமன் சிவனைத் தவத்திலிருந்து எழச்செய்து ஏமாற்றிவிட்டான். சிவன் இதை உணர்ந்தபோது, தனது நெற்றிக்கண்ணிலிருந்து ஓர் அனலை அனுப்பினான். அது காமனைச் சாம்பலாக்கியது. ஆனால் அது சிவனிடம் திரும்ப இயலாது. எனவே சிவன் சென்ற பிறகு, அந்தத் தீ எல்லாக் கடவுளர்களையும், பிரபஞ்சத்தையும் எரிக்கத் தொடங்கியது. பிரம்மன் இந்த அனலை ஒரு பெண்குதிரையாக்கினான். அதன் வாயிலிருந்து சுவாலைகள் வெளிவந்தவண்ணம் இருந்தன. பிரம்மன் அந்தக் குதிரையைக் கடலுக்கு அழைத்துச் சென்று, "சிவனின் கோபத்தீ இது. இது காமனை எரித்தது. பிறகு முழுப் பிரபஞ்சத்தையும் அழிக்க முனைகிறது. நீ ஊழிவெள்ளக் காலம் வரை இதைத் தாங்க வேண்டும். அப்போது நான் இங்கு வந்து இதை உன்னிடமிருந்து அழைத்துச் செல்வேன்" என்றான். கடல் இதற்கு ஒப்புக்கொண்டது. தீ கடலுக்குள் சென்று கட்டுக்குள் வைக்கப்பட்டது.[63]

அந்தத் தீ சிவனின் கோபத்தீ மட்டுமல்ல. காமனை எரித்தபோது அதற்குப் புதிய சக்தி உண்டாயிற்று. அது காமனின் தீயையும் உறிஞ்சிக் கொண்டது. இந்த இரு நெருப்புகளும் சந்தித்து பரஸ்பர மேல்நிலையாக்கத்தின் சமநிலையை மயிரிழையில் வைத்திருக்கும் பயங்கரமான வெகுமக்கள் அழிப்பு ஆயுதம் ஒன்றை உருவாக்கின. [சிவன்தான் அந்தக் குதிரையின் வாய் என்று மகாபாரதம் சொல்கிறது. அது நீரைக்குடித்துக் கொண்டிருந்தது. *(13.17.54)*] ஆனால் அடக்கப்பட்டது திரும்பியே ஆகவேண்டும். ஆகவே தவத்தின் சக்தி, காமத்தின் ஏதாவது ஒரு ஒற்றைக் கட்டுமானத்தின் வழியாக வெடித்துவந்தாக வேண்டும். அதேபோலக் காமம், தொடர்ந்து கடுமையான தவத்தைக் குலைக்க முயலுகிறது. சிவனின் கோபம், காமனின் உணர்வு, குதிரை என்ற முக்கூறுகளும் ஒரு செய்யுளில் இணைக்கப்படுகின்றன. சகுந்தலையை தீவிரமாகக் காதலிக்கும் துஷ்யந்தன், அந்தச் செய்யுளைக் காமனை நோக்கிச் சொல்கிறான். இந்த இயலின் தொடக்கத்திலுள்ள செய்யுள் அதுதான். இந்தச் செய்யுளில் காணப்படும் சமநிலைப்படுத்தப்பட்ட இருமுனைகளும் (தீயும் வெள்ளமும்) சமஸ்கிருத முது மொழி ஒன்றினால் வெளிப்படுகின்றன. காமத்தின் நான்கு போதை தரும் பாவங்களில் ஒன்றாகவும் அது உள்ளது. எவ்வளவுதான் உடல் வலிமை கொண்டிருந்தாலும், ஓர் அரசன், அதிகமாகக் குடிக்கலாகாது. கடலில் இருக்கும் குதிரை மிக அதிகமாகக் குடித்ததால், அதற்கு ஒரு புல்லைக்கூட எரிக்கும் சக்தி இல்லாமல் போய் விட்டது.[64]

பார்வதியின் குழந்தைகள்

சிவன் பார்வதி திருமணத்தில் மிகக் கடுமையான பிரச்சினை இருவருக்கும் பிறந்த குழந்தைகளின்மைதான். இது பிற கடவுளர்களாலும் சிலசமயங்களில் பிரச்சினையாக்கப்படுகிறது, பார்வதியால் பிற கடவுளர்கள்மீதும் சொல்லப்படுகிறது. ஆனால் சிவன் திருமணம் செய்து கொண்டாலும், குழந்தை பிறக்கக்கூடாது என்று பிடிவாதமாக இருக் கிறான். கந்தன், சிவனுக்கு மட்டுமே பிறந்தவன் என்பது பிற தேவியரும் மலடாகவே இருக்கவேண்டும் என்ற பார்வதியின் வருத்தமிக்க சாபத்திற்குக் காரணமாகிறது. பரவலான தந்தையாதிக்கக் கருத்தாகிய எல்லா தேவியரும் தாய் தெய்வங்கள் என்பது, பார்வதியின் சாபத்தினாலும், மொத்தமாக இந்துப் புராணங்களாலும் முரணுக்குள்ளாகிறது. பல பனுவல்களில், தன் சாபத்தைத் தானே மதிக்காமல், பார்வதி சிவனிடம் தனக்கொரு குழந்தையைத் தருமாறு கெஞ்சுகிறாள். ஆனால் அவன் பிடிவாதமாகவே இருக்கிறான். அவள் தாயாக விரும்புகிறாள், ஆனால் சிவனும், பிற கடவுளர்களும் அதைத் தடுக்கிறார்கள். கணபதியுடன் தான் அவள் நெருக்கமாக, ஓரளவு தாயாக உணர்கிறாள்.

கணேசனின் பிறப்பைப் பற்றிப் பல்வேறு கதைகள் சொல்லப்படுகின்றன. மிக நன்றாகத் தெரிந்த ஒன்று, பார்வதி குளிக்கச் செல்கிறாள். சிவன் ஏறுமாறாக நடந்துகொள்ளக்கூடாது என்று (அவன் வழக்கம் அப்படித்தான்) காவலுக்கு யாராவது வேண்டுமென ஏங்குகிறாள். இது ஒரு சடங்குக் குறுக்கீடு. உறங்கும், தியானம் செய்யும், வரம் தரும் கடவுளுக்கிடையில் குறுக்கிடுதல், அல்லது காதல்புரியும் ஒரு தம்பதிக் கிடையில், அல்லது பெண் அல்லது தேவி குளிப்பதற்கிடையில் குறுக்கிடுதலுமாகும். குளிக்கும்போது தன் உடலின் அழுக்கைத் திரட்டி ஒரு குழந்தை வடிவமாக்குகிறாள். அது உயிர் பெறுகிறது. சிவன் அந்த அழகான இளம்குழந்தையைப் பார்க்கும்போது (அல்லது, சிவனை ஒரு தலைகீழ்மாற்ற ஈடிபஸ் குற்றத்திலிருந்து காக்க வேண்டி, சில பனுவல்களில், சனீஸ்வரன் அவனைப் பார்க்கும்போது எனச் சொல்கின்றன) அவன் தலை விழுந்துவிடுகிறது. அந்தத் தலைக்கு பதிலாக யானைத்தலை தரப்படுகிறது, அந்தச் செயலின்போதே ஒரு தந்தமும் குறைப்படுகிறது.[65] ஆக, கந்தன் எப்படி சிவனின் மகன் மட்டு மாக இருக்கிறானோ அதுபோல கணபதி பார்வதியின் மகனாக மட்டுமே இருக்கிறான். கணபதி என்ற சொல்லுக்கு மக்களின் தலைவன் என்றோ, பூத கணங்களின் தலைவன் என்றோ பொருள் சொல்லலாம். தொடக்கங் களின் கடவுள் அவன்தான். எந்த முக்கியக் காரியத்தின் முன்னாலும் அவன் வணங்கப்படுகிறான். அறிவுத்தொழிலர்கள், எழுத்தர்கள், ஆசிரியர்களின் ஆதரவாளன். விரகனுடன் (இளம் வீரன்—வழக்கமாகக் கந்தனை அடையாளப்படுத்துவர்) பார்வதியின் சிக்கல்மிக்க உறவு பல புராணங்களில் சொல்லப்படுகிறது. அவற்றில் காலத்தால் முற்பட்டது மச்ச (மத்ஸ்ய) புராணம். குப்தர்களின் காலத்தைச் சேர்ந்தது. காலத்தால் பிந்திய பத்ம, ஸ்கந்த புராணங்களில் இப்பகுதி சில மாற்றங்களுடன் சொல்லப்படுகிறது.

கௌரியும் காளியும் தனித்தனி வடிவங்களாதல்

ஒருநாள் சிவன், தன் மனைவி பார்வதியுடன் விளையாடிக் கொண்டிருந்தான். தன் மனைவியின் நிறத்தை வைத்து அவளைக் கருப்பி (காளி) என்று அழைத்து, அவளுடைய கருத்த உடல் தன் சிவந்த உடலைத் தழுவியிருப்பது, ஒரு கரும் பாம்பு வெண்ணிற சந்தன மரத்தைச் சுற்றியிருப்பதுபோல இருக்கிறது என்றான். அவள் கோபமாக பதில்சொல்ல, இருவரும் சண்டையிடுகின்றனர். கோபமுற்றுப் பார்வதி, ஓர் அழகான, பொன்னிற மேனியைப் பெறத் தவம்செய்யச் சென்று விடுகிறாள். அவளுடைய இளம் மகன் விரகன், கண்ணீருடன், தட்டுத்தடுமாறி, அவளுடன் வருவதாகச் சொல்கிறான். ஆனால் அவள், "இந்தக் கடவுள் பெண்களைத் துரத்துபவன். நான் இல்லாதசமயத்தில் இங்கு வேறு பெண்கள் இங்கு வராதவாறு கதவின் சாவித்துளையில் கண்ணை வைத்துப் பார்த்துக் கொள்" என்கிறாள்.

அவள் சென்றபிறகு, அதி என்னும் பெயர் கொண்ட ஓர் அசுரன் அவள் இல்லாததைப் பயன்படுத்தி சிவனைக் கொல்ல முயற்சி செய்கிறான். பார்வதி போன்ற தோற்றத்தை எடுத்துக்கொண்டு சிவனின் படுக்கையறைக்குச் செல்கிறான். ஆனால் அது ஓர் அசுரன் என்பதை உணர்ந்த சிவன் அவனைக் கொன்றுவிடுகிறான். வாயு தேவன், பார்வதியிடம் சென்று சிவன் வேறொரு பெண்ணுடன் இருப்பதாகக் கூறுகிறான். பார்வதி சினமடைகிறாள். தன் வதைப்பட்ட மனத்தில் மகனை உருவகப்படுத்தி, "உன்னை மிகவும் நேசிக்கும் தாயாகிய நீ என்னைக் கைவிட்டு, மற்றொரு பெண் சிவனுடன் இருப்பதற்கு இடம் கொடுத்ததால், நீ மனிதர்களுக்குள் பிறந்து ஓர் இதயமற்ற, கடினமான, உணர்ச்சியற்ற தாய்க்குப் பிறப்பாயாக" என்று சாபமிடுகிறாள். அவளுடைய சினம், அவள் உடலைவிட்டு நாக்கை வெளியில் நீட்டிக் கொண்டிருக்கின்ற, கூரிய பற்கள் கொண்ட ஒரு சிங்கத்தின் வடிவத்தில் வெளிவருகிறது. அப்போது பிரம்மன், அவளுக்குப் பொன்னிற உடல் கிடைக்கும், அவள் சிவனுடன் அர்த்தநாரியாக இரண்டறக் கலந்திருப்பாள் என்று வரம் தருகிறான். அவள் தன் தோலை உரித்து ஒரு கருநிறப் பெண்ணாக்குகிறாள். அவளுக்குக் காளி என்று பெயரளித்துச் சிங்கத்தின்மீதமர்ந்து விந்திய மலைக்குச் செல்லுமாறு சொல்கிறாள். இப்போது பொன்னிற உடல் பெற்ற பார்வதி (கௌரி— அழகியவள், பொன்னிறமானவள்) வீட்டுக்குச் செல்கிறாள். அவளைப் புரிந்துகொள்ளாத விரகன், வாயிலிலேயே அவளை நிறுத்தி, "போய்விடு! தேவியின் வடிவத்தில் ஓர் அசுரன் யாரும் பார்க்காத நேரத்தில் சிவனைக் கொல்லவந்தான், சிவன் அவனைக் கொன்றுவிட்டான். என் தாய் என்னை வைதாள். அதனால் நீ உள்ளே புகக்கூடாது. இங்கு நுழையக் கூடியவள் என் தாய் பார்வதி ஒருத்திதான், தன் மகனை மிகவும் நேசிப்பவள்" என்கிறான். தேவி இதைக் கேட்டபோது, தன் கணவனுடன் இருந்தது ஒரு பெண்ணல்ல, அசுரன்தான்; நான்தான் கோபத்தில் தவறாக என் மகனை சபித்துவிட்டேன்" என்று உணர்கிறாள். மகனிடம், "விரகா, நான் உன் தாய்தான். என் தோலைப் பார்த்துத் தவறாக நினைக்காதே. பிரம்மனுடைய வரம் இது. என்ன நிகழ்ந்தது என்று தெரியாமல் உன்னை

சபித்து விட்டேன். ஆனால் வரத்தைத் திரும்பப் பெற முடியாது. ஆகவே நீ உன் மனித வாழ்க்கையிலிருந்து விரைந்து திரும்பிவிடுவாய், உன் விருப்பங்கள் யாவும் நிறைவேறும்" என்கிறாள். பிறகு அவள் சிவனிடம் திரும்பினாள், இருவரும் பல ஆண்டுகள் காதல்புரிந்தார்கள்.[66]

பார்வதி தன் கருத்த வெளித்தோலைத் தன் பொன்னிற உள்ளுடல் தோன்றுமாறு உரிக்கிறாள். அதனால் காளி, வெளியுறை எனப் பொருள் படும் கௌசிகா என்ற பெயரையும் கொண்டிருக்கிறாள். இந்தப் பிரிதல், தென்னிந்திய ஒரு பெண்ணின் தலை - வேறு பெண்ணின் உடல் சேர்க்கைக்கு எதிராக இருக்கிறது. கடைசியாகப் பொன்னிற மார்பையுடைய கௌரிக்குப் பிள்ளை கிடைக்கிறான், பல்லின் கடவுளான காளிக்குப் பற்களின் சிங்கம் கிடைக்கிறது.

ஆனால் உள்ளுருவில் இரண்டு வேறுபட்ட தேவியரையும் கொண்டிருக்கும் அசல் பார்வதி, ஏற்கெனவே ஒரு கொடிய தாய்தான். தான் போகும்போதே தன் மகனின் பரிதாபமான வேண்டுகோளைப் புறக்கணிக்கிறாள். கைவிட்டுச் செல்கிறாள். அவனை சபிக்கும்போது அவன் வார்த்தைகளை மீண்டும் புறக்கணிக்கிறாள். தன் தந்தையின் காமத்தைக் கட்டுப்படுத்த உதவாத பிள்ளை என்று மறுபடி கைவிடுகிறாள். சிவன் அசுரனைப் பார்வதியல்ல என்று புரிந்துகொள்ளாததுபோல, விரகனும் அவள் திரும்பிவந்தபோது அவளைப் புரிந்துகொள்ளவில்லை. இது மேம்போக்காகத் தோன்றுகிறது. அவள் நிறத்தை மட்டுமே மாற்றிக்கொண்டிருக்கிறாள். ஆனால் இதில் ஆழமான தொனி இருக்கிறது. அவன் தன் தாய் தன்னை மிகவும் நேசிப்பவள் என்று நம்பியிருக்கிறான், ஆனால் இவள் அவனை சபிக்கிறாள். (அது இன்னும் அவனுக்குத் தெரியாது). மேலும் அவனுக்கு அன்பற்ற வேறொரு தாய் கிடைக்கவேண்டுமென்றே சபிக்கிறாள். உரிக்கப்பட்ட வடிவமான காளி, எல்லைப்புறப் பகுதியான விந்தியத்திற்கு அனுப்பப்படுகிறாள். (பழைய வட இந்தியப் பனுவலாசிரியர்கள், இந்துப்பகுதிக்கு வெளியே உள்ள பகுதி என்றும், கதையில் தங்களுக்கு வேண்டாத பகுதிகளைத் தூக்கி எறியப் பயன்படும் பிரதேசம் என்றும் கருதியது விந்தியம். ஆகவே காளி விந்திய வாசினி (விந்தியத்தில் வசிப்பவள்) எனப்படுகிறாள். (இந்தக் கதையே வரலாற்று நிகழ்வைத் தலைகீழாக்குவது. காளி விந்தியத்திலிருந்தோ, அதற்குத் தெற்குப் பகுதியிலிருந்தோ சமஸ்கிருதக் கலாச்சாரத்திற்குள் பொதுவாக வந்தவள் ஆகலாம்.) மிகுதியுள்ள பொன்னிற உடல், அவள் மகனின் சாபத்தை எதிர்கொண்டது, அர்த்தநாரியின் வடிவமாகிறது. சிவனும் பார்வதியும் சிற்பங்களிலும் ஓவியங்களிலும் கந்தனுடனும் கணபதியுடனும் இருப்பதாகச் சித்திரிக்கப்பட்டாலும், இவர்கள் ஒரு நெருக்கமான குடும்பம் அல்ல. ஒவ்வொரு உறுப்பினரும் ஒரு தனித்த கடவுள். தனித்த முன்வரலாறும் இந்து வழிபாட்டில் தனித்த வடிவமும் கொண்டவர். சாதாரணமாக ஒரு குடும்ப உறுப்பினர்கள் சேர்வதுபோலவும் அவர்கள் சேர்வதில்லை. பார்வதி தன்னுடன் உள்ள எந்தக் குழந்தையையும் பெறவும் இல்லை. சிவனும் இயல்பான வழியில் தந்தை ஆகவும் இல்லை. மாறாக, இந்தக் குடும்பம், பிரபஞ்சத்தின் சக்திகளைக் குறிக்கிறது. அவற்றை மனிதர்கள் சிலசமயம் ஏற்கத்தான்

வேண்டும். சிலசமயம் உதவிக்கு அழைக்கலாம். அவர்கள் ஒரு குடும்ப வடிவமாக இருக்கிறார்களே ஒழிய, பணிகளில் அல்ல. கடவுளை சகுணத் தன்மையுடன் (எல்லா குணங்களுடனும்) வழிபடும் நிலை இது. இந்த விஷயத்தில், குடும்பம் இல்லாவிட்டாலும் மனிதக் குடும்பத்தின் தன்மைகளுடன் உள்ளது. ஆனால் தங்கள் மிகப் பொதுவான வழிபாட்டு வடிவங்களில, அவர்கள் ஒரு குடும்பமே அல்ல.

விலங்குகள், வாகனங்கள்

சிவனின் குடும்பப் படத்தில் வாகனங்களும் உள்ளன. கந்தனுக்கு மயில், கணேசனுக்குப் பெருச்சாளி, சிவனுக்கு எருது (நந்தி), பார்வதிக்குச் சிங்கம். வழக்கமான முழு வாழ்க்கை அவதாரங்களையும் கண்கூடாக அவ்வப்போது மக்களுக்குக் காட்சியளித்தலையும் தவிர, இது நமது உலகத்தில் இந்துக் கடவுளர்கள் காட்சி தருகின்ற மற்றொரு வழி. (விலங்கு ஒன்றை அன்றி, இடுப்பிலிருந்து, கழுத்திலிருந்து கீழாக, அல்லது இடுப்பிலிருந்து, கழுத்திலிருந்து மேலாக, தெய்வங்களின் வடிவங்கள்) எப்போதுமே வாகனம் ஒன்றைக் கொண்டிருக்கின்றன. வாகனம் என்பது ஏறிச்செல்லும் விலங்கு. மனிதர்களும் ஏறக்கூடிய விலங்குகளில்தான் வேதக்கடவுள்கள் ஏறினார்கள். சான்றாக சூரியனுக்குக் குதிரைகள் பூட்டிய ரதம். இந்திரனுக்கு அவனுடைய ஐராவத யானை அல்லது கருஞ் சிவப்புக் குதிரைகள். மதக்குழுக் கடவுளர்கள் சப்பணமிட்டு அல்லது ஒரு பக்கமாக அமர்ந்து தங்கள் வாகனங்களில் செல்கிறார்கள். தங்கள் கீழ் வாகனங்கள் இருக்க, அவர்கள் முழு முகங்களோடு பக்கவாட்டுத் தோற்றத்தில் வரையப்படுகிறார்கள். சிலசமயங்களில் வாகனம், தெய்வத்தின் பக்கத்தில் இருக்க, இருவரும் அசையாமல் இருக்கின்றனர். வேத இந்திரனும் கருடனை வாகனமாகக் கொண்டவன். அது பின்னால் விஷ்ணுவின் வாகனமாயிற்று. சிலசமயம் மனித உருவுடன் சேர்ந்து கருடன் சில சமயங்களில் கழுகைப்போல அதன் இடுப்புக்குக் கீழோ கழுத்துக்கு மேலோ சித்திரிக்கப்படுகிறது. சில தென்னிந்தியக் கோயில்களில் கருடன் வந்து அமர்வதற்கெனத் தனியிடங்கள் உள்ளன. சிவனின் வாகனம் ரிஷபம்/ஏறு (நந்தி). அவனுடைய ஆற்றலுக்கும் ஆண்மைக்கும் அடையாளம். இந்த வாகனம், கடவுளின் இயல்பையும், இயற்கையுடன் உள்ள ஈரடியான தொடர்பையும் குறிப்பதாக இருக்கிறது. துறவிகள், யோகிகள் யாவரின் தலைவன் என்ற முறையில், தன் ‘ஆண்மை’யின் மீதே அவன் சவாரி செய்கிறான்—அதாவது அதைக் கட்டுப்படுத்துகிறான், வழிப்படுத்துகிறான், அடக்குகிறான். சண்டியின் சிங்கம், காளியின் சிங்கம் அல்லது புலியையும் பார்த்துள்ளோம். சிலசமயம் அவள் பார்வதிக்கும் இந்த வாகனத்தை அளிக்கிறாள். கந்தனின் வாகனம் மயில், மிகச் சாதுரியமான ஒரு தேர்வு. ஒரு படைத்தளபதியை அவனது முழுச் சடங்கு உடையில், மெடல்கள் போன்றவற்றோடு பார்ப்பவர்க்கு இந்த ஒப்புமை எளிதில் புரியும்.

பாதி விலங்காக இருக்கும் தெய்வங்களுக்கும் முழு விலங்கு வாகனங்கள் உள்ளன. கணபதியின் வாகனம், இந்தியவகைப் பெருச்சாளி. தெலுங்கில் இது பந்திகோக்கு எனப்படுகிறது. கணபதிக்கோ, கணபதியைப் போன்ற யானைத் தனையுள்ள, பானை வயிறுள்ள, அரைமனிதத்தன்மை கொண்ட

கடவுளர்க்கோ, எவ்வளவு பெரிய எலிகளையும் எளிதில் தாண்டிச் செல்ல முடியும் என்பதால் அல்ல, எலிகள் யானைகளைப் போலவே தங்களுக்குத் தேவையானதை அடைய எங்கும் தடைகளைத் தாண்டி எளிதில் செல்ல முடியும். ஆகவே தடைகளை நீக்கும் கடவுள் கணபதி. கணபதியின் புத்திச் சுறுசுறுப்பையும், தடைகளை நீக்கும் திறமையையும் பெருச்சாளி பகிர்ந்து கொள்கிறது. பெருச்சாளி இப்போதெல்லாம் சுண்டெலி ஆகிவிட்டது. கணபதிக்கான புத்திசாலித்தனத்துக்கு இது மிகவும் பொருத்தமானது. அண்மைக்காலத்தில், கணபதி கணினி முன் அமர்ந்திருக்கும் படங்கள் வரையப்படுகின்றன. கணினியின் சுண்டெலி, கணபதியின் எலிதான்.[67] இந்தியாவில் விலங்குப் படிமங்கள் மிகப் பழையவை. சிந்துவெளி நாகரிகத்திலேயே இதைக் கண்டோம். சமயக் கடவுளர்களின் பல்வேறு பார்வை அடையாளங்களையும் முத்திரை களையும் படிமப்படுத்த வேண்டியிருந்ததால், குப்தர் காலத்தில் அவை புதிய கவர்ச்சியைப் பெற்றிருக்கலாம். ஒரு குறிப்பிட்ட நடிகருக்குக் குறிப்பிட்ட உணர்ச்சிக்கட்டம் ஊர்தியாக இருக்கிறது என்பது போன்ற அர்த்தத்திலும் வாகனம் என்பதன் பொருளைக் கொள்ளலாம். அல்லது ஆக்ஸ்போர்டு ஆங்கில அகராதி வரையறுப்பதுபோல, (வாகனம் என்பது), "ஒரு விஷயத்தின் பொருள்சார் உருவப்படுத்தல் அல்லது வெளிப்பாடு" என்றும் அர்த்தம் கொள்ளலாம். அல்லது கொசுக்கள் மலேரியாவின் வாகனங்கள்/ஊர்திகள் என்று சொல்வதுபோன்ற அர்த்தத்திலும் கொள்ள லாம். எங்கு அந்த வாகனம் இருக்கிறதோ அந்த இடத்தில் தெய்வமும் இருக்கிறது. தென்றல் நறுமணத்தைச் சுமந்து வருவதைப்போல, வாகனங் கள் அந்தந்தக் கடவுளைச் சுமந்து வருகின்றன. பிரம்மம் (மெய்ம்மையின் இறுதித் தத்துவம்) எல்லா ஆத்மாக்களிலும் (தனிப்பட்ட உயிர்கள்) உறைகிறது என்ற அடிப்படை இந்துத் தத்துவத்தின் தனிச்சிறப்பான வெளியீடாக இவற்றைக் கொள்ளலாம்.

அசுவமேத யாகங்கள்

நாம் பழங்காலப் பனுவல்களிலும் மகாபாரதத்திலும், பட்டத்தரசி, கொலைசெய்யப்பட்ட குதிரையுடன் புணர்வதுபோல நடிப்பாள் என்று பார்த்தோம். அக்குதிரை, யாகம் செய்யும் அரசனாகவும் (அவனுக்குத் தன் ஆற்றல்களை மாற்றித்தந்தது), பிரஜாபதி அல்லது இந்திரனாகவும் கருதப்பட்டது. அசுவமேத யாகத்தில் அவிசைப் பெறுவதற்குப் பலதேவர்கள் சொல்லப்பட்டுள்ளனர். அவர்களில் இந்திரன் ஒருவன். ஆனால் அவனே (ஆதிமனிதன் பாடலில் வேத தெய்வங்கள் குறிப்பிட்டதுபோல), யாகம் செய்பவனாகவும் தேவர்களில் ஒருவனாக இருந்தபோதும் அரசனாகவும் இருந்த காரணத்தால் வேறு எவரையும்விட மிக அதிக அசுவமேத யாகங்களைச் செய்தவன் அவன் என்று கருதப்படுகிறான். இந்தப் பதிவை வேறு எவரும் கடந்து விடக்கூடாது என்பதனால் பொறாமை பிடித்தவனாகவும் இருக்கிறான். (அதனால்தான் சாகரனின் நூறாவது குதிரையைத் திருடினான், அதைத் தேடிய அவன் மகன்கள் கடலைத் தோண்டினார்கள்). மனித வழிபாட்டாளன், யாகம் செய்பவன், பலிப் பொருள் ஆகிய இரண்டு பங்குகளை வகிக்கமுடியும். இந்திரனோ யாகம் செய்பவன், அவிசைப் பெறுபவன் என்ற இரு நிலையிலும்

இருக்கிறான். இராமாயணத்திற்கு மத்திய காலத்தில் உரையெழுதிய ஆசிரியர்க்கு இந்த முரண் புலப்பட்டது. "இருவகையான கடவுளர்கள் இருக்கிறார்கள். பிறப்பால் கடவுளாக இருப்பவர்கள் ஒருவகை. சமீபத்தில் கர்மத்தினால் இந்திரனைப்போலக் கடவுளானவர்கள் இருக்கிறார்கள். பிறப்பால் கடவுளாக இருப்பவர்கள், யாக அவிசைப் பெறமுடியுமே தவிரத் தரமுடியாது. இந்திரன் போன்ற கர்மக் கடவுளர்கள் யாகமும் செய்கிறார்கள், யாகம் செய்யும் பிறருக்குத் தடையாகவும் இருக்கிறார் கள்."[68] *என்று அவர் எழுதுகிறார். உயர் கடவுளர்களில் வேதக் கடவுள்கள் பிறரும், பக்திக் கடவுள்களும் அடங்குவர். மகாபாரதத்தின் பின்னிணைப் பான ஹரிவம்சம் தன்னளவில் ஒரு புராணம் போலவே காணப்படுகி றது. அதில் இந்திரன், யாகம் செய்பவன், பெறுபவன், பலிப்பொருள் என்ற மூன்று பங்குகளையும் வகிக்கிறான்.*

ஜனமேஜயனின் அசுவமேத யாகம்

ஜனமேஜயன், யாகத்துக்கெனத் தூய்மைப்படுத்தப்பட்டான். யாக விதியின்படி அவனுடைய அரசி அதற்கான குதிரையுடன் படுக்கச் சென்றாள். ஆனால் அவளுடைய அழகைக் கண்ட இந்திரன், அவளை விரும்பினான். குதிரைக்குள் அவனே புகுந்து அரசியுடன் உறவு கொண்டான். இந்த மாற்றம் நிகழ்ந்த பிறகு, இந்திரன் புரோகிதனி டம், "நீ யாகத்திற்குக் குறிப்பிட்ட குதிரை இது அல்ல. வெளியே போ" என்றான். விஷயத்தைப் புரிந்துகொண்ட புரோகிதன், இந்திரன் செய்ததை அரசனுக்குக் கூறினான். அரசன் இந்திரனுக்குச் சாபம் இட்டான். "இன்றிலிருந்து க்ஷத்திரியர்கள் யாரும் தேவர்களின் அரசனான இந்திரனுக்கு அசுவமேத யாகம் செய்யக்கூடாது. அவன் புத்தி தடுமாறுபவன், தன் புலன்களைக் கட்டுப்படுத்தாதவன்" என்றான். புரோகிதர்களை வேலையைவிட்டு விலக்கி, அரசியை நாடுகடத்தினான். அப்போது கந்தர்வர்களின் அரசன், ஜனமேஜயனைச் சமாதானப்படுத்தினான். அசுவமேத யாகத்தை அவன் செய்தால், இந்திரனைவிடத் தகுதிகள் அதிகம் பெற்றுவிடுவான் என்பதால் அந்த யாகத்தைக் குலைக்க அவன் செய்த சூழ்ச்சி இது என்றான். யாகத்தைத் தடுப்பதற்காகச் சமயம் பார்த்திருந்த இந்திரன், யாகக் குதிரைக்குள் புகுந்துவிட்டான். ஆனால் அவன் காதல் புரிந்த பெண், ஏற்கெனவே ஒரு தெய்வப்பெண்தான். இந்திரன் தன் மாயத்தைப் பயன்படுத்தி அவளைத் தன் அரசி என அரசனை நினைக்கவைத்து விட்டான். இதுதான் நிகழ்ந்தது என்று எவ்விதமோ கந்தர்வர்களின் அரசன், ஜனமேஜயனை நம்பவைத்தான்.[69]

ஜனமேஜயனின் சர்ப்பயாகத்தைப் போலவே அவனது அசுவமேத யாகமும் தடைப்படுகிறது. அர்த்த சாஸ்திரம், ஜனமேஜயன் பிராமணர் களை வதைத்ததால் அழிந்து போனான் என்று சொல்கிறது (1.6.6). அந்தப் பனுவலின் உரையாசிரியர் ஒருவர், உண்மையில் அரசியைக் கெடுத்தவன் இந்திரன்தான் என்றாலும், தன் அரசியர்களை பிராமணர்கள் கெடுத்து விட்டார்கள் என்று அரசன் சந்தேகப்பட்டதால் அவர்களைச் சாட்டை யால் அடித்தான் என்று சொல்கிறார்.[70] சம்பவத்தின் தொடக்கத்தில், ஜனமேஜயன் இந்த ஆடம்பரமான யாகத்தைச் செய்வதன் வாயிலாகத்

தன்னை இந்திரனின் பொறாமைக்குரிய பொருளாக்கிக்கொண்டு அவனை உள்ளார்ந்து எதிர்க்கிறான்.[71] சம்பவத்தின் இறுதியில், இந்திரன் யாகத்தைக் கெடுத்ததால், அவனை யாகத்திலிருந்து புறந்தள்ளி வெளிப்படையாகவே அவனை எதிர்க்கிறான். ஜனமேஜயனின் இந்தக் கதை, யாகத்திலிருந்து தெய்வத்தை விலக்கி வழிபட மறுப்பதில் முடிகிறது. (வேதக் கடவுளான இந்திரன், புராணக் காலத்தில் வழிபடப் பெறவில்லை என்ற வரலாற்று மெய்ம்மையையும் பிரதிபலிக்கிறது இது.)

பலவகைகளில், தட்சனின் கதைக்கு எதிரானது இது. தட்சன் தன் யாகத்திலிருந்து சிவனைத் தள்ளிவைப்பதில் அவன் யாகம் தொடங்குகிறது. ஆனால் சிவபெருமான் யாகத்தை அழித்து, அதேசமயம் அதைச் சாதித்தும் விடுகிறான். தட்சன் இனிமேல் சிவனுக்காக யாகம் புரிவான் என்ற வாக்குறுதியுடன் கதை முடிகிறது. (சிவன், வேதக் கடவுள் அல்ல. புராணக் காலம் வரை அவன் வழிபடப்படவில்லை என்ற வரலாற்று மெய்ம்மையையும் இது பிரதிபலிக்கிறது.) இவ்விதம் நிகழ்வதற்கு ஒருபகுதிக் காரணம், மரபுசார்ந்த வேதக் கடவுளான இந்திரன், மிக வைதிகத்தன்மை வாய்ந்தவன், பலவகைகளில் மரபுக்குமாறான வெளிப்புறத்தவனான சிவனுக்கு முரண்படுகிறான் என்பதாகலாம்.[72] இந்திரன் -ஜனமேஜயனின் அரசி பற்றிய கதையின் பின்னுரையில், ஜனமேஜயன், கந்தர்வ அரசனால் இதெல்லாம் ஒரு மாயை என்பதாக நம்பவைக்கப்படுகிறான். (இந்திரன் போலவே, கந்தர்வனும் ஒரு குதிரைதொடர்புள்ள நபர்தான். ஒரு சென்டார் -இரட்டை இயல்புள்ளவன்.)

ஒரு தொன்மத்தில் செய்யப்பட்ட காரியத்தை இல்லாமற்செய்வதற்கு வழக்கமாகக் கையாளப்படும் சாதாரண உத்திதான் இது. பாலியல் ஆபத்தில் மாட்டிக்கொண்ட ஒரு பெண்ணைக் காப்பாற்ற அவளுக்கு பதிலாக மாயமந்திர இரட்டை ஒன்றை உருவாக்குகின்ற உத்தி. (அல்லது யார் அவளுக்கு பதிலீடாக வந்தது? கந்தர்வன் உண்மையைத்தான் சொல்லுகின்றானா?) இங்கு அது தொன்மத்தின் மையச் சம்பவம் சற்றுமுன் என்ன செய்தது என்பதையும் குறிப்பாக நினைத்துப் பார்க்கிறது. யாகத்தில் உள்ளார்ந்திருக்கின்ற மாயையை அது வெளிப்படுத்திவிட்டது. அதாவது யாகத்தில் பயன்படும் குதிரை சாதாரணக் குதிரையல்ல, அது இந்திரனின் வடிவம் என்ற மாயை. இதே போல இருபதாம் நூற்றாண்டின் ஒரு பனுவலில் அசுவமேத யாகம் மாயைநீக்கம் செய்யப்பட்டு ஏளனம் செய்யப்படுகிறது. அதில் கலியுகத்தின் அவதாரதெய்வமான காளி அசுவமேத யாகம் நடக்கும்போது யாகம் செய்பவனின் மனைவி யாகக்குதிரையுடன் புணர்வதைப் பார்க்கிறாள். பிறகு, வேதங்களைச் செய்தவன் ஒரு பண்டிதனல்லாததால், ஒரு கோமாளி என்கிறாள்.[73] அதாவது காளி அந்த யாகத்தை அப்படியே எடுத்துக் கொள்கிறாள், அதன் குறியீட்டு அர்த்தத்தை விட்டுவிடுகிறாள். பொதுவாக விலங்கு யாகங்களின், குறிப்பாக அசுவமேத யாகத்தின் கௌரவம் (மேற்கண்டது போன்ற அங்கதங்கள் சுட்டிக்காட்டுவது போல) இந்தக் காலப்பகுதியில் வீழ்ந்து விட்டது. அரசர்கள், அசுவமேத யாகம் செய்ததற்கு பதிலாக. கோயில்களுக்குக் கொடை அளித்தார்கள்.[74] இதுவும் ஒரு புதிய வகையான யாக பதிலீடுதான்.

மகாபாரதத்தை மீட்டல்

புராணச் சடங்குகள் சிலசமயங்களில் வேதச் சடங்குகளுக்கு பதிலீடு ஆகின்றன. மனித வாழ்க்கையின் உடைந்த துண்டுகளைச் சரிப்படுத்த எவ்விதம் வேதச் சடங்குகள் இயற்றப்பட்டன என்பதை நாம் கண்டோம். புராணச் சடங்குகளும் இதனைச் செய்கின்றன. அது மட்டுமின்றி, முன் காலங்களின், முற்பட்ட பனுவல்களின் தீவினைகளைக் களையவும் சடங்குகளை வைத்திருக்கின்றன. பல புராணங்கள் தங்களைக் கேட்பவர்கள்/வாசிப்பவர்களுக்கு விடுவிப்பை அளித்தாலும், அவற்றில் பெரும்பாலானவை மறு பிறப்பைத் தரும் உலக இன்பங்களுக்கானவை, அல்லது தங்கள் சமயக்குழுவின் இறைவனுக்குச் சொந்தமான சொர்க் கத்தில் நிரந்தரமாகத் தங்குவதைப் பற்றியவை. பிரம்மத்துடன் ஒன்று கலப்பதற்கானவை அல்ல. மோட்சம் என்பது வார்த்தைகளால் வருணிக்க இயலாதது. ஆனால், சொர்க்க பக்தியை விளக்குகின்றன.

மகாபாரதத்தின் இடர்நிலைகளுக்குப் புராணங்கள் திரும்பிவருகின்றன. அவற்றில் சில தெய்வத்தின் குறுக்கீட்டால் தீர்க்கப்பட்டவை. ஆனால் அந்தப் பனுவலின் ஆசிரியர்களுக்குக் கிடைக்காத புதிய தீர்வுகளை இவை மொழிகின்றன. நரகத்தில் யுதிஷ்டிரனின் தர்மசங்கடம், ஒரு தகுதி மாற்றத்தினால் ஏற்பட்டது: யுதிஷ்டிரன் ஒரு குளிர்ந்த தென்றலைத் தன் தம்பியர், திரௌபதி, பிற சில உறவினர்கள் ஆகியோரின் துயர்தணிக்க அனுப்புகிறான். மகாபாரதத்தில் மிகச் சுருக்கமாகச் சொல்லப்பட்ட இந்த விஷயம், சில நூற்றாண்டுகள் கழித்து மார்க்கண்டேய புராணத்தில் மிக விரிவாக எடுத்துரைக்கப்படுகிறது.

நரகத்தில் தகுதிமாற்றம்

ஃபத்ஸோ (பிவாரி) என்ற பெயர் கொண்ட தனது மனைவி கருத்தரிக்கும் பருவத்தில் இருந்தபோது, விபாஸ்சித் என்ற அரசன் அவளோடு படுத்துறங்குவது அவனுடைய கடமை ஆயினும் அவ்வாறு செய்யவில்லை. அவளைவிட அழகான தனது இரண்டாம் மனைவி கைகேயியுடன் இருக்கிறான். இந்த ஒரு பாவத்தைக் கழுவ அவன் சிலகாலம் நரகத்துக்குச் செல்கிறான். அவன் சொர்க்கத்திற்குச் செல்லப் புறப்படும்போது, அவன் உடலைத் தழுவி வீசும் காற்றே தங்கள் துன்பத்தைக் குறைக்கிறது என்று கூறி நரகத்திலுள்ள மக்கள் அவனைத் தடுக்கிறார்கள். விபாஸ்சித், "துன்பப்படும் உயிர்களுக்கு உதவுவதால் ஏற்படும் மகிழ்ச்சியை மக்கள் சொர்க்கத்திலோ பிரம்ம லோகத்திலோ பெற முடியாது" என்று சொல்லி நரகத்திலேயே தங்கிவிடுகிறான். கடைசியாக இந்திரன், அவனது புண்ணியங்களால் நரகத்திலுள்ள மக்கள் தங்கள் துன்பத்திலிருந்து விடுபட ஒப்புக் கொள்கிறான். ஆனால் அவர்கள், தங்கள் கர்மவினைக்கேற்ற கர்ப்பத்திற்குச் செல்கிறார்கள். (14.1 - 7, 15.47 - 80)

இந்தச் சம்பவம், தெளிவாகவே மகாபாரதத்தின் அடிப்படையில் அமைந்தது. அதே தொடர்கள் சிலவற்றையும் பயன்படுத்துகிறது. (இராமாயணத்தில் ஆசைக்குகந்த இரண்டாம் மனைவி கைகேயியின் பெயர்தான் இந்தக்

கதையில் வரும் ஆசைக்குகந்த இரண்டாம் மனைவிக்குத் தரப்படுகிறது.) மிக முக்கியமாக, நரகத்தில் இருக்கும் மக்கள் எவ்விதத்திலும் அரசனுக்கு உறவானவர்கள் அல்ல. இருந்தும் அவன் கருணை எல்லா உயிர்கள்மீதும் செல்கிறது. இப்போதும் பனுவல் பௌத்த/இந்துக் கொள்கையான நிர்வாணத்தைப் பற்றியும், கர்மத்தை மாற்றித்தருவது பற்றியும் பேசுகிறது. சொர்க்கத்திற்குச் சென்ற மெய்யான அரசனே, மெய்யான நரகத்திலிருந்து மெய்யான பாவிகளை விடுவிக்க வல்லவன் ஆகிறான். ஆனால் கடைசியாக நிற்பவை கர்மமும் சம்சாரமும்தான். இறுதியில், சொர்க்கத்திற்கும் நரகத்திற்கும் சென்று வந்த பிறகும், பாவிகள் தங்கள் செய்கைகளுக்கு ஏற்ப மறுபிறப்பு எடுக்கிறார்கள். ஆனால் மகாபாரதத்தின் இறுதிப் பர்வம் இதைப்பற்றி எதுவும் சொல்ல விருப்பப்படவில்லை. மகாபாரதத்தின் அடிப்படையான சொர்க்கம் - நரகம் பற்றிய காலப் பிரிவினைக் கருத்தைப் புராணங்கள் உளவியல் விஷயங்களைச் சேர்த்து விரித்துச் சொல்கின்றன. சிலசமயங்களில் ஒருவன் சொர்க்கத்திற்குச் செல்கிறான். சிலசமயங்களில் நரகத்திற்கு.

சிலசமயங்களில் இறந்த மனிதன் நரகத்தையும் சொர்க்கத்தையும் ஒருசேர அனுபவிக்கிறான். சிலசமயங்களில் அவன் இங்கு பிறந்து தன் வினையை வாழ்ந்து தீர்க்கிறான். சிலசமயங்களில் தன் வினையை வாழ்ந்து தீர்த்த ஒருவன், மிகச்சிறிய அளவு எஞ்சியிருக்கும் கர்மங்களுடன் செல்கிறான். சிலசமயங்களில் அவன் தன் வினைப் பயனில் பெரும்பகுதியை சொர்க்கத்திலும் நரகத்திலும் வாழ்ந்து தீர்த்தபிறகு, மிகச்சிறிய அளவு வினையுடன் மறுபிறப்பு எடுக்கிறான். நரகத்தின் மிக முக்கியமான சோகங்களில் ஒன்று, நரகவாசிகள் சொர்க்கத்தில் இருப்பவர்களைக் காண முடியும். சொர்க்கத்திலிருந்து யாரேனும் நரகத்தில் விழுந்தால் நரகவாசிகள் மிக மகிழ்ச்சியடை கிறார்கள். அதேபோல, சொர்க்கத்திலும்கூடக் கடுந்துயரம் இருக்கிறது. மனிதர்கள் அங்கு உயரச்செல்கின்றபோதே அது தொடங்கிவிடுகிறது. ஏனெனில், "நான் இங்கிருந்து விழுந்துவிடப்போகிறேன்" என்ற சிந்தனை அவர்களுக்குத் தோன்றிவிடுகிறது. நரகத்தை அவர்கள் காணும்போது மிகவும் துயரமடைகிறார்கள், "இதுதான் நான் செல்லப்போகின்ற இடம்" என்று இரவும் பகலும் கவலைப்படுகிறார்கள்.[75]

ஆகவே நரகத்தின் துன்பம் ஒருவாறு பிறர்துன்பத்தில் இன்பம்காணும் மனநிலையால் லேசாகிறது; சொர்க்கத்தின் இன்பங்கள் லூயிகேரலின் வெள்ளை ராணி தன் விரலில் குத்திக்கொள்ளும் முன்பாகவே 'ஓ' என்று கத்துவதைப் போலக் குறைக்கப்படுகின்றன.[76] நரகத்திற்கு ஒருவனை அனுப்புகின்ற பாவங்கள், சொர்க்கத்திற்கு ஒருவனை அனுப்புகின்ற நற்பண்புகள் ஆகியவற்றை சாஸ்திரங்கள் போட்டிபோட்டுக்கொண்டு விவரிக்கின்றன. அதுபோலவே அப்பாவங்களுக்கேற்ற கோரமான, பொருத்தமான தண்டனைகளைக் கற்பனை செய்வதிலும் போட்டி யிடுகின்றன. நரகத்தின் நடுங்கவைக்கும் விவரங்களைக் கேட்டபிறகு உரையாடலில் பங்குபெறுபவர் (மகாபாரதக் கதையில்போலவே, கதைச்சட்டகத்திற்குள் இருப்பவர்) அவ்வப்போது கேட்கிறார்: "இது எனக்கு நிகழாமல் தடுத்துக்கொள்ள நான் செய்யக் கூடியது எதுவாவது

இருக்கிறதா?" ஆமாம், இருக்கிறது என்பது உனக்கு மகிழ்ச்சியைத் தரும். எப்படி ஒரு வேதச் சடங்கு உன்னைக் காப்பாற்ற இருக்கிறதோ, அதுபோல இங்கும் ஒரு புராணச் சடங்கு இருக்கிறது. அல்லது புராண மந்திரம். அல்லது புராணக் கோயில். அல்லது புராணத் தீர்த்த யாத்திரை. அந்தந்த இடத்திலேயே பனுவல்கள் அது என்ன என்பதைக் கருணை வைத்துச் சொல்லிவிடுகின்றன. மகாபாரதத்தில் பல புனித யாத்திரைத் தலங்கள் சொல்லப்படுகின்றன. குறிப்பாகத் தீர்த்தயாத்திரைகள். ஆனால் ஒவ்வொரு புராணமும் தனக்கென ஒரு தனிச்சிறப்பான இடத்தை வைத்திருக்கிறது. மகாபாரதப் படுகொலையினால் ஏற்பட்ட தர்மசங்கடத்துக்கு, புராணம் சொல்கின்ற தீர்வு பிரயாகைக்கு (இன்றைய அலகாபாத்துக்கு)த் தீர்த்தயாத்திரை மேற்கொள்வதுதான். அது வாராணசிக்கு மேற்கில் இருக்கிறது. கங்கையும் யமுனையும் கலக்குமிடம். கும்பமேளா நடக்கும் இடம்.

மகாபாரதப் போருக்கு ஒரு பரிகாரம்

தானும் தன் தம்பியரும் கௌரவர்கள் யாவரையும் கொன்ற பிறகு, தருமன் மிகப் பெரிய துக்கத்தில் ஆழ்ந்து சஞ்சலமடைந்தான். சற்றுப் பிறகு, பெரிய துறவியான மார்க்கண்டேயர் ஹஸ்தினாபுரத்துக்கு வந்தார். யுதிஷ்டிரன் அவரை வணங்கி, "நான் என் பாவத்திலிருந்து விடுபட வழியைச் சுருக்கமாகச் சொல்லுங்கள். எந்தக் குற்றமும் செய்யாத பலபேர் எங்களுக்கும் கௌரவர்களுக்கும் இடையிலான போரில் கொல்லப்பட்டிருக்கிறார்கள். வாழும் பிராணிகளிடம் வன்முறையில் ஈடுபடுவதற்கான பாவகரமான செயல்களுக்கு, அவை முற்பிறவியில் செய்யப்பட்டிருந்தாலும், ஒருவன் எப்படி அவற்றிலிருந்து விடுபட முடியும் என்று சொல்லுங்கள்" என்று கேட்டான். "அரசே, உன் கேள்விக்கு விடையைக் கேள். பிரயாகைக்குச் செல்வது தீமையை அழிக்க மனிதருக்குச் சிறந்த வழி. பெருங்கடவுளான ருத்ரன் அங்கு வாழ்கிறான், அதேபோலத் தன்னைச் சுயமாகப் படைத்துக் கொண்ட பிரம்மாவும் பிற கடவுளரும் வாழ்கின்றனர்" என்று மார்க்கண்டேயர் சொன்னார். அப்படியானால், "ஐயா, பிரயாகைக்குச் செல்லும் பலனை நான் கேட்க விரும்புகிறேன். அங்கு இறப்பவர்கள் எங்கே செல்கிறார்கள்? அங்கு நீராடுவதன் பயன் என்ன?" என்றான் தருமன்.[77]

அந்த முனிவர் குறிப்பிடும் அளவு விரிவாக அவனுக்கு பதிலளிக்கிறார்.

பல நூற்றாண்டுகளுக்கு முன்பு கீதையில் அர்ஜுனனுக்கு ஏற்பட்ட அதே பிரச்சினையால்தான் யுதிஷ்டிரனும் அலைக்கழிக்கப்படுகிறான். "எந்தத் தவறும் செய்யாத பல பேர் எங்களுக்கும் கௌரவர்களுக்கும் இடையில் நடந்த போரில் கொல்லப்பட்டார்கள்." மகாபாரதத்தில், யுதிஷ்டிரன், தன்னையும் தன் நாட்டையும் சாந்திசெய்துகொள்ள ஒரு அசுவமேத யாகம் செய்தான். புராணங்களில் அவன் பிரயாகைக்குத் தீர்த்தயாத்திரை செய்கிறான். இந்தத் தொன்மத்தின் அமைப்பு—முதலில் ஒரு பாவத்தைச் சொல்லுதல் (நான் மாட்டிக் கொண்ட சிக்கல் இது); பிறகு ஒரு மீட்பின் வாக்குறுதி, ஒரு தீர்வு—என்பது, ஏற்கெனவே உள்ள ஒன்று, புதிய புராணக் கள், பழைய பிராமண மொந்தைகளில்

ஊற்றப்படுவது.

மகாபாரதத்தின் பிற பிரச்சினைப் புள்ளிகளையும் புராணங்கள் சமாளிக்கின்றன. மகாபாரதத்தில், கிருஷ்ணனின் அண்ணனான பலராமன். தன் உடல் ஆற்றலுக்கும், கதாயுதத்தால் போரிடும் ஆண்மைக்கும் பெயர் பெற்றவன். வைஷ்ணவ புராணங்களில், பலராமன் மிக முக்கிய இடத்தைப் பெறுகிறான், சில சமயங்களில் விஷ்ணுவின் அவதாரங்களில் ஒன்றாகவும் கருதப்படுகிறான். ஆனால் அவனும் ஒரு மிகப்பெரிய குடிகாரன். அவனைப் பற்றி ஈர்க்கக்கூடிய கதை ஒன்றைச் சொல்கின்றன.

குடித்ததற்கும் கொலை செய்ததற்கும் ஒரு பிராயச்சித்தம்

ஒருநாள், பலராமன் குடித்துவிட்டுக் கண்கள் சிவக்கத் தடுமாறி அலைந்தான். ஒரு காட்டை அடைந்தான். அங்குக் கற்றறிந்த பிராமணர்கள் குழு ஒன்று பிராமணனுக்கு பதிலாகச் சூதன் ஒருவன் கதைசொல்வதைக் கேட்டவாறு இருந்தனர். பலராமன் குடித்திருப்பதைக் கண்டதும் சூதனைத் தவிர பிராமணர்கள் அனைவரும் எழுந்துவிட்டனர். கோபமுற்ற பலராமன், அந்த சூதனைக் கொன்றுவிட்டான். எல்லா பிராமணர்களும் காட்டைவிட்டுச் சென்றுவிட்டனர். அவர்கள் எவ்விதம் தன்னை வெறுக்கிறார்கள், தன்மீது எவ்விதம் இரத்தவாடை வீசுகிறது என்பதைக் கண்ட பலராமன், தான் ஒரு பிரம்மஹத்தியைச் செய்து விட்டதைப் புரிந்து கொண்டான். தன் கோபம், மது, தன் ஆணவம், கொடியதன்மை ஆகியவற்றை அவன் சபித்தான். தன் குற்றத்தை ஒப்புக்கொண்டு அவன் பன்னிரண்டு ஆண்டுகள் சரஸ்வதி நதிக்கு நீரோட்டத்திற்கு எதிராகப் புனித யாத்திரை செய்தான்.[78]

அந்த சூதன் ஒரு கீழ்ச்சாதியைச் சேர்ந்தவன். பிரதிலோமத் திருமணத்தின் வாயிலாகப் பிறந்தவன். ஆகவே பலராமன் பொருத்தமான ஒரு புனித யாத்திரையை (சரஸ்வதி நதியின் முகத்துவாரத்திலிருந்து அதன் மூலத்திற்கு)ச் செய்தான்.[79] (யமுனை அல்லது காளிந்தி ஆற்றின் போக்கை மாற்றிய புகழுடையவன் பலராமன்.[80]) ஆனால் பிராமணனுக்குச் சமமான ஒருவனைத் தான் கொன்றுவிட்டோம் என்பதை அவன் புரிந்துகொண்டான். சாதியில் சூதன் பிராமணனுக்குச் சமமல்ல, ஆனால், அந்த பிராமணர்கள் கண்களில் தன் அறிவினாலும அந்தஸ்தினாலும் பிராமணனுக்குச் சமமாகக் கருதப்பட்டான் ஆகலாம். எனவே அவனைக் கொன்றதால் தான் பிரம்மஹத்தி செய்து விட்டோம் என்பதை உணர்கிறான். தனக்கு மரியாதை செலுத்தும் முகமாக அந்த சூதன் எழுந்திருக்க வேண்டும் என்ற எதிர்பார்ப்பினால் விளைந்த இறுமாப்பிற்காகத் தன்னைக் குற்றம் சாட்டிக் கொள்கிறான். தன் சினம், கொடுமை என்று ஒப்புக்கொள்வதற்குப் பிராயச்சித்தமாகப் புனித யாத்திரையையும் ஒப்புக்கொடுத்தலையும் வழிகளாக அவன் நினைக்கிறான். ஆனால், தன் மதுஅருந்தும் பழக்கத்தைக் கடிந்துகொள்வதற்கு மாறாக மதுவைக் குற்றம் சொல்கிறான். இம்மாதிரி, புராணங்களில் எதற்கும் ஒரு பரிகாரம் இருக்கிறது.

அடிக்குறிப்பு

1. Kalidasa, Shakuntala 3.2 (alternative verse).
2. Mitter, Indian Art, 28.
3. Keay, India, 145, citing the third Jungadh inscription.
4. Ibid., citing Beal, Si yu ki xxxvii-xxxviii.
5. Keay, India, 144.
6. Mitter, Indian Art, 2.
7. Ibid., 28.
8. Thapar, Early India, 287.
9. Keay, India, 139.
10. Ibid., 144.
11. Flood, Introduction, 113.
12. Mitter, Indian Art, 2.
13. Hein, "A Revolution in Krsnaism," 309-10.
14. Keay, India, xx.
15. Mitter, Indian Art, 30.
16. Ibid., 31.
17. Thapar, Early India, 281.
18. Thapar, Sakuntala, 256.
19. Doniger, "Jewels of Rejection."
20. Goldman, "Karma, Guilt, and Buried Memories," 423.
21. Thapar, Sakuntala, 41.
22. Keay, India, 136-37.
23. Doniger O'Flaherty, "The Image of the Heretic."
24. Ramanujan and Cutler, "From Classicism to Bhakti," 232.
25. Thapar, Early India, 244.
26. Ibid., 275.
27. Mitter, Indian Art, 45-47.
28. Keay, India, 158.
29. Thapar, Early India, 287.
30. Ben Shonthal's vivid formulation.
31. Nath, Puranas and Acculturation, 8.
32. Thapar, Early India, 275.
33. Mitter, Indian Art, 56.
34. Nath, Puranas and Acculturation, 67.
35. Thapar, Early India, 275.
36. Redfield, The Little Community.

37. www.censusindia.gov.in/Census_Data_2001/India_at_glance/rural.aspx
38. Narayana Rao, "Hinduism: The Untold Story."
39. Nath, Puranas and Acculturation.
40. Narayana Rao, "Hinduism: The Untold Story."
41. Narayana Rao, "Purana as Brahminic Ideology," 91-92.
42. Markandeya Purana 135.7, 136.36.
43. Nath, Puranas and Acculturation, 57, citing Atri-smirti (373-83) and Mitakshara.
44. Hess, The Bijak of Kabir, 67.
45. Brahmanda Purana 1.2.26.10-61.
46. Doniger O'Flaherty, Women, Androgynes, 130-48.
47. Vamana Purana S.17.2-23.
48. Kinsley, Hindu Goddesses.
49. Markandeya Purana 82-83.
50. Hiltebeitel, The Cult of Draupadi.
51. Doniger O'Flaherty, Women, Androgynes, 90-91.
52. Shvetashvatara Upanishad 6.23.
53. Skanda Purana 1.3.1.10.1-69; Doniger O'Flaherty, Hindu Myths, 243.
54. Markandeya Purana 85-90.
55. Frederick Smith, The Self Possessed.
56. Varaha Purana 33.4-15, 25-34; Doniger O'Faherty, Hindu Myths, 122.
57. This is the story that Kalidasa alludes to: "Shiva's wife, Sati, the daughter of Daksha, was devoted to her husband and outraged when her father dishonored him. She discarded her body through yoga." Kumarasambhava 1.21
58. Mahabharata 12.183.10.3-5; cf. 13.17.98, and Nilakantha on 13.17.101.
59. Fleet, Corpus, no. 18, 81, pl. XI, 11.21-23.
60. Brahmanda Purana 4.11.1-34, 5.30.30-99; cf. Vamana Purana 6.26-27, 25.1-20, 31.1-18.
61. Brahmavaivarta Purana 4.41.20-26.
62. Doniger O'Flaherty, Siva, 226-32.
63. Shiva Purana 2.3.20.1-23; Doniger O'Flaherty, Hindu Myths, 160.
64. Böhtlingk, Indische Spruche, 1, 25, no. 130; Doniger O'Flaherty, Siva, 371, n. 220.
65. Courtright, Ganesha.
66. Padma Purana 1.46.1-32, 47-108,119-21. The same text, with some variations, appears in the Skanda Purana 1.2.27-29 (the version translated in Doniger O'Flaherty, Hindu Myths, 251-61, and discussed by Doniger, Bedtrick, 69-75) and in the Matsya Purana 154-57 (the version translated by Shulman in God Inside Out, 156).
67. www.specials.rediff.com/getahead/2004/sep/16ga-ganesh.htm.
68. Commentary on Ramayana 1.29.6 (Bombay ed.); Doniger O'Flaherty, Origins of Evil, 100.
69. Harivamsha 118.11-39.
70. Commentary cited by Kangle, Arthasastra, 12.

71. Doniger O'Flaherty, *Origins of Evil*, chapter 9.
72. Doniger O'Flaherty, *Siva*, 84-89.
73. *Naishadiyacarita*, canto 17, verse 201.
74. Dirks, "Political Authority and Structural Change," 125-57.
75. *Markandeya Purana* 10.47-87; 12.3-48; 10.88-97; 11.22-32.
76. Lewis Carroll, "Wool and Water," *Through the Looking Glass*.
77. *Kurma Purana* 1.34.5-18.
78. *Markandeya Purana* 6.
79. *Manu* 10.1.1-13.
80. Sanford, "Holi Through Dauji's Eyes."

இயல்: 15

தாந்திரிகப் புராணங்களிலும் தந்திரங்களிலும் பிரிவுகளும் பாலியலும்

கி.பி. 600 முதல் 900 வரை

காலவரிசை (எல்லாம் கிறித்துவுக்குப் பின்னர்)

50 - 575 — காலசூரிகள் எலிஃபண்டா சிவனின் குகையை உருவாக்கல்

606 - 647 — கன்னோசியில் ஹர்ஷனின் ஆட்சி

630 - 644 — யுவான் சுவாங் வருகை

650 - 800 — ஆரம்பகாலத் தந்திரங்கள் இயற்றப்படல்

765 - 773 — முதலாம் கிருஷ்ணன் எல்லோராவில் கைலாசநாதர் கோயிலைக் கட்டுதல்

900 - 1150 — சாந்தலர்கள் கஜுராஹோ கோயிலைக் கட்டுதல்

1238 - 1258 — முதலாம் நரசிம்மதேவன் கோனாரக் கோயிலைக் கட்டுதல்

கற்பனை வடிவங்களால் யாது பயன்?

மனிதர்கள் தங்கள் மனங்களில் கற்பனை செய்யும் வடிவங்கள் முக்தி தர இயலும் என்றால், அவர்கள் தங்கள் கனவில் காணும் ஆட்சிகளைப் பிடித்து அரசர்கள் ஆகிவிடலாம். மண், கல், உலோகம், மரம் ஆகிய பொருள் களால் ஆன சிலைகளில் கடவுள் வாழ்கிறான் என்று மெய்யறிவின்றித் துறவு மேற்கொண்டால் அவர்களுக்கு முக்தி கிடைக்காது. உண்ணா நோன்பின் மூலமாகத் தங்களை வருத்திக்கொண்டாலும், விரும்புபவற்றை எல்லாம் உண்டு தொந்தியைப் பெருக்கிக் கொண்டாலும், இறுதியான மெய்யறிவின்றி அவர்கள் எப்படி குணமடைய இயலும்? காற்றை, இலைகளை, உணவுத் துணுக்குகளை, அல்லது நீரை மட்டுமே உண்டு வாழ்வதாக விரதமிருப்பதால் முக்தி கிடைக்கும் என்றால், பாம்புகள், கால்நடைகள், பறவைகளும் முக்தியடைய முடியும்.

- மகாநிர்வாண தந்திரம்[1]

தந்திரங்கள் எனப்படும் பனுவல்கள் மரபுவழியான இந்து மதத்தின் (விரதமிருத்தல், நோன்புகள் மேற்கொள்ளுதல் உள்ளிட்ட) மிகப்பெரும் பான்மைக் கூறுகளுக்கான தங்கள் பொதுச் சவாலின் ஒரு பகுதியாக பௌதிகமான விக்கிரகங்களையும், கனவுப் படிமங்களையும் கேலி செய்கின்றன. ஆனால் இந்த பௌதிகச் செயல்முறைகள், மனப் படிமங்களுக்கு மாற்றாகத் தாந்திரிகச் சடங்குகளில் உற்பத்திசெய்யப்படும் தங்கள் சொந்தப் படிமங்களைப் பயன்படுத்துகின்றன. வழிபடுபவர்களை அவை தெய்வமாக மாற்றும் என்கின்றன. ஒரு கற்பனையான தாந்திரிகம் அல்லாத மையத்திற்கு விளிம்பில் எஞ்சியிருக்கும் விஷயங்களில் தாந்திரிகமும் ஒன்று. ஒட்டுமொத்தமாக, இந்து மதத்திற்குப் போட்டியான, எல்லாற்றையும் உள்ளடக்குகின்ற, மெய்யாகவே பிராமணக் கற்பனைச் சட்டகத்தில் மிகப் போற்றிப் பாதுகாக்கப்பட்ட யூகங்கள் சிலவற்றைத் தலைகீழாகப் புரட்டிப்போட்ட மத இயக்கம் இது.

இந்து தாந்திரிகத்தை எவ்விதம் நீங்கள் வரையறுக்கிறீர்கள் என்பது, அதைப் பற்றி நீங்கள் என்ன சொல்ல விரும்புகிறீர்கள் என்பதைப் பொறுத்தது. சில அறிஞர்கள் அதன் இறையியல் (தேவியர்களோடும் வழக்கமாக சிவனோடும் தொடர்புடையது, ஆனால் இவை தாந்திரி கத்திற்கு மட்டுமே உரியவை என்று சொல்லமுடியாது) வாயிலாகவும், சிலர் அதன் சமூக மனப்பாங்குகள் (சமூக மரபினால் நிறுவப்பட்ட ஒழுக்கங்களை எதிர்க்கும் போக்குடையது, இதுவும் தாந்திரிகத்திற்கு மட்டுமே உரியதல்ல) நோக்கிலும், சிலர் அதன் சடங்குகள் (உடலின் திரவங்களை. குறிப்பாகப் பாலியல் சார்ந்தவற்றை உள்ளீர்த்தல் அடிப்படையானவை—இது தாந்திரிகத்தின் தனிப்போக்கு) வாயிலாகவும், வரையறுக்கிறார்கள். பொதுவாக இந்து மதத்தைப் போலவே, தந்திரத் தையும் இக்கூறுகள் அனைத்தையும் இணைக்கின்ற ஒரு ஜென் வரைபடம் மூலமாகச் சிறப்பாக விளக்கலாம்.

ஹர்ஷன் காலத்து இந்தியா

குப்தப் பேரரசு உடைந்த பிறகு, கி.பி. ஏழாம் எட்டாம், நூற்றாண்டுகளில்

ஒரு தனித்த அரசியல் சக்தி இல்லாமல்போன காலத்தை நாம் சந்திக்கிறோம். பழைய காலத்து இந்திய வரலாற்றில் இதுவே சர்வசாதாரணமான நிலையாக இருந்திருக்கிறது. பேரரசுகள் விதிவிலக்குதான். மீண்டும் இது மாற்றங்களும் படைப்பாற்றலும் கொண்ட பலனுடைய காலம். புதிய சாதிகள், இனங்கள், மாநிலங்கள், புதிய பிரதேச அரசுகள் எழுந்தன.[2] இவற்றில் ஓர் அரசுதான் ஹர்ஷனுடையது. அவன் 606 முதல் 647 வரை ஆட்சி செய்தான். இந்தக் காலத்தின் பிற அரசர்களைவிட இவனைப் பற்றிக் கிடைக்கும் கூடுதலான தகவல்களால், அதிக வெளிச்சம் கிடைக்கிறது. இதற்குப் பெரிய காரணங்கள் மூன்று. அவன் அரசவைக் கவிஞர் பாணர், அவனைப் பற்றி வசன கவிதை ஒன்று எழுதினார்—ஹர்ஷசரிதம். இந்நூலில முழுமையான புகழ்ச்சி மற்றும் பகட்டு ஆரவார அடுக்குகளுக்கு இடையில் ஹர்ஷனின் அரசவையில் எவ்விதம் வாழ்க்கை நடந்தது என்பது பற்றி மிகுந்த தகவல்கள் கிடைக்கின்றன. மேலும் இருநூறாண்டுகளுக்கு முன்பு வந்த குப்தர் கால சீன யாத்திரிகர் பாஹியனால் ஊக்கம் பெற்ற யுவான் சுவாங் என்னும் சீன யாத்திரிகர், இந்தியாவுக்கு 630 -இலும் 644 -இலும் வந்தார். அவர் ஒரு மதகுரு, அறிஞர். இருபது குதிரைகள்மீது பௌத்தத் தொல்சின்னங்கள், பனுவல்கள் அடங்கிய பெருஞ்சுமையோடு சீனாவுக்குத் திரும்பினார். இந்தியாவைப் பற்றி ஒரு நீண்ட கட்டுரையை அவர் எழுதினார். அதில் ஹர்ஷனின் நிர்வாகம் பற்றி நேரில் கண்ட விவரங்களும் அடங்கியுள்ளன.[3] பாணரும் யுவான் சுவாங்கும் ஹர்ஷனின் ஆதரவில் இருந்தனர். ஆதலின், அவர்கள் சான்றுகளை நாம் அப்படியே ஏற்றுக் கொள்ளமுடியாது. ஆனால் ஒருவர் சொல்லும் பல விஷயங்கள், மற்றவரால் உறுதிப்படுத்தப்படுகின்றன. மூன்றாவதாக இவற்றை உறுதிப்படுத்துபவர், மேலும் முற்சாய்வுள்ள ஒருவன்—ஹர்ஷனே ஆவான். அவன் மூன்று சமஸ்கிருத நாடகங்களை எழுதினான். அவற்றில் இரண்டு அரசவை வாழ்க்கையைச் சித்திரிக்கின்றன. ஹர்ஷன் ஓர் ஆற்றல்மிக்க குடும்பத்தில் பிறந்தவன். கங்கைக்கும் யமுனைக்கும் இடைப்பட்ட பிரதேசத்தில் ஆட்சி செய்தான். பிறகு நேபாளம், அஸ்ஸாம் உள்ளிட்ட கங்கைச் சமவெளி முழுவதையும், இமயமலையிலிருந்து நர்மதை ஆறுவரையும் மிகவும் விஸ்தரித்தான். இதில் குஜராத்தும் சௌராஷ்டிரமும் அடக்கம். உஜ்ஜயினி, பாடலிபுத்திரம் ஆகிய நகரங்களிலிருந்து, அதிகாரமையத்தை கன்னோசிக்கு மாற்றினான். (நவீன கான்பூருக்கு அருகில்). ஹர்ஷனுடைய தொடக்கப் படையெடுப்புகளுக்குப் பிறகு அவனது பேரரசில் அமைதி நிலவியது. வாரிசு இன்றி இறந்துபோனான் ஹர்ஷன். அவன் மரணத்திற்குப் பிறகு அவனுடைய அமைச்சர்களில் ஒருவன் ஆட்சியைக் கைப்பற்றினான். அவனது பேரரசு அவனுக்குப் பிறகு நிலைக்கவில்லை.

ஹர்ஷன் தன் பாட்டி வழியில் குப்தர்களின் வாரிசு. அவன் சகோதரி ராஜ்யஸ்ரீ, கன்னோசியில் ஆண்டுவந்த மௌகாரி அரசனுக்குத் திருமணம் செய்து தரப்பட்டாள். பாணர் சொல்வது இது: அவளுடைய கணவன் போரில் இறந்த பிறகு, அவள் பிணைக்கைதியாய்க் கொண்டுசெல்லப் பட்டாள். அவள் தப்பித்து விந்திய மலைக்குச் சென்றாள். அங்கு அவள் உடன்கட்டை ஏற இருந்தாள். ஆனால் ஹர்ஷன் அவளைத் தீயிலிருந்து காப்பாற்றினான். பிறகு அவள் பௌத்த பிக்குணி ஆக நினைத்தாள்.

அவள் வாயிலாக மௌகாரி அரசைத் தன்னால் கட்டுப்படுத்த இயலும் என்பதால் ஹர்ஷன் அவளைத் தடுத்தான்.[4] பாணர் உடன்கட்டையை மிகக் கடுமையாக எதிர்க்க வேண்டிய பிரச்சினையாக நினைக்கிறார். இதற்கு ஆதரவான ஒரு பகுதியைக் காண்பது இங்கு பொருத்தமாகும்.

துயரத்தில் ஆழ்ந்தவர்கள் தங்கள் உயிரைத் துறக்க மிக ஆயத்தமாக இருக்கிறார்கள். தீவிரமான துயரத்திற்கு ஆட்படும்போது கடும் முயற்சியினால்தான் அதை வைத்திருக்க வேண்டியுள்ளது. அனுமரணம் (மரணத்திற்குப் பிறகு வருவது) என்பது அர்த்தம் அற்றது. எழுத்தறிவு பெறாதவர்களுக்குப் பொருத்தமான பாதை அது. மோகம் கொண்டவர்களின் கேளிக்கை அது. அறியாதவர்களின் வழி அது. மூர்க்கர்களின் செய்கை அது. விஷயங்களைக் குறுக்கிப் பார்க்கிறது அது. கவனமற்றது அது. எவ்வாறாயினும், உன் தந்தை, சகோதரன் அல்லது கணவன் இறந்தால் நீ உன் உயிரைவிடுவது முட்டாள்தனமான செயலாகும். தானாக உயிர் செல்லாதவரை அதைக் கைவிடலாகாது. அதைப்பற்றிச் சிந்தித்தால், உன் உயிரை விடுவது என்பது உன் சுயநலத்தின் வெளிப்பாடு என்பது புலனாகும். ஏனெனில் நீ ஆட்பட்டிருக்கும் பொறுக்கமுடியாத துயரத்தைத் தணிப்பதற்குத்தான் அது உதவுகிறது. ஏற்கெனவே இறந்தவனுக்கு அது எவ்வித நன்மையும் அளிப்பதில்லை. முதலாவதாக, உன் செய்கையால் இறந்தவனுக்கு உயிர்வரப் போவதில்லை. அவன் சேர்த்த பெருமைகளுக்குச் சிறப்புச் சேர்ப்பதும் அல்ல அது. அல்லது அவன் நரகத்திற்குச் செல்வதாயிருப்பின் அதற்கு அது மருந்தாகப் போவதில்லை. அல்லது அவனைக் காணும் வழியுமல்ல. அல்லது பரஸ்பர இணைப்புக்குக் காரணமுமல்ல. இறந்துபோனவன் உதவியற்றவன், அவன் தன் செயல்களுக்குப் பயன்கிடைக்கக் கூடிய ஓரிடத்திற்குக் கொண்டுசெல்லப்படுகிறான். தன் உயிரை விடுபவனோ, தற்கொலை என்னும் பாவத்தைப் புரிகிறான். அதனால் இருவருக்கும் எதுவும் கிடைப்பதில்லை. ஆனால் உயிரோடிருந்தால், இறந்தவனுக்கும் தனக்கும் நீரளிப்பது, வழிபடுவது, கொடையளிப்பது போன்ற செயல்களால் எவ்வளவோ உதவிசெய்ய முடியும்.[5]

இந்தக் குறிப்பிடத்தக்க பகுதி, எவ்வித எதிர்மறுப்புமின்றி, ஒரு பக்திபூர்வ இந்து மனத்திற்குள் கொண்டிருக்கும் கற்பிதங்களையும், ஒரு விதவையின் உடன்கட்டைக்கு எதிரான அர்த்தபூர்வமான, கருணைமிக்க, மிகவும் தர்க்கரீதியான வாதத்தையும் முன் வைக்கிறது. ஹர்ஷனின் ஆட்சியில் சதி போன்ற சடங்குரீதியான கொடுமைகள் தடுக்கப்பட்டதற்கு அரிய தொரு சான்று இது.

ஹர்ஷன் நாகரிகமிக்க ஓர் அரசன். கலைகளின் புரவலனாகவும், எல்லா மதங்களுக்கும் ஆதரவு தருபவனாகவும் அறியப்பட்டவன். பாணரையும், மயூரர் என்ற மற்றொரு புகழ்மிக்க கவிஞரையும் அன்றி, தன் அவையில் மதங்க திவாகரர் என்ற ஒருவரையும் வைத்திருந்தான். அவர் ஒரு விமரிசகர், நாடகாசிரியர். அவர் பறையராகவோ, ஜைனராகவோ இருக்கலாம் என்று சொல்லப்படுகிறது.[6] தன் நாடகங்களில் ஹர்ஷன் கோயில் வழிபாட்டைப் பற்றிக் கூறுவதில்லை. அதற்கு பதிலாக நகரம் முழுவதும் பங்கேற்கின்ற ஒரு வசந்தோற்சவம் பற்றிக் கூறுகிறான்.

அதில் மக்கள் தெருக்களில் நடமிடுகிறார்கள், ஒருவர்மீது ஒருவர் வண்ணங்களை இறைக்கிறார்கள் (இன்றும் ஹோலிப் பண்டிகையில் செய்யப்படுவது போல). அரண்மனைக்கு வெளிப்புறமிருக்கும் ஒரு சிறிய காமன் கோயிலுக்கு அரசி தனிப்பட்ட பூசை செய்கிறாள்.[7] மதங்களைப் பொறுத்தவரை ஹர்ஷன் சமரச மனப்பான்மை கொண்டவன். அவன் இயற்றிய மூன்று நாடகங்களில், அரசவைச் சதிகளைப் பற்றிய இரண்டு நாடகங்கள் சிவனுக்கு சமர்ப்பிக்கப்பட்டவை. மூன்றாவது, நாகானந்தம், புத்தரை வழிபடுகிறது. நாகானந்தத்தின் கதை இந்து, பௌத்த மதக் கருத்துகளை உள்ளடக்கியது. கருடனுக்கு நாகங்களை பலியிடுவதைத் தடுக்க ஓர் அரசன் தன் உடலை பதிலாகத் தருகிறான். இந்தப் புராணக்கதை, மகாபாரதத்தில் வரும் சர்ப்பயாகத்துடனும், சிபியின் கதையுடனும் (பௌத்த, இந்து இரு மரபுகளிலும் இது உள்ளது) தொடர்புடையது. பிராணிகளை வதை செய்யலாகாது என்ற இயக்கத்தை ஹர்ஷனின் ஆட்சியில் யுவான் சுவாங் காண்கிறார். "இந்தியர்கள், எருதுகளின் (மற்றும் பசுக்களின்) மாமிசத்தையோ, கழுதை, யானை, குதிரை, பன்றி, நாய், நரி, ஓநாய், சிங்கம், குரங்கு மற்றும் மயிருள்ள பிராணிகளின் மாமிசத்தையோ சாப்பிடக் கூடாதென இந்துக்களுக்குத் தடை உள்ளது. இவற்றை உண்பவர்கள் வெறுத்து ஏளனம் செய்யப்படுகிறார்கள்."[8] ஹர்ஷன் தன் பிற்கால வாழ்க்கையில் பௌத்த மதத்திற்கு மாறக்கூடியவனாக இருந்திருக்கலாம். சீனாவுக்கு ஒரு பௌத்த தூதுக்குழுவை அனுப்பினான் என்று தெரிகிறது. இந்து புனிதத் தலமான பிரயாகையில் சங்கங்களை நடத்தினான். அவற்றில் எல்லாச் சமயங்களைச் சேர்ந்தவர்களுக்கும் தானங்கள் வழங்கப்பட்டன.[9] இந்தக் காலப்பகுதியிலும் பௌத்தம் தென்னிந்தியாவில் மறையத் தொடங்கி விட்டது, வட இந்தியாவில் பிற பகுதிகளில் மங்கிக் கொண்டிருந்தது என்றாலும், பிஹாரிலும் வங்காளத்திலும் பெரிய பெரிய மடங்களில் செழிப்பாவே இருந்துவந்தது. சிந்துவின் அரசன் ஒரு சூத்திரன், ஆனால் மிக நல்லவன், பௌத்தத்தைப் போற்றியவன் என்று யுவான் சுவாங் சொல்கிறார்.[10]

தாந்திரிகப் புராணங்கள்

தாந்திரிகத்திற்கு முந்திய சைவ சமயங்கள்

இக்காலப்பகுதியில் தந்திரத்தின் மூலங்களை—முற்காலத் தந்திரங்களைக் கண்டறிய அறிஞர்கள் மிகவும் முயன்றுள்ளனர். அந்த மூலங்கள் அதிக எண்ணிக்கை கொண்டவை, காலம் கண்டறியக் கடினமானவை, மிகவும் பரந்தவை. சிற்சில தாந்திரிகப் பண்புகளைக் கொண்ட பல்வேறு சமயங்கள், தாந்திரிக நெறியில் முழுவளர்ச்சி அடையாதவை, கிறித்துவ சகாப்தத்தின் தொடக்க நூற்றாண்டுகளில் எழுந்தன. பின்னர் அவை நமது பின்னோக்குப் பார்வையினால் தாந்திரிகச் சமயங்களாக அறியப்பட்டன. சக்திக்கு அர்ப்பணிக்கப்பட்ட தந்திரங்கள் சாக்த தந்திரங்கள் எனப் பட்டன. சைவப் புராணங்கள் பல, சாக்த தந்திரங்களுக்கே உரிய சிற்சில பண்புகளை — எல்லாப் பண்புகளையும் அல்ல — கொண்ட சமயங்களைச் சித்திரிக்கின்றன. சந்தேகமின்றி, தாந்திரிகச் சிந்தனைகள் நமக்கு இன்று கிடைக்கவராத மூலங்களிலிருந்து தோன்றியவை. ஆகவே

தாந்திரிகச் சடங்குகளின் புராண அடிப்படைகளைத் தேட இந்தப் பொதுவான காலப்பகுதியில் (600 - 900) புனையப்பட்ட புராணங்களைத் தேட வேண்டும்.

புராணங்களைத் தவிர, பூர்வதாந்திரிக இயக்கங்களாகக் கருதக்கூடிய சிலவற்றிற்கான சிதறிய பனுவல் மற்றும் தொல்லியல் சான்றுகள் உள்ளன. கி.பி. முதலாம் நூற்றாண்டில், லாகுலீசர் என்ற முனிவர் பாசுபத சமயம் ஒன்றை நிறுவினார். இவர்கள் பசுபதியை (சிவனை) வணங்குபவர்கள்.[11] அடுத்தடுத்த நூற்றாண்டுளில் மேலும் மேலும் மக்கள் தங்களைப் பாசுபதர்களாக அடையாளம் கண்டனர்.[12] கி.பி. 381ஐச் சேர்ந்த பாசுபதக் கல்வெட்டு ஒன்று லாகுலீசரின் பதினொரு தலைமுறை ஆசிரியர்களைக் குறிப்பிடுகிறது.[13] மகாபாரதமும் அவர்களைச் சுட்டுகிறது, ஆனால் அவர்களுடைய சொந்தப் பனுவல்கள் பின்னாட்களில்தான் தோன்றின.[14] கூர்மபுராணம் அவற்றைக் கண்டிக்கிறது. லிங்கபுராணம் பாசுபதர்களின் சில கொள்கைகளை எடுத்துக்காட்டுகிறது.[15] அவர்கள் மயானத்தில் வாழ்ந்தனர். (பிணங்களைத் தொடுவதால், அவர்கள் பறையர்கள்). அவர்களின் படையல்கள் இரத்தம், மாமிசம், மது, சாதிவரைமுறையற்ற சடங்கு உடலுறவுகளின் பாலியல் திரவங்கள் ஆகியவை.[16] மயான வாழ்வு என்ற படிமம் துறவிகளைப் பற்றிய பழங்காலக் கதைகளில் தோன்றி, பின்னர் சிவனைப் பற்றிய தொன்மங்களிலும் பிறகு தாந்திரிகச் சடங்குகளிலும் இடம் பெற்றது.

செயலற்றவற்றிற்கு ஆக்கிரமிக்கும் புதிய அர்த்தத்தைப் பாசுபதர்கள் கொடுத்தனர். வலியச்சென்று கௌரவமான மக்களை இழிவுபடுத்தினர். பாசுபத சூத்திரம் என்ற பனுவல், லாகுலீசரால் இயற்றப்பட்டதாகலாம். பாசுபதனாகப் புதிதாகச் சேரும் ஒருவன், ஒரு பறையனைப் போல் நடந்துகொண்டு மற்றவர்கள் அவமதிப்பைப் பெற வேண்டும், குறட்டை விடுதல், நடுங்குதல், காமுகன் போல் நடித்தல், முறையின்றிப் பேசுதல் போன்றவற்றினால் மற்றவர்கள் அவமான வசைபாட வேண்டும் என்று அந்த நூல் சொல்கிறது. இதனால், தனது தீவினையை அவன் மற்றவர்களுக்குத் தந்து பதிலாக அவர்களின் நல்வினையைப் பெற முடியும்.[17] வழக்கமான வினைமாற்றில், நல்வினையோ, கவனக்குறைவாகத் தேடிய தீவினையோ மாற்றிக்கொள்ளப்படும். பாசுபத சூத்திரம் இதை மிக அசலான தலைகீழானதாக மாற்றுகிறது. ஏனெனில் உண்மையில் பாசுபதர்கள் முழுமையாகத் தன்னடக்கம் கொண்டவர்களாகவும் கற்புள்ளவர்களாகவும் இருந்தனர். அவர்கள் வெறுமனே குடியையும் பெண்ணாசையையும் நடிக்கவே செய்தனர். (காமத்தின் விளைவான போதையேற்றக்கூடிய இரு பெரும் தீமைகள் பெண்ணாசையும், குடியும்.) ஆகவே பார்ப்பவர்கள் அவர்களை நியாயமற்றுக் கொடுமைப்படுத்தினர். அதனால் அவர்களது நற்கருமங்கள் பாசுபதர்களுக்கு மாறின, பாசுபதர் களின் தீயகருமங்கள் அவர்களுக்கு மாறின.[18] (தங்கள் போலிநடத்தையால் பாசுபதர்கள் பார்ப்பவர்களுக்குத் தீங்கு செய்தனர், அதனால் ஏறத்தாழ தங்கள் நற்பலன்களையும் இந்தத் தீச்செய்கையால் இழந்தனர் என்பதை எவரும் எடுத்துக்காட்டவில்லை போலும்). பாசுபதர்கள் அலைந்து திரிந்தனர், கபாலத்தை உச்சியில் கொண்ட தடியை வைத்திருந்தனர்,

மண்டையோட்டைப் பிச்சைப் பாத்திரமாகக் கொண்டனர், மனித எலும்புகளை மாலையாக அணிந்தனர், பிணங்களின் சாம்பலை விபூதியாக அணிந்தனர், சடைமுடியுடன் அல்லது மொட்டைத் தலையுடன் இருந்தனர், ருத்திரனைப் போல (சிவனுக்கு முற்பட்ட வேதக்கடவுள்) நடித்தனர் என்று முற்காலப் பனுவல் ஒன்று கூறுகிறது.[19] இந்த நடத்தை, பிரம்மஹத்தி (பிராமணனைக் கொலைசெய்தல்) செய்தவனுக்கு மனு அளிக்கும் தண்டனையைப் பெரிதும் ஒத்திருக்கிறது. மனுவின் கூற்று இது: "பிரம்மஹத்தி செய்தவன், தன்னைத் தூய்மைப்படுத்திக் கொள்ள, காட்டிற்குள் குடிசை கட்டிப் பன்னிரண்டு ஆண்டுகள் வாழவேண்டும். ஒரு மண்டையோட்டுக் கொடியைக் காட்டிப் பிச்சையெடுத்த உணவை அவன் உண்டுவர வேண்டும்." *(11.73)* ருத்திரனை அல்லது சிவனைப் போலிசெய்யும் இப்பகுதி ஏன் கூறப்பட்டது? சிவன்தான் முதல் மாதிரியான பிராமணக் கொலையாளி, உண்மையில் பிரம்மனைக் கொன்ற கொலையாளி.

காபாலிக சிவன்

காலப்போக்கில், பாசுபதர்கள், காபாலிகர்கள் எனப்படும் சமயத்தவர் களாக மாறினர். பாசுபதர்களின் அவதூறான நடத்தையை அவர்கள் மேற் கொள்ளவில்லை, ஆனால் மண்டையோட்டுப் பிச்சைப் பாத்திரத்தை மட்டும் விடவில்லை. தங்கள் சொந்தப் பனுவல்களை அவர்கள் உருவாக்கினார்கள். புராணங்கள் பல, மண்டையோட்டை வைத்திருப்பவர்களைப் பற்றிக் கதைகள் சொல்கின்றன. ஒரு கதை இப்படிச் செல்கிறது:

பிரம்மனின் தலையை சிவன் கொய்தல்

பிரம்மன் சரசுவதியை விரும்பித் தன்னோடு வாழ அழைத்தான். அவன் கடுமையாகப் பேசுபவன் என்று கூறி அவள் மறுத்தாள். ஒருநாள், பிரம்மன் சிவனைச் சந்தித்தபோது, அவனுடைய ஐந்தாம் தலை கொடிய சப்தத்தை உருவாக்கியது. சிவன் அதை வெட்டிவிட்டான். அந்த மண்டையோடு சிவன் கையிலேயே ஒட்டிக்கொண்டது. சிவனால் அதை எளிதில் எரித்து நீக்கியிருக்க முடியும் என்றாலும், எல்லாருக்குமான உதாரணமாக அவன் அதனுடன் அலைந்து திரிந்தான், கடைசியாக வாராணசிக்கு வந்தான்.[20]

இந்தக் கதை வேதத்தில் வரும் பிரஜாபதியின் கதையைப் போலவே உள்ளது. பிரஜாபதி தன் மகள் உஷையுடன் தகாப்புணர்ச்சியில் ஈடுபட்டதற்காக ருத்திரன் அவன் தலையை வெட்டிவிடுகிறான்.[21] மற்றொரு கதையும் இதைப்போன்றது. இந்திரன் பிராமணப்பெண் ஒருத்தியைக் கொன்றபோது அவள் பசைபோல அவன் உடலுடன் ஒட்டிக்கொள்கிறாள்.[22] பலவிஷயங்கள் இந்துக் கடவுளர்களைப் பற்றிக் கொஞ்சமேனும் தூய்மைப்படுத்தப்பட்டுள்ளன. பிரம்மா தன் சொந்த மகளுடன் தகாப்புணர்ச்சியில் ஈடுபடவில்லை, ஆனால் தனக்கு மனைவியாக வர இருக்கும் சரசுவதியை வன்புணர்ச்சி செய்கிறான். பேச்சின் கடவுளான சரசுவதி அவன் தகாதசொற்களைப் பேசியதற்காக இழித்துரைக்கிறாள். பிரம்மன் நான்கு முகங்கள் உள்ளவன், ஆனால் சில

சமயங்களில் பஞ்சமுகன் (ஐந்துமுகன்) என்றும் சொல்லப்படுகிறான். இக்கதையில் அவன் தலை ஐந்திலிருந்து நான்காகிறது. கையில் விடாமல் ஒட்டிக்கொண்ட மண்டையுடன் காலமெல்லாம் இருக்குமாறு முன் பாடங்கள் சொல்கின்றன, ஆனால் இக்கதை, சிவன் முழுக் கட்டுப் பாட்டை மேற்கொள்வதையும், மற்ற எல்லாருக்குமாக அதைத் தாங்கி யிருப்பதையும் சொல்கிறது. இந்த நியாயப்படுத்தல், அவனுடைய சமயத்தினர் எண்ணிக்கையும் ஆற்றலும் அதிகரிப்பதை ஒட்டி நிகழ்கிறது. (இம்மாதிரி ஒரு மாற்றம் இராமனுக்குள்ளும் நிகழ்வதைப் பார்த்தோம்). தந்திரங்களின் இறையியலில இது ஒரு அத்தியாவசியமான நகர்வு என்பதைக் காண்போம். தன் விருப்பத்திற்கெதிராக சிவனுக்கு தண்டனை கிடைத்தது என்ற குறிப்பையும்கூட நீக்கும்விதமாகப் பிற பனுவல்கள் சிவன்மீது எக்குற்றமும் இல்லாமல் செய்கின்றன. அவன் குற்றம் நடந்த இடத்தில் இல்லவே இல்லை என்றும் ஒரு பனுவல் சொல்கிறது. முன்பே பரிச்சயமான பிரம்மன், விஷ்ணு, ஒளிச்சுவாலையாக லிங்கம் ஆகியவர்களுடன் ஒரு கதை தொடங்கி, வேறு புதிய திசையில் செல்கிறது.

பைரவன் பிரம்மாவின் தலையை வெட்டுதல்

ஒரு சமயம், பிரம்மாவும் விஷ்ணுவும் தங்களில் யார் முதல்வன் என வாதிட்டுக் கொண்டிருந்தபோது, ஒரு லிங்கச் சுவாலை அவர்கள் முன் தோன்றியது. அதிலிருந்து முக்கண்களுடைய ஒருவன் பாம்புகள் தன் ஆபரணமாகத் திகழத் தோன்றினான். பிரம்மாவின் ஐந்தாம் தலை அவனை மகனே என்றழைத்தது. அதனால் அந்த முக்கண்ணன்—ருத்ரன்—சினமடைந்தான். அவன் பைரவனைப் படைத்து, பிரம்மனைத் தண்டிக்குமாறு கூறினான. பைரவன் பிரம்மன் தலையை வெட்டினான். எந்த உறுப்பு தீங்கிழைக்கிறதோ அதை வெட்டத்தானே வேண்டும்? சிவன், பை ரவனிடம், பிரம்மாவின் கபாலத்தைத் தாங்கியிருக்குமாறு கூறினான். பிறகு பிரம்மஹத்யை என்னும் பெண்ணையும் படைத்து, அவளிடம் கூறினான்: "பைரவன் இந்த மண்டையோட்டுடன் பிச்சையெடுத்துக் கொண்டு அலைந்து, உலகத்திற்கு பிரம்மஹத்திப் பாவத்திலிருந்து விடுபடுவதை போதித்துக்கொண்டே போகும்போது அவனைப் பின்தொடர்ந்து செல். ஆனால் அவன் வாராணசி என்னும் புனிதத் தலத்தை அடையும்போது, நீ அவனை விட்டுவிடவேண்டும். உன்னால் அதற்குள் புக முடியாது." அவள் பதிலுரைத்தாள்: "தண்டனைக்காகப் பின்தொடர்தல் என்னும் இந்த முகாந்திரத்திற்காக அவனுக்குச் சேவை செய்து, நான் மறுபிறவி எடுக்காதவாறு என்னைத் தூய்மை செய்து கொள்வேன்." பிறகு பைரவன் வாராணசிக்கு அவள் தன் இடப்புறம் வர, சென்றபோது அவள் கூக்குரலிட்டுக்கொண்டு நரகத்திற்குச் சென் றாள். மண்டையோடு பைரவனின் கையிலிருந்து கீழே விழுந்தது. அது கபாலமோசனம் என்று சொல்லப்படும் கோயில் ஆயிற்று.[24]

தட்சன் கதையில்தான் பைரவன் முதன்முதலாக சிவனுக்கு பதிலாகச் செயல்படுபவனாக வருகிறான். பல பனுவல்கள், சிவன் அவனைப் படைத்து, தட்சனின் யாகத்தில் குழப்பத்தை ஏற்படுத்தும் கீழான பணியைச்

செய்யுமாறு கூறியதாகச் சொல்கின்றன.[25] இங்கு, அவன் அசலான குற்றத்தைச் செய்யாமலும் எந்த தண்டனைக்கும் உட்படாமலும் இருக்கு மாறு சிவனை விடுவித்துவிடுகிறான். சிவன் பழிவாங்குபவனையும் படைத்து, கூடவே தண்டனையின் வடிவத்தையும் படைத்து, அவள் தன் பிராயச்சித்தத்தை முடித்து முக்தி பெறுமாறும் செய்கிறான். கபாலம் கையிலிருந்து விடுபடுவது, இவ்விதமாக மூன்று அர்த்தங்களைப் பெறுகிறது. அதுதான் பைரவன் கையிலிருந்து கபாலம் விடுபட்ட இடம். அது தானாகவே விழுகிறது, அவ்விதமே பிரம்மஹத்தியின் குற்ற வடிவமும் தனது சொந்த மாசிலிருந்து விடுபட, அது ஒரு திருத்தலமாகிறது. அதுதான் இக்கதையை அறிந்து அங்கு வருகின்ற பக்தர்களின் மோசனத்திற்கான இடமும்கூட. மோசனம், மோட்சத்துடன் நெருக்கமான தொடர்புடையது. (கதையில் வேண்டாதது நீக்கப்பட்டு) பிரம்மனும் தனக்கு இக்கட்டினை உண்டாக்குகின்ற தன் பாலியல் குற்றத்திலிருந்து வேறொரு பரிச்சய மான கதையினால்—நாம் முன்பே அறிந்த பிரம்மா, விஷ்ணு விவாதக் கதையினால்— விடுவிக்கப்படுகிறான். மிக முக்கியமானது, சிவனின் மிக முக்கியமான தலங்களில் ஒன்றாகிய வாராணசியின் கபாலமோட்சத் தலத்தின் உருவாக்கத்திற்கான காரணத்தை இக்கதை விவரிக்கிறது.

இந்திரனின் பிரம்மஹத்தியின் எதிர்த்திசை மீட்பர் கதை, இங்கு மறுபடியும் எதிர்த்திசையில் சென்று ஒரு மீட்பர் கதையாக உருவம் பெறுகிறது. தெய்வக் குறுக்கீட்டில் வேதத்திற்கு இருக்கும் நம்பிக்கைக்கு மறுவுருக்கொடுக்கிறது. பக்தன் கடவுளின் உதவியை வேண்டுகிறான். சிவன் என்னும் கடவுள், அல்லது அவன் படைத்த வடிவம், மற்றவர்கள் அந்தப் பாவத்தை (அல்லது அதைவிடக் குறைந்த பாவங்களை)ச் செய்தால் எதிர்காலத்தில் அவற்றிலிருந்து விடுபடுவதற்காகவே அப்பாவத்தைச் செய்கிறான். பனுவல்களின் பல வடிவங்கள், சிவன் விரும்பியிருந்தால் அந்தக் கபாலத்திலிருந்து எளிதாக விடுபட்டிருக்க முடியும், ஆனால், மீட்பு தேவைப்படும் மானிடர்களுக்கு வழிகாட்டுவதற்காகவே வாராணசியை அடையும்வரை தன் மீட்பை ஒத்திப் போட்டுக்கொள்கிறான். மீட்பளிக்கும் சிவனின் கதை, இச்சமயத்தில் மகாயான பௌத்தத்தின் இலட்சிய உருவாகிய போதிசத்துவர் கதையின் தொடர்பினால், இந்த மாற்றத்தை (அதாவது பிறருக்குத் தங்கள் மீட்பைப் பெற உதவுவதற்காகத் தன் சொந்த மீட்பினைத் தள்ளிப்போடுதல்) இக்கதை பெற்றிருக்கலாம். பலவித பக்திக் கதைகளிலும் சிவன் பாவிகளுக்கு முக்தி அளித்துக் காப்பவனாகச் செயல்படுகிறான். மகாபாரதத்தில் சொல்லப்படும் பாற்கடலைக் கடை யும் கதையிலும் இப்படியே. ஆல கால விஷம் அதிலிருந்து தோன்றிப் பிரபஞ்சத்தை எரித்தழிக்க முற்படும்போது (வடவைக் கனலின் மற்றொரு வடிவம்) அவன் அதனை விழுங்கித் தன் கழுத்திலேயே நிலையாக நிறுத்திக் கொள்கிறான் (1.15 - 17). பெண்தொடர்பற்ற ஒரு யோகியாக எப்போதும் இருக்கவேண்டும் என்ற சபதம் பூண்டிருந்தும் சிவன் தன் பக்தர்களுக்காகத் திருமணமும் செய்துகொள்கிறான்.[26] அதேசமயம், திருமணம் செய்துகொள்ள முடிவு செய்தபின்னும் தவம் செய்துகொண்டிருக்கிறான். இரு சமயங்களிலும், தன் பக்தர்களுக்காக உலகைக் காக்கவேண்டியே இவ்வாறு செய்கிறான்.[27] காபாலிகன் என்ற வடிவம் விஷ்ணுவின் அவதாரங்களுக்கு ஒரு சைவ எதிர்வினையாகவும்

இருக்கலாம். இந்திரத் தொன்மத்தின் பாணியிலிருந்து சிவனின் தொன்மத்திற்கு மாறிய பாணி, இரண்டாம் உடன்படிக்கையிலிருந்து மூன்றாம் உடன்படிக்கைக்கு மாறுவதனால் சாத்தியமாகிறது. இரண்டாவதில் இந்திரன் மனித இனத்தைப் பார்த்து பயப்படவும், வெறுக்கவும் செய்கிறான். மூன்றாவதான பக்தி உடன்படிக்கையில், சிவன் மனித இனத்தை நேசிக்கிறான். எதிர்காலத்தில் ஒரு பாவத்தைச் செய்யமுனையும் பிறருக்கு ஒரு பரிகாரத்தை நிறுவுவதற்காகத் தான் ஒரு பாவத்திற்கு ஆட்படும் கடவுள் என்ற தொன்மத்தின் தர்க்கம், அந்தக் கதையின் மற்றொரு பாடத்தில் மேலும் சுற்றி வளைத்து வெளிப்படுத்தப் படுகிறது.

காபாலிக சிவன் பிரம்மன் தலையை வெட்டுதல்

ஒருசமயம், பிரம்மனின் ஐந்தாம் தலை, சிவனைப் பார்த்து, "காபாலி கனாக இரு" என்று அவனது எதிர்காலப் பெயரை வைத்துச் சொல்கிறது. காபாலிகன் என்ற வார்த்தையைக் கேட்டு சிவன் கோபமடைகிறான், அவனது ஐந்தாம் தலையைக் கொய்கிறான், அந்தத் தலை அவன் கையில் ஒட்டிக் கொள்கிறது.[28]

இக்கதையில் இருக்கும் காலக் குழப்பம் வெளிப்படை. ஏனெனில் சிவனின் எதிர்காலப் பெயரை பிரம்மன் உச்சரிப்பதாக இதில் வருகிறது. சிவன் காபாலிகனாக இருப்பதால் அவன் அப்படி ஆகிறான், அதாவது அச்செய்கையையும் பெயரையும் பெறுகிறான். சாபங்கள் போன்ற இந்துமதச் செய்கைகளில் பெயர்தான் ஆள், சொல்தான் அதற்கான பொருள். ஆகவே தட்சன், சிவனை மதத்திற்கு எதிரானவன் என்று அழைப்பதன் வாயிலாக அவ்வாறு ஆக்குவதைப் போல, சிவனைக் காபாலிகன் என்று அழைப்பதன் வாயிலாக பிரம்மன் அவனைக் காபாலிகன் ஆக்குகிறான். (பைத்தியமற்றவர்களையும் பைத்தியம் என்று அழைத்து மெய்யாகவே பைத்தியம் ஆக்குவதைப் போல—மொ.பெ.) ஒரு முன்மாதிரியான பிராமணக் கொலையைச் செய்கின்ற சிவன்—ஏதோ ஒரு கிழட்டு பிராமணனை அல்ல, பிரம்மனையே கொல்பவன், பிராமணக் கொலைக்கான பரிகாரத்தைக் கண்டுபிடிக்கும் பொறுப்பையும் ஏற்க வேண்டிவருகிறது.

தட்சன் அவ்வப்போது சிவனையும் அவனைப் பின்பற்றுபவர்களையும் காபாலிகர் என்றும் காளாமுகர்கள் (மரணமுற்ற தலையர்கள்) என்றும் வைகிறான்.[29] தட்சனின் தொன்மம் பரஸ்பர சாபங்களைக் கொண்டதாக இருக்கிறது. அதன் விளைவாக முனிவர்களின் இரு குழுக்கள் வெறுக்கப் பட்ட சமயங்களை அல்லது போலி மதக்கொள்கைகளைப் பின்பற்றுமாறு சபிக்கப்படுகிறார்கள்.[30] தட்சன் சிவனின் சேவகர்கள் அனைவரையும் மத எதிரிகள், பறையர்கள், வேதத்திற்கு அப்பாலானவர்கள் ஆகுமாறு சபிக்கிறான். சிவனின் சேவகன் நந்தி, அல்லது ததீசன், தட்சனையும் அவன் துணைவர்களையும் வேடமிடுபவர்கள், போலி பிராமணர்கள் ஆகுமாறு[31] அல்லது கலியுகத்தில் சூத்திரர்களாகப் பிறந்து அவர்கள் மனங்கள் தீமையினால் பாழ்பட்டு நரகத்திற்குப் போகுமாறு சபிக்கிறான்.[32] மீண்டும், இந்தச் சாபங்கள், மெய்யாகவே அவற்றின் காரணங்களைத்தான்

காட்டுகின்றன. சிவன் ஏற்கெனவே ஒரு பறையனாக இருக்கிறான், தட்சயாகத்தில் பங்கு மறுக்கப்படுகிறான். ஆகவே தட்சன் அப்படி ஆகு மாறு அவர்களைச் சபிக்கிறான். தட்சன், மதத்திற்கு எதிராக, மெய்யான கடவுளைப் புறக்கணிப்பதால், சிவனின் சேவகன் அவனை மதத்திற் கெதிரான போலி என்று சாபமிடுகிறான்.

இரண்டாம் முறையாக சதி: சாக்தக் கோயில்கள்

தொடக்கப் புராணங்களிலுள்ள தட்சன் - சதி கதை மறுபடியும் சொல்லப்படுகிறது. பிரம்மனின் தலையோடு சிவன் அலைகின்ற தொன் மத்துடன் இது இணைக்கப்படுகிறது. இதன் விளைவான கதையில், சிவன் தட்சனின் தலையைக் கொய்து, சதியின் பிணத்தோடு அலைகிறான்.

சதியின் பிணம் உறுப்புக் குறைக்கப்படுதல்

சிவன்மீதும், சிவனை மணந்துகொண்ட தன் மகள் சதியின்மீதும் தட்சன் வெறுப்பை வளர்த்துக்கொண்டான். தன் கணவனைத் தன் தந்தை அவமதித்ததால், சதி (பத்தினி) தர்மத்தை எடுத்துக்காட்ட, தன் தவ வலிமையினால் தன்னை எரித்துக் கொண்டாள். அதனால் கோபமுற்ற சிவனின் சினம் மூவுலகத்தையும் எரித்தது, சிவன் தட்சனின் தலையைக் கொய்தான். பிறகு, தட்சனுக்கு சிவன் ஓர் ஆட்டின் தலையை வழங்கி உயிர்ப்பித்தான். ஆனால் சதி தீயில் எரிந்ததைக் கண்ட சிவன், "ஐயோ, சதி" என்று புலம்பியவாறே தன் தோளில் அவளைத் தூக்கி வைத்தவாறு அலையலானான். இதனால் தேவர்கள் கவலை எய்தினர். விஷ்ணு தன் வில்லையும் அம்பையும் உடனே எடுத்து, சதியின் கை கால்களை அறுத்தெறிந்தான். அவை வெவ்வேறு இடங்களில் விழுந்தன. அந்த இடங்களிலெல்லாம், சிவன் வெவ்வேறு வடிவங்களை எடுத்துக் கொண்டான். பிறகு தேவர்களை நோக்கி, "இந்த இடங்களில் எல்லாம் மகாமாதாவை வணங்குபவர்களுக்கு இயலாதது என்பது ஒன்றும் கிடையாது. ஏனெனில் அவள் உறுப்புகளில் அவள் திகழ்கிறாள். அவர்களுடைய பிரார்த்தனைகள் பலிக்கும்" என்று சிவன் கூறினான். மேலும் பிரிவினால் வருந்தி, அந்த இடங்களில் எல்லாம் சிவன் தியானம் செய்தவாறும் வழிபட்டவாறும் இருந்தான்.[33]

இக்கதையில் சதிதர்மம் என்ற சொல், சதியின் தர்மத்தையும், பொதுவாக மனைவியர் நடந்துகொள்ள வேண்டிய தர்மத்தையும் குறிக்கிறது. வழக்கமாக பலியிடப்படும் பிராணியாகிய ஆட்டிற்கு பதிலாக தட்சன் பலியிடப்படுகிறான். அவன் உயிர்ப்பிக்கப்படும்போது தன் தலையை அவன் இழந்துவிட்டதால் அவனுக்கு ஆட்டின் தலையே கிடைக்கிறது. யாகம் என்பதே சாராம்சத்தில் ஏற்கெனவே ஒரு பதிலீடுதான் என்பது இதன் அர்த்தம்.[34] சாதாரணமாக, யாகம் செய்பவன், தனக்குப் பதிலாக யாகவிலங்கை பலியிடுகிறான். இங்கு, யாக விலங்கான ஆட்டுக்கு பதிலாக தட்சனே பலியாகிறான். இது யாகத்தைப் பற்றியதொரு கதை. குறியீடாக அர்த்தம் கொள்வதற்கு பதிலாக, நேரடியாகவே அர்த்தம் கொண்டதன் விளைவு இது.

வேதங்களின் ஆதிமனிதன்போல, சதியும் உறுப்புக் குறைக்கப்படுகிறாள். (தட்சனுக்கு முன்னவனான[35]) பிரம்மாவின் தலை விழுந்த இடம் வாராணசி என்னும் முக்திக்குரிய தலமானதைப் போலவே, சதியின் உறுப்புகள் விழுந்த இடங்கள் எல்லாம் சக்தி பீடங்கள் ஆகின்றன.[36] அங்கெல்லாம் சிவனும் சக்தியும் பக்தர்களின் பிரார்த்தனைகளைக் கேட்க என்றும் நிலையாக இருக்கிறார்கள். ஒவ்வொரு பீடத்திலும் சிவன் லிங்க உருவத்தை மேற்கொண்டான் என்று ஒரு கதை சொல்கிறது. அவளுடைய யோனி விழுந்த இடம், அஸாமின் (காமரூபம்) மையமான தாந்திரிகக் கோவில் ஆகிறது.[37]

தாந்திரிகத்திற்கு முற்பட்ட தேவியர்கள்

சண்டிகை/துர்க்கை, இரண்டாம் முறையாக: சக்தி பக்தி

தேவி மகாத்மியத்தில், சண்டிகை, கடவுளர்களின் தேஜஸிலிருந்து (ஆற்றல்களிலிருந்து) பிறப்பிக்கப்பட்டவன் என்று சொல்லப்படுகிறது. எனினும் விரைவில் அவளே தலைவி ஆகிறாள். இப்போது அவள் தானே தன் சக்தியிலிருந்து உற்பத்தி ஆகிறாள், அவள் காமரூபப் படுத்தப்படுகிறாள். தேவி மகாத்மியத்திலும்கூட இந்தச் செயல்முறை மறைமுகமாகச் சொல்லப்படுகிறது. அதில், மகிஷனைக் கொன்ற பிறகு, சண்டிகை மற்றொரு அசுரனைக் காமவயப்படுத்திக் கொல்கிறாள்.

சும்பனை வெறிகொள்ளச் செய்து சண்டிகை கொல்லுதல்

சும்பன், சண்டிகைமீது தீராத காதல் கொண்டான், அவளைத் தான் மணந்துகொள்ள விரும்புவதாகச் சொன்னான். தன்னைப் போரில் யார் வெற்றி கொள்கிறானோ அவனைத்தான் தான் மணப்பேன் என்று சண்டிகை சொன்னாள். சண்டை நிகழ்ந்தது. அதில் அவளுக்குத் துணை செய்ய, பிரம்மன், சிவன், கந்தன், விஷ்ணு, இந்திரன் ஆகியோருடைய சக்திகள் வெளிவந்தனர். அந்தக் கடவுளர்கள் என்ன என்ன வடிவம் கொண்டிருந்தார்களோ, அணிகள் அணிந்திருந்தார்களோ, ஆயுதங்கள் தரித்திருந்தார்களோ, வாகனங்களில் அமர்ந்திருந்தார்களோ, அவற்றை அந்த சக்திகள் பெற்றனர். சண்டிகையும் தனது சொந்த சக்தியை உமிழ்ந்தாள். அது நூறு குள்ளநரிகளைப் போல் ஊளையிட்டது. எல்லாக் கடவுளர்களின் சக்திகளையும் தான் ஏற்றபிறகு, சண்டிகை சும்பனைக் கொன்றாள்.38

சும்பனுக்கு ஒரு தோழன் இருந்தான். அவன் பெயர் நிசும்பன். அவனையும் சண்டிகை கொன்றாள். இந்தப் பெயர்கள், திலோத்தமை முன்னர் கொன்ற சுந்தன், உபசுந்தன் என்ற அசுரர்களின் பெயர்களை ஒத்திருப்பது, அந்தக் கதையின் மாதிரியில் இது அமைக்கப்படடது என் பதைக் காட்டுகின்றது. அவள் அவர்கள் கொலையைத் தானே செய்யாமல் தேவர்களிடம் விட்டுவிடுகிறாள். இந்தத் தொன்மம், அபாயகரமான முறையில் திடீரென உயர்ந்த ஒருவன், ஓர் அப்சரஸினால் காமவயப்படுவது என்ற பழைய கருப்பொருளுக்குப் பதிலாக, அப்படிப்பட்டவன் ஒரு தேவியினால் கொல்லப்படுவது என்பதன் இணைவாக மாறுகிறது.

சண்டிகை, பாலியல் காரணத்தினால் சும்பனுக்கு மரணத்தை அளிக்கிறாள். திருமணத்திற்கு முன் தன்னை வெல்லவேண்டும் என்ற கேட்பினால் போர் நடக்கிறது. போர் நிகழ்வதில்லை. ஆனால் அவன் நேராக சொர்க்கத்திற்குச் செல்கிறான். தேவியுடன் போர் - காதல் உறவு என்பது ஒருவகை துவேஷ பக்தி (துவேஷத்தின் வாயிலாக பக்தி) யாகக் கருதப்படுவதுதான் காரணம். டஜன் கணக்கான அசுரர்கள் பனுவல்களில் பக்கத்துக்குப் பக்கம் ஒளியே காணாமல் அழிக்கப்படுகிறார்கள் என்றாலும், சும்பனின் போர்மரணம் அவனுக்கு ஒருவகை ஞானத்தை அளிக்கிறது, இந்த பிரபலமான இந்துக் கருப்பொருள், மகாபாரதத்தில் போரில் வீரமரணம் அடைந்தவர்களுக்கு சொர்க்கம் காத்திருப்பதாகச் சொல்லப்படுவதை முன்னுரைப்பதாகிறது.

மகிஷனுக்கு வெறியூட்டலும் கொல்லுதலும்

பெரும்பாலான சமஸ்கிருதப் பனுவல்கள் தேவிக்கும் எருமைக்குமான காதலுறவை அவ்வளவாக வெளிப்படுத்துவதில்லை. சில பனுவல்கள்—தேவி மகாத்மியம் முதல், அதை முற்றிலுமாக விட்டுவிடுகின்றன. ஆனால் பிற பனுவல்கள் இதில் திளைக்கின்றன, ஓவியங்கள், சிற்பங்கள் உள்ளிட்ட கலைவரலாற்று மரபுகளில் இது திரும்பத் திரும்ப வெடித்து வெளிப்படுகிறது. பனுவல்களைப் போல இவையும் இப்போது வழக்கமாகச் சண்டிகை அல்லது துர்க்கை எனப்படுபவளின் அசாதாரணமான அழகை அழுத்திக் கூறுகின்றன. தேவி மகாத்மியமும் கூட, கடவுளர்கள் எல்லாரும் அவளுக்கு ஆபரணங்களை அளித்தார் கள், அவளுடைய பிறப்புறுப்பும் சக்தியின் வடிவமாகவே இருந்தது என்கிறது.[39] ஆனால் பிறகு வந்த ஸ்கந்த புராணம், மகிஷன் தேவர்களைத் தோற்கடித்தபோது அவள் ஏற்கெனவே சக்திவாய்ந்த தேவியாக இருந்தாள், கடவுளர்களிடம் அவனை ஒழிக்கவேண்டி அவளிடம் சென்று முறையிட்டார்கள் என்கிறது.[40] ஏறத்தாழ இதே காலத்தைச் சேர்ந்த மற்றொரு பனுவல், காமத்தன்மையை மேலும் உயிர்ப்புள்ளதாகச் சித்திரிக்கிறது.

சண்டிகை மகிஷனுக்கு வெறியூட்டிக் கொல்லுதல்

மகிஷன், தான் இறப்பதாக இருந்தால் ஒரு பெண்ணின் கையினால்தான் சாக வேண்டும் என்ற வரத்தை பிரம்மனிடம் வேண்டிப் பெற்றான். ஒரு பெண், மிக எளியவள், அவனை வெல்ல முடியாது என்று நினைத்ததே அதற்குக் காரணம். தேவர்கள் துர்க்கையை உருவாக்கினர். அவள் மகிஷனை மயக்கினாள். அவன் திருமணம் செய்துகொள் என்றான். அவளோ, தான் அவனைக் கொல்லவே வந்திருப்பதாகத் தெரிவித்தாள். மேலும், தான் பெண் வடிவத்தில் இருப்பினும் ஓர் ஆணின் பலத்தைப் பெற்றிருப்பதாகவும், அவன் பெண்ணின் கையால் கொல்லப்பட வேண்டும் என்று வேண்டியதால்தான் இந்த வடிவத்தை எடுத்த தாகவும் கூறினாள். மகிஷனின் தூதுவனிடம், "பெண்ணின் கையால் சாகவேண்டும் என்று விரும்புகின்ற உன் தலைவன் ஒரு பெரிய முட்டாள். ஒரு பெண்ணின் கையினால் சாவது ஒரு பேடிக்குப் பாலியல் இன்பம் அளிக்கும், ஆனால் ஒரு வீரனுக்கு அவமதிப்பையே தரும்" என்றாள்.

சினமுற்ற மகிஷனுக்கு ஓர் ஆலோசகன், காம வயப்பட்ட பெண்கள் மேலுக்கு இப்படித்தான் அதை மறைத்துப் பேசுவார்கள் என்று கூறினான். "அவள் உன்னை பயமுறுத்தித் தன் சக்திக்குள் அடக்க விரும்புகிறாள். தாங்கள் காதல்கொண்ட ஆணிடம் பெண்கள் இப்படித்தான் பேசுவது வழக்கம்" என்றான். மகிஷன் மிகச் சிறந்த உடையணிந்து துர்க்கையிடம் சென்று, "ஒரு பெண்ணை மகிழ்விக்கும் ஆற்றல் வாய்ந்த ஆடவன் நான்" என்று பெருமையடித்துக் கொண்டான். அவள் சிரித்து, அவன் தலையை வெட்டிக் கொன்றாள்.[41]

மகிஷனின் வரம், இராவணன் பெற்ற வரத்தின் மாற்றுவடிவம்தான். தன்னைக் கொல்பவன் யார் என்பதைக் குறுக்கி, ஒரு பெண் என்னும் எல்லைக்குள் கொண்டு வருகிறான். இந்த அசுரனின் ஒப்பந்தத்தை மீறாமல் அவனைக் கொல்ல தேவர்கள் புதிதாக எவரையேனும் படைக்கவேண்டியதாகிறது. துர்க்கை இங்கே மிக அழகியாக இருக்கிறாள். அசுரனுக்குக் காதல்நோயின் வாயிலாக அழிவை உண்டாக்குகிறாள். அவளைப் பொறுத்தவரை காமஉணர்ச்சி அற்றவளாக இருப்பது மட்டு மன்றி, அவளுடைய ஆடவன் ஒரு பேடியாக இருப்பான் என்றும் சொல் கிறாள். வரதத்தை முடிக்கும் விதமாக, ஒரு பேடிதான் ஒரு பெண்ணின் கையால் காதல்மரணத்தை விரும்புவான் என்கிறாள். எருமையின் மீதேறிச் சவாரி செய்கிறாள் அவள். அவளுடைய பாலியல் மேன்மை ஒரு போர்வடிவத்தின் வாயிலாக வெளிப்படுத்தப்படுகிறது. மகிஷனைக் கொல்லும ஓவியங்களிலும் சிற்பங்களிலும் அவள் ஆண்குறியை நினைப் பூட்டும் வாளைக் கையில் வைத்திருக்கிறாள்.

இந்தப் படிமத்தின் வெளிப்படையான பொருள், முன்வைக்கப்படும் இந்தப் போர், ஒரு பாலியல் நிகழ்வுதான் என்பதைக் காட்டுகிறது. ஆனால் அவள் அதை வெளிப்படுத்தும் விதமும் (அவள் சுயபிரக்ஞையோடு அதைத் தலைகீழாக்குகிறாள்) இதுதான்—ஒவ்வொரு பாலியல் உறவுச்செயலும் உட்குறிப்பினால் ஒரு மரணத்தைத் தரக்கூடிய போர்தான். இந்த எண்ணம் இந்தியச் சிந்தனையில் அடிப்படையானது. ஆகவே காமத் தின் அபாயங்களும், கட்டுப்பாட்டின் தேவையும், உணர்ச்சிகளின் துறவும்கூட இங்கு வலியுறுத்தப்படுகிறது. மேலும் ஒரு நேர்முகப் பார்வையில், அவளுக்குச் சற்றும் காதல் உணர்வில்லை என்றாலும், மகிஷன் அவளை மணம் புரியவோ அல்லது அவளுடன் போரிடவோ விரும்புவது, ஒருவித ஒருமையை அடையும் வழிதான். ஆசைப்பட்ட மாற்றத்துக்கு உதவக்கூடிய தொடக்க மரணத்தை அளிப்பவைதான் இரண்டும். மிக வலுவான உணர்வு, காமமோ அல்லது வெறுப்போ எதுவாயினும், ஒரு போராட்டத்தை விரும்புகிறது. கடைசியில் எல்லா மோதலும் மரணத்திற்கே இட்டுச் செல்கிறது. காதலும் வன்முறையும் இவ்விதமாக ஆழமாகப் பின்னிப் பிணைந்திருப்பதுதான் துர்க்கையின் அசாதாரணமான கவர்ச்சிக்கு அடித்தளமாக இருக்கிறது. எனவேதான் அவள் இந்து ஆடவர் பெண்டிர் இருதரப்பினரும் வழிபடும் மிகப் பிரபலமான தெய்வமாக இருக்கிறாள்.

செயலற்ற மகிஷனின்மீது துர்க்கை இருக்கிறாள். தன் கால்களைத் தோளின்மீதும் தலையின் மீதும் வைத்தவாறு அவன் தலையை

வெட்டுகிறாள் அல்லது ஒடுங்கும் எருமையின்மீது அமர்ந்திருக்கிறாள். இந்தப் படிமம் சிற்பங்களிலும் ஓவியங்களிலும் மிக அதிகமாக இடம் பெற்ற ஒன்று. இந்தப் படிமம், சிவனின் பிணத்தின்மீது காளி நடனமிடும் நன்கறிந்த தாந்திரிகக் காட்சியை எனக்கு நினைவுபடுத்துகிறது. அவளுடைய ஒரு கையில் வாளும் மற்றொரு கையில் வெட்டிய தலையும் காணப் படும். இது சதியின் பிணத்தைத் தூக்கியவாறு சிவன் நாடெல்லாம் அலையும் கதையின் தலைகீழ் மாற்றமாகும். பலசமயங்களில் காளி, தன் நாக்கைநீட்டி வெட்டப்பட்ட தலைகளிலிருந்து வழியும் இரத்தத்தைக் குடிக்கிறாள். இந்தவிதத்தில் அவள், பிராமணங்களில் காணப்படும் நீளநாக்கு அரக்கியின் வழித்தோன்றல் ஆவாள். சமகால விளக்கங்கள் சில, குறிப்பாக வங்காளத்தில், இதிலுள்ள வன்முறையின் அளவைக் குறைக்க முயலுகின்றன. "தன் சொந்தக் கணவன் உடல்மீதே தான் மிதிக்கிறோம் என்பதை அவள் உணரும்போது அதிர்ச்சியில் அவள் நாக்கை நீட்டுகிறாள்" என்று அவை சொல்கின்றன. தலையை வெட்டுதல் என்பது சுயத்தை—ஆணவத்தை வெட்டுதல் ஆகும் என்கின்றன. இம்மாதிரி விளக்கங்கள் அரக்கத்தனமான ஆதிக்கக் காளியை முறையான பணிவைக் கொண்டிருக்கின்ற மனைவியான பார்வதியாக மாற்றுகின்றன. இன்னும் சிலர் அவள்தான் இகரம் என்கிறார்கள். சவத்தை சிவமாக மாற்றும் இகரம். அவள் அவனுக்கு உயிர்கொடுக்கிறாள். சிலசமயங்களில் உடலுறவு கொள்ளும் தம்பதியரின் மேல் வெட்டுண்ட தலையுடன் காளி கால்களை அகல விரித்து நிற்கிறாள்.

இந்தப் படிமங்கள் பலவற்றில் காளி கையில் வைத்திருக்கும் தலை யாருடையது? சில சமயங்களில் அவளுக்கே தலை கிடையாது. ஆகவே அவள் கையில் வைத்திருக்கும் தலை அவளுடையதே என நாம் நினைக்கலாம். ஏனெனில் அந்தத் தலையின் நிறமும் பிற பண்புகளும் அவளுடைய தோற்றத்திற்கு ஒத்துச் செல்கின்றன. மகிஷன் கதையின் ஒரு வடிவத்தில்—இது சமஸ்கிருதம், தமிழ் ஆகிய இரண்டிலும் உள்ளது— இந்தத் தலை சிவனுடையது என்று வருகிறது. இந்தக் கதையின்படி, சிவன் பிரம்மனைக் கொன்ற பிறகு அவன் தலை சிவனின் கையில் ஒட்டிக்கொண்டதைப்போல, காளி பிரம்மனைக் கொன்ற பிறகு அந்தத் தலை இவள் கையில் ஒட்டிக்கொள்கிறது. ஒரு தீர்த்தத்தில் நீராடிய பிறகு, அவள் மகிஷனுடைய முண்டத்தில், அவன் தலை இருந்த இடத்தில் ஒரு சிவலிங்கம் காணப்படுவதைப் பார்க்கிறாள்.[42] இந்தக் குறித்த கதையில் இந்தச் சூழலின் முக்கிய அருட்பயன் என்னவெனில், மகிஷனை ஒரு சிவபக்தனாகக் காட்டி, அதன் வாயிலாக தேவியைக் குற்றவுணர்ச்சியில் மூழ்கச் செய்வதாகும். இதற்கு ஒரு சிக்கலான பரிகாரம் தேவைப்படுகிறது. ஆனால் இந்தக் கதையை அமைத்திருக்கும் முறையில், இந்நிகழ்வு சிவனும் மகிஷனும் ஒன்று என்று காட்டுகிறது—அல்லது மகிஷனின் தலையும் சிவலிங்கமும் ஒன்று என்கிறது.

இந்தத் தலைக்குச் சொந்தமானவன், வேறொரு பக்தனாகவும் இருக்க லாம். புராண, தந்திரத் தொன்மங்களும், சமகால வட்டாரப் புராணங் களும், பழந்தமிழ் இலக்கியமும் பக்தர்கள் துர்க்கைக்குத் தங்கள் தலையை வெட்டிக் காணிக்கையாக்கும் கதைகள் பலவற்றைக் கொண்டுள்ளன.

மகிஷனும் அப்படிப்பட்ட ஒரு பக்தன்தான்.

தாந்திரிகங்கள்

இந்தப் புராணத் தொகுதியை ஒரு பீடிகையாகக் கொண்டு, நாம் தந்திரம் என்பதையே நோக்குவோம்.

தந்திரத்தின் ஜென் வரைபடம் (அதாவது, பண்புகளின் ஒரு தொகுதி, ஆனால் ஒரு குறிப்பிட்ட பனுவலிலோ சடங்கிலோ இவை யாவுமே இருந்தாக வேண்டும் என்ற நியதி இல்லை) என்பது, ஒரு தேவியை வழிபடுவது, அதற்கான ஞானஸ்நானம், குழு வழிபாடு, இரகசியம், ஏற்கப்பட்ட மதமரபுகளுக்கு எதிரான நடத்தை, குறிப்பாகப் பாலியல் சடங்குகள், உடல்திரவங்களைப் பருகுதல் ஆகியவற்றை உள்ளடக்கியுள்ளது. தாந்திரிகப் பனுவல்கள், தாந்திரிகச் சடங்குகள், தாந்திரிகத் தொன்மங்கள், தாந்திரிகக் கலை வடிவங்கள் உள்ளன, யாவற்றுக்கும் மேலாகத் தாந்திரிக பக்தர்கள் உள்ளனர். தாந்திரிக மந்திரங்கள், தாந்திரிக யந்திரங்கள், தந்திரங்கள் (இரகசியப் பனுவல்கள்) இவற்றோடு, தாந்திரிகக் கடவுளர்கள், அவர்களுடைய துணைவர்கள் ஆகியோரும் உள்ளனர். இந்து மதத்திற்குள்ளாக, சைவ, வைணவ, சாக்த தந்திரங்களும், பிற கடவுளர்களுக்கான தந்திரங்களும் உள்ளன. இவற்றுடன் பௌத்தத் தந்திரங்களும் ஜைனத் தந்திரங்களும் உள்ளன. பௌத்தமும், இந்துமதமும், உபநிடதக் காலத்தில் போல, பலவிதப் பண்புகளை, சிறப்பாகக், குறித்த சில சடங்குகளையும் படிமங்களையும் பகிர்ந்து கொள்கின்றன.

பௌத்தத்திலும், இந்துமதத்திலும், தந்திரங்கள் ஆறாம் நூற்றாண்டு முதல் எட்டாம் நூற்றாண்டுக்குள் உருவாயின.[43] ஆனால் ஏறத்தாழ மூன்று நூற்றாண்டுகளில் குறிப்பிடத்தக்க மாற்றமடைந்து, அதன் விரைந்த முன்னேற்றம், பத்தாம் நூற்றாண்டில்தான் நிகழ்ந்தது.[44] குறிப்பாக, பத்தாம் நூற்றாண்டு முதலாக தந்திரங்கள், பக்தியின் போக்கிற்குள் உள்வாங்கப்பட்டன. தந்திரம் இந்தியாவின் வடக்கு எல்லைகளில்—காஷ்மீர், நேபாளம், வங்காளம், அஸ்ஸாம் ஆகிய இடங்களில்—பௌத்தம் செழித்த இடங்களில் தொடங்கியது. ஆனால் விரைவிலேயே மத்திய, தென் இந்தியாவிலும் நிலைகொண்டது. அக்காலத்தின் சமூக நிலையிலிருந்த ஏதோ ஒன்று, தாந்திரிகப் புதுமையாக்கங்களைத் தூண்டியது. ஒருவேளை பிராமணர்களுக்கெதிரான உணர்வுகொண்ட சமயக் குழுக்கள் சிலவும், உந்துதலும் காரணமாக இருந்திருக்கலாம். இவ்வுணர்வு, வேதகாலத்திலேயே விடுபட்டுச்சென்ற விராட்யத் துறவிகளிடமும், பின் உபநிடதக் காலத்தின் தீவிர உலகவெறுப்பாளரிடமும், பிரக்ஞையை மாற்றுவதில் புதிய மதவழிகளைக் கண்டுபிடிக்கவேண்டி நேரிட்டது. யோகத்திலும் தந்திரத்திலும், இந்த மாற்றம் தியானத்தினால் கட்டுப்படுத்தப்பட்டது. இதேபோல், வேதகாலத்தின் பறக்கின்ற, மருந்துகளைப் பயன்படுத்துகின்ற, நீண்ட முடியை உடைய முனிவன், மறுபடியும் தாந்திரிகத்தின் பறக்கின்ற, திரவங்களைப் பருகுகின்ற முனிவனாக மறு தோற்றம் கொள்கிறான்.

தாந்திரிகச் சடங்குகளில் பெருமளவு இரகசிய ஞானஸ்நானங்களின் போது மிகத் தொலைதூரப்பகுதிகளில் நிகழ்ந்தன. ஆனால் இந்தச்

சடங்குகள் குறிப்பாகப் பாதுகாத்து வைக்கப்பட்ட இரகசியங்களும் அல்ல. உண்மையில், எந்த இரகசியமும் இல்லை என்பதுதான் இரகசியம்.வீதீ தந்திரமும், தாந்திரிக நடவடிக்கைகளும் நன்றாகவே விளம்பரப்படுத்தப் பட்டன, நூல்கள் சிலருக்கு மட்டும் புரியக்கூடியவையாக இருந்தன, ஆனால் விளிம்பு நிலையினவாகவோ, தலைகீழாக்குவனவாகவோ இல்லை. இவற்றில் பல மக்களுக்குத் தெரிந்தவை, இன்னும்கூறினால் ராஜரீகம் சார்ந்தவை.[45] உபநிடத முனிவர்கள்போல, பக்தி இயக்கங்கள் போல, தாந்திரிகர்கள் அரசர்களுடன் ஒரு நெருக்கமாக தொடர்பினை வைத்திருந்தனர். அரசர்கள், தாங்களே தந்திரங்களை நன்கு பயன் படுத்தினர். தந்திரங்களுக்கு அரசத்தன்மையின் முத்திரையையும் அளித்தனர். பல நூற்றாண்டுகளாக அரசர்கள் பாலியல் சடங்குகளில் (அசுவமேத யாகத்தை நினைவில் கொள்ளவும்) பங்குகொண்டே வந்தனர். ஒவ்வொரு அரசனும், ஸ்ரீ (திரு, செல்வம்), லக்ஷ்மி (நல்லதிர்ஷ்டம்), அல்லது பூ(மா)தேவி போன்ற ஒரு தேவிக்கு வயப்பட்டே இருந்தனர். மேலும் தாந்திரிகர்கள் கூறியதுபோல, ஒருவன் தன் உடலை மாற்றி தேவனாக முடியும் என்றால் தானாகவே அரசனும் ஆகிறான். தந்திரம் என்பது ஆற்றலைப் பற்றியது, ஆற்றல்தான் அரசர்களுக்குத் தேவையான மணப் பொருள். தனக்கு ஆதாயமானதொரு நிகழ்முறையைப் பல நூற்றாண்டுகளாகக் கொண்டிருந்த பிராமணக் கற்பனைச் சட்டகமும் புதிய சமயங்கள் பலவற்றை உள்செரித்துக் கொண்டது.[47] ஆனால் தந்திரம் அதற்குச் சமவலுவுள்ளதாக இருந்ததால் அவ்விதம் செய்ய இயலவில்லை.

பலவிதமான தாந்திரிக வகைகள் இருக்கின்றன. உபநிடதங்களின் காலத்தில் பரந்த பரப்பில் பிரிந்த இரண்டு பாதைகளில் தந்திரம் ஒரு புதிய தீர்மானத்தை விளையச் செய்தது. தந்திரத்திற்கு வெளியில், விடுதலையை வேண்டிய இந்துத் துறவிகள் மரணத்திலேனும் முக்தி கிடைக்கும் என்று இன்னமும் நம்பினார்கள். அவர்களைப் பொறுத்தவரை முக்தி என்பது பிரம்மத்திற்குள் மானிடத் தனித்தன்மையின் எல்லாவித வடிவங்களும் ஈர்க்கப்படுவதாகும். ஆனால் மறுபிறவியின் பாதையில் இருந்த இந்து இல்லறத்தினருக்குப் பனுவல்கள் புராணங்கள். அவர் களுடைய எதிர்பார்ப்பு பூமியில் மானிடப் பிறவி எடுக்கவேண்டும், அல்லது அவர்கள் சிவலோக, வைணவ லோக, அல்லது தேவியின் லோக இருப்பினை அடைய வேண்டும், அங்கிருந்து அவர்கள் மறுபிறவி எடுக்க இயலாது, அல்லது முக்தி பெறலாம். சில இந்துக்கள் இம்மாதிரி லோகங்களை அடைவதையே ஒரு வகையான முக்தி என்றனர். இரண்டு குழுக்களுமே முக்தி என்பதைத்தான் இறுதி இலட்சியமாக முன்வைத்தாலும், அதை வெவ்வேறு வழிகளில் புரிந்துகொண்டனர். இந்தக் காட்சியின் இடையே தாந்திரிக மந்திரங்களின் பாதை புகுந்தது. அது துறவிகள் இல்லறத்தினர் என்ற இருவகையினர்க்கும் மறுபிறவியின் உலகிலிருந்து முக்தியைப் (தந்திரங்கள் இதை நிர்வாணம் என்றன) பெறுவதற்கு மட்டும் அல்ல, முக்தியைப் பெறும் வழியிலேயே சித்திகளையும் போகங்களையும் பெறவும் வழி கூறுவதாகச் சொன்னது.[48] இப்படியாக மறுபிறவி, முக்தி ஆகிய இரண்டு வழிகளின் பயன்களையும் ஒன்றுசேர்த்தது. மூன்றாவது பாதை, பயங்கரமான முடிவுப்பாதை—

மறுபிறவி எடுப்பது. அது பூச்சிகளாகவும் புழுக்களாகவும் பிறக்கும் பாதை. யாகம் செய்யாதவன், தியானம் செய்யாதவனுக்கு அதுதான் கிடைக்கும் என்று பயமுறுத்தப்பட்டது. ஆனால் இந்த நிச்சயத்திலிருந்து தாந்திரிகப் பாதை பக்தனைக் காப்பாற்றுவதாகச் சொன்னது. தந்திரம், இப்படியாக, இரு உலகங்களிலும் சிறந்ததாக உள்ளவற்றை அளிப்பதாகக் கூறியது. அல்லது ஒரு தந்திர மந்திரம் கூறுவதைப் போல, புக்தி - முக்தி, போக்ஷ - மோக்ஷம், அல்லது போக - யோகம், அதாவது இன்பமும் விடுதலையும். அது "காமத்தில் திளைத்தலும் ஆன்மிகத்தில் பறத்தலும்" என்ற இருமைஒருமையாகப் பெயர்க்கப்பட்டது.[49]

இந்தக் காலப்பகுதியின் இந்துமதத்திற்குள் தந்திரத்தின் இடத்தைக் காணும் பயனுள்ள மற்றொரு வழி, வாய்ப்புகளைச் சற்றே வேறுவிதமாகப் பிரிப்பதாகும். ஒன்று, பக்தி உலகம் (குரு/கடவுள்/தேவி). மற்றொன்று தத்துவ உலகம். அதன் வகைகளில், முதலாவது வேதாந்தம் (தியானம்), இரண்டாவது தந்திரம் (சடங்கு). மூன்றாவதாக கீதை, பக்தி, ஞானம், கர்மம் என்று பிரிக்கிறது. இந்தப் பகுப்பு, தந்திரத்தையும் இடங்கை வகை, வலங்கை வகை எனப் பிரிக்கிறது. இடங்கை வகை என்பது மீறல் மரபுகளைக் கொண்டது (சாதிமரபை மீறுதல், இரத்தம், மரணம், மண்டையோடுகள், பாலியல், எல்லாவித அசுத்தங்களையும் கொள்ளுதல்). வலங்கை அல்லது பழமை (எவ்வித மீறலுமற்ற) மரபு. தந்திரத்திற்குப் புறம்பான இந்துக்கள் பெரும்பாலோர், தந்திரம் என்று சொல்லும்போது இடங்கை (வாம) மரபையே நினைக்கிறார்கள். தாங்களே தாந்திரிகர்களாக இருந்தாலும் வலங்கையினர், பிற தாந்திரிகர்கள் எல்லாரையும் இடங்கையினராக நினைக்கிறார்கள்.

கலியுகத்தின் முக்தியாகத் தந்திரம்

ஒரு மீட்பனாக சிவனின் பாத்திரம், காபாலிக மரபை நிறுவியதோடும், எதிர்காலப் பாவிகளை மீட்க வேண்டி வாராணாசியில் கோயிலை உருவாக்கியதோடும் முடிந்து விடவில்லை. சைவ தாந்திரிக மரபில் சிவன் மேலும் பணிபுரிகிறான். ஊக்கத்தோடு பாவிகளைத் தேடிக் கண்டுபிடித்து, தட்சன் போன்ற ஒருவனின் கண்களில் அவர்களைப் பறையர்களாகக் காட்டுகின்ற கோட்பாடுகளைக் கற்பிக்கிறான்.

சைவப் புராணங்கள் பல, தந்திரங்களை ஏற்பதில்லை. அவை வேதங்களின்பின் நிற்கின்றன. அதற்கு வேத யாகத்தைச் செய்வத்தை ஆதரிக்கின்றன என்ற பொருள் இல்லை, புராண மதம் அல்லது பழைய மதம் என்ற அர்த்தமே உண்டு. இந்த சந்தர்ப்பத்தில் சிவனை ஆதரிக்கும் மதம் என்று பொருள். இருப்பினும், இவை தந்திரங்களின் ஆசிரியன் சிவன் என்றும் சொல்கின்றன. தந்திரங்கள் சிலருக்குப் பயனுடையவையாக உள்ளன, ஆனால் தங்களுக்கன்று. அவை, வேதங்களைப் பயன்படுத்த இயலாதவாறு சபிக்கப்பட்ட, ஆனால் சிவனால் காப்பாற்றப்பட்ட சில முனிவர் குழுக்களின் கதைகளைச் சொல்கின்றன. எப்படி அவர்கள் சாபத்திற்கு ஆளானார்கள் என்பது வெவ்வேறு கதைகளாகச் சொல்லப்படுகிறது. சிலசமயங்களில் அவர்கள் சிவனுக்கு எதிராக தட்சனின் பக்கம் நின்றவர்கள், அதற்காக தண்டிக்கப்பட்டவர்கள். அக்கதைகளில் இது

ஒரு வடிவம்:

சிவன் தாந்திரிகப் பனுவல்களை போதித்தல்

வேதங்களின் விளிம்புக்கப்பால் முனிவர்கள் தள்ளப்படும் சாபத்தைப் பெற்றோர்கள் என்று அறிந்தவுடன் விஷ்ணு, சிவனிடம் சென்று, "வேதங் களுக்கப்பால் இருப்பவர்களிடம் ஒரு துளி நற்பண்பும் கிடையாது. இருப்பினும் அவர்களிடம் நமக்கு அன்பு இருப்பதால், அவர்கள் நரகத்திற்குச் சென்றாலும் நாம் அவர்களைக் காக்க வேண்டும். அதனால் நாம் அவர்களை ஏமாற்றுகின்ற போலியான நூல்களைப் படைத்து இந்தத் தீயவர்களைக் காக்கவும், ஏமாற்றவும் செய்வோம்" என்றான். சிவனும் ஒப்புக்கொண்டான். அவர்கள் இருவரும் காபால, பாசுபத, வாம (இடங்கை, அதாவது தாந்திரிக) மற்றும் பிற சமய நூல்களைப் படைத்தனர். சாபம் முடிவுற்றதும் அந்த முனிவர்களுக்காக சிவன் பூமிக்கு இறங்கினான். சாதிக்கு அப்பால் இருந்த அவர்களை ஏமாற்றுவதற்காக, கபாலம் அணிந்து நீறு பூசி சடைமுடி கொண்ட வடிவமெடுத்துச் சென்றான். "நீங்கள் எல்லாம் நரகத்திற்குச் செல்வீர்கள், ஆனால் பிறகு பிறவியெடுத்து சிறப்புப் பெறுவதற்கான வழியில் செல்வீர்கள்" என்றான்.[50]

தொன்மத்தின் இந்த வடிவத்தில், முனிவர்களின் உறுதியற்ற ஒழுக்க நிலை விஷ்ணுவின் கூற்றிலிருந்து வெளியாகிறது. இந்த முனிவர்கள் தீயவர்கள், நரகத்திற்குச் செல்ல வேண்டியவர்கள். ஆனால் கடவுளர் அவர்களைக் காப்பாற்றவும் வேண்டும், ஏமாற்றவும் வேண்டும் (வேடிக்கையான இணைப்பு), அதனால் அவர்கள் கடைசியாகத் தகுதி பெற வேண்டும். மேலும் சிவன் அவர்களுக்கு போதிக்கும் கொள்கைகள் சமரசப் போக்கின (வேதங்களுக்குக் கீழானவை, ஆனால் நரகத்துக்கு மேலானவை) என்றாலும் கருத்து மாறுபட்டவர்களுக்கு (வேதங்களிலிருந்து தள்ளப்பட்டவர்கள் என்ற கருத்து இந்தக் கதைகளில் இதைத்தான் உணர்த்துகிறது) இவற்றைக் கற்றுத்தரக் கூடாது. சாபத்திலிருந்து அவர்கள் விடுதலை பெற்ற பிறகுதான், புதிய போலியான பனுவல்களைக் கற்பிக்க, சிவன் அவர்களிடம் வர வேண்டும். அதாவது அவர்களுக்குத் தந்திரங் களை சிவன் தருவதற்கு முன்னாலேயே அவர்கள் சாபத்திலிருந்து மீண்டு, நல்வழிக்கான பாதையில் ஏறத்தொடங்கியிருக்கவேண்டும்.

வைதிகக் கொள்கைக்கு மாறான ஒரு புதிய கொள்கையைக் கற்பிப்பதன் வாயிலாக சிவன் முனிவர்களை எப்படிக் காப்பாற்ற முடியும்? வேதம் மறுக்கப்பட்டது என்பதால், இடங்கைக் கொள்கைகள், வேதங்களுக்கு மாறாக இருப்பினும் அவர்களுக்கு ஏதோ ஒரு மதத்தையேனும் அளிக்கிறது. இந்த மீறல், வேதமற்ற - வேத மதங்களுக்கிடையில் ஒரு பாலமாக அமைகிறது.[51] அதாவது, முழு இருளுக்கும் உண்மையான மதத்திற்கும் இடையில். ஓரளவு அவர்களைத் தூய்மை செய்து புனிதநீரில் அவர்களாக நீராடட்டும் என்று விடுக்கிறது. அவர்களுக்கு வைதிகமான ஒரு அவைதி கம் (சொல்முரண், ஆனால் இங்கு நன்றாகப் பொருந்துகிறது) தேவை— சடங்கின் அசுத்தத் தொடரினை உடைக்க. இந்தத் தேய்மானக் கருத்து, தந்திரங்களுக்குக் காப்புரை எழுதுபவர்களால் முன்வைக்கப்படுகிறது. அதாவது விலங்குப் பண்பு கொண்ட சிலரால் மது, மாமிசம் ஆகியவற்றை

விட முடியாது என்பது சிவனுக்குத் தெரியும், ஆகவே அவர்களைக் கொஞ்சம் கொஞ்சமாக இவற்றிலிருந்து மாற்றி அவர்களை மதத்திற்குள் கொண்டு வருவதற்கெனத் தாந்திரிகச் சடங்குகளைக் கண்டுபிடித்தான் என்று வாதிக்கிறார்கள். அதாவது, சிவனை வணங்காமல் இருப்பதைவிடச் செருப்புப் போட்டுக் கொண்டாவது வணங்கு என்பது அர்த்தம்.[52]

சான்றாக, சூத்திரர்கள் வேதங்களைப் படிக்கலாகாது என்ற சாபத்திற்கு பலியானவர்கள். மற்றும் சிலர் படிக்கும் திறமை அற்றவர்கள். இவர்கள்மீது கொண்ட பரிதாபத்தினால், இவர்களைப் படிப்படியாக உயர்த்தவேண்டி சிவன் வைதிகத்திற்கு மாறான கொள்கையைக் கற்பிக்கிறான். பௌத்தத்தில், ஒளிபெற வேண்டியவனின் நிலைக்கு ஏற்பக் கற்பித்தல் என்ற கோட்பாடு உண்டு. அதனால் இக்கருத்து தூண்டப்பட்டிருக் கலாம். (வெளிப்படையாகவே அடிக்கடி சொல்லப்படுகின்ற) கருத்து என்னவெனில், சிவன் அவர்களுக்கு சகஜமான (இயல்பான) மதத்தைத் தருகிறான் என்பது. எல்லாரும் இயற்கையாகவே இன்பமடைகின்ற விஷயங்களான பாலியல், மது, மாமிசம் போன்றவற்றை அது பயன் படுத்துகிறது. இந்த நோக்கில் தந்திரம் என்பது பயிற்சிக்கும் களம். இப்படியாக சிலரை முதலில் அவைதிக நெறியாளர்கள் ஆக்கிப் பிறகு இறுதியில் அவர்களுக்கு ஞானமளிக்கிறான். இந்த ஞானம் முதலில் அவைதிகமானது, அதனால் அதை அவர்கள் புறக்கணிக்கிறார்கள். உண்மையில், வேத அல்லது புராண இலட்சியத்தின்படி பார்த்தால் அது அவைதிகம்தான். ஆனால் சிலருக்கு இதுதான் மீட்பிற்கான ஒரே வழி. அவர்களுடைய சொந்தக் கடவுளே இதை ஒரு நல்ல காரணத்திற்காக உருவாக்கியிருக்கிறான்.

இறுதியாகப் புராணம் சொல்லுகின்ற நியாயப்படுத்தல் இதுதான். அவைதிக நெறியினருக்குக் கற்பிக்கப்படும் மீறல்கள் யாவும் அவர்களை மிகவும் தீயவர்களாக்குகிறது. அவர்கள் சக்கரத்தின் கீழ்ப்புள்ளியை அடை கிறார்கள். அவர்கள் மேலே வரத்தான் முடியும் அதாவது, மீண்டு நல்லவர்கள் ஆகத்தான் வேண்டும். அதாவது கியூவின் தலைப்புக்குச் சென்றாக வேண்டும். கலியுகத்தின் எல்லா உயிர்களையும் போல. கலியுகத்தின் கலிவர்ஜியத்தின் (தடுக்கப்பட்ட செயல்களின்) கொள்கைப்படி, மரபான அவைதிகங்களும் நியாயப்படுத்தப்படுகின்றன. சில விஷயங்கள் (தாந்திரிகச் சடங்குகள் போன்றவை) பழங்காலத்தில் தடை செய்யப்பட்டிருந்தன. நாம் பழைய தரத்திற்கு உயரமுடியாத அளவு களங்கமுற்று விட்டோம் என்பதால் இப்போது அவை அனுமதிக்கப்படுகின்றன. இந்த வாதத்தைச் சிலசமயங்களில் தலைகீழாக்கியும் பயன்படுத்துகிறார்கள். அக்காலத்தில் சில விஷயங்கள் (பெண்கள் பாலியல் சுதந்திரத்தோடு நடத்தல், அல்லது திரௌபதியின் பலபுருஷ மணம் போன்றவை) அனுமதிக்கப்பட்டன, மேற்சொன்ன காரணத்திற்காகவே — இந்த சந்தர்ப்பத்தில், நாம் அவற்றை மேற்கொண்டால் முற்றிலும் அழிந்துபோவோம் என்ற காரணத்தினால்—நாம் கெட்டுப்போனதனாலேயே அவை இப்போது தடுக்கப்பட்டுள்ளன.

தாந்திரிகச் சடங்கு: நெருப்பை நெருப்பால் அவித்தல் (ஐந்து மகரங்கள்)

தாந்திரிகப் பனுவல்கள் அப்படித்தான் மக்களுக்குக் கற்றுத் தந்த பயங்கரமான, அபாயகரமான விஷயங்கள் யாவை? தாந்திரிகச் சடங்கு களுக்கு மிக முக்கியமானவை, தந்திரங்கள் குறிப்பிடும் ஐந்து மகரங்கள். மது, மாமிசம், மச்சம் (மீன்), முத்திரை, மைதுனம் ஆகிய ஐந்தும் ஆகும். தந்திரத்தின் பிற விஷயங்களைப் போலவே இந்த ஐந்து மகரங்களும், இந்து மதத்தின் பழைய வைதிக வடிவங்களில் காணப்படும் ஐந்து பொருட் களின் தலைகீழ் வடிவமாகும். பஞ்சகவ்யம் எனப்படும் பசுவின் ஐந்து பொருட்கள் அவை. நெய், பால், தயிர், கோமியம், சாணம் ஆகிய ஐந்தும் தூய்மையானவை எனக் கருதப்படும். இந்த ஐந்திற்கும் பதிலாகத்தான் ஐந்து மகரங்களைத் தந்திர நூல்கள் குறிப்பிடுகின்றன. அல்லது ஐந்து மாணிக்கங்கள் எனப்படும் விந்து, சிறுநீர், மலம், மாதவிலக்கு இரத்தம், சளி ஆகிய ஐந்தையும்கூடக் குறிப்பதுண்டு. அல்லது ஐந்து அமுதங்கள் என்ற பெயரால் மேற்கண்ட பட்டியலில் சளிக்கு பதிலாக மஜ்ஜை என்பதைச் சேர்ப்பார்கள்.[53] பௌத்த தந்திரம் ஒன்று மாமிசத்தையே ஐந்து வகைகளாகக் கொள்கிறது—மாட்டிறைச்சி, நாய் இறைச்சி, யானை இறைச்சி, குதிரை இறைச்சி, மனித மாமிசம் ஆகியவை இவை. இவற்றுடன் ஐந்து அமிர்தங்கள்—விந்து, சிறுநீர், மலம், பசுவின் இரத்தம், பசுவின் இறைச்சி என்று சற்றே மாற்றியும் கொள்வார்கள்.[54] வைதிகத் தூய்மைச் சடங்குகளில் பசு புனிதமானது என்பதால் அதைத் தலைகீழாக்கு வதற்காகவே பசுவின் இறைச்சியும் இரத்தமும் சேர்க்கப்பட்டன. இந்த எல்லா ஐங்குழுக்களுமே பசுவின் ஐந்து பொருட்களின் தலைகீழ் மாற்றங்களாகும்.[56] இவற்றில் பசுவின் மாமிசம், இரத்தத்தை மட்டும் ஒரே ஒரு பட்டியல் சேர்த்துக் கொண்டதையும் பார்த்தோம். இந்த பதிலீட்டி லுள்ளதைவிட படுமோசமான, முகத்தில் அறையக்கூடிய மனப்பாங்கை வேறு எங்கும் காணவே முடியாது.

மகாநிர்வாண தந்திரம், மேற்கண்ட ஐந்து மகரங்களையும் விரித்துரைக்கிறது. சர்க்கரை, கரும்புச்சாறு, அரிசி, தேன், பனைமரத் தேறல் ஆகியவற்றிலிருந்து எந்த சாதியைச் சேர்ந்த எவனும் செய்யலாம். நிலம், நீர், ஆகாயத்தில் வாழும் எந்தப் பிராணியின் மாமிசமாகவும் இருக்கலாம். அது எங்கிருந்து வருகிறது என்பது பற்றிக் கவலையில்லை. யார் வேண்டுமானாலும் கொன்றிருக்கலாம். ஒரே ஒரு நிபந்தனை, கொல்லப்படும் பிராணி ஆணாக இருக்கவேண்டும் என்பதுதான். பெண்ணாக இருக்கலாகாது. (வேதங்களிலும் இதே முறைதான் கடைப்பிடிக்கப்பட்டது). எலும்புகள் அற்றதால் மீன் சிறந்தது. ஆனால் மிக அதிகமான எலும்புகளை உடைய மீன்இறைச்சியும் தேவிக்குப் படைக்கப்படலாம். ஆனால் அது நன்கு வறுக்கப்பட்டிருக்கவும் அல்லது பொரிக்கப்பட்டிருக்கவும் வேண்டும். மிகச் சிறந்த முத்திரை, அரிசி, பார்லி, அல்லது புகை போடப்பட்ட கோதுமை (புவியின் புகை). இதுவும் குறிப்பாக வெண்ணெயில் வறுக்கப்பட்டிருந்தால் மிகவும் நன்று.[57] சட்ட விரோதமான ஆண்பெண் உறவும், தன் சொந்த மனைவி, அடுத்தவன் மனைவி அல்லது பொதுவாகக் குழுவிலுள்ள பெண்களை வைத்து நிகழ்த்தப்படலாம்.

மது,மாமிசம்,மீன் ஆகியவை உயர்சாதி இந்துக்களுக்கு மறுக்கப்பட்டவை. ஆகவே இந்தச் சொற்களின் அகராதிப் பொருள் அல்லது நேர்ப் பொருள் பற்றிய விவாதத்திற்கு இடமில்லை.[58] ஆனால் இவற்றை நேராகத்தான் (குறியீடாக அன்றிப்) பொருள் கொள்ளவேண்டுமா என்பதைப் பற்றி, நாம் காணப்போவதுபோல, மிகுதியான விவாதம் இருக்கிறது. கடைசி இரண்டு மகரங்கள்—முத்திரை, மைதுனம் இரண்டும் மிகவும் சிக்கலைத் தருபவையாக இருக்கின்றன. அவற்றின் அடிப்படைப் பொருளைக்கூட அறிய முடியவில்லை. முத்திரை, நான்காவது பௌதிகப் பொருள், கூலமாவு அல்லது உலர்ந்த தானியம் என்று கொள்ளப்படுகிறது. சில சமயங்களில் அவரை, அல்லது சிற்றின்ப நுகர்ச்சியைத் தூண்டும் பண்புடைய எந்தத் தானியமும் என்றும் அர்த்தம் கொள்ளப்படுகிறது.[59] இதன் நேர்ப்பொருள், அடையாளம் அல்லது சின்னம் அல்லது முத்திரை யிடும் மோதிரம் என்பது. இதற்கு சமிக்ஞை அல்லது கையின் சைகை என்ற அர்த்தமும் உண்டு. ஆகவே சில பனுவல்களில் அது தானியத்தைக் குறிக்காமல், விரல்களின் முத்திரை (சைகை), அல்லது பெண்குறி என்ற அர்த்தமும் கொள்ளும்.[60] தந்திரத்தில் சொற்கள் குறிக்கும் பௌதிகப் பொருள்கள் எவை என்ற நிச்சயமின்மை, அவற்றின் நேர்ப்பொருளைக் கொள்வதா, உருவகப் பொருளைக் கொள்வதா என்ற சிக்கலுடன் சேர்ந்துகொள்கிறது.

கடைசிக் கூறினைப் பொறுத்தவரை, உடலுறவு அல்லது இணைதல் என்ற பொருள் கொள்ளப்படுகிறது. மற்ற சொற்கள் யாவும் பௌதிகப் பொருள்களாகவே இருப்பதால்,இதையும் அவ்விதமே கொள்ளவேண்டும்—அதாவது உடலுறவின் விளைவாகக் கிடைக்கும் பொருள்—அதாவது, உடலுறவின்போது விளையும் திரவங்கள் என்று கொள்ளல் தகும். இந்த அர்த்தம் சற்றே நீட்சியாக இருந்தாலும் சரியானது. தடுக்கப் பட்ட விருந்தில் உண்ணப்படும் பிற உணவுகளுடன் மைதுனத்தைச் சேர்க்கிறது. மேற்கண்ட ஐந்து மகரங்களை தெற்காசியத் தந்திரத்தின் மிகத்தொடக்க நிலையில் ஆவணப்படுத்தப்பட்ட கட்டத்தில் நிகழ்ந்த சடங்குடன் தொடர்புபடுத்துகிறது. டாக்டர் ஸ்ட்ரேஞ்ச் லவ் (1964இன் ஹாலிவுட் திரைப்) படத்தில் ஸ்டெர்லிங் ஹேடன் விலைமதிப்பற்ற உடல்திரவங்கள் என்று கூறியவை, (பாலியல் அல்லது மாதவிலக்கு திரவங்கள்) “ஆற்றல் பொருள்கள்” என்று விழுங்கப்பட்ட சடங்கினோடு கொண்டு சேர்க்கிறது.[61]

தந்திரங்கள், ஒவ்வொரு உயிருள்ள பிராணியின் உடலும் விந்து, இரத்தம் ஆகியவற்றால் ஆனது என்றும், பாலியல் இன்பத்தில் இச்சை யுள்ள தெய்வங்கள் அவற்றைக் குடிக்கின்றன என்றும் தந்திரங்கள் சொல்கின்றன.[62] இரத்தத்தையும் விந்தையும் ஒருங்கே குடிப்பது தந்திரத்திற்கே இயல்பான அரிய செய்கையாகும். தந்திரங்களின் புராண முன்நூலான தேவி மகாத்மியத்தில், சண்டிகை ரத்தபீஜன் (இரத்தமும் விந்துவும்; ஒவ்வொரு இரத்தத்துளியும் பீஜமாக அல்லது வித்தாக மாறக்கூடியவன்) என்ற அசுரனை எதிர்ப்படுகிறாள். அவனது ஒவ்வொரு துளி இரத்தத்திலிருந்தும் ஒரு புதிய அசுரன் தோன்றுகிறான். அவனைக் கொல்லவேண்டி, சண்டிகை காளியைப் படைக்கிறாள். தன்

வாயை அகலவிரித்து, தொடர்ச்சியாக அவனிடமிருந்து வரும் இரத்தத் துளிகளைக் காளி அருந்துமாறு கட்டளையிடுகிறாள் சண்டிகை. பிறகு அவனைக் கொல்கிறாள்.[63] காளி திறமையாகப் புதிய அசுரர்கள் தோன்றுவதை, அவனது இரத்தபீஜங்களை முன்தடுக்கும் இயல்புடன் விழுங்கித் தடுக்கிறாள்.[64] வேறுசில புராணங்களில், சண்டிகையே பல்வேறு உருவங்கள் கொள்கிறாள். அந்த உருவங்கள் தங்கள் நாக்குகளை நீட்டி அந்த அசுரனின் இரத்தவிந்துத்துளிகள் பூமியில் விழாமல் உட்கொள்கின்றன. நீள்நாக்குக் காளி, தனக்கு எதிரான படைப்பான நீள்நாக்கு அசுரியைப் போல, யாகத்தின் படையலை உட்கொள்ளும் பெண்நாய் போலச் செயல்படுகிறது. இந்த வடிவம், தனது வாயையே பாலியல் உறுப்பாகக் கொண்ட மேலுயர்ந்த அதிகப்படியான பெண்குறிகளின் இடப்பெயர்ச்சி. ஆணை விழுங்கிவிடுகின்ற பாலியல்பு கொண்ட பெண்ணைப் பற்றிய கொடுங்கனவுப் படிமம்.[65]

ஆனால், ரத்தபீஜம் அல்ல, பெண்ணின் இரத்தம்தான் (ஆணின் இரத்தம் என்பதை விட விந்துவோடு சேர்ந்தது) தந்திரங்களில் மையமான இடத்தை வகிக்கிறது. அசுத்தப் படுத்துகின்ற, ஆனால் உயிரை உருவாக்கக்கூடிய தேவியின் மாதவிலக்கு இரத்தமும் தலையறுக்கப்பட்டு அவளுக்குத் தரப்பட்ட பலி விலங்குகளின் இரத்தமும் சேர்ந்து ஒவ்வொரு ஆண்டும் பூமிக்குப் பாய்கிறது.[66] தேவியர் மட்டுமல்ல—யோகினிகளும்கூட பாலியல் திரவங்களை அருந்துவதில் பங்கு கொண்டார்கள். யோகினிகள் என்பவர்கள், மிகக் கவர்ச்சியான அழகுடைய, அச்சமூட்டக்கூடிய, ஆற்றல்மிக்க தேவதைகள். இரத்தத்தையும் விலங்கு பலிகளையும் அளித்தும், ஆண் சாதகர்களுடைய பாலியல் திரவங்களை மாற்றிக்கொள்வதாலும் அருந்துவதாலும் (பிற விலக்கப்பட்ட உணவுகளை உண்பதாலும்) இந்த யோகினிகள் அவ்வப்போது சாந்தப்படுத்தப் பட்டனர். இதற்குக் கைம்மாறாக, யோகினிகள், குறைந்தபட்சம், ஒரு ‘மரபுமீறாத பிராமணச் சாதகன் அடையக்கூடிய எல்லைக்குட்பட்ட பிரக்ஞையின்’ ஆற்றல்மிக்க விரிவை, பறக்கும் ஆற்றல் உட்பட, தங்கள் சாதகர்களுக்கு அளித்தனர்.[67]

தந்திரச் சடங்கின் குறியீட்டுத் தன்மையைத் தூய்மைப்படுத்தல்

தந்திரத்தின் மீறல்வடிவங்களைத் தாங்கிக்கொள்ள முடியாத பனுவல்கள் பல, சடங்குக் குறிப்புகள் அச்சடங்குகளைச் செய்வதற்காக ஏற்பட்டவை அல்ல, அவை குறியீட்டுத் தன்மை கொண்டவை என்று சொல்கின்றன. சான்றாக, ஐந்து மகரங்களின் தூய்மைப்படுத்தப்பட்ட வடிவம், அவற்றிற்குப் புதிய சடங்கு பதிலீடுகளை அளிக்கிறது. இதன்படி மது என்பது தியான அமுதத்தையும், மாமிசம் என்பது பயிற்சியாளனின் நாக்கையும், மச்சம் என்பது அவனது மூச்சுகளையும், முத்திரை என்பது அகத்தறிவையும், மைதுனம் என்பது மிக உச்சமான சாராம்சநிலையையும் குறிக்கின்றன.[68] இந்தக் குறியீட்டு விளக்கத்தை (இன்னும் முற்காலத்தில் மானிட பலியைப் பற்றிக் குறிப்பிடுவதில் நிகழ்ந்தது போல) மெய்யாக நிகழ்ந்ததன் வரலாற்று வளர்ச்சி என்று நோக்கலாம். அல்லது இச்சடங்குகள் எப்போதுமே (இராமாயணத்தில் வரும் அரக்கர்கள் போன்று) குறியீடுகள்தான், மெய்யானவை அல்ல

என்றும் கொள்ளலாம். அல்லது இரண்டுமே எப்போதுமே ஏற்கெனவே தொடக்கத்திலிருந்து இருந்தவை (சிவனின் குறியாகவும் அல்லாமலும் லிங்கவடிவம் இருப்பதைப்போல) இருந்துவருகின்றன என்றும் கருதலாம். தாந்திரிகர்கள் மெய்யாகவே தாந்திரிக உடலுறவில் ஈடுபட்டார்களா என்ற கேள்வியை நாம் சுருக்கி நோக்கி, அதற்கான பதில்களை மூன்று யூகங்களாக முன்வைக்கலாம்.

முதல் யூகம்: அவர்கள் ஈடுபட்டார்கள்.

மாற்றுவடிவம் 1: ஒருகாலத்தில் அவர்கள் ஈடுபட்டார்கள், இப்போது அதைப் பற்றிப் பேசுகிறார்கள்.

மாற்றுவடிவம் 2: முதலில் அவர்கள் அதைப் பற்றிப் பேசினார்கள், பிறகு அவர்கள் ஈடுபட்டார்கள்.

இரண்டாம் யூகம்: எப்போதுமே இதெல்லாம் அவர்கள் மூளைக்குள் தான் இருந்தது.

மூன்றாவது யூகம்: அவர்கள் எப்போதுமே ஈடுபட்டார்கள், அதேசமயம் அதைக் கற்பனையிலும் கண்டார்கள்.

இவற்றை ஒன்றன்பின் ஒன்றாகப் பார்க்கலாம். வரலாற்று வாதம், இந்துக்கள் தங்கள் மரபிலிருந்து வேண்டாதனவற்றைத் தாங்களே அகற்றிவிட்டனர் என்ற குறிப்பினைக் கொள்கிறது. "யாரும் எதையும் விழுங்கவில்லை, நாங்கள் சும்மா தியானம்தான் செய்து கொண்டிருந்தோம்." வரலாற்று வளர்ச்சி வாதம், தந்திரம் ஒரு பிராமணரல்லாத (அல்லது பிராமண எதிர்ப்பு) இயக்கமாகத் தோன்றியது, பிறகு பிராமணர்களும் இல்லறத்தவர்களும் அதை ஏற்றுக் கொண்டனர் என்று சொல்கிறது. ஆனால் இப்போதிருக்கும் பனுவல்கள் தவிர, தந்திரத்தின் மிகமுற்பட்ட வடிவங்கள் பற்றி நமக்கு எதுவும் கிடைப்பதில்லை என்பதால், முதல்முதல் வழிபாட்டாளர்கள் யார், அவர்கள் அப்போது என்ன செய்தார்கள் என்பது பற்றி நம்மால் எதுவும் அறிய முடியாது. ஒருவேளை அவர்கள் முதலில் இரத்தத்தைக் குடித்திருக்கலாம், பிறகு நிறுத்திவிட்டிருக்கலாம். அல்லது இவ்விதம் இல்லாமலும் இருக்கலாம். ஆனால் தங்கள் ஆசிரியர்கள் இரத்தத்தைப் பருகினார்கள், பாலியல் சடங்கில் ஈடுபட்டார்கள் என்று சொல்லுகின்ற தந்திரப் பனுவல்கள் இருக்கவே செய்கின்றன. தாந்திரிகச் சடங்கு பற்றிய பனுவல்கள் சடங்கில் ஈடுபட்டவர்கள் எதைச் செய்தார்களோ அதையே சொல்கின்றன, அவை சொல்வது அவற்றின் மெய்யான அர்த்தம்தான் என்று ஒருவர் வாதிட முடியும்.[69]

பிறகு, இந்துக்கள் பலரும் வெறுமனே சடங்கின் அப்பகுதியைக் கற்பனைசெய்து கொண்டார்கள், மேலும்/அல்லது அது நடக்கவே இல்லை என்று சாதித்தார்கள்; அதேசமயம், அந்தச் சடங்குகளைத் தொடர்ந்து செய்த இந்துக்கள், அவற்றை வேறொரு சங்கேதத்தில் எழுதி அவர்கள் அவற்றைக் குறியீட்டுமுறையில்தான் செய்தார்கள் என்று தோன்றுமாறு இயற்றினார்கள் என்று வரலாற்று வாதம் தொடர்கிறது.[70]

மேட்டுக்குடி பிராமணத் தந்திரப் பயிற்சியாளர்கள் சிலர், மாபெரும் முறையியலாளரும், கல்வியியல் இறையியலாளருமான அபிநவகுப்தர் (975-1025) தலைமையில், சுயத்தின் உயர்சாதி சமூகக் கட்டமைப்புகளுக்குத் தேவையான தூய்மை ஒழுங்குகளை அச்சுறுத்தாத விதமான சடங்கு மற்றும் தியான உத்திமுறைகளால் தூய்மை செய்தார்கள். மயானபூமியின் தந்திரம் தூய்மை செய்யப்பட்டது, முடிவுக்குக் கொண்டு வரப்பட்டது. அதனால் பிராமணர்கள் வீட்டிற்குள் அது நுழைய முடிந்தது. அசுத்தமான தாந்திரிகர்களின் முக்கிய இலட்சியத்தையும் தூய்மையற்ற உணவுகளை உண்பதையும் கொள்கையாளர்கள் கைவிட்டார்கள். முக்கியமற்ற இலட்சியமாகிய பிரக்ஞையை விரிவுபடுத்தல் என்பதை மட்டும் வைத்துக் கொண்டார்கள். இப்போது அது பாலியல் உச்சநிலைக்கு ஒத்த (மெய்யான உச்சநிலை அடைவதைப் பற்றிக் கவலையின்றி) தெய்வீக இன்ப நிலைக்கு மனத்தை உயர்த்துதல் என நோக்கப்பட்டது. இந்தச் சுத்தமாக்கப்பட்ட உயர்ந்த இந்து தந்திரம், ஒருவகையான செய்தலிலிருந்து அறிதலுக்கு மாறுவது, தியானத்திற்குரிய மந்திரங்களை உருவாக்குகின்ற திட்டம் என்ற பழைய மீட்புவாத நிலையாகும்.[71]

இது தாந்திரிகர்களை மிதவாதிகள் தீவிரவாதிகள் என்ற இருவகையாகப் பிரித்தது. மிதவாதிகள், இல்லறச் சமயத்தினர். இவர்கள் சிவனை வழிபட்டார்கள், ஆனால் சடங்குநூல்களை வெறும் குறியீட்டுச் சிந்தனைகள் என்று கருதினார்கள். தீவிரவாதச் சமயிகள், இரத்தம், மது, பாலியல் திரவங்கள், முற்றிலும் உண்மையான தாந்திரிகச் சடங்குகள் வாயிலாக தேவியரை வழிபட்டனர்.[72]

சார்புநோக்கிலான நேரான வரலாற்று முடிவுக்குச் செல்வது சிக்கலானது, அல்லது, பல காரணிகளின் சாயைகளை உடையது. இந்த மாற்ற நிலைமைக்குப் பிறகும் விலக்கப்பட்ட உணவுகள், பாலியல் திரவங்கள் போன்றவற்றிற்கான இரகசிய ஞான ஸ்நானங்களுக்கு இடமிருந்தது. முந்தைய, வடிவச்செம்மையுறாத தந்திர வடிவமும் பூமிக்கடியிலுள்ள நதியைப்போல, புதிய, வேண்டாதவை நீக்கப்பட்ட, ஆதிக்கத் தந்திர வடிவத்திற்குக் கீழ், நீடித்துக்கொண்டுதான் இருந்தது. மற்றொரு வகையான சமரசம், பாலியல் சடங்குகளின்போது பாலியல் திரவங்களை வெளிவிடக்கூடாது என்ற கட்டுப்பாட்டின்கீழ் நிகழ்ந்தது. ஆனால் சில பனுவல்கள் மைதுனத்திற்கு பதிலாக தியானத்தைப் பேசுகின்றன, சில பாலியல் திரவக் கட்டுப்பாடு பற்றிப் பேசுகின்றன, வேறுசில அவற்றை அருந்துவதைப் பற்றிப் பேசுகின்றன.

மூன்றாவது ஒருவகையான சமரசமும் சடங்குகளை நிகழ்த்துவதில் ஏற்பட்டது. முன்பு போல அது மாயமந்திரச் சக்திகளைப் பெறுவது, அல்லது சமுதாயநடத்தையின் மரபான எண்ணங்களை அசுத்தப் பொருள்களை உண்பதனால் ஏற்படும் மாறிய உளவியல் விளைவினை அடைவது என்பதாக இல்லை.[73] இறுதியாக, மேல்எழுதலின் ஓர் ஒழுங்கமைவு சில உயர்வகுப்பைச் சார்ந்த, ஒத்துச்செல்லக்கூடிய இல்லறத்தினருக்கு இருவகையாகவும் வைத்துக் கொள்ளலாம் என அனுமதி கொடுத்தது. அதாவது மரபான வாழ்க்கையை வெளியில் வாழ்ந்துகொண்டே இரகசியமாக தாந்திரிக அடையாளங்களுடன் சோதனை செய்வது

என்ற இருமை வாழ்க்கையை அனுமதித்தது. அதாவது (உதாரணத்திற்குப் பதினெட்டாம் நூற்றாண்டு கிறித்துவப் பணியாளர்களைப் போல) சமுதாயத்தில் தாந்திரிக நடைமுறைகளைக் கண்டு அதிர்ச்சியுற்றது போல (காசாபிளாங்காவில் கிளாட் ரெயின்ஸ் போல)க் காட்டிக் கொள்ளலாம், ஆனால் அதே நடைமுறைகளில் இரகசியமாக ஈடுபடவும் செய்யலாம்.[74] வேண்டாதவற்றை நீக்குதல் என்ற நடைமுறை, தாந்திரிகள் ஒரு தற்செயலான தாறுமாறான நடத்தைக்கும், சடங்கில் மதமரபினாலும் சமூகத்தினாலும் நிறுவப்பட்ட கொள்கைகளுக்கு திட்டவட்டமான முறையில் மாறாக நடப்பதற்கும் இடையில் கோடுகிழித்துக் காட்டி இரண்டையும் தெள்ளத் தெளிவாக்க விரும்பியதன் விளைவாகவும் இருக்கலாம். அதாவது, “பசங்களே, இதை வீட்ல செய்ஞ்சு பாக்காதீங்க” என்ற விஷயம். முதல் மூலமான தாந்திரிகப் பனுவல்கள் பாலியல் சடங்குகளில் பரவசத்தை விடுங்கள், சாதாரண இன்பத்தைக்கூட விளைபொருளாகக் குறிப்பதில்லை. ஆனால் பிற்காலப் பனுவல்கள் ஆனந்தத்தைக் குறிக்கின்றன.[75] தங்கள் சடங்குகளில் பாலியலை அடக்கிச் செயல்படும்போது தீயுடன் விளையாடுவது போன்ற நிலையில் இருக்கிறார்கள் என்பதை தாந்திரிகர் உணர்கிறார்கள் என்பதால் தந்திரங்கள் மெய்யாகவே சில சமயங்களில் பின்னோக்கிச் சாய்ந்து தங்கள் பாலியல் சடங்குகளை இரகசியத்தன்மை, மங்கலமொழியால் மழுப்பிக் கூறுதல், அபாய எச்சரிக்கைகள் ஆகியவற்றால் தடைசெய்வதில் எல்லைமீறிச் செல்கின்றன என்றே தோன்றுகிறது. இதில் தந்திரங்கள், பாலியலின் அபாயங்கள் பற்றிய பொதுவான இந்துக் கலாச்சார விழிப்பு ணர்வினைப் பிறவற்றுடன் பகிர்ந்துகொள்கின்றன. இப்படிப்பட்டதொரு எச்சரிக்கையைக் காமசூத்திரமும் வலியுறுத்துகிறது.

தாந்திரிக விஷயங்களின பௌதிக மெய்ம்மைக்கு இது ஒரு வலுவான ஆதரவுவாதம் ஆகும். அவை வெறும் கற்பனை, உண்மையில் இல்லாதவை என்றால் மக்களை எச்சரிக்க வேண்டிய அவசியம் என்ன இருக்கிறது? காமத்தைப் போலவே மதுவும் அபாயமானதுதான். மகா நிர்வாண தந்திரத்தில் ஐந்து மகரங்களைப் பற்றிய விளக்க உரையில், இந்தத் தடை நடவடிக்கையைச் சொல்லுகிறது: “தெய்வத்திற்கு மதுவைப் படைக்கும்போது கூடவே மாமிசம், மீன், உலர்ந்த தானியம், பழங்கள், மூலங்கள் ஆகியவை மதுவை சுத்திசெய்வதற்கெனப் படைக்கப்படுகின்றன. இந்த சுத்தியின்றி மது அருந்துவது விஷத்தை அருந்துவதற்குச் சமம். இப்படிச் செய்பவன், குறைந்த காலமே வாழ்ந்து, நீண்ட கால நோய்க்கு ஆட்பட்டு விரைவில் இறக்கிறான்.”[76] போதை தரும் தீமைகளில் மதுவும் ஒன்று என்பதை நன்கறிந்திருப்பதால் இந்தப் பிரச்சினைக்கு மறுபடியும் வருகிறது. சடங்கு ரீதியாக மதுவைப் பயன்படுத்தும் (ஒரு தேவியாகவே கற்பனை செய்யப்படுகிறது) முறை வேறு, தன்னிச்சையாக மது அருந்தும் நிலை வேறு என்பதை விரிவாக விளக்குகிறது. சடங்குக்காக அன்றி மது அருந்துவதை அது வெறுக்கிறது.

தகுந்த சடங்குகளோடும், நன்கு கட்டுப்படுத்தப்பட்ட மனத்தோடும் மது அருந்துகின்ற மனிதர்கள் ஏறத்தாழ பூமியில் தேவர்களுக்குச் சமமானவர் ஆகிறார்கள். ஆனால் இந்த மதுதேவியை தக்க சடங்குகள் இன்றி அருந்

தினால், அவள் மனிதனின் முழுமையான அறிவு, வாழ்நாள், கௌரவம், செல்வம் அனைத்தையும் அழித்துவிடுகிறாள். அறிவினால்தான் மனிதர்கள் தர்மார்த்த காமமோட்சம் என்ற நான்கு இலட்சியங்களையும் அடைய முடியும். ஆனால் அதிகம் குடிப்பதனால் களிவெறி கொள்பவரின் அறிவு அழிந்துவிடுகிறது. இப்படிப்பட்டவனுக்குத் தான் என்ன செய்ய வேண்டும், எதைச் செய்யலாகாது என்பவை தெரிவதில்லை. அவன் முன்வைக்கும் ஒவ்வொரு அடியும் தனக்கும் பிறருக்கும் வேண்டாதனவற்றைச் செய்வதில் முடிகிறது. ஆகவே மது அருந்தி நிதானமற்ற பேச்சு, நடை, கைகள் ஆகியவற்றிற்கு ஆட்பட்டு, தன் புத்திக்குக் கட்டுப்படாமல் திரிந்து அலங்கோலமாக்கிக் கொண்டவனை அரசனோ, தாந்திரிக சமயத்தின் தலைவனோ, சித்திரவதை செய்வதோடு அவன் செல்வத்தைக் கையகப் படுத்திக் கொள்ளவும் வேண்டும். குடித்துவிட்டு மானமும் பயமும் இன்றிக் கெட்டமொழி பேசிப் பைத்தியம்போல் நடப்பவனுக்கு மிக அதிக தண்டம் விதிக்க வேண்டும்.[77]

சடங்கினால் தூய்மை செய்யப்பட்ட மதுவையும்கூட அளவுக்குமீறி அருந்துவது அபாயமானது. மதுவின் போதையில் சிக்கியவனின் சமூக அறிகுறிகள்—தனக்கும் பிறருக்கும் வேண்டாதனவற்றைச் செய்தல்— என்பது இதேபோல சூதாட்டத்தின் போதையில் சிக்கியவனைப் பற்றிய ரிக் வேதத்தின் அறிவுநிரம்பிய வருணனையிலும் காணப்படுகிறது.

இடங்கைத் தாந்திரிகர்கள் இம்மாதிரிச் சடங்குகளை மெய்யாகவே செய்தார்கள் என்பதற்கு ஆதரவான மற்றொரு வாதம், இவை தெளிவாகவே இன்றுவரை கையாளப்பட்டு வருகின்றன—குறிப்பாக வங்காளி பௌலர்கள் இடையிலும், மேற்கத்திய இந்தியாவின் நிஜார்பந்த்துகள் (இந்துக்கள்போல நடக்கின்ற இஸ்மாயிலிகள்) இடையிலும் காணப்படுகின்றன. இன்றுள்ள யோகினிகளில் இடைவிடாத குரு-சிஷ்ய மரபு வந்து முடிகிறது. இவர்கள் பெரும்பாலும் வயதான, ஏழை, விதவை, சமூகத்தில் விளிம்புநிலைக்குத் தள்ளப்பட்ட, பெண்களுடன் வசிக்கிறார்கள். இப் பெண்கள், ஒரு துர்மரணமோ, வேறு ஏதேனும் அழிவுகளோ அந்த கிராமத்து மக்களிடையே நிகழும்போது சூனியக்காரிகளாகவும் நினைக்கப்படுகிறார்கள்.[78] அதேசமயம் வேண்டாதனவற்றை நீக்குவதும் தொடர்கிறது. நவீன கொல்கத்தாவில், காளி கோயிலின் பூசாரி கள், காளியின் தாந்திரிகப் பின்னணியின் எச்சங்களை நீக்குவதன் வாயிலாக அவளை வைஷ்ணவப் படுத்தும் முயற்சியில் சிலசமயம் ஈடுபடுகின்றனர்.[79]

போகும் போக்கில், முதல் வாதத்தின் ஒரு மாற்றுவடிவம், தாந்திரிக அடிப்படையில், அதைத் தலைகீழாக்குகிறது என்பதையும் நாம் கவனிக்க வேண்டும். இடங்கைத் தந்திரம் முதலில் ஒரு மனப்பயிற்சியாகவே இருந்தது, பிறகு எவரோ அதை மெய்யெனவே நம்பிவிட்டார்கள் என்று வரலாற்றைத் தலைகீழாக்குகிறது. (முதலில் அவர்கள் அதைப் பற்றிப் பேசினார்கள், பிறகு அதைச் செய்தார்கள்). இதுவும் தந்திரத்தின் இரண்டு தளங்களுக்குக் காரணமாகிறது. தர்க்கரீதியாகச் சாத்தியம் என்று வைத்துக் கொண்டாலும், அதற்கு வரலாற்று ஆதரவு இல்லையென்றே சொல்லலாம்.

தந்திரம், ஆதிக்கக் கலாச்சாரத்திற்கு ஒரு தொன்மமாக மாறிப்போன சடங்கு (அல்லது சடங்காக மாறிப்போன தொன்மம்) என்ற வரலாற்று வாதத்திற்கு இது போதும்.

இரண்டாவது வாதம்—இடங்கைத் தாந்திரிகச் சடங்கு என்பது எப்போதுமே ஒரு கட்டுக்கதைதான் (அல்லது எல்லாமே அவர்கள் மூளைக்குள்தான் இருக்கிறது) என்பது. இந்த நோக்குடையவர்கள், வரலாற்றுக் கருதுகோளுடன் சேர்ந்து, இவர்கள் வேண்டாதனவற்றை அகற்றுபவர்கள் என்கிறார்கள். தந்திரம் என்பது ஒருபோதும் மெய்யாக இருந்ததில்லை, இடங்கைத் தந்திரச் சடங்குகள் ஒருபோதும் நிகழ்த்தப் பட்டதில்லை, தொடக்கத்திலிருந்தே அவை குறியீட்டுத்தன்மை கொண் டவை என்கிறார்கள். இவர்கள்தான் இன்றிருக்கும் பெரும்பான்மையான கல்வியறிவுள்ள இந்துக்கள். மாயை என்ற தத்துவக் கருத்தின் அணுகு முறையை ஏற்று (இதுவும், தந்திரத்தைப் போல, பதினோறாம் நூற்றாண்டுக் காஷ்மீரில் உருவானதுதான்) தாந்திரிகச் சடங்குகள் யாவுமே எக்காலத்திலும் மெய்யாக இல்லாத சடங்குகளின் மனப்படிமங்கள், மாயைகள் என்கிறார்கள். மனிதனை மனிதன் உண்பது சிலசமயங்களில் கருதப்பட்டதைப் போல, தாந்திரிகப் பாலுறவு தொன்மமே அன்றி ஒருபோதும் சடங்காக இருந்ததில்லை. சில பேர் பிறர் இவ்வாறு எதையோ செய்கிறார்கள் என்று நினைத்தது இது. ஆனால் உண்மையில் எதையும் எவரும் செய்ததே இல்லை. இதற்கு அர்த்தம், தொடக்க காலத் தாந்திரிகப் பனுவல்களை இயற்றியவர்களும் தாங்கள் பிறர் செய்வதாகச் சொன்னவற்றைத் தாங்கள் செய்வதாக நம்பினார்கள் என்பதே. மக்கள் சொர்க்கத்திற்கே சென்று, கடவுளர்களுடன் உரையாடி வந்ததாக நம்பும்போது, ஒருவன் தன் சகோதரியின் மாதவிலக்கு இரத்தத்தைப் பருகியதாகக் கற்பனை செய்யமுடியாதா என்ன?

ஆனால் தொடக்கத்திலிருந்தே தொன்மங்கள், சடங்குகள் ஆகிய வற்றின் இரண்டு தளங்கள் இருந்தன என்பது சாத்தியம். தொடக்க கால உபநிடதங்களிலும் இவ்வாறுதான் இருந்தன. ஆக இது மூன்றாவது வாதம்: சிலபேர் யாகங்களைப் பற்றி தியானம் செய்வார்கள், யாகம் செய்வார்கள். (அல்லது அவர்கள் எப்போதுமே அதைச் செய்தார்கள், அதேசமயத்தில் அதைக் கற்பனையும் செய்துகொண்டார்கள்.) இதனால், பிற சிலர் வெறுமனே சிந்திப்பார்கள், சிலர் சிந்தனையின்றி, சடங்கை மட்டும் செய்வார்கள் என்றாகிறது. இந்த நோக்கில், தந்திரத்தின் இரு பாதைகள், தியானமும் செயலும், ஞானமும், கர்மமும், உபநிடதத்தின் இரு பாதைகள் போலப், பக்கம் பக்கமாக வாழ்ந்தன, சிலசமயங்களில் தனித்த ஒரே வழிபடுநபரிடமும் காணப்பட்டன. பறையர்கள், தேவியர் கள், அசுரர்கள் பற்றிய கதைகள், ஒரே சமயத்தில் நிஜமான பறையர்கள், பெண்கள், பழங்குடி இனத்தவர் மீது மெய்யான மனப்பாங்கையும், கற்பனையான தேவியர், அசுரர்கள், பறையர்கள்மீது குறியீட்டு மனப்பாங் கையும் கொண்டிருந்தன என்று நான் வாதிட்டிருக்கிறேன். இதுபோலவே தாந்திரிகச்சடங்குகளும்ஒரே சமயத்தில்மெய்யானவையாகவும்குறியீட்டுத் தன்மை கொண்டவையாகவும் இருக்கலாம். தாந்திரிக விளக்கமுறையில் ஆட்சிசெலுத்தும் போக்கு, நீண்ட காலமாகவே உருவகப்பாங்காகவும்,

மீமெய்ம்மையியல் போக்காகவும் இருக்கின்றது என்பதை மிகச் சிலரே மறுக்கக்கூடும். ஆனால், தூய்மைப்படாக் குழுவினரும் தங்கள் பனுவல் களுக்கு உருவகப் பாங்காக விளக்கமளிக்கவில்லை என்று நாம் எப்படி அறிவது?

மகாநிர்வாண தந்திரம் மூன்று தர மனிதர்களைப் பிரிக்கிறது. விலங்குகளைப் போன்ற மனிதர்கள். இவர்கள் மரபான வழிபடுமுறையை (சிலைகளை வழிபடுவது போல) மட்டுமே பயன்படுத்துவார்கள். (இது உபநிடதங்களில் கூறப்படும் மூன்றாவது குழுவை ஒருவேளை ஒத்திருக்கும். இரண்டு பாதைகளுக்கும் கீழாக.) இரண்டாவது தைரியமுள்ள மனிதர்கள், இவர்கள் தாந்திரிகச் சடங்குகளைப் பின்பற்றுபவர்கள். (மறுபிறப்பின் பாதை). மூன்றாவது, கடவுள் போன்ற மனிதர்கள். இவர்கள் தாந்திரிகச் சடங்கினைக் கடந்து, உட்செரித்துவிட்டதால், தாந்திரிக தியானத்தைப் பின்பற்றுபவர்கள் (முக்தியின் பாதை).[80] ஆனால், "கற்பனை வடிவங் களால் யாது பயன்?" என்ற பகுதியில் கண்டது போல, இந்தப் பனுவல், சடங்குகளை நிகழ்த்தாமலே, அவற்றின் மனப்படிமங்களில் திருப்தி அடைபவர்களை கேலிசெய்வதுபோலத் தோன்றுகிறது. ஆனால் ஒரு சடங்கினைப் பலமுறை செய்து, அதை உட்செரித்துக் கொண்டு, மிக உயர்ந்த நிலைப் புரிந்துகொள்ளலை வழிபடுபவர்கள் அடைந்த பிறகுதான் சடங்கினைச் செய்வதைவிட அதைப் பற்றிச் சிந்திப்பது நல்லது என்று இது சொல்கிறது.

ஓர் உபநிடதப் பகுதியை (பிஉ 6.4) இதற்கு நெருக்கமான இணையாகக் காணலாம். அதில் மனைவியுடன் பாலியல் தழுவலில் ஈடுபட்டிருக்கும் வழிபடுவோன், தன் செய்கையின் ஒவ்வொரு பகுதியையும் தீயில் இடும் வேத நிவேதனத்தின் ஒரு பகுதியாகக் கருதுகிறான். ஆக, யாகத்தீயில் பொருள்களை இடும் ஒருவனும் தன் ஒவ்வொரு செயலையும் பாலியல் செய்கையின் பகுதியாகக் கருதலாம். தந்திரம் இந்த உருவகத்தை வலிவிழக்கச் செய்து, நெருப்பில் யாகப்பொருளை நிவேதனம் செய்வதைப் போல ஒரு துணைவியுடன் உடலுறவுச் செய்கையில் ஈடுபடுவதே ஒரு சடங்கு என்கிறது. ஆகவே, உபநிடதக் காமத்தின் பாதையை பிராமணர்கள் தூய்மைப்படுத்தினார்கள் என்றால், தந்திரம் அதையே விடுதலைக்கான ஒரு பாதையாக மாற்றுகிறது. நிஜமாக ஈடுபடும் செய்கைக்கும், அச்செய்கையின் கற்பனைக்கும் இடைநின்றிணைக்கும் பாலமாக அதன் முத்திரைகள் அமையக்கூடும். பாலியல் செய்கையை நோக்கிய முத்திரைகளில் அவர்கள் ஈடுபடுகிறார்கள். சடங்குக் குறியீட்டுத் தன்மையின் பலதளங்களை இவ்விதம் புரிந்துகொள்ளுதல், காலமுறைப்படியான கருதுகோளை இடப்பெயர்ச்சி செய்வதற்கு பதிலாக அதை நிறைவுசெய்ய உதவுகிறது. ஏனெனில், இரண்டு தளங்களுமே தொடக்கத்திலிருந்து இருந்து வந்திருக்கலாம். நூற்றாண்டுகளின் ஊடாக வரலாற்றுக் காரணிகள் தூய குறியீட்டு மற்றும் தொன்மத் தளத்திற்குக் காரணமாக அமைந்திருக்கலாம்; அது தன் அந்தஸ்தையும் ஆதிக்கத்தையும் இழந்து தூய்மைப்படுத்தாத சடங்கு தனக்கு இணையாக முக்கியத்துவத்தில் உயர உதவியிருக்கலாம்.

இந்திய இலக்கியக் கொள்கையும் காமக்கொள்கையும் சிலேடைப்

பொருள்களுக்கு முக்கியத்துவம் அளிக்கின்றன. எனவே மொழியில் தழுவல் என்ற சொல்லும் இருவித அர்த்தங்களுக்கு ஒரேசமயத்தில் இடமளிக்கிறது. அதனால் தாந்திரிகர்களும் இப்படிப்பட்ட இரட்டை அர்த்தக் குறியீட்டுத் தன்மையில் ஈடுபட்டார்கள் என்று கொள்வது புத்திசாலித்தனமானது. அர்த்தங்கள், இரண்டும்/மற்றும் அல்லது எதுவும் இல்லை என இரண்டுமாக இருக்கும். நேரடிப் பொருளும், உருவகப் பொருளும் ஒரே சமயத்தில் இருக்கும், இரண்டுமே இல்லாமலும் இருக்கும். குறிகள் அர்த்தங்களின் தொகுதியைச் சுட்டுகின்றன. மாசு பாட்டின் பொருத்தமின்மை, அல்லது இருமையின்மையின் பொருத்தம் என்பதற்கான குறிப்பான்கள் (இந்த விஷயத்தில் ஐந்து மகரங்கள்) தன்னிச்சையானவை.

இந்திய இலக்கியக் கொள்கையும் காமக் கொள்கையும் இரட்டை அர்த்தங்களுக்குத் தரும் கவனத்தை நோக்கும்போது, அதாவது வெவ்வேறு இரு பொருள்களைத் தரும் மொழித் தழுவலை நோக்கும்போது, தாந்திரிகர்களும் தளத்தைப் பிளவுபடுத்தும் குறியீட்டுத் தன்மையில் ஈடுபட்டிருக்கலாம் என்று ஏற்பது புத்திசாலித்தனமாகும். இதில் பொருள்கள் இரண்டையும் குறிக்கும், அல்லது ஒன்றையுமே குறிக்காது. நேரடிப் பொருள், உருவகப் பொருள் இரண்டும் இருக்கும், அல்லது எதுவுமில்லை. குறிகள் பலபொருள் கொண்ட தொகுதியைக் குறிப்பவை. மாசுபடுதலின் பொருத்தமின்மை அல்லது இருமையின்மையின் பொருத்தம் — இதற்கான குறிப்பான்கள் (இந்த விஷயத்தில் ஐந்து மகரங்கள்) நிலையானவை அல்ல. இந்த மரபுக்குமாறான செய்கைகள் கற்பனையா அல்லது உண்மையாக நிகழ்ந்தனவா என்பது முக்கியமல்ல, இந்த விவாதம் நிகழ்ந்த உயர்ந்த சொல்லாடல் தளம், தாந்திரிகர்களுக்கு மட்டுமல்ல, முதன்மையான இந்திய மதத்திற்கும் மைய அக்கறைக்கான களமாக இருந்தது என்பதுதான் முக்கியம்.[81]

தொடக்ககால தாந்திரிகர்கள் மெய்யாகவே தாங்கள் கூறுகின்ற மீறல்செய்கைகள் எதையும் ஒருபோதும் செய்யவில்லை என்று சிலபேர் வாதிப்பதனாலும் (முதல் விவாதம்), கண்டிப்பாக அவர்கள் எப்போதும் செய்தார்கள் என்று வாதிக்க அதனால் சிலர் தூண்டப்படுகிறார்கள் (முதல் விவாதம்). ஆனால் பெரும்பாலான மதப் பனுவல்களைப்போல இந்தப் பனுவல்களும் ஈரடியானவை. அவர்கள் செய்தார்கள் என்றோ, செய்யவேயில்லை என்றோ சொல்லுமாறு அவற்றை வாசிக்க இயலும். ஆக இறுதியாக, தந்திரம் என்பது சில பேருக்கு ஒரு சடங்கு, சிலருக்கு வெறும் கட்டுக்கதை. அல்லது சிலபேருக்கு ஒரு காமச் சடங்கு, பிறருக்கு ஒரு தியானச் சடங்கு. சிலருக்கு இரண்டுமே. கற்பனை செய்கையை இயலாமல் ஆக்குவதில்லை என்பது மட்டுமல்ல, செய்கையும் கற்பனையை இயலாமல் ஆக்குவதில்லை. இரண்டும் ஒருங்கே நிகழக்கூடியவை. இரண்டையுமே ஒன்றாக நிகழச்செய்வதில் தாந்திரிகர்கள் நிச்சயமாகவே வல்லவர்கள்தான்.

பெண்களுக்கு இதில் என்ன இருக்கிறது?[82]

தாந்திரிகத்திற்குக் காமம் மிக அபாயமானதும் மையமானதும்

வெண்டி டோனிகர் | 517

ஆகும். (வாமம் என்ற சொல்லுக்கு இடக்கை என்றும், பெண் என்றும் பொருள். ஆகவே பலசமயங்களில் சொல்லப்படுவதுபோல, தந்திரத்தை வாமப்பாதை என்று சொல்வது, ஒரே சமயத்தில் அதைப் பெண்மைப்படுத்துவதும், இழிவுபடுத்துவதுமாகும்). தாந்திரிகப் பாலியல் சடங்குகளும், தாந்திரிகப் பெண்களும் மிக எச்சரிக்கையாகக் கட்டுப்படுத்தப்படுகின்றனர். தாந்திரிகச் சடங்குகள் பலவற்றில் பெண்கள் பாலியல் துணைவர்களாகவும், அதே சமயத்தில் தேவிக்கு (கடவுளுக்கு) பக்தர்களை நெறிப்படுத்துபவர்களாகவும் — அதனால் வழிபாட்டுக்குரிய பொருள்களாகவும் உள்ளனர். விதவைகள் உடன்கட்டை ஏறுவது பற்றிய பாணருடைய அறிவார்ந்த மனப்பாங்கினைப்போலத் தாந்திரிகச் சடங்குகளில் பெண்களின் மையநிலைமை, இந்தக் காலப்பகுதியில் பெண்கள்மீதான பொதுவான மனப்பாங்குகள்மீது ஒரு நேர்முகச் செல்வாக்கினை ஏற்படுத்தியிருக்கலாம். அதிகமாக சக்தியையும் தேவியரையும் பற்றியும் பேசப்பட்டது. மகாபாரதமோ, இராமாயணமோ, பிற புராணங்களோ, இரண்டு ஆடவர்களுக்கிடையிலான (இவர்களில் ஒருவன் தொழில் தேர்ச்சியுடைய சூதன்) உரையாடல்களாக வரையப் பட்டது போல, பெரும்பாலான சைவ தந்திரங்கள் (வைணவ தந்திரங்களில் சிலவும்கூட) சிவனுக்கும் பார்வதிக்கும் இடையிலான உரையாடலாக வரையப்பெற்றுள்ளன. ஆனால், இதனால் தந்திரங் கள் பயனடைந்ததுபோல, சம்பந்தப்பட்ட பெண்கள் பயனடைந்தனரா என்பது தெளிவாகத் தெரியவில்லை.

தாந்திரிகத்தின் முக்கியச் சடங்கில், தாந்திரிக ஆண் சிவனை அழைக்க, சிவன் அவனுக்குள் வருகிறான். அவனுடைய துணைவி, சிவனுடைய சக்தியை அழைக்க, அவளும் இவளுக்குள் புகுகிறாள். தாந்திரிகனுடைய உடல் இவ்விதமாகக் கடவுளின் மூர்த்தி (வடிவம்) ஆகிறது. அவன் தன் துணைவியுடன் சேரும்போது, அவளுக்குள் (அல்லது அவளுடைய பாலியல் திரவங்களுக்குள்) இருக்கும் சக்தி இவனுடைய விந்து வுடன் சேர்கிறது. அது அவனுடைய தண்டுவடத்தின் சக்கரங்களின் வழியாக ஏறுகிறது. இறுதியாக அவனது தலையுச்சியை அடைந்து ஓர் அனுபவத்தை — ஆனந்தத்தை, முழுமையான ஞானத்தை, அல்லது முக்தியை அளிக்கிறது. இந்தச் சடங்கில் ஏறுகின்ற சக்தியின் பெயர் குண்டலினி (சுருண்ட ஒன்று). இது உடலின் திரவங்களில் இருவிதப் பாதைகளில் செல்கிறது. இவை இரண்டு பாம்புகளாகக் (ஆண் - பெண்) கற்பனை செய்யப்படுகின்றன. இவை தண்டுவடத்தைச் சுற்றியுள்ளன. மருத்துவச் சின்னமாக இருக்கும் மெர்க்குரியின் கைத்தடியைப்போல, இதுவும் முழுமையான ஆரோக்கியம் பெற்ற உடலைக் குறிக்கிறது. யோகம் ஏற்கெனவே குண்டலினியை எழுப்புகின்ற வழிகளை நிறுவியுள்ளது. அதன் மூலமாக ஆரோக்கியத்தைக் காக்கவும், சில சமயங்களில் இறவாமை அடையவும் வழிவகுத்துள்ளது. தந்திரம், சடங்குப் பாலியல் உறவின் வாயிலாகக் குண்டலினியை எழுப்பும் கருத்தைச் சேர்த்துள்ளது. குண்டலினி யோகத்தின் நாத வடிவங்களில், குதிரைமுகாக்கினி, தண்டுவடத்தின் அடிப்பகுதியில் இருக்கும் தீயாக உருவகிக்கப்படுகிறது. அது குண்டலினிப் பாம்புடன் ஓர்வடிவமாக்கப்படுகிறது. (இந்தியாவில் குதிரைகள் பலசமயங்களில் பாம்புடன் தொடர்புகொண்டவை). இந்தச்

சடங்கில் விந்துவின் முக்கியத்தன்மை, இது ஆண்களுக்காக ஏற்பட்டது என்பதைக் காட்டுகிறது. ஆனால் சில இந்தியப் பனுவல்கள், மருத்துவப் பனுவல்கள் உட்பட, பெண்களுக்கும் ஆண்களைப் போல விந்து உண்டு என்றும், அவர்கள் அதை மேல் எழுப்ப முடியும் என்றும் சொல்கின்றன. சில பனுவல்கள், ஓர் ஊற்றுப்பேனா உத்தியின் வாயிலாக, தாந்திரிக ஆண் பெண்ணின் திரவத்தை தனது குறியின்மூலமாகத் தன் தண்டுவடத்தில் மேலேற்றமுடியும் என்று சில பனுவல்கள் கருதுகின்றன.[84]

பெண்கள் எவ்வளவு வியப்புக்குரியவர்கள் என்பது பற்றித் தாந்திரிகப் பேச்சு பலமாக இருக்கிறது. "பெண்கள் தேவியர்கள், அவர்களே வாழ்க்கை; பெண்கள் மெய்யான அணிகலன்கள். எப்போதும் ஒருவன் பெண்ணை, அது தன் மனைவியாக இருந்தாலும் பிறன் மனைவியாக இருந்தாலும், துணையாகப் பெற்றிருக்க வேண்டும். நான் உனக்குச் சொன்னது எல்லாத் தந்திரங்களின் இரகசியமும் ஆகும்."[85] ஆனால் இந்த வார்த்தையின் எவ்வித அர்த்தத்திலும், மெய்யான தாந்திரிகப் பெண்கள் சம துணைவர்களாக இருந்ததற்கு; இதில் பெண்களுக்கு என்ன இருக்கிறது என்பதற்கு எவ்வித ஆதாரமும் இல்லை. (ஒருகாலத்தில், "எந்தத் தாந்திரிகனிடமும் கேட்கக்கூடிய, திகைப்புறச் செய்யக்கூடிய கேள்வி" என்று சொல்லப்பட்டது இது.[86]) விடை, அவ்வளவாக ஒன்றுமில்லை என்பதாகவே இருக்கும்.[87] தாந்திரிகச் சடங்கு அறுதியிட்ட பாலியல் பாத்திரங்களைக் கட்டமைத்தாலும், அந்தப் பாத்திரங்கள் தலைகீழ் ஆவதற்கும் அது வாய்ப்பளிக்கிறது.[88] சில பெண்கள் ஒருவித சுயாட்சியை, குடும்பத்திலிருந்து விடுதலையைத் தாந்திரிகச் சமுதாயத்தில் உணர்கிறார்கள். ஆனால், சடங்குகளின் மிகப் பெரும்பான்மைப் பகுதி, லிங்கங்களை உடையவர்களுக்கு ஆதாயம் தரும் வகையில் அமைந்துள் ளனவே அன்றி யோனியை உடையவர்களுக்கு அல்ல.

தாந்திரிகர்கள் பலரும் தாங்கள் பிறருக்கு எவ்விதம் தோன்றுகிறோம் என்பது பற்றி அக்கறையற்றவர்களாக இருந்தாலும்,[89] தங்களின் சொந்த மாற்ற விளைவுகளை அன்றி, அவர்களின் பெரும்பான்மையர், பரந்த தெற்காசியச் சமூகத்தின் மரபான உணர்வுகளை அதிர்ச்சிக்குள்ளாக்குவது பற்றி அக்கறை காட்டாதவர்களாக இருப்பினும்,[90] சிலர், தங்களைக் கண்டித்த பூர்ஷ்வாக்களுடன் மோதலில் ஈடுபட்டதாகத் தெரிகிறது. இந்த இயல் தொடங்கும் பகுதியில் இவ்வித மனப்பாங்கைக் காணலாம். "கற்பனை வடிவங்களால் யாது பயன்?" இது மரபான மதத்தை—நோன்பிருப்பதை, படிமங்களை வழிபடுவதை கேலிசெய்கிறது. (இவ்விதத் தாந்திரிகர்களில் மிகத் தீவிரமானவர்கள் அகோரிகள். அவர்கள் தங்களைப் பண்படுத்திக்கொள்ள எதையும் செய்வார்கள், உண்பார்கள்; பிறகு மரபான இன்பம் -வலி என்ற கருத்துகளுக்குத் தங்கள் அலட்சியத் தையும் காட்டுவார்கள்.) நாம் ஏற்கெனவே பார்த்தவாறு, காமசூத்திரம் போன்ற பனுவல்கள் உடலுறவையும் மாமிசம் உண்பதையும் முழுமையாக இயல்பானவை என்றே சொல்லுகின்றன. எனவே அவர்களைக் கடவுள் போலாக்க ஒருவன் வழிக்குப் புறம்பாகவும் செல்லவேண்டும். சில தாந்திரிகர்களுக்கு, பாலியல் சடங்கு என்பது மனைவியுடன் மட்டுமல்ல, ஒருவனின் சகோதரி, மற்றும்/அல்லது ஒரு கீழ்ச்சாதிப் பெண்ணுடனும்

நடைபெறலாம்.

மகாநிர்வாண தந்திரம், பாலியல் சடங்கிற்கு உகந்தவள் சொந்த மனைவியே (ஸ்வகீய) என்கிறது. தடைசெய்யப்பட்ட இரு பெண்கள் உண்டு. அடுத்தவனின் மனைவி; முழுக்குழுவினரும் பயன்படுத்தும் பொதுவான பெண் (சாதாரணா). பிற தாந்திரிகப் பனுவல்கள், சொந்த மனைவியையும் பிறன் மனைவியையும் பாலியல் துணைவிகளாக அனுமதிப்பதால் அவற்றிலிருந்து தன்னை மகாநிர்வாண தந்திரத்தின் ஆசிரியர் வேறுபடுத்திக் கொள்வதில் சிரமம் எடுத்துக் கொள்கிறார். (இந்தப் பனுவல்கள்மீது அவருடைய சுவையின்மைக்குக் காரணம் தூய்மைப்படுத்தும் விளைவாக இருக்கலாம்.) தனது சொந்த மனைவியைத் தாந்திரிகச் சடங்கிற்கு உட்படுத்தல், அவளது பூவைப் பயன்படுத்துவதை உள்ளடக்கியுள்ளது. (பூ என்பது அவளுடைய மாதவிலக்கு இரத்தத்தைக் குறிக்கும் மங்கலச்சொல்.) சடங்கு நிகழ்ச்சியில் இருக்கும் பிற பெண்கள் சக்தி எனப்படுகின்றனர். இச்சடங்கில் பங்கேற்கும் பிற ஆடவர்களின் துணைவியர்களாக அவர்கள் இருக்கலாம்.

சாதி மாறாட்டங்கள் (தலைகீழாக்கங்கள்)

தந்திரம், பக்தி இயக்கங்கள் பலவற்றுக்கும் உள்ள சாதிவெறுப்புடன், துறவியக்கங்கள் பலவற்றிற்கும் உள்ள சாதி அலட்சியத்தையும் சேர்த்துக் கொண்டிருக்கிறது.

பதினோறாம் நூற்றாண்டு முதல் சில நூற்றாண்டுகளுக்குத் தந்திரங்கள் சமஸ்கிருதத்தில் கிடைப்பனவாக இருந்தன. பிராமணச் சூழல்களுக்குள்.[91] குறிப்பாகக் காஷ்மீரில், காஷ்மீர அவை வட்டாரங்களுக்குள் தந்திரம் கசிந்துசென்றது.[92] இதற்கு ஒரு பகுதிக் காரணம் அபிநவகுப்தரின் எழுத்துகள். ஆனால் இதனால் பிராமணர்களுக்குத் தாந்திரிக நெறியினர் கிடைக்காமல் போகவில்லை. கோயில்களில் குழு வழிபாடு சமஸ்கிருதம் படிக்காதவர்களுக்கு அந்தப் பனுவல்கள் கிடைக்க வழிசெய்தன. இதுவே தாந்திரிக வட்டங்களுக்கும் பொருத்தமாக இருக்கும். தந்திரநெறியில் பெண்களின் நிலை ஐயத்துக்குரியதாக இருந்தது. அதற்கு மாறாக, பக்தி இயக்கங்களுக்கும் மேலாக, தந்திரநெறி கீழ்ச்சாதியினரைத் தொடக்க முதலே ஈடுபடுத்தியிருந்தது. தாந்திரிகர்கள் அசுத்தத்தைச் சேர்த்துக் கொண்டனர். பிச்சைப் பாத்திரங்களாக மண்டையோடுகளைப் பயன் படுத்தினர். அசைவ உணவை உண்டனர். மது அருந்தினர். தங்கள் ஒழுங் குகளுக்குள் மயானத் துறவிகளைச் சேர்த்துக் கொண்டனர். (இவர்கள் உறுதியாக பிராமணர்கள் அல்ல, ஆனால் யாவருமே கீழ்ச்சாதியினரும் அல்ல.[93]) தாந்திரிகம் புராண இந்து வடிவங்களைத் தலைகீழாக்குகிறது. தாந்திரிகத்தில் பிராமணர்களின் அதிகாரம், அசுத்தம் பற்றிய பல சடங்குகளும் தொன்மங்களும் நேராகவும், குறியீட்டு முறையிலும் தலை கீழாக்கப்பட்டன.

தந்திரங்கள் சில ஆண் பெண் என்ற இரண்டு சாதிகளே உள்ளன என்று வாதிடுகின்றன. தாந்திரிகச் சாயை கொண்ட ஒரு புராணம், பிரபஞ்சத்திலுள்ள எல்லா உயிர்களும் சிவனையும் பார்வதியையும்

வழிபடுபவர்கள் என்று வாதிடுகிறது. ஏனெனில் ஆண்கள் எல்லாருக்கும் சிவனின் அடையாளம், குறி இருக்கிறது. அவன் சேர்கின்ற பார்வதிக்கு, யோனி இருக்கிறது, அதுவே எல்லாப் பெண்களுக்கும் உள்ளது.[94] இந்த நோக்கில், நமது ஆன்மாக்கள் எவ்விதம் நமக்குள் பிரம்மத்தைப் பிரதிபலிக்கின்றனவோ, அதுபோலவே, தெய்வீகத்தின் குறியியல் படிமங்கள்தான் நமது பாலியல் உறுப்புகளும். அவற்றுடன்தான் நாம் பிறக்கிறோம், சிலர் அறுகோண முக்கோணத்தைச் சுமந்து செல்வதுபோலவும், அல்லது தாந்திரிகத்திற்கு அருகிலுள்ள விஷயமாக, சூலத்தைச் சுமந்துசெல்வது போலவும், நாம் எப்போதும் சுமந்துசெல்கிறோம்.

தாந்திரிகர்கள் சிலர் தங்கள் குழுவை ஒரே பெரிய மகிழ்ச்சியான குடும்பமாக, ஒரு குலமாகச் சொல்கின்றனர். ஒரே குலத்தைச் சேர்ந்தவர்கள் கௌலர்கள். பறையர்களைத் தங்கள் குலமாகச் சேர்த்துப் பெருமை கொள்ளும் மகாநிர்வாண தந்திரம் இந்தச் சொல்லைப் பயன்படுத்துகிறது. வழக்கம்போலவே, சிவன் பார்வதிக்குச் சொல்கிறான்:

சாதியின் பொருத்தமின்மை

எல்லாப் பிராணிகளின் அடிச்சுவடுகளும் யானையின் அடிச்சுவட்டுக்குள் அடங்கி விடுகின்றன. அதுபோலவே எல்லா தர்மங்களும் குலதர்மத்தில் அடங்குகின்றன. கௌலர்கள் எவ்வளவு பெருமைக்குரியவர்கள்! தாங்களே புனிதயாத்திரைக்கான தலங்களாக அவர்கள் இருக்கிறார்கள். தங்கள் தொடுதலினாலே அந்நியர்களை — பறையர்களையும் இழிந்தவர்களையும் தூய்மைப்படுத்துகிறார்கள். கங்கையில் விழும் எல்லா நீரும் கங்கையாவது போலவே, குலநடத்தைமுறையில் சேரும் யாவரும் கௌலர்களாகிறார்கள். கடலில் சேரும் எந்த நீரும் அதிலிருந்து பிரியமுடியாதது போலவே, குலம் ஆகிய நீரில் சேரும் யாவரும் (அதன் மற்ற உறுப்பினர்களிலிருந்து) பிரிவதேயில்லை. பூமியின்மீதுள்ள எல்லா இருகால் உயிர்களும் — பிராமணர்கள் முதலாகப் பறையர்கள் வரை— குல நடத்தைமுறையில் எல்லாருமே வல்லுநர்கள் ஆகின்றனர். குலத்தின் எந்த மனிதனும் யாரையேனும் (பறையர்களை, அல்லது அந்நியர்களான யவனர்களை, அல்லது பெண்களை) குலத்திற்குள் அனுமதிக்க மறுத்தால், அவன் உண்மையிலேயே இழிந்தவனாக இருப்பதனால், மிக இழிவான நிலைக்குச் செல்கிறான்.[95]

ஒருபுறம், இந்தப் பனுவல் பறையர்களையும் மிலேச்சர்களையும் அசுத்தமானவர்கள் என்று சொல்கிறது, தாந்திரிகர்கள் அவர்களைத் தொட்டாலே அவர்கள் தூய்மை அடைவார்கள் என்கிறது. அதேபோலப் பெண்களைப் பலரும் மரியாதையுடன் நடத்துவதில்லை. அவர்களைத் தந்திர வட்டத்திற்குள் சேர்த்தால் மரியாதையுடன் நடத்த வேண்டும் என்கிறது. முதன்மையான அக்கறை, பறையர்களை மேம்படுத்துவதல்ல, தந்திரங்களின் ஆற்றலைப் பாராட்டுவதாகிறது. “பறையர்களையே அவர்களால் காப்பாற்ற முடியுமென்றால், பிராமணர்களை அவர்கள் என்னதான் செய்ய இயலாது, யோசித்துப் பாருங்கள்!” ஆகவே சாதிக்கான சண்டையில் எதிரெதிராக இருக்கும் இரு தரப்பினர்க்கும் சார்பாக வாதிடுகிறது.

தந்திரங்கள், சில புராணங்களைப் போல, ஒரு புறம், குறித்த சில தாந்திரிகப் பனுவல்களின் மதத்துக்கெதிரான இயல்பிற்குச் சார்பாகவும் தொடர்பான வாதங்கள் பலவற்றை முன்வைக்கின்றன. அதேசமயம், சாதி இந்துக்கள் பொதுவாக ஒதுக்கிவைக்கும் மக்களையும், சிவனின் சில வெளிப்பாடுகளையும் கூடச் சேர்த்துக் கொள்கிறது. சில புராணங்கள், சிவனே பறையன்தான், சூத்திரனைவிடக் கீழான சாதியைச் சேர்ந்தவன் என்கின்றன.[96] வட்டாரமொழி நாட்டார் கதைகள் சிலவற்றில் அவன் பறைப்பெண்களுடன் தொடர்பு கொள்கிறான்.[97] சோழர்கால வெண்கலப் படிமங்களிலும், பிற சிற்பங்கள் பலவற்றிலும் காணப்படுவதுபோல, சிவன் பிட்சாடன மூர்த்தியாக வரும் போது அவன் காலில் ஒரு மணி கட்டப்பட்டிருக்கிறது. ஏனெனில், அக்காலத்தில் தாங்கள் வருவதை உயர்சாதியினர்க்கு அறிவிக்கப் பறையர்கள் கால்களில் மணிகளைக் கட்டியிருந்தனர். இந்தப் படிமவியல், "மரபான வைதிக நெறிக்குப் புறம்பான கடவுள் சிவன் என்ற நம்பிக்கையை வலியுறுத்துகிறது."[98] பிட்சாடன வடிவத்திலும், பைரவர் வடிவத்திலும், சிவன் ஒரு நாயுடன் (விலங்கு உலகின் பறையன்) காணப்படுகிறான்.

இறந்த பிராணிகள்

இந்த இயலின் தொடக்கத்திலுள்ள பகுதி, முக்திக்கு சகஜ (சாதாரண) வழியைப் புறக்கணிக்கிறது. ஏனெனில், பாம்புகளும், கால்நடைகளும், பறவைகளும், மீன்களும் இயற்கையாகவே சாதுவாக இருக்கின்றன. இருப்பினும் தாந்திரிகச் சடங்குகளில் விலங்குகள் இன்றியமையாப் பங்கினை வகிக்கின்றன. ஐந்து மகரங்கள் என்பவை, பசுவின் பஞ் சகவ்யங்களின் தலைகீழாக்கம்தான். அவற்றில் இரண்டு — மீன், மாமிசம். பல்வேறு பிராணிகளும் தேவிக்கு பலியிடப்படுகின்றன. அவற்றில் இரண்டு, வேதகால யாகப் பிராணிகளான வெள்ளாடும் செம்மறியும். பிறவற்றில் மான், எருமை, புறா, முள்ளம்பன்றி, முயல், பல்லி, ஆமை, காண்டாமிருகம் ஆகியவையும் உள்ளன. பிராணியை ஒரே அடியால் கத்தியால் கொல்லவேண்டும். யாகப் புரோகிதன், அந்தப் பிராணியின் தலைமீது ஒரு விளக்கை வைத்து, அதை தேவிக்குச் சமர்ப்பிப்பான்.[99] அந்தப் பிராணியின் வலக்காதில் வேத காயத்ரி மந்திரத்தை சத்தத்தில் ஒத்த ஒன்றை புரோகிதன் உச்சரிப்பான். ஆனால் இந்த யாகம் வேதத் தொடர்பு அற்றது. வேதமற்ற, மற்றும் வேதப் பிராணிகளை (கால்நடைகளையும்,குதிரைகளையும் விட்டு,முள்ளம்பன்றியைச்சேர்த்துக் கொள்கிறது) யாகத்திற்குச் சொல்வதோடு, எந்தப் பிராணியையும் பலி யிடலாம் என்ற வேதத்திற்குப் புறம்பான தளர்ச்சியையும் வேதத்திற்குப் புறம்பான மறைக்காமையையும் (விலங்கைக் கொல்லும்போது உள்ளதை உள்ளபடியே சொல்லுதல்) கொண்டுள்ளது. மேலும் யாகங்களில், இரத்தம் சிந்தாமல் தடுப்பதற்கு மூச்சடைக்கச் செய்து கொல்வதைப் பயன்படுத்தினர். இங்கோ, தந்திரத்தின் மிக மையமான இரத்தம் என்பது சிந்தப்படுகிறது.

மரக்கறி உணவு என்று வரும்போது, பிற இந்துக்களைப் போலவே தாந்திரிகர்களும் சமரசம் செய்கிறார்கள். சில சமயங்களில், சில

தடைகளுடன் மாமிசம் உண்பதை ஆதரிக்கிறார்கள். பிராமணக் கற்பனைச் சட்டகத்தின் சிலவற்றுடன் அவை ஒத்தும் மாறியும் செல்கின்றன.

உண்ணக்கூடாத மாமிசங்கள்

தெரிந்தே மனித மாமிசத்தை அல்லது பசுவின் இறைச்சியை உண்பவன், இரு வாரகாலம் உண்ணாநோன்பிருந்தால் தூய்மையாகிவிடுவான். இதுதான் பரிகார விதி. மனிதனின் வடிவத்தில் செய்யப்பட்ட இறைச்சியையோ, மாமிசம் உண்ணும் பிராணியின் இறைச்சியையோ உண்பவன் மூன்றுநாள் விரதமிருந்து தூய்மையடையலாம். மிலேச்சர்கள், பறையர்கள், விலங்குகள் போன்ற மனிதர்கள், அல்லது குலத்தின் எதிரிகள் ஆகியவர்கள் சமைத்த உணவை உண்டவர்கள் இருவாரகாலம் நோன்பிருந்து தூய்மையடையலாம். இவர்கள் உண்ட எச்சிலைத் தெரிந்தே ஒருவன் சாப்பிட்டால், அவன் ஒருமாத காலம் உண்ணாவிரதம் இருக்கவேண்டும். தெரியாமல் சாப்பிட்டு விட்டால், இருவார உபவாசம் போதுமானது. கீழ்ச்சாதியினர் சமைத்த உணவை ஒரு முறையேனும் உண்டாலும் தன்னைத் தூய்மைப்படுத்திக் கொள்ள மூன்றுநாட்கள் உபவாசம் போதுமானது.

ஆனால் விலங்கைப் போன்ற ஒருவன், அல்லது பறையன், அல்லது மிலேச்சன் சமைத்த உணவை தாந்திரிக வட்டங்களில் வைத்தால், அல்லது தாந்திரிகன் கையினால் பரிமாறினால், எவ்விதத் தீங்குமின்றி அதை உண்ணலாம். மரணத்திலிருந்தோ, பஞ்சத்திலிருந்தோ தப்பித்துக் கொள்ளவும், அவசர காலத்திலும், வாழ்வா சாவா என்ற பிரச்சினை எழும்நிலையிலும் தடுக்கப்பட்ட உணவுகளை உண்டாலும் எந்தத் தீங்கும் இல்லை. யானைகளின் முதுகில் அமர்ந்தோ, பலபேர் சுமந்து செல்லக்கூடிய கற்கள்மீதோ, பெரிய மரக்கட்டைகள் மீதோ அமர்ந்து வசைக்குட்படுத்தக்கூடிய எதையும் ஒருவன் காணாதபோதோ முறையற்ற எந்த உணவையும் உண்பதால் ஏற்படும் பாவம் கிடையாது. தான் உண்ணாத விலங்குகளையோ, நோயுற்ற விலங்குகளையோ தெய்வத்திற்காகக்கூட ஒருவன் கொல்லக் கூடாது. இப்படிச் செய்பவன், ஒரு தீய காரியத்தின் தண்டனைக்குரியவன் ஆகிறான்.[100]

இந்தப் பகுதி ஏறத்தாழ ஓர் உயர்வகுப்பு நெறியைக் கொண்டுள்ளது. பசுவின் மாமிசம் மனித மாமிசத்திற்கு இணையாகக் கருதப்படுகிறது. பறையர்கள் சமைத்த உணவை உண்பதற்கு என்ன தண்டனையோ, அதேதான் இவற்றை உண்பதற்கும். ஆனால் அவர்கள் விட்டுவைத்ததை உண்பதற்கு தண்டனை சற்றே குறைவு. அவசர நிலைமைகளுக்கான தர்மசாத்திர விதிகள் (என்னவேண்டுமானாலும் செய்யலாம்) இங்கே விசித்திரமுறையில் யானைமீதும், கற்கள்மீதும் (ஏன்?) உண்பதற்கும், (குறை காண் முறையில்) யாரும் பார்க்காத சமயங்களுக்கும் நீட்டிக்கப் படுகின்றன. ஆனால் மதக் காரணங்களுக்காக விலங்குகளை உண்ணும் தப்பிப்பு விதி இங்கே செல்லாதது. தெரிந்தே உண்பவனுக்கு வேறானதொரு விளைவை அந்த மாமிசம் உண்டாக்கினால், ஆனால் தான் பலிக்காகக் கொல்லப்படுகிறோம் என்று தெரிந்துகொண்ட பிராணிக்கு அப்படி ஆகாதென்றால், விலங்கின் மனநிலையைவிட பலியிடுபவனின்

மனநிலைக்கே முதன்மை தரவேண்டும். ஆகவே இங்கு மாமிசம் உண்ணுதல், ஓர் ஒழுக்க அல்லது மருத்துவப் பிரச்சினையாக இல்லை, ஓர் உளவியல் பிரச்சினையாகிறது.

உண்பதற்கான விதிகள் போலக் கொல்வதற்கான விதிகள் அவ்வளவு சிக்கலானவை அல்ல.

கொல்லக்கூடாத பிராணிகள்

தெரிந்தே பசுவைக் கொல்பவன், ஒருமாதம் உண்ணாவிரதம் இருக்க வேண்டும், பிறகு மற்றொருமாதம், வெறும் துணுக்குகளை அன்றி வேறெதையும் உண்ணலாகாது. மூன்றாவது மாதம் பிச்சையெடுத்த உணவையே உண்ண வேண்டும். அதன் இறுதியில் அவன் தலையை மொட்டையடித்துக் கொண்டு, குல உறுப்பினர்களுக்கு — தூரத்துச் சொந்தமாக இருப்பினும், நெருக்கமான சொந்தமாக இருப்பினும் உணவளிக்க வேண்டும். தெரியாமல் செய்துவிட்டால், அவன் மேற்கண்டதில் பாதி விரதம் இருந்தால் போதுமானது. ஆனால் தன் விரதம் முடியும் வரை அவன் சவரம் செய்து கொள்ளவோ, நகங்களை வெட்டவோ, துணிகளைத் துவைக்கவோ கூடாது. கவனமின்மையால் ஒரு பசு கொல்லப்பட்டால், பிராமணன் எட்டு நாட்களும், க்ஷத்திரியன் ஆறு நாட்களும், வைசியன் நான்கு நாட்களும், சூத்திரன் இரண்டு நாட்களும் உபவாசம் இருக்கவேண்டும்.

வேண்டுமென்றே ஒருவன் யானை, ஒட்டகம், எருமை, குதிரை ஆகியவற்றைக் கொன்றால், அவன் மூன்று நாட்கள் விரதம் இருந்தால் போதும், தூய்மையாகி விடுவான். மான், செம்மறியாடு, வெள்ளாடு, பூனை ஆகியவற்றைக் கொன்றால் ஒருநாள் விரதமிருந்தால் போதும். மயில், கிளி, வாத்து போன்றவற்றைக் கொன்றால், வெளிச்சம் இருக்கும்வரை உபவாசம் இருக்கவேண்டும். எலும்புள்ள பிற மிருகங்களைக் கொன்றால், ஓரிரவு இறைச்சி உண்ணாமல் இருந்தால் போதும். எலும்பற்ற பிராணிகளைக் கொன்றால், வருத்தம் கொண்டாலே அவன் தூய்மையாகிவிடுகிறான்.

வேட்டையாடும்போது அரசர்கள் விலங்குகள், மீன்கள், பறவைகள் ஆகியவற்றைக் கொன்றால் எந்தத் தீங்கும் கிடையாது, ஏனெனில் நிரந்தர அரச தர்மம் அதுதான். ஆனால் எவரும் கடவுளர்களைத் தவிரப் பிற காரணங்களுக்காக விலங்குகளை காயப்படுத்தக் கூடாது. புனித விதிகளின்படி பிராணிகளை காயப்படுத்துபவனுக்கு பாவம் ஏற்படுவதில்லை.[101]

முன் பகுதிக்கு முரணாக, இந்தப்பகுதியில், கடவுளுக்காகக் கொல்லப்படுவதற்கு ஒரு பரிகாரம் இருக்கிறது. அரசர்கள் வேட்டை மன்னிக்கப்படுகிறது. ஏனெனில் தந்திர நெறி அரசர்களை முன்வைத்தே இயங்குகிறது. தெரிந்துசெய்தல் - தெரியாமல்செய்தல், விருப்பத்துடன் அல்லது விருப்பமின்றிச் செய்தல் ஆகியவற்றை வருத்தத்துடன் ஏற்றுக் கொள்ளுதல் என்பது காணப்படுகிறது. இது மரக்கறி உணவுண்ணல் பற்றிய முந்திய பனுவல்களில் வெளிப்படையாக ஒருபோதும் வரவில்லை,

உட்கிடையாக இருந்திருக்கலாம். இங்கோ குறித்த சில விலங்குகளைக் கொல்வதற்கு வருத்தப்பட்டால் போதுமானது.

சைவக் கோயில்கள், தாந்திரிகக் கோயில்கள்

எலிஃபண்டாவும் எல்லோராவும்

ஹர்ஷனின் ஆட்சிக்கு நேர்முன்னாலும், அதன்போதும், குறிப்பாக ஆட்சியின் பின்னும் படிமக்காலம் அல்லது நெறிமுறைக் காலம் எனப்படும் இந்துக் கோயில்கள் கட்டும் பெரிய காலப்பகுதி தொடங்கியது. அப்போது, குடைவரைக் கோயில்களின் இடத்தைக் கட்டுமானக் கோயில்கள் கைப்பற்றிக் கொண்டன. ஒவ்வொரு பிரதேசமும் ஒவ்வொருவிதமாக வளர்ந்தது.[102] மகாராஷ்டிரத்தில், பம்பாயின் கடற்கரைக்கு அப்பாலுள்ள எலிஃபண்டாத் தீவில் காணப்படும் சிவன் கோயில் இக்காலப்பகுதியில் சிவனை வழிபடுவதற்கு இருந்த ஆற்றலையும் கௌரவத்தையும் காட்டப் போதுமானது. அதுவே சிவனைப் பற்றிய ஆதிக்கத் தொன்மங்கள் பல வளர்ந்தமைக்குக் காரணத்தையும் விளக்குகிறது. அந்த அடிப்படையைத் தாந்திரிகர்கள் அவ்வப்போது முறைமாற்றித் தங்கள் மிக வேறான சடங்குகளையும் தொன்மங்களையும் ஆக்கிக் கொண்டார்கள். எல்லோரா விலுள்ள கைலாசநாதர் கோயில் தந்திரங்கள் சடங்கில் என்ன செய்தன என்பதைக் கல்லில் காட்டுகின்றன. மரபான இந்து வடிவங்களைத் தலை கீழாக்கின அவை.

இந்த இரு மகத்தான கற்கோயில்களும் குடையப்பட்ட குகைக் கோயில்களுக்கும் தனியாக நிற்கின்ற கற்கோயில்களுக்குமான மாற்றத்தைப் போகும் போக்கில் காட்டுகின்றன. இந்த இரண்டுமே ஒரேசமயத்தில் குகையாகவும் கோயிலாகவும் உள்ளன. மைக்கல் ஏஞ்சலோ ஒருமுறை தான் கல்லில் வடிக்கும் சிற்பம் ஏற்கெனவே அந்தக் கல்லுக்குள் மறைந்துள்ளது என்றும், அவர் செய்வதெல்லாம், அந்த உருவத்தின் பகுதியாக இல்லாத பகுதிகளை நீக்குவதுதான் என்றும் கூறினார். இதே விளக்கம் இந்த இரு அசாதாரணமான கோயில்களுக்கும் பொருந்தும். கைவினைஞர்கள் எளிதாகப் (!) பாறைக்குள் வெட்டி, அந்த பிரம்மாண்டமான இந்துக்கோயிலின் பகுதியாக இல்லாத கல்லையும் மண்ணையும் நீக்கிவிட்டார்கள். முதல் பார்வையில் இவை கலப்பற்ற இயற்கையான குகைகளாகவே காட்சியளிக்கின்றன. அவற்றுள் இருக்கும் கூர்மையான செதுக்கல்கள், பாறையிலிருந்து (ஸ்டாலக்மைட், ஸ்டாலசைட்) தானாக உருவாகும் சுயம்பு லிங்கங்கள் போலத் தானே உருவானவையாகத் தோன்றுகின்றன. அல்லது ஒரிஸாவில், சற்றே தொலைவிலிருந்து பார்க்கும்போது, கோயில்கள் மிகப் பெரிய நாய்க்குடைகள் போலத் தோன்றுவதை ஒத்துக் காணப்படுகின்றன. ஆனால் பிறகு கலைத்தன்மை மையத்துக்கு வருகிறது. எலிஃபண்டா, எல்லோராவுக்கு உறுதியாக முன்னால் தோன்றியது. காலச்சூரி வம்ச அரசன் முதலாம் கிருஷ்ணராஜனால் (ஏ, 550 -55) கட்டப்பட்டது என்பது பொதுவான நம்பிக்கை. அவனும் பிற புரவலர்களும்[103], அந்தச்சமயத்தில் அந்தப் பிரதேசத்தில் முதன்மை பெற்றுவந்த சைவ பாசுபத சமயத்தின் பற்றுள்ள பக்தர்களாயிருந்தனர்.[104] பாறையைச் செதுக்கி

வரிசையான தூண்களையும் குறுக்கு உத்தரங்களின் வடிவங்களையும் அப்படியே விட்டுவிட்டு உட்புற வெளிகளையும் சிற்பங்களையும் உருவாக்கிய விதமாக இந்தக் கோயில்கள் செதுக்கப்பட்டுள்ளன. சிவ பார்வதி திருமணம், பிறகு அவர்கள் சொக்கட்டான் விளையாடுதல்; வானிலிருந்து வீழும் கங்கையை சிவன் தன் சடைமுடியில் தாங்குதல்; சிவனுடைய நடனம்; மாபெரும் யோகாசிரியன் லாகுலீசனாக சிவனின் காட்சி; ஓர் அசுரனை சிவன் தன் சூலத்தால் குத்திக்கொல்லுதல்; அர்த்தநாரீசுவர வடிவம்; லிங்க வடிவம் ஆகியவற்றைச் சிற்பங்கள் சித்திரிக்கின்றன. இராமாயணத்தில் சொல்லப்படும் காட்சியொன்றை (7.16) ஒரு காட்சி காட்டுகிறது. கைலாசத்தில் சிவனும் பார்வதியும் காதல் புரிவதற்கு எதிர்ப்பு கொண்டு அம்மலையைப் பெயர்க்க இராவணன் முயன்றபோது சிவபெருமான் தன் கட்டைவிரலைச் சற்றே அழுத்த, மலை இராவணனை அழுத்திவிடுகிறது.

நூற்றைம்பது மைல்களும் இருநூறு ஆண்டுகளும் மட்டுமே எலிஃபண்டாவிலும்எல்லோராவிலும் உள்ள குகைக்கோயில்களைப் பிரிக்கின்றன. ஆகையால் எல்லோராவின் கைவினைஞர்களுக்கு எலிஃபண்டாவைப் பற்றித் தெரிந்திருக்க இயலும். நிச்சயமாகவே அவர்கள் பசால்ட்டை (ஒருவித கருங்கற்களை)ப் பயன்படுத்துவது போன்ற எலிஃபண்டாவின் உத்திகளைப் பின்பற்றினார்கள். கி.பி. ஆறாம் நூற்றாண்டிற்கும் ஒன்பதாம் நூற்றாண்டிற்கும் இடையில் எல்லோராவின் மலைப்பக்கங்களில் முப்பதுக்கும் மேற்பட்ட கோயில்கள் குடையப்பட்டன. ராஷ்டிரகூடர்கள் எட்டாம் நூற்றாண்டில் ஏற்கெனவே அங்கு மிகச் சிறிய குகைக்கோயிலாக இருந்த இடத்தைக் கைக்கொண்டு சிவனுடைய கைலாசநாதர் கோயிலைக் கட்டினார்கள். அதைக் கட்டி முடிக்கப் பதினைந்தாண்டுகள் ஆயிற்று. தோற்கடிக்கப்பட்ட சாளுக்கிய பல்லவ நாடுகளிலிருந்து பல கைவினைஞர்கள் கொண்டுவரப்பட்டனர். அதனால், கோயிலின் கோபுரம் மாமல்லபுரத்தின் ரதங்களை ஒத்துள்ளன. இன்னும் சிறந்த முறையில் அமைந்திருப்பினும் இதே காலப்பகுதியில் மாமல்லபுரத்தில் கட்டப்பட்ட பல்லவர்களின் கடற்கரைக்கோயிலின் அம்சங்களையே கைலாசநாதர் கோயிலின் பாணி கொண்டுள்ளது.

மலைப்பகுதிகளின் உயிர்ப்புள்ள பசால்ட் பகுதியிலேயே எல்லோராவின் கட்டடக் கலைஞர்கள் குடைந்து கோயிலை அமைத்தார்கள். முற்றத்தின் அடிப்பகுதியில் தாங்களாகவே நிற்கின்ற, உயிருள்ள யானைகளின் அளவைக் கொண்ட குடைந்தமைக்கப்பட்ட யானைகள், இரண்டு பெரிய பாறைக் குடைவுக் கல்தூண்கள் ஆகியவற்றுடன் கோயிலையும் குடைந்தார்கள். அதன் கோபுரம் ஏறத்தாழ தொண்ணூறடி உயரம் உள்ளது. அல்லது, அதன் அடிப்பகுதி தொண்ணூறடி கீழாகக் குடையப்பட்டது என்றும் ஒருவர் சொல்லலாம். இதன் விளைவு, தலைகீழான,உள்ளிருந்து குடையப்பட்ட,ஒரு கோயில்.எதிர்மறை எண்கள் போல எதிர்மறைக் கோயில். வழக்கமான கட்டடக்கலைப்பாணிகளைத் தலைகீழாக்கிய ஒன்று. அதற்குள் கீழ் இறங்கியே செல்லவேண்டும். குகையின் வெளிப்புறத்தை அலங்கரிக்க வேண்டிய பிரச்சினையை இது சமாளிக்கிறது. வழிபடுபவர்கள் கோயிலின் வெளிப்புறத்தையே அல்லது

எல்லோராவிலுள்ள கைலாசநாதர் கோயில்

ஸ்தூபத்தையே பிரதட்சிணம் செய்வார்கள். ஆகவே அங்குதான் வேலைப்பாடுகள் இருக்கவேண்டும் என்று எதிர்பார்க்கவும் செய்வார்கள். ஆனால் தொடக்ககால குகைக்கோயில்கள் உள்ளிருந்து மட்டுமே அலங் கரிக்கப்பட முடியும். இதற்கான தீர்வு, மலையைக் குடைந்து, கோயிலின் வெளிப்புறம் மலையின் உட்புறமாக இருக்கின்றவிதமாகக் கட்டுவதுதான். அலங்காரமிக்க வெளிப்புறப்பகுதி ஆழமான பள்ளங்களால் சூழப்பட்டுள்ளது. அதற்குள் தூண்களும் கைப்பிடிச்சுவர்களும் பிற வடிவமைப்புகளும் உள்ளன. ஆக இவையனைத்தும சேர்ந்து பிற கோயில்களைப் போலவே இது கட்டப்பட்டிருப்பதான ஒரு மாயையைத் தோற்றுவிக்கிறது. கோயிலின் உட்புறத்தையும் கட்டடக் கலைஞர்கள் குடைந்திருப்பதால், பிற கோயில்களின் உட்புறம் சுற்றுவதைப் போலவே வழிபடுவோர் இதன் உள்ளும் சென்று சுற்றிவர முடியும். ஆனால் பிற கோயில்களைப் போலன்றி இது ஒரு குகையும் மலையும் சேர்ந்த இணைப்புதான். கோயிலின் முழுத்தோற்றமும் சிவபெருமானின் கயிலை மலையை மனத்திற்கொண்டு உருவாக்கப்பட்டுள்ளது.[105] தனிப்பட்ட உருவங்களில் பெரும்பாலானவை, மிகச் சிறப்பாகச் செதுக்கப்பட்டுள்ளன.

அவை சிவன் - பார்வதியைக் குறிக்கின்றன. துர்க்கை மகிஷனைக் கொல்லும் ஒரு பெரிய சிற்ப உருவமும் உள்ளது. இந்த மாபெரும் குடைவரைக்கோயிலின் அடிப்புறமாக இராவணன் கைலாயத்தைப் பெயர்த்தெடுப்பதுபோல, இராவணன் உருவமும் செதுக்கப்பட்டுள்ளது.[106] இது எலிஃபண்டாவிலும உள்ளதுதான். அதேசமயம் ஒரு வேறுபாடும் உண்டு. அது கோயிலின் தைரியமான எதிர்மறைச் செதுக்கலைப் பிரதிபலிக்கிறது. இராவணன் உருவம் மட்டுமே அசலான உட்புறத் தாய்மலையுடன் பக்கவாட்டில் இணைந்துள்ளது. கோயில் இராவணன் தாங்குவதுபோல உட்புறமலையுடன் ஒட்டாமல் தனியாகவே உள்ளது.[107] ஆகவே இது, கலைஞர்கள் இருண்ட கீழுலகிலிருந்து கோயிலைப் பிரித்து, இராவணனை மட்டுமே அதில் சேர்த்துவிட்டதுபோல் உள்ளது. தமிழ் மரபிலிருந்து தொடங்குகின்ற பிற இராமாயணங்கள், ஒரு நிழ லான இராவணனை (மயில் இராவணன்)ச் சித்திரிக்கின்றன.[108] மயில் இராவணன், இந்த எல்லோராவிலுள்ள கீழுலக இராவணனைப் போலவே ஒரு நிழல் பிரபஞ்சத்தைப் படைத்துக்கொண்டு அதில் வாழ்ந்தவன். இந்தக் கைலாசநாதர் கோயிலை, திரிசங்குவுக்கென உருவாக்கப்பட்ட ஒரு தலைகீழ் உலகத்தின் பிம்பமாகவும் கருதலாம்.

கஜுராஹோவும் கொனாரக்கும்

நமது கவனிப்புக்குட்பட வேண்டிய மேலும் இரு கோயில்கள் இருக்கின்றன. இந்த இயல் எடுத்துக்கொண்ட காலப்பகுதியைவிடப் பின்தங்கியவை அவை என்றாலும், தந்திரப் பின்னணியில் அவை சிறப்பாக அர்த்தப்படுத்தப்பட வேண்டியவை. கஜுராஹோவிலும் கொனாரக்கிலும் உள்ள கோயில்களின் படிமங்கள், அக்காலத்தில் பரவியிருந்த சமய வழிபாட்டிற்கு திடமான ஆதாரங்களாகும். அங்கு சித்திரிக்கப்பட்டுள்ள சைவ சமயங்களில் சில தாந்திரிகச் சமயங்கள்.

சாந்தலர்கள் ஆட்சிசெய்த புந்தேல்கண்ட் என்ற சிறிய அரசின் தலைநகரம் கஜுராஹோ. அது செல்வ வளமிக்க ஜைன வர்த்தகர்கள், அரசவை அதிகாரிகளுடன், கவிஞர்கள், இலக்கணக்காரர்கள், நாடகாசிரியர்கள் போன்றவர்கள் கைகுலுக்கிக் கொண்ட இடமாக இருந்தது.[109] இக்காலப் பகுதியில் (கி.பி. 900 - 1150) எழுந்த இந்துமத மடநிறுவனங்கள் ஆதிக்கம் கொண்டவையாக வளர்ந்து, அரசர்களை மிக ஆடம்பரமான கோயில்களைக் கட்டுமாறு தூண்டின.[110] கஜுராஹோவிலுள்ள மிகப் பெரிய கோயில் வளாகம் இருபத்தைந்து கோயில்களைக் கொண்டது. கோனாரக்கிலுள்ள சற்றே சிறிய, தனித்த கோயில், சூரியனுடைய தேர்போல அமைந்தது. அதுவும், ஒரிஸாவில் புவனேஸ்வரத்திலுள்ள பிற கோயில்களும் தங்கள் சுற்றுச்சுவர்களில் (ஆண் பெண் புணர்ச்சிநிலையில் உள்ள) மைதுனச் சிற்பங்களுக்குப் பெயர்போனவை. இவற்றில் சில சிற்பங்கள் அடக்கமானவை, மென்மையான முத்தமிடுதல், தழுவுதல் காட்சிகளை மட்டும் கொண்டவை. ஆனால் பிற சிற்பங்கள், முழுப் புணர்ச்சியையும் “மிகுந்த திறமையுடன் காதல் புரிதலைக்” காட்டுபவை.[111] அவற்றின் நிலைகள், மிகுந்த பயிற்சியினால் மட்டுமே கையாளமுடிபவை

என்று காமசூத்திரம் எச்சரிக்கின்ற நிலைகளாகும்.

ஒரிஸாவில் கொனாரக்கில் உள்ள சூரியன் கோயிலும் இப்படிப்பட்ட உருவங்களைக் கொண்டுள்ளது. இளம்பருவ முதலாம் நரசிம்மதேவனால் *(1238 - 58)* கட்டப்பட்டது. தன் தாயை மகிழ்விக்க இதைக் கட்டினான் (ஒரு விசித்திரமான ஈடிபஸ்நிலை சார்ந்த பரிசு) எனப்படுகிறது. இது முழுதும் ஒரு தேரின் வடிவத்தில் அமைந்துள்ளது. சூரியன் சிறிய அளவில் அதன் மையத்தில் இருக்கிறான். அவனுடைய சாரதி ஏழு குதிரைகளையும் ஓட்டுகிறான். இதுவும் முழுப்பகுதியும் தனக்குள்ளாக மறுஆக்கம் செய்யப்படுவதற்கு மற்றொரு உதாரணம். பிரம்மாண்டமான, முப்பரிமாண விலங்குகள் - வீரர்களைக் கொல்லும் முன்கால் மடித்த யானைகள், அசுரர்களுடன் போரிடும் போர்க் குதிரைகள், கோயிலின்—அதாவது ரதத்தின் பக்கவாட்டில் அமைந்துள்ளன. சுற்றுச்சுவரின் கீழ்ப்புறம் பக்கவாட்டுப் பட்டைகளில் காட்டு விலங்குகளும் சாது விலங்குகளும் உள்ளன. அவற்றுடன், காதல் புரியும் ஜோடிகளும் உள்ளனர். "மிகச் சிறப்பாகச் செதுக்கப்பட்ட பேருருவம் படைத்த கல் சக்கரங்கள், பக்கங்களில் அமைந்துள்ளன. இழுக்கும் பெரிய குதிரைகளின் குழு ஒன்றும் கற்களால் வெட்டப்பட்டுள்ளது. அது கடலைநோக்கியுள்ளது. பாரத்தைக் கஷ்டப்பட்டு இழுத்துக்கொண்டும் செருமிக்கொண்டும் செல்லும் விதமாகக் குதிரைகள் அமைந்துள்ளன."[112] கோயிலில் செதுக்கப்பட்டுள்ள சிற்பம், நரசிம்மம் (விஷ்ணுவின் அவ தாரங்களில் ஒன்று) துர்க்கையையும் ஜகந்நாதனையும் வழிபடுவதுபோல அமைந்திருந்தாலும், இக்கோயில், சூரிய வழிபாட்டிற்கென அர்ப் பணிக்கப்பட்டது ஆகும். இந்த நினைவுச் சின்னத்தைக் கட்டும் வகையில் ஆளும் குடும்பத்தினரைத் தூண்டும் அளவுக்கு இந்த வேதக் கடவுளுக்கு அக்காலத்திலும் ஆற்றல் இருந்திருக்கிறது.

இந்தியா முழுவதும் கோயில்களில் அவ்வளவாக வெளிப்படையாக உறவுகொள்ளாத, ஆனால் இச்சையைத் தூண்டும் விதமான உருவங்கள் பிற பல இந்துக்கோயில்களில் செதுக்கப்பட்டுள்ளன. (புத்த ஸ்தூபங்களில்கூட அவ்வப்போது யக்ஷிகள் அல்லது யக்ஷிணிகள் எனப்படும் மரஆவிகளும், கொழுத்த அப்சரஸ்களும் செதுக்கப்பட்டுள்ளனர்.) அவ்வளவாக வெளிப் படாத விதமாகக் கோயில்களின் வெளிப்புறச் சுவர்களில் அமைந்துள்ள களியாட்டக் காட்சிகளை, முழுமையான பொருள்சார்ந்த உலகத் தினைக் காட்டும் முயற்சியினால் உருவானவை என்று சொல்லலாம். உலகத்தின் அழகினைக் கொண்டாடும் விதமாகவும், ஒருவேளை, எல்லாக் காம சக்திகளையும் ஒருங்கு திரட்டி வைத்துவிட்டால், வழிபடுவோர் கோயிலின் வெளிப்புறத்திலேயே அவற்றை விட்டுவிட்டு கோயிலின் அசைவற்ற மையத்தை நோக்கி முன்னேறி ஆழமாகச் செல்ல உதவும் என்றும் இவை படைக்கப்பட்டிருக்கலாம். வெவ்வேறு தரங்களில் மூன்று காமக்களியாட்ட நிலைகள் படைக்கப்பட்டுள்ளன. சிற்றின்பத்தைத் தூண்டும்விதமான பெண்கள்தான் மிகப் பெரிய உருவங்கள்; காதல்புரியும் ஜோடிகளின் உருவங்கள் அவ்வளவு பெரியதாக இருப்பதில்லை. குழுப் பாலியல் செய்கைகளைக் காட்டுகின்ற காட்சிகள், ஒழுங்குமுறைப்படுத்தப்பட்டவை, ஜியோமிதி வடிவங்

களில் அமைக்கப்பட்டவை. இவைதான் மிகச் சிறியவை. ஆபாசமான உருவப்பட்டைகள் அபூர்வமானவை, மிகச் சிறியவை, தேடிக் காணக் கடினமான இடங்களில் அவை வைக்கப்பட்டுள்ளன. ஒருவேளை இந்தக் கோயில் சிற்பிகளின் அந்தரங்கமான நகைச்சுவையாக இவை இருக்கலாம்.

கஜுராஹோவிலும் கொனாரக்கிலும் காணப்படும் மைதுன ஜோடிகளும் இந்த உற்பத்திவளத்தில் பங்குகொள்கின்றன. மேலும் இந்த ஞாபகச் சின்னங்களைப் பாதுகாக்க, பாலியல் செய்கையின் மந்திரத் திறனுடைமை பயன்படும் என்ற நம்பிக்கையினாலும் இருக்கலாம். அதனால்தான் கோயில்களின் சடங்குகளுக்கென ஏற்பட்ட பகுதிகளில் காமச் சிற்பங்கள் இடம் பெற்றிருக்கலாம். மாறாக, கோயில்களின் இரு கட்டடங்கள் சந்திக்கும் பகுதிகளில் இவை வைக்கப்பட்டிருப்பது, சந்தி என்பதற்கும் மனித உறவுக்குமான பார்வைச் சிலேடைக்கெனவும் இருக்கலாம்.[114] இந்தக் கோயில்களின் காமஜோடிகள் பெரும்பாலும் தாந்திரிகர்கள் எனப்படுகின்றனர். பல்வேறு தாந்திரிகச் சமயங்களுக்குக் கஜுராஹோ முதன்மையான மையமாக இருந்தது.[115] சாந்தலர்களும் ஒருவேளை தாந்திரிகர்களாக இருந்திருக்கலாம்.[116] கஜுராஹோவின் பக்கப்பட்டைகள் சிலவும், அஸாமில் மேலும் அதிகமும் உள்ள சிற்பங்கள் தாந்திரிகச் சடங்குகளைக் காட்டும் குறித்த சுட்டுப்பொருள்களாக இருக்கலாம்.[117] ஏனெனில், அந்த ஜோடிகளின் (சிலசமயங்களில் மூன்று பேரும் அதற்கு மேலுமாக உள்ளவர்களின்) இருப்புநிலையும், சில தாந்திரிகப் பனுவல்கள் தரும் விளக்கங்களுடன் ஒத்துச் செல்கின்றன. சில வாளிப்பான பெண் உருவங்கள், யக்ஷிகளாகவோ அப்சரஸ்களாகவோ தோன்றவில்லை. தாந்திரிக யோகினிகளாக உள்ளனர். குறிப்பாகச் சில கோயில்களில், தந்திரங்கள் கூறும் அறுபத்துநான்கு யோகினிகள் உள்ள னர்.[118] சில யோகினிகள் விலங்குமுகங்களுடனும் உள்ளனர்.[119] எட்டாம் நூற்றாண்டுக்கும் பன்னிரண்டாம் நூற்றாண்டுக்கும் இடையில் மிகுதியான அளவில் யோகினிகளுக்குக் கோயில்கள் கட்டப்பட்டிருப்பது, இவைதான் தாந்திரிகச் சடங்குகள் நடைபெற்ற இடங்கள் என்ற வாதத்திற்கு அரண்சேர்ப்பனவாக உள்ளது.[120] ஒரு கலை வரலாற்றாசிரியர், மிக "விசித்திர முரண் உண்மை"யான, கஜுராஹோவிலுள்ள சில கோயில் களை "வானிலிருந்து பார்த்தால்தான் அவற்றின் அழகை முழுமையாக இரசிக்க முடியும்" என்று விளக்கமளித்துள்ளார்.[121] ஒருவேளை பறக்கும் யோகினிகள் பார்ப்பதற்காக இக்கோயில்கள் உருவாக்கப்பட்டனவோ?

கஜினி முகமதின் முதலாம் இந்தியப் படையெடுப்புக் காலத்தில் சாந்தலர்கள் கஜுராஹோவின் முதல் கோயிலைக் கட்டினர்.[122] அதைத் தொடர்ந்த முகமதின் படையெடுப்புகளின்போது அக்கோயில்களில் மிகப் பெரியதான காந்தரிய மகாதேவர் கோயிலையும் கட்டினர். நல்லவேளை, படையெடுக்கும் படைகள் கஜுராஹோ அருகிலும் வரவில்லை. இந்தப் படையெடுப்புகளுக்கு எதிராகக் கோயில்கள் கட்டப்படவில்லை. (ஆனால், அதற்கேற்ற அளவில், அவை வேதச் சடங்குகளின் மறைவு, புதிய சமய வடிவங்களின் தோற்றம் ஆகியவற்றிற்கு எதிர்வினையாகக் கட்டப்பட்டன.) இஸ்லாமிய அரசுகள், படைகள்

ஆகியவற்றின் இருப்பினால் கோயில்கள் கட்டுதல் புதிய அர்த்தத்தை ஏற்றது. போர்வீரர்கள், ஆயுதங்கள், யானைகள், பெரிய குதிரைகளை வளர்த்தல், அவை தாவுதல் போன்ற போர் விஷயங்களால் கோயில் சிற்ப வேலைகள் நிறைந்துள்ளன.[123] கோயில் கட்டுதல் ஒரு குறிப்பிட்ட அளவு அரசியல் செய்கை என்ற நிலையில், இந்தக் கோயில்கள் முஸ்லிம் படையெடுப்பாளர்களுக்கு எதிரான இந்து ஆட்சியாளர்களின் மனநிலையை நாவன்மையுடன் வெளிப்படுத்துகின்றன.[124] இந்தக் கோயில்களில் உள்ள காமப்படிமங்கள் பக்திநிறைந்த முஸ்லிம்களுக்குக் கடுவெறுப்புக்குரிய பொருளாக இருந்திருக்கலாம் என்றாலும் முஸ்லிம்களின் பிம்பஉடைப்புகளுக்கு இவை ஒருபோதும் பலியாகவில்லை. கஜினியாவிதுகள் கஜுராஹோவரை வரவில்லை என்பதும், இந்தக் கோயில்களை சாந்தலர்கள் கைவிட்டுச் சென்ற பிறகுதான் முகலாயர்கள் இங்கு வந்தார்கள் என்பதும் இதற்குக் காரணமாக இருக்கலாம். சாந்தலர்கள் மறைவுக்குப் பிறகு இந்தக் கோயில்கள் முதன்மை இழந்தன, அதனால் ஔரங்கசீப்பின் கோயில் இடிப்பு வரைபடத்தில் இவை இடம்பெறவில்லை.[125] ஒரிஸாவின் கோயில்களும், பூரிஜகந்நாதன் ஆலயமும் முகமது பின் துக்ளக்கின் காலத்தில், பத்தாம் நூற்றாண்டின் பிற்பகுதி - பதினோறாம் நூற்றாண்டு அளவில் கட்டப்பட்டிருக்கலாம்.[126] ஆனால் மிகத் தொலைவில் அமைந்திருந்ததால் முஸ்லிம்களின் கவனத்தை இவை கவரவில்லை. அல்லது ஒருவேளை, தாங்களே பழங்காலத்தில் காமக்கவிதை, காம ஓவியங்களில் மிகத்தேர்ச்சி பெற்றிருந்ததால், முஸ்லிம்கள் இந்தச் சிற்பங்களை ஒருவித அரைமனதான பாராட்டுடன், அழிக்காமல் விட்டுச் சென்றுவிட்டார்கள் போலும்?

அடிக்குறிப்பு

1. *Mahanirvana Tantra 14.117-21.*
2. *Thapar, Early India, 261.*
3. *Keay, India, 161.*
4. *Ibid., citing Bana's Harsha-charita.*
5. *Bana, Kadambari, trans. Gwendolyn Layne, 174-75.*
6. *Lévi, Le théâtre, 184-95. The Kashmiri historian Rajashekhara, in the ninth century, identified him as a Chandala. Sylvain Lévi identifies him as a Jaina, but his name betrays his low-caste origin.*
7. *Harsha, Ratnavali.*
8. *Beal, Si-yu-ki, 89.*
9. *Devahuti, Harsha: A Political Study, 154-57.*
10. *Keay, India, 182.*
11. *Mitter, Indian Art, 48.*
12. *Thapar, Early India, 275.*
13. *Ingalls, "Cynics and Pashupatas," 284, citing the Mathara pillar inscription of Chandragupta II, Epigraphica Indica, vol. 21, 1-9.*

14. Flood (Introduction, 155-57) dates the Pashupata Sutra to about the ninth century, but Ingalls thought it was the work of Lakulisha, about 100 CE.
15. Mitter, Indian Art, 48.
16. Flood, Introduction, 165.
17. Pashupata Sutra 3.3-19; Ingalls, "Cynics."
18. Lorenzen, Kabir Legends, 102, 31-32; Kapalikas, 187-88.
19. Flood, Introduction, 157.
20. Shiva Purana, Jnana Samhita, 49.65-80; Doniger O'Flaherty, Origins of Evil, 280.
21. Doniger O'Flaherty, Siva, 123-28.
22. Doniger O'Flaherty, Origins of Evil, 146-59.
23. Ibid., 277-86.
24. Ibid., 281; Shiva Purana 3.8-9.
25. Doniger O'Flaherty, Siva, 124.
26. Siva Purana 2.2.16.30-36; cf 2.3.24.60-75; 2.4.4.5.
27. Mahabhagavata Purana 22.38-39; Skanda Purana 1.1.21.15.
28. Varaha Purana 97.2-8; Doniger O'Flaherty, Origins of Evil, 279.
29. Skanda Purana 1.1.1.20-40; Shiva Purana 2.2.26-27.
30. Doniger O'Flaherty, The Origins of Evil, 272ff.
31. Shiva Purana 2.2.26.15-40.
32. Saura Purana 7.38-39; Markandeya Purana 49.13; Kurma Purana 1.15.29-33.
33. Devibhagavata Purana 7.30.
34. Doniger and Smith, "Sacrifice and Substitution."
35. Doniger O'Flaherty, Siva, 123-29.
36. Flood, Introduction, 192.
37. Devi-bhagavata Purana 7.30.27-37, 40-50; Brahmavaivarta Purana 4.42-43; Mahabhagavata Purana 11-23; Skanda Purana, Kedara Khanda 162; Doniger O'Flaherty, Hindu Myths, 249-51.
38. Markandeya Purana 85-90.
39. Markandeya Purana 80.21-44; cf. Skanda Purana 3.1.6.8-42; Doniger O'Flaherty, Hindu Myths, 240-49.
40. Skanda Purana 1.3.1.10.1-60.
41. Devi-Bhagavata Purana 5.2-11; Doniger O'Flaherty, Women, Androgynes, 82.
42. Skanda Purana 1.3.2.18-21.
43. White, Kiss of the Yogini, 21.
44. Flood, Introduction, 158.
45. White, Kiss of the Yogini, 9, 123, 159.

46. Flood, Introduction, 158.
47. Ibid., 154.
48. Ibid., 155.
49. Kripal, "Hinduism and Popular Western Culture."
50. Kurma Purana 1.16.109-20; Doniger O'Flaherty, The Origins of Evil, 310.
51. Devi-bhagavata Purana 7.39.26-32.
52. Woodruffe, Shakti and Shakta, 570; Doniger O'Flaherty, The Origins of Evil, 318.
53. White, Kiss of the Yogini, 254, 211.
54. Mahayoga Tantra, cited by Wedemeyer, "Beef, Dog," 385.
55. White, Kiss of the Yogini, 253.
56. Wedemeyer, "Beef, Dog."
57. Mahanirvana Tantra 6.1-20.
58. Flood, Introduction, 189.
59. White, Kiss of the Yogini, 220.
60. Ibid., 254.
61. Ibid., xiii.
62. Ibid., 72.
63. Markandeya Purana 85-90.
64. Vamana Purana 44.30-38; Markandeya Purana 88.39-61; Matsya Purana 179.1-86; O'Flaherty, Women, 34.
65. Padma Purana 1.46.1-32, 47-108, 119-21; Skanda Purana 1.2.27-29 (Doniger O'Flaherty, Hindu Myths, 251-61); Matsya Purana 154-57.
66. Urban, "Matrix of Power."
67. White, Kiss of the Yogini, 68.
68. Ibid., 220.
69. Ibid., 7-8.
70. Ibid., 67.
71. Ibid., 235
72. Flood, Introduction, 166.
73. White, Kiss of the Yogini, 235.
74. Ibid., 159.
75. Ibid., xii.
76. Mahanirvana Tantra 6.20.
77. Ibid., 11.110-20.
78. White, Kiss of the Yogini, 77, 268-71.

79. Sanjukta Gupta, "The Domestication of a Goddess," 62.
80. Mahanirvana Tantra 6.1-20.
81. Wedemeyer, "Beef, Dog," 392-93.
82. Urban, "What's in It."
83. Flood, Introduction, 191.
84. White, Kiss of the Yogini, 82.
85. Yoni Tantra 7.16b-17b.
86. Bharati, "Making Sense out of Tantrism and Tantrics," 53.
87. Urban, The Economics of Ecstasy, 82-90; Magia Sexualis, 91-92; Tantra, 9-10, 41, 229.
88. Urban, "Matrix of Power."
89. Flood, Introduction, 195-96.
90. White, Kiss of the Yogini, 253-54.
91. Flood, Introduction, 191-92.
92. As the historian Kshemendra reports, in Kashmir in the tenth or eleventh century CE.
93. Flood, Introduction, 161.
94. Skanda Purana 1.8.18-19.
95. Mahanirvana Tantra 14.180-89.
96. Skanda Purana 4.2.87-89.
97. Bipradas, Manasabijay, 235, cited by Doniger O'Flaherty, Siva, 227.
98. Banerjea, The Development of Hindu Iconography.
99. Mahanirvana Tantra 6.104-19.
100. Ibid., 11.120-30.
101. Ibid., 11.130-43.
102. Mitter, Indian Art, 56.
103. Ibid., 48; cf. Dehejia, Indian Art, 128.
104. Mitter, Indian Art, 48; cf. Dehejia, Indian Art, 128-31.
105. Keay, India, xxviii.
106. Mitter, Indian Art, 53-54.
107. Dehejia, Indian Art, 132-33.
108. Doniger O'Flaherty, Dreams, 94-95.
109. Mitter, Indian Art, 66-67
110. Devangana Desai, Religious Imagery, 153.
111. Keay, India, 278.
112. Ibid.
113. Michell, Hindu Art and Architecture, 30.

114. Mitter, *Indian Art*, 79, citing Michael Meister.
115. Ibid., 68.
116. Flood, *Introduction*, 158.
117. Devangana Desai, *Religious Imagery*.
118. Dehejia, *Yogini, Cult and Temples*.
119. Mitter, *Indian Art*, 81.
120. White, *Kiss of the Yogini*, 12.
121. Mitter, *Indian Art*, 42-43.
122. Keay, *India*, 213.
123. Michell, *Hindu Art and Architecture*, 29.
124. Keay, *India*, 213.
125. Rushdie, "Introduction" to the *Baburnama*.
126. Keay, *India*, 278.

இயல்: 16
தில்லி சுல்தானியத்தின்கீழ் ஒருங்கிணைதலும் போட்டியும்
கி.பி. 650 முதல் கி.பி. 1500 வரை

காலவரிசை (கி.பி.)

570 - 632 — முகமதுவின் காலம்

ஏ. 650 — அராபியர்கள் சிந்துவை அடைதல்

711 - 715 — வடமேற்கு இந்தியாவில் அராபியர் படையெடுப்பு

1001 — கஜினி மகமூது (979—1030) வடஇந்தியாவைச் சூறையாடுதல்

1192 - 1206 — கோரி முகமது தில்லியில் தலைநகரை அமைத்தல்

1210 - 1526 — தில்லி சுல்தானிய ஆட்சி

ஏ. 1200 — வடஇந்தியாவில் தொடக்கக்கால சூஃபி முறைமைகள்

ஏ. 1200 — பசவர் உள்ளிட்ட வீரசைவர் தென்னிந்தியாவில் தோன்றுதல்

ஏ. 1336 - 1565 — விஜயநகர ஆட்சியின் உச்சம்

ஏ. 1398 - 1448 — கபீர்தாசர்

1469 - 1539 — குருநானக் பஞ்சாப்பில் சீக்கியத்தைத் தோற்றுவித்தல்

இராமனும் ரஹீமும்

இராமன் நேசத்திற்குரியவன் என்று இந்துக்கள் சொல்கிறார்கள், ரஹீமும் அப்படித்தான் என்று துருக்கியர்கள் சொல்கிறார்கள். பிறகு ஒருவரை யொருவர் கொல்கிறார்கள்.

- கபீர், 1398 - 1481

நான் கொல்லப்பட்டாலும், ராம், ரஹீம் என்ற பெயர்களை உச்சரிப்பதை நான் நிறுத்தமாட்டேன். இருவரும் எனக்கு ஒரே கடவுள்தான். உதடுகளில் இந்தப் பெயர்களோடு நான் மகிழ்ச்சியாக இறப்பேன்.

- மகாத்மா காந்தி, 1947.

தாம் கொல்லப்படுவதற்கு ஒன்பது மாதங்களுக்கு முன்னால் காந்தியடிகள் கூறிய இந்த தீர்க்கதரிசன வார்த்தைகள், ஒருவேளை உதடுகளில் இந்தப் பெயர்களோடு அவர் இருந்திருக்கலாம், கபீரின் குற்றங்காணும் வார்த்தைகளைத் தலைகீழாக்குகின்றன. இந்தியாவில் முஸ்லிம்கள் இடையில் இந்துக்களின் வரலாற்றை நோக்கும்போது இந்தச் சட்டகத்தின் இரு புறங்களையும் மனத்தில் கொள்வது நல்லது. முஸ்லிம்களின் இருப்பினால் உருவாகிய பல்வேறு கலாச்சார மாற்றங்களை இந்துக்கள் எதிர்கொண்ட போது, பிராமணக் கற்பனைச் சட்டகத்திற்குச் சவால்விடுகின்ற புதிய மதச் சிந்தனைகளும் தோன்றின.

சன்னிகளும் சூஃபிகளும் சைவர்களும், அட கடவுளே!

இந்திய வரலாற்றின் மிகப்பழங்காலப்பகுதிகளைத் தவிர்த்துப் பிறவற்றைக் கண்டபோது, ஓர் ஒற்றை வரலாற்று மையத்தைக் கோடிடுவதற்கான சாயல்கூட இல்லை என்று கைவிட்டு, விளிம்புகளைத் தேர்வுசெய்ய முற்பட்டோம். இந்து, முஸ்லிம் உலகங்களில் இக்காலப் பகுதியிலும் மற்றக் காலங்களைவிட மிகுதியாக அந்த விளிம்புகள் இருக்கின்றன. ஆனால் இப்போது மையத்திற்குப் போட்டியிடும் இரு தீவிரமான போட்டியாளர்களைக் கொண்ட இரு காலங்கள் உள்ளன. முதலில் தில்லி சுல்தானியம், பிறகு முகலாயப் பேரரசு. ஆனால், அரசாங்கத்திற்கென ஒரு மையம் இருந்த காலங்களிலும், மதத்திற்கென ஒரு மையம் இருந்ததில்லை. இங்கே, அடிக்கடி நிகழ்வது போல, முக்கிய நிகழ்வும், முக்கியச் சான்றாதாரமும் தில்லியின் அழிபாடுகளிலோ, அதன் சுல்தான்களின் வரலாறுகளிலோ பெருமளவு கிடைக்கப்போவதில்லை. ஆனால் துணைக்கண்டம் முழுவதும் சிதறிக் கிடக்கும் டஜன்கணக்கான ஜோன்பூர், அகமதாபாத், மாண்டு, சிதோர், விஜயநகர், கௌர், இன்னும் பிற தலைநகரங்களிலோ அங்குக்கிடைக்கும் பதிவேடுகளிலோ, மிச்சமீத இருப்புகளிலோதான் கிடைக்கும்.[2] இந்து, முஸ்லிம் இரு ஆட்சியாளர் களுமே பன்மைத்தன்மை வாய்ந்தவர்கள். ஒருவர்பின் ஒருவர் வேகமாக

வந்ததில் மட்டுமல்ல, ஒருவரைவிட மற்றவர் மிகவேறுபட்டு இருப்பதிலும் கூட. ஆகவே தில்லியிலிருந்து வந்த செய்திகள் வெவ்வேறு காலங்களில் வெவ்வேறு விதமானவை. அதேபோல தில்லிக்கு அனுப்பப்பட்ட செய்திகளும்தான்.

எவ்விதம் இந்து என்ற சொல் நெருங்கிச் சென்று ஆராயும்போது கரைந்துபோனதோ அதுபோலவே இப்போது முஸ்லிம் என்ற வகைமையும் ஆகிறது. வரலாற்றாசிரியர்கள் முஸ்லிம் சுல்தானியம் என்ற சொல்லுக்கு எதிராக இந்து அரசுகள் என்ற சொல்லை அவ்வப்போது பயன்படுத்துகிறார்கள். ஆனால் இந்து, முஸ்லிம் என்ற சொற்கள் ஒரு குழுவை மற்றொன்றிலிருந்து வேறுபடுத்த அடிப்படையான வழி அல்ல. ஏனெனில், மத வேற்றுமைகளை மீறி அவ்வப்போது மொழி, இனம், உணவு, உடை, வேறு பிற வேற்றுமைகள் செயல்படுகின்றன. நமது சான்றுகளில் பல, இனங்களைக் குறிப்பிடுகின்றனவே ஒழிய மதத்தை அல்ல. இந்துக்கள், பெரும்பாலும் தில்லி சுல்தான்களையும் அவர்களைச் சேர்ந்தவர்களையும் முஸ்லிம்கள் என்று கருதவில்லை, மாறாக, அராபியர்கள், இன்னும் பிறகு துருக்கியர்கள் என்று கருதினார்கள், இரண்டு குழுக்களையும் குழப்பிக்கொண்டு எல்லாரையுமே துருக்கர்கள் என்று அழைத்தார்கள். எல்லாரையுமே இந்துக்கள் அல்லாதவர்கள், மிலேச்சர்கள் என்று நினைத்தார்கள். மேலும் ஒருபக்கம், இந்நாட்டிலேயே வாழ்ந்துவந்த வணிகர்கள், எழுத்தர்கள் போன்றவர்களைப் பற்றி ஒரு வகையாகவும், ஆட்சியாளர்களைப் பற்றி வேறுவகையாகவும் மனப் பாங்குகள் கொண்டிருந்தார்கள். சில துருக்கிய அல்லது அராபிய ஆட்சியாளர்கள் இந்துக்கோயில்களை அழித்தார்கள், நீடித்த வெறுப்பை உருவாக்கினார்கள் என்றாலும், மசூதிகளிலும் சூஃபித் தலங்களிலும் வழிபட்ட சாதாரண முஸ்லிம்கள் இந்துக்களுக்கு ஒருபோதும் பிரச்சினையாக இருந்ததில்லை. அவர்களுக்கு அராபிய துருக்கிய வணிகர்களிடம், குறிப்பாகக் குதிரை வணிகர்களிடம் பெருமதிப்பு இருந்தது.

இந்துக்கள் (அல்லது துல்லியமாக, இந்துக்கள் என்று நாம் குறிப்பிடும் மக்கள்) முஸ்லிம்கள் என்று நாம் குறிப்பிடும் மக்களைச் சுட்டிய விதம் வெறுப்பு என்பதை விட ஒருங்கிணைப்பதாகவே இருந்தது. முஸ்—அல—மானா (முசல்மான், அல்லாவுக்குப் பணிந்து நடப்பவன்) என்ற சொல் அரிதாகவே பயன்படுத்தப்படுகிறது. அதனால் இந்துக்கள், முஸ்லிம்களை அவர்களின் வெவ்வேறு இனங்கள் அல்லது நிலப்பரப்பு மூலங்கள் வாயிலாகவே குறித்தார்கள், அல்லது இந்துக்கள் அல்லாதவர்களைக் குறிக்கும் பொதுச் சொற்களால் குறித்தார்கள். இந்துக்கள் அறிய வந்த பலவித மக்களையும் சமஸ்கிருதப் பனுவல்கள் ஒரு ஒற்றைச் சொல்லால் குறிக்கவில்லை, மாறாக, யவனர்கள் (அயோனியர்கள் அல்லது கிரேக்கர்கள்), மிலேச்சர்கள் (நாகரிகமற்றவர்கள்), துருக்கர்கள் போன்ற சொற்களை கிரேக்க, பாரசீக, துருக்கிய நாடுகளைச் சேர்ந்தவர்களைக் குறிக்கப் பயன்படுத்தினார்கள். கோயில்களையும் சிலைகளையும் அழிக்கின்ற, பிராமணர்களின் கோயில் நிலங்களை அபகரிக்கின்ற, மாட்டிறைச்சி உண்கின்ற துருக்கனின் நிலைத்த வகைமாதிரி மிகத் தேய்ந்த சொல்லாகவும், பொதுவான சொல்லாகவும் மாறிவிட்டது. அது

பயங்கரமான “மற்றது” என்பதைக் குறிக்கும் சொல்லாகிவிட்டது.[3] ஆகவே 1148ஐச் சேர்ந்த காஷ்மீர் வரலாற்றாவணம் ஒன்றில், கோயில்களைக் கொள்ளையடித்த, கடவுள் சிலைகள்மீது கழிவுகளையும் மதுவையும் ஊற்றிய ஓர் இந்து அரசனை அது துருக்கன் என்றே குறிப்பிடுகிறது.[4]

துருக்கர்களைச் சில இந்துக்கள் புத்திசாலித்தனமான, நேரிய, சமஸ்கிருத வார்த்தைகளை உருவாக்கித் தங்களுடன் இணைத்துக்கொண்டார்கள். சான்றாக, கோரியைச் (முகமது) சேர்ந்தவர்களை, கௌரிகுலம் (பொன்னிறமான பார்வதியின் குலம்) என்றார்கள். சுல்தான்கள் சுரத்ரனாக்கள் (கடவுளைக் காப்பவர்கள்) என்றார்கள். முகமது அல்லது மஹ்மூது என்ற சொல்லை மகாமுதா (பெருமகிழ்ச்சி) என்றார்கள். 1264ஆம் ஆண்டைச் சேர்ந்த சமஸ்கிருத - அராபியக் கல்வெட்டு ஒன்று, குஜராத்தில், சோமநாதபுரத்தில் (மிகவும் முரண்பாட்டுக்கிடமான ஸ்தலம் இது, அதைப்பற்றி நாம் காணப்போகிறோம்) ஒரு மசூதியை இந்துச்சொற்களில் தர்மஸ்தானம் என்றும், அங்கு மக்கள் வழிபடுவதைப் புண்யகர்மம் செய்வது என்றும் சொல்கின்றது.[5] மிகமுக்கியமாக, அந்தக் கல்வெட்டு சிவனையும் அல்லாவையும் குறிக்கும் பொதுச்சொற்களைப் பயன் படுத்தித் தொடங்குகிறது. ஓம் நமஹ என்று தொடங்கி, விஸ்வநாதனை (பிரபஞ்சத்தின் தலைவன்) என்று இருமதக்கடவுளரையும் குறிக்கும் சொல்லால் வழிபடுகிறது. சோமநாதன் என்ற சிவனையும், பிற மக்கள் வணங்குகின்ற போதகன் (தீர்க்கதரிசி) முகமது கூறுகின்ற கடவுளை (பிரதிபத்த)யும் குறிப்பதாகச் சொற்கள் உள்ளன.

மாறாக, அராபியர்களும் துருக்கியர்களும் இந்துக்களை இந்துகளாக எண்ணவில்லை. வைணவர்கள், வங்காளிகள், சிறந்த கலைஞர்கள், சிந்தனையாளர்கள் என்றெல்லாம் எவ்விதம் பொருத்தமோ அவ்விதம் இந்துக்களை அவர்கள் குறிப்பிட்டார்கள். இந்தியாவில் தங்கள் மதமல்லாத புத்தமதம் உள்ளிட்ட பிற மதங்களைச் சேர்ந்தவர்கள் இருந்தார்கள் என்பதைக் காணவே செய்தார்கள், இந்துச் சமயங்கள் தங்களை வைணவர்கள், சைவர்கள் என்றோ அல்லது இன்னும் குறிப்பாக வீரசைவர்கள், சகஜீயர்கள் என்றோ அழைத்துக் கொண்டதற்கு மாறாக, தங்களை அவர்கள் முஸ்லிம்கள் என்பதற்கான ஒரு சொல்லால், அல்லது குறிப்பாக சன்னி, அல்லது சூஃபி போன்ற ஒன்றால் குறித்துக் கொண்டார்கள். இந்தத் தொடக்க எச்சரிக்கையுடன், நாம் இந்து, முஸ்லிம் என்ற தவிர்க்கவியலாத சொற்களைப் பயன்படுத்தியவாறே மேற்செல் வோம். ஆனால் எங்கெங்கு முடிகிறதோ அங்கு அவர்களை நுட்பமாக வேறுபடுத்துவோம்.

தில்லி சுல்தானியத்திற்கு முன்பு இந்தியாவில் இஸ்லாம்

ஏழாம் நூற்றாண்டில் முகமது நபிக்குச் சிலகாலம் பிறகு இந்தியாவில், இந்துக்களுக்கும் முஸ்லிம்களுக்கும் இடையிலான உறவைப்பற்றி மிகப் பரந்த அளவிலான, கவனத்தை ஈர்க்கும் தன்மைகொண்ட சான்றுகளும்— பணவளத்தைப் பற்றிய திகைப்பு உண்டாக்கும் உலைவுகளும் உள்ளன. இப்போது சான்றாதாரங்கள், பல அந்நியநாட்டு வருகையாளர்களின் குறிப்புகளை உள்ளடக்கியுள்ளன ஆகலாம்; முற்காலங்களில் எப்போதோ

ஒருமுறை வரும் கிரேக்க அல்லது சீனப் பயணிகளின் இடத்தில், அல்பிரூனி (973 - 1048) தொடங்கி, முழு அராபிய, பாரசீக வரலாற்றுவரைவியல் நமக்குக் கிடைக்கிறது. அல்பிரூனி இந்தியாவுக்கு வந்து, சமஸ்கிருதம் கற்றுக்கொண்டு, இந்துப் பனுவல்களை மொழிபெயர்த்தார். சமயத்தைப் பற்றி எழுதினார் (தவறு — அவர் அதை ஒருங்கிசைந்தது என்று நினைத்து விட்டார்). அவருக்குப் பிறகு பிற பெரிய வரலாற்று வரைவியலாளர்கள் இந்தியாவுக்குத் தொடர்ச்சியாக வந்தனர். சான்றாக ஜியா உத் தீன் பரானி (1285 - 1357), அபு - அல் - மாலிக் 'இசாமி (இ. 1350), இபின் பதூதா (1304- 1368/1377) போன்றவர்கள்.[6] முதலில் எழுதிய ஒருசில சமகால துருக்கிய-பாரசீக வரலாற்றாளர்களுக்குப் பிறகு, துருக்கியர்களைவிட அராபிய வரலாற்றாளர்கள்தான் அக்காலத்தின் பதிவுகளைக் குறித்துவைத்தனர்—துருக்கிய அரசர்களுக்குக்கூட (பல சமயங்களில், மீள்பார்வையில்).

இந்தியாவில் இஸ்லாம், கஜினி முகமதின் அரசியல் அதிகாரக் கைப்பற்றலோடு நிகழவில்லை. அதற்கும் பலகாலம் முன்பே நிகழ்ந்தது. அப்போது முஸ்லிம்கள் இந்தியாவுக்கு ஆக்கிரமிப்பாளர்களாக வரவில்லை, வணிகர்களாக வந்தார்கள். தென்னிந்தியாவில் நபியின் காலத்திலிருந்தே அரபுநாட்டவரின் இருப்பைப் பற்றிக் கூறியுள்ளோம். 650க்கு முன்பு அராபியர்கள் கடல்வழியாக வந்து கீழ்ச் சிந்துப்பகுதிக்குக் கடல்வழி யாக வந்து அவ்வப்போது கொள்ளைகள் நடத்தினர். இந்தியாவில் அராபியக் குதிரைகளின் இறக்குமதியையும், இந்தியாவிலிருந்து அரேபியாவுக்கு மசாலாப் பொருள்களை ஏற்றுமதி செய்வதையும் காப்பாற்றுவது நோக்கமாக இருக்கலாம். 650 அளவில் அராபியர்கள் சிந்துநதியை அடைந்துவிட்டனர். ஆனால் அபூர்வமாகத்தான் அதைக் கடந்தனர்.[7] ஆனால் அவர்களின் கருத்துகள் பரவின. 647இல் ஹர்ஷனின் மறைவுக்கு அறுபதாண்டுகள் கடந்த பிறகு, அராபியர்கள் சிந்துவில் ஒரு பாலமுகப்புப்பகுதியை நிறுவினர். அப்பகுதி ஹூணர்களால் அழிக்கப்பட்டிருந்தது. பிறகு ஹர்ஷன் ஊடுருவினான். அச்சமயத்தில் அப்பகுதி பெருமளவு பௌத்தர்களின் வாழிடமாக இருந்தது.[8] பிறகு ஏறத்தாழ 663இல் அராபியப் படைகள் ஆஃப்கானிஸ்தாலிருந்து போலன் கணவாயைக் கடந்து (இப்போது பாகிஸ்தானில் குவெட்டாவின் அருகில் உள்ளது) சிந்துப் பகுதியில் நுழைந்தனர்.[10] அவர்கள் சமாதானமாக மசாலாப் பொருள்களுக்கு மாற்றாகக் குதிரைகளை வணிகம் செய்தனர். பிறகுதான் இராணுவப் படையெடுப்புகள் நிகழ்ந்தன. முதலில் அராபியர் களும், பிறகு (மத்திய ஆசியாவின் பல பகுதிகளிலிருந்து) துருக்கியர்களும், மங்கோலியர்களும் படையெடுத்தனர்.

713இல் முகம்மது பின் காசிம் சிந்துமீது படையெடுத்தான். போரில் சரணடைந்த அவன் இந்து, பௌத்த நிறுவனங்களின் பாதுகாப்பை உறுதிசெய்வதாகவும், பிராமண, பௌத்தத் துறவிகள் பிச்சையெடுக்க அனுமதிப்பதாகவும், கோயில்கள் நன்கொடைகளைப் பெறலாமென்றும் வாக்குறுதி கொடுத்தான். இந்துக்களும் பௌத்தர்களும் தங்களைத் தாங்களே மத, சட்ட விஷயங்களில் நிர்வகித்துக் கொள்ளலாம் என்று அனுமதி வழங்கப்பட்டது. இபின் காசிமின் மக்கள் முஸ்லிம் அல்லாதவர்

களை பணியவைக்க வேண்டிய காபிரிகள் என்று கருதவில்லை.[11] அவன் தன் வாக்குறுதியை நிறைவேற்றினான், ஆனால் ஜிஸ்யா வரியை விதித்தான்.[12] ஜிஸ்யா என்பது முஸ்லிம்களாக இருந்தால் இராணுவத்தில் பணிபுரியத் தகுதி உடைய ஆடவர்கள்மீது விதிக்கப்பட்ட வரி. முஸ்லிம் அல்லாதவர்கள் இராணுவச் சேவையாகிய கடமையிலிருந்து விடுவிக்கப்பட்டனர், ஆனால் இராணுவப் பாதுகாப்புக்கென அவர்கள் வரியைச் செலுத்தவேண்டியிருந்தது. அவன் படைகள் சிந்துவைக் காப்பாற்றி வைத்திருக்க முடியவில்லை. ஆனால் படைவீரர்கள் தங்கிவிட்டார்கள். கலப்புத் திருமணம் செய்து கொண்டார்கள். முஸ்லிம் ஆசிரியர்களையும், மசூதிகளையும் இந்தியத் துணைக்கண்டத்திற்குள் கொண்டுவந்தார்கள். அதேசமயம், வளமான குஜராத்தித் துறைமுகமான பத்ரேஸ்வரில் உள்ளூர் ஜைன ஆட்சியாளர்கள், அராபியர்களுடன் வணிகத்தில் ஈடுபடும் ஆசையில், அங்குத் தங்கியிருந்த இஸ்மைலி வணிகர்களுக்காக மசூதிகளை அந்தப்பகுதியில் கட்டுமாறு அனுமதித்தனர்.[13]

தில்லி சுல்தானியம்

ஏறத்தாழ மூன்று நூற்றாண்டுகள் கழித்து, துருக்கியர்கள், பாரசீகர்கள், ஆஃப்கானியர்கள் ஆகியோர் வடமேற்கிலுள்ள வழக்கமான பாதைகள் வழியே இந்தியாவிற்குள் வந்தனர். 1001 நவம்பர் 27 அன்று துருக்கிய கஜினி (ஆஃப்கானிஸ்தானத்திலுள்ளது) முகமது பெஷாவருக்கு அருகே வெற்றிகரமாக இந்தியாவின்மீது படையெடுத்தான். அவனால் கைப்பற்றப்பட்ட அரசன் தன் சுதந்திரத்தை ஐம்பது யானைகளைக் கொடுத்துத் திரும்பப் பெற்றான். ஆனால் கைப்பற்றப்பட்டதால் உண்டான சாதி இழப்பை ஒப்புக்கொண்டு, தன் மகனுக்காக முடிதுறந்து, தான் நெருப்பில் விழுந்து இறந்தான்.[14] 1004இல் முகமது சிந்து நதியைத் தாண்டினான். மறுபடியும் போரிட்டான். பஞ்சாபில் ஓர் அடித்தளத்தை அமைத்தான். அங்கிருந்தவாறே தன் சூறையாடல்களைத் தொடங்கினான். 1018இல் அவன் மதுராவைக் கொள்ளையிட்டான். (மதுரா அல்லது வடமதுரை என்பது கிருஷ்ண பக்தர்கள் செல்லும் யமுனை நதிக்கரையிலுள்ள புனிதத் தலம்.) பிறகு (ஒருகாலத்தில் ஹர்ஷனின் தலைநகராக இருந்த) கன்னோசியின்மீது படையெடுத்து, ஐம்பத்து மூன்றாயிரம் அடிமைகளோடும் முந்நூற்றைம்பது யானைகளோடும் திரும்பினான்.[15] வாராணாசியிலும் பிற இடங்களிலும் துருக்கியச் சமுதாயங்களும் உருவாக்கப்பட்டன.[16] பாரசீகத்திலிருந்தும், மத்திய ஆசியாவிலிருந்தும் அயல்நாட்டவர்கள் வந்து குடியேறும் செழிப்பான பகுதி அது. இது அந்நகரத்தின் பன்னாட்டுத் தன்மையை மேலும் உயர்த்தியது. கஜனாவிதுகள் (கஜினியின் சந்ததிகள்) ஆட்சி செய்த இந்தியா இதனால் “கிரேக்கத் தத்துவம், ரோமானியக் கட்டடக் கலை, இந்துக் கணிதம், பாரசீகப் பேரரசு பற்றிய கருத்து” ஆகியவை அடங்கிய ஒன்று என வருணிக்கப்பட்டது.[17]

அடுத்த நான்கு நூற்றாண்டுகளுக்கு , துணைக்கண்டத்தின் வடக்கு, மத்தியப் பகுதிகள் ஏறத்தாழத் திகைப்புறச் செய்யும் விதமாக பல்வேறு அரசர்கள், அரசவம்சங்களின் ஆட்சியைக் கண்டன. அவர்கள் தங்களுக்குள்ளும் பிறருடனும் ஓயாமல் போரிட்டனர். இடையிடையே ஆட்சிக்

கான சகோதரச் சண்டைகளும் நிகழ்ந்தன. 1192 முதல் 1206 வரை கோரி முகம்மது (கோர் நகரத்தைச் சேர்ந்த முகம்மது) தில்லியைத் தனது தலை நகரமாகக் கொண்டு ஆட்சிசெய்தான். அவனுடைய சந்ததியினருள் ரஜியா என்பவளும் ஒருத்தி. அவள் 1240 வரை நான்காண்டுகள் ஆட்சி செய்தாள். அறிவும், நீதியும், தாராள குணமும் நிரம்பியவளாக இருந்தாள், அதேசமயம் ஒரு சிறந்த படைத் தளபதியாகவும் விளங்கினாள் என்று சொல்லப்படுகிறது. அவள் நாட்டில் அமைதியை உண்டாக்கினாள். பர்தாவை ஒதுக்கித்தள்ளி, ஒரு குல்லாயையும் கோட்டையும் அணிந்து ஓர் ஆணைப்போலத் தன் குடிமக்களிடையே சென்றுவந்தாள். தனது அந்தரங்கச் சேவகனாக அவள் ஓர் அபிசீனியனை (ஆப்பிரிக்க நாட்டவனை) நியமித்திருந்தாள். அவன் ஒரு காலத்தில் அடிமையாக இருந்திருக்கலாம். சதிகாரர்கள் அவளைக்கைப்பற்றிச்சிறைப்பிடித்தார்கள். அவளுடைய அபிசீனிய நண்பனைக் கொலை செய்தார்கள். சதிகாரர்களில் ஒருவனையே திருமணம் செய்துகொண்டு தில்லியின்மீது படையெடுத்தாள் (படையில் பெரும்பகுதி இந்துக்கள்). அவளுடைய கெட்ட நேரம், தன் துணைவனையே தளபதியாக நியமித்தாள். ஆனால் அவன் தகுதியற்றவன். அவர்கள் தோல்வியுற்றனர்.[19] 1350இல், ரஜியாவின் இறப்புக்கு ஒரு நூற்றாண்டு கழித்து, இசாமி என்னும் வரலாற்றாசிரியன் வெளிப்படையான அவளது இனக்கலப்புத் தொடர்புக்கு ஆட்சேபணை தெரிவித்தான்.[20] பெண்ணின் இடம் அவளுடைய நூற்கும் சர்க்காதான் என்று எழுதினான். இதுவே இந்தியாவில் முதன் முதலாகச் சர்க்கா பற்றிக் காணப்படும் குறிப்பு ஆகலாம். ஒருவேளை துருக்கியர்கள் அதை ஈரானிலிருந்து இறக்குமதி செய்திருக்கலாம். (இதிலுள்ள பாலியல் அடிமைத்தனக் குறிப்பு, ஏற்கெனவே இந்தியாவில் இருந்துவந்ததுதான், நன்றி.)

கோரி முகமதின் சந்ததியினர் பலர் அடிமைகள் என்றே கருதப்பட்டார்கள். அவர்களின் வம்சம், அடிமை வம்சம் எனப்பட்டது. அவர்கள் ஒருகாலத்தில் துருக்கியர்கள் கைப்பற்றிய அடிமைகளாக இருந்தவர்கள்.[21] இருபதாண்டுகள் தில்லியை ஆட்சிசெய்த அலாவுத்தீன் கில்ஜி, ஒரு அரவாணி அடிமையைக் கைப்பற்றி, பிறகு விடுவித்து, அவனை உயர்ந்த படைத்தளபதி ஆக்கினான். அவன் பெயர் கபூர் (மாலிக் கபூர்).[22] புனிதப்போர்கள் (ஜிஹாதுகள்) அவ்வப்போது எழுந்தன. பெரும்பாலும் அவை அரசியல் தூண்டலினால் ஏற்பட்டனவே அன்றி மதத் தொடர்பினால் அல்ல. ஆனால் ஆதரவு பெறுவதற்காக மதவேடம் இடப்பட்டது. இந்துமதத்தையும் இஸ்லாமையும் பற்றிய அரசின் கொள்கைகள் இந்த ஐந்து நூற்றாண்டுகளில் மிகவும் வேறுபட்டன. அலாவுதீன் தேவகிரியைச் சூறையாடிக் கொள்ளையடித்தான். ஆனால் பிறகு சமாதானம் செய்து கொண்டான். மகாராஷ்டிரப் பெண் ஒருத்தியை மணந்தான். மது விற்பனையையும் மது அருந்துவதையும் தடைசெய்தான். மற்றபடி நாட்டையும் மதங்களையும் இருந்தவாறே விட்டுச் சென்றான்.[23] அவனுடைய மகன், அரண்மனைகளின் மேல்மாடிகளில் வேசிகளை வரிசையாக நிர்வாணமாக நடக்கவிட்டு, பிரபுக்கள் அம்மாளிகைகளில் நுழையும்போது அவர்கள்மீது மூத்திரம் பெய்ய வைத்தான் என்பதற்காகச் சிறப்பாக ஞாபகத்தில் கொள்ளப்படுகிறான்.[24]

பிறகு வருபவன் முகமது பின் துக்ளக். அவனைச் சிலர் மிகக் கொடியவன், இரத்த வெறிபிடித்தவன், பைத்தியக்காரக் கொடுங்கோலன் என்று கருதுகிறார்கள். மற்ற சிலர் அவனை ஒரு மெய்யியல் சார்புள்ள அரசன் என்றும் மேதை என்றும் கருதுகிறார்கள்.[25] முஸ்லிம் உலமாவுக்குச் சவால்விட்டவன் அவன். (உலமா என்பது, ஷாரியா சட்டத்திற்கு விளக்கமளிப்போர் குழு, ஒருவித முஸ்லிம் பழமைவாத உச்ச நீதிமன்றம் போன்ற அமைப்பு). அறிவுஜீவியான மேட்டுக்குடிமகன். அரசவைக்குப் புதிதாக வருகின்ற கீழ்ச்சாதிகளைச் சேர்ந்த இந்திய முஸ்லிம்களை ஆதரித்தான்.[26] காரணமாக அவன் ஒரு மதவெறியன் அல்ல என்பதையும், இந்தியாவில் முஸ்லிம் அல்லாதவர்களை ஆதரிப்பதில் இருக்கும் நன்மை யையும் எண்ணிப் பார்த்ததையும் கூறலாம்.[27] ஜைனர்கள்மீது அளவற்ற ஆர்வத்தை வைத்திருந்தான். அவனுடைய அவையில் மிகச் செல்வாக்குப் படைத்தவனாக ஒரு ஜைனன் இருந்தான்.[28] அவன் ஆட்சியின்கீழ்ப் பலபேர் அவதிப்பட்டாலும், அவன் எல்லாரையும் சமமாக நடத்திய வன் என்பதை அவனுக்குச் சார்பாகச் சொல்லலாம்.[29]

அவனுக்குப் பின் வந்தவன் பிரோஸ் ஷா துக்ளக் (1351 - 1388) பூரி ஜகந்நாதர் ஆலயத்தைப் பாழ்படுத்தினான். முஸ்லிம் அல்லாதவர் களைப் படுகொலை செய்தான்.[30] அதுவரை ஜிஸ்யா வரியிலிருந்து விலக்கப்பட்டிருந்த பிராமணர்களும் அவ்வரியைச் செலுத்தவேண்டும் என ஆணையிட்டான். மற்றொருபுறம், இந்து அடிமைகள் பலரை விடு வித்தான். ஓர் ஆப்பிரிக்க அரவாணி அடிமையையும் விடுவித்தான். அவன் ஜோன்பூரில் ஷார்க்கி அரசை நிறுவினான்.[31] அவன் தன் சந்ததியினராக ஏற்றவர்களும் ஆப்பிரிக்க நாட்டினைச் சேர்ந்தவர்களாகவே இருந்தனர். அது ஒரு ஆற்றல்மிக்க வம்சமாகியது.[32] பாபர் 1526இல் முகலாயப் பேரரசை நிறுவும் வரை இந்த வம்சம் நீடித்தது.

பொதுவாக, சுல்தானிய அரசர்கள் இந்துக்களை கும்பல்கும்பலாக மதம் மாற்றுவதற்கு முயற்சி செய்யவில்லை.[33] ஆனால் இந்துக்கள் பலர் இந்தக் காலப்பகுதியில் இஸ்லாமுக்கு மாறவே செய்தனர். வழக்கமாக கீழ்ச்சாதி உழைப்பாளர்களும் கைத்தொழிலாளர்களும் மதம் மாறினர் என்பது மட்டுமல்ல, அவ்வப்போது சிறைப்பட்டவர்களும் மாறினர். வடமேற்கு எல்லையில், இந்துக்கள் சிலர் தங்கள் அரசியல் சார்பையும் மதத்தையும் மாற்றிக்கொண்டு கஜனாவிதுக்களுக்காகப் போர்செய்தனர்.[35] மதமாற்றத்தின்போது, இஸ்லாமிய உருக்களும் (கடவுளர்கள் ஞானிகள் போன்றோர்) கருத்துகளும் இந்துக்களுடையவையோடு சேர்ந்தன, அல்லது அடையாளப்படுத்தப்பட்டன, அல்லது சிலசமயங்களில் இந்துக் களினுடையவற்றை அவற்றின் இடத்திலிருந்து விலக்கி அவற்றுக்கு பதிலீடாக அமைந்தன.[36]

தில்லி சுல்தான்கள் ஜிஸ்யா வரியை விதித்தனர். வருமானத்துக்கேற்ப வரி அமைந்தது. சமூகப்படித்தர வரிசையின் இரு விளிம்புகளிலும் உள்ளவர் களுக்கு விதிவிலக்குகள் இருந்தன. அடிமட்ட ஏழைகளுக்கு இல்லை,[37] அதேபோல மிகத் தூயவர்களாகக் கருதப்பட்ட பிராமணர்களுக்கும் (ஃபிரோஸ்ஷா அந்த விதியை மாற்றும் வரை) வரி விதிக்கப்படவில்லை.[38] துருக்கிய (துருஸ்கா) வரி ஒன்றும் விதிக்கப்பட்டதாகத் தெரிகிறது. ஒரு

வேளை இந்தியத் துருக்கியர்களுக்கான வாக்குவரியாக இருக்கலாம். முஸ்லிம் ஜிஸ்யா வரிக்குச் சமதையான இந்துவரியாகவும் இருக்கலாம்.[39] தில்லி சுல்தானியத்தில் வரிகள், மத உணர்வு என்பதைவிட வருவாய்க்காகவே விதிக்கப்பட்டதாகத் தெரிகிறது. இந்துக்கள் சிலர் இஸ்லாமிய இருப்புக்கு எதிராகத் தங்கள் மதத்தை வலுப்படுத்திக்கொள்ள பிராமணர்களுக்குப் பரந்தஅளவிலான நிலக்கொடைகளை அளிப்பது போன்ற தொடர்ச்சியான நடவடிக்கைகளை மேற்கொண்டனர். இதனால் வருவாய்களை அதிகரிக்க, அதிக வரிகள் விதிக்கப்பட்டன. அவை நிலக் கொடைகளாக அளிக்கப்பட்டன. (இதனால் சமூக ஒடுக்குதல், சாதிவேறுபாடு போன்றவற்றால் கசப்புணர்ச்சி ஏற்பட்டது).[40] கோயில்களுக்கும் அறக்கொடைகளும், உள்ளூர் அளவில் (மேற்கண்ட சமூக ஒடுக்குதலையும், சாதிப் பார்வையையும் குறைக்கின்ற அளவில்) சமூகசேவைகளை மேற்கொள்ளுதலும் நிகழ்ந்தன.

பிராமணர்கள் தர்மசங்கடத்தில் ஆழ்ந்தார்கள். ஒருபுறம் மிலேச்சர்களை வெளியேற்ற விரும்பினார்கள், ஆனால் அதேசமயம், தங்களுக்கு இவ்வுலக ஆதரவினைப் பெறுவதற்காக அவர்கள் அதே மிலேச்ச அரசர்களை ஒன்றிணைத்துக்கொள்ளவும் நியாயப்படுத்தவும் வேண்டியிருந்தது. அவர்களுக்கு இரு தேர்வுகள் இருந்தன. ஒன்று, ஒரு தற்காலிக உத்தியாக மிலேச்சர்களைச் சட்டபூர்வமாக்கி ஏற்றுக் கொள்வது, மற்றது சமூக முறைமையின் அழிவுக்கு அவர்களைப் பழிகூறுவது. முதல் தேர்வான சட்ட பூர்வமாக்குதலில், வம்சாவழிகளைத் தக்கவாறு அமைக்கலாம். 1369இன் ஒரு கல்வெட்டு, ஒரு சுல்தானை மகாபாரதப் பாண்டவர்கள் வழியைச் சேர்ந்தவன் என்று கூறுகிறது.

பழிகூறுவதற்கு வெள்ளம் போன்ற தொன்மம் எதையும் பிராமணர்கள் எளிதாகப் பயன்படுத்த முடியும். தென்னிந்தியாவின் பதினான்காம் நூற்றாண்டின் பிற்பகுதியைச் சேர்ந்த ஒரு பாடல், "வரைமுறையற்ற துருக்கர்களைப் போல, காவிரியாறும் தன் கரைகளைக் கடந்து வெள்ளத்தினால் அழிவைக் கொண்டுவருகிறது" என வருணிக்கிறது. 1261ஐச் சேர்ந்த சாந்தலர் கல்வெட்டு ஒரு அரசனைப் பற்றி, விஷ்ணு வராக அவதாரத்தில் கடலிலிருந்து பூமியை மீட்டதைப்போல, இவனும் துருக்கர்களாகிய கடலில் மூழ்கிவிட்ட பூமியை மீட்டான் என்கிறது. மற்றொரு கல்வெட்டும் துருக்கர்களை மிகப் பெரிய பூமிபாரம் என்று குறிப்பிட்டு, அவர்களைக் கட்டுப்படுத்தி ஆக்கிரமிக்கும் இந்து அரசனை மகா விஷ்ணுவின் வராக அவதாரத்துடன் ஒப்பிடுகிறது.[41] ஆனால் இதே தொன்மம் தலைகீழாகவும் பயன்படுத்தப்படுகிறது. 1491ஐச் சேர்ந்த மற்றொரு கல்வெட்டு, துருக்கர்கள், சாகர்கள் (சித்தியர்கள்), மிலேச்சர்கள் ஆகியோர் பூமியைத் தங்கள் தோள்களில் தாங்கி, விஷ்ணுவைக் கவலைப் படுவதிலிருந்து மீட்டனர் என்று சொல்கிறது. காலமுறைப்படி ஒரு விவரிப்பு மற்றதற்குப் பின்னால் வருகிறது என்று வாதிப்பது கடினம்.[42] எதிர்மறைப் பார்வைகளும், உடன்பாட்டு நோக்குகளும் அவற்றைக் கொண்டிருந்த மனிதர்களைப் போலவே ஒன்றாகவே வழங்கின.

குதிரைகளும் குதிரை வணிகர்களும்

இந்தோ - ஐரோப்பியர்களும் வேதமக்களும் படையெடுத்துவந்த காலம் முதலாகவும், பிறகு அவ்வப்போது ஒழுங்கான கால இடைவெளிகளில் கிரேக்க, சித்திய, மத்திய ஆசியக் குதிரைவீரர்கள் வாயிலாகவும் இந்தியாவில் குதிரைகள் வகித்த பங்கினைப் பற்றி நாம் அறிவோம். குதிரைகளுடன் நெருக்கமும் அவற்றை வசப்படுத்தலும் இந்தோ - ஐரோப்பியர்கள், மத்திய ஆசியாவின் துருக்கிய மக்கள் ஆகியவர்களின் பொதுக் குணமாகும்.[43] இந்திய ஆட்சியாளர்கள் தொடர்ந்து குதிரைகளை இறக்குமதி செய்யவேண்டிய அவசியம் இருந்தது பற்றியும் போகிறபோக்கில் குறிப்பிட்டோம். அந்த வணிகத்தின் காரணமாக அராபியர்களும் துருக்கர்களும் (அவர்களுடன் இஸ்லாமும்) தென்னிந்தியாவுக்கு வந்தனர். தில்லி சுல்தானியத்தை உருவாக்கிய துருக்கிய மக்களின் செய்கை களில் குதிரைகள் தொடர்ந்து முக்கிய இடம் வகித்து வந்தன. இது தான் யானைகளின் முக்கியத்துவத்தைப் பற்றிக் குறிப்பிடவேண்டிய இடமும்கூட.[44] அவை குதிரைப்படைக்கு முக்கியத் துணைப்படைப் பிரிவாக இயங்கிக் குதிரைகளுக்கு உதவின. இந்தியச் சூழலுக்கு அவை குதிரைகளைவிட ஏற்றவை, ஆனால் அவற்றை விடச் செலவுபிடிப்பவை. முகலாய அரசன் பாபர், அவற்றுக்கு உணவளிப்பது எவ்வளவு செலவு பிடிப்பதாக இருக்கிறது (இரண்டு ஜோடி ஒட்டகங்களுக்கு ஆகும் செலவு) என்று புகார் எழுதியிருக்கிறான். குதிரைகளும் யானைகளும் சேர்ந்து, மிக அவசியமான இராணுவக் கருவிகளாக இருந்தன என்பதோடு, காடில்லாக், ரோல்ஸ் ராய்ஸ் கார்கள் போல அக்காலத்தில் அந்தஸ்துக் குரிய சின்னங்களாகவும் இருந்தன.

பெரும்பாலும் மத்திய ஆசியாவில் முதன்முதலாகக் குதிரைகள் பழக்கப் படுத்தப்பட்டிருக்கலாம். அப்பகுதி சிறந்த குதிரைகளையும், பெரிய குதிரைவீரர்களையும், குதிரை பழக்குபவர்களையும் உருவாக்கியது. கஜனி முகமதுக்குத் தன் படைகளை மத்திய ஆசியக் குதிரைகள்மீது அமர்த்திப் போரிடும் நல்வாய்ப்பு இருந்தது. அவற்றை எதிர்கொள்ள ஓர் இந்தியனுக்கு இருந்த நம்பிக்கை, ஒரு விரைவாக ஓடும் குதிரை கிடைக் கும் என்பதுதான்.[46] அல்பிரூனி, துருக்கி குதிரைகளுக்குப் பெயர்பெற்றது, (ஆஃப்கானிஸ்தானத்தின் காண்டஹார் யானைகளுக்குப் பெயர்பெற்றது, இந்தியா காலாட்படைகளுக்குப் பெயர்பெற்றது என்று குறிப்பிட்டார்.[47] மேற்கு மற்றும் மத்திய ஆசியாவிலிருந்து முகமது பின் துக்ளக் ஆட்களை அமர்த்தியபோது, அவர்களுக்குக் குதிரைப் பயிற்சியில் திறன் இருக்கிறதா என்று சோதித்த பிறகே சேர்த்தான்.[48] துருக்கிய ஆதிக்கக்காரர்கள், இந்தியாவில் பதின்மூன்றாம் நூற்றாண்டில் போலோ விளையாட்டை அறிமுகம் செய்தனர்.[49] கோரி முகம்மதுவின் வாரிசு, போலோ விளை யாடியபோது தன் போலோக் குதிரை அவன்மேல் விழ, 1210இல் இறந்து போனான்.[50]

இந்தியாவுக்குள் வந்தபிறகு, துருக்கியர்களுக்குக் குதிரைகளை இங்கே வளர்ப்பதைவிட பெரும்பாலான குதிரைகளை இறக்குமதி செய்வது எளியதாக இருந்தது. முஸ்லிம்களின் ஆட்சியின் ஆண்மைக்கு உயிராக இருப்பதாகக் கருதப்பட்ட மத்திய ஆசிய இறக்குமதிப் பொருள்கள்

தொடர்ச்சியாக இந்தியாவில் நுழைந்தன.[51] தக்காண சுல்தான்களும் அவர்களுக்கு எதிரிகளான மகாராஷ்டிரத்தைச் சேர்ந்த க்ஷத்திரிய இந்து வீரர்களும், விஜயநகர அரசர்களும் தங்களது குதிரைப்படைக் குதிரைகள் இனங்களைத் தங்கள் சொந்த மாவட்டங்களில் மேம்படுத்துவதற்காக மிகப் பெரிய அளவில் அராபியக் குதிரைகளை இறக்குமதி செய்தனர்.[52] மிகச் சிறந்த குதிரைகள் மத்திய ஆசியாவிலிருந்தும் (துருக்கிக் குதிரைகள்) ஈரான் அல்லது அரேபியாவிலிருந்தும் (தாஜிக் குதிரைகள்) இறக்குமதி ஆயின.[53] 1292வாக்கில் இந்தியாவுக்கு வருகை தந்த மார்க்கோ போலோ *(1254 - 1324)*, மதுரையிலிருந்த பாண்டிய அரசன் ஆண்டுக்கு இரண்டா யிரம் குதிரைகளை இறக்குமதி செய்கிறான் என்றும், அவனுடைய நான்கு சகோதரர்களும் அவ்விதமே செய்கின்றனர் என்றும் குறிப்பிட்டான்.[54] தென்னிந்தியர்கள், குறிப்பாக மதுரைப் பக்கங்களில் இருப்பவர்கள், இன்றும் பாண்டிய மன்னர்களின் ஊக்கமான குதிரை இறக்குமதியைப் பற்றிக் கதைகள் சொல்கின்றனர்.[55] அயல் நாட்டு, இந்தியச் சான்றுகள் தென்னிந்தியர்கள் ஆண்டுக்குப் பதினான்காயிரம் குதிரைகள்வீதம் இறக்குமதி செய்தனர் என்பதற்கு ஆதாரமாக உள்ளன.[56] பதினாறாம் நூற்றாண்டைச் சேர்ந்த விஜயநகரத் தென்னிந்திய அரசன் ஒருவன் தனது சொந்தப் பயன்பாட்டிற்காகவும், தனது அதிகாரிகளின் பயன்பாட்டிற் காகவும் ஆண்டுக்குப் பதின்மூன்றாயிரம் குதிரைகளை இறக்குமதி செய்த வரலாறு இருக்கிறது.[57] மலபாரில் பத்தாயிரம் அராபிய, பாரசீகக் குதிரைகள் ஒவ்வோராண்டும் இறக்குமதி செய்யப்பட்டன.[58]

அயல்நாட்டு இறக்குமதிப் பொருள்களை மிக அதிக அளவில் நுகர்ந்தது விஜயநகரம். அவற்றில் இந்தியப் படைகளில் மிக விரும்பப்பட்டவையான குதிரைகளும், கொஞ்சம எரிஆயுதங்களும் பாரசீக வளைகுடாவிலிருந்து இறக்குமதி ஆயின. கப்பல்களின் தளத்திலேயே தாங்கள் வெளியேற இயலாமையால் பல குதிரைகள் இறந்துபோயின. அவைகளின் கடல் நோய் பெரும்பாலும் இறப்பிலேயே முடிந்தது. பெரும்பாலும் கடு மையான வயிற்றுநோய் நேரிட்டு, முறுக்கிய உணவுக்குழலோடு அவை இறந்தன. மிக மென்மையான, மதிப்புமிக்க இப்பிராணிகளை இருண்ட கப்பலில் கொண்டுவருவது மிகவும் செலவுபிடிக்கக்கூடிய, அபாயமான காரியமாக இருந்தது.[59] இப்படிக் கப்பலில் இறந்துபோகக்கூடிய குதிரை களை எவ்விதமேனும் கொண்டுவரவேண்டும் என்பதற்காக விஜயநகர அரசர்கள் இறந்த குதிரைகளுக்கும் சேர்த்துப் பணம் தரும் அளவுக்குச் சென்றனர் என்று கூறப்பட்டது.[60] விஜயநகரம் போர்ச்சுகலுடன் போரில் ஈடுபட்டபோது, போர்ச்சுகீசியர்கள் குதிரைவணிகத்தில் ஏகபோக உரிமை கொண்டிருந்ததால், விஜயநகரத்தின் முக்கியமான வருவாய்க்கு இழப்பு நேரிட்டதோடு, இறந்த குதிரைகளுக்கு ஈடுசெய்ய முடியாத நிலையும் ஏற்பட்டது.[61] அயல்நாட்டு நோக்கர்கள் பலரின் கருத்துப்படி, குறைந்தபட்சம் தில்லி சுல்தானியக் காலத்திலிருந்தேனும் குதிரைகளை இறக்குமதி செய்யவேண்டிய தேவை கசப்புணர்ச்சியை உண்டாக்கியது. இதற்கு, இந்தியர்கள் தங்கள் குதிரைகளுக்குப் பொருத்தமற்ற உணவுகளை அளித்ததே காரணம்.[62] இந்தியாவில் குதிரைகள் இறக்கக் காரணம், தட்பவெப்பநிலையும், பொருந்தாத உணவும்தான் என்ற மார்க்கோ போலோ வலியுறுத்திக் கூறுகிறான்.[62] அவை வளர்ந்தாலும்,

"கோணலான கால்களையுடைய மோசமான ஈனப்பிறவிகளைத் தவிர" வேறொன்றையும் உற்பத்தி செய்யவில்லை.[63] சில நூற்றாண்டுகள் கழித்து, அக்பருடைய வரலாற்றாசிரியனான அபுல் பாசல், குதிரைகளுக்குக் கிடைக்கும் சமயத்தில் புல், புல் இல்லாதபோது வைக்கோல், இவற்றுடன் வெந்த பட்டாணி அல்லது அவரை, மாவு, சர்க்கரை, உப்பு, கரும்புச்சாற்றுக் கழிவு, எல்லாவற்றுக்கும் மேலாக நெய் ஆகியவற்றை உணவாக அளித்தனர் என்பதற்குச் சான்று கூறுகிறான். பிற சான்றுகளும் மேற்கருத்தை உறுதிசெய்கின்றன. சரியான புல்வகையும், வைக்கோலும் இல்லாத காரணத்தினால், இந்திய மக்கள், கோதுமை, பார்லி, கொள்ளு போன்றவற்றை எல்லாவிதப் பொருள்களோடும்—பசும்பால், நாட்டுச் சர்க்கரை, இன்னும் நெய்யுடன் வேக வைத்த இறைச்சி போன்றவற்றுடன் கலந்து குதிரைகளுக்கு அளித்தனர்.[66] மத்தியக் கிழக்கு, ஐரோப்பிய நாட்டவர்கள் இதைக் கண்டபோது அதிர்ந்து போயினர்.

பத்தொன்பதாம் நூற்றாண்டுவரை இந்தியாவில் ஓட்ஸ் பயிரிடப்பட்ட தில்லை. அந்தச் சமயத்திலேயே, ருட்யார்ட் கிப்லிங்கின் தந்தை (இவர் ஒரு மிருக வைத்தியர்) — இந்திய உணவு குதிரைகளின் ஈரலை அழிக்கக்கூடியது, பல நோய்களை அவற்றுக்குத் தந்து பெரிய இறப்புவீதத்தை ஏற்படுத்தியது என்ற முடிவுக்கு வந்தார்.[67] இவற்றுள் தில்லி சுல்தான்களிலிருந்து கிப்லிங்கு கள் வரை பெரும்பாலான விமரிசனம், அயல்நாட்டு முற்சாய்வின் மணம் வீசுவதோடு, பேரரசுக்குரிய சுயநியாயப்படுத்தலையும் காட்டுகிறது. அயல்நாட்டுக் குதிரையாட்கள் தங்கள் 'குதிரையறிவைப்' பயன்படுத்தி நல்ல உணவளித்திருக்கலாம், தங்கள் சொந்த ஆட்களை இங்குக் கொண்டுவந்திருக்கலாம். நெய் மாவு உணவு கட்டுக்கதை மீண்டும் மீண்டும் சொல்லப்பட்ட புரளியாகக் கருதவே இடமிருக்கிறது. ஆனால், மக்கள் தங்கள் வளர்ப்புப் பிராணிகளுக்கு — மிக அரிய குதிரைகளுக்கும் (நாய்களுக்கும்) — தாங்கள் மிகவிரும்பி உண்கின்ற (சாக்கலேட் போன்ற) உணவுகளையே அளிக்கின்றார்கள் — அது பெருங்கேடாக முடிகிறது.

ஆகவே உயிருள்ள பிராணிகளை இறக்குமதி செய்வது, இந்தியாவின் மிக முக்கியமான ஆடம்பரச்செலவு ஆயிற்று.[68] சுல்தானியக் காலத்தில் பாரசீக, அராபியக் குதிரைகள் பாஹ்ரி (கடலில் பிறந்தவை) என அழைக்கப் பட்டன. ஏனெனில் மிகக் கேடான நிலையில், அவை கடல் வாயிலாக இறக்குமதி செய்யப்பட்டன.[69] நிலப்பகுதி வாயிலாகவும் பல குதிரைகள் கொண்டுவரப்பட்டன, ஆனால் அவைகளும் பல கஷ்டங்களுக்கும் இழப்புகளுக்கும் ஆளாயின. பண்ணை விலங்குகளாகவோ, சுமை விலங்கு களாகவோ பயன்படுத்துவதற்குக் குதிரைகள் மிக விலையுயர்ந்தவை.[70] எவ்வாறாயினும், இங்குள்ள வெப்பமும் ஈரப்பதமும் அவ்வாறான வேலைக்கு அவற்றைப் பயனற்றவை ஆக்கிவிட்டன.[71] இவற்றை எருமை அல்லது எருதுகள் கொண்டு செய்வதே இங்கு வழக்கம். குதிரைகள் போருக்கு, குதிரைப்படையாக, யானைப்படைக்கு உதவியாக மட்டுமே பயன்படுத்தப்பட்டன.[72] ஆக, க்ஷத்திரிய வகுப்பினருக்குரிய எல்லா எதிர்மறைப் பண்புகளையும் (அதிகாரம், ஆதிக்கம், பணம் பறித்தல்—வரிவசூலிப்பவர்கள் கிராமங்களில் குதிரைமீதேறிச் சென்று வசூலிப்பது வழக்கம் — இவற்றுடன் மரணம்) தொகுத்தால் அந்தவிதமான க்ஷத்திரிய

விலங்காகவே குதிரை இருந்தது. இத்துடன் ஒரு முக்கியப் புதிய காரணியைச் சேர்க்கவேண்டும் — இந்த க்ஷத்திரியர்களில் பலர் இந்துக்கள் அல்ல, முஸ்லிம்கள். ஆகவே இந்துக்கள், முஸ்லிம்களுக்கிடையிலான நடைமுறை உறவுகளைக் குதிரைகள் பாதித்தது மட்டுமல்ல, கலை இலக்கியத்தில், அவ்வித உறவுகளின் மாறுகின்ற மனப்பாங்கை எடுத்துக்காட்டும் குறியீட்டு அளவுகோலாகவும் செயல்பட்டன.

கோயில்களைப் பாழ்படுத்தல்

தில்லி சுல்தான்களுக்கும் இந்துக்களுக்குமான தொடர்புகளில் நல்லன குறைந்தவற்றிற்கு நாம் திரும்பினால், இது பின்னோக்கிய எச்சரிக்கைக்கான ஒரு நேரம் ஆகும். இப்போதெல்லாம் இந்து தேசியவாதிகள் இந்துமதத்தின் கதையைச் சொல்கின்றபோது கெட்ட முஸ்லிம்கள் செய்த பயங்கரமும் அருவருக்கத்தக்கவையுமான செயல்களைப் பற்றிய ஓர் இயல் எப்போதுமே சேர்க்கப்படுகிறது. இந்து தேசியவாதம் பலியானவர்களுக்கும் பலி கொடுத்தவர்களுக்கும் முதன்மையும் முக்கியத்துவமும் கொடுத்துவந்திருக்கிறது. அவ்வாறு இல்லை எனில், ஆயிரக்கணக்கான ஆண்டுகளாக இந்தத் துணைக் கண்டத்தினை — ஏன் உலகத்தையே பாழ் படுத்திவந்த கெடுநோக்குக் கொண்ட போர்கள் என்னும் கடலில் சில துளிகளாக இவை மறைந்துபோகும்.

இந்தியாவில் இந்தச் சமயத்தில் ஆண்டுவந்த முஸ்லிம் ஆட்சியாளர்கள் இந்துக்கோயில்களை ஒரேமாதிரியாக நோக்கவில்லை. தங்களுக்கு முந்திய இந்து ஆட்சியாளர்களைப் போலவே சில முஸ்லிம் ஆட்சியாளர்கள், இந்துக்கோயில்களை அழித்தனர்.[73] கோயில்களைப் பாழ்படுத்துவது, வெறும் மதவெறியினால் நடக்கவில்லை.[74] சில ஆட்சியாளர்கள் மதவெறியினால் தூண்டப்பட்டனர் (அல்லது தூண்டப்பட்டதாகக் கூறினர்). விக்கிரக வழிபாடு, அல்லது பலகடவுள் வழிபாடு, அல்லது இஸ்லாமைத் தவிர வேறு எந்த மதத்தையும் மேற்கொள்ளுதல் என்பதில் வெறுப்பு இருக்கவே செய்தது. சிலர், கோயில்களின் அளப்பரும் செல்வம் பற்றிய கதைகளைக் கேள்விப்பட்டு[75] கோயில்களைப் பாழ்படுத்தினர். அல்லது தென்னிந்தியாவில் நாம் நோக்கியதைப்போல, கோயில்கள் அரசியல், பொருளாதார ஆதிக்கங்களின் மையங்களாக இருந்ததால், கோயில்களை அழிக்க முனைந்தனர். பக்தியும் பேராசையும் அடிக்கடி ஒன்றிணைந்தன. இங்கும் அவை இயங்கின. கடவுளர் சிலைகள் கட்டித் தங்கத்தினால் ஆனவை.[76] பிற இந்துக்கோயில்களிலிருந்தும் பௌத்த ஸ்தூபங்களிலிருந்தும் இந்து ஆட்சியாளர்கள் ஏற்கெனவே திருடிச் சில கோயில்களில் புதையல்களாகச் செல்வத்தைக் குவித்து வைத்திருந்தனர். மேலும் கோயில்கள் வெறும் வழிபாட்டு இடங்கள், வங்கிகள் மட்டுமல்ல, அவை அரசியல் குறியீடுகள், சிலசமயங்களில் இராணுவத் தளங்களாகவும் இருந்தன. அவை பிணைப் பொருளாகவும் பயன்பட்டன. பத்தாம் நூற்றாண்டில் சிந்துவின் சில பகுதிகளில் அரபுக் குடும்பங்கள் மிகச் சில, பெருமளவு முஸ்லிம்கள் அல்லாத பகுதிகளை ஆட்சிசெய்தன. எங்குக் கலகங்கள் எழுந்தாலும், அல்லது படையெடுப்பு நிகழ்வதாகத் தோன்றினாலும், அங்குள்ள நகரத்தின் முக்கியமான மதிப்புக்குரிய

கோயிலை அழித்துவிடுவதாக ஆட்சியாளர் பயமுறுத்தினர்.[78] ஆகவே மதவெறி பிடித்த முஸ்லிம்கள் என்பதற்கு பதிலாகக் கொள்ளையடிக்கும் நாடோடிகள் என்று இவர்களைச் சொல்லலாம்.

சன்னிப் பிரிவைச் சேர்ந்த கஜினி முகமது 1004இல் மதுரா கோயிலைக் கொள்ளையடித்து தங்கம், வெள்ளி, விலையுயர்ந்த கற்கள் போன்ற பெரும் செல்வத்தைக் கொண்டு சென்றான். பிறகு அதை எரித்துத் தரைமட்டமாக்கினான்.[79] 1026இல் சோமநாதபுரக் கோயிலை அவன் தாக்கினான். அதில்தான் புகழ்பெற்ற சிவலிங்கம் இருந்தது. இதுவரை வரலாற்று நிகழ்வுகள். பிறகு இதையொட்டிய கதைகள் தோன்றின. கதைகளின் சில வடிவங்களின்படி (மற்றவைகளில் இல்லை), அவன் அந்தச் சிவலிங்கத்தை மூடியிருந்த தங்கத்தகட்டை வகிர்ந்து தன் வாளால் துண்டுதுண்டாக வெட்டினான். அவற்றை கஜினிக்கு அனுப்பினான். அங்கு புதிதாகக் கட்டப்பட்டு வந்த ஜாமி மசூதி (வெள்ளிக்கிழமை மசூதி) யின் படிக்கட்டுகளாக அமைத்தான்.[80] வெற்றிகொண்ட துருக்கிய பாரசீக மூலங்கள் இந்த நிகழ்ச்சிக்கு மிகுந்த முக்கியத்துவம் அளித்தன. மத்தியகால இந்து எதிர்ப்புப் புராணங்கள், ஓர் எதிர்க்கதையை உருவாக்கின. அதன்படி திருடப்பட்ட சிவலிங்கம் உயிர்பெற்று, லாயத்திற்குத் திரும்பிவரும் குதிரையைப் போலத், தன் இடத்திற்குத் திரும்பிவந்து கோயில் மறுசீரமைப்புச் செய்யப்பட வழிவகுத்தது.[81] பிரிட்டிஷ் வரலாற்றாசிரியர்கள் தங்கள் சொந்தக் காரணங்களுக்காக இதைப் பிரபலப்படுத்தினர் (சான்றாக, முஸ்லிம்களின் ஒடுக்குதலிலிருந்து இந்துக்களைத் தாங்கள் காப்பாற்றியதாகக் கூறினர்). வட்டார சமஸ்கிருதக் கல்வெட்டுகள் உள்ளிட்ட மூலங்கள், இந்தக் காலப்பகுதியின் அரசர்கள், வணிகர்களின் வரலாற்று நூல்கள், எஞ்சியிருக்கின்ற நாட்டார் கதைகள் போன்றவை இந்தச் சம்பவத்தின் தங்கள் தங்கள் வடிவங்களை அளிக்கின்றன.[82] வரலாறு தொன்மத்தை உண்டாக்குவதற்கும், தொன்மம் வரலாற்றினை உருவமைப்பதற்கும் நல்ல உதாரணமாக இது இருக்கிறது.

1192இல் கோரி முகம்மது ராஜபுத்திரர்களைத் தோல்வியுறச் செய்ததும், அவனுடைய படைகள் மக்களைப் படுகொலை செய்து, பல நினைவுச் சின்னங்களைக் கொள்ளையடித்துப் பாழ்படுத்தின.[83] சில அரபு வரலாற்றுக் குறிப்பாளர்களின் பெருமிதக் கூற்றுகளின்படி, அவன் படைகள் ஆயிரம் கோயில்களின் சிலைகளை உடைத்தெறிந்தன. ஆயிரத்து நானூறு ஒட்டகச் சுமைகளாகக் கொள்ளையடித்த செல்வத்தைக் கொண்டு சென்றன. பாழ்படுத்திய கோயில்களை மறுபடியும் மெய்யான கடவுளின் (அல்லாவின்) வழிபாட்டிற்குச் சமர்ப்பித்தன.[84] ஆனால் குஜராத்தில் 950க்கும் 1304க்கும் இடையில் வெள்ளைச் சலவைக் கல்லில் ஒளி கசியுமாறு செதுக்கப்பெற்ற சிறந்த ஜைனக் கோயிலை ஏனோ அவர்கள் விட்டுவிட்டனர். அக்கோயில் அபு மலையுச்சியில் இருக்கிறது, அதன் வெளிப்புறம் எவ்விதமான அலங்காரமும் இன்றி, ஏறத்தாழ மசூதியைப் போலத்தான் இருக்கிறது. அலங்காரமற்ற வெளிப்புற முற்றம், (உட்புறத்தை வெளியாக விட்டு, வெளிச்சுவர்களை அலங்கரிக்கும்) இந்துக் கோயில்களுக்கு மாறாக அமைக்கவேண்டும் என்ற எண்ணத்தினால் எழுந்ததாகலாம். மேலும், துருக்கிய ஆஃப்கானியத் தாக்குதல்களுக்கு

ஒரு பாதுகாப்பாகவும் அதன் நோக்கம் அமைந்திருக்கலாம்.[85]

அலாவுதீன், தேவகிரியைச் சேதமின்றி 1296இல் விட்டுவிட்டான். ஆனால் 250 ஆண்டுகளுக்கு முன்பு கஜனி முகமதின் சூறையாடலுக்குப் பின் இந்துக்கள மறுபடியும் கட்டியிருந்த சோமநாதர் கோயிலை மறுபடியும் தாக்கி அழித்தான். மறுபடியும் லிங்கத்தைச் சம்மட்டியால் தூள்தூளாக உடைத்துப் பாழாக்கி, தில்லியில் முஸ்லிம் கால்கள் நடப்பதற்குரிய பாதையாக இடுவதற்குக் கொண்டுசென்றான்.[86] (சோமநாதர் கோயிலைப் பற்றிய ஆவணங்களை வைத்துச் செய்த ரொமிலா தாப்பரின் ஆய்வின்படி, அதே கோயிலைத் திரும்பத்திரும்ப முஸ்லிம்கள் இடித்துப் பாழாக்கினார்கள் என்று இந்துக்களின் குறிப்புகள் சொல்கின்றன.) சிதம்பரத்தில் அலாவுதீனின் படைகள் முன்பு தாக்க முற்படாத நடராஜர் கோயிலைத் தாக்கி அங்கிருந்த லிங்கங்களை எல்லாம் குதிரைகளின் குளம்புகளால் உதைத்துப் பாழாக்கின என்று ஓர் இந்தோ பாரசீகக் கவிஞன் எழுதினான்.[89] அலாவுதீனின் பின்வந்த காபுர் (மீட்கப்பட்ட அடிமை) தன் பேரனுக்குக் காப்பாளர் என்ற முறையில் ஓர் அரசி ஆண்டுவந்த, இரத்தினங்களுக்குப் பெயர்போன ஆந்திரத்தைத் தாக்கினான். பிறகு தமிழ்நாட்டில் மதுரை, ஸ்ரீரங்கம், சிதம்பரம் கோயில்களைக் கொள்ளையடித்து அங்கிருந்த கட்டித் தங்கத்தினால் செய்யப்பட்ட சிலைகளைத் திருடிக்கொண்டு, பெரும் செல்வத்தை 612 யானைகள் மீதும் 20,000 குதிரைகள்மீதும் ஏற்றிச் சென்றான்.[90] ஸ்ரீரங்கத்தின் தாக்குதல்கள் வளமான தொன்மங்களுக்கு வித்திட்டது. அவற்றில் ஒன்றின்படி, சுல்தானின் படைகள் ரங்கநாதர் சிலையைக் கைப்பற்றி வடக்கு நோக்கிக் கொண்டு சென்றபோது அது இரவில் உயிர்பெற்றது. சுல்தானின் மகளை மயக்கியது. (ஒரு கதையில், அவள் இதயம் உடைந்து இறந்துபோனாள், மற்றொரு கதையில், ஸ்ரீரங்கநாதர் சிலைக்குள் ஐக்கியமாகிவிட்டாள்). பிறகு அந்தச்சிலை, தத்துவஞானி இராமானுஜரின் உதவியோடு, மீண்டும் ஸ்ரீரங்கம் கோயிலுக்குக் கொண்டுவரப்பட்டது. இன்றுவரை, ரங்கநாதரின் படிமம், சுல்தானின் அவையினர் செய்வதுபோன்ற தினசரி பூசையுடன் வழிபடப்படுகிறது, வடநாட்டு முறைப்படி சமைக்கப்பட்ட உணவும் அதற்கு அளிக்கப்படு கிறது.[91] முஸ்லிம் ஆக்கிரமிப்பாளர்களின் கோயிலைப் பாழ்படுத்தாமல் இந்துப் படிமங்களைச் செய்த சில திருட்டுகள், இந்திய பாணியிலான மறுசுழற்சியாகும். மனிதனை மனிதன் உண்பதுபோல, பிறருடைய மத நினைவுச் சின்னங்களைப் பகுதி பகுதியாகத் திருடுவது அந்த மூலத்தை அவமரியாதை செய்வது (அழித்தல் அல்லது பாழ்படுத்தல்) ஆகும். அல்லது ஒருவேளை மரியாதை செய்வதும் (மூலத்தின் ஆற்றலையும் அந்தஸ்தையும் தானே எடுத்துக்கொள்ளுதல்) ஆகலாம். ஆனால் சிலையை உடைத்துப் பிற மதத்தினர் மிதித்துச்செல்லுமாறு தரையில் பதித்தல் எவ்வித சமரசத்துக்கும் இடம் தராத முறையில் அவமானத்துக்கு மேல் அவமானம் செய்வதாகும். பிற மதத்தினருடைய நினைவுச்சின்னங்களை அழித்தலும் அவர்கள் செல்வங்களைக் கொள்ளையிடுதலும் அந்தக் காலத்தில் எங்கும் நடைபெற்ற ஒன்று. அதில் முஸ்லிம்கள் ஒன்றும் தனியுரிமை பெற்றிருக்கவில்லை. ஆனால் காலில் மிதிப்பது வேறு. இந்து அரசாட்சியின் முழு அடிப்படையுமே நிலத்தையும் பொருளையும்

கொள்ளையடிப்பதாகும். அது ரிக்வேத காலத்தில் கால்நடைகளைக் கவர்தலில் தொடங்கியது. சுல்தானியக் காலத்தில் படையெடுத்து வரும் இராணுவம், உள்ளூர்க் கோயிலைக் கொள்ளையடிக்கும் என்பது எதிர்பார்ப்பு. கதைசொல்லி அரசவை வரலாற்றாசிரியனாக இருந்தாலும், உள்ளூர் கள்ளுக்கடையில் உட்கார்ந்திருக்கும் ஒரு முதியவனாக இருந்தாலும், கொள்ளை நிகழ்ந்தாலும் நிகழாவிட்டாலும் படையெடுப்புகளைப் பற்றிய கதைகளைச் சொன்னபோது, அவர்கள் இந்தக் கொள்ளைகளைத் தவறாமல் குறிப்பிட்டார்கள். உறுதியாக மிகைப்படுத்தல் இருந்தது. ஒவ்வொருமுறை கதைசொன்னபோதும் கோயில் மறுபடியும் செல்வம் அதிகமாகப் பெற்று வந்தது. படையெடுக்கும் இராணுவத்திலும் யானைகள் மேலும் மேலும் சேர்ந்தன.[92] இச் செய்கைகள் சிலபோதில் எதிர்ப்புகளை உண்டாக்கின என்பதில் வியப்பில்லை. பெரிய கதைகள், பெரிய செயல்களைத் தூண்டின. அவை மறுபடி மேலும் பெரிய கதைகளைத் தூண்டின. உதாரணமாக, சமகால முஸ்லிம் மூலங்கள் சொல்வதுபோல, 1220இல் உத்தரப்பிரதேசத்தில் அயோத்தியில் பர்த்தூ என்ற பெயருடைய இந்து ஒருவன் ஒருலட்சத்து இருபதாயிரம் முஸ்லிம்களைத் தான் ஒருவனாகவே கொன்றான் என்பது மிகைப்படுத் தலுக்கு நல்ல சான்று.[93] இங்குதான் டிரேகன்கள் இருந்தன என்று மத்திய ஐரோப்பாவின் நிலப்படங்கள் சொல்வது வழக்கம். அதுபோல, மத்தியகால இந்தியாவின் நிலப்படம் ஒன்று நிச்சயமாக இங்குதான் அசுரமிருகங்கள் இருந்தனர் என்று சொல்லும். இரு புறங்களிலுமே மனிதத்தன்மையற்ற ஆட்சியாளர்கள் இருந்தனர். சில முஸ்லிம்கள் சிலை உடைத்தலாகிய கூடுதல் ஊதியத்தைப் பெற்றார்கள் என்பது பொருளல்ல. அந்தக் காலத்தில், துருக்கியர்களுக்கு இந்துக்களை அழிக்க வேண்டிய அதிகப்படி வலிமை இருந்தது. துருக்கியர்களை அழிக்க இந்துக்களுக்கு அவ்வளவு வலிமை இல்லை. ஆனால் இரண்டு புறங்களிலுமே பல இடங்களில், நல்லெண்ணத்துடன் கூடிய விருப்பம் இருந்தது.

மாறாக...

இருபக்கங்களிலும் அரக்கர்கள் இருந்தனர்; ஆனால் இருபக்கங்களிலும் தேவர்கள் இல்லாவிட்டாலும் மனிதர்கள் இருந்தனர். அவர்கள் எல்லையற்ற இரத்தக்களறி, தண்டனைகள் ஆகியவற்றை மனத்தளவில் எதிர்ப்பவர்களாகவும், ஒருவர் மற்றவரின் மதத்தை மதிப்பவர்களாகவும் இருந்தனர், அல்லது குறைந்தபட்சம் அவற்றை அலட்சியம் செய்தனர். வாசகர்களே, தில்லி சுல்தான்களில் சிலர் மிகக் கொடியவர்களாக இருந்தாலும், சிலர் மேன்மக்களாக இருந்தனர் என்பதை அறிய ஆச்சரியப்பட மாட்டீர்கள். இந்தியாவின் சில முஸ்லிம் ஆட்சியாளர்கள், இந்தியாவை நோக்கிய, மறை ஞானமுடைய, உள்ளடக்குகின்ற என்று வருணிக்கப்படுகிறார்கள். பிறர் மெக்காவை நோக்கிய, நபியினுடைய, வெளியொதுக்கலுடைய என்று கருதப்படுகிறார்கள்.[94] ஆக்கிரமிப்புகள், பிறவற்றைப் போலவே, கொடு விலங்குத்தனமாக இருந்தன. கோயில்கள் சூறையாடப்பட்டு, மக்கள் கொலைசெய்யப்பட்டனர். ஆனால் போர் முடிந்தவுடனே, ஆக்கிரமிப்பாளர்கள், தங்களைவிட எண்ணிக்கையில் மிகுந்த பிற மக்களைக் கொண்ட மிகப்பெரிய நிலப்பரப்பை ஆட்சிசெய்ய

வேண்டியிருந்தது, அதனால் சமரசங்கள் செய்யப்பட்டன. சூழல் சமநிலை யற்று இருந்தது, ஒரு குழு மற்றதைவிட அதிகமான ஆதிக்கம் பெற்றிருந்தது. ஆனால் தனிப்பட்ட ஆட்சியாளர்கள் இச்சூழலை மேம்படுத்தவோ, கெடுக்கவோ செய்தனர். மிகப் பெரிய தொல்லையை விளைவித்த அதே இந்து அரசியல் கோட்பாடு (என் எல்லையில் இருக்கும் நாடு எனக்கு எதிரி, என் எதிரியின் பகைவன் எனக்கு நண்பன்) ஓரளவு பிரச்சினையை மட்டுப்படுத்தவும் செய்தது. சான்றாக, ராஷ்டிரகூடர்கள் இந்து முஸ்லிம் உறவை வளர்த்தனர், முஸ்லிம் வணிகர்களைக் காப்பாற்றினர். இதற்குக் காரணம், சகிப்புத்தன்மை அடிப்படையிலான தாராளக் கொள்கை எதுவும் அல்ல. அவர்களுடைய எதிரிகளான குஜராத் பிரதிஹாரர்கள், சிந்து அராபியர்களுக்கு எதிரிகளாக இருந்தனர். எனவே அராபியர்கள் இயல்பாகவே ராஷ்டிரகூடர்களுடைய நண்பர்களாகி விட்டனர்.[95]

கலாச்சார அளவில், இந்துக்கள் முஸ்லிம்களின் சமூக வழக்காறுகள் பலவற்றை ஏற்றுக்கொண்டனர். துருக்கியர்கள், ராஜபுத்திரர்களின் அரசகுலப் பெண்கள் சந்தித்தபோது, முஸ்லிம் பெண்கள் பர்தாவைக் குறிப்பாகக் கையாளுவதில் கண்டிப்புக் காட்டவில்லை. மதுவிருந்துகளிலும் இலக்கிய நண்பர் குழாங்களிலும் அவர்கள் இணைந்துகொண்டனர் (பாபரின் ஞாபகக் குறிப்புகளிலிருந்து தெரியவருவது). இந்தியாவில் சிலகாலம் வாழ்ந்தபிறகு, ராஜபுத்திரரின் அடக்கம், கௌரவம் ஆகியவற்றுக்கான விதிகளை எதிர்கொண்ட பிறகுதான் அவர்கள் பர்தாவின் திரையிலும் ஜனானாவிலும் கடுமையாக மூடப்பட்டனர். அதேசமயம், இந்து சாதியமைப்பின் சில கூறுகளையும் ஏற்றுக் கொண்டனர். இந்துப் பெண்கள், முஸ்லிம் பர்தாவின் சற்றே மாறிய வடிவத்தை ஏற்றுக் கொண்டனர். இரண்டு பக்கமுமே, அடுத்தவரின் மிகமோசமான பண்புகளை ஏற்றுக்கொண்ட பரிதாபத்தை என்ன என்று சொல்லுவது? இருவருமே ஏன் பர்தாவையும் சாதியையும் கைவிட்டிருக்கலாகாது? அப்படிச் செய்திருந்தால் உலகம் எவ்வளவு வேறுபட்டதாக இருந்திருக்கும்? இந்தக் கண்டிப்புகள் இருந்தபோதும் சில பெண்கள் தங்களை நிறுவிக் கொண்டனர். ஒரு சுல்தானின் அந்தப்புரத்தில் ஒளித்துவைக்கப்பட்ட பத்தாயிரம் பெண்கள், தங்களுக்கே சொந்தமான நிர்வாகம், இராணுவம், உற்பத்தி ஒழுங்குமுறை, சந்தை இவற்றுடன் கூடிய பெண்ணியக் குடியரசு ஒன்றை நிறுவிக்கொண்டதாகச் சொல்லப்படுகிறது.[96]

விவசாய எல்லைகள் விரிவடைந்த, பரந்த வணிக வலைப்பின்னல்கள் வளர்ச்சி அடைந்த, படிப்படியான தொழில்துறை மாற்றங்கள் நடந்த, புதிய அரசியல், மத நிறுவனங்கள் (இந்துக்களுக்கானவை உட்பட) வளர்ச்சியடைந்த காலப்பகுதி இது.[97] முகமது பின் துக்ளக்கின் காலத்தில் கூட, பெருமளவு வணிக, தொழில், நிதிச் சேவைகள் இந்துக்கள் கையிலேயே இருந்தன. இஸ்லாமுக்கு மாறிய இந்துக்கள் சிலர் மிக உயரிய பதவிகளைப் பெற்றனர். தில்லி சுல்தானியம் முழுவதும், இந்துக்கள்தான் அரசு பொக்கிஷத்தைக் காத்ததோடு பொருளாதாரத்தையும் நிர்வகித்தனர். அடிமைகளையும், சித்திரப் பட்டாடைகளையும், அணிகலன்களையும், ஏன் குதிரைகளையும் கூட (முன்பு மத்திய ஆசியாவிலிருந்து இறக்கு மதி செய்யப்பட்டவைதான்) சுல்தானுக்குப் பரிசாக அளிக்கப் புதிதாக

மத்திய ஆசியாவிலிருந்து வந்த முஸ்லிம்கள் முனைந்தனர். அவர்களுக்கு உதவிசெய்து இந்து வங்கியாளர்கள் பணக்காரர் ஆயினர். வேலை செய்யும் மக்களில், கைவினைஞர்களில், விவசாயிகளில், வணிக மற்றும் அரசாங்க அலுவலக வகுப்பினரில், இந்திய முஸ்லிம்களும் கீழ்ச்சாதி இந்துக்களும் ஒன்றாக வாழ்ந்து ஒருவரை ஒருவர் மாற்றிக் கொண்டனர்.[98] (பொதுவாக நிகழ்வது போலவே) பெண்கள் பணத்தைப் போலப் புழங்கினர். முஸ்லிம்கள் பலர் இந்து மனைவியரை ஏற்றனர். முகலாயர்கள் இந்தியாவுக்கு அளித்த தோட்டங்கள், முலாம் பழங்கள், நீரூற்றுகள் போன்றவற்றைச் சேர்க்கும்போது கலாச்சாரப் பரிமாற்றக் காட்சி ஓரளவு பிரகாசமடைகிறது.

ஆதரவின்மை, கொடுமைப்படுத்தியமை, மத நினைவுச் சின்னங்களையும் மடங்களையும் (இந்துக்களும் முஸ்லிம்களும் சேர்ந்தே) அழித்தமை போன்ற செயல்களால் பௌத்த மதம் இந்தியாவிலிருந்து விரட்டியடிக்கப்பட்டது. ஆனால் நாடகத்தனமான முரண்பாடு என்னவெனில், இந்து மதம் புத்துரம் பெற்று, முன்னைவிட வலுவாகத் திரும்பியது. பெரும்பாலான சுல்தான்கள் விக்கிரக வழிபாட்டை எதிர்த்தாலும் இந்துக்கள் தங்கள் மதத்தைக் கடைப்பிடிப்பதை அவர்கள் தடுக்கவில்லை. ஏ.1280 அளவிலான ஓர் இந்துக் கல்வெட்டு, சுல்தான் பால்பனின் கீழ் அனுபவித்த பாதுகாப்பையும் வளத்தையும் புகழ்கிறது.[99] 1326இல் முகமது பின் துக்ளக், மீண்டும் இயல்பான வழிபாடு நிகழுமாறு சிவன் கோயில் ஒன்றைச் சீர்செய்ய அதிகாரிகளை நியமித்தான். ஜிஸ்யா வரி செலுத்துபவர்கள் யாராயினும் முஸ்லிம்களின் ஆட்சிப் பகுதியில் கோயில்களைக் கட்டிக்கொள்ளலாம் என்றும் அறிவித்தான். 1355 முதல் 1373 வரை காஷ்மீரை ஆட்சிசெய்த மற்றொரு சுல்தான், தங்கள் அரசுக்குப் பணம் சேர்ப்பதற்காக இந்து, பௌத்தச் சிலைகளை உருக்கலாம் என்று ஆலோசனை கூறிய தன் பிராமண அமைச்சனைக் கோபித்துக்கொண்டான்.[100]

பொதுவாக, வெவ்வேறு காலங்களிலும், இடங்களிலும் இந்துக்கள் சித்திரவதையும் தண்டனையும் அடைந்ததற்கான சான்றுகள் காணப்பட்ட போதிலும், இஸ்லாமியர் கீழ் இந்துமதம் உயிருடன் இருந்தது, இந்தியாவில் நன்றாக வாழ்ந்து கொண்டிருந்தது. இடக்கைச் செய்தியாக இந்துக்கள் கருதுவனவற்றை — ஜிஸ்யா வசூலிப்பதையும் இந்துக் கோயில்களை அழித்ததையும் செய்த அதே சுல்தான்கள், வலக்கைச் செயலாக ராஜ புத்திர இளவரசிகளை மணந்துகொண்டனர், இந்துக் கலைஞர்களையும் சமஸ்கிருத அறிஞர்களையும் ஆதரிப்பதையும் செய்தனர். இந்துக்களுக்கு உயர்ந்த பதவிகளையும் அரசாங்கத்தில் வழங்கினர். 1418இல் வங்காளத்தில் ராஜா கணேஷ் என்ற இந்து சுல்தான் ஆனான். அவன் மகன் முஸ்லிமாக மாறி, தன் தந்தையின் வழிகாட்டுதலின் கீழ் 1431 வரை ஆட்சி செய்தான். அவனுக்குப் பின் ஆட்சிக்கு வந்தவன் அலாவுதீன் ஹுசேன் என்னும் அரபு முஸ்லிம். அவன் வைஷ்ணவத் துறவி சைதன்யரை ஆதரித்தான். அதற்கு பதிலாக அவனைக் கிருஷ்ண பகவானின் அவதாரம் என்று மக்கள் போற்றினர். மாறாக இதே அலாவுதீன் ஹுசேன், குறிப்பாக ஒரிசாவில், இந்துக்கோயில்கள் பலவற்றை அழித்தான்.[101]

ஆரம்ப காலத்திலிருந்தே சமூகத்தின் விளிம்பிலிருந்த யோகிகளும் துறவிகளும் முஸ்லிம்களுடன் திறந்தமனத்துடன் பரிமாற்றங்கள் செய்து வந்தனர் என்று தோன்றுகிறது. 953இல் பாரசீக வணிகனும் பயணியுமான புஜுர்க் இபின் ஷாரியர், இலங்கையிலிருந்த காபாலிகர்கள், முஸல்மான்களை அன்புடன் நடத்தினர், மிகுந்த பரிவை அவர்களுக்குக் காட்டினர் என்று எழுதுகிறான்.[102] திபேத்திய பௌத்த வரலாற்றாசிரியன் தாராநாத், பதின்மூன்றாம் நூற்றாண்டில் எழுதும்போது, நாதயோகிகள் புத்தருக்கு பதிலாக சிவனை வழிபடுவதையும் மேலும் அவர்கள் துருக்கர்களுக்கு எதிராகக்கூட இல்லை என்றும் குறைசொல்கிறான்,[103] இந்தோ - ஆரிய மொழிகளின் புதிய தலைமுறை ஒன்று உருவாகிவந்தது. இதுதான் நவீன வடஇந்திய மொழிகள் எல்லாவற்றுக்கும் மொழிவழி, இலக்கிய முன்னோடி. புதிய மொழிகள் தங்கள் வகைமைகளையும் வழக்காறுகளையும் பாரசீக, அராபிய மொழிகளிலிருந்தும், இந்து செவ்வியல் சமஸ்கிருத மொழி, வட்டார மொழிகள், பிராகிருதம் இவற்றிலிருந்தும் பெற்றன. எல்லா நிலைகளிலும் இந்திய மொழிகளின் சொற்களஞ்சியங்களில் பாரசீக, அராபியச் சொற்களும் கருத்துகளும் இடம் பெற்றன.

சூஃபியியம் (சூஃபித் தத்துவம்)

சூஃபியியம் என்பது இஸ்லாமின் ஒரு மறைஞானப் பிரிவு. இந்து மதத்தையும் அது ஆழமாக பாதித்தது, அதனால் பாதிக்கவும்பட்டது. பதினோறாம் நூற்றாண்டின் மத்தியில், கஜனாவிதுகளின் ஆட்சியில் இருந்த இந்தியாவின் வடமேற்குப் பகுதியை சூஃபிக்கள் அடைந்தனர்.[104] காஜா முயினுத்தீன் (அல்லது மோயின் - அல் - தின்)சிஷ்டி என்பவர், சிஷ்டி சூஃபி முறைமையை இந்தியாவுக்குக் கொண்டுவந்தவர் என்று சொல்லப்படுகிறது. பன்னிரண்டாம் நூற்றாண்டின் பிற்பகுதியில் தில்லிக்கு வந்தார்; அஜ்மேரில் இந்துக்களின் புனிதத்தலமாகிய புஷ்கரில் நிலையாகத் தங்கினார்.[105] அவருக்கு இந்து முஸ்லிம் இருமதங்களிலும் பல சீடர்கள் இருந்தார்கள். தில்லி சுல்தானியத்தின் கலாச்சார, பக்தி வாழ்க்கையில், சிஷ்டி சூஃபி ஆசிரியர்கள் (சுல்தானிடம் செல்வது என்பதைப் பேயிடம் செல்வது என்பதற்குச் சமமாகக் கருதினாலும்)[106] ஆதிக்கம் மிகுந்த நபர்களாக இருந்தார்கள். (அவர்களைப் பின்பற்றியோர் அரசவையில் செல்வாக்கு மிகுந்த உறுப்பினர்களாக இருந்தனர்).

ஆனால் இந்துக்கள் பலருக்கு (அவ்விதமாக சூஃபிக்களுக்கு இல்லை) சூஃபியியம் என்பது எளிய இஸ்லாமாக, மதங்களுக்கிடையிலான உரையாடலின் நடக்கும் வடிவமாக இருந்தது. முஸ்லிம்கள், கிறித்துவர்கள், யூதர்கள், ஜொராஸ்திரியர்கள், இந்துக்கள் யாவரும் ஒரே இலக்கை நோக்கிச் செல்பவர்கள் என்றும், அவர்களைப் பிரித்த வெளிப்புறச் செயல்பாடுகள் போலியானவை என்றும் தொடக்க இந்திய சூஃபியியம் கூறியது. இந்தக் காலப்பகுதியில் ஆதிக்கத்திலும சிக்கலான தன்மையிலும் வளர்ச்சி பெற்றுவந்த பக்தி இயக்கத்திற்குள் முக்கிய இழையாக இக்கருத்து சேர்த்துக்கொள்ளப்பட்டது. அரசவை இலக்கியத்தில், அழகியல் உணர்ச்சிகளைக் கூறும் சமஸ்கிருத ரஸக் கொள்கை, குறிப்பாக சிருங்கார(காதல்) ரஸம், கடவுளின்மீது அன்பைக் கூறும் இஸ்லாமிய

மெய்யியலுடன் ஒருங்கிணைந்து ஒருவித சூஃபி இலக்கியத்தை (ஒருங்கே பக்தியும், காதலும் சேர்ந்தது) உருவாக்கியது. சூஃபி காதல் காவியங்கள், தங்கள் நாயகனை ஒரு யோகியாகவும், நாயகியை அழகிய இந்தியப் பெண்ணாகவும் உருவமைத்தன.[107]

இங்கே நமது விஷயம், இந்து மதத்திற்கு முஸ்லிம்களின் கொடை என்பதே. ஆனால் போகிறபோக்கிலாவது, இந்தக் காலப்பகுதியில் எதிர்த்திசையில், அதாவது முஸ்லிம் கலாச்சாரத்தின்மீது இந்துச் செல்வாக்கு பற்றி ஒப்புக்கொள்ள வேண்டும். ஆஜாத் பில்கிராமி (இறப்பு 1785) நபியின் உண்மையான தாயகம் இந்தியாதான் என்று நிரூபிக்க முயற்சி செய்தார்.[108] இது ஒருவேளை மிகையாக இருக்கலாம். ஆனால் இந்தியாதான் பலவித முக்கிய முஸ்லிம் கலாச்சார மரபுகளுக்குத் தாயகம் என்பது உண்மை. அமுதக்குளம் என்ற ஒரு பனுவல், பல பாடங்களிலும் மொழிபெயர்ப்புகளிலும் வழங்கியது, நாத யோகிகள் கடைப்பிடித்த மரபுகளையும், ஹடயோகத்தின் போதனைகளையும் முஸ்லிம் வாசகர்களுக்குக் கிடைக்குமாறு செய்தது.[109] காஷ்மீரி சூஃபிக் களின் ஒரு குழுவின் உறுப்பினர்கள் தங்களை ரிஷிகள் என்றே அழைத்துக் கொள்கின்றனர். அவர்கள் வெறும் மரக்கறி உணவு உண்பவர்கள், காஷ்மீரைச் சேர்ந்தவரும், இந்துப் பெண் துறவியுமான லல் தேதுவின் (லல்லேசுவரியின்) பாடல்களைப் பாடுகின்றனர். கிருஷ்ணபக்தியில் ஈடுபட்ட சமயங்களின் பாடல்களிலிருந்து சமஸ்கிருதக் கவிதை உணர்ச்சி யின், பக்தியின் மொழியையும் சூஃபிக்கள் ஏற்றுக் கொண்டதோடு, அவற்றை யோக மெய்யியலில் சேர்க்கவும் செய்தனர்.

அராபியர்களும் ஈரானியர்களும் இந்தியாவின் கதைசொல்லலைப் பெரிதும் கற்றுக் கொண்டார்கள். இந்த அறிவை ஐரோப்பியர்களுக்கு அவர்கள் அளித்தார்கள். சிவனையும் விஷ்ணுவையும் கடவுளராகக் கொண்ட கதைகளை இந்து கதாசரித சாகரம் என்ற நூலில் காணலாம். இதே கதைகளை அல்லாவையன்றிக் கடவுள் இல்லை என்று கூறும் அராபிய இரவுகள் கதைத்தொகுதியிலும் காணலாம். இரண்டிலுமே பொதுவாகக் காணப்படும் கதைகள் சில (ஷேக்ஸ்பியரின் *All is well that ends well* போன்ற கதைகள்கூட) ஆங்கிலேயர்கள் இந்தியாவுக்கு வருவதற்கு முன்னரே ஆங்கில நாட்டுக்குச் சென்றுவிட்டன. அல் பிரூனி சமஸ்கிருதத்தையும் இந்திய அறிவையும் மிகச் சிறப்பாகப் பயன்படுத்தியிருக்கிறார்.[111] இந்தியக் கலாச்சாரத்தைப் பற்றிய நுட் பமான ஆய்வையும் உருவாக்கியிருக்கிறார்.[112] தில்லி சுல்தான்கள் இந்துக் கட்டடக்கலை உத்திகளையும், இந்துக் கைவினைஞர்களையும் தங்கள் மசூதிகளைக் கட்டப் பயன்படுத்தினர்.[113] ஆஃப்கானிஸ்தானத்திலிருந்து கட்டடக்கலைஞர்களை வருவித்துக் கட்டுவதைவிட இது செலவு குறைவாக இருந்தது. இதன் விளைவாக, சில மசூதிகள் அலங்கரிக்கப்பட்ட முறை, இந்துக் கோயில் வார்ப்பட முறைகளால் ஆகியிருக்கிறது. அவை நுட்பமான முறையில் இந்தியக் கைவினைஞர்களுடைய 'தவறாத கைகளை' எடுத்துக்காட்டுகின்றன.[114] இந்துக் கோயில் உத்திகளை இவ்வாறு கையாண்ட முறை, இந்துக் கைவினைஞர்களுக்கு வேலை அளித்ததோடு மட்டுமின்றி, இந்துக் கோயில்களிலிருந்து கற்களை எடுத்து

அவற்றை மசூதிகள் கட்டுவதற்குப் பயன்படுத்துவதைவிட இந்துக்களை இலகுவாகப் பயன்படுத்தவும் முடிந்தது.

கபீர்தாசர்

சூஃபி மறைஞானம் வட இந்திய பக்தி சந்த்துகளின் (முனிவர்களின்) பாரம்பரியத்தை ஆழமாக பாதித்தது. அவர்கள் கடவுளின் நிர்குணத் தன்மையை வலியுறுத்தினர்.[115] இந்துமதம், இஸ்லாம் இரண்டிலும் இருந்த பல சந்த்துகள் கீழ்ச்சாதியையும் கிராமப்புறங்களையும் சேர்ந்தவர்கள். ரவிதாஸ் ஒரு சமார் (செருப்புத் தைக்கும் தொழிலாளி); தாடு, பஞ் சடித்து நூல்நூற்பவர்; சேனா, முடிவெட்டுபவர்.[116] ஆனால் எல்லா பக்தர்களும் கீழ்ச்சாதியினர் அல்ல. சீக்கிய மதத்தை நிறுவிய குருநானக் ஒரு க்ஷத்திரியர். மீராபாயும் க்ஷத்திரிய அரசகுமாரி. பதின்மூன்றாம் நூற்றாண்டிலிருந்து பதினேழாம் நூற்றாண்டுவரை மகாராஷ்டிரத்தில் வாழ்ந்த சந்த்துகள் எல்லாச் சாதிகளையும் சேர்ந்தவர்கள்.[117]

சந்த்துகளில் மிகப் புகழ்பெற்றவர், கபீர். பதினைந்தாம் நூற்றாண்டின் தொடக்கக் கால அளவில் வாராணசியில் கீழ்ச்சாதி நெசவாளிகள் குடும்பத்தில் பிறந்தவர். அவர்கள் அதற்கு அண்மைக்காலத்தில்தான் இந்துமதத்திலிருந்து இஸ்லாமுக்கு மாறியவர்கள்.[118] பழைய தொண்டர் வரலாறு ஒன்று, கபீர் முன்னதாக சாக்த மதத்தைச் சேர்ந்தவர் (சக்தியை வழிபட்டவர்) என்று சொல்கிறது. ஆகவே கபீருடைய முஸ்லிம் குடும்பம் நாதபந்திகள் எனப்படும் சாக்தர்களுடன் தொடர்புடைய யோக சமயத்தைச் சேர்ந்தவராக இருக்கலாம். அவருடைய கலப்புப் பிறப்பு பலவிதக் கதைகளுக்கு வழிவகுத்தது. சில கதைகள், கபீர் கீழ்ச்சாதி முஸ்லிம் அல்ல, முஸ்லிம்களால் தத்து எடுக்கப்பட்டவர் என்று சொல்கின்றன. சில கதைகளில், கபீர் முற்பிறவியில் பிராமணராக இருந்தவர் அல்லது தெய்வீக மூலத்தில் பிறந்தவர் என்றும் அல்லது பிராணமர்களாகப் பிறந்து அதன் தர்மத்திலிருந்து வழுவி ஜூலாஹா எனப்படும் நெசவாளர்களான சாதியில் தத்து எடுத்துக்கொள்ளப்பட்டவர் என்றும் சொல்லப்படுகிறது. அல்லது, அவர் சிவனை வழிபடும் பிராமணர்களால் வளர்க்கப்படடார் என்றும், அவர்களைச் சில அந்நியர்கள் (முஸ்லிம்களாகலாம்) தங்கள் கையினால் நீர் அருந்த வைத்ததனால் சாதியிழந்து நெசவாளர்களாக மாறினர் என்றும் சொல்லப்படுகிறது.[119] பிராமண விதவை ஒருத்தி மானிடத் தொடர்பின்றி தன் உள்ளங்கையில் அவனைப் பெற்று, ஒரு குளத்தில் மிதக்கவிட்டுவிட்டாள், ஒரு முஸ்லிம் தம்பதியினர் அதை எடுத்து வளர்த்தனர் என்றும் ஒரு கதை.[120] (குடும்பக் காதல் பாணியில், மகாபாரதக் கதையில் கர்ணனின் பிறப்பை நினைவுபடுத்துகிறது இது.) அல்லது அந்த பிராமண விதவை கர்ப்பமுற்றபோது ஒரு புகழ்பெற்ற முனிவர் அவளை ஆசீர்வதித்தார், ஆனால் அவள் அவமானத்திலிருந்து தப்பிக்க அந்தக் குழந்தையைக் கைவிட்டாள் என்றும் சொல்லப் படுகிறது.[121] இந்தக் கதைகள் யாவுமே முஸ்லிம் வம்சாவழியிலிருந்து இந்து மதத்திற்கு இழுப்பதற்கு முயல்கின்றன.

கபீர் இந்துத் துறவி இராமானந்தரின் (ஏ.1370 - 1440) சீடர்களில் ஒருவராக ஆனார் என்று (அவ்வளவாக ஆதாரங்கள் இன்றி) நம்பப்படு

கிறது. இராமானந்தர் தத்துவஞானி இராமாநுஜரின் சீடராக இருந்தவர், இந்துஸ்தானியில் போதித்தவர், கீழ்ச்சாதிச் சீடர்கள் பலரைக் கொண்டிருந்தவர் என்றும் சொல்லப்படுகிறது. இராமானந்தரை எவ்விதம் கபீர் ஏமாற்றி ஒரு முஸ்லிமாகிய தன்னைச் சீடராக ஏற்கச் செய்தார் என்பதற்கும் கதை உண்டு. விடியலில் இராமானந்தர் குளிக்கும் குளத்தின் படிகளில் கபீர் படுத்திருந்தாராம். அவர்மேல் கால்தடுக்கிய இராமானந்தர் ராம் ராம் என்று கூறத், தன்னை இராமானந்தரின் மந்திரத்திற்கு ஒப்படைத்துவிட்டதாக கபீர் வாதிக்க, அவர் இவரைச் சீடராக ஏற்றார் என்றும் சொல்லப்படுகிறது.[122] ஆனால் இந்த இராமன், சீதையின் இராமன் அல்ல, நிர்குண பிரம்மமான இராமன். எனவே எந்தவிதக் கதைப் பின்னணியும் இன்றியே அவனுடைய நாமமே ஒரு மந்திரம் ஆனது.

கபீர் திருமணம் செய்துகொண்டவர் என்று அறிஞர்கள் நம்புகிறார்கள். அவருக்குக் கமால் என்ற பெயரில் ஒரு மகன் இருந்ததாகவும் சொல்கிறார்கள். ஆனால் கபீர் பந்த்தைச் சேர்ந்த சாதுக்கள், தங்களைப் போலவே கபீர் பிரம்மச்சரியம் பூண்டவர் என்கிறார்கள்.[123] எவ்விதமாயினும், கபீரையும் அவர் மனைவியையும் பற்றி, பின்வருவதுபோலக் கதைகள் உள்ளன.

கபீர், அவர் மனைவி, மற்றும் கடைக்காரன்

தன் வீட்டிற்கு வந்த தர்வேசுகளுக்கு உணவளிக்கக் கபீரால் இயலவில்லை. கடனாக உணவுப் பொருள்களை அளித்தால், உள்ளூர்க் கடைக்காரனுடன் அன்றிரவு உறங்குவதாகக் கபீரின் மனைவி கூறினாள். இரவு வந்ததும் அவள் தயங்கியபோது, மழைபெய்து எங்கும் சேறாக இருந்ததால், கபீர் அவளைத் தூக்கிச் சென்றார். கடைக்காரன் இதைப் பற்றி அறிந்தபோது வெட்கமுற்றான். கபீரின் கால்களில் அவன் விழுந்தான். தனனிடம் இருந்த எல்லாவற்றையும் ஏழைகளுக்குக் கொடுத்துவிட்டு சாதுவாகப் போய்விட்டான்.[124]

கீழ்ச்சாதியினரையும், பெண்களையும் மேற்சாதியினர் சுரண்டுதலுக்கு உள்ளாக்கியது பற்றிய கதையாகவும் இது இருக்கிறது. இந்தக் கதையில் தன் மனைவியின் கற்பு பற்றி கபீர் ஒன்றும் அலட்டிக் கொள்ளவில்லை என்பதோடு, கடவுளிடம் பக்தன் தன் சுயத்தைத் தந்து சரணடையும் நிலைக்குத் தன் கணவனுடன் எப்போதும் இருக்க வேண்டி உடன் கட்டை ஏறுகின்ற மனைவியின் உந்துதலை அவ்வப்போது ஒரு நேர்முக உருவகமாகப் பயன்படுத்தினார்.[125] மாயையை வசீகரிக்கும் ஒரு பெண்ணாகவும் அவளிடமிருந்து விடுபடவேண்டும் என்றும் கபீர் வருணித்தார்.[126] பெண்கள், அவருக்குப் பல்வேறு அர்த்தங்கள் கொண்டவர்களாக இருந்தார்கள்.

கபீர் தன் பிரச்சாரங்களுக்கு வட்டார மக்கள் மொழியையே பயன்படுத்தினார். "சமஸ்கிருதம் ஒரு கிணற்றிலுள்ள நீர் போன்றது. மக்கள் மொழி ஓடுகின்ற ஆறு" என்றார். அவருடைய சமூக அடையாளம், ஒரு முஸ்லிம் என்பதாக இருந்தது. ஆனால் தொடக்கத்தில் இந்துக்

குடும்பப் பின்னணியையும் பிறகு இந்து நம்பிக்கை ஒழுங்கமைவையும் கொண்டிருந்தார்.[127] ஒரு நெசவாளர் என்ற முறையில், இஸ்லாமின் நெடுக்கு இழையையும் இந்துமதத்தின் குறுக்கு இழையையும் (அல்லது இவற்றை விரும்பினால் மாற்றிக்கொள்ளலாம்) சேர்த்துத் தன் சொந்த மதத்தை நெய்தார். அது திட்டவட்டமாக இரண்டிலிருந்தும் தொலைவு பட்டிருந்தது. ஒரு சமயம் இரண்டு மதங்களையும் கேவலப்படுத்தும் விதமாக, இந்துக்கள் காளிக்கு பலியிடும் விலங்கு எனவும், முஸ்லிம்கள் புனிதயாத்திரையின் இறுதியில் கொல்லும் விலங்கு எனவும் ஒப்பிட்டுக் கூறினார். ஒருவன் ஆட்டை வெட்டுகிறான், மற்றொருவன் பசுவை வெட்டுகிறான். தங்கள் பிறப்பை மதங்களில் வீணாக்குகிறார்கள்.[128] ஆகவே இரு மதங்களுமே அவரை வாழ்நாளில் தாக்கிக்கொண்டிருந்ததில் வியப்பில்லை. வேடிக்கை என்னவெனில், அவருடைய மறைவுக்குப் பிறகு இரு மதங்களுமே அவரைச் சொந்தம் கொண்டாடினார்கள். அவர் சொன்ன ஒரு விஷயத்தோடு இது ஒத்துச்செல்கிறது.

யார், எவருடைய கணவன்? யார், யாருடைய மனைவி?

இறப்பின் பார்வை விரிகிறது — சொல்லமுடியாக் கதை

யார், யாருடைய தகப்பன்? யார், எவருடைய மகன்?

கஷ்டப்படுகிறவன் யார்? இறக்கிறவன் யார்?

கடவுளுக்குச் சுன்னத்துதான் வேண்டுமென்றால்

பிறக்கும்போதே வெட்டுண்டு ஏன் பிறக்கவில்லை?

சுன்னத்து உன்னை முஸ்லிம் ஆக்குமென்றால்

உன் பெண்களை என்னவென்று கூப்பிடுவாய்?

பெண்கள் மனிதனின் மறுபாதி என்பதால்

நீங்கள் இந்துவாகவும் இருக்கக்கூடுமே

பூணூல் அணிவது உன்னை பிராமணன் ஆக்குமென்றால்

உன் மனைவி எதை அணிகிறாள்?

அந்த சூத்திரன் உன் உணவைத் தொடுகிறானே பண்டிதா,

எப்படி நீ அதை உண்பாய்?

இந்து, முஸ்லிம் — எங்கிருந்து அவர்கள் வந்தார்கள்?

யார் இந்தப் பாதையைத் தொடங்கியது?

உன் இதயத்தை நோக்கு, கண்காணிகளை அனுப்பு

எங்கிருக்கிறது சொர்க்கம்?[129]

கபீரைப் பொறுத்தவரை, மதச்சார்பு என்பது ஜன்னலை அழகு படுத்துவது போலத்தான்.

வேதம், குரான், புனிதம், நரகம், பெண், ஆண்

எல்லாம் ஒரே தோல் ஒரே எலும்பு, ஒரே மூத்திரம் ஒரே மலம்

ஒரே ரத்தம், ஒரே மாமிசம்....

கபீர் சொல்கிறான்: இராமனில் மூழ்கு!

அதோ: இந்துவுமில்லை, துருக்கனுமில்லை.[130]

இந்து என்ற உருவமற்ற சொல்லின் அதிகாரபூர்வத்தனத்தை கபீர் ஏற்கவில்லை. ஒரு பகுதிக் காரணம், அப்போதுதான் — குறிப்பாகத் துலுக்கர் துருக்கர்கள், அராபியர், பிற இந்து அல்லாதவர்கள்) என்ற சொல்லுக்கு முரணாக உருப்பெற்றுக் கொண்டிருந்த சொல் இந்து என்பது. முக்தி அல்லது விடுதலைக்கும் சாதிக்கும் தொடர்பில்லை என்பது கபீரின் கருத்து.[131] சாதியமைவுக்கு எதிராக அவர் நடந்துகொண்ட முறை பற்றிப் பல கதைகள் சொல்லப்படுகின்றன. உதாரணமாக ஒன்று:

கபீரும் வேசியும்

கபீர் புகழ்பெற்றபோது, மக்கள் கும்பல்கும்பலாக அவரைக் காண வந்தார்கள். அவர்களிடமிருந்து அவர் விடுபட வேண்டியிருந்தது. ஆகவே அவர் ஒரு வேசி வீட்டுக்குச் சென்றார், அவளுடைய தோளைத் தழுவிக்கொண்டார், மதுவைப்போலப் புனித நீர்ப் பாத்திரத்தை எடுத்து அதை அருந்தினார். அவளுடன் சந்தைக்குச் சென்றார். நகர மக்கள் அவரைப் பார்த்துச் சிரித்தனர். அவருடைய பக்தர்கள் வருத்தமுற்றனர். பிராமணர்களும் வணிகர்களும் அவரை ஒதுக்கினர். "கீழ்ச்சாதி மக்கள் எவ்விதம் பக்தி செய்யமுடியும்? வெறும் பத்துநாள் கபீர் இதில் ஈடுபட்டான், இப்போது வேசியிடம் சென்றுவிட்டான்" என்று கூறினர். அரசனும் அவருக்கு மரியாதை தரவில்லை, எல்லாரும் ஆச்சரியமுற்றனர்.[132]

காரணம் முற்றிலும் வேறு என்றாலும் தானாகவே அவமானத்தைத் தேடிச் செல்லுதல் என்பது பாசுபதர்களுடைய முறைகளுக்கு மிகவும் ஒப்பாக இருக்கிறது.

சாதியைப் பற்றி மற்றொரு கதை, இது பேசும் விலங்கைப் பற்றிய கதையும்கூட.

கபீரும் எருமையும்

ஒரு நாள் கபீரும், அவருடைய சீடர்கள் சிலரும் இராமானுஜரின் ஆன்மிக வழிவந்தவர்கள் சிலரைச் சந்தித்தார்கள். இவர்கள் யாவரும் பிராமணர்கள், தங்கள் சமையல் அறைகளில் பறையருடைய நிழல் விழுந்தாலும் உண்ணாதவர்கள். அவர்கள் தங்கள் இடையில் கபீர் அமர்ந்து உண்பதை வரவேற்கவில்லை. நேராக இதைச் சொல்லாமல்,

கீழ்ச்சாதியினர் வேதங்களை உச்சரிக்கலாகாது என்ற தடையை மனத்தில் கொண்டு, தங்களுடன் வேதங்களைச் சொல்பவர்கள் மட்டுமே அமரவேண்டும் என்றனர். கபீரிடம் ஒரு எருமை இருந்தது. அவர் தன் கையை எருமையின் தலைமீது வைத்து, "எருமையே, வேதங்களைச் சொல்லு" என்றார். எருமையும் அவ்விதமே சொல்லத் தொடங்கியது. யாவரும் வியப்படைந்தனர், கபீரிடம் மன்னிப்பு வேண்டினர்.[133]

சாதியைப் பற்றிய கபீரின் மனப்பாங்கிற்குச் சான்று அவருடைய கவிதைகளிலிருந்தே வருகிறது.

தீண்டாமையை நம்புகிறீர்கள் நீங்கள்,

அது எங்கிருந்து வந்தது என்று சொல்லுங்கள்.

தொட்டுத்தான் உண்கிறோம், தொட்டுத்தான் துவைக்கிறோம்

தீண்டுதல் ஒன்றினால்தான் உலகம் பிறந்தது.

ஆகவே கபீர் கேட்கிறான், தீண்டப்படாதவர் யார்?

மாயையிலிருந்து விடுபட்ட அவள் ஒருத்தி மட்டுமே.[134]

ஆனால் எவ்வித அரசியல் அல்லது சமூக அர்த்தத்திலும் கபீர் ஒரு புரட்சியாளர் அல்ல. இறுகிப்போன கொள்கைகளை உடைத்தவர் என்றால் ஆம்; நிறுவனங்களுக்கு எதிரானவர், நிச்சயம்; ஏழை, அந்தஸ்தில் தாழ்ந்திருந்தவர், ஆமாம். ஆனால் ஏழ்மைக்கு முற்றுப்புள்ளி வைக்க வேண்டும் என்று நினைத்தவர் அல்ல. அவரது இலக்கு பொருளாதார, அரசியல் விடுதலை சார்ந்தது என்பதைவிட ஆன்மிகம் சார்ந்தது.[135]

தில்லி சுல்தானியத்தின்கீழ் இந்துமதம்

இந்துமதம் இந்தக்காலப்பகுதியில் பல புதிய திசைகளில் சென்றது. இஸ்லாம் அதற்கு ஒரு காரணம். ஆனால் இந்து உலகத்திற்குள்ளாகவே புதிய வளர்ச்சிகள் ஏற்பட்டன. அவைகளுக்கான எதிர்வினைகளும் காரணம். இந்தப் புதிய வளர்ச்சிகளில் சில நேரடியாக முஸ்லிம்களின் இருப்பினால் எழுந்தவை. சில அவ்வாறல்ல. விஜயநகர அரசின் முக்கியத்துவம் காரணமாகவும், அதற்குக் கிடைக்கின்ற வெளிச்சத்தின் பேரளவு காரணமாகவும், அதையே பிற எல்லா இந்து அரசுகளுக்கும் உதாரணமாகக் கொண்டு நாம் நோக்கலாம்.

விஜயநகரம்

விஜயநகரம் என்றால் வெற்றிநகரம். இந்தியாவின் கடைசிப் பரந்த இந்துப் பேரரசின் தலைநகரம். பதினான்காம் நூற்றாண்டுக்கும் பதினேழாம் நூற்றாண்டுக்கும் இடையில் ஏறத்தாழ ஐந்துலட்சம் மக்கள்தொகையைக் கொண்டிருந்தது. தட்சிணப் பீடபூமியின் வடக்குப் பகுதிமுதல் குமரி முனை வரை - பலசமயங்களில் கிருஷ்ணா ஆற்றிடை வெளி, தக்கணம், ஒரிசா, கிழக்கு — மேற்குப் புள்ளிகள் உள்ளிட்ட

தென்னிந்தியாவின் பெரும்பகுதியைக் கட்டுப்படுத்திய ஒரு பேரரசின் மையமாக இருந்தது.

கர்னாடகத்தில் துங்கபத்ரா ஆற்றின் தெற்கில் அமைந்த ஊர் இது. ஐந்து கிலோமீட்டர் சதுரம். கி.பி.1336இல் சங்கம வம்சத்தைச் சேர்ந்த முதலாம் ஹரிஹரனாலும் (ஆ.1336 - 57) அவன் தம்பி புக்கனாலும் (ஆ.1344 - 77) உருவாக்கப்பட்டது. இவர்களைப் பற்றிய கதை இது. இந்தச் சகோதரர்கள் தில்லி சுல்தான் படையினால் பிடிக்கப்பட்டு, தில்லிக்குக் கொண்டுசெல்லப்பட்டார்கள். அங்கு முஸ்லிம்களாக மதம்மாறி, சுல்தானைத் தங்கள் தலைவனாக ஏற்றுக்கொண்டார்கள். தில்லி சுல்தான் பிறகு அவர்களைச் சொந்த மண்ணுக்கே அமைதி உண்டாக்குமாறு அனுப்பினான். தெற்கிற்கு வந்தவுடனே, மீண்டும் இந்துக்களாக மாறி, சுல்தானின் தொடர்பை விட்டுவிட்டு, முஸ்லிம்களின் தெற்குநோக்கிய விரிவையும் தடுத்து நிறுத்தினார்கள். காலப்போக்கில் சிவனின் அவதாரங்களாகவே கருதப்படலானார்கள்.[137]

விஜயநகரம் ஒரு புனிதத் தலம். இந்துக்கள் பலர் இதை அனுமனின் ராச்சியமாகவே கருதினார்கள். அதற்கருகில் இராமாயணத்தில் சொல்லப்பட்டுள்ள பல இடங்கள் காணக்கிடக்கின்றன. இந்த அடையாளம் இராமாயணத்தை அரசியல் படுத்தாவிட்டாலும், இந்த இடம் பெருநகரமாக வளர்ச்சியடைய உதவியது. ஒரு நகரஅரசாக அது மாறியது. கல்வெட்டுகள், வரலாற்றுக் கதைகள், கட்டடக்கலையின் மிச்சங்கள் ஆகியவற்றினால் இராமன் ஓர் இலட்சிய அரசனாகக் கருதப்பட்டான். இராமாயணக் கதையின் நிகழிடமாக அயோத்தி கருதப்பட்டது. பன்னிரண்டாம் நூற்றாண்டு முதல் பதினான்காம் நூற்றாண்டுவரை அது மத்திய, வடக்கு இந்தியப்பகுதிகளில் உயிர்ப்புப் பெற்றது. ஆனால், விஜயநகரப் பேரரசின் காலத்தில்தான் இராமனின் வழிபாடு ஓர் உயர் அதிகார முறைமையினால் குறிப்பிடத்தக்கதாக மாறியது.[138] நீண்டகாலமாகவே தெய்வீக அரசு என்னும் கருத்தமைப்புக்கு இராமாயணம் ஒரு முக்கிய மூலமாக இருந்தது. ஆனால் இப்போது முதல்முறையாக அரசர்கள் தங்களை இராமனோடு அடையாளப்படுத்திக் கொண்டு, அவன் இராவணனைத் தோல்வியுறச் செய்ததுபோல், தாங்களும் எதிரிகளை வீழ்த்தியதாகப் பெருமை கொண்டனர். இந்த முறையில் அவர்கள் எதிரிகளை அசுரப்படுத்தினார்கள், அல்லது சரியாகச் சொன்னால் இராவணப் படுத்தினார்கள். கி.பி. ஐந்தாம் நூற்றாண்டு முதலாகவே கோயில்களின் பக்கச் சுவர்களில் இராமாயணக் கதைக் காட்சிகள் தோன்றலாயின. ஆனால் இராமன் அப்போதெல்லாம் வழிபாட்டுக்குரியவனாக இல்லை. இந்தக் காலப்பகுதியில் திடீரெனப் பல கோயில்கள் தோன்றிய பிறகுதான் இராமன் வழிபடப்படலானான். இப்போது இராமனும் அனுமனும் வட இந்தியாவில் புதிய சமயங்களின் மையங்களாக மாறினார்கள். குறிப்பாக சீதையின் பிறப்பிடமான ஜனக புரியைச் சுற்றிலும், இராமனின் பிறப்பிடமான (உத்தரப்பிரதேசத்தின்) அயோத்தியிலும் இவ்விதம் நிகழ்ந்தது.

ஆனால் முஸ்லிம்களின் படையெடுப்புக்கும், தில்லி சுல்தானியத்தின் விரைந்த விரிவுக்கும் இது ஒருபகுதி எதிர்வினைதான். தில்லி சுல்தான்

களோடு போரிட்டுக் கொண்டிருந்ததற்கு இடையிலேயே முதலாம் தேவராயன் (1406 - 22) விஜயநகரத்தில் முதல் இராமன் கோயிலைக் கட்டினான் என்பது மெய்தான். ஆனால் இந்தியாவில் இஸ்லாமின் வருகைக்கு முன்னரே இராமன் இராவணனை வெற்றிகொண்ட கதை சடங்குகளில் கொண்டாடப்பட்டு வந்தது. அதேபோல விஜயநகரக் கோயில் கல்வெட்டுகளிலும் முஸ்லிம்களுக்கு எதிரான கூற்றுகள் எவையும் இல்லை. விஜயநகரத்தில் இராமன் கோயில்கள் பலவற்றை ஸ்ரீவைஷ்ணவர்கள் கட்டினார்கள்.[140] இவற்றிற்கு அறக்கொடைகளை அரசனின் தரப்பினர் உட்படப் பல்வேறு குழுக்களும், சிற்றரசர்களும், தனிப்பட்ட குடிமக்களும், வணிகக்குழுவினரும் அளித்தனர். இவை யாவும் இராமன் வழிபாடு தனக்கென ஒரு வாழ்வைக் கொண்டிருந்தது என்பதைக் காட்டுகின்றன. அரசத்தன்மை பற்றிய கருத்தியல் முக்கியத்துவத்துடன், இறையியல் சார்ந்த உந்துதல்களும் இதற்குக் காரணமாயின.[141] ஒரு விதத்தில், ஜைனர்களின் இறையியல் சவால்களுக்கு எதிர்வினையாக விஜயநகரக் கோயில்கள் கட்டப்பட்டிருக்கலாம். (வீழ்ச்சியடையத் தொடங்கியிருந்த) ஜைனர்களுக்கும் (வேகமாக வளரத் தொடங்கியிருந்த) சைவ வைணவருக்கும் (பசவர், இராமானுஜர் சமயக்குழுக்களுக்கும்) குறிப்பிடத்தக்க அளவில் மோதல் இருந்தே வந்தது. விஜயநகரத்தில், கி.பி. 1368இல் முதலாம் புக்கனிடம், ஸ்ரீவைஷ்ணவர்கள் தங்களுக்கு இழைக்கும் அநீதி பற்றி ஜைனர்கள் முறையிட்டபோது, ஜைன - வைணவத் தத்துவங்களிடையே வேறுபாடு ஒன்றுமில்லை என்றும், ஜைனர்களைப் பாதுகாக்கவேண்டியது ஸ்ரீவைஷ்ணவர்களுடைய கடமை என்றும் அரசன் அறிவித்தான்.[142] ஏற்கெனவே இந்துக்கள் ஜைனர்களை மோசமாக நடத்தாமல் இருந்திருந்தால் அவர்கள் நன்றாக நடத்தவேண்டும் என்று ஆணையிடுகின்ற ஒரு சாசனத்தை அரசன் வெளியிட வேண்டி இருந்திருக்காது.

இறுதியாக, முஸ்லிம்களுக்கு எதிராக இராமனை ஒரு நாயகனாக்கி மானிடப்படுத்தக் கூடிய ஒருங்கிணைந்த இந்து உணர்வு எதுவும் இல்லை. இந்து சமஸ்கிருதக் கல்வெட்டு ஒன்று, பதினேழாம் நூற்றாண்டின் தொடக்கத்தைச் சேர்ந்தது, தில்லியில் ஆண்டுவந்த அரசனை தில்லீசுவரன் என்று குறிப்பிடுகிறது, இராமராஜ்யம் போன்ற ஒன்றிற்கு அரசன் என்று சொல்கிறது.[143] இந்து முஸ்லிம் போராட்டத்தைவிட, ஒருங்கிசைந்து இருந்த நிலைக்கு பெரிய அளவில் சான்றுகளை விஜயநகரம் தருகிறது. விஜயநகரப் பேரரசும் சுல்தானியங்களும் நெருங்கிய தொடர்பில் இருந்தன, கலாச்சார வடிவங்கள் பலவற்றைப் பகிர்ந்துகொண்டன. இரண்டு அரசுகளுக்கும் இடையில் அரசவை நாட்டியக்காரர்களும் இசைக் கலைஞர்களும் எளிதாகச் சென்றுவந்தனர்.[144] தர்ம (மத)விஷயத்தில் அவ்வளவாக அக்கறை காட்டாத விஜயநகர அரசர்கள், ஒரு பெரிய முஸ்லிம் குதிரைப்படையைக் கொண்டிருந்தனர், பிராமணப் படைத் தலைவர்கள் தலைமையில் பெரிய கோட்டைகளை வைத்திருந்தனர், போர்ச்சுகீசிய, முஸ்லிம் வணிகத் துப்பாக்கிவீரர்களை வைத்திருந்தனர், பழங்குடி இனத்தவர்களிடையிலிருந்து காலாட்படையினரை உருவாக்கி யிருந்தனர். 1565இல் தலைக்கோட்டைப் போரில், முஸ்லிம் சுல்தான்கள் கூட்டணி ஒன்று விஜயநகர, நாயக்கப் படைகளைத் தோல்வியுறச்

செய்தது. வழக்கமான கொள்ளை, கொலை, புதையல் வேட்டை, கட்டடப் பொருள்களைச் சூறையாடல் போன்றவை நிகழவே செய்தன, ஆனால் மதவெறி நிகழவில்லை. கட்டடங்களில் மிகக்குறைந்த அழிவைச் சந்தித்தவை கோயில்களே. சிலசமயங்களில் அப்படியே விடப்பட்டன.[145]

1565இல் விஜயநகரம் வீழ்ச்சியடைந்த பிறகு நாயக்கர்கள் எழுந்தனர்.[146] பதினாறாம், பதினேழாம் நூற்றாண்டுகளில் மைசூரிலிருந்து ஆட்சி செய்தனர். நாயக்கர்கள் ஆட்சியின் எழுச்சி, விஜயநகரத்தின் உருவாக்கக் கதையை ஒத்துள்ளது. விஜயநகரத்தினர் தில்லி சுல்தானியர்களை ஏமாற்றியதுபோலவே, சோழர்களைச் சமாதானப்படுத்த அனுப்பப்பட்ட நாயக்கர்கள், விஜயநகர அரசனை ஏமாற்றினர்.[147] முன்னர் ஏமாற்றினால் பின்னர் ஏமாற்றப்படுகிறோம். நாயக்கர்கள் பதினைந்தாம் பதினாறாம் நூற்றாண்டில் ஆந்திரத்திலும் தமிழ்நாட்டிலும் அரசியல் சோதனைகளிலிருந்து பொருளாதார, பாலியல் கருத்துகளில் பெரிய மாற்றங்களைக் கொண்டுவந்த சமூக மாற்றம் வரை பெரிய மாற்றங்களை ஏற்படுத்தினர்.[148]

மசூதியும் (பள்ளிவாசலும்) கோவிலும்

விஜயநகர அரசர்கள், தாங்கள் கொள்ளையிட்ட பொருளையும், திறைப்பணத்தையும் மிக ஆடம்பரமான ராஜரீகச் சடங்குகளிலும், கல்விமான்களை ஆதரிப்பதிலும், நினைவுச் சின்னமான கோயில்களிலும் செலவிட்டனர். இந்துக் கோயில்களைக் கொள்ளையிட்டமை, சிறப்பான மசூதிகளைக் கட்டுவதில் மட்டுமல்ல, மறைமுகமாக, சிறந்த இந்துக் கோயில்களைக் கட்டுவதிலும் பயன்பட்டது. தென்னிந்தியாவில், பௌத்த ஸ்பங்களோடு இந்துக் கோயில்கள் போட்டியிட்டுப் பணம் திரட்டியதைப் போல, சுல்தானியத்தின்கீழ், முஸ்லிம் அரசர்களும் இந்து அரசர்களும் நினைவுச் சின்னக் கட்டடக் கலையில் ஈடுபட்டனர். முஸ்லிம்கள் கோட்டைகளையும் நகரங்களையும் (மசூதிகளையும்தான்) எழுப்பினர். இந்துக்கள், கோயில்கள், கோயில் வளாகங்கள், கோயில் நகரங்களை (அரண்மனைகளையும்தான்) எழுப்பினர். அவற்றின் பாணிகள் எவ்விதம் இருந்தாலும், இந்த இருவித அரசர்களும் பெருமிதப் பகட்டில் சமமமாகவே இருந்தனர். ஒருவரை ஒருவர் மிஞ்ச முயற்சிசெய்தனர். காட்சில்லா, கிங்காங்கைச் சந்தித்தது போல.

ஒவ்வொரு முஸ்லிம் படையெடுப்பின்போதும், கோயில்கள் கட்டுகின்ற பணியில் இடைநிறுத்தம் ஏற்பட்டது. புதிய ஆரம்பங்கள் மிகச்சிலவே. சில கோயில்களை முஸ்லிம்கள் அழித்தனர். ஆனால் எல்லாத் துறைகளிலும் கலை விரிவாக்கம் மிகுதியாக நிகழ்ந்தது.[149] இந்தியா முழுவதும், இந்து அரசவம்சங்கள், இஸ்லாமின் வருகையைப் புதிய கோயில்களைக் கட்டியும் அதிகப்படியான குதிரைவீரர்களை நியமித்தும் மட்டுமல்ல, மிக ஆடம்பரமான கட்டடக் கலையினால் தங்கள் சக்தியை நிலைநிறுத்தினர். குறிப்பாக ஹம்பி, ஹளேபீடு, வாதாபி போன்ற இடங்களிலுள்ள காட்சிக்குரிய கோட்டைகள் இதைக் காட்டும். மதுரையிலும் கன்னோசியிலும் இருந்த புனித நினைவுச் சின்னங்களை அழிப்பது நிகழ்ந்தபோது, மிகச் சரியாக, பிற பெரிய அரசவம்சங்கள் பெரிய

கோயில் வளாகங்களை எழுப்பினர்.[150] முஸ்லிம்களுக்குப் புறங்கையால் நன்றி சொல்வதுபோலத்தான் இது. இத்தனை கோயில்களை நீ அழிக்கி றாயா, நான் பெரிய கோயில்களை மேலும் கட்டுகிறேன் பார். இந்துக்கள் தங்கள் மிக கம்பீரமான கட்டடக்கலை மேன்மையை அறிந்துகொள்ள இது உதவியது. தனித்த அரசர்களின் நல்வினை தீவினை என்பதில் ஒரு சமப்படுத்தல் இருக்கிறது. ஆனால் சில சமயங்களில் தீவினைகள், நல்ல விஷயங்களைச் சாத்தியமாக்கின. சூறையாடுதல், புரத்தலுக்குக் காரணமாகியது. இதேபோன்ற ஒரு புரட்டான வழியில், கோயில்களுக் கும் பிராமணக் கல்லூரிகளுக்கும் கொடையை நிறுத்திய தன்மை, புதிய, மேலும் ஜனரஞ்சகமான இந்து வழிபாட்டு வடிவங்களை — பக்தி போன்றவற்றைத் தூண்டியிருக்கலாம். இயக்கமிக்க, புத்துயிர்ப்புப் பெறும் இந்து மதத்தின் பண்பு, முஸ்லிம் இருப்பின் இந்த முதல் நூற்றாண்டு களைப் போல எப்போதும் உணரப்பட்டதில்லை.

இஸ்லாமியக் கட்டடக்கலை இந்தியாவில் நுழைக்கப்பட்டது. இந்தியக் கட்டடக் கலைஞர்கள் அதை வரவேற்றனர். பதின்மூன்றாம் நூற்றாண்டில் முஸ்லிம் ஆட்சி ஏற்படுவதற்கு நீண்ட காலம் முன்னரே இவ்விதம் நிகழ்ந்தது. குஜராத்திகளுக்கும் அராபியர்களுக்கும் இடை யிலான வணிகக் கூட்டுறவுகள் இந்து, ஜைன ஆட்சியாளர்கள் கீழிருந்த குஜராத்தி ஓவியர்கள் பாரசீக, துருக்கிய உத்திகளைக் கற்றுக் கொள்ள வழிவகுத்தது.[151] மசூதிகள் மட்டுமல்ல, கல்லறைகளை எழுப்புதல், கூர்மை யான வளைவுகள், வில்போன்ற உயர்ந்த வளைவுள்ள மாடங்கள் போன்றவை மதச்சார்பற்ற, மற்றும் புனிதக் கட்டடக்கலையின் அமைப்புகளை அரண்மனைகள், கொத்தளங்கள், தோட்டங்கள் என முற்றிலுமாக மாற்றின.[152] இந்தியாவின் நிலவரையில் கோயில்களுக்கு ஓர் முக்கியத்துவம் வாய்ந்த முரணாக மசூதிகள் எழுந்தன. இந்துக் கோயில்களில் எப்போதுமே ஒரு சிறிய, ஏறத்தாழக் காலியான இடம் அசையாத மையத்தில் உள்ளது. (கருவறையின் தெய்வம் அங்கு உள்ளது என்றாலும்). அதைச் சுற்றிக் கொஞ்சம் கொஞ்சமாக அதிகரித்துவரும் விவரங்களின் மிகுதிப்பாடு, அணிநயத்தை மிகக் குறைவாகக் காட்டுகிறது. ஆனால் மசூதி, தன் ஓரவிளிம்புகளிலிருந்தே பெரிய காலியிடத்தை உருவாக்குகிறது. இந்துக்கோயில்கள் போல ஒரு தெய்வத்தின் வீடாக அது அமையாமல், கூட்டுவழிபாடு நடத்துவதற்கு ஏற்ற வெளியாக அது உள்ளது. மசூதியின் அமைதியான எழுத்துவடிவங்களும், ஜியோமிதிவடிவ அலங்கரிப்பும் கோயிலில் நிரந்தர இயக்கத்தில் இருக்கும் உருவங்களுடன் முரண்படுகிறது. தனது குரங்குகள், மனிதர்கள், கடைத்தெரு நிறங்கள், வாசனைகள் ஆகிய அனைத்தும் சேர்ந்த இந்தியா உட்செல்ல முடியாத தாக வலுவந்தமாகத் திணிக்கப்பட்டவை மசூதியின் வெற்றிடங்கள், அதேசமயம், அந்தக் குழப்பத்தையே ஈடுசெய்கின்ற ஆடம்பரமான கட்டட உருச்சட்டத்தை அவை அளிக்கின்றன.

நகரும் கோயில்கள்: வீரசைவர்கள்

துறவிகளின் சமயங்கள் எப்போதுமே வீடுகளுக்கு அப்பால்தான் தங்கள் மதவழிகளைப் பின்பற்றின. ஆனால் மாபெரும் கோயில்கள் கட்டப்பட்ட

இந்தக் காலப் பகுதியில், பிராமணக் கற்பனைச் சட்டகத்தின் மையமாக அரண்மனை, வீடு இவற்றிற்கு மாறாகக் கோயில்கள் ஆயின. தென்னிந்திய ஆட்சியாளர்களின் பெருமையும் இன்பமுமாகவும் தென்னிந்தியச் சமூக, பொருளாதார, மத ஒழுங்குகளின் கோட்டைகளாகவும் இருந்தவை கோயில்கள். இச்சமயத்தில், ஒரு பெரிய, செல்வாக்குமிகுந்த தென் இந்தியச் சமயம் மட்டும் பழைய துறவிகளைப் போல, வீடுகளை வெறுக்கவில்லை, மாறாக மேற்கண்ட கற்கோயில்களை வெறுத்தது. அவர்கள்தான் லிங்காயத்துகள் அல்லது வீரசைவர்கள். சாரணர்கள் (அலைபவர்கள்) என்றும் அழைக்கப்பட்டனர். அவர்கள் தங்களை நகரும் கோயில்களாகக் கருதினர். ஆகவே எங்கும் வேரின்றி, ஊரூராகச் சென்றனர்.[153] இச்சமயத்திற்கு அடித்தளம் அமைத்தவர் பசவர் (1106 - 1167). கல்யாணபுரத்தில் அரசன் பிஜ்ஜலனின் அவையில் இருந்த பிராமணர்.[154] பசவர் மிக எளிமையான ஒரு பக்தியை போதித்தார். கழுத்தில் கட்டியிருக்கின்ற ஒரு லிங்கத்தைத் தவிர வேறெதையும் தொழவேண்டாம். மரணத்தில் சிவனுடன் இணைய வேண்டும். கெட்ட காலத்தில் மட்டும் பக்தி செய்கின்ற, கொள்ளைக்காரர்கள் வந்தால் மறைத்து வைக்கின்ற கடவுளர்கள் வேண்டாம். (இந்தக் குறிப்பு, படையெடுத்துவரும் படைகளால் கோயில் சிலைகள் ஆபத்துக்குள்ளாகும் நிலையைக் குறிக்கிறது). “உங்கள் தேவைகளுக்காக விற்கின்ற, திருடர்களுக்கு பயந்து புதைக்கின்ற கடவுளர்களைப் பற்றி நான் எப்படி நல்லவிதமாக எண்ணமுடியும்?”[155] நீங்கள் நம்பிக்கை வைக்கக் கூடிய ஒரே கோயில் உங்கள் உடல்தான்.

பணக்காரன்

சிவனுக்குக் கோயில்கள் கட்டுகிறான்

ஏழை நான்

என்ன செய்ய இயலும்?

கால்களே தூண்கள்

உடலே கருவறை

தலையே கவிந்த பொன்கோபுரம்

கூடல் சங்கமத் தேவனே கேள்

நிற்கும் பொருள்கள் விழுந்துவிடும்

நகர்வன எப்போதும் நிலைத்திருக்கும்[156]

“கூடல் சங்கமத் தேவனே” என்ற தொடர், ஒவ்வொரு சாதி, இனத்தையும் சேர்ந்த சமுதாயங்கள் அங்கு வந்து வழிபட்டன என்பதைக் காட்டுகிறது.[157] “நிற்கும் பொருள்கள் விழுந்துவிடும்” என்ற தொடர், கோயில் கட்டுபவர்களின் பேருருவ ஆசையைக் கேலி செய்கிறது.

தென்னக இடைக்காலத்தில் விதிமுறைப்படியான சமூக, கலாச்சார ஒழுங்கினைத் தாக்கிய தீவிரவாதிகள் வீரசைவர்கள். அவர்கள் மதத்துக்கு

எதிரானவர்கள் எனச் சிலர் நினைத்தார்கள். பலபேர் அவர்களை இடங்கையினர் (கைவினைஞர்கள், வியாபாரிகள், சேவகர்கள்) எனக் கருதினார்கள். (வலங்கையினர் என்பவர் விவசாயத் தொழிலாளர்கள்). ஒரு பறையன் பிராமணப் பெண்ணைத் திருமணம் செய்துகொண்டான். இரண்டுபேரின் தந்தைகளுக்கும் அரசன் மரணதண்டனை விதித்தான். வீர சைவர்கள் கலகம் செய்து, அரசனைக் கொன்றுவிட்டார்கள். அரசாங்கம் வீரசைவர்களை அடக்க முயற்சிசெய்தது, ஆனால் அவர்கள் தப்பினார்கள் என்று தொடக்ககால வீரசைவக் கதை ஒன்று சொல்கிறது.

பசவர் சாதிக்கும் பிராமணர்களுக்கும் எதிராக இருந்தார். சாதியினால் கட்டுப்படுத்தப் படாத முஸ்லிம் சமூக வழக்காறுகள், அவரை ஆழமாக ஈர்த்தன. வீரசைவர்கள், பிராமணக் கற்பனைச் சட்டகத்தைப் புறக்கணித்தமைக்கு, முஸ்லிம் மதப் பணியாளர்களே காரணமாக இருக்கலாம். வீரசைவம் இந்தியாவின் மேற்குக் கரையில் வளர்ந்தபோது, அங்கு முஸ்லிம் மதத்தினர் ஊக்கத்தோடு இருந்தனர். அதேசமயம், இஸ்லாமியச் சிலை உடைப்புகள், வீரசைவர்கள் தங்கள் உடலிலேயே கோயில்படிமங்களான லிங்கங்களை எடுத்துச் சென்றதற்குக் காரணமாகலாம்.[158]

வீரசைவர்களின் ஆரம்பகாலக் கவிதைகள் கன்னடத்தில் இயற்றப் பட்டன. ஆனால் வீரசைவர்களைப் பற்றி இன்று கிடைக்கின்ற மிக ஆரம்ப கால முழுக்கதை தெலுங்கில் உள்ளது. பதின்மூன்றாம் நூற்றாண்டைச் சேர்ந்த பல்குரிக்கி சோமநாதர் இயற்றிய பசவபுராணம்தான் அது. பெருமளவு பசவரின் வரலாற்றைக்கூறும் தொண்டர்புராணம்தான் அது. ஆனால், டேவிட் ஷூல்மனின் சொற்களில், மிகவும் தீவிரமான வன் நடத்தைகொண்ட நூல் இது. வீரசைவ நாயகர்கள் தங்கள் அரும்பகைவர்களான பிராமணர்கள், ஜைனர்கள் போன்றவர்களுக்கோ, அல்லது தங்கள் அரசியல் எதிரிகளுக்கோ எல்லாச் சமயங்களிலும் தலையை வெட்டுகிறார்கள், உறுப்புகளைச் சிதைக்கிறார்கள், யாருக்காவது விஷம் வைக்கிறார்கள். அல்லது தங்களுக்குள்ளேயே ஆச்சரியப்படும் விதமாக அதிகமும் எவருக்கேனும் பக்தியின் தீவிரம் சற்றே குறைந்தால் அவர்களுக்கும் இப்படிப்பட்ட வன்முறைகளைச் செய்கிறார்கள்.[159] எங்கிருந்து இந்த வன்முறை வருகிறது? பெரியபுராணத்தின் தமிழ் நாயன்மார்களிலிருந்தோ, அல்லது சிவனைக் கண்மூடித்தனமாக வழிபட்ட ஆந்திரத்தின் வீரபத்திரன் போன்றவர்களிலிருந்தோ வந்திருக்கலாம். அவர்கள் “உள்ளார்ந்த நாகரிகமதத்துக்கு எதிரான நாட்டார் மதத்தின் நீடித்த கீற்றைக் கொண்டவர்கள். பன்னிரண்டாம் நூற்றாண்டின் கல்யாணபுரத்தில் இருந்ததுபோன்ற அரசியல் வெற்றிடம் நிலவுதல் போன்ற சில வரலாற்று நிலைமைகளில் இலக்கிய வடிவத்தை எடுக்கிறது,”[160] பசவபுராணத்தில் காணப்படும் தாக்குதல்களும் வன்முறைகளும் மரபான மதத்திற்கு எதிராகச் செய்யப்பட்டவை. கோயில் மூர்த்தமாக இருக்கும் கடவுள் இவர்களால் மிகவும் கேவலப்படுத்தப்படுகிறான். பின்கதவின் வழியாகப் பதுங்கிப் பார்க்கிறான். மத ஆதிக்கத்தைச் சலவைக்காரர்கள், திருடர்கள், பறையர்கள் போன்றோர் எடுத்துக்கொள்கிறார்கள். சாதி வெறி பிடித்த பிராமணர்களை அவமானப்படுத்தும் விதமாக, பக்தனின் நாய் ஒன்று (கபீரின் பாடலில் எருமையைப் போல) வேதத்தைச் சொல்

கிறது (உண்மையில், அது நாய்த் தோலைப் போர்த்திக் கொண்ட சிவன்தான்).¹⁶¹ இங்குத் தலையிடுபவனை எருமைக்கு பதிலாக நாய் ஆக்குவது சாதிப் பிரச்சினையை இன்னும் கடுமையாக்குகிறது. பல கதைகள், ஜைனர்களை வெற்றி கொண்டதைச் சொல்கின்றன. அந்த ஜைனர்களில் சிலர் குருடாக்கப்படுகிறார்கள்.¹⁶² வயதானகாலத்தில், வீரசைவர்களின் வன்முறையைப் பொறுக்கமுடியாமல், தான் அடிக்கல்நாட்டிய சமுதாயத்திலிருந்து பசவர் விலகி வாழ்ந்தார்.

மகாதேவியக்கா (அக்கமாதேவி) – வீரசைவப் பெண்துறவி

பன்னிரண்டாம் நூற்றாண்டில் மகாதேவியக்கா (அக்கமாதேவி) என்ற பெயர் கொண்ட வீரசைவப் பெண்துறவி ஒருவர் கன்னடத்தில் பாக்கள் இயற்றியுள்ளார்.¹⁶³ ஒரு கவிதை, (மாயைப் பிரச்சினை உட்பட்ட) விமோசனத்தின் மெய்யியலையும், மாமியார், நாத்தனாருடன் போராட்டம் என்ற இழிவான பிரச்சினையையும் ஒன்றிணைக்கிறது.

மாயை எனது மாமியார்,

உலகம் எனது மாமனார்

புலிபோன்ற மைத்துனர்கள் மூவர்

என் கணவனின் எண்ணங்களில்

நகைக்கும் பெண்கள் நிறைந்துள்ளனர்

கடவுள் அல்ல இக்கணவர்

நாத்தனார் சொல்லை மீறமுடியாது

ஆயின், இவளைவிட்டு நழுவி

கணவனை வேசிக்குரியவனாக்கி

என் பிரபு அரனுடன் செல்வேன்¹⁶⁴

அடிப்படைநிலையில், இந்தக் கவிதை ஓர் ஆண்மையச் சமுதாயத்தில் (அதாவது கணவன்வீட்டில் மனைவி வாழும் சமூகத்தில்) மாமியார் ஆணையின்கீழ் ஒரு பெண்ணுக்குள்ள கடினமான சூழலைச் சுட்டிக் காட்டுகிறது. கடவுள் அல்ல இக்கணவர் என்ற தொடர், மனு (5.154) போன்ற இந்து தர்ம நூல்களுக்கு, கணவனே கண்கண்ட தெய்வம் என்ற கட்டளைக்கு நேர்எதிரானது. மாயை, மாமியார், உலகம் மாமனார் என்ற சில அருவச் சுட்டுதல்களும் உள்ளன. சில உள்ளுறையானவை. புலி போன்ற மூன்று மைத்துனர்கள் என்பது நாம் தப்ப முடியாத இயற்கையின் பகுதிகளான முக்குணங்கள். ஏ.கே. ராமானுஜன், கணவன் என்பது கர்மவினையைக் குறிப்பதாகப் பார்க்கிறார். "சுயத்தின் பல பிறப்புகளின் பழங்காலம்." நாத்தனார், கர்மவினையோடு வருகின்ற, கட்டுப்படுத்துகின்ற ஞாபகம் அல்லது வாசனை. இந்தக் கவிதையில் இடம் பெறும் எவரும் பேசுபவர்/நாயகி/பக்தையின் இரத்த உறவினர் அல்ல.

கவிதையின் நபர், இவர்களை ஏற்க மறுத்து, தன்னை வேசியாக்கித் தன் கணவனைப் பழிக்கிறாள். இது அவர்களுக்கு அதிர்ச்சி அளிக்கும். கவிதை, அரன்மீதுள்ள (அரன் என்றால் சிவன்) காதலைக் காட்டுகிறது. அது மரபு வாழ்க்கையை அழிப்பதாகவும், சட்டத்துக்குப் புறம்பானதாகவும், விதிகளை மீறுவதாகவும் இருக்கிறது.[165]

அக்கமாதேவியின் வாழ்க்கையைப் பற்றி நாம் எவ்வளவோ மீட்டுருச் செய்யலாம். அவர் தன்னை சிவனின் மனைவியாகக் கருதினார். தன்னைக் காதலித்த கௌசிகன் என்ற அரசனை மணப்பதைத் தவிர்க்கமுயன்று தோல்வியுற்றார். இந்தப் போராட்டம் பற்றி எழுதுகிறார்:

கணவன் என் உள்ளே

காதலன் வெளியே

இருவரையும் சமாளிக்க இயலவில்லை

இந்த உலகம்

அந்த மறு உலகம்

இரண்டையும் சமாளிக்க இயலவில்லை.[166]

பின்னர் அவர் தன் கணவனைக் கைவிட்டுச் சென்று, கோடிவா சீமாட்டிபோல, இருபதுக்குச் சற்று அதிகமான வயதிலேயே, தன் தலைமுடியே ஆடையாக, இறக்கும்வரை நிர்வாணமாகத் திரிந்தார். அவருக்கான கல்லறை வாசகத்தை ராமானுஜன் எழுதுகிறார்: "அவர் நிலைமையுடன்தான் அவரது போராட்டம். ஓர் உடலாக, பெண்ணாக, சமூகப் பாத்திரவகிப்புகளால் கொடுமைப்படுத்தப்பட்ட சமூக உயிரியாக, ஓர் இடத்துக்கும் காலத்துக்கும் கட்டுப்பட்ட மனுஷியாக இருப்பதில்தான் போராட்டம். பரவசத்துக்கான தனது தேடலில் இந்தத் தளைகளில் சிக்கி எதிர்ப்புற்று அவர் வெடிக்கிறார்."[167] அக்கமாதேவி வகைமாதிரியான ஒரு பெண் அல்ல. இருப்பினும் இந்து மதத்தின் வரலாற்றில் பெண்கள் பலர் தங்கள் வாழ்க்கை, பிற பெண்களுக்கு மாற்றுச்சட்டகங்களாகச் செயல்படுவதற்கு உதவியுள்ளனர். அதுபோலவே இவரும் தனக்கு வரையறுக்கப்பட்ட சட்டகத்தை மாற்றிக்கொள்ளமுடியும் என்பதற்கு, வகை மாதிரியின்மைக்கு, ஒரு மாதிரிவடிவம் ஆகிறார்.

அடிக்குறிப்பு

1. *Hess and Singh, The Bijak of Kabir, 42.*
2. *Keay, India, 279.*
3. *Chattopadhyaya, Representing the Other, 29, 43, 89-90.*
4. *Rajatarangini 7.1090-95.*
5. *Chattopadhyaya, Representing the Other, 71*
6. *Ibn Batuta, Travels, A.D. 1325-1354 , written in the fourteenth century, trans. H. A. R. Gibb.*

7. Keay, *India*, 180.
8. Ibid., 167.
9. Ibid., 181.
10. Ibid., 182.
11. Schimmel, *The Empire*, 107.
12. Keay, *India*, 185.
13. Mitter, *Indian Art*, 85.
14. Keay, *India*, 207.
15. Ibid., 209.
16. Ibid., 235, citing Ibn Asir.
17. Mitter, *Indian Art*, 85.
18. Keay, *India*, 245.
19. Ibid., 247.
20. Ibid., 245-47.
21. Ibid., 240.
22. Ibid., 259.
23. Ibid., 255.
24. Ibid., 60.
25. Ibid., 266.
26. Ibid., 270.
27. Ibid., 266, 270-71.
28. "Jains and Hindus Befriended," in Husain's *Tughluq Dynasty*.
29. Keay, *India*, 266.
30. Ibid., 272.
31. Ibid., 274.
32. Ibid., 271-72, 274.
33. Ibid., 181.
34. Ibid., 275.
35. Ibid., 211.
36. Eaton, *The Rise of Islam*, 268-90.
37. Keay, *India*, 235.
38. Ibid., 242.
39. Ibid., 235.
40. Ibid., 225.
41. Doniger O'Flaherty, *Origins of Evil*, 248-71.

42. Chattopadhyaya, *Representing the Other,* 52, 55, 57, 60, 84, 88.
43. West, *Indo-European Poetry,* 467.
44. Digby, *Warhorse and Elephant.*
45. Babur, *Baburnama,* 335.
46. Keay, *India,* 211.
47. Ibid., 189.
48. Ibid., 275.
49. *Encyclopaedia Britannica,* s. v. "polo."
50. Keay, *India,* 240.
51. Ibid., 276-77.
52. Gommans, *The Rise of the Indo-Afghan Empire,* 71.
53. Ibid., 78.
54. Keay, *India,* 277.
55. Stephen Inglis, personal communication, March 26, 1985.
56. Pusalker, *The Struggle for Empire,* 523.
57. Nagaswamy, "Gateway to the Gods."
58. Mookerji, *The History of Indian Shipping,* 195.
59. Leshnik, "The Horse in India," 56.
60. Keay, *India,* 306.
61. Ibid., 306.
62. Subrahmanyam, "The Political Economy of Commerce"; C. Gupta, "Horse Trade in North India."
63. Keay, *India,* 277.
64. Abu'l Fazl, *Ain-i-akbari,* vol. 1, 142.
65. Gommans, *The Rise of the Indo-Afghan Empire,* 72.
66. Ibid., 73.
67. Ibid., 72-73, quoting J. L. Kipling, *Beast and Man in India,* 167-68.
68. Keay, *India,* 276-77.
69. Gommans, *The Rise of the Indo-Afghan Empire,* 74.
70. Polo, *The Travels,* 357; *Marco Polo: The Description of the World,* 174.
71. Gommans, *The Rise of the Indo-Afghan Empire,* 74.
72. Keay, *India,* 288.
73. Eaton, "Temple Desecration in Pre-modern India."
74. Keay, *India,* 288.
75. Mitter, *Indian Art,* 85.

76. Keay, *India*, 188.
77. Ibid.
78. Ibid., 187.
79. Ibid., 207.
80. Ibid., 209.
81. Davis, *Lives of Images*, 90-112.
82. Thapar, *Somanatha*.
83. Keay, *India*, 237.
84. Ibid., 241, citing Ferishta.
85. Mitter, *Indian Art*, 75.
86. Keay, *India*, 257.
87. Thapar, *Somanatha*.
88. Sarkar, *Beyond Nationalist Frames*, 255
89. Davis, *Lives of Images*, 113, citing Amir Khusraw,
90. Keay, *India*, 258, citing Barani.
91. Davis, *Lives of Indian Images*, 133-35.
92. Eaton, "Temple Desecration in Pre-modern India."
93. Keay, *India*, 242.
94. Schimmel, *The Empire*, 107.
95. Keay, *India*, 202.
96. Ibid., 278, 286.
97. Metcalf, *A Concise History*, 3.
98. Ibid., 275, 278.
99. Keay, *India*, 242.
100. Eaton, "Temple Desecration in Pre-Modern India," 303.
101. Ibid., 285, 287, citing Tod, *Annals*, vol. 1, 23.
102. Ernst, "Situating Sufism and Yoga," 24-25, citing Buzurg ibn Shahriyar, *The Book of the Marvels of India*, 132.
103. Ibid., citing *Taranatha's History of Buddhism in India*, 320.
104. Schimmel, *The Empire*, 128.
105. Keay, *India*, 235.
106. Schimmel, *The Empire*, 109.
107. Behl and Weightman, *Madhu Malati*, xiii.
108. Ernst, "Islamization of Yoga," 107.
109. Ibid.

110. Doniger, "The Clever Wife in Indian Mythology."

111. Keay, India, 189.

112. Schimmel, The Empire, 107.

113. Keay, India, 285.

114. Mitter, Indian Art, 87-89.

115. Flood, Introduction, 144.

116. Amartya Sen, Foreword to K. M. Sen, Hinduism, xix, citing K. M. Sen, Medieval Mysticism of India, 146-52.

117. Flood, Introduction, 142.

118. Ibid., 145.

119. Lorenzen, Kabir Legends, 26-27, citing Anantadas, 7, 43-44, 47, citing contemporary oral tradition.

120. Hess, The Bijak, 4-5.

121. Lorenzen, Kabir Legends, 43-45, 47, citing contemporary oral tradition.

122. Ibid., 3.

123. Ibid., 18-19.

124. Ibid., 50, from the Dabistan-i-Mazahib.

125. Nandy, "Sati as Profit Versus Sati as a Spectacle," 136.

126. Kabir, The Weaver's Songs, trans. Dharwadkar, 162.

127. Ibid., 10.

128. Hess, The Bijak, no. 30, 51.

129. Ibid., no. 84, 69-70.

130. Ibid., no. 75, 67.

131. Flood, Introduction, 145.

132. Lorenzen, Kabir Legends, 29, citing Anantadas, Kabir parachai, 1693 ms. 4.10-15.

133. Ibid., 65, citing Paramananda-das, Kabir Manshur.

134. Hess, The Bijak, no. 41, 55.

135. Hess, A Touch of Grace, xxi.

136. Keay, India, 280.

137. Narayana Rao et al. Textures of Time.

138. Ajay Rao, "Othering Muslims or Srivaisnava-Saiva Contestation?"

139. Pollock, "Ramayana and Political Imagination in India," 278.

140. Ajay Rao, Srivaisnava Hermeneutics.

141. Ajay Rao, "Othering Muslims or Srivaisnava-Saiva Contestation?

142. Verghese, Religious Traditions at Vijayanagara, 121.

143. Chattopadhyaya, *Representing the Other*, 60
144. Wagoner, "Sultan among Hindu Kings," 851-80.
145. Keay, *India*, 303, 305, 307.
146. Mitter, *Indian Art*, 62.
147. Narayana Rao et al., *Textures of Time*, 44-52, 73-77.
148. Ibid.
149. Michell, *Art and Architecture*, 133.
150. Keay, *India*, 179, 212.
151. Mitter, *Indian Art*, 3.
152. Ibid., 86.
153. Ramanujan, *Speaking of Siva*.
154. Flood, *Introduction*, 171.
155. Ramanujan, *Speaking of Siva*, 28.
156. Ibid., 88; "The Myths of Bhakti," 99.
157. Ibid., 297.
158. Davis, *The Lives of Indian Images*.
159. Shulman, untitled review of *Siva's Warriors*, 313.
160. Ibid.
161. Narayana Rao, *Siva's Warriors*, 235.
162. Ibid., 196-201.
163. Ramanujan, "Varieties of Bhakti," 324-31; *Speaking of Siva*, 111-42.
164. Mahadevyyakka 328; Ramanujan, *Speaking of Siva*, 141; "Varieties of Bhakti," 324.
165. Ramanujan, "Varieties of Bhakti," 326.
166. Ramanujan, *Speaking of Siva*, 127.
167. Ibid., 114.

இயல்: 17

பிற்காலப் புராணங்களில் அவதாரமும் தற்செயல் கருணை நிகழ்வும்

கி.பி. 800 முதல் கி.பி. 1500 வரை

காலவரிசை (எல்லாம் கி.பி.)

750 - 1500 இடைக்காலப் புராணங்கள் இயற்றப் படுதல்

அக்னி புராணம் *(850)*, பாகவத *(950)*, பவிஷ்ய *(500 - 1200)*, பிரம்ம *(900—1350)*, பிரம்ம வைவர்த்த *(1400 - 1500)*, தேவீபாகவத *(1100 - 1350)*, கருட *(900)*, காளிக *(1350)*, லிங்க *(600 - 1000)*, மகாபாகவத *(1100)*, சௌரபுராணம் *(950 - 1150)*

1210 - 1526 தில்லி சுல்தானியத்தின் ஆதிக்கம்

ஏ. *1200* வட இந்தியாவில் முற்கால ஸூஃபி முறைமைகளின் எழுச்சி

ஏ. *1200* தென்னிந்தியாவில் பசவர் உள்ளிட்ட வீரசைவர்களின் காலம்

ஏ. *1200* ஜயதேவரின் கீதகோவிந்தம் இயற்றப்படுதல்

ஏ. *1336 - 1565* விஜயநகர ஆட்சியின் உச்சநிலை

ஏ. 1398 - 1448 கபீர்தாசர் காலம்

1469 - 1539 பஞ்சாபில் குருநானக் சீக்கிய மதத்தைத் தோற்றுவித்தல்

புராணங்கள் வேறுவகையாகச் சொல்கின்றன

பிரம்மன் தானே பிரகலாதனின் கதையைச் சொல்கின்றான்

புராணங்கள் அதை வேறுவகையாகச் சொல்கின்றன

- பத்ம புராணம் ஏ.750 - 1000[1]

இடைக்காலப் புராணங்கள் விலங்குகள், பெண்கள், கீழ்ச்சாதிகள், பிற மதங்கள் ஆகியவற்றைப் பற்றிய கதைகளைச் சொல்லும் வெவ்வேறு முறைகள், சமஸ்கிருதம் அல்லாத, வாய்மொழி, பிரதேசமொழிக் கலாச் சாரங்களால் பெரும்பகுதி வளர்க்கப்பட்ட பனுவல்களின் கற்பனை வீச்சில் ஏற்பட்ட திடீர் மலர்ச்சியின் விளைவாகும். கி.பி. ஒன்பதாம் நூற்றாண்டளவில், சமஸ்கிருதம், இலக்கிய, அரசியல், மத உலகங்களை முழுவதும் கைப்பற்றிக்கொண்டு உலகநோக்குள்ள மொழி ஆகிவிட்டது. ஆகவே அதை இலக்கியம் பயின்றோரும் அரசவையினரும் ஆதரித்தனர். “இந்தச் சமயத்தில் சமஸ்கிருதம் மங்கிவிட்டது, உலகநோக்குடையதோர் இலக்கிய மொழி என்பது, வட்டாரப் பண்புமிகுந்த வந்த உலகத்தில் மிகையானதாகிவிட்டது இதற்குக் காரணம்” என்று சில அறிஞர்கள் குறிப்பிடுகின்றனர்.[2] ஆனால் சமஸ்கிருதப் புராணங்கள் உறுதியாகவே பிரதேசப்பண்பு பெற்றிருந்த போதிலும், அவற்றை உருவாக்கியவர்கள் தங்கள் கடையைக் கட்டிவிடவில்லை என்று எனக்குத் தோன்றுகிறது. அந்தந்தப் பிரதேசங்களின் பிரபலமான, வாய்மொழி மற்றும் வட்டாரக் கருப் பொருள்களை ஏற்றுக் கொண்டு, தங்கள் புராண சமஸ்கிருதத்தில் அவற்றை மொழிபெயர்த்து ஏற்றிக் கொண்டு, வழக்கம் போலவே அவர்கள் மேலும் மேலும் அதிகமாக வியாபாரம் செய்யவே முனைந்தனர். இந்த நோக்கில்தான் அவர்கள் வட்டார மற்றும் ஜனரஞ்சகமான உருவங்களை வரவேற்று, அவற்றை விஷ்ணுவின் அவதாரங்களாகவும் ஆக்கினர்.

விஷ்ணுவின் அவதாரங்கள்

நாம் ஏற்கெனவே விஷ்ணுவின் இரண்டு மானிட அவதாரங்களைப் பற்றி — கிருஷ்ணன், இராமனைப் பற்றி — நோக்கியிருக்கிறோம். பூவுலகில் மனிதர்களாக உருவெடுத்துவந்த அசுரர்களையும், மனிதர்களுக்கு எதிரிகளான அரக்கர்களையும் அழிப்பதற்காக அவர்கள் அவதார புருஷர்களாகி வந்தனர். விஷ்ணுவின் பிற அவதாரங்கள் பற்றிய குறிப்புகள் கிறித்துவின் தொடக்க நூற்றாண்டுகளிலேயே உருவாகத் தொடங்கியிருந்ததையும் நாம் ஆய்வின்றி நோக்கவே செய்தோம். அவை சிலசமயங்களில் ஆறு என்றும், சில சமயங்களில் பதினெட்டு என்றும், ஆனால் வழக்கமாகப் பத்து என்றும் சொல்லப்பட்டன. ஆனால் பத்து என்றபோதும், ஒரேமாதிரியான பத்து அவதாரங்கள் சொல்லப்படவில்லை. குப்தர்கள் காலக் கோயில்களில் இன்றும் இருக்கும் ஒன்று, உத்தரப்பிரதேசத்தில் தேவகட்டில் உள்ள கோயில் (ஏ. ஆறாம் - ஏழாம் நூற்றாண்டு). இது தசாவதாரக் கோயில்

என்று அழைக்கப்படுகிறது. பதினைந்தாம் நூற்றாண்டில், கபீர்தாசர் உண்மையாக அறிந்தவர்க்கு ஒரு தெய்வீக முட்டாள்தனம் என்று பத்து அவதாரங்களைக் கேலிசெய்தார். அதாவது, உண்மையாக அறிந்தவர்களுக்கு இராமன் சீதையைத் திருமணம் செய்துகொள்வது போல் தோன்றுவது என்பது இறைவனின் ஒரு மாயை என்று தெரிகிறது.[3] பிறவும் இதுபோலவே. ஜைனப் பிரபஞ்ச வரலாற்றிலும் மீட்கும் தேவன் ஒருவன் ஒன்பது அவரதாரங்களை ஒவ்வொரு யுகத்திலும் எடுப்பதாகக் குறிப்பு இருக்கிறது. இந்தக் கருத்தே இந்துமதப் பத்து அவதாரங்களுக்கு அடிப்படையாக இருந்திருக்கலாம். ஏனெனில் விஷ்ணுவுக்கும் இதுவரை ஒன்பது அவதாரங்களே உள்ளன, கல்கி என்பது எதிர்காலத்துக்கு உரியதாக ஒதுக்கி வைக்கப்பட்டுள்ள அவதாரம்.

புதிய அவதாரங்கள் சில, பழைய சமஸ்கிருத இலக்கியத்திலிருந்து புராணப்பட்டியலில் சேர்க்கப்பட்டன. ஒக்கச்செய்தலின் இந்துச் செயல்பாட்டின்படி அவை பத்து அவதார அமைப்புக்குள் ஏற்கப்பட்டன. இந்த அவதாரங்களைப் பனுவல்கள் பெருமளவு மையத்திலிருந்து விரிவடைவதாகக் காட்டுகின்றன. கடவுளின் வெவ்வேறு செயல்பாடுகள் அவனிலிருந்து வெளிப்படும்போது அவை ஒவ்வொன்றும் ஒவ்வொரு வெளிப்பாடு (பல கைகள், பல தலைகளுடன்) ஆகின்றன. ஆனால் வரலாற்று ரீதியாகக் காணும்போது அவை வெளியிலிருந்து மையத்தை நோக்கிக் குவிப்பவைதான். பல்வேறு கடவுளர்கள் விஷ்ணுவின் பிம்பத்தை நோக்கி ஈர்க்கப்பட்டு, காந்தத்தில் இரும்புத் துகள்கள் ஒட்டிக்கொள்வதுபோல் ஒட்டிக்கொண்டனர். அரசர்களைப் பற்றிய புகழ்மாலைகளில் அவர்களுடைய வெற்றிகளை அவதாரங்களின் பண்புகளுடன் பொருத்திப்பார்க்க இயலுவதால் அவதாரக்கதைகள், அவர்களுக்குக் குறிப்பாகக் கவர்ச்சி மிக்கவையாக உள்ளன. சான்றாக, வராகம் போன்று அரசன் பூமியைக் காத்தான், கல்கியைப் போல மிலேச்சர்களை வென்றான் — என்பதுபோல.

ஒரு கணம் நாம் சற்றே முன்னோக்கிச் செல்லலாம். கேசவ சந்திர சேனர் (1838 - 1884), 1882இல், விஷ்ணுவின் பத்து அவதாரங்களையும் டார்வினியப் பரிணாமச் செயல் முறையின் ஒரு உருவகமாகக் காணலாம் என்று குறிப்பிட்டார். "முன்னுணர்வுடன் பழங்கால இந்து முனிவர்கள் கண்டறிந்தது, இன்று நவீன அறிவியலினால் உறுதிப்படுகிறது." அதாவது ஒரு பழைய இந்தியக் கோட்பாட்டை டார்வின் மறுகண்டுபிடிப்புச் செய்திருக்கிறார் என்றாகிறது.[5] (பிளாவாட்ஸ்கி அம்மையார், திரைமறைவிலிருந்து ஐசிஸ் (*Isis unveiled*) என்ற நூலில் — 1877இல் வெளிவந்தது— அவதாரப் பரிணாமம் என்ற கருத்தை வெளியிட்டுள்ளார்.[6] சேனர், இதனால் தூண்டப்பட்டோ, தூண்டப்படாமலோ இருக்கலாம்). அதிலிருந்து இந்தப் பத்து அவதாரங்களில் முதலில் எளிய மூன்று உயிர் வடிவங்கள் வைக்கப்பட்டன. பிறகு மனிதர்கள் வரை உயர்ந்து வருவதாகக் காட்டப்பட்டன. சில சமயங்களில் காலப்போக்கில் யுகங்கள் மாறி முன்னேறுவதைக் காட்டுவதாகவும் இவை நோக்கப்பட்டுள்ளன. ஆகவே இந்தப் பத்து அவதாரப் பட்டியல் பின்வருமாறு செல்கிறது: மச்சம் (மீன்), கூர்மம் (ஆமை), வராகம் (காட்டுப் பன்றி), நரசிங்கம் (விலங்கு-

மனிதன்). இவையாவும் விலங்குகள், கிருத யுகத்தைச் சேர்ந்தவை. வாமனன் (குள்ளன்), பரசுராமன், இராமன் இவர்கள் மனிதர்கள், திரேதா யுகத்தைச் சேர்ந்தவர்கள். கிருஷ்ணனும் புத்தரும் துவாபர யுகத்தைச் சேர்ந்தவர்கள். கல்கி அவதாரம் கலியுகத்தில் நிகழ வேண்டியது. ஆனால் சமூகப் பரிணாமவியம் (விஷயங்கள் மெதுவாக முன்னேறுகின்றன என்பது) — சமூகச்சீரழிவு யுகக் கொள்கை (யுகத்துக்கு யுகம் பண்புகள் தேய்கின்றன என்பது) இவற்றுக்குள் பொருந்தாமை உள்ளது என்னும் சிறிய விஷயத்தைப் புறக்கணித்தால் மட்டுமே பரிணாமக் கொள்கை, இந்திய யுகக் கொள்கையுடன் பொருந்துகிறதென்று கூறமுடியும்.

தலையாய பத்து அவதாரங்களும் முதன்முதலில் பனுவல்களில் (நாணயங்களிலும், கல்வெட்டுகளிலும் உட்பட) எப்படி இடம்பெறுகின்றன என்ற முறைமையைக் கணக்கில் கொண்டால் (ஏற்கெனவே சொல்லப்பட்ட அவதாரங்கள், விஷ்ணுவுடன் தொடர்புபடுத்தப்பட்டவை மட்டுமல்ல) இந்தப் பட்டியல் பின்வருமாறு அமையும். வாமனன் (ரிக் வேதம்); மச்சமும், வராகமும் (பிராமணங்கள்); கூர்மம், கிருஷ்ணன், இராமன், பரசுராமன், கல்கி (இவையாவும் மகாபாரதத்தில் இடம்பெற்றவை); நரசிங்கமும் புத்தரும் (கி.பி. 400 - 500 காலப்பகுதியைச் சேர்ந்த விஷ்ணுபுராணத்தில் உள்ளவை).[7] இந்தப் புத்தகம் முதன்மையாக அக்கறை காட்டுகின்ற முக்கியப் பிரச்சினைகளுக்கேற்ப இவற்றை வரிசைப்படுத்தினால், விலங்குகள் (மச்சம், வராகம், கூர்மம்) — பெண்கள் (கிருஷ்ணன்—ராதை, இராமன் - சீதை) — பிறமதத் தொடர்புகள் (புத்தர், கல்கி) — சாதியும் வர்க்கமும் (பரசுராமன், வாமனன், நரசிங்கம்) என அமையும். இந்த வரிசையிலேயே இவற்றைப் பார்க்கலாம்.

விலங்குகள்

மச்ச (மீன்) அவதாரம்

மீன், வெள்ளம் தொடர்பான தொன்மம் விஷ்ணுவுடன் முதலில் தொடர்புபடுத்தப்படவில்லை. ஏற்கெனவே கண்டதுபோல, மீன் மீனாகத்தான் முதலில் இருந்தது. ஆனால் மகாபாரதத்தில் (3.185) மனுவிடம் மீன் தான்தான் பிரம்மா, பிரஜாபதி, உயிர்களின் தலைவன் என்று சொல்கிறது. அது மிகச் சிறியமீன் வடிவத்திலிருந்து ஒரு பெரிய திமிங்கிலம் வரை விரிவடைவதாலும், அது ஒரு மீட்பர் என்பதாலும், விஷ்ணுவும் விரிவடைபவனாகவும் (வாமனனிலிருந்து விசுவரூபம் வரை), காப்பவனாகவும் (கிருஷ்ணன் அவ்வப்போது தானே சொல்லிக் கொள்வது போல) இருப்பதாலும் புராணங்கள் மீனை விஷ்ணுவின் ஒரு அவதாரமாகச் சேர்த்துவிட்டன.

வராக (காட்டுப் பன்றி) அவதாரம்

மச்சத்தைப் போலவே, வராகமும் விஷ்ணுவுடன் அசலாகச் சேர்க்கப் பட்ட ஒன்றல்ல. பிராமணங்களில் வரும் பன்றி, நீரிலும் நிலத்திலும் வாழக்கூடிய விலங்கு. அது பிரஜாபதி — உயிர்களின் தலைவன். அவன் பூமிப் பெண்ணைக் கடலுக்குள் விஸ்தரித்து, வட்டமாக்கி, திருமணம்

செய்துகொள்கிறான்.[8] விஷ்ணுபுராணம், பிரஜாபதியை நாராயணனுடன் (விஷ்ணுவுடன்) இணைக்கிறது.[9] மாளவத்தின் உதயகிரியில் ஐந்தாம் நூற்றாண்டைச் சேர்ந்ததும், பாறைமுகப்பில் செதுக்கப்பட்டதுமான ஒரு கோயில், விஷ்ணுவின் வராக அவதாரத்தைச் சித்திரிக்கிறது. அவனால் காப்பாற்றப்படும் பூமியை ஒரு பெண் வராகமாகவும் சித்திரிக்கிறது. இது ஒருவேளை இரண்டாம் சந்திரகுப்தன் மாளவத்தைக் கைப்பற்றியதன் உருவகமாகவும் இருக்கலாம்.[10] பூமாதேவியை விஷ்ணு மணம் புரிந்ததையும், மாளவம் என்னும் பூமியை அரசன் மணம் புரிந்ததையும் ஒரேசமயத்தில் இது குறிக்கிறது.

கூர்ம (ஆமை) அவதாரம்

மகாபாரதத்தில கூர்மாவதாரம் வருகிறது. தேவர்களும் அசுரர்களும் பாற்கடலைக் கடையும்போது, மந்தார மலையை மத்தாகப் பயன்படுத்து கிறார்கள். அங்குச் சொல்லப்படுவது இதுதான்: "தேவர்களும் அசுரர்களும் ஆமைகளின் அரசனாகிய மாபெரும் ஆமையை, "நீதான் மந்தாரமலையாகிய மத்து நிற்பதற்கு நிலைக்களமாகத் தகுதியானவன்" என வேண்டினார்கள். ஆமை ஒப்புக் கொண்டது. இந்திரன், மந்தாரமலையின் உச்சியை அதன் முதுகில் உறுதியாகப் பிணைத்து நிறுத்தினான்" (1.15 - 17). இங்கு விஷ்ணு ஆமையாகச் சொல்லப்படவில்லை. இந்தக் கதையில் அவன் வருவது வேறொரு வடிவத்தில் — மோகினியாக. இந்த மோகினி, அசுரர்களை மயக்கி அவர்கள் அமுதம் பெறமுடியாதவாறு செய்கிறாள். ஆனால் இந்துப் பிரபஞ்சவியல்களில், ஆமை தொடர்ந்து கடைதல் தொடர்பான தொன்மத்துடன் இணைக்கப்பட்டுப் புகழ் பெறுகிறது. ஆகவே புராணங்கள், ஆமையை விஷ்ணுவின் அவதாரமாக்கிவிட்டன. வழக்கமாக, இந்த வடிவம், இடுப்புக்கு மேல் மனித உருவிலும், இடுப்புக்குக் கீழ் ஆமை வடிவிலும் இருப்பதாகச் சித்திரிக்கப்படுகிறது. சிலசமயங்களில் நேராக ஆமையாகவும் சித்திரிக்கப்படுகிறது.

பெண்கள்

கிருஷ்ணன் (மற்றும் அவனைக் காதலித்த பெண்கள்)

இக்காலப் பகுதியில் கிருஷ்ண வழிபாட்டில் முக்கியமான மாற்றங்கள் செய்யப்படுதல் தொடங்கியது. மகாபாரதத்தில் கிருஷ்ணனைச் சந்திக்கும்போதே அவன் வயதுமுதிர்ந்தவனாகத்தான் இருக்கிறான். ஏ. 450வாக்கில், மகாபாரதத்திற்குப் பிறகு ஓரிரண்டு நூற்றாண்டுகள் கழித்து இயற்றப்பட்ட, மகாபாரதத்தின் இணைப்பான ஹரிவம்சம், கிருஷ்ணனுக்கு ஒரு குழந்தைப் பருவத்தை அளிக்கிறது. கிறித்துவ சகாப்தத்தின் தொடக்கத்தில், இடையர்கள் மத்தியில் வாழ்ந்த ஒரு கிராமத்துப் பையனைப் பற்றிய (பிராமணரல்லாத) கதைகள் ஜனரஞ்சகமாக வட்டார மொழிகளில் வழங்கிவந்திருக்கலாம். இதை ஆதாரமாக வைத்துக் கிருஷ்ணனின் குழந்தைப் பருவம் வருவிக்கப்பட்டிருக்கலாம்.[11] மகாபாரதத்தில் ஆற்றல்மிக்க ஓர் அரசனாக வரும் கிருஷ்ணனுக்கும் இவனுக்கும் தொலைதூரம். மேதைத்திறம் மிக்க ஓர் ஒருங்கிணைப்பில், மகாபாரத அரசன் கதை, வட்டாரமொழி இடையன்

கதை என்ற இரண்டு கதைகளையும் ஹரிவம்சம் ஒன்றாக்கியது. இதற்கு மூன்றாவது ஒரு கதையைப் பாலமாக்கியது. ஃப்ராய்டு குடும்பக் காதல்வீரக் கதை என்று சொல்லும் வகையைச் சேர்ந்தது இது.¹² இம் மாதிரிக் கதையில், ஓர் உயர்குலப் பையன் விலங்குகளால் அல்லது பிராணிகளை மேய்ப்பவர்களால் வளர்க்கப்படுவான். வளர்ந்த பிறகு அவன் தன் நிஜமான பெற்றோரைக் கண்டுபிடிப்பான். முந்தைய பனுவல்களில் வளர்ந்தவனாகவே வருகின்ற ஒரு கடவுளுக்கு திடீரென ஒரு குழந்தைப் பருவத்தைக் கற்பிக்க வேண்டுமானால், ஒரு திறந்த பிளவை மூடவேண்டுமானால், என்ன செய்யலாம்? எடுத்துப் பயன் படுத்த ஓர் ஆயத்தக் கதையாகக் கையில் இருக்கவே இருக்கிறது மேற்கண்ட குடும்பக்கதை. இந்த இணைப்பு உருவானதும், ஹரிவம்சம், இடையன் தொன்மத்தை விரைந்து ஏற்றுக் கொண்டு, அதைத் தன் வழியில் வளர்த்துக் கொண்டது. மகாபாரதத்தில் வரும் கிருஷ்ணன், ஏற்கெனவே ஓர் இரட்டை வடிவம். அரசனாக வேடமிடும் ஒரு கடவுள். ஆனால் இப்போது இருமடங்கு இரட்டை வடிவம் ஏற்பட்டுவிட்டது. இடையனாக வேடமிடும் அரசனாக வேடமிடும் ஒரு கடவுள். இது குழந்தைக் கிருஷ்ணனை வழிபடுவதற்கு ஒரு வழியை ஏற்படுத்திக் கொடுத்தது. அது மட்டுமல்ல, ஒரு மறைவான கடவுள், தொடர்ச்சியான, கவர்ச்சிகொண்ட அற்புதச் செயல்களின் (இவை, ஏற்கெனவே அறிந்த வர்க்கன்றி பிறருக்குக் குழப்பத்தை அளிப்பவை) வாயிலாகத் தன்னை வெளிப்படுத்திக் கொள்ளும் இறையியலையும் தந்தது.

ஹரிவம்சம், தன் இரட்டை வாழ்க்கைக்குள் கிருஷ்ணன் பிறந்த கதையைச் சொல்கிறது.

கிருஷ்ணனின் பிறப்பு

கொடிய அரசனான கம்சன், தன் சிற்றப்பன் மகள் தேவகி, அவளுடைய கணவன் வசுதேவன் ஆகியோர்க்குப் பிறக்கும் எட்டாவது குழந்தை தன்னைக் கொல்லும் என்று ஓர் முன்னறிவித்தலைக் கேட் கிறான். தேவகிக்குப் பிறக்கும் ஒவ்வொரு குழந்தையையும் வாசுதேவன் கொண்டுவந்து கொடுக்க வேண்டும் என்ற நிபந்தனையின் பேரில் தேவகியை வாழ விடுகிறான். இப்படி ஏழு குழந்தைகளைக் கம்சன் கொன்று விடுகிறான். எட்டாவது கருவில் விஷ்ணு தன்னை இருத்திக் கொள்கிறான். அவனுடைய ஆணையின்பேரில், மாயை, காளியின் வடிவெடுத்து நந்தன் என்னும் ஆநிரை மேய்க்கும் தலைவனின் மனைவி யசோதையின் வயிற்றில் வளர்கிறாள். ஒரே இரவில் தேவகிக்கு ஆண் குழந்தையும், யசோதைக்குப் பெண்குழந்தையும் பிறக்கின்றன. வசுதேவன் கிருஷ்ணனாகிய குழந்தையை யசோதையின் இடத்திற்கு எடுத்துச் சென்று மாற்றிக் கொண்டுவருகிறான். பெண்குழந்தையைக் கண்டதும் கம்சன் கோபமுற்று, அதைத் தரையில் அடிக்கிறான். அது விண்ணுக்குச் சென்று காளி ஆகிறது. (காளிக்குத்தான் பிராணிகள் பலிதரப்படுகின்றன, அவள் மாமிசத்தை விரும்புபவள்). கிருஷ்ணன், நந்தகோபனிடம் ஆயர்பாடியில் வளர்கிறான். பெரியவன் ஆனதும் கம்சனைக் கொல்கிறான்.¹³

கிருஷ்ணனின் பிறப்பு மற்றொருவிதத்திலும் இரட்டை ஆகிறது. மாயை

காளியாகப் பிறந்து யசோதையின் வயிற்றில் பிறந்து தேவகியின் குழந்தை ஆகிறது. குறிப்பானதொரு இந்துமதக்கூறின் அடிப்படை வடிவத்தில் செலுத்தப்படுகின்ற காளி என்ற தெய்வத்தை வழிபடுவது, இந்தப் பனுவல் முதலாகத் தொடங்கிக் கிருஷ்ண வழிபாட்டில் பெண்களுக்கு ஒரு புதிய முதன்மை ஏற்பட வழிவகுத்துள்ளது. திரௌபதியை நினைவுபடுத்தும் தேவகி, தன் கணவனை அலைக்கழிப்பதுடன், எல்லாம் விதிப்படி நடக்கும் என்று சொல்கின்ற தன் கணவனை அவ்வாறு கூறவிடாமல் தடுப்பதுடன், தன் குழந்தையைக் காக்க ஏதேனும் செய்யுமாறு தூண்டுகிறாள். மெய்யாகவே பக்திப் பனுவல்கள், கர்மவினை என்ற விதிக்கொள்கை அமைப்புக்குச் சவால் விடுபவை. அவை மக்கள் இந்த வாழ்க்கையில் செய்யும் செயல்கள் இந்த வாழ்க்கையிலும், அடுத்த பிறவியிலும் நற்பயனையோ தீய பயனையோ தரும் என்கின்றன.[14]

யசோதையும் கோபியரும்

கிருஷ்ணனின் வளர்ப்புத்தாய் யசோதையை ஒரு முக்கியக் கதை பாத்திரமாக்குகிறது ஹரிவம்சம். பாகவத புராணத்தின் பத்தாம் பகுதியும் இவ்விதமே செய்கிறது. அதில் தெற்கிலிருந்து வீசிய பக்திக்காற்றின் முத்திரை அழுத்தமாகப் பதிந்துள்ளது. கிருஷ்ணனைப் போற்றுகின்ற அவனுடைய பிற தாயரை — கோபியரைப் பற்றிய கதைகளையும் அது சேர்க்கிறது. எதிர்மறைத் தாயரும் வருகிறார்கள். (அரக்கர்கள், அரக்கியர்கள் பலருக்கிடையில்) பூதனை என்ற அரக்கியையும் கிருஷ்ணன் கொல்கிறான். அவள் கிருஷ்ணனுக்கு முலைப்பாலூட்டிக் கொல்லப் பார்க்கிறாள். ஆனால் கிருஷ்ணன் பாலை உறிஞ்சுமுகமாக அவளுடைய உயிரையே உறிஞ்சிவிடுகிறான்.[15]

பாகவதம், கிருஷ்ணனின் வாயை நோக்கும் செயலையும் பக்குவப்படுத்துகிறது. கீதையில் கிருஷ்ணனின் வாயை நோக்கும் அர்ஜுனனுக்கு அவனுடைய விசுவரூபம் தெரிகிறது. புராணத்தில், யசோதை குழந்தைக் கிருஷ்ணனின் வாய்க்குள் நோக்கும்போது அதில் பிரபஞ்சமும் தானுமே தெரிகின்றன. (பிரம்மன், விஷ்ணுவுக்குள் பிரபஞ்சத்தையும் தன்னையும் காண்பதுபோல). அர்ஜுனனைப் போலவே அந்தக் காட்சியை அவளாலும் சகிக்க முடியவில்லை. இரண்டு சமயங்களிலுமே, கிருஷ்ணன், தன் எல்லையற்ற அன்பினால், அர்ஜுனன், யசோதை இருவருமே அதை மறந்துவிடுவார்கள் என்ற வரத்தை அளிக்கிறான்.[16]

காதலியராகக் கோபிகைகள்

பேருணர்வு, மதம் சார்ந்த பேருணர்வாயினும், அதுதான் பொருள் என்னும்போது, காமம் அதில் முக்கியப் பங்கு கொள்கிறது. மகாபாரதத்தில் வரும் கிருஷ்ணன், ஒரு பேரரசன். அவனுக்குப் பல மனைவியர், சில நூல்கள் பதினாறாயிரம் மனைவிகள் என்கின்றன. ஆனால் அவனுக்குப் பிடித்தமான சிலர் இருந்தார்கள். புராணங்கள், கிருஷ்ணனை ஒரு பேரழகனாகக் காட்டுகின்றன. அவன் இடையர்களின் மனைவியர்களான கோபிகைகளுடன் நடனமிடுகிறான். நிலவில் நடைபெறும்

வட்டவடிவமாக மக்கள் கூடும் நடனத்தில் (ராஸலீலை) அவன் தன்னைப் பல உருவங்களாக்கிக் காட்டிக் கொள்வதால் ஒவ்வொரு கோபிகையும் கண்ணன் தன்னுடன் இருப்பதாக நினைத்துக் கொள்கிறாள். அதேபோல் கோபிகைகளும் தங்கள் இரட்டைகளை உருவாக்குகிறார்கள். அவர்களின் நிழல்கள் சந்தேகப்படாத தங்கள் கணவர்களுடைய படுக்கையில் அவர்கள் இருப்பதுபோல் காட்டுகின்றன. கோபியர்கள், கிருஷ்ணனின் தாயார்களும், காதலியர்களும் ஆகிறார்கள். புராணங்கள் கிருஷ்ணனின் தாயாரின் அன்பையும் (வாத்சல்யம்), காதலியரின் அன்பையும் (மாதுரியம்) வேறுபடுத்தாமல் மறைக்கின்றன.[17] பிற மதங்கள் தாங்கள் வேறுபடுத்தித் தேர்ந்தெடுக்கத் தயங்கும் அல்லது குறைந்தபட்சம் தனித்தனியாக வைத்திருக்க விரும்பும் வகைமைகளுக்கிடையில் சிந்தனைகளை இணைக்கக் கூடிய வியப்பளிக்கும் இந்துப் பண்பிற்கு இங்கு மற்றொரு உதாரணம் காணக்கிடக்கிறது.

ராதை

பிற்காலப் புராணங்களில் ஒரு குறிப்பிட்ட கோபிகை — ராதை, கிருஷ்ணனின் காதலியாகச் சித்திரமாகிறாள். ஏழாம் நூற்றாண்டுவரை கிருஷ்ணனைப் பற்றிய சமஸ்கிருதப் புராணங்களில் இவள் காணப் படாதவள். பதினாறாம் நூற்றாண்டுவரை வழிபடும் பக்தர் குழாத்திற்கு அவள் முக்கியமானவளாகவும் இல்லை.[18] அச்சமயத்தில் பக்தி, சமயங் களின் பண்பைப் பெண்மையியல்பு கொண்டதாக்குகிறது. அதனால் பெண்களும் முக்கியத்துவம் பெறுகின்றனர். கிருஷ்ணன் ராதை கதை, ஜயதேவரின் சமஸ்கிருத கீத கோவிந்தத்தைத் தூண்டியது. லக்ஷ்மண சேனன் (ஏ. 1179 - 1209) என்னும் வங்க அரசனின் அவைக் கவிஞராக இருந்தவர் ஜயதேவர். வைணவ பக்தர்களுக்கு இது ஒரு முக்கியப் பனுவல். ஜயதேவரின் ராதை ஆற்றல் மிகுந்தவள். கிருஷ்ணன் அவளை வணங்கி வழிபட்டு அவள் கால்களைத் தன் தலைமீது தாங்குகிறான். பாரசீகக் காதல்காவியங்களின் செல்வாக்கினால், திருமணத்திற்குப் புறம்பான காதலை மேற்கொண்ட இந்த இரு காதலர்களின் கதையும் ஏற்பட்டிருக்கலாம். சில சூஃபி சமயங்களில், இக்காலத்தில் முஸ்லிம் களின் இருப்பின் காரணமாக, பாரசீகக் காவியங்கள் இந்தியாவில் அறியவந்திருக்கும்.[19]

பாகவத புராணத்தில், வட்ட நடனத்திலிருந்து கிருஷ்ணன் அவ்வப்போது மறைந்து விடுகிறான். கோபியர்கள் அவனைக் காதலின் வேதனையுடன் தேடுகிறார்கள். இது விரகதாபம் என்னும் காதல் பாடற்பொருளாக இந்திய இலக்கியத்தில் காணப்படுகிறது. இங்கு கண்ணுக்குப் புலப்படவராத கடவுளைப் பற்றிய பக்தி விரகமாகிறது. ஆனால் பிற்காலப் புராணங்களில், பெருமளவு தாந்திரிகச் செல்வாக்கின் காரணமாக, ஆணோ, பெண்ணோ, பக்தன்/பக்தை ராதையின் வடிவமாகக் கற்பிக்கப்படுகிறான்(ள்). கோபிகை என்ற முறையில் ராதையும் கிருஷ்ணனுக்கு ஒரு வளர்ப்புத்தாய்தான். காதலியான பிறகும் அந்தக் கடமையை அவள் முற்றிலும் கைவிடவில்லை. வங்காளத்தில் ஏறத்தாழ பதினைந்தாம் அல்லது பதினாறாம் நூற்றாண் டில் இயற்றப்பட்ட பிரம்மவைவர்த்த புராணத்தில், முதிர்ந்த

ராதைக்கு மனவேதனை அளிக்கும் வகையில் குழந்தை கிருஷ்ணனைப் பார்த்துக்கொள்ளும் பொறுப்பு அளிக்கப்படுகிறது. திடீரென்று அவன் திடகாத்திர இளைஞனாகிவிடுகிறான். அவனுடன் பல நாட்கள் மிகுந்த மகிழ்ச்சியோடு அவள் காதல் புரிகிறாள். மறுபடியும் அவன் அடம் பிடிக்கின்ற, பாலருந்தும் குழந்தையாகிவிடுகிறான்.[20]

இராமன் (மற்றும் சீதை)

தேவ்கட் தசாவதாரக் கோயிலில் இராமனின் வாழ்க்கைப் படிமங்கள் சித்திரிக்கப்பட்டுள்ளன. ஆனால் அந்தக் (குப்தர்கள்) காலத்தில் இராம வழிபாடு நிகழ்ந்ததற்கான சான்றுகள் எவையும் இல்லை. அதேபோல, கிருஷ்ணனுடன் நாடகத்தனமாக ஒப்பிட்டால், பழங்காலப் புராணங்களில் இராமன் கதை எந்தவிதப் பெரிய அளவிலும் விரித்துரைக்கப்பட்டதாகவும் இல்லை. ஆனால் பிற்காலப் புராணங்களின் காலத்தில் (கி.பி.800 - 1500) வால்மீகி இராமாயணம் சமஸ்கிருதத்தில் பரவலாகப் படிக்கப்பட்டது. வட்டார மொழிகளில் அது மொழிபெயர்க்கப்படவும் தொடங்கியிருந்தது. சமஸ்கிருதப் பனுவல்களிலும் மறு எடுத்துரைப்பு நிகழ்ந்துவந்தது. மகா பாரதம், ஹரிவம்சம், விஷ்ணு புராணம், மற்றும் பல புராணங்கள், சீதையின் தீக்குளிப்புச் சம்பவத்தை அறவே விட்டுவிடுகின்றன.[21] ஆனால் பதினைந்தாம் நூற்றாண்டின் அத்யாத்ம இராமாயணம், சீதை இராவணனிடம் இருந்த பழியை மட்டுமல்ல, பொன்மானைப் பிடித்துத் தரச் சொன்ன பலவீனத்தையும் அழிக்க இந்தச் சம்பவத்தைப் பயன்படுத்துகிறது. மாயமான் என்ற கருத்து, மாயச் சீதையை உருவாக்கி, அவள் மானைப் பிடித்துத் தரச் சொல்வதாக அத்யாத்ம இராமாயணக் கதையைத் தூண்டியிருக்கலாம்.

மாயச் சீதையின் மாயமான்

இராவணன் செய்யப்போவது என்ன என்பதை அறிந்த இராமன், சீதையிடம், "இராவணன் ஒரு சந்நியாசி வேடத்தில் இங்கு வருவான். குடிலுக்கு வெளியில் ஒரு மாயச் சீதையை (நிழலுருவை) உருவாக்கிக்கொள். குடிலுக்குள்ளேயே நீ இரு. தீயினுள் எவரும் காணாமல் வசித்திரு. இராவணனை நான் கொன்றபிறகு, முன்னிருந்தது போலவே நீ வருவாயாக" என்கிறான். சீதை அப்படியே கடைப்பிடிக்கிறாள். மாயச் சீதையை வெளியே நிறுத்தி அவள் தீக்குள் புகுந்துவிடுகிறாள். மாயச்சீதை, மாய மானைப் பார்த்து, அதைப் பிடித்துத் தருமாறு வேண்டுகிறாள்.[22]

இராவணன் மாயச் சீதையைக் கைப்பற்றுகிறான். இராமன் சீதைக்காக வருந்துவது போலவும், அவளைப் பெறப் போரிடுவது போலவும் நடிக்கிறான். அவளுக்காக மெய்யாகவே கவலைப்படுகின்ற இலக்குவனிடம் பொய்சொல்கிறான். சீதையைப் பொறுத்தவரை, அவள் எவ்வித சோதனைக்கும் ஆட்படவே இல்லை. இராவணன் கொல்லப் பட்டு, மாயச்சீதை கொண்டுவரப்பட்டு குற்றம் சாட்டப்பட்ட பிறகு, மாயச்சீதை தீயில் புகுந்து என்றைக்குமாக மறைகிறாள். மெய்யான சீதை அதிலிருந்து வெளிவந்து இராமனுடன் இருக்கிறாள். சீதை இராவணன் வீட்டில் பலகாலம் தங்கியிருந்த செய்கை இராமனுக்கும், இக்கதையைப்

படிப்பவர்களுக்கும் (அல்லது கேட்பவர்களுக்கும்) உண்டாக்கிய பதற்றத்தை இந்தப் பனுவல் இல்லாமற்செய்கிறது. இதன்படி, மெய்யான சீதை இராவணனுடன் இல்லவே இல்லை, ஆகவே அவளைச் சோதிக்க வேண்டிய அவசியமும் இராமனுக்கு ஏற்படவில்லை. மாயச்சீதை தீயில் இறங்குவது, உண்மைச் சீதை வெளிப்படுவதற்காக மட்டுமே. இராவணனுடனோ, பிறகு இராமனுடனோ சீதை மன உலைவுடன் வாழவேண்டிய நிலையிலிருந்து நிழற்சீதை நிஜச்சீதையைப் பாதுகாக்கிறாள்.

ஆனால் இராமன் தான் செய்ததை மறந்துவிட்டது போலத்தோன்றுகிறது. அவன் சீதைக்காக மிகவும் வருந்துகிறான். நிஜச்சீதையென்றே நினைத்தது போல மாயச்சீதையைத் தீக்குள் புகுமாறு ஆணையிடுகிறான். இராமன் என்ற கடவுள் தான் கடவுள் என்பதை மறந்து இராமனாக இருக்கும் பெரிய மாயைக்குள் ஒரு குட்டிமாயைதான் மாயச்சீதை. எவ்வாறாயினும் முழுநேரமும் அது அவன் லீலை, நடிப்புதான். அவ்வாறாயின், சீதையைப் பற்றிய வருத்தத்தையும் நடிப்பாகவே காட்டியிருக்கலாம் அல்லவா? ஒருவேளை ஆசிரியர், கதையின் ஆற்றலை நிலைநிறுத்துவதற்காக முக்கியச் சமயங்களில் இராமன் மாயச்சீதையைப் பற்றி மறந்துபோகவைக்கின்றார் போலும். (வால்மீகியின் பனுவலில் உள்ளதைப்போலவே) தேவர்கள் இறங்கிவந்து இராமனின் தெய்வீகத் தன்மையை எடுத்துரைத்த பிறகே, அக்னி சீதையை இராமனுக்குத் திருப்பித் தருகிறான். "நீ இந்த மாயச் சீதையை இராவணனை அழிப்பதற்காக உருவாக்கினாய். இப்போது அவன் இறந்துவிட்டான். அந்த மாயச்சீதையும் மறைந்துவிட்டாள்" என்று சொல்கிறான்.[23] வால்மீகியின் பனுவலில், சீதை மானைப் பார்த்து ஆசைப்படுவது, அவள் நிஜத்திற்கும் மாயைக்கும் வேறுபாடுகாண இயலாமையை நிரூபிக்கிறது என்றால், இந்தப் பனுவலில் சீதைக்கு ஒரு பதிலீடு கிடைக்கிறாள். அவளுக்கும் ஒரு பதிலீட்டு மானைக் கண்டு பிடிக்கத் தெரியவில்லை, இராவணனுக்கும் ஒரு பதிலீட்டு சீதையைக் கண்டுபிடிக்கத் தெரியவில்லை.

பிரம்மவைவர்த்த புராணமோ, பதிலீட்டு சீதையின் செயல்படு தன்மையை வளர்க்கிறது. அவளுக்குத் தனக்கென்றே ஒரு வாழ்க்கை அமைகிறது. அது ஒருபுறம், ஆனால் எல்லாரையும்விட அவள் திரௌபதியாகத்தான் மாறுகிறாள், வாழ்கிறாள்.

மாயச்சீதை இராமனையும் அக்னியையும் பார்த்து, "நான் என்ன செய்யவேண்டும்?" என்று கேட்கிறாள். அவளைப் புஷ்கரக் கோயிலுக்குச் செல்லுமாறு அக்னி சொல்கிறான். அவள் அங்கே சென்று தவமிருந்து அடுத்த பிறவியில் திரௌபதியாகப் பிறக்கிறாள். இந்த மாயப்பிறவி, தன் இளமைப்போதில், காமத்தினால் மிகவும் உணர்ச்சிவசப்பட்டு, கிளர்ச்சியடைந்து, சிவனிடம் தனக்குக் கணவன் வேண்டும் என்று கேட்கும்போது அந்த வேண்டுகோளைத் திரும்பத்திரும்ப ஐந்து முறை சொல்கிறாள். ஆகவே அவளுக்கு ஐந்து கணவர்கள், பாண்டவர்கள் கிடைக்கின்றனர்.[24]

அக்னி, மாயச் சீதைக்கு திரௌபதியின் வாயிலாக ஒரு பாலியல் எதிர்காலத்தைத் தருகிறான். அவளும் மாயச்சீதையைப் போலவே தீயில்

பிறக்கிறாள்.[25] இம்மாதிரிப் பகிர்ந்து கொள்ளப்பட்ட ஒரு கருப்பொருள் காரணமாகத்தான் திரௌபதி தன் சொந்த இதிகாசத்திலிருந்து சீதையின் இதிகாசத்திற்குள் ஒரு கதைப்பாத்திரமாகப் புகநேரிட்டது போலும். (இப்படித்தான் போலும், எவ்விதமோ மாக்பெத் சீமாட்டியும், லியர் அரசன் நாடகத்தில் ஒரு பாத்திரமாகப் புகுந்து விடுகிறாள்).

பல்சமய உரையாடல்

புத்தர்

புத்த அவதாரம், மகாபாரதத்தில் குறிக்கப்பட்டுள்ளது.[26] "கலியுகத்தின் தொடக்கத்தில், விஷ்ணு, சுத்தோதனன் மகன் புத்தனாக அவதரிப்பான். மாகதி மொழியில் அவன் போதனை செய்வான். எல்லா மனிதர்களும் அவனைப் போலவே மொட்டையடித்துக் கொள்வார்கள். காவி உடை அணிவார்கள். புரோகிதர்கள் நைவேத்தியம் அளிக்கவோ வேதம் ஓதவோ மாட்டார்கள்."[27] இங்கு கவனிக்கவேண்டியவை, மாகதி மொழியில் அவர் போதிப்பார் என்ற குறிப்பும், பாலி பௌத்தநூல்களில் சுட்டப்படும் பெயராகிய சுத்தோதனன் என்ற தந்தையின் பெயர்ச்சுட்டும் ஆகும். சுத்தோதனன் என்ற பெயர், பின்னர் இந்து வம்சங்களின் பட்டியல் களிலும் இடம் பெறுகிறது. இவை வரலாற்று நிஜம் போன்ற ஒரு மாயையை உருவாக்குகின்றன. ஆனால் முக்கியச் செய்தி பின்னால் வருகிறது: "(புத்தராக) விஷ்ணுவைச் சரண்புகுந்தவர்கள் அனைவரும் மயக்கமுற்றவர்கள்." விஷ்ணு புராணத்தில் விஷ்ணுவின் அவதாரமாகிய புத்தரின் தொன்மம் முழுஅளவில் நிறுவப்பட்டுள்ளது. தேவ்கட்டிலுள்ள ஆறாம் - ஏழாம் நூற்றாண்டு தசாவதாரக் கோயிலிலும் இது உள்ளது. ஏழாம் நூற்றாண்டின் பல்லவக் கல்வெட்டிலும் இது கூறப்படுகிறது.[29] எட்டாம் நூற்றாண்டின் தமிழ்க் கல்வெட்டு ஒன்றிலும் உள்ளது.[30] முதல் பார்வையில் தோன்றுவது போல, அல்லது அவ்வப்போது விளம்பரம் செய்யப்படுவதுபோல, புத்த அவதாரம் என்பது, இந்து மதத்திற்குள் புத்தரின் போதனைகளை இணைத்துக்கொள்ளச் செய்த நேரிய முயற்சி கிடையாது. (ஆனால் இந்த இணைப்பு வேறு பல விதங்களில் நிச்சயமாகச் செய்யப்பட்டது.) மாறாக, பௌத்தர்கள், ஜைனர்கள், லோகாதயர்கள், மதஎதிர்ப்பாளர்கள் பிறர் ஆகியோர் கொண்டிருந்த வேதஎதிர்ப்பு உணர்ச்சிகளை (சரியாகவே) புத்தர் வடிவிலும் விஷ்ணு வெளியிட்டான் என்றாலும், இதை அவன் செய்வது, ஒரு தீய கொள்கையை—பௌத்தத்தை—அசுரர்களுக்குக் கற்றுக்கொடுத்து அவர்களை அழிப்ப தற்காகத்தான். ஒரு பண்புமேம்பட்ட மனிதனை முதலில் கெடுத்தா லன்றி, அவனை அழிக்கமுடியாது என்ற இரண்டாம் உடன்படிக்கைக் கொள்கைக்கு இது பொருத்தமாக உள்ளது.

புத்தராகி அசுரர்களைக் கெடுக்கும் விஷ்ணு

அசுரர்கள் தேவர்களைப் போரில் வென்றார்கள். தேவர்கள் விஷ்ணு விடம் உதவி கேட்கச் சென்றார்கள். "அசுரர்கள், வேள்வியில் எங்கள் அவிர்ப்பாகங்களைத் திருடிக் கொண்டனர். தங்கள் வகுப்புக்கே உரிய கடமைகளைச் செய்வதில் அவர்கள் இன்பமடைகின்றனர் என்றாலும்,

வேதத்தின் வழியைப் பின்பற்றி, தவவலிமை பெற்றுள்ளனர். அதனால் அவர்களை எங்களால் கொல்ல இயலவில்லை. அவர்களைக் கொல்ல எங்களுக்கு ஒரு வழி சொல்லிக்கொடு" என்று கேட்டனர். விஷ்ணு தன் உடலிலிருந்து தனது மாயாசக்தியை வெளிப்படுத்தினான். "இந்த மாயாசக்தி, எல்லா அசுரர்களையும் மயக்கிக் கெடுத்துவிடும், எனவே அவர்களால் வேதத்தின் வழியைப் பின்பற்ற முடியாது. நீங்கள் அவர்களைக் கொல்லமுடியும்" என்றான் விஷ்ணு. தேவர்கள் தங்கள் இடத்திற்குச் சென்றார்கள், மாயாசக்தி பெரிய அசுரர்களைத் தேடிச் சென்றது.

நிர்வாணமாகவும், மொட்டைத் தலையுடனும், கையில் மயிற் பீலியுடனும் (ஜைனர்கள் வடிவில்) காட்சியளித்த அந்தச் சக்தி, "மோட்சத்திற்கு ஒரு திறந்த கதவாகும் தர்மம்" என்று தான் அழைத்த கருத்துகளை போதித்தான். அவன் சொன்னான்: "இதுதான் தர்மம், ஆனால் இது தர்மமாகவும் இருக்காது. இது மோட்சத்தைத் தரும், ஆனால் மோட்சத்தைத் தரவும் செய்யாது." என்று இப்படியே ஏறுமாறாகக் கூறினான். பிறகு சிவந்த ஆடையை அணிந்து பிற அசுரர்களிடம், நீங்கள் சொர்க்கத்திற்குச் செல்ல வேண்டுமென்றால் அல்லது நிர்வாண நிலை அடையவேண்டுமானால், விலங்குகளைக் கொலை செய்தல் ஆகாது. யாகத்தில் கொல்லப்படும் விலங்கு சொர்க்கத்தை அடையும் என்றால், யாகம் செய்பவன் ஏன் தன் தந்தையையே கொல்லக்கூடாது? முன்னோர்க்கு அளிக்கப்படும் அவியுணவு, ஒருவன் சாப்பிட்டால் மற்றவனுக்குச் சேரும் என்றால், அயல்நாடுகளுக்குச் செல்லும் மனிதர்கள் உணவை ஏன் எடுத்துச் செல்லவேண்டும்?" என்று கூறினான். மூன்று வேதங்களிலும் கூறப்படும் தர்மத்தைக் கைவிடும்படி செய்தான். சுதந்திரச் சிந்தனை கொள்ளுமாறு கூறினான். அவர்கள் அவனுடைய சீடர்களாகி, மற்றவர்களையும் அவ்விதமாகத் தூண்டினார்கள். சுயதர்மம் என்னும் கவசம் முன்பு அவர்களைக் காத்தது. ஆனால் இப்போது அது அழிந்து போயிற்று. ஆகவே தேவர்கள் அவர்களைத் தாக்கிக் கொன்றார்கள்.[31]

அசுரர்கள் அழிவதற்குக் காரணம், அவர்கள் தங்கள் சுயதர்மத்தைக் கைவிட்டுப் புதிய மத இயக்கத்தைச் சேர்ந்ததுதான். அந்த மாயாசக்தி, அகிம்சையை போதிக்கிறான். அது ஒரு பெரும்பொய்யின் பகுதியாகக் கருதப்படுகிறது. அவன் ஜைனனாகவும் (கையில் மயிற்பீலி) இருக்கிறான், பௌத்தனாகவும் இருக்கிறான் (காவி உடை அணிதல்). சில சமயங்களில், அவன் ஜீனரின் மகனான புத்தன் என்றும் சொல்லப்படுகிறான்.[32] இந்துக்கள் சிரார்த்தம் செய்யும் (முன்னோர்க் கடன்) முறைக்கு எதிர்ப்பாக லோகாயதர்கள் முன்வைத்த வாதமே ஒருவனுக்கு பதிலாக மற்றொருவன் உண்ணமுடியுமா என்பது. நீலகேசி என்னும் தமிழ்நூலிலும் (பத்தாம் அல்லது பதினோறாம் நூற்றாண்டு) வேதங்களுக்கு எதிராக இதே வாதம் பயன்படுத்தப்படுகிறது. புத்த ஜாதகக் கதை ஒன்றில் இடம் பெறும் உண்மையான வாதத்தை யாகம் செய்பவன் தன் தந்தையைக் கொல்லலாமே என்னும் வாதம் அப்படியே எடுத்துரைக்கிறது.[33] இந்தத் தொன்மத்தின் மற்றொரு வடிவம், விஷ்ணுதான் லோகாயத, மற்றும் பிற சமயங்களை உண்டாக்கியவன் என்கிறது. மாமிசம் உண்ணுதல்,

மது அருந்துதல், இன்ன பிற காரியங்களைச் செய்தாலும் விடுதலை வேண்டுபவர்களுக்காக இவை ஏற்படுத்தப்பட்டன. இந்தக் கொள்கை, லோகாயதம் என்பதைவிட தாந்திரிகமாகவே தோன்றுகிறது.

ஆனால், மனிதஇனம் பௌத்தத்துக்கு (அல்லது ஜைனத்துக்கு, லோகாயதத்திற்கு, தாந்திரிகத்திற்கு, அல்லது வைதிகமதத்துக்கு மாறான ஏதோ ஒன்றுக்கு) மாறுவது என்பது அசுரர்கள்மீது விஷ்ணுவின் தாக்குதலின் துரதிருஷ்டவசமான தொரு பக்கவிளைவு தான். ஒருவகையான இறையியல் தோல்வி. இந்தக் கோட்பாடு அசுரர்களுக்கு எதிராக ஏவிவிடப்படுகிறது என்பது இந்தத் தொன்மத்தை உருவாக்கிய ஆசிரியருக்கு எவ்வளவு ஆவேசம் பௌத்தத்துக்கு எதிராக இருந்திருக்கிறது என்பதைக் காட்டுகிறது. இது பௌத்தத்தை அசுரப்படுத்தல் . அல்லது அசுரர்களை பௌத்தப்படுத்தல் ஆகும். விண்ணுலகில் நடக்கும் போர்களுடன் இணைந்து துரதிருஷ்டவசமாக, அசுர்களை தேவர்கள் பௌத்தர்களாக மாற்றுவதில் வெற்றியடையும்போது பூமியில் மானிட பௌத்தர்கள் மட்டுமே இருக்கிறார்கள். புதிய கண்டங்களில் ஏதோ ஒன்றை அழிப்பதற்காக யூகலிப்டஸ் மரங்களையும் பிரம்புத்தேரைகளையும் கொண்டுவந்துவிட்டவர்கள் அறியாதவர்கள். அவர்களுக்குப் பிறகு தாங்கள் மிக அதிக அளவிலான யூகலிப்டஸ் மரங்களுடனும் பிரம்புத்தேரைகளுடனும் அவஸ்தைப்பட நேரிடும் என்பது தெரியாது. அதுபோலவே சமயத்துக்குச் சமயம், ஒரு பயங்கர இந்து தேவி (சிலநேரங்களில் காளி எனப்படுகிறாள்) அசுரர்களைக் கொல்ல உருவாக்கப்படுகிறாள். அதைச் செய்கிறாள். ஆனால் சிலசமயங்களில் தன்னை உருவாக்கியவர்களையே அழிக்கத் தொடங்கிவிடுகிறாள்.[35] சமஸ்கிருதத்தில் ராஜபுருஷ நியாயம் என்று ஒரு தொடர் இருக்கிறது (அரசன் எவ்வழி குடிகள் அவ்வழி). சிலசமயங்களில் கொள்ளைக்காரர்களை விரட்ட இராணுவ வீரர்களை அழைக்கிறீர்கள். கொள்ளைக்காரர்கள் போய் விடுகிறார்கள். ஆனால் அவர்களைவிட மோசமான அழிவுகளைச் செய்கின்ற படை வீரர்கள் தங்கிவிடுகிறார்கள். பௌத்தர்களை/அசுரர்களைக் கேவலப்படுத்துதல், பௌத்தர்களை/அசுரர்களைக் கறைப்படுத்தல், பழஞ்செயல் நடைமுறை வடிவில் சொல்லப்படுகிறது (மக்கள் யாகம் செய்யலாகாது என்று தடுக்கப்படுகிறார்கள்). ஆனால் பழங்கொள்கை முறையும் இதில் இருக்கிறது. தவறான நம்பிக்கையைக் கற்றுக் கொடு, மக்கள் தவறான செயல்களைச் செய்வார்கள்.

இருப்பினும், இந்தக் கதைகளின் மனப்பாங்கு, பௌத்தம், ஜைனம் மீது விளையாட்டான ஓர் அங்கதம் போன்றிருக்கிறதே ஒழியக் கடுமையான தாக்குதல் போன்றில்லை. மேலும் சில பிற்காலப் புராணங்களும், இக்காலத்தைச் சேர்ந்த பிற சமஸ்கிருதப் பனுவல்களும் புத்த அவதாரத்தைப் பற்றிய நேர்முகக் கருத்தை முன்வைக்கின்றன. ஞானமின்மை, கொடுந்தவறுகள் ஆகியவற்றிலிருந்து நம்மைக் காக்கவே விஷ்ணு புத்தனாக அவதாரம் எடுத்தான் என்று பாகவத புராணம் சொல்கிறது.[36] வராக புராணம், எதிரிகளை அழிக்க நினைக்கும்போது கல்கியையும், அழகை நினைக்கும்போது புத்தரையும் வழிபட வேண்டும் என்று சொல்கிறது.[37] புத்தன் தாமரைக் கண் கொண்டவன், தேவரைப்

போல அழகானவன், அமைதியானவன் என்று மத்ஸ்ய புராணம் வருணிக்கிறது.[38] பதினோறாம் நூற்றாண்டைச் சேர்ந்த க்ஷேமேந்திரரின் தசாவதாரச் செயல்கள் என்ற நூலும், பத்தாம் நூற்றாண்டைச் சேர்ந்த ஜயதேவரின் கீதகோவிந்தமும் புத்த அவதாரம் பற்றிச் சொல்லுகையில், பாலி புனிதநூல்களில் சொல்லப்படும் முறையான சம்பவங்களின் அடிப்படையில் கௌதமனின் வாழ்க்கையை நேரான வீரக்கதையாக எடுத்துரைக்கின்றன. விலங்குகள்மீது கருணை கொண்டதாலும், இரத்த பலிதரும் யாகங்களை நிறுத்துவதற்காகவும், விஷ்ணு புத்த அவதாரத்தை எடுத்தான் என்று ஜயதேவர் சொல்கிறார்.[40] சங்கரர் (பெரும்பாலும் பௌத்தர் போன்றவர் என்று பழிக்கப்படுபவர்) எழுதியதாக(போலியாக)ச் சொல்லப்படும் தசாதவதார ஸ்தோத்திரம் என்ற நூல், புத்த அவதாரத்தைப் புகழ்கிறது.[41] விஷ்ணுவைப் புகழும் தேவீபாகவத புராணம், ஜயதேவரின் நடுநிலையான கூற்றுக்கு ஓர் ஒழுக்கச் சார்பான தீர்ப்பைக் கூறுமுகமாக, விலங்குகளைக் கொலைசெய்வதைத் தடுக்கவும், தீயவர்கள் செய்யும் யாகங்களை அழிக்கவும் விஷ்ணு புத்தனாக அவதாரம் எடுத்தான் என்கிறது.[42] ஆனால் இரண்டாவது வாக்கியத்தை, தீய யாகங்களை அழிக்கவும் என்றும் பொருள்கொள்ள இடமிருக்கிறது. அல்லது எல்லா யாகங்களும் தீயவை என்று சொல்லவும் இடம் தருகிறது. ஒருவேளை தீயவர்கள் (அசுரர்கள், அல்லது புத்தச் சார்பானவர்கள்) நிகழ்த்தும் யாகங்களை மட்டுமே, நல்ல இந்துக்கள் நடத்தும் யாகங்களை அல்ல, இப்பகுதி இழித்துரைக்கிறது என்றும் கொள்ளலாம். இந்தப் பனுவல்கள், பௌத்தத்தை இந்துமதத்திற்குள் அமைதியான முறையில் ஈர்த்துக் கொள்ள விரும்பும் இந்துமதத்தினரின் ஆசையை வெளியிடுகின்றன. இதனால் பௌத்தர்கள் விஷ்ணுவை வழிபட வைக்கலாம், அல்லது இப்படிப்பட்ட குறிப்பிடத்தக்க வைதிகமாற்று ஏற்பாடு இந்தியாவில் நன்கு கொழிக்கும் என்ற எண்ணமும் இருக்கலாம். ஆனால், பதினைந்தாம் நூற்றாண்டில், கபீர்தாசர் அவதாரங்களை கேலி செய்யும் விதமாக, “எஜமானரை புத்தர் என்று அழைக்காதே, அவர் அசுரர்களை அடக்கவில்லை” என்கிறார்.[44] ஆனால் சில பனுவல்களிலும் காட்சிப்படுத்தல்களிலும், விஷ்ணுவின் பத்து அவதாரங்களில் புத்தரை விட்டுவிட்டிருக்கிறார்கள். பெரும்பாலும் புத்தரின் இடம் கிருஷ்ணனின் சகோதரனான பலராமனுக்கு அளிக்கப்படுகிறது. புத்தரைப்பற்றி இந்துக்கள் சிலர் உடன்படும் முறையிலும், சிலர் எதிர்மறையாகவும், சிலர் அலட்சியமாக, அல்லது ஈரடியான நிலையிலும் பல குரல்களில் பேசினார்கள்.

புத்தராக விஷ்ணு என்னும் தொன்மம், இந்தியாவில் திரும்ப பௌத்தத்துக்கே வந்து சேர்ந்தது. பல நூற்றாண்டுகளாக, இந்துக்கள் பிஹார் மாநில புத்த கயையில், மகா போதி கோயிலில் புத்தரின் படிமத்தை ஒரு இந்துக்கடவுளாகவே வழிபட்டு வந்துள்ளனர். (புத்தகயை, புத்தர் ஞானம் பெற்ற இடம் என்று சொல்லப்படுகிறது. பௌத்தர்களுக்கு முக்கியமான யாத்திரைத் தலம்.)[45] இடைக்கால இலங்கையில் தோன்றிய ஒரு பழங் கதை, பத்து போதிசத்துவர்களைப் பற்றிச் சொல்கிறது. அவர்களில் ஒருவர் விஷ்ணு.[46] சிங்களக் கோயில்களிலும், குறிப்பாகத் தம்பளையில் உள்ள கோயிலில், பத்து போதிசத்துவர்கள் வடிக்கப்பட்டிருக்கிறார்கள்.[47] அவர் இலங்கை முழுவதிலும் பௌத்த மதத்தைக் காப்பவராகக் கருதப்

படுகிறார்.[48]

மாற்றமுறும் இம்மாதிரி மனப்பாங்குகளை மூன்று பரந்த நிலைகளாகக் கோடிட்டுக் காட்டலாம். முதலில், உபநிடதங்கள், இராமாயணம், மகா பாரதம் ஆகியவற்றிற்குள் பௌத்தம் ஈர்த்துக்கொள்ளப்பட்டது. இது மெய்யான வரலாற்றில் இந்துக்கள், பௌத்தர்கள், ஜைனர்கள் ஆகியோர் சமரசமாக (சிலசமயங்களில் போட்டிகள் இருந்தபோதிலும், எப்போதுமே இணக்கமாக) வாழ்ந்த காலம். புராணத்திலும், (முதல் உடன்படிக்கையில்) தேவர்களும் மனிதர்களும் உடன்பட்டு வாழ்ந்தனர். இரண்டாம் நிலை ஏறத்தாழ கிறித்துவமுறையில் ஆயிரமாம் ஆண்டுகளிலும் கழித்தும் நிகழ்ந்தது. இப்போது வரலாற்றில் பௌத்தர்களின் ஆதிக்கம் மிகுந்தது, அவர்கள் சில சமயங்களில் ஓர் அச்சுறுத்தலாகக் கருதப்பட்டனர். குப்தர்கள் காலமான இதில்தான் புத்தரைப் பற்றிய புராணத் தொன் மங்களைக் கொண்ட முதல்தொகுதி இயற்றப்பட்டது. மேலும், இன்னும் பௌத்தம், ஜைனம், பிற வேதத்துக்குப் புறம்பான சமயங்களுடன் இந்துமதம் தொடர்ந்து தீவிரமாகச் சண்டையிட்டுக் கொண்டிருந்தது. போரின் காயங்களை இந்துப் புராணக் கதைகளில் காணலாம். அவை பௌத்த, ஜைனப் புனித நூல்களை, மாயைச் சாத்திரங்கள் என்றும், அவற்றைப் பயன்படுத்தும் மக்களையும் வெறுப்போடு பழிப்பதில் ஈடுபடுகின்றன.[49] இந்தப் போராட்டம், இரண்டாம் உடன்படிக்கைத் தொன்மங்களில், நற்குணம் படைத்த அசுரர்களைக் கெடுப்பதாக வந்து முடிந்தது.[50]

பிறகு, மூன்றாம் நிலையில், பௌத்தம், பதிலுரைக்கவேண்டிய ஒரு சக்தியாக நீடித்த போதிலும், அது மங்கிக் கொண்டிருந்தது. இப்போது பனுவல்கள் ஒரு சமாதான மனப்பாங்கினைக் கொள்கின்றன. இந்துக்கள் மறுபடியும் பௌத்தத்தைப் போற்றத் தொடங்கினர். புராணங்களில், பனுவல்கள், புத்தராக விஷ்ணுவின் தொன்மத்தை தாராளகுணமும் சகிப்புத்தன்மையும் கொண்டதாகத் திருத்திக்கொண்டன.[51] பத்தாம் நூற்றாண்டைச் சேர்ந்த ஒரு காஷ்மீர அரசன், புத்த அவதாரத்துக்கென ஒரு சிறந்த சட்டத்தைச் செய்தான். அவன் பயன்படுத்திய படிமம், புத்தருடையது. ஒருவேளை பௌத்தர்கள் வழிபட்டு வந்த உருவமாக இருக் கலாம். புராணத் தொன்மங்களின் சட்டகத்தில் புத்தரின் கொள்கையை வைத்து இந்துமயமாக்கினாற் போல இந்தச் சட்டம், அந்தப் புத்தப் படிமத்தை 'இந்துமயமாக்கச்' செய்யப்பட்டதாக இருக்கலாம்.[52] பௌத்த ஸ்தூபங்களின்மீது இந்துக் கோயில்கள் கட்டப்பட்டதைப் போல, பிறகு முஸ்லிம் மசூதிகள் இந்துக் கோயில்கள்மீது கட்டப்பட்டன.

கல்கி அவதாரம்

கடைசி அவதாரமாகப் பட்டியலில் சேர்க்கப்படும் கல்கி ஒருவன் தான் இனிமேல், எதிர்காலத்தில் வரவேண்டியவன். இந்தக் கலியுகத் தின் இறுதியில் தோன்றப்போகும் மீட்பன். மிலேச்சர்களையும் நாத்திகர் களையும் அழிப்பவன். கிரேக்கர்கள், சித்தியர்கள், பார்த்தியர்கள், குஷானர்கள், ஹூணர்கள் போன்றவர்களின் படையெடுப்பிற்கு எதிர் வினையாக இந்தத் தொன்மம் புனையப்பட்டிருக்கலாம். என்றாலும்

இந்தப் படையெடுப்பாளர்களிடமிருந்துதான் இந்தக் கதைக்கரு பெறப்பட்டது. புத்த மைத்ரேயர், எதிர்காலத்தில் பிறந்து பௌத்த நம்பிக்கையையும், நடத்தையையும் மீண்டும் நிலை நாட்டுவார் என்ற கதையிலிருந்து ஒருபகுதி கல்கிக்கதை பெறப்பட்டிருக்கலாம்.[53] ஆனால் கல்கி, மைத்ரேயர் இரு பிம்பங்களுமே, பார்த்தியர்கள் கிறித்துவ சகாப்தத்தின் தொடக்க நூற்றாண்டுகளில் கொண்டுவந்த தூய்மைப் படுத்தும் மீட்பர் என்ற பிம்பத்தினால் வளர்ச்சி பெற்றிருக்கலாம்.[54] ஐரோப்பாவில் இயேசுநாதரின் ஆயிரம் ஆண்டு ஆட்சி பற்றிய கருத்துகள் புழங்கிவந்த நிலையும், இந்தியாவில் கிறித்துவர்கள் மதம் மாற்றத் தொடங்கியிருந்த நிலையும் இந்த இறுதி அவதாரத்தைப் பற்றிய சிந்தனை இந்த நூற்றாண்டுகளில் தோன்றக் காரணமாக இருந்திருக் கலாம். கிறித்துவ மறைஞான இலக்கியத்தில் வெள்ளைக் குதிரைமீது ஏறிவருபவன் பற்றிய கதையின் செல்வாக்கினால் (இவன் ஆடை இரத்தத்தில் தோய்ந்திருக்கிறது, கிறித்துவரல்லாத பிற பலதெய்வ மதத்தினரைக் கொல்ல ஏவப்பட்டவன் இவன்) வெள்ளைக் குதிரைமீது இந்து அவதாரம் ஒன்று தோன்றக் காரணமாக இருந்திருக்கலாம்.[55] ஆக, வரலாற்றுச் செல்வாக்கின் வட்டச்சுழற்சி இப்படியிருக்கிறது. அயல் நாட்டு அரசர்களால் மாசுபடுத்தப்பட்ட கங்கைச் சமவெளியின் தீய நகரங்களைத் தரைமட்டமாக்குவது, எந்தக் குதிரைவீரர்கள் கல்கியின் தொன்மத்தை இந்தியாவுக்குக் கொண்டுவந்தார்களோ அவர்களையே— மிலேச்சப் படையெடுப்பாளர்களை அழிப்பது கல்கியின் நோக்கம்.

கல்கி முதல்முதலில் (கலியுகத்தின் கொடுமைகளைப் பற்றிய நீண்ட விவரிப்புக்குப் பின்னர்) மகாபாரதத்தில் தோன்றுகிறான். பிறகு: "கல்கி விஷ்ணுயசஸ் என்ற பெயருடைய பிராமணப் பையனாகக், காலத்தின் தூண்டுதலால் சாம்பலா என்ற கிராமத்தில் பிறப்பான்." அவன் ஓர் அரசனாவான், எல்லா மிலேச்சர்களையும், கொள்ளைக்காரர்களையும் அழிப்பான். ஒரு பெரிய அசுவமேதம் நடத்தி இந்த உலகை இருபிறப்பாளர் களுக்கு உரிமையாக்குவான்.[56] இங்கு, அவன் விஷ்ணுவின் அவதாரம் என்பது பற்றி எதுவும் சொல்லப்படவில்லை. அவனுடைய பெயரில் விஷ்ணுவின் புகழ் (விஷ்ணுயசஸ்) என இருக்கிறது. அசுவமேத யாகத்தைத் தவிர, அவனுடைய குதிரை பற்றி எதுவும் சொல்லப்படவில்லை. அவ தாரத்தைப் பற்றிய விஷயம் — குதிரையைப் பற்றியதல்ல — ஒருவாறு விஷ்ணுபுராணத்தில் தெளிவுபடுத்தப்படுகிறது.

மிலேச்சர்களைக் கொல்லப்போகும் கல்கி

சித்தியர்கள், கிரேக்கர்கள், ஹூணர்கள், மேலும் பிறர் இந்தியாவை மாசு படுத்துவார்கள்.[57] பேராசைபிடித்த அந்த மன்னர்களைத் திருப்திப்படுத்த இயலாமல், மக்கள் மலைக்குகைகளில் தஞ்சமடைவார்கள். தேன், காய்கறிகள், கிழங்குகள், பழங்கள், இலைகள், பூக்கள் ஆகியவற்றை உண்பார்கள். தழைகளாலும் மரப்பட்டைகளாலும் ஆன ஆடைகளை அணிவார்கள். அதிக எண்ணிக்கையில் குழந்தைகளைப் பெறுவார்கள். யாரும் இருபத்திரண்டு ஆண்டுகளுக்கு மேல் உயிர்வாழ மாட்டார்கள். வேத மதமும், சாத்திரங்களின் தர்மமும் குழப்பமடைந்து தலைகீழாகி

விடும்.

ஆனால் கலியுகம் ஏறத்தாழ முடிகின்ற நிலையில் விஷ்ணு கல்கி என்ற வடிவத்தில் அவதாரம் எடுப்பான். சாம்பலா கிராமத்தின் தலைமை பிராமணனின் வீட்டில் அவன் பிறப்பு நிகழும். அவன் மிலேச்சர்கள் எல்லாரையும், தஸ்யூக்களையும், தீய செய்கையும் தீய எண்ணமும் உடையவர்களையும் அழிப்பான். தனது சுயதர்மத்தில் இருக்குமாறு எல்லாவற்றையும் அவன் நிறுவுவான்.

மேலும் கலியுகத்தின் இறுதியில், மக்களின் மனங்கள் தூய பளிங்கு போல் ஆகும். ஓர் இருண்ட இரவு கழிந்தபின் கண்விழிப்பதுபோல அவர்கள் விழித்தெழுவர். இந்த மனிதர்கள் — மனித இனத்தின் எச்சம்— பின்வரும் உயிர்களின் விதைகளாவார்கள். அந்தச் சமயத்தில் அவர்கள் பிள்ளை பெறுவார்கள். இந்தக் குழந்தைகள் கிருத யுகத்தின் வழிகளைப் பின்பற்றுவார்கள்.[58]

கலியுகம் கழிந்து கிருத யுகம் தோன்றுவது வழக்கமான முறையில் நெருப்பு, வெள்ளம் சேர்ந்த பெரும் பிரளயத்துக்குப் பின்னரே நிகழமுடியும். இங்கே அது அரசியல் பிரளயமாக மாற்றப்படுகிறது. மிலேச்சர்களும் தஸ்யூக்களும் (வேத மக்களின் பழைய பகைவர்கள்) இங்கு கொல்லப்படுகிறார்கள். ஆனால் இரண்டு முறைகளிலுமே, தீயவர்கள் அழிக்கப்பட்டு, எஞ்சியிருக்கும் நல்லவர்கள் ஒரு புதிய உலகைத் தொடங்கப் பிழைத்திருக்கிறார்கள். யுகங்களின் இணைப்பில் தோன்றும் சைவ யுகாக்னிக் குதிரை மறைவதுபோலத் தோன்றுகிறது. ஆனால் இப்பகுதியின் இறுதியில், போகிறபோக்கில் ஒரு குறிப்பு வருகிறது— "நைவேத்தியங்களை விழுங்கியவாறு கடலின் அடியில் இருக்கும் குதிரையின் தலை விஷ்ணுதான்." ஆக அது இருக்கவே செய்கிறது.

அவதாரங்களின் புராணப் பட்டியல்கள் பலவற்றிலும், குப்தர்கள் காலம் தொடங்கிப் பத்து அவதாரங்களையும் புடைப்புச் சிற்பங்களாகச் செய்தவற்றிலும், புத்தரும் கல்கியும் அடுத்தடுத்து ஒன்றாக இடம்பெறுகிறார்கள்.[59] விஷ்ணு கலியுகத்தைத் தொடங்குகிறான். அப்போது அவன் புத்தனாகி, அசுரர்களை அழிக்கவும், அவர்களை வைதிக எதிர்ப்பாளர்கள் ஆக்கவும் செய்கிறான். பிறகு கலியுகத்தின் இறுதியில் அவன் வைதிக எதிர்ப்பாளர்களையும், மிலேச்சர்களையும் அழிக்கக் கல்கியாக வருகிறான். மிகப் பிற்காலத்திய ஒரு புராணம் இந்தத் தொடர்பினை வெளிப்படையாக்குகிறது. பிறகு புத்தர் கல்கி இருவரையும் கடந்த காலத்தைச் சேர்ந்தவர்களாக வைக்கிறது. இது புத்தருக்குச் சரியானது. ஆனால் கல்கிக்குத் தவறான காலப்பகுதி.

கலியும் கல்கியும்—புத்தரும் ஜீனரும்

கலியுகத்தின் முடிவில், அதர்மமும் கலியும் (கலியுகத்தின் மனிதவடிவம்) பிறந்தார்கள். மனிதர்கள் காமமும், போலித்தனமும், தீய குணங்களும், விபசாரமும், குடியும் கொண்டவர்களாயினர். துறவிகள் இல்லங்களில் புகுந்தனர், இல்லறத்தினருக்கு வேறுபடுத்தல் இயலாமற்போனது. ஆடவர்

கள் வேதங்களையும் யாகங்களையும் கைவிட்டனர். தேவர்கள் ஆதரிப்பவர்கள் இன்றி, பிரம்மனிடம் அடைக்கலம் புகுந்தனர். அப்போதுதான் விஷ்ணு கல்கியாகப் பிறந்தான். புத்தரைத் தண்டித்துத் திருத்த ஒரு பெரிய படையை நிறுவினான். ஜீனனின் வழியில் சென்ற பௌத்தர்களுடன் போரிட்டான். ஜீனனைக் கொன்று, பௌத்தர்களையும் அவர்களுக்கு உதவிசெய்த காட்டுமிராண்டிகளையும் தோல்வியுறச் செய்தான். பௌத்தர்கள், காட்டுமிராண்டிகளின் மனைவியரும் ஆயுதம் ஏந்தினர். கல்கி அவர்களுக்கு கர்மம், ஞானம், பக்தி ஆகிய நெறிகளைப் போதித்தான். கலியைத் தோற்கடித்தான். கலி, வேறொரு யுகத்துக்குத் தப்பியோடினான்.[60]

வழக்கம்போல,பௌத்தர்கள்,ஜைனர்கள்,மிலேச்சர்கள் ஆகியவர்களின் கொள்கைகளை எதிர்ப்பதற்காகக் கல்கி வருகிறான். ஆனால் இப்போது காலம் கடந்த நிலையில்—கல்கி புராணம், ஏறத்தாழப் பதினெட்டாம் நூற்றாண்டு அளவில் இயற்றப்பட்டிருக்கலாம்—மிலேச்சர்கள் என்பது கிறித்துவர்களையும், முஸ்லிம்களையும்கூடக் குறிப்பிடலாம்.[61] அவர்கள் யாராயினும், கல்கி அவர்களுடைய வீட்டுப் பெண்களுக்கு கர்மம், ஞானம், பக்தி ஆகிய பகவத்கீதை சொல்லும் பாதைகளைக் கற்பிக்கிறான். இந்தப் பிற்கால பக்திப்பனுவல், பக்தியை மிகுதியாகப் போற்றுகின்ற சிறப்புத் தகுதியுடைய பெண்கள், இன்னும்கூடக் காப்பாற்றப்படலாம் என்று கருதுகிறது. கலியுகபுருஷன் தப்பிக்கிறான். இங்கு கல்கி புகுத்தப்போகும் கிருதயுகம் மறைந்தபிறகு, மறுபடியும் காலம் கீழான நிலை எய்தும். கலியுகம் மறுபடியும் நம்மிடம் வரும்.

கல்கியின் குதிரை

காலப்போக்கில், கல்கியே குதிரையாக, அல்லது கல்கியும் குதிரையும் சேர்ந்து, யுகாக்னிக் குதிரையை இடப்பெயர்ச்சி செய்துவிட்டனர். பிற்காலப் பனுவல்களில், கல்கி ஒரு குதிரையின்மீது வருவான் என்று சொல்லப்படுகிறது.[62] (தேவர்கள் அவனுக்கு வழங்கிய ஒரு விரைவான குதிரை).[63] இன்னும் பிறகு அவனே ஒரு குதிரை என்று அல்லது குதிரைத் தலையை உடையவன் என்று சொல்லப்படுகிறது. இமாம் ஷாஹி என்னும் முஸ்லிம் சமயத்தினர் அவதாரங்களின் கதைகளைத் திருத்தி எழுதிய போது, பத்தாம் அவதாரமான கல்கி, குதிரைமீது வரும் இமாம் ஆகிறான்.[64] குதிரைத்தலை என்பது, கல்கியை முற்காலக் குதிரை தொடர்பான தொன்மங்களுடன் — நல்ல குதிரைத் தலைகளுடன் — ஒன்றுசேர்த்ததால் வந்த விளைவாகலாம். நல்ல குதிரைகள் என்பவை உபநிடதயாகக் குதிரையாகலாம், அல்லது தத்யாஞ்சனின் குதிரைத்தலையாகலாம். அஸ்வினிகளுக்கு வேத தத்யாஞ்சன் அமுதத்தின் (சோமத்தின்) இரகசியத்தைக் குதிரைத்தலையின் வழியாகத்தான் உபதேசித்தான். மற்றொரு நல்ல குதிரைத்தலையும் உண்டு. ஹயக்ரீவன் (குதிரைக் கழுத்துடையோன்) என்ற விஷ்ணு வடிவம் அது. சிலசமயங்களில் இவனும் விஷ்ணுவின் தனியான, ஒரு சிறிய அவதாரமாகக் கருதப்படுகிறான்.[65] மகாபாரதத்தில் (12.335.1 - 64) வேதங்களைத் திருடிச் சென்று இரண்டு அசுரர்கள் கடலில் ஒளித்து வைத்தனர். அப்போது விஷ்ணு ஹயக்ரீவனாகி, கடலில் மூழ்கி, வேதங்களைக் கொண்டுவருகிறான். அவன்

தன் சுய ரூபத்தை எடுத்தபோது, குதிரைத்தலையைக் கடலிலேயே விட்டுவிட்டான். அது நமது பழைய நண்பியாகிய வடவாமுகாக்னி—குதிரைத்தலைத் தீதான். ஆனால் இப்போது அது நீருக்கு பதிலாக யாக அவிசுகளை விழுங்குகிறது.[66]

ஆனால் வைணவத் தொன்மங்களில், அசுரக் குதிரைகளும் உண்டு. மிகப் பிற்காலத்தியப் பனுவல் ஒன்று, ஹயக்ரீவன் கடவுளே அல்ல, குதிரைத்தலை கொண்ட ஓர் அசுரன் என்கிறது. இந்த அசுரன், குதிரைத்தலைகொண்ட ஒருவன் மட்டுமே தன்னைக் கொல்லமுடியும் என்ற வரம் பெற்றிருக்கிறான். ஒருமுறை விஷ்ணுவின் தலையே தற்செயலாக வெட்டப்பட்டு விடுகிறது. (ஆம்: மற்றொரு கதை. அவனுடைய தலை கடலில் விழுகிறது.) தேவர்கள் தங்கள் கருங்கொல்லனை ஒரு கோடரியினால் ஒரு குதிரையின் தலையை வெட்டி விஷ்ணுவின் கழுத்தில் வைக்கச் சொல்கிறார்கள். பிறகு விஷ்ணு அந்தக் குதிரைத்தலை அசுரனைக் கொல்கிறான்.[67] குதிரைரூபத்தில் இருந்த கேசி (கூந்தலுடையவன், ஒருவேளை கூந்தல்மா—குதிரைக்குப் பழந்தமிழ்) என்ற அசுரனுடன் கிருஷ்ணனும் போரிடுகிறான். அவன் வாயைப்பிளந்து இருகூறாக்கி அவனைக் கொல்கிறான்.[68] குப்தப் படிமம் ஒன்று கிருஷ்ணன் ஒரு குதிரையை வயிற்றில் உதைப்பதுபோல, அவன் முழங்கை குதிரையின் வாயைப் பிளப்பதுபோல அமைந்துள்ளது. இக்குதிரை கேசி என்ற அசுரனாகவே இருக்கக் கூடும். சைவர்களின் எதிர்மறைப் படிமமான வடவைக்குதிரை, வைணவக் குதிரைகளின் நேர்முகப் படிமங்களுடன் இணைந்து, ஈரடியான வைணவக் குதிரை உருவங்களான கேசி, கல்கி ஆகியவர்களாக உருப்பெற்றிருக்கலாம்.

வர்க்க, சாதி மோதல்கள்

பரசுராம அவதாரம்

பரசுராமன் (பரசு என்பது அவனுடைய ஆயுதம், கோடரி), மகா பாரதத்தில் ஓர் அவதார புருஷன் அல்ல. ஆனால் தன்னளவில் அவன் ஒரு முக்கியமான கதைப் பாத்திரம். பைத்தியக்காரத்தனமாகப் பொறாமை பிடித்த பிராமண முனிவன் ஜமதக்னி. அவனுடைய க்ஷத்திரிய மனைவி ரேணுகை (ரேணுகா). பரசுராமன், ஒரு அவக்கேடான சாதிக்கலப்பு மகன். தனது பெற்றோர்களின் மோதலில் மாட்டிக் கொண்டு அவதிப்பட்டவன். ஒருநாள், ரேணுகை, ஆற்றில் நீராடிக் கொண்டிருந்தபோது அங்கு நீர்விளையாட்டில் ஈடுபட்டிருந்த ஓர் அரசன், அரசியைக் காண்கிறாள், அவன்மீது ஆசைப்படுகிறாள். இந்த மாற்றத்தை உணர்ந்த ஜமதக்னி, பரசுராமனைத் (இந்துப் புராணத்தின் லிசீ போர்டன்) தன் தாயின் தலையை வெட்டுமாறு ஆணையிடுகிறான். (லிசீ போர்டன், தன் தந்தையும் மாற்றாந்தாயும் செய்த கொலை களுக்காக தண்டிக்கப்பட்ட அமெரிக்கப் பெண்மணி). ஆனால் இந்துப் புராணங்களில் தலையை வெட்டுவது ஒன்றும் மரணத்தை ஏற்படுத்தும் விஷயமல்ல. மகனின் கீழ்ப் படிதலினால் மகிழ்ந்த ஜமதக்னி அவனுக்கு ஒரு வரமளிக்கிறான். பரசுராமன் அவ்வரத்தினால் தன் தாய்க்கு உயிரளிக்கச் செய்கிறான் (மபா 3.116.1 - 20). (இக்கதையின் தமிழ் வடிவத்தில், பரசுராமன் தன் தாய்க்குத் தற்செயலாக ஒரு பறைச்சியின்

தலையை அளித்துவிடுகிறான்.⁷⁰) பரசுராமனுக்கு இரண்டாவதாக ஒரு வரமும் கிடைக்கிறது. "யாரும் அவளுடைய மரணத்தை நினைவில் வைத்துக்கொள்ளக் கூடாது, யாரும் தீங்கடையக் கூடாது" என்று அவ்வரத்தைக் கேட்கிறான் (மபா 3.116.1 - 20). ஆக உண்மையில் எதுவுமே நிகழவில்லை. இறுதியில் எல்லாத் தவறுகளும் சரிசெய்யப்படுகின்றன. இழக்கப்படுவதெல்லாம் ஞாபகம்தான். மரணத்தின் ஞாபகம் மட்டுமல்ல, காமம் பிடித்த பெண்ணின் மோதற்படிமத்தை அவளுக்குள் ஏற்படுத்த அச்சுறுத்துகின்ற, ஒரு கற்புள்ள மனைவியாக வாழ்வதற்கெதிராக ரேணு கையை அச்சுறுத்திய காமநோக்கின் ஞாபகமும்தான். பரசுராமனின் கொலையிலா, அதற்குமுன் ரேணுகையின் கற்பிழப்பிலா எதில் உண்மையில் தீங்கு நேர்ந்தது என்பது தெளிவாகவில்லை. ஆகவே பரசுராமன் காமவயப்படல் ஆகாது என்று தன் தாயைக் கேட்கிறானா, அல்லது தனக்கே கேட்கிறானா, அல்லது பிறருக்கும் சேர்த்துக் கேட்கிறானா என்பதும் தெளிவாகவில்லை.

ஆனால் பரசுராமன் பின்னால், தன் தாயின் வர்க்கத்தை— க்ஷத்திரியர்கள் குலத்தை — எதிர்த்துப் புறப்பட்டு க்ஷத்திரியர்கள் எல்லாரையும் அழிக்கிறான்.⁷¹ ஆனால் இந்தக் கட்டுப்பாடிழந்த கலப்புத் திருமண வாரிசு, தானே அழிப்பதில் பெருமளவு பணி செய்த, ஓர் உடைந்த குடும்பத்திலிருந்து வருபவன், விஷ்ணுவின் அவதாரங்களின் பட்டியலில் சேர்க்கப்படும் ஒருவன் ஆனான் என்பதுதான் நமக்கு மிகக் குழப்பமான ஒன்றாக உள்ளது. அவன் க்ஷத்திரியர்கள் அனைவரையும் பைத்தியக்காரத்தனமாகக் கொலைபுரிந்த விஷயம் ஒருவேளை ஏற்படுத்திய நல்ல அபிப்பிராயமும், க்ஷத்திரியர்களைக் கொலை புரிந்தபோது அவன் பிராமணனாக அன்றி ஒரு க்ஷத்திரியன் போலவே நடந்துகொண்டதும், அவனையும் ஒரு அவதாரமாகச் சேர்க்கப் புராணங்களை எழுதிய பிராமண ஆசிரியர்களுக்கு உதவியிருக்கலாம். இது ஒருவேளை போதுமானது. அரசர்கள் அவனை ஒரு முன்னோடி மாதிரியாகக் காண்கிறார்கள். "பரசுராமனைப் போல, இவன் தன் பகைவர்களைக் கொன்று உலகைச் சுத்தமாக்குகிறான்." கல்கியைப் போலவே பரசுராமனும் தன் சொந்த மனிதர்களையே கொல்கிறான். காட்டுமிராண்டிப் படையெடுப்பாளர்கள் முன்மாதிரியிலேயே கல்கி படைக்கப்பட்டிருக்கிறான், அவர்களையே அவன் கொல்கிறான். பரசுராமனோ, க்ஷத்திரியர்களையே கொன்ற ஒரு க்ஷத்திரியன்.

நல்லசுரன் என்னும் முரண்கருத்து

அவதாரங்களில் மிக முற்பட்டது வாமன அவதாரம், கடைசி அவதாரம் நரசிம்மம் என்றாலும் அவை இரண்டும் நல்லசுரன் என்னும் முரண்கருத்து உருவத்துடன் தொடர்பு கொள்கின்றன. இந்த உருவம், முதலில் மகாபலி. அவனைக் குள்ளன் வெற்றி கொள்கிறான். அடுத்த உருவம் பிரகலாதன். அவனை நரசிங்கம் காப்பாற்றுகிறது. இவர்களை மேரி டக்ளஸ் என்னும் மானிடவியலாளர், வகைமைப் பிழை என்பார். இடத்துக்குப் பொருந்தாதவர்கள். அசுரன் என்ற முறையில் அவன் சுரனுக்கு எதிரானவன். அ - சுரன். ஆனால் அவன் சுரனை (கடவுளை)

வெண்டி டோனிகர் | 593

வழிபடுகிறான். எனவே ஒரு கடவுளுக்கேனும் ஆதரவானவன். (மகா பலிக்கு இந்திரன், பிரகலாதனுக்கு விஷ்ணு). பனுவல்கள் இந்தத் தொடர்பினை அறிந்துள்ளன. ஆனால் மகாபலியின் தாத்தாவாகப் பிரகலாதனை ஆக்குவதன் வாயிலாக அவை காலமுறையை மாற்றுகின்றன.

மூன்று உடன்படிக்கைகளில், அசுரர்கள் மிக உச்சமான நேர்மையை இந்தக்காலப் பகுதியில் கடைப்பிடிப்பதன் வாயிலாக மிகுந்த வலிமை அடைகிறார்கள். ஆக, முதல் உடன்படிக்கைப்படி, மகாபலி என்னும் அசுரன், வேத நற்பண்பாகிய ஈகையைக் கொண்டிருப்பதால் அவன் தேவர்களுக்கு அச்சுறுத்தலாகிறான். இரண்டாம் உடன்படிக்கையில், புத்தத் தொன்மத்தில் வரும் நல்லசுரர்களும், இராவணன் போன்ற அரக்கர்களும் மிகுந்த அளவில் தவவலிமை பெற்றிருக்கிறார்கள். மூன்றாவது உடன்படிக்கையில், விஷ்ணுவின்மீது பக்தி செலுத்துவதனால், பிரகலாதன் ஒரு வகைமைப்பிழை ஆகிறான். இந்தக் கடைசி உதாரணம், நாம் காணப்போவது போல, இறுதியாக மூன்று உடன்படிக்கைகளின் பிரச்சினைகளுக்கும் இறுதியாகத் தீர்வு தருகிறது.

இங்கு அசுரர்கள் அல்ல, மனிதர்கள்தான் உண்மையான பிரச்சினை. நல்லசுரன் என்ற கருத்து, கீழ்ச்சாதியில் பிறந்தவர்களின், அதனால் அசுத்தமான பணிகளைச் செய்யவேண்டி சபிக்கப்பட்டவர்களின், ஆனால் தர்மத்தின் உயர்வடிவங்களுக்கு ஏற்ற வழியில் வாழும் ஒரு வாழ்க்கையை ஆவலுடன் விரும்புகின்றவர்களின் சவாலைப் பற்றிப் புராணங்கள் குறியீடாகப் பேசுகின்ற முறை. வேத மதத்தை ஆதரிக்கின்ற பெரும்பாலான பிராமணர்கள் இப்படிப்பட்டவர்களுடன் இன்னும் எதுவும் வைத்துக் கொள்ள மாட்டார்கள். ஆனால் புதிய சமயங்களில் பல, 'பக்கா' இந்துச் சமயங்கள் என்ற தங்கள் அந்தஸ்தினை சற்றும் சமரசம் செய்துகொள்ள விரும்பவில்லை. புராணம் சார்ந்ததாயினும், தாந்திரிகம் சார்ந்ததாயினும், எல்லாச் சாதி மக்களும் அவர்களைச் சேர அனுமதிக்க வேண்டி வழிகளைத் தேடிக் கொண்டிருந்தன. இதனைச் சாதிக்க இந்தத் தொன்மங்கள் பல்வேறு சாத்திய வழிகளை ஆராய்கின்றன.

அதே சமயம், இவை இடைவினை புரிகின்ற மக்களைப் பற்றிய கதைகள் மட்டுமல்ல. அவை, தாங்கள் சொல்வது போலவே, கடவுளின் இயற்கை, முக்தி போன்றவற்றின் இயல்பைப் பற்றியனவும் ஆகும். மேலும், மனிதர்களுக்கும் கடவுளர்க்கும் இடையில் ஒரு புதிய தொடர்பினைக் கற்பனை செய்யும் ஒரு தொன்மம், மறுபடியும், மனிதர்களுக்கிடையிலும் புதிய தொடர்புகளை இயலுமாறு செய்கிறது.

வாமன (குள்ளன்) அவதாரம்

ரிக் வேதத்தில் விஷ்ணுவைப் பற்றி மிகச்சிறிதளவே சொல்லப்படுகிறது. ஆனால் ஒரு படைப்புத் தொன்மத்தில், மூன்று காலடிகளால் அவன் பிரபஞ்சத்தை அளக்கிறான். உலகத்தைப் படைத்து, வானுலகிற்கு ஆதரவாக அதை நிறுத்துகிறான் (1.154.1-6). பிராமணங்கள் இந்தக் கதையைச் சற்றே விரிவாகவே சொல்கின்றன. "தேவர்களுக்கும் அசுரர்களுக்கும் போர் நேரிட்டது. உலகமுழுவதையும் தங்களுடையதென அசுரர்கள்

வெற்றி பெற்று வந்தார்கள். தேவர்கள் தங்களுக்கென்று ஒரு பகுதியை பூமியில் கேட்டார்கள். அசுரர்களோ, சற்றுப் பொறாமையுடனே, "விஷ்ணு படுக்க எவ்வளவு இடம் தேவையோ அதை உங்களுக்குத் தருகிறோம்" என்றார்கள். விஷ்ணு ஒரு குள்ளனாக இருந்தான். ஆனால் அவனே யாகமாகவும் இருந்தான். தேவர்கள் அவனைத் துதித்து முழுஉலகையும் பெற்றார்கள்."[72] இராமாயணத்தில் எல்லா அசுரர்களும் அல்ல, பலி மட்டுமே தேவர்களுக்கு எதிரியாக அச்சமளிக்கிறான். புராணங்கள் விஷ்ணுவை ஒரு பிராமணனாகவும், குள்ளனாகவும் ஆக்குகின்றன.

பலியிடம் பிச்சைஏற்கும் விஷ்ணு

விரோசனனின் மகனான மகாபலி என்ற அசுரன், மூவுலகங்களையும் வென்றவன். விஷ்ணு ஒரு பிராமண வாமனனாக (குள்ளனாக) அவதாரம் எடுத்து, மகாபலி யாகம் நடத்தும் இடத்திற்குச் சென்றான். தனக்கு மூன்றடி நிலம் வேண்டும் என்று கேட்கிறான். குள்ளனைக் குள்ளனென்றே கொண்ட பலி அவ்விதமே அளிக்கிறான். ஆனால் குள்ளன் சொர்க்கலோகம், வானுலகம், பூலோகம் ஆகிய மூன்றையும் மூன்றடியால் அளக்கிறான். அசுரர்களையும அவர்கள்தம் சந்ததியினரையும் அவன் நரகத்திற்குத் தள்ளுகிறான். இறப்பற்ற தேவர்களின் உலகை இந்திரனுக்கு அளிக்கிறான்.[73]

பிராமணத் தொன்மத்தில் வரும் பிரபஞ்சவியல் இந்தப் பனுவலில் வெளிப்படையாகவே சொல்லப்படுகிறது: "விஷ்ணு தன் உடலுக்குள் ளாகவே முழுப் பிரபஞ்சமும் உறைகிறது என்று (விசுவரூப தரிசனத்தைக்) காட்டினான்." யாகம் செய்யும் தியாகி ஆக பலிக்கு வாய்ப்பளிக்கப் பட வில்லை. விஷ்ணு அவனை நரகத்திற்கு அனுப்புகிறான். அதுதான் எல்லா அசுரர்களுக்கும், சிறப்பாக நல்லசுரர்களுக்கும்கூட, உரிய இடம்.

நரசிங்கம்

புராணங்களின் காலம் வரை நரசிங்கம் (நரசிம்மம்) பற்றிய கதை இல்லை என்றாலும் அவன் எதிர்க்கக்கூடிய அசுரர்கள் — பிரகலாதன், அவனுடைய தந்தை இரணியகசிபு போன்றவர்களுக்கு பிராமணங்கள் வரை செல்கின்ற ஒரு வரலாறு இருக்கிறது. பிராமணங்களிலும் மகா பாரதத்தின் சில இடங்களிலும் சொல்லப்படும் பிரகலாதன், ஒரு வகை மாதிரியான மகா அசுரன். கோபமும், காமமும் கொண்டவன், தேவர்களை எதிர்ப்பவன்.[74] ஆனால் மகாபாரதத்தில் அவன் தேவர்கள், மனிதர்கள், அசுரர்களின் இரண்டாவது உடன்படிக்கைக்கேற்ற, ஒரு வகைமாதிரியான மிகச் சிறந்த, நற்பண்புகள் கொண்ட அசுரனாகிறான்.

பிரகலாதனை வேண்டுகின்ற இந்திரன்

பிரகலாதன், இந்திரனின் அரசைத் திருடிக் கொண்டான். ஆனால் அவன் மிக நேரியவனாக இருந்ததால், இந்திரனால் அதைத் திரும்பப் பெற முடியவில்லை. ஒரு பிராமணனாக வடிவெடுத்து இந்திரன் பிரகலாதனிடம் சென்றான். அவனுடைய வேண்டுதலின் பேரில்,

பிரகலாதன் அவனுக்கு சநாதன தர்மத்தை போதிக்கிறான். தன் சீடனின் திறமையில் மகிழ்ச்சியுற்ற பிரகலாதன், அந்த பிராமணனிடம் ஏதாவது ஒரு வரம் கேள் என்கிறான். "நான் உன் தவத்தை அடைய வேண்டும்" என்று பிராமணன் கேட்டுப் பெறுகிறான். இந்திரன் பிரகலாதனின் தவப்பேறினையும், தர்மத்தையும் தன்னுடன் கொண்டு செல்கிறான். அவனைத் தொடர்ந்து பிரகலாதனின் உண்மையும், நன்னடத்தையும், வளமும் (ஸ்ரீதேவி, திரு) செல்கின்றன (மபா 12.124. 19 - 63).

இங்கு தேவர்கள் தங்களை பயமுறுத்துகின்ற எவருடைய ஆற்றலையும்/ நற்பண்புகளையும் திருடவேண்டியது அல்லது கெடுக்கவேண்டியது அவசியம் என்று கருதுகின்ற இரண்டாவது உடன்படிக்கைப் பாணியை மட்டுமின்றி, ஏகலைவன் கதையின் ஒரு மாறிய வடிவமைதியையும் நாம் அறிகிறோம். (ஏகலைவன், தனது விற்பயிற்சிக்கே ஆதாரமான கட்டைவிரலை குருவுக்குக் காணிக்கையாக அளித்ததுபோல, இங்கு பிரகலாதன் தன் சீடனுக்குத் தன் ஆதாரமான தவ வலிமையை அளித்துவிடுகிறான்.) இது தாந்திரிகர்களின் தலைகீழ் மாதிரியிலிருந்து பெறப்பட்ட ஒன்று என்று தோன்றுகிறது. தாந்திரிகர்கள் பிறர் தங்களைத் துன்புறுத்துமாறு செய்து அவர்களுடைய நல்வினையைத் தாங்கள் பெற்றதுபோல இவை இருக்கின்றன. இதில் மகாபலி கதையின் பாணி யையும் நாம் பார்க்கலாம். விஷ்ணு கேட்டதை அளித்த அவனுடைய ஈகைக் குணமே அவனுக்கு எதிரியாயிற்று. மகாபலி கதையின் பல வடிவங்களில், பலியின் தாத்தா ஆன பிரகலாதன், குள்ளனாக உருவெடுத்து வந்திருப்பவன் விஷ்ணுதான் என்று எச்சரிக்கிறான்.[75] ஒரு பனுவலில், "உண்மையும், ஆசையின்மையும், சினமின்மையும், சாந்த மும், தாராளகுணமும் கொண்டவனும் யாகங்களைச் செய்பவனுமான" தன் பேரன் மகாபலி வந்து ஏமாற்றிவிட்டான் என்று பிரகலாதன் மனக் கசப்புடன் சொல்லுகிறான்.[76] (ஏகலைவன் கதையை மேலும் வலுவாக நினைவூட்டக் கூடிய மற்றொரு பிற்காலப் படியில், மகாபலியின் தந்தையான விரோசனனிடம் இந்திரன் யாசகம் கேட்கிறான். தன் தலையை வேண்டுமானாலும் தருவதாக விரோசனன் அவனிடம் சொல்கிறான். அதை அப்படியே சொல்லுக்குச் சொல் ஏற்று, "நீ உன் தலையைக் கொடு" என்று இந்திரன் கேட்க, விரோசன அசுரன் அவனுக்குத் தன் தலையை வெட்டி அளிக்கிறான்.[77] ஆக, ஓர் அசுரனின் நற்பண்பு, அவன் கடைப் பிடிக்கும் சநாதன தர்மம், அவனை அழிக்கிறது. அசுரர்களின் தலைவனாக இருக்கும் அவனது சுயதர்மத்தைக்கூட இழக்கச் செய்கிறது. இங்கு, வேதப்பண்பான கருணை என்பது வேண்டிய ஒன்றாகவே நோக்கப்பட்டாலும், அதன் பிரதிகூலத்தை நாம் இங்கே காண்கிறோம்.

ஆனால் புராணங்கள் ஒரு தலைமுறை பின்னோக்கிச் சென்று, இக்கதையின் வில்லனாகப் பிரகலாதனை ஆக்காமல், அவன் கொடிய தந்தை இரணியனை பலிகடா ஆக்குகின்றன. இப்போதும் அந்த அசுரனின் எதிரி இந்திரன் அல்ல, நரசிங்கமாக வரும் விஷ்ணுதான் எதிரி. நரசிங்க உருவம் படங்களில் சிங்கத்தின் தலையும் மனித உடலும், கூரிய நகங்களும், நான்கு கைகளும் கொண்ட உருவமாகப் படைக்கப்படுகிறது.

நரசிங்கம் இரணிய கசிபுவைக் கொல்லுதல்

இரணிய கசிபு என்ற அசுரன், பிரம்மனிடம் வரம் பெற்றான். மனிதனாலோ கடவுளாலோ, எந்த இடத்திற்கும் உள்ளாகவோ வெளியிலோ, பகலிலோ இரவிலோ, பூமியிலோ வானத்திலோ, உயிருள்ள அல்லது உயிரற்ற எவ்வித ஆயுதத்தினாலும் தான் கொல்லப்படலாகாது என்பது அந்த வரம். தான் அழிக்கப்பட முடியாதவன் என்ற நிலையின் காரணமாக ஏற்பட்ட தைரியத்தினால், அவன் சொர்க்கத்தையும் பூமியையும் கடுந் தொல்லைக்குள்ளாக்கினான். மாறாக, அவன் மகன் பிரகலாதன், விஷ்ணுவின் தீவிர பக்தன். இரணிய கசிபு பிரகலாதனைக் கொல்லுவதாக மிரட்டினாலும், அவன் இந்தப் பிரபஞ்சம் முழுவதும் ஊடுருவியிருக்கும் தெய்வம் (தூணிலும் இருப்பவன், துரும்பிலும் இருப்பவன்) விஷ்ணுவே என்று வாதிட்டான். இரணியகசிபு, ஒரு தூணை உதைத்து, "இந்தத் தூணிலும் அவன் இருக்கிறானா?" என்று கேட்டான். விஷ்ணு, ஒரு நரசிங்கமாக உருவெடுத்து அந்தத் தூணிலிருந்து வெளிப்பட்டு, மாலை மங்கும் நேரத்தில், வாயிற்படியில் இருந்து தன் மடியில் இரணியகசிபுவை வைத்து, தன் கூரிய நகங்களால் அவன் குடலைக் கிழித்துக் கொன்றான். அதனால் பிரகலாதன் அசுரர்களுக்குத் தலைவனானான். விஷ்ணுவின் பக்தனாக இருந்து, தன் அசுர குணங்களைக் கைவிட்டு, தேவர்களுக்கு யாகங்களைச் செய்தான்.[78]

தனக்கெதிராகப் போரிடும் எவரும் இல்லை என்ற அப்பழுக்கற்ற பட்டியலைக் கொண்டிருக்கிறோம் என்பது அசுரனின் சிந்தனை. ஆனால் அவன் வரம் பெறும்போது ஏதோ ஒரு விஷயத்தைத் தவற விட்டுவிடுகிறான். சான்றாக மனிதர்கள் தன்னைக் கொல்வர் என இராவணனோ, பெண்களால் தனக்கு இறப்பு நிகழும் என மகிஷனோ கருதவில்லை. இந்தக் கருப்பொருளை அடிப்படையாக வைத்துக் கதைகள் புனையப்பட்டுள்ளன. இது மகாபாரதத்தின் இந்திரன்—விருத்திரன் (நமூச்சி) கதையோடு இணைக்கப்படுகிறது. அவனைப் பகலிலும் இரவிலும் கொல்லக்கூடாது என்பதால், கருக்கிருட்டு நேரத்தில் தான் கொன்றாக வேண்டும். அதேபோல, உலர்ந்த அல்லது ஈரமான எந்த ஆயுதத்தினாலும் கொல்லப்பட இயலாதவன் அவன். ஆகவே நுரையினால் கொல்லப்படுகிறான் (மபா 12.272 - 3).

இங்கு பிரகலாதன் தொடக்கத்திலிருந்தே விஷ்ணுவின் பக்தனாக இருக்கிறான். தன் தந்தையின் மிரட்டல்கள், தாக்குதல்கள் முதலியவற்றிற்கு பயப்படவில்லை. இரணியன், பிரகலாதன் நல்லவனாக இருக்கிறான் என்பதற்காகக் கோபப்படவில்லை, தன் தந்தை மீதோ, தன் குடும்ப மரபுகள்மீதோ அவனுக்கு மரியாதை இல்லை — அதாவது தன் சுய தர்மத்தை அவன் மீறுகிறான் என்பதனால்தான் கோபப்படுகிறான். இது விசவாசத்திலும் ஒழுக்கத்திலும் எதிர்க்கட்சியைச் சேர்ந்துவிடுவதாகும். எல்லைமீறிச் செல்லும் தன் மகனைத் திருத்த வேண்டி, அதாவது அசுர சுயதர்மமான பெண்களைக் கெடுத்தல் கொள்ளை போன்றவற்றில் ஈடுபட வைக்க, இரணிய கசிபு வீண் பிரயத்தனப்படுகிறான். கடைசியில், எப்போதும் போலவே, விஷ்ணு அசுரனைக் கொல்கிறான். ஆனால் சாதி தர்மத்திற்கெதிராக இங்கு பக்தி முன்நிறுத்தப்படுகிறது. மகாபலி நல்லசு

ரனாக இருக்கிறான் என்பதால் அவனுடைய கொடையையே வைத்து அவனை ஏமாற்றிக் கொல்கின்ற இதே விஷ்ணு, இங்கே நல்லசுரனாக இருக்கின்ற பிரகலாதனை ஆதரிக்கிறான். ஏதோ இடையில் ஒரு மாற்றம் நிகழ்ந்திருக்கிறது. சுயதர்மம் அழிக்கப்படுகிறது. சாதாரண தர்மம் காப்பாற்றப்பட்டு பக்தியினால் உள்வாங்கப்படுகிறது. இம்மாதிரி இந்தக் கதையைச் சொல்கின்ற பனுவல்கள், முதலில் தன் அசுர குணத்திற்கு மாறாக ஏன் இந்த இளம் அசுரனான பிரகலாதன் கடவுளர்களை வணங்கவேண்டும் என்பதைப் பற்றி ஒன்றும் சொல்வதில்லை. இக்கால அளவில், பக்தி என்பது மிக இயல்பான ஒன்றாக ஏற்கப்படுகிறது.

வியப்பளிக்கும் கருணை

அசுரனான தன் பிறப்புக்குரிய விதிகளுக்கு மாறாகப் பிரகலாதன் எவ்விதம் பிறர் ஏற்குமாறு நடக்க முடிந்தது? அதற்குப் பிரபஞ்சத்தின் வடிவத்தில் ஏற்படுகிற ஒரு மாற்றம் தேவைப்பட்டது.

நன்மை–தீமை சமமான உலகமுட்டை

தொடர்ந்து மறுவிளக்கம் தரப்பட்டு வந்த இந்துப் பிரபஞ்சவியலின் அடிப்படை அமைப்புகள், ஒவ்வொரு தலைமுறையின் ஆசிரியர்களும் அந்தந்த மனிதச் சமூகத்தின் அமைப்புகள்மீது தங்கள் சிந்தனையோட்டங்களைச் செதுக்கிவைக்கின்ற சட்டகங்களாகப் பயன்பட்டன. ரிக் வேத காலத்தில் இந்துப் பிரபஞ்சம் முட்டை வடிவமாக இருந்தது. அதன் ஒரு பாதி சொர்க்கமாகவும் மறுபாதி பூமியாகவும் இருந்தன. நடுவிலிருந்த மஞ்சட்கரு சூரியன். அது ஒரு பாதுகாக்கப்பட்ட, மூடப்பட்ட வெளி. தனக்கெனக் குறித்த அளவு நன்மையும் தீமையும் சிறிய எண்ணிக்கையிலான ஆன்மாக்களையும் கொண்டது. அதனால்தான் உபநிடதத்தின் முனிவர், இறந்த எல்லா ஆன்மாக்களும் சென்றடைந்த பின்னரும் ஏன் சொர்க்கம் நிரம்பவில்லை என்று கேட்கிறார். ஆனால் புராணத் தொன்மங்கள் ஒவ்வொன்றும் ஒவ்வொரு குறித்த கோயிலுக்கான விளம்பரமாகச் செயல்படமுனைந்தபோது இந்த அமைப்பு சிக்கலுக்குள்ளாகத் தொடங்கியது. அவை ஒருவேளை, வணிகத்தைப் பெருக்குவதற்காகத்தான் போலும், கோயில்களின் மீட்புத் திறத்தையும் பெருக்கிக் காட்டின. எந்த ஒருவரும் — பெண்களும், கீழ்ச்சாதி மக்களும்கூட அந்தக் கோயிலுடன் தொடர்புகொண்டிருந்தால், அவர்கள் நேரே சொர்க்கத்துக்குச் செல்லலாம் என்று பெருமையடித்துக் கொண்டன. இதற்கு எதிர்வினையாகச் சில தொன்மங்களின் தேவர்கள் (இதை பிராமணர்கள் என்று வாசிக்க வேண்டும்) இவ்வளவு அதிகமான பேர்கள் சொர்க்கத்திற்கு வந்தால், அவர்கள் எல்லாம் நெரிசல் மிகுந்த நேரத்தில் ஒரு சுரங்க நடைபாதைக்குள் எவ்விதம் செல்வார்களோ அதுபோலத் தலைக்குமேல் கையைத் தூக்கிக்கொண்டு நிற்கத்தான் இடமிருக்கும் என்று கவலைப்பட்டனர். குறிப்பிட்ட சிலருக்கே உரித்தான ஒரு இடமாக சொர்க்கத்தை வைத்திருக்க, கடவுளர்களே கோயில்களை அழிக்க வேண்டிய நிலைக்கு ஆளாயினர். வெள்ளத்தினால், புழுதிப்புயலினால், அல்லது மக்களைக் கெடுத்து (புத்தரின் அவதாரத்தைப் போல) அவர்கள் கோயிலுக்குச்

செல்லாதவாறு தடுத்தனர்.[79] இங்கு, இந்த முழுவிஷயத்திலும் வரும் கற்பனை உயிர்களைப் பற்றிப் படித்தால், இவை மெல்லிய தாளினால் மேல்பதிக்கப்பட்ட காகிதச்சுற்றுகள் எனலாம். ஆனால் இவற்றிற்கடியில் மிக நிஜமான சமூக வகுப்புகள் (சாதிகள்), சமய, மத மோதல்கள் ஆகியவற்றைப் பற்றி மேற்செல்கின்ற விவாதங்கள் உள்ளன. மெய்யாகவே, இந்தக் காலப்பகுதிக்கு முன்னாலும், இதன்போதும், இதற்குப்பின்னரும், மிகப் பெரிய இந்துக் கோயில்களை இந்து, முஸ்லிம் ஆட்சியாளர்கள் இருவருமே அழிக்கத்தான் செய்தார்கள்.

ஒழுக்கவியலின்படி நோக்கினால், இது அளவுக்குட்பட்ட அல்லது எப்பக்கமும் ஆதாய மற்ற பூச்சியநிலை விளையாட்டினைக் கொண்ட உலகம். யாராவது ஒருவர் காப்பாற்றப்பட வேண்டுமானால், யாராவது ஒருவர் அழிய வேண்டும். பிராமணர்கள் தூய்மையானவர்களாக இருக்கவேண்டுமானால் பறையர்கள் அசுத்தமானவர்கள் ஆகத்தான் வேண்டும். இதுதான் இரண்டாவது உடன்படிக்கையின் பொறாமை பிடித்த உலகம். நீ ஜெயிக்க வேண்டுமானால், நான் தோற்றாக வேண்டும். தீமை என்பது ஒரு பொருளாக இருக்கின்ற காரணத்தால், இருப்பு வெளி என்பது ஒரு பிரச்சினை. மற்ற விஷயங்கள் ஒருபுறமிருக்க, தீமை ஒருமுறை உருவாக்கப்பட்டு விட்டால், இந்தப் பிரபஞ்சத்திலிருந்து அது வெளியேற முடியாது என்பது இதற்கு அர்த்தம். சிவனின் சினத்தையும் காமனின் காம ஆற்றலையும் ஒருங்குசேர்த்துக் கடலின் அடியில் இருக்கின்ற யுகாந்திரக் குதிரைக்குள் ஒளித்துவைத்த மாதிரி, அதிகபட்சமாக உன்னால் செய்யக் கூடியதெல்லாம், அதை மிகச் சிறிய அளவு இடர்தருகின்ற மாதிரியான ஓர் இடத்திற்கு நகர்த்தி வைப்பதுதான்.

இந்தப் பிரபஞ்சவியலில் நல்லசுரன் என்பவன் இப்படியான ஒரு சட்டக நகர்த்தலை இறுதியாகத் தொடங்கிவைக்கும் ஓர் உருவம்தான். முதலில், அவன் (பொது நன்மைக்கான) சாதாரண தர்மத்திற்கும் (அசுரனுக்குரிய பணிகளைச் செய்கின்ற) சுயதர்மத்திற்குமான மோதலில் மாட்டிக் கொள்கிறான். இந்த மோதல் ஏற்கெனவே இராமாயணத்தில் விபீஷணன் போன்ற நல்லசுரர்களை பாதித்திருக்கிறது. இப்படிப்பட்ட நல்லசுரன் ஒருவனைப் பற்றிய கதை, இராமாயணத்தில் (7.5-8) சற்றே விரிவாகச் சொல்லப்பட்ட ஒரு வகைமாதிரியான கதையின் அடிப்படையில் அமைந்தது. அதில் சுகேசி என்ற அசுரன் தொடக்கத்தில் மிக நல்லவனாக இருக்கிறான். அவனும் அவனுடைய மூன்று மகன்களும் வேதங்களைப் படித்து, தானங்கள் தருகிறார்கள். பிறகு நல்லவர்களாகவும் ஆனால் பயங்கர ஆற்றல் பெற்றவர்களாகவும் ஆகிறார்கள். (தவ வலிமையினால் அறவிறந்த சக்தியைப் பெற்று, அழிக்கப்பட இயலாத வரங்களைப் பெறு கிறார்கள்). பிறகு ஆணவத்தினால் கெட்டுப்போகிறார்கள். (தேவர்களைத் துன்புறுத்துகிறார்கள்). அவர்கள் யாவரையும் விஷ்ணு போரில் அழித்து நரகத்திற்குத் தள்ளுகிறான். ஒரு புராணம் இக்கதையை மறுபடி கூறும் போது, புதிய சிக்கல்களை எழுப்புகிறது.

அசுரன் சுகேசி சொர்க்கம் அடைதல்

சுகேசி என்ற பெயர்பெற்ற பெரிய அசுரன் ஒருவன் இருந்தான். அவன்

தான் எவருக்கும் கீழ்ப்படவோ, எவராலும் கொல்லப்படவோ கூடாது என்று சிவனிடம் வரம் பெற்றான். அவன் தன் தர்மப்படி வாழ்ந்துவந்தான், ஆனால் ஒருநாள் முனிவர்கள் நிரம்பிய ஓர் ஆசிரமத்தினைக் கண்டு, அவர்களிடம் தனக்குரிய தர்மம் எனன என்று கேட்டான். அவர்கள் முதலில் சுரர்(தேவர்)களுக்கும், அசுரர்களுக்கும் உரிய தர்மங்களைக் கூறினார்கள். தேவர்கள் யாகம் செய்ய வேண்டும். அசுரர்கள் பிறர் மனைவியரைக் கற்பழித்தல், பிறர் செல்வத்தின்மீது ஆசை கொள்ளுதல், சிவனை வழிபடுதல் போன்ற தங்கள் தருமங்களைச் செய்யலாம். பிறகு அந்த முனிவர்கள் பொதுவாக மனிதர்ககுரிய அகிம்சை, கட்டுப்பாடு, கருணை போன்ற பத்துவிதமான தர்மங்களைச் சொன்னார்கள். கடைசியாக, யாரும் தனது சாதிக்கென்று, வாழ்க்கை நிலைக்கென்று வகுக்கப்பட்ட சுயதருமத்தை மீறலாகாது என்று முடித்தார்கள்.

சுகேசி, எல்லா அசுரர்களுக்கும் சாதாரண தருமத்தைக் கற்பித்தான். அவர்கள் அதைக் கடைப்பிடித்தபோது, அவர்களிடமிருந்து வீசிய ஒளி, சூரியன், நிலவு, நட்சத்திரங்களையும் மீறி அவர்களைச் செயலிழக்கச் செய்தது. இரவு பகலைப் போன்றிருந்தது. ஆந்தைகள் வெளியே திரிய, காக்கைகள் அவற்றைக் கொன்றன. பிறகு சூரியன் அசுரர்கள் தங்கள் சுயதர்மத்தைக் கைவிட்டுவிட்டார்கள் என்ற அவர்களுடைய பலவீனத்தைக் கண்டுபிடித்தான். சுயதர்மத்தைக் கைவிட்டது, அவர்களுடைய சாதாரண தருமம் முழுவதையும் அழித்துவிட்டது. கோபமுற்று, சூரியன் தன் கதிர்களை அவர்கள்மீது வீசினான். அவர்களுடைய நகரம் வானிலிருந்து கீழே விழுந்தது.

நகரம் கீழே விழுவதைக் கண்ட சுகேசி, சிவனுக்கு மங்கலம் என்றான். சிவன் தன் பார்வையைச் சூரியன்மீது வீசினான். சூரியன் ஒரு கல்போல வானத்திலிருந்து விழுந்தான். கடவுளர்கள் சிவனைச் சாந்தப்படுத்தி, சூரியனைத் தனது தேரில் அமரச் செய்து, சுகேசியை சொர்க்கத்தில் வாழ அழைத்துச் சென்றார்கள்.[80]

இந்தக் கதையின் மூன்று பகுதிகளில் முதலாவது பிரச்சினையைச் சொல்லுகின்றது. சாதாரண தர்மத்திற்கும் சுயதர்மத்திற்குமான மோதல் என்பது அது. இரண்டாவது, சுயதர்மத்தை ஆதரிக்கிறது. சுகேசி தன் பக்திப்பகடையை எறிந்தபோது, குறைந்தபட்சம் சாதியமைவின் சில பகடைப்புள்ளிகளையேனும் வெல்லுமாறு, மூன்றாவது பகுதி சுயதர்மத்தை ரத்துசெய்கிறது.

தொடக்கத்தில், சுகேசி ஒரு சங்கடத்தில் இருக்கிறான். அவன் கற்பழிப்பு, கொள்ளை போன்ற தன் சுயதர்மத்தை விடக்கூடாது. அதேசமயம் அவன் சுயக்கட்டுப்பாட்டையும் (இது கற்பழிப்புக்கு ஒத்து வராதது), தாராளகுணத்தையும் (திருட்டுக்கு இது ஒத்துவராதது) கடைப்பிடிக்க வேண்டும். இந்த இருண்ட மோதலுக்குள் வீசும் ஓர் ஒளிக்கீற்று, அசுரனின் சுயதர்மத்தில் சிவ வழிபாடு என்பதும் அடங்குகிறது என்பதுதான். சுகேசி இந்த ஓட்டையைப் பயன்படுத்திக் கொண்டு கொள்கையை மாற்றிக் கொள்கிறான். அதன் விளைவுகள் விபரீதமாக இருக்கின்றன. கள்ளமற்ற ஆந்தைகள் இறக்கின்றன. சூரியன்

அழிவுக்குள்ளாகும் நிலைக்குப் போகிறான். நள்ளிரவுச் சூரியன் (இது ஸ்காண்டிநேவியர்களையும் ரஷ்யர்களையும் கோடைகாலத்தில் தற்கொலை செய்துகொள்ள வைக்கிறது) சூரியனற்ற நள்ளிரவுக் குளிரை விட மோசமானது. மனிதர்களால் (தேவர்களாலும் கூடத்தான்) அதிகப் படியான வெளிச்சத்தைத் தாங்க முடியாது. தவறான இடத்திலிருக்கும் அதிகப்படியான நன்மையும் அப்படித்தான். இதுதான் மரபான பார்வை. ஓர் அசுரனுக்கு தீமையே தனது பரிசு. ஒரு நல்லசுரன் என்பது வரையறைப்படி ஒரு மோசமான அசுரன்தான் (அதாவது அவன் குடும்பத்தின் வெள்ளாடு). பொறாமை பிடித்த சூரியன் அதற்கு முடிவு கட்டுகிறான். ஆனால் இயலவில்லை. பக்தியின் படைகள் நீரிலிருந்து சுயதர்மத்தை அடித்துத் தள்ளும்போது, மாலுமிகள் கரையேறுகின்றனர். இந்தத் தீர்வு, உட்கிடையாகச் சொல்லப்படுவதே அன்றி, வெளிப்படையாக அல்ல. சுகேசி மட்டும்தான் சொர்க்கத்திற்குச் செல்கிறான். ஒரு முன்னோடியான அசுரன் அவன். மற்ற அசுரர்கள், அவர்களுடைய ஒளிதான் எல்லாப் பிரச்சினைகளுக்கும் காரணம், வசதியாக மறைந்து போகிறார்கள். எல்லோருமே சொர்க்கத்திற்குச் செல்லமுடியாதென்று நமக்குத் தோன்றுகிறது. இந்தப் புள்ளியில், பக்தியுடன் சேர்ந்தும்கூட, எல்லாரும் காப்பாற்றப்படவில்லை. கும்பல் மக்கள், கீழ்ச்சாதியினர், சீர்திருந்தாத பாவிகள் ஆகியோர் காப்பாற்றப்படவில்லை. எவ்வாறா யினும் இதுவரை இல்லை.

கூரையைப் பறக்கவிடுதல்

ஆனால் பின்வந்த பக்திப் பனுவல்கள் இந்த இக்கட்டு நிலையை உடைத்தெறிகின்றன. மிர்சியா எலியேட் 'கூரையைப் பறக்கவிடுதல்' என்று பாராட்டியதுபோன்ற உணர்வைக் கொண்டவை இப்பனுவல்கள்.[81] மூடிய பிரபஞ்ச முட்டையின் ஓட்டை உடைத்தெறிந்து பிற்காலப் புராணங்கள் இதைச் செய்தன. இம்மாதிரிப் பிரபஞ்சவியல் மாற்றத்தினை நரகத்தைப் பற்றிய இரண்டு பாடங்களில் ஓர் உதாரணமாக நாம் கண்டி ருக்கிறோம். முதலில் ஒரு மகாபாரத அரசனை வைத்து. யுதிஷ்டிரன் தனது சொந்தப் புண்ணியத்தை மாற்றித்தர முடியவில்லை. அதுபோல ஒரு புராண அரசன், விபாஸ்சித்தினால் இயன்றதையும் பார்த்தோம். இப்போது ஒரு தொன்மவியலை நாம் காணப்போகிறோம். அதில் பாவிகளுக்கு நல்வினை அளிக்கப்படுகிறது. ஆனால் அவர்கள் அதற்குத் தகுதியுடையவர்கள் அல்ல. ஆனால் இப்போது வினைமாற்றத்தைத் தருவது ஓர் அரசன் அல்ல, கடவுள். அவனுடைய கருணை, மன்னிக்கும் தன்மை, ஆகியவற்றில் அவன் இழப்பது ஒன்றுமில்லை. தன் நல்வினையை அவன் இழப்பதும் இல்லை. எல்லைகொண்ட நன்மையுலகு எல்லையற்று விரியக்கூடிய நல்வினை, பக்தி இவற்றின் உலகை உருவாக்குகிறது. கருணை யுள்ள கொடையாளி அவற்றைத் தானே வைத்திருந்தும், பாவிகளும் அவற்றால் நன்மையடைகிறார்கள். அவதாரம் எடுக்கும் ஒரு கடவுள், தன் ஒரு பகுதியை அவதாரத்துக்குத் தந்தாலும், மேலுலகில் அக்கடவுள் அப்படியே குறையாமல் இருப்பதைப்போல. கீதையைப் போன்ற பனுவல்கள் கூறுவதுபோலன்றி, இப்பனுவல்கள், நீ உன்னளவில் பக்தியின்றி இருந்தா லும், உன் பாவங்களிலிருந்து விடுதலை பெறுவாய் என்று சொல்கின்றன.

உனக்கும் சேர்த்து, கடவுளிடமே பக்தி போதுமானது இருக்கிறது.

பிற்காலப் புராணப் பனுவல்கள் பலவற்றில், ஒரு தலம் (கோயில்), தன்னை அடைவோர்க்குக் கடவுளின் கோபத்தை நீக்கி சொர்க்கத்தை அளிக்கவல்லதாக உள்ளது. சிவன் குறுக்கிட்டு, அந்தத் தலத்தைக் காக்கிறான் அல்லது மீட்கிறான். எல்லாருக்கும் பிரம்மலோகத்தை அளிக்கிறான்.[82] ஒரு குறிப்பிட்ட தலத்தின் — சோமநாதபுரம் என்ற சிவத்தலத்தின் — வழியாகப் பெண்கள், சூத்திரர்கள், நாயுண்பவர்கள் எல்லாருமே, யமனுக்கு வேலையின்றி சொர்க்கத்திற்குச் செல்கிறார்கள் என்று யமன் குறைப்பட்டுக் கொள்கிறான். அந்தத் தலத்தைக் கண்டவுடனே அவர்கள் தூய்மை அடைந்துவிட்டார்கள் என்று கூறி, வேறு ஒரு சொல்லுமின்றி அவனை ஒதுக்கிவிடுகிறான் சிவன்.[83] சொர்க்கத்தில் தீயவர்கள் நிரம்பியிருக்கிறார்கள் என்ற புகாருக்கு, அவர்கள் இப்போது தீயவர்களாக இல்லை என்பதுதான் சிவனின் பதில். புகாரின் மறுபகுதியை— அதாவது சொர்க்கம் நிரம்பிவிட்டது, யமனுக்கு வேலையில்லை என்ற பகுதியை அவன் ஒதுக்கிவிடுகிறான். இந்த சோமநாதபுரம்தான், கஜினி மகமது பலமுறை படையெடுத்து, 1025இல் அடியோடு அழித்த தலம். ஒருவேளை இந்தப் பனுவல் இயற்றப்படுவதற்கு முன்பு அவ்விதம் நிகழ்ந்திருக்கலாம்.) ஒருவேளை சிவனுடைய புதிய கைலாயம் நிரப்பப்பட முடியாத அளவு பெரிதாக இருக்கலாம்; இந்தப் பனுவல்கள் எல்லாருக்கும் இடமளிக்கக்கூடிய அளவு விரிந்துகொண்டே செல்லக்கூடிய பரப்புக் கொண்ட புதியதொரு கைலாயத்தையே கற்பனை செய்கின்றன.[84] முன்னர் பிரபஞ்சத்தின் வடிவம் ஒழுக்கச் சாத்தியங்களைக் கட்டுப்படுத்துவதாக இருந்தது. ஆனால் அந்தச் சாத்தியங்கள் ஆழமாகிய பிறகு, பிரபஞ்சம் தன் வடிவத்தை மாற்றிக் கொள்கிறது. இது மேலும் மனிதர்கள் ஒருவரை ஒருவர் நடத்துகின்ற விதத்தை மாற்றலாம். நடைமுறையில் மிகக் குறைவு என்றாலும் குறைந்தபட்சம் கொள்கை அளவிலாவது இவ்விதச் சாத்தியத்திற்கு இடமுண்டு. கீதையில் போலவே, கருமங்களின் பயன் என்பது அடுத்த பிறவியில்தான். இந்தப் பனுவல்களில் பெரும்பா லானவை, ஒரு பறையன் பிராமணனைப் போல இந்த வாழ்க்கையில் நடந்து கொள்ளலாம், இந்த வாழ்க்கையிலிருந்து அவனும்கூட விடுதலை பெறலாம் என்றுதான் சொல்கின்றன. ஆனால் அவற்றில் சில, எல்லாச் சாதியினருமே தங்கள் வழிபாட்டின் வடிவங்களை இந்த வாழ்க்கையில் மாற்றிக்கொள்ளலாம், அதன்வாயிலாக நல்லதொரு அடுத்த பிறவியை அடையலாம் என்று குறிப்பால் உணர்த்துவது போலத் தோன்றுகிறது. இங்கே நாம், இந்தக் கதைகள் வெறுமனே பறையரைப் பற்றியவை மட்டு மல்ல, எல்லா மனிதர்களையும், அவர்களுடைய மீட்பையும் பற்றியவை என்பதை ஒப்புக்கொள்ளத்தான் வேண்டும்.

தற்செயல் கருணை

பக்தி, தேசியமாக்கல், இஸ்லாம் ஆகியவற்றின் ஒன்றிணைந்த விளை வினால், சில பனுவல்கள் மேற்கண்ட சவாலை மேலும் ஒரு படி கொண்டுசெல்கின்றன. எந்தக் கடவுளை அசுரன் வெறுக்கிறானோ, அவனிடம் கடவுளே இற(ர)ங்கி வருகிறான். திருந்திய பாவிகள் மட்டுமல்ல,

திருந்தாதவர்களாயினும். எந்த வகுப்பினராயினும் சொர்க்கத்திற்கு வரலாம் என்கிறான்.[85] குறிப்பாக இந்த சொர்க்கம் திருந்தாத பாவிகளுக்குப் பாகுபாடாகவே நடந்துகொள்கிறது. மூன்றாம் உடன்படிக்கையின் இறுதி முடிவான தொன்மம் இதுதான். கடவுள் நம் எல்லாரையும் நேசிக்கிறான், நல்ல அசுரர்களையும் நேசிக்கிறான், ஆகவே தீய அசுரர்களையும் நேசிக்கிறான். குறிப்பாகத் தீய அசுரர்களையே நேசிக்கிறான். எல்லையற்ற நன்மை தரும் உலகம் மட்டுமல்ல இது, தகுதியற்ற நன்மையையும் வழங்கும் உலகம். இதை நாம் தற்செயல் கருணை என்று கூறலாம். இங்கு ஒருவித வளர்ச்சியைப் பார்க்கிறோம். முதலில், ஒரு நல்ல பக்தன், நல்லவன், சிவனுக்கு விசுவாசமானவன், அவனை சிவன் மரணத்திலிருந்து காக்கி றான். இம்மாதிரியான கதைகள் பல இருக்கின்றன.[86] பிறகு தீயபக்தன் வருகிறான். சிவனை வழிபடுபவர்கள் யாராயினும், அவர்கள் தீங்கு செய்பவர்களாகவே (அல்லது தீங்கு கருதுபவர்கள்; வைதிக மறுப்புக் கொண்டவர்களும், பொய் சொல்பவர்களும் கூட, சிவனை வழிபட்டால் அவர்கள் சொர்க்கத்திற்குச் செல்கிறார்கள்) இருந்தாலும், தீயவர்களாக இருக்கவேண்டிய தங்கள் சுயதர்மத்திற்கு மாறாக சிவனை வழிபடுகின்ற அசுரர்களாகவே இருந்தாலும், அவர்களை யமன் விட்டுவிடத்தான் வேண்டும்.[87] இம்மாதிரிக் கதைகள் சிலவற்றையும் பார்த்தோம். இப்போது நல்லவனும் அல்லாத, பக்தனும் அல்லாத ஒருவனின் கதை வருகிறது:

மணியை அடித்த திருடன்

பிராமணர்களைக் கொன்ற, மது அருந்திய, பொன்னைக் கொள்ளை யிட்ட, பிறரின் மனைவிகளைத் தீயநெறிக்குத் திருப்பிய ஒரு திருடன், தன் பொருள்கள் யாவற்றையும் சூதாட்டத்தில் இழந்தான். அன்றிரவு சிவலிங்கத்தின்மீதேறி, ஒரு கோயில் மணியைத் திருடினான் (தன்னையறியாமலே அதை அடிக்கவும் செய்தான்). சிவன், தன் கணங் களை அனுப்பி அவனைக் கைலாயத்துக்கு அழைத்துவரச் செய்தான். அங்கு அத்திருடன் சிவனின் தொண்டன் ஆனான்.[88]

இத்திருடனின் பாவங்களில் மூன்று காமத் தொடர்பானவை. மது, பெண்கள், சூது. பிற இரண்டும் பிராமணர்கள்மீது செய்த பாவங்கள் — பிராமணர்களைக் கொல்லுதல், அவர்கள் பொன்னைத் திருடுதல். தற்செயலான பக்தியைத் தொட்டுச்செல்லும் அத்திருடனைத் திருத்தும் வகையில் எதுவும் நிகழவில்லை. அவன் இறக்கும்வரை சூது, பெண்ணாசை, மது ஆகியவற்றில் வழக்கம்போல் ஈடுபடவே செய்கிறான். சில கதைகளில் இம்மாதிரித் தற்செயல் வழிபாடு சீர்திருத்தத்தை ஏற்படுத்தினாலும், பெரும்பாலும் இப்பாவிகள் திருந்தாதவர்களாகவே இருக்கிறார்கள் ஆனால் சொர்க்கத்திற்குச் செல்கிறார்கள்.

இங்கு குணநிதி (பண்புக்கடல்) என்ற (முரண்குறிப்புப்) பெயர்பெற்ற மிகத் தீயவனான ஒருவனைப் பற்றிய கதையைக் காணலாம்.

விளக்கேற்றிய பரத்தன்

குணநிதி தன் மனைவியை விட்டு ஒரு வேசியை நாடியவன். அவன்

ஓரிரவு கோயிலைக் கொள்ளையிடச் செல்கிறான். எதைத் திருடலாம் என்று காண்பதற்காகப் புதிதாகத் திரி ஒன்றை இட்டு விளக்கேற்றுகிறான். பிறகு கொள்ளையடித்து, தன் பழைய தீயவழிகளுக்குச் சென்றுவிடுகிறான். பல ஆண்டுகள் கழித்து, அவன் இறந்தபோது, கடவுளுக்கு விளக்கேற்றிய புண்ணியத்தால், நரகத்திலிருந்து மீட்பும் நிரந்தர சொர்க்கவாழ்க்கையும் பெறுகிறான்.[89]

கோயில்களைக் கொள்ளையிடுதல், அக்காலத்தில் மிகப் பிரச்சினைக் குரிய ஒன்று. இந்திய அரசர்களும், முஸ்லிம் ஆக்கிரமிப்பாளர்களும் யாவரும் இதைச் செய்தனர். இது போலவே தேவராஜன், எதற்கும் பயனற்ற ஒருவன், ஏதோ ஒரு தீய காரியத்தைச் செய்யச் சென்றுகொண்டிருக்கும் வழியில், சிவபுராணம் சொல்லப்படுவதைக் தற்செயலாகக் கேட்டான். அதன்மீது எவ்வித கவனமும் செலுத்தவில்லை. ஆனாலும் தன் பாவங் களின் விளைவிலிருந்து அவன் மீட்படைந்தான்.[90] அதேபோலக் கீடவன் என்ற பெயருடைய, சமமான அளவு தீயவை செய்த ஒருவன், ஒரு வேசிக்குப் பூக்கொண்டு செய்யும் வேளையில், தற்செயலாக விழுந்து, எல்லாப் பூக்களையும் போட்டதுடன், சிவனே என்றும் கத்தினான். சிவனுக்குப் பூக்களை அளித்ததால் அவன் நரகத்திற்குச் செல்வதிலிருந்து விடுபட்டது மட்டுமல்ல, அவனுக்குத் தன் பெயருக்கேற்ப இந்திர பதவியும் கிடைத்தது. (பின்னர் அவன் பலி என்ற அசுரனாகப் பிறந்தான் என்பது வேறு கதை.)[91]

இந்தப் பாவிகளில் எவரும் கடவுளுடன் தங்கள் தற்செயல் சந்திப் பினால் திருந்துவதில்லை. யாரும் ஒளியைக் காண்பதும் இல்லை, புதியதொரு வாழ்க்கையைத் தொடங்குவதும் இல்லை. வழக்கம்போலவே வேசியிடம் செல்கிறார்கள், கொள்ளையடிக்கிறார்கள், பிற கருமங்களைச் செய்கிறார்கள்—ஒருவேளை, தொழுநோயினாலோ, ஈரல் நோயினாலோ, பிறர் கொல்லுவதாலோ தாங்கள் சாகும்வரை, ஆனால் ஒரு தற்செயல் சந்திப்பே அவர்கள் மீட்புக்குப் போதுமானதாகிவிடுகிறது. தகுதியற்ற ஒருவனுக்கு மீட்புத் தருவது என்னும் விஷயம், பக்தியின்மீது உள்ளார்ந்த சடங்குத்தன்மையை — ஒருவேளை கருத்தற்ற சடங்குத்தன்மையை மீண்டும் நிறுவுகிறது. உணர்ச்சிகள், உணர்வுகள், உள்நோக்கங்கள் எதுவும் தேவையில்லை, நெஞ்சறியாத பக்தனுக்கு (பக்தர்கள்கூட அல்ல இவர்கள்) மீட்பு அளிப்பதில் சில காரியங்கள் திறன் உள்ளவையாக இருந்தால் போதும் என்கிறது. எப்படி ஒரு சடங்கைச் செய்யவேண்டும் என்பது கூடத் தெரிய வேண்டியதில்லை. இயற்கையாகவே நீ அதைச் செய்கிறாய். தாந்திரிகச் சடங்கின் சகஜச் செய்கைகள் போல. இந்த அர்த்தத்தில், இந்தக் கதைகள் கலிகாலத்தில் பாவிகளுக்குப் பயனளிக்கக்கூடிய ஒரு சடங்கின் திறனுடைமைக்கான வாதத்தை முன்வைக்கின்றன. இம்மாதிரிக் கதைகள் பொதுப்புத்திக்கு ஏற்காதவை, தவறான வழிக்குச் செலுத்துபவை என்று பின்வந்த இந்து உரையாசிரியர்கள் சிலர் கூறுகின்றனர். ஆனால் இந்தச் சிந்தனை எங்கிருந்து வந்தது? (இக்கதையை உருவாக்கியவர்கள், உள்நோக்கமற்ற பாவிகளுக்கும் இவ்விதப் பேறு கிடைக்குமானால், உள் நோக்கத்தோடு நற்கருமங்களைச் செய்தால், இன்னும் வாழ்க்கை நன்றாக இருக்கும் என்று உணர்த்துவதற்காக இவற்றைப் புனைந்திருக்கலாம்.

அந்த அளவில் மட்டுமே இவற்றை எடுத்துக்கொள்ளவேண்டும். (மொ. பெ.)

பின்னோக்கிப் பார்க்கும்போது, எவ்வித உள்நோக்கமும் இன்றியே சொர்க்கத்திற்குச் செல்கின்ற பாவி என்னும் சிந்தனை தென்னகத்து "வெறுப்பு - பக்தி" என்னும் எண்ணத்திலிருந்து தோன்றத் தொடங்குகிறது என்று காணலாம். இது பின்வந்த புராணங்களில் புதிய பரிமாணத்தைக் கொள்கிறது. ஒரு சுரனை (தேவனை அல்லது கடவுளை)க் கொல்ல வேண்டும் என்ற முயற்சியில், ஓர் அசுரன் கடவுளின்மீது மிகுந்த உணர்ச்சி மயம் கொண்டவன் ஆகிறான். எனவே கடவுள் அந்த அசுரனை — அவன் திருந்தினாலும் திருந்தாவிட்டாலும்— நேசிக்கிறான்.[92] கிருஷ்ணன், பூதனை (துர்நாற்றமுடையவள்) என்னும் அரக்கியைக் கொன்றபிறகு அவள் சடலத்தை எரித்தபோது அது நறு மணம் வீசிற்றாம். ஏனெனில், கிருஷ்ணனைக் கொல்லும் நோக்கத்தில் அவள் செய்தாலும், அவள் கிருஷ்ணனை ஏந்தியிருக்கிறாள், பாலூட்டியிருக்கிறாள். இந்தக் கொள்கை, பக்தனுக்குக் கடவுளை நோக்கிய பிரக்ஞைபூர்வமான மனத்திருப்பம் வேண்டும் எனக்கூறும் பக்திப் பனுவல்கள் சிலவற்றில் எதிர்க்கப்படுகிறது. ஆனால் வைதிக மத எதிர்ப்பினை நியாயப்படுத்தும் பனுவல்களில் பாராட்டப்படுகிறது. "வேத மற்ற பாசுபதர்களாகி விஷ்ணுவைப் பழித்துரைப்பவர்கள், உண்மையில் அவனை துவேஷ புத்தியினால் வழிபடுபவர்களே ஆவர்."[93] பாகவத புராணம், இந்த நம்பிக்கையின் விளைவை வெளிப்படையாக்குகிறது. பகவானை (இறைவனை) நோக்கி ஆசை, வெறுப்பு, பயம், அல்லது நேசம் கொள்பவர்கள், மனம் முழுவதும் பக்தியால் நிரம்புகிறார்கள். தங்கள் எல்லாப் பாவங்களையும் நீங்கிப் பிரபுவிடம் செல்கிறார்கள். கோபியர்கள் ஆசை கொண்டார்கள். கம்சன் பயம் கொண்டான். தீய அரசர்கள் வெறுப்பு கொண்டார்கள். உறவினர்கள் நேசம் கொண்டனர். நாம் எல்லாரும் எப்படி பக்தியால் இறைவனிடம் கட்டுண்கிடோமோ அவ்வாறே அவர்களும் கட்டுண் டார்கள்."[94] இம்மாதிரியான தற்செயல் கருணை என்னும் சிந்தனைக்கு மரபுவழியான தர்மத்தின் விதிகளைப் பழிப்பதன் வாயிலாகவே கடவுளைச் சேரலாம் என்று கருதும் தாந்திரிகம் போன்ற பிற கூறுகளும் உதவிசெய்தன.

நாயின் கருணை

சாதிவிதிகளின் பிற தலைகீழாக்கங்களைப் போல, நாய்கள் இந்த இறையியலில் முக்கியப் பங்கு வகிக்கின்றன.

திரிசூலப் பாதம்

அரசனின் ஆட்களால் ஒரு மோசமான திருடன் கொல்லப்பட்டான். ஒரு நாய் அவன் பிணத்தைத் தின்ன வந்தது. தற்செயலாக, அதன் பாதம் இறந்தவனின் நெற்றிமீது முச்சூல அடையாளத்தை உண்டாக்கிவிட்டது. அதன் விளைவாக, சிவகணங்கள் அந்தத் திருடனைக் கைலாயத்துக்குக் கொண்டுசென்றனர்.[95]

இக்கதையில் பாவம் செய்தவனுக்கு பதிலாக ஒரு நாய், தற்செயலான வழிபாட்டு விஷயம் ஒன்றைச் செய்துவிடுகிறது. அதன் நகங்கள் திரிசூலத்தைப் போன்ற அமைப்பினைச் செய்துவிடுகின்றன. கண்ணப்பரின் நாய்கள் சிவன்மீது உண்டாக்கியதைப் போல. அல்லது தாந்திரிகர்கள் தங்கள் இயற்கையான குறிகளை சிவன் பார்வதியாகக் கற்பனை செய்வதுபோல. திருடன் நாய்மீது காட்டிய கருணை, அவனது கடவுள் பக்தியின் ஒரு பகுதி. நாய் திருடனைத் தின்ன முயற்சி செய்து (ஒருவேளை தின்றும் இருக்கலாம், பனுவல் அதைப்பற்றிச் சொல்லவில்லை). தன்னறிவின்றியே அவனுக்கு நன்மை செய்துவிடுகிறது. திருடன் கைலாயத்துக்குச் சென்றாலும், நாய் செல்லவில்லை.

ஸ்கந்த புராணத்தில், கண்ணப்பர் கதையின் மறுவடிவம் ஒன்றில், மற்றொரு நாய் ஒரு பாவிக்கு நன்மைசெய்கிறது.

தற்செயலாக உணவளிக்கப்பட்ட நாய்

ஒரு காலத்தில் சண்டன் (பயங்கரமானவன்) என்ற பெயருடைய கிராதன் ஒருவன் இருந்தான். கொடும்பணிகளைச் செய்யும் பழக்கமுடையவன். மீன்களையும், விலங்குகளையும், பிராமணர்களையும்கூட அவன் கொன்றான். அவனுடைய மனைவியும் அவனுக்கு ஏற்றவளாகவே இருந்தாள். ஓர் சிவராத்திரியன்று ஒரு காட்டுப் பன்றியை வேட்டையாட, அவன் இரவுப் பொழுதை வில்வமரத்தின்மீது கழிக்க நேர்ந்தது. அந்த மரத்தின் கீழ் ஒரு சிவலிங்கம் இருந்தது. அவ்வப்போது நன்கு தெரிவதற்காக அவன் பறித்துப்போட்ட வில்வ இலைகள் சிவலிங்கத்தின்மீது விழுந்தன. (சிவனின் பூசைக்குரிய சிறந்த பொருள் வில்வம்). வாய்நிறைய நீர்குடித்த அவனுடைய எச்சிலும் அவ்வப்போது சிவலிங்கத்தை அடைந்தது. ஆகவே தனக்குத் தெரியாமலே அவன் ஒரு சிவபூசை செய்தவனானான். அவனுடைய மனைவியும் அவன் கொல்லப்பட்டானோ என்ற பயத்தில் அன்றிரவு முழுவதும் கண்விழித்திருந்தாள். அவனைத் தேடிச்சென்று கண்டுபிடித்து அவனுக்கு உணவு கொண்டுவந்தாள். உணவுக்கு முன் அவர்கள் நீராடிக் கொண்டிருந்தபோது ஒரு நாய் வந்து எல்லா உணவையும் உண்டுவிட்டது. அவள் கோபமடைந்து அதைக் கொல்லத் தொடங்கினாள். ஆனால் சண்டன் அவளைத் தடுத்து, "நாய் இந்த உணவைத் தின்றுவிட்டதைப் பற்றி என் மனம் மகிழ்ச்சியே அடைகிறது. இந்த உடலுக்கு வேறு என்ன பயன்? கோபப்படாதே" என்று சொல்லி அவளுக்கு அறிவூட்டினான்.

சிவராத்திரியன்று லிங்கத்தை வேடன் வழிபட்டதால், சிவன், தன் கணங்களை அனுப்பி, அவனை அவன் மனைவியோடு கைலாயத்துக்குக் கொண்டுவருமாறு கூறினான். வேடனோ, "நான் ஒரு பாதகன், வேடன், பாவி. நான் எப்படி கைலாயத்திற்கு வரமுடியும்? நான் எங்கே சிவலிங் கத்துக்கு பூசை செய்தேன்?" என்றான். சிவகணங்கள் அவன் எவ்விதம் பூசைசெய்தான் என்பதையும் அவனும் அவன் மனைவியும் எவ்விதம் கண்விழித்தார்கள் என்பதையும் கூறினர். பிறகு வேடனும் அவன் மனைவியும் சிவலோகம் சென்றனர்.[96]

சிவராத்திரி கண்விழித்து பூசை செய்பவர்கள், பூசையின் ஒரு பகுதியாக உணவளிக்க வேண்டும். சுயநினைவின்றியே கிராதனும் அவன் மனைவியும் நாய்க்கு உணவளித்தனர். ஆக இந்தக் கதை மூன்று கதைகளை உள்ளடக்கியுள்ளது. வாய்நிறைய எச்சிலான உணவின் மிச்சங்களை ஒரு வேடன் சிவனுக்கு அளிக்கிறான். (கண்ணப்ப நாயனார் கதை). இந்து தர்மத்தைப் புறக்கணிப்பவனும் கவனக்குறைவாகச் செய்யும் லிங்க வழிபாட்டின் பயன், நாய் தீண்டியவனுக்கு விமோசனம் என்பவை அவை. அவனுடைய முக்தியில் அவனுடைய மனைவியும் சேர்ந்துகொள்கிறாள். அதிர்ஷ்டமும் இங்கு ஒரு பங்கு வகிக்கிறது. கீழான மக்கள் கீழான (அல்லது குறைந்தபட்சம் எளிய, எளிமையான) கருணைமூலங்களைப் பெறமுடியும் என்று தாந்திரிக வாதம் சொல்கிறது. இதை நாயின் வாயிலாக முக்தியடைந்த சற்றே சிக்கலான ஒரு கதை வாயிலாகக் காணலாம். இந்தத் தொன்மம் நல்ல அரசன் பிருதுவின் தந்தை, தீயவனான வேனனைப் பற்றியது.

தீமையின் சங்கிலித்தொடரை முறித்த நாய்

தனது பாவங்களின் காரணமாக, வேனன் மிலேச்சர்களிடையே தொழுநோயுடன் பிறந்தான். தூணாச் சிவன் (ஸ்தாணு) இருக்கும் தலத்தில் அவன் நீராடித் தன்னைத் தூய்மைப்படுத்திக் கொள்ளச் சென்றான். ஆனால் தேவர்கள் அங்கு அவன் குளிப்பதைத் தடுத்தனர். அங்கே ஒரு நாய் இருந்தது. முற்பிறவியில் மனிதனாக இருந்து பாவம் செய்த காரணத்தினால் நாயாகப் பிறவி எடுத்தது. சரஸ்வதி நதியில் அது நீராடிய காரணத்தினால் அதன் அழுக்குகள் தொலைந்தன, தாகம் அடங்கியது. அதற்குப் பசி ஏற்பட்டு வேனனின் குடிசைக்குள் புகுந்தது. வேனன் நாயைக் கண்டு பயந்தான். அதை மெதுவாகத் தொட்டான். நாய் உடலைச் சிலிர்த்ததால் குளித்த நீர் அவன்மீது பட்டது. வேனன் நீரில் குதித்தான். தலத்தின் மகிமையால் அவன் காப்பாற்றப்பட்டான். சிவன் அவனுக்கு ஒரு வரமளிக்க முன்வந்தான். "தேவர்கள் இங்கு என்னைக் குளிக்க விடாமையால், நாயின் பயத்தினால் நான் குளத்தில் குதித்தேன். நாய் எனக்கு நன்மை செய்தது, நீயும் அவ்விதமே அதற்குச் செய்யவேண்டும்" என்று வேண்டினான். சிவன் அகமகிழ்ந்து, நாயின் பாவம் தொலையுமென்றும் அது நேராகக் கைலாயத்துக்குச் செல்லும் என்றும் கூறினான். மேலும், வேனனும் கைலாயத்தில் சில காலம் இருப்பான் என்று அவனுக்கும் வரமளித்தான்.[98]

அசுத்தமான நாய் முதலில் சுத்தமடைகிறது, பிறகு தன் (வழக்கமாக நாய்கள் செய்வது போன்ற) சிலிர்ப்பினால் உடலிலிருக்கும் நீரை வேனன்மீது படச் செய்கிறது. அப்போதுதான் வேனன் பயந்து நீரில் குதிக்கிறான். நாய் அவன்மீது நீரைத் தெளித்ததால்தான் அவன் குளத்தில் குதிக்க முடிந்தது என்று பனுவல் கூறுவதாக எடுத்துக் கொள்ளலாம். அதற்குமுன் அவனால் கோயிலில் புக முடியவில்லை. இக்கதையின் வேறொரு வடிவத்தில் காரணங்கள் சொல்லப்படுகின்றன. ஸ்தாணுவின் கோயிலை அவன் நெருங்கும்போது, வானிலிருந்து வாயு சொல்கிறான், "இந்த அவசரச் செயலைச் செய்யாதே. கோயிலைக்

காப்பாற்று. இந்த மனிதன் பாவத்தில் மூழ்கியிருப்பதால் அவன் கோயிலை அழித்துவிடுவான்."[99] இதுதான் தர்மசங்கட நிலை. அந்தத் தலம் பாவியைத் தூய்மைப்படுத்துவதற்கு முன்னால் அதை அவன் அசுத்தப்படுத்திவிடுவான். ஆனால் நோயாளி மருந்தை ஏற்கமுடியா வண்ணம் பலவீனமாக இருக்கிறான். தீமையைத் தொடுவதால் மாசுபடுவது, அதாவது தீமை இடம் மாறுவது என்பது கர்மவினை மாற்றத்தின் ஒரு மாற்றுவடிவம். இது சாதி மாசுபாட்டினால் வருகிறது. யாரை நீ தொடக்கூடாது என்று சொல்கிறது. அதாவது தீண்டாமையின் அடிப்படை. மாறாக, பக்தியுலகு ஒரு புதிய உலகத்தைப் படைக்கிறது. கடவுளின் (நாயின் வடிவம்) கருணை தற்செயலான கருணையின் ஒரு வடிவத்தைக் காட்டுகிறது. ஒதுக்கப்பட்ட சமூகவகுப்பினர் உள்பட அனைத்து மக்களுக்கும், மக்களிடையிலும் கிடைக்கக்கூடிய தெய்வக் கருணையின் புதிய காட்சிகளுக்கான தூண்டலாகவும், அவற்றிற்கு எதிர்வினையாகவும் அது இருக்கிறது. சாதியாலோ (பிறப்பினாலோ) செயல்களாலோ (கர்மத்தினாலோ) சமய ஒழுங்கமைவுக்கு அப்பால் விடப்பட்ட மனிதர்களுக்கும் இடமளிக்கும் வழி இது. ஏனெனில் இரண்டுமே மக்களை மாசுபடுத்தி விளிம்பில் விடக்கூடியவை. ஆகவே பாவிக்காக நாய் குறுக்கிடுகிறது. அவன் குறைந்த மாசுடையவனாக ஆக்குகிறது. அதனால் அவன் தூய்மைக்குத் தகுதியுடையவன் ஆகிறான். இதேபோலத்தான், மதத்திற்குப் புறம்பானவர்களுக்கு சிவன் தந்திரங்களை போதிப்பதன் முன்பாக அவர்கள் சாபத்திலிருந்து விடுபடவேண்டும். அதன்பிறகுதான் அவர்கள் மேல்நோக்கிய பாதையில் செல்லமுடியும். ஆகவே தந்திர வழியில் ஈடுபடாத சிலரின் கருத்துப்படி, தந்திரங்கள் தாந்திரிகர்களை இருள் குறைந்தவர்களாகச் செய்கின்றன. ஆகவே அவர்கள் உண்மையான மதத்திற்கு ஏற்றவர்கள் ஆகிறார்கள். வேனன் இன்னும் முற்றிலும் விடுபடவில்லை. அவன் விடுபடுவதற்கு முன்னர் வேறு பிறவிகள் இருக்கின்றன. ஆனால் அவனுடைய முக்திக்கான பாதையில் தொடங்குவதற்கு நாய் வாய்ப்பளிக்கிறது. கடைசியாக, இத்தொன்மத்தின் இறுதியில், மகாபாரதத்தில் யுதிஷ்டிரனின் நாய் சொர்க்கத்திற்கு முன் மறைந்துவிடுவதைப்போல அன்றி, ஓராயிரம் ஆண்டுகளுக்குப் பிறகு இந்த நாய் கைலாயத்தில் காலடி வைக்கிறது.

அடிக்குறிப்பு

1. *Padma Purana 2.1.5.1-35; Doniger O'Flaherty, Origins of Evil, 136-37.*
2. *Pollock, "Sanskrit Literary Culture from the Inside Out," 102.*
3. *Hess, The Bijak, no. 8, 45-46.*
4. *Kirfel, Kosmologie.*
5. *Thapar, Early India, 276.*
6. *Killingley, "Hinduism, Darwinism and Evolution."*
7. *Vayu Purana 2.36.74.*
8. *Taittiriya Samhita 7.1.5.1; Shatapatha Brahmana 14.1.2.11.*
9. *Vishnu Purana 1.4.*

10. Mitter, *Indian Art*, 47.
11. Hawley, *Krishna, The Butter Thief*.
12. Rank, *The Myth of the Birth of the Hero*; Dundes, "The Hero Pattern."
13. *Harivamsha* 47-48.
14. Wadley, *Raja Nal*, 193.
15. *Bhagavata Purana* 10.6.
16. Ibid. 10.7.37, 10.13.44.
17. *Brahmavaivarta Purana* 4.15; Doniger O'Flaherty, *Women*, 103-04.
18. Beck, "Krishna as Loving Husband," 71, citing Charlotte Vaudeville.
19. Behl and Weightman, *Madhu Malati*.
20. *Brahmavaivarta Purana* 4.15.
21. Whaling, *The Rise of the Religious Significance of Rama*, 138; Hess, "Rejecting Sita."
22. *Adhyatma-ramayana* 3.7.1-10.
23. Ibid., 6.8.21.
24. *Brahmavaivarta Purana* 2.14.1-59.
25. *Mahabharata* 1.175.
26. The earliest texts that allude to the Buddha avatar may antedate the Mahabharata (Banerjea, *The Development of Hindu Iconography*, 392; Schrader, *Introduction*, 43-47), but this has yet to be proved (Klostermaier, *Hinduism*, 58-59).
27. Kumbhakona ed. of *Mahabharata*, 2.348.2; 12, appendix 1, no. 32, lines 1-17; Doniger O'Flaherty, *Origins of Evil*, 188.
28. *Bhavisya Purana* 3.1.6.35-421; Doniger O'Flaherty, *Origins of Evil*, 203.
29. Hazra, *Studies in the Puranic Records*, 88.
30. Krishna Sastri, "Two Statues of Pallava Kings," 5; Doniger O'Flaherty, *Origins of Evil*, 188.
31. *Vishnu Purana* 3.17-18.
32. *Garuda Purana* 1.32.
33. *Bhuridatta Jataka*, no. 543, esp. verses 210-11.
34. *Kalika Purana* 78.206.
35. Doniger O'Flaherty, *Women*, 80-129.
36. *Bhagavata Purana* 6.8.19.
37. *Varaha Purana* 48.22.
38. *Matsya Purana* 47.24, 54.19.
39. Kshemendra, *Dashavatarcharita* 9.1-74.
40. *Gita Govinda* 1.1.9.
41. Krishna Sastri, "Two Statues of Pallava Kings," 5-7.
42. *Devibhagavata Purana* 10.5.13, dushta-yajnavighataya.
43. Glasenapp, *Von Buddha zu Gandhi*, 113.
44. Hess, *The Bijak*, no. 8, 45-46.

45. Basham, *The Wonder*, 309.
46. *Anagatavamsa*, 33-54.
47. Personal communication from Prof. Richard F. Gombrich, Oxford, U.K., 1973.
48. Holt, *The Buddhist Vishnu*.
49. Huntingon, *A Study of Puranic Myth*, 33.
50. Doniger O'Flaherty, *The Origins of Evil*, 179.
51. *Ibid.*, 204-05.
52. Goetz, *Studies in the History and Art*, 77-80, discussing a frame in Srinagar Museum, of Shankara-varman (r. 883-902).
53. Thapar, *Early India*, 277.
54. Basham, *The Wonder*, 309.
55. *Revelation* 19.11-15.
56. *Mahabharata* 3.188.86-93, 189.1-13.
57. *Vishnu Purana* 4.24.98.
58. *Ibid.*, 5.17.11; 5.18.1-6; cf. *Bhagavata Purana* 6.18.19.
59. Banerjea, *The Development*, 424.
60. *Kalki Purana* 1.1.14-39; 2.6-7, 3.6-7.
61. Sternbach, reveiw of R. C. Hazra.
62. Michell, *Art and Architecture*, 101.
63. *Bhagavata Purana* 12.2.19.
64. Ivanow, "The Sect of Imam Shah in Gujurat," 62-64.
65. *Bhagavata Purana* 8.24.7-57; *Agni Purana* 2.1-17.
66. *Vishnu Purana* 5.17.11; *Bhagavata Purana* 5.18.1-6.
67. *Devibhagavata Purana* 1.5.1-112; Doniger O'Flaherty, *Women*, 224.
68. *Vishnu Purana* 5.6.
69. Michell, *Art and Architecture*, 51.
70. Doniger, *Splitting the Difference*, 204-16.
71. Goldman, "Fathers, Sons, and Gurus."
72. *Shatapatha Brahmana* 1.2.5.1-9.
73. *Vayu Purana* 2.36.74-86.
74. *Taittiriya Brahmana* 1.5.9.1; *Mahabharata* 12.160.26-28.
75. *Harivamsha* 71.48-72, *Vamana Purana* 51, *Matsya Purana* 244-46.
76. *Devibhagavata Purana* 4.15.36-71.
77. *Skanda Purana* 1.1.18.121-29.
78. *Vishnu Purana* 1.15-20; *Bhagavata Purana* 7.1-10.
79. Doniger O'Flaherty, *Origins of Evil*, 248-71.
80. *Vamana Purana* 15-16.
81. Èliade, *Briser le toit de la maison*.

82. *Vamana Purana S. 24.6-17.*
83. *Skanda Purana 1.1.31.1-78.*
84. *Doniger O'Flaherty, Origins of Evil, 248-72.*
85. *Doniger O'Flaherty, "Ethical and Non-Ethical Implications," 196-98.*
86. *Doniger O'Flaherty, Origins of Evil, 231-36.*
87. *Skanda Purana, Kedara Khanda, 5.101.*
88. *Ibid., 8.1-13.*
89. *Shiva Purana 2.1.17.48-2.1.18.39.*
90. *Shiva Purana Mahatmya 2.1-40.*
91. *Skanda Purana 1.1.18.53-120; Doniger O'Flaherty, Origins of Evil, 127-28.*
92. *Doniger O'Flaherty, Origins of Evil, 308-09.*
93. *Hazra, Studies in the Puranic Records, 99n.*
94. *Bhagavata Purana 7.1.29-30; 10.44.39.*
95. *Skanda Purana, Kedara Khanda, 5.92-95.*
96. *Ibid., 33.1-64.*
97. *Doniger O'Flaherty, Origins of Evil, 321-31.*
98. *Vamana Purana S. 26.4-62; 27.1-23.*
99. *Skanda Purana 7.1.336.95-253; cf. Garuda Purana 6.4-8.*

இயல்: 18

தென்னிந்தியாவிலும் காஷ்மீரிலும் தத்துவச் சண்டைகள்

கி.பி. 800 முதல் கி.பி. 1300 வரை

காலவரிசை (எல்லா ஆண்டுகளும் கி.பி.)

ஏ. 788 - 820 அத்வைதத் தத்துவஞானி சங்கரரின் காலம்

ஏ. 975 - 1025 காஷ்மீரில் சைவத் தத்துவஞானி அபிநவகுப்தரின் காலம்

1021 கஜனாவிது (துருக்கிய) முஸ்லிம்களின் தலைநகரம் லாகூரில் அமைதல்

ஏ. 1056 - 1137 தமிழ்நாட்டில் விசிஷ்டாத்வைதத் தத்துவஞானி இராமானுஜர் காலம்

1192 கோரி முஸ்லிம்களின் தலைநகர் தில்லியில் அமைதல்

ஏ. 1200 வங்காளத்தில் ஜயதேவரின் காலம்

1210 - 1526 தில்லி சுல்தானியத்தின் ஆதிக்கம்

ஏ. 1238 - 1317 கர்னாடகத்தில் துவைதக் கோட்பாட்டு ஞானி மத்வர் காலம்

ஏ. 1300 ஸ்ரீவைணவர்கள் பூனைகளாகவும் குரங்குகளாகவும் பிரிதல்

இப்போது வெறுமனே கா. எனப்படும் சமவெளிக்கு வெகுகாலம் முன்பு சென்ற அந்த நாட்களில், பிற பெயர்கள் இருந்தன... "கச்சேமேர்" என்பதைக் "கடலை ஒளித்திருக்கும் இடம்" என்று பெயர்க்கலாம். ஆனால் "கோஷ்மார்" என்பது "கொடுங்கனவு" என்பதற்கான சொல்.

- சல்மான் ருஷ்தீ, ஹாரூனும் கதைகளின் கடலும் (1990)

காஷ்மீர் ஒளித்திருக்கும் கடல் (சல்மான் ருஷ்தீயின் மேற்கண்ட சொல்விளையாட்டில்) சமஸ்கிருதக் கதைக்கடல்தான். அது காஷ்மீரில் இயற்றப்பட்டது. இந்தியக் கற்பனையிலுள்ள கடலால் கொள்ளப்பட்ட நிலப்பகுதிகளைப்போல, இதுவும் மூழ்கியிருக்கிறது என்கிறார். மாயை பற்றிய தத்துவத்தின் புகழ்பெற்ற பல விவாதங்கள் நிகழ்ந்த தாயகப் பகுதி காஷ்மீர். இந்த உலகம் என்பது வெறும் கனவுதான் (அல்லது கொடுங்கனவு) என்பது மாயைத் தத்துவம். இந்த இயலில் அந்த விவாதங்களில் ஈடுபட்ட சண்டையிடும் தன்மையுள்ள தத்துவவாதிகளை, தத்துவ விலங்குகளை, பறையனாகவோ பெண்ணாகவோ ஆகிவிடக்கூடாது என்ற திரும்பத் திரும்ப வருகின்ற கொடுங்கனவு பற்றிய கதைகளை நாம் காண்போம்.

தத்துவப் புலங்கள்

ஆலமரத்திற்குத் திரும்புவோம். அதன் இன்னொரு விழுதான தத்துவ விழுதினைக் காண நாம் பின்னோக்க வேண்டும். தென்னிந்தியாவில் பக்தி தோன்றிய, இந்தியாவில் முதன்முதல் அராபியர்கள் வந்த காலத்திற்குத் திரும்பச் செல்ல வேண்டும். இந்த இரண்டு விஷயங்கள் பற்றிய இயல்களே இதற்கான வரலாற்றுப் பின்புலத்தையும் அளிக்கின்றன. இந்த இயல், தத்துவத்தை இந்துத் தொன்மம், சடங்கு ஆகியவற்றின் பகுதியாகக் காண்பது. நான் தத்துவவாதியும் அல்ல, இந்த நூலும் அதைப் பற்றியதல்ல என்பதாலும் இவை இரண்டும் ஒன்றுக்கொன்று தொடர்புள்ளவை என்பதாலும் இது தத்துவத்தைத் தத்துவமாக நோக்கு வதல்ல. ஆகவே, தத்துவவாதிகள் கையிலிருந்து தத்துவம் வெளியேறி மக்கள் கைகளுக்குள் புகுந்து அவர்கள் தத்துவவாதிகளைப் பற்றிய கதைகளைச் சொல்கின்றபோது, தத்துவக் கொள்கைகளைத் தங்கள் தொன்மங்களில் பொதிந்துவைக்கின்ற நிலையில்தான் நான் தத்துவத்தைப் பற்றிப் பேசுவேன். இந்தியாவில் தத்துவம் சாதாரண மக்களின் பக்தி வாழ்க்கையில் வைத்து விவாதிக்கப்படுவதே காரணம்.

இந்த இயலில் எனது மையம், மூன்று வேதாந்தத் தத்துவஞானிகளைப் பற்றி இந்துக்கள் கூறிய தொன்மங்களைப் பற்றியது. குறிப்பாக (சமயங்களுக் கிடையிலான, சமயங்களுக்குள்ளான உரையாடலைத் தொடர்ந்து), ஒரு தத்துவஞானியின் சீடர்கள் மற்றொரு தத்துவஞானியைப் பற்றிக் கூறிய கதைகள்; மாயைத் தத்துவத்தைச் சாதி, பால் இவற்றுக்கும், இல்லறம் - துறவறத்திற்கான இழுவிசைக்கும் பொருத்துகின்ற கதைகள்; ஏனெனில், லோகாயத உலகம் ஒரு சாவுவலை அல்ல, அதுபோன்றதொரு மாயை தான் என்பது துறவென்னும் தூணியிலுள்ள முக்கிய அம்புகளில்

ஒன்றாகும்.

இந்த அணுகுமுறை, வேறுபல முக்கியத் தத்துவ விஷயங்களைத் தொடாமல் விடக்கூடியது என்பதால், நான் இந்துத் தத்துவத்தின் முக்கியப் புலங்களின் அடிப்படை நிலைப்பாடுகளை, ஆறு தரிசனங்கள் அல்லது நோக்குநிலைகளைச் சுருக்கமாக முன்வைக்கிறேன். இந்தப் புலங்கள் முன் நூற்றாண்டுகளில் வேரூன்றியவை ஆனால் தங்களுக்குள் உரையாடல் நிகழ்த்திப் பன்னிரண்டாம் நூற்றாண்டு முதலாக முழுமை யாக வளர்ச்சி அடைந்தவை.

1. மீமாம்சை (விமரிசனத்தோடு கூடிய தேடல்) என்பது ஜைமினியுடன் (ஏ. கி.மு. 400) தொடங்கியது. தர்மத்திற்கும் கர்மத்திற்கும் வேதங்களை அதிகாரியாகக் கொண்டதால், அவற்றை விளக்க முனைந்தது. ஜைமினி, யாகம் செய்பவருக்கு மரணத்திற்குப் பின் சொர்க்கம் உண்டு என்று உத்திரவாதம் தந்தார். பெண்கள் யாகம் செய்யலாம் என்றும் சூத்திரர்கள் யாகம் செய்யக்கூடாது என்றும் விதித்தார்.[2]

2. வைசேடிகம் கணாதருடன் (ஏ. கி.மு. மூன்றாம் நூற்றாண்டு) தொடங்கியது. அணு சார்ந்த பிரபஞ்சவியல் ஒன்றை முன்வைத்தார். அதன்படி, எல்லாப் பருப்பொருள்களும் ஒன்பது மூலங்களின் அணுக்களால் ஆனவை. நான்கு பருப்பொருள் மூலகங்ஙள்— நிலம், நீர், தீ, காற்று; ஐந்து அருவ மூலகங்கள் — வெளி, காலம், ஈதர், மனம், ஆன்மா ஆகியவை இவை. இந்த நோக்கில் கடவுள் உலகத்தை முன்னரே இருந்த பாழ்வெளியிலிருந்து படைத்தார். ஏற்கெனவே உள்ள அணுக்களுக்கு அவர் வடிவம் மட்டுமே கொடுத்தார். ஆகவே சங்கரர் வைசேடிகர்களை அரைச்சூனியவாதிகள் என்றார்.[3]

3. தர்க்கமீமாம்சம் கௌதமருடன (ஏ. கி.மு. இரண்டாம் நூற்றாண்டு) தொடங்கியது. (இவர் வேறு, புத்தர் வேறு). இது ஒரு பகுப்பாய்வு தொடர்பான தத்துவம், பின்வந்த எல்லா இந்துத் தத்துவங்களுக்கும் அடிப்படையானது மட்டுமல்ல, அறிவியல் நூல்கள் சாத்திரங்கள் போன்றவற்றிற்கும் தேவையானது.

4. பதஞ்சலியின் யோகசூத்திரம் (ஏ. கி.மு. 150). இது பலநூற்றாண்டு களாகப் பயன்பட்டு வந்த யோகச் செயல்முறைகளை விதிப்படுத்தி யது. யோகத்தின்படி தனிப்பட்ட கடவுள் உண்டு, அவர் கால முறைப்படி படைப்பையும் அழித்தலையும் மேற்கொள்பவர், சர்வ ஞானமும் சர்வ வல்லமையும் பெற்றவர். இந்தப் புலம், மனம், உடல் ஆகியவற்றின் பயிற்சியை வலியுறுத்தியது. “பயிற்சியின்மைக்கு உட்படுத்தும் (சும்மா இருக்கும்) பயிற்சி உட்பட.” மோட்சம் அறிவின் வாயிலாகக் கிடைப்பதல்ல, மனத்தையும் உடலையும் பண்படுத்துவதால் கிடைப்பதென்று யோகம் சொல்கிறது.

5. சாங்கியம், உபநிடத காலத்தில் தோன்றியது. மகாபாரதத்தில் (குறிப்பாக கீதையில்) முக்கியமாக சொல்லப்படுகிறது. சாங்கிய தத்துவத்தை முறைப்படுத்தியவர் ஈஸ்வர கிருஷ்ணர் (ஏ. கி.பி. மூன்றாம் நூற்றாண்டு). சாங்கியம் இருமைத் தத்துவம். பிரபஞ்சம்

ஆண் தத்துவமான புருஷனாலும் (ஆன்மா, சுயம், ஆளுமை) பெண்மைத் தத்துவமான பிரகிருதியினாலும் (பொருள், இயற்கை) ஆனது. எல்லையற்ற, ஒத்தத் தன்மை கொண்ட புருஷர்கள் உண்டு. எதுவும் எதற்கும் மேம்பட்டதல்ல.[5] தொடக்க சாங்கியத் தத்துவ ஞானிகள் கடவுள் இருக்கலாம், இல்லாமலும் இருக்கலாம், ஆனால் பிரபஞ்சத்தை விளக்குவதற்குக் கடவுள் தேவையில்லை என்றனர். பிற்காலச் சாங்கியவாதிகள் கடவுள் இருப்பதாகக் கொண்டனர்.

6. கடைசியாக வருவது வேதாந்தம். ஆத்மா (சுயத்தின் ஒருமை), பிரம்மம் (பிரபஞ்சத் தத்துவம்) ஆகியவற்றின் வாயிலாக உபநிடதங்களை வாசிக்கும் புலம் இது. உபநிடதங்கள், பகவத்கீதை, பாதராயணரின் வேதாந்த சூத்திரங்கள் (ஏ. கி.மு.400) ஆகியவற்றின் உரைகள் வாயிலாக வெளிப்படுத்தப்படுவது. வேதாந்தத்தின் வெவ்வேறு கிளைகள், நிகழ்வு உலகத்தை அறிவுப்புலப் பிழை (அவித்யா), உளவியல் நிலை (அத்யயம்), மீமெய்ம்மையியல் மாயை ஆகியவற்றால் உருவாவதாகச் சொல்கின்றன. தொன்மங்களெல்லாம் விளக்குவதற்குப் போராடுகின்ற தீமை என்ற விஷயத்தைக்கூட, இன்னும் கேட்டால் மரணத்தைக்கூட, அவை மாயை என்றே சொல்லிவிடுகின்றன.

வேதாந்தத்தின் மிகப் பெரிய காலப்பகுதி தென்னிந்தியாவைச் சேர்ந்த மூன்று தத்துவஞானிகளோடு தொடங்குகிறது. அவர்கள் யாவருமே பிராமணர்கள்தான்.[6] இருமைக் கொள்கையாளர்களுக்கும் (த்வைதிகளுக்கும்) ஒருமைக்கொள்கையாளர்களுக்கும் (அத்வைதிகளுக்கும்) ஓர் அடிப்படைப் பிளவு இருக்கிறது. த்வைதிகள், கடவுளும் வழிபடுபவன் உள்ளிட்ட பிரபஞ்சமும் வேறுவேறு பொருள்கள் என்றார்கள். அத்வைதிகளோ, அவர்கள் இரண்டும் ஒரே பொருள் என்றார்கள். சங்கரர் கேரளாவைச் சேர்ந்தவர், சைவர், தூய அத்வைதத்தை முன்நிறுத்தியவர். தமிழகத்தின காஞ்சிபுரத்தைச் சேர்ந்த இராமானுஜர், விசேஷ அத்வைத்தை (விசிஷ்டாத்வைதம்) முன்வைத்தவர். ஸ்ரீவைணவ சமயத்தைச் சேர்ந்தவர் (விளக்கம் கீழே) தங்கள் மரபை இருமை வேதாந்தம் என்று கூறியவர்கள் ஸ்ரீ வைணவர்கள். அது வேத சமஸ்கிருதத்தையும் ஆழ்வார்களின் தமிழையும் மரபாகக் கொண்டது. மத்வர் (மத்வாசாரியர்) கர்நாடகத்தைச் சேர்ந்த கல்யாணபுரத்தைச் சேர்ந்தவர். இந்த மூன்று தத்துவஞானிகளையும் பின்பற்றியவர்களும், அவர்களின் எதிரிகளும் அவர்களைப் பற்றிப் பல கதைகளைச் சொன்னார்கள். அவற்றிலிருந்து அவர்கள் தத்துவங்களின் மனித உத்தேசங்களையும், அவற்றில் பொதிந்துள்ள பல்வேறு குரல்களின் பரந்த வீச்சையும் நாம் சேகரிக்கமுடியும். புராணங்களின் பாணியில் தொன்மக்கதைகளின் விஷயங்கள் அவர்கள். அக்கதைகள் அவர்களின் நோக்குகளை நாடகப்படுத்தின, அவற்றை அவர்களின் வரலாறுகளைக் கூறும் மரபுகளோடும், நாட்டார் மரபுகளோடும் இணைத்தன. அவர்களுடைய தத்துவங்கள் ஒரு மேட்டுக்குடிப் புத்திஜீவிகளின் சிறுவட்டத்தைச் சேர்ந்தவை அல்ல. தொன்மங்கள், நாட்டாரியல்களின் வழியாக இந்து மதத்தின் பக்தி மார்க்கத்திற்குள் கசிந்து ஊடுருவி ஆழமாக அதை பாதித்தவை.

இடைக்காலக் கதைகளில் வேதாந்தப் பகைமைகள்

இடைக்கால இந்தியாவில் தத்துவங்களை வைத்துச் சண்டையிடும் அளவுக்கு மக்கள் அவற்றைப்பற்றி அக்கறை கொண்டிருந்தார்கள். உலகின் நான்கு மூலைகளையும் கைப்பற்றுவது என்ற பொருள்கொண்ட திக்விஜயம் என்ற சொல், அசலில் ஓர் அரசன் தன் இராணுவத்தினால் பிறநாடுகளைக் கைப்பற்றுவதைக் குறித்தது. அதே சொல், ஒரு பெரிய புனிதப் பயணத்திற்கும் ஆகி, பிறகு, ஒரு தத்துவஞானி மற்றவர்களைக் கொள்கையில் வெல்வதற்கும் உருவகமாக அமைந்தது.[8] தத்துவஞானிகள் பெரும்பாலும் சொற்களால்தான் போரிட்டார்கள். சிலசமயங்களில் அற்புதச் செயல்களாலும் (தென்னிந்தியச் சூழலில், தத்துவம் எழுதிய ஏடுகள் ஆற்றை எதிர்த்து வருதல் போன்றவை) பெரும்பாலும் தங்களை ஆதரித்தவர்களின் பணபலத்தைக் கொண்டும், அதற்காகவும் போரிட்டனர். முஷ்டிச் சண்டைகள் அபூர்வம். அவர்கள் எதிர்த்ததும் எதிர்கொண்டதும் நூல்களிலும், மேடைகளிலும்தானே தவிர, போர்க்களங்களில் அல்ல. (ஒரே ஒரு சமயத்தில் குறைந்தபட்சம், முஷ்டிச் சண்டை நடந்திருக்கிறது என்பதை அபூர்வமான அக்பர்நாமாவின் படப்பிரதி ஒன்றின் வியப்பளிக்கும் ஓவியம் காட்டுகிறது. அது "பஞ்சாப் தானேஸ்வரத்தில் இரு இந்துக் குழுக்களுக்குள் ஏற்பட்ட சண்டையை அக்பர் கண்ணுறுதல், 1597 - 8" என்ற தலைப்பைக் கொண்டது. அதில் எல்லாச் சமயப்பிரிவுகளையும் சேர்ந்த டஜன் கணக்கான யோகிகளும் துறவிகளும் ஒருவர்மீதொருவர் அம்பு எய்கிறார்கள், ஒருவரை ஒருவர் கையில்கிடைத்த ஆயுதங்களால், வாள்களாலும் கத்திகளாலும் வெட்டிக் கொள்கிறார்கள்.[9])

தட்சனுடன் சிவன் மோதியபோதும், விஷ்ணு புத்தராக அவதாரம் எடுத்தான் என்னும்போதும் தவறான தத்துவ,இறையியல் கொள்கைகளைப் பிரச்சாரம் செய்தார்கள் என்ற தொன்மங்களைச் சந்தித்திருக்கிறோம். புத்த அவதாரத்தின் தொன்மங்களின் ஒரு தோராயமான வளர்ச்சியை (துல்லியமாகக் காலவரிசை கொண்டதல்ல)யும் பார்த்திருக்கிறோம். பௌத்தத்தை இந்துமதத்திற்குள் இணைத்துக்கொள்ளுதல் முதல்நிலை, பௌத்தத்திற்கு எதிரான தொன்மங்கள் தோன்றுகின்ற காலம் இரண்டாம் நிலை. பிறகு பௌத்தம் வீழ்ச்சியடைகின்ற சமயத்தில் அதைப்பற்றிய பாராட்டுத் தொன்மங்கள் வரத் தொடங்கியது மூன்றாம் நிலை. இங்கு நான்காம் நிலையைச் சந்திக்கிறோம். தென்னிந்திய மற்றும் காஷ்மீரக் (விளக்கம் கீழே) கருத்துமுதல்வாதத் தத்துவத்திற்கு பௌத்தம் நேர்முக நிலையில் அளித்த பங்களிப்பினை இதில் பார்க்கிறோம். இச்சமயத்தில், விஷ்ணுவை புத்தராகச் சித்திரித்த தொன்மங்கள் பலவற்றில், முன்னர் பௌத்தர்கள் மேலிருந்த வெறுப்பு சங்கரர்மீது திருப்பிவிடப்பட்டதையும் காண்கிறோம். இத்தொன்மங்கள் சிலவற்றைக் காண்போம்.

சங்கரர் கதைகள்

சங்கரரின் நூல்கள் அவருடைய சிந்தனைகளைச் சொல்லுகின்றன, ஆனால் அவரைப் பற்றிய கதைகள் அவர் வாழ்க்கையைப் பேசுகின்றன. பௌத்தர்களின் எண்வகை மார்க்கத்திற்கு எதிராகப் போட்டியிடக்கூடிய

ஓர் ஒழுக்கத் திட்டத்தைக் கொண்டதாக உள்ள ஓர் சீர்திருத்த இயக்கத்தை ஆரம்பித்தவராக சங்கரர் கருதப்படுகிறார்.[10] (அது பௌத்தத்தையே பெருமளவு சார்ந்திருப்பதாகக் குற்றம் சாட்டப்படுவதைப் பிறகு காண் போம்.) அதேபோல, இஸ்லாமின் ஒற்றைக்கடவுட் கொள்கையை எதிர்த்து நிற்கும் தேவைக்கான எதிர்வினையால் உயர்த்தப்பட்டதான ஒரு தத்துவ மாகவும் அது இருந்தது. ஓர் ஆசாரியராகவும், மதம் மாற்றுபவராகவும், தத்துவஞானியாகவும் இருந்த சங்கரர், இந்தியாவில் சங்கர மடங்களை நிறுவியவர் என்றும் சொல்லப்படுகிறது. பிறப்பு இறப்பு என்னும் சம்சாரச் சுழற்சியைக் கொண்ட, தினசரி அனுபவங்களால் ஆன நிகழ்வுலகம் முற்றிலும் ஒரு மாயை, நம்முடைய தளைகளுக்கு மூலமான ஒன்று என்ற அவரது கொள்கை, சன்னியாச, அல்லது மடத்தைச் சேர்ந்த துறவு வாழ்க்கைக்கு அடிப்படையாகக் கொள்ளப்பட்டது.[11]

ஆனால் பிராமணர்கள் மட்டுமே துறவறத்தில் ஈடுபடமுடியும் என்று சங்கரர் வாதிட்டார்.[12] ஆகவே துறவுக்கு எதிரான மேலும் பொதுவான உருவமைப்புகளில் சில அவருக்கெதிரான வெறுப்பாக மாற்றப்படுகின்றன. உபநிடத காலத்திற்கு முன்னாலிருந்தே இந்துமதத்தில் தவம் செய்து தங்கள் உள்ளாற்றலைப் பெருக்கி முக்தி வழியில் ஈடுபடுபவர்கள் இருந்தார்கள் எனறாலும் ஒரு முக்கிய சக்தியாக அவர்கள் திரளு வதற்கு வேண்டிய நிறுவனப் பின்னணிச் சக்தி சங்கரர் காலம் வரை அவர்களுக்கு இல்லை. முறையான மட அமைப்புகள் நிறுவனங்கள் பற்றிய சிந்தனையை சங்கரர் பௌத்தத்திலிருந்துதான் பெற்றார். அதை இந்து மதத்திற்காக மீள்வடிவமைத்தார். இச்செயல், சில பிராமணர்களுக்கு ஒரு எருதின் எதிரில் சிவப்புத் துணியைக் காட்டினாற் போல் ஆயிற்று. இராமானுஜர் சங்கரரை பிரசன்ன புத்தர், அல்லது போலிபுத்தர் என்ற அழைக்கிறார்.[13]

சங்கரரின் அத்வைதத்தைச் சவாலுக்குள்ளாக்கியதில் முதலாவது தததுவம் இராமானுஜருடைய விசிஷ்டாத்வைதம். பிறகு மத்வரின் இருமைத் தத்துவம் (த்வைதம்). மத்வரின் சீடர்கள், சங்கரர் ஒன்றுக்கு மேல் எண்ணத் தெரியாத முட்டாள், அதனால்தான் ஒருமைத் தத்துவத்தை ஏற்படுத்தினார் என்று கேலிசெய்தனர்.[14] சிவனைப் பற்றி உணர்ச்சிமிக்க அழகிய பக்திக் கவிதைகளை சங்கரர் எழுதியிருக்கிறார். ஆனால் அத்வைதப்படி நீயே கடவுளாக இருப்பதாலும் பிரம்மம் நிர்குணத் தன்மை படைத்தது என்பதாலும் கடவுளை ஒருவரும் வணங்க முடியாது. சங்கரர் இந்த நுட்பத்தைத் தம் பக்திக் கவிதைகளின்போது கவனிக்கத் தவறிவிட்டதாகவே தோன்றுகிறது. இருமைத் தத்துவவாதிகளுக்கு இந்தச் சிக்கல் இல்லை. கடவுள் சகுனத்தன்மையோடு (சகலவித குணங்களோடும்) இருப்பதுபோலத் தோன்றுகிறான் என்று அத்வைதிகள் இந்தப் பிரச்சினைக்குத் தீர்வுகண்டனர். ஆனால் ஓர் இருமைத்தன்மை மனிதர்களையும் கடவுளையும் பிரிக்கிறது, கடவுளுக்குப் பண்புகள் உண்டு என்று மத்வர் கொள்வதுபோல ஏற்றுக்கொண்டால் கடவுள் வேறு ஆன்மா வேறு என்பதால் வழிபடுவது இயலும், பிரச்சினையே இல்லை.

சங்கரரைப் பற்றிய வரலாறுகள் எழுந்த காலம் (1) பக்தி மிகப் பரவியிருந்த

காலம், அது வேகமாகப் பரவி, இன்பச்சிற்றுலா உணவில் எறும்புகள் புகுவதைப்போலத் தத்துவத்திற்குள்ளும் புகுந்துகொண்டது. மேலும் (2) பௌத்தர்கள், முஸ்லிம்களோடு கிறித்துவர்களும் கேரளத்தில் (சங்கரரின் பிறப்பிடம்) ஆதரவுபெற்றுப் பரவிவந்த காலம். ஆகவே, முன்னொரு காலத்தில், பௌத்தத்தின் மானிடப் பரிமாணத்துக்கு எதிர்வினையாக இந்துமதத்தில் கடவுளின் அவதாரங்கள் தோன்றினாற்போல, புத்தரைப் போல (முகமதுவையும், இயேசுவையும் போலவும்) தோன்றிய ஒருவர் தான் சங்கரர். ஒரு மதத்தை நிறுவிய மானிடப்பிறவி என்பதுதான் இப் போதைக்கு விடை.

உயர்சாதி பிராமணக் குடும்பத்தில் பிறந்தவர் சங்கரர். இந்தியா முழுவதும் தனது பயணத்தில் அவருக்குப் பல்வேறு தத்துவவாதிகளுக்கு போதிக்கவும் அவர்களுடன் விவாதம் செய்யவும் வாய்ப்புக் கிடைத்தது. அவர் பௌத்தர்களுடன் தீவிரமாக விவாதம் செய்தார் என்றும், அரசர் களையும் பிற செல்வாக்கு மிக்கவர்களையும் பௌத்த மடங்களுக்கு ஆதரவு தரக்கூடாது என்று கருத்தேற்ற முயற்சி செய்தார் என்றும் அவரு டைய வரலாறுகள் சொல்லுகின்றன. விஷ்ணுவின் புத்த அவதாரத்திற்கு எதிராகப் போரிட, சிவன் சங்கரராக அவதாரம் எடுத்தார் என்று ஒரு பனுவல் சொல்கிறது.

சங்கர சிவனுக்கு எதிர்நிலையில் புத்த விஷ்ணு

விஷ்ணு தங்களுக்காக வேண்டி பூமியில் புத்தரின் உடலில் புகுந்தார். ஆனால் இப்போது பிராமணர்களையும் சாதி தர்மத்தையும் வாழ்க்கை நிலைகளையும் வெறுக்கின்ற மதவெறுப்பாளர்கள் பூமி முழுவதும் நிரம்பிவிட்டார்கள் என்றும் சிவனிடம் தேவர்கள் முறையிட்டனர். "சடங்கு களைச் செய்வதற்கு ஒருவனுமில்லை, எல்லாரும் வைதிக எதிரிகளாக— பௌத்தர்களாக, காபாலிகர்களாக, இவர்களைப் போன்றவர்களாக மாறி விட்டார்கள், ஆகவே எங்களுக்கு அவியுணவு கிடைப்பதில்லை" என்றனர். உலகத்தை மகிழ்ச்சியாக வைத்திருக்கின்ற வைதிக தர்மத்தை நிறுவுவதற்கும், தீய நடத்தையை அழிப்பதற்கும் சங்கரராகத்தான் பிறப்பெடுப்பதாக சிவன் ஒப்புக் கொண்டான்.[15]

வழக்கம்போலவே வைதிகதர்மத்துக்கு எதிர்ப்பு என்பது வெகுதூரம் போய்விட்டது. அது தேவர்களுக்கு உடனாளர்களையும் எதிரிகளையும் ஒன்றாக அழித்துவிட்டது. ஆகவே தெய்வக்குறுக்கீடு தேவை என்றா கியது.

இந்தக் காலப்பகுதியிலிருந்து, இந்துக்கள் அல்லாதவர்கள் மட்டும் சங்கருடன் முரண்படவில்லை, மீமாம்சகத் தத்துவவாதிகள், பிற வேதாந்தக் கொள்கையாளர்கள் போன்றோர்க்கும் மெய்யாகவே சங்கருடன் தொடர்பு இறுக்கமாகத்தான் இருந்தது, அவர்களில் சிலர் ஆசையையும் பாலியல் தன்மையையும் துறப்பது பற்றிய கேள்விகளையும் எழுப்பினார்கள் என்று தொன்மங்கள் வெளிப்படுத்துகின்றன.

சங்கரரும் தத்துவவாதியின் மனைவியும்

மந்தணமிஸ்ரர் என்ற மீமாம்சைக் கொள்கைத் தத்துவவாதியின் மனைவி பாரதி என்பவள். அவள் சங்கரரை காமக்கலை பற்றி வாதிக்கு மாறு சவால்விட்டாள். அது பற்றி, பாவம் சங்கரருக்கு ஒன்றும் தெரியாது. அவர் எப்போதுமே பிரம்மச்சரியத்தைக் காக்கின்ற துறவியாக இருந்தவர். காமம் பற்றிய கேள்வியொன்று விவாதத்தில் அவர் மேற்கொண்டு செல்வதைத் தடுத்ததால், அவர் காலஅவகாசம் கேட்டார். ஓர் அரசனுக்குப் பெரியதொரு அந்தப்புரம் இருந்தது. தளர்ச்சியுற்ற அரசன், திருப்தியுறாத பெண்கள் இருபாலாருக்கும் ஆறுதல் தரும் வகையில், அவன் ஆன்மாவை பாதிக்காமல், உடலுக்குள் கூடுவிட்டுக் கூடு பாய்ந்து சுகம் அனுபவித்தார். இனியதொரு ஆய்வு, களப்பணியை ஒரு மாதம் மேற்கொண்ட பிறகு சங்கரர் தமது அசலான உடலுக்குத் திரும்பி, வாதத்தில் வென்றார். அதனால் பாரதியும் அவள் கணவனும் அத்வைதிகளாயினர்.[16]

இந்தச் சம்பவத்திற்கு முன்னர் சங்கரர், துறவு மேற்கொள்ளாத மீமாம் சகர்கள் பலருடன் வாதிட்டுத் தொடர்ச்சியாக வெற்றி பெற்றிருந்தார். ஆகவே மன உலகத்தைப் பொறுத்தவரை அவர் வென்றார் எனலாம். இந்தக் கதை, காமத்தையும் துறவையும் முரண்படுத்தும்விதத்தில், துறவு மேற்கொண்ட தத்துவஞானி, மனஉலகத்திற்கு மாறுபட்ட உடல் உலகத் திலும் வென்றார் என்றாகிறது. சாப்பிட்டும் ஆயிற்று, வடையும் இருந்தது என்ற கதைதான். உடல்சார் உலகம், இந்தக் கதையில் மீமாம்சகரின் மனைவியாலும், தெளிவாகவே அரசனைவிட அவன் வடிவத்திலிருந்த சங்கரரை விரும்பிய அவன் மனைவிகளாலும் முன்னிறுத்தப்படுகிறது. சிவனைப் போலவே சங்கரரும் பிரம்மச்சாரியாக இருந்தபோது செய்த தொடர்ந்த தவத்தினால் ஏற்பட்ட வலிமையை உள்ளடக்கி வைத்திருந்தார் என்று தோன்றுகிறது. அத்வைதத்தின் உள்ளாற்றலைவிட, சங்கரரின் தவ மேன்மையே மீமாம்சகரையும் அவர் மனைவியையும் வெல்லக் காரண மாக இருந்தது என்று தோன்றுகிறது.

துறவு, பெற்றோரையும் தோழர்களையும் அதற்கான விலையைக் கொடுக்கவே வைத்தது. அது பின்வரும் கதையில் சொல்லப்படுகிறது.

சங்கரரும் முதலையும்

எட்டுவயதான சிறுவனாக இருக்கும்போதே சங்கரர் துறவு மேற்கொள்வதாக சபதம் செய்ததாகக் கூறப்படுகிறது. இதனால் அவருடைய தாய் கவலையுற்றாள். அனுமதி வழங்கவேண்டிய நாளைத் தள்ளிப்போட்டுக்கொண்டே வந்தாள். ஒருநாள் ஆற்றில் குளித்துக் கொண்டிருந்தபோது அவர் காலை ஒரு முதலை கவ்வியது. அவருடைய கூச்சலைக்கேட்டு அவர்தாய் ஆற்றங்கரைக்கு ஓடிவந்தாள். அவர் இப்போது இறக்க இருப்பதால், அவருக்கு முக்தியடைய ஒரே வாய்ப்பு அப்போதே துறவு மேற்கொள்வது தான். அவருடைய தாய் ஒப்புக்கொண்டாள். உடனே கவ்விய முதலையும் போய்விட்டது. அவர் துறவியானார். ஆனால் தன் தாயிடம், அவளுடைய கடைசி நாட்களில் உடன் இருப்பதாகவும் அவளுடைய ஈமக்கடன்களைச் செய்வதாகவும்

வாக்குறுதி தந்தார். அவ்விதமே செய்தார்.[17]

சமரசம் செய்துகொள்ளவேண்டிய தேவை பற்றிய கதை இது. அவர் குடும்பத்தின் தேவைகளையும், துறவுக் கடமைகளையும் பூர்த்திசெய்ய வேண்டியிருக்கிறது. பெற்றோர் தங்கள் பேரக்குழந்தைகளைப் பார்க்க விரும்புகிறார்கள். ஆனால் இக்கதை, வேறொரு பழங்கதையை ஒட்டி, வேறு விஷயங்களை வற்புறுத்துவதற்காக அமைக்கப்பட்டுள்ளது. முதலைகள் மனிதர்களைக் காலைப்பிடித்துத்தான் இழுத்துச்செல்லும் என்று ரிக் வேதம் (10.28.11) சொல்கிறது. (அமராவதியில் இயற்றப்பட்ட) ஒரு ஜாதகக் கதையில், போதிசத்துவரும் விஷ்ணுவும்[18] முதலை பிடித்துக்கொண்ட ஒரு யானையைக் காப்பாற்றியதாக வருகிறது. (ஜைனர்களுடன் விவாதம் செய்த அதே) சுந்தமூர்த்தி நாயனார், ஒரு முதலையிடமிருந்து பிராமணச் சிறுவன் ஒருவனைக் காப்பாற்றுகிறார். ஆகவே சங்கரருடைய வரலாற்றாசிரியர்கள் எவ்விதம் இந்தக் கதையைத் தேடி எடுத்துத் தங்கள் தேவைகளுக்கேற்ப வடிவமைத்துக் கொண்டார்கள் என்பதை நாம் காண முடியும்.

இராமானுஜர், மத்வர் பற்றிய கதைகள்

சமயத் தொன்மங்களின் சங்கிலித்தொடர் சங்கரருடன் முடியவில்லை. இராமானுஜர் சங்கரருடைய சீடர்களுடன் மோதலில் ஈடுபடாவிட்டாலும், பிற சைவர்களுடன் மோதியதைப் பற்றிப் பல கதைகள் சொல்கின்றன. ஆந்திர மாநிலத்தில், பெரியதொரு கோயிலில், சைவர்களை இராமானுஜர் சவாலுக்கு அழைத்தார் என்று சொல்லப்படுகிறது. அவர் வாதில் வென்றதாகத் தெரியவில்லை. மாறாக, “சைவச் சின்னங்களைத் தரையில் இட்டுவிட்டு, வைணவச் சின்னங்களைத் தம் உடலில் தரித்ததினால் கடவுட் செயலால் வென்றார்” என்று சொல்லப்படுகிறது.[19] சைவனான ஒரு சோழ அரசன், சிவனைத் தவிரக் கடவுள் இல்லை என்று அவரை ஓர் உறுதிமொழியில் கையொப்பமிடும்படி செய்ய முயன்றதாகத் தெரிகிறது. இராமாநுஜர் தம்மைப்போல் வேடமிட்ட ஒரு சீடனையும், மற்றொரு சீடனையும் தனக்கு பதிலாக அனுப்பினார். அவர்களில் ஒருவன் சிவன் என்ற சொல்லைச் சிலேடையாகக் கையாண்டு ஏளனம் செய்தான். அதனால் அவ்விருவரின் கண்களையும் பிடுங்கிவிடும்படி அரசன் கட்டளையிட்டான். இராமாநுஜர் மைசூருக்குத் தப்பிச் சென்று அங்கிருந்த ஹொய்சல அரசனை ஜைன மதத்திலிருந்து ஸ்ரீவைணவத்திற்கு மாற்றினார். ஜைனக்கோயில்கள் பலவற்றுக்குச் சொந்தமான நிலங்களை வைணவக்கோயில்கள் பலவற்றிற்கு நிவந்தமாக அளிக்கச் செய்தார்.

முஸ்லிம்களுக்கு எதிராகவும் இராமானுஜர் செயல்பட்டார் என்பது பற்றிக் கதைகள் உண்டு. இழந்த ரங்கநாதரின் சிலையை மீட்பதற்காக அவர் தில்லி சென்றார். அந்தச் சிலையைக் கண்டார். “அன்பு மகனே!” என்று அவர் கூக்குரலிட்டதாகவும், உடனே அந்தச் சிலை அவர் கைகளில் தாவி அமர்ந்துகொண்டதாகவும் சொல்லப்படுகிறது.[20] அற்புதச் செயல்களைக் கொண்டதொரு போட்டியில், ஆயிரம் ஜைனத் துறவிகளை அவர் தோல்வியுறச் செய்ததாகவும், அதனால் அவர்கள் யாவரும் மதம் மாறுவதற்கு பதிலாகத் தற்கொலை செய்துகொண்டதாகவும்

கூறப்படுகிறது.[21] கண்களைக் குருடாக்கப் பெறுதல், அற்புதச் செயல்கள் நிரம்பிய வாதம், ஆயிரக்கணக்கானோர் இறப்பு போன்ற நிகழ்வுகள், சிவனடியார்களையும் நாயன்மார்களையும் பற்றிய தென் இந்தியக் கதைகளை நினைவுபடுத்துகின்றன. ஆகவே இராமாநுஜரைப் பற்றிய இவை கட்டுக்கதைகளாகவே இருத்தல் கூடும். வரலாற்றுப் பதிவுகள் ஒட்டுமொத்தமான தற்கொலைகள் எவற்றையும் பற்றிக் கூறவில்லை. (அற்புதச் செயல்கள் பற்றியும் எதுவும் சொல்லவில்லை.) அக்காலத்தி லிருந்த அரசர்கள் பெரும்பாலும் மதவெறி பிடித்தவர்களாக இல்லை. அவர்கள் சைவ, வைணவ, ஜைன, பௌத்த நிறுவனங்களை ஆதரித் ததாகவே தெரிகிறது. அதேபோல, ஹொய்சல அரசனும் ஜைனன் என் பதற்கோ, அவன் அவர்களுக்குத் தன் ஆதரவை விலக்கிக் கொண்டான் என்பதற்கோ எவ்வித ஆதாரமும் இல்லை.[22] ஆனால் இக்கதைகள் பல நூற்றாண்டுகளாக வழங்கிவந்தன.

சங்கரரைப் பின்பற்றியவர்கள், வைணவத் தத்துவஞானி மத்வரைப் பின்பற்றியவர்களுடன் (மாத்வர்களுடன்) அவ்வப்போது மோதலுக் குள்ளாயினர். மத்வர் பல அற்புதச் செயல்களைச் செய்ததாக நோக்கப் படுகிறது. அவற்றில் சில, புதிய ஏற்பாட்டில், கிறித்து செய்ததாகச் சொல்லப்படுபவை. நீரின் மேல் நடப்பது[23], சில ரொட்டித் துண்டுகளை வைத்து ஆயிரக்கணக்கானோருக்கு உணவளிப்பது, அலைகளின் சீற்றத் தைத் தணிப்பது, 'மனிதர்களை வலைவீசிப் பிடிப்பவராக' இருப்பது[24] போன்றவற்றைக் கருதலாம். மத்வர் (அல்லது அவர் வரலாற்றை எழுதியவர்கள்) கிறித்துவர்களின் தாக்கத்திற்குள்ளாகி இருக்கலாம். குறைந்தபட்சம் ஆறாம் நூற்றாண்டு முதலாகவேனும் கேரளாவிலும் மத்வரின் பிறப்பிடமான கல்யாணியிலும் (கர்நாடகம்) கிறித்துவர்கள் நிலைபெற்றிருந்தனர். ஆனால் சைவர்களுடன் மத்வரின் போரில், முன்னிற்பது பௌத்தமே ஒழியக் கிறித்துவம் அல்ல. புத்த அவதாரத்திற்கு மத்வர் ஒரு புதிய திருகலைக் கொடுத்து, பௌத்தக் கொள்கைகள் என்பதற்கு பதிலாக, சைவப் புனித நூல்களை வைத்தார்.[25] அவற்றைக் கொண்டு மனிதர்களைத் தவறான கோட்பாடுகளால் ஏமாற்றுவதற்காக, உண்மையான மதத்தை (விஷ்ணுவை வழிபடுதல்) அழிப்பதற்காக, விஷ்ணுவை மறைத்துச் சிவனை வெளிப்படுத்துவதற்காக[26] சைவப் புனித நூல்களைச் சிலபெருமான், விஷ்ணுவின் ஆணைப்படி எழுதியதாக மத்வர் கூறினார்.[26] ஆனால் இது ஒரு தொடக்கம்தான்.[27]

மத்வருக்கு எதிராக சங்கரர்

கலியுகத்தின் தொடக்கத்தில், பூமியே பௌத்த அலையின்கீழ் இருந்தது. மணிமத் எனப்பட்ட அரக்கன் ஒருவன், ஒரு விதவையின் காதலனின் மகனாகப் பிறந்தான். அவன் பெயர் சங்கரன் (பிழை). தன்னை வளர்த்த பிராமணனின் மனைவியை மயக்கினான். தனது மந்திரக்கலைகளால் பலபேரை மதம் மாற்றினான். சிவனுடைய ஆசி யோடு அவன் சாத்திரங்களைக் கற்றான். நடத்தை கெட்டவர்கள் அவனை வரவேற்றார்கள். அசுரர்கள் தங்கள் மீட்பன் என்று அவனைப் போற்றி னார்கள். அவர்களுடைய அறிவுரைப்படி, அவன் புத்தமதத்தைச் சேர்ந்து,

வேதாந்தம் கற்பிக்கும் போர்வையில் பௌத்தத்தைக் கற்பித்தான். பல தீய செயல்களைச் செய்தான். அவனுடைய கொள்கைகள், லோகாயதர்கள், ஜைனர்கள், பாசுபதர்கள் முதலியோர் கொள்கைகளை ஒத்திருப்பினும் அவற்றைவிட அருவருப்பானவையாகவும் தீங்குசெய்பவையாகவும் இருந்தன. அவனைப் பின்பற்றியவர்கள், மடங்களை எரித்தழித்தும், கால்நடைகளை அழித்தும், பெண்களையும் குழந்தைகளையும் கொன்றும் கொடுமைசெய்பவர்களாக இருந்தார்கள். வேதத்தைப் பின்பற்றாத மக்களைச் சாட்டையால் அடித்தான். பிறரை பலவந்தமாக மதமாற்றம் செய்தான். அவன் இறந்தபோது, மணிமத் - சங்கரனின் போதனைகளை மறுப்பதற்காக வாயுதேவன் மத்வராக அவதரித்தான்.[28]

சங்கரன் தன்னை வளர்த்த பிராமணனின் மனைவியைக் கெடுத்தான் என்று சொல்வது, ஒருவேளை சங்கரர், மீமாம்சத் தத்தவவாதியை வெல்ல அவர் மனைவியோடு காமத்திற்குத் தூண்டுவது பற்றி வாதிட்ட கதையின் காரணமாகவும், சங்கரர் தனது மந்திரசக்தியால் அரசனின் மனைவிகளோடு கள்ளஉறவு கொண்டதன் காரணமாகவும் இருக்கலாம். அவர் வேதாந்தப் போர்வையில் பௌத்தத்தை போதித்தார் என்று சொல்வது, அவருடைய வகை வேதாந்தத்தில் பௌத்தக்கூறுகள் மலிந்திருக்கின்றன என்ற சந்தேகத்தின் காரணமாக இருக்கலாம். இந்தப் பனுவலின்படி, மணிமத், ஏற்கெனவே இருந்துவந்த பௌத்தர்களுடன் சேர்ந்துகொண்டான். (புத்தராக விஷ்ணு செய்ததுபோல அந்த மதத்தை நிறுவவில்லை). சங்கரரின் அவதாரத்தைத் தலைகீழாக்குகிறான் (இப்போது அவன் சிவனின் அவதாரமல்ல, மணிமத் என்ற அரக்கனின் அவதாரம்). அவனைத் தொடர்ந்து மூன்றாவதாக ஒரு அவதாரம் — வாயுக்கடவுள், மத்வராக அவதரிப்பது — ஏற்படுகிறது. (புத்த அவதாரத்தில் கூறியபடி) அசுரர்களைக் கெடுக்க தேவர்கள் முன்பு ஏவப்பட்டனர். இதன் விளைவு, வைதிக மதத்துக்கு எதிரானவர்கள் யாவரும் அசுரர்களாக (அல்லது ஏதோவிதத்தில் அசுரர்களுக்குத் தொடர்புள்ளவர்களாக) இருந்தனர் என்பது குறிப்பு. இது இப்போது ஒரு முக்கியத் தலைகீழாக்கலுக்கு உள்ளானது. இப்போது அசுரர்கள் கெடுக்கப்படுபவர்கள் அல்ல, கெடுப்பதைச் செய்பவர்கள். இந்துத் தத்துவவாதிகளில் மாத்வர்கள் மட்டும் அசுரர்களும் வைதிக மதத்துக்கு எதிரானவர்களும் நரகத்தில் என்றென்றைக்குமாக உழல வேண்டியவர்கள் என்ற கருத்துடையவர்கள். சங்கரரை அசுரர் என்று மத்வர் நோக்கியமை, குறிப்பாக இக்கருத்தின்படி மிகக் கொடிய ஒன்றாகும். கடைசியாக, வழக்கம்போல், இந்தக் கெடுதலும் கலியுகத்தில் நடந்தது. மாத்வர்கள் இதை சமஸ்கிருதத்தில் ஒரு சகரத்துக்கு பதிலாக மற்றொரு சகரத்தை இட்டு வேடிக்கை செய்தனர். சங்கரன் (அமைதியைத் தருபவன்) என்பதைச் சைவர்கள் பலர் பெயராக வைத்துக்கொள்கின்றனர். அதை ஸங்கரன் (அல்லது ஸம்கரன்) என்று எழுதினர் (எவ்வித வேறுபாடும் நோக்காத கலப்பினம் என்பதை இச்சொல் குறிக்கிறது). அதாவது, வகுப்புகளுக்கிடையே உள்ள தடைச்சுவர்களை உடைப்பது என்பது கலியுகத்தின் வருகைக்கு முக்கிய அறிகுறி ஆகிறது. இதற்குத் தக, சங்கரனும், ஒரு விதவையின் கள்ளக்காதலனின் மகனாக இருக்கிறான்.[29]

வேதாந்தத்தில் ஒருமைவாதமும் மாற்றமும்

சாதியமைவின் மிகையான படிநிலை அமைப்புக்குத் தத்துவ எதிர் வினைகளில் ஒன்று படிநிலையற்ற, உண்மையில் எந்த வேறுபாடுகளும் அற்ற ஒரு தத்துவ ஒழுங்கமைவை வகுப்பதாகும் (அல்லது, அது உபநிட தங்களிலேயே தொடங்கிவிட்டதால், திருத்துவதாகும் என்று கூறலாம்) ஒருமையியம், ஓர் ஒற்றைப் பிரபஞ்ச இருப்பின் கூறுகள்தான் எல்லா உயிரினங்களும் என்று கருதுகிறது. ஆனால் வேதாந்தத்தின் தத்துவ முறைமைகள் பல, தங்களை உண்மையில் மிக அதிகமான படிநிலை அமைப்புக் கொண்டதாக அமைத்துக் கொண்டன. (சான்றாக, சங்கரர் சூத்திரர்களை விலக்கிவைத்ததைப் பார்த்தோம்). பிற முறைமைகளைச் சகித்தேற்கும் நிலையிலும் அவை இல்லை.

ஒருமையியத் தத்துவாதிகள் தாங்கள் அறிந்த ஒரே ஒரு உண்மைதான் உண்டு என்று உறுதியாகக் கூறினார்கள். ஆகவே மதமாற்றம் செய்வதில் ஈடுபட்டார்கள். தர்க்கரீதியாக, இந்துமதத்தின் உலகளாவிய நோக்கு, (எல்லா மதங்களும் உண்மையை அடைய முடியும் என்ற நோக்குக் கொண்டது), பிறரை மதமாற்றம் செய்வதில் அர்த்தமில்லை என்ற நிலைப்பாட்டுக்குப் பல கடவுளர்களை வணங்கக்கூடிய இந்துக்களைக் கொண்டுசென்றிருக்க வேண்டும். ஆனால் எல்லாச் சமயங்களிலும் இது நிகழ்ந்ததில்லை. பழமை நடைமுறையில் நம்பிக்கை கொண்ட வேத இந்துக்கள் மதமாற்றம் செய்வதற்கு முயலவில்லை. ஏனென்றால் ஒரு இந்துவாகப் பிறந்தால்தான் இந்துவாக இருக்கமுடியும் என்று அவர்கள் நம்பினார்கள். ஆனால் வேதாந்த இந்துக்களில் சிலர், பழமைவாத நிழலில் ஒதுங்கிக்கொண்டனர். பிறருடைய ஒருமைவாதங்களைவிடத் தங்கள் ஒருமையியமே சிறந்தது என்று வாதிட்டதோடு மதமாற்றம் செய்யவும் முனைந்தார்கள். மதமாற்றம் என்பதே சகிப்புத்தன்மை இன்மை இருப் பதாகக் காட்டாது என்றாலும், அது பன்மைவாதத்தின் கதவுகளை மூடிவிடுகிறது என்பது உண்மை.

தத்துவத்தில் விலங்குகள்

மாபெரும் தென்னிந்தியத் தத்துவஞானிகளின் விவாதப் போர்கள் இந்தியா முழுவதும் எதிரொலிகளை உண்டாக்கின, குறிப்பாகத் தொலை தூரத்திலுள்ள காஷ்மீரில். இவையெல்லாம், இரண்டு தென்னிந்திய சமயங்கள் தங்களுடைய கொள்கைகளை விலங்கு உருவகங்கள் வாயி லாகக் கூறியதால் எழுந்தவை.

வலைக்குள் சைவசித்தாந்த மிருகங்கள்

விலங்கு உருவகங்கள் மையமாகப் பயன்படுத்தப்பட்ட ஓர் இயக்கம், சைவசித்தாந்தம். தென்னிந்தியாவில் இந்தச் சமயத்தில் பக்தியின் சில ஒழுங்கற்ற கூறுகளைக் கட்டுக்குள் கொண்டுவர ஒரு கோட்பாட்டு வலையை விரிப்பதற்காக இது தோன்றியது. பிற ஒருபுறமிருக்க, தற்செயல் கருணை என்ற கொள்கையை இது இறையியலுக்குள் கொண்டுவந்தது.

ஐந்தாம் நூற்றாண்டு முதல் ஒன்பதாம் நூற்றாண்டுவரை நாயன்மார்கள் எழுதிய பக்திப் பனுவல்கள்தான் பொதுவாக சைவசித்தாந்தத் தத்துவத்திற்கு வேர். ஒன்பதாம் நூற்றாண்டில் காஷ்மீர சைவத்தின் கூறுகளில் ஒன்றாகுமாறு இந்த மரபு காஷ்மீருக்குச் சென்றது. ஆனால், திருமூலர், காஷ்மீரிலிருந்து தென்னாட்டிற்குச் சைவசித்தாந்தத் தத்துவக் குழுவை நிறுவ வந்ததாகச் சொல்லப்படுகிறது. பிறர் நாயன்மார்களின் கொள்கைகளை முறைப்படுத்தினர். காஷ்மீரில் சைவசித்தாந்தம் காஷ்மீர தாந்திரிகத்தின் கூறுகளை ஏற்றுக்கொண்டு அதை இல்லறத்தோர்க்குரிய மதமாக்கியது.[30] தென்னகச் சைவ சித்தாந்தமும் இந்த மாற்றத்தைத் தொடர்ந்து தீவிரமாக்கியது. சைவ சித்தாந்தம், இந்து அரசர்களின் ஆதரவையும் பெற்றது. ஆற்றல்மிக்க கோயில் மையங்களில் தழைத்தது. தமிழ் பக்தியுடன் மறு ஒன்றிணைப்பாகி, மாற்றமடைந்து, ஒரு தத்துவம் என்பதிலிருந்து, தமிழ்நாட்டில் இன்றும் தழைத்திருக்கக்கூடிய ஓர் ஆற்றல் மிக்க மதக் கலாச்சாரமாக மாறியது. சைவ சித்தாந்திகள் உதட்டளவில் வேதத்திற்கு மரியாதை கொடுத்தாலும், அவர்கள் சாதியையும் துறவையும் புறக்கணித்தனர் (அதாவது பெண்கள், குழந்தைகள், முதியவர்கள், பித்தர்கள், ஊனமுற்றவர்களைத் தவிரப் பிறரை ஏற்றுக் கொண்டனர்[31]). வீரசைவர்களைப் போலவே உடல்தான் சிவனின் ஆலயம் என்று நம்பினர். சைவக்கோயில்களில் நிறுவப்பட்ட அவர்களுடைய தனிச் சமயத்தில் உறுப்பினர்களுக்கு தீட்சை வழங்கியே சேர்ப்பது வழக்கம்.[32] பக்தியின் பிற கூறுகளைப் போலவே, இதுவும் வடநாட்டுக்குப் பரவியது. தனக்குத் தூண்டுதலாக இருந்த காஷ்மீர சைவத்துடன் மறு ஒன்றிணைப்பு அடைந்தது.

சங்கரரின் அத்வைதம், காஷ்மீர சைவத்தின் கருத்துமுதல் வாதம் ஆகிய இரண்டிற்கும் பிரக்ஞைபூர்வமாக எதிராக எழுந்த இயக்கம் சைவசித்தாந்தம். மேற்கண்ட இரு கொள்கைகளும், கடவுளையும் ஆன்மாவையும் ஒன்றெனக்கருதின, பிரபஞ்சத்தை மாயை என்றன. சைவசித்தாந்தம் ஒரு யதார்த்தமான, இருமைவாதக் கொள்கை. பதி (கடவுள்) பசுவிலிருந்து வேறுபட்டவன். (பசு யாகத்திற்கெனப் பயன்படுத்தும் அல்லது வீட்டுப் பிராணி என்று ஆசிரியர் இங்கு குறிப்புத் தருவது சரியில்லை.) பாசத்தினால் பதி, பசுவுடன் இணைக்கப்பட்டுள்ளான் (நாயும், அதன் எஜமானனும் கயிற்றினால் இணைக்கப்பட்டுள்ளது போல என்ற ஆசிரியர் குறிப்பும் அவ்வளவாகப் பொருந்தவில்லை). பாசம் என்பது சிவனின் விருப்பத்தையும் அவனது மாயாசக்தியையும் உள்ளடக்கியது. பிரபஞ்சமும், எல்லா மனம்சார்ந்த, பொருள்சார்ந்த நிகழ்வுகளும் பாசம் என்பதில் அடக்கம். இவை கருத்துமுதல் வாதம் கூறும் மாயை அல்ல, பாசம் என்பது தெய்வத்தன்மை வாய்ந்ததால் அது நிஜமானது.[33] தாந்திரிகத்தில், சிலபேரை வைதிக எதிர்ப்பாளர்களாக மாற்றி, இறுதியாக அவர்களுக்கு ஞானமளிப்பதுபோல, சிவன் மனிதர் களைப் பசுக்களாக்கி, விலங்குநிலையிலிருந்து அவர்களை விடுவிக்கிறான். மனிதர்களுக்கு அவர்கள் விலங்குநிலையிலும் காமத்திலும் வெறுப்பிலும் மூழ்கியிருப்பதை வெளிப்படுத்தவேண்டி, அவர்களைப் பாசத்தில் சிக்க வைக்கிறான். பிறகு அந்த இயல்பிலிருந்து அவர்களை விடுவிக்கிறான். வழிபடுபவனையும் கடவுளையும் இணைக்கும் பக்திக்குச் செயல்பாட்டுச்

சமனியாக பாசத்தைச் சொல்லலாம். அதற்கு எதிர்மறைச் சக்தியும் உண்டு, நேர்முகச் சக்தியும் உண்டு.[34]

சைவசித்தாந்தத்தின் மையமான பசு என்ற உருவகம் இந்துமதத்தில் யாவரும் அறிந்த ஒன்று. பின்னர், அதை உருவாக்கிய இறையியலாளர்களின் கருத்துக்கு மாறாக அதன் அசலான அர்த்தத்திலிருந்து வேறுபட்டும் பலவிதப் பயன்களுக்கு ஏற்கப்பட்டது. அகிம்சைக் கொள்கை வளர்ந்து வந்தாலும், உருவகமாக அன்றி, பசு என்பதற்கு நேர்ப் பொருள்கொண்டு, விலங்குகளை பலியிடவும் இது பயன்பட்டது. (தனக்கு முன் மனு சொன்னதைப்போல) தத்துவஞானி மத்வர், யாகச் சடங்குகளில் மெய்யான விலங்குகளைப் பயன்படுத்தாமல், மாவினால் செய்த விலங்குகளைப் பயன்படுத்துமாறு கூறினார்.[35] அவர் காலத்திலும் மிகுதியாக விலங்குகள் யாகத்தில் பலிதரப்பட்டு வந்ததனால்தான் அவர் இவ்வாறு கூறும் நிர்ப்பந்தம் ஏற்பட்டிருக்கவேண்டும். வைஷ்ணவ வித்யார்த்தி ஒருவனை குரு ஏற்றுக் கொள்ளும்போது, யாக விலங்கு ஒன்றைப் பலி கொடுக்கவேண்டும் என்று அக்னிபுராணம் சொல்கிறது. ஆனால் இந்தச் சடங்கின் உண்மையை, சைவசித்தாந்தத்திலிருந்து பெற்ற மங்கலச்சொற்கள், உருவகங்கள் வாயிலாக அது மறைத்துச் சொல் கிறது.

வலையிலிருந்து மிருகத்தை விடுவித்தல்

கோயிலுக்குச் செல். வலமாக வந்து விஷ்ணுவை வழிபடும்போது, சொல்வாயாக: "மறுபிறவி என்னும் கடலில் மூழ்கியிருக்கும் விலங்கு களைக் கட்டியிருக்கும் வலைகளிலிருந்து விடுபடும் முக்திக்கு நீயே அடைக்கலம். பசு கன்றைப் பாதுகாப்பதுபோல உன் பக்தர்களை நீ பாதுகாக்கிறாய். தேவதேவனே, கருணை காட்டு. உன் ஆதரவினால் நான் இயற்கையின் வலைகளிலும் தளைகளிலும் சிக்கியிருக்கும் எல்லாப் பிராணிகளையும விடுவிப்பேன்." நீ இதைக் கடவுளின் தலைவனிடம் கூறிய பிறகு, பிராணிகளை அங்கே உள்ளே விடு. உச்சாடனங்களாலும் தீயினாலும் அவற்றைத் தூய்மை செய். விஷ்ணுவின் படிமத்துடன் அவற்றைத் தொடவிடு, அவற்றின் கண்களை மூடு.[36]

யாக விலங்குகளைக் கொல்வதற்கு மங்கலச்சொல், கண்களை மூடு என்பது. வேதப்பனுவல்கள் வேறொரு மங்கலச்சொல்லைப் பயன்படுத்தின. விலங்குகளை அமைதிப்படுத்தல் அல்லது மௌனமாக்குதல். இந்தக் கொலை அந்தப் பிராணிக்கு இறுதியான முக்தியை வழங்குவதாகச் சொல்லப்படுகிறது. இங்கு அது கட்டும் தளைகளிலிருந்து (பாசத்திலிருந்து) அல்லது மூக்கணாங்கயிற்றிலிருந்து விடுபடுவதாகச் சொல்லப்படுகிறது. இதனை சைவசித்தாந்தச் சொற்கள் வாயிலாக அறிவோம். ஆனால் இந்தப் பனுவலில் இந்தத் தத்துவங்கள், உண்மையான மிருகங்களைக் குறிக்கின்றனவே அன்றி, உருவகப் பிராணிகளை அல்ல.

ஸ்ரீவைணவக் குரங்குகளும் பூனைகளும்

வைணவம் சார்ந்த மற்றொரு தென்னிந்திய இயக்கம் முக்திக்கான

பாதையின் பிரிவை வெளிப்படுத்த ஒரு விலங்கு ஒப்புமையையும் தாய்மை உருவகத்தையும் பயன்படுத்தியது. கிருஷ்ண பக்திக்கான சமய இயக்கங்களுக்கு ஆதரவாக உருப்பெற்ற ஸ்ரீவைணவ இயக்கம்தான் அது. தென்னிந்தியாவில் மத்தியகாலத்தின் முற்பகுதியைச் (900 - 1300) சேர்ந்த வைணவ இறையியலாளர்கள் பக்திக்கல்வி சார்ந்த, மடம் சார்ந்த பரம்பரைகளை ஏற்படுத்தினார்கள்.[37] பதினான்காம் நூற்றாண்டில், அவர்கள் தென்கலைக் குழு எனவும் வடகலைக் குழு எனவும் பிரிந்தனர். தென்கலைக் குழு, பூனைக்குழு (மார்ச்சாலக் குழு) எனப்பட்டது. வடகலைக்குழு, குரங்குக்குழு (மர்க்கடக் குழு) எனப்பட்டது.[38] முதலில் இறையியல் நம்பிக்கையின் ஒரு வேறுபாடாகத்தான் அது இருந்தது. இந்த இரு பிராணிகளும் அதற்கு உருவகங்கள். பின்னர் கோயில்களைக் கட்டுப்பாட்டில் கொண்டுவர இரண்டு மடக்குழு மையங்கள் போட்டி யிடும் போராட்டத்தில் சிக்கிக்கொண்டது. இந்தப் பூசலில் அரசன் நடுவராக ஒரு முக்கியப் பங்கு வகித்தான்.[39] விஜயநகர அரசப்பிரதிநிதிகள் இருவர் தென்கலைக் குழுவை நிறுவினர். மற்றொரு அரசனின் புரோகிதன் வடகலைக் குழுவைத் திருப்பதியில் ஒரு கோயிலில் நிறுவினான்.

வடகலைக்குழுவில், அதாவது குரங்குக்குழுவில், தாய்க்குரங்கு மரக்கிளை களின் ஊடே தாவிச்செல்லும்போது அதன் குட்டியே அதைப் பிடித்துக் கொள்வதுபோல, பக்தன் இறைவனைப் பிடித்துக் கொள்கிறான் என்பது சிந்தனை. தென்கலைக் குழுவில், அதாவது பூனைக்குழுவில், பக்தன் செயலற்றிருக்கிறான். இறைவனின் கருணையால் காப்பாற்றப்படுகிறான். பூனை தன் வாயில் குட்டியைக் கவ்விச்செல்வது போல இறைவன் பக்தனைக் காப்பாற்றுகிறான் என்பது கருத்து. தென்கலை வைணவர்கள் உண்மையில் எந்த முயற்சியிலும் ஈடுபடலாகாது. பூனைக்குட்டியைப் போலத் தளர்ச்சியாக இருக்கவேண்டும். அது செய்யும் எந்த முயற்சியும் பூனை கவ்விச் செல்ல இடையூறாகலாம் அல்லவா? இறைவனின் கருணையை நம்பிய செயலற்ற தற்செயல் பக்தி பிற்காலப் புராணங்களில் வருந்தாத பாவிகளுக்கும் இறைவனின் தற்செயல் கருணை கிடைக்கும் என்று கூறுவதற்கு ஆதரவாக இருந்தது.

இரு குழுக்களுமே பக்தியை மதிக்கிறார்கள், ஆனால் அதைவிட பிரபத்தியை (சரணாகதியை) மிகுதியாகப் போற்றுகிறார்கள். சரணாகதி என்ற சிந்தனை ஓரளவு முஸ்லிம்களின் தாக்கத்தினாலும் வந்திருக்கலாம். (இஸ்லாம் என்றால் சரணாகதி). பக்திச் சடங்குகளின் வாயிலாகத் தாங்கள் முக்தியடைய முடியும் என்று நினைத்த பிராமணர்கள்தான் வடகலையினர். தென்கலைச் சிந்தனை, கீழ்ச்சாதியினருக்காக ஏற் பட்டது, அவர்கள் கோயிலில் நுழைய முடியாது ஆகையால் பக்திச் சடங்குகளைச் செய்ய இயலாது, ஆகவே சரணாகதியின் வாயிலாகவே மீட்புப் பெறமுடியும் என்று வடகலையினர் சிலசமயங்களில் இழிவாகப் பேசினர். ஆகவே புராணங்களின் பார்வையில் தாந்திரிகத்தைப்போல, பூனைபக்தி கீழ்ச்சாதி மக்களுக்கே உரியது என்று கூறினர்.

பாம்பும் பழுதையும்

மெய்யியல் பிராணிகளில் மற்றொரு முக்கியமான பிராணி, மெய்யாகவே

பழுதை (கயிறு) ஆக இருக்கும் பாம்பு என்னும் மாயை. வேதாந்திகளுக்கு உலகம் மாயை என்பது மலடிபெற்ற பிள்ளை (தனிச் சிறப்புக்குரிய ஒரு வேதாந்த உவமை இது) என்பதுபோல அது முற்றிலும் மெய்யற்றதல்ல. ஏதோ ஒருவிதத்தில் கயிறு இருக்கிறது, அதுபோல ஆழமான தளத்தில் பிரம்மமும் மெய்யாகவே இருக்கிறது. நாம் கயிற்றை அது அல்லாத வேறு ஒன்றாக (பாம்பாக)ப் பார்ப்பதில்தான் தவறு இருக்கிறது.

கற்றறிந்த இந்தியத் தத்துவஞானிகள் மட்டுமே போரிட்ட பிற விஷயங்களைப் போல் அன்றி, மாயை என்பது இந்துக் கலாச்சாரத்தின் நூலிழைக்குள்ளாகவே புகுந்து விட்டது. ஆகவே எல்லாருமே மாயை பற்றியும், பாம்பைப் பழுதையிலிருந்து வேறுபடுத்துவது எவ்வளவு கடினம் என்பது பற்றியும் பேசுகிறார்கள். மாயை என்பது செய்யப்பட்டது, செயற்கையானது, அமைப்பாக்கப்பட்டது, இருப்பது போலத் தோன்றினாலும் சாராம்சம் (உள்ளீடு) அற்ற ஒன்று. மறுபிறவியின் பாதை இது. சகுனத் தன்மையுடன் கூடிய கடவுளர்களை வணங்கும் தன்மை. இது மாயமந்திரம். பிரபஞ்சச் செப்படி வித்தை. ரிக் வேதத்திலேயே மாயமந்திரம் தொடங்கிவிடுகிறது (1.32). அதில் இந்திரன் (முதல் பெரிய மந்திரவாதி, மந்திரதந்திரமே, இந்திரஜாலம் என்றுதான் சொல்லப்படுகிறது) தனக்குச் சமமான மந்திரசக்தி உடைய விருத்திரனுக்கு (அசுரர்கள் எல்லாருமே மந்திரம் தெரிந்தவர்கள்தான்) எதிராகத் தன் சக்தியைப் பயன்படுத்துகிறான். இந்திரன் தனது குதிரைகளில் ஒன்றின் வாலின் முடியாகத் தன்னை மாற்றிக் கொள்கிறான். விருத்திரன் மந்திரத்தால் ஒரு புயலை உண்டாக்குகிறான். வால்மீகி இராமாயணத்திலும், பிற்கால மரபுகளின் நிழல் சீதையிலும், பிற எல்லா இடங்களிலும் பலவகையான மந்திர மாயைகள் முக்கியமான பங்கு வகிக்கின்றன.

நாம் முன்னர் பார்த்ததுபோல, தரிசனம் என்ற சிந்தனை — கடவுளை தரிசித்தல், அதை விட முக்கியமானது கடவுள் நம்மைப் பார்க்கிறான் என்று அறிதல், இந்துமதத்திற்கு மையமானது. அதனால் இந்துப் புராணங்களில் கண்களுக்கு மிகுந்த முக்கியத்துவம் வழங்கப்படுகிறது. ஆகவே அத்வைத தத்துவத்தில் காட்சி/பார்வை/நோக்கு என்பதன் வலிமையின் எதிரிடையான தன்மையைத் தவறாக நோக்குதலுக்கு அளித்து (கயிற்றைப் பாம்பாகவோ, சங்கின் துண்டினை வெள்ளிக்காசாகவோ நினைத்தல்) அதைக் கண்ணில் காணும் உலகினை நிஜ உலகம் எனக் கொள்வதற்கு நிலையான உருவகம் ஆக்கியிருப்பது, ஒரு மிக புத்திசாலித்தனமான நகர்வு ஆகும். அத்வைதிகள், கடவுளுக்கு உருவமோ, பண்புகளோ இல்லை (நிர்குணப் பிரம்மம்) என்றார்கள். ஆனால் நடைமுறையில் பல காரணங்களுக்காக தோற்ற உருவம், அனைத்துப் பண்புகள் (ச - குனம்) உண்டு என்று கொண்டார்கள். அப்போதுதான் நாம் கடவுளை வணங்க முடியும். புத்த அவதாரத்தின் கதையில் ஏமாற்றுகின்ற பொய்யான பனுவல்களை அளிப்பதுபோலக் கடவுளர்களே மாயையை உருவாக்குகிறார்கள்.

உபநிடதங்கள் நான்கு வகையான பிரக்ஞைகளைப் பற்றிப் பேசுகின்றன. விழிப்பு, கனவு, கனவற்ற உறக்கம், முதல் மூன்று. நான்காவது, மீயியற்கைத் தன்மை கொண்டது, பிரம்மத்தோடு ஒன்றாக இணையும் அதீத நிலையைக் குறிப்பது.[40] விழிப்புதான் பிரம்மத்தின் மிக அதிகமான

திரிந்த வடிவம். அதிலிருந்து மிகத் தொலைவில் உள்ளது. கனவு சற்றே இதனினும் மேலானது. கனவற்ற உறக்கம் இன்னும் மேலானது. ஞானம் பெறுவது என்பது, விழிப்புநிலைதான் நிறமாலையின் கடைக் கோடியில் இருப்பது, அங்கிருந்துதான் மற்றக் கோடிக்கு, நான்காம் நிலைக்குத் தொடங்க வேண்டும் என்பதை அறிவது. அல்லது சற்றே வேறுவிதமாகச் சொன்னால், விழிப்புநிலைதான் நிறமாலையில் மாயையை மிகுதியாகக் கொண்டது, வழக்கமாக நினைப்பதற்கு மாறாக, கனவு என்பது விழிப்பு நிலையைவிட அதிக யதார்த்தத்தன்மை கொண்டது என்பதை அறிவது.[41] சமஸ்கிருதத்தில் ஸ்வப்னம் என்பது தூக்கத்தின் உடல்சார்ந்த நிலையையும், கனவு என்பதன் மன பிம்பத்தையும் ஒருசேரக் குறிக்கிறது. ஆகவே பொருளுக்கும் மனத்திற்கும் வேறுபாடு கிடையாது.

ஒன்றை மற்றொன்றாகக் கருதுதல், சான்றாகப் பழுதையைப் பாம்பாகக் கருதுதல் போன்றவற்றை நெருங்கிய ஆய்வு மூலம் எளிதாகத் திருத்திவிடலாம். ஆனால் நாம் இரண்டாம் (ஆய்வுப்) பார்வையைக் கொள்வதற்கு முன்னால் நமது தவறான மன நிலையை நினைவுக்குக் கொண்டுவருவது, நாம் எப்போதும் செய்யக்கூடிய மிகமுக்கியமான தவற்றினை — லோகாயத உலகு வெறும் மாயையாக இருக்கும்போது அதை பிரம்மம் என்று கருதுகின்ற தவற்றினை நாம் ஒப்புக் கொள்வதைத் தூண்டிவிடக்கூடும். பாம்பைப் பாம்பு அல்ல, கயிறுதான் என்று நீ அறியும்போது கயிறுகூட அங்கு இருப்பதில்லை என்பதை உன்னால் அறிய இயலும்.

யோக வாசிஷ்டத்தில் சாதி, பாலியற்கை என்னும் மாயைகள்

காஷ்மீரில், பதினொன்றாம் பன்னிரண்டாம் நூற்றாண்டுகளில், மிக அதிகமான தென்னிந்திய உள்ளீட்டை ஏற்றுக்கொண்டு, சிறப்பாகக் கற்பனையும் அறிவொளியும் மிக்க வழியில் மாயைத் தத்துவம் உருவாகியது. தெற்கிற்கும் வடக்கிற்கும் இடையில் மாறிமாறி நிகழும் தொடர்பினை பக்தி, தாந்திரிகம், சைவசித்தாந்தம் ஆகியவற்றின் வளர்ச்சிப்போக்கில் கண்டோம். மிகத் தீவிரமான கருத்துமுதல் வாத நிலைப்பாட்டை உருவாக்கியவர் நாகார்ஜுனர் என்னும பௌத்தத் தத்துவஞானி. தென்னிந்தியாவில் ஒரு பிராமணனாகப் பிறந்து, பௌத்தத்திற்கு மாறி, காஷ்மீருக்குச் சென்று, (அக்காலத்தில் — குஷானர்களுக்கிடையே— அவரது கருத்துமுதல் வாதச் சிந்தனை காஷ்மீரில் செழித்திருந்தது) காஷ்மீரில் பௌத்தம் தாக்குதலுக்குள்ளான போது தென்னிந்தியா வுக்குத் திரும்பினார். காஷ்மீரிலிருந்த சைவத் தத்துவவாதிகள் இவை எல்லாவற்றையும் ஒருங்கிணைத்து, குறிப்பாக பௌத்தச் சிந்தனைகளை சங்கரருடைய அத்வைதச் சிந்தனையுடன் இணைத்து, புதியதாகத் தங்களுக்கென ஒரு தத்துவத்தை உருவாக்கிக் கொண்டனர். அதற்குக் காஷ்மீர சைவம் என்று பெயர். பிரதிக்ஞை (அறிந்தேற்புச் சிந்தனை)ப் புலம் என்றும் பெயர் சொல்வர்.[42] இந்த இயக்கத்தில் மிக முக்கியமான ஒருவர் சைவத் தத்துவஞானியான அபிநவகுப்தர் (975 - 1025). அவர்தான் இல்லறத்தினர்க்குரிய வலங்கைத் தாந்திரிக மரபு வளர்ச்சியுறுவதற்கும் பெருமளவு காரணமானவர். சைவசித்தாந்தத்தின் இருமைத்தன்மையைக்

கைவிட்டு, (ஆனால் அதன் சடங்குகளைப் பெருமளவு அப்படியே வைத்துக்கொண்டு) காஷ்மீர சைவம் திட்டவட்டமாக ஒருமைக் கோட் பாட்டைக் கொண்டதாக இருந்தது.

பன்னிரண்டாம் நூற்றாண்டுவாக்கில் காஷ்மீரில், அதிவெறுப்புக் கொண்ட முஸ்லிம் ஆட்சி இருந்ததால் பெருமளவு காஷ்மீரசைவம் மறைந்துபோயிற்று.[43] சைவசித்தாந்தம் தன் இருமைக் கோட்பாட்டுடன் தெற்குநோக்கிச் சென்றது. ஆனால் அயல்நாட்டுச் செல்வாக்கின் காரணமாகக் காஷ்மீரில் இந்தக் காலத்தில் வேறு மரபுகள் உருவாயின. இபின் அராபி (1165 - 1240) என்ற முஸ்லிம் தத்துவவாதியின் சிந்தனைப் புலம் அக்கால இந்துத் தத்துவத்தின்மீது முக்கியச் செல்வாக்கைச் செலுத்தியதாகக் கூறப்படுகிறது. தெய்வீக மெய்ம்மையின் பகுதியாக இல்லாத யாவும் மாயை என்று அவர் வாதிட்டதாகச் சொல்லப்படுகிறது. பதிலாக, தெய்வீக அன்புக்குக் குறியீடாக முகலாயர் காலத்திலிருந்து சில சூஃபிப் புனித நூல்களில் இருபால் காமத்தைப் பயன்படுத்துகின்ற தன்மை காஷ்மீர தாந்திரிகத்திலிருந்து தூண்டப்பட்டதாகலாம்.[44]

இந்தியாவின் வடக்கு எல்லையில் இருப்பதால் காஷ்மீர், மத்திய ஆசியாவில் பௌத்தத்தின் கோட்டைகளாக இருந்த இடங்களுக்கு அருகில் இருந்தது. அதேபோல் பழைய இந்தியாவுக்குச் சமமான அளவில், முஸ்லிம் (துருக்கிய, அராபிய) கலாச்சாரங்கள் பல கதைசொல்லல் மரபுகளை வளர்த்தன. காலப்போக்கில், ஏற்கெனவே பௌத்தம், இந்துமதம் ஆகியவற்றின் கலப்பாக இருந்த கருத்துமுதல்வாதத் தத்துவத்தின் ஒரு வகை, ஏற்கெனவே இந்துமதம், இஸ்லாம் ஆகியவற்றின் கலப்பாக இருந்த கதைசொல்லல் பாணியின் ஒரு வகையோடு இணைந்துகொண்டது. அபிநவகுப்தரின் இரசக் கோட்பாட்டின் அடிப்படையில் அது புத்துயிரும் பெற்றது. ஆகவே இந்தச் சமயத்தில் இங்குதான் இந்தியாவின் மிகப்பெரிய கதைசொல்லும் மரபுகளும் மாயையும் சேர்ந்து மலர்ந்து கதாசரித சாகரம் என்னும் பனுவலை மட்டுமல்ல, இன்னும் மேலாக, யோக வசிஷ்டம் (நூலின் முழுப்பெயர், யோக வசிஷ்ட மகா ராமாயணம் — அதாவது வசிஷ்டர் தமது யோகத்தைக் கற்பிக்கும் மிகப்பெரிய இராமாயணக்கதை) என்பதும் உருவாயிற்று. இந்தப் பனுவல், ஆயிரத்தொரு இரவுகள் என்று சொல்லப்படும் கதைகளின் தொகுதியை மிக அதிகமாக பாதித்திருக்கிறது. இந்த நூல், மாறிச்செல்லும் கதைப்போக்கினைக் கொண்டது, கதைச் சுவடுகள் சில பத்தாம் நூற்றாண்டினதாக இருக்கலாம். பதின்மூன்றாம் நூற்றாண்டில் தொகுக்கப்பட்டதாக இருக்கலாம். யோக வசிஷ்டத்தை அக்பர் சமஸ்கிருதத்திலிருந்து பாரசீகமொழிக்குப் பெயர்த்தபோது, இஸ்லாமுக்கு இந்துமதத்தின் மிகப் பெரிய பங்களிப்பு நிகழ்ந்தது என்று கூறலாம். பானிப்பட்டு நிஜாம், பாரசீக மொழிபெயர்ப்பைச் சுருக்கி, அதனை இளவரசன் சலீமுக்கு அளித்தான். சலீம் ஜஹாங்கீர் என்ற பெயரில் அரசனானபோது, புதியதொரு படத்தொடு கூடிய மொழிபெயர்ப்புப் பணியைத் தொடங்கினான்.[45] இந்த நூல் மிகப் புகழ்பெற்றதால், பாரசீக, அராபிய அங்கதங்களும் அதற்கு உருவாயின.[46]

காஷ்மீர சைவம், பிரதிக்ஞைப் புலம் என்ற பெயர் பெற்றமை, யோக வாசிஷ்டக் கதைகளின் முக்கியக் கருப்பொருளுக்குப் பொருத்தமற்ற

தன்று. அவை தனிமனிதன் தனது சொந்த அடையாளத்தைப் புரிந்துகொள்வதையும் அவன்/ள் இருப்புநிலையையும் தலைகீழாக்குகின்றன. ஆனால் யோகவாசிஷ்டத்தின் சிறப்புத்தன்மை, ஒரு கடினமான தத்துவத்தைத் தொடர்ச்சியான கவர்ச்சிமிக்க கதைகளாக மாற்றியதுதான். (இதெல்லாம், வழக்கமான பிறவற்றைப் போல, உபநிடதங்களின் சாலைப் பிரிவுக்குத் தான் செல்கிறது. சங்கரரைப் போன்ற வேதாந்தச் சிந்தனையாளர்களுக்கு முக்தியின் பாதை என்பது, உலக மாயையிலிருந்து பிரம்ம யதார்த்தத்தில் விழித்தெழுவதாகும். யோகவாசிஷ்டம் இதில் ஒரு திருகலைச் செய்கிறது. யாரும் தனது கனவிலிருந்து விழித்தெழ முடியாது, ஏனென்றால் அது இன்னொருவனுயை கனவாக இருக்கலாம். பிறவியின் பாதையில் செல்லும் இல்லறத்தினர்க்கு, முக்தி என்பது உறங்குவதுதான், ஆனால் தான் உறங்குவதாக அறியவேண்டும். இதுதான் மிகப்பேரளவான தொன்மங்களின் தொகுதியின் செய்தியும்கூட. அத்தொன்மங்களில், இந்திரன் தொடங்கி, அரசர்கள் பலரும் ஞானம் பெறுகிறார்கள், விழித்தெழ விரும்புகிறார்கள் (அதாவது பொருளியல் வாழ்க்கையைத் துறக்க விரும்புகிறார்கள்) ஆனால் துறக்கவேண்டும் என்ற விருப்பத்தைக்கூடத் துறக்குமாறு அவர்களைத் தூண்டவேண்டும். உலகம் ஒரு மாயை என்ற புரிந்துகொள்ளலாகிய தனிச்சிறப்போடு, வாழ்க்கையில் ஈடுபட்டு வாழ வேண்டும். இது கீதையில் அர்ஜுனனுக்குக் கிருஷ்ணன் தரும் இறுதி உபதேசத்தின் ஒரு மாற்றுவடிவம். (ஆனால் இந்தப் பாதைக்கு மிகவேறுபட்ட ஒரு பாதையின் வழியாக யோகவசிஷ்டம் வந்துசேர்கிறது.) தொடர்ந்து செயல்புரி. ஆனால் செயல்களின் மெய்ம்மையின்மையைப் புரிந்து கொண்ட, அதனால், செயல்களின் பலன்கள் பற்றிய ஆசைகள் அற்ற, புதிதாக மாறியதொரு பிரக்ஞையுடன் செயல்புரிவாயாக.

தனது கதைச் சட்டகப் பனுவலை, வால்மீகி தமது இராமாயணப் பாடத்தில் விட்டு விட்டதொரு கதையாக யோகவசிஷ்டம் முன்வைக்கிறது. வால்மீகி இராமாயணம் தனக்கு அடிப்படையாக உள்ள பல இடைவெளிகளைக் கூறாமல் விட்டுவிட்டது, ஆகவே அவற்றை நிரப்புவதாகக் கூறுகிறது யோகவசிஷ்டம். இப்படித்தான் இராமாயணத்தின் பலவேறு நாட்டார் வடிவங்களும் உண்மையாகவே செய்கின்றன. இல்லற வாழ்க்கைக்கும், துறவின் உண்மைபற்றிய கூற்றுகளுக்கும் இடையிலான பழைய இறுக்கத்தை அடிப்படையாகக் கொண்டு தன் கதையை அது உருப்படுத்துகிறது. இராமனுக்கும், வசிஷ்ட முனிவருக்கும் இடையில் நடக்கும் ஒரு நீண்ட உரையாடல் வடிவத்தில் இக்கதை அமைகிறது. ஒரு புனித யாத்திரைக்குப் பின் எழுச்சியின்மையும் பைத்தியமும் கலந்த ஒரு நிலையில் (அப்படித்தான் இராமனின் தந்தையும் அவையினரும் விவரிக்கிறார்கள்) இராமன் திரும்பி வருகிறான். "'ஓர் அரசனைப் போல் செயல்படு' என்று கூறும் எவனும் என் மனத்திலிருக்க முடியாது, ஏனெனில் எல்லாமே மாயைதான், ஆகவே உலகத்தின் மெய்ம்மையில் நம்பிக்கை வைப்பது பொய்யானது, எல்லாமே மனத்தின் கற்பனைதான்" என்கிறான் இராமன். இராமனின் தந்தை இரண்டு முனிவர்களை — விசுவாமித்திரனையும் வசிஷ்டனையும் கேட்கிறான் (இரண்டாவது கருத்தை நாடுவதும் எப்போதும் நல்லதுதான்). இராமன் உலகத்தைப் புரிந்து கொண்ட விதம் சரியானதுதான், அவனுக்கு ஞானம்

கிடைத்துவிட்டது என்று இருவரும் சொல்கிறார்கள். பிறகு அவனை குணப்படுத்துவதாகக் கூறுகிறார்கள்.[47] அதாவது அவனுடைய சரியான மெய்யியல் உளங்கொள்ளல்களைச் சற்றும் மாற்றாமல், அவனுடைய மனத்தளர்ச்சியை நீக்கி, அவனைச் சமூகத்தில் செயல்புரிபவனாக மாற்று வதாகச் சொல்கிறார்கள்.

பாலியற்கை என்னும் மாயை

யோகவசிஷ்டம், துறவறத்திலிருந்து மீண்டு தன் நாட்டை ஆட்சி செய்யவரும் மற்றொரு அரசனைப் பற்றிய ஒரு கதை சொல்கிறது. சொல்லும்போக்கில், பாலுறவு, பாலின் தன்மை ஆகியவற்றின் மாயை யான தன்மை பற்றியும் அறியச்செய்கிறது.

சுதலை: பெண்ணாக மாறிவிட்ட ஆணாக நடித்த பெண்

அரசி சுதலையும் அவள் கணவன் அரசன் சிகித்வஜனும் காதலில் மிகுந்த ஆர்வத்தோடு ஈடுபட்டனர். காலப்போக்கில், அரசி ஞானம் பெற்றாள், விண்ணில் பறப்பது உள்ளிட்ட மாயமந்திரச் சக்திகளையும் பெற்றாள். ஆனால் இந்தச் சக்திகளை அவள் தன் கணவனிடமிருந்து மறைத்துவைத்தாள். அவள் அவனுக்குக் கற்றுத்தர முனைந்தபோது, அவன் அவளை ஒரு முட்டாள்தனமான அகந்தை கொண்ட பெண் என்று கூறி ஏளனமாக நடத்தினான். சிலகாலம் சென்றதும், அரசன் தனக்குரிய ஞானத்தைத் தேடவேண்டிக் காட்டுக்கு தியானம்செய்யச் சென்றான். அவன் தன் அரசுப்பதவியைத் துறந்தான். அவள் தன்னுடன் வரக்கூடாது என்று மறுத்தான், ஆனால் அரசுப் பொறுப்பை அவளிடம் விட்டான்.

பதினெட்டு ஆண்டுகள் சென்றன. அவள் அரசனைத் தேடிச் செல்வதெனத் தீர்மானித்தாள். கும்பன் என்ற பெயர்கொண்ட இளம் பிராமணன் போலத் தன்னை மாற்றிக்கொண்டாள். அரசன் அவளை வரவேற்றான். அவளை அவன் அறிந்துகொள்ளவில்லை, ஆனால் தன் மனைவி சுதலையைப் போலவே அவன் இருப்பதாக மட்டும் கூறினான். கொஞ்சகாலத்திற்குள், தனக்கு ஞானத்தைக் கற்பித்த கும்பனாகிய சுதலை மீது மிகுந்த பாசம் கொண்டான். அவளும் தன் அழகிய கணவனால் எழுச்சிபெறத் தொடங்கினாள். ஆகவே அவனைவிட்டு நீங்கிச் சென்றாள். சிலநாட்கள் கழித்துத் திரும்பிவந்தபோது, கும்பனை (அதாவது தன்னை) ஒரு முனிவன் இரவில்மட்டும் பெண்ணாகுமாறு சபித்து விட்டதாகக் கூறினாள். அன்றிரவு அரசனுக்கு எதிரே கும்பனான அவள் தன் அசல் உருவமான பெண்ணாக மாறினாள். ஆனால் மதனிகை என்று பெயர் வைத்துக்கொண்டாள். திக்கிப் பேசும் குரலில், "ஐயோ, நான் விழுவது போல, நடுங்குவதுபோல, உருகுவதுபோல இருக்கிறது. நான் பெண்ணாவதைப் பார்க்கும்போது எனக்கு வெட்கமாக இருக்கிறது. ஐயோ, என் மார்பு வளர்கிறது, என் உடலிலிருந்தே ஆபரணங்கள் முளைக்கின்றன" என்று புலம்பினாள். உடனே அவர்கள் திருமணம் செய்துகொண்டனர், இரவுமுழுவதும் காதல் புரிந்தனர். பகலில் இருவரும் அத்யந்த நண்பர்களாகவும் இரவில் தம்பதியராகவும் இருந்து வந்தனர்.

சிலகாலத்தில், மதனிகை என்ற பெயரிலிருக்கும் கும்பன் என்ற சுதலை, மறுபடியும் சுதலையாக மாறினாள், கணவனுக்குத் தான் செய்தவற்றைக் கூறினாள். அவன் அவளை உணர்ச்சியோடு தழுவிக்கொண்டு, "உலகிலேயே மிகச் சிறந்த ஆச்சரியமிக்க மனைவி நீதான்!" என்று கூறினான். பிறகு அவளுடன் காதல்புரிந்ததுடன், அரசனான தன் கடமைகளை ஏற்க நாட்டுக்குத் திரும்பினான். பத்தாயிரம் ஆண்டுகள் ஆட்சிபுரிந்த பிறகு அவன் முக்தி அடைந்தான்.[48]

சுதலை, தன் கணவனுக்கு விருப்பமிக்க பெண்ணாகவும், அதேசமயம் குருவாகவும் இருக்க விரும்புகிறாள். முதல் பணியை அவள் ஏற்கெனவே புரிந்திருக்கிறாள், ஆனால் அது இப்போது அவளுக்கு மறுக்கப்படுகிறது. முதல்பணியைக் கைவிடாமல், இரண்டாவது பணியை அவளுக்குத் தர அவள் கணவன் மறுக்கிறான். இரண்டு விதமாகப் 'பால்மாறி', அவள் பாலியல்பை நிலைதளரச் செய்கிறாள்.

அவள் இரண்டாவதாக உருவாக்கும் இரட்டை, மதனிகையாகக் கும்பனாகச் சுதலை என்பது அவளுடைய சொந்த சுயம்தான். தன் பெண்மைக்கு மாற்றுக்கு மாற்று. தன் உடலில் முளைப்பதாக அவள் கூறும் ஆபரணங்கள், சுதலையாக இருக்கும்போதே அவள் அணிந்தவையாக இருக்கலாம். அவளுடைய இரட்டை ஏமாற்று நன்றாக பலிக்கிறது, ஒருவேளை அது பகலில் தன் கணவனைவிட அறிவாற்றலில் மிகுந்தவளாகவும், நிலவொளியில் அவனுடைய காமத்துணைவியாகவும் இருப்பது என்ற அவளுடைய முழுக்கற்பனையையும் வெளிப்படுத்துவதாகலாம். ஆனால் இந்த இரண்டும் இரண்டுவிதப் பாத்திரங்களுக்குரியவை ஆதலின் அவள் அவற்றை இணைத்து தன் சொந்தச் சுயத்தின் வாயிலாகக் கையாள விரும்புகிறாள்.

(பெண், ஆண்)பாலை விளையாட்டாக மாற்றிக்கொள்ளுகின்ற தன்மை தோற்றங்களின் மெய்ம்மையின்மையையும், ஒரு பால் மற்றப் பாலைவிட உயர்ந்தது அல்லது வேறுபட்டது என்ற நம்பிக்கையின் பொய்ம்மையையும் விளக்கிக் காட்டுகிறது. இவ்விதம் பாலை மாற்றிக் கொள்வதில் திறந்த மனத்தோடிருந்தது, பழைய இந்தியாவின் மிக திட்டவட்டமான சமூகமுறைமையின் எதிர்மறை வெளிப்பாடாக இருக்கலாம். பிற சமூக வகைமைகள் ஏற்கெனவே உள்ளவையாக இருப்பதால், பனுவல் பால்மாறி நடிப்பதற்கு அவற்றை விசைப்பலகையாகப் பயன்படுத்திக் கொள்ள முடிகிறது. ஆனால் மாறிய பங்குகளும், நாம் நெருங்கிச் சென்று பார்க்கும்போது, கடைசியில் திட்டவட்டமான வகைமைகளாகவே மாறிவிடுகின்றன. சுதலை தன் கணவனுக்குக் கற்பிக்க ஓர் ஆணாக மாற வேண்டியிருக்கிறது. ஆனால் அவனுடன் படுக்க அவள் ஒரு பெண்ணாக மாறவேண்டியிருக்கிறது. இந்துமதப் பார்வையில், சுதலை தொடக்கத்தில் அதிகாரத்தோடு, புத்திக்கூர்மையோடு ஓர் ஆணைப்போல இருக்கிறாள். மேலும் சுதலைக்கும் அரசனுக்கும் உள்ள உறவு, நிஜமான கணவன் மனைவி உறவுபோலவும் இல்லை. அவள் ஒரு மந்திரவாதி. வேறு காலங்களில், இடங்களில், அவளை ஒரு சூனியக்காரியாக நோக்கியிருப்பார்கள். அவள் ஒரு யோகினியைப் போல (பறக்கமுடியும்), ஒருவேளை ஒரு தேவியைப்போலக்கூட இருக்கிறாள். தன் கருணையை அவனுக்கு

அளித்து ஞானப் பாதைக்கு இட்டுச் செல்கிறாள். ஒரு தெய்வீக மாயையை உருவாக்கி, இறுதியில் கடவுளர்கள் தங்களை வெளிப்படுத்திக் கொள்வதுபோல வெளிப்படுத்திக் கொள்கிறாள்.

பின்னர், சுதலை, பாலியல் ஆசை, துறவு ஆகியவற்றின் மாயையான இயல்பை வெளிப்படுத்திக் காமத்திற்கும் மோட்சத்திற்குமான பிளவை இல்லாமற் செய்கிறாள். பனுலின் சட்டகத்தில் இராமனைப்போல, இந்த அரசனும் தன் கடமைகளுக்குத் திரும்புகிறான். அவள் பெண்ணிலிருந்து ஆணுக்கும் ஆணிலிருந்து பெண்ணுக்கும் மாறுவதுபோல, அரசன் காமத்திலிருந்து மோட்சத்திற்கும், திரும்பக் காமத்திற்கும் (கடமைகளுக்கும்) மாறுகிறான்.

சாதி என்னும் மாயை

சுதலையின் கதை பாலைத் தகர்ப்பதுபோல, யோகவசிஷ்டத்திலிருந்து வேறு இரண்டு கதைகள், சாதியைத் தகர்க்கின்றன. முதலில், ஓர் அரசனின் மையமான, சாதி மாற்ற அனுபவங்களால் உண்டாகும் பதவியிழிவு, அடுத்து ஒரு பிராமணன் பறையனாகும் தன்மை இழிவு. முதலாவது, லவணன் என்ற அரசன் கதை. காலம் மற்றும் பிரக்ஞையின் நேர்க்கோட்டுத் தன்மைடையச் சவாலுக்கு அழைப்பதாக இருந்தாலும், ஒப்பீடு நிலையில், எளிதானது, நேரானது. இரண்டாவதான காதியின் கதை, மேலும் அந்த நேர்க்கோட்டைத் தெளிவின்றிச் செய்கிறது. சற்றே நீளமான கதைகள் இவை. ஆனால் எவ்வளவு சுருக்கமாகச் சொல்ல முடியுமோ அவ்வளவு சுருக்கமாக இரண்டையும் ஒன்றன் பின் ஒன்றாகச் சொல்கிறேன்.

லவணன்: பறையனாக மாறிவிட்டதாகக் கனவுகண்ட அரசன்

லவணன் என்ற அரசன் ஒருவன் இருந்தான். ஒருநாள் ஒரு குதிரையை வெறித்துப் பார்த்துக் கொண்டிருந்தபோது தன்வயமிழந்தான். அவன் கண்விழித்தபோது, பின்வரும் கதையைச் சொன்னான்: "நான் அந்தக் குதிரைமீது ஏறியதாகக் கற்பனை செய்தேன். அது உடனே திடீரென்று வேகமாகக் கிளம்பி, வெகுதொலைவில் சண்டாளர்கள் வசிக்கும் ஓர் ஊரில் கொண்டுசேர்த்தது. நான்குகால் பாய்ச்சலில் சென்ற குதிரையிலிருந்து தாழ இருந்த ஒரு மரக்கிளை தாக்கக் கீழே விழுந்தேன். ஒரு பறைப் பெண்ணைப் பார்த்தேன். அவளை மணந்துகொண்டேன். இரண்டு மகன்களும் மகள்களும் பிறந்தனர். அறுபதாண்டுகள் அங்கு வாழ்ந்தேன். நான் ஓர் அரசனாக இருந்தவன் என்பதையே மறந்துவிட்டேன். பிறகு ஒரு பஞ்சம் ஏற்பட்டது. என் மக்கள் என் மாமிசத்தையேனும் தின்னட்டும் என்பதற்காகத் தீயில் விழுந்தேன். இங்கே என் அரியணையில் கண்விழித்தேன்." அவையினர் ஆச்சரியத்தில் மூழ்கினார்கள். மறுநாள் அரசன் தன் அமைச்சர்களோடு அந்த கிராமத்திற்குச் சென்றான். அதைக் கண்டுபிடித்தான். அங்கே ஒரு கிழவி, ஓர் அரசன் வந்து தன் மகளை மணந்துகொண்டதாகவும் பிறகு ஒரு பஞ்சம் வந்து, எல்லாரும் இறந்துவிட்டதாகவும் சொன்னாள். அரசன் தன் அரண்மனைக்குத் திரும்பினான்.[49]

பாய்ந்தோடிய குதிரையால் அரசன் கொண்டு செல்லப்படுகிறான். வேட்டையில் அரசர்களுக்கே உரிய வேட்கை என்ற கருப்பொருளிலிருந்து எடுக்கப்பட்ட கதைக் கருத்து இது. மேலும் கட்டுப்பாடின்றி இயங்கும் புலன்களைக் குதிரையாகக் கற்பிக்கும் உருவகமும் இருக்கிறது. ஒரு கிராமம் இருக்கிறது, மக்கள் இருக்கின்றனர், முதலில் இவை யாவுமே அரசனின் கற்பனையில் மட்டுமே இருந்ததாக நாம் நினைக்கிறோம். ஆனால் அவை மெய்யாக இருந்ததற்குப் பிறர் காணக்கூடிய சான்றுகளை விட்டுச் செல்கின்றன. (கிழவி, பறையர்களுக்கிடையில் அரசன் வாழ்ந்ததற்கு திட்டவட்டமான பல குறிப்புகளை அளிக்கிறாள்). இவை யாவும் கற்பனையின் எல்லை என்று நாம் கருதுவதற்குக் கடுமையான சவாலை அளிக்கின்றன. தனக்கு மட்டுமே தெரிந்த உண்மைக்கு, முதலில் அவையினர் வாயிலாகவும், பிறகு கிராமத்திலிருந்த கிழவி வாயிலாகவும் பொது உறுதிப்படுத்தலை நாடுகிறான். இந்த முரண் உண்மைகளைப் பனுவல், தனது சொந்தக் காஷ்மீர மெய்யிலுக்குள்ளாகவே வைக்கிறது. மனம் தனது சிந்தனையை ஆன்மா/பொருள் (உடல்) யதார்த்தம் என்ற மாவின்மீது பொருத்துகிறது. ஒரு குக்கீ (தின்பண்ட) வெட்டியைப் போல நட்சத்திரங்களாகவும், சிறு மனிதர்களாகவும், ஒரு அரண்மனையாகவும், ஒரு கிராமமாகவும், அது அதை ஆக்குகிறது. கிராமப்புறத்தில் இயற்கைப் பொருள்களிலே தான் விரும்பிய ஒன்றைக் காணும் ஒக்கச் செய் பவனைப் போல, அங்கே ஏற்கெனவே அது இருப்பதாகவும் காண்கிறது. கடைசியில் அரசன், தனது மற்ற வாழ்க்கையும் இதைப்போலவே நிஜமானது (அல்லது சந்தர்ப்பத்திற்கேற்ப, நிஜமற்றது) என்று நம்பினாலும் தன் அசலான வாழ்க்கைக்குத் திரும்பிவிடுகிறான். இந்தத் திரும்புதல் என்பது, இராமனும்கூடக் கற்கவேண்டிய ஒரு பாடம்.

அரசன் பறையனாவது அல்லது பறையனாவதாகக் கனவு காண்பது (மறுபடியும் மாறுவது) என்ற கருப்பொருளுக்கு இந்தியாவில் ஒரு பழைய தோற்றுவாய் இருக்கிறது.[50] இந்தச் சட்டகப்பூர்வமான கனவைத் தொடக்க கால உபநிடதங்களில் ஒன்று பின்வருமாறு விரித்துரைக்கிறது: “அவன் கனவு காணும்போது அவன் ஒரு பேரரசனாக ஆவதாக நினைக்கிறான். பிறகு அவன் ஒரு பெரிய பிராமணனாக ஆகிறான். உயர்ச்சிக்கும் தாழ்ச்சிக்கும் சென்று வருகிறான்.”[51] தாழ்ச்சி என்பது பறையனாகும் கொடுங்கனவு எனலாம். அரசர்கள் மெய்யாகவே பறையர்களாகவோ பழங்குடி இனத்தவராகவோ ஆவது என்பது மகாபாரத, இராமாயணச் சம்பவங்களில், மாறி வந்திருக்கிறது. அவற்றில் அரசன் (யுதிஷ்டிரன், நளன், இராமன்) அரியணை ஏறும் முன்பாகச் சாதாரண மக்களிடையே இருக்குமாறு, பிற மக்கள் எவ்விதம் வாழ்கிறார்கள் என்பதை அறியு மாறு வெளியேற்றப்படுகிறான். மெய்யான நாடுகடத்தலும், கனவு நாடுகடத்தலும் மார்க்கண்டேய புராணத்தில் அரிச்சந்திரன் கதையில் ஒன்றாக்கப்படுகின்றன. யோக வசிஷ்டத்தின்படி, அவன் லவணனின் தாத்தா.

அரிச்சந்திரன்: பறையனாக இருப்பதாகக் கனவு கண்ட பறையனாக மாறிய அரசன்

அரசன் அரிச்சந்திரன் சண்டாளன் ஆகுமாறு சபிக்கப்பட்டான். தன் மனைவியையும் குழந்தையையும் இழந்தான். பல ஆண்டுகள் சண்டாளனாக வாழ்ந்தான். ஒருநாளிரவு தான் ஒரு புல்காசப் பெண்ணின் வயிற்றில் பிறந்து புல்காசனாகிவிட்டதாகக் கனவு கண்டான். (புல்காசன் என்பது பறைச்சாதியில் ஒரு உட்பிரிவு). அவனுக்கு ஏழு வயதான போது, அவனால் தொல்லைப்பட்ட சில பிராமணர்கள், "ஒழுங்காக நடந்து கொள். அரிச்சந்திரனும் இப்படித்தான் சில பிராமணர்களுக்குத் தொல்லைகொடுத்து, ஒரு புல்காசனாகுமாறு சபிக்கப்பட்டான்" என்றனர். பிறகு நரகத்துக்குப் போகுமாறு அவனைச் சபித்தனர். நரகத்துக்கு ஒரு நாள் சென்று சித்திரவதைப்பட்டான். பிறகு அவன் நாயாகப் பிறந்து பிணங்களையும் கழிவுகளையும் தின்றான். குளிரிலும் வெப்பத்திலும் வதைபட்டான். நாய் இறந்து, ஒரு கழுதையாக, யானையாக, குரங்காக, ஆமையாக, காட்டுப்பன்றியாக, முள்ளம்பன்றியாக, சேவலாக, கிளியாக, நாரையாக, பாம்பாகப் பிறந்தது. பிறகு ஒரு அரசனாகப் பிறந்து சூதாட்டத்தில் தன் நாட்டை இழந்தான். மனைவியையும் மகனையும் இழந்தான். கடைசியாக, மயானத்தில் பணிபுரியும் சண்டாளனாகவே கண் விழித்தான். ஒரு நாள் எரிப்பதற்காகத் தன் இறந்த மகனைக் கொண்டுவரும் மனைவியைக் கண்டான். அவனும் அவன் மனைவியும் தங்கள் மகனின் சிதையிலேயே உயிரைவிடுவது என்று தீர்மானித்தனர். உடனே அங்கே இந்திரனும் தர்மனும் வந்தனர். மகனை உயிர்ப்பித்து, மூவரையும் சொர்க்கத்துக்குக் கொண்டுசென்றனர்.[52]

காஷ்மீர் சைவச் சட்டகத்தை விட்டு, லவணன் கதையின் விதைகளை இங்கே காணலாம். தியானம் என்பதைவிட, ஒரு சாபம் அரிச்சந்திரனை, கனவில் அல்லாமல் நிஜமான பறையனாக மாற்றுகிறது. ஆனால் அந்த நிஜ வாழ்க்கைக்குள் அவன் லவணனைப் போலவே கனவு காண்கிறான். இரண்டு கதைகளிலும், மகனின் இறப்பு, தீக்குளிக்கச் செய்யும் முடிவு ஆகியவை விழிப்பைத் தூண்டுகின்றன. ஆனால் சம்சாரம், பக்தி ஆகிய வற்றால் கட்டப்பட்ட இந்தப் பனுவலில், இறுதி விடுதலை என்பது மோட்சமாக அல்லாமல், உடலோடு இந்திரனின் காமலோகமாகிய சொர்க்கத்திற்குக் கொண்டுசெல்வதில் முடிகிறது. (கடவுளர்கள் ஒரு சிறுவனைக் கொல்லுவதாகப் பாசாங்கு செய்து, ஆனால் உயிர்ப்பிக்கின்ற சம்பவத்தில், தென்னிந்திய பக்தி இழையையும் காணலாம்.) குறித்த அளவுக்குச் சாபம் சாதியை நிலைகுலையச் செய்கிறது. எவரேனும் பறையனாகுமாறு சபிக்கப்பட்டிருக்கலாம். ஆகவே நாம் சந்திக்கும் பறையன் இந்தப் பிறவியிலேயே அரசனாக இருந்தாலும் இருக்கலாம். மாயையின் தத்துவம் அதை மேலும் நிலைகுலையச் செய்கிறது. சாபம் வேண்டாம், ஒருவரை மாற்றக் கனவே போதுமானது. எப்படியிருந்தாலும், தர்மப் பனுவல்கள் கூறுவதுபோல, ஒருவனின் அந்நியப்படாத சுயம், சாதியால் ஆக்கப்படுவதல்ல.

கடைசியில், அரிச்சந்திரனும் அவன் மனைவியும் லவணன் போலத் தங்கள் அசலான வாழ்க்கைக்குத் திரும்புவதில்லை. மண்ணுலகக் கனவை யும் யதார்த்தத்தையும், அரச போகத்தையும் பறையனாக இருப்பதன் பயங்கரங்களையும் விட்டுச் செல்கிறார்கள். இந்த விஷயத்தில் அவர்கள்

இந்துக்களாக அன்றி பௌத்தர்கள் போலக் காட்சியளிக்கிறார்கள். ஒருவேளை, பௌத்த வெஸ்ஸந்தர ஜாதகத்தினால் அரிச்சந்திரன் கதை பாதிக்கப்பட்டிருக்கலாம். வெஸ்ஸந்தர ஜாதகத்தில் இதேபோல ஒரு கதை உள்ளது.[53] (லவணன் தன் சதையைக் கொண்டு தன் குழந்தைகளுக்கு உணவளிக்கும் சம்பவத்தில் பௌத்தத்திற்கும் இந்துமதத்திற்குமான மற்றொரு இழையும் உள்ளது. நிலவில் முயல், சிபியின் கதை ஆகிய இந்து-பௌத்தக் கதைகளிலிருந்து இதை நாம் அறிவோம்.) ஆனால் அடிப்படையான பௌத்தச் சட்டகம், கௌதம சாக்கிய முனிவனுடையது தான் (புத்தருடையதுதான்). பாலிப் பனுவல்களின்படி, அவர் தனது ஆடம்பரமிக்க வாழ்க்கையைத் துறந்து துன்பப்படும் மக்களுக்கிடையில் வாழ்வதற்குச் செல்கிறார், ஆனால் திரும்பி வருவதில்லை. இம்மாதிரித் தொகுதியிலுள்ள இந்துக் கதைகளிலிருந்து இது வேறுபட்டது. இந்துக் கதைகளில், அரசன் பெரும்பாலும் திரும்பிவிடுகிறான்.[54]

மிக அழகான சுயபரிசோதனைத் தருணம் ஒன்று வாய்க்கிறது. அரிச்சந்திரன்தான் தாங்கள் பேசிக்கொண்டிருக்கும் சண்டாளன் என்று அறியாமலே அவனிடமே அவன் கதையைக் கூறுகிறார்கள். ஆனால் அவனைச் சண்டாளனுக்கு பதிலாகப் புல்காசன் என்கிறார்கள். அரிச்சந்திரனும் தன் கனவில் அவ்வாறுதான் காண்கிறான். திரும்பக் கூறல்கள் ஒரே மாதிரி இருப்பதில்லை என்பது ஒரு காரணம். ஒருவிதப் பறையன், மற்றொருவிதப் பறையனாகத் தன்னைத் தவறாகக் கருதிக் கொள்ளலாம் (பிறரும் அவ்விதமே செய்யலாம்). யோக வசிஷ்டம் லவணன் கதையை ஒருவிதத்தில் ஒத்தும் ஒருவிதத்தில் மாறியும் உள்ள காதியின் கதையைக் கூறும்போது மேற்கண்ட மாறுபாடுகள் மேலும் உயிர்த்துடிப்புள்ளவை ஆகின்றன.

காதி: அரசனாக இருப்பதாகக் கனவுகண்ட பறையனாகத் தான் மாறிவிட்டதாகக் கனவு கண்ட பிராமணன்

காதி என்ற பிராமணன் ஒருவன் இருந்தான். ஒரு நாள் ஆற்றில் குளித்துக்கொண்டிருக்கும்போது சுயபிரக்ஞையை இழந்துவிட்டான். தான் ஓர் இழிந்த சாதியில் (புல்காசனாகப்) பிறந்ததாக, ஒரு புல்காசப் பெண்ணின் வயிற்றில் பிறந்ததாக உணர்ந்தான். பிறந்து, வளர்ந்து, திருமணம் செய்து, குழந்தை பெற்று, முதியவனும் ஆனான். அவன் குடும்பத்தில் எல்லாரும் இறந்துவிட்டார்கள். அலைந்து திரிந்தவாறே கிரச நகரத்துக்கு வந்து சேர்ந்தான். அங்கிருந்த அரசன் இறந்துவிட்டான். மக்கள் இவனை அரசனாக்கினார்கள். ஆனால் எட்டு ஆண்டுகளுக்குப் பிறகு ஒரு புல்காச முதியவன் இவனை அடையாளம் கண்டு புல்காசன் என்று வெளிப்படுத்திவிட்டான். மக்கள் அவனைவிட்டு விலகினர். மனம் நொந்து தீயில் விழுந்தான். ஆற்றின் நீரில் விழித்தெழுந்தான். வீட்டுக்குச் சென்று முன்போலவே வாழ்ந்திருந்தான். ஒருநாள் மற்றொரு பிராமணன் இவனிடம், கிரச நகரத்தில் எட்டாண்டுகளாக ஒரு புல்காசன் அரசனாக இருந்தான், பிறகு அவன் யாரென்று தெரிந்ததும் தீயில் மூழ்கி இறந்தான் என்று கூறினான். காதி சென்று தன் கிராமமும், கிரச நகரமும் எல்லாம் தனக்கு அறிவித்தவாறே இருக்கக் கண்டான். பிராமணனாகத் தன்

வாழ்க்கைக்குத் திரும்பினான்.[55]

லவணன், காதி இருவர் கதைகளையும் ஒன்றாக அருகில் வைத்து நோக்கும்போது, பரஸ்பர ஒளிதரும் உவமைகளின் இரட்டை உருக்கள் போல ஒவ்வொன்றும் மற்றதைப் புரிந்துகொள்ளும் ஒளியை அளிக்கிறது. லவணன், ஓர் அரசன். பறையனாக மாறியது போலக் கனவு காண்கிறான். பிறகு தன் அரசவாழ்க்கைக்குத் திரும்பிவிடுகிறான். காதி ஒரு பிராமணன். அவனும் தான் ஒரு பறையனாக மாறிவிடுவதாகக் கனவு காண்கிறான். ஆனால் அந்தக் கனவுப் பறையன் அரசனாகிறான், பிறகு பறையன் என்று வெளிப்படுத்தப்படுகிறான். பிறகு பிராமணனாகிவிடுகிறான். காதியின் கதையின் மத்தியிலிருந்து லவணன் கதை தொடங்குவதுபோல இருக்கிறது. அதாவது தான் ஒரு பறையனாக இருந்ததை நினைவில் வைத்திருக்கும் அரசன். அரசனாகிய லவணன் வேறொரு இடத்திற்குச் செல்கிறான் (அல்லது செல்வதாகக் கருதிக் கொள்கிறான்.) அங்கு மற்றொரு வாழ்க்கையை வாழ்கிறான். பிறகு அரசனாக விழித்தெழுகிறான். இது காதி விஷயத்திலும் கதை மத்தியில், ஆனால் எதிர்த்திசையில் நடக்கிறது. ஒரு பறையனாக இருந்து வேறொரு இடத்திற்குச் சென்று அரசனாகிறான். இந்தப் பொதுவான, ஆனால் தலைகீழான சம்பவம், காதியின் வாழ்க்கை யின் வேறொரு சம்பவத்தில் பொதிந்துவைக்கப்படுகிறது. அதில் அவன் இறக்கிறான், மறுபடியும் பிறக்கிறான், கருவிலிருந்து புதியதொரு வாழ்க்கையை அனுபவிக்கிறான். இந்தச் சட்டகம், லவணன் கதைக்குப் பொருந்தும்போது, அதற்கும் இம்மாதிரி ஒரு சட்டகம் இருக்கலாம் என்று தோன்றுகிறது. அதாவது, ஒரு பிராமணன், தான் லவணனாக இருப்பதாகக் கனவுகண்டு, அந்த லவணன் ஒரு பறையனாவதாகக் கனவு காண்கிறான் என்று சொல்லலாம். தன் கனவின் ஞாபகங்கள் உண்மை என காதி அறிகிறான். ஆனால் அவை அவனுடைய ஞாபகங்கள் அல்ல, வேறொருவனுடையவை. லவணனுக்கு நிஜமாக இருப்பது காதிக்கு உவமைத்தன்மையுள்ளதாகிறது. காதிக்கு நிஜமாக இருப்பது லவணனுக்கு வெறும் உவமை மட்டுமே. ஒருவன் பார்வையில் நிஜம், அடுத்தவன் பார்வையில் அது உவமை.

இந்த மாற்றங்கள் வெவ்வேறு விதமாக நடக்கின்றன. அரச லவணன், மறுபடி பிறப்பதில்லை, ஆனால் வேறொரு இடத்திற்குப் பயணம் செய் கிறான். காதி, இதற்கு முரணாக, பிரயாணம் செய்வதோ, மெய்ம்மறப்பில் மூழ்குவதோ கிடையாது. ஆனால் இறக்கிறான் (அல்லது இறப்பதுபோலக் கற்பனை செய்கிறான்). பிறகு புதியதொரு வாழ்க்கையைக் கருவிலிருந்து தொடங்கி வாழ்கிறான். ஆனால் லவணன் உண்மையில் மறதிநோய்க்கு ஆட்படுகிறான். தான் அரசன் என்பதை மறக்கிறான். ஆனால் பறைய னாக இருக்கும் காதிக்குத் தான் யாரென்பது நன்றாகத் தெரியும், ஆனால் அரசனாக இருப்பதுபோல் நடிக்கிறான். காதி ஆன்மிகச் சக்திகள் பல கொண்ட பிராமணன் என்பது முக்கியமான உண்மை. எப்போதும் அவன் மனத்தைச் சமநிலையில் வைத்திருக்கிறான். குறிப்பாக, தன் உணர்ச்சிக்கு பலியாகும் அரசனைப் போல (குதிரையின் அழகினால் கவரப்படுவது போல) அவன் இல்லை. ஆனால் கதைத்தலைவனின் அந்தஸ்து எப்படி இருப்பினும், பனுவல், ஓர் அனுபவத்தை அடைந்ததற்கும்,

அந்த அனுபவத்தை அடைந்ததாகக் கனவு காண்பதற்கும் இடையிலுள்ள வித்தியாசத்தை அழித்துவிடுகிறது. ஏனெனில் இரு விஷயங்களிலுமே, அனுபவத்திற்கான சம்பவங்கள் பௌதிகச் சுவடுகளை விட்டுச் செல்கின்றன. அவற்றைச் சாட்சியங்கள் முன்னால் உறுதிப்படுத்திக் கொள்ள இயலும்.

காஷ்மீரி சைவ இலட்சியவாதத்தின் அடிப்படை யூகங்கள், சராசரி ஐரோப்பிய அமெரிக்க வாசகனின் யூகங்களிலிருந்து மிகவும் வேறுபட்டவை. முக்கியமாக, நாம் நமது பழைய பிறவிகளின் ஞாபகங்களை இப்பிறவியில் கொள்ளாமை என்பது, தினமும் நாம் காணும் கனவுகளையே நம்மால் நினைவில் வைத்துக் கொள்ள முடியாததன் தீவிர வடிம் என்ற கருத்தை அது முன்வைக்கிறது. அதையும் விட மேலாக, ஒரே வாழ்க்கையில் ஒரு கனவுகண்ட (அல்லது உண்மையில் அனுபவித்த) சம்பவம் ஒன்றின் யதார்த்த அந்தஸ்திற்கும், முழுமையாக வேறொரு மறுபிறவியின் கனவு கண்ட (அல்லது அனுபவித்த) சம்பவத்தின் யதார்த்த அந்தஸ்திற்கும் உள்ள வேறுபாட்டினை அழித்துவிடுகிறது. அதாவது ஒருவன் தான் அரசனாக இருப்பதை மறப்பதற்கும், அரசனாக நடிப்பதற்கும் உள்ள வேறுபாட்டை அழிக்கிறது. இறுதியாக, ஓர் அரசனாக, பிராமணனாக அல்லது பறையனாக எவ்விதம் இருப்பினும் பிரக்ஞை வேறுபாடு இல்லை என்று ஆக்குகிறது.

அடிக்குறிப்பு

1. *Rushdie, Haroun, 40.*
2. *Purva-mimamsa-sutra 6.1.8 and 6.1.25-38.*
3. *K. M. Sen, Hinduism, 67. He called them ardhavainashika, punning on vai-sheshika (people who make distinctions) and vai-nashika (people who make extinctions-of religion).*
4. *Ibid., 69.*
5. *Ibid., 66.*
6. *Flood, Introduction, 238-46.*
7. *Ibid., 132.*
8. *Klostermaier, Hinduism, 60; see also the Sarvadarsanasamgraha of Madhava (not to be confused with Madhva), a fourteenth-century Advaitia philosopher.*
9. *Schimmel, The Empire, plate 75.*
10. *Keay, India, 194.*
11. *Kripal, "Hinduism and Popular Western Culture."*
12. *Shankara's commentary on the Brihadaranyaka Upanishad (iii.5.1 and iv.5.15); Lorenzen, Who Invented Hinduism?, 121.*
13. *Ramanuja's commentary on Badarayana's Brahmasutra (Shribhashya 2.2.27); Isayeva, Shankara and Indian Philosophy, 14.*
14. *Grierson, "Madhvas," 235.*
15. *Shankara-dig-vijaya of Madhava, 1.28-43.*
16. *Shankara-dig-vijaya of Madhava, chapter 9; Shankara-vijaya of Anandagiri, 58-59; Ravicandra's commentary on Amaru; Siegel, Fires of Love, 4-5.*

17. Flood, Introduction, 240.
18. Gopinatha Rao, Elements, 1.1.266; Narayana Rao and Shulman, Classical Teluga Poetry 143-44.
19. Carman, Theology of Ramanuja, 43, n. 37.
20. Davis, Lives of Indian Images, 133.
21. Carman, Theology of Ramanuja, 44, n. 38, 39.
22. Ibid., 45.
23. Narayana Panditacarya, Madhva-vijaya 10.8- 10.18, 10.27-10.32
24. Encyclopaedia Britannica on Madhva.
25. Varaha Purana 71.48-62.
26. Madhva, Brahma-sutra-bhashya 1.1.1, citing Varaha Purana 1.228; cf. Klostermaier, Hinduism, 59-60.
27. Doniger O'Flaherty, Origins of Evil, 70-72.
28. Narayana Panditacarya, Manimanjari 5-8.
29. Doniger O'Flaherty, Origins of Evil, 210.
30. Flood, Introduction, 166.
31. Ibid., 164.
32. Ibid., 170.
33. Ibid.,162.
34. Doniger O'Flaherty, Origins of Evil, 168-73.
35. Lubin, "Veda on Parade," 398.
36. Agni Purana 27.17-28.
37. Beck, "Krishna as Loving Husband of God," 70.
38. Flood, Introduction, 137.
39. Appadurai, "Kings, Sects and Temples."
40. Prashna Upanishad 4.5.
41. Doniger O'Flaherty, Dreams, Illusion.
42. Cox, "Saffron in the Rasam."
43. Flood, Introduction, 166.
44. Schimmel, The Empire, 137.
45. Ibid. 328 and 114; a copy of the gorgeously illustrated translation is one of the treasures of the Chester Beatty Library in Dublin.
46. Personal communication from Muzaffar Alam, Chicago, December 2007.
47. Yoga-vasishtha 1.10-11; Doniger O'Flaherty, Dreams, 131, 139-40.
48. Yoga-vasishtha 6.1.85-08; Doniger O'Flaherty, Dreams, 280-81.
49. Yoga-vasishtha 3.104-09, 120-21; Doniger O'Flaherty, Dreams, 134-35.
50. Doniger O'Flaherty, Dreams, 140-45.
51. Brihadaranyaka Upanishad 2.1.18.

52. *Markandeya Purana 8.128.*
53. *Gombrich and Cone, The Perfect Generosity, xxv-xxvi; Jataka 547.*
54. *Doniger O'Flaherty, Dreams.*
55. *Yoga-vasishtha 5.44-49; Doniger O'Flaherty, Dreams 135-36.*

இயல்: 19
முகலாயர்கள்கீழ் உரையாடலும் சகிப்புத்தன்மையும்
கி.பி. 1500 முதல் கி.பி. 1700 வரை

காலவரிசை (எல்லா ஆண்டுகளும் கிறித்துவுக்குப் பின்னர்)

1399 மத்திய ஆசிய ஆட்சியாளன் தைமூர் தில்லியை அழித்தல்

1526 பாபர் முகலாயப் பேரரசின் அடித்தளம் அமைத்தல்

1530 - 1556 ஹுமாயூன் ஆட்சி

1556 - 1605 அக்பர் ஆட்சி

1605 - 1627 ஜஹாங்கீர் ஆட்சி

1627 - 1658 ஷா ஜஹான் ஆட்சி

1658 - 1707 ஔரங்கசீப் ஆட்சி

1713 - 1719 பரூக்சியார் ஆட்சி

இந்துக்களுக்கும் முஸ்லிம்களுக்கும் இடையிலான வெறித்தனமான வெறுப்பை அறிந்து, இது பரஸ்பர அறியாமையினால் விளைகிறது

என்பதில் உறுதிகொண்டு, அறிவொளிமிக்க ஆட்சியாளன் இந்த அறியாமையைப் போக்க ஒருமதத்தின் நூல்களை அடுத்த மதத்தினர்க்குக் கிடைக்கச்செய்வதற்கு முயற்சி மேற்கொண்டான். தொடக்கத்திற்கு, மகா பாரதத்தைத் தேர்வுசெய்தான். ஏனெனில் அது கருத்துகளை உள்ளடக்கிய தாகவும், மிக உயர்ந்த அதிகாரத்தைப் பெற்றும் இருக்கிறது. இரண்டு மதத்திலிருந்தும் தகுதி வாய்ந்த மக்களைக் கொண்டு மொழிபெயர்க்கச் செய்தான். இந்த வகையில் இந்துக்களுக்கு அவர்களுடைய தவறான நடைமுறைகள், மூடநம்பிக்கைகள் சிலவற்றுக்கு அவர்களுடைய மதநூல் களில் அடிப்படை இல்லை என்று காட்ட முயற்சி செய்தார். அதேபோல முஸ்லிம்களுக்கு உலகம் ஏழாயிரம் வருடமாகத்தான் இருக்கிறது என்று சொல்வது அபத்தம் என்று அறிவுறுத்த முயற்சி செய்தான்.

- அபுல் பசல் (1551 - 1602)

மேல் பகுதியில் வரும் அரசன் அக்பர். முகலாய அரசர்களிலேயே பன்மைத்தன்மைவாய்ந்தவன்.(வரலாற்றில்எங்கும்எந்தக்காலப்பகுதியிலும் உள்ள அரசர்களிலேயே என்று கூறலாம்.) மகாபாரதத்தைப் பற்றிய அவனுடைய கவனத்தோடு, பழைய காலச் செவ்வியல் நூல்களுக்கு முரணாகச் சமகாலத் “தவறான” இந்து நடைமுறைகளை அக்பர் ஏளனப்படுத்தலையும் (அக்பர் இவ்விதம் செய்யவில்லை என்றான் அவனுடைய காலக்குறிப்பாசிரியன் அபுல் பசல்) வைத்து நோக்க வேண்டும். பிற முகலாயர்கள் சிலரும் இந்துமதத்தின் சில கூறுகளை மிக உயர்வாக மதித்தார்கள். பிற சிலர் இந்துக்களை வெறுத்தார்கள், அவர்களுடைய செயல்முறைகளை தவறானவை என்று மட்டுமல்ல, முற்றிலும் தெய்வநிந்தனையானவை என்றும் கருதினார்கள். இந்து மதம் வழக்கம்போல் சாதி, பால் ஆகிய பிரச்சினைகளில், அவ்வப்போது முகலாய உதாரணங்களால் அல்லது முகலாய அச்சுறுத்தல்களால் அல்லது இரண்டினாலும் புதிதாகத் தூண்டப்பட்டு வேதனைப்பட்டுக் கொண்டிருந்தது.

முகலாயர்கள்

முகலாயர்கள் என்ற சொல்லின் கவர்ச்சிக்குப் பெரும்பாலும் எவரும் தப்பமுடியாது. மங்கோல் என்ற சொல் மகோல் என்று சிலசமயம் பிழையாக எழுத்துக்கூட்டப்பட்டு முகல் என்று ஆகியிருக்கிறது. அச் சொல், மட்டுமீறிய செல்வம், ஆதிக்கம் ஆகியவற்றைக் கொண்ட ஒருவனைக் குறிக்கிறது. மெய்தான், சிலசமயங்களில் அவர்கள் விளையாடத்தான் செய்தார்கள். தங்கள் மையக்குடும்பங்களின் உறுப்பினர்களையே மிகுதியாகக் கொல்ல (அல்லது குருடாக்க, அல்லது சிறையிலடைக்க) முயன்றார்கள். அவர்களில் பலர் பெரும்பாலான சமயங்களில் மதுவின் போதையிலோ மருந்தின் போதையிலோ இருந்தார்கள். முகலாயர்கள்கீழ் தண்டனை மிகக் கடுமையாக இருந்தது (அந்தக் காலத்தில் இந்துக்களிடையிலும், ஏன் — ஐரோப்பியர் இடையிலும் அப்படித்தான் இருந்தது). பல குற்றங்களுக்கு மக்கள் கழுவில் ஏற்றப்பட்டனர், அல்லது யானைகள் காலால் மிதியுண்டனர். ஒப்பளவில் சிறிய நடத்தைத் தவறுகளுக்கும்

மக்கள் தோல் உரிக்கப்பட்டது, அல்லது கைகால்கள் வெட்டப்பட்டன.[2] ஆனால் பொதுவாக உலகத்திற்கும் இந்தியாவுக்கும், குறிப்பாக இந்து மதத்துக்கும் உரிய நாகரிகங்களுக்கு மிகச்சிறந்த கொடைகளை அளித்தனர். முகலாயர்கள்கீழ், தொழில்களும் வணிகமும் பெரிய அளவில் வளர்ந்தன. "அரசவையைச் சுற்றி உடை ஒப்பனைசெய்வோர், நறுமணப்பொருள் விற்போர், பொன் - வெள்ளி வேலைசெய்வோர், நகைக்காரர்கள், தந்தம் செதுக்குவோர், துப்பாக்கிவேலையாட்கள், சேணக்காரர்கள், தச்சு வேலை செய்வோர், கட்டடக் கலைஞர் கும்பல், பொறியாளர்கள், கல் கட்டுமான வேலைசெய்வோர், மெருகிடுவோர் கூட்டம் எப்போதும் குழுமியிருந்தது."[3] தில்லி சுல்தானியத்தின் அராபியர் போலன்றி, முகலாயர்களான துருக்கியர்கள் இந்து மதத்துடன் அதே போன்ற உறவு கொண்டவர்களாக இல்லை. சிலபேர் மதத் தீவிரவாதிகள், சிலர் மதத்தைப் பற்றிக் கவலைப்படவில்லை. சிலர் இஸ்லாமை நேசித்தார் கள், ஆனால் அதைப் பிற எவர்மீதும் திணிக்கவேண்டும் என்று நம்பவில்லை. சிலர் (குறிப்பாக ஔரங்கசீப்) முற்றிலும் (அதில் சற்றே ஈரடித்தன்மை இருந்தாலும்) கொடூரமானவர்களாக இருந்தார்கள். சிலர் (மிகக் குறிப்பாக அக்பர்) (அதில் சற்றே ஈரடித்தன்மை இருந்தாலும்) வியப்பளிக்கும் விதமாக நடந்தனர். இன்னும் பலர் இதில் பாதி அதில் பாதியாக இருந்தனர். மேலும் இஸ்லாமிலும் பல்வேறு வகைகள் இருந்தன. சன்னி, ஷியா, சூஃபி... இதுபோல. ஒரு குழுவாக முகலாயர்கள், ஒரு குழுவாக தில்லி சுல்தான்களிலிருந்து வேறுபட்டவர்களாக இருந்தனர். தனித்தனி ஆட்சியாளர்களும் நீண்ட காலம் ஆட்சி செய்தனர், அவர் களுடைய வம்சம், அதிகமும் மையப்படுத்தியதாக இருந்தது. மக்களை இறுக்கிப் பிடித்தார்கள். மேலும் அதிக இந்தியப் பகுதிகள் மீது அதிகக் கட்டுப்பாடு கொண்டிருந்தார்கள். மேலும் நமக்கு முகலாயர்களைப் பற்றி அதிக வெளிச்சம், மிக அதிகமான தகவல்கள் கிடைக்கின்றன. தில்லி சுல்தானியக் காலத்திலிருந்து பல முக்கியமான வழிகளில் இந்து மதமும் மாறிப் போயிருந்தது. (புதிய சமய இயக்கங்கள், தந்திரம், தத்துவம்). ஆகவே ஒரு மாறுபட்ட இந்துமதம், மாறுபட்ட இஸ்லாமை எதிர்கொண்டது.

குதிரையாளும் தோட்டக் கலைஞனுமான பாபர்

ஜாகிர் உத் தீன் முகமது, பாபர் (புலி) என்ற பெயரால் நன்கு அறியப் பட்டவன், முதல் பெரிய முகலாயப் பேரரசன். அவனுடைய தாய்வழியில் ஜெங்கிஸ்கானின் வம்சத்தைச் சேர்ந்தவன். தந்தை வழியில் தைமூரின் (முடமானவன், எட்கர் ஆலன் போவின் தாம்பர்லேன் கவிதையை நினைவுகொள்க) வம்சத்தைச் சேர்ந்தவன் என்று சொல்லிக்கொள்கிறான். தைமூர், 1398ஆம் ஆண்டு மங்கோலியப் படைகளை யமுனை நதியைக் கடந்து அப்போது ஆட்சியிலிருந்த சுல்தானை வெற்றிகொண்டான். இந்துக்கள் எல்லாரையும் படுகொலை செய்தான் அல்லது அடிமை ஆக்கினான். நகரத்தின் முஸ்லிம் பகுதிகளை மட்டும் விட்டுவைத்தான். ஒரு நூற்றாண்டு கழித்து, 1484இல், பாபர் மத்திய ஆசியாவின் மலைப் பகுதிகளில் (இப்போது உஸ்பெக்கிஸ்தான்) உள்ள பெர்கானாவில் பிறந்தான். மங்கோலிய இரத்தம் அவனுள் ஓடியபோதும், தன்னை

அவன் ஒரு துருக்கியனாகவே கருதினான். துருக்கியிலேயே கல்வியும் பெற்றான்.[4] அழகுநேர்த்தியும் கொடூரமும் கலந்த கலவையான பாபர், தோட்டங்களை நிர்மாணித்தான், நீரூற்றுகளை வைத்தான், எங்குச் சென்றாலும் பழ மரங்களை நட்டான். ஒரு வகையான முகலாய ஜானி ஆப்பிள்சீட் என்று சொல்லலாம். அதேசமயம், மிகுதியான கோயில்களை இடித்தான், மிகுதியான மக்களைக் கொலைசெய்தான். மிக அசாதாரண மான முறையில் நெருக்கம் வாய்ந்ததாகவும், வெளிப்படையானதாகவும், விரிவானதாகவும் உள்ள ஒரு ஞாபகக் குறிப்புகளை — பாபர்நாமாவை எழுதினான். அதிலிருந்து இளம் வயதுமுதலாக அவன் வாழ்க்கை பற்றிய உயிர்த்துடிப்புள்ள ஒரு சித்திரம் கிடைக்கிறது. அப்போது அவன் ஒரு சிறந்த குதிரைமீது சவாரி செய்துகொண்டு, ஒரு கவிதைப் புத்தகத்தைத் தவிர வேறொன்றையும் தன்னுடன் கொண்டு செல்லாமல், தன் சுதந்திரத்தில் திளைத்தவாறு ஒரு நாடோடி வாழ்க்கை மேற்கொண்டிருந்தான்.

அவனது முதல் இலக்கு தைமூரின் பழைய ஆட்சிப்பகுதியான சாமர்க்கண்ட். அதில் அவன் தோல்வியுற்றான். பிறகு தைமூரின் பிற்கால இலக்கான இந்தியாவின் பக்கம் கண்களைத் திருப்பினான். அவனுடைய இரண்டாவது மகனுக்கு இந்தால் என்று பெயரிட்டான். அதற்கு "இந்தியாவைக் கைப்பற்று!" என்று பொருள்.[5] ஆனால் இந்தியாவுக்கு வந்தபிறகு அதைப்பற்றி மிகக் கீழான அபிப்பிராயமே கொண்டான்.

இந்துஸ்தானம் ஒரு கவர்ச்சியற்ற இடம். அதன் மக்களில் எந்த அழகும் இல்லை, ஒரு நளினமான சமூகத் தொடர்பு என்பதில்லை. கவிதைத்திறனோ, புரிந்துகொள்ளலோ, நன்னடத்தையோ, மேன்மையோ, ஆண்மையோ இல்லை. கலைகளிலும் கைவினைகளிலும் ஒருங்கிசைவோ சீர்மையோ இல்லை. நல்ல குதிரைகள், மாமிசம், திராட்சை, முலாம் பழங்கள், பிற பழங்கள் எவையுமில்லை. பனிக்கட்டி, குளிர்ந்த நீர், நல்ல உணவு, ரொட்டி ஆகியவை சந்தையில் கிடைப்பதில்லை. பொதுக்குளியலிடங்களும், மதர்சாக்களும் (முஸ்லிம் பள்ளிகள்) இல்லை. மெழுகுவத்திகளோ, தீவட்டி களோ, வத்தித்தாங்கிகளோ இல்லை... இந்துஸ்தானத்தின் ஒரே நல்ல விஷயம், அது மிகப் பெரிய, அதிகஅளவு தங்கமும் செல்வமும் நிறைந்த நாடு என்பதே.[6]

கொஞ்சம் கழித்து, அவன் சேர்க்கிறான்: "இன்னொரு நல்ல விஷயம், எல்லையில்லா எண்ணிக்கையிலான கைவினைஞர்களும், எல்லாத் தொழில்களும் செய்யவல்லவர்களும் இருக்கிறார்கள்". தான் கைப்பற்றிய பொருளின்மீது ஓர் ஆதிக்கக்காரனின் ஆர்வத்தின் இயல்பு இவ்வளவு வெளிப்படையாகச் சொல்லப்பட்டது கிடையாது. நல்ல குதிரைகள் இன்மை, ஏற்கெனவே நாம் பார்த்ததுபோல ஒரு நிரந்தரப் பிரச்சினைதான்.

இந்து மதத்தைப் பற்றி மிகக் குறைவாகவே அவனுக்குச் சொல்ல இருக்கிறது. "இந்துஸ்தானத்திலுள்ள பெரும்பான்மை மக்கள் கடவுள் நம்பிக்கை அற்றவர்கள். தங்களை இந்து என்று அழைத்துக் கொள் கிறார்கள். பெரும்பான்மை இந்துக்கள் மறுபிறவியில் நம்பிக்கை வைத்திருக் கிறார்கள்." அவ்வளவுதான். இப்போது உத்தரப்பிரதேசத்திற்கும் பிஹா ருக்கும் எல்லையாக அமையும் ஒரு நதி — கர்மநாசா (வினையை

அழிப்பது) என்று அழைக்கப்படுகிறது. சிலசமயங்களில் எதிர்கங்கை என்றும் குறிப்பிடப்படுகிறது. அதைக் கடக்கும்போது பாபருக்கு மறு பிறவி, அதற்குத் தொடர்பான தத்துவங்கள் பற்றிப் பேசவேண்டி வருகிறது. "இந்த ஆறு மிக விழிப்பாக இந்துக்களால் தவிர்க்கப்படுகிறது. விழிப்புள்ள இந்துக்கள் அதைக் கடக்க மாட்டார்கள். அவர்கள் படகில் ஏறி, கங்கையில் அது விழுமிடத்தில் கடக்கிறார்கள். அதன் நீர் பட்டால் அந்த மனிதனின் தகுதிகள் போய்விடும் என்று நம்புகிறார்கள். அதனால்தான் அதன் பெயர் எதிர்கங்கை என வந்திருக்கிறது என்கிறார் கள்." இந்து, ஜைனச் சிற்பங்களுக்கு, குறிப்பாகக் கூட்டமாக இருக்கும் சிற்பங்களுக்கு, இருபதடி உயரம்கூட இருக்கும் படிமங்களுக்கு அவன் ஆட்சேபணை தெரிவித்தான். "அவை நிர்வாணமாக, அந்தரங்க உறுப்புகளைக் காட்டிக்கொண்டிருக்கின்றன... உத்வஹி மோசமான இடமல்ல. உண்மையில் அருமையான இடம். அதன் ஒரே குறை, இந்தச் சிலைகள்தான். ஆகவே அவற்றை அழிக்க உத்தரவிட்டேன்."[7] தன் சொந்த மதத்தினைப் பொறுத்தவரை அவனது மனப்பாங்கு எளிமையாகவும் நடைமுறைக்கு ஒத்ததாகவும் இருந்தது. ஒருசமயத்தில் — அவனுக்கு உள்ளார்ந்த விசுவாசம் இருந்ததோ இல்லையோ, மத உணர்ச்சியைத் தனது விருப்பமற்ற படைகளை ராஜபுத்திரர்களுக்கு எதிராகத் தூண்டப் பயன்படுத்தினான்.[8] தன் மதத்திற்கு வைத்திருந்த அர்ப்பணிப்பை அவன் தனது இராணுவ வெற்றிகளுக்கும் காட்டினான். அவை பிரிக்க முடியாதவையாக இருந்தன. இப்படிப்பட்ட ஒரு வெற்றிக்குப் பின் அவன் இந்தச் செய்யுளை எழுதினான்: "இஸ்லாமுக்காக நான் ஓர் அலைபவன் ஆனேன்; நம்பிக்கையற்றவர்களிடமும் இந்துக்களிடமும் போரிட்டேன்; நான் ஒரு தியாகியாவதென்று முடிவுசெய்தேன். ஆனால் ஒரு புனிதப் போர்வீரனாகி விட்டேன், நன்றி இறைவனுக்கு."[9] இஸ்லாமை அவன் பின்பற்றியது, புலனுணர்ச்சியில் அவன் ஊறித்திளைத்ததற்கு ஏற்ப இருந்தது. "மதுவகைகள், காமமிக்க சில கவிதைகளை எழுதுவது, இசை, பூக்களும் தோட்டங்களும், பெண்கள், இளமையில் ஒருமுறை சின்னஞ் சிறு பையனும்கூட."[10] மதம் மாற்றுவதோ, மற்ற மக்களின் வழிபாட்டிடங் களை இடிப்பதோ அவனுடைய காரியங்களின் பட்டியலில் முக்கிய இடம்பெறவில்லை.

அயோத்தியில் உள்ள பாப்ரி மசூதி உட்பட, மசூதிகள் பலவற்றை பாபர் கட்டியதாகச் சொல்லப்படுகிறது. அதைப் பற்றி ஒரு கல்வெட்டு சொல்கிறது. 1528க்குச் சில காலம் முன்பாக, இப்படிப்பட்ட மசூதி ஒனறைக் கட்டியிருக்கக்கூடிய நாட்கள் பற்றிய பக்கங்கள் விடுபட்டுப் போய்விட்டன. ஒருவேளை 1194இல் அயோத்தியை கோரி முகமது வின் படைகள் அடைந்த சில காலத்துக்குப் பிறகு கட்டப்பட்டு, ஏற் கெனவே இருந்த மசூதி ஒன்றை அவன் புதுப்பித்திருக்கலாம். 1530இல் பாபருடைய மூத்த, அவனுக்கு மிகப் பிரியமான மகன் ஹுமாயூன் நோயினால் படுக்கையானான். அப்போது அவனுக்கு வயது 22. அவன் இறந்துபோவான் என எதிர்பார்க்கப்பட்டது. அவனது நோய்ப்படுக்கை அருகில் பாபர் பிரார்த்தனை செய்து, தனது சொந்த உடல்நலத்தைத் தன் மகனுக்கு மாற்றிக்கொடுத்ததாகச் சொல்லப்படுகிறது. (கர்மவினையை மாற்றுவது என்ற செயல். இது இந்துக்களும் பௌத்தர்களும் நம்புவது,

முஸ்லிம்களுக்கானது அல்ல.) தன் மகன் குணமானால், தன் உயிரை அதற்கு பதிலாகத் தருவதாக பாபர் கூறினான். அதேபோல ஹுமாயூன் குணமானான், பாபர் இறந்துபோனான். முதலில் தான் ஆக்ராவில் வடிவமைத்த தோட்டம் ஒன்றிலேயே அவன் புதைக்கப்பட்டான். பிறகு அவன் விருப்பத்திற்கிசைய, காபூலுக்கு அவன் உடல் கொண்டு செல்லப்பட்டு அங்கு வைக்கப்பட்டது. இந்தியாவை ஒருபோதும் அவன் அவ்வளவாக விரும்பவில்லை.

வானியலாளனும் ஜோசியனுமான ஹுமாயூன்

1508இல் பிறந்த ஹுமாயூன், ஜோசியத்திலும் ஆன்மிக விஷயங்களிலும் பொழுதுபோக்கிற்காக ஈடுபட்டான். தனது ஆன்மிக குருவைத் தன் சகோதரன் ஹிந்தால் கொன்றதற்காக அவன் கண்களைக் குருடாக்குவதை இந்த இரு ஈடுபாடுகளும் தடுக்கவில்லை.[11] ஜோசியத்தில்போலவே வானியலிலும் அவனுக்கு ஈடுபாடிருந்தது. 1556இல் எங்கும் கொண்டுசெல்லத்தக்க விதத்தில் தில்லியில் அவன் உருவாக்கியிருந்த ஆய்வுக் கூடத்திற்குப் போய்விட்டு அதன் படிக்கட்டுகளில் இறங்கும்போது கீழேவிழுந்து உயிர் துறந்தான்.[12] ஒரு தூதுவன் பதின்மூன்றே வயதாகியிருந்த அக்பரிடம் ஓடிச்சென்று அவன்தான் இனிப் பேரரசன் என்பதைக் கூறினான். இடையில், ஹுமாயூனைப் போல் இருந்த ஒரு மனிதனை (இந்துக்கள் நிழல் ஹுமாயூன் என்று கூறியிருக்கக் கூடிய ஒருவனை) அச்சமுற்ற கூட்டத்தினருக்குத் தொலைவிலிருந்த ஒரு மேடையில் வைத்துக் காட்டினார்கள்.[13]

சகிப்புத்தன்மைகொண்ட அக்பர்

அக்பர் அரைநூற்றாண்டு ஆட்சிசெய்தான். தன் தாத்தா பாபரைப் போல அக்பர் ஒரு பயமற்ற, களைப்பறியாத குதிரைச் சவாரிக்காரன்.[14] செயல்வீரன், ஈட்டிகளால் புலிகளைக் கொன்றவன், தனது தைரியத்திற்காகவும், கொடுமைக்காகவும் ஒரேசமயத்தில் புகழ்பெற்றவன். நீண்டதொரு முற்றுகைக்கும் இரத்தக்களறியான போருக்கும் பிறகு 1568இல் மேவாரின் வரலாற்றுப் புகழ்மிக்க சித்தூர்க் கோட்டையைக் கைப்பற்றினான். கோட்டையிலிருந்து போர்வீரர்கள் தங்கள் தற்கொலைக்குச் சமமான தாக்குதல் முயற்சியில் ஈடுபட்டபோது, பெண்கள் நெருப்பில் எரிந்ததைக் கண்டு களித்தான். அதற்குப் பிறகும் எக்காரணமுமின்றி, போரில் ஈடுபடாத ஏறத்தாழ இருபதாயிரம் பேரைப் படுகொலைசெய்தான்.[15]

ஆனால் பாபருக்கு எதிரான விதத்தில், நாடகத்தனமாக, அக்பர் தானே படிக்கவோ எழுதவோ கிடையாது. (ஏனென்று யாருக்கும் தெரியாது. ஒருவேளை டைஸ்லெக்சியா என்னும் பிறழ்ச்சியால் — சொற்பொருளறியாமையும் அதனால் ஏற்படும் வாக்கியப் பிழைகளும் கொள்ளுதல்— அவன் பாதிக்கப்பட்டிருக்கலாம், அல்லது ஒருவேளை பள்ளி அவனுக்கு வெறுமனே சலிப்பூட்டியிருக்கலாம். 'நல்ல பள்ளியிலிருந்து வெளியேற்றப்பட்டவன்!' —அல்லது எழுதவேண்டாம் என்று நினைத்த மறைஞானியாகவும் இருககலாம்.[16]) ஆனால் தன் அவையில் ஒன்பது

மாணிக்கங்களில் அபுல் பசலைக் கொண்டிருந்ததன் வாயிலாக இதற்கு நன்றாகவே ஈடுசெய்துவிட்டதாகச் சொல்லலாம். அபுல் பசல் ஒரு பெரிய வாழ்க்கை வரலாற்றாளன். அக்பர்நாமாவையும் அய்ன் - இ - அக்பாரியையும் எழுதியவன். அக்பர்நாமா ஒரு மிகைப்படப் புகழும் வரலாறு; அய்ன் - இ - அக்பாரி சற்றே நிதானமான வரலாறு.

அக்பரின் பன்மைவாதம்

திறந்த மனமுடைய இந்து மற்றும் முஸ்லிம் மதச் சிந்தனையாளர்கள் இதற்கு நீண்ட காலம் முன்பே, நாம் பார்த்தவாறு தீவிரமான மதங்களுக் கிடையிலான உரையாடல்களில் ஈடுபட்டிருந்தனர். ஆனால் அதன் சேவைக்கென ஒரு பெரிய பேரரசின் சக்தியையே முதன்முதலில் ஈடுபடுத்தியவன் அக்பர்தான். 1564இல் தொடர்ச்சியாகபல்சமய இறையியல் மன்றங்களின் தொடரை அவன் ஏற்பாடு செய்தான்.[17] பொழுதுபோக்குக் கிற்கும், சொற்பிரயோக ஆற்றல்களை வெளிக்காட்டுவதற்கு வாய்ப்புத் தருவதற்கும் மூலமாக இவை அமைந்தன. இரண்டாயிரம் ஆண்டுகள் முன்னர் உபநிடத வேந்தர்கள் இவ்வாறுதான் செய்தனர் எனப்படுகிறது. (அவர்களின் மத வாய்ப்புகளின் வீச்சு வேறுபட்டது). (ஆக்ராவின் அருகில்) அவன் கட்டிய ஃபதேபூர் சிக்ரி என்ற நகரத்தில் அக்பர் ஓர் அறையை அமைத்தான். அதில் வியாழக்கிழமை மாலைகளில் மத விவாதங்கள் நடைபெற்றன. முதலில் வெவ்வேறான முஸ்லிம் குழுக்களிடையே (சன்னி, ஷியா, இஸ்மைலி, ஃசூபி) விவாதம் நடைபெறும் அளவுக்கு வழிசெய்யப்பட்டது. பின்னர் இந்துக்கள் (சைவ, வைணவ பக்தர்கள்), கபீரின் சீடர்கள், (ஒருவேளை குருநானக்கின் சீடர்களும் இருக்கலாம்; அமிர்தசரஸில் பொற்கோயில் பின்னர் கட்டப்படுவதற்குரிய நிலப் பகுதியை அக்பர்தான் சீக்கியர்களுக்குக் கொடுத்ததாகச் சொல் லப்படுகிறது) ஜைனர்கள், யூதர்கள், இயேசுசபையினர் ஆகியோர் பங்கேற்றனர். புனித மக்கள்கூடிய இந்த வட்டசபையில் மெய்யாகவே சில புனிதமற்ற மனிதர்களும் இருந்தனர் — பொருள்முதல்வாதிகள் (சார்வாகர்களும், லோகாயதர்களும்).[18] (சற்றே மிகைப்படுத்தியிருந்தாலும்) அபுல் பசலின் இறவா வார்த்தைகளில்: "புழுதிபடிந்த சிந்தனைக் களத்தின் குடிவாழ்நருக்கிடையே அவன் உண்மையைத் தேடினான்; ஒவ்வொரு வகையான ஒட்டுத்தையல் துணியை அணிந்தவர்களிடமும் (யோகிகள், துறவிகள், சூஃபி மறைஞானிகள்) புழுதியில் தனித்துறைவோரிடமும் கவலையற்ற தனியாட்களிடமும் தொடர்புகொண்டான்."[19] சிலசமயங் களில் பிறர் அறியாவகையில் அக்பர் சந்தைகளிலும் கிராமங்களிலும் அலைந்து திரிந்தான். இது ஒருவேளை அவனுடைய குடிமக்களிடையே காணப்பட்ட மதப் பன்மைத் தன்மையில் அவனுக்கு ஆர்வத்தை ஊட்டி யிருக்கலாம் அல்லது விழிப்புணர்ச்சியை ஏற்படுத்தியிருக்கலாம்.

சூஃபியியத்தின்மீது அக்பர் கொண்ட சிறப்பான ஈடுபாட்டின் விளைவு ஃபதேபூர் சிக்ரி. அக்காலத்தில் மிக முக்கிய சூஃபிக் குழுவாக இருந்தவர்கள் ஷத்தாரிகள். முந்திய முகலாயர்களைக் கவர்ந்தவர்களும் அவர்களே. அவர்களைப் புறக்கணித்து, சிஷ்டிகளுடன் இணைந்துகொண்டவன் அக்பர்.[20] 1569இல் அக்பர் சூஃபி ஞானியான ஷேக் சலீம் சிஷ்டியைச்

சென்று கண்டான். அவர் சிக்ரியில் வாழ்ந்தவர். சலீம், அக்பருக்கு விரும்பியவாறே வாரிசாக ஓர் ஆண்குழந்தை பிறக்கும் என்று முன்னறி வித்தார். அவ்விதமே சிக்ரியில் அந்த ஆண்டிலேயே ஒரு குழந்தை பிறந்தது. (சலீம் என்று அதற்கு சிஷ்டியின் நினைவாகப் பெயரிட்டான் அக்பர். பின்னர் அவன் ஜஹாங்கீர் ஆனான்.) நன்றியுள்ள அக்பர், உடனே சிக்ரியைத் தனக்குத் தலைநகராக்கினான். (அதன் பெயரை ஃபதேபூர் சிக்ரி என்றாக்கினான்.) அங்கு தானே கவனம் செலுத்தி ஜாமி மசூதியை (வெள்ளிக்கிழமை மசூதியை)யும் இந்து மற்றும் முஸ்லிம் கட்டடக் கலை செல்வாக்குகளைக் காட்டும் பிற கட்டடங்களையும் உருவாக்கினான். ஆனால் மறுபடியும் தன் தலைநகரை தில்லிக்கே 1586இல் மாற்றினான். சிக்ரியில் போதிய அளவு நீர் கிடைக்காமையும், எந்த சிஷ்டி ஞானிக்காக அந்த இடத்தைத் தேர்ந்தெடுத்தானோ, அவரிடம் அவனுடைய ஆர்வம் குறைந்தமையும் காரணங்களாக இருக்கலாம்.

"வேதாந்தத்தின் ஞானமே சூஃபியியத்தின் ஞானமுமாகும்" என்றும், "எல்லா மதங்களும் சம அளவு உண்மையானவை அல்லது சம அளவு மாயையானவை" என்றும் அக்பர் அறிவித்தான்.[22] எல்லாவற்றிலுமுள்ள நன்மைகளை நோக்கும் அவனது இயல்பு கிறித்துவத்திற்கும் சென்றது. அதில் அவன் கலந்து பழகியவிதம், போர்ச்சுகீசிய நற்பணியாளர்களை அவன் கிறித்துவத்திற்கு மதம் மாறும் விளிம்பில் இருக்கிறான் என்று தங்களைக் கொண்டாடிக்கொள்ளச் செய்தது. ஆனால், அவன் மசூதிகளுக்குச் சென்று (சிலசமயங்களில் கோயில்களுக்குச் சென்றும், சிலசமயங்களில் பார்சி தீச்சடங்குகளில் பங்கேற்றும் கூட) வழிபடுகிறான் என்று அவர்கள் உடனே அறிந்து கொண்டார்கள்.)[23] முதல் முறையாகவும் அல்ல, அல்லது இறுதி முறையாகவும் அல்ல, இங்கு கிறித்துவ சகிப்புத்தன்மை இன்மைக்கு எதிராக இந்து, முஸ்லிம் பன்மைத்துவங்கள் இயங்கின. (மெய்யாகவே, இம்மாதிரி அறிவொளி பெற்ற உரையாடல்களை அக்பர் நடத்திக் கொண்டிருந்த காலத்தில், ஐரோப்பாவில் மதவிசாரணைகள் நடந்து கொண்டிருந்தன. ஆக்ராவில் அக்பர் சர்வமத சகிப்புத்தன்மையை போதித்துக் கொண்டிருந்த அதே நேரத்தில், கியோர்தோனோ புருனோ ரோமில் 1600இல் கம்பத்தில் கட்டி எரிக்கப்பட்டார்.) 1603இல் அக்பர், கிறித்துவர்களுக்கு போதிக்கும் உரிமை, மதமாற்றம் செய்யும் உரிமை, தேவாலயம் கட்டும் உரிமை ஆகியவற்றை அளித்தான். அக்பரின் இளைய மகனின் மூன்று மகன்கள் கிறித்துவர்களாகவே மாற்றப்பட்டனர், ஆனால் இது அவர்கள் முஸ்லிம் அரியணைக்குப் போட்டியிடும் தகுதியை இழக்கவேண்டும் என்ற அரசியல் காரணத்திற்காகத்தான். விரைவில் அவர்கள் மறுபடியும் முஸ்லிம்களாக மாறிவிட்டனர். ஒரு சமயத்தில், அக்பர், இயேசுசபைத் துறவிகளையும் முஸ்லிம் இறையியலாளர்களையும் நெருப்பின் மீது நடந்து எது உண்மையான மதம் என்பதைக் கண்டுபிடிக்க விரும்பினான். (தென் இந்தியாவில் ஜைனர்களுக்கும் சைவர்களுக்கும் இடையில் நிகழ்ந்த அனல்வாதம் போல). ஆனால் ஜைனர்களைப்போலன்றி, இயேசு சபை யினர், அருட்தந்தை அக்வா விவாவின் தலைமையில், இந்தப் போட்டியில் ஈடுபட மறுத்துவிட்டனர். கொஞ்ச காலம் கழித்து, அவருடைய கிறித் துவப் பணியாளர்கள் இந்துக் கோயில்களை அழித்ததால் அதற்குப்

பழிவாங்கும் முறையில் அக்வாவிவா கொல்லப்பட்டார்.

அக்பருக்கு எண்ணற்ற மனைவியர் இருந்தார்கள். பெரும்பாலும் அரசியல் முறையில் அத்திருமணங்கள் நிகழ்ந்தவையே அன்றி, காதல் வயப்பட்டு நிகழ்ந்தவை அல்ல. ஆனால் இம்மாதிரித் தொல்லையில் மாட்டிக்கொண்ட எட்டாம் ஹென்றி அரசன் போலன்றி, அக்பர், பலதார மணத்துக்குரிய விதிகளைத் தளர்த்துமாறு தன் மௌல்விகள் மூலம் செய்தான்.[25] தன்னை மையமாக வைத்த (கடவுளா அல்லது கடவுளின் பணிவான சேவகனா? யாருக்கும் இதில் தெளிவில்லை) தீன் இலாஹி (தெய்வீக விசுவாசம்) என்பதை நிறுவுவதில் அக்பர் தோல்வியே அடைந்தான்.[26] அசோகனைப் போலவே அக்பரும் தனது சொந்த மதத்தையும் சொந்த தர்மத்தையும் செதுக்க முயன்றான் — ஆனால் ஒரு வேறுபாடு. புதிய மதத்தின் அழைக்கும் குரலான "அல்லாஹு அக்பர்" என்பது மிகக் கடுமையான ஒரு சிலேடை. வழக்கமாக அல்லா மிகப் பெரியவன் (அக்பர்) என்று இதற்கு அர்த்தம். ஆனால் இங்கு அது "அல்லாவே அக்பர்தான்" என்று பொருள்படுமாறு அமைந்துவிட்டது.

தனது பன்மைவாதத்திற்கேற்ப, அக்பருடைய புதிய மதம், எல்லாச் சமய வேறுபாடுகளையும் கடந்து அவனுடைய வெவ்வேறான குடிமக்களை ஒன்றிணைப்பதற்காக வடிவமைக்கப்பட்டது.[27] ஆனால் அசோகனின் தம்மம் பெற்ற எல்லைக்குட்பட்ட வெற்றியைக்கூட அக்பரின் மதம் அடைய இயலவில்லை. அதைச் சிலர் ஒரு தாறுமாறான கதம்பம் என்று நினைத்ததில் வியப்பில்லை.[28] ஆனால் அது ஒரு சிணுங்கலுடன் வெளியேறவில்லை. பழைய மேட்டுக்குடியினர், பழமரபில் ஊறிய உலமாக்கள் அக்பரை ஒரு மதஎதிர்ப்பாளன் என்று திடீரென அறிவித்துப் புரட்சி செய்தனர்.[29] எல்லா முஸ்லிம்களும் கலகம் செய்யவேண்டும் என ஒரு ஃபத்வா அறிவித்தனர். ஆனால் எளிதாக அதை அக்பர் வெற்றி கொண்டுவிட்டான். காரணம், பழைய மதக் காவலர்களை எதிர்த்து அவனுக்குப் பின்னால் இந்துக்கள் நின்றனர்.

அக்பரின்கீழ் இந்துக்கள்

பெரும் முகலாய அரசர்களில் இந்தியாவில் முதலில் பிறந்தவன் அக்பர். இந்துக்களை அவன் மத நம்பிக்கை அற்றவர்களாகக் காணவில்லை, குடிமக்களாகவே கண்டான். முஸ்லிம்கள் சிலர் அவனுக்கு எதிரிகளாக இருந்ததால், அவர்களுக்கு எதிரிகளான இந்துக்கள் சிலர் அவனுக்கு நண்பர்களாக இருந்தனர். ஆற்றல்மிக்க ஒரு முஸ்லிம் எதிரியிடமிருந்து அவன் தப்பியோடியபோது ஓர் இந்து அரசன்தான் அவனுக்கு ஆதரவளித்தான். ஜெய்பூருக்கு அருகிலுள்ள அம்பர் ராஜகுமாரியை மணந்துகொண்டு அந்த அரசன், அவன் மகன், பேரன் ஆகியோரை முகலாய பிரபுக்கள் வரிசையில் கொண்டுவந்து அவர்களை அமீர்களாக்கினான். மிக நம்பிக்கையான மெய்க்காவலர்களாகவும் ஆக்கினான். தங்கள் நிலங்களையும் மதத்தையும் சாதி அந்தஸ்தையும் அவர்கள் அப்படியே வைத்திருக்க விட்டான். பதிலாக, அவர்களும் பிற ராஜபுத்திர அரசர்களும் தங்கள் குதிரைப்படைகளை அவனுக்கு அளித்தார்கள் (வழக்கமாக முஸ்லிம்கள்தான் இந்துக்களுக்குக் குதிரையை விற்பார்கள் — அதற்கு

இது மாறாக இருக்கிறது)[30]

இரண்டு இந்துக்கள் — ஒருவர் பிராமணர், மற்றொருவர் க்ஷத்திரியர்— இந்து, முஸ்லிம் என்னும் சமூக உலகுகளைக் கடந்து அக்பரின் அவைக்களத்தின் உள்வட்டத்தில் நவரத்தினங்கள் என்று போற்றப்பட்டனர். பிராமணன், பீர்பல் (1528 - 1583). அக்பருடைய அமைச்சன், ஒருவகையான அதிகாரபூர்வமற்ற அவை விதூஷகன். அவனுடைய நகைச்சுவையாற்றல், புத்திக் கூர்மை பற்றிப் பல நாட்டார் கதைகள் வழங்குகின்றன. ஆனால் அவன் முக்கியமான இராணுவ தளபதியும்கூட. அக்பர் அவனை ராஜா பீர்பல் என்று அழைத்தான். அக்பருடைய தீன் இலாஹி மதத்தில் சேர்ந்த ஒரே இந்துவான அவன் ஆஃப்கானியருடன் போரிடும்போது இறந்துபோனான்[31] (ஒருவேளை சதித்திட்டம் காரணமாக இருக்கலாம்). மற்றொரு நவரத்தினம், க்ஷத்திரியன், தோடர்மல் (தோடர மல்லன்). அயோத்தியில் பிறந்தவன். அக்பருடைய தலைமைத் தளபதியாக, நிதி அலுவலனாக, பிறகு தலைமை அமைச்சனாக விளங்கியவன். ஆயினும் அவன் நல்ல கிருஷ்ண பக்தன். கிருஷ்ணனின் படிமங்களை அமைத்தவன். 1572இல் வாரணாசியில் அறிஞர்களை அழைத்து இந்துக் கலாச்சாரம், கல்வி ஆகியவை பற்றிய ஒரு தொகுப்பினை உருவாக்குமாறு கூறினான். அதற்குத் தோடர் — ஆனந்தம் என்று பெயர். அதில் அவன் மிலேச்சர்களைக் (நிச்சயமாக முஸ்லிம்களைக் குறிப்பதாகத்தான் இத் தொடர் இருக்கவேண்டும்) குறைகூறினான். குறிப்பாக இருளின் அரசர்கள் (தாமஸ ராஜா) என்போரையும் குறைகூறியுள்ளான் (ஒருவேளை இது அவனுடைய புரவலன் அக்பரைக் குறித்தாலும் குறிக்கலாம்.) மிலேச்சர்களுடைய கலாச்சாரம் என்னும் உயர்ந்து வரும் அலைதான் மிலேச்சர்களின் கடலில் வேதங்கள் முழுகிப்போனதால் அவற்றைக் காப்பாற்றவும் (உலகை வெள்ளம் அழிக்கும் பழைய தொன்மம்), இந்தக் கொடிய கலியுகத்தில் அரசர்களின் இருளினால் மூடப்பட்ட அரசாகிய வெளிச்சத்தை மீட்கவும், தன்னை அந்தப் புத்தகத்தை எழுதத் தூண்டியது என்று அதில் குறிப்பிடுகிறான்.[32]

அக்பர் எப்போதுமே இந்துக்களிடம் சாந்தமாக நடந்துகொள்ளவில்லை. ஆனால் அவர்களுக்குத் தீங்கிழைத்தபிறகு ஏறத்தாழ எப்போதும் மன்னிப்புக் கேட்டுக்கொண்டான். ஒரு கோயிலை மசூதியாகவும் மதரசாவாகவும் மாற்ற அனுமதி வழங்கினான். அக்பருடைய ஆட்சியில், காங்ராவுக்கு அருகில் நகர்கோட்டில், பீர்பலின் முஸ்லிம் படைவீரர்கள் இருநூறு பசுக்களையும் இந்துக்கள் பலரையும் கொன்று ஒரு கோயிலை இடித்து அழித்தனர். உள்ளூர்ப் பாரம்பரியம், பிறகு அக்பர் அதற்குப் பரிகாரம் செய்வதற்கென அந்தக் கோயில் சிலைக்குப் பொன்னாலான குடை ஒன்றை அளித்தான் என்று சொல்கிறது. குருக்ஷேத்திரத்தில் இருந்த கோயில் அழிக்கப்பட்டு, அதன்மீது மசூதி கட்டப்பட்டிருந்தது. மகா பாரதக் கதையின் களமான அந்த இடத்தில் அக்பர் ஓர் இந்துக்கோயில் கட்டிக்கொள்ள அனுமதி அளித்தான்.[33] இளமையில் இந்துக்கள் பலரை இஸ்லாமுக்கு மதம் மாற்றியதாக அவன் ஒப்புக் கொடுத்தான். (1556இல் பானிப்பட்டுப் போர் நடந்துமுடிந்தபிறகு, தனது முதல் பகைவர்கள், முஸ்லிமாக மாறுவதாயிருந்தால் தன் உயிரையும் கொடுப்பதாகக் கூறி

னான்.)[34] ஆனால் அப்படிக் கூறியதற்காகப் பிறகு வருந்தினான்.[35] பிறகு இந்துக்கள் மரியாதையுடன் நடத்தப்படுகின்றனரா என்று பார்க்கப் பெருமுயற்சிகள் எடுத்தான்.

இந்துக்களுக்கு நன்மைகள் பல செய்தான். யாத்திரிகர்கள் மீது விதிக்கப் பட்ட ஜிஸ்யா என்ற வரியை நீக்கினான். இந்துக்களுக்கு எதிரான, அவர்களைப் பிரித்து நோக்குகின்ற நடவடிக்கைகள் சிலவற்றையும் நீக்கினான். இந்துக்கள் தங்கள் சொந்தச் சட்டத்தையும் நீதிஅவைகளையும் வைத்துக்கொள்ளவும் அனுமதித்தான். தீபாவளி, தசரா ஆகிய இந்துப் பண்டிகைகளைக் கொண்டாடினான். இந்துக்களின் கணித, நிதித் திறமைகளை ஒப்புக்கொண்டு, அநேகமாகப் பணம் கடன்கொடுக்கும் ஒழுங்கமைவு முழுவதையும் அவர்களிடம் ஒப்படைத்தான்.[36] இந்துக்களுக்கு ஆதரவான இத்தகைய கொள்கைகளைக் கடைப்பிடித்ததன் நீடித்த விளைவு, ராஜஸ்தானின் சில பாண் மரபுகளில் அக்பரை இராமனுடன் சமப்படுத்திப் பாடப்படுகிறது என்பதில் புலனாகிறது.[37]

ஏற்கெனவே அசோகனின் ஸ்தூபிமீது அவனுடைய எழுத்துகளை அழித்துவிட்டு சமுத்திரகுப்தன் தன் புகழை எழுதியிருந்தான். 1605இல் அக்பருடைய மரணத்துக்குச் சில வாரங்கள் முன்னர், இளவரசன் சலீம் (பின்னர் ஜஹாங்கீர்), தனது சொந்த வம்சாவளியை அதன்மீது பொறித்து வைத்தான். அக்பர், ஜஹாங்கீருடன் இதுபற்றிப் பேச அபுல் பசலை அனுப்பினான். ஜஹாங்கீர், அபுல் பசலைக் கொலைசெய்து[38] அவன் தலையைத் தன்னிடம் அலகாபாத்திற்குக் கொண்டுவரச் செய்தான்.[39] அக்பர் மிகுந்த கோபமும் சோகமும் அடைந்ததை நம்மால் புரிந்துகொள்ள இயலும். சில வாரங்களில் ஆக்ராவில் அவன் காலமானான்.

குடிகாரன் ஜஹாங்கீர்

அக்பருடைய ராஜபுத்திர அரசி ஜஹாங்கீரை (சலீம்) 1569இல் பெற்றாள். அவன் வளர்ந்தபிறகு, அபுல் பசலை மட்டுமன்றி, சீக்கிய குரு அர்ஜுன், ஷிஇக் காதி நூருல்லா சுஷ்தாரி உள்ளிட்ட வேறுபல மதத் தலைவர்களையும் கொலை செய்தான். ஒரு கலகக்காரனை அவனுடைய மகனின் தலையைவெட்டி ஒரு முலாம்பழத்தை அளிப்பதுபோல அவன் கையில் கொடுத்துத் தண்டித்தான். அவன் இல்லத்திலேயே அவனுடைய மகன் குஸ்ரூ அவனை எதிர்த்துப் போரிட்டபோது ஓர் இறையாண்மை மிக்க அரசனுக்குத் தந்தை - மகன் உறவெல்லாம் அர்த்தமற்றவை என்று கூறி அவன் கண்ணைக் குருடாக்கினான். குஸ்ரூவின் ராஜபுத்திரத் தாய் தற்கொலை செய்து கொண்டாள்.[40] இந்துமதத்தைப் பற்றி ஜஹாங்கீரின் மனப்பாங்கு ஏளனம் கலந்த தலையிடாவகையாக இருந்தது. இந்துப் பண்டிதர்களிடம் பேசினான், பெஷாவரில் யோகிகளைச் சந்தித்தான், ஆனால் அவர்கள் எவருக்கும் “மத அறிவே கிடையாது” என்று கூறினான். அவர்களுடைய சிந்தனைகளில் “ஆன்மாவின் இருள்” மட்டுமே இருக்கிறது என்றான். இமயமலையில், காங்ராவில், ஒரு துர்க்கைக் கோயிலை இடித்துத் தள்ளி, அந்த இடத்தில் ஒரு மசூதியைக் கட்டினான். கோட்டையில் ஒரு எருதினைக் கொன்றான். ஆனால் கோட்டை வாயிலின் கீழே, மலையடிவாரத்தில் இருந்த

பவானியின் கோயிலை அவன் இடிக்கவில்லை. மாறாக அதைப் பற்றிப் போற்றியும், இன்னும் கேட்டால் நேசமாகவும் பேசினான். அதேபோல, ஜ்வாலாமுகியின் கோயிலையும் அவன் தொடவில்லை. மாறாக, அதைப் பழுதுபார்த்து, விரிவுபடுத்தினான். அங்கிருந்த பூசாரிகள் அக்கோயிலின் தீ தெய்வீகமானது, நிரந்தரமானது, நீரினால் அணைக்கமுடியாதது (யுகஇறுதி நாள்வரை அது அவியாது — அப்போதுதான் கடல் அதை அழிக்கும் என்று நான் சேர்த்துக்கொள்வேன்) என்று கூறியதை அவன் சோதித்துப் பார்த்தான். அஜ்மேரில் விஷ்ணுவின் வராக அவதாரத்துக்கு ஒரு கோயில் கட்டவும் அனுமதி தந்தான். கோயிலைப் பற்றி அவனுக்கு ஆட்சேபணையில்லை; வராக அவதாரத்தின்மீதுதான் கோபம் (வராகம் என்பது பன்றி, முஸ்லிம்களால் வெறுக்கப்படும் விலங்கு). அந்தக் கோயிலை விட்டுவிட்டு, தகுதியற்ற இந்து மதத்திற்கு ஓர் உதாரணம் அது என்று கூறி வராகத்தின் படிமத்தை மட்டும் குளத்தில் எறிந்தான்.[42] பாபரைப் போல இவனும் ஒரு விரிவான நினைவுக்குறிப்புகளை எழுதினான். ஆனால் பாபர்போலக் குதிரைகள்மீது இவனுக்கு ஈடுபாடு கிடையாது. காஷ்மீரிலிருந்து லாகூருக்குப் போகும் வழியில் 1627இல் மறைந்தான்.

கட்டடக்கலைஞன் ஷாஜஹான்

ஜஹாங்கீரின் மற்றும் ராஜபுத்திர இளவரசி மான்மதியின் மூன்றாவது மகன் ஷாஜஹான். முஸ்லிம் அல்லவாதவர்களைப் பிரித்து நோக்கி, இந்துக்கோயில்கள் பலவற்றை அழித்தான். வாராணசியில் மட்டும் இவ்வாறு எழுபது கோயில்கள் இடிக்கப்பட்டன. காஷ்மீரில், அனந்த்நாகில் இருந்த பழமையான கோயில் ஒன்றையும் இடித்தான். (அனந்த்நாக் என்பது ஆதிசேடன் என்று பொருள்படும்). அவ்வூரின் பெயரையும் இஸ்லாமாபாத் என்று மாற்றினான். மத்தியப்பிரதேசம் ஓர்ச்சாவில், தன்னை அந்த ஊர் அரசன் எதிர்த்தான் என்பதால் அவன் பாட்டன் கட்டிய கோயிலை இடித்தான்.[43] ஆனாலும் அவன் சமஸ்கிருதக் கவிதை உள்ளிட்ட இந்து மதக் கலாச்சாரத்தையும் அதன் சில மக்களை— குறிப்பாக அரசர்களையும் ஓரளவு ஏற்பவனாக இருந்தான். சூஃபிக் கவிஞன் அமீர் குஸ்ரோ (1253 — 1325)வின் ஒரு கவிதைவரியை எடுத்து தனது தில்லி அரண்மனையின் பொதுஅவை வாயிலில் பொறித்து வைத்தான். அமீர் குஸ்ரோ ராஜபுத்திரத் தாய்க்கும் துருக்கியத் தந்தைக்கும் பிறந்தவன். அவன் தன் தாயகத்தை (இந்தியாவை)ப் போற்றி எழுதிய வரி இது. “உலகில் சொர்க்கம் இருக்கிறதென்றால் இங்குதான், இங்குதான், இங்குதான் அது இருக்கிறது.” தில்லியில் ஜாமி மசூதியைக் கட்டியபோது, அதில் இடிக்கப்பட்ட இருபத்தேழு இந்துக் கோயில்களின் வெவ்வேறான தூண்களை வைத்து ஓர் வளைவை அமைத்தான்.[44] இஸ்லாம் உருவ வழிபாடு செய்வதில்லை என்றாலும், அந்தத் தூண்கள் உருவங்களோடு — குறிப்பாக இந்துக்கடவுளர் உருவங்களோடு, தலையோடும்கூடச் சில இருக்கின்றன.

ஷா ஜஹான் காஷ்மீரில் ஷாலிமார் தோட்டங்களையும் உருவாக்கினான். அஜ்மேரில் வெள்ளைச் சலவைக்கல் மாளிகையும் கட்டினான். மிக

உயர்ந்த மதிப்புடைய, இரத்தினங்கள் பதித்த, மயிலாசனத்தையும் உருவாக்கியவன் அவன்தான். அவனுடைய நேசத்திற்குரிய மனைவி மும்தாஜ் பதின்மூன்றாவது குழந்தையைப் பெற்று இறந்தபோது, அவள் நினைவாகத் தாஜ்மஹாலைக் கட்டினான். அது யமுனை நதிக்கரையில் அமைந்திருக்குமிடம் ஒரு ராஜபுத்திரனிடமிருந்து பெறப்பட்டது, அதன் பளிங்குக் கற்கள் ராஜஸ்தானிலிருந்து வந்தவை. அவனுடைய மகன் ஔரங்கசீப், யமுனை நதிக்கரையில் தாஜ்மஹாலுக்கு அக்கரையில் சிறைவைத்தான். அதை நோக்கியவாறே எட்டாண்டுகள் சிறையிருந்து இறந்துபோனான்.

மறைஞான சமஸ்கிருதவாதி தாரா ஷிகோ

தாரா ஷிகோ (அல்லது ஷுகோ) ஷாஜஹானுக்குப் பிரியமான அவன் மூத்த மகன். இந்துமதத்தின் அடிப்படைச் சாராம்சம், இஸ்லாமின் சாராம்சத்துடன் முழுவதும் ஒத்தது என்று கூறிய அறிஞன் அவன்.[45] அதைப் பழமைவாத முஸ்லிம்கள் மத எதிர்ப்பு என்று கருதினார்கள், அவன்மீது உலமாவின் பழமைவாத முஸ்லிம்களுக்கு நம்பிக்கை இல்லை. சூஃபிகள், இந்துக்கள், கிறித்துவர்கள், யூதர்கள் அனைவருடனும் தோழமை கொண்டவன்.[46] சமஸ்கிருதத்தைக் கற்று அதன் தத்துவ நூல் களைப் பார்சியில் மொழிபெயர்த்தவன்.

1657இல் ஷாஜஹான் மரணப்படுக்கையில் இருந்தபோது, இளவரசர்களின் வழக்கம் போலவே, அவனுடைய மகன்கள் சுற்றிவந்து கொண்டிருந்தார்கள். ஔரங்கசீப்பும் தாரா ஷிகோவும்தான் முக்கியப் போட்டியாளர்கள். ஔரங்கசீப் தில்லியைத் தாக்கி ஷாஜஹானைச் சிறைப்படுத்தினான். தாராவினுடைய மகன்களையும் அவன் கண்ணெதிரே கொலைசெய்தான்.[47] பிறகு தாராவைக் கைதுசெய்து தெருக்கள் வழி யாக இழுத்துச்சென்று, அவனைத் துண்டுதுண்டாக வெட்டி, (ஒரு சில கதைகள் சொல்வதுபோல) மீண்டும் அந்தத் துண்டுகளைத் தெருவில் சுற்றிவரச் செய்தான்.

வெறிபிடித்த ஔரங்கசீப்

டார்க்மாடா ஒரு வகைமாதிரிக் கிறித்துவனாக இருந்ததைவிட ஔரங்கசீப் ஒன்றும் அதிக வகைமாதிரியான முஸ்லிமாக இருக்கவில்லை. பக்திவாய்ந்த சன்னி முஸ்லிம் என்றமுறையில், அவனுடைய சகிப்புத்தன்மை மிக்க முன்னோர்கள் கெடுத்தனவாக அவன் கருதியவற்றைத் தான் சரிசெய்யக் கடுமையாக உழைத்தான். பாம்பர் காஸ் கோய்னேயின் நாவன்மை மிக்க சொற்களில், "இந்தியா ஒரு இஸ்லாமிய நாடல்ல எனப் புரிந்தேற்றுக் கொண்டதால், அக்பர் முஸ்லிம் சமுதாயத்தில் பிளவு உண்டாக்கி விட்டான்; ஔரங்கசீப், இந்தியா இஸ்லாமிய நாடாக இருப்பதாகக் கருதிப் பிளவு உண்டாக்கினான்."[48] 1687இல் ஔரங்கசீப் ஹைதராபாத்தைச் சூறையாடியபொழுது, ஷியாக்களை மதஎதிரிகளென்று கருதித் தன் குதிரைக்கு லாயங்களாக அங்கிருந்த ஷியா மசூதிகளைப் பயன்படுத்தினான். இவ்வாறாக, ஷியாக்கள், இந்துக்

கள், சீக்கியர்களை வேற்றுமைப்படுத்தி நோக்கும் இருபதாண்டு நோக்கு தொடங்கியது.

1658 வாரிசுரிமைப்போட்டியில் தாராவுக்கு சீக்கியர்கள் ஆதரவளித்தமை ஔரங்கசீப்புக்குக் கோபத்தை உண்டாக்கியது. மேலும் சீக்கியர்களின் ஒன்பதாம் குருவான தேஜ் பகதூர், தமது நாவன்மையால் பெரிய மக்கள் திரளை ஈர்க்கவல்லவராக இருந்தார். முஸ்லிம்கள், இந்துக்கள் இருசாராரையும் சீக்கிய மதத்தில் சேர்த்தார். முஸ்லிம்கள் பலர் சீக்கியர்கள் ஆயினர். அதனால் கடும் சினமுற்ற ஔரங்கசீப், தேஜ் பகதூர்மீது தெய்வநிந்தனைக் குற்றம் சாட்டி அவரைத் தூக்கிலிட்டான். பத்தாவதான குரு கோவிந்த சிங்தான் கடைசி சீக்கிய குரு. சீக்கியர்கள் தலையை மழிக்கக்கூடாது, ஆயுதங்களைத் தாங்கவேண்டும், யாவரும் சிங் என்ற பெயரைப் பயன்படுத்த வேண்டும் என்று உறுதியாகக் கூறினார். அவர் தலைமையின்கீழ் சீக்கிய மதம், மத, சமூக சீர்திருத்தத்திற்கான இயக்கமாக மட்டுமன்றி, அரசியல், இராணுவச் சக்தியாகவும் வளர்ச்சி பெற்றது. *1708*இல் ஔரங்கசீப்பை கோவிந்தசிங் சந்திக்க வந்தபோது கொலை செய்யப்பட்டார். இதனால், சீக்கியர்கள், மராட்டியர்கள், ராஜ புத்திரர்கள் நேரடி எதிர்ப்புக்குத் தூண்டப்பட்டனர்.[50]

ஔரங்கசீப்பினால் மிகவும் துன்புற்றவர்கள் இந்துக்கள்தான். *1679*இல் எல்லாச் சாதியினர்மீதும் (வழக்கமாக அந்த வரிக்கு விலக்காக இருந்த பிராமணர்கள் உட்பட) ஜிஸ்யா வரியை விதித்தான். இந்துப் புனிதப் பயணிகள்மீது அக்பர் விலக்கிய வரியையும் மீண்டும் விதித்தான். கோயில் களுக்கும் பிராமணர்களுக்கும் அளிக்கப்பட்டு வந்த கொடைகளையும் ரத்துசெய்தான். இந்து வணிகர்கள்மீது கடுமையான சுங்கவரியை விதித்தான். நிர்வாகத்திலிருந்த இந்துக்களை நீக்கி, அந்த இடங்களில் முஸ்லிம்களை அமர்த்தினான். ஜிஸ்யாவுக்கு எதிராகப் பெரிய கும்பலாக மக்கள் கிளர்ச்சி செய்தபோது, படைகளை — குறிப்பாக யானைகளை அனுப்பி அவர்களை மிதிக்கச் செய்தான்.[51] இந்துக்கள் மதம் மாறியாகவேண்டும் என்ற நிர்ப்பந்தத்தை உருவாக்கினான். ஔரங்கசீப் ஹைதராபாத்தைத் தாக்கினான். சூறையாடிக் கோயில்களை நாசம் செய் தான். பிராமணர்களைக் கொன்றான். புதிதாகக் கட்டப்பட்ட மற்றும் புதுப்பிக்கப்பட்ட எல்லாக் கோயில்களையும் அழித்து அவற்றின் இடத்தில் மசூதிகளை உருவாக்கினான். குறிப்பாக, வாராணசியின் மாபெரும் விசுவநாதர் கோயிலையும் மதுராவின் கேசவதேவர் கோயிலையும் ஔரங்கசீப் இரண்டு மசூதிகளாக மாற்றி, மதுராவின் பெயரையும் இஸ்லாமாபாத் என மாற்றினான். (ஷாஜஹான் அனந்த்நாகிற்குச் செய் ததுபோல). குகைக்கோயில் நகரமான எல்லோராவையும் ஔரங்காபாத் என மாற்றினான்.[52] சிந்துவிலும், குறிப்பாக வாராணசியிலும், பிரா மணர்கள் தங்கள் சொற்பொழிவுகளால் மிகப்பெரும் அளவிலான முஸ்லிம்களைக் கவர்ந்தார்கள். கடுவெறுப்புடன், ஔரங்கசீப், இந்த எல்லாப் பிரதேசங்களின் ஆளுநர்களையும் அங்குள்ள மத எதிரிகளின் எல்லாப் பள்ளிகளையும் கோயில்களையும் தகர்த்து, மிகுந்த விரைவாக, இந்த மத விசுவாசமற்றவர்களின் போதனைகளையும் பொது நடைமுறை களையும் அடக்குமாறு கட்டளையிட்டான்.[53] (வாராணசியைக் குறிப்

பாக அவன் வெறுத்ததற்குக் காரணம், அது லிங்க வழிபாட்டின் சிறப்பான இடம். எல்லா அருவருப்புகளிலும் மிகுந்த அருவருப்பாக அவன் கருதியது அதைத்தான்.[54]) தனக்கு வேண்டியவர்களை அனுப்பி ராஜஸ்தானில் அறுபத்தாறு கோயில்களை அழிக்கச் செய்தான்.[55]

இருப்பினும் (அரசியல் காரணங்களுக்காக) வேறுபல இந்துக்கோயில் களுக்கும் மடங்களுக்கும் நிதி அளித்தான், சிலவற்றிற்கு நிலக்கொடைகளும் அளித்தான்.[56] பழைய சில கோயில்களை அழித்தான். பொதுவாக அவற்றிற்கு அரசியல், கருத்தியல் அதிகாரங்கள் இருந்தன. மிகக் கெடுபிடியான நெறி கொண்டவனாகவும், எல்லாவற்றிலும் கருமியாகவும் இருந்த காரணத்தினால், ஷாஜஹானின் கட்டடக்கலை ஆடம்பரங்களை வெறுத்தான். எனவே (மேலே சொல்லப்பட்ட, கோயில்களை இடப்பெயர்ச்சி செய்த சில மசூதிகளைத் தவிர) வேறு எந்த மசூதிகளையும் கூடக் கட்ட அனுமதிக்கவில்லை. இதனால் கைவினைஞர்கள் மிகவும் சிரமத்துக்குள்ளாயினர்.[57] பிற கலைகளும் அவதிக்குள்ளாயின. கவிதையையும் இசையையும் ஒடுக்கினான்.[58] அரசவை ஊதியம் பெறுகின்ற நடனக்காரர்கள், இசைக் கலைஞர்கள், பிற கலைஞர்கள் யாவரையும் வேலையிலிருந்து நீக்கிவிட்டான். சட்டவல்லுநர்களையும் இறையியலாளர்களையும் அவர்கள் இடங்களில் நியமித்தான்.[59] பொது ஒழுக்கத்தைக் காப்பாற்றும் பாதுகாவல் பணிக்கென முத்தாசிப் என்ற பதவியை உருவாக்கினான். சூதாடுதல், மதப்பழிப்பு, மது அருந்துதல், கஞ்சாப்புகை பிடித்தல் போன்றவற்றைத் தடுப்பது முத்தாசிபின் வேலை ஆகும். போதை, இரவு வாழ்க்கை ஆகியவற்றை வெளித்தெரியாமல் அணைக்கும் கடுமையான போர்வையாக இந்த நடைமுறை அமைந் தது.

முகலாயர்கள் வாழ்க்கையில் இந்து ஜோசியர்கள் மிகமுக்கியமான பங்கு வகித்தனர். ஔரங்கசீப் அந்த இந்து ஜோசியர்களுக்கு பதிலாக முஸ்லிம் ஜோசியர்களை நியமித்தான்.[60] ஔரங்கசீப்பின் பேரன் இந்துக்களின் சார்பில் அவனுக்கு எதிராகப் போராடினான். ஆயினும் இந்துக்களை அவன் அவையில் வைத்திருந்தான். தன் அலுவலர்களுக்கு பிராமணப் புரோகிதர்களை மட்டும் பாதுகாக்கும்படி கட்டளையிட்டான். ஏனெ னில் அவர்கள் முகலாயப்பேரரசின் நலத்திற்கெனப் பிரார்த்தனை செய்வார்கள்.[61] தொண்ணூறு வயதுவரை உயிர்வாழ்ந்த ஔரங்கசீப், தன் படுக்கையில் தனியாக உயிர்விட்டான்.

ஜஹந்தா ஷா அரியணை ஏறியதும், உடலின்பத்தைத் தடுக்கும் வகையில் ஔரங்கசீப் விதித்திருந்த எல்லாக் கொள்கைகளையும் தலைகீழாக்கினான். சிறுமையும் குடியும் கொண்ட மூளைவளர்ச்சி அற்ற ஜஹந்தா ஷா, தன்னைச்சுற்றி எப்போதும் பாடகர்கள், நாட்டியக்காரர்கள், நடிகர்கள், கதை சொல்பவர்கள் ஆகியோரை வைத்திருந்தான். இவர்களுடன் அவப்புகழ்பெற்ற ஒரு வைப்பாட்டியும் இருந்தாள். அவளுக்கு யானை களையும் ஆபரணங்களையும் அளித்தான். இதேபோன்ற பண்புடைய பிற முகலாய அரசர்கள் இவனைத் தொடர்ந்தனர். 1713இல் பரூக்சியார் அரியணை ஏறினான். 1719இல் கொல்லப்பட்டான். சீக்கியர்கள் கலகம் ஒன்றை இரத்தவெறியால் அடக்கினான். ஆனால் பிரிட்டிஷ்காரர்கள் முகலாய அரசைத் தாங்களே கைக்கொள்ளும் வரை சீக்கியர்கள் அதற்குத்

தொல்லை கொடுத்தே வந்தனர்.[62]

போதை கொண்ட ஆட்சியாளர்கள்: கஞ்சா (மற்றும் மது) போதை

முகலாயர்களின் சாபம் எனப்பட்டவை மதுவும், போதைப் பொருள்களும். இவற்றுக்கு அவர்கள் அடிமையாக இருந்தனர். ஔரங்கசீப் பினுடைய கெடுபிடியான ஒடுக்குதல்கள் இந்தக் குடும்ப வமிசாவழிப் பழக்கத்திற்கு ஓர் எதிர்வினை ஆகும். இளம் பருவத்திலேயே போதை மருந்துகளுக்கு அடிமை ஆயினர். குழந்தைகளாக இருக்கும்போதே அவர்களை அடம்பிடிக்காமல் வைத்திருக்க போதை மருந்துகள் தரப்பட்டன.[63] பொருள்களைத் தவறாகப் பயன்படுத்தலாகாது என்ற இந்துக்களின் விழிப்புணர்ச்சிக்கு முகலாயர்களின் போதை வரலாறு மேலும் உறுதி தந்திருக்கலாம்.

இதெல்லாம் பாபருடன்தான் தொடங்குகிறது. அவன் தன் பதின்இறுதி வயதில் இருக்கும்போதே மது, போதை மருந்துகள், ராக் அண் ரோல் ஆட்டத்திற்குச் சமமான முகலாய ஆட்டம் போன்றவற்றில் ஈடுபட்டவன் என்பதை அவன் நினைவுக் குறிப்புகள் காட்டுகின்றன. கேனாபிஸ் உள்ளிட்ட போதை மருந்துகள் காஷ்மீரிலிருந்து ஏற்றுமதி செய்யப்பட்டன. ஆனால் எல்லாரும் தேர்ந்தெடுப்பது கஞ்சா. வாரணசியில் வளர்க்கப்பட்ட கஞ்சாச் செடிகளிலிருந்து செய்யப்பட்டது. அக்காலத்தில் இந்தியாவின் மிக முக்கியமான ஏற்றுமதிப் பொருள்களில் ஒன்றாக இருந்தது. கஞ்சா, மா'யூன் என்ற வடிவத்தில் உட்கொள்ளப்பட்டது. இன்றும் அந்த போதை மருந்து அனைவரும் அறிந்தது (மரியுவானா). ப்ளம், புளி, ஏப்ரிகாட் போன்ற உலர்ந்த பழங்களைச் சில சமயங்களில் எள்ளுடன் சேர்த்துச் சாறுபிழிந்து, அத்துடன் சிறிதளவு கஞ்சாவைச் சேர்த்து இன்றைய காக்னாக் நிரப்பிய சாக்கலேட்டுகள் அல்லது ஹாஷ் (கஞ்சாஇலை) பிரவுனிகள் எனப்படும் தின்பண்டம் போன்று செய்யப்பட்டது. அது துருக்கியர்களால் மிகவும் விரும்பப்பட்டது. இராணுவ முகாம்களுக்கும் அது தரப்பட்டது, விருந்துகளில் மிக அதிகமாக உண்ணப்பட்டது— "சமூகத்தில் ஏற்கப்பட்ட, பொழுதைக் கழிப்பதற்கான ஒரு மருந்து" அது.[64]

போதை மருந்துகளும் குடியும் பாபரின் ஞாபகக்குறிப்புகளில் மைய இடம் வகித்தன. வகைமாதிரியான ஒரு பதிவு இது:

சூரியாஸ்தமனம் வரை நாங்கள் குடித்தோம். பிறகு எங்கள் குதிரைகளில் ஏறினோம். விருந்தில் கலந்துகொண்டவர்கள் மிக அதிகமாகக் குடித்திருந் தார்கள். அமீன் முகமது தர்க்கானும், மஸ்தி சுஹ்ராவின் தோழர்களும் எவ்வளவு முயன்றும் மிக அதிகமாகக் குடித்திருந்த தோஸ்த் முகமது பாக்கிரைக் குதிரைமீது ஏற்றமுடியவில்லை. அவன் தலைமீது தண்ணீர் ஊற்றினார்கள். ஆனால் அதனாலும் பயன் எதுவும் ஏற்படவில்லை. அச்சமயத்தில் ஆஃப்கானியர்களுடைய கும்பல் ஒன்று அங்கு வந்தது. தோஸ்த் முகமதுவை ஆஃப்கானியர்களிடம் விட்டுச் செல்வதைவிட அவன் தலையை வெட்டிக் கொண்டுபோய்விடலாம் என்று மிக அதிகமாகக் குடித்திருந்த அமீன் முகமது தர்க்கான் கூறினான். மிகவும் கஷ்டப்பட்டு அவனை அவன் குதிரைமேல் போட்டுக் கிளம்பினார்கள்.

நாங்கள் காபூலை நள்ளிரவில் அடைந்தோம்.[65]

மிதமிஞ்சிக் குடித்திருந்தாலும் நன்கு சவாரிசெய்யும் அளவுக்கு பாபர் ஒரு பெரிய குதிரை வீரன். *“நாங்கள் படகில் அன்றிரவு வெகுநேரம் கழியும்வரை குடித்தோம். பிறகு படகைவிட்டுக் குடிபோதையில் கர்ஜித்துக்கொண்டே, எங்கள் குதிரைகள்மீது ஏறினோம். நான் கையில் ஒரு தீவட்டியை வைத்திருந்தேன். இந்தப் பக்கமும் அந்தப் பக்கமும் உருண்டபடி, குதிரை தானாகவே ஆற்றின் கரையோரம் முகாமுக்குச் செல்லட்டும் என்று விட்டுவிட்டேன். மெய்யாகவே நான் நிறையக் குடித்திருக்கவேண்டும்.”*[66] பாபர்நாமாவின் மிகச்சிறந்த சித்திரப்படி ஒன்றில், இத்துடன் ‘குடித்த பாபர் முகாமுக்கு இரவில் திரும்புகிறான்’ என்ற தலைப்பில் ஒரு படமும் இருக்கிறது.[67] இந்த விருந்துகள் பெரும்பாலும் வாலிபவிடலைகளின் விஷயம். அரசின் சகோதரத்துவ விருந்துகள் போன்றவை. சிலசமயங்களில் பெண்களும் அவற்றில் இருந்தார்கள்.[68] முன்னுரிமை பெற்ற மக்கள் மிக நல்ல நீண்ட விருந்துகளை நடத்துவதுண்டு. அப்படிப்பட்ட மக்கட் கலப்புகள் அல்ல இவை, போதைக்கெனவே ஏற்பட்டவை என்பதை அடிக்கடி தன் குடியைக் கட்டுப்படுத்த (ஆனால் பயனற்ற) எடுத்த முயற்சிகள் இவை என்பதில் காணலாம்.[69] ஒரு பெரிய போருக்கு முன்னால், அவன் பிறருடன் சேர்ந்து பயணத்தில் ஈடுபட்டான். பின்வாங்கிவிடக்கூடாது என்பதற்காக கஜினியிலிருந்து புதிதாக வரவழைத்த மிகச்சிறந்த மதுவை உப்பும் வினிகரும் சேர்த்து எடுத்துவைத்திருந்தான்.[70] ஆனால் மது அருந்துவதில்லை என்றும் சபதமேற்றுக் கொண்டான். அவையினர் சிலர் அவனைப்போலவே உறுதி ஏற்றனர், மதுவைத் துறந்தனர். “மன்னன் எம்மதம், மக்கள் அம்மதம்” என்பதை அவன் கண்டறிந்திருந்தான்.[71] ஆனால் குடிப்பதை அவன் வெறுத்து, ஒரு கவர்ச்சிமிக்க கவிதையும் அதைப்பற்றி எழுதினான். அதன் முடிவு இது: *“மக்கள் செய்தவற்றுக்கு வருந்துகிறார்கள், குடியைக் கைவிடுகிறார்கள்; ஆனால் நான் குடியைக் கைவிட்டேன், செய்ததற்கு வருந்துகிறேன்!”*[72].

பொருட்களைத் தவறாகப் பயன்படுத்தும் முறைக்கு மற்றொரு சிறந்த எடுத்துக்காட்டாக, போதைமருந்தைப் பயன்படுத்தவேண்டும் என்ற விருப்பத்திற்கப்பால், மெய்யாகவே அதிக மருந்து உட்கொண்டு அதற்கு நியாயம் கற்பித்தல்கள் இருந்தன. *“அன்றிரவு என் காதில் இருந்த வலிக்காகச் சிறிது கஞ்சா எடுத்துக்கொண்டேன். நிலவொளியும் அதற்கு என்னைத் தூண்டியது. மறுநாட்காலை அதன் விளைவான மயக்கத்திலிருந்தேன், மிகுதியாக வாந்தியெடுத்தேன். இருப்பினும், மன்சிங், விக்ரம்ஜியின் கட்டடங்கள் எல்லாவற்றிற்கும் பயணம்செய்து வந்தேன்.”* பிறகு *“வானிலை மிகவும் மோசமாக இருந்தது. அதனால் முன்னாள் கொஞ்சம் போதையேற்றியிருந்தபோதும், எங்களில் சிலர் மா’ஜூனை உட்கொண்டோம்.”*[73] பாபருடைய நினைவுக் குறிப்புகளில் வரும் தொடர்ந்த குடி, தொடர்ந்த பயணம் பற்றி ஈ.எம். ஃபார்ஸ்டர் ஒரு மோசமான அங்கதம் எழுதினார். *“முலாம்பழம் வைத்திருந்த மனிதன் விழுந்த இடம் இதுதானா? அல்லது எங்களில் பாதிப்பேர் மதுவும் மீதிப்பேர் பங்கியும் அடித்து, அதன் விளைவாகச் சண்டையிட்ட கட்டுமரம்*

இதுவா? சரியாகத் தெரியவில்லையே. அது யானையா? யானை என்றால், நாங்கள் ஆஃப்கானிஸ்தானத்தை விட்டு வந்திருக்க வேண்டும். இல்லை, இது சடையெருமை. ஆக, நாங்கள் ஃபெர்கானாவில்தான் இருக்க வேண்டும்."[74] வழக்கம்போலவே, இங்கும், எந்தப் பிராணிகள் உங்களுக்குத் தென்படுகின்றன என்பதை வைத்துத்தான் எங்கிருக்கிறீர்கள் என்பதை அறியமுடியும்.

பாபருடைய சந்ததியினர் யாரும் இப்படிப்பட்ட உயிர்த்துடிப்புள்ள முறையில் தங்கள் குடிப்பிரச்சினை பற்றி எழுதவில்லை. இருப்பினும் குழுவில் சேர்ந்து மிகையாக அவர்கள் குடிக்கவே செய்தார்கள். ஹுமாயூன் ஒரு கஞ்சா வெறியன். குறிப்பாக மா'யூனை நேசித்தவன். தனது வானியலகத்தின் படியிலிருந்து அவன் விழுவதற்கு கஞ்சா தூண்டுதலாகவும் உதவியாகவும் இருந்திருக்கலாம். அக்பர் அபூர்வமாகவே குடித்தவன். ஆனால் அவனுடைய முதல்மூன்று மகன்களும் குடிகாரர்கள். மூரத் (அக்பருடைய இரண்டாவது மகன்) குடியினால்தான் இறந்தான். தன்யாலை (அக்பரின் மூன்றாவது மகன், வயது முப்பத்திமூன்று) குடிக்கவேண்டாமென்று தடுத்தபோது, அவன் துப்பாக்கிக்குள் கொஞ்சம் மதுவை எடுத்துவர முயற்சிசெய்தான். மதுவில் துப்பாக்கியின் துருவும் வெடிமருந்தும் கரைந்துவிட, அதைக் குடித்த அவன் இறந்து போனான்.[75]

ஜஹாங்கீர் மிகுதியாக மதுவையும் கஞ்சாவையும் பயன்படுத்தியவன். அவை அவனது கொடுமையையும் ஒழுக்கக்கேடான மனநிலையையும் அதிகரித்தன. அவனுடைய ராஜ புத்திர மனைவி அதிகமாக போதையேற்றிக் கொண்டு தற்கொலை செய்துகொண்டாள். அவனுடைய விருப்பத்திற்கு மாறாக, தன் மகன் ஷாஜஹானைக் குடிக்குமாறு ஜஹாங்கீர் சிலசமயம் வற்புறுத்தினான்.[76] முதலில் மதுவின்மீதும் பிறகு கஞ்சாவின் மீதும் தனக்குள்ள காதலையும், பிறகு அவற்றை எடுத்துக்கொள்வதைத் தடுக்கத் தனக்குள்ளாகவே அரைமனத்தோடு போரிட்டதையும் பற்றி ஜஹாங்கீர் தனது நினைவுக் குறிப்புகளில் விரிவாக எழுதியிருக்கிறான்.[77] தனது நண்பன் இனாயத் கானின் போதைப்பொருள் வெறியினாலும் ஜஹாங்கீர் அதிசயப்பட்டான். அவன் இறக்கும்போது அவனைப் படம்வரையச் செய்தான். பிறகு எழுதினான்: "அவன் கஞ்சாப் பழக்கத்தில் ஊறியவன், வாய்ப்புக் கிடைத்தபோதெல்லாம் ஓயின் அருந்துபவன். அதனால் அவன் மனம் மெதுவாக அழிந்துபோயிற்று."[78]

முகலாயப் பாணி அகிம்சை – குறிப்பாக நாய்கள்மீது

முகலாயர்களின் தீயொழுக்கம் போதை மருந்துகளோடு நிற்கவில்லை; அவர்கள் வேட்டையாடும் தீப்பழக்கத்தையும் கொண்டிருந்தார்கள், விலங்குகளோடு சிக்கலான பிரச்சினைகள் அவர்களுக்கு இருந்தன. விலங்குகளைப்பற்றி எதிரெதிரான மனப்பாங்கின் கீற்றுகள் முகலாயரிடம் இருந்தன. ஒருபுறம் விலங்குகளால் அவர்கள் கவரப்பட்டார்கள், அவற்றை நேசித்தார்கள். சூஃபித் துறவிகள், குறிப்பாக, சாதுவான சிங்கங்கள், கரடிகளுடன் இருப்பதாகக் காட்டப்படுகிறார்கள். ஓர் ஓவியத்தில் அக்பர் ஒப்புக்கொடுத்த துறவியான ஷேக் சலீம் சிஷ்டியுடன் ஒரு சாதுவான சிங்கம் காணப்படுகிறது. இதற்கு எதிர்நிலையில், தங்கள்

புனிதயாத்திரைகளின் இறுதியில் பசுக்கள் உட்பட்ட பிராணிகளைப் பலிகொடுத்தனர். இது தொடர்ந்து முரண்பாட்டின் மூலங்களில் ஒன்றாக இருந்தது. இக்காலப்பகுதியில், இந்துக்கள் பலர், பசுக்களை பலியிடுவ தால் ஆழமாக பாதிக்கப்பட்டார்கள்.[79]

தான் வாந்தியெடுத்தபோது, யாரோ தனக்கு விஷம் வைக்கிறார்கள் என்ற எண்ணம் அவனுக்கு வந்தபோது பாபர் நாய்மீதும் கருணைகாட்ட வில்லை. "சாப்பிட்ட பிறகு நான் ஒருபோதும் வாந்தி எடுத்ததில்லை. சந்தேக மேகம் என் மனத்தை மூடியது. வாந்தி எடுத்ததை அங்குக் கண்காணித்த நாய்க்குக் கொடுக்கும்போது, சமையற்காரனைப் பிடித்து வைக்கச் சொன்னேன்." ஆனால் அவன் சமையற்காரனைச் சித்திரவதை செய்து உயிரோடு தோலுரிக்கச் செய்தான். ருசிபார்ப்பவனை வெட்டிச் சிதைத்துத் துண்டுகளாக்கினான். உடந்தையாக இருப்பதாகச் சந்தேகித்த பெண்ணை யானையின் காலில் இடறச் செய்தான்.[80] எனவே மோசமாக நடத்துவதற்கு நாய் மட்டுமே அகப்பட்டது என்றில்லை. (நாய் இறந்துகூடப் போயிருக்காது, சமையற்காரன், ருசி பார்ப்பவன் ஆகியோருடன் ஒப்பிடும்போது நாய் எளிதாகத் தப்பிவிட்டது.) மாறாக, அக்பர் நாய்களை நேசித்தான். பல்வேறு நாடுகளிலிருந்து அவற்றை வருவித்தான். அவை பிறவகையான விலங்குகளை, புலிகளையும்கூடத் தாக்கும்போது அவற்றின் தைரியத்தை மெச்சினான். இஸ்லாமின் போதனைகளுக்கு மாறாக, பன்றிகளையோ, நாய்களையோ அசுத்தமானவை என்று அவன் கருதவில்லை. அவற்றை அந்தப்புரங்களில் வைத்திருந்தான். நாய்களுக்குப் பத்துவித மேன்மையான பண்புகள் இருந்தன என்றும் அவற்றில் ஏதேனும் ஒன்று மட்டும் மனிதனுக்கு இருந்தாலும் அவன் புனிதனாகிவிடுவான் என்றும் வலியுறுத்தினான். அக்பருடைய உணவுமேசையில், அவனுடைய சில நண்பர்களும் அவையினரும் நாய்களை மேசைவிரிப்பின்மீது உட்கார வைப்பது வழக்கம். அவர்களில் சிலர் நாய்களின் நாக்குகளைத் தங்கள் வாய்க்குள் விடும் எல்லைக்குச் சென்றார்கள். அதைப் பார்த்து அபுல் பசல் கலவரமடைந்தான்.[81] அக்பர் காலத்தில் வெளியிடப்பட்ட படத்தொகுப்பு ஒன்றில், கன்பட்டா யோகி (சிவனை வழிபடுபவன்) ஒருவன் படம் காணப்படுகிறது. அருகில் அவன் நாய். படத்தின்மீது, "நம்பிக்கை வைப்பதற்கு என்றால் உங்கள் நாய் எதையும்விடச் சிறந்தது" என்ற சொற்கள் உள்ளன.[82]

அக்பரையும் நாயையும் பற்றிய ஒரு கதை அவன் மதச் சகிப்புத் தன்மை பற்றியதொரு சிறந்த கதையாகவும் உள்ளது. 1612 முதல் 1617வரை இந்தியா வில் பயணம் செய்த ஆங்கிலேயனான தாமஸ் கார்யாட் என்பவனால் அக்கதை (மிகக் கொச்சையான ஆங்கிலத்தில்) சொல்லப்படுகிறது. "போர்ச்சுகீசியர்கள் குரானை நாயின் கழுத்தில் கட்டி அதை ஆர்முஸ் நகரவீதிகளில் அடித்து விரட்டிவிட்டார்கள் என்பதால் ஒரு கழுதையின் கழுத்தில் பைபிளைத் தொங்கவிட்டு ஆக்ரா நகரவீதிகளில் அதை அடித்துவிரட்ட வேண்டும் என்று அக்பரின் தாய் வேண்டினாள். ஆனால் அக்பர் ஷா அதை ஏற்கவில்லை. தன் தாய்க்கு அவன் எதையும் மறுத்ததில்லை என்றாலும் இதை அவன் மறுத்துவிட்டான். குரானுக்கு போர்ச்சுகீசியர்கள் இப்படிச் செய்தார்கள் என்பது அவர்களுக்குத் தகும்,

ஆனால் ஓர் அரசனாக இருக்கும் எனக்குத் தீமைக்குத் தீமை செய்வது தகாது, ஏனென்றால் எந்த மதத்தை இழிவுசெய்வதும் கடவுளை இழிவு செய்வதாகும் என்று சொல்லி மறுத்துவிட்டான்.[83]

உள்ளார்ந்து, நாய்கள் குரானை இழிவுபடுத்துபவை என்பதை ஏற்கிறான் அக்பர். ஆனால் தன் தாயிடமிருந்து (பிறவற்றில் இல்லை என்றாலும்) அவன் பழிதீர்ப்பதில் வேறுபடுகிறான். மதச் சகிப்பின்மை என்ற கர்மத் தொடரை இப்படியாக அவன் குறைக்கிறான் என்று சொல்லலாம்.

அக்பர், ஜஹாங்கீர் இவர்களின் அகிம்சை உறுதிமொழிகள்

நாயின் வேட்டையாடும் திறமை அக்பருக்கு மிக முக்கியமாக இருந்தது. அவனே வீரவிளையாட்டுகளில் தனது திறமைக்கும், தைரியத்திற்கும், உற்சாகத்திற்கும் பெயர் போனவன். அய்ன் - இ - அக்பாரியின் பல பக்கங்கள் புலிகளையும் சிறுத்தைகளையும் வேட்டையாடுதல், யானை களைப் பிடித்தல் இவற்றுக்கு ஒதுக்கப்பட்டுள்ளது. ஆனால் அங்கும்கூட அபுல் பசலுக்கு வேட்டையாடுதலை நியாயப்படுத்தவேண்டி இருக்கிறது. யாவருக்கும் தோன்றுவது போல் அது ஒரு இன்பத்திற்கான செயல் அல்ல, இரகசியமாகப் பயணம் செய்யும்போது மக்களின் நிலை, படைகளின் நிலை, வரித்தன்மை, குடும்பங்களை நடத்தல், இன்ன பிறவற்றை அறிந்துகொள்ள அது தேவை என்ற வாதத்தை முன்வைக்கிறான்.[84] மேலும், இரண்டு சந்தர்ப்பங்களில் அக்பர் தானே, வேட்டையைக் கைவிடுவ தாகச் சொல்லாவிட்டாலும் அதை அளவுக்குட்படுத்திக்கொள்வதாக உறுதிமொழி எடுத்திருக்கிறான். இருப்பினும் திரும்பத்திரும்ப அவன் இவ்விதம் உறுதிமொழி எடுக்கவேண்டிவந்தது, வேட்டையை ஒரு போதைப் பொருளாகத்தான் கருதினான் என்பதற்கான அறிகுறி. அவனுடைய மனைவி முதல் மகன் ஜஹாங்கீரைக் கருவில் கொண்டிருந்தபோது முதல் உறுதிமொழி நிகழ்ந்தது. கரு இறப்பதுபோலத் தோன்றியது. அன்று வெள்ளிக்கிழமை. வெள்ளிக்கிழமைகளில் சிறுத்தைகளை வேட்டையாடு வதில்லை என்று உறுதிமொழி ஏற்றான். அதை அவனும் (பிறகு அவன் மகன் ஜஹாங்கீரும் வாழ்நாள் முழுதும் கடைப்பிடித்தனர்.) அவனது தெய்வீக விசுவாசம் (தீன் இலாஹி) என்பதைக் கடைப்பிடிக்கும் எவரும் தங்கள் கையால் எந்தப் பிராணியையும் கொல்லக்கூடாது, எதன் தோலையும் உரிக்கலாகாது என்று அறிவுரை சொல்வது ஏற்கெனவே அகிம்சைக்கான பாதையில் ஒரு எல்லைக்குட்பட்ட நகர்வாக முடிந்திருக்கிறது. சிறுத்தை களைக் கொல்லலாகாது என்ற அக்பரின் உறுதிமொழி, இந்த அறிவுரை யிலிருந்த ஓர் ஓட்டையை அடைக்கிறது. மேற்கண்ட உறுதிமொழிக்கு "விதிவிலக்குகள், போரும், துரத்துதலும்தான்."[85]

இரண்டாவது சந்தர்ப்பத்தில், அக்பர் ஒரு மனமாற்றத்துக்கு (அசோகனுக்கு நிகழ்ந்தது போல) உட்பட்டான். (அக்பர் அசோகனைப் பிறவழிகளிலும் ஒத்திருப்பது முன்பு காட்டப்பட்டது.) 1578 ஏப்ரல் 22 அன்று அக்பர் வேட்டையாடியபோது, கொல்லப்பட்ட பிராணிகளின் குவியலை அவன் காணநேர்ந்தது. திடீரென்று அதற்கு ஒரு முற்றுப்புள்ளி வைக்கவேண்டுமென்று முடிவுசெய்தான்.[86] அதற்குப் பிறகு அரைமனத் தோடு அவன் ஒரு சைவஉணவினன் ஆனான். (இதுவும் அசோகனைப்

போலத்தான்). அய்ன் - இ - அக்பாரியில் அக்பர் இதுபற்றிச் சொல்லும் பகுதியை நாம் காணலாம்: "உயிர்தரித்திருப்பதற்காக மாமிசம் உண்ண வேண்டும் என்ற கடப்பாடு பற்றிய சிந்தனை இல்லாமல் இருந்தால், நான் மக்களை மாமிசம் உண்ணலாகாது என்று தடுத்து விடுவேன். நானே ஏன் அதைக் கைவிடவில்லை என்றால், இதுபோலப் பலரும் என்னைப் பின்பற்றி மாமிசத்தை விடலாம், இதுபோன்ற நம்பிக்கையிழப்புக்குள் அவர்கள் தள்ளப்படலாம் என்பதால்தான்." மரக்கறி உணவுக்கும் ஒரு இந்து கொடுமையின்மை என்று சொல்லக்கூடியதற்கும் ஒரு தொடர்பினை அக்பர் கூறியதாக அபுல் பசல் கூறுகிறான். இத்தகைய தொடர்பினை இந்துக்களும் கண்டிருக்கிறார்கள். "பேரரசரின் கருணைமிக்க இதயம் கொடுமைகள் செய்வதில் மகிழ்ச்சி அடையவில்லை... தன் குடிமக்களின் உயிரை அவர் எப்போதும் ஆதரிக்கிறார்... அவர் பெரும்பாலும் மாமிசம் உண்பதில்லை. ஆகவே எந்த விலங்கிறைச்சியும் இன்றிப் பல முழு மாதங்கள் சென்று கொண்டிருக்கின்றன."[87]

அக்பர் ஓர் எல்லைக்குட்பட்டுக் கடைப்பிடித்த சைவ உணவு, பெருமளவு இந்து மதத்தில் அவன் ஈடுபட்டதனால் ஏற்பட்டது என்று வெளிப்படையாகவே, அக்பரின் செயலை ஏற்காத முறையில், அபுல் பசல் சொல்கிறார். (இதுவே இச்செய்தி உண்மையாக இருக்கும் என்பதற்கு ஒரு நல்ல அடையாளம்.)

மாட்டுக்கறி தடை செய்யப்பட்டது. அதைத் தொடுவது மாசுபடுத்துவதாக எண்ணப்பட்டது. இதற்குக் காரணம், இளமையிலிருந்து நம் பேரரசர் இந்துமதத் தான்தோன்றிகளுடன் சேர்ந்ததே ஆகும். அதனால் பசுவை ஒரு புனிதவிலங்காக நோக்கக் கற்றுக் கொண்டார்... மேலும் தனது அந்தப்புரத்திலுள்ள இந்து அரசிகளின் செல்வாக்கிற்கும் அவர் ஆட்பட்டுள்ளார். மாட்டுக்கறி, பூண்டு, வெங்காயம் போன்றவற்றை உணவில் சேர்ப்பதிலிருந்தும் தாடிவைத்துக் கொள்வதிலிருந்தும் அவரைத் தடை செய்யும் அளவுக்கு அவர்களுக்கு அவர்மீது உயர்செல்வாக்கு இருக்கிறது.[88]

ஆனால் அக்காலத்தில் ஜைனமதமும் இந்தியாவில் செல்வாக்குடன் இருந்தது. இந்துக்களைவிட ஜைனர்கள் மரக்கறி உணவில் மிகுந்த தீவிரம் காட்டுபவர்கள். அக்பர் தனது அவையிலிருந்த ஜைனத் துறவிகளால் ஈர்க்கப்பட்டிருந்தான். அவர்களுக்கும் இந்துக்களுக்கும் நிலக்கொடைகள் வழங்கினான். எனவே அக்பரின் மனமாற்றத்துக்கு இந்து மதம் போலவே ஜைன மதமும் காரணமாக இருந்திருக்கலாம்.

ஜஹாங்கீரும் வேட்டையாடுதலைப் பொறுத்தவரை இரு மாற்ற அனுபவங்களுக்கு உட்பட்டான். பாபரையும், அக்பரையும்விட, மது, கஞ்சா இவற்றைப் போலவே வேட்டையினாலும் கவரப்பட்டவனாக அவன் இருந்தான். இவற்றில் எவ்வித மிதமான தன்மைக்கும் சமரசத்துக்கும் அவன் தயாராக இல்லை. 1605இல் அவன் அரியணை ஏறியபோது, வியாழக்கிழமைகளிலும் (அவன் அரியணை ஏறிய நாள்), ஞாயிற்றுக்கிழமைகளிலும் (அக்பரின் பிறந்தநாள்) யாரும் உணவுக்காக எந்த விலங்கையும் கொல்லக் கூடாது, மாமிசம் உண்ணக்கூடாது என்று

ஓர் அறிவிப்பு வெளியிட்டான். ஆனால் முதன்முதலில் 1610இல் அவனே புலிகளை வேட்டையாடியதன் மூலம் இந்த அறிவிப்பை மீறினான். தனக்குள் மீதூரும் புலிவேட்டை ஆர்வத்தைக் கட்டுப்படுத்த இயலவில்லை என்று அவன் கூறினான். பிறகு பலமுறை இந்த மீறல் நிகழ்ந்தது, 1616 வரையிலும்கூட.[89]

பிறகு, 1618இல் அவனுக்கு ஐம்பதுவயதானபோது, இரண்டாவது பிரதிக்ஞை ஒன்றை மேற்கொண்டான். தன் கைகளால் துப்பாக்கியாலும் ரவையாலும் எந்த உயிர்ப் பிராணிக்கும் தீங்கு செய்வதில்லை என்பதுதான் அது. தன் தந்தையின் வலதுகையாக விளங்கிய அபுல் பசலைக் கொன்ற பச்சாத்தாப உணர்விலிருந்து அவனால் நீண்ட காலமாக மீள முடியவில்லை என்பதை ஜஹாங்கீருடைய நினைவுக்குறிப்புகள் காட்டுகின்றன. ஆனால் இந்த உறுதிமொழியையும் தனது சொந்த மகனே (எதிர்காலத்தில் ஷாஜஹான்) தனக்கு எதிராகக் கலகத்தில் ஈடுபட்டபோது (தானே அக்பருக்கு எதிராகக் கலகத்தில் ஈடுபட்டதுபோல) 1622இல் அவன் மீறிவிட்டான். தன் மகனைக் கொல்வதற்கான நடவடிக்கைகள் எடுப்பதற்கு பதிலாக மீண்டும் விலங்குகளை வேட்டையாட ஆரம்பித்தான். மற்றொரு இடப்பெயர்ச்சி இது. ஜஹாங்கீருக்கு இந்துக்கள்மீது அக்பருக்கிருந்த மிகப்பெரிய உற்சாகம் இல்லை. (இருப்பினும் தனது தந்தையின் கொள்கைகளை மாற்றாமல் தொடர்ந்தான்.) ஜைன மதத்தை முதலில் சகிப்புத்தன்மையற்று நடத்திய போதிலும், பிறகு அதற்கு நிலக்கொடைகள் பல வழங்கி ஆதரித்தான். ஆகவே இந்த விஷயத்தில் இந்துமதத்தைவிட ஜைனமதமே அவன்மீது நேர்முகமான செல்வாக்குச் செலுத்தியது எனலாம்.[90]

இந்துக்களின் எதிர்ப்பு: சிவாஜியும் மகாராஷ்டிரர்களும்

தவிர்க்கவியலாமல், எதிர்ப்பு ஏற்பட்டது. பதின்மூன்றாம் நூற்றாண்டின் தொடக்கத்திலும், 1540க்குப் பிறகும், திரும்பவும் அக்பர், ஷாஜஹான், ஔரங்கசீப் ஆட்சியிலும் இந்துக்கள் சிலர் மசூதிகளை இடித்துக் கோயிலாக மாற்றிக்கொண்டார்கள்.[91]

முகலாயர்கள் மொத்த இந்தியாவையும் ஆட்சிசெய்யவில்லை. எதிர்ப்புப் பிரதேசங்கள் முக்கியமாக இருந்தன. சான்றாக, சீக்கிய குருக்கள் ஆட்சியிலிருந்த பஞ்சாப், விஜய நகரம், தெற்கிலிருந்த அரசுகள்; மிகப் புகழ்வாய்ந்த சான்று, சிவாஜியின் தலைமைக் கீழ் மகாராஷ்டிரர்கள். சிவாஜிக்கு முன்னாலும்கூட, முகலாயர்கள் ஆட்சிக்கு முள்ளாகவே மகாராஷ்டிரர்கள் இருந்தார்கள். அகமதுநகரில் (மகாராஷ்டிராவின் அதிகார மையம்) 1600க்குப் பிறகு முகலாயர்களை எதிர்த்தவர்களின் தலைவன் மாலிக் அம்பர். அவன் ஒரு அபிசீனியன். பாக்தாதில் அடிமையாக விற்கப்பட்டவன். ஆனால் அகமது நகர் சுல்தானியத்தில் ஒரு மிகச் சிறந்த இராணுவத் தளபதியாகவும், நிர்வாகியாகவும் இருந்தான். இந்துக்களையும் முஸ்லிம்களையும் சமமாக நடத்தினான். 1626இல் தான் இறக்கும்வரை இயங்கும் குதிரைப்படை அலகுகளை உருவாக்கி ஜஹாங்கீருக்கு எதிராகப் பல வெற்றிகளைப் பெற்றான். இந்தியாவில் மிகச் சிறந்த குதிரைப்படைகள் மகாராஷ்டிரத்திலும் மைசூரிலும்தான்

இருந்தன. இரண்டுமே மேற்குக் கடற்கரையைக் கொண்டிருந்ததால், மேற்குத் துறைமுகங்கள் வாயிலாக, வளைகுடா நாடுகளிலிருந்து முக்கிய மாகக் குதிரைவணிகத்தில் ஈடுபட வாய்ப்புக்கிட்டியது.

1647இல் பதினேழே வயதானபோது சிவாஜி மகாராஷ்டிர அரசுக்கு அடித்தளம் அமைத்தான். ஓர் ஆற்றல்மிக்க முஸ்லிம் உயர்தலைமை இருந்த காலத்தில் எதிர்பாராத முறையில் அதற்கு எதிராக ஒரு இந்து அரசின் மறுவுருவாக்கம் அது. சிவாஜி பீஜப்பூரைக் கைப்பற்றியபோது, அவனுடைய ஆட்கள் செல்வத்தையும், குதிரைகளையும், யானை களையும் எடுத்துக்கொண்டதோடு, பீஜப்பூர் படைகளிலிருந்த பெரும்பாலான ஆட்களையும் தன்னுடன் சேர்த்துக் கொண்டான். அவர்களில் சிலர் மகாராஷ்டிரர்கள். அதேசமயம் சிவாஜியின் ஆட்களில் சில முஸ்லிம்களும் இருந்தார்கள். இதிலும், மத்தியகால இந்திய வரலாற்றில் பலசமயங்களில் நிகழ்ந்ததுபோலவே, தோழர்களும் எதிரிகளும் அரசியல், இராணுவ அடிப்படைகளில் அமைந்தார்களே தவிர, பெரும்பாலும் மத அடிப்படையில் அல்ல. முஸ்லிம்களுக்கெதிராக இந்துக்கள் போரிட வேண்டும் என்ற கொள்கையின் தலைவனாகப் பின்னால் ஏற்றுக் கொள்ளப்பட்ட சிவாஜிக்கும் இது பொருந்தும். ஔரங்கசீப்புக்குத் தண்டனையாக வந்து வாய்த்த சிவாஜி, மட்டுமீறிய அளவில் பிராமணர்களுக்கு தானங்கள் அளித்தான் (முஸ்லிம் காலவரை வாளர் காஃபி கானின் கூற்றுப்படி). ஆனால் அவன் மசூதிகளை மாசுபடுத்தலாகாது, பெண்களைக் கைப்பற்றலாகாது என்பதைக் கொள்கையாக வைத்திருந்தான். ஒரு மராட்டிய பிராமணன் அவனுக்காக ஒரு க்ஷத்திரிய வம்சாவளியை உருவாக்கினான். அதில் அவன் பழங்கால ராஜபுத்திரர்களின் வம்சத்தில் இணைக்கப்படுகிறான். சிவாஜியை மராட்டியத் துறவிகளான துக்காராம் (1568 - 1650), ராமதாசர் (1608—1681) ஆகியோருடன் தொடர்புபடுத்தியும் பல கதைகள் வழங்குகின்றன. 1680இல் பேதியினால் சிவாஜி இறந்துபோனான்.[93]

1688இல் ஔரங்கசீப் சிவாஜியின் வாரிசு சாம்பாஜியைக் கைப்பற்றி னான். அவனைச் சித்திரவதை செய்து உறுப்புகளை வெட்டச் செய்தான். சாம்பாஜியின் சகோதரன் ராஜாராம் இறக்கும் வரை பொறுப்பில் இருந்தான். ஆனால் உண்மையில் சாம்பாஜியின் விதவை மனைவி தாராபாய், தன் மகன் இரண்டாம் சாம்பாஜியின் பெயரில் தானே ஆட்சியை நடத்தினாள். 1714இல் சிவாஜியின் பேரன் ஷாஹு, குதிரை ஏறத்தெரியாத, அதன் இருபுறங்களிலும் பிடித்துக்கொண்டு வர வேண்டிய ஒரு பிராமணனைத் தன் முதலமைச்சனாக நியமித்திருந்தான்.[94] மராட்டிய எதிர்ப்பு அதற்குப் பிறகு நீண்டநாட்கள் நீடிக்கவில்லை.

முகலாயர்கள்கீழ் பல்சமய உரையாடல்

எல்லா முகலாயர்கள்கீழும் சமயங்களினூடான உறவுகள் எப்படி யிருந்தன எனப் பொதுமைப்படுத்துவது கடினம். அவர்கள் அவ்வளவு வித்தியாசமானவர்களாக இருந்தார்கள். அக்பர் மிகச் சிறந்தவன் (தாராவும்தான், ஆனால் அவன் ஆட்சிசெய்ய வாய்ப்புக் கிடைக்கவில்லை). ஔரங்கசீப் மிக மோசமானவன். ஷாஜஹான் கலப்பினம். (அவன் இந்துக்

கோயில்கள் பலவற்றை அழித்தான், ஆனால் அவனுடைய ஆட்சியில் முகலாய அதிகாரிகள் ஜகந்நாதத் திருவிழாக்களில் பங்கேற்றனர்).⁹⁵ ஆனால் கண்டிப்பாகப் பொதுமைப்படுத்த வேண்டும் என்றால், முகலாய ஆட்சியின்போது, இந்துக்கள் இஸ்லாமுக்கு அதிகாரபூர்வமாக மதம் மாறுவது அரியதாக இருந்தது.⁹⁶ முகலாய ஆட்சி அதிகாரப் பொறுப்புகளில் நுழைந்தபோது முஸ்லிம் அல்லாதவர்கள் முஸ்லிமாக மாறவேண்டு மென்ற கட்டாயம் இல்லை. முகலாயர்கள் பொதுவாக, இஸ்லாமைத் தங்கள் கலாச்சாரப் பாரம்பரியச் சொத்து என்று நினைத்தனர், பொது மக்கள் இஸ்லாமுக்கு மாறுவதை அவர்கள் வரவேற்கவில்லை.⁹⁷ கும்பல் கும்பலாகக் கட்டாயப்படுத்தி மதம் மாற்றியதை எங்கும் காணமுடியவில்லை. வியப்பளிக்கும் வகையில் சமகால மூலங்களில் இரு தரப்புகளிலுமே, மதமாற்றம் பற்றி எதுவும் எழுதப்படவில்லை. இதனால் அதைப் பெரிய விஷயமாக எவருமே கருதவில்லை என்பது தெரிகிறது. ஒட்டுமொத்த மதமாற்றத்தினை ஜஹாங்கீர் ஏற்கவில்லை. தோல்வியுற்ற ஓர் இந்து அரசனின் மகனை மதம் மாற்றியதற்காக முகலாய அதிகாரி ஒருவனை ஜஹாங்கீர் தண்டித்திருக்கிறான்.⁹⁸ ஔரங்கசீப்பின் கீழும்கூட இருநூற்றுக்கும் குறைவான மதமாற்றங்களே நடந்துள்ளன என்பதற்குச் சான்று உள்ளது.

ஆனாலும், நிதரிசனமாகவே, இந்துக்கள் பலர் மதம்மாறவே செய்தார்கள். இல்லாவிட்டால் இந்தியாவில் முஸ்லிம் மக்கள்தொகை இவ்வளவு அதிகரித்திருக்க முடியாது. இந்துக்களில் சிலர் பணத்துக்காக, சிலர் தண்டனைக்காக, சிலர் திருமணத்திற்காக, சிலர் உண்மையிலேயே அதை நம்பினார்கள் என்பதற்காக மதம் மாறினார்கள். புரட்சி செய்த ராஜபுத்திரனின் மகன்கள் இஸ்லாமுக்கு மாறினால் தண்டனை இல்லை என்ற நிபந்தனைக்கு உட்பட்டார்கள். சிலர் மதம் மாற மறுத்து, பதிலாக மரணத்தை ஏற்றார்கள். ஒரு சிற்றரசன், மதம் மாறினால் மிக அதிக ஊதியம் கிடைக்கிறது என்பதற்காக மதம் மாறினான்.⁹⁹ முஸ்லிம் அரசர் களின் மனைவியர் சில சமயங்களில் மதம் மாறியதோடு மசூதிகளையும் கட்டினார்கள்.¹⁰⁰ அக்பரின் அவையில், ஓர் இறையியலாளன், அதர்வண வேதத்தை சமஸ்கிருதத்திலிருந்து பார்சிக்கு மொழிமாற்றியபோது அதற்கு உதவியாக நியமிக்கப்பட்ட பிராமணன், இஸ்லாமுக்கு மாறுவதில் முடிந்தது. காஷ்மீரிலிருந்த ஓர் ஆட்சியாளன், தன் அமைச்சனின் தொடர் பினால் மதம் மாறினான்.¹⁰¹

மாறாக, முஸ்லிம்கள் பலரும் இந்துமதத்திற்கு மதம் மாறினார்கள். அதை முறைப்படுத்த ஷாஜஹான் ஒரு தனித்துறையை ஏற்படுத்தி இந்துக்கள் மதம் மாற்றுவதைத் தடைசெய்தான்.¹⁰² கலப்புத் திருமணங்கள் வாயிலாக மிகுதியான மதம் மாற்றங்கள் நடைபெற்றன. அதனால் இந்துப் பெண்கள் தங்கள் முஸ்லிம் காதலர்களைத் திருமணம் செய்யக் கூடாது என்று அக்பர் (அக்பர்தான்!) கட்டளையிட்டான். தங்கள் கணவர்களிடமிருந்து இந்துப் பெண்களைப் பிரித்து அவர்கள் பிறந்த குடும்பங்களுக்கு அனுப்பி வைத்தான். ஜஹாங்கீரின் ஆட்சியில், வாராணசியில் இருபத்துமூன்று முஸ்லிம்கள் இந்துப் பெண்களைக் காதலித்து இந்து மதத்திற்கு மாறினார்கள். ஷாஜஹான் காலத்தில் காஷ்மீரில் பெண்கள் இந்துப்

பையன்களைத் திருமணம் செய்து கொண்டு மதம் மாறினர். முஸ்லிம் பெண்கள் இந்து ஆண்களைத் திருமணம் செய்தார்கள், முஸ்லிம் ஆண்கள் இந்துப் பெண்களை மணந்தார்கள், சிலசமயங்களில் மறுபடியும் திரும்ப இஸ்லாமுக்கே மாறவும் செய்தார்கள். பதினைந்தாம் நூற்றாண்டில் பிராமணர்கள், இந்துமதத்திற்கு மீண்டும் மாற்றவேண்டிய தேவை ஏற்கெனவே உருவாகிவிட்டது என்று நினைத்தார்கள்.[103] (சடங்குகளில் ஏதேனும் அசுத்தம் நிகழ்ந்ததால்) இந்துக்களை மீட்கும் பழைய சடங்குகள் இருந்தன. அவற்றைத் திரும்ப மதம் மாறுவதற்கேற்ப மாற்றி அமைத்தார்கள். சுத்திச்சடங்குகள் என்று இவற்றுக்குப் பெயர். அதற்கு வழக்கமாகக் கொஞ்சம் பணமும் சடங்கும் தேவை. அவ்வளவுதான்.

போர்ச்சுகீசிய அகஸ்தீனிய மடச் சாமியார் ஒருவன் — செபஸ்தியோ மன்ரீக், ஷாஜஹானின் ஆட்சிக்காலத்தில் *1629* முதல் 1640வரை வங்காளத்தில் இந்துச்சட்டத்தை மதிக்கும் முகலாயக் கொள்கையைக் குறிப்பிட்டுள்ளான்.

சமைக்கப்பட்ட மயில்களின் வழக்கு

ஒரு கிறித்துவ நற்பணியாளன் எதிர்பார்க்கக்கூடிய வெறுப்பை ஒரு வேளை தவிர்க்க வேண்டிப் போலும், மன்ரீக் ஒரு முஸ்லிம் வணிகனைப் போல வேடமணிந்து பருவமழையின் நடுவே குதிரைமீது சவாரிசெய்து ஒரு இந்து கிராமத்தில் மாட்டுக் கொட்டிலில் தங்கினான். அவனுடைய வங்காளி முஸ்லிம் சேவகன் ஒருவன் ஒரு ஜோடி மயில்களைப் பிடித்துக கொன்று சமைத்து உணவிட்டான். இதைப் பற்றி மன்ரீக் அறிந்ததும், இந்து கிராமவாசிகளின் கோபத்தை எண்ணி, எலும்புகளையும் இறகுகளையும் புதைத்துவிட்டான். ஆனால் கிராமவாசிகள் சில மயிலிறகுகளைக் கண்டு பிடித்தனர். வில்லம்பு ஏந்தி மன்ரீக்கின் குழுவினரை (அவர்களின் இந்து வழிகாட்டி உட்பட)ப் பக்கத்து நகரம்வரை துரத்தினர். அங்கிருந்த ஷிக்தாரிடம் (முகலாயர்கள் சட்டம் ஒழுங்கைக் காப்பாற்ற நியமித்த முஸ்லிம் நிர்வாகி) முறையான புகார் ஒன்றை கிராமவாசிகள் அளித்தனர். மயில் இந்துக்களுக்கு ஒரு புனிதப் பறவை என்பது தெரிந்தும் இப்படிச் செய்தான் என்று மன்ரீக் குழுவினரை ஷிக்தார் சிறையில் இட்டான். இருபத்துநான்கு மணிநேரத் துன்பத்திற்குப் பிறகு விசாரணைக்குக் கொண்டுவந்தான்.

யார் மயில்களைக் கொன்றது என்பதைத் தெரிந்துகொண்ட நிர்வாகி, ஒரு வங்காளியாக இருந்தும், முஸ்லிமாக இருந்தும் எப்படி இந்து மாவட்டத்தில் ஓர் உயிரைக் கொல்ல தைரியம் உனக்கு வந்தது என்று கேட்டான். இந்துக்களின் "கேலிக்குரிய விதி முறைகளுக்கு" முஸ்லிம் மரியாதை அளிக்கவேண்டும் என்ற அவசியமில்லை; கடவுள் இத்தகைய விலங்குகளைக் கொல்வதை எங்குமே தடுக்கவில்லை, மனிதனுடைய பயன்பாட்டுக்காக மட்டுமே அவற்றைப் படைத்திருக்கிறார்; மயில்களைக் கொல்வது குரானின் விதிமுறைகளை மீறியதாகாது என்று தனது சேவகனுக்காக மன்ரீக் விடையளித்தான். ஆனால் அறுபத்திநான்கு வருடங்களுக்கு முன்னால் அக்பர் வங்காளத்தைக் கைப்பற்றியபோது, தன் ஆட்சியிலும் தன் சந்ததியினர் ஆட்சியிலும் வங்காளிகள் தங்கள்

வழக்காறுகளின்படியே வாழலாம் என்று வாக்குறுதி தந்திருப்பதை நிர்வாகி சுட்டிக்காட்டினான். மீண்டும் அந்த மனிதனைச் சிறைக்கு அனுப்பிவிட்டுத் தீர்ப்புக்காகக் காத்திருந்தான். இதற்கு தண்டனை, கசையடியும் வலதுகையைத் துண்டிப்பதுமாகும். நிர்வாகியின் மனைவி யிடம் வெள்ளை, இளஞ்சிவப்பு, மஞ்சள் நிறங்களில் பூவேலை செய்யப் பட்டிருந்த சீனப் பட்டுத்துணி ஒன்றை லஞ்சம் கொடுத்தான். அவள் தன் கணவனைக் கையைத் துண்டிக்க வேண்டாமென்றும் கசையடி மட்டும் கொடுத்தால் போதும் என்றும் தூண்டினாள்.[104]

எந்த உயிரையும் கொல்லுதல் என்ற தடைக்கும், புனித உயிர்களை மட்டும் கொல்லுதல் என்னும் தடைக்கும்இடையில் உள்ள கோடு அவ்வளவு தெளிவாக இல்லை என்றாலும், (ஸ்கந்தன் அல்லது முருகனுக்கு மயில் வாகனம் என்பதால் அவை புனித விலங்குகளாகக் கருதப்பட்டி ருக்கலாம்) எவ்வாறாயினும் இந்தக் கதையின் முக்கிய விஷயம் தெளிவாகவே இருக்கிறது. தனது சொந்த ஒப்புதலிலேயே, தண்டனையிலி ருந்து தப்பிக்கக் கிறித்துவன் இந்து உணர்வுகளை கேலிசெய்யவும், விஷயங்களை மறைக்கவும், லஞ்சம் கொடுக்கவும் முனைந்தான். (அதில் ஒரு பகுதி நிறைவேறவும் செய்தது). ஆனால் தன்னைப்போலவே ஒரு முஸ்லிம் நடுவனும் மதவெறி பிடித்தவனாக இருப்பான் என்ற அவன் எதிர்பார்ப்பு நியாயமானதல்ல. தான் போற்றிய அக்பரைப் போலவே அந்த முஸ்லிம் நிர்வாகியும் இந்துச் சட்டத்தை மதித்தான் என்பதோடு, சட்டத்தின்முன் முஸ்லிமுக்கு முன்னுரிமை தரவும் இல்லை.

மதங்களின் ஒன்றிணைப்பு

மதப் பனுவல்களின் உலகில், பக்தி, சூஃபியியம் இரண்டுமே பொதுமக்கள் இலக்கியத்தைத் தங்களுக்குள் முழுமையாகப் பரவ விட்டமையால், ஒரு குறிப்பிட்ட நாட்டார் பாடலுக்கு இவற்றில் எது மூலம் என்று சொல்ல இயலாது.[105] முஸ்லிம் பெயர்களுடன் அவர்களால் இந்தி, வங்காளி, குஜராத்தி, பஞ்சாபி, மராட்டி மொழிகளில் இயற்றப்பட்ட கவிதைகள் பல, அல்லாவைப் போற்றித் தொடங்கினாலும் பிறகு இந்து உள்ளடக்கத்தையும், இந்து வடிவங்களையும், இந்துப் படிமங்களையும், சொற்களையும் பயன்படுத்துகின்றன. பதிலாக, வங்காளமொழியில் பதினாறாம் நூற்றாண்டில் ரூபா கோஸ்வாமி என்ற இறையியலாளர் இயற்றிய பக்தி அமுதக்கடல் என்ற தலைப்புள்ள பனுவல், கிருஷ்ணனின் வரலாற்றை சூஃபிக் காதல்கதை வடிவில் சொல்லுகிறது.[106] பாரசீக இதிகாசமான ஷா நாமாவின் கதைப் பாத்திரங்களும், சமஸ்கிருத மகாபாரதத்தின் கதைப்பாத்திரங்களும் முகலாயர்கள் கீழ் எழுதப்பட்ட தாரிக்-இ-பரிஷ்தா என்ற நூலில் ஒன்றாக வருகின்றனர். இந்து-முஸ்லிம் சமயங்கள், குறிப்பாக வங்காளத்தில், வளமடைந்தன. கவர்ச்சி மிக்க தலைவர்களைக் கொண்ட புதிய இந்து சமயங்கள் தோன்றின. பழைய இந்துக்கோயில்களின் பாழடைந்த வளாகங்களில் யாகங்கள் நடத்த இந்துக்களை முஸ்லிம்கள் அனுமதித்தனர். காங்ரா, மதுரா போன்ற இடங்களிலுள்ள இந்துக்கோயில்களுக்கு முஸ்லிம் யாத்திரிகர்கள் பலரும் சென்றுவந்தனர்.[107]

சர்வசமய சமரசம் என்பது ஸூஃபியியத்தின் அடிப்படையாக உள்ளது. காலப்போக்கில் அதன் முஸ்லிம் சீடர்களுக்கு இந்து சீடர்கள் உருவாகி அவர்களுக்கு முஸ்லிம் சீடர்கள், அவர்களுக்கு இந்து சீடர்கள் என்ற பரம்பரை தொடர்ந்தது. அவர்களில் சிலர் அல்லாவைக் கடவுள் என்றனர், சிலர் இராமன் அல்லது ஹரியைக் கடவுள் எனக் கொண்டனர்.[108] ஸூஃபி மையங்களில், பறையர்கள் உள்ளிட்ட கீழ்ச்சாதி இந்துக்கள் பிற இந்துக்களோடும் முஸ்லிம்களோடும் உணவைப் பகிர்ந்துகொண்ட னர்.[109] பதினேழாம் நூற்றாண்டில் இப்படிப்பட்ட தொகுப்பிசைவு உருது தாக்னி கவிதையில் நிகழ்ந்தது. அது இஸ்லாமிய இந்து வகைமைகளைக் கலந்தது, ஆண் - பெண் குரல்களையும் பனுவல்களில் கலப்புறச் செய்தது. இந்து தன்னுணர்ச்சிக் கவிதை மரபையும் அராபியக் கதைசொல்லும் மரபையும் ஒரு பெண்கதைசொல்லி வாயிலாகக் கலப்புறச்செய்தது.[110] ஜனரஞ் சக மதம், இந்து, ஸூஃபிச் செயல்முறைக ளைப் பிரிக்க இயலாதவாறு கலந்தது. இதைக்கண்டு சீர்திருத்தவாதிகள் கவலையுற்றனர்.[111] மக்களில் பலர் கலாச்சாரத்தில் இந்துவாகவும், மதத்தில் முஸ்லிமாகவும் (அல்லது மறுதலையாகவும்) இருந்தனர். யோக நிறுவனங்களை முகலாய அரசர்கள் ஆதரித்தனர். இந்துக்கள் ஸூஃபி பீர்களை வணங்கினர்.[112]

மதங்களை மொழிபெயர்த்தல்

இஸ்லாமினால் இந்து மதமும் இந்து மதத்தினால் இஸ்லாமும் வள மடைந்தமை மொழிபெயர்ப்புகளினால் வசதிபெற்றது. அது இரண்டு கலாச்சாரங்களிலும் புதிய வகைமைகளுக்கு வித்திட்டது. முகலாயர்கள் கால அளவில், இந்திய இலக்கியம் வட இந்தியாவில் பல மொழிகளில் வளம் பெற்றவாறு இருந்தது. சமஸ்கிருதம், பார்சி (இரண்டும் அதிகாரபூர்வ அவை மொழிகள்), அராபிய மொழி - துருக்கிய மொழிகள், சிந்தி, பஞ் சாபி, பாஷ்டோ, இந்தி உள்ளிட்ட மேலும் பல பிரதேச மொழிகள் வளர்ச்சி பெற்றன.[113] தென்னிந்தியாவிலும், நிலவியல் - மொழியியல் இரு அடிப்படைகளிலும், குறிப்பாகத் தெலுங்கு பேசும் உலகில், ஆனால் அதில் மட்டுமல்ல, மொழி எல்லைகள் பிற மொழிகள் ஊடுருவக்கூடியவையாக இருந்தன. பல மொழிஇலக்கியக் கலாச்சாரங்களும் தளர்ச்சியாகப் பிணைந்திருந்தன.[114] உருது (முகாம்) மொழி என்பது, இராணுவ முகாம்களில் பயன்படுத்துவதற்கென அக்பர் உருவாக்கிய ஒரு கலப்புக் கிளைமொழி பரவலாகப் பயன்படுத்தப்பட்டது. அது பாரசீக - அராபிய எழுத்தில் எழுதப்பட்டது. சமஸ்கிருத, இந்தி சொற்கலப்பும் தொடரமைப்பும் அதில் மிகுதியாக இருந்தது.[115] ஷாஜஹானால் மேலும் ஆதரவளிக்கப்பட்டு, உருது முதன்மையான கலப்புமொழியாகியது.

இந்து அறிஞர்கள் பலருக்கு முகலாயர்கள் தங்கள் ஆதரவைப் பரவலாக்கினர். சமஸ்கிருதத்திலிருந்து அராபிய, பாரசீக மொழிகளுக்கு இந்து நூல்கள் பலவற்றை மொழி பெயர்த்தனர். எட்டாம் நூற்றாண்ட ளவிலேயே, பஞ்சதந்திரக் கதைகள், அராபிய மொழியில் அரசர்களின் ஆடி (கலிலா வா திம்னா) என்ற பெயரிலும், அதன் மற்றொரு வடிவம் பாரசீக மொழியில் நட்சத்திர ஒளிகள் (அன்வாரி சுஹைலி) என்ற பெயரிலும் மொழிபெயர்க்கப்பட்டிருந்தன. அபுல் பசலைக் கொண்டு

அதை மறுபடியும் பார்சி மொழியில் ஆக்கியதோடு, மகாபாரதம், இராமாயணம் இரண்டையும் பார்சியில் அக்பர் மொழிபெயர்க்கச் செய்தான்.[116] பகட்டான ஓவியங்களுடன் கூடிய ஹரிவம்ச மொழிபெயர்ப்பு பார்சியில் இருந்தது.[117] யோக வசிஷ்டத்தைச் சுருக்கமாக ஜஹாங்கீர் மொழிபெயர்க்கச் செய்தான். தாரா ஷிகோ, தானே அதை மேலும் முழுமையாக மொழிபெயர்த்தான். உபநிடதங்களை தாரா பாரசீக மொழியில் மொழி பெயர்த்தான். அது பிரெஞ்சு மொழிபெயர்ப்பு வாயிலாக ஐரோப்பாவில் அறியப்பட்டிருந்தது. மேலும் பிரிட்டிஷ் கீழையியலாளரான வில்லியம் ஜோன்ஸை இந்திய இலக்கியத்திற்கு அறிமுகப்படுத்தியது.[118] முஸ்லிம் உலகில் சமஸ்கிருதம் ஒரு முக்கியமான இலக்கிய மொழியாக அறிமுகமானதற்கு அக்பருக்கும் தாராவுக்கும் நாம் நன்றி கூறலாம்.[118] பதினான்காம், பதினைந்தாம், பதினாறாம் நூற்றாண்டுகளில், துருக்கிய, ஆஃப்கானிய அரசவைகள், வளமாகவும் ஒன்றையொன்று வளர்க்கும் விதத்திலும் பிரதேச மொழிகளையும், செவ்வியல் அல்லது உலகளாவிய மொழிகளின் கலப்பிற்கு உதவின. அதனால் பிரதேச மொழிகளின் இலக்கியம், இசை, கலை போன்றவை வளர்ச்சியுற்றன.[119] துருக்கியர்கள் மற்றும் பாரசீகர்களின் காம இலக்கியங்கள், காமசூத்திரத்தை, சிலசமயங்களில் ஆச்சரியகரமான படங்களுடன் பார்சியில் மொழி பெயர்ப்பதை எளிதாக்கின. பார்சி வடிவம் பிறகு ஐரோப்பிய மொழிகளில் பெயர்க்கப்பட்டது.

கட்டடக் கலையும் ஓவியமும்

முகலாயர்கள் மிகச் சிறந்த கொள்ளைக்காரர்களாக இருந்ததுபோலவே, மிகச் சிறந்த கட்டடக்காரர்களாகவும் இருந்தனர். அவர்களுடைய கட்டடக்கலை இந்துக் கட்டடக் கலையின் வலுவான செல்வாக்கிற்கு உட்பட்ட ஒன்று.[120] அதேபோல, இலக்கியத்தில் போலவே, எதிர்பார்க்க இயலாத இந்து வடிவங்களைத் தூண்டி, இந்து நினைவுச் சின்னங்கள் பலவற்றின்மீது தீவிர பாதிப்பை முகலாயக் கட்டடக் கலை கொண்டிருக் கிறது.[121]

மிகப் பெரும்பான்மையான இந்திய விஷயங்களை இழிவாக நோக்கிய பாபர், இந்தியக் கட்டுமானக் கலைஞர்களை ஏளனம் செய்தான்: “கற்களாலான மசூதி ஒன்று கட்டப்பட்டது. ஆனால் நன்றாகக் கட்டப் படவில்லை. அதை இந்திய மோஸ்தரில் கட்டினார்கள்”.[122] ஆனால் மிகப் பெரும்பான்மையான இந்திய விஷயங்களைப் பாராட்டிய அக்பர், அதன் கட்டடக்கலையைப் பாராட்டினான். எங்கிருந்தும் நற்கூறுகளை எடுத்துக் கொண்ட பதேபூர் சிக்ரியின் கட்டடக்கலை, பார்சி, இந்து, ஜைன வடிவங்களை ஒன்றிணைத்தது. ஏறத்தாழ ஆயிரத்தைந்நூறு கல்தச்சர்களை ஆக்ராவில் பணிக்கு அமர்த்தினான் அக்பர்.[123] பிருந்தாவனத்தில் மான்சிங் கோயில்கள் பலவற்றைக் கட்ட அனுமதி அளித்தான். முகலாய அதிகாரபூர்வக் கட்டடக் கலைக்கென்று மட்டுமே ஒதுக்கிவைக்கப்பட்டிருந்த சிவந்தநிறக் கற்களால் அவை கட்டப்பட்டன. இந்தக் கோயில்கள் பல முகலாயக் கட்டடக்கலைக் கூறுகளையும் கொண்டிருந்தன.[124] பதினாறாம் அல்லது பதினேழாம் நூற்றாண்டு வரை

அயோத்தியில் இராமன் கோயில்கள் எவையும் இல்லை என்பதால், அண்மையில் இடிபட்டு மிகுந்த அவப்புகழ் எய்திய பாப்ரி மசூதியைக் கட்டிய பாபர், அயோத்தியில் முதல் இராமன் கோயிலைக் கட்ட ஆதரவளித்திருக்கலாம் என்ற வலுவான சாத்தியம், ஓர் அங்கதமாகவே தென்படுகிறது.¹²⁵

ஓவியத்திலும் இந்து, முஸ்லிம் வடிவங்களின் ஒருங்கிணைப்பு இரண்டு கலாச்சாரங்களிலுமே புதுமையாக்கங்களுக்கு இட்டுச் சென்றது. இந்துக் கருப்பொருள்களைப் பற்றிய பல ஓவியங்கள் முஸ்லிம்களினால் ஆக்கப்பட்டுக் கையொப்பமிடப்பட்டுள்ளன. இந்துச் சிற்றோவியங்கள் பல பாரசீக முன்மாதிரிகளின்மீது வரையப்பட்டுள்ளன.¹²⁶ அல்லது பாரசீகச் சிற்றோவியங்களிலிருந்து கூட்டு உருவங்களையும் மிதமிஞ்சிய கற்பனைக் குரிய கருப்பொருள்களையும் கொண்டு ஆக்கப்பட்டுள்ளன.¹²⁷ இந்திய ஓவியர்களுக்கு ஏற்கெனவே சிற்றோவியங்களைக் கொண்டு கையெழுத்துப் படிகளுக்கு எப்படி ஒளிதருவது என்பது தெரிந்திருந்தபோதிலும், பார்சிகள் அதை ஓர் அவை நடைமுறையாக ஆக்கி, புதிய உத்திகளையும் நேர்த்திகளையும் புகுத்தினார்கள்.

எப்போதும் போலவே, இந்தியாவின் சாதாரணமக்கள் உதாரணத்தை எடுத்துக்கொண்டார்கள்.¹²⁸ முகலாயர்களின் மகாநினைவுச் சின்னங்கள் யாவும் முகலாய "ஊதாரித்தனத்திற்கும் ஒடுக்குதலுக்கும்" நினைவுச் சின்னங்களும் ஆகும். சாகுபடிகளை அபகரித்தல் இப்போது இல்லை என்றாலும், விவசாயிகள்மீதும் கைவினைஞர்கள்மீதும் மிகவும் முடக்குகின்ற தன்மையுள்ள வரிவசூலித்தல் நிலவியது. மேலிருந்து மேலும் மேலும் அதிகரித்துவந்த சுரண்டலினால், விவசாயம் செய்பவனின் நிலைமை எப்போதையும் விட மிக மோசமாக இருந்தது.¹²⁹ சுதந்திரமான கோயில் எதுவும் இல்லை என்பதால் சுதந்திரமான மசூதியும் எதுவும் இல்லை.

அடிக்குறிப்பு

1. Cited by Schimmel, *The Empire*, 113.
2. Ibid., 94-95.
3. Keay, *India*, 322.
4. Ibid., 274, 289.
5. Schimmel, *The Empire*, 24.
6. Babur, *Baburnama*, 353.
7. Ibid., 52, 442, 415, 342.
8. Keay, *India*, 295,
9. Babur, *Baburnama*, 394.
10. Mukhia, *The Mughals*, 18.
11. Schimmel, *The Empire*, 30-31.
12. Keay, *India*, 309.
13. Gascoyne, *The Great Moguls*, 57.

14. Schimmel, *The Empire*, 31.
15. Keay, *India*, 315.
16. Schimmel, *The Empire*, 33.
17. Keay, *India*, 316-17.
18. Amartya Sen, *The Argumentative Indian*, 288, citing Abu'l Fazl.
19. Keay, *India*, 312, citing Abu'l Fazl, *Akbar Nama*, 2, 271-72.
20. Schimmel, *The Empire*, 131.
21. Ibid., 113, citing Akbar.
22. Khan, "Akbar's Personality Traits," 22.
23. Ibid., 36.
24. Amartya Sen, Foreword to K. M. Sen, *Hinduism*, x-xi.
25. Schimmel, *The Empire*, 36, 94, 120-21.
26. Keay, *India*, 317
27. Ibid.
28. Schimmel, *The Empire*, 38.
29. Keay, *India*, 318.
30. Ibid., 312-13.
31. Schimmel, *The Empire*, 111.
32. Wujastyk, "Change and Creativity," 107, 109-10.
33. Mukhia, *The Mughals*, 23.
34. Ibid., 30.
35. Abu'l Fazl, *Ain-i-Akbari*, vol. 3, 181.
36. Schimmel, *The Empire*, 111.
37. Dalrymple, "The Most Magnificent Muslims," 26.
38. Keay, *India*, 327.
39. Findly, "Jahangir's Vow," 249.
40. Schimmel, *The Empire*, 95-96, 109, 148, 328.
41. Mukhia, *The Mughals*, 19, 23-24.
42. Schimmel, *The Empire*, 114.
43. Mukhia, *The Mughals*, 24.
44. Mitter, *Indian Art*, 87.
45. Richards, *The Mughal Empire*, 152.
46. Schimmel, *The Empire*, 116.
47. Ibid., 50.
48. Gascoigne, *The Great Moghuls*, 227.
49. Dalrymple, *White Moghuls*, 110.
50. Keay, *India*, 344-45

51. Ibid., 343.
52. Ibid., 342-43, 349, 356.
53. Mukhia, The Mughals, 25.
54. Keay, India, 342.
55. Mukhia, The Mughals, 24.
56. Ibid., 26.
57. Keay, India, 336, 343.
58. Schimmel, The Empire, 52.
59. Keay, India, 342
60. Schimmel, The Empire, 139.
61. Eaton, Temple Desecration and Indo-Muslim States, 305.
62. Keay, India, 364
63. Schimmel, The Empire, 196.
64. Ibid., 103, 196.
65. Babur, Baburnama, 298.
66. Ibid., 276.
67. Schimmel, The Empire, 277.
68. Babur, Baburnama, 300.
69. Ibid., 301.
70. Keay, India, 295.
71. Babur, Baburnama, 380-82.
72. Schimmel, The Empire, 196; cf. Babur-nama, 436.
73. Babur, Baburnama, 413, 439.
74. Forster, "The Emperor Babur."
75. Schimmel, The Empire, 30, 40, 146, 196.
76. Ibid., 41, 45, 96, 198.
77. Findly, "Jahangir's Vow," 247.
78. Schimmel, The Empire, 195.
79. Ibid., 12, 128, 137.
80. Babur, Baburnama, 372-74.
81. Abu'l Fazl, Ain-i-Akbari. vol. 1, 301, 203-4.
82. Karen Rosenberg, "An Emperor's Art: Small, Refined, Jewel Toned," reviewing an exhibition at the Sackler Gallery. New York Times, Friday, July 18, 2008.
83. Mukhia, The Mughals, 14, citing Thomas Coryat, English Traveler to India, 1612-17.
84. Abu'l Fazl, Ain-i-Akbari, 292-300.
85. Findly, "Jahangir's Vow," 250, citing Humayun's memoirs.
86. Schimmel, The Empire, 10, 36, citing Akbar-nama 3 and Bayazid Bayat, Tarikh-i-Humayunwa-Akbar, 74.

87. Abu'l Fazl, Ain-i-Akbari, vol. 3 446, 164.
88. Ibid., 202.
89. Findly, "Jahangir's Vow," 247-48.
90. Ibid., 247, 250, 253.
91. Mukhia, The Mughals, 26-27.
92. Keay, India, 331, 351.
93. Ibid., 338, 350, 398, 533, 354.
94. Ibid., 356, 363
95. Eaton, Temple Desecration, 304.
96. Schimmel, The Empire, 112.
97. Eaton, The Rise of Islam, 183.
98. Mukhia, The Mughals, 30
99. Ibid., 30-31, 37.
100. Schimmel, The Empire, 112.
101. Mukhia, The Mughals, 31.
102. Schimmel, The Empire, 114
103. Mukhia, The Mughals, 31-32, 35, 28-29.
104. Eaton, The Rise of Islam, 180-82.
105. Schimmel, The Empire, 113.
106. Haberman, Bhaktirasamritasindhu.
107. Mukhia, The Mughals, 23-24.
108. N. K. Sen, Hinduism, 89, citing the seventeenth-century Sufi Bawr Saheb, his Hindu disciple Biru Saheb, and his Muslim disciple Yari Shah.
109. Schimmel, The Empire, 111.
110. Petievich, "Dakani's Radha-Krishna Imagery."
111. Schimmel, The Empire, 137.
112. Stewart, "Satya Pir"; Fabulous Females.
113. Schimmel, The Empire, 17.
114. Narayana Rao, "Multiple Literary Cultures."
115. Keay, India, 336.
116. Schimmel, The Empire, 238, 241.
117. Michell, Art and Architecture, 136-37.
118. Schimmel, The Empire, 238, 229.
119. Behl, Madhu Malati, xiii.
120. Keay, India, 336.
121. Michell, Art and Architecture, 141-42.
122. Babur, Baburnama, 365.
123. Keay, India, 316, 320.

124. Michell, *Art and Architecture,* 138-39.
125. Bakker, *Ayodhya.*
126. Michell, *Art and Architecture,* 134
127. Schimmel, *The Empire,* 282.
128. Ibid., 300.
129. Keay, *India,* 322, 334.

இயல்: 20

முகலாயரின்கீழ் இந்துமதம்

கி.பி. 1500 முதல் கி.பி. 1700 வரை

காலவரிசை (எல்லா ஆண்டுகளும் கிறித்துவுக்குப் பின்னரே)

1486 - 1533 சைதன்யர் காலம்

1498 - 1597 மீராபாய் காலம்

1532 - 1623 துளசிதாசர் காலம்

1608 - 1649 துக்காராம் காலம்

1622 - 1673 க்ஷேத்ரய்யா காலம்

முகலாயர் ஆட்சியின்கீழ் தொடங்கப்பட்ட வழிபாட்டு நடைமுறைகள் இல்லாவிட்டால், சமகால இந்துமதம் இப்போதிருப்பதுபோல் வாழும் நடைமுறையாக இருந்திருக்காது என்பது ஓர் எளிய மெய்ம்மை.

- அமிதாவ் கோஷ் (1956 -)[1]

முகலாயர்களின்கீழ் வெவ்வேறான பலவகை இந்துமதங்கள் செழித்தன.

இந்தியாவில் அந்நியக் கலாச்சாரங்களின் இருப்பு இந்து அறிவுஜீவிகள் பலரையும் தங்கள் கலாச்சாரப் பாரம்பரியத்தைக் காப்பாற்றும் முயற்சிகளை எடுக்க வைத்திருக்கிறது என்பதையும் அப்படிப்பட்ட பல காலப்பகுதிகள் இருந்துள்ளன என்பதையும் பார்த்துள்ளோம்.[2] எண்ணற்ற பல சுவையான படிப்பதற்குரிய தொகுப்புகள், இலக்கிய மற்றும் மதப்பனுவல்கள் முதலியவை இக்காலப் பகுதியில் தோன்றியுள்ளமை, இதையும் அத்தகைய மேற்கண்ட காலப்பகுதிகளில் ஒன்றாக நிறுத்துகிறது. இது கலப்பற்ற நன்மையும் அல்ல. கலாச்சாரச் சங்கமத்தின் இருளில், தங்களை முஸ்லிம்கள் என்று நினைத்துவிடக்கூடாது என்ற நோக்கத்திலேயே சில இந்துக்கள் மேலும் மிகப் பழமையான நடைமுறைகளுக்குள் தஞ்சம் புகுந்தார்கள். 1940களில் பிகானேரின் முதல் அமைச்சராக இருந்த கே. எம். பணிக்கர் கூறியதுபோல, "முகலாயச் சவாலை எதிர்கொள்ள இந்து தர்மவிதிகளைச் செய்தவர்களின் எதிர்வினை, பொதுவாக, இந்து மதத்தை மேலும் இறுகியதாகவும் இஸ்லாமின் ஊடுருவல்களைத் தடுப்பதற்கென விதிகளை மறுவிளக்கம் தருவதாகவும் அமைந்தன. இந்தக் காலப்பகுதியின் தர்ம சாத்திரங்களுக்கு இயல்பாக உள்ள பழமை வாத நோக்குகளுக்குச் சமூகத்தை நோக்கிய இத்தகைய பாதுகாப்பு மனப்பான்மையே பொறுப்பாக இருந்திருக்கலாம்."[3]

ஆனால் ஓர் உடன்பாட்டு நோக்கில், மத்தியகால இந்து அரசர்கள் பெரிய அளவிலான பொது விவாதஅரங்குகளை நடத்தினார்கள்.[4] இந்த இலக்கிய மற்றும் மதச் செயல்பாட்டுக்கு, முஸ்லிம்களிடம் இருந்த பயமும், பழைய விஷயங்களைத் திரும்பச் சொல்லும் ஆசையும் காரணமாக இருந்தன. முகலாயக் கொள்கைகள், வியாபாரத்தையும் புனிதப் பயணங்களையும் ஊக்குவித்தன.[5] (ஒரு காரணம், புனிதப் பயணிகளிடமிருந்து ஜிஸ்யா வரியைப் பல முகலாயர்கள் வாங்கினர்.) இதனால் வைணவத் தலங்களான அயோத்தி, பிருந்தாவனம் ஆகியவற்றிற்கும் நன்மை ஏற்பட்டது. தொடர்ந்து வந்த இந்துமதத்திற்கு அடித்தளம் அமைக்கும் வழிகளில் முகலாயரின்கீழ் வைணவ பக்தி செழித்தது. முஸ்லிம்களின் ஆட்சி நிறுவப்பட்டதும், அதைத் தொடர்ந்து இந்து மதத்திற்கு ஓர் அரசியல் மையமின்றிப் போனதும், வைணவத்தில் ஒரு மாற்றத்தை ஏற்படுத்தின. விஷ்ணுவின் போர்த்திறமையும் அரசத்தன்மையும் கூடிய பண்புக்கூறு களிலிருந்து (இராமனிடமிருந்து) மையம், காட்டின் உணர்ச்சிமிக்க கடவுளான, விளையாட்டுத் தன்மைகொண்ட, காதலிக்கின்ற இடைய னான கிருஷ்ணனிடம் மாறியது.[6] முகலாயர்களும் சாதியின் சில பண்பு களை ஏற்றுக் கொண்டார்கள் என்றாலும், பெரிய அளவில் அதை அவர்கள் பொருட்படுத்தவில்லை. சில இந்துக்கள் அவர்களுடைய உதாரணத்தைப் பின்பற்றித் தளர்ச்சிபெற்றார்கள். எளிதில் கிளர்ச்சி கொள்கின்ற பிராமணக் கற்பனைச் சட்டக உலகத்துக்கு அப்பால் நல்ல விஷயங்கள் பல நடந்துகொண்டிருந்தன.

வட இந்தியாவில் துளசிதாசரும் சீதையும்

வட இந்திய வைணவத்தின் முக்கியச் சிற்பிகளில் ஒருவர் துளசிதாசர் (ஏ.1532/1543 - 1623). மான்சிங் உள்ளிட்ட முகலாய அரசவையின் மாபெரும்

தலைவர்களுடன் அவருக்குத் தொடர்பிருந்தது.[7] இராமாயணத்தை இந்தியில் இராமசரிதமானஸ் (இராமனின் செய்கைகளின் புனிதக்குளம்) என்ற பெயரில் எழுதினார். ஒவ்வொரு ஆண்டும் அது குறிப்பாக வாராணசியின் அருகிலுள்ள ராம்நகரில் இன்றும் படிக்கப்பட்டு ராம்லீலாவின்போது நடிக்கவும் படுகிறது. ஒரு புனிதத் தலத்தில் (வாராணசியில்) அவர் தனது இராமாயணத்தை எழுதினார். அப்போது அந்த இடம் முஸ்லிம்களால் தாக்கப்பட்டது. இராமனின் நாமத்தினால் முஸ்லிம்களும் காக்கப்படுவார்கள் என்று கூறினார்.[8] (இந்த அல்லது அந்தத் தலத்திற்குச் சென்றால் பறையர்களும் காக்கப்படுவார்கள் என்று முன்பு கூறிய கூற்றுகளை இது நினைவுபடுத்துகிறது.) வாராணசியின் பிராமணர்கள் இப்படிப்பட்ட ஒரு பனுவல் ஒரு பிரதேசமொழியில் எழுதப்படுவதைக் கண்டு அதிர்ச்சியடைந்தார்கள். சிவன் கோயிலில் அதை அடியில்வைத்து, அதன்மீது வேதங்களையும் புராணங்களையும் ஓர் இரவு முழுவதும் வைத்தார்கள். காலையில், துளசிதாசரின் பனுவல் அவை எல்லாவற்றிற்கும் மேல் இருந்தது. அதாவது தென்னிந்தியத் தொன்மங்களில், மிதப்பது புனிதத்தன்மையின் ஒரு அடையாளமாகக் கருதப்பட்டது போல (பனுவல்கள் ஆற்றோட்டத்துக்கு எதிராக மிதக்குமா?) இதுவும் தனது அதிகாரத்தை நியாயப்படுத்தியது.[9]

பிராமணர்கள் சிலர் அவர் சாதிக்கு விட்ட சவால்களுக்கு எதிர்ப்புத் தெரிவித்தார்கள். பெரும்பாலும் துளசிதாசர், பிராமணர் கட்சியில்தான் இருக்கிறார், சாதியை உயர்த்திப் பிடிக்கிறார் என்றாலும் பறையர்களுக்கும் பழங்குடி இனத்தவருக்கும் கருணை காட்டும் இடங்கள் சில கணங்கள் இருக்கின்றன. இங்கு அப்படிப்பட்ட ஒரு கதை சொல்லப்படுகிறது. குறிப்பாக ஒரு விலங்கைக் குறியீடாக (மறைப்பாக) வைத்து அந்தக் கதை செல்கிறது.

இராமனும் காகமும்

இராமன் சிறுகுழந்தையாக இருந்தபோது தன்னருகில் வந்த ஒரு காக்கையைப் பிடிக்க முடியாததால் அழத் தொடங்குகிறான். பிறகு அது எவ்வளவு உயரப் பறந்தாலும் பிடிக்க எண்ணி அதைத் தொடர்கிறான். காக்கை குழந்தையின் வாயில் விழுகிறது. ஆயிரக்கணக்கான ஆண்டுகள் இராமன் மீண்டும் மீண்டும் குழந்தையாகப் பிறப்பதைப் பார்க்கிறது. உடனே அந்தக் குழந்தை சிரிக்கிறது. காக்கை அவன் வாயிலிருந்து விழுகிறது. பயந்துபோன காக்கைக்கு என்றென்றைக்கும் தன்மீது பக்தி செலுத்தும் வரத்தை இராமன் அளிக்கிறான். ஆகவே காக்கை இராமனுடைய புகழை எப்போதும் பாடிக்கொண்டே இருக்கிறது.[10]

ஒரு மானிட உடலுக்குள்ளிருந்து விசுவரூப தரிசனத்தைக் காட்டுகின்ற வெளிப்பாட்டின் அனுபவத்தை பிரம்மா, விஷ்ணு, (கீதையில்) அர்ஜுனன், கிருஷ்ணனின் தாய் ஆகியோர் இதுவரை அடைந்துள்ளனர். இங்கு அந்த தரிசனம், ஒரு அசுத்தமான தோட்டியாகிய காகத்துக்குக் கிடைக்கிறது. சாதிப்பிரச்சினை இங்கே வெளிப்படையாகவே தெரிகிறது. இந்தக் காகம் முற்பிறவியில் ஒரு தற்பெருமையுள்ள பறையன். சிவன் அவனைக் காகமாகப் பிறக்குமாறு சபிக்கிறான். இந்தக் கதை, வால்மீகி

இராமாயணத்தில் இராமன் ஒரு காக்கையை எவ்விதம் நடத்துகிறான் என்பதற்கு முற்றிலும் எதிர்நிலையில் இருக்கிறது. அதில் அவன் காக்கையை எதிரியாகக் கருதி அதன் கண்களைக் குருடாக்குகிறான்.

துளசிதாசரும் தன் வழியில் இராமன் சீதையை நடத்திய விதமாகிய பிரச்சினையைத் தீர்க்கிறார். வால்மீகி இராமாயணம் தோன்றிப் பல நூற்றாண்டுகள் ஆன பிறகு, துளசிதாசர் காலத்தில் வைணவத்தின் இருபெரும் கடவுளரில் இராமன் ஒருவனாகிறான். (கிருஷ்ணன் மற்றவன்). சீதையின் விதியோ முன்பைவிட மிகவும் சீர்குலைந்திருக்கிறது. பழைய சமஸ்கிருதப் பனுவல்களில் காணப்படும் நிழல்சீதை அல்லது மாயா சீதை என்ற விஷயத்தை வைத்துத் துளசிதாசர் இப்பிரச்சினையை முடிக்கிறார். சீதை நெருப்பில் புகுகிறாள், அத்துடன் நிழற்சீதையும், பொதுமக்களிடையில் நிகழஇருந்த அவமானமும் அழிந்துபோகின்றனர்.[11] ஆக மாயை என்ற வேதாந்தக் கருத்து, துளசிதாசருக்கு இராமன் சீதையைச் சோதிக்க ஒருபோதும் விரும்பவில்லை, அல்லது அதற்குத் தேவையுமில்லை என்று வாதிக்க அனுமதி தருகிறது. (ஏனெனில் உண்மை யான சீதை இராவணனின் இருப்பிடத்தில் இல்லவே இல்லை). ஆனால் நிழற்சீதையைத் தீயில் புக வைக்க அவளை வசைபாடுவதுபோல நடிக் கிறான். அவள் தீக்குள் சென்றால்தான் உண்மையான சீதையை அவன் அடையமுடியும். பிறகு உண்மையான சீதை அவனுடனே இருக்கிறாள். துளசிதாசர், சீதைக்கு இரண்டு குழந்தைகள் பிறப்பதையும், அவள் பூமிக்குள் புகுவதையும் விட்டுவிடுகிறார். என்றென்றும் இராமனும் சீதையும் ஒன்றாக இருப்பதாகக் கதை மகிழ்ச்சியுடன் முடிவடைகிறது.

வங்காளத்தில் சண்டிதாசர், சைதன்யர், ராதை

சீதையைப் போலவே, ராதையும் தன் காதலனை (கிருஷ்ணனை)ப் பிரிந்து துன்பமடைகிறாள். ஆனால் ராதையின் பிரிவுத்துன்பம், சீதையின் துன்பத்திலிருந்து வேறுபட்டது. அதை வேறாகவே வங்காளத்தின் இரண்டு இடைக்காலக் கவிஞர்களான சண்டீதாசரும் சைதன்யரும் விளக்கியிருக்கிறார்கள். பதினான்காம் நூற்றாண்டில், சண்டீதாசரின் வங்கக் கவிதையில், ராதை ஏற்கெனவே திருமணமானவள். ஆனால் கிருஷ்ணனுடன் சென்றுவிடுகிறாள். (பதினாறாம் நூற்றாண்டில் சைதன்யரின் மிகப் புகழ்வாய்ந்த சீடரான ரூபாகோஸ்வாமியின் சமஸ்கிருத நாடகங்களில், ராதை, அர்ஜுனனின் மகனாகிய அபிமன்யுவைத் திருமணம் செய்துகொள்கிறாள்.[13]) சண்டீதாசர் எழுதுகிறார்:

அந்த வேதனைதரும் குழலைப்பற்றி நாம் பேசவேண்டாம்
அது பெண்ணை அவள் வீட்டிலிருந்து ஈர்க்கிறது
அவள் மயிரைப்பிடித்து சியாமிடம் (கிருஷ்ணன்) இழுத்துவருகிறது
விசுவாசமிக்க மனைவி தன் கணவனை மறக்கிறாள்
தாகமிக்க மானாக மாறி, தன்னை இழக்கிறாள்.[14]

சண்டீதாசரைப் பற்றிய கட்டுக்கதைகள், அவரை மரபு எவ்விதம் நோக்கியது என்பதைச் சொல்லுகின்றன. அவருடைய கவிதைகள், அவரை ஒரு பிராமணர், கிராமப் புரோகிதர் என்றும், ரமி என்ற

ஏகாலிப்பெண்ணிடம் வெளிப்படையாகவே தன் காதலைத் தெரிவித்தவர் என்றும் சொல்கின்றன. கட்டுக்கதைகள், அவர் புரோகிதப் பணியிலிருந்து நீக்கப்பட்டார் என்றும், அதை எதிர்த்து சாகும்வரை உண்ணாவிரதம் இருந்தார் என்றும், சிதையின் தீயிலிருந்து உயிரோடு வெளிவந்தார் என்றும் சொல்கின்றன. அல்லது, கௌர் பேகம் அவர்மீது ஈடுபாடு கொண்டதால், அவளுடைய பொறாமை பிடித்த கணவன், அதாவது நவாப், யானையின் முதுகின்மீது அவரைக் கட்டி இறக்கும்வரை சாட்டையால் அடித்தான் என்றும் சொல்கின்றன.

வங்காளித் துறவி சைதன்யர் (1486 - 1533) ஒரு பிராமணக் குடும்பத்தில் பிறந்தவர். சமஸ்கிருதப் புனித நூல்களில் ஆழமான கல்வியைப் பெற்றார். இருபத்திரண்டு வயதாகும்போது அவர் தந்தை இறந்தார். இறுதிச் சடங்குகளைச் செய்ய கயை வரை புனித யாத்திரை சென்றார். அங்கு அவருக்குக் கிடைத்த ஆன்மிக அனுபவம் அவரை உலகைத் துறக்க வைத்தது. ஆனால் உலகம் அவரைத் துறக்கவில்லை. மக்கள் அவரைச் சுற்றிவந்து அவரோடு சேர்ந்து கிருஷ்ணனைப் பற்றிய கீர்த்தனைகளைப் பாடினார்கள், மயக்கத்தில் ஆடினார்கள். கிருஷ்ணனின் நாமங்களைப் போற்றினார்கள். அவனது சிலைகளை அல்லது துளசியை வணங்கினார்கள். கிருஷ்ணனின் செயல்களை, குறிப்பாக அவன் கோபியருடன் ஆடிய லீலைகளைத் திரும்பத் திரும்பச் சொல்லி ஆடினார்கள்.[15] (கிருஷ்ணன் தன் இளமைப் பருவத்தைக் கழித்த பிருந்தாவனத்தைவிட்டுத்) தன்தாயின் தூண்டுதலினால், அவளுடன் அவ்வப்போது தொடர்பு கொள்வதற்காகச் சைதன்யர் ஒரிஸாவில் பூரியில் நிலையாகத் தங்கினார். அடிக்கடி அவருக்குக் காக்காய் வலிப்பு ஏற்பட்டது. ஒருவித மதமயக்கத்தில் இருக்கும்போது நீரில் மூழ்கி அவர் இறந்திருக்கக்கூடும்.

சைதன்யரும் அவரைப் பின்பற்றியோரும் கிருஷ்ணனும் ராதையும் ஒரே உடலில் எடுத்த அவதாரம் அவர் நம்பினார்கள். இரு கடவுளரும் சைதன்யரும், ஆகவே ஒரே சமயத்தில் சேர்க்கையின் இருவிதப் பேரின் பங்களையும் அடைய முடியும்.[16] சஹஜியர்கள் (இயற்கையானவர்கள்) எனப்பட்ட வங்காளிச் சமயத்தினர் சைதன்யருக்குள் மட்டுமல்ல, எல்லா ஆடவர்கள் பெண்டிருக்குள்ளும் கிருஷ்ணன் - ராதையின் சேர்க்கையைக் கண்டனர். அவர்களுடைய இலட்சியம், இருமை நோக்கில், கிருஷ்ணன் - ராதையை வழிபடுவதோ பின்பற்றுவதோ அல்ல, மாறாக, ஒருமைவாத, தாந்திரிக அர்த்தத்தில் அவர்களாகவே மாறுவதாகும். அதாவது, தங்கள் சொந்த உடலிலேயே ஆண் - பெண் சக்திகளை இனம் காண்பதாகும்.[17] காதலின் இலட்சியம், ஆண்களுக்கு மற்றொருவனின் மனைவியை அல்லது தகுதியற்ற கீழ்ச்சாதிப் பெண்ணை நாடுவதே என்றும், திருமணமாகாத பெண்களுக்கு ஆடவரை நாடுவதே என்றும் கூறினர். (பனுவல்களிலும்கூட, ராதை கிருஷ்ணனின் மனைவி அல்ல, வேறொருவனின் மனைவிதான்). சமூக ஏற்பின்மை ஒருபுறம் இருப்பினும் இப்படிப்பட்ட காதலின் பரவசத்தை அவர்கள் போற்றினர். கிருஷ்ணனுக்கும் ராதைக்கும் இடையிலான தொடர்பு காமம் என்னும் போதையூட்டும் தீமையை நேர்முக நற்பண்பாக மாற்றிவிட்டது. துறவின் மூலமாக உணர்ச்சிகளைக் கட்டுப்படுத்துவதற்கு எதிர்நிலையில்,

உணர்ச்சி மேலீட்டின் பக்கமாக திடமாக நின்றது. ஒழுக்கத்திற்கு மாறான உணர்ச்சிமேலீடு என்பதைத் தடுப்பதற்காகவே மதம் என்பது ஏற்பட்டது என்று நீண்டகாலமாக உரைக்கப்பட்டது. ஆனால் அது இப்போது கடவுள்மீதான முறையான அன்புக்கு உருவகமாகியது.

ஆனால் காபாலிகனான சிவனின் முன்மாதிரியைப் போலன்றி, இந்த இலட்சியங்கள், தெய்வத்தைப் பின்பற்றும் உருவகங்களாகக் கொள்ளப்படவில்லை. இவை இறையியல் உருவகக் கதைகள். விபசாரம் செய்வதற்கான உரிமங்கள் அல்ல. இந்த வேறுபாட்டிற்குச் சமூகமே காரணம். காபாலிகர்கள், ஒருவித சட்டமற்ற அராஜகக் காலத்தில் செழித்தனர். அவர்கள் சமுதாயமும் வைதிக எதிர்ப்புக் கொண்டதாக இருந்தது. ஆனால் இதற்கு தீவிரநிலையில் முரணாக, கிருஷ்ணனின் அதிகாமம் மிக்க சமயங்களிலும் ஒரு மட்டுப்படுத்தப்பட்ட, குருமார்களின் ஆட்சிக்குட்பட்ட கட்டுப்பாடான சூழலே நிலவியது.

சைதன்யர், ஒரிஸாவின் முஸ்லிம் நிர்வாகியை மறுபடியும் இந்து மதத்திற்கு மாற்றியதாகச் சொல்லப்படுகிறது. அவன் இந்துவாக இருந்து முஸ்லிமாக மாறியதோடு, பட்டாணியர்கள் (ஆஃப்கானிய இனம்) பலரையும் முஸ்லிம்களாக்கியவன்.[18] சைதன்யரைப் பின்பற்றியவர்கள் பல்வேறு குழுவினர். அவருடைய சமகால சஹஜீயர்கள், வைதிகமறுப்புக் கொள்கையினர். அவருடைய முக்கியமான சீடர்கள், கோஸ்வாமிகள் எனப்படும் துறவிகள். அவர்களில் ஒருவர், நித்யானந்தர் என்ற பெயர் கொண்டவர், அந்த உருவகத்தின் தொடர்ச்சியாக, தன்னை பலராமனின் அவதாரம் என்று கூறிக் கொண்டார். வங்காளி தாந்திரிகர் களைத் தன் வழிக்கு மாற்றுவதற்காக அவர் வேசிகள், குடிகாரர்கள், பிற சந்தேகாஸ்பதமான பண்புடையவர்களோடு தொடர்பு கொண்டி ருந்ததாகச் சொல்லப்படுகிறது. ஆனால், பலராமனும் எல்லைமீறிய நடத்தைகள் கொண்டவன் என்பதால் அவரை அவருடைய சீடர்கள் நியாயப்படுத்தினார்கள்.[19] பிற கோஸ்வாமிகள், காம பக்தி அடிப்படையிலான இறையியல் ஒன்றை உருவாக்கினார்கள். அதில் மேலும் அதிகமான வைதிக மரபெதிர்ப்பும், பரவசம் நிறைந்த தாந்திரிகச் செல்வாக்குகளும் இருந்தன. அது பௌல்கள் எனப்படும் மக்கள் இடையே வேர்கொண்டது.[20]

அதேசமயம், சைதன்ய மரபில் வந்த பல பக்தர்கள், சமூகப் பழிதூற்று தலுக்கு இலக்காகத் தங்களை ஆக்கிய கிருஷ்ணன் - ராதை கதையின் தாந்திரிக மதஎதிர்ப்பு மாற்றங்களை வெறுத்து ஒதுக்கி,[21] வேறொரு மரபினை உருவாக்கினார்கள். கீத கோவிந்தத்தின் மையப் படிம முறைக்கு அவர்கள் சென்றார்கள். அது காதலர்கள் சேர்தலைப் புறக்கணித்து, விரகத்தை முதன்மையாக்குகிறது. அல்லது ஒரு சோம்பேறிக் கடவுளுக்காக ஏங்கித் தவிக்கும் தன்மையைக் காட்டுகிறது. காதலின் பேருணர்ச்சியை விட்டுப் பிரிவை வற்புறுத்துகிறது. மீண்டும் தாந்திரிக மரபு இரண்டாகப் பிரிகிறது. கிருஷ்ணன் ராதை கதை மனித நடத்தைக்கு ஒரு முன்மாதிரியாக அமைந்துவிடக் கூடாது என்ற கவலையுற்ற இந்த கோஸ்வாமிகள், நிஜம் - நிழல் என்ற மையங்களைத் தலைகீழாக்கி அந்தக் கதையைத் தூய்மைப்படுத்த விரைந்தார்கள். முன்பு கதையில் ராஸலீலையில், கோபியர்கள் தங்கள் நிழல்களை வீட்டில் கணவரோடுவிட்டு நிஜமாகக்

கிருஷ்ணனைத் தேடிச் சென்றார்கள். இப்போது சில கோஸ்வாமிகள், கோபியர் தங்கள் நிஜங்களை வீட்டில் விட்டு, நிழல்களைக் கிருஷ்ணனைத் தேட அனுப்பினார்கள் என்று மாற்றினார்கள். வங்காளத்தின் அரைத் தாந்திரிக மரபுகள் பற்பல நூற்றாண்டுகளாக, கிருஷ்ணனும் ராதையும் திருமணம் செய்துகொண்டார்களா, ராதை கிருஷ்ணனின் ஸ்வகீயமா (சொந்த மனைவியா) அல்லது பரகீயமா (பரத்தையா) என்று வாதிட்டு வந்தன. கடைசியாக 1717இல் அந்த முறைகேடான காதல், உண்மையில் மரபொழுங்கைச் சார்ந்ததே என்ற முடிவுக்கு வந்தார்கள்.[22]

முன்மாதிரிகளின் பிரச்சினை முக்கியமான ஒன்று. வங்காள வைண வத்தில் பக்தன்(தை), எந்த நாடகப் பாத்திரத்தை அவன்(ள்) நடிக்க விரும்புகிறான்(ள்) என்பதால் நிச்சயிக்கப்படுவதில்லை, கிருஷ்ணனின் தாய், காதலன், வேலைக்காரன், நண்பன் — யார் அவன்(ள்) (எவ்வித உறவுமுறை) என்பதால்தான் உறுதிப்படுகிறது.[23] பெண்களுக்கு பக்தி இயல்பாகவே ஏற்புடையதாக இருக்கிறது — அவர்கள் கடவுளுக்குக் காதலிகளாகவோ, அன்னைகளாகவோ இருக்கமுடியும். ஆனால் பக்தர்கள் (ஆண்கள்) தங்களைப் பெண்களாகக் கற்பனை செய்துகொள்ள வேண்டியிருக்கிறது (அவர்களில் சிலர் மாதவிலக்கு ஏற்படுவதாக மாதாமாதம் ஒதுங்கிக்கொள்ளவும் செய்தனர்). இதனால் பெண்களுக்கு அதிக அளவில் ஆன்மிக அதிகாரம் கிடைத்தது. (ஆனால் இது நடை முறை அதிகாரமாக இருக்கவேண்டியதில்லை). புனிதநூல்கள் கூறும் பக்திக்கு (வைதி பக்தி) மாறாக, ரூபாகோஸ்வாமி, ராகானுகபக்தி (உணர்ச்சிமேலீட்டைத் தொடர்ந்து பக்தி வருகிறது) என்று எழுதினார். பரிச்சயமான முறையிலே, இரண்டுமே கிருஷ்ணனிடம்தான் அழைத்துச் செல்கின்றன.

வங்காள வைணவர்களில் மற்றொரு பிரிவினர் கோஸ்வாமிகளின் திருமணம் மேற்கொண்ட துறவினை (துறவில் திருமணம் உண்டென்றால்) வெறுத்துஒதுக்கி, இராமானுஜரின், மத்வரின் பாதைகளையும் ஒதுக்கினர். இவர்கள் ராதாவல்லபர்கள். இல்லறத்தினைப் போற்றினார்கள், துறவைத் துறந்தார்கள்,கிருஷ்ணனை மீப்பெரும் கடவுளாக நினைக்காமல்,ராதையின் சேவகனாகக் கருதினார்கள். ஒரு பிரிட்டிஷ் ஆய்வாளர் சொல்வதுபோல, "கிருஷ்ணன், உலகத்தைக் கட்டுகின்ற கூலிவேலையைச் செய்யலாம், ஆனால் ராதை இராணியாக அமர்ந்திருக்கிறாள். அதிகபட்சம், அவன் அவளுடைய அரசுச் செயலனாக இருக்கிறான்."[24] பதினான்காம் பதினைந்தாம் நூற்றாண்டுகளில், சண்டீதாசரால் எழுதப்பட்ட வங்காளிக் கவிதைகளும், வித்யாபதியின் மைதிலி மொழிக் கவிதைகளும் கிருஷ்ணனைவிடச் சக்திவாய்ந்த ராதையின் நிலைப்பாட்டிலிருந்து எழுதப்பட்டவை. வங்காளப் பாரம்பரியத்தின் தொடர்ச்சியாக, ராம்பிரசாத் (1720 — 1781) என்ற கவிஞர் தேவையில் உழலும் மக்களுக்குத் துயரத்தைத் தீர்ப்பதாக வும் ஆன்மிக வறுமைக்கு உருவமாகவும் வறுமையைப் போற்றிப் பாராட்டினார். அவர் சாதியை எதிர்க்காததால், மேல்சாதி மக்களும் அவருக்கு ஆதரவளித்தனர். நிஜ வாழ்க்கையின் சித்திரங்களால் அவர் கவிதை சிலிர்க்கச் செய்கிறது — வறுமை, விவசாயிகள், உதவிக்குவராத நிலக்கிழார்கள், வழக்கறிஞர்கள், ஓட்டைப் படகுகள், வணிகர்கள், சிறு

வியாபாரிகள் போன்றவர்கள் நிறைந்துள்ளனர்.[25] அவருடைய கவிதை யிலும், அவர் வாழ்க்கையிலும் (கதைகள் இவ்வாறுதான் சொல்கின்றன) குடியும் குடிபோதையும் நிறைந்திருப்பதால் தாந்திரிகச் செல்வாக்கும் உள்ளது என்பது தெரியவருகிறது.[26]

மகாராஷ்டிரத்தில் துக்காராமின் நாய்கள்

1608 முதல் 1649 வரை மகாராஷ்டிரத்தில் வாழ்ந்த ஒரு சூத்திரர்தான் துக்காராம். அவர் உயிர்வாழ்ந்தபோது அவருடைய ஒரு பாடலும் எழுதப்படவில்லை. நமக்குக் கிடைக்கும் அவருடைய பாடல்கள் வாய்மொழி மரபுகளிலிருந்து பின்னர் எழுதப்பட்டவை. அதே வாய்மொழி மரபுகளிலிருந்து அவரைப் பற்றிய கதைகளும் கிடைக்கின்றன. ஒரு கதைப்படி, அவருடைய சொந்த ஊரில், கோபமுற்ற பிராமணர்கள் துக்காராமின் கையெழுத்துப் படிகளை ஆற்றில் எறியச்சொல்லிக் கட்டாயப்படுத்தினார்கள். அவர் உபவாசமிருந்து பிரார்த்தனை செய்தார். பதின்மூன்று நாட்களுக்குப் பிறகு, அவருடைய சுவடிகள் எவ்வித பாதிப்பு மின்றி ஆற்றிலிருந்து மீண்டும் தோன்றின.[27] இக்கதை தென்னகத்தின் மிதக்கும் பக்திப்பனுவல்கள் கதையுடன் சந்தேகத்துக்குரிய நெருக்கமான தொடர்பு கொண்டிருக்கிறது. அல்லது துக்காராம் பனுவல்களின் மிதக்கும் தன்மை காரணமா? அவர் திருமணம் செய்துகொண்டார். ஆனால் அவருடைய மனைவி நீண்டகாலமாக நோயுற்றிருந்ததால், இரண்டாம் முறை மணந்துகொண்டார். 1629இல் ஏற்பட்ட பெரும்பஞ்சத்தில் அவருடைய பெற்றோர், முதல் மனைவி, அவருடைய குழந்தைகள் சிலர் எல்லாரும் இறந்துபோயினர். சம்சார வாழ்க்கையைக் கைவிட்டு, கடன்களைப் புறக்கணித்து, இரண்டாம் மனைவி, மீதியிருக்கும் குழந்தைகளின் வேண்டுதல்களையும் பொருட்படுத்தாமல், காட்டுக்குச் சென்றார். ஒரு கவிஞரானார். விட்டலருடைய பெரும்பக்தரும் ஆனார். சாதாரண குடும்பப் பெண்கள் பாடுகின்ற, அல்லது விவசாயிகள், வியாபாரிகள், கைவினைஞர்கள், உழைப்பாளிகள் ஆகியோர் பிரபலமான மதத் திருவிழா நாட்களில் பாடுகின்ற எளிய மராட்டி மொழியை நல்லதொரு கவிதை மொழியாக மராட்டிக் கவிஞர்கள் உருவாக்கியிருந்தனர். அப்படிப்பட்ட வட்டாரமொழியில் அவர் பாடல்கள் இயற்றினார். அவருடைய பாடல்கள் மூழ்கி, திரும்பக் கிடைத்த அதே நதியில் அவரும் மூழ்கித் தற்கொலை செய்து கொண்டார் என்று சிலர் சொல்கிறார்கள். அவருடைய பாடல்கள், சாதிக்குச் சவால் விடுகின்றன, பிராமணர்களையும் துறவிகளையும்கூட இழித்துரைக்கின்றன. துறவிகள் பற்றி: "அவன் பங்கியையும் கஞ்சாவையும் புகையிலையையும் நிறையப் புகைக்க வேண்டும், ஆனால் அவன் மாயத்தோற்றங்கள் நிரந்தரமானவை."[28]

கடவுளுக்கும் பக்தனுக்கும் ஆன உறவை ஒரு கள்ளக்காதலனுக்கும், நெறிபிறழ்பவளுக்குமான தொடர்பாக அவர் பாடல்கள் கற்பனை செய்கின்றன (பல பக்திக் கவிஞர்களும் இவ்வாறே செய்திருக்கிறார்கள்). அல்லது ஓர் அசாதாரணநிலையில், ஒரு கொலைகாரனுக்கும் (இங்கு தக் என்னும்கொள்ளைக்கூட்டத்தைச் சேர்ந்தவன்:தக்குகள் கொள்ளையடிக்கும் கும்பல், கொலைசெய்பவர்கள், காளியை வழிபடுபவர்கள்) அவன்

பலியாளுக்குமான உறவாகவும் கற்பனை செய்கின்றன: “பண்டரியின் (பண்டரிபுரத்தின்) ‘தக்’ (விஷ்ணு இங்கு கொள்ளைக்காரனாகிறான்) வந்துவிட்டான். தனது பலிஆளை அவன் அன்பென்னும் கயிற்றினால் கழுத்தை நெரித்துக் கொல்வான்.”[29] தெய்வீக உறவை ஒரு எஜமானனுக்கும் அவனது நாய்க்குமான உறவாகவும் அவர் சித்திரிக்கிறார்.

கடவுளின் நாய்

நான் உன் வாசலுக்கு வந்தேன்
இருப்பிடம் தேடும் நாய்போல
கருணைமிக்கவனே,
என்னை விரட்டிவிடாதே...
என்று கேட்கிறான் துக்கா
என் எஜமான் நன்றாகப் பழக்கியிருக்கிறான்
அவன் கையிலிருந்து மட்டுமே
உண்பதற்கு நான்
அனுமதிக்கப்பட்டிருக்கிறேன்.[30]

முகலாயக் குதிரைவீரர்களும் இந்துக்குதிரைக் கடவுள்களும்

நாய்கள் ஒருவித மதக் குறியீடுகள்; குதிரைகள் வேறுவிதக் குறியீடுகள். முகலாயர்களின்கீழ், நிஜக் குதிரைகளும் குதிரைக்குறியீடுகளும் இந்து - முஸ்லிம் உறவுகளில் மிகப் பெரிய பங்கு வகித்தன. மெய்யான, மற்றும் இலக்கிய வருணனையில், குதிரை வியாபாரம் என்பதுதான் முக்கியக் கருப்பொருள். விவசாயிகள்மீது வரிவிதித்துப் பெறப்பட்ட வருவாயில் பெருமளவு அரசனுக்குக் குதிரை வாங்கவே பயன்பட்டது. முகலாயர்கள் காலத்தில் ஒவ்வொரு ஆண்டும், ஹரித்வாரில், கங்கை நதிக்கரையில் பல்லாயிரக்கணக்கான மக்கள் கூடுகின்ற புகழ்பெற்ற திருவிழா நாளன்று, தற்செயலாக அல்ல, திட்டமிட்டே, வசந்தகாலக் குதிரைச் சந்தையும் கூட்டப்பட்டது. புனித யாத்திரையும் வணிகமும் எங்குமே இணைந்துதான் இருந்தன. மராட்டிய, சீக்கிய தளபதிகள், புனிதத் தலங்களில் காலையில் தங்கள் பக்தியைச் செலுத்திவிட்டு, மாலையில் போர்க்குதிரைகளை வாங்குவதற்கென வந்தனர்.[31]

முகலாயர் காலத்தில் ஐரோப்பியர்கள் இந்தியாவுக்கு வந்தபோது, குதிரைகள் மிக விலையுயர்ந்த பிராணிகளாக இருந்தன. மிகச் சிறந்த குதிரைகள் பத்தாயிரம் டாலர்கள் அளவுக்கு விற்கப்பட்டன.[32] முகலாயக் குதிரைகளில் 75 சதவீதத்துக்கும் மேல் மத்திய ஆசியாவிலிருந்து இறக்குமதி செய்யப்பட்டன. பாபர், தரையிலிருந்ததை விடக் குதிரைமீதிருந்ததே அதிகம் என்று சொல்லப்படுகிறது. அவன் குதிரைகள்மீது தனிப்பட்ட கவனம் செலுத்தினான்.[33] ஒன்றரை லட்சம் முதல் இரண்டு லட்சம்வரை வீரர்கள் கொண்ட குதிரைப்படையை அக்பர் வைத்திருந்தான். அவனது தனிப்பட்ட சிறந்த குதிரைப்படையில் மற்றொரு ஏழாயிரம் குதிரைவீரர்கள் இருந்தனர்.[34] ஆட்சிக்கு, கைப்பற்றுவதற்கு, பரிசாகக் கொடுப்பதற்கு, பொது வசதிக்கு எனக் குதிரைகள் அக்பருக்கு மிக முக்கியமானவையாக இருந்தன என்று அபுல் பசல் சொல்கிறான்.[35]

இரவில் போலோ விளையாடுவதற்காக அக்பர் ஒளிவிடுகின்ற போலோ பந்துகளையும் வைத்திருந்தான்.[36] வழக்கம்போலவே குதிரைகள் இறக்குமதி தான் செய்யப்பட்டன. "ஈராக், துருக்கி, துருக்கிஸ்தான். கிர்கிட்ஸ், திபேத், காஷ்மீர், வேறு பிற நாடுகளிலிருந்தும் வியாபாரிகள் அரசவைக்கு நல்ல குதிரைகளைக் கொண்டுவருகிறார்கள். மந்தை மந்தையாகக் குதிரைகள், துரானிலிருந்தும் ஈரானிலிருந்தும் வருகின்றன. இப்போது அரசரிடம் பன்னிரண்டாயிரம் லாயங்கள் இருக்கின்றன."[37]

ஆனாலும், எல்லாவற்றிலும் மிகச்சிறந்த குதிரைகள், குறிப்பாகப் பஞ் சாபிலும், மேவாட், அஜ்மேர், பிஹாருக்கு அருகிலுள்ள வங்காளப்பகுதி ஆகியவற்றில் இந்தியாவில்தான் வளர்க்கப்பட்டன என்று அபுல் பசல் வலியுறுத்துகிறான். அவன் சொல்கிறான்:

திறன்மிக்க, அனுபவம் வாய்ந்த ஆடவர்கள் இந்தக் கூருணர்வுகொண்ட பிராணியை வளர்ப்பதில் அதிக கவனம் செலுத்தினார்கள். இவற்றின் பழக்கங்கள் பல மனிதர்களின் பழக்கங்களை ஒத்துள்ளன. கொஞ்ச காலத்தில் இந்துஸ்தானம், குதிரை வளர்ப்பில் அரேபியாவைவிட உயர்தரத்தில் இருந்தது. இங்கிருந்த குதிரைகள் பலவற்றை அரேபியக் குதிரைகளா, ஈராக்கிய வளர்ப்பினமா என்று பிரித்தறிய முடியாத நிலை இருந்தது. நாட்டின் ஒவ்வொரு பகுதியிலும் சிறந்த குதிரைகள் வளர்க் கப்பட்டன. குறிப்பாகக் கட்ச் குதிரைகள், அராபியக் குதிரைகளுக்கு இணையாகக் கருதப்பட்டன. ஒருகாலத்தில் ஓர் அராபியக் கப்பல் உடைந்து கட்ச் கரைப்பகுதிக்குச் செலுத்தப்பட்டதாம். அதில் மிகச் சிறந்த, தேர்ந்தெடுத்த ஏழு குதிரைகள் இருந்தனவாம். அவற்றிலிருந்து கட்ச் குதிரையினம் உருவாகியது என்பது பொது நம்பிக்கை.[38]

இதுதான், இந்தத் தோற்ற முண்பாட்டுக்கு விடை. இந்தியக் குதிரைகள் (அல்லது ஒரு சில இந்தியக் குதிரைகள்) என்பவை அராபியக் குதிரைகள்தான்; இதில் மாறுபாட்டுக்கிடமில்லை.

கட்சில் இறக்குமதி செய்யப்பட்ட அராபியக் குதிரைகள்தான் இந்தியக் குதிரை வம்சங்களின் முன்னோர்களாக இருக்கக்கூடும். பதினோறாம் நூற்றாண்டுக்குச் சிலகாலம் முன்னால் ஒரு ராஜபுத்திர வம்சத்தினர், மார்வாரில் இருந்த அராபிய, துருக்கியக் குதிரைகளிலிருந்து போர்க் குதிரைகளின் புதியதொரு வகையை உருவாக்கினார்கள். (மார்வாரின் தலைநகரம் ஜோத்பூர். அந்த நகரத்தில்தான் பத்தொன்பதாம் நூற்றாண் டில் பிரிட்டிஷ்காரர்கள் பயன்படுத்திய சவாரிக் கால்சட்டைகளும், சிறிய பூட்சுகளும் செய்யப்பட்டன, அதிலிருந்து அவற்றிற்கும் ஜோத்பூர் என்ற பெயரே வந்து விட்டது). மார்வாரிக் குதிரை என்பது ஒரு பாலைவனக் குதிரை. தடித்த வளைந்த கழுத்தும், நீண்ட புருவம் கொண்ட கண்ணும், சீற்றங்கொள்ளும் மூக்குத்துவாரங்களும், உள்நோக்கிக் கூரிய முனைக்குக் குவிகின்ற தனித்த அடையாளமுடைய காதுகளும் கொண்ட விலங்கு அது. மார்வாரியின் காதுகளை லயர் என்ற இசைக்கருவியின் வடிவத்திற்கும், தேளின் வளைந்த கொடுக்கிற்கும், ராஜபுத்திரர்களின் சின்னமான வளைந்த மீசைகளுக்கும் (தடித்த அடர்த்தியான முனைகள் தலைகீழாக இருப்பது போல) அபிசியனோடாஸ் ஒப்பிடுகிறார். குஜராத்தின்

கத்தியவாட் குதிரை இதே போன்ற சிறப்பான காதுகளைக் கொண்டதாயினும் இவ்வளவு உயரமோ நீளமோ கிடையாது.[39]

குதிரைவளர்ப்பின் வெற்றிகள் இவ்வாறிருப்பினும் எதிர்மறைக் காரணிகள் இந்தியக் குதிரையை மிகவும் அரிதான பிராணி ஆக்கிவிட்டன. அதனால் அது மென்மேலும் ஒரு தொன்ம விலங்கு ஆகிற்றே தவிர நடைமுறைப் பிராணி ஆகவில்லை. அராபியர்கள் முதலில் இந்தியாவுக்குள் புகுந்தார்கள், பிறகு துருக்கியர்கள், பிறகு மங்கோலியர்கள் (முகலாயர்கள்); பிறகு சித்தியர்கள், பிரிட்டிஷ்காரர்கள் பற்றிய போகிற போக்கிலான சில குறிப்புகள் — இவர்களைத் தவிர, இந்தியாவின் வட்டாரக் குதிரைச் சடங்குகளிலும் புராணங்களிலும் தொடர்புகொண்ட நல்ல மற்றும் கெட்ட அயல்நாட்டுக் குதிரைவீரர்கள் முஸ்லிம்களாகவே இருந்தார்கள். இந்தத் தொன்மங்களும் சடங்குகளும் யாவுமே முகலாயர் காலத்தில் ஆவணப்படுத்தப்படவில்லை என்றாலும், அவை பெருமளவு முகலாயர் பற்றியதாகவே இருந்தன. துருக்கியர்களும் அராபியர்களும் இந்தியாவுக்குள் குதிரைகளைக் கொண்டுவந்தது பற்றிய இந்துத் தொன்மங்களின் தொகுதி, குதிரை இறக்குமதி பற்றிய வரலாற்று அனுபவங்களை ஏற்கெனவே இருந்த வேதகாலக் குதிரைத் தொன்ம ஞாபகங்களோடு — கலாச்சாரக் குளம்புத் தடங்களோடு — மட்டுமல்லாமல், ஊடுகலாச்சாரக் கருப்பொருளான சொர்க்கத்திலிருந்து அல்லது கீழுலகிலிருந்து கொண்டுவரப்பட்ட மாயாஜாலக் குதிரைகள் என்பதோடும் ஒன்றிணைத்துக் கொண்டதாகத் தோன்றுகிறது.[40]

சில எதிர்மறை எதிர்வினைகளும் இருந்தன: சான்றாக, பதினேழாம் நூற்றாண்டில், ஆஃப்கானிஸ்தானிலிருந்து ஓர் இந்தியன், தான் இறக்கும்போது, முகலாயக் குதிரைகளின் குளம்புச்சத்தமே கேட்காத இடத்தில் புதைக்கப்படவேண்டும் என்று விரும்பினான்.[41] முகலாயர்கள் அரசியல் ஆதிக்கத்தில் இருந்ததால் அல்லது இருந்தாலும்கூட, இந்துமதத்தின் குதிரைக் கட்டுக்கதைகளுக்கு அவர்களுடைய கொடை நேர் முகமாகவே இருந்தது, அந்தக் கதைகளில் முஸ்லிம்கள் பொதுவாக நல்லவர்களாகவே சித்திரிக்கப்படுகிறார்கள். முஸ்லிம்கள் இந்துக் குதிரைக்கதைகள் உருவாக்கத்தினை மிக வலுவாக பாதித்தனர் என்பதாலும், அவர்கள் குதிரைக் கொடையாளர்கள் என இந்துக்கள் சிலர் வரவேற்றதாலும் இப்படி நிகழ்ந்தது. ஒரேசமயத்தில் வெறுக்கவும் நேசிக்கவும்பட்ட முஸ்லிம் குதிரை என்பதன் நிழலும் மிக ஈரடியான குதிரை உருவமான கல்கியின் குறுக்காக விழுந்தது.

இந்துச் சடங்குகள் பலவற்றில் முஸ்லிம்களும் குதிரைகளும் தொடர்பு கொண்டிருக்கிறார்கள். பரோடாவின் முஸ்லிம் துறவி ஆலம் சய்யித் குதிரைத் துறவி (கோடே கா பீர்) எனப்பட்டவர். அவர் தனது குதிரையுடன் சேர்த்துப் புதைக்கப்பட்டார். அவருடைய கல்லறையைச் சுற்றி இந்துக்கள் குதிரைகளின் படங்களை மரங்களில் தொங்கவிடுகிறார்கள்.[42] சத்ய பீர் போன்ற தெய்வமான முஸ்லிம் துறவிகளுக்கு மக்கள் மண்குதிரை பொம்மைகளை வங்காளத்தில் அளிக்கிறார்கள். பிற குதிரைத் துறவிகளின் கோயில்களிலும் முஸ்லிம்களும் இந்துக்களும் வழிபடுகிறார்கள்.[43] தென்னிந்திய நாட்டார் வீரன் முத்தல் ராவுத்தன்

என்று ஒருவன் இருந்துள்ளான்.[44] ராவுத்தன் என்பது குதிரைக்காரனைக் குறிக்கிறது. தனது சீடர்கள் குழுவைத் தன்னுடன் அழைத்துவந்த சூஃபிப் போர்வீரனோ, ஒரு வல்லரசு நாட்டிலிருந்து இங்கு கைப்பற்றும் இராணுவத்துடன் வந்த தலைவனோ, யாராயினும் குதிரைமீதேறிப் போரிட்ட ஒரு முஸ்லிம் போர்வீரனைப் பற்றிய மக்களின் பழைய நினைவில் இது இருந்திருக்கலாம். சின்னசேலத்தில் முத்தல் ராவுத்தனுக்கு மரிஜுவானா, கஞ்சா, சுருட்டுகள், (அவன் குதிரைக்காகக்) கொள்ளு ஆகியவற்றை வைத்துப் படைக்கிறார்கள். ஒரு கற்பலகையில் புடைப்புச் சிற்பமாகப் பொறிக்கப்பட்ட குதிரைமேலுள்ள ஒரு வீரன் உருவத்திற்கு, அல்லது கோயிலுக்கு வெளியே அவனுக்காகக் காத்திருக்கும் மண் குதிரைகளின் உருவங்களுக்கு இப்படையல்கள் செலுத்தப்படுகின்றன. மரபு விதி முறைப்படியே இந்தக் குதிரை வெள்ளைநிறமாக இருக்கிறது, வானில் பறக்கக்கூடியது என்று சொல்லப்படுகிறது.[45]

மகாராஷ்டிரத்தில், சிவனின் அவதாரமாகிய கண்டோபா என்ற தெய்வத்தை வணங்குவதில் முஸ்லிம்கள் ஆழமாக ஈடுபடுகிறார்கள். கண்டோபாவை வழிபடுபவர்களில் பலர் முஸ்லிம் குதிரைவீரர்கள். சிலசமயங்களில் ஔரங்கசீப், கண்டோபாவின் சக்தியைக் கண்டு அஞ்சி ஓடியதாகவும் சொல்லப்படுகிறது.[46] கண்டோபாவை வணங்கும் தலங்களில் மிகப்புகழ் வாய்ந்த ஜெஜுரி என்ற ஊரில் கண்டோபா திருவிழாவில் தலைப் பகுதியில் ஒரு முஸ்லிம் குதிரையை நடத்திச் செல்கிறான். கண்டோபாவின் குதிரைகளை ஒரு முஸ்லிம் குடும்பம்தான் வழிவழியாக வைத்திருக்கிறது. கண்டோபாவை வழிபடுபவர்கள் குதிரைபோலப் பாய்ச்சலிட்டும், தங்களைச் சாட்டைகளால் அடித்துக் கொண்டும் கடவுளின் குதிரையாக (சிலசமயங்களில் கடவுளின் நாயாகவும்[47]) நடிக்கிறார்கள்.[48] பிற தலங்களில் நிகழ்வதுபோலவே ஜெஜுரியிலும், கடவுளின் மூர்த்தி ஊர்வலமாகப் பல்லக்கில் அல்லது தேரில் கொண்டுசெல்லப்படுகிறது. கடவுளின் சக்தியால் பீடிக்கப்பட்ட பக்தர்கள் அந்தத் தேரின் முன்னால் குதிரைகளைப் போல இயங்கு கிறார்கள்.[49] சடங்குடன் தொடர்புடைய தொன்மத்தில், சிவன் தன் நந்தி வாகனத்தின் மீதேறி வருகிறான்.[50] பிறகுதான் மனி என்ற அசுரனைக் கொல்வதற்காகக் குதிரைமீது ஏறுகிறான். சில பனுவல்கள், நந்தியே குதிரையாக மாறுகிறது என்கின்றன.[51] வேறுசில பனுவல்களில், சிவன் சந்திரனை (நிலவை)க் குதிரை ஆகுமாறு செய்து, பிறகு அதன்மீது அமர்ந்து அந்த அசுரன் தலையை வெட்டுகிறான்.[53] இந்தியா முழுமையும் காணப்படும் நந்தி உருவம் கண்டோபா கோயிலில், மலையடிவாரத்தில் காணப்படுகிறது. உள்ளூர்க் குதிரை, மலை உச்சியில் நிற்கிறது. கண்டோபா, சிவனின் அவதாரமாகக் கருதப்படுவது போலவே, அது நந்தியின் அவ தாரமாகக் கருதப்படுகிறது. இரண்டுமே சிவன்/கண்டோபா ஏறுவதற்குக் காத்திருக்கின்றன. கண்டோபா ஒரு குதிரைக்கடவுளோ அல்லது குதிரையோ அல்ல. அவன் குதிரை ஏறுபவன். இது அந்தச் சூழலில் ஒரு குதிரையாக இருப்பதனின்றும் முற்றிலும் மாறுபட்டது. தொன்மத்தில், சிவன் ஓர் அசுரக் குதிரைமீது வருகிறான், சடங்கில் அவன் மானிட பக்தர்கள்மீது சவாரிசெய்கிறான். சிவன் குதிரைகளை அடக்குபவன், அமைதிப்படுத்துபவன். அசுரக் குதிரைகளைத் தன் பக்தர்களைப்

போலவே தெய்வீகக் குதிரைகளாக மாற்றுகிறான்.

குதிரைகள் உயிர்பெற்றெழும் மூன்று கதைகள்

பரந்த பஞ்சாப் பகுதியில், அதாவது பஞ்சாப், ஹரியாணா, இமாசலப் பிரதேசம், தில்லி ஆகிய இடங்களில், இந்தியிலும் பஞ்சாபியிலும், வாய்மொழி மரபிலும், அங்காடிகளில் கிடைக்கின்ற ஜனரஞ்சகமான அச்சிட்ட சிறு நூல்களிலும் குதிரைகளையும் முகலாயர்களையும் இணைக்கின்ற ஒரு கதை இன்னும் வழங்கிவருகிறது. இவை இந்திய வரலாறு முழுவதிலும் நிஜமான குதிரைகள் முக்கியத்துவம் பெற்றிருந்த இடங்கள். இது தியானு பகத் என்பவன் பற்றிய கதை.

தேவிக்கு ஏன் தேங்காய் உடைக்கிறார்கள்

தியானு பகத் என்ற பெயருடைய தேவிபக்தன் ஒருவன் இருந்தான். முகலாயப் பேரரசன் அக்பருக்குச் சமகாலத்தில் வாழ்ந்தவன். இமாசலப் பிரதேசத்தின் காங்ராவிலுள்ள ஜ்வாலாமுகி கோயிலுக்கு ஒருசமயம் அவன் புனிதப்பயணிகள் குழு ஒன்றை அழைத்துச் செல்கிறான். அங்கு தேவி ஜ்வாலை (ஒளிப்பிழம்பு) வடிவத்தில் தோன்றுகிறாள். அவன் தில்லியைக் கடந்து செல்லும்போது, அக்பர் தியானுவை அழைத்து, அந்த தேவி யார், ஏன் அவளை அவர்கள் வழிபடுகிறார்கள் என்று கேட்கிறான். பக்தர்கள் விரும்புவனவற்றை வழங்குகின்ற சக்தி வாய்ந்த தேவி அவள் என்று தியானு பதிலளிக்கிறான். தியானுவைச் சோதிக்க, அக்பர் அவன் குதிரையின் தலையை வெட்டிவிடுகிறான். அந்தக் குதிரையின் தலையை உடலுடன் சேர்த்து எழுப்புவாளா உன் தேவி என்று கேட்கிறான். தியானு ஜ்வாலாமுகி கோயிலுக்குச் சென்று இரவும் பகலும் பிரார்த்தனை செய்கிறான், ஆனால் அவனுக்கு பதில் எதுவும் கிடைக்கவில்லை. இறுதியாக, எதுவும் செய்ய வகையின்றி, அவன் தன் தலையைவெட்டி தேவிக்கு அளிக்கிறான். அச்சமயத்தில் தேவி அவனுக்கு ஒளிமயமாகச் சிங்கத்தின் மீது ஏறிக் காட்சி தருகிறாள். அவனுடைய தலையையும் உடலுடன் சேர்க்கிறாள், குதிரையின் தலையையும் உடலுடன் சேர்க்கிறாள். பிறகு அவனுக்கு அவள் ஒரு வரம் அளிக்கிறாள். எதிர்காலத்தில் பக்தர்கள் தங்கள் பக்தியை நிரூபிக்க இவ்வளவு கடினமான முயற்சிகளை மேற்கொள்ளல் ஆகாது என்ற வரத்தை அவன் கேட்கிறான். அவள் அந்த வரத்தை அவனுக்கு அளித்து, மனிதத் தலைக்கு பதிலாக ஒரு தேங்காயை உடைத்தால் போதும் ஏற்றுக்கொள்கிறேன் என்கிறாள். இப்படியாக, தேவிக்கு மக்கள் தேங்காய் உடைக்கும் பழக்கம் வந்தது.[54]

இரத்தபலிகளை வேண்டுகின்ற தெய்வத்தின் இடத்திலும், கதையின் தொடக்கத்தில் ஜ்வாலாமுகியின் கோயிலில் தான் ஒரு ஜ்வாலையாக வடிவெடுக்கும் புனித இடத்திலும், விழுங்குகின்ற தேவதை வருகிறாள். ஜ்வாலாமுகி என்பது பொதுவாக தனது வாயில் சுவாலைகளை உடைய எரிமலைக்குப் பெயர். அதுவே கடலின் ஆழத்திலுள்ள யுகாந்தரத்தில் உலகை விழுங்குகின்ற பெண் குதிரைக்கும் பெயர். அவளை வணங்கு கின்ற இக்கதையில், பக்தர்களின் தலையும் அவனது குதிரையின் தலையும் இடம் மாறவில்லை. (இவ்வாறுதான் இருமுறை தலைவெட்டப்பட்ட

ஆடவர் பெண்டிர் பற்றிய இந்துத் தொன்மங்களில் நடப்பது வழக்கம்). தியானு ஒரு வரத்தைக் கேட்டுப் பெறுவதற்குள் வெறுமனே அவை நீக்கப்படுகின்றன, வரிசைப்படியே மீட்கப்படுகின்றன. இனிவரும் மக்கள் தேவிமீதுள்ள தங்கள் அன்பைத் தலையைத் தருவதற்கு பதிலாகத் தேங்காய்களை உடைப்பதன்மூலம் நிரூபித்துக் கொள்ளலாம்.

தேங்காய், மனிதத் தலையை ஒத்திருக்கிறது என்று சொல்லலாம், ஆனால் குதிரையின் தலையைச் சற்றும் ஒத்ததாக இல்லை. இரத்தபலி தரும் யாகங்களுக்கு விலங்குகள் எவ்வளவு முக்கியமானவையோ அந்த அளவுக்குப் பூசைக்குத் தேங்காய் முக்கியமானது. ஆகவே இது உண்மையில் மனிதப் பலியைத் தருகின்ற ஒரு தொன்மம் — ஒரு வேளை ஒரு வட்டாரத் தொன்மமாகவும் இருக்கலாம் — எவ்விதம் சமஸ்கிருதப் பாரம்பரியமாகிய அசுவமேதத்தின் வடிவத்தை ஏற்றுக்கொண்டுள்ளது என்பதைக் காணலாம். மாற்றங்கள் இருக்கின்றன: இந்தக் கதையில் குதிரையின் தலை வெட்டப்படுகிறது, ஆனால் அது அசுவமேத யாகத்தில் அல்ல. வழக்கமாக அசுவமேத யாகங்களில் குதிரைக்கு மூச்சடைக்கச் செய்வது வழக்கம், (ஆனால் புராணங்களில் தலை வெட்டப்படுவதாகவே சொல்லப்படுகிறது) அதுபோலன்றி இங்கு அதன் தலை வெட்டப் படுகிறது. மனிதப் பலியிலிருந்து வேதகால அசுவமேத குதிரைப் பலிக்கும் அதிலிருந்து சமகால மரக்கறி உணவை அளிக்கும் பூசைக்கும் செல்கின்ற வரலாற்று மாற்றத்தின் மீது செய்யப்பட்ட இடையீடு என்பதாக நாம் இந்தப் பனுவலை வாசிக்கலாம். இந்த முன்னேற்றத் தொடர் ஏற்கெனவே பிராமணங்களில் முன்னிறுத்தப்பட்ட ஒன்று. மேலும் பஞ்சாபில் தென்னைமரங்கள் கிடையாது. எல்லா நிவேதனங்களுக்கும் உலர்ந்த தேங்காய்களைப் பயன்படுத்தவேண்டும் என்று சடங்குகள் சொல்கின்றன. ஏனெனில், அவை வளரும் இடங்களிலிருந்து தொலைதூரம் பயணப் பட்டு வளராத இடங்களுக்கு வந்தாக வேண்டும். இம்மாதிரி இந்தத் தேங்காய்கள் இறக்குமதி செய்யப்படவேண்டியிருப்பதால், இறக்குமதி செய்யப்பட்ட குதிரை பற்றிய சடங்கிற்கு ஏற்ற மாதிரியாக அவை தங்கள் இடத்திற்கு அல்லாத அயல்நாட்டுத் (அதாவது இந்தியா வின் பிற பாகங்களின்) தொன்மத்தை ஏற்றதைக் குறிக்கலாம், அல்லது இறக்குமதி செய்யப்பட்ட தேங்காய்களை வேண்டுகின்ற அயல் நாட்டு (இந்தியாவின் பிறபகுதி)ச் சடங்கு ஒன்றை ஏற்றுக்கொண்ட வட்டாரத் தன்மையைக் குறிக்கலாம்.

சண்டீகட்டிலிருந்து சேகரிக்கப்பட்ட இதையொத்த ஒரு கதை பக்தனுக்கு பதிலாக ஒரு குழந்தையை பதிலீடு செய்கிறது.

குதிரையும் கொப்பரையிலிடப்பட்ட பையனும்

தேவி செய்த அற்புதச் செயல் ஒன்றைப் பற்றி அரசன் அரிச்சந்தின் மனைவி தாரா அவனுக்குச் சொல்கிறாள். (பாம்புகள், பல்லிகள் பற்றிய கதை இது). "நான் தாயின் பிரத்தியட்ச தரிசனத்தை (நேரடி நோக்கினை) எவ்விதம் பெற முடியும்? எதை வேண்டுமானாலும் செய்யத் தயாராக இருக்கிறேன்" என்கிறான் அரசன். அது அவ்வளவு எளிதல்ல, அவன் தனக்குப் பிரியமான நீலக்குதிரையைத் தியாகம் செய்ய வேண்டி வரும்

என்கிறாள் தாரா. அப்படியே அவன் அதை பலி கொடுக்கிறான். பிறகு அவனுடைய பிரியத்துக்குரிய மகனை பலிகொடுக்கச் சொல்கிறாள். அதையும் செய்கிறான். பிறகு குதிரையையும் மகனையும் வெட்டிக் கூறுகளாக்கி ஒரு கொப்பரையில் இட்டுச் சமைக்கச் சொல்கிறாள். அதுவும் செய்கிறான். அந்த உணவை ஐந்து தட்டுகளில் இடவேண்டும் என்கிறாள். ஒன்று தாய்க்கு (தெய்வத்திற்கு), ஒன்று அவனுக்கு, ஒன்று குதிரைக்கு, ஒன்று மகனுக்கு, ஒன்று அவளுக்கு. தன் சொல்லுக்குக் கட்டுப்பட்ட அரசன், உண்ணத் தொடங்குகிறான். அவன் கண்களில் நீர் வழிகிறது. குதிரையும் மகனும் உயிர்பெறுகிறார்கள். தேவி தன் சிங்கவாகனத்தின்மீது தோன்றுகிறாள். நேரடி தரிசனம். அரிச்சந்த் அவளை வழிபட்டுத் தன்னை மன்னிக்குமாறு வேண்டுகிறான். மாதா அவனை மன்னித்து மறைந்துவிடுகிறாள்.[55]

இந்தக் கதையின் பின்னால் பல கதைகளின் இழைகள் உள்ளன. ஒன்று வேதகால அசுவமேத யாகம். மற்றது, தென்னகத்தின் சிறுத்தொண்டர் பிள்ளைக்கறி சமைத்த கதை. மேலும் நன்கறியப்பட்ட புராணக்கதையான அரிச்சந்திரனின் கதையும் இதில் உள்ளது.[56] அவன் மகனும் இறந்துபோய், பிறகு உயிர்பெறுகிறான். குதிரைதான் புதிதாகச் சேர்க்கப்பட்டிருக்கிறது.

பத்தொன்பதாம் நூற்றாண்டில், வட இந்தியாவில் அசுவமேத யாகத்தின் ஒரு கீழ்ச் சாதி நையாண்டிக் கதை பதிவுசெய்யப்பட்டது.

லால் பேக் என்ற பெருக்குபவனின் குதிரை

பெருக்குபவர்களின் (கூட்டிச் சுத்தம் செய்பவர்களின்) ஆதரவுத் தெய்வமான லால் பேக் என்பவனுடன் தொடர்புடைய குதிரைசார்ந்த அற்புதக் கதை ஒன்று உண்டு. தில்லியின் அரசன் ஒரு விலைமதிப்பு மிக்க குதிரையை இழந்துவிட்டான். பெருக்குபவர்களுக்கு அதைப் புதைக்குமாறு ஆணை இடப்படுகிறது. ஆனால் அது கொழுத்த பிராணி ஆனதால், அதைப் பெருக்குபவர்கள் வெட்டிக் கூறுகளாக்கித் தங்களுக்குள் பகிர்ந்துகொள்கிறார்கள், ஒரு காலை அரசனின் புரோகிதனுக்கும் தருகிறார்கள். இப்படி ஏதோ நிகழ்ந்திருக்கும் என்று சந்தேகப்படும் அரசன், பெருக்குபவர்களை, முழுக்குதிரை உடலையும் காட்டுமாறு ஆணை யிடுகிறான். இந்த ஆணையினால் அவர்கள் கவலைகொள்கிறார்கள், ஆனால் தங்களிடம் எஞ்சியிருக்கும் உறுப்புகளை லால் பேக்கிற்குப் புனிதமான மேட்டுப்பகுதி ஒன்றில் வைத்துத் தங்களைக் காப்பாற்றுமாறு அவனைப் பிரார்த்திக்கிறார்கள். அதனால் குதிரை உயிர்பெற்றாலும் மூன்று கால்களில் நிற்கிறது. ஆகவே அவர்கள் அரசனிடம் சென்று அவர்கள் எப்படி நான்காவது காலைப் பகிர்ந்துகொண்டார்கள் என்பதைச் சொல்கிறார்கள். அதிர்ஷ்டமற்ற அந்தப் புரோகிதன் தூக்கி லிடப்படுகிறான், குதிரையும் விரைவில் இறந்துபோகிறது.[57]

வேத மரபுகள் யாவும் உள்ளிருந்து புறமாக மாற்றப்படுகின்ற, பறையர்களின் நிழல் உலகில் நிகழும் அசுவமேதம் இது. குதிரை உயிர்பெறுகிறது என்பது மெய்தான். (தியானு, அரிச்சந்த் கதைகளில் வரும் குதிரைகள் போல). ஆனால் நீண்டநேரத்துக்கு அது உயிர் வாழவில்லை,

புரோகிதனும் நல்ல பலனைப் பெறவில்லை. விஷயம் உரக்கவும் தெளிவாகவும் வெளிப்படுகிறது — குதிரை ஒரு பறையனுக்குரிய விலங்கு அல்ல.

குதிரைசார்ந்த இதிகாசங்கள்

முகலாயப் படைகளின் மூர்க்கத்தனமான தாக்குதலினால் நீண்டகாலம் போராடிக் கடைசியில் வீழ்ச்சியடைந்த ராஜபுத்திர அரசுகளின் கதைகள் இந்தக் காலப்பகுதியில் வாய்மொழிப் பாடல்களிலிருந்து பிறந்த வட்டார, பிரதேசமொழி இதிகாசங்கள் என்னும் ஒரு புதிய இலக்கிய வகையை உருவாக்கின. இவை சமஸ்கிருத இதிகாசங்களான இராமாயணம், மகாபாரதம் போன்றவற்றிலிருந்து விஷயங்களை எடுத்துக் கொண்டன, ஆனால் கதாநாயகனின் கீழ்ச்சாதி, முஸ்லிம் நட்பு என்பன போன்று அவற்றுக்குள் புதிய சமத்துவ, பன்மைவாதக் கருப்பொருள்களைச் செலுத்தி, அவற்றை மாற்றின. இந்த வட்டார இதிகாசங்கள் ஆஃப்கானிய, ராஜபுத்திர மரபுகள், இன்னும் பிறவும் இணைந்த கலாச்சாரத்தினால் ஊட்டச்சத்துபெற்று வளர்ந்தன.[58] கடைசி இந்து அரசர்களின் மரணங்கள் பற்றிய சோகமான கதைகளால் அவை மகாபாரதத்திலிருந்து ஒரு யுகத்தின் முடிவென்ற அணியை அழகு செய்கின்றன. மகாபாரதக் கதை நாயகர்களின் கசப்பினிமையான வெற்றி அதிக விலைகொடுத்துப் பெற்ற சிறிய ஒன்று. இங்கு இது சோகமான கதைகளின் தொகுதியாக மாற்றப் பெறுகிறது. முதன்மைப் பாத்திரங்களின் மிக வீரமான கலாச்சார, போர்த்துறை எதிர்ப்பு அவர்களுக்குக் கலாச்சார வெற்றியைத் தேடித் தந்தாலும், அவர்கள் தவிர்க்க இயலாத போர்த்துறைத் தோல்வி அடைந்ததையும் இக்கதைகள் சொல்லுகின்றன. ஆல்ஃப் ஹில்டபேட்டல் என்பவர் சொல்கிறார்: "ஒரு மகாபாரத வீரயுகம், இப்படியாக ஒரு நுண்வீரயுகமாக வரையப்படுகிறது."[59] சமஸ்கிருத இதிகாசம், பிருந்த அளவில் குறியீடுகளை அளிக்கிறது. கடலளவு அணிகளையும், பாத்திரங்களையும், சூழல்களையும் அளிக்கிறது. இந்தச் சூழல்கள் "ஒருவித தரைக்குக் கீழுள்ள (அண்டர்கிரவுண்ட்) அகில இந்திய நாட்டார் மகாபாரதக் கதையை" உருவாக்குகின்றன. இவை இந்துமதமும் இஸ்லாமும் இணைந்து உயிரூட்டுகின்ற பனுவல்களின் ஒழுங்கமைவுக்குள் சென்று சேர்கின்றன.[61] இவை எல்லாவற்றிலும் குதிரைகள் பெரும் நிகழ்வுகளாக அமைகின்றன.

வட்டார மொழிகளிலுள்ள குதிரைக்கதை இதிகாசங்கள் முதலில் வடமேற்கு, மத்தியப் பகுதிகளிலிருந்து தெற்குநோக்கிப் பரவின. பிறகு தென்னகத்தின் மத, போர், இலக்கிய அணிகளை வடக்கிற்குக் கொண்டு சென்றன. இந்தப் பாணியை ஏற்கெனவே இறையியல், தத்துவ இயக்கங்களில் சந்தித்திருக்கிறோம். முஸ்லிம்களின் கையில் மிகப்பெரிய இந்து நாகரிகம் வீழ்ச்சியடைந்ததைக் கண்ட மக்கள் அதற்கு எதிர்வினையாக இயற்றிய மாபெரும் வீரக் காவியங்களுக்கு அதே இஸ்லாமியக் கலாச்சாரமே பெருமளவு உதவியளித்தன என்பது வேடிக்கைமுரண். இந்த இதிகாசங்களின் நாயகர்கள் பலபேரில் இரண்டு நாயகர்களை — கு(க்)கன், தேஜ் சிங் என்பவர்களைப் பற்றிக் காணலாம். தேஜ் சிங் என்பது இந்தி.

அது தமிழிலும் தெலுங்கிலும் தேசிங்கு என மருவி வழங்கப்படுகிறது.

குக்கன் அல்லது குகன் ஒரு நாட்டார் தெய்வம். அவன் ஒரு வரலாற்று மனிதன் என்று பல ஆதாரங்கள் சொல்கின்றன. பிருத்விராஜ் சௌஹானின் காலத்தில் வாழ்ந்தவன். (பிருத்விராஜ் சௌஹான், தில்லியின் கடைசி இந்து அரசன், ஏ.1168 - 1192.) அல்லது கடைசிப் பெரிய முகலாய அரசன் ஔரங்கசீப் (1658 - 1707) காலத்தில் — அதாவது முஸ்லிம் ஆட்சியின் மிகத் தொடக்கத்திலோ இறுதியிலோ — வாழ்ந்தவனாகவும் இருக்கலாம். குக்கன், ஒரு முஸ்லிம் பக்கீர் (குக்கா பீர் அல்லது ஜஹர் பீர் எனப்பட்டவர்), ஒரு சௌஹான் ராஜபுத்திரப் போர்வீரன் (சௌஹான் என்பது ராஜபுத்திர வம்சத்தில் ஒரு கிளை) ஆகிய இருவர் உருவங்களின் இணைப்பு. கதையின் ஒரு வடிவத்தின்படி, தனது புகழ்பெற்ற பறக்கும் கருப்புப் பெண்குதிரை மேலேறி குக்கன், போருக்குச் சென்று, தன் இரு சகோதரர்களின் தலைகளையும் கொய்கிறான். அவன் தாய் அவனை மறுத்துவிட்டபோது அவன் முஸ்லிமாக மாறி, மெக்காவுக்குச் செல்கிறான். குக்கன் இறந்தபோது பூமி பிளந்து குதிரைமீது வரும் அவனை ஏற்றுக் கொண்டது.[64] மற்றொரு கதை, குக்கனின் பிறப்பைப் பற்றிச் சொல்கிறது. ஒரு பெரிய மகான், குக்கல் (ஒரு மருத்துவத் தாவரம்) சாற்றை ஒரு பிராமணப் பெண்ணுக்கும், பறைப்பெண்ணுக்கும், பெண்குதிரைக்கும் தருகிறார். எல்லாரும் கருவுறுகிறார்கள்.[68] மிகச்சிறந்த க்ஷத்திரியவம்சக் குதிரையான அது, இங்கு தலைகீழ் ஆக்கும் விதமாக பிராமணர்கள், பறையர்களுடன் சேர்க்கப்படுகிறது.

ராஜா தேஜ்சிங் ஒரு வரலாற்று நாயகன். ஔரங்கசீப்பின்கீழ் செஞ்சிக்கோட்டையை ஆண்டுவந்த தளபதியின் மகன். 1714இல், தேஜ், முகலாய அரசனின் (அப்போது ஃபரூக்சியார்) பிரதிநியான ஆர்க்காட்டு நவாபிடமிருந்து வந்த ஒரு அழைப்பை ஏற்க மறுக்கிறான். நவாப் அவன்மீது போர்தொடுக்கிறான். தேஜ், தன் குதிரையை நவாபின் யானைமுன் செலுத்துகிறான். குதிரை பாய்ந்து தன் இரு முன்னங்கால் குளம்புகளையும் யானையின் நெற்றியில் வைத்து அழுத்துகிறது. முகலாயப் படை தடுக்கப்படுகிறது. ஒரு சிப்பாய், தேஜ்சிங் குதிரையின் பின்னங்கால்களை வெட்டுகிறான். கீழே விழும் தேஜ், போரில் மரணமடைகிறான்.[66] அதேபோல அவனுடைய சிறந்த நண்பனான மகபத் கானும் மரணமடைகிறான். தேசிங்கின் மனைவி, பதினாறு அல்லது பதினேழு வயது அழகிய இளங்குமரி, மிக அமைதியாக, தன் கணவனைத் தழுவிக் கொண்டு தீயை மூட்டுமாறு கட்டளையிடுகிறாள். உடனே எரி மூட்டப்பட்டதும், தன் கணவனோடு எரிந்து இறக்கிறாள்.[67] தமிழ், தெலுங்கு இரு கதைகளிலுமே தேசிங்கின் மிகச் சிறந்த நண்பன் ஒரு முஸ்லிம். மகபத் கான். தேசிங்கு ஒரு பக்திபூர்வ வைணவன்.[68] ஒரு வைணவன், முஸ்லிம் இருவருக்கிடையிலான கதையாக இருந்தாலும், இது இனஒற்றுமைக்கான கதை அல்ல. தேசிங்கின் முஸ்லிம் நண்பன், வைணவச் சார்பான ஒரு முஸ்லிமாக இருக்கிறான். பலசமயங்களில் இராமனையும் அல்லாவையும் பிரார்த்திக்கிறான். ஆனால் இறுதியாக வைணவலோகமாகிய வைகுண்டத்திற்கே செல்கிறான். வைணவம், இஸ்லாமைத் தழுவி வளைத்துக்கொள்கிறது.[69]

இக்கதைகளில் பல, இன்னும் ராஜஸ்தானில் சொல்லப்படுகின்றன,

ஏன் நிகழ்த்தவும் படுகின்றன. அங்கு கடவுளுக்கான பூசாரிகளும் கதை சொல்லிகளும் (போபாக்கள்) கிராமங்களின் மிகக்கீழ்ச்சாதியிலிருந்து வருகிறார்கள்.[70] அண்மையில், இந்த நிகழ்த்துதல்களின் புரவலர் ஒருவர் ஏன் அவை மறையத் தொடங்கிவிட்டன என்பதற்கான காரணத்தைக் கூறினார். "கதைகள் சொல்லப்பட்ட காலத்தில், ஒவ்வொருவரிடமும் ஒரு குதிரையும் சில கால்நடைகளும் இருந்தன. இப்போது ஒரு போபா கதைசொல்லும்போது ஒரு குதிரையின் அழகை வருணிப்பது, முன்னைப் போன்ற தொடர்பினைக் காண்போருக்கு அளிப்பதில்லை." ஆனால் அந்தந்தக் கதைகளின் முல்லைநிலப் பின்னணி நீடிக்கும் இடங்களில், அதாவது பசுக்கள், குதிரைகள், வீரமிகுந்த கால்நடை மேய்ப்பவர்கள் இன்னும் அவ்விதமே இருக்கும் இடங்களில், இந்த இதிகாசங்கள் தொடர்ந்து உயிரோடிருக்கின்றன.[71]

இந்து இதிகாசங்களில் முஸ்லிம் பெண்குதிரைகள்

மத்தியகால இந்துக்கதைகளில் ஒரு குறிப்பு — குதிரைகளின் பாலினம் பற்றியது — முஸ்லிம்கள் வாயிலாகத் தெரிகிறது. அராபியக் குதிரைக்காரர்கள் பொதுவாகப் பெண் குதிரைகள்மீது சென்றனர், பெண்குதிரைகளைப் பற்றிய கதைகளை எழுதினர். ஆனால் முகலாயர் காலத்துக்கு முந்திய இந்துக்கள் ஆண்குதிரைகளை விரும்பினர். இந்தியக் குதிரைக்காரர்கள் ஆண்குதிரைகளைப் போற்றுமாறு வேதக் குறியீட்டுத் தன்மை ஆக்கியிருந்தது. இந்துப் புராணங்கள் எல்லாம் ஆண்குதிரைகளைப் பற்றியவை. அதன் உச்சநிலையாகவே அசுவமேத யாகத்தில் பலி கொடுக்கப்படும் ஆண் குதிரையைக் கருதலாம். ஆண்குதிரை என்பது ஆண்மை, இனப்பெருக்க வளம், ஆக்கிரமித்துப் பாயும் தன்மை ஆகிய நேர்முகப் பண்புகளைக் குறித்தது. இவை அனைத்தும் அசுவயாகத்தில் முழுமையாக வெளிப்பட்டன. இந்துப் போர்க்காட்சிகள், வேட்டைப் பயணங்கள், அரசவை விழாக்கள் ஆகியவற்றில் ஆண்குதிரைகளின் ஆக்கிரமிப்பே இருந்தது. ராஜபுத்திர ஆண்குதிரைகளைப் பற்றிய கதைகள் இன்றும் வழக்கில் உள்ளன. சான்றுக்கு, கடைசிவரை முகலாயர்களை எதிர்த்த மகாராணா பிரதாப்பைக் காப்பாற்ற வேண்டி 1576இல் நடந்த ஹல்திகாட்டிப் போரில் தன் உயிரைக் கொடுத்த சாம்பல்நிறக் குதிரை சேடக் என்பதைக் கூறலாம். அந்த இனத்தின் பெண்பால்கள், பெண்குதிரைகள், வசப்படுத்தமுடியாத காட்டுப் பிராணிகள் என்று கருதப்பட்டன. அவை தங்கள் கணவர்களை ஏமாற்றி விட்டுச்செல்லும் பெண்களுக்குக் குறியீடாகக் கருதப்பட்டன. இந்தப் பாணி, ஆழ்கடல் பெண்குதிரை என்னும் படிமத்தால் பெருக்கப்பட்டது. அது அபாயகரமான ஒடுக்கப்பட்ட காமஆசை, கோபம் ஆகியவை திடீரென வெடித்தெழுந்து (யுகாந்தரத்தில்) உலகையே அழிக்கும் தன்மைக்குச் சான்று.

இந்துக்குதிரைப் புராணங்களில் திடீரென ஒரு மாற்றம் ஏற்படுகிறது. அவற்றில் பல பெண்குதிரைகள், குக்கனின் குதிரைபோல நல்லவையாக உள்ளன. தெலுங்கு வீரன் பெத்தண்ணா, தன்னைவளர்த்த தாயின் வாயிலாக உரிமைச்சொத்தாக ஒரு கந்தர்வப் பெண் குதிரையை அடை

கிறான். மற்றொரு புராணக்கதையின் தலைவன் தேவ நாராயணன், தேஜன் என்னும் கருப்புப் பெண்குதிரைமீது ஏறிவருகிறான்.[72] ராஜஸ்தானின் இதிகாசமான பாபுஜி என்பதில், பாபுஜியிடம் மிகச் சிறந்த, கேசர் காலினி என்ற பெயர்கொண்ட பெண் குதிரை ஒன்று இருக்கிறது. அவனுடன் அதுவும் இறக்கிறது.[73] சில பாடங்களில், அந்தப் பெண்குதிரை, பாபுஜியின் தாய் கேசர் பரியின் அவதாரம் எனப்படுகிறது. கேசர் பரி ஒரு அப்சரஸ். பாபுஜி பிறந்தவுடன் அவனை விட்டுச் சென்றுவிடுகிறாள், அவனுக்குப் பன்னிரண்டு வயதாகும்போது பெண்குதிரை வடிவில் அவனிடம் திரும்பிவருகிறாள். தேசிங்கு சவாரிசெய்வது ஓர் ஆண்குதிரை என்றாலும், சமகால இந்தி நாட்டார் கதைகளில் தேஜ் சவாரிசெய்வது மாயாஜாலக் குதிரை (லீலா கோரி) எனப்பட்ட பெண்குதிரைதான்.[74] இந்திப்பாடத்திலுள்ள பெண் குதிரைச் சவாரிக் கதை, அதற்கும் முந்திய தெலுங்கு ஆண்குதிரைச் சவாரிக் கதையை ஒதுக்கிமேலுக்கு வந்துவிட்டது எனலாம்.

ஆகவே வேதங்களிலும் புராணங்களிலும் நீடித்திருந்த ஆண்குதிரை மரபிற்கு எதிராக நாட்டார் இதிகாசங்களில் காணப்படும் நற்பண்புடைய பல பெண்குதிரைகளின் மரபு இடப்பெயர்ச்சி செய்துவிட்டது, அதைத் தலைகீழாக்கி, சமஸ்கிருத புராண பேய்த்தனமான பெண்குதிரைக்கு நேர்முக மதிப்புகளை அளித்துவிட்டது என்று காணலாம்.

பெண்கள்

முகலாய மனைவியரும் (புனிதர்களும்)

பெண் குதிரைகளைப் போல, பெண்கள், அல்லது குறைந்தபட்சம் சில பெண்கள், முகலாயர்கீழ் நன்கு கடமையாற்றினார்கள். சூஃபிப் பெண்துறவிகள் முதலாக[75] கீழ் நிலை அதிகாரிகளின் மனைவியர் தொடங்கி (சமைக்கப்பட்ட மயில்கள் கதையில் பார்த்தது போல) அரச அந்தப்புரத்தின் பெண்கள் வரை அரியணைக்குப் பின்னால் மிகப் பெரிய சக்தியைச் செலுத்தினர்.[76] அரவாணிகளால் காக்கப்பட்ட அந்தப்புரங்களுக்குள் அடைந்திருக்கவேண்டியிருந்தாலும், சில இளவரசியர் தங்கள் சொந்த நூலகங்களை வைத்திருந்தனர். அந்தப்புரப் பெண்கள் பாரசீகக் கவிதைகளைக் கற்றார்கள், அவர்களால் நிலக்கொடைகளை அளிக்க முடிந்தது. வட்டவடிவ முத்திரை, உசுக், அந்தப்புரத்தில்தான் வைக்கப் பட்டிருந்தது. கருச்சிதைப்புச் செய்து கொள்ளவும் அனுமதி இருந்தது.[77] (அக்காலத்தில் பெண்கல்வி மிகவும் அபூர்வம், மிக இளமையிலேயே அவர்கள் திருமணம் செய்து தரப்பட்டார்கள் என்பதால் அதற்குரிய நேரமும் இல்லை) என்றாலும் அந்தப்புரப் பெண்கள் தங்கள் எல்லைகளை விரிவுபடுத்திக்கொள்ளமுடிந்தது, அந்த எல்லைகளை வெளியிலுள்ள தங்கள் சகோதரியருக்கு விரிவுபடுத்தித்தரவும் முடிந்தது.

பாபருடைய தாய்வழிப்பாட்டி, தன் இளம் பேரனுக்குத் தேவையான எல்லாவற்றையும் நிர்வாகம் செய்தாள். அவனுடைய தாய் அவன் போர்கள் பலவற்றிற்குத் துணையாக வந்தாள். ஹிந்தாலின் தாய், தில்தார் பேகம், குறைந்தது ஹுமாயூனின் ஒரு தாக்குதலையேனும்

தடுக்கமுடிந்தது. அவனுக்குப் பத்தொன்பது வயதாக இருந்தபோது அவள் துக்க உடைகளை அணிந்துகொண்டு தன் மகன் அழிவுப்பாதையில் செல்கிறானே என்று அழுவதாகக் கூறினாள். அவன் கேட்டுக்கொண்டு தாக்குதலைக் கைவிட்டாலும், அடுத்தமுறை இவ்வாறு நிகழ்ந்தபோது தன் சகோதரனைக் கொன்றுவிட்டான். அக்பருடைய தாய், ஹமீதா பானு, இராணுவப் படையெடுப்புகளுக்கு அக்பர் சென்றபோது பேரரசின் பொறுப்புகளை கவனித்துக் கொண்டாள். அக்பர் தன் பரத்தைகளுக்கு ஒவ்வொருவருக்கும் தனித்தனி வீட்டையும் தான் அவர்கள்வீட்டுக்கு வரும் நாளையும் அளித்திருந்தான். தன் வேசியருக்கென்றே தனியாக, முழுமையாக, மிகக் கடுமையாக ஒழுங்குபடுத்தப்பட்ட ஒரு நகர மாவட்டத்தை ஏற்படுத்தி அதற்கு சைத்தான்புரம் என்று பெயர் இட்டிருந்தான். அக்பருடைய மனைவிகளுக்கான மாதப் படிப்பணத்துக்கு வெற்றிலைப்பணம் (பர்க் பஹா) என்று பெயர். ஏறத்தாழ ஐரோப்பிய-அமெரிக்கப் பெண்கள் பின்மனி என்று சொல்வதற்குச் சமமானது. அக்பர் பெண் மெய்க்காவலரையும் வைத்திருந்தான். முதல்வரிசையில் வில்வீராங்கனைகள் இருந்தனர்.[79] பெண்கள் கல்வியில் ஆர்வம் காட்டி, ஃபதேபூர் சிக்ரியில் பெண்களுக்கான ஒரு பள்ளியையும் ஏற்படுத்தியிருந்தான்.

அக்பரை எதிர்த்த ஒரு பெண், சாந்த் பீவி. பீஜப்பூரின் அரசப் பிரதிநிதியாகவும் (1580 - 84), அகமது நகரின் அரசப் பிரதிநிதியாகவும் (1595 - 99) இருந்தவள். தீரத்துடன் குதிரைகளைக் கையாண்ட பெண்மணி. பல மொழிகளை அறிந்தவள் (அராபிய, பார்சி, துருக்கிய, மராட்டி, கன்னட மொழிகள் உட்பட). 1595இல் அக்பரின் படைகள் அகமத்நகரைத் தாக்கி முற்றுகையிட்டபோது, அந்தக் கோட்டையைக் காக்கும் பொறுப்பில் இருந்தவள். ஆனால் முகலாயர்களுடன் ஓர் உடன்படிக்கையில் ஈடுபட அவள் முனைந்தபோது, அவர்களுடன் சேர்ந்துவிட்டாள் என்ற வதந்தி கிளம்பியது. அவளுடைய சொந்த அலுவலர்களே அவளைக் கொன்றுவிட்டனர்.[80]

ஜஹாங்கீர் செய்த மிகச்சில விவேகமான காரியங்களில் ஒன்று, மிகத் திறமையான பெண்ணாகிய நூர்ஜஹானை மணந்துகொண்டமையாகும். அவனுடைய ஆஃப்கன் அமீர்களில் ஒருவனின் முப்பத்துநான்கு வயது விதவை அவள். அவனுடைய முதலமைச்சனின் மகளும் (அவனுடைய மிகப்பெரிய சொத்தின் வாரிசும்கூட), அவனது முக்கியத் தளபதிகளில் ஒருவனின் மனைவியின் சகோதரியும் ஆவாள். முதல் தரமாகக் குதிரைச் சவாரி செய்பவள், போலோ விளையாடுபவள், வேட்டையாடுபவள். "தந்திரமும் ஆற்றலும் பெற்றவள்." மதுவுக்கும் போதை மருந்துகளுக்கும் முகலாயர்களுக்கிருந்த பலவீனத்தைப் பயன்படுத்திக்கொண்டாள். ஜஹாங்கீர் பணிசெய்ய இயலாதவாறு நிலைகுலைந்திருந்தபோதெல்லாம், தானாகவே அரசப்பிரதிநிதியாக இருந்து செயல்பட்டவள். வார்த்தை விளையாட்டெதுவுமின்றி, நேராகவே ஜஹாங்கீர் சொல்கிறான், "நான் அரசாங்க நிர்வாகப் பணியை நூர்ஜஹானிடம் ஒப்படைத்து விட்டேன். எனக்கு ஒரு சேர் மதுவும், அரைசேர் மாமிசமும் தவிர வேறொன்றும் தேவையில்லை." அவள் பெயரால் நாணயங்கள் அச்சிடப்பட்டன. பலவித அரசியல் உரிமைகளையும் அளிக்கின்ற அதிகாரம் அவளுக்கு

இருந்தது. பல தோட்டங்களையும், ஆக்ராவில் ஒரு மாசோலியத்தையும் உருவாக்கினாள். தன் சகோதரனின் மகளான மும்தாஜ் மஹாலை ஷாஜஹானுக்குச் சாதுரியமாகத் திருமணம் செய்துவைத்தாள். தனது சொந்த மகளின் முதல் திருமணத்தை ஷாஜஹானின் சகோதரன் ஒருவனுக்கும் நடத்தினாள். ஜஹாங்கீர், தானே மசூதிகளைக் கட்டுவதை ஆதரிக்காத போது, அவனுடைய அந்தப்புரத்திலிருந்த பிற பெண்மணிகள் மசூதிகளை வடிவமைத்துக் கட்டவும் ஊக்கமளித்தனர்.

மும்தாஜ் மஹல் முகலாயப் பெண்களில் மிகப் புகழ்பெற்றவள். அவளுக்காகத்தான் ஷாஜஹான் தாஜ்மஹலைக் கட்டினான். தாரா ஷிகோ, அவனுடைய தமக்கை ஜஹனாரா இருவரின் தாயும் அவள்தான். ஜஹனாரா, சூஃபி முறைமை ஒன்றில் ஈடுபட்டாள். அதைப் பற்றியும், அஜ்மேரிலுள்ள இந்திய சூஃபி முயின் உத்தீன் சிஷ்டியின் கல்லறைக்குச் சென்றுவந்தது பற்றியும் எழுதினாள். அவருடைய வரலாறு ஒன்றையும் எழுதினாள். மிகச் செல்வ வளம் பெற்றவள். தன் தாயின் பாதிச் சொத்தினாலும், டச்சுக்காரர்களுடன் வியாபாரத்தில் ஈடுபட்டும் சம்பாதித்தாள். ஜஹனாரா மது அருந்துவது வழக்கம், அவளைப் பற்றிக் கதைகள் பல வழங்கின. தன்வீட்டில் இளைஞர்களைப் பெண்வேடத்தில் ஒளித்துவைப்பதும், அவர்களுடன் யானைமீதேறிச் சவாரி செய்வதும் வழக்கம் என்று சொல்லப்படுகிறது.[82]

இந்துப் புனிதவதிகளும் மனைவியல்லாதவரும் (மனைவியரும்)

நாம் பார்த்ததுபோல, ராஜபுத்திரர்களுக்கும் முகலாயர்களுக்கும் இடையில் மிகுதியான அளவு கலப்புத்திருமணம் இருந்தது. முகலாய ஆண்கள் ராஜபுத்திரப் பெண்களைத் திருமணம் செய்தனர், குறைந்த அளவில் ராஜபுத்திர ஆண்களும் முகலாயப் பெண்களைத் திருமணம் செய்தனர். அரசரல்லாத வகுப்பினரிடையே இருவகைத் திருமணங்களும் பொதுவாக இருந்தன. மீர்சா அசீஸ் கோக்கா (மாளவத்தின் நிர்வாகி, அக்பருடைய வளர்ப்புச் சகோதரன்) பல இனப்பெண்கள் கொண்ட அந்தப்புரத்தை வைத்து ஒரு பாட்டு எழுதினான். “ஒவ்வொரு மனிதனுக்கும் நான்கு மனைவிகள் வேண்டும்: கலந்துரையாடுவதற்கு ஒரு பார்சிப் பெண், வீட்டுவேலைக்கு ஒரு குருசான் பெண், குழந்தைகளை வளர்க்க ஓர் இந்துப் பெண், டிரான்சோக்சியானாவிலிருந்து பெண் ஒருத்தி, பிறருக்குப் பாடமாக இருக்க, அடிப்பதற்காக.”[83] உருதுக் கவிஞர்கள் இந்துஸ்தானியில் காதல் கவிதைகள் எழுதினார்கள், அவர்களுடைய என்றைக்கும் பிரபலமான கருப்பொருள், “முஸ்லிம் பையன்—பேரிடரைத் தருமாறு — இந்துப்பெண்ணைச் சந்திக்கிறான்.”[84]

ராஜபுத்திர அரசியரில் பலர் முகலாயர்களை மணப்பதற்கு மாறாக, வீரத்துடன் எதிர்த்துப்போரிட்டனர். மராட்டியப்பெண்ணான துளசிபாய், போரில் பெரும்படையுடன் சண்டையிட்டாள். கோண்ட்வானாவின் ராணி துர்க்காவதி தைரியத்துக்குப் பேர்போனவள். ஸ்ரீநகர் அரசனின் விதவை மனைவி ஷாஜஹானின் காலத்தில் இரும்புக்கரத்துடன் ஆட்சி செய்தாள். நிரூபிக்கப்பட்ட குற்றவாளிகளின் மூக்குகளை அடிக்கடி அரியுமாறு தண்டனை விதித்தாள்.[85] இந்தத் தண்டனை அக்காலத்தில்

கற்பில்லாத பெண்களுக்கு மரபாக வழங்கப்படுவதாக இருந்தது.

இந்தக் காலப்பகுதிக்கான மத இலக்கியத்திலும் தைரியமான பெண்கள் இருந்தார்கள். அவர்களில் மிகப் புகழ் பெற்றவள் மீராபாய் (ஏ. 1450 - 1525). அவள் வாழ்க்கைக் கதை பற்றிய முதல் வடிவத்தில், அவள் ஒரு அரசன் மகனுக்குக் கட்டாயத் திருமணம் செய்துவைத்தார்கள், ஆனால் அவள் அலைந்துதிரியும் பிச்சைக்காரர்கள், கிருஷ்ண பக்தர்கள் ஆகியோரின் சேர்க்கையையே நாடியதாகச் சொல்லப்படுகிறது. அரசன் (அவளுடைய கணவன் அல்லது மாமனார், பல கதைகள் பலவிதமாகச் சொல்கின்றன) அவளைக் கொல்வதற்கு வீணான பலவித முயற்சிகள் செய்தான். அவள் திருமண பந்தத்தைக்கைவிட்டுக்கிருஷ்ண பக்தர்களுடன் சென்றுவிட்டாள். பிற்காலக் கதை வடிவங்களில் (சான்றாக, இந்தியச் செவ்வியல் கதைகளின் காமிக் வடிவங்களான அமர்சித்ர கதாபுத்தகங்களில்) அவள் கணவனின் சகோதரனே அவளைக் கொல்வதற்கு முயற்சி செய்கிறான். அவள் கணவன் மிக வாய்ப்பாக திருமணம் முடிந்த கொஞ்சநாட்களில் இறந்துவிடுகிறான். ஆகவே மீராபாய் ஒரு 'இலட்சிய இந்து மனைவி'யாகச் சித்திரிக்கப்படுகிறாள். அவளுடைய பாடல்கள் மிக அதிகமாக மேற் கோள் காட்டப்பட்டாலும், வட இந்தியத் துறவிகளிலேயே மிக அதிகமாக அவளுடைய கதை அறியப்பட்டிருந்தாலும், அவள் காலத்தில் அவள் பாடல்கள் தொகுக்கப்படவில்லை. இதற்குக் காரணம், அவள் கவிதைகள் திருமணத்தையும் துறவையும் ஒருசேர கேலிசெய்கின்றன என்பதாக இருக்கலாம்.[86] ஆக அவளுக்கு வேண்டியவர்கள் இல்லை.

வால்மீகி, துளசிதாசர், கபீர் ஆகியோர் கூறிய ஒரு பழங்குடிப் பெண்ணின்—சபரியின் கதையை மீராபாயும் ஒரு பெண்ணுக்கே உரிய முறையில் சொல்லுகிறாள். சபரி ஒரு பீல் பெண்மணி. இராமனுக்குத் தருவதற்கு முன், முதலில் அவளே பழங்களைக் கடித்துச் சுவை பார்க்கிறாள்.

அந்த பீல் பெண் ஒவ்வொரு பழமாகச் சுவைத்துக்

கடைசியில் ஒன்றைக் கண்டறிகிறாள்.

என்னவிதமான நாகரிகப் பண்பு இது?

அவளுக்குக் கவர்ச்சியூட்டும் அழகும் இல்லை

ஏழைக் குடும்பத்தினள், சாதியோ இழிந்தது,

கந்தலுடை அணிந்திருந்தாள்.

ஆனாலும் அவள் தொட்ட, கெட்டுப்போன

அந்தப் பழத்தை இராமன் ஏற்றான்.

அவளுடைய அன்பின் குறியீடு அது

என அவன் அறிவான்.⁸⁷

"எந்தவிதமான வேதத்தை அவள் அறிந்திருக்கக்கூடும்?" என்று மீரா பாய் அவளைப் பற்றிக் கேட்கிறாள். மற்றொரு பாடல், மோக(ன)ன் என அவள் அழைக்கும் கிருஷ்ணனைப் பற்றியது:

என் கண்களுக்குப் பேராசை. அவை இனித் திரும்புவதற்கில்லை.

நேராக, இன்னும் நேராக அவை பார்க்கின்றன, தோழனே!

மேலும் மேலும் பேராசைப்படுகின்றன.

இங்கே நான் குடிசை வாயிலில் காத்திருக்கிறேன்.

மோகனன் வரும்போது நன்கு காணவேண்டுமென்று

என் குடும்ப கௌரவத்தைக் காக்கின்ற

அழகிய முகத்திரையையும் நாணத்தையும் விட்டு

முகத்தைக் காட்டுகிறேன்.

மாமியார், நாத்தனார் இரவும் பகலும் கண்காணிப்பு.

அதைப் பற்றியே பேசுகின்றனர் மீண்டும் மீண்டும்.

என் விரைந்த மயங்கிய கண்களை எவரும் தடுக்க இயலாது

அவை வேறொருவனுக்கு விற்கப்பட்டுவிட்டன

நல்லவள் நான் என்பார்கள் சிலர், அல்லவள் என்றும் சிலர் சொல்வார்கள்.

யார் என்ன சொன்னாலும் இதை ஒரு பரிசாக ஏற்கிறேன்.

மீரா அவள் பிரபு — மலையை உயர்த்தியவனின் காதலி,

அவன் இன்றி உயிர்வாழ்தல் எனக்கு இல்லை.⁸⁸

மற்றொரு பக்தையான அக்க மகாதேவியின் பாட்டிலும் மாமியாரின் பாத்திரம் இடம் பெறுவதைப் பார்த்திருக்கிறோம். ஆனால் இப்போது அப்படிமத்தின் அர்த்தம் வேறு. இங்கு அது மாயையைக் குறிப்பதில்லை. கடவுளே இங்கு ஏமாற்றுபவனாக இருக்கிறான். மீராவின் கண்களை நேருக்கு நேர் சந்தித்து தரிசனத்தின் கட்டுப்படுத்தும் நோக்கில் தேக்கி விடுகிறான்.

மராட்டிய மரபில் முக்தாபாய், ஜனாபாய் உள்ளிட்ட பெண்துறவியர் பலர் மேலும் இருக்கிறார்கள். அவர்கள் விட்டோபாவைப் பெண்ணாக உருப்படுத்தியும் (விட்டாபாய்) கவிதை எழுதியிருக்கிறார்கள். அவன் ஆணாக இருந்தாலும், அவனைத் தாயாகக் கருதுகிறார்கள். இப்படிப் பெண்களின் இருப்பு இருந்தாலும், விட்டோபாவைப் பற்றிய

அவர்களது பாக்களில் பெண்களைப் பற்றிய எதிர்மறைப் படிமங்களே காணப்படுகின்றன. குறிப்பாக முக்தியின் பாதையிலிருந்து ஆண்களை வசப்படுத்தி மயக்கும் மாயக்காரிகள் என்பதாக அவர்கள் படிமம் உருவாகிறது.[89]

முகலாயர்கள் ஆட்சியில் உடன்கட்டை ஏறுதல் (சதி)

விதவைகளும் மயக்கி வசியம் செய்பவர்கள் ஆகக்கூடும் என்ற பயம் உடன்கட்டை ஏறும் (கணவனின் உடலை எரிக்கும்போது மனைவியையும் வைத்து எரித்தல்) பழக்கத்திற்கான காரணிகளில் ஒன்றாக இருந்திருக்கிறது.

அக்பர் சதியை எதிர்த்தான், ஆனால் அதை ஒழிக்கவுமில்லை, ஒடுக்குவதற்கு அரசாங்கத்தின் பலத்தைப் பயன்படுத்தவுமில்லை.[90] 1583இல் அபுல் பசல் எழுதுகிறான்: “ஒரு பெண் தானாக முன்வந்து கணவனுடன் எரிக்கப்பட வேண்டும் என்று விரும்பினால் யாரும் அவளைத் தடைசெய்யலாகாது, ஆனால் அவளை யாரும் கட்டாயப்படுத்தலாகாது.”[91] குழந்தைகள் பெற்ற பெண்கள் உடன்கட்டை ஏற அனுமதிக்கப்படவில்லை. வேறொரிடத்தில் அக்பர் கூறுவதாக அபுல் பசல் சொல்கிறான்: “தன் கணவன் இறந்தால் அவனது முக்திக்கு ஒரு வழி என்று கருதி ஒரு பெண் தனக்குச் சிறிதும் விருப்பமில்லாவிட்டாலும் அவனுடன் சேர்ந்து எரிந்துபோகவேண்டும், தனது விலை மதிப்பற்ற உயிரை முகமலர்ச்சியோடு அவனுக்காகத் தரவேண்டும் என்பது இந்துஸ்தானத்திலுள்ள ஒரு பழைய வழக்காறு. தங்கள் மனைவிமார்களின் சுயதியாகத்தினால்தான் தாங்கள் மீட்பு அடையவேண்டும் என்பது இங்குள்ள ஆண்களின் பரந்த மனப்பான்மையைக் காட்டும் ஒரு விசித்திர உதாரணமாக உள்ளது.”[92] உடன்கட்டை ஏற விரும்பும் எந்தப் பெண்ணாயினும் அவள் தன்னை வந்து நேரில் சந்திக்கவேண்டும் என்றும், அப்போது அவளை அந்நடைமுறையிலிருந்து தடுப்பதற்காகத்தான் பரிசுகளும் நிலமும் வழங்குவதாகவும் ஜஹாங்கீர் கூறினான்.[93] மேலும், இஸ்லாமுக்கு மாறிய இந்துக்களும்கூட, இன்னும் தங்கள் ‘அறியாமைக் காலத்தின் செல்வாக்கினால்’ தூண்டப்பட்டு, இறந்த கணவர்களின் உடலின் அருகிலேயே மனைவியரின் உடல்களைப் புதைக்க வேண்டும் என்று வேண்டுகிறார்கள் என வருத்தத்துடன் புகார் தெரிவிக்கிறான்.[94] ஔரங்கசீப்பின் காலத்தில், தன் கணவனுடன் உடன் கட்டை ஏறஇருந்த இந்துப்பெண் ஒருத்தியை ஒரு முஸ்லிம் தடுத்து, அங்கு இந்த பயங்கரமான நடைமுறை இல்லை என்றுகூறி அவளை முஸ்லிமாக மாறிவிடுமாறு கூறியதாகச் சொல்லப்படுகிறது. அவளும் அப்படியே செய்தாள். ஆனால் அவளுக்குத் தொழுநோயினால் உறுப்புச்சிதைவு ஏற்பட்டிருந்ததால் வேறு எவரும் அவளை ஏற்கவில்லை.[95]

முகலாயர்களுக்கு சதியின்மீது வெறுப்பு இருந்தபோதிலும், அவர்களில் சிலர் விக்கிரக வழிபாட்டின் உடன்விளைவாக அதைக் கண்டபோதும், பலர் அதற்குக்காரணமான மதிப்புகள் — தைரியம், விசுவாசம், மேலும் அன்பு இவற்றின்மீது மரியாதை வைத்திருந்தார்கள்.[96] உடன்கட்டை ஏறிய பெண்களின் இந்தப் பண்புகளை அக்பரும் பாராட்டினான்.[97] அக்பர் காலத்திலிருந்த ஒரு சூஃபி, இதை எரிக்கும் மனித அன்பு என்பதன்

உதாரணமாகக் கொண்டு அதை (கபீர் செய்ததுபோல)க் கடவுளைநோக்கிய ஆன்மாவின் அன்புக்குக் குறியீடு ஆக்கினான்.[98] பதினாறாம் நூற்றாண்டின் பிற்பகுதியில் விஜயநகரத்தில் சதி, ஒரு கொள்ளைநோய்போலப் பரவி யிருந்தது. தக்கண சுல்தான்கள் அதை அழித்தார்கள். முகலாயர்கள் கட்டுப்பாட்டில் ராஜபுத்திரர்கள் வந்தபோது உடன்கட்டை ஏறுதல் மிகுதி யானது.[99] 1614இல் மான்சிங் இறந்தபோது ஆறு பெண்கள் உடன்கட்டை ஏறினர். 100 முஸ்லிம்களின் எதிர்ப்பு எவ்வாறிருந்த போதிலும், தெளிவா கவே அது இந்துக் கடப்பாட்டினைச் சற்றும் பாதிக்கவில்லை.

க்ஷேத்ரய்யாவின் ஆந்திர வேசிகள்

தெற்கு ஆந்திரத்திலும் தமிழகத்திலும் பதினைந்தாம் நூற்றாண்டு முதல் பதினெட்டாம் நூற்றாண்டு வரை தெலுங்கில் எழுதிய பக்திக் கவிஞர்களின் மற்றொரு வம்சாவழியில் ஆண்கள் உற்பத்திசெய்த பெண்களின் குரல்கள் ஒரு மையமான பங்கினை வகித்தன. இந்தக் கவிஞர்களில் முக்கியமானவர் க்ஷேத்ரய்யா. பதினேழாம் நூற்றாண்டின் இடைப்பகுதியில் நாயக்கர்கள் ஆட்சியில் இவர் வாழ்ந்திருக்கலாம். தான் முவ்வ கோபாலன் என்றழைத்த, கிருஷ்ணனின் ஒரு வடிவத்தை இவர் வணங்கினார்.[101] அவருடைய கவிதைகள், ஒரு வேசி தன் வாடிக்கை யாளனிடம் பேசுவதுபோன்ற தொனியைக் கொண்டுள்ளன. அந்த வாடிக்கையாளன், அவளுடைய காதலன் மட்டுமல்ல, அவளுடைய கடவுளும் அரசனுமாக இருக்கிறான். ஆக இந்தக் கவிதைகள் மூன்று தளங்களில் இயங்குகின்றன. பழைய தென்னிந்திய மதச்சார்பற்ற காதல் கவிதைப் போக்கினையும், ஏற்கெனவே இறைவனுக்கும் அரசனுக்கும் ஒரேசமயத்தில் விசுவாசமாக இருக்கின்ற பக்திக் கவிதைப்போக்கினையும் இணைக்கின்றன. காமம் என்பது மதத்திற்கும் (தர்மத்திற்கும்) அரசிய லுக்கும் (அர்த்தத்திற்கும்) உருவகமாகிறது. மதமும் காமத்திற்கும் அரசிய லுக்கும் (அர்த்தத்திற்கும்) உருவகமாகச் செயல்படுகிறது.

தொடக்ககால பக்தியில், கடவுள் அரசனாகக் காணப்பட்டான். ஆனால் அரசன் கடவுளாக நோக்கப்பட்ட காலத்தில், அரண்மனையில் வாழும் அரசனுக்கும் கோயிலிலுள்ள தெய்வத்திற்கும் இடையிலுள்ள கோடு அழிந்துபோகும் அளவுக்கு மங்கிவிட்ட காலத்தில் க்ஷேத்ரய்யா எழுதினார்.[102] இருவருக்கும் பணத்தின்மீதுள்ள அக்கறை பொதுவாக இருந்தது. ராமாநுஜன், நாராயண ராவ், ஷுல்மன் ஆகியோர் கூறுவது போல, “அரசன் கடவுள் என்றால், பணம் வைத்திருப்பவன் எவனும் அரசன் என்றால், பணம் வைத்திருக்கும் எவனும் கடவுளாகிறான்.”[103] பக்தன் எவனும் எப்படி ஒரு வேசியின் வாடிக்கையாளனாக இருக்க இயலுமோ அப்படியே பக்தனுடைய வாடிக்கையாளனாகக் கடவுள் ஆகிறான்.

க்ஷேத்ரய்யாவின் பாடல்களை தாசிகள் (வேசிகள்) காப்பாற்றினர். அப் பாடல்களை பெண்களின் வேடத்தை ஏற்று நடிக்கும் ஆண் பிராமணர்கள் நிகழ்த்தினர். இம்மூன்று தள மொழிகளையும் இப்பாடல்களில் காணலாம். அவற்றில் சிலவற்றின் கருத்துகள், தன் காதலன், அரசன், கடவுள் ஆகிய வாடிக்கையாளனால் கருவுற்ற பெண் ஒருத்தி, அதைக் கலைப்பதற்கு

மருந்து தயாரிக்க ஒரு வேரை (மூலிகையை)த் தேடிவருமாறு அவனுக்குச் சொல்வதுபோல அமைந்துள்ளன.

திருமணமான பெண் ஒருத்தி, காதலனுக்கு

வேர் ஒன்றைத் தேடிவா, போ.
நான் நம்பக்கூடிய தோழியர் யாரும் எனக்கில்லை.
நான் வேண்டாம் என்றபோது நீ கேட்கவில்லை
என் சாபங்களெல்லாம் உனக்கு வரம் என்றாய்
என்னை இழுத்துஅணைத்து, கீழ்மகனே
பலத்தினால் என்னைச் சேர்ந்தாய்
இப்போது எனக்கு மாதவிலக்கு வரவில்லை
என் கணவன் வீட்டில் இல்லை
வேர் ஒன்றைத் தேடிவா, போ.
என்னைப் பழிக்கு இலக்காக்கிக் கொண்டேன்
உன்னைச் சொல்லி என்ன பயன்?
உணவில் ருசியும் இல்லை, நான் என்ன செய்வேன்?
மருத்துவச்சியிடம் போய் மருந்து ஒன்று வாங்கி வா.
பெண்கள் அலர்பேசத் தொடங்கும் முன்னால்
வேர் ஒன்றைத் தேடிவா, போ.

கூரையிலிருந்து குதித்ததுபோல
திடீரெனக் கணவன் வந்துவிட்டான்
நேற்றிரவு முழுவதும் காதல் புரிந்தான்
இப்போது பயம் இல்லை எனக்கு
என் விருப்பங்கள் யாவும், முவ்வ கோபாலா,
முடிவுக்கு வந்துவிட்டன, அதனால் இப்போது
உன் பிம்பமாகக் குழந்தையொன்று தருவேன்
வேர் ஒன்றைத் தேடிவா, போ.[104]

தர்மசாத்திரங்களில் பிராமணக் கொல்வதற்கு ஒப்பான, மரணத்தைத் தரும் பாவம், கருச்சிதைப்பு. இங்கு கருச்சிதைப்பு வேண்டப்படுவதன் காரணம், கடவுளே தன்னிடம் பக்திசெய்தவளைக் கற்பழித்துவிட்டான். இப்பாட்டின் அதிர்வுகள், அரசனையும் சுட்டிக் காட்டுகின்றன. தன் ஆட்சி எல்லைக்குள் எந்தப் பெண்ணையும் அடையும் உரிமை அவனுக் கிருக்கிறது. கடைசி இரண்டு அடிகளில் — "அதனால், இப்போது உன் பிம்பமாகக் குழந்தையொன்று தருவேன்" — பொதிந்துள்ள தொன்மச் சாத்தியப்பாடுகள் நம்மை அதிர்ச்சிகொள்ள வைக்கின்றன. கடவுளர்கள் மனிதக் குழந்தைகளை உருவாக்கிய மொத்தப் புராணக்கதைகளும் (மகாபாரதத் தலைமக்களின் தெய்வீக வம்சாவழிகளை நினைத்துப் பாருங்கள் !) வேறுவித ஒளியில் வைக்கப்படுகின்றன. இறுதியில் அப்பெண் குழந்தையைப் பெறவே நினைக்கிறாள், கருச்சிதைப்புக்கு அல்ல. கடவுளை வாடிக்கையாளனாக நினைக்கும் பெண்ணின் கற்பனையைக் கற்பனை

செய்யும் ஆணின் கற்பனையில் காமம், மதம், அரசியல் மூன்றும் ஒன்றை யொன்று பிரதிபலிக்கின்றன. கடவுளின் காதலைப்பற்றிய கவிஞனின் பார்வையும் அதை உயர்வான, அருவமான உணர்வாக மதிக்கவில்லை, மாறாக, மிக நெருக்கமான, மிக இழிந்த என்றும் சொல்லலாம் — மனித அக்கறை ஆக்குகின்றது.

அடிக்குறிப்பு

1. Amitav Ghosh, cited by Rushdie, Introduction to the Baburnama, ix.
2. Wujastyk, "Change and Creativity," 110, citing P. V. Kane.
3. Ibid.
4. Olivelle, Renunciation in Hinduism: A Medieval Debate.
5. Lutgendorf, Hanuman's Tale, 121, citing Bernard S. Cohn.
6. Haberman, Acting, 41.
7. Schimmel, The Empire, 237.
8. Lutgendorf, The Life of a Text, 99.
9. Lamb, "Personalizing the Ramayana," 237.
10. Tulsi, Ramcaritmanas (The Holy Lake), 7.53; Hawley and Juergensmeyer, Songs of the Saints of India, 153.
11. Ramacaritamanasa of Tulsi Das, 3.23-24, 6.107-108.
12. Ibid., 6.108.7.
13. Beck, "Krishna as Loving Husband," 71.
14. Bhattacharya, Love Songs of Chandidas, 107.
15. Flood, Introduction, 141.
16. Ibid., 139.
17. Dimock, Place of the Hidden Moon.
18. Mukhia, The Mughals, 39.
19. Sanford, "Holi Through Dauji's Eyes," 109.
20. Openshaw, Seeking Bauls of Bengal.
21. Beck, "Krishna as Loving Husband," 72-73.
22. Ibid., 78.
23. Haberman, Acting.
24. Beck, "Krishna as Loving Husband," 76, quoting J. Farquhar in 1917.
25. Nathan and Seely, Grace and Mercy in Her Wild Hair.
26. McLean, Devoted to the Goddess; McDermott, Mother of My Heart.
27. Dilip Chitre, Introduction to Tukaram, Says Tuka, ix.
28. Ibid., xix, xiv, 119.
29. Tukaram, Says Tuka, 80.
30. Ibid., 86-87.
31. Gommans, The Rise of the Indo-Afghan Empire, 82.
32. Digby, Warhorse and Elephant.
33. Babur, Baburnama, 446 and 463 (trans. Beveridge).

34. *Keay, India, 325.*

35. *Abu'l Fazl, Ain-i-akbari, vol. 1, 140.*

36. *Schimmel, The Empire, 203.*

37. *Abu'l Fazl, Ain-i-akbari, vol. 1, 140.*

38. *Ibid.*

39. *Kelly, Marwari.*

40. *Doniger, " 'I Have Scinde.' "*

41. *Schimmel, The Empire, 52-53.*

42. *Crooke, The Popular Religion and Folk-lore of Northern India, vol. 2, 206; citing Rousselet, "India and Its Native Princes," 116.*

43. *Asutosh Bhattacarya, Folklore of Bengal, 49. Crooke, The Popular Religion and Folk-lore, vol. 2, 206.*

44. *Hiltebeitel, The Cult of Draupadi, vol. 1, Mythologies, 101-102.*

45. *Ibid., 118, 122.*

46. *Sontheimer, "The Mallari/Khandoba Myth," 155, 163.*

47. *Personal communication from Jack Stanley, Chicago, 1980.*

48. *Sontheimer, "Folk Hero, King and God."*

49. *Sontheimer, "Some Incidents in the History of the God Khandoba," 116.*

50. *Vinakaya, Sri Mallari Mahatmya.*

51. *Sontheimer, "The Mallari/Khandoba Myth," 161.*

52. *Ibid., n. 16, citing the Sri Martanda Vijaya of Gandgadhara, 34.51 ff.*

53. *Vinakaya, Sri Mallari Mahatmya, 13.24.*

54. *Erndl, Victory to the Mother, 46. The story is found in oral tradition and numerous popular pamphlets.*

55. *Ibid., 96. From a Hindi oral version collected in Chandigarh, 1982-83.*

56. *Erndl notes, of her contemporary story: "There is a controversy over whether he is the same as King Hariscandra of Ayodhya, an ancestor of Rama, or a local king of Haripur in District Kangra, H.P. [Himachal Pradesh]."*

57. *Crooke, The Popular Religion and Folk-lore, vol. 2, 206; citing Indian Antiquary, vol. 11, 325 ff; Panjab Notes and Queries, vol. 2.*

58. *Hiltebeitel, Rethinking the Mahbharata, 2.*

59. *Ibid., 121.*

60. *Ibid., 45, citing A. K. Ramanujan.*

61. *Ibid., 299.*

62. *Temple, Legends of the Punjab, vol. 1, 121-209.*

63. *Steel, "Folklore in the Panjab," 35.*

64. *Crooke, The Popular Religion and Folk-lore, vol. 1, 211-13, citing Indian Antiquary, vol. 11, 33 ff; Cunningham, "Archaeological Reports," vol. 17, 159; "Panjab Notes and Queries," vol. 2, 1; John Campbell Oman, Cults, Customs, and Superstitions (1908), 68-82.*

65. *Rose, A Glossary of the Tribes and Castes, 179. From Nabha State, a princely Sikh state near the Punjab.*

66. *Subrahmanyam, "Friday's Child," 80.*

67. *Ibid., 81, quoting a French eyewitness account of 1714.*

68. *Ibid., 92-106, citing Arunachalam, Peeps into Tamil Literature; Desingu Rajan Kathai, 138 ff.*

69. Subrahmanyam, "Friday's Child," 108-09.
70. Dalrymple, "Homer in India," 51.
71. Ibid., 54
72. Joshi, Painted Folklore and Folklore Painters of India, 52.
73. Kramrisch, Unknown India, 87.
74. Agravat, Satyavadi Vir Tejapala.
75. Lopez, Religions of India in Practice.
76. Eaton, The Rise of Islam, 180-82.
77. Schimmel, The Empire, 156, 158, 161.
78. Ibid., 164.
79. Ibid., 144-15, 155-56.
80. Ibid., 143.
81. Ibid., 143, 147-49, 156.
82. Ibid., 151, 153.
83. Ibid., 155.
84. Dalrymple, White Moghuls, 34.
85. Schimmel, The Empire, 155.
86. Hawley and Juergensmeyer, Songs of the Saints of India, 126-27, 120, 132.
87. Ibid., 137.
88. Hawley, Three Bhakti Voices, 111.
89. Flood, Introduction, 143-44.
90. Nandy, "Sati as Profit," 139, citing V. N. Datta, Sati, 13-14.
91. Abu'l Fazl, Ain-i-Akbari, vol. 1, 216.
92. Ibid., vol. 3, 449.
93. Nandy, "Sati as Profit," 140.
94. Mukhia, The Mughals, 32, citing the Tuzuk-I Jahangiri, trans. Alexander Rogers, vol. 2, 180-81.
95. Ibid., 36.
96. Nandy, "Sati as Profit," 140.
97. Schimmel, The Empire, 113.
98. Nau'i, Burning and Melting.
99. Sangari, "Perpetuating the Myth," 27.
100. Schimmel, The Empire, 166.
101. Ramanujan et al., When God Is a Customer.
102. Ibid., 23.
103. Ibid., 24.
104. Ibid., 117-18.

இயல்: 21
பிரிட்டிஷ் அரசின்கீழ் சாதி, வகுப்பு, மதமாற்றம்
கி.பி. 1600 முதல் கி.பி. 1900 வரை

காலவரிசை (எல்லா ஆண்டுகளும் கிறித்துவுக்குப் பின்னரே)

1600 (31 டிசம்பர்) முதலாம் எலிசபெத் அரசி பிரிட்டிஷ் கிழக்கிந்தியக் கம்பெனியின் சாசனத்தை வெளியிடுகிறாள்

1750 - 1755 வங்காளப் பஞ்சத்தால் ஒருகோடிப்பேர் மரணம்

1756 கல்கத்தாவின் கருங்குழி டஜன் கணக்கான மரணங்களுக்குக் காரணமாகிறது

1757 வங்காளத்தின் முஸ்லிம் அரசர்களைக் கிழக்கிந்தியக் கம்பெனி தோற்கடித்தல்

1757 பிரிட்டிஷ் அரசின் முதல் அலைத் தொடக்கம்

1765 ராபர்ட் கிளைவ் வங்காளத்தின் வேந்தனாகிறான்

1782 - 1853 சர் சார்லஸ் ஜேம்ஸ் நேப்பியர்

காலம்

1813 பிரிட்டிஷ் அரசின் இரண்டாம் அலைத் தொடக்கம்

1857 - 1858 புரட்சி (முன்பு கலகம் என்று சொல்லப்பட்டது) நிகழ்தல், பிரிட்டிஷ் அரசின் மூன்றாம் அலைத் தொடக்கம்

1858 முகலாய அரசையும் (கிழக்கிந்தியக் கம்பெனியையும்தான்) பிரிட்டிஷ் அரசப்பிரதிநிதி அதிகாரபூர்வமாக நீக்குதல்

1865 - 1936 ருட்யார்ட் கிப்லிங் காலம்

இந்தச் சமயக் கொள்கைகளின் விஷயம் குதிரைமாமிசம் போன்றிருக் கிறது... மதங்கள் குதிரைகள் போன்றவை. தனது நாட்டில் ஒவ்வொன்றிற்கும் மதிப்பிருக்கிறது.

- *ருட்யார்ட் கிப்லிங்கின் 'கிம்' நாவலில் (1911) மகபூப் அலி.*

கொந்தளிப்பும் கூச்சலும் அடங்குகின்றன—
தளபதிகளும் அரசர்களும் இறக்கிறார்கள்—
உனது புராதனத் தியாகம் அசைவின்றி நிற்கிறது,
ஒரு பணிவுமிக்க கழிவிரக்கத்தால் நையும் இதயம்.
ஆதரிப்போரின் பிரபுவே, எங்களுடனே இன்னும் இரும்
நாங்கள் மறக்கலாகாது, மறக்கலாகாது!

- *ருட்யார்ட் கிப்லிங், ரிசஷனல் (கவிதை), 1897*

(இந்த இயலில் அரசு என்னும் சொல் அடிக்கடி இடம் பெறும். அது 'இந்தியாவில் பிரிட்டிஷ் அரசு' என்பதன் சுருக்கமாகும்.)

இந்த இயல், மிகுந்த ஆபத்தை விளைவிக்கின்ற ஓர் இடர்மிக்க திறந்தவெளிப்பந்தயம் என்று வருணிக்கக்கூடிய பிரிட்டிஷ் அரசின் காலத்தின்மீது (பிரிட்டிஷ் பேரரசின் பகுதியாக இந்தியா இருந்த இரண்டு நூற்றாண்டுகள்) ஒரு வேகப் பாய்ச்சலுடன் தொடங்குகிறது. எல்லாக் குதிரைப்பந்தயங்களின் செய்தியறிக்கை போலவே, இதுவும் முக்கிய வீழ்ச்சிகளை மையப்படுத்திக் காட்டுகிறது. இடருக்காளானவை வழியில் விழுகின்றன, குறிப்பாக மதத்தில் விளைவுண்டாக்கக்கூடியவை. பெண்ணிய அல்லது திரைப்படப் பெயரிடல் முறையை ஒட்டி, அரசின் மூன்று 'அலை'களுக்கிடையில் ஒரு காலப்பகுதிப் பிரிவு இருந்தது. இந்தியாவில் அதற்குமுன் ஆங்காங்கு சிதறியிருந்த ஐரோப்பிய இருப்பு களை ஒன்று சேர்ப்பதுடனும், அறிவுஆராய்ச்சியில் இந்தோ ஐரோப்பிய மொழி அமைவைக் கண்டுபிடிப்பதுடனும் முதல் அலை பதினெட்டாம் நூற்றாண்டில் நிகழ்ந்தது. அது கருங்குழியில் தொடங்குகிறது, அதைத் தொடர்ந்து அரசாங்கம் 1756 மேற்கொள்வதுவரை நீடிக்கிறது. கிறித்துவ மதப்பணியாளர்களின் அதிகாரபூர்வ நுழைவுடன் இரண்டாவது அலை 1813இல் தொடங்கியது. பிரிட்டிஷ்காரர்கள் சிப்பாய்க்கலகம், அல்லது வங்கக் கலகம் அல்லது இந்தியக்கலகம் என்று குறிப்பிட்டதன்

பின்விளைவிலிருந்து மூன்றாவது அலை 1857 - 58இல் தொடங்கியது. இந்தியர்கள் அதை தேசிய எழுச்சி அல்லது முதல் இந்திய சுதந்திரப் போர் என்றார்கள். எந்தக் கருத்தில் நிற்கிறார்கள் என்பதைப் பொறுத்துப் பிறருக்கு அது ஆட்சிக்கெதிரான பெருங்கலகம் அல்லது பெரும் புரட்சியாகத் தோற்றமளித்தது. இந்துமதத்தின் மூன்று உடன்படிக்கை களைப்போல, இந்த மூன்று அலைகளும் ஒன்றையொன்று இடப்பெயர்ச்சி செய்யவில்லை, அழித்தெழுதக்கூடிய ஒரு பிரதி போலவே செயல்பட்டன. புதியவை வளர்கின்றன, ஆனால் பழையவை இருக்கின்றன. ஆகவே ருட்யார்ட் கிப்லிங்கை, மூன்றாவது அலையில் அவர் வாழ்ந்தாலும், சிறு மாறுபாட்டுடன் கூடிய முதல் அலைக்குரிய ஆங்கில - இந்தியர் என்று நோக்க முடியும்.

இந்தப் பந்தயத்தினைப் பற்றிய விவரிப்பை, அதில் பங்கேற்ற இரண்டு தனிமனிதர்களைப் பற்றிய — சர் சார்லஸ் ஜேம்ஸ் நேப்பியர், கிப்லிங் ஆகியவர்களின் ஆய்வுகளுடன் நான் முடிக்கிறேன். (மேல் மேற்கோள்களில் முதலாவது கூறுவதுபோல) குதிரைகளையும் மதத்தையும் பற்றிய கிப்லிங்கின் சிந்தனைகள் (இரண்டாவது மேற்கோளில் அதிகாரம் பற்றிய அவரது மனப்பாங்கினைப் போல) வியப்பளிக்கும் வகையில் பன்மைத் தன்மை வாய்ந்தனவாக உள்ளன. பிறகு எப்போதும்போலவே நாம் குதிரைகளைப் பற்றிப் பார்க்கலாம். இந்து மதத்தைப் பொறுத்தவரை, இந்தக் காலப்பகுதியில் உற்பத்தி செய்யப்பட்ட பல பனுவல்களையும், பல நடைமுறைகளையும் நான் கணக்கில் கொள்ள முயலப்போவதில்லை. மாறாக, பிரிட்டிஷ்காரர்கள் இந்துமதத்தைப் பாதித்த வழிகள் பற்றி மட்டுமே நோக்கப்போகிறேன். பிரிட்டிஷ் குரல்களும், அவற்றுக்கு எதிர்வினையாகவும் எதிராகவும் எழுந்த இந்துக் குரல்களும் இந்து மதத்தின் பகுதியாகவே ஆயின. அடுத்த இயலில் இந்தக் காலப்பகுதியில் இந்துக்களிடையே நிகழ்ந்த மதச்சீர்திருத்தங்கள் பற்றிய விவாதத்தை முன்வைக்கிறேன்.

இந்தியாவில் பிரிட்டிஷ்காரரின் தொடக்க வரலாறு

பதினெட்டாம் நூற்றாண்டில் எல்லாவகை ஐரோப்பியர்களும், முக்கியமாக டச்சுக்காரர்களும், போர்ச்சுகீசியர்களும், பிரெஞ்சுக்காரர் களும், பிரிட்டிஷ்காரர்களும் இந்தியாவைச் சுற்றிச்சுற்றி வந்தனர். பிரெஞ்சுக்காரர்களும் இந்தியப் போர்களும் என்ற தொடரை ஒரு வரலாற்றுச் சிலேடையாக வாசிக்கலாம். இந்தப்போர்கள் இரு கண்டங் களில் நடைபெற்றன. (வட அமெரிக்கா - 1754 - 1763, ஆசியா - 1751 முதல் பத்தொன்பதாம் நூற்றாண்டிற்குள் வரை). இருவேறு வகையான இந்தியர்களுடன், ஆனால் அதே பிரிட்டிஷ், பிரெஞ்சு மனிதர்கள். தங்கள் தங்கள் ஆதாயங்களுக்காக ஐரோப்பியர்கள் ஒருவருக்கொருவர் சண்டையிட்டுக்கொண்டும், பிரிட்டிஷ்காரர்கள் தங்களுக்குள் சதி செய்துகொண்டும் இருந்த இந்தியாவின் இந்தக் காலப்பகுதியில், முகலாயர்கள் முகலாயர்களைக் கொன்றார்கள், ராஜபுத்திரர்கள் ராஜ புத்திரர்களைக் கொன்றார்கள், முகலாயர்கள் ராஜபுத்திரர்களையும், ராஜபுத்திரர்கள் முகலாயர்களையும், பிரிட்டிஷ்காரர்கள் இருவரையும்,

இருவரும் பிரிட்டிஷ்காரரையும் கொன்றார்கள். வழக்கம் போலவே பஞ்சமும் வரிகளும் விவசாயிகளையும் உழைப்பாளிகளையும் கொன்று கொண்டிருந்திருந்தன.

முதலில் வணிகத்துக்காகத்தான், அரசியலுக்காகவோ, போருக்காகவோ, சமயப்பணிக்காகவோ அல்ல என்றாலும், கிழக்கிந்தியக் கம்பெனி தங்கள் அசலான முதல்நோக்கத்தை என்றைக்குமே விடவில்லை — காசு. அது காசுக்காகத்தான் இயங்கியதே ஒழிய, புகழுக்காக அல்ல. முக்கியமான வணிகம் பருத்தித் துணிகள்தான் என்றாலும், அது பட்டு, மொலாசஸ், வங்கத்திலிருந்து சால்ட்பீட்டர், குஜராத்திலிருந்து இண்டிகோ, இன்னும் பிறப்பிறவற்றையும் வாங்கியது.[2] கம்பெனி அதிகாரிகள் மிக ஒழுங்காகச் செய்த தனிப்பட்ட கொள்ளையோடு, எண்ணற்ற கொடைகள், உடன் படிக்கைகள், ஒப்பந்தங்கள், புரிந்துணர்வுகள் ஆகியவை நிகழ்ந்தன. இவை யாவற்றிலும் — வணிகம், வருவாய், சட்டம், நிலம் ஆகியவற்றிற்கான நடவடிக்கைகளில் ஈடுபட்டமை, தாங்கள் மட்டுமே ஈடுபடுவதற்கான இறையாண்மை உரிமைகளைப் பெறுவதற்கான சாக்குப் போக்குகளாயின கம்பெனிக்கு. மேலும் அதன் ஒரு பகுதியாகிய கூட்டுப் பங்குக் கம்பெனி வாயிலாக இங்கிலாந்து அரசோடும், அதன் பாராளுமன்றத்தோடும் மிக ஒழுங்காகத் தனது உறவுகளைச் சீர்குலைத்து வந்தது.[3] கிழக்கிந்தியக் கம்பெனி ஒரு தனியார் வணிகக் குழுமமாக இருந்தபோதிலும் அது செய்துகொண்ட உடன்படிக்கைகளும், ஒப்பந்தங்களும், அவற்றுடன் கம்பெனியின் இராணுவ, நிதி வைத்திருப்பும், அதற்கு அரசாங்கத்தில் பங்கேற்று, இந்திய மக்களை நிர்வகிக்கும் சட்டங்களை இயற்றுவதற்கும் அனுமதி அளித்தன. அது திவால் எனத் தன்னை அறிவித்ததும் (ஆனால் அதன் உறுப்பினர்கள் யாவரும் மிகப்பகட்டான செல்வவளம் பெற்றிருந் தனர்) அதன் முதலீட்டைக் காப்பாற்ற பிரிட்டிஷ் அரசாங்கம் நட வடிக்கையில் ஈடுபட்டது.

பிரிட்டிஷ்–முகலாய ஒப்பந்தங்கள்: நவாபுகளும் நபோபுகளும்

உருது/இந்திச் சொல்லான நவாப் என்பது முகலாயர்கள் கீழிருந்த உள்நாட்டு துணை அரசப்பிரதிநிதிகளையும் குறித்தது, வங்காளம், அயோத்தி, ஆர்க்காடு போன்றவற்றின் தன்னிச்சையான ஆட்சியாளர் களையும் குறித்தது. ஆங்கிலேயர்கள் அவர்களை நபோபுகள் என்றனர். அச்சமயத்தில், குழப்பமாக, இச்சொல்லுக்கான ஆங்கில எழுத்துச் சேர்க்கை (*nabob*) கிழக்கிந்தியக் கம்பெனிக்காக வேலைசெய்து, மிகப்பெரிய செல்வங்களைச் சேர்த்து, பிறகு தங்கள் சொந்த நாடு திரும்பி அங்கு பாராளுமன்றத்தில் இடங்களை விலைக்கு வாங்கி, பிறகு, கடைசியாக நாட்டுப்புற அழகிய வீடுகளில் ஓய்வுக்குச் சென்ற ஆங்கிலேயர்களையும் குறிக்கலாயிற்று. அல்லது கடைசியாக, முகல் என்ற ஆங்கிலச்சொல் குறித்தது போல எவனொருவன் மிகுந்த செல்வத்தையும் (மேலும்/அல்லது) அதிகாரத்தையும் (மேலும்/ அல்லது) முதன்மையையும் வைத்திருந்தானோ அவனையெல்லாம் குறித்தது. முழுமையாக இவர்கள் எல்லாருமே— பிரிட்டிஷ் மற்றும் முகலாயர்கள் — எல்லாரும் ஒரே மரத்திலிருந்து கடைந்தெடுத்த கொள்ளைக்காரப் பிரபுக்கள்தான். குடிகார நவாபுகள்

தங்களைச் சுற்றி பேடிகள், வேசிகள், பரத்தைகள், ஓரினப்புணர்ச்சிச் சிறுவர்கள் ஆகியோரின் கும்பல்களை வைத்துக் கொண்டனர். நபோபுகளும் அதே அளவுக்கு ஒழுக்கங்கெட்டவர்களாகவும், நவாபுகளுடன் கூட்டுச்சேர்ந்தவர்களாகவும் இருந்தனர்.[4] பிரிட்டிஷ்காரர்களும் முகலாயர்களும், நவாபுகளும் நபோபுகளும், (ஒருவரை ஒருவர் அழித்துக் கொள்ளாவிட்டாலும்) தங்களைச் சமநிலைப்படுத்திக் கொண்டனர், இந்தியாவிலிருந்த மற்ற மக்கள் அனைவருக்கும் சமஅளவு அந்நியப் பட்டிருந்தனர் என்று சில இந்துக்கள் கருதினர்.

கம்பெனிக்கு உள்நாட்டு வீரர்கள் - சிப்பாய்கள் அடங்கிய படைகள் இருந்தன. சிப்பாய் என்பது சிபாஹி என்ற துருக்கியச் சொல்லின் திரிபு. இந்தச் சிப்பாய்களின் வரிசையும் முறைமையும் முகலாயர் படைகளிலிருந்து அப்படியே வந்தவை. அவர்கள் இச்சமயங்களில் அரசர்களின் மெய்க்காவலர்களாகவும், கடினமான கொள்ளைக்காரர்களாகவும், குதிரைகளையும் ஒட்டகங்களையும் பேணுபவர்களாகவும் திறன்வாய்ந்த ஒற்றர்களாகவும் இருந்தனர். இந்திய நவாபுகள், மகாராஜாக்களுடைய சிப்பாய்கள் அவ்வப்போது பிரிட்டிஷ் நபோபுகளுடைய சிப்பாய்களுடன் போரிட நேரிட்டது. 1901இல் எழுதப்பட்ட 'கிம்' நாவலின் வயதான சிப்பாய், பிரிட்டிஷ்காரர்களுக்காகத் தன் சொந்த மக்களை (இவர்களை துரோகிகள் என்று நினைக்கிறான்) எதிர்த்துச் சண்டையிடத் தயாராக இருக்கிறான். சண்டைகளின்போதும் போரின்போது அடிக்கும் கொள்ளையில் தங்களுக்குரிய பங்குகளைப் பெறுவதற்காகச் சிப்பாய்கள், வெற்றி பெறும் தரப்புக்கு மாறிவிடுவது வழக்கமாக இருந்தது. இம்மாதிரிச் சூழலில் விசுவாசம் என்பது ஒரு நழுவும் சொல்லாகவே இருந்தது. பிரிட்டிஷ் சிப்பாய்களின் வரிசையும் முறைமையும் பிரிட்டிஷ் அல்லது ஐரிஷ் வேலைக்கார வர்க்கத்திலிருந்து வந்தவை. அவர்கள் திறனற்ற உழைப்பாளிகள். இன்றைய தரத்தின்படி பார்க்கும்போது அவர்களில் பெரும்பாலோர் குள்ளமாகவும் இருந்தனர் (ஐந்தடி இரண்டங்குலத்திலிருந்து ஐந்தடி ஐந்தங்குலம் வரை உயரம்). ஒப்புநிலையில் கைக்குண்டுகள் எறியும் சிப்பாய்கள் இவர்களைவிட உயரமானவர்கள் (ஆறடிக்குமேல்). 1857 - 58வரை, ஒன்பது இந்தியச் சிப்பாய்களுக்கு ஒரு பிரிட்டிஷ் சிப்பாய் என்ற வீதத்தில்தான் இருந்தனர். இருப்பினும் பிரிட்டிஷ்காரரிடமே சாட்டை இருந்தது. அவர்களிடம் துப்பாக்கிகள் இருந்தன. அதற்குச் சமமான ஆற்றலுடைய கருவி, மிக உயர்ந்த திறனுடைய பொதுமக்கள் உறவு என்னும் எந்திரம் இருந்தது. அது அவர்களுடைய சொந்தத் துருப்புகளையும் இந்தியச் சிப்பாய்களையும் குழப்புவதாக இருந்தது. 1857வரை.

முதல் அலை: பிரிட்டிஷ் சாதி அமைவில் பழமைவாதிகளும் கீழையியலாளரும்

இன மற்றும் வகுப்பு (வர்க்கம்) பற்றிய சமூகக் கொள்கைகள் பிரிட்டிஷ்காரர்களுக்கு ஆதரவளித்தன. பெரும்பாலும் வர்க்கம் இனத்தை வென்றது. 1881இல் ஒரு விருந்தில், வேல்ஸ் இளவரசன் ஹவாய் காலாகௌவாவின் அரசன் ஜெர்மனிக்கு அடுத்து ஆட்சிக்கு வரவேண்டிய இளவரசனும் தனது மனைவியின் சகோதரனுமான ஒருவனைவிட முன்னுரிமை பெற

வேண்டும் என்று கருதினான். ஜெர்மன் இளவரசன் இதற்கு ஆட்சேபணை தெரிவித்தபோது, வேல்ஸ் இளவரசன் செறிவாகவும் குத்தலாகவும் பின்வருமாறு பதில் சொன்னான்: "அந்தப் பிராணி, ஒரு அரசனாக இருக்கவேண்டும், அல்லது சாதாரண மனிதனாக, ஒரு தோட்டக்காரக் கருப்பனாக இருக்கவேண்டும். பின்னவனாக இருந்தால் அவனுக்கு இங்கே என்ன வேலை?"[5] பிரிட்டனில் அவர்கள் நிலை என்னவாக இருந்தாலும் சரி, இந்தியாவுக்குள் நுழைந்தபோது பிரிட்டிஷ்காரர் கள் உயர்வகுப்பினராகவே கருதப்பட்டார்கள். பலதளங்களுடைய இந்துப்படிநிலை அமைப்பில் அவர்கள் உச்சியில் நாட்டின் அரசர்கள் இருப்பதாகக் கருதித் தங்களுக்குச் சமநிலையில் வைத்து நோக்கினார்களே ஒழிய பிராமணர்களை அல்ல.[6] கிப்லிங்கின் 'அரசனாக இருக்கும் மனிதன்' என்ற கதை, ஆளும் பிரிட்டிஷ் மேட்டுக்குடியினரின் உயர்செல்வக்குடி போலிவேடத்தரிப்பை மிக வெளிப்படையாகக் காட்டுகிறது. இங்கிலாந்திலிருந்து சட்டத்திற்குட்படாத இரண்டு ரவுடிகள் தங்கள் வர்க்கத்தைக் காட்டும் பழைய அடையாளங்களைத் துறந்து, பணக்காரர்களாக இந்தியாவுக்கு வருகிறார்கள். பணக்காரர்கள் ஆவது மட்டுமல்ல, அரசர்களாகவும், கொஞ்ச நாட்கள் கடவுள்களாகவும் ஆகிவிடுகிறார்கள் (அவர்களில் ஒருவன் சிலுவையில் அறையப்படும் நிலைக்குச் சென்றுவிடுகிறான்). இந்தியாவைச் சுற்றிப்பார்க்க வந்த பிரிட்டிஷ்காரர்கள், ராஜாக்களைத் தவிரப் பிற எல்லாரையும் அவமானப்படுத்தினார்கள். அவர்களின் அரசியல் அதிகார எல்லை, 'அரசு' (ராஜ்) எனப்பட்டது. தங்களுடைய சொந்தப் பொது மன்றம், அரசவை ஆகியவற்றை அவர்கள் வைத்துக்கொண்டார்கள். மிகவிரிவான ஆடம்பரச் சூழல், தர்பார். (தங்கள் பார்வையாளருக்காக இந்திய அரசர்கள் பயன்படுத்திய சொல்). தரிசனம் என்றும் (தெய்வம் அல்லது அரசனைச் சேவித்தல்) சொல்லலாம். ஆயினும் எல்லாமே ஆடம்பரமும் சூழலும்தான். காலனிய ஆட்சியில், அரசுத்தன்மை என்பது, ஆற்றலில் நிலைகொண்டதாக இல்லை. வெறும் அரசின் வலிமையற்ற சடங்குகள்— உள்ளீடற்ற வெற்று கிரீடம்[7] என்பதுதான். வெறும் காட்சியரங்கங்களில் அரச உரிமை முதன்மையாகப் பேணப்பட்டது.[8]

இந்துச் சாதி ஒழுங்கமைவு — குறிப்பாக முழுமையின்றிச் சாதியமைவு சேர்க்கப்பட்டிருந்த வர்ண அமைவு அல்லது வர்க்க அமைவு, ஆங்காங்கு மோசமான இடைவெளிகள் கொண்டதாக இருந்தது. அதனால் இந்துக்களிடையே பிரிட்டிஷ்காரர்கள் ஒரு மற்றவன் (அந்நியன்), மேலுமொரு மற்றவன் எனச்சேர்த்துக்கொள்ள உதவியாக இருந்தது. சாகிபுகள் (பிரிட்டிஷ் காரர்களான இவர்களை சார் என்றுதான் அழைக்க வேண்டும்), குதிரை வீரர்கள் சாதிகளைச் சேர்ந்தவர்கள். ரிக் வேதத்தை இயற்றியவர்களில் தொடங்கி குஷானர்கள், சித்தியர்கள், முகலாயர்கள் (அல்லது மங்கோலியர் கள்) வழியாக இந்தியாவின் வரலாறு முழுவதும் இடம்பெறுபவர்கள் இவர்கள். சமஸ்கிருதமயமாக்கல் என்றுசொல்லப்படும் சேர்க்கைமுறை யின் ஒரு பகுதியாக இதை க்ஷத்திரிய மயமாக்கல் என்று சொல்லலாம். சில இந்துவல்லாத இனங்களின் அரசர்களையும் போர்வீரர்களையும் இந்துக் களின் க்ஷத்திரிய வகுப்பில் சேர்த்துக்கொண்டதுபோல, இப்போது பிரிட்டிஷ்காரர்களும் சேர்த்துக்கொள்ளப்பட்டார்கள்.

இப்படியாகச் சில இந்துக்களின் (அரசர்களின்) வகுப்பில் இணைந்து கொண்ட பிரிட்டிஷ்காரர்கள், தங்கள் சொந்த இனத்தினரை இந்திய வரிசைமுறைமை மக்களைவிட மிக உயர்ந்தவர்களாகக் கருதத் தலைப்பட்டார்கள். இந்தியர்களுடன் நட்புத்தொடர்பு கொள்வதும் ஒரு விலக்காக (ஏற்கத் தகுதியற்றதாக) இருந்தது.[9] தாங்கள் ஆளுகின்ற மக்களின் சமூகப் படிநிலைமுறையைத் தாங்களும் நனவிலி நிலையில் ஏற்றுக் கொண்டதனாலும், இந்தியச் சாதிமுறை, அவர்களின் நுட்பமான, ஆழப்பதிந்த சமூகப் படிநிலையை அப்படியே பிரதிபலித்ததாலும், இந்தியச் சாதி முறைமையை அவர்கள் பலவழிகளில் ஆதரித்தார்கள்.[10] வங்காளப்படையிலிருந்த பிராமணச் சிப்பாய்கள் உயர்ந்தவர்கள் என்ற சாதிப்பிரக்ஞையை அவர்களுக்கு பிரிட்டிஷ்காரர்கள் ஊட்டினார்கள். தங்களை மேட்டுக்குடியினராகக் கருதிக் கொள்ளவும், தனியாக உணவு சமைத்து உண்ணவும் அவர்களுக்கு அனுமதி அளித்தார்கள். இவ்வாறாக, இந்தியாவில் மரபாக இளக்க நிலையில் இருந்துவந்த சாதி பற்றிய எண்ணங்கள், சமஸ்கிருதமயமாக்கல் என்ற செயல்முறைக்கு உட்பட்டது. இப்படிப்பட்ட பிரச்சினைகளைச் சிப்பாய்கள் தங்கள் சுயமரியாதைக்கு மையமானவை எனப் புரிந்துகொண்டார்கள்.[11]

ஓர் இந்து வகுப்பினராகத் தங்களைக் கருதிக் கொண்ட போதிலும், பிரிட்டிஷ்காரர்கள் பல காரணங்களுக்காக இந்துக்களைவிட முஸ்லிம் களின் தொடர்புக்கு முன்னுரிமை அளித்தார்கள். அவர்களைப்போல, முஸ்லிம்களும் இந்தியாவின் ஆட்சியாளர்களாக இருந்தவர்கள், இந்துக் களைவிட அவர்கள் சிறந்த குதிரைவீரர்கள். இஸ்லாம் ஒற்றைக்கடவுள் கொண்ட மதம், மேலும் ஹீப்ரூ பைபிளையும் கிறித்துவப் புதிய ஏற்பாட்டையும் அது மதித்தது. இஸ்லாமுக்கு மாறுவது, இந்து மதத்துக்கு மாறுவதைவிட எளிமையானது. உள்நாட்டு மேட்டுக்குடியினர் (நவாபுகள்) பிரிட்டிஷ் குடிமக்களோடு (நபோபுகளோடு) இணைந்துகொண்டார்கள். அதனால் பிரிட்டிஷ்காரர்கள் முகலாய ஆளும் வர்க்கத்தினரின் ஒரு பகுதியாகிவிட்டார்கள். 1765இல் கடைசி முகலாய அரசர்களில் ஒருவன், ராபர்ட் கிளைவை (வங்காளத்தின் கவர்னராக 1755 முதல் 1760வரை இருந்தவன்) முகலாயப் படிநிலை வரிசைப்படி வங்காளத்தின் திவானாக — அதாவது குறிப்பிட்ட அந்தப் பிரதேசத்தின் ஆளுநனாக ஏற்றுக்கொண்டான்.[12]

அரசின் ஆரம்ப ஆண்டுகளில், ஜான் கம்பெனியின் (கிழக்கிந்தியக் கம்பெனி இவ்வாறு அழைக்கப்பட்டது) பணியாளர்கள் இந்தியாவில் அலைந்து திரிந்து இந்திய நெறிமுறைகளைப் பின்பற்றினர். (சில நூற்றாண்டுகள் கழித்து, ஹிப்பிகள் செய்தது போல). இது ஒரு லாரன்ஸ் ஆப் அரேபியா கும்பல். வில்லியம் டால்ரிம்பிள் பார்வையில் வெள்ளை முகலாயர்கள். இந்தியக் கலாச்சாரத்தை பொதுவாகப் போற்றியும், முஸ்லிம் கலாச்சாரத்தைக் குறிப்பாகக் கொண்டாடியும் வந்தவர் கள். அவர்கள் சமவாய்ப்புத் திருடர்கள். கொள்ளையர்கள், ஆனால் இனவாதக் கொள்ளையர்கள் அல்ல. பலசமயங்களில் இந்துவோ, முஸ்லிமோ, மேற்குடியினரோ, கீழ்ச்சாதியினரோ, இந்தியப் பெண்களை மணந்துகொண்டனர். அவர்களைச் சட்டபூர்வமான மனைவியராகவும்

நன்கு நடத்தினர். அவர்களின் பிள்ளைகளைச் சட்டபூர்வ வாரிசுகளாக ஏற்றனர். தங்கள் சொத்துகளை அப்பெண்களுக்கும் பிள்ளைகளுக்கும் விட்டுச்சென்றனர். இந்தியாவில் ஒரு வைப்பாட்டியை வைத்துக்கொள்ளும் பழக்கம் பொதுவாக நிலவியது. 1780 முதல் 1785 காலப்பகுதியில் மூன்று உயில்களில் ஒன்று, இந்திய மனைவியர் அல்லது துணைவியர் அல்லது அவர்களின் இயல்பான பிள்ளைகளுக்குச் சொத்துகள் வழங்குவதாக இருந்தது. பதிவுகளுக்கு அப்பால் இதை மேலும் நிறையப்பேர் செய்திருக்கக் கூடும். இளம் கம்பெனி அதிகாரிகள் இரவு விருந்துக்குப் பின்னர் பிரபல வாழ்த்துப்பாடல் ஒன்றைப் பாடுவது வழக்கம் (அலாஸ் அண் அலாக் தி டே என்று தொடங்குவது.) அதை அவர்கள் எ லாஸ் (*lass*) அண் எ லாக் (*lakh*) எ டே என்று மாற்றிக்கொண்டனர். (ஒரு நாளுக்கு ஒரு பெண், ஒரு லட்ச ரூபாய் வருமானம்). முதலில், இந்தியாவுக்கு அவர்களைக் கொண்டுவந்தது என்பதை இது தீர்மானமாக விளக்கியது. இந்தியப் பெண்களை வைப்பாட்டிகளாக வைத்துக் கொள்வது எந்த அளவுக்கு மிகுதியாகிப் போனது என்றால், லக்னோவிலிருந்து உருதுக் கவிஞர்கள் தங்கள் பழைய பல்லவியாகிய "முஸ்லிம் பையன் இந்துப் பெண்ணைச் சந்திக்கிறான், மிகமோசமான விளைவுகள் உண்டாகும் வண்ணம்" என்பதை "ஆங்கிலப் பையன் இந்துப் பெண்ணைச் சந்திக் கிறான், மிகமோசமான விளைவுகள் உண்டாகும் வண்ணம்" என்று மாற்றிக்கொண்டனர்.[13]

அரசவம்சத்தினர் என்ற முறையில் இந்தியப் பெண்கள் பிரிட்டிஷ் காரர்களைச் சமமாக நோக்கினர். மகாராஷ்டிரத் தலைவன் ஒருவன்—மல்ஹர் ராவ் ஹோல்கர், தன் மகனும் பேரனும் இறந்துவிட்டதால், தன் மருமகளான அகல்யா பாயையே வாழும் நாளில் நம்பியிருந்தான். 1766இல் அவனுடைய இறப்புக்குப் பிறகு, அவள் மாளவத்தை முப்பதாண்டுகள் அமைதியும் வளமும் நிறையுமாறு ஆண்டுவந்தாள். பிரிட்டிஷ்காரர்கள் சேகரித்த வட்டார மரபுகளின்படி அவள் ஒரு தெய்வீக அவதாரம் என்று போற்றப்பட்டாள். கோட்டைகளும் சாலைகளும் கட்டினாள். அதனால் நிலங்கள் பாதுகாப்பாக இருந்தன. வெகுதொலைவிலுள்ள கோயில்கள் வரை (வாராணசி, துவாரகை வரை) அவள் ஆதரித்தாள். 1772இல் அவள் எழுதிய ஒரு கடிதத்தில் பிரிட்டிஷ்காரர்களை அனுசரித்துப்போவது, கரடியைக் கட்டிப்பிடிப்பதுபோல என்று எழுதுகிறாள். "புலிகள் போன்ற பிற விலங்குகளை பலத்தினாலோ ஆயுதத்தாலோ கொன்றுவிடலாம். ஆனால் கரடியைக் கொல்வது இயலாதது. நேராக முகத்தில் தாக் கினால் மட்டுமே அதைக் கொல்லமுடியும். இல்லை என்றால் அது தன் இரையைக் கிச்சுக்கிச்சு மூட்டியே கொன்றுவிடும்." (ஒருவேளை, பிற விலங்குகள் என்பது மராட்டியர்களின் பகைவர்களான முஸ்லிம்களைக் குறிப்பதாகலாம். முகலாயர்கள் காலத்தில், மராட்டியர்கள்தான் முக்கியப் போட்டியாளர்களாக இருந்தார்கள் — அதிக நிலப்பரப்பு, நிலவருவாய், படைகள் ஆகியவற்றைக் கொண்டு).[14] தெளிவாகவே அகல்யாபாய், பிரிட்டிஷ்காரர்களைச் சரியாகத்தான் மதிப்பிட்டிருக்கிறாள்.

முதல் அலை பிரிட்டிஷ் காலனி ஆதிக்கக்காரர்கள், தங்கள் அடையாளங்களைப் பாதுகாக்க அல்லது கட்டமைக்க இந்திய மக்களிட

மிருந்து தங்களைப் பெரிய அளவில் தடைச்சுவர்கள் அமைத்துத் தனிமைப்படுத்திக் கொள்ளத் தேவையில்லாதிருந்தது. அவர்களுக்குத் தாங்கள் யாரென்று தெரியும். கடவுள் கொடுத்த ஆட்சியுரிமையைக் கையில் கொண்ட ஆங்கிலேயர்கள். இந்தக் காலப்பகுதியின் முதல் ஆராய்ச்சியாளர்கள் — முதல் கீழையியலாளர்கள், நேர்மையாகவே இந்தியாவைப்பற்றி அறிய ஆவலாயிருந்தார்கள். அதன் நாகரிகம் தங்களுக்கு போதிக்க மதிப்புடையது ஏதேனும் இருக்கும் என்ற எண்ணம் அவர்களுக்கு இருந்தது. இந்தியாவின் பழைய மரபான விதிகளுக்கேற்பவே ஆட்சி புரியலாம் என்ற விதமான முயற்சிகளிலும் (இவற்றில் சில தவறான வழிகாட்டுதல்களாகப் போயின) இந்திய அரசாங்கத்தைத் தூண்டி னார்கள். இந்தக்காலப்பகுதியின் கிழக்கிந்தியக் கம்பெனியாளர்கள் இந்தியாவை மிகஉயர்வான இலட்சியமயமானதென்று போற்றவும் செய்தார்கள். அவர்கள் தேசிய மொழிகளைக் கற்றுக்கொண்டு தேச மக்களைப்போலவே பல வழிகளில் மாறவும் செய்தார்கள். உள்நாட்டு உடைகளை அணிந்து, தங்கள் வீடுகளை இந்தியத் துணிவகைகளாலும் மரச் சாமான்களாலும் அலங்கரித்தார்கள். மதவிஷயங்களிலும்கூட, நாம் பார்க்கப் போவதுபோல, தொடக்கத்தில் பிரிட்டிஷ்காரர்கள் திறந்த மனத்துடனும் நியாயமாகவும் இருந்தார்கள்.

இந்த முறை வந்த பிரிட்டிஷ் அணியினர்க்கு உதாரணம் வாரன் ஹேஸ்டிங்ஸ் (1773 - 1786 கவர்னர் ஜெனரல்). இவர்களைப் பழமைவாதிகள் எனலாம். முகலாயர்களைப் போல அவர்கள் நிலையான ஆட்சியும் சட்டம் ஒழுங்கையும் அளித்தனர். உள்நாட்டு வழக்காறுகள், மதங்களில் குறுக்கிடவில்லை, உள்நாட்டுக் கலைகள், கல்வி, திருவிழாக்கள் போன்ற வற்றை ஆதரித்தனர்.

ஆனால் இது ஒன்றும் பல்கலாச்சார சொர்க்கமல்ல. ஏறத்தாழ முகலாயர்கள் சம வம்சத்தில் திருமண உறவு ஏற்படுத்திக் கொண்டதைப் போல், சமத்துவம் என்பதைவிட சமூக வர்க்கம் என்ற எண்ணமே சில இந்தியப் பெண்கள் கம்பெனி ஆட்களைத் திருமணம் செய்துகொள்ளக் காரணமாக இருந்தது. ஒப்பளவில் மிகக் குறைந்த எண்ணிக்கையிலான ஆட்கள் சிலர் இந்தியாவின்மீது படையெடுத்து, அதிலிருக்கும் எல்லாரை யும் காயப்படுத்திக் கொண்டிருந்தார்கள், அவர்கள் மிகக் கடுமையான வரிகளை வசூலித்தார்கள், அதற்கு பலத்தையும் வன்முறையையும் அழிவையும் உண்டாக்குகின்ற முறைகளைப் பிரயோகித்தார்கள் என்ற மெய்ம்மையை எந்த நல்லெண்ணத்தினாலும் மாற்றிவிட முடியாது. மேலும் இப்பொழுதே கீழையியத்தின் இருண்ட பகுதிக்கான விதைகள் தூவப்பட்டுவிட்டன. இந்துமதத்தைப் பற்றிய ஆரம்ப கால ஆய்வாளர்கள், இந்துக்களின் கொடுமையைப் பற்றிய படிமங்களை விளக்கும் நூல்களை எழுதினார்கள். ஆப்ரகாம் ரோஜர் என்பவனின் 'திறந்த கதவு' என்ற நூல், 1651இல் லெய்டனில் முதன்முதலாக வெளியிடப்பட்டது. 1670இன் பிரெஞ்சு மொழிபெயர்ப்பின் வாயிலாக மிகவிரிவாக விநியோகிக்கப்பட்டது. அதற்கான சில தேர்ந்தெடுக்கப் பட்ட படங்கள், இந்துக்கள் கொக்கிகளிலிருந்து தொங்குவதையும், கண்ணன் சிலைகள் (ஜக்கர்நாட்டுகள்) இந்து உடல்களின்மேல் உருளும்

காட்சியையும் காட்டின. (ஐரோப்பிய அமெரிக்க எழுத்தாளர்கள் எல்லாவித மக்களையும் ஜக்கர் நாட்டுகள் என்று வருணித்தனர். போப், நெப்போலியன், ஜெகிலின் மறுவுருவமான ஹைடு, யாவரும் ஜக்கர் நாட்டுகள்தான்). பைத்தியக்காரத்தனம், கட்டுக்கடங்காத எண்ணிக்கைப் பெருக்கம், விலங்குத்தன்மை கொண்ட பாலியல்பு ஆகியவை பற்றிய கட்டுக்கதைகள் ஏற்கெனவே வளர்க்கப்பட்டன. இப்போது காமமிகுதியின் காரணமாகவும், காலனியக் குறுக்கீடுகள் இந்தியாவில் தேவை என நியாயப்படுத்துவதற்காகவும் அவை பயன்பட்டன.

மேலும், முதல் முதல் கற்பனை எப்படியிருந்தபோதிலும், அது மிக விரைவில் அசுத்தப்பட்டது. இந்தியாவில் பிரிட்டிஷ்காரர்களுடைய நேர்மையான நல்லெண்ணத்தையும் பல காரணிகள் அரித்துவிட்டன. இந்தியாமீதும் இந்தியர்கள்மீதும் பிரிட்டிஷ்காரர்கள் சிலரின் மனப்பாங்கு மாற்றம் மெதுவாக ஏற்பட்டது. அது இங்கிலாந்தில் தோன்றி யிருக்கலாம் (இனவாதம்).[15] அல்லது இந்தியாவிலும் தோன்றியிருக்கலாம் (வெறுப்பு போன்ற காரணங்கள்). குடும்பம் பற்றிய கருத்தாக்கத்தில் ஏற்பட்ட மாறுதல்களாலும், இந்தியாவில் நல்ல வாழ்நிலைமைகள் இருந்ததாலும், ஆடவர்கள் தங்கள் பெண்மணிகளை இங்கிலாந்திலிருந்து கொண்டுவந்தனர். இதனால் ஆங்கிலேயருக்கும் இந்தியப் பெண்களுக்கும் இடையிலான காதலைக் (முற்றிலும் அவித்துவிடவில்லை என்றாலும்) குறைத்தது. மேலும் முன்பு உடன்தங்கி வாழ்ந்த வேலைக்காரர்கள் தனியிடங்களுக்கு அனுப்பப் பட்டனர். ஏனென்றால் இப்போது இல்லங்களை நடத்துவது மேம்சாகிபுகள் (ஆங்கிலேயரின் மனைவியர்)தான். ஆடவர்கள் இந்திய வாழ்க்கையிலிருந்து ஒதுங்கினர். "கிளப்புகள் இந்தியர்களுக்கு மூடப்பட்டன; பாதிரிகள் அடிக் கடி தேநீர் அருந்த வந்தனர்."[16] வெள்ளைக்காரப் பெண்களும் சிறார்களும் மிகுதியாக இருந்ததால் ஆரோக்கியமற்ற உள்ளூர்ச் செல்வாக்குகளைத் தடுக்கச் சுவர்கள் எழுப்பப்பட்டன. படுகொலைகள் தொடங்கியதும் அவை நடந்ததாகக் கதைகள் உருவாயின. இந்தியராக மாறுவது தன் கவர்ச்சியை இழந்துவிட்டது.

பதினெட்டாம் நூற்றாண்டிலேயே ஆள்வோர்க்கும் ஆளப்படு வோர்க்கும் இடையிலான விரோதம் தொடங்கிவிட்டது. காலப்போக்கில், இருபதாம் நூற்றாண்டின் தொடக்கத்தில், பிரிட்டிஷ்காரர்கள் இந்தியர் களை அடக்கிவிரட்டுவதற்கு மட்டுமே அவர்களுடன் பேசநேரிடும் நிலை ஏற்பட்டுவிட்டது. ஈ.எம். ஃபார்ஸ்டரின் 'எ பேசேஜ் டு இந்தியா' என்ற நாவலில் (1924), ஒரு குறிப்பிட்ட சிறிய பிரிட்டிஷ் குடியிருப்பின் பொறுப்பிலிருக்கும் சிறிய அதிகாரி ஒருவனின் மனைவி உருது கற்றுக் கொள்ள முனைகிறாள். "அவள் பேச்சுமொழியைக் கற்றுக்கொண்டாள், ஆனால் அது வேலைக்காரர்களிடம் பேசுவதற்கு மட்டும்தான். ஆகவே வினைச்சொற்களின் மரியாதைக்குரிய வடிவங்களை அவள் கற்கவில்லை. ஆணையிடும் வடிவங்களை மட்டுமே கற்றாள்."[17] இது நாவல்களில் மட்டும் நிகழ்ந்ததன்று. 1963இல் இந்தியாவில் இதேபோன்றதொரு கதையை பெனலபி செட்வோட் என்ற பெண்மணியிடமும் கேட்டேன். அவள் இந்தியாவில் வளர்ந்தவள். அவளுடைய தந்தை பீல்டு மார்ஷல் சர் பிலிப் செட்வோட், தலைமைத் தளபதியாக 1930 முதல் 1935வரை இருந்தான்.

(ஃபார்ஸ்டரின் நாவல் வெளிவந்து பத்தாண்டுகளுக்குப் பிறகு). அவள் இப்போது பிற விஷயங்களுக்கிடையில், இந்தியைக் கற்றுக்கொள்ள இந்தியா வந்தாள். "நீ ஏன் இப்போது இந்தியைக் கற்றுக்கொள்கிறாய்? பல ஆண்டுகளுக்கு முன்பே, நீ இந்தியாவில் இருந்தபோது அதைக் கற்கவில்லையா?" என்று கேட்டேன். அவள் உணர்ச்சியற்ற முகத்துடன், "கற்றோம், ஆனால் எல்லா வினைச் சொற்களின் கட்டளை வடிவங்களை மட்டுமே!" என்றாள்.

பிரிட்டிஷ்காரருக்கு எதிரான உணர்ச்சி பதினெட்டாம் நூற்றாண்டின் பிற்பகுதியிலேயே உருவாகும் அளவுக்கும், பிரிட்டிஷ்காரருக்கு எதிரான கட்டுக்கதைகளுக்கு உணவிடும் அளவிற்கும் வலுப்பெறத் தொடங்கி விட்டது. அக்கால நெசவாளர்கள், இடைத்தரகர்களாக வேலைசெய்த இந்திய முகவர்களின் பேராசைக்கும், தாங்கள் பணிசெய்த ஆங்கிலே யர்க்கும் இடையில் அகப்பட்டுத் தத்தளித்தனர். அந்த ஆங்கிலே யர்கள், நெசவாளர்களை மிகக் கொடுமையாக நடத்தினர்.[18] அவர்களின் கட்டைவிரல்களை வெட்டிவிட்டனர் என்ற கதை பரவியிருந்தது. ஆனால் இதற்குச் சான்றுகள் கிடைக்கவில்லை. அல்லது சந்தேகத்திற்குரிய ஒரு சான்றின் பேரில், நெசவாளர்களை பிரிட்டிஷ்காரர் மிகவும் சித்திரவதை செய்திருக்கலாம். அதனால் அதற்கு எதிர்ப்புத் தெரிவிக்கும் விதத்தில், நெசவாளர்களே தங்கள் கட்டைவிரல்களை வெட்டிக்கொண்டிருக்கலாம்.[19] மெய்யாகவே நெசவாளர்களின் கட்டைவிரல்கள் வெட்டப்படவில்லை, ஆனால் இந்தத் தொன்மம் தோன்றக் காரணம், "இதைவிடக் கேவலமான நிலை அவர்களுக்கும் வங்காளத்திற்கும் எய்தியது."[20] நெசவாளர்கள் கட்டைவிரல் வெட்டுப்பட்ட கதை, மகாபாரதத்தில் வரும் ஏகலைவன் கட்டைவிரல் வெட்டப்பட்ட கதையிலிருந்தும் உருவாகியிருக்கலாம்.

பிரிட்டிஷ் — இந்திய உறவுகளில் மாற்றங்கள் திடீரென மோசமாயின, ஒரு பகுதி, அதற்குத் தொடர்ச்சியான வன்முறையான, நாடகத்தனமான நிகழ்ச்சிகள் காரணம். இவை 1857 - 58இன் புரட்சியில் சென்று முடி வடைந்தன. ஆனால் அதற்கான தொடக்க, நீண்டகால அறிகுறிகள் ஒரு நூற்றாண்டுக்கு முன்னாலேயே தொடங்கிவிட்டன.

கருங்குழி

அரசின் வரலாற்றுப் புர்ாணத்தின் மிகப்பெரிய பிரிட்டிஷ் அடையாளச் சின்னங்களில் ஒன்று கல்கத்தாவின் கருங்குழி. தொடக்கத்தில் பிரிட்டிஷ் காரர்கள் தாங்களே கருங்குழியை உருவாக்கினர். கல்கத்தாவில் அவர்கள் கோட்டையிலுள்ள தடுப்புக்காவல் சிறையும், படைவீரர்கள் தவறு செய்தவர்களைத் தண்டிக்கும் சிறையும் பெற்ற பெயர்தான் கருங்குழி. (கல்கத்தா, பிரிட்டிஷ்காரர்களால் உருவாக்கப்பட்ட நகரம், பிறகு கொல்கத்தா எனப் பெயர்மாற்றம் செய்யப்பட்டது). இப்போது விவரிக்கும் சம்பவத்திற்கு முன்பே கருங்குழி என்ற பெயர் அறியப்பட்டிருந்தது. ஆனால் அது பிரிட்டிஷ் புராணங்களில் 1756இல் இடம்பெற்றது. வங்காளத்தின் நவாப், சிராஜ் உத் தௌலா, கல்கத்தாவையும் வில்லியம் கோட்டையையும் தாக்கினான். பிரிட்டிஷ்காரர்கள் அஞ்சி நடுங்கித் தங்கள் கப்பல்களுக்கு ஓடினர். சிராஜ் நகரத்தின் பொறுப்பேற்றான். அதில்

(எண்ணிக்கை பற்றிய தெளிவில்லை) போகத் தவறிவிட்ட ஐரோப்பிய ஆடவர்கள், பெண்கள், குழந்தைகள் இருந்தனர். சிராஜ் அவர்களைத் தீங்கின்றி, தீங்கு நினைக்கவும இன்றிக் கருங்குழியில் பூட்டிவைத்தான். அடுத்த நாள் காலையில் அதிலிருந்து இருபத்திமூன்று பேர் உயிருடன் வந்தனர். ஏறத்தாழ ஐம்பதுபேர் (இது சர்ச்சைக்கிடமான எண்) உடலில் நீர்வற்றியதாலும் மூச்சுத்திணறியதாலும் இறந்து போயினர். ஆனால், மெய்யாகவே, ஒவ்வொருநாளும் இந்த எண்ணிக்கைகளுக்கு அதிகமான பலபேர் பிரிட்டிஷ் கொள்கைகளாலும் புறக்கணிப்பினாலும், இறந்து கொண்டுதான் இருந்தார்கள். ஆனால் அவர்கள் பிரிட்டிஷ்காரர்கள் இல்லையே, தலைப்புச் செய்திகளில் இடம்பிடிக்க? நீடித்த பட்டினிச் சாவுகள் பயங்கரத் தலைப்புகளைத் தருவதில்லை. ஆகவே அந்த இந்தியச் சாவுகள், பிரிட்டிஷ்காரர்களுக்குப் பயனுள்ள அரசியல் தொன்மம் ஆக இயலாது. ஆனால் கருங்குழிச்சாவுகளின் செய்தி சுயநேர்மை கொண்ட பிரிட்டிஷ் அதிகாரிகள் பலர் பழிவாங்கும் தொடர் நடவடிக்கைகளில் ஈடுபட வைத்தது. இறந்தவர்களின் எண்ணிக்கை கூடுதலாகச் சொல்லப்பட்டது. இந்தப் பாணி, தொடர்ந்து இந்தியாவில் பிரிவினையின்போது ஏற்பட்ட கலகங்கள் உட்படப் பின்பற்றப்பட்டது. 1757இல் கிளைவ் கல்கத்தாவை மறுபடியும் கைப்பற்றியது முதலாக 1765இல் பிரிட்டிஷ்காரர்கள் மீதியுள்ள வங்காளத்தையும் கைப்பற்றும் வரை கருங்குழி, எண்ணற்ற பிரிட்டிஷ் தாக்குதல்களுக்கு அழைப்புமணியாக ஒலித்தது. கைப்பற்றுவது முடிவதற்கு முன்னால், 1764இல் கம்பெனியின் இந்தியச் சிப்பாய்கள், இந்தியர்களைச் சாகடிக்கும் ஆணைகளை மறுத்ததால் மிகமோசமான முறையில் சாகடிக்கப்பட்டனர். பீரங்கி குண்டுகளில் கைகள் கட்டப்பட்டு, உடல் பீரங்கியின் வாயுடன் பிணைக்கப்பட்டுத் தங்கள் நடுங்கும் சக சிப்பாய்கள் முன்னால் சுடப்பட்டனர். வங்காளத்தைக் கைப்பற்றி, நான்கு இலட்சம் பவுண்டு கொள்ளையடித்தான் கிளைவ். அவனுடைய சகாக்கள், பன்னிரண்டு லட்சத்துஐம்பதாயிரம்பவுண்டுகளுக்கும்மேலாகக்கொள்ளையடித்தனர்.[21] அரசின் வரலாற்றில் குறிப்பாக மிக அருவருப்பான பகுதி இது.

அடுத்த நூற்றாண்டில், கம்பெனியின் "குடிமக்கள்" மீது விதிக்கப்பட்ட வரிகள் தொடர்ந்து அதிகரித்தன. முகலாயர்களைப் போலவே ஜகந்நாதர் கோயில் போன்ற புனிதத் தலங்களுக்குச் செல்லும் பயணிகளுக்கு பிரிட்டிஷ்காரர்களும் வரி விதித்ததால் மதத்தில் தலையிடவில்லை. ஆனால் அவர்களுடைய முக்கிய வரிகள் விவசாய உற்பத்தியின்மீதானது. பருவம் பொய்த்தால் பாதுகாப்புக்கென வீடுகளில் வைத்திருக்கும் உபரி தானியங்கள் தீக்கிரையாக்கப்பட்டன. வரிகளிலிருந்து வருகின்ற வருமானமே கம்பெனியின் முக்கிய வருவாயாக மாறியது. பிரிட்டிஷ் சமாதானம் (பாக்ஸ் பிரிட்டானிகா) என்று சொல்லப்பட்டதன் முக்கியப் பகுதியும் ஆயிற்று. ஆனால் ஜான் கீ சொல்வதுபோல, பெருமளவிலான இந்தியர்களின் அனுபவத்தில், பாக்ஸ் பிரிட்டானிகா என்பது டாக்ஸ் பிரிட்டானிகா (பிரிட்டனின் வரி) என்றாயிற்று.[22] கிப்லிங்கின் 'கிம்' நாவலில் வியாபாரி சொல்கிறான், "அரசாங்கம் நமக்குப் பல வரிகளை விதித்திருக்கிறது. ஆனால் ஒரே ஒரு நன்மை செய்திருக்கிறது. நண்பர்களை இணைக்கின்ற, கவலையோடிருப்பவர்களைச் சேர்க்கின்ற இரயிலைக்

கொடுத்திருக்கிறது. இரயில் என்பது ஓர் ஆச்சரியமான விஷயம்தான்."[23] இந்த வாதம் — ஹிட்லர் நெடுஞ்சாலைகளை அமைத்தான், முஸ்ஸோலின் இரயில்களை நேரத்துக்கு ஓடவைத்தான் என்பது போன்றவற்றில் எதிரொலிப்பது — மனித இனத்துக்கு எதிரான குற்றங்களை நியாயப்படுத்த உதவுகிறது. மேலும் அக்கால இந்தியர்கள் பலர் இரயில்மீதும் தந்தி மீதும் கொண்டிருந்த ஆழமான அவநம்பிக்கையையும் புறக்கணிக்கிறது. இதற்கு எதிர்வினையாக, இந்தியர்கள் இந்தியாவிலிருந்து இங்கிலாந்துக்கு கச்சாப் பொருள்கள் கொண்டு செல்லப்படுவதே பேரிழப்பு என்ற வாதத்தை வைக்கலாம்.[24] (இன்றுள்ள இந்தியப்பாடப் புத்தகங்கள் எதுவும் மெய்யான வரலாற்றைத் தருவதில்லை — மொ.பெ.) கச்சாப்பொருள்களைக் கடத்துவதும், அவற்றைச் சேர்த்து வைத்தல், ஊழல்மிகுந்த விநியோகம், பிரிட்டிஷ்காரரின் பதுக்கிவைப்பு, போன்றவை மிகப்பெருகி, எங்கெங்கும் பஞ்சங்களை உண்டாக்கின. இது வானியல் மொழியில் கருந்துளை. கருந்துளைகளில் வானியல் பொருள்கள் ஈர்க்கப்பட்டுச் சுவடின்றி மறைந்துபோகும். அதுபோல பிரிட்டிஷ்காரர்களின் எதிர்மறை வெளியில் இந்திய மக்களின் செல்வமும் நலமும் எச்சுவடும் இன்றி மறைந்து போயின.

பஞ்சங்களும் கொள்ளைநோய்களும் (இக்காலப்பகுதியில் சீறியெழுந் தவை) எப்போதும் போலவே மதத்தையும் பாதித்தன. இந்தக் காலப் பகுதியின் பொருளாதாரச் சீரழிவு, தேவி (காளி, துர்க்கை) வழிபாட்டை அதிகரித்தது. கொள்ளை நோய்களின் காலங்களில் தேவி வழிபாடு அதிகரிப்பது வழக்கம்தான். இரண்டு ஆண்டுகள் பருவ மழை முற்றிலும் பொய்த்து, வங்காளத்தில் 1750 முதல் 1755வரை கொடும்பஞ்சம் உண் டானபோது, வங்காளத்தின் மூன்றுகோடி மக்கள் தொகையினரில் மூன்றிலொருபங்கு சுமார் (அக்காலத்தில்) ஒருகோடிப்பேர் இறந்தனர். அப்போது அன்னபூரணியாகக் காளியை வழிபடும் வழிபாடு மிகப் பெருகியது.[25] கஷ்டகாலங்கள், கடினமான தேவியர் உருவாக வழிசெய் கின்றன. அரசின்மீது கசப்புண்டாக்கியதும் மதம்தான்.

இரண்டாம் அலை: மதப்பிரச்சாரகர்களும் சந்தர்ப்பவாதிகளும் சமயப் பணியாளர்களும்

மோசடியும் ஆதிக்கப் பேராசையும் பற்றிய விஷயமாக இருந்த வரையில், பிரிட்டிஷ்காரர்கள் தாங்கள் கொள்ளையடித்த மக்களை மக்களாகவே நடத்தினார்கள். மதம்தான் அவர்களைப் பேய்களைப் போல நடத்தவைத்தது. முதலில் கிழக்கிந்தியக் கம்பெனி, கிறித்துவ மதப்பணியைத் தன் பிரதேசங்களிலிருந்து திட்டவட்டமாக ஒதுக்கி விட்டிருந்தது. மதவிவாதத்தில் என்ன இழப்பு ஏற்படும் என்பதை சரிவர நன்கறிந்தற்கான புரிந்துகொள்ளலை வெளிப்படுத்தியது. இந்தியக் குடிமக்களைத் தேவையின்றிப் பகைத்துக்கொள்வதால் ஏற்படும் பிரதி கூலங்களைத் தன் உணர்வில் கொண்டிருந்தது. 1793இல் சார்லஸ் கார்ன் வாலிஸ் (1786 முதல் 1793 வரை கவர்னர் ஜெனரலாக இருந்தவன்) இந்திய மக்களின் மதங்களில் குறுக்கிடுவதில்லை என வாக்குறுதி தந்து ஓர் ஒப்பந்தம் செய்தான். உள்நாட்டு அரசர்கள் இந்துக்கோயில்கள்

பலவற்றிற்கு அளித்த ஆதரவைக் கம்பெனி தொடர்ந்து நீட்டித்தது. தனது இந்தியத் துருப்புகள் கிறித்துவத்தைத் தழுவுவதைத் தடையும் செய்தது. ஆனால் 1813இல் கம்பெனியின் சாசனம் புதுப்பிக்கப்பட்ட போது, இங்கிலாந்தில் வளர்ந்துவந்த கிறித்துவ மத உணர்வு, கம்பெனி கிறித்துவ மதப்பணிகள் இந்தியாவில் செயல்பட அனுமதிக்க வேண்டிவந்தது. லண்டனிலிருந்த மதப் பணிக்கான கிளபாம் குழு, ஒரு கவர்னர் ஜெனரலையும் (சர் ஜான் ஷோர், 1793 - 98) கம்பெனியின் முக்கியமான இயக்குநர்களில் ஒருவனையும் மதம் மாற்றியது. வெஸ்ட்மினிஸ்டரிலிருந்த அரசாங்கத்தின்மீது அழுத்தத்தைக் கொடுத்தது.[26]

இப்படியாக இரண்டாம் அலை தொடங்கியது. முதல் அலையின் பழமைவாதிகளுக்கும் கீழையியலாளர்களுக்கும் முரணாக, இந்த முறை இந்தியாவுக்கு ஆளவந்தவர்களை மதப்பற்றுடையவர்கள், சந்தர்ப்பவாதிகள் என்று கூறலாம். இந்தியாவை அறிவற்றவர்களும் விக்கிரகவழிபாடு செய்பவர்களும் உள்ள நாடு என்றும், அது மதம் மாறுவதனை நிர்ப்பந்தமாக வேண்டுகிறது என்றும் நினைத்தனர். ஓரளவு அவர்களுக்கு வெற்றியும் கிடைத்தது. பழங்குடியினத்தவர்கள் கிறித்துவத்திற்கு அதிக எண்ணிக்கையில் மாறினர். ஏனெனில், கிறித்துவ மதப்பணியாளர்களின் மதிப்பு ஒழுங்கமைவை, பிரிட்டிஷ் அரசின் ஆற்றலுடன் சமப்படுத்தி நோக்கினர்.[27] சில ஒடுக்கப்பட்ட சாதிகளைச் சேர்ந்த இந்துக்கள், தாங்கள் பறையராக இருப்பதன் அவமதிப்பு கிறித்துவரானால் நீங்கும் என்று மதம் மாறினர். ஆனால் கிறித்துவ மதப்பணியாளர்கள், இந்தியாவின் பிறமதங்கள் எப்போதும் செய்துவந்தது போன்றே சாதிக்கு மரியாதை கொடுத்தனர், பிராமணர்கள் கிறித்துவர்களாக மாறினால், அந்த எண்ணிக்கையைப் பெருமையடித்துக்கொண்டனர். பிற கீழ்ச்சாதி இந்துக்கள் தங்களுக்குக் கிடைக்கும் உணவுக்காக மதம் மாறினர். அவர்களை உயர்சாதி இந்துக்கள் சோற்றுக் கிறித்துவர்கள் என்று ஏளனமாக அழைத்தனர். அரசாங்கப்பணிகளிலும் நிர்வாகத்திலும் ஈடுபட்டதாலும், கலப்புத் திருமணத்தினாலும், உண்மையிலேயே மனம் மாறியதாலும் எல்லாச் சாதிகளிலுமே கிறித்துவர்களாக மாறியவர்கள் இருந்தனர்.

கிறித்துவ மதவாதிகளைக் கட்டற்று அவிழ்த்துவிட்டதற்காக இந்துக்கள், முஸ்லிம்கள் எல்லாருமே அரசாங்கத்தைப் பழிகூறினர்.[28] கிறித்துவ மதவாதிகள் அரசாங்கத்தில் தங்கள் செல்வாக்கினைப் பயன்படுத்தி இந்துவிஷயங்களில் தலையிட முனைந்தனர். ஜேம்ஸ் டல்ஹவுசியின் (1847 முதல் 1856 வரை கவர்னர் ஜெனரல்) கீழ், இந்து விதவைகள் மறுமணம் செய்யவும், கிறித்துவர்களாக மாறிய இந்துக்கள் தங்கள் சொத்துகளை வைத்துக்கொள்ளவும் (இந்துச் சட்டப்படி, அவர்கள் இந்துக்களாக இல்லாமற்போனால் சொத்துரிமையை இழந்துவிடுவர்), இரயில் பெட்டி களில் எல்லாச் சாதிகளும் கலந்து உட்காரவும் அரசாங்கம் சட்டங்களை இயற்றியது.[29] மதவெறிபிடித்த அதிகாரிகள் கிறித்துவச் சிப்பாய்களுக்கு ஆதரவு வழங்கினர், குழப்புகின்ற, திமிர்த்தனமான மதப்பணியாளர்கள், இளம் இந்திய மாணவர்களுக்குத் தங்கள் பெற்றோரின் மதங்களைக் குறித்து அவமானப்படும் விதமாக நடத்தினர்.[30] விஷ்ணுவின்

அவதாரமாக புத்தரைச் சித்திரித்த ஈரடித்தன்மை போல, கல்கத்தாவில் 1837இல் வெளிவந்த மதஅறிக்கை ஒன்றில் இயேசுநாதரும் விஷ்ணுவின் அவதாரமாகச் சித்திரிக்கப்பட்டார். அதை வாசிப்பவர்களுக்கு ஒரு எச்சரிக்கையும் இருந்தது. ஒரிஸாவில் பூரியில் ஜகந்நாதர் கோயிலின் உண்மையான விஷ்ணு கிறிஸ்துவே என்றும், அதன் நசிந்த வடிவம்தான் இப்போதுள்ள ஜகந்நாதர் என்றும், ஆகவே அங்குப் புனிதப் பயணம் செய்வோர் இந்துவாக இருந்துகொண்டே கிறித்துவை நம்பவேண்டும் என்றும் சொல்லப்பட்டிருந்தது.[31]

மூன்றாம் அலை: பயன்வழியாளர்களும், ஆங்கிலிசிஸ்டுகளும், 1857 புரட்சியும்

திருப்புமுனை 1857இல் வந்தது. இராணுவ ஊடுருவல்கள், வெள்ளங்கள், பஞ்சங்கள், கொள்ளை நோய்கள், அரசியல் தகர்ப்புகள், பணமற்ற கஜானாக்கள் ஆகியவற்றைப் பதினெட்டாம் நூற்றாண்டு கண்டது. பெரிய நில ஒப்பந்தங்கள் பல நிலவுடைமையாளர்களை இடம்பெயர்த்தன. முன்பு மதப்பணியாளர்களுக்கு வாடகையற்றுத் தரப் பட்டிருந்த இடங்கள் பல இடங்களில் பறிமுதல் செய்யப்பட்டநிலை பலஇடங்களில் சினத்தை உண்டாக்கியது. 1813க்குப் பிறகு பிரிட்டிஷ் அதிகாரிகள் இந்தியர்களோடு கொண்டிருந்த உறவுகள் நாடகத்தனமாக மாறின. “ஈவிரக்கமற்ற பயன்நோக்கு தர்க்கம், வெறுப்பூட்டுகின்ற கிறித்துவக் கருத்தியல், இளக்கமான சுதந்திர வியாபார அடிப்படை யிலான மதமாற்றம் ஆகியவற்றின் கூட்டாக இழிந்துபோயிற்று.”[32] இந்தக் கிறித்துவக் கருத்தியல், நாட்டை வெறுப்பினாலான வெடிமருந்தாக மாற்றிவிட்டது — ஒரு தீப்பொறி மட்டுமே அதைப் பற்றவைக்கத் தேவை.

1857இல் புரட்சிக்கு உடனடிக்காரணமாகிய சுவாலை, சில குறித்த தோட்டாக்கள் பற்றிய அருவருப்புக் காரணமாகத் தோன்றியது. மதம் சம்பந்தமான அருவருப்பு. பிரிட்டிஷ்காரர்கள், என்ஃபீல்டு ரைபிள் என்ற புதியவகைத் துப்பாக்கியை அறிமுகப் படுத்தினார்கள். அதற்கு வெடி மருந்தை ரைபிளின் பேரலுக்குக் கொண்டுவரத் தோட்டாக்களை வாயினால் கடித்துத் திறந்தாக வேண்டும். (இரண்டு கைகளுக்கும் வேறு வேலை இருந்தது. இரண்டாம் உலகப் போர்ப் படங்களில் ஜான் வெயின் அந்த வெடிகுண்டுகளின் உச்சிப்பகுதியை வாயில் கடித்துத் திறக்கும் காட்சியைப் பார்த்திருக்கலாம்). 1853இல்தான் உயவுப் பொரு ளிட்ட தோட்டாக்கள் இறக்குமதி ஆயின.[33] இந்தத் தோட்டாக்கள் (லார்ட், சுவெட் எனப்பட்ட) பன்றி அல்லது மாட்டுக் கொழுப்பினால் பூசப்பட்டிருக்கலாம் என்று சிப்பாய்கள் ஓரளவு சரியாகவே நம்பினார் கள், இராணுவத்தில் இந்தக் கொழுப்புகள் பல பணிகளுக்குப் பயன் பட்டு வந்தன. அல்லது தடவப்பட்டது ஆட்டிறைச்சிக் கொழுப்பு என்றே வைத்துக் கொண்டாலும், சிப்பாய்களிலிருந்த பல மரக்கறி உணவுகொள்ளும் பிராமணர்களுக்கு இது வெறுப்பாக இருந்தது. குறைந்தபட்சம் இங்கே பிரிட்டிஷ்காரர்களிடம் ஒருதலைச் சார்பு என்பதில்லை. ஏனெனில் தோட்டாக்களைக் கடிப்பதன்மூலம் முஸ்லிம்களைப் பன்றிக்கொழுப்புத் தின்னவும், இந்துக்களை மாட்டுக்

கொழுப்புத் தின்னவும் வைத்தார்கள். ஆனால் இந்தக் கொழுப்பு உயவுப்பொருள் வெறுப்பை விளைவித்தது மட்டுமல்ல. ஆன்மிக அளவில், அது மதத்திலிருந்து வெளியேற்றப்படுவதற்கும் தண்டனைக்கும் உரியதாக்கியிருக்கும். (பின்னர், பிரிட்டிஷ்காரர்கள் கொஞ்சநாட்களுக்கு நெய்யைத் தடவுவதாக யோசித்தார்கள். ஆனால் அந்த யோசனையைக் கைவிட்டார்கள்.) 1857 தொடக்கத்திலிருந்தே "செய்தித்தாள்கள், புதிய தோட்டாக்களைப் பயன்படுத்துவதில் காட்டிய வெறுப்பினைச் செய்தியாக வெளியிட்டுவந்தன."[34] சமகால பிரிட்டிஷ் பார்வையாளர் ஒருவர் இந்தத் தோட்டா அவமதிப்பைப் பற்றி எழுதினார்: "பிரிட்டிஷ்காரர்களுக்கு மிகப் பகைமை கொண்ட எதிரிகளே பல ஆண்டுகள் ஓர் இரகசியக் கூட்டத்தில் அமர்ந்து, இந்தியாவின் ஒரு கோடியிலிருந்து மற்றொரு கோடிவரையுள்ள சிப்பாய்களின் மனத்திற்கு அச்சமூட்டுகின்ற ஒரு வடிவமைப்புக் கொண்ட பேய்த்தனமான கூரறிவுடன் கூடிய திட்டம் ஒன்றை வகுத்துக் கட்டமைத்துக் கொண்டுவந்திருந்தாலும்கூட, அவர்களால் இதைவிடச் சிறந்த விளைவினை உண்டாக்கும் பொய்யை உருவாக்கியிருக்கமுடியாது என்பதால் இது மிகவும் பயங்கரமான விஷயம் ஆகியது."[35]

சிப்பாய்கள் தங்கள் ஆன்மாக்களைக் காப்பாற்றிக் கொள்ளவேண்டும் என்றால், அவர்கள் கிறித்துவத்திற்கு மதம் மாறியாகவேண்டும் என்ற நிர்ப்பந்தத்தை உருவாக்க பிரிட்டிஷ்காரர்கள் இதை வேண்டுமென்றே செய்தார்கள் என்ற அவநம்பிக்கையைத் தூண்டும் விதமான வதந்திகள் மேலும் எரிச்சலூட்டின. இந்தத் தோட்டாக்களைப் பயன்படுத்த மறுத்த சிப்பாய்கள் பலபேருக்கு மத்தியில் அவமானப்படுத்தப்பட்டனர், சிறைப்படுத்தப்பட்டனர் அல்லது பணியிலிருந்து வெளியேற்றப்பட்டனர்.[36] இந்த வெறுப்பூட்டும் தோட்டாக்களை பிரிட்டிஷ்காரர்கள் விரைந்து நிறுத்திக் கொண்டாலும், தீமை விளைந்துவிட்டது, தங்களுக்குத் தரப்பட்ட தோட்டாக்களை சிப்பாய்கள் நம்ப மறுத்தார்கள்.[37] 1857 மே 9ஆம் நாளின் கடுமையான வெயிலில் மீரட்டில் தோட்டாக்களைக் கையாள மறுத்ததற்காக எண்பத்தைந்து சிப்பாய்கள் கைது செய்யப்பட்டார்கள். அடுத்தநாள் இரவு பிற சிப்பாய்கள் ஒன்று கூடினர். அந்த நகரத்தில் வசித்த ஆங்கிலேயர்களைக் கொலை செய்தனர். பிறகு தில்லியைநோக்கிச் சென்றனர். மேலும் மேலும் அதிகமான சிப்பாய்களும் அலுவலர்களும் சண்டையில் சேர்ந்தனர். சண்டை பரவியது. முஸ்லிம்கள் இந்துக்களின் தரப்பில் போரிட்டனர். முஸ்லிம்களை வெறுத்த சீக்கியர்கள் பிரிட்டிஷ் காரர்களுடன் சேர்ந்துகொண்டனர். எந்தவித சம்பந்தமும் அற்ற, சாதாரணக் குடிமக்களும், பெண்களும் குழந்தைகளும் வழக்கப்படியாக பிரிட்டிஷ்காரர்களாலும், இந்தியப் படைகளாலும் கொல்லப்பட்டனர்.[39] பிரிட்டிஷ் சமுதாயத்தைச் சேர்ந்த சிலபேர் ஜான்சியிலிருந்த கோட்டையில் அடைக்கலம் புகுந்தனர். அது லக்ஷ்மிபாய் என்ற மராட்டிய அரசியால் ஆளப்பட்டு வந்தது. அவள் குதிரையேற்றத்தில் தேர்ந்தவள், அழகிய இளம் விதவை. அடைக்கலம் புகுந்தவர்கள் கொல்லப்பட்டனர். சிப்பாய்களால் தானும் தொல்லைக்கு ஆளாகியதாக லக்ஷ்மிபாய் கூறினாள். அரியணைக்குப் போட்டியாளன் ஒருவன் அவள்மீது படையெடுத்தபோது பிரிட்டிஷ்காரர்களுக்கு விசுவாசமாக இருப்பதாக அவள் கூறினாள். 1858இல் பிரிட்டிஷ்காரர்கள் ஜான்சிமீது படையெடுத்தபோது, அவள்

போரில் தன் படைகளை நடத்தினாள். ஆனால் ஜான்சி வீழ்ந்தது. அவள் ஒரு துணையின் உதவியோடு மாறுவேடத்தில் தப்பிச்சென்று, குவாலியரைப் பிடித்தாள். குவாலியரை பிரிட்டிஷ்காரர் தாக்கியபோது அவள் சுட்டுக்கொல்லப்பட்டாள்.[40]

மரணங்கள், பயங்கரங்களின் நீண்ட பட்டியலில் நிற்கும் பல நிகழ்வுகளில் ஜான்சிப் படுகொலை ஒன்று. இந்தப் பட்டியல் நிகழ்வுகள் வரலாற்று முளைகளில் மாட்டப்பட்டு அவற்றைப் பற்றிப் பல கதைகளும் தொன்மங்களும் நிலவுகின்றன. அவை புரட்சியின் உணர்ச்சித்தாக்கத்தை வெளியிடுகின்றன. மற்றொரு சம்பவம் மங்கள்பாண்டேயைப் பற்றியது. கல்கத்தாவின் அருகிலுள்ள பாரக்பூரிலுள்ள முப்பத்து நான்காம் தேசக்காலாட்படையின் ஐந்தாம் கம்பெனியிலிருந்து ஒரு சிப்பாய் அவன். புரட்சி ஏற்படுவதற்கு ஒருமாதம் முன்பே, 1857 மார்ச் 29 அன்று, மத அடிப்படையில் தோட்டாக்களுக்கு வெளிப்படையாகவே எதிர்ப்புத் தெரிவித்தான். பிறரும் அவனுடன் சேர்ந்துகொண்டார்கள். பெரிய கலவரம் மூண்டது. ஏப்ரல் 8 ஆம்தேதி மங்கள்பாண்டேயைத் தூக்கிலிட்டனர். பிறகு தொன்மங்கள் பல தொடர்ந்தன (கேத்தன் மேத்தாவின் பிரபலமான பாலிவுட் படம் மங்கள் பாண்டே, ஆமிர்கான் மங்கள்பாண்டேயாக நடித்தது, 2005இல் வெளிவந்தது). அவை மங்கள் பாண்டேயைச் சுற்றிய சம்பங்களை முற்றிலும் மறைத்துவிட்டதால், எவ்விதமான சான்றுகளும் கிடைக்க வாய்ப்பின்றிப் போய்விட்டது. ஒரு கதையின்படி, குதிரைமீதேறிய ஒரு அதிகாரி அவன்மீது பாய்ந்தபோது, பாண்டே அவனைச் சுட்டது, குதிரையை வீழ்த்தியது (புரட்சியின் முதல் பலி, ஒரு குதிரை). அதிகாரி தரையில் விழுந்தான்.[41] பாண்டே, பங்கி,[42] கஞ்சா அல்லது மது குடித்திருந்தானா[43] என்பது பற்றியோ மூன்றுமே அவன்மீது தாக்கத்தை விளைவித்திருந்ததா என்பதோ தெரியவில்லை. (ஒரு புதிய கஞ்சாவரி விதிக்கப்பட்டதனால் ஏற்பட்ட கஷ்டங்களும் புரட்சி ஏற்பட முக்கியக் காரணங்களில் ஒன்று என்று சொல்லப்படுகிறது.)[44]

ஏறத்தாழச் சமஅளவுக்குத் தொன்மப்படுத்தப்பட்ட, ஆனால் சற்றுமிகுதியாகச் சான்றுகள் கிடைக்கின்ற மற்றொரு சம்பவம், கான்பூரில் 1857 ஜூன் 27 அன்று நடந்த ஒரு படுகொலை பற்றியது. (கான்பூர், ஹர்ஷனின் தலைநகரமான கன்னோசி அருகில் உள்ளது). கிளர்ச்சி யாளர்கள் அங்கிருந்த பிரிட்டிஷ்காரர்மீது முற்றுகையிட்டபோது, ஜெனரல் வீலர் பிரிட்டிஷ்காரர்களை படகின்வழியாக அலகாபாத்திற்கு அழைத்துச் செல்வதற்கான ஒப்பந்தத்தைச் செய்தான். ஏறத்தாழ 400 பிரிட்டிஷ்காரர் சரணடைந்தனர். சதிசௌரா காட்டில் அவர்கள் படகில் ஏறியபோது, கான்பூரின் இந்திய அரசனான நானா சாகிப் தலைமையிலான ஒரு சிறுபடைப்பிரிவு அவர்கள்மீது பதுங்கியிருந்து பாய்ந்தனர். பெரும்பாலோர் சுடப்பட்டனர் அல்லது மூழ்கிப்போயினர். நானாசாகிப் ஏறத்தாழ இருநூறு பெண்களையும் குழந்தைகளையும் காப்பாற்றி அவர்களை பீவிகட் என்னும் இடத்தில் பூட்டிவைத்தான். குறிப்பாக அந்த பங்களா, ஒரு பிரிட்டிஷ் அதிகாரி அவனுடைய இந்திய வைப்பாட்டியை வைத்திருந்த இடம். பிடிபட்டவர்களில் பலர் பேதி யினாலும் காலராவினாலும் பாதிக்கப்பட்டனர்.[45] ஜூலை 15 அன்று

நானாசாகிப்பின் வளர்ப்புமகன் பீவிகட்டைத் தாக்கினான். அவனுடைய முறையான சிப்பாய்கள், அவர்கள் எல்லாரையும் தூக்கிலிட மறுத்து விட்டனர். (தனக்குள் ஒரு சிறிய கலகம்). உள்ளூர்ச் சந்தையைச் சேர்ந்த கசாப்புக்காரர்கள் நான்கைந்து பேர் உயிரோடிருந்த எல்லாரையும் வெட்டி உடலுறுப்புகளை ஒரு கிணற்றில் எறிந்தனர். நானாசாகிப் இவர்களைப் பிணையாகப் பயன்படுத்தவேண்டும் என்று நினைத்திருந்தான், கொலைசெய்வதற்கான ஆணையைப் பிறப்பிக்கவில்லை என்று சில வரலாற்றாசிரியர்கள் வாதிடுகின்றனர். வேறு சிலர், பிரிட்டிஷ்காரர்கள் கான்பூரைப் பிடித்துவிடுவார்கள் என்ற பயத்தினால் அந்த ஆணையைப் பிறப்பித்தான் என்கிறார்கள். இதைப் பற்றிக் கீ என்பவன் சொல்கிறான்: "இந்தக் கசாப்புவீட்டு முறைகள், சேடிசம் சார்ந்தவை என்பதைவிட விகாரமானவை. இவை பிரிட்டிஷ்காரர்களின் இந்திய நாட்கள் முழுவதும் மனத்தில் நிலைத்திருக்கும். இவற்றுக்குச் சமமாக பிரிட்டிஷ்காரர்கள் டஜன் கணக்கான கள்ளமற்ற இந்தியர்களைப் பழிவாங்க எடுத்த அருவருப்பான நடவடிக்கைகளை மட்டுமே கூறமுடியும்."[46]

பழமொழியில் வருவதைப்போல, தோட்டாக்கள் சிறு வைக்கோலாக இருந்தாலும், ஒட்டகம் (பசு, பன்றி இவற்றால் பலமாக்கப்பட்டு) என்னவோ, ஏற்கெனவே மிக அதிகமான பளுவை — பொருளாதார, சமூக, அரசியல் கசப்புகளைச் சுமந்துகொண்டு தான் இருந்தது. அந்தக் கசப்புகள் அழுகிப் புண்ணாகவும் செய்தன.

இந்தச் சம்பவங்களால் விளைந்த கசப்புணர்ச்சியின் ஆற்றலைப் புரிந்துகொண்டு, பிரிட்டிஷ்காரர் எதிர்நடவடிக்கைகளை எடுத்தனர். 1858இல் பிரிட்டிஷ் அரசு கிழக்கிந்தியக் கம்பெனியின் எல்லா உரிமைகளையும் எடுத்துக்கொள்வதாக விக்டோரியா அரசி அறிவித்தாள். இந்தியாவின் அரசி ஆனாள் அவள்.[47] இந்துமதத்தில் குறுக்கிடுவதால் என்ன ஆகும் என்பதை இப்போது நன்றாகவே உணர்ந்திருந்ததால், கிறித்துவ மதப் பணியாளர்களைத் தற்காலிகமாக நிறுத்தச் சொன்னாள். 1857 - 58இல் சிப்பாய்கள் மெய்யாகவே கிறித்துவத்திற்கு மாறவேண்டுமென்று பயப்பட்டார்கள் என்பதை ஒப்புக்கொண்டு, விக்டோரியா அரசியின் 1858 பிரகடனம் மதமாற்றப் பணியைத் தடைசெய்தது மட்டுமன்றி, மிஷன் பள்ளிகளின் பொதுநிதி உதவியையும் குறைத்தது, மேலும், பிரிட்டிஷ் அதிகாரிகள் "இந்திய நம்பிக்கைகள், சடங்குகள் ஆகியவற்றில் நமது (விக்டோரியா அரசியின்) மிகப்பெரிய அதிருப்திக்கு ஆட்படும் துன்பத்தின்மீதுதான் குறுக்கிடுதல் ஆகும்" என்று தெரிவித்தது.[48] மேலும் அவள் குறிப்பாக "நமது குடிமக்களின்மீது நமது நம்பிக்கைகளைச் சுமத்தும் விருப்பம் எதுவும் இல்லை" என்றும் தெரிவித்தாள். (சமயப்பணியாளர்கள் கடவுளைப் பெரிய எழுத்தில் எழுதுவது போல, விக்டோரியா நமது என்ற சொல்லைப் பெரிய எழுத்திலேயே அச்சிட்டாள், அவளே மதம் ஆகிவிட்டாள்.)

மதப்பணியாளர்களில் பலர் கலகத்தின்போது கொல்லப்பட்டனர். ஆனால் ஏற்கெனவே அழிவு நடந்துவிட்டது. இந்து மதத்தைப் பொறுத்த வரையில் புதிய அதிகாரவர்க்க மனப்பாங்கு பழைய கைகழுவும் கொள்கை போலவே மேலுக்குத் தோற்றமளித்தாலும், அதற்கடியில்

தூபமிட்ட உணர்ச்சிகள் வேறாக இருந்தன. மதப்பணியாளர்கள் இந்துக்களை மதம் மாற்ற முயன்றனர். ஆனால் பிற பிரிட்டிஷ்காரர்கள் அனைவரும், இந்துக்களைக் கடைத்தேற்றமுடியாத காட்டுமிராண்டிகள், ஒருபோதும் மனிதர்களாக மாற இயலாதவர்கள் என்று முற்றிலுமாகப் புறக்கணித்தனர். 1858க்குப் பிறகு அரசாங்க அதிகாரிகளே இந்துக்களை வெறுக்கும் மதவெறியர்கள் போலாயினர், அவர்களைக் கூடியவரை ஒதுக்கினர். கிறித்துவத்தின் ஒழுக்க உயர்மேன்மையை முற்றிலுமாக ஏற்றுக்கொண்டதனால், இந்தியாவை ஆட்சிசெய்வது ஒரு தெய்வீகப் பணி என்று கருதினர். இந்திய மதங்களுக்கு ஆதரவு இல்லாமல் போயிற்று, ஏன் முன்பிருந்த சகிப்புத்தன்மையும் இல்லாமல் ஆனது.[49] இந்த மூன்றாவது அணியினர், பழமைவாதிகளுக்கும் கீழையியலாளர்களுக்கும் மாறாக, மதவாதிகளுடனும் சந்தர்ப்பவாதிகளுடனும் சேர்ந்துகொண்டு, தங்கள் அறிவின் உயர்வையும் முன்னேற்றத்தையும் கொண்டாடியவாறு, மேற்கத்தியக் கல்விமுறைக்குத் தள்ளினர்.

அரசின்கீழ் இந்துக்கள்

உயவிட்ட தோட்டாக்களைச் சந்தேகத்துடன் முதலில் சிப்பாய்களை நோக்கவைத்தது எது? இதற்கு 1756 முதல் 1857 வரையிலுள்ள ஒரு நூற்றாண்டு மதப் பரிமாற்றங்களின் மாறியபோக்குகளை மறு பரிசீலனைக்கு உட்படுத்தவேண்டும்.

முதல் அலையில், (ஏறத்தாழ 1750க்கும் 1813க்கும் இடைப்பட்ட காலம்) தொடர்ந்து அரசியல் களம் இருண்டுவந்தபோதிலும், பிரிட்டிஷ் காரர்கள் இந்துமதத்தையும் இஸ்லாமையும் மதித்தனர். பொதுவாக, அதிர்ஷ்டவசமாக, மதவெறி அற்றவர்களாகவும் இருந்தனர்.[50] பதினெட் டாம் நூற்றாண்டின் இறுதிப்பகுதியில் இந்தியாவுக்கு வந்த ஒரு முஸ்லிம் பயணி, பிரிட்டிஷ்காரர்கள் இந்துக்களுக்கும், முஸ்லிம்களுக்கும் (இவர்கள் சமூக மதிப்புவாய்ந்த நிலையில் இருந்தவர்கள்தான்) அளித்த மரியாதையைக் கண்டு வியந்தான்.

இந்துக்களாயினும் முஸ்லிம்களாயினும் அவர்கள் வெண்தாடிகொண்ட மூத்தவர்களையும், பழங் காலமுதலாக இருந்துவரும் குடும்பங்களையும் சமநோக்குடனும் மரியாதையுடனும் நடத்தினர். தங்களுக்கு எதிர்ப்பட்ட நாட்டின் மத வழக்காறுகளையும் அறிஞர்களையும், சயீதுகளையும், ஷேக்குகளையும், தர்விஸ்களையும் மதித்தனர். எல்லாவற்றிலும் முக்கியமாக, மக்களுடன் கலந்து, பெரும்பாலான இந்து முஸ்லிம்களின் திருவிழாக்களிலும் பண்டிகைகளிலும் பங்குகொண்டனர்.[51]

ஆனால் மதமாற்றங்கள் இருந்தன. முகலாய அரசவைகளில் நடந்த இடைக்கால இந்திய விவாத மரபுகள் அரசர்களால் ஆதரிக்கப்பட்டன, அரசவைகளில் நடத்தப்பட்டன. (இதற்கு அக்பர் மிகப் புகழ் பெற்றவன், ஆனால் அவன் ஒருவன் மட்டுமே உதாரணமல்ல). இவை காலனியாதிக்கக் காலத்தில் முதலில் முஸ்லிம் - கிறித்துவ விவாதங்களாக இருந்தன, பழைய இடைக்கால விவாத அமைப்பையும் சொற்களையும் வைத்து நடத்தப்பட்டன.[52] பிறகு, பத்தொன்பதாம்

நூற்றாண்டின் இறுதிக்குள், அவை இந்து அரசவைப் பண்டிதர்கள், பயணிக்கும் வாதிகள் ஆகியோரால் செய்யப்பட்டன. இந்த மாதிரி விவாதங்களின் சமூகச்சூழல் இப்போது மிகவும் பரந்துபட்டதாகியது. பரந்துபட்ட படித்த பார்வையாளர்களுக்குக் கிடைப்பதாகவும் இருந்தது. இந்தியாவில் மத விவாதங்கள் பொழுதுபோக்கிற்கான ஒரு முக்கியக் களமாக இருந்தன என்று ஒரு மதப் பணியாளர் குறிப்பிட்டார். "மக்கள் பிராமணன் தோற்றாலும் கைதட்டினார்கள், கிறித்துவன் தோற்றாலும் மகிழ்ச்சியடைந்தார்கள்."[53] கும்பல்கள், முதலில் பிராமணர்களையும் பிறகு கிறித்துவப் பணியாளர்களையும் பார்த்துச் சிரித்தன. இது தங்களை மகிழ்வித்துக் கொள்ளும் ஒரு விவாதம் என நினைத்தனர். இந்து மதம் ஏற்கெனவே ஒரு விவாதக்களமாகவும் பொழுதுபோக்குக் களமாகவும் இருந்ததால், கிறித்துவ மதப் பணியாளர்களால் எந்தத் தீங்கும் செய்யமுடியாது எனக் கருதினர்.[54] இதில் ஓரளவு உண்மை இருந்தது.

இந்த உரையாடல்கள், எவ்வாறாயினும் இறுதியாக மதமாற்றத்தில் முடிந்தன. இக் காலப் பகுதியின் மோதல்கள் மிகவும் எரிச்சலூட்டு பவையாக இருந்தன. இந்துக்கள் தங்களை இஸ்லாமுக்கோ கிறித்துவத் திற்கோ மாற்றுகின்ற முயற்சிகளாக அவற்றை நினைத்தார்கள். நாம் ஏற்கெனவே கண்டதுபோல, இந்து மதத்திலுள்ள குறித்த சில துறவு அல்லது சீர்திருத்தம் சார்ந்த இயக்கங்கள் தங்களுக்கு மேலும் மேலும் ஆதரவாளர்களைத் தேடின என்றாலும் மரபுவழியான இந்துமதம், மதம் மாற்றுகின்ற ஒன்றல்ல. ஆகவே பல சமயங்களில் இந்துக்கள் தங்கள் விருப்பத்திற்கெதிராகவோ அல்லது தற்செயலாகவோ மதம் மாறிய பிறகு, இந்துமதத்திற்குத் திரும்பவேண்டும் என்பது மிகக் கடினமாக இருந்தது. முதல் ஆஃப்கானியப் போரில் பிழைத்துவந்த இந்தியச் சிப்பாய்கள், (அப்போரில் மிகஅதிக எண்ணிக்கையிலான சிப்பாய்கள் மரண மடைந்தனர்) இந்தியாவுக்குத் திரும்பியபோது, அவர்கள் பறையர்கள் எனச் சமுதாயத்திலிருந்து ஒதுக்கிவைக்கப்பட்டனர். ஏனெனில் ஆஃப்கானிஸ்தானத்தில், சிலர் இஸ்லாமுக்கு மாறவேண்டுமெனக் கட்டாயப்படுத்திச் சேர்க்கப்பட்டனர். எவ்விதமாயினும் அவர்கள் சிந்து நதியைக் கடந்துசென்றதால் சாதியை இழந்தவர்கள். இந்தியாவின் நில எல்லையைக் கடந்தவர்கள். அது சாதிநீதிக்கு எதிரானது. (இதற்கு முன்பு, இந்துக்கள், தாங்கள் கடல்கடந்து சென்றால் அசுத்தமாகி விடுவர் என்ற வாதத்தின் அடிப்படையில் அயல்நாட்டுச் சேவையை மறுக்கும் உரிமை இருந்தது.[55]) சிலசமயங்களில் புரோகிதர்களுக்கு வெள்ளிப் பொருள்களை இலஞ்சமாக அளித்து அவர்களால் திரும்ப இந்து மதத்திற்கு வரமுடிந்தது. அதற்குமுன்பாக இந்துக்கள், கைப்பற்றுதலில் கொள்ளையடித்த பொருள்களைப் புரோகிதர்களுக்குக் கொடுத்து மதம் மாற முடிந்தது. ஆனால், இப்போது சிப்பாய்கள் ஆஃப்கானிஸ்தானத்தில் தோற்றுப் போனதினால், கொள்ளையடித்த பொருள்கள் எவையும் இல்லை.[56] மேலும், கி.பி. முதலாம் அல்லது இரண்டாம் நூற்றாண்டுகள்வரை பின்னோக்கிச் செல்கின்ற சடங்குசார் விதிமுறைகளும் இருந்தன. அவற்றினால் திரும்பி வருவதற்கான பிரமாணத்தினைச் செய்து விலக்கிய மனிதன் ஒருவனை மறுபடியும் இந்துமதத்திற்குள் சேர்க்க இயலும்.[57] இந்த விதி

முறைகளிலிருந்தும், முகலாயர்கள்கீழ் இஸ்லாமுக்கு மாறியவர்களை மீட்பதற்கான சடங்கு முன்மா்திரிகளிலிருந்தும் புதிய மதமீட்புச் சடங்குகள் உருவாயின.

ஆனால் கிறித்துவத்திற்கு மாறியவர்கள், எண்ணிக்கையில் மிகக் குறைவாக இருந்தாலும், வேறுவிதமான இறையியல், அரசியல் அச்சங்களுக்கு ஆட்பட்டனர். இந்து மதத்தோடு அதிகமாகக் குழப்பியவர்கள் கத்தோலிக்கர்கள் அல்ல, சீர்திருத்தக் கிறித்துவர்கள்தான். பல நூற்றாண்டுகளாக இந்தியாவில் இருந்துவந்த கத்தோலிக்கர்கள், தங்கள் பண்புக் கூறுகள் பல இந்துக்களிலும் இருப்பதைப் புரிந்துகொண்டு அவற்றைப் பாராட்டினர். பல புனிதர்களைப் போலவே பல கடவுளர்கள்; அப் படிமங்களின் பகட்டாரவாரக் காட்சிகள், வண்ணங்கள், அவ்வப்போது நடந்த அநாகரிகங்கள்; கடவுளின் ஆட்டுக் குட்டியோடு ஒப்பிடக்கூடிய விலங்குப் பலிகள்; (அலலது, இன்றும் ஈஸ்டர்நாளில் இந்தியாவின் பல கத்தோலிக்கச் சமுதாயங்கள் பலியிடுகின்ற பாஸ்கால் ஆடுகள்) போன்றவை சான்று. இந்துக்களின் சில பனுவல்கள், தத்துவம் ஆகியவற்றைத் தவிரச் சீர்திருத்தக் கிறித்துவர்களுக்கு இந்துமதத்தில் பாராட்ட ஒன்றுமில்லை. பிற யாவும் கத்தோலிக்க மதம் போலவே இருந்ததால், அவர்களுடைய இரசனைக்குப் பொருந்தவில்லை.

இரண்டாம் அலையின் முடிவுப்போதில், 1813இல் கம்பெனியின் சாசனம் புதுப்பிக்கப்பட இருந்தபோது மேஜர் ஜெனரல் சர் தாமஸ் மன்றோ (இவன் இந்தியாவில் 1789 முதல் 1827வரை, முக்கியமாகச் சென்னையில் பணியாற்றியவன்) கிழக்கிந்தியக் கம்பெனியின் இயக்குநர்களுக்கு இந்திய மக்களைக் குறித்த அவர்களின் போக்குப் பற்றி எச்சரித்தான். முதல் அலையின் உண்மையான மனிதனாக அவன் பேசினான். மெய்யாக அவன் முதல் அலையைச் சேர்ந்தவன்தான். அவன் இந்தியையும் பார்சியையும் கற்றவன், பொதுவாக மனிதர்களுடனும், குதிரைகளுடனும் இணக்கம் கொள்வதில் தேர்ந்தவன். (சென்னையில் அவனது அசாதாரணமானதோர் சிலை குதிரைமீது ஏறிய நிலையில் இருக்கிறது. சேணமோ, கடிவாளமோ இல்லை. ஆதிக்கம் பற்றிய அவனது தளர்ச்சியான மனப்பாங்கு குறித்த குறியீடு இது என்று நான் கொள்கிறேன்.) அச்சமயத்தில், அவன் கைப்பற்றிய பிற அரசர்கள் பிரிட்டிஷ்காரரைவிட இந்தியர்களை மிகுந்த வன்முறையுடனும் கொடுமையுடனும் நடத்தியிருக்கிறார்கள் என்பதை ஒப்புக்கொண்டான். ஆனால் “நம்மளவுக்கு யாரும் இகழ்ச்சியுடன் இந்தியர்களை நடத்தியதில்லை. எல்லாரையுமே நம்பிக்கைக்குப் பாத்திர மற்றவர்கள் என்று சொல்லி ஒதுக்கியதில்லை, நேர்மை என்பதே இயலாதவர்கள் என்று கருதியதில்லை, வேறுவழியின்றி அவர்கள் உதவி தேவையென்றால் மட்டுமே பணியில் அமர்த்தியதில்லை” என்று கூறினான்.[58]

அவனுடைய வார்த்தைகள் செவிடன் காதில் சங்கு ஊதியதுபோல ஆயின. பிரிட்டிஷ்காரர்கள் தங்கள் இகழ்ச்சியை மக்கள்மீதும் அவர்கள் மதத்தின்மீதும் தொடர்ந்து காட்டினார்கள். 1810இல் ராபர்ட் சதே (இங்கிலாந்தின் அரசவைக் கவிஞன்) இந்தியாவுக்கு வந்ததே இல்லை, ஆனால், “இந்துக்களுடைய மதம் போலி மதங்கள் எல்லாவற்றிலும் தன்

கட்டுக்கதைகளில் மிகவும் கொடூரமானது, தன் விளைவுகளில் மிகவும் ஆபத்தானது" என்று அறிக்கையிட்டான்.[59] 1813இல் (இந்த ஆண்டில்தான் மதப்பணியாளர்கள் நுழைவது அனுமதிக்கப்பட்டது) வில்லியம் வில்பர்ஃபோர்ஸ் (அடிமைத்தனத்தை ஒழிக்க விரும்பும் ஒரு எவாஞ்சலிஸ்டுப் பிரிவைச் சேர்ந்தவன் இவன்)"அடிமைத்தனத்தை ஒழிப்பதைவிட, இந்தியாவிற்கு இம்மாதிரி சமயப்பணியாளர்களை அனுப்புவது மிகவும் முக்கியமானது, ஏனெனில், நமது மதம், உன்னதமானது, தூய்மையானது, நன்மை பயப்பது, ஆனால் இந்தியர்களுடைய மதம் மட்டமானது, ஒழுக்கக் கேடானது, கொடியது" என்று இங்கிலாந்துப் பாராளுமன்றப் பொதுமன்றச் சபையில் பேசினான். ஏனெனில், "இந்து தெய்வங்கள் எல்லாம் காமம், அநீதி, கெட்டதன்மை, கொடுமை ஆகியவற்றில் முழுமையான இராட்சதர்கள்." இந்துமதம் என்பதே, "மனித இனத்தின் எந்த ஒரு பகுதியையும் அலைக்கழித்துக் கீழ்மைசெய்த பிரம்மாண்டமான, சித்திரவதை செய்கின்ற மூடநம்பிக்கை." ஆகவே "இந்துக்கள் மனித இனத்தில் மிகவும் அடிமைப்பட்டுக் கிடக்கும் பகுதியினர்." இந்த அறிவியலும், பிரபஞ்சவியலும்கூடத் தாக்குதலுக்குள்ளாயின. 1835இல் தாமஸ் பேபிங்டன் மெக்காலே (ஒரு புகழ்பெற்ற நற்செய்தியாளரின் மகன்), தனது அவப்புகழ்பெற்ற வசைமாரியைப் பொழிந்தான். "ஆங்கிலநாட்டு இலாடமடிப்பவனும் கேவலப்படுத்தக்கூடிய மருத்துவக் கொள்கைகள்; ஆங்கில போர்டிங் பள்ளியில் படிக்கின்ற சிறுமிகள்கூடக் கேலியாகச் சிரிக்கக்கூடிய வானியல்; முப்பதடி உயரமுள்ள அரசர்கள் முப்பதாயிரம் ஆண்டு அரசாண்ட கதைகள் கொண்ட வரலாறு; வெல்லப்பாகும் வெண்ணெயும் நிறைந்த கடல்களைக் கொண்ட புவியியல்"[60] இவையெல்லாம் புரட்சிக்கு முன்னால் நிகழ்ந்தவை.

இதற்குப் பிறகு, மூன்றாம் அலையில், விஷயங்கள் மோசமான நிலையிலிருந்து மிகுந்த சீர்கெட்ட நிலைக்குச் சென்றன. இந்துமதத்தை நோக்கும் ஆய்வாளர்களின் இதயங்களில் போற்றப்பட்டுவந்த பகவத் கீதையும்கூட ஆங்கிலக் கற்பனைச் சட்டகத்தில் தாக்குதலுக்குள்ளாயிற்று. ஃபார்ஸ்டர் எழுதிய 'எ பாஸேஜ் டு இந்தியா' என்ற நாவலில், மத வெறியனான மெக்பிரைட் என்னும் போலீஸ்காரன், இந்தியக் குடி மக்களின் குற்றம்சார் உளவியல் எனத் தான் கருதுவதை விவாதிக்கிறான்: "சிப்பாய்க்கலக ஆவணங்களைப் படி. ஒன்றுக்கும் மற்றதற்கும் நெருக்கமான தொடர்பில்லை என்று எனக்கு உறுதியில்லை என்றாலும், பகவத்கீதையைவிட இந்த நாட்டினை அறியக்கூடிய பைபிளாக அதுதான் உதவும்."[61] பத்தொன்பதாம் நூற்றாண்டில் பரவியிருந்த ஒரு புரளியை இது காட்டுகிறது. வங்காளத்தின் ஒரு இரகசியக் கழக உறுப்பினர்கள் காளியின் உருவச்சிலை முன்பு, ஒருகையில் பகவத்கீதையையும் மற்றொரு கையில் கைத்துப்பாக்கியையும் கொண்டு, தங்கள் மத இணக்கத்திற்கான உறுதிமொழியை எடுத்துக்கொண்டார்கள் என்று ஒரு கதை.[62] 1909இல் வங்காள அரசாங்கத்தின் தலைமைச் செயலருக்கு அளிக்கப்பட்ட இரகசியப் போலீஸ் அறிக்கை ஒன்று, மாணவர்கள், ஒரு கையில் பகவத்கீதையும் ஒரு கையில் ரிவால்வரும் கொண்டு, ஒரு மனித எலும்புக்கூட்டின்மீது படுத்து உறுதிமொழி ஏற்றபிறகு இரகசியக் கழக உறுப்பினர்களாகச் சேர்க்கப்பட்டார்கள் என்று கூறியது.[63] இந்தச்

சம்பவமே, செல்வாக்குப் பெற்ற (1882இன்) 'ஆனந்தமடம்' நாவலில் பங்கிம் சந்திர சட்டர்ஜி கற்பனை செய்த ஒரு சம்பவத்தைப் பிரதிபலிப்பதாக உள்ளது. பங்கிம்சந்திரர் பிரிட்டிஷ்காரர் மீது செல்வாக்குச் செலுத்தி யிருக்கலாம், ஆனால் இருவருமே அக்கால வழக்கிலிருந்த ஒரு கட்டுக் கதையைப் பிரதிபலித்தார்களே அன்றி, மெய்யான நடைமுறையை அல்ல. இந்தக் கட்டுக்கதையில் மிக அவமதிப்பைப் பெற்ற பாத்திரங்கள், தக்குகள். காளியை வழிபடுபவர்கள். அவளுக்கு பிரிட்டிஷ்காரர்களைப் பலியாக்கப்போவதாக சபதம் பூண்டவர்களாகச் சொல்லப்படுபவர்கள். காளிகோயில்களில் வழிபட்டு வந்த கொள்ளைக்கூட்டத்தினராக மட்டுமே அவர்கள் இருக்க வாய்ப்புண்டு.[64] வங்காள இராணுவத்தையும், இந்திய அரசியல் சேவையையும் சேர்ந்த லெப்டினன்ட் கர்னல் சர் வில்லியம் ஹென்றி (தக்கீ) ஸ்லீமன் எழுதிய 'தி ரேம்பிள்ஸ் அண்ட் ரிகலெக்ஷன்ஸ்' என்ற நூல் இதற்கு ஆதாரமாகக் காட்டப்படுகிறது.

இந்துக்களுக்கும் முஸ்லிம்களுக்கும் இடையில் உள்ள உறவுகளுக்கு பிரிட்டிஷ் தரகு வேலை பார்த்ததும் பேரளவுக்கு அழிவை உண்டாக்கியது. 1870இல் பாட்ரிக் கேம்கி அளித்த அறிக்கை, 1850இல் இந்து முஸ்லிம் மோதல்கள் ஏற்படும்வரை, பாப்ரி மசூதி வளாகத்தில் இந்துக்களும் முஸ்லிம்களும் ஒன்றாகவே வழிபாடு நடத்திவந்தார்கள் என்று வலியுறுத்திக் கூறுகிறது. "அந்தக் காலம் வரையில் இந்துக்களும் முகமதியர்களும் மசூதியில்/கோயிலில் ஒன்றுபோல வழிபடுவது வழக்கம். பிரிட்டிஷ் ஆட்சிக்காலத்தில் மோதலைத் தவிர்க்க ஒரு வேலி இடப்பட்டதால், அதற்குள்ளாக இருந்த மசூதியில் முகமதியர்கள் பிரார்த்தனை செய்வதும், வெளியே இந்துக்கள் ஒரு மேடை அமைத்து அதன்மீது நைவேத் தியங்களை வைப்பதும் வழக்கம்."[65] ஆனால் இந்து முஸ்லிம் மோதல் ஒருபோதும் நடந்ததாகவோ, பிரிட்டிஷ்காரர்கள் அதை மறிப்பதற்காக வேலியிட்டதாகவோ எவ்வித ஆதாரமும் இல்லை. அந்த இடத்தில் உண்மையில் எந்த வேலியும் இடப்படவில்லை. (இல்லாத மோதலுக்கு இடப்படாத வேலி இருப்பது போன்ற ஒரு சித்திரம், பிரிட்டிஷ் கட்டுக்கதை).

மேலும் நேர்முகமான, ஆனால் தெளிவாகவே கட்டுக்கதை என்று தெரியக்கூடிய சம்பவம் ஒன்றை, இதுபோலவே இந்து - முஸ்லிம் இருமைவயப்பட்ட கோயில் ஒன்றில் நடந்ததாக ஃபார்ஸ்டர் சொல்லு கிறார். இந்தக் கட்டுக்கதை வருமாறு: ஒரு முஸ்லிம் துறவியின் தலை வெட்டப்பட்டது. ஆனால் தலைவெட்டப்பட்ட முண்டமாகவே அவர் தன் தாயின் கட்டளை ஒன்றை நிறைவேற்ற ஒரு குன்றின் உச்சியி லிருந்து அடிவாரத்துக்கு ஓடியதாகச் சொல்லப்படுகிறது. அங்கு அவருடைய உடல் கீழே விழுந்தது. ஆகவே அவருக்கு "இன்று இரண்டு கோயில்கள் உள்ளன. ஒன்று, குன்றின் மீது விழுந்த தலைக்கு. மற்றது, குன்றின் அடிவாரத்தில் விழுந்த உடலுக்கு. அங்கு அருகில் வாழும் சில முஸ்லிம்களும் தொழுகிறார்கள், இந்துக்களும் வணங்குகிறார்கள்."[67] தலை - உடல் பிரிவினை இந்துத் தொன்மங்களின் இப்படிப்பட்ட பிரிவுகளை ஒன்றாக்கக் கூடிய பண்புகளுக்கு முன்நிற்கிறது, ஆனால் பயன்படுத்திக் கொள்ளவில்லை. இந்த இரு கோயில்களும் தனித்தனியாகவே நிற்கின்றன,

ஆனால் இரு மதத்தினரும் இரண்டிலும் வழிபடுகின்றனர்.

அரசின்கீழ், இந்துக்கள் - முஸ்லிம்களுக்கிடையில் இருந்த உறவுகள் மோசமான பல திருப்பங்களைப் பெற்றன. குறிப்பாக முகலாயர்கள்கீழ் இருமதத்தினருக்குமான நல்லுறவை வளர்க்க முயன்ற முயற்சிகள் அனைத்தையும் சில விஷயங்களில் மிகமோசமாகத் திரிக்கவும் செய்தன. பத்தொன்பதாம் நூற்றாண்டில், சில யோகிகள், இந்து சித்தர் கோரக்நாதரால் முகமது பயிற்றப்பட்டார் என்று கூறினர். முஸ்லிம்களோடு இருக்கும்போது அவர்கள் விரதமிருந்தனர், சடங்கு வழிபாடுகளைச் செய்தனர். இந்துக்களோடு இருக்கும்போது இந்து வழக்காறுகளைப் பின்பற்றினர். இந்துக்கள், கிறித்துவர்களோடு பன்றிமாமிசம் உண்டனர். முஸ்லிம்களோடும் பிறரோடும் இருந்தபோது மாட்டிறைச்சியை உண்டனர்.[68] முஸ்லிம் மினார்கள், அவற்றின் வழிபாட்டு மாடங்கள் ஆகியவை, லிங்கத்தையும் யோனியையும் போல ஒரேமாதிரி இருப்பதாக அவர்கள் கூறினர். இவை இரண்டும் ஒன்றாக இருப்பதனாலேயே இஸ்லாம் வெற்றிகரமாகப் பரவியது என்றும் விளக்கினர். இந்தமாதிரியாக, அவர்கள் இஸ்லாமின் புனிதமூலங்களைச் சார்புநிலையுள்ளவை ஆக்கி, இந்திய உருவங்களுக்கும் வகைகளுக்கும் கீழாகக் கொண்டுவந்தனர்.[68] கோரக்பூரின் மையத்திலுள்ள நாதக்கோயிலில், ஒரு சிறிய பலகை இருக்கிறது. அதில் முகமது ஒரு நாதயோகி என்றும், மெக்கா ஒரு சிவத்தலம் என்றும், சில புராணங்களில் அது ம(க்)கேஸ்வரம் என்று சொல்லப்பட்டுள்ளது என்று உள்ளது.[70] இம்மாதிரி ஒன்றுபடுத்தலுக்கான சொல்விளையாட்டின் தன்மூப்பான அவமதிப்பு, தில்லி சுல்தானியக் காலத்தில் இந்துக்கள், முகமது, சுல்தான் போன்ற அராபியச் சொற்களை மகாமுதா, சுரத்ரானம் என்றும் சமஸ்கிருதப்படுத்தியதற்கு எதிரானது.

ஆழமான கீழையியம்[71]

முதலில் பாராட்டுவதாகவும், சகிப்புடனும் கூடியதாக இருந்த (முதல் அலை), பிறகு இகழ்ச்சியுடன் நோக்கிய (இரண்டாம் அலை), கடைசியாகப் பகைமையைக் காட்டுகிற (மூன்றாம் அலை) தன்மைகளை இந்தியாவை நோக்கிய பிரிட்டிஷ் மனப்பாங்குகள் காட்டுகின்றன. நாம் கீழையியம் என்று சொல்வதின் மூன்று முகங்கள் இவை. சரியான மற்றும் தவறான காரணங்களுக்காகக் கீழைமக்கள்மீது ஐரோப்பியர்களுக்கிருந்த நேசமும் வெறுப்பும் கலந்த மனநிலையைக் கீழையியம் என்று தொடக்கத்தில் நான் வரையறை செய்தேன். இந்துக்கள் த்வேஷ பக்தி என்று கூறியதன் ஐரோப்பியத் தலைகீழாக்கமாக இது இருந்தது. இந்தியாவை நேசித்தார்கள், ஆனால், கோணலான, சுயநலத்துடன் கூடிய தீர்மானத்துடன் அவ்விதம் நேசித்தது, வெறுப்பெனவே ஆயிற்று. இது கீழையியலாளர்களின் புரிந்து கொள்ளலைத் திரித்துக்காட்டியதோடு, அவர்கள் நேசித்த பொருளுக்கு பயங்கரமான அழிவை உண்டாக்குவதாகவும் அமைந்தது.

தொடக்க காலக் கீழையியலாளர்கள் அண்மைக்காலத்தில் மேற்கத்திய வியல் (இது எட்வர்டு சயீதின் சொல்லுக்கு எதிராக உருவாக்கப்பட்டது) எனப்படுவதன் தொடக்ககால வடிவத்திற்கு எதிர்வினை புரிந்துவந்தார்கள். மேற்கத்தியவியல் என்பது மேற்கின் ஒரேதன்மைகொண்ட, மனிதத்

தன்மையைநீக்கிய பார்வையாகும். (குறிப்பாக ஆசியாவுக்கு எதிராக, ஐரோப்பா, அமெரிக்காவின் பார்வை).[72] இந்த இரு வார்த்தைகளும் இருபுறங்களையும் தவறாக முன்வைக்கின்ற, ஏறத்தாழ எல்லா ஒரே மாதிரியான தன்மைகளையும் பகிர்ந்துகொள்கின்றன. கிழக்கு = மதம், ஆன்மா, இயற்கை, புதுமை, வீரச்செயல், அபாயம், காதல்வீரப் புனைவியத்தன்மை (கீழையியம் உட்பட), தொன்மம். மேற்கு = அறிவியல், பொருள்முதல்வாதம், நகரம், சலிப்பு, வசதி, பாதுகாப்பு, அறிவொளி, பிரணவம். கிழக்கு பெண்மைத்தன்மை கொண்டது, மேற்கு ஆண்மை; கிழக்கத்திய ஆடவர்கள் ஆகவே பெண்தன்மை உடையவர்கள், மலடுகள். ஆனால் அதேசமயம், மிகுகாமம் உடையவர்கள். ஏனெனில் பூர்வகுடியின் மற்றது என்பது மிகு காமத்தன்மை கொண்டது.[73] ஒரே வேற்றுமை — இது மிக முக்கியமானது — இந்த அச்சுமாதிரிகளின்மீது வைக்கப்படும் மதிப்புதான். கிழக்கத்திய மதிப்புகளுக்கு ஆதரவானது புனைவியம், மேற்கத்திய மதிப்புகளுக்கு ஆதரவு அறிவொளி.

1978இல் சயீதின் நூல் வெளிவருவதற்கு முன்னால், என் தலைமுறையைச் சேர்ந்த இந்தியவியலாளர்கள் கிளைமொழிகளையும் நாட்டார் வழக்காறுகளையும் சேகரித்த பிரிட்டிஷ் ஆய்வாளர்களைப் போற்றினார்கள். இவ்வாறு செய்யாதிருந்தால் அவை பின் தலைமுறையினர்க்குக் கிடைக்காமலே போயிருக்கும். மேலும் இந்த இந்தியவியலாளர்கள் ஐரோப்பாவில் சமஸ்கிருத ஆய்வுகளை ஏற்படுத்தினார்கள். அந்த மொழியில் பதிவு செய்யப்பட்டிருந்த செவ்வியல் நூல்கள் பலவற்றை இந்தியாவிலும் ஐரோப்பாவிலும் எல்லார்க்கும் கிடைக்கச் செய்தார்கள். எங்களுடைய சொந்த அறிவுக்கும் இந்தியாமீதான நேசத்திற்கும் அவர்களுக்கு நாங்கள் கடமைப்பட்டவர்கள். ஆனால் கீழையியத்திற்கு எதிரான விமரிசனச் சிந்தனை எங்கள் சிந்தனையை என்றைக்குமாக மாற்றிவிட்டது. இந்த பிரிட்டிஷ் ஆய்வாளர்களும் காலனிய ஆதிக்க வலையில் சிக்கியவர்கள், அதை நிலைநிறுத்தியவர்கள், அதற்கு ஊட்டமளித்தவர்கள், வசதிசெய்து தந்தவர்கள் என்று எங்களுக்குச் சொல்லித்தந்தது. கல்விநிறுவன அறிவுக்கும் அரசியல் அதிகாரத்திற்குமான கூட்டுச்சதி பற்றியும் அது எங்களுக்குச் சொல்லித் தந்தது. அந்தந்த அறிவுத்துறைகளின் பணியைத் தொடர்ந்து மேற்கொள்ளும்போது நாங்களும் அந்த அதிகாரச்சதியில் சிக்கிவிடுகிறோம் என்று வாதித்தது. கிப்லிங்கின் ‘கிம்’ நாவலில், கீழையியத்தின் மற்றொரு வடிவமான மானிடவியலாக வேவுபார்த்தல் வேஷந்தரித்து வந்தது. தனது தலைமை ஒற்றனான கிரெய்ட்டனை கிப்லிங் ஓர் தொழில்முறைசாரா இனவரைவியலாளனாக ஆக்கிவிட்டார்.

கீழையியத்திற்கு எதிரான இந்தக் கோட்பாட்டின் மையத்தில், அன்றைக்கிருந்த, இன்றும் இருக்கின்ற ஆய்வாளர்கள் தாங்கள் ஆய்வு செய்ய எடுத்துக்கொள்கின்ற மக்களுக்குக் தீங்கு பயக்கின்ற வாதங்கள் உள்ளன. கீழையியம் என்ற சொல் கண்டுபிடிக்கப்படுவதற்கு முன்னாலேயே அதைப்பற்றி இனியதொரு அங்கதத்தை வரைந்தவர் ஜே.பி.எஸ். ஹால்டேன் (1892-1964). அவர் ஒரு பிரிட்டிஷ் உயிரியல் (மரபியல்) ஆய்வாளர், இந்தியாவில் தனது வாழ்நாளின் இறுதிநாட்களைக்

கழித்தவர், ஒரிஸாவின் புவனேஸ்வரத்தில் மறைந்தவர். அவர் தனது உயிலில், அப்படியாவது, ஓர் ஐரோப்பியனைக் கூறுபோட்டுப் பார்க்கின்ற அசாதாரணமான அனுபவம் இந்தியாவைச் சேர்ந்த சில எதிர்கால மருத்துவர்களுக்குக் கிடைக்கட்டுமே என்பதற்காக இறந்தபிறகு தனது உடலை அருகிலிருக்கும் மருத்துவமனைக்கு அனுப்பவேண்டும் என்று கூறியிருந்தார்.[74] ஐரோப்பியக் கீழையியலாளர்களால் வெட்டிக்கூறுபோடப் பட்ட இந்தியர்களுக்கு இச்செயல் ஓர் தகுதி வாய்ந்த பழிவாங்கலாக அமையும்.

மொழிபெயர்ப்புகள், காலனியத்தால் இழந்தவை

முதலில், பிரிட்டிஷ்காரர் இந்தியாவைத் தங்கள் சட்டங்களால் ஆட்சிசெய்ய நினைத்தார்கள். ஆகவே நாம் பார்த்தவாறு, இந்திய ஆளும் வர்க்கத்தைக் கொஞ்சம் மரியாதையோடு நடத்தினார்கள். சீர்திருத்தக் கிறித்துவர்கள் என்ற முறையில் அவர்களுக்கு நடைமுறைகளைவிடப் பனுவல்களே முக்கியமானவை. கீழையியலாளர்கள் என்ற முறையில் அவர்களுக்கு இன்றைய வெறுக்கத்தக்க நிகழ்காலத்தைவிடப் பழைய புகழ்மிக்க கடந்தகாலமே உவப்பாக இருந்தது. இதற்குக் காரணம் அவர்கள் ஓர் இக்கட்டுநிலையை எதிர்கொள்ள நேர்ந்ததாகும். சமஸ்கிருதம், கிரேக்க நாகரிகத்தோடு தொடர்புடையது. அதை பிரிட்டிஷ்காரர்கள் தங்களுடைய பாரம்பரியமாகக் கருதினார்கள். அப்படிப்பட்ட பழைய மொழியான சமஸ்கிருதத்தை அடிப்படையாகக் கொண்ட கலாச்சாரத்தை வைத்துள்ள ஓர் இன மக்களை எவ்விதம் ஐரோப்பியர்கள் தொடர்ந்து போற்ற முடியும்? இந்த இந்தியர்களை இருளில் வாழும் பூர்வகுடி மக்கள் என்று கூறி எவ்விதம் தங்கள் ஆட்சியை நியாயப்படுத்த முடியும்? இதற்கு விடையாக ஓர் இரட்டைச்சிந்தனை கொண்ட வரலாற்றுச் செயல்முறை. பல நூற்றாண்டுகளாக மூடநம்பிக்கைகளுக்கு எதிராக அறிவியல் எழுச்சிபெற்று ஐரோப்பா உயர்ந்து கொண்டிருந்தபோது (டார்வினியப் பரிணாமச் சிந்தனையின் சமூகப்பகுதி), இந்தியாவில் பிராமணர் செயல்களும் வெப்ப, ஈரப்பதத் தட்பவெப்பநிலையும் மாசற்ற வேதங்களைப் பாழாக்கி இன்றைய இந்தியாவின் கீழான நிலைக்குத் தள்ளிவிட்டன (டார்வினியக் கருதுகோளுக்குத் தலைகீழ்நிலை) என்ற கருத்து. இதற்கு ஆதரவாக ஏதோ ஒரு அமைப்பு கீழையியலாளர்களுக்குத் தேவையாக இருந்தது. யோகிகள் ஒரு மூக்குத் துளையில் மூச்சை உள்ளிழுத்தும் மற்றதில் வெளிவிட்டும் இருப்பதைப்போல, இந்த இரு சிந்தனைகளும் ஒன்றுக்கொன்று தொடர்பின்றி மேலும் கீழுமாகப் பாயவேண்டும் என்பது அவர்கள் எண்ணம், எப்படியோ அவர்கள் சமாளித்தார்கள். இந்தியர்கள் ஒரு காலத்தில் (மொழியால்) நம்மைப் போல இருந்தார்கள், ஆனால் இப்போது இல்லை (இங்கு வந்த இந்தோ-ஐரோப்பியர்கள், பழைய பூர்வகுடி இந்தியர்களோடு கலந்துவிட்டார்கள்) என்பது அவர்கள் வாதம். ஒருவிதப் பழம்பொருள்வாதத்துடன் இணைந்த இனவாதம்.[75]

முதல் அலையில் வந்த பிரிட்டிஷ் கீழையியலாளர்கள், கடந்தகாலத்தின் சமஸ்கிருதப்பனுவல்களை ஆராய்ந்து அவற்றைமொழிபெயர்க்கலானார்கள்.

(மூன்றாம் அலைக் காலத்திற்குள், இந்தியாவின் பழங்கலாச்சாரத்தையும் இழிவுபடுத்திய அரசாங்கம் சமஸ்கிருதம், பார்சி ஆகிய மொழிகளைப் படிப்பதற்கான ஆதரவையும் நிறுத்திக்கொண்டது.)[76] பதினெட்டாம் நூற்றாண்டில் ஐரோப்பிய மொழிபெயர்ப்புகள், தங்களுக்குத் தகுதியான ஒரு மோசமான போலி ஆவணமொழிபெயர்ப்பில்தான் (யேசூர் வேதம் - யஜுர் வேதத்தின் போலிவடிவாக இருக்கலாம்) தொடங்கின. அந்த யேசூர் வேதம், ஒரு பிரெஞ்சுப் பனுவல். இரண்டு வேதகால முனிவர்கள் தங்களுக்குள் உரையாடுவதாக அமைந்தது. அதில் ஒருவர் ஒற்றைக்கடவுள் வழிபாட்டினர், மற்றவர் பலகடவுள் வழிபாடு உடையவர். அவர்கள் கடைசியாக, ஒற்றைக் கடவுள் வழிபாடு என்பது, மாசுபடாத இந்துமதம் என்றும், அது கிறித்துவமத உண்மையைச் சுட்டிக்காட்டுகிறது என்றும் முடிவுக்கு வருகின்றனர். கொஞ்சகாலம் வரை, இப்பனுவல், ஒரு பிராமணன் சமஸ்கிருதத்தில் எழுதியது என்றும், வாராணாசியில் வாழ்ந்த மற்றொரு பிராமணன், இரு மொழிகளையும் அறிந்தவன், சமஸ்கிருதத்திலிருந்து பிரெஞ்சுக்கு மொழிபெயர்த்தான் என்றும் நம்பப்பட்டது. 1760 செப்டம்பரில் செவாலியர் டி மாடவே இதன் ஒரு பிரதியை ஒரு பிராமண மொழிபெயர்ப்பாளனிடமிருந்து பெற்றதாகச் சொல்லி வால்டேருக்குக் கொடுத்தான். அந்நூலினால் கவரப்பட்ட வால்டேர் அடிக்கடி அதை மேற்கோள் காட்டினார்.[77] 1822இல், சர் அலெக்சாண்டர் ஜான்ஸ்டன் என்பவன் புதுச்சேரி பிரெஞ்சுக் குடியேற்றத்தில் யேசூர் வேதத்தின் கையெழுத்துப்படியைக் கண்டுபிடித்ததாகக் கூறினான். அவனுடைய தோழரான பிரான்சிஸ் ஒயிட் எல்லிஸ், ஒரு கட்டுரையை வெளியிட்டார். அதில், அது யஜுர் வேதத்தின் உண்மையான மொழிபெயர்ப்பு அல்ல என்றும், 1621இல் இயேசுசபையைச் சேர்ந்த ராபர்ட்டோ டி நொபிலி என்பவர் பிராமணர்களை ஏமாற்றிக் கத்தோலிக்கர் ஆக்குவதற்காகச் செய்த சூழ்ச்சி அது என்றும் வெளிப்படுத்தினார். இப்போது அதன் அசல் ஆசிரியர் யாரென்று தெரியவில்லை, ஆனால் இழந்த ஓர் சமஸ்கிருதப் பனுவலின் பிரதி என்று சொல்லிக் கொண்ட பிரெஞ்சில் இயற்றப்பட்ட ஒரு போலி என்பது உறுதி.

சமஸ்கிருதத்திலிருந்து ஆங்கிலத்திற்கு நேர்மையாக முதலில் மொழி மாற்றம் செய்யப்பட்ட நூல்கள், சார்லஸ் வில்கின்ஸின் பகவத்கீதை 1781 மொழிபெயர்ப்பு, சர் வில்லியம் ஜோன்ஸின் சாகுந்தல 1789 மொழிபெயர்ப்பு, பிறகு ஜோன்ஸின் மனுவின் சட்டங்கள் என்ற 1794 மொழிபெயர்ப்பு ஆகியவை. லண்டனின் செயின்ட் பால்ஸ் தேவால யத்திலுள்ள ஜோன்ஸின் சிலையின் கையில் மனுவின் நூல் இருக்கிறது. இப்படியாக, ஒரு கிறித்துவ தேவாலயத்தில் மனு போற்றப்பட்டிருக்கிறார், இந்தப் போற்றுதலை எனக்குத் தெரிந்த வரையில் எந்த இந்துக் கோயிலும் அவருக்கு அளிக்கவில்லை. கல்கத்தாவின் உயர்நீதி மன்றத்தின் தலைமை நீதிபதி என்ற முறையில், இந்துமதத்தைச் சேர்ந்த சாட்சிகள், கடவுளின் பயத்தை அவர்களுக்கு ஊட்டிப் பிரமாணம் செய்ய வைக்கக்கூடிய ஏதேனும் ஒரு நூலைக் கண்டுபிடிக்க வேண்டும் என்று நினைத்தார். ஏனெனில் அப்போது பொய்ச்சாட்சியங்கள் பெருவழக்காக இருந்தன. கங்கையாற்றை வைத்துச் சத்தியம்செய்யச் சொன்னார். அவ்வளவு

விரும்பத்தக்க விளைவு கிடைக்கவில்லை. உள்ளூர்ப் பண்டிதர்களின் துணையை நாடினார். அவர்கள் மனுநூலை அவரிடம் கொடுத்து சமஸ்கிருதம் கற்குமாறு கூறினார்கள். இதன் விளைவாக மனுவின் மொழிபெயர்ப்பு, இந்தியாவில் பிரிட்டிஷ் சட்டங்களின் பெரும்பான்மை அடிப்படை ஆகிவிட்டது. (உடன்கட்டை ஏறுவதை ஆதரிக்கின்ற மோசமான நிகழ்ச்சி உட்பட). இந்தப் பனுவல் (மனுநூலின் ஆங்கில மொழிபெயர்ப்பு) இந்தியாவில் சட்டவியலின் சிக்கலான ஒழுங்கமைவு ஒன்றைக் கட்டுவதற்குக் காரணமாக அமைந்து விட்டது. இதற்கு ஒற்றை இந்துமதம் என்ற பிரிட்டிஷ் நம்பிக்கை, வட்டார மொழிகளுக்கு மேலாக சமஸ்கிருதம் என்ற செவ்வியல் மொழிக்கு மட்டும் முன்னுரிமை தருதல், மதப்புனித நூல் என்பதற்கு ஆதரவான சீர்திருத்தக் கிறித்துவ மனப்பான்மை ஆகியவை துணைசெய்தன. அரசின் நீதிமன்றங்களிலும், பின்னர் சுதந்திர இந்தியாவின் நீதிமன்றங்களிலும்கூட, பொதுச்சட்டம் (இது பிரிட்டிஷ் சட்டத்தை அடிப்படையாகக் கொண்டது) என்ற ஒன்றும், அதற்குத் துணையாகத் தனிப்பட்ட சட்டம் ஒன்றும் (இந்துச் சட்டம் என்பதுபோல் இது ஒருவரின் மத அடிப்படையிலானது) பின்பற்றப் பட்டன. இந்துச்சட்டம் என்பது, ஜோன்ஸின் மனுநூல் விளக்கத்தை அடிப்படையாகக் கொண்டதுதான். காலனிய இந்தியாவின் மக்கள் தொகையில் எண்பது சதவீதத்திற்கு மேலாக இருந்த இந்துக்களின் திருமணம், மணவிலக்கு, வாரிசுச் சட்டபூர்வத் தன்மை, வாரிசுப் பாதுகாவலர்த்தன்மை, தத்து எடுத்தல், பாரம்பரியச் சொத்துரிமை, மத அறக்கொடைகள் ஆகிய அனைத்தையும் இந்த ஜோன்ஸின் இந்துச்சட்டம் தான் நிர்ணயிக்கிறது.

இருப்பினும், இந்தமுறையில் மனுநூல் ஜோன்ஸ் காலம் வரை பயன் பட்டதில்லை. பல நூற்றாண்டுகளாக சொந்த வட்டார மொழிகளில் தனித்தனி வழக்குகளின் அடிப்படையில் அமைந்து பின்பற்றப்பட்டுவந்த கிராம நிர்வாக அலகுகள் — பஞ்சாயத்துகளின் முறையை இந்த பிரிட்டிஷ் முறை முற்றிலுமாகப் புறந்தள்ளிவிட்டது. பிரிட்டிஷ்காரர்கள்தான் மனுவைக் கண்டுபிடித்தார்கள் என்பது அர்த்தமல்ல. (முக்கியமாக அதன் பலவகை உரைகளால்) அது வட்டாரச் சட்டமுறையிலும் பிராமணக் கற்பனைச் சட்டகத்திலும் முக்கியமானதொரு பனுவலாக இருந்தது. இந்துக்கள் பலர்மீது செல்வாக்குச் செலுத்தியும் வந்தது. ஆனால் பன்மைத்தன்மை வாய்ந்த சட்டக்குரல்களையும் பலநூற்றாண்டுகளாகத் தனிப்பட்ட வழக்குகளினால் பெறப்பட்ட சட்ட அனுபவங்களையும் ஒற்றைக் குரலினால் — அதாவது ஜோன்ஸின் மனுவினால் இடப்பெயர்ச்சி செய்துவிட்டனர் பிரிட்டிஷ்காரர்கள். அமெரிக்க ஐக்கியநாட்டு நீதி மன்றங்கள், தனிமனித வழக்குச் சட்டத்தைக் கைவிட்டு திடீரென்று அரசியலமைப்புச் சட்டத்தின் படி மட்டுமே வைத்து ஆட்சிசெய்யத் தொடங்கினாற்போலத்தான்.

இதேபோல, பகவத் கீதையின் மொழிபெயர்ப்புகளும் நீண்டகால அதிர்வுகளை ஏற்படுத்தின. வில்கின்ஸின் கீதை மொழிபெயர்ப்புக்கு முன்னுரை தந்தவன் வாரன் ஹேஸ்டிங்ஸ், முதல்தரமான ரவுடி.[79] அவன் இங்கிலாந்து திரும்பியதும் 1793இல் குற்றம் சுமத்தப்பட்டான், ஆனால்

விடுவிக்கப்பட்டான். காந்தி 1888-89இல், சர் எட்வின் அர்னால்டின் மொழிபெயர்ப்பு மூலமாக கீதையைப் படித்தார். எமர்சனும் தோரூவும் வழிகாட்டிய அமெரிக்க மெய்விளக்கக் கோட்பாட்டாளர்களும், கீதையைப் படித்து நேசித்தார்கள். ஆனால் மனு எப்படி முக்கியமான ஒரே இந்துச் சட்டப் புத்தகம் இல்லையோ, அதுபோலவே கீதையைத் தவிரப் பிற பனுவல்களும், உபநிடதங்கள் புராணங்கள் போன்ற சமஸ்கிருதப் பனுவல்களும், துளசிதாஸ் இராமாயணம் கம்பராமாயணம் போன்ற வட்டாரமொழிப் பனுவல்களும், இவை யாவற்றையும் விட வாய்மொழி மரபுகளும் இவை போன்றவைதான் இந்துக்கள் தங்கள் வழிபாட்டில் பயன்படுத்தியவை. எப்போதுமே மனுவைப்போல கீதையும் முக்கியமான தொரு பனுவலாக இருந்தாலும், உயரளவில் ஆங்கிலமயமான இந்திய மேட்டுக்குடியினர் மட்டும், ஆங்கிலேயரைப் பின்பற்றி அதற்கு முன்னால் இல்லாத அளவுக்கு முதன்மையை கீதைக்குத் தந்தனர். சீர்திருத்தக் கிறித்துவ நற்செய்திச் சுவைகளுக்கு ஒத்துவந்தவர்கள், இந்துக்களில் மிகச் சிறுபான்மையினர். அவர்கள் அத்வைதத்தையும் மோட்சத்திற்கான துறவுப் பாதையையும் போற்றியவர்கள். தங்கள் வருகைக்காகக் கடவுள் இந்துக்களை ஒருவிதமான கரடுமுரடான ஒற்றைக்கடவுள் கொள்கைக்கு— உபநிடதங்களின் ஒருகடவுள் வழிபாட்டுக்குத் தயார்ப்படுத்திவிட்டார் என்று இந்தியாவுக்கு வந்த நற்செய்தியாளர்கள் நினைத்தார்கள். மிகச்சரியான ஒருகடவுள்கோட்பாட்டு முறை (வேதாந்தம்) என்பது பிராமணர்களுக்கு மட்டுமே கிடைக்கக்கூடியது, பிற சாதிகளைச் சேர்ந்த இந்துக்கள் பல கடவுள் வழிபாட்டுக்கு மட்டுமே பொருத்தமானவர்கள் என்பது அவர்கள் நோக்கு.[80]

ஆகவே உயர்பதவியிலிருந்த இந்துக்கள் பலரும் தங்கள் காலனியாதிக்கத் தலைமையைப் போற்றி வழிபட்டனர். இது ஒரு காலனியாதிக்க, மத, ஸ்டாக்ஹோம் அறிகுறித் தொகுதி. சீர்திருத்தக் கிறித்துவப் பாணியை அப்படியே விழுங்கிய அவர்கள், பிரிட்டிஷ்காரர்கள் பாராட்டிய இந்துமதக் கூறுகளைத் (கீதை, உபநிடதங்கள், அத்வைதம்) தாங்களும் புதிதாகப் பாராட்டினர்; அதேபோல, பிரிட்டிஷ்காரர்கள் வெறுத்த இந்து மதக்கூறுகள் (மறுபிறவி, பலகடவுள் வழிபாடு, நிலவுலகம் சார்ந்த, காமக் கூறுகள்) இருப்பதற்குத் தாங்களும் வெட்கப்பட்டனர். அதனால் பிரிட்டிஷ் சீர்திருத்த மதக் கருத்துகளுக்குக் கடுமையாக ஆட்பட்டு ஆரிய சமாஜம், பிரம்ம சமாஜம் போன்ற புதுவகை இந்து மதங்களையும் கண்டுபிடித்தனர். காலனியாதிக்கத்திற்கு உட்பட்டவர் களின் (அடிமைகளின்) பிம்பமாக ஆதிக்கம் செய்பவர்கள் உருவாக்கும் முகமூடிகளை அவர்கள் ஆர்வமாக அணிந்துகொள்ளும் பாணி பற்றி அறிஞர்கள் ஆராய்ந்திருக்கிறார்கள். காலனியடிமைகளைப் பற்றிய ஆதிக்கக்காரர்களின் உள்வாங்கல்களை அடிமைகள் அப்படியே போலி செய்கிறார்கள்.[81] ஆங்கில ஆதிக்கவாதிகள் விரும்பியது இந்தமாதிரி இந்தியர்கள்தான். “மனிதர்களில் ஒருவகையினர், இரத்தத்திலும் நிறத்திலும் இந்தியர்களாகவும், சுவை, கருத்து, ஒழுக்கம், அறிவு ஆகியவற்றில் ஆங்கிலேயர்களைப் போன்றவர்களாகவும் இருப்பவர்கள்” என மெக்காலே உருவாக்க விரும்பிய வகையினர்களும் இவர்கள்தான்.[82] அல்லது சுமித் சர்க்கார் இதைச் சுருக்கிக் கூறியதுபோல, “நிறத்தில்

பழுப்பாகவும், சிந்தனை, சுவைகளில் வெளுப்பாகவும் இருப்பவர்கள்."[83] தெற்காசியர்கள் இம்மாதிரி ஆட்களைத்தான் தேங்காய்கள் என்கிறார்கள். இதற்கு எதிரான சொல் அமெரிக்காவில் கையாளப்படும் ஓரியோக்கள் என்பது. (இன்னும் குறிப்பாக நினைவூட்டினால், இந்துச் சடங்குகளில், கடவுளர்க்கு மனிதத் தலைகளுக்கு பதிலாகத் தேங்காய்கள்தான் உடைக்கப்படுகின்றன.)

பாலுறவு, பாலியல் சீர்திருத்தங்கள் நடைபெற்ற மிக முக்கியமான காலப்பகுதியில், பத்தொன்பதாம் நூற்றாண்டில், இந்தியாவைக் கட்டுப் பாட்டில் வைத்திருந்தவர்கள் போயும்போயும் விக்டோரியாக் கால பிரிட்டிஷ்காரர்கள்தான் என்பது பாலியல் வரலாற்றின் மிகப்பெரிய முரண்களில் ஒன்று.[84] லிங்க வழிபாடு போன்ற இந்துமதத்தின் மண்ணுக்கேற்ற கூறுகளை எதிர்கொண்டபோது, பிரிட்டிஷ்காரர்கள் மகிழ்ச்சியடையவில்லை. பத்தொன்பதாம் நூற்றாண்டின் சில இந்து இயக்கங்கள் பிரிட்டிஷ் சீர்திருத்தக் கிறித்துவ — மெய்யாகச்சொன்னால் விக்டோரியக் கூறுகளை உள்வாங்கிக் கொண்டு இந்துக் காமத்தன்மைக்கும் பலகடவுள் வழிபாட்டிற்கும் எதிரான மனப்பான்மையை ஏற்றன. அந்த மனப்பான்மை, ஒரேசமயத்தில் இகழ்ச்சி செய்வதாகவும், இழிவான எண்ணம் கொண்டதாகவும் இருந்தது: "இந்த ஆட்கள் எவ்வளவு அழுக் காகவும், மோசமாகவும் நடந்துகொள்கிறார்கள், பார்! பார்!"

சீர்திருத்தக் கிறித்துவர்களுக்கு இந்து எதிர்வினையில் ஒரு திருப்பித் தாக்குகின்ற கீழையியம் இருந்தது. உயர்சாதி இந்துக்கள் அவமானத்துடன் கீழ்ச்சாதிக் கோயில் நடன மாதரையும் தேவதாசிகளையும், கோயில்களை விட்டு வெளியேற்றி, கிராமப்புறச் சமயங்களையும் கதைகளையும் கண் காணாமல் நிழலில் மறையச் செய்தனர். இந்த வலதுசாரி இந்துக்கள், இந்துக் காமவியலை கீதையும் வேதாந்தமும் சேர்ந்த, சீர்திருத்தக் கிறித்துவர்களை நோக்கி உன்னைவிட மேலானவன் நான் என்று காட்டிக்கொண்ட பத்தொன்பதாம் நூற்றாண்டின் சீர்திருத்த இயக்கங்களுடனான, ஒரு பர்தாவுக்குள் அடைக்க முயற்சி செய்தனர். ஷெல்லிங், கெத்தே, ஹெகல் போன்ற ஐரோப்பியர்களுக்கும், எமர்சன், தோரூ போன்றோர் பாணியிலான அமெரிக்கர்களுக்கும் பிடித்தமான இந்து மதக்கூறுகளை மட்டும் எடுத்துக்கொண்டு தங்கள் உண்மையான பாரம்பரியத்தை மறைத்து, "உங்களில் சிலர் நினைக்கின்றவாறு நாங்கள் கீழான காட்டுமிராண்டிகள் அல்ல" என்று காட்டிக்கொண்டனர். இந்தத் தூய்மைப்படுத்தப்பட்ட இந்துமத வகை இப்போது பலசமயங் களில் சநாதன தர்மம் என்று சொல்லப்படுகிறது. அதாவது நிரந்தர மான, நிலைபெற்ற, உலகளாவிய இந்துமதம். ஆனால் இந்தச் சொல் முன்னாட்களில் வேறு அர்த்தத்தில் பயன்படுத்தப்பட்டு வந்தது. ஒரு குறிப்பிட்ட சாதியினருக்கான தர்மம் சாதாரண தர்மம் என்றும், எல்லாருக்கும் பொருந்தும்படியான ஒழுக்கம் சநாதன தர்மம் என்றும் அழைக்கப்பட்டதை அறிவோம். பாலியல் உள்ளிட்ட இந்துமதத்தின் எல்லாக் கூறுகளுக்குமான பிரிட்டிஷ் சட்டமியற்றல் முறை கால்வினுக்கும் மனுவுக்கும் சொந்தமானது. மிக மோசமான ஒரு கல்லுக்கு இரண்டு மாங்காய் விஷயம் அது. ஆனால், பிரிட்டிஷ் வெட்கப்பண்பின் மனப்

பான்மை, “உள்ளார்ந்த காமவியல்புடைய ஒரு துணைக்கண்டத்தில் அயற்பண்புள்ள மனப்பாங்கினை வலுக்கட்டாயமாகத் திணிப்பதல்ல. பேரரசின் பாலியல் பொருளாதாரம், வேறெந்தக் காலனியப் பரிமாற்றத்தின் சிக்கல்தன்மைக்கும் குறைந்ததல்ல.”[85] ஏனெனில், இந்துக்கள் சிலரின் தீவிரக் கண்டிப்பொழுக்க மனப்பான்மைக்கு எதிராக இந்தியக் காமவியலை மீண்டும் மதிப்புள்ளதாக்குவதில் பிரிட்டிஷ்காரர்கள் சிலர் முக்கியப் பங்கு வகித்தனர். கீதகோவிந்தத்தை மொழிபெயர்த்தனர், நலிவடையும் நூலகங்களில் காமசூத்திர கைப் பிரதிகளைப் பாதுகாத்தனர். (ஆங்கிலத்தில் காமசூத்திரத்தின் முதல் மொழிபெயர்ப்பு 1883இல் வெளிவந்தது.)[86] அல்லது, தாந்திரிகத்தையும், இந்துமதத்தின் தாந்திரிகவயப்பட்ட பகுதி களையும் தூய்மைப்படுத் தியதில் பிரிட்டிஷ்காரர்களை மட்டுமே நாம் குறைசொல்லவும் முடி யாது. இந்தியாவுக்கு பிரிட்டிஷ்காரர் வருவதற்கு நெடுங்காலத்திற்கு முன்பே, குறைந்தபட்சம் பதினோறாம் நூற்றாண்டில் அபிநவ குப்தர் காலத்திலிருந்து, பிராமண, பௌத்த, ஜைன, கிறித்துவ விமரிசகர்கள் இந்தியாவின் தாந்திரிகர்களை மிகக்கீழான பாலியல்புடையவர் என்று மதிப்பிட்டனர். பிறகு சில பழமையில் ஊறிய முஸ்லிம்களும் அவர்களுக்கு எதிராக இருந்தனர். பிரிட்டிஷ்காரர்கள் இவை எல்லாவற்றையும் இன் னும் கேவலமாக்கினர். அதற்குப் பிறகு இந்தியாவின் காமவியல், இந்து, முஸ்லிம், கிறித்துவ எனும் மூன்றுதள துரதிருஷ்டவசமான தீவிரக் கண்டிப்பொழுக்க மேலாதிக்கத்துக்கு உட்பட்டுவிட்டது.

மாறிய தலைகள் ஐரோப்பியப் பாணி

இந்துச் சட்டத்திலும், சமூகத்திலும், மதத்திலும் மாற்றங்கள் ஏற்படுவதற்கு உந்துசக்தியை பிரிட்டிஷ்காரர் அளித்தார்கள் என்றால், இந்துக் கலைகளும் இலக்கியமும் ஐரோப்பாவில் தங்கள் தாக்கத்தை ஏற்படுத்தின. வால்டேரை யஜுர் வேதம் கவர்ந்திழுத்த நாற்பதாண்டுகளுக்குப் பிறகு பிராமணத்தி, பறைச்சி ஆகியோரின் தலைகள் மாறிய கதை கெத்தேவுக்குத் தூண்டுதல் அளித்தது. (அவர் சாகுந்தலத்தையும் மிகவும் விரும்பினார்). அக்கதையின் தமிழ்மூல பாடத்தின் பாரசீக வடிவம் ஒன்றின் மொழி பெயர்ப்பை ரிச்சர்ட் ஐக்கன் என்பவன் செய்திருந்தார்.[87] அநேகமாக அதை ஒட்டி, 1797இல் கெத்தே பறையன் என்று ஒரு கவிதை எழுதினார். அதைப் பின்வருமாறு சுருக்கிச் சொல்லலாம் (பிராமணப்பெண் தனது மாயக் கற்பின் சக்தியை இழந்த கணம் முதலாக).

கெத்தேயின் ‘பறையன்’

அவள் தன் கணவனுக்கு முன்னால் தோன்றினாள். அவன் தன் உடைவாளை எடுத்தபடி அவளை மரணக் குன்றுக்கு இழுத்துச் சென்றான். (அவள் தலையை வெட்டிவிட்டான்.) அவனுடைய மகன் அவன்முன் நின்று, “நீங்கள் உங்கள் மனைவியைக் கொல்ல முடிந்திருக்கலாம், ஆனால் என் தாயைக் கொல்லமுடியாது. தன் நேசக்கணவனுக்காக ஒரு மனைவி தீயில் விழலாம், ஒரு விசுவாசமிக்க மகன், தன் அன்பான தாய்க்கென அதையும் செய்வான்” என்றான். அவனுடைய தந்தை கூறினான்:

“உடனே போ. அவளுடைய தலையை உடலுடன் இணைத்து, இந்தக் கத்தியால் தொடு. அவள் உனக்கு உயிரோடு திரும்பக் கிடைப்பாள்.” மகன் விரைந்து சென்றான். அங்கே இரண்டு பெண்களின் உடல்கள் குறுக்காகக் கிடந்தன, தலைகள் தனியாக. அவன் தன் தாயின் தலையை எடுத்து அருகிலிருந்த முண்டத்தில் பொருத்தினான். அதைக் கத்தியால் ஆசீர்வதித்துத் தொட்டான். அந்த உடல் எழுந்தது. அவனுடைய தாயின் அன்பான உதடுகள், பயத்துடன் கூடிய சொற்களை உச்சரித்தன: “மகனே, நீ மிகவும் அவசரப்பட்டுவிட்டாய். அதோ உன் தாயின் உடல். பக்கத்திலேயே கிடக்கிறது, பக்தியற்ற, தண்டனையளிக்கப்பட்ட ஒரு பெண்ணின் தலை. இப்போது என் தலையை அவள் உடலுடன் நிரந்தரமாகப் பொருத்திவிட்டாய். அதனால் சிந்தனையில் கூர்மை யும், செய்கையில் காட்டுத்தனமும் கூடிய பைத்தியக்காரியாக, மார்பிலிருந்து கீழாகக் காமம் அலைக்கழிக்க நான் தேவிகளிடையே வாழ்வேன். பிராமணப்பெண்ணாக, என் தலை சொர்க்கத்திலிருக்க, பறைச்சியாக பூவுலகில் இருப்பேன். ஆனால் பிராமணனோ பறையனோ, யாராயிருப்பினும், சோகத்தில் பிளந்த ஆன்மாவுடன் கண் உயர்த்தி நோக்கினால், என்னை அறிவான்.”[88]

இங்கே சதி(உடன்கட்டை) பற்றிய குறிப்பைக் காண்க. (பல நூற்றாண்டு களுக்கு எந்த ஐரோப்பியன் இந்தியாவைப் பற்றி எதை எழுதினாலும் அதில் உடன்கட்டை இடம் பெற்றது. ஆனால் இங்கே ஒரு மகன் தன் தாய்க்காக உடன்கட்டை ஏறுகிறான்.) அதே போல, பிராமணப் பெண் விவேகத்தோடும் அன்போடும் வாழ்வாள், பறைப்பெண் செய்கையில் காட்டுத்தனமும், பைத்தியமும், காமவெறியும் கூடியிருப்பாள் என்ற தீர்ப்பையும் பாருங்கள். ஆனாலும் இக்கவிதை, மேலுலகு யாவரையும்—பிராமணர்களையும் பறையர்களையும் — ஒன்றாக நோக்குகிறது, குறிப் பாகக் கதையில் வரும் பெண்ணைப் போல அவர்களுடைய ஆன்மாக்கள் பிளக்கப்படும்போது. பழந்தமிழ் இலக்கியத்தில் ஒரு குறித்த கீழ்ச்சாதியைக் குறிப்பதாகக் காணப்பட்ட பறையன் என்ற சொல், இதனால் ஜெர்மன், ஆங்கில மொழிகளில் ஒரு பரந்த அர்த்தத்தில் இடம்பெற்றுவிட்டது. 1818இல் ஐரிஷ் மதகுருவும் நாடகாசிரியருமான சார்லஸ் ராபர்ட் மாட்டுரின் எல்லாப் பெண்களையுமே “மனித இனத்தின் இப் பறையர்கள்” என்று குறிப்பிட்டார். 1823இல் மைக்கேல் பீரின் ஜெர்மன் நாடகம் பறையர்கள் என்பது, யூதர்களைப் பறையர்களுடன் ஒப்பிட்டது. கெத்தேயின் கவிதை அதிகமாக விற்பனையானது. ஜெர்மனியில் பல போலிகளுக்கு உந்துதலாகவும் அமைந்தது.

மாறிய தலைகள் என்ற தொன்மம், பிரான்சிலும், காலப்போக்கில் பல பால் மாற்றங்களுக்கு உட்பட்டு இங்கிலாந்திலும் அமெரிக்காவிலும் எடுத்துக்கொள்ளப்பட்டது. 1928இல் மார்கெரிட் யோசினார் என்பவர், ‘தலைவெட்டப்பட்ட காளி’ என்னும் கதையை பிரெஞ்சு மொழியில் வெளியிட்டார். அது ஆங்கிலத்தில் 1938இல் மொழிமாற்றம் செய்யப்பட்டது. மறுகூறப்பட்ட அக்கதைப்படி, பறையர்களுடன் காளி காதல் சேட்டைகளில் ஈடுபடுகிறாள். அதனால் தேவர்கள் அவள் தலையைத் துண்டிக்கிறார்கள். அச்சமயத்தில் ஓர் இளம் பிராமணனின்

தியானத்தில் குறுக்கிட்டதற்காக ஒரு வேசி தலை வெட்டப்படுகிறாள். அந்த வேசியின் உடலுடன் காளியின் தலை இணைக்கப்படுகிறது. இப்படி உருவான அந்தப் பெண், குழந்தைகளைக் கெடுப்பவளாகவும், முதியவர்களை அலைக்கழிப்பவளாகவும், இளைஞர்களின் இரக்கமற்ற கிழத்தியாகவும் ஆகிறாள். ஆங்கிலப் பதிப்பில் யோசினார், இந்தத் தொன்மம் பிரிக்க முடியாதவாறு பிணைந்துள்ள சில மீமெய்யியல் கருத்துகளுக்குச் சிறப்பான அழுத்தம் தருவதற்காக இவ்வாறு முடிவு மாற்றியமைக்கப்பட்டது, இவையின்றி, மேற்கத்தியப் பாணியில் இக்கதை சொல்லப்பட்டால், அது இந்தியச்சூழலில் வைக்கப்பட்ட ஒரு தெளிவற்ற காமக்கதை ஆகிவிடும் என்றார். உண்மையிலேயே இது மிகவேறான ஒரு கதைதான். சாதிக்கலகத்தைப் பற்றிய இந்துச் சிந்தனைகளும் (பிராமணப் பெண் பறையர்களுடன் தொடர்புகொள்வது, பிராமண ஆடவர்களை அலைக்கழிப்பது) பெண்ணியப் புரட்சி பற்றிய பெண்களைப் பற்றிய தவறான சிந்தனைகளும் (குழந்தைகளைக் கெடுப்பது, முதியவர்களைத் தூண்டுவது) இணைந்த ஒன்று.

ஹெயின்ரிக் ஜிம்மர் (1890-1943) என்னும் இந்தியவியலாளர், கெத்தேயின் கவிதையையும், இக்கதையின் வேறு சமஸ்கிருத வடிவத்தையும் அறிந்தவர். அதில், இரண்டு பெண்களுக்கு பதிலாக இரண்டு ஆடவர்கள். பெண்ணின் கணவன் ஒருவன், சகோதரன் மற்றொருவன். இருவர் தலைகளும் வெட்டப்பட்டு மாறிவிடுமாறு அவர்களை அவள் உயிர்ப்பிக்கிறாள்.[91] இந்த சமஸ்கிருதக் கதையை தாமஸ் டான்னின் கவனத்துக்கு ஜிம்மர் கொண்டுவர, மன் ஒரு சிறிய நாவலாக (மாறிய தலைகள்) அதை எழுதினார். அதில், ஒரு பெண்ணின் காதலன் ஒருவன், கணவன் மற்றொருவன். தற்செயலாகவோ தற்செயல் அன்றியோ, அவள் தலைகளை மாற்றிவிடுகிறாள்.[92] 1954இல் பெக்கி கிளான்வில் ஹிக்ஸ் என்பவர், தாமஸ் மன் நாவலின் அடிப்படையில் ஓர் இசைநாடகத்தை உருவாக்கினார். 1984இல் வெளியிடப்பட்ட அந்த இசைநாடகத்தின் ஏபிசி கிளாசிக்ஸ் சிடி (குறுவட்டு), இதன் மூலக்கதை பகவத்கீதையில் உள்ளது என்கிறது. பகவத்கீதையின் காலனியச் சக்தி வாய்ந்த காலத்தின் ஓர் அழகிய எச்சம். இந்தியாவிலிருந்து எது வந்தாலும் அதன் மூலமாக கீதை கருதப்பட்ட காலம் அது. திருமதி கிளான்வில் ஹிக்ஸ், தானே "பல கருப்பொருள்கள் சுதந்திரமாக எடுக்கப்பட்டவை, சில சமயங்களில் நேரடியாக இந்து நாட்டார் மூலங்களிலிருந்து எடுக்கப்பட்டவை" என்று கூறினார், மேலும், நாயகி தன் காதலர்களின் தலைகளை கவனக் குறைவாக மாற்றுவது, "எல்லாக் காலங்களிலும் மிகப்பெரிய ஃப்ராய்டிய வழுக்கல்" என்றும் குறிப்பிட்டார்.

சர் சார்லஸ் எவ்விதம் பாவம் இழைத்தான்[93]

அரசின் வரலாற்றில் மிகச்சிறந்த சிலேடையை, ஜெனரல் சர் சார்லஸ் ஜேம்ஸ் நேப்பியர் உருவாக்கியதாகச் சொல்லப்படுகிறது. ஆனால் காலனியாதிக்கத்தின் தீவிரமான பல கூறுகளை அது வெளிப்படுத்தவும் செய்கிறது.

நேப்பியர் 1782இல் பிறந்தவன். 1839இல் சிந்துவின் படைத்தளபதியாக

ஆக்கப்பட்டான். தெற்கு ஆசியாவின் வடமேற்குக் கால்பகுதியின் மேற்கு முனையிலிருக்கும் பிரதேசம் அது. கட்ச் ராணுவத்துக்கும், குஜராத்துக்கும் நேர் வடக்கில் உள்ளது. 1947இல் அது பாகிஸ்தானின் பகுதி ஆயிற்று. 1843இல் நேப்பியர் சிந்துவில் ஒரு கலகம் ஏற்படுமாறு செய்து, பிறகு தானே அதை நசுக்கிவிட்டு, அதை ஒரு முன்காரணமாகக் கொண்டு பிரிட்டிஷ் பேரரசுக்காக அதைப் பிடிக்கும் வேலையைச் செய்தான். பம்பாயின் முன்னாள் கவர்னராக இருந்த மவுண்ட் ஸ்டூவர்ட் எல்ஃபின்ஸ்டன் ஆஃப்கானிஸ்தானத்தின் தோல்விக்குப் பின் சிந்துவிலிருந்த பிரிட்டிஷ்காரர்களைப் பற்றி, “ரவுடி ஒருவன் தெருவில் உதைபட்ட பிறகு வீட்டுக்குச் சென்று மனைவியை அடித்த கதை” என்றான்.[94] பிரிட்டிஷ் செய்தியிதழ்கள் அச்சமயத்தில் இந்த இராணுவ நடவடிக்கையை வெட்கக்கேடானது என்றன.[95] பத்தாண்டுகள் கழித்து, கொடூரமானதும், காட்டுமிராண்டித் தனமானதுமான செயல் என்றும், ஒரு சோகம் என்றும் வருணித்தன. பம்பாய் டைம்ஸ், “ஹைதராபாத்தின் பெண்களைக் கும்பல் கற்பழிப்புக்கு நிரந்தரப்படுத்தினான் நேப்பியர்” என்றது.[96] சிந்துவைப் பேரரசுடன் வெற்றிகரமாக இணைத்த செயல், நேப்பியரை, இங்கிலாந்தில் எல்லா வீடுகளிலும் புழங்குகின்ற ஒரு சொல்லாக்கிவிட்டது. கொள்ளையில் எழுபதாயிரம் பவுண்டைத் தன் பங்காகப் பெற்றான் நேப்பியர், சர் பட்டமும் பெற்றான். 1851இல் இந்தியாவின் கவர்னர் ஜெனரலாக இருந்த டல்ஹவுசியுடன் சண்டையிட்டுவிட்டு இந்தியாவை விட்டுச் சென்றான்.

1844இல் ‘வெளிநாட்டு நடப்புகள்’ என்ற தலைப்பில், லண்டனிலிருந்து வரும் ஒரு பிரிட்டிஷ் பத்திரிகையில் பின்வரும் செய்தி இடம் பெற்றது.

பெக்காவி (பாவம் செய்துவிட்டேன்)

ரோமிலிருந்த குதிரைக்காவலர்களுக்கு சீஸர் அனுப்பியதுதான் இதுவரை அனுப்பப்பட்ட இராணுவச் செய்திகளிலேயே மிகச் சுருக்கமானதும் செறிவானதும் ஆகும் என்று பொதுவாகக் கருதப்படுகிறது. அதில் மூன்று நினைவார்ந்த சொற்கள் இருந்தன. வெனி, விடி, விசி. அதாவது, “வந்தேன், பார்த்தேன், வென்றேன்”. ஒருவேளை நமது காலம்வரை, இதைப்போன்ற சுருக்கமான உதாரணம் எதுவும் கிடைத்திருக்காது. சிந்துவைக் கைப்பற்றிய பிறகு சர் சார்லஸ் நேப்பியர் எல்லன்பரோ பிரபுவுக்கு அனுப்பிய செய்தி தனது சுருக்கத்திலும் உண்மையிலும் முன்னதைவிடப் பெயர்போனது. பெக்காவி என்ற ஒரே அழுத்தமான வார்த்தையை அவர் அனுப்பினான். இதற்கு I have sinned என்று பொருள். sinned என்பது சிண்ட் (ஆங்கில உச்சரிப்பில் சிந்து)ஐக் குறிக்கிறது.

வேடிக்கை என்னவெனில் (சரி, இது ஒரு பிரிட்டிஷ் நகைச்சுவை) பெக்காவி என்ற இலத்தீன் சொல்லின் மொழிபெயர்ப்பை இது பொறுத்திருக்கிறது. பெக்கோ (பெக்கேர்) என்ற வினைச்சொல்லின் தன்மை, ஒருமை, இறந்தகால, செய்வினை வடிவத்தில் இது உள்ளது. இதிலிருந்துதான் இம்பெக்கபிள், பெக்காடிலோ போன்ற ஆங்கிலச் சொற்கள் வருகின்றன. ஆக, நான் பாவம் (ஓர் ஒழுக்கக் கேடான விஷயம்) செய்துவிட்டேன், நான் சிந்து என்ற இடத்தைப் பிடித்துவிட்டேன் என்ற இரண்டு அர்த்தங்களும் அதில் உள்ளன. இந்தக் கதை பரவியது. 1852இல்

வெளியிடப்பட்ட நாடகம் ஒன்றில், சர் பீட்டர் ப்ராலிக்ஸ் என்னும் பெயருடைய பாத்திரம் ஓர் உணவு விருந்தில் ஒரு பாடல் வாயிலாகப் பேசுகிறான்:

வீரமிக்க நேப்பியர்

வீசியதொரு ரேப்பியர் (உடைவாள்)

பிடித்தபோது சிந்தினைக்

காலாட்படைக்கும் கப்பற்படைக்கும்

சொன்னதென்ன — 'ஐ ஹேவ் சிண்ட்' (பெக்காவி)⁹⁸

அதிலிருந்து இந்தக் கதை வரலாற்றுப் புத்தகங்களில் திரும்பத்திரும்பச் சொல்லப்பட்டு வருகிறது. 1990இல் எழுதப்பட்ட சர் சார்லஸ் நேப்பியரின் வாழ்க்கை வரலாறு, 'ஐ ஹேவ் சிண்ட்' என்ற தலைப்புக் கொண்டது. அதை மும்முறை மேற்கோள் காட்டுகிறது. வான்வழி (ஆன்லைன்) பிரிட்டானிகா கலைக்களஞ்சியம் (2008) சொல்கிறது: "நேப்பியர் ஒரேஒரு சொல் கொண்ட செய்தியை அனுப்பியதாகச் சொல்லப்படுகிறது. அந்தச் சொல், 'ஐ ஹேவ் சிண்ட்' எனப் பொருள்படும் பெக்காவி" எனக் குறிப்பிடுகிறது.

ஆனால் சர் சார்லஸ் நேப்பியர் இப்படிப்பட்ட செய்தி எதையும் அனுப்பவில்லை என்றே எல்லா ஆதாரங்களும் காட்டுகின்றன. சீஸரையும் நேப்பியரையும் பற்றிய குறிப்பு லண்டன் டைம்ஸ் இதழிலிருந்து அல்ல, நகைச்சுவை இதழ் பஞ்ச் (1844, வால்யூம் 6, 209) என்பதில் வெளியானது. அதன் ஆசிரியர்கள் தாங்களாகவே இக்கதையைக் கட்டியிருக்கவேண்டும். இங்கிலாந்தில் நேப்பியருடைய செயல்கள் பெரியதொரு சர்ச்சையை எழுப்பிய காரணத்தினால், அவன் தான் பாவம் செய்துவிட்டதாக ஒப்புக் கொண்டதுபோல இக்கதை சொல்லப்பட்டுள்ளது.¹⁰⁰ மற்றொரு வரலாற்றுச் சம்பவத்தின் குறிப்பினால் பஞ்ச் ஆசிரியர்களுக்கு இந்தச் சிந்தனை வந்திருக்கக்கூடும். 1875 அளவிலேயே அக்கதை பெக்காவி கதையுடன் இணைத்துப் பேசப்பட்டது. அதற்கு முன்னரே கொஞ்ச காலம் பொதுவழக்கிலும் இருந்தது. ஸ்பானிஷ் ஆர்மடா (கப்பற்படை) யின் தோல்வியைக் கண்ட ஒருவன் அதை, "காந்தரிடிஸ்" என்ற ஒரே வார்த்தையில் அறிவித்ததாக ஒரு கதை உண்டு. ஸ்பானிய ஈ என்பதையும் குறிக்கின்ற (பொதுவாக போதை மருந்துப் பொருளைக் குறிக்கின்ற) சொல்லாகவும் (இலத்தீன், மருத்துவப் பெயர்) அது இருக்கிறது.¹⁰¹ (மற்றொரு பிரிட்டிஷ் நகைச்சுவை). ஆகவே அது நேப்பியரின் பனுவல் அல்ல— ஆனால் ஒரு பிரிட்டிஷ் பனுவல்தான். தனக்கென ஒரு வரலாற்றைப் பெற்றுவிட்ட ஒரு பொய், ஒரு பனுவலும்கூட. ஒருவகையான பத்தொன்பதாம் நூற்றாண்டு நகர்ப்புறக் கட்டுக்கதை, தொன்மம் அது. சல்மான் ருஷ்தீ இக்கதையை 'ஷேம்' என்ற நாவலில் மீண்டும் கூறினார்: தன் கண்ணாடியைப் பாகிஸ்தான் என்று பொருள்படும் வண்ணம் பெக்காவிஸ்தான் என்று குறிப்பிட்டார். ஆனால் இக்கதையை அவர் உறுதிசெய்யப்படாதது, இரட்டுற மொழிவது, கட்டுக்கதையானது என்று சொல்கிறார்.¹⁰² வரலாற்றுப் பனுவல் என்ற நிலையிலிருந்து இதழியல்

உயர்பனுவல் நிலைக்கு அது மாறியது குறிப்பிடத்தக்கது. பாவம் என்ற கருத்து, தொடக்கத்திலேயே ஓர் எழுத்தாளருடைய கருத்து, ஒரு இராணுவ தளபதியின் கருத்தல்ல. இதை மனத்திற்கொண்டு இக்கதையை மேலும் கொஞ்சம் விரித்து நோக்குவோம்.

ஊடகம்தான் செய்தி என்று கற்பித்த மார்ஷல் மெக்லூஹனின் நல்லறிவுரையை நாம் கடைப்பிடித்தோம் என்றால், நான் கூறிய (நான் சிந்துவைப் பிடித்துவிட்டேன், ஒரு பாவத்தைச் செய்துவிட்டேன் என்ற) மேலிரண்டு அர்த்தங்களையும் தவிர ஒரு மூன்றாவது அர்த்தமும் ஏற்படுகிறது (இச்செய்தி இலத்தீனில் உள்ளது என்பதால்). இந்த மூன் றாவது செய்தி, ஏறத்தாழ, "நாம் இதை இலத்தீனில் சொல்வோம், ஏனெனில் நாமெல்லாம் ஆக்ஸ்பிரிட்ஜ் வகையினர் (ஆங்கில உயர் வகுப்பினர்), ஆனால் இங்குள்ள மக்களுக்கு, நாம் கற்பித்ததனால் ஆங்கிலம் தெரிந்தாலும், இலத்தீன் தெரியாது" என்பது போல அமையும். இந்தச் சம்பவத்தை வரலாறாகவே கொள்கின்ற ஸ்டீபன் ஜே கௌல்ட் என்பவன் குறிப்பிடுகிறான்: "எல்லா மேன்மக்களும் இலத்தீன் படித்த ஒரு காலப்பகுதியில், பொருத்தமான பொதுப்பள்ளிகளிலிருந்து இப்படிப்பட்ட பழைய மாணவர்கள் கிடைக்காமல் அரசுவேலையில் உயரவே முடியாது என்ற நிலை இருந்த காலத்தில், நேப்பியருக்கு இதைத் தனது மேலதிகாரிகள் சரியாகவே மொழிபெயர்த்து சிலேடையை உணர்ந்துகொள்வார்கள் என்பதில் சந்தேகமேயில்லை."[103] பிரிசிலா ஹேட்டர் நேப்பியர் இந்தக் கதையை வரலாறாகக் கூறியபோது (கட்டுக்கதையாக அல்ல), அவள் சொன்னாள்: "இந்தச் சமயத்தில்தான் ஒருவேளை அவர் அவருடைய புகழ்பெற்ற செய்தியை — பெக்காவி— அனுப்பியிருக்கவேண்டும். கல்விபெற்ற மனிதர்கள் எல்லாருக்கும் இச்சொல் நான் பாவம் செய்துவிட்டேன் என்பது தெரியும்."[104] இங்கே அந்தச் செய்தியைக் கொண்டுசெல்பவர்கள் புரிந்துகொள்ளமுடியாத ஒரு சங்கேதமாக இலத்தீன் செயல்படுகிறது. இந்தக் கதையைக் கண்டுபிடித்த பஞ்ச் இதழ் கூட, தனது வாசகர்கள் அனைவருமே நல்ல பள்ளிகளில் படித்து இலத்தீன் அறிவுடையவர்களாக இருக்க மாட்டார்கள் என்பதால் ஆங்கிலத்திலும் மொழிபெயர்த்து வெளியிட்டது.

பெக்காவி என்பதன் இரண்டாவது அர்த்தமான ஒழுக்கத் தவறு என்பதுதான் இங்கே மிகவும் பொருத்தமானது. சர் சார்லஸ் ஒருபோதும் பெக்காவி எனச் சொல்லவில்லை அல்லது எழுதவில்லை என்றாலும், சிந்துவில் அவன் பாவம்செய்ததான உணர்ச்சியைக் கொண்டிருந்தான் என்று தோன்றுகிறது. சிந்துவில் அவன் பதவிஏற்றபோது கூறினான், "நமக்கு சிந்துவைக் கைப்பற்ற அதிகாரம் இல்லை. ஆனாலும் நாம் அதைச் செய்வோம், நமக்கு மிகவும் சாதகமான ஒரு போக்கிரித்தனமாக அது இருக்கும்."[105] தங்கள் சொந்த நாட்டைக் காப்பாற்ற முயலுகின்ற பலபேரைக் கொலை செய்வதற்கு போக்கிரித்தனம் என்பது மிகவும் மென்மையாக்கப்பட்ட ஒரு சொல்தான். ஆனால் பிறகு தன் பேராசையை வெளிப்படுத்தும் விதமாக அவன் எழுதினான்: "சிந்துவை நான் வெற்றிகொண்டு விட்டேன், ஆனால் என்னை நான் வெற்றிகொள்ள முடியவில்லை."[106] முதல் அலை மறைந்து இரண்டாவது அலைக்கு

இடம்கொடுத்தபோது, 1813க்குப் பிறகு சிப்பாய் — அதிகாரி உறவில் ஏற்பட்ட சிதைவினை அறிவதில் வியப்புக்குரிய அளவு கூருணர்வு உடையவனாக இருந்தான். 1857க்குச் சில வருடங்கள் முன்னாலே தங்கள் சிப்பாய்களோடு மல்லுக்கட்டிய பழைய அதிகாரிகள், இப்போது புதிய அதிகாரிகளால் நிரப்பப்படுகிறார்கள், அவர்களுக்கு சிப்பாய் களின் மொழியோ நடவடிக்கைகளோ ஒன்றும் தெரியவில்லை, மாறாக, சிப்பாய்களைக் கருப்பர்கள், பன்றிகள் என்று அழைக்கத் தயங்குவதில்லை என்று வருத்தப்பட்டான்.[107] மேலும் அவனுக்கு சாதியின் எதிர்மறைப் பாத்திரத்துடன் பிரிட்டிஷ்காரர்கள் ஒத்துச் செல்வது தெரிந்தேயிருந்தது. "இந்திய இராணுவத்திற்கு மிகவும் ஊறுவிளைவிக்கக் கூடிய விஷயம், சாதிக்கு அளிக்கப்படும் அளவிறந்த முக்கியத்துவம்தான். அதைச் சீர் குலைப்பதற்கு மாறாக, ஊக்கப்படுத்தும் விதமாக வங்காள இராணு வம் நடக்கிறது. பம்பாய்ப் படையில் அது குலைக்கப்படுகிறது. எனவே அந்தப் படை, வங்காளப் படையைவிட நன்றாக இருக்கிறது. வங்காளப் படையில் எல்லாக் கலகங்களுக்கும் தலைமை தாங்குபவர்கள் பிராமணர் கள்தான்."[108]

ஆனால் நேப்பியரால் சமரசம் செய்துகொள்ளவும் முடிந்தது. சான்றாக சிந்துப் படையெடுப்பைப் பற்றி எழுதினான்: "நான் தவறுசெய்திருக்கலாம், ஆனால் அதை உணர இயலவில்லை. எனது மனச்சாட்சி இதனால் கலவரப்படாது. இதைச் செய்யும் வேளையில் நான் நன்றாகவே தூங்குகிறேன். இது முடிந்த பிறகும் நன்றாகத் தூங்குவேன்."[109] இந்தக் கடைசித்தொடர், ஹிரோஷிமாவின்மீது அணுகுண்டு போட்ட பிறகு ஹாரி ட்ரூமன் சொன்னதை அப்படியே வார்த்தைக்கு வார்த்தை திருப்பிச் சொல்வது போல உள்ளது: "எனது முடிவினால் என் தூக்கத்திற்கு எந்த பங்கமும் நேரிடவில்லை."[110]

ஆழமற்ற கீழ்மையியம்

இந்தியாவில் நேப்பியர் கதையைப் பற்றிய விவாதத்தில் பாவ உணர்வு ஒரு பகுதியல்ல. ஆனால் பிரிட்டிஷார் இந்தியாவைக் கைப்பற்றியதில் அவர்களுக்கிருந்த ஒழுக்க இரண்டகநிலையை அது குறிப்பதாகக் கருதலாம். அல்லது நாமே பிரிட்டிஷாரைப் பற்றி ஒழுக்க அளவில் ஈரடித்தன்மையோடிருந்ததைக் குறிக்கலாம். அரசின் வரலாற்றினூடாக நான் குதிரைத் தாக்குதலுக்கெனத் தேர்ந்தெடுத்த படுகொலைகளையும் இழிவுபடுத்தல்களையும் இந்தியத் தர்க்கவியலாளர்கள் பூர்வபட்சம் (முதற் பகுதி) என்கிறார்கள். இவை இங்கிலாந்தின் மிகப்பெரிய தாக்குதல்கள் (மாஃபியா அர்த்தத்தில்). இவை பிரிட்டிஷாரை வெறுக்கத் தேவையான நல்ல காரணங்களை நிறுவுகின்றன. அவர்களுக்கான வெறுப்பு-நேச மனப்பான்மையைச் சமநிலையோடு காண இதை இன்னும் நுட்பப்படுத்திக் காண விரும்புகிறேன். ஃப்ராய்டிய, ஃப்ராய்டுக்குப் பிந்திய மார்க்சிய திட்டங்கள் உட்பனுவலை, மறைவாக உள்ள, தணிக்கைக்குட் பட்ட அர்த்தத்தைக் காணுமாறு கூறுகின்றன. இந்த உட்பனுவல், சற்றே மரியாதைக் குறைவானது, மேலும் சுயநோக்கத்துக்கு உட்பட்டது, ஆனால் அதிக நேர்மையானது, மேற்பனுவலை விட மேலும் யதார்த்தமானது

என்பது மார்க்சிய, குறித்த அளவுக்கு ஃப்ராய்டியக் கருத்து ஆகும். இந்தியாவில், பிரிட்டிஷ் மேற்கருத்து, "இந்தக் காட்டுமிராண்டிகளுக்கு நாங்கள் நாகரிகத்தைக் கொண்டுவருகிறோம்" என்பது. இது, "நாங்கள் இந்தியாவைக் கொள்ளையடித்து இங்கிலாந்தைப் பணக்கார நாடாக்க இராணுவ ஆதிக்கத்தைப் பயன்படுத்துகிறோம்" என்ற உட்பனுவலை வெளிப்படுத்துகிறது. ஆனால் எந்த எழுத்துக்கும் இரண்டு தளங்களுக்கு மேல் உண்டு. ஆகவே இதை ஏதோ சுயஆர்வம் என்று நினைக்கலாகாது. சுயஆர்வ உட்பனுவலுக்குக் கீழே வேறு குறைந்தபட்ச மேன்மையான தளம் — குற்றவுணர்ச்சி பதிவாகும் இடம் இருக்கலாம். அதற்குக் கீழே மற்றொரு தளமும் இருக்கலாம். இந்தியாவைப் போற்றுதல், இந்தியா விலிருந்து கற்றுக் கொள்ள விரும்புதல், ஒருவேளை நேர்மையானதாக இருப்பினும், தவறான வழியில் திருப்பப்பட்ட, திரும்பவும் இந்தியாவுக்கு ஏதேனும் தர வேண்டும் என்ற ஆசையும் இருந்திருக்கலாம். இது கீழையியலாளர்களின் முதல் அலை தொடங்கி, இன்னும் உயிரோடு, இரத்தக்கறையோடு, ஆனால் எதற்கும் அடங்காமல் இருந்திருக்கலாம்.

இந்துக்கள் ஏழைகளானதைத் தவிர அரசிலிருந்து வேறு என்னதான் பெற்றார்கள் என்று நாம் கேட்கலாம். இதற்கு ஒரு பகுதி விடையாக, சில சமூக, சட்டச் சீர்திருத்தங்கள் ஏற்பட்டன, அவை ஏற்கெனவே இருந்துவந்த உள்நாட்டுச் சீர்திருத்த இயக்கங்களை வலுப்படுத்தின என்று சொல்லலாம். தேசிய இயக்கத்தின் முக்கியத் தலைவர்கள் அனைவரும் — காந்தி, நேரு, ஜின்னா, தாதாபாய் நவுரோஜி, இன்னும் பிறர், அயல்நாடுகளில், பொதுவாக லண்டனில் படித்தவர்கள்.[111] ஆனால், அவர்கள் முகலாயரிடமிருந்து பெற்றது போலவே, ஆங்கிலேயரிடமிருந்தும் குதிரைகளாலான குறியீடுகளையும் பெற்றுக் கொண்டார்கள். இந்தச் சிக்கல்மிக்க கொடை முன்எப்போதையும்விட மிகச் சிக்கலாகியது.

'கிப்லிங்கின் கிம்'மில் குதிரைகள்

இந்தியாவில் பிரிட்டிஷ்காரர்களுக்குக் குதிரைகள் ஒரு பிரச்சினையாக இருந்தன என்பது உங்களுக்கு வியப்பளிக்கலாம். சிலவகைக் குதிரைகள் இந்தியாவில் நன்கு வளர்க்கப்பட்டன. 1860இல் யாரோ ஒரு ஹென்றி ஷேக்ஸ்பியர் என்ற கேப்டன், தக்கணத்தில் பல ஆண்டுகளாகக் குதிரைகளை வளர்த்துவந்தவன், வலியுறுத்தினான்: "இந்தியாவுக்கு இறக்குமதி செய்யப்பட்ட எந்தக் குதிரையும் தக்காணத்தில் வளர்க்கப்பட்ட குதிரைகளைப் போல வெயில்வெப்பத்திலோ, எல்லாவிதத் தட்பவெப்ப நிலைகளிலுமோ, வேலை செய்யாது."[112] ஆனால் பிரிட்டிஷ்காரர்களை எதிர்த்த உள்நாட்டு அரசர்களின் படைகள் மிகச் சிறந்த குதிரைகளைத் தாங்கள் வைத்துக்கொண்டன. பிரிட்டிஷ்காரரின் கட்டுப்பாட்டிலிருந்த கிழக்கின் குதிரைச் சந்தைகளுக்கு மிகமோசமான குதிரைகளின் மிகச்சிறிய சதவீதமே வரமுடிந்தது.[113] ஆகவே வழக்கம்போலவே, குதிரைகளை இறக்குமதி செய்யும் பிரச்சினை. (பெரும்பான்மைக் குதிரைகள் நியூசவுத் வேல்ஸிலிருந்து கப்பலில் அனுப்பப்பட்டன. ஆகவே வேலர்கள் எனப்பட்டன). இப்படிப்பட்ட வலுவற்ற, மதிப்புமிக்க உயிர்களைக் கிழக் கிந்தியாவுக்குச் செல்லும் கப்பலில் ஆறுமாதப் பயணத்திற்கு உலகின்

பாதியைச் சுற்றிச் செல்லுமாறு அனுப்புவது மிகச் செலவுபிடித்த, அபாயகரமான முயற்சியாக இருந்தது. பிரிட்டிஷ் குதிரைகள் மிகப்பல நெப்போலியனுடனான போர்களில் ஈடுபடுத்தப்பட்டதால் அவை இந்தியாவில் மேலும் அரிதாகவும் விலைமிகுந்தவையாகவும் இருந்தன.[114] (பிரிட்டிஷ்காரர்கள் நாய்களையும் இறக்குமதி செய்தார்கள். 1614இல் ஓர் ஆங்கிலேயன், நாய்களைக் கையாளுவது கடினம் என்று கப்பல்காரனுக்கு அறிவுறுத்தியவாறே இங்கிலாந்திலிருந்து மாஸ்டிஃப், கிரேஹவுண்ட், ஸ்பானியேல், மற்றும் சிறிய வகை நாய்கள் ஒவ்வொரு வகையிலிருந்தும் மும்மூன்று இறக்குமதி செய்தான்.[115] சிலசமயங்களில், இறக்குமதி என்பதைவிட, இங்கிருந்து குதிரைகளை ஏற்றுமதி செய்வதும் பிரச்சினையாகவே இருந்தது. சர் சார்லஸ் நேப்பியருக்கு, ஓர் அரைஅராபியக் குதிரை மீது பைத்தியம் — பிளாங்கோ என்று அதற்குப் பெயர் இட்டிருந்தான். தூய வெள்ளை நிறம். அதில்தான் சவாரிசெய்வது வழக்கம். அதனுடன் பேசுவான், அதைப் பற்றிப் பதினாறாண்டுகள் பேசினான். ஒரு ஓய்வூதியம் பெற்ற இந்திய ஐசிஎஸ் அதிகாரியைப் போலத் தனது கடைசி நாட்களையேனும் நல்ல மேய்ச்சலிடத்தில் அந்தக் குதிரை கழிக்கட்டும் என்று, எவ்வளவு செலவானாலும் சரி, அதை இங்கிலாந்துக்குக் கொண்டு செல்ல முனைந்தான். வழக்கமான நீரோட்டத்துக்கு எதிராக, போர்ச்சுகலில் இருந்து இங்கிலாந்துக்குக் கப்பலில் ஏற்றுமதி செய்தபோது பிளாங்கோ பிஸ்கே வளைகுடாவில் இறந்துபோயிற்று.[116]

ஆனால் ஊரூராய்ச் சென்று குதிரைவிற்கும் வியாபாரிகள், தங்கள் பிறநேரங்களில் நெடுஞ்சாலைக் கொள்ளையர்களாக இருந்தவர்கள் (இன்றைய பழையகார் விற்பனையாளர்கள் போன்றவர்கள்) மேலும் அதிக அச்சத்தைக் கொடுத்தார்கள். அவர்கள் ஒரு கீழுலக வேவுபார்க்கும் வலைப்பின்னலின் வகையைச் சேர்ந்தவர்களாக இருந்தார்கள். தனக்கென்று ஓர் இரகசியக்குறிகள், வட்டாரமொழிகள் கலந்த ஒரு தனிச்சிறப்பான கொச்சை, இவற்றுடன் கை சமிக்ஞைகள் அடங்கிய ஒரு விரிவான சங்கேதம் ஆகியவற்றைக்கொண்ட மொழியோடு சேர்ந்த ஓர் உலகளாவிய கலாச்சாரம் அவர்களுக்குரியதாக இருந்தது. கைகளைக் கைக்குட்டையின்கீழ் மறைத்து இந்தமொழியை அவர்கள் சந்தைகளில் பயன்படுத்தினார்கள்.[117] பதிவுசெய்யப்பட்ட பிரிட்டிஷ் வரலாற்றில் குதிரைவளர்ப்பு, வேவுபார்த்தல், கீழையியம் ஆகிய மூன்றும் வில்லியம் மூர்கிராப்ட் என்பவனின் பண்பில் அடங்கியிருந்தன. அவன் ஒரு புகழ்பெற்ற குதிரை மருத்துவன். 1819இல் பிரிட்டன் அவனை திபேத், ஆஃப்கானிஸ்தானம் வரை "குதிரைப் படைக்கேற்ற குதிரைகளைத் தேடும் பைத்தியக்காரத்தனமான வேலைக்கு" வடமேற்கு இந்தியாவுக்கு அனுப்பியது.[118] அவன் கட்சிலிருந்த பெண்குதிரைகளைப் பார்வையிட்டான், அவை படைக்குப் பொருத்தமாக இருக்கும் என நினைத்தான். பிரிட்டிஷ் மாகாணத்துக்குள் வளர்ப்புக்குதிரைகளின் பண்பை மேம்படுத்த அல்லது இராணுவப் பயன்பாட்டுக்கு ஏற்பக் குதிரைகளை வாங்கும் ஒரு வியாபார நடவடிக்கையை மேற்கொள்ள என ஆசியாவின் வடமேற்குப் பகுதிகளுக்குச் செல்ல அவனுக்கு அதிகார பூர்வ அனுமதி கிடைத்தது.[119] ஆனால் அவன் அரசின் எல்லைப்பகுதிகளில்

இராணுவத்திற்கான பொருள்அளிப்புகள், அரசியல், பொருளாதார நிலைமைகள் ஆகியவற்றைப் பற்றிய தகவல்களையும் சேகரித்தான்.[120] 1824இல் இறுதியாக அவன் காரணங்காண இயலாத வகையில் காணாமற்போவதற்கு முன்னால், இந்துகுஷ் பகுதியில் சிலநாட்கள் ஒரு வேவுக்காரனாக இருக்கலாம் என்ற சந்தேகத்தின்பேரில் சிறையில் வைக்கப்பட்டிருந்தான். கீழையியம் பற்றிய மாயைகள் அவனுக்கு இருந்தன. தன் திட்டத்தைக் கைவிடுவதைவிட தான் ஒரு பக்கிரிபோல வேடமணிந்துகொண்டிருப்பான் என்று கூறினான். காணாமல் போன பிறகு அவன் இறந்துபோனதாக முடிவுசெய்தார்கள். இருப்பினும், லாசாவில் மூர்கிராஃப்ட் என்ற பெயருடைய ஆங்கிலேயன் ஒருவன் காஷ்மீரியைப் போல வேடமணிந்து உறைவதாக அல்லது பார்சி மொழியை சரளமாகப் பேசுவதாகவும் முஸ்லிமைப்போல் உடையணிந்து நடந்துகொள்வதாகவும் கட்டுக்கதைகள் பரவின. அவன் வாழ்க்கையின் கடைசிப்பகுதிக் கீழையியம் அவன் இறந்தபிறகு நேர்ந்தது. 1834 முதல் 1841 வரை அவன் பற்றிய தாள்கள் பதிப்பிக்கப்பட்டன. பதிப்பித்தவர்கள், இராணுவ அல்லது அரசியல் வரலாற்றாசிரியர்கள் அல்ல. வங்காள ஆசியக் கழகத்தின் செயலரும், ஆக்ஸ்போர்டில் போடன் பேராசிரியராக இருந்தவருமாகிய ஹோரஸ் வில்சன் என்பவர். அவருடைய கருத்துப்படி, மூர்கிராஃப்ட், கிப்லிங்கின் மஹபூப் அலி போன்ற கருநிறமும் தாடியும் கொண்ட வடமேற்கத்தியக் குதிரைவியாபாரிகள் சொன்ன கதைகளைக் கேட்டு அவன் சிலிர்ப்படைந்தான்.[121] ஆனால் கிப்லிங் மஹபூப் அலியை, மூர்கிராஃப்ட் பற்றிய தாள்கள் பதிப்பிக்கப்பட்ட ஐம்பதாண்டுகளுக்குப் பிறகுதான் உருவாக்கினார். அவன் கர்னல் கிரெய்ட்டன் என்ற தலைமை ஒற்றனுக்காக வேலைசெய்த ஒரு முஸ்லிம் குதிரை வியாபாரி. கிரெய்ட்டன், மஹபூப் அலி, அவ்வளவு ஏன், கிம் ஆகியோரின் பாத்திரக் கூறுகள் சில மூர்கிராஃப்டினால் தூண்டப்பட்டிருக்கலாம். கிம் ஒரு பிரிட்டிஷ் சிப்பாயின் மகன். (ஓ ஹாரா என்ற பெயர்கொண்ட, கௌரவமற்ற ஓர் ஐரிஷ்காரன் அவன். பிரிட்டிஷ் உலகத்தில் ஏற்கெனவே ஒரு விளிம்பு மனிதன். அவன் ஒரு ஐரிஷ் செவிலியை மணம் செய்துகொள்கிறான்.) ஆனால் அவன் சில சமயங்களில் ஓர் இந்து போலவும், சிலசமயங்களில் ஒரு முஸ்லிம் போலவும் வேடமிடுகிறான். ஆனால் மஹபூப் அலி, ஒரு திபேத்தியலாமா, கர்னல் கிரெய்ட்டன் ஆகிய யாவரும் அவனைத் தங்கள் மகன் என்று சொல்லுகின்றனர்.

கிப்லிங்கின் கிம் நாவலில் உளவுபார்த்தலில் குதிரைகள் தொடக்கத்தி லிருந்தே ஆழமாகச் சிக்கவைக்கப்பட்டுள்ளன. நேப்பியருடைய சங்கேதச் செய்தி, அந்தச் சம்பவத்தில், ஒரு போரைப் பற்றியது. கிம்மில் முதல் இயலே ஒரு போரைப் பற்றிய செய்தியை அறிமுகப்படுத்துகிறது. இலத்தீனில் அது குறியிடப்படவில்லை, மாறாக, குதிரை பற்றிய பாஷையில். "வெள்ளைக் (ஆண்)குதிரையின் மரபுவழி முழுவதுமாக நிறுவப்பட்டுவிட்டது." அது ஒரு மும்மைச் சங்கேதம். முதலிரண்டு தளங்கள் எளிதாகக் கண்டறியப்படக் கூடியவை. முதல் தளஅர்த்தம், முஸ்லிம் குதிரை வியாபாரி மஹபூப் அலி, ஒரு மதிப்புமிக்க குதிரையின் வம்சாவளியைச் சொல்லி, கர்னல் அதை வாங்கலாம் என்பது போல உள்ளது. இரண்டாம் தளஅர்த்தம், வடமேற்கு இந்தியாவில் ஒரு சினமூட்டும் செயல் நிகழ்ந்துள்ளது,

ஆகவே பிரிட்டிஷ்காரார் அங்குசென்றுத் தாக்கலாம் என்பது. (பெருமளவு நேப்பியருடையது போல).

மூன்றாவது தள அர்த்தம் சிக்கலானது. நல்லவமிசாவளி என்ற சிந்தனை என்பது குதிரைகளைப் பொறுத்தவரை, அவற்றின் தந்தை - தாயைப் பொறுத்தது. இரத்தவழி, இரத்தஇனம், தூயமரபு ஆகியவற்றின் அடியிலுள்ள சிந்தனைகள், மனிதர்களை வளர்ப்பதிலும் இனக் கொள்கையை ஊடுருவச் செய்தன. கிம் வெள்ளை இரத்தம் எனப் படுகிறான், ஒரு முரண்தொடைத் தொடர். நூலில் திரும்பத்திரும்பவரும் கேள்வி ஒன்றே ஒன்றுதான் — கிம்மின் தாய் தந்தை யார்? கிப்லிங்கின் ஒரு நூலில் இடம்பெறும் ஆண்குதிரையின் நிறம் பற்றிய முக்கியத்துவத்தைச் சொல்லித் தெரியவேண்டியதில்லை. வெள்ளையனின் சுமை என்ற தொடரையும் உருவாக்கியவர் அவர். தஸ்யூக்கள் அல்லது தாசர்கள் என்பவர்கள் கருப்புக் கருப்பையில் பிறந்தவர்கள் என்ற கருத்துக்கு எதிராக, பழையகால இந்துக்களின், வேதகால ஆண்குதிரையும் வெண்மைதான் என்பதை நினைவு கூரலாம். அதுவும் அரசியல் அதிகார விரிவைக் குறிக்கும் குறியீடு. (ரி.வே.2.20.7) போலிஅறிவியல் கருத்தியலின் ஆதரவு பெற்ற பிரிட்டிஷாரின் இன வாதக் கொள்கைகள், தங்களைப் போன்ற உதவி இல்லாமலே சிந்திக்கப்பட்ட வெள்ளைத்தோல் — கருப்புத் தோல் என்ற இந்துச் சிந்தனைகளின்மீது குதிரையேறி ஆட்சிசெய்தன. பிரிட்டிஷ்காரார்கள் இனவாதத்தைத் தங்களுக்குக் கொண்டுவரும் முன்னரே இந்தியர்கள் தங்களுக்கென ஓர் இனவாதத்தை ஏற்கெனவே கற்பனையில் உருவாக்கிக் கொண்டார்கள் என்று சொல்வது பொருந்தும். கிரெய்ட்டனும் மஹபூப் அலியும் அவன் முதுகுக்குப் பின்னால் அவனைப்பற்றிக் குறிப்பிடும் வெள்ளைக் குதிரை என்பது உள்ளார்ந்த நிலையில் அவனுடைய ஐரிஷ் தந்தையைக் குறிக்கிறது. கிம் ஒரு வெள்ளைக்குதிரைக் குட்டி, அதை பிரிட்டிஷ் சேணத்தினால்தான் நெறிப்படுத்த முடியும் என்பது அர்த்தம்.[122] ஆனால் கிம்மின் முகத்துக்கு நேராக, மஹபூப் அலி, கிம்மின் பலகலாச்சார உலகிறகு உருவகமாகக் குதிரைகளைப் பயன்படுத்துகிறான். கிம்மின் பல்கலாச்சார உலகம், அவனுடைய ஆங்கில, இந்திய, திபேத்திய பௌத்தத் தந்தை உருக்களைக் கொண்டுள்ளது மட்டுமல்ல, ஒரு நல்ல கத்தோலிக்க மதகுரு, ஒரு தீய ஆங்கிலிக்கன் மதகுரு, ஹரிசந்திர முகர்ஜி என்ற பெயர் கொண்ட வங்காளி பாபு, லாமா வசிக்கின்ற கோயிலின் ஜைனர்கள் ஆகியவர்களையும் கொண்டது. சாகிபுகளுக்கெல்லாம் தான் சாகிபு என்று கிம் நினைத்துக் கொள்கிறான், ஆனால் இந்தியாவின் மக்களிடையே மத அடிப்படையில் தன் அடையாளம் என்ன என்று கேள்விகேட்டுக் கொள்கிறான். "நான் யார்? ஒரு முஸ்லிமா, இந்துவா, ஜைனனா, பௌத்தனா?" மஹபூப் அலி, இந்த இயலின் தொடக்கப்பகுதியில் கொடுக்கப்பட்டிருக்கும் மேற்கோளை பதிலாகச் சொல்கிறான்.[123] "இந்தச் சமயக் கொள்கை களின் விஷயம் குதிரைமாமிசம் போன்றிருக்கிறது. மதங்கள் குதிரைகள் போன்றவை. தனது நாட்டில் ஒவ்வொன்றிற்கும் மதிப்பிருக்கிறது."

கிப்லிங், மோசமான கவிஞருள் நல்ல கவிஞன்

கிம் திரும்பத் திரும்பத் தன்னைக் கேட்டுக்கொள்ளும் எளிய ஒரு கேள்வியில், "கிம் யார்?" என்பதில் அவன் பலகலாச்சார அடையாளச் சிக்கலின் (நான் யார்? முஸ்லிமா, இந்துவா, ஜைனனா, அல்லது பௌத்தனா?) விவரங்கள் நீங்கிப்போகின்றன. இறுதி இயலில்: "நான்தான் கிம். கிம் நான்தான். அப்புறம் கிம் என்பது என்ன?" இந்தப் பலகலாச்சாரத்துவ அடையாளத் தனிமனிதச் சிக்கல்நிலையை சல்மான் ருஷ்தீ உட்பட்ட பின்வந்த நாவலாசிரியர்களுக்கும் கிப்லிங் விட்டுச் சென்றார். ருஷ்தீ தனது நள்ளிரவின் குழந்தைகள் நாவலின் நாயகனை கிம்மின் மாதிரியில் அமைத்திருப்பதாகவே எனக்குத் தோன்றுகிறது. தான் ஒரு இந்துவாகவும் முஸ்லிமாகவும் தோன்றுகின்ற ஆனால், ஆங்கில இரத்தத்தில் பிறந்த பையன் அவன், ஆனால் இனத்தைப் பொறுத்தவரை, இந்தப் பிரச்சினையை ருஷ்தீ தலைகீழாக்குகிறார்: ஆங்கில இரத்தம் பற்றிக் கவலையே இல்லை, அப்படித்தான் இந்து இரத்தமும். ஏனெனில் அவன் முஸ்லிமாகவே வளர்க்கப்படுகிறான். 'தி இம்ப்ரஷனிஸ்ட்' என்ற நாவலை எழுதிய ஹரி குஸ்ரூவும் தன் நாவலின் பலகலாச்சாரத்துவ நாயகனுக்குச் சிலவிதங்களில் கிப்லிங்குக்குக் கடன்பட்டுள்ளார். ஆனால் இந்தக் கருப்பொருளை அவர் வேறு திசைகளுக்கு எடுத்துச் செல்கிறார். குஸ்ரூவின் நாயகனுக்குத் தந்தை ஓர் ஆங்கிலேயன், தாய் இந்தியப்பெண். அவன் இனத்தால் வெள்ளையனாக ஏற்கப்படுகிறான், ஆனால் தான் காதலித்த வெள்ளைப் பெண்ணை இழக்கிறான். (இறுதி முரண்நிலை—அவள் வெள்ளையர்களை அல்ல, நிறமனிதர்களை விரும்புகிறாள்!)

கிப்லிங்கின் இனவாதத்திற்கும், அவருடைய ஆழமான புலனாற்றல் உணர்வோடு கூடிய இந்தியச் சித்திரிப்புக்கும் ஒருசேர நியாயம் வழங்கும் வகையில் எவ்விதம் நாம் கிப்லிங்கை எடைபோடுவது?

கிம்மைப் பற்றிய வியப்புக்குரிய தமது பாராட்டுக் கட்டுரையில், எட்வர்ட் சயீத், கிப்லிங் பற்றிய முரணான உணர்ச்சிகளுக்குள் போரிடுகிறார். ஒருபுறம், கிப்லிங் பின்னர் அவப்புகழ் பெறக் காரணமான அவரது இனவாத, ஆதிக்கவாதக் கூறுகள் கிம்மின் பாத்திரத்திற்குள் எவ்விதம் உட்பதிந்திருக்கின்றன, குறிப்படுத்தப்பட்டுள்ளன என்பதை சயீத் காட்டுகிறார்; மறுபுறம், கிம் பற்றி சயீத், "மிக ஆழமான தடுமாற்ற நிலைக்கு ஆட்பட்டவன்" என்று பேசுகிறார்.[124] சயீத் போலவே நாமும், ஒருபுறம் நூலின் கலைத்தன்மைக்கான வரவேற்பு மனநிலைக்கும், மறுபுறம் அதன் இனவாதச் சொற்கையாளலுக்கும் கருத்தியலுக்கும் எதிர்ப்பு மனநிலைக்கும் இடையில் அவதிப்படுகிறோம். "இந்தியாவைப் பற்றிய தமது சொந்த உள்நோக்கினால் ஒருவிதத்தில் குருடாகிப்போன பெரிய கலைஞன் கிப்லிங்" என்று சயீத் பேசுகிறார். ஆதிக்கவாத இந்தியாவை இருட்டடிப்புச் செய்கின்ற ஒரு பார்வையை முன்வைக்கிறார். அந்த இருட்டடிப்பு நோக்கில் வெற்றியும் பெறுகிறார், ஆனால் "இந்தக் குறித்த நோக்கத்திற்காக நாவலைப் பயன்படுத்துகின்ற முயற்சியே அவரது அழகியல் நேர்மையின் பண்பை உறுதிப்படுத்துவதாக உள்ளது" என்கிறார். அவருடைய இருமைநோக்கிற்குச் சற்றும் குறைந்ததல்ல டபிள்யூ.எச். ஆடனுடைய கருத்து: (1939இல் எழுதப்பட்ட தமது கவிதையில் — *In memory of W.B. Yeats* என்பதில்) "கிப்லிங்கையும் அவர் பார்வைகளையும் வரலாறு மன்னித்துவிடும்" என்கிறார். ஆனால் இந்த வரிகள் அடுத்துவந்த பதிப்புகளில் அவரால் நீக்கப்பட்டுவிட்டன.

கிப்லிங்கின் சொந்தக் கவிதைகள் ஆற்றலுடையன, குறிப்பாக அதேவழியில் ஆடனுடைய கவிதைகளும் ஆற்றலுடையன என்று ஜார்ஜ் ஆர்வெல் சுட்டிக்காட்டுகிறார். நன்கு எழுதியதால் கிப்லிங்கை மன்னித்து விடலாம் என்று ஆடன் வாதித்தார். கிப்லிங், ஒரு நல்ல — 'மோசமான கவிஞன்', அதாவது, ஒருவர் மறந்துவிட விரும்பக்கூடிய ஒரு கவிதையை, ஆனால் அந்த விருப்பத்திற்கு மாறாக, நல்ல கவிதைகளையும் மீறி மிக எளிதாக, நீடித்து, ஞாபகத்தில் தானாகவே நிற்கும் கவிதையை, எழுதியவர் கிப்லிங்.[125] நல்ல-மோசமான (அதாவது மோசமானவற்றிற்குள் நல்ல) என்ற இந்த அடைமொழி, அவருடைய படைப்புகளுக்கு மட்டுமல்லாது, ஒழுக்கப்பண்புகளுக்கும் பொருந்தும். அவர் ஒரு இனவாதி, இனவாதியும் அல்ல. உதாரணமாக, 'ஜங்கிள் புக்'கின் நாயகனான மோக்லி, நேர்முக நோக்கில் படைக்கப்பட்டிருக்கிறான், அங்கு இனம் என்பது பொருத்த மில்லால் போகிறது. கிப்லிங்குக்கு, (ஆங்கிலப்) படைத்தலைவர்களும், அரசர்களும் இந்தியாவை விட்டுப்போய்விடுவார்கள் என்பது எப்போதுமே தெரியும். தெய்வீக வழிகாட்டலுக்கு—நாங்கள் மறந்துவிடலாகாது என்று பிரார்த்திக்கும்போது ஒருவேளை சார்லஸ் நேப்பியர் அவர் மனத்தில் இருந்திருக்கலாம். (மறப்பது — எதை? பிரிட்டிஷ்காரர்கள் இந்தியாவிற்குச் செய்த தீமைகளையா?) நல்ல மற்றும் தீய கிப்லிங் பற்றிய தன் இருமை நோக்கினை எழுதுகின்ற ருஷ்தீ, (இறுதியாக, ஆடனும், கிப்லிங்கை மன்னிக்கமுடியாது என்று தீர்மானித்ததுபோல), "நான் மன்னிப்பதற்குக் கஷ்டப்படுகின்ற பலப்பல, கிப்லிங்கில் எப்போதுமே மிகுதியாக இருக்கும்" என்றுகூறி, ஆனால் "அதேசமயம், இவற்றைப் புறக்கணிக்க முடியாமல் செய்கின்ற அளவுக்குப் போதிய உண்மையும் இக்கதைகளில் உள்ளது" என்கிறார்.[126]

இந்தியாவைப் பற்றிய ஆழ்ந்த அறிவினாலும் நேசத்தாலும் உண்மை வெளிப்படுகிறது. கிப்லிங் மாண்டலேயில் (இப்போது மியான்மார்) பிறந்தார். அது ஒரு "சுத்தமான, பசுமையான நாடு" (இங்கிலாந்தைவிட). அவருடைய சில கதைகளை, இந்துமதத்தின் செவ்வியல் பனுவல்கள் சிலவற்றின் மாற்றெழுத்துகளாகக் கருதலாம். 1891இல் எழுதப்பட்ட 'கிரீனோ குன்றின்மீது' என்ற கதை, பரந்ததொரு அர்த்தத்தில், சொர்க் கத்திற்குச் செல்லும் யுதிஷ்டிரனையும் அவனைப் பின்தொடர்ந்த நாயையும் பற்றிய கதையின் மொழிபெயர்ப்பு எனலாம். கிப்லிங்கின் கதையில், சில மெதடிஸ்டுகள், ஐரிஷ்நாட்டுக் கத்தோலிக்கன் ஒருவனை மெதடிசத்துக்கு மாற்ற முயற்சிசெய்கிறார்கள். அவன் வைத்திருக்கும் நாய் அவர்களுக்குப் பிடிக்கவில்லை. அது மிகவும் உலகத்தரமானது, கீழ்த்தரமானது என்கிறார்கள். ஒரு நாயின் காரணமாக அவன் சொர்க்கத்திலிருந்து புறந்தள்ளப்படுவதற்கு அவன் விட்டுவிடலாமா? தன்னையும் தன் நாயையும் உள்ளே விடும் அளவுக்கு சொர்க்கத்தின் வாயிற்கதவு அகலமாக இல்லை என்றால் தாங்கள் இருவரும் வெளியிலேயே நின்றுவிடுவதாகக் கத்தோலிக்கன் சொல்கிறான். ஆகவே

அவர்கள் அவன் தன் நாயையும் தேவாலயத்திற்குக் கொண்டுவரும் படியாக விடுகிறார்கள். 'பூரண் பகத்தின் அற்புதம்' (1894) என்ற கதையில், பிரிட்டிஷ்காரர்களின்கீழ் உயர்தர சிவில்அதிகாரியாக இருக்கும் ஒருவன், 'சர்' தகுதியும் பெற்றவன், எல்லாவற்றையும் துறந்து துறவியாகிவிடுகிறான். மனிதர்கள் யாவரையும் அவன் வெறுக்கிறான், ஆனால் காட்டுவிலங்குகள் அவனை நட்புகொள்கின்றன. ஆனால் பாய்ந்துவரும் வெள்ளத்தினால் ஒரு கிராமம் அழியப்போகின்றது என விலங்குகள் எச்சரிக்கும்போது அவன் திரும்பவும் இயல்பு வாழ்க்கைக்குள் புகுகிறான், அந்த கிராமத்தைக் காப்பாற்றும் செயலில் இறந்துபோகிறான். தர்மம், சம்சார வாழ்க்கை ஆகியவற்றை அரசு சிவில்சேவையாக மாற்றுகிறார் கிப்லிங். துறவுக்கும் உலகத்திற்குச் சேவைசெய்வதற்குமான (வேதாந்தத்துக்கும் சித்தாந்தத்துக்குமான) பழைய முரண்பாட்டிற்குப் புதிய வடிவம் தந்திருக்கிறார். கிம் நாவல், சம்சாரச் சுழற்சியிலிருந்து விடுபடுவதற்கான தேடலையும் அதேசமயம், ஆழமான அரசியல், உளவுபார்த்தல் பற்றிய பொருளியல் உலகத்தையும் பற்றியது. கடைசி இயலில், தான் உட்பட இருக்கும் பிரபஞ்சத்தைக் காணும் லாமாவின் தரிசனம், ("முழு இந்தியாவையும், இலங்கை உட்படக் கடல் முதலாக மலைகள்வரை கண்டேன். தேஷு லாமாவின் முட்டாள் உடல் கீழே கிடப்பதையும் பார்த்தேன்") யசோதையும், அர்ஜுனனும் தாங்கள் உள்ளிட்ட பிரபஞ்சக் காட்சியைக் கிருஷ்ணனிடம் (விசுவரூப தரிசனம்) கண்டதன் மறுவார்ப்பு.

இந்தியாவின்மீது பிரிட்டிஷ்காரர் கொண்ட அன்பைப் பற்றி, அந்த அன்பினால் எழுதப்பட்ட நாவல், 'கிம்'. ஓரளவில், அந்த அன்பு, ஓர் ஆங்கிலேயன் — ஷேக்ஸ்பியரின் ஐந்தாம் ஹென்றி, பிரான்ஸ் மீது கொண்ட நேசத்திற்கு ஒப்பானது. ஹென்றி சொல்கிறான்: "நான் பிரான்சை மிகுதியாக நேசிக்கிறேன் — அதில் ஓர் ஊரையும் பிறருக்குத் தர மாட்டேன்; எல்லாம் எனக்கே சொந்தம்."[127] ஆனால் இது மட்டுமேதான் அன்பு என்பதல்ல — தாங்கள் காலனியப்படுத்திய மக்களின் நாகரிகங்களை நேசித்த இதயங்கள் கொண்ட வெள்ளை ஆடவர்களுக்கும்கூட.[128] பிரிட்டிஷ்காரர்களை காந்தி, "என்னை நேசித்தவர்கள்" என்று குறிப்பிட்டார்.[129] சரியான காரணங்களுக்காகவும் பிரிட்டிஷ்காரர்கள் இந்தியாவை நேசித்தார்கள்: நாட்டின் அழகு, மனித உறவுகளின் வளமும் ஆழமும், மத வடிவங்களின் எல்லையற்ற பன்முகத்தன்மை. இவை 'கிம்' நாவலில் பக்கத்துக்குப் பக்கம் துள்ளி வருகின்றன.

அடிக்குறிப்பு

1. *Kipling, Kim, 191.*
2. *Keay, India, 372.*
3. *Dirks, The Scandal of Empire, xiii.*
4. *Keay, India, 435*
5. *Ibid., 8, citing Magnus, King Edward the Seventh, 217-18.*
6. *Ibid., 18.*

7. Dube, *Untouchable Pasts*, 11, quoting Nick Dirks, *The Hollow Crown*.
8. Keay, *India*, 447
9. Metcalf, *A Concise History*, 483.
10. Cannadine, *Ornamentalism*.
11. Dalrymple, *The Last Mughal*, 135.
12. Keay, *India*, 376, 382.
13. Dalrymple, *White Moghuls*, 33-34.
14. Keay, *India*, 402, 407, 425,
15. Jasanoff, *Edge of Empire*.
16. Keay, *India*, 432
17. Forster, *A Passage to India*, chapter 5.
18. Mukherjee, *The Rise and Fall of the East India Company*, 300-03.
19. Bolts, *Considerations on Indian Affairs*, 194.
20. Ranjit Roy, *The Agony of West Bengal*, 17.
21. Ibid., 389, 392.
22. Ibid., 414.
23. Kipling, *Kim*, chapter 11.
24. Keay, *India*, 450.
25. Klostermaier, *Hinduism*, 291.
26. Ibid., 428-29, 445.
27. Hardiman, *The Coming of the Devi*, 163; Eaton, "Conversion to Christianity Among the Nagas, 1876-1971," 8, 32-33.
28. Spear, *A History of India*, 140.
29. Keay, *India*, 432, 434.
30. James, *Raj*, 237.
31. An anonymous tract called the Sadsat Jagannatha Brtanta, cited in Ignatius Soreng, *Odisare o odiya sahitya re Christa dharma [Christianity in Orissa and in Oriya Literature]*; Berhampur: Dipti Prakashani, 1998). I am indebted to Siddharth Satpathy for this reference.
32. Keay, *India*, 427,
33. Surendra Nath Sen, *Eighteen Fifty Seven*, 40-45.
34. Gubbins, *An Account of the Mutinies in Oudh*, 24-25.
35. Kaye, *A History of the Sepoy War in India*.
36. Metcalf, *A Concise History of India*, 100.
37. Keay, *India*, 438.
38. Metcalf, *A Concise History of India*, 100.
39. Keay, *India*, 438
40. Ibid., 443.
41. James, *Raj*, 237.

42. Ibid.
43. Rudrangshu Mukherjee, Mangal Pandey.
44. Forbes-Mitchell, Reminiscences of the Great Mutiny.
45. James, Raj, 251.
46. Keay, India, 441-42
47. Ibid., 446.
48. Ibid., 445.
49. Ibid., 429, 445-46.
50. Ibid., 425
51. Dalrymple, White Moghuls, 166.
52. Powell, Muslims and Missionaries, 117. I am indebted to Catherine Adcock for this citation.
53. Sutton, Orissa and its Evangelization, 40.
54. I owe this insightful comment, as well as the Sutton citation itself, to Siddharth Satpathy.
55. James, Raj, 237.
56. Keay, India, 419.
57. Gautama, Dharma-sutra 20.10.
58. Moon, The British Conquest, 427.
59. Southey, The Curse of Kehama, 9.
60. Ibid., 429, 431.
61. Forster, A Passage to India, chapter 18.
62. Jaffrelot, The Hindu Nationalist Movement in India, 35.
63. Uma Mukherjee, Two Great Indian Revolutionaries, 16-17.
64. Urban, Tantra, 156-58.
65. Carnegy, A Historical Sketch of Tehsil Fyzabad; Narain, The Ayodhya Temple/Mosque Dispute, 8-9.
66. Van der Veer, Religious Nationalism, 153.
67. Forster, A Passage to India, 287.
68. Ernst, "Situating Sufism," 24-25, citing the Dabistan, 149-50; translation, 239-40.
69. Dabistan, 147, 157; translation, 235, 251.
70. Ernst, "Situating Sufism," 24-25, citing a letter of David DuBois, June 4, 2003.
71. Sheldon Pollock's term; see "Deep Orientalism?: Notes on Sanskrit and Power Beyond the Raj."
72. Buruma and Margalit, Occidentalism: The West in the Eyes of Its Enemies.
73. Nandy, The Intimate Enemy, 52; Hwang, M. Butterfly.
74. Ramachandra Guha, "Sixty Years in Socks,"15.
75. Trautmann, Aryans and British India.
76. Keay, India, 431.
77. Rocher, Ezourvedam, 3, 19. The text was published in Asiatic Researches, Royal Asiatic Society,

      Bengal, 1822.

78. Kapil Raj, "Refashioning Civilities."
79. Flood, Introduction, 124.
80. Partha Mitter, "Rammohun Roy and the New Language of Monotheism."
81. Nandy, The Intimate Enemy; Doniger, The Woman Who Pretended.
82. Keay, India, 431.
83. Sumit Sarkar, Modern India.
84. Dalrymple, "India: The Place of Sex."
85. McConnachie, The Book of Love, 198.
86. Ibid., 197-98.
87. Figueira, "To Lose One's Head for Love."
88. Published in Goethe, Werke, 1840, 1.200; here cited from the English translation by Edgar Alfred Bowring, The Poems of Goethe.
89. Yourcenar, "Kali Beheaded."
90. Ibid., 146.
91. Doniger, Splitting the Difference, 235.
92. Kulkarni, "Darstellung des Eigenen im Kostum des Fremden"; Schulz, "Hindu Mythology in Mann's Indian Legend"; Mahadevan, "Switching Heads and Cultures."
93. Doniger, " 'I Have Scinde.' "
94. Moon, The British Conquest, 567-75.
95. The Whig Morning Chronicle, cited by Priscilla Napier, I Have Sind, 197.
96. Priscilla Napier, I Have Sind, xvi.
97. Mehra, A Dictionary, 496-97.
98. George Daniel, Democritus in London, 51.
99. Priscilla Napier, I Have Sind, xv, 160, 197.
100. Keay, India, 421.
101. Rowley, More Puniana, 166-67.
102. Rushdie, Shame, 88.
103. Gould, "To Be a Platypus," 269.
104. Priscilla Napier, I Have Sind, 160.
105. Mehra, A Dictionary, 497.
106. William Napier, The Life and Opinions of General Sir Charles James Napier, vol. 4, 38.
107. David, The Indian Mutiny, 34-44; Edwardes, Red Year: The Rebellion of 1857, 21-22.
108. Charles Napier, cited in Ball, The History of the Indian Mutiny, 36.
109. William Napier, The Life and Opinions, vol. 2, 275.
110. Lifton and Mitchell, Hiroshima in America, 176.
111. Keay, India, 453.
112. Cited by Bryant, The Quest for the Origins, 324.

113. Gommans, *The Rise of the Indo-Afghan Empire*, 98.

114. Alder, *Beyond Bokhara*, 50-51.

115. Schimmel, *The Empire*, 101.

116. William Napier, *The Life and Opinions*, vol. 1, 164-66, 186, 346, 351, 385; Priscilla Napier, *I Have Sind*, 58.

117. Gommans, *The Rise of the Indo-Afghan Empire*, 99.

118. Yang, *Bazaar India*, 116.

119. Alder, *Beyond Bokhara*, 105, 209.

120. Yang, *Bazaar India*, 116.

121. Alder, *Beyond Bokhara*, 107, 209, 341, 357-58, 367.

122. Kipling, *Kim*, 161.

123. Ibid., 191.

124. Said, "The Pleasures of Imperialism," 45.

125. Orwell, "Rudyard Kipling," 135.

126. Rushdie, "Kipling," 80; italics added.

127. Shakespeare, *Henry V*, 5.2.182-83.

128. Trautmann, *Aryans*, 15, 18.

129. Gandhi, *Selected Political Writings*, 89.

இயல்: 22
பிரிட்டிஷ் அரசின் அந்திமக் காலத்தில் உடன்கட்டையும், சீர்திருத்தங்களும்
கி.பி. 1800 முதல் கி.பி. 1947 வரை

காலவரிசை

1772 - 1833 ராம்மோகன் ராய் காலம்; 1828— பிரம்மசமாஜத்தை அவர் நிறுவுதல்

1824 - 1883 தயானந்த சரஸ்வதி காலம்; 1875— ஆர்யசமாஜத்தை அவர் நிறுவுதல்

1869 - 1948 மகாத்மா காந்தி காலம்

1861 - 1948 இரவீந்திரநாத் தாகூர் காலம்

1919 அமிர்தசரஸ் படுகொலை

1947 இந்திய விடுதலையும் பாகிஸ்தான் பிரிவினையும்

[பார்வைக்கோணம் ஒன்று] தங்கள் மூட நம்பிக்கை அடிப்படையிலான சடங்குகளை அவர்கள் இயற்றியபிறகு, அந்தப் பெண்ணைப் பிணத்துடன் சிதையின்மீது கிடத்தினார்கள். சிதைக்கு நெருப்பு வைத்தார்கள். தீநாக்குகள் தன்னைத் தொட்டவுடனே, அந்தப் பெண் சிதையிலிருந்து

குதித்தெழுந்தாள். உடனே பிராமணர்கள் அவளை மீண்டும் நெருப்பில் கிடத்தப் பிடித்துக் கொண்டார்கள். "என்னைக் கொல்லாதீர்கள்! நான் எரிந்துபோக விரும்பவில்லை!" என்று அவள் கதறினாள். கம்பெனியின் அலுவலர்கள் அங்கு இருந்த காரணத்தினால், அவள் பாதுகாப்பாக வீட்டுக்கு அழைத்துவரப்பட்டாள்.

- மிஷனரி பதிவேடு, மார்ச் 1821

[பார்வைக்கோணம் இரண்டு] பயங்கரமான, காட்டுத்தனமான இந்தச் சடங்கின்போது, அந்தப் பெண்ணின் சாந்தமும், அவளுடைய உறவினர்கள் மற்றும் பார்வையாளர்கள் வெளிப்படுத்திய மகிழ்ச்சியும் என்னை மிகுந்த வியப்பில் ஆழ்த்தின... மிகுந்த துணிவுடன் அவள் எல்லாவற்றிற்கும் ஆட்பட்டாள். சிலசமயங்களில் அவள் முகபாவம், அவள் மரணத்திற்குக் காரணமாகக்கூடிய சிதையில் ஏறுகின்ற சமயத்திலும், மனநிறைவைக் காட்டுவதாக இருந்தது.

- ஜே. எஸ். ஸ்டாவோரினஸ் (1769-1770இல் வங்காளத்தில் பயணம் செய்த ஒரு டச்சுக் கடற்படை அதிகாரி), 1772.

பெண்கள்: பிரிட்டிஷ் பார்வையில் உடன்கட்டை

ஐம்பது வருட இடைவெளியில் இருவேறு பெண்களால் செய்யப்படும் ஒரே செயல் எப்படி இப்படிப்பட்ட முரணான விவரிப்புகளையும் எதிர்வினைகளையும் வெளிப்படுத்த முடியும்? ஐரோப்பியர்களின் முதல்முதல் விவரிப்புகள் தொடங்கி, ஐரோப்பியர்களும் இந்தியர்களும் மிகவேறுபட்ட கருத்துகளை 'சதி' (ஆங்கிலோ - இந்தியர்களின் சொல்) அல்லது உடன்கட்டை ஏறுதல் (இறந்த கணவனின் சிதையில் மனைவியரை உயிரோடு எரித்தலுக்கு ஆட்பட்ட சில இந்தியப் பெண்களின் செயல்) என்பது பற்றி வெளியிட்டுள்ளனர். (சமஸ்கிருத, இந்திப் பனுவல்கள், இச்செயலில் ஈடுபடும் பெண்ணை ஒரு சதி — நல்ல பெண்மணி என்கின்றன). நாம் ஏற்கெனவே நோக்கியவாறு, அரசின் வருகைக்கு முன்பே உடன்கட்டை கொஞ்ச காலமாக நடைமுறையில் இருந்துவந்தது. மகாபாரதத்தில் பல பெண்கள் உடன்கட்டை ஏறுகின்றனர். கி.மு. முதல் நூற்றாண்டின் கிரேக்க ஆசிரியன் டயோடோரஸ் சிகுலஸ், பஞ்சாபைப் பற்றிச் சொல்லும்போது சதியைப் பற்றியும் சொல்கிறான். வெஸந்தர புத்த ஜாதகக் கதைகளில் (இவை இந்துக்களுக்கும் பௌத்தர்களுக்கும் பொதுவானவை) வெஸந்தரன் தன் அரசியைவிட்டுக் காட்டுக்குச் செல்லும்போது அவள் சொல்கிறாள்: "நீ இல்லாத வாழ்க்கையைவிட, எனக்கு உன்னுடன் ஒன்றாகத் தீயில்புகுவது போன்ற மரணமே விருப்பமானது."[3] இப்படிப்பட்ட விசுவாசமான மனைவிமார்களைப் (புனித பாலின் கூற்றுப்படி) பற்றிய படிமக் கற்பனை — அதாவது பெண்கள் கணவனைக் கைவிடுவதைவிட நெருப்பில் புகுவார்கள் என்ற சிந்தனை— (இதனால் அவர்கள் அடுத்த பிறவியில் தங்கள் கணவரிடமிருந்து பிரிந்து விடுவார்கள் என்ற எண்ணம்) சதி நடைமுறைக்கு வருவதற்கு முன்பே, அல்லது நெருப்பில் மெய்யாகவே புகுவதற்குமுன்பே சொல்லாடலில் இருந்துவந்த ஒன்று. இம்மாதிரி சுயத்தியாகச் செயல்கள், இவற்றை விடச்

சற்றே மென்மையான தியாகச் செயல்களை (சீதையும் திரௌபதியும் தங்கள் கணவன்மார்களைக் காட்டிலும் பின்தொடர்தல் போன்றவை) மிகத் தீவிர எல்லைக்குக் கொண்டுசெல்பவை. ஆனால் ஏறத்தாழ கி.பி. ஆயிரமாம் ஆண்டளவில் எழுதப்பட்ட பத்ம புராணம், க்ஷத்திரியப் பெண்கள் உடன்கட்டை ஏறினால் மேன்மை பெறுகிறார்கள், அதே செயலை பிராமணப் பெண்கள் செய்யலாகாது, அவ்விதம் செய்ய உதவுபவர்கள் பிராமணக்கொலை (பிரம்மஹத்தி)செய்பவர்களுக்கு ஒப்பானவர்கள் என்கிறது.[4]

முஸ்லிம்கள் காலத்தில், ராஜபுத்திரிகள் ஒரு முன்னேற்பாட்டுச் 'சதி'யைக் கடைப்பிடித்தார்கள். அதாவது போரில் கணவன்மார் இறப்பது திண்ணம் என்பது தெரியும்போது அவர்களுக்கு முன்னரே தீக்குளிப்பது. இதற்கு ஜௌஹர் என்று பெயர். சித்தோர்கட்டில் முஸ்லிம்கள் அக் கோட்டையைக் கைப்பற்றினால் பகைவர் கையில் ஏற்படும் இழிவிலிருந்து தங்களைப் பாதுகாத்துக்கொள்ள ஆயிரக்கணக்கான பெண்கள் தீக் குளித்தது மிகப்புகழ்பெற்ற ஒரு நிகழ்வு. இவ்வாறு உடன்கட்டை ஏறிய பெண்களுக்கு சதிக்கல் நாட்டுவது வழக்கம். இந்தியா முழுவதும் எண்ணற்ற சதிக்கற்கள் கிடைக்கின்றன. திட்டவட்டமான காலக்குறிப்பு கிடைக்கின்ற இத்தகைய பதிவுகள் மத்தியப் பிரதேசத்திலுள்ள எரானில் கிடைக்கின்றன. பெரும்பாலான உடன்கட்டைகள், அரசவம்ச க்ஷத்திரியப் பெண்களால் முதலில் நிகழ்த்தப்பட்டன, வங்காளத்தில் பிறகு பிராமணர்களும் இவ்வழக்கத்தைக் கடைப்பிடித்தனர். ஆனால் எல்லாச் சாதியினருமே இதில் ஈடுபட முடியும். உதாரணமாக, 1823இல் 234 பிராமணப் பெண்கள், 25 க்ஷத்திரியப் பெண்கள், 14 வைசியப்பெண்கள், 292 சூத்திரப் பெண்கள் உடன்கட்டை ஏறியதாகத் தெரிகிறது.[5]

ஐரோப்பிய அமெரிக்கப் பார்வையில் உடன்கட்டை ஏறும் பெண்கள் விதவைகள். ஆனால் இந்துப் பார்வையில், சதி என்பவள் விதவைக்கு முற்றிலும் மாறானவள். விதவை என்பவள கெட்ட பெண்மணி. தன் கணவன் உயிரைக் காப்பாற்றுவது மனைவியின் கடமை ஆதலினால், அவன் இறந்தால் அவள் அவனை கவனிக்காத இறுதித் தவறே ஆகும். அவனுக்குப் பின்னாலும் உயிர்வாழ்வது அகௌரவம். இந்தப் பாரம்பரிய நம்பிக்கைகளை அவள் நன்கு உள்வாங்கியிருந்தால், விதவையாக இருப்பதில் அப்பெண் அவமானமும் குற்றவுணர்ச்சியும் கொள்கிறாள். மாறாக, சதி, ஒரு நல்ல பெண்மணி. அவள் என்றைக்கும் கணவனுடன் இருப்பவள், விதவை அல்ல. ஒருவன் எரிக்கப்படும்வரை (அல்லது புதைக்கப்படும்வரை) அவன் இறந்ததாகக் கருதப்படுவதில்லை. அவள் அவனுடன் சொர்க்கத்திற்குச் செல்கிறாள்.[6]

ஓர் அறையின் மத்தியில் யானையைப் பார்த்த குருடர்களைப்போல, இப்பிரச்சினையை எதிர்கொண்ட வெவ்வேறு ஆய்வாளர்கள் தாங்கள் எந்த உறுப்பைக் கையால் பிடிக்கிறார்கள் என்பதை வைத்து வெவ்வேறு பிராணிகளாகக் கற்பனைசெய்தனர்.[7] ஒருவர் அதை உயிர்த்தியாகமாகக் கண்டார். அவர் கேட்கிறார்: சில விதவைகள் மட்டும் தன்னிச்சையாக ஏன் உடன்கட்டை ஏறுகிறார்கள்? பிறரை ஏன் வலிந்து மற்ற ஆடவரும் பெண்டிரும் தள்ளுகிறார்கள்? இதற்கான மிகப்பழைய, நீடித்த

மரபுகள் என்ன? மற்றொருவர், அதைக் கொலை என்கிறார். அவர் கேட்கிறார்: குறிப்பாகப் பெண்சிசுக் கொலை, வரதட்சிணைக் கொலை (மற்றொரு மனைவியை மணந்து அதிக வரதட்சிணை பெறலாம் என்ற நோக்கில் முதல் மனைவியைக் கொல்லுதல்) ஆகியவை நிகழும் சமூகத்தில், இந்தியாவில் ஆடவர்கள் பெண்களைப் பொதுவாகக் கொடுமைசெய்ததற்கான ஆதாரங்களாக இவற்றைக் கொள்ளமுடியுமா? மற்றொருவர் அதை விதவைஎரிப்பு என்று கூறி, பிரிட்டிஷ்காரர்கள் முதலில் ஏன் அதை உரக்கப் பழித்துரைத்தார்கள், பிறகு மூடுமறைவாக ஆதரித்தார்கள், பிறகு அதிகாரபூர்வமாகத் தடைசெய்தார்கள்? இந்த இயல் குறிப்பாக மூன்றாவது கேள்வியைப் பற்றியது. ஆனால் மற்ற இரண்டையும் நாம் புறக்கணிக்க இயலாது என்பதால் அவற்றுடனே தொடங்கலாம். பிறகு நாம் அரசின் பதிவுகளில் சுமையாக அமைந்த பிற பிரச்சினைகளான பசுப்பாதுகாப்பு, வன்முறை (அல்லது அகிம்சை), கஞ்சா மற்றும் குடிபோதைக்கு அடிமையாதல், மிகக்கீழான சாதிகளை நடத்துதல் என்பவற்றின்மீது கவனம் செலுத்துவோம்.

தானே குதித்தாளா, தள்ளப்பட்டாளா?

கண்ணாற் கண்ட சாட்சிகளில், ஆங்கிலேயரும் இந்தியரும் வெவ்வேறு குரல்களில் பேசுகிறார்கள். சிலசமயங்களில் பலவந்தப்படுத்தல் நேர்கிறது. கடைசிநிமிடத்தில் பெண் ஓட்டம் பிடிக்கும்போது அவளை இழுத்துவந்து மூங்கில் கழிகளால்ச் சிதையில் தள்ளுவது, பெண் சிதையிலிருந்து எழ விடாமல் அவள்மீது பெருஞ்சுமையான மரக்கட்டைகளை அடுக்குவது ஆகியசெயல்கள். சிலசமயங்களில் சுயவிருப்பத்துடன் கூடிய மகிழ்ச்சியான இணக்கம் பெண்ணிடம் காணப்படுகிறது. ஆனால் இந்தக் கதையில் நாம் கேட்க விரும்புகின்ற ஒரு குரல், பதிவாகவில்லை. தீயில் எரியப்போகும் பெண்ணின் குரல். காயத்ரி ஸ்பீவக் மிக அடிப்படையான கேள்வியை எழுப்புகிறார்: “அடித்தட்டு மக்கள் பேசமுடியுமா?” இந்த விஷயத்தில் அடித்தட்டு மக்கள் என்பது, வாக்குமறுக்கப்பட்ட பெண்கள். இதற்கு எனது விடை, பேசமுடியும் என்பது. ஆனால் இதற்கு அவள் பேசுவதை நாம் கேட்கமுடியும் என்பது அர்த்தமல்ல. இறக்க விரும்பிய, அதில் வெற்றி பெற்று இறந்துபோன பெண்களால் பேசமுடியாது. ஆகவே மிஞ்சியிருக்கும் சான்றுகள், உள்ளார்ந்து திரிபானவை ஆகின்றன, வெற்றிகரமாகத் தப்பியவர்களுக்கு ஆதரவாக அமைகின்றன. அவளுடைய ஆபரணங்களை விரும்பிய உறவினர்களாலோ, அவள் கெட்டுப்போய்விடுவாள் என்று அஞ்சிய உறவினர்களாலோ அந்த விதவை உடன்கட்டை ஏறுமாறு வற்புறுத்தப்பட்டாள் என்று சில குரல்கள். அல்லது இந்தியாவில் விதவையாக வாழ்வதன் கஷ்டங்களை எண்ணி அவளே ஒரு முந்திய வலிந்த சாவுக்கு ஆசைப்பட்டாள் (மிக முந்தி என்பதே பொருந்தும், ஏனெனில் பதின்வயதுகளின் தொடக்கத்திலேயே பலர் அக்காலத்தில் விதவை ஆனார்கள்) என்பது மற்றொரு குரல். இந்தத் துயர நாடகத்தின் பிற பாத்திரங்கள் பல குரல்களில் பேசும்போது, அவற்றுக்கு முரணாகக் காலனிய ஏடுகளில் பதிவான ஏறத்தாழ ஒவ்வொரு விதவையின் குரலும் ஒரேவிளக்கத்தைத் தான் ஒலிக்கிறது — பொருளில் (மெடீரியல்) வாழ்க்கை சார்ந்த துயரம். பொருளாதாரக் கஷ்டங்கள் உடன்கட்டை ஏறுதலின்

பரவலுக்குக் காரணமாக அமைந்திருக்கலாம். ஆனால் விதவைகளிடம் ஏதுமில்லை அதனால் சதி நிகழ்ந்தது என்பதற்கு எதிராக அவர்களிடம் அதிகச் செல்வம் இருந்தது, அதனால்தான் நிகழ்ந்தது என்ற வாதம் இருக்கிறது. வங்காள பிராமணர்களிடையே 1680 முதல் 1830 வரை நிகழ்ந்த சதிகளில் மிகப் பெரும்பான்மையானவற்றின் மறைமுகக் காரணம், வங்காளத்தில் இருந்த தாயபாக முறை ஆகும். இந்தியாவின் பிறபகுதிகளில் அம்முறை இல்லை. அதாவது வங்காளத்தில், இறந்த கணவர்களின் சொத்து — குடும்ப நிலம், செல்வம் — விதவைகளுக்கு வந்து சேரும்.[8] அவளுடைய இறப்புக்குப் பிறகு அவள் கணவன் குடும்பத்திற்கு அந்தச் சொத்து போகும்.

சதியைத் தேர்ந்தெடுக்க, பெண்ணுக்கு அல்லது அவளுடைய உறவினர்களுக்கு மதக் காரணங்களும் இருந்தன. ஆங்கில, இந்திய நோக்கர்கள் பலரும், மிகக் கடுமையாகப் பெண்ணைப் பிறர் தடுக்க முயன்றபோதும் அவள் உடன்கட்டை ஏறுவதற்கு அடம் பிடித்ததற்குச் சான்றாக உள்ளனர். தானாகவே அவள் உடன்கட்டை ஏறமுனைவ தற்கும், அல்லது அவளுடைய உறவினர்கள் அவளை வற்புறுத்துவதற்கும், அல்லது இரண்டிற்குமான காரணங்கள் என்னவாக இருக்கலாம்?

இப்படிப்பட்ட காரியத்தை ஒரு பெண், தனது சொந்த, மதக் காரணங் களுக்காகச் செய்யலாம். (சொர்க்கத்தில் பிறப்பு, மோட்சம்...). அல்லது மதம்சாராக் காரணங்களுக்காகவும் செய்யலாம். (மனச்சோர்வு, குற்ற வுணர்ச்சி, கஷ்டங்கள், கணவனுக்கு அல்லது அவனுடைய குடும்பத்திற்கு கௌரவம் தேடித் தருவது, அல்லது தன் குழந்தைகளுக்கு ஒரு நல்ல எதிர்காலத்தை உறுதிப்படுத்துவது போன்றவை). அல்லது வேறுபிறரின் மதச் சார்பற்ற காரணங்களுக்காகச் செய்யலாம். (அவளுடைய குடும்பக் காரணங்கள், அவளுடைய பணத்தைப் பெறுவதற்காக அவர்கள் அவளை வலுக்கட்டாயமாக உடன்கட்டை ஏறத் தூண்டுதல்). அல்லது அவர்களின் மதக்காரணங்களுக்காகவும் செய்யலாம். (இறப்புக்குப் பின்னரான வாழ்க்கை பற்றிய அவர்களுடைய சொந்தச் சிந்தனை களைத் திருப்திப்படுத்திக்கொள்வது.) நாம் காணப்போவதுபோல, சில பெண்கள் தங்கள் கணவர் திருந்தவேண்டி ஒழுக்கவியல் பலவந்தத்திற்காகவும் உடன்கட்டை ஏறியுள்ளனர். இந்த மிதமிஞ்சிய முட்டாள்தனமான பொருளியல் கருதுகோள், இந்தப் பெண்களுக்கோ அவர்கள் மதத்திற்கோ சிறப்புத் தருவதாக இல்லை. எல்லா சதிகளும் பலவந்தமாகச் சிதையில் ஏற்றப்பட்டவர்கள், தற்கொலைக்கோ அல்லது கொலைக்கோ தள்ளப்பட்டவர்கள் என்பது அவர்களை பலியாடு களாக்குகிறதே தவிர, சுதந்திரமாகச் செயல்படும் பெண்களாக அல்ல. ஆடவர்குரலைத் தாங்களும் ஏற்றுப் பேசுதல், அல்லது போலிப் பிரக்ஞை. இது ஒரு பெண்ணியவாதிக்கோ, சார்புநோக்காளருக்கோ ஏற்றுக்கொள்ளத் தக்கதல்ல. மதத்திற்காகச் செய்வதென்பது சதிகளுக்கு ஒரு தீவிர விளிம்பு எல்லையில் பெண்ணியவாதிகள் கர்த்தாநிலை என்று சொல்வதை அளக்கிறது. நான் அதைத் தற்சார்புள்ள சுய கௌரவம் என்பேன். இது அவர்களை வாய்ப்புகளில் தேர்வுசெய்யும் மனிதர்கள் ஆக்குகிறது. தாங்கள் செய்வதில் நம்பிக்கை கொண்டவர்களாகக் காட்டுகிறது. இந்தப்

பெண்களில் சிலரின் மத இலட்சியம், அவர்கள் எதைத் தெரிவித்தார்களோ அதுவாகவே இருக்கலாம். தங்கள் கணவருடன் சொர்க்கத்தை அடைதல், அல்லது பூமியில் மீண்டும் அவர்களுடனே பிறப்பெடுத்தல், அல்லது மோட்சம், பிறவியிலிருந்து விடுதலை. அவர்களில் சிலர் தங்கள் கணவர்களு டன் தாங்கள் இறக்க விரும்புவதாகக் கூறியபோது மெய்யாகவே அதைக் கருதியிருக்கலாம். (இந்துக்களுக்கு மரணம் என்பது கிறித்துவர்களுக்கும் யூதர்களுக்குமானது போல அல்ல, மிகவேறான வாய்ப்பினைத் தருவது). மேலும் பெண்களின் வார்த்தைகளை மதிக்காமலிருப்பது பால்சார்பியம் என்னும் பிழையில் சேரும் என்று பெண்ணியவாதிகள் நமக்குக் கற்றுத் தந்திருக்கிறார்கள்.

ஒவ்வொரு சடங்கிற்கும் அதற்கான தொன்மம் தேவைப்படுகிறது. சதி, ஒரு தியாகம் என்ற முறையில் அதற்கு ஆதரவான இரண்டு தொன்மங்கள் உள்ளன. அவற்றில் எது ஒன்றும் ஓர் உடன்கட்டைச் செயலை வருணிக்க வில்லை. முதலாவது, சதிதேவியைப் பற்றிய பழையகால சமஸ்கிருதக் கதை. சதிதேவி, தீயில் இறங்கினாள். ஆனால் அது தன் கணவன் சிவனுக்காக அல்ல, சிவன் என்றும் அழிவதில்லை. அவளுடைய தந்தை தட்சன், சிவனைத் தன் யாகத்திற்கு அழைக்காமைக்காகத் தன்னிச்சையாகத் தீக்குளித்தாள். இரண்டாவது தொன்மம், உண்மையான சதி (உடன்கட்டை ஏறுபவள்) துன்பப்படுவதில்லை என்ற கூற்றை நியாயப்படுத்துவதற்காக அவ்வப்போது பயன்படுத்தப்படுகிறது. இது சீதையின் தீக்குளிப்பு. இவளும் தன் கணவனின் சிதையில் தீக்குளிக்கவில்லை. தன் கற்பினை நிலைநாட்ட தீக்குளித்தாள். அப்போது தீச்சுவாலைகள் சந்தனத்தைப் போலக் குளிர்ச்சியாக இருந்தனவாம். தீக்குளித்தலாகிய தொன்மம், சீதை போன்ற மெய்யாகவே நல்ல பெண்மணிகள் தீயினால் எவ்விதத் துன்பமும் அடைவதில்லை என்ற அர்த்தம் கொண்டது. (பிரிட்டிஷ் காரர்களுடையது உட்படப் பல்வேறு பதிவுகள், உடன்கட்டைப் பெண்கள் வலி எதையும் உணர்வதில்லை என்று சொல்கின்றன). மேலும் அவள் விசுவாசமானவள்,தன் மனைவிக்கடமைகளிலிருந்து தவறாதவள் என்பதையும் குறிக்கிறது. அவளுக்கு வலி ஏற்பட்டால், அவள் எந்தக் கடமையிலிருந்து தவறினாளோ அதன் குற்றத்தினை அந்த வலி அழித்துவிடும் என்று உறுதி சொல்லப்படுகிறது. ஆனால் சதி என்பது ஒரு கடுஞ்சோதனையிலிருந்து வேறுபடுகிறது. குற்றம் புரிந்தவளோ, கள்ளமற்றவளோ, சதி உயிர் பிழைக்க இயலாது. விதவைகள் தீக்குளிப்பதற்கென இந்தக் கதைகள் பின்னொருகாலத்தில்தான் சேர்க்கப்பட்டிருக்கவேண்டும். பதிலாகப் பிற தொன்மப் பெண்களும் (இவர்கள் தீக்குளிக்காதவர்கள்) சில சமயங்க ளில் நல்ல பெண்களுக்கு — சதிகளுக்கு வரைவுச்சட்டகமாக ஏற்கப்பட்ட காலம் அது.[9] சதியைப் பற்றிய எந்தக் கேள்வியும், அடிப்படையான கேள்வியாகிய பால் என்பதை உட்கொண்டிருக்க வேண்டும். தொன் மங்களிலும் வரலாற்றிலும், இந்து ஆடவர்கள் தங்களைத் தீயில் எரித்துக்கொண்ட பல உதாரணங்கள் உண்டு. ஆனால் அவர்கள் தங்கள் மனைவியின் சிதையில் தீக்குளிக்கவில்லை. ஏன் அவ்வாறு? பெண்களின் பாலியல் தன்மையைக் கட்டுப்படுத்தவேண்டும் என்பது ஆண்களின் பொதுவான ஆசை. மேல்கேள்விக்கான விடை, இதை ஒரு பகுதிக்கூறாகக் கொள்ளவேண்டும். இதன் ஒளியில், சதி அல்லது

உடன்கட்டை ஏறுதல் என்பது வெறும் மதத்தின் மரபு மட்டுமல்ல, ஒரு பால்சார்பியச் சமூகத்தின் பலியாடுகளான பெண்களுக்கு எதிரான குற்றம் என்று கருதப்படவேண்டும். இந்துப் பனுவல்கள் ஆடவர்களின் காமம் சார்ந்த பலவீனங்களுக்குப் பெண்களைக் காரணமாகப் பழிதூற்றிய தால், விதவை என்பவள், தன்னிச்சையாகத் திரிபவள், இறந்ததன் கணவனிடம் விசுவாசம் இல்லாமல் இருந்திருந்தால் ஆடவர்களுக்கும் தன் குடும்பத்திற்கும் பெரிய இடையூறு எனக் கருதப்பட்டாள்.

பாலியல்சார்பு வாதத்தின் கூறுகள், கலாச்சாரங்களுக்கு ஊடானவை என்பதை அறிய முடியும். சதி என்னும் தொன்மமும் நெருப்புமற்ற பல நாடுகளில் பெண்கள் தங்கள் கணவர்களால் அடித்துக் கொலை செய்யப்பட்டுள்ளனர், அல்லது (சூனியக்காரிகள் என்ற பெயரால்) உயிருடன் எரிக்கப்பட்டும் உள்ளனர். பெண்களை மோசமாக நடத்துவது, இந்தியாவில் சதி என்னும் குறித்த தொன்ம வடிவத்தை ஏன் மேற்கொள்கிறது என்று காணவேண்டுமாயின், திருமணம், மரணம், மறுபிறப்பு என்னும் மதத் தொன்மத்தின் சக்திகளை நாம் நாடியாக வேண்டும். மறுபடியும் நமக்குப் பொருள்முதல் வாதம், பெண்ணியம், மத அக்கறைகள் ஒன்றின்மீதொன்று குறுக்கிடுகின்ற ஒரு ஜென் வரைபடம் தேவைப்படலாம்.

அவ்வாறாயின், நாம், ஓர் அறிவற்ற பொருள்முதல்வாதம், மதத்தின் சுயநியாயங்கள் என்பவற்றிற்கிடையில் ஒன்றைத் தேர்ந்தெடுக்குமாறு தள்ளப்படுகின்றோமா? இல்லை என்று நினைக்கிறேன். இங்கே நாம் பெண்களின் தன்னிலை, ஒடுக்கப்பட்ட குரல் என்பவற்றைக் கணக்கில் கொள்ளவேண்டும். உடன்கட்டை ஏறிய பெண்கள், ஒரே மாதிரியான மூளையற்ற பலியாடுகளின் மந்தையோ அல்லது ஆன்மா அற்ற வெறியர்களோ அல்ல. அவர்கள் பலவிதக் காரணங்களுக்காகப் பலவிதத் தேர்வுகளைச் செய்த தனி மனுஷிகள். அவர்களுக்குப் பல குரலகள் இருந்தன. அவர்களை நாம் சீராகத் தீயில் குதித்தவர்கள், தள்ளப்பட்டவர்கள் என இரண்டு குழுக்களாகப் பிரிக்க இயலாது. சிலபேர் நிலத்துக்காகவோ, பணத்துக்காகவோ, குடும்ப கௌரவத்துக்காகவோ கொலைசெய்யப்பட்டார்கள். சிலர், மதக் காரணங்களுக்காகத் தங்களை உயிர்த் தியாகம் செய்துகொண்டார்கள். சிலபேர், குற்றவுணர்ச்சி, கலக்கம், பயம் போன்ற உணர்ச்சிகளால் தற்கொலை செய்துகொண் டார்கள். சிலபேர் எதிர்த்தார்கள், தப்பி ஓடினார்கள், பிறகு தங்கள் கதைகளைச் சொன்னார்கள். சிலபேரால் எதிர்க்க முடியவில்லை. சிலபேர் எதிர்க்க விரும்பவில்லை. அவர்கள் எல்லாருக்கும் பொதுவான ஒன்று என்னவெனில், அவர்கள் எதிர்கொண்ட விஷயம். இந்தக் கலாச்சாரம். எப்படி ஒரு பெண் இருக்கவேண்டும், எதை அவள் செய்ய வேண்டும் என்ற இலட்சியம். இவை அவர்கள் எல்லாருக்கும் தெரியும், ஆனால் சிலர் அவற்றை நம்பினார்கள், சிலர் அவற்றை நம்பவில்லை. கலாச்சாரமும் அவ்வளவு மோசமான ஒற்றைத்தன்மை கொண்டதாக இல்லை. 1770இல் டச்சுக் கடற்படைத் தளபதியை அடிமைப்படுத்திய சக்திகளுக்கு எதிராகப் போராடியதால் மிகக் கவர்ந்த பெண், இன்று அவற்றை எதிர்த்துப் போராடுகின்ற, ராஜஸ்தானில் முழுக் குடும்பங்கள்

தீயில் தங்களை எரித்துக்கொண்டதைப் புகழும் நாட்டார் பாடல்களைப் பாடி வளர்கின்ற பெண்களையோ, அன்றி 1987 செப்டம்பர் 4 அன்று ராஜஸ்தானில் தேவராலா கிராமத்தில் உடன்கட்டை ஏறி மிகப் பிரபலமாக்கப்பட்ட, அல்லது எதிர்க்கப்பட்ட பெண்ணான ரூப் கன்வர் போன்றவளோ அல்ல.

ராஜாராம் மோகன் ராயும் பிரம்ம சமாஜமும்

இந்தப் பிரச்சினைகளை மனத்திற்கொண்டு, நாம் பின்னால் சென்று, பத்தொன்பதாம் நூற்றாண்டு இந்தியாவின் சில மனிதர்கள் சதியைப் பற்றி என்ன செய்ய முயன்றார்கள் என்பதைக் காணலாம்.

ராஜாராம் மோகன் ராய் (1774-1833), ஓர் வங்காளி பிராமணர். அராபிய, பார்சி, ஹீப்ரு, கிரேக்க, இலத்தீன், சமஸ்கிருத மொழிகளைத் தமது சொந்த வங்காள மொழியுடன் சேர்த்து அறிந்தவர். ராய் பல்வேறு மதங்களின் புனித நூல்களையும் கற்றார், இறுதியில் அவற்றிற்கிடையில் பெரிய அளவில் வேறுபாடில்லை என்று கண்டதாகக் கூறினார். 1814இல் அவர் கல்கத்தாவில் குடியேறினார். மேற்கத்திய வகையிலான கல்வியை அளிக்கும் இயக்கத்தில் முதன்மையான பங்கு வகித்தார். இந்துக்கள் கணிதம், இயற்கைத் தத்துவம், வேதியியல், உடல்கூறியல், பிற 'பயன்படு அறிவியல்கள்' ஆகியவற்றைக் கற்கவேண்டும் என்று வலியுறுத்தினார்.[10]

தம்மை பிராமணர் எனக் காட்டுகின்ற பூணூலை எப்போதுமே ராய் அணிந்தார். பிராமணர்களின் பெரும்பாலான வழக்காறுகளை அவர் பின் பற்றினார். ஆனால் அவருடைய இறையியல், வியப்பளிக்கும் வகையில் பல கோட்பாடுகளையும் தேர்ந்து இணைத்துக்கொள்வதாக இருந்தது. (1816இல் முதல்முதலாக இந்துமதம் என்ற சொல்லைப் பயன்படுத்திய இந்துவாகவும் அவரே இருக்கக்கூடும்.[11]) கண்டிப்பான ஒருகடவுள் கோட்பாட்டில் அவருக்கிருந்த ஆழமான நம்பிக்கை, புராண இந்துமதம் சார்ந்த விக்கிரக வழிபாட்டில் (பூஜை, கோயில் வழிபாடு, புனித யாத்திரை) வெறுப்பு, ஆகியவை இளம்வயதிலேயே தொடங்கிவிட்டன, அவை உபநிடதம் சார்ந்த இந்துமதத்தின் ஒற்றைக்கடவுள் கோட்பாடுகளின், பிறகு இஸ்லாமியக் கோட்பாடுகளின், பிறகு பதினெட்டாம் நூற்றாண்டின் இயற்கைச் சமயத்தின், பயன்வழிக்கோட்பாட்டின், ஃப்ரீ மேசன்கள் கோட்பாட்டின் இணைவுகளிலிருந்து வருவிக்கப்பட்டதாக இருக்கலாம். (பதினெட்டாம் நூற்றாண்டின் இயற்கைச் சமயம் என்பது, அதீதத் தன்மை வாய்ந்த கடவுளைப் பகுத்தறிவின் வாயிலாக அடையலாம் என்ற நம்பிக்கை; பயன்வழிக் கொள்கை, கடவுளின் சாராம்ச ஒற்றைத் தன்மையை நம்பியது; ஃப்ரீ மேசன் சமூகம் என்பது, சில இயற்கைச் சமயக் கோட்பாடுகளைப் பின்பற்றிய ஒன்று.) அக்காலத்தில் ஐரோப்பாவுக்கு முதன்முதலாகச் சென்ற உயர்சாதி இந்துக்களில் அவரும் ஒருவர். பிரிட்டனின், பிரான்சின் அறிவுஜீவிகள் குழுவினரிடையே அவர் மிகுந்த செல்வாக்குப் பெற்றார். 1828இல் அவர் பிரம்ம சமாஜத்தைத் தொடங்கினார். அது உபநிடதங்களின் கொள்கைகள் அடிப்படையில் அமைந்தது. அவற்றில் பலவற்றை வங்காளி மொழியில் 1825இல் மொழி பெயர்த்திருந்தார்.[12]

ராய், சதியை எதிர்த்து இரண்டு ஆய்வுக்கட்டுரைகள் வரைந்தார். ஒவ்வொன்றையும் வங்காள மொழியில் முதலில் வெளியிட்டார். பிறகு தமது சொந்த ஆங்கில மொழி பெயர்ப்பில் வெளியிட்டார். முதலாவது, விதவைகளை உயிருடன் எரிக்கும் நடைமுறையை ஆதரிக்கும் ஒருவர், எதிர்க்கும் ஒருவர் இடையில் நடக்கும் விவாதம். அது 1818, 1820இல் இரண்டு பகுதிகளாக வெளிவந்தது.[13] அது ஆதரவாளர், எதிர்ப்பாளர் இடையில் ஓர் உரையாடல் வடிவத்தில் இருந்தது. பலவேறுவிதமான வாதங்களுக்கான செவ்வியல் இந்து நெறிமுறை. புனித நூல்கள், இந்துச் சட்டம் ஆகியவற்றின் அடிப்படையில் ராய் சதியை எதிர்த்தார்.[14] அது சுயவிருப்பத்துடன் நடந்தபோதும் "புனிதநூல்களுக்கு" விசுவாசமானது என்றபோதும் முறையற்றது என்றார். மாறாக, துறவுமேற்கொண்ட விதவைநிலையை அவர் முன்வைத்தார்.[15] மதத் தொடர்பான விஷயங் களில் அரசாங்கக் குறுக்கீட்டை அவர் விரும்பாவிட்டாலும், 1829இல் பிரிட்டிஷ்காரர் சதியை எதிர்த்துச் சட்டம் இயற்றுவதற்கு ராயின் எழுத்துகள் முக்கியக் காரணமாக இருந்திருக்கலாம். 1830இல் 'விதவைகளை எரிப்பதை மதச்சடங்காகக் கருதுவதைப் பற்றிய விவாதங்களின் சுருக்கம்' என்ற வாதநூலை வெளியிட்டார். பிறகு 'பெண்களின் பழையகாலச் சொத்துரிமைகளில் நிகழும் அத்துமீறல்கள் பற்றிய சுருக்கமான குறிப்புகள்' என்ற வாதநூலையும் வெளியிட்டார். (1882வரை திருமணமான பெண் களுக்குச் சொத்துரிமை இங்கிலாந்திலேயே அளிக்கப்படவில்லை.) இந்நூல், மனுவின் நூலுக்கான உரை (மீடாக்ஷரர் எழுதியது), வங்காளத் திருமணச் சட்டமான தாயபாகச் சட்டம் என்பவற்றின் அடிப்படையில் அமைந்தது.

1833இல் ராயின் மறைவுக்குப் பிறகு, தேவேந்திரநாத் தாகூர் பிரம்ம சமாஜத்தின் தலைவர் ஆனார். ராயைப் போலவே சதியைத் தீவிரமாக எதிர்த்தார். அவருடைய மகன் இரவீந்திரநாத் தாகூரும் அவ்வாறே. (ஆனால் இரவீந்திரநாத் அதன் பின்னுள்ள சிந்தனைகளை மதிப்போடு கையாண்டதாகக் கூறினார்.)[16] பிரம்ம சமாஜத்தின் மூன்றாவது தலைவர், கேசவ சந்திர சேன், தமது சங்கத்தில் சாதியை ஒழித்ததோடு பெண் களையும் உறுப்பினர்களாகச் சேர்த்தார்.

விசித்திரக் கூட்டாளிகள்

பிரிட்டிஷ்காரரைப் பொறுத்தவரை, சீர்திருத்தத்தைப் பொறுத்தவரை பொதுவாகவும், சதியைப் பொறுத்தவரை குறிப்பாகவும் அவர்கள் பலவகைகளில் பிளவுண்டிருந்தார்கள். பழமைவாதியான எட்மண்ட் பர்க், இந்தியா எப்போதும்போல் நன்றாகவே இருக்கிறது என்றார். அதன் மதங்களையும் வழக்காறுகளையும் பாராட்டினார், தலையிடாக் கொள்கையை வலியுறுத்தினார். அவர் வில்லியம் ஜோன்ஸுடனும் கீழையியலாளர்களுடனும் இருந்தார். அவர்கள் இந்தியர்களுக்குத் தங்கள் சொந்த மொழிகளில் தங்கள் சொந்த இலக்கியங்களைக் கற்பிக்க விரும்பினர். வாரன் ஹேஸ்டிங்ஸ் மீதான குற்றச்சாட்டினை அவையில் கொண்டுவரக் காரணமாக இருந்தார். ஆனால் ஜேம்ஸ் மில் என்ற தாராளவாதி, இந்தியா வளர்ச்சி தடைப்பட்டுக் கஷ்டப்படுகிறது, ஆகவே

பிரிட்டிஷார் தலையிட்டுக் குறுக்கிடுகின்ற கடமை இருக்கிறது என்றார். பயன்வழிக் கொள்கையாளர்கள், வழக்கம்போலவே மெக்காலே போன்ற ஆங்கிலவாதிகளுடன் நின்றனர். அவர்கள் இந்தியர்களுக்கு ஐரோப்பிய இலக்கியங்களை ஐரோப்பிய மொழிகளில் கற்பிக்க வேண்டும் என்று விரும்பினர். குறுக்கீடு என்று வரும்போது மதப்பணியாளர்களுடன் சேர்ந்துகொண்டனர். காலனிய அதிகாரவர்க்கத்தினர், சதியில் குறுக்கிடும்போது ஏற்படும் செலவைக் கணக்கிட்டனர். ஞானஸ்நான மதப்பணியாளர்கள் பிரிட்டிஷ்காரர்களை ஒருவிதமாகவும், இந்தியர் களை ஒருவிதமாகவும் நடத்தினர். விதவை எரிப்பை நேரில் கண்ட ஐரோப்பிய சாட்சிகளின் கூற்றுகளோ அச்சவுணர்வுக்கும் அதீத கவர்ச்சிக்குமிடையில் ஊசலாடின. எனவே ஐரோப்பியப் பொதுக்கருத்து உடன்பாடு என ஏதுமற்ற நிலை இருந்தது.

பிரிட்டிஷ்காரர்களிடையே அடிப்படையில் இரு குழுக்கள் இருந்தன. ஒன்று, 1793இன் கார்ன்வாலிஸ் ஒப்பந்தத்தின் அடிப்படை ஷரத்துகளை ஏற்றுக் கொண்டது. அதாவது, இந்தியாவின் மதத்தில் தலையிடக்கூடாது (ஸ்டார் ட்ரெக்கின் முதன்மைப் பொது உத்தரவுகளின் முந்திய முன்னு தாரணம் இது); கீழையிய/பழமைவாத நிலைப்பாட்டுக்குப் பரிவுகாட்டு என்றது. மாறாக, மற்றொன்று, உலகளாவிய மனித உரிமைச் சிந்தனைகள் அடிப்படையிலானது. அது பெரும்பாலும், அறிவொளிக்காலப் பகுத்தறிவு நிலையை இந்தியாவுக்குக் கொண்டுவரவேண்டும் என்றது. அதுதான் ஆங்கிலிக்கன் நிலை, அல்லது நற்செய்திமத நிலை, கிறித்துவத்தையும் தங்களுக்குள் கொண்டுவரலாம் என்றது. உடன்கட்டைப் பழக்கம் மதச்சார்பானதா, அல்லது மதச்சார்பற்ற, அரசியல்/பொருளாதாரத் தன்மை கொண்டதா என்ற எதிரெதிர் வாதங்கள் இதற்கு அடிப்படை. மதச்சார்பானது என்றால், பெண்ணுக்கு வலி கிடையாது. பாடம் ஆ: மேலே. அவள் வலியை உணரவில்லை, அதை நிஜமென்றே நம்பினாள், விருப்பத்துடன் சென்றாள். அல்லது மதச்சார்பற்ற அரசியல்/பொருளா தாரக் காரணம் சார்ந்தது. ஆகவே வலி உண்டு. பாடம் அ: அவளை அவர்கள் கொலை செய்தார்கள். பெரும்பாலும் பணத்திற்காக. அவள் சண்டையிட்டாள், கத்தினாள். இவை யாவும் பிரிட்டிஷ்காரர்கள் பிரேக்கில் ஒரு காலும் வேகமுடுக்கியில் ஒரு காலுமாய்ச் சென்றார்கள் என்பதைக் காட்டுகிறது. சதி மதச்சார்பானது என்றால், முதன்மைப் பொதுவிதி, பிரிட்டிஷ்காரரைக் காட்சியிலிருந்து வெளியேற்றிவிடும். மதச்சார்பற்றது என்றால், கொலை நடக்கிறது என்று அர்த்தம், தங்கள் பெண்களை இந்துக்கள் எரிப்பதிலிருந்து பிரிட்டிஷ்காரர் காப்பாற்ற வேண்டும் என்று அர்த்தம்.

இந்துக்களும் சிக்கலான வழிகளில் பிளவுபட்டிருக்கிறார்கள். காலனியச் சொல்லாடலுக்கு எதிர்வினையாக சதிக்கு எதிராகவும் சார்பாகவும் செய்யப்பட்ட வாதங்களில் அவர்கள் நிலைப்பாடும் வேறு படுகிறது. பல்வேறு இந்துச் சீர்திருத்த இயக்கங்கள் ஒன்றையொன்று அழித்துக்கொண்டன என்று பிரிட்டிஷ்காரர்கள் நினைத்தனர்.[17] ஆனால் அவர்கள் இந்துமதத்தின் பண்பைத் தவறாகப் புரிந்துகொண்டார்கள். ஒவ்வொரு தரப்பும் மற்றதற்கு எதிராகப் பொங்கி எழுந்தது, ஆனால்

எதிர்த்தரப்பில் பலத்தை இழப்பதற்கு பதிலாக அவர்களிடமிருந்து பெற்றுக்கொண்டது. ஒருபுறம், சாதியமைப்பைத் திட்டவட்டமாக அமுல் படுத்த வேண்டும் என்பதற்கு ஆதரவாளர்கள் இருந்தார்கள். தங்கள் பழைய வழிகளைப் பின்பற்றினார்கள். சதிக்கு எதிரான சட்டம் உள்படச் சாதி வழக்காறுகளில் எவ்வித மாற்றமும் கூடாது என்றார்கள். எதிர்த் தரப்பில் தீவிரவாதிகள். அவர்கள் குழுக்களில் ஒருபுறம், வன்முறையை முன்வைத்த தீவிர இந்துக்கள். மறுபுறம், கல்லூரியில் படித்த மாண வர்கள், இந்துமதத்தை வெறுத்தார்கள். பிரிட்டிஷ்காரர்களைப் போலி செய்து, ஆங்கிலவிரும்பிக் கிறித்துவர்களாகி, மாட்டுக்கறி உண்டு, பியர் அருந்தினார்கள். இம்மாதிரி இந்தியர்களுக்கும் ஐரோப்பியர்களுக்கும் இடையில் ஏதோ ஒரு புள்ளியில், ராம் மோகன் ராயும், இந்திய தாராளவாத இயக்கமும் குழந்தைத் திருமணங்களையும் சதியையும் எதிர்த் தார்கள். அகிம்சையை போதித்தார்கள், இந்துமதம் மற்றும் கிறித்துவ/ பிரிட்டிஷ் மதிப்புகளை ஒன்றிணைக்கும் புதியதோர் உலகத்தைச் செய்ய முயன்றார்கள்.

இந்தியாவின் தேசியப் பத்திரிகைகள் இன்று "1829இல் விதவை எரிப்பு என்னும் வழக்காற்றை நீக்கிய காலனிய சட்டஅதிகாரியுடன் இணைந்து நடக்கின்றன." தேசியவாத வரலாற்றாசிரியர்கள், ஒருபுறம் தங்களுடைய காலனியஎதிர்ப்புச் சார்பு நோக்கு இருந்தாலும், காலனிய நோக்குநிலையின் இந்தப்பகுதியைக் கேள்விகேட்காமல் ஏற்றுக்கொண்டுவிட்டனர், அதனால் தாங்கள் பொதுவாக வெறுக்கக்கூடிய கிறித்துவ மதப்பணியாளர்களின் பக்கம் இதில் சேர்ந்துகொண்டுவிட்டனர். இடதுசாரியில் இப்போது புதிய, மதச்சார்பற்ற, இந்திய மேட்டுக்குடியினர் இருக்கிறார்கள். அவர்கள் உள்நாட்டுக் காலனியமயமாக்கத்தில் ஈடுபடுகிறார்கள். மூடநம்பிக்கைகள் கொண்டது, சமூகத்தில் பிற்போக்குத்தனமானது, அறிவுப்பரவலுக்கு எதிரானவர்கள் என்று வெறுக்கும் ஓர் இந்துமதத்தின் மறுவருகையை எதிர்த்துக்கொண்டிருக்கிறார்கள். வலதுசாரியில், இந்துத்துவத்தின் கொடியின்கீழ் சதியை ஆதரித்து, பெண்களை மட்டுமல்ல, முஸ்லிம் களையும் பிற கருத்துமாறுபடுபவர்களையும் ஒடுக்க முனையும் தேசிய வாதிகள் இருக்கிறார்கள்.

விரைந்து முன்னோக்கி:

சதியைப் பொறுத்தவரை நாங்களும் விசித்திரமான கூட்டாளிகள்தான். சமகாலத்தின் இரண்டு மதிப்பு ஒழுங்கமைவுகளில் சிக்கிக் கொண்டவர்கள். ஒருபுறம், உலகளாவிய மனித உரிமைகள் என்னும் விரைந்து பிரபலமாகி வரும் கருத்து, முந்தைய ஆய்வுமுயற்சிகள் மதிப்புகளிலிருந்து விடுப்பட்டவையாக இருக்கவேண்டும் என வலியுறுத்தி, அதைப் பின்பற்றுபவர்களை மோசமான நிலையில் பிரிட்டிஷ் ஈடுபாட்டுக்கு மிக நெருக்கமாகக் கொண்டுசெல்கிறது. மாறாக, ஒழுக்கச் சார்புநிலை, பிற கலாச்சாரங்களுக்கு மதிப்பளித்தல் என்னும் மதிப்புகள், பிரிட்டிஷாரை, "பழுப்பு ஆடவரிடமிருந்து பழுப்புப் பெண்களைக் காப்பாற்றும் வெள்ளையர்" என்று கண்டிக்கின்றன.[19] 'அமெரிக்க மனத்தின் மூடுநிலை' (1987) என்ற பழமைவாத நூலை எழுதிய ஆலன் ப்ளூம் என்பவர், ஒழுக்கச் சார்புநிலைமீது தனது தாக்குதலை சதி உதாரணத்தின்

வாயிலாகத் தொடங்குகிறார். (மாணவர்கள்) "தவறென்று நிரூபிக்கவும் அவர்களைச் சிந்திக்க வைக்கவும் வேண்டித் தயாரிக்கப்பட்ட வழக்கமான கேள்விகளை — சான்றாக, 'இந்தியாவில் நீ ஒரு பிரிட்டிஷ் அதிகாரியாக இருந்தால், உன் நிர்வாகத்தின் கீழுள்ள இந்தியர்கள், ஓர் ஆண்மகன் இறந்த சிதையில் அவன் மனைவியை எரிக்க விட்டிருப்பாயா?'— கேட்கும்போது அவர்கள் அமைதியாக இருக்கிறார்கள், அல்லது 'முதற்கண் பிரிட்டிஷ்காரர்கள் அங்கே சென்றிருக்கலாகாது' என்கிறார்கள்."[20] நான் இதை ஏற்கவில்லை. சில ஆண்டுகள் முன்பு, சிகாகோவின் தெற்குப்பகுதியிலுள்ள ஓர் உயர்நிலைப்பள்ளி மாணவர்கள் குழுவுக்கு இந்தியாவைப் பற்றி வகுப்பெடுக்க அழைக்கப்பட்டிருந்தேன். நான் அவர்களுக்கு சதியைப் பற்றிச் சொல்லி, ப்ளூமின் கேள்வியை எழுப்பினேன். அவர்களுடைய ஒருமனதான பதில், "நான் குறுக்கிட மாட்டேன்; மற்ற ஒருவனின் மதத்தில் நான் தலையிட்டுக் குழப்பமாட்டேன்" என்பதாக இருந்தது. அந்தச் சமயத்தில் எனக்கு அதிர்ச்சி அளித்த இந்த பதில், அடையாள அரசியலில் சிகாகோ மாணவர்களின் சொந்த அனுபவத்திலிருந்து வருவது என்பதைப் புரிந்துகொண்டேன். ஆனால் பிரிட்டிஷ் ஆதிக்க மனப்பான்மைக்கும் ("பழுப்பு ஆடவரிடமிருந்து பழுப்புப் பெண்களைக் காப்பாற்றும் வெள்ளையர்") பிறகு சார்புநிலை எதிர்வினைக்கும் ("மற்ற ஒருவனின் மதத்தில் நான் தலையிட்டுக் குழப்பமாட்டேன்") அப்பால், இந்துக்களில் பலர் சதியை எதிர்த்தவர்கள் என்றமுறையில் சிக்கலான ஒழுக்கப் பிறவிகள் என்று இந்துக்களை மதித்தவாறும், நமது சொந்த மனித உரிமைகள் உணர்வை மதித்தவாறும் சமன்செய்து, மேலும் சிக்கலானதொரு தொகுப்புக்கூற்றை நாட வேண்டும். பிரிட்டிஷ்காரர்கள், இந்துக்கள், நாம் ஆகிய முத்தரப்பினரின் உள்ளாழத் தூண்டுதல்களைக் கேள்விகேட்டுக்கொள்வதுதான் நாம் செய்யக்கூடியவற்றில் சிறந்தது.

அரசாங்கம் உதவிக்கு வருகிறது

அக்பர், ஜஹாங்கீர் உள்பட ராம் மோகன் ராய்க்கு முன்னாலிருந்த மற்றவர்கள் சதியை நிறுத்த வீணாகப் பாடுபட்டனர். இம்மாதிரிச் சீர்திருத்தங்களில் பிரிட்டிஷ் அரசாங்கம் ஈடுபட்டது, இப்படிப்பட்ட கலப்புத்தூண்டுதல்களுக்கு ஆட்பட்டு நிகழ்ந்தது. ஆகவே தவறாகச் செல்வதே அதன் தலைவிதி என்பதை முன்கூட்டியே முடிவு செய்தாகி விட்டது.

ஒவ்வொரு பிரிட்டிஷ் பள்ளிக்குழந்தைக்கும் ஒருகாலத்தில் பின்வரும் கதை கற்றுக் கொடுக்கப்பட்டது. "1829இல் பிரிட்டிஷ் அரசாங்கம் இந்தியாவில் இந்துச் செயல் முறையான சதி என்பதற்கு முற்றுப்புள்ளி வைத்தது. இந்த மனித உரிமைகளை மீறும் செயல், தங்கள் பெருந் தகைமையுள்ள ஆட்சியின்கீழுள்ள மக்களின் மத நடைமுறை, அவர்களின் வழக்கமான தாராள மனப்பான்மை கொண்ட சகிப்புத் தன்மையையும் மீறி, அவர்களின் ஒழுக்க உணர்வைப் புண்படுத்துவதாக இருந்தது. ஆனால் ஏறத்தாழ இந்தக் கூற்றின் ஒவ்வொரு கூறும் தவறானது. 1829இல் இந்தியாவில் தங்கள் கணவர்களுடன் அவர்களுடைய விதவைகள் சேர்ந்து எரிக்கப்படுவது சட்டத்திற்கு மாறானது என்ற அறிவிப்பு வெளிவந்தது

உண்மைதான். ஆனால் சதியைத் தடைசெய்ததற்குக் காரணம் ஒழுக்க உணர்வைப் புண்படுத்தியது அல்ல. அதை ஒழிப்பதில் அவர்கள் வெற்றியும் பெறவில்லை. மாறாக, பிரிட்டிஷ் இராணுவத்திலும் சிவில்சேவையிலும் பணியாற்றிய உயர்சாதி இந்துக்களைப் பகைத்துக்கொள்ளலாகாது என்ற பயமும், சட்டபூர்வமான தடைப்படுத்தலில் ஏற்படும் அரசியல் செலவும் பிரிட்டிஷ்காரார்களை, சில குறிப்பிட்ட சூழல்களில் உடன்கட்டை ஏறப் பல ஆண்டுகள்வரை உடன்பட வைத்தன. (பெண்ணுக்குக் குழந்தைகள் இருக்கலாகாது, தன் சொந்த விருப்பத்தின்பேரிலேயே உடன்கட்டை ஏறுவதாகக் குற்றவியல் நடுவரைப் பெண் நம்பவைக்க வேண்டும்). இப்படியாக பிரிட்டிஷ் ஆட்சியில், அதற்குமுன் என்றைக்குமில்லாத சட்டபூர்வ ஆதரவையும் திறன்மிக்க தூண்டுதலையும் உடன்கட்டை ஏறுதல் பெற்றது. ஆக, மூதாதையர் வழக்கம் காலனியத்தால் மேம்படுத்தப்பட்டது.

1680இல் சென்னை ஆளுநர் ஓர் இந்து விதவையை எரிப்பதைத் தடுத்தான். பத்தாண்டுகள் கழித்து கல்கத்தாவில் ஓர் ஆங்கிலேயன் ஒரு பிராமண விதவையைத் தன் கணவனின் சிதையிலிருந்து காப்பாற்றித் தனது சொந்தச் சட்டபூர்வமான மனைவியாகக் கொண்டான் என்று தெரிகிறது.[21] அதற்குப் பிறகு பிரிட்டிஷ்காரார்கள் சதியைப் பொறுத்தவரை முகத்தைத் திருப்பிக்கொண்டார்கள். முதலில் சிந்தனையை யதார்த்தம் என்றும், இந்துக்கள் தர்மசாத்திரங்களைப் பின்பற்றி நடக்கிறார்கள் என்றும் தவறாக பிரிட்டிஷ்காரார்கள் நம்பினார்கள். அதே கீழையியல் நோக்குதான் அவர்களைப் பிறகு இந்துக்கள் தங்கள் தர்மசாத்திரப்படியே நடக்கவேண்டும், அதையும் மிகத் துல்லியமாகச் செய்யவேண்டும், அதில் தாங்கள் தலையிடக்கூடாது என்று எண்ணச் செய்தது. வழக்கம்போலவே அவர்கள் மனுசாத்திரத்தை நாடினார்கள். ஆனால் இந்த ஒரு சமயம் மனு அவர்களைக் கைவிட்டார். மனு துறவுமனப் பான்மை கொண்ட விதவைநிலையை வற்புறுத்தினாரே ஒழிய, சதியைப் பற்றிக் கூறவில்லை. சில வங்காளி அறிஞர்களை நாடினார்கள். அவர்கள் மனுவில் விதவைகளை எரிப்பதைப் பற்றிய பகுதி எப்படியோ விடுபட்டுப்போய்விட்டது என்று கூற, அதைச் சேர்த்துக்கொண்டார்கள்.[22] (பெரும்பாலான தர்மப் பனுவல்கள் சதியைப் பற்றிச் சொல்லவில்லை, மாறாக, துறவுடன்கூடிய விதவைநிலையில் கவனம் செலுத்துகின்றன. பல பனுவல்கள் சதியை உறுதியாகவே கண்டிக்கின்றன. சில பிற்கால உரைகள் மட்டும் அதை ஆதரிக்கின்றன.[23]) ஆகவே 1813 ஏப்ரல் 20ஆம் நாள், (அந்த ஆண்டுதான் கிறித்துவ மதப்பணியாளர்கள் அனுமதிக்கப்பட்டார்கள்) ஒரு பிரிட்டிஷ் சுற்றறிக்கை பின்வருமாறு அறிவித்தது. உடன்கட்டை ஏறுவது அவரவர் மனப்பாங்குக்கு ஏற்றது; இந்து மதம் ஆதரவளிக்கிறது என்று காட்டுமிடங்களில் அது அனுமதிக்கப்படும்; மதத் தலைவர்கள் மறுக்குமிடங்களில் அது தடைசெய்யப்படும்; பெண் பதினாறு வயதுக்கு உட்பட்டிருந்தாலோ, கருவுற்றிருந்தாலோ, குடிவெறியில் இருந்தாலோ (கவனிக்கவேண்டிய விஷயம் இது), அல்லது வேறுவழியில் பலவந்தப் படுத்தப்பட்டிருந்தாலோ சதியை அனுமதிக்கலாகாது. 1815 முதல் 1818 வரையில் — தகவல் சேகரிப்பின் முதல் மூன்றாண்டுகள் இவை, அறிவிப்பு வெளியிட்டபின் முதல் ஐந்தாண்டுகளுக்குள் வருபவை—

திடீரென உடன்கட்டை ஏறுவோரின் எண்ணிக்கை மிகுந்த அளவு அதிகரித்தது. உயிரிழப்பு 378 முதல் 839 ஆகியது. அதற்குப் பிறகு எண்ணிக்கை குறைந்தது, 500க்கும் 600க்கும் இடையில் ஊசலாடியது. 1817—1818இன் காலராக் கொள்ளைநோய், இன்னும் இந்த எண்ணிக்கையை அதிகரித்திருக்கும். காலராவினால் அதிகமாக ஆடவர் இறக்க, அவர்களுடன் சேர்ந்து உடன்கட்டை ஏறும் பெண்களின் எண்ணிக்கையும் அதிகமாகியிருக்கும். அல்லது எழுத்தர்கள் தங்கள் தகவல்சேகரிப்பு முறைகளை மாற்றிக்கொண்டிருக்கலாம். ஆனால் அரசாங்கத்தின் குறுக்கீட்டினால்தான் எண்ணிக்கை அதிகரித்தது என்ற சந்தேகமும் இருந்தது. அவர்கள் அதை அதிகாரபூர்வமாக்கியிருந்தார்கள். (அவர்களுடைய பணி, சட்டபூர்வமான சதி, சட்டபூர்வமற்ற சதியைவிட மேலானது என்பதுபோல் ஆக்கிவிட்டது). மேலும் அதில் அவர்கள் காட்டிய ஆர்வம், அதற்குத் தனிச் சிறப்பும் சேர்த்துவிட்டது. (ஆகவே 1987இன் ரூப்கன்வர் சதியின்போது, அதைக் காப்பியடிக்கும் சம்பவங்கள் நிகழ்ந்தன.)[24]

பிரிட்டிஷ்காரர்கள் உடன்கட்டையில் தலையிட்டபோது, விளைவுகள் எதிர்மாறாக இருந்தன. உதாரணத்திற்கு:

மெதுவாக எரியும் சிதைநெருப்பு

குறிப்பிட்ட ஒரு மனிதன், கேப்டன் எச்.டி. ராபர்ட்சன், 1828இல் பூனாவின் கலெக்டர், மோசமாக எரிந்த ஒரு சிதையினால் உடன்கட்டை ஏறுவதற்கிருந்த பெண், மிகுந்த உடல்வேதனையோடு தப்பிச்சென்றாள் என்று கேள்விப்பட்டான். மறுபடியும் சிதையில் ஏற்றுமாறு அவள் கெஞ்சினாள், இந்தச் சமயமும் அது சரிவர எரியவில்லை. பிரிட்டிஷ் அதிகாரிகள் குறுக்கிடவேண்டி ஆயிற்று. இருபது மணிநேரம் கழித்து அவள் இறந்தாள். ராபர்ட்சன் புலனாய்வு செய்து மிக மெதுவாக எரியும் புல்லையே சிதைக்குப் பயன்படுத்த வேண்டும் என்று இந்துப் புனித நூல்கள் விதிக்கின்றன என்று கண்டுபிடித்தான். ஆனால் பெரும்பாலும் உண்மையான நடப்புகளில் அவ்விதம் பயன்படுத்தியதில்லை. அப்புனித நூல்கள் சொல்வதை எழுத்துக்கு எழுத்து கடைப்பிடித்தால், உண்மையில் உடன்கட்டை என்பது மிக மெதுவாகப் பெண் எரியச்செய்வதாக மாறும், ஆகவே பெண்கள் உடன்கட்டை ஏற விரும்பமாட்டார்கள் என்று கணக்கிட்டான். தவிர்க்கின்ற முயற்சிகளில் பிறர் ஈடுபட்டாலும், ஒரு பெண் அப்படியும் உடன்கட்டை ஏறவே செய்தாள். ராபர்ட்சன், தன் கடமை எனத் தான் நினைத்ததை மிக உற்சாகத்துடன் செய்து முடித்தான்.[25]

ஜோசப் கான்ராட், 'சீர்திருத்தவாதியின் இரக்கம்' என்று வருணித்தது இங்கு பயங்கரமாகக் கோணலாகிப் போயிற்று.

இறுதியாக, 1829இல் ராபர்ட்சன் குறுக்கீட்டுக்கு ஓராண்டுக்குப் பின்னர், உடன்கட்டைக்கு எதிராகப் புகழ்பெற்ற பிராமணர்கள் ஏற்கெனவே சதிக்கு எதிராகக் கருத்துரைத்த பிறகு, இந்தியர்கள் பலர் சட்டமன்றத்தில் இடம் பெற்றிருந்த காலத்தில், (கிறித்துவ மதப் பிரச்சாரத்துக்கு ஆதரவான) வில்லியம் பெண்டிங் கவர்னர் ஜெனரலாக இருந்தபோது (1828-1835)

உடன்கட்டை ஏறுவதையும் குழந்தைத் திருமணத்தையும் முற்றிலுமாக ஒழிக்கும் தடைச்சட்டம் பிறப்பிக்கப்பட்டது. அதுவும், இந்தியர்களை காட்டுமிராண்டிக் குழந்தைகளாகக் காட்டி, அவர்களைத் திருத்தும் தந்தைமை நோக்கிலான தங்கள் ஆட்சியை நியாயப்படுத்துவதற்காக பிரிட்டிஷ்காரர்கள், மிகுந்த மிகைப்படுத்தும் காட்சிகளோடு இவற்றை அரங்கேற்றினர்.

இந்த பிரிட்டிஷ் சட்டம், பெண்களின் உயிர்களைக் காத்ததைவிட அவர்களின் மரணத்திற்கே பெருமளவு காரணமாகியது. கிறித்துவநோக்கில், இந்துமதத்தை அருவருப்புத் தருகின்ற பொருளாக இழிவுபடுத்தியதே அதன் முக்கிய விளைவாக இருந்தது.[26] சதி என்பது இழிகாமத்திற்கானதொரு அடையாளம், நெருப்பினால் பெண்ணைத் துன்புறுத்துகின்ற செயல், அச்சொல்லின் எந்தவித அர்த்தத்திலும் முறையற்றது. ஒப்புநோக்கில் மிகக்குறைந்த எண்ணிக்கையிலான பெண்களே அவ்வாறு உயிர்விட்டனர். அதே சமயம் பிரிட்டிஷ் ஆட்சியில் ஒவ்வொரு நாளும் பசிபட்டினியாலும், போதிய உணவுச் சத்தின்மையாலும் ஆயிரக்கணக்கானோர் மடிந்தனர். ஆனால் உடன்கட்டையைத் தடுப்பதற்கு மக்கள் தொடர்பு விளம்பர மதிப்பு இருந்தது. ஆக இரண்டு வழிகளிலும் அரசு பெருமையடித்துக் கொண்டது. அது பிற மக்களின் மத உரிமைகளில் தலையிடுவதில்லை என்பது ஒருபுறம், மற்றொருபுறம், மனித உரிமைகளின் பாதுகாப்பில் அது இறங்கியது என்ற விளம்பரம். இந்தியாவிலும் பிரிட்டனிலும் நடைபெற்ற இந்த விவாதம், மிக அரிதாக நடைபெற்றுவந்த ஒரு வழக்கத்தை, இந்துமதம் பெண்களை ஒடுக்கும் தன்மை உடையது என்றும் முற்றிலும் தர்ம நியாயம் அற்றது என்றும் நிறுவுவதற்குப் பயன்படுத்திக் கொண்டது. 1829இன் சட்டமோ, அல்லது இந்தியா சுதந்திரம் பெற்றபிறகு இயற்றிய புதிய சட்டமோ அதற்கு முற்றுப்புள்ளி வைக்கவில்லை. 1947 முதலாகக் குறைந்தது நாற்பது பெண்களேனும் உடன்கட்டை ஏறி மாண்டனர். அச்சம்பவங்கள் பெரும்பாலும் புறக்கணிக்கப்பட்டன. கடைசியாக 1987இல் ரூப் கன்வரின் சதி ஓர் பிரபல்ய அவப்புகழ்பெற்ற நிகழ்வாகியது. இப்போதும்கூட மிக மறைவான கிராமப்புறங்களில் எங்கேனும் சில நடக்கத்தான் செய்கின்றன.

சதியை இனிமைப்படுத்தல்

இந்துப் பார்வைக்குப் பரிவுகாட்டிய சில பிரிட்டிஷ்காரர்கள், உடன்கட்டை ஏறுவதை கிறித்துவத் தியாகிகள், அல்லது மசாடாவில் நடக்கும் வீரத் தற்கொலைக்கு ஒப்பிட்டனர். அவமரியாதையைவிட மரணம் மேலானது, அகௌரவத்திற்கு பதில் இறப்பு என்பதுபோல. மற்ற ஐரோப்பியர்கள் உடன்கட்டை ஏறுவதை(சதியை)ப் பிறவழிகளில் இனிமைப்படுத்தினர் (மேன்மைப்படுத்தினர்). 1670இல் ஆபிரகாம் ரோஜர், ஒரு உள்ளூர்க் கதையைப் பதிவுசெய்தார்.

உடன்கட்டை ஏறுவதைச் சோதிக்கிறான் இந்திரன்

வேதகால தேவர்க்கரசனாகிய இந்திரன், மனித உருவெடுத்து ஒரு வேசியிடம், அவள் விசுவாசத்தைச் சோதிக்கச் சென்றான். அவளுக்கு மிகுந்த

பணம்கொடுத்தான். இரவு முழுவதும் காதல் புரிந்தனர். காலையில் அவன் இறந்துபோனதுபோல நடித்தான். அவளுடைய பெற்றோர் அவள் அவனுக்குச் சட்டபூர்வமான மனைவி அல்ல என்று எதிர்ப்புத் தெரிவித்தாலும் அவள் அவனுடன் உடன்கட்டை ஏறவிரும்பினாள். சிதை தயாரானதும் இந்திரன் எழுந்து உட்கார்ந்தான். அது ஒரு சோதனை மட்டுமே என்று கூறி, அவளைத் தன் உலகிற்கு அழைத்துச் சென்றான்.[27]

முன்பே இந்திரனின் சோதனைகளை நாம் கண்டிருக்கிறோம். ஆனால் இந்த டச்சு ஆசிரியர் அவ்வாறு நோக்கியிருக்கமாட்டார். அவர், கற்புள்ள மனைவிகளுக்குரியதாக உடன்கட்டையைக் கருதாமல், வேசியர்க்குரிய சடங்காக உடன்கட்டை ஏறுவதைக் கருதுகிறார். (முன்பே இந்தியாவைப் பற்றித் தவறான கருத்துகொண்ட) வால்டேரும் விஷயத்தைத் தவற விட்டுவிட்டார். ஜாதிக் (1747) என்ற நாவலில் அவர் ஒரு கதாநாயகியை உருவாக்கினார். அவள் உடன்கட்டை ஏற இருக்கிறாள். தங்கள் உயிரைத் தியாகம் செய்வதற்கு முன்னால் இம்மாதிரி விதவைகள் ஓர் வாலிபனுடன் ஒருமணி நேரத்தைக் கழிக்கவேண்டும் எனச் சட்டமியற்ற வேண்டுமென்று அவர் ஆலோசனை தருகிறார். பதினெட்டாம் நூற்றாண்டின் வேடிக்கை இசைநாடகம் ஒன்றில், இந்தியாவில் இருக்கும் பிரெஞ்சுக்காரனுக்கு இந்திய மனைவி இருக்கிறாள். அவள் அவனுக்கு விசுவாசமானவள் அல்ல. அவள் நீரில் மூழ்கி இறந்துவிட்டது போல நடிக்கிறாள். அவளுடைய சிதையில் அவனை உடன்கட்டை ஏறச் சொல்வார்கள் என்று அவள் கருதினாளாம்.[28]

ரிச்சர்டு வாக்னர் தமது இசைநாடகம் ஒன்றில் (காட்டர்டாமரூங்) அதன் நாயகி (ப்ரூன் ஹில்டு) தனது நேசத்திற்குரிய சீஜ்ஃப்ரீட் என்பவனின் சிதையில் குதிரையோடு பாய்ந்து வந்து இறக்கிறாள். (ஷோபனேர் இந்திய தத்துவத்தை ஜெர்மன்மொழியில் படித்தவர், அவர் வாயிலாக) அந்த இசை நாடகத்தின் (1856 கோடை) முந்தைய பிரதி ஒன்றில், ஒரு வேதாந்தக் கருத்தைத் திரிந்த வடிவமொன்றைக் கூறுகிறாள். “நான் ஆசையின் உலகைவிட்டுச் செல்கிறேன். மாயை உலகைவிட்டு என்றென்றைக்குமாக நீங்கிச்செல்கிறேன். நித்திய மலர்ச்சிக்கான திறந்த கதவை எனக்குப் பின்னால் மூடுகிறேன்... மறுபிறவியிலிருந்து விடுபட்டு, எல்லாம் நிரந்தரம்... உலகம் அழிவதை நான் கண்டேன்.”[29] ஆக, உடன்கட்டை ஏறுவதைப் போற்றிய சில ஐரோப்பியர்களும் இருந்தார்கள்.

விலங்குகள்: தயானந்த சரஸ்வதி, ஆர்ய சமாஜம், பசுப் பாதுகாப்பு பெண்களும் பசுக்களும் இந்துக்கற்பனைச் சட்டகத்திற்கு மிக நெருக்கமான தொடர்புடையவர்கள். இரண்டுமே தூய்மையாக இருக்கவேண்டும். முதலில் நாம் பசுப்பாதுகாப்பு பற்றிய பிரச்சினைக்குள் செல்வோம். பிரம்ம சமாஜம் உடன்கட்டை ஏறுவதைத் தடுக்க விரும்பியதுபோல, ஆரியசமாஜம் பசுக்கொலையைத் தடுக்க விரும்பியது.

தயானந்த சரஸ்வதி (1824-1883) ஒரு யோகியாகப் பயிற்சிபெற்றவர். ஆனால் தொடர்ந்து யோகத்தில் அவருடைய நம்பிக்கை குறைந்துவந்தது. அவர் தனது கொள்கைகளைக் கடவுளின் நிலைத்த வார்த்தைகளான

நான்கு வேதங்களின் அடிப்படையில் ஏற்றதாகக் கூறினார். பிற்கால இந்துப் புனித நூல்களை விமரிசன அடிப்படையில் நோக்கினார். விக்ரக வழிபாட்டையும் யாகத்தையும் பலகடவுள் வழிபாட்டையும் கண்டித்தார். அலைந்து திரியும் பேச்சாளராகப் பரவலாகப் பயணம் செய்தபின்னர், 1875இல் அவர் ஆரிய சமாஜத்தை நிறுவினார். மேற்கு இந்தியாவில் அது மிக வேகமாகப் பரவியது. "பைபிள், குரான், புராணங்கள், தவறானக் கதைகள், கவிதைக் கொள்கை — இவையெல்லாம் வேதத்துக்கு எதிரான சிந்தனைகளைக் கொண்டவை. இவற்றைப் படிப்பவர்கள் புலனின்பங்களுக்கு ஆட்பட்டு ஒழுக்கம் கெட்டவர்கள் ஆவார்கள்" என்று வலியுறுத்தினார்.[30] மேலும் ஆரிய சமாஜம் முன்பு இந்துமதத்திலிருந்து பிறமதங்களுக்குச் சென்றவர்களைத் திரும்ப மதம் மாறுவதற்கான சடங்கை (சுத்திகரித்தல்) உருவாக்கியது. ஒருபோதும் இந்துக்களாக இருந்திராத முஸ்லிம்களை, வேத மதத்துக்குள் கொண்டு வருவதற்காகவும், அண்மைக்காலத்தில் இந்துமதத்திலிருந்து இஸ்லாமுக்குச் சென்றவர்களை மீட்கவும் பயன்பட்டது.[31] அதே சுத்திகரித்தல் சடங்கினைப் பறையர்களைத் தூய்மைப்படுத்தவும் பயன்படுத்தினர்.[32] பிரிட்டிஷ்காரர்கள் கருதியதைப் போன்றே இவர்களும் இந்துக்கள் என்போர் வேதமதத்தின் ஒரு கீழான வடிவத்தைப் பின்பற்றுபவர்கள் என்று கருதினர். அதனால் தங்களை இந்துக்கள் என்று கூறாமல் ஆரியர்கள் என்று சொல்லிக்கொண்டனர்.[33]

1893இல் உள்கட்சிச் சண்டைகள் ஆரிய சமாஜத்தை இரண்டாகப் பிளவுறச் செய்தன. சிலசமயங்களில் அவை மாமிசம் உண்ணும் கட்சி, சைவஉணவுக் கட்சி என அழைக்கப்பட்டன. ஆனால் இந்தப் பிரச்சினை 1881இலேயே எழுந்துவிட்டது. தயானந்தர் அச்சமயத்தில் கோ - கருணாநிதி (பசுக்களுக்குக் கருணைக்கடல்) என்னும் நூலை வெளியிட்டார். 1882இல் பசுக்களைக் கொலையிலிருந்து காப்பாற்ற ஒரு குழுவையும் உருவாக்கினார். அடுத்த பத்தாண்டுகளில் பிரிட்டிஷ் இந்தியா முழுவதும் ஆரிய சமாஜம் பசுப்பாதுகாப்புக் குழுக்களை அமைத்தது. அரசில், பசுக்கொலைக்கு முதல் எதிர்ப்புக்கிளர்ச்சி சீக்கிய அரசான பஞ்சாபில் ஏற்பட்டது. அங்கே பிரிட்டிஷ்காரர்கள் ஆட்சியைக் கைப்பற்றும் கணம் வரை பசுக்கொலை மரணதண்டனைக்குரிய குற்றமாகக் கருதப்பட்டது.[34] அதற்குப் பிறகு இந்தப் பிரச்சினை, பிரிட்டிஷ் ஆட்சியின் முறைமையைக் கேள்விக்குட்படுத்துவது ஆகியது. ஆனால் முஸ்லிம்களை நோக்கியே உடனடியான வன்முறை அமைந்தது. காரணம், அவர்கள் பக்ரீத்தின்போதும், ஹஜ் யாத்திரைகளின் பிறகும் பசுக்கொலைகளில் ஈடுபட்டனர். (பசுக்களுக்கு பதிலாக ஆடுகளும் பலி கொடுக்கப்படலாம்). உடன்கட்டை ஏறுவதில் இருந்த அதே பிரச்சினை இதிலும் ஏற்பட்டது.[35] உடன்கட்டை ஏறுவது மதச்சடங்கு என்றால் பிரிட்டிஷ் தலையிட முடியாது, அது மதச்சடங்கு அல்ல என்றால் அவர்கள் தலையிடலாம். அது போலவே பசுக்கொலையும். 1888இல் அலகாபாத்திலுள்ள பிரிட்டிஷ் நீதிமன்றம், பசு ஒரு புனிதமான பொருள் அல்ல, ஆகவே பசுக்களைக் கொலைசெய்த முஸ்லிம்கள் இந்துமதத்தை அவமதித்ததாகக் கருதமுடியாது என்றும், பசுக்களைக் கொல்ல விரும்பும் முஸ்லிம்களுக்குப் போலீஸ் பாதுகாப்புத் தரவேண்டும் என்றும் உத்தர விட்டது.

வட இந்தியாவில் ஆரிய சமாஜ இயக்கத்தின் முதன்மையான அரசியல் கொள்கைத் திட்டமாக பசுப்பாதுகாப்புக் குழுக்கள் தொடர்ந்தன. குறிப்பாகப் பறையர்கள், முஸ்லிம்கள் ஆகியோருக்கு எதிரான வன் முறைக்குப் பசுப்பாதுகாப்பு நியாயம் வழங்கப் பயன்படுத்தப்பட்டது. சமார்கள் போன்ற பறையர்கள் பசுக்களை அளித்து வந்ததாகக் கருதப் பட்ட முஸ்லிம் கசாப்புக்காரர்களிடமிருந்து அவற்றைக் காப்பாற்றிய க்ஷத்திரிய நற்பண்புகளைப் பற்றிய ஜனரஞ்சகமான பாடல்களும் கதைகளும் இயற்றப்பட்டன. 1893 பக்ரீத் பண்டிகையின்போது சில கிராமங்களின் ஒட்டுமொத்த மக்களும் கலகங்களில் ஈடுபட்டனர். ஆயிரக்கணக்கானோர் முஸ்லிம்களைத் தாக்கினர். 1920களில் பசுவின் படத்தைவைத்து மதக்கலவரங்கள் நிகழ்ந்தன. அன்று முதலாக இன்றுவரை தொடர்ந்து இன வன்முறையைத் தூண்டும் தார்க்குச்சியாகப் பசுக்கள் இருந்துவருகின்றன.

வன்முறையும் அகிம்சையும்

வன்முறை: அமிர்தசரஸில் டையர்

முதல் உலகப்போருக்குப் பிறகு, இந்தியா வேறு உலகமாக இருந்தது. ஆனாலும் 1857 புரட்சிக்குப்பின் இந்தியர்கள் படுகொலை செய்யப்பட்டது போன்ற அடையாளப் படுகொலைகள் தொடர்ந்து நடக்கவே செய்தன. 1919ஆம் ஆண்டு. பிரிட்டிஷ் ஆட்சியை எதிர்த்து பயங்கரக் கலகங்கள். தீவைப்பு, வன்முறை இவற்றின் பேயாட்டத்தில் ஐந்து ஐரோப்பியர்கள் இறந்துபோனார்கள். பிரிட்டிஷ்காரர்கள் எல்லாவித கூட்டங்களையும் கிளர்ச்சி ஊர்வலங்களையும் தடைசெய்தார்கள். அமிர்தசரஸில், ஓர் அமைதியான கும்பல் ஜாலியன்வாலாபாக்கில் கூடியது. வீடுகளால் நெருக்கமாகச் சூழப்பட்ட ஒரு திறந்த வெளி அது. வைசாக மாதத்தின் விருந்துநாளைக் கொண்டாட ஏற்பட்டது. பிரிகேடியர் ஜெனரல் ரெஜினால்டு டையர் தன் துருப்புகளோடு உள்ளே நுழைந்தான். எந்தவித எச்சரிப்பும் இன்றி கூட்டத்தினர்மீது சுடுமாறு கட்டளையிட்டான். குண்டுகள் தீர்ந்தபிறகுதான் படையினர் சுடுவதை நிறுத்தினர். மூடுண்ட அந்த இடத்திற்கு ஒரே ஒரு வழிதான். அதை பிரிட்டிஷ் படைகள் அடைத்துக்கொண்டிருந்ததால் கும்பல் வெளியேற வழியின்றிச் சிக்கிக் கொண்டது. ஆயிரத்தி இருநூறு பேருக்குமேல் ஆண்கள், பெண்கள், குழந்தைகள் ஆபத்தான காயப்பட்டனர். முந்நூறுக்குமேல் ஐந்நூறு பேர் வரை கொல்லப்பட்டனர்.

டையர் ஏற்கெனவே கொடுமை செய்வதற்குப் புகழ்பெற்றவன். தான் செய்ததற்கு அவன் கர்வப்பட்டான். (சிறைப்பட்டவர்களை அடித்துத் துன்புறுத்தினான், சிலசமயங்களில் பொதுமக்களுக்கு எதிரிலேயே, இந்தியர்களைத் தெருக்களில் ஊர்ந்துசெல்ல வைத்தான்.) அவனைப் பாராட்டும் விதமாக பிரபுக்கள் சபை பேரரசைக் காப்பாற்றுபவன் என்ற பட்டமும் அளித்தது. அவன் எவ்வித தண்டனைக்கு உள்ளாகவும் இல்லை. ஆனால் வின்ஸ்டன் சர்ச்சில் இந்தப் படுகொலையை ஓர் அரக்கத்தனமான நிகழ்வு என்று வருணித்தார். பிரிட்டிஷ் பத்திரிகைகள் இந்தக் கொடுஞ்செயலுக்கு அதிர்ச்சி தெரிவித்தன. உலகம் முழுவதும்

டையரின் செயல் கண்டிக்கப்பட்டது. மக்கள் சபை அதிகாரபூர்வமாக அவன்மீது குற்றம்சாட்டியது. அவன் 1920இல் பணியிலிருந்து விலகினான். தாகூர் தமது நோபல் பரிசைத் திருப்பி அளித்தார். நேருவின் தந்தை தனது சவிலிரோ சூட்டுகளைக் கைவிட்டு காந்தியக் கதர் உடைக்கு மாறினார்.[36] மிச்சமிருப்பது, பொதுவாகச் சொல்வதுபோல, வரலாறு. காங்கிரஸ் கட்சியின் கொடியின்கீழ், சில பத்தாண்டுகள் தீவிரமான இந்திய எதிர்ப்புகள் அவ்வப்போது நடந்தன, அதற்கு பிரிட்டிஷ்காரர்கள் சமஅளவில் கடுமையான பழிவாங்கும் நடவடிக்கைகளில் ஈடுபட்டனர். (சிறைவாசங்கள், மரண தண்டனைகள் இரண்டுமே). கடைசியாக இந்திய தேசியவாதிகள், 1947இல் பிரிட்டிஷ்காரர்களிடமிருந்து சுதந்திரம் பெறுவதில் வெற்றி பெற்றனர்.

அகிம்சை: காந்தி

இந்தியச் சுதந்திர இயக்கத்தில் மிக முக்கியமான தலைவர்களில் ஒருவர் மகாத்மா காந்தி. அமிர்தசரஸ் சம்பவத்துக்கு எதிர்வினையாகத் தமது உபவாசத்தைக் கைக்கொண்டார். பிரிட்டனுக்கும் இந்தியாவுக்கும் இடையில் ஒரு கௌரவமிக்க, சமமான கூட்டுறவை வேண்டிய அவர், அது பலத்தினால் ஏற்பட்டதாகாது, அன்பென்னும் பட்டுக் கயிற்றால் கட்டப்பட்டதாக இருக்கவேண்டும் என்றார். அவருடைய வாதம் இது: “உபவாசம் என்பது நேசமிக்க அன்பனுக்கு எதிராக மேற்கொள்ளப்படுகின்ற ஒன்று. குடிகாரத் தகப்பனைத் திருத்துவதற்காக மகன் மேற்கொள்ளும் உபவாசம் போல. உரிமைகளைப் பறித்துக்கொள்வதற்கு அல்ல, அவனைச் சீர்திருத்துவதற்காக. நான் முதலில் பம்பாயிலும் பிறகு பர்தோலியிலும் மேற்கொண்ட உபவாசம் அப்படிப்பட்டதுதான். ஜெனரல் டையரைத் திருத்துவதற்காக மேற்கொண்டேன் என்று வைத்துக்கொள்ளுங்கள். அவன் என்னை நேசிக்காதது மட்டுமல்ல, எதிரியாகவும் கருதுகிறான்.”[37]

காந்தி உண்ணாவிரதத்தை மற்றவர்களைச் சீர்திருத்துவதற்காகவோ அல்லது தம் வழிக்குக் கொண்டுவருவதற்காகவோ அடிக்கடி மேற்கொண்டார். ஒரு சமயத்தில், பறையர்களைக் (அவர்களை ஹரிஜன்கள்—இறைவனின் மக்கள் என்றார்) காங்கிரஸ் இந்துச் சமுதாயமாகக் கருதவேண்டும் என்பதற்காக உபவாசம் இருந்தார். அதில் வெற்றியும் பெற்றார். தனி ஹரிஜன் தேர்தல்தொகுதிகள் கைவிடப்பட்டன. ஹரிஜன உறுப்பினர்களுக்காக மேலும் இடங்கள் முழுமையாகவே ஒதுக்கப்பட்டன.[38] தர்மப் பனுவல்களில், உபவாசம் என்பது பாவங்களுக்கும் தவறுகளுக்கும் கழுவாயாக மேற்கொள்ளப்படுவது. காந்திக்கும் தம் குறைகள் பற்றிய வலுவானதொரு உணர்ச்சி இருந்தது. உபவாசம் அதற்காகவும்தான். ஆகவே அவருடைய விரதம் முதலில் தம்மைக் கட்டுப்படுத்திக் கொள்வதற்காக, பிறகு தமது மக்களைக் கட்டுப்படுத்துவதற்காக — அவர்கள் எதிர்ப்பில் ஒன்றிணைய வேண்டும், ஆனால் வன்முறையில் ஈடுபடலாகாது; பிறகு பிரிட்டிஷ்காரர்களைக் கட்டுப்படுத்துவதற்காக. அவர்கள் அவரைச் சிறையிலிருந்து பல சந்தர்ப்பங்களில் விடவேண்டும் என்பதற்காகவும், இறுதியாக இந்தியாவை விட்டு வெளியேறவேண்டும் என்பதற்காகவும். அவருக்குத் தமது மக்களைவிட பிரிட்டிஷ்காரர்களிடம்

அதிக வெற்றி கிடைத்தது.

காந்தி குஜராத்தில் ஒரு பனியா (வைசிய) மரபிலிருந்து வந்தவர். ஜைன, வைணவ அகிம்சை மரபுகளைப் பின்பற்றினார். சத்யாக்கிரகம் என்று தாம் பெயரிட்ட சிந்தனையை வளர்த்தார். ("உண்மையை இறுகப் பிடித்துக்கொள்ளுதல்"). முதலில் தென் ஆப்பிரிக்காவில் அங்குள்ள இந்தியச் சமுதாயத்தினருக்காகவும், பிறகு இந்தியாவில் ஹரிஜன்களுக்காகவும். யோகம், தியானம் இவற்றைப்போல, துன்பத்தையும், மறுத்தலையும் ஒருபகுதி மதஒழுக்கமாக மாற்றினார்.[39] பிரிட்டிஷ்காரருக்கு எதிராக பலமற்றவர்களின் கருவியாக உண்ணாவிரதத்தை மேற்கொண்டார். பல நூற்றாண்டுகளாக இந்தியப்பெண்கள் தங்கள் கணவன்மார்களுக்கு எதிராகக் கையாண்ட உபாயம்தான் அது. (கூடவே உடலுறவையும் மறுத்து, தங்கள் கோபத் தனியறைக்குச் சென்று விடுவார்கள் — இராமாயணத்தில் கைகேயி செய்ததுபோல). ஒரு கொடுங்கோலனுக்கு எதிராக உண்ணாவிரதம் இருக்க முடியாது. என்னை நேசித்தவர்களைத் திருத்துவதற்காகவே உபவாசம் என்றார் காந்தி. பிரிட்டிஷ்காரர்கள் பொதுவாக காலனியர்களை ஆண்கள் என்றும் காலனிஆதிக்கத்துக்கு உட்பட்டவர்களைப் பெண்கள் என்றும் உருவகப்படுத்தினார்கள். (இந்தியாவை பலாத்காரம் செய்யும் நோயறிகுறித்தொகுதி). பெண்களின் பொறுமை, சுயத்தியாகம், சுயக்கட்டுப்பாடு போன்றவற்றை ஆண்களுக்கும் பெண்களுக்குமான தேசியப் பண்பாக மாற்றினார். இவ்வாறாக, ஆண்களை மையமாகக் கொண்ட தேசிய நற்பண்புகளின் மாதிரியைக்[41] கண்டுபிடித்தார். அதில் தைரியம், ஆண்மை ஆகிய ஆடவர் பண்புகளும், தாங்கிக்கொள்ளுதல், அகிம்சை போன்ற பெண்களின் பண்புகளும் ஒன்றிணைந்தன.

காந்தி மிக விசித்திரமான தனிநபர்வாதி. பிரம்மச்சரியத்தைக் கடைப்பிடிக்க வேண்டும் என்று அவர் வலியுறுத்தியது, அவர் சீடர்களில் சிலருக்கு மிகுந்த கஷ்டத்தைக் கொடுத்தது. அதேபோல் இளம்பெண்களுடன் (அமெரிக்காவில் ஜெயில் பெய்ட் என்பார்கள் — சட்டபூர்வ வயதை அடையாத பெண்களைக் குறிக்கும் சொல்) தமது உணர்ச்சிகளைக் கட்டுப்படுத்துவதைச் சோதிப்பதற்காக அல்லது உணர்ச்சிகளை உறுதிப்படுத்துவதற்காகப் படுத் துறங்குவது என்பதும் பிறருக்குக் கஷ்டத்தை உண்டாக்கியது. ஆனால் இந்த நடைமுறைக்கு உபநிடத அல்லது வைணவத் துறவு மரபுகள் காரணமல்ல — அவைதான் அவருடைய பல நடவடிக்கைகளுக்குக் காரணமாக இருந்தன என்ற போதிலும். அதேபோல சக்தியை உள்வயப் படுத்தல், அதீத மனோசக்திகளை எழுப்புதல், காமச் சக்திகளை எழுப்பி ஆனால் விந்துவைக் கட்டுப்படுத்துவதன் வாயிலாக ஆற்றலடையும் தாந்திரிக முயற்சிகளைப் பின்பற்றினார் எனலாம்.

மாட்டுக்கறி உண்பதைப் பற்றி அவருக்குத் தெளிவற்ற நிலையே இருந்தது. சிறுவயதில் பள்ளிப்பையன்கள், "பலமான ஆங்கிலேயனைப் பார், பலத்தில் சிறிய இந்தியனை ஆட்சிசெய்கிறான், மாமிசம் உண் பதால் ஐந்துமுழம் இருக்கிறான்" என்பது போன்ற பாடல்களைப் பாடுவதைக் கேட்டிருக்கிறார்.[42] இந்துப் பனுவல்கள் பலவற்றில் மாமிசம் உண்ணக்கூடாதென்ற வலியுறுத்தல் இருந்தாலும், இயற்கையின் ஆணை—

வன்முறை மற்றும் அதிகாரத்தின் ஆணை — பிரிட்டிஷ் காரர்களைத் தோல்வியுறச்செய்ய அவர் மாமிசம் உண்ணவேண்டுமென்று உணர்த்திய தாக நினைத்தார். ஆனால் கடுமையான மரக்கறிஉணவு மரபைப் பின்பற்றிய வைணவகுலத்தில் வளர்ந்த காந்திக்கு மாமிசம் உண்பது இயற்கையாக இல்லை.[43] குஜராத்தில் ஜைனமும் வலுவாக இருந்தது.

கடைசியாக இந்தியாவின் மீது தமது நேசத்தைக் குறிப்பதற்காக வாத்சல்யம் என்ற சொல்லை அவர் பயன்படுத்தினார் (தாய்ப்பசுவை நாடும் ஒரு கன்றுக்குட்டியின் பாசம்). இங்கு பசு என்பது, பூமிப் பசு. தாம் கற்பனைசெய்த இந்தியநாட்டுக்கான உருவகம். இந்தியக் குடும்பத்தில் அவர் முஸ்லிம்களையும் இணைக்க முயன்றாலும் பசுப் பாதுகாப்பு பெரிய அளவில் முஸ்லிம் ஆதரவு கிடைக்கவிடாமல் அவருடைய தோல்விக்குக் காரணமாக அமைந்தது. அகிம்சையின் அவரது வடிவத்தின் ஓர் இன்றியமையாக் கூறுதான் பசுக்கள்மீதான அவர் மனப்பாங்கும். இரத்தப் பலியை எதிர்ப்பது மட்டுமல்ல, பிறர் சாத்விகமுறையில் எதிர்ப்பது (அல்லது வன்முறையினால் எதிர்க்காமை) என்று கூறியதும் அவர் அகிம்சையின் முக்கியக்கூறாகும்.[44] இதை பிரிட்டிஷாருக்கு எதிராக அவர் கடைப்பிடித்த சாத்விகஆதிக்க எதிர்ப்பின்மை என்று நான் கூறுவேன். மரபுசார்ந்த அகிம்சைவாதி எப்படியாகப் பசுக்களைக் கொல்ல மாட்டானோ அதுபோல பிரிட்டிஷ்காரர்களின் இரத்தத்தைச் சிந்தாமை.

மெய்யான அகிம்சை என்பது இந்தியாவில் (வேறுபிற நாடுகளிலும்தான்) ஒருபோதும் இருந்ததில்லை என்பது காந்திக்கு நன்றாகத் தெரியும். ஒரு சமயம் அவர் குறிப்பிட்டார்: “வாழ்க்கையில் இன்றியமையாக் கூறாக இருக்கின்ற வன்முறையைக் கைவிடும் முயற்சிதான் அகிம்சை.”[45] இதுவரை நீங்கள் படித்துவந்திருந்தால், காந்தி பல நூற்றாண்டுகள் இந்துக்கள் தியானத்தினால் உருவாக்கிய அகிம்சை என்னும் அடுக்கிலிருந்து அப்படியே ஒரு பகுதியை உருவிக்கொண்டிருக்க முடியாது என்பது விளங்கும். அது பெரியதொரு விவாதத்திற்குரிய கருத்து. பிரிட்டிஷ் அரசுக்கு எதிரான ஒரு அரசியல் உத்தியாக ஒரு புதிய சூழ்நிலையில் பயன்படுத்துவதற்கு முன்னால் காந்தி அகிம்சையைத் தமக்காக மறுகண்டுபிடிப்புச் செய்யவேண்டியிருந்தது. ஆனால் அவ்விதம் கண்டுபிடிக்கப் பின்னணியில் அவருக்கு ஒரு வளமான மரபும் இருந்தது. கீதையைப் பற்றி எழுதும்போது, காந்தி சொல்கிறார்: “அகிம்சையை நிறுவுவதற்காக கீதை ஏற்படவில்லை என்பதை நன்றாகவே ஒப்புக்கொள்ளலாம்... கீதை அகிம்சையை நம்புவதாக இருந்தால், அல்லது அவாவின்மையின் ஒரு பகுதியாக அது இருந்தால், ஆசிரியர் ஏன் ஒரு போர் நிகழ்ச்சியை முகாந்திரமாக வைக்க வேண்டும்? கீதை எழுதப்பட்ட காலத்தில், மக்கள் அகிம்சையில் நம்பிக்கை கொண்டிருந்தாலும், அக்காலத்தில் போர் தடைசெய்யப்பட்ட ஒன்றல்ல. மக்கள் அவற்றிற்கிடையிலான முரண்பாட்டைக் காணவில்லை.”[46]

இந்துக்கள் மனித இனத்திற்குச் சாத்விக எதிர்ப்பு என்பதில் ஒரு முன்னுதாரணமாக இருக்கமுடியும் என்ற காந்தியின் நம்பிக்கையை இந்திய இலட்சியவாதிகளும் பகிர்ந்து கொண்டனர். காலனிய கேலிச் சித்திரத்தில் படைக்கப்பட்ட சிற்றின்பம் சார்ந்த, இரத்த வெறிபிடித்த

காட்டுமிராண்டிகளாக இந்துக்கள் இல்லை என்பதை இறுமாப்புப் பிடித்த பிரிட்டிஷாரருக்கு உணர்த்துகின்ற ஆசையும் இந்த இலட்சியத்திற்கு உறுதுணையாக இருந்தது. ஆக ஒரு பழைய இந்து இலட்சியம் காந்தி போன்ற இந்துக்களால் தமதாக்கிக்கொள்ளப்பட்டு ஒரு புதிய சக்தியைப் பெற்றது. இந்த (காந்தி போன்ற) இந்துக்கள் டால்ஸ்டாய் போன்ற மேற்கத்தியச் சிந்தனையாளர்களின் செல்வாக்கைப் பெற்றவர்கள். அந்த மேற்கத்தியச் சிந்தனையாளர்கள் நவவேதாந்தக் கொள்கைகள், ஜெர்மானியக் கருத்துமுதல்வாதம் ஆகியவற்றை நன்கு கற்றவர்கள். அவர்கள் உபநிடதங்களை அறிந்தவர்களாக இருந்தார்கள் (முதலில் பார்சி, பிறகு முஸ்லிம் மொழிபெயர்ப்புகளால்). அவர்கள் இந்தச் சிந்தனைகளை மேற்குநாட்டவர்க்கும் மேற்கத்திய ஆதிக்க நிழலில் வாழ்ந்துகொண்டிருந்த இந்தியர்களுக்கும் கவர்ச்சிமிக்கவை ஆக்கினார்கள்.

ஆனால் பழைய இந்து இலட்சியமான அகிம்சை என்பது, தனது நவீன அவதாரத்திலும்கூட, ஒரு பிற்காலனியச் சூழலில் வெற்றிபெறும் என்று காந்தி நம்பினால், அது அவ்வாறில்லை. அவருடைய முறை பிரிட்டிஷ் காரரிடம் வெற்றிபெற்றது, ஆனால் பிரிவினையின் வேதனைகளை அதனால் தவிர்க்க இயலவில்லை. காந்தியின் அகிம்சை தோற்றதற்குக் காரணம், அது மற்றதொரு விடாப்பிடியான இந்திய இலட்சியமான வன்முறை என்பதன்மீது போதிய கவனத்தைச் செலுத்தவில்லை. அதுதான் இருபதாம் நூற்றாண்டின் நிஜமான உணர்ச்சிகளின்மீது ஆழமான பிடிப்பை வைத்திருந்தது. கிருஷ்ணன் பகவத்கீதையில் சுட்டிக் காட்டியதுபோல்தான்: நீங்கள் உங்கள் நெருங்கிய உறவினர்களைப் போரில் கொன்றவாறே அகிம்சை எண்ணம் மனப்பண்பையும் கடைப்பிடிக்கமுடியும். (காந்தி பகவத்கீதையை குஜராத்தியில் மொழி பெயர்த்து ஓர் உரையும் எழுதினார். அதில் மகாபாரதப்போரை ஒரு குறியீடாகக் கண்டார். தன் எதிரிகளைக் கொல்ல அர்ஜுனனைக் கிருஷ்ணனின் வலியுறுத்துகின்றவற்றை உருவகமாக வாசித்தார்.) அகிம்சையைப் போற்றுகின்ற வேதாந்தப் பண்பாடு காந்தியில் மலர்ச்சி கண்டது. பிரிவினையைத் தொடர்ந்த படுகொலைகளில் வேத யாக வன்முறையின்மீதான மரியாதை வெற்றிகண்டது. பிறகு சாத்விகமான ஒத்துழையாமையை மக்களின் ஊக்கமான கீழ்ப்படிதலின்மை இடம் பெயர்த்தது. பயங்கரவாதமும் அதிகரித்தது. 1948 ஜனவரி 30ஆம் நாள், ராஷ்ட்ரிய ஸ்வயம் சேவக் சங்கத்துடன் (ஆர்.எஸ்.எஸ்ஸுடன்) தொடர்பு வைத்திருந்த புனே பிராமணனான நாதுராம் கோட்சேயால் காந்தி சுடப்பட்டு இறந்தார்.[47]

போதைக்கு வரி: குஜராத்தில் மதுவும் ஆதிவாசிகளும்

அரசியல் தளத்திலும் (வன்முறையைக் கட்டுப்படுத்தல்) தனிப்பட்ட மனித தளத்திலும் (உணர்ச்சிகளைக் கட்டுப்படுத்தல்) கட்டுப்பாட்டை மேற்கொள்வதில் காந்தி அக்கறை கொண்டிருந்தார். இரண்டிற்குமான அச்சுறுத்தல்கள் பிரிட்டிஷாரிடம் இணைந்திருந்தன. கஞ்சா மீதான இந்து போதைவெறி, நீலச்சாயம், (ஐரோப்பியச் சீருடைகளுக்கான சாயம்), தேயிலை (அரசு உருவாக்கிய மிகப்பேரளவிலான பணப்பயிர்) ஆகியவற்றை அவை சார்ந்திருந்தன.[48] அபின் என்னும் போதை மருந்தை

உருவாக்கக்கூடிய கஞ்சாச் செடிகளைப் பயிரிடுமாறு பிரிட்டிஷ்காரர்கள் இந்திய விவசாயிகளைக் கொடுமைப்படுத்தினர். அது பிறகு சீனாவுக்கு ஏற்றுமதி செய்யப்பட்டது (சீனாவில் கஞ்சா போதைக்கு அடிமைத்தனம் உருவாக்கப்பட்டது), பதிலாகப் பட்டு, தேயிலை ஆகியவை பிரிட்டனுக்கு இறக்குமதி செய்யப்பட்டன. சீனர்கள் எதிர்த்தபோது, கம்பெனிக்காக இந்தியச்சிப்பாய்களைச்சீனர்களுடன்போரிட்டுஇறக்குமாறுஅனுப்பியது. ஆனால் விளைவிக்கப்பட்ட கஞ்சா முழுவதும் சீனாவுக்குச் செல்ல வில்லை. கிப்லிங்கின் கிம் நாவலில் கிம்மின் தந்தை அபினி போதையில் இறக்கிறான். அவனோடு வாழும் பெண் அதை விற்பனை செய்கிறாள். "களைத்துப்போன ஆசியர்களுக்கு அபினிதான் இறைச்சி, புகையிலை, மருந்து" என்று கிப்லிங் சொல்கிறான். சகிப்புத்தன்மை கொண்ட (ஆனால் இனவாத) மனப்பாங்கு இது. இதனை மதப்பணியாளர்கள் சிலரும் ஏற்றுக்கொண்டனர். மிகமோசமாக வறுமை வயப்பட்டிருந்த ஏழை மக்களுக்குத் தயக்கமின்றி அவர்கள் போதை மருந்தைக் கொடுத்ததோடு, அது ஒன்றுதான் அவர்களுக்கு ஊக்கமூட்டுகின்ற ஒரே பொருள் என்றும் சொன்னார்கள். ஆனால் மக்களில் பலருக்கும் அபினி அல்லது கஞ்சா மரணத்தை விளைவித்ததைப் பற்றிக் கிப்லிங் ஏதும் சொல்லவில்லை. இன்னும் துல்லியமாகச் சொன்னால், அது மரணம், அதுதான் வரிவருமானம். முதன்முதலாக பிரிட்டிஷ்காரர்கள் கஞ்சாவுக்கு வரி விதிப்பதற்கு முன்னால், அதற்கு இந்தியாவில் வரிகிடையாது. நகரங்களிலும் கிராமங்களிலும் எல்லா வகுப்பினரும் அதை ஓரளவு மலிவாகவே பயன்படுத்திவந்தனர். அதன்மீதான வரி, போதைமருந்துண்பவர்களைக் கைவிடச் செய்யவில்லை, மாறாக ஏற்கெனவே இருந்துவந்த அவர்களுடைய மிகமோசமான வறுமையை அதிகரித்தது.[50]

கஞ்சாவைவிடச் சாராயம்(மது)தான் எங்கும் பரவியிருந்த நீடித்த பிரச்சினை. இந்துக் கலாச்சாரத்தில் அதற்கு ஆழமான, மிகச் சிக்கலான வேர்கள் உள்ளன. அரசின்கீழ் அதுவும் அரசியல் பிரச்சினை ஆயிற்று. 1920இல் குஜராத்தில் ஒருபுதிய வரியைப் புகுத்தியதால் அது நிகழ்ந்தது. பத்தொன்பதாம் நூற்றாண்டில் தெற்கு குஜராத்தில் ஆதிவாசிகளின் ஒரு குழுவினரிடையே தேவி இயக்கம் என்ற ஒன்று ஏற்பட்டது. அவர்கள் (கால்நடைகள், குதிரை இவற்றின் மாமிசத்தைத் தவிரப்) பிற மாமிசங்களைச் சாப்பிட்டதாலும் மது அருந்தியதாலும் சாதி இந்துக்கள் அவர்களை இந்துக்களாக ஏற்றுக்கொள்ளவில்லை.[51] (இந்த வரையறை, இந்துக்கள் பலரும் மாமிசம் சாப்பிட்டும் மது அருந்தியும் வந்தனர் என்ற மெய்ம்மையை வசதியாகப் புறக்கணித்துவிட்டது). ஆனால் சீர்திருத்த இயக்கங்கள் பலவும், பழங்குடி மக்கள் நிலையைக் கைவிட்டு நால் வருண இந்து மரபுக்குள் வருவதற்கு மாமிசத்தையும் மதுவையும் கைவிடுவது அவசியம் என்று கூறிவந்தன.[52] குறிப்பாக, ஆதிவாசிகள் கள் அருந்தினர். (கள் பலவிதமாகத் தயாரிக்கப்பட்டாலும், தெற்கு குஜராத்தில் ஈச்சங்கள்தான் பரவலாக இருந்தது.) இலுப்பைப் (மதுகா இண்டிகா) பூக்களிலிருந்து தாரு எனப்பட்ட மதுவகை செய்யப்பட்டது. அது கள்ளைவிட (ஏறத்தாழ 15% முதல் 30% ஆல்கஹால்) ஏழுமடங்கு வெறியூட்டக்கூடியது எனப்பட்டது என்றாலும், இரண்டுவிதக் கள்ளுமே மிக வலுவானவை அல்ல. வட்டாரப்

பழமொழி ஒன்று சொல்கிறது, "கடவுள் நெய்யை பிராமணனுக்குக் கொடுத்தான், பீல்களுக்கு மதுவைக் கொடுத்தான்." வேத இந்துக்கள் நம்பியதுபோலவே, பீல்களும் (ஆதிவாசிகளும்) தங்கள் பலவேறு சடங்குகளில் தெய்வங்கள் பங்கேற்று மது அருந்தினர் என்று நம்பினர். இறுதிச் சடங்குகளில் பிணங்களுக்குக்கூட சாராயம் தரப்பட்டது. அவர்கள் கள் அருந்தியதற்கு முக்கியக் காரணம், தண்ணீரைவிடத் தூய்மையாகவும் வலுவாகவும் கள் இருந்தது, ஆனால் போதையேறும் வரை கள்ளுண்ணலை அவர்கள் ஆதரிக்கவில்லை.

ஆதிவாசிகள், பெண்களை உடைமையாகக் கருதவில்லை. மணவிலக்குச் செய்யவும், விதவைகளாயினும் மறுமணம் செய்துகொள்ளவும், விபசாரம் செய்யவும்கூட பெண்களுக்கு உரிமை இருந்தது. விபசாரத்தைத் தவறு என்று அவர்கள் கருதினாலும், கொடுந்தவறாகக் கருதவில்லை. அவர்கள் பிராமணர்களுக்கு எதிரானவரும் கூட. சிலர் பிராமணர்களைக் கொல்வதை உயர்ந்த செயல் என்றே கருதினர். இந்துப் பனுவல்களைத் "தங்களை அடக்கிவைப்பதற்காக பிராமணர்கள் கற்பித்த கலாச்சார ஆயுதம்" என்று கருதினர். பள்ளிகளில் அவர்கள் எதிர்கொண்ட இந்துமதம், முக்கியமான ஆரிய சமாஜம்தான். ஏதோ ஒரு இந்துக்கடவுளை — பொதுவாகக் கிருஷ்ணனை — வழிபடுவதையும், தினசரி குளிப்பதையும், மாமிசம் உண்ணாமையையும், இரத்தப் பலியிடாமையையும் ஆரிய சமாஜம் வலியுறுத்தியது. எல்லாவற்றையும் விட மோசம், தாரு அல்லது கள் அருந்தக்கூடாது என்றது.

பத்தொன்பதாம் நூற்றாண்டின் இறுதிவரை ஆதிவாசிகள் தாரு அல்லது கள்ளைத் தங்கள் வீடுகளிலே ஆக்கிவந்தனர். அப்போது காலனிய அரசும், பிற அரசர்களின் அரசுகளும், முதலாளிகளும் பெரியபெரிய வடிதொழிற்சாலைகளில் சாராயம் தயாரித்தனர். பிரிட்டிஷ்காரர்கள் கஞ்சாவுக்கு வரிவிதித்தது போலவே, தென் குஜராத்தில் சாராயத் தொழிலை வைத்திருந்த பார்சிகளும், அதைக் கட்டுப்படுத்தவும் அதற்கு வரிவிதிக்கவும் முனைந்து தங்கள் அடியாட்களை ஏவினர். ஆனால் கள்ளை இறக்கியவுடனே குடித்துவிடவேண்டும். அதற்கு வரிவிதித்து விற்பனை செய்யும்வரை அதைப் புளிக்கவைத்து பிரிட்டிஷ்காரர்கள் அதைக் கெடுத்துவிட்டனர். அது இறுதியாகக் கடைக்கு வந்தபோது பலமற்றும் சுவையற்றும் இருந்தது. விலையும் மிக அதிகமாயிற்று. பெறுவதற்குக் கடினமும் ஆயிற்று. அதை விற்க வந்த பார்சிகள், குதிரைகள் மீதேறித் துப்பாக்கியுடனும் சாட்டையுடனும் வந்தனர். ஆதிவாசிப் பெண்களைப் பாலியல் பலாத்காரத்துக்கு உட்படுத்தியதோடு, இளம்பெண்களைப் பயணம் செய்யும் அதிகாரிகளுக்கு விபசாரத்தில் ஈடுபடுத்தினர். இது மிக அதிகமாக நடைபெற்றதால், ஆதிவாசிகள், பார்சிகள் கற்பழித்த தங்கள் பெண்களைத் தூய்மைப்படுத்த ஒரு சடங்கினை உருவாக்கினர். மேலும் காலனிய நிர்வாகத்தினரும் நிலக்கிழார்களும் ஆதிவாசிகளின் நிலங்களையும் கவர்ந்துகொண்டனர். அவர்களுடைய விளைச்சலைக் கொள்ளையடித்துச் சென்றனர், பெண்களை பலவந்தப்படுத்தினர், லஞ்சம் வாங்கினர், அவர்களின் உழைப்பைச் சுரண்டினர்.

அப்போதுதான் தேவி பிறந்தாள். அசலாக அவள் சீதளா தேவி என்ற

பெயருடன் அம்மைநோய்க்காக வணங்கப்பட்டவள். ஆதிவாசிகளுக்குச் சமூக சீர்திருத்தத்திற்கு ஓர் சக்தியானாள் அவள். அவர்களைச் சுரண்டிய பார்சிகளுக்கு எதிராகப் போராட வலிமையும் தந்தாள். ஆதிவாசிகள் இந்துமதத்தின் கல்விச் சக்திகளை எதிர்த்துவந்தனர். தேசியவாதிகள் அவர்களுக்கு உதவ முனைந்தபோது உயர் அரசியல் சக்திகளையும் அவர்கள் வெறுத்தனர். ஆனால் தேவியின் உயர் ஆதிக்கசக்தியை அவர்கள் புறக்கணிக்கவில்லை. அவர்கள் இயக்கம் ஓரிரு பத்தாண்டுகள் கழித்துத் தோன்றவிருந்த ஆல்கஹாலிக்ஸ் அனானிமஸ் இயக்கத்திற்கு முன்னோடியாக இருந்தது எனலாம். தேவி சில பெண்களின்மீது பிரசன்னமாகி அவர்கள் வாயிலாகப் பேசினாள். பெண்கள் எதிர்ப்பு ஊர்வலங்களை நடத்தினார்கள், சிறைக்குச் சென்றார்கள், ஆடவர்களை வரி கட்டலாகாது என்றார்கள். தங்கள் இலக்குகளுக்கேற்ப ஆடவர் களைத் தயார்செய்து செயல்படத் தூண்டினார்கள்.

பெண்கள் வாயிலாகப் பேசிய தேவி, ஆடவர்களைக் கள் அருந்த வேண்டாம், தேநீர் அருந்து என்றாள். அதனால் அவர்கள் பார்சிகளிடம் பொருளாதார நிலையில் அடிமைப்பட்டதிலிருந்து மீண்டார்கள். முன்னர் அவர்கள் சமுதாயக்குடிச் சடங்குகளில் வெளிப்படுத்திய திட ஒற்றுமையை இப்போது அவர்கள் மது அருந்தாமல் இருப்பதில் வெளிப்படுத்தினார்கள். எப்போதோ சிலசமயங்களில் ஒரு புதிய பயிற்சி யாளனின் இறுதிக் கைவிடுதலைக் கொண்டாடக் குடிவிழாக்களில் ஈடுபடும் மறுகுற்றச் செயல்கள் நடைபெற்றாலும் பொதுவாக தேவியின் ஆணை வெற்றி பெற்றது. கிருஷ்ணனைப் பற்றிய பக்திப்பாடல்களை (பஜனைகளை) அவர்கள் பாடினார்கள். அவைகளில் சில அவர்கள் குடிப்பதைத்தவிர்க்குமாறும்சாராய விற்பனையாளர்களை எதிர்க்குமாறும் வலியுறுத்தின. தேவியின் கூரிய சொற்களால் தூண்டப்பட்ட பிற பாடல்கள், அவர்களைக் கிறித்தவர்கள் ஆகக்கூடாது என்றும் கிறித்துவப் பணியாளர்களைத் தடுக்குமாறும் (அவர்கள் ஆதிவாசி மாவட்டங்களில் மிக ஊக்கமாகச் செயல்பட்டு வந்தனர்) ஆணையிட்டன.

இது சமஸ்கிருதமயமாதல் அல்ல. பழங்குடி மக்கள் பலரையும் போல, ஆதிவாசிகளும் தாங்கள் இந்து ஆனால் மிக மோசமான கீழான சாதிக்குத் தள்ளப்படுவோம் என்பதை உணர்ந்தனர். எனவே தங்களுக்கென ஒரு சாதி அந்தஸ்தினை அவர்கள் கேட்கவில்லை. (ஆனால் இந்துக்கள் அவர்களைத் தனியொரு சாதி என்றே நினைத்தனர்.) அவர்களில் சிலர் தங்களை க்ஷத்திரியர்களாகக் கருதவேண்டும் என்று கேட்டனர். தாங்கள் மாமிசம் உண்பது போதை தரும் குடி வகைகளை அருந்துவது போன்றவற்றில் ஈடுபட்டாலும் தங்களால் தங்கள் உயர் அந்தஸ்தினை நிலைநாட்ட முடியும் என்றனர். இதை ராஜபுத்திரமயமாதல் அல்லது க்ஷத்திரியமயமாதல் என்கிறார்கள். தங்கள் அசுத்தப் பழக்கங்களைக் கைவிடாத சாதியினர் தங்களை உயர்நிலைப்படுத்திக் கொள்ளல். ஆனால் கள்ளையும் தாருவையும் விட்டுவிடவேண்டும் என்ற தேவியின் கட்டளை, அவர்களுக்கு அந்த வட்டாரத்திலிருந்த ஆதிக்க உயர்சாதி இந்துக்களையும் ஜைனர்களையும் விடத் தூயமரபுகளை ஏற்பவர்களாக அவர்களை ஆக்கியது. மேலும், அந்த வட்டாரத்தின் மிகப் பேராசைபிடித்த சுரண்டல்வாதிகளான

பார்சிகளுக்கு எதிராகத் தங்களை நிலைநாட்டிக்கொள்ளவும் வாய்ப்புத் தந்தது.

தேவி இயக்கம் எண்ணிக்கையில் மேம்பட்டபோது, ஆதிவாசிகள் மெய்யாகவே பார்சிகளைப் பறையர்களாக நடத்தத் தலைப்பட்டனர். பாரசீகத்துக்குச்செல்லவேண்டியதுதானே என்று அவர்களைக்கேலிசெய்தனர். தங்கள் வாழ்க்கையில் முதல் முறையாக பார்சிப் பெண்களைக் கழுவுதல், பெருக்குதல், துணிதுவைத்தல் போன்ற பணிகளைச் செய்யவைத்தனர். சில ஆதிவாசிகள் பார்சிகளுடன் பேசவும் அவர்களைத் தொடவும் மறுத்தனர். உண்மையில் இது சாதி அமைவைத் தக்கவைக்கும் செயல்தான். பார்சிகள் சிலர், தங்கள் அடியாட்கள், வரிவசூல் ஆட்களுடன், இதற்கு பதில் செய்யும் வகையில், ஆதிவாசிகளைப் பிடித்துத் தலைகீழாக நிறுத்தி அவர்கள் வாயில் மதுவை ஊற்றினர். இவ்விதமாக அவர்கள் தங்கள் பிரமாணங்களைக் கைவிட்டு அசுத்தப்படுமாறு செய்தனர். அல்லது ஆதிவாசிகள் குடிநீர் எடுக்கும் கிணறுகளில் கள்ளை ஊற்றினர்.

ஆனால் தேவியின் தூண்டுதல், ஆதிவாசிகளுக்கு இவற்றை எதிர்க்க தைரியம் தந்தது. தாங்கள் பள்ளிகளில் விலக்கிய இந்துமதத்தின் புரோகிதச் சார்பாளர்கள் போலன்றி, அவர்கள் கிருஷ்ணன், இராமன் போன்ற கடவுளரை தேவி வழிபடச் சொல்லவில்லை. (சிலர் அவ்விதம் வழிபட்டனர்). அவர்கள் தங்கள் தங்கள் சொந்த தெய்வங்களையே வழிபட்டு வரலாம். ஆனால் இரத்தப்பலி மட்டும் கூடாது என்பது தேவியின் கட்டளை. தேவி சில சமயங்களில் எருமையின் வடிவத்தில் வீட்டுக்குவீடு சென்றாள். எருமை மூத்திரம் பெய்து சாணமிட்ட ஒரு வீட்டுக்காரன் செல்வந்தன் ஆனான்.[54] ஆனால் இதில் அவநம்பிக்கை கொண்டவர்கள், அந்த எருமையை ஒரு பொதுத் தொந்தரவு என்று கருதினர். தடியால் அடித்துத் துரத்தினர். தங்கள் நிலங்களிலிருந்து விரட்டினர். பொதுஏலத்தில் அதை விடவும் செய்தனர். ஆதிவாசிகளில் பெரும்பாலோர், இந்தப் புதிய சமூக இயக்கத்திற்குக் காரணம் தேவி என்று கருதினாலும், மாற்றம் என்பது சாத்தியம் என்பதை அவர்கள் உணர்ந்தனர். தங்கள் செயல்கள் வாயிலாகவே அந்த மாற்றத்தை ஏற்படுத்தலாம் என்பதையும் உணர்ந்தனர். இதற்குள் அவர்களில் பலர் தங்கள் மேன்மைக்குக் காரணமான தேவி ஒரு கற்பனை அல்லது கட்டுக்கதை என்று உணர்ந்தனர்.[55] ஒடுக்கப்பட்ட விவசாயிகளைக் கலகம் செய்யுமாறு தூண்டுவதற்குப் பலசமயங்களில் பல இடங்களில் வெளியிலிருந்து — புறத்திலிருந்து அறிவுஜீவிகள் வந்து பணியாற்ற வேண்டியிருந்தது. (1917இன் ரஷ்யா ஒரு உதாரணம்). இங்கு அந்த இடத்தை தேவி பிடித்துக்கொண்டாள். இது முழுக்க முழுக்க ஒரு பழங்குடியினர் இயக்கம். மீண்டும், தொன்மம், வரலாற்றை இயலச்செய்தது.

காலப்போக்கில் தேவி இயக்கம் பல இடங்களில் அதன் தலைவர்களுக்கு தண்டனை வழங்குவதன் வாயிலாக நசுக்கப்பட்டது. அதனால் பல சமயங்களில், ஒரு முறையான சடங்கின் வாயிலாக தேவி கிளம்பிவிட்டாள் (மலையேறினாள்). ஆனால் சிலசமயம் அவள் இல்லாமலே இயக்கம் நடைபெற்றது. 1922இல் சீர்திருத்தக்காரர் ஒருவர், கிராமவாசிகளை மது அருந்தாமல் தடுத்தார், மேலும் விலங்குகளுக்கும் மனிதர்களுக்கும்

ஓரேவித ஆன்மா இருப்பதால் விலங்குகளை பலியிடக்கூடாது என்று தடுப்பதில் வெற்றி கண்டார். அந்த இயக்கம் காலப்போக்கில் மேலும் மதச்சார்பற்றதாகவும் மேலும் பிறரை அரவணைத்துச் செல்வதாகவும் மாறியது. ஆனால் தொடர்ந்து கள் குடித்தவர்கள், மாமிசம் உண்டவர்கள் தாங்கள் பயமுறுத்தப்பட்ட தெய்வக்கோபம் எதற்கும் ஆட்படாமல் இருந்ததைக் கண்ட சிலர் தேவி சென்றபிறகு ஓராண்டுக்குள் பழைய வாழ்க்கைக்கே திரும்பினர். சிலசமயங்களில் அதற்குமுன் தேவி எரிக்கப் பட்டாள், அவள் சில ஆதிவாசிகள்மீது பிரசன்னமாகி, முன்போலவே அவர்கள் மாமிசமும் மீனும் உண்ணலாம், தாருவும் கள்ளும் அருந்தலாம் என்று அறிவித்தாள்.

தேவி இயக்கத்துக்கும் பின்னர் ஆதிவாசிகளைக் கவர்ந்த தேசிய இயக்கத் திற்கும் இடையில் ஒரு மாற்ற நிகழ்வாக, தேவியின் இடத்தில் தெய்வ வடிவான காந்தியின் படம் கொஞ்ச காலம் வைக்கப்பட்டிருந்தது.[56] (பிரிட்டிஷ்காரர்கள் உடன்பட வேண்டிய விஷயங்களின் பட்டியலில் முக்கியமாகக் கள்குடிப்பதைக் கைவிடுதல் இடம் பெற்றிருந்தது.[57] ஆதிவாசிகள் சிலர் சிலந்திகள் தங்கள் வலைகளில் காந்தியின் பெயரை எழுதியதைக் கண்டதாகக் கூறினர். கிரசின் பாட்டில்களிலும் அவர் உருவத்தைக் கண்டனர். உதயமாகும் சூரியனிலும் நிலவிலும் (முயலுக்கு பதிலாக, மனிதன் — குறிப்பிட்ட மனிதர்) காந்தியின் வடிவத்தைக் கண்டனர். கிணறுகளின் இராட்டினத்திலும் (பின்னர் காந்தியின் சர்க்காவில் இந்த இராட்டினம் இடம்பெற்று அவருக்குப் புகழ் சேர்த்தது) காந்தியைக் கண்டனர். கடைசியாக அவரது உருவங்களை இவ்வாறு தோன்மப் படுத்தலுக்கு காந்தியே ஒரு முற்றுப்புள்ளி வைத்தார்.[58]

அன்போடு உண்ணாவிரதமிருத்தல் என்னும் சட்டகத்திற்கு காந்திஜி ஒரு உதாரண புருஷனாகத் தேர்ந்தெடுத்தது, குடிகாரத் தந்தைக்காக விரதமிருக்கும் ஒரு மகனைத்தான். ஆனால் பெற்றோரோ கணவனோ குடிக்கும்போது கட்டுப்படுத்த ஒரே வழி விரதமிருப்பது மட்டுமே அல்ல. பெண்கள் இதைவிட மிக தீவிரமான கட்டுப்பாட்டைத் தன் கணவன்மீது சுமத்தலாம். உண்ணாவிரதமிருத்தல், உடலுறவைத் தடுத்தல், கடைசியாகச் சதி (உடன்கட்டை). வேறு சக்தியில்லாத பெண்களுக்குக் கிடைக்கும் ஒழுக்கக் கட்டுப்பாட்டுக்கருவி அதுதான். இது மிக ஆபத்தானது என்றாலும் திறன் வாய்ந்த நடவடிக்கை. ராஜஸ்தானத்திலுள்ள ராஜபுத்ரப் பெண்கள் தங்கள் கணவன்மார்களைப் பற்றி இந்தக் கதையைச் சொல் கின்றனர். எல்லா க்ஷத்திரியர்களையும் போலவே, அவர்களும் குடிப்பது எதிர்பார்க்கப்பட்டது, ஆனால் அடிக்கடியோ அளவுக்கதிகமாகவோ அல்ல.

ஒரு பெண் இருந்தாள். அவள் கணவன் மதுவின்மீது ஆசை கொண்டவன். தினசரி மிதமிஞ்சிக் குடித்துவந்தான். குடும்பத்தில் அதனால் சண்டை உண்டாயிற்று. ஒரு நாள் மிக அதிகமாகக் குடித்ததால் கூரைமீதிருந்து விழுந்து இறந்துபோனான். அச்சமயம் அவன் மனைவி உடன்கட்டை ஏற முடிவுசெய்தாள். தன்னை எரித்துக்கொள்ளும் முன்பாக, அந்தக் குடும்பத்தின் ஆண்கள் எவரும் குடிக்க அனுமதிக்கலாகாது என்ற சாபம் இட்டாள். அதிலிருந்து அந்தக் குடும்பத்தில் எவரும் குடிக்க

தைரியம் கொண்டது கிடையாது. தங்களால் தங்கள் ஆடவர்கள் கெட்டுப்போகக்கூடும், மறுபடியும் குடிக்க முனையக்கூடும் எனக்கருதிப் பெண்களும்கூட மது அருந்துவதைக் கைவிட்டார்கள்.[59]

இங்கே ஒரு தேவி அல்ல, ஓர் உடன்கட்டை ஏறிய பெண்தான் தங்கள் குடும்பங்களைக் காப்பாற்ற முனைந்தவள்.

விரைந்து முன்னோக்கி: 1990களில், ஆந்திரப்பிரதேசத்தில் தொப்ப குண்டா என்ற இடத்தில், எழுத்தறிவுக்கான வகுப்பு ஒன்றில் சேர்ந்த கிராமப்பெண்கள் அனைவரும் தங்கள் கணவர்கள் சாராயத்துக்கு அடிமையாக இருப்பதால்தான் தாங்கள் துன்பப்பட நேர்கிறது என்பதை உணர்ந்தனர். ஆகவே அதைத் தடைசெய்ய வேண்டி அவர்கள் போராட் டத்தில் ஈடுபட்டனர். மதுவுக்கு எதிரான இந்தப் போராட்டம் ஆந்திரப் பிரதேசம் முழுவதும் பரவியது. இந்தச் சமயத்திலும் அங்கு எந்த தேவியும் இல்லை.

சாதி

தேவி இயக்கம் சாதியைப் பற்றியது போலவே போதையைப் பற்றியதும் தான். நாம் பார்த்தது போல, இந்துமத அநீதிகளை விமரிசனம் செய்து பலகுரல்கள் எழுந்தபோதும் பிரிட்டிஷ்காரர்கள், சாதியை ஒழிக்க எதுவும் செய்யவில்லை, உறுதிப்படுத்தவே பெரிதும் பணியாற்றினார்கள். கடைசியாகச் சீர்திருத்த இயக்கமும் பிரிட்டிஷ்காரருக்கு எதிரான தொடக்கமும் புதிதாக ஆங்கிலம் கற்ற இந்திய மேற்குடிமக்களிடம் வந்து சேர்ந்தது.[60]

சமார்களும் சத்நாமிகளும்

நேரடியாகப் பசுவுடன் தங்கள் அசுத்தத் தன்மை தொடர்புகொண்ட நிலையைப் பெற்ற ஒரு பறைச்சாதியினர், சமார்கள் (தோல்வேலை செய்பவர்கள்). அவர்கள் ஏற்கெனவே தங்கள் சுயதர்மத்தின் இழிவினைத் தாங்கி வருபவர்கள். மேலும் பசுத்தோலுடன் தொடர்புகொண்ட காரணத்தினால் கோயிலுக்குள் அவர்கள் புக அனுமதிக்கப் படு வதில்லை. ஆனால் மத்திய இந்தியாவில் சத்தீஸ்கட்டின் சமார்கள், தங்கள் வாழ்க்கையை மாற்றிக்கொண்டனர். அந்த வழிகள், இந்தியாவில் அவர்களுடையதை ஒத்த இயக்கங்களைத் தக்க மாற்றங்களோடு, பிரதி பலிப்பதாக அமைகின்றன. உள்ளூர் மக்கள்தொகையில் ஏறத்தாழ ஆறில் ஒரு பகுதி இருந்த அவர்களுக்குப் பெரும்பாலும் சொந்த நிலம் இருந்தது. இல்லாதவர்களும் குத்தகையாளர்களாகவும் பண்ணை ஆட்களாகவும் பணிசெய்தனர். ஆனால் 1820களில், சமார்களின் பழங்கதைப்படி, காசிதாஸ் (ஏ. 1756-1836) எனப்பெயர் கொண்ட சமார் ஒருவர் (பண்ணையாள்) இந்து தெய்வங்கள், தேவியர்களின் படிமங்களைக் குப்பைத்தொட்டியில் எறிந்தார். பிராமணர்கள், கோயில்கள், இந்துப் பூஜைமுறை, காலனிய அதிகாரம் ஆகிய எல்லாவற்றையும் எதிர்த்தார். நிர்க்குணப் பிரம்மமான வடிவமற்ற கடவுள் வழிபாட்டை மட்டுமே அவர் ஏற்றுக் கொண்டார். அந்த வடிவமற்ற கடவுளை சத்நாம் (உண்மையான பெயர்) என அழைத்தார்.

இவ்வாறாக, கிழக்கு பஞ்சாபில் 1657இல் உருவாக்கப்பட்ட சத்நாமிகள் என்ற சமயத்தினரோடு தன்னை இணைத்துக்கொண்டார். பிற கீழ்ச்சாதியினரும் சத்நாம் பந்த்தில் (பாதையில்) இணைந்தனர். மாமிசம், மது, புகையிலை, குறித்த சில காய்கள் (மிளகாய், தக்காளி, ஆபெர்ஜின்கள் போன்ற சிவப்புநிறக் காய்கள்) போன்றவற்றை உண்பதில்லை என விலக்கினர். பசுக்களுக்குப் பதிலாக எருதுகளைத் தங்கள் பண்ணை விலங்குகளாகப் பயன்படுத்தினர்.[61] இவ்விதமாக அவர்கள் பிராமணர்களை விலக்கினர், ஆனால் பிராமண, சமஸ்கிருதமயமான, தூய மதிப்புகளை ஏற்றனர். தாங்கள் யாருக்கு எதிராகக் கலகம் செய்தார்களோ அதே மக்களாக அவர்கள் ஆயினர். தங்களை ஒதுக்கிய சாதிப் படிநிலையைத் தாங்களே ஆதரித்து ஏற்கும் நிலைக்கு வந்தனர்.

சத்நாமிகள் தங்கள் வாய்மொழிப் பாரம்பரியத்தின் அடிப்படையில் ஒரு புதிய புராணத்தை உருவாக்கினர். அதில், கடவுளர்களின் மைய இடங்களை குருமார்களுக்கு வழங்கினர். இந்தத் தொன்மங்கள் 1920கள் வரை எழுதிவைக்கப்படவில்லை. அதற்குப் பிறகுதான் அவற்றை பெருமளவு சீர்திருத்தம் பெற்ற ஒரு பிராமண மரபுக்கேற்பத் தூய்மைப்படுத்தி அமைத்த யாரோ ஒருவர் அவற்றை எழுதிவைத்தார் போலும். ஆனால், வாய்மொழிவழியாகப் பிறகு சேகரிக்கப்பட்ட வடிவங்களிலிருந்து எழுத்து வடிவங்கள் பெருமளவு மாறுபடவில்லை. புராணக்கதைகளுக்கு பிராமண வடிகட்டல் எங்கும் நிகழ்வதை நாம் கேள்விக்குள்ளாக்கியிருக்கிறோம். அது இங்கு சமஅளவில் தளர்ச்சியாகவே இங்கு நடைபெற்றிருக்கலாம். அல்லது திருத்தப்பட்ட எழுத்துத் தொகுப்புகள், இந்தக் கதைகள் சேகரிக்கப்பட்ட காலத்திற்குள்ளாக சத்நாமி வாய் மொழி மரபிற்குள் செலுத்தப்பட்டு வந்திருக்கலாம்.[62]

சத்நாமி பாரம்பரியம் இதைத்தவிர வேறு வடிகட்டிகளின் ஊடாகவும் செல்லவேண்டி இருந்தது. 1868 அளவில் நற்செய்திப் பணியாளர்கள் சத்நாமிகள் சிலரைக் கிறித்துவத்திற்கு மாற்றினர். சத்நாமி வாய்மொழி மரபுகளில் அவர்கள் கிறித்துவ போதனைகளைப் புகுத்தினர். மேலும், காசிதாஸ், பிற சத்நாமி குருமார்களுக்கும் கிறிஸ்து, பிற பணியாளர்களுக்கும் தொடர்புகளை உருவாக்கினர். இவற்றையெல்லாம்விட மிக நம்பத் தகாத வடிகட்டி இது: 1930களில் சத்நாமிகள் தங்கள் குழுவுக்கென பிராமண முன்னோர்களைக் கொண்ட ஒரு புதிய வம்சாவழியை உருவாக்கினர். ஆனால் மனுவின் வாதங்களைத் தலைகீழாக்கினர். அது, சத்நாமிக் குழுக்களை அரசாங்கப் பதிவேடுகளில் ஹரிஜன்களாக அன்றி இந்துக்களாக மாகாண நிர்வாகத்தை ஏற்கவைப்பதாகவும் அதேசமயம் பட்டியல் வகுப்பினருக்கான சலுகைகளையும் பெறுவதற்கு ஏதுவான முறையிலும் அமைந்தது. அதாவது பட்டியல் சாதிகள் எனப் பட்டவர்களில் தாங்களே மேலானவர்கள் என்ற உயர்வை நிலைநாட்டிக்கொள்ளும் முயற்சியாக, மறுபடியும் ஒரு படிநிலையை ஏற்படுத்துவதாக அது அமைந்தது. எல்லா ஹரிஜன்களுமே எவ்வாறாயினும் இந்துக்கள்தான் என்று கூறி மாகாண நிர்வாகம் இந்த மனுவைத் தள்ளுபடி செய்தது.[63]

நமது காலத்தில், இந்துக்கள் இடஒதுக்கீடு என்று கூறுவதன் (நாம் அதை உடன்பாட்டுச் செயல்முறை என்கிறோம்) நன்மைகளைக்

காண்போம். 1980இன் மண்டல் கமிஷன் அரசாங்க வேலை, மற்றும் கல்வியிடங்களில் ஏறத்தாழப் பாதியை உரிமையற்ற வகுப்பினருக்கு (பட்டியலிடப்பட்ட சாதி எனப்பட்டவர்களுக்கு) ஒதுக்கியது. இது, சமஸ்கிருதமயமாக்கலைத் தலைகீழாக்கி, தலித்மயமாக்கல் என்று கூட நாம் கூறலாம் — அந்த நிலைக்கு இட்டுச்சென்றது. சில பிராமணர்கள் மண்டல் பரிந்துரைகளை எதிர்த்துத் தீக்குளிக்கவும் செய்தனர். ஆனால் பிற பிற்பட்ட சாதியினர்க்கும் (ஓபிசி) பட்டியல் சாதியினருக்குமான மோதல் சில சமயங்களில் பிராமணர்களுக்கும் தலித்துகளுக்குமான மோதலைவிடப் பெரிதாக இருந்தது. ஏனெனில், புதிய வாய்ப்புகளைப் பெறுவதற்காக, அவ்வளவாகப் பிற்படாத சாதிகள் எப்படியோ பட்டியல் சாதி என்பதற்குள் பெரும்பாலும் நுழைந்து இடம்பெற்றுவிடுகின்றன.[64] ராஜஸ்தானில் குஜ்ஜர்கள் எனப்படும் ஓபிசி (பிற பிற்படுத்தப்பட்ட) சாதி, தலித்துகளான மீனாக்களுடன் மோதலில் ஈடுபட்டனர். ஏனெனில் குஜ்ஜர்கள் தங்களுக்குப் பட்டியல் சாதி என்ற இடத்தை வேண்டினர். தலித்துகளுக்குத் தனித் தொகுதி வேண்டாம் என்று காந்தி பயந்த முக்கியக் காரணத்தின் விளைவு இது. இதைப் பற்றி கேரி டார்டகோவ் கூறுகிறார்: "இவ்வளவு கீழான இனத் தாழ்ச்சியை சாதி இந்துக்கள் பெற முயல்கிறார்கள் என்பதே போதிய அளவு தீங்கானது. பட்டியலிடப்பட்ட சாதியினரும் பழங்குடியினத்தவரும் இந்துவாக இருப்பதாயின் ஏற்கெனவே ஏற்றுக்கொண்ட தாழ்வைவிட இது மிகவும் மோசமானது."[65]

தலித்துகளின் பிரச்சினைக்குத் தீர்வு, அவர்கள் இந்துவாக இருக்கலாகாது என்பது அம்பேத்கர் ஏற்றுக்கொண்ட உத்திகளில் ஒன்றாகும்.

தீண்டப்படாதோரும் தலித்துகளும், பௌத்தர்களும் அம்பேத்கரும் அரசியலமைப்பை உருவாக்கிய குழுவில் ஒருவராக இருந்தவர் பீம்ராவ் ராம்ஜி அம்பேத்கர். அவர் ஒரு தலித். தீண்டாமை நிறுத்தப்படவேண்டும் என்பதில் காந்தியுடன் அவர் ஒன்றுபட்டார். ஆனால் அதற்குப் பிறகும் சாதியை வைத்திருக்க முடியும் என்று காந்தி நம்பினார். ஆனால் அம்பேத்கர் அவ்வாறு முடியாதென்றார். முதலில், அம்பேத்கர் இந்து மதத்தைச் சீர்திருத்த முயன்றார். தலித்துகளை இஸ்லாம் அல்லது கிறித்துவத்திற்கு மாற்ற முற்பட்ட இயக்கங்களைத் தடுத்தார். பிறகு இந்துக்கள் தங்கள் பாரம்பரியம் நிலைபெற்ற ஒன்று, அழியாதது என்று இந்துக்கள் நோக்கியதால், அந்தப் பாரம்பரியத்தின் கூறுகளான சாதி அநீதி, தீண்டாமை போன்றவற்றையும் அழியாதவை என்றும் அழிக்கமுடியாதவை என்றும் இந்துக்கள் நம்பினர் என வாதிட்டார்.[66] அவர் சொன்னார், "காந்திஜீ, எனக்குத் தாய்நாடு கிடையாது. எங்களைப் பூனைகளுக்கும் நாய்களுக்கும் கேவலமாக நடத்தும் ஒரு நாட்டை, எங்களுக்குக் குடிதண்ணீர் கூடக் கிடைக்காத நாட்டை, நாங்கள் தாய்நாடு என்று எப்படிக் கூறமுடியும்?"[67] கடைசியாக அவர் புத்தமதத்திற்கு மாறினார். தனிப்பட்ட மனிதனின் துக்கம் என்று பௌத்தம் கூறுமிடங்களில், சமூகத் துன்பத்தைப் பற்றிய விழிப்புணர்வு பெறுதல் என்பது போன்று கருத்துகளை மாற்றினார். பழைய பௌத்தத்தின் பெரும் பகுதியை ஒதுக்கிவிட்டு, தனது சமூகச்செயல்பாடு பற்றிய கொள்கைகளை அந்த

இடத்தில் வைத்தார். பௌத்தக்கதைகள் பலவற்றையும் தனது உரைகளில் சொல்லும் நல்ல வழக்கத்தையும் நல்லுணர்ச்சியையும் அவர் கொண்டிருந்தாலும், ஒரு கதையை அவர் மனத்தில் கொள்ளவில்லை. ஆனால் அது பௌத்தத்திற்கு மிக அடிப்படையானது. எதிர்கால புத்தர், ஒரு ஆடம்பரமான மாளிகைக்குள் இருப்பார், ஒருநாள், அவர் வளர்ந்த பிறகு, வெளியிலே சென்று ஒரு நோயாளி, முதியவன், பிணம் ஆகியவர்களைப் பார்க்க நேர்ந்து, அதனால் துறவு மேற்கொள்வார் என அக்கதை சொல்லிற்று.[68] அம்பேத்கர் இந்தக் கதையை மறுத்த காரணம், இருபத்தொன்பது வயதான ஆடவன் ஒருவன் அதுவரை மரணத்தையே பார்த்ததில்லை என்பது பகுத்தறிவுக்கேற்றதாக இல்லை என்பதே.[69]

விரைந்து முன்னோக்கி: 1956இல் அம்பேத்கரின் தலைமையில் ஐம்பது லட்சம் தலித்துகள் பௌத்தத்திற்கு மாறினர். அரசாங்க ஆதரவுச்செயல்களில் அவர்கள் இடஒதுக்கீடு கேட்டால் அவர்கள் தொடர்ந்து தீண்டத்தகாதவர்கள் என்றே முத்திரை குத்தப்படுவார்கள் என்று அம்பேத்கர் கருதினார். இது ஒரு பிரச்சினையாகத் தொடர்ந்து நீடிக்கிறது என்பதை நாம் கண்டோம். ஆகவே தங்களுக்குப் பயன்விளையுமாறு போராடிப் பெற்ற உரிமைகளை பௌத்தர்களாக மாறியபிறகும் தலித்துகளுக்குக் கிடைக்கச் செய்யவேண்டும் என்று அவர் வலியுறுத்தினார்.[70] அவரைப் பின்பற்றி பௌத்தரான ஒருவர் கூறினார்: "அம்பேத்கரை மதித்து என் தந்தையும் பௌத்தராக மாறினார். ஆனால் அதை வெளிப்படையாகச் சொல்ல இயலவில்லை. நானும் பௌத்தனாகியவன்தான், ஆனால் பேச்சில் மட்டுமே சொல்கிறேன். ஏனெனில் அலுவலகப் படிவங்களில் பட்டியலிடப்பட்ட சாதி என்றே நிரப்ப நேர்கிறது. பௌத்தன் என்றால் கல்வி உதவித்தொகை கிடைக்காது. ஆனால் நான் அம்பேத்கரைப் பின்பற்றுவதில் பெருமைப்படுகிறேன். பட்டியலிடப்பட்ட சாதி என்பது எங்களுக்குத் தாழ்வு மனப்பான்மையை உருவாக்குகிறது. ஆனால் பௌத்தன் என்பது என்னைச் சுதந்திரமாக உணரச் செய்கிறது!" ஆரியப் படையெடுப்புக் கோட்பாட்டைச் சில தலித்துகள் இப்போது ஆதரிக்கிறார்கள் என்பது வரலாற்று முரண்தான், ஆனால் ஆரியர்கள் குதிரைகளிலேறி இந்தியாவில் புகுவதற்குமுன்னால் தாங்கள்தான் இந்தியாவிலேயே இருந்த அசலான ஆதிவாசிகள் என்றும் வலியுறுத்துகிறார்கள். தாங்களே அசலான இந்தியக் குடிகளானதால் ஆரியர்களைவிடப் பழமையானவர்கள், எனவே தோற்ற மூலங்களின் விதிப்படி, ஆரியவர்களைவிட கௌரவமிக்கவர்கள் என்று கருதுகிறார்கள்.

2001 நவம்பர் 4 அன்று, புது தில்லியில் ஐம்பதாயிரத்துக்கும் மேற்பட்ட தலித்துகள் புத்த மதத்திற்கு மாறினார்கள். தலித்துகளை இழிவாக நடத்துவதற்கு எதிர்வினையாகச் சில தலித்துகள் மாறினாலும், பெரும்பாலோர் முழுமனதாக நடைமுறை பௌத்தர்கள் ஆனார்கள். 2006 அக்டோபர் 14 அன்று, அம்பேத்கர் பௌத்தத்தைத் தழுவிய நாளில், பெரும் எண்ணிக்கையில் தலித்துகள் மதம்மாறத் தொடங்கினர். இதன் விளைவாக, இந்து தேசியவாதக் கட்சி பௌத்தத்தையும் ஜைனத்தையும் இந்துமதத்தின் கிளைகளாக மறுபகுப்புச் செய்தது. அரசியல் இறைவமைதியை மதம் மாறுவது அரித்துவிடக் கூடாது என்பது அடிப்படை.

ராஜஸ்தான், மத்தியப்பிரதேசம் உள்ளிட்ட பல மாநில அரசுகள், மதம் மாற விரும்பும் எவரும் முதலில் அரசாங்க அனுமதி பெறவேண்டும் என்று சட்டமியற்றின. மதமாற்றச் சடங்குகளுக்குச் சம்பந்தமற்ற பல்வேறு கிளர்ச்சி ஊர்வலங்களில், இந்தப் புதிய சட்டங்களை தலித்துகள் எரிக்க முற்பட்டார்கள்.⁷² 2006 நவம்பரில், நாக்பூரில் பத்துலட்சம் தலித்துகள் ஒருசேர புத்தமதத்தைத் தழுவ முயன்ற ஒரு பெரிய கிளர்ச்சிப் பேரணியை அரசாங்கம் தடைசெய்தது. அந்தப் பேரணியைக் கிறித்துவ சதிச்செயல் என்று கருதிய இந்து தேசியவாதிகளின் நெருக்கடிக்கு அரசாங்கம் உட்பட்டதாகத் தெரியவந்தது. தடையையும் தடுப்புகளையும் மீறி, இந்தியா முழுவதிலும் இருந்து ஆயிரக்கணக்கான தலித்துகள் அம்பேத்கர் பவனில் கூடினர். ஆனால் இந்தியாவில் தொடர்ந்து தலித்துகள் ஒடுக்கப்பட்டே வருகின்றனர், அவர்களுடைய ஒடுக்குதலை எதிர்க்கும் போராட்டங்களும் தொடர்ந்து வருகின்றன.

அடிக்குறிப்பு

1. Cited by Mani, Contentious Traditions, 172.
2. Cited by Weinberger-Thomas, Ashes of Immortality, 99.
3. Vessantara Jataka, 495 (PTS text); Gombrich and Cone, The Perfect Generosity.
4. Dehejia, "The Iconographies of Sati," 52.
5. Mani, Contentious Traditions, 22.
6. Hawley, Sati, 13.
7. Doniger, "Why Did They Burn?"
8. Courtright, "The Iconographies of Sati," 42.
9. Hawley, Sati, 26. Some legal texts (Shankha and Angiras Smritis) use Arundhati instead; Kane, History, 2.1, 631.
10. K. M. Sen, Hinduism, 95-96.
11. Killingley, Rammohun Roy, 61.
12. K. M. Sen, Hinduism, 95-96.
13. Ibid.
14. Killingley, Rammohun Roy.
15. Mani, Contentious Traditions, 54-55.
16. Nandy, "Sati as Profit," 137.
17. Keay, India, 457.
18. Weinberger-Thomas, Ashes, 89.
19. Spivak, "Can the Subaltern Speak?," 297.
20. Allan Bloom, The Closing, 26.
21. Woodruff, The Men Who Ruled India, 66, 74.
22. Mani, Contentious Traditions, 53.
23. Kane, History, 2.1.631-33.
24. Mani, Contentious Traditions, 21.

25. Weinberger-Thomas, *Ashes of Immortality*, 202-07.
26. Keay, *India*, 429.
27. Figueira, "Die flambierte Frau," 69, citing Roger, 220-21.
28. Ibid., 58, 61.
29. Ibid., 65, citing Wagner, *Gesammelte Schriften und Dichtung*, vol. 6, 255-56.
30. Lubin, "Veda on Parade," 389, citing Samskaravidhi 289-95.
31. Ghai, *Shuddhi Movement in India*, and Jordens, "Reconversion to Hinduism, the Shuddhi of the Arya Samaj."
32. Lubin, "Veda on Parade," 389.
33. Jaffrelot, *Hindu Nationalism*, 2007, 31.
34. Van der Veer, *Religious Nationalism*, 91-92.
35. Adcock, *Religious Freedom and Political Culture*.
36. Keay, *India*, 475.
37. Gandhi, in *Young India*, January 5, 1924, 145.
38. Keay, *India*, 492.
39. Ibid., 471.
40. Scott, *Weapons of the Weak*.
41. Nandy, *The Intimate Enemy*, 52 ff.
42. Gandhi, *An Autobiography*, 20-21.
43. Ibid.
44. Hardiman, *The Coming of the Devi*, 209.
45. Gandhi, *The Mind of Mahatma Gandhi*, 265-99.
46. Gandhi, "The Message of the Gita," in Mitchell, *The Bhagavad Gita*, 218-19.
47. Keay, *India*, 487, 514.
48. Ibid., 448.
49. P. J. Marshall, *Bengal*, xiv-xv, 5.
50. Forbes-Mitchell, *Reminiscences of the Great Mutiny*.
51. Hardiman, *The Coming of the Devi*, 1, 33, 46.
52. Nath, *Puranas and Acculturation*, 145.
53. The material in the next six paragraphs is taken from Hardiman, *The Coming of the Devi*, particularly 40, 53-54, 82, 99, 104-05, 129, 134, 139-40, 147, 154, 159, 164, 179, 203.
54. Ibid., 41; Kirin Narayan, *Mondays on the Dark Side of the Moon*.
55. Hardiman, *The Coming of the Devi*, 42, 175, 216.
56. Ibid., 169, 189-90, 200-01.
57. Keay, *India*, 486.
58. Hardiman, *The Coming of the Devi*, 4, 51-52, 170.
59. Harlan, "Perfection and Devotion," 84-85.
60. Keay, *India*, 447.

61. Dube, Untouchable Pasts, 115, 260-61,
62. Ibid., 115-16.
63. Ibid., 15.
64. Keay, India, 532.
65. Tartakov, "B. R. Ambedkar," 38.
66. Ambedkar, Why Go for Conversion?, 10.
67. Omvedt, 43, citing Ambedkar, Towards an Enlightened India.
68. Doniger O'Flaherty, Dreams, Illusion.
69. Ambedkar, The Buddha and His Dhamma; Tartakov, B. R. Ambedkar and the Navayana Diksha.
70. Keer, Dr. Ambedkar, 499.
71. Isaacs, India's Ex-Untouchables, 46.
72. Justin Huggler, "India's Untouchables Turn to Buddhism in Protest at Discrimination by Hindus," Independent, October 13, 2006.

இயல்: 23
அமெரிக்காவில் இந்துக்கள்
கி.பி. 1947 முதல்

காலவரிசை

1863 — 1902 சுவாமி விவேகாநந்தரின் காலம்

1875 — ஹெலினா பிளவாட்ஸ்கி தியசாபிகல் சொசைட்டியை நிறுவுதல்

1893 — விவேகாநந்தர் உலக மதங்களின் பேரவையில் கலந்துகொள்ளுதல்

1896 — 1977 பக்திவேதாந்தர், சுவாமி பிரபுபாதர் (இஸ்கான் நிறுவனர்) காலம்

1918 — 2008 மகரிஷி மகேஷ் யோகி (அதீத தியானத்தின் நிறுவனர்) காலம்

1931 — 1990 பகவான் ஸ்ரீ ரஜனீஷ் (ஓஷோ) காலம்

1970 — ஐரோப்பா, அமெரிக்க ஐக்கியநாடு, கனடா நாட்டின் இந்துக்கள் கோயில்கள் கட்டத் தொடங்குதல்

1968இன் சிகாகோ கலவரத்தின்போது ஆலன் கின்ஸ்பெர்க் யாவரையும் அமைதிப்படுத்துவற்காக ஏழுமணி நேரம் ஓம் என்று ஜெபித்துக்கொண்டிருந்தார். அப்போது ஒரு சமயத்தில், ஓர் இந்தியர் அவருடைய உச்சரிப்பு முற்றிலும் தவறு என்று ஒரு குறிப்பை அவரிடம் அனுப்பினார்!

- டெபோரா பேக்கர், 'எ ப்ளூ ஹேண்ட்: தி பீட்ஸ் இன் இந்தியா'

பிற அமெரிக்கர்களும் ஓம் என்பதன் உச்சரிப்பை அன்றிப் பிற விஷயங் களையும் எந்த அளவுக்குத் தவறாகப் புரிந்துகொண்டிருக்கிறார்கள் என்ற கேள்வியும், அதற்குச் சிறந்த நடுவர் யார் என்பதும் இந்த இயலை இயக்கும் விஷயங்கள்.

எதிர்திசைக் காலனியம்

இந்தியாவில் அமெரிக்க ஏகாதிபத்தியத்திற்குப் பல கிளைமலர்ச்சிகள் உள்ளன. மாட்டுக் கறியற்ற பிக்மாக்குகளைச் செய்தல், உங்களுடைய விசா பில்லைப் பற்றிப் புகார்சொல்லும்போது தொலைபேசிவழியில் ஓர் இந்திய உச்சரிப்பை உறுதிப்படுத்துகின்ற 'அவுட்சோர்ஸிங்' (நிறுவனத்திற்கு வெளியிலிருந்து தற்காலிகமாக ஆளெடுப்பது) போன்ற வற்றைச் சொல்லலாம். ஆனால் இங்கு எதிர்ப்பாதையை நோக்கலாம். அதாவது இந்துக்களும், பல்வேறு இந்து வடிவங்களும் அமெரிக்காவுக்கு வந்து அதைக் காலனியப்படுத்திய செயல்முறை. இது எதிர்மறையான, பொருளியல் அர்த்தத்திலான பொருளாதார மற்றும் அரசியல் சுரண் டலுக்கான காலனியம் அல்ல. (இது காலனியம் என்பதன் பழைய பொருள், பிரிட்டிஷ்காரார்கள் இந்தியாவைக் காலனியப்படுத்திய முறை). நாம் கூறுவது ஒரு புதிய நேர்முக, அறிவுபூர்வமான அர்த்தம் — அமெ ரிக்கக் கலாச்சாரத்துக்கு முக்கியக் கொடைகளை அளிப்பது. இதை எதிர் திசைக் காலனியம் எனலாம். திசையிலும் (இந்தியாவுக்கு பதிலாக இந்தியாவிலிருந்து) விருப்பத்திலும் (வலுக்கட்டாயமானது என்பதற்கு மாறாகத் தன்னிச்சையான) எதிர் திசையிலானது இது. அதேசமயம், அமெரிக்கர்கள் எவ்விதம் இந்துமதத்தின் கூறுகளைத் தங்களுடையதாக்கிக் கொண்டிருக்கிறார்கள் என்பதன் மேலும் சிக்கலான வழிகளை— பழைய பிரிட்டிஷ் காலனியாதிக்கத்தின் துர்நாற்றத்தைத் தக்கவைத்துக் கொண்டுள்ள புதிய வழிகளைப் பற்றி இங்குக் காணவேண்டும்.

நாகரிகமுள்ள, அசல் அமெரிக்க இந்துக்கள்

இந்துக்களின் பல மாற்றுக் குரல்களில் ஒன்றாக அமெரிக்க இந்துக்கள் உள்ளனர். அவர்கள் அமெரிக்காவிலும் ஒரு முக்கியப் பிரசன்னமாக உள்ளனர். 2004இல் அமெரிக்காவில் 1,478,670 இந்துக்கள் இருந்தனர். (மொத்த மக்கள்தொகையில் 0.5%). அமெரிக்கா, தங்கள் கால்பகுதி மக்கள் பிறப்பு மதத்தைக் கைவிட்ட நாடு; அவர்களில் சிலர் இந்துமத வடிவங்களை ஏற்றுள்ளனர். பிற எந்த மதக்குழுக்களையும் விட இந்து மதத்திலிருந்து மதம்மாறுபவர்கள் மிகக்குறைவு; இந்துக்கள் நன்கு கல்வி கற்ற, மிகப் பணக்காரார்களான மதக்குழுக்களில் ஒரு பகுதியினர்

(ஒரு மேலாய்வின்படி).[2] அமெரிக்காவில் இருநூறுக்கும் மேற்பட்ட இந்துக்கோவில்கள் உள்ளன. அவற்றில் முக்கால் பகுதிக்குமேல் கடந்த முப்பதாண்டுகளில் கட்டப்பட்டவை. ஜியார்ஜியாவில் உள்ள அட்லாண்டாவின் புறநகர்ப்பகுதியான லில்பர்னில், மிக விரைவாக வளர்கின்ற தெற்காசியச் சமுதாயங்களில் ஒன்று அமெரிக்காவில் பத்தொன்பது மில்லியன் டாலருக்குமேல் சேகரித்து உலகத்திலேயே மிகப்பெரிய இந்துக்கோயில் ஒன்றைக் கட்டியுள்ளது. விழா நாட்களில் ஏறத்தாழ ஆறாயிரம் பேர் அங்கு வருகிறார்கள். சுவாமிநாராயணன் மந்திர் என்று அழைக்கப்படுகிறது. (மந்திர் என்ற சமஸ்கிருதச் சொல்லுக்கு நியூயார்க் டைம்ஸ் பத்திரிகைக் கட்டுரை, மனம் அசையாமல் நின்று, ஆன்மா சுதந்திரமாக இயங்குமிடம் என்று வரையறை சொன்னது.) இந்தியாவிலுள்ள எந்தக் கோயிலையும் முன்மாதிரியாகக் கொண்டு அது கட்டடப்படவில்லை; தாய்நாட்டிலிருக்கும் கோயில்களிலிருந்து ஏற்கெனவே ஒருபடி விலகி, பிரிட்டிஷ் அரசின் தூண்டுதலோடு லண்டனில் கட்டப்பட்ட கோயில் ஒன்றின் மாதிரியில் அமைந்தது.[3]

இந்துக்கள் பெரிய எண்ணிக்கையில் அமெரிக்காவுக்கு வருவதற்கு முன்னாலேயே அவர்கள் அமெரிக்கக் கலாச்சாரத்திற்குப் பல விஷயங்களை அளித்துள்ளார்கள். சான்றாக அமெரிக்கர்களின் பேச்சில், பல இந்தியச் சொற்கள் வந்துள்ளன. அவை ஆங்கில அகராதியின் வாயிலாக பதினெட்டாம் பத்தொன்பதாம் நூற்றாண்டுகளில் நுழைந்தவை. அகரவரிசையில் ஒருசில சொற்களைப் பார்த்தாலே அவை ஓர் ஒளிமய உலகத்தை உருவாக்குகின்றன. பங்களா, காலிகோ, கேண்டி, காசு, கட்டுமரம், சுருட்டு, கறி, ஜிம்கானா, ஜோத்பூர், ஜக்கர்நாட், லூாட், மெட்ராஸ், மாங்காய், மொகல், மூல(ம்) (வேர் என்று பொருள்), மொஸ்க்விடோ, மிளகுத்தண்ணி, பைஜாமா, பறையர், போஷ், பக்கா, பஞ்ச், பண்டிட், தக், டோர்மலீன், வெராந்தா... எந்த நல்ல எழுத்தாளரும், இவற்றை வைத்து ஒரு திரைப்படக் கதையையே ஒரு மணிநேரத்தில் உருவாக்கிவிடலாம். (தனது பங்களாவின் வெராந்தாவில் அவன் தன் சுருட்டைப் பற்ற வைத்த பிறகு, பக்கா ஜோத்பூர்களிலிருந்து போஷ் பைஜாமாவுக்கு மாறினான்....) அண்மைக்காலத்தில், லூாட், மூலம் போன்ற பிரிட்டிஷ் மூலங்களிலிருந்து வந்த சொற்களை விட, மத சம்பந்தமான சொற்கள் மிகுதியாகச் சேர்கின்றன. ஜேக் கெருவாக்கின் தி தர்மா பம்ஸ்— படைப்பிலிருந்து தர்மம் (அதிகஅளவு பௌத்த வாசனை கொண்டது), யோகம், தந்திரம், குரு, ஆஸ்ரமம், கர்மம் போன்ற சொற்கள்.

சிகாகோவில் சர்வமத பாதிப்புகள்

இந்துமத இயக்கங்களின் பாதையை நாம் வெறும் வார்த்தைகளினால் அல்ல, இப்போது மிகச் சரியாக, சிகாகோவின் வழியாக நுழைந்த இயக்கங்களின் மூலம் நிர்ணயிப்போம். 1890இல் ஒரு தொழில்ரீதியாக அல்லாத மாஜிக் செய்பவன், சிகாகோ டெய்லி ட்ரிப்யூன் இதழில் ஒரு கட்டுரை வெளியிட்டான். அது இந்தியாவில் பல நூற்றாண்டுகளாகச் செய்யப்பட்டு வந்த, இந்தியாவுக்கு வரும் பயணிகள் எளிதில் ஏமாறக்கூடிய, ஒரு மாஜிக் தந்திரவகைக்குப் புதியதொரு திருப்பத்தை அளித்தது.[4]

இரண்டுபேர் — அவர்களில் ஒருவன் ஃப்ரெட் எஸ். எல்மூர், இந்தக் காட்சியைத் தான் நேரில் கண்டதாகத் தெரிவித்தான்.

ஒரு பக்கிரி தன் முழங்காலுக்குக் கீழே இருந்து ஒரு பழுப்புநிறச் சணல்கயிற்று உருண்டையை எடுத்தான். தன் பற்களில் அந்நூலின் இரு முனைகளையும் பிடித்தவாறு, ஒரு வேகமான அசைவில் மேல்நோக்கி அந்தப் பந்தை (நூல் உருண்டையை) எறிந்தான். அவனிடம் திரும்பி வருவதற்கு பதிலாக அந்தப் பந்து மேலே மேலே சென்றுகொண்டே இருந்தது. கடைசியில் வெறும் ஊசலாடும் முனை மட்டுமே தென்பட்டது. ஆறு வயதுள்ள ஒரு பையன்.... அக்கயிற்றிடம் நடந்துசென்று, அதில் ஏறத்தொடங்கினான். ஏறத்தாழ முப்பது நாற்பதடி உயரம் சென்றதும், அந்தப் பையன் மறைந்து போனான்... ஒரு கணம் கழித்து அந்த நூலும் மறைந்து போயிற்று.[5]

இந்த இரண்டு பார்வையாளர்களும் கயிற்றில் பையன் ஏறும் அந்தக் காட்சியைக் கோட்டோவியமாக வரைந்திருந்தனர். அதை நிழற்படம் பிடித்தனர். (அதில் பையனும் இல்லை, கயிறும் இல்லை). அந்தத் தந்திரத்தை வெளிப்படுத்தவும் செய்தனர். "திருவாளர் 'பக்கிரி', முழு கும்பலையும் ஹிப்னாடிசத்தின் வாயிலாக ஏமாற்றினார். ஆனால் அவரால் நிழற்படக் கருவியை வசியம் செய்ய முடியவில்லை." இந்தக் கதை திரும்பத் திரும்பச் சொல்லப்பட்டது. நான்கு மாதங்கள் கழித்து அந்தப் பத்திரிகை, இந்தக் கதை வெறும் ஏமாற்று என்று ஒப்புக்கொண்டது. எழுதிய ஆசிரியர் (ஜான் எல்பர்ட் விக்கி) எல்லாவற்றையும் கற்பனையில் எழுதினார், அக்காட்சியும் கற்பனை, அதைக் கண்டவர்களின் பெயர்களும் (ஃப்ரெட் செல்-மோர்) கற்பனை (புரிந்து கொண்டீர்களா? 'செல்', 'மோர்'). ஆக இந்தியக் கயிற்று மாஜிக்கின் மூலம் இதுதான். தந்திரமும் இந்திய நாட்டினது அல்ல (ஏனெனில் நடக்கவேயில்லை), கயிறும் (ட்வைன்) அல்ல.

பிறகு 1893இல், மதங்களின் உலகப் பேரவை சிகாகோவுக்கு வேதாந்தத்தைக் கொண்டுவந்தது. அந்நிகழ்ச்சிக்கு வருகை தந்தவர்களில் சுவாமி விவேகானந்தரும் ஒருவர் (1862-1902). அவர் கல்கத்தாவின் வடக்கிலுள்ள தட்சிணேஸ்வரக் காளி கோயிலின் பக்தரான இராமகிருஷ்ண பரமஹம்சரின் சீடர். அவர் பிரம்ம சமாஜத்தின் சார்பாகவோ (அதன் சார்பாக பி.பி. நாகர்கர் வந்தார்), ஆர்யசமாஜத்தின் சார்பாகவோ வரவில்லை. நன்கு படித்த, ஒரு சாதாரண மனிதர், அவ்வளவுதான். அவருடைய கல்வியும் தரிசனங்களும் "எல்லா மதங்களும் மெய்யானவை" என்ற பார்வையை அவருக்கு அளித்திருந்தன. ஆனால் ஒருவனின் காலம்— இடம் சார்ந்த மதம் என்பதுதான் அவனுடைய உண்மையின் மிகச் சிறந்த வெளிப்பாடு. சாதாரண மதச் சடங்குகளுக்கும் விவேகானந்தர் அளித்த மரியாதை, படித்த இந்துக்களுக்குத் தாங்கள் தங்கள் மதத்தின் தத்துவ அடிப்படையற்ற கூறுகளுக்கும், மேலும் மேலும் மேற்கத்தியச் செல்வாக்குகளுக்கு உட்பட்டுவந்த இந்தியப் பிரக்ஞைதான் காரணம் என்ற ஓர் அடிப்படையைத் தந்தது.[6]

இராமகிருஷ்ணரின் சீடரான விவேகானந்தர்தான் நீண்ட வரிசையாக

அமெரிக்காவுக்குவந்த மதம் மாற்றும் குருக்களில் முதலாமவர். அவர்கள் அயல்நாட்டு மண்ணுக்குச் சீர்திருத்த இந்துமதத்தின் இலட்சியங்களை ஏற்றுமதிசெய்தார்கள். அதேபோல இந்திய வேதாந்தத்தில் உள்வாங்கப்பட்ட அமெரிக்கச் சிந்தனைகளையும் கொண்டுவந்தனர். விவேகானந்தர் சாதிமத வேறுபாடுகளை மறுத்தவர், மாட்டுக்கறி உண்ணுமாறு அறிவுரை கூறியவர்.[7] சிகாகோவின் உலக மதங்களின் பேரவையில் அவர் ஆற்றல் மிக்க மனப்பதிவினை உருவாக்கிவிட்டு 1897இல் மேற்கத்தியச் சீடர்களின் ஒரு சிறிய குழுவுடன் இந்தியா திரும்பினார். இங்கு அவர் இராமகிருஷ்ண மிஷனை (மடத்தை) ஏற்படுத்தினார். அதன் கிளைகள், தனது ‘பிராண்டு’ இந்துமதத்தை உலகின் பல பகுதிகளிலும் போதித்தன. பிற இந்து அல்லது சற்றே இந்து வாசனைகொண்ட இயக்கங்களும் அமெரிக்காவில் தழைக்கத் தொடங்கின. விவேகானந்தருக்கு முன்னால், ஒரு ரஷ்யரான ஹெலினா பிளவாட்ஸ்கி அம்மையார், 1875இல் நியூயார்க் நகரத்தில் தியசாபிகல் சொசைட்டியை ஏற்படுத்தியிருந்தார். 1879இல் இந்தியாவுக்கு அவர் வந்தபோது, தன் தலைமையகத்தை சென்னை அடையாற்றில் வைத்துக்கொண்டார். அங்கிருந்து அவரும் அவருடைய சீடர்களும் தங்கள் கொள்கைகளில் இந்துமதத்தின் கூறுகளைப் புகுத்தி, இந்தியாவின் பல நகரங்களில் கிளைகளை ஏற்படுத்தினர். ஆனால் புதிதாக வேதாந்தமயமான தியசாபிகல் சொசைட்டியின் செயல் பாடுகள், விவேகானந்தர் பாதையமைத்த பிறகே அமெரிக்காவில் தொடங்கின. பிறகு அது அன்னி பெசண்ட்டின் (1847-1933) தலைமையில் ஐரோப்பாவிலும் அமெரிக்க ஐக்கிய நாட்டிலும் தியசாபிகல் மடங்களை ஏற்படுத்தியது.

இருபதாம் நூற்றாண்டின் பிற்பாதியில் இந்து இறக்குமதியின் இரண் டாம் அலை தொடங்கியது. இக்காலம், இந்து ஹிப்பிக்களின் சொர்க்கம். 1965இல் லாஸ் ஏஞ்சல்ஸில், ஏ. சி. பக்திவேதாந்த பிரபுபாதர் ஹரே கிருஷ்ணா இயக்கத்தைத் தோற்றுவித்தார். அதன் அதிகாரபூர்வப் பெயர், கிருஷ்ணப் பிரக்ஞைக்கான சர்வதேசச் சமூகம் (இஸ்கான்) என்பது. தனது இயக்கமூலம் சைதன்யரிடமிருந்து தொடங்குவதாகச் சொல்கிறது. 1974இல் சுவாமி முக்தானந்தாவின் சீடர்கள் சித்தயோக தர்மக் கூட்டுநிறுவனம் (எஸ்ஒய்டிஏ) என்பதை ஏற்படுத்தினர். அவர்கள் காஷ்மீர சைவத்தின் ஒரு வடிவத்தை போதித்தனர். 1981இல் பகவான் ஸ்ரீ ரஜனீஷ் (பிறகு ஓஷோ) புனேயிலிருந்து தன் தலைமையகத்தை ஓரிகனுக்கு மாற்றினார். ஸ்ரீஸ்ரீ ரவிசங்கர், மதர் மீரா, அமிர்தானந்த மயி, ஸ்ரீ கருணாமயி (தன் பக்தர்களுக்கு ‘அம்மா’ என்று பிரபலமானவர்), சந்த ராஜீந்தர்சிங்ஜீ மகராஜ், ஸ்ரீ மா — இவர்கள் யாவரும் (இன்னும் ஏராளமாக உண்டு), எண்பதுகள் தொடங்கி அமெரிக்க ஐக்கிய நாட்டிற்கு ஒழுங்கான கால அவகாசங்களில் வருகை தந்தவர்கள். இவர்களில் பலர் பெண்கள். அமிர்தானந்த மயி (இவரும் தன் சீடர்களுக்கு ‘அம்மா’ என்ற பெயரில் பிரபலமானவர்) கேரளாவிலிருந்து வந்தவர். (1987இல் அமெரிக்காவுக்கு வந்தார்) வேதாந்தத்திலும் கட்டிப்பிடித்தல்களிலும் தனித்தன்மையை ஏற்படுத்திக்கொண்டவர். அமெரிக்க ஐக்கிய நாட்டில், ஆயிரத்தைந்நூறு முதல் ஒன்பதாயிரம் பேர் வரை அவருடைய சொற்பொழிவுக்கு வந்தார்கள். (இந்தியாவில் முப்பதாயிரத்திலிருந்து

நாற்பதாயிரம் வரை).[8] சிகாகோவின் உலக மதங்களின் பேரவையின் 1993 கூட்டத்தில் உரையாற்றியவர்களில் அம்மாவும் ஒருவர்.

1999இல், முதல் உலக மதப் பேரவை நிகழ்வுக்கு ஏறத்தாழ ஒரு நூற்றாண்டுக்குப் பிறகு, சிகாகோ நகர அதிகாரிகள், அந்நகரின் தெருக்களில் 340 சரியான அளவிலான பசுச் சிலைகளைக் காட்சிப்படுத்தினர். இந்தச் சிலைகளுக்கு மிகுந்த வெற்றி கிடைத்தது (இவற்றுக்கும் இந்து மதத்திற்கும் எவ்விதத் தொடர்புமில்லை. அவற்றின் அர்த்தங்கள் எருது—ஸ்டாக் மார்க்கெட்டுடன் தொடர்புடையவை). அவை சிகாகோவுக்கு 200 மில்லியன் டாலர் கூடுதல் சுற்றுலா வருவாயைத் தந்தன. இந்தக் கண்காட்சி முடிந்ததும் இச்சிலைகளின் ஏலத்தினால் கூடுதலாக உள்ளூர் அறக்கொடை நிறுவனங்களுக்கு 3.5 மில்லியன் டாலர் வருமானம் கிடைத்தது. இந்த உதாரணத்தைப் பிற நகரங்களும் பின்பற்றத் தொடங்கின. ஒரு கனெக்டிகட் குழுமத்துடன் இணைந்து நியூயார்க்கும் இந்தப் பசு 'ஐடியா'வில் இறங்கியது. ஜூரிச்சில் முதல்முதலாகப் பசுஊர்வலம் நடத்தப்பட்டது. இதை நியூயார்க்கும் செய்தது. சின்சினாட்டி பன்றிகளுக்கு ஊர்வலம் நடத்தியது. கெண்டக்கியின் லெக்சிங்டன் குதிரைகளை ஆதரித்தது.[9] அந்தக் கோடைகாலத்தில், குறைந்தபட்சம் இந்த விதத்தில் சிகாகோ, கல்கத்தாவைப் போலவே ஆயிற்று. எங்குத் திரும்பினாலும் பசுக்கள் மயம்.

அமெரிக்காவில் ஒரு மாயஇந்தியா

பிறவழிகளிலும் அமெரிக்கா அவ்வப்போது இந்தியாவாக மாறுகிறது. சிலசமயங்களில் அமெரிக்க இந்துக்கள் நிலப்பகுதி அமைப்பை மாற்றிவிடுகிறார்கள். ஆக பிட்ஸ்பர்கிலுள்ள மூன்று ஆறுகள் கங்கை, யமுனை, சரஸ்வதி ஆகிவிடுகின்றன. தென்னிந்திய அரசர்கள் காவிரியை கங்கை என்று கொண்டாடியதைப் போல. இப்போது சிலர் மத அவுட்சோர்ஸிங் என்ற ஒன்றையும் கண்டுபிடித்திருக்கிறார்கள். அது அமெரிக்க இந்து மதத்தை முற்றிலுமாக ஒதுக்கிவிட்டு, இந்தியாவில் தங்கள் வழிபாட்டை நடத்த உதவி செய்கிறது. வலைப்பின்னலமைப்பு, அவர்கள் ஒரே சமயத்தில் இரண்டு இடங்களில் இருக்கவைக்கிறது. இந்த உத்தியில், இந்துக்கள் பல நூற்றாண்டுகள் முன்னரே முழுமை பெற்றவர்கள். (வெவ்வேறிடங்களில் இருந்த கோபியர்களுக்கு அங்கங்கே கிருஷ்ணன் தென்பட்டதை நினைவில் கொள்ளுங்கள்.) அமெரிக்காவிலுள்ள இந்து நீங்கள் என்றால், அட்லாண்டாவையோ, நீங்கள் இருக்கக்கூடிய வேறெந்த இடத்தையோ விட்டு நகராமலே கங்கையின் கரையில் பூசையை நீங்கள் செய்ய முடியும். இந்தியாவில் இருக்கும் வேறொருவரை உங்களுக்காக அதைச் செய்யச் சொல்கிறீர்கள். இதுவும் ஒரு பழைய இந்திய உத்திதான். மாற்றப்பட்ட நற்செய்கை அல்லது கர்மம் என்பதன் வடிவம். "முனனோருக்குச் செய்யப்பட்ட நைவேத்யம், ஒருவன் சாப்பிட்டு மற்றொருவனுக்குக் கிடைக்கச் செய்கிறது என்றால், வெளிநாட்டிற்குப் பயணம் செல்பவர்கள் உணவை எடுத்துச்செல்லும் தொல்லையை மேற்கொள்ளத் தேவையில்லை" என்ற அங்கதத்தை (இந்து வாதத்தின் மீதான பௌத்த அங்கதத்தின்மீதான இந்து அங்கதம் இது) கவனியுங்கள்.

இதைச் செய்து தருகின்ற ஓர் இணைய தளம், *www.shrikashivishwanath.org;* மற்றொன்று, *www.webdunia.com/kumbhuinfo* (இந்தியில் இந்திய மாநிலமான உத்தரப்பிரதேசத்தினால் நடத்தப்படுவது).
மற்றொன்று, *bangalinet.com/ epuja.htm,* 'வீட்டிற்குத் தொலைவில் ஒரு வீடு' என்று விளம்பரப்படுத்திக்கொள்கிறது. *eprarthana.com* என்பது, நீங்கள் தேர்ந்தெடுக்கும் கோயிலுக்கு எவரையாவது அனுப்புகிறது. இவற்றில் பெரும்பாலானவை சிறிய கோயில்கள். வீட்டிலிருந்து வெகுதொலைவில் உள்ளவர்கள், பெரிய தீர்த்தயாத்திரைத் தலங்களைத்தான் என்றல்ல, தெருக்கோடியில் உள்ள சிறிய கோயிலையும் தவறாமல் எண்ணுகிறார்கள் என்பது இதன் பொருளாகலாம்.

இந்த இணையதளங்களில் சிலவற்றிற்குள் புகும்போது பலவிதமான பூஜைக்கான வாய்ப்புகளையும் காணலாம். அவற்றிற்காக நீங்கள் ஆன்லைனிலேயே பதிவுசெய்து பணம் செலுத்தலாம். உதாரணமாக, நீங்கள் ஒரு போலிப்பூஜையை நடத்தலாம். ஒரு கார்ட்டூன் பூஜை அது. அதில் நீங்களே எலெக்டிரானிக் வத்தியைக் கொளுத்தி ஒரு போலியான தேங்காயை உடைக்கலாம். கங்கையாற்றில் நிகழும் கும்பமேளாவுக்கு உங்களால் செல்லமுடியவில்லை என்றாலோ, அல்லது தினசரி சேர்ந்துகொள்ளும் தவறுகளின் பிராயச்சித்தத்திற்கோ நீங்கள் ஒரு இணையதளத்தின்மூலமாக விண்ணப்பிக்கலாம். ஒரு வினாநிரலை நீங்கள் நிரப்பவேண்டும். (சாதி, பால், நிறம், உடல்வாகு — ஒல்லியா, தடித்தவரா— இவற்றுடன் எந்த நாளில் என்பதைக் குறிப்பிட்டு ஒரு மார்பு அளவு நிழற்படத்தையும் இணைத்துவிடவேண்டும், குறிப்பிட்ட நாளில் நீங்கள் அந்த இணையதளத்திற்குச் சென்றால், உங்கள் முகம் நீங்கள் வருணித்த ஓர் உடலமைப்புடன் ஒட்டப்பட்டு, ஒரு போலி — நீங்கள் கங்கையாற்றின் உயிரூட்டப்பட்ட பிம்பத்தில் நீராடுகின்ற காட்சியை நீங்களே காணலாம். அதேசமயம், யாரோ ஒருவர் அந்த ஆற்றில் நிஜமாகவே உங்கள் நிஜமான நிழற்படத்தை நிஜமான ஆற்றில் தோய்க்கிறார். அதுதான் இந்தச் சடங்கை வெற்றிகரமாக்குகிறது. இவை எல்லாவற்றையும் ஆடிகளால் செய்துவிட முடியாது.[10] தங்கள் கோயில்களுக்கு கங்கையாற்றின் நீரைத் தெற்கே கொண்டுவந்த சோழ, ராஷ்டிரகூட அரசர்களை நினைத்துப் பார்க்கலாம். இங்கு பக்தர், மின்னணு பிம்ப வாயிலாகவும் நிழற்பட வாயிலாகவும் நிஜமான ஆற்றுடன் தொடர்புகொள்ளக் கொண்டுசெல்லப்படுகிறார்.

இப்படியாக அமெரிக்க இந்துக்கள், அமெரிக்காவில் பெருமிதமான கோயில்களைக் கட்டினாலும், தங்கள் சடங்கு நடைமுறைகளுக்கான மரபான புனித இடங்களுக்கு அமெரிக்காவிலுள்ள புதியகோயில்களை பதிலீடு ஆக்கவேண்டியதில்லை. புதிய ஊடகங்களால் உள்ளூரின் எல்லை விரிவடையச் செய்யப்படுகிறது. அவை சடங்குகளைத் தொலைவிலிருந்தாலும் உள்ளூரிலிருந்து இயற்றுவது போலவே கடைப்பிடிக்க வைக்கின்றன. இந்திய அஞ்சல்துறையின் சேவை வாயிலாக நீங்கள் இந்தியக் கோயிலிலிருந்து பிரசாதத்தையும் பெற இயலும். வாராணசியில் ஒரு பிராமணப் புரோகிதனை ஏற்பாடுசெய்து (பார்க்க *www.bhawnayagya.org*) ஒரு சிறப்பு யக்ஞத்தையும் நடத்திக் கொள்ளலாம். கொல்கத்தா காளிகட்டின் நிஜமான காளியையே நீங்கள் தோற்றமாகக் கண்டுகளிக்கலாம்.

கீதைக்கும் காளிக்கும் அமெரிக்க ஏற்பு

ஆனால் காளியும் இங்கிருக்கிறாள், கிருஷ்ணனும் இருக்கிறான். ஜார்ஜ் ஓப்பன்ஹீமர் லாஸ் அலமாஸிலிருந்து முதல் அணுகுண்டு வெடித்ததை 1945 ஜூலை 16 அன்று கண்டான். தனது சொந்த யூத இறுதிநாள் மட்டுமல்ல, பொதுவான உலக அழிவுநாள் என்ற தொன்மத்தின் பகுதியாகத் தான் ஆகிவிட்டதை உணர்ந்தான். (அந்த நிகழ்வன்று உடனிருந்த ஜெனரால் தாமஸ் எஃப். பேரல் போன்றவர்களின் கருத்துகளும், தொன்ம, இறையியல், இறுதித்தீர்ப்புநாள் சார்ந்த மொழியையே கையாண்டன. ஆனால் ஆபிரகாமின் மரபிலிருந்து.) ஓப்பன்ஹீமருக்குச் சற்றே சமஸ்கிருதம் தெரியும் என்ற எண்ணம் உண்டு. அவனிடம் பகவத்கீதைப் புத்தகத்தின் ஒரு பிரதியும் லாஸ் அலமாஸில் இருந்தது. குண்டு வெடித்தபோது, பகவத்கீதையின் சமஸ்கிருதப் பனுவலில், ஆயிரம் சூரியன்களைப் போன்ற வெளிச்சத்துடன் இறுதிக்கடவுளாகக் கிருஷ்ணன் தோன்றுவான் என்ற சுலோகம் அவன் மனத்தில் தோன்றியது. மிகத் தொலைவில் அச்சுறுத்தும் மேகமூட்டங்கள் கவிந்தபோது, அவன் மற்றொரு சுலோகத்தை நினைத்தான். அதில் கிருஷ்ணன், தானே மரணம், உலகத்தை அழிப்பவன் என்ற நிலையில் தோன்றுகிறான். ஒருவேளை தனது சொந்த அதிர்ச்சியையும் குற்றவுணர்ச்சியையும் நேரடியாகச் சந்திக்கமுடியாமல், தான் உதவிய காட்சியின் முழுப் பொருளையும் புரிந்து ஏற்றுக்கொள்ளமுடியாமல், அவன் மற்றொருவனின் இறுதிநாள் தொன்மத்தின் வாயிலாக அதைத் தொலைவிலிருந்து அனுபவித்திருக்கலாம். எங்களைப் போன்ற யூத - கிறித்துவ ஆட்கள் கற்பனையில் இதுபோன்றதை ஒருநாளும் உருவாக்கியதில்லை, இது ஏதோ ஒருவித இந்து வகையான இறுதி அழிவுநாள் போலத் தோன்றுகிறது என்ற தனது அனுபவத்தைத் தொலைவுபடுத்திக் கண்டிருக்கலாம். அந்த குண்டு எவ்வளவு பயங்கரமானது, அதன் உள்நோக்கம் முதலில் கருதப்பட்டது போல ஜெர்மானியர்மீது அல்ல,ஜப்பானியர்மீது போடுவது என்பதை உணர்ந்தபோது தானாகவே இந்துச் சிந்தனைக்கு மாறிக்கொண்டான். ஒருவேளைக் கீழைநாட்டு மக்கள் (ஜப்பானியர்கள்)தான் துயரப்படப்போகிறார்கள் என்ற எண்ணம் கீழை நாட்டுச் சிந்தனைக்கு அவனை அறியாமலே (மேல்நனவிலி நிலையில்) செல்ல வைத்திருக்கலாம்.

பத்தொன்பதாம் நூற்றாண்டின் அமெரிக்கப் புலன்கடந்த அதீதவாதிகளுக்கு — எமர்சன், தோரூ போன்றவர்களுக்குப் போலவே, ஓப்பன்ஹீமர் போன்ற கடைசித் தலைமுறை அமெரிக்கர்களுக்கும் (உபநிடதங்கள், பிற வேதாந்தப் படைப்புகளோடு சேர்ந்து) பகவத்கீதைதான் இந்துமதத்தின் பிரதான நூல் என்ற நினைப்பிருந்தது. அவனுக்குப் பின் வந்த சந்ததியினருக்கு, பலவேறு தந்திர வடிவங்களுடன் இணைந்த காளியே இந்து மதத்தின் முதன்மை தெய்வம். யூங்கிய, பெண்ணிய, புதிய யுக எழுத்தாளர்கள் பலருக்கும் காளியே மிகமெய்யான ஆதித்தொன்மம். ஆலன் கின்ஸ்பெர்க், காளியை சுதந்திரதேவியின் சிலையாகச் சித்திரித்தார். அவளுடைய கழுத்தில் மாலையாக ஜூலியஸ், மற்றும் எதெல் ரோஸன்பெர்கின் தலைகள் அலங்கரித்தன.[11] பால் எங்கல்ஸ் பின்னர், கின்ஸ்பெர்கையும் இந்தியாவையும் ஒருசேர அவமதிக்கும் விதத்தில்

792 | இந்துக்கள்: ஒரு மாற்று வரலாறு

சொன்னார், "இதுவரை முற்றிலும் சாத்தியமற்ற ஒன்றைச் செய்வதில் கின்ஸ்பெர்க் வெற்றிபெற்றுவிட்டார் — இந்தியாவுக்குக் களங்கம் ஏற் படுத்துவதில்."[12]

விரைவில் காளிதேவி ஒரு முக்கிய ஹாலிவுட் நட்சத்திரமாகிவிட்டாள். அவளுடைய அந்தஸ்து, கங்காதின் என்ற படத்திலிருந்து (1939) உயரத் தொடங்கியது. அந்தப் படத்தில் முக்கியப் பாத்திரங்களை சாம் ஜாபே, கேரி கிராண்ட், டக்ளஸ் பேர்பேங்க்ஸ் ஏற்று நடித்தனர். (ருட்யார்ட் கிப்லிங்காக ரெஜினால்டு ஷெபீல்டு நடித்தார்.) இவர்கள் காளியின் கொடிய தக்இன வழிபாட்டாளர்களுக்கு எதிராக வாட்களை வீசிக்கொண்டு நடித்தனர். தக் இனத்தினரின் தலைவனாக வழக்கமாக சிகாகோ குற்றக் கும்பலில் ஒருவராக நடிக்கும் எடுவர்டோ சியானெல்லி நடித்தார். இந்தப்படம் ஓர் அமைதியான கூற்றுடன் தொடங்குகிறது; "காளி தேவியுடன் தொடர்புள்ள இந்தப் படத்தின் பகுதிகள் வரலாற்று மெய்ம்மைகளின் அடிப்படையில் உருவானவை." 1965 பீட்டில்ஸ் படமான *Help!* என்பது, கங்காதின் படத்தின்மீதான ஓர் அங்கதமாக அமைந்ததன்றி, எட்டுக்கைகள் கொண்ட காளிபோன்றதொரு தேவிக்கு நரபலி தரமுயலும் காட்சி ஒன்றையும் அடக்கியிருந்தது. 1974இன் *Golden voyage of Sinbad*, 1984இன் *Indiana Jones and the Temple of Doom*, 1988இன் *Deceivers* போன்ற படங்களிலும் காளி தோன்றுகிறாள். கடைசிப் படத்தில், பியர்ஸ் பிராஸ்னன் கேப்டன் சேவேஜ் ஆக நடித்தார். அவன், தக்குகளின் இராணியான காளியின் வன்முறையும் காமமும் சேர்ந்த ஒரு வடிவத்தினை வழிபடுவதில் ஈடுபடுகிறான்.[13]

இலக்கியம் என்ற சொல் பொருத்தமானால், அமெரிக்க இலக்கியத்திலும் காளி தன் உருவத்தைப் பதித்திருக்கிறாள்.

ரோஜர் ஜெலாஸ்னியின் 'லார்ட் ஆஃப் லைட்' (1967) — ஓர் அறிவியல் புதினம். இந்துத் தொன்மங்கள் அடிப்படையில் அமைந்தது, காளி உட்பட இந்துக் கடவுளர் பாத்திரங்கள் நிறைந்தது.

லியோ கிரூவின் 'தி ரிஷி' (1988) — ஏற்கெனவே கர்னல் ஸ்லீமன் எழுதிய பைத்தியக்கார, கோரமான ரேம்பிள்ஸ் அண் ரிகலெக்ஷன்ஸ் என்ற எடுத்துரைப்பின் (1844) மிக கோரமான மறுஉருவாக்கம். மேம்படுத்தப் பெற, மஸாசூசெட்ஸின் கேம்பிரிட்ஜுக்கு 1975இல் அனுப்பப்பட்டது. ஹார்வர்டிலும் எம்ஐடியிலும் மிகக்கொடிய வன்செயல்கள் நிகழ்த்தப் படுகின்றன. அங்கு "ஓர் அழகிய அரைஇந்தியப் பெண், வாயினாற்கூற இயலாத மிகமோசமான சடங்குகளில் தன்னைப் பங்கேற்கத் தூண்டு கின்ற பேய்க் கனவுகளால் சித்திரவதைப்படுகிறாள்" என்று நூல் உறையிலுள்ள விளம்பரம் சொல்கிறது.

கிளாடியா மெக்கேயின் 'தி காளி கனெக்ஷன்' (1994) — பத்திரிகை நிருபரான ஒருத்தி, ஓர் இரகசிய கிழக்கத்திய வழிபாட்டுக் குழுவுடன் தொடர்புடையவளான ஒருத்தி ஆகிய இரண்டு பெண்களுக்கிடையில் ஏற்படும் நெருக்கமான உறவினை வருணிக்கிறது.

டீன் கூண்ட்ஸின் 'ஃபாரெவர் ஆட்' (2005) — ஒரு வில்லி. தத்தூரா

என்ற விஷச் செடியின் பெயர்படைத்தவள். கடினமான, தொலைபேசிப் பாலியல் பெண், பைத்தியக்காரப் பசு போன்றவள். கொலைவெறி பிடித்த மோகினிப்பேய். காளியின் உயிர்வாழும் வடிவம். (பல கைகள் கொண்ட இந்து மரணத் தெய்வம்).

டிம் ஓ ப்ரியனின் 'தி திங்ஸ் தே கேரீட்' (1990) தொகுப்பில் ஒரு கதை ட்ரா போங் பாடலின் இனிய காதலி — இது உண்மையாகவே நல்லிலக்கியம் தான். இதில் ஓர் அழகிய அமெரிக்கப் பெண், வியட்நாமின் அமெரிக்கக் கமாண்டோக்களிடம் சிக்குகிறாள். அவள் கழுத்தில் காளியின் அடையாளத்தை அணிந்திருக்கிறாள் — மனித நாக்குகளால் ஆன மாலை. "கருத்த தோல் போன்று சுருங்கி நீண்ட அந்த நாக்குகள், ஒரு தாமிர இழையினால் ஒன்றின்மேலொன்றாகக் கட்டப்பட்டிருந்தன. அவற்றின் நுனிகள், மரணத்தின் கடைசி ஒலியினை எழுப்புகின்ற பாவனையில் மேல்நோக்கி வளைந்திருந்தன."[14]

காளியின் பிற தோற்றங்களும் அவ்வப்போது பின்தொடர்ந்தன. இந்து மதத்திற்கும் அவற்றுக்கும் தொடர்பில்லை எனலாம். உதாரணமாக, டிபன் பாக்ஸின்மீது காளி நடனமிடுகின்ற படம். அவளுடைய நீண்ட நாக்கு, டிபன் பாக்ஸின் உள்ளிருக்கும் பொருள்களை நாடுவதுபோல இருக்கிறது.

இழிகலை சார்ந்த நட்சத்திரங்கள் பலர் காளியின் பெயரைத் தங்கள் பெயருடன் (வீணாகத்தான்) இணைத்துக் கொண்டது, இந்துமதத்தைக் குறிப்பாக இழிவுபடுத்துவதாக உள்ளது. 'மாஸ்டர்ஸ் அண் ஜான்சன்' நூலைத் தழுவித் தன் பாலியல் சிகிச்சையைச் செய்வதாகக் கூறிய ஒருத்தி, அது தாந்திரிகத்தைச் சேர்ந்தது என்றே கூறினாள். "தந்திரம் என்ற சமஸ்கிருத வார்த்தைக்கு பிரக்ஞையின் விரிவும் சக்தியின் விடுபாடும் என்பது பொருள். அது பிரக்ஞையை மேலும் உயர்த்துவது பற்றியது. காதல்புரிவதற்குப் பயன்படுத்தும்போது, நெருக்கம், தீவிரம், முழு உடலும் உச்சநிலை உணர்வு அடைவது போன்ற திசையில் உச்ச உணர்வும் களியாட்ட உணர்வும் ஆழமாகின்றன" என்று அவள் விவரித்தாள்.[15] இப்போது நீங்கள் உள்நோக்கத்தை அறிந்துகொள்கிறீர்கள். மற்றொரு தேவியாகத் தன்னைச் சொல்லிக்கொள்ளும் ஒருத்தி அவளது இணையதளத்தில் காளியைப் போன்று உடையணிந்து வருகிறாள் (அது *.org* என்பதற்குப் புதியதொரு அர்த்தத்தைத் தருகிறது). தனது பல கைகளில் பாலியல் கருவிகளையும் கட்டிவிடும் பொருள்களையும் வைத்திருக்கிறாள்.[16] நன்கு வியாபாரம் செய்கின்ற பிரிட்டிஷ் சூப்பர்ஸ்டோர் கடையான ஹாரட்ஸ், இந்து தேவியரின் படங்கள் பொறிக்கப்பட்ட உள்ளாடைகளை விற்பனைசெய்வதை நிறுத்தியது. (அவற்றில் சிலவற்றின் அடிப்பகுதியில் சிவனின் உருவம் பொறிக்கப்பட்டிருந்ததாம்). இந்து மனித உரிமைகள் கழகம் என்பது இந்துமதத்தையும் அதைப் பின்பற்றுபவர்களையும் பாதுகாப்பதாகச் சொல்லுவது. அது ஒரு முறையான எதிர்ப்பை அறிவித்த பிறகே அந்தக் கடை மன்னிப்புக் கோரியது. மற்றொரு டிபார்ட்மெண்டல் ஸ்டோர் இந்துக் கடவுளர்கள் படங்கள் பொறிக்கப்பட்ட டாய்லட் இருக்கைகளை விற்பனை செய்ததற்காகவும், மற்றொன்று இந்துமதக் குறியீடுகளைக் கொண்ட பாதஅணிகளை விற்றதற்காகவும் மன்னிப்புக்

கேட்கவேண்டி வந்தது. இந்தப் புகார்களைப் பற்றி எழுதிய ஒரு கட்டுரை கூறியது: "இந்து படிமச் சிற்பக்கலையின் வளம், அயற்புதுமை கொண்ட தேச வடிவமைவுகள் ஆகியவற்றின் மோஸ்தரினால் பல வடிவமைப்பாளர்கள் கவரப்படுகிறார்கள்."[17]

இந்து மனித உரிமையாளர்கள் முஸ்லிம் திரைப்படத் தயாரிப்பாளர் இஸ்மாயில் மெர்ச்சண்ட் 2004இல் உருவாக்கிக் கொண்டிருந்த படமான 'காடஸ்' என்பதற்கு எதிராகவும் கிளர்ச்சியில் ஈடுபட்டனர். அதில் ராக் பாடகி டினா டர்னர் (ஏற்கெனவே அவர் ஒரு பௌத்தர்) காளியின் பாத்திரத்தை ஏற்று நடிப்பதாக இருந்தது. (அல்லது சில அறிக்கைகளின்படி, சக்தி). மெர்ச்சண்ட்டும், டர்னரும் இந்தியாவுக்கு பல புனித நகரங்களுக்கு யாத்திரை செல்ல வந்தனர். ஒரு இந்து புரோகிதன் அவர்களை ஆசீர்வ தித்ததாகச் சொல்லப்படுகிறது. "என்மீது வைக்கும் குற்றச்சாட்டுகளில் பொருளில்லை. ஒரு புலிமுதுகின் மீது அமர்ந்து யாரும் பாடவோ ஆடவோ முடியாது. தேவி, அரை நிர்வாணியாகவோ பாலியல் குறியீடாகவோ இருக்கப்போவதில்லை" என்று மெர்ச்சண்ட் கூறினார். (தனது படத்தில் வருபவள் காளியல்ல, சக்திதான் — காளி, துர்க்கை, மேரிமாதா, விக்கா, மற்றும் பூமியிலுள்ள எல்லாப் பெண்களிலும் இருக்கின்ற பிரபஞ் சப் பெண் ஆற்றல் என்றும் மெர்ச்சண்ட் கூறினார்). நமக்கு உண்மை தெரியப் போவதில்லை. மெர்ச்சண்ட் 2005 மேயில் இறந்துபோனார். அந்தப் படத்தை முடிக்கவில்லை போலும். அதேபோல 'ஐஸ் ஒய்ல்ட் ஷட்' என்ற படத்தை (1991) எடுக்க முனைந்த ஸ்டான்லி குப்ரிக்கும் படத்தை முடிக்கவில்லை, இறந்துவிட்டார். அப்படம் இந்துக்களை இழிவுசெய்வதாகப் பல அமெரிக்க இந்துக்கள் கொந்தளித்தனர். காரணம், ஒரு பனுவலை உச்சரித்துக் கொண்டே ஒரு பாலியல் கேளிக்கைக் காட்சி நிகழ்வதாகக் காட்டப்பட்டது. எந்தப் பனுவலை உச்சரிப்பார்கள்? கீதையைத் தவிர வேறு ஏது? இந்த இரண்டு திரைப்பட இயக்குநர்களின் மரணங்களும் வெறும் தற்செயல் இணைவுதானா?

தெளிவாகவே, இந்துவல்லாத அமெரிக்கர்கள் மத்தியில் நிலவும் காளி, பிற தேவியரின் பிம்பங்கள் இந்தியாவில் இந்துக்கள் மத்தியில் நிலவும் பிம்பங்களுக்கு மிகமிக வேறானவைதான்.

மொழிபெயர்ப்பில் திரிந்தவை: இந்துமதத்தின் அமெரிக்க வடிவங்கள்

இந்து தேவியர் மட்டும்தான் இப்படிப்பட்ட முறையில் ஏற்றுக்கொள்ளப் பட்டுள்ள இந்துக் கடவுளர்கள் என்பதல்ல. பால் தெரூவின் 'தி எலிஃபண்டா சுவிடே' (2007) என்பதில், ஒரு முஸ்லிம் மசூதியை அனுமன் கோவில் ஒன்று இடப்பெயர்ச்சி செய்கிறது. (அயோத்தியில் இருந்ததாகச் சொல்லப்படும் கோவிலை மசூதி இடப்பெயர்ச்சி செய்ததுபோல). வரவிருக்கும் திரைப்படத்தில் (தி ரிடர்ன் ஆஃப் தி ஹனுமான்) அனுமன் மன்ஹாட்டன் செல்கிறான். அங்கு எஃப்பிஐ போர்பயங்கரவாதிகளுக்குத் துணைபுரிகிறான். இந்தப் படத்தின் உடன்தயாரிப்பாளர்களில் ஒன்று பெர்செப்ட் பிக்சர் கம்பெனி. இதன் சந்தைப் பொதுமேலாளர் நதீஷ் பாட்டியா சொல்கிறான்: "அசலான சூபர்ஹீரோ அனுமன்தான். சூப்பர்மேன், ஸ்பைடர்மேன், பேட்மன் ஆகியவர்களைவிட அவன்

ஆயிரக்கணக்கான ஆண்டுகள் மூத்தவன். இந்தியச் சிறுவர்களிடையில் கருதப்படவேண்டிய வணிகஅடையாளங்களில் அவன் முக்கியமானவன்." தொடர்ந்து சொல்கிறான்: "ஒவ்வொரு சமூகமும் தனக்கென நாயகர்களை எதிர்பார்க்கிறது. நாங்கள் அனுமனை உலகளாவியவன் ஆகச் செய்யமுனைகிறோம். கோகோ கோலா என்னும் வணிகச் சின்னம் இந்தியாவுக்கு வந்து நமது கூருணர்வுகளை பாதிக்குமானால், அனுமன் ஏன் நியூயார்க்குக்குச் செல்லக்கூடாது?"[18] ஏன் செல்லக் கூடாது?

சீதையும் நியூயார்க்குக்கு வந்திருக்கிறாள் (மேற்கைநோக்கிச் சுட்டுகிறாள்). 2005இல் நீனா பாலே (முன்பு கேரளத்தைச் சேர்ந்த ஒருவனை மணந்து அவனால் கைவிடப்பட்ட பெண்) ஒரு அனிமேஷன் படத்தைத் தயாரித்தாள். சீதாயணம் என்பது அதன் பெயர். அதன் விளம்பரம், "இதுவரை சொல்லப்பட்டவற்றில் மிகப்பெரிய மண முறிவுக் கதை" என்பதாக அமைந்தது. (www.sitasingstheblues.com). கதை 1920களின் ஜாஸ் வாய்ப்பாட்டுகளைப் பாடிய ஆனட் ஹான்ஷாவைப் பற்றியதாக அமைந்தது. தீக்குளித்தல் சம்பவத்துடன் "மீன் டு மீ?" என்ற பாட்டின் சொற்கள் இணைந்து வருகின்றன. (நீ ஏன் என்னிடம் இழிவாக நடந்துகொள்கிறாய்? நான் அழுவதைப் பார்க்க உனக்கு ஆசை....) இராமன் எரியைமூட்டி, சீதையை அதில் உதைத்துத் தள்ளுகிறான். அவள் தீயை விட்டு வெளியில் வருகிறாள். அவன் குழம்புகிறான். பிறகு துயரமடைகிறான். பிறகு ஒருகாலில் மண்டியிட்டுப் பிரார்த்தனைசெய்கிறான். அவள் அவனை டியர் என்று அழைக்கிறாள் (பின்னணியில் பொன்மானை நீங்கள் பார்க்கிறீர்கள்), பிறகு குதித்து அவன் கைகளில் தழுவிக்கொள்கிறாள். 'எ லிட்டில் பிரின்சஸ்' என்ற கதையை மறுஆக்கம் செய்த அல்போன்சோ கியூராவோனின் படத்தில், அதன் இளம் நாயகி, இராமாயணக்கதையைச் சொல்கிறாள். அதில் சீதை அடிபட்ட ஒரு மானைப் பார்த்து, இராமனை அதற்கு உதவச் சொல்கிறாள். கொல்லச் சொல்லவில்லை. பிரபலக் கலாச்சாரமோ, எதிர்க் கலாச்சாரமோ, இந்துக்கடவுளர்கள் குடும்பச்சொற்களாக அமெரிக்காவில் மாறிவிட்டால், அது திறந்திடு கதவை என்பதுதான். யார் வேண்டுமானாலும் எதைப் பற்றியும் என்னவேண்டுமானாலும் பேசலாம். சிலசமயங்களில் அதில் மிகமோசமான திருப்பமும் நிகழ்கிறது. பாட் ராபர்ட்சனின் நற்செய்திக் கிறித்துவ நாவல் 'தி எண்ட் ஆஃப் தி ஏஜ்' என்பதில், எதிர்க்கிறிஸ்து (சாத்தான்) சிவனால் ஆட்கொள்ளப்படுகிறான். ஒரு விஷப்பாம்பினால் அமெரிக்க ஜனாதிபதியைக் கொல்கிறான். தானே ஜனாதிபதி ஆகிறான். எல்லாரையும் சிவனை வழிபடுமாறு கூறி, அதனால் எல்லாரையும் பேய்கள் ஆக்குகிறான். பல சமயங்களில் இது முட்டாள்தனமாக இருக்கிறது. ஒரு விளம்பரம் சொல்கிறது: "பலபேர் புத்தரை வழிபடுகிறார்கள். பலபேர் சாக்கலேட்டை வழிபடுகிறார்கள். இப்போது நீங்கள் இரண்டையும் ஒன்றாகவே செய்யலாம்." மற்றொரு விளம்பரம் இது: "கடவுளரின் உணவு. சாக்கலேட் கடவுளர்கள், சாக்கலேட் தேவியர்கள். சிறந்த தரமுள்ள நல்லுணவு கைகளால் செய்யப்பட்ட சாக்கலேட்டுகள். அன்பு - ஆடம்பரம், இன்பம் - மகிழ்ச்சி, கருணை, அமைதியும் சாந்தமும், குணப்படுத்தல், உடலின் வளமை - கற்பனை ஆகியவற்றின் கடவுளர்களைக் கொண்டாடும் சாக்கலேட்டுகள்." இன்னும் கஜுராஹோவின் உடலுறவு ஜோடிகளை உறையில் கொண்ட

சாமசூத்திரச் சாக்கலேட்டுகள் வெளிவரவில்லை — அவ்வளவுதான். அதுவும் விரைவில் நடந்துவிடும். பென் அண் ஜெரிஹ் குழுமத்தினர் ஒரு காமசூத்ரா ஐஸ்கிரீமையும் செய்திருக்கிறார்கள்.

பெரும்பாலும் காமம்நிறைந்த சந்தைப்பொருளுக்கும் தவறான விளக்கத்திற்கும் காமசூத்திரம் பொதுவாகக் காரணமாக உள்ளது. அமெரிக்கர்களும் இந்துக்களும் (குறிப்பாக இந்துமதத்தைப் பற்றி பிரிட்டிஷ்/ அமெரிக்கச் சிந்தனைகளால் கவரப்பட்டிருப்பவர்கள்) காமசூத்திரம் என்பது காமவிளையாட்டு நிலைகளைப் பற்றிய அசிங்கமான நூல் என்றே நினைத்திருக்கிறார்கள். காமசூத்திரம் என்பதற்கு எந்த டிரேட்மார்க்கும் இல்லை. ஆதலின் பரந்தநிலையில் பலவிதமான பொருள்களுக்குப் பெயராகப் பயன்படுகிறது. ஒவ்வொரு மணிக்கும் ஒவ்வொருவிதமான காட்சியைக் காட்டும் கைக்கடிகாரத்திற்குக் காமசூத்ரா என்று பெயர். ரெட் என்வலப் என்னும் கம்பெனி, எண்ணெய்களும் கிரீம்களும் அடங்கியுள்ள, தழுவலில் இருக்கும் இந்து ஆண்பெண் ஜோடிகளைப் படத்தில் கொண்ட பெட்டிகளைக் 'காமசூத்ரா ப்ளெஷர் பாக்ஸ்', 'காமசூத்ரா வீக்எண்ட் கிட்' என்ற பெயர்களில் விற்கிறது. ஒரு கார்ட்டூன் "காமசூத்ரா ரிலாக்ஸாசைஸர் லவுஞ்சர், 165 பொசிஷன்ஸ்" என்பதைச் சித்திரிக்கிறது. (ஒரு விற்பனையாளன், வாடிக்கையாளன் ஒருவனிடம், "பெரும்பாலானோர் விலைப்பட்டியலைப் பார்ப்பதற்காகவே இதை வாங்குகிறார்கள்" என்கிறான்.)[19] காமக் கேளிக்கைப் படங்களை/சிற்பங் களைக் கொண்ட எண்ணற்ற புத்தகங்கள் உள்ளன. காமசூத்திரக் கார்ட்டூன்களும் உள்ளன. இவற்றில் ஒன்றில் சிவபெருமான் (கடவுள்) மையப் பங்கேற்கிறான்.[20] பாம்பைலட் என்ற குழுமம், சட்டைப்பையில் வைக்கும் அளவில் ஒரு காமசூத்திர நூலை வெளியிட்டது. உங்கள் உள்ளங்கையில் காமசூத்திரம் என்ற விளம்பரத்துடன். அதில் காமசூத்திர நிலைகளைப் பற்றி எடுத்துரைக்கின்ற தளர்ச்சியான மொழிபெயர்ப்பு காணப்படுகிறது. 2003இல் 'பாப்-அப் காமசூத்ரா' என்ற நூல் வெளி யாயிற்று. நூலில் ஜோடிகள் திடீரெனத் தோன்றுகின்றனர். ஆனால் இந்த வகைமையின் முழுச் சாத்தியங்களையும் இந்த நூல் பயன்படுத்தவில்லை. 2000இல் தி ஆனியன் என்ற கேலிசெய்யும் நாளிதழ், ஒரு ஜோடியைப் பற்றிய கதையை வெளியிட்டது. "மிகச் சிறந்த காமநிலையைப் பிற பழங்கால இந்தியக் காம நிலைகளோடு சேர்த்துக் கையாள அவர்களால் இயலாததால் அதிருப்தியின் உச்சத்திற்கே சென்றுவிட்டனர். சூ, தனது யோனியை ஹெரால்டின் லிங்கத்தைச் சுற்றி இறுகப் பிடிக்க முடியாததால் விழுந்துவிட்டாள்."[21] மற்றொரு அங்கதச் செய்தி, "தந்தையாதிக்கத்துக்குப் பிந்திய, காலனியத்துக்குப் பிந்திய, பால்தன்மைக்குப் பிந்திய, ஒருவேளை உச்சநிலைக்குப் பிந்திய உலகிற்கான" காமசூத்திரத்தை முன்வைக்கிறது. மியூசிகல்[23] என்ற படத்தின் கதை, உடலுறவில் மனமுறிவடைந்த ஒரு ஜோடியைப் பற்றியது. காமசூத்திரத்தை எழுதிய, ஆயிரத்தெண்ணூறு வயதான காமன்வானகெட் ஆன்யா என்ற சுவாமி திடீரெனத் தோன்றி, முழுஅளவு நிறைவான பாலியல் வாழ்க்கையை எந்த ஜோடியும் வாழு கின்ற இரகசியத்தைப் போதித்தருள, அவர்களின் உடலுறவு வாழ்க்கை நிறைவுபெறுகிறது.

‘கர்மம்’ என்ற சொல்லை அமெரிக்கர்கள் பெரும்பாலும் ‘காமம்’ என்பதுடன் குழப்பிக் கொள்கிறார்கள். (ஆர் — விட்டுப்போகிறது). அது தனது அமெரிக்க அவதாரத்தில் அதன் அர்த்தத்தைப் பெரும்பகுதி இழந்துவிட்டது. அவதாரம் என்பது இப்போது ஒரு கணினிச் சொல்லாகிவிட்டது. அமெரிக்க மக்கள் கணினிவெளியில் கார்ட்டூன் கேலிச்சித்திரங்களில் தங்களை ஒரு நடைமுறை மெய்ம்மையாக அடையாளம் காணும்போது பயன்படுத்தும் சொல் இது.[24] 1972இன் லாஸ்ட் ஹோல் எர்த் கேடலாக் — ஐ எடுத்துக் கொள்ளுங்கள்: “உன்னைக் கல்லால் அடிக்காதபோது கர்மம் சற்றே மெதுவாக இருக்கிறது. ஆனாலும் அதே கர்மம்தான், அதேவழியில்தான் செயலாற்றுகிறது.” யுனைடெட் வே விளம்பரப்பலகை இது: “கொடுப்பது நல்ல கர்மம்.” ஒரு தன்னார்வத் தொண்டு நிறுவனம் — அதற்குப் பெயர் கெட்குட்கர்மா. ஆர்க் உங்களை கர்மாலாட்டிற்கு வரவேற்கிறது. அது கர்மம் என்பதற்கு இந்து மதத்திற்குச் சம்பந்தமில்லாத எளிய ஒரு அர்த்தத்தைத் தருகிறது: “எது போகிறதோ அது திரும்பி வருகிறது” என்ற வாசகத்துடன் உங்களை இணைத்துக் கொள்கிறது. பிற இந்துச் சொற்களும் தங்கள் அசல்பொருள் இன்னதென்று அறியமுடியாதவாறு திரிந்துவிட்டன. 1976இன் நெட்வொர்க் என்ற படத்தில், பீட்டர் ஃபிஞ்ச் நடிக்கும் கதாபாத்திரம், பைத்தியமாகி உளறுகிறது: “நான் ஏதோ கண்ணுக்குப் புலப்படாத பெரிய விசை ஒன்றிற்கு ஆட்பட்டிருக்கிறேன், அதைத்தான் இந்துக்கள் ப்ராணா என்று அழைக்கிறார்கள் என நினைக்கிறேன்.” மைக்கேல் கிளேடன் (2007) படத்தில், விசில்ப்ளோயர் வழக்கறிஞன் பைத்தியமாகும்போதும், மைக்கேல் கிளேடன் (ஜார்ஜ் க்ளூனி நடிகர்) வெற்றிபெற்றபோதும், எங்கிருந்தோ கத்துகிறார்கள்: “நான்தான் சிவன், மரணத்தின் கடவுள்!” ஹை சியரா கம்பெனி, தனது ஆனந்தயோகா கம்பளி உடையுடன் சேர்த்து, ஒரு அஹிம்சா யோகா பேக்கையும் தருகிறது. இப்போது அமெரிக்கச் சிரிப்புயோகா என்ற வடிவம் உள்ளது. அது “ஆரோக்கியத்தையும் மகிழ்ச்சியையும் மேம்படுத்த உங்களுக்கு எளிய சிரிப்புப் பயிற்சிகளையும், மென்மையான யோகா மூச்சுப் பயிற்சியையும் இணைத்து அளிக்கிறது.”[25] ஓர் வலிமையளிக்கும் பானத்திற்குப் பெயர் குரு. யோகத்தை ஒலிம்பிக் விளையாட்டில் சேர்க்கவேண்டி ஓர் இயக்கம் பாடுபடுகிறது.

அமெரிக்கத் ‘தந்த்ரா’

ஒருவேளை கீழையியல் சார்ந்த ஆசைக்கனவான தந்திரத்தை ஏற்றுக் கொள்வதில்தான் மிகப் பெரிய உருத்திரிபுகள் அல்லது பிறழ்ச்சிகள் ஏற்பட்டிருக்கலாம். தந்திரங்கள், இன்பத்துறை சார்ந்தவை அல்லது இழிகாமத்துறை சார்ந்தவை என்ற எண்ணம் இந்துக்கள் பலரைப்போலவே சில ஐரோப்பிய அமெரிக்கர்களுக்கும் இருக்கிறது. ஆனால் அது நியாயமற்றது. தந்திரங்களைவிட, உபநிடதங்கள், புராணங்கள் போன்றவை (காமசூத்திரத்தைப் பற்றிச் சொல்லவே தேவையில்லை), காம இன்பம் உள்ளிட்ட எல்லா வகையான இன்பங்களுக்கும் மேலான கௌரவ மளிக்கின்றன. தாந்திரிகப் பாலியல் சடங்குகள் பெரும்பாலும் அயற்புதுமை சார்ந்தும், எளிமையாக்கும் முறையிலும் கற்பனை செய்யப்படுகின்றன.

அது நிகழ்த்தப்படுகின்ற சடங்குச் சூழல்களுக்கு முற்றிலும் மாறானது. ஆனாலும் பலர், காமசூத்திரத்தையும், பாலுறவின் இன்பத்தையும் தாந்திரிகம் சார்ந்தவை என்கிறார்கள். சில (அமெரிக்கத்) தாந்திரிக ஆய்வாளர்கள் பிராமணர்களைப் போலவே, தாங்களும் இந்துமதத்தைக் கிளர்ச்சிப்படுத்தும் தலித்திய வகைகளால் மாசுபட்டுப்போய்விடுவோம் என்று நினைக்கிறார்கள். எனவே இந்துக்களைப் பற்றி எழுதுகின்ற இரண்டு அமெரிக்கச் சாதியினரில் ஒரு கூர்த்த பிரிவினையைக் காட்ட, உணர்ச்சிமயப்படுத்துபவர்களைத் தாங்களும் (திருத்தல்வாத இந்துக்களை விடக்) கடுமையாகக் கண்டிக்கிறார்கள். “புதிய யுகத் தாந்திரிக உடலுறவின் அவலத்துக்குரிய கலப்பு ஒட்டினைச் செய்த” பிறர்மீது அவர்கள் கடுந்தாக்குதல் நடத்துகிறார்கள். “இந்தியக் காமமுறைகள், காமக்கலை, உடலைப் பிடித்துவிடும் முறைகள், ஆயுர்வேதம், யோகம் எல்லாவற்றையும் ஒற்றைக் கண்டுபிடிப்பு மரபில்” கலக்கிறார்கள். ஓர் எளிய உடலோவியத்திற்கும் கலைக்கும் எவ்வளவு தொலைவுள்ளதோ அவ்வளவு தொலைவு இந்தக் கலப்புக்கும் இந்தியத் தந்திரத்திற்கும் உள்ளது என்கிறார்கள்.[26]

இந்த வகையான தந்திரத்தைப் பெரும்பாலான இந்தியப் பயிற்சியாளர்களும் சாமியார்களும் சந்தைப்படுத்துகிறார்கள் என்பதால் அது மேம்படுகிறதா, அல்லது குறைவுபடுகிறதா? ஏனெனில் பல இந்தியச் சாமியார்கள், கிழக்கின் மறைஇரகசியங்களுக்குள் அறிமுகப்படுத்தப்பட விரும்பும் தங்கள் அமெரிக்கச் சீடர்களுக்கு தந்திரத்தைப் பற்றிய அமெரிக்க ஆய்வாளர்களின் கருத்துகளையே எடுத்துத் தங்கள் சிந்தனைகளாக விற்பனை செய்கிறார்கள். இதைத் தலைகீழ்ப் பீட்சா விளைவு எனலாம். (ஒருகாலத்தில் நேப்பிள்ஸின் சிறப்பு உணவாக இருந்த பீட்சா, அமெரிக்காவின் பீட்சா வேகத்தின் எதிர்வினையாக, இத்தாலி முழுவதும் பரவினாற்போல) இந்தியமரபுக்குரிய தந்திரம், இந்தியர்கள் அல்லாதவர்களால் திரித்து உணரப்படுகிறது. இந்தியத் தந்திரத்தை அமெரிக்கர்கள் தவறாக ஏற்றமுறை (குறிப்பிட்ட அளவு ‘யோகா’ என்றாகியிருக்கும் யோகத்திற்கும் இது பொருந்தும்) வெந்த புண்ணில் வேல் பாய்ச்சுவது போல உள்ளது.

இதற்கு முந்திய காலத்தில் இந்தியச்சொந்தத் தூய்மையாக்கும் போக்கு தந்திரத்தைப் பற்றிய ஐரோப்பியப் படிமத்தைச் சுமத்துவதன் வாயிலாக கசப்பிற்குள்ளாகியது. “கிறித்துவ மதப்பணியாளர்களும், காலனிய நிர்வாகிகளும் தந்திரம் என்பது பாலியல் பிறழ்வுகள், இழிவுகள் தவிர வேறொன்றும் இல்லை என்ற கருத்தைக் கொண்டிருந்தனர்.”[27] கீழை நாட்டை இம்மாதிரித் தாக்குதலிலிருந்து காப்பாற்றும் முயற்சியில், இந்துக்களும் இந்துக்கள் அல்லாதவர்களும் உள்ளிட்ட இருபதாம் நூற்றாண்டின் தாந்திரிக ஆராய்ச்சியாளர்கள் — செயல்முறையாளர்கள், தந்திரத்தின் உருவகப் பாங்கினை வலியுறுத்தினர். அது பின்னர் தந்திரத்தைப் பற்றிய இந்துச் சுயஅறிதலுக்கும், ஐரோப்பியப் போற்றுதலுக்கும் அடிப்படையாகியது. இந்த அறிதல்முறை, ஆர்தர் அவலான் எனப்பட்ட சர் ஜான் வுட்ராஃபினாலும் (1865-1936), பிறகு அகினானந்த பாரதி எனப்பட்ட லெபால்ட் ஃபிஷரினாலும் (1923-1991) மிகுந்த புகழ் பெற்றது, ஏன்

அவப்புகழ் பெற்றது என்றே சொல்லலாம்.

இன்றும்கூட, இந்துமதத்திற்குள்ளும் வெளியிலும் இருக்கக்கூடிய அறிஞர் கள் பலர், தந்திரத்தின் நேர் அர்த்தத்தளம் (பொருள்களை மெய்யாகவே பருகுதல்) ஒருகாலத்திலும் இருந்ததில்லை என்று வலியுறுத்துகிறார்கள். தந்திரம் என்பது எப்போதுமே ஒருதியான உத்திமுறைதான். பத்தொன்பதாம் நூற்றாண்டு முதலாக பிரிட்டிஷ் முறையிலான, இந்தியாவில் இன்றும் நிலவுகின்ற முறையில் கல்வி பயின்ற, திருத்தல்வாத இந்துக்களால் ஆதரிக்கப்படுகின்ற இந்துப் பொருள்கோள் மரபு, உண்மையில் காஷ்மீ ரில் பதினோறாம் நூற்றாண்டில் தொடங்கியது. அப்போது தந்திரத்தின் சடங்குப் பண்புகளுக்கும் தொன்மக்கூறுகளுக்கும் இடையில் ஒரு பிளவு ஏற்பட்டது. ஏனெனில் அபிநவகுப்தரின் தந்திரமுறை, ஓர் வளமான, ஒய்வான காஷ்மீரி வகுப்பினருக்கென ஏற்படுத்தப்பட்டது. (இவர்கள் "இருபதாம், இருபத்தோராம் நூற்றாண்டைச் சேர்ந்த புதியயுகத் தேடல்காரர்களின் பிறப்பு வளர்ப்பு முறைகளை ஒத்தவர்கள்").[28] மேலும், ஐரோப்பியர்கள் கண்ணில் முதன்முதலில் பட்ட "உடலுறவு கிடையாது, நாங்கள் தியானம் செய்கிறோம்" என்ற வலதுசாரித் தந்திரமுறை, இப்போது இடதுசாரிவகைத் தந்திரமுறையில் தலைகீழாகியது: "தியானம் இல்லை, நாங்கள் தாந்திரிக உடலுறவு கொள்கிறோம்." இந்த நடைமுறை, கலிபோர்னியாவில் மையம் கொண்ட காரணத்தால், (இதைப்பற்றி ஒருமுறை ஃப்ராங்க் லாய்ட் ரைட் கூறினார்: "ஆணியறையப் படாதது எல்லாம் இங்கே கொஞ்சநாளில் நழுவிச் சென்றுவிடும்") நாம் இதைத் தந்திரத்தின் கலிபோர்னியமயமாக்கம் என்று கூறலாம்.

ஆக, இரண்டாயிரத்தைந்நூறு ஆண்டுகளாக, இந்துமதத்திற்குள் ஒரு மிகப்பெரிய மோதலை உருவாக்கிய அதே தவறான வழியில் செல்கின்ற முக்கிய முரண்பாடு ஒன்று அமெரிக்காவிலும் இந்து - இந்துவல்லாதோர் இந்து மதத்தைப் பற்றி உருவாக்கிய சிந்தனைகளில் செயல்படுகிறது. அதாவது, உலகநோக்குள்ள மதம் x உலகநோக்கற்ற மதம் என்ற மோதல் இன்று, தந்திரம் x வேதாந்தம் என்பதாகக் குறைக்கப்பட்டுள்ளது.

இந்துமதத்தின் அமெரிக்கமயமாக்கத்திற்கு இந்து எதிர்வினைகள்

தந்திரம், இந்துமதத்தின் பிற கூறுகள் ஆகியவற்றைச் சந்தைப்படுத்து வதால் அமெரிக்காவில் வாழும் பல இந்தியர்களின் கூருணர்வுகள் மண்ணிலிட்டு மிதிக்கப்படுகின்றன என்பதில் வியப்பில்லை. இணைய தளங்களும், வலைப்பின்னல் தொடர்புகள் பிறவும் அமெரிக்காவிலுள்ள இந்துக்களைப் பலசமயங்களில் ஓர் ஒருங்கிணைந்த (ஆனால் இன்னும் மிகப் பன்முகத்தன்மை உடைய) கலாச்சார மற்றும் அரசியல் பிரசன்னமாகக் காட்டுகின்றன. அமெரிக்காவில் — குறிப்பாக உயர்நிலைப்பள்ளிப் பாடப் புத்தகங்களிலும், இந்துவல்லாத ஆய்வாளர்களின் பிரசுரங்களிலும், மேலும் பொதுப் பிரபலப் படிம அமைப்பிலும் காட்டப்படும் இந்து மதத்தின் பிம்பத்தைக் கட்டுப்படுத்தும் இயக்கத்தில் மேலும் ஊக்கமான குரலை இது வெளிப்படுத்துகிறது. இந்த ஆட்சேபணைகளில், சாதியமைப்பிற்கு மிகை அழுத்தம் தருதல், பெண்களை அடிமைப்படுத்தல், புனிதப்பசுக்களை வழிபடுதல், அல்லது உடன்கட்டை ஏறுவது முஸ்லிம் வழக்கம் —

அவர்களால் இந்தியாவிற்குள் கொண்டு வரப்பட்டது அல்லது சாதியமைவு ஒருபோதும் இருந்ததேயில்லை போன்ற அடிப்படையில் தவறான கூற்றுகளைச் சரிப்படுத்துதல் போன்ற மிக நியாயமான எதிர்ப்புகள் அடங்கும்.[29]

அமெரிக்க வெகுஜனக் கலாச்சாரத்தில் தாங்கள் காணுகின்ற துல்லியமின்மைகள், மிகைப்படுத்தல்கள் ஆகியவற்றைச் சரியாகவே நோக்குகின்ற அமெரிக்க இந்துக்கள் கேள்விக்குட்படுத்தவும் திருத்தமும் முயற்சி செய்திருக்கிறார்கள். 1999 பிப்ரவரியில், போர் அரசி ஜெனா தொடர், தனது 'தி வே' என்ற நிகழ்வில் கிருஷ்ணனும் காளியும் வருவதாக ஒளிபரப்பியபோது, அக்காட்சியின் லெஸ்பியன் உட்பனுவலில் இருந்து, எவ்விதம் ஒரு தொலைக்காட்சி நிகழ்ச்சி ஓர் இந்துக்கடவுளைப் புனைவென்று கூறமுடியும் என்பதுவரை புகார்கள் குவிந்தன. உடனே அந்நிகழ்வு நிறுத்தப்பட்டது, செம்மை செய்யப்பட்டது, ஆறுமாதங்களுக்குள்ளாக மறு ஒளிபரப்பானது. இச்சமயம், அத்துடன், யாரைப் புண்படுத்தியிருந்தாலும் மன்னிப்புக் கேட்டுக்கொள்கிறோம் என்ற பொது அறிவிப்புடன் வெளியானது.[30]

அமெரிக்கர்கள் இந்துமதத்தை உள்வாங்கிக் கொள்வதில் மூன்று வகையான ஆட்சேபணைகளை இந்துக்கள் தெரிவிக்கிறார்கள், அவற்றை அறிவது பயன்தரும்.

1. காளியையும் தந்திரத்தையும் பற்றித் தவறாகவே அமெரிக்கர்கள் அறிந்திருக்கிறார்கள்.

2. காளியையும் தந்திரத்தையும் அமெரிக்கர்கள் சரியான முறையில் ஏற்றுக்கொண்டிருப்பதாகக் கருதினாலும், அவர்கள் தவறுதான் செய்கிறார்கள். ஏனெனில் ஒரு தவறான வகை இந்துமதத்தைப் பிடித்திருக்கிறார்கள். அவர்கள் பகவத்கீதையையும் வேதாந்தத் தத்துவத்தையும் முதலில் அறியவேண்டும்.

3. அமெரிக்கர்கள் கீதையைப் பற்றி எழுதும்போதும், அவர்கள் அதன் புனிதத்தன்மையைக் கெடுக்கிறார்கள். ஏனெனில் இந்துக்களுக்கு மட்டுமே இந்துமதத்தைப் பற்றிப் பேச உரிமை உண்டு.

முதல் கூற்றில் கொஞ்சம் உண்மையும் உண்டு, கொஞ்சம் பொய்யும் உண்டு. இரண்டாம் மூன்றாம் கூற்றுகளில் பொய் மட்டுமே உள்ளது.

முதல் கூற்றைப் பொறுத்தவரை, அதாவது அமெரிக்கர்கள் காளியையும் தந்திரத்தையும் தவறாகவே புரிந்து கொண்டிருக்கிறார்கள் என்பதில் — இந்து மதத்தின் வரலாறு பற்றி வேறெதையும் தெரிந்துகொள்ளாமற் போனாலும், தங்கள் மதத்தின் ஒவ்வொரு கூறிலும் காட்டுகின்ற மாறுபாடுகளுக்கு எல்லையில்லை என்பதையாவது தெரிந்துகொள்கிறோம். எனவே இந்து மதத்தின் எவ்வித முன்வைப்புக்கும் அதிகாரத்துவம் வழங்குதல் என்பது மிகக் கடினமான ஒன்று. சான்றாக, கலிபோர்னியத் தாந்திரிகத்தின் மிகுந்த அயல்நாட்டுத் தன்மையை எடுத்துக்கொண்டாலும், அவர்கள் மத்தியகால இந்தியத் தாந்திரிகத்தின்

வைதிகஎதிர்ப்புத் தன்மையை மிகச் சரியாகவே வெளிப்படுத்துகிறார்கள். ஆனால் இந்தியவரலாறு முழுவதும் பிறசில இந்துக்கள் மிகையாகச் செயல்படுகிறார்கள் என்ற அகவயமான முடிவையே இந்துக்கள் செய்திருக்கிறார்கள். இந்துமதத்தின் அமெரிக்கமயமாதலைச் சந்திக்கும் போது இந்த முடிவு பலருக்கேற்படுவதைத் தடைசெய்யவே முடியாது. அதிலும் புராணங்களின் அல்லது கலையின் சில பகுதிகளை மட்டும் எடுத்துக்கொண்டு அவற்றைக் (மிகநல்லமுறையில் நோக்கினாலே) குரூரமான வணிக நோக்கங்களுக்கோ (மிகமோசமாகப் பார்த்தால்) ஆபாசமான நோக்கங்களுக்கோ பயன்படுத்தும் பண்புடைய, இந்து மதத்தின் எவ்வித வடிவத்திற்கும் விசுவாசமற்ற மனிதர்கள் உருவாக்குகின்ற முட்டாள் தனமான தவறான கருத்துகளைப் பற்றிச் சொல்லவே தேவையில்லை. இந்துக்களே இந்துமதத்தின் தெய்வத்தன்மையைக் கெடுப்பதில் வல்லமை உடையவர்கள்தான். 2004இன் பாலிவுட் படம் ‘காட் ஒன்லி நோஸ்’ என்னும் படத்தைச் சற்று நோக்கலாம். அதன் பாத்திரங்கள் ஆபாசமாக இந்தியையும் ஆங்கிலத்தையும் கலந்து பேசுகிறார்கள். அவ்வப்போது தவறான வசனமொழிபெயர்ப்புகள் (ஆங்கிலத்திற்கும் இந்திக்கும்) ஓடு கின்றன. அதில் ஒரு போலிச்சாமியார், சிவப்புநிறமும், வெண்ணிற விளிம்பும் கொண்ட ஒரு தீயணைப்பானை நோக்கிச் செல்கிறான். அதன்மீது ஒரு நாய் ஒன்றுக்குப் போவதைப் பார்க்கிறான். (இந்து மதத்தில் நாய் என்பதன் அர்த்தத்தை நோக்கவும்), அதன் பக்கத்தில் உட்கார்ந்து அதன்மீது ஒரு மாலையைப் போட்டு ஒரு சிவலிங்கமாக பாவிக்கிறான். மக்கள் உடனே அவன் பக்கத்தில் அமர்ந்து அதை வழி படத் தொடங்குகிறார்கள். இந்துக்கள் பலருக்கும் இந்தக்காட்சி மிக அவமதிப்பாகத் தோன்றியிருக்கும் என்று நினைக்கிறேன்.

இரண்டாவது ஆட்சேபணைக்கும்—அமெரிக்கா, தவறான முறையிலான இந்துமதத்தைக் கைக்கொண்டுள்ளது என்பதற்கும் — வரலாற்றில் ஆதாரங்கள் உள்ளன. அமெரிக்காவில் பத்தொன்பதாம் நூற்றாண்டில் இந்துமதம் ஒரு தத்துவார்த்தமான, காலனிய வழிபாட்டுக்குரிய வேதாந்த, கீதை மரபில் தோன்றியது என்பதைப் பார்த்தோம். ஆனால் இருபதாம் நூற்றாண்டின் மத்தியில், ஓர் இரண்டாவது கட்ட இந்துமதம் அதற்கு இணைப்பாக வந்துசேர்ந்தது. இது மீறலை உட்கொண்ட, எதிர்க்கலாச்சார ஊக்கமுடைய காளி, தாந்திரிகம் அடிப்படையிலான ஒன்று. இதற்குத் தரகர்களாக ரஜனீஷ் போன்ற மெகா சாமியார்கள் இருந்தார்கள். இந்த வகை இந்துமதத்தின் பரவலுக்கு அவர்களுடைய அயறபண்புக்கவர்ச்சி கொண்ட போதனைகளும் கவர்ச்சிமிக்க பிரசன்னமும் காரணமாக அமைந்தன. இப்போது மூன்றாவதான ஒரு கட்டத்திற்கு ஊசல் மாறிக்கொண்டிருக்கிறது. முதல்வகையான தன்வயப்படுத்தலுக்குத் திரும்பிச் செல்லவேண்டுமென்று இந்துக்கள் பலரும் நினைக்கிறார்கள். தங்கள் பெற்றோரைவிட சமூக அளவில் தாராளவாதிகளாக அவர்கள் இருக்கிறார்கள். உதாரணமாக, இந்தியாவில் பெரும்பகுதிகளில் கோயில் களை நிர்வாகம் செய்ய அனுமதிக்கப்படுவதைவிட, அமெரிக்காவின் இந்தியப் பெண்கள் கோயில் நிர்வாகத்தில் மிகுதியாக ஈடுபட்டிருக் கிறார்கள். ஆனாலும் ஒற்றைக் கடவுள் வழிபாட்டு அத்வைதத்திற்கு, முன் னதை விட மிகப் பழமையான, பழமைவாத அடிப்படையிலான இந்துமத

வடிவத்திற்குத் திரும்பிச்செல்ல வேண்டும் என்று நினைக்கிறார்கள்.

அறுபதுகளிலும் எழுபதுகளிலும் இந்தியாவிலிருந்து புலம்பெயர்ந்தவர்கள் — அல்லது பெரும்பான்மைப் புலம்பெயர்ந்தோர் சமுதாயங்கள்— என்ன விதமான மரபான, பழமையான நடைமுறைகளையும் நம்பிக்கைகளையும் கொண்டிருந்தார்களோ, அதையேதான் இப்போது அமெரிக்காவுக்குச் செல்லும் இந்துக்களும் பின்பற்றுகிறார்கள். அவர்களுடைய இலட்சியங்களும் அவ்விதமே இருக்கின்றன. பொருளாதார நிலைத் தன்மை, கல்வி, கலாச்சார ஏற்புடைமை, தங்கள் மரபுகளை ஏதோ ஒரு வடிவத்தில் பாதுகாத்துக்கொள்ளுதல்.[31] ஆனால் இப்போது அமெரிக்காவிலேயே சில தலைமுறைகளாகப் பிறந்துவளர்ந்த இந்துக்களுக்குத் தலைமுறை நிலைப்பும், பொருளாதார வசதியும் ஏற்பட்டுவிட்டதால், தங்கள் கருத்துகளை ஆற்றலுடனும் பொதுமக்கள் மத்தியிலும் முன்வைக்கிறார்கள். மேலும், இந்தியாவின் முழுவீச்சான இந்துக்கள், மற்றும் இந்துமத வகைகளிலிருந்து இவர்கள் பிரிக்கப்பட்டுவிட்டதால், தங்கள் உறவினர்கள், நண்பர்கள் சொல்லுகின்ற ஒரு குறுகிய வட்டத்தைச் சார்ந்த இந்து மதத்தைப்பற்றிய முன்வைப்பையே ஏற்றுக்கொள்ளும் மனப்பான்மை இருக்கிறது.[32]

துரதிருஷ்டவசமாக, பெரும்பாலான அமெரிக்க பக்தர்கள் தழுவிக்கொள்ளும் மற்றும் கொண்டாடும் காளியின், தாந்திரிகத்தின் பண்புகள், பலகடவுள் வழிபாட்டுத் தன்மை, மாயமந்திரத் தன்மை, இனப்பெருக்கவளம், காமத்தன்மை, வன்முறை சார்ந்த பண்பு போன்றவை. இவற்றைத்தான் இந்து மரபு பல நூற்றாண்டுகளாக அடக்கிக்குறைக்க, வசப்படுத்த, மறுக்க, அல்லது ஊக்கமாகத் தணிக்கைசெய்ய முயன்றுவந்துள்ளது.[33] அமெரிக்க அறிவுஜீவிகளும் பக்தர்களும் பொதுவாகத் தங்கள் மரபுகளில் கிடைக்க வராத இறையியல் ஒழுங்கமைவுகள், கவர்ச்சியான மனிதர்கள், உள - உடலியல் நடைமுறைகள் ஆகியவற்றிற்காகவே இந்துமதத்திற்குத் திரும்புகின்றனர். அவர்களுடைய யூத — கிறித்துவ மரபு, ஏற்கெனவே எவரும் விரும்பச் சாத்தியமற்ற மிகச் சலிப்பூட்டுகின்ற, ஒற்றைக்கடவுள் வழிபாடு உடைய, மத அடிப்படைவாதத்தையும் வன்முறையையும் நியாயப்படுத்துகின்ற தன்மையைக் கொண்டுள்ளது.[34] ஆனால் எதைத் தவறான வகை இந்துமதம் என்று இந்தத் தலைமுறையின் நடுத்தர வர்க்க, மேல்தட்டு வர்க்க மக்களின் பிரதிநிதிகள் கண்டிக்கிறார்களோ, அதுதான், இந்து மதத்தின் வரலாறு முழுவதுமே, மிக நிஜமான, யதார்த்தமான இந்து மதமாக, குறிப்பாகக் கீழ்ச் சாதி இந்துக்களுக்கும், கிராமப்புற மக்களுக்கும் — அவர்களுக்கு மட்டுமல்ல, இன்னும் பலவகை இந்துக்களுக்கும் இருந்துவந்துள்ளது.

இது நம்மை மூன்றாவது ஆட்சேபணைக்குக் கொண்டுசெல்கிறது. அதாவது அமெரிக்கர்கள் சரியான முறையில் இந்துமதத்தைத் தனதாக்கிக் கொண்டாலும், அவர்கள் அமெரிக்கர்களாக இருக்கின்ற காரணத்தினாலேயே அதன் தெய்வீகத் தன்மையைக் கெடுத்துவிடுகிறார்கள், அதைப் பற்றி எழுதும்போது அதைச் சுரண்டுகிறார்கள் என்பது அந்த ஆட்சேபணை. இந்த யூகங்களின் தொடர்ச்சியிழை, முதல் ஆட்சேபணை— அதாவது அமெரிக்கர்கள் இந்துமதத்தைத் தவறாகத்தான் புரிந்துகொள்

வார்கள் என்பதிலிருந்து வருகிறது. ஆப்பிரிக்க அமெரிக்கர்கள் பயன் படுத்துகின்ற (கருப்பினத்திற்கே உரிய வார்த்தைகளை) எப்படி வெள்ளை யர்கள் பயன்படுத்த மாட்டார்களோ, யூதர்கள் சொல்லுகின்ற செமிட்டிக்இனஎதிர்ப்பு ஜோக்குகளை யூதரல்லாதவர்கள் கூறினால் எப்படி அவர்களுக்குக் கோபம் வருமோ, அதுபோலவே ஓர் இந்துவின் வாயிலிருநது வருகின்ற இந்து மதத்தைப் பற்றிய சொற்கள், அமெரிக்கர் வாயிலிருந்து வந்தால் ஏற்றுக்கொள்ளப்பட மாட்டாது. மாறாக, அடை யாள அரசியலில் சிக்கிக்கொண்டுள்ள இந்துக்களுக்கு — அமெரிக்காவிலும் இந்தியாவிலும் — ஒரு "தவறான" விளக்கத்தை அளிக்கின்ற இந்து, அதே விளக்கத்தை அளிக்கின்ற இந்துவல்லாதவனைவிடத் தீயவனாகக் கருதப்படுவான். ஏனென்றால் அவன் தனது மக்களுக்கே ஒரு துரோகியாக இருப்பவன் என்ற எண்ணம். நீங்கள் வெறுக்கத்தக்கவர் அல்ல என்றால் அல்ல, ஆம் என்றால் உண்டு.

இந்துமதத்தைப் பற்றி எழுதுகின்ற ஓர் அமெரிக்கன் என்ற முறையில், ஏற்கெனவே நான் சொல்லியிருக்கின்ற காரணங்களுக்காக, இந்துமதத்தைப் பற்றி இந்துக்கள் அல்லாதோர் கற்கக்கூடாது என்ற நான் மூன்றாவது ஆட்சேபணையைத் தெளிவாகவே எதிர்க்கிறேன். காலனியத்தின்பின் தவிர்க்கவியலாமல் விளைகின்ற சுரண்டலுக்கெதி ரான கூருணர்வுத் தன்மை, ஆற்றலின்மை ஆகியவற்றை நான் உணர்ந்தே இருக்கிறேன். ஆனால், மக்களை (அல்லது, துணிவகைகளை, அல்லது நிலத்தை, அல்லது விலைமதிப்பற்ற கற்களை) அல்லது குதிரைகளை ஒருவர் ஏமாற்றிச் சுரண்டுவது போலப் பனுவல்களையும் கதைகளையும் ஏமாற்றிப் பயன்படுத்த இயலாது என்று நான் நம்புகிறேன்.

தங்கள் தனித்தன்மைகொண்ட வளைந்த காதுகளைக் கொண்ட அழகான மார்வாடிக் குதிரைகள் (அவற்றுடன் நெருங்கிய உறவுடைய கத்தியவாட்களுடன்)முகலாயர்களால்வளர்க்கப்பட்டன.சுதந்திரத்திற்குப் பிறகு, ஆயிரக்கணக்கான மார்வாடிக் குதிரைகள் சுடப்பட்டன, காயடிக்கப்பட்டன, ஒதுக்கப்பட்ட பிராணிகள் என்ற முறையில் கடின உழைப்புக்கு ஆட்படுத்தப்பட்டன. க்ஷத்திரியர்கள் மட்டுமே அவற்றின்மீது ஏறிச் சவாரி செய்ய முடியும் என்பதால், மார்வாடிக் குதிரைகள், இந்திய வரலாற்றில் மிகப் பல குதிரைவகைகளைப் போல, நிலவுடைமை மற்றும் ஒடுக்குகின்ற சமூகப் பிரிவுகளுடைய குறியீடுகளாயின. ஆனால் காலப்போக்கில், அந்த வகைக் குதிரை இனத்தைத் தனித்து வளர்க்கவும் பாதுகாக்கவும், மத்திய வர்க்கத்தினரும் அரச வம்சவழியினரும் வளர்ப் பதற்கு உதவுகின்ற முறையில் இந்தியத் தன்நாட்டுக் குதிரைக் கழகமும், மார்வாட் குதிரைக் கழகமும் உருவாக்கப்பட்டன.

இந்தியாவை விட்டு வெளிச் செல்லாமலே மார்வாடிக் குதிரைகள் அமெரிக்கத் திரைப்பட நட்சத்திரங்களாயின. அவற்றைப் பயன்படுத்தும் இந்தியாவைப் பற்றிய ஹாலிவுட் படம் ஒன்று, ராஜஸ்தானில் எடுக்கப் பட்டதா, அமெரிக்காவில் லாஸ் ஏஞ்சல்ஸுக்கு வடக்கில் இருநூறு மைல் தொலைவிலுள்ள கலிபோர்னிய லோன் பைன் பாலைவனத்தில் எடுக்கப்பட்டதா என்பதை அக்குதிரைகளின் காதுகளை வைத்தே கண்டுபிடிக்க முடியும். ஆனால் மார்வாடிக் குதிரைகள் இப்போது

அமெரிக்காவிலும் வாழ்கின்றன. இரண்டாயிரமாம் ஆண்டிலிருந்து மஸாசூசெட்ஸின் சப்பாகுடிக் என்ற இடத்தில் மார்வாடி இன வகையொன்று வளர்க்கப்படுகிறது. காலங்காலமாக இந்தியாவுக்குக் குதிரைகள் இறக்குமதி செய்யப்பட்டு வந்த வழக்கம் மாறி இந்தியாவிலிருந்து அமெரிக்காவுக்கு ஓர் இனம் சென்றுள்ளது.[35] இங்கு ஒருவிதக் காலனியப் பார்வை உள்ளது. ஐரோப்பிய அமெரிக்கக் குதிரைவளர்ப்புச் சிந்தனைகள், குதிரைஅழகு பற்றிய தரநிர்ணயம், இந்தியாவில் தூய மார்வாடி இனக் குதிரைகள் எனப் பதிவுசெய்தவற்றில் தேர்ந்தெடுக்க உதவி செய்துள்ளன. அவற்றில் மிகச் சிறந்தவை மிக ஆடம்பர விலையில் அமெரிக்காவுக்கு ஏற்றுமதி செய்யப்பட்டால், இந்தியாவின் வளர்ப்பு குன்றிப்போகும்.

குதிரைகளைப் போலன்றி, கதைகளும் பிற்காலப் புராண மரபில் காணப்படும் பக்தியைப்போல, எல்லையற்ற நன்மையை விளைவிக்கும் உலகம் ஒன்றினை உருவாக்க வல்லவை, எல்லையற்ற அர்த்த விரிவாக்க மூலங்கள் அவை என்று நான் நம்புகிறேன். (ஒரு வாதத்திற்காகச்) சென்னையிலிருந்து ஒரு சிலையை நியூயார்க்கிற்கோ, கத்தியவாடிலிருந்து ஒரு குதிரையைச் சப்பாகுடிக்கிற்கோ கொண்டு செல்வது இந்தியாவின் பாரம்பரியத்தைக் குறைவுபடுத்தும் அளவுக்குக்கூட, ஓர் இந்துக்கதையை மறுபடி உரைக்கும் அமெரிக்கன், அந்தக் கதையை இந்து உலகத்திற்குள்ளாகக் குறைவு படுத்திவிடுவதில்லை. மாறாகப் பெரும்பாலான அமெரிக்கர்கள் இந்து மதத்தைப் பற்றிக் கொண்டுள்ள தாறுமாறான தவறான கருத்தாக்கங்களை, இந்துப் பனுவல்கள் மற்றும் நடைமுறைகளின் வளத்தையும் மனிதநேய ஆழத்தையும் அமெரிக்கர்கள் உணரச்செய்வதன் வாயிலாகவே போக்கமுடியும் என்று நம்புகிறேன். ஓர் உரையாடலை மேற்கொள்ளும் அமெரிக்கனே பெரும்பாலும் இந்தப் பாலத்தைக் கடக்க உதவுகின்ற சிறந்த மனிதராக இருக்கமுடியும் என்றும் நம்புகிறேன். ஆகவேதான் இந்த நூல்.

அடிக்குறிப்பு

1. *Baker, A Blue Hand, 214-15.*
2. *Stephen Prothero of Boston University, cited in "Poll Finds a Fluid Religious Life in U.S.," New York Times, February 26, 2008. Reported by Neela Banerjea. Report of the Pew Forum on Religion and Public Life, http://religions.pewforum.org.*
3. *Brenda Goodman, "In a Suburb of Atlanta, a Temple Stops Traffic," New York Times, June 5, 2007, B1.*
4. *Siegel, Net of Magic.*
5. *Lamont, The Rise of the Indian Rope Trick, 81*
6. *Kripal, "Western Popular Culture, Hindu Influences On."*
7. *Vivekananda, Swami Vivekananda and His Guru, 25.*
8. *Huffer, Guru Movements in a Globalized Framework.*
9. *Stephen Kinzer, "Art on Streets Til the Cows Come Home," New York Times, August 20, 2001.*
10. *Vasquez and Marquardt, Globalizing the Sacred, 92, 117.*
11. *Baker, A Blue Hand, 146.*

12. Ibid., 146, 214-15.
13. Kripal, "Western Popular Culture, Hindu Influences On."
14. O'Brien, "Sweetheart," 110.
15. www.tantricgoddesskali.com.
16. anniesprinkle.org.
17. Rajesh Priyadarhi, on BBC News, June 9, 2004.
18. Rama Lakshmi, "In India, Gods Rule the 'Toon' Universe; Hindu Myth a Fount of Superheroes," Washington Post Foreign Service, January 9, 2008, A11.
19. Mr. Boffo cartoon by Joe Martin, Inc., distributed by Universal Press Syndicate, published in the September 29, 2000, Chicago Tribune.
20. Tolputt, The Cartoon Kama Sutra, and Manara's Kama Sutra.
21. "Tantric Sex Class Opens Up Whole New World of Unfulfillment for Local Couple," Onion (March 30-April 5, 2000), 8.
22. Spayde, "The Politically Correct Kama Sutra," 56.
23. The musical was conceived by Terry Abraham-son and directed by Arnie Saks, with music by Stephen Joseph.
24. Britt, "Avatar."
25. American School of Laughter Yoga, e-mail advertisement, June 2, 2005.
26. White, Kiss of the Yogini, xi.
27. Ibid., xii.
28. Ibid., xii, 109.
29. Statements made in public hearings before the California Board of Education and the Fairfax County School Board between 2000 and 2005.
30. Kripal, "Western Popular Culture, Hindu Influences On."
31. Ibid.
32. Huffer, Guru Movements.
33. Exemplified in Krishnan Ramaswamy et al., Invading the Sacred.
34. Kripal, "Western Popular Culture, Hindu Influences On."
35. Jason Overdorf, "Saving the Raja's Horse: British Horsewoman Francesca Kelly Brings India's Fiery Marwari to the United States in Hopes of Reviving the Breed." Smithsonian, June 2004. See also www.horsemarwari.com and Kelly and Durfee, Marwari: Legend of the Indian Horse.

இயல்: 24
நிகழ்காலத்தில் இறந்தகாலம்
1950

ஒருநாள், பள்ளத்தெருவில் அமர்ந்தவாறு, வயதான பள்ளர்கள் குழு ஒன்றில் நான் பேசிக் கொண்டிருந்தேன். சாவு, கடமை, விதி, மறுபிறப்பு ஆகியவற்றைப் பற்றிய பேச்சு. என் அரைகுறைத் தமிழில், அவர்களிடம், மரணத்திற்குப் பிறகு ஆன்மா எங்கு செல்கிறது என்று கேட்டேன்... அவர்கள் விழுந்து விழுந்து சிரித்தனர். சிரிப்பு, என் பேச்சினாலா, கேள்வியினாலா தெரியவில்லை. கண்ணைத் துடைத்துக் கொண்டு, ஒரு கிழவர் சொன்னார், "அம்மா, எங்களுக்குத் தெரியாது! ஒருவேளை உங்களுக்குத் தெரியுமா? நீங்க அங்கே போயிருக்கீங்களா?" "இல்லை, ஆனால், இந்த வாழ்க்கையில் தங்கள் கடமைகளை ஒழுங்காகச் செய்தவர்கள் அடுத்த பிறவியில் உயர்ந்த சாதியில் பிறப்பார்கள் என்று பார்ப்பனர்கள் சொல்கிறார்கள்" என்றேன். "பாப்பானுங்க சொன்னாங்களா?" என்று கேலிசெய்தார் இன்னொரு கிழவர். "அவங்க எதை வேணுமானாலும் சொல்லுவாங்க. அவங்க தலை சுத்திகிட்டுதான் இருக்கும்."

- கேத்லீன் கவ், 1960இல் பள்ளர்களைப் பற்றி எழுதியது. பள்ளர்கள் ஆதிதிராவிடரின் ஒரு பிரிவினர். பிற இடங்களில் தலித்துகள் என்று வழங்கப்பட்டவர்களைக் குறிக்கும் தென்இந்தியச் சொல் ஆதிதிராவிடர்.¹

இந்த இயலின் துணைத்தலைப்பு, "வேதம், இராமாயணம் போன்றவற்றிற்கு என்னதான் ஆனது?" என்றிருக்கலாம். முன் இயல், சமகால அமெரிக்காவில் இந்துக்களின் அரசியல் சூழலின் வரலாற்றுப்பின்னணியைக் கோடிட்டுக் காட்டியது. இந்த இயல், இன்றைய இந்தியாவில் இந்துக்களின் அரசியல் சூழலுக்கு வரலாற்றின் ஏற்புடைமையை ஆராய்கிறது. இன்றைய இந்தியாவில் இறந்தகாலம் எவ்வளவு உயிர்த்துடிப்போடு இருக்கிறது, சமகால நிகழ்வுகள் எவ்விதம் கடந்தகாலச் சுவரின்மீது மோதித் திரும்புகின்றன என்பதைக் காட்டுகிறது. இதுவரையிலும், நூல்களினூடான கதைகளை நோக்கிவந்தோம். எவ்விதம் வேதங்களிலும் பிராமணங்களிலுமுள்ள கதைகளும் மகாபாரதத்திலும், புராணங்களிலுமுள்ள கதைகளும் மீண்டும் மாற்றங்களோடும், இந்தியமொழிகளின் பாரம்பரியங்களோடும் சொல்லப்படுகின்றன என்பதைப் பார்த்தோம். பழைய நூல்களின் அர்த்தங்கள் புறக்கணிக்கப்படும்போது, தலைகீழாக்கப்படும்போது, அல்லது சிலவிஷயங்களில், அப்படியே எழுத்துக்கு எழுத்து பின்பற்றப் படும்போது பிராமணர்களின் தலை சுற்றிக்கொண்டுதான் இருக்கும். இந்து மதத்தின் வேறுபாடுகள், கடந்தகாலம் தற்காலத்தில் பயன்படுத்தப்படும் வழிகளின் வேறுபாடுகளுக்கும் விரிவடைகிறது.

சமகால உதாரணங்களை நான் எவ்வித தர்க்கரீதியான முறையிலும் வைக்கவில்லை, ஆனால் வேதங்களிலிருந்து தொடங்கி முன் இயல்கள் சிலவற்றில் (எல்லாவற்றிலும் அல்ல) வருணிக்கப்பட்டுள்ள வரலாற்றுக் காலவரிசையில் வைத்துள்ளேன். மற்றப்படி, அவை தாறுமாறானமுறையில் உள்ளன. மிகப் பழங்காலத்தின் நிகழ்வுகள் தங்கள் ஆழ்ந்த செல்வாக்கை இவற்றின்மீது செலுத்துவதில் குறித்த திசையொன்றும் இல்லை. சிலவற்றில் ஒருவித மாற்றம் உள்ளது; பழங்காலத் தொன்மமோ, சடங்கோ முற்றிலும் புதிய அர்த்தங்களை அல்லது இக்காலத்தில் புதிய வடிவங்களையே மேற்கொள்கின்றன. மற்ற விஷயங்களில், பழமை தன் மிகப்பழைய, சில சமயங்களில் இப்போது புரிந்துகொள்ளவே முடியாத, அல்லது தெளிவாகவே பொருத்தமற்ற வடிவத்தைப் பிடித்துக்கொண்டு, எவ்வித மாற்றத்தையும் எதிர்க்கிறது. பெண்களும் தலித்துகளும் புதிய ஆதிக்கங்களை அடைகிறார்கள், ஆனால், இன்னும் பலவிதங்களில், மிகப்பழைய ஒடுக்கும் வடிவங்களில் சிக்கிக்கொண்டிருக்கிறார்கள். சமகாலத்தில் இந்துமதம் புதிய விஷயங்களுக்கும், கடந்தகாலத்தில் ஒடுக்கப்பட்டிருந்தவர்களுக்குச் சமத்துவத்தின் புதிய சாத்தியங்களை அளிப்பதற்கும் செல்கின்றபோது, இந்து தேசியவாதிகள் இந்த உள்ளடக்கங்களை எதிர்க்கும் விதமாகத் தங்கள் ஆதிக்கத்தை விரிவுபடுத்துகிறார்கள். ஒரு போதும் பாதுகாத்து வைக்கப்படாத பழைய கதைகளிலிருந்து தேடி எடுத்தவைகளாகவோ, மறுபடைப்புகளாகவோ பெண்கள், தலித்துகள் பற்றிய புதிய தொன் மங்கள் இருக்கலாம், நமது காலச் சம்பவங்களால் பிறந்த புதிய படைப்பு களாகவும் அவை அமையலாம்.

ரிக் வேதத்துக்கு மறுபயணம் அல்லது மறுநோக்கு

இரத்தமற்ற யாகங்கள்

யாகங்களின் மறுஆக்கங்களிலிருந்து வேதம் உயிர்வாழ்கிறது. வேதகால உயிர்ப்பலியில் உயிருள்ள விலங்கு ஒன்று கொல்லப்பட்டது என்றாலும், சிலசமயங்களில் அரிசி உருண்டைகள் அவற்றிற்குப் பதிலாகப் பயன் படுத்தப்பட்டன. வேத யாகத்தில் ஓர் உயிருள்ள விலங்கு மூச்சடைக்கச் செய்யப்பட்ட போதிலும், சில சமயங்களில் விலங்கு பலிக்குப் பதிலாக அரிசி உருண்டைகள் ஏற்கெனவே பதிலீடு செய்யப்பட்டன. வேடிக்கை என்ன வென்றால், இன்று இந்தியா முழுவதும் பொதுவாக, வேதமக்கள் செய்ததைப் போன்ற விலங்குகளைப் பலியிடும் சடங்குகளைக் கீழ்ச்சாதியினர் மட்டுமே செய்கிறார்கள். பிராமணர்களோ, நாம் ஏற்கெனவே குறித்துள்ள காரணங்களுக்காகப் பலசமயங்களிலும் அன்றி, தங்கள் யாகங்களை கிராமப்புற எருமைப் பலிகள், அல்லது தேவியர்க்குப் படைக்கப்படும் கோழிக்குஞ்சுகள் ஆகியவற்றிலிருந்து, அதாவது "பலவற்றையும் உண்ணும் கீழ்ச்சாதிகளுடன்" தொடர்புடைய சடங்குகளிலிருந்து வேறுபடுத்துவதற்காகவும் வேதயாகங்களின் மரக்கறி உணவு பதிலீட்டு வடிவங்களை நிகழ்த்துகிறார்கள். கீழ்ச்சாதியினர் நிகழ்த்தும் பலிகள் ஜனரஞ்சகமானவை எனவும், காட்டுமிராண்டித்தனமானவை எனவும் பிராமணர்களால் நோக்கப்படுகின்றன.[2] அந்தரங்கமாக பிராமணர்கள் நடத்தும் யாகங்களில் நிஜ விலங்குகளே கொல்லப்படலாம், ஆனால் பொதுமக்களுக்கிடையில் நிகழ்த்தப்படுவனவற்றில் அவ்வாறு செய்ய அதிக வாய்ப்பில்லை.[3] ஆனால் மாமிசம் உண்ணும் வேதக்கடவுள் இன்றும் மரக்கறிப் பலி யாகங்களின்மீது தன் நிழலை வீழ்த்தலாம். அந்த தேவன் விரும்பியுண்ணும் முழுத் தேங்காய்கள் மனிதத் தலைகளோடு ஒருவித சந்தேகாஸ்பதத் தொடர்பினைக் கொண்டுள்ளன. (இந்த ஒப்புமை, சிலசமயங்களில் வெளிப்படையாகவே அந்தச் சடங்குகளில் பின்பற்றப்படும் மந்திரங்களிலும், மனிதப் பலிகளைப் பற்றிய தொன்மங்களிலும் சொல்லப்படுகிறது.) மத்வர் தனது சீடர்களிடம் கூறியதுபோலவும், சடங்குப் பனுவல்கள் பல அனுமதிப்பதுபோலவும், இப்போது பிராமணப் புரோகிதன் பெரும்பாலும் மாவினாலோ, காகிதக்கூழினாலோ செய்யப்பட்ட ஆட்டை பலியிடுகிறான்.[4] கேரளாவில், நம்பூதிரிகள் இலைகளில் மடிக்கப்பட்ட சோற்றைப் பயன்படுத்துகிறார் கள்.[5] ஆட்டுக்கு பதிலாகப் பயன்படுத்தப்படும் சோற்றுருண்டைகள் இலைகளில் மடிக்கப்பட்டு, சிறிய பொட்டலங்களாகக் கட்டப்பட்டு, நிவேதனத்திற்கு முன்பு எச்சரிக்கையாக "மூச்சடைக்கப்படுகின்றன". சில சோமயாகங்களில் விலங்குகளுக்கு பதிலாக நெய்ப்பானைகள் பயன்படுத்தப்படுகின்றன. 1992இல் மகாராஷ்டிராவில் நடத்தப்பட்ட ஒரு வேதச்சடங்கு வலுவான ஆரியசமாஜ வாசனையுடன் கூடிய பூசை யாகவே பெருமளவு மாற்றப்பட்டுவிட்டது. அதைத் தொடங்கிவைத்த குரு, கடவுளின் படிமம் முன்பாக தரிசனம் செய்ய, அதற்கான இசையை சிதாரில் வாசித்தவர் ஒரு பிரபல முஸ்லிம் இசைக்கலைஞர்.[6]

1996இல் லண்டனில் ஒரு வேதயாகம் செய்யப்பட்டபோது, யாக விலங்குக்குப் பதிலாக ஒரு காய்கறி பதிலீடுகூட இல்லை. விலங்குகள்

"முழுமையாகக் கற்பனைசெய்து கொள்ளப்பட்டன". வழக்கமாக உயிருள்ள பிராணிகளைச் சுற்றி வலம்வருவதுபோலப் புரோகிதன் நிஜ அல்லது கற்பனையான கம்பத்தில் விலங்குகளைக் கட்டவோ அவற்றைச் சுற்றி நடக்கவோ இல்லை. ஆனால் அவற்றை மூச்சடைக்கச்செய்வதும், அவை (கற்பனையில்) இருந்த இடத்தில் நீர்தெளிப்பதும் செய்யப்பட்டது. வழக்கமாக நைவேத்தியத்தைப் புரோகிதன் உண்பதில்லை, முகர்வது வழக்கம். இங்கு அதற்கு பதிலாக ரொட்டிகள் பயன்படுத்தப்பட்டன.[7] ஒரு உண்மையான சடங்கினைக் கற்பனைச் சடங்காக மாற்றியது, நாம் தந்திரத்தின் வரலாற்றில் பார்த்த ஒரு செயல்முறையை எதிரொலிக்கிறது.

இந்தியாவில் இன்றுவரை நிலவும் ஒன்றுசேர்ந்த இந்துமதத்தின் அடிப்படைச் சட்டகத்தில், யாகத்தின் இந்த இரு வகைகளும் ஒன்றாகவே இயற்றப்படலாம். 1955இல் இந்தியாவில் ஒரு வேதயாகம் நடத்தப்பட்டபோது, யாகம் செய்தவர்கள் ஆட்டைப் பலி தருவது பொதுமக்கள் எதிர்ப்பினால் தடுக்கப்பட்டது. ஆனால் அந்த நகரத்தின் வெளிப்பகுதிகளில், யாகம் செய்யும் மற்றொருவன், திருத்தம் செய்யப்பட்டமுறையில், அதே விலங்குடன் அதே யாகத்தைச் செய்வதற்கு எதிர்ப்புத் தெரிவித்தான்.[8] சில சமயங்களில், "பொதுமக்கள் உணர்ச்சிக்கு மதிப்புக் கொடுத்து", வேதமந்திரங் களையும் சடங்குகளையும் கொண்ட யாகங்களுக்கு முன்னால், அந்தந்தப் பிரதேசக் கடவுளர்க்கான ஜனரஞ்சகமான சடங்குகள் செய்யப்படுகின்றன.[9] சில சமயங்களில் இந்த வேறுபாடு, காலத்தின் விளைவு என்பதைவிட இடத்தால் நிகழ்கிறது: இந்துக் கோயிலின் கருவறையிலுள்ள தெய்வம் (சிவனின் அல்லது விஷ்ணுவின் அல்லது பெண் தெய்வத்தின் ஒரு வடிவம்) இரத்தப் பலியை ஏற்பதில்லை, சைவ உணவுகொள்வதாக இருக்கிறது. ஆனால் அதே கோயிலின் வெளிப்புறத்திலுள்ள ஒரு தெய்வத்திற்கு இரத்தப் பலிகள் தரப்படலாம். சிலசமயங்களில், கோயிலின் உள்ளிருக்கும் தெய்வம், ஆணாகவும் வெளிப்புறமுள்ள தெய்வம் பெண்ணாகவும் இருக்கிறது. அதேபோல, பிராமணர்களுடைய அடையாளங்களுடன் ஒன்றுபடும் பெண்தெய்வங்கள், ஊரின் மத்தியில் இருக்கின்றன, அம்மாதிரி பிராமணத் தொடர்பற்ற பெண்தெய்வங்கள், ஊருக்கு வெளியே உள்ளன.[10]

கோயிலின் அமைப்பிலுள்ள இந்த ஏற்பாடு, ஒரு இடஉருவாக்கமாக மாற்றப்படுகிறது. வெளிப்புறத்திலிருந்து உட்புறத்திற்கு. சமகாலத்திய எதிர்வாக (விலங்குப்பலிக்கு எதிராக மரக்கறி யாகம்) உருவாக்கப்பட்ட ஒன்று, வரலாற்றின், காலரீதியான மாற்றமாக (விலங்குகளுக்கு பதிலாகக் காய்கறிகளை பதிலீடுசெய்தல்) மாற்றமடைகிறது. கோயிலின் வெளிப் புறத்திலுள்ள கடைகளில், தெய்வத்தின் உருவச்சிலை, அல்லது வடிவம் வரைந்த அட்டை, அந்த தெய்வத்திற்கான பாடல்கள் அடங்கிய கேசட்டுகள் போன்றவையும் கிடைக்கும்; உலகாயதப் பொருள்களான பிற (திருடப்பட்ட) பாடல்களின் கேசட்டுகள், செருப்புகள், சேலைகள், பூவேலை செய்யப்பட்ட சால்வைகள், வெண்கலப் பாத்திரங்கள், காம சூத்திர அல்லது கஜுராஹோ சிற்ப நிலைகளிலுள்ள சிறுசிற்பவடிவங்கள் (இங்கும் புனிதமும் காமமும் இணைகின்றன), பிற பல பொருள்கள் ஆகியவை கிடைக்கும். காலம் இடம் இரண்டினாலும் மாறிய வடிவத்தில் கருத்தியல் மோதல் நீடிக்கிறது. பக்தர்கள் கோயிலில் யாராவதொருவன்

சமஸ்கிருதப் பனுவலைப் படிக்கக் கேட்கத் திரளும்போது மொழிப் பிரிப்பினாலும் கருத்தியல் மோதல் நீடிக்கிறது. சிலர் அவனுடன் சேர்ந்து பாடுகிறார்கள். கதைசொல்லியோ, சுற்றுலா வழிகாட்டியோ அதைத் தெலுங்கோ, வங்காளியோ, ஏதோஒரு வட்டார மொழியில் சொல்கிறார்கள். பிறகு விளக்குகிறார்கள், ஒருவேளை விவாதிக்கவும் செய்கிறார்கள். பிறகு அவன் சமஸ்கிருதத்தில் மற்றொரு பாடலைப் படிக்கிறான். இப்படியே தொடர்கிறது. கோயிலுக்கு அப்பால், வெளிப்புறம் காணப்படும் வளமான வாழ்க்கைக் கலப்பும் கற்பனையான பிராமண மையம் வைத்துக்கொள்ள முடியாத ஒரு நிஜமான விளிம்புக்கு உதாரணமாகும்.

செய்திகளில் வேத விலங்குகள்

புனிதப் பசுக்கள்

வன்முறையற்ற யாகம் என்ற வேதக்கருத்து பசுக்களைப் பற்றிய சமகால மனப்பாங்குகளையும் பாதிக்கிறது.

இந்துத்துவக் குழுவினர்க்கு பசு ஒரு மையப் பிரச்சினை. இந்திய வாழ்க்கையின் எல்லாக் கிளைகளின்மீது அக்குழுவின் செல்வாக்கைச் சிலசமயங்களில் சமஸ்கிருதமயமாக்கல் என்பது போலக் காவி மயமாக்கல் என்கிறார்கள். இந்துமதத்தின் துறவுப்பகுதியுடன் வலுவான எதிரொளிப்புகளைக் கொண்ட சொல் இது. இந்துத் துறவிகள் குங்குமப்பூ நிற அல்லது காவிநிற உடைகளை அணிகிறார்கள். இந்து வலதுசாரிக்குழுவின் உறுப்பினர்கள் சிலர், அண்மைக்காலத்தில், தங்களுக்கு எதிரான ஏராளமான வரலாற்றுச் சான்றுகளுக்கு முரணாக, முஸ்லிம்கள்தான் மாட்டுக்கறி உண்ணும் பழக்கத்தை இந்தியாவில் கொண்டுவந்தார்கள், அதற்குமுன் மாட்டுக்கறி யாரும் உண்டதே இல்லை என்று வாதித்திருக்கிறார்கள். இந்த விஷயத்தில் வரலாற்றுப் பதிவுகளை எடுத்துக்காட்டும் இந்துக்களை அவர்கள் துன்புறுத்துகிறார்கள்.[11] பசுவின் ஒரு போலிப் புனிதத்தன்மை என்பதை வைத்து முஸ்லிம்களைக் குடியுரிமை நீக்க அவர்கள் முயற்சி செய்கிறார்கள். முஸ்லிம்களில் சிலர் மாட்டுக்கறியை உண்கிறார்கள். அவர்களில் பலர் பக்ரீத் பண்டிகை போன்றவற்றுக்காகவும், மாட்டுக்கறியை மெய்யாகவே உண்ணுகின்ற இந்துக்களுக்காகவும் பசுக்களைக் கொல்கிறார்கள். இந்துப் பசுக்கள் புனிதமானவை என்ற நம்பிக்கைக்கு ஆக்ஸ்போர்டு ஆங்கில அகராதி கூட ஆதரவளிக்கிறது. “பசு வழிபாட்டுக்குரிய ஒரு பொருளாக இந்துக்க ளிடையே உள்ளது” என்று முதன்மையாகக் குறிப்பிடுகிறது. இதற்கு ஆதார மாக, இந்து முஸ்லிம் மோதலின் பின்னணியில் ருட்யார்டு கிப்லிங்கின் தந்தையின் (கால்நடை மருத்துவர்) கூற்று ஒன்றை எடுத்துக்காட்டுகிறது. “முகமதிய மதக்கோட்பாடு, இந்துக்களுடையதற்கு எதிராக இருக்கிறது. புனிதப்பசுவின் மீது எழுதப்பட்ட ஆயிரமாயிரம் அவமதிப்புகளின் சீழ்பிடித்த ஞாபகங்கள் உள்ளன.”[12] இந்துக்களுக்கு எதிரான இன வசை மொழியாக அது இருந்தாலும் புனிதப்பசு என்ற சொல்லே உலக முழு வதும் ஓர் உருவமாகிவிட்டது. அமெரிக்க இதழியலில் புனிதப்பசு என்ற சொல்லுக்கு ‘விமரிசனம் செய்யக்கூடாத ஒருவர்’ என்ற அர்த்தம் நிலவுகிறது. அமெரிக்க இலக்கியத்தில், ‘விமரிசனத்துக்கோ, கேள்விகேட்பதற்கோ

நியாயமற்ற முறையில் தடை செய்யப்பட்ட ஒரு சிந்தனை, நிறுவனம் முதலியவை' என்று இது அர்த்தப்படுகிறது. அரசின்கீழும், இன்றும் இந்தியாவில் குறிப்பாகப் பசுப்பாதுகாப்பு இயக்கத்தின் வாயிலாக, எல்லாப் பசுக்களும் புனிதமானவை என்று வலியுறுத்துகின்ற வெறித் தனத்தின் ஒரு வகையினரின் முறைகளைக் குறிக்கும் சொல்லாக இது இருக்கிறது.

ஆனால் இந்தியாவில் பசுக்கள் புனிதமானவையா? அல்லது புனிதப்பசு என்ற கருத்து, ஓர் ஐரிஷ் எருதைக் குறிக்கிறதா? (இது முரண்சொற்களைக் குறிக்கப் பழையகால பிரிட்டிஷ் ஆதிக்கச் சொல்). மக்கள், பசுக்களுக்குப் பூசை செய்கிறார்கள், பல பண்டிகைகளின்போது அவற்றை அலங்கரித்து அவற்றுக்குப் பழங்களையும் பூக்களையும் தருகிறார்கள். தங்கள் வீடுகளை வெள்ளையடித்து அலங்கரிக்கிறார்கள். பசுக்களின் கழுத்துகளில் மாலைபோடுகிறார்கள். பசுக்கள் பல வகைகளில் சிறப்பான பிராணிகள். அவை இந்தியாவில் பொதுமக்களுக்கிடையில் கொல்லப்படுவது கிடையாது. இந்தியாவின் பல மாநிலங்களில் பசுக்களைக் கொல்லுவது சட்டத்திற்குப் புறம்பானது, பிற மாநிலங்களிலும் அது வெறுப்புடனே நோக்கப்படுகிறது. பழைய கால சமஸ்கிருதப் பனுவல்களில் பசுக்கள், பிராமணர்களின் குறியீடாக உள்ளன. ஏனெனில் பசு இல்லாத ஒரு பிராமணன் அரை - பிராமணன்தான். யாகங்களைத் தவிர வேறு சமயங்களில் பசுவைக்கொல்வது பிராமணனைக் கொல்வதற்கு ஒப்பாக நோக்கப்படுகிறது.[13]

ஆனால் கொலைசெய்யப்படாத் தன்மைக்கு அப்பாலும் புனித என்ற அடைமொழி பலசெய்திகளை உள்ளடக்கியுள்ளது.இந்தியாவில் அச்சொல் தெளிவற்ற, போதுமான அர்த்தமற்ற முறையில் கையாளப்படுகிறது. நம்மில் யாரும் நமது பிள்ளைகளைக் கொலைசெய்வதோ, உண்பதோ கிடையாது. ஆனால் நம் பிள்ளைகளை நாம் புனித என்ற சொல்லினால் குறிப்பதில்லை. பசுக்களுக்கென்று இந்தியாவில் கோயில்கள் கிடையாது. இந்துக்கள் யாவரும் பசுக்களை மரியாதையுடனோ அன்புடனோ நடத்துவதில்லை. பல சமயங்களில் அவற்றை அடிக்கிறார்கள். பட்டினி போடுகிறார்கள். பிளாஸ்டிக் உறைகளில் சுற்றப்பட்ட பசுமாமிசத்தை உண்கின்ற அமெரிக்கர்கள், பல சமயங்களில் கொடுமை என்று கருது கின்ற முறைகளில் இந்துக்கள் பசுக்களை நடத்துகிறார்கள். போற்றுதலும் அவநம்பிக்கையும் என்னும் இரு மனப்பாங்குகளும் பசுக்களை அல்லது எருமைகளைத் தங்கள் வீடுகளிலிருந்து அகற்றாத (அல்லது அகற்றுகின்ற) குஜராத்தி விவசாயிகளிடம் காணக்கிடக்கின்றன. பசுமாமிசம் தின்பது பற்றிக் கனவும் காணாத இந்துக்கள் பலர்,வயதான பசுக்களை கிராமத்துக்கு விற்று விடுகிறார்கள். அதாவது வயதுமுதிர்ந்தும் நன்றாக இருக்கட்டும் என்று பொதுநிலங்களில் புல்மேய விட்டுவிடுகிறார்கள். நேர்ப்பொருள் இது ஆனாலும், இதன் மறைபொருள், ஓர் இடைத்தரகனிடம் விற்று விடுவது என்பதுதான். அவன் கடைசியாக அதைக் கொன்று மாமிசம் உண்பவர்களுக்கு விற்றுவிடுவான். சிலசமயங்களில் ஆட்டுக்கறி என்ற போர்வையில் மாட்டுக்கறி விற்பனையாகிறது. இந்துக்கள் இதை அறிந் திருந்தாலும் கண்டும்காணாததுபோலப் போய்விடுகிறார்கள். ஆனால்

பாரம்பரியமாக உயர்சாதி இந்துக்களால் பசு கொல்லப்படுவதோ உண்ணப்படுவதோ இல்லை.

காலையில் பால் கறந்தபிறகு பசுக்களின் சொந்தக்காரர்கள் அவற்றைத் தெருக்களில் கிடைக்கும் தீனியைத் தின்னட்டும் என்று அவிழ்த்து விடுகிறார்கள். இந்தியப் பெருநகரங்களில் மிகப் பெரிய தலைவலியை உண்டாக்கும் கார்கள், பஸ்கள், சைக்கிள்கள், மோட்டார் சைக்கிள்கள், ரிக்ஷாக்கள், பாதசாரிகள், பிற பிராணிகள் ஆகியவற்றின் சாலைக் கண்காட்சியில் பசுக்கள் முக்கிய இடம் வகிக்கின்றன. ஜெய்பூர் போன்ற ஒரு நகரத்தின் தெருக்களில் (பசுக்களை அன்றி), குரங்குகள், பன்றிகள், கோழிக்குஞ்சுகள், ஆடுகள், மயில்கள், எருதுகள், எருமைகள், நாய்கள், கிழட்டுக்குதிரைகள் போன்ற யாவும் தன்னிச்சையாகத் திரிந்துகொண்டிருப்பதை ஒரு சிறுபகுதிக்குள் ஒருவர் சந்திக்க இயலும். விலங்குகளும் மனிதர்களும் ஒரே நிறமாலையின் இரு பகுதிகள்தான். அவர்களுக்கு வழிவிடக் கார்கள் ஒதுங்கிச் செல்ல வேண்டும். முழு அளவு சுதந்திரம், ஆகவே முழு அளவு குழப்பம். நகரங்கள் உட்பட நாடு முழுவதுமே ஒரு பெரிய பண்ணைதான். பெருநகரங்களின் முக்கியச்சாலைகள் விதிவிலக்கு எனலாம். பறவைகளுக்கும், பசுக்களுக்கும் சிலசமயங்களில் நாய்களுக்கும் மக்கள் உணவளிக்கிறார்கள். அல்லது, இதனாலேயே, ஒரு பிராமணரல்லாதவர் குறிப்பிட்டதுபோல, “பசுக்களும் நாய்களும் சமமான அளவில் அசுத்தப் பிராணிகள்தான், ஈடிணையற்ற தென்னிந்தியத் தோட்டிகள்.”[14] மறுபுறம், இந்தச் சுதந்திரப் பிராணிகளுக்கு எதிராகச் சொல்லப்படவேண்டியவை, சுதந்திரமான சுமைப்பிராணிகள். நல்ல குதிரைகள், ஒட்டகங்கள், சில சமயங்களில் யானைகள் போன்ற பிராணிகள், இந்தத் தெருப்பிராணிகளுக்கு எதிராகப் பாதுகாப்பாகக் கட்டி வைக்கப்படுகின்றன, நன்கு நடத்தப்படுகின்றன, உண்ணவும் படு கின்றன.

நாய்களுக்கும் காலம் வரும்

பசுக்களுடன் ஒப்பிடும்போது நாய்கள், மோசமாக நடத்தப்பட வேண்டியவை. நாம் கண்டவாறு, அப்படித்தான் நடத்தவும்படுகின்றன. ஆனால் பல சந்தர்ப்பங்களில், ரிக் வேதத்தில் காணப்படும் சரமனின் கதை தொடங்கி, நாய்கள், மாறான முறையிலே, கவுரவப்படுத்தவும் படுகின்றன. இம்மாதிரிச் சந்தர்ப்பங்களில் ஒன்று, இன்றைய தாந்திரிக வழிபாடு — சிவனின் ஒரு கூறினை பைரவனாக வழிபடுதல். பைரவனுக்குச் சிலசமயம் நாய்முகமோ, நாய்உடலோ இருப்பதாக அல்லது நாயை அவன் வாகனமாகக் கொண்டிருப்பதாகச் சொல்லப்படுகிறது. பைரவன் கோயில்கள் இந்தியா முழுவதும் உள்ளன.[15] அங்கெல்லாம் மக்கள் நாய்களின் சிலைகளுக்கும், நிஜமான நாய்களுக்கும் பூசை செய்கிறார்கள். வாராணாசியிலுள்ள காலபைரவன் கோயிலில், சிவன் ஒரு பெரிய வெள்ளைநாய்மீது ஏறியிருக்கிறான். அவ்வாறே, நாய்களின் கருப்பான பிளாஸ்டர் சிலைகளின்மீதும். நாய்களின் படங்கள், உலோக நாய்கள் உள்ளன. நிஜமான உயிருள்ள நாய்கள் கோயிலின் உள் உறங்குகின்றன, கோயிலின் உள்ளும் வெளியிலும் அலைகின்றன.

வாராணசிக்கு வரும் யாத்திரிகர்கள், நாய்களை வணங்குகிறார்கள், அவற்றிற்கு வடைமாலைகள் இடுகிறார்கள். நாய்களுக்குப் பிடித்த இனிய பண்டங்களை வழங்குகிறார்கள். அவற்றை நாய்கள் உடனே உதிர்த்து உண்கின்றன. இந்துமதத்தில் சில நாய்களேனும் பசுக்களைவிடப் புனித மானவை என்பதற்கான சான்றுகளாக இவற்றைக் கொள்ளலாம். அல்லது, புனிதமான, அசுத்தமான என்ற சொற்களுக்குள் அடைபட இயலா வண்ணம் விலங்குகளைப் பற்றிய இந்து நோக்குகள் சிக்கலானவையாக உள்ளன. தங்கள் தங்கள் சொந்த இனமையக் கண்ணாடிகளின் ஊடே பார்க்கும் மக்களுக்குப் பிறரின் விலங்கியல் வகைபாடுகள் விபரீதமானவையாகத் தெரிகின்றன.

பல சாதியினர், தங்கள் ஆடுகளை மலைக்காடுகளில் மேய்ப்பதற்கு இட்டுச்செல்லும் நீண்ட பயணங்களில் வேட்டைநாய்களை உடன் கொண்டு செல்கின்றனர். நாய்களை அவர்கள் தங்கள் கடவுளின் (மல்லண்ணா அல்லது மயிலாரா) வடிவங்களாகக் கருதுகின்றனர். அக்கடவுளுடன் நாய்கள் அவனுடைய பயணங்களில் தொடர்ந்து செல்வது வழக்கம், சமயங்களில் அவனும் நாய் வடிவம் எடுக்கிறான். சடங்குகளின்போது, புரோகிதர்களோ வீட்டைச்சேர்ந்தவர்களோ, நாய்களின் செயல்களை நடித்துக் காட்டு கின்றனர், மல்லண்ணாவுக்கு நிவேதனம் செய்த பாலைக் குடிக்கின்றனர்.[16] கால பைரவன் என்ற கடவுள் இந்த நாட்டார் கடவுளின் சமஸ்கிருத மயமாக்கப்பட்ட (மேலும் தாந்திரிகமயமாக்கப்பட்ட) வடிவமாக இருக்கக் கூடும்.

மகாராஷ்டிரக் குதிரைவீரக் கடவுள் காண்டோபாவை (சிவனின் ஒரு வடிவம், பெரும்பாலும் மல்லண்ணாவுடன் இணைக்கப்படும் வடிவம், மார்த்தாண்டன் என்றும் சொல்வார்கள்) வழிபடும் பக்தர்கள் அவனுடைய நாய்களாக நடிப்பதும், அவனுடைய திருவிழாக்களில் குரைப்பதும் வழக்கம். பைரவன் இப்படிச் செய்யுமாறு கூறியதாகச் சொல்கிறார்கள். இந்த பக்தர்கள் கன்னடத்திலும் மராட்டியிலும் புலிகள் எனப்படுகிறார்கள். அசலாகவே அவர்கள் புலிகளாக இருந்தார்களாம். மார்த்தாண்டனின் தரிசனம் கிடைத்ததால் அவர்களின் உடல்கள் மனித உடல்களாக மாறின.[17] மகாபாரதத்தில் ஒரு நாய் புலியாக மாற முயன்று கடுமையான சிக்கலில் மாட்டிக்கொண்ட கதை உண்டு. அக்கதையின் தலைகீழாக்கமாக இச்சம்பவங்கள் தோன்றுகின்றன. காட்டில் வாழ்கின்ற மகாராஷ்டிர இனக்குழுக்களில் ஒருபிரிவினராகிய வார்லிகள், புலிகளை வணங்கவும் சாந்தப்படுத்தவும் செய்கிறார்கள். அவற்றைக் காவல் தெய்வங்கள் என்கிறார்கள். அவை கிராம எல்லைகளைக் காப்பதாக நினைக்கிறார்கள். ஆனால் புலி என்பதற்கான அர்த்தம், பயங்கரமான சில வீட்டுப் பிராணிகளைக் குறிப்பதாகவும் இருக்கலாம் — வீடுகளின் காவல்நாய்கள், மந்தைகாக்கும் நாய்கள், அல்லது காண்டோபாவின் தரிசனத்திற்கு வரும் வேட்டைநாய்கள் போன்றவை.[18] வெகுகாலமாகத் தொன்மம், சடங்கு, கலை யாவற்றிலும் புலி, நாய் என்னும் சொற்கள் குழப்பமாக ஆளப்படுகின்றன. பைரவனின் ஒரு வாகனம் நாய், மற்றது புலி, அல்லது, இரண்டின் கலப்பாகவும் உள்ள இரு பிராணிகள்.

2007 நவம்பரில் செய்திகளில் நாய்களுக்கு ஆதரவான இரண்டு

கதைகள் வெளிவந்துள்ளன. ஒன்று நேபாளத்தில் நிகழ்ந்தது, மற்றது தமிழ்நாட்டில். நேபாளத்தில் போலீஸ்நாய்ப் பயிற்சி நிலையம் உள்ளது. அங்கு இடையூறிலிருந்து காப்பாற்றவும், தேடவும், குற்றவாளிகளைக் கண்டுபிடிக்கவும், வெடிமருந்துகள், போதை மருந்துகளைக் கண்டு பிடிக்கவும், ரோந்துவரவும் நாய்களுக்குப் பயிற்சி அளிக்கப்படுகிறது. அங்கு அந்த வளாகத்திலேயே பிறந்த, மற்றும் வெளியிலிருந்து கொண்டு வரப்பட்ட ஐம்பத்தொரு நாய்கள் உள்ளன. ஆண்டுமுழுவதும் நாய்கள் (இந்தியத் தெருக்களில் திரியும் பிற விலங்குகள் போலவே) நன்கு நடத்தப்படுவதில்லை, தாங்களாகவே தெருவில் சுற்றித்திரிந்து கிடைக்கும் உணவைத் தின்னுமாறு விடப்படுகின்றன. ஆனால் ஆண்டில் ஒரே ஒருநாள் அவற்றுக்கு மரியாதை கிடைக்கிறது. அவற்றுக்கு வடைமாலை போன்றவற்றை இடுகின்றனர். மேற்குறிப்பிட்ட செய்தி இவ்விதம் தொடங்குகிறது: “இந்துப் புனித நூலான மகாபாரதத்தின்படி, யுதிஷ்டிரன் விண்ணுலகிற்குச் சென்றபோது நாய் ஒன்று அவனைப் பின்தொடர்ந்தது. கீழுலகினை நாய்கள் காக்கின்றன என்ற நம்பிக்கையும் இந்துக்களிடையே உள்ளது.” யுதிஷ்டிரனுக்கு ஒன்றுக்கு மேற்பட்ட நாய்களை அளிப்பதைவிட, இது மிகவும் நல்லதொரு அணுகுமுறையாகத் தோன்றுகிறது. கட்டுரை இவ்விதம் முடிகிறது: “வேறெந்தப் பிராணியும் மனிதனுக்கு இவ்வளவு நெருக்கமான உறவுகொண்டதாக இல்லை.”[19] இங்கு காட்டப்படும் நேயம், சில நாய்களுக்கு சில சந்தர்ப்பங்களில் மட்டும் கிடைக்கிறது. ஆனால் இது ஒரு தொடக்கம்.

இரண்டாவது செய்திக்கதை, இந்துஸ்தான் டைம்ஸிலும் தில்லியிலிருந்து சிஎன்என்னிலும் வெளிவந்தது. இங்கு முழுவதுமாக வெளியிடக்கூடிய தகுதி உடையது.

மனிதனுக்கும் நாய்க்கும் திருமணம்

செவ்வாயன்று ஒரு செய்தித்தாள் பிரசுரித்த செய்தி இது: “தென்னிந்தியாவில் ஒரு மனிதன், தான் நாய்களைக் கல்லால் அடித்துக் கொன்றதற்காகப் பெண்நாய் ஒன்றை மரபான திருமணச்சடங்கின் வாயிலாக மணந்துகொண்டான்.” (படம்: இடப்புறம், பி. செல்வகுமார் தன் மணமகள் ‘செல்வி’க்கு மாலைசூட்டுகிறார்). இது தமிழ்நாட்டில் நடந்தது. ஒரு ஜோசியன், அந்த ஆளுடைய ஓர் ஊனத்தைத் தீர்ப்பதற்கு இது ஒன்றுதான் வழி என்று ஞாயிறன்று கூறியதனால் இப்படிச் செய்ததாக, இந்துஸ்தான் டைம்ஸ் செய்தியிதழ் செய்திவெளியிட்டது. பி. செல்வகுமார், செய்தியாளரிடம், தான் பதினைந்து ஆண்டுகளுக்கு முன் இரண்டு நாய்களைக் கல்லால் அடித்துக் கொன்று ஒரு மரத்தில் தொங்கவிட்டதாகத் தெரிவித்தான். “அதற்குப் பிறகு என் கைகால்கள் இழுத்துக்கொண்டன. ஒரு காது கேட்காமல் போயிற்று” என்று அவன் கூறியதாகச் செய்தி வெளியிட்டது. குடும்ப உறுப்பினர்கள், தெருவில் திரியும் செல்வி என்ற நாய் ஒன்றைக் குளிப்பாட்டிச் சேலையுடுத்தித் திருமணத்திற்குத் தயார் செய்தனர். மணமகனும் அவன் குடும்பத்தினரும் பிறகு விருந்து உண்டனர், நாய்க்கு ஒரு பன் (ரொட்டி) கிடைத்தது என்று அந்தச் செய்தித்தாள் கூறிற்று.[20]

இங்கும், இரக்க உணர்ச்சியின் சிறப்பான தருணத்தைச் சமப்படுத்தும் விதமாக மிகுந்த வகைமாதிரியான கொடுமை ஒன்றின் ஞாபகம் அமைகிறது. அந்தக் கொடுமை நீடிக்கிறது. இதற்குச் சில மாதங்கள் பிறகு, காஷ்மீரின் இந்தியப்பகுதியிலிருந்த அதிகாரிகள், ஸ்ரீநகரிலிருக்கின்ற ஒரு லட்சம் நாய்களில் ஐநூறு நாய்களை விஷமிட்டு (ஸ்ட்ரிக்னைன் கொடுத்து)க் கொன்றதாகத் தெரிவித்தனர். அந்த நாய்கள் எல்லாவற்றையும் கொல்லத்தான் அவர்களுக்கு விருப்பம். நகர வாழ்க்கையை நரக வாழ்க்கை ஆக்கிக் கொண்டிருந்தன அவை. விலங்கு உரிமைவாதிகள் சட்டபூர்வ நடவடிக்கை எடுக்கப்போவதாக மிரட்டியதும், அதிகாரிகள், தாங்கள் அந்த நாய்களை மலடாக்குவதாக மட்டும் தெரிவித்தனர், ஸ்ட்ரிக்னைன் கொடுத்துக் கொல்லப்போவதில்லை என்றனர்.[21]

உபநிடதங்கள்: துறவுக்குத் துறவு

இந்த இயல் காத்லீன் கவ் - வின் ஒரு மேற்கோளுடன் தொடங்கியது. உண்மையில் மறுபிறப்பு, அடுத்த பிறப்புக்கு மாறிச்செல்வது ஆகிய முழுப்பிரச்சினைக்கும் மோட்சம்தான் தீர்வு எனப்பட்டாலும், அந்த மேற்கோள் பரவலாகப் பெரும்பாலோர் மோட்சத்தை அசட்டை செய்வதை வெளிப்படுத்துகிறது. 1964இல் ஒரு கிராமத்தில் வசித்தவர்கள், "தாங்கள் மோட்சத்தை அடைவதற்கெனப் புனித யாத்திரை என்ற பேரிலும்கூட எதையும் நம்பவில்லை, விரும்பவில்லை, செய்யவில்லை" என்று பிடிவாதமாக, திட்டவட்டமாகக் கூறினர். தங்களை நேர்கண்ட மானிடவியலாளரிடம், ஒருவர் தீர்த்தக் கோயிலை ஒரு குறுக்கிடும் சந்தி என்று கூறிச் சவால்விட்டார். "ஒரு குறுக்குச் சந்தியில் எங்காவது மோட்சம் கிடைப்பதை நீங்கள் பார்த்திருக்கிறீர்களா?"[22] உத்தரப் பிரதேசத்தின் சேனாபூரிலுள்ள சமார்கள் (தோல்வேலை செய்பவர்கள்), 1950இல், மரணத்திற்குப் பிறகு ஆன்மா என்ன ஆகிறது என்பதைப் பற்றியோ, கர்மம் சம்பந்தப்பட்ட சிந்தனைகள் பற்றியோ தங்களுக்கு எதுவும் தெரியாது என்றனர்.[23] மத்திய இந்தியாவின் சத்தீஸ்கட்டின் சமார்கள், பெரும்பாலும் பொதுவான இல்லற - துறவற முரணைப் பற்றிக் கவலைப்படுவதே இல்லை.[24] சாதியின் மறுகோடியில், 1921இல், ஈ.எம். ஃபார்ஸ்டர், திவாஸ் ராஜாவிடம் காணப்பட்ட ஈரடியான நிலைப்பாட்டைப் பதிவு செய்தார். "சிறுவனாக இருந்தபோது, அவர் உலகத்தைத் துறக்கலாம் என நினைத்தார், தன் வாழ்நாள் முழுவதும் அவர் போற்றிய இலட்சியமும் அதுதான். இறுதியில் அவர் அதை நடைமுறையில் செய்திருந்தால் நன்றாக இருந்திருக்கும். ஆயினும் அவர் துறவைக் கண்டிப்பார், அதன் வாயிலாக முக்தியை அடைய முடியாது என்பார், அது வேதாந்தக் கருத்தாக இருந்தாலும் வேதக்கருத்தல்ல, பொருளுக்கும் ஆன்மாவுக்கும் அவ்வவற்றிற்குரிய கடனைச் செலுத்தியே தீரவேண்டும்" என்பார்.[25] வாராணசிக்கு கும்பல் கும்பலாகப் பயணிகள் சாவதற்கு வருகிறார்கள். அதனால் தங்களுக்கு உடனடியாக மோட்சம் கிடைக்கும் என்று நம்புகிறார்கள். அதேசமயம், தீர்த்தயாத்திரையில் ஈடுபடும் பெண்களில் பலர், பிறப்பு - இறப்புச் சுழலிலிருந்து விடுதலை தேடுவதில்லை, (அது மட்டுமல்ல — அல்லது அது முக்கியமல்ல), நல்ல வாழ்க்கைதான் வேண்டும் என்கிறார்கள். பிறகு ஒரு பின்சிந்தனையாக

அடுத்த பிறவி நல்லதாக அமையவேண்டும் என்கிறார்கள். அவர்களில் பெரும்பாலோருக்கு, மேலும், மோட்சம் என்பது அதன் வரையறைப்படியே நீங்கள் வேண்டாத (விரும்பாத) ஒன்று. நீங்கள் அதை விரும்பினால் உங்களால் அதைப் பெறமுடியாது.[26]

இராமாயணம்
வரலாற்றின் ஒளியும் தொன்மத்தின் நிழலும்

கிறித்துவுக்குப் பிந்திய தொடக்க காலங்களில் வாழ்ந்த பெண்களைப் பற்றியும் பழங்குடி இனத்தவரைப் பற்றியும் இராமாயணம் மிகுதியாக எடுத்துரைக்கிறது என்று (என்னைப் போல எவரும்) சொல்வது வேறு, அதற்காக இராமன் என்று ஒருவன் மெய்யாகவே அயோத்தியில் இருந்தான், அவன் இப்போதுள்ள ஸ்ரீலங்காவில் பத்துத் தலை கொண்ட அரக்கன் ஒருவனுடன் குரங்குப்படையுடன் சென்று போரிட்டான் என்று சொல்வது வேறு. (குரங்குகளாகப் பழங்குடியின மக்கள் குறிக்கப் பட்டார்கள் என்றும் முஸ்லிம்களுக்கு முன்னோடியான அரக்கன் எதிர்த்தரப்பில் இருந்தவன் என்றும் கூறும் சமகால இந்துக்கள் உண்டு.) இராமன் எவ்விதத் தொல்லியல், கல்வெட்டுச் சான்றுகளையும் விட்டுச்செல்லவில்லை. அயோத்தி என்ற ஊரில் இராமன் என்ற ஒருவன் வாழ்ந்தான் அல்லது வாழவில்லை என்பதற்கான சான்றுகள் கிடையாது. வட இந்தியாவிலும் தெற்கிலும் இராமன் வேறிடங்களில் வாழ்ந்தான் என்று சொல்பவர்கள் உண்டு. ஏனெனில் இராமாயணம், பலப்பல முறைகள், பல இந்திய மொழிகளில், குறிப்பிடத்தக்க மாறுபாடு களோடு எடுத்துரைக்கப்பட்டிருக்கிறது. ஷ்லீமன் வந்து கண்டுபிடிக்க இங்கு இரண்டாவது ட்ராய் நகரம் எதுவும் இல்லை. அல்லது, யார் வேண்டுமாயினும் கண்டுபிடிக்கக்கூடிய இரண்டாவது, மூன்றாவது, பத்தொன்பதாம் நூற்றாண்டின் ட்ராய் உண்டு.

வரலாற்றுப் பின்னணியில் இராமாயணத்தை வைத்துப் பார்க்கும் போது அது ஒரு புனைவுப் படைப்பு என்றே தெரிகிறது. வெவ்வேறு காலங்களில் வாழ்ந்த வெவ்வேறு மானிட ஆசிரியர்கள்தான் அதைப் படைத்துள்ளனர். மானிடக் கற்பனை எவ்விதம் ஏதோ ஒரு வரலாற்றுக் காலத்தின் மெய்யான சூழ்நிலைகளை, அவற்றைவிட மேலும் அழகாக, பயங்கரமாக, சவால் விடுவதாக, மனிதனை உயர்த்துவதாக மாற்றியுள்ளன என்பதைக் காணமுடிகிறது.

ஒரு தொன்மத்தின் (சான்றாக வெள்ளத் தொன்மம்) பல மாற்று வடிவங்களைத் தேடியெடுப்பதின் ஆதாயங்களில் ஒன்று, அதை வரலாற்றுச் சம்பவம் (சான்றாக இராமன் கட்டிய பாலம்) என்று எவரும் முன்வைக்கும்போது அதை நாம் தொன்மம்தான் என்று அறிந்துகொள்ள முடிகிறது. பனுவல்கள் வரலாறுகளை வெளிப்படுத்துகின்றன. அந்தப் பனுவல்களின் கதைகளுக்குள் அல்ல, கதைகளுக்கு எதிராக வாசிப்பதற்கு நாம் அந்த வரலாறுகளைப் பற்றிக் கண்டுபிடிக்கவேண்டும், அவற்றைத் திடமான சான்றுகளில் நிற்கவைக்கவேண்டும். மானிட ஆசிரியர்கள் தங்கள் புனைவுப் படைப்புகளை முந்திய படைப்புகளுக்கும் வரலாற்றுச்

சூழல்களுக்கும் எதிர்வினைகளாக எவ்விதங்களில் கட்டமைத்தார்கள் என்பதை மீட்டுருவாக்கம் செய்வது, அந்தப் பனுவல்களை மெய்யான சம்பவங்கள் என்பதற்கு மாறாக, கலைப்படைப்புகளாக வெளிப்படுத்தும்.[27]

இருப்பினும் 1987இல் தொடங்கப்பட்ட வழக்கு ஒன்றில், ஜார்க்கண்ட் மாநில (பிஹாருக்கும் ஒரிஸாவுக்கும் இடையில் இருப்பது) தன்பாத்தின் நீதிபதி ஒருவர், இராமனையும் அனுமனையும் நீதிமன்றத்தில் ஆஜராகச் சொல்லி அழைப்பாணை அனுப்பினார். 1.4 ஏக்கர் பரப்புள்ள நிலப்பகுதி ஒன்று இரண்டு கோயில்களுக்குச் சொந்தமானது என்று கிராமவாசிகள் கூறினர். ("நிலப்பகுதி கடவுளர்க்குத் தரப்பட்டது ஆகையால், வழக்கில் அவர்களையும் வாதிகளாகச் சேர்க்கவேண்டும்" என்பது வழக்கறிஞர் வாதம்). ஆனால் கோயில் புரோகிதன் அந்த நிலம் தனக்குரியது, யாரோ ஒரு அரசன், அந்தப் புரோகிதனுடைய தாத்தாவுக்கு அளித்தது என்றான். முகவரி பூர்த்தியற்றது என்று அந்தக் கடவுளர்க்கு அனுப்பிய அழைப்பாணைகள் நீதிமன்றத்துக்கே திரும்பிவந்தன. கவலைப்படாமல், நீதிபதி, உள்ளூர் செய்தித்தாள்களின் வாயிலாக மற்றொரு அழைப்பாணையை வெளியிடச்செய்தார்.[28] இம்மாதிரித் தனித்தன்மை பெற்ற நிகழ்ச்சி இது மட்டுமல்ல. இந்துக்கள் சிலர் ஒரு கோயிலில் குடிகொண்டுள்ள கடவுள்தான் அந்தக் கோயிலுக்குச் சொந்தக்காரர், இந்துவல்லாத ஒருவன் அந்தச் சிலையைத் திருடினால், அந்தச் சிலையே அவனுக்கு எதிராக நடவடிக்கை எடுக்கும் என்றும், அந்தச் சிலையே வழக்குப்போடும் என்றும் நம்புகின்றனர். 1972-73இல் இவ்விதமாகத்தான் ஒரு நடராஜர் சிலை, நார்ட்டன் சைமன் பொருட்காட்சியகத்தின்மீது ஒரு அமெரிக்க ஐக்கியநாட்டு நீதிமன்றத்தில் வழக்குப்போட்டது என்பது ஒரு புகழ்பெற்ற வழக்கு.[29] தமிழ்நாட்டின் அதிகாரி ஒருவர், "நடராஜர் சிலைவடிவத்திலேயே நீதிமன்றத்தில் ஆஜராகித் தானே வழக்கில் வெற்றிபெற்றார் — இவ்வளவுதான் என்னால் கூறமுடியும்" என்றார்.[30]

அயோத்தியில் பாபர் மசூதி

பல ஆண்டுகளாகவே சில இந்துக்கள், பாபர் மசூதி (பாப்ரி மஸ்ஜித்), அயோத்தியில் இராமன் பிறந்த இடத்தின் நினைவிடத்தின்மீது கட்டப்பட்டுள்ளது என்று வாதித்து வருகிறார்கள்.[31] அந்த நகரத்தில்தான் இராமன் பிறந்தான் என்று இராமாயணம் சொல்கிறது. எண்பதுகளில் இந்து வலதுசாரிகள் மெதுவாகப் பதவிக்கு உயர்ந்தனர். இந்து நிறுவனங்கள் பாபர் மசூதி இருக்குமிடத்தில் இராமன் கோயிலை 'மறுபடியும் எழுப்பவேண்டும்' என்ற வேண்டுகோளுடன் ஊர்வலங்கள் நடத்தத் தொடங்கின. கோயில் முன்பு இருந்ததற்கான சான்றுகள் எவையும் இருப்பதாகத் தெரியவில்லை. மேலும், பழைய அயோத்தியும் இன்றைய அயோத்தியும் ஒன்றுதானா என்று அடையாளப்படுத்தும் முயற்சிகூட மேற்கொள்ளப்படவில்லை. அப்போதுதான் இராமாயணத் தொடர் 1987-88இல் ஒளிபரப்பாயிற்று. அது ஏற்கெனவே எரியும் புராண அமளிக்கு எண்ணெய் ஊற்றுவதாயிற்று. முஸ்லிம்களுக்கு அந்த இடத்தில் அனுமதி வழங்கலாகாது என்று இந்துக்கள் கூறியபோதும், 1989இல் நீதிச் செயல்முறை வாயிலாக, முஸ்லிம்கள் தங்கள் மசூதிக்குச் செல்லலாம் என்று அனுமதி வழங்கப்பட்டது.

இந்த அனுமதியை வழங்கியபோது, நீதிமன்றக் கட்டடத்தின் மேல், கொடிக்கம்பத்தின் தேசியக் கொடியின் உச்சியில் ஒரு குரங்கு அமர்ந்து அக்கம்பத்தை மிக ஆவேசமாக அசைத்தது என்று சொல்லப்பட்டது.[32] அந்தக் குரங்கை அனுமன் என்றார்கள். அதுதான் பாரதிய ஜனதாக் கட்சியின் (பிஜேபி) தீவிர அமைப்பான ஆர்எஸ்எஸ் அமைப்பின் சின்னமும்கூட. அதைத்தான் 1921இல் ஈ.எம். ஃபார்ஸ்டர், "ஐரோப்பியர் களை அடித்து வீழ்த்தும் அனுமன்" என்று குறிப்பிட்டார்.[33]

1989இல் அயோத்தியைப் பற்றி எழுந்த கலவரங்களின் விளைவாக, ஜவஹர்லால் நேரு பல்கலைக்கழகத்தின் வரலாற்று ஆய்வு மையத்தைச் சேர்ந்த வரலாற்றாளர்கள் குழு ஒன்று, "அரசியலில் வரலாற்றின் தவறான பயன்பாடு — பாப்ரி மசூதி, ராமஜன்ம பூமிப் போராட்டம்" என்ற தலைப்பிட்ட அறிக்கை ஒன்றை வெளியிட்டது. அயோத்தியின் விவாதத் தில் வரலாற்றாளர்கள் நேரடியாகத் தலையிட்டதை இந்த அறிக்கை காட்டியது. கொஞ்சநாளில் அது செம்மையாக்கம் செய்யப்பட்டு நூலாக வெளியிடப்பட்டது.[34] அயோத்தியில் மசூதியின் கீழுள்ள இராமன் கோயில் என்பது வரலாறு என்பதைவிடப் புராணக் கதையே என்று அதன் கட்டுரைகள் வாதிடுகின்றன.

1990இல் பிஜேபி தலைவராக இருந்த எல். கே. அத்வானி (ஆட்வாணி), ஒரு துறவிக்குரிய காவி உடைகளை (இக்காலத்தில், இந்து வலது சாரியினரின் உடை) அணிந்துகொண்டு, இராமனின் தேர்போல அலங்கரிக்கப்பட்ட ஒரு மோட்டார் வாகனத்தின்மீது கையில் வில் அம்புடன் காட்சி கொடுத்தார். அயோத்திக்குச் செல்லும் வழியில் அவர் கைதுசெய்யப்பட்டார்.[35] 1992 டிசம்பர் 6 அன்று, இரண்டு ஆண்டுகள் கழித்து, போலீஸ் அருகில் நின்று பார்த்துக்கொண்டிருக்கும்போதே, இரண்டு லட்சம் பேர் திரண்ட ஒரு கும்பலில் வெறிபிடித்ததுபோல, "முஸ்லிம்கள் ஒழிக" என்று கூச்சலிட்டவாறு பாய்ந்தனர். அந்த கும்பல் பாபர் மசூதியை சம்மட்டிகளால் தாக்கியது. வரலாற்றாளர் வில்லியம் டால்ரிம்பிள் கூறியதுபோல, "மசூதியின் மூன்று கவிகைகளும் இந்தியாவின் சகிப்புத்தன்மை, ஜனநாயகம், மதச்சார்பின்மை ஆகியவற்றின் குறியீடுகள் என்பதுபோல உடைத்து நொறுக்கப்பட்டன."[36] தொடர்ந்து ஏற்பட்ட கலகத்தில் ஆயிரம் பேருக்குமேல் மரணமடைந்தனர். பிறகு தொடர்ந்து எதிர்வினையாக உடனடியாக ஏற்பட்ட கலகங்களிலும் பிறகு இடைவிட்டும், பிறகு 2002இல் கடுமையாகவும் மேலும் பலர் இறந்தனர். அந்த இடத்தின்மீதான வழக்கு தொடர்கிறது. இன்று அந்த இடத்தில் (2008இல்) யாவும் அழிக்கப்பட்ட பாழ்வெளிதான் உள்ளது. இருப்பினும் தீவிரமான பாதுகாப்பு உள்ளது. (அந்தப் பாதுகாப்பை நியாயப்படுத்தும் வகையில் தாக்குதல்களும் நடத்தப்பட்டுள்ளன.) அங்கு செல்லும் பார்வையாளர்கள், ஒரு பெரிய காலியிடத்தின் ஓர் இருண்ட மூலையில் ஒரு சிறிய கோயிலை — குடும்பப் பூஜையறை போன்று காட்சியளிப்பதைக் — காண்கின்றனர். இராமனின் இரண்டொரு எண்ணெய்வண்ண அச்சுப்படங்கள். அவற்றிற்கு ஒரு இந்து புரோகிதன் அக்கறையற்ற விதத்தில் செய்கின்ற பூசை. பக்கத்தில் ஓர் பிஜேபி கூடா ரத்தில், அவர்கள் கட்ட நினைத்திருக்கும் புதிய கோயிலின் உருமாதிரி

இருக்கிறது. முன்பு அங்கு ஒரு இந்துக் கோயில் இருந்ததோ இல்லையோ, இப்போது மிக எளியதாக இடம் மாற்றக்கூடியதாக ஒன்று இருக்கிறது,

இலங்கைக்குப் பாலம்

இராமாயணத் தொன்மத்தை அரசியலில் பயன்படுத்துவதற்கு மேலும் ஓர் அண்மைக் காலச் சான்று, ஒப்புநிலையில் அடிதடிச் சண்டை அற்றது, ஆனால் ஆழமான உளைச்சலைத் தரக்கூடிய ஒன்று. சேது சமுத்திரத் திட்டம் என அழைக்கப்படுவது. தென்னிந்தியாவுக்கும் இப்போது ஸ்ரீலங்கா என அழைக்கப்படும் தீவின் வடபகுதிக்கும் இடையில் சுண்ணாம்புக் கற்களால் ஆன திட்டுகள் கொண்ட ஆழமற்ற நீர்ப்பகுதி ஒன்று உள்ளது. அதை இராமன் பாலம் என்கிறார்கள். இதன் வழியாக வாய்க்கால் ஒன்று தோண்ட வேண்டும் என்பது திட்டம். இராமாயணத்திலுள்ள விரும்பிப் படிக்கப்படுகின்ற சம்பவம் (மீண்டும் மீண்டும் இது பல நூற்றாண்டுகளாகச் சொல்லப்படுவது) ஒன்றில், இராமனும் அனுமனும் தலைமை தாங்கி அழைத்துச் சென்ற குரங்குக்கூட்டம் (வானரப்படை) ஒன்று, ஒரு கரைப்பகுதியைக் கட்டியது. (அல்லது பாலம் என்றும் சொல்லலாம். ஆனால் கற்களையும் காரையையும் எறிந்து கட்டுவதாகச் சொல்லும் வருணனை ஏரிக்கரை போலக் கடலின் குறுக்கே ஒரு சிறிய பாதை என்பதைப்போலத்தான் சொல்கிறது.) இடையிலுள்ள தூரம் நூறு காதங்கள் எனப்படுகிறது. (1000 மைல்கள். (ரி.வே.4.63.17). பாலம் கட்டப்பட்ட இடம், தமிழகத்திலுள்ள இராமேஸ்வரம் எனப்படுகிறது.

2007 செப்டம்பர் 12 ஆம் நாள், பிபிசி தலைப்புச் செய்தி, வாய்க்கால் திட்டத்தை இந்துக்குழுக்கள் எதிர்க்கிறார்கள் என்பதாக இருந்தது. அதன் பிறகு வந்த கதை:

இந்தியாவுக்கும் ஸ்ரீலங்காவுக்கும் இடையில் ஒரு கப்பல்பாதையை அமைக்கும் திட்டத்திற்கு திட்டவட்டக் கொள்கையுடைய இந்துக்கள் மறுப்புத் தெரிவித்து இந்தியா முழுவதும் எதிர்ப்பு ஊர்வலங்கள் நடத்தினர். பல இடங்களில் போக்குவரத்து நெருக்கடிகள் ஏற்பட்டன, இரயில்கள் நாட்டின் பல பகுதிகளில் தாமதிக்கப்பட்டன என்று தெரிய வருகிறது. எதிர்ப்பாளர்கள், தாங்கள் இராமனாலும் அவனுடைய குரங்குப்படையாலும் கட்டப்பட்ட பாலம் ஒன்றை மேற்கண்ட திட்டம் நாசமாக்கிவிடும் என்று தெரிவிக்கின்றனர். விஞ்ஞானிகள், அது முழுக்க முழுக்க இந்து தொன்மப் புராணம் இராமாயணத்தின் அடிப்படையில் அமைந்த கட்டுக்கதை என்று சொல்லி அந்த நம்பிக்கையைக் கேள்விக்குள்ளாக்குகின்றனர். சேதுசமுத்திரக் கப்பல் பாதைத் திட்டம் இந்தியாவுக்கும் இலங்கைக்கும் இடையிலுள்ள பாக் ஜலசந்தியை மன்னார் வளைகுடாவுடன் ஆழமற்ற கடலில் ஒரு ஆழமாக வாய்க்கால் உருவாக்கி இணைப்பதாகும். இதனால் இந்திய தீபகற்பத்தைச் சுற்றிலும் கப்பல் செல்லக்கூடிய ஒரு பாதை உருவாகும். திட்டம் முழுமையடைந்தால் கப்பல்கள் செல்லக்கூடிய பாதையில் 650 கி.மீ. (400 மைல்கள்) அளவுக்குக் குறைந்து நேரம் வீணாவது தவிர்க்கப் படும். அதனால் அப்பகுதியின் பொருளாதார தொழில் வளர்ச்சிகளில்

முன்னேற்றம் ஏற்படும் என்று எதிர்பார்க்கப்படுகிறது. இந்து தீவிரவாதிகள், இந்த வாய்க்கால் இராமன் கட்டிய சேதுவை (சிலசமயங்களில் ஆதாமின் பாலம் என்றும் அழைக்கப்படுகிறது) அழித்துவிடும் என்கின்றனர். இராமன் இலங்கைக்குச் சென்றபோது குரங்குப் படையினால் அந்தப் பாலம் கட்டப்பட்டது என்றும் மதமுக்கியத்துவம் உடையது என்றும் சொல்கின்றனர். விஞ்ஞானிகளும் தொல்லியலாளர்களும் இதற்கு எவ்வித அறிவியல் ஆதாரமும் இல்லை என்கின்றனர். இராமாயணத்தில் கூறப்படுவதுபோல இராமனுக்கு ஒரு குரங்குப்படை இருந்ததாக நிரூபிக்கப்படவில்லை என்றும் அவர்கள் சொல்கின்றனர். இந்தியாவின் தொல்லியல் ஆய்வுக் கழகம், அந்தப் பாலம் மனிதனால் ஏற்பட்டது அல்ல, இயற்கையாகவே உருவாகிய ஓர் மணல் அமைப்பு என்று தெரிவிக்கிறது.[37]

வரலாற்றாசிரியர் ரொமீலா தாப்பர் சுட்டிக்காட்டியது போல, "இந்த நிச்சயமின்மைகள் யாவும் கிறித்துவுக்கு முந்திய ஆண்டுகளில் ஒரு பரந்த கடலினூடாக ஒரு பாலத்தைக் கட்டும் தொழில் நுட்பச் சாத்தியத்திலிருந்து வேறுபட்டவை."[38] இங்கு வேறு பிரச்சினைகளும் இருக்கின்றன. சுற்றுச்சூழல், பொருளாதார, சமூகவியல், நடைமுறைச் சாத்தியப் பிரச்சினைகள். இந்திய உச்சநீதி மன்றம், அந்தப் பாலம் மனிதனால் கட்டப்பட்டது அல்ல என்ற நிச்சயித்தது. (ஒருவேளை குரங்குகளால் கட்டப்பட்டது என்பதாகலாம்.) மேற்கு வங்க புத்ததேவ பட்டாச்சார்யா, இராமாயணம் கவிஞர்களின் கற்பனையில் பிறந்த ஒன்று என வாதிட்டார். ஆனால் சி.பி. இராமசாமி ஐயர் பவுண்டேஷனின் இயக்குநர் நந்திதா கிருஷ்ணா, இராமாயணம் ஒரு புனைகதை அன்று என எதிர்மறையாக விடையளித்தார். குரங்குகள் பாலம் கட்டின என்போர், நாசா நிழற்படங்களைச் சான்றாகக் காட்டுகின்றனர். அவற்றில் இந்தியாவுக்கும் ஸ்ரீலங்காவுக்கும் இடையில் ஏதோஒருவித நீர்க்கீழ்ப் பாலம் (அல்லது மேட்டுப்பாதை) இருப்பது புலனாகிறது.[39] இதுவும் நமக்கு முன்னர் நன்கு அறிமுகமான மூழ்கிய கண்டம் என்ற தொன்மத்திற்கு மற்றொரு சான்றாகிறது.

இரண்டு நாட்கள் கழித்து, இந்துக்கடவுள் இராமனின் மீதான அறிக்கை திரும்பப் பெறப்பட்டது என்ற தலைப்புச் செய்தியை வெளியிட்டன. பிபிசி செய்தி இவ்விதமாகக் கதையை எடுத்துரைத்தது:

இந்திய அரசாங்கம், இந்த வாரத்தில் முன்னதாக நீதிமன்றத்தில் இந்துக் கடவுள் இராமனின் இருப்பினைக் கேள்விகேட்டுச் சமர்ப்பித்த முரண்பாடு கொண்டதொரு அறிக்கையைத் திரும்பப்பெற்றது. எதிர்க் கட்சிகளின் பலமான எதிர்ப்புகளுக்குப் பிறகு இந்தச் செயல் நிகழ்ந்தது. கடைசி இரண்டு நாட்களில், எதிர்க்கட்சியான பாரதீய ஜனதாக் கட்சி (பிஜேபி), மில்லியன் கணக்கான மக்களின் நம்பிக்கையைக் கேள்விக்குட் படுத்தியதற்காக ஒரு தீவிரத் தாக்குதலை அரசாங்கத்தின்மீது நிகழ்த்தினர். நாட்டின் பெரும்பான்மை மக்களின் மாறுபாடான எதிர்வினை பற்றிக் கவலை கொண்டு, காங்கிரஸ் கட்சி ஆள்கின்ற அரசாங்கம் இப்போது ஒரு பல்டி அடித்து, நீதிமன்றத்தில் சமர்ப்பிக்கப்பட்ட மனுவைப் பெற்றுக் கொண்டது. இடையில் உச்சநீதிமன்றம், வாய்க்கால் துரப்பணப் பணி

தொடர்ந்து நடைபெறலாம், ஆனால் இராமனின் பாலத்தைத் தொடக் கூடாது என்று தீர்ப்பளித்தது.

ஆனால் ஒரு கட்டுக்கதைப் (கற்பனையான) பாலத்தை எவ்விதம் தொடாமல் செல்வது?

இராமாயணங்கள் பல

இராமாயணம் எது அல்லது எது அல்ல என்பதைக் கூறும் உரிமை யாருக்கு உண்டு என்ற கேள்விதான் மற்றொரு மிக முக்கியமான பிரச்சினை. இதற்கான வாதங்கள் பலவும், பலவழிகளில், இந்து மதம் எது அல்லது எது அல்ல என்பதைக் கூறுவதற்கு இணையாக இருக்கின்றன. சீதை, எப்போது சீதையாக இல்லாமல் போகிறாள் என்ற கேள்விக்குப் பல்வேறு குழுக்கள் பலவிதமாக விடையளிப்பார்கள். பற்பல நூற்றாண்டுகளுக்குப் பல்வேறுபட்ட கலாச்சாரங்களுக்கிடையில் பெரும் தொன்மங்கள் நீடித்திருப்பதற்கு முக்கியக் காரணங்களில் ஒன்று அவற்றின் சிரசாசனத் தன்மை எனலாம். அதாவது அவற்றினால் தலைகீழாக நிற்க முடியும். அதாவது அடிப்படைக் கதைப்பின்னலுக்கு விளக்கம் அளிப்பவர் எடுக்கும் அரசியல் நிலைப்பாட்டினை முற்றிலும் தலைகீழாக்க முடியும்.[40]

இராமாயணத்தின் அரசியல் பயன்பாடுகளுக்கு இது நிச்சயமான உண்மை. இந்தியா முழுவதும் அது தொடர்ந்து இலக்கியத்திலும் நிகழ்த்தல்களிலும் மீண்டும் மீண்டும் சொல்லப்பட்டு வருகிறது. இவற்றில் புகழ்பெற்றது, பதினாறாம் நூற்றாண்டில் எழுந்த துளசிதாசர் இராமாயணம். வாராணாசியில் ஒவ்வொரு குளிர்காலத்திலும் பல வாரங்கள் நீடிக்கக்கூடிய ஒரு திருவிழாவில் அது நிகழ்த்தப்பட்டு வருகிறது. தொன்மத்தின் ஒடுக்குகின்ற வடிவங்கள் இராமராஜ்யம் என்ற கருத்தாக்கத்தைப் பயன்படுத்துகின்றன. அதில் முஸ்லிம்களுக்கோ கிறித்துவர்களுக்கோ பிற மற்றவர்களுக்கோ இடமிருக்காது. இராமாயண சொர்க்க காலத்திற்கு இந்தியாவை மீட்புச் செய்யும் நம்பிக்கை இது.

ஆனால் கவிழ்ப்புப் பாடங்கள் பலவற்றில் இராவணனும் பிற அரக்கர்களும் நல்லவர்களாகக் காட்டப்படுகிறார்கள் (வால்மீகியின் இராமாயணத்திலேயே சில வழிகளில் சிலர் அப்படித்தான் இருக்கிறார்கள்). ஆனால் வால்மீகியின் இராமன் மிக நல்லவன், கவிழ்ப்புப்பாடங்களில் அவன் தீயவனாகக் காட்டப்படுகிறான். கிறித்துவத்திற்கு மாறிய வங்காளக் கவிஞரான மைக்கேல் மதுசூதன தத்தர் (1824-73), மேகநாத வதம் (1861) என்ற தலைப்புக் கொண்ட கவிதை ஒன்றை எழுதினார். அது கீர்த்திவாசரின் வங்காள இராமாயணத்தின் அடிப்படையில் அமைந்தது. ஆனால் தத்தர், இராவணனைக் கதைத்தலைவன் ஆக்கினார். அவன் மகன் மேகநாதனை, பிரிட்டிஷ்காரரால் ஒடுக்கப்பட்ட இந்தியர்களின் குறியீடு ஆக்குகிறார். இராமனை பிரிட்டிஷ்காரருக்குச் சமப்படுத்தி வில்லன் ஆக்குகிறார்.[41] இருபதாம் நூற்றாண்டின் முற்பகுதியில் தமிழ்ப்பிரிவினைவாதிகள் தென்னிந்தியாவில் எடுத்துரைத்த இராமாயணக் கதையும் அதே அளவுக்குக் கவிழ்ப்புப் பாடம்தான். அதில் இராவணன், ஒரு மேலான சிறந்த தமிழ் அரசனாகவும், வடக்கிலிருந்து வந்த தீய இராமனும்

அவன் படைகளும் சேர்ந்து அவனைச் சதிசெய்து கொன்றதாகவும் சொல்லப்படுகிறது. வட இந்தியர்களும் தென் இந்தியர்களும் எப்போதுமே இராமனை வடவனாகவும் இராவணனைத் தென்னவனாகவும் அடையாளப்படுத்தியுள்ளனர். ஆனால் வடக்கு திராவிட இராவணனை அரக்கன் ஆக்கியது. தெற்கு இராமனை ஆரியன் ஆக்கியது. வெளிப்படையான எதிர் இதிகாசங்களால் இவை கூறப்பட்டன.[42] தலித் பாடம் ஒன்றில், அரக்கர்கள் சார்பாக சீதை, கள்ளமற்ற மக்களைக் கொன்றதற்காக இராமனைக் குற்றம் கூறுகிறாள்.[43]

இராமாயணக் குரங்குகள் காலனிய வரலாற்றில் ஏற்கெனவே நன்கு கலந்துவிட்டன. அவை கலந்த வழிகள் இன்னும் ஒத்ததிர்வுகளை ஏற்படுத்துகின்றன. பத்தொன்பதாம் நூற்றாண்டில் வட இந்தியாவில் சில இந்துக்கள் பிரிட்டிஷ்காரர்களை செங்குரங்குகள் ஆக்கினார்கள். ஒரியக் கதைகள் இன்னும் அவர்களை அப்படியேதான் சித்திரிக்கின்றன. இன்னும் சில கதைகள், சீதை, இராமனுக்கு உதவிசெய்த பதினெட்டு மில்லியன் குரங்குகளையும் அடுத்த பிறவியில் பிரிட்டிஷ்காரராகப் பிறப்பார்கள் என ஆசீர்வதித்தாள் என்று சொல்கின்றன. வட இந்திய நாட்டார் கதை ஒன்று, இரண்டு குரங்குகளுக்கு மட்டும் (இலங்கைக்கு பதிலாக) தூர மேற்கில் ஒரு வெள்ளையர் தீவு (இங்கிலாந்து) பரிசளிக்கப் பட்டது என்கின்றன. அங்கிருந்து, அவர்களின் வாரிசுகள் கலியுகத்தில் உலகத்தை ஆட்சி செய்வார்கள்.[44] அச்சமயத்தில்தான் மிலேச்சர்கள் (பிரிட்டிஷ்காரர்கள்) இந்தியாமீது படையெடுப்பார்கள். இக்கதை அயல்நாட்டவர்கள் பலர் இந்தியாவின்மீது படையெடுத்ததை எல்லாம் வடிகட்டி உருவாக்கிய பழைய அரசியல் தொன்மம். மகாராஷ்டிரத்தில் சொல்லப்படும் ஒரு கதையின்படி, இராவணனிடம் இருக்கும்போது சீதையிடம் இராவணன் மனைவி ஒருத்தி நட்புக் கொண்டாளாம். அவளுக்கு சீதை விக்டோரியா இராணியாகப் பிறப்பாள் அவள் என்று வாக்களித்தாளாம்.[45]

ஒரு கதையின் பல வடிவங்களை ஏற்றுக்கொள்ளுவதற்கு ஒரு வழி என்னவெனில், அவை வெவ்வேறு யுகங்களில் தோன்றியனவாகச் சொல்லுவது. இந்த உத்தியைப் பற்றி ஒரு புராணம் வெளிப்படையாகவே சொல்கிறது. யுகங்கள் வெவ்வேறாக இருப்பதால், கணேசனின் (விநாயகரின்) பிறப்பும் வெவ்வேறாகச் சொல்லப்படுகிறது. மற்றொரு சம்பவத்தில், கதைசொல்லி, தன் கதையில் ஒரு முனிவன் தன் எதிரிகளை மன்னிப்பதாக முடிக்கிறான். பனுவலின் உள்ளிருக்கும் கேட்பாளர்கள், குறுக்கிடுகிறார்கள். "நாங்கள் இதை வேறுவிதமாகக் கேட்டுள்ளோம். அந்த முனிவன் தன் எதிரிகளைக் கோபத்தில் சபித்தான். எப்படி இது நிகழும்?" கதைசொல்லி விடையிறுக்கிறான்: "உண்மைதான், ஆனால் அது வேறு யுகத்தில் நடந்தது. நான் விளக்குகிறேன்." பிறகு அவன் கதையின் மற்றொரு வடிவத்தைச் சொல்கிறான்.[46] மற்றொரு புராணம், வேறொரு கதையின் மற்றொரு வடிவத்தைப் "புராணங்கள் இதை வேறு விதமாகச் சொல்கின்றன" என்ற குறிப்போடு நுழைக்கிறது.[47]

ஏதோ ஒரு வகையான டார்வினிய விசை, பிறவற்றைவிடச் சில கதைகூறல் வடிவங்களை வாழவைக்கிறது. நிர்ணயிக்கும் காரணிகளில்

ஒரு பகுதி அதன் உயர்பண்பு. (நன்கு கூறப்பட்ட, அல்லது மேலும் மிகுதியான மக்களைக் கவர்கின்ற வடிவங்கள்). மற்றொரு பகுதியாக, அதிக மானியங்கள் பெறுபவை உயிர்வாழ்கின்றன. (மிகப் பணக்காரர்களான புரவலர்களைப் பெற்றவை). பணம் இன்னும் பேசுகிறது. அல்லது கதைகள் சொல்கிறது. ஆனால் இந்தச் செயல்முறையை வெகுஜன ஊடகங்கள் புரட்டி விடக்கூடும். எந்தக் கதைகூறல்கள் அதிகமாக வீடுகளில் ஒளிபரப்பபாகின்றனவோ, அவற்றிற்கு மிகுதியான புரவலர்கள் கிடைக்கிறார்கள், அவை ஆகவே உயிர்தரிக்கின்றன. சிதைக்கப்பட்ட வடிவங்களைக் கொண்ட இந்து செவ்வியல் நூல்களின் கதைகள் அமர்சித்ரா காமிக் புத்தகங்களாக சந்தையில் பெருமளவு விற்பனை செய்யப்படுகின்றன. இது ஒருவகையான கிரெஷாம் விதி என்றுதான் சொல்லவேண்டும். (கெட்ட பணம், நல்ல பணத்தை வெளியேற்றுகிறது). இது டார்வினிய மாற்றம் அல்ல, ஆடம் ஸ்மித்தின், அல்லது முதலாளித்துவ விதிப்படி நடப்பது.

கடந்த சில பத்தாண்டுகளாக பல்வேறு இராமாயணங்கள் பற்றிய கல்வியியல் விழிப்புணர்வு, எல்லாவித வேறுபட்ட பாடங்களையும் வெளிவர வழிவகுத்தது. ஆனால் பாலிவுட், தொலைக்காட்சி, காமிக் புத்தகங்கள் ஆகிய ஊடகங்கள் கதவைச் சாத்தி விட்டன. எனவே பெரும்பாலான இந்துக்களுக்கு இன்று ஒரே ஒரு இராமாயணம்தான் தெரியும். தொலைக்காட்சித் தொடராக வெளிப்பட்ட இராமாயணம், (78 வாரங்கள், 1987 ஜனவரியிலிருந்து 1988 ஜூலை வரை) சென்றது. தொலைக்காட்சித் தொடரான மகாபாரதம், (108 வாரங்கள், 108 ஒரு புனித எண்; 1988 முதல் 1990 வரை ஞாயிற்றுக் கிழமை காலைகளில்) வெளியானது. இவை 1992இல் பாபர் மசூதியை இடிப்பதற்குப் பெரும் உதவிகளாக இருந்தன. பாலிவுட் படமாக 2003இல் இராமாயணம் தயாரிக்கப்பட இருந்தபோது இராமனாக நடிக்க ஏற்பாடு செய்யப்பட்ட சல்மான்கான் (ஒரு முஸ்லிம், ஆனால் தாய் இந்து) பெரும் ஆட்சேபணைகளைக் கிளப்பினார். அதனால் படம் தயாரிக்கப்படவே இல்லை. மாறாக, தொலைக்காட்சி வெளியீடான மகாபாரதம், அமர்சித்ர கதா காமிக்ஸின் அடிப்படையில் அமைந்திருந்த போதிலும், அதற்குத் திரைக்கதை ஆசிரியர் ஒரு முஸ்லிம், ராஹி மாசுமா ரஜா, தொடக்கப் பெயர்கள் ஆங்கிலம், இந்தி, உருது ஆகிய மொழிகளில் இருந்தன. ஒரு யூகமான முஸ்லிம் பார்வையாளருக்கென, உருது. ஒன்றை இழந்தால் ஒன்றைப் பெறலாம் — மேலும் மகாபாரதம், இராமாயணத்தைவிட மிகவும் பன்முகத்தன்மை கொண்டது.

இண்டர்நெட்டும் கதைசொல்பவனின் கலை, வெகுஜன அடையாள அரசியலின் சக்தி ஆகியவற்றிற்கு பதிலீடு செய்கின்ற கதைகளின் கும்பல் சுற்றுகளுக்கு வசதி செய்து தந்திருக்கின்றன. நள்ளிரவின் குழந்தைகள் நாவலில், சல்மான் ருஷ்தீ இந்தியச் சுதந்திர நாள் நள்ளிரவில் பிறந்த குழந்தைகள் தங்களுக்குள் தொடர்புகொண்ட ஒரு மாய ஈதரை — வானொலியின் ஓர் தனிப்பட்ட அந்தரங்க வடிவத்தை உருவாக்கினார். இப்போது அது யதார்த்தத்தில் நம்மிடையே இருக்கிறது — இணைய தளம், அரட்டை அறை (சாட் ரூம்), லிஸ்ட்செர்வ் — புறவெளியின் வலைப்பூ, தாங்களே தேர்ந்தெடுத்துக் கொண்ட, சிறிய ஆனால்

தீவிரமான, பாதிக்கப்படாத இந்துக்களின் குழு இந்த இந்திய ஈதரைத் தங்களுக்குள்ளாகச் சமுதாயம் என்று உணரப்படுபவர்களுக்குள் தொடர்பு கொள்ளப் பயன்படுத்துகிறார்கள். இம்மாதிரிக் குழுக்களின் பெருக்கத்தின் காரணத்தைப் பெருமளவு இது விளக்குகிறது. எந்தச் சம்பவத்திற்கும் சில மணி நேரங்களுக்குள் பெரிய அளவில் எதிர்வினை புரிவதற்கும் காரணத்தைத் தெரிவிக்கிறது. வீடியோ விளையாட்டுகளைவிட இது மிகவும் நல்ல பொழுதுபோக்காக இருக்கிறது. அதேசமயம் பெரிய அளவில் ஆபத்தானதும்கூட. மற்றொரு வானொலி உருவகம் நினைவுக்கு வருகிறது. இரண்டு அமெரிக்கப்படங்களில் ஒரு பாம்பர் பைலட் குண்டு போடுகின்ற ஆணை கிடைத்ததும் தனது வானொலியை அணைத்துவிடுமாறு ஆணையிடப்படுகிறான். வேறெவ்விதமான தவறான எதிர்ஆணைகளுக்கும் அவன் வயப்பட்டு விடக்கூடாது என்பதே காரணம். இந்து வலதுசாரியினரின் வலைப்பூ மனப்பான்மைக்கு இந்த மாதிரிப் பிற எல்லாச் செய்திகளையும் விலக்கிவிடக்கூடிய தன்மை தான் அதன் சிறப்புப் பண்பாக இருக்கிறது.

மேலும் இராமாயணங்கள் தோன்றாது

இந்துக்கதைகளில் தனக்குப் பிடிக்காத வடிவங்களைக், குறிப்பாக இராமாயண வடிவங்களை, அதிலும் குறிப்பாக இலக்குவனுடன் சீதையின் தொடர்பு பற்றிய உணர்ச்சிபூர்வமான விஷயத்தை ஆராய்கின்ற மறுகூறல் வடிவங்களை, அவ்வப்போது புத்தகக் கடைகளைத் தாக்கியும் புத்தகங்களை எரித்தும் இந்து வலதுசாரி தளர்ச்சியின்றி எதிர்க்கிறது. மாண்ட்லா மாவட்டம், பட்டான்கட்டில் வசிக்கும் ராஜ்நேங்கி எனப்படும் பழங்குடியினத்தினரிடம் பதிவுசெய்யப்பட்டு, 1950இல் பிரசுரிக்கப்பட்ட கதை இது.

பழங்குடியினரிடையே இலக்குவன்

ஓரிரவு இராமனும் சீதையும் சேர்ந்து படுத்திருந்தனர். சீதை இலக்குவனைப் பற்றி மிக அன்பாகப் பேசினாள். "அதோ அவன் தனியாகப் படுத்திருக்கிறான். அவனைப் பெண்களை அடைவதிலிருந்து தடுப்பது எது? ஏன் அவன் திருமணம் செய்துகொள்ள விரும்பவில்லை?" என்று கேட்டாள். இதனால் அவள்மீது இராமனுக்குச் சந்தேகம் ஏற்பட்டது. சீதை நன்றாகத் தூங்கினாள், ஆனால் இராமன் எதையெதையோ கற்பனை செய்தவாறு இரவுமுழுவதும் தூங்காமல் தவித்தான். அடுத்த நாள் விடியற் காலையில் அவன் இலக்குவனை அழைத்து, திடீரென்று, "நீ சீதையை விரும்புகிறாயா?" என்று கேட்டான். இலக்குவன் அதிர்ச்சியடைந்தான், அவனால் தன் அண்ணனை நோக்கவும் முடியவில்லை. நிலத்தையே நெடுநேரம் உற்று நோக்கினான், அவமானம் அவனைத் தின்றது. பிறகு சுள்ளிகளைச் சேகரித்துக் குவித்து, "இதற்கு நெருப்பு வையுங்கள், நான் தூய்மையானவன் என்றால் நெருப்பு என்னை எரிக்காது" என்றான். ஓர் அழும் குழந்தையைக் கையிலேந்தி அவன் நெருப்பில் குதித்தான். யாருக்கும் சிறுதீங்கும் ஏற்படவில்லை. பின்னர் அவன் இராமனையும் சீதையையும் விட்டுச் சென்றான். சீதை அவனைத் திரும்பிவருமாறு

வேண்டிக் கேட்டும் அவன் திரும்பவில்லை.[48]

பிறகு இலக்குவன் கீழ்உலகிற்குச் சென்று பல தீரச்செயல்களைச் செய்தான். இங்கு, சீதையல்ல, இலக்குவன்தான் தன் கற்பை நிரூபிக்கத் தீயில் இறங்குகிறான். இராமனுடைய பொறாமை அவன்மீதுதான், சீதை மீதல்ல, பாய்கிறது. அழும் குழந்தை என்ற கருத்து உடன்கட்டை ஏறும் சடங்கிலிருந்து பெறப்பட்டிருக்கலாம். குழந்தை பெற்ற பெண்ணை உடன்கட்டை ஏறவிடுவதில்லை. குழந்தையும் அழாதவாறு செய்யப் படுகிறது. இங்கே பால்கள் மாற்றம் பெறுகின்றன, அதற்கேற்ப அணிகளும் மாற்றங்கள் பெறுகின்றன.

இன்றுவரையிலும், இப்படிப்பட்ட கதைகள் பதிவுசெய்யப்பட்டு பிரசுரிக்கப்பட்டுள்ளன. 2008இல் தில்லிப் பல்கலைக்கழகத்தின் பழங்கால இந்தியக் கலாச்சாரம் (பி.ஏ. ஆனர்ஸ்) என்ற படிப்புக்காக "முன்னூறு இராமாயணங்கள்: ஐந்து சான்றுகளும் மொழிபெயர்ப்புப் பற்றிய மூன்று சிந்தனைகளும்" என்ற நூல் பாடமாக வைக்கப்பட்டது. இதை எழுதியவர் ஏ.கே. ராமானுஜன் (1929-1993). பல ஆண்டுகள் சிகாகோ பல்கலைக்கழகத்தில் பணியாற்றியவர், 1976இல் இந்திய அரசாங்கத்திடமிருந்து பத்மஸ்ரீ விருதினைப் பெற்றவர். உடனே, ராமானுஜன் மேற்கோள் காட்டியிருந்த சில கதைகளுக்கு அவை இந்துக் கடவுளரையும் தேவியரையும் இழிவு செய்வதாக இந்து நிறுவனங்கள் எதிர்ப்புத் தெரிவித்தன.

ராமானுஜன் சந்தால் நாட்டார் வழக்காற்றியலிலிருந்தும் ஒரு கதையை இலக்கிய மாணவர்களுக்கு எடுத்துக் காட்டுகிறார். இந்து மனத்திற்குப் பெரும் வன்செயலாகத் தோன்றியிருக்கிறது அது. காரணம், சீதையை இராவணனும் இலக்குவனும் — இருவருமே கற்பிழக்க வைத்தவர்கள் என்று அக்கதை சொல்கிறது. இராமானுஜனைப் போல உலகில் மிகத் துணிவாக சீதையின் பண்பினைப் பற்றிய கேள்வி எழுப்பியவர் ஒருவரு மில்லை என்று கூறலாம். ஆனால் அதை நாட்டார் வழக்காற்றியலின் போர்வையில் செய்கிறார்! தில்லிப் பல்கலைக்கழகத்தில் பி. ஏ. ஆனர்ஸ் வகுப்பின் இரண்டாம் ஆண்டின் படிப்பில் இராமன், அனுமன், இலக்கு வன், சீதை ஆகியோருடைய பண்புகளை மாசுபடுத்தும், இழிவுபடுத்தும் பகுதிகள் உள்ளன. ஆனால் இறுதியில் முழுச் சம்பவமுமே தவறானது, மனம்போன போக்கிலானது, கற்பனையானது, போலி எனப்படுகிறது.[49]

2003இல் லண்டனில் எனது சொற்பொழிவில் அவ்வப்போது முட்டை வீசப்பட்டது. அச் சொற்பொழிவும் இலக்குவன்-சீதை உறவு பற்றியதுதான்.

2008 பிப்ரவரி 25 அன்று, ஆர்.எஸ்.எஸ்-ஸுடன் இணைப்புடைய அகில இந்திய மாணவர் மன்றத்தினால் (ஏபிவிபி) ஒழுங்கமைக்கப்பட்ட நூறு பேருக்குமேற்பட்ட ஆட்களைக்கொண்ட கும்பல் ஒன்று தில்லிப் பல்கலைக்கழகத்தின் சமூக அறிவியல்களின் புலக் கட்டடத்திற்கு வெளியே கூடியது. ஊடகங்களைச் சேர்ந்தவர்களும், போலீசும் பார்த்துக்கொண்டி ருக்கும்போதே எட்டு அல்லது பத்துப்பேர் உள்ளே சென்று பலகணிக் கண்ணாடிகளை உடைத்தும், புத்தகங்களை அழித்தும், பிற அலுவலகப் பொருள்களை அழித்தும், வரலாற்றுத் துறையின் தலைவர் அலுவல

கத்தைச் சூறையாடியது. அந்தக் குழு துறையின் பேராசிரியர்களை மோசமான விளைவுகள் ஏற்படும் என்று மிரட்டியது.[50] கலகக்காரர்கள் கைகளில் இந்தியில் எழுதப்பட்ட அட்டைகளையும் வைத்திருந்தனர். "ஒரு இராமாயணம் அல்ல, முன்னூறு இராமாயணங்கள் இருப்பதாகப் பல்கலைக்கழகம் சொல்கிறது" என்று அவற்றில் எழுதப்பட்டிருந்தது. தொடர்ந்து நிகழ்ந்த நேர்காணல்கள் ஒன்றில் கலகக்குழுவைச் சேர்ந்த ஒருவன் சொன்னான்: "எங்கள் மதத்துடன் விளையாடுகிறார்கள் என்பதைப் பல்கலைக்கழகக் கல்வியாளர்கள் புரிந்துகொள்ளவில்லை. அது எழுதப்பட்ட ஒரு கதை, ஓர் இலக்கியப் பனுவல், என்று நினைக்கிறார்கள். ஆகவே அதற்கு மூவாயிரம் வடிவங்கள் இருப்பதாகச் சொன்னாலும் பரவாயில்லை என்று கருதுகிறார்கள்." இந்துப் பாரம்பரியங்களின் பன்மைத்தன்மையை அவன் ஒப்புக்கொண்டாலும், வழுவான ஒவ்வொரு கதையும் — பெரும்பாலும் இவை பழங்குடி மக்களையும் தலித்துகளையும் சேர்ந்தவை — அழிக்கப்படும் என்றான்.[51] இந்த இருண்ட கதையின் பிரகாசமான எதிர்க்கதை என்னவெனில், பிற மாணவர்கள் எதிர்க்கலகங்களை ஒழுங்கமைத்தனர். முதன்மையான செய்தித்தாள்கள் பலவற்றில் சுதந்திரமான பேச்சையும் பன்முகத்தன்மையையும் ஒடுக்குகின்ற முயற்சிகளைப் பற்றி வலுவான விமரிசனக் கருத்துகள் வெளிவந்தன.[52] ஒரு பத்தியாளர் கூறினார்: "ஏபிவிபி ஆட்கள் எல்லாரும் சேர்ந்து செய்ததைவிட ஏ.கே. ராமானுஜன் இந்தியக் கலாச்சாரத்துக்கு மேலதிகப் பங்களிப்புச் செய்தவர்" என்று சொல்லிவிட்டுத் தொடர்ந்தார்: "இந்தக் கட்டுரையைப்பற்றி எழுந்த வன்முறை கவலை அளிப்பதாக இருக்கிறது, அதேபோல ராமானுஜனைத் தாக்கிய ஆட்களின் முழுமையான மழுங்கல் தன்மையும்தான்."[53]

முற்றிலும் நவீனமாகிய சீதைகள்

பல நூற்றாண்டுகளாக சீதையின் தீக்குளிப்பு வெவ்வேறான தெற்காசியர்களுக்கு வெவ்வேறான காரணங்களால் பிரச்சினைக்குரியதாக இருந்துவருகிறது. பக்திபூர்வத் தற்காப்பாளர்கள் கடவுள் தன் மனைவிமீது இப்படிப்பட்ட குரூரத்தைக் காட்டலாமா என்று சங்கடப்படுகிறார்கள். பெண்ணியவாதிகள், சீதை "குளிர்ந்த" நெருப்பில் இறங்கியதைப், பிற்கால உடன்கட்டை முறைக்கு முன்னுதாரணமாகக் கருதுகிறார்கள். மிக அண்மைக்காலத்தில், மாற்று இராமாயணங்கள் இராமனிடம் சீதைக்குள்ள ஒருமன விசுவாசத்தைக் கேள்விக்குரியதாக்கியிருப்பதற்கு இந்துக்கள் ஆட்சேபணை தெரிவிக்கிறார்கள். விவசாயிக்களின் கதைகள் சிலவற்றில் தனக்கிழைக்கப்பட்ட அநீதிகளைக் கண்டு சீதையின் கோபம் வலியுறுத்தப்படுகிறது. அவை அவளை அனுப்பியபிறகு இராமனை அவள் புறக்கணித்ததைப் பாராட்டுகின்றன. தலித் பாடங்கள், இராவணன் மீது சீதை காதல் கொண்டதைக் காட்டுகின்றன. பழமைவாத மூலபாடத்தில், அவள் இவ்வாறாகச் சந்தேகிக்கப்படுகிறாள். (ஆனால் இவை அதன் உள்ளோட்டுக்குக் கீழே இருக்கின்ற உண்மையான கருப்பொருள் இதுவாக இருக்குமோ என்று சுட்டிக்காட்டுகின்றன.) மகாராஷ்டிரப் பெண்கள் இராமனுக்குக் கீழ்ப்படியாமைக்காக சீதையைப் பாராட்டுகிறார்கள். அவளைக் காட்டுக்கு வரவேண்டாமென்று இராமன் கூறியபோது அவள்

காட்டுக்குச் சென்றாள். உத்தரப்பிரதேச நாட்டார் பாடல் ஒன்றில், சீதையை அழைத்துவர இலக்குவனை அனுப்பியபோதும் அவள் திரும்பி வரவில்லை. பதிலாகத் தன் மகன்களைத் தானே வளர்க்கிறாள்.[54]

அவளுடைய உள்ளுணர்வுக்கு எதிராகவே, சீதை பெண்கள் உரிமையை நிலைநாட்டுபவளாகக் கொள்ளப்படுகிறாள். மகாராஷ்டிராவில் ஒரு கிராமத்தில் இராமன் இல்லாத சீதையின் கோயில் ஒன்று உள்ளது. (சீதையற்ற இராமனின் கோயிலைவிட இது அசாதாரணமானது). இராமன் அவளை ஒதுக்கித் தள்ளிய பிறகு, கர்ப்பமான ஆதரவற்ற நிலையில் அவள் அலைந்து திரிந்த ஆண்டை ஞாபகார்த்தமாக வைத்து இந்தக் கோயில் கட்டப்பட்டது. இக்கோயில் தலக்கதை, சீதை இந்த ஊருக்கு வந்தபோது கிராமவாசிகள் அவளுக்கு உணவுதர மறுக்கிறார்கள். அவள் சாபமிடுகிறாள். அதனால் எந்த நிலத்திலும் அவர்களுக்கு விளைச்சலே இல்லாமல் போகிறது. அண்மைக்காலத்தில் சரத் ஜோஷி என்ற பெயருடைய ஒரு சீர்திருத்தவாதி, இராமன் சீதைக்குச் செய்த அநீதியைத் துடைக்கவும், தங்கள் நியாயத்தையும் வளத்தையும் பெற இயலாமல் வைத்திருக்கின்ற சாபத்தை அழிக்கவும் வேண்டி, தங்கள் பெண்களைப் பொருளாதார ரீதியாக அடிமைகளாகவும் சக்தியற்றவர்களாகவும் வைத்திருந்த அந்த கிராம மக்கள் தங்கள் அநீதிகளைத் துடைக்கவேண்டுமெனக் கூறினார். இராமாயணக் கதையை அவர்களுக்கு எடுத்துரைத்தார். அதைக்கேட்ட பெரிய உடலும் முரட்டுத்தனமும் கொண்ட விவசாயிகளும் கண்ணீர் சிந்தினர். சீதைக்கேற்பட்ட அநியாயத்தை வால்மீகி இராமாயணத்தில் வைத்த காரணம், சீதையின் துயரத்தைப் பிற மனைவிமார்களுக்கு உதாரணமாக வைக்க அல்ல, மாறாக, இராமனைப்போல ஆடவர்கள் நடந்துகொள்ளக்கூடாது என்று எச்சரிக்கத்தான் என்று அவர்கள் கூறினர். ("ஒரு நிறைவுபெற்ற மகனாக இராமனைப் படைத்தவாறே வால்மீகி ஒரு நிறைவுபெற்ற கணவனாகவும் படைத்திருக்கலாம். ஆனால் முழுமை யானவர்கள் என்று கருதப்படும் ஆடவர்களும் தங்கள் மனைவியரிடத்தில் நீதியோடு நடந்துகொள்வது எவ்வளவு கடினம் என்பதைக் காட்டவே இவ்வாறு படைத்தார்.") கடைசியாக, அரசாங்கமே முன்வந்து பெண் களின் பொருளாதார உரிமைகளைப் பாதுகாக்கின்ற சட்டங்களை இயற்றும்வரை காத்திருக்கலாகாது, மாறாக, தாங்களாகவே முன்வந்து அவர்கள் தங்கள் நிலங்களைப் பெண்களுக்கு மாற்றித்தர வேண்டும் என்றும் அதனால் அவர்கள் சீதைக்குச் செய்த அநியாயம் தீரும் என்றும் கூறினார். நூற்றுக்கணக்கான மகாராஷ்டிர கிராமவாசிகள் இவ்விதமே செய்தனர்.[55] ஈரடியான நடைமுறைப் பலன்களைத் தருகின்ற ஆற்றல்மிக்க தேவியர்களைவிட சீதையின் ஆற்றல் இன்மையே இங்கே நல்ல பலனைத் தந்துள்ளதுபோலத் தோன்றுகிறது.

மகாராஷ்டிராவில் வேறிடத்திலும் சீதையின் சாபம் உணரப்பட்டுள்ளது. ரவேரி என்ற இடத்திலுள்ள கைவிடப்பட்ட சீதையின் கோயில் ஒன்றை இராட்சதர்கள் கட்டியதாக கிராமவாசிகள் சொல்கின்றனர். அயோத்தியிலிருந்து சீதை துரத்தப்பட்ட பிறகு, சீதை ரவேரியில் வந்து தங்கினாள். கையில் இரு குழந்தைகள் இருந்ததால் அவளால் வேலை செய்ய முடியவில்லை. வீடுவீடாகச் சென்று பிச்சையெடுத்தாள்.

(இவ்விதம் கைவிடப்பட்ட பெண் ஒரு கெட்ட பெண்ணாகத்தான் இருக்கவேண்டுமென்று கருதியதால்) கிராமவாசிகள் அவளுக்கு உணவளிக்கவில்லை. அவள் அந்த கிராமத்திற்குச் சாபமிட்டாள். அங்கு கோதுமை விளையாமல் போயிற்று. செயல்வீரர்கள், இந்தச் சம்பவத்தை, அந்தக் கிராமவாசிகள் தங்கள் குடும்பப்பெண்களுக்கு நிலத்தைப் பகிர்ந்து தருவதற்குப் பயன்படுத்திக்கொள்கின்றனர்.[56]

மகாபாரதம்

மகாபாரதத்தை மிகப்பெரிய இந்திய நாவலாக சசி தரூர் மறுவுருத் தந்தார். அதில் சுயதியாகம் செய்யும் பீஷ்மன் (கங்கையின் புதல்வன்) கங்காஜீ ஆகிறான். (காந்திக்கும் இவனுக்கும் கொஞ்சம்தான் வித்தியாசம்). திருதராஷ்டிரன் நேரு ஆகிறான். அவருடைய மகள் துரியோதனி (இந்திரா காந்தி). கர்ணன் முஸ்லிம்கள் தரப்புக்குப் போய் ஜின்னா ஆகிறான். (அசலான கர்ணன், தனது கவச குண்டலங்களைத் தரக் கத்தியை எடுக்கிறான், இவன் கத்தியை எடுத்துத் தன்னை சுன்னத் செய்து கொள் கிறான்). கடைசியாகத் தேரோட்டியாக வெளிப்படுத்தப்படுகிறான். "தேரோட்டும் மேன்மையான தொழிலின் தாழ்மையான நவீன வாரிசு." தரூர் சொல்கிறார்: "இது ஒரு கதைதான். ஆனால் ஒருவனைப் பற்றி மக்கள் உருவாக்குகின்ற கதைகளால், அவனைப் பற்றிக் கொஞ்சம் நீங்கள் அறிந்துகொள்ளமுடியும்."[57]

திரௌபதியும் சத்யவதியும்

இந்துப் பெண்கற்புப் பற்றிய சிந்தனைகளின் மின்னலாகச் சீதை மட்டுமல்ல, மகாபாரதத்தில் அவளைப்போன்றே தலைமைப் பாத்திரம் ஏற்ற திரௌபதியும் முரணுருவாகத்தான் தோன்றுகிறாள். துகிலுரியும் கட்டத்தில், கர்ணன் திரௌபதியைக் கிண்டல் செய்வதை அவநம்பிக்கை யுடன் நோக்குகிறார் ஒரு தலித் பெண். "ஐந்து கணவர்களைப் பெற்றும், திரௌபதி, கர்ணமகாராஜாவின் உள்நோக்கங்களைப் பற்றிக் கவலைப்பட வேண்டுமா?"[58] சத்யவதியையும் குந்தியையும் பற்றியும் தலித் பெண்கள் சந்தேகத்தையே கொண்டிருக்கிறார்கள். "ஒருத்தி, தன் உடலிலுள்ள கெட்ட நாற்றத்தைப் போக்கிக் கொள்வதற்காக ஒரு ரிஷியின் ஆசைகளுக்கு இணங்குகிறாள், மற்றொருத்தி மந்திரத்திற்குக் கீழ்ப்படிகிறாள். என்ன அற்புதமான கடவுளர்கள்? என்ன அற்புதமான ரிஷிகள்?"[59] பத்தொன்பதாம் நூற்றாண்டுக் கல்கத்தாவில் கீழ்ச்சாதிப் பெண்களிடையே பிரபலமான ஒரு பாட்டு, தன் மாமியார் சத்யவதி வியாசனை அழைத்து அம்பாலிகைக்கு கர்ப்பம் உண்டாக்குமாறு சொல்லும்போது, அம்பாலிகை சொல்லக்கூடிய மறுப்புகளைக் கற்பனை செய்கிறது.

மக்கள் சொல்கிறார்கள்

சிறுவயதில் ஆற்றில் நீ படகோட்டினாய் என்று

உன் அழகைக் கண்டு, உன் தாமரை மொட்டினால் தூண்டப்பட்டு

> பராசர முனிவன் உன்னைக் கொட்டிவிட்டான்
>
> எங்கும் ஒரே களேபரம்
>
> ஒருமுறை தவறுசெய்தால் அடுத்த முறை
>
> பயப்படுவதற்கு ஒன்றுமில்லை
>
> இப்போது நீ எத்தனைமுறை வேண்டுமானாலும் செய்யலாம்,
>
> யாரும் எதுவும் பேசமாட்டார்கள்
>
> அதைச் செய்ய வேண்டியிருந்தால்
>
> ஏன் நீ அதைச் செய்யவில்லை, தாயே?[60]

சத்யவதியின் தோல்வியுற்ற — அப்படித்தான் குறைந்தபட்சம் கூறமுடியும்— பாலியல் பதிவு ஒருபுறமிருக்க, இந்தச் சாத்தியம் ஒருவேளை வியாசனுக்குத் தோன்றவேயில்லை. (சமஸ்கிருத மகாபாரதத்தின் ஆசிரியன் என்ற முறையில் அவனுடைய கதைமாந்தருக்கும்தான், அல்லது பனுவலுக்குள்ளே, அதன் தலைவர்களின் தாத்தா என்ற முறையிலும்தான்). அம்பாலிகா காணாமல் விட்ட ஒரு விஷயம் இது — சத்யவதி வியாசனுடைய தாய் என்பது.

குந்தியும் நிஷாதர்களும்

அரக்கு வீட்டில் ஐந்து நிஷாதர்களைக் கொல்லுகின்ற மகாபாரதச் சம்பவம், இந்தியப் பெண்ணிய நாவலாசிரியை மகாஸ்வேதா தேவி (1926—)யின் சமகாலக் கதைசொல்லலில் முதன்மையான ஒழுக்கத் தலைகீழாக்கத்தைப் பெறுகிறது.

போருக்குப் பிறகு குந்தி காட்டுக்குச் சென்று தன் பழைய வாழ்க்கையைச் சிந்தித்துக் கொண்டிருக்கிறாள். ஒரு நாள் ஒரு நிஷாதப்பெண் காட்டுத்தீயிலிருந்து மிருகங்கள் ஓடுவதைக் குந்தியுடன் பார்த்துக் கொண்டிருக்கிறாள். அந்த வேடுவப்பெண், ஒரு முதிய வேடுவச்சி, அவளுடைய ஐந்து புதல்வர்கள், ஆகியோரைக் குந்தி மதுவினால் மயக்கமுறச்செய்து, எரியும் அரக்கு மாளிகையில் விட்டுவிட்டுக் குந்தி தப்பிச் சென்ற சம்பவம் நினைவில் இருக்கிறதா என்று கேட்கிறாள். குந்தி நினைவிருக்கிறது என்கிறாள். வேடுவப்பெண், இறந்துபோன நிஷாதப்பெண் தனது மாமியார் என்கிறாள். இறந்த ஐந்து வேடுவப் புதல்வர்களில் ஒருவனின் மனைவி அவள். குந்தி தானும் தன் மகன்களும் தப்பிக்க ஆறு கள்ளமற்ற உயிர்கள் பலியானார்களே என்பதைப் பற்றி ஒருமுறைகூடக் குந்தி சிந்தித்ததில்லை என்கிறாள். காட்டுத்தீ அவர்களை நெருங்கிவருகிறது. வேடுவப்பெண் தப்பித்துச் செல்கிறாள். குந்தி இருந்த இடத்திலேயே அமர்ந்திருக்கிறாள்.[61]

வியாசருடைய மகாபாரதத்தில் உண்மையாகவே குந்தி ஒரு காட்டுத்தீயில்தான் மரணமடைகிறாள். ஆனால் அவள் வேடுவச்சியைப் பற்றி நினைக்கவில்லை. பெண்ணையும் தீயையும் கொண்ட மரபான

இரண்டு சம்பவங்களை இணைத்து, பிற சிறு அதிர்வுகளையும் சேர்த்து, புதியதொரு விஷயமாக மாற்றிய நவீனக் கதையின் மேதைமை இது.

தொலைக்காட்சி மகாபாரதமும் பாண்டவர்கள் காலங்கடந்த குற்றவுணர்ச்சி கொள்வதாகக் காட்டுகிறது. ஆனால் அரக்குமாளிகையில் இறந்துபோன நிஷாதர்கள் அதைக் கட்டிய சிற்பிகள் என்று மிகக் கஷ்டப்பட்டு நிறுவ முயல்கிறது. அவர்களை அமைதிப்படுத்த துரியோதனனே அவர்களைக் கொல்வதாக இருந்தானாம், ஆகவே எப்படியும் சாகப்போகின்ற அவர்களைக் கொன்றால் பாதகமில்லை என்று பாண்டவர்கள் அரக்குவீட்டில் விட்டுச் சென்றுவிட்டார்களாம்.

ஏகலவ்யனின் (ஏகலைவனின்) கட்டைவிரல்

சமகால தலித்துகளின் வாழ்க்கையில் ஒரு குறிப்பிட்ட நிஷாதன் (வேடுவன்) — ஏகலைவன் மிக முக்கியப் பாத்திரத்தை வகிக்கிறான். தொன்மங்கள் தனக்காக அவன் செய்ததாகக் காட்டாத ஒன்றை — புரட்சியைத் தங்களுக்காக ஏகலைவன் செய்யவைக்க முனைகிறார்கள்.[62] ஒரு தலித் கவிஞர் கூறுகிறார்: "என் தீர்மானத்தை நான் நன்கறிவேன்/ ஏகலைவனின் விரல் இரத்தம் அது."[63] கங்கை நதியிலிருந்து நீரைப் பெறும் உரிமைக்காக ஏற்பட்ட தலித் இயக்கம் ஒன்று, ஏகலைவனின் அடையாளத்தைப் பயன்படுத்தியது.

ஏகலைவா!

உனது விரல் இருந்திருந்தால்

வரலாறு சற்றே வேறுவிதமாக இருந்திருக்கும்

ஆனால்.... நீ உன் விரலை அளித்துவிட்டாய்

வரலாறும் அவர்களுடையதாகிவிட்டது.

அந்த நாள்முதலாக அவர்கள் உன்னைக்

கண்ணெடுத்தும் பார்த்ததில்லை.

மன்னித்துவிடு ஏகலைவா, தங்கள் இனிய சொற்களால்

அவர்கள் என்னை முட்டாளாக்க முடியாது.

என் கட்டைவிரல்

ஒருபோதும் உடைபடாது.[64]

திரியம்பக் சப்காளே (1930இல் பிறந்தவர்) தன் ஓய்வுக்காலம் வரை தோண்ட் - மான்மட் ரெயில்வேயில் டிக்கட் சேகரிப்பவராக இருந்தவர். அரிஸ்டாடில் கூறினார்: "நிற்க ஓர் இடம் கொடுங்கள், நான் பூமியைப் புரட்ட முடியும்." காளே எழுதிய கவிதை ஒன்று, பழைய கிரேக்கத் தத்துவ ஞானி அரிஸ்டாடில் கூறிய பொன்மொழியைப் பற்றிய தியானமாக

அமைகிறது.

ஏகலைவா!

உருண்டை உலகம்

என் கையில் ஓர் எஃகு நெம்புகோல்

ஆனால், புரட்டுகின்ற செயல் நிகழவில்லை.

இலட்சியச் சீடனான ஏகலைவா!

நீ வெட்டிய கட்டைவிரலைக் கொடு

அதுவே எனக்கு

ஆதாரப்புள்ளியாக அமையும்.[65]

இறுதி எடுத்துக்காட்டு, சுரேகா பகத், ஒரு விதவை, 1949இல் பிறந்தவர், எழுதியது. அவர் அம்பேத்கர் பௌத்தர், மகாராஷ்டிராவில் புல்தானாவில் காசநோய்க் காப்பகம் ஒன்றில் பணிபுரிகிறார்.

பாடம்

முதலில் அவன் தோலை உரித்தார்கள்

அவன் கையில் ஓர் உளியை எடுத்தான்

ஒவ்வொரு அடியும் ஒரு செய்யுளை உருவாக்கும் என்று தெரியும் அவனுக்கு

ஆகவே எல்லாவற்றையும் கற்றான்

எந்த துரோணாச்சாரியருடைய தேவையும் இல்லாமலே

தனது சொந்த மூளையைப் பயன்படுத்தி

ஏகலைவன் ஆனான்.

அதற்குப் பிறகு யாருக்கும்

எவ்விதம் கல்விக்கட்டணம் வசூலிப்பது என்று

ஒருவருக்கும் தெரியாது.

ஆகவே தேனான மொழிகளால்

ஊதியத்தைக் கேட்கும் வழக்காறு

மெதுமெதுவாக இல்லாமல் போயிற்று.[66]

தொலைக்காட்சியில் பரப்பப்பட்ட மகாபாரதக்கதை, ஏகலைவனின்

கதையை மிகப் பெரிதாக்கியது. அகமதாபாத்திலும் ஐதராபாத்திலும் ஏகலைவ கல்வி அறக்கட்டளைகள் உள்ளன. கோதாவரி ஆற்றங்கரையில், அடிலாபாத்தில் அமைந்துள்ள ஏகலைவ ஆசிரமம் இலாபநோக்கற்ற பழங்குடி மக்களின் நலனுக்கான ஒரு நிறுவனம். 1990இல் அது நிறுவப் பட்டது. அந்த வட்டார வணிகச் சமுதாயத்தினரால் நடத்தப்படுகின்ற அது, தங்கள் குழந்தைகளைப் படிக்கவைக்க இயலாத உரிமையற்ற பழங்குடி மக்களுக்குச் சேவையை அளிக்கிறது.

சாத்திரங்கள்: காமமும் வரிகளும்

காமசூத்திரத்தில் மூன்றாம் இயற்கையைக் கொண்ட ஆடவர்கள், பெண்கள் போல உடையணிபவர்கள், சமகால இந்தியாவின் ஹிஜ்ராக் களின் (அரவாணிகளின்) முன்னோடிகள் என்று சொல்லலாம். அவர்கள் பெரும்பாலும் ஆண்மை நீக்கப்பட்ட ஓரினப்புணர்ச்சி ஆடவர்கள். பெரும்பாலும் வேசித்தொழில் செய்பவர்கள். பஹுசார மாதா என்ற தெய்வத்தை வழிபடுபவர்கள். ஏறத்தாழ இந்தியாவில் ஐம்பதாயிரம் பேர் இருக்கலாம்.[67] வடக்கில் இந்த அரவாணிகள், திருமண நிகழ்வுகள், குழந்தைப் பிறப்புகள், பிற வளமைச் சடங்குகள் ஆகியவற்றில் அவர் களாகவே தோன்றி, பறைகளின் ஒலிக்கேற்பப் பாடி ஆடுகிறார்கள். தங்கள் ஆசிகளை வழங்குகிறார்கள், அல்லது அவர்களுக்குக் காசு தராவிட்டால் சாபங்களை இடுகிறார்கள். பெரும்பாலும் சாபமிடும்போது ஆடைகளைத் தூக்கித் தங்கள் ஆண்மைநீக்க வடுக்களைக் காட்டுகிறார்கள். இம்மாதிரி ஆசீர்வாதமும் சாபமும் தருவதன் வாயிலாக பிளாக்மெயில் செய்கின்ற (மிரட்டுகின்ற) ஈரடிநிலையை வரிவசூலிக்கின்ற ஓர் அரசாங்க முகமை நோக்கியது. அதன் விளைவாக, 2006இல், பாட்னாவின் நகராட்சி அமைப்புக்கு (பிஹாரின் தலைநகர் இது. பிஹார், இந்தியாவின் மிக வறுமைப்பட்ட மாநிலங்களில் ஒன்று). கட்டவேண்டிய வரிபாக்கி கோடிக் கணக்கில் இருந்தது. அந்த வரிவசூல் அமைப்பு, இருபது அரவாணிகளைப் பணிக்கு அமர்த்தியது. கடைக்குக் கடை (பிறகு வீட்டுக்கு வீடு) அவர்களைச் செல்லவைத்து, கடைக்காரர்கள் கட்ட வேண்டிய வரியைக் கட்டுமாறு கேட்கவைத்தது. இந்த வரிவசூல் செய்பவர்கள், முதல் நாள் தொடங்கியே மிகுந்த வெற்றியைப் பெற்றனர். தங்கள் பாக்கிகளைப் பலர் உடனடியாகச் செலுத்திவிட்டனர். சம்பளத்திற்கு பதிலாக, அவர்கள் சேகரித்த வரிப்பணத்தில் 4 சதவீதத்தை அவர்கள் கூலியாகப் பெற்றனர்.[68]

தென்னிந்தியாவில் பக்தி: கண்ணப்பரின் கண்கள்

ஏகலைவனின் கட்டைவிரல் போல, கண்ணப்பரின் கண்களும் பிற்கால உருவகக் கதைகளில் வாழ்வுபெற்றன. வடக்கிலும் தெற்கிலும் நாட்டார் வழக்காறுகளில் கண்ணப்பர், வன்முறைசார்ந்த சுயஅர்ப்பணிப்பின் வடிவமாக இடம் பெற்றார். (ஆனால் இன்னும் சாந்தமான பக்தியை நாடுகின்ற சமஸ்கிருதப் பனுவல்களில் கண்ணப்பர் வழிபடப்படுவது கிடையாது.) 1986இல் நிகழ்ந்த இந்தச் சம்பவத்தை இந்தியாவில் வசித்த ஓர் ஆங்கிலேயன் கூறினான்:

ஒரு கிராமக்கோயிலில் இருந்த கண்ணப்பர் சிலை காணாமற்போய் விட்டது. அது திருடப்பட்டுச் சில ஆண்டுகள் ஆகியிருக்கும். கோயிலைப் புதுப்பிக்க கிராமவாசிகள் ஏற்பாடு செய்தார்கள். கண்ணப்பரின் புதிய திருவுருவத்தை வைக்க எண்ணினார்கள் போலும். ஆனால் தானாகவே திருடன் திருடிய சிலையைத் திருப்பித்தர முன்வந்தான். அந்த சிலையைத் திருடிய நாள் முதலாக அன்று வரை கழிந்த காலத்தில் அவனுடைய கண்பார்வை குறைந்துகொண்டே குருடாகும் நிலை வரை வந்ததாம். அவனுக்குக் கண்ணப்பரின் கதை தெரியும். அவருடைய சாபம்தான் தன் இந்த நிலைக்குக் காரணம் என நம்பினான். சிலையைத் திருப்பிக்கொடுத்த சில நாட்களில் அவனது கண்பார்வை முன்னேற்றம் கண்டது. காலப்போக்கில் இயல்பாகவும் ஆயிற்று. படிம ஆராய்ச்சியாளர் ஒருவர் இந்த அற்புதத்தைக் கேள்விப்பட்டு அந்த இடத்திற்கு வந்து பார்த்து, அது கண்ணப்பர் சிலையே இல்லை என்று கூறிவிட்டார். பார்வையைப் பற்றிய கதைகள் ஏதுமற்ற, முற்றிலும் வேறொரு கடவுள் சிலை அது.[69]

கண்ணப்பரல்லாத சிலையைக் கண்ணப்பர் என்று தவறாகக் கருதியதில், கடவுளின் குறும்பைக் காண முடிகிறது, அல்லது மத பிளேசிபோ விளைவின் (தற்செயல் விளைவின்) ஒரு நிரூபணத்தைக் காணமுடிகிறது. இருபதாண்டுகள் கழித்து, 2006இல், இந்தியாவில், விழி வெண்படலத்தை மாற்றிப் பார்வை அளிக்கும் ஒரு முகாமுக்கு வந்த தலைமைக் கல்வி அதிகாரி, "வேடுவனாக இருந்து முனிவனாக மாறிய கண்ணப்ப நாயனார்தான் இந்தியாவின் முதல் கண் தானம் செய்தவர்" என்று குறிப்பிட்டார்.[70]

பெண் தெய்வங்கள்:
ஹாக்வார்ட்டின் துர்க்கை, மேரி, மீனாட்சி, சந்தோஷி மாதா

இந்திய தேவியர் தொடர்ந்து பரிணமிக்கின்றார்கள் (தோன்றுகிறார்கள்). 2008 ஜனவரியில் கேரளத்தில் ஒரு திருவிழாவில், பகவதி தேவி யானை மீதேறித் தனது இரட்டையான (உடன்பிறப்பான) கன்னிமேரியைச் சாலையிலுள்ள அவளது தேவாலயத்தில் காணப் புறப்பட்டாள்.[71]

தென்னிந்தியச் சடங்குகளில் மீனாட்சி, சிவனை மணக்கும் திருமணத் தில் (ஓர் உள்ளூர்த் தேவி அனைத்திந்தியக் கடவுளை மணத்தல்) அவளுடைய சகோதரன் விஷ்ணு திருமணத்துக்கு வருகிறான். (வைணவ, சைவ சமயங்களின் இணைப்பு). விஷ்ணு வழியில் தனது முஸ்லிம் வைப்பாட்டியைக் காண நின்றுவிடுகிறான் (மதங்களுக்குள் இணைப்பு). மறுநாள் காலையில் அவன் நல்ல மனத்தோடிருக்கும் வேளையில் பக்தர்கள் வரங்களைக் கேட்கின்றனர்.[72] கல்கத்தாவில் துர்க்கா பூஜையின்போது ஒருவன் தனது தெப்பத்தில் ஒரு பெரிய கூடாரமாக ஹாரிபாட்டரின் பள்ளியான ஹாக்வார்ட்ஸ் என்ற கற்பனைக்கோட்டையை கான்வாஸ் துணியிலும் காகிதக்கூழிலும் செய்துவைத்ததோடு, ரௌலிங்கின் நூலில் வரும் கதாபாத்திரங்களையும் அதில் வைத்திருந்தான். தில்லி உயர்நீதி மன்றம் தனிப்பட்ட மனிதன் இவ்வாறு செய்யலாம், அது திருட்டு அல்ல என்று தீர்ப்பு வழங்கியது.[73]

பாலிவுட்டின் மூளைகளிலிருந்து புதிய முழு வளர்ச்சி பெற்ற தேவியரே உற்பத்தி ஆகிறார்கள். 1960களில் உத்தரப்பிரதேசத்தின் பல சிறுநகரங்களில் பெண்கள் சந்தோஷி மாதா என்ற தேவியை வணங்கினர். அவளுக்கு எந்த அகிலஇந்தியப் புராணத் தொன்மத்திலும் இடம்கிடையாது. ஆனால் திடீரென்று தேசிய அளவில் அவளுக்கு பிரபல்யம் கிடைத்து விட்டது. காரணம், ஒரு புராணப்படம் — ஜெய் சந்தோஷிமா. அந்தப் படம், கணேசக்கடவுளிடமிருந்து அவள் உற்பத்தியையும் அவள் வணங்கப்படுவதன் தோற்றத்தையும் காட்டியது. திரையிடும் நேரங்களில், திரைப்படக் கொட்டகையே கோயிலாகிவிட்டது. பெண்கள் திரைக்கு முன்னாலேயே பூஜைசெய்து பழங்களையும் பூக்களையும் படைத்தார்கள்.[74] இங்கு ஊடகம்தான் செய்தி. இப்போது சந்தோஷி இந்தியா முழுவதும் வீடுகளிலே புரோகிதனின் குறுக்கீடின்றி, எளிய மலிவான பூசைகளின் வாயிலாக அவள் வணங்கப்படுகிறாள். அதிக வேலைசெய்துவரும் கண வனுக்கு உயர்பதவி, அல்லது வீட்டுப்பொருள்கள் வாங்குதல் போன்ற நடைமுறைச்சாத்திய வேண்டுதல்களுக்கு அருள்புரிகிறாள்.

அவதாரங்களின் நவீன அவதாரங்கள்

சமூகசேவகி ராதை

1914இல் வாராணசியின் அருகில் வரித்துறை அலுவலர் ஒருவர் (ஹரி ஔத்), ஒரு நீண்ட கவிதையை வெளியிட்டார். அதன் தலைப்பு ‘ப்ரியா ப்ரவாஸ’ (காதலியின் தற்காலிகத் தங்குதல்). அதில் ராதை, கிருஷ்ணன் மீதான காமவயப்பட்ட ஆசையைத் துறக்கிறாள், கன்னியாக இருக்கும் சபதத்தை ஏற்கிறாள், சமூக சேவை என்ற உண்மையான பக்திக்குத் தன்னை அர்ப்பணித்துக் கொள்கிறாள். அக்கவிதையில் மேற்கத்தியச் சமூகப் பயன்பாட்டுவாதம், வேர்ட்ஸ்வொர்த், தாகூர் கவிதைகளின் பகுதிகள், விவேகானந்தரின் அத்வைதம் ஆகியவற்றை ராதை இணைத்து, வழக்கமான ஒன்பது பக்திநிலைகளுக்கும் குறித்த பிறநல நற்செயல்களை பதிலிடுகிறாள். கிருஷ்ணனின் மனைவியாக அவள் அளித்திருக்கக்கூடிய நேசமிக்க சேவை, இப்போது நிஜ உலகம் நோக்கித் திருப்பப்படுகிறது; கிருஷ்ணனுடைய அடிமையாகவோ சேவகியாகவோ இருக்கும் நிலை கீழ்ச்சாதி ஒடுக்கப்பட்ட மக்களை உயர்த்துவதாகிறது; ஏழைகளின் துயரங்களையும், விதவைகளின் — அநாதைகளின் கையற்ற நிலையையும் கிருஷ்ணன் நினைவுகூர்கிறான், வலியின் வயப்பட்டவர்களுக்கு மருந்தளிக் கிறான், தங்கள் கர்ம வினையினால் வீழ்ந்தவர்களுக்கு உறைவிடமும் கௌரவமும் அளிக்கிறான். மேற்கத்திய வயப்பட்ட பெண்களின் பாலியல் சுதந்திரம் என்ற எல்லைக்குச் செல்லாமல், இந்தியப் பெண்களின் நிலையை மேம்படுத்துகின்ற பிரச்சினைக்கு ராதையின் கன்னிவிரதம் ஒரு நல்லதீர்வாகும் என்று ஹரிஔத் காண்கிறார். ராதை பற்றிய அவரது மறுஉருவத் தொன்மம், பழமைவாத பிராமண வயப்பட்ட இந்துமதத்தை வசைகூறுவதாகவும், இந்துமதத்தின் உயிருள்ள நடைமுறைகளை அவமதிப்பதாகவும் அவருடைய படைப்பு கொள்ளப்பட்டது.[75] ஆகவே, ராதையின் மண்ணுலகு சார்ந்த, பழைய பிம்பத்தை மாற்றும் சக்தி அதற்கில்லை.

நல்லசுரன் மகாபலியும் தீய வாமனனும்

1885இல் ஜோதிபா பூலே, மாலி (தோட்டக்காரன்) என்னும் கீழ்ச்சாதியைச் சேர்ந்தவர், ஒரு மராட்டிப் படைப்பை ஆங்கில முன்னுரையுடன் வெளி யிட்டார். அதில் அவர் புராணத் தொன்மங்களுக்கு தீவிர மறுவிளக்கம் அளிக்கிறார். இந்தியாமீது படையெடுத்துவந்த ஆரியர்கள் இந்தியர்களை ஏமாற்றிப் படிப்படியாக ஆக்கிரமித்த நிலைகளைக் குறிப்பனவாக விஷ்ணுவின் அவதாரங்களைக் காட்டுகிறார். விஷ்ணுவை எதிர்த்த அசுரர்கள் அல்லது அரக்கர்கள், மக்களின் தலைவர்கள் என்கிறார்.[76] குறிப்பாக மகபாலி, ஒரு நல்லசுரன். அவனைக் குள்ள விஷ்ணு ஏமாற்றி அவன் நாட்டைப் பறித்துக்கொண்டான். பலிராஜன் (மகாபலி)தான் மகாராஷ்டிரத்தின் அசலான அரசன். மிகவும் நன்மை செய்யக்கூடிய சாதியற்ற நிலை, வளம் ஆகியவற்றுடன் ஓர் இலட்சிய அரசினை ஆண்டவன். அந்தப் பகுதியைச் சேர்ந்த காண்டோபாவும், பிற பிரபலக் கடவுளர்களும் அவனுடைய அதிகாரிகள்.

மகாராஷ்டிர விவசாயிகள் இன்றுவரை, இராமராஜ்யத்தை எதிர் நோக்கவில்லை (இராமனைத் தீயவனாகக் கருதுகிறார்கள்); மாறாக, மகாபலியின் ராஜ்யத்தை எதிர் நோக்குகிறார்கள்.[77] “பலி மறுபடி உயிர்த்தெழுவான்.” பலி ராஜ்யம். விவசாயம் செய்பவர்களைத் தங்கள் நிலங்களின் உரிமையாளர்கள் என அவன் அங்கீகரிப்பான். மத்திய மகாராஷ்டிரத்தின் கிராமப்புறக் கீழ்ச்சாதி மக்கள் தங்களை மண்ணின் மைந்தனான பலியுடன் நெருக்கமாக அடையாளப்படுத்திக் கொள்கிறார்கள். மாறாக வாமனன் (குள்ள விஷ்ணு), நிலையான கோணல்புத்தியைக் கொண்ட பிராமணனின் ஆதித்தொன்ம வடிவம். தங்களுக்குள் ஒருவரை ஒருவர் (ராம் சாம் என்று சொல்வதற்கு பதிலாக) ‘பலி’ என்று சொல்லி வணங்கிக் கொள்கிறார்கள். வாமன உருவத்தையும் சில சமயங்களில் எரிக்கிறார்கள்.[78]

புத்தரும் கல்கியும்

1990இல் பாகிஸ்தானின் பாடப்புத்தகங்கள் புத்த அவதாரத் தொன் மத்தின் ஒரு வடிவத்தை இந்துக்களுக்கு எதிரான வாதங்களுக்காகத் தீயநோக்குடன் திரித்துக் காட்டுவதற்கென வெளியிட்டன: “இந்துக்கள் புத்தரையும் ஓர் அவதாரமாகக் கருதி அவரை வழிபடத் தொடங்கினர். அவருடைய போதனைகளைத் திரித்து இந்துமதத்திற்குள் பௌத்தத்தை உள்வாங்கிக் கொண்டனர்.” இந்தப் பகுதியைப் பற்றி ஒரு இந்து விமரிசகர் கூறினார்: “இதன் செய்தி தெளிவற்றதாக, ஆனால் ஆற்றல்மிக்கதாக உள்ளது. அதாவது துணைக்கண்டத்தின் வரலாற்றில் இந்துமதம்தான் மிகப் பெரிய சாபம் என்றும், வேறு மதங்கள் எல்லாவற்றையும் தனக்குள் உறிஞ்சிக் கொள்ளும் என்றும் கூறுவதாகவும் உள்ளது.”[79] இந்துமதத்தைப் பற்றி வினய்லால் எழுதிய வேடிக்கையான சிறிய புத்தகம், அமெரிக்க ஜனாதிபதி ஜார்ஜ் டபிள்யூ. புஷ்தான் கல்கியின் இன்றைய அவதாரம் என்கிறது. காரணம்: அவர் குதிரைகளுடன் நிறைய நேரத்தைச் செலவிடு கிறார், உலகத்தை அழிக்கப்போகிறார்.[80]

தாஜ்மஹாலும் பாபர் மசூதியும்

இந்துத்துவத்தை ஆதரிக்கும் ஒருவர், எவ்வித ஆதாரமும் இன்றி, ஆக்ராவிலுள்ள தாஜ்மஹால், ஓர் இஸ்லாமியக் கல்லறைச்சின்னம் அல்ல, அது ஒரு பழைய சிவன் கோயில், அதை ஷாஜஹான் ஜெய்ப்பூர் மகாராஜாவை வைத்துச் செய்யச் செய்தான் என்று வாதிட்டுள்ளார். தாஜ்மஹால் என்பதைப் பாரசீக மொழிச் சொல்லாகக் கொண்டு மஹல்களின் (அரண்மனைகளில்) மணிமுடி என்று பொருள் கூறுவர், அது பாரசீகச் சொல் அல்ல, சிவன் கோயிலைக் குறிக்கும் 'தேஜோ மஹாலய' என்ற சமஸ்கிருதச் சொல்லின் திரிபு என்றார். தாஜ்மஹாலைப் பழுதுபார்க்கும் பணியில் ஈடுபட்டவர்கள், சிவலிங்கத்தையும் பிற சிற்ப உருவங்களையும் அதன் திரண்ட சுவர்களிலும், சலவைக் கல் அடித்தளத்தின் கீழுள்ள சிவப்புக் கல் அறை ஒன்றினுள்ளும் மறைத்து வைத்துள்ளனர் என்றும் கூறினார்.[81] 2007இல் ஆக்ராவில் இந்து - முஸ்லிம் கலவரம் ஏற்பட்டபோது தாஜ்மஹால், பார்வையாளர்களுக்குக் கொஞ் சகாலம் மூடப்பட்டது.[82]

கொஞ்சம் நம்பிக்கை தரும் செய்தி, பம்பாயில் கணேச பூஜையில் முஸ் லிம்களும் பங்கேற்றுக் கடைசிநாள் அதைக் கடலில் சென்று மூழ்கடிக்கும் வரை துணையாக உள்ளனர். ஏறத்தாழப் பத்தாம் நூற்றாண்டிலிருந்தே இம்மாதிரி மதங்களுக்கிடையிலான ஒத்துழைப்புக்குப் பல உதாரணங்கள் உள்ளன.

பிறமக்களின் குதிரைகளை வழிபடுதல்

சமகால இந்து வாழ்க்கைக்கு, குறிப்பாக கிராமங்களில், அராபிய, துருக்கியக் குதிரைகள் அளித்த நேர்முகக் கொடையைப்பற்றி நாம் பார்க்கலாம். தாங்கள் சுட்டுகின்ற நிஜப் பொருளான குதிரை, நிகழ்வுகளிலிருந்து மறைந்துவிட்டபோதும், அயல்நாட்டவர்கள் தங்கள் கூடாரங்களைச் சுருட்டிக்கொண்டு சென்றுவிட்ட பிறகும் நாட்டார் வழக்காற்று மரபுகளில் குதிரையின் சின்னம் நன்கு பதிந்துவிட்ட ஒன்று. இன்றுவரை, குதிரைகளற்ற, இன்னும்கேட்டால் குதிரைகளைக் கண்ணாலும் பார்க்காத, அல்லது அந்த நிலப்பகுதிக்கு உரியதல்லாத பிராணியாக இருக்கும் இடங்களிலும் இந்தியாவில் குதிரைகள் மக்களால் வழிபடப்படுகின்றன. ஒரிஸாவில், தங்களுக்குத் தீய அறிகுறிகள் தோன்றி னால் அவற்றிலிருந்து காப்பதற்கும், நோய்களைத் தீர்ப்பதற்கும், அல்லது கிராமத்தைக் காப்பாற்றுவதற்கும் பலவேறு தெய்வங்களுக்கும், சுடுமண் குதிரை பொம்மைகள் அளிக்கப்படுகின்றன.[83] வங்காளத்தில் கிராமப்புறத் தெய்வங்களுக்கு, அவை ஆணாக இருப்பினும் பெண்ணாக இருப்பினும், அழிப்பவை ஆயினும் சாந்தமானவை ஆயினும், குறிப்பாக சூரியக்கடவுளுக்கு, சுடுமண் குதிரைகள் அளிக்கப்படுவது இயல்பு. அண்மைக்காலம் வரை, வங்காளத்தில், ஒரு குழந்தை முழங்கால் களையும் கைகளையும் பயன்படுத்திக் குதிரைபோல நன்கு தவழும்போது குதிரை பொம்மைகளைக் கடவுளர்க்கு அளித்தார்கள்.[84]

இன்று தமிழ்நாட்டில், ஒரு காப்பகத்தில், ஏறத்தாழ ஐநூறு பெரிய

களிமண் குதிரைச் சிற்பங்கள் வடிவமைக்கப்படலாம். அவற்றில் பெரும்பாலானவை (தங்கள் பெரிய பீடம் உட்படப்) பதினைந்தடி முதல் இருபத்தைந்தடி வரை உயரமுள்ளவை. டன் கணக்கில் கற்கள், செங்கற்கள், களிமண், பிளாஸ்டர், சிமெண்ட் முதலியன அவற்றைச் செய்யத் தேவைப்படும்.[85] கோயிலின் நிரந்தரப் பகுதிகள் அவை. சுமார் பத்து முதல் இருபதாண்டு காலப்பகுதியில் புதுப்பிக்கப்படலாம். ஒரு பெரிய விலங்கைச் செய்ய சுமார் மூன்று முதல் ஆறுமாத காலம் வரை ஆகும். (பலவற்றிற்கு வளைந்த மார்வாடிக்காதுகள் இருக்கும்). கிராமவாசிகள், தீய சக்திகளை விரட்டுவதற்காக ஆவிகள் இவற்றில் ஏறி, கிராம எல்லைகளைக் காப்பாற்றுகின்றன என்று நம்புகிறார்கள். வேதகாலத்தில் அரசனின் எல்லைகளை விஸ்தரிப்பதற்காகக் குதிரை கள் பயன்பட்டன என்ற விஷயமும், இந்து சமூகத்தின் எல்லைகளில் இருந்த அந்நியர்கள் குதிரைகளுடன் கொண்டிருந்த தொடர்பும் இங்கு நினைவுக்கு வரலாம். ஆனால் கிராமவாசிகளுக்குக் குதிரைகள் அந்நியர் களுடன் தொடர்புகொண்டவை என்ற தெளிந்த விழிப்புணர்வு இருப் பதாகத் தெரியவில்லை. அவர்கள் குதிரைகளைத் தங்கள் சொந்தச் சொத்தாகவே பாவிக்கிறார்கள்.

இந்த உயர்குடிமக்களின் குதிரை என்ற தொன்மம் இன்றும் நீடித்திருப் பதை, ஆள்வோர் மக்களின்மீது சுமத்திய பொய் என்றோ, தங்களுடையதாக ஒருபோதும் இல்லாத அல்லது என்றைக்கும் அவர்களின் ஆதாயத்துக்கு இருக்க இயலாத ஒரு தொன்மத்தை மக்கள் மீது சுமத்துவது என்றோ, பொய்ப் பிரக்ஞையை ஊட்டக்கூடிய ஒரு அந்நியத் தொன்மம் என்றோ, தேசியச் சிந்தனை அமைப்பைத் திரித்து, படையெடுப்பு என்ற பாதகச் செயலுக்கும் மேலாகச் சேர்க்கப்பட்டது என்றோ, மார்க்சியர்கள் நோக்கலாம். மாறாக, ஒரு ஃப்ராய்டியவாதி, இந்த அயல் தொன்மத்தை உள்ளூர்க்காரர்கள் ஏற்றுக்கொண்டதை, வீழ்த்தல் செயல்முறை என்றோ, மற்றொருவனுக்கு எதிரான கோபஉணர்ச்சி, வெறுப்பு அல்லது கையாலாகத்தனம் ஆகியவற்றை அந்த ஆளையே தனக்குள் ஐக்கியப் படுத்தி ஒன்றிணைத்து, மற்றதாக மாறி, சமாதானப்படுத்திக் கொள்வது என்றோ நோக்கலாம். தங்களை வெற்றிகொண்ட அல்லது ஆதிக்கம் கொண்ட ஒடுக்குமுறைகொண்ட அயல்நாட்டுக்காரர்களை (மற்றும் அவர்களின் குதிரைகளை)ப் பற்றிய தொன்மங்கள் பலர் வாழ்க்கைகளில் நேர்முகக் காரணிகள் ஆகின்றன.

தென்னிந்தியாவில் பிரம்மாண்டமான சுடுமண் குதிரைச்சிற்பங்கள் செய்யப்படுகின்றபோது, அதற்கெனத் தேர்ந்தெடுக்கும் பொருள் நடைமுறை சார்ந்ததும் (களிமண் மலிவானது, எளிதாகக் கிடைப்பது) குறியீட்டுத்தன்மை உடையதும் ஆகும். தொடர்ந்து புதிய குதிரைகள் செய்யப்படுகின்றன, பழைய, உடைந்த குதிரைகள் பாழாகித், தாங்கள் உருவான அதே மண்ணோடு மண்ணாகும்வண்ணம் விடப்படுகின்றன.[86] குதிரை போன்ற, தோன்றி மறைகின்ற/நிலையற்ற ஒரு பிராணியை வழிபடு வதற்குக் களிமண்தான் மிகப் பொருத்தமானதொரு ஊடகம் என்று ஸ்டீபன் இங்லிஸ் சுட்டிக் காட்டுகிறார். “அரைத்தொன்ம, தற்காலிக, எளிதில் அழியக்கூடிய, சுழற்சித்தன்மை கொண்ட (உரியநாட்களுக்கு

முன்னரே இறப்பது/உருமாறுவது) (பிராணி)"[87] வேறிடத்தில் இங்லிஸ் வேளாரின் (குயவர் சாதி — இக்குதிரைகளை உருவாக்குபவர்கள்) வேலையைப் பற்றிக் குறிப்பிடுகிறார். மண்ணால் செய்யப்படுவதால், இப்படிமங்கள், அழியும் தன்மை கொண்டவை, மறுபடியும் செய்யப்பட வேண்டியவை... வேளாரின் செய்திறன் ஆற்றல், அவற்றின் நிலையற்ற தன்மை, அழியக்கூடிய நிச்சயம், சுழற்சி, மறுஉயிர்ப்புத் தருதல் ஆகிய அவர்களின் பணியால் தெய்வீக நிலைக்கு உயர்த்தப்படுகிறது... உடனடித்தன்மை, எப்போதும் உருமாறும் தன்மை கொண்ட கலைகளில் ஈடுபட்டுள்ள வேளாரும், இன்னும் பிற சாதியினரும்... நிலையற்ற தன்மையின் சிறப்பாற்றல் கொண்டவர்கள்."[88] சுடுமண் குதிரைச் சிற்பங்களின் நிலையற்ற தன்மை, இந்தியத் தட்பவெப்ப நிலையில் குதிரைகளின் நிலையற்ற தன்மையையும், அவற்றைக் கொண்டு வந்த அயல்நாட்டு வம்சங்களின் வருகையையும் அழிவையும், தவிர்க்கவியலாமல் தங்கள் குதிரைக் கொடைகளை விட்டுச்சென்ற தன்மையையும் குறிப்பன ஆகும்.

நவீன பெண்மணிகள்

சாதிச் சீர்திருத்தமும், நிரந்தரமின்மையும்: மிதிலையின் பெண் ஓவியர்கள்

மிகப்பெரிய களிமண் குதிரைச்சிலைகளின் நிரந்தரமின்மை, இந்துச் சடங்குக் கலையில் நிரந்தரமின்மையின் பெரியதொரு தத்துவத்தின் ஒரு முகம் ஆகும். இந்தியா முழுவதும் வீடுகளில் கொண்டாடப்படும் பண்டிகைகளில், வீட்டிற்குள்ளும் தூய்மை செய்யப்பட்ட வீட்டு முற்றங்களிலும் பெண்கள் கோலமிடுகின்றனர். (கோலம் என்ற தமிழ்ச் சொல், வடநாட்டு மொழிகளிலும் அப்படியே வழங்கப்படுகிறது). பண்டிகைக்குப் பிறகு கோலங்கள் குடும்பத்தினரின் வெறுங்கால்களால் அழிக்கப்படுகின்றன, அல்லது முற்றத்திலிருந்து, அந்தக் கோலங்களின் புனிதமான பொருள் வீட்டிற்குள் பாதங்களால் கொண்டுசெல்லப்படுவதாகப் பெண்கள் நினைக்கிறார்கள். டேவிட் ஷுல்மன் எழுதுகிறார்:

கோலம் என்பது ஓர் அடையாளம். அதேசமயம் அதற்கு மேலானதும், கீழானதுமாக ஒருங்கே இருக்கிறது. பொழுது ஏறும்போது, பல கால்கள் வீட்டிற்குள்ளோ, வெளியிலோ செல்லும்போது அது அழிகிறது. கோலத்தின் அரிசிமாவு தெருப்புழுதியுடன் கலக்கிறது. அந்த அடையாளம் தன் உண்மை வடிவத்தை இழக்கிறது. இப்படி ஆக வேண்டுமென யாரும் நினைப்பதில்லை. மிக நிலையானதாகவும், நீடித்ததாகவும் தோன்றுகின்ற கற்கோவில்கள்கூட அழியவேண்டுமென எவரும் நினைப்பதில்லை. அவற்றின் பயன் கழிந்ததும் அவைகளும் கைவிடப்படும். அவை நிரந்தரமாக இருக்க எனப் படைக்கப்பட்டவை அல்ல, அந்தந்தக் கணத்தின், காணாத ஒன்றின் கணிக்க முடியாத யதார்த்தத்தைக் கைக்கொள்வதற்காகக் கட்டப்பட்டவை அவை.[89]

சடங்குக் கலையின் மனச்சுவடுகள் என்றைக்குமாக அழியாமல் இருக்க வேண்டுமெனில் அதன் பொருள்சார் சுவடுகள் அழியவேண்டும். அழிந்த இந்துக்கோயில்களைக் கட்டிய பெருவடிவ விரும்பிகள் (அரசர்கள், செல்வந்தர்கள்), கோயில்களும், அரண்மனைகளும், பெருங்கலைகளும்

என்றைக்கும் நிலைத்திருக்கவேண்டும் என விரும்பியிருந்தால், உண்மையில் அவற்றைக் கட்டிய கிராம மக்கள் அந்த நம்பிக்கையை ஏற்றுக் கொள்ளவில்லை.

கோலத்தை அழிப்பதென்பது, மறுபடியும் ஒழுங்கைப் புத்தாக்கம் செய்வதற்காக ஒருவர் அதைக் குலைக்கும் செயல் ஆகிறது. அரிசிமாவுக் கோலங்களை உருவாக்கும் பிராமணப் பெண்கள், வெளிப்படையாகவே அதை யக்ஞசாலைக்கு (யாகங்கள் நடக்குமிடத்திற்கு) ஒப்பிடுகிறார்கள். (யக்ஞசாலை, யாகம் முடிந்தவுடன் அழிக்கப்படுகிறது.) கோலத்தை வரைவதை எழுதுவது என்றும் சொல்கிறார்கள். இந்த 'எழுத்து'தான் பல நூற்றாண்டுகளாகப் பெண்களுக்கு அனுமதிக்கப்பட்ட ஒரே எழுத்து. ஆண்கள் தங்கள் மனங்களில் வேதங்களைச் சுமந்ததுபோலக் கோலங்கள், பெண்கள் தங்கள் மனங்களில் சுமந்த வடிவமைவுகளுக்கான ஞாபக உதவிகள் என்று கூறலாம். ஆகவே வேத இலக்கியங்களின் அருவப்படுத்தலுக்குச் சமமான பெண்களின் அருவப்படுத்தல்கள்தான் கோலங்கள் போன்ற பார்வைக்கான அருவ வடிவங்கள். ஏனெனில் அவையும் ஜியோமிதி, இலக்கணம் ஆகியவற்றின் அடிப்படையில்தான் உருவாகின்றன. மத அர்த்தங்களைப் பெண்கள் அருவப்படுத்தியதன்

மதுரை மாவட்ட கிராமக் கோயிலொன்றில் சிரிக்கும் குதிரைகளின் களிமண் சிலை வடிவங்கள்.

வடிவங்கள்தான் கோலங்கள். அவைதான் பெண்களின் பார்வை இலக்கணங்கள்.[90]

பதினான்காம் நூற்றாண்டிலிருந்து வடக்கு பிஹாரின் மிதிலைப் பகுதியையும் தெற்கு நேபாளத்தையும் சேர்ந்த பெண்கள், திருமணங்கள் மற்றும் குடும்பச் சடங்குகளின்போது சுவர்களிலும் தரைகளிலும் சித்திரங்களை வரைந்துவருகிறார்கள்.[91] இந்தச் சித்திரங்கள், வீடுகளின்

உட்புறமும், சுற்றுச்சுவர்களின் உட்புற வெளிப்புறப்பகுதிகள் மேலும் வரையப்படுகின்றன. இவை அவர்களின் குடும்பங்களுக்கும் சடங்குகளுக்கும் புனிதமான, பாதுகாக்கின்ற, மங்கலமான வெளிகளை உருவாக்கித் தருகின்றன. இவற்றில் துர்க்கை, கிருஷ்ணன், சிவன், விஷ்ணு, அனுமான், இன்னும் பிற புராண தெய்வங்களும், தந்திரக்கலை விஷயங்களும், தலையற்ற காளி அல்லது சிலசமயங்களில் பலதலைகள் கொண்ட காளி சிவன்மீது மிதிப்பதும், அர்த்தநாரீசுவரனும் வரையப்படுகிறார்கள்.[92]

மிதிலையின் பெண் ஓவியர்கள் காடியான இயற்கைச் சாயங்களைப் பயன்படுத்தினார்கள். அவை எளிதில் மங்கிவிட்டன. பிறகு அவர்கள் மிகமெல்லிய தாள்களின்மீது வரைந்தனர். இந்த நிலையற்ற தன்மை அவர்களுக்குக் கவலையில்லை. அவர்கள் ஓவியங்கள் நிலைத்திருக்க வேண்டுமென்று நினைக்கவில்லை. அந்தச் சித்திரங்களின் வடிவங்களை விட வரையும் செயலே முக்கியமானதாகக் கருதப்பட்டது. திருமணத்திற்கென வரையப்பட்ட விரிவான கோட்டுருவங்களை அச்சடங்கு முடிந்தவுடன் எலிகள் தின்னுமாறு தூக்கி எறிந்துவிட்டார்கள் அல்லது அவற்றை நெருப்பு உண்டாக்கப் பயன்படுத்தினார்கள். முற்றத்தின் சுவர்கள்மீது வரையப்பட்ட ஓவியங்களைப் பெரும்பாலும் மழையோ, வெள்ளையடித்தலோ, குழந்தைகள் விளையாட்டோ அழித்து விட்டன.[93] ஓரளவு, இந்தக் கருத்து எல்லாக் கலைஞர்களிடமும், குறிப்பாகக் கிறிஸ்தோ,

மதுரை மாவட்ட கிராமக் கோயிலொன்றில் காணப்படும் உடைந்த மண்குதிரைகள்

ஜீன் கிளாட் போன்ற பின்நவீனத்துவக் கலைஞர்களிடம் காணப்படுவது தான். இவர்களுடைய தற்காலிக நிறுவல்களில், நீண்டுசெல்லும் வேலி ஒன்று. இது வடக்கு கலிபோர்னியாவிலுள்ள இருபத்திநான்கு மைல் நீளமான வெள்ளை நைலான் துணித்திரை. இம்மாதிரிக் கலைஞர்கள், படைப்புச் செயலில் காட்டும் அக்கறையைப், படைக்கப்பட்ட பொருளைப் பாதுகாப்பதில் காட்டுவதில்லை. ஆனால் இந்த நிலையற்ற தன்மை, புனிதக் கலைப் பரப்பில் மேலும் குறிப்பிட்ட அளவு ஆற்றலைப் பெறுகிறது. மேலும் குறிப்பாகப் பெண்களின் புனிதக்கலையில் அதிக ஆற்றலைப் பெறுகிறது. ஆடவர்களின் ஒற்றைவிருப்பப் பெரிய கருங்கல் நினைவுச் சின்னங்களுக்கு முரணாக, நிரந்தரச் சுவடு எதையும் (ஒரே ஒரு விதிவிலக்கு குழந்தைகள்!) விட்டுச்செல்லாத மனித சேவைகளை உருவாக்காத சின்னங்களைப் படைக்கின்றன.

1934இல் ஒரு பெரிய பூகம்பம் ஏற்பட்ட சமயத்தில் மிதிலைச் சித்திரங் களின் நிலையற்ற தன்மை, கலையை மதிப்பிடுவதில் மற்றொருவித முறைக்கு எதிராக அமைந்தது. அந்த வட்டாரக் கலெக்டரான வில்லியம் ஆர்ச்சர், பூகம்பத்தின் அழிவுக்குப் பிறகு, அந்த கிராமங்களைப் பார்வை யிட்டபோது, முதல்முறையாகச் சுவர்களில் காணப்பட்ட மிதிலை ஓவியங்களைக் கண்டு, அவற்றில் பலவற்றை நிழற்படமாக்கினார். அவரும் அவருடைய மனைவி மில்டிரடும், இப்படங்களை வெளியிட்டுப் பரவலான கவனத்திற்குக் கொண்டுவந்தனர். 1950களிலும் 1960களின் தொடக்கத்திலும், இந்திய அறிஞர்கள் பலர் அந்த வட்டாரத்திற்கு வந்தனர், அந்தச் சித்திரங்களால் கவரப்பட்டனர். ஆனால் 1966இல், ஒரு பெரும்பஞ்சத்திற்கிடையில், மிதிலையின் பெண்கள் அந்த ஓவியங்க ளைத் தாள்களில் வரைந்து அவற்றை விற்றுத் தங்கள் குடும்பங்களுக்குப் புதியதொரு வருமான மூலத்தை உருவாக்குவதற்கென அகில இந்தியக் கைவினைப்பொருள்கள் வாரியம் பாஸ்கர் குல்கர்னி என்ற ஒரு கலைஞரை மிதிலைக்கு அனுப்பியது. அந்தச் சித்திரங்கள், மதுபானி ஓவியங்கள் எனப் பிரபலமாயின.[94]

பாரம்பரியமாக, பல சாதிப் பெண்களும் சித்திரங்கள் வரைந்தனர் என்றாலும், குல்கர்னியால், மகாபாரத பிராமண, காயஸ்த வகுப்புப் பெண்களை மட்டுமே தாள்களில் வரைய வைக்க முடிந்தது. 1960, 1970களில் இவர்களில் இரண்டு பெண்கள், சீதா தேவி, கங்கா தேவி என்போர், இந்தியாவிலும் உலக அளவிலும் கலைஞர்களாக ஏற்றுக் கொள்ளப்பட்டனர். இந்தியாவிலும், ஐரோப்பா, ஜப்பான், அமெரிக்க ஐக்கிய நாடு ஆகியவற்றிலும் அவர்கள் எண்ணற்ற வாய்ப்புகளைப் பெற்றதோடு தங்கள் சித்திரங்களை கலாச்சாரச் சந்தைகளிலும் பொருட் காட்சிகளிலும் விற்கவும் முடிந்தது. அவர்களுடைய வெற்றியும் திறமான ஊக்கமூட்டலும் மேலும் பலபெண்கள் சித்திரம் வரைய எழுச்சியை அளித்தன.

1970களின் மத்தியிலிருந்து மேலும் பலசாதிப் பெண்கள், மிகக் குறிப்பாக தலித் வகுப்பைச் சேர்ந்த துசாதர்கள், சமார்கள் போன்ற சாதிப் பெண்களும், சில ஆடவர்கள் குழுக்களுடன் தாள்களின்மீது சித்திரங்கள் வரைந்தனர். ஆர்ச்சர் காலத்திலேயே அவர்கள் ஒருவேளை

வரைந்திருக்கக்கூடும், ஆனால் எக்காரணத்தினாலோ அவர் உயர் சாதிப் பெண்களை மட்டுமே பிரபலப்படுத்தினார். ஆனால் இராமாயணம், பிற புராண விஷயங்களைச் சித்திரிப்பதற்கு மாறாக, துசாத சாதிப்பெண்கள், தங்களுடைய உயர்கடவுள் ராகு. (கிரகணங்களை உருவாக்குபவன்) அவர்களுடைய கலாச்சாரத் தலைவன் ராஜா சல்ஹேஷ் போன்றவர்கள் உள்ளிட்ட தங்கள் சொந்த நாட்டுப் புற விஷயங்களைச் சித்திரித்தனர். பின்னர் அவர்கள் புதிய உத்திகளையும், புதிய கருப்பொருள்களையும் உருவாக்கினர். காலப்போக்கில் கிருஷ்ணன், சிவன் போன்ற மேல்சாதி யினரின் கடவுளர்களையும் வரையத் தொடங்கினர். மெதுவாக, பல்வேறு சாதிகளையும் சேர்ந்த ஆண், பெண் கலைஞர்கள் ஒருவர் மற்றொரு வரின் விஷயங்களையும் பாணிகளையும் பின்பற்றவும் தொடங்கினர். படிமங்கள் ஒன்றானபோதும், வெவ்வேறு சாதிகளைச் சேர்ந்த பெண்கள், சாதாரணமாகவே, தனித்தனிப் பாணிகளை வளர்த்துக் கொண்டனர்.[95] காலப்போக்கில், பல்வேறு தரப்பினரான மக்கள் வரையத் தொடங்கியதால், ஓவியங்களின் கருப்பொருள்கள், பழைய இதிகாசங்கள், அந்தந்த வட்டாரப் பழங்கதைகள், கதைகள், வீட்டு, கிராமப்புற, சமுதாய வாழ்க்கை தொடர்பான விஷயங்கள், தேசிய, சர்வதேச அரசியல், இவற்றுடன் ஓவியர்களின் சொந்த வாழ்க்கை வரலாறுகள் இவற்றையெல்லாம் உட்கொண்டதாக விரிவடைந்தன.

போகப்போக மேற்சாதிப் பெண்கள், சமூக விமரிசன நோக்குடன் வரதட்சிணை, பெண் குழந்தைக் கருக்கலைப்பு, மணப்பெண் எரிப்பு, உடன்கட்டை, பயங்கரவாதச் செயல்கள் (இரட்டைக் கோபுரங்களின்மீது தாக்குதல் போன்றவை), ஏன், சாதி வேறுபாட்டையும்கூடத் தங்கள் விஷயங்களில் சேர்த்துக் கொண்டனர். ஓர் இளம் பிராமணப் பெண் ணான ரோமா ஜா, மேல் சாதிப் பெண்கள் தங்கள் கிணற்றில் ஒரு தலித் பெண்ணை அனுமதிக்காததை வரைந்தார்.[96] தங்கள் பிழைப்புக்காகச் சித்திர விற்பனையை நம்பியிருந்த கீழ்ச்சாதிப் பெண்கள், பொதுவாக, மரபான விஷயங்களையே வரைந்தனர். ஆனால் இவர்களில் ஒரு பெண், துலாரி தேவி, வறுமைவயப்பட்ட மல்லாஹ் (மீனவர்) சமுதாயத்தைச் சேர்ந்தவர். மருத்துவ உதவி ஏழைப் பெண்களுக்கு மறுக்கப்படுவதையும், தங்களை இழிவுபடுத்தும் நடத்தையைக் கீழ்ச்சாதிப் பெண்கள் புகார்சொல்லவந்தால் அவர்களை கிராமத் தலைவன் துரத்தியடிப் பதையும், வெள்ளத்தின்போது ஏழைகளை மரணமடைந்தோருடன் அழவிட்டுப் பணக்காரர்கள் தங்கள் வீடுகளைப் பூட்டிக்கொண்டதையும் சித்திரங்களாக்கியுள்ளார்.[97]

இருப்பினும் இந்தச் சித்திரங்கள் இப்பெண்களின் வாழ்க்கையில் தற்காலிகமானவைதான். எல்லா வெற்றிகரமான கலைஞர்களையும் போலவே இவர்களும் தங்கள் பணிமனைகளை விட்டு வெளியுலகிற்குச் செல்கின்றனர். ஆனால் இந்தச் சித்திரங்கள் இப்போது இந்தியா முழுவதிலும் அதற்கு அப்பாலும் புத்தகங்கள், பட்டியல்கள், வீட்டுச் சுவர்களின் சட்டங்கள் ஆகியவற்றில் பாதுகாக்கப்பட்டுள்ளன. மார்வாரிக் குதிரைகளைப் போல, அவை இன்று உலகிற்குச் சொந்தமானவை. ஆனால் இந்த வணிகத்தில் தொல்லைதரும் கூறுகளும் உள்ளன. ஐரோப்பிய-

அமெரிக்க மக்கள் மிதிலை மக்களின் வாழ்க்கையிலும் கலைகளிலும் இப்போது குறுக்கிட்டுள்ளனர். தங்களுக்குக் கலை உற்பத்தி என்பதைப் பற்றிய மிக அடிப்படையான புரிந்துகொள்ளலைத் தலைகீழாக்கியது மட்டுமல்ல, அதன் நிரந்தரமின்மை மட்டுமல்ல அவர்களுக்கு விளங்கியது; ஊடகத்தை மாற்றுவது (நிரந்தரமான சாயங்களையும், நல்ல தாளையும் பயன்படுத்துவது போன்றவை) கருப்பொருள்கள்மீது செல்வாக்கு ஆகியவற்றாலும் அவர்கள் பாதிப்பு நிகழ்ந்துள்ளது. ஏனெனில் முதலாளித்துவம் தன் கோரமான தலையைத் தூக்குகிறது. தூய மார்வாரிக் குதிரைகள் எனப் பதிவு செய்யப்பட்டவற்றையும் ஐரோப்பியக் குதிரைவளர்ப்புத் தரங்கள் பாதித்ததைப் போல நியூ யார்க்கிலும் சான் பிரான்சிஸ்கோவிலும் என்ன விற்பனை ஆகும் என்பது மிதிலையின் பெண்கள் எதை வரைவது என்பதை பாதிக்கிறது. சித்திரம் வரைபவர்களுக்கு அப்பால் வேறு பல பேரும் இந்த வணிகங்களில் பணம் சம்பாதிக்கிறார்கள் என்பதை நாம் ஒப்புக் கொள்வதற்கு முன்னாலேயே

பணக்காரர்களுக்கு மருத்துவச் சேவை, ஏழைகளுக்கு இல்லை.
பிஹாரின் மதுபானி தேவி வரைந்த ஓவியம்

நாம் இதை நிறுத்திவிடுவது நல்லது. மாறாக, ஓவியர்களும் பணம் சேர்த்துள்ளனர். அவர்களைக் கீழ்மைப்படுத்தும் வறுமையிலிருந்து விடுவிக்க உதவிய பணம். கலைநேர்மையின் இழப்பிற்கு இந்த இலாபம் நியாயம் செய்கிறது என்று நாம் முடிவுசெய்யலாம், செய்யாமலும் இருக்கலாம் — ஆனால் இதுதான் நிகழ்ந்திருக்கிறது, நிகழ்ந்துகொண்டிருக்கிறது. நாளின் இறுதியில், கலைஞர்களின் வாழ்க்கையும் சித்திரங்களின் வருவாயினால் வளமடைந்திருக்கிறது. சித்திரங்களை நோக்கியவர்களின் வாழ்க்கைகளும் மிதிலையின் பெண்களால் வளமடைந்திருக்கின்றன.

பிராமணத் தலையும் தலித் உடலும்

ரேணுகா, மாரியம்மா என்றும் அறியப்படுபவள். அரசி ரேணுகாவின் வெட்டப்பட்ட தலை, ஒரு பறைச்சியின் தலை வெட்டிய உடலோடு சேர்க்கப்பட்டது. பெங்களூருக்கு 240 மைல் வடமேற்கிலுள்ள சந்திரகுட்டி என்ற கிராமத்தில் தொடர்ந்து ரேணுகா தெய்வமாக வழிபடப்படுகிறாள். அங்கு ரேணுகாம் பாவிற்கு ஒவ்வோராண்டும் ஒருவாரம் திருவிழா கொண்டாடப்படுகிறது. இது பல நூற்றாண்டுகளாக நிகழ்வது. சந்திரகுட்டி கிராமத்தில் வழங்கும் கதை இது: தன் கொலைகாரக் கணவனிடமிருந்து ரேணுகா தப்பியோடியபோது (அவள் தலை வெட்டப்பட்டது என்பதற்கு மாறாக), அவளுடைய உடைகள் கழன்று விழுந்தன. அவள் அருகிலிருந்த ஒரு மலைக்குகைக்குள் புகுந்தாள். அங்கிருந்த ஒரு தெய்வத்துடன் இணைந்து விட்டாள். ஆண்டுதோறும் ஆயிரக்கணக்கான தலித்துகள், வரத நதியில் தங்கள் ஆடைகளின்றி நீராடி, இரண்டரை மைல் உயரத்திலுள்ள மலைக் குகையிலுள்ள தேவியை வழிபட நிர்வாணமாகச் செல்கிறார்கள்.

ஆனால் 1986இல் பக்தர்கள், தலித் சங்கர்ஷ சமிதியின் (டிஎஸ்எஸ்) உறுப்பினர்களோடு மோதலில் ஈடுபட்டதால், காவல்துறை இந்த நிர்வாண யாத்திரையைத் தடை செய்துவிட்டது. (டிஎஸ்எஸ் என்பது கீழ்ச்சாதிமக்களை மேம்படுத்துவதை ஆதரிக்கும் ஓர் அமைப்பு.) டிஎஸ்எஸ் அமைப்பினர், இந்தச் சடங்கு தலித் மக்களை இழிவுபடுத்துவதாக உள்ளது என்றுகூறி, ஊர்வலம் செல்வோர் உடைகளைக் கழற்றவேண்டாம் எனத் தடுக்கும் போது அடிக்கப்பட்டனர். பக்தர்கள் உடனே போலீஸ்காரர்களைத் தாக்கி, இரண்டு பெண் காவலர்கள் உள்ளிட்ட பத்து போலீஸ் அலுவலர்களை ஆற்றின்கரையோரம் நிர்வாணமாக ஊர்வலம்செல்ல வைத்தனர்.[98] தலித் அல்லாதவர்கள், தலித்துகளின் நன்மைக்காக என்றே வைத்துக் கொள்வோம், தலித்துகள் தங்கள் சடங்குகளில் ஈடுபடுவதைத் தடுக்கும்போது, பாலியல் ஒழுக்க வடிவங்களின் சிக்கலான பிரச்சினைகள் தலித் உரிமைகளுடன் மோதுகின்றன. இனிமேல், தலைகளுக்கும் உடல் களுக்கும் அல்ல மோதல்; ரேணுகாவின் வழிபாடு, இப்போது மனித உடலை நோக்கியதோர் ஈரடித்தன்மையையும், சாதிஇந்துக்களின் சமூக அமைப்பிற்குள்ளான நீடித்த மோதலையும் வெளிப்படுத்துகிறது.

அடிக்குறிப்பு

1. *Gough, "Harijans in Thanjavur," 234.*
2. *Lubin, "Veda on Parade," 398.*
3. *Ibid., 394.*
4. *Frederick M. Smith, "Indra Goes West," 259-60, citing Madhava.*
5. *Lubin, "Veda on Parade," 394.*
6. *Ibid., 393-94; in Solapur in 1978 and in Pune in 1955.*
7. *Smith, "Indra Goes West," 259.*
8. *Lubin, "Veda on Parade," 394.*
9. *K. M. Sen, Hinduism, 47.*

10. Kosambi, *Myth and Reality*, 91-92.
11. Doniger, "A Burnt Offering." review of D. N. Jha, *The Myth of the Holy Cow*.
12. J. L. Kipling, *Beast & Man in India*, vol. 6, 116.
13. Biardeau, *Hinduism*, 36.
14. Appadurai, "Gastro Politics," 506.
15. White, "Dogs die."
16. Personal communication from Nagaraj Paturi, Chicago, January 2007.
17. Sontheimer, "King of Warriors," 52-53.
18. Elison, "Immanent Domains."
19. BBC news, November 8, 2007.
20. CNN.com Europe, November 13, 2007.
21. *New York Times*, March 7, 2008, "Kashmir: City Plans to Poison 100,000 Dogs"; March 8, 2008, "Kashmir: Strays Saved from Poisoning."
22. Gold, *Fruitful Journeys*, 5.
23. Cohn, "The Changing Status of a Depressed Caste," 285.
24. Dube, *Untouchable Pasts*, 8.
25. Forster, *Hill of Devi*, 176.
26. Ann Grodzins Gold, personal conversation, August 2007.
27. I owe this concern, and much of its wording, to Arshia Sattar, personal communication, August 13, 2006.
28. BBC News, December 7, 2007. The judge was Sunil Kumar Singh.
29. He bought it from New York dealer Ben Heller for David L. Shirey. "Norton Simon Bought Smuggled Idol," *New York Times*, May 12, 1973.
30. Davis, *Lives of Indian Images*, 252, citing N. Vidyasagar, "Back Home—but Not Yet," *Aside*, August 31, 1991.
31. Bakker, *Ayodhya*.
32. S. Balakrishnan, "Ayodhya: The Communal Tinderbox," *Illustrated Weekly of India*, vol. 11, no. 5 (1989), 30.
33. Forster, *Hill of Devi*, 202.
34. Gopal, ed., *Anatomy of a Confrontation*.
35. Keay, *India*, 532.
36. Dalrymple, "India: The War over History."
37. BBC News, September 12, 2007.
38. Romila Thapar, "Opinion," in *The Hindu*, September 28, 2007; reprinted in *Economic and Political Weekly* (September 29, 2007).
39. eol.jsc.nasa.gov/scripts/sseop/photo.pl?mission=STS067&roll=718A&frame=60.
40. Doniger O'Flaherty, *The Implied Spider*.
41. Seely, *The Slaying of Meghanada*.
42. Richman, "E. V. Ramasami's Reading of the Ramayana."

43. Omvedt, Dalit Visions, 100-01, citing Madhu Kishwar, in the Times of India, January 28, 1993.
44. Van der Veer, Gods on Earth, 14.
45. Upasni Baba, The talks of Sadguru Upasani-Baba Maharaj, vol. 2B, 542-54.
46. Shiva Purana 2.4.13.4, 4.27.23-24; cf. Ramayana 7.4.3-4, 7.16.44.
47. Padma Purana 2.1.5.1-35; Doniger O'Flaherty, Origins of Evil, 136-37.
48. Elwin, Myths of Middle India, 65-67.
49. Hindu Janajagruti Samiti, January 18, 2008. See http://www.hindujagruti.org/news/3819.html.
50. Yahoo News, February 26, 2008.
51. Raghu Karnad, "Unlikely Arrows in Ram's Quiver," Tehelka Magazine, New Delhi (March 15, 2008).
52. Mahesh Rangarajan, "Enemies of Open Society Threaten the Idea of India," Economic and Political Weekly, February 23, 2008; Ramachandra Guha, "Devotions Destructive and Divine," The Hindu, March 2, 2008.
53. Pratap Bhanu Mehta, "Our Freedoms, Your Lordships," Indian Express, March 4, 2008.
54. Omvedt, Dalit Visions, 31, 101.
55. Kishwar, "Yes to Sita, No to Ram," 300 ff.
56. Omvedt, Dalit Visions, 101-02.
57. Tharoor, The Great Indian Novel, 141.
58. Omvedt, Dalit Visions, 28, translating Tarabai Shinde, Stri-Purush Tulna, 6.
59. Ibid.
60. Sumanta Banerjee, "Women's Popular Culture in Nineteenth Century Bengal," in Sangari and Vaid, Recasting Women, 138-39.
61. Chakravarti, Themes in Indian History, 78, citing the short story entitled "Kunti O Nishadi" by Mahashweta Devi.
62. Omvedt, Dalit Visions, 98.
63. Ibid., 78, quoting an untitled poem by Waman Nimbalkar (called "Just Poem"), Vagartha, 12 (January 1976), trans. Graham Smith.
64. Ibid., 8, citing Shashikant Hingonekar, "Ekalavya," Asmitadarsh, no. 12 (April-May-June 1989), trans. Gail Omvedt and Bharat Patankar.
65. Anand and Zelliot, Anthology of Dalit Literature, 152. This poem (from Surung) was translated by Eleanor Zelliot.
66. Surekha Bhagat, "The Lesson." Personal communication from Eleanor Zelliot, 2005.
67. Jaffrey, The Invisibles; Nanda, Neither Man nor Woman.
68. Associated Press, November 9, 2006.
69. davidgodman.org/interviews/ttimes.shtml.
70. "Detect Eye Defects Early to Avoid Blindness," The Hindu, September 8, 2006.
71. Personal communication from William Dalrymple, January 6, 2008.
72. Hudson, "Siva, Minaksi, Visnu."
73. Indian Express, October 18, 2007.
74. Kurtz, All the Mothers Are One, 18; Lutgendorf, "Who Wants to Be a Goddess? Jai Santoshi Maa Revisited."

75. Ritter, "Epiphany in Radha's Arbor," 181-84, 199, 201.

76. Omvedt, Dalit Visions, 19-20, citing Jotiba Phule, Gulamgiri (in Marathi, with an English introduction), 1885.

77. Ibid., 85.

78. Youngblood, "Cultivating Identity," 275, 319-20.

79. Shekhar Gupta, "Lopsided Lessons," India Today, July 31, 1990.

80. Vinay Lal, Introducing Hinduism, 93.

81. P. N. Oak, Tajmahal: The True Story (1989).

82. Hari Kumar, "After Clashes, Curfew Is Set in Taj Mahal Area," New York Times, August 30 2007.

83. Huyler, Village India, 162.

84. Asutosh Bhattacarya, Folklore of Bengal, 48-49.

85. Inglis, "Night Riders," 298, 302, 304.

86. Kramrisch, Village India, 57.

87. Personal communication from Stephen Inglis, January 8, 1987.

88. Inglis, "The Craft of the Velar," 14-19.

89. Shulman, The King and the Clown, 3-4.

90. Lynn Hart, paper presented at the South Asian Conference at the University of Wisconsin at Madison, November 8, 1986.

91. Vequaud, Women Painters of Mithila.

92. Brown, "Contested Meanings."

93. Vequaud, "The Colors of Devotion."

94. Szanton and Bakshi, Mithila Painting: The Evolution of an Art Form, 3-17.

95. Ibid., 31-37.

96. Ibid., 61-67; Szanton, "Mithila Painting: The Dalit Intervention."

97. Ibid., 69-71.

98. "Renuka's Revenge," Reuters report from Bangalore, March 7, 1995; "Naked Worshippers Lay Bare Dignity of Police and Press," Times of London, March 15, 1986; cited in full in Doniger, Splitting the Difference, 214-216.

இயல்: 25
முடிவுரையின்மை அல்லது வரலாற்றின் தவறான பயன்பாடு

சராசரி இந்து மனத்தில், மேற்கத்தியச் செல்வாக்கினால் கெடுக்கப்படாமல் இன்னும் நிறைந்திருக்கும் பரந்த மனப்பான்மை, பெருந்தன்மை, சகிப்புத்தன்மை, உண்மை, தியாகம், எல்லா உயிர்கள்மேலும் அன்பு செலுத்துதல் ஆகியவை இந்துக் கலாச்சாரத்தின் பெருமைக்குப் பெரிய சான்றாக அமைகின்றன... இந்துஸ்தானத்திலுள்ள இந்துஅல்லாத மக்கள்... இந்த நாட்டில் தங்கள் சகிப்புத்தன்மை இன்மையையும், நன்றியின்மையையும் கைவிடுவதோடன்றி.. எதையும் உரிமையெனக் கேட்காமல், எந்த முன்னுரிமைகளும் இன்றி, சலுகை நடத்தையென எதனையும் பெறாமல் — ஒரு குடிமகனுடைய உரிமைகளைக்கூடக் கேட்காமல், இந்து தேசத்திற்கு முழுமையாகக் கீழ்ப்படிந்து நடந்துகொள்ள வேண்டும்![1]

- மாதவ சதாசிவ கோல்வால்கர் (1906-1973)

எனக்கு இந்து மதத்தைப் பற்றித் தெரியும் என்றால், அது அடிப்படையில் உள்ளடக்குவது, என்றும் வளர்வது, என்றும் ஈடுகொடுக்கக்கூடியது. கற்பனை, யூகம், பகுத்தறிவு ஆகியவற்றிற்கு மிகச் சுதந்திரமான இடத்தை அளிப்பது.[2] இந்து

மதத்தின் பாதுகாவலர்களாகக் கருதப்படுகின்ற புரோகிதர்களைச் சுற்றிச் சூழ்ந்துள்ள முற்சாய்வு, மூட நம்பிக்கை ஆகிய உணர்ச்சிகளை நாம் தங்கத் தராசில் வைத்துக் காத்திருக்கவும் எடை போடவும் சாத்தியமில்லை.[3]

- மகாத்மா காந்தி (1869-1948)

கோல்வால்கர், ராஷ்ட்ரிய ஸ்வயம் சேவக் சங்கம் (ஆர்எஸ்எஸ்) என்ற குறுகிய பற்று கொண்ட இந்து அமைப்பு ஒன்றின் தலைவர். 1939இல் அவர் வெளியிட்ட இந்தக் கூற்று, பெருமளவு இந்து மதத்தின் வகை மாதிரியாக உள்ள ஆக்கபூர்வமான இருமைகளிலிருந்து வேறுபட்ட ஒரு வகையான கலாச்சாரப் பிளவுபட்ட தன்மையைப் பிரதி பலிக்கிறது. அதன் முதல்பாதி, பெருமளவு நியாயமான வரலாற்றுரிமைக் கோரிக்கைகளை வெளிப்படுத்துவதாக எனக்குத் தோன்றுகிறது. ஆனால் இரண்டாம் பாதியின் அரசியல் திட்டம், முரண்கூற்றுநிலையில், மதச் சகிப்புத்தன்மையில் காணப்படும் இந்துப் பெருமிதத்தைச் சகிப்பின் மையை நியாயப்படுத்தும் விதத்தில் அந்த உரிமைக் கோரிக்கைகளுக்கு முரண்பாடாகச் செல்கிறது. ஆர்எஸ்எஸ்ஸின் எதிரியான காந்தியும் இங்கு இரண்டு விஷயங்களைச் சொல்கிறார். அவை தங்களுக்குள் முரண்படவில்லை என்று வைத்துக்கொண்டாலும், குறித்த அளவு இழுவிசைக்குள்ளாகின்றன. இந்து மதத்தின் உள்ளடக்கும் தன்மையையும், கற்பனையையும் உண்மையென அவர் ஏற்றுக்கொள்கிறார். ஆனால் அவற்றை கோல்வால்கர்போல, இந்தியாவிலிருக்கும் இந்து அல்லா தோருடன் முரண்படுத்துவதற்கு பதிலாக, பிராமணர்களுடன் முரண் படுத்துகிறார். தலித்துகளுக்கும், முஸ்லிம்களுக்கும் எதிராக அவர்களின் முற்சாய்வுகளைத் தன் வாழ்க்கை முழுவதும் எதிர்த்துவந்திருக்கிறார். இந்து மதம் உள்ளடக்குவதாகவும், சகிப்புத்தன்மை உள்ளதாகவும் சொல்லப்படும் தற்பெருமைக் கூற்று, இந்துச் சட்டத்தின் ஒரு பகுதியாக மட்டுமல்ல, இன்று இந்துக்கள் பலராலும் திரும்பத்திரும்பச் சொல்லப் படும் ஓர் உலகளாவிய உண்மைக் கூற்றாக மாறிவிட்டது. அதனால் இது உண்மையல்ல என்று பொருளல்ல. திரும்பத்திரும்பவரும் கொள்ளை நோய்களான வெளியொதுக்கல், சகிப்புத்தன்மை இன்மை ஆகியவை எதிர்மாறாக இருப்பினும் அது ஓர் உண்மையான உண்மைக்கூற்றுதான். இந்துக்களின் வரலாற்றில் இந்த முரண்படும் நீரோட்டங்களின் சமநிலையை எப்படி நாம் புரிந்துகொள்வது? வேத நெருப்புக் கடவு ளின் பெயரான அக்னி என்பது, இந்தியாவின் மிகச் சக்திவாய்ந்த அணு ஏவுகணையின் பெயராகவும் உள்ளது. பாகிஸ்தான் தனது ஏவுகணைக்கு முகமது கோரியின் ஞாபகார்த்தமாக கோரித் என்று பெயரிட்டது.[4] சண்டையிடும் இரண்டு தெற்காசிய நாடுகள், தங்கள் அணுஆயுதங்களுக்குப் பெயரிடுவதற்கு வேதகாலத்துக்கும், பதினோறாம் நூற்றாண்டுக்கும் ஏன் செல்கின்றன? மதச் சகிப்பின்மைக்கு வரலாற்றின் பொருத்தப்பாடு என்ன?

எதிர்காலம் மட்டுமல்ல, கடந்த காலம்கூடக் கணிக்கப்பட முடியாத நாடு இந்தியா. இதுவரை படித்திருந்தால், அன்புமிக்க வாசகரே, இந்தப் பலபக்கங்களின் ஊடாக நீங்கள் வந்திருந்தால், ஏதாவது அவற்றில் கவனம் செலுத்தியிருந்தால், ஒரே ஒரு முக்கிய விஷயத்தையேனும் குறைந்தபட்சம் நீங்கள் கற்றுக்கொண்டிருக்கலாம். இந்துக்கள் சைவ உணவு உண்பவர்களாக இருந்திருக்கிறார்கள், அல்லது அவ்வாறு இல்லை

என்பதற்கு; இந்துக்களும் முஸ்லிம்களும் நட்புடன் வாழ்ந்திருக்கிறார்கள், அல்லது அவ்வாறு இல்லை என்பதற்கு; இந்துக்கள் உடன்கட்டை ஏறுவதை எதிர்த்திருக்கிறார்கள் என்பதற்கு, அல்லது அவ்வாறில்லை என்பதற்கு; இந்துக்கள் பொருள் உலகைத் துறந்திருக்கிறார்கள், அல்லது தழுவியிருக்கிறார்கள் என்பதற்கு; இந்துக்கள் பெண்களையும் கீழ்ச்சாதியினரையும் ஒடுக்கி வந்திருக்கிறார்கள் என்பதற்கு, அந்த ஒடுக்குமுறையை எதிர்த்துப் போராடிவந்திருக்கிறார்கள் என்பதற்கு; இப்படிச் சமகால இந்தியாவில் எந்த ஒரு நிலைப்பாட்டுக்கும் மிக எளிதாக வரலாற்றைப் பயன்படுத்தலாம். வரலாறு முழுவதும், சமகால அரசியல் நிகழ்வுகள் வரை, பல்வேறு இந்து மதங்களுக்கும், பலவகையான இந்துக்களுக்கும், இடையிலான முரண்பாடுகள் ஒரே சமயத்தில் பாரம்பரியத்தை மேம்படுத்தவும் செய்திருக் கின்றன, அளவிடமுடியாத துன்பத்திற்கும் காரணமாகியுள்ளன. வரலாற்றின் தவறான பயன்பாடு குறித்த மிகப்பெரிய பூடகத்தன்மை, தவறான பயன்பாடு பற்றியதல்ல; மாறாக, இப்படிப்பட்ட எதிர்காலம் பற்றிய வெறிபிடித்ததொரு காலத்தில், நாம் ஏன் நிகழ்காலத்தை நியாயப்படுத்தக் கடந்தகாலத்திற்குக் (அல்லது எவ்விதமேனும் இனிப்பூட்டப்பட்ட ஒரு கடந்த காலத்திற்குக்) கைகளை நீட்டுகிறோம் என்ற கேள்விதான் பூடகமானது. “ஆமாம், இதுதான் வரலாறு, அதற்காக என்ன?” என்பது ஒரு அமெரிக்கச் சொல்முறை. ஆனால் இப்படிப்பட்ட அமெரிக்க மறதியாளர்களுக்குக்கூட, அரசியலமைப்பையும், அடித்தளமிட்ட தலைவர்களுடைய பெரும்பாலும் அறியஇயலாத உள்நோக்கங்களையும் பொறுத்த அளவில் ஒரு கடந்தகால வழிபாட்டுத்தன்மை இருக்கிறது — அவர்களுடைய வரலாறே ஒருசில நூற்றாண்டுகள்தான். இந்துக்களுடைய வரலாறு ஆயிரக்கணக்கான ஆண்டுகள் கொண்டது, ஆகவே வரலாறு குறித்த அவர்களுடைய அக்கறை, அதற்குத் தக மிக தீவிரமானதாக உள்ளது. நாம் (நாம் என்பதில் இந்துக்களும், இந்துக்கள் அல்லாதோரும் அடக்கம்) கடந்த காலத்தின் தவறுகளிலிருந்து கற்றுக்கொள்ள முடியும், ஆனால் (சந்தாயனாவின் நடையில்) நாம் அதை ஞாபகப்படுத்தும்போதே, அதை வாழ்ந்துதீர வேண்டிய நிலைக்குச் சபிக்கப்பட்டிருக்கிறோம். மெய்யாகவே, சிலசமயங்களில், குறிப்பாகத் துல்லியமாக அதைத் (தவறாக) ஞாபகப்படுத்திக் கொள்ளும்போது. மேலும், கிப்லிங் பிரார்த்தனை செய்தது போல, “நாம் மறந்துவிடலாகாது” என்பதில் எச்சரிக்கை நமக்குத் தேவை.

பலசமயங்களில் நமது எதிர்காலம், நாம் நினைவில் வைத்திருப்பன வற்றால் அல்ல, மறந்துவிட்டனவற்றால் உருவமைக்கப்படுகிறது. ஆனால் கடந்த காலத்தை எந்த ஒரு புறவயமான வழியினாலும் தெரிந்துகொள்ள முடிகின்ற நமது இயலுந்தன்மையில் நாம் நமது கள்ளங்கபடமற்ற நம்பிக்கையை இழந்துவிட்டோம். ஞாபகமும் இங்கு நமது பக்கம் இல்லாமல் போகலாம். வஞ்சத்தின் துன்பியல் சக்தி ஆற்றல்மிக்கதாக இருப்பதனால், சிலசமயங்களில் நல்லதொரு மறந்துபோகும் ஆற்றல் இருப்பதே பயனளிக்கிறது. நாளின் இறுதியில், கடந்த காலத்தில் செய்தது போல, தனிமனிதர்களும் குழுக்களும் தங்கள் முடிவுகளை வரலாற்றை விடுத்து வேறு ஏதேனும் ஓர் அடிப்படையில், நிகழ்காலத்திலே எடுக்கவேண்டியிருக்கலாம். அதாவது, இந்த நேரத்தின் நிலைமைகளுக்கேற்ப, இன்று மிகப் பெரும்பான்மை மக்களுக்கு எது மனிதாபிமானம் மிக்கதாக, மிகவும் கருணை நிறைந்ததாக, மிக விடுதலை தருவதாக இருக்கிறதோ அந்த முடிவை எடுக்கவேண்டிவரலாம்.

பெர்னாட் ஷாவின் செயின்ட் ஜோன் (1923) நாடகத்தின் இறுதியுரையில் ஜோன் கூக்குரலிடுகிறாள்: "அப்படியானால், ஒவ்வொரு காலத்திலும் கற்பனையற்றவர்களைக் காக்கவேண்டி ஒரு கிறிஸ்து வேதனையில் மடியவேண்டுமா?" நாம் கற்பனைதான் செய்கிறோம் என்பதைக் கற்பனை செய்வதற்கும் அறிவதற்கும் உறுதியாகவே நமக்கு வரலாறு என்பது மிக முக்கியமானதொரு விஷயமாக இருக்கிறது. மிக வளமான, தகவமைத்துக்கொள்ளும் தன்மையை மிகுதியாகக் கொண்ட இந்துப் பாரம்பரியம் போன்றதொரு பாரம்பரியத்தினை நாம் அறிய அறிவைப் பயன்படுத்தாமலிருப்பது எவ்வளவு முழுமையான வீண்செயலாக முடியும்! வரலாற்றில் எஞ்சியிருப்பது, மாற்றங்கள் அடைவது ஆகியவற்றில் காணப்படும் ஏராளமான வகைகள், சில குறித்த கதைகளை ஒப்புக் கொள்ளமுடியாது என விதிசெய்ய ஒரு போப்பாண்டவர் ஒருபோதும் இல்லாத இந்த மாபெரும் நாகரிகத்தின் எல்லையற்ற புத்தாக்கத் தன்மைக்குப் பாராட்டுச் சின்னங்களாகும். இந்து மதத்திற்குள் கிறித்துவத்தின் பழமைவாதத்தைக் கடத்த முயன்று இன்று அப்படிப்பட்ட தலைமையை இந்தியாவில் சிலபேர் அமைக்க முனைந்திருப்பது மிகப் பரிதாபத்திற்குரியது.

இப்படி நிகழாமல் தடுப்பதற்கு எழுகின்ற பலப்பல குரல்கள்தான் பெரியதொரு நம்பிக்கையை அளிக்கின்றன. நாம் விலகியிருக்கவேண்டிய படுகுழிகளை மட்டுமல்ல, பின்பற்ற வேண்டிய வெற்றிகளையும் இந்தியாவின் நீண்ட, சிக்கலான பன்மைத் தன்மை கொண்ட வரலாற்றிலிருந்து நாம் கற்றறிய முடியும். தொன்மங்களிலிருந்து, நாம் ஜனஸ்ருதி, யுதிஷ்டிரன் அல்லது சுடாலா போன்றவர்களின் உதாரணங்களை, அல்லது பதிவுசெய்யப்பட்ட வரலாற்றிலிருந்து, அசோகன். ஹர்ஷன் அல்லது அக்பர், அல்லது அக்கமகாதேவி, கபீர் அல்லது காந்தி போன்றவர்களின் உதாரணங்களை, அல்லது மெய்யான சகிப்புத்தன்மை கொண்ட பன்மைத்தன்மையைத் தங்கள் வாழ்க்கையில் கடைப்பிடிக்கின்ற எல்லா நிலைகளிலும் உள்ள சாதாரண இந்துக்களின் உதாரணங்களை நாம் பின்பற்ற முடியும். மேல்கீழ் என்னும் படிநிலைகளையும், வன்முறையையும் ஒதுக்கிய, பெண்களையும் தலித்துகளையும் தங்கள் சமூகப் படிநிலைகளில் ஏற்றுக்கொண்டு அன்பின் இறையியலை முன்வைத்த பக்தி இயக்கங்களிலிருந்தும் நாம் கற்கமுடியும். ஆனால் இங்கும்கூட, பக்தியின் பல வடிவங்களில் பொதிந் துள்ள வன்முறையை நினைவுபடுத்திக்கொண்டும், இராமபக்தியின் பெயரால்தான் தீவிர இந்து தேசியவாதிகள் பாபர்மசூதியை இடித்துத் தள்ளினார்கள் என்பதைக் குறித்துக்கொண்டும் நமது மகிழ்நோக்கை அணையிட்டுக் கொள்ளவேண்டும். நாலாபுறமும் நோக்கி, நிகழ்காலத்தை நன்கு பார்த்து, நல்லதொரு எதிர்காலத்தைக் கற்பனை செய்துகொண்டு பிறகுதான் வரலாற்றில் குதிக்கவேண்டும்.

அடிக்குறிப்பு

1. Golwalkar, *We, Our Nationhood Defined*, 48-49.
2. Gandhi, *The Collected Works*, vol. 25, 178.
3. Tendulkar, *Mahatma*, vol. 2, 286.
4. Keay, *India*, 533

Bibliography: Works cited

SANSKRIT, GREEK, PALI, AND HINDI TEXTS, BY TITLE

- *Adhyatma-Ramayana*, with the commentaries of *Narottama, Ramavarman,* and *Gopala Chakravarti.* Calcutta: Metropolitan Printing & Publishing House, 1935. Calcutta Sanskrit series, no. 11.

- *Agni Purana.* Poona: Anandasrama Sanskrit Series, 1957.

- *Aitareya Brahamana,* with the commentary of *Sayana.* Calcutta: Bibliotheca Indica, 1895.

- *Anagatavamsa of Kassapa.* Ed. J. Minayeff. Journal of the Pali Text Society. London, 1886. Pp. 33-54.

- *Apastamba Dharma Sutra.* Ed. G. Bühler. Bombay: Bombay Sanskrit Series 44 and 50, 1892-94.

- *Arthashastra of Kautilya.* Ed. and trans. R. P. Kangle. Vol. 1: text. Vol. 2: translation. Bombay: University of Bombay, 1960.

- *Atharva Veda,* with the commentary of *Sayana.* 5 vols. Hoshiarpur: Vishveshvaranand Vedic Research Institute, 1960.

- *Basava Purana.* See Narayana Rao.

- *Baudhayana Dharma Sutra.* Ed. C. Sastri. Benares: Kashi Sanskrit Series 104, 1934.

- *Baudhayana Shrauta Sutra of the Taittirya Samhita.* Ed. W. Caland. Vol. 2. Calcutta: Asiatic Society, 1913.

- *Bhagavad Gita.* In the Mahabharata, Poona edition.

- *Bhagavata Purana.* With the commentary of *Shridhara.* Benares: Pandita Pustakalaya, 1972.

- *Brahmanda Purana.* Bombay: Venkateshvara Steam Press, 1857.

- *Brahma-sutra-bhashya of Madhva. Tirupati: Tirumala-Tirupati-Devasthanena, 1983.*

- *Brahma-sutra-bhashya of Shankara. Bombay: Nirnaya Sagara Press, 1948.*

- *Brahmavaivarta Purana. Poona: Anandasrama Sanskrit Series, 1935*

- *Brihaddevata of Shaunaka. Cambridge: Harvard University Press, 1904.*

- *Buddha-charita of Ashvaghosha.* Ed. E. H. Johnston. Calcutta: Panjab University Oriental Publications, 1935-36.

- *Caitanya-caritamrita of Krishnadasa Kaviraja.* Trans. Edward Cameron Dimock and Tony K. Stewart. Cambridge, Mass.: Harvard University Press, 1999.

- *Dabistan al-madhahib of Mobad Shah (Muhsin Fani, attr.)* Bombay, 1262/1846. *The Dabistán or School of Manners.* Trans. David Shea and Anthony Troyer. Reprint ed. abridged by A. V. Williams Jackson. Washington, D.C.: M. Walter Dunne, 1901.

- *Dasha-kumara-charita of Dandin.* Trans. Isabelle Onians *(What Ten Young Man Did).* New York: New York University Press, 2005.

- *Dashavatara-charita of Kshemendra. Bombay: Kavyamala Series, 1891.*

- *Devibhagavata Purana. Benares: Pandita Pustakalaya, 1960.*

- *Garuda Purana. Benares: Pandita Pustakalaya, 1969.*

- *Gautama-dharmasutra. New Delhi: Veda Mitra, 1969.*

- *Gita Govinda of Jaydeva. Hyderabad: Sanskrit Academy Series, 1969.*

- *Hari-vamsha. Poona: Bhandarkar Oriental Research Institute, 1969.*

- *Harsha-charita of Bana. Bombay: Bombay Sanskrit and Prakrit Series, 1909.*

- *History of Herodotus.* Trans. David Grene. Chicago: University of Chicago Press, 1987.

- *Jaiminiya Brahmana. Nagpur: Sarasvati-vihara Series. 1954.*

- *Jatakamala of Aryasuri. Delhi: Motilal Banarsidass, 1971.*

- *Jatakas. [Jataka Stories].* Ed. E. B. Cowell. London: Pali Text Society, 1973.

- *Kadambari of Banabhatta. A Classic Story of Magical Transformations.* Trans. and intro. Gwendolyn Layne. New York and London: Garland Publishing, 1991.

- *Kalika Purana.* Ed. Sri Biswanarayan Sastri. Varanasi: Chowkhamba Sanskrit Series Office, 1972.

- *Kalki Purana. Mathura: Jai Nitai Press, 2006.*

- *Kamasutra of Vatsyayana, with the commentary of Yashodhara.* Ed. with the Hindi "Jaya" commentary by Devadatta Shastri. Varanasi: Kashi Sanskrit Series, 1964.

- *The Kamasutra of Vatsyayana.* Trans. Wendy Doniger and Sudhir Kakar. London and New York: Oxford World Classics, 2002.

- *Kamasutra: The Pop-Up KamaSutra. NewYork: Harry N. Abrahms, 2003.*

- *Kathaka Samhita [Die Samhita der Katha-Sakha]. 3 vols. Leipzig: F. A. Brockhaus, 1900.*

- *Katha-ratnakara of Hemavijayagani. Banasakantha: Omkarasahiyta Nidhi, 1997.*

- *Katha-sarit-sagara [The Ocean of the Rivers of Story]. Bombay: Nirnara Sagara Press, 1930.* English translation: *The Ocean of Story.* Ed. N. M. Penzer, trans. C. W. Tawney. 10 vols. London: Chas. J. Sawyer, 1924.

- *Kaushitaki Brahmana*. 3 vols. Calcutta: Bibliotheca Indica, 1903.
- *Kurma Purana*. Varanasi: All-India Kashiraj Trust, 1972.
- *Linga Purana*. Calcutta: Sri Arunodaraya, 1812.
- *Madhva-vijaya of Narayana Panditacarya*. Vishakhapatnam: Shrimadananda Tirtha Publications, 1983.
- *Mahabhagavata Purana*. Bombay: Venkateshvara Steam Press, 1913.
- *Mahabharata*. Poona: Bhandarkar Oriental Research Institute, 1933-69.
- *Mahabharata, with the commentary of Nilakantha*. Bombay: Jagadishvara, 1862.
- *Mahanirvana Tantra*. Madras: Tantrik Texts, 1929.
- *Maitrayani Samhita*. Wiesbaden: R. Steiner, 1970-72 (1881).
- *Manavadharmasastra [The Laws of Manu]*. Trans. Wendy Doniger with Brian K. Smith. Harmondsworth: Penguin Classics, 1991.
- *Mani-manjari of Narayana Panditacarya*. Bombay: Nirnaya Sagara Press, 1912.
- *Manusmrti*. Bombay: Bharatiya Vidya Series, 1972-78.
- *Naishadiyacarita of Shri Harsha*. Bombay: Nirnaya Sagara Press, 1986.
- *Narmamala of Kshemendra*. Ed. and trans. Fabrizia Baldissera. Würzburg: Südasien-Institut, Ergon Verlag, 2005.
- *Nirukta of Yaska*. Ed. Lakshman Sarup. 2 vols. London and New York: Oxford University Press, 1920-27.
- *Periya Purana of Cekkilar*. Trans. Alistair McGlashan (The History of the Holy Servants of the Lord Siva). Victoria, B.C.: Trafford Publishing, 2006.
- *Phaedrus of Plato*. Trans. Alexander Nehamas and Paul Woodruff. In Plato, Complete Works, ed. John M. Cooper. Indianapolis: Hackett, 1997.
- *Prabodhachandrodaya of Mahendradatta*. Trans. Sita K. Nambiar. Delhi: Motilal Banarsidass, 1971, 1998.
- *Priyadarshika of Harsha*. Ed. M. R. Kale. Bombay: Motilal Banarsidass, 1928.
- *Purva-mimamsa-sutra. Jaiminiya-mimamsabhashyam of Shabarasvamin*. Hirayana: Ramlal Kapar, 1986.
- *Rajatarangini*. Ed. and trans. M. A. Stein (Rajatarangini, or, Chronicle of the Kings of Kashmir). Leipzig: Otto Harassowitz, 1892.
- *Ramacaritamanasa of Tulsi Das [The Holy Lake of the Acts of Rama]*. Trans. R. C. Prasad. Delhi: Motilal Banarsidass, 1990.
- *Ramayana of Valmiki*. Baroda: Oriental Institute, 1960-75.
- *Ratnavali of Harsa*. Ed. Ashokanath Bhattacharya and Maheshwar Das. Calcutta: Modern Book Agency, 1967.
- *Rig Veda, with the commentary of Sayana*. 6 vols. London: Oxford University Press, 1890-92.
- *Sarvadarshanasamgraha of Madhava*. Trans. E. B Cowell and A. E. Gough. London: Trübner, 1914.
- *Saura Purana*. Poona: Anandashrama Sanskrit Series, 1923.

- *Shakuntala [Abhijnanashakuntalam] of Kalidasa.* Bombay: Nirnaya Sagara Press, 1958.

- *Shankara-dig-vijaya of Madhava.* Poona: Bhandarkar Oriental Research Institute, 1915.

- *Shankara-vijaya of Anandagiri.* Ed. J. Tarkapancanana. Calcutta: Bibliotheca Indica, 1868.

- *Shatapatha Brahmana.* Benares: Chowkhamba Sanskrit Series, 1964.

- *Shiva Purana.* Benares: Pandita Pustakalaya, 1964.

- *Shiva Purana, Dharmasamhita.* Bombay, 1884.

- *Shivalaya Mahatmya of the Sahyadrikhanda of the Skanda Purana.* Ms. in the library of the Royal Asiatic Society in Bombay. Transcribed and trans. Micaela Soar. 1996.

- *Skanda Purana.* Bombay: Shree Venkateshvara Steam Press, 1867.

- *Taittiriya Brahmana.* Ed. Rajendralala Mitra. Calcutta: Bibliotheca Indica, 1859; Delhi: Motilal Banarsidass, 1985.

- *Taittiriya Samhita.* Poona: Anandasrama Sanskrit Series, 1979.

- *Upadesha-Sahasri of Shankaracarya. A Thousand Teachings, in Two Parts—Prose and Poetry.* Ed. Jagadananda. 3rd ed. Mylapore, Madras: Sri Ramakrishna Math, 1961.

- *A Thousand Teachings: The Upadeshasahasri of Shankara.* Trans. and ed. Sengaku Mayeda, foreword John M. Koller. Albany: State University of New York Press, 1991.

- *Upanishads. One Hundred and Eight Upanishads.* Bombay: Nirnaya Sagara Press, 1913.

- *Vajasaneyi Sanhita.* Varanasi: Chaukhamba Sanskrit Series, 1972.

- *Vamana Purana.* Benares: All-India Kashiraj, 1968.

- *Vayu Purana.* Poona: Anandasrama Sanskrit Series, 1860.

- *Vishnu Purana.* Calcutta: Sanatana Shastra, 1972.

- *Yoni Tantra.* Trans. Michael Magee. Vol. 2. Harrow, U.K.: Worldwide Tantra Project, 1995.

SECONDARY SOURCES

- Adcock, Catherine. "Religious Freedom and Political Culture: The Arya Samaj in Colonial North India." Ph.D. dissertation, University of Chicago, 2007.

- Agravat, Ram Prakash. *Satyavadi Vir Tejapala.* Jodhapura: Sri Uttama Ashram, Kagamarga, 1973.

- Ahmad, Aziz. "Epic and Counter-Epic in Medieval India." *Journal of the American Oriental Society* 83 (1963), 470-76. Reprinted in *India's Islamic Traditions, 711-1750,* ed. Richard M. Eaton. New York: Oxford University Press, 2003. Pp. 37-49.

- Alam, Muzaffar. "Akhlaqui Norms and Mughal Governance." In Muzaffar Alam et al., eds. *The Making of Indo-Persian Culture: Indian and French Studies.* Delhi and Paris: Manohar and Centre de Sciences Humaines, 2000. Pp. 67-95.

- "The Culture and Politics of Persian in Precolonial Hinduism." In Pollock, *Literary Cultures,* 131-98.

- Alder, Garry. *Beyond Bokhara: The Life of William Moorcroft, Asian Explorer and Pioneer Veterinary Surgeon,1767-1825.* London: Century Publishing, 1985.

- Ali, Daud. *Courtly Culture and Political Life in Early Medieval India.* Cambridge, U.K., and New York: Cambridge University Press, 2004.

- Ali, M. Athar. "Encounter and Efflorescence: Genesis of the Medieval Civilization." In *Social Scientist (New Delhi)* 1 (1990), 13-28.

- Allen, Nick. "Why Did Odysseus Become a Horse?" *Journal of the American Oriental Society* 26:2 (1995), 143-54.

- Allen, Woody. "Fabulous Tales and Mythical Beasts." In *Without Feathers*. New York: Random House, 1976. Pp. 76-79.

- Ambedkar, B. R. *The Buddha and His Dhamma*. Bombay: Peoples Education Society. 1957.

- ———. *Towards an Enlightened India*. New Delhi: Penguin Books, 2004.

- *Why Go for Conversion?* Bangalore: Pariah Sahitya Akademy, 1981.

- Anand, Mulk Raj, and Eleanor Zelliot. *An Anthology of Dalit Literature (Poems)*. New Delhi: Gyan Publishing House, 1992.

- Appadurai, Arjun. "Gastro-Politics in Hindu South Asia." *American Ethnologist* 8:3 (1981), 494-511. ———. "Kings, Sects and Temples in South India, 1350-1700 A.D." *Economic and Social History Review* 14:1 (1977), 47-73.

- Arunachalam, M. *Peeps into Tamil Literature: Ballad Poetry*. Tiruchitrambalam: Gandhi Vidyalayam, 1976.

- Aurobindo, Sri. *On Yoga. Book One*. Pondicherry: International University Centre Collection, 1958.

- Babb, Lawrence A. *Alchemies of Violence: Myths of Identity and the Life of Trade in Western India*. New Delhi: Sage Publications, 2004.

- "Glancing: Visual Interaction in Hinduism." *Journal of Anthropological Research* 37:4 (Winter 1981), 387-401.

- ———. *Redemptive Encounters: Three Modern Styles in the Hindu Tradition*. Berkeley: University of California Press, 1986.

- ———, and Susan S. Wadley, eds. *Media and the Transformation of Religion in South Asia*. Philadelphia: University of Pennsylvania Press, 1995.

- Babur. *The Baburnama. Memoirs of Babur, Prince and Emperor*. Trans. Wheeler M. Thackston. Intro. by Salman Rushdie. New York: Modern Library, 2002. Also, trans. A. S. Beveridge. London: Luzac, 1921.

- Baker, Deborah. *A Blue Hand: The Beats in India*. New York: Penguin Press, 2008.

- Bakker, Hans T. *Ayodhya. The History of Ayodhya from the 7th Century BC to the Middle of the 18th Century*. Amsterdam: John Benjamins, 1986.

- ———, ed. *Origin and Growth of the Puranic Text Corpus with Special Reference to the Skanda Purana*. Groningen: E. Forsten, 1986; Delhi: Motilal, 2004.

- Ball, Charles. *The History of the Indian Mutiny Giving a Detailed Account of the Sepoy Insurrection in India; and a Concise History of the Great Military Events Which Have Tended to Consolidate British Empire in Hindostan*. Vol. 1. New Delhi: Master Publishers, n.d. (1859).

- Banerjea, Jitendra Nath. *The Development of Hindu Iconography*. Calcutta: University of Calcutta, 1956.

- Banerji, S. C. *Studies in the Mahapuranas*. Calcutta: Punthi Pustak, 1991.

- Basham, A. L. *The Wonder That Was India*. London: Sidgwick and Jackson, 1954.

- ———. ed. Kennth G. Zysk. *The Origins and Development of Classical Hinduism*. New York: Beacon Press, 1989.

- ———, ed. K. Zysk. *The Sacred Cow: The Evolution of Classical Hinduism.* New York: Beacon Press, 1989.

- Beal, Samuel, trans. *Si-yu-ki: Buddhist Records of the Western World.* 2 vols. New York: Paragon, 1968.

- Beck, Guy L., ed. *Alternative Krishnas: Regional and Vernacular Variations on a Hindu Deity.* Albany, N.Y.: SUNY, 2005.

- Behl, Aditya, and Simon Weightman, trans. *Madhu Malati: An Indian Sufi Romance.* Oxford and New York: Oxford University Press, 2000.

- Bhabha, Homi. *The Location of Culture.* New York: Routledge, 1994.

- Bhagat, Surekha. "The Lesson." In *Vidrokhi Kavita,* ed. Keshav Meshram, 2nd ed., Pune: Continental Prakashan, 1987. Trans. Gauri Deshpande et al.

- Bhandarkar, D. R. *Some Aspects of Ancient Hindu Polity.* Benares: Benares Hindu University, 1929.

- Bharati, Agehananda. "Making Sense out of Tantrism and Tantrics." *Loka: A Journal of the Naropa Institute* 2 (1976), 53.

- Bhattacarya, Asutosh. *Folklore of Bengal.* New Delhi: National Book Trust, 1978.

- Bhattacharya, Deben. *Love Songs of Chandidas.* London: Allen and Unwin, 1967.

- Bhattacharya, Nagendranath. *History of the Tantric Religion.* Delhi: Munshiram Manoharlal, 1982.

- Biardeau, Madeleine. *Hinduism: The Anthropology of a Civilization.* Delhi: Oxford University Press, 1994.

- ———. *Stories About Posts; Vedic Variations Around the Hindu Goddess.* Chicago: University of Chicago, 2004.

- Blackburn, Stuart H., and Peter J. Claus et al., eds. *Oral Epics in India.* Berkeley and Los Angeles: University of California Press, 1989.

- Bloch, Jules. *Les inscriptions d'Asoka.* Paris: Société d'Édition, 1950.

- Bloom, Allan, *The Closing of the American Mind.* New York: Simon and Schuster, 1987,

- Bloom, Harold. *The Anxiety of Influence: A Theory of Poetry.* New York: Oxford University Press, 1973.

- Böhtlingk, Otto. *Indische Sprüche.* St. Petersburg: Akademie der Wissenschaften, 1870.

- Bollee, Willem B. *Gone to the Dogs in Ancient India.* München: Bayerische Akademie der Wissenschaften, Philosophisch-Historisch Klasse, Heft 2; Beck, 2006.

- Bolon, Carol Radcliffe. *Forms of the Goddess Lajja Gauri in Indian Art.* University Park: Pennsylvania State University Press, 1992.

- Bolts, William. "Considerations on Indian Affairs; Particularly Respecting the Present State of Bengal Dependencies." London: 1772. Reprinted in *The East India Company: 1600-1858,* ed. Patrick Tuck. Vol. 3. London and New York: Routledge, 1998.

- Booth, Wayne. *The Rhetoric of Fiction.* Chicago: University of Chicago Press, 1961.

- Bosworth, A. Brian. "Calanus and the Brahman Opposition." In *Alexander der Grosse: Eine Welteroberung und ihr Hintergrund. Antiquitas. Reihe 1, Abhandlungen zur alten Geschichte ; Bd. 46.* Ed. Wolfgang Will. Bonn: R. Habelt, 1998. Pp. 173-204.

- Britt, Aaron. "Avatar." *New York Times Magazine,* August 8, 2008.

- Brockington, John L. *The Sanskrit Epics.* Leiden-Boston: Brill, 1998.

- ———. "The Sanskrit Epics." In Flood, *The Blackwell Companion,* 116-28.

- Brodbeck, Simon. "Ekalavya and Mahabharata 1.121-128." *International Journal of Hindu Studies* 10:1 (2006), 10-34.

- Brooks, Douglas R. *The Secret of the Three Cities: An Introduction to Hindu Sakta Tantrism.* Chicago: University of Chicago Press, 1990.

- Brown, Carolyn Henning. "Contested Meanings: Tantra and the Poetics of Mithila Art," *American Ethnologist* 23:4 (November 1996), 717-37.

- Brown, W. Norman. "The Indian Games of Pachisi, Chaupar, and Chausar." *Expedition* 6 (1964), 32-35.

- Bryant, Edwin F., ed. *Krishna, a Sourcebook.* New York and Oxford: Oxford University Press, 2007.

- ———. *The Quest for the Origins of Vedic Literature: The Indo-Aryan Migration Debate.* New York and Oxford: Oxford University Press, 2001.

- ———, and Laurie L. Patton, eds. *The Indo-Aryan Controversy. Evidence and Inference in Indian History.* London: Routledge, 2005.

- Buck, William. *Mahabharata.* Berkeley and Los Angel: University of California Press, 1973.

- Buettner, Elizabeth. *Empire Families: Britons and Late Imperial India.* Oxford: Oxford University Press, 2004.

- Bulcke, Camille. "La naissance de Sita." *Bulletin de l'école française d'extrême orient* 46 (1952), 107-17.

- Burghart, Richard. "The Category of 'Hindu' in the Political Discourse of Nepal." In *The Conditions of Listening: Essays on Religion, History and Politics in South Asia,* ed. C. J. Fuller and Jonathan Spencer. Delhi: Oxford University Press, 1996.

- Burkert, Walter. *Homo Necans.* Berkeley: University of California Press, 1983.

- Buruma, Ian, and Avishai Margalit. *Occidentalism: The West in the Eyes of Its Enemies.* New York: Penguin Press, 2004.

- Buzurg, ibn Shahriyar. *The Book of the Marvels of India.* French trans. L. Marcel Devic. 1883-86. (1) English trans. Peter Quennell. New York: Dial Press, 1929.

- Cannadine, David. *Ornamentalism: How the British Saw Their Empire.* New York: Penguin Books, 2001.

- ———, and Simon Price eds. *Rituals of Royalty: Power and Ceremonial in Traditional Societies.* Cambridge, U.K.: Cambridge University Press, 1987.

- Carman, John Braisted. *The Theology of Ramanuja: An Essay in Interreligious Understanding.* New Haven and London: Yale University Press, 1974.

- Carnegy, P. *A Historical Sketch of Tehsil Fyzabad.* Lucknow: 1870.

- Chakrabarti, Kunal. *Themes in Indian History.* Delhi: Oxford Readings in Sociology, Oxford University Press, 2006.

- Chakrabarty, Dipesh. *Provincializing Europe.* Princeton, N.J.; Princeton University Press, 2000.

- Chakravarti, Ranabir. "Horse Trade and Piracy at Tana (Thana, Maharashtra, India): Gleanings from Marco Polo." *Journal of the Economic and Social History of the Orient* 33:3 (1991), 159-82.

- Chakravarti, Uma. *The Social Dimensions of Early Buddhism.* Delhi: Munshiram Manoharlal, 1996.

- Chand, Tek. *Liquor Menace in India.* New Delhi: Gandhi Peace Foundation, 1972.

- Chatterjee, Indrani. *Gender, Slavery and Law in Colonial India.* New Delhi: Oxford University Press, 1999.

- Chatterji, Bankimcandra. *Anandamath, or The Sacred Brotherhood.* Trans. Julius J. Lipner. New York: Oxford University Press, 2005.

- Chattopadhyaya, Brajadulal. *Representing the Other? Sanskrit Sources and the Muslims.* Delhi: Manohar, 1998.

- Chattopadhyaya, Debiprasad. *Lokayata: A Study in Ancient Indian Materialism.* New Delhi: People's Pub. House, 1959.

- ———, ed. *Carvaka/Lokayata: An Anthology of Source Materials and Some Recent Studies.* New Delhi: Indian Council of Philosophical Research, 1990.

- Chaudhuri, Nirad C. *The Continent of Circe: An Essay on the Peoples of India.* London: Chatto and Windus, 1965.

- Clooney, Francis, S. J. "Restoring 'Hindu Theology' as a Category in Indian Intellectual Discourse." In Flood, *The Blackwell Companion*, 447-77.

- ———, and Tony K. Stewart. "Vaisnava." In Mittal and Thursby, eds. *The Hindu World*, 162-84.

- Coburn, Thomas B. "Scripture in India: Towards a Typology of the Word in Hindu Life." *Journal of the American Academy of Religion* 42:3 (September 1984), 435-60.

- Cohen, Arthur. *The Myth of the Judeo-Christian Tradition.* New York: Harper and Row, 1970.

- Cohn, Bernard S. "The Changing Status of a Depressed Caste." In *An Anthropologist Among the Historians and Other Essays.* Delhi: Oxford University Press, 1992.

- Colas, Gerard. "History of Vaisnava Traditions." In Flood, *The Blackwell Companion*, 229-70.

- Collen, Lindsey. *The Rape of Sita.* London: Bloomsbury Press, 1993.

- Collins, Brian. "Violence, Power and Sacrifice in the Indian Context." Unpublished essay, 2005.

- Converse, Hyla S. "An Ancient Sudra Account of the Origin of Castes." *Journal of the American Oriental Society* 114:4 (1994), 642-44.

- Courtright, Paul B. *Ganesha: Lord of Obstacles, Lord of Beginnings.* New York: Oxford University Press, 1989.

- ———. "The Iconographies of Sati." In Hawley, *Sati*, 27-48

- Cox, Whitney. "Saffron in the Rasam." In *Language, Culture and Power, essays in honor of Sheldon Pollock.* Forthcoming.

- Crooke, William. *The Popular Religion and Folk-lore of Northern India.* 2 vols. London: Archibald Constable, 1896.

- Cutler, Norman. "Tamil Hindu Literature." In Flood, *The Blackwell Companion*, 145-58.

- ———. "Three Moments in the Genealogy of Tamil Literary Culture." In Pollock, *Literary Cultures*, 271-322.

- ———. *Songs of Experience: The Poetics of Tamil Devotion.* Bloomington: Indiana University Press, 1987.

- Dales, George F. "Of Dice and Men." *Journal of the American Oriental Society* 88:1 (January-

March 1968), 14-23.

- Dalrymple, William. *The Age of Kali: Indian Travels and Encounters.* New York: HarperCollins; Hammersmith: Flamingo, 1999.

- ———. *City of Djinns.* New York: Penguin, 1993.

- ———. "Homer in India: Rajasthan's Oral Epics." *New Yorker* (November 20, 2006), 48-55.

- ———. "India: The Place of Sex." *New York Review of Books* 55:11 (June 26, 2008), 18-21.

- ———. "India: The War over History." *New York Review of Books* 52:6 (April 7, 2005), 62-65.

- ———. *The Last Mughal: The Fall of a Dynastery: Delhi, 1857.* New York: Knopf, 2007.

- ———. "The Most Magnificent Muslims." *New York Review of Books* 54:18 (November 22, 2007), 26-29.

- ———. *White Moghuls: Love and Betrayal in 18th Century India.* Hammersmith: HarperCollins, Flamingo, 2003.

- Dangle, Arjun, ed. *Poisoned Bread: Translations from Modern Marathi Dalit Literature.* Hyderabad: Orient Longman, Ltd., 1992.

- Daniel, E. Valentine. *Charred Lullabies: Chapters in an Anthropology of Violence.* Princeton, N.J.: Princeton University Press, 1996.

- ———. *Fluid Signs: Being a Person the Tamil Way.* Berkeley: University of California Press, 1984.

- Daniel, George. *Democritus in London: With the Mad Pranks and Comical Conceits of Motley and Robin Good-Fellow.* London: William Pickering, 1852.

- Danielou, Alain. *A Brief History of India.* Rochester, Vt.: Inner Traditions International, 2003.

- ———. *India, A Civilization of Differences: The Ancient Tradition of Universal Tolerance.* Rochester, Vt.: Inner Traditions, 2003.

- ———. *Virtue, Success, Pleasure, Liberation: The Four Arms of Life in the Tradition of Ancient India.* Rochester, Vt.: Inner Traditions, 1993.

- Das, Veena. *Structure and Cognition.* Delhi: Oxford University Press, 1977.

- Das Gupta, Ashin. *Malabar in Asian Trade, 1740- 1800.* Cambridge, U.K.: Cambridge University Press, 1967.

- Datta, V. N. *Sati: A Historical, Social, and Philosopical Enquiry into the Hindu Rite of Widow Burning.* New Delhi: Manohar, 1987.

- David, Saul. *The Indian Mutiny.* New York: Penguin Books, 2003.

- Davis, Richard. *Lives of Indian Images.* Princeton, N.J.: Princeton University Press, 1997.

- Debroy, Bibek. *Sarama and Her Children: The Dog in Indian Myth.* Delhi: Penguin India, 2008.

- Dehejia, Vidya. "The Iconographies of Sati." In Hawley, *Sati,* 49-53.

- ———. *Indian Art.* London: Phaidon, 1997.

- ———. "Reading Love Imagery on the Indian Temple." In *Love in Asian Art and Culture,* ed. Karen Sagstetter. Washington, D.C.: Arthur M. Sackler Gallery, Smithsonian Institution, 1998. Pp. 97-113.

- ———. *Yogini, Cult and Temples: A Tantric Tradition.* Delhi: National Museum, 1986.

- Deliege, Robert. *The Untouchables of India.* Oxford, U.K.: Berg, 2001.

- Derrett, J. Duncan M. *Dharmasastra and Juridical Literature*. Wiesbaden: Otto Harrassowitz, 1973.

- Desai, Devangana. *The Religious Imagery of Khajuraho*. Mumbai: Franco-Indian Research, 1996.

- Desai, Mahadev. *The Gospel of Selless Action or The Gita According to Gandhi*. Translation of the original in Gujarati, with an introduction and commentary. Ahmedabad: Navajivan Publishing House, 1946.

- Desmond, Laura. "Disciplining Pleasure: The Erotic Science of the Kamasutra." Ph.D. dissertation, University of Chicago, 2009.

- Devahuti, D. *Harsha: A Political Study*. Oxford, U.K.: Clarendon, 1970.

- Digby, Simon. *Warhorse and Elephant in the Delhi Sultanate*. Oxford, U.K.: Orient Monographs, 1971.

- Dimmitt, Cornelia. "Sita: Fertility Goddess and shakti." In Hawley and Wulff, *The Divine Consort*, 210-23.

- Dimock, Edward C. *The Place of the Hidden Moon: Erotic Mysticism in the Vaisnava-sahajiya Cult of Bengal*. Chicago: University of Chicago Press, 1966, 1989.

- Dirks, Nicholas B. *The Hollow Crown: Ethnohistory of an Indian Kingdom*. Ann Arbor: University of Michigan Press, 1993.

- ———. "Political Authority and Structural Change in Early South Indian History." *Indian Economic and Social History Review* 13:2 (1976), 125-57.

- ———. *The Scandal of Empire*. Cambridge, Mass.: Harvard University Press, 2006.

- Doniger, Wendy. "A Burnt Offering." Review of D. N. Jha, *The Myth of the Holy Cow*. *Times Literary Supplement* 5183 (August 2, 2002), 9.

- ———. *The Bedtrick: Tales of Sex and Masquerade*. Chicago: University of Chicago Press, 2000.

- ———. "The Clever Wife in Indian Mythology." In *Incompatible Visions: South Asian Religions in History and Culture. Essays in Honor of David M. Knipe*., ed. James Blumenthal. Madison: University of Madison-Wisconsin, Center for South Asia, 2005. Pp. 185-203.

- ———. "Do Many Heads Necessarily Have Many Minds? Tracking the Sources of Hindu Tolerance and Intolerance." *Parabola* 30:4 (Winter 2005), 10-19.

- ———. "Hinduism by Any Other Name." *Wilson Quarterly* (July 1991), 35-41.

- ———. "Hindu Pluralism and Hindu Intolerance of the Other." In *Concepts of the Other in Near Eastern Religions. Israel Oriental Studies*, vol. 14, eds. Ilai Alon, Ithamar Gruenwald, and Itamar Singer. Leiden and New York: E. J. Brill, 1994. Pp. 369-90.

- ———. "'I Have Scinde': Flogging a Dead (White Male Orientalist) Horse." Presidential Address. *Journal of Asian Studies* 58:4 (November 1999), 940-60. Available online at www.jstor.org/view/00219118/di015153/01p0195c/0

- ———. *The Implied Spider: Politics and Theology in Myth*. New York: Columbia University Press, 1998.

- ———. "Jewels of Rejection and Recognition in Ancient India." *Journal of Indian Philosophy* 26 (1998), 435-53.

- ———. "Shadows of the Ramayana." In *The Epic Voice*, ed. Alan D. Hodder and Ralph Meagher. New York: Praeger, 2002.

- ———. *Splitting the Difference: Gender and Myth in Ancient Greece and India*. Chicago: University of Chicago Press, 1999.

- ———. "Tolstoi's Revenge: The Violence of Indian Non-Violence." In Genocide, War, and Human Survival, ed. Charles B. Strozier and Michael Flynn. Lanham, Md.: Rowman and Littlefield, 1996. Pp. 219-27.

- ———. "Why Did They Burn?" A review of three books about widow burning, by Lata Mani, Catherine Weinberger-Thomas, and Mala Sen. Times Literary Supplement (September 14, 2001), 3-4.

- ———. The Woman Who Pretended to Be Who She Was. New York: Oxford University Press, 2005.

- ———. "Zoomorphism in Ancient India: Humans More Bestial than the Beasts." In Thinking with Animals: New Perspectives on Anthropomorphism, ed. Lorraine Daston and Gregg Mitman. New York: Columbia University Press, 2005. Pp. 17-36.

- Doniger O'Flaherty, Wendy. Articles under "Hinduism" in the New Encyclopaedia Britannica (Macropaedia), 15th ed., vol. 20 (1997); articles first published, 1990 printing. "Hinduism: General Nature and Characteristic Features," 519-21; "The History of Hinduism" (with A. L. Basham and J. A. B. van Buitenen), 521-29; "Sacred Texts" (with J. A. B. van Buitenen, Edward C. Dimock, A. L. Basham, and Brian K. Smith), 529-49; "Cultural Expressions: Visual Arts, Theatre, and Dance," (with A. L. Basham and J. A. B. van Buitenen), 554-55; "Bibliography," (with Brian K. Smith), 557-558.

- ———. Animals in Four Worlds: Sculptures from India. Photos Stella Snead; text Wendy Doniger (3-23) and George Michell. Chicago: University of Chicago Press, 1989.

- ———. The Cave of Siva at Elephanta. Photos Carmel Berkson, text Wendy Doniger O'Flaherty, Carmel Berkson, and George Michell. Princeton, N.J.: Princeton University Press, 1983; New Delhi: Oxford University Press, 1987). Introduction (xii-xiii) and "The Myths Depicted at Elephanta" (27-39) by Wendy Doniger O'Flaherty.

- ———. Dreams, Illusion, and Other Realities. Chicago: University of Chicago Press, 1984.

- ———. "Ethical and Non-Ethical Implications of the Separation of Heaven and Earth in Indian Mythology." In Cosmogony and Ethical Order: New Studies in Comparative Ethics. eds. Frank Reynolds and Robin Lovin. Chicago and London: University of Chicago Press, 1985. Pp. 177-99.

- ———. Hindu Myths. Harmondsworth, U.K.: Penguin, 1975.

- ———. "Hinduism by Any Other Name." Wilson Quarterly (July 1991), 35-41.

- ———. "Horses and Snakes in the Adi Parvan of the Mahabharata." In Aspects of India: Essays in Honor of Edward Cameron Dimock, Jr., eds. Margaret Case and N. Gerald Barrier. New Delhi: American Institute of Indian Studies and Manohar, 1986. Pp. 16-44.

- ———. "The Image of the Heretic in the Gupta Puranas." In Essays on Gupta Culture, ed. Bardwell L. Smith. New Delhi: Motilal Banarsidass, 1983. Pp. 107-28.

- ———, ed., Karma and Rebirth in Classical Indian Traditions. Berkeley: University of California Press; Delhi: Motilal Banarsidass, 1980.

- ———. The Origins of Evil in Hindu Mythology. Berkeley: University of California Press, 1976.

- ———. "The Origins of Heresy in Hindu Mythology," History of Religions 10:4 (May 1971), 271-333.

- ———. Other Peoples' Myths: The Cave of Echoes. New York: Macmillan, 1988; Chicago: University of Chicago Press, 1995.

- ———. "Pluralism and Intolerance in Hinduism." In Radical Pluralism and Truth: David Tracy and the Hermeneutics of Religion, eds. Werner G. Jeanrond and Jennifer L. Rike. New York: Crossroads, 1991. Pp. 215-33.

- ———. Purana Perennis: Reciprocity and Transformation in Hindu and Jaina Texts. Albany, N.Y.: SUNY Press, 1993.

- ———. "The Post-Vedic History of the Soma Plant." In R. Gordon Wasson, Soma: Divine Mushroom of Immortality, New York: Harcourt Brace, 1968. Pp. 95-147.

- ———. The Rig Veda. Harmondsworth, U.K.: Penguin Books, 1981.

- ———. "The Scrapbook of Undeserved Salvation: The Kedara Khanda of the Skanda Purana." In Doniger O'Flaherty, ed., Purana Perennis, 59-83.

- ———. Siva, the Erotic Ascetic. Oxford, U.K.: Oxford University Press, 1973.

- ———. Tales of Sex and Violence: Folklore, Sacrifice, and Danger in the Jaiminiya Brahmana. Chicago: University of Chicago Press, 1985; Delhi: Motilal Banarsidass, 1987.

- ———. Textual Sources for the Study of Hinduism. Manchester, U.K.: Manchester University Press; New Jersey: Barnes and Noble, 1988; Chicago: University of Chicago Press, 1990.

- ———. Women, Androgynes, and Other Mythical Beasts. Chicago: University of Chicago Press, 1980.

- ———, and Brian K. Smith, "Sacrifice and Substitution: Ritual Mystification and Mythical Demystification." Numen 36:2 (December 1989), 190-223.

- ———, and J. Duncan M. Derrett, eds. The Concept of Duty in South Asia. London: School of Oriental and African Studies; Delhi: Vikas Publishing Company; Columbia, Mo: South Asia Books, 1978.

- ———, and Howard Eilberg-Schwartz. Off with Her Head! The Denial of Women's Identity in Myth, Religion, and Culture. Berkeley: University of California Press, 1995.

- ———, and Brian K Smith, "Sacrifice and Substitution: Ritual Mystification and Mythical Demystification," Numen 36:2 (December 1989), 190-223.

- ———, and Gregory Spinner. "Misconceptions: Female Imaginations and Male Fantasies in Parental Imprinting," Daedalus 127:1 (Winter 1998), 97-130.

- Dorson, Richard M. "The Eclipse of Solar Mythology." In Thomas A. Sebeok, Myth: A Symposium. Bloomington: Indiana University Press, 1958.

- Douglas, Mary. Purity and Danger: An Analysis of Concepts of Pollution and Taboo. London: Routledge and K. Paul, 1966.

- Doyle, Sir Arthur Conan. "Silver Blaze." In The Annotated Sherlock Holmes, ed. William S. Baring-Gould. 2 vols. New York: Clarkson N. Potter, 1967., Vol. 2, 261-81.

- Dube, Saurabh. Untouchable Pasts: Religion, Identity, and Power Among a Central Indian Community, 1780-1950. Albany, N.Y.: SUNY Press, 1998.

- Dubuisson, Daniel. "La déesse chevelue et la reine coiffeuse." Journal Asiatique 266 (1978), 291-310.

- Dumézil, Georges. The Destiny of a King. Trans. Alf Hiltebeitel. Chicago: University of Chicago Press, 1973.

- ———. The Destiny of the Warrior. Trans. Alf Hiltebeitel. Chicago: University of Chicago Press, 1970.

- ———. "La vache d'abondance et la vache d'empire." Chapter 3, part 5, of Servius et la Fortune. Paris: Gallimard, 1943.

- Dumont, Louis. Homo Hierarchicus. London: Weidenfeld and Nicolson, 1966.

- Dundes, Alan, ed. The Flood Myth. Berkeley: University of California Press, 1988.

- ———. "The Hero Pattern and the Life of Jesus." In Otto Rank et al., In Quest of the Hero. Princeton, N. J.: Princeton University Press, 1990. 179-223.

- Eaton, Richard M. "Conversion to Christianity Among the Nagas, 1876-1971." *Indian Economic and Social History Review* 2:1 (January- March. 1984), 8-33.

- ———. *The Rise of Islam and the Bengal Frontier, 1204-1760.* Berkeley: University of California Press, 1993.

- ———. *Temple Desecration and Indo-Muslim States.* New York: Oxford University Press, 1990.

- ———. "Temple Desecration and Indo-Muslim States." *Journal of Islamic Studies* 11:3 (2000), 283-319.

- ———. "Temple Desecration in Pre-modern India," *Frontline*, December 22, 2000, 62-70.

- Ebeling, Sascha. "Another Tomorrow for Nantanar: The Continuation and Re-Invention of a Medieval South-Indian Untouchable Saint." In *Geschichten und Geschichte: Religiöse Geschichtsschreibung in Asien und ihre Verwertung in der religionshistorischen Forschung*, eds. Peter Schalk, Max Deeg, Oliver Freiberger, and Christoph Kleine. Acta Universitatis Upsaliensis. Uppsala: University of Uppsala. Forthcoming.

- Eck, Diana L. *Banaras: City of Light.* New York: Penguin Books, 1983.

- ———. *Darsan: Seeing the Divine Image in India.* New York: Columbia University Press, 1996.

- Edwardes, Michael. *Red Year: The Rebellion of 1857.* London: Cardinal, 1975.

- Eggeling, Julius, trans. *Shatapatha Brahmana*. 5 vols. Oxford, U.K.: Oxford University Press, 1882.

- Eliade, Mircea. *Briser le toit de la maison. La créativité et ses symboles.* Paris: Gallimard, 1986.

- ———. *Yoga Immortality and Freedom.* Princeton, N.J.: Bollingen, 1958.

- Elison, William. "Immanent Domains: Gods, Laws, and Tribes in Mumbai." Ph.D. dissertation, University of Chicago, 2007.

- Elst, Koenraad. "Linguistic Aspects of the Aryan Non-invasion Theory." In Bryant and Patton, eds., *The Indo-Aryan Controversy*, 234-81.

- Elwin, Verrier. *Myths of Middle India.* Delhi: Oxford University Press, 1950, 1991.

- Embree, Ainslee, ed., *Sources of Indian Tradition.* Vol. 1, 2nd ed. New York: Columbia University Press, 1988.

- Erdman, Joan. "The Empty Beat: Khali as a Sign of Time." *American Journal of Semiotics* 1:4 (1982), 21-45.

- Erdosy, George. *Urbanisation in Early Historic India.* Oxford, U.K.: BAR, 1988.

- ———, ed. *The Indo-Aryans of Ancient South Asia: Language, Material Culture, and Ethnicity.* New York: Walter de Gruyter, 1995.

- Erndl, Kathleen M. "Sakta." In Mittal and Thursby, eds. *The Hindu World*, 140-61.

- ———. *Victory to the Mother: The Hindu Goddess of Northwest India in Myth, Ritual, and Symbol.* New York: Oxford University Press, 1993.

- Ernst, Carl W. "The Islamization of Yoga in the Amrtakunda Translations," *Journal of the Royal Asiatic Society*, Series 3, 13:2 (2003), 199-226.

- ———. "Situating Sufism and Yoga." *Journal of the Royal Asiatic Society*, Series 3, 15:1 (2005), 15-43.

- Fairservis, Walter. *The Harappan Civilization and Its Writing.* New Delhi: Oxford University Press, 1992.

- ———. *The Roots of Ancient India: The Archeology of Early Indian Civilization.* Chicago: University of Chicago Press, 1975.

- Farmer, Steve. "Mythological Functions of Indus Inscriptions." Paper presented at Harvard University, May 8-10, 2004.

- ———, Richard Sproat, and Michael Witzel, "The Collapse of the Indus-Script Thesis: The Myth of a Literate Harappan Civilization." *Electronic Journal of Vedic Studies* 11-12 (December 13, 2004), 19-57.

- Fazl, Abu'l. *Akbar Nama.* Trans. A. S. Beveridge. Calcutta: Baptist Mission Press, 1907.

- ———. *Ain-i-Akbari.* Trans. H. Blochmann. Lahore: Qausain, 1975.

- Ferro-Luzzi, Gabriella Eichinger. "The Polythetic Network of Tamil Folk Stories." *Asian Folklore Studies* 56: 1 (1997), 109-28. Reprinted in Sontheimer and Kulke, eds., *Hinduism Reconsidered*, 187-95.

- Festinger, Leon. *Cognitive Dissonance.* Washington, D.C.: American Psychological Association, 1999.

- ———. *When Prophecy Fails.* Minneapolis: University of Minnesota Press, 1956.

- Figueira, Dorothy. *Aryans, Jews, and Brahmins: Theorizing Authority Through Myths of Identity.* Albany, N.Y.: SUNY Press, 2002.

- ———. "Die flambierte Frau. Sati in European Culture." In Hawley, *Sati,* 55-71.

- ———. "To Lose One's Head for Love: The Myth of the Transposed Heads in Thomas Mann and Marguerite Yourcenar." *Rivista de Letterature moderne e comparate* 3 (1987), 161-73.

- Findly, Ellison B. "Jahangir's Vow of Non-Violence." *Journal of the American Oriental Society* 107:2 (April-June 1987), 245-56.

- Fitzgerald, James. "The Great Epic of India as Religious Rhetoric: A Fresh Look at the Mahabharata." *Journal of the American Academy of Religion* 51:4 (1983), 611-30.

- ———. *The Mahabharata, Vol. 7, The Book of the Women and The Book of Peace, Part One.* Trans. ed., and annotated. Chicago: University of Chicago Press, 2004.

- ———. "Mahabharata." In Mittal and Thursby, eds. *The Hindu World,* 52-74.

- Fleet, John Faithful. *Corpus Inscriptionum Indicarum.* Calcutta: Superintendent of Government Printing, 1888.

- Flood, Gavin, ed. *The Blackwell Companion to Hinduism.* Oxford, U.K.: Blackwell Publishing, 2003.

- ———. *An Introduction to Hinduism.* Cambridge, U.K.: Cambridge University Press, 1996, 2004.

- ———. "The Saiva Traditions." In Flood, *The Blackwell Companion,* 200-28.

- ———. "Saivism." In Mittal and Thursby, eds. *The Hindu World,* 119-39.

- Forbes-Mitchell, William. *Reminiscences of the Great Mutiny 1857-59.* London, New York: Macmillan, 1895.

- Forster, E. M. "The Emperor Babur." In *Abinger Harvest.* New York: Harcourt Brace, 1936.

- ———. *The Hill of Devi.* New York: Harcourt Brace, 1953.

- ———. *A Passage to India.* New York: Harcourt Brace, 1924.

- Frawley, David. *Myth of the Aryan Invasion of India.* Columbia, Mo.: South Asia Books, 1994.

- Freeman, Rich. "Genre and Society: The Literary Culture of Premodern Kerala." In Pollock,

Literary Cultures, 437-503.

- ———. "The Literature of Hinduism in Malayalam." In Flood, The Blackwell Companion, 159-81.
- ———. "The Teyyam Tradition of Kerala." In Flood, The Blackwell Companion, 307-27.
- Frykenberg, Robert Erik, ed. Christians and Missionaries in India. London: Routledge, 2003.
- ———. "The Emergence of Modern Hinduism as a Concept and as an Institution: A Reappraisal with Special Reference to South India." In Sontheimer and Kulke, eds. Hinduism Reconsidered, 29-49.
- Fuller, Chris. The Camphor Flame: Popular Hinduism and Society in India. Princeton, N.J.: Princeton University Press, 1992-2004.
- Galanter, Marc. Competing Equalities: Law and the Backward Classes in India. Berkeley: University of California Press, 1984.
- Gamkrelidze, Thomas V., and Vjareslav V. Ivanov. Indo-European and the Indo-Europeans. New York: M. de Gruyter, 1995.
- Gandhi, Mohandas K. An Autobiography: The Story of My Experiments with Truth. Trans. Mahadev Desai. Boston: Beacon Press, 1957.
- ———. The Collected Works of Mahatma Gandhi. Ahmedabad: Navajivan Publishing House, 1958-94.
- ———. The Mind of Mahatma Gandhi, ed. R. K. Prabhu and U. R. Rao. 3rd ed. Ahmedabad: Navajivan Publishing House, 1968.
- Garbe, Richard. "Lokayata." In Hastings' Encyclopedia of Religion and Ethics (1926), vol. 8, 138.
- Gascoigne, Bamber. The Great Moguls. New York: Carroll and Graf, 1971, 2002.
- Geertz, Clifford. "Religion as a Cultural System." In The Interpretation of Cultures. New York: Basic Books, 1973. 3-32.
- Ghai, R. H. Shuddhi Movement in India: A Study of Its Socio-political Dimensions. New Delhi: Commonwealth Publishers, 1990
- Ghose, Rajeshwari, ed. In Quest of Secular Symbols: Ayodhya and After. Perth, Australia: Indian Ocean Centre and South Asian Research Unit, Curtin University of Technology, 1996.
- Ghurye, G. S. The Scheduled Tribes. Bombay: Popular Prakashan, 1963.
- Gilmartin, David, and Bruce B. Lawrence. Beyond Turk and Hindu: Rethinking Religious Identities in Islamicate South Asia. Gainesville: University Press of Florida, 2000.
- Giroux, Leo, Jr. The Rishi. London: Grafton Books, 1986.
- Glasenapp, Helmuth von. Von Buddha zu Gandhi. Wiesbaden: Otto Harassowitz, 1962.
- Glucklich, Ariel. The Strides of Vishnu: Hindu Culture in Historical Perspective. New York: Oxford University Press, 2008.
- Goel, Sita Ram. Hindu Temples, What Happened to Them. 2 vols. New Delhi: Voice of India, 1998.
- Goethe, Johann Wolfgang von. Legende. In Werke. New York: D. Appleton and Co., 1840.
- ———. The Poems of Goethe. Translated in the Original Metres, Trans. Edgar Arthur Bowring. London: G. Bell and Sons, 1891.
- Goetz, Hermann. Studies in the History and Art of Kashmir and the Indian Himalaya. Wiesbaden: Otto Harassowitz, 1969.

- Gold, Ann Grodzins. *Fruitful Journeys: The Ways of Rajasthani Pilgrims*. Berkeley: University of California Press, 1988.

- ———. "The 'Jungli Rani' and Other Troubled Wives in Rajasthani Oral Traditions." In *From the Margins of Hindu Marriage: Essays on Gender, Religion, and Culture*, eds. Lindsey Harlan and Paul B. Courtright. New York: Oxford University Press, 1995. Pp. 119-36.

- ———. "Sinking Flowers at Hardwar." In *Religion in India*, ed. T. N. Madan. Delhi: Oxford University Press, 1991.

- ———. "The Tender Trap: Lord Shiva's Wedding in Vernacular Mythology." In *Multiple Histories: Culture and Society in the Study of Rajasthan*, ed. Lawrence A. Babb et al. Jaipur and New Delhi: Rawat Publications, 2002. Pp. 84-116.

- Goldman, Robert P. "Fathers, Sons and Gurus: Oedipal Conflict in the Sanskrit Epics." *Journal of Indian Philosophy* 6 (1978), 325-92.

- ———. *Gods, Priests, and Warriors: The Bhrgus of the Mahabharata*. New York: Columbia University Press 1977.

- ———. *The Ramayana of Valmiki, Vol. 1*. Trans. and intro. R. P. Goldman. Princeton, N.J.: Princeton University Press, 1984.

- ———. "Karma, Guilt, and Buried Memories: Public Fantasy and Private Reality in Traditional India." *Journal of the American Oriental Society* 105:3 (1985), 413-25.

- ———, and Sally J. Sutherland Goldman. "Ramayana." In Mittal and Thursby, eds. *The Hindu World*, 75-96.

- Golwalkar, M. S. *We, Our Nationhood Defined*. Nagpur: Bharat Prakashan, 1939 [1947].

- Gombrich, Ernst H. *Art and Illusion*. Princeton, N.J.: Princeton University Press, 1961.

- Gombrich, Richard F. "Ancient Indian Cosmology." In *Ancient Cosmologies*, eds. Carmen Blacker and Michael Loewe. London: Allen and Unwin, 1975. Pp. 110-42.

- ———. "The Buddha's Eye, the Evil Eye, and Dr. Ruelius." In *The Dating of the Historical Buddha /Die Datierung des historischen Buddha*, ed. Heinz Bechert. Part 2. Symposien zur Buddhismusforschung, 4/2; Göttingen: Vandenhoeck & Ruprecht, 1992. Pp. 335-38.

- ———. "Dating the Buddha: A Red Herring Revealed." In Bechert, ed. *Dating of the Historical Buddha*, 237-59.

- ———. *Theravada Buddhism, a Social History*. New York: Routledge, 2006.

- ———. "Thought on Karma." Forthcoming.

- ———, and Margaret Cone. *The Perfect Generosity of Prince Vessantara: A Buddhist Epic*. Oxford, U.K.: Clarendon Press, 1977.

- Gommans, Jos L. "The Horse Trade in 18th Century South Asia." *Journal of the Economic and Social History of the Orient* 37:3 (1994), 228-50.

- ———. *The Rise of the Indo-Afghan Empire c. 1710-1780*. Leiden, New York, Köln: E. J. Brill, 1995. Pp. 68-101.

- Gonda, Jan. *The Ritual Sutras*. Wiesbaden: Otto Harassowitz, 1977.

- Gonzalez-Riemann, Luis. *The Mahabharata and the Yugas*. New York: Peter Lang, 2002.

- Gopal, Sarvepalli, ed. *Anatomy of a Confrontation: Ayodhya and the Rise of Communal Politics in India*. Delhi: Penguin India, 1991.

- Gopinatha Rao, T. *Elements of Hindu Iconography*. Madras: Law Printing House, 1914-16.

- Gottschalk, Peter. *Beyond Hindu and Muslim: Multiple Identity in Narratives from Village India.* New York: Oxford University Press, 2005.

- Gough, Kathleen. "Harijans in Thanjavur." In *Imperialism and Revolution in South Asia,* ed. Kathleen Gough and H. Sharma. New York: Monthly Review Press, 1973.

- Gould, Stephen Jay. "To Be a Platypus." In *Bully for Brontosaurus: Reflections in Natural History.* New York: W. W. Norton, 1991. 269-79.

- Grierson, G. A. "Madhavas." In *Hastings' Encyclopedia of Religion and Ethics,* 8:232-35.

- Grimes, John A. "Darsana." In Mittal and Thursby, eds., *The Hindu World,* 553-87.

- Grottanelli, Cristiano. "The King's Grace and the Helpless Woman: A Comparative Study of the Stories of Ruth, Charila, Sita." *History of Religions* 22:1 (1982), 1-24.

- ———. "Yoked Horses, Twins, and the Powerful Lady." *Journal of Indo-European Studies* 14:1-2 (Spring 1986), 125-53.

- Gubbins, Martin Richard. *An Account of the Mutinies in Oudh, and of the Siege of the Lucknow Residency; with Some Observations on the Conditions of the Province of Oudh, and on the Causes of the Mutiny in the Bengal Army.* London: Richard Bentley, 1858.

- Guha, Ranajit. "Experience, Wonder, and the Pathos of Historicality." In Ranajit Guha, ed. *History at the Limit of World History.* New York: Columbia University Press, 2002. Pp. 48-74.

- ———. "Sixty Years in Socks: How J. B. S. Haldane Became an Indian." *Times Literary Supplement* Commentary (June 16, 2006), 13-15.

- Gupta, C. "Horse Trade in North India: Some Reflections of Socio-Economic Life." *Journal of Ancient Indian History* 14 (1983-84), 186-206.

- Gupta, Sanjukta. "The Domestication of a Goddess: Carana-tirtha Kalighat, the Mahapitha of Kali." In *Encountering Kali in the Margins, at the Center in the West,* ed. R. F. McDermott and J. J. Kripal. Berkeley: University of California Press, 2003. Pp. 60-79.

- Haberman, David L. *Acting as a Way of Salvation: A Study of Raganuga Bhakti Sadhana.* Delhi: Motilal Banarsidass, 1988, 2001.

- ———. *Journey Through the Twelve Forests: An Encounter with Krishna.* New York: Oxford University Press, 1994.

- ———, and Premlata Sharma. *The Bhaktirasamritasindhu of Rupa Goswamin.* Delhi: Motilal Banarsidass, 2002.

- Handelman, Don, and David Shulman. *God Inside Out: Siva's Game of Dice.* New York: Oxford University Press, 1997.

- Hardiman, David. *The Coming of the Devi: Adivasi Assertion in Western India.* Delhi: Oxford University Press, 1995.

- Hardy, Friedhelm. *The Religious Culture of India: Power, Love, and Wisdom.* Cambridge, U.K.: Cambridge University Press, 1994.

- ———. *Viraha Bhakti: The Early History of Krishna Devotion in South India.* Delhi: Oxford University Press, 1983.

- Harlan, Lindsay. "Perfection and Devotion: Sati Tradition in Rajasthan." In Hawley, ed., *Sati,* 84-85.

- Harvey, Peter. *Introduction to Buddhist Ethics.* Cambridge, U.K.: Cambridge University Press, 2000.

- Hasenpflug, Rainer. *The Inscriptions of the Indus Civilization.* Norderstedt, Germany: Books on

Demand Gmbh, 2006.

- Hatcher, Brian. "Remembering Rammohan: An Essay on the (Re-)emergence of Modern Hinduism." *History of Religions* 46:1 (2006), 50-80.
- Hatley, Shaman. "Mapping the Esoteric Body in the Islamic Yoga of Bengal." *History of Religions* 46:4 (2007), 379-81.
- Hawley, John Stratton. *Krishna, The Butter Thief.* Princeton N.J.: Princeton University Press, 1983.
- ———. *Three Bhakti Voices: Mirabi, Surdas and Kabir in Their Times and Ours.* Delhi: Oxford University Press, 2005.
- ———, ed. *Sati, the Blessing and the Curse: The Burning of Wives in India.* New York: Oxford University Press, 1994.
- ———, and Donna Wulff, eds. *The Divine Consort.* Berkeley: University of California Press, 1982.
- Hawley, John Stratton, and Mark Juergensmeyer. *Songs of the Saints of India.* Oxford, U.K.: Oxford University Press, 1988.
- Hayashi, Takao. "Indian Mathematics." In Flood, *The Blackwell Companion*, 360-75.
- Hazra, R. C. *Studies in the Puranic Records of Hindu Rites and Customs.* Dacca: The University, 1940.
- Heesterman, Jan C. *The Ancient Indian Royal Consecration.* 's-Gravenage: Mouton, 1957.
- ———. *The Broken World of Sacrifice.* Chicago: University of Chicago Press, 1992.
- ———. *The Inner Conflict of Tradition: Essays in Indian Ritual, Kingship, and Society.* Chicago: University of Chicago Press, 1985.
- Hein, Norvin. "A Revolution in Krsnaism: The Cult of Gopala." *History of Religions* 25:4 (May 1986), 309-10.
- Herman, Arthur. *Influences: How Ancient Hinduism Dramatically Changed Early Christianity.* Stevens Point, Wis.: Cornerstone Press, 2004.
- Hess, Linda. "The Poet, the People, and the Western Scholar: Influence of a Sacred Drama and Text on Social Values in Northern India." *Theatre Journal* 40:2 (May 1988), 236-53.
- ———. "Rejecting Sita: Indian Responses to the Ideal Man's Cruel Treatment of His Ideal Wife." *Journal of the American Academy of Religion* 67:1 (1999), 1-32.
- ———, and Shukdev Singh, trans. *A Touch of Grace: Songs of Kabir.* Boston: Shambhala, 1994.
- ———. *The Bijak of Kabir.* New York: Oxford University Press, 1983, 2002.
- Hiltebeitel, Alf. "Of Camphor and Coconuts." *Wilson Quarterly* (July 1991), 35-41.
- ———, ed. *Criminal Gods and Demon Devotees.* Albany, N.Y.: SUNY Press, 1989.
- ———. *The Cult of Draupadi, vol. 1, Mythologies: From Gingee to Kuruksetra.* Chicago: University of Chicago Press, 1988.
- ———. *The Cult of Draupadi, vol. 2, On Hindu Ritual and the Goddess.* Chicago: University of Chicago Press, 1991.
- ———. "The Indus Valley 'Proto-Shiva' Reexamined Through Reflections on the Goddess, the Buffalo, and the Symbolism of Vahanas." *Anthropos* 73 (1978), 767-97.
- ———. *Rethinking India's Oral and Classical Epics: Draupadi Among Rajputs, Muslims, and Dalits.* Chicago: University of Chicago Press, 1999.

- ———. *Rethinking the Mahabharata: A Reader's Guide to the Education of the Dharma King.* Chicago: University of Chicago Press, 2001.

- ———. *The Ritual of Battle.* Ithaca, N.Y.: Cornell University Press, 1976.

- Holdrege, Barbara A. "Dharma." In Mittal and Thursby, eds. *The Hindu World*, 213-48.

- Holt, John Clifford. *The Buddhist Vishnu: Religious Transformation, Politics, and Culture.* New York: Columbia University Press, 2004.

- Hopkins, E.W. *The Great Epic of India.* New York: Scribner's, 1901.

- Hopkins, Thomas. *The Hindu Religious Tradition.* Encino, Calif.: Dickenson, 1971.

- Houben, Jan E. M.; Karel R. van Kooij, and K. R. van Kooij, eds. *Violence Denied: Violence, Nonviolence and the Rationalization of Violence in South Asian Cultural History.* Leiden: Brill, 1999.

- Hudson, Dennis. "Siva, Minaksi, Visnu—Reflections on a Popular Myth in Madurai." In Stein, ed., *South Indian Temples*, 107-18.

- Huffer, Amanda. "Guru Movements in a Globalized Framework: Amritanandamayi Ma's (Amma's) Community of Devotees in the United States." Ph.D. dissertation, University of Chicago, n.d.

- Husain, Agha Mahdi. *Tughluq Dynasty.* Calcutta: Thacker, Spink, 1863.

- Huyler, Stephen P. *Village India.* New York: Harry Abrams, 1985.

- Hwang, David Henry. *M. Butterfly.* New York: Plume, 1989.

- Inden, Ron. *Imagining India.* Oxford, U.K.: Basil Blackwell, 1990.

- Inden, Ron, Jon Walters, and Daud Ali, eds., *Querying the Medieval: Texts and the History of Practices in South Asia.* New York: Oxford University Press, 2000.

- Ingalls, Daniel H. H. "Cynics and Pasupatas: The Seeking of Dishonor." *Harvard Theological Review* 55:4 (October 1962), 281-98.

- Inglis, Stephen. "The Craft of the Velar." *National Council for Education in the Ceramic Arts Journal* 7:7 (1986), 14-19.

- ———. "Night Riders: Massive Temple Figures of Rural Tamilnadu." In *A Festschrift for Prof. M. Shanmugam Pillai.* Madurai, 1980. Pp. 297-307.

- Insler, Stanley. "The Shattered Head Split and the Epic Tale of Sakuntala." *Bulletin d'Etudes Indiennes* 7-8 (1989-90), 97-139.

- Irwin, John. "Ashokan Pillars: A Reassessment of the Evidence." *Burlington Magazine* 115 (November 1973), 706-20; 116 (December 1974), 712-27; 117 (October 1975), 631-45.

- Isaacs, Harold. *India's Ex-Untouchables.* New York: John Day Company, 1964.

- Isayeva, Natalia. *Shankara and Indian Philosophy.* Albany, N.Y.: SUNY Press, 1992.

- Ivanow, W. "The Sect of Imam Shah in Gujurat." *Journal of the Bombay Branch of the Royal Asiatic Society*, New Series, 12 (1936), 19-70.

- Jaffrelot, Christophe. *The Hindu Nationalist Movement in India.* New York: Columbia University Press, 1996.

- ———, ed. *Hindu Nationalism: A Reader.* Delhi: Permanent Black, 2007.

- Jaffrey, Zia. *The Invisibles: A Tale of the Eunuchs of India.* New York: Pantheon, 1997.

- Jagannathan, Shakuntala. *Hinduism: An Introduction*. Mumbai: Vakils, Feffer and Simons, Ltd., 1984.

- James, Lawrence. *Raj*. New York: Little, Brown, 1997.

- Jamison, Stephanie. *Sacrificed Wife/Sacrificer's Wife: Women, Ritual, and Hospitality in Ancient India*. New York: Oxford University Press, 1996.

- ———. *The Ravenous Hyenas and the Wounded Sun: Myth and Ritual in Ancient India*. Ithaca, N.Y., and London: Cornell University Press, 1991.

- Janaki, K. S. S. "Parasurama." *Purana* 8:1 (1966), 115-39.

- Jasanoff, Maya. *Edge of Empire: Lives, Culture, and Conquest in the East, 1750-1850*. New York: Knopf, 2005.

- Jastrow, Joseph. "The Mind's Eye." *Popular Science Monthly* 54 (1899), 299-312.

- Jha, D. N. *The Myth of the Holy Cow*. London and New York: Verso, 2002.

- Jha, N., and N. S. Rajaram. *The Deciphered Indus Script*. New Delhi: Aditya Prakashan, 2000.

- Joh, Wonhee Anne. *Heart of the Cross: A Postcolonial Christology*. Louisville and London: Westminster John Knox Press, 2006.

- Johnsen, Linda. *The Complete Idiot's Guide to Hinduism*. Indianapolis, Ind.: Alpha Books, 2002.

- Johnson, W. J. *The Sauptikaparvan of the Mahabharata*. Oxford, U.K.: Oxford World Classics, Oxford University Press, 1998.

- Jones, Ernest. *On the Nightmare*. London: Hogarth Press, 1949.

- Jones, Sir William. "On the Gods of Greece, Italy, and India." *Asiatic Researches* (Calcutta: Asiatic Society of Bengal) 1 (1785), 422 ff.

- Jordens, J. T. F. "Reconversion to Hinduism, the Shuddhi of the Arya Samaj." In *Religion in South Asia: Religious Conversion and Revival Movements in South Asia in Medieval and Modern Times*, ed. G. Oddie. London: Curzon Press, 1977. Pp. 144-53.

- Joshi, Om Prakash. *Painted Folklore and Folklore Painters of India*. Delhi: Concept Publishing Co., 1976.

- Joyce, James. *Finnegans Wake*. New York: Viking Press, 1939.

- Jurewicz, Joanna. "Playing with Fire: The Pratityasamutpada from the Perspective of Vedic Thought." *Journal of the Pali Text Society* 26 (2000), 77-103.

- ———. "Prajapati, the Fire and the Pancagnividya." In *On the Understanding of Other Cultures*, ed. Piotr Balcerowicz and Marek Mejor. Warsaw: Instytut Orientalistyczny, 2000. Pp. 181-96.

- ———. "The Rgveda 10, 129: An Attempt of Interpretation." *Cracow Indological Studies*, vol. 1. *Proceedings of the International Conference on Sanskrit and Related Studies, September 23-26, 1993*. Cracow: Enigma Press, 1995. Pp. 141-49.

- Kabir. *The Weaver's Songs*. Trans. Vinay Dharwadkar. New Delhi: Penguin, 2003. See also Hess, Linda.

- Kaelber, Walter. "Asrama." In Mittal and Thursby, eds. *The Hindu World*, 383-406.

- Kak, Subhash. *The Asvamedha: The Rite and Its Logic*. Delhi: Motilal, 2002.

- Kakar, Sudhir. *The Colors of Violence: Cultural Identities, Religion, and Conflict*. Chicago: University of Chicago Press, 1996.

- Kane, Pandurang Vaman. *History of Dharmasastra*. 5 vols. Poona: Bhandarkar Oriental Research Institute, 1930-62.

- Kangle. See Arthashastra.

- Karve, Iravati. " 'On the Road': A Maharashtrian Pilgrimage." In *The Experience of Hinduism: Essays on Religion in Maharashtra*, eds. Eleanor Zelliot and Maxine Berntsen. Albany, N.Y.: SUNY Press, 1988.

- ———. *Yuganta: The End of an Epoch*. Poona: Deshmukh Prakashan, 1969.

- Kaviraj, Sudipta. "The Two Histories of Literary Culture in Bengal." In Pollock, *Literary Cultures*, 503-67.

- Kaye, Sir John William. *A History of the Sepoy War in India, 1857-1858*. 3 vols. London: W. H. Allen, 1865-77.

- Keay, John. *India, a History*. New York: Grove Press, 2000.

- Keer, Dhananjay. *Dr Ambedkar: Life and Mission*. Bombay: India Printing Works, 1962.

- Keillor, Garrison. *Pontoon: A Novel of Lake Woebegone*. New York: Viking, 2007.

- Kelly, Francesca, and Dale Durfee. *Marwari: Legend of the Indian Horse*. New Delhi: Prakash Book Depot, 2000.

- Kenoyer, Jonathan Mark. "Harappan Craft Specialization and the Question of Urban Segregation and Stratification." *Eastern Anthropologist* 45:1-2 (1992), 39-54.

- ———. "Interactive Systems, Specialized Crafts and Culture Change: The Indus Valley Tradition and the Indo-Gangetic Tradition in South Asia." In Erdosy, ed., *The Indo-Aryans of Ancient South Asia*, 213-57.

- ———. "Socio-Economic Structures of the Indus Civilization as Reflected in Specialized Crafts and the Question of Ritual Segregation." In *Old Problems and New Perspectives in the Archaeology of South Asia*, ed. J. M. Kenoyer. Madison, Wis.: Dept. of Anthropology, University of Wisconsin—Madison, 1989. Pp. 183-92.

- Khan, Iqtidar Alam. "Akbar's Personality Traits and World Outlook: A Critical Reappraisal." *Social Scientist* 20: 9-10 (September-October 1992), 16-30.

- ———. "Medieval Indian Notions of Secular Statecraft in Retrospect." *Social Scientist* 14:1 (January 1986), 3-15.

- Killingley, Dermot. "Hinduism, Darwinism and Evolution in Late Nineteenth-Century India." In *Charles Darwin's The Origin of Species: New Interdisciplinary Essays*, eds. David Amigoni and Jeff Wallace. New York and Manchester, U.K.: Manchester University Press, 1995.

- ———. "Kama." In Mittal and Thursby, eds. *The Hindu World*, 264-88.

- ———. "Modernity, Reform, and Revival." In Flood, *The Blackwell Companion*, 509-25.

- ———. *Rammohun Roy in Hindu and Christian Tradition*. Newcastle-upon-Tyne, U.K.: Grevatt and Grevatt, 1993.

- Kinsley, David. *Hinduism: A Cultural Perspective*. 2nd ed. Englewood Cliffs, N.J.: Prentice Hall, 1982-93.

- ———. *Hindu Goddesses*. Delhi: Motilal Banarsidass, 1998.

- ———. *The Sword and the Flute: Kali and Krishna*. Berkeley: University of California Press, 2000.

- Kipling, John Lockwood. *Beast and Man in India*. London and New York: Macmillan, 1891.

- Kipling, Rudyard. *The Jungle Book*. London: Macmillan, 1894.

- ———. *Kim*. Edited with intro. and notes, Edward W. Said. Harmondsworth, U.K.: Penguin Books, 1987.

- ———. "The Miracle of Puran Bhagat." In *The Second Jungle Book*. London: Macmillan, 1894.
- ———. "On Greenhow Hill." From *Life's Handicap*, 1891. In *The Portable Kipling*, ed. Irving Howe. New York: Viking Penguin, 1982. Pp. 185-86.
- ———. *Stories and Poems*. New York: Doubleday, 1956.
- Kirfel, Willibald. "Der Asvamedha und der Purusamedha." In *Beiträge zur Indische Philologie und Alterthumskunde für Walther Schubring*. Hamburg: Cram; de Gruyter, 1951. Pp. 39-50.
- ———. *Die Kosmographie der Inder*. Bonn and Leipzig: K. Schroeder, 1920.
- Kishwar, Madhu. "Yes to Sita, No to Ram: The Continuing Hold of Sita on Popular Imagination in India." In Richman, ed. *Questioning Ramayanas*, 285-97.
- Kloetzli, Randy, and Alf Hiltebeitel. "Kala." In Mittal and Thursby, eds. *The Hindu World*, 553-86.
- Klostermaier, Klaus K. *Hinduism: A Short Introduction*. Oxford, U.K.: One World, 1998.
- ———. "Moksa." In Mittal and Thursby, eds. *The Hindu World*, 288-308.
- ———. *A Survey of Hinduism*. 2nd ed. Albany, N.Y.: SUNY Press, 1994.
- Knapp, Stephen. *Proof of Vedic Culture's Global Existence*. Detroit, Mich.: World Relief Network, 2000.
- Knipe, David. *Hinduism*. San Francisco: Harper, 1991.
- Knott, Kim. *Hinduism, a Very Short Introduction*. Oxford, U.K.: Oxford University Press. 1998.
- Kölver, Bernhard, and Elisabeth Müller-Luckner, eds. *Recht, Staat und Verwaltung im klassischen Indien*. Munich: R. Oldenbourg, 1997.
- Koontz, Dean. *Forever Odd*. New York: Bantam Books, 2005.
- Kosambi, Damodar Dharmand. "The Autochthonous Element in the Mahabharata." *Journal of the American Oriental Society* 84:1 (January- March 1964), 31-44.
- ———. *An Introduction to the Study of Indian History*. Bombay: Popular Prakashan, 1956.
- ———. *Myth and Reality: Studies in the Formation of Indian Culture*. Bombay: Popular Prakashan, 1962.
- Kramrisch, Stella. *The Hindu Temple*. Columbia, Mo.: South Asia Books, 1991.
- ———. "An Image of Aditi-Uttanapad." *Artibus Asiae* 19 (1956).
- ———. *Unknown India: Ritual Art in Tribe and Village*. Philadelphia: Philadelphia Museum of Art, 1968.
- Kripal, Jeffrey J. *Kali's Child: The Mystical and the Erotic in the Life and Teachings of Ramakrishna*. Chicago: University of Chicago Press, 1995.
- ———. "Remembering Ourselves: Some Counter-cultural Echoes of Contemporary Tantric Studies." *Journal of South Asian Religion* 1:1 (Summer 2007).
- ———. "Western Popular Culture, Hindu Influences On." In *The Encyclopedia of Hinduism*, eds. Denise Cush, Catherine Robinson, and Michael York. London: Routledge/ Curzon, 2007.
- Krishna, Daya. *Indian Philosophy: A Counter-Perspective*. Delhi: Oxford University Press, 1986.
- Krishna Rao, M. V. N. *Indus Script Deciphered*. Delhi: Agam Kala Prakashan, 1982.
- Kuiper, F. B. J. "The Bliss of Asa." *Indo-Iranian Journal* 8:2 (1964), 96-129.
- Kulkarni, B. B. "Darstellung des Eigenen im Kostum des Fremden, Variationen eines indischen

Marchenmotivs in Goethes 'Paria Trilogie'" and Thomas Mann's "Die vertauschten Kopfe." In Akten des VIII Internationaler Germanisten-Kongresses. ed. E. Iwasaki. Munchen: Ludicium Verlag, 1991, 64-70.

- Kulke, Hermann, and Dietmar Rothermund. *A History of India*. London: Routledge, 1986.

- ———, and Burkhard Schnepel. *Jagannatha Revisted: Studying Society, Religion, and the State in Orissa*. New Delhi: Manohar, 2001.

- Kurtz, Stanley. *All the Mothers Are One: Hindu India and the Cultural Reshaping of Psychoanalysis*. New York: Columbia University Press, 1992.

- Kuruvachira, J. *Roots of Hindutva: A Critical Study of Hindu Fundamentalism and Nationalism*. Delhi: Media House, 2005.

- Lal, Ruby. *Domesticity and Power in the Early Mughal World*. Cambridge, U.K.: Cambridge University Press, 2005.

- Lal, Vinay, and Borin van Loon. *Introducing Hinduism*. Thriplow, U.K.: Icon Books, Ltd., 2005.

- Lamb, Ramdas. "Personalizing the Ramayana: Ramnamis and Their Use of the Ramcaritmanas." In Richman, *Many Ramayanas*, 235-256.

- Lamont, Peter. *The Rise of the Indian Rope Trick: How a Spectacular Hoax Became History*. New York: Thunder's Mouth Press, 2004.

- Larson, Gerald James. *Classical Samkhya: An Interpretation of Its History and Meaning*. Santa Barbara, Calif.: Ross/Erikson, 1979.

- ———. "India Through Hindu Categories: A Samkhya Response." *Contributions to Indian Sociology* 24:1 (1990), 237-39.

- ———, and Ram Shankar Bhattacharya, eds. *Samkhya: A Dualist Tradition in Indian Philosophy*. Encyclopedia of Indian Philosophies, Vol. 4. Delhi: Motilal Banarsidass, 1988.

- Leshnik, Lawrence S. "The Horse in India." In *Symbols, Subsistence and Social Structure: The Ecology of Man and Animal in South Asia*, ed. Franklin C. Southworth. Philadelphia: University of Pennsylvania Press, 1977-78. Pp. 56-57.

- Leslie, Julia, ed. *Myth and Mythmaking: Continuous Evolution in Indian Tradition*. London: Curzon, 1996.

- Levi, Sylvain. *La doctrine du sacrifice dans les Brahmanas*. Paris: E. Leroux, 1898.

- ———. *Le Théâtre Indien*. Vol. 1, 2nd printing. Paris: Collège de France, 1963.

- Lévi-Strauss, Claude. "Split Representation in the Art of Asia and America." In *Structural Anthropology*. Trans. Claire Jacobson and Brooke Grundfest Schoepf. Harmondsworth, U.K.: Penguin Books, 1963. Pp. 245-68.

- Lifton, Robert Jay, and Greg Mitchell. *Hiroshima in America: Fifty Years in America*. New York: Putnam, 1995.

- Lincoln, Bruce. "How to Read a Religious Text: Reflections on Some Passages of the Chandogya Upanisad." *History of Religions* 46:4 (2007), 379-81.

- ———. "The Indo-European Cattle-Raiding Myth." *History of Religions* 16:1 (1976), 42-65.

- ———. *Myth, Cosmos, and Society: Indo-European Themes of Creation and Destruction*. Cambridge, Mass.: Harvard University Press, 1986.

- ———. *Priests, Warriors and Cattle. A Study in the Ecology of Religions*. Berkeley: University of California Press, 1981.

- Lindquist, Steven E. "Gender at Janaka's Court: Women in the Brihadaranyaka Upanishad

Reconsidered." *Journal of Indian Philosophy* 36:3 (2008), 405-26.

- Lipner, Julius. *Hindus: Their Religious Beliefs and Practices.* London and New York: Routledge, 1994.
- ———. "On Hinduism and Hinduisms: The Way of the Banyan." In Mittal and Thursby, eds. *The Hindu World*, 9-36.
- Lopez, Donald S. *Religions of India in Practice.* Princeton, N.J.: Princeton University Press, 1995.
- Lord, Albert Bates. *The Singer of Tales.* Cambridge, Mass.: Harvard University Press, 1960.
- Lorenzen, David N. "Bhakti." In Mittal and Thursby, eds. *The Hindu World*, 185-212.
- ———. *Kabir Legends and Anantadas's Kabir Parachay.* Albany, N.Y.: SUNY Press, 1991.
- ———. *Kapalikas and Kalamukhas, Two Lost Saivite Sects.* Berkeley: Univeristy of California Press, 1972.
- ———. "Who Invented Hinduism?" *Comparative Studies in Society and History* 41:4 (October 1999), 630-59.
- Lubin, Timothy. "Veda on Parade: Revivalist Ritual as Civic Spectacle." *Journal of the _ American Academy of Religion* 69:2 (June 2001), 377-408.
- Ludden, David E. *India and South Asia: A Short History.* Oxford, U.K.: One World Publications, 2002.
- ———, ed. *Contesting the Nation: Religion, Community, and the Politics of Democracy in India.* Philadelphia: University of Pennsylvania Press, 1996.
- Lutgendorf, Philip. *Hanuman's Tale.* New York: Oxford University Press, 2007.
- ———. *The Life of a Text.* Berkeley: Univeristy of California Press, 1991.
- ———. "Who Wants to Be a Goddess? Jai Santoshi Maa Revisited." *Chakra (Journal of Indian Religions, Lund University, Sweden)* 3 (2005), 72-112.
- McConnachie, James. *The Book of Love: In Search of the Kamasutra.* London: Atlantic, 2007.
- McCrindle, J. W. *Ancient India as Described in Classical Literature.* Amsterdam: Philo Press, 1975.
- ———. *Ancient India as Described by Megasthenes and Arrian.* Calcutta: Thacker, Spink, 1877.
- McDermott, Rachel Fell. *Mother of My Heart, Daughter of My Dreams.* New York: Oxford University Press, 2001.
- ———, and Jeffrey J. Kripal. *Encountering Kaloi: In the Margins, at the Center, in the West.* Berkeley: University of California Press, 2003.
- McEvilley, Thomas. *The Shape of Ancient Thought: Comparative Studies in Greek and Indian Philosophies.* New York: Allworth Press, 2002.
- McGlashan, Alistair. See Periya Purana.
- McKay, Claudia. *The Kali Connection: A Lynn Evans Mystery.* Chicago: New Victoria Publishers, 1994.
- McLean, Malcolm. *Devoted to the Goddess. The Life and Work of Ramprasad.* Albany, N.Y.: SUNY Press, 1998.
- Macleane, Charles D., ed. *Manual of the Administration of the Madras Presidency, 1885.* New Delhi: Asian Educational Service, 1982.
- Madan, T. N. *Non-renunciation: Themes and Interpretations of Hindu Culture.* Delhi: Oxford

University Press, 1987.

- ———. "The Householder Tradition in Hindu Society." In Flood, The Blackwell Companion, 288-305.

- Magnus, P. King Edward the Seventh. Harmondsworth, U.K.: Penguin, 1967.

- Mahadevan, Anand. "Switching Heads and Cultures: Transformation of an Indian Myth by Thomas Mann and Girish Karnad." Comparative Literature 54:1 (Winter 2002), 23-42.

- Malamoud, Charles. Cooking the World: Ritual and Thought in Ancient India. Trans. David White. Delhi: Oxford University Press, 1996.

- Malik, Aditya. Nectar, Gaze, and Poisoned Breath: An Analysis and Translation of the Rajasthani Oral Narrative of Devnarayan. Oxford, U.K.: Oxford University Press, 2005.

- Malleson, Col. G. B. The Indian Mutiny of 1857. New Delhi: Rupa and Co. Publishers, 2005 (reprint).

- Mallory, J. P. In Search of the Indo-Europeans: Language, Archeology, and Myth. London: Thames and Hudson, 1989.

- Mani, Lata. Contentious Traditions: The Debate on Sati in Colonial India. Berkeley, Los Angeles, London: University of California Press, 1998.

- Mann, Michael. The Sources of Social Power. Vol. 1. A History of Power from the Beginning to A.D. 1760. Cambridge, U.K.: Cambridge University Press, 1986.

- Marr, J. R. "The 'Periya Puranam' Frieze at Taracuram: Episodes in the Lives of the Tamil Saiva Saints." Bulletin of the School of Oriental and African Studies, University of London, 42:2 (1979, in Honour of Thomas Burrow), 268-89.

- Marriott, McKim. India Through Hindu Categories. Newbury Park, Calif.: Sage Publications, 1990.

- ———. "Varna and Jati." In Mittal and Thursby, eds. The Hindu World, 357-82.

- Marshall, Sir John. Mohenjo-Daro and the Indus Civilization. Being an Official Account of Archaeological Excavations at Mohenjo-Daro Carried Out by the Government of India Between the Years 1922 and 1927, with Plan and Map in Colours, and 164 Plates in Collotype. 3 vols. London: Arthur Probsthain, 1931.

- Marshall, Peter J. Bengal—The British Bridgehead. Eastern India, 1740-1828. Cambridge, U.K.: Cambridge University Press, 1987.

- Martin, Nancy M. "North Indian Hindi Devotional Literature." In Flood, The Blackwell Companion, 182-98.

- Masson, J. L. "Fratricide and the Monkeys: Psychoanalytic Observations on an Episode in the Valmikiramayanam." Journal of the American Oriental Society 95 (1975), 454-59.

- ———. "Hanuman as an Imaginary Companion." Journal of the American Oriental Society 101 (1981), 355-60.

- ———. "Who Killed Cock Kraunca? Abhinavagaputa's Reflections on the Origins of Aesthetic Experience." Journal of the Oriental Institute 18 (1969), 207-24

- Matchett, Freda. "The Puranas." In Flood, The Blackwell Companion, 129-43.

- Mathur, Dr. Vijay Kumar. Art and Culture Under the Shungas. Delhi: C. P. Gautam, 1996.

- Matilal, Bimal K. "In Defence of a Devious Divinity." In Essays on the Mahabharata, ed. Arvind Sharma. Leiden: E. J. Brill, 1991. Pp. 413-14.

- Matthiessen, Peter. The Snow Leopard. New York: Penguin, 1978, 1996.

- Mehra, Parshotam. *A Dictionary of Modern Indian History.* Delhi: Oxford University Press, 1985.
- Mehta, Atul K. *Hindulogy in America.* Patna, India: Hindulogy Foundation, 2006.
- Meister, Michael W. "Giving Up and Taking On: The Body in Ritual." *Res* 41 (Spring 2002: Anthropology and aesthetics), 92-103.
- ———. "The Hindu Temple: Axis of Access." In *Concepts of Space, Ancient and Modern,* ed. Kapila Vatsyayan. New Delhi: Indira Gandhi National Centre for the Arts, Abhinav Publications, 1991. Pp. 269-80.
- ———, and M. A. Dhaky. *Encyclopedia of Indian Temple Architecture.* New Delhi: American Institute of Indian Studies; Philadelphia: University of Pennsylvania Press, 1983.
- Metcalf, Barbara. "Too Little and Too Much: Reflections on Muslims in the History of India." *Journal of Asian Studies* 54 (1995), 951-67.
- ———, and Thomas R. Metcalf. *A Concise History of India.* Cambridge, U.K.: Cambridge University Press, 2002.
- Michaels, Axel. *Hinduism. Past and Present.* Princeton, N.J.: Princeton University Press, 2004 [Munich 1998].
- Michell, George. *Hindu Art and Architecture.* London: Thames and Hudson, 2000.
- ———. *The Hindu Temple: An Introduction to Its Meaning and Forms.* Chicago: University of Chicago Press, 1977, 1988.
- Minkowski, Christopher. "The Interrupted Sacrifice and the Sanskrit Epics." *Journal of Indian Philosophy* 29 (2001), 169-86.
- ———. "Janamejaya's Sattra and Ritual Structure." *Journal of the American Oriental Society* 109:3 (1989), 420.
- Mishra, Pankaj. "Exit Wounds: The Legacy of Indian Partition." *New Yorker* (August 13, 2007), 80-84.
- Mistry, Rohinton. *Such a Long Journey.* New York: Knopf, 1991.
- Mitchell, Stephen, trans. *The Bhagavad Gita.* New York: Harmony Books, 2000.
- Mitra, Rajendralala. "On Human Sacrifices in Ancient India." *Journal of the Asiatic Society of Bengal,* 1876.
- Mittal, Sushil, and Gene Thursby, eds. *The Hindu World.* New York and London: Routledge, 2004.
- Mitter, Partha. *Indian Art.* Oxford: Oxford University Press, 2001.
- ———. "Rammohun Roy and the New Language of Monotheism." *History and Anthropology* 3 (1987), 177-208.
- Monier-Williams, Sir Monier. *Religious Thought and Life in India.* London: John Murray, 1885.
- ———. *Sanskrit-English Dictionary.* Oxford, U.K.: Clarendon Press, 1872.
- Monius, Anne E. *Imagining a Place for Buddhism.* New York: Oxford University Press, 2001.
- ———. "Love, Violence, and the Aesthetics of Disgust: Saivas and Jains in Medieval South India." *Journal of Indian Philosophy* 32:2-3 (2004), 113-72.
- Mookerjee, Ajit. *Tantra Art: Its Philosophy and Physics*. Basel: Ravi Kumar, 1971.
- Mookerji, Radhakumud. *The History of Indian Shipping.* Bombay: Longmans, 1912.
- Moon, Penderel. *The British Conquest and Dominion of India.* London: Duckworth, 1989.

- Morson, Gary Saul. *Narrative and Freedom: The Shadows of Time*. New Haven and London: Yale University Press, 1994.
- Mukherjee, Ramkrishna. *The Rise and Fall of the East India Company: A Sociological Appraisal*. New York and London: Monthly Review Press, 1974.
- Mukherjee, Rudrangshu. *Mangal Pandey: Brave Martyr or Accidental Hero?* Delhi: Penguin, 2005.
- Mukherjee, Uma. *Two Great Indian Revolutionaries: Rash Behari Bose and Jyotindra Nath Mukherjee*. Calcutta: Firma K. L. Mukhopadhyay, 1966.
- Mukhia, Harbans. *The Mughals of India*. Malden, Mass.: Blackwell Publishing, 2004.
- Müller, Friedrich Max. *Rig Veda*. London, W. H. Allen, 1849-74.
- Nagaraj, D. R. "Critical Tensions in the History of Kannada Literary Culture." In Pollock, *Literary Cultures*, 323-82.
- Nagaswamy, R. "Gateway to the Gods. 1. Sermons in stone." *UNESCO Courier* (March 1984).
- Nanda, Serena. *Neither Man nor Woman*. Belmont, Calif.: Wadsworth Publishing Co., 1990.
- Nandy, Ashis. *Exiled at Home: At the Edge of Psychology, The Intimate Enemy, Creating a Nationality*. New Delhi: Oxford University Press, 1980, 2005.
- ———. *The Intimate Enemy: Loss and Recovery of Self Under Colonialism*. Delhi: Oxford University Press, 1983.
- ———. "Sati as Profit Versus Sati as a Spectacle." In Hawley, ed., *Sati*, 131-48.
- Napier, Priscilla Hayter. *I Have Sind: Charles Napier in India: 1841-1844*. Salisbury, U.K.: Russell, 1990.
- Napier, Sir William. *The Life and Opinions of General Sir Charles James Napier*. 4 vols. 2nd ed. London: John Murray, 1857.
- Narain, Harsh. *The Ayodhya Temple/Mosque Dispute*. Delhi: Penman, 1993.
- Narayan, Kirin, and Urmila Devi Sood. *Mondays on the Dark Side of the Moon*. New York: Oxford University Press, 1997.
- ———. *Storytellers, Saints and Scoundrels*. Philadelphia: University of Pennsylvania Press, 1989.
- Narayana Rao, Velcheru. "Hinduism: The Untold Story." Unpublished ms., 2006.
- ———. "Multiple Literary Cultures in Telugu: Court, Temple, and Public." In Pollock, *Literary Cultures*, 383-436.
- ———. "Purana." In Mittal and Thursby, eds. *The Hindu World*, 97-118.
- ———. "Purana as Brahminic Ideology." In Doniger, ed., *Purana Perennis*, 85-100.
- ———. "A Ramayana of Their Own." In Richman, ed., *Many Ramayanas*, 114-36.
- ———, trans., with Gene H. Roghair. *Siva's Warriors*. *The Basava Purana of Palkuriki Somanatha*. Princeton, N.J.: Princeton University Press, 1990.
- ———, and David Shulman. *Annamayya: God on the Hill, Temple Poems from Tirupati*. New York: Oxford University Press, 2005.
- ———. *Classical Telugu Poetry*. Berkeley: University of California Press, 2002.
- ———, David Shulman, and Sanjay Subrahmaniam. *Textures of Time: Writing History in South India, 1600-1800*. Delhi: Permanent Black, 2001.

- *Narayanan, M. G. S. Cultural Symbiosis in Kerala. Trivandrum: Kerala Historical Society, 1972.*

- *Narayanan, Vasudha. "Gender in a Devotional Universe." In Flood, The Blackwell Companion, 569-87.*

- ———. *Hinduism: Origins, Beliefs, Practices, Holy Texts, Sacred Places. New York: Oxford University Press, 2004.*

- ———. *"The Ramayana in the Theology and Experience of the Srivaisnava Community." Journal of Vaisnava Studies 2:4 (Fall 1994).*

- *Nath, Vijay. Puranas and Acculturation: A Historico-Anthropological Perspective. Delhi: Munshiram Manoharlal, 2001.*

- *Nathan, Leonard, and Clinton Seely. Grace and Mercy in Her Wild Hair. Boulder, Colo.: Great Eastern, 1982.*

- *Nau'i. Burning and Melting: Being the Suz-u-Gudaz of Mohammed Riza Nau'i of Khabushan, translated into English by Mirza Y. Dawud of Persia and Ananda K. Coomaraswamy of Ceylon. London: Luzac and Co., 1912.*

- *Neumayer, E. Prehistoric Indian Rock Paintings. Delhi: Oxford University Press, 1983.*

- *Nikam, N. A., and Richard McKeon. The Edicts of Ashoka. Chicago: University of Chicago Press, 1959, 1978.*

- *Nilakantha Shastri, K. A. A Comprehensive History of India. Vol. 2. The Mauryas and the Satavahanas . Delhi: Peoples Publishing House, 1957.*

- *Nizami. The Story of Layla and Majnun. New Lebanon, N.Y.: Omega Publications, 1997 [1966].*

- *Obeyesekere, Gananath. Imagining Karma. Berkeley: University of California Press, 2002.*

- *O'Brien, Tim. The Things They Carried. New York: Broadway Books, 1990.*

- *Olivelle, Patrick. The Ashrama System: The History and Hermeneutics of a Religious Institution. New Delhi: Munshiram Manoharlal, 1993.*

- ———, *ed. Between the Empires: Society in India 300 BCE to 400 CE. New York: Oxford University Press, 2006.*

- ———, *ed. and trans. Dharmasutras. New York: Oxford University Press, 1999.*

- ———, *ed. and trans. Early Upanishads. New York: Oxford University Press, 1998.*

- ———. *"Manu and the Arthasastra: A Study in Sastric Intertextuality." Journal of Indian Philosophy 32 (2004), 281-91.*

- ———. *"The Renouncer Tradition." In Flood, The Blackwell Companion, 271-88.*

- ———. *Renunciation in Hinduism: A Medieval Debate . Vienna: Institut für Indologie der Universität Wien, Sammlung De Nobili: Commission agents, Gerold, 1986-87.*

- ———, *ed. and trans. Samnyasa Upanishads. Hindu Scriptures on Asceticism and Renunciation. New York: Oxford University Press, 1992.*

- *Omvedt, Gail. Dalit Visions: The Anti-caste Movement and the Construction of an Indian Identity. New Delhi: Orient Longman, 1995.*

- *Openshaw, Jeanne. Seeking Bauls of Bengal. Cambridge, U.K.: Cambridge University Press, 2002.*

- *Organ, Troy. Hinduism: Its Historical Development. Woodbury, N.Y.: Barrons Educational Series, Inc., 1974.*

- ———. "Three into Four in Hinduism." *Ohio Journal of Religious Studies* 1 (1973), 7-13.
- Orr, Leslie C. *Donors, Devotees, and Daughters of God.* New York: Oxford University Press, 2000.
- ———. "Identity and Divinity: Boundary-Crossing Goddesses in Medieval South India." *Journal of the American Academy of Religion* 73:1 (March 2005), 9-43.
- Orwell, George. "Rudyard Kipling." A review of T. S. Eliot's *A Choice of Kipling's Verse.* In *A Collection of Essays.* Garden City, N.Y.: Doubleday, 1954.
- Ostler, Nicholas. *Empires of the Word: A Language History of the World.* New York: Harper Perennial, 2006.
- Padoux, André. "Mantra." In Flood, *The Blackwell Companion*, 478-92.
- Pangborn, Cyrus R. *Zoroastrianism: A Beleaguered Faith.* New York: Advent Books, 1983.
- Parashar, Aloka. *Mlecchas in Early India: A Study in Attitudes Toward Outsiders up to AD 600.* Delhi: Munshiram Manoharlal, 1991.
- Parpola, Asko. "The Coming of the Aryans to Iran and India and the Cultural and Ethnic Identity of the Dasas; The Problem of the Aryans and the Soma." *Studia Orientalia* (Helsinki) 64 (1988), 195-302.
- ———. *Deciphering the Indus Script.* New York: Cambridge University Press, 1994.
- ———. "The Pre-Vedic Indian Background of the Srauta Rituals." In Staal, *Agni,* 2:41-75.
- Pathak, Shubha. "The Things Kings Sing: The Religious Ideals of Poetic Rulers in Greek and Sanskrit Epics." Ph.D. dissertation, University of Chicago, 2006.
- Patton, Laurie. "The Cat in the Courtyard: The Performance of Sanskrit and the Religious Experience of Women." In *Women's Lives, Women's Rituals, in the Hindu Tradition,* ed. Tracy Pintchman. New York: Oxford University Press, 2007. Pp. 19-34.
- ———. "If the Fire Goes Out, the Wife Shall Fast: Notes on Women's Agency in the Asvalayana Grhya Sutra." In *Problems in Vedic and Sanskrit Literature,* ed. Maitreyee Deshpande. Delhi: New Bharatiya Book Corporation, 2004. Pp. 294-305.
- ———. "The Prostitute's Gold: Women, Religion and Sanskrit in One Corner of India." In *Postcolonialism, Feminism, and Religious Discourse,* ed. Laura E. Donaldson and Kwok Pui-lan. New York and London: Routledge, 2002. Pp. 125-41.
- ———. "Veda and Upanishad." In Mittal and Thursby, eds. *The Hindu World,* 37-51.
- Pennington, Brian K. *Was Hinduism Invented? Britons, Indians, and the Colonial Construction of Religion.* New York: Oxford University Press, 2005.
- Peterson, Indira Viswanathan. "Tamil Saiva Hagiography: The Narrative of the Holy Servants (of Siva) and the Hagiographical Project of Tamil Saivism." In *According to Tradition: Hagiographical Writing in India,* eds. Winand M. Callewaert and Rupert Snell. Wiesbaden: Otto Harrassowitz, 1994.
- Petievich, Carla. "Dakani's Radha-Krishna Imagery and Urdu Canon Formation." In *The Banyan Tree: Essays on Early Literature in New Indo-Aryan Languages,* ed. Mariola Offredi. Delhi: Manohar,
- 2000. Pp. 113-28.
- Pinney, Chris. *Camera Indica.* Chicago: University of Chicago Press, 1998.
- ———, with Rachel Dwyer. *Pleasure and the Nation: The History, Politics and Consumption of Public Culture in India.* London: SOAS, 2003.
- Pocock, David. "The Evil Eye." In *Religion in India,* ed. T. N. Madan. Oxford, U.K.: Oxford

University Press, 1991. Pp. 50-62.

- ———. "The Anthropology of Time Reckoning." *Contributions to Indian Sociology* 7 (1964), 18-29.

- Pollock, Sheldon. "'Atmanam manusam manye': Dharmakutam on the Divinity of Rama." *Journal of the Oriental Institute, Baroda*, 33.3-4 (March-June 1984), 231-43.

- ———. "The Cosmopolitan Vernacular." *Journal of Asian Studies* 57:1 (February 1998), 6-37.

- ———. "Deep Orientalism? Notes on Sanskrit and Power Beyond the Raj." In *Orientalism and the Postcolonial Predicament. Perspectives on South Asia*, ed. Carol A. Breckenridge and Peter van der Veer. Philadelphia: University of Pennsylvania Press, 1993. Pp. 76-133.

- ———. "The Divine King in the Indian Epic." *Journal of the American Oriental Society* 104:3 (1984), 505-28.

- ———. "The Ends of Man at the End of Premodernity." Gonda Lecture: Royal Netherlands Academy of Arts and Sciences, Amsterdam, 2005.

- ———. "From Discourse of Ritual to Discourse of Power in Sanskrit Culture." *Journal of Ritual Studies* 4:2 (1990), 315-45.

- ———. "India in the Vernacular Millennium: Literary Culture and Polity, 1000-1500." *Daedalus* 127:3 (1998).

- ———. *The Language of the Gods in the World of Men: Sanskrit, Culture, and Power in Premodern India*. Berkeley, Los Angeles, London: University of California Press, 2006.

- ———, ed. *Literary Cultures in History: Reconstructions from South Asia*. Berkeley, Los Angeles, London: University of California Press, 2003.

- ———. "Mimamsa and the Problem of History in Traditional India." *Journal of the American Oriental Society* 109.4 [1989], 603-10.

- ———. *Ramayana of Valmiki*. Trans. and intro. Vols. 2 and 3. Princeton, N.J.: Princeton University Press, 1984.

- ———. "Ramayana and Political Imagination in India." *Journal of Asian Studies* 52:2 (1993), 261-97.

- ———. "Sanskrit Literary Culture from the Inside Out." In Pollock, *Literary Cultures*, 39-130.

- ———. "The Theory of Practice and the Practice of Theory in Indian Intellectual History." *Journal of the American Oriental Society* 105 (1985), 499-519.

- Polo, Marco. *Marco Polo: The Description of the World*, ed. A. C. Moule and Paul Pelliot. London: George Routledge, 1938.

- ———. *The Travels of Marco Polo*. Dutton: New York, 1908.

- Pope, G. U. *The Tiruvāçagam, or 'Sacred Utterances' of the Tamil Poet, Saint, and Sage Manikkavacakar*. Oxford, U.K.: Oxford University Press, 1900; reprint 1970, University of Madras.

- Possehl, Gregory L. *The Indus Age: The Writing System*. Philadelphia: University of Pennsylvania Press, 1997.

- Powell, Avril. *Muslims and Missionaries in Pre-Mutiny India*. Richmond, U.K.: Curzon, 1993.

- Prentiss, Karen Pechilis. *The Embodiment of Bhakti*. New York: Oxford University Press, 1999.

- ———. "Joyous Encounters: Tamil Bhakti Poets and Images of the Divine." In *The Sensuous and the Sacred: Chola Bronzes from South India*. New York: American Federation of Arts; Seattle: University of Washington Press, 2002.

- Pusalker, A. D. *The Struggle for Empire. Vol. 5. The History and Culture of the Indian People.* Bombay: Bharatiya Vidya Bhavan, 1957.

- Quigley, Declan. "On the Relationship Between Caste and Hinduism." In Flood, *The Blackwell Companion*, 495-508.

- Rabe, Michael D. "The Mahamallapuram Prasasti: A Panegyric in Figure." *Artibus Asiae* (1997), 189-241.

- Radhakrishnan, Sarvepalli, and Charles A. Moore. *A Sourcebook in Indian Philosophy.* Princeton, N.J.: Princeton University Press, 1957.

- Raj, Kapil. "Refashioning Civilities, Engineering Trust: William Jones, Indian Intermediaries, and the Production of Reliable Knowledge in Late Eighteenth-Century Bengal." In *Relocating Modern Science.* New York: Palgrave/Macmillan, 2007. Pp. 95-138.

- Rajagopal, Arvind. *Politics After Television: Religious Nationalism and the Reshaping of the Indian Public.* Cambridge, U.K.: Cambridge University Press, 2001.

- Ramanujan, A. K. *The Oxford India Ramanujan,* ed. Molly Daniels-Ramanujan. Delhi: Oxford University Press, 2004.

- ———. *The Collected Essays of A. K. Ramanujan,* ed. Vinay Dharwadkar. Delhi: Oxford University Press, 1999.

- ———. *Hymns for the Drowning.* Princeton, N.J.: Princeton University Press, 1981.

- ———. *The Interior Landscape: Love Poems from a Classical Tamil Anthology.* Bloomington: Indiana University Press, 1967.

- ———. "Is There an Indian Way of Thinking?" In *The Collected Essays of A. K. Ramanujan,* 34-52.

- ———. "The Myths of Bhakti." In *The Collected Essays of A. K. Ramanujan,* 293-308.

- ———. *Speaking of Siva.* London: Penguin, 1973.

- ———. "Three Hundred Ramayanas: Five Examples and Three Thoughts on Translation." In *The Collected Essays of A. K. Ramanujan,* 131-60.

- ———. "Towards a Counter-System: Women's Tales." In *The Collected Essays of A. K. Ramanujan,* 429-47.

- ———. "Varieties of Bhakti." In *The Collected Essays of A. K. Ramanujan,* 324-33.

- ———. "Repetition in the Mahabharata." In *The Collected Essays of A. K. Ramanujan,* 161-83.

- ———. "On Woman Saints." In *The Collected Essays of A. K. Ramanujan,* 270-78.

- ———, and Norman Cutler. "From Classicism to Bhakti." In *The Collected Essays of A. K. Ramanujan,* 232-59.

- ———, Narayana Rao, and David Shulman. *When God Is a Customer.* Berkeley, Los Angeles, London: University of California Press, 1994.

- Ramaswamy, Sumathi. "The Goddess and the Nation: Subterfuges of Antiquity, the Cunning of Modernity." In Flood, *The Blackwell Companion,* 551-68.

- ———. "Home Away from Home? The Spatial Politics of Modern Tamil Identity." In *Religion, Culture, and Politics in India,* eds. Rajendra Vora and Anne Feldhaus. Delhi: Manohar, 2006. Pp. 147-63.

- ———. *The Lost Land of Lemuria: Fabulous Geographies, Catastrophic Histories.* Berkeley: University of California Press, 2004.

- Ram-Prasad, C. "Contemporary Political Hinduism." In Flood, The Blackwell Companion, 526-50.

- Rank, Otto. The Myth of the Birth of the Hero. New York: R. Brunner, 1952.

- Rao, Ajay. "Othering Muslims or Srivaisnava-Saiva Contestation? A New Perspective on the Royal Rama Cult at Vijayanagara." Forthcoming.

- ———. "Srivaisnava Hermeneutics, 1200-1700: The Practice of Reading in an Intellectual Community." Ph.D. dissertation, University of Chicago, 2008.

- Rao, S. R. Dawn and Devolution of the Indus Civilization. New Delhi: Aditya Prakashan, 1991.

- ———. The Lost City of Dvaraka. New Delhi: Aditya Prakashan, 1999.

- Redfield, Robert. The Little Community. Chicago: University of Chicago Press, 1960.

- Reich, Tamar. "A Battlefield of a Text: Inner Textual Interpretation in the Sanskrit Mahabharata." Ph.D. dissertation, University of Chicago, 1998.

- ———. "The Sacrifice of Battle and the Battle of Yoga, or: How to Word-Away a Discontented Wife." In Notes from a Mandala: Essays in the History of Indian Religions in Honor of Wendy Doniger, ed. Laurie L. Patton and David Haberman. Newark: University of Delaware Press, 2009.

- ———. "Sacrificial Violence and Textual Battles: Inner Textual Interpretation in the Sanskrit Mahabharata." History of Religions 41 (November 2001), 142-69.

- Renou, Louis, ed. The Destiny of the Veda in India. Delhi: Motilal Banarsidass, 1965.

- ———. Hinduism. New York: George Braziller, 1962.

- ———. Vedic India. Delhi: Indological Bookhouse, 1971.

- Richards, John F. The Mughal Empire. Cambridge, U.K.: Cambridge University Press, 1993.

- Richman, Paula. "E. V. Ramasami's Reading of the Ramayana." In Many Ramayanas, 175-201.

- ———. Many Ramayanas: The Diversity of Narrative Traditions in South Asia. Berkeley: University of California Press, 1991.

- ———. Questioning Ramayanas. Berkeley: University of California Press, 2001.

- ———. "Shifting Terrain: Rama and Odysseus Meet on the London Stage." Journal of Vaishnava Studies 12:2 (Spring 2004), 189-99.

- Richter-Ushanas, E. The Indus Script and the Rgveda. Delhi: Motilal Banarsidass, 1997.

- Ritter, Valerie. "Epiphany in Radha's Arbor: Nature and the Reform of Bhakti in Hariaudh's Priyapravas." In Beck, Alternative Krishnas, 177-208.

- Robb, Peter. A History of India. Basingstoke, U.K. and New York: Palgrave, 2002.

- ———, ed. The Concept of Race in South Asia. New Delhi: Oxford University Press, 1995.

- Rocher, Ludo, ed. and intro. Ezourvedam: A French Veda of the Eighteenth Century. Amsterdam and Philadelphia: J. Benjamins Pub. Co., 1984.

- Roger, Abraham. Le théâtre de l'idolatrie ou la porte ouverte. Amsterdam: J. Schipper, 1670.

- Roghair, Gene H. The Epic of Palnadu. Oxford, U.K.· Clarendon Press, 1982.

- Rose, H. A. A Glossary of the Tribes and Castes of the Punjab and North-west Frontier Province. Vol. 1. Lahore: Government Printing House, 1919.

- Roth, Philip. I Married a Communist. New York: Houghton Mifflin, 1998.

- Rowley, Hugh, ed. *More Puniana; or, Thoughts Wise and Other-Why's.* London: Chatto and Windus, 1875.
- Roy, Kumkum, Kunal Chakrabarti, and Tanika Sarkar. *The Vedas, Hinduism, Hindutva.* Kolkata: Alpha, 2005.
- Roy, Ranjit. *The Agony of West Bengal.* 3rd. ed. Calcutta: New Age Publishers, 1973.
- Ruben, Walter. *Ueber die Frage der Objectivität in der Erforschung des altern Indien.* Berlin: Akademie Verlag, 1968.
- Rushdie, Salman. *Haroun and the Sea of Stories.* New York: Viking Penguin, 1990.
- ———. Introduction to *Baburnama.* See Babur.
- ———. "Kipling." In *Imaginary Homelands: Essays and New Criticism 1981-1991.* New York: Penguin Books, 1991.
- ———. *Shame.* London: Jonathan Cape, 1983.
- Said, Edward W. Introduction to Rudyard Kipling, *Kim.* Harmondsworth, U.K.: Penguin Books, 1987. Later published as "The Pleasures of Imperialism" in Edward W. Said, *Culture and Imperialism*. New York: Vintage Books, 1993.
- ———. *Orientalism.* New York: Vintage Books, 1979.
- Sanford, A. Whitney. "Holi Through Dauji's Eyes: Alternate Views of Krishna and Balarama in Dauji." In Beck, *Alternative Krishnas,* 91-112.
- Sangari, Kumkum. "Perpetuating the Myth." *Seminar* 342 (1988).
- ———, and Sudesh Vaid. *Recasting Women: Essays in Colonial History.* Delhi: Kali for Women Press, 1989.
- Sarkar, Sumit. *Beyond Nationalist Frames: Postmodernism, Hindu Fundamentalism, History.* Bloomington: Indiana University Press, 2002.
- ———. *Modern India, 1885-1947.* Delhi: Macmillan, 1983.
- Sarma, Deepak, ed. *Hinduism: A Reader.* Oxford, U.K.: Basil Blackwell, 2008.
- Sastri, Rao, and Bahadur H. Krishna. "Two Statues of Pallava Kings and Five Pallava Inscriptions in a Rock Temple at Mahabalipuram." *Memoirs of the Archaeological Survey of India,* no. 26, Calcutta, 1926.
- Sauve, James L. "The Divine Victim: Aspects of Human Sacrifice in Viking Scandinavia and Vedic India." In *Myth and Law among the Indo-Europeans*, ed. Jaan Puhvel. Los Angeles: University of California Press, 1970. Pp. 173-91.
- Sax, William S. *Mountain Goddess: Gender and Politics in a Himalayan Pilgrimage.* New York: Oxford University Press, 1991.
- Scharf, Peter. *Ramopakhyana: The Story of Rama in the Mahabharata.* London: Routledge Curzon, 2003.
- Scharfe, Helmut. "Artha." In Mittal and Thursby, eds. *The Hindu World,* 249-63.
- Scheuer, Jacques. "Rudra-Siva et la destruction du sacrifice," s.v. "Sacrifice," in Yves Bonnefoy, *Dictionnaire des mythologies,* vol. 2, 417-20; "Rudra-Siva and the Destruction of the Sacrifice," in Bonnefoy, *Mythologies,* ed. and trans. Wendy Doniger. Chicago: University of Chicago Press, 1991.
- Schimmel, Anne Marie. *The Empire of the Great Mughals: History, Art, and Culture.* London: Reaktion Books, 2004.

- Schlinghoff, Dieter. "Menschenopfer in Kausambi." *Indo-Iranian Journal* 11 (1969), 176-98.
- Schmidt, Hanns-Peter. "The Origin of Ahimsa." In *Mélanges d'Indianisme à la mémoire de Louis Renou.* Paris: E. de Boccard, 1968. Pp. 625-55.
- Schoff, Wilfred H., trans. and ed. *The Periplus of the Erythraean Sea: Travel and Trade in the Indian Ocean by a Merchant of the First Century.* New Delhi: Munshi Ram Manorhar Lal, 1974.
- Schrader, F. Otto. *Introduction to the Pancaratra.* Madras: Adyar Library, 1916.
- Schulz, Siegfried A. "Hindu Mythology in Mann's Indian Legend." *Comparative Literature,* Vol. 14, No. 2 (Spring, 1962), 129-42.
- Schwartzberg, Joseph. *A Historical Atlas of South Asia.* Chicago: University of Chicago Press, 1978.
- Sclater, Philip. "The Mammals of Madagascar." *Quarterly Journal of Science* (1864).
- Scott, James C. *Domination and the Arts of Resistance*. New Haven and London: Yale University Press, 1991.
- ———. *Weapons of the Weak: Everyday Forms of Peasant Resistance.* New Haven and London: Yale University Press, 1985.
- Sedgwick, Mark. *Against the Modern World: Traditionalism and the Secret Intellectual History of the Twentieth Century.* Oxford and New York: Oxford University Press, 2004.
- Seely, Clinton B., trans. *The Slaying of Meghanada: A Ramayana from Colonial Bengal.* New York: Oxford University Press, 2004.
- Selvanayagam, Israel. "Ashoka and Arjuna as Counterfigures Standing on the Field of Dharma: A Historical-Hermeneutical Perspective." *History of Religions* 32:1 (August 1992), 59-75.
- Sen, Amartya. *The Argumentative Indian: Writings on Indian History, Culture, and Identity.* New York: Farrar, Straus 2005.
- ———. Foreword to K. M. Sen, *Hinduism.*
- ———. *Identity and Violence: The Illusion of Destiny*. New York: Norton, 2006.
- Sen, Kshiti Mohan. *Hinduism.* London: Penguin Books, 1961. With a new foreword by Amartya Sen, 2005.
- Sen, Mala. *Death by Fire: Sati, Dowry Death, and Female Infanticide in Modern India.* London: Weidenfeld and Nicolson, 2001.
- Sen, Ronojoy. "Legalizing Religion: The Indian Supreme Court and Homogenization of the Nation." Ph.D. dissertation, University of Chicago, June 2005.
- Sen, Surendra Nath. *Eighteen Fifty Seven.* Delhi: Publications Division, Government of India, 1995.
- Sesser, Stan. *Travels in Southeast Asia.* New York: Knopf, 1993.
- Sewell, Robert. *A Forgotten Empire: Vijayanagar: A Contribution to the History of India.* London: S. Sonnenschein and Co., 1900.
- Shah, Idries. *The Exploits of the Incomparable Mulla Nasrudin.* London: Cape, 1966.
- Sharma, Arvind, ed. *Essays on the Mahabharata.* Leiden: E. J. Brill, 1991.
- ———. *Hinduism and Its Sense of History.* Delhi: Oxford University Press, 2003.
- ———, ed. *Sati: Historical and Phenomenological Essays.* Delhi: Motilal Banarsidass, 1988.
- ———, ed. *The Study of Hinduism.* Columbia: University of South Carolina Press, 2003.

- *Sharma, G. R. The Excavations at Kausambi (1957- 1959). Allahabad: University of Allahabad, 1960.*
- *Sharma, Ram Sharan . "The Ayodhya Issue." In Destruction and Restoration of Cultural Property, eds. P. Stone, J. Thomas, and N. Rao. New York: Routledge, 2001. Pp. 127-38.*
- *Shattuck, Cybelle. Hinduism. Upper Saddle River, N.J.: Prentice Hall, 1999.*
- *Shaw, Miranda. Passionate Enlightenment: Women in Tantric Buddhism. Princeton, N.J.: Princeton University Press, 1994.*
- *Shekhawat, V. "Origin and Structure of purush-artha Theory: An Attempt at Critical Appraisal." Journal of Indian Council of Philosophical Research 7:1 (1900), 63-73.*
- *Shulman, David. "On Being Human in the Sanskrit Epic: The Riddle of Nala." Journal of Indian Philosophy 22 (1994), 1-29.*
- *———. The Hungry God. Chicago: University of Chicago Press, 1993.*
- *———. The King and the Clown in South Asian Myth and Poetry. Princeton, N.J.: Princeton University Press, 1985.*
- *———. "Sita and Satakantharavana in a Tamil Folk Narrative." Journal of Indian Folkloristics 2 (1979), 1-26.*
- *———. Songs of the Harsh Devotee: The Tevaram of Cuntaramurttinayanar. Philadelphia: University of Pennsylvania Press, 1990.*
- *———. Tamil Temple Myths. Princeton, N.J.: Princeton University Press, 1980.*
- *———. Untitled review of Siva's Warriors. History of Religions 32:3 (February 1993), 312-14.*
- *———, Velcheru Narayana Rao; and Sanjay Subrahmanyam. Symbols of Substance: Court and State in Nayaka Period Tamil Nadu. Delhi: Oxford University Press, 1992.*
- *———, and Deborah Thiagarajan, eds. Masked Ritual and Performance in South India: Dance, Healing, and Possession. Ann Arbor: University of Michigan Press, 2006.*
- *Sieg, Emil. Die Sagenstoffe des Rgveda und die indische Itihasatradition. Stuttgart: W. Kohlhammer, 1902.*
- *Siegel, Lee. Fires of Love/ Waters of Peace: Passion and Renunciation in Indian Culture. Honolulu: University of Hawaii Press, 1983.*
- *———. Net of Magic: Wonders and Deceptions in India. Chicago: University of Chicago Press, 1991.*
- *Singer, Milton. When a Great Tradition Modernizes. New York: Praeger, 1972.*
- *Singh, S. P. "Rgvedic Base of the Pasupati Seal of Mohenjo-Daro." Purutattva 19 (1988-89), 19-26.*
- *Sircar, D. C. Inscriptions of Asoka. New Delhi: Publications Division, Government of India, 1957, 1975.*
- *———. The Sakta Pithas. Delhi: Motilal Banarsidass, 1973. First published in the Journal of the Royal Asiatic Society of Bengal 14:1 (1948), 1-108.*
- *Smith, Brian K. Classifying the Universe. New York: Oxford University Press, 1994.*
- *———. "Exorcising the Transcendent: Strategies for Defining Hinduism and Religion." History of Religions 27:1 (August 1987), 32-55.*
- *———. Reflections on Resemblances, Ritual, and Religion. New York: Oxford University Press, 1989.*

- ———. "The Unity of Ritual: The Place of the Domestic Sacrifice in Vedic Ritualism." Indo-Iranian Journal 28 (1985), 79-96.

- Smith, David. Hinduism and Modernity. Malden, Mass.: Blackwell Publishing, 2003.

- Smith, Frederick M. The Self Possessed. New York and Oxford: Oxford University Press, 2006.

- ———. "Indra Goes West: Report on a Vedic Soma Sacrifice in London in July 1996." History of Religions 39:3 (February 2000), 247-67.

- Smith, John D. The Epic of Pabuji. Cambridge, U.K.: Cambridge University Press, 1991.

- ———. "Old Indian (The Two Sanskrit Epics)." In Traditions of Heroic and Epic Poetry. Vol. 1. The Traditions, ed. A. T. Hatto. London: Modern Humanities Research Association, 1980.

- Smith, Jonathan Z., Map Is Not Territory. Chicago: University of Chicago Press, 1993.

- Smith, W. C. The Meaning and End of Religion. New York: Macmillan, 1962.

- Sontheimer, Gunther Dietz. "Folk Hero, King and God: Some Themes According to the Folk and Textual Traditions in the Khandoba cult." Type-script, November 1984.

- ———. King of Warriors, Hunters, and Shepherds: Essays on Khandoba, eds. Anne Feldhaus, Aditya Malik, and Heidrun Brückner. Delhi: Manohar, 1997

- ———. "The Mallari/Khandoba Myth as Reflected in Folk Art and Ritual." Anthropos 79 (1984),155-70.

- ———. "Some Incidents in the History of the God Khandoba." In Asie du sud: traditions et changements, eds. M. Gaborieau and A. Thorner. Paris : Centre national de la recherche scientifique, 1978. Pp. 111-17.

- Sontheimer, Gunther D. and Hermann Kulke, eds. Hinduism Reconsidered. Delhi: Manohar, 1989.

- Southey, Robert. The Curse of Kehama. London: Cassell and Company, 1810, 1901.

- Spayde, Jon. "The Politically Correct Kama Sutra." The Utne Reader (November-December 1996), 56 -57.

- Spear, Percival. A History of India. Vol. 2. London: Penguin Books, 1965.

- Spivak, Gayatri Chakravorty. "Can the Subaltern Speak?: Speculations on Widow-Sacrifice." Wedge 7-8 (1985); reprinted in Cary Nelson and Lawrence Grossberg, eds., Marxism and the Interpretation of Culture. Urbana: University of Illinois Press, 1988.

- Srinivas, M. N. Religion and Society Among the Coorgs of South India. Oxford, U.K.: Clarendon Press, 1952.

- ———. Social Change in Modern India. Berkeley: University of California Press, 1966.

- Staal, Frits, ed. Agni: The Vedic Ritual of the Fire Altar. Berkeley: Asian Humanities Press, 1983.

- ———. "The Concept of Scripture in the Indian Tradition." In Sikh Studies: Comparative Perspectives on a Changing Tradition, ed. Mark Juergensmeyer and N. Gerald Barrier. Berkeley: University of California Press, 1979.

- ———. "The Science of Language." In Flood, The Blackwell Companion, 348-59.

- Steel, F. A. "Folklore in the Panjab." Indian Antiquary 2 (February 1882), 35.

- Stein, Burton. A History of India. Delhi: Oxford University Press, 1998.

- Sternbach, Ludwik. Review of R. C. Hazra, Studies in the Upapuranas, in Journal of the American Oriental Society, 79:2 (April-June 1959), 126 -27.

- Stewart, Tony K. Fabulous Females and Fearless Pirs: Tales of Mad Adventure in Old Bengal. New

York: Oxford University Press, 2004.

- ———. "Satya Pir: Muslim Holy Man and Hindu God." In *Religions of India in Practice*, ed. Donald S. Lopez, Jr. Princeton, N.J.: Princeton University Press, 1995. Pp. 578-97.
- Strong, John S. *The Legend of King Ashoka (Ashokavadana)*. Delhi: Motilal Banarsidas, 2002.
- Subrahmanyam, Sanjay. "Friday's Child: Or how Tej Singh Became Tecinkurajan." *Indian Economic Social History Review* 36 (1999), 69-113.
- ———. *The Political Economy of Commerce: Southern India 1500-1560*. Cambridge, U.K.: Cambridge University Press, 1990. See also Narayana Rao, Shulman.
- Suess, Eduard. *Das Antlitz der Erde*. Prague: F. Tempsky, 1883-1909.
- Sukthankar, V. S. *On the Meaning of the Mahabharata*. Bombay: Asiatic Society of Bombay, 1957.
- Sullivan, Herbert P. "A Re-examination of the Religion of the Indus Civilization." *History of Religions* 4:1 (Summer 1964), 115-25.
- Sutton, Amos. *Orissa and Its Evangelization Interspaced with Suggestions Respecting the More Efficient Conducting of Indian Missions*. Boston: W. Heath, 1850.
- Sweet, Michael J., and Leonard Zwilling. "The First Medicalization: The Taxonomy and Etiology of Queerness in Classical Indian Medicine." *Journal of the History of Sexuality* 3:4 (April 1993), 590-607.
- Szanton, David, and Malini Bakshi. *Mithila Painting: The Evolution of an Art Form*. Ethnic Arts Foundation, Pink Mango. 2007.
- ———. "Mithila Painting: The Dalit Intervention." In *Dalits and Visual Imagery*, ed. Gary Tartakov. Delhi: Indian Institute of Dalit Studies. Forthcoming.
- Talbot, Cynthia. "Inscribing the Other, Inscribing the Self: Hindu-Muslim Identities in Pre-colonial India." *Comparative Studies in Society and History* 37:4 (October 1995), 692-722, reprinted in Richard M. Eaton, ed., *India's Islamic Traditions, 711-1750*. New York: Oxford University Press, 2003. Pp. 83-117.
- *Taranatha's History of Buddhism in India*. Trans. Lama Chimpa and Alaka Chattopadhyaya. Simla: Indian Institute of Advanced Study, 1970.
- Tartakov, Gary. "B. R. Ambedkar and the Narayana Diksha." In *Religious Conversion in India: Modes, Motivations and Meanings*, eds. Rowena Robinson and Sathianathan Clarke. New Delhi: Oxford University Press, 2003. Pp. 192-216.
- Temple, Sir Richard Carnap. *Legends of the Punjab*. Patiala, Punjab: Language Department, 1962-63.
- Tendulkar, D. G. *Mahatma: Life of Mohandas Karamchand Gandhi*. 8 vols. 2nd ed. New Delhi: Publications Division, 1951; Ahmedabad: Navajivan Publishing House, 1960.
- Thapar, Romila. *Ashoka and the Decline of the Mauryas*. Oxford, U.K.: Oxford University Press, 1961.
- ———. *Cultural Transaction and Early India*. Delhi and New York: Oxford University Press, 1994.
- ———. *Early India: From the Origins to 1300*. London: Penguin, 2002; Berkeley: University of California Press, 2004.
- ———. "Epic and History: Tradition, Dissent, and Politics in India." *Past and Present* 125 (1989), 3-26.
- ———. *From Lineage to State*. Bombay: Oxford University Press, 1984.

- ———. *History and Beyond: Interpreting Early India; Time as a Metaphor of History; Cultural Transaction and Early India; From Lineage to State*. New York: Oxford University Press, 2000.

- ———. "Imagined Religious Communities: Ancient History and the Modern Search for a Hindu Identity." In *Interpreting Early India*. Delhi: Oxford University Paperbacks, 1993. Pp. 60-88.

- ———. *Sakuntala: Texts, Readings, Histories*. New Delhi: Kali for Women, 1999.

- ———. *Somanatha: The Many Voices of a History*. London: Verso, 2005.

- Tharoor, Shashi. *The Great Indian Novel*. New York: Arcade, 1989.

- ———. *India: From Midnight to the Millennium and Beyond*. New York: Arcade Publishing, 2006.

- Thomas, Rosie. "Indian Cinema: Pleasures and Popularity." *Screen* 26:3-4 (May-August 1985), 116-31.

- Thompson, Stith. *Motif Index of Folk-Literature*. Bloomington: Indiana University Press, 1955-58.

- Tilak, Bal Gangadhar. *Srimad BhagavadGita-Rahasya or Karma-Yoga-Sastra*. Trans. B. H. Alchandra Sitaram Sukthankar. London: Books from India, 1980.

- Tod, James. *Annals and Antiquities of Rajast'han or the Central and Western Rajpoot States of India*. 2 vols. London: Smith, Elder, 1829-32.

- Trautmann, Thomas R. *Aryans and British India*. Berkeley: University of California Press, 1997.

- ———. "Elephants and the Mauryas." In *Indian History and Thought*, ed. S. Muckerjee. Calcutta: Subarnarekha, 1982. Pp. 245-81.

- Treveleyan, Sir George. *Cawnpore*. London: Macmillan, 1907 [1865].

- Tubb, Gary. "Barn, Ben, and Begging Bowl: Sanskrit Words and the Things in the World." Lecture at the University of Chicago, January 12, 2007.

- *Tukaram. Says Tuka*. Trans. Dilip Chitre. Delhi: Penguin India, 1991.

- Tull, Herman. "Karma." In Mittal and Thursby, eds. *The Hindu World*, 309-31.

- ———. "The Killing That Is Not Killing: Men, Cattle, and the Origins of Non-Violence (Ahimsa) in the Vedic Sacrifice." *Indo-Iranian Journal* 39 (1996), 223-44.

- ———. "F. Max Müller and A. B. Keith: 'Twaddle,' the 'Stupid' Myth, and the Disease of Indology." *Numen* 38:1 (1991), 27-58.

- ———. "Non Vedic Aryans or Vedic Non Aryans? An Examination of Mahinda Palihawadana's 'The Indra Cult as Ideology: A Clue to Power Struggle in an Ancient Society.'" *Journal of the Institute for the Study of Religion and Culture (Japan)* 6 (1988), 137-47.

- ———. "The Tale of 'The Bride and the Monkey': Female Insatiability, Male Impotence, and Simian Virility in Indian Literature." *Journal of the History of Sexuality* 3:4 (April 1993), 574-89.

- ———. *The Vedic Origins of Karma*. Albany, N.Y.: SUNY Press, 1989.

- Turner, Victor. *The Forest of Symbols*. Ithaca, N.Y.: Cornell University Press, 1967.

- Tyagi, Anil Kumar. *Women Workers in Ancient India*. Delhi: Radha Publications, 1994.

- Ulrich, Katherine Eirene. "Divided Bodies: Corporeal and Metaphorical Dismemberment and Fragmentation in South Asian Religions." Ph.D. dissertation, University of Chicago, 2002.

- ———. "Food Fights: Buddhist, Hindu, and Jain. Dietary Polemics in South India." *History of Religions* 46:4 (2007), 379-81.

- Upasni Baba. *The Talks of Sadguru Upasani-Baba Maharaj*. 4 vols. Sakori, Maharashtra: Shri Upasani Kanyakumari Sthan, 1957.

- *Urban, Hugh B. The Economics of Ecstasy: Tantra, Secrecy, and Power in Colonial Bengal. New York: Oxford University Press, 2005.*
- *———. Magia Sexualis. Berkeley: University of California Press, 2006.*
- *———. "Matrix of Power: Tantra, Kingship and Sacrifice in the Worship of Mother Goddess Kamakhya." Lecture at the University of Chicago, March 7, 2005.*
- *———. Songs of Ecstasy. New York: Oxford University Press, 2001.*
- *———. Tantra: Sex, Secrecy, Politics and Power. Berkeley: University of California Press, 2003.*
- *van Buitenen, J. A. B., ed. and trans. The Mahabharata . Chicago: University of Chicago Press, 1973- .*
- *van der Veer, Peter. Gods on Earth. London and New Jersey: Athlone Press, 1988.*
- *———. Imperial Encounters: Religion and Modernity in India and Britain. Princeton, N.J.: Princeton University Press, 2001.*
- *———, ed. Religious Nationalism: Hindus and Muslims in India. Berkeley: University of California Press, 1994*
- *Vasquez, Manuel A., and Marie F. Marquardt. Globalizing the Sacred: Religion Across the Americas. New Brunswick, N.J., and London: Rutgers University Press, 2003.*
- *Vatsyayan, Kapila. "Prehistoric Paintings." Sangeet Natak, Journal of the Sangeet Natak Akademi (October-December 1981), 5-18.*
- *Vequaud, Yves. "The Colors of Devotion," Portfolio (February-March 1980), 62-63.*
- *———. Women Painters of Mithila. London: Thames and Hudson, 1977.*
- *Verghese, Anila. Religious Traditions at Vijayanagara . Delhi: Manohar, 1995.*
- *Vivekananda. Swami Vivekananda and His Guru, with Letters from Prominent Americans on the Alleged Progress of Vedantism in the United States. London and Madras: Christian Literature Society for India, 1897.*
- *Wadley, Suzanne Snow. Raja Nal and the Goddess: The North Indian Epic Dhola in Performance. Bloomington: Indiana University Press, 2004.*
- *Wagoner, Philip. "Sultan Among Hindu Kings: Dress, Titles, and the Islamicization of Hindu Culture at Vijayanagara." Journal of Asian Studies 55:4 (November 1996), 851-80.*
- *Wasson, R. Gordon. Soma: Divine Mushroom of Immortality. New York: Harcourt Brace, 1968.*
- *Weber, Albrecht. "Purusamedha." Zeitschrift der deutschen Morgenlandischen Gesellschaft 18 (1864), 277-84*
- *———. "Ueber Menschenopfer bei den Indern der vedischen Zeit." Indische Streifen 1 (1868), 54-80.*
- *Wedemeyer, Christian. "Beef, Dog, and Other Mythologies: Connotative Semiotics in Mahayoga Tantra Ritual and Scripture." Journal of the American Academy of Religion 75:2 (June 2007), 383-417.*
- *Weinberger-Thomas, Catherine. Ashes of Immortality: Widow-Burning in India. Chicago: University of Chicago Press, 1999.*
- *Wentworth, Blake. "Yearning for a Dreamed Real: The Procession of the Lord in the Tamil Ulās." Ph.D. dissertation, University of Chicago, 2009.*
- *West, Martin L. Indo-European Poetry and Myth. New York: Oxford University Press, 2007.*

- Whaling, Frank. *The Rise of the Religious Significance of Rama.* Delhi: Motilal Banarsidass, 1980.
- White, David Gordon. *The Alchemical Body: Siddha Traditions in Medieval India.* Chicago: University of Chicago Press, 1996.
- ———. "Dogs Die." *History of Religions* 29:4 (May 1989), 283-303.
- ———. *Kiss of the Yogini: "Tantric Sex" in Its South Asian Contexts.* Chicago: University of Chicago Press, 2003.
- ———. *Myths of the Dog Men.* Chicago: University of Chicago Press, 1991.
- Wilhelm, Friedrich. "The Concept of Dharma in Artha and Kama Literature." In *The Concept of Duty in South Asia*, eds. Wendy Doniger O'Flaherty and J. Duncan M. Derrett. London: School of Oriental and African Studies, 1978. Pp. 66-79.
- Wilson, H. H. "On the Sacrifice of Human Beings as an Element of the Ancient Religion of India." *Journal of the Royal Asiatic Society*, 1852.
- Wilson, Liz. *Charming Cadavers.* Chicago: University of Chicago Press, 1996.
- Wittgenstein, Ludwig L. *Philosophical Investigations.* Oxford: Blackwell, 1953.
- Witzel, Michael. "The Development of the Vedic Canon and Its Schools: The Social and Political Milieu." In *Inside the Texts, Beyond the Texts. New Approaches to the Study of the Vedas.* Harvard Oriental Series. Opera Minora, 2. Cambridge, Mass.: Harvard University Press, 1997. 257-345.
- ———. "Early Sanskritization. Origins and Development of the Kuru State." In *Recht, Staat und Verwaltung im klassischen Indien*, ed. B. Kölver. München: R. Oldenbourg, 1997. Pp. 27-52.
- ———. "Indocentrism: Autochthonous Visions of Ancient India." In Bryant and Patton, eds., *The Indo-Aryan Controversy*, 341-404.
- ———. "Rgvedic History." In Erdosy, ed., *The Indo-Aryans of Ancient South Asia*.
- ———. "Vedas and Upanishads." In Flood, *The Blackwell Companion*, 68-101.
- Witzel, Michael, Steve Farmer, and Romila Thapar. "Horseplay in Harappa." *Frontline*, October 13, 2000, 4-16.
- Wolpert, Stanley. *India.* Berkeley: University of California Press, 1991, 1999.
- ———. *A New History of India.* New York: Oxford University Press, 1977, 2000, 2004.
- Woodruff, Philip. *The Men Who Ruled India.* New York: Schocken Books, 1964.
- Woodruffe, Sir John George. *Shakti and Shakta.* Madras: Ganesha, 1929.
- Wright, William. *Apocryphal Acts of the Apostles I/II.* London and Edinburgh: Williams and Norgate, 1871.
- Wujastyk, Dominik. "Change and Creativity in Early Modern Indian Medical Thought." *Journal of Indian Philosophy* 33 (2005), 95-118.
- ———. "The Science of Medicine." In Flood, *The Blackwell Companion*, 393-409.
- Yang, Anand A. *Bazaar India: Markets, Society, and the Colonial State in Gangetic Bihar.* Berkeley: University of California Press, 1998.
- Yano, Michio. "Calendar, Astrology, and Astronomy." In Flood, *The Blackwell Companion*, 376-92.
- Youngblood, Michael. "Cultivating Identity: Agrarian Mobilization and the Construction of Collective Interest in Contemporary Western India." Ph.D. dissertation, University of Wisconsin—

Madison, 2004.

- Yourcenar, Marguerite. "Kali Beheaded." In *Oriental Tales*. Trans. Alberto Manguel. New York: Farrar, Straus, 1938. Pp. 119-28.

- Zaehner, R. C. *Hinduism*. London: Oxford University Press, 1962.

- Zelliott, Eleanor. *From Untouchable to Dalit: Essays on the Ambedkar Movement*. New Delhi: Manohar, 2005.

- Zimmermann, Frances. *The Jungle and the Aroma of Meats*. Berkeley: University of California Press, 1987.

- Zysk, Kenneth. *Asceticism and Healing in Ancient India*. New York: Oxford University Press, 1991.

கால வரிசைப் பட்டியல்

(ஆண்டுகள் ஏறத்தாழ)

- கி.மு. (கிறித்துவின் காலத்திற்கு முன்னர்)
- 50,000 கற்காலம் கலாச்சாரங்கள் தோன்றுதல்
- 30,000 பீம்பேத்கா குகை ஓவியங்கள்
- 6,500 விவசாயத்தின் தொடக்கம்
- 4,000–3,000 இந்தோ ஐரோப்பிய மொழி பல தனிமொழிகளாதல்
- 3,000 கால்நடை மேய்த்துச் சுற்றித்திரியும் சமூகங்கள் தோன்றுதல்
- 2,500 சிந்துசமவெளியில் நகரச் சமூகங்கள் ஒன்றிணைதல்
- 2,200–2,000 ஹரப்பா உச்சநிலை அடைதல்
- 2,100–2,000 மெல்லிய ஆரங்கள் கொண்ட தேர்கள் கண்டுபிடிக்கப்படுதல்
- 2,000–1,500 சிந்துசமவெளி நாகரிகத்தின் வீழ்ச்சி
- 1900 சரஸ்வதி ஆறு உலர்ந்துபோகிறது
- 1700–1500 பஞ்சாபிற்கு வந்த நாடோடிகள் ரிக் வேதத்தை இயற்றுகிறார்கள்

வடமேற்கு இந்தியாவில் குதிரைகள் அறிமுகம்.

- 1350 குதிரைகளையும் கடவுளரையும் பற்றிய ஹிட்டைட் கல்வெட்டுகள்
- 1200–900 வேதகால மக்கள் யஜுர் வேதம், சாமவேதம், அதர்வ வேதம் ஆகியவற்றை இயற்றுகிறார்கள்.
- 1100–1000 வேதநூல்கள் கங்கைக்கும் யமுனைக்கும் இடைப்பட்ட சமவெளிப் பகுதியைக் குறிக்கின்றன.
- 1000 வத்ஸ நாட்டில் கௌசாம்பி நகரம் நிறுவப்படுகிறது
- 950 மகாபாரதப் போர் நடந்ததாகச் சொல்லப்படுகிறது
- 900 காசி (வாராணசி) நிறுவப்படுகிறது; வேதமியற்றிய மக்கள் கங்கைச் சமவெளிக்குள் புகுகின்றார்கள்
- 800–600 பிராமணங்கள் இயற்றப்படுகின்றன
- 600–500 ஆரண்யகங்கள் இயற்றப்படுகின்றன
- 500 ஸ்ரௌத சூத்திரங்கள் இயற்றப்படுகின்றன. பாடலிபுத்திரம் நிறுவப்படுகிறது.

வேத மக்கள் தெற்குநோக்கிப் பரவுகிறார்கள்

- 500–400 முதல் உபநிடதங்கள் இயற்றப்படுகின்றன
- ஏறத்தாழ கி.மு.483 அல்லது கி.மு.410 சித்தார்த்த கௌதம புத்தர் மறைவு
- 468 வர்த்தமான மகாவீரர், ஜைனசமயத்தின் நிறுவனர், மறைவு

- 400–100 பிற்கால உபநிடதங்கள் இயற்றப்படுகின்றன
- 327–325 மகா அலெக்சாந்தர் வடமேற்கு இந்தியாவின்மீது படையெடுக்கிறான்
- 324 சந்திரகுப்தன் மௌரிய வம்சத்தை நிறுவுகிறான்
- 300 கிருஹ்ய சூத்திரங்கள் இயற்றப்படுகின்றன
- 300–100 தர்ம சூத்திரங்கள் இயற்றப்படுகின்றன
- 300 கிரேக்கர்களும், அசோகனும் பாண்டியர், சோழர், சேரரைப் பற்றிக் குறிப்பிடுகின்றனர்
- 265–232 அசோகன் ஆட்சி
- 250 மூன்றாம் பௌத்தக் கழகம் பாடலிபுத்திரத்தில் கூடுகிறது
- 185 மௌரிய வம்சத்தின் முடிவு
- 185 புஷ்யமித்திர சுங்கன் சுங்க வம்சத்தை நிறுவுகிறான்
- 73 சுங்க வம்சத்தின் முடிவு
- கி.மு. 166 கி.பி. 78 கிரேக்கர்கள், சித்தியர்கள், பாக்ட்ரியர்கள், பார்த்தியர்கள் இந்தியாவிற்குள் நுழைகின்றனர்
- கி.மு. 300 கி.பி. 300 மகாபாரதம் இயற்றப்பட்ட காலம்
- கி.மு. 200 கி.பி. 200 இராமாயணம் இயற்றப்பட்ட காலம்

கி.பி. (கிறித்துவின் காலத்திற்குப் பிறகு)

- 78–140 கனிஷ்கன் ஆட்சி, புத்தமதத்திற்கு ஆதரவு
- 100 தமிழின் சங்கக் கவிதைகள் தோற்றம்
- 100 மனு, தனது தர்ம சாத்திரத்தை எழுதுதல்
- 150 பார்ஹூட், சாஞ்சி நினைவுச்சின்னங்கள் கட்டப்படுதல்
- 150 ருத்ரதாமன், ஜுனாகாட்டில் முதல் சமஸ்கிருதக் கல்வெட்டை வெளியிடுதல்
- 200 கௌடில்யரின் அர்த்த சாஸ்திரம் எழுதப்படுதல்
- 300 வாத்ஸ்யாயன மல்லநாகரின் காமசூத்திரம் எழுதப்படுதல்
- 320–550 குப்த வம்சம் பாடலிபுத்திரத்திலிருந்து ஆட்சி
- 350–750 முதல் புராணங்கள் தோன்றுகின்றன
- 375 பல்லவ வம்சம் நிறுவப்படுதல்
- 400–477 காளிதாசர் சமஸ்கிருத நாடகங்களையும் கவிதைகளையும் இயற்றுதல்
- 405–411 பாஹியன் இந்தியா வருகை
- 450 ஹரிவம்சம் இயற்றப்படுதல்
- 455–467 ஹூணர்கள் வடஇந்தியாவைத் தாக்குதல்
- 460–477 வாகாடக வம்சம் அஜந்தாவின் குகைகளைச் செதுக்கிமுடித்தல்
- 500–900 நாயன்மார்கள் வாழ்ந்த காலம்
- 550–575 காலச்சூரிகள் எலிஃபண்டா குகைகளைச் செதுக்கிமுடித்தல்
- 550–880 சாளுக்கிய வம்சத்தின் செழிப்பு
- 600–930 வைணவத் தமிழ்க்கவிஞர்களான ஆழ்வார்களின் காலம்
- 606–647 கன்னோசியில் ஹர்ஷன் ஆட்சி
- 630–644 யுவான் சுவாங் இந்திய வருகை
- 650–800 முற்காலத் தந்திர நூல்கள் இயற்றப்படுதல்
- 650 அராபியர்கள் சிந்துநதியை அடைதல்
- 711–715 அராபியர்கள் வடமேற்கு இந்தியாமீது படையெடுப்பு
- 750–1500 இடைக்காலப் புராணங்கள் இயற்றப்படுதல்
- 765–773 முதலாம் கிருஷ்ணன் எல்லோராவில் சிவன்கோவிலைக் கட்டுதல்
- 788–820 கேரளத்தில் அத்வைத ஞானி ஆதிசங்கரர் காலம்
- 800 மாணிக்கவாசகர் திருவாசகத்தை இயற்றுதல்
- 880–1200 சோழர் பேரரசு தென்இந்தியாவில் ஆதிக்கம் செய்கிறது
- 900 மற்றும் 1150 சாந்தலர்கள் கஜுராஹோ கோயிலைக் கட்டுகின்றனர்
- 975–1025 சைவத் தத்துவஞானி அபிநவகுப்தர் காஷ்மீரில் வாழ்ந்த காலம்
- 1001 கஜினி மஹ்மூது (979–1003) வடஇந்தியாவைக் கொள்ளையடித்தல்
- 1021 கஜனாவிது (துருக்கியர்) முஸ்லிம் தலைநகரம் லாஹூரில் அமைகிறது
- 1056–1137 விசிஷ்டாத்வைதத் தத்துவஞானி இராமானுஜர் தமிழகத்தில் வாழ்ந்த காலம்
- 1192–1206 கோரி முகம்மது தில்லியில் தலைநகரத்தை அமைத்தல்
- 1200 ஜயதேவர் வங்காளத்தில் வாழ்ந்த காலம்
- 1210–1526 தில்லியில் சுல்தான்கள் ஆட்சி

- 1325–1351 முகம்மது பின் துக்ளக் ஆட்சிக்காலம்
- 1200 வடஇந்தியாவில் முதல் சூஃபிகளின் தோற்றம்
- 1200 தென்இந்தியாவில் பசவர் உள்ளிட்ட வீரசைவர்கள் வாழ்ந்த காலம்
- 1238–1258 முதலாம் நரசிம்மதேவன் கோனாரக் கோயிலைக் கட்டுதல்
- 1238–1317 துவைதத் தத்துவஞானி மத்வர் கர்னாடகத்தில் வாழ்ந்தகாலம்
- 1300 ஸ்ரீவைஷ்ணவர்கள் பூனைகளாகவும் (மார்ச்சாலங்களாகவும்) குரங்குகளாகவும் (மர்க்கடங்களாகவும்) பிரிதல்
- 1336–1565 விஜயநகர ஆட்சியின் உச்சம்
- 1398–1448 கபீர்தாசர் காலம்
- 1399 மத்திய ஆசிய ஆட்சியாளன் தைமூர் தில்லியை அழித்தல்
- 1469–1539 குருநானக் பஞ்சாபில் சீக்கியமதத்தைத் தோற்றுவித்தல்
- 1486–1533 சைதன்யர் காலம்
- 1498–1597 மீராபாய் காலம்
- 1526 முகலாயப் பேரரசை பாபர் நிறுவுதல்
- 1530–1556 ஹுமாயூன் ஆட்சி
- 1532–1623 துளசிதாசர் காலம்
- 1556–1605 அக்பர் காலம்
- 1600 (31 டிசம்பர்) முதலாம் எலிசபெத் அரசி பிரிட்டிஷ் கிழக்கிந்தியக் கம்பெனிக்கு அனுமதிச்சாசனம் அளித்தல்
- 1605–1627 ஜஹாங்கீர் ஆட்சி
- 1608–1649 துக்காராம் காலம்
- 1622–1673 க்ஷேத்ரய்யா காலம்
- 1627–1658 ஷாஜஹான் ஆட்சி
- 1658–1707 ஔரங்கசீப் ஆட்சி
- 1713–1719 பாரூக்சியார் ஆட்சி
- 1750–1755 வங்காளப் பஞ்சத்தில் ஒருகோடிப் பேர் இறப்பு
- 1756 கல்கத்தாவின் கருங்குழியில் டஜன்கள் கணக்கில் மக்கள் மரணம்
- 1757 வங்காள முஸ்லிம் ஆட்சியாளரை கிழக்கிந்தியக் கம்பெனி வெற்றிகொள்கிறது
- 1757 பிரிட்டிஷ் ஆட்சியின் முதல் அலை தொடக்கம்
- 1765 ராபர்ட் கிளைவ் வங்காளத்தின் சான்ஸலர் (அரசன்) ஆதல்
- 1772–1833 ராம்மோகன் ராய் காலம், 1828இல் பிரம்ம சமாஜத்தை நிறுவுதல்
- 1782–1853 சர் சார்லஸ் ஜேம்ஸ் நேப்பியர் காலம்
- 1813 பிரிட்டிஷ் ஆட்சியின் இரண்டாம் அலை தொடக்கம்
- 1824–1833 தயானந்த சரஸ்வதி காலம், 1875இல் ஆர்ய சமாஜத்தை நிறுவுதல்
- 1857–1858 சிப்பாய்க்கலகம் எனப்பட்ட முதல் இந்திய எழுச்சி
- 1857 பிரிட்டிஷ் ஆட்சியின் மூன்றாம் அலை தொடக்கம்
- 1858 பிரிட்டிஷ் ஆட்சி அதிகாரபூர்வமாக முகலாயர் ஆட்சியையும் கிழக்கிந்தியக் கம்பெனி ஆட்சியையும் நீக்குகிறது
- 1863–1902 சுவாமி விவேகானந்தர் காலம்
- 1865–1936 ருட்யார்ட் கிப்லிங் காலம்
- 1869–1948 மகாத்மா காந்தியின் காலம்
- 1861–1941 ரவீந்திரநாத் தாகூர் காலம்
- 1875 ஹெலினா பிளவாட்ஸ்கி, தியாசாபிகல் சொசைட்டியை நிறுவுதல்
- 1893 விவேகானந்தர் சிகாகோவில் உலகமதங்களின் பேரவையில் பங்குகொள்ளல்
- 1897 விவேகானந்தர் அமெரிக்காவில் வேதாந்த இயக்கத்தைத் தோற்றுவித்தல்
- 1896–1977 இஸ்கான் நிறுவனர் சுவாமி பிரபுபாத பக்திவேதாந்தரின் காலம்
- 1918–2008 மகரிஷி மகேஷ் யோகி காலம்
- 1919 அமிர்தசரஸ் படுகொலை
- 1931–1990 பகவான் ஸ்ரீ ரஜனீஷ் (ஓஷோ) காலம்
- 1947 இந்திய விடுதலை, பாகிஸ்தான் பிரிவினை
- 1970 ஐரோப்பா, அமெரிக்க ஐக்கியநாடு, கனடா நாடுகளில் இந்துக்கள் கோயில் கட்டத் தொடங்குகிறார்கள்.

சுட்டி

- அக்பர் (முகலாயப் பேரரசர்) 38, 547, 616, 629, 641–643, 646–651, 653–654, 658–664, 666–668, 682–683, 686, 693–694, 697, 721, 762, 852
- அக்பர்நாமா 616, 647
- அகத்தியர் 83
- அகம் (தமிழ்க்கவிதை) 409
- அகல்யா பாய், இராணி 710
- அகஸ்தீன், முனிவர் 83
- அகில பாரதீய வித்யார்த்தி பரிஷத் (ஏபிவிபி) (அகில இந்திய மாணவர் மன்றம்) 28, 826–827
- அகில இந்தியக் கைவினைப்பொருள்கள் வாரியம் 842
- அகில இந்திய மாணவர் மன்றம் (ஏபிவிபி) 826
- அகோரிகள் 519
- அபிமன்யு, 677
- அபிநவகுப்தர், 512, 520, 612, 628–629, 800,
- அபு அல்மாலிக் இசாமி 540
- அத்யாத்ம இராமாயணம் 582
- அதிதி (எல்லையின்மையின் தேவதை) 160, 312
- அஹிம்சை 16, 2325, 233, 326, 770
- அஹுர மாஜ்தா (அவெஸ்தியக் கடவுள்) 117
- அஸ்வமேத யாகம் 77
- அயின்இஅக்பாரி 647, 660–661
- அஜாதசத்ரு (காசியின் அரசன்) 224, 264
- அலெக்சாந்தர் (மகா, மூன்றாம்), மாசிடோனிய அரசர் 36, 82, 89, 258, 261, 303, 332, 729, ,
- அசோகர் 3738, 108–109, 125, 258–259, 262, 303, 305–311, 314, 318, 323–324, 332, 334, 338, 342, 367, 379, 404, 406, 408, 431, 449, 649, 651, 660–661, 852,
- அசோகர் கல்வெட்டுகள் 109
- அஸ்வகோஷர் 243–244, 249–250, 436

- அஸ்வினி தேவர்கள் 58, 116, 126, 147, 159, 316, 352, 353
- அசோகா (திரைப்படம்) 310
- அசுரர்கள் 59, 117, 139–143, 164, 197–200, 267, 277, 294–295, 319, 460, 464–466, 500, 515, 578, 584–588
- அசுரி 180, 510
- அதர்வ(ண) வேதம் 135, 137, 157, 174,
- அர்னால்டு, எட்வின் 731
- அர்த்த சாஸ்திரம் 61, 309, 351, 363, 382, 395, 412
- அமராவதி (ஸ்துபி) 365, 367–368, 620
- அமர் சித்ர கதா (காமிக் புத்தகம்) 695, 824
- அம்பாலிகா 350–353, 829–830
- அம்பர், மாலிக் 662
- அம்பேத்கர், பீமராவ் ராம்ஜி 56, 780–782, 832
- அசோகர் கல்வெட்டுகளில் விலங்குகள் 109
- அன்னமய்யா 423
- அன்னபூர்ணா 715
- அரக்கர்கள் 40, 100, 117, 141–143, 150, 166, 198, 247, 267–268, 275–280, 283, 286, 289, 294–296, 427, 464, 502, 510, 551, 575, 580, 594, 622, 817, 822–823, 836
- அபலா (வேதகாலப் பெண்கவிஞர்) 158–159, 411, 426
- அப்சரஸ் 102, 158, 160, 193, 465, 529–530, 692
- அக்வாவிவா, தந்தை 648–649
- அவலான், ஆர்தர் (ஜான் வுட்ராஃப்) 799
- அவதாரம் 58, 267–269, 276, 288, 293, 313, 335, 354, 367, 553, 576–578, 584, 586–589, 594–595, 601, 616, 618, 622, 678–679, 692, 710, 797, 836
- அவதாரப் பரிணாமம் 576
- அமெரிக்க அரசியலமைப்பு 401
- அவெஸ்தா 117, 123, 149
- அயோமுகி (அரக்கி) 280
- அத்வானி, கே. 819
- அல்லா 649, 666–667, 690
- ஆபிரகாம், தீர்க்கதரிசி 430, 765
- ஆண்டாள் 422
- ஆதி (அசுரன்) 119, 151, 155, 343
- ஆதிவாசிகள் 5657, 130–131, 229, 773–777, 781
- ஆஃப்கானிஸ்தானம் 741
- ஆகமங்கள் 457
- ஆசீவகர்கள் 227–228, 310
- ஆல்கஹாலிக்ஸ் அனானிமஸ் 775
- ஆரண்யகங்கள் 205, 208, 212,
- ஆர்ச்சர், வில்லியம் 842
- ஆரிய 44–45, 116, 120–121, 373, 448, 578, 554, 731, 767–768, 774
- ஆரியர்கள் 44, 48–49, 72, 118–119, 121, 128, 767, 781, 836
- ஆரியபட்டர் 447–448
- ஆன்மா 79, 14, 209–210, 212, 221–222, 227, 251, 321, 334, 338, 342, 346, 355, 371, 396, 420, 521, 598, 615, 617, 619, 624, 634, 655, 697, 718, 727, 734, 757, 777, 787, 807, 816
- ஆடன், டபிள்யூ. எச். 745
- ஆலமரம் 102
- ஆஸ்திரேலியா 72–73, 77, 294
- இழிவுரைக்கு எதிராக அமெரிக்க இந்துக்கள் 795
- இந்திய அரசியலமைப்பு 780
- இந்தியக் காங்கிரஸ் கட்சி 769, 821
- இஸ்லாமும் பக்தியும் 436

- இறப்பு, சாவு (மரணம்) 157, 195, 218, 236, 276, 290, 296, 324, 368, 378, 390, 417, 469, 542, 547, 555, 597, 617, 621, 635, 710, 755, 765, 816, 902
- இயோஹிப்பஸ் 126, 232
- இறுதிக் காலம் 90
- உடபநிடதங்களில் 38, 167, 178, 188, 205–206, 208, 211, 218, 220–222, 224, 229, 231–233, 263, 340, 357, 457, 516, 634
- உஷை 494
- எருதுகள் 94–95, 100, 107, 189, 309–309, 329, 365, 547, 813
- ஔரங்கசீப் 531, 641, 653–654, 663, 685, 690, 902
- க்ளூனி, ஜார்ஜ் 798
- கன்யா சுல்கம் (வரதட்சிணை என்பதையும் காண்க) 390, 394, 453, 754, 843
- கத்தோலிக்க மதம் 209, 240, 723, 729, 743, 745
- கந்தர்வர் 139, 194, 333
- கன்னிங்காம், அலெக்சாண்டர் 89
- கட்லர், நார்மன் 411
- கருச்சிதைப்பு 692, 699
- கான்ராட், ஜோசப் 764
- கார்ன்வாலிஸ், சார்லஸ் 715
- கார்யாட், தாமஸ் 659
- காளிதாசன் 444–445, 451–453, 456, 459, 461, 471,
- காசாபிளாங்கா (திரைப்படம்) 513
- காக்கேசியர்கள் 119, 122
- காமசூத்திரத்தில் 390, 833
- காரைக்கால் அம்மையார் 422
- கிறித்துவம் 36, 43, 63, 435, 438, 621
- கிறிஸ்தோ 842
- கிளபாம் இனம் 716
- கிளைவ், ராபர்ட் 703, 714, 902
- கிரீட் 82, 90
- கியூராவோன் அல்போன்சோ 796
- கேரல், லூயி 482
- சதுரங்கம் 448
- சங்கக் கவிதை 408–409, 411,
- சங்கக் கவிதையும் பக்தியும் 698
- சண்டாளர்கள் 56, 228, 300, 341, 372–374, 446, 460, 633–636
- சந்திரகுப்தர் (மௌரியப் பேரரசர்) 258, 262, 303, 332, 406, 445
- சந்திரகுப்தர், முதலாம் (குப்தப் பேரரசர்) 452
- சந்திரகுப்தர், இரண்டாம் (குப்தப் பேரரசர்) 446, 451, 453–454, 578
- சர்ச்சில், வின்ஸ்டன் 768
- சார்வாகர்கள் (பொருள்முதல்வாதிகள்) 105, 227, 647
- சாளுக்கிய அரசு 404, 407, 409, 417–418, 436, 526,
- சாணக்கியர் 262
- சாநத் பீவி (பீஜப்பூர் அரசப்பிரதிநிதி) 693
- சாந்தலர் அரசு 488, 528, 530–531, 544
- சாட்டர்ஜீ, பங்கிம் சந்திர 725
- சாதியும் பக்தியும் 520, 626
- சாத்திரங்களில் 363, 375, 388, 400, 699
- சிகாகோ டெய்லி ட்ரிப்யூன் 787
- சிஷ்டி, காஜா முயினுதீன் 554
- சித்ராங்கதை 327–328
- சிளன்என் 815

- சி.பி. இராமசாமி ஐயர் பவுண்டேஷன் 821
- சீனம் 74, 82, 126, 407
- சீசர், ஜூலியஸ் 736
- சுடாலா (ராணி) 852
- சுந்தரர் 405, 409, 421–422, 429
- சூபிநெறியும் பக்தியும் 554
- சூதாடுதல் 137, 144, 154, 156, 175, 182, 225, 237, 287, 316, 369, 375, 382–384, 386–388, 514, 603, 635, 655
- செட்வோட், பெனிலபி 712
- செட்வோட், பிலிப் 712
- செங்கல், செங்கல்தொழில் 91, 124, 130–131
- சேக்கிழார் 425, 434
- சேரர்கள், அரசு 404, 406–407, 417, 436,
- சேடக் 691
- சோழர் அரசு 407, 415, 431–432, 602,
- சோழர் கோயில்கள் 415
- சைத்தான்புரம் 693
- சைதன்யர் 429, 553, 674, 677–679, 789, 902
- சௌஹான், பிருதிவிராஜ் 690
- டக்ளஸ், மேரி 84, 593
- டல்ஹவுசி, ஜேம்ஸ் 716, 736
- டார்வின், சார்லஸ் 576
- டால்ரிம்பிள், வில்லியம் 28, 709, 819
- டிக்கன்ஸ், சார்லஸ் 389
- டி நொபிலி, ராபர்ட்டோ 729
- தற்செயல் கருணையும் பக்தியும் 574, 602–603, 605, 623, 626
- தற்செயல் கருணை இறையியல் 574, 602, 603, 605, 623, 626
- தட்சன் 160, 277, 312, 470, 472, 480, 495, 497–498, 505, 756
- தலித்துகள் 56–57, 377, 781–782, 808, 845
- தலித் சங்கர்ஷ சமிதி (டிஎஸ்எஸ்) 845
- தன்யால் (அக்பரின் மகன்) 658
- தரிசனம் 419–421, 627, 676, 688, 708, 746, 809, 814
- தசரதன் 267, 270, 272–273, 280–282, 284, 289, 292, 299
- தசாவதார ஸ்தோத்திரம் 587
- தத்தர், மைக்கேல் மதுசூதன 822
- தம்மம் 310, 334, 649
- தருமன் 483
- தர்ம சாத்திரங்கள் 246, 368, 370, 389, 394
- தாத்யாஞ்ச் 147-148
- தாது 174, 261
- தாக்கணிக் கவிதை 667
- திருஞான சம்பந்தர் 433
- தில்லி சுல்தானியம் 6, 46, 437, 536–539, 542–547, 550, 551–552, 554–555, 561, 563, 574, 612, 643, 726, 902
- தில்லிப் பல்கலைக்கழகம் 826
- தியானு பகத் 686
- திரௌபதி 52, 230, 316, 328, 336–337, 353–359, 361, 383–384, 457, 464, 467, 481, 507, 580, 583–584, 753, 829
- திராவிட மொழிகள் 52, 74, 92, 117, 122, 130, 132, 407–408
- திரேதா யுகம் 78
- தீர்க ஜிஹ்வா (அரக்கி) 183
- தீன் இலாஹரி 649–650, 660

- துரோணர் 345–349, 359, 832
- துருபதன் 359
- துறவில் 153, 252, 680
- தேவி இயக்கமும் அத்வைதமும் 773, 776 778
- தேவியர் 5, 160, 193, 270, 277278, 359, 418, 444–445, 452–454, 456, 460, 462, 464–469, 474, 476, 489, 499, 510, 512, 515, 518–519, 715, 778, 794–796, 809, 826, 834–835
- தேஜ் பஹாதுர் 654
- தேவ்கட் 412, 449, 582, 584
- தேவகி 579, 580
- தேவராஜன் (இந்திரன்) 604
- தேவராயர், முதலாம் (விஜயநகரப் பேரரசர்) 561
- தேவி 163, 193, 270, 275, 277–278, 359, 445, 452–454, 456, 461
- தேவி, மகாஸ்வேதா 830
- தேவீபாகவத புராணம் 574, 587
- தேவி இயக்கம் 773, 776, 778
- நன்மையும் தீமையும் 598
- நாய்கள் 58, 61, 94–95, 182–183, 231–232, 236, 244, 283, 292, 294, 320, 322, 346, 374, 377, 605–607, 658, 660, 681–682, 741, 813–815
- நாரைகள் 58, 409, 635
- ப்ரூனோ, கியோர்தானோ 648
- ப்ரண்டன், வில்லியம் 89
- பப்ருவாகனன் 327
- பக்ரீத் 767–768, 811
- பகவத்கீதையும் பக்தியும் 338
- பகடை 78, 90, 142, 154, 182, 250, 382–383, 600
- பகவத்கீதை 43, 178, 253, 311, 316, 320, 338, 410, 591, 615, 724–725, 729–730, 735, 772, 792, 801
- பகத், சுரேகா 832
- பகவதி 834
- பகீரதன் 76, 414
- பனியா 770
- பசவர் 536, 562, 565–567, 574
- பசுப புராணங்கள் 431, 566
- பசுக்கள் 58, 60–61, 95, 136, 144, 146–147, 152, 184, 187–188, 211, 235, 308–309, 357, 377, 659, 691, 768, 771, 790, 811–812
- பரத நாட்டிய சாத்திரம் 248
- பட்டாச்சார்ஜி, புத்ததேவ 821
- பவானி 652
- பம்பாய் கோயில் நுழைவுச் சட்டம் (1948) 45
- பம்பாய் டைம்ஸ் 736
- பரஸ்பரப் படைப்புத் தொன்மம் 132–133, 150, 160, 247
- பன்மைத் தத்துவம் 215, 256
- பர்க், எட்மண்ட் 759
- பலராமன் 484
- பலுசிஸ்தானம் 88–89
- பாப்ரி மசூதி 645, 669, 725, 819
- பாபர், முகலாயப் பேரரசர் 48, 543, 545, 552, 641, 643–646, 656–659, 661, 668–669, 682, 692, 818–819, 852, 902
- பாபர்நாமா 644, 657
- பாதராயணர் 615
- பால்பன், சுல்தான் 553
- பானு, ஹமீதா 693

- பாசோலி ஓவியம் 449
- பாகவத புராணம் 409, 586–587, 605
- பாரதிய ஜனதா கட்சி (பிஜேபி) 28, 819, 821
- பாட்டியா, நதீஷ் 795
- பாலிவுட் 719, 802, 824, 835
- பிபிசி 820–821
- பிராமணர்களும் பக்தியும் 427
- பிருகு முனிவர் 184–186, 195–196, 277
- பிஜ்ஜலர் 435, 566
- பில்கிராமி, ஆசாத் 555
- பிந்துசாரர் (பிம்பிசாரர்) 262, 310
- பிரூனி, அபு அறாப்ஹான் முகமது இபின் அகமது அல் 540, 545, 555
- பிலாங்கோ (குதிரை) 741
- பிலவாட்ஸ்கி, ஹெலினா 74, 785, 789, 902
- பிரம்மா 79, 115, 132, 160, 215, 246, 267, 278, 296, 315, 461–462, 483, 494–496, 499, 577, 676
- பிரம்மசாரி 215, 252, 454, 471
- பிரம்மகுப்தர் 448
- பிராமணங்கள் 5, 37, 44, 78, 171–173, 198
- பிராமணர்கள் 15–15, 21, 44–45, 47, 5051, 53, 56–58, 61, 65, 84, 136, 142, 150, 152, 164, 251
- பிரம்மம் 215
- பிரம்மவைவார்த்த புராணம் 574, 581, 583
- பிரம்மஹத்தி 199, 304, 494–496
- பிரம்ம சமாஜம் 731, 766
- பிருகதாரண்ய உபநிஷதம் 190, 205, 214, 216–217, 221–223, 228, 233
- பிரிட்டன் (ராஜ்யம் என்பதையும் பார்க்க) 741
- பிரிட்டிஷ் கிழக்கிந்தியக் கம்பெனி 703, 903
- பீட்டில்ஸ் 75, 793
- பீர், மைக்கேல் 734
- பீல் (பீலர்கள், பழங்குடியினத்தவர்) 19, 340, 348, 695, 774
- பீம்பேத்கா குகை ஓவியங்களில் விலங்குகள்
- பீமன் 328
- பீம்பேத்கா குகை ஓவியங்கள்
- பீஷ்மர் 352, 829
- புளும், ஆலன் 761
- புத்தர் 63, 209, 213–214, 222, 228, 230, 249, 260, 270, 306–307, 334, 340, 366, 449–450, 454, 492, 577, 584, 590–591, 604, 616
- புத்தர், விஷ்ணுவின் அவதாரமாக 584, 586–588, 616, 618, 622
- புத்தசரிதம் (அஸ்வகோஷர்) 243, 436
- புந்தேல்கண்ட், இராச்சியம் 528
- புஷ், ஜார்ஜ், டபிள்யூ. 836
- பூனைகள் 321323
- பெண்டிங், வில்லியம் 764
- பேக்கன், ஃபிரான்சிஸ் 72
- பேக்கர், டெபோரா 786
- போஸ், ஜகதீச சந்திர 185
- போதைப்பொருள்களுக்கு அடிமையாதல் 136, 382, 387, 401, 656, 658
- பைரவர் 430, 495–496, 522, 813–814
- பௌத்தம் 16, 36, 43, 214, 230, 237, 269, 310, 314, 324, 368, 411, 431–432,438, 455, 492, 503, 586, 588, 666, 629, 780
- மனுவில் 389, 394, 763
- முகலாயப் பேரரசில் 46, 537, 543, 641, 643, 655, 658, 686, 689–690, 694, 709, 902

- மேகதூதம் 456
- யஜுர் வேதம் 135, 137, 620, 733,
- யட்சிகள் 465
- யசோதா (நந்தனின் மனைவி) 579–580, 746
- யமன் 159, 161, 182, 211212, 287, 323, 602–603
- யுகங்கள் 78, 79, 161, 251, 383–384, 576, 823
- யுதிஷ்டிரன் 304, 316, 321–324, 327–328, 333, 336–337, 344,
- 353, 361, 383–384, 430, 481, 483, 634, 681, 815, 852
- யுவான் சுவாங் 446, 488, 490, 492,
- யோகம் 61, 198, 223, 227, 297, 334, 339, 370, 382, 505, 518, 614, 770, 787, 799
- யோகசூத்திரம் (பதஞ்சலி) 614
- யோகவாசிஷ்டம் 630, 631
- யோகி, மகரிஷி மகேஷ் 785, 902
- யோகினியர் (தாந்திரிக்ப் பெண் மந்திரவாதிகள்) 510, 514, 530, 632
- ரத்தபீஜன் (அசுரன்) 509
- ரைட், ஃப்ராங்க் லாயிட் 800
- ரிக் வேதத்தில் 23, 124, 130, 135, 137, 148, 152, 159, 162–163, 172, 174, 183, 192, 193, 197, 209–210, 215, 245, 383, 420, 426, 594, 813
- வராக அவதாரம் 577
- விதவைகளை எரித்தல் என்னும் மதச்சடங்கு பற்றிய வாதங்களின் சுருக்கம் (ராய்) 759, 763
- விஷ்ணுபிரம்மா தொன்மம் 115, 132, 577, 584, 587
- வீட்டு விலங்குகள் 93
- வூடி, ஆலன் 85
- வெறுப்புபக்திக் கொள்கையிலும் புராணங்களிலும் நாய்களின் பங்கு 605
- வோட்டன் 156
- ஜிம்மர், ஹெயின்ரிக் 735
- ஜெலாஸ்னி, ரோஜர் 793
- ஜொராஸ்ட்ரிய மதம் 367

க. பூரணச்சந்திரன்

தமிழ்ப் பேராசிரியராகப் பல ஆண்டுகள் திருச்சியில் பணியாற்றி ஓய்வு பெற்றவர். மார்க்சியத்தில் ஈடுபாடு கொண்டவர். சிற்றிதழ்கள் பலவற்றிலும் தொடர்ந்து எழுதி வருபவர். இலக்கிய விமர்சகர். மொழிபெயர்ப்பாளர். அமைப்பியம், பின்நவீனத்துவம் போன்ற இலக்கிய கலாச்சார இயக்கங்களில் ஈடுபாடு உள்ளவராயினும் எச்சரிக்கையோடு அவற்றை ஏற்றுப் பயன்படுத்த வேண்டும் என்ற அக்கறை உள்ளவர்.